கனவுச்சிறை

ஆசிரியரின் பிற நூல்கள்

- லங்காபுரம் (நாவல்)
- கதாகாலம் (நாவல் – மகாபாரதத்தின் மறுவாசிப்பு)
- யுத்தத்தின் முதலாம் அதிகாரம் (நாவல்)
- விதி (நாவல்)
- நிலாச் சமுத்திரம் (நாவல்)
- உயிர்ப் பயணம் (நாவல்)
- திசைகள் (குறுநாவல் தொகுப்பு)
- எழுதாத சரித்திரங்கள் (குறுநாவல் தொகுப்பு)
- காலக் கனா (சிறுகதைத் தொகுப்பு)
- இன்னொரு பக்கம் (சிறுகதைத் தொகுப்பு)
- நெருப்பு (சிறுகதைத் தொகுப்பு)

கனவுச்சிறை
தேவகாந்தன் (பி. 1947)

இலங்கையின் வடமாகாணம் சாவகச்சேரியில் பிறந்த தேவகாந்தன், தனது பல்கலைக்கழகப் புகுமுகவகுப்பை டிறிபேக் கல்லூரியில் முடித்ததும் 1968இல் இணைந்து பணியாற்றிய இடம் *ஈழநாடு* தேசிய நாளிதழின் ஆசிரியர் குழு. 1974வரை அந்நிறுவனத்தில் கடமையாற்றிய பின் இலங்கை யுத்த நிலைமை காரணமாகத் தமிழ்நாட்டுக்குப் புலம்பெயர்தல் 1984இல் நிகழ்கிறது. இடையிட்ட சில ஆண்டுகளைத் தவிர 2003இல் இலங்கைக்குத் திரும்பும்வரை தமிழ்நாட்டில் தங்கியிருந்த நீண்டகாலத்தில் *இலக்கு* சிற்றிதழை நடத்தியதோடு 'கனவுச்சிறை' மகாநாவல் உட்பட ஐந்து நாவல்கள், இரண்டு குறுநாவல் தொகுப்புகள், மூன்று சிறுகதைத் தொகுப்புகளையும் வெளியிடுதல் சாத்தியப்பட்டது. தமிழ்நாடு தமிழ் வளர்ச்சித் துறை நாவல் பரிசு (1998), திருப்பூர் தமிழ்ச் சங்கம் (1996), லில்லி தேவசிகாமணி (1996), தமிழர் தகவல் (2013) உட்பட பல்வேறு இலக்கியப் பரிசுகளைப் பெற்றிருக்கிறார்.

இவரது படைப்புகளுள் வாசக, விமர்சன கவனம் மிகவும் பெற்றவையாக 'யுத்தத்தின் முதலாம் அதிகாரம்', 'விதி', 'கதாகாலம்', 'லங்காபுரம்' ஆகிய நாவல்களைச் சொல்ல முடியும்.

மனைவி இரண்டு மகள்களுடன் தற்பொழுது கனடா ரொறன்ரோவில் வசித்துவருகிறார்.

தேவகாந்தன்

கனவுச்சிறை

காலச்சுவடு பதிப்பகம்

கனவுச்சிறை ❖ நாவல் ❖ ஆசிரியர் : தேவகாந்தன் ❖ © பா. குமாரசாமி ❖ முதல் பதிப்பு: டிசம்பர் 2014 ❖ வெளியீடு: காலச்சுவடு பப்ளிகேஷன்ஸ் (பி) லிட்., 669 கே. பி. சாலை, நாகர்கோவில் 629001

காலச்சுவடு பதிப்பக வெளியீடு: 608

kanavue ciRai ❖ Novel ❖ Author: Devakanthan ❖ © B. Kumarasamy ❖ Language: Tamil ❖ First Edition: December 2014 ❖ Size: Royal ❖ Paper: 18.6 kg maplitho ❖ Pages: 1000

Published by Kalachuvadu Publications Pvt. Ltd., 669 K.P. Road, Nagercoil 629001, India ❖ Phone: 91 - 4652 - 278525 ❖ e-mail: publications@kalachuvadu.com ❖ Wrapper Printed at Print Specialities, Chennai 600014 ❖ Printed at Mani Offset, Chennai 600077

ISBN: 978-93-82033-74-5

12/2014/S.No. 608, kcp 1169, 18.6 (1) ILL

காலத்தால் அகாலமாய்க் கவரப்பட்ட
என் அன்பு மகள்
நிம்மிக்கு

முன்னுரை

ஓர் இலக்கியப் படைப்பை அதன் வரலாற்றுப் பின்புலம் சார்ந்து அணுகுவது வாசிப்பு அனுபவத்தில் என்ன மாதிரியான தாக்கங்களை ஏற்படுத்துகிறது? ஒரு வரலாற்றாசிரியன் தொகுத்து வைத்திருக்கும் உண்மை களிலிருந்து குறிப்பிட்ட இலக்கியப் படைப்பு வேறுபடும் அல்லது உடன்படும் புள்ளிகள் எவை? அவற்றைக் கண்டறியும் முனைப்பு ஒரு திறந்த வாசிப்புக்கான சாத்தியங்களை எந்த அளவுக்குப் பாதிக்கக்கூடியது? வரலாறு குறித்த கற்பிதங்கள் தம் அர்த்தத்தை இழந்துகொண்டிருக்கும் காலத்தில் வாழும் ஒரு இலக்கிய வாசகனுக்கு இதுபற்றிய விழிப்பு அவசியம் என்று தோன்றுகிறது.

கடந்த நூற்றாண்டிலும் அதற்கு முந்தைய நூற்றாண்டிலும் இருந்ததைப் போல வரலாற்றின் மீதான குருட்டு நம்பிக்கைகள் இப்போது இல்லை. இதுவரை எழுதப்பட்ட எல்லா வரலாறுகளுமே சந்தேகத்துக்குரியவையாக மாறிக்கொண்டிருக்கின்றன. கழுதையோடும் மற்ற எல்லா வினோதமான விலங்குகளோடும் அருவருப்பான புழுக்களோடும்கூட வரலாற்றை ஒப்பிட்டாகிவிட்டது. வழிபாட்டுக்குரிய பீடத்திலிருந்து அது முற்றிலுமாக அகற்றப்பட்டுவிட்டது என்பது இதற்குப் பொருள் அல்ல. வரலாறு என்பது தர்க்க ரீதியாக ஒழுங்கமைக்கப்பட்ட பொய். அது சாக மறுக்கும் பிசாசு. கற்பனை செய்து பார்க்க முடியாத மாயத்தோற்றங்களுடன் எங்கெங்கும் அலைந்து திரிவதற்கான வரத்தைப் பெற்றிருப்பது. நம் எல்லாரையும் வசீகரிக்கும் பெருங்கதையாடல்களின் நீட்சி. இந்தப் பெருங்கதையாடல்களுக்குப் பின்னால் மத நம்பிக்கைகள் இருக்கின்றன, புராணங்களாலும் இதிகாசங்களாலும் கட்டமைக்கப்பட்ட அறக்கோட்பாடுகள் இருக்கின்றன, அவற்றின் வரவேற்பறைகளில் ஒளிவட்டங்

களையுடைய தேவதைகளும் பின்கட்டுக்களின் இருளில் சாத்தான்களும் நடமாடிக்கொண்டிருக்கிறார்கள். முற்றத்திலுள்ள பெரு விருட்சத்தில் தெவிட்டாத சுவையையுடைய பொய்மையின் ரசம் ததும்பும் கனிகள் பழுத்திருக்கின்றன. கட்டமைக்கப்பட்ட எல்லா வரலாறுகளுக்கும் பின்புலத்தில் அரசியல் நலன்கள் இருக்கின்றன, வர்க்கச் சார்புகள் இருக்கின்றன, இன வெறி இருக்கிறது, அர்த்தத்துடனோ அர்த்தமின்றியோ பின்பற்றப்படும் சடங்குகளும் வழிபாட்டு முறைகளும் ஜோதிடமும் வானவியலும் தவிர நாட்டார் வழக்காற்றியலின் வெவ்வேறு உட்கூறுகளும் வரலாற்றைக் கட்டமைப்பதில் பெரும் செல்வாக்கு செலுத்திவந்திருக்கின்றன.

பொன்னர்சங்கர் கதை எனப்படும் நாட்டார் கதை கொங்கு மண்டலத்தில் அதிகம் செல்வாக்கு பெற்றிருப்பது. உடுக்கடிப் பாடலாகவும் இசை நாடகமாகவும் கிராமங்களில் நடத்தப்படும் இக்கர்ண பரம்பரைக் கதை மகாபாரதம் ராமாயணம் ஆகிய பெருங்கதையாடல்களின் சாயல்களைக் கொண்டது. சகோதரச் சண்டையை மையப்படுத்திய இக்கதையாடலில் ராமாயண, மகாபாரதக் கதையாடல்களின் பல கூறுகளைக் காண முடியும். சகோதரச் சண்டையின் விளைவாக மூளும் யுத்தம் 18 நாள் நீடிக்கும் என்பது இதில் குறிப்பிடத்தக்க அம்சம். யுத்தம் நடந்ததாகச் சொல்லப்படும் இடம் கரூருக்கும் மணப்பாறைக்குமிடையே உள்ள வீரப்பூர் என்னும் குன்றுப் பகுதி. இப்போது அங்கே அக்கதையாடலில் இடம்பெற்ற பாத்திரங்கள் சிலவற்றுக்குக் கோயில்கள் இருக்கின்றன. யுத்த பூமி என நம்பப்படும் இடத்தில் கருஞ்சிவப்பு நிறத்தில் சிதறிக் கிடக்கும் சிறு கற்கள் போர்க்களத்தில் சிந்தப்பட்ட குருதியின் படிவங்கள் என்னும் நம்பிக்கை உள்ளது. கொங்கு வாழ்வின் எல்லாக் கூறுகளிலும் ஒரு அசைக்க முடியாத நம்பிக்கையாக ஊடுருவியிருக்கும் இக்கதையாடல் கொங்கு மண்டலத்தின் வரலாறாகக் கட்டமைக்கப்பட்டுவிட்டது. கடந்த முப்பது ஆண்டுகளாக அதற்கான தர்க்கங்களை உருவாக்கும் முயற்சிகள் அறிவுத்துறையோடு தொடர்புடைய சிலரால் மேற்கொள்ளப்பட்டு வருகின்றன. இப்போது அது ஒரு கர்ணபரம்பரைக் கதை அல்ல, வரலாறு. நம்பிக்கைகளிலிருந்து கட்டமைக்கப்பட்ட தர்க்கம் தவிர இந்த வரலாற்றுக்கு வேறு ஆதாரங்கள் இல்லை. வரலாற்றை அறிவியலோடும் தொல்லியல் முதலான அறிவுத்துறையோடும் இணைக்கும் முயற்சிகள் தீவிரமாக முன்னெடுக்கப்பட்டுக்கொண்டிருக்கும் இக்காலகட்டத்தில் ஒரு கர்ணபரம்பரைக் கதையை வரலாறாக ஏற்றுக்கொள்ளச் செய்வதற்கான தர்க்கங்கள் எளிதாகக் கட்டமைக்கப்படுகின்றன.

ராமாயணமும் மகாபாரதமும் இப்போது வெறும் காப்பியங்கள் அல்ல. ராமன் வரலாற்று நாயகன்; காப்பியத்தில் இடம்பெற்றிருக்கும் அயோத்தி ராமன் பிறந்த இடம், ரகு வம்சத்தின் தலைநகர் என்னும் நம்பிக்கை வரலாறாக நிறுவப்பட்டுவிட்டது. அயோத்தியை மையப்படுத்தி இந்தியாவின் சமகால வரலாறு திருத்தி எழுதப்படுகிறது. அதன் அரசியல் விளைவுகள் இந்தியாவின் மதச்சார்பின்மையை அடியோடு சீர்குலைத்திருக்கின்றன. இலங்கைக்கும் இந்தியாவுக்குமிடையே

இந்தியப் பெருங்கடலில் இருக்கும் மணல் திட்டு பதினேழு லட்சம் ஆண்டுகளுக்கு முன்னால் ராமனின் வானர சேனையால் கட்டப்பட்டது என்பதைக்கூட தர்க்க ரீதியில் ஏற்றுக்கொள்ளச் செய்ய முடிந்திருக்கிறது. அஸ்தினாபுரத்தையும் இந்திரப்பிரஸ்தத்தையும் குருசேத்திரத்தையும் துவாரகையையும் தொல்லியலாளர்களால் எப்போதுமே கண்டுபிடிக்க முடியாமல் போனாலும்கூட அப்பெருங்கதையாடல்கள் வரலாற்றின் பகுதிகள் என வேரூன்றிவிட்ட நம்பிக்கையை யாராலும் சிதைக்க முடியாது. வரலாற்றாய்வாளர்களும் தொல்லியல் துறையினரும் தம் மானத்தைக் காப்பாற்றிக்கொள்வதற்காக வேண்டுமானால் தமது ஆய்வுகளைத் தொடர்ந்துகொண்டிருக்கலாம். சமீபத்திய தொல்லியல் ஆய்வுகளில் பல வெறும் நம்பிக்கைகளாக மட்டுமே நீடித்துவந்த பெருங்கதையாடல்களுக்கு வரலாற்று அந்தஸ்த்தைக் கோரும் கச்சாப் பொருள்களாக மாற்றப்பட்டு வருவதைக் காண முடியும். இத்தகைய முயற்சிகளின் முக்கிய நோக்கமே வரலாற்றின் மீதான நம்பகத்தன்மையை வரலாற்றை வழிபட மறுக்கும் தலைமுறையிடம் உருவாக்குவதுதான்.

பெருங்கதையாடல்கள் வரலாற்றின் கச்சாப் பொருள்களாக மாற்றப்படுவதற்கு இணையானவை வரலாற்றைப் பெருங்கதையாடல்களாக மாற்றுவதற்கு மேற்கொள்ளப்படும் முயற்சிகள். சமகால இந்திய வரலாற்றின் பெரும் ஆளுமையான காந்தி இந்திய வரலாறு என்னும் பெருங்கதையாடலின் நாயகனாக, ராமனைப் போன்ற அவதார புருஷனாக மாற்றப்பட்டுவிட்டார். இப்போது நீங்கள் காந்தியை தயக்கமின்றி விமர்சிக்க முடியாது. அப்படி விமர்சிக்கும்போது வசைகளை எதிர்கொள்ள வேண்டி வரும். உலக அரங்கில் மார்க்சியமும் அந்தக் கதிக்கு ஆளாக வேண்டியிருந்தது. சென்ற நூற்றாண்டின் பிற்பகுதியில் மார்க்சும் லெனினும் வழிபாட்டுக்குரியவர்களாக மாற்றப்பட்ட பிறகு கம்யூனிஸ்ட்கள் சகிப்புத் தன்மையற்றவாகளாகவும் எதேச்சாதிகாரிகளாகவும் மாறினார்கள். உலக அளவில் நடைபெற்ற சோசலிசப் புரட்சிகள் பலவற்றுக்கும் பெருங்கதையாடல்களின் சாயல்கள் உருவாக்கப்பட்டன. கடந்த சில பத்தாண்டுகளாகத் தமிழ்ச் சமூகத்திலும் பல பெருங்கதையாடல்கள் உருவாக்கப்பட்டுக்கொண்டிருக்கின்றன. திராவிட இயக்கத்தின் எழுச்சிக்குப் பிறகு அதன் சாதகமான அம்சங்களிலிருந்து உருவான போக்கு இது. பார்ப்பனியத்துக்கு எதிராக எழுச்சி பெற்ற பல பிற்பட்ட சாதிகள் தமக்கான இனவரைவியலை உருவாக்குவதற்கும், அதைப் பெருங்கதையாடலின் பகுதியாக மாற்றுவதற்கும் தீவிரமாக முயன்று வருகின்றன. சமீபத்திய தமிழ் நாவல்கள் சிலவற்றில் தென்படும் அந்தப் போக்கு சாதி ஒழிப்பையல்ல அதன் இருப்பையே வலியுறுத்துவது. திராவிட இயக்க அரசியலும் தலித் அரசியலும்கூடப் பெருங்கதையாடல்களாக மாற்றப்பட்டுக்கொண்டிருக்கின்றன. வரலாற்றுரீதியில் தவிர்க்க முடியாத எதிர்வினையான இத்தகைய போக்குகள் சமகால அரசியலில் ஏற்படுத்தும் தாக்கம் விரிவான உரையாடலுக்குரியவை.

குறைந்தபட்சம் பத்தாண்டுகளுக்கு முன்பே ஈழப்போர் ஒரு பெருங் கதையாடலாக மாற்றப்பட்டுவிட்டது. அதன் வழிபாட்டுக்குரிய நாயகனாக இருந்த விடுதலைப் புலிகள் தலைவர் பிரபாகரன் இப்போது கடவுள்.

புலிகளின் தவறுகளை அரசியல்ரீதியாக விமர்சிப்பதுகூட இப்போது தமிழனத்திற்குச் செய்யும் துரோகம். எதிர்மறையான ஒரு சிறு வாக்கியத்தை முன்வைப்பதுகூட ஆபத்தானதாக மாறிக்கொண்டிருக்கிறது. பிரபாகரன் கி.மு. 205 முதல் 161 வரை இலங்கையை ஆண்ட சைவ மரபைச் சேர்ந்த சோழப் பேரரசன் எல்லாளனின் அவதாரம் என நம்புவதற்குக்கூடப் பொதுமனம் தயாராகிக்கொண்டிருக்கிறது.

இலங்கையின் வரலாறுகூடப் பல கதையாடல்களால் உருவாக்கப்பட்டதுதான். ஆனால் அவை இந்திய வரலாறு என்னும் பெருங்கதையாடலின் ஒரு பகுதி. இந்தியப் பார்வையில் இலங்கை அசுரர்களின் பூமி. ராமாயணத்தை அறிந்த ஒரு சராசரி இந்தியனுக்கு ராவணன் தீமையின் உருவமான அசுரன், பிறன்மனை விழைந்தவன். ராமாயணம் என்னும் பெருங்கதையாடலின் எதிர்நாயகன். திராவிட இயக்கம் பார்ப்பன எதிர்ப்பின் ஒரு பகுதியாக ராவணனைத் தமிழனாகவும் நாயகனாகவும் முன்னிறுத்தும்வரை தமிழ் மனங்களிலும் ராவணன் தீமையின் வடிவமாகவே இடம் பெற்றிருந்தான். இலங்கையின் மீது தமிழர்களுக்குள்ள பூர்வீக உரிமையை வலியுறுத்துவதும் இந்தப் புனைவின் நோக்கங்களில் ஒன்று. காப்பியக் கற்பனை தவிர எல்லாளன் என்ற சரித்திர நாயகன் பற்றிய கதையாடல்களும் அந்த உரிமையைத் தீவிரமாக வலியுறுத்துபவை.

மாமன்னன் ராஜராஜ சோழனும் ராஜேந்திர சோழனும் இலங்கையின் மீது கொண்ட வெற்றி பற்றிய சரித்திரத்தையும் இதனோடு சேர்த்து வாசிக்கலாம். இலங்கையின் வரலாற்றைச் சொல்லும் மகாவம்சம் முன்னிறுத்தும் துட்டகைமுனு எல்லாளன் மீது கொள்ளும் வெற்றி தமிழர்களுக்கும் சிங்களர்களுக்குமிடையேயான பகைமையின் ஒரு முக்கியமான புள்ளி. அது முடிவற்றதாய் நீண்டு சமகால வரலாற்றைத் தீவிரமாகப் பாதித்திருப்பதற்கு இனப்பிரச்சினை தொடர்பாக நடந்துவரும் விவாதங்களுக்குள்ளேயே ஆதாரங்களைச் சுட்ட முடியும்.

இருபதாம் நூற்றாண்டின் முற்பகுதிவரை காலனியத்தின் நுகத் தடிக்குக் கீழ் அழுத்தப்பட்டுத் தன் கடந்தகாலப் பெருமிதங்கள் எதையும் அறியாமல் கிடந்த தமிழ்ச் சமூகம் உவேசா முதலான தமிழறிஞர்கள் பண்டைய தமிழ் இலக்கியங்களை மீட்டெடுக்க மேற்கொண்ட முயற்சிகளின் விளைவாகப் பெற்ற எழுச்சி தமிழர் வரலாற்றின் முக்கியமான நிகழ்வு எனலாம். பத்துப்பாட்டு, சிலப்பதிகாரம், மணிமேகலை, சீவக சிந்தாமணி முதலான காப்பியங்களும் தேவாரமும் திருவாசகமும் பெரிய புராணமும் தொல்காப்பியம் முதலான இலக்கண நூல்களும் அற நூல்களும் அவற்றினூடே மீட்டெடுக்கப்பட்ட தமிழக வரலாறும் உண்மையிலேயே தாழ்வுற்று வறுமை மிஞ்சிப் பாழ்பட்டு நின்ற ஒரு சமூகத்துக்குப் பெரும் மன எழுச்சியை அளித்தவை. தொல்லியலும் கல்வெட்டியலும் கோயில்களிலும் ஆதீனங்களிலும் புதையுண்டு கிடந்த ஓலைச் சுவடிகளிலிருந்தும் கல்வெட்டுக்களிலிருந்தும் செப்பேடுகளிலிருந்தும் இந்த வரலாற்றை மீட்டெடுப்பதில் பெரும் பங்காற்றின. கடந்த காலப் பெருமிதங்கள் நிகழ் காலத்தின் தாழ்வுகளைக்

கடந்து செல்வதற்கு உதவின. தமிழ்க் குடியை உலகின் மூத்த குடியாகவும் தமிழைக் கல் தோன்றாக் காலத்தே முன் தோன்றிய முதல் மொழியாகவும் கற்பிதம் செய்துகொள்வது நிகழ்காலத் தாழ்வுகளைக் கடந்து செல்வதற்கு அவசியமாக இருந்தது. புலவர்களும் உரையாசிரியர்களும் பதிப்பாளர்களும் அவற்றை நிறுவுவதற்கு முழு மூச்சோடு உழைத்தார்கள். தமிழ் இனம் சார்ந்த பெருங்கதையாடல் அதற்குப் பின்னரே உருவாகத் தொடங்கியது எனலாம். தமிழனின் மானமும் வீரமும் தமிழ்ப் பெண்களின் கற்பு நெறியும் அறக்கோட்பாடுகளும் தழைத்தோங்கிய நாகரீகமும் வெளிக்கொணரப்பட்டுக் கொண்டாடப்பட்டன. இந்திய அளவில் பண்டிதர்களின் மொழியாக அதுவரை விளங்கிவந்த சமஸ்கிருதத்துக்கு மாற்றாகத் தமிழ் முன்வைக்கப்பட்டது. ஏற்கெனவே புழக்கத்திலிருந்த ஆரியர் திராவிடர் என்னும் பண்பாட்டு எதிர்வுகள் கூர்மை பெற்றன.

இதை அதிகமும் பயன்படுத்திக்கொண்டது அரசியல்தான். பெரியாரின் பகுத்தறிவு இயக்கத்துக்கு அதிகார அரசியல் சார்ந்த முனைப்புக்களோ திட்டங்களோ இல்லாத நிலையில் தமிழ் அடையாளத்தை விரிவுபடுத்தி மைய நீரோட்ட அரசியலில் ஆரியர்–திராவிடர், பார்ப்பனர்–சூத்திரர், வடக்கு–தெற்கு ஆகிய எதிர்வுகளை உருவாக்கிய திமுகவால் பத்தாண்டுகளுக்குள் அதிகாரத்தைக் கைப்பற்ற முடிந்தது. சங்க காலப் பெருமிதங்கள், தமிழின் செழுமையான இலக்கிய இலக்கண மரபு, மூவேந்தர்களின் வீரம், அறக்கோட்பாடுகள் முதலானவற்றை இணைத்து ஒரு பெருங்கதையாடல் உருவாக்கப்பட்டது. தமிழ் இலக்கியக் களம் அரசியல் களமாக மாறியது. மேடைகளில் நிகழ்த்தப்பட்ட சொற்போர்களில் தமிழனின் மானமும் வீரமும் விதந்தோதப்பட்டன.

தமிழ்க் காப்பியங்கள் அரசியல் முழக்கங்களுக்கான சொல்லாடல்களாக மாறின. தமிழ்ச் சமூகம் தன்னில் காப்பிய நாயகர்களைத் தேடத் தொடங்கியது. திராவிட இயக்கத் தலைவர்கள் தம்மை மாமன்னர்களான ராஜராஜ சோழனோடும் பாண்டியன் நெடுஞ்செழியனோடும் கணைக்கால் இரும்பொறையோடும் நெடுஞ்சேரலாதனோடும் கொடை வள்ளல்களான பாரியோடும் ஓரியோடும் அடையாளப்படுத்திக்கொண்டபோது பெருங் கதையாடல்களால் வசீகரிக்கப்பட்ட தமிழ் மனங்களைச் சுலபமாக வென்றெடுக்க முடிந்தது. சாதிப் பாகுபாடுகள் மலிந்த ஒரு சமூகத்தை அதன் கடந்த காலப் பெருமிதங்களைக் கொண்டு ஒருங்கிணைக்க முடிந்த அற்புதம் நிகழ்ந்தது.

இலங்கைத் தமிழர்களின் அரசியல் கண்ணோட்டம் இதிலிருந்து பெரிய அளவில் வேறுபட்டதல்ல. தமிழகத்தில் ஆரிய திராவிட முரண்பாடுகள் அரசியல் தளத்தில் போல் சமயத் தளத்தில் பெரிய அளவில் எதிரொலிக்கவில்லை. தமிழ் மன்னர்களால் பின்பற்றப்பட்ட சைவம் தமிழின் பிரிக்க முடியாத பகுதியாக ஏற்றுக்கொள்ளப்பட்டது. இலங்கையில் அரசியல் மேலாண்மை பெற்றிருந்த சிங்கள பௌத்தம் சைவத்தை எதிரியாகப் பார்த்தது. சைவத்தின் வழியே தமிழர்களும் அதன் எதிரிகளாகக் கருதப்பட்டார்கள். அது எல்லாளனின்

அடையாளம். எல்லாளனுக்கும் சிங்கள பௌத்த மன்னனான துட்டகை முனுவுக்குமிடையேயான தீராப்பகை சிங்கள பௌத்தர்களுக்கும் தமிழ் சைவர்களுக்குமிடையேயான போராக இன்றுவரை நீடித்து வருகிறது. சென்ற நூற்றாண்டில் தீவிரமடைந்த இலங்கையின் இனப் பிரச்சினை ஆழமான சமூகப் பொருளாதார முரண்பாடுகளால் உருவானவை. நவீன உலகின் அரசியல் சமன்பாடுகளால் இயக்கப்படுபவை என்பதில் சந்தேகமில்லை. அதே சமயத்தில் இலங்கையின் பூர்வ வரலாற்றாலும் பெருங்கதையாடல்களாலும் தீர்மானிக்கப்பட்டிருக்கும் அதன் ஆழ்மனப் படிமங்கள் எளிய நவீன அரசியல் கோட்பாடுகளாலான தீர்வுகளை ஏற்கக்கூடியதுமல்ல.

1980களின் தொடக்கம் வரை இலங்கையின் இனப்பிரச்சினை ஒரு பெருங்கதையாடலாக உருவெடுக்கவில்லை. விடுதலைக்குப் பின்பு பல்தேசிய இனங்கள் வாழும் எந்தவொரு சமூகமும் எதிர்கொள்ளும் சமூக அரசியல் நெருக்கடிகளையே இலங்கையும் எதிர்கொள்ள வேண்டியிருந்தது. இனப்பிரச்சினைக்கு அரசியல் தீர்வொன்றை எட்டிவிட முடியும் என்னும் நம்பிக்கை அப்போதைய தமிழ்த் தலைவர்களுக்கும் அதில் அக்கறை காட்டிவந்த இந்திய அரசியல் தலைமைகளுக்கும் இருந்துவந்தது. 1975இல் தமிழ் மக்களிடையே சிறுசிறு ஆயுதக் குழுக்கள் தோன்றி அதைத் தொடர்ந்து நிகழ்த்தப்பட்ட அரசியல் கொலைகளும்கூட ஒரு பெருங்கதையாடலுக்கான தொடக்கமாக இருக்கவில்லை. 1981இல் யாழ் நூலகம் எரிக்கப்பட்ட நிகழ்வுதான் அதற்கான துவக்கப்புள்ளியாக இருந்தது. அது தமிழர்களின் இருப்புக்கும் பாதுகாப்புக்கும் சிங்கள இனவெறிக் குழுக்களால் விடுக்கப்பட்ட நேரடிச் சவால். இந்தச் சவாலை எதிர்கொள்ளும் பொறுப்பை ஆயுதக் குழுக்கள் ஏற்றுக்கொண்டு பதிலடி கொடுக்கத் தொடங்கியபோது இலங்கையின் இனப்பிரச்சினை பெருங்கதையாடலாக உருவெடுக்கத் தொடங்கியது. அடுத்த சில வருடங்களில் அதன் நாயகர்களும் எதிர்நாயகர்களும் உருவாக்கப்பட்டார்கள். தாக்குதல்களும் எதிர்த்தாக்குதல்களும் சாகசங்களும் நிரம்பிய பெருங்கதையாடல். வெற்றி தந்த பெருமிதங்களும் தோல்வியால் விளைந்த அவமானங்களும் இழப்பின் துயரங்களும் அப்பெருங்கதையாடலை வசீகரமானதாக்கிக்கொண்டிருந்தன. 1983 ஜூலைக் கலவரத்திற்குப் பிறகு இலங்கையின் அரசியல் சமன்பாடுகள் வேகமாக மாறத் தொடங்கின. இனப் பிரச்சினையின் வரலாற்றையும் அது வேர்கொண்டிருக்கும் அரசியலையும் பற்றி மேலோட்டமான புரிதல்களை மட்டுமே கொண்டிருந்த தமிழகத்தின் பொதுச் சமூகம் அதிகமாக உணர்ச்சிவசப்படத் தொடங்கியது. வெலிக்கடைச் சிறையில் தமிழ்க் கைதிகள் மீது நடத்தப்பட்ட தாக்குதல்கள், தங்கத்துரை, குட்டிமணி, ஜெகன் முதலான தமிழ்ப் போராளிகள் கொடூரமான முறையில் கொல்லப்பட்டமை பற்றிய செய்திகள் தப்பி வந்த அகதிகளின் வழியாகவும் போராளிகள் வழியாகவும் கிடைக்கப்பெற்றபோது தமிழகம் கொந்தளிக்கத் தொடங்கியது. சிங்கள இனவெறிக் குழுக்கள் மீதும் காவல்துறை மீதும் தாக்குதல் நடத்தி ஆயுதக் குழுக்கள் பதிலடி கொடுத்த நிகழ்வுகள் தமிழர்களின் தொன்மை வீரத்தைப்

பறைசாற்றுபவையாகக் கட்டமைக்கப்பட்டன. போராளிக் குழுக்களின் தலைவர்கள் நாயகர்களாக உருவெடுக்கத் தொடங்கியது அப்போதுதான். இங்குள்ள அரசியல் கட்சிகளின் நிலைப்பாடுகள் பிறகு வேகமாக மாறத் தொடங்கின. *1983*இல் மக்கள் ஜனநாயகப் புரட்சியைப் பற்றிப் பேசிக்கொண்டிருந்த இந்திய மார்க்சிய லெனினிய குழுக்கள் ஈழப் பிரச்சினையில் முன்வைத்த நிலைப்பாடுகள் தமிழ் அடையாளத்தின் முன்னால் தாக்குப் பிடிக்க முடியவில்லை. பிரிந்துபோகும் உரிமையுடன் கூடிய சுயநிர்ணய உரிமையைப் பரிந்துரைத்த மார்க்சிய லெனினியக் குழுக்கள் தமிழ் உணர்வாளர்களின் கடும் கண்டனத்திற்குள்ளாக வேண்டியிருந்தது. அவை பிளவுகளைச் சந்திக்க வேண்டியிருந்தது. தமிழ்த் தேசியம் தமிழகத்தின் மார்க்சிய லெனினியக் குழுக்கள் உள்ளிட்ட எல்லாருக்குமான புதிய அரசியல் முழக்கமானது. விடுதலைப் புலிகளும் பிரபாகரனும் தமிழ் வீரத்தின் அடையாளமாக உருவாக்கப்பட்ட பிறகு ஈழப் பிரச்சினை வேறு எந்த வகையிலும் தீர்க்க முடியாத சிக்கலான ஒன்றாக மாறியது. சகோதர இயக்கங்களுக்கிடையே உருவான பகை, யுத்தம், வன்முறை, அழித்தொழிப்பு முதலான அரசியல் பிழைகள் அப்பெருங்கதையாடலின் அங்கங்களாயின.

*1991*இல் ராஜீவ் காந்தி கொல்லப்பட்டபோது விடுதலைப் புலிகளும் பிரபாகரனும் தமிழ்ச் சமூகத்தின் ஈடு இணையற்ற நாயகர்களாகவே கருதப்பட்டனர். அது ஒரு சாகசம் மட்டுமல்ல, சங்கத் தமிழனின் வீர மரபின் தொடர்ச்சி என்னும் பெருமிதங் கள் கட்டமைக்கப்பட்டன. புறநானூற்று வீரம் தமிழன் ஒருவனால் நிலைநாட்டப்பட்ட உணர்வே தமிழ் கூட்டு மனத்திடம் இருந்தது. தனி ஈழத்திற்கான போராட்டம் என்பது போரின் வலிகளை நேரடியாக உணர்ந்திராத தமிழ்ச் சமூகத்திற்கு விடுதலைப் புலிகளின் வீரம் பெருமிதத்துக்கான அடையாளமாக மாறியது. ஜே.ஆர். ஜெயவர்த்தன, பிரேமதாஸ, அமிர்தலிங்கம், சிறீசபாரத்தினம், பத்மநாபா, டெலோ செல்வம் எனத் தொடர்ந்த அரசியல் கொலைகள் சாகசத்தின் அம்சங் களாகவே பார்க்கப்பட்டன. தமிழீழ விடுதலைப் புலிகள் அமைப்புங்கூட அரசியல்ரீதியான வழிமுறைகளின் மீதான நம்பிக்கையை இழந்து ராணுவ நடவடிக்கைகளின் வழியாகவே ஈழத்தைப் பெற்றுவிட முடியும் என நம்பத் தொடங்கியதற்கும் தமிழ் பற்றிய வரலாற்றுப் பெருமிதங்களுக்கும் தொடர்பு உண்டு.

2009 மே இறுதி யுத்தத்தில் தோற்கடிக்கப்படும்வரை எவ்விதமான பரிசீலனையுமற்றதாய்ப் பின்பற்றப்பட்ட இந்த அரசியல் நடவடிக்கை ஈழத்து மக்களின் வாழ்வைச் சிதறடித்த வரலாற்றைத் தமிழ்ச் சமூகம் பொருட்படுத்தவில்லை. ஆனால் ஈழத்தின் கவிகளும் எழுத்தாளர்களும் உண்மை சார்ந்த உரையாடல்களைத் தம் படைப்புக்களின் வழியே தொடங்க முற்பட்டார்கள். பெருமிதங்களுக்கப்பால் போரின் அவலம் குறித்துப் பேசுவதற்கான துணிவு அவர்களிடம் இருந்தது. இப்படைப்பாளிகளில் பலர் புலம் பெயர்ந்து வாழ்ந்து வாழ்ந்தவர்கள். போரின் வடுக்களை ஏற்றவர்கள். விவரிக்க முடியாத இழப்புக்களைச் சந்தித்தவர்கள். பெருங்கதையாடலின் அரசியலைப் புறக்கணித்து வலி மிகுந்த அனுபவங்களை எளிய, நேரடியான மொழியில் எப்படிக் கலையாக முன்வைப்பது என்பதை அறிந்தவர்கள்.

அவர்களில் ஒருவர் தேவகாந்தன்.

ஒரு குறிப்பிட்ட வரலாற்றுக் காலகட்டத்தைத் தன் படைப்புக்கான பின்புலமாகக் கொள்ளும்போது அந்தக் காலகட்டத்தின் மிக முக்கியமான சமூக அரசியல் நிகழ்வுகளைப் பற்றிய பதிவுகள் இடம் பெறுவது ஒரு ஒத்துக்கொள்ளப்பட்ட, வெற்றிகரமான இலக்கியக் கோட்பாடு. வரலாற்றின் வசீகரங்களிலிருந்து வாழ்வின் அர்த்தத்தை அல்லது அர்த்தமின்மையை உருவாக்கியவர்கள் டால்ஸ்டாயும் மீகயில் ஷோலக்கவும் ஹெமிங்வேயும். புயலிலே ஒரு ‘தோணியை’ முன்னிட்டு ப. சிங்காரம் இந்தப் பட்டியலில் சேரக்கூடியவர். கல்கி போன்றவர்கள் வரலாற்றின் வசீகரங்களை வணிக உத்தியாகப் பயன்படுத்திக்கொண்டவர்கள். போர் அதன் இயல்பிலேயே மனித மனங்களைக் கிளர்ச்சியுறச் செய்வது. அந்தக் கிளர்ச்சியிலிருந்து தப்பிச் செல்வது எழுத்தாளன் முன்னுள்ள சவால். அந்தச் சவாலை எதிர்கொள்வதில் தேவகாந்தன் பெற்றுள்ள வெற்றியே இந்த நாவலை முக்கியமானதாகக் கருதச் செய்வதில் முதன்மையான பங்கு வகிக்கிறது.

இந்த நாவலின் காலம் 1981க்கும் 2001க்கும் இடைப்பட்டது. இந்த இருபதாண்டுகளில் ஈழப்போர் இழப்புக் களினூடாகவும் துயரங்களினூடாகவும்கூடத் தமிழ்ப் பொது மனத்திற்குக் கிளர்சியூட்டும் பல சாகசங்களையும் கடந்து சென்றிருக்கிறது. 1981இல் யாழ் நூலகம் எரிக்கப்பட்ட புள்ளியில் தொடங்கும் நாவல் ஈழப்போர் 2009 மே 18இல் தனது இறுதிக்கட்டத்தை எட்டுவதற்கு எட்டு வருடங்களுக்கு முன்பாகவே முற்றுப்பெற்றுவிடுகிறது. தமிழ்ச் சமூகத்தின் இழந்துபோன கடந்த காலப் பெருமிதங்களை நினைவூட்டும் ஈழப்போரின் பரவசமூட்டும் போர்க்களக் காட்சிகளை நாவல் நேரடியாகச் சித்தரிக்கவில்லை. அரிதான தருணங்களில் தவிர அந்த இருபதாண்டுகளில் ஈழத் தமிழ்ச் சமூகம் சந்தித்த பேரழிவின் அவலங்களும்கூடக் காட்சிப்படுத்தப்படவில்லை. நாவல் திட்டவட்டமாக ஈழப்போரைப் பிரதிநிதித்துவப்படுத்திய போராளி களிடமிருந்தும் சிங்கள ராணுவத்திடமிருந்தும் விலகிச் செல்கிறது. 1983 ஜூலைக் கலவரம், இந்திய அமைதிப்படையால் நிகழ்த்தப்பட்ட கொடிய வன்முறைகள், பாலியல் அத்துமீறல்கள், 1991இல் ராஜீவ் காந்தி கொல்லப்பட்ட நிகழ்வு, போராளிகளின் மயிர்க்கூச்செறிய வைக்கும் வான்வழித் தாக்குதல்கள், கரும்புலிகளின் சாகசங்கள், கெரில்லா தாக்குதல்கள் மூலம் ராணுவ முகாம்களும் விமான நிலையங்களும் சிதறடிக்கப்படுதல், சயனைடு குப்பிகளுடன் மரணத்தை வரவேற்கத் தயாராக இருந்த தற்கொலைப் போராளிகள் என ஒரு பெருங்கதையாடலுக்கு வசீகரத்தைத் தரும் நிகழ்வுகளில் எதையுமே நாவல் பயன்படுத்திக்கொள்ளவில்லை.

ஈழப்போரின் மையத்திலிருந்து விலகி விளிம்பிலிருந்து தனது உரையாடலைத் தொடங்குகிறது நாவல்.

வாழ்வின் அன்றாடங்களை எதிர்கொள்வதற்கான சவால்களோடும் எளிய கனவுகளோடும் வெறும் மூன்று சதுரக் கிலோ மீட்டர் பரப்புடைய நயினாதீவில் வாழும் வெகு சாதாரண மனிதர்களின் கதையைப்

பகிர்ந்துகொள்வதிலிருந்து தொடங்குகிறது நாவல். தன் இரு பெண் பிள்ளைகளோடும் ஒரு ஆண் பிள்ளையோடும் கணவன் விட்டுச் சென்ற சிறு காணியின் உதவியோடும் அவனது நினைவுகளின் துணையோடும் அறிமுகமாகும் கைம்பெண்ணான மகேஸ்வரியின் அந்தக் கதை மிகமிகச் சாதாரணமானது. போரால் சூழப்பட்ட ஒரு நிலத்திலிருந்து எதிர்பார்க்கப்படும் கதையல்ல அது.

மிக எளிய மனுஷி அவள். மகள் ராஜலட்சுமியைக் கைக்கெட்டும் தூரத்தில் உள்ள அண்ணன் வீட்டுக்கு மருமகளாக அனுப்பிவிட வேண்டுமென்பதே அவளுக்கிருந்த பெரும் கனவு. அப்போது ஈழத்தைச் சூழ்ந்திருந்த போரைப் பற்றிய தகவல்களில் அவளுக்கு எந்த அக்கறையும் இல்லை. அவளுக்கு அவளுடைய கணவன் பொன்னுசாமி விட்டுச்சென்ற பத்துக் காணி நிலம் போதும். அதிலிருந்து வருகிற குத்தகைப் பணத்தை வைத்துக்கொண்டு அவளால் பொறுப்பான வர்களாக உருவாகிக்கொண்டிருக்கும் தன் பிள்ளைகளுக்கு அந்தத் தீவுக்குள்ளேயே எளிமையானதும் பாதுகாப்பானதுமான வாழ்க்கையை உருவாக்கிக் கொடுத்துவிட முடியும். சரியும் தருணங்களில் ஒத்தாசையாக நிற்கத் தீவு ஆட்கள் இருக்கிறார்கள். நெருக்கடியான தருணங்களில் வழிகாட்டவும் துணையிருக்கவும் செத்துப்போன அவளுடைய ‘அய்யா’ இருக்கிறார். ராஜிக்குத் தன் அண்ணன் வேலுப்பிள்ளையின் மகன் குணரத்தினத்தோடு செய்யப்பட்ட கல்யாண ஏற்பாடு முறியும்போது அவள் நிலைகுலைகிறாள். ஆனால் அதிலிருந்து மீள்வதற்கு அவளால் முடிகிறது. அந்தத் தீவுக்குள் பொறாமையும் பொச்செரிப்பும் இருக்கிறது. அற்பத்தனங்கள் இருக்கின்றன. வன்மம் இருக்கிறது. எனினும் அது யாரையும் முற்றாகக் கைவிட்டுவிடுவதில்லை. ஒரு எளிய வாழ்வின் மரபு சார்ந்த அற மதிப்பீடுகளாலான அந்த நிலப்பரப்பு தனக்குள் நிரம்பியிருக்கும் பள்ளங்களையும் மேடுகளையும் ஓயாமல் சமன்படுத்திக்கொண்டே இருக்கிறது. அந்தத் தீவை அதன் எல்லா நல்லது கெட்டதுகளோடும் ஏற்றுக்கொண்டிருப்பவள் மகேஸ்வரி. அதற்கப்பாலான ஒரு வாழ்க்கையைப் பற்றிய எந்தக் கற்பனையும் அவளுக்கு இல்லை. தீவுக்குள் தொடங்கிய வாழ்க்கை தீவுக்குள்ளேயே முடியவும் வேண்டும் அவளுக்கு. ஏனென்றால் அது அவளுடைய உடலாகவும் நினைவாகவும் இருக்கிற கணவன் பொன்னுசாமியின் ஆன்மா உலவும் இடம். அவனது எலும்புகள் புதையுண்டு கிடக்கும் பூமி.

அவள்தான் பிறகு தனது முறிந்துபோன கனவுகளைச் சுமந்துகொண்டு தீவை விட்டு வெளியேறுகிறாள். போர் அவளை வெளியேற்றுகிறது. அவளுக்கு முன்பாகவே ராஜி வெளியேறிவிடுகிறாள். ராஜேந்திரன் வெளியேறிவிடுகிறான். ராஜியின் உலகிற்குள் ஒரு சிறு ஒளியைப் பரவவிட்ட சுதன் வெளியேறிவிடுகிறான். அவனோடு சேர்ந்து தீவின் அமைதியான தெருக்களில் உலவிக்கொண்டிருந்த இளைஞர்கள் எல்லாருமே போரால் இழுத்துச் செல்லப்படுகிறார்கள். அவர்களைப் பற்றிய கட்டுக்கதைகளைக் கேட்டுக்கொண்டிருக்கும் பயங்கரத்திலிருந்தும் சூழும் கொடுங்கனவுகளிலிருந்தும் தப்பிக்கவே மகேஸ்வரி ஏறக்குறைய கடைசி மனுஷியாக நயினாதீவிலிருந்து வெளியேறுகிறாள். அண்டை

அயலார்களில் யாருமே எஞ்சியிருக்கவில்லை. எல்லாராலும் கைவிடப் பட்ட அத்தீவிலிருந்து வெளியேறும் மகேஸ்வரி வாழ்வின் மகத்தான துயரங்களைத் தரிசிக்கிறாள். சென்னையின் அண்ணா நகரிலும் போரூரிலும் அயனாவரத்திலும் அகதிகளாக அலைந்து திரியும் நயினாதீவின் மனிதர்களிடையே உருக்குலைந்து நிற்கும் மகள் ராஜியின் சிதைந்துபோன கனவை மீட்டெடுப்பதற்காகத் தாய்மையின் எல்லா அதிகாரங்களையும் பிரயோகித்துப் பார்க்கிறாள். மகன் ராஜேந்திரனைப் பற்றிப் பல வருடங்களாக எந்தத் தகவலும் இல்லை. இயக்கத்தில் சேர்ந்துவிட்டானா? பிரான்சுக்கோ ஜெர்மனிக்கோ போய் அங்கே ஒரு பாதுகாப்பான வாழ்க்கையைத் தேடிக்கொண்டு விட்டானா? ராஜிக்கு நிச்சயிக்கப்பட்ட சுதன் எங்கே? தனது கேள்விகளுக்கு விடை கிடைக்கும்போது நயினாதீவின் அந்த எளிய மனுஷி அடைவது என்ன? ஏமாற்றமா? துக்கமா? கோபமா? வெறுமையா? தன்னைச் சூழும் வெறுமையிலிருந்து அவள் எதையாவது மீட்டெடுத்துக்கொள்கிறாளா?

தம் வாழ்நிலத்தையும் அதன் எளிய வாழ்வு தந்த கௌரவத்தையும் பாதுகாப்பையும் இழந்து உலகம் முழுவதும் சிதறி அகதிகளாக வாழும்படி சபிக்கப்பட்ட ஒரு இனத்தைப் பற்றிய கதைக்கான தொடக்கமாகவும் முடிவாகவும் முடிவின்மையின் இருள் சூழ்ந்த வெளியாகவும் நயினாதீவு இருக்கிறது. மகேஸ்வரி முடிவுறாத் துயர்களால் சூழப்பட்ட அந்நிலத்தின் ஒரு குறியீடு. இந்தக் குறியீட்டைச் சூழ்ந்து விரிகிறது நயினாதீவில் தொடங்கிப் பெரும் அலைதலுக்குப் பிறகு நயினாதீவுக்கே வந்து முடியும் இந்த நாவல். நயினாதீவின் எளிய மனிதர்களது வாழ்வின் மீது மூர்க்கமாகக் கவியும் துயரங்களைச் சுமந்து திரியும் அதன் படைப்பு மொழி அவர்களது எளிய கனவுகளை உருத்தெரியாமல் சிதைக்கும் போரைப் பற்றிப் பேசுகிறது. உள்ளும் புறமுமான அதன் அரசியலைப் பற்றிப் பேசுகிறது, அதன் அறத்தைக் கேள்விக்குள்ளாக்குகிறது.

போர்களால் சூழப்பட்ட ஒரு வரலாற்றைப் பின்னணியாகக் கொண்ட பெருங்கதையாடல்களில் சில விதிவிலக்குகள் தவிர்த்த மற்றவை நன்மை, தீமை என்னும் எதிர்வுகளுக்கிடையே தம் பயணங்களை மேற்கொள்பவை. நன்மை அல்லது தீமையின் வெற்றியை முன்னிறுத்தித் தாம் எழுப்ப விரும்பும் கேள்விகளை முன்வைப்பவை. அவற்றைச் சார்ந்தே தமக்கான படைப்பு மொழியையும் கதை மாந்தர்களையும் தேர்ந்தெடுத்துகொள்பவை. நவீன இலக்கியம் இந்த இலக்கணங்களை மீறுவது. பெருங்கதையாடல் முன்வைக்கும் ஒற்றைத்தன்மையை மறுப்பது. எதிர்வுகளைக் குலைப்பது. நன்மைக்கும் தீமைக்குமிடையேயான தர்க்க ரீதியிலானதும் அறக்கோட்பாடுகளால் கட்டமைக்கப்பட்டவையுமான உறவுகளைச் சிதைப்பது. அதன் வழியே பன்முகத் தன்மையை உருவாக்குவது. அது தனக்கான மொழியைத் தேர்ந்தெடுக்கும் பொறுப்பைப் படைப்பாளியிடம் அல்ல வாழ்க்கையிடமே ஒப்படைக்கிறது.

ஈழப் போரின் அறுபது எழுபதாண்டு கால வரலாற்றைப் பற்றிய பெருங்கதையாடலை மறுக்கும் இந்த நாவலின் படைப்பு மொழியே இதற்குச் சான்று. வெகு சாதாரண மனிதர்களைக் கதை மாந்தர்களாகக்

கொண்ட கனவுச்சிறை அவர்களது வாழ்வின் சாதாரணங்களைப் பற்றிய சித்தரிப்புக்களிலிருந்தே தொடங்குகிறது. அசாதாரணப் பண்புகளற்ற அதன் படைப்பு மொழி நயினாதீவிலிருந்து வெளியேறி விரிந்த பரப்புக்களை நோக்கி நகரும்போது உள்ளடக்கத்தின் விரிவுக்கேற்பத் தீவிரமும் அடர்த்தியும் கொள்கிறது. தன் காலத்தைக் கடந்து செல்வதற்கான எத்தனிப்புக்களை மொழியின் வழியே மேற்கொள்ளும் தேவகாந்தன் தன் ஒற்றையடிப் பாதைகளில் உரையாடல்களுக்கும் விவாதங்களுக்குமான வெளிகளை உருவாக்கியிருக்கிறார். நாவலின் பரப்பைக் குறுக்கிலும் நெடுக்கிலும் கடந்து செல்லும் எண்ணற்ற பாத்திரங்களின் வழியே போரால் சூழப்படுவது என்றால் என்ன என்று உணர்த்துவதற்கு முற்பட்டிருக்கிறார்.

இளைஞர்களே முதலில் நயினாதீவிலிருந்து போரினால் இழுத்துச் செல்லப்படுகிறார்கள். போர் சிலரைத் துரத்துகிறது, சிலரை இழுத்துச் செல்கிறது, சிலரைப் பலிகொள்கிறது, சிலரை மனப்பிறழ்வுக்குள்ளாக்குகிறது. இயக்கத்தின் அழைப்பை ஏற்று தன் காதலியான ராஜலட்சுமியைப் பரிதவிக்க விட்டுவிட்டு இந்தியாவுக்குப் போகிறான் சுதன். ராஜேந்திரன் வேலை தேடி பம்பாய்க்குப் போகிறான். தீவை விட்டுச்சென்ற யாராலும் பிறகு சொந்த மண்ணுக்குத் திரும்ப முடிவதில்லை. போரின் அச்சுறுத்தல்களால் சூழப்பட்ட தீவில் தனித்துவிடப்பட்ட பெண்களும் முதியவர்களும் பயங்கரமான கற்பனைகளுடன் அவர்களுக்காகக் காத்திருக்கிறார்கள். நீண்ட காத்திருப்புக்களுக்குப் பிறகு அவர்களும் தீவிலிருந்து வெளியேறுகிறார்கள். தாய் மகேஸ்வரியின் வேண்டுகோளை ஏற்று சுதனைத் தேடிக்கொண்டு ராஜி சென்னைக்கு வருகிறாள். இயக்கத்தின் துரோகியாக, அதன் தண்டனைக்குப் பயந்து மறைந்து திரிபவனாக ரிவால்வருடன் நடமாடிக்கொண்டிருந்த சுதனிடம் பழைய லட்சியவாதியின் எந்தத் தடயமும் எஞ்சியிருக்கவில்லை. ராஜி அவனது நினைவுகளையும் தன் காதலையும் பொசுக்கிக்கொள்கிறாள். வவுனியாவில் அடைக்கலமாகும் திரவியம் ஜனநாயகம் பற்றிய கனவுகளுடன் சுவர்ணா என்ற சிங்களப் பெண்ணை மணக்கிறான். அனில் பெரேரா, நிமால் ஆகிய சிங்கள ஜனநாயகவாதிகளுடன் இணைந்து ஒரு பத்திரிகையாளனாக இனவெறிக்கு எதிராகப் போராடுகிறான். ராஜேந்திரன் பம்பாயில் கள்ள பாஸ்போர்ட் ஏஜண்டாகத் தாயிடமிருந்தும் தமக்கையிடமிருந்தும் மறைந்து வாழ்கிறான். பலர் வேலை தேடி பிரான்ஸ், ஜெர்மனி, கனடா என மேற்குலக நாடுகளின் ரெஸ்ட்டாரெண்ட்களில் ஒடுங்குகிறார்கள். அங்கும் போரின் வன்மம் அவர்களைத் துரத்துகிறது. சுந்தரம், வாலாம்பிகை, தமிழரசி, சரஸ்வதி, நேசமலர் ரீச்சர், விசுவலிங்கம், ராஜலிங்கம் என ஒவ்வொருவராகக் கிளம்பிச் சென்னையிலும் திருச்சியிலும் அகதி முகாம்களிலும் ஒடுங்கியிருக்கும் தீவு மனிதர்களைத் தேடிப் பரிதவிப்புடன் அலைகிறார்கள். அவர்கள் சந்திக்க நேரும் துயரார்ந்த தருணங்களையும் அவர்களது பரிதவிப்பையும் குற்ற உணர்வையும் தேவகாந்தன் கலைப்படுத்தியிருக்கும் விதம் இந்த நாவலைத் தமிழின் ஆகச்சிறந்த இலக்கியப் படைப்பாகக் கருதவைக்கிறது.

போரை மையமாகக் கொண்ட இலக்கியப் படைப்புக்களில் சில விதிவிலக்குகள் தவிர்த்த மற்றவை ஆண் மையக் கதையாடல்களாக இருப்பது இயல்பான ஒன்றாக ஏற்றுக்கொள்ளப்பட்டிருக்கிறது. இந்த நாவல் அதைப் புறக்கணித்துப் போரின் விளிம்பில் அலையும் பெண்களை மையப் பாத்திரங்களாக்கியிருக்கிறது. இது தற்செயலான விஷயமல்ல எனத் தோன்றுகிறது. நயினா தீவில் மகேஸ்வரியின் வாழ்தலுக்கான போராட்டங்களுடன் தொடங்கும் நாவல் அவரது மகள் ராஜலட்சுமியின் அலைதலினூடாக விரிவுகொள்கிறது. இந்த விரிதலில் அதிகமும் கவனம் பெறுபவர்கள் பெண்கள். ராஜலட்சுமி, விஜயலட்சுமி, தமிழரசி, ரோகிணி, மாலா, நேசமலர் ரீச்சர், சரஸ்வதி, ஷீலா, வாலாம்பிகை, கமலா, சுவர்ணா, அம்பா என வெவ்வேறு யத்தனிப்புக்களோடு நாவலுக்குள் ஊடுருவும் பெண்களே இந்த நாவலின் தொனியை உருவாக்குபவர்கள். போர் அல்ல அமைதியே அவர்கள் வேண்டுவது. தாம் விரும்பும் எளிய வாழ்வுக்கு யாரிடமிருந்தும் எந்தச் சலுகையையும் கோராதவர்கள் இவர்கள். ஆண் உலகோடு அவர்களுக்குள்ள பிணைப்புக்கள் காதலாலும் அன்பினாலும் நிச்சயிக்கப்படுபவை. அவற்றைப் பெறுவதற்குத் தம்மிடமிருந்து தருவதற்குச் சாத்தியமான எதையும் மனமுவந்து தர அவர்களுக்கு எந்தத் தயக்கமும் இல்லை. போர் தங்கள் மீது திணிக்கப்படும்போது அவர்கள் பரிதவித்துப்போகிறார்கள். ஆண்களின் உலகுக்குள் புழங்கும் போர் சார்ந்த சொற்றொடர்களை அவர்களால் சரியாகப் புரிந்துகொள்ளக்கூட முடியவில்லை. போர் அவர்களுடைய ஆண்களை வன்முறையாளர்களாக்குகிறது, தந்திரசாலிகளாக்குகிறது, பேராசைக்காரர்களாகவும் துரோகிகளாகவும் மாற்றுகிறது. எனினும் அவர்களால் இந்த ஆண்களை எதிர்கொள்ள முடிகிறது; அவர்களை மன்னிக்க முடிகிறது; அவர்களது முனைப்புக்களைத் தாண்டியும் வாழ்வின் மீதான நம்பிக்கையைத் தக்க வைத்துக்கொள்ள அந்தப் பெண்களுக்கு முடிகிறது.

பெருங்கதையாடல் வலியுறுத்தும் அறக்கோட்பாடுகளிலிருந்தும் தளைகளிலிருந்தும் இந்தப் பெண்கள் தம்மை எளிதாக விடுவித்துக்கொள்கிறார்கள். அதன் மூலம் வரலாற்றை வாழ்தலுக்கான போராட்டமாக வளர்த்தெடுக்கிறார்கள். நாவலின் முக்கியமான ஆண் கதாபாத்திரங்களைப் பின்தொடர்ந்து சென்றிருந்தால் சாகசங்கள் நிரம்பிய ஒரு பெருங்கதையாடல் தேவகாந்தனுக்குக் கிடைத்திருக்கும். சுதன், திரவியம், யோகேஸ், ராஜேந்திரன் முதலான நாவலின் அநேகமான எல்லாப் பாத்திரங்களும் சாகசங்களால் சூழப்பட்டவை. வாழ்வின் பொறிகளுக்கும் மரணத்தின் தந்திரங்களுக்குமிடையே வெட்டிவைக்கப்பட்ட பதுங்கு குழிகளின் இருளுக்குள் அலைபவர்கள். ஒரு வகையில் அவர்களே வரலாற்றை நிர்மாணிப்பவர்கள் அல்லது சிதைப்பவர்கள். ஆனால் தேவகாந்தன் அவர்களிடமிருந்து விலகியிருக்கிறார். இந்த விலகல் அதிகாரத்தின் மீதான அது திணிக்கும் போரின் மீதான, அதன் விளைவான பேரழிவின் மீதான, விமர்சனமாக மட்டுமல்லாமல் மானுட அறத்தின் மீட்புக்கான தேடலாகவும் விரிகிறது. மகேஸ்வரியால் தன் மீது காலத்தாலும் வரலாற்றாலும் திணிக்கப்பட்ட எல்லாத் தளைகளிலிருந்தும்

விடுவித்துக்கொள்ள முடிகிறது. நாவலின் தொடக்கத்தில் தன் பிள்ளைகளுக்கான எளிய கடமைகளை நிறைவேற்றப் போராடும் ஒரு தாயாக அறிமுகமாகும் மகேஸ்வரி அந்தப் போராட்டத்தினூடாகவே பெரும் ஆளுமையாக விரிகிறாள். மகள் ராஜி, மகன் ராஜேந்திரன் ஆகியோரது வாழ்க்கை போரினால் சிதறிப் போகும்போதும் தன் கடமைகளைத் தொடர்ந்து ஆற்ற அவளுக்கு முடிகிறது. வெறும் மூன்று சதுரக் கிலோ மீட்டர் பரப்பையுடைய நயினாதீவிலிருந்து சென்னைக்கும் பம்பாய்க்கும் கனடாவுக்கும் அவளை இழுத்துச் சென்றது போர்தான். அந்தப் பயணத்தினூடாக அவள் கொள்ளும் முதிர்ச்சியைத் தேவகாந்தன் நாவலின் தொனிகளில் ஒன்றாக மாற்ற முயன்று அதில் வெற்றி பெற்றிருக்கிறார்.

இன்னும் தன் பேதமையிலிருந்து விடுபட்டிருக்காத பதினெட்டு வயதுப் பெண்ணாக அறிமுகமாகும் ராஜலட்சுமியின் பயணமே நாவலின் தொனியை முழுமையாகக் கட்டமைக்கிறது. ராஜி மணிமேகலையின் சாயலைப் பெற்றவளாகத் தென்படுகிறாள். தாய் மாதவியின் கட்டளையை ஏற்று புத்தனுக்கான மலர்களைக் கொய்வதற்காகப் புகாரின் களியாட்டங்களினது வீதிகளின் வழியே உவவனம் நோக்கிச் செல்லும் மணிமேகலையின் பயணத்தைப் போன்றதாகவே வேலைக்கான நேர்காணலுக்காக நயினாதீவிலிருந்து கொழும்பு நோக்கிச் செல்லும் ராஜியின் பயணம் தென்படுகிறது. அவளைப் பின்தொடர்ந்து செல்லும் சோழ இளவல் உதயகுமாரனைப் போல ராஜிக்கு சுதன். சுதன் மீதான காதலே அவளை நயினாதீவிலிருந்து வெளியேற்றுகிறது. கடல் கடந்து ஈழ அகதிகளுக்குச் சாபமாக மாறிவிட்ட சென்னைக்கு இழுத்து வருகிறது. சென்னையின் குறுகலான வெப்பம் மிகுந்த தெருக்களில் காயசண்டிகையைப் போல அலைந்து திரியும் அகதிகளின் துயரத்தை அறிந்துகொள்ள உதவுகிறது. உதயகுமாரனுக்கு அஞ்சி சக்கரவாளக் கோட்டத்தில் தோழி சுதமதியுடன் தஞ்சம் புகும் மணிமேகலைக்கு வாழ்வின் துயரத்தையும் யாக்கையின் நிலையாமையையும் உணர்த்தும் மணிமேகலா தெய்வம் இங்கு போர் என்னும் பேருடலாகக் காட்சி தருகிறது. நயினாதீவே மணிமேகலைக் காப்பியம் குறிப்பிடும் மணிபல்லவம் என்பதற்கான குறிப்புக்கள் நாவலின் பல இடங்களில் இடம்பெற்றிருக்கின்றன. உதயகுமாரனின் காதலுக்கு அஞ்சிப் பளிக்கறைக்குள் பதுங்கும் மணிமேகலையை மணிபல்லவத்திற்குத் தூக்கிச் செல்லும் மணிமேகலா தெய்வம் மணிமேகலைக்கு அளிக்கும் மூன்று வரங்களும் சாபமாக ராஜியை வந்தடைகிறது. ராஜி தான் நேசிக்கும் மண்ணைத் துறந்து வான் வழியே சென்னையை வந்தடைகிறாள். தன் வாழ்வின் ஆதாரமாகக் கருதிய சுதனிடமிருந்து மறைந்து திரிகிறாள். அகதி முகாம்களே அவளுக்கான அறக்கோட்டங்கள். ராஜியிடம் அட்சயப் பாத்திரம் எதுவும் இல்லை. எனினும் அவளால் தன் வாழ்வையே கருணையின் வடிவமாக மாற்றிக்கொள்ள முடிகிறது. செவிலியாக அகதிகளின் துயரைப் பகிர்ந்து கொள்வதன் மூலம் போரின் அர்த்தமின்மையிலிருந்து வாழ்வின் எளிய அர்த்தத்தை உருவாக்கிக்கொள்கிறாள். தன் கட்டளையை ஏற்று நயினாதீவுக்குச் செல்லும் கடலோடியான யோகேஸுக்குத்

தாய்மையின் சின்னமான முலைகளைத் தருகிறாள். போர் ஏற்படுத்திய உருக்குலைவுக்கான சாட்சியமாக நீள்கிறது ராஜியின் வாழ்க்கை.

குணானந்தர், சங்கரானந்தர் என்னும் இரு தேரர்களும் சுவர்ணா என்ற சிங்களப் பெண்ணும், நிமால் ரெரேரா, அனில் ஆகிய சிங்கள ஜனநாயகவாதிகளும் நாவலில் இடம்பெறும் முக்கியமான சிங்களக் கதாபாத்திரங்கள். குணானந்தரின் பாத்திரம் இனவெறியின் அடையாளம் என்றால் சங்கரானந்தரின் பாத்திரம் பௌத்த அறத்தின் அடையாளம். இனவெறியின் அடையாளமாக உருவாக்கப்பட்டிருக்கும் குணானந்த தேரரைப் பற்றிய சித்தரிப்புக்களில் நாவலின் மொழி மூர்க்கமானதாக மாறுகிறது. சுவர்ணாவின் இன்னும் தன் வெதுவெதுப்பை இழந்திராத சடலத்தை குணானந்த தேரர் புணரும் பத்தி அதற்கு உதாரணம். சங்கரானந்தரின் வழியே தேவகாந்தன் முன்வைக்கும் உரையாடல்கள் மிக முக்கியமானவை. பௌத்தம் வலியுறுத்தும் அமைதியையும் அறத்தையும் மீட்டெடுப்பதற்கான அப்பிக்குவின் தோல்வியடைந்த பயணம் போரினால் வசீகரிக்கப்பட்ட அபத்தமான காலமொன்றின் மனசாட்சியின் மீதான விமர்சனம். இந்தப் பகுதியில் தேவகாந்தனின் படைப்பு மொழி தன் உச்சத்தை நோக்கி எழும்பியிருக்கிறது. ஈழப் போரை நவீனச் சமூகப் பொருளாதார வரலாற்றின் ஒரு விளைவாக அல்லாமல் பெருங்கதையாடலாக மாற்றப்பட்டுவிட்ட வரலாற்றின் சாகசமாகக் கட்டமைக்க விரும்பும் மனங்களுக்கு அந்த உரையாடல்கள் கசப்பானவையாக இருக்கக்கூடும். சங்கரானந்தரின் வழியாகவே தேவகாந்தன் இனப்பிரச்சினைக்கான தீர்வைப் பற்றிய தேடலில் ஈடுபட முற்படுகிறாரோ எனத் தோன்றுகிறது.

ராஜி தாய்மையின் உருவகம் என்றால் சங்கரானந்தர் தந்தைமையின் உருவகம். தந்தைமை என்பது ஆண்மை அல்ல. சங்கரானந்தர் தான் சார்ந்த பௌத்தத்தின் அறத்தைச் சார்ந்து இயங்கும் துறவி. நாவலில் இடம்பெறும் ஒரே அசாதாரணமான பாத்திரமும் அவர்தான். ராஜி பௌத்தத்தைத் தழுவியவள் அல்ல. போரின் அவலத்திலிருந்தே அவள் தனக்கான மானுடக் கடமையைத் தேர்வு செய்து கொள்கிறாள். ராஜியும் சங்கரானந்தரும் எந்த இடத்திலும் ஒருவரையொருவர் சந்தித்துக்கொள்வதில்லை. அது ஒரு இணையான பயணம். ராஜி சென்னையில் பரிதவிக்கும் அகதிகளின் துயரத்தைப் பகிர்ந்து கொள்கிறாள். சங்கரானந்தர் போர்க்களத்தில் ஆயுதங்களுக்கும் சடலங் களுக்கும் நடுவே பயணம் செய்கிறார். ஒரு சாயலில் காந்தியின் நவகாளி யாத்திரையை ஒத்தது சங்கரானந்தரின் பயணம். காந்தியைப் போலவே சங்கரானந்தரும் கொல்லப்படுகிறார்.

மகேஸ்வரி, ராஜி, சுதன், திரவியம், ராஜேந்திரன், சங்கரானந்தர் தவிர நாவலின் இருள் சூழ்ந்த, துயரத்தால் நிரப்பப்பட்ட பரப்பைக் குறுக்கு வெட்டாகக் கடந்து செல்லும் எண்ணற்ற சிறு பாத்திரங்கள் அதை ஓர் இலக்கியப் படைப்பு என்ற ரீதியில் காத்திரமானதாக ஆக்குகின்றன. போராளிகளால் துரோகியாகக் கருதப்பட்டுக் கொல்லப்படும் கவிஞர் ராகினி, மகேஸ்வரியின் வேண்டுகோளை ஏற்று அவளது மருமகளான

அம்பாவையும் அவளது குழந்தையையும் தேடிக்கொண்டு அஸ்ஸாமுக்குச் செல்லும் விஸ்வலிங்கம், அகதி முகாமில் அனாதையாகச் செத்துப் போகும் சுந்தரம், திரவியத்தை மணந்துகொள்வதினூடாக குணானந்தரின் வன்மத்திற்குள்ளாகித் தற்கொலை செய்துகொள்ளும் சிங்களப் பெண்ணான சுவர்ணா, கள்ளப் பாஸ்போர்ட் தயாரிக்கும் ஏஜண்டான ராஜேந்திரனை மணந்துகொள்ளும் அம்பா, பரிதாபத்துக்குரிய நேசமலர் ரீச்சர், மனப்பிறழ்வுக்குள்ளானவனாக நயினாதீவில் அறிமுகமாகும் அவ்வளவு முக்கியத்துவமற்ற பாத்திரமாகத் தோன்றும் தியாகு தவிர பொடியன்களால் கொண்டு செல்லப்படும் எண்ணற்ற சிறுவர்கள் எனப் பலரைக் குறிப்பிட்டுச் சொல்லலாம். மனப்பிறழ்வுக்குள்ளானவனாக நயினாதீவில் அறிமுகமாகும் தியாகுவே அங்கிருந்து கடைசியாக வெளியேறுபவன். யாருமற்ற தீவிலிருந்து கடலில் நீந்தியே இந்தியாவை அடைகிறான். தன் கற்பனைக் காதலியான சிந்தாமணியைக் கண்டுபிடிக்க வேண்டும் அவனுக்கு. தன் ஆதர்ஷமான சுதனைக் காண வேண்டும். சென்னையின் அகதி வாழ்வினிடையே சுதனின் தார்மீக வீழ்ச்சியைக் காணும்போது தன் மனப்பிறழ்விலிருந்தும் கற்பனைகளிலிருந்தும் விடுபட்டு அனாதைக் குழந்தையான விதுருடன் மீண்டும் நயினாதீவுக்குச் செல்ல தியாகு ஒருவனுக்கு மட்டுமே வாய்க்கிறது. நயினாதீவின் வெறுமையான பரப்பில் ஒரு பைத்தியக்காரனும் அனாதையாகிவிட்ட பச்சிளம் குழந்தையும்.

இந்தக் கதை மாந்தர்கள் தம் வாழ்தலினூடாகவும் மரணத்தி னூடாகவும் ஒரு பேரழிவின் வரலாற்றைச் சத்தியத்தின் ஒளியில் பரிசீலிக்கக் கோருகிறார்கள். பேரழிவுக்குப் பிந்தைய ஐந்தாண்டுகளில் அதன் மீது வைக்கப்படும் விமர்சனங்களிலும் மறுபரிசீலனைகளிலும் குறுக்கீடுகளை நிகழ்த்துகிறார்கள். போரின் பேரழிவிலிருந்தும் அது ஏற்படுத்திய காயங்களிலிருந்தும் இன்னும் மீண்டிருக்கவில்லையென்றாலும் ஈழத் தமிழ்ச் சமூகம் புதிய முனைப்புக்களுடன் தன் உரிமைக்கானதும் நீதிக்கானதுமான போராட்டங்களைப் பன்முகத் தளங்களில் முன்னெடுத்துச் செல்லத் தொடங்கியிருக்கிறது. கடந்த காலத் தவறுகளிலிருந்து பாடம் கற்றுக்கொள்ளும் முனைப்பு மேலோங்கியிருக்கிறது. உண்மை இப்போது அவ்வளவு கசப்பானதாகக் கருதப்படுவதில்லை. எனினும் வரலாறு என்னும் பெருங்கதையாடல் சாக மறுக்கும் ஒரு பிசாசாக இன்னும் நினைவின் இருள் வெளிகளில் நடமாடிக்கொண்டுதான் இருக்கிறது. இதுபோன்ற சூழலில் 'கனவுச்சிறை' போன்ற ஒரு இலக்கியப் படைப்பால் திறந்த உரையாடலுக்கான ஒரு சாளரத்தையாவது திறந்து வைக்க முடியும்.

அமைதியிலிருந்து கொந்தளிப்புக்கு வாசகனை நகர்த்திச் செல்லும் தேவகாந்தனின் படைப்பு மொழி வாசிப்பை ஒரு செயல்பாடாக மாற்றுகிறது. சோதனை முயற்சிகளோ நவீனத்துவ, பின்நவீனத்துப் பாசாங்குகளோ அற்ற அதன் நேரடித்தன்மை தன் விரிவில் பன்முக அர்த்தங்களை உருவாக்குகிறது. இறுதி யுத்தம் பற்றிய எந்தக் குறிப்பை யும் விட்டுச் செல்வதற்கான தேவை நாவலின் கால எல்லைக்குள் உருவாகவில்லை. துயரம் ததும்பும் சொற்களால் வரலாற்றின் முன்னால்

நிராதரவாக நிற்கும் ஒரு இனத்தின் முடிவற்ற போராட்டத்தைப் பற்றிப் பேசும் இந்நாவல் தன் காலத்துக்கு அப்பால் நீண்டு செல்கிறது. மனப்பிறழ்வுக்குள்ளான இளைஞனாக அறிமுகமாகும் தியாகு தெளிந்த நிலையில் அனாதையாகிவிட்ட குழந்தை விதுருடன் நயினாதீவில் இறங்கும் தருணத்தில் காத்திருக்கும் முடிவின்மையின் இருளுக்குள் தென்படுவதோ வெறுமையும் நம்பிக்கையின் ஒரு சிறு கீற்றும்.

வெள்ளக்கோவில்
2 டிசம்பர் 2014

தேவிபாரதி

என்னுரை

'கனவுச்சிறை' நாவலை இன்றைக்கு நான் எழுதநேர்ந்திருந்தால் ஏறக்குறைய பதினைந்தாண்டுக் கால என் எழுத்தினதும் வாசிப்பினதும் மேலான வல்லமையோடு இந்த மாதிரியான அமைப்பிலும் மொழியிலும் எழுதியிருக்கமாட்டேன் என்றாலும், இது எனக்கு முழுத்திருப்தி தந்த நாவலென்றவகையில் ஓர் ஒப்புமூலமாயும் அமையவேண்டிய இந்த என்னுரையைத் துவங்கலாமென எண்ணுகிறேன்.

ஐந்து பாகங்களாக வெவ்வேறு காலப் பகுதிகளில் வெளிவந்த இந்த நாவலை ஒற்றைத் தொகுப்பாகக் கொண்டுவருவதற்கான முக்கியக் காரணம், அதன் ஒட்டுமொத்த வடிவத்திலேயே நாவல் கொண்டிருக்கும் கட்டமைப்பும், இதன் தொனியும், ஒவ்வொரு பாகத்திலும் தொடர்ந்துகொண்டிருக்கும் தமிழ்ச் சமூகத்தின் வாழ்வியல் துயரும், அதன் பின்புலத்தில் மாறா விதியாய்த் தொடர்ந்துகொண்டிருக்கும் அரசியல் புலமும் இன்னும் சிறப்பாகக் கவனிக்கப் பெறமுடியுமென்பதுவே.

கனவின் ஒவ்வொரு கணுவிலிருந்தும் வெடித்துத் தோன்றிய புனைவுகளிலிருந்து ஆகக் கூடுதலான அழிவின் மோதல்கள் இலங்கையில் நிகழ்ந்து வந்துள்ளதை மாணவப் பருவத்திலிருந்தே நான் உணர்ந்து வந்திருக்கிறேன். அத்தனைக்கு என் வரலாற்றாசிரியர்கள் திருமதி இராஜ. அயரிரத்தினத்தினதும் திரு. மு. அருளானந்தத்தினதும் கற்பித்தற் பாங்குகள் இருந்தமையை நன்றியோடு நினைவு கொள்ள இது ஒரு நல்ல தருணம். ஆயினும் இதன் முதற் பதிப்பை ஆசிரியர்கள் திரு.ச. சின்னத்தம்பி, திருமதி கமலா சிவநேசன் ஆகியோருக்கே சமர்ப்பணமாக்கியிருக்கிறேனென்றால் அது நாவலென்பது முதன்மையாக மொழிசார்ந்த விஷயமென்பதாலேயாகும். எனக்கு தமிழும் வடமொழியும் கற்பித்த ஆசான்கள் அவர்கள்.

வரலாற்றுக் குறையுணர்தலின் ஆழப்படுத்தலை என் தீவிர வாசிப்பு நிறைவேற்றிற்று. வரலாறு ஒருதலைப்பட்சமாக எழுதப்பட ஆரம்பித்த தருணத்திலிருந்து இலங்கையில் இனப் பகைக்கான புலம் விரிவுபெற்று வெடிப்பின் அடையாளங்களும் மோதல்களும் வெளிப்படத் துவங்கின என்பது கண்டடைதலாயிற்று. யாரின் வரலாறு சரி என்பதாக அல்ல, எழுதப்பட்ட எல்லா வரலாறுகளுமே ஒரஞ்சார்ந்தவையென்பது என் நினைப்புகளின், சிந்தனைகளின், உரையாடல்களின், வாசிப்புகளின் பொழுதுகளில் உறுதியாகிச் சென்றுகொண்டிருந்தன.

அவற்றின் புனைவுக்கான ஒரு கணத்துக்காக என் காத்திருப்பு நீண்டுகொண்டே இருந்தது. ஆயினும் அவசத்தையடக்கி காத்திருக்கச் சம்மதித்த கூறு அது.

சில சந்தர்ப்பங்களில் வரலாற்றைச் சந்தேகிப்பது ஒருசுலபத்தில்கூட முடிந்துவிடும். ஆனால் புதிய வரலாற்றின் உண்மைச் சுவடுகளைக் கண்டடைதல் பல தருணங்களிலும் ஒரு தவசித்தியாகவே இருந்துவிடுகிறது. தொன்மங்களினூடேயும், புதிய அகழ்வாய்வுக் கண்டுபிடிப்புகள் பற்றிய அறிதல்களினூடேயும், சமகாலப் பிற தேயத்து வரலாறுகளின் ஒப்பீடுகளினூடேயும் ஒரு சமனமடைந்த மனநிலையாளனுக்கு அவ்வாறான புதிய வரலாற்றின் சுவடுகள் கண்ணில் படுகின்றன. அதுவும் ஓரளவுக்குத்தான்.

இந்நிலையிலேதான் 1995இல் நான் தமிழ்நாட்டில் தங்கியிருந்தபொழுதில் திறமையான மருத்துவர்களாலும் நவீனமருத்துவக் கருவிகளாலும் கண்டுபிடிக்க முடியாத ஒரு நோய்க்கு நான் ஆட்பட்டேன். சுவாசாசயங்கள் ஒருதசைப்பிடிப்புப் போன்ற இறுக்கம் கொண்டு பல மணித்துளிகள் இயங்க மறுத்து மரணத்தைத் தரிசித்து மீண்ட பொழுதிலிருந்து எனக்கு நடக்க முடியாதும் போனது. தன்னச்சின் மீதான பூமியின் சுழற்சியை நான் ஒவ்வொரு காலடிவைப்பிலும் காணக்கூடியவனாக இருந்தேன். தடுப்பதற்கான வழி படுக்கை மட்டுமாகவே இருந்தது. ஒருமாதம், இரண்டு மாதங்கள் அல்ல, இரண்டு வருடங்கள். வெளியுலக நடமாட்டமின்றியும், முந்தியது போன்ற சுவாசாசய இறுக்கமேற்பட்டு மரணமே ஏற்பட்டு விடுமோ என்ற பயத்திலுமாய்ப் படுக்கையிலேயே கிடந்து நான் நாள்களைக் கழித்த காலங்கள் அவை.

வாசிப்பே பொழுதுபோக்கிற்கான ஒரே வழியாகிப்போனது.

வாசிப்பின் இடைவெளிகளில் ஊரும் உறவுகளும் நட்புகளுமே நினைவாகிக்கொண்டிருந்தன. உறவினரிலும் நண்பரிலும் பெரும்பாலானோர் ஊரைவிட்டு நீங்கிக்கொண்டும், காணாது போய்க்கொண்டும், மரணித்துக்கொண்டுமிருந்த நிலையில் அவ்வப்போது அவர்கள் பற்றிய கொடுந்தகவல்கள் வந்து 'என்ன இந்த வாழ்க்கை எமக்கு!' என்று மனம் வெறுத்துப்போயிருந்தது. இரு இனங்களுக்கு இடையிலுமான கசப்பும், ஆயுதப் போராட்டத்தினைத் தொடங்கிய இயக்கங்களின் செயல்பாடுகளும், அதனால் விளைந்துகொண்டிருந்த உயிர்களதும், வளங்களது அழிவுகளும் ஏன் என்ற கேள்வி என் மனத்தில்

ஆணியடித்து அமர்ந்தது. சோமசுந்தரப் புலவரின் 'இலங்கை வளம்' பற்றிய பாடலைத் திருகிப் போட்ட சோகம் நிகழ்ந்தவாறெது என மனம் ஏங்கியது.

இந்தக் கேள்விகளுக்கான விடையறிய என் புதிய வரலாற்றின் ஞானம் பின்னணியிலிருந்தது. நாட்டிலிருந்தோரைப் பற்றியதோ, போராளிகளைப் பற்றியதோவான கதைகளினூடாகவன்றி, அகதியாய் இந்தியாவையும் மேற்குலக நாடுகளையும் தஞ்சமடைந்தோரின் கதைகளினூடாக இந்தப் புதிய வரலாற்றின் இருப்பை எழுத்து வடிவமாக்க முயன்றேன்.

அதன் விளைவே இந்த 'கனவுச்சிறை' நாவல்.

கையெழுத்தில் இரண்டாயிரம் பக்கங்கள் வரை வந்திருந்தது. அவ்வளவு பெரிய நாவலொன்றினை எழுதும் உத்தேசமோ, அந்தளவு பெரிய நாவலினைப் பிரசுரிக்கும் வாய்ப்புப் பற்றிய உசாவுகைப் பிரக்ஞைகளோ இன்றி எழுதி முடிக்கப்பட்ட இந்த நாவல் அளவில் ஒரு மலைப்பையும், தரிசிப்பில் ஒரு திருப்தியையும் தந்தது.

பிரசுரத்துக்காகக் காத்திருந்த காலத்தில் அதை மீண்டும் மீண்டும் திருப்பி எழுதினேன். கணினியில் திருத்துவதான நிலைமை இல்லாதிருந்த காலம் அது. வெள்ளைத் தாளில் பேனாவால் எழுத்துக்கள் விளைவிக்கப்பட்ட காலம். சலிப்பேதுமின்றியே திருத்தியும் திருப்பியும் எழுதினேன். ஒரு செம்மையான மூலப்பிரதியை அடைகிறவரையில் சுமார் பத்தாயிரம் பதினோராயிரம் பக்கங்களை எழுதித் தீர்த்திருப்பேனா?

இருந்தும், அது கொஞ்சமேனும் வெளிப்படுத்தியிருக்கக்கூடிய அரசியல் கருத்துநிலை, அப்போதைய தமிழக அரசியலின் சூழ்நிலைமையில் உகந்ததாக இருக்குமோவென்ற எண்ணத்தினால் போலும் நான் அணுகிய பதிப்பகங்கள் உள்ளொன்று புறமொன்றாக, அளவைப் பிரதானப்படுத்தி அதை உடனடியாகப் பிரசுரிக்க முடியாமைக்கான காரணமாய்ச் சொன்னபோது நான் சோர்ந்துவிட்டேன் என்பது பொய்யான அறிக்கையில்லை.

இந்நிலையில் என்னுள் திருப்தியை விளைவித்திருந்த அந்த நாவல் எவ்வாறேனும் வெளிவந்தாக வேண்டுமென்ற ஆதங்கத்தில், பாகம் பாகமாகவாவது நானே பிரசுரிக்க முடிவெடுத்தேன். அப்படியாவது செய்யலாமென 'இளம்பிறை' எம்.ஏ. ரகுமான் ஆதரவுகாட்டினார். அந்நாவலுக்கான முன்வெளியீட்டுத் திட்டமொன்றினையும் அறிவிக்கின்ற என் எண்ணத்துக்கும் அனுசரணை காட்டினார். இதில் நண்பர்கள் திரு. தங்கநேயன், வழக்கறிஞர் ப. அமர்நாத் ஆகியோர் காட்டிய ஆதரவு மகத்தானது. குறிப்பாக திரு. தங்கநேயனது ஆதரவு இன்றி இத்திட்டத்தை என்னால் சாத்தியப்படுத்தியிருக்கவே முடியாது. சைவ சித்தாந்த நூற்பதிப்புக் கழகம் திரு. முத்துக்குமாரசாமி, மருத்துவப் பேராசிரியர் செ.நெ. தெய்வநாயகம், மருத்துவர் பாண்டியன் ஆகியோரது உதவிகள் அவர் மூலமாகவே எனக்குக் கிடைத்தன. கோவிலூர் செல்வராஜனது உதவி எம்.ஏ. ரகுமான் மூலம் கிடைத்தது. விளைவாக கனவுச்சிறையின் முதலாம் பாகமான 'திருப்படையாட்சி'யை 1998 ஆனியில் வெளியிட்டேன்.

அதற்கான நூலக ஏற்புஆணை கிடைத்தமையும், தமிழக அரசின் அவ்வாண்டிற்கான நாவல் பரிசு கிடைத்தமையும், நாவலின் இரண்டாம் பாகமான 'வினாக்கால'த்தை விரைவுபடுத்த உதவின. 'வினாக்காலம்' 1998 மார்கழியில் வெளிவந்தது.

பிரதிகள் தீர்ந்துபோகும் படியாக விற்பனையில் கனவுச்சிறையின் முதலாம் பாகம் கண்ட வெற்றியும், அதன் முன்னுரையில் ஈழத்தில் நாவல் வகையினமானது சரியான வளர்ச்சியை அடைந்திருக்கவில்லையென நான் வெளியிட்ட கருத்தினால் ஈழ எழுத்தாளர்களிடையே காட்டப்பட்ட அதிருப்தி விளைத்த எதிர்வினையும் ஒருவகைப் பிரசாரமாக மாறி 'வினாக் கால'த்தை மிக விரைவாக விற்றுத்தீரச் செய்திருப்பினும்கூட மீதமான மூன்று பாகங்களையும் வெளியிடப் பொருளாதாரச் சிரமமேற்பட்டது எனக்கு.

இந்நிலையில்தான் நண்பர் 'அலைகள்' சிவத்தை சந்தித்தபோது மனோன்மணியம் சுந்தரனார் பல்கலைக்கழகமும், கனடாவில் ரொறன்ரோ பல்கலைக்கழகமும் இணைந்து ஏற்பாடு செய்திருந்த தமிழியல் ஆய்வுக் கல்லூரியின் பட்டப்படிப்புக்குத் 'திருப்படைஆட்சி' பாடநூலாக வைக்கப்பட்டுள்ளமையைச் சொல்லியதோடு, மீதிப் பாகங்களை என்னால் வெளியிட இயலாதிருப்பதையும் கூறினேன். தானே மீதிப் பாகங்களை வெளியிடுவதாக உடனடியாகவே கூறி ஆதரவு தந்தார் திரு. சிவம்.

அவ்வாறாக 2000இல் கனவுச்சிறையின் மூன்றாம் பாகமான 'அக்னிதிரவ'மும், 2001இல் நான்காம், ஐந்தாம் பாகங்களான 'உதிர்வின் ஓசை'யும், 'ஒரு புதிய ஏற்பாடு' என்ற தலைப்பிலானது 'ஒரு புதிய காலம்' என்பதுமாக வெளிவந்தன.

'அலைக'ளின் இணைப் பதிப்பகமான 'பல்கலைவெளியீ'ட்டின் மூலம் இந்த மூன்று பாகங்களும் வெளிவநத நிலையில், முதலிரு பாகங்களுக்கும் ஏற்பட்ட தட்டுப்பாடு காரணமாக அவற்றினை மறுபிரசுரமாக வெளியிட்டாலென்ன என்ற நண்பர் சிவத்தின் திட்டத்துக்கு, ஒட்டுமொத்தமாகக் 'கனவுச்சிறை'யின் ஒரு செம்பதிப்பினை விரும்பியிருந்த நான் அதற்கு ஆதரவு தெரிவிக்கவில்லை. என் விருப்பத்தை ஏற்கெனவே தெரிந்திருந்த நண்பர் அதை ஏற்றுக்கொண்டார்.

2001இலிருந்து 2013வரை என் கனடா வருகையும், ஓர் ஆலைத் தொழிலாளியாகவே வாழும்படி ஏற்பட்ட நிர்ப்பந்தங்களும், வேறு உளப் பிரச்சினைகளுமாக அச்செம்பதிப்பின் கனவைக் காலந்தாழ்த்தச் செய்துகொண்டே இருந்தன. 2003இல் நான் சகல வைத்தியமுறைகளையும் ஒதுக்கிவிட்டு ஹோமியோபதி வைத்திய முறையை நாடியதிலிருந்து படிப்படியாக என் 'கிறுதி' நோய் மாறி 'யுத்தத்தின் முதலாம் அதிகாரம்', 'கதாகாலம்', 'லங்காபுர'மென நாவல்கள் வெளிவந்து கொண்டிருந்தபோதும் அச்செம்பதிப்பின் வெளியீட்டைக் காண என்னால் இயலவில்லை.

பல முயற்சிகளுக்குப் பிறகு ‘காலச்சுவடு’ பதிப்பகத்தை அணுகினேன். அதன் விளைவாக இன்று ‘கனவுச்சிறை’ பற்றிய என் கனவு நிறைவேறியிருக்கிறது. அதற்காகத் திரு. கண்ணன் அவர்களுக்கும், திரு. தேவிபாரதி அவர்களுக்கும் என் மனமார்ந்த நன்றியைத் தெரிவித்துக்கொள்ளுகிறேன்.

இலங்கையில் அரசியல், சமூக, பொருளாதாரமென அனைத்துத் தளங்களும் மாறியுள்ள நிலையில், இவ்வத்தனைக்கும் தகவாகவே நாவல் நகர்ந்திருப்பதை நினைக்கிறபோது இப்போதும் இதுபற்றிய ஒரு கர்வம் என்னுள் குடிகொள்கிறது. இந்தத் தகவினை ஒரு தீவிரவாசகனால் சுலபமாகவே இனங்கண்டுகொள்ள முடியும். ஏனெனில் இது அரசியல் பேசாத அரசியல் நாவல். இது பேசியது போராளிகளையும், போர் நிலைமைகளையுமல்ல; இப்போரினால் பாதிக்கப்பட்ட சாதாரண மக்களையும், அவர்களது புலப்பெயர்வுகளையும், அவர்களது தனித்தனியான குடும்ப, வாழ்நிலைப் பிரச்சினைகளையுமே. ஒவ்வொரு அரசியல் வினைக்குமான அதிர்வுகள் சமூக மனிதனைப் பாதித்ததின் பதிவுகள் இந்நாவல். கனவுகளின் சிறைக்குள்ளிருந்தவர்களின் போரினால் அழிவையும் அவலங்களையும் கண்ட கனவே இல்லாத சாமான்ய மனிதர்களின் கதையைப் பேசுகிற நாவல்தான் இது.

நாவலின் இறுதிப் பாகம் வெளிவந்து எட்டுஆண்டுகளின் பின் இலங்கையில் யுத்தம் முடிவடைந்தது. இலங்கை அரசினதும், விடுதலைப் புலிகளினதும் இணக்கத்துடன் நடைமுறையிலிருந்த சமாதான காலத்தில் வெளிவந்த இந்த நாவல், யுத்த முடிவின் பின்னரான காலத்தில் அரசியல்ரீதியாக எவ்வாறு பொருந்தவரும் என்ற கேள்வியொன்று இங்கே நியாயமாகக் கிளர்வது சாத்தியம்.

இதற்கெல்லாம் நாவலாசிரியனே பதிலைச் சொல்லிக் கொண்டிருப்பது சாத்தியமில்லை. ஆனாலும் ஒன்றைச் சொல்லி இந்த என்னுரையை முடிக்க விரும்புகிறேன். தன் நண்பனான சுதனைக் காண இலங்கை இந்திய தேசங்களுக்கிடையில் கிடந்த கடலை நீந்தியே கடந்து இந்தியா வரும் தியாகுவென்ற மனநலம் குறைந்த பாத்திரம், மறுபடி தன்மீது பொருத்தப்பட்ட அன்னலட்சுமியின் அநாதைக் குழந்தை விதுரோடு இலங்கையின் சிறிய தீவான நயினாதீவுக்கு ஓரளவு மனநிலை தேறியவனாகத் திரும்புவதுதான் எல்லாப் பதில்களுக்குமான ஒற்றைக் குறியீடாக நாவலில் நிமிர்ந்து நிற்கிறது. கவனியுங்கள்.

றொறன்ரோ, கனடா
4.10.2014

தேவகாந்தன்

பாகம் ஒன்று

திருப்படையாட்சி
1981

1

எச்ச சொச்சமான பல்வேறு உணர்வுத் தெறிப்புகளில், வெய்துயிர்ப்புக்களில் மிக்க இரகசியமாய் அழுந்திக் கிடந்த அந்த சின்னத் தீவான நயினாதீவு விடியற்கோலம் காட்டியது. கோயில் படகுத்துறையில் குருவியோ காகமோ கறுப்பாய்ப் பறந்து பிரபஞ்சத்தில் வெளிச்சமும் சத்தமும் விழத் துவங்கிவிட்டதைச் சாட்சியப் படுத்தியது. அதிகாலை நான்கு மணிக்கெல்லாம் நாகபூஷணி அம்மன் ஆலயத்துத் திருமணி மங்கல நாதம் எழுப்பத் துவங்கிவிடும் அங்கே. வெள்ளிகளிலென்றால் நாதவெள்ளத்தை அது ஒரு மூர்த்தண்யத்தில் கிளர்த்துவதுபோல இருக்கும். சுமார் மூன்று மைல் விஸ்தீரணமுள்ள அந்தச் சின்னஞ் சிறு தீவில், அந்த நேரத்தில், அந்த நாதப் பிரவாகம் ஜீவராசி எதனது நெஞ்சிலுமே ஒரு பக்திப் பரவசத்தை உண்டாக்கிவிடும்.

எத்தனைதான் பக்தி வலயத்துள் கட்டுண்டு கிடந்தாலும் அந்த உதயகாலப் பூஜை மணியின் நாதப் பிரவாகம் சின்ன வயதிலிருந்தே ராஜலட்சுமிக்கு அபூர்வம். தாயார் அதிகாலையிலேயே எழுந்துவிடுவாள். முதலில் தொழுவத்துக்குப் போய் பால் கறந்து வந்து வைத்துவிட்டு, அடுப்பை மூட்டித் தேநீருக்குத் தண்ணீர் சுடவைப்பாள். பின்னர் முற்றம் பெருக்குவாள். முற்றம் பெருக்கி முடிகிறவரையில் கேத்தில் அடுப்பிலே கிடந்து இரைச்சல் போடத் துவங்கிவிடும். போய் தேநீரைக் கலந்து குடிப்பாள். மேலேதான் குளிப்பது அல்லது முகம் கை கால் கழுவுவது எல்லாம். அவள் முற்றம் பெருக்குகிற விளக்குமாற்றுச் சத்தத்திலோ, கிணற்றடித் தண்ணீர்ச் சத்தத்திலோதான் ராஜலட்சுமிக்குப் பெரும்பாலும் நித்திரை கலையும். அம்மனின் இரண்டாம் பூஜை மணியோசைதான் அந்தவகையில் அவளுக்குப் பிராப்தியாகி வந்தது. எனினும் அந்த வெள்ளிக்கிழமை புனிதத்தை உணர்ந்து சிலிர்ப்படைய அவள் என்றும் தவறியதில்லை. ஆயிரத்துத் தொள்ளாயிரத்து எண்பத்தொன்றின் ஆனி மாதத்து ஒரு காலை வேளையில் கண்விழித்த நேரத்திலும், அன்றைக்கு வெள்ளிக்கிழமையென்ற உணர்வு நெஞ்சில் உடனடியாக வியாபகமாகியது அவளுக்கு.

கிழக்குப் பக்க ஜன்னலூடாக இளங்கதிர் வெள்ளம் அறைக்குள் பாய்ந்து வந்துகொண்டிருந்தது. ராஜலட்சுமி துள்ளியெழுந்து வெளியே வந்தாள். சின்ன அறைச் சுவாமிப் படத்துக்கு முன்னால் எரிந்துகொண்டிருந்த தூண்டா மணிவிளக்குச் சுடரும், தட்டில் வைக்கப்பட்டிருந்த செம்பரத்தம் பூக்களும் கண்ணில்பட்டன. ஊதுவத்தியின் வாசம் நாசியில் வந்து கமகமத்தது. உடம்பை வளைத்துச் சோம்பல் முறித்தபடி பின்வாசலை நோக்கி நடந்தாள். தோய்ந்து விரிந்த கூந்தலும், நெற்றியில் விபூதியுமாய் தாயார் குசினிக்குள் அலுவலாக நிற்பது தெரிந்தது. அவள் காலடிச் சத்தத்தில் தாயார் திரும்பிப் பார்த்தாள். முகத்தில் கடுகடுப்பு இல்லாவிட்டாலும், நல்லாய் நேரஞ்செண்டு எழும்பியிருக்கிறாய்! என்ற குற்றச்சாட்டு இருந்தது. ராஜலட்சுமி பின்வாசலோரத்து ஜன்னல் விளிம்பிலிருந்த பற்பொடிப் பைக்கற்றிலிருந்து சிறிது பொடியைக் கையிலே கொட்டி எடுத்துக்கொண்டு, வெளிக் கொடியில் கிடந்த துவாயை எட்டி இழுத்தபடி கிணற்றடிக்கு விரைந்தாள்.

இரவு நடுச்சாமம் கடந்தே அவளுக்குத் தூக்கம் பிடித்திருந்தது. கடந்த ஒரு கிழமையாக அப்படித்தான். அந்த நேர்முகப் பரீட்சைக்கான கடிதம் வந்த நாளிலிருந்துதான் அவை அப்படியாகிப் போயின. படுக்கையில் சரிந்தால் நினைவுகளும், மீறித் தூங்கினால் கனவுகளுமென்று ஆசை ஒரு அவஸ்தையாகவே அவளில் அடித்துக் கொண்டிருந்தது. தானும் தன் சிநேகிதி ஜெஸ்மினும் கொழும்புக்குப் போவதுபோலவும், நேர்முகப் பரீட்சையில் தேறி கொழும்பில் வேலை பார்ப்பதாகவும், மாலைகளில் கோல்பேஸ் கடற்கரையில் உலாத்துவதுமான கனவுகள். கனவுகளே இவ்வளவு சுகமாக இருந்தால்..? ஒவ்வொரு காலையிலும் ராஜலட்சுமி எண்ணிப் பரவசப்பட்டாள். அன்றைக்கு மட்டும் அவசரத்தில் அந்தப் பரவசம் உள்ளுக்குள் அமுங்கிக் கிடந்தது.

அவள் தொழுவத்துக்கு வராமல் கிணற்றடி செல்வது கண்டு கயிற்றை இழுத்து மறுப்புத் தெரிவித்தது அவர்களது பசுமாடு. "இரு . . . இரு . . . இண்டைக்கும் அம்மாதான் உன்னை அவிட்க மேயக் கட்டவேணும். எனக்கு நேரம்போட்டுது" என்றபடி போய் துலாக்கொடியை இழுத்தாள். தோய்ந்து உடைமாற்றி, சுவாமிப் படம் கும்பிட்டு அவள் சமையலறை வருவதற்கும், தாயார் காலைச் சாப்பாட்டு வேலைகளை முடிப்பதற்கும் சரியாகவிருந்தது. நின்றநிலையிலேயே இரண்டு வாய் சாப்பிட்டு, தேயிலைச் சாயம் கலந்து வைத்திருந்த பாலை ஊற்றிக் குடித்தாள். அவள் கையலம்புகிற வேளை தாயார் சொன்னாள்: "ராஜி, கொழும்புக்குப் போறதைப்பற்றி ஜஸ்மினிட்டை எல்லாம் விபரமாய்க் கேட்டுக்கொண்டு வா. பிறகு வெளிக்கிட்டு நிண்டு கொண்டு அவதிப்படக்குடாது, என்ன?"

"சரி, அம்மா."

ராஜலட்சுமி ஹோலுக்கு வந்து சுவர்க் கடிகாரத்தைப் பார்த்தாள். நேரம் ஏழு – பத்து ஆகிக்கொண்டிருந்தது. அவ்வளவு அவசரமாய் வெளிக்கிட்டிருந்தும் வழக்கமாய்ப் புறப்படுகிற நேரத்துக்கு பத்து நிமிஷங்கள் தாமதம். ஓடிப்போய் மேசையில் அடுக்கி வைத்திருந்த

புத்தகம் கொப்பிகளை எடுத்துக்கொண்டு திரும்புகிறபொழுதில், முன்னறைப் பக்கம் பார்வை விரிந்தது. உள்ளே இன்னும் கனத்துக்கிடந்த இருளினுள்ளே துணிமூட்டைபோல் சுருண்டுகிடந்த தம்பி ராஜேந்திரனின் உருவம் தெரிந்தது. ம்ஹூம்! அலுத்துக்கொண்டாள். பின் திரும்பி தாயாரிடம் சொல்லிக் கொண்டு, பஸ் சீஸன் ரிக்கற் புத்தக இடையில் இருக்கிறதா என்று மறந்துவிடாது பார்த்தவண்ணம் கோயில் பாலத்தை நோக்கி விரைந்தாள்.

தீவிலிருந்து குறிகட்டுவான் நோக்கி ஒரு மணி நேரத்துக்கு ஒரு வள்ளம் புறப்படும். ஏழரை மணி வள்ளத்தைத் தவறவிட்டால் அடுத்த வள்ளத்துக்கு எட்டரை மணிவரை காத்திருக்கவேண்டும். எட்டரை மணி வள்ளத்தில் அக்கடமி போனால் நடக்கிற மூன்று பாடங்களில் ஒன்று பூரணமாக நிறைவெய்தி அடுத்த பாடத்திலும் பாதி முடிந்துவிட்டிருக்கும். அதைவிட போகாமல் நிற்பது உத்தமம். நயினாதீவிலிருந்து குறிகட்டுவான் போய், அங்கிருந்து பஸ்ஸெடுத்து யாழ்ப்பாணம் சென்று வருவதென்பது சுலபமான காரியமில்லை. எனினும் படிக்கவென்று போய் வள்ளத்தையோ பஸ்ஸையோ தவற விட்டுவிட்டு இடையிலே வீடு திரும்பிவந்த அனுபவமேதும் அன்று வரை ராஜலட்சுமிக்கு ஏற்பட்டதில்லை.

நேரம் ஏழே கால் ஆகிவிட்ட அவசரத்தில் வீரபத்திரர் வீதிவழியே ஓட்டமும் நடையுமாகச் சென்று, அம்மாள் சந்நிதியில் நின்று ஓர் அவசரக் கும்பிடு போட்டுவிட்டு பிரதான வீதியில் மிதந்து பாலத்தை அடைந்தாள்.

பாலத்தடியில் வள்ளம் நின்று கொண்டிருந்தது.

2

ராஜலட்சுமி அக்கடமி சென்றதும் சமையலறையை ஒதுங்க வைத்துவிட்டு தேநீர்க் கோப்பையும் வெற்றிலைத் தட்டமுமாக வெளிவிறாந்தைக்கு வந்து ஒரு பாட்டம் வேலை முடிந்த ஆசுவாசத்தில் சுவரோடு சாய்ந்தமர்ந்தாள் மகேஸ்வரி.

வீதியில் நடமாட்டம் தெரிந்தது. ஆர், எவர், எங்கே போகிறார் என்ற விபரமெதுவும்கூட வேண்டியிருக்கவில்லை. வெறும் நடமாட்டமே அவளுக்குப் போதுமாயிருந்தது. ஒரு மன இறுக்கம். அந்த மன இறுக்கமும் எதற்காகவென்று குறிப்பாய்த் தெரியாமலே இருந்தது. ஊர் நிலைமை நல்லாயில்லையென்பதாய் ஓர் உள்ளடங்கிய திகில் அனைவரிலும்தான் இருந்தது. அது வாழ்க்கை அவர்களுக்காய்க் கொடுத்த முதுசொம். ஆனாலும் தென்னிலங்கையின் அரசியல் சதுரங்கம் தெரியாமல் கட்சி மாறி மாறி ஒரு நம்பிக்கை வலயத்துள் தங்களை விழுத்திக் கொண்டிருந்த வகையில், அவர்களால் தாங்களாகவே அந்த நிலைமையிலிருந்து ஆசுவாசப் பட்டுக்கொள்ளவும் முடிந்திருந்தது. அப்போதும்கூட தம் மன அவசங்களைக் கதைக்க வேறு மனிதர்கள் அவர்களுக்குத் தேவைப்பட்டார்கள். மகேஸ்வரி அந்தளவு கொடுத்து வைத்தவளில்லை.

அவளது ஆசுவாசம் மனித நடமாட்டக் காட்சிகளில்தான் பிறத்தல் சாத்தியமாயிற்று.

கேற் திறந்த சத்தம் கேட்டது. முன்னே இருந்த அரைச் சுவர்மேலாக எட்டிப் பார்த்தாள். தயக்கத்தோடு லீலா வந்து கொண்டிருப்பது தெரிந்தது. தன் மகளின் அது மாதிரித் தர சிநேகிதங்களை அவளுக்குப் பிடிக்காது. வறுமையும் முன்னேறுவதற்கு மனமும் முயற்சியும்கூட இல்லாதவர்களோடெல்லாம் என்ன பேச்சு பழக்கம் வேண்டியிருக்கிறது என்ற எண்ணம். குரலில் சற்றுக் கடுமையை ஏற்றிக்கொண்டு, "என்ன வேணும், லீலா?" என்றாள்.

அவளது பிடிப்பின்மையில் ஒரு அவமானம் விழுந்ததுபோல் சாம்பி, பின் தெளிந்துகொண்ட லீலா, "ராஜி நிக்கிறாவே?" என்று கேட்டாள் தயக்கமாக.

"ஏன், என்ன விஷயம்? வீட்டிலை பொழுதுபோறது கஷ்டமாய் இருக்குதோ?"

"அதுக்கில்லை... தம்பிக்கு வருத்தம் கடுமையாயிருக்கு. கொழும்புக்கு தந்தி அடிச்சு ஐயாவை ஒருக்கா வரச்சொல்ல வேணும்... அதுதான் ராஜியைக்கொண்டு தந்தியை இங்கிலீஸிலை எழுதிக்கொண்டு போகலாமெண்டு..."

மகேஸ்வரியின் குரலில் கடுமை தணிந்தது. "ராஜி படிக்கப் போயிட்டாவே, பிள்ளை. கொஞ்சநேரத்துக்கு முந்தி வந்திருக்கலாமே... இப்ப என்ன செய்யிறது? சரி... பத்து மணிபோலை கந்தோர் துறந்திடும்... போய் சப் போஸ்ற் மாஸ்ரரைக் கேளும்... அவர் எழுதித் தருவார், என்ன? அதுசரி... தம்பிக்கு என்ன வருத்தம்?"

"காய்ச்சல்."

"எங்கை மருந்து?"

"பெரியாஸ்பத்திரியிலை. வாட்டிலை விட்டிருக்கு."

"அடடே... பெரியாஸ்பத்திரியிலையோ? எப்ப கொண்டு போனது?"

"நேற்றுக் காலமை."

லீலா போய்விட்டாள்.

அவள் போனபிறகுதான் தன் மகள் படித்திருக்கிறாள் என்ற பெயர் தீவு முழுக்கப் பரவியிருப்பதான பெருமையின் பரவசம் மகேஸ்வரியிடத்தில் பொங்கத்தொடங்கியது. அந்த நிலைமையை அடைவதற்குப் பட்ட தனதும் மகளதும் கஷ்டங்களை, அவலங்களை மனம் ஓடியோடி நினைத்துப் பார்த்தது. அது தன் கடந்த காலத்துச் சிறப்பான வாழ்க்கையை, நிகழ்கால அவலத்தை, நிர்க்கதியை நினைவூட்டுமென்றாலும் முன்புகள் போலவே அப்போதும் அதிலிருந்து அவள் பின்வாங்கவில்லை.

ராஜலட்சுமி எட்டாவது படித்துக்கொண்டிருக்கும்போதே தீவில் சப் போஸ்ற் மாஸ்ரராக இருந்த அவளது தந்தை பொன்னுச்சாமி

காலமாகிவிட்டார். அதுவரை ஓரளவு வசதி வாய்ப்புக்களுடன் வாழ்ந்து கொண்டிருந்த குடும்பம் அதன்பிறகு தடுமாறத் தொடங்கிவிட்டது. எல்லா நடுத்தரக் குடும்பங்களிலும் ஏறக்குறைய இப்படித்தான் நடக்கிறது. ஆனாலும் அவள் பட்டது கஷ்டத்தின் உச்சம். கைம்பெண்ணாகவிருந்து ராஜலட்சுமியையும், அவளுக்கு ஒரு வயது குறைந்த ராஜேந்திரனையும், இன்னும் ஒரு வயதும் குறைந்து 'வலது'ம் குறைந்த விஜயலட்சுமியையும் வளர்த்தெடுக்கப் பட்டபாடு அவளுக்கு மட்டும்தான் தெரியும். எல்லா அவலங்களையும் மறைத்துக்கொண்டு, "குடிப்பது கூழ் கொப்பளிப்பது பன்னீர்!" என்ற நடப்பில்தான் அந்த ஊரில் அவள் வாழ்ந்து காட்டிக்கொண்டிருந்தாள். அப்படி வாழவேண்டிய வைராக்கியம் ஒன்று அவளிடத்தில் முளைகொண்டிருந்தது. எங்கே எவரிடத்தில் தோற்றாலும், அந்த ஊரில் அத்தனை உற்றம் சுற்றங்களுக்கும் தோற்க அவள் தயாரில்லை. அதனால்தான் நெருப்பாகக் கஷ்டங்களை விழுங்கிக்கொண்டு சிவப்பாகத் துப்பிக் காட்டினாள். தன் வன்மம், பிடிவாதம் கலையாமலே மூன்று பிள்ளைகளையும் தொடர்ந்து படிப்பித்தாள்.

ராஜேந்திரன் ஒருநாளைக்கு கொப்பி வாங்கக் காசு கேட்பான். ஒரு நாளைக்கு பேனை வாங்க காசு கேட்பான். இன்னொரு நாள் பாடசாலை வசதிக் கட்டணம் கேட்பான். பிறகொரு நாளில் வகுப்புக் கட்டணம். மறுநாள் படத்துக்குப் போகக் காசு. அவ்வளவற்றையும் அழுதுகொண்டுதான் செய்தாள் மகேஸ்வரி. ராஜலட்சுமியைப் பொறுத்தவரை அவளுக்கு அவ்வளவாகக் கஷ்டம் இருக்கவில்லையென்றாலும் பயணக்காசு, கைச்செலவு, புத்தகம் கொப்பியென்று செலவுகள் இருந்தன. விஜயலட்சுமிக்கான செலவுகள் நிறுதிட்டமானவை. ஒரு பள்ளிப் பருவத்துக்கு இவ்வளவுதான் என்றால் அதற்குக் கீழே மேலே இல்லை. பொன்னுச்சாமி உயிரோடிருந்தபோது 'இப்ப எதுக்கு சைக்கிள்? எல்லாம் அடுத்தடுத்த வருஷம் பாக்கலாம்' என்று இவள் முணுமுணுத்துங்கூடக் கேட்காமல், 'அடுத்தடுத்த வருஷம் இந்த வசதி வரவேணுமே!' என்றுவிட்டு ராஜலட்சுமிக்கு லேடீஸ் சைக்கிள் ஒன்று வாங்கிக் கொடுத்திருந்தார். அவர் போனபிறகு சைக்கிளுக்கும் நோய் பிடித்ததுபோல இரண்டு கிழமைக்கு ஒரு முறையாவது அதற்கு ரியூப் ஓட்டையாகும், ரயர் வெடிக்கும், கம்பி உடையும், இல்லையேல் செயினாவது அறும். அதற்காகவும் அவள் ஒரு பங்கை அழுது தீர்க்கவேண்டி நேர்ந்தது. பட்ட அத்தனை கஷ்டங்களுக்கும் அவளுக்குக் கிடைத்த ஒரே ஆறுதல், ராஜலட்சுமி ஒரே தடவையில் க.பொ.த. சாதாரணம் சித்தியானதுதான்.

சரி, ஒரு ஆளின் படிப்பு முடிந்தது என்று மகேஸ்வரி மூச்சுவிட முன்னரே, தான் சுருக்கெழுத்தும் ரைப்பிங்கும் ஆங்கிலமும் யாழ்ப்பாணத்து அக்கடமியொன்றிலே படிக்கப் போவதாகச் சொன்னாள் ராஜலட்சுமி. அம்மாவுக்கு வரும் வயல் குத்தகைப் பணமும், வளவு வரும்படியும் எவ்வாறு அந்தச் செலவீனங்களையெல்லாம் தாங்குமென்று தலைப்பிள்ளை யோசிக்கவில்லையேயென்று முதலில் ஆத்திரமாக வந்தாலும், அது அந்த நேர வேலை வாய்ப்புக்கேற்ற ஒரு சரியான தீர்மானமே என்பதைப் பின்னர் மகேஸ்வரி உணர்ந்தாள். ஆயிற்று.

ராஜலட்சுமியும் அடுத்த மாதத்திலிருந்து யாழ்ப்பாணம் போய்ப் படிக்கத் துவங்கினாள்.

மகேஸ்வரிக்குப் புதிய கவலை ஏற்பட்டுவிட்டது இப்போது. மகளின் ஆர்வத்தை, ஒருவகையில் தனது ஆர்வத்தையும்தான், அடக்க முடியாமல் யாழ்ப்பாணம் போய்ப் படித்துவர சம்மதித்திருந்தாலும், ராஜலட்சுமி அவ்வளவு தூரம் தனியே போய்வருவதொன்றும் அவளுக்கு இஷ்டமில்லை. ஒவ்வொருநாளும் ஏறக்குறைய முப்பது மைல் தூரம் போய்ப் படித்துவரும் ஆண்பிள்ளையைக்கூட அவள் அந்தத் தீவிலே அறியாள். அக்கடமிக் காசு, சீஸன் ரிக்கற் என்று மாதம் நூற்றைம்பது ரூபா கொடுக்கவேண்டி நேர்ந்த சிரமத்தைவிட தனியே... தூரத்துக்கு... என்றவைகளே பெரிய பிரச்னைகளாய்த் தெரிந்தன. காலையில் ராஜலட்சுமி வீட்டைவிட்டுப் புறப்பட்டதிலிருந்து மாலையில் வீடு திரும்புகிற நேரம்வரை மடியிலே நெருப்பைக் கட்டிக்கொண்டு துடித்தாள்.

இரண்டு மாதங்களின் பின், அந்த மாதத்தோடு யாழ்ப்பாணம் போவதை நிறுத்திவிட்டு தீவிலே புதிதாய்த் தொடங்கியிருக்கிற ரைப்பிங் சென்ரரிலே சேர்ந்து படிக்கும்படி மகளின் மனம் நோகாதவாறு ஒருநாள் சொல்லிப் பார்த்தாள். ராஜலட்சுமி கேட்கவில்லை. "இஞ்சை காசுகட்டத் தயாராய் இருக்கிறனீங்கள் யாழ்ப்பாணம் போய்ப் படிக்கிறதை ஏன் மறிக்கவேணும்? லோஞ்சுக்கும் பஸ்ஸுக்கும் சிலவு கனக்க வராது. அதோடை அங்கை நல்லாய்ச் சொல்லித் தருகினம்!" என்று பிடிவாதமாய்க் கெஞ்சினாள். "உன்ரை வயசு அப்பிடி, பருவம் அப்பிடி. நெஞ்சு என்ன மாதிரி வளந்திருக்கு. எங்கடை பரவணியிலை ஆருக்கும் இப்படியில்லை. எல்லாத்துக்கும் மேலாய் உலகத்தின்ரை நன்மை தின்மை தெரியாமல் வெங்கிணாந்தி மாதிரி இருக்கிற உன்னை வெளியிலை அனுப்பியிட்டு திரும்பிவாற வரைக்கும் பதைச்சுக்கொண்டிருக்க என்னாலை ஏலாது!" என்று சொல்லிவிட முடியுமா? ஏதோ சமாதானம் சொன்னாள். அசைக்க முடியவில்லை மகளின் தீர்மானத்தை. அம்மாளாச்சிதான் கூடவிருந்து காப்பாத்தவேணும் என்ற பிரார்த்தனையோடு மேலே எதுவும் சொல்லாமல் விட்டுவிட்டாள்.

போன மார்கழிக்கு முந்திய மார்கழியில் பணம் கட்டி பரீட்சை எழுதினாள் ராஜலட்சுமி. எடுத்த மூன்று பாடங்களிலும் சித்தி. ஆங்கில மொழியில் விஷேட சித்தி. அதேநேரத்தில் பாடசாலைமூலம் பரீட்சைக்குத் தோற்றியிருந்த ராஜேந்திரன் எட்டுப் பாடங்களில் இரண்டு பாடங்களே பாஸ் செய்தான். ராஜலட்சுமி தன் அண்ணன் மகன் குணரத்தினத்தைப்போல் பரீட்சைகள் யாவற்றிலும் சித்தியடைந்து முன்னேறுவது அவளிடத்தில் இன்னொரு ஆசையையும் வளர்த்தது. அவன் அரசாங்க வேலையில் இருப்பது போல் இவளும் ஒரு கிளார்க்காகவோ ரீச்சராகவோ வந்து விட்டால், குடியிருக்கிற காணியில் பாதியைக் கொடுத்தும், தருமபுரத்து வயலொன்றை விற்று மற்றைய சீதன விஷயங்களை ஒழுங்குபடுத்தியும் சொந்தத்துக்குள் சொந்தமாய் அந்தச் சம்பந்தத்தை நிறைவேற்றிவிடலாம் என்பது அவளது எண்ணம். அதனால்தான் தொண்டமானாறில் இருக்கும் தன் அண்ணன் வீட்டாரோடிருந்த போக்குவரத்துக்களையும் அண்மைக்காலத்தில் அதிகரித்திருந்தாள்.

ராஜலட்சுமிக்கு தகப்பன்வழி முறை மாப்பிள்ளைகள் இரண்டு மூன்று பேர் அந்த ஊரிலேயே இருக்கிறார்கள். ஆனால் அந்தச் சம்பந்தங்களை அவள் கனவிலும்கூடக் கருதமாட்டாள். அவர் உயிரோடிருந்தாலும் அந்தச் சம்பந்தங்களை விரும்பமாட்டார் என்ற நம்பிக்கையினாலேயே அப்படி ஒரு பிடிவாதமான மறுப்பு அவளுள்ளத்தில் வளர்ந்திருந்தது.

எழுபத்தொன்பதின் மார்கழிப் பரீட்சை முடிவுகள் வெளிவந்த அடுத்த கிழமையே தான் வர்த்தகப் பாடங்கள் படிக்கப்போவதாகக் கேட்டாள் ராஜலட்சுமி. மகேஸ்வரிக்கு நெஞ்சில் அதிசயம் வந்து விழுந்தது. தொழில்முறைத் தெரிவில், அதற்கான படிப்பில் சரியான வழிகாட்டுதல் இல்லாமல் வாழ்க்கைச் சுளுவின் மையத்தைத் தானாகவே தெரிந்துகொண்டு அது நோக்கிய நகர்வினை மிகப் புத்திசாலித்தனமாக மேற்கொள்ள எப்படித் தன் மகளுக்கு முடிந்தது? ஓ... தகப்பனின் அவதானமும், நிதானமுமான செயற்பாடு இவளிலும் ஒரு துளியேனும் வெளிப்படாமலா போகும்! என்று பின்னர் தெளிந்து, முன்னரைப்போல் பின்னடைந்து யோசிக்காமல் உடனடியாகவே சம்மதித்தாள். மகள் யாழ்ப்பாணம் சென்று படித்துவந்த கடந்த ஒன்பது மாதங்கள் அவளது அச்சத்தைக் கிள்ளியெறிந்திருந்தன. இருந்தாலும் கைம்பெண்ணாய் வளர்த்த பெண் கடைகெட்டுப்போனது என்ற பழிச்சொல் வந்துவிடக் கூடாதென்பதிலும் அவள் கவனத்தைக் குறைத்துக் கொள்ளவில்லை. அதனால்தான் தன் யாழ்ப்பாணச் சிநேகிதிபற்றி ராஜலட்சுமி குறிப்பிட்டபோது தானாகவே அவர்களது வீடு தேடிப்போய் அவளோடும் அவளது பெற்றாரோடும் அறிமுகமானாள் மகேஸ்வரி. அந்த அறிமுகம் இன்று உறவு அளவுக்கு நெருங்கிப் போயிருந்தது.

அடுத்த கிழமை கொழும்பிலே ஒரு வேலைக்கு நேர்முகப் பரீட்சை வரவிருக்கிறது. எல்லாம் சும்மாவா? அது அவர்களது உறுதிப்பாடு. தங்கள் முயற்சிகளைச் சராசரி மட்டத்துக்கு மேல் உயர்த்தியதின் பலன்!

எல்லாம் நினைக்க மகேஸ்வரியின் நெஞ்செல்லாம் புளகித்தது.

"அம்மா!" உள்ளே அழைப்புக்கேட்டது. ராஜேந்திரன் எழும்பி விட்டான் போலும்!

மகேஸ்வரி வெளிப்பிரக்ஞை அடைந்தாள்.

3

குறிகட்டுவானிலிருந்து யாழ்ப்பாணம் சுமார் ஒன்றரை மணிநேர பஸ் பயணம். இருந்தும் வகுப்பு தொடங்குவதற்கு இன்னும் அரை மணி நேரம் இருக்கையிலேயே யாழ் பஸ் நிலையத்தில் வந்திறங்க முடிந்திருந்தது ராஜலட்சுமியால். கடந்த சில தினங்கள்போல் ஜெஸ்மின் வீடு போய் அவளோடு கூடிக் கொண்டு அக்கடமி போக அது போதுமான நேரம். அவள் மறுபடி சுண்டிக்குளிக்கு பஸ் எடுத்தாள். புனித திரேசா கல்லூரி பஸ் நிறுத்தத்தில் இறங்கி, பழைய ரயில் பாதையைக் கடந்து தண்ணீர்த் தொட்டி றோட்டில் திரும்பினாள். தூரத்தே வீட்டு வாசலில் யாருடனோ

பேசிக்கொண்டு ஜெஸ்மின் நிற்பது தெரிந்தது. அவளும் திரும்பி இவளைக் கண்டுவிட்டு புத்தகம் கொப்பிகளுடன் விரைந்து வந்தாள்.

மீண்டும் பஸ்நிலையம் நோக்கிய திசையில் இரண்டு பஸ் நிறுத்த தூரத்தை நடந்துதான் ராஜலட்சுமிக்கு கல்விநிலையம் செல்லவேண்டும். அது பஸ்நிலையத்திலிருந்து கல்விநிலையம் வரும் தூரத்துக்கு ஏறக்குறையச் சமமானது. அந்த வர்த்தகப் பாட கல்வி நிலையத்துக்கு வந்த ஆரம்ப நாட்களில், சுமார் ஒரு மாதமாக, அவளும் பெரியாஸ்பத்திரி, மணிக்கூண்டுக் கோபுரம், மத்திய கல்லூரி, நீதிமன்றம் ஆகிய இடங்களைக் கடந்து நடந்துதான் வந்துகொண்டிருந்தாள். ஆனால் ஜெஸ்மினோடு ஏற்பட்ட பழக்கம் நட்பாக மாறிய பின்னர், போதுமான நேரமிருக்கிற நாள்களிலெல்லாம் ராஜலட்சுமி அவ்வாறுதான் செய்துகொண்டிருந்தாள். நேர்முகப் பரீட்சைக்கு அழைப்பு வந்த நாளிலிருந்து அவ்வாறே நடந்து கொண்டிருந்தது.

ராஜலட்சுமியை நெருங்கியதும், "ஏன் ராஜி, இண்டைக்கு பஸ் லேற்றா?" என்று கேட்டாள் ஜெஸ்மின்.

"இல்லையே. சரியான நேரத்துக்குத்தான் வந்தது."

"எனக்கென்னவோ நேரஞ்செண்டமாதிரித் தெரியுது."

"வெள்ளண வெளிக்கிட்டிருப்பீர். அதுதானாக்கும்..." என்று கூறிச் சிரித்தாள் ராஜி.

அவளின் சிரிப்பைப் பார்க்க ஜெஸ்மினின் மனத்தை ஏதோ அறுத்தது. இந்தச் சிரிப்பை அழித்துவிடுகிறமாதிரி அப்பா எடுத்துள்ள புதிய முடிவை எப்படிச் சொல்வதென்ற தடுமாற்றம் எழுந்தது.

கண்டி வீதி கலகலப்பாகவிருந்தது. கார்கள், ராக்சிகள், மினி வான்கள், பஸ்கள், மோட்டார் சைக்கிள்கள், சைக்கிள்கள், பாதசாரிகள்... கச்சேரியடியிலிருந்து பெரியகடை வரைக்கும் அந்தக் கலகலப்பு இரவு பத்து மணி வரைக்கும் நிறைந்திருக்கும். சுண்டிக்குளி மகளிர் கல்லூரி, புனித பற்றிக்ஸ், புனித திரேஸா, வேம்படி மகளிர் கல்லூரி, மத்திய கல்லூரியென்று சுற்றியுள்ள ஐந்து கல்லூரிகளும் ஏற்கனவே தொடங்கிவிட்டிருந்தும் ஏதோ நகரத்தின் ஜீவனே அந்த இடத்தில்தான் என்பதுபோல் அந்த நேரத்திலும் அங்கே ஒரு துடிப்பு. அதை ஆச்சரியமாகவே கருத முடிந்தது. தமிழினத்தின் ஞான மய்யமான நூல்நிலையத்தின் மீது வீசப்பட்ட தீ, கரும் புகாராய் அந்த நகரத்தின்மீது படிந்த நாள் வெகுதூரத்திலாய் இருக்கவில்லை.

முகத்தில் அரும்பத் தொடங்கிய வியர்வையைக் கைக்குட்டையால் ஒற்றியபடி அந்தப் பெரிய நகரத்தின் பெரிய கலகலப்புக்குள் தானும் ஒரு சின்னக் கலகலப்பாய் ஜெஸ்மினுடன் பேசியபடி நடந்துகொண்டிருந்தாள் ராஜலட்சுமி. ஜெஸ்மினுக்கு அவளின் கலகலப்பு நிறையப் பிடிக்கும். கூடவே பிடித்தவை அவளின் கள்ளங் கபடமற்ற மனமும், ஒளிவுமறைவற்ற பேச்சும், சிறிதே வெகுளித்தனமும் பிறக்கும்போதே கூடப்பிறந்ததோ என்று நினைக்கத் தோன்றும் சிரிப்பும். அனுதினமும் அவை அவளால்

ரசிக்கப் பட்டவையாயிருந்தும் அன்றைக்குத்தான் முதன்முதலாய்ப் பார்ப்பது போல் தீக்ஷண்யமாய் பார்வையை அதில் பதியவிட்டு வந்து கொண்டிருந்தாள்.

ராஜலட்சுமிக்கு வயது பதினெட்டு. நடுத்தர உயரம். மெலிந்த உருவம். மாநிற மேனி. அழகோ, நினைவில் பதியக் கூடிய மாதிரியான கவர்ச்சியோ இல்லாத தோற்றம். ஆனால் ஜெஸ்மின் அழகி. வெள்ளை நிறம். அளவான உயரம். அதற்கேற்ற பருமன். அங்கங்களின் அளவே பெரிய அழகாய் அவளில். அந்தஸ்து, பணம் போன்ற பரம்பரைச் சொத்துக்கள் அந்த அழகின் ஜொலிப்பில் கலந்து சதா தம் இருப்பைப் புலப்படுத்திக் கொண்டிருந்தன. இவர்களின் தரம், நினைப்பு, செய்கை எவற்றிலுமே எதுவித ஒற்றுமையும் இருக்கவில்லை. ஆனாலும் சமரசம் கண்டிருந்தார்கள். தன் வறுமையையோ வசதியீனத்தையோ எவரோடும் பழகுவதற்கான தடையாக எண்ணிப் பின்னடையாத ராஜலட்சுமியின் போக்கில் இவளுக்குப் பெரிய ஈர்ப்பே விழுந்துவிட்டிருந்தது.

அதில் நிறைய உண்மைகள் இருந்தன. அவற்றை அவள் மறைக்க முயலாதது, இருக்கிற நிலைமையிலிருந்து உயர்ந்துவிட வேண்டுமென்கிற எத்தனத்தின் விளைச்சல், துடிப்பின் வெளிப்பாடு என்பதைப் புரிந்து கொள்ளமுடியும். அதுதான் மத்தியதர வர்க்கம். தீவுப் பகுதிகளில் இதுவே அவர்களின் லௌகீக வேதம்.

வாழ்நிலையாலும் சூழமைவாலும் ராஜலட்சுமியிடமிருந்த அந்தப் பண்புகள் தன்னிடமில்லையென்பது ஜெஸ்மினுக்கும் தெரியும். முயற்சி... அவளுக்குத் தெரியாதது. படிப்பில் கூடத்தான். வேலைக்கு விண்ணப்பம் அனுப்புகிற ஆர்வமேதும் ஜெஸ்மினுக்கு இருந்ததில்லை. சரியான நேரத்தில் தந்தையே பார்த்து ஏதாவது ஒழுங்கு செய்வார். அப்படிக் கிடைக்காவிட்டாலும் அவர்கள் கவலைப்பட மாட்டார்கள். உத்தியோகம் வெறும் அலங்காரத்துக்கானதுதான் அவர்களுக்கு. ஆண்களுக்கு அப்படி யில்லாவிட்டாலும் பெண்களுக்காவது அப்படி. ஆனால் ராஜலட்சுமிக்கோ அது வாழ்வின் ஆணிவேர்—மூலம். பத்திரிகை, அரசாங்க கசெற்றில் வரும் வேலை வாய்ப்புப் பற்றிய அத்தனை விளம்பரங்களும் ராஜலட்சுமிக்குத் தெரியும். தேவை விளம்பரம் வந்த பத்திரிகைத் துண்டொன்றாவது அவளது புத்தக இடைக்குள் இல்லாதிருக்காது. அன்றுவரை ஒரேயொரு வேலைக்கு மட்டும் ஜெஸ்மின் விண்ணப்பம் அனுப்பியிருக்கிறாள். அதுவும் ராஜ லட்சுமியின் நச்சரிப்புக்காக.

விண்ணப்பம் அனுப்பிய அந்தப் பெரிய நிறுவனத்திலிருந்து ஆச்சரியப் படும்படிக்காய் இரண்டு பேருக்கும் நேர்முகப் பரீட்சைக்கு அழைப்பு வந்திருந்தது. இருவருக்குமே மகிழ்ச்சி. ஒரு திங்கட்கிழமை காலை பத்து மணிக்கு நேர்முகப் பரீட்சையானதால் முதல்நாள் ஞாயிற்றுக்கிழமை மாலை மெயில் வண்டியில் புறப்பட்டால் போதுமென்றும், தங்கள் உறவினர்களுக்கு அறிவித்தால் அவர்கள் ரயில்நிலையம் வந்து தங்களை அழைத்துச் செல்வார்களென்றும், அவர்கள் வீட்டிலேயே ராஜலட்சுமியும் தங்கலாமென்றும் ஜெஸ்மின் கூற ஒரே சந்தோஷத்தில் ஓடிப்போய், “ஜஸ்மின் கூட வர்றா, அவவின்ரை சொந்தக்காறர் வீட்டிலயே நானும்

தங்கலாமாம்" என்று சொல்லி தாயாரிடம் அனுமதி வாங்கிக்கொண்டாள் ராஜலட்சுமி.

நேர்முகப் பரீட்சை நெருங்க நெருங்க இரண்டு பேருக்குமே பரபரப்பு அதிகமானது. ராஜலட்சுமிக்கு அது சற்று அதிகம். அவளது முதல் கொழும்புப் பயணம் அது. அந்தப் பரபரப்பில் உடுப்புகள் ஆயத்தமா, கொழும்பிலுள்ள அவர்களது உறவினர்களுக்குக் கடிதம் போட்டாயிற்றா என்று தினமும் விசாரணை பிறக்கும் ராஜலட்சுமியிடமிருந்து. ஜெஸ்மினும் "உடுப்புகள் ரெடி, அப்பா சொந்தக்காறருக்கு தந்தியடிப்பார் இல்லாட்டி ரெலிபோன் பண்ணுவார்" என்று உற்சாகமாகவே பதில் சொல்லுவாள். ஆனால் அன்றைக்குத் தன்னால் அவ்வாறு உற்சாகமாகப் பதிலேதாவது சொல்லமுடியுமாவென்று ஜெஸ்மினுக்குச் சந்தேகமாகவிருந்தது.

கொழும்பு செல்வது குறித்த புதிய முடிவைச் சொன்னால் ராஜலட்சுமி யின் பேச்சும் அவளின் குதூகலமும் அந்தவாறே இருக்குமாவென்று எண்ண அவள் குழம்பிப்போனாள். ஆனாலும் சொல்லியேயாகவேண்டும். அப்பாவே தீர்மானமெடுத்த பிறகு இனி அந்த முடிவில் மாற்றமேதும் ஏற்படப்போவதில்லை. நேர்முகப் பரீட்சைக்கு இன்னும் ஒரேயொரு நாளே இருக்கிற நிலையில் தாமதிப்பதிலும் அர்த்தமில்லையென அதைச் சொல்லிவிடுவதெனத் தீர்மானமெடுத்தாள் ஜெஸ்மின்.

அவளே எதிர்பார்த்திருக்கவில்லை அப்படியொரு மாற்றம் தங்கள் பயணத்துக்கு நேருமென. முதல்நாள் இரவு கிளப்பிலிருந்து வீட்டுக்கு வந்த தந்தை ஆற அமர சோபாவில் அமர்ந்துகொண்டு ஜெஸ்மினைக் கூப்பிட்டார். பாரதூரமான விஷயமொன்றைப் பேசப்போகிறவர்போல் மனைவியையும் அழைத்தார். எதிரே இருவரையும் இருக்கச் சொன்னார். "லிவர் பிறதேர்ஸ் மாதிரிப் பெரிய கொம்பனிகளிலை பெரிய பெரிய சிபார்சு இல்லாட்டி எங்களைப்போல ஆக்களுக்கு வேலை கிடைக்கிறது கஷ்டம், ஜஸ்மின். நானும் தெரிஞ்சவையிட்டையெல்லாம் விசாரிச்சுப் பார்த்திட்டன். எல்லாரும் ஒரே அபிப்பிராயத்தையே சொல்லுகினம். சிலவேளை அந்த வேலையளுக்கு ஆராரை எடுக்கிறதெண்டு முந்தியே யோசிச்சு வைச்சுக்கொண்டும் சும்மா இன்ரவியூ நடத்துவாங்களாம். வீணான அலைச்சலும், காசுச் சிலவும்தான் மிஞ்சும். அங்கை போய் அலையிறதைவிட வீட்டிலயிருந்து படிச்சால் சோதினையையெண்டாலும் நல்லாயெழுதலாம். அதாலை இப்ப கொழும்பு போற யோசினை வேண்டாம். இதை அந்தத் தீவுப் பிள்ளையிட்டையும் சொல்லியிடு."

தந்தை சொல்வதிலிருந்த நியாயம் ஜெஸ்மினுக்கு ஓரளவு புரிந்தது. நீதிமன்றத்திலே தலைமை லிகிதராகவிருக்கும் அவருக்கு உயர்ந்த பதவிகளிலுள்ள பலரைத் தெரிந்திருந்தது. அவர் விசாரித்துப் பார்க்காமல் சும்மாவும் சொல்லியிருக்க மாட்டார். மேலும் இதுபோன்ற கொம்பனிகளில் தமிழருக்கு வேலை கிடைப்பதிலுள்ள அசாத்தியங்களை இன்னொருவர் சொல்லித்தான் ஒருவர் தெரியவேண்டியும் இருக்கிற காலமல்ல அது. துவேஷத்தின் கீறல்கள் இன அடையாளங் காரணமாய் விகசித்திருந்ததின் புற வெளிப்பாட்டினை சில நாள்கள் முன் புகைந்து புகைந்து சுருண்டெழுந்து யாழ் நூலகத்தை மூடிய புகையிருளில் அவளே தன் கண்காணக் கண்டிருந்தாள். இருந்தும்தான் தந்தையின் முடிவை

ஜெஸ்மினால் ஏற்றுக்கொள்ள முடியாதிருந்தது. ராஜலட்சுமியோடு கூடிக்கொண்டு போகவிருந்த ஒரு பயணம் தடைப்படுகிறது என்பது மட்டுமல்ல, ராஜலட்சுமியின் ஆசைகள், எதிர்பார்ப்புகள், ஏக்கங்களைக் கூட தந்தையின் புதிய முடிவு அடித்து நொறுக்குவதை அவள் கண்டாள். அது தந்தையோடு அவளைச் சிறிது வாதாடவும் வைத்தது. இருந்தும் ஒன்றும் பிரயோசனப்படவில்லை. தாயாரும் தந்தை கூறியதையே ஆதரித்துப் பேசிக்கொண்டிருந்தவகையில், அவளின் பிடிவாதம் அங்கே எடுபடாது போய்விட்டது.

"அதெல்லாம் சரி அம்மா. ராஜிதான் பாவம். ஞாயிற்றுக் கிழமை கொழும்புக்குப் போக எல்லாம் ஆயித்தமாய் இருக்கிறா ..." துக்கம் மேலிடச் சொன்னாள் ஜெஸ்மின்.

"உன்ரை சிநேகிதிதானே பிள்ளை. மனவருத்தப்பட்டிடாத மாதிரி நீதான் பக்குவமாய் எடுத்துச் சொல்லவேணும். நாளைக்கே சொல்லியிடு" என்று கூறிவிட்டு தந்தை சாப்பிட எழுந்துவிட்டார். அவரளவில் அந்த விஷயம் அத்தோடு முற்றுப்புள்ளியாகிவிட்டது. ஆனால் ஜெஸ்மினைப் பொறுத்தவரை ...

அக்கடமி நோக்கி நடந்து கொண்டிருந்த ஜெஸ்மினுக்கு, தான் கொழும்புக்கு வரவில்லை, வீட்டிலே மறிக்கிறார்கள் என்ற விஷயத்தை ராஜலட்சுமியிடம் எப்படிச் செல்வதென்று புரியவில்லை. "நீர் என்னோடை வாறதாய் இல்லாட்டி இந்த விஷயத்துக்கு அம்மாவிட்டைச் சம்மதம் வாங்கியிருக்கவே ஏலாது. அதுவும் நூல்நிலையம் எரிஞ்சு நாடு ஒரு குழப்பத்திலை இருக்கிற நேரத்திலை அம்மா சம்மதிச்சிருக்கவே மாட்டா. கடவுளாய்ப் பார்த்துத்தான் ரண்டுபேருக்கும் இன்ரவியூவுக்குப் போற வாய்ப்பைத் தந்திருக்கிறார்" என்று இரண்டு மூன்று நாட்களுக்கு முன்னர்கூட ஏதோ ஒரு தருணத்தில் ராஜலட்சுமி சொன்னதை அவள் அப்போது எண்ணிப் பார்த்தாள். அவளுக்கு, மறுப்பைச் சொன்ன தந்தையைவிட, அவருக்குச் சாதகமாய்ப் பேசிக்கொண்டிருந்த தாயார்மீதே கோபம் கோபமாய் வந்துகொண்டிருந்தது. அதனால் ராஜியின் குதூகலம் சிரிப்பெல்லாவற்றையும் அழிக்கும் பாவத்தை அவளே செய்யட்டுமென நினைத்தாள். அவளுக்கு அந்த உத்தி தன்னின் தப்புகையாகவும் தெரிந்தது.

நீண்ட நேரமாக ஜெஸ்மின் யோசனை வயப்பாட்டில் வந்து கொண்டிருப்பது கண்ட ராஜலட்சுமி, "என்ன ஜஸ்மின், ஏன் ஒண்டும் பேசாமல் வாறீர்?" என்றாள்.

"ஒண்டுமில்லை" என்று கூறிச் சிரிக்க முயன்றாள் அவள்.

இருவரும் கல்வி நிலையத்தை அடைந்தனர்.

பன்னிரண்டு மணியளவில் பாடங்கள் முடிய, "ராஜி, கிளாஸ் முடிஞ்சதும் உம்மை வீட்டுக்குக் கூட்டிக்கொண்டு வரச்சொல்லி அம்மா சொன்னவ" என்றாள் ஜெஸ்மின்.

"ஏன்?"

"தெரியாது. என்னவோ கதைக்கவேணுமாம்."

"சரி, வாரும்."

போய்க்கொண்டிருந்தபோது "காலமை நான் அங்க வந்த நேரத்திலை இதைச் சொல்லியிருந்தால், இந்த வெய்யிலுக்குள்ளை ஒரு நடை எனக்கு மிச்சமாகியிருக்கும்" என்று முணுமுணுத்துக் கொண்டாள் ராஜலட்சுமி. புன்சிரிப்போடேயே சொல்லியிருந்தாலும் அதை அவள் வெடிக்கப்போவதன் முன்னடையாளமாக பாவித்து அச்சமடைந்தாள் ஜெஸ்மின்.

4

தீவுகள், பாரம்பரியங்களையும் தனித்துவங்களையும் கட்டிக்காக்கும் நிலக்கூறுகள் என்பர். இலங்கையே ஒரு தீவாக அமைந்திருக்கிற வகையில் இச்சிறிய தீவுகளின் தனித்துவங்களைத் துல்லியமாகக் கோடிழுத்துக் காண்பது சிரமமெனினும், பெண்களைப் பொறுத்தவரையிலான சில வித்தியாசமான குணாம்சங்களை இங்கே ஒருவரால் காண்டல் கூடும். வாழ்க்கைச் சுமையின் பாதிப் பங்கினையாவது இவர்கள் சுமந்துவிடும்படியான வாழ்நிலைமை தீவுகளில் புராதனம். தீவில் இயல்பாய் வந்து விழக்கூடிய சோம்பலை அந்த வாழ்கிறதுக்கான உத்வேகமே கலைத்து விடுகிறது.

காலை பரக்க விரிந்திருக்கிறது தீவில்.

"அக்கா! அக்கா!"

பின்வளவுக்குள் முருங்கக்காய் பிடுங்கிக் கொண்டிருந்த சுந்தரம் பெண்சாதி திரும்பிப் பார்த்துவிட்டு, "என்ன ராசம்மா?" என்றபடி கொக்கைத் தடியை மரத்திலே சாய்த்துவிட்டு வந்தாள்.

தீவின் அந்தப் பகுதியிலே அவளைத் தெரியாத மனிதர்களில்லை. அதில் அவளது பெயரைத் தெரிந்தவர்களும் அதிகம் பேர்களில்லை. எல்லோரும் அவளைச் சுந்தரம் பெண்சாதியென்று சொன்னார்கள். நேரில் சுந்தரமக்கா என்று அழைத்தார்கள். வயது, சமூக அந்தஸ்து காரணமாய் இது நேரிட்டதென்றாலும் இதன்மூலம் ஒரு வட்டம் அல்லது தளை விழுந்துவிட்டதும் நிஜம். இதுவே சகல பெண்களது வாழ்நிலையினதும் வெளிப்பாடாகவிருந்தது. இங்கே திணை மயக்கம் இருந்தது. நெய்தல் நிலத்தில் வாழ்ந்துகொண்டு குறிஞ்சிக்கான இருத்தலை அவர்கள் இரங்கலுக்குப் பதிலாய் அனுபவித்தனர். அவர்கள் மயங்கியதில்லையென்பதுதான் இங்கே விசேஷம். சுமைகளைச் சுகங்களாக நினைத்து அடங்கிப்போக இங்குள்ள பெண்களுக்குத் தெரிந்திருக்கிறது. அதனால்தான் தன் இருபத்தொரு வருஷ கால தாம்பத்ய வாழ்க்கையில் சுந்தரம் பெண்சாதி ஒரு முகக்கோணல் அடைந்ததில்லை. எந்தத் துயரத்தையும் இக்கட்டினையும் இதழ்களுக்குள்ளான ஒரு சிரிப்போடு இதயத்துள் அடக்கிக்கொள்கிற ஒரு பண்பு இவளுக்குச் சாசுவதமாகிப்போனது. ஒரு செந்தளிர்ப்பு அவளது முகத்தில் எந்நேரமும் பதிந்திருந்தது. ராசம்மா அழைக்க வந்தவளிடத்தில் இதைத் தெளிவாய்க் காணமுடிந்திருந்தது.

வெள்ளையோட ஆரம்பித்திருந்த தலையில் உதிர்ந்திருந்த மஞ்சள் முருங்கையிலைத் தனியன்களைத் தட்டிவிட்டவாறே, "என்னடி, சொல்லு கெதியாய். நிக்க நேரமில்லை எனக்கு. முருங்கக்காய் பிடுங்கி யெடுத்துக்கொண்டு சந்தைக்குப் போகவேணும்" என்று அந்தரப்பட்டாள் சுந்தரம் பெண்சாதி.

"அவசரமாய் ஒரு அஞ்சு ருவாய் எடுக்கேலுமே அக்கா? அந்தாள் எங்கையோ வெளிய போக வெளிக்கிட்டுட்டு கையிலை காசில்லாமல் முழுசிக்கொண்டு நிக்குது."

முந்தானையை இழுத்து முடிச்சை அவிழ்த்து அய்ந்து ரூபா காசை எடுத்து அவளிடம் கொடுத்தாள்.

"இருந்தால் பத்து ரூவாயாய்த் தாவனக்கா. பின்னேரம் திருப்பித் தந்திடுவன். வரேக்கை அந்தாள் காசோடைதான் வரும்."

"மேலை கேக்காதை. சில்லறைதான் கொஞ்சம் கிடக்கு. இருக்கிறதிலை பொறுக்கி இவருக்குக் குடுத்துவிடத்தான் காணும். அங்கை பாரன் கூத்தை, திண்ணையிலை நிண்டு கிளிக்கோடு விளையாடுறதை" என்று கூறி அப்பால் நடந்தாள் சுந்தரம் பெண்சாதி.

சரியாகத்தான் சொல்லியிருந்தாள். வெளியே புறப்படுவதற்குத் தயாரான சுந்தரலிங்கம் திண்ணையில் நின்று மேசை லாச்சி, அலுமாரி எல்லாவற்றையும் மும்முரமாகக் குடைந்து எதையோ தேடிக் கொண்டிருந்தார். அவர் அங்கு மிங்கும் நடந்து கொண்டிருந்தது அவளுக்குச் சிரிப்பாகவிருந்தது. அது அவரின் பாசாங்கு அல்லது மறதி. இரண்டிலெதுவென்று அவளுக்கு இன்று வரைக்கும் நிச்சயமில்லை. இப்படியேதான் நடந்துகொண்டிருக்கிறது கடந்த இருபத்தியொரு வருஷங்களாக.

1960ஆம் ஆண்டு சுந்தரலிங்கத்துக்கும் அவளுக்கும் திருமணம் நடந்தது. ஆரம்பத்தில் அவளுடைய தாயாருக்கு அந்தத் திருமணத்தில் பூரண சம்மதம் இருக்கவில்லை. தந்தை செல்லப்பாதான் அவளை விழி உருட்டலிலேயே அடக்கிவிட்டு சுந்தரலிங்கத்தை, ஏதோ அவர் வவுனியாச் சுந்தரலிங்கமென்று நினைத்துக்கொண்டு மகளைச் சுந்தரம் பெண்சாதி ஆக்கினார்.

யாழ்ப்பாணத்தில் கச்சேரிச் சத்தியாக்கிரகம் முடிந்திருந்த அந்த நேரத்தில் சுந்தரலிங்கத்தின் பெயர் 'பதினெட்டுத் தீ'விலுமே பிரபலமாகியிருந்தது. வேலணையைப் பிறப்பிடமாகக் கொண்டிருந்தாலும் சத்தியாக்கிரகத்தில் தீவுப் பகுதிகளின் பாரிய பங்களிப்புக்கு சுந்தரலிங்கத்தின் திறமையும் செல்வாக்குமே மிகப் பெரிய காரணங்கள். இது செல்லப்பாவுக்குத் தெரியும். மகளுக்கும்தான். கல்யாணம் நிச்சயமாகியிருந்த நிலையில் திடீரென ஒருநாள் சுந்தரலிங்கம் வீட்டுக்கு வந்து செல்லப்பாவை அழைத்துப் பேசினார். அதை ஒரு தமிழ்த் திருமணமாய் தந்தை செல்வநாயகத்தின் தலைமையில் நடத்தவேண்டுமென்ற தனது விருப்பத்தைத் தெரிவித்தார். அதைக் கேட்டு செல்லப்பா முதலில் திகைத்துப் போனாலும், அவரது தமிழ்ப்பற்றைத் தெரிந்தவராதலால் தன்னை நிதானித்துக்கொண்டு, தந்தை செல்வா சிறையிலிருந்து

வெளியே வந்து திருமணத்தை நிகழ்த்திவைக்கும் வரை காத்திருக்க வேண்டியதில்லை, அம்மன் சந்நிதியில் தாலிகட்டிக்கொள்ளலாம், அந்த வகையில் மத சம்பிரதாயங்கள் குறைவு என்று தெளிவுபடுத்தி அதற்குச் சுந்தரலிங்கத்தைச் சம்மதிக்க வைத்துவிட்டார்.

முற்றத்து மாமரத்துக்குக் கீழே – அதோ அந்த முற்றித் தெறித்த மாமரத்துக்குக் கீழேதான் – அவர்கள் நின்று பேசிக்கொண்டது வீட்டுக்குள்ளிருந்த செல்லப்பாவின் மகளுக்கும் கேட்டது. அவரது புதுமை விருப்பத்திலும், தமிழ்ப் பற்றிலும் ஏற்கனவே அவரைத் தெரிந்து வியந்திருந்தவள் அக்கணமே அவர்மீது காதலாகிப்போனாள். அடுத்த ஐப்பசி மாதம் நல்லதொரு நாளிலே நயினை அம்மன் சந்நிதியில் அவர்களுக்குத் திருமணம் நடைபெற்றது.

அரசியல் தொண்டனாக வாழ்க்கையைத் தொடங்கியவர் சுந்தர லிங்கம். அதுபோல் அரசியல் தொண்டனாகவே அன்றளவும் வாழ்ந்து கொண்டிருக்கிறார். இருந்த நிலைமையை விட்டு ஒரு அங்குலம் உயரவில்லை. இருபத்தொரு வருஷங்களுக்கு முந்திய அதே சீதனக் காணி, அதே வீடு, அதே பனைமட்டை வேலி, கீற்றுப் படலை, கூரைவீடு, ஒழுக்கு... நித்திய தரித்திரம். சுந்தரலிங்கத்துக்கு இரண்டு பிள்ளைகள். திட்டமிடாமலே அளவாய் அமைந்துவிட்டது குடும்பம். ஒரு ஆண். ஒரு பெண். தன் அரசியல் தமிழ்ப் பற்றுக்கள் காரணமாய் முன்னே பிறந்த பெண்ணுக்கு தமிழரசியென்றும், பின்னே பிறந்த பையனுக்கு சுதந்திரனென்றும் பெயரிட்டார். எப்படியோ மகளை அரசாங்க சாதாரண தர பரீட்சை எழுத வைத்ததோடு, மகனையும் பல்கலைக்கழகம் அனுப்பிவிட்டார்.

ஒரு வேலை இல்லாமல், நிரந்தர வருமானம் இல்லாமல் கிராய்க் குளத்துப் பன்னிரண்டு பரப்பு வயலை மட்டும் வைத்துக் கொண்டு சுந்தரம் இவைகளையெல்லாம் எப்படிச் செய்தார்? உண்மையில் அந்த நிலத்தில் வரம்பு கட்ட, புல்லு பிடுங்க, அருவி வெட்ட என்று ஒருநாள் கூட அவர் அடியெடுத்து வைத்ததில்லை. காலையில் எழுந்து வெளியே போய், இரவிலோ மறுநாளோ, இன்னும் இரண்டு நாட்கள் கழித்தோ வீடு திரும்பி, சனி ஞாயிறு பாராமல் வருஷம் முந்நூற்று அறுபத்தைந்து நாளும் அரசியல் ஊழியம் செய்த ஒரு – ஒருவேளை ஒரே – அரசியல்வாதி சுந்தரம். வீட்டிலே அரிசி இருக்கிறதா, எண்ணெய் இருக்கிறதா என்று அவர் ஒருநாள்பட்டு அக்கறையெடுத்து விசாரித்ததில்லை. அப்படியான புருஷனோடுதான் அவள் குடும்பம் நடத்தினாள். அவர் எப்போதாவது கொடுக்கிற சின்ன நோட்டுக்களைத் தவிர, தானாக எடுத்துக்கொள்கிற சில்லறைகளைத் தவிர குடும்பச் செலவுக்கென்று வேறு தொகையை அறியாமல் இருபத்தொரு வருஷங்களைச் சமாளிப்பதென்பது சாமான்ய விஷயமா?

இருந்தும் அவள் அலுத்துக்கொண்டதில்லை. பொறுதி அவளிடத்தில் பரிபூரணம் பெற்றிருந்தது. முருங்கக்காய் தேங்காய் மாங்காய்கள் விற்றும், ஆடு மாடு கோழிகள் வளர்த்தும் எப்படியோ அந்தக் குடும்பத்தை அவ்வளவு தூரம் இழுத்து வந்துவிட்டாள். அவரும் பிள்ளைகளை எப்படியோதான் படிப்பித்தார். அவளும் குடும்பத்தை எப்படியோதான்

நடத்தினாள். இந்த எப்படியோ என்பதுகளுக்குப் பின்னால் அளப்பரிய பிரயத்தனங்களே இருக்கின்றன. இருவருக்குமே அது தெரிந்திருந்தது. அதனால்தான் ஒருவர் மீது ஒருவர் குறைகுற்றம் சொல்லாத திருப்தியுடன் காதலைக் காக்க முடிந்தது.

முதல்நாள் மாலை ஆறு மணிக்கெல்லாம் வீட்டுக்குத் திரும்பி விட்டிருந்தார் சுந்தரம். வந்ததும் வராததுமாய் மகளை அழைத்து, "ஒரே தலையிடியாய் இருக்கு. மருந்துக் குளிசை எதாவது இருக்கோ, அரசி?" என்று கேட்டார்.

"இல்லையே, அய்யா."

மண்ணெண்ணெய்ப் போத்தல் மாப்பெட்டி சகிதம் மனைவி வெளியே புறப்படுவது கண்டு மடிசஞ்சி எடுத்து சில்லறை தேடினார். கிடைக்கவில்லை. கடைசியில் ஒற்றைத் தாளாக இருந்த ஐம்பது ரூபாவை எடுத்துக் கொடுத்து நாலு டிஸ்பிறின் குளிசை வாங்கி வரக் கேட்டார். பணத்தை வாங்கிக்கொண்டு கடைக்குப் போய் வந்தவள் அப்போது திண்ணையில் அமர்ந்திருந்த சுந்தரத்துக்குப் பக்கத்தில் மருந்துக் குளிசைகளை வைத்துவிட்டு அப்படியே அடுக்களைக்குப் போய்விட்டாள். ஆனால் அவரோ காலையில் எழுந்து வெளியே செல்லத் தயாரானவுடன் முதல் நாள் மாலை மருந்துக் குளிசை வாங்கிய காசின் மீதியை கைமாறி எங்கோ வைத்துவிட்டதுபோல் மேசை, மேசை லாச்சிகள் எல்லாம் தேடி அட்டகாசம் பண்ணிக்கொண்டிருக்கிறார். அது மறதியா? பாவனையா? தேடிக் களைத்தவர், "அரசி, கொம்மாவைக் கூப்பிடு" என்றார். அரசி அழைக்கத் தாயார் வந்தாள். வழக்கம்போல் முந்தானையை இழுத்து முடிச்சை அவிழ்த்து சில்லறையில் ஐந்து ரூபாவை எண்ணிக் கொடுத்தாள். அவர் வாங்கியபடி முந்தானைக்குள்ளிருந்த நிறைந்த சில்லறைகளில் பார்வையைப் பதித்திருந்துவிட்டு அவளது கண்களை உற்றுநோக்கினார். ஞாபக இதழ் ஒன்று அவிழ்ந்தது. நேற்று... ஐம்பது ரூபாவின் மீதியை அவர் காணக்கூட வில்லை. அவள் இதழ்களுக்குள் சிரிப்பாய் நின்றிருந்தாள். அவர் சில்லறையை நாஷனல் சட்டைப் பையில் போட்டுக்கொண்டு அப்பால் நடந்தார் மவுனமாக.

வெளியே புறப்படுவதற்கு முன் கம்பஸ் செல்லத் தயாராகிக் கொண்டிருந்த மகனை அணுகினார். "சுதன், ஞாயிற்றுக்கிழமை கொழும்புக்குப் போக எல்லாம் ஆயித்தம்தானே? முக்கியமான இடத்துக் கலியாணம், போகாமல் விட்டிடக்கூடாது" என்றார்.

"நான் ஆயித்தம்தான் ஐயா, ஆனா பாஸ்..."

"பின்னேரம் எம்பியிட்டை எடுத்து வருவன்... இல்லாட்டி ரிக்கற்றுக்கு காசாவது தருவன்" என்றார் அவர். பின் மனைவி பக்கம் திரும்பி, "என்னப்பா, வரட்டே" என்றுவிட்டு வெளியே நடந்தார்.

5

ராஜலட்சுமியோடு ஜெஸ்மின் வீட்டுக்கு வந்தபோது தாயார் திரேஸா சமையலறையில் அலுவலாக இருப்பது தெரிந்தது. சிநேகிதியை

ஹோலுக்குள் இருக்கச் சொல்லிவிட்டு தாயாரிடம் சென்றாள். "அம்மா, ராஜியைக் கூட்டிக்கொண்டு வந்திருக்கிறன். கொழும்புக்கு நான் வரேல்லையெண்டதை நீங்களே வந்து அவவிட்டைச் சொல்லுங்கோ."

திரேஸா திரும்பி மகளை உற்று நோக்கினாள். இந்தச் சின்ன விசயத்துக்குப்போய் இவ்வளவு சஞ்சலப்படுகிறாளே என்று மனத்துள் எண்ணி அதிசயித்துக்கொண்டு, "சரி, அவவோடை போய்க் கொஞ்சநேரம் பேசிக்கொண்டிரு, கறியை இறக்கி வைச்சிட்டு வாறன்" என்றாள். ஹோலுக்குத் திரும்பிவந்த ஜெஸ்மின் மின் விசிறியைச் சுழல வைத்துவிட்டு ராஜலட்சுமிக்குப் பக்கத்தில் அமர்ந்தாள். ஜெஸ்மினின் மவுனமும் அவளது முகம் அடைந்திருந்த குழப்பமும் ராஜலட்சுமியைச் சிறிது சஞ்சலப்படுத்தினாலும், அதை கொழும்புப் பயணத்தோடு இணைத்துப் பார்க்க முனையவில்லை. எனினும் உள்ளே மனம் புழுங்க ஆரம்பித்திருந்தது.

திரேஸா ஹோலுக்கு வந்தபோது அபூர்வமான அமைதியொன்று அங்கே விழுந்திருந்தது. மின்விசிறியின் "ம்ம்ம்" இரைச்சல். சின்ன மேஜையில் கிடந்த ஆங்கிலத் தினசரியின் இதழ்ப் படபடப்பு. வழக்கமாக அந்த இருவருக்குள்ளும் இருக்கும் குசுகுசுப்பும் வெடிச்சிரிப்புகளும் எங்கே? விஷயம் வெளியாவதன் முன்னமே அவர்களிடையே மாயமாய் விழுந்திருந்த மவுனம் திரேஸாவைச் சிறிது கலவரமுறுத்தியது. தன் கணவரின் முடிவை வெளிப்படுத்த வேண்டியதன் அவசியத்தை எண்ணி மனத்தைத் திடப்படுத்திக்கொண்டாள்.

"வீட்டிலை அம்மா எப்படி இருக்கிறா, ராஜி?" என்றபடி அவர்கள் எதிரில் அமர்ந்தாள்.

"சுகமாய் இருக்கிறா" என்று இயல்பான கலகலப்புடன் கூறினாள் ராஜி.

"பாத்தும் எத்தினை நாளாச்சு! பெரியகோயில் பூசைப் பெருநாளுக்கு கடைசியாய்ப் பாத்தது. ஏன் ராஜி, அம்மா யாழ்ப்பாணப் பக்கமே வாறேல்லையே?"

"அவவுக்கு யாழ்ப்பாணத்திலை என்ன வேலையிருக்கு? எப்பெண்டான்ன இருந்திட்டு ஒருநாளைக்கு ஆஸ்பத்திரிக்கு, துணியெடுக்கவெண்டு வந்தாலும், வந்த வேலை முடிஞ்சவுடனை வீட்டுக்கு ஓடிவந்திடுவா."

"அடுத்த முறை யாழ்ப்பாணம் வரேக்கை கட்டாயம் இஞ்சையும் ஒருக்கா வந்துட்டுப் போகச் சொல்லு. நானெண்டாலும் வந்திடுவன், நேரம் எங்கை இருக்கு? சமைச்சுப் போடுறதிலையே நேரம் சரியாய்ப் போயிடுது" என்று தன் பூர்வாங்கப் பேச்சை முடித்த திரேஸா தொடர்ந்து நேரடியாகவே விஷயத்துக்கு வந்தாள். "ராஜி... கொழும்புக்குப் போறதுக்கு ஜஸ்மின்கூட எல்லாம் ஆயித்தமாய்த்தான் இருக்கிறா. இந்த நேரமாய்ப் பாத்து ஜஸ்மின்ரை அப்பா எதோ சொல்லுறார். கிளப்பிலை தெரிஞ் சவையோடை கதைச்சுப் பாத்தாராம். இன்ரவியூ வெறும் நாடகம், முந்தியே அந்த வேலைக்குச் சிங்கள ஆக்களை எடுத்திருப்பாங்கள்

48 தேவகாந்தன்

எண்டுதான் எல்லாரும் சொல்லுகினமாம். நீகூட போறதுக்கு எல்லாம் ஒழுங்கு செய்திருப்பாய். இந்த நேரத்திலை போய்...”

ராஜியின் முகபாவம் ஒரு பின்னமளவு மாற்றமடைந்தது. இருந்தும் தன் இயல்பான சிரிப்பின் அளவில் எதுவித மாற்றமுமின்றி அவதானமாய்க் கேட்டுக்கொண்டிருந்தாள். எதிரே அமர்ந்திருந்த ஜெஸ்மினுக்கு ராஜியைப் பார்க்க என்னவோபோல் இருந்தது. கடைசிநேரத்தில் தான் அவளைக் கைவிட்டுவிட்டது போன்ற தவிப்பு. இனி அந்த இடத்தில் அவளால் தொடர்ந்தும் அமர்ந்திருக்க முடியாது. “அம்மா... அடுப்பிலை கேத்தில் வைச்சிட்டே வந்தனீங்கள்?” என்று கேட்டபடி எழுந்து சமையலறைக்கு நடந்தாள்.

உள்ளே பேணிகள் கோப்பைகள் உருள்பட்ட சத்தம் கேட்டது. தன் மகளின் உள்ளடங்கியிருந்த ஆத்திரத்தின் வெளிப்பாடே அது என்பது தெரிந்தது. அவள் ராஜியின் பக்கம் கவனத்தைக் குவித்தாள். “இந்தமாதிரிப் பெரிய பெரிய கொம்பனி விஷயங்களிலை எவ்வளவு ஊழலும் அரசியலும் கலந்திருக்குதெண்டு சின்னப் பிள்ளையள் உங்களுக்குத் தெரியாது, ராஜி. வீணாய் ஒரு பயணத்தைப் போய் நீங்கள் அலையக்குடாதெல்லே... அதுவும் இந்தமாதிரி நேரத்திலை... அதுதான் அவர் இப்படிச் சொல்லுறார்.”

தன் எண்ணங்கள், கனவுகள், ஆசைகளெல்லாம் ஈடாட்டம் காணத் துவங்குவது தெரிந்த ராஜி உணர்வழுத்தங்களால் இதயம் பொருமினாலும் மௌனமாக அமர்ந்திருந்தாள். ஜெஸ்மின் கொழும்புக்கு வரவில்லையென்பது அவளைப் பொறுத்தவரை ஒரு செய்தியல்ல. ஒரு பாதிப்பு.

திரேஸா பலஹீனமான ஒரு சிரிப்போடு தொடர்ந்தாள்: “படிச்ச தமிழாக்களெல்லாம் வேலை தேடி வெளிநாடுகளுக்கு ஓடிக் கொண்டிருக்கினம். இந்த நிலவரத்திலை ஒரு சிபார்சுகூட இல்லாமல் லிவர் பிறதேர்ஸ் மாதிரி ஒரு பெரிய கொம்பனியிலை ஒரு வேலையை எதிர்பார்த்து நீங்கள் போறது இப்ப யோசிச்சா எனக்குக்கூட புத்திசாலித் தனமாய்த் தெரியேல்லை. எல்லாத்துக்கும் மேலாய் அங்கத்தைப் பாஷையை எழுத மட்டுமில்லை, உங்களுக்குப் பேசவும் தெரியாது. சிங்கள தேசமெண்டும், புத்த நாடு எண்டும் சொல்லிக் கொண்டிருக்கிற இந்த ஆக்களுக்கு மத்தியிலை இனி தமிழாக்களுக்கு, குறிப்பாய் யாழ்ப்பாணத் தமிழருக்கு, நல்ல வேலையொண்டு கிடைக்கிறது ஒருக்காலும் நடக்காது.”

ஜெஸ்மினின் தாயார் எல்லாவற்றையும் மிகைப்படுத்திச் சொல்லிக் கொண்டிருப்பதாய்ப் பட்டது ராஜலட்சுமிக்கு. ஐக்கிய தேசியக் கட்சியின் சுதந்திர பொருளாதாரக் கொள்கை காரணமாக வாழக்கூடிய வழிகளெல்லாம் நாட்டில் மிகுந்து வருகிற நேரத்தில், இன்னும் தன் இனம் சிறுபான்மை பெரும்பான்மையென்ற பேதம் பாராட்டிக்கொண்டு பின்னடைந்து போவதாக எண்ணி அவளுக்கு மனம் எரிந்தது. அந்தத் தாழ்வு மனப்பான்மை, பேதப்படும் பண்பு இருப்பதால்தான் சேர். பொன். அருணாசலம், சேர். பொன். இராமநாதன் போன்ற தேசியத் தலைவர்கள் பின்னாளில் தோன்றவில்லையென்று இகழ்ச்சியாக நினைக்கவும் செய்தாள்.

வேறு சமயமாயிருந்தால் திரேஸாவின் கருத்துக்களைக்கூட ராஜியால் புரிந்துகொண்டிருந்திருக்க முடியும். அவளுக்குத் தெரியாததில்லை யாழ் நகர் மத்தியின் அறிவு மய்யம் புகையிட்டுச் சுடர்ந்தெரிந்த கதை. ஆனால் ஜெஸ்மின் கொழும்புக்கு வரவில்லையென்ற அதிர்ச்சியைத் தந்ததோடு, தன்னை ஒரு சின்னப் பெண்ணாக, விபரமோ விளப்பமோ இல்லாத தீவுப் பகுதிப் பெண்ணாக நினைத்து திரேஸா உபதேசம் செய்துகொண்டிருந்ததும் அவளைக் குமுறச் செய்திருந்தன. அவளது இயல்பான மனநிலை கலைந்து போயிருந்தது. இருந்தும் முடிந்தளவு தன் ஆத்திரத்தை அடக்கிக் கொண்டு கேட்டாள்: "அப்ப ஜஸ்மின் கொழும்புக்கு வரேல்லையோ?"

"போறதிலை பிரயோசனமில்லையெண்டு வெளிப்படையாயே தெரியேக்கை, போகாமல் விடுறதுதானே ராஜி புத்திசாலித்தனம்?" என்று குரல் தணிந்து கூறினாள் திரேஸா.

'உங்கடை மோள் வராட்டி என்ன? என்னாலை வேறை ஆரோடையும் போகேலாதோ? இல்லாட்டித் தனியாய்ப் போவன். உங்கடை புருஷனின்ரை அபிப்பிராயம் உங்கடை மோளைத் தடுக்கும், என்னை என்னெண்டு தடுக்கும்? நீங்கள் சொன்னமாதிரி தமிழர் – சிங்களவர் எண்ட வேற்றுமை எவ்வளவுக்கு இருக்குதெண்டு நேரிலை போய்ப் பாத்திடுறனே!' என்று வாய் வரை வந்த வார்த்தைகளை அவசரமாக அடக்கிக் கொண்டாள் ராஜி. அவள் பதில் சொல்லத் தேவை யில்லை அதற்கு. பதில் சொல்லக்கூடாது. அவள் இனிப் போகலாம். "இதைச் சொல்லுறதுக்கே வரச்சொன்னீங்கள்? நான் என்னவோ ஏதோவெண்டு நினைச்சுக்கொண்டு வந்தன். இதை ஜஸ்மினிட்டையே சொல்லிவிட்டிருக்கலாமே?"

"தேப்பன் நேற்று முடிவைச் சொன்னவுடன ஜஸ்மினிட்ட சொல்லியிட்டனே. காலமைகூட ராஜியிட்டைச் சொல்லியிடு எண்டு தானே சொல்லிவிட்டனான்."

ராஜி ஜெஸ்மின் பக்கம் திரும்பி வெறுமையாய் நோக்கினாள். பின் எழுந்துகொண்டு, "நேரம் போட்டுது. மத்தியான நேரத்திலை பஸ்ஸெடுக்கிறது கஷ்ரமாயிருக்கும், அன்ரி. நான் போட்டு வாறன்" என்று விடைபெற்றாள்.

ஜெஸ்மின் கூடச் சென்றாள். இருவரும் முற்றத்தில் இறங்கி நடந்துகொண்டிருக்கையில், "வருத்தப்படாதை, ராஜி. இன்னொரு நல்ல வேலைக்கு வராமலே போகப்போகுது?" என்றாள் திரேஸா. ராஜி திரும்பிப் பார்த்துச் சிரித்தாள். பதில் சொல்லவில்லை.

கேற்றைத் திறந்துவந்து வீதியை அடைந்ததும் ஓரமுள்ள மரநிழலில் ஒதுங்கிக்கொண்டு நிதானமாக ஜெஸ்மினை நோக்கித் திரும்பினாள் ராஜி: "ஜஸ்மின், இதை நீரே என்னிட்டைச் சொல்லியிருந்தால் நல்லாயிருந்திருக்குமே! இந்த வெய்யில்லை என்னை இந்தளவு தூரம் நடக்கவைச்சு, இவ்வளவு நேரமாய் கொம்மாவிட்டைப் புத்திமதி கேக்கவைச்சு ... ம் ... ஏன் ஜஸ்மின்?"

ஜெஸ்மினின் கண்கள் கலங்கின. "ராஜி ..." என்று வார்த்தைகள் வெளிவராது தடுமாறினாள் அவள்.

"சொல்லும், ஜெஸ்மின்."

"எனக்கு அதை எப்பிடிச் சொல்லுறதெண்டு தெரியேல்லை, ராஜி. கொழும்புக்குப் போக எல்லாம் ஆயித்தமாய் இருக்கேக்கை, வீட்டிலை என்னை மறிக்கினம், நான் வரேல்லையெண்டு எப்பிடி ராஜி என்னாலை சொல்ல ஏலும்? இன்ரவியூவுக்குப் போறதிலை எவ்வளவு ஆசையும், அந்த வேலை கிடைக்குமெண்டு எவ்வளவு நம்பிக்கையும் உமக்கு இருந்ததெண்டு எனக்குத் தெரியும். அந்த ஆசையையும், நம்பிக்கையையும் அழிக்கிறமாதிரியான ஒரு முடிவைச் சொல்ல எனக்கு மனம் வரேல்லை. அதுதான் அம்மாவைக் கொண்டே ..."

ஜெஸ்மினின் மனம் ராஜிக்குப் புரிந்தது. வேறுமாதிரி அவளால் நடந்திருக்க முடியாதென்று கோபம் தணிந்தவள், சாந்தமாக, ஆனாலும் உறுதியான குரலில் சொன்னாள்: "பறவாயில்லை, ஜஸ்மின். இண்டைக்காவது எனக்குத் தெரியவந்துதே. கொம்மா வருத்தப்படக்கூடாதெண்டுதான் ஒண்டும் சொல்லாமல் வந்தனான். அநேகமாய் இந்தப் பயணத்தை நிப்பாட்டுற எண்ணம் எனக்கில்லை. நாளைக்கு ஒருநாள்தான் இடையிலை இருக்கு. என்ன செய்யப் போறனோ தெரியாது. எண்டாலும் முடிஞ்சவரை முயற்சிசெய்து பாத்திடுறதெண்டுதான் இருக்கிறன். நான் வாறன்."

ராஜி விறுவிறுவென்று நடக்கத் துவங்கினாள்.

அவள் செல்வதையே பார்த்துக்கொண்டு பின்னால் துக்கத்தோடு நின்றிருந்தாள் ஜெஸ்மின்.

6

திருநெல்வேலி தமிழ்ப் பல்கலைக்கழக வளாகத்தில் மாணவர்கள் இரண்டு மூன்று பேர்களாக, சிறு சிறு கூட்டங்களாக நின்றும் உட்கார்ந்தும் அங்குமிங்குமாய் நடந்தும் கொண்டிருந்தனர். அது மதிய உணவு வேளை. எங்கும் ஒரே கலகலப்பு. விடுதலை முடிந்து, போன கிழமைதான் புதிய கல்வியாண்டு ஆரம்பித்திருந்தது. அதனால் விரிவுரைகள் இன்னும் ஒழுங்காகத் தொடங்கவில்லை. புதிய மாணவர்களின் வரவு வேறு காலையிலிருந்தே ஒருவிதமான இயல்பை மீறிய அமளியைக் கிளப்பியிருந்தது.

மாலையில் வகுப்பேதும் இருப்பது சாத்தியமில்லாததால் வீடு செல்லப்போவதாகக் கூறிக்கொண்டு பஸ்ஸெடுக்க நடந்தான் சுதந்திரன். அவன் நெஞ்சு முழுக்க ஒருவகை இனிமை தளும்பிக் கொண்டிருந்தது. அன்று விரிவாகப் பாடம் நடக்கவில்லையாயினும் இரண்டாம் வருட வகுப்புக்கு வந்த தமிழ் விரிவுரையாளர், தான் அப்போது படித்துக் கொண்டிருந்த திருவாசகத்திலிருந்து அழகான ஒரு பாடலை எடுத்து அருமையாக விளக்கியிருந்தார். திருவாசகத்தின் உருகவைக்கும் அம்சம் ஒன்றாய், விரிவுரையாளரின் உள்ளார்ந்த ஈடுபாட்டின் கனிவு

இன்னொன்றாய் அவனை அப்பாடல் நெகிழ்த்தியிருந்தது. "கண்கள் இரண்டும் அவன் கழல் கண்டு களிப்பன ஆகாதே" என்ற அந்தப் பாடல் அப்போதும் தன் காதுகளில் ஒலித்துக்கொண்டு இருப்பதுபோன்ற பிரமை மேலிட்டது.

இளமையாய் இருந்தால் அழகும், முதுமையாய் இருந்தால் கம்பீரமும் எதற்கும் இருக்கிறது. அந்தத் தமிழ்ப் பல்கலைக் கழகத்துக்கோ இரண்டும் இருந்தன. பழைய பரமேஸ்வராக் கல்லூரியில் புதிய தமிழ்ப் பல்கலைக் கழகத்தின் நிர்மாணத்தால் அழகும் காம்பீர்யமும் அங்கே இணைவது சாத்தியமாயிற்று. பாதையின் இருபக்கமும் மரங்கள். பாதை நெடுக நிழல்கள். சுற்றாடலில் தோட்டங்கள், வயல்வெளிகள். காலெங்கும் செம்மை. விழியெங்கும் பசுமை. வளாகத்து நிழல் மரங்களுக்குக் கீழே வண்ணத்துப் பூச்சிக் கணக்கில் மாணவியர். பல்வேறு தரங்கள். பல்வேறு தளங்கள். பல்வேறு திறங்கள். இருந்தும் மாணவப் பருவம் எல்லா வகைகளையும் அங்கே ஒன்றாகக் கட்டிப் போட்டிருந்தது. பாதையினோரம் வேப்பமரம் ஒன்றின் கீழே மாணவியர் சிலர் சூழ நிற்கிறாள் நீட்டா. யாழ்ப்பாணம் மார்ட்டின் வீதி வழக்கறிஞர் ஒருவரின் மகள். செல்வமும் செல்லமும் நிறைய. சுதந்திரன் எதிரே வரக் கண்டு அவளது சிரிப்பும் கலகலப்பும் அதிகரிக்கின்றது.

சுதந்திரனுக்கு மெலிந்த தோற்றம். இறுகிய உடம்பு. பாட்டியின் நிறத்தை அப்படியே பெயர்த்தெடுத்து மெழுகி விட்டாற்போன்ற நல்ல சிவந்த மேனி. முகத்தில் நிறைந்த வசீகரம். நடையில் முனிவனின் மிடுக்கு. அவனின் வசீகரத்தில் வசியமாகித்தான் நீட்டாவும் அவனை வசீகரிக்க எத்தனம் செய்துகொண்டிருந்தாள். ஆனால் ஆடம்பரங்களுக்கும் நல்ல குணங்களுக்குமிடையே வித்தியாசம் தேரத் தெரிந்திருந்தது அவனுக்கு. எதைத் தேரவேண்டு மென்கிற தெளிவுமிருந்தது. அந்தளவு தெளிவும் பிடிமானமும் இல்லாவிட்டால் ஒரு சின்னத் தீவின் வறிய குடும்பத்துப் பிள்ளை பல்கலைக்கழகப் படிப்புவரை முன்னேறுவதாவது. மனத்தில் விழுந்த லட்சியங்களே காதலாகிப் போனவனுக்கு பருவத்தின் காதலில் அவசரமிருக்கவில்லை. படிப்பும் லட்சியத்துக்கான உரமாகவே வளர்க்கப்பட்டது அவனளவில். அவற்றின் ஊறுக்கு அணுவளவும் இடம் ஒதுக்கப்படவில்லை நடைமுறையில். எவர் கண்ணின் வீச்சையும் நிர்விகற்பமாய்க் காண ஒரு மூலாதார சக்தியிருந்து அவனை வன்மை யாக்கிக் கொண்டிருந்தது.

அப்போதும் பாதையோரம் நின்று அவனை அழகாகப் பார்த்த நீட்டாவைத் தாண்டி நிர்ச்சலனமாய் நடந்து பஸ் நிறுத்தத்தை அடைந்தான். ஏற்கனவே அவன்போல மதியத்தோடு வீடு அல்லது தியேட்டர் செல்கிற கூட்டமொன்று அங்கே நின்று கொண்டிருந்தது. அவனுக்காகவே காத்திருந்ததுபோல கூட்டத்தைப் பிரித்துக்கொண்டு முன்னே வந்தாள் தேவமனோகரி. பின்னால் வசந்தா.

எவரைக் கண்டும் ஒதுங்கிக் கொள்கிற கிராமத்து அழகு தேவமனோகரி. அதே மண்ணைச் சேர்ந்தவள். தோட்டக்காரர் ஒருவரின் மகள். அந்தச் செம்மண்ணின் வளம் வளரும் பயிர்களுக்கு

மட்டுமின்றி, மனிதர்களுக்கும் வாய்க்குமோ? உரமேறிய மேனியில் பருவத்தின் வனப்பு கொடிகட்டியிருந்தது. அவள் வெட்கப்பட்டு ஒதுங்கிக் கொள்வது அந்த வனப்புக்கு இன்னும் மெருகு கூட்டியது. பெண்களில் அவளோடு மட்டும்தான் ஓரளவு நெருக்கமாகப் பழகினான் சுதந்திரன். ஏனென்றால் அவன் எந்தக் கடினங்களைப் பிளந்துகொண்டு "மட்டம்" வெடிக்கவேண்டியிருந்ததோ, அதே கடினங்களைப் பிளந்து கொண்டுதான் அவளும் வளர்ந்திருந்தாள்.

'சுதன், இவ்வளவு நேரமாய்த் தேடிக்கொண்டிருக்கிறம். எங்கை நிண்டியள்? கம்பஸுக்குள்ளையே? இஞ்சை வாருங்கோ" என்று கூறிய தேவமனோகரி கூட்டமில்லாத ஒரு இடத்துக்கு ஒதுங்கினாள். அவன் வர, "இப்ப எங்கை போறியள்?' என்றாள். கேள்வி சற்று அவசரமாய்க் கேட்கப்பட்டது போலிருந்தது அவனுக்கு. அதில் லேசான பதட்டம் இருப்பதையும் அவன் கண்டான். கூட நின்றிருந்த வசந்தாவின் முகத்திலும் அதே உணர்வுகள் மின்னலிட்டமை அவனுக்கு ஆச்சரியமாயிருந்தது. அடக்கிக்கொண்டு, "வீட்டுக்குத்தான் ... ஏன்?" என்றான்.

"வீட்டுக்கெண்டால் ... எங்கை? இஞ்சை தங்கிநிண்டு படிக்கிற அறைக்கா, இல்லாட்டி நயினாதீவுக்கேயா?"

"தீவுக்குத்தான்."

"அப்பாடி ... நல்லதாய்ப் போச்சு. வழியிலை நிண்டு மினக்கெடாமல் நேராய்த் தீவு போய்ச் சேருங்கோ."

"ஏன்? என்ன விஷயம்?" என்று குழம்பினான் சுதந்திரன். அவனது காதோரம் அவள் நெருங்கிவந்து அவனைச் சத்தி தேடி வந்ததாய்த் தெரிவித்தாள்.

"சத்தியா? நடேஸ்வராக் கொலிஜ் சத்தியா?"

"ம்! கூட செபஸ்தியன்."

ஓ! அவன் சொல்லவில்லை. உள்ளக்குள்ளேயாய் அதிர்ந்தான். நேரடியாக அவர்களை அவனுக்கு அறிமுகமில்லை. ஆனால் எந்தக் கல்லூரி, பல்கலைக் கழக மாணவனுக்கு அவர்களைத் தெரியாது? குறிப்பாகச் சத்தியனை? இத்தனைக்கும் தற்போது அவர்கள் எந்தக் கல்லூரியினதுமோ, பல்கலைக்கழகத்தினதுமோ மாணவர்களில்லை. ஒரு காலத்தில் இருந்தார்கள்தான். இப்போது இல்லை. தரப்படுத்தல் கொள்கை மூலம் ஒதுக்கப்பட்டு இன்று காய்ந்த சுள்ளிகளான கன்றுகள். அவர்கள் வளர்ந்திருந்தால் பெரிய நிழலை, பெரிய பலனை இந்த மண் பெற்றிருக்க முடியும். ஆனால் இன்று தீய்க்குத் தயாராகி தீய்க்க இருக்கின்ற தள்ளிகளாய்ப் போயிருந்தனர். வளர்ந்து வரும் புதிய அரசியலின் பல்வேறு ஆயுதக் குழுக்களில் ஒன்றை அவர்கள் நெறிப்படுத்துவதன் காரணமாய் பத்திரிகைகளில் அதிகமாகப் பேசப்பட்டவர்கள். பொது மக்களால் பரவலாக அறியப்பட்டவர்கள். பொலிஸ் தேடலில் முன் வரிசையில் நிறுத்தப் பட்டிருப்பவர்கள். சத்தியனது பெயரை சுதந்திரன் எழுபத்தொன்பதாம் ஆண்டிலேயே கேள்விப்பட்டிருந்தான். தமிழாராய்ச்சி

மாநாட்டின் கொடூரங்களின் விளைச்சலென்று அப்போதே அவனைச் சொல்லிக்கொண்டார்கள்.

செபஸ்தியன் பிறகு வளர்ந்தவன். ஆனாலும் பெயர் திடுதிப்பென விலாசம் பெற்றிருந்தது. அவர்களோடான சங்காத்தம் பொலிஸ் ஆபத்தின் முன்னறிவிப்பு என்பது அனைவருக்கும் தெரியும். அதனால்தான் தேவமனோகரியும் வசந்தாவும் அவன் அவர்களைச் சந்திக்காதது நல்லதென ஆனந்தப்பட்டார்கள். போன வருஷத்தில் ஒருமுறை, குறிப்பாக, பாரிய திருநெல்வேலி வங்கிக் கொள்ளைக்கு முன்பாக, அவர்கள் அவனைச் சந்திக்க முயன்றதை அவன் அப்போது நினைவுகொண்டான். இப்போது யாழ் நூல் நிலைய எரிப்புக்குப் பின் ஒரு முயற்சி மேற்கொள்ளப்படுகிறது. தமிழின, மொழி உணர்வுள்ளவர்கள் அவ்வாறு தேடித் தேடித் தொடர்பு கொள்ளப்பட்டுக்கொண்டிருப்பதாகக் கூறப்பட்டது. அப்படியானால் சுதன் குறிவைக்கப்பட்டிருக்கின்றானா?

அவர்களின் உணர்வை அவன் மதித்தான். ஆனால் வழியை மறுத்தான். அவர்களைச் சந்திக்காமல் போவது அவனுக்கும் நல்லதாகவே பட்டது. ஆனால் எத்தனை நாட்களுக்கு அந்தச் சந்திப்பைத் தவிர்க்கமுடியும்?

“இப்ப ரண்டு பேரும் எங்கை?”

“வசந்தாதான் சொன்னாவாம், நீங்கள் றூமுக்குப் போயிட்டதாய். அங்கைதான் இப்ப போயிருப்பினம்.”

“சரி, இண்டைக்குச் சந்திக்காட்டி என்ன? செவ்வாய்க்கிழமை இல்லாட்டி புதன்கிழமை சந்திக்கவேண்டி வரலாம்தானே?”

“இண்டைக்குச் சந்திக்காட்டிப் போதும். பிறகு சந்திச்சாப் பறவாயில்லை.”

“ஏன்?”

“ஞாயிற்றுக்கிழமை கூட்டமொண்டிருக்கு, இஞ்சை திண்ணை வேலியிலை. ஏதோ ரகசியக் கூட்டமாம். அதுக்குப் போகாமல் தவறி யிட்டாக்கூட இப்போதைக்குப் போதும்.”

“மெய்யாய்த்தான், சுதன். படிக்கிற ஆக்களைப் போராட்டத்திலை ஈடுபடுத்துற எண்ணம் இப்ப அவைக்கு இல்லைப்போலை கிடக்கு. ஆனா ஆயுதப் போராட்டத்தின்ரை அவசியத்தைப் பிரச்சாரம் செய்யிறதுக்கு அவைக்கு உங்களை மாதிரியான ஆக்கள் தேவை” என்றாள் வசந்தாவும்.

“அதுக்கு நான் மறுத்தா ..?”

வசந்தா சிரித்துவிட்டுக் கேட்டாள்: “ஒண்டும் நடக்காதெண்டுதான் நினைக்கிறன். ஆனா அந்தளவுக்கு உமக்கு மனத்திடம் இருக்கா?”

போகும்போது, “இது வெளியிலை தெரியவேண்டாம், சுதன்” என்றாள் மனோகரி.

சுதந்திரன் பஸ்ஸுக்குக் காத்துக்கொண்டு தனியே நின்றிருந்தான். வளாகம் நோக்கித் திரும்பியவனின் மனத்தில் எண்ணங்கள் விசாலித்து எழுந்தன. இந்தக் கலகலப்பு நிஜமா? இந்தக் கலகலப்புக்குப் பின்னே ஒரு

சோகம்... ஒரு வன்மம் அவிந்துவிடாமல் வளர்ந்துகொண்டிருக்கிறதென்பது சாத்தியமா? ஒரு சத்தியனை ... ஒரு செபஸ்தியனை உருவாக்கிவிட்ட வடபகுதிக் கல்வி நிறுவனங்கள்போல் இதுவும் ஒரு மாவீரனை உற்பவித்தல் கூடுமோ? ஆயுதம்... போராட்டம்... உயிரிழப்பு... ரத்தம்... அழிவுகள் எல்லாம் ஒரு நியாயம் தேடுதலின் அடையாளமாய் விஸ்வரூபம் எடுக்கப் போகின்றனவா? அவன் குழம்பினான்.

7

புத்தகக் கடையுள் சஞ்சிகையொன்றிலே மூழ்கிப்போய் நின்றிருந்த சுதந்திரன் பின்னால் அழைப்புக் குரல் கேட்டுத் திரும்பினான். ராஜலட்சுமி நின்றுகொண்டிருந்தாள். தீவின் வடகரைப் பக்கமாக வீரபத்திரர் வீதியிலே அவளுடைய வீடு இருந்ததென்றால், தென்கரையில் விநாயகர் வீதியிலே இருந்தது அவனுடையது. இரண்டு வீதிகளுக்குமிடையே பெரிய தூரமில்லை. கூடியபட்சம் ஒன்றரை மைல்தான். இருவரதும் சின்ன வயதுக் காலத்தில் வீடுகள் விநாயகர் வீதியில் பக்கம்பக்கமாகத்தான் இருந்தன. அதனால் ஒரே பள்ளியில் படித்தும், வீட்டில் ஏகமாய் அழைத்து கூடி விளையாடியும், சண்டை பிடித்தும் விளைந்த ஓர் ஒட்டுதலும் அவர்களுக்குள் இருந்தது. பின்னால் சொந்தக் காணி வாங்கிக்கொண்டு பொன்னுச்சாமி குடும்பம் வீரபத்திரர் வீதிக்குப் போய்விட, பள்ளிகளும் வேறாகி பாதைகளும் மாற்றமடைந்ததால் அண்மைக் காலத்தில் ஓர் அரைப் பழக்க நிலைதான் நிலவியது இருவரிடத்திலும். எதிரிடையாகச் சந்திக்கிறபோது மட்டும் "எப்பிடிச் சுகம்? துலைக்கா?" என்று கேட்டுக் கொள்வதோடு நீண்ட காலமாய் அவர்களுக்குள் பேச்சு வார்த்தை அற்றிருந்தது. அதுவும் அவனாகப் பேசுவது குறைவு. அவள்தான் அழைத்துப் பேசுவாள்.

அவளுடைய குணவியல்புகளில் அவனுக்கு என்றும் ஒரு ரசனை. எதற்கும் கலீர் கலீரெனச் சிரிக்கும், எப்போதும் வளவளவெனப் பேசும் அந்த இயல்புகள் எவருக்குப்போலவும் அவனுக்கும் பிடித்திருந்தன. ஆனால் அந்தச் சிரிப்பும் கலகலப்பும் அப்போது அவளிடத்தில் அற்றிருந்ததை அவன் கண்டான். ஏதோ முக்கியமான விஷயமாகவே தன்னை அழைக்கிறாள் என்பதைத் தெரிந்துகொண்ட சுதன் அவளை நெருங்கினான். "என்ன?"

"உன்னோடை முக்கியமான ஒரு விஷயம் பேசவேணும்."

"சொல்லு."

"அதை இதிலை நிண்டு பேசேலாது. நீ இப்ப எங்கை போறாய்?"

"வீட்டுக்குத்தான்."

"அப்ப வா, பேசிக்கொண்டு போவம்."

ஜன செறிவுள்ள சந்தினைத் தாண்டி அகலமான வீதிக்கு வந்ததும் அவனருகே நடந்தபடி, "லிவர் பிறதேர்ஸிலையிருந்து எனக்கு இன்ரவியூவுக்கு லெற்றர் வந்திருக்கு, சுதன்" என்று விஷயத்தை ஆரம்பித்தாள் ராஜி.

"அப்பிடியே? நல்ல விஷயம். சாதாரணமாய் லிவர் பிறதேர்ஸ் எல்லாரையும் இன்ரவியூவுக்குக் கூப்பிடாது. சரியான சந்தர்ப்பம். தவறவிட்டுடாதை."

"அப்பிடி நினைச்சுத்தான் நானும் சந்தோஷமாயிருந்தன். ஆனா இப்ப சிலபேர் சொல்லுறதைக் கேட்டால் போகாமல் விட்டிடலாம்போலக் கிடக்கு."

"ஏன், என்ன சொல்லுகினம்?"

"இந்தமாதிரிப் பெரிய கொம்பனிகளிலை சிபார்சில்லாமல், இல்லாட்டி லஞ்சம் குடுக்காமல் வேலை கிடைக்கமாட்டுதாம். அதுவும் எனக்குச் சிங்களம் தெரியாத நிலையிலை..! நீ என்ன நினைக்கிறாய், சுதன்?"

"அவை சொல்லுறதிலையும் உண்மை இருக்கு. எண்டாலும் முயற்சி செய்து பாக்கிறதிலை எந்தப் பிழையும் இல்லை. பத்துப் பேரை எடுக்கிற இடத்திலை எட்டுப் பேரைச் சிபார்சிலயும் லஞ்சத்திலயும் எடுத்தால், ரண்டு பேரையாச்சும் தகுதி அடிப்படையிலை தெரிவுசெய்யிறதுக்கு வாய்ப்பிருக்கு."

"அப்ப... எந்தச் சிபார்சுமில்லாமல் நான் இந்த இன்ரவியூவுக்குப் போகலாமெண்டிறியா?"

"போகலாமெண்டுதான் எனக்குப் படுகுது. நாலு வேலைக்கும் முயற்சி பண்ணினால்தான் ஒரு வேலையெண்டான்ன கிடைக்கும். அது சரி, இன்ரவியூவுக்குப் போறது பிரயோசனமில்லையெண்டு ஆர் சொன்னது? வீட்டிலை அம்மாவோ?"

"இல்லையில்லை. அம்மாவுக்குச் சம்மதம்தான்."

"பிறகேன் யோசிக்கிறாய்? போய்ப் பார். போகாமலே அவங்கள் எடுக்கமாட்டாங்களெண்டு சொல்லிப்போட்டிருக்கிறதிலை ஒரு அர்த்தமுமில்லை."

"எனக்குச் சிங்களம் தெரியாதே!"

"நிச்சயமாய் அதை ஒரு தகுதிக் குறைவாய்த்தான் இன்ரவியூவிலை எடுப்பினம். இருந்தாலும், வேறை தகுதிகளாலை அதை ஈடுகட்ட ஏலும். வேறை வேறை இன்ரவியூக்களிலை சிங்களம் தெரியாத ஆக்களும் எடுபட்டிருக்கினம்தானே. அதாலை, நல்லது நடக்குமெண்டு நினைச்சுக்கொண்டு போகவேண்டியதுதான்."

"தமிழர் சிங்களவரெண்ட பிரச்சினை..?"

"அது எப்ப இல்லாமலிருந்தது, இப்ப இருக்குதெண்டு யோசிக்க?"

சுதனின் அபிப்பிராயத்தால் ராஜியின் மனம் மெல்லத் தெளிந்தது. எப்படியாவது நேர்முகப்பரீட்சைக்குப் போகவே வேண்டுமென்று, தான் முடிவெடுத்ததிலும் தவறில்லையென்ற தெளிவு ஏற்பட்டது. அந்தத் துணிச்சலில் அவனுடன் பேசவந்த காரணத்தைத் தொடும்வகையில், "போறது வீணெண்டு சொல்லுற ஆக்களாலைதான் இப்ப நான் இன்ரவியூவுக்குப் போகேலாத நிலமை வந்திருக்கு" என்றாள் ராஜி.

எப்படி என்பதுபோல் அவளைத் திரும்பிப் பார்த்தான் சுதன்.

ராஜி சொன்னாள்: "ஓம், சுதன். என்னோடை அக்கடமியிலை படிக்கிற ஒரு பிள்ளைக்கும் இதே வேலைக்கு இன்ரவியூக் கடிதம் வந்திருக்கு. ரண்டுபேரும் சேர்ந்துதான் கொழும்புக்குப் போறதாய் இருந்தம். இப்ப தமிழாக்களுக்கு இந்த மாதிரியான கொம்பனியளிலை வேலை கிடைக்காது, போய் வீணாய் ஏன் அலைவானெண்டு அந்தப் பிள்ளையை வீட்டிலை தாய் தேப்பன் மறிச்சிட்டினம். இண்டைக்குத்தான் அந்தப் பிள்ளையும் தன்னாலை கொழும்புக்கு வரேலாதெண்ட விஷயத்தைச் சொன்னா."

சுதன் ஒன்றும் பேசாமல் அவளருகே நடந்து கொண்டிருந்தான். ஆரம்பித்த விஷயத்திலிருந்து அவள் விலகுவது தெரிந்தது. நேர்முகப் பரீட்சைக்குச் செல்லலாமா வேண்டாமா என்ற பிரச்னைக்கு ஆலோசனை சொல்லிய ஈடுபாடு, அதற்கு எப்படிப் போவதென்ற பிரச்னையாக மாறும்போல் தெரிந்ததும் விட்டுப் போனது.

பஸ் நிலையம் நெருங்கியது. காங்கேசன்துறைப் பகுதிக்குச் செல்லும் மினி வான்கள் நிறுத்துமிடத்துக்கு வந்ததும் ராஜி நின்றாள். "சுதன், இன்ரவியூவுக்குப் போறது நல்லதெண்டு நினைச்சது மட்டுமில்லை, கட்டாயம் போகத்தான் வேணுமெண்டும் நான் தீர்மானிச்சிட்டன். ஆனா அந்தப் பிள்ளையாலை வரேலாமலிருக்கிற நிலையிலை என்ன செய்யிறதெண்டுதான் தெரியாமலிருக்கு. தனிய போய்க் கொழும்பிலை என்னாலை என்ன செய்யேலும்? கோட்டை ஸ்ரேஷனைவிட்டு வெளிய போகக்கூடத் தெரியாது. இப்ப எனக்கிருக்கிற பிரச்சினை இதுதான். என்ன செய்யலாம்? உனக்கேதாவது ஐடியா இருக்கா? ஏன் சுதன், உன்ரை சிநேகிதர்மார் ஒருதரும் கொழும்பிலை இல்லையோ? அவைக்கு அறிவிச்சு என்னை ஸ்ரேஷனிலை வந்து கூட்டிப்போய், பிறகு இன்ரவியூ முடிஞ்சவுடன திரும்ப ஸ்ரேஷனிலை கொண்டுவந்து றெயினேத்திவிடச் செய்ய உன்னாலை ஏலுமோ?" நேரடியாகவே பிரச்னையை விளக்கினாள் ராஜி.

"அது ஏலும். கொழும்பிலை சிநேகிதர்மார் கனபேர் இருக்கினம்." இடையே தோன்றிய தன் தயக்கம் நீங்கி உற்சாகமாய்ச் சொன்னான் சுதன்.

"நிச்சயமாய் உதவிசெய்யக்கூடிய சிநேகிதரா? நல்லாய் உன்னோடை பழகின ஆக்கள்தானே? ஏன் கேக்கிறனெண்டா, ஒருநாள் லீவு எடுக்க வேண்டி வந்தாலும் வரும் அவைக்கு."

"நெருங்கிப் பழகின ஆக்கள்தான். கட்டாயமாய் உதவிசெய்வினம். ஏன், எங்கடை உதயன்கூட அங்கைதானே! ஆனா ஒண்டு, நீ அங்கை தங்கிறதுக்கு வசதி இருக்குமா எண்டுதான் ..."

"தேவையில்லை, சுதன். இன்ரவியூ நடக்கிற காலமை கொழும்பிலை போய் இறங்கினனெண்டா, அண்டைக்குப் பின்னேரமே அங்கையிருந்து திரும்பியிடுவன்."

"அப்பிடியெண்டா ஒழுங்குபண்ணுறது கஷ்டமில்லை. எப்ப உனக்கு கொழும்புக்குப் போகவேணும்?"

அவள் சொன்னாள்.

"வாற திங்கக்கிழமையோ?" ஆச்சரியமாய்க் கேட்டான் சுதன். "அப்ப ஞாயிற்றுக்கிழமை மெயிலிலை நீ கொழும்புக்கு வெளிக்கிட வேணும், இல்லையே? பிரச்சினை வலு சுகமாய் முடிஞ்சுபோச்சு, ராஜி. ஞாயிற்றுக்கிழமை நானும் மெயிலெடுக்கிறன்."

"நீயோ?"

"ஓ. திங்கக்கிழமை பின்னேரம் தெரிஞ்சவை ஆரின்ரையோ வீட்டிலை கலியாணமாம். முதல்லை ஐயாதான் போறதாய் இருந்தது. திடீரெண்டு வேறையொரு முக்கியமான வேலை வந்திட்டதாலை, என்னைப் போகச் சொல்லியிருக்கிறார்" என்றான் சுதன் அவளது ஆச்சரியத்தை ரசித்தபடி.

அவன் சொல்வதை நம்ப முடியாதவள்போல், "நீயோ..? வாற ஞாயிற்றுக்கிழமையோ...? நாளையிண்டைக்கோ...?" என்று விடுத்து விடுத்துக் கேட்டாள் ராஜி.

"நாளையிண்டைக்கேதான்."

"அப்ப நானும் உன்னோடையே வந்திடுறன்."

"வாவன். நானென்ன, தோளிலையே தூக்கிக்கொண்டு போப்போறன்? ரிக்கற்றுக்கும், சாப்பாட்டுச் சிலவுக்கும் அம்மா காசு தந்துவிடுவாதானே?" என்று சொல்லிச் சிரித்தான் அவன்.

"அதுக்கில்லை, சுதன். திங்கக்கிழமை காலமை என்னோடை இன்ரவியூ நடக்கிற இடத்துக்கெல்லாம் வந்து அலைய உனக்கு நேர மிருக்குமோ?"

"பின்னேரம் மூண்டு மணி வரைக்கும் எனக்கு வேலையே இல்லை."

"அப்பாடி! பிரச்சினை ஒருமாதிரித் தீர்ந்தது. இன்னுமொண்டு, சுதன். என்ரை சிநேகிதி ஜஸ்மினோடை போறதாய்த்தான் அம்மாவிட்டைச் சொல்லியிருக்கிறன். அவ கொழும்புக்கு வரேல்லையெண்ட விஷயம் அம்மாவுக்குத் தெரியாது. ஜஸ்மினோடை போறதாயே நினைச்சுக் கொண்டிருக்கட்டும். அதாலை நான் உன்னோடை வாற விஷயத்தை இப்போதைக்கு வெளியிலை சொல்லியிடாதை. திரும்பி வந்தாப்பிறகு ஆறுதலாய் நானே அம்மாவுக்குச் சொல்லிக் கொள்ளுவன்."

சுதன் யோசித்தான். 'குமர்ப்பெட்டை ஒண்டை அவளின்ரை தாய்க்குத் தெரியாமல் கூட்டிச் செல்லுறதிலை பிறகேதாவது பிரச்சினையள் வரக்கூடுமோ?' அவளைவிட இரண்டு வயது அதிகமாகவிருந்ததாலேயே அவளுக்கும் சேர்த்து யோசிக்க வேண்டிய நிலையிலிருந்தான் அவன். கடைசியில், பயணம் ஒன்று, அதில் வழித் துணையாகப் போவதில் எந்தத் தவறுமில்லையென்று தீர்மானித்துக் கொண்டு அவன் சம்மதமானான்.

ஞாயிற்றுக்கிழமை மாலை ஐந்தரை ஆறு மணியளவில் யாழ். புகையிரத நிலையத்தில் சந்திப்பதென முடிவாக்கிக் கொண்டு இருவரும் பஸ் நிலையம் அடைந்தனர்.

பஸ் நிலையம் மக்களால் பிதுங்கிக்கொண்டிருந்தது. குறி கட்டுவான் பஸ்ஸுக்கான வரிசை பயணிகள் கொட்டகையைத் தாண்டி வெளியிலும் நீண்டிருந்தது. சுதனும் ராஜியும் வரிசையில் போய் நின்றனர்.

எங்கும் உயிர்ப்பாய் இருந்தது. இரண்டு மணி ஆகிவிட்டதால் ஒரு களைப்பும் அதில் ஊடாடியது. எனினும் சகல அம்சங்களிலும் ஜீவ களையே தளும்பிக்கொண்டிருந்தது. சினிமாக் காட்சிகள், கல்வி, வியாபாரம், வழிபாடு, காதல்..!

இந்தக் காட்சிகளுக்கும், இத்தனை ஆரவாரங்களுக்கும் பின்னால் ஒரு வெறிச்செயலில் தமிழரது வாழ்வியல் நெறியின் அடையாளச் சின்னமான யாழ் பொதுஜன நூலகம் எரிந்து சாம்பர் மேடாய்க் கிடக்கிறதென்ற உள்ளுணர்வு எவர் மனத்தையாவது இங்கே சஞ்சலப்படுத்திக்கொண்டு இருக்குமா? அது ஒரு ஞானச் சுரங்க இழப்பாகவாவது எவரையும் பாதித்திருக்குமா? எவ்வளவு இயல்பு நிலைக்கு மக்கள் மாறிவிட்டனர்! எல்லாம் நினைக்க சுதனுக்கு ஆச்சரியமாக இருந்தது.

வாழ்க்கையது அவசரமான அழைப்பில் இதுபோன்ற மனவுணர்வுகள் பெரிதாகக் கவனத்திலே எடுக்கப்படுவதில்லை போலும். அவன்கூட வடக்கிலிருந்து தெற்குநோக்கிய உற்றம் சுற்றம் நட்புகள் அளாவும் ஒரு பயணத்துக்குத்தானே தயார்ப்பட்டுக் கொண்டிருக்கிறான்!

பின்னால் வரிசையில் நின்றிருந்த ராஜியின் கேள்வி அவனைப் பிரக்ஞையுலகு மீட்டது. "சுதன், உனக்கு இஞ்சை யூ.என்.பி.க்கிளை அமைப்பாளர் இல்லாட்டி அந்தக் கட்சி சார்பான ஆக்கள் ஆரையாச்சும் தெரியுமோ?"

"ஏன்?" அவன் திரும்பிக் கேட்டான்.

"இல்லை, ஒரு சிபார்சுக் கடிதம் வாங்கிக்கொண்டு போனால் இன்ரவியூவுக்கு நல்லதெல்லே?"

"ஓ... அதுக்கே?" என்று சொல்லிச் சிரித்தான் அவன்.

தேவைக்கதிகமாய் அவனது சிரிப்பு நீண்டபோதுதான் ராஜி தன் தவறை உணர்ந்தாள். தமிழர் விடுதலைக் கூட்டணியின் வட மாகாண முக்கியஸ்தர்களில் ஒருவர் சுந்தரலிங்கம். அவருடைய மகன் அவன். அவனுக்கும் தந்தையின் அரசியல் வழியில் ஈர்ப்பும் ஈடுபாடும் உண்டென்று அவள் லேசாக அறிந்திருந்தாள். அப்படியிருக்க, யூ.என்.பி. அமைப்பாளரிடம் தான் சிபார்சுக் காகிதம் எடுத்துப்போவது பற்றிக் கேட்டதை முட்டாள்தனமாக நினைக்கத்தான் முடிந்தது அவளால். நாக்கைக் கடித்துக்கொண்டாள். அவனைப் பார்த்து அவளும் சிரித்தாள். அப்போதுதான் அவளாலும் சிரிக்கமுடிந்தது. ஜெஸ்மின் வீடு போய் அவள் கொழும்புக்கு வரவில்லையென்ற தகவலறிந்த கணத்திலிருந்து காய்ந்து போயிருந்த முகம் தன் பொலிவை அடைய, "சுதன், மன்னிச்சுக்கொள்" என்றாள்.

8

ஞாயிற்றுக்கிழமை காலை பத்து மணிக்குமேலே மகேஸ்வரியும் ராஜலட்சுமியும் புத்தசுவாமி சங்கரானந்த தேரரைச் சந்திக்க மடத்துக்குச் சென்றிருந்தனர்.

காலை வெய்யிலில் வெள்ளி விமானம்போல் ஜொலித்துக் கொண்டிருந்தது புத்தவிகாரை. அது புதிதாகக் கட்டி எழுப்பப் பட்டுக்கொண்டிருந்தபோதே, பழைய விகாரைபோல் புனிதத்தோடு விளங்குமா என்று பலரும்தான் ஐயப்பட்டனர். ஆனால் கட்டி முடிக்கப் பட்டு சிறிது காலத்துக்குள்ளேயே இரண்டாயிரமாண்டுக் காலப் பழமை சேர்ந்ததுபோன்ற புனிதமொன்று இயல்பாய் வந்து கவிந்துகொண்டது அதன்மீது. அதற்கும் மேலாக, மேலான சரித்திரப் புலங்கொண்ட ஒரு இனத்தினது மனவிசாலிப்பின் அடையாளமாகவும் அது வடபகுதியில் நிமிர்ந்து நின்றிருந்தது.

மகேஸ்வரியும் ராஜலட்சுமியும் சென்றபோது வழக்கத்தைவிட மடத்தில் அதிகமான பரபரப்பு இருந்தாலும் குறிப்பிடும்படியான விசேஷமேதும் இருப்பதாகத் தோற்றம் காட்டவில்லை. சிறிதுநேரக் காத்திருப்பிலேயே புத்தசுவாமியைப் பார்க்கக்கூடியதாகவிருந்தது.

பொன்னுச்சாமி உயிரோடிருந்த காலத்திலிருந்தே புத்த சுவாமியை மகேஸ்வரிக்கு அறிமுகமிருந்தது. மிக நீண்ட காலம் தமிழ்மண்ணிலே நாகவிகாரைப் புத்தபிக்குவாக இருப்பவர் சங்கராநந்த தேரர். மகேஸ்வரியைக் கண்டதும் அன்போடு வரவேற்றார்.

மகளுக்கு லிவர் பிறதேர்ஸில் நேர்முகப் பரீட்சைக்கு அழைப்பு வந்திருப்பதையும், அன்று மாலை கொழும்பு புறப்படவிருப்பதையும் கூறி நேர்முகத் தேர்வு சம்பந்தமாக சுவாமியால் ஏதேனும் உதவி செய்ய முடியுமா என்று கேட்டாள்.

சுவாமியின் முகத்தில் வருத்தம் நிறைந்தது. என்ன சொல்வதெனத் தெரியாது தடுமாறுவது போலிருந்தது. சிறிது நேரத்தில் தன்னைத் தேற்றிக்கொண்டு சொன்னார்: “ஒங்ககூட, ஒங்களில ஒருவனாத்தான் நான் இங்கே இருந்துகிட்டிருக்கேன். எனக்கு ஆரைத் தெரியும்? செல்வாக்கு, அதிகாரம், பணம் இருக்கிறவங்க செய்யவேண்டிய வேலை இது. என்னைக் கேக்கிறீங்களே. நான் என்ன சொல்லட்டும்? அம்மா, இது விஷயமாய் என்னால உதவிசெய்ய முடியுமுன்னு ஆர் சொன்னது ஒங்களுக்கு?”

“ஆரும் சொல்லேல்லை, சுவாமி. நாங்களாய் யோசிச்சுத்தான் வந்தம்.”

“ஒங்க ஆவலையும் எதிர்பார்ப்பையும் தேவையையும் புரிஞ்சுகொள்ள முடியுது என்னால. ஆனா என்ன செய்யிறதுன்னு ஒண்ணுமே தெரியலே. நான் இங்க நாகதீபத்துப் புத்தவிகாரையிலயிருந்து போதகம் செய்ற ஒரு சாதாரண பிக்கு, அம்மா. ஆசைவயப்பட்டு அந்நியமான காரியங்களில இறங்கி பாதகம் செய்யிறவனில்ல.”

"சுவாமி ..."

"நீங்க வருத்தப்பட வேணாம். ஒங்களுக்கு உதவிபண்ண முடியலயேன்னு நான்தான் துக்கப்படணும். ஒங்கள ஏமாத்தாம அனுப்ப எனக்கு இஷ்டமில்ல. அதனால ஒண்ணு பண்ணலாம். நற்சாட்சிப் பத்திரம்போல ஒண்ணு எழுதித் தர்றேன். அது நீங்க நினைக்கிற அளவு இல்லென்னாலும் கொஞ்சம் உதவியாயிருக்கும். செய்யட்டுமா?"

"சரி, சுவாமி."

பிள்ளையின் படிப்பு, பெயர், பிறந்த நாள் போன்றவைகளைக் கேட்டார். மகேஸ்வரி சொல்ல, உட்காரச்சொல்லிவிட்டுச் சென்று கடிதத்தை எழுதிவந்து கொடுத்தார். பயபக்தியோடு பெற்றுக்கொண்டு நன்றிகூறி இருவரும் புறப்பட்டனர்.

புத்தசுவாமியிடம் கடிதம் பெற்றதை சுதனிடம் சொல்லத் தேவை யில்லையென எண்ணிக்கொண்டு கடிதத்தை ஏனைய சான்றிதழ்களோடு பெட்டியில் பத்திரப்படுத்தி வைத்துக் கொண்டாள் ராஜி.

மதியத்துக்கு மேலே பூக்கட்டுபவரின் மகள் தங்கமணி வந்து சிறிதுநேரம் பேசிக்கொண்டிருந்தாள். அவள் சென்றபின்னால் ராஜி குளித்துவிட்டு வந்தாள். மெயில் லோஞ்சுக்கு இன்னும் நேரமிருந்தது. ஆறுதலாய் உடையணிந்துகொண்டு ராஜி ஹோலுக்கு வந்தாள். எடுத்துச்செல்லவிருந்த சூட்கேஸ் மேசையில் தயாராகவிருந்தது. சாப்பாட்டுப் பார்சலையும், தண்ணீர்ப் போத்தலையும் சிறிய கைப்பை ஒன்றிலே வைத்துக் கொண்டிருந்தாள் மகேஸ்வரி. வீட்டுக்கு முன்னால் சைக்கிளில் ரவுண்ட் அடித்துக்கொண்டிருந்தான் ராஜேந்திரன். அவனை வாசலில் கண்ட ராஜியின் பார்வையில் சட்டென வெறுப்பும், கோபமும் வந்து படர்ந்தன. "இவன் எதுக்குக் காத்துக் கொண்டு நிக்கிறான்?" என்று கத்தினாள் தாயாரைப் பார்த்து.

"வெளிக்கிடுற நேரத்திலை ஒண்டும் சொல்லாதை, ராஜி. பஸ் ஏத்தக்கூட வராமல் அப்படியே போயிடுவான்."

தாயாரின் சமாளிப்பில் ராஜியால் அடங்கிப்போக முடிய வில்லை. "போகட்டும். தனியாய்ப் போக எனக்குத் தெரியும்."

ராஜியின் வார்த்தைகள் ராஜேந்திரனின் காதிலும் விழுந்திருக்க வேண்டும். பிரேக் போட்டு சைக்கிளை நிறுத்தினான். "என்னவாமம்மா உவள்?"

"நீ எனக்கு வழிகாட்ட வேண்டாம். எனக்கு பஸ்ஸேறப் போக வழி தெரியும்."

"பின்னைப் போய் ஏறு" என்றுவிட்டு ராஜேந்திரன் போய்விட்டான்.

தாயார், ராஜியைப் பரிதாபமாய்ப் பார்த்துக்கொண்டு நின்றாள். ராஜியோ அப்போதுதான் அமைதியடைந்தவள்போல் முகத் தசைகளின் இறுக்கம் தளர்ந்து தாயாரை நோக்கிப் புன்னகைத்தாள்.

கடந்த வெள்ளிக்கிழமை மாலை யாழ்ப்பாணத்திலிருந்து வீடு வந்த ராஜிக்கு, பிறகு யோசிக்க யோசிக்கத்தான் அம்மாவுக்குத் தெரியாமல் இப்படி நடந்துகொள்ளப் போகிறோமே, நீண்டதூரப் பயணமொன்றை ஒரு வாலிபனோடு சேர்ந்து மேற்கொள்வது சரியா என்ற சஞ்சலம் எழுந்தது. அதுவும் தாயின் அக்கறையான கேள்விகளையும், அன்பான அறிவுறுத்தல் வார்த்தைகளையும் கேட்கக் கேட்க, ஆரம்பத்திலிருந்த பலம் ராஜியிடத்தில் மெல்லத் தளரத் தொடங்கிவிட்டது.

அன்றிரவு படுக்கைக்குப் போனவள் நீண்டநேரம் அதுபற்றியே யோசித்துக்கொண்டு கிடந்தாள். சுதனோடு போவதிலுள்ள பிரச்னை அவளுக்கு ஆரம்பத்திலேயே புரிந்திருந்தது. அவள்தான் மிக வசதியாக அதை மறந்துவிட்டிருந்தாள். அவனுடன் சென்றால் கொழும்பில் இறங்கிய காலையில் குளிக்க, உடைமாற்றவென்றேனும் அவளும் அவனும் ஒரு தனியிடத்தை நாடுவது தவிர்க்கமுடியாமலிருக்கும். நேர்முகப் பரீட்சையிலிருந்து திரும்பிய பிறகு ரயிலேறும் நேரம்வரையிலும்கூட ஒன்றாய்க் கூடியலையவும், கூடித் தங்கவும் நேரும். அவன் கல்யாண வீட்டுக்குப் போவானானால் அவள் அவனது நண்பனது அறையில்கூட தங்க நேரலாம். லொட்ஜில் தங்கினாலும் அதே விளைவுகள் ஏற்படுவதைத் தவிர்க்க முடியாது.

எவ்வளவு பாதகம் ஏற்படுமென்றாலும் கொழும்பு செல்கிற முடிவில் மட்டும் அவளால் மாற்றம் செய்ய முடியாது. ஆனால் சுதனோடு செல்வதற்குப் பதிலான மாற்றுத் திட்டம் ஏதேனுமிருப்பின் அதை அவள் யோசிக்கத் தயாராகவிருந்தாள். அது எவ்வளவு வசதியீனங்களோடு கூடியதாயினும் அவளால் அனுசரித்துப் போக முடியும். நீண்ட யோசிப்பின்பின் உபாயமொன்று தெரிந்தது. 'ஏன், இப்படிச் செய்தாலென்ன? தம்பியைக் கூட்டிக் கொண்டு போகலாம். அவனுக்குக் கூட கொழும்பிலை வடக்கு கிழக்குத் தெரியாதுதான். எண்டாலும்... ஆம்பிளை. அதுதான் சரி. நானும் ஜஸ்மினும் தனியாய்த்தான் கொழும்புக்குப் போகவேண்டி யிருக்கெண்டும், அங்கையிருந்து கூடவர ஒருத்தருமில்லாததாலை ஜஸ்மின்ரை அம்மாவே ராஜேந்திரனைக் கூட்டிக்கொண்டு போகேலுமோவெண்டு கேட்டதாயும் சொன்னால் அம்மா மறுக்கமாட்டா. காலமையே கேட்டிடவேணும்.'

அதன்படி மறுநாள் காலையில் கேட்டும்விட்டாள். மகேஸ்வரிக்கும் அது சரியாகத்தான் பட்டது. அன்று ராஜேந்திரன் எழுந்து தேநீர் குடிக்க சமையலறை வந்தபோது மகேஸ்வரி தன் எண்ணத்தைச் சொன்னாள். அதற்கு, "ஆயிரம் பேர் போற றெயினிலை தனியாய்ப் போனாலும் ரண்டு பொம்பிளைப் பிள்ளையளுக்கு ஒண்டும் வந்திடாது. கலம்பகமெதுவும் வந்திடுமெண்டும் நினைக்கத் தேவையில்லை. இப்பதானே ஒரு அலை வந்து அடிச்சிட்டுப் போயிருக்கு. லைப்ரரி எரிஞ்ச இடத்திலை நெருப்புக்கூட நூராமலிருக்கு. இனி வரக் கொஞ்சக் காலமாகும். பயப்பிடாமல் போகச்சொல்லுங்கோ. வேணுமெண்டால் குறிகட்டுவான்வரை போய் பஸ் ஏத்திவிடுறன்" என்று கூறி மறுத்துவிட்டான் அவன். தாயார் மேற்கொண்டு வற்புறுத்தவில்லை. தன் கரிசனங்களின் சமாதானத்தை

அவனின் வாதத்தில் அவள் கண்டுவிட்டிருந்தாள்போலும்! அப்படியே வற்புறுத்திச் சம்மதிக்கவைத்தாலும் பயணச் செலவு அவளுக்குத்தானே. அன்று ராஜேந்திரன் ஊர்சுற்ற வெளிக்கிடுவதன் முன்னம் அவன் இயல்பான எரிச்சல் குணம் அற்றிருந்தவேளையில் ராஜியும் ஒருமுறை கெஞ்சிக் கேட்டுப் பார்த்தாள். தம்பி அசைந்து கொடுக்கவில்லை. அந்த நேரத்திலிருந்துதான் அவனைப் பார்வைக்கும் பிடிக்காமல் போனது அவளுக்கு.

நேரம் நாலு மணியானது. ராஜி சூட்கேஸைத் தூக்கினாள். மகேஸ்வரி தண்ணீர்ப் போத்தல், சாப்பாட்டுப் பையை எடுத்தாள். "நானும் பாலத்தடிவரை வாறன். இல்லாட்டி விடுப்புப் பிடுங்கிற ஆக்களிட்டையிருந்து தப்பிப்போய் நீ நேரத்துக்கு லோஞ்ச் எடுக்க ஏலாமலும் போயிடும்" என்று கூறிவிட்டு முன்னே நடந்தாள் மகேஸ்வரி. ராஜி பின்தொடர்ந்தாள்.

9

வழக்கம்போல் உதயப் பூஜை மணியோசையில் கண் விழித்துக்கொண்ட மகேஸ்வரி வீட்டு வேலைகளை இயல்பில் கவனிக்கத் துவங்கினாள். மனம் அங்கிங்கென்று பரந்துகொண்டிருந்தாலும், செவிப்புலன் மட்டும் ஒரு திசையில் கூர்மையடைந்து எதையோ கிரகிக்கக் காத்திருந்தது. திங்கள் பகலில் நேர்முகப் பரீட்சை முடிந்ததும் அன்று மாலையே ரயிலெடுத்து செவ்வாய் காலையில் வந்துவிடுவதாக ராஜி கூறிச் சென்றிருந்தாள். அந்தளவு காலையில் தூரத்தில் வரும்போதே இரைச் சலைப் படர்த்திவிடக் கூடியதாயிருந்தது படகு. அதுவரை எதுவித சப்த அறிவிப்பும் இல்லாதுபோகவே மகேஸ்வரியின் செவிப்புலன் மேலும் தீட்சண்யம் பெற்றுக்கிடந்தது. வானக் கீழ்விளிம்பில் கதிர்ப் பிரகாசம் பெரிதாவது கண்டு இனி முதல் படகு வந்துவிடுமென்று அவசரமானவள் ராஜேந்திரனைத் தெண்டித்து எழுப்பி ராஜியைக் கூட்டிவர கோயில் பாலத்தடிக்கு அனுப்பிவைத்தாள்.

ஒன்பது மணியளவில் ராஜேந்திரன் திரும்பிவந்தான். "ராஜி வரேல்லையம்மா" என்று சொன்னான். அப்படியே முன்னறைக்குள் போய்ப் படுத்து நித்திரைகொள்ள ஆரம்பித்துவிட்டான்.

"இனி பின்னேரமோ, நாளைக்குக் காத்தாலையோதான்" என்று நினைத்தவாறு மகேஸ்வரி தன் காரியங்களில் கவனமானாள்.

மாலையில் ராஜேந்திரன் வெளியே போய்விட, வீட்டைப் பூட்டிக் கொண்ட மகேஸ்வரி கடைக்குப் போய்வரப் புறப்பட்டாள். வாசலுக்கு வந்தவளுக்கு சகுனம் பிழைத்துவிட்டதுபோல நெஞ்சு துணுக்குற்றது. எதிரே இவளுடைய மைத்துனி தங்கம்மா வந்து கொண்டிருந்தாள். தெருவிலே, கடையிலே, பஸ்ஸிலே, ஆஸ்பத்திரியிலே ஏற்படுகிற எதிர் பாராத சந்திப்புக்களைக்கூட விரும்பாதவும் சகிக்காதவும் அளவுக்குத் தெறித்துப்போன உறவுகள் அவை. ஒன்றிரண்டு வருஷங்களாக அல்ல, கடந்த இருபது வருஷங்களாக.

திடீரென உள்ளே திரும்பி சேலையைச் சரிசெய்யும் பாவனையில் தங்கம்மா கேற்றைத் தாண்டிச் செல்லும்வரை தாமதித்தவள், சிறிதுநேரத்தில் வெளியேறி கேற்றைச் சாத்திவிட்டு வீதியில் இறங்கினாள். தங்கம்மாவின் குரல் பின்னால் சன்னமாய் ஒலித்தது. "இப்பிடியான ஒரு பொம்பிளைப் பிள்ளையைப் பெத்ததுக்கு நானெண்டா ஒரு சிரட்டை தண்ணியிலை விழுந்து பிராணனை விட்டிருப்பன் சமைஞ்ச குமர்ப் பொட்டையை இளந்தாரிப் பெடியனோடை ஊர் சுத்த அனுப்பியிட்டு பரவணிப் பெருமை பேசுறாளவை சில வந்தேறு தேவடியாளவை. கடலிலை நீச்சலடிச்சதாலை பெருமை வந்துதாம். இப்ப வந்திருக்கிற பெருமையைவிடவோ? மானமே கப்பலேறிப் போகுது. ஹோட்டல் வழிய அலைஞ்சுதிரியிறாளாம் மோள். கேட்டு எனக்கே சீலையுரிஞ்சு போச்சு. இவளவை சீலைத் தலைப்பை இழுத்திழுத்து மூடிக்கொண்டு திரியிறாளவை. அய்யோ... மானங்கெட்ட சென்மங்களே... மானங்கெட்ட சென்மங்களே ..!"

'ஆருக்குச் சொல்லுறாள்? ஆரைச் சொல்லுறாள்? ராஜியைப் பற்றியோ? அவள் எந்த இளந்தாரிப் பொடியனோடை போனவள்? ஹோட்டல்வழிய திரியிற கதை என்ன?' நினைக்க மகேஸ்வரியின் மனம் குழம்பியது. ஆனாலும் தங்கம்மா ராஜியைப்பற்றித்தான் சொல்கிறாள் என்பதை யூகிக்க அவளுக்கு அதிக நேரம் செல்லவில்லை. "ராஜி இன்ரவியூவுக்கு கொழும்பு போன விஷயத்தை ஆரிட்டையோ தெரிஞ்சுகொண்டு அதை தன்ரை விஷத்தைப் பூசி தங்கம்மா பரவ வைக்கிறாள். இதுக்கே இப்பிடித் துள்ளூறவள், நாளைக்கு அந்த வேலை கிடைச்சுதெண்டால் என்ன துள்ளுத் துள்ளுவாளோ? இளசுகள், நல்லதுகளெல்லாம் நேரத்தோடை போய்ச் சேருதுகள், எப்ப ஒரு அழிவு இவளுக்கு வரப்போகுதோ?"

கடையிலே கூட்டம் அதிகமாயிருந்தது. முக்கால்வாசியும் பெண்கள். மீதி குழந்தைகள். அந்த நேரத்தில் அது இயல்பான கூட்டம்தான். ஆனால் கடையை அவள் நெருங்க நெருங்க பார்வைகள் திரும்பி துளைப்பனபோல் மொய்த்தமை இயல்பில்லை.

கடையிலிருந்து பூரணம் சாமான்கள் வாங்கிக்கொண்டு எதிரே வந்துகொண்டிருந்தாள். "என்ன மகேஷு, கடைக்கே?"

"ஓம், பூரணம்."

"அதுசரி, உன்ரை மூத்த மோள் எங்கை? வீட்டிலையோ?"

மகேஸ்வரியின் மனத்தைத் திகில் கவ்வியது. 'இந்தக் கேள்விக்கும், தங்கம்மாவின்ரை வசவுக்குமிடையிலை எதோ இருக்குது. கடையிலை நிக்கிறவையின்ரை பார்வையளும் நல்லாயில்லை. என்ன இடி இறங்கப்போகுதோ? அம்மாளே ..!' மனத்தைத் திடப்படுத்திக்கொண்டவள் பூரணத்தின் கேள்விக்கு உஷாராகவே பதிலளித்தாள்: "இல்லை, பிள்ளை கொழும்புக்குப் போயிருக்கு."

“ஆரோடை?”

“யாழ்ப்பாணத்திலை கூடப் படிக்கிற ஒரு பிள்ளையோடை” என்றவள் நிறுத்தாமல், கேள்விக்கு அதிகமானதென்று தெரிந்துகொண்டும் மேலே சொன்னாள்: “நல்ல குடும்பத்துப் பிள்ளைதான். நான்கூட அவையின்ரை வீட்டுக்குக் கனதரம் போயிருக்கிறன். தாய் தேப்பனையும் நல்ல பழக்கம்.”

“என்ன மகேஷ¬ இது? நீ இப்பிடிச் சொல்லுறாய். ஊரிலையெண்டா, வேறொரு கதையாயிருக்கு. கூட்டணிச் சுந்தரத்தாரின்ரை மோனோடை சேந்து உன்ரை மோள் கொழும்பு முழுக்கச் சுத்தித்திரியிறாளாமே. எதோ ஒரு ஹோட்டல்லயிருந்து ரண்டு பேரும் இறங்கி வந்ததைக்கூட எங்கடை தீவாக்கள் ஆரோ பாத்தினமாமே.”

“ஆர் சொன்னது உனக்கு?”

“என்னோடை ஏன் பாயிறாய், மகேஷ¬? இண்டைக்குக் காலமைதான் மணியம் கொழும்பிலையிருந்து வந்தானாம். அவன்தான் பாத்திட்டு வந்து சொன்னதாய் இப்ப கொஞ்ச நேரத்துக்கு முந்தித்தான் நாச்சியார் கடையிலை நிண்டு சொல்லியிட்டுப் போறாள். நானென்னத்தைக் கண்டன். எதோ கேள்விப்பட்டதைச் சொன்னன்.” பூரணம் போய்விட்டாள்.

நடுவீதியில் விக்கித்து நின்றாள் மகேஸ்வரி. ‘ஹோட்டல்லையிருந்து... ஒரு இளந்தாரிப் பெடியனோடை...? ராஜி அப்பிடிச் செய்திருப்பாளா? முகத்திலையிருக்கிற அந்தக் குழந்தைத்தனத்தையும் மிஞ்சிய தேக வளர்ச்சி அப்பிடி அவளை நடக்கத் தூண்டி யிருக்குமோ?’

வெள்ளிக்கிழமை வீடு வந்ததிலிருந்து ராஜியின் போக்கில் தெரிந்த மாறறங்களும், மறுநாள் அக்கடமி போகவோ, ஜெஸ்மினைச் சந்திக்கவோ முனையாதிருந்ததும் ராஜி ஜெஸ்மினோடு கொழும்பு போகவில்லையென்றே அவளை நினைக்கவைத்தன. ‘கடைசியிலை நான் பயந்தபடியே நடந்திட்டுதே! ஊரிலை தலைக்குனிவு வந்திட்டுதே!’ என்று மனம் குமுறியவள், அப்போதுதான் பூரணம் விலகிச்சென்றதை உணர்ந்துகொண்டு சுற்றிவர ஒருமுறை பார்வையை ஓட்டினாள். தன் பார்வைபடும் இடமெல்லாம் மனிதர்கள் பரிகாசமே உருவெடுத்து நிற்பதுபோன்ற பிரமை. அவளால் தொடர்ந்தும் அந்த இடத்தில் நிற்கமுடியவில்லை. கடைக்கும் செல்ல இயலவில்லை. அழுகை நெஞ் சிலே முட்ட சடாரெனத் திரும்பி வீட்டுக்கு விரைந்தாள்.

சாமான் வாங்கக் கொண்டுசென்றிருந்த ஓலைப் பெட்டியை ஹோலுக்குள் வீசியெறிந்துவிட்டு ஆத்திரத்தோடு நேரே குசினியை அடைந்தாள். விறுவிறுவென அடுப்பிலே விறகுக்கொள்ளிகளை அடுக்கி மண்ணெண்ணெய் ஊற்றி நெருப்பு மூட்டினாள். தேநீருக்கு கேத்திலை அடுப்பிலே வைத்துவிட்டு அப்படியே சுவரோடு சாய்ந்தமர்ந்தாள்.

அவளது நெஞ்சு வெந்துகொண்டிருந்தது.

இவ்வளவு காலமாய்க் கட்டிக்காத்த பெருமையை ஒரே நாளில் ராஜி அழித்துவிட்டாளேயென்று நினைக்க மனம் முறுகியது. புகுந்த இடத்து அந்த ஊர் இத்தனை வருஷங்களுக்குப் பிறகும் அவளுக்கு அந்நியம்தான். அவள் 'கட்டிவந்த சோற்றிலே தொற்றிவந்த நுள்ளான்'. இருந்தும் அங்கே தலைநிமிர்ந்து நடந்திருக்கிறாள். இனிமேல்..? அருகே, முன்னால், பின்னால் என்று சூழவுள்ள அத்தனை உற்றம் சுற்றத்தினதும் ஊமை எதிர்ப்புக்களுக்கும், பொறாமையின் சின்னத் தனங்களுக்கும் வளைந்து கொடுக்காது தன் கணவரது பிடிவாதத்தைத் தானும் தளரவிடாமல், அவரது எண்ணங்கள், ஆசைகளையே தனதுகளுமாய்க் கொண்டுதான் அவர் இல்லாமல் போன கடந்த ஐந்தாண்டுகளையும் அவள் கழித்திருக்கிறாள். அது அவருக்கான ஒரு மாவிளக்கு ஏற்றுதல். பொன்னுச்சாமி இறந்து ஒரு வருஷத்துக்கு மேலாகவும் அந்த வீட்டில் ஒப்பாரிச் சத்தம் கேட்டுக்கொண்டிருந்தது. ராஜேந்திரனின் குளப்படிகள் கட்டுக்கடங்காமல் போகிற பொழுதுகளிலெல்லாம்கூட அவரை எண்ணி அவள் மனத்துக்குள்ளாகவேனும் ஒப்பாரிதான் வைக்கிறாள்.

அது இல்லை, இது இல்லையென்று அடுத்த வீடுகளுக்கு அலைகிற நிலையில் பொன்னுச்சாமி அவளை வைத்துவிட்டுப் போகவில்லை. வீடு வேய, வேலியடைக்கவென்று கூலிக்கு ஆள் தேடிக்கூட அவள் அலையவேண்டி இருக்கவில்லை. ஓட்டு வீடு, சுற்று மதில். வளவு நிறைய தென்னைகள், மாமரங்கள், பலாக்கள், கமுகுகள், மாதுளைகள், எலுமிச்சைகள், தீன் முருங்கைகள் என்று வளவு வரும்படிக்கும் குறை வில்லை. வீட்டுக்கு அரிசிப் பஞ்சம் ஏற்படாத அளவுக்கு தருமபுரம் குடியேற்றத்திட்டத்திலே பத்து ஏக்கரில் இரண்டு துண்டு காணிகள். எல்லாவற்றையும் சித்திரமாகச் செய்துவைத்துவிட்டுத்தான் அவர் சுடலைக்குப் போனார். பாயிலே கிடக்கவில்லை, பரிகாரிச் செலவு வைக்கவில்லை. நெஞ்சுக் குத்தாயிருக்கு, சுடுதண்ணி வேணுமென்றார், வைத்துவந்து கொடுப்பதற்குள் அவசரம்போல் போய்விட்டார். இன்றைக்கும் அவரது பெயரைச் சொல்லிக்கொண்டேதான் அவள் வயல் குத்தகையெடுத்து குடும்பச் செலவைச் சமாளிக்கிறாள். 'அப்படியான ஒரு புருஷனுக்கு இப்படியொரு பிள்ளை!'

மகேஸ்வரிக்கு ஒப்பாரிவைத்தே அழவேண்டும்போலிருந்தது. அடக்கிக்கொண்டாள். அது வதந்தியை உண்மையென்று ஊர்ஜித மாக்கிவிடும். ஒருவேளை உண்மையாய் இருந்தால் அந்தக் குடும்பத்தின் சிதைவு கேவலங்களைப் பிரசித்தம் செய்வதாய் அமைந்து விடும்.

தொண்டமானாறில் தன் நண்பர் ஒருவருடைய வீட்டுக்கு பொன்னுச்சாமி போய்வந்துகொண்டிருந்த போதுதான் இருவரும் முதன்முதலில் சந்தித்துக்கொண்டார்கள். பாக்குநீரிணையை நீந்திக் கடந்த நீச்சல் வீரர் நவரத்தினசாமியின் பெறா மகளே அவளென்பது தெரிய பொன்னுச்சாமியளவில் ஏதோ இறுக்கம் விழுந்துவிடுகிறது அன்றிலிருந்து. அந்த இறுக்கம் பின்னால் அவளிடத்திலும்.

அவர்களின் தொடர்பு பொன்னுச்சாமி குடும்பத்துக்குத் தெரிந்து, இடைத்தரகர்கள் மூலமாக சம்பந்தம் பேசுகிற முயற்சியொன்றும் நடந்தது.

பின்னர் அது திடீரெனக் கைவிடப்பட்டது. மகேஸ்வரியின் குடும்பம் சாதியிலே கொஞ்சம் குறைந்ததாம். தாய், பெரிய தாய், சகோதரர்களின் முடிவைப் பொன்னுச்சாமி ஏற்கவில்லை. தொடர்ந்தும் தொண்டமானாறு போய் மகேஸ்வரியை 'இரவுக் குறி'களிலே சந்தித்துக்கொண்டே வந்தார். அதன் பலனாக ராஜலட்சுமி வயிற்றிலே உண்டாக, அவசர அவசரமாக செல்லச் சன்னதி முருகன் கோயிலிலே தாலியைக் கட்டிக்கொண்டு ஒரு இரவில் மகேஸ்வரியைத் தீவுக்குக் கூட்டிவந்துவிட்டார்.

அம்மா, அக்கா, அண்ணன், மாமன், மாமி, குஞ்சையா, குஞ்சம்மா, பெரியையா, பெரியம்மா என்று அறுகுபோல் படர்ந்த அத்தனை சுற்றமிருந்தும் ஒருவர்கூட படலை திறந்து அவர்களை வாவென்று வரவேற்கவில்லை. பொன்னுச்சாமி நிர்க்கதியாய் நின்றார். கடைசியில் பழைய விதானைதான் விநாயகர் வீதியிலிருந்த தனது வெறுங்காணியில் கொட்டில் போட்டு அவர்கள் குடியிருப்பதற்கு வசதிசெய்து கொடுத்தார். ஒரு இரவும் பகலுமாய் அவர் பட்ட அவமானம்..! அந்த உறவுகளோடு அதன்பின்னர் பொன்னுச்சாமி செத்தவீட்டுப் போக்குவரத்துக்கூட வைத்துக்கொள்ளவில்லை. ஊரிலே நல்லவர், நாணயமானவர், இரக்க சிந்தனையுள்ளவர் என்று பெயரெடுத்திருந்தாலும், அவ்வாறு பெயரெடுக்கக் காரணமான குணம், தன் உறவினரின் சாவு வீட்டுக்காவது போகிற மனநிலையை அவரிடத்தில் ஏற்படுத்தவில்லை.

அந்த நிலைமையிலிருந்துதான் அவர்கள் முன்னேறினார்கள். நிமிஷம் நிமிஷமாய் உழைத்து, சதம் சதமாய்ச் சேமித்து.

பின்னர் பொன்னுச்சாமியின் திடீர் மரணத்தோடு அவளும் புருஷனையிழந்து தனிமரமாகிப் போனாள், பிள்ளைகளும் தேப்பனைத் தின்னிகளாகிவிட்டன, இனிமேலும் பழைய பேதங்களைப் பாராட்டக் கூடாதென அவரின் உறவினர் சிலர் தாமாகவே ஒட்ட வந்தபோதும் மகேஸ்வரி எட்டியே நின்றுவிட்டாள்.

பொன்னுச்சாமிக்கிருந்த நல்ல பேரும் மதிப்பும் அந்தத் தீவில் தான் நிமிர்ந்து நிற்பதற்கான மிண்டிவேர்களாய்ப் பலம் தருமா என்று ஆரம்பத்தில் அவள் யோசித்தாள்தான். அந்த ஊரிலே கூலி கொடுத்தாலும் ஒரு குளிர்ந்த நிழல் கிடைக்காதென்பதும் அவளுக்குத் தெரியும்தான். இருந்தும் அந்த ஊரில், அவர் பிறந்து வளர்ந்து வாழ்ந்து மறைந்த மண்ணில் தானும் தன் மீதியை வாழ்ந்து தீர்த்துவிடுவதென்று அவள் முடிவெடுத்தாள். அதனால்தான் பிள்ளைகளையும் கூட்டிக்கொண்டு தொண்டமானாறுக்கே வந்து விடும்படியும், வீட்டையோ நிலத்தையோ யாரும் காவிக்கொண்டு போகப்போவதில்லை, ஒரு காலத்தில் விற்றுக்கொள்ளலாம் அல்லது பெண் பிள்ளைகளுக்குச் சீதனமாகக் கொடுத்துவிடலாமென்றும் அவளுடைய அண்ணன் வேலுப்பிள்ளை நடையாய் நடந்து கேட்டும் அவள் மறுத்தாள்.

அங்கேயிருந்து கஷ்டப்பட்டுத்தான் வாழ்ந்தாள். சொத்துக்கள் இருந்தாலும் கையிலே பணமாக எதையும் விட்டுச்செல்லவில்லை பொன்னுச்சாமி. அவளே சிலவேளை சொல்லியழுவதைப் போல

அவள் குடித்தது கூழ், கொப்புளித்தது பன்னீர். எவர்களுக்குத் தாழ்ந்து போனாலும் அவர்களுக்குத் தாழ்ந்துவிடாமல்தான் அன்றுவரை வாழ்ந்தாள். அது அவளுக்கு ஒரு தவம். அந்தத் தவத்தின் பலன்கள் கைகூடவிருந்த அந்தக் கடைசிக் கணங்களிலேதான் அப்படியொரு இடியை அந்தக் குடும்பத்தின்மீது இறக்கியிருக்கிறாள் ராஜி.

நாச்சியாருக்குத் தெரிந்தால் ஊரே தெரிந்தமாதிரித்தான். இந்த விஷயமும் இத்தனைக்குள் கோயில் முனையிலிருந்து பங்களா முனைவரை பரவிவிட்டிருக்கும். 'பிள்ளை வயித்தோடை தாலி கட்டிக்கொண்டு வந்தாளே, இப்ப அவளின்ரை மோள் செய்த வேலையைப் பார்த்தியளோ? தாயைப்போல பிள்ளையெண்டு சும்மாயே சொல்லினம் புண்டு தங்கம்மா படலை படலையாய் நிண்டு தமுக்கடிக்கப்போறாள். நாளைக்கு தெருவில முகம் காட்ட முடியுமே?' அவளது மனம் குமுறிக் கொந்தளித்துக்கொண்டிருந்தது.

அவளுக்கு ஆத்திரம் அல்லது அவலம் ஏற்படும்போது வெற்றிலை போடவேண்டும். இல்லையேல் தேநீர் குடிக்கவேண்டும். வீட்டில் இல்லாத மற்றச் சாமான்களோடு வெற்றிலைபாக்கு வாங்கவும்தான் மாலையில் கடைக்குப்போயிருந்தாள். இடியேறு கேட்டு இடையில் திரும்பும்படியாகிவிட்டது. வெற்றிலை இல்லாததால் இரண்டாவது கோப்பை தேநீரையும் குடித்தாள். இருந்தும் மனம் அமைதியடைய மறுத்தது.

நீண்டநேரத்தின் பின் சூழற் பிரக்ஞை ஏற்பட்டபோது வீட்டினுள் இருள் கவிந்திருந்தது. ஏழு மணியா? எட்டு மணியா? இல்லை, பத்து மணியா? அவளால் அனுமானிக்க முடியவில்லை. குசினி லைட்டைப் போட எழுந்தாள். வெளிச்சம் வெறுப்பாயிருந்தது. யாரும் தன்னைப் பார்க்காமல், தானும் யாரையும் பார்க்காமல் தன்னுள்ளேயே ஒழிந்துகொண்டு... நினைவுகளுள் அமுந்தவும் இருட்டுத்தான் நல்லது. அதனால் வெளி விளக்கைப் போட்டுவிட்டு வந்து மறுபடியும் அந்த இருளுக்குள் அமர்ந்தாள்.

தனியாக இருந்த நேரத்திலும் தனிமையை அவள் உணர்ந்ததில்லை. அப்போது தனிமை தெரிந்தது. பீடு பெருமைகள் எல்லாவற்றையும் இழந்ததால் வந்த வெறுமையின் தனிமை அது. அது சற்றுக் கனதியாகத்தான் இருக்கும்.

மகேஸ்வரி அழுதாள்.

10

தன்னுள் ஒடுங்கி ஒடுங்கிச் சகலதும் மறந்த நிலை. இருபது வருஷங்களுக்கு முந்தி, இரண்டு வருஷங்களுக்கு முந்தி, இரண்டு நாட்களுக்கு முந்தியென்று விளைந்த பல்வேறு சம்பவங்களுள் அமுந்தி மகேஸ்வரி மனக் கொதிப்பு ஏறிக்கொண்டிருந்தாள்.

அகண்டாகாரத்துக்கு ஒரு வழி திறந்ததுபோல் வெளியே அழைப்புக் குரல் கேட்டது. தொடர்ந்து ஹோல் கதவு திறந்த சத்தம். 'ராஜேந்திரன் திரும்பியிட்டானா? ஒருவேளை ராஜியோ? இந்த நேரத்திலை எப்பிடி..? ஓ . . . மத்தியானம் யாழ்தேவியிலை வந்திருக்கிறாளோ? வரட்டும்! வரட்டும்!'

மகேஸ்வரி எழுந்தாள்.

"என்னம்மா, ஒரே இருட்டாயிருக்கு? எங்கை இருக்கிறியள்?" என்று கேட்டபடி ராஜியே லைட்டைப் போட்டாள். ஹோலுக்குள் அம்மா இல்லை. சமையலறைக்கு வந்தாள். லைட்டைப் போட்டாள். "என்னம்மா இருட்டுக்கை நிண்டு என்ன செய்யிறியள்?" என்றபடி முகமெல்லாம் சிரிப்பானாள். "இன்ரவியூ நல்லமாதிரி முடிஞ்சுதம்மா. இன்னும் ரண்டு கிழமையில முடிவு அனுப்புவினமாம். அநேகமாய் வேலைக்கு வரச்சொல்லித்தான் வரும், பாருங்கோவன். புத்தசாமியிட்டை காகிதம் வாங்கிக்கொண்டு போனது நல்லதாய்ப் போச்சு. இன்ரவியூ நடத்தின ஆள் அதை எடுத்துவைச்சு கனநேர மாய்ப் பாத்துக்கொண்டிருந்துது" என்று ஆர்வத்தில் வளவளவெனக் கூறிமுடித்தாள்.

'என்ன நடிப்பு! எவ்வளவு துணிச்சல்! செய்யிறதெல்லாம் செய்திட்டு வந்து...' மகேஸ்வரி ஆத்திரத்தோடு நிமிர்ந்து பார்த்தாள். ராஜேந்திரனை மட்டும்தான் அம்மா அப்படிப் பார்த்திருக்கிறாள். ராஜி அவள் பார்வைக் கான அர்த்தத்தை யோசித்து முடிப்பதற்குள், "கொழும்புக்கு ஆரோடை போனனீ?" என்று உறுமினாள் மகேஸ்வரி.

ராஜி திடுக்கிட்டுப்போனாள். 'ஏன் கேக்கிறா? ஆரோடை போனனெண்ட விஷயம் அம்மாவுக்குத் தெரிஞ்சிட்டுதா? ம்ஹூம்... எப்படித் தெரியேலும்?' மனத்துள் திண்ணப்பட்டுக்கொண்டாள் ராஜி. "என்னம்மா இது? நான் ஆரோடை போனனானெண்டு உங்களுக்குத் தெரியாதே?" என்று கேட்டு சிரிக்கவும் முனைந்தாள்.

"தெரிஞ்சுதான் கேக்கிறன். ஆரோடை போனனீ? சொல்லு!"

'அம்மாவுக்குத் தெரிஞ்சுட்டுதுதான். எப்பிடித் தெரிஞ்சதெண்டு நினைச்சுத் தடுமாறுறதிலை ஒரு பிரயோசனமுமில்லை. ஒருவேளை அந்தப் பயித்தியக்காறி ஜஸ்மினே நான் இன்ரவியூவுக்குப் போனனோ இல்லையோவெண்டு பாக்க இஞ்சையே வந்திருக்கவுமேலும். அப்படியான நிலைமையிலை உண்மையை மறைக்கிறது இன்னும் அம்மாவின்ரை ஆத்திரத்தை அதிகப்படுத்தும். அதாலை உண்மையைச் சொல்லியிடுறதே நல்லது.'

"சொல்லடீ!" மகேஸ்வரி மறுபடி இரைந்தாள்.

"ஜஸ்மினோடை நான் போகேல்லை."

"தனியாய்ப் போனியா?"

ராஜி இல்லையென்று தலையசைத்தாள்.

"அப்ப ஆரோடை போனனீ?"

"சுதனோடை."

"ஒரு இளந்தாரிப் பெடியனோடை ..."

"சுதன்தானேயம்மா."

"சுதன் என்னடி பெட்டையே?"

"இதையெல்லாம் பாத்தால் நான் இன்ரவியூவுக்குப் போயிருக் கேலுமே?"

"நீ இன்ரவியூவுக்குப் போனாலும் போனாய், மானமும் அதோடை போட்டுதேயடி."

"மானம் போட்டுதோ? ஏன்? மானத்துக்கும் இதுக்கும் என்னம்மா சம்பந்தம்? சுதனோடை றெயினிலை ஒண்டாய்ப் போனன் எண்டதுக்காக ..."

ராஜி சொல்லி முடிக்கவில்லை, மகேஸ்வரி ஆவேசத்தோடு அவளுடைய கையை எட்டிப் பிடித்தாள். "மானத்துக்கும் இதுக்கும் என்ன சம்பந்தமோ? நீ ஹோட்டல் அறையிலை அவனோடை தங்கிநிண்ட விஷயம் ஊர் முழுக்கத் தெரிஞ்சுபோச்சுதேயடி! ஊர் சிரிப்பாய்ச் சிரிக்குது. நீ கேக்கிறாய், மானத்துக்கும் இதுக்கும் என்ன சம்பந்தமெண்டு, ம்?"

கேட்டுக்கொண்டே பின்னால் அடுப்புமேடையில் துளாவினாள். அகப்பட்டது அகப்பைதான். ராஜி எதிர்பார்க்கவில்லை. கோபம் மூர்க்கநிலை அடைந்திருந்த மகேஸ்வரி விளாசித் தள்ளிவிட்டாள்.

"அம்மா ... அம்மா ... நான் சொல்லுறதைக் கேளுங்கோ! அம்மா ... அய்யோ ... அய்யோ ... அடிக்காதையுங்கோ ..! அய்யோ ... ஐயா என்னைக் காப்பாத்துங்கோ ... என்னைக் காப்பாத்துங்கோ ..! அய்யோ ... நான் சாகிறன் ... ஐயா ..!"

ராஜி அந்தமாதிரிக் கதறவும்கூட, "சா ... செத்துத் துலை ... துலைஞ்சு போ ..! போன இடத்திலை கார் கீரிலையெண்டான்ன அடிபட்டுச் சாகாதயன்ரி, இஞ்ச ஏன் திரும்பி வந்தனீ? அல்லாத பிள்ளை, இல்லாத பிள்ளையெண்டு இருந்திருப்பனே!" என்று சொல்லிக் கொண்டே கண் மூக்கு முகமென்று பார்க்காமல் அடித்துத் தள்ளினாள் மகேஸ்வரி.

கடைசியில் கை அலுத்துத்தான் அடிப்பதை நிறுத்தினாள்.

திடீரென்று வீட்டில் ஒரே நிசப்தம்.

கீழே நிலத்தில் சுருண்டு கிடந்தாள் ராஜி.

மகேஸ்வரி அகப்பைக் காம்பை வீசிவிட்டு ஹோலுக்கு நடந்தாள்.

11

ராஜியால் எழும்ப முடியாதிருந்தது. மெதுவாக தலையை நிமிர்த்திப் பார்த்தாள். அம்மா இல்லை. பார்வை திரும்பிய இடத்தில் அடுப்பு

மேடைக்குக் கீழே மண்ணெண்ணெய்ப் போத்தல் இருந்தது. 'இப்பிடியே எண்ணையை எடுத்து ஊத்திக்கொண்டு எரிஞ்சுபோனா என்ன?" என்றொரு வெறி பிடித்தது. "சீ! நான் எதுக்காக அப்படிச் செய்யவேணும்? என்ன பிழை செய்தனான் எரிஞ்சு செத்துப்போறதுக்கு?' என்றொரு பிந்திய சிந்தனை எழுந்து அந்த நினைப்பை எரித்தது.

ராஜி எழுந்து நடுமுற்றத்தைத் தாண்டி தன் படுக்கை அறையை அடைந்தாள்.

நேரம் செல்லச் செல்ல ராஜியின் அழுகை நின்றது. ஆனால் வெளியே மகேஸ்வரி அழுதுகொண்டிருந்தாள். கோபம் தணியத் துவங்கத்தான், தான் அடித்த அடியில் ராஜி துடித்த துடிப்புத் தெரிந்தது அவளுக்கு. ஐயா... ஐயா..! என்று அவள் வைத்த ஓலம் ஞாபகத்திலிருந்து அவளைப் புரட்டிப் போட்டது. "மானம் போறபடி நடந்தபடியாத்தானே அப்படிப் போட்டு அடிக்கவேண்டி வந்தது. எண்டாலும் என்னமாதிரி அடிச்சிட்டன். பெத்து வளத்த இத்தனை வருஷ காலத்திலை தடியெடுத்துக்கூட ஒரு அடி அடிச்சதில்லை. ராசேந்திரனையே இப்படி அடிச்சதில்லை நான். இண்டைக்கு..! ஐயா... ஐயா... என்னைக் காப்பாத்துங்கோ... புண்டு கத்துற நேரத்திலையாச்சும் நான் அடிக்கிறதை நிப்பாட்டியிருக்கவேணும். ஆனா நான்... ஆ... பாவி... நான் பாவி!" என்று தலையிலடித்துப் புலம்பினாள்.

தாயார் என்ன சொல்லிப் புலம்பினாள் என்பது ராஜிக்குக் கேட்கவில்லை. ஆனால் மளார்... மளாரென எழுந்த சத்தம் அவள் தலையில் அடித்துக்கொண்டு அழுகிறாளென்பதைப் புரியவைத்தது. அப்பா இறந்த சோகத்துக்கு மட்டும்தான் அம்மா அப்படி அழுதிருக்கிறாள். ராஜியால் அதைத் தாங்க முடியவில்லை. "அம்மா, அம்மா! அழாதையுங்கோ அம்மா! என்னை அடிச்சிட்டு நீங்கள் அழுகிறியளே, ஏனம்மா? என்னை அடிச்சனெண்டு அழுகிறியளா? இல்லாட்டி இவ்வளவு அடி அடிச்சும் ஆத்திரம் குறையாமல் அழுகிறியளா? அம்மா, நீங்கள் அடிச்சதுக்கு நூற்றெட்டுக் காரணம் இருக்கட்டும். நான் அடி வாங்கினதுக்கு ஒரு காரணம்கூட இல்லையே, அம்மா! பறவாயில்லை, நீங்கள்தானே அடிச்சியள். வேணுமிண்டா இன்னும் அடியுங்கோ. ஆனா அழமட்டும் செய்யாதையுங்கோ, அம்மா. என்னாலை தாங்கேலாமலிருக்கு."

ராஜியின் உள்ளப் பிரலாபத்தில் சுழன்றடித்துக் கொண்டிருந்த ஆடி அச்சாரக் காற்றே அடங்கிவிட்டதைப்போல வெளியே நிர்ச்சலனமொன்று விழுந்தது.

ஹோலுக்குள்ளிருந்த சுவர்க் கடிகாரத்தின் டக்... டக்... சத்தம் மேலும் உக்கிரப்பட்டது. அதுவரை புலம்பலாய், தன்னையே வருத்தும் மூர்க்கத்தோடு தொடர்ந்துகொண்டிருந்த மகேஸ்வரியின் அவலம் அழுகையிலிருந்து விசும்பலாய்த் தேய்ந்திருந்தது. ராஜியின் உள்ளத்தில் சற்றே அமைதி பிறந்தது.

ராஜேந்திரன் இன்னும் வீடு திரும்பவில்லை. அவன் வீடு திரும்ப பன்னிரண்டு மணியாவது ஆகும். தீவின் மின்சார விநியோகம்

பன்னிரண்டு மணியோடு நிறுத்தப்படுவதால், பதினொன்றரை மணிக்கே லாம்பைக் கொளுத்திவைத்துக் கொண்டு அவன் வரும்வரை மகேஸ்வரி விழித்திருப்பாள்.

'இண்டைக்காவது ராசேந்திரன் வெள்ளண வரக்குடாதா?' ராஜி ஆதங்கப்பட்டாள்.

இப்போதெல்லாம் அவனைப்பற்றி அவள் எதுவிதமான அக்கறையும் பட்டுக்கொள்வதில்லை. அவனும் அவள் அக்கறைப்படும் விதத்தில் நடப்பதில்லை. தந்தை இறந்தபிறகு அவனைப் பள்ளிக்கூடம் கூட்டிச்சென்றதும், பாடம் சொல்லிக் கொடுத்ததும் அவள்தான். அப்போது அவன் 'சின்ன' தம்பி. ஆனால் அவனது நண்பர்களின் குணம் தெரிந்து அவர்களோடு அவன் சேர்ந்து திரிவதைக் கண்டித்தபோது இருவருக்கும் ஏற்பட்ட வாக்குவாதத்துக்குப் பிறகு, அவனது எந்த விஷயத்திலும் அவள் கரிசனை காட்டியதில்லை. அவன் "பெரிய" தம்பி ஆகிவிட்டான்.

இருந்தும் அன்றைக்கு அவன் இன்னும் வீடு திரும்பவில்லையே என்று ராஜி அக்கறைப்பட்டாள். எந்தவிதமான திடீர்ப்பற்றும் அவன்மீது தோன்றிவிடவில்லை. அவன் வீட்டுக்கு வந்தால் தாயாரின் கவனம் திரும்பிவிடும், கேற்றைப் பூட்டிவிட்டு வந்து அவனுக்குச் சாப்பாட்டைக் கொடுத்தபின் படுத்து விடுவாள், பொழுது விடிந்தால் அவளின் கோபமும் சோகமும் அப்போது இருக்கிறமாதிரி இருக்காது, தான் அவ்வாறு கொழும்பு செல்ல நேர்ந்த காரணத்தை அவளுக்குத் தெளிவு படுத்தலாம் என்பது அவளது எண்ணம். ஆனால் அந்த எண்ணம் ஈடேறக்கூடிய விதமாய் அவளது தம்பி நடந்துகொள்ளவா போகிறான்? வழக்கம் போல் பன்னிரண்டு மணிக்கோ, இல்லை, இன்னும் நேரம்செண்டோ தான் வரப்போகிறான். அதுவரை அம்மா ஹோலிலுள்ள சாய்மனைக் கட்டிலில் அழுதுகொண்டும், புலம்பிக்கொண்டும், சிலவேளை துக்கம் தாளாமல் தலைதலையாய் அடித்துக்கொண்டும்தான் கிடக்கப் போகிறாள்.

'ஏய், தறுதலைத் தம்பியே! நீ சரியான சகோதரமாய் இருந்திருந்தா... வீட்டுக்குப் பொறுப்பான ஆம்பிளைப் பிள்ளையாய் நடந்திருந்தா... இண்டைக்கு இந்தளவு கொந்தளிப்பு இந்த வீட்டிலை வந்திருக்குமே? உன்னைத்தானே நாயே கொழும்புக்குக் கூடவாவெண்டு கேட்டுக் கெஞ்சினன். நீ மாட்டனெண்டிட்டாய். பெரிய குளத்தடிக் கள்ளையும், கள்ளுக் கூட்டாளியளையும் ரண்டு நாளைக்கு விட்டிட்டு வர உனக்கு மனம் வரேல்லை. இப்ப..? ஓ..!'

நரம்புகளை முறுக்கிக்கொண்டு இதயப் புள்ளியில் குவிந்தெழும் ஆத்திரமும், அந்த ஆத்திரத்தை வெளிப்படுத்த முடியாத அவசமும் அவளுக்கு மீண்டும் அழுகையாய் வெடித்தெழுந்தன.

அழுதுகொண்டிருந்தவள் சிறிதுநேரத்தில் அப்படியே அயர்ந்து நித்திரையாய்ப் போனாள்.

இடையே ஏதோ அரவத்தில் திடுக்காட்டத்துடன் விழிப்பு வந்தது. சூழ்நிலையைக் கிரகித்தாள்.

கும்மிருட்டில் திசைகள் கரைந்திருந்தன.

டக்... டக்..! சுவர்க் கடிகார ஒலி.

கிக்... கிக்... கிளுகிளு..! மாமரக் கூட்டுப் பறவையின் முழமுழப்பு.

ம்ம்ம்..! கடல் ஏழாற்றுப் பிரிவில் இரைந்தது.

“அம்மையே அப்பா ஒப்பிலா மணியே!” வீரபத்திரர் கோவிலுக் கப்பால் வயற்கரையோரமிருந்து காற்றில் இச்சைப்படி ஏறி இறங்கி வந்தது பாட்டுக்காரர் கந்தசாமி அப்பாவின் பிசிறற்ற சாரீரம்.

உள்ளே அம்மாவின் விசும்பல் நின்றிருந்தது. சாய்மனைக் கதிரையின் பிரப்பம் இழைகளின் கிரீச்சொலி நீண்ட நேரம் இல்லாததைக்கொண்டு தாயார் ஹோலுக்குள் இல்லையென்பதையும், ராஜேந்திரன் வீட்டுக்கு வந்து அவள் உறங்க உள்விறாந்தைக்கு வந்துவிட்டாளென்பதையும் ஊகித்துக் கொண்ட ராஜி, கட்டிலில் எழுந்தமர்ந்து கையிலும் காலிலும் தோளிலும் முதுகிலும் நெஞ்சிலும் முகத்திலுமாய் விழுந்திருந்த அகப்பைக் காம்பின் தழும்புகளை அந்த இருட்டுக்குள்ளிருந்து வலியோடு தடவிப்பார்த்தாள்.

மேனி மட்டுமல்ல, அப்போது இதயமும் எரிந்தது.

அம்மா உறங்கினாலும் அன்றைக்கு தன்னால் அது முடியாது என்பதை உணர்ந்துகொண்டவள், தன் மேனியெங்கும் விழுந்திருக்கும் தழும்புகளுக்குக் காரணமான சம்பவத்தை, நிகழ்ந்த சம்வாதத்தை, எழுந்துள்ள அபவாதத்தை ஒருமுறை அலசிப்பார்த்தாள்.

தன்னுடைய தவறு அவளுக்குத் தெரிந்தது. பாவம் எதுவும் புரிந்து விடாத ஒரு தவறு. அவள் அவசரப்பட்டு முன்பின் யோசிக்காமல் அல்லது யோசித்தாலும் கண்டிப்பாக அந்த நேர்முகப் பரீட்சைக்குப் போகவே வேண்டுமென்கிற மூர்க்கத்தில் விளைவுகளைப் பொருட்படுத்தாமல் நடந்துவிட்டாளே தவிர, அம்மா நினைத்ததுபோல் அழிந்துபோகவில்லை. அது யாருக்குத் தெரியப் போகிறது. ஒரு ஆண்பிள்ளையோடு கூடிப் போனேன், ஹோட்டலில் ஒரே அறையில் தங்கினேன், தவறேதும் செய்யவில்லையென்றால் ஊர் நம்பவா போகிறது? பெற்ற தாயே நம்பவில்லையே!

தலை சுற்றியது அவளுக்கு.

ஆற்றிலே சுழி என்பார்களே, அதுபோல்றதா இது? தடம் மாறினால் இழுத்து அமிழ்த்தி மரணிக்க வைத்துவிடுகிற சுழி! வாழ்வின் மூலாதாரத் தேவைகள் குறைவுபடும் அவதியில், தப்பிவிடும் மூர்க்கம்

நியாயமாகவும்படும். ஆனால் சுழியின் பிரக்ஞை இல்லாதவர்களுக்கு அவஸ்தை விதிக்கப்பட்டிருக்கிறது. வாழ்க்கையென்பது பெருவிழிப்பில் நடத்தப்பட வேண்டியதாகும்.

நடந்தது நடந்துவிட்டது, இனி யோசித்து எதுவும் ஆகப் போவதில்லை என்பதை உணர்ந்தாள். இனி நடக்கவேண்டியதே கவனிக்கப்படவேண்டியது என்ற போதம் கிளர்ந்தது.

அவள் தீர்மானத்தை அடைந்துகொண்டிருந்தாள்.

நேரம் பிரக்ஞையுமாகவில்லை. தூக்கம் இடையூறும் செய்யவில்லை.

அம்மன் கோவில் உதயப் பூஜைமணி எழுந்தது.

விடிந்துவிட்டதா?

அவள் கட்டிலைவிட்டு இறங்கினாள்.

1983

12

தை மாத முன்பனித் திரைக்கூடாக கிழக்கு வெளுத்து வருவது தெரிந்தது. எந்த இடத்துக்குமில்லாத அழகு குண்டுமணியளவான அந்தச் சின்னத் தீவின் புலரிக்காலைக்குண்டு. சூரியோதயம் அங்கே கவிதை. அதுபோல்தான் அஸ்தமனமும். பகல் பாலையாகிச் சுடும். ஆனால் மாலையும் இரவும் காலையும் சொர்க்கம் செய்யும். அங்கே இருப்பவையெல்லாம் அழகாய்த் தோன்றும். நிலாவும் நட்சத்திரங்களும் காற்றும் குளிரும் இரவுப் பறவைகளும் அவற்றின் கிளுகிளுப்புக்களும் கடலோதங்களும் ஓதங்களின் ஓசைகளும்... ஓஓ!

வழக்கத்துக்குச் சற்று முன்பாகவே அன்று படுக்கையை விட்டு எழுந்துவிட்டாள் மகேஸ்வரி. ராஜியும்தான். காலை முதற் படகில் மகேஸ்வரி தொண்டமானாறு போவதாக விருந்தது. வெளிக்கிடுகிற மும்முரத்தில் மகேஸ்வரி மூழ்கி யிருக்க சமையல் வேலைகளைக் கவனித்துக் கொண்டிருந்தாள் ராஜி.

ஆறு மணிக்கு முன்னதாக ராஜேந்திரனும் எழுந்து விட்டான். ராஜியின் கொழும்புப் பயணம் விளைத்த கலகத்துக்குப் பிறகு எல்லாரது நடைமுறைகளையும் அடியோடு மாற்றி வைத்திருந்தாள் மகேஸ்வரி. அந்த ஒன்றரை வருஷ காலத்தில் அவள் கிழித்த கோட்டை யாரும் தாண்டியதில்லை. ராஜிக்கு அக்கடமி போவது நின்றது. ராஜேந்திரனுக்கு ஊர் சுற்றுவது நின்றது. ஒரு புதிய வேகத்துடன் அந்தக் குடும்பம் வாழ்வெனும் யுத்த முனைக்குத் தன்னைத் தயாராக்கிக் கொண்டிருந்தது.

மகேஸ்வரி பிள்ளைகளிடம் சொல்லிக்கொண்டு புறப்பட்டாள்.

ஆறரை மணி முதற் படகு எடுத்துச் சென்றிருந்தும் அவள் தன் அண்ணன் வேலுப்பிள்ளையின் வீட்டை அடைந்தபோது அவர் இல்லை. வெள்ளெனவே வெளியில்

போய்விட்டதாகவும், இனி மத்தியானச் சாப்பாட்டு நேரத்துக்குத்தான் திரும்பிவருவாரென்றும் அவரது மனைவி தெரிவித்தாள்.

தேநீர் கொடுக்க குடித்துவிட்டு, "அதுக்குள்ளை நான் கோயிலுக்குப் போட்டு வந்திடுறன், மச்சாள். அண்ணை வந்தவுடனை நான் வந்திருக்கிறதாய்ச் சொல்லி வெளியிலகிளியில போயிடாமல் பாத்துக் கொள்ளுங்கோ. பின்னேரத்துக்குள்ளை நான் வீட்டை போகவேணும். நிண்டுகிண்டு போகேலாது" என்று கூறி விட்டு கோவிலுக்கு பஸ் எடுக்க நடந்தாள்.

சன்னதி கோவிலில் வழக்கமான கூட்டம். காவடி, பாற்செம்பு, சர்வாங்கப் பிரதிஷ்டை, செடிலாட்டங்கள் கோவிலை வலம்வந்து கொண்டிருந்தன. ஆங்காங்கே அப்பப்போ 'அரோகரா! முருகா!'க்கள்.

தீர்த்தக் கேணிக்குச் சென்று கால் முகம் கழுவி வந்து கடையிலே அர்ச்சனைச் சாமான்கள் வாங்கினாள். உள்ளே போய் அர்ச்சனையை முடித்தாள். மூலஸ்தானத்தில் நிமிர்ந்து நின்றது செவ்வேல். மகேஸ்வரிக்கு மெய் சிலிர்த்தது. "உற்றார் எனக்கு ஒருபேரும் இல்லை, உமையாள் தமக்கு மகனே, வித்தாரமாக மயில்மீதில் ஏறி வரவேணும் எந்தன் அருகே" என்று மனமுருகிப் புலம்பினாள். கண்ணீர் துளிர்த்தது. கசிந்து வழிந்தது. உள்சுற்று சுற்றிக் கும்பிட்டுவிட்டு வெளியே வந்தாள். நேரம் மணி பத்து அப்போது. வேலுப்பிள்ளை வீடு திரும்புவதற்கு இன்னும் இரண்டு மூன்று மணித்தியாலங்களாவது இருந்தன. திரும்பிப்போய் வீட்டிலேயே காத்திருக்கலாம்தான். ஆனால் அவள் வந்திருப்பதைத் தெரிந்துகொண்டு உறவினரும் சிநேகிதிகளும் வந்து கூடிவிடுவார்கள். மனத்தில் பெரிய மலையே இருந்த நிலையில் அங்காலே அதைத் தூக்கிவைத்துவிட்டு இயல்பில் அவர்களோடு உரையாட முடியாது. அதனால் கோவிலுக்குச் சற்றே தள்ளி புறவீதியோடு ஒட்டியிருந்த ஒரு மடத்துக்குச் சென்று திண்ணையிலே அமர்ந்தாள்.

தை மாதப் பனிவெய்யில் உக்கிரமாய் எரிக்க துவங்கியிருந்தாலும், அந்த இடத்தில் மட்டும் வரிசையாக நின்ற பூவரச மரங்களாலும், பின்னாலிருந்த சிறு கடலின் காற்றினாலும் குளிர்மை தவழ்ந்துகொண்டிருந்தது.

பழங்காலத்து அந்தச் செங்கல் மண்டப மரத்தூணோடு சாய்ந்து தூரத்து வெளியைப் பார்த்தாள். பாலத்தைக் கடந்து பஸ் ஒன்று ஓடியது. இருபது இருபத்தைந்து வருஷங்களுக்கு முந்தி அங்கே அந்தப் பாலம் இல்லை. பஸ் வந்து கரையிலேயே திரும்பிவிடும். கரையில் இறங்கி முழங்காலளவு, சிலவேளை இடுப்பளவு தண்ணீரில்தான் பக்தர்கள் செல்வச் சன்னதி முருகனைத் தரிசிக்க வந்துபோய்க் கொண்டிருந்தார்கள். சின்ன வயதில் தந்தையின் தோளில் அமர்ந்தே இவளும் அந்தக் கழிமுகக் கடலைக் கடந்திருக்கிறாள். அந்தப் பாலம் கட்டப்பட்ட காலத்துக் காட்சிகளும் சம்பவங்களும்கூட இன்னும் அவளுக்கு மறக்காமலே இருந்தன.

பழைய ஞாபகங்கள் புற்றீசலாய்க் கிளம்பின. எனினும் மனம் ஒட்ட மறுத்து, நிகழ்காலக் கவலைகள் கரிசனங்களைச் சுற்றியே அலைந்தது.

நிகழ்வில் எதுவும் அவளுக்கு உவகையளிப்பதாக இல்லை. கட்டுக்குள் அடங்கியிருப்பது நிஜம்தானெனினும் அவள் திட்டமிட்டுள்ள தடத்தில் போக இன்னும் ஆரம்பிக்கவில்லை.

அண்ணன் மகன் குணரத்தினத்துக்கும் ராஜிக்கும் கல்யாணப் பொருத்தமிருப்பதை இரண்டாண்டுகளுக்கு முன்னரே அண்ணனிடம் குறிப்பில் சொல்லியிருந்தாள். அதற்கு, 'புகைபோட்டு பழுக்கவைக்கிற காரியமே இது? காலநேரம் சரியாய் வரேக்கை எல்லாம் அது அதுவாய் நடக்கும். நீ ஏன் அவதிப்படுறாய்?' என்று சொல்லி தட்டிக்கழித்துவிட்டார் வேலுப்பிள்ளை. போன வருஷம் திரும்ப அதுபற்றிப் பேச்செடுத்தாள். கோயில் கொடியேறி விட்டது, பத்தாம் திருவிழாவுக்கு குணம் லீவிலே வருவதாக எழுதியிருக்கிறான், அவனுடன் கலந்துபேசி எல்லாம் விபரமாகக் கடிதமெழுதுவதாக அப்போதும் கூறி அனுப்பிவிட்டார். சொல்லியபடி கடிதமெழுதத்தான் செய்தார். கல்யாண விஷயத்தை ஒத்தி வைக்கும் பதிலாகவே அது இருந்தது. குணத்துக்கு ஏதோ பரீட்சை இருக்கிறதாம் மார்கழியில், அது முடிந்த பிறகுதான் எதையும் யோசிப்பானாம் என்று எழுதியிருந்தார். இப்போது மார்கழி முடிந்து தை பிறந்திருக்கிறது. அதுவும் முடிய சில நாட்களே தொங்கிக்கொண்டு நிற்கின்றன.

நிற்கும்போதும், இருக்கும்போதும், நடக்கும்போதும், உண்ணும் போதும், உறங்கும்போதும் மகேஸ்வரிக்கு ராஜியின் கல்யாண நினைப்புத் தான். குணத்துக்கும் ராஜிக்கும் கல்யாணத்தை முடித்து வைத்துவிட்டால் ஒரு சுமை இறங்கியமாதிரி இருக்கும். அவளுக்கு குமர்ப்பிள்ளையொன்றை வீட்டிலே வைத்திருப்பது அந்தரமாக விருந்தது. காலம் கெட்டுக்கிடக்கிறது. வங்கிக் கொள்ளைகள், பொலிஸ் நிலையத் தாக்குதல்கள் ஒருபுறம். மறுபுறத்தில் புலிப்படை என்ற பெயரில் தேடல்கள், கண்மூடித்தனமான கைதுகள், தீவுகளைச் சுற்றும் கடற்படை ரோந்துப் படகுகள். எல்லாம் எவர் வாழ்க்கையையும்தான் அச்சுறுத்துகின்றன. அவளுக்கு நினைத்தாலே அடிவயிற்றைக் கலக்குகின்றது. நயினாதீவிலே பொலிஸ் நிலையமோ, ராணுவமுகாமோ இல்லைத்தான். ஆனாலும் அவள் அஞ்சினாள். ஒரு ஊமை உறுமுகை எங்கும் எழுந்துகொண்டிருப்பதாய் அவளுக்குத் தோன்றிக்கொண்டிருந்தது. குறிப்பாக நூல்நிலைய எரிப்புக்குப் பின்னால்தான் அந்தத் துல்லியப்பாடு. தான் உயிரோடு இருக்கிற வரைக்கும் தீவுமக்களுக்கு எந்த ஆபத்தும் வர தான் விட்டுவிடமாட்டேனென்று புத்தசுவாமி சொல்லியிருந்தும் அவளது அச்சம் தணிய மறுத்தது.

ஒவ்வொரு தடவை தான் முயற்சிக்கும்போதும் எப்படியோ அந்தக் கல்யாணப் பேச்சு தடங்கலாகிக்கொண்டு போவதை நினைக்க, அந்தக் கல்யாணத்துக்குத் தெய்வ சித்தம் இல்லையோ என்றுகூட அவளுக்கு யோசனை பிடித்தது. எதுவானாலும் அன்றைக்கே இரண்டிலொன்றைத் தெரிந்துவிடுவதென்ற தீர்மானம் அவளுள் உறைந்தது.

டாண்... டாண்... என்று மதியப் பூஜை மணி பேரொலி கிளர்த்திய சிறிதுநேரத்துக்குப் பிறகு சிறிய ஆண்குழந்தையொன்று வந்து அவள் முன்னே நின்று, "அம்மம்மா, எங்களோடை சாப்பிட வாறியளே?" என்று கேட்டது.

திடுக்கிட்டதுபோல நிமிர்ந்தாள். "என்ன ராசா?"

"சாப்பிட வாருங்கோ, அம்மம்மா."

மடத்தின் மறுபக்கத்தில் அமர்ந்திருந்த இளங்குடும்பத்தின் பிள்ளையாக இருக்கவேண்டும். மகேஸ்வரிக்குச் சிரிப்பு வந்தது. "அம்மம்மாவுக்குப் பசிக்கேல்லை, ராசா. நீர் போய்ச் சாப்பிடும்."

குழந்தை பேசுகிற சத்தம் கேட்டுத் திரும்பிப் பார்த்த அந்தக் குழந்தையின் தாயார் சிரித்துக்கொண்டே எழுந்துவந்தாள். "உங்களையும் சாப்பிடக் கேக்கலாமெண்டு நாங்கள் கதைக்கிறதைக் கேட்டுட்டு இந்தச் சுட்டி தான் முந்திக்கொண்டு ஓடிவந்து உங்களைக் கூப்பிட்டிருக்கு. வாருங்கோக்கா சாப்பிடலாம்."

"வேண்டாம், பிள்ளை. வீடு கிட்டத்தான். நான் வீட்டிலயே போய்ச் ..."

"கொஞ்சமாய்ச் சாப்பிடுங்கோ. பூசைக்கு வைச்ச சோறுதான்."

யாரோ எவரோ என்ற தயக்கமிருந்தது. மட்டுமில்லை. கோயிலில் சாப்பிட தான் ஒன்றும் பிச்சைக்காரி இல்லையே என்ற எண்ணமும் எழுந்தது. கோயிலைச் சுற்றியிருந்த பல நூறு குடும்பங்கள் அன்னதானத் திலேயே வாழ்ந்துகொண்டிருந்தன. பூஜைச் சோறு வாங்க பெட்டியும் கையுமாய் ஒரு பெருந்தொகை ஜனங்களை கோயில்வீதி முழுக்கப் பரக்கக் காணமுடியும். என்றாலும் முருகனே நேரில் வந்து அழைப்பதுபோல அந்த ஆண்குழந்தை அழைத்திருக்கிறது என எண்ணிக்கொண்டு சென்றாள்.

சாப்பிட்டுக்கொண்டிருந்த போதுதான் தான் எவ்வளவு பசியாக இருந்திருக்கிறோமென்று அவளுக்கே தெரிந்தது. உணவு ருசியாகவிருந்தது. பசியில் ருசி மிகையாகத் தெரியும்!

சாப்பிட்டு முடிந்து அந்தக் குடும்பத்தாரோடு சிறிதுநேரம் பேசிக்கொண்டிருந்த மகேஸ்வரி, அர்ச்சனைப் பெட்டியை மறவாது எடுத்துக்கொண்டு அவர்களிடம் விடைபெற்றாள்.

கோயிலுக்கு முன்னால் தென்னிந்திய ஆச்சாரிகளால் நிர்மாணிக்கப் பெற்ற புதிய தேர் நின்றுகொண்டிருந்தது, பிரம்மாண் டமும் கலைத்துவமும் பொங்க. எதிரே தேர்நிதி சேகரிக்கப்பட்ட உண்டியல் இன்னும் இருந்து கொண்டிருந்தது. பேர்ஸைத் திறந்து பத்து ரூபாவை எடுத்து உண்டியலில் போட்டுவிட்டு அண்ணன் வீடு செல்லத் தயாரானாள்.

திடீரென, எதையோ தவறவிட்டுப் போகிற உணர்வு பிடித்திழுத்தது. 'ஓ... கடலையா?' என்று கோயில்களில் நிறைவேற்றப்படுகிற வீட்டார்த்தமான கைங்கர்யத்தை நினைவு கொண்டாள். மாலையில் திரும்புகிறபோது உடுவில் சென்று இராமநாதன் கல்லூரியிலே விஜயலட்சுமியைச் சந்திக்கிற எண்ணம் இருந்ததால், அவளுக்குக் கொடுப்பதற்கும் சேர்த்து ஒரு மூடல் பெட்டியிலே கடலை வாங்கினாள்.

அண்ணன் வீட்டை அவள் அடைந்தபோது அவர் வீட்டிலே நின்றிருந்தார். "வா, மகேசு. நீ வருவாய் வருவாயெண்டு பார்த்துக்

கொண்டிருந்திட்டு இப்பதான் சாப்பிட்டன். நீ முதல்ல கையை அலம்பியிட்டு வந்து சாப்பிடு" என்றார்.

"வேண்டாமண்ணை. நான் கோயில்லயே சாப்பிட்டிட்டன். ஆரோ பூசை வைச்ச ஆக்கள், வலிய வந்து கூப்பிட்டினம் ..." என்று கூறிவிட்டு அவருக்கு முன்னால் அமர்ந்தாள். வெற்றிலைச் செல்லத்தைக் கொண்டுவந்து வைத்துவிட்டு சுவரோடு போய் அமர்ந்தாள் அண்ணன் மனைவி. சற்றுத் தள்ளியிருந்த வாங்கில் குணரத்தினத்தின் தம்பி யோகேஸ்வரன் படுத்திருந்தான். தூங்குகிறான் போலிருந்தது. செல்லத்தை இழுத்து நாலு பிளகு வெட்டியெடுத்து வாயில் போட்டுக்கொண்டு தான் வந்த காரியத்தைச் சொல்லத் தொடங்கினாள் மகேஸ்வரி.

தங்கை சொல்வதைக் கேட்டு மனைவியைக் குறிப்போடு பார்த்தார் வேலுப்பிள்ளை. அவளும் அர்த்தத்தோடு சிரித்தாள். கடைக் கண்ணில் அதை நிழலாட்டமாய்க் கண்ட மகேஸ்வரிக்கு நெஞ்சுக்குள் பகீர் என்றது. பின்னர் 'ஏன் இப்படி ஒருத்தரை ஒருத்தர் பார்த்து கண்களில் சிரித்துக் கொள்கிறார்கள்? இதிலே கேலி என்ன இருக்கிறது?' என்று ஆத்திரமாக எண்ணினாள். "அண்ணை ..!" என்றாள் சிறிது அதட்டலாக.

"கொஞ்சம் பொறு," கையிலிருந்த புகையிலையில் ஒரு தருகு திருகி வெற்றிலைக்குப் போட்டுச் சுவைத்தபடி, பெரிதாக ஒரு ஏப்பத்தையும் விட்டுக்கொண்டு வேலுப்பிள்ளை சொன்னார்: "மகேசு, இந்த விஷயமாய் உன்னோட கதைக்கிறதுக்கு நானே நாளைக்கு நயினாதீவுக்கு வாறதாய் இருந்தன். நீ முந்தியிட்டாய். போன கிழமைதான் குணத்திட்டயிருந்து காயிதம் வந்தது. சிவராத்திரி லீவோட தம்பி ஊருக்கு வாறானாம். ஒரு கிழமையளவில் நிப்பானெண்டு நினைக்கிறன். பிறகு சித்திரை வருஷத்தோட ஒரு மாச லீவு எடுக்க வசதியிருக்குதாம். இதுக்கு என்ன அர்த்தம்? மாசியில பொம்பிளையைப் பாத்திட்டு சித்திரையில கலியாணத்தை வைச்சுக் கொள்ளலாம் எண்டு சொல்லாமல் சொல்லியிருக்கிறான். ம்... கால நேரம் சரியாய் இருந்தால் எல்லாம் தானாய் நடக்கும், பாத்தியே?"

மகேஸ்வரிக்கு அதன்பிறகுதான் மனம் நிதானப்பட்டது. முகம் மலர, "அதுசரி அண்ணை, சிவராத்திரி எத்தனையாம் தேதி வருகுது? முன்னை பின்னை நல்லநாள் இருக்குதா? அதோட ... மற்ற விஷயங்கள் ..." என்று இழுத்தாள்.

"ம் ... தம்பி வெள்ளிக்கிழமை வீட்டுக்கு வாறான். சனி, ஞாயிறு போனால் திங்கக்கிழமை நல்ல நாள். எல்லாம் நான் கலண்டரில பாத்திட்டன். நாங்கள் ராஜியைப் பாக்க என்ன இருக்கு? குணம்தான் பாக்கவேணும். அஞ்சாறு வருஷமாய் ராஜியைப் பாத்திருக்க மாட்டானெல்லே? அதால, திங்கக்கிழமை காலமை பதினொண்டுக்கும் பன்ரண்டுக்கும் இடையில குணத்தைக் கூட்டிக்கொண்டு வாறம். ஒரு சம்பிரதாயத்துக்காகத்தான் எல்லாம். குணம் வரவேண்டியது, ராஜியைப் பாக்க வேண்டியது, நாள் வைக்க வேண்டியதுதான். கலியாணம் முடிஞ்ச மாதிரி நினைச்சுக்கொள்."

"மற்ற விஷயங்களெண்டு மச்சாள் ஏதோ கேட்டா ..." மனைவி ஞாபகப்படுத்தினாள்.

"ஓமோம்," என்றார் வேலுப்பிள்ளை. "அதையும் சொல்லியிடுறன். விரலுக்குத் தகுந்த வீக்கம் வேணும். எங்களுக்கு கன ஆசை இல்லை. அதோட... உன்ர நிலைமையும் எங்களுக்கு வடிவாய்த் தெரியும். அதால, நாங்களாய் எதுவும் கேக்கப் போறதில்லை. உனக்கு எது வசதியோ அதைச் செய்தால் போதும்."

மகேஸ்வரிக்கு ஆனந்தம் தாங்க முடியவில்லை. சிரித்துக் கொண்டே கண்கலங்கினாள்.

13

இன்னும் நாபிக் கொடி அறுந்துவிடாததைப் போலத்தான் தாயாரின் பிறகும் முன்னும் தாண்டித் தாண்டி சுற்றிக் கொண்டிருந்தாள் விஜயலட்சுமி. படுக்கையும் உள் விறாந்தையில் தாயோடுதான். இன்னும் செல்லம். ஒவ்வொரு வார்த்தையிலும் சொட்டும் அது. பதினாறு வயதாகிறது. இன்னும் பருவமடையவில்லை. மகேஸ்வரிக்கு அது நினைப்பு. ஆனால் கவலைப்பட்டுக் கொள்ளவில்லை. அதுபற்றி அவசரப்படுகிற அளவுக்கும் வீட்டில் வசதிகள் மலிந்து போய்க் கிடக்கவில்லை. இன்னும் சின்னப் பெண்ணாக நினைத்துக் கொண்டிருப்பது மகேஸ்வரியின் மனத்துக்கு ஒருவகைச் சாந்தியையும் செய்தது.

போனமுறை மகேஸ்வரி ஹோஸ்டலுக்குப் போய் விஜயலட்சுமியைப் பார்த்தபோதே தும்மல் பிடித்திருந்தது. சின்ன வயதிலிருந்து தொடர்ந்து கொண்டிருந்த பீனிசம்! கிரந்தி இழுப்பு வேறு மாரிகாலம் பனிக்காலமென்றால் கிளர்ந்தெழுந்து தன் உள்ளிருப்பைக் காட்டிவிடும். தும்மித் தும்மி முகமே சிவந்து போயிருந்த மகளைக் கண்டதும் மகேஸ்வரிக்குத் தெரிந்துவிட்டது, இனி இரண்டு நாட்கள் படுக்கையில் போட்டுத்தான் வந்த வருத்தம் குணமாகுமென்று. அதன்படி அடுத்தவாரமே ஹோஸ்டலிலிருந்து காய்ச்சலோடு வீட்டுக்கு வந்துவிட்டாள் விஜயலட்சுமி.

தாயாரின் அனுசரணையிலும், தமக்கையின் ஆதரிப்பிலும், குடிநீர் மருந்திலும் இரண்டு மூன்று நாட்களிலேயே ஊசிப் பனியால் வந்த ஜுரம் பறந்து போய்விட்டது. இருந்தும் இன்னும் ஹோஸ்டலில் கொண்டுபோய் விடவில்லை. சிவராத்திரி முடியட்டும். அதற்கு முதல் ராஜியைப் பெண் பார்க்க அண்ணன் வீட்டாரும் வந்து போய்விடுவார்கள். பின்னால் கூட்டிப்போய் விடலாமென்று விட்டுவிட்டாள். அந்த எண்ணத்துக்கு மாறாக நினைத்திருந்தாலும் அவளால் அங்கேயிங்கே நகர முடிந்திராது. அவ்வளவுக்கு வேலைகள் நிறைந்து போயிருந்தன வீட்டில். ராஜிக்குத் தேவையான புடவை சட்டைத் துணிகள் எடுக்கவென்று இரண்டு தடவைகள் யாழ்ப்பாணமும் போய் வந்தாள். இரண்டாவது தடவை போனபோது ஜெஸ்மின் வீட்டுக்கும் போய் ராஜியைப் பெண்பார்க்க தன் அண்ணன் வீட்டார் வரப்போகிற விஷயத்தைத் தெரிவித்தாள். ராஜி கேட்டு அல்ல, தானாக யோசித்துத்தான் செய்தாள். காரணம் இருந்தது. சேலை கட்ட மாட்டேன். வீட்டில் சஞ்ட்ககிற உடுப்போடு நிற்பேன். மாப்பிள்ளை பார்த்துவிட்டுப் போகட்டுமென்று அடம்பிடிக்கிற

பெண்ணை வைத்துக்கொண்டு என்ன செய்ய? அச்சுறுத்தியோ, அடி போட்டோ செய்விக்கிற காரியமா இது? அதை ஒரு உபாயத்தில் சரி செய்ய நினைத்தாள் மகேஸ்வரி. ஜெஸ்மின் சேலை கட்டி வந்தால் ராஜிக்குக் கூச்சம் குறைவாக இருக்குமல்லவா? அதன்படி ஜெஸ்மினிடம் சேலை கட்டி வருமாறு சொல்லவும் அவள் மறக்கவில்லை.

இதோ வரப்போகிறது வரப்போகிறது என்றிருந்த அந்த நாளும் கடைசியில் வந்து சேர்ந்தது. எட்டு மணியளவில் ராஜேந்திரனை மரக்கறி வாங்க சந்தைக்கு அனுப்பிவிட்டு வந்த மகேஸ்வரி, முதல் நாள் குறையாக வைத்திருந்த நாவலை எடுத்து வாசிக்க ஆரம்பித்திருந்த ராஜியைச் செல்லமாகச் சினந்தாள்: "என்ன பிள்ளை இது? மாமா வீட்டுக்காறர் இந்தா வந்திடப் போகினமெண்டு பதறிக்கொண்டு நிக்கிறன் நான். நீ என்னடாண்டா புத்தகம் வாசிச்சுக் கொண்டிருக்கிறாய். எழும்பிப்போய் குளிச்சிட்டு வந்து சீலையைக் கட்டி வெளிக்கிடு."

"நான்தான் அண்டைக்கே சொல்லியிட்டனே!"

"ராஜி, சொன்னால் பிள்ளையள் கேக்கவேணும்."

"வேண்டாமம்மா ..."

"நல்ல வேண்டாமம்மாதான். எழும்பு. ஜஸ்மின்கூட சீலை கட்டி வரப்போறதாய்த்தான் அண்டைக்குப் பேச்சோட பேச்சாய்ச் சொல்லியிருந்தா."

"அவவுக்கு உடுத்துப் பழக்கம். எனக்கு உடுக்கவும் தெரியாது, உடுத்தால் இடுப்பில நிக்கவும் மாட்டுது."

"வெளியில சொல்லாத. பொம்பிளைப்பிள்ளைக்கு இடுப்பில சீலை நிக்காதெண்டால் வெக்கக்கேடு."

"அதுக்கு நானென்ன செய்கிறது? அதுவாயே நழுவி நழுவி விழுந்திடுது..." என்று சிணுங்கினாள் ராஜி.

"குளிச்சிட்டு ஓடியா. நான் உடுத்திவிடுகிறன். உரியாது ..."

"அம்மா ..!"

"எழும்பு, ராஜி. இந்தா, சரஸ்வதியும் வரப்போறா, நான் சமையல் துவங்கவேணும்."

ராஜி குளித்து வந்ததும் ஒருவாறு அவளுக்குச் சேலை உடுத்தி, தலைவாரி, அளவான அலங்காரம் செய்து முடிந்தது. அந்த நேரமளவில் சரஸ்வதியும், மாலாவும் வந்து சேர்ந்தனர். சந்தைக்குப் போயிருந்த ராஜேந்திரன் வந்ததும் சமையலை விறுவிறுவெனத் தொடங்கினாள் மகேஸ்வரி.

அக்கா சேலையுடுத்தியிருப்பதைப் பார்த்து கிணுகிணுத்துக் கொண்டிருந்த விஜியும் சிறிது நேரத்தில் அறையை விட்டு வர தனிமைக்குள் விடப்பட்டாள் ராஜி. கண்ணாடியை எடுத்து முன்னால், பின்னால், பக்கப்பாடுகளில் பிடித்துப் பார்த்தாள். சேலை அவளுக்கு

அழகாகத்தான் இருந்தது. அத்துடன் சற்று உயரமானவளாகவும் காட்டியது. தான் வளர்ந்துவிட்டது அப்போது தான் தனக்கே தெரிந்ததான ஆச்சரியம் ராஜிக்கு. அந்த அடங்கிய அழகு அவளின் பார்வைக்கும் இதமாகவே இருந்தது. ஜீன்ஸ் போடவிருந்த ஆசையில் சேலைகட்டிப் பழக மறந்துபோன தன் தவறு மேல்காற்றுப் போல மனத்தில் எழுந்து அடங்கியதும், வரப் போகும் புதிய வாழ்க்கை பற்றிய கனவில் ஒரு கணம் லயித்தாள். கல்யாணம்... புதிய உறவு... காணாத சுகங்கள்... ஓ... பெண் பார்த்தல் மனத்தால் வளராத பெண்ணையும் வளர்ந்தவளாக்கி விடுகிறதுதான். ராஜியும் தன்னிலை மீறலிலிருந்து விடுபட்டு, மாலாவை உள்ளே அழைத்துப் பேசத் தொடங்கினாள்.

பத்து மணி வள்ளத்தில் ஜெஸ்மின் வந்தாள். சிறிது நேரத்தில் தங்கமணியும் வந்துவிட ராஜிக்கு பொழுது கலகலப்பாகப் போய்க் கொண்டிருந்தது.

பதினொரு மணிக்குள் சமையலை முடித்துவிடுகிற அவசரம் மகேஸ்வரிக்கு. சரஸ்வதி உதவி செய்தாள். சமையல் முடிகிற நேரத்தில் ராஜேந்திரன் ஓடிவந்து சொன்னான்: "அம்மா, மாமா வீட்டார் வந்திட்டினம்."

மகேஸ்வரி வெளியே வந்து எல்லோரையும் வரவேற்று பன்னப்பாய் விரித்து உட்கார வைத்தாள். அதற்கு மேல் என்ன செய்வது, என்ன பேசுவதென்று தெரியவில்லை. சிறிது நேரம் ஹோலுக்கும், உள்முற்றத்துக்கும், சமையலறைக்கும் மறுபடி ஹோலுக்குமாக ஓடித்திரிந்தாள். பின் சரஸ்வதியிடம் ஆலோசனை கேட்டாள். சரஸ்வதிக்கும் அந்த வைபோகங்கள் தெரிந்திருக்கவில்லை.

அவர்களெல்லாம் யார்? அண்ணன், அண்ணன் பெண்சாதி, அவளது தங்கையும், கணவரும், குணரத்தினம், அவனது தம்பி யோகேஸ்வரன் என்று எல்லோரும் உறவினர்கள். ஏற்கனவே அரிதாகவேனும் அந்த வீட்டுக்கு வந்துபோனவர்கள். இருந்தும் மகேஸ்வரிக்குப் பதட்டமாக இருந்தது. பதட்டம் அந்த வைபவத்து ஆனந்தத்தினால் மட்டுமல்ல, ஒருவகை அச்சத்தினாலும்தான். அந்தளவு பேர் ஏதோ கொண்டாட்டத்துக்குப் போல் அங்கே வந்திருந்தது, தன் 'நல்ல' உறவினரின் கண்ணைக் குத்திவிடுமோ என்ற விதிர்ப்பில் பிறந்தது அது.

சொல்லியிருந்தபடி சங்கரப்பிள்ளை வாத்தியாரின் மனைவி பதினொன்றரை மணிபோல வந்தாள். ஒருவாறு நடைமுறைகளைக் கலந்து பேசி பெண் காட்டுகிற வைபவத்தை நிறைவேற்றி முடித்தாள் மகேஸ்வரி.

வேலுப்பிள்ளை மகேஸ்வரியை அழைத்துச் சொன்னார்: "தம்பிக்கு ராஜியைப் பிடிச்சிருக்காம், மகேசு. கோயில் சிலை மாதிரி இருக்கிறாள். பிடிக்கிறதுக்கென்ன? இதெல்லாம் சும்மா ஒரு சம்பிரதாயத்துக்குத்தானே! எல்லாம் சுகமாய் முடிஞ்சுது. அடுத்த கிழமையளவில திரும்ப வாறன். அம்மன் கோயில் குருக்களைக் கொண்டுதான் நாள் பாக்கவேணும். திகதி எதுவாய் வந்தாலும் பங்குனியில் நாள் வைக்கிறதுதான் தம்பிக்கு வசதியாம்."

“சரியண்ணை.”

சாப்பாடு முடிந்து இரண்டரை மணி வள்ளத்தில் பெண் பார்க்க வந்தவர்கள் புறப்பட்டனர்.

ஓட்டமாய் அறைக்குப் போய் சேலையை அவிழ்த்துப் போட்டு சட்டை அணிந்துகொண்டு வந்தாள் ராஜி. “உடுத்திருந்த நேரமெல்லாம் உரிஞ்சு கொண்டிருந்த மாதிரி இருந்துதப்பா” என்ர சிநேகிதிகளிடம் கூறி கலகலவெனச் சிரித்தாள். அந்தக் கலீர்ச் சிரிப்பை விரும்பாதவள்போல. “சரி சரி. சிரிச்சது போதும், அடுப்பில தண்ணி வைச்சிருக்கிறன், போய்ப் பாத்து தேத்தண்ணி போட்டுக்கொண்டு வா” என்றாள் மகேஸ்வரி.

தங்கமணியும், வாத்தியார் மனைவியும் முன்பே போய் விட்டிருந்தனர். மாப்பிள்ளை வீட்டார் போனபிறகு சரஸ்வதியும் மாலாவும் விடைபெற்றனர். ராஜியும் ஜெஸ்மினுமாகச் சென்று பேசிச் சிரித்தபடி தேநீர் கலக்கினர்.

சாய்மனைக் கட்டிலில், “அம்மாளே!” என்று பெருமூச்சோடு சாய்ந்தாள் மகேஸ்வரி.

வீதியில் செல்லும் யாரோ காறித் துப்பிக் கேட்டது. மகேஸ்வரி நிமிர்ந்து தலையை உயர்த்திப் பார்த்தாள். தங்கம்மாதான். வேலுப்பிள்ளை வீட்டார் வந்தபிறகு அது மூன்றாவது தடவை. எப்படியோ அங்கே நடந்த விசேஷம் தங்கம்மாவுக்குத் தெரிந்துவிட்டது, இல்லையேல் ஏதோ விசேஷம் அங்கே நடப்பதான சந்தேகமாவது பட்டிருக்க வேண்டுமென்று பட்டது மகேஸ்வரிக்கு. முந்திய இரண்டு தடவைகளில் போலன்றி, அந்தத் தடவை பார்த்தவளின் பார்வையில் சினம் லேசாகப் படர்ந்திருந்தது.

ஜெஸ்மினோடு சிரித்துக்கொண்டே வந்த ராஜியிடம் தேநீரை வாங்கியவள், மகளை நிர்ச்சலனமாய்ப் பார்த்தாள். சிரிப்பதைத் தடுக்கவில்லை. இன்னும் அந்தச் சிரிப்பை ஓரளவு விரும்பவும் செய்தாள், ராஜி தங்கம்மாவின்

முகத்திலே சிரிப்பது போன்ற கற்பிதத்தில்.

14

அன்று இரண்டு மணிக்கு மேலே பங்களாவடி செல்லத்தம்பு வீட்டுக்குப் புறப்பட்டாள் மகேஸ்வரி.

பெண் பார்க்க வந்தவர்கள் போன நிமிஷத்திலிருந்து மகேஸ்வரிக்கு அடுத்த கவலை பிடித்துவிட்டது. அண்ணன் போகும்போது ஜாடையாகக் கூட சீதன விஷயம்பற்றி ஒன்றும் சொல்லவில்லை. அதுபற்றி யாரும் எதுவும் பேசக்கூடாது என்று நிபந்தனை விதித்துக் கூட்டி வரப்பட்டவர்கள் போன்று மற்றவர்கள் கூட எதுவும் மூச்சுவிடவில்லை. ஏற்கனவே தீர்மானிக்கப்பட்ட விஷயமெனினும் அது மிகுந்த இளப்பத்தைச் சுட்டியதாக எண்ணி, அவர்கள் ஆச்சரியப்படும்படிக்குச் செய்ய முடியாவிட்டாலும், திருப்திப்படுகிற அளவுக்குச் செய்யவேண்டுமென்ற தவிப்பை மேற்கிளர்த்தியிருந்தது அவளிடத்தில்.

ஒருநாள் முழுக்க யோசனை கனத்துப் போய்த் திரிந்தாள். மறுநாள், தனியே இருந்து அந்தக் கனதிக்குப் பரிகாரம் தேட நினைத்தோ என்னவோ விஜியைக் கூட்டிப்போய் ஹோஸ்டலில் விட்டு வந்தாள்.

ஆரம்பத்திலிருந்தே ராஜியின் கல்யாணத்துக்கு தருமபுரம் காணியில் ஒரு பத்து ஏக்கர் துண்டை விற்பதுதான் அவளது எண்ணமாக இருந்தது. ஆனால் பங்குனியில் நாள் வைக்கவேண்டுமென்று அவசரப்படுகிறார் அண்ணன். அவரது அவசரத்துக்குக் காணி விலை போகவேண்டுமே. பண விஷயத்தை புத்தசுவாமியிடம் கேட்கலாமோ என்றும் யோசித்தாள். தேவையின் காரணத்தைச் சொன்னால் சுவாமி ஏற்பாடு செய்வார்தான். ஆயினும் அவ்வளவு தொகை அவரிடம் இருக்குமா என்றுதான் சந்தேகமாக இருந்தது.

நயினாதீவு புத்தமட சுவாமிக்கென்று எந்தப் பணமும் இருக்கவில்லை. ஊர்மக்கள் பாதுகாப்புக்குக் கொடுத்த பணத்தைத்தான், நம்பிக்கையான மனிதருக்கு அடைவுக்கு அல்லது ஈட்டுக்குக் கொடுத்து, முதலை அதிகரித்து, பணம் தந்தவர்கள் தேவைப்படுகிறபோது திருப்பிக் கொடுத்துக் கொண்டிருந்தார். சிறுபான்மை பெரும்பான்மை, தமிழர் சிங்களவர், இந்து பௌத்தர் என்ற எல்லைகளைக் கடந்த ஓருறவு அந்தத் தீவுவாசிகளுக்கும் சுவாமிக்கும் இடையே நிலவியது. சுவாமி நல்லவர். அவர்களைப் பொறுத்தவரை தங்கமானவர். அவர் பிரயோகிக்கும் மொழியின் அந்நியத்துக்கும் அப்பாற்பட்ட அந்நியோன்யம் அது. அதனால்தான் சுவாமியிடம் ஈட்டுக்குப் பணம் கேட்க நினைத்தாள் மகேஸ்வரி. பின்னர்தான் கேட்கவிருந்த தொகைபற்றிய பிரக்ஞை தோன்றி அவளைத் தயங்கச் செய்தது.

செல்லத்தம்புவின் ஞாபகம் வந்தது எதிர்பாராதவிதம். அவர் வசதியாக வாழ்ந்து கொண்டிருந்ததுடன், எந்த உதவியும் அந்தக் குடும்பத்துக்குச் செய்ய வேண்டிய கடப்பாட்டுடனும் இருந்தார். செல்லத்தம்புவின் வீட்டுக்கு முந்திய இரண்டு நாட்கள் சென்றிருந்தும் அவரைச் சந்திக்க முடியவில்லை அவளால். மறுநாள் இரண்டு மூன்று மணியளவில் வரும்படியும், சாப்பாட்டுக்கு மேலே வெளியே செல்ல விடாது அவரை மறித்து வைப்பதாகவும் செல்லத்தம்புவின் மனைவி சொல்லி அனுப்பியிருந்தாள்.

மகேஸ்வரி சென்றபோது செல்லத்தம்பு வீட்டில் நின்றிருந்தார்.

அன்று செய்த உதவியை அன்றே மறப்பவர்கள் இருக்கிறார்கள். அன்றைக்கே என்ன, அந்தக் கணமே, உண்ட வாய் உலர்வதற்குள் என்பது போல், மறப்பவர்களும் இருக்கிறார்கள். ஆனால் செல்லத்தம்பு அப்படியல்லர். தான் நொடித்திருந்த காலத்தில் தாங்கிய கைகளை அவர் மறக்கவில்லை. மகேஸ்வரியைக் கண்டதும் எழுந்து வந்து “வாருங்கோ, தங்கச்சி” என்று அன்பாக வரவேற்றார்.

பரஸ்பர சுகதுக்கம், சிறிது ஊர் நிலவரம்பற்றிப் பேசிய பின்னர், வீடு இருக்கிற பக்கமாக பாதிக் காணிக்கு இருபத்தையாயிரம் ரூபா ஈட்டுக்குத் தேவையென்று தயங்கித் தயங்கிக் கேட்டாள் மகேஸ்வரி.

"இவ்வளவு தொகைக்கு அப்படி என்ன அவசரம்? மகனை சவூதி, துபாய் எண்டு எங்கயாவது அனுப்புற யோசனையோ?" என்று அக்கறையோடு விசாரித்தார் அவர்.

"இல்லை, மகளுக்கு கலியாணம் ஒழுங்காகியிருக்கு. அண்ணாரின்ர மகன்தான். கொழும்பில போர்ட் கொமிஷனில வேலை. சீதனத்தைப்பற்றி அவை எதுவுமே பேசேல்லைத்தான். எண்டாலும் எங்கட பிள்ளையெல்லே, போற இடத்துக்கு செல்வாக்காய் அனுப்பவேணுமே!"

"மெய்... மெய்... மெய்..."

ஒரு 'மெய்' அல்ல, பல. அவள் சொன்ன கருத்தை அவர் ஆமோதித்ததன் அடையாளம் அது. அது ஒருவகையில் செல்லத்தம்புவின் 'றெஜிஸ்ரேட் மார்க்' கூட.

மகேஸ்வரி தொடர்ந்தாள்: "குடியிருக்கிற காணியில வீடில்லாத பக்கமாய் பாதிக் காணியை எழுதிக் குடுத்து, தருமபுரத்தில இருக்கிற பத்து ஏக்கர் துண்டு வயலை வித்து நகைநட்டு விஷயத்தையும் கவனிக்கலா மெண்டு இருந்தன். எங்கட அவசரத்துக்கு வயலை வாங்க ஆரும் வரவேணுமே. அதாலதான் இந்த முடிவு. ரண்டு மூண்டு பேரிட்டைச் சொல்லி வைச்சிருக்கிறன். வயலை வித்ததும் வீட்டுக் காணியை மீட்டிடுவன்."

அதைக் கேட்ட செல்லத்தம்பு தனக்கு ஈடு எதுவும் எழுதித்தரத் தேவையில்லை என்றும், கைமாற்றாகவே அந்தத் தொகையைத் தருவதாகவும், வயலை விற்றபிறகு பணத்தைத் திரும்பித் தரலாமென்றும் கூறினார். "இதுக்காக நீங்கள் இன்னொரு தடவை இவ்வளவு தூரம் நடந்து அலையவேண்டாம். ரண்டொரு நாளில கையில காசு வரவேண் டியிருக்கு. வந்ததும் நானே வீட்டில கொண்டு வந்து தாறன்" என்றும் சொல்லியனுப்பினார்.

வங்களாவடியிலிருந்து கோயில் பாலம்வரை ஓடுகிற பஸ் வர இன்னும் நேரமிருந்தது. மகேஸ்வரி பஸ்ஸுக்குக் காத்து நில்லாமல் பிரதான வீதியிலிருந்து விநாயகர் வீதிக்குத் திரும்பி, அப்படியே கிராய்க்குள வயல்வழியே வீடு வந்து சேர்ந்தாள்.

கேற் திறக்கப்பட்ட சத்தத்தில் விறாந்தையிலிருந்து புத்தகம் வாசித்துக் கொண்டிருந்த ராஜி பார்வையை நிமிர்த்தினாள். தாயாரின் மெலிந்த உருவம் கேற்றை மூடிவிட்டு எதிரே நடந்து வந்துகொண்டிருந்தது. அந்த ஒரு வாரத்தில் அவள் வாடித்தான் போனாள். மேனி கறுத்து... முகம் ஒடுங்கி... கண்கள் குழிந்து... நடை தள்ளாடிப் போயிருந்தாள். தாயாரைப் பார்க்க ராஜிக்குப் பரிதாபமாக இருந்தது. ஒரு ஆண் இருந்து செய்யவேண்டிய அத்தனை வேலைகளையும் ஒரு பெண்ணாய்த் தனியே நிறைவேற்றிக்கொண்டு, அப்படி நிறைவேற்றுவதில் தோன்றும் கஷ்டங்கள் அனைத்தையும் அலுப்புச் சலிப்பில்லாமல் சுமந்துகொண்டு... அவள் வயிற்றில் பிறந்ததை அதிர்ஷ்டமாகக் கொள்ளலாம்தான்.

தாயாரின் முகத்தில் கடந்த நாட்களில் இல்லாத மலர்ச்சி, ஒரு நிம்மதி துலங்கிக் கொண்டிருப்பதைத் துல்லியமாகவே அவளால் காண முடிந்தது. அதைக் கொண்டு தாயார் சென்ற காரியம் வெற்றியென்பதை அனுமானித்துக் கொண்டாள். நிம்மதிப் பெருமூச்சொன்று பிறந்தது. இல்லாவிட்டால் இன்னும் எத்தனை நாட்கள், எத்தனை இடங்களுக்கு அம்மா அலையவேண்டி நேர்ந்திருக்குமோ?

அம்மா! அம்மா! அம்மா! அந்த அம்மாவுக்காகவே இன்னுமின்னும் குழந்தையாக இருக்கவேண்டுமென்ற ஒரு தவிப்பு மேலெழுந்தது அவளிடத்தில்.

தாயார் விறாந்தையில் ஏறியதும் ராஜி கேட்டாள்: "அம்மா, பஸ்ஸிலயா வாறியள்?"

இல்லையென்று தலையசைத்த மகேஸ்வரி திண்ணையில் அமர்ந்தபடி, "தண்ணி எடுத்துவா" என்றாள்.

ராஜி செம்பிலே தண்ணீர் கொண்டுவந்து கொடுத்தாள். வாங்கிக் குடித்துவிட்டு, "ராஜேந்திரன் எங்க?" என்று கேட்டாள்.

"வெளியில போயிருக்கிறான்."

"நான் திரும்பி வாறவரைக்கும் வீட்டைவிட்டு வெளிக்கிடக் கூடாதெண்டு சொல்லியிட்டுப் போனனான்..."

"இஞ்சதான் இருந்தானம்மா. ஆரோ தெரிஞ்ச புங்குடுதீவுப் பெடியனொண்டுதான் வந்து கூட்டிக்கொண்டு போகுது."

"புங்குடுதீவுப் பெடியனொண்டு கப்பலால வந்து நிக்கிறதாய்ச் சொல்லிக்கொண்டிருந்தானே, அந்தப் பெடியனா?"

"தெரியாதம்மா."

"ம்... அவனாய்த்தான் இருக்கும்."

"போன காரியம் சரிதானே, அம்மா? காசு கையில எப்ப வரும்?" என்று பேச்செடுக்க நினைத்தாள் ராஜி. பின் கேட்கவில்லை.

மகளின் மனநிலை தெரியாமல் தானாகவே சொன்னாள் மகேஸ்வரி: "காசு விஷயம் சரிவந்திட்டுது, ராஜி. நான் செல்லத்தம்புவைக் கேக்கிறதுக்கு முந்தி ஐயாவே போய் எல்லாத்தையும் பேசி ஒழுங்கு பண்ணியிட்டார்."

ராஜி தாயாரைப் பார்த்தாள். "ஐயா பேசி ஒழுங்கு செய்து விட்டாரா?" அவளுக்கு முதலில் ஒன்றும் புரியவில்லை. பின்னர் புரிந்தது. "ஆம். ஐயாவின் பெயருக்கு இன்னும் இந்த ஊரிலே மதிப்பிருக்கிறது." இன்னொன்றையும் தெரிந்தாள். "அம்மா கடந்த சில நாட்களாக ஐயாவைப்பற்றி அதிகமாக நினைக்கிறாள்."

ஒருநாள் மதியமளவில் வேலுப்பிள்ளை வீட்டுக்கு வந்தார். வந்ததும் வராததுமாய், "பிள்ளையின்ர சாதகத்தைக் கொண்டுவா. அம்மன் கோயில் குருக்களைக் கொண்டு நாள் பாத்து வாறன்" என்றார்.

மகேஸ்வரி கொண்டு வந்து கொடுக்கவும் வாங்கி மடியிலே வைத்துக் கொண்டவர், "மகேசு ..." என்றார்.

"என்னண்ணை?"

"அடுத்த மாசம் நாள் வைக்கவேணும் ..."

"சரியண்ணை."

"தேவையான காசுக்கு என்ன செய்யப்போறாய்? பதினையாயிரம்... குறைஞ்சது பத்தாயிரமாச்சும் வேணுமே!

"அதுக்கும் கூடுதலாயே நான் ஒழுங்கு செய்திட்டன், அண்ணை. நீங்கள் அதைப்பற்றி ஒண்டும் யோசியாதயுங்கோ. இருங்கோ, தேத்தண்ணி குடிச்சிட்டுப் போகலாம்."

"இருக்கட்டும், வந்து குடிக்கிறன்."

குருக்களைச் சந்திக்கச் சென்ற வேலுப்பிள்ளை திரும்பி வருவதற்கு இரண்டு மணித்தியாலங்களுக்கு மேலாகிவிட்டது. சாப்பிடக் கேட்டாள் ராஜி. வேண்டாமென்று, தேநீரைக் கொண்டுவரச் சொன்னார். மடியிலிருந்த ராஜியின் சாதகத்தை எடுத்து மகேஸ்வரியிடம் கொடுத்துவிட்டு சொன்னார்: "மகேசு, பங்குனியில இங்கிலீஷ் இருபத்தெட்டாம் தேதி நாள் வைச்சிருக்கு. காலமை ஒன்பது மணிக்கும் ஒன்பதே முக்காலுக்குமிடையில நேரம். குருக்களோட எல்லாம் விபரமாய்க் கதைச்சிட்டன். தாலி கட்டுறத கோயில்ல வைச்சுக் கொள்ளலாம். சிலவு குறைவாயிருக்கும் எண்டதால இல்லை. உனக்கு கரைச்சல் குறைவாயிருக்கும் எண்டதாலதான். இருந்தாலுமென்ன, இடையில நாலு அஞ்சு கிழமைதான் இருக்கு ..."

"ஆளுதவி இல்லை எண்டதைத் தவிர எனக்கு வேற கஷ்டமில்லை, அண்ணை."

"அது மெய்தான். எதாவது அப்பிடி இப்பிடிப் பிரச்சினையெண்டால் உடனே ராசேந்திரத்தை அனுப்பு. விபரமாய் சொல்லி விடுவன். இல்லாட்டி. நானே நேரில வருவன்."

ராஜி தேநீர் கொண்டு வந்து கொடுத்தாள். குடித்துவிட்டு, "தலைக்கு மேல வேலை கிடக்கு. நான் வரட்டுமே?" என்றபடி வந்த வேகத்தில் புறப்பட்டார்.

எல்லாவற்றையும் பார்க்க தன்னைவிட தன் அண்ணன் வீட்டாரே கல்யாணத்துக்கு அவசரப்படுவதாகத் தோன்றியது மகேஸ்வரிக்கு. மிகுந்த மனநிறைவோடு அப்படியே சரிந்து திண்ணையில் படுத்தாள்.

15

பங்குனி பிறந்திருந்தது. கல்யாணத்துக்கு இன்னும் இரண்டு வாரங்கள் இருந்த ஒருநாள் காலை. இரவு போட்ட மனக் கோலங்களின் கிறக்கம் முற்றாகக் கலைந்துவிடாத ஒரு மூட்டத்துக்குள்ளேதான் கண்விழித்தாள்

ராஜலட்சுமி. சில நாட்கள் அம்மாவுக்குச் சுகமில்லாததால், ஏதோ அந்தக் குடும்ப பாரம் முழுவதுமே தன் தோளில் விழுந்துவிட்டதான பொறுப்புணர்வுடன் விறுவிறுவென எழுந்துபோய் முற்றத்தைப் பெருக்கி குப்பையை அள்ளிக் கொட்டி விட்டு வந்தாள்.

உள் விறாந்தையில் தாயார் இன்னமும் படுத்திருந்தாள். சுவர்ப்பக்கமாய்ச் சரிந்து படுத்திருந்ததில் தூங்குகிறாளா விழித்திருக்கிறாளா என்று தெரியவில்லை. 'சரி, அம்மாவை இப்ப கூப்பிட வேண்டாம். அந்த உடம்புக்கும் ஆறுதல் வேணும்தானே!' என்று நினைத்து சமையலறைக்குப் போய் அடுப்பை மூட்டி தண்ணீரைச் சுடவைத்துவிட்டு, பால் கறக்க செம்பில் நீரெடுத்துக் கொண்டு தொழுவத்துக்கு நடந்தாள். தொழுவத்தில் கன்று துள்ளி விளையாடிக்கொண்டு நின்றது. 'எப்பிடி அவிட்டது?' இல்லை, நான்தான் நேற்றுப் பின்னேரம் கட்டிவைக்க மறந்துட்டனா? பசுமடி கழுவ செம்பிலே கொண்டு சென்ற நீரைக் கவிழ்த்து ஊற்றிவிட்டு வீட்டுக்கு வந்தாள்.

அவள் முற்றம் பெருக்கியபோது தாயார் உள்விறாந்தையில் படுத்திருந்தாள். தொழுவத்திலிருந்து வந்தபோது ஹோலுக்குள் சாய்மனையில் சரிந்திருந்தாள்.

"இண்டைக்கு வெறும் தேத்தண்ணிதானம்மா."

"ஏன், ராஜி?"

"கண்டு ஊட்டியிட்டுது."

"ம்..!" அலுப்போடு முனகினாள் மகேஸ்வரி. "நாங்கள்தான் வெறும் தேத்தண்ணியாய்க் குடிச்சிடலாம். பாலுக்கு வரப்போற பிள்ளைக்கு என்ன சொல்லப்போறாய்? இப்படியே ஒண்டுவிட்டு ஒருநாளைக்கு கண்டு ஊட்டியிட்டுது... கண்டு ஊட்டியிட்டுது எண்டு சொல்லிக்கொண்டிருந்தால், பால் வாங்குகிறதயே அதுகள் விட்டிடுங்கள். ம்... வந்தால் ஏதாவது சொல்லியனுப்பு. இப்பத்தைக்கு வெறும் தேத்தண்ணியாவது போட்டு வா."

ராஜி சமையலறைக்குச் சென்று தேநீர் கலக்கி வந்து கொடுத்தாள்.

வெளியே காகச் சத்த சந்தடி கேட்ட மகேஸ்வரி, "ஏன் இந்தக் காகம் இப்படிப் பறந்தடிச்சு கத்துது? ஆர் வரப் போகினமோ?" என்று தனக்கே சொல்லிக்கொண்டு தேநீர்க் கோப்பையை வாங்கிக் குடிக்க ஆரம்பித்தாள்.

அன்றைக்கு ராஜேந்திரன் தொண்டமானாறு போகவிருந்தான். காலைச் சாப்பாட்டை நேரத்தோடு ஆக்கும்படி முதல்நாள் இரவே தாயார் சொல்லியிருந்தாள். அந்த ஞாபகம் வரவும் சமையலறைக்குத் திரும்பி சாப்பாடு தயார் பண்ணத் தொடங்கினாள் ராஜி.

காலை ஒன்பது மணிக்கெல்லாம் சாப்பிட்டு முடித்திருந்தாலும் பதினொரு மணிக்குச் சற்று மேலேதான் ராஜேந்திரன் புறப்பட்டான்.

ஏற்கனவே பசுமாட்டை அவிழ்த்து மேயக் கட்டி, தொழுவம் பெருக்கி, பாத்திரங்கள் கழுவி காலை வேலைகளை முடித்துவிட்ட ராஜி, அடுப்பிலே உலையை ஏற்றிவிட்டு சமையல்கட்டு ஜன்னலில் மடித்து வைத்திருந்த புத்தகத்தோடு உள்விறாந்தை ஒட்டில் அமர்ந்தாள். சாய்மனையில் படுத்தபடியே மகேஸ்வரி தூங்க ஆரம்பித்தாள்.

"மகேசு !"

பக்கத்தே கேட்ட குரலில் மகேஸ்வரி திடுக்கிட்டு விழித்தாள்.

"அண்ணை !"

"ஓமோம்! ஏன் படுத்திருக்கிறாய்? உடம்புக்கு என்ன?" வேலுப்பிள்ளை ஆதரவோடு கேட்டார்.

"ஒண்டுமில்லை, அண்ணை. சும்மா தடிமன் காய்ச்சல்தான். நிக்கிறியளே, இருங்கோ இப்பிடி."

வேலுப்பிள்ளை உட்காரவில்லை. நின்றவாறே தொடர்ந்து கேட்டார்: "மருந்து எடுத்தியா?"

"ஓம்"

"எங்க?"

"பக்கத்தில... தம்பிராசா பரியாரியிட்டத்தான்."

"ம்!"

"என்னண்ணை இது, மாப்பிள்ளை பொம்பிளை கால் மாத்துறது என்ன மாதிரி, எத்தினையாம் நாளில எண்டு அறிஞ்சுவர ராசேந்திரனை இப்பதான் தொண்டமனாறுக்கு அனுப்பினன். அதுக்குள்ள நீங்களே வந்திட்டியள்" என்று ஏதோ அது பெரிய உற்பாதம்போல நினைத்து அந்த இயலாமைக்கிடையிலும் மகேஸ்வரி லேசாகச் சிரித்தாள்.

"காலமை முழுக்க காகம் கத்திக்கொண்டு திரிஞ்சது இதுக்குத் தானாக்கும் அம்மா!" உள்ளேயிருந்து ராஜியின் குரல் கேட்டது.

"ஓமண்ணை, நானும் ஆர் வரப்போகினமோ, இல்லை கடிதம் கிடிதம்தான் வரப்போகுதோ எண்டு யோசிச்சுக்கொண்டு இருந்தன்" என்றாள் மகேஸ்வரி.

யாருடைய பேச்சிலும் ஈடுபடாதவராய், "மகேசு, இப்பிடி ஒருக்கா வந்திட்டுப்போ" என்று மெதுவாகக் கூறிவிட்டு வெளியே நடந்தார் வேலுப்பிள்ளை. முன் விறாந்தையைவிட்டும் கீழே இறங்கிப் போய், முற்றத்தில் கவிந்து நின்ற தேமாவுக்குக் கீழே நின்றார்.

முகத்தில் சலன ரேகைகள் படர எழுந்து அவர் பின்னால் சென்றாள் மகேஸ்வரி.

"என்னண்ணை?"

வேலுப்பிள்ளையால் சொல்லமுடியவில்லை. சொல்லக்கூடிய விஷயத்தையா அவர் சுமந்து வந்திருக்கிறார்? ஆனால் சொல்லவும் தான் வேண்டும். அவர் தடுமாறினார்.

அவரது தடுமாற்றம் அவளுக்கு ஆச்சரியமாக இருந்தது. பின் கலவரமாக மாறியது. மனத்துள், வெகு ஆழமற்றதானாலும், புதைந்து போயிருந்த ஒரு முள்ளின் நெருடல் எழுந்தது. கடந்த ஒன்றரை மாத காலத்துள் அதுபற்றி அவள் மறந்தே போயிருந்தாள். அண்ணன் வீட்டுச் சம்பந்தம் என்பதனால் மட்டுமல்ல. எல்லாம் இயல்பில் போல மிக இலகுவாக ஒப்பேறியதாலும்தான்.

வேலுப்பிள்ளை எதுவும் பேசாமல் மடியில் வைத்திருந்த ஒரு கடிதத்தை எடுத்து அவளிடம் நீட்டினார்.

சுள்...ளென்று இதயம் வலித்தது. சரீரம் நடுங்கத் தொடங்கிற்று. எனினும் நொறுங்கிப் போகாமல் நின்று கடிதத்தை வாங்கிப் பிரித்தாள்.

அன்பான தம்பி குணரத்தினம் அறிவது,

அது அவளது மருமகன் குணத்துக்கு எழுதப்பட்ட கடிதம். ராஜிக்கும் சுதந்திரன் என்ற வாலிபனுக்கும் தொடர்பு இருந்ததாயும், ஒன்றரை வருஷத்துக்கு முந்தி ஊரைவிட்டு ஓடிப்போய் கொழும்பிலே சில நாட்கள் ஒன்றாக வாழ்ந்ததாயும், பின்னர் தாய் தகப்பன் உறவினர் தேடிப் பிடித்து இருவரையும் வீட்டுக்குக் கூட்டி வந்ததாகவும் கூறி, அப்படியான ஒரு பெண்ணுக்கா தாலிகட்டப் போகிறாய் என்று கேட்டு மிக அநாகரிகமாகவும் அபாண்டமாகவும் எழுதப்பட்டிருந்தது கடிதத்தில்.

கடிதத்தை வாசித்த மகேஸ்வரிக்கு தலை சுற்றியது. நிதானித்துக் கொண்டாள். அவள் பேசவேண்டும். மௌனியாகிவிட்டால் பொய் உண்மையாகிவிடும். அவளது மகளின் வாழ்வு சிதறிப் போய்விடும். அவள் பதற்றமாக, “அண்ணை, கொஞ்சங்கூட இதில உண்மையில்லை, அண்ணை ...” என்றாள்.

“இதுவே உண்மையில்லாமல் இருக்கலாம்தான். ஆனால் ஏதோ ஒரு உண்மை இருக்கு. இல்லையே?” வேலுப்பிள்ளை சாந்தமாக ஆனாலும் அழுத்தமாகக் கேட்டார்.

“இதுவும் உண்மையில்லை. வேறெதுவும் உண்மையில்லை.” சற்று கோபமாகவே சொன்னாள் மகேஸ்வரி. “நடந்தது என்னவெண்டு நான் உங்களுக்குச் சொல்லுறன், கேளுங்கோ. கொழும்பில நடந்த ஒரு இன்ரவியூவுக்கு அந்தப் பெடியனோட கூடிப்போய் வந்தாள் ராஜி. ஒருநாள் கூட அங்க தங்கியும் நிக்கேல்லை. பெடியனும் ஆரண்ணை, எங்கட கூட்டணிச் சுந்தரத்தாரின்ர மோன்தான். பெடியனும் கம்பஸில படிக்குது. இதால ஊருக்குள்ள கதையொண்டு உலாவினதுதான். எல்லாம் அவரின்ர சொந்தங்களால வந்த வினை, அண்ணை. கடவுள் புண்ணியத்தில வந்த மாதிரியே அடங்கியும் போச்சுது.”

வேலுப்பிள்ளை எதுவும் பேசாமல் நின்றார். தன் குரலில் திமிறி வெடித்த கோபம் மறைந்து பரிதாபமான குரலில் தொடர்ந்தாள் மகேஸ்வரி: “அண்ணை ... அண்ணை ... ராஜி சிரிக்கேக்க பாத்திருக்கிறியளே, அண்ணை? இன்னும் அது பச்சைக் குழந்தை, அண்ணை. உடம்பு வளர்ந்திருக்கிற அளவுக்கு விபரம் வளராத பிள்ளை. அந்த மனத்தில

பாவ எண்ணம் இருந்திருக்குமெண்டு நீங்களும் நினைக்கிறியளே, சொல்லுங்கோ அண்ணை!"

மகேஸ்வரியின் கண்களிலிருந்து நீர்த் துளிகள் சிதறின.

"அழாதை, மகேசு."

"நான் அழேல்லை, அண்ணை. நெருப்பில நிண்டு வேகிறன். இந்தக் கடுதாசியை நம்பி, அதுவும் மொட்டைக் கடுதாசி, என்ர பிள்ளைக்கு ஒரு அநியாயமான தண்டனையைத் தந்திடாதயுங்கோ. அவளுக்குப் பிறகு இன்னொரு பொம்பிளைப் பிள்ளை, அதுவும் சொத்திப் பிள்ளை, இந்த வீட்டில இருக்கு. கலியாணம் நிண்டு போனால் ரண்டு பொம்பிளைப் பிள்ளையளின்ர வாழ்க்கையுமே அழிஞ்சு போகும்."

வேலுப்பிள்ளையின் கண்களும் கலங்கின. 'இன்னும்தான் மனதைக் கல்லாக்கி வைச்சிருக்க வேணுமா? ஆனா அங்க என்ர வீட்டிலுள்ளவையின்ர மனநிலை..? ஒரு பக்கம் பெத்த மோன், மனுசி. இன்னொரு பக்கம் தங்கச்சி, மருமோள். என்ன செய்ய?'

எப்படித்தான் யோசித்தாலும் சொல்லவந்த முடிவைச் சொல்லாமல் விட்டுவிட முடியாதென்பது அவருக்குப் புரிந்தது. அந்த முடிவைச் செயல்படுத்துவது போலவே, செயல்படுத்தாமல் விடுவதும் பாதகமான விளைவுகளை ஏற்படுத்தத்தான் செய்யும் என்பது யோசித்தபோது தெரிந்தது. அதனால் மனச் சஞ்சலத்தை ஒதுக்கிக்கொண்டு சொன்னார்: "மகேசு, நான் சொல்லுறத நல்லாய்க் கேள். இந்தப் பிள்ளையின்ர வாழ்வு இப்பிடியே சீரழிஞ்சு போறது எனக்கு மட்டும் இஷ்டமா என்ன? ஆனால் எனக்குமட்டுமே தெரிஞ்ச விஷயமாயிருந்தால் பறவாயில்லை. கடிதம் நேராய்க் குணத்துக்கே போட்டுது. இப்ப தாயார், சிறிய தாயார் எல்லாருக்கும் விஷயம் தெரியும். அவனும் இந்தக் கடிதத்தை எங்களுக்கு அனுப்பி, உடனடியாய்க் கலியாணத்தை நிறுத்தச்சொல்லி வேற எழுதியிட்டான். இந்த நிலைமையில... எனக்கு வேற வழி இருக்கா, தங்கச்சி? இது குணத்திட்டயிருந்து முந்தாநாள் தபாலில் வந்த கடுதாசி. என்ன செய்யிறதெண்டு தெரியாமல் இன்டைக் காலை வரைக்கும் வைச்சு யோசிச்சு மண்டையை உடைச்சுக் கொண்டிருந்திட்டுத்தான் இப்ப வாறன்."

"செய்யக்குடுத்த நகையள் எடுத்தாச்சு, கட்டாடியாருக்குச் சொல்லி யாச்சு, ஊரில நாலு நல்ல மனிசரை கல்யாணத்துக்கு வரச்சொல்லி அழைச்சாச்சு. இந்த நிலையில கலியாணம் நிண்டுபோனா, எந்த முகத்தை வைச்சுக்கொண்டு அண்ணை நாங்கள் நாளைக்கு வெளியில போறது? ஏனண்ணை, கடிதத்தில எழுதினமாதிரி எதுவும் நடக்கேல்லையெண்டும், கலி யாணத்தைக் குழப்புறதுக்காகவே ஆரோ, ஆரோ என்ன ஆரோ இவரின்ர சொந்தபந்தங்கள், செய்த நாசவேலையே இது எண்டும் குணத்துக்கு நீங்கள் சொன்னால்..."

வேலுப்பிள்ளை வருத்தத்தோடு சிரித்தார்: "இஞ்ச வாறதுக்கு முந்தி இந்த மாதிரியும் நான் யோசிச்சுப் பாத்திட்டன். இப்ப பார் மகேசு, இதையெல்லாம் நாங்கள் மறைச்சு, பூசி மெழுகி கலியாணத்தை

நடத்துறதாய் வைச்சுக்கொள்ளுவம். அதோட எல்லாம் சரியாய்ப் போயிடுமா? திரும்பவும் ஒரு மொட்டைக் கடுதாசி வராதெண்டதுக்கு என்ன நிச்சயம்? பிள்ளையள் வாழத் துவங்கின பிறகு ஒரு பிரச்சினை வந்து குடும்பம் குலைஞ்சு போறது இதைவிடக் கேவலமில்லையா? நல்லாய் யோசிச்சுப் பார். அந்தமாதிரி ஒரு நிலைமையை உன்னால தாங்க முடியுமா? இல்லை, என்னாலதான் தாங்க ஏலுமா? ஒரு பக்கத்தில பெத்த தேப்பனாயும், இன்னொரு பக்கத்தில தாய்மாமனாயும் நிண்டு நானும்தான் துடிக்கவேணும்."

வீட்டுக்குப் பின்னால் மாமரத்துக்குக் கீழே படுத்திருந்த வீமன் நாய் அப்போதுதான் குட்டித் தூக்கம் போட்டு எழுந்தது போலும். வாலை ஆட்டிக்கொண்டு மகேஸ்வரியிடம் ஓடிவந்தது. அவளது கால்களை நக்கி... சுற்றிச் சுற்றி வந்து பின்னங்கால்களில் உந்தி எழும்பி அவளது முகத்தை நக்கி, முகர முனைந்து... அதற்கு ஒரே புளுகம்!

"சீ, போ அங்கால!" எரிச்சலோடு நாயை எட்டி உதைத்தாள் மகேஸ்வரி. உதை வாங்கிய திகைப்புடனும் வலியுடனும் கத்திக்கொண்டு திரும்பி ஓடியது நாய்.

வேலுப்பிள்ளை அவள் மூச்சுவாங்கும் பலஹீனத்தையும், திக்கற்று நிற்கும் கோலத்தையும் பார்த்து உருகினார்: "மகேசு, எந்த மாதிரிப் பாத்தாலும் இந்தக் கலியாணத்தை நிறுத்துறதுதான் நல்லதெண்டு எனக்குப் படுகுது. பிள்ளைக்கு இப்ப என்ன, வயசா போயிட்டுது? மிஞ்சி மிஞ்சிப் போனால் பத்தொன்பது, இருபதுதானே ஆகுது! இன்னும் ஒண்டிரண்டு வருஷம் போனாலும் பாதகமில்லை. ஆற அமர நல்ல ஒரு இடமாய்ப் பாத்து முடிச்சு வைக்கலாம். என்ர சொந்தப் பொம்பிளைப் பிள்ளையாய் நினைச்சு ஆகவேண்டிய காரியங்களையெல்லாம் நானே செய்துவைக்கிறன், நீ ஒண்டுக்கும் யோசிக்காத."

அப்படியான ஒரு சமாதானமென்றாலும் எந்தத் தாயின் இதயம்தான் சாந்திப்படும்?

கலக்கிய தேநீர்க் கோப்பைகளோடு சமையலறையிலிருந்து வெளியே வந்தாள் ராஜி. தாயாரும், மாமனும் ஹோலில் இல்லை. முன் விறாந்தையிலும் இல்லை. தேநீரை ஹோல் மேசையில் வைத்துவிட்டு வெளியே வந்தாள். முற்றத்தில் இரண்டு மனித மரங்களாய் இருவரும் பேசிக்கொண்டு நின்றிருந்தனர். 'அம்மா ஏன் இப்படி இடிந்துபோய் நிற்கிறா? மாமாவின் முகபாவம் கூட நல்லமாதிரித் தோன்றவில்லையே! என்ன பிரச்னை இவர்களுக்குள்? கல்யாணம் சம்பந்தமான தகராறோ? அப்படி என்ன தகராறு வரக்கூடும்? சீதனம் சார்ந்ததாயிருக்குமோ?' ராஜி பலவாறு யோசித்தாள். தனது கொழும்புப் பயணத்தினால் ஏற்பட்டிருந்த அபவாதம் அவள் ஞாபகத்துக்கு வரவேயில்லை.

மகேஸ்வரிக்கு அத்தனை அழிவுகளையும் பார்க்கிற மனத்திடம் இல்லை. எதுவும், எவரும் எப்படியாவது போகட்டுமென்று துணிந்து விட்டாள். எல்லாத் துன்பங்களையும், எல்லா அவலங்களையும், எல்லா எதிர்ப்புகள், பொறாமைகள், பூசல்கள் புறணிகளையும் கடந்துவிட

வேண்டியதுதான். நொறுங்கிப்போன மகேஸ்வரியின் நெஞ்சத்தில் தீர்மானமொன்று உருவாகிக் கொண்டிருந்தது. 'மானம் போனபின் ... மானம் போனபின் ...'

ஆம், அதுதான் அவளுடைய முடிவு. அந்த முடிவாக இருந்த தனாலேயே அண்ணனுடைய முடிவை அநாயாசமாகத் தாங்க முடிந்திருந்தது. "இதுதான் உங்கட முடிஞ்ச முடிவெண்டால், சரி அண்ணை."

அவளைப் பார்க்காமல் அவளது குரலை மட்டும் கேட்டிருந்தால், 'நீ போறதெண்டால் போ. என்ரபிள்ளைக்கு மாப்பிளை பாக்க எனக்குத் தெரியும்' என்று அவள் சொல்வதாக வேலுப்பிள்ளைக்கு அர்த்தம் பட்டிருக்கும். ஆனால் அழிந்த நெடுந்தீவுக் கோட்டையாக, அதன் மொத்த அழிவுகளின் குறளவதாரமாக நரம்பும் எலும்பும் தசையும் ஜீவனுமாக அல்லவா அவரது கண்ணுக்கு முன்னால் நின்று கொண்டிருந்தாள்!

அவரால் அப்படியே விட்டுவிட்டுப் போக முடியவில்லை. அவளை மேலும் மேலும் க்ஷீணிக்கும் ஸ்திதியில் பார்த்துக்கொண்டு அதிலே நிற்கவும் முடியவில்லை.

"இந்தக் கலியாணம் முறிஞ்சுபோறது எனக்கும் மனவருத்தம்தான். ஆனால் என்ன செய்யிறது? எங்கட முடிவு அந்தச் சன்னிதியானுக்கு விருப்பமில்லையோ என்னவோ? அவன் போட்டிருக்கிற முடிச்சு குணத்தோட இல்லையெண்டால் நீயென்ன நானென்ன, ஆர்தான் என்ன செய்ய ஏலும்? ஒருவேளை அந்த முடிச்சு குணத்தைவிட நல்ல மாப்பிள்ளையோடயாய்க்கூட இருக்கலாம்" என்று தானே முழுதாக நம்பாத ஒன்றுக்கு உத்தரவாதம் அளித்துச் சொன்னார் வேலுப்பிள்ளை.

அவர் சொன்னது, நிறுத்தியது எதுவுமே தன் பிரக்ஞானத்தில் படாதவள் தன் எண்ணத்தின் தொடர்ச்சியை வார்த்தைகளாக்கினாள்: "இனிமேல் நீங்கள்தான் ராஜிக்கு எல்லாம் ..."

"அதைப்பற்றி இனிமேல் நீ யோசிக்கவே வேண்டாம். கவலைப் படாமலிரு. எல்லாம் நல்லமாதிரி முடியும்." சொல்லிவிட்டு மிகுந்த கஷ்டத்தோடு அந்த இடத்தைவிட்டு நகர்ந்தார்.

"ராசன் நிண்டு காலமையே வரட்டுமண்ணை. ராப் பயணம் வேண்டாம்."

"சரி!"

மதில் மேலால், அவர் போவது மறையும்வரை பார்த்துக் கொண்டு நின்ற மகேஸ்வரி திரும்பினாள். விறாந்தையில் ராஜி நின்று கொண்டிருந்தாள். மகேஸ்வரியின் மனம் திக்கென்றது. "இவள் எவ்வளவு நேரமாய் இதில நிக்கிறாள்? நாங்கள் பேசினதெல்லாம் கேட்டிருப்பாளோ? இருக்காது. பாத்தால் எதையும் கேட்டவளாய்த் தெரியேல்லை. அப்பிடியே இருக்கட்டும்" என்று நினைத்தபடி ஹோலுக்கு வந்து சாய்மனையில் அமர்ந்தாள்.

பின்னால் வந்த ராஜி கேட்டாள்: "மாமா என்னவாம், அம்மா? எதுக்கு வந்தாராம்? இவ்வளவு அவசரமாய்த் திரும்பி ஓடுறாரே?"

"அதுவொண்டும் பெரிய விஷயமில்லை. வைகாசியில கலியாணத்தை வைக்கலாமா எண்டு கேட்டு குணம் எழுதியிருக்குதாம். அதுதான் என்ன செய்யலாமெண்டு கேட்டுப் போக வந்தார். அதெல்லாம் முடியாது, வைச்ச தேதியில கலியாணம் நடக்க வேணுமெண்டு நான் சொல்லி யனுப்பியிருக்கிறன்." பிரயாசை எதுவுமின்றிச் சொன்னாள் மகேஸ்வரி.

"தம்பி அவரைப் பாக்க தொண்டமனாறு போயிருக்கிறதச் சொன்னீங்களா?"

"சொன்னன்."

"அவனிட்ட கேட்டுவரச் சொல்லிவிட்டத மாமாவிட்ட நீங்களே நேரில கேட்டிருக்கலாமே?"

"கேட்டனே!"

பேச்சு அத்துடன் நின்றுவிட்டது.

ராஜி குசினிக்கு வந்தாள்.

அவளால் தாயார் சொன்னதை நம்ப முடியவில்லை. ஏனோ நம்ப முடியவில்லை. தன் கேள்விகளுக்கு எவ்வளவோ இயல்பாக இருந்து பதில் சொல்லியிருந்தாலும், தாயாரின் கண்களில் தெரிந்த வெறுமை, ஒருவேளை வைரம், அவளைச் சந்தேகப்பட வைத்துக் கொண்டிருந்தது.

16

மகள் சந்தேகப்படாதவாறு சாதுர்யமாகப் பதில் சொல்லிவிட்டதில் மிகுந்த திருப்தி ஏற்பட்டிருந்தது மகேஸ்வரியிடத்தில். தன் திட்ட நிறைவேற்றம் தவிர வேறு சிந்தனை இல்லை அவளிடம். மேனிக் கொதிப்பில், மனக் களைப்பில் சிறிது நேரத்தில் அப்படியே தூங்கிப்போனாள்.

அவள் மறுபடி கண் விழித்தபோது இரண்டு மணி ஆகி யிருந்தது. ராஜி மேசைமேல் வைத்திருந்த தேநீர்க் கோப்பைகள் பார்வையில் விழுந்தன. வந்தவர் தேநீர்கூடக் குடிக்காமல் போய்விட்டது அப்போதுதான் தெரிந்தது. பரவாயில்லை! சம்பந்தத்தை முறித்துக்கொண்டு போகிறவர் தேநீர் குடித்துப் போனாலென்ன, குடிக்காது போனாலென்ன?

அவளுக்கு காய்ச்சல் அடித்தது. வந்து பார்த்து குடிநீர் மருந்தைக் குடிக்க வைத்து, சிறிது சாப்பிடவும் செய்தாள் ராஜி.

மாலை முதிர்ந்து இருண்டது.

எட்டு மணிக்குள்ளாகவே படுக்கத் தயாராகிக் கொண்டார்கள்.

வழக்கத்தைவிட அன்றைக்கு நீண்டநேரம் மகேஸ்வரியும், ராஜியும் தனித்தனியே விழித்துக்கொண்டிருந்தனர்.

வீட்டுள் ஒரே நிசப்தம்.

சுவர் மணிக்கூட்டின் டக்... டக்... என்ற மெல்லிய சீரொலி இன்னும் அந்த நிசப்தத்தை மிகைப்பித்துக் காட்டவே உதவியது. ராஜேந்திரன் அன்றிரவு வீட்டில் இல்லையென்பது இன்னும் அதில் கனதியைச் சேர்த்தது.

கூட்டுப் பறவைகளின் ஒலிப்பு, தூரத்தே படகுகளின் யந்திர இரைச்சல் எதுவுமில்லை. காற்றும் காய்ச்சலடைந்து குறங்கிக் கிடந்தது, அன்றைய ராத்திரியில்.

கட்டிலில் சரிந்திருந்த ராஜி அப்படியே கண்ணயர்ந்து போனாள். சிறிதுநேரத்தில் மீன்பிடி வள்ளத்து இரைச்சலிலோ, வேறெதிலோ திடுக்காட்டத்துடன் வந்தது விழிப்பு. கண்ணுக்கு முன்னால் அழுந்திக் கிடந்தது அந்தகாரம். பின் மெல்ல மெல்ல வெளியேயிருந்த லாந்தர் வெளிச்சம் கண்ணுக்குப் புலனாகியது. அப்படியானால் நேரம் அப்போது பன்னிரண்டு மணிக்கு மேலே என்பதைத் தெரிந்துகொண்டவள், எழுந்து கால்மாட்டுப் பக்கமாய் நகர்ந்து ஜன்னலூடாக உள்விறாந்தையில் அம்மா படுக்கிற இடத்தைப் பார்த்தாள்.

அம்மா இல்லை.

"அம்மா ..!" மெல்ல அழைத்துப் பார்த்தாள்.

பதிலில்லை.

அறையைவிட்டு வெளியே வந்து ஹோலுக்குச் சென்று பார்த்தாள். அங்கேயும் இல்லை. வெளி விறாந்தையில், வெளி முற்றத்திலும் இல்லை.

அம்மா எங்கே?

மாமனார் வந்தது, தாயாருடன் தனியே பேசியது, தேநீர் கூடக் குடிக்காமல் திரும்பியது, தாயாரின் பேயறைந்த கோலம், கண்களின் வெறிப்பு எல்லாம் சடசடவென மனத்தில் மோதின. கல்யாணத்தைத் தள்ளி வைப்பது பற்றிக் கதைக்க அல்ல, அதை நிறுத்தவே மாமனார் வந்திருக்கிறாரென்பது மின்னலாய் வெளித்தது. தாயார் போயிருக்கக் கூடிய இடம் சொல்லிவைத்தாற்போல சட்டென அவளுக்குப் புலப்பட்டது. மறுகணம் கிணற்றடியை நோக்கிப் பாய்ந்து ஓடினாள்.

பின்கதவு சடாரெனத் திறக்கப்பட்ட சத்தம் கேட்டுப் போலும் அவசரமாக கிணற்றுக்குள் சரிந்து கொண்டிருந்த அம்மாவின் உருவம் வெளிறிய வானத்து மெல்லிய வெளிச்சத்தில் நிழலாய்த் தெரிந்தது.

"அம்மா !"

மகேஸ்வரி தன் முடிவிலிருந்து பின்வாங்கவில்லை. இன்னும் இன்னுமாய் அவளது தலை கிணற்றுக்குள் கவிழ்ந்து கொண்டிருந்தது.

ஓடினாலும் அவளைப் பிடிக்க முடியாது. "அம்மா, எங்களை அநாதையாய் விட்டிட்டுப் போயிடாதேங்கோ, அம்மா ..! அம்மா ..!"

கால்கள் நிலப் பிடிமானத்தை இழப்பதற்கான அந்த இறுதி விநாடியில் ... ஒரு சிறிய பின்னத்தின் காலவெளியில் ... ராஜியின்

அவலக்குரல் மகேஸ்வரியின் காதில் விழுந்தது. அது ஒருவகையில் அவளது அபயக் குரல்கூட.

'நாங்கள் அநாதைகள் ... அநாதைகள் ...'

மகேஸ்வரி தயங்கினாள்.

ராஜி ஓடிச்சென்று தாயாரின் கால்களைக் கட்டிப் பிடித்துக் கொண்டாள். "நீங்களும் செத்துப்போனால் எங்களுக்கு ஆரம்மா இருக்கினம்? எங்கள் மூண்டுபேரையும் அநாதையாய் அலைய விடுகிறதுக்கா இந்த மாதிரிச் செய்யத் துணிஞ்சியள்? விஜியைக்கூட நீங்கள் யோசிக்கேல்லையே, அம்மா!" என்று கதறினாள்.

'அநாதைகளாக ...'

ஆம், அவள் இல்லாவிட்டால் அந்த மூன்று பிள்ளைகளும் இந்த உலகத்தில் அநாதைகள்தான். சொந்த வீட்டில்கூட நிம்மதியாக வாழ விடமாட்டுதுகள் அந்தச் சொந்தங்கள். அது மகேஸ்வரிக்குத் தெரியும்.

நாவு சொற்களில் இடற அவள் சொன்னாள்: "நான் என்னடி செய்யட்டும், பிள்ளை? நீ சுதனோட ... கொழும்புக்குப் போன விஷயத்தை... ஆரோ நல்ல மனிசர் குணத்துக்கு எழுதியிட்டினம். அந்தப் படிச்ச பிள்ளையும் உண்மை பொய் யோசிக்காமல்... கலியாணத்தை நிறுத்தச்சொல்லி மாமாவுக்கு எழுதியிட்டுது ..."

"கலியாணம் நடக்காட்டி என்னம்மா? காலம்பூரா நான் இப்படியே இருந்திடுறன்."

"நீ மட்டுமே. இனி விஜியும்தான் அப்படி இருக்கவேண்டி வரப்போகுது."

"ஒருக்காலும் வராது. நான் எப்பிடிப் போனாலும் பறவாயில்லை. ஆனா என்ர தங்கச்சிக்கு மட்டும் அப்படி ஒரு நிலைமை வர விடமாட்டன். என்ன கஷ்ரப்பட்டாவது அவவுக்கு ஒரு நல்ல வாழ்க்கையைத் தேடிவைப்பன். என்னை நம்புங்கோ, அம்மா." அவளது கையைப் பிடித்திழுத்து ஓங்கியடித்துச் சத்தியம் செய்தாள்.

மகேஸ்வரிக்கு கால்கள், சரீரம் நடுங்கிற்று. அப்படியே கிணற்றுக் கட்டின் ஓரமாய் வழிந்து அமர்ந்து ராஜியைத் தழுவிக் கொண்டு அழுதாள்.

"மாமா, மாமா வீட்டுக்காறர் மட்டுமில்லை, நீங்கள்கூட என்னை நம்பேல்லைத்தானே, அம்மா?" ராஜி வார்த்தைகளை விம்மினாள்.

"நான் பெத்தவளே, நான் உன்னை நம்புறனடி அம்மா. நான் நம்புறன்."

"அப்ப ஏனம்மா இந்த முடிவு?"

"நம்ப வேண்டியவை நம்பேல்லையே, பிள்ளை! கலியாணம் நிண்டு போச்சே! நாளைக்கு இந்த ஊர் முகத்தில எப்பிடி முழிக்கிறது?"

“நீங்கள் இந்த முடிவை எடுத்தால் இன்னும் அதிகமாய்த்தான் ஊர் பழி சொல்லும்!”

“நான் என்னடி செய்வன், ராஜீ?” மகேஸ்வரி நிர்க்கதியாய்ப் புலம்பினாள்.

“ஐயா இல்லை. சொந்தபந்தங்களும் இல்லை. நீங்களும் இல்லை யெண்டால் நாங்கள் என்னம்மா செய்வம்? இன்னமும் இதுதான் உங்கட முடிவெண்டால் சொல்லுங்கோ. ரண்டு பேருமாயே செத்துப் போவம். அநாதையாய் அந்தரிச்சு நிக்கிறதவிட, உங்களோடயே செத்துப்போறது நல்லது.”

“நான் சாகமாட்டனடி . . . நான் சாகமாட்டன் . . . உங்களைத் தனியாய் விட்டிட்டு நான் போகமாட்டன் . . .”

விம்மலாய், விசும்பலாய் அந்த இரண்டுபேர் அழுகைகளும் மெல்லத் தேய்ந்து அடங்கின.

சிறிது நேரத்தில் ராஜி எழுந்து, “வாருங்கோ அம்மா. வீட்டுக்குப் போகலாம்” என்று தாயாரை அழைத்தாள். கால்களைச் சேர்த்துக் கட்டியிருந்த துணியை அவிழ்த்து எறிந்துவிட்டு, ராஜியின் கைத்தாங்கலில் அனுங்கியபடி வீட்டுக்கு வந்தாள் மகேஸ்வரி.

“ராஜனுக்கு இதுவொண்டும் தெரியவேண்டாம்.”

“சரி, அம்மா.”

“விஜிக்கும்தான்.”

“சொல்லமாட்டன்.”

தாயார் பாயிலே படுத்ததும் தானும் அருகே படுத்து அவளைக் கட்டிக்கொண்டு, விடியும்வரை விழித்திருந்தாள் ராஜி.

17

எறித்துக் கொண்டிருந்த வெய்யிலின் உக்கிரத்தில் எந்தப் பசுமையும், எந்தச் செழிப்பும், எத்தகைய ஊற்றுக் கிணறும் வரட்சிப்பட்டுப் போகுமென அஞ்சும்படிக்கு பாலைத் திடலாக நயினாதீவு கொதித்துக்கொண்டிருந்த பங்குனி பிற்கூறின் ஒரு ஞாயிற்றுக்கிழமை அது. ஆனி ஆடி மாதமளவில் கிணறுகள் வற்றி தீவின் வடக்கிலும் தெற்கிலும் இந்த வருஷம் குடிநீர்ப் பஞ்சம் ஏற்படப் போகிறதென்று முதியவர்கள் பேசிக் கொண்டார்கள்.

நேரம் அப்போது ஒரு மணிக்குச் சற்று மேலே. மதியச் சாப்பாடு முடிந்து வீட்டுத் திண்ணையில் வந்தமர்ந்த சுந்தரலிங்கம் எதிரே சார்வீட்டில் படித்துக்கொண்டிருந்த சுதந்திரன் பக்கமாகத் திரும்பிப் பார்த்தார். நெற்றி சுருங்கி, கண்கள் இடுங்கிய ஒரு கூர்த்த பார்வை. அன்றைக்கு அவனை அவர் அப்படிப் பார்ப்பது நூற்றியோராவது முறை.

சுதந்திரனுக்கு தொடர்ந்தும் அந்தப் பார்வையைத் தாங்கிக் கொண்டு படிக்க முடியவில்லை. அது வெறும் பார்வையில்ல; வெப்பக்கதிர்

வீச்சு. அவனை இடித்து "எல்லாவற்றுக்கும் நீதான் காரணம். நீயே குற்றவாளி!" என்று இடையறாது செய்துகொண்டிருந்த இம்சை. புத்தகத்தை மேசைமேல் கவிழ்த்துவிட்டு சட்டையை எடுத்துக்கொண்டு வெளியே புறப்பட்டான்.

பல்கலைக் கழகத்துக்கு அப்போது ஒரு வார விடுதலை விடப் பட்டிருந்தது. அந்த விடுதலையில் நிறையப் படிக்கிற திட்டமிருந்தது. அதனால் அறையிலேயே தங்கிநிற்க எண்ணியவன், சற்று உடல்நலமில்லை யென்று வியாழக்கிழமைதான் வீடு வந்திருந்தான். தாயாரின் அன்பான உபசரிப்பில் இரண்டு நாட்கள் இதமாகத்தான் கழிந்தன. மூன்றாம் நாள் மெத்த இரகசியமாகத் தெரியவந்த மகேஸ்வரியின் தற்கொலை முயற்சிச் செய்தியால் அவனது மனநிலையும் கெட்டு, உடல் நிலையும் பழையமாதிரி ஆகிவிட்டது.

ஒரு சுயஹிம்சையில் வதைபட்டுக்கொண்டிருந்தான் சுதன். இந்த நிலையில், கடந்த மூன்று நாட்கள் வீட்டில் இல்லாதிருந்த சுந்தரலிங்கம் அன்றைக்கு அதிகாலை திரும்பிவிட்டிருந்தார். சுதனது மன அவதியும் மும்மடங்காகப் பெருகிவிட்டது. பெருக வைத்துக் கொண்டிருந்தார் சுந்தரலிங்கம் தன் கனற் பார்வையால்.

இரண்டு ஆண்டுகளுக்கு முன் ஒரு ஆனி மாத ஞாயிற்றுக் கிழமை சுதனைக் கொழும்புக்கு அனுப்பிவிட்டு, அவசர காரியமாக திருகோணமலை சென்ற சுந்தரலிங்கம், நான்காம் நாள் மாலை யாழ்ப்பாணம் திரும்பி நேரே ஊர்காவற்துறைக்குப் போன இடத்திலேயே பொன்னுச்சாமியின் மகளோடு தன் மகன் கொழும்பு ஹோட்டலில் தங்கிநின்ற விஷயத்தைத் தெரிந்து கொண்டார். எம்.பி.யைச் சந்தித்துச் சொல்லவேண்டிய விபரத்தைக் கூட முழுதாகச் சொல்லவில்லை; 'எல்லாவற்றுக்கும் காலையில் வருகிறேன்' என்று கூறிவிட்டு போர்ட் எடுத்து வீட்டுக்கு ஓடி வந்தார். சுதன் வீட்டில் நின்றிருந்தான். வந்தவர் அவனைப் பார்த்துக் கேட்ட முதல் கேள்வி, 'ஆருடைய கலியாணத்துக்கு கொழும்பு போனாய்?' என்பதுதான். தன்னுடைய நண்பர் வீட்டுக் கலியாணத்துக்குப் போனானா, அவனது சொந்தக் கலியாணத்துக்குப் போனானா என்பது அந்தக் கேள்வியின் அர்த்தம். ஏற்கனவே தாயாரின் ஏச்சையும், தமக்கையின் புறுபுறுப்பையும் கேட்டு வேதனையோடிருந்தவனை அவரது கேள்வி கதிகலங்க வைத்து விட்டது. ஒரு மயிரிழையில், தன்னைக் கையோங்கி அடிப்பதிலிருந்து அவர் தற்காத்துக் கொண்டதை அவன் கண்டான். இவ்வளவு வருமென்று எதிர்பார்த்தானா? உதவி செய்யப் போய்..! ஒருவாறு சமாளித்துக் கொண்டு, ராஜி தன்னை புத்தகக் கடையில் சந்தித்த நிமிஷத்திலிருந்து கொழும்பு போய் மறுபடி நயினாதீவு வந்து சேர்ந்தது வரையான அனைத்து விவரங்களையும் ஒன்றுவிடாமல் அவரிடம் ஒப்புவித்தான்.

தன் மகனைப்பற்றிய தாழ்வான அபிப்பிராயம் அகன்றதில் அவரும் ஆசுவாசப்பட்டிருக்கவேணும். ஆயினும் முகத்திலோ குரலிலோ அந்த உணர்வு வெளித்தோன்றிவிடாமல் மறைத்துக் கொண்டு, 'இப்பிடியெல்லாம் கெட்டபேர் வருமெண்டு முன் கூட்டியே நீ யோசிச்சு நடந்திருக்கவேணும்.

உனக்கு வந்த கெட்ட பேர் நாளைக்கு, இல்லாட்டி நாளையிண்டைக்கு மறைஞ்சிடும். ஆனா பொன்னுச்சாமியின்ர மோளுக்கு..? பொம்பிளைச் சகோதரத்தோட கூடப்பிறந்த நீ, இப்பிடியான ஒரு காரியத்தைச் செய்யிறதுக்கு முன்னால எத்தினை தரம் யோசிச்சிருக்க வேணும்! யோசிச்சியா? இல்லை. குறைஞ்சபட்சம் அக்காவையாவது கேட்டுப் பாத்தியா? அந்த அளவுக்கும் உனக்குப் புத்தி வளரேல்லை. பிறகு எதுக்குத்தான் இவ்வளவு புத்தகங்களையும் அள்ளிக் கட்டிக் கொண்டு திரியிறாயோ?' என்று கொட்டினார். பின் அப்பால் போய்விட்டார்.

இத்தனை மாதங்களில் அவரும் அந்தச் சம்பவத்தை ஏறக்குறைய மறந்துபோனார். ஆனால் அன்று காலை வங்களாவடியில் இறங்கி வீட்டுக்கு வந்து கொண்டிருந்த வழியில், சுதன் ராஜியைக் கூட்டிக்கொண்டு கொழும்பு சென்றதன் பின்விளைவுகளை அறிந்ததும் கலக்கமே பிடித்துவிட்டது அவருக்கு. பேசிய திருமணம், நாள் பார்த்து முகூர்த்தம் குறித்திருந்த நிலையில் நின்றுபோய் விட்டது. தாயார் மகேஸ்வரி தற்கொலை செய்ய முயன்றிருக்கிறாள். அந்தக் குடும்பமே அழிகிற நிலைமைக்குப் போய்விட்டது அவரது மகனால்.

அவரால் தாங்க முடியவில்லை அதை. மனத்தாலும் ஒருயிருக்குத் தீங்கு நினைக்காதவர் அவர். சின்ன வயதிலிருந்தே அப்படி. பெரியபெரிய வார்த்தைகளை அதற்குச் சொல்ல அவரால் முடியும். அஹிம்சை, சத்தியாக்கிரகம் என்பதெல்லாம் அவருக்கு கட்சியின் வழிகள் அல்ல. வாழ்வியல் நெறிகள். அவை புனிதங்கள். தத்துவங்களாக வாழ்க்கை முறைமையை அதன் விரிந்த அம்சங்களிலும் வெளிப்படுத்துபவை அவை. அவற்றின் மூலமாக அவர் பண்பட முயன்றுகொண்டிருந்தவர். அதனால்தான் பொன்னுச்சாமியின் குடும்ப அவலத்துக்கு, ஏதோ தானே நேரடிக் காரணஸ்தன் போலத் துடித்தார்.

நாத் தழுதழுத்து, உடம்பு விதிர்விதிர்த்து நின்றவரை அந்தச் சம்பவம் பற்றிச் சொன்ன அவரது முஸ்லிம் நண்பர் அபூபக்கர்தான் கடைசியில் தேற்றி வீட்டுக்கு அனுப்பி வைத்தார்.

அவருக்கு வெகுட்சி நெஞ்சு நிறைய. அதனாலேயே, 'நீதான் இவையெல்லாவற்றுக்கும் மூலகாரணம். நீதான் அந்தப் பிள்ளைக்கு வாழ்வு கொடுக்கவேணும். படித்தது போதும். தாலியைக் கட்டி அந்தப் பெண்ணை நாளைக்கே வீட்டுக்குக் கூட்டிவா. ஏழுமலை மனோகராத் தியேட்டர் எதிரயுள்ள சாப்பாட்டுக் கடையை விட்டுவிடப் போறானாம். எங்க கடன்பட்டாவது கடையை எடுத்துத் தருகிறன். தீவுப் பிள்ளைக்கு யாபாரத்தைப் பற்றிச் சொல்லித்தரவா வேணும்? பேசாமல் கடையை நடத்திக்கொண்டு குடும்பத்தைப் பராமரி!' என்று சொல்லிவிடலாமா? முடியாது. ஆயினும் இந்தளவு வார்த்தைகளும் அவருக்கு தொண்டைக் குழி வரை வந்துவிட்டன. அடக்கிக்கொண்டார். தனியே செல்லவிருந்த ஒரு பெண்பிள்ளைக்கு பயணத்தில் வழித்துணையாகப் போனேன், மற்றும்படி மனத்தால்கூட தவறு செய்யவில்லை என்று சத்தியம் செய்தவனை என்ன செய்வது?

அவருக்கும் அது புரிந்தது. அதனால்தான் வார்த்தைகளால் அன்றி பார்வையால், அதையும் தவிர்க்க முடியாதபடியால், அவனைத் தண்டித்துக் கொண்டிருந்தார்.

வீட்டைவிட்டுப் புறப்பட்ட சுதனுக்கு முதலில் எங்கே போவதென்று தெரியவில்லை. பின்னர்தான் நண்பன் திரவியத்தின் ஞாபகம் வந்தது. பஸ் வந்தால் சரி, இல்லையேல் நடந்தே போய்விடுவது என எண்ணிக் கொண்டு வெய்யில் கொளுத்தும் அந்த வீதியில் வியர்க்க வியர்க்க நடக்கவாரம்பித்தான்.

திரவியத்திடம் போவதுகூட உவப்பாக இருக்கவில்லை அவனுக்கு. அவனே தகப்பன்போல கண்டிப்புடையவன். அவ்வப்போது கண்டிப்பவன். அதே விஷயத்தில் முன்பு கண்டித்தவன். கல்யாணம் நின்றுபோன செய்தி வெளியான பிறகு முதல்முறையாக அன்றுதான் சந்திக்கப்போகிறான் நண்பனை. நண்பனாக ஆதரவுடன் நடந்துகொள்வானா திரவியம்? சந்தேகமாகவே இருந்தது. ஆனாலும் போவதற்கு உடனடியாக வேறு இடமும் மனத்தில் தோன்றவில்லை. சரி, திரவியத்திடமே செல்வோம். அவனும் திட்டத்தொடங்கினால் கோயிலடியில் போய் அமர்ந்துவிடுவது என எண்ணிக்கொண்டு நடையில் விரைவு காட்டினான்.

சந்தையடியை வந்தடைகிறபோதுதான் எதிர்த் திசையிலிருந்து பஸ் வந்து கொண்டிருந்தது. திடீரென என்ன தோன்றிற்றோ, சந்தைக்கு எதிர்ப்பக்கமுள்ள முருகன் வீதியில் திரும்பி கிராய்க்குள வயலூடாகச் சென்று வீரபத்திரர் வீதியில் மிதந்தான். அந்த வீதியில் சிறிதுதூரம் நடந்து சென்ற பிறகுதான் அவனது மனத்தில் தனது செய்கையின் பாரதூரத்தனம் உறைத்தது. அந்த வீதியில் அல்லவா ராஜியின் வீடு இருக்கிறது! அந்தக் குடும்பத்தின் சோகத்தை நேரில் பார்க்க வஞ்சத்தோடு போவதுபோலப் போய்க் கொண்டிருக்கிறானே! மகேஸ்வரியோ, ராஜேந்திரனோ, ராஜியோதானும் கண்டால் அவனைப்பற்றி எவ்வளவு அல்பமாக நினைப்பார்கள்! அப்படியே திரும்பிவிடலாமா என்றும் யோசனை எழுந்தது. அந்தளவு தூரம் வந்து திரும்புவதும் இனி கூடாதுதான். மத்தியான வேளையிலுள்ள மனித சஞ்சாரக் குறைவின் தைரியத்தில் மேலே நடந்தான்.

முடக்கிலே திரும்பியதும் ராஜி வீடு தெரிந்தது. இடையே தியாகு மரநிழலில் குந்தியிருந்து அவனைப் பார்த்துச் சிரிப்பது கூடக் கவனமின்றிப் போனது அவனுக்கு. கடைக்கண் பார்வையில் வீடு வெறுமையாய்க் கிடப்பதை அறிய முடிந்தது. யாருமே இல்லாததாலான வெறுமையல்ல, பொலிவில்லாத வெறுமை! மகிழ்ச்சி, நிம்மதி யாவும் இழந்ததாலான வெறுமை! முற்றத்திலிருந்த சிறு தோட்டத்தின் பூக்களும் ஏதோ ஒரு சோகத்தைச் சொல்லிக்கொண்டிருப்பதுபோல் தோன்றியது அவனுக்கு. தேமாவின் கண்ணீர்த் துளிகளோ, கீழே கொட்டிக் கிடந்த வெண்பூக்கள்! நெஞ்சு அவனை அறியாமலே அந்தச் சோகத்தில் பாத்தியதை கொண்டாடியது.

விரைந்து நடந்து அந்த இடத்தைக் கடந்தான்.

தூரத்தில் வந்து கொண்டிருந்தபோதே திரவியத்தின் சங்குக் கடையில் கூட்டமாக இருப்பது தெரிந்தது. நயினாதீவு புத்த விகாரையைத் தரிசிக்க வந்த தென்னிலங்கைச் சிங்கள யாத்திரிகர் கூட்டமாக இருக்கலாமென எண்ணிக்கொண்டான். இனங்களுக்கிடையிலான ஒற்றுமையை வளர்க்கும் முகமாக தென்னிலங்கையிலிருந்து சுற்றுலா வரும் மாணவர் குழுக்களும், யாத்திரிகர் கோஷ்டிகளும் பெருகியிருந்த நேரம் அது.

அவன் சங்குக் கடையை அடையவும், யாத்திரிகர் கோஷ்டி விலகவும் சரியாக இருந்தது.

சிங்கள யாத்திரிகர்களால் கடையில் ஏற்பட்ட வியாபார மகிழ்ச்சியுடன் இருந்த திரவியத்தின் முகத்தில், சுதனைக் கண்டதும் சட்டென இருள் படிய ஆரம்பித்தது. இருந்தும் "வா, சுதன். எப்ப யாழ்ப்பாணத்திலயிருந்து வந்தனி?" என்று ஒப்புக்காகக் கேட்டு வைத்தான்.

"வியாழக்கிழமை."

"வியாழக்கிழமையா? இத்தனை நாளாச்சு . . . இந்தப் பக்கமே காணேல்லை . . ."

சுதன் ஒன்றும் சொல்லவில்லை.

"எக்ஸாம் வருகுதுபோல?"

"ம்."

"நல்லாய்ப் படிக்கிறாயாக்கும்?"

"ம்."

"இஞ்ச வாறதில்லையெண்டு . . . ஏதாவது தீர்மானம் . .?"

"அப்பிடி ஒண்டுமில்லை. இந்தமுறை வரேக்கை சுகமில்லை. அதால வங்களா பாலத்தடியிலயே இறங்கியிட்டன்."

"ம்ம்!" திரவியத்தின் முனகலில் அசிரத்தை இருந்தது.

பொருட்படுத்தாதவனாய் வாங்கிலே அமர்ந்து அருகே கிடந்த தினசரியை எடுத்துப் பிரித்தான் சுதன்.

சிறிது நேரம் மௌனமாய் அவனையே பார்த்துக்கொண்டிருந்த திரவியம், "ராஜி வீட்டில நடந்த விஷயமெல்லாம் கேள்விப் பட்டிருப்பாய் . .?"

"ம்!" என்றான் பத்திரிகையிலிருந்து பார்வையைப் பிரிக்காமலே.

"இப்ப சந்தோஷம்தானே?"

ஒரு சின்ன திடுக்காட்டத்தோடு நிமிர்ந்தான் சுதன்.

"என்ன திகைச்சுப்போனது மாதிரி என்னைப் பாக்கிறாய்? அந்தக் குடும்பத்தை அடியோட அழிக்கவேணுமெண்டுதானே அண்டைக்கு அப்பிடி ஒரு காரியத்தைச் செய்தனீ! இப்ப . . . அந்தக் குடும்பமே

அழிஞ்சுபோய் நிக்குது. இது உனக்குச் சந்தோஷமாய்த்தானே இருக்கவேணும்!" என்றான் திரவியம் காரமாக.

"திரவியம், என்னை நீ கோபிக்கிறதில ஒரு அர்த்தமுமில்லை. நடந்ததெல்லாம் ஒண்டும்விடாமல் அப்பவே நான் உனக்குச் சொல்லியிருக்கிறன்."

"என்ன, அப்பவே சொல்லியிருக்கிறன், ம்? அவளைக் கூட்டிக் கொண்டு கொழும்பு கிழும்பெல்லாம் திரிஞ்ச பிறகு வந்து சொன்னாய். அதுவும், ஊர் முழுக்கத் தெரிஞ்சுபோனபடியால் சொன்னாய். சரியான சிநேகிதனாயிருந்தால், போறதுக்கு முந்தி நீ அதைச் சொல்லியிருக்கவேணும். ஆலோசனை கேட்டிருக்க வேணும்."

"திரவியம்..!"

"உன்ர கதையைக் கேக்க இப்ப எனக்கு நேரமில்லை. சாப்பிடப் போகவேணும். கடை பூட்டப்போறன்..."

சுதன் வேதனையோடு பத்திரிகையைக் கீழே வைத்துவிட்டு எழுந்தான். "வீட்டிலயும் நிம்மதியில்லை. சிநேகிதர்மாரைச் சந்திச்சு ஆறுதலடையலாமெண்டு வந்தால், இஞ்ச அதைவிட மோசமாயிருக்கு. அந்தளவுக்கு நான் பாவம் செய்திட்டனா, திரவி? அப்படியே இருந்தாலும், ஒரு குற்றத்துக்கு ஒவ்வொரு முறையுமா தண்டனை தரவேணும்? போகட்டும். உன்ர கோபம் எனக்குத் தெரியுது. எல்லாத்துக்கும் போயிட்டு நாளைக்கு வாறன், பேசலாம். இப்ப நீ போய்ச் சாப்பிடு."

சுதன் கோவிலடிக்கு நடந்தான்.

இவ்வளவு ஹீனமாகவும் ஒருவருடைய குரல் ஒலிக்க முடியுமா? அவனே மிகவும் பலஹீனப்பட்டுப் போயிருந்ததைப்போல இருந்ததே! திரவியத்தின் மனம் சுதனுக்காக மெல்ல இரங்கத் தொடங்கியது.

18

பத்து பதினொரு மணியாகியும் சுதன் கடைக்கு வரவில்லையென்றதும் முதல்நாள் தான் திடுதிப்பென்று பேச்சை முறித்துக் கொண்டது நண்பனுக்கு மனத்தாங்கலை ஏற்படுத்திவிட்டதோ என்ற ஒருவகைக் கவலை பிடித்துவிட்டது திரவியத்துக்கு. கோபம்! அடக்கு அடக்கு என்று நாளுக்கு பத்து முறையாவது அம்மா சொல்லிக் கொண்டிருக்கிறாள். அது அவனுக்கும் ஒப்புத்தான். ஆனால் முடியாமலிருக்கிறதே! சின்ன வயதிலிருந்தே ஒரு சாந்த சொரூபத்தின் உபாஷகனாக இருந்தும், ஒரு விளிம்பில் அது எல்லை இகந்து விடுகிறது. இன்பத்தையும், துன்பத்தையும், வசதியையும் வறுமையையும் சமமாகப் பாவிக்க முடிந்தவனால் நியாயத்தையும் அநியாயத்தையும் ஒன்றாகக் கருத முடியவில்லையே. வரப்பை உயர்த்துவதுபோல அந்த விளிம்பை உயர்த்த அவனால் கூடாமலிருந்தது.

எனினும் அதிக நேரம் அவனை யோசிக்க வைக்காமல் பன்னிரண்டு மணிக்குள்ளாகவே சுதன் வந்து சேர்ந்தான்.

திரவியம் கேட்டான்: "நேற்று நான் அந்த மாதிரிப் பேசினது உனக்குக் கோபமாய் இருந்திருக்கும்..?"

"எனக்கு உன்ர குணம் தெரியும்."

"நீ போன பிறகு எனக்குச் சரியான கவலையாய்ப் போச்சு. ஆனால் என்ர கோபத்தில நியாயம் இருக்கா இல்லையா, நீயே சொல்லு!"

சுதன் பதில் பேசவில்லை.

"இப்படியெல்லாம் நடக்குமெண்டு நான் முந்தியே உனக்குச் சொல்லியிருக்கிறன். நீதான், அந்த வேலை கிடைச்சு ராஜி கொழும்புக்குப் போயிட்டாளெண்டால், வந்த அவப்பெயரை ஊர் மறந்திடுமெண்டு கதை அளந்தாய். இப்ப பாத்தியா? வேலையும் கிடைக்கேல்லை. அவப் பெயரும் மறையேல்லை. அது மட்டுமில்லை. எல்லா இழவும் ஒண்டுக்கு ரண்டாய் வேற விளைஞ்சிருக்கு. இதுதான் தம்பி, தீவு! கொழும்பில மாதிரி, யாழ்ப்பாண ரவுணில மாதிரி இஞ்ச வாழ்ந்திடேலாது. இது தெரியாமல் நடந்திட்டா காப்பாத்த கடவுளும் வரமாட்டார். இப்ப பாத்தியா, உன்ர புத்திகெட்டதனத்தால ராஜி வீட்டாருக்கு மட்டுமில்லை, உனக்கும்தான் துன்பம். உங்களோட பழக்கம் வைச்சிருக்கிறபடியால் எனக்கும் துன்பம்" என்றான் திரவியம்.

நல்லவர்கள் படும் துயரம் மற்ற நல்லவர்களையும் துயரப் படுத்தி விடுகிறது. அந்த 'நல்ல' என்பதிலுள்ள மகத்துவம் அது. தன்னைப்போல ஒரு வட்டத்தை சூழ அமைத்துக் கொள்கிறது அந்த நல்லது என்று அப்போது நினைத்துக் கொண்டான் சுதன். திரவியம், ராஜி வீட்டாருக்குச் சொந்தம் கூட இல்லை. வெறும் அயல் மனிதர் என்கிற உறவு மட்டும்தான். இருந்தும் எப்படி உருகிக் கொள்கிறான்!

திரவியம் தொடர்ந்து கொண்டிருந்தான்: "நீ ராஜியைக் கூட்டிக் கொண்டு கொழும்புக்குப் போனதைக்கூட முட்டாள்தனமாய்ச் செய்த காரியமெண்டு விட்டிட்டாலும், அந்த மொட்டைக் கடுதாசி எழுதின ஆளை மட்டும் என்னால மன்னிக்கவே ஏலாது."

"எனக்கும் ஆத்திரமாய்த்தான் இருக்கு. எங்கட கணேசன்ர ட்றாக்ரரை எடுத்துக்கொண்டு போய் ஏத்தி கையைக் காலை முறிக்க வேணும் போல இருக்கு. ஆனால் ஆள் ஆரெண்டு தெரியவேணுமே! சந்தேகப்படுகிறதாய் இருந்தால் ராஜி வீட்டுச் சொந்தக்காறர் எல்லாரையுமே சந்தேகப்படலாம்."

"அது மெய்தான். ஆனா அப்பிடியான மனிசரும் எங்கட அயலில இருக்கினமெண்டு நினைக்க எனக்கு ஆச்சரியமாயிருக்கு."

"தீவில சொந்தங்கள் மட்டுமில்லை. எல்லா மனிச உறவுகளுமே இறுக்கமானதாய் இருக்குமாம். எங்கட தீவில அப்படி இல்லைப் போல."

"அப்படிச் சொல்லி கைகழுவியிட்டா எப்பிடி சுதன்? அந்தப் பண்பைக் கெடுக்கிற மனிசரைக் கண்டு திருத்தியெடுக்க வேணும்."

"திருத்தியெடுக்கிறதோ..! போட்டு புரட்டி எடுக்கவேணும்!"

திரவியம் சிரித்தான். பிறகு, "அதுக்குமுதல் அவசரமாய்ச் செய்ய ஒரு காரியம் இருக்கு" என்றான்.

"என்ன?"

"நிண்டுபோன கலியாணத்தை நடக்கப் பண்ணுறதுக்கு ஏதாவது வழி இருக்காவெண்டு பாக்கவேணும்."

"நல்ல விஷயம்தான். ஆனா எப்பிடி, திரவியம்? எங்களுக்குத்தான் மாப்பிள்ளை வீட்டாரைப்பற்றி ஒண்டும் தெரியாதே!"

"..."

"ராஜேந்திரன் இந்தப் பக்கம் வாறதில்லையா?"

"இல்லை. அந்த வீட்டிலயிருந்து ஆக்கள் வெளியில வந்து மூண்டு நாலு நாள் ஆகுது. ஆனாலும் மாப்பிள்ளை வீட்டாரைப்பற்றி அறியிறது பெரிய விஷயமில்லை. என்ன செய்யிறதெண்டு யோசிச்சிட்டா அதை நாளைக்கும் அறிஞ்சிடலாம்."

இருவரும் பேசிக்கொண்டிருக்கும்போது ஜெயசீலன் அங்கே வந்து சேர்ந்தான். இருவரும் உடனே பேச்சை நிறுத்திக் கொண்டனர். ஜெயசீலனுக்கு ஒருமாதிரிப் போய்விட்டது. அவர்களது அந்தத் திடீர் மௌனம் அதிக பழக்கமில்லாதவர்களையே சிறிது கிலேசம்கொள்ளச் செய்துவிடும். அப்படியிருக்க ... ஜெயசீலன் வருந்தியதில் ஆச்சரிய மில்லைத்தான்.

அவர்களுக்கும் வேறு வழி இருக்கவில்லை. தடைப்பட்டுப் போன ராஜியின் கல்யாணத்தை நடக்க வைப்பதற்கான ஆலோசனையில், அவளது சொந்தக்காரர் எவரும் கலந்து கொள்வதை அவர்கள் விரும்பாமல் போனதில் நிறைய நியாயமிருந்தது. ஜெயசீலனின் முகபாவம் இறுக்கம் தளர்ந்ததிலிருந்து அவனும் அதை உணர்ந்துகொண்டதாகத் தெரிந்தது. பிறகு வருவதாகக் கூறி அவன் புறப்பட்டான்.

"நில்லு சீலா. என்ன, வந்த உடனயே ..." என்று ஒப்புக்காகச் சொன்னான் திரவியம்.

"இல்லை ... எதோ முக்கியமான விஷயம் பேசிக்கொண்டு இருக்கிறமாதிரித் தெரிஞ்சுது ..."

அவன் அவர்கள் பேச்சில் கலந்து கொள்வதில் இடையூறு ஏதும் நேர்ந்துவிடாதென்று சுதன் ஜாடையில் தெரிவித்தான். திரவியமும், அதுதான் தன்னுடைய எண்ணமும் என்பது போல மேலே எதுவித ஆட்சேபமுமின்றி ஜெயசீலனை அமரும்படி சொன்னான். "மனசில ஒண்டும் வைச்சிருக்காத, சீலா. ராஜியின்ர விஷயமாய்ப் பேசிக்கொண்டிருந்தம். அதுதான் நீ திடீரெண்டு வந்தவுடன, அந்தமாதிரி நடக்க வேண்டியதாய்ப் போயிட்டுது ..."

சீலன் அமைதி பெற்றான். எனினும் ஒரு புறக்கணிப்புக்குள் அகப்பட்ட மன நோவு மெல்லிதாக அப்போதும் இருந்தது.

ராஜியின் கல்யாணத்தை நடைபெறச் செய்வதற்கான உபாயம் தேடுவதில் மூவரும் தங்கள் சிந்தையைத் திருப்பினர். ஒவ்வொருத்தர் ஒவ்வொரு யோசனை கூறினர். எதுவும் காரிய சாத்தியமானதாகப் படவில்லை. நீண்ட நேரத்தின் பின், ராஜியைக் கல்யாணம் செய்யவிருந்த அவளது மாமன் மகனுக்கு உண்மையை விளக்கி கடிதம் எழுதினால் என்ன என்றொரு யோசனை திரவியத்திடமிருந்து பிறந்தது.

யோசித்துப் பார்த்ததில் அது நல்ல வழி என்பது மட்டுமல்ல, அதை விட வேறு வழி இல்லையென்பதும் தெரிந்தது. சுதன் விலாசப் பிரச்னை கிளப்பினான். ராஜியின் மாமன் பெயர் வேலுப்பிள்ளையென்றும், மாப்பிள்ளை பெயர் குணரத்தினம் என்றும் சீலன் தெரிவித்தான்.

"கொழும்பு போர்ட் கொமிஷனிலயாக்கும் வேலை?" தாயார் பேச்சிலே சொல்லியிருந்தது ஞாபகமாகியது திரவியத்துக்கு.

"ஓம்" என்றான் சீலன்.

அவ்வளவு போதும். அவனுக்கு போர்ட் கொமிஷன் விலாசம் தெரிந்திருந்தது. கடிதம் எழுதும்படி கூறி கடிதத் தாளும், பேனையும் எடுத்து சுதனிடம் கொடுத்தான்.

"இப்பவேயா! வேண்டாம். வீட்டுக்குப் போய் ராவைக்கு எழுதியிட்டு நாளைக்குக் கொண்டு வாறன்."

"ஆறின கஞ்சி பழங்கஞ்சி ஆயிடும். இப்பவே எழுது" என்று வற்புறுத்தினான் திரவியம்.

கடிதம் எழுதி முடிந்ததும், சுதன் மட்டுமின்றி, எழுதப்பட்ட சம்பவங்களின் உண்மையை உறுதிப்படுத்துமாப்போல மற்றைய இருவரும் கூடக் கையெழுத்திட்டனர்.

"மொட்டைக் கடுதாசியை நம்பின ஆள், மூண்டு பேரின்ர கையெழுத்தோட போற கடிதத்தை நம்பமாட்டுதா, பாப்பம்!" என்றபடி, கடிதத்தை ஒட்டி விலாசமெழுதியதும் பதிவுத் தபாலுக்கான பணத்தைக் கொடுத்து உடனடியாகவே சீலனை தபால்நிலையம் அனுப்பி வைத்தான் திரவியம்.

19

கல்யாணத்துக்கென்று வந்து அந்த வீட்டுச் சோகத்தை அதிகரித்து விடக்கூடாது என்பதற்காக அத்தனை நெருக்குதல்களுக்குள்ளும் ஞாபகமாக ஜெஸ்மின், திலகா, இன்னும் அக்கடமி போய் வந்து படித்த காலத்தில் பழக்கமான சில சிநேகிதிகளுக்கு தன் கைப்படவே ராஜி கடிதமெழுதியிருந்தாள். கடிதமெழுதிய அடுத்தவாரத்தில் ஒருநாள் ஜெஸ்மின் தாயாரோடு ராஜி வீடு வந்துவிட்டாள். கல்யாணம் நின்று போனதன் விபரம் பின்னர் தெரிவிப்பதாக எழுதியிருந்தும், அதை உதாசீனப்படுத்திவிட்டு ஜெஸ்மின் வந்தது, குறிப்பாக தாயாரோடு வந்தது ராஜிக்குப் பிடிக்கவில்லை. அதனால் முன்னர்போல் உற்சாகமாக வரவேற்க முடியவில்லை. அந்த வித்தியாசத்தை ஜெஸ்மினால் லேசாக உணர முடிந்தது.

அப்போது தங்கமணி ராஜி வீட்டில் நின்றிருந்தாள். ஜெஸ்மினைத் தங்கமணிக்கு ஞாபகமிருந்தது. அதுபோலவே ஜெஸ்மினுக்கு தங்கமணியை யும். அவள்மூலமாகவே சில சந்தேகங்களுக்கு அரைகுறைப் பதில் கிடைத்தது ஜெஸ்மினுக்கு. ராஜி கையிலிருந்த புத்தகத்தைநோக்கி குனிந்து கொண்டிருந்த நிலையில், மேற்கொண்டு பேச விஷயமற்றதுபோல தங்கமணியும் மௌனமானாள்.

அந்த மௌனம் உறுத்தியது ஜெஸ்மினை. "என்ன ராஜி, நான் வந்தது உமக்குப் பிடிக்கேல்லை, எல்லா?"

"இல்லையே, ஏன் அப்படிக் கேக்கிறீர்?"

"இல்லை, நான் இஞ்ச வந்து இவ்வளவு நேரமாச்சு. ஒரு வார்த்தை கூடப் பேசேல்லையே நீர்!"

"அப்பிடி ஒண்டுமில்லை. உடம்பு, மனசு எல்லாம் சோர்ந்து போனன், ஜஸ்மின். என்ன பேசுறதெண்டு எனக்குத் தெரியேல்லை. பேசவே புறியமில்லாமலிருக்கு. அதுதான்..."

அது ஆச்சரியம்தான். அவர்களுக்குள் பேசவேண்டிய விஷயங்களாக எவ்வளவோ இருந்தன ஒரு காலத்தில். அப்போதெல்லாம் நேரம்தான் போதாமலிருந்தது. இப்போது... ராஜி சொல்கிறாள், என்ன பேசுவதெனத் தெரியவில்லையென.

ராஜியின் வாழ்க்கை அந்தமாதிரி சூன்யதசை அடைந்ததற்கு தானும் ஒருவகையில் காரணமே என்ற மனவுறுத்தல் எந்தச் சமாதானத்திலும் அடங்காமல் ஜெஸ்மினின் இதயத்தில் கெம்பிக் கொண்டிருந்ததில், அவளைப் பேச வைக்க எடுக்கிற ஒவ்வொரு முயற்சியது தோல்வியின் பிறகும்கூட புதிது புதிதாக முனைந்து கொண்டிருந்தாள். கல்யாணம் நின்றுபோன தகவல் தெரியவந்த அன்றே ஓடிவரத்தான் துடித்தாள். அவ்வளவு தூரம் தனியே போய்வர இப்போதெல்லாம் தாயார் அனுமதிக் கிறாளில்லை. அதனால் தாயாரையும் உடனழைத்துவர அவளுக்கு அனுகூலமான ஒரு நாளுக்காகக் காத்திருக்க வேண்டியதாயிற்று. இனிமேல் அப்படியான ஒரு சந்தர்ப்பம் துர்லபம் என்பது அவளுக்குத் தெரியும். அதனால், தான் சொல்லவென நினைத்து வந்தவற்றை, அவள் சொல்லியே ஆகவேண்டும். அந்தத் தேவை முன்னின்றிருந்த வகையில் தன் முனைப்பில் அவள் தளரவே இல்லை. "எனக்கு நல்லாய்த் தெரியும், ராஜி, உமக்கு வந்த கஷ்ரமெல்லாத்துக்கும் நானும் ஒருவகையில காரணமாய் இருந்திருக்கிறனெண்டு. அதால என்னோட பேச உமக்கு வெறுப்பாய்த்தான் இருக்கும்..."

ராஜி நிமிர்ந்து ஜெஸ்மினைப் பார்த்துவிட்டு, திரும்பி தங்கமணியை நோக்கிச் சிரித்தாள். "என்ன பேச்சுப் பேசுகிறா இவ?" என்பது போலிருந்தது அது. பின் ஜெஸ்மினை விளித்துச் சொன்னாள்: "ஜஸ்மின், அதெல்லாம் ஒண்டு ஒண்டரை வருஷத்துக்கு முந்தி நடந்த விஷயம். நான் எல்லாத்தையும் அப்பவே மறந்திட்டன். எல்லாம் என்ர தலையெழுத்துப்படி நடக்குது. இதுக்காக ஆரை நான் குறை சொல்ல ஏலும்? மாமா வீட்டாரில கூட எனக்கு அவ்வளவாய்க் கோபமில்லை."

“நீர் எனக்காகச் சும்மா சொல்லுறீர்!”

“இல்லை, மெய்யாய்த்தான் சொல்லுறன். ஆராருக்கு, எப்படியெப்படி நடக்க வேணுமெண்டு இஞ்ச ... சிரசில ... முந்தியே எழுதியிருக்கு, ஜஸ்மின். அதன்படிதான் எல்லாம் நடக்கும். எங்களால என்ன செய்ய ஏலும்? விதி மூர்க்கம்கொண்டு தலை விரிச்சாடுற நேரத்தில, அதைத் தாங்கிக்கொள்ளுற தைரியத்தோட இருக்க முயலுறதுதான் எங்களால செய்ய முடிஞ்சது. அதைத்தான் இப்ப நான் செய்து கொண்டிருக்கிறன்.”

ஜெஸ்மினைத் திகைக்கவைத்தது ராஜியின் கூற்று. ‘எங்கே அந்தப் போராளி? இவளுள்ளிருந்த அந்த இன்னொரு பெண்ணின் மரணம் எப்படிச் சம்பவித்தது? எதையும் ஒரு அவசரத்திலும், பிடிவாதத்திலும்தான் என்னால் செய்ய முடியும் என்று ஓர்மமாய்ச் சொன்ன அந்தத் தீவுப் பெண்ணின் பஸ்மமா இவள் மூச்சுக் காற்றில் இப்போது பறப்பது?’

சொல் ஸ்தம்பிதம் தங்கமணிக்கும்தான். ஆனாலும் அவளுள் மூண்டெழுந்த கனலில் அந்த ஸ்தம்பிதம் உடைந்து சொன்னாள்: “ஆரோ செய்த தவறால ஆரோ துன்பம் அடையிறதாய்ப் போச்சு. இதைத் தலையெழுத்தெங்கிறா ராஜி. அந்த மாதிரி நினைச்சு அடங்கி அடங்கிப் போறதாலதான் இந்த நிலைமை பொம்பிளையளுக்குத் தொடர்ந்தும் வந்துகொண்டிருக்கு.”

“அப்ப என்ன செய்ய வேணும்?”

“போராட வேணும்.”

“போராட வேணுமோ?”

“ஓ ... போராடத்தான் வேணும்.”

“ஆரோட ... தலையெழுத்தோடயா?”

“தன்னோட! மானம் போயிட்டுது, இனி வாழ ஏலாது, வாழ்க்கை அழிஞ்சு போச்சு, இனி செத்திட வேண்டியதுதான் எண்டு முடிவுகட்டுற ஒவ்வொருத்தரும் தன்னோட தன்னோடதான் முதல்ல போராடவேணும்.”

தங்கமணி பேசப்பேச ஜெஸ்மினும் உஷாரடைந்தாள். “எதையும் செய்ய ஏலுமெண்ட நம்பிக்கை பழையபடி உமக்கு வரவேணும். முந்தின ராஜியாய் நீர் மாறவேணும்.”

“ஐயோ, வேண்டாம், என்னை விட்டிடும், ஜஸ்மின். நான் களைச்சுப் போயிட்டன். களைச்சது மட்டுமில்லை, காயமும் பட்டுட்டன்” என்று சலித்தாள் ராஜி.

“வாழ்க்கையெண்டால் இதெல்லாம் சகஜம்தான், ராஜி.”

“இல்லை, ஜஸ்மின்” என்று ஆவேசமாய் மறுத்தாள் ராஜி. “வாழ்க்கையில கஷ்ரம் வரும், சகஜம். கரைச்சல் வரும், சகஜம். இந்தமாதிரி ஒரு அழிவு வாறது சகஜமில்லை. எல்லா ஆயித்தமும் செய்திருந்த நிலையில கலியாணம் நிண்டுபோயிருக்கு. அம்மா கிணத்தில விழுந்து சாகப் பாத்திருக்கிறா. விடிஞ் செழும்பினா வெளியில வெளியிலயெண்டு திரியிற

தம்பி வீட்டுக்குள்ளயே அடைஞ்சு கிடக்கிறான். அப்பத்தயிலயிருந்து அம்மாவுக்கு வருத்தம். இதையெல்லாம் சகஜமெண்டு ... எப்படி ... எப்படி எடுத்துக்கொள்ள ஏலும்?"

ஜெஸ்மின் உறைந்துபோனாள். "ஓ... ஓ... இந்தளவு பாதிப்புக்களா இந்த ஒற்றைப்படையான விஷயத்தில்!"

அவள் கண்களில் நடர் ஊறியது.

கண்டுகொண்ட ராஜி பதைத்தாள். "இதென்ன, ஜஸ்மின்! ஐயோ... கண்ணைத் துடையும்..!"

தங்கமணியும் வெடித்துக் கண்ணீர் உகுத்துவிடுகிற நிலையில்தான். அவளுக்கு எல்லா விபரமும் தெரிந்திருந்தும்கூட. இருவரையும் தேற்ற ராஜிக்கிருந்த வழி, அவர்கள் அபிப்பிராயத்தைக் கேட்கிற அளவுக்கு பணிந்து வருவதுதான். "சரி, இப்ப நான் என்ன செய்யவேணுமெண்டு ரண்டுபேரும் எதிர்பார்க்கிறியள்?" என்றாள் மெதுவாக.

"ஆரோட சேத்து உமக்கு ஒரு கெட்ட பெயர் வந்ததோ, அந்தப் பெடியன்ர வீட்டாரைப் பாத்துப் பேசி..."

ராஜி கடகடவெனச் சிரித்தாள். பின், "கூடவந்து உதவி செய்ததுக்கு நல்ல பரிசுதான்" என்றாள். "இல்லை. இதுக்கு வேற ஆரையும் நான் பாத்திரவாளி ஆக்க ஏலாது. அது நியாயம் இல்லை. ஏதோ ஒரு வேகத்தில..."

"என்ன வேகம்?"

"எங்கட குடும்பத்தின்ர பொருளாதார நிலை காரணமாய் எப்படியும் ஒரு வேலை வேணுமெண்ட வேகத்தில... ஒண்டைப் பற்றியுமே யோசிக்காமல் நான்தான் அவசரப்பட்டு நடந்திட்டன். இது என்ர ஒருத்திக்கு நேர்ந்த அவமானம் எண்டதைவிட, எந்தப் பொம்பிளைக்கும் நேர்ந்திருக்கக் கூடியதாகையால பெண் சமூகத்துக்கே ஏற்பட்ட அவமானமெண்டுதான் எடுக்கவேணும். அவமானத்தைச் சுமத்தினது ஆண்சமூகம் மட்டுமில்லை, பெண் சமூகமும் சேர்ந்த மொத்தச் சமூகம்தான். உண்மை அப்பிடியிருக்க, அந்தத் தவறையெல்லாம் கொண்டுபோய்த் தனியொரு ஆளின்ர தலையில போட்டிட ஏலாது."

"தவறையோ பழியையோ தூக்கிக்கொண்டுபோய் தனியொரு ஆளில வைக்கிறமாதிரியான விசயமில்லை இது."

"அது கம்பஸில படிக்குது."

"படிக்கட்டுமன். முதலில்ல நிச்சயத்தைப் பண்ணிக்கொண்டு கல்யாணத்தைப் பிறகு..."

"இதுவொண்டும் நடக்கிற காரியமாய்த் தெரியேல்லை எனக்கு."

திரேஸா, ஜெஸ்மினை அழைத்துக் கேட்டது.

ராஜியிடமும் தங்கமணியிடமும் சொல்லிக்கொண்டு ஜெஸ்மின் விடைபெற்றாள். "நான் சொன்னதை நல்லா யோசியும்."

பின்னால் தங்கமணியும் விடைபெற்றுச் செல்ல தனிமையில் விடப்பட்டாள் ராஜி.

'ஆரோடு சேர்த்து ஒரு பழிச்சொல் பிறந்ததோ, அந்தப் பெடியனையாவது கேட்டுப் பாத்திருக்கவேணும்.'

ஜெஸ்மினின் கருத்து ராஜியின் உள்ளத்தில் திரும்பத் திரும்ப ஒலித்துக் கொண்டிருந்தது.

நெடுநேரமாக.

20

அன்று வெள்ளிக்கிழமை. காலையில் எழுந்ததும் வீட்டு வேலைகளை விரைவாக ஒழித்துக்கொண்டு அம்மன் கோவிலுக்குப் புறப்பட்டாள் ராஜி.

அம்மனிடத்தில் அவளுக்கோர் அருள் வழக்கு இருந்தது. சின்ன வயதிலிருந்தே நாகபூஷணி அம்மன் மீது அவள் அளவிட முடியாத பக்தி பூண்டு இருந்தவள். அவளது விரதானுஷ்டானங்கள் எந்த விசேஷ நாளிலும், எந்தத் திருவிழாக் காலத்திலும் தவறியதில்லை. இருந்தும் அப்படியொரு பழியை, பாரத்தை அவள்மீது மற்ற மனிதர்கள் சுமத்துவதைப் பார்த்துக்கொண்டு நிர்விகற்பமாய் இருக்க அம்மனால் எப்படி முடிந்தது? அவளுக்குப் பதில் வேண்டும். பலனுக்காக அவள் பக்தி வைக்கவில்லைத்தான். எனினும் பக்தி வைத்தபின் பலனை அவள் கேட்கலாம்.

மேலும் கோவிலுக்குப் போவதுதான் வீட்டைவிட்டு அவள் வெளியே போவதற்கான ஒரேயொரு சந்தர்ப்பமாகவும் இருந்தது. வேலுப்பிள்ளை வந்து திருமணத்தை நிறுத்திவிட்டுப் போன நாளிலிருந்து அன்றுவரை, சுமார் இரண்டு வாரங்களுக்கு மேலாக, கேற்றுக்கு வெளியே அவள் காலடி வைக்கவில்லை. திருமணம் நின்றுபோன தகவலறிந்து வெளிமனிதர்கள், வேண்டியவர்கள், சிநேகிதர்கள்தான் வந்து போனார்கள்.

கோயிலில் தெரிந்தவர்கள் எதிர்ப்படக்கூடும். அனுதாபத்தை ஊற்றி அவளைத் திக்குமுக்காடச் செய்யக்கூடும். வேண்டாத மனிதர்கள் கண்டு பிடரியில் இடிக்குமாப்போலச் சிரிக்கவும் கூடும். இருந்தும் அவள் போக விரும்பினாள்.

சங்குக் கடையை அப்போதுதான் திறந்து கொண்டிருந்தான் திரவியம். வலிந்து ஒரு புன்னகையைக் காட்டிவிட்டு நடந்தாள். தன்னைக்கண்டு அனுதாபம் பூத்த திரவியத்தின் முகம், அவளுக்கு இனி தான் சந்திக்கப் போகிற தெரிந்த மனிதர்களின் மாதிரி முகமாயிற்று. பல்வேறு யோசனைகளில் ஆழ்ந்துபோய் வந்ததில், பாதையின் நடுவிலிருந்து இரு வண்டித் தடக் கோடு களிலும் சிதறியிருந்த கடசார்க் கற்கள் சில காலில் பட்டு எகிறிப் பறந்தன. ஒரு கல்லில் மோதி பெருவிரல் மொழியில் தோல் உடைந்தது.

கோயில் கடையில் கற்பூரம், பழம் வாங்கிக்கொண்டு உள்ளே சென்றவள் கால்களைக் கழுவிவிட்டு அம்மன் சந்நிதியை அடைந்தாள். தன் அருள் வழக்கினை முறையிட்டு, அர்ச்சனை, வீதி சுற்றுதல்களை முடித்துக் கொண்டு வெளியே வந்தாள்.

வெளியே... தமிழரசி போய்க்கொண்டிருந்தாள்.

ராஜிக்கு நெஞ்சு பொருமியது. அவளது வேண்டுகோளுக்கு அம்மன் அவ்வளவு சீக்கிரமாகவா நெஞ்சு இளகிவிட்டாள்? இனிமேல் அவளுக்கென்றும் ஒரு வாழ்க்கை, அந்தக் குடும்பத்துக்கென்றும் ஒரு மதிப்பு ஏற்படப்போவதன் அறிகுறியா அது? கல்யாணம் நின்றுபோன அன்றைக்கு பாயிலே விழுந்த அம்மா இன்னும் எழுந்திருக்கவில்லை. முதல் பருவ விடுமுறைக்கு வீடு வரப்போகும் விஜயலட்சுமி இன்னும் என்ன மாதிரியான மனப்பாதிப்பு அடையப் போகிறாளோ? ஏற்கனவே ராஜேந்திரனின் முடக்கத்தைப் பார்த்துப் பொருமும் அம்மா, விஜியைப் பார்த்தால் அவளின் எதிர்காலமும் கேள்விக்குறியாகிப் போன கவலையில் முன்பு போல ஒப்பாரி வைக்கத் தொடங்கிவிடுவாள். எல்லாவற்றுக்கும் ஒரே வழி, ஜெஸ்மினும் தங்கமணியும் வற்புறுத்திக் கூறியதுபோல, எவனோடு சேர்த்து தனக்கு ஓர் அவப்பேர் வந்ததோ, அவனைக் கணவனாக அடைந்துவிடுவதேயென்று கடந்த சில தினங்களாக எண்ணவும், பின்னால் நம்பவும் அவள் தலைப் பட்டிருந்தாள்.

ஆனாலும் எப்படி என்பதுபற்றி எதுவித தீர்மானமும் இல்லை அவளிடத்தில். ஒரு குழம்பிய மனநிலையில்தான் கோவிலுக்கும் வந்திருந்தாள். அவ்வாறான நிலைமையில், வழிபாட்டை முடித்துக் கொண்டு திரும்பும்போது சுதந்திரனது அக்காவே முன்னால் போய்க் கொண்டிருந்தால் ராஜிக்கு எப்படி இருக்கும்? காலம் காட்டும் வெளிச்சமா அது?

“அரசி!” ராஜி கூப்பிட்டாள்.

அரசி திரும்பிப் பார்த்தாள். “ஓ... ராஜியா? வாரும். கோயில்லயா நிண்டீர்? நான் பாக்கேல்லையே!”

“இஞ்சதான் இருந்தன். கூட்டமாய் இருக்கிறதால கவனிச்சிருக்க மாட்டியள்.”

“இருக்கும். வெளிய போயிருந்த ஆக்களெல்லாம் வருஷத்துக்காக தீவுக்குத் திரும்பத் துவங்கியிட்டினமெல்லே. இனி கூட்டமாய்த்தான் இருக்கும்.”

“எத்தினை வருஷமாச்சு உங்களைச் சந்திச்சு! ஒரு ரெண்டு வருஷம் இருக்குமா?”

“மேலயே இருக்கும்.”

இருவரும் வாசலோரமிருந்த வேம்பு, மலைவேம்பு, மருத மரங்களைத் தாண்டி மெதுவாக நடந்தனர்.

தங்களுக்குள் இழுபடத் தொடங்கிய மௌன இடைவெளியினை அரசி கண்டாள். அதைக் கலைத்து உடனடியாகவே பேச்சை நடத்திச் செல்ல அவளால் முடியவில்லை. நீண்ட காலத்துக்குப்பின் ஏற்பட்ட அந்தச் சந்திப்பில் ராஜியின் வாழ்க்கையில் நிகழ்ந்த மிக முக்கியமான சம்பவங்களான கொழும்புப் பயணம், நின்றுபோன கல்யாணம் பற்றிப் பேசவேண்டுமா? ஒருவேளை தான் சுதனின் சகோதரியாக இருப்பதனால் அவைகளைப்பற்றிப் பேசுவது அநாகரிகமோ? அல்லது, பேசாதிருப்பதுதான் கல்நெஞ்சத் தனத்தைக் காட்டி விகற்பமாய்த் தோன்றச் செய்யுமோ? அரசியின் மனத்தில் சிந்தனைகள் புடைத்தெழுந்தன.

அவளின் தயக்கத்தை ராஜியால் புரிந்துகொள்ள முடிந்தது. உள்ளுக்குள்ளாய் நகைத்துக்கொண்டே அவளது சிந்தனைத் திசையை மாற்றவேண்டி, "அரசி, வெள்ளிக்கிழமைகளில் வழக்கமாய்க் கோயிலுக்கு வருவியளா?" என்று கேட்டாள்.

"அதிகமாய் வருவன். நீர் எப்படி?"

"கோயில் பக்கத்திலதானே! எல்லா வெள்ளிக்கிழமையும் வருவன்." ராஜி பொய் சொன்னாள்.

"இருந்தும், ஒருநாள் கூட நாங்கள் இஞ்ச சந்திச்சதில்லை. இல்லையே?"

"ம்!"

சின்ன வயதுக் கால நினைவு மீட்பாக சிறிதுநேர உரையாடல் தொடர்ந்தது. சில சந்திப்புக்களின் களங்களாக இருந்த விளையாட்டு விழா, சித்திரை வருஷவிழா, காளிகோயில் திருவிழாக்கள்பற்றியும் சிறிது பேசினார்கள்.

எந்த மனோவிகாரமும் காட்டாத ராஜியின் சரளத்தில் ஆச்சரியம் அடைந்துகொண்டேதான் பேசியபடி வந்து கொண்டிருந்தாள் அரசி. அது அவளையுமே சரளமடைய வைத்தது. ஒருபோது கேட்டாள்: "இன்னும் ரண்டு நாளில காளி கோயில் கொடியேறுது, ராஜி."

"ம்... மாலா நேற்றுச் சொன்னா."

"திருவிழாவுக்கு வருவீரா!"

"அம்மாவுக்குச் சுகமில்லை. கொஞ்சம் சுகமாயிட்டா, கடைசித் திருவிழாவுக்கு மாலா அவையோட சேர்ந்து வந்தாலும் வருவன்."

"வெள்ளெண வந்தால் வீட்டுப் பக்கமாய் வாருமன். சேந்தே போகலாம்."

எதார்த்தமான பேச்சுத்தான் இரண்டு அறிமுகமுள்ள இளம் பெண்களுக்கிடையில். ஆனால் அங்கே..?

"சரி!" என்றாள் ராஜி.

பஸ் நிறுத்துமிடம் வந்ததும் இருவரும் நின்றனர்.

வங்களாவடி சென்ற பஸ் இன்னும் திரும்பிவரவில்லை. அது வந்து திரும்ப இன்னும் அரைமணி நேரத்துக்கு மேலாவது ஆகும். ராஜிக்கு

அரசியோடு கூடநின்று பஸ்ஸேற்றி விடத்தான் விருப்பம். ஆனால் வீட்டுநிலை அனுமதிக்காது. வெளிநிலை அனுமதிக்கவில்லை என்பதை ஏற்கனவே சில பார்வைகளிலும், சில பேச்சுகளிலும் அவள் ஜாடையாகக் கண்டிருந்தாள். இருக்கிற நல்ல மனநிலையைக் காப்பாற்றிக்கொண்டு வீடு சென்றுவிடுவது தான் புத்திசாலித்தனம் என்று தெரிந்தது. "அப்ப... அடுத்த வெள்ளிக்கிழமை என்ன மாதிரி, அரசி?"

"காலமை வருவன்."

"நானும் காலமையே வாறன்."

ராஜி விடைபெற்றாள்.

எப்படியோ அந்தக் குடும்பத்தோடு ஒரு தொடுப்புக் கயிறு விழுந்துவிட்டது ராஜிக்கு. மனத்தில் தெம்பு. நடையில் உறுதி. கூம்பிக் கூம்பி தான் இன்னொன்றாய் மாறிக்கொண்டிருந்த அவளின் ஸ்திரத்துக்கு முற்றுப்புள்ளியும் இட்டது அன்றைய அந்தச் சந்திப்பு.

21

அன்று பகல் முழுவதும் ஆனந்தமாகவே கழிந்தது ராஜிக்கு. மாலையானதும் விறாந்தையில் நாற்காலி போட்டு புத்தகம் வாசித்துக்கொண்டிருந்தாள். வீதியில் பேச்சுச் சத்தம் கேட்க மதில் மேலால் பார்வை பரந்தது.

சுதனும் ஜெயசீலனும் போய்க்கொண்டிருந்தனர். உயர்ந்த, உறுதியான, களைமிக்க சுதனின் உருவத்தைப் பார்க்க, எதற்கும் என்றும் ஏற்பட்டிராத ஆற்றாமையொன்று சடுதியில் அவளிடத்தே கிளர்ந்தெழுந்தது. "இந்த வசீகரத்தையா எந்த வசீகரமும் இல்லாத நான் வளைத்தெடுத்துவிடப் போறன்?" அவனிடத்தில் அந்த வீட்டுப் பக்கமாய்த் திரும்பிப் பார்த்த அல்லது திரும்பிப் பார்க்கப்போகிற அறிகுறி இல்லை. எவ்வளவு மகிழ்ச்சியாகப் போய்க்கொண்டிருக்கிறான்! ஒருவேளை, ஏற்பட்ட பாதிப்புக்களை அவன் அறியவில்லையோ? இருக்காது. தீவே கலகலத்துப் போயிருக்கிற செய்தி அது. அறிந்துதான் இருப்பான். ஆனாலுமென்ன? அந்தப் பாதிப்புக்களுக்கு பொறுப்பாளியாக இல்லாத வகையில் அவன் வருத்தப்பட வேண்டியதும் இல்லைத்தான்.

தனக்கான கொஞ்ச அனுதாபத்தை, அக்கறையை அவனது பார்வையில் எதிர்பார்த்து ஏமாறிய ராஜி, மனம் தேம்பி அப்படியே முழங்கால்களில் முகம் கவிழ்ந்தாள். பின்னர் அவன் திரும்பிப் பார்த்திருப்பான், தூண் மறைவில் அமர்ந்திருந்ததால் தன்னைக் கண்டிருக்க மாட்டான், தானடைந்த அதேமாதிரியான ஏமாற்றத்தைச் சிறிது நேரத்துக்கு முன்னால் அவனும் அனுபவித்தான், அவனது விசாலமான சிரிப்பும் பேச்சும் தன் ஏமாற்றத்தை ஜெயசீலனுக்கு மறைக்கிற முயற்சிதான் என்று வலிந்து நம்பிக் கொண்டு தேறுதலடைய முனைந்தாள்.

என்ன தோன்றிற்றோ, திடீரென புத்தகத்தை மூடி வைத்துவிட்டு அறைக்குச் சென்று தலைவாரி, முகத்துக்குப் பவுடர் பூசிக்கொண்டு

வந்தாள். "அம்மா, மாலா வீட்டுக்குப் போயிட்டு வாறன். புத்தகம் வாங்கவேணும்" என்றபடி அவளது முகத்தைப் பாராமலும், அவளது பதிலை எதிர்பாராமலும் விறுவிறுவென வெளி விறாந்தை, முற்றம் முதலியவற்றைக் கடந்து சென்று வீதியில் ஏறினாள்.

ராஜியின் வீட்டிலிருந்து வெகுதூரமில்லை சங்குக்கடை. சங்குக் கடைக்கு எதிர்ப் பக்கத்திலிருந்த ஒழுங்கையில் இருந்தது மாலாவின் வீடு. மாலாவின் தந்தை விசுவலிங்கம் கொழும்பிலே கொட்டாஞ் சேனை சாப்பாட்டுக் கடையொன்றிலே வேலை. போன தீபாவளிக்கு வந்திருந்தார். இனி சித்திரை வருஷப் பிறப்போடுதான் வீடு. ஏழெட்டு வருஷங்களுக்கு முன் தீவிலே சங்கக்கடை மனேஜராக இருந்தவர். வேண்டாத சில சம்பவங்கள் நடந்து அவரது நேர்மையைப் பலர் சந்தேகிக்க நேர்ந்த காரணத்தால், மனேஜர் பொறுப்பையே வேண்டாமென்று உதறிவிட்டு கொழும்பு சென்றவர். இன்றளவும் அங்கேயே வேலை பார்க்கிறார். சரஸ்வதி, அவர் கொழும்பிலே நிற்கிறார் என்று சரியாகவே சொல்லுகிறாள். சர்வர் வேலையென்றால் நிற்கத்தானே வேணும் என்று அதற்கு வியாக்யானம் பண்ணி கிண்டலடிக்கிறாள் மாலா. குடும்பத்திலே மொத்தம் ஏழு பிள்ளைகள். ஆறு பெண்கள். ஒரு ஆண். அதில் மூத்தவள்தான் மாலா. சரஸ்வதி வீட்டிலே நின்று கத்தினாலும் படலைக்குக் கேட்காது. அடக்கமாக வாழ்ந்து மெதுமைப்பட்டுப் போனவள். அந்தத் தன்மை மாலாவுக்கும் அதிகம். பணமில்லாவிட்டாலும் பண்புள்ள குடும்பம் என்ற வகையில் மகேஸ்வரி ராஜியைப் பழக அனுமதித்த தீவிலுள்ள இரண்டு சிநேகிதிகளில் மாலா ஒருத்தி. மற்றவள் பூக்கட்டுபவர் மகள் தங்கமணி.

வீரபத்திரர் வீதியில் நேரே நடந்துகொண்டிருந்த ராஜி முடக்கிலே திரும்பியதும் திரவியத்தின் சங்குக் கடை தெரிந்தது. சுதன் கடையிலே நின்று பேசிக்கொண்டிருந்தான். கூட வந்த சீலன் அப்போது கூட இல்லை. தெருவிலும், கடையிலும்கூட யாருமில்லை. அந்தத் தன்மையைப் பயன்படுத்தி சுதனோடு வலியவே பேச்சுக் கொடுத்தால் என்ன என்றொரு எண்ணம் தோன்றியது அவளிடத்தில். ஆனாலும் என்ன பேசலாம், எப்படிப் பேச்சை ஆரம்பிக்கலாம் என்று முன்தீர்மானம் இல்லாததால் திணறலாக இருந்தது. பரீட்சை எப்பொழுது தொடங்குகிறதென்று கேட்கலாம், கதைப் புத்தகங்கள் வாசிப்பானா, அவனிடம் இல்லா விட்டால் வேறு யாரிடமாவது எடுத்துத்தர முடியுமாவென்றும் பேச்சைத் தொடங்கலாம். இல்லையேல் போன வெள்ளிக்கிழமை அம்மன் கோவிலிலே அரசியைப் பார்த்த செய்தியோடுகூடப் பேச்சை ஆரம்பிக்கலாம். துவங்கிவிட்டால் தொடர்ந்து பேசுவது கஷ்ட மில்லை என அவள் முடிவுசெய்கிற சமயத்தில், எதிரே தெருமுனையில் வந்து தோன்றினார் வாத்தியார் நல்லையா. இனிமேல் பேசிய மாதிரித்தான். அவள் சுதனையும், திரவியத்தையும் ஒரு புன்னகையோடு பார்த்தபடி சென்று மாலாவீட்டு ஒழுங்கையில் திரும்பினாள்.

மாலா வீட்டுக்கு முன் வீட்டு நேசமலர் ரீச்சர் வாசலில் யாருடனோ பேசிக்கொண்டு நின்றிருந்தாள். நேசமலர் ரீச்சரோடும் அவளுக்குப் பேசுவதற்கு இருந்தது. ஆனால் சுதனோடு பேசக் கூடிய வாய்ப்பு வாத்தியார்

நல்லையாவால் குழம்பிப் போனதில் எரிச்சலடைந்திருந்ததால், திரும்பி வரும்போது பார்க்கலாமென எண்ணிக்கொண்டு, ரீச்சர் பக்கமாய் ஒரு சிரிப்பை மட்டும் வீசிவிட்டு மாலா வீடு போய்விட்டாள்.

அழைப்புக்குரல் கேட்டு சீறிக்கொண்டு குரைத்து வந்த நாய், முக அறிமுகம் தெரிந்து குரைப்பதை நிறுத்தியது. நாய் வைத்த சத்தத்தில் பின் வளவில் வேலையாக இருந்த மாலா எட்டிப் பார்த்து ராஜியைக் கண்டுகொண்டதும் படலைக்கு வந்து உள்ளே அழைத்துச் சென்றாள்.

"என்ன மாலா, வேலையா?"

"ம்... ஆட்டுக்குக் குழை ஒடிச்சுக் கொண்டிருந்தன்."

"தம்பி தங்கச்சிமாரைக் காணேல்லை!"

"தம்பி வெளியில விளையாடப் போட்டான். மற்றதுகளெல்லாம் பின்னுக்குத்தான்."

இருவரும் வீட்டுத் திண்ணையில் அமர்ந்தனர். மாலா தேநீர் வைத்து வந்தாள். ராஜிக்கோ சுதன் போய்விடுவானோ என்ற எண்ணத்தில் இருப்புக் கொள்ளவில்லை. எனினும் அந்தளவு விரைவில் திரும்பியும் போகக்கூடாது என யோசித்து மாலாவோடு பலதையும் பேசிக் கொண்டிருந்தாள்.

"போனமுறை அனுப்பின காசு பள்ளிக்கூடச் செலவுக்குத்தான் சரியாய் இருந்தது. வருஷத்துக்கு வரேக்க வேலி அடைக்கிறதுக்கும் சேத்துக் காசு கேக்கவேணும். பனை மட்டை வாங்கி வரியாட்டி சரிப்பட்டு வராது. பனையோலை வேலி ஆறு மாசத்தில உளுத்துக் கொட்டிப் போகுது." மனம் நினைப்பதை வாய் புலம்ப பின் வளவிலிருந்து வந்தாள் சரஸ்வதி.

திண்ணையில் ராஜியைக் கண்டு, "ஆர்... ராஜியே..! ம்... என்ன பிள்ளை செய்யிறது? எல்லாம் தலையெழுத்து. ஆனா செய்தவை அனுபவிக்காமல் போகமாட்டினம், பிள்ளை. ஒரு குமர்ப் பிள்ளையின்ர பாவம் மலையளவு பாவமாய் வந்து விடியும்" என்று ஆரம்பித்து ஆரை எவரையென்று தெரியாமல் நாலு வார்த்தை திட்டி, கல்யாணம் நின்றுபோனதுக்கான தன் அனுதாபத்தை அப்போதும் காட்டினாள். பிறகு மகேஸ்வரியை விசாரித்தாள். பிறகு மாலாவைக் கொண்டு தேநீரை எடுப்பித்துக் குடித்துவிட்டு முற்றத்து மணலில் அமர்ந்து வெற்றிலை போட ஆரம்பித்தாள்.

வெற்றிலை போட்டுக்கொண்ட சரஸ்வதிக்கு நினைப்பு வழக்கம்போல் வார்த்தைகளாய் வெளிப்பட்டது. "வேலி அம்பலம், படலை சங்கடம் எண்டு சும்மாவே சொல்லியிருக்கு! மூண்டு பக்க வேலியும் பிய்ஞ்சு போச்சு. கண்டாயங்களுக்குள்ளால ஆடுகள் வருகுது. இனி மாடுகளும் வரும். இந்தச் சீரில வேலியள் இருந்தால், தென்னம்பிள்ளையள் எப்படி நல்லாய் வாறது? போனமுறை வந்து தென்னம்பிள்ளையளைக் கவனிக்கேல்லையெண்டு குறை சொல்லியிட்டுப் போனார். இந்தமுறை வந்து என்ன சொல்லப் போறாரோ? அவருக்குத் தென்னம்பிள்ளையளின்ர கவலை. எனக்கு

வீட்டுப் பிள்ளையளின்ர கவலை. தென்னம்பிள்ளையளுக்கு மட்டுமில்லை, பொம்பிளைப் பிள்ளையளுக்கும்தான் காவல் தேவை. பதினாறு வயசுதான் ஆகுது. குமர்ப்பிள்ளையெண்டால் போதாதே? நான் இஞ்ச கிடந்து துடிக்கிற துடிப்பு ஆருக்குத் தெரியும்? எல்லாத்துக்கும் இந்தமுறை வரட்டும். அவருமென்ன... அள்ளிக்கட்டிக்கொண்டே வரப் போறார்? வீட்டுச் சிலவுக்கும், திரும்பிப் போக ரயில் ரிக்கற்றுக்கும் கணக்காய்க் கொண்டுவருவார் காசு. அந்தாளைச் சொல்லியும் என்ன? பாவம், வாயைக் கட்டி, வயித்தைக் கட்டி, எல்லா ஆசாபாசங்களையும் அடக்கிக் கொண்டிருந்துதான் உழைக்குது. ம்... எல்லாத்துக்கும் படி அளக்கிற பரமனைச் சொல்லவேணும்."

அவர்! அவர்! அவர்! எல்லாமே அவர்தான்! இந்தக் காத்திருப்பு என்ன? என்ன அர்த்தம் இதற்கு?

இது காசுக்கான காத்திருப்பு மட்டுமல்ல, காதலுக்கானதும்.

சரஸ்வதி காத்திருக்கிறாள்.

இதுவும் இந்தத் தீவில் ஒரு வாழ்க்கை.

தோழியுடனான பேச்சுக்கிடையிலும் சரஸ்வதியை வியந்து கொண்டிருந்தாள் ராஜி. அதுவே அந்த மண்ணின் சீரிய ஒரு தரிசனத்தைப் பிறப்பித்தது அவளிடத்தில். 'இந்தத் தீவின் நூற்றுக்கு ஐம்பது வீத ஆண்களுக்கு தீவுக்கு வெளியிலேதான் வேலை. சிலர் மாதக் கணக்கில், சிலர் பருவ காலக் கணக்கில், இன்னும் சிலர் கோடை மாரியாகத்தான் வந்து போய்க் கொண்டிருக்கிறார்கள். இருந்தும் குடும்பங்கள் குடும்பங்களாகவே இருக்கின்றன. குழந்தைகள் பிறக்கின்றன. ஆனால் குளறுபடிகள் இருக்கவில்லை. ஆண்கள் எப்படியோ, ஆனால் பெண்கள் இங்கே நெருப்பு. அவர்களின் ஒவ்வொரு காத்திருப்பும் ஒரு தவம். இங்குள்ள பெண்களுக்கு மனபலம் அதிகம். நாகபூஷணி அம்மனோ, மணிமேகலா தெய்வமோ இந்தப் பலத்தைக் கொடுத்துக்கொண்டு இருக்கிறார்கள். இந்த மண்ணுக்கான விசேஷ மூலங்களில் பெண்ணின் நிறையும் ஒன்றாகக் கலந்திருக்கிறதோ?' இந்த நினைப்பில் ராஜிக்கு ஒருமுறை மேனி சிலிர்த்தது.

வானம் இருட்டடிக்கத் தொடங்கியது. "வீட்டில அம்மா தேடுவா" என்று சொல்லிக்கொண்டு ராஜி எழுந்தாள். இரண்டு சிறிய புத்தகங்களை எடுத்து வந்து கொடுத்தாள் மாலா. வாங்கிக் கொண்டு புறப்பட்டாள்.

அவசரமாகத் தெருவுக்கு வந்தவள் சங்குக் கடையைப் பார்த்தாள். சுதன் இன்னும் கடையிலே நின்றிருந்தான். விளையாட்டு விழா, வருஷ விழாக்கள் நெருங்குவதனால்போலும் கடையடியிலே கூட்டமாக இருந்தது.

சுதனைக் கூப்பிடலாமா?

தயக்கமாக இருந்தது அவளுக்கு.

ஆனால் மறுகணமே சற்று நேரத்துக்கு முந்திய தன் மண்ணது விழுமியங்களின் தரிசனம் ஞாபகமாகியது. அவனோடு தன்னை

எதுவிதத்திலும் இணைக்க மனத்தில் நிச்சயம் ஏற்பட்டது. அது முயற்சியின் பின்வாங்குதலை அழித்தது அவளிடத்தில்.

சற்றே கடையை நெருங்கி வீதியில் நின்றபடியே, "சுதன் ... சுதன்" என அழைத்தாள்.

சுதன் வந்தான்.

அவனது முகத்தில் சட்டெனப் பரவத்தொடங்கிய கலவரத்தை அந்த லேசான வெளிச்சத்திலும் அவளால் அவதானிக்கக் கூடியதாக இருந்தது. அது, எல்லா விஷயங்களும் அவனுக்கும் தெரிந்திருந்தன என்பதை அவளுக்கு உளவு சொல்லியது.

எது பாவத்தையும் வெளிவிடாமல் நிர்விகல்ப போர்வையைப் போர்த்திக்கொண்டு இயல்பாகக் கேட்டாள்: "சுதன், இந்தமுறைதானே உனக்கு ஃபைனல் எக்ஸாம்?"

"ஓம்! ஏன்?"

"இல்லை, இப்ப நீ அதிகமாய் வேற புத்தகங்கள் வாசிக்க மாட்டாயெண்டு நினைக்கிறன்."

"கொஞ்சமாய்க்கூட வாசிக்கிறதில்லை. நேரம் எங்க இருக்கு? ஏன், உனக்குத் தேவையாய் இருக்கா?"

"ஓம், சுதன். வீட்டில பொழுதுபோறது கஷ்ரமாயிருக்கு."

"கையில வைச்சிருக்கிறியே ..."

"இதுகளா? இது எனக்கு இண்டை ராவுக்குக்கூடப் போதாது."

"ம்... கட்டுரைப் புத்தகம் வாசிப்பியா?"

"கட்டுரைப் புத்தகம் வேண்டாம். கதைப் புத்தகமாய் இருந்தால் சொல்லு."

"அக்கா வாசிச்ச புத்தகங்கள் வீட்டில இருக்கும். நாளைக்கு வரேக்கை கொண்டுவாறன்."

"அக்கா நிறைய வாசிக்குமா?"

"வாசிக்கிறது அவவுக்குப் பயித்தியம். ஆனா ..."

"என்ன, ஆனா ..?"

"இல்லை, அவ வாசிக்கிற புத்தகம் உனக்குப் பிடிக்குமா எண்டுதான் யோசனையாய் இருக்கு."

"கதைப் புத்தகம்தானே?"

"கதைப் புத்தகம்தான். ஆனா எல்லாக் கதைப்புத்தகமும் எல்லாருக்கும் விருப்பமாய் இருந்திடாது. வாசிச்சிடவும் ஏலாது. இப்ப நீ கையில

வைச்சிருக்கிற மாதிரியான புத்தகமெண்டால் அக்கா கையாலயும் தொடமாட்டா."

ராஜியின் முகம் எறிந்திருந்த போர்வைக்கூடாகவும் தன் கோணலைக் காட்டியது.

"இதுக்காக நீ வருத்தப்படாத, ராஜி. ஆரம்பத்தில அவவும் இந்த மாதிரிப் புத்தகங்கள்தான் வாசிச்சா. இப்ப, வளர்ந்த ஒரு வாசக மட்டத்தில இருக்கிறா. அது மாதிரி நல்ல புத்தகங்களை வாசிக்கிறதுக்கு நீயும் பழகவேணுமெண்டுதான் அப்பிடிச் சொன்னன்" என்று கூறி நிலைமையைச் சமாளித்தான் அவன்.

அவள் சமாதானமடைந்தாள். "அப்ப... நீயே நல்ல புத்தகங்களாய்த் தா, வாசிக்கிறன்" என்றாள்.

"சரி."

"என்ன, எக்ஸாமெல்லாம் நல்லாய் எழுதுவியா, இல்லை..?" அவன் பதில் சொல்லவில்லை. சிரித்தான். "விளையாடிக்கொண்டு திரியாமல் நல்லாய்ப் படி" என்று கூறி தானும் சிரித்தவள், கடை முன்னால் நின்றோரதும், வீதியில் போய்வந்து கொண்டிருந்தோரதும் உறுத்துப் பார்வையை அநாயாசமாகத் தாங்கியபடி சுதனிடம் விடைபெற்றாள்.

ஒன்றரை வருஷத்துக்கு முந்தி அவன் கண்ட அதே சிரிப்பு, அதே பேச்சு, அதே கலகலப்பு... அதே ஆள். 'தான் ஒட்டுமொத்தமாக அழிந்தாலுமே உயிர்தெழுந்து விடுதல் இவளின் இயல்போ? இது இவளின் தனி இயல்போ? இந்தத் தீவினருக்கேயான இயல்போ?' நீண்ட பின்னல்கள் குலுங்கி அசைய தூரத்தே நடந்து கொண்டிருந்தவளைப் பார்த்து ஒரு ஆச்சரிய யோசிப்பில் விழுந்தான் சுதன். பின் கடைக்கு வந்தவன் அங்கும் அதிகநேரம் நிற்கவில்லை. திரவியத்திடமும் மற்றும் தெரிந்த நண்பர்களிடமும் சொல்லிக் கொண்டு வீட்டுக்குப் புறப்பட்டான்.

சுதனும் ராஜியும் பேசிக்கொண்டு நின்ற அந்தச் சில நிமிடக்காட்சி, எழுதிய கடிதத்துக்கு குணரத்தினத்திடமிருந்து பதில் ஏதும் வராமல் போனதேயென்று அன்று காலையில் மூளத் தொடங்கியிருந்த தீயின் வெப்பக் கதிர்களை அடக்கிப்போட்டது திரவியத்தினிடத்தில். போன வாரத்தில் அவள் கோவிலுக்குப் போகும்போது சிரித்த வேளையிலும், அழுதுகொண்டே அவள் சிரிப்பதாகக் கற்பிதம் பண்ணி நெஞ்சு வெந்தவன் அவன். ஆனால் அப்போது அவன் கண்டதென்ன? அவளின் அதே சிரிப்பு, அதே பேச்சு, அதே கலகலப்புகள்! என்ன நடந்தது இந்த மாற்றத்துக்கு? அவன்தான் எல்லாம் மறந்து என்ன வாரப்பாடாக நின்று அவளோடு பேசிக்கொண்டிருந்தான்!

அவர்கள் பேசிய தோரணையைக்கொண்டு எதையாவது நினைக்கலாம் போல முதலில் இருந்தது. முனைந்தபோது முடியாமல் போனது.

திரவியம் குழம்பினான்.

22

சித்திரை வருஷப் பிறப்புக்கு இன்னும் நான்கு ஐந்து நாட்கள் இருந்த நிலையிலேயே, தீவு பொலிவுகட்டிப் போயிற்று. அந்தச் சின்னத் தீவின் பெருவிழாக் காலத்துக்காய்க் காத்திருந்து, தீவு திரும்பியிருந்தார்கள் அது சேர்ந்திருந்த பெருந்தீவில் வேலையோ உத்தியோகமோ பார்ப்பதால் தற்காலிகமாகவோ நிரந்தரமாகவோ தங்கிவிட்ட தீவுவாசிகள். எந்த வருஷத்தையும் விட இந்தமுறை திரும்புகை அதிகம். காலை மாலை வீதிகளில், பஸ் எங்கும், படகுகள் எங்கும் அவர்களாகவே தோன்றிற்று. பழைய பகைமை களை நீக்குவதற்கான சந்துப் பேச்சுக்கள்! புதிய உறவுகளுக்கான சம்பந்த அணுகுதல்கள்! அங்கு மட்டுமே சந்திப்புச் சாத்தியமானவர்களின் குசல விசாரிப்புகளும், அளவளாவுகைகளும்! எங்கும் ஒரே ஆனந்த விகசிப்பு.

தீவின் இத்தகு எழுச்சிக்கு மறுதலையாக இருந்தது திரவியத்தின் மனநிலை. உண்மை பொய் தேரமுடியாது குழம்பிப் போயிருந்தான் அவன். சுதனதும் ராஜியதும் மீண்டும் தொடங்கிய சந்திப்புகள், தொடர்புகள் யாவும், நடந்த எல்லா அவமானங்களையும், கஷ்டங்களையும் ஒரு நாடகமாக அவர்கள் அரங்கேற்றிவிட்டதான தோற்றத்தையே அவனுக்குக் கொடுத்துக் கொண்டிருந்தன. அந்தளவு கச்சிதமாக ஒரு நாடகம் சாத்தியமில்லை என்ற நிச்சயம் மட்டுமே, நடந்தவை திட்டமிடப்படாத நிகழ்வுகள் என அவனை எண்ண வைத்தது.

இந்த நேரத்தில் கடையிலும் அதிக வியாபாரம் இருக்கவில்லை. இனி வைகாசி விசாகத்துக்குத்தான். எதிர்பாராதவிதமாக சித்திரா பௌர்ணமிக்கு ஏதாவது தென்னிலங்கை யாத்திரிகர் கூட்டம் வந்தால் இந்த நேரத்திலும் வியாபாரம் களைகட்டும்தான். ஆனால் அது அபூர்வம். அதனால் சும்மா இருக்கிற வேளைகளில் ஏதேதோ யோசனைகள், குறிப்பாக ராஜியையும் சுதனையும் பற்றிய யோசனை, அவனுள் புகுந்துவிடுகின்றது. ஊரிலே, நாட்டிலே நடக்கிற அத்தனை சமூக அரசியல் களேபரங்களையும் மிஞ்சி அவர்களது நினைப்பு எழுந்துகொண்டிருந்தது அவனுக்கும் ஆச்சரியம்.

வெளியே தகிக்கும் வெய்யில். முன்னாலிருந்த அடர்மர நிழல் அஸ்பெஸ்ரஸ் கூரையில் விழுந்து கொண்டிருந்ததில், கடைக்குள் அமர்ந்திருந்த திரவியத்துக்குப் பெரிதாக வெக்கை தெரியவில்லை. ஆனாலும் மேனி பிசுபிசுத்துப் போயிருந்தது. கடையைப் பூட்டிவிட்டு வீட்டுக்குப் போய் குளித்துச் சாப்பிடலாமே என நினைத்தான். அதற்கு முன்பாக, எழுந்து போய் கடை வாசலில் நின்று குறுக்கே கிடந்த வீதியின் இரண்டு பக்கமும் பார்வையை வீசினான், யாராவது வருகிறார்களா கடைக்கு என்று பார்ப்பதற்குப் போல. வழக்கமாய் அவன் செய்வதுதான் அது.

பிரதான வீதியிலிருந்து திரும்பி கடையை நோக்கி வந்து கொண் டிருந்தார்கள் உதயகுமாரும், சிவதாசனும், உருத்திரனும். வாசலில் அவன் நிற்பதைக்கூட அவர்கள் கவனித்ததாகத் தெரியவில்லை. ‘கலை’ அந்தளவு வளர்ந்திருந்தது! திரவியம் உள்ளே வந்து பொத்தென்று கதிரையில்

அமர்ந்தான். இனி அவன் வீட்டுக்குப் போன மாதிரித்தான். அந்த நிலைமையில் அங்கிருந்து அவர்கள் தங்கள் கதைச் சமா முடித்துப்போக ஒன்று ஒன்றரை மணி நேரமாவது ஆகும்.

அவனது மன அயர்ச்சிக்குக் காரணம் அதுமட்டுமல்ல. வருஷத்துக்கு ஒருநாளோ இரண்டு நாளோ முன்னதாக வருவேன், விளையாட்டு விழாவுக்கு மறுநாளே திரும்பிவிடுவேன் என்று எழுதியிருந்த உதயகுமார் கொழும்பிலிருந்து திடுதிப்பென ஒரு வாரத்துக்கு முன்னரே வந்திருந்ததும் ஆகும். ராஜியின் கல்யாணம் தடைப்பட்டுப்போனது பற்றி தானே உதயகுமாருக்குச் சொல்லவேண்டுமென்பது திரவியத்தின் எண்ணமாக இருந்தது. வேறு யாரேனும் சொல்வது அந்த விஷயத்தை அவன் பிழைபடப் புரியவும், சுதன்மீது ஆத்திரப்படவும் செய்துவிடலாம் என்பது இவனது அச்சம்.

செய்திகள் மனிதர்களின் கருத்துகளூடாகத்தானே பரம்புகின்றன! கிரகிப்பும் அப்படியே!

ராஜியை சுதன் கொழும்புக்குக் கூட்டிப்போனது ஒரு லீவிலே ஊர் வந்த உதயகுமாருக்கு யார் மூலமாகவோ தெரிந்து போனது. சொன்னவர் பார்வையிலேயே அதைப் பிழைபடப் புரிந்து கொண்டவன், சுதனைக் கண்டபடி திட்டியதோடு கையோங்கி அடிக்கவும் சென்றுவிட்டான். அன்று அவனைத் தடுத்துச் சமாதானப்படுத்துவது நண்பர்களுக்குப் பெரும்பாடாகப் போய்விட்டது. ஒரு அவப்பெயர் ஏற்பட்டதற்கே அந்தளவு கொதித்தவன், கல்யாணமே நின்று போயிருக்கிற இந்த நிலைமையில் சுதனை என்ன செய்யக் கூடுமோ என்ற திரவியத்தின் அச்சம் நியாயமானதுதான்.

உதயகுமாரின் குணவியல்பு சற்று விசித்திரமானது. சற்றே முரட்டுத்தனம் கலந்தது. நியாயத்துக்காக அவன் கொள்கிற எதிர்ப்பென்றாலும், அது சரீரார்த்தம் ஆகிவிடுவதுதான் அதிலுள்ள விசித்திரம். அதற்கும் ஒரு எல்லை இருக்கும். ஆனால் அந்தளவினை மற்றவர்களால் தாங்குவதுதான் கடினம். உதயகுமாரின் அந்த உக்கிரம் ஒரு பலஹீனத்தின் விளைவோ என்று திரவியம் பலமுறையும் எண்ணிப் பார்த்திருக்கிறான். உளப்பகுப்பாய்வில் இந்த மாதிரியான உக்கிரங்கள் எதிர்மறைப் பண்புகளின் வெளிப்பாடுகளாகவே தான் இருப்பது தெரியவந்திருக்கின்றது.

மூவரும் கடையை வந்தடைந்தனர்.

"வா உதயன், கொழும்பிலயிருந்து எப்ப வந்தனி?" திரவியம் கேட்டான்.

"காலமைதான்."

"அப்ப... காலமை வீட்டைவிட்டு வெளிக்கிட்டவுடனயே துவங்கி யாச்சா?"

"துவங்காமல்..? அதுக்காகத்தானே வவுனியாவில இறங்கி சிவாவை யும் கூட்டிக்கொண்டு வந்தது."

“அப்ப வருஷத்துக்காக வரேல்லை…?”

“அதுக்காகவும்தான். அது இனிமேல்தானே வரவேணும். ஆனா வாசம்… அங்க போனமாசமே வந்துட்டுதே!”

“என்ன வாசம்?”

“பனம்பாளை வாசம்தான்.”

“ஓ!”

“பங்குனியில் இஞ்ச பாளை பொத்தி கட்டினவுடனேயே கொழும்பில வாசம் மூக்கைத் துளைக்கத் துவங்கியிடுது, மச்சான். அதுதான் வருஷத்துக்கு முதல்நாள் வாறமெண்டு எழுதின நான், ஒரு கிழமைக்கு முன்னால ஓடிவந்திருக்கிறன். வந்தவுடன வந்த காரியத்தைப் பாக்கவேணுமோ, இல்லையோ? அதுதான் காலமையே துவங்கியாச்சு.”

சிவதாசனும் உருத்திரனும் பின்னால் வாங்கில் அமர்ந்திருந்தபடி தத்தம் போதைக்கேற்ற அளவில் சிரித்தனர்.

திரவியம் உதயகுமாரைப் பார்த்தான். அவனது கண்கள் சிவந்து கனத்துக் கிடந்தன.

இந்த நிலையில் ராஜியின் கல்யாணப் பிரஸ்தாபம் வந்துவிடக் கூடாதே என்று உள்ளே பயமாகப் போய்விட்டது திரவியத்துக்கு. ராஜியின் கல்யாணம் நின்றுபோனது ஏற்கனவே அவனுக்குத் தெரிந்திருந்தாலும் தெரிந்திராவிட்டாலும், அதன் பிரஸ்தாபம் தொடங்கிவிட்டால் எப்படியும் தகராறாகிவிடும் என்பதை அவன் உணர்ந்திருந்தான். தகராறுக்கு சுதன் அங்கே நிற்க வேண்டுமென்ற அவசியம் கூட இல்லை.

அவனது எண்ணம் ஓடி முடிவுறுவதன் முன்னம் உதயன் கேட்டான்: “திரவி, சுதன் எப்ப கம்பஸுக்குப் போனவன்?”

“போன திங்கக்கிழமையெண்டு நினைக்கிறன்.” அயர்ச்சியோடு பதிலளித்தான் திரவியம்.

“எப்ப வருவான்?”

“இண்டைக்குப் பின்னேரம் வரவேணும். இல்லாட்டி நாளைக்குப் பின்னேரம் கட்டாயம் வருவான். ஏன், என்ன விஷயம்?”

பதிலேதும் சொல்லாமல் உதயன் சிகரெட் எடுத்துப் பற்றவைத்தான். நிலை தளும்பத் தொடங்கியிருந்தது. ஒரு சிகரெட் பற்றவைப்பதற்கு தட்டுத்தடுமாறி மூன்று குச்சிகளைத் தட்டினான். சிகரெட் பற்றவைத்ததும் சிறிதுநேரம் தலையைக் குனிந்தபடி மேசையில் கைகளை ஊன்றிக்கொண்டு மௌனமாய் நின்றிருந்தான். பின் நிமிர்ந்து தன் சிவந்த விழிகளால் திரவியத்தைக் கூர்மையாகப் பார்த்துச் சொன்னான்: “ஏன் திரவி, இவனென்ன உண்மையில கம்பஸில படிக்கப் போறானோ, இல்லை, கம்பஸுக்கு எண்டு சொல்லியிட்டுப் போய் எங்கயாவது ரீக்கடைப் பட்டறையில நிண்டு வேலை செய்யிறானோ? தெரியாமல்தான் கேக்கிறன்.” திரவியம் பேசாமலிருக்க உதயன் தொடர்ந்தான்: “இந்தளவு

படிச்சிருந்தும் மொக்குத் தியாகனைப்போல இப்பிடி நடந்திருக்கிறானே! ஒரு பொம்பிளைப் பிள்ளையின்ர வாழ்க்கையே இப்ப அழிஞ்சு போயிருக்கு. இவனை என்ன செய்தால்தான் என்ன? நீயே சொல்லு, திரவி, உன்னைத்தான் கேக்கிறன்!"

என்ன பதில் சொல்வதென்று தெரியவில்லை திரவியத்துக்கு. அவனது மௌனத்தில் எரிச்சல் மேலிட்டு, "சொல்லு, திரவி!" என்று இரைந்தான் உதயன்.

மேற்கொண்டும் பேசாமலிருக்க முடியாது போகவே நிலைமையைச் சமாளிக்கிற வார்த்தைகளை மெல்ல வெளிப்படுத்தினான் திரவியம்: "உன்னைப்போலதான் எனக்கும் சுதனில ஆத்திரம் வந்தது. ஆனா என்ன செய்யிறது? உதவி செய்ய நினைச்சனே தவிர வேறொரு பாவமும் செய்யேல்லை எண்டு சத்தியம் பண்ணுறான். இதையெல்லாம் முந்தி அவனே உனக்குச் சொல்லியுமிருக்கிறான்தானே!"

"இப்ப நடந்திருக்கிறதப் பாத்தியா?"

"புதிசா எதுவும் இப்ப நடக்கேல்லை. முந்தி நடந்த அந்த ஒரு சம்பவத்தின்ர பின்விளைவுதான் இது."

"ராஜி மட்டுமில்லை, அந்தக் குடும்பமே பாதிக்கப்பட்டிருக்கு."

"அதுக்காக ஆரைக் குறை சொல்லுறது? செய்த குற்றத்துக்காக அவனை எல்லாரும் பேசி, திட்டி முடிஞ்சுது. இனியென்ன, அடிக்கிறதா?"

"அடிக்கத்தான் வேணும்" என்று பற்களை நெருமி கையினால் மேசையில் ஓங்கிக் குத்தினான் உதயன். மேசையிலிருந்த இனிப்பு வகையறாப் போத்தல்கள் குதித்து அதிர்ந்து அமைந்தன.

கடைக்குப் பின்னால் அதே காணியில்தான் திரவியத்தின் வீடும் இருந்தது. உதயன் எழுப்பும் ஆர்ப்பாட்டத்தில் வீட்டிலிருந்து தாயார் அல்லது தங்கை வந்து பார்த்துவிடக் கூடுமோ என்று பயமாக இருந்தது. பேச்சை வளர்த்தாமல் உதயனைச் சீக்கிரம் வீட்டுக்கு அனுப்பிவிட அவன் எண்ணினான். சிவதாசனும் உருத்திரனும்கூட அந்த முடிவுக்கே வந்தவர்களைப்போல புறப்படத் தயாராய் எழுந்தனர்.

"சரி, சுதன் வந்தவுடன நீயும் நானும், இல்லாட்டி நாங்கள் எல்லாருமே சேர்ந்து அடிப்பம். இப்ப நீ வீட்டுக்குப் போ. சாப்பிட்டுட்டு கொஞ்ச நேரம் படுத்து நித்திரை கொள்ளு. பிறகு எழும்பி வா, அடிக்கலாம்" என்றான் திரவி.

"திரவி... ஏய்... திரவி! என்ன பேச்சு ஒரு மாதிரி இருக்கு? எனக்கென்ன வெறியெண்டு நினைச்சியா?"

"உனக்கு வெறியெண்டு ஆர் சொன்னது? எனக்குப் பசி! அதுக்காகச் சொன்னன்."

"சரி சரி, இப்ப போறன். பின்னேரம் திரும்ப வருவன். இந்த மாதிரித்தான் வருவன்."

உதயனின் பேச்சில் திரவியத்தின் பொறுமை லேசாக விரிசல் கண்டது. "இந்த மாதிரித்தான் பின்னேரமும் வருவியோ? சரி செய். ஆனா இஞ்ச வராத. அவன்ர வீடு தெரியும்தானே, நேராய் அங்கயே போய்நிண்டு கத்து. இல்லை … அடி … நான் ஏனெண்டு கேக்க வரமாட்டன்."

ஆச்சரியம் அடைந்ததுபோல் உதயன் திரும்பினான்: "உனக்கு ஏன் கோபம் சுர் … ரெண்டு ஏறுது?"

சலிப்போடு சொன்னான் திரவியம்: "பிறகென்ன? ஆரில பிழை ஆரில சரியெண்டு தெரியாமல், இந்த ரண்டு மூண்டு கிழமையாய் நடக்கிறதுகளைப் பாத்து முழிசிக்கொண்டு இருக்கிறன் நான். அப்பிடியிருக்க, அவனை மட்டும் குற்றஞ்சாட்டுறதில என்ன நியாய மிருக்கு? இப்ப பார், கலியாணம் நிண்டுபோய் முழுசாய் ஒரு மாசம் இல்லை, அந்தப் பெட்டை ராஜி இவனுக்குப் பின்னால புத்தகம் கேட்டுத் திரியுது. இவன் என்னடாவெண்டால் அவளையே தேடித் தேடிப் போறதுபோல எந்த நேரமும் சீலன் வீட்டில போய் நிக்கிறான் …"

"திரவி, நீ என்ன சொல்லுறாய் ..?"

"நடக்கிற கூத்தைத்தான் சொல்லுறன். ஆனா யோசிச்சு யோசிச்சுப் பாத்தும் தலை வால் புரியேல்லை எனக்கு. அந்த மாதிரி நிலைமை இருக்க, சுதனைப் பிடிச்சு அடிக்கவேணும், மிதிக்கவேணுமெண்டு நீ சொன்னால் …"

"அதுக்கில்லை, திரவி. நாங்களும் பொம்பிளைச் சகோதரங்களோட பிறந்தனாங்கள் …"

"நீ சொல்லுறது எல்லாம் சரிதான். இருந்தாலும் அவனைப் பற்றியும் நாங்கள் யோசிக்க வேணுமெல்லே? சும்மா அவனையே குறை சொல்லிக்கொண்டிருந்தால் ..? அந்த ரண்டு பேரின்ர பழக்கத்துக்கிடையில நிச்சயமாய் என்ன இருக்கெண்டு தெரியேல்லை. சுதனிட்டத்தான் கேக்கவேணும். அவனிட்டயே எப்பிடிக் கேக்கிறதெண்டு தெரியாமல் யோசிச்சுக்கொண்டிருந்தன். இப்ப நீயும் வந்திட்டாய். இனிக் கேட்டிடவேண்டியதுதான். சுதன் எப்பிடியும் இண்டைக்கு நாளைக்கு வீட்டுக்கு வரவேணும். எதுக்கும் நீயும் போயிட்டு பொழுது சாயிற நேரமாய் வா, ரண்டில ஒண்டு அறிஞ்சிடுவம்" என்று கூறி அந்த விவகாரத்தை அப்போதைக்கு முடித்தான் திரவியம்.

23

சொல்லிச் சென்றபடி அன்று மறுபடியும் சங்குக் கடைக்கு வரவில்லை உதயன். மறுநாள் மாலையில்தான் வந்தான். முதல்நாள் வருவதாகச் சொல்லிச் சென்ற நிலைமையிலுமல்ல. அது பெரிய நிம்மதியாக இருந்தது திரவியத்துக்கு. அத்துடன் ஆச்சரியத்தையும் அளித்தது. அந்த ஆச்சரியத்தை மேலும் சற்று அகலித்தன அவனது முகத்தில் தென்பட்ட களைப்பும் சோர்வும்.

நண்பர்கள் இருவரும் பேச்சினில் பல்வேறு விஷயங்களைத் தொட முயன்றனர். இடைக்கிடையே கடைக்கு வந்துபோன வாடிக்கையாளராலும்,

தெரிந்தவர்களாலும் பூரணத்துவமற்ற உரையாடலாகவே அது அமைய முடிந்தது. அந்த ஊர்ப் பொது விஷயங்களில் வழக்கம்போல் காட்டும் உற்சாகத்தை நண்பன் காட்டாதிருந்ததையும் திரவியம் கவனிக்கத் தவறவில்லை.

ஏழரை மணிவரை, சுதனும் வராதுபோகவே தொடர்ந்தும் அந்த பூடகத்துள் இருக்க விரும்பாத திரவியம் கடையைப் பூட்ட ஆரம்பித்தான்.

"திரவி, வீட்டுக்கு கெதியாய்ப் போகவேணுமே?"

"அப்படியெண்டில்லை. சும்மா எவ்வளவு நேரம்தான் அலம்பிக் கொண்டிருக்கிறது? சுதனும் இண்டைக்கு வரமாட்டான்போலத் தெரியுது. உன்ரை மனநிலையும் சரியில்லை..." என்றான் திரவியம்.

"கொஞ்ச நேரம் பாலத்தடியில போய் இருப்பமா?"

திரவியம் ஆச்சரியமாக உதயனைப் பார்த்தான். பாலத்தடியிலே அமர்ந்து பேசலாம் என நண்பர்கள் சொல்லுகிற நேரத்தில், நண்பர்கள் கூட்டத்திலிருந்து பிய்த்துக்கொண்டு தனியாய்ப் போய்விடுகிற உதயன், அன்றைக்கு தானாகவே அங்கே போகலாமா எனக் கேட்டது யாருக்குமே ஆச்சரியத்தைத்தான் கொடுத்திருக்கும்.

திரவியம் மறுக்கவில்லை. உதயனின் இயல்பான மனநிலையின் பேதலிப்பு ஏற்கனவே கவனத்தில் பட்டிருந்ததனால், ஏதோ முக்கியமான விஷயம் பற்றிப் பேசவே அவன் விருமபுகிறான் என்பது புரிந்து, "சரி" என்றான்.

இருவரும் கோயில் பாலத்தடியில் சென்றமர்ந்தனர்.

வரும் வழியில்போல தொடர்ந்தும் அவர்களுள் மௌனமே நிலவியது.

வானம் பளிச்சென்று இருந்தது.

அதில் கொட்டிக்கிடந்த நட்சத்திரங்கள்.

கோபுரத்தின் பின்னால் மறைந்து நின்றது வெண்ணிலா.

கீழே நீர்ப்பரப்பெங்கும் வெள்ளி அலைகள்.

கடலின் தூரத்து ஓரத்தில் நகரும், நகராத வெளிச்சப் புள்ளிகள்.

மேலே திசையிழந்து அலைவனபோல் அவல ஒலி எழுப்பிப் பறந்தன இரண்டொரு கருங்குருவிகள்.

நேரம் எட்டுமணிக்கு மேலே இருக்காதுதான். ஆனாலும் தீவு உறங்கத் தொடங்கியிருந்தது.

பூமி வெக்கை அடங்கத் துவங்க, கடற் குளிரின் வியாபகம் இதம் செய்தது.

அலை எழுப்பும் அரவம், காற்று எழுப்பும் சலனம் தவிர்ந்த வேறு சப்த சலனங்களின்றி பிரபஞ்சம் வியக்க விரித்திருந்தது. எங்கும் ஒரே மோன வெளி!

வெளி மோனத்தின் அதிர்வுகள் உள்ளே போய் திரவியத்தினது இதயத்தைக் கிளர்ச்சியுறுத்தின, உன்மத்தம் பிடிக்கச் செய்தன. 'இன்றைக்கு மட்டும்தான் தீவு இப்படி இருக்கிறதா? என்ன மோனம்! அதில் என்ன கிறக்கம்! மோனம் இங்கே சிறக்கட்டுமென பூமியில் ஆண்டவன் போட்ட மண் துளியோ தீவு!' அவனது யோசனை அப்படியே பற்றிப்படர ஆரம்பித்தது. 'நயினாதீவு மட்டும்தான் இப்படி இருக்கிறதா? இல்லை, எந்தத் தீவுமேதான் இப்படி இருக்குமோ? மனிதர்களேயற்ற கச்சதீவு, பாலைதீவு போன்ற தீவுகளிலும் மோனம் இவ்வளவு அழகாய், இவ்வளவு வசீகரமாய் இருக்குமா? இருக்காது. இந்தத் தீவில் மட்டும்தான் அப்படி இருக்கும். ஏனெனில் இங்கே தெய்வீகம் இருக்கிறது.'

"திரவி!"

திரவியத்தின் சிந்தனை தடைப்பட்டது. "என்ன?" என்று பிரக்ஞை மீண்டு கேட்டான்.

உதயனின் குரல் நிதானமாக வெளிவந்தது. "இஞ்ச ரண்டுபேர் இருந்துகொண்டிருக்கிறம் இப்ப. எட்டு பத்து நிமிஷமாய் எங்களுக்குள்ள ஒரு கதை, பேச்சு இல்லை. ஆளும் ஆளும் ஒவ்வொரு சிந்தனையோட. இந்தத் தருணத்தின்ர மவுனத்தில ஒருவிதமான தனிமையை நீ உணர்ந் திருப்பாய். உன்ர மனசில கிடந்த ஒருவகைப் பயவுணர்ச்சியை அது தூண்டிவிட்டிருக்கவும் கூடும். உனக்கு எப்படியோ, எனக்கு அப்பிடித்தான் இருந்தது."

பொறி பட்டதுபோல் திடுக்கிட்டான் திரவியம். கீறிப் பார்த்ததுபோல் தன் மனத்தே ஓடிய மோனம்பற்றிய கருத்தோட்டத்தை உதயன் சொன்ன தில் தாங்க முடியாத வியப்புப் பிறந்தது அவனுக்கு. ஆனாலும் அவன் குறிப்பிட்ட பயம் எது பற்றியது, எத்தகையது என்று ஏதும் புரியாமல் குழம்பினான். "நீ சொல்லுறது எனக்குப் புதிராய் இருக்கு. மோனம்... தனிமை... பயம்... நீ என்ன சொல்ல விரும்புறாய், உதயா?"

"உனக்கு கெதியாய் வீட்டுக்குத் திரும்பவேணுமோ?"

"ஏன்?"

"அவசரமாய்ப் போகவேணுமெண்டால் இப்பவே எழும்பிப் போயிடுவம்.

நேரப் பிரக்ஞையோட இருந்து இதைப் பேச ஏலாது."

"எதை, தனிமையைப் பற்றியா?"

"இல்லை, நான் பேச நினைச்சிருக்கிற விஷயத்தைப் பற்றி..."

"வீட்டில சொல்லாமல் வந்திட்டன்தான். எண்டாலும் பறவாயில்லை, நீ சொல்லு."

உதயன் சிகரெட் ஒன்றை எடுத்துப் பற்றவைத்தான். சிறிது நேரம் தொலைவையே வெறித்து நோக்கிக்கொண்டிருந்தான். பிறகு சொன்னான்: "இப்பவெல்லாம் நான் அதிகமாய்க் குடிக்கிறன். பழக்கமாய்ப் போச்சு. அதுவும் போன ரண்டு வருஷமாய்த்தான். குறிப்பாய் ஜனாதிபதித்

தேர்தலுக்குப் பிறகுதான் இப்பிடி. அப்பப்ப குடிச்சு வந்த நான், இப்ப நித்தக் குடிகாறனாய் ஆயிட்டன். குடிக்காமலிருக்க முடியுதில்லை. குடி இல்லாட்டி நித்திரை வருகுதில்லை. இண்டைக்குச் சோம்பலாயிருக்கு. குடிக்காதபடியால்தான். அதோட, இந்த மாதிரி ஒரு தனிமையை ... பயத்தை நான் உணர முடிஞ்சிருக்கிறதுக்கும் காரணம் குடிக்காததுதான். இதை தலைகீழாய் யோசிச்சுப் பார்த்தா பயத்துக்காக ... பயத்தை மறக்கிறதுக்காகவே ... நான் தினக்குடிகாறனாய் மாறி வந்திருக்கிறது தெரியும். ஓம், திரவி. பயத்தை மறக்கவே நான் குடிச்சிருக்கிறன்."

நிறுத்திவிட்டு உதயன் சிகரெட் புகைத்தான்.

"தனிமை. பயம் ... குடி? இதெல்லாம் என்ன, உதயா? உரு வந்து சாமி சொல்லுறது மாதிரி ..." திரவியம் புதிரடைந்தான் மேலும்.

உதயன் சற்று குலுங்கியது தெரிந்தது. சிரிப்பை அடக்கியிருக்க வேண்டும் என எண்ணிக்கொண்டான் திரவியம்.

அறிதுயில் நிலையில்போல் வெளியே ஊடறுத்த பார்வை, சூழ்நிலை மறந்த ஒரு சிந்தனை லயத்தில் இருந்துகொண்டு உதயன் தொடர்ந்தான்: "இப்ப நான் சொன்னதெல்லாம் உனக்கு ஒரே புதிராய்த்தான் இருந்திருக்கும். ஆருக்கும் அப்பிடித்தான் இருக்கும். ஏனெண்டால் என்னில பாதியை மட்டுமே தெரிஞ்சிருக்கிற நிலையில நான் சொல்லுறதுகள் உனக்குப் புரியாமல் போறதில ஆச்சரியம் இல்லை."

"உதயா ..!"

"பொறு, அவசரப்படாத, விஷயத்துக்கு வாறன். ஒரு வாழ்க்கையை வாழுறதே பலபேருக்குக் கஷ்டமாயிருக்கு. ரண்டு வாழ்க்கையெண்டால் ... சொல்லவே வேண்டாம். எப்பிடியிருந்தாலும் சிலபேருக்கு இப்பிடி ரண்டு வாழ்க்கைதான் அமைஞ்சு போயிடுது. அந்தரங்கம் இல்லாத மனிசா இருக்க முடியாதெண்ட அர்த்தத்தில இதை நான் சொல்லேல்லை. பாதி பாதியாய்ப் பிளவுண்டு ரண்டு வாழ்க்கை வாழுறதச் சொல்லுறன். இந்தப் பாதி ஒவ்வொண்டும் ஒவ்வொரு முழுமையாயிருக்கும். இந்த ஒவ்வொரு பாதியின்ர முழுமைக்கும் கூட தனித்தனியான அந்தரங்கம் இருக்கும். கொழும்பில வேலையாகிப் போன ரண்டாம் வருஷத்திலேயே நான் இப்பிடிப் பாதிபாதியாய்ப் பிளவுபட்டுப் போனன், திரவி. அந்தப் பிளவை இந்த நாலு வருஷத்தில உனக்கு, சுதனுக்கு, சிவாவுக்கு, ரத்தினத்துக்குக்கூடத் தெரியாமல் வெற்றிகரமாய் மறைச்சு வைச்சிருந்திட்டன். உங்களில ஒருத்தருக்காவது என்ர மறுபாதி வாழ்க்கையைப்பற்றி நான் சொல்லியிருக்க வேணும். அப்பிடிச் சொல்லாதது எவ்வளவு பெரிய நட்டமெண்டு இப்ப எனக்குத் தெரியுது. ஒரு கஷ்ட நஷ்டம் வாற காலத்தில ஆலோசனை கேக்கிறதுக்குக்கூட ஒரு உற்ற இடம் இல்லாதவன் ஆயிட்டன். இருந்தாலும் எல்லாத்தையும் விளக்கமாய்ச் சொல்ல இப்ப இது நேரமில்லை. அது தேவையுமில்லை."

அவன் குழம்பியிருந்தது மட்டுமில்லை, இளகியிருந்ததும் திரவியத்துக்குத் தெரிந்தது. அவன் ஒரு நட்பின் ஆறுதலில், அரவணைப்பில் தன் மனப்பாரமெல்லாவற்றையும் இறக்கி வைத்துவிட்டு லேசாகிவிட,

தாயைத் தேடும் ஒரு குழந்தையினது போன்ற தவனத்திலிருந்ததைக் கண்டான். அவன் போக்கில்விட்டே அவனது மறுபாதியைப்பற்றித் தெரிந்து கொள்கிற முடிவோடு, "சரி, அதைப்பற்றிப் பிறகு பேசலாம். இப்ப ஆலோசனை கேக்கிறதைப் பற்றி ஏதோ சொன்னியே..!"

"ஓம்."

"எதைப்பற்றி?"

"..."

"எதைப்பற்றி, உதயா?"

"வேலையை... றிசைய்ன் பண்ணியிடுறதைப்பற்றி..!"

"வேலையை... வேலையை என்ன செய்யப்போறாய்?" அதிர்ச்சியோடு கேட்டான் திரவியம்.

"வேலையை றிசைய்ன் பண்ணியிடலாமா எண்டு யோசிக்கிறன்" என்றான் உதயன்.

"உனக்கென்ன, பயித்தியமே?" வெடித்தான் திரவியம். "அவனவன் படிச்சிட்டு வேலைக்குப் பேயாய் அலையிறான். நீ இருக்கிற வேலையை றிசைய்ன் பண்ணப்போறதாய்ச் சொல்லுறாய். அதுவும் அரசாங்க வேலை. காணி பூமி இருக்கிற ஆளெண்டாலும் பறவாயில்லை, வேலையை விட்டுட்டு வந்து ஏதாவது செய்து பிழைச்சிடுவனெண்டு ஓர்மமாய்ச் சொல்ல. ரண்டு தங்கச்சி... அதுவும் கல்யாணம் செய்யிற வயசில இருக்குதுகள். எல்லாத்தையும் யோசிச்சியா? அதுசரி, வேலையை ஏன் றிசைய்ன் பண்ணவேணும்? அப்படி என்ன கஷ்டம், துன்பம் வந்தது அங்க?"

"நான் றிசைய்ன் பண்ணப் போறதாய்ச் சொல்லேல்லை. றிசைய்ன் பண்ணியிட்டாலென்ன எண்ட மாதிரி இருக்கிற என்ர நிலைமையைத்தான் சொன்னன்..!"

"அதில பெரிய வித்தியாசமில்லை. ஆனா ஏன்?"

"பயமாயிருக்கு."

"பயமா?"

"ம்... கொழும்பில இருந்து வேலை செய்யப் பயமாயிருக்கு."

"கொழும்பில இருக்கப் பயமாய் இருக்கா? என்ன பயம்?" திகைப்பு நீங்காமல் கேட்டான் திரவியம்.

"என்னடா சொல்லுறது?" சலித்தான் உதயன்: "என்னவோ ஒரு பயம்... எதுவோ பெரிசாய் அங்க நடக்கப் போறது மாதிரி ஒரு பயம். சதா மனசுக்குள்ள கிடந்து அந்தப் பயம் என்னை அறுத்துக்கொண்டே இருக்குதடா. இந்த மாதிரித் தினம் தினம் பயந்துகொண்டு... பயத்தை மறக்கிறதுக்காக மத்தியானத்துக்கு மேல குடிக்கத் துவங்கி ராவுராவாய்க் குடிச்சுக் கொண்டு... எனக்கு கொழும்பு வாழ்க்கை சீயெண்டு போச்சு.

கொழும்பு, காலி, அன்ராசபுரம், வாழைச்சேனை, அம்பாறை, திருகோண மலையெண்டு எந்த ஊரில வாழ்ந்தாலும், வேற இன, வேற மொழி, வேற மத மனிசருக்கிடையில வாழுறதான அழுத்தல் இல்லாமல் இருக்கவேணும். பயம் இல்லாமல் இருக்கவேணும். அதுக்கு வாய்ப்பு இல்லாட்டி ஊரோட வந்திடுறது நல்லம்தானே?"

"உண்மையில அப்பிடியான ஒரு நிலைமைதான் இருக்குதெண்டால், ஊரோட வந்திடுறது நல்லம்தான். ஆனா அதுக்குத்தான் இடமாற்றம் இருக்கே! ஏன் றிசைய்ன் பண்ணவேணும்?"

"இடமாற்றமா? அதுக்கு ஒண்டு ஒண்டரை வருஷம் ஆகும். எனக்கோ ரண்டு மூண்டு மாசத்துக்குள்ள அங்கயிருந்து தப்ப வேணும்!"

தப்பவேணும். "தப்பவேணுமா? எதிலயிருந்து? அதுவும் ரண்டு மூண்டு மாசங்களுக்குள்ளான அவசரத்தோடை! ஒருவேளை... பெண் சம்பந்தமாய் ஏதாவது தவறுசெய்து அதில மாட்டிக்கொண்டானோ? பயம் எண்டு சொன்னான். அப்படியெண்டால், அவள் சிங்களப் பெண்ணாய் இருக்கலாம். அப்படியான இக்கட்டிலிருந்து தப்பவே உதயன் விரும்புறான்!" உதயனின் வேலையை விட்டுவிடும் எண்ணத்தை ஆகக் கூடுதல் சாத்தியத்தோடு இணைத்துக் கொண்ட திரவியம், அதைப்பற்றி வெளிப்படையாக அவனிடம் கேட்கவும் செய்தான்.

உதயன் கடகடவெனச் சிரித்தான்.

"உதயா!"

"என்ன?"

"ஏன் இப்பிடிப் பயித்தியம் மாதிரிச் சிரிக்கிறாய்?"

"பிறகு? எந்தத் தவறைச் செய்திட்டுத் தப்புறதுக்காக நான் வேலையை விட்டுட்டு வர நினைக்கிறதாய்ச் சொன்னியோ, அந்தத் தவறை நான் செய்து நாலு வருஷமாச்சு, தம்பி."

"நீ என்ன சொல்லுறாய், உதயா?"

"தவறும் செய்தாச்சு. அதுக்குப் பரிகாரமும் பண்ணியாச்சு."

"எனக்கு விளங்கேல்லை."

"எனக்கு கலியாணம் முடிஞ்சுது."

"உதயா!"

"இப்ப நாலு வருஷம்..."

"வீட்டுக்குத் தெரியாமல்... சினேகிதரெண்டு இருக்கிற எங்களுக்குத் தெரியாமல்..."

"மன்னிச்சிடு, திரவி. கர்ப்பம் உண்டானபிறகு ஒரு அவசரத்திலதான் கலியாணம் நடந்தது. அதால எப்பிடி இதைச் சொல்லுறதெண்டு தெரியாமல் விட்டுவிட்டு . . . கடைசியில உங்களுக்குச் சொல்ல முடியாமலே போயிட்டுது."

"ம்! எந்த ஊர்?"

"கொழும்புப் பக்கம்தான்."

"சிங்களப் பெட்டையா?"

"ஓம்!"

"ம்" என்று திரவியம் மௌனமானான். திடீரென மின்னலடித்ததுபோல் உதயன் வேலையை விட்டுவிட விரும்புவதற்கான காரணமொன்று வெளிச்சமாயிற்று அவனுக்கு.

"உதயா, பிள்ளையள் எத்தினை?" திரவியம் கேட்டான்.

"ஒண்டுதான்."

"பெட்டை வேலை ஏதாவது செய்யுதா?"

"இல்லை, சும்மா வீட்டிலதான் இருக்கு."

இப்போது திரவியத்தால் உறுதியாகவே நம்பமுடிந்தது, உதயன் வேலையை விட்டுவிட எண்ணுவதற்கான காரணத்தை.

நீண்ட காலமாகவே அந்தத் தீவுகளிலிருந்து உத்தியோகம் நிமித்தமாகவோ, வேலை நிமித்தமாகவோ, தேநீர்க் கடை, சாப்பாட்டுக் கடை, புகையிலைக் கடை வைத்து பிழைப்பு நடத்துமுகமாகவோ கொழும்புக்கும், அதைச் சுற்றியுள்ள பிற சிங்கள ஊர்களுக்கும் சென்ற ஆண்கள் பலர், சிங்களப் பெண்களை மணப்பதும், பின் குழந்தை குட்டிகளென்று ஆனதும் அவர்களை அநாதைகளாய் அந்தரிக்க விட்டு ஓடிவந்துவிடுவதும் அவனுக்குத் தெரியும். சிலர் மட்டுமே அந்தக் குடும்பங்களை எவ்வளவு கஷ்டத்துக்குள்ளும் தாங்கிக்கொண்டு வந்திருக்கின்றனர்.

உதயனைக் கேட்டான் திரவியம்: "அப்ப... அதுகளைக் கைவிட்டுவிட்டு ஓடிவாறதுக்காகவா வேலையை றிசைய்ன் பண்ணப் போறாய்?"

"சீச்சீ... அந்த மாதிரி எண்ணமெதுவும் எனக்கில்லை."

"அப்ப... எதுக்கு, உதயா?"

"என்னால அங்க இருக்க முடியேல்லை."

"சிங்களப் பெட்டையைக் கலியாணம் செய்திருக்கிறாய். குழந்தையும் ஒண்டு இருக்கு. இருந்தும் கொழும்பில இருக்க உனக்கு முடியாமலிருக்கு. கொழும்பில இருக்கப் பயமாயிருக்கு. கொழும்பில தனிமையாயிருக்கு!" திரவியம் தனக்குள்ளாய்ச் சிறிது சிரித்தான். பிறகு, "சரி, அப்படியே வைச்சுக்கொள்ளுவம். உனக்குக் கலியாணமானது உன்ர வீட்டில தெரியாமலிருக்கிற நிலையில உன்ர பெண்சாதி பிள்ளையைக் கூட்டிக்கொண்டு எங்க போவாய்? வேலையும் இல்லாமல், போய் ஆறுகிறதுக்கு ஒரு இடமும் இல்லாமல் நடுத்தெருவில நிண்டு தடுமாறவேண்டி வராதோ? கடைசியில அதுகளையும் நடுக்கடலில தள்ளி விழுத்தியிட்டு நீயும் விழுந்து சாகப் போறியா?"

“நான் அவையை இஞ்ச கூட்டி வரமாட்டன். வவுனியாவில வீடெடுத்துத் தங்கவைச்சிட்டு, என்ன வேலையெண்டாலும் செய்து காப்பாத்துவன் ...”

உதயன் வவுனியா போய் வருவதற்கும், சிவதாசனுடனான பழக்கத்தை அண்மையில் அதிகரித்திருப்பதற்கும் காரணம் அப்போது புரிந்தது திரவியத்துக்கு. சிவாவின் உதவி இருக்கிற மனோதைரியத்தில்தான் உதயன் வேலையை விட்டுவிடவும், குடும்பத்தை வவுனியா அழைத்துவரவும் திட்டமிடுகிறான் என்பதையும் கூட அவன் புரிந்தான்.

அவனை அவனது முடிவிலிருந்து மாற்றவேண்டிய அவசியம் புரிந்தது திரவியத்துக்கு. இருந்தாலும், எதைச் சொல்லி அவனது எண்ணத்தை மாற்றுவதென்று தெரியவில்லை. மனம் தளராமல் மீண்டும் அவனது தீர்மானத்தோடு போராடத் தயாராகிக்கொண்டு சொன்னான்: “நீ எதுவெண்டாலும் சொல்லு, வேலையை விடுகிறது மட்டும் எனக்குப் புத்திசாலித்தனமாகப் படேல்லை.”

“புத்திசாலித்தனமாய்ப் படேல்லையோ? உனக்கோ?” கேட்டு உதயன் சிரித்தான். “திரவி, இதே காரியத்தை நாலைஞ்சு வருஷத்துக்கு முந்தி நீ செய்யல்லை?”

திரவியம் நிமிர்ந்தான். உதயனை மட்டும் சுற்றிவந்த விஷயம், தன்னையும் இழுத்துப் பிணைக்கிற அளவுக்கு வியாபகம் அடைந்துவிட்டது உணர்ந்து உஷாரானான்.

உதயன் சொன்னது உண்மை. ஆனாலும் அவன் யோசிக்காத அம்சங்களும் அதில் இருப்பதைத் தெரிந்து கொண்ட திரவியத்தின் குரல், தெளிவோடும் தீர்க்கத்தோடும் பிறந்தது: “ஒரு நேரத்தில நானும் என்ர வேலையை வேண்டாமெண்டு றிசைய்ன் பண்ணியிட்டு வந்தவன்தான். இருந்தாலும் நான் செய்ததும், நீ இப்ப செய்யப் போறதும் ஒண்டாயிட ஏலாது. உன்ர குடும்ப நிலைமையும் என்ர குடும்ப நிலைமையும் வித்தியாசம் எண்டது மட்டுமில்லை, நான் வேலையை விட்டுவந்த சூழ்நிலையும் வித்தியாசம்தான். உனக்குத் தெரியாமல் போயிருக்காது. எழுபத்தொன்பதாம் ஆண்டில நடந்த இனக் கலவரத்தின்ர பாதிப்பு யாழ்ப்பாணத்திலயும் கொழும்பிலயும் திருகோணமலையிலயும் இருந்ததைவிட மலைநாட்டில அதிகம். குறிப்பாய் நான் ஆசிரிய வேலை பாத்துக்கொண்டிருந்த வதுளை நகரில அதிகம். அதால, தப்பிப்பிழைச்சு கலவரம் முடிய வீட்டுக்கு ஓடிவந்த என்னைத் திரும்பிப்போக அம்மாவும் ஐயாவும் விடேல்லை. ஒரு மாசம் கழிச்சு ... ஒரு மாதிரி ரண்டு பேரையும் சமாதானப்படுத்தியிட்டு நானும் வேலைக்குத் திரும்பினன். லீவு லெற்றரையும், மெடிக்கல் சேர்டிபிகேற்றையும் முன்யோசனையோட நேரகாலத்துக்கு அனுப்பினது நல்லதாய்ப் போச்சு எண்ட யோசனையோடதான் போனன். ஆனா நான் அனுப்பின கடிதமும், மெடிக்கலும் போய்ச் சேரல்லையாம். கூட்டணி ஆசிரிய சங்கத்தோட சேந்து நான் ஹர்த்தால்ல ஈடுபட்டதாய் நினைச்சு, ஏன் நடவடிக்கை எடுக்கக் கூடாது எண்டு விளக்கம் கேட்டு கல்வி இலாகா கடிதம் எழுதிச்சுது. பதில் அனுப்பினன். விளக்கம்

போதுமாயில்லையெண்டு திரும்பவும் கடிதம். சரி, கல்வி இலாகா தீர்மானிச்சிட்டுது எண்டு நினைச்சுக்கொண்டு வேலையை விடுறதாய்க் கடிதமெழுதிக் குடுத்திட்டு எல்லாருக்கும் பெப்பே எண்டிட்டு வந்திட்டன். இதால என்ர அம்மாவும் ஐயாவும் சந்தோஷம்தான் பட்டினம். நீ வேலையை விட்டுட்டு வந்தா, உன்ர வீட்டில இந்தமாதிரி ஒரு வரவேற்பு இருக்குமெண்டு நினைக்கிறாய்?"

உதயன் வேகமாகத் தலையாட்டி மறுத்தான். "உனக்கு ஏற்பட்ட அந்த மாதிரி ஒரு இக்கட்டான நிலைமையால உனக்கு வேலைதான் போனது. எனக்கோ, போறதெண்டால்... என்ர உயிராய்த்தான் இருக்க ஏலும்!"

"என்னால உன்னைப் புரிஞ்சுகொள்ள முடியேல்லை, உதயா. உயிராபத்தான நிலைமை..? அதுவும் கொழும்பில..? உன்னைப்போல எத்தினையோ ஆயிரம் பேர் வடக்கிலயிருந்து போன ஆக்கள் அங்க இருக்கினம். அவையெல்லாரும் வேலையை றிசைய்ன் பண்ணியிட்டும், கடையள மூடி சாமான்களையெல்லாம் அள்ளிக் கட்டிக்கொண்டும் ஓடிவந்திடேல்லையே!"

"ம்..! ஓரளவுக்கு நீ சொல்லுறது உண்மை. கொழும்பு நிலைமை நான் இருக்கிற ஊரைவிடக் கொஞ்சம் பறவாயில்லை..."

"ஏன், நீ எந்த ஊரில் இருக்கிறாய்?"

"கம்பஹாவில."

"கம்பஹாவிலயா? அது தனிச் சிங்கள ஊராச்சே! அங்க எதுக்குப் போனாய்? கொழும்பிலதானே உனக்கு வேலை?"

"வேலை கொழும்பிலதான். ஆனால் சுவர்ணாவுக்கு அதுதான் சொந்த ஊர்."

"சுவர்ணா..? ஓ... உன்ர மனுஷியா? பெட்டை கொழும்புக்கு வந்து வேலையும் செய்யேல்லை. கம்பஹாவில இருக்கிற பெட்டையை நீ எப்பிடிச் சந்திச்சாய்?"

"சுவர்ணாவின்ர ஒண்டைவிட்ட அண்ணன் சி.ரி.ஓ.வில என்னோட வேலை செய்யிறான். அவனோட அங்க போய்ப் போய்ப் பழக்கமாச்சுது."

"ம்... அது போகட்டும். மனுஷியின்ர ஊராயிருந்தாலென்ன, அது தனிச் சிங்கள ஊரெண்டு தெரிஞ்சுகொண்டும் அங்க குடியிருக்க எதுக்குப் போனாய்? அப்பிடிப் போனபடியால்தானே, இப்ப பயந்துகொண்டு வேலையையே விட்டிட்டு வரப்போறதாய் நிக்கிறாய்! வத்தளை, கொட்டாஞ்சேனை, மருதானை, வெள்ளவத்தையெண்டு தமிழாக்கள்... எங்கட தீவு ஆக்கள்... அதிகமாய் இருக்கிற இடமாய் வீடு பாத்துக்கொண்டு வந்திடு."

"எப்படி வாறது, திரவி?"

"ஏன்?"

132 தேவகாந்தன்

"நான் கலியாணம் கட்டின விஷயம் ஊராக்களுக்குத் தெரிஞ் சிடுமே!"

"தெரிஞ்சாத் தெரியட்டும், விட்டிடு."

"அதுமட்டும் எண்டைக்கும் நடக்கக்கூடாது, திரவி. அம்மா ஐயாவின்ர உறவை இழக்கவோ, தங்கச்சிமாரின்ர பாசத்தை மறக்கவோ என்னால ஏலாது. அதைவிட வேலையை விடுகிறது எனக்குப் பெரிசில்லை."

திரவியம் சிரித்தான்: "எனக்கெண்டால் வேலைதான் பெரிசு."

"..."

"ம்... நீ வவுனியாவுக்கு வந்தாலும் அந்த ஆபத்து இருக்கு, உதயா. கொழும்பும் வவுனியாவும் இந்த விஷயத்தில பெரிய வித்தியாசப் படேல்லை. அங்கயும் தீவாக்கள் நிறையப் பேர் இருக்கினம்."

"வவுனியாவெண்டால், நான் ரவுணுக்குள்ளயே இருந்திடப் போறதில்லை."

"பின்னை ..?"

"நெடுங்கேணிக்குப் போவன்... புளியங்குளத்துக்குப் போவன்..."

"அங்க ஆர் இருக்கினம் உனக்கு?"

"ஆரும் இருக்க வேண்டியதில்லை. அது தமிழாக்கள் இருக்கிற இடமாய் இருந்தால் அதுவே போதும்."

"கம்பஹாவில நாலு வருஷம் இருந்தும், எங்கட ஊராக்களின்ர கண்ணிலயிருந்து அதிர்ஷ்டவசமாய்த்தான் தப்பியிருக்கிறாய். அங்ககூட தீவு ஆளின்ர கடை இல்லாமல் போயிராது. வேடிக்கையாய் ஒரு கதை சொல்லுவினம். நீல் ஆம்ஸ்ரோங்க் சந்திரனில காலடி வைச்சிட்டு நிமிர்ந்து பாத்தானாம். தூரத்தில புகை சுருள் சுருளாய் மேல போய்க் கொண்டிருந்ததாம். கிட்டப்போய்ப் பாக்கத்தான் தெரிஞ்சுதாம், அங்க ஒரு தீவு ஆள் தேத்தண்ணிக் கடை வைச்சிருக்கிறது. மனிச காலடி படுகிறதுக்கு முந்தியே அந்த மண்ணில கடை வைச்சிடுறவன் தீவான். உதயா, மறந்திடாத. நீ ஹரவபொத்தானைக்குப் போனாலும் அங்க தேத்தண்ணிக் கடை இல்லாட்டி பொயிலைக் கடை வைச்சிருக்கக் கூடிய தீவு ஆளால உன்ர விஷயம் வெளிய வர கன நாள் ஆகாது."

சாத்தியமான கருத்து என்பதனால் போலும், உதயனிடத்தில் பேச்செழவில்லை. அந்த மௌனத்தைச் சிறிதுநேரம் தொடரவிட்ட திரவியம், "உன்ர நன்மைக்காகத்தான் சொல்லுறன். நல்லாய் யோசிச்சுப் பார், உதயா. வேலையை விட்டிட்டு வவுனியாவுக்கு குடும்பத்தை கூட்டி வந்தாலும், நீ கலியாணமான விஷயம் வீட்டுக்குத் தெரியத்தான் வரும். அதால, நீ கொழும்பிலேயே ஒரு வீட்டைப் பாத்துக்கொண்டு குடிவந்திடு. அந்தவகையில நீ கலியாணமான விஷயம் உன்ர வீட்டாருக்குத் தெரிய வந்தாலும், வேலையாவது மிஞ்சும். வவுனியா வந்தபிறகு தெரிய வந்தால், அதுவும் மிஞ்சாது, இல்லையே?"

உதயன் பதில் சொல்லவில்லை.

"உதயா ..!"

"ம் ..!"

"என்ன பேசாமலிருக்கிறாய்?"

"நீ சொல்லுறதிலயும் உண்மை இருக்குதுதான். எண்டாலும், அங்கத்த நிலைமைகூட ஒண்டும் நல்லாயில்லை."

"எங்க கொழும்பிலயா?"

"ம்!"

"அப்பிடியெதுவும் இருக்கிறதாய்த் தெரியேல்லையே எனக்கு. மணியம் இப்பவும் கொழும்புக்குப் பொயிலை கட்டுறான். எங்கட கதிர்காமர் ஒரு மாசம் மகளோட இருந்திட்டு போன கிழமைதான் திரும்பிப் போயிருக்கிறார். ஏன், இவன் சிவா மட்டுமென்ன, வவுனியா – கொழும்பு காய்கறி யாவாரம் தானே செய்யிறான்?" என்றான் திரவியம்.

"இந்தமாதிரி மேலோட்டமாய்ப் பார்த்தால் வித்தியாசமொண்டும் தெரியாது. ரயில் ஓடுது. கே.ஜி. ஓடுது. தபால் ஒழுங்காய்ப் போய் வருகுது. கொட்டாஞ்சேனை மாரியம்மன் கோயிலில மூண்டு வேளைப் பூஜை தவறாமல் நடக்குது. கொச்சிக்கடையில ஒரு தேத்தண்ணிக் கடையில தமிழ்ப் பாட்டுக் கேக்குது. இதிலயொண்டும் மாற்றமில்லை. மாற்றமெல்லாம் உள்ளாரத்தான்."

"அப்பிடி என்ன?"

"இதுதானெண்டு நிறுதிட்டமாய்ச் சொல்ல எலாது? இருந்தாலும் சிங்களச் சனங்களின்ர மனத்தில நாளுக்கு நாள் அதிகரிச்சு வாற துவேஷத்தை முதலில சொல்லவேணும்."

"சனங்களின்ர மனத்திலயா?"

"சனங்களின்ர மனத்திலதான். ஆனா அது தானாக வளரேல்லை. திட்டமிட்டு அதை வளக்கிறாங்கள்."

"ஆர்?"

"அரசியல்வாதியள்தான். அவங்களோட புத்தகுருமாரும் சேந்திருக்கினம்."

"புத்த குருமாருமா? திடீரெண்டு ஏன் அப்பிடி?"

"தேவநம்பியதீசன் காலத்திலயிருந்து புத்தமதத்துக்கும் அரசியலுக்கும் மிக நெருங்கின தொடர்பு இருந்து வந்திருக்கு."

"அது மெய்தான். நான் கேட்டது, அரசியல்வாதியளும் புத்த குருமாரும் சேந்து இனத் துவேஷத்தை வளக்கிறதாய்ச் சொன்னியே ..!"

"இதையும் திடீரெண்டு ஏற்பட்டதாய்ச் சொல்ல ஏலாது. வடக்கில விடுதலை இயக்கங்கள் பொலிஸ் ஸ்ரேஷன் தாக்குதல், பாங்க் கொள்ளை

யெண்டு துவங்கினதோடயே இதுவும் மும்முரமடையத் துவங்கியிட்டுது. முந்தியெண்டால் ஓரளவுக்கு ஒளிவு மறைவாய் நடந்தது, இப்ப வெளிப்படையாய் நடக்குது. முந்தியை விட, இனத்துவேஷத்தையும் மதத் துவேஷத்தையும் தூண்டக் கூடிய மாதிரியான நிறையப் பிரசுரங்கள் வரத்துவங்கியிருக்கு. கவுத கொட்டியா? எண்ட பிரசுரம் அந்த மாதிரியான ஒரு பிரசுரம்தான். லட்சக்கணக்கில விநியோகமாயிருக்கு ...”

“புத்தகுருமாருக்கு இதில என்ன மாதிரியான தொடர்பிருக்கு?”

“திட்டமாய் எப்படிச் சொல்லுறது, திரவி? அவையின்ர பேச்சு, போக்கு, நடைமுறை எல்லாம் அதைத்தான் சொல்லுது. கம்பஹாவில எங்கட வீட்டுக்குக் கிட்ட ஒரு பன்சால இருக்கு. அங்க நடக்கிற தடல்புடலெல்லாம் இதைத்தான் சொல்லுது. அதோட, சுவர்ணாவின்ர தாய்மாமனும் ஒரு புத்தகுருவாய்த்தான் இருக்கிறார். சுவர்ணாவைப் பாக்க அப்பப்ப வீட்டுக்கும் வருவார். நல்லாய்ப் படிச்சவர். ஆனாலும் அவரின்ர பார்வையிலயும், பேச்சிலயும் இருக்கிற கடூரத்தை உன்ர வாழ்க்கையில நீ இன்னொரு முகத்தில பாத்திருக்க மாட்டாய். அவரை மட்டுமில்லை, இன்னும் கனபேரை நான் பாத்திருக்கிறன். எல்லா முகங்களிலயும் ஒரு துவேஷம் தெளிவாய் அப்பியிருக்கு.”

“ம்..!” என்ற திரவியம் யோசனையிலாழ்ந்தான்.

இருவரும் மௌனமாயிருந்த அந்த வேளையில் அவர்களை நோக்கி ஒரு உருவம் வந்தது. வெள்ளையுடையில் வந்து கொண்டிருந்த அந்த உருவத்தைக் கண்டுகொண்ட திரவியம் யாரது என்று கேட்பதன் முன்னமே, “திரவியம்!” என்றழைத்தது அது.

யாரென்பதைத் தெரிந்துகொண்டு திடுக்கிட்டு எழுந்தான் திரவியம். “ஓம் ... ஐயா” என்றான்.

“சொல்லாமல் கொள்ளாமல் இவ்வளவு நேரம்வரைக்கும் இஞ்ச வந்து பேசிக்கொண்டிருந்தால்..? சொல்லியிட்டு வந்திருக்கலாமே! ம்... இது ஆர் பக்கத்தில?” என்றார் திரவியத்தின் தந்தை சங்கரப்பிள்ளை வாத்தியார்.

“அது உதயன், ஐயா ... உதயகுமார்.”

“உதயகுமாரா? ஏன் தம்பி, கொழும்பிலயிருந்து எப்ப வந்தனீர்?”

“நேற்று காலமை, சேர்.”

“இனி எப்ப பயணம்?”

“நாளிருக்கு. புதுவருஷ விழாவெல்லாம் முடிஞ்சுதான் இனி.”

“சரி” என்றவர் திரவியம் பக்கம் திரும்பினார்: “இப்பவே பத்தரை மணியாச்சு. கனநேரம் இருக்காதயுங்கோ. ஊர் கெட்டுக் கிடக்குது. தீவைச் சுற்றி போட் இரையுது. நேவிக்காறன்ர போர்ட்டாய்த்தான் இருக்கும்.”

சங்கரப்பிள்ளை போய்விட்டார்.

உதயன் பக்கம் திரும்பிய திரவியம், "சரி, உதயா. நேரம் போட்டுது. ஐயா தேடியும் வந்திட்டார். நாங்கள் பேச இன்னும் நிறைய இருக்கு. நாளைக்குப் பேசுவம். ஆனா எந்தக் காரணத்தைக் கொண்டும் அவசரப்பட்டு இதைத்தான் செய்யிறதெண்டு முடிவாய் எதையும் தீர்மானிச்சிடாத" என்றான்.

உதயனுக்கு எழும்ப மனமில்லை.

உதயன் மறுபடியும் சிகரெட் எடுத்துப் பற்றவைத்தான். மேலே சிதறிக் கிடந்த நட்சத்திரங்களைப் பார்த்துக்கொண்டிருந்துவிட்டு, கடற் பரப்பில் பார்வையை ஓட்டினான். கடலின் மறுவிளிம்பில் பார்வை உத்தேசமாய் நிலைத்தது. மனமோ, விளிம்புக்கும் அப்பால் வேறொரு மையத்தில்.

'தன் குடும்பத்தை நினைக்கிறானோ?' திரவியம் எண்ணினான்.

அந்தக் கடலோர ராவின் அமைதியை உதயனின் மெல்லிய குரல் இன்னும் அழுத்தமாக்கியது. "தீவைவிட்டுப் போய் கொழும்பில வேலைபாக்கத் துவங்கி ஆறு வருஷம். இந்த ஆறு வருஷமாய் சிங்கள ஊரில இருந்து, சிங்களம் பேசுற ஆக்களுக்கு மத்தியில வாழ்ந்து வாறதாலயாக்கும் இந்த மண்ணில, நாங்கள் பேசுற மொழியில, எங்கட மதாசாரங்களில, பழக்க வழக்கங்களில எப்பத்தையும் விட ஆழமான பற்றும், அக்கறையும் இப்ப எனக்கு ஏற்பட்டிருக்கு, திரவி."

"உப்பு சமைஞ்சாத்தான் உப்பின்ர அருமை தெரியும் என்பினம். அதுமாதிரி, சொந்த ஊரையும் சொந்த மனிசரையும் விட்டு விலகியிருந்தால்தான் அதுகளின்ர அருமை தெரியும். கொஞ்சக்காலம் நானும் அதை அனுபவிச்சிருக்கிறன், உதயா" என்றான் திரவியம்.

"மெய்தான். ராஜியின்ர கலியாணம் நிண்டுபோனதுக்கும் அந்தக் குடும்பத்துக்கு இவ்வளவு கேவலம் வந்ததுக்கும் நீ என்ன சொன்னாலும் சுதன்ர முட்டாள்தனம்தான் காரணம். சுதன் இதைத் திட்டமிட்டுச் செய்யேல்லைத்தான் எண்டாலும், பொறுப்பாளி அவன்தான்! கொழும்பில ஒரு பெடியனும் பெட்டையும் என்ன மாதிரியும் பழகியிடலாம். ஆனா இஞ்ச எல்லை இருக்கு. இதை மறந்து, இல்லாட்டி மதிக்காமல், நடக்கிற எவராயிருந்தாலும் எனக்குத் தாங்கமுடியாத கோபம்தான் வருகுது. நேற்று மத்தியானம் கடையில நிண்டு சத்தம் வைச்சதுக்கும் இந்தக் கோபம்தான் காரணம். மற்றும்படி சுதனில எனக்கு வேற என்ன கோபதாபம் இருக்க ஏலும்?"

"எனக்கு உன்ர மனநிலை புரியுது."

"அதுசரி, அதென்ன, ஒருத்தரை ஒருத்தர் பாக்கிற பேசுற கதை...?"

"அதென்னவோ எனக்குத் தெரியாது. ஆனா ஒருத்தரை ஒருத்தர் பாக்கினம், சந்திக்கினம், சிரிச்சுச் சிரிச்சுப் பேசுகினம், புத்தகம் குடுத்து வாங்குகினம்... நான் கண்ணால கண்டது இது."

"எப்பிடி, திரவி. அந்தளவு கெதியில எல்லாத்தையும் மறந்து..."

“எனக்கும் அதுதான் ஆச்சரியம். தற்செயலாய்ச் சந்திக்கிற மாதிரித் தான் சந்திப்பு நடக்குது. ஆனா ஆரோ ஒரு ஆளின்ர முயற்சியும் இதில இருக்கிறதாய்த்தான் என்ர மனசுக்குப் படுகுது.”

“ம் . . .” என்றபடி எழுந்தான் உதயன். “வா, போய்க்கொண்டே பேசலாம். சரி . . . ஆர் அப்பிடி முயற்சி பண்ணுறது?”

“ஆருக்குத் தெரியும்!”

“சுதனிட்ட இதைப்பற்றிக் கேட்டியா?”

“இன்னுமில்லை.”

“கேட்டிருக்கவேணும்.”

“ரண்டொருமுறை கேக்க நினைச்சன். ஆனா வாய் வரேல்லை.”

“ம் . .!”

“கொஞ்சம் பயமாயுமிருந்தது.”

“ஏன்?”

“ஏதாவது தொடர்பு இருக்கிறதாய்ச் சொல்லியிட்டா . . . என்ன செய்யிறதெண்டு தெரியேல்லை . . . அதுதான்.”

“இதில என்ன பிரச்சினை இருக்கு? விரும்புறதாய்ச் சொல்லியிட்டா பிரச்சினையே தீர்ந்திடுதே!”

“அது மெய்தான். ஆனா முந்தினமாதிரியே வஞ்சகமில்லாமல்தான் நாங்கள் பழகுகிறம் எண்டு நழுவுற பதிலாய்ச் சொல்லியிட்டா . .?”

“அப்பிடி ஒரு பிரச்சினை இருக்கோ? ம் . .!”

“இனிமேல் எந்தத் தொடர்பும் வைக்கக் கூடாதெண்டு சொல்லி யிடலாமா?”

“ஏன் சொல்லவேணும்? இதுவரைக்கும் வஞ்சகமில்லாமல் பழகினால், இனி வஞ்சகத்தோட பழகியிடு எண்டு சொல்ல வேண்டியது தான்.”

“உதயா . .!”

“ஓம். திரவி. இதில என்ன பிழையிருக்கு? இந்தத் தீவுக்கு ஒரு புனிதம் இருக்குதெண்டு நான் நம்புறன். மணிமேகலா தெய்வம் நடமாடின பூமி இது. அந்தத் தெய்வம் இண்டைக்கும் இந்த மண்ணில நடந்து திரியிறதைக் கனவிலயும் கற்பனையிலயும் என்னால தரிசிக்க முடியுது. அப்பிடியான இந்தப் புனித மண்ணில ஒரு பெண்ணின்ர வாழ்வு சீரழிஞ் சிருக்கிறது எனக்கு உடன் பாடில்லை. அதால, அவனே அவளைக் கலியாணம் செய்யிறதுக்கு ஒரு வழியை ஏற்படுத்துறது எந்த வழியில பாத்தாலும் நியாயம்!”

திரவியத்தின் மேனி புல்லரித்தது.

24

வருஷ விழாவுக்கு மூன்று நாட்கள் இருக்கிற நிலைமையில்தான் சுதன் தீவுக்குத் திரும்பினான்.

வழக்கம்போல் கோயில் பாலத்தடியில் இறங்கி சங்குக் கடைக்கு வந்த இடத்தில் உதயன் வந்திருப்பது அறிந்து கொண்டவன், மாலையில் சந்திக்க வருவதாகக் கூறிக்கொண்டுதான் பஸ் எடுத்திருந்தான். "பின்னேரம் கடை திறக்கமாட்டன். நாலு மணிக்கு முன்னையெண்டால் வீட்டுக்கு வா. பிறகெண்டால் நேராய்க் கிறவுண்டுக்கே வந்திடு" என்று சொல்லி அனுப்பினான் திரவியம்.

அன்று முழுகி சாப்பிட்டு விறாந்தையிலே படுத்திருந்த திரவியத்துக்கு, மாலையில் ஏற்படவிருந்த தங்கள் மூவரினதும் சந்திப்பு மிகவும் முக்கியத்துவம் வாய்ந்ததொன்றாக இருக்கப் போகிறதென்று உள்ளுணர்வு சொல்லிக்கொண்டிருந்தது. சுதன்–ராஜியின் பழக்க விஷயத்தில் தீர்மான கரமான முடிவொன்று அன்றைக்கு எடுக்கப்படுமென்று நிச்சயமாக அவன் நம்பினான்.

ராஜியின் கல்யாணம் நின்றுவிட்டதும் குணரத்தினத்துக்கு உண்மையை விளக்கி கடிதம் எழுதத் தீர்மானித்தபோதிருந்த அதே துடிப்பு அப்போதுமிருந்தது. சுதன் விஷயத்தில் அதை அவர்கள் நிறைய யோசிக்க வேண்டியிருந்தது என்பதையும் அவன் மறக்கவில்லை. தன்னுடைய நிலைப்பாடு சரியானதாக இருக்கிறபட்சத்தில், எத்தகைய வலிமையானதாக எதிர்முனை இருந்தாலும் அந்த நிலைப்பாட்டிலிருந்து அவனை லேசாக இறக்கி விட முடியாதென்பது திரவியத்துக்குத் தெரியும்.

சின்ன வயதில் அவனுக்கொரு பட்டப் பெயர் இருந்தது. ஜவ்வு என்று மாணவர்கள் கேலி செய்திருக்கிறார்கள். அதன் பொருத்தத்தை அப்போது எண்ணி திரவியம் வியந்தான். அதனால் இதுவரை விரும்பாவிட்டால் இனி விரும்பியிடு என்று சும்மா அவனுக்குக் கட்டளை இட்டுவிட முடியாது என்பதை அவன் தெரிந்திருந்தான். அவன் விரும்பி அவள் விரும்பாவிட்டாலும் பிரச்னை இருக்கிறது. இருவருமே அந்தமாதிரி ஒரு அந்நியோன்யமான அன்பை வளர்த்திருந்தால்தான் எல்லாமே நல்லதாக முடிய வாய்ப்பிருக்கிறதென்று அவனுக்குத் தோன்றியது.

ஆனாலும் அதை அவர்கள் சுதனிடம் மட்டுமே கேட்டுத் தெரிய வேண்டியிருந்தது. மாலை நான்கு மணியளவில் திரவியம் வீடு வந்தான் உதயன். பேச்செறிந்த சுவாசத்தில் கள்ளு வாசனை அடித்தது. அது போதை அளவுக்கு இல்லாதது திரவியத்துக்கு நிம்மதியாக இருந்தது. சிறிதுநேரத்தில் சுதனும் வந்துவிட நண்பர்கள் மூவரும் விளையாட்டு மைதானத்தை நோக்கி நடந்தனர்.

வீதி களைகட்டியிருந்தது.

முந்திய வாரத்தைவிட அந்த வாரத்தில் இன்னும் தீவின் கலகலப்பு அதிகமாகியிருப்பதை சுதனாலும் காண முடிந்தது.

'இந்தப் பொலிவு... இந்தக் களை... ஓ, எங்கள் தீவுக்கு இது ஓர் இந்திர விழாக் காலமோ!' உதயன் கிறங்கினான். அப்போது எதிரே சைக்கிளில் வேகமாக வந்தான் ராஜேந்திரன். மூவரையும் பார்த்து ஒரு வரண்ட சிரிப்போடு அப்படியே போய்விட்டான். அவனது கோலத்தையும், சிரிப்பின் அவலத்தையும் காண, 'தீவு எத்தனைதான் களைகட்டினாலும், இந்தக் குடும்பம்மட்டும் முடங்கித்தானே கிடக்கப்போகிறது!' என்ற துக்கமான எண்ணமொன்று ஓடியது அவனது மனத்தில். ராஜேந்திரனது ஒடுக்கத்தை ஏறக்குறைய உதயன் போலவே யோசித்தார்கள் சுதனும், திரவியமும்.

விளையாட்டு மைதானத்தை அடைந்தவர்கள் ஒரு ஓரமாய்ச் சென்று அமர்ந்தனர்.

பல்வேறு விஷயங்களிலும் பரந்து கொண்டிருந்த பேச்சுக்கும் சிரிப்புக்கும் முற்றுப்புள்ளி வைத்து, "சுதன்..." என்றான் உதயன். "அதென்ன கையில?"

"கதைப் புத்தகம்."

"எக்ஸலம் துவங்கப் போகுது. கதைப் புத்தகசம படிச்சுக் கொண்டு திரியிறாய்?"

"இது நான் வாசிக்க இல்லை."

"பிறகு?"

"ராஜிக்கு."

"ஆருக்கு..?" உதயனின் இமைகளும் கேள்வியாய் நெரிந்தன.

"ரா...ஜி...க்கு" சுதனின் குரல் தயக்கம் காட்டியது வெளிவர.

"இதுவரை நீ அதுகளுக்குச் செய்த தீமை போதாதே? இன்னும் எதுக்கு புத்தகம் குடுக்க, கதைக்கவெண்டு பிறகும் முன்னும் திரியிறாய்?" – வெடுக்கெனக் கேட்டான் உதயன்.

"நானெங்க திரியிறன்? அதுவாயே வலிய வந்து கதைச்சுது... புத்தகம் கேட்டுது..."

"அதுதான் சின்னப் பெட்டை, விபரம் தெரியாதது. வந்து கேட்டால், அதே வேலையாய் புத்தகத்தைக் காவிக்கொண்டு அலையிறதே? என்னிட்ட கதைப் புத்தகம் இல்லையெண்டு சொல்லியிட்டு நீ பேசாமல் போக வேண்டியதுதானே!" காஸ் போன இஞ்சிச் சோடாபோல அவனது கோபம் காரமற்றிருப்பதாய்த் தோன்றியது திரவியத்துக்கு. அதற்கே சுதனது வாய் அடைத்துப் போனது. அவர்களது அந்தத் திட்ட மிட்ட விசாரணை பற்றி ஏதும் அறியாதவன் இருவரையும் மாறிமாறிப் பார்த்தபடி ஏங்கிப் போய் அமர்ந்திருந்தான்.

சுதன் அங்கே பேசவேண்டியது அவசியம். அதுமட்டுமல்ல. அவன்மீது குற்றத்தைச் சுமத்துவதன்மூலம் பரிகாரத்துக்கு அவனை இணங்கச் செய்வதே அந்த விசாரணையின் நோக்கமென்பதையும்

கனவுச்சிறை 139

உதயன் மறக்கவில்லை. அதனால் இறுக்கம் தணிந்து பேசினான்: "நீ என்னதான் சொன்னாலும், நிச்சயமாய் இதில எதுவோ இருக்கு, சுதன். இல்லாட்டி, இவ்வளவு தூரம் நடந்த பிறகும் நீ இந்த மாதிரி அந்தப் பெட்டைக்குப் பின்னால திரியமாட்டாய்."

"இல்லை ... சத்தியமாய் அப்பிடி எதுவுமில்லை."

"நாங்கள் உன்ர சிநேகிதர், சுதன். நீ எதையும் எங்களிட்ட மறைக்கத் தேவையில்லை."

"இதில பயப்பிட என்ன இருக்கு, மறைக்க என்ன இருக்கு? அம்மா வாணைச் சொல்லுறன். ஒருவிதமான கரவுமில்லாமல்தான் நான் அதோட பழகிறன்."

"இஞ்ச பார் திரவி, இவன் சொல்லுறத" என்று எரிச்சல் மேலிட்டான் உதயன். பின் சுதன் பக்கம் திரும்பிக்கொண்டு, "மடையா, சாதாரணமாய் எந்தப் பிள்ளையோட பழகினாலும் ஒருவிதமான கரவுமில்லாமல்தான் பழகவேணும். ஆனா சாதாரணமான நிலைமையில்லையே ராஜியின்ர நிலைமை. உன்னால அந்தப் பெட்டையின்ர வாழ்க்கை அழிஞ்சுபோய்க் கிடக்குது. இப்பிடி ஒரு குடுக்கல் வாங்கலை நீ வைச்சிருக்கிறது இன்னும் கூடுதலான தீமையைத்தானே அந்தக் குடும்பத்துக்குச் செய்யும்! இது ஏன் உன்ர மரமண்டையில ஏறுதில்லை?" என்று எகிறினான்.

திரவியம் மெல்ல குறுக்கிட்டான்: "சரி சுதன், நீ சொல்லுற மாதிரி அப்ப சரி, இப்ப சரி உன்ர பழக்கத்தில எந்த உள்நோக்கமும் இருக்கேல்லையெண்டே வைச்சுக்கொள்ளுவம். ஆனாலும் சம்பந்தப் பட்டவரின்ர வெளிமனதுக்குத் தெரியாமல் அவரின்ர உள்மனத்தில ஒருவர்மீதான நாட்டம் ... இச்சை ... விருப்பம் ... சபலம் ... இருக்கிறது சாத்தியமெண்டு மனோதத்துவம் சொல்லுது. இந்த உள்மனத்தை சப் கொன்ஸியஸ் மைன்ட் என்பினம். இதை நீயும் அறிஞ்சிருப்பாய்."

அவனது பேச்சு கவனத்தில்பட புத்தகத்தின் பக்கங்களைப் புரட்டு வதை நிறுத்திவிட்டு கவனமானான் சுதன். நம்பிக்கையோடு தொடர்ந்தான் திரவியம்: "எந்தக் கரவுமில்லாமல் பழகிறனெண்டு நீ சொல்லுறதில எவ்வளவு உண்மை இருக்க முடியுமோ, அவ்வளவு உண்மை நிச்சயமாய் இதில என்னவோ இருக்கு எண்டு சொல்லுற உதயன்ர வார்த்தையிலயும் இருக்க வாய்ப்பிருக்கு. இரண்டு பேரின்ர பேச்சுமே உண்மைபோலத் தெரிஞ்சாலும் இதில ஒண்டுதான் உண்மையாய் இருக்க ஏலும். இதை உன்ர சப்கொன்ஸியஸ்தான் சொல்ல ஏலும். அதையும் உனக்குத்தான் சொல்லமுடியும். அதால, நடந்த எல்லாச் சம்பவத்தையும், உன்ர பேச்சு நடத்தை மனநிலை எல்லாத்தையும், ஒருமுறை வடிவாய் யோசிச்சுப்பார். நீயே ஆச்சரியப்படுற மாதிரியான உண்மையெதுவும் வெளிவரலாம். இப்ப நீ வீட்டுக்குப் போ. போய் நான் சொன்னதுகளைப் பற்றி நல்லாய் ஒருமுறை யோசிச்சுப் பார். பாத்திட்டு நாளைக்குப் பின்னேரமாய் வந்து சொல்லு. நாங்களும் இப்பிடியே வீட்டுக்குத்தான் போகப்போறம். உனக்குச் சொல்லுறதுக்கு ருசியான ஒரு கதை உதயனிட்ட இருக்கு. முதல்ல உன்ர பிரச்சினைக்கு ஒரு நல்ல முடிவு வரட்டும். நாளைக்கு, நாளையிண்டைக்கு அதைப்பற்றி நாங்கள் பேசுவம்."

திரவியம் திரும்பி, “என்ன உதயா, நான் சொல்லுறது சரிதானே?” என்றான்.

“ஓம். நாளைக்கே வந்து சுதன் சொல்லட்டும்” என்று எழுந்தான் உதயன்.

இருவரும் நடந்தனர். சுதன் நிமிர்ந்து பார்த்தான். மறுபடி தலை குனிந்து அந்த நிர்ப்பந்தத் தனிமையுள் மூழ்கினான்.

நெடுநேரத்தின் பின்தான் அங்கிருந்து கிளம்பினான் சுதன். வீடு சென்ற சுதனுக்கு இரவில் தூக்கமே பிடிக்கவில்லை. மனத்துள் கடலலைபோல் வரிசை வரிசையான நினைவுகள் எழுந்து கொண்டிருந்தன. தொடர்ந்து சிந்தனைகள் விர்ரிட்டன.

‘திரவியம் சொன்னது என்ன? சப் கொன்ஸியஸ் என்கிற உள்மனத்தில் எனக்குத் தெரியாமலேகூட ராஜிமீதான ஒரு விருப்பம் இருந்திருக்க முடியும்–இப்போதும் இருந்து கொண்டிருக்கக் கூடும்–என்பதுதானே? ஒருவரது ஆழ்மனத்தில் இவ்வாறான விருப்பங்கள், அது உன்னதமான காதல் உணர்வுடனோ, கேவலமான காம உணர்வுடனோ மர்மமான முறையில் தோன்றவும், தன்னிருப்பைக் காட்டிவிடாமல் பதுங்கியிருக்கவும் கூடும்தான். ஆனால் அப்படியான மர்ம உணர்வுகள் என் மனத்திலும் இருந்தனவா? இப்போதும் இருக்கின்றனவா?’

இரண்டு வருஷங்களுக்கு முன்னால் ராஜியோடு சேர்ந்து கொழும்புக்குப் போன அந்த இரவு ரயில் பயணத்தை நிமிஷம் நிமிஷமாக ஞாபகமாக்கினான் அவன்.

ரயிலில் அவன் பக்கத்தில் ஜன்னலோர இருக்கையில் அமர்ந்திருக்கிறாள் அவள். பிய்த்துக்கொண்டு வரும் காற்றில் அவளது கூந்தல் இழைகள் கட்டை மீறிக்கொண்டு பறந்து அவன் தோளிலும் புரள்கின்றன. அவனுக்கு மனத்துள் ஒருவகை இன்ப அலை அடிக்கிறது.

இரவு பன்னிரண்டு மணிக்கு மேலே ரயில் அனுராதபுரம் ஸ்ரேஷனைத் தாண்டியிருக்கும் போலத் தெரிகிறது. அவளின் சளசளப் பேச்சும் சிரிப்பும் அடங்கி அவளுக்குத் தூக்கம் கண்களைச் சுழற்றுகிறது. ஜன்னலோரம் சாய்ந்தபடி அவள் தூங்கி வழிகிறாள். தூக்கம் அவனுக்கும்தான்.

திடீரென வண்டியின் சடுதியான ஒரு உலுப்பலில் அவன் திடுக்கிட்டு கண் விழிக்கிறான். அவள் தூங்குகிறாள். அவளது தலை பின் சீற்றோடு சாய்ந்து, சரிந்து வந்து அவன் தோளில் பொறுத்திருக்கிறது. அசைவேதும் ஏற்படுத்தாமல், விழித்த சுவடுகூட இன்றி கண்களை உடனடியாக மூடிக்கொண்டு தூங்குகிற பாவனை செய்கிறான் அவன்.

அவளது மேனிச் சூட்டில், மூச்சுக் காற்றில் அவனுக்குள் அக்னி பிறக்கிறது. அதை ஊதி ஊதித் தூண்டிவிட்டுக் கொண்டிருக்கிறது அவள் கூந்தலுக்குப் போட்டு முழுகிய சம்பூ வாசனை.

ஒரு பிரயத்தனத்தில் அந்த அக்னி அவனுக்குள் நிதானப் பட்டுப் போனாலும் வண்ணத்துப்பூச்சிகள் மொய்ப்பதுபோல் மனத்தின்

கிளுகிளுப்பு மட்டும் மறையவில்லை. எதையோ பற்ற முனையும் சில கற்பனை எறியங்களின் அங்குமிங்குமான சதிர் தொடங்கியது.

அது தொடர்ந்து கொண்டிருக்கையில் நிஜமாக அவனும் தூங்கிப் போகிறான்.

ரயில் அனுபவக் காட்சி முடிய, மறுநாள் நேர்முகத் தேர்வு நடந்த நாளின் மாலைக் காட்சிகள் விரிவு பெறுகின்றன மனத்தே.

தந்தையார் கூறியபடி அவரது நண்பர் வீட்டுக் கல்யாணத்துக்குப் போய்விட்டு, தங்கியிருந்த ஹோட்டல் அறைக்கு அவன் திரும்புகிறான்.

உடுத்திக்கொண்டு, துணிமணிகளையெல்லாம் சூட்கேஸில் அடுக்கி ஸ்ரேஷன் செல்லத் தயாராக அவள் நிற்கிறாள்.

அவன் முகத்தைத் துடைத்து, தலைவாரிக்கொண்டு சீ.ரி.ஓ.வில் நண்பன் ஒருவனைப் பார்த்துவிட்டு ஓடிவருவதாகக் கூறிக்கொண்டு வெளியே புறப்படுகிறான். அப்போதும், 'கெதியாய் வந்திடு' என்று சொல்லி அனுப்புகிறாள் அவள். 'ஓமோம்!' என்று நீள ஒப்புதல் கொடுத்துவிட்டு கீழே இறங்குகிறான்.

ஐந்தரை மணிக்குப் போனவன் திரும்பி வரும்போது எட்டரை மணி. 'இனி கே.ஜி. பஸ்ஸிலயும் போக ஏலாது, ராஜி. நாளைக்கு மத்தியானம் யாழ்தேவி எடுப்பம்' என்று, எழக்கூடிய பிரச்னைகளின் லவலேசப் பிரக்ஞையுமின்றி சிரித்தபடியே கூறுகிறான் அவன்.

அவள் பேச்சிழந்து, கதியிழந்து நிற்கிறாள். கண்களில் நீர் சேர்கிறது.

எப்படி நடந்தது அது?

அவன் இப்போது யோசித்தான்.

தனிவழி செல்லவிருந்த ஒரு குமர்ப்பிள்ளைக்கு உதவியாகப் போனவன், மற்றைய அக்கறைகளோடு அவளுக்கு ஏற்படக் கூடிய அபவாதம் பற்றிய கரிசனத்தையும் கொண்டிருந்திருக்க வேண்டும் அல்லவா? ஒரு பெண் சங்கையோடு சென்று அதை இழந்து திரும்புகிற நிலையில், துணைபோனவனே அச்சங்கையிழப்புக்குத் தார்மீகப் பொறுப்பு ஏற்கவேண்டும் தானே? நண்பனைப் பார்க்கப் போனவன் திரும்பிவர அந்தளவு நேரம் எடுத்ததற்குச் சரியான காரணம் இருந்தது. ஆனால் நியாயமான காரணமாக இல்லை அது. திரும்பிவருவதற்கான ரிக்கற் பணத்தைப் பெறவே அவன் அவ்வளவு நேரம் காத்திருந்தானாயினும், கொண்டு வந்திருந்த ரிக்கற் பணத்தை தாராளமாகச் செலவு செய்யா திருந்து, அப்படியொரு இக்கட்டான நிலை ஏற்படுவதை, ஒரு பெண் பிள்ளைக்குத் துணையாக வந்திருக்கிறேன், அவளை காலநேரத்தோடு வீடு கொண்டுபோய்ச் சேர்க்கவேண்டும் என்கிற பொறுப்புணர்வோடு அவன் தவிர்த்திருக்கவேண்டும். ஆனால் அவன் அப்படிச் செய்யவில்லையே! இந்த நியாயப் பிழையை ஒதுக்கிவிட்டுப் பார்த்தாலும், அவளோடு சேர்ந்து ஹோட்டல் அறையில் ஒரு இரவைக் கழிப்பதில் அவன் சந்தோஷப்பட்டதாகவே தெரிந்தது.

அவளோ கண்ணீரோடு விம்மியபடி.

அவன் அதைக் கேலிசெய்து ரசித்துக் கொண்டு.

பின்பு தூரத்தே தெரிந்த புறக்கோட்டை பஸ் நிலையத்தினை, எதிரே யுள்ள கோட்டை ரயில்நிலையத்தை, கீழே நடைபாதைக் கடைகளையென்று ஹோட்டல் அறையின் திறந்த ஜன்னலூடு அவன் விநோதம் பார்த்தான். அவளையும் வந்து பார்க்கும்படி வற்புறுத்தி அழைத்தான். எதார்த்த உலகின் விதிமுறைகள் பற்றி கிஞ்சித்தும் அவன் கவலைப்படவே இல்லை.

இவையெல்லாம் எதைச் சொல்லுகின்றன?

'ஓ... ஓ... எந்தவிதமான தப்பும் என்மீது இல்லையென்று எவ்வளவு பிடிவாதமாக நினைத்துக் கொண்டிருந்துவிட்டேன்! திட்டமிடாமலே சந்தர்ப்பச் சுழிக்குள் என் பருவம் இழுத்து அமிழ்த்தப்பட்டிருக்கிறதுதான்! திரவியம் சரியாகவே சொல்லியிருக்கிறான். உதயனின் சீற்றமும் நியாயமானதே! கொழும்பு போன நாளில் மட்டுமல்ல, ராஜியின் திருமணம் நின்றுபோன பிற்பாடு கூட அவளது என்னை நோக்கிய அணுகுதல்களில் நான் ஒருவகை இன்பத்தை அடைந்தே இருக்கிறேன். அவளாகவே என்னை நெருங்கவேண்டும் என்றொரு மர்ம விருப்பம் எனக்குள் இருந்ததனால்தான், அவள் வீடு கடந்து போய் வருகிற சந்தர்ப்பங்களை மிக விருப்பத்தோடு நான் ஏற்படுத்தியிருக்கிறேன். சீலனுடனான சங்காத்தத்தின் விஸ்தரிப்பும் இதனாலேயே உண்டாகியிருக்கிறது. குணரத்தினத்துக்கு கொழும்பு உண்மையை விளக்கிக் கடிதம் எழுதிய நாளில் மனம் லேசாகப் பின்னடித்த காரணமும் இதுவேயாகக்கூட இருக்கலாம்.'

திரவியம் கொடுத்த திறவுகோல் மூலமாய் தன் மனத்துக் குறை களையே பார்க்க முடிந்திருப்பினும் அது அவனுக்குத் திருப்தியாக இருந்தது. அந்தத் தரிசனத்தின் அடிப்படையிலேயே மறுநாள் தன் நண்பர்க்கான பதிலைச் சொல்வதெனவும் தீர்மானித்தான்.

மறுநாள் மாலை அவன் விளையாட்டு மைதானம் சென்ற போது சிறிது தாமதமாகிவிட்டிருந்தது. திரவியமும் உதயனும் காத்திருந்தனர். கூட சீலன். சுதன் அவர்கள் அருகே சென்றமர்ந்தான்.

முதல் நாளிருந்த அதே புத்தகங்கள் அன்றைக்கும் அவன் கையிலிருக்கக் கண்டு தனக்குள்ளாக மெல்லச் சிரித்தான் உதயன்.

சூழ்நிலையைப் புரிந்துகொண்ட சீலன் திரும்ப வருவதாகக் கூறிக்கொண்டு மெல்ல நழுவினான். "அப்பிடியே போயிடாத, சீலா!" என்று சொல்லியனுப்பினான் திரவியம்.

சிறிது நேரத்தில், "சுதன், ராஜியைப்பற்றி நீ என்ன நினைக்கிறாய்?" என்று திடுதிப்பென ஒரு கேள்வியைக் கேட்டான் உதயன்.

தடுமாறத்தான் வைத்தது. ஆனாலும் சுதன் சுதாரித்துக் கொண்டான். ஒரு முழுநாள் இடையில் இருந்ததானாலும் முதல் நாளைய சம்பாஷணையின் தொடர்ச்சியாக அதை அவனால் காண முடிந்தது.

இருந்தாலும் ஒரு பின்னடைவு, கூச்சம் காரணமாகவோ வேறு எதனாலோ, தவிர்க்க முடியாததாயிற்று. "ராஜியைப்பற்றி நானென்ன நினைக்கிறது..?" என்று இழுத்தான்.

"நீ இப்ப புதுசாய் ஒண்டையும் நினைக்கவேண்டாம். இவ்வளவு நாளும் என்ன நினைச்சிருந்தியோ, அதைச் சொன்னால் போதும்."

"நல்ல பிள்ளைதான்."

"அவ்வளவுதானா?"

"படிச்சுமிருக்கு..."

"வேற..?"

"வேற என்ன?"

"முக்கியமான அம்சத்தை விட்டுட்டியே! கொஞ்சம் வடிவும் இருக்கு. குடும்பப் பொம்பிளைக்கு இருக்கவேண்டிய அளவான வடிவு. இல்லையே?"

"ம்!"

"இப்படியான ஒரு பிள்ளையின்ர வாழ்க்கை அழிஞ்சு போறது உனக்குச் சம்மதமே?"

"இல்லை."

"இவ்வளவும் நடந்த பிறகு அந்தப் பிள்ளையை வேற ஆரும் கலியாணம் செய்ய முன்வருவினமெண்டு நினைக்கிறியா?"

"சந்தேகம்தான்."

"இந்த அவப்பெயர் மறைய ஒரு வழி இருக்கு, சுதன்."

"என்ன?"

"கொஞ்சம் நீ மனசு வைக்கவேணும்..."

"கொஞ்சம் துணிவும் கொள்ளவேணும்." திரவியம் கூடச் சேர்ந்தான்.

"உனக்காக நாங்கள் எடுத்த முடிவு இது. எண்டாலும் நீயாயும் இந்த முடிவுக்கே வந்திருக்க முடியுமெண்ட பெரிய நம்பிக்கையோடதான் இவ்வளவு நேரமாய் உனக்காகக் காத்திருந்தம்."

"என்னெண்டு சொன்னால்தானே எனக்குத் தெரியும்" என்று குழம்பினான் சுதன்.

"பொறு சொல்லுறம்" என்று சொல்லி உதயன் சிகரெட் எடுத்துப் பற்றவைத்தான். பின், "சுதன், எல்லாப் பிரச்சினையும் சுலபமாய்த் தீர ஒரு வழிதான் இருக்கு. அது... நீயே ராஜியைக் கலியாணம் செய்து கொள்ளுறதுதான்" என்றான்.

"உதயா!"

"ஏன் சுதன், நீ விரும்பவோ, கலியாணம் செய்யவோ தகுதியில்லாத பிள்ளையா அது?"

"அதுக்கில்லை..."

"பின்னை?"

"இது நான் மட்டும் எடுக்கிற முடிவில்லை..!"

"மெய்தான். ஆனாலும் நீ மட்டுமே முடிவெடுக்கிற நிலைமைதான் இருக்கு. அதால உன்ர விருப்பத்தைச் சொல்லு. இப்ப அது போதும்."

"எனக்கு... என்ன... சொல்லுறதெண்டு..."

உதயன் சொன்னான்: "சுதன், கிறவுண்டைப் பார்! அங்காலை தெருவைப் பார்! என்ன ஆரவாரம்! எல்லான்ரின்ர மனத்திலயும் என்ன பூரிப்பு! இந்தப் புது வருஷத்தோடயாவது ராஜி வீட்டிலயும் சந்தோஷம் பிறக்கவேணும், சுதன். அதைச் செய்ய உன்னாலதான் ஏலும். நீ உன்ர முடிவைச் சொல்லு. அதுக்காக நாளைக்கே கலியாணமெண்டு நினைக்கத் தேவையில்லை. அடுத்தடுத்த மாசம் உன்ர சோதினை முடியவேணும். எல்லாரின்ர சம்மதமும் வாங்க வேணும். தீவை வளைச்சுப் பந்தல் போடவேணும். உன்ர கலியாணம் அப்படித்தான் நடக்கும், சுதன். இப்ப.... உன்ர விருப்பத்தைச் சொல்லு போதும்."

சொல்லும்போது உதயனின் நாவு தழுதழுத்தது.

சுதன் அதைக் கவனிக்கத் தவறவில்லை.

சுமுகமான ஒரு தீர்வுக்கு நல்ல ஒரு இதயத்தின் துடிப்பு! மேற்கொண்டும் தாமதிக்கவில்லை சுதன். "எனக்குச் சம்மதம்தான்" என்றான்." ஆனா..."

"ஆனாலென்ன?"

"இத்தனைக்கும் பிறகு... ராஜியின்ர விருப்பம் எப்பிடி இருக்குமோ?"

"ராஜிக்கு விருப்பமாய்த்தான் இருக்கும்."

"அறிய வேணுமே!"

"அறியலாம்."

"எப்படி?"

உதயன் சிரித்தான். பின், "கடிதமெழுதியிடு, சுதன். அதையும் இண்டைக்கே செய்திடு" என்றான். "சீலன் வருவான். அவனைத்தான் தூதாய் அனுப்பப் போறம்."

சுதன் எதுவும் பேசாமல் வீதியைப் பார்த்தான்.

மேல்திசையில் சூரியன் மஞ்சள் பூத்திருந்தான்.

அந்த மஞ்சள் ஒளியில் சற்றே முன்வளைந்த, சற்றே குள்ளமான உருவமொன்று வேகமாக நடந்துகொண்டிருந்தது தெரிந்தது சுதனுக்கு.

25

புது வருஷ விளையாட்டு விழாக்கள் முடிந்து இரண்டு மாதங்கள் ஆகியிருந்தன. தீவு பழையபடி பொலிவில் மாறிப் போயிருந்தது. குடும்பங்கள் வெறித்துப் போயிருந்தன. மீண்டும் வறுமையும், வாட்டமும், தனிமையும், ஏக்கமும், தவிப்பும், விரகமுமாய் அவை. அன்றாடத் தேவையின் பெரும் பங்கை பெரும்பாலும் பெண்களே வழக்கம்போல் நிறைவேற்றிக்கொண்டிருந்தார்கள். சிலர் வீட்டுத் தொழிலால். சிலர் தோட்ட வேலையால்.

இரவு ஏழரை, எட்டு மணிவரை குழந்தைகள் உரத்துப் பாடம் படிக்கும் சத்தம் தீவில் ஆங்காங்கே கேட்டுக்கொண்டிருக்கும். எட்டு மணிக்கெல்லாம் அவர்கள் சாப்பிட்டுவிட்டுப் படுத்துவிடுவார்கள், அவ்வளவு படிப்புப் போதுமென்ற திருப்தியோடு. அதற்காகவே காத்திருந்த பெரியவர்கள் அதற்குமேலே.

ஒன்பது மணிக்கெல்லாம் தீவு உறங்கத் துவங்கிவிடும். அதன் பின் மும்முரத்தில் இயற்கை விழிக்கும். காற்று மூசும், கடல் கத்தும்.

மறுநாளில் முதல் கீற்று சூரிய வெளிச்ச வெடிப்பில்தான் வாழ்க்கை திறக்கும். உப்புச் சப்பற்றதாய் நாள் கழியும் உப்புக் காற்றின் உயிர்ப்பில். பிறந்ததிலிருந்து பழக்கமாகிவிட்ட சூழலின் வாழ்க்கைதான். இம்மாதிரி நிகழ்வைத் திராணியோடு கழித்துவிட்டால், இன்னும் நான்கு மாதங்களில் வரப்போகும் தீபாவளிக்கு வாழ்க்கை மறுபடி களை கட்டிவிடும்.

தீவில் எல்லாருக்கும் திராணியிருந்தது. அதனால் வாழ்க்கை தொடர்ந்து கொண்டிருந்தது.

தீவில் அந்த ஆனி மாதம் வாடையின் முற்கூறையும் சுமந்து கொண்டு பிறந்திருந்தது.

இரவு அழகாக இருந்தது.

முற்றத்தில் கயிற்றுக் கட்டிலில் படுத்திருந்தான் திரவியம்.

அன்று முழுக்க உதயனின் ஞாபகமாகவே இருந்துகொண்டிருந்தது அவனுக்கு. தீவிலிருந்து உதயன் சென்று ஏறக்குறைய ஒன்றரை மாதத்துக்குப் பிறகு அவன் எழுதிய கடிதம் அன்றுதான் வந்திருந்தது. திரவியம், சுதன், உருத்திரன், குமார் எல்லோருக்கும் யாழ் புகையிரத நிலையம்வரை வந்து வழியனுப்பி வைத்தமைக்காக அத்தனை நாட்களுக்குப் பிறகும் மறவாது நன்றி கூறியிருந்தான். தன்னுடைய மன அவதிகளுக்குக் காரண மான சூழ்நிலையைச் சரியாகப் புரிந்து கொள்ளாமைக்காக சுதன், திரவியம் இருவர் மீதும் தனது மனத்தாங்கலை வெளிப்படையாகவே அவன் குறிப்பிட்டிருந்தாலும், குடும்ப நிலைமையைக் காரணமாகச் சுட்டி தன் ராஜினாமாவை அவர்கள் எதிர்த்ததிலுள்ள லௌகீக நியாயத்தை தான் மதிப்பதாகத் தெரிவித்திருந்தான். மேலும் தனதும் சுதனதும் வற்புறுத்தலுக்காக மது அருந்துவதைச் சிறிது சிறிதாகக் குறைக்க முயற்சிப்பதாக அவன் எழுதியிருந்தது திரவியத்தின் மனத்துக்கு சந்தோஷமாக இருந்தது.

மேலெழுந்தவாரியான இந்த விஷயங்களைத் தவிர, இரண்டாவது தாளில் சற்று ஆழமான விஷயமொன்றைத் தெரிவித்திருந்தான். திரவியத்தின் சிந்தையை அதுவே அதிகமாக அலைக்கழித்தது.

மாலைதீவு கப்பல் கொம்பனியில் வேலை செய்யும் ஒரு நண்பர் உதவிசெய்வதாகச் சொல்கிறார். கப்பலில்சேர்ந்துகொண்டு போய் ஒரு வருஷமோ, இரண்டு வருஷமோ வெளியே இருந்து உழைத்து வர எண்ணியிருக்கிறேன். வேலணை யோகேஷ் மூலமாக பாஸ்போர்ட்டும் எடுத்தாகிவிட்டது. எனினும் கப்பல் வேலையில் சேரும்வரை இந்த வேலையை விட்டுவிட மாட்டேன். கப்பலில் போய் கொஞ்சம் பணத்தோடு திரும்பி, மனைவி பிள்ளைகளோடு வடபகுதி வந்து வியாபாரம் செய்கிற உத்தேசத்தோடு இருக்கிறேன்.

அப்படியொரு முடிவை அவனென்றால் வெறும் அபிப்பிராயமாகக் கூடச் சொல்லியிருக்க மாட்டான். பணம் சேர்க்கக் கூடிய தொழிலானாலும், அரசாங்க வேலை, படிப்பு இரண்டும் தமிழ்ச் சாதிக்கு வாழ்வின் உன்னத அடையாளங்கள். அவன்வரையிலும், தீவிலுள்ள, வடக்கிலுள்ள எவர்வரையிலும் கூட.

ஆனால் அவன் சிலாகிக்கிற அம்சமும் அதில் இருந்தது. எவ்வளவு குடிகாரனாக இருந்தாலும் ஒரு கட்டத்தில் தன் சொந்த வாழ்வு பிரச்னைக்கு உள்ளாகும்போது எப்படியோ சுதாரித்துக்கொண்டு அந்தப் பிரச்னையிலிருந்து நெளிந்து நெளிந்து உருவிக்கொண்டு தப்பிவிடுகிற சாமர்த்தியம் உதயனுக்கு இருந்தமை கண்டு மகிழ்ச்சியாகவே இருந்தது திரவியத்துக்கு.

ஏதோ ஒருவகையில் தன் பலஹீனத்தைச் சுட்டிக்காட்டும் கடிதமாக அது வரவர உருமாற்றம் பெறுவது அவனுக்கு உணர்விலாகியது.

மலைநாட்டில் பார்த்த பட்டதாரி ஆசிரியர் வேலையைத் தூக்கி எறிந்துவிட்டு வந்தபிறகு, நேரம் போகவேண்டும் என்பதற்காகத்தான் சங்குக் கடையைத் திறந்தான். அதுவொன்றும் பெரிய வருமானம் கொட்டுகிற வியாபாரம் இல்லை. மாதம் முழுக்க அழுது வடிந்து கொண்டிருக்கும். திடீரென்று ஒரு நாளைக்கு ஆயிரம் இரண்டாயிரமென்று வியாபாரம் நடக்கும். இப்படித்தான் பங்குனி சித்திரையில் வியாபாரம் இல்லாமலிருந்தது. வைகாசியில் விசாகப் பெருநாளுக்கு நாகவிகாரை வந்த யாத்திரீகர் கூட்டத்தால் நாலாயிரம் ரூபாய் வியாபாரம் நடந்தது. ஒருமுறை வலம்புரிச் சங்கொன்றை விற்றதில் ஐயாயிரம் ரூபா லாபமாகவே கிடைத்தது. அதை நம்பி வாழ்க்கையை ஆரம்பித்துவிட முடியாது.

வாழ்க்கையின் வசீகரமான குரலைக் கேட்டும், அதன் தரிசனம் பெறாதுபோவதின் சோகம் மகத்தானது. இதை எள்ளளவு எள்ளளவாய் அனுபவித்த தலைமுறை திரவியத்தினது. கொடிதினும் கொடிது இளமையில் வரும் வறுமைதானே?

இந்தப் புவிக்கு வசந்தம் வந்தது; போனது! மறுபடி வந்து போனது! இனியும் அது வரும்! ஆனால் இந்தத் தலைமுறைக்கான வசந்தம்..?

திரவியம் அந்த இருளினுள்ளே தன் வாழ்வு தேடி ஒரு பார்வையை வீசினான், வெளி கடந்து.

26

வெளியே செல்லத் தயாராக ராஜி ஹோலுக்கு வந்தபோது வழக்கம்போல் சாய்மனைக் கட்டிலில் படுத்திருந்தாள் மகேஸ்வரி. தான் உடுத்தி வந்த மாதிரியில் தாயாரின் கண்களில் சிறிது வியப்பு படர்ந்ததாகத் தெரிந்தது. அது வியப்பு மட்டும்தானா, அல்லது கோபமும் கொஞ்சம் கலந்திருக்கிறதா என்று தாயாரை நன்கு உற்றுப் பார்த்தாள்.

வெளிறிப் போன மேனி. வாடிப்போன தோற்றம். அம்மா இன்னும் கல்யாணம் நின்றுபோன பாதிப்பிலிருந்து மீளவில்லை. மீட்சி, அந்த வீட்டைப் பொறுத்தவரை ராஜிக்கு மட்டுமாகவே இருந்தது அன்று வரையில். ஆயினும் தாயார் வெற்றிலை போட்டிருந்ததால் கன்னம் சிறிது உப்பி, உதடுகள் சிவந்து, பார்வைக்குச் சந்தோஷமாக இருப்பதுபோலவே தோன்றியது. அவளது உணர்வைத் தப்பாய் மதிப்பிட்டுவிடக் கூடாது என்ற எண்ணத்தில் மேலும் அவதானமாகத் தாயாரை நோட்டமிட்டாள். அந்தக் கண்களில் மிதந்தது வியப்பு மட்டும்தான். அத்துடன் மெலிதாக இன்னும் ஒன்று. பெரும்பாலும் அது அலுப்பாக இருக்கலாமென்று எண்ணினாள்.

மகேஸ்வரிக்கு உண்மையில் வியப்புத்தான்.

தொண்டமானாற்றுக்காரர் பெண்பார்க்க வந்தபோது சேலை கட்டமாட்டேன், வெளியாட்களுக்கு முன்னாலேயே நெகிழ்ந்து உரிந்து போகுமென்று சேலை உடுத்திக்கொள்ள மறுத்து அடம்பிடித்த பெண், இன்றைக்குத் தானாகவே இவ்வளவு கச்சிதமாக முன்சுருக்கு வைத்து சேலை கட்டி வந்திருப்பதைப் பார்த்தால் யாருக்கும் வியப்பைத் தடுக்க முடிந்திராதுதான்.

கடந்த சில வாரங்களாக ராஜியின் மனத்திலிருந்த குதூகலத்தை மகேஸ்வரி அவதானித்தே வந்திருந்தாள். ஏதாவது ஒரு பாடலைச் சதா முணுமுணுத்தபடி கன்றுக்குட்டிபோல் துள்ளித் திரிந்த ராஜியை, ஒரு பெரிய சோகத்தைக் கண்டவளாய் மகேஸ்வரியால் எண்ண முடியவில்லை. அவள் கீறிக் கிறுக்கி மேசையில் போட்டிருந்த படங்கள் மட்டுமென்ன? எல்லாமே உமா – சிவன், வள்ளி – முருகன், ராதா – கண்ணன் விநோதங்களே.

அப்படியே அந்தக் குடும்பம் நசித்துப் போகும்படி ராஜி நடந்து கொள்ளமாட்டாளென்று, அன்று கிணற்றடியிலே அவள் விட்ட கண்ணீரும், சொன்ன உறுதிமொழியும் நம்ப வைத்திருந்ததால் மகளின் போக்கில் ஐயம் கொள்ளவில்லையே தவிர, என்ன ஆகப் போகிறதோ என்ற ஓர் அச்சம் அவளுக்கு அடிமனத்தில் இருந்துகொண்டுதான் இருந்தது.

இப்போது புடவை கட்டி வந்திருக்கிறாள். எங்கே போகிறாள்?

'அம்மா தேத்தண்ணி குடியுங்கோ' என்று காலையில் இரண்டாவது தடவையாகத் தேநீர் கொண்டுவந்து கொடுத்தபோதும், மதியத்தில் சாப்பாட்டுக்குப் பிறகு தானே பாக்குச் சீவி தட்டத்திலே வைத்து எடுத்து வந்து நீட்டியபோதும் மகள் தன்னிடம் ஏதோ கேட்கப்போகிறாள் என்று தெரிந்துவிட்டது மகேஸ்வரிக்கு.

அதன்படி மகேஸ்வரி வெற்றிலை போட்டுக் கொண்டதும் அருகே அமர்ந்து, 'அம்மா ...' என்று குழைந்தாள் ராஜி.

'என்ன ?'

'பின்னேரம்போல விநாயகர்வீதிவரைக்கும் போயிட்டு வரட்டுமா, அம்மா? தெரிஞ்ச ஒரு பிள்ளையைப் பாக்க வேணும்.'

இப்போதெல்லாம் சராசரி ஒன்றுவிட்டு ஒருநாள் ராஜி வெளியே போகிறாள். ஒருநாள் மாலாவைச் சந்திக்க, இன்னொரு நாள் தங்க மணியைப் பார்க்க, அடுத்தநாள் திரவியம் கடைக்கு புத்தகம் வாங்க. ராஜி கேட்கும்போது மகேஸ்வரியும் மறுப்புச் சொல்வதில்லை. அயல் வீடுகளுக்குப் போய் தன் வயதொத்த பிள்ளைகளுடன் பழக அனுமதிக்காமல் ஒரு தனிமை வலயத்துள் இதுவரை வைத்திருந்தது போதும். இனிமேலாவது நாலு இடங்களுக்குப் போய்வரட்டும். நாலு நல்ல சிநேகிதங்களைச் சம்பாதித்துக் கொள்ளட்டும். தன் காலத்தின் பின் தனிமரமாக நின்று தவிக்காமல், சொந்தங்களில்லையென்றாலும் நண்பர்களையாவது சுற்றமாய்க் கொண்டு வாழக் கூடியதாய்த் தேற வேண்டும் என அவள் நினைத்ததே காரணம். அதனால்தான் வருஷ விடுதலைக்கு வீடு வந்த விஜியை விடுதலை முடிந்ததும் கூட்டிப் போய் விட்டுவர ராஜியை அனுப்பினாள்.

தன்னிடத்திலிருந்த மசிளை ராஜி சரியானபடிக்குப் பயன்படுத்த வேண்டுமே என்ற அக்கறை எழுந்துள்ள நேரத்தில், ராஜி வந்து கேட்கிறாள், விநாயகர் வீதிக்குப் போய்வரட்டுமா என்று. இன்றைக்கு மறுத்துவிடலாமோ என்றிருந்தது மகேஸ்வரிக்கு. முடியவில்லை. அம்மா என்று ராஜி அழைத்த தொனிக்கு, மறுத்துவிடுவதைத் தடுக்கும் சக்தி இருந்திருக்கிறது. அவள் சரியென்றுவிட்டாள்.

இப்போது வெளியே செல்லத் தயாராக வந்து நிற்கிற மாதிரியைப் பார்க்க மீண்டும் மனத்துள் நெருடல் எழுந்தது. எந்தப் பிள்ளையைப் பார்க்கப் போகிறாயென்று கேட்கவேண்டும் போலிருந்தது. அடக்கிக் கொண்டாள்.

தாயிடத்தில் தன் அலங்காரமும் அழகும் விளைத்த ஆச்சரியத்தால் சிறிது வெட்கப்பட்டுச் சிரித்தபடி, "அம்மா, நான் போட்டு வாறன்" என்று கூறிக்கொண்டு வெளியே நடந்தாள் ராஜி. கேற்றை மூடுகிறபோதுதான் குரல் கொடுக்க முடிந்தது மகேஸ்வரியால். "பொழுதுபடுகிறதுக்குள்ள வந்திடவேணும்."

கல்யாணத்துக்கு எடுத்திருந்த புதுப்புடவை உரசலில், அதன் சரசரப்பில் ஊனிலும் உயிரிலுமே புத்துணர்ச்சியொன்று பரவ கோயில்

வீதி வழியே நடந்துகொண்டிருந்தாள் ராஜி. மகேஸ்வரியிடத்தில் போலவே ராஜிதன்னிலும் ஒரு வியப்பு அப்போது எழுந்துகொண்டிருந்தது. "இந்த என் நிலைமை, நினைப்பு, சந்தோஷமெல்லாம் நிஜமா?"

அம்மன் கோயில் வாசலில் நின்று வணங்கிவிட்டு மேலே நடந்தபோது பதில் கிடைத்தது. 'இதெல்லாம் நிஜம்தான். இந்தத் தெய்வத்தின் அனுக்கிரகத்தில்தான் அசாத்தியமாய் நின்றிருந்தது சாத்தியமானது. கனவு நனவானது. சென்று தேய்ந்திறுதல் பொங்கிப் பொலிதல் ஆயிற்று.'

ராஜி சந்தியை அடைய பஸ்ஸும் வந்தது.

மணிமேகலை அரங்கை பஸ் கடந்து கொண்டிருந்த வேளையில் கழிந்துபோன சித்திரை வருஷமும், விளையாட்டு விழாவும் அவளுக்கு ஞாபகமாயின. அந்த ஆண்டு வருஷப் பிறப்பை என்றைக்குமே அவளால் மறக்க முடியாது. அவள் உயிரோடிருக்கும் வரை அந்த நினைவும் சாசுவதமாக இருக்கும். எவனுடைய காதலை அடைவதைத் தவமாய்ச் சிந்தை செய்து கொண்டிருந்தாளோ, அந்தக் காதல் சித்தித்த நாள் அது.

அப்போது அவள் சுந்தரலிங்கம் வீட்டுக்குத்தான் போய்க் கொண்டிருந்தாள். போவது அரசியின் அழைப்பின் பேரில். ஆனால் ஆவலிருப்பது சுதனைப் பார்க்க.

விநாயகர் வீதிச் சந்திப்பில் பஸ் நின்றது. ராஜி இறங்கி நடந்தாள்.

திடீரென்று படலையைத் திறந்துகொண்டு வாசலில் பிரசன்னமான ராஜியைக் கண்டதும் அரசியைத் தவிர, வீட்டிலிருந்த அனைவருமே ஆச்சரியப்பட்டுப் போயினர். சுந்தரலிங்கம் அன்று வீட்டிலே நின்றிருந்தார். சுதன், தாயார் இருவரையும்விட அதிக ஆச்சரியப்பட்டது அவர்தான்.

ராஜிக்கு கூச்சமாக இருந்தது, எதிர்நின்ற ஆச்சரியங்களைப் பிளந்துகொண்டு உள்ளே செல்ல. நாய்வேறு வாசலில் நின்று வள்வள்ளென்று குரைத்துக் கொண்டிருந்தது. அரசி ஓடிவந்து அதை அதட்டி அடக்கிவிட்டு ராஜியை உள்ளே கூட்டிச் சென்றாள். வீட்டுத் திண்ணையில் அமரவைத்துப் பேசிக்கொண்டிருந்தாள்.

சார் வீட்டில் அமர்ந்து சஞ்சிகையொன்றைப் புரட்டிக் கொண்டிருந்த சுதனின் பார்வையில் விளைந்த விநோதங்களை அவ்வப்போது பார்த்து ரசித்துக் கொண்டிருந்தாள் அவள். அந்தத் தோற்றத்தில் அவளைக் கண்டதில் அவனுள்ளும் ஓர் ஆனந்தம்.

தேநீர் கலக்கிவந்து கொடுத்த அரசியின் தாயார் சிறிதுநேரம் நின்று பேசினாள். தாயார், தம்பி தங்கைபற்றி சுக விசாரிப்புத்தான். கலகலப்பாகவே பதில் சொன்னாள் ராஜி.

மாமரத்தின் கீழேயிருந்த பழைய மரக்குற்றியில் அமர்ந்திருந்த சுந்தரலிங்கம், சுதனதும் ராஜியதும் பார்வைகள் அவ்வப்போது மோதிச் சிலிர்த்துத் தெறிப்பதை ஓரவிழியில் பார்த்துக் கொண்டிருந்தார். அவளை அங்கே கண்டதால் ஏற்பட்ட ஆச்சரியம் மேலும் அதிகரித்தது.

அவளைச் சின்ன வயதிலிருந்து அவருக்குத் தெரியும். பொன்னுச்சாமி குடும்பம் வீரபத்திரர் வீதியில் காணி வாங்கிக் கொண்டு போன பின்னரும், போர்ட்டிலே, வீதியிலே, பஸ்ஸிலேயென்று அவ்வப்போது பார்த்திருக்கிறார். அவள் அறிந்த பாவனை காட்டிப் புன்னகைப்பாள். அவர் ஆமோதிப்பது போல் தலையசைப்பார். அவ்வளவுதான். ஒரு கதை பேச்சு இருக்காது. கொழும்பு சென்றுவந்த சம்பவத்தின் பின்னரும் கூட அவளைப் பார்த்திருக் கிறார். முன்னர்போலவே அப்போதும் புன்னகை காட்டியிருக்கிறாள். அந்தக் கள்ளங்கபடமற்ற சிரிப்பு அவரை உருகவைத்திருக்கிறது. வஞ்சமற்ற மனங்கள் வதைபடுவது அவருக்குப் பொறுக்காது. அதனால்தான் கல்யாணம் நின்றுபோனது அறிந்து சுதனையே பார்வைக்கும் பிடிக்காமல் தகித்துத் திரிந்தார்.

ஆனால் இப்போது நிஜத்தில் நடப்பதென்ன?

அவள் அரசியை மட்டுமே சந்திக்க வந்ததாய் அவருக்குத் தோன்றவில்லை.

அந்தப் பூரிப்பு . . . அந்தக் குதூகலம் . . . ஏதேதோ அர்த்தங்களை அவர் கொள்ளும்படிக்குச் செய்துகொண்டிருந்தன.

தன் மனம் பரபரத்துக் கொண்டிருப்பதை அவரால் உணர முடிந்தது. தன்னிடத்தில் தோன்றிய வியப்புக்கூட ஒரு சந்தோஷ வியப்பே என்பதையும் அவர் புரிந்தார். இதுபற்றி நிச்சயமாக அரசிக்கு ஏதாவது தெரிந்திருக்க வேண்டுமெனப்பட்டது. அவளையே கேட்டுவிடுவதென்ற தீர்மானத்தோடு, ராஜி புறப்படும்வரை தன் ஆவலை அடக்கிக் கொண்டு காத்திருந்தார்.

கந்தசாமி அப்பா வீட்டுக்குப் போவதாகத் தாயாரிடத்தில் கூறிக் கொண்டு சுதன் போனான். அதுகூட தன்னிடமிருந்து கள்ளத்தை மறைத்துக்கொள்வதற்கான முயற்சியே என்று எண்ணி ஏதோ ஒரு மகிழ்ச்சியில் ஆழ்ந்து திளைத்துக் கொண்டிருந்தார் அவர்.

மேலும் சிறிதுநேரம் பேசிக்கொண்டிருந்தபின் ராஜி வீட்டுக்குப் புறப்படத் தயாரானாள். அரசி எழுந்து உள்ளே சென்று புத்தகமொன்றைக் கொண்டுவந்து கொடுத்தாள். அதன் தடிமனில் மகிழ்ச்சியோடு வாங்கிக் கொண்ட ராஜி, எல்லோரிடமும் விடை பெற்றாள்.

கொக்கித் தடியை எடுத்துக்கொண்டு ஆட்டுக்கு குழையொடிக்க மனைவி உள்வளவு செல்ல, சுந்தரலிங்கம் அரசியை அழைத்தார். “அரசி . . !”

அரசி வந்தாள். “என்ன, ஐயா?”

“இதெல்லாம் என்ன? எனக்கு ஒண்டுமாய் விளங்கேல்லை . . !”

அவள் எதுவென்று கேட்கவில்லை. அவர் எதுபற்றிக் கேட்கிறாரென்று அவளுக்குத் தெரிந்திருந்தது.

"எனக்கு... ஒண்டும்... தெரியாதையா."

ஒருகணம் நிமிர்ந்து அவளை ஊன்றிப் பார்த்துவிட்டு கேட்டார்: "உங்களுக்குள்ள எத்தினை நாளாய்ப் பழக்கம்?"

"இப்ப ஒரு மூண்டு நாலு மாசமாய்த்தான்."

"அப்ப... கலியாணவீடு குழம்பின பிறகுதான். இல்லையே?"

"ஓம், ஐயா."

"எப்படிப் பழக்கம் வந்தது?"

"என்ன ஐயா இது? அவவைச் சின்ன வயசிலயிருந்து எனக்குத் தெரியும்."

"மெய்தான். ஆனாலும் இடையில இவ்வளவு நெருக்கம் இருக்கேல்லையே?"

"கோயில்ல ஒருநாள் சந்திச்சம். அதுக்குப் பிறகு பழையபடி நெருக்க மாயிட்டுது."

"எங்க, எங்கட காளிகோயில்லயோ?"

"இல்லை, அம்மன் கோயில்ல."

"அதுசரி, கலியாணம் குழம்பிப்போனது சம்பந்தமாய் அந்தப்பிள்ளை ஏதாவது உன்னோட பேசியிருக்கா இத்தனை நாளில?"

"இல்லை."

"ஒரு வார்த்தை கூட?"

"இல்லை, ஐயா."

"ம்..! இது உன்னைப் பாக்கமட்டும் வந்த வரத்தாய்த் தெரியேல்லை எனக்கு."

"நான்தான் ஐயா, அவவை வீட்டுக்கு வரச் சொன்னனான்."

"அதில ஒரு வித்தியாசமுமில்லை. ம்... அது போகட்டும், இதைப்பற்றி நீ என்ன நினைக்கிறாய்?"

"நானென்ன நினைக்கிறது, ஐயா? எனக்கு..."

"ம்... சொல்லு!"

"என்ன சொல்லுறதெண்டு தெரியேல்லை எனக்கு. ரண்டு பேரும்..."

"ம்..?"

"ஒருத்தரை ஒருத்தர்... விரும்புற மாதிரித்தான்..." தந்தையின் முகபாவம் மாறுகிறதா என்று கள்ளத்தனமாய்ப் பார்த்தாள் அரசி.

நிர்விகற்பமாய் நின்றுகொண்டிருந்தார் அவர். பின் கேட்டார்: "இதைப்பற்றி அந்தப் பிள்ளையாய்..."

“வாய்திறந்து ஒண்டுமே சொல்லேல்லை.”

“ம்..!” என்று யோசனையிலாழ்ந்தார் சுந்தரலிங்கம். பின் என்ன யோசித்தாரோ, “அவனையே கேட்டுட வேண்டியதுதான். கூப்பிடு சுதனை” என்றார்.

கந்தசாமி அப்பா வீட்டிலிருந்த சுதனை வேலியில் நின்று அழைத்து தந்தையாரிடம் அனுப்பிவிட்டு தாயிடம் சென்றாள் அரசி. அவளுக்குத் திரும்ப வீட்டுக்கு வரப் பயமாக இருந்தது, அவரது முகத்தில் கோபக்குறியேதும் இல்லாதிருந்த போதும்.

சுதன் தந்தையிடம் வந்தான், நிலைமையை ஓரளவு முன்னனுமானித்த தயக்கத்துடன்.

மரக்குற்றியில் அமர்ந்திருந்தவர் அவனை நிமிர்ந்து பார்த்தார். முகத்தை நன்றாகக் குடைந்துவிட்டு மறுபடியும் குனிந்தார். எப்படிக் கேட்பது எனத் தடுமாறுபவர்போல அந்த ஸ்திதியிலேயே நிலைத்திருந்தார் சிறிதுநேரம். பின் தொண்டையைக் கனைத்து கரகரப்பைப் போக்கிக்கொண்டு, பதனமான குரலில் சொன்னார்: “நான் இப்ப கேக்கப் போற கேள்விக்கு எந்த உண்மையையும் மறைக்காமல் நீ பதில் சொல்ல வேணும், சுதன்.”

அவள் அவசரப்பட்டு வீடு வந்ததன் பிரதிகூலம் அப்போதுதான் உறைத்து மனத்துள் அவளைத் திட்டிக்கொண்டிருந்தான் அவன்.

“இதை நான் கேக்கிறதாய்க்கூட நீ எடுக்கத் தேவையில்லை. உன்ர சிநேகிதர்மாரில ஒரு ஆள் – திரவியமோ, செல்வமோ – கேக்கிறதாயே பாவிச்சுக் கொள்ளலாம். என்ன?”

அவன் திடுக்கிட்டு, “சரி, ஐயா” என்றான்.

“நான் என்ன கேக்கப்போறனெண்டு நீயே இதுக்குள்ள ஒரு ஊகத்துக்கு வந்திருப்பாய் ... ம் ... பொன்னுச்சாமியின்ர பெட்டை இஞ்ச எதுக்கு வந்தது?”

“அக்கா ... கூப்பிட்டிருப்பா.”

“அக்கா என்ன எம்.பி.யே கூப்பிட்டவுடன அவள் ஓடிவர? இதில வேற எதுவோ இருக்கு. உள்நோக்கமாவது இருக்கும். அப்பிடி ஏதாவது இருந்தாலும் குறை சொல்லமாட்டன். அதுசரி, உங்களுக்குள்ள ஒரு குடுக்கல் வாங்கல் ... ஒரு பேச்சுவார்த்தை ... ம்?”

“அது ... வந்து ... ஐயா ...”

“பயப்பிடாமச் சொல்லு, சுதன்.” தகப்பனார் முகத்தில் தோழமை பொலிந்தது.

இருந்தும் அவன் தயங்கினான். தந்தையல்லவா?

தேர்வு முடிந்த பிறகு அவனே யார் மூலமாகவாவது அவருக்குத் தெரிவிக்கவேண்டும் என்றிருந்த உண்மைதான் அது. அவரே தோழனாய் மாறியிருக்கிற இந்தச் சமயத்தில் சொல்லிவிட்டாலென்ன?

"சொல்லு, சுதன். ஏன் மறைக்க வேணும்?"

அதற்குமேலே அவன் தாமதிக்கவில்லை. "ஐயா, ராஜியின்ர கலியாணம் நிண்டுபோனதுக்கு சின்ன அளவிலயெண்டாலும் நானும் ஒரு காரணமாய் இருந்திருக்கிறன். இதை நினைச்சு நெடுகவே எனக்குக் கவலை. இண்டைக்கு அந்தக் குடும்பமே அந்தரிச்சுப் போய் நிக்குது. இனிமேல் இந்தத் தீவில மட்டுமில்லை, அண்டை அயல் தீவுகளில, அது ஏன், வடமாகாணத்தில கூட அவவைக் கலியாணம் செய்துகுடுக்க ஏலாது. அதால ... நானே ... அவவைக் கலியாணம் செய்திட்டால் ... உங்கட சம்மதத்தோடதான் ... அவவும் கொஞ்சம் படிச்சிருக்கிறா ... அப்பதான் அந்தக் குடும்பம் தலை நிமிரும் ..."

"சுதன், உன்ர முடிவு நிச்சயம்தானா?" கண்களில் ஒரு பேரொளி மின்ன அவர் கேட்டார்.

"நிச்சயம்தான். ஐயா."

"சுதன் ..." அவரது நா தழுதழுத்தது. கண் கலங்கி நீர் விழுந்தது. சட்டென முகத்தை அப்பால் திருப்பி துடைத்துக் கொண்டார். "சரி... சரி... ஒண்டுக்கும் அவசரமில்லை. றிசல்ற் வரவேணும் ... வேலையொண்டு தேடவேணும் ... இனி, பெரியாக்களின்ர விஷயம் எல்லாம். நாங்கள் பேசி முடிவு செய்துகொள்ளுறம். என்ன?"

"சரி, ஐயா."

"ம். நீ போய் அரசியிட்ட தேத்தண்ணி போடச் சொல்லு. இன்னொரு தேத்தண்ணி குடிக்கலாம்போல இருக்கு எனக்கு."

மனம் லேசாகிவிட்ட மகிழ்ச்சியில், அரசியை அழைத்து தகப்பன் தேநீர் கேட்டதாகச் சொல்லிவிட்டு, சட்டையைப் போட்டுக் கொண்டு வெளியே நடந்தான் சுதன்.

27

மறுநாள் காலை எழு மணியளவில் வெளியே செல்லப் புறப்பட்ட சுந்தரலிங்கம் மனைவியை அழைத்தார். "என்னப்பா, கேட்டுதே!"

"அம்மா, ஐயா கூப்பிடுறார்." கிணற்றடியிலிருந்த தாயாரிடம் போய்ச் சொன்னாள் அரசி.

முகம் கழுவிக் கொண்டிருந்தவள் முந்தானையை இழுத்து முகத்தைத் துடைத்தபடி அவசரமாக வந்தாள். அவர் வெளியே செல்லத் தயாராக நிற்பதைக் கண்டு, "என்ன இது? இண்டைக்கு எங்கயும் வெளியில போகமாட்டனெண்டு ராத்திரிச் சொன்னியள் ... இன்னும் காலமைப் பலகாரமொண்டும் செய்யத் துவங்க இல்லை ..." என்றாள்.

"சாப்பாடு வேண்டாம். நான் இப்ப திரும்பியிடுவன்."

"எங்க வங்களாவடிக்கா?"

"இல்லை, பொன்னுச்சாமி பெண்சாதியைப் பாத்திட்டு வந்திடுறன் ..."

“எது, அந்த விஷயமாய்ப் பேசத்தானே?”

அவர் தலையசைத்தார்.

அதற்கு அவள், “அவையாய் வந்து பேசுறதுதான் முறை...” என்று இழுத்தாள்.

“இப்ப இதில எந்த முறையும் வேண்டாம். எது சரியோ, அது நடக்கட்டும்.”

மேலே அவளிடமிருந்து பேச்சில்லை.

“என்ன, வரட்டுமே?”

“சரி, போயிட்டு வாருங்கோ.”

சுந்தரலிங்கம் நடந்தார்.

வீரபத்திரர் வீதிவரை அந்த இதமான குளிர்காலைப் பொழுதிலும் வியர்வை கசியும்படிக்கு ஒரே வீச்சுநடை.

பொன்னுச்சாமி வீட்டு வாசலை அடைந்தவர் உணர்வலைகளின் அழுத்தத்தால் அப்படியே சிறிதுநேரம் நின்றார்.

வாசலிலுள்ள தேமா நிறையப் பூத்திருந்தது. விழுந்திருந்த பூக்கள் மண்மறைத்துக் கிடந்தன.

அவர் மெதுவாக கேற்றைத் திறந்தார். கிரீச் என எழுந்த சத்தத்தில் வெளி விறாந்தையில் கிடந்த நாய் எழுந்து நின்று குரைத்தது.

ஹோலுக்குள்ளிருந்த மகேஸ்வரி முக்கி முனகி எழுந்து வந்து கதவைத் திறந்து பார்த்தாள்.

சுந்தரலிங்கம வந்து கொண்டிருந்தார்.

அவளுக்கு ஆச்சரியமாக, திகைப்பாக இருந்தது. அடக்கிக் கொண்டு, “வாருங்கோ, அண்ணை” என்று வரவேற்றாள். சுவரோரமிருந்த நாற்காலியைச் சற்று முன்னே நகர்த்தி வைத்து, “இருங்கோ” என்றாள்.

உள்ளே வந்து நாற்காலியில் அமர்ந்தவர், எப்படிப் பேச்சை ஆரம்பிப்பது என்று தெரியாமல் சிறிது குழம்பியபின், வந்த விஷயத்தை நேரடியாகவே விறுவிறுவென சொல்லத் தொடங்கினார்.

தாயார் யாருடனோ பேசும் குரல் கேட்டு, குசினியிலிருந்து ராஜி வெளியே வந்து பார்த்தாள். ஹோலுக்குள் சுதனின் தந்தையைக் கண்டதும் நெஞ்சு பகீரென்றது. ‘என்ன பேசுவாரோ? உன்னுடைய மகள் வீட்டுக்கெல்லாம் வந்து போறாள். இளந்தாரிப்பிள்ளை இருக்கிற வீட்டுக்கு ஒரு சமைஞ்ச குமர்ப்பிள்ளை வந்துபோனால், ஊர் என்ன சொல்லும்? அதுவும் உன்ர பெண்ணால ஏற்கனவே வீண்பழி வந்து விழுந்து கிடக்கு என்ர மகன் மேல. மாப்பிள்ளை பிடிக்கிறதெண்டால் பிடியுங்கோ. அதற்கு என்ர மகன்தான் கிடைச்சானா? சீவிச் சிங்காரிச்சுக்கொண்டு நேற்றுக் கூட வீட்டுக்கு வந்திருந்தாளே! நீ கண்டிச்சு வைக்கிறியா, இல்லாட்டி நானே கண்டிக்கட்டுமா!’ என்று கொட்டிவிடுவாரோ?

ஆனால் சுந்தரலிங்கம் சொல்வதைக் கேட்கக் கேட்க அவளது உள்ளம் வெளியே வந்து விழுந்துவிடுவதைப் போல ஆனந்தத்தில் துள்ளியது.

சுந்தரலிங்கம் தான் சொல்ல வந்த விஷயத்தை விஸ்தாரமாகக் கூறி இவ்வாறு முடித்தார்: "எப்படியோ, இந்தளவுக்குப் பிறகாவது காரியம் சுபமாய் முடிஞ்சுதே, அதுக்காக அந்த அம்மனுக்குத்தான் நன்றி சொல்லவேணும். சுதனுக்கு றிசல்ற் வந்ததும் கலியாண எழுத்தை வைச்சுக் கொள்ளலாம். தாலி கட்டுக்கு ஒரு வருஷமாவது போகட்டுமன். வேலை வசதி ஒண்டுமில்லாமல் கலியாணத்தைக் கட்டியிட்டு என்ன செய்யப்போகினம்? என்ர பேச்சை நம்பினால் சரி, இல்லாட்டி பதிவுக் கந்தோருக்குப் போய் நாளைக்கே எழுத்தை வைச்சிட்டு, ஐப்பசியில ஒரு நாளில கலியாணமெண்டாலும் எனக்குச் சம்மதம்தான்."

"உங்கட வார்த்தைக்கு என்னண்ணை, அது ஆயிரம் பெறும். நீங்கள் சொன்னால் சரிதான்" என்றாள் மகேஸ்வரி.

"நேற்று பொழுதுபடுகிற நேரமாய்த்தான் இந்த விஷயமே எனக்குத் தெரிய வந்தது. ராப்பொழுது பொறுத்துக் கொண்டிருந்திட்டு காலமை எழும்பி ஓடியாறன். அப்ப... நான் வரட்டுமே?" என்று எழப் போனார் சுந்தரலிங்கம்.

"என்னண்ணை இது! தண்ணிகிண்ணி குடிக்காமல், வந்த கையோடயே! கொஞ்சம் இருங்கோ" என்றவள் உள்ளே திரும்பி, "பிள்ளை..! ராஜி..!" எனக் குரல் கொடுத்தாள்.

மகேஸ்வரி கூப்பிட்ட குரலின் ஒலியலைகள் அடங்குவதன் முன்னமே தேநீரோடு வந்து நின்றாள் ராஜி.

மறுபடி அமர்ந்து தேநீர் குடித்து, வெற்றிலையும் போட்டுக் கொண்டு சுந்தரலிங்கம் புறப்பட்டார். கேற்வரை சென்று அவரை அனுப்பிவைத்தாள் மகேஸ்வரி.

அவளால் உவகையைத் தாங்க முடியவில்லை. 'ஐயோ, சுந்தரத்தார் இங்கயிருந்து வெளிய போறதை ஆராவது பாக்க வேணுமே! வயலிலயிருந்து, கடையிலயிருந்து, இல்லாட்டால் கோயில்லயிருந்து ஒருத்தர் இந்தப் பக்கம் வரக்கூடாதா?'

அவளது ஆசையைப் பலிதமாக்குகிற வகையில் குச்சொழுங்கையிலிருந்து வீரபத்திரர் வீதியில் வந்து மிதந்தான் கந்தசாமி. வெற்றுடம்பு, தலைப்பாகை, தோளிலே கோடாலி, கையிலே வெற்றிலைச் சரை... வழக்கமான கோலம். எங்கோ விறகு கொத்தப் போய்க் கொண்டிருந்தான்.

'இவன்ர பார்வையில சுந்தரத்தார் தவறியிருக்கவே ஏலாது. நிச்சயம் மாலைக்குள்ள சுந்தரத்தார் வீடு வந்த விஷயம் சகடை தங்கம்மாவுக்குத் தெரியவரும்' என்று நினைத்தபடி இரண்டு மாதங்கள் காலடி பதிக்காத அந்தக் கிறவல் வீதியில் ஏறி, தலையை நிமிர்த்தி இரண்டு பக்கமும் பலஹீனத்தோடு பார்த்துக்கொண்டு நின்றாள்.

அந்த வீட்டின் துக்கத்தைத் தூக்கியெறிந்துவிட்டுப் போகிற மகிழ்ச்சி சுந்தரலிங்கத்துக்கு. அவரும் ஏதோ நினைப்பில் ஆறுதலாகவே நடந்தது போலிருந்தது. அவர் முடக்கிலே திரும்பி மறைந்தும்கூட சிறிது நேரம் நட்டநடு வீதியிலே நின்று கொண்டிருந்துவிட்டு மகேஸ்வரி வீட்டுக்கு வந்தாள்.

கிணற்றடியில் குளித்துக்கொண்டிருந்த ராஜேந்திரன் ஈரத்தை உலர்த்தியபடியே வீட்டைச் சுற்றி முற்றத்துக்கு அவசரமாக வந்தான். "ஆரம்மா, சுதன்ர தேப்பனே வந்திருந்தது?"

"ஓம், ராசன்."

"என்னவாம்?"

"ராஜியை சுதனுக்குச் செய்ய சம்மதமெண்டு சொல்லியிட்டுப் போறார்."

"கலியாணம் எப்பம்மா?" என்றான் மிகக் குதூகலமாக. கொஞ்ச நாட்களாக நெஞ்சிலிருந்து நெருடிக் கொண்டிருந்த துன்பம் வெளியே வந்துவிட்ட திருப்தி.

"அதுக்கு நாள் இருக்கு. முதலில எழுத்தை வைக்கலாமாம். சுதனுக்குச் சோதினை றிசல்ற் வந்தவுடன எழுத்து. அடுத்த வருஷமளவிலதான் கலியாணம்."

"கலியாணத்தை உடன வைச்சால் நல்லதுதானே! வாங்கின நகையள் உடுப்பெல்லாம் அப்படியே இருக்கு..."

"ஓம், ராசேந்திரா. நானும் இதை அவரிட்டக் கேட்டன். அதுக்கு ரண்டு காரணம் சொல்லுறார். முதல்ல, சுதனுக்கு ஏதாவது வேலை ஒழுங்குபண்ண வேணுமாம். மற்றது, அரசியின்ர கலியாணத்தை அதுக்குள்ள முடிக்கவேணுமாம். பேச்சு நியாயமாய்த்தானே இருக்கு!"

"ஏன், அரசியின்ர கலியாணம் பேச்சில இருக்காமா?"

"அப்படித்தான் சொன்னார்."

"சொந்தத்துக்குள்ளயா?"

"அவரின்ர அடியாம். தென்மராச்சியிலயாம் வீடு. அதைப் பற்றி வேறயொண்டும் நான் கேக்கேல்லை."

"குணத்தைப் பேசுறதுக்கு முந்தி நாங்கள் சுதனைக் கேட்டுப் பாத்திருக்க வேணும், அம்மா."

"ஓம், ராசன். ஆர் ஆருக்கு எங்கயெங்க முடிச்சுப் போட்டிருக்கெண்டு எப்படித் தெரியுறது?"

"அம்மா... அப்ப நான் பம்பாய்க்கு..?"

பம்பாய்க்குப் போய் கப்பல் ஏறுகிற தன் ஆசையை முன்பே தாயாரிடம் சொல்லிக் கொண்டிருந்தவன் அவன். ராஜியின் திருமணம் தடைப்பட்டதோடு அதுபற்றிய பிரஸ்தாபம் நின்றிருந்தது. இப்போது

சுதனுக்கு ராஜியைச் "செய்ய" சம்மதமானதோடு அந்தப் பேச்சை மறுபடி தொடங்கியிருக்கிறான்.

"எல்லாத்துக்கும் பொறு, எழுத்து முடியட்டும் முதலில. எங்க, ராஜி ?"

மகேஸ்வரி உள்முற்றம் வந்து பார்த்தாள். குசினியில் பார்த்தாள். பின்கதவூடாக எட்டி கிணற்றடி, கக்கூஸ் பக்கம் பார்வையை வீசினாள். ராஜி இல்லை.

"ராஜி . . !"

அழைப்புக்குப் பதிலும் வரவில்லை.

அவள் படுக்கையறைக்கு வந்தாள்.

கட்டிலில் குப்புற விழுந்து குலுங்கிக்கொண்டிருந்தாள் ராஜி.

"ராஜி, என்ன பிள்ளை இது . . ?" மகேஸ்வரி பதைத்தபடி கேட்டாள்.

ராஜி எழுந்து கண்களைத் துடைத்தாள். பின் தாயாரை நோக்கி நிமிர்ந்தாள். "இந்தக் குடும்பத்துக்கு வந்த அவமானம் நீங்கியிட்டுதம்மா. இனிமேல் ஆருக்கும் நீங்கள் தலைகுனிஞ்சு வாழத் தேவையில்லை. விஜியின்ர எதிர்காலம் என்ன ஆகுமோவெண்டும் கவலைப்படத் தேவையில்லை. அம்மா . . . அம்மா . . . இனிமேல் நீங்கள் வெளியில போவீங்கள்தானே, அம்மா ?"

"போவன், ராஜி."

"கடைக்கு . . ?"

"போவன்."

"அப்ப, அடுத்த வெள்ளிக்கிழமை என்னோட அம்மன் கோவிலுக்கு வருவீங்களா ?"

"அடுத்த வெள்ளிக்கிழமை மட்டுமென்ன, இனி ஒவ்வொரு வெள்ளிக்கிழமையும் வருவனடி, மகளே !"

"அம்மா . . . இனிமேல் நீங்கள் அழமாட்டியள்தானே ?"

அருகே கட்டிலில் அமர்ந்து ராஜியை அணைத்தபடி இல்லையெனத் தலையசைத்தாள் மகேஸ்வரி. கண்ணீர் மட்டும் ஆறாகப் பொங்கி வழிந்து கொண்டிருந்தது !

ஓ . . . அது அழுகையில்லைத்தான்.

28

தென்மேற்குப் பருவப்பெய்ர்ச்சிக் காற்று வேகவேகமாகச் சுழன்றடித்தது. வங்கக் கடலும், அராபிக் கடலும் பொங்கி, பொருமி வரையெனத் திரைகளை உப்பித் தள்ளிக் கொண்டிருந்தன.

விடியல், துக்கம் அதிகரிப்பதற்கான அடையாளமாக ஏறக்குறைய அந்தத் தீவு மனிதர் எல்லோரையுமேதான் அச்சுறுத்தி விட்டிருந்தது. 1983

ஆடி 23 வரலாற்றில் நிரந்தரமாகத் தன்னைப் பொறித்துக் கொள்ளும் செயற்பாட்டுத் தளமாக இலங்கையைத் தேர்ந்தெடுத்துக்கொண்டதான முதல் தகவல் அந்தத் தீவை அடைந்த நேரம் துவங்கி, மனிதர்களின் நெஞ்சங்களெல்லாம் எரிந்து கொண்டிருந்தன.

அந்தத் தீவிலிருந்து உத்தியோக நிமித்தமும், பிழைப்பு நிமித்தமும் கொழும்புக்கும் பிற சிங்களப் பகுதிகளுக்கும் சென்றிருந்த ஆண்களின் இல்லங்களிலெல்லாம், அவர்கள் தப்பிப் பிழைத்தவர்களாய் அகதி முகாங்களில் தஞ்சமடைந்திருக்கக் கூடும், அல்லது, அந்தத் தீவை நோக்கி அப்போது பல்வேறு உபாயங்களில் வந்து கொண்டிருக்கக்கூடும் என்ற சாத்தியமான அயல் மனிதரின் தேறுதல் வார்த்தைகளையும் மீறி அழுகையும், ஓலமும், ஒப்பாரியாகவும் இருந்தது. மொத்தத்தில் நயினாதீவே சாவு வீடான தோற்றம் கொடுத்துக் கொண்டிருந்தது.

சிலர் தாம் தப்பிப்பிழைத்துள்ளதை எந்தெந்த வழிகளிலோ அறிவித்திருந்தார்கள். லொறியிலோ, பஸ்ஸிலோ, ரயிலிலோ, தனி வான்கள் வைத்துக்கொண்டோ தப்பிவந்துவிட்டவர்கள் தமக்குத் தெரிந்த சிலரின் முடிவுகளைச் சொன்னார்கள். பாதி துக்கமானதும், பாதி நிம்மதியானதுமான முடிவுகள் அவை. பலரின் முடிவு இன்னும் தெரியாமலே இருந்தது. அப்படியானவர்களின் குடும்பத்தவர் இரவு பகலாய்ப் படகுத் துறைகளிலேயே தவங்கிடந்தார்கள்.

நேரக் கட்டுப்பாடின்றி படகுகள் ஓடிக் கொண்டிருந்தன பல்வேறு தீவுகளுக்கும். அகதிகளை ஏற்றிச் செல்ல பல சம்மாட்டிகள் தமது மீன்பிடி வள்ளங்களை சேவைக்கு விட்டிருந்தனர்.

அதுவரை தகவல் தெரியாது போனவர்களில் மாலாவின் தந்தை விசுவலிங்கமும் ஒருவர். சரஸ்வதியின் சோகத்தைக் கண்கொண்டு பார்க்க முடியவில்லை. மாலாவின் நிலையும் ஏறக்குறைய அதுதான். பாதிநேரம் படகுத் துறையிலும், பாதிநேரம் வீட்டுப் படலையிலுமாக அவர்களுக்குக் கழிந்துகொண்டிருந்தது. மகேஸ்வரியும் ராஜலட்சுமியும் அடிக்கடி போய் கூடஇருந்து ஆறுதல் சொல்லிவந்தனர்.

நாளுக்கு நாள் வருகிற செய்திகள் மிகுந்த சோகமாகவே இருந்து கொண்டிருந்தன. யாருக்கும் ஒரு புது நாள் விருப்பமாக இருக்கவில்லை. விடியலை, அவர்கள் அதன் துக்க அதிகரிப்புக்காகவே வெறுத்தார்கள்.

இனக் கலவரம் தொடங்கி ஒருவாரம் ஆகிவிட்டிருந்தது.

ஒரு அதிகாலை வேளையில், "தம்பி திரவியம்! திரவியம்!" என்று கேற்றடியில் கேட்ட அழைப்புக் குரலில் தூக்கம் கலைந்தான் திரவியம்.

அவனுக்கு முன்பாக விழித்துக்கொண்ட சங்கரப்பிள்ளை பாயில் எழுந்தமர்ந்தபடியே, "ஆரது?" என்று பதில் குரல் கிளர்த்தினார்.

"அது ... நான் வாத்தியார் ... நாச்சியார்."

"என்ன நாச்சியார் இது ... இந்த நேரத்தில?"

“இந்த அநியாயத்தை எங்க போய்ச் சொல்லுறது?” என்று புலம்பிய வாறே கேற்றைத் திறந்துகொண்டு முற்றத்துக்கு வந்தாள்.

பதைப்போடு கேட்டார் சங்கரப்பிள்ளை: “ஏன் ... ஏன் ... என்ன நடந்தது?”

“என்னத்தை வாத்தியார் சொல்லுறது? உவன் உதயகுமாரயுமெல்லே சிங்களவங்கள் வெட்டிச் சாக்கொல்லிப் போட்டாங்களாம்!” என்றாள் நாச்சியார்.

கேட்டுக்கொண்டிருந்த திரவியம், “ஆரை ... எந்த உதயகுமாரை?” என்று கேட்டபடி பாய்ந்து முன்னே வந்தான்.

“அதுதான் ... உவர் சரவணையின்ர மோன், தம்பி ...”

“ஐயோ!” திரவியத்துக்கு தேகமெல்லாம் பதறியது. கால்களுக்குக் கீழே பூமி பெயர்ந்து நழுவியது போல் தளும்பித் தள்ளாடினான். பின் ஒருவாறு சமாளித்துக்கொண்டு பக்கச் சுவரில் சாய்ந்து, மெல்ல வழிந்து வந்து நிலத்தில் அமர்ந்தான்.

சங்கரப்பிள்ளைக்கும் ஏறக்குறைய அதே நிலைமைதான். என்றாலும், மிகுந்த பிரயத்தனத்தில் தன்னைச் சுதாரித்துக் கொண்டு, “நாச்சியார், ஆர் உனக்குச் சொன்னது?” என்று கேட்டு வைத்தார்.

“கொழும்பிலயிருந்து ராத்திரி பாக்கியத்தின்ர மோன் ஜோதிலிங்கம் வந்தது. அதுதான் சொல்லிச்சுது.”

“ஜோதிலிங்கம் வந்திட்டானா?”

“ஓ... ராத்திரியே அவர் வந்திட்டாரே!”

சங்கரப்பிள்ளை வாத்தியாருக்கு சட்டென்று “சோதி ... சோதி” என்று புலம்பியவாறு வங்களா பாலம், கோயில் பாலமெல்லாம் பரதவித்துத் திரிந்த ஜோதிலிங்கத்தின் தாயாரது உருக்குலைந்த கோலம் ஞாபகமாகியது. அவன் வந்துவிட்டமையில் மனம் சற்றே ஆறுதலடைந்தது. ஆனாலும் உதயகுமாரின் மரணச் செய்தியின் பாதிப்பு அவரைப் பெரிதான நிம்மதியில் திளைக்க விடவில்லை.

நாச்சியாருக்கு மேலே பேச எதுவுமில்லைப் போல தன்பாட்டிலே எதையோ புறுபுறுத்தபடி வாசலில் போட்டிருந்த கடகத்தை எடுத்துக் கொண்டு நடந்தாள் தோட்டப் பக்கமாக.

நாச்சியாருக்கு சந்தையிலே காய்கறி வியாபாரம். காலை ஆறு மணியிலிருந்து மாலை ஆறு மணி வரை கடை வைத்திருப்பாள். சிலநாள் வசதிக்கேற்ற நேரத்திலிருந்து தேவைக்கேற்ற மணிவரையில். ஏதோ சந்தையே தனக்காகத்தான் கட்டப்பட்டது போன்ற ஆர்ஜிதம். புருஷன் விட்டுப் போய் இருபது வருஷத்துக்கு மேலே. கொழும்பு சாப்பாட்டுக் கடையொன்றிலே வேலை செய்யவென்று போனவன். பின்னர் எப்போதுமே திரும்பிவரவில்லை. ஊர்த் துளவாரம் பிடுங்குவதில் பெரிய விண்ணி. அவளைப் போல் அந்தத் தீவில் வேறுபேர் இல்லை. இதனால் பல்வேறு மனிதரின் பல்வேறு கதைகளும் அவளுக்குத்

தெரிந்திருந்தன. எனக்குத் தெரியாததா? என்று கர்வமாக அவள் சொல்வதுபோல் அவளுக்கு எல்லாமே தெரிந்திருந்தனதான். அதனாலேயே அவளை "எல்லாம் தெரிந்த நாச்சியார்" என்று ஊர் சொல்லிற்று. அதன் நாளாவட்டச் சுருக்கமே நாச்சியார். நாச்சியாரிடம் போய் ஒரு விஷயத்தை ஒருவர் கேட்க வேண்டியதில்லை. அந்த விஷயங்களை சம்பந்தப்பட்டவர்களிடம் அவளே தேடிப்போய்ச் சொல்லிவிடுவாள். அப்படிச் சொல்லாவிட்டால் அவள் தலை சுக்குநூறாக வெடித்துச் சிதறிவிடுமென்று அவள் மேல் சாபமொன்று இருந்தது. உரியவர்களிடம் சென்று சொல்ல வேளை இல்லாதபோதுதான் நாலு பேரிடம் கூறி அவள் அவதியை ஆற்றுவது. இல்லாவிட்டால் சொல்லமாட்டாளென்று இதற்கு அர்த்தமில்லை. தீவில் வடகோடி முனைதொட்டு தென்கோடி முனை வரையில் அவளுக்கு பிரக்யாதி இருந்தது.

வெய்யில் வெடித்தது. மேலே மேலே ஏற ஆரம்பித்தது.

திரவியமும், சங்கரப்பிள்ளையும் அசையாது சுவர்களில் சாய்ந்தபடி. திரவியம் கால்நீட்டியிருந்தான் தந்தையின் திசைக்கு. விழுந்த சோகமும் அதிர்ச்சியும் மரியாதையை மட்டுமல்ல, எதையுமேதான் கவனமில்லாததாக ஆக்கியிருந்தது.

தமிழ்ப் புதுவருஷத்துக்கு ஊர் வந்திருந்த உதயன், அங்கே தங்கியிருந்த நாட்களில் சந்தித்துப் பேசிய விஷயங்களெல்லாம் திரவியத்துக்கு ஒவ்வொன்றாக ஞாபகத்தில் விரிந்தன. ஒருநாள் தான் மது அருந்துவதை நிறுத்திவிடும்படி சொன்னதற்கு உதயன் கூறிய பதிலை அப்போது குறிப்பாக நினைத்துப் பார்த்தான்.

'ஏலாது, திரவி. குடிக்காட்டி கொழும்புக்குப் போக ஏலாது. கொழும்புக்குப் போனபிறகு குடிக்காட்டி, அங்கயிருந்து வேலை செய்ய ஏலாது. மனத்தில பயம் பயமா வரும். நான் சும்மா சொல்லேல்லை, அங்க பெரிசாய் எதுவோ ஆயித்தம் நடந்து கொண்டிருக்கு. புத்தகுருமாருக்கும் இதில பெரிய பங்கு இருக்குது. நான் சொல்லுறது இப்ப உனக்கு விசர்த்தனமாய்த்தான் தெரியும். வேணுமெண்டால் இருந்துபார். முந்தி அம்பத்தெட்டில ஒருக்கா நடந்துதாமே, அதைவிட மோசமான ஒரு இனக்கலவரம் வெடிக்கப் போகுது. கட்டின வேட்டி சீலையோட, சிலவேளை அதுவுமில்லாமல் உரிஞ்சான் குண்டியளாய், நாங்களெல்லாம் ஒருநாளைக்கு விழுந்தடிச்சுக் கொண்டு கொழும்பிலயிருந்து ஓடி வரப்போறம்.'

நேரில் உதயனே நின்று சொன்னது போல் திரவியத்தின் இதயத்தைச் சோகம் முறுக்கியது.

'கடைசியில் அவன் சொன்னபடியே நடந்துவிட்டதே! அவனுமே அந்த இனவெறியில் பலியாகிவிட்டானே! ஆ... கண் கெட்ட கடவுளே! இந்தமாதிரி ஏதாவது நடக்கக் கூடுமென்று முன்னனுமானித்துத்தானே தனது உத்தியோகத்தையே விட்டுவர அவன் யோசித்தான்! அதனால்தானே மனைவி பிள்ளைகளைப் பிரிந்துபோய் கப்பலில் வேலைக்குச் சேரவும் தயாரானான்! அதற்குள் இப்படி நடந்துவிட்டதே! அவனை வற்புறுத்தி தொடர்ந்தும் கொழும்பிலே வேலைபார்க்க வைத்தது எவ்வளவு பெரிய

தவறாகப் போய்விட்டது! அதனால் அவனது மரணத்தில் எனக்கும் ஒரு பங்குண்டு என்று ஆகிறதல்லவா! அவனது மனைவி பிள்ளையின் நிர்க்கதிக்கு நானுமே ஒருவகையில் காரணஸ்தன் ஆகிறேன்தானே? எப்படி நடந்தது இது? எப்படி நடந்தன இந்த உயிர், உடைமைச் சூறைகள்? நாகரீகமான ஒரு தேசத்தில் இந்த மாதிரி மிலேச்சத்தனமான ரத்த இச்சைகள் இருப்பது இன்னும் சாத்தியமா? மீண்டும் மீண்டும் கொலை கொள்ளை கற்பழிப்புகள் மூலம் எதை அவர்கள் நிரூபித்துக்கொண்டு போகிறார்கள்?'

மனம் கொதித்தான் திரவியம்.

அவனது பார்வை எதிரே தன் போலவே சுவரில் சாய்ந்துவிட்டிருந்த தந்தையில் சிவப்பாகப் படிந்தது.

சங்கரப்பிள்ளையின் மனத்திலும் படைபடையான எண்ணங்கள். தொடர்பாயும், இல்லாமலும். உதயனில் தொடங்கிய சிந்தனை எறியம் விட்டு தான் – தனது என்கிற குறுக்குச் சுவர்களில் படரத் தொடங்கியிருந்தது.

திரவியம் வேலையை விட்டு வந்ததொன்றும் முழு இஷ்டமாக இருக்கவில்லை சங்கரப்பிள்ளைக்கு. அதன் சின்ன அடையாளமாக ஒரு வித எரிச்சல் அவன்மீது இருந்துகொண்டே இருந்தது. ஆனால் இப்போது உதயனின் மரணம்பற்றிக் கேட்டு கலங்கிப் போயிருக்கிற சந்தர்ப்பத்தில், 'திரவி வேலையை விட்டு வந்தது ஒருவகையில நல்லதுதான். இல்லாட்டால் இவனுக்காக நானே அழுதுகொண்டிருக்க நேர்ந்திருக்கும்!' என்று அமைதியடைய முடிந்திருந்தது.

"முகத்தில் சுடுவது என்ன? வெய்யிலா?" நிமிர்ந்தபோதுதான் தெரிந்தது, திரவியத்தின் பார்வையே என்று.

'நடந்துகொண்டிருப்பவை கொலைகளல்ல, சங்காரம். ஒவ்வொரு தெருவிலும், வீடு, தோட்டம், பள்ளிக்கூடம், பல்கலைக் கழகம், பணிமனை, கோயில், பெருஞ்சிறைக்கூடமென்று எங்கணுமேதான் இனவெறிக் காடையரின் அழுத்தமான நகப்பதிப்பு! இந்த அதமங்களுக்கு உறுதுணை செல்லுகிற ஒரு அரசியல் கட்சியை இங்கே இந்தத் தீவில் – பரப்புவதற்கு ரகசியச் செயல் புரிந்தவனல்லவா நீ? உனக்கொரு தலைமையாசிரியர் பதவி, உன் மகனுக்கு உள்ளூரில் ஒரு வேலை என்ற உன் சுயநல வெறியில் எத்தனை பெரிய ஈனச்செயல் புரியவிருந்தாய்! நடந்த எல்லாக் கொடுமைகளுக்கும் நீயும், உன்னைப் போன்றவர்களும் கூட காரணமாக இருக்கிறீர்கள். உதயன் கொலையுண்டதிலும் உனக்குப் பங்கிருக்கிறது!' என்கிற அத்தனை அர்த்தங்களையும் அதில் கண்டு தலைகுனிந்தார் அவர்.

சிறிது நேரத்தில் சின்னப்பெண் சுகந்தி தேநீர் கொண்டு வந்து இருவருக்கும் எதிரே வைத்துவிட்டுச் சென்றாள். வழக்கமாக வாத்தியார் மனைவியே கொடுப்பாள். அன்றைக்கு அவளுக்கும் ஏக்கம் பிடித்துவிட்டதுபோலும்! கொழும்பில் உறவினர் உள்ளவர் எவருக்குத் தான் ஏக்கம் இருக்கவில்லை?

தேநீர் குடிக்கிற மனநிலை இருவருக்கும் இல்லை. அதற்கு மேலும் குத்துக்கல்லாய் இருந்து என்ன செய்வது? “வயிறு புகையுது” என்றபடி தேநீர்க் கோப்பையை எடுத்து குடிக்கவாரம்பித்தார் சங்கரப்பிள்ளை.

திடீரென ... தூரத்தே கூக்குரல், கூச்சல், அழுகைகளின் நகரும் தொனிப் பிரவாகம். மெல்ல மெல்ல அது வியாபகமாகி தீவடங்கலுமே ஒலிப்பது போன்ற பிரமை. அது நிச்சயமாக ஒரு மரணத்தை அறிந்த சோக வெளிப்பாடாக இருக்க முடியாது. ஒரு முழுக் குடும்பத்தினதாகக்கூட இருக்காது. அதையும் விட பெரிசாய்!

திரவியம் துடித்துப் பதைத்து எழுந்தான். தீட்சண்யமாக செவிப் புலனைக் குவித்ததில் கோயிற் பாலப் பக்கமாகவே கூக்குரல் மையங் கொண்டிருந்ததுபோல் இருந்தது. முற்றத்திலே குதித்து, கேற்றைத் தடாலெனத் திறந்துகொண்டு வீதிவழியே ஓடினான்.

பின்னால் சங்கரப்பிள்ளையும் ஓடினார்.

கோயில் சந்தியில் அருணாசலம் தலையில் கைவைத்த வண்ணம் குந்தியிருந்தான் றோட்டு ஓரத்தில்.

“அருணாசலம், என்னப்பா ... என்ன கூச்சல் அது? என்ன நடந்தது?” ஓட்டம் நடையாய்ச் சுருங்கிக் கேட்டார் சங்கரப்பிள்ளை.

“நேவிக்காறன் படகைச் சுட்டுப்போட்டானாம் வாத்தியார். போன அந்தளவு சனங்களும் தண்ணியில தாண்டுட்டுதுகளாம் ...”

வாத்தியார் நிற்காமலே தொடர்ந்தார்.

“வாத்தியார் ... வாத்தியார் ... அங்க போகாதயுங்கோ. நேவிக்காறன் திரும்பி அந்தப் பக்கமாய் வந்தாலும் வருவான்.”

அருணாசலத்தின் குரல் பின்னே தேய்ந்து கொண்டிருந்தது.

29

சாப்பிட்டு படுத்து நீண்ட நேரமாகியும் சுந்தரலிங்கத்துக்குத் தூக்கம் வரவில்லை. துக்கமே பொங்கிப் பிரவாகித்துக் கொண்டிருந்தது. அவர் ஏமாறிப் போனார். 1957இல் பண்டா – செல்வா ஒப்பந்தமும், 1965இல் டட்லி – செல்வா உடன்படிக்கையும் கிழித்தெறியப்பட்டபோதுகளில் வந்து விழுந்த ஏமாற்றம்போல இருந்தது, சுதன் காரணமாய் ஏற்பட்ட ஏமாற்றமும். அப்போதாவது பாதிப்படையாமலிருக்க முடிந்தது அவரால். ஆனால் இப்போது ..?

போனவாரம் ஊர்காவற்துறையில் நிற்கும்போதே எதிர்பார்த்தபடி கொழும்பில் இனக் கலவரம் வெடித்துவிட்டதான செய்தியறிந்து அவசர அவசரமாக யாழ்ப்பாணம் ஓடியவர், மன்னார் வவுனியா முல்லைத்தீவு என்று அலைந்துவிட்டு ஒரு வாரத்துக்குப் பிறகு அன்று மாலைதான் தீவுக்குத் திரும்பியிருந்தார்.

இலங்கையின் செய்தித் தொடர்புச் சாதனங்கள் நிலைமையை பெரும்பாலும் மூடி மறைத்துவிட்டன. இந்திய வானொலி உண்மையைத்

தெரிவித்தது, தெரிந்த அளவுக்கு. அதற்கு மேலுமான உண்மை வவுனியா எல்லையில் வந்து அலைமோதிய அகதிகளின் புலம்பல்களில், அழுகைகளில் ஒப்பாரிகளில் தெரிந்தது. சுந்தரலிங்கம் வெகுவாகத்தான் பாதிக்கப்பட்டிருந்தார்.

வங்களா பாலத்தடியில் இறங்கி வீட்டுக்கு வரும் வழியிலேயே ஜோதிலிங்கம் கொழும்பிலிருந்து வந்துவிட்ட செய்தி தெரிந்துவிட்டது அவருக்கு. அவனைப் பார்த்துச் சுகம் கேட்க மட்டுமல்ல, நிறையப் பேசவும் வேண்டியிருந்தது. எனினும் உடல் ஒரு பூரண ஓய்வுக்காகக் கெஞ்சிக்கொண்டிருந்த நிலையில் மறுநாள் காலையில் பார்க்கலாமென வீடு வந்துவிடத்தான் நினைத்தார். ஜோதிலிங்கம் வீட்டைக் கடந்து கொண்டிருந்த பொழுது சுதனின் குரல் கேட்கவே முந்திய எண்ணத்தை மாற்றிக் கொண்டு உள்ளே சென்றார்.

சுதன், ஜோதிலிங்கம் மட்டுமின்றி பரமசிவமும், கந்தசாமி அப்பாவும் கூட அங்கிருந்தனர்.

தமிழர் கூட்டணியின் கொள்கைகளை, தமிழரசுக் கட்சியாக அது இருந்த காலத்தில் விட்ட அரசியல் தந்திரோபாய நடமுறைத் தவறுகளை, தலைமையின் தீர்க்கதரிசனமின்மையை நார்நாராகக் கிழித்து வீசிக்கொண்டிருந்தான் சுதன். பரமசிவமும், கந்தசாமி அப்பாவும் அவனைச் சமாளிக்க முடியாமல் திணறிக்கொண்டிருந்தனர். ஜோதிலிங்கத்தின் நிலைப்பாடு கொழும்புத் தமிழராக மாறிக்கொண்டிருக்கும் ஒருவரின் சராசரிப் பார்வையாக இருந்ததால், அவன் இருவரையும் மறுத்துக் கொண்டிருந்தான். இடைநிலைப்பட்ட ஒரு பார்வையில் இந்த அவஸ்தை எப்போதும் உண்டு. இலங்கைத் தேசியம் பற்றிய கருத்துநிலையில் தமிழ்த் தீவிரவாதத்தைப் போல மிதவாதமும் மறுக்கப்படும். ஜோதிலிங்கத்தைக் குற்றம் சொல்வதற்கு இல்லை. இந்த மூன்று முனைகளில் தீக்ஷண்யம் பெற்றிருந்தது சுதன் திசையில்தான்.

விளக்கேற்றியான நேரம். திண்ணையில் இருந்த லாந்தர் ஒரு வட்டத்துள் சுமாரான வெளிச்சம் செய்து கொண்டிருந்தது. தாண்டி முற்றத்திலும் சிறிது வெளிச்சம் எறிந்திருந்தது. சுந்தரலிங்கம் உள்ளே வந்ததை யாரும் கவனித்திருக்க முடியும். ஆனால் பேச்சின் வேகம் அணுவளவும் குறையவில்லை. ஒருமாதிரி ஆகிவிட்டது சுந்தரலிங்கத்துக்கு. எங்கேயும், எப்போதும் அப்படி ஆனதில்லை. அதுதான் அவரது ஏமாற்றத்தின் காரணமா? இல்லை. வாரிசு எண்ணம் இல்லாமலே சுதனது வளர்ச்சியிலும் சிந்தனைப் போக்கிலும் பெருமிதம் கொண்டிருந்தவர் அவர். தன் பின்னால், தன் காலத்திலே கூட, தமிழ்த் தேசியம் என்கிற கருத்து நிலைக்கு கூடிய அழுத்தத்தைச் சேர்க்கும்படியாகவும், அஹிம்சையை வாழ்வின் சகல முனைகளுக்கு விஸ்தரிக்கவும், சத்தியாக்கிரகத்தை நடைமுறைச் சாத்தியமான ஒரு போராட்ட ஆயுதமாக வளர்த்தெடுப்பதற்கும் தன்னலமின்றிச் சேவையாற்றுவான் என்பது அவரது விருப்பமாகவும், நம்பிக்கையாகவும் இருந்தது. அது பொய்த்துவிட்டது. சிறுபான்மை மக்களுக்கெதிரான பெரும்பான்மை மக்களின் போராட்ட ஆயுதமாக இருந்ததனாலேயே இந்தியாவில்

சத்தியாக்கிரக இயக்கம் வெற்றிபெற்றதென்று வாதித்ததன் மூலம், அவரது நம்பிக்கைகள் அனைத்தையும் அவன் நொறுக்கிவிட்டான். வடமாகாணத்தில் பரவிவரும் ஆயுதக் கலாச்சாரத்தின் அனுதாபியாகவே அவன் கருத்துக்களைச் சொல்லியுமிருக்கிறான். அதனால்தான் வேகினார், ஆழமாகவும் நீண்ட நேரமாகவும்.

நேரம் ஆகஆக அவரது வேதனையின் வேகம் குறைந்தது. இப்போது நினைத்தபோதுதான் ஜோதிலிங்கம் வீடு போனதிலும் ஒரு நன்மை இருந்துள்ளதை அவர் கண்டார். ஆரூடத்தில் அன்றி, இனி அவர் நிஜத்தில் வாழ்ந்துகொள்ள முடியும். அவன்பற்றி வேறு ஆசைகள் இனி அவரிடத்தில் தோன்றாது. கொள்ளிப் பிராப்தி மட்டும் போதும்.

பின்னரே அவருக்குத் தூக்கம் வந்தது.

கண்மூடிக் கிடந்திருந்தாலும் சுதனுக்கும் தூக்கம் பிடிக்கச் சிரமப்பட்டது.

அன்று ஜோதிலிங்கம் வீட்டில் சாத்வீகப் போராட்டத்தையும் அதை முன்னிறுத்தும் தமிழர் விடுதலைக் கூட்டணியையும் மறுதலித்துப் பேசியிருந்தாலும், அவனுக்குப் பல விஷயங்கள் தெளிவில்லாமலே இருந்தன. விபரங்களைத் தெரிந்ததால் அரசியல் தெரியுமென்று நினைத்திருந்தவனுக்கு, விபரங்களினூடு தெறித்த இடைவெளிகள் விஸ்வரூபம் காட்டி எழுந்துநின்று வினாத் தொடுத்தன. தமிழரசின் வாலிப முன்னணி, மாணவர் பேரவை, வன்னி மாநாடு, மலையகத் தமிழர் பற்றியெல்லாம் நிறையத் தெரிந்தபின்னரே தான் ஒரு நிலைப்பாட்டினை எடுப்பது சாத்தியமென தெளிவு மெல்ல ஏற்பட்டது. இன்னும் ஆயுதப் போராட்டத்துக்கு கூட்டணி தார்மீக ஆதரவளிக்கிறது என்ற ஜோதிலிங்கத்தின் குற்றச்சாட்டில் உள்ள உண்மை – பொய் பற்றியும் அவன் தெரியவேண்டும்

அவன் திரும்பிப் பார்த்தான்.

திண்ணையில் தந்தை படுத்திருந்தார்.

அரசியும் தாயாரும் ஏற்கனவே தூங்கிவிட்டிருந்தனர்.

சிறிதுநேரத்தில் சுதனுக்கும் கண் அயர்ந்தது.

என்ன நேரமிருக்குமோ, ஒரு திடுக்காட்டத்தோடு விழிப்பு உண்டாகியது அவனுக்கு. அலறிக்கொண்டும் விழித்தது போல் இருந்தது.

தாழ்வாரத்தின் கீழாக வான வெளிர்ப்புத் தெரிந்தது.

வியர்த்துப்போய் இருந்தது மேனி. முதுகின் கீழே விரிப்பாய்க் கிடந்த தாயாரின் பழைய சேலையை இழுத்து முகத்தை, கழுத்து இடுக்கைத் துடைத்தான்.

கண்டது கனவென்று உடனடியாகவே தெரிந்துவிட்டதாயினும் பாதிப்பிலிருந்து மட்டும் மீள முடியவில்லை. அவனளவில் அசாதாரணமான கனவாக இருந்தது அது. அர்த்தம் புரியாததால், சரீரத் தாக்குதல் போன்ற ஒரு பாதிப்பையும் அது ஏற்படுத்தி இருந்தது.

ஸ்தம்பித்ததிலிருந்து மீண்டு அவன் உடம்பைச் சிலிர்த்தான். மனமும் விழித்தது.

பெட்டக வாங்கில் எழுந்தமர்ந்து, கனவில் ஓடிய காட்சிகளை முழுமையாக ஒருமுறை ஞாபகத்தில் மறுவாக்கம் செய்ய முயன்றான்.

முற்றத்தில் பாய் விரித்துப் படுத்திருக்கிறான் அவன்.

அதே வீடு, அதே முற்றம், ஆனாலும் சடைத்துப் பரந்துள்ள மாமரம் மட்டும் கனவில் இருக்கவில்லை.

இரவுபோல உணர்கையில் பட்டது. எனினும் வானத்தில் பால்போன்ற வெளிச்சம்.

வெள்ளி ரதங்களென மேகங்கள் உலா வருகின்றன. உலா அல்ல, விளையாட்டு. ஒரு வான்கோடியிலிருந்து மறு வான் கோடிவரை ஒன்றோடு ஒன்று மோதிய, உரசிய... ஒன்றை ஒன்று ஓடி முந்திய, உச்சி விலகிய... மேகங்களின் மோக லீலை.

அவன் அந்த உன்மத்த விளையாட்டை ஒருவகைத் திகிலோடும், வியப்போடும் பார்த்தபடியே மல்லாந்து படுத்திருக்கிறான்.

விநாடிகளின் நிமிஷ நகர்வில் திகிலும் வியப்புமான உணர்வுகள் மறைந்து, மனத்தில் புளகிதம் ஊறுகிறது.

இந்த மேகங்களெல்லாம் இப்படி அந்தரத்தில் நின்று சறுக்கி விளையாடுகின்றனவே, தற்செயலாக இவற்றிலொன்று பிடிமானம் இழந்து கீழே விழுந்துவிட்டால்..! உணர்கை தலைகீழான மாற்றம் கண்டு, அச்சப்படுகுழிக்குள் வீழ்கிறான்.

இருந்தாற்போல ஒரு வெக்கைப் படர்வை சுற்றிலும் உணர முடிகிறது. சூழ ஒரு அசைவையும் தேகம் தெரிந்துகொள்கிறது.

கண்களைத் திறக்கிறான். பார்வைப் படர்வில்...

“ஆ... ஐயோ!”

சத்தமிட வாய் திறக்கிறது. ஆனால் சத்தம் வெளிவரவில்லை. தொண்டைக்குள் ஏதோ ஒன்று அடைத்துக் கொண்டிருந்து சத்த அலைகள் வெளிவராமல் செய்துவிடுகின்றது.

வானத்தை விட்டு இறங்கித் தாழ வந்து மெல்ல நகர்ந்து கொண் டிருக்கிறது ஒரு பாரிய மேகம். அவனைத் தொட்டுவிடுகிற தூரம். அதன் சில இழைகள் பிரிந்து அவனைத் தடவவும் செய்கின்றன.

அவன் உருண்டு அதன் ஆகர்ஷிப்பிலிருந்து விலக முயல்கிறான். ஆனால் முடியவில்லை.

வெப்ப அதிகரிப்பில், உடலின் திரவமெல்லாம் வாயுவாகி பரவெளி யில் கலந்துவிடுமாப்போல் இருக்கிறது அவனுக்கு. கசிந்து கசிந்து கமுத்திறைக் கூடாகவும், முதுகுப் பீலியிலும் நெற்றிப் பரப்பிலும் வியர்வை ஒழுகுகிறது. அது வெக்கையினால் மட்டுமல்ல, அச்சத்தினாலும் உண்டானதாகும்.

ச்சர் . . ச்ச்சர்ர்!

ஓர் உத்வேகத்திில்போல் நீர் உறிஞ்சப்படும் சத்தம். மேகம் விடாய் கொண்டுவிட்டதோ? முற்றத்தில் கிடந்த நார்க் கடகம், சருவப் பானை, மண்வெட்டி, உலக்கையென்று எதுவுமேதான் அந்த உன்னித்த உறிஞ்சுதலில் மேகவாய்ப் புகுந்துவிடுகின்றன அவன் பார்த்துக்கொண்டிருக்கையிலேயே!

பின்னால் . . . அவனும்.

அவன் அபயக் குரலெழுப்ப முனைகிறான். ஒன்றும் பிரயோசன மில்லை. மேகவாஸி ஆகிவிடுகிறான் க்ஷணத்தினில்.

அதுவரை பயந்ததுபோலன்றி பஞ்சுக் குவியலாய் இருக்கிறது மேகத்திரள். அவனுக்கு உல்லாசம் பிறக்கிறது. அவன் பூமியை மறந்து, பூமியின் அவசரங்கள் அவலங்கள் அவதிகள் யாவும் இழந்து, பசி தூக்கமற்ற தேவ ஜீவி ஆகிறான்.

யுகயுகமான காலக் கரைவில் திடீரென ஒருநாள், சூழவும் குளிரடிக்கிறது. திசுக்கள் பௌதீக மாற்றம் அடைகின்றன. அவனது மேக மஞ்சமும் இறுகி திண்மப்படத் தொடங்குகிறது.

அவ்வாறு மெல்ல மெல்ல அதிகரிக்கும் தள இறுக்கத்தினை உணர்ந்து கொண்டிருக்கையிலேயே, ஒரு மாயாஜாலத்தில்போல் அந்த லோகத்தின் திண்மமது பௌதீக நிலையே மாறிப்போய் விடுகிறது.

எங்கும் ஒரே நீர்க் குறுணிகளின் மண்டலம்!

உருண்டை உருண்டையாக பூமித் திசையில் அவை வழுகிவிழத் துவங்குகின்றன.

சிறிது நேரத்தில் அவைகளோடு சேர்ந்து அவனும்!

வீழ்ச்சியின் பாதையில் காலில் ஏதோ தட்டுப்பட திரும்பிப் பார்க்கிறான்.

ஒரு மீன் – பனையெறி மீன்!

அந்த உயிர்த் துணையில் ஆறுதல் பிறக்கிறது. அதுவும் சொற்ப வேளையே. பூமி நோக்கிய பயணத்தில் வலிய காற்றின் எதிர்ப்பாட்டால் திசைகள் மாறுகின்றன. அவன் எங்கோவும் மீன் எங்கோவுமான வீழ்ச்சிகள்.

என்ன ஏது என்று தெரிவதன் முன்னம், பூமியில் எங்கோ ஒரு கோடியின் வெண்சேற்றில் புதைந்துவிடுகிறான் அவன்.

அப்போதுதான் விழிப்பு ஏற்பட்டிருந்தது.

மழைக்காலத்தில் மீன்கள் மழையோடு வந்து தரையில் வீழ்வது அவனுக்குத் தெரியும். அவனே பார்த்துமிருக்கிறான். அதுபோன்ற ஒரு நிகழ்வுதான் அவனுக்குக் கனவாகியிருந்தது. ஆனால் அதன் மூலம் எதைப் புரிந்துகொள்வது என்ற கேள்விக்குத்தான் அவனால் விடைகாண முடியவில்லை.

மீண்டும் படுத்துத் தூங்க முயலலாம். ஆனால் இனி தூக்கம் வராது என்ற முடிவில் எழுந்து முற்றத்துக்கு வந்தான்.

கிழக்கில் செம்மை படர்ந்திருந்தது.

மாமரத்துக்குக் கீழேயிருந்த குற்றியில் வந்தமர்ந்தான். கனவைச் சுற்றியே மனம் படர்ந்தது. நீண்ட நேரத்தின்பின் நனவுலகு மீண்டபோது தந்தையார் விழித்து எழுந்து திண்ணையில் அமர்ந்திருந்தார். தாயார் கிணற்றடியில் முகம் கழுவிக் கொண்டிருந்தாள். திறந்திருந்த படலைக்கூடாக குசினி நெருப்பின் சுவாலை தெரிந்தது. முகம் கழுவினாளோ இல்லையோ, அரசி முன்னால் அமர்ந்து, முழங்கால்களில் தலைகுத்தியிருந்தாள் வழக்கம்போல.

சிறிதுநேரத்தில் தீவு நன்கு விழித்தது. குருவிகள் கிளுகிளுத்தன. காக்கைகள் பறந்தன. ஆங்காங்கே மனிதர்களின் பேச்சரவம். எங்கோ ஒரு வீட்டில் இழப்பின் சோகம் விம்முற்று எழுந்த ஒப்பாரியின் இழைகள்.

ஏழு மணியளவில் முகம் கழுவி, உடுத்திக்கொண்டு வெளியே புறப்படத் தயாரானார் சுந்தரலிங்கம். தேநீரைக் கொண்டு வந்து கொடுத்துவிட்டு, "திரும்பிவர நேரஞ்செல்லுமோ?" என்று கேட்டாள் மனைவி.

"புத்தசாமியைப் பாக்கப் போறன். இப்ப வந்திடுவன்" என்றார் அவர்.

"இந்த நேரத்தில அவரை எதுக்குப் பாக்கப்போறியள்? வாசிகசாலைப் பெடியள் கண்டாலும் வித்தியாசமாயெல்லே நினைக்கப் போறாங்கள்!"

"ஆள் விட்டிருந்தவர் நடுராத்திரி எண்டுகூடப் பாக்காமல். போகாட்டி நல்லாய் இராது" என்றுவிட்டு நடந்தார்.

மாமரத்துக்குக் கீழே சுதன் உட்கார்ந்திருந்தான். 'போய் தேத் தண்ணியை எடுத்துக் குடி, தம்பி' என்று சொல்லவேண்டும் போலிருந்தது அவருக்கு. அவனுக்கு 'வல்லிபுரத்தின் சைக்கிளை எடுத்துவந்து புத்தகோயில்வரை கொண்டுபோய் விடவா?' என்று கேட்கவேண்டும் போலிருந்தது. ஆனாலும் இருவருமே தங்கள் எண்ணங்களை வாய்திறந்து வெளியிடவில்லை.

நண்பர்களின் மரணங்களில், படகு மூழ்கடிக்கப்பட்ட கொடுமையில் அவன் மிகவும் பாதிப்படைந்திருந்தது அவருக்குத் தெரிந்தது. வாய் கொடுக்கப்போய் முதல்நாள் கந்தசாமி அப்பாவும் பரமசிவமும் போல் வாங்கிக் கட்டிக்கொள்ளக் கூடாதே என்ற பயத்தில் மௌனமாய் ஒழுங்கையில் இறங்கி நடந்தார்.

உக்கிய கிடுகு வேலிக்கு மேலாக தந்தையின் தோளில் கிடந்த சால்வையின் வெண்மை நகர்ந்து கொண்டிருப்பதையே தூரத்துக்கும் பார்த்துக் கொண்டிருந்தான் அவன். அந்த மாதிரி சால்வையோடு மட்டுமாக, நாஷனலோடாக அவர் செல்வதைப் பலமுறை பார்த்த கண்கள்தான் அவனுடையவை. ஆனாலும் அன்றைக்கு அந்தப்

பார்வையில் மேலோட்டமாய்க் கிடந்த நிச்சலனத்தின் அடியில் ஒருவகை வெறுப்பு படைகட்டிப் போயிருந்தது.

அந்தளவு வெறுப்புக்கு அவர் பாத்திரவாளியல்ல. அவனுக்குத் தெரியும். அவர் அன்றளவும் ஒரு ஊழியர்தானே தவிர அரசியல்வாதி அல்ல. அரசியல்வாதிக்குக் கொள்கைப் பிடிமானம் இருப்பது மட்டுமின்றி, கொள்கை ஆக்கத்தில் பங்கும் இருக்கும்.

அவர் மெத்தப் படிக்கவில்லை. ஆனாலும் அந்தக் கால ஜே.எஸ்.சி. மட்டுமன்றி, படிப்பின் ஊடக மொழி ஆங்கிலமாகவும் இருந்தது. பகட்டின்மை, பாமரத்தனம் சுந்தரலிங்கத்தின் தோற்ற லட்சணம்.

ஒருவகையில் அவர் தமிழ் – தமிழினம் என்ற கோஷத்துக்கு இரையானவர், தெரிந்துகொள்ளவோ, தெரிந்துகொண்டாலும் காட்டிக் கொள்ளவோ செய்யாமல்.

யோசிக்க, அவர்மீதான தன் வெறுப்பிலும் கோபத்திலும் நியாயமில்லையென்று பட்டது அவனுக்கு. அவன் வேறு திசையில் எண்ணத்தைத் திருப்பினான். புத்தசுவாமி எதற்காக ஐயாவை வரச்சொல்லியிருப்பார்? இன்னும் யார் யாரை வரச்சொல்லியிருப்பார்? என்ன பேசுவார்கள்?

30

புத்தவிகாரையை நோக்கி நடந்து கொண்டிருந்த சுந்தரலிங்கத்துக்கு தனது கோபத்தைவிடவும், தனது துக்கத்தை விடவும் தன் மகனுடையவை பாரியவையாக இருந்ததை எண்ண கொஞ்சம் வியப்பாக இருந்தது. அவரோ, ஐம்பத்தாறாம் ஆண்டிலிருந்து நடந்த இனக் கலவரங்களையெல்லாம் கண்டவர். அவன் மிஞ்சிப் போனால் மூன்று இனக் கலவரங்களையே கண்டிருக்கக் கூடும். இருந்தும் அப்படி ஒரு கோபமும், துக்கமும் பெரும் பிரவாகமாக. ஏன் அப்படி? இந்தத் தலைமுறையே அப்படி ஒரு கோபக் கொந்தளிப்பில் இருப்பது சாத்தியமோ? நடந்த கலவரம் ஒரு இனத்தின் நிறுதிட்டத்தையே குலைத்து விட்டதே!

கருத்துரீதியாகவாவது அவனது இயக்க ஈடுபாட்டை அவர் தெரிந்து கொண்டார். அது தொடர்ந்து வளராது என்பதற்குமோ, சரீரார்த்தமான ஈடுபாடாகப் பரிணாமம் பெறாது என்பதற்குமோ அவரிடம் உத்தரவாதமில்லை. அப்படியொரு நிலைமை வருவதன் முன்னமே பொன்னுச்சாமி பெண்சாதிக்குக் கொடுத்த வாக்குறுதியை அவர் நிறைவேற்றிவிட வேண்டும் என்கிற எண்ணமும் ஊடே எழுந்தது. 'இந்த அல்லோலகல்லோலமெல்லாம் அடங்கட்டும், ஆவணியில இல்லாட்டி புரட்டாதியில நாளைப் பார்த்தோ பார்க்காமலோ எழுத்தை முடிச்சிட வேணும்!'

எண்ண அலைகளில் மூழ்கியபடி புத்தவிகாரம் வந்து சேர்ந்தார்.

எட்டத்தில் வந்து கொண்டிருக்கையிலேயே விகாரைத் திண்ணையில் சங்கரப்பிள்ளை ஆசிரியர் அமர்ந்திருப்பது தெரிந்தது. சற்றுத் தனியாக திரவியம் உட்கார்ந்திருந்தான்.

தனக்குப்போலவே புத்தசாமி அவர்களுக்கும் ஆள் அனுப்பியிருக்கலாமென எண்ணிக் கொண்டார். இன்னும் வேறு சிலருக்கும் அழைப்பு விடுத்திருக்கலாமோ என்றும் நினைத்தார். அந்த அழைப்பிலிருந்த பாரதூரத்தனம் அப்போதுதான் அவருக்குத் தெரிந்தது.

நேரம் நகர மறுப்பதில் பொறுமையிழந்தும் பக்கத்தே திரவியம் இருப்பதில் ஒருவித அசௌகரியத்தை அடைந்தும் கொண்டிருந்த சங்கரப்பிள்ளை, சுந்தரலிங்கம் வரக்கண்டதும் எழுந்து எதிர்சென்றார்.

சுந்தரலிங்கத்துக்கு சங்கரப்பிள்ளையின் நடத்தை ஆச்சரியமாக இருந்தது. ஒரே தீவு மனிதர்களுக்கிடையே இருக்கக்கூடிய மிகக் குறைந்த அந்நியோன்யம் மட்டுமே அப்போது அவர்களுக்குள் நிலவிக் கொண்டிருந்தது. மீதி தெறித்து பல வருஷங்கள். சொந்தக் குடும்ப காரணம் ஏதுமில்லை. எல்லாம் அரசியல்தான்.

அவர்களுக்குள் ஆரம்பத்திலிருந்தே கட்சிபேதம் இருந்தது. வாத்தியார் தமிழ்க் காங்கிரஸ் கட்சியை ஆதரித்தவர்; சுந்தரலிங்கம் தமிழரசுக் கட்சியை. அவர் 'ஜீ.ஜீ.க்கு ஜே!' போட, இவர் 'தந்தை செல்வா வாழ்க!' போட்டார். அந்தக் கட்சிபேத உக்கிரம், இரண்டு கட்சிகளும் தமிழர் விடுதலைக் கூட்டணியாக இணைந்ததும் அடங்கிப் போயிற்று. ஆனால் மறைந்துவிடவில்லை. அது போனமுறை நடந்த உள்ளூராட்சித் தேர்தலில் வாத்தியார் ஐக்கிய தேசியக் கட்சி சார்பில் போட்டியிட முன்வந்ததோடும் பின்னர் அந்தக் கட்சிக்கு ஒரு கிளை அமைக்க முனைந்ததோடும் கூர்மையாக வெளிப்பட்டு பழையபடி ஆகிவிட்டது.

அந்த 'கறள்' அன்றுவரை இருந்துகொண்டிருக்கிறது என்பதுதான் சுந்தரலிங்கத்தின் எண்ணமும். அது இல்லாமல் போக இடையில் எந்த முகாந்திரமும் தோன்றிவிடவில்லை. அதனால்தான் சங்கரப்பிள்ளை தன்னை நோக்கி எழுந்துவரக் கண்ட சுந்தரலிங்கம் ஆச்சரியப்பட்டார்.

சங்கரப்பிள்ளையே பேசினார்: "சுவாமி வரச்சொல்லியிருக்கிறார் போல?"

"ஓமோம். நேற்று ராத்திரி ஆள் விட்டிருந்தார்."

"என்னிட்ட காலமைதான் ஆள் வந்தது. என்ன விஷயமாயிருக்கும்?"

"தெரியேல்லையே. முந்தின மாதிரி ஏதாவது குடுக்கல் – வாங்கல் தகராறாய் இருக்குமெண்டு நான் நினைக்கேல்லை."

"எனக்கும் அப்படித்தான் தெரியுது. மடத்தில புதுசாய் சுவாமி ஒருத்தர் வந்து நிக்கிறார் கொஞ்ச நாளாய்."

"புதுச்சாமியா? எப்ப... கலவரத்துக்குப் பிறகு வந்தாரோ?"

"பிறகுதான். அது சம்பந்தமாய் ஏதேனும் இருக்குமோ எண்டதுதான் என்ர எண்ணம்."

"இருக்கும்" என்றார் சுந்தரலிங்கம். பின் திரவியத்தின் பக்கம் பார்த்துவிட்டு, "சுவாமி திரவியத்தையும் வரச் சொல்லியிருந்தாரோ?" என்று கேட்டார்.

சங்கரப்பிள்ளையின் முகபாவம் ஒரு பின்னமளவு மாறியது. ஆனாலும் உடனடியாகச் சுதாரித்துக்கொண்டு, "ஓமோம்..!" என்றார்.

சற்றுத் தள்ளியிருந்த திரவியம் பேசாமல் இருவர் பேச்சையும் கவனித்துக் கொண்டிருந்தான்.

அன்று காலையில் மடத்து ஆள் வந்து புத்தசுவாமி அழைப்பதாகச் சொன்னதும், கேட்டுக் கொண்டிருந்த திரவியம் தானும் வருவதாகச் கூறிக்கொண்டு புறப்பட்டுவிட்டான். சங்கரப்பிள்ளைக்கு அது வியப்பாக இருக்கவில்லை. நண்பனை, தெரிந்தவர்களை இழந்து கொதித்துப்போய் இருந்தவன், தங்கள் பேச்சின் விபரம் அறியவே கூட வர விரும்புகிறான் என்று தெரிந்து பேசாமல் விட்டுவிட்டார். அதற்கு மறுதலையாக அவர் நினைத்திருந்தாலும் அதைச் சொலிலியிருக்க முடியாது.

விகாரையில் அன்று இயல்பைவிடக் கூடுதலான பரபரப்பு இருந்ததை மூவராலும் காண முடிந்தது. ஆனாலும் யாரும் வாய்விட்டு எதையும் பேசிக்கொள்ளவில்லை.

ஒரு இளைய புத்ததுறவி வந்து அவர்களைப் பார்த்துவிட்டு உள்ளே போனார். சிறிது நேரத்தில் அதே இளைய துறவி பின் தொடர பெரிய புத்தசுவாமி வந்தார். "வணக்கம், வாங்க" என்று மூவரையும் வரவேற்றார்.

அவர்களும் வணக்கம் தெரிவித்துக்கொண்டு உள்ளே சென்றனர். திரவியம் அப்போது சற்றே பின்னடைந்து கொண்டான். சுவாமி சுவரோரமாக அமரவும், எதிரே அவர்களும் அமர்ந்தனர். திரவியம் பக்கத்தூண் ஒன்றோடு அமர்ந்தான். சற்றே தள்ளி நின்றிருந்த புதிய புத்தசுவாமியை அடிக்கடி நிமிர்ந்து பார்த்துக் கொண்டிருந்தான்.

பழைய புத்தவிகாரைக்குச் சற்றுத் தொலைவில் பின்புறமாய் அமைந்திருந்தது புதிய புத்தவிகாரை. பழையதை விடப் பெரியது. பூமரங்களும் நிழல் மரங்களும் வைத்து நன்கு பராமரிக்கப்பட்டு வந்திருந்தது. பௌத்தர்களுக்கு இன்றும் இது நாகதீபம்தான். சைவர்கள், பொதுவாக தமிழர்கள், நயினாதீவு என்று அழைத்தனர். இதன் பழந்தமிழ்ப் பெயர் மணிபல்லவம் என்று மணிமேகலை கூறும். இது தவிர, இலங்கையில் தேவநம்பியதீசன் ஆட்சி செலுத்திய காலத்தே பரத கண்டத்திலிருந்து வெள்ளரசு மரக்கிளையுடன் வந்த அசோகனின் மகள் சங்கமித்திரை நாகதீபம் வழியாகவே அனுராதபுர ராஜதானியை அடைந்ததாக ஐதீகம். அந்த ஐதீகத்தை வலியுறுத்துவதற்காகக் கட்டப்பட்டதே புத்தகோயில்.

தமிழர் வரலாற்று நூல் நயினாதீவுபற்றி விரிவாகப் பேசுகிறது. "இப்போது குடாவாக இருக்கும் யாழ்ப்பாணம் முன்னொரு காலத்தில், அதாவது கிறித்துவுக்கு அநேகவாயிரம் ஆண்டுகட்கு முன்னர், இரண்டு தீவுகளாகவிருந்தது. மேற்கே நாகதீவம், மணிநாகதீவம், மணிபுரம், மணிபல்லவம் எனும் நாமங்களால் வழங்கப்பட்ட பெருந்தீவும், கிழக்கே எருமை முல்லைத் தீவு, எருமைத் தீவு என்று பெயர் பெற்ற சிறுதீவும் ஆன இரு பிரிவுகள். காலந்தோறும் பூகம்பங்களினாலும், பிரளயங்களினாலும் அழிக்கப்பட்டு, மேற்கே ஒன்றாயிருந்த தீவகம் பல தீவுகளாகப் பிரிந்தது. காரைதீவு, வேலணை, மண்டைதீவு, புங்குடுதீவு,

அனலைதீவு, நயினாதீவு, நெடுந்தீவு முதலிய தீவகங்களும் வலிகாமமும் இப்பெருந்தீவகத்தின் பகுதிகளேயாகும். அவ்வாறே, கிழக்கே ஒன்றாயிருந்த சிறுதீவகம் களப்புக் கடலால் வடமராட்சி, தென்மராட்சி, பச்சிலைப் பள்ளியெனும் பகுதிகளாகப் பிரிக்கப்பட்டது."

நாகதீபம் பௌத்தர்களின் புனித நகர். தமிழருக்கோ சைவமும் தமிழும் கலந்துறையும் புண்ணிய பூமி.

நயினையின் புத்தவிகாரைச் சுவாமி சங்கரானந்த தேரர் நல்லவர். அன்றுவரை விகாரைக்குப் பொறுப்பாக இருந்த எவரையும் விடத்தான். யோகிக்கு லட்சணம் மெலிந்த மேனி என்பார்கள். சங்கரானந்தரும் மெலிந்தவர். அவரது பேச்சு கனிவானது. பார்வை அருளானது. வயது ஐம்பதானது.

அன்றைக்கு அவர் முகமே மாறிப்போயிருந்தது. வெவ்வேறு உணர்வுநிலைகளில் இருந்துகொண்டிருந்தாலும், சுவாமியின் முகபாவ மாற்றம் அந்த மூவருக்கும் ஆச்சரியமாக இருந்தது. மேலும் உட்கார்ந்து அந்தளவு நேரமாகியும் சங்கரானந்தரிடமிருந்து ஒரு வார்த்தையும் பிறக்காதது இருந்த ஆச்சரியத்தை இன்னும் அதிகரிக்கச் செய்துகொண்டிருந்தது.

புத்தசுவாமியின் கலங்கிய முகபாவம், தயக்கமெல்லாம் அவரது சிந்தையில் ஓடிக்கொண்டிருக்கக்கூடிய பாதி எண்ணத்தை அறியப் போதுமாயிருந்தது சுந்தரலிங்கத்துக்கு.

"இப்போது நடந்துள்ள இனக் கலவரச் சூறைகளை நினைத்துத்தான், தான் பேசவந்த விஷயத்தைப் பேசமுடியாமல் சுவாமி தடுமாறுகிறார். புத்தபூமி, சிங்கள தேசம் போன்ற கோஷங்களின் அடைப்படையிலல்லவா இந்தச் சங்காரம் நிறைவேற்றப் பட்டிருக்கிறது! தமிழர்கள் இந்த நாட்டில் கூடுதலான காலத்துக்கு கூடுதலான நலன்களை அனுபவித்து விட்டார்கள். இனி அனைத்தும் சிங்களருக்கே என்பதல்லவா பௌத்த சங்க தலைமைக் குரு ஒருவரின் அண்மைய பத்திரிகைச் செய்தி! அதனால் எல்லாக் கொடுமைகளுக்கும் ஒரு தார்மீகப் பொறுப்பினை ஏற்றுக்கொண்டுதான் இவர் கலங்குகிறார்; தயங்குகிறார்."

அக்கணமே புத்தசுவாமி மீதான சுந்தரலிங்கத்தின் மதிப்பு படபட வெனப் பலபடிகள் உயர்ந்துவிட்டது.

மேலும் மௌனத்தைத் தொடராமல் புத்தசுவாமி சொன்னார்: "நடந்த கொடுமையெல்லாம் நான் அறிஞ்சேன். அது மிச்சம் எனக்கு வருத்தம். இது சுட்டி வேற என்ன சொல்றதுன்னு எனக்குத் தெரியேல்ல."

சுவாமி நிறுத்திவிட்டு சற்று எட்ட வாசலோரம் இன்னும் நின்றிருந்த இளம் புத்ததுறவி, தூணோரம் உட்கார்ந்திருந்த திரவியம் ஆகியோரை ஒருமுறை நோக்கினார். பின் தொடர்ந்தார்: "கொழும்பிலேயும் மற்றச் சிங்களப் பகுதிகளிலேயும் நடந்ததுகளுக்கு சிறிசாயோ பெரிசாயோ ஒரு காரணத்தைச் சொல்லலாம்னாலும், நேத்துக் காலம்பற இங்க பண்ணைக் கடல்ல நேவிக்காரங்க போர்ட்டைச் சுட்டு மூழ்கப் பண்னதுக்கு ஒரு காரணம்கூட சொல்றதுக்கு முடியாது."

சட்டென சுவாமியை இடைமறித்தது திரவியத்தின் குரல்: "ஏன் சுவாமி, கொழும்பிலயும், மற்ற சிங்களப் பகுதிகளிலயும் நடந்த அந்தளவு அக்கரமங்களுக்கும் பெரிய காரணம் வேண்டாம், ஒரு சின்னக் காரணத்தையாவது சொல்லுங்கோ பாப்பம்!"

ஆச்சரியத்தோடு சுந்தரலிங்கமும், கலவரத்தோடு சங்கரப்பிள்ளையும், சிறிய வெகுட்சியுடன் இளம் துறவியும், எந்த உணர்வுமில்லாமல் புத்தசுவாமியும் திரவியம் பக்கம் திரும்பினர்.

புத்தசுவாமியின் பார்வையில் ஆச்சரிய சலனம் ஆடியது.

அவனை அவர் அறிவார். பேச்சுப் பரிச்சயம் இல்லா விட்டாலும் பார்வை அறிமுகம் இருந்தது. அவனது அடக்கமான போக்கும், சாந்தமான குணமும் அவரை அவ்வப்போது வசீகரிக்கவும் செய்திருந்தன. 'இந்த வசீகரம் பெரிய பெரிய காரியங்களை ஆன்மீகரீதியில் நிறைவேற்றும் வல்லபம் வாய்ந்தது' என்றும் அவர் அப்போது நினைத்திருக்கிறார். அப்படியான அந்த இளைஞனின் முகத்தில் அப்போது அவர் கண்ட பாவங்கள் நம்பமுடியாதவையாக இருந்தன. ஒரு துக்கம்... ஒரு வெறுப்பு... ஒரு கோபம்... அல்லது, இவை மூன்றின் சமபங்குக் கலப்பு அவன் முகத்தில் உறைந்திருந்தது. சுவாமி ஒரு சிறுபொழுது அந்தப் புரிதலில் ஸ்தம்பிதம் கொள்ளும்படி ஆயிற்று. அதேவேளை அவர் மனத்தில் க்ஷணப்பித்த எண்ணமொன்று நிர்வாணமாகியது: 'பிரபஞ்ச துக்கத்துக்கு நிவாரண மார்க்கம் தேடி அரண்மனை, அரசபோகம், போகம் யாவும் துறந்து அன்றொரு நள்ளிரவில் கானகம் சென்றாரே கௌதமர், அவர் கோபத்தோடும் சென்றிருந்தால் அவர் முகமும் இந்த மாதிரித்தான் இருந்திருக்குமோ?'

சிறிது நேரத்தில் உள்ளத்தில் வீறித்தெழுந்த உணர்வுகள் உள்ளடங்கி புத்தசுவாமி தனக்குள் புன்னகைத்தார். பின் அனைவருக்குமான பதில்போல பொத்தம் பொதுவாகச் சொன்னார்: "நடந்ததெல்லாம் ஒங்களுக்குத் தெரியும்தானே? பேப்பர்லேயும் விபரமா வந்திருக்கு. றேடியோச் செய்திலயும் தெளிவாச் சொல்லியிருக்கு. திண்ணவேலியில கண்ணிவெடி வைச்சு பதின்மூணு ஆமிக்காரங்கள புலிப்படை கொன்னதாலதானே, கொழும்பில கலவரம் தொடங்கிச்சு? எப்பவாச்சும் ஆமிக்கு இந்த மாதிரி ஒரு அழிவு ஏற்பட்டிருக்கா? முந்தி பொலிஸ் ஸ்ரேஷன் தாக்குதல் எல்லாம் நடந்திருக்கு. பாங்கில கொள்ளை நடந்திருக்கு. அப்பவும் தமிழ் ஆக்களுக்கு இந்தமாதிரி நடந்திருக்கா? ஆமிக்காரங்க உடல்கள எல்லாம் கொழும்பு கனத்தை மயானத்தில வைச்சு அரசாங்கம் தகனம் பண்ணியிருக்கு. அதைப் பாத்து சிங்கள ஜனங்க கொதிப்படைஞ்சு ... அந்தமாதிரித்தான் கொழும்பில கலம்பகம் தொடங்கிச்சு."

"சுவாமி, என்னை மன்னிக்கவேணும்" என்று பணிவாகவும், அதே வேளை உறுதியோடும் மறுபடி இடையிட்டான் திரவியம்: "பேப்பரில எப்படி விரிவாய் வந்திருந்ததோ அந்த மாதிரியும், றேடியோவில எப்படி தெளிவாய்ச் சொல்லியிருந்ததோ அந்த மாதிரியுமே சுவாமியும் சொல்லியிருக்கிறியள். பத்திரிகைத் தணிக்கையைக் கொண்டுவந்த பிறகு, அரசாங்கம் திட்டமிட்டுச் செய்யிற பிரச்சாரம் இது. ஆனால் உண்மை இது இல்லை."

“தம்பி நல்லா கற்பனை பண்ணுது” என்ற அடக்கமாய்ச் சிரித்தார் சுவாமி.

“கற்பனையெண்டு சொல்லுறதுக்கு இதில நம்பமுடியாத விஷயம் என்ன இருக்கு, சுவாமி? இந்த வருஷப் பிறப்புக்கு கொழும்பிலயிருந்து வந்த என்ர சினேகிதன் அப்பவே சொன்னான், பெரிசாய் எதுவோ நடக்கப்போகுதடா, திரவி. என்ன நடக்கப் போகுதெண்டுதான் தெரியேல்லையே தவிர, அதுக்கான ஆயித்தம் நடந்துகொண்டிருக்கு. இதில புத்தகுருமாருக்கும் பெரிய பங்கு இருக்கப்போகுது. கொழும்புக்கு வெளியில இருக்கிற பன்சால எல்லாம் ஒரே மர்மமான அமைதியில, சிலநேரம் மர்மமான நடமாட்டங்களோட இருக்கு. எனக்குப் பயமா இருக்கு. நான் வேலையை விட்டிட்டு வந்திடப்போறன் எண்டு. அப்ப அவன் சொன்னதை நானும் பெரிசாய் எடுக்கேல்லை. இப்ப அவன் பயந்தபடியே நடந்திருக்கிறதப் பாத்தா, கண்ணிவெடிச் சம்பவம் திண்ணவேலியில நடந்திராட்டியும், முன்னயோ பின்னயோ இந்த மாதிரி ஒரு சம்பவம் நடந்துதான் இருக்கும். இது திட்டமிட்டு உண்டாக்கின இனக்கலவரம்தான்; ஜனக் கிளர்ச்சி அல்ல.”

“நான் ஒரு சிங்கள ஆளாயும், புத்தசமயக்காரனாயும் இருக்கிறதால எதைச் சொன்னாலும் உங்களுக்குத் தவறாய்த்தான் படும். ஆனா என்னைப் பொறுத்தவரை யாழ்ப்பாணத்தில பையங்க ஆயுதப் போராட்டம்னு துவங்கின பிறகுதான் இந்த மாதிரி ஒரு நிலைமை தென்னிலங்கையில ஏற்பட்டிருக்கு. இதுவரைக்கும் இல்லாதமாதிரி இப்ப சிங்கள ஆளுகள் தமிழ் ஆளுகளை சந்தேகமாய்ப் பாக்கிறாங்க. யார் புலி, யார் புலி இல்லேன்னு தெரியாம இருக்கு. இப்படி ஒரு நிலமை வந்தப்புறம் அங்கங்க கலகம் மூளுறத ஆரால தடுக்க ஏலும்? அரசாங்கத்தால கூட தடுக்க முடியாது, தம்பி.”

“அப்ப . . . அம்பத்தாறில, அம்பத்தெட்டில, அறுபதில நடந்த கலவரங்களுக்கும் புலிப்படைதான் காரணமோ?”

“அப்பொழுது சமஷ்டிக் கட்சி காரணமாயிருந்தது.” படீரென ஆங்கிலத்தில் பிறந்தது பதில். சொன்னவர் புத்தசுவாமி அல்ல, இளந்துறவி. திரவியம், சங்கரப்பிள்ளை, சுந்தரலிங்கம். சங்கரானந்தர் நால்வரும் குரல்த் திசையில் திரும்பி வியந்தனர். வேண்டாத தலையீடுபோல புத்த சுவாமியின் முகத்தில் ஒரு அதிருப்தி படர்ந்தது. ஆனால் அவரால் மூண்டெழுந்த விவாதத்தைத் தடுக்க முடியவில்லை.

“சமஷ்டிக் கட்சியினரும் ஆயுதம் எடுத்துத்தான் போராடினார்களோ?” சற்றே கோபத்தோடு கேட்டான் திரவியம், ஆங்கிலத்திலேயே.

“ஆயுதமெடுத்துப் போராடவில்லைத்தான். ஆனாலும் அவர்கள் சமஷ்டி கேட்டார்களே!”

“இப்போது நீங்கள் சரியாகச் சொல்லுகிறீர்கள், சின்னசுவாமி” என்று கூறி கோபத்தை மேவிக்கொண்டு கடகடவெனச் சிரித்தான் திரவியம்.

அந்த சாந்தத்துக்கும், மவுனத்துக்கும் பின்னால் இருந்த கொழுங்கனலை அப்போதுதான் கண்டார் புத்தசுவாமி. திகைத்தார்.

ஏனோ, நல்லூர் ஆறுமுக நாவலரது ஞாபகம் விடைத்தெழுந்தது. நாவலருக்கு சைவமும் தமிழும் இரு கண்களாய் இருந்தனவெனினும், அரசியலை மூன்றாவது கண்ணாக வரித்திருந்தார். சட்டசபைக்கான ஒரு தேர்தலில் யாழ்ப்பாணத் தொகுதியில் ஆங்கிலேயரான பிறிட்டோவும், தமிழரான இராமநாதபிள்ளையும் போட்டி யிட்டனர். அதில் இராமநாதபிள்ளை சார்பில் தேர்தல் வேலை செய்து அத்தொகுதியில் முதன்முறையாக ஒரு தமிழரை வெற்றிபெறச் செய்தவர் நாவலர். அவரைப்பற்றி நிறையவே அறிந்திருக்கிறார் புத்தசுவாமி. நல்லூரில் அமைந்துள்ள நாவலர் திருவுருவச் சிலையை, தோற்றத்தின் கெம்பீரத்துக்காகவே பலமுறையும் பார்த்துப் பரவசப்பட்டிருக்கிறார். திரவியத்தின் அச்சம் சிறிதுமற்ற அந்தச் சிரிப்பும், பின்விளைவுகளைக் கருதாத சுடுசர வார்த்தைகளும், கேலியும், வார்த்தைச் சாதுர்யமும் ஆறுமுக நாவலரைச் சுவாமிக்கு பொருத்தமாகவே ஞாபகப்படுத்தியிருந்தன.

திரவியம் தொடர்ந்தான், சின்னசுவாமி என்று தான் குறிப்பிட்டதிலுள்ள சிலேடையைத் தெரிந்த இளந்துறவியின் முகம் செம்மை படர்வதைப் பார்த்து தனக்குள்ளாக ரசித்தபடியே: "ஆயுதப் போராட்டத்தால் மட்டுமல்ல, தமிழன் சாத்வீக முறையில் உரிமை கேட்டாலும், அதைச் சிங்கள இனத்தால் பொறுத்துக் கொள்ள முடியாதிருக்கிறது. பாமரர் மட்டுமல்ல, படித்தவர்களும் இந்த எண்ணத்திலிருந்து தப்பவில்லை. ஏனெனில் சரித்திரமும் அரசியலும் அவர்களுக்குத் தவறாகச் சொல்லிக் கொடுக்கப் பட்டிருக்கிறது. இந்த நாட்டை புத்த பூமியென்றும், சிங்களர்த் தேசமென்றும் நினைக்கிற அளவுக்கு ஒரு பொய்யான – மாயமான – எண்ண அலையை இந்த நாட்டின் புத்த சங்கங்களும், அரசியல் தொழில் நடத்துகிற ஈனப் பிறவிகளும் ஏற்படுத்திவிட்டன. இதற்காக மக்களைக் குறைசொல்லாதீர்கள். அவர்கள் சரியான மேய்ப்பர்களைத் தேரமுடியாத ஆடுகளாகவே இன்னும் இருந்து கொண்டிருக்கிறார்கள் என்பதுதான் அவர்கள் மேலான தவறாக இருக்கமுடியும்."

அரசியல் தொழில் நடத்துகிற ஈனப்பிறவிகளும் என்று திரவியம் சொன்னபோது தன்னையறியாமலே ஒரு கூச்சவுணர்வு சங்கரப்பிள்ளையின் உடலில் பரவியது. தலைகுனிந்து கொண்டார். சுந்தரலிங்கத்துக்கு மெய்சிலிர்ப்பு. 'இதற்காக மக்களைக் குறை சொல்லாதீர்கள். அவர்கள் மேய்ப்பர்களைத் தேடமுடியாத ஆடுகளாகவே இன்னமும் இருந்து கொண்டிருக்கிறார்கள் என்பதுதான் அவர்கள் மேலான தவறாக இருக்கமுடியும் என்பது அரசியல் போதிமரம் மட்டுமே அளித்திருக்கக்கூடிய ஞானமல்லவா!'

பிரமிப்பு சங்கரானந்த தேரரிடத்திலும் ஏற்பட்டிருந்தது.

இளம்துறவி சொன்னார்: "இந்த நாட்டின் பெரும்பான்மை மக்களின் மதமாக புத்தமதம் இருப்பதனால் இதைப் புத்தநாடு என்று சொல்லியிருக்கலாம். அதுபோல இந்த நாட்டின் பெரும்பான்மையினர் பேசும் மொழியாக சிங்களம் இருப்பதனால் சிங்கள தேசமென்றும் சொல்லியிருக்கக்கூடும். இது எப்படி வெறியாகும்? அப்படிப் பார்த்தால் தமிழரிடத்திலும் அந்த மாதிரியான மனோபாவம் இருக்கிறதுதானே?

ராவணன் ஆட்சி செய்த திராவிட நாடு, பண்டார வன்னியனின் வீர மண், எல்லாளன் அரசிருந்த அஞ்சாத தேசம், சங்கிலியன் ஆண்ட தமிழ்க்குடா என்று நீங்கள் இங்கே சொல்லவில்லையா? பண்டார வன்னியன் சிலையை வவுனியாவிலே நிறுவி, திறப்பு விழாவை மூன்று நாள்ப் பெரு விழாவாக நீங்கள் கொண்டாடியதை யார்தான் மறக்க முடியும்?"

பண்டார வன்னியன் சிலை திறப்பு விழா தேசமளாவிய ஒரு கவனிப்பைப் பெற்றிருப்பதையும், அதை இந்த இளந்துறவி விரும்பவில்லை என்பதையும் திரவியம் சுலபமாகவே புரிந்து கொண்டான். இளந்துறவியின் கேள்வியை சுந்தரலிங்கம் விரும்பவில்லை. ஒருவேளை அவரே ஒரு எதிர்ப்பாய்ச்சல் பாய்ந்திருக்கக் கூடும். அதற்குள் திரவியம் முந்திக் கொண்டான். அந்தப் பதிலும் தன் மனத்தைப் படித்துச் சொன்ன பதிலேபோல திருப்தி தந்தது அவருக்கு.

"இவையெல்லாம் தெற்கில் உருவான சிங்களக் கோஷங்களின் விளைவே தவிர, துவேஷத்துக்காகவென்றே உருவான கோஷங்கள் அல்ல. இன்னுமொன்று, சிங்கள வெறிக் கோஷம் இலங்கை சுதந்திரம் அடைவதற்கு முன்பே – 1915லேயே – மூர்க்கமாய் வெளிவரத் தொடங்கிவிட்டது. அந்த வருஷத்தில் நடந்த சிங்களவர் – சோனகர் கலவரம், அதன் இனத் துவேஷத்தினதும், புத்தமத வெறியினதும் ஒரு வெளிப்பாடுதான். அதற்கும் முன்பு, கோல்புறூக் அரசியல் திட்டம் நடைமுறைக்கு வந்த காலத்திலிருந்து சிங்களருக்கும் கிறித்தவர்களுக்குமிடையே தீராப்பகை தோன்றியிருந்தது. அநகாரிக தர்மபால காலத்தில் அது உச்சநிலை அடைந்தது. பியதாச சிறிசேனவின் நாவல்களை எடுத்துப் பாருங்கள், கிறித்துவ மத விரோதம் எந்தெந்த வழிகளிலெல்லாம் பிய்த்துக்கொண்டு வெடித்திருக்கிறது என்பது தெரியவரும். இலக்கியத்தையே ஊடகமாகக் கொண்டு ஒரு நாட்டில் இன – மதத் துவேஷங்கள் வளர்க்கப்பட்டால், அந்த நாட்டின் எதிர்காலம் எப்படி இருக்குமென்று நினைக்கிறீர்கள்? இப்படித்தான் இருக்கும் – இன்றைக்கு இலங்கை இருக்கிற கேவலமும் கொடுமையும் நிறைந்த நிலைமையில்தான் இருக்கும். ஆனால் நீங்கள் சொல்கிறீர்கள், தமிழர்களே இனத்துவேஷத்தைக் கிளர்த்தினார்களென்று. ஐயா சின்னச்சுவாமியே, பெரும்பான்மை இனமக்கள் துவேஷம் பாராட்டுகிற ஒரு நாட்டில், சிறுபான்மை இனமக்கள் தங்களுடைய சகல உள்பேதங்களையும் மறந்து ஒன்றுபடுகிற தேசிய இனத்தேவை இருக்கிறது. அந்தத் தேவை காரணமாக எழுந்த கோஷங்களே தவிர அவை வேறில்லை. மேலை நாடுகள் சொல்கிற ஜனநாயகத் தத்துவங்களை வைத்துப் பார்க்கப்போனால், பெரும்பான்மை பெரும்பான்மையென்று ஒரு இனம் தன்னை வேறெந்தத் தகைமையுமின்றி முன்னிறுத்தப் பார்ப்பதே ஜனநாயகத் தன்மை அற்றது, துவேஷத்தை வளர்ப்பது. சிறுபான்மை – பெரும்பான்மை என்பது நாடாளுமன்ற அரசியல் நடைமுறைக்கான ஓரம்சம். அது அரசுக்கு இல்லை, தனிமனிதருக்கு இல்லை. நீங்கள் பெரும்பான்மை இனத்திலிருந்து பிரித்தெடுக்கப்பட்ட ஒரு தனிச் சிங்களர் அல்ல. அதுபோல் நானும் சிறு பான்மையினத்திலிருந்து பிரித்தெடுக்கப்பட்ட ஒரு தனித் தமிழர் அல்ல. பிரித்தெடுக்கப்பட்ட

கணத்திலேயே நம் அடையாளங்களை நாம் இழந்துவிடுகிறோம். நான் முற்று முழுதாகவும் முடிவாகவும் ஒரு மனிதன். பிறகுதான் மற்றதெல்லாம்."

"இப்படி எல்லாருமே நினைச்சு இருந்திட்டா, பிரச்சினையே இல்லையே, தம்பி" என்றார் பெரியசுவாமி. தமிழிலேதான். திரவியத்தின் கருத்துக்களின் உன்னதத்தைப் பாதி உணராமலேதான்.

"நினைக்க எங்க விட்டியள்? ஆரம்பத்தில் கள்ளத்தோணி, தோசை – மசாலா வடை பாட்டு, பிறகு யாழ்தேவிப் பாட்டு, இப்ப கொட்டியா பாட்டு. சாதாரண சிங்களப் பொதுசனங்களின்ர மனத்தைக் கூட துவேஷம் பரவ வைச்சுக் கெடுத்திட்டியள். ஒரு நல்ல நாடே குட்டிச்சுவராய்ப் போய் நிக்குது. இதுகூட உங்களுக்குப் பொருட்டாய் இல்லையா?"

புயலடித்தது திரவியத்தின் வார்த்தை – அர்த்தப் பிரயோகத்தில்.

தான் விரும்புகிறவண்ணம் அமைந்திருக்கிறபோதிலும் விவாதத்தை வளர்த்துக்கொண்டு போவது சுந்தரலிங்கத்துக்கு சரியானதாகத் தோன்றவில்லை. புத்தசுவாமிக்கு மதிப்பளிக்க வேண்டும் என்பதற்காக மட்டுமல்ல, புத்தகோயிலுக்கு, அதுவும் ஒரு புனித ஸ்தலம் என்ற அர்த்தத்தில், மரியாதை கொடுக்க வேண்டும் என்பதினாலுமாகும். "தம்பி திரவியம், நாங்கள் புத்தசுவாமியோட இஞ்ச அரசியல் பேச வரேல்லை. அவருக்கும்தான் என்ன தெரியும்? ஏதோ, தெரிஞ்சதைச் சொன்னார். அவ்வளவுதான். விட்டிடு."

திரவியம் அடங்கினான். இளந்துறவி, சுந்தரலிங்கம் சொன்னதைப் புரிந்துகொண்டவர்போல கோபம் வெடிக்க சுந்தரலிங்கத்தைப் பார்த்தார். சங்கரானந்தரின் பொறுமை சலனப்படுவது தெரிந்து நாலு வார்த்தை சிங்களத்தில் பொரிந்தார். மேற்கொண்டும் அங்கே தங்காமல் உள்ளே போனார்.

"அவர்களுக்கு என்ன தெரியுமாவா? எங்களுக்கும் அரசியல் தெரியும். வரலாறு தெரியும். கேள்வியால் மட்டும் அல்ல, படித்துத் தெரியும். வித்தியாலங்கார பல்கலைக்கழகத்து பட்டதாரி மாணவன் நான். அரசியல் என்னுடைய சிறப்புப் பாடம்" என்று சின்ன சுவாமி சிங்களத்தில் சொன்னதை சுந்தரலிங்கம் புரிந்து கொண்டார். அது, தனக்குச் சொன்னதே என்பதும் அவருக்குத் தெரிந்தது.

'நீ அரசியலைச் சிறப்புப் பாடமாக எடுத்து என்ன பலன்? சாதாரண ஒரு மனிதனுக்கு இருக்க வேண்டிய பகுத்தறிவுகூட இல்லையே! எது உனக்குச் சொல்லப்பட்டதோ அதைத்தானே நீயும் கிளிப்பிள்ளைபோலத் திரும்பத் திரும்ப சொல்லிக் கொண்டிருக்கிறாய். இலங்கையின் அரசியல் பிரச்னைக்கு நியாயமான தீர்வு ஏற்படவேண்டுமென்கிற எதுவித மானசீக மான ஆர்வமும் உன் அரசியல் பார்வையில் இல்லை. நீ அரசியல்வாதியாக வேண்டாம். குறைந்தபட்சம் இந்த சீவர ஆடைக்காவது ஒரு அர்த்தம் கொடுக்கவேண்டுமல்லவா?' இளந்துறவியின் கோபம், கொந்தளிப்பு யாவும் பொருத்தமற்ற வேளையில், பொருத்தமற்ற மனிதரிடத்தில் தோன்றிய உணர்வுகளாகப் பட்டு ஆச்சரியமடைந்த சுந்தரலிங்கம்

அளவோடு கோபித்து அடங்கிக்கொண்டு புத்த சுவாமியின் பக்கம் திரும்பினார்: "இதெல்லாம் இப்ப எதுக்கு, சுவாமி? நீங்கள் எங்களைக் கூப்பிட்டனுப்பின விஷயத்தைச் சொல்லுங்கோ."

"சொல்றதுக்கு இவங்க விட்டாத்தானே!" என்றார் ஒரு சின்னச் சிரிப்போடு. பின் மனத்தைச் சிலிர்த்துக்கொண்டு கூறினார்: "நேத்துக் காலையில நடந்த படகு மூழ்கடிப்புச் சம்பவம் எனக்கு மிச்சம் பெரிய அதிர்ச்சியாய்ப் போச்சு. எது, எங்கே நடந்துதுன்னாலும் இந்தத் தீவு சனங்களுக்கு ஒரு துன்பம் வர விடமாட்டேன்னு சொல்லியிருந்தேன். இருந்தும் இந்த மாதிரி ஒரு சம்பவத்தைத் தடுக்க முடியாமப் போச்சு. அதை நினைச்சாத்தான் பெரிய வருத்தமாயிருக்கு. இந்த அக்கிரமத்துக்கு நானுமே காரணம் போல மனம் மிச்சம் மிச்சம் வேதனைப் படுகுது. இனிமேலும் இதுமாதிரி ஒரு சம்பவம் இங்க நடக்க நான் அனுமதிக்கமாட்டேன். இந்தத் தீவில மட்டுமில்லை, இலங்கையில எந்த இடத்திலயும் அப்பாவி மக்கள் பாதிப்பு அடையக்கூடாது. அதால நான் மத்தியானமே கொழும்புக்குப் போறேன். பாதுகாப்பு மந்திரியை, இல்லாட்டி பிரதமமந்திரியை, முடிஞ்சா ஜனாதிபதியையே சந்திச்சு இந்த விஷயத்தை எடுத்துச்சொல்லப் போறேன். சாதாரண குடிமக்களுக்குப் பாதுகாப்பு என்கிற உத்தரவாதம் இல்லாம நான் திரும்பப்போறதில்லை."

"நல்ல காரியம்தான், சுவாமி" என்றார் சுந்தரலிங்கம், மனதார்ந்த சந்தோஷத்துடன்.

சங்கரப்பிள்ளையும் தலையசைத்து ஆமோதித்தார்.

புத்தசுவாமி மேலும் சொன்னார்: "நான் திரும்பி வர எத்தனை நாளாகும்னு தெரியல. பிக்கு குணானந்தரை இங்க நிக்க வைச்சிட்டுப் போறதுதான் திட்டமாயிருந்தது. ஆனா ரண்டுபேரும் போறதே சரியாயிருக்கும்னு இப்ப தோணுது. எது எப்பிடியிருந்தாலும் உங்ககிட்ட எனக்கு ஒரு உதவி ஆகணும்."

"சொல்லுங்கோ."

"நாங்க திரும்பிவர ஒரு வாரம் பத்து நாளாவது ஆகும்..."

"சரி!"

"அதுவரையில..." புத்தசுவாமி தயங்கினார்.

"சொல்லுங்கோ, சுவாமி. அதுவரையில..?"

"இல்லை... அதுவரையில... புத்தகோயிலுக்கு ஒண்ணும் ஆகிவிடாம..."

"புத்தகோயிலுக்கு என்ன ஆகும்? ஒண்டும் ஆகிவிடாமல் பாக்கிறதெண்டால் என்ன? எனக்கு விளங்கேல்லை, சுவாமி" என்றார் சுந்தரலிங்கம், உண்மையில் ஏதும் புரியாமலே.

"எனக்கு எப்பிடிச் சொல்றதுன்னு... மிச்சம் கஷ்டமாகயிருக்கு மனம்... இல்லை, புத்தகோயிலுக்கு ஒரு ஆபத்தும் வந்திடாம..."

"சுவாமி!" சுந்தரலிங்கம் அதிர்ந்து போனார். சங்கரப்பிள்ளையும்தான். திரவியமும்தான்.

"சுவாமி... ஏழெட்டு வருஷமா இந்தத் தீவில இருந்திருக்கிறியள். இருந்தும் எங்களைப்பற்றி... எங்கட மக்களைப் பற்றித் தெரிஞ்சுகொள்ள ஏலாமல் போச்சா?" என்றார் சுந்தரலிங்கம் தழுதழுத்த குரலில்.

புத்தசுவாமி அப்போதுதான் தான் சிந்திக்க மறந்த கோணத்தைத் தெரிந்து திடுக்கிட்டார். ஏழு முழு ஆண்டுகள் இங்கே இருந்திருக்கிறார் சங்கரானந்தர். அந்நியோன்யமான பழக்கமும் இருந்திருக்கிறது. இருந்தும் இந்த மாதிரி இவரால் நினைக்க முடிந்திருக்கிறதே, எப்படி? இந்தத் தீவுவாசிகள் சக மனிதர்கள் என்பதையும் மீறி, அவர்கள் தமிழர்கள் என்று கொண்டதால் வந்த வினைதானே அந்த நினைப்பு?

"நீங்க நினைக்கிற மாதிரியான ஆபத்தை நான் சொல்லேல்ல, சுந்தரம்" என்று சமாளிக்க முனைந்தார் புத்தசுவாமி: "இங்க ஊர்ச் சனங்கள் அடைவுக்கும் பாதுகாப்புக்கும் தந்த நகைகள், பணமெல்லாம் இருக்கு. நம்பிக்கையானவங்க விகாரையில இருப்பாங்க. ஆனால் பொலிஸ் காவல், செக்யூரிட்டிக் காவல் இருக்கிற பாங்குகளையே கொள்ளையடிக்கிற காலமாயிருக்கு. இந்த மாதிரியான நேரத்தில அதெல்லாத்தையும் இங்கயே வைச்சிட்டுப் போறதுன்னா..? அதைத்தான் நான் சொன்னது."

திரவியம் நம்பவில்லை.

"ஓ... இதுக்குப் போயா இப்பிடிப் பயந்தியள்!" என்று கேட்டு சிரித்த சுந்தரலிங்கம், தொடர்ந்து கூறினார்: "சுவாமி, நீங்கள் ஒண்டையும் யோசிச்சுக் குழம்பாமல் கொழும்புக்குப் போயிட்டு வாருங்கோ. கோயிலுக்கோ சொத்துக்கோ ஒரு வில்லங்கமும் வராமல் நாங்கள் பாத்துக் கொள்ளுறம். நாங்கள் இந்த மூண்டு பேர் என்னத்தைப் பாக்கிறது. ஊரே பாத்துக் கொள்ளும்."

புத்தசுவாமி எழுந்தார்.

மற்றவர்களும் எழுந்தனர்.

சுந்தரலிங்கத்தின் வார்த்தையில் அவர் மனத் தெளிவடைந்தது போலத்தான் தெரிந்தது. ஆனாலும் அவர் உள்ளுக்குள் எதையோ வைத்துப் புளுங்குகிறார் என்பது திரவியத்துக்கு மட்டும் தெரிந்தது. மேலும் தெரிவிக்கப்பட்ட உறுதியில், தன்னை அந்நியோன்யமாகக் கொண்டுவிட்ட வாத்சல்யத்தின் நெகிழ்ச்சியில் அவரது கண்கள் சற்றே கலங்கியிருப்பதையும் கண்டான்.

31

புத்தவிகாரையிலிருந்து வீடு வந்த திரவியம் சாப்பிட்ட பின் திறப்பை எடுத்துப் போய் கடையைத் திறந்தான். வியாபாரம் இன்னும் சில நாட்களுக்கு... மாதங்களுக்கு நடக்காதென்று நிச்சயமாகவே தெரிந்திருந்தது. எனினும், காலையில் வந்து கடையைத் திறந்துகொண்டு உட்கார்ந்துவிடுவது

தவிர வேறு வேலை இருக்கவில்லை. மேலும், நண்பர்களோடு அளவளாவி மனச் சுமைகளை இறக்குவதற்குமோ, தனியாக இருந்து யோசித்து யோசித்து அதை அதிகரித்துக் கொள்வதற்குமோ கூட அப்படிச் செய்வதே வசதியாக இருந்தது. சிலவேளைகளில் நண்பர்களுடனான அளவளாவுகையில் மனச்சுமை ஏறி, தனிமையாயிருந்து யோசிப்பதில் அதை இறக்கிவைத்த மறுதலையான நிகழ்வுகளும் ஏற்பட்டதுண்டு.

அவனது மனம், அன்று காலை பிக்கு குணானந்தரோடு ஏற்பட்ட காரமான வாக்குவாதத்துக்குப் பிறகு கனதியேறிப் போயிருந்தது.

சங்கரானந்த தேரரைப் புரிய அவன் மிகுந்த சிரமப்பட்டான். அவரே அவனோடு பேசியிருக்கலாம். அவன் அவரைத்தான் கேள்வி கேட்டான். ஆனால் அவரோ குணானந்தரைப் பேசவிட்டு தான் ஒதுங்கி இருந்துவிட்டார். இதற்காகவே சங்கரானந்தரின் மனத்தை அவன் சந்தேகித்துவிட முடியாது. ஆனாலும் அவரே அவனுக்குப் பதில் சொல்லவேண்டிய நிலைமையில் இருந்திருந்தார். பார்வை மூலமாகவேனும் அவன் அவரைப் பல காலமாகத் தெரிந்திருந்தான். அவர் நல்லவர்தான். இனக் கலவரத்துக்குக் காரணமாக அவர் கூறிய கருத்தை ஒப்புக் கொள்ளவில்லையே தவிர, அவரே துவேஷி என்று எண்ணிவிடவில்லை அவன்.

அவரிடம் எவையெவை இல்லையெனத் துணிந்தானோ, அவை குணானந்தரிடம் நிறையவே இருந்ததை தெளிவாகக் கண்டிருந்தான். அவரது பேச்சு பார்வைகளை மட்டுமில்லை, அவரையே அவனுக்குப் பிடிக்கவில்லை. கறுத்து உருண்டு திரண்ட உடம்பும், மோகமும் வெறியும் நிறைந்த கண்களும் அப்போதும் அவன் மனத்துள்ளிருந்து வெறுப்பைக் கக்க வைத்துக் கொண்டிருந்தன.

பெரிய பிக்குவுக்கும், மற்ற இரு பெரியவர்களுக்கும் மரியாதை கொடுக்க வேண்டியே சுந்தரலிங்கத்தின் தலையீட்டோடு திரவியம் கட்டுப்பட்டான். இல்லையேல் வலிசிங்க ஹரிச்சந்திர போன்ற இனத் துவேஷமும் மதவெறியும் யுத்த வேட்கையும் கொண்ட பிக்குகளின் பரம்பரையில் வந்தவனா நீ என்றெல்லாம் வாயில் வந்ததைக் கொட்டி யிருப்பான்.

திடீரென பிக்குவாக இருக்கும் தன் மனைவியின் மாமன் பற்றி உதயன் கூறியது ஞாபகமாயிற்று. நன்கு படித்திருந்தும் அவரிடத்திலிருந்த குரோதத்தை சிறப்பாகக் குறிப்பிட்டிருந்தான், ஒருவேளை ...

அன்பு, அஹிம்சை, ஜீவகாருண்யம் முதலிய உன்னதமான தத்துவங் களை உள்ளடக்கியிருந்த பௌத்தம், அதன் ஜனன பூமி கடந்து இங்கே வந்து எவ்வளவு மறுதலையான தன்மைகளை அடைந்திருக்கிறது என்று நினைக்க அவனுக்கு வருத்தமாக இருந்தது. எந்தப் புத்த நாட்டில் இந்தளவு வன்முறை தழைத்தது!

பள்ளிக்காலத்திலிருந்தே புத்தரின் சாந்த சொரூபம் அவனுக்குப் பிடிக்கும். புள்ளடியென்றும், கிளிக்கோடு என்றும், பந்தடியென்றும் சிறுவர்கள் மாலைகளைக் களேபரப்படுத்துவார்கள். இவனோ

பாதியிலேயே காணாமல் போயிவிடுவான். விகாரைக்கு முன்னால் நின்று கருணை பொழியும் புத்தபகவானின் முகவிலாஸத்தில் பார்வையைப் பதித்து மெய்மறந்து ரசித்துக் கொண்டிருப்பான். அது ரசிப்புக் கூட அல்ல, ஒரு லயம். அவ்வாறு அன்று லயித்து நின்றதனால்தான் அவனுள்ளும் ஒரு சாந்தம் சுவறுதல் சாத்தியமாயிற்றோ? அது எகிறுகிற வேளைகள் வந்திருக்கின்றன. எல்லை இகவாமல் போய் விடுவதில் அந்த சாந்தத்தின் இருப்ப நிரூபிக்கப்பட்டுக் கொண்டே இருந்திருக்கிறது இன்றுவரை.

சகமாணவர்கள் அம்புலிமாமாவும் சிரித்திரனும் வாசித்த வேளையில், அவன் வாசித்தது ஜாதகக் கதைகள். அந்த ஈர்ப்பில் உச்சிவரும் வேளை வரை நிலா பார்த்துக் கிடப்பான். அம்மா நிலாவிலே ஔவைக் கிழவி இருப்பதாகச் சொல்லியிருந்தாள். அவனுக்கோ நிலாவில் கந்துலன் என்கிற முயலின் கறை தெரிந்தது. அத்தனைக்கு அவற்றில் ஓர் ஈடுபாடு. இரண்டாயிரத்தைந்நூறு ஆண்டுகளுக்கு முன்னே ஒரு நள்ளிரவில் அரண்மனை ஆட்சி போகம் குடும்பம் அனைத்தையும் நீங்கிச் செல்லக் கருதி வெளியில் வந்து வானம் நோக்குகிறான் கௌதமன். சந்திரன் கடகம் தங்கியிருக்கிறான். மற்றைய கோள்களும் ஒத்து நின்று உரிய காலத்தை உணர்த்துகின்றன. அவன் காடு நோக்கி இருளில் இறங்குகிறான். இந்தச் சம்பவம் திரவியத்தின் மனத்தில் சிகிரியாச் சித்திர வர்ணச் சேர்க்கையில் பதிந்தே விடுகிறது. மணிமுடி தாங்கி மன்னர் மன்னனாய்க் களம் பல வென்று வாழ்வதிலும், அவற்றையெல்லாம் வெறுத்துத் துறப்பதே மஹாபுருஷத்துவமாய்த் தெரிவது அன்றே ஆரம்பித்துவிடுகிறது. துறவின் பௌருஷத்தை அவன் புத்தரிடத்தில் மட்டுமே காண்கிறான்.

ஆனால் குணானந்த என்கிற தனியொரு பிக்குவினால் அந்தப் புனிதங்களின் மேல் வெறுப்பு வந்துவிடுமோ என்று அப்போது அவனுக்கு அச்சமாக இருந்தது.

சிறிது நேரத்தில் சிவதாசன் கடைக்கு வந்து சேர்ந்தான்.

கடைப்பக்கம் தற்செயலாக வந்தவன் திரவியத்தையும் பார்த்துப் போகலாமென வந்ததுபோல் தோன்றவில்லை. வியர்த்துக் களைத்துப் போயிருந்தான். அவசரத்தோடு சற்றுக் குழம்பியுமிருந்தான்.

"என்ன சிவா, இப்பிடி வேத்துக் களைச்சுப் போய்..?"

"உன்னைப் பாக்கத்தான்."

"வவுனியாவிலயிருந்து வாறியா?"

"அங்கயிருந்து நேற்றுப் பின்னேரமே வந்திட்டன். இப்ப வேலணைக்குப் போயிட்டு வாறன்."

"வவுனியா நிலமை எப்பிடி இருக்கு?"

"இப்ப கொஞ்சம் பறவாயில்லை. எண்டாலும் கொழும்பிலயிருந்து சனம் வந்து கொண்டுதான் இருக்கு."

"அதுசரி, என்னைப் பாக்க வந்ததாய்ச் சொன்னியே..."

"வவுனியாவில இருந்து நேற்று நான் வந்தது நல்லதாய்ப் போச்சு, திரவியம்."

"ஏன், என்ன விஷயம் அப்படி?"

தங்கள் தனிமையை உறுதிப்படுத்தவேண்டி பின்புறம் சுழன்று ஒருமுறை நோக்கிவிட்டு அடங்கிய குரலில் சிவா சொன்னான்: "எங்கட உருத்திரனும், இன்னும் சில பெடியளுமாய்ச் சேந்து, ராத்திரி புத்தவிகாரைக்கு வெடிவைக்கத் திட்டம் போட்டிருந்தாங்கள்..."

"சிவா..!"

"ஓம், திரவியம். தற்செயலாய் அந்தப் பக்கம் போன என்ர கண்ணில தட்டுப்பட்டாங்கள். என்ன ஏது எண்டு விசாரிச்சன். புத்தகோயிலை குண்டு வைச்சு இடிக்கப் போறம், நாகவிகாரை இருக்குதெண்டு சொல்லி இனி ஒரு சிங்களவன் எங்கட தீவில காலடி வைக்கக்கூடாது எண்டாங்கள். கொழும்பில ராமகிருஷ்ண மிஷனை எரிச்ச ஆத்திரம் அவங்களில இருக்கு... பேச்சில தெரிஞ்சுது."

"இருக்கிற நிலமையை இன்னும் மோசமாக்கியிடுவாங்கள் போல இருக்கே. நாகவிகாரையில கை வைச்சா கொழும்பில ஒரு தமிழன் உயிரோட இருக்கேலாது. கடவுளே! சரி, நீ அதுக்கு என்ன சொன்னாய்?"

"மடவேலை பாக்காமல் போங்கோ. இல்லாட்டி அக்கம்பக்கத்தில சொல்லி ஆக்களைக் கூப்பிடுவனெண்டு சொன்னன். பேசாமல் என்னைத்தான் அங்கயிருந்து போகச்சொல்லி எவ்வளவோ வாக்குவாதப் பட்டாங்கள். கட்டிப் போட்டுட்டு வேலையைத் துவங்க வேண்டியதுதான் எண்டுகூட ஒருத்தன் சொன்னான்."

"ஆர், உருத்திரனா?"

"இல்லை, உருத்திரனோட கூடநிண்ட பெடியன்."

"ஆள் ஆரெண்டு தெரியுமா?"

"ஆரெண்டு சரியாய்த் தெரியேல்லை. ஆனா மணிபல்லவம் வாசிகசாலைப் பெடியன் போலதான் இருந்தது."

"மற்ற ஆக்கள்?"

"அவங்களும் அங்கத்தைய ஆக்கள்தான்."

"சரி, இவ்வளவும் எங்க நடந்தது?"

"புத்தமடத்து காணிக்குக் கிட்ட."

"அப்ப நேரம் என்ன இருக்கும்?"

"பத்தரை... பதினொரு மணி இருக்கும்."

"பத்தரை பதினொரு மணிபோல என்ன நடந்தது?" என்றபடி அப்போது அங்கே வந்து சேர்ந்தான் பாலசிங்கம்.

அடிக்கடி வந்து பழகிக் கொள்ளாவிட்டாலும் பாலசிங்கம் ஒரு காலத்தில் அவர்களுடைய நட்பு வட்டத்தைச் சேர்ந்தவனாக

இருந்தவன். கல்யாணம், குழந்தைகளென்று ஆகிவிட்ட நிலையில் அவ்வப்போது வந்து பழகிக் கொள்வதுகூட பெரிய விஷயம். கொழும்புப் பத்திரிகையொன்றுக்கு நிருபராய் இருந்தான்.

திரவியம் மறைக்காமல் விபரத்தைச் சொன்னா ன்.

பாலசிங்கத்தின் நிருப ஆர்வம் தலைகாட்டத் தொடங்கினாலும் நண்பர்கள் வட்ட விவகாரம் என்பதையும் அவன் மறக்கவில்லை. அதனால், "சிவாவின்ர கண்ணில ஆக்கள் தட்டுப்பட்டது நல்லதாய்ப் போச்சு. இல்லாட்டி விஷயம் நாலுபேருக்குத் தெரிஞ்சு, அப்படியே புத்த சாமிக்குத் தெரிஞ்சு... அது பின்னை பொலிசுக்குப் போய்... எல்லாரும் நேராய் நாலாம் மாடிக்குத்தான் போகவேண்டி வந்திருக்கும். நல்லகாலம், இந்தளவில முடிஞ்சது. விஷயத்தை வெளியில விட்டிடாதயுங்கோ" என்று மட்டும் கூறி அடங்கிவிட்டான்.

திரவியம் சொன்னான்: "ம்... கோயிலுக்கு முன்னால ஆக்கள் நிண்டு சச்சரவுப்பட்டதை புத்தசுவாமி பாத்திட்டார் போல. அதுதான் காலமை ஆள்விட்டுக் கூப்பிட்டு, தான் கொழும்புக்குப் போறதாயும், புத்தகோயிலுக்கு ஒரு ஆபத்தும் வராமல் காப்பாத்த வேணுமெண்டும் ஐயாவிட்டையும் சுந்தரத்தாரிட்டையும் உறுதி கேட்டிருக்கிறார் சுவாமி."

"எதுக்கும் உருத்திரன்ல ஒரு கண் வைச்சிரு, திரவி. நீயும்தான் சிவா."

"நான் நாளைக்கு காலமை வவுனியா போயிடுவன். இருந்தாலும் அதுக்கு அவசியமில்லை. உருத்திரன் நேற்று ராத்திரியே இந்தியா போயிட்டான்."

"எப்பிடி அது?" திரவியம் வியந்தான். "ராத்திரி பதினொரு மணிபோலதான் நீ பார்த்திருக்கிறாய்..."

"அவன் ஒரு மணிபோல போர்ட்டில ஏறியிட்டான்."

"போர்ட்..? எந்த போர்ட்?"

"என்ன திரவி இது? ஊரில நடக்கிற விஷயமே உனக்குத் தெரியாமல் இருக்கு! எங்கட நயினாதீவுக்கும் இந்தியாவுக்கும் இடையில மணிமேகலை காலத்தில மட்டுமில்லை, இப்பவும்தான் கடல்ப் போக்குவரத்து இருக்கு. தீவுக்கு தெற்குப் பக்கமாய் நடக்கிற திருவிளையாடலுகள் ஒண்டும் உனக்குத் தெரியாதுபோல?"

"அதுதான் நிண்டுட்டுதே!"

"ம்! நல்லாய்த்தான் விடுவாங்கள்! கொஞ்சக்காலம் நிண்டிருந்தது. பிறகு துவங்கியிட்டாங்கள்."

"எதுக்குப் போய் வருகுது? முந்தின மாதிரி..."

"கடத்தலுக்காகத்தான். கஞ்சா கடத்துறாங்கள் இஞ்சயிருந்து."

"என்னால நம்பவே முடியேல்லை..! உருத்திரனா இப்பிடி?"

"திரவி, உருத்திரனுக்கும் கஞ்சா கடத்தலுக்கும் தொடர்பிருக்கிறதாய் நான் சொல்லேல்லை. கஞ்சா கடத்தல் செய்யிறதுக்குப் போன

போர்ட், இப்ப எது எதுக்கோ போய் வருகுது. அதில உருத்திரனும் போயிருக்கிறான்."

"ம்" என்று அடங்கினான் திரவியம்.

"சரி, நான் வரப்போறன். உருத்திரன் இந்தியா போன விஷயமும் ஒருத்தருக்கும் தெரியவேண்டாம். அது உருத்திரனுக்கு மட்டுமில்லை, அவன்ர தம்பிமார் ஜெகன், நிமலனுக்கும் கூட ஆபத்தாய் வந்திடும்" என்று எச்சரிக்கைப்படுத்திய பாலசிங்கம் வீட்டுக்குப் புறப்பட்டான்.

மேலும் சிறிதுநேரம் பேசிக்கொண்டிருந்துவிட்டு சிவாவும் விடைபெற்றான். "நான் போட்டுவாறன், திரவியம். அனேகமாய் அடுத்த கிழமை வருவன். அப்ப வடிவாய்க் கதைக்கலாம். கதைக்க கனவிஷயமிருக்கு. சுதனிட்ட சொல்லு, நான் அடுத்த கிழமை வந்து பாக்கிறதாய்."

மறுபடியும் தனிமையில் விடப்பட்டான் திரவியம்.

புத்தரும் ...

அகிம்சையும் ...

சாந்தமும் ...

முரணாக, குணானந்தவும் ...

நினைவு கலைந்து நனவுக்குத் திரும்பியபோது, நேரே ஒழுங்கையில் மகேஸ்வரியும் ராஜலட்சுமியும் போய்க்கொண்டிருந்தனர். சரஸ்வதி வீட்டுக்காய் இருக்கும் என எண்ணிக் கொண்டான். அதிலிருந்து விசுவ லிங்கத்தின் ஞாபகம் பிடித்தது.

விசுவலிங்கத்துக்கு என்ன ஆனது?

அவர் அகதி முகாமிலும் இல்லையாமே!

32

ஐப்பசி பிறந்திருந்தது. இந்து சமுத்திரத்தின் இதமான வருடலில் தீவில் தட்டத் தொடங்கியிருந்தது குளிர்மை. இருந்தாலும், வங்கக் கடலில் ஏற்பட்ட காற்றழுத்த மண்டலங்களால் எங்கோ பெய்த மழைக்கு, இங்கே வெப்ப வியாபகமும் அவ்வப்போது உண்டாயிற்று. தண்ணீர்ப் பஞ்சத்தோடு முடிந்திருந்த கோடைக்குப் பின்னால், வறுமையோடுதான் பிறந்திருந்தது மாரி. ஆனாலும் புரட்டாதியில் போட்ட தூறல்களினால் வெளிநிலம் எங்கிலும், ரோட்டின் கான்களிலும் பசும்புற்கள் தலைநீட்டிக் கொண்டிருந்தன.

தீவு மறுபடி வாழ்க்கையைத் தொடங்கியிருந்தது. தன் சாம்பலிலிருந்தே உயிர்த்தெழும் பீனிக்ஸ் பறவைபோல், அத்தனை சோகம் நிறைந்த அழிச்சாட்டியத்தின் அடியிலிருந்தும் வாழ்க்கை உயிர்பெற்றிருந்தது. எத்தனை அழிவிலிருந்தும் அது அப்படி உயிர்க்கும்.

எவருமே நினைத்திருக்கவில்லை. எனினும் நடந்திருந்தது. பண்டித ரிடத்தில் போலத்தான் பாமரரிடத்திலும் புத்துயிர்ப்பின் அந்த ஜீவ களை ததும்பிக் கொண்டிருந்தது. சேவல் சேராமல் சாம்பல் குளித்தே சினைப்படும் பேடுபோல, வேறு வெளி உதவி, ஆதரவு, வழிகாட்டல் இன்றியே அந்தப் புனர்ஜன்மம் சம்பவித்தது. வாழ்க்கையின் விண்டுரைக்க முடியாத அதிசயம் இது. இதுவே அதன் மகத்துவமும் ஆகும்.

ஜோதிலிங்கம் உத்தியோகத்துக்குத் திரும்பிவிட்டான் மனைவியோடு. சிவா பழையபடி வவுனியாவிலிருந்து கொழும்புக்கு லொறியில் காய்கறி ஏற்றி அனுப்பத் தொடங்கியாகிவிட்டது. ஏது காரணமாகவோ, திரவியம் இரண்டு மூன்று முறை தீவைவிட்டுச் சென்று தொடர்ந்தாற்போல ஒரு இரவோ இரண்டு இரவுகளோ சிவாவோடு வவுனியாவில் தங்கிவிட்டு வந்தான். இப்போது அவனிடத்திலும் இனக் கலவரத்தின் விஸ்வரூபம் கண்ட சோகம், கோபம், அதன்மீது கருத்துரைத்த தீர்க்கம் அவ்வளவாக வெளிப்படவில்லை. ஒரு மூட்டத்தில்போல மறைந்துள்ள உணர்வுகளாய் விட்டிருந்தன அவை. ஏதோ ஒரு திட்டம், செயல்பாடு காரணமாய் விழுந்த மூட்டமாய்த் தெரிந்தது அது.

நீண்ட நாட்களாகத் தகவல் தெரியாமலிருந்த விசுவலிங்கமும் கொழும்பு அகதிமுகாமிலிருந்து இந்தியா போய்ச் சேர்ந்துவிட்டார். போன மாதத்தில் கடிதம் வந்திருந்தது. அன்றிலிருந்து சரஸ்வதிக்கும் பிள்ளைகளுக்கும் சோகத்தில் முக்காலே அரைக்கால் வீதம் கரைந்து விட்டது. பழையபடி பனையோலைப் பெட்டிகள் நார்க்கடகங்கள் இழைப்பதிலும், பாய் பின்னுவதிலும் மும்முரமாய் முனைந்துவிட்டாள் சரஸ்வதி. இனி அந்தக் குடும்பத்தின் முழுப் பொறுப்பும் அவள் தோள் மேலேயே. இந்தியா போனவருக்கு அங்கிருந்து பணம் அனுப்பவா முடியப்போகிறது? அது பெரிய பாரமாகப் படவில்லை அவளுக்கு. பாரத்தை மனத்தில் சுமப்பதுதான் கஷ்டமாக இருந்தது. கணவனின் கடிதம் அந்தச் சுமையை இளக்கிவிட்டது. இனி எதுவும் இலகுவாக, சுகமாகவே இருக்கும்.

விசுவலிங்கத்தின் கடிதம் கண்டவுடன் மகேஸ்வரியிடம்தான் ஓடினாள் சரஸ்வதி. கண்ணீர் ஒழுக சொன்னாள்: “இந்தாள் இந்தியாவுக்கு எதுக்கு ஓடிச்சுதோ? ஒருவேளை அந்த நேரத்தில அந்த மாதிரித்தான் செய்ய முடிஞ்சுதோ, என்னவோ? என்னவாயும் இருக்கட்டும். எங்க யிருந்தாலும் அந்தாள் சீவனோட இருந்தால் எங்களுக்குப் போதும். நாங்கள் கஞ்சியைக் கிஞ்சியைக் குடிச்சாவது காலத்தைத் தள்ளியிடுவம்.”

நாள் ஆகஆக மகேஸ்வரிக்குச் சொன்னதுபோல் அடங்கியும் கொண்டாள். காதல் . . . இனிமேல் வந்தாலும் வரலாம். வராமலும் போகலாம். அது முக்கியமில்லை. அப்போதைக்கு அந்த அடங்கிய வாழ்க்கையே அவளுக்குப் போதும். எதுவரைக்கும் அவள் காத்திருப்பாள்.

பரீட்சை முடிந்தும்கூட சுதன் வீட்டிலே தங்க சூழ்நிலை அனுமதிக்கவில்லை. கொக்குவிலில் தங்கியிருந்த அறையை இன்னும் விட்டுவிடாமல், வழக்கம்போல யாழ்ப்பாணம் யாழ்ப்பாணம் என்று ஓடிக் கொண்டிருந்தான். தடுக்க முடியாமல் தவித்தார் சுந்தரம். வேலை

இல்லாவிட்டாலும் பரவாயில்லை, எழுத்தையும் கல்யாணத்தையும் ஒன்றாக வைத்துவிடலாமோ, கல்யாணம் முடிந்தால் கட்டுப்பட்டு நடப்பானோ என்றும் எண்ணினார். அதற்கு சுதன் ஒப்புக்கொள்ளவில்லை. முன்பே சொல்லியபடி ஒரு வருஷத்துக்குப் பிறகுதான் கல்யாணமென்று ஒரே வார்த்தையில் சொல்லிவிட்டான்.

கல்யாணத்தையும் முடித்துவிட நினைத்த மகேஸ்வரிக்கு எப்படியோ, ராஜிக்கு திருப்தி.

கல்யாண எழுத்து முடிந்து இரண்டாம் நாளில் தன் புங்குடுதீவு நண்பனோடு ராஜேந்திரன் கப்பல் ஏற பம்பாய் போய்விட்டான்.

ராஜேந்திரனோடு அதிகமாகக் கூடித் திரிந்த வசீகரனை ஒருநாள் பொலிஸ் வந்து கைது செய்து கொண்டு போனது. மகேஸ்வரிக்கு ராஜேந்திரன் பம்பாய் போய்விட்டது ஆறுதலாகப் போய்விட்டது. உதயனின் தந்தை சரவணையும் அவரின் மகள்கள் இருவரும் ஒருமுறை கொழும்பு போய்வந்தார்கள். நேசமலர் ரீச்சர் கொழும்புக்குக் கூட்டிச் செல்லும்படி மணியனைக் கலைத்துக் கொண்டு திரிந்தாள்.

தங்கமணியின் மரணம் ராஜியை நீண்டநாட்கள் சோகத்தில் வைத்திருந்தாலும், கல்யாண எழுத்தோடு அந்த இழப்பை மறதியில் சேர்த்தியாக்கிவிட்டாள். வேண்டியபோது நினைத்துக் கொள்வாள். அதுவாகவும் சிலவேளை ஞாபகம் வந்துவிடும். வாழ்க்கையில் அந்த மாதிரியான மென்னுணர்வுகள் மானுஷீக அவசியங்கள். எனினும், எதற்கும் எல்லை வேண்டும். வாழ்க்கை அதற்கு மேலும் இருக்கிறது.

ராஜியைப் பொறுத்தவரை மட்டுமில்லை, இழப்புகளைச் சந்தித்தவர் களின் நிலைமையெல்லாமே அப்படித்தான் இருந்தது. அது அப்படித்தான் இருக்கும்; இருக்கவும் வேண்டும்.

அன்று நிலாத் தெரியாத இரவு. தீவு தூங்கிவிட்டிருந்தது வழக்கம் போல. தீவின் தென்கோடி மூலையின் கடலைப் பார்த்த வண்ணம் அமர்ந்திருந்தார்கள் சில மனிதர்கள். அவர்களிலிருந்து சிறிது விலகி தனியாக மூன்றுபேர். முஸ்லிம் குடியிருப்புப் பகுதியில் எழுந்தது, ஆள் நடமாட்டத்தில் அந்நியம் தெரிந்த நாய்களின் குரைப்பு. காற்று ஊளையிட்டது ரகசியங்களை அமுக்கி.

அப்போதைய அவசியங்களை மீறிய பேச்சேதும் அவர்களுக்குள் நிகழவில்லை என்பதை அவர்கள் அமர்ந்திருந்த தோரணை காட்டிற்று. நேரத்தின் அகாலம், இடத்தின் அந்நியம், சூழலின் அமானுஷ்யம் என்று பல்முனை அழுத்தங்கள் இருந்தனதான். ஆயினும் அவர்கள் அச்சப்பட்டிருக்கவில்லை. அந்தச் சூழ்நிலை அதைவிட வேறானதாக அமைந்துவிடக்கூடாதென்ற அவதானமே இருந்தது. அவதானம் மௌன மாக விரிந்து இறுக வேறு காரணம் இருந்திருக்கலாம். அவர்கள் சிந்தித்துக் கொண்டும் இருந்தார்கள். வெளி மௌனத்தின் உக்கிர எதிர்வாய் அது அவர்களின் உள்ளை உலுப்பிக்கொண்டிருந்தது. ஒவ்வொருவர் சிந்தனையும் வெவ்வேறு தீவிரத் தளத்தில். தலையைக் குனிந்தபடி குறுமணலைக் குடைந்து கொண்டிருந்த சுதன் மற்றைய இருவரையும்விட

சற்றே ஒதுங்கி கடலோடிய திசை பார்த்து அமர்ந்திருந்தான். விழுந்திருந்தது மௌனமோ, விரிசலோ என்றுகூட அவனுக்கு யோசனை பிறந்தது. அதே கடற்கரையில் சில நாட்களுக்கு முன்னர் அதே பேர்களுடன் அவன் உரையாடிய, சற்றே வாதாடிய விஷயங்களின்மேலான முரணிறுக்கம் அப்போதும் அந்தச் சூழ்நிலையில் மிதப்பது போன்ற பிரமை தட்டியது.

அவர்களில் ஒருவன் கேட்டிருந்தான்: 'இந்த மாதிரி இயக்க வேலையள் செய்யிறதுக்கு எங்களிட்ட ஆயிரம் பேர் இருக்கினம். ஆனால் எங்களுக்கு உம்மைப்போல படிச்ச ஆக்கள்தான் வேணும். எங்கட கருத்துக்களை மக்களிட்ட எடுத்துச் சொல்லுறதுக்கு உங்கட படிப்பு, பட்டமெல்லாம் பெரிய தகுதியாய் இருக்கும். மாட்டுக்கு மாடு சொன்னால் கேக்காதாம்; மணி கட்டின மாடு சொன்னால்தான் கேக்குமாம். எங்கட மக்களும் அப்பிடித்தான். இவ்வளவு நடந்திருக்கு. இனியும் ஏன் தாமதிக்க வேணும்? என்ன சொல்லுறீர், சுதன்?'

அவனுக்கு தானெடுக்க வேண்டிய நிலைப்பாட்டில் இன்னும் தெளிவில்லை. ஒருபோது தெளிவாக இருப்பது எவரோடாவது பேசியபிறகு குழப்பமாகப் போய்விடும். அரசியல் சூழமைவின் இருவேறு முனைகளுக்கும் அவன் ஊசலாடிக் கொண்டிருந்தான். அந்த நிலைமையில் அவர்களோடு அதுபற்றிய பேச்சு வேண்டாமே என்றிருந்தது. தனது கருத்தின் பலஹீனமாக அது ஆகிவிடக்கூடாதே என்பதற்காகச் சொன்னான்: 'நீங்கள் எந்த ஊரோ, நான் எந்த ஊரோ. என்னைப் பற்றி உங்களுக்கு நல்லாய்த் தெரியாது, ஜெகனண்ணை. எனக்கும் உங்களுக்கும் ஏற்பட்ட பழக்கமே உருத்திரனாலதான் வந்தது. எனக்கு நூற்றுக்கு நூறு தெளிவில்லாத விஷயத்தை நான் பேசுறதுமில்லை; அதுமாதிரி விஷயத்தில சம்பந்தப்படுகிறதுமில்லை. நான் முந்தியே உங்களுக்குச் சொல்லியிருக்கிறன். இயக்கங்களின்ர விஷயத்தில எனக்குக் கன விஷயம் தெளிவில்லை. அதுவரை நான் சொல்லுறதுக்கு ஒண்டுமில்லை. எனக்கும் உங்களுக்குமிடையில இருக்கிற தொடர்பெல்லாம் அகதியாய் இந்தியாவுக்குப் போற ஆக்களுக்கு உதவி செய்யிற மட்டிலதான் இப்ப இருக்க ஏலும்.'

'அப்ப ... எங்கட இயக்கம் தகுதியான இயக்கமில்லை, அப்படித் தானே?' என்று பக்கத்திலிருந்த போஸ் கேட்க, அவனை, முழங்கையால் இரகசியமாய் இடித்து அடக்கிவிட்டு சுதனைப் பார்த்து முன்புபோல் சிரித்தபடி ஜெகன் தொடர்ந்து கேட்டான்: 'இதில தெளிவில்லாத விஷயம் என்ன இருக்கு. சுதன்?'

'நிறைய இருக்கு, அண்ணை.'

'தெளிவு உமக்கு இல்லாமலிருக்கோ, இல்லை விஷயமே தெளி வில்லாமல் இருக்கோ?' போஸின் கேள்வியில் இகழ்ச்சி தொனித்தது.

'எதுவாயிருந்தாலும், எனக்குத் தெளிவேற்படாட்டி நான் ஒரு விஷயத்தை ஆதரிச்சிட ஏலாது.'

'முந்தி ஆதரிச்சுப் பேசியிருக்கிறீர். எனக்கு முன்னாலயே பேசியிருக் கிறீர். பரமேஸ் வீட்டில வைச்சு உம்மோட படிச்ச ஒரு பிள்ளையை எதிர்த்துப் பேசியிருக்கிறீர்.'

'இருக்கலாம். கலவரம் நடந்த கையோட இதுவரை இருந்த அரசியல்முறை, கட்சிகள் எல்லாத்திலயும் எனக்கு ஒரே வெறுப்பாய்ப் போச்சுது. அதால... இயக்க நிலைப்பாட்டை நான் சரியெண்டு பேசியிருக் கிறன்தான். ஆனா பிறகுதான் தெரிஞ்சுது நடைமுறை அரசியல் பற்றின எவ்வளவோ விஷயங்களை நான் ஆழமாய்த் தெரிஞ்சிருக்கேல்லை எண்டது. குறிப்பாய் சத்தியாக்கிரகத்தைப் பற்றி எனக்கு எதுவுமே தெரிஞ்சிருக்கேல்லை. அதைப்பற்றி கனபேருக்கு எதுவும் தெரியாது. அது சின்ன விஷயமில்லை. நாங்கள் அதைப்பற்றி இன்னும் நல்லாய் யோசிக்க வேணும்.'

போஸ் ஏதோ சொல்ல உன்னவும் அவனை முந்திக் கொண்டு ஜெகன் கேட்டான்: 'அதில யோசிக்கிற அம்சம் என்ன இருக்கு? இலங்கையில தோல்வி கண்ட போராட்டமுறை அது.'

'மெய்தான். ஆனா அதைச் செழுமைப்படுத்தாமல் பாவிச்சதாலதான், கால தேச வர்த்தமானத்துக்கேற்றபடியான அணுகுமுறை இல்லாத தாலதான் தோல்வி ஏற்பட்டுதோ எண்டதுதான் இப்ப எனக்குள்ள இருக்கிற சந்தேகம்.'

'சத்தியாக்கிரகம் பற்றின பேச்சு முந்தின தலைமுறையோட போகட்டும், சுதன். இனி நாங்கள் போராடவேணும். தொடர்ந்து தொடர்ந்து நடக்கிற தமிழின அழிப்பைத் தடுக்க எங்களுக்கு ஆயுதம் எடுக்கிறதைத் தவிர வேற வழியில்லை.'

அவர்களோடு வாதாடுவது வீணென்று நினைத்தோ, தானே வேறொரு சிந்தனை வலைப்பட்டோ மௌனமானான் சுதன்.

அன்றைக்கு விழுந்த மௌனமா அந்தக் கணத்திலும் தொடர்ந்து கொண்டிருப்பது? ஒரு கேள்விக்கு வரக்கூடிய இரண்டு விதமான எதிர்முனைப் பதில்களிலுமே அப்போது அங்கே சாத்தியப்பாடு தெரிந்தது.

நேரம் பாரமாக அழுத்த ஆரம்பித்திருந்தது. படகு வர வேண்டிய நேரம் கடந்தும் ஒரு மணித்தியாலம் ஆகிவிட்டது. ஜெகன் மௌன வலயத்தை உடைத்தான்: "என்ன சுதன், இவ்வளவு நேரமாச்சு, போர்ட் இன்னும் வரேல்லை?"

"வந்திடும், ஜெகனண்ணை. கொஞ்சம் முந்திப் பிந்தித்தான் ஆகும்."

"ம்! அது சரி, நாங்கள் போன தடவை கதைச்ச விஷயம் என்ன மாதிரி? ஏதாவது தெளிவு, தீர்மானம் வந்துதா?"

"இல்லை, அண்ணை."

"இன்னுமா?"

"இன்னும்தான். இதெல்லாம் தேவையாயிருக்கெண்டு அவசர அவசரமாய் முடிவெடுக்கக்கூடிய விஷயமில்லையே!"

"உம்மட முடிவு மாறுமெண்டு நினைச்சு உமக்காக நாங்கள் காத்துக் கொண்டிருக்கிறம். இனியும் காத்துக் கொண்டிருப்பம்."

சுதன் லேசாக இருளுக்குள் சிரித்தான். "வேறயொரு இயக்கம் எனக்காக மூண்டு வருஷமாய்க் காத்துக் கொண்டிருக்கிறதாய் நேற்றுச் சொல்லிச்சுது. அது மெய்தான். சக்தியே அப்ப நேரில வந்து என்னை இயக்கத்தில சேர்க்க முயற்சி செய்தது."

"எந்தச் சக்தி? நடேஸ்வராச் சத்தியனா?"

"ம்! படிப்பு முடியட்டுமெண்டு சொல்லி அப்ப எல்லாத்தையும் ஒதுக்கி வைச்சிட்டன்."

"அவைக்கு நேற்று என்ன பதில் சொல்லியிருக்கிறீர்?" அவசரமாய்க் கேட்டான் ஜெகன்.

"அவைக்கும் இதே பதில்தான். நான் தெளிவடையாமல், என்ர குழப்பம் தீராமல், என்ர கேள்வியளுக்குப் பதில் கிடைக்காமல் நான் எந்த முடிவையும் எடுக்க ஏலாது".

"ஒவ்வொரு முறையும் ஏமாற்றமான பதிலையே எங்களுக்குச் சொல்லிக்கொண்டு போறீர். படிச்ச ஆள் எண்டதுக்காக மட்டுமில்லை, தலைமை தாங்கக்கூடிய பேர்ஸனாலிற்றி உள்ள ஆளாய் நீர் இருக்கிறதாலயும்தான் நாங்கள் இவ்வளவு தூரம் வற்புறுத்துறம். அடுத்த முறையாவது எங்களுக்கொரு நல்ல பதிலைச் சொல்லவேணும், சுதன்."

ஜெகனின் சாதுர்யமான வலைபின்னலை சுதன் அறிந்தானா?

மீண்டும் மௌனம் பூண்டு கடலின் இருள் திசை நோக்கினான். மெல்லிய வெளிச்சப் பரவலில் கருஞ் சேலைக் கடலின் அலைகள் மினுக்கென மின்னின. அவ்வப்போது எழுந்தெழுந்து மெலிதான சத்தம் வைத்தன. அலைகளின் அக்கரைக்கு வருகவென்ற அழைப்பா அது? அவனை மட்டுமா அது அப்படி அழைக்கிறது? சிறு சிறு பெட்டிகள், சூட்கேஸ்களோடு அதோ அங்கே அகதியாய்ச் செல்லக் காத்திருக்கும் அந்தச் சிறு கூட்டத்தை அழைக்கவில்லையா?

அவனால் முடியாது. தெளிவில்லை என்கிற ஒரு திட்பமான காரணம் உள்ளதெனினும், வேறு அக்கறைகள் இருப்பதான ஒரு இரண்டாவது நுட்பமான காரணமும் உண்டு. அவன் தீர்க்கமான முடிவு எடுக்காதது தங்களுக்கு ஏமாற்றம் என்றான் ஜெகன். அவன் அப்படியொரு தீர்க்கமான முடிவெடுத்து இயக்கத்தில் இணைந்தால் எத்தனை பேர் ஏமாறுவார்கள்! அவனது தாய், தந்தை, சகோதரி, ராஜி, மகேஸ்வரி, திரவியம்... இப்படி எத்தனையோ பேர் ஏமாறுவார்களே! தந்தை ஏமாற மட்டுமா செய்வார்? சிதறிப் போவார். இப்பவே எதையோ இழந்ததுபோல் அவனை நிமிர்ந்து பார்க்கக்கூடப் பிடிக்காமல் சதா குனிந்த தலையோடு திரிகிறார். அவர் நிறைய அவனிடம் எதிர்பார்க்கக்கூடும். அதை ஒதுக்கிவைத்துப் பார்த்தாலும் அவனை அவர் வளர்த்த அருமையை, படிப்பிக்கப் பட்ட சிரமத்தை அவ்வளவு லேசில் மறந்துவிடக் கூடாது. தாய் தந்தையர்க் கடமை, குரு மதிப்பு முக்கியமானவை; முதன்மையானவை. சமயம் அப்படித்தான் கற்பித்திருக்கிறது. வாழ்வியல் சிறுகச் சிறுகப் புகட்டுவது. அவை மீறமுடியாதவை ஆகும்.

“சுதன் !”

ஜெகன் அழைப்பில் அவன் மெல்லத் திடுக்கிட்டு, “என்ன ?” என்று திரும்பினான்.

“என்ன, அவ்வளவு பலத்த யோசினை ?”

லேசாய்ச் சிரித்துவிட்டு பேசாமலிருந்தான்.

போஸ் அதுகண்டு சற்றே வெறுப்போடும், கூடுதலான அலுப்போடும் சொன்னான்: “ஜெகன், எப்பிடித்தான் நீ கேட்டாலும் அவரிட்டயிருந்து பதில் வராது. தெளிவில்லை, குழப்பமாயிருக்கு, விளங்கேல்லையெண்டு சொல்லுறதெல்லாம் எங்களைக் குழப்புறதுக்குத்தானே தவிர, ஆள் நல்ல தெளிவோடதான் இருக்கிறார். அவருக்கு கூட்டணிப் பக்கம்கூட ஈர்ப்பில்லை; மற்ற இயக்கத்தில சாயப் பார்க்கிறார், அவ்வளவுதான்.”

சுதன் உறுதியாக மறுத்தான்: “அப்பிடியில்லை. உண்மை நிலவரம் என்னெண்டால் எனக்கு போராட்டத்தின்ர வழியில குழப்பமிருக்கு. ஆயுதப் போராட்டம் துவங்கினால் எங்கட படிப்பு கிடிப்பு, வளம் கிளமெல்லாம் அடியோட அழியும். ஆயிரக்கணக்கில சனம் சாகவேண்டி வரும். கலவரத்தில ஏற்பட்டிருக்கிற இந்த அழிவுகளையே எங்களால தாங்க ஏலாமல் இருக்கே, அதை எப்பிடித் தாங்குறது ? அதுமட்டுமில்லை, இயக்கங்களின்ர அரசியல்ல எனக்குத் திருப்தியில்லை. ஒழிக்காமல் ஒண்டு சொல்லுறன். இயக்கங்களின்ர கட்டுப்பாடு, மன உறுதி ஒண்டும் போதுமானதாயில்லை. இதையெல்லாம் கவனத்தில எடுக்காமல் சும்மா விட்டுட ஏலுமா ?”

“விடவேண்டாம். நல்லாய் யோசியும். எல்லாத்தையும் சீர்தூக்கிப் பாத்து சரியான போராட்ட இயக்கத்தைத் தெரிய வேணும் எண்டதுதான் எங்கட விருப்பமும்.” இவ்வாறு ஜெகன் கூறவும், பக்கத்திலிருந்த போஸ் நெருப்புக் கண்களால் அவனைத் திரும்பிப் பார்த்தான். ஜெகனின் கண்ணில் மின்னலாய் வெடித்த சமிக்ஞையில் சற்று நேரத்திலேயே அது தணிந்தது.

அவர்கள் வேறு விஷயங்களை அவ்வப்போது பேசினார்கள்.

அன்று குறிப்பிட்ட நேரத்தைவிட வெகு தாமதமாகவே படகு வந்து சேர்ந்தது. படகிலே அகதிகளை ஏற்றி அனுப்பி முடிகிற வரையில் விடிவெள்ளி தென்படலாயிற்று வடக்கிலே.

ஜெகனையும், போஸையும் வங்களா பாலத்தடியில் கொண்டு வந்து விட்டபின்னர் சுதன் வீடு அடைய விடியல் படலையில் நின்றிருந்தது.

“இப்பதான் யாழ்ப்பாணத்திலயிருந்து வாறியோ, தம்பி?” என்று கேட்டார் கந்தசாமி அப்பா.

“ஓம், அப்பு.”

அவன் உள்ளே நுழைந்தான்.

ஒரு மணி நேரமாவது உறங்கவேண்டும் அவன். மதியத்துக்கு மேலே நிறைய வேலையிருந்தது. திரும்பி யாழ்ப்பாணம் ஓட வேண்டும். பெட்டக வாங்கில் துவாயை விரித்துக்கொண்டு படுத்தான்.

அத்தனை அசதிக்கிடையிலும் தூக்கம் வரப்பின்னடித்தது. ஏதோ ஓர் இழப்பின் சோகம். எதுவென்று கண்டுபிடிக்க முடியாமல் நெஞ்சு குமைந்தது. இழப்பு ஒரு சொல்போல இருந்தது. பின் வழிபோல தோன்றிற்று. அதன்பின் ஒரு திசையான அனுமானத்தில் நின்றது. எனினும் என்னவென்று தன்னைக் காட்டாமல் அது மறைந்தே இருந்துவிட்டது.

33

மாலை மூன்று மணியளவில்தான் அன்று வீட்டிலே மதியச் சாப்பாடு முடிந்தது. ராஜேந்திரன் பம்பாய் போனபிறகு சாப்பாட்டு நேரத்தில் ஒழுங்கில்லை அங்கே.

சாப்பிட்டுவிட்டு வெளி விறாந்தையில் வந்தமர்ந்தாள் ராஜி. எதிர்ப்பக்க வீதிக் கானில் தியாகு மாடு மேய்த்துக் கொண்டிருந்தான். இல்லை, மாடுகள் இரண்டும் மேய்ந்து கொண்டிருக்க, தியாகு தன்பாட்டில் குந்தியிருந்தான். ஒரு கையிலே குச்சி, மறுகையிலே ஒரு புத்தகம்.

எழுத்தே அறியாதவன் கையில் புத்தகத்தைக் கண்ட ராஜிக்கு மனத்துக்குள் சிரிப்பாக வந்தது. அத்துடன் அவன் அடிக்கடி திரும்பி தங்கள் வீட்டைப் பார்ப்பது ஆச்சரியமாகவும் இருந்தது. யோசித்தபோது, வீட்டுக்குச் சற்றுத் தூரத்தில் முதல்நாள் கூட அவனை அந்தப் புத்தகத் தோடு கண்டது ஞாபகமானது.

அவன் கைக்குப் புத்தகம் எப்படிச் சென்றிருக்கக்கூடும் என்ற எண்ணத்தின் தொடர்ச்சியாக அவன் பற்றிய நினைவுகள் கிளர்ந்தன அவளிடத்தில்.

தியாகுவுக்கு முப்பது வயதுக்கு மேலே. தலை ஆங்காங்கே நரையோட ஆரம்பித்திருந்தது. தன்னைக் கவனிக்காத கோலம். சம்பவங்களை மட்டும் சந்தித்து, பசியை மட்டும் தீர்த்து, தன்னைச் சூழ்ந்த உலகத்தின் பிரச்னைக்குள்ளோ பிரக்ஞைக்குள்ளோ சிக்குப்பட்டுக் கொள்ளாத ஜீவன். சொந்த பந்தமென்று யாரும் கிடையாது. பெரிய குளத்தடியில் மூன்று பரப்புக் காணியும், ஒரு குடிசையும், குடிசைக்கு முன்னால் மூன்று கிழத் தென்னைகளும், ஒரு மாட்டுக் கொட்டிலும், மேலே கட்டிக் கிடந்து மழைபட்டு உளுத்துப்போன ஒரு கலப்பையும், ஒரு நல்ல ஜாதிப் பசுவும் எப்படியோ, எப்பவோ அவனுக்குச் சொந்தமாகியிருந்தன.

அந்த நல்ல ஜாதிப் பசுவின் அடிஅடியாய் வந்த கலப்பினப் பசுதான் அப்போது இருந்தது. பக்கத்தில் நின்ற இளம் நாகு அது ஈன்ற கன்று. தியாகுவின் நாள் முழுதுமான வேலை அந்த இரண்டு மாடுகளையும் அவிழ்த்துவிட்டு மேய்ப்பதுதான். அது தொழிலா பொழுது போக்கா என்று பலருக்குச் சந்தேகம். ஏனெனில் அந்தச் செயலில் அவனது ஜீவனம் நடந்ததில்லை. ஏழு எட்டு வயதிலிருந்து ஊர்தான்

சோறுபோடுகிறது அவனுக்கு. குருக்கள் வீட்டிலே காலையில் விறகு கொத்திப் போடுவான். மாலையில் அவர் பசுவுக்கு வயலிலே புல் செதுக்கி வருவான். ஊரிலுள்ள பல வசதியான வீடுகளுக்கு அவன் எடுபிடி. சம்பவங்களைப்பற்றி யோசிப்பதில்லைப்போலவே, பசியைப் பற்றியும் அவன் யோசிப்பதில்லை. சாப்பாடு எப்படியும் கிடைத்துவிடும். ஊரில் வேறெங்கும் கிடைக்காவிட்டால் கோயிலில் கிடைக்கும். சிலவேளை புத்தசாமியிடமும் கிடைக்கும்.

புத்தசாமிக்கு தியாகுவில் வெகு அனுதாபம். ஆனால் இவனுக்குத்தான் சுவாமியிடம் போக இஷ்டமில்லை. அவர் சிங்களம் பேசுகிறாரென்று சொல்லி, அவரிடம் செல்ல பின்னிற்பான். சிங்களமல்ல, அவர் தமிழே பேசுகிறாரென்று யாரோ தெளிவுபடுத்திய பிறகும், அவர் பேசுகிற கொழும்புத் தமிழும் யாழ்ப்பாணத் தமிழும் கலந்த பேச்சு தனக்குப் புரியவில்லையென்று விலகியே நின்றுவிட்டான். விகாரையின் வெளி வேலைகளைப் பார்க்கும் நல்ல வேலையொன்று அதனால் கிடைக்காமலே போய்விட்டது அவனுக்கு. அதில் யார் யாரோ வருத்தப்பட்டார்கள். அவனுக்கில்லை.

தீவிலே தியாகு என்றால் எல்லாருக்கும் தெரியும். அப்படியே தெரியாமல் யாராவது எந்தத் தியாகு என்று கேட்டால், மொக்குத் தியாகு என்றுதான் அடையாளம் சொல்லுவார்கள். அது அவனது சித்த நலன்பற்றிய குறிப்பீடு மட்டுமல்ல, வேறெதையும் வேறெவரையும் குறிப்பிட்டுச் சொல்ல முடியாத படிக்கு அவன் அநாமதேயம். தியாகுவுக்கு கலியாணப் பயித்தியமென்று ஊரிலே பேச்சு. அவனுக்கு பொம்பிளைப் பித்து என்று பகலில்கூட பெண்கள் பக்கம் செல்லவும் அஞ்சுவார்கள். அவனது உறுத்துப் பார்வை அப்படிச் செய்யப் பண்ணும்தான்.

சுமார் பத்துப் பன்னிரண்டு ஆண்டுகளுக்கு முன்புவரை கூட அவன் கோவணம் கட்டித்திரிந்தது ராஜிக்கு நினைவு. ‘மழையே மழையே மெத்தப் பெய்; வண்ணான் சாடி நிறைய பெய்; கோமணக் குண்டியன் ஓடப் பெய்’ என்று பள்ளிச் சிறுவர்களெல்லாம் தம் தாத்தா பாட்டி காலத்துப் பாட்டைப் பாடி அவனைக் கேலி செய்ததும் ஞாபகம். அதற்கெல்லாம் அவனுக்குக் கோபமே வந்ததில்லை. சிரித்தபடி துரத்துவான். அகப்பட்டால் விட்டுவிட்டு, அகப்படாதவர்களைத் துரத்துவான். சின்ன வயதிலே தியாகு என்றால் ராஜிக்குக் கொள்ளை பயம். கண்டவுடனேயே கதற ஆரம்பித்து விடுவாள். அவளைச் சமாதானப்படுத்தி வீட்டுக்கோ பள்ளிக்கோ அழைத்துச் செல்வது அரசியோ, சுதனோதான். அப்போதெல்லாம் ஒரு வெங்கிணாந்திச் சிரிப்பில்லாமல் அவனைப் பார்க்க முடியாதிருக்கும். அந்தச் சிரிப்பு இப்போது போனது எங்கே?

ஊரில் இரண்டுபேர் பேச்சை மட்டுமே தியாகு கேட்பான் என்பது ஊர்ப் பிரசித்தம். ஒருவர் அம்மன் கோயில் குருக்கள், மற்றது சுதன். பல்கலைக்கழகத்தில் படிக்கும் ஒரு மாணவனுக்கு மொக்குத் தியாகுவோடு அப்படி என்ன பேச்சும் சிரிப்பும் என்று, அவனோடு சுதன் பேசிக்கொண்டு நிற்பதைக் காணும் வேளைகளில் யோசனை பிறக்கும்

ராஜிக்கு. ஒருநாள் சங்குக் கடையில் வைத்து அதை நேரடியாகச் சுதனிடம் கேட்டுமிருக்கிறாள். 'எல்லாரும் கிட்டப் போகவே பயப்பிடுவினம். நீயெண்டால் முன்னால நிண்டு அப்படிச் சிரிச்சுப் பேசியிட்டு வாறியே! அப்பிடி உனக்கு என்ன பேச்சிருக்கு அவனோட?'

'உனக்குத் தெரியாது, ராஜி. தியாகு ஒரு விசேஷமான கதாபாத்திரம்.'

'ம்கும்... பொம்பிளைப் பயித்தியம். அதுதான் விசேஷமோ?'

சுதன் அவளைத் திருத்தினான்: 'பொம்பிளைப் பயித்தியமில்லை. சிந்தாமணிப் பயித்தியம்... காதல்ப் பயித்தியம்.'

காதலா ..? தியாகுவுக்கா ..? சிந்தாமணி ..? யாரது? அவள் அதிசயமாக நோக்கினாள்.

அவன் சொன்னான்: 'தியாகுவுக்கு காதல்ப் பயித்தியம்தான், ராஜி. பொம்பிளையள முறைச்சு முறைச்சுப் பாக்கிறான், கிழிஞ்ச சீலைத் துண்டு பாவாடை சட்டைத் துண்டுகளை வைச்சு அழுகிறான், கொஞ்சுறான், சிரிக்கிறான்... இதுகளைக் கொண்டு அவனுக்குக் கலியாணப் பயித்தியம்... பெண்பித்து... எண்டு ஊரில கதையாய்ப் போச்சு. ஆனால் உண்மை அது இல்லை. இப்ப... ஒரு பன்ரண்டு பதின்மூண்டு வருஷத்துக்கு முன்னால ஏழாத்துப் பிரிவில ஒரு படகு தாண்டு கனபேர் செத்துப்போனது உனக்கு ஞாபகமிருக்கா? கேள்வியாவது பட்டிருக்கிறியா? அந்தப் படகு விபத்தில செத்துப் போனதில சிந்தாமணியும் ஒருத்தி. சிந்தாமணி இவன்ர மாமன்ர மோள். அவளைத்தான் தியாகு காதலிச்சான். உடல் வளர்ச்சிக்கேத்த மூளை வளர்ச்சி இல்லாமலிருந்த தியாகுவை, மற்ற மனிசரைப்போல கொஞ்சங் கொஞ்சமாய் மாத்தினது அவள்தான். தியாகுவும் நல்ல உழைப்பாளியாய்த் திருந்திவிட சிந்தாமணியை அவனுக்கே கட்டிக் குடுக்கிறதாய் மாமன் வீட்டில தீர்மானமும் எடுத்தினம்.

'இப்பிடிச் சந்தோஷமாய் இருக்கிற ஒரு நாளில எல்லாரும் படகில வேலணைக்குப் போயிருக்கினம். அப்படிப் போகிற இடைவழியிலதான் அந்த விபத்து நடந்தது. படகு தாண்டவுடன ஒரு மாதிரி நீந்திக் கீந்தி தியாகு மட்டும் தப்பிப் பிழைச்சிட்டான். மாமன் மாமி சிந்தாமணி ஆருமே தப்பேல்லை. அண்டைக்குத் தொடங்கின சித்தப் பிரமைதான் தியாகுவுக்கு. எண்டாலும்... தான் தப்பினது மாதிரி சிந்தாமணியும் எங்கயாவது கரையேறியிருப்பாள், ஒரு நாளைக்கு தன்னைத் தேடிக்கொண்டு வருவாளெண்டு தியாகு இண்டைக்கும் நம்புறான். அவள் செத்துப் போனதாய் இந்த நிமிஷம்வரை அவன் நினைக்கேல்லை. காணாமல்தான் போயிருக்கிறாள். ஒவ்வொரு பொம்பிளையையும் அவன் உற்று உற்றுப் பாக்கிறது, அது சிந்தாமணிதானா எண்டு அறியிறதுக்காகத்தான். அவனுக்கு எந்தவிதமான யோசனையும் இல்லாமல் போட்டுது எண்டது உண்மைதான். ஆனா மிச்சமாயிருக்கிற சித்தத்தில சிந்தாமணிதான் இருக்கிறாள். அந்தப் படகு விபத்தில தியாகு சிந்தாமணியையும் துலைச்சிட்டான், தன்ர சிரிப்பையும் துலைச்சிட்டான். இப்பவும் சொல்லுறியா, தியாகுவுக்கு கலியாணப் பயித்தியமெண்டு? என்னைப் பொறுத்த வரையில அவன் பயித்தியமில்லை, ராஜி, ஒரு சரித்திரம்.'

அன்றைக்கு அதைக் கேட்டுக் கொண்டிருக்கையில் போலவே அப்போது அதை நினைத்த வேளையிலும் ராஜிக்குக் கண்கள் கனத்தன.

சுதனுக்குப் போன்று அவளளவிலும் குணச்சித்திர பாத்திரமாகிவிட்ட அந்தத் தியாகுதான் அப்போது வீதியோரத்தில் குந்தியிருந்தான்.

பராக்கிலிருந்து அல்லது பராக்காய் இருப்பதான பாசாங்கிலிருந்து விடுபட்டு திரும்பியவனின் கண்களை ராஜியின் பார்வை சந்திக்கவே, எழுந்து வரும்படி ரகசியமாய் அவசரச் சைகை காட்டினான்.

அப்போது அவளுக்குப் பயமாக இருக்கவில்லை. எழுந்து கேற்றுக்கு வந்தாள்.

அவள் கேற்றுக்கு வந்ததும் வீதியின் இரு நீள்புறமும் பார்த்து யாரது கவனமும் படிந்திருக்கவில்லையெனத் துணிந்துகொண்டபின் எழுந்து ஓடிவந்தான் தியாகு. கையிலிருந்த புத்தகத்தை அவளிடம் நீட்டி வெட்கப்பட்டு மெல்லச் சிரித்தான்.

ராஜிக்கு அப்போதுதான் லேசான அச்சம் தொட்டது. "என்ன தியாகு. இது?"

"சுதன் தந்தது."

ஏதும் புரியாதவளாக அவனிடம் புத்தகத்தை வாங்கியபடி, "எப்ப தந்தவர்?" என்று கேட்டாள்.

"எப்பம்..." என்று தனக்குள்ளாய் யோசித்தவன், "ம்... ம்... முந்த நாள் தந்தது மதகடியிலவைச்சு" என்றான். பத்து நாட்களுக்கு முன் யாழ்ப்பாணம் சென்ற சுதன் பின்னர் வீட்டுக்கு வரவில்லை என்றுதான் எண்ணியிருந்தாள். ஆனால் அவன் வந்து போயிருக்கிறான். மட்டுமல்ல, புத்தகத்தைக் கொடுத்தனுப்ப வேண்டிய அளவுக்குத் தேவையிருந்தும், அவளைச் சந்திக்காமல் போயிருக்கிறான். தங்கள் இருவருக்குமிடையே மொத்தமாக ஒரு மாதம் ஒரு சந்திப்புக் கூட நிகழவில்லையென்பதை அவன் கவனத்தில் எடுக்கவேயில்லை. அது கவனத்தில் படவில்லை அல்லது அதைவிட முக்கியத்துவம் வாய்ந்த வேலைகள் அவனுக்கு இருந்திருக்கின்றன. எதுவானாலும் அவளுக்கு நெஞ்சு நொந்தது.

அவள் உள்ளே செல்லத் திரும்பினாள்.

தியாகு அவசரமாய்க் கேட்டான்: "அது உள்ள இருக்கா பார்."

"எது?"

"அதுதான்... லவ் லெற்றர்!"

அவனது வெகுளித்தனத்தில் சட்டென மனக்குமைச்சல் கரைந்து சிரித்தாள் அவள். பின் புத்தகத்தைப் பிரித்துப் பார்த்தாள். உள்ளே கவரில் வைத்து ஒட்டிய கடிதமொன்று இருந்தது. "ம்... இருக்கு. அது சரி தியாகு, நேற்று நீ என்னை வெளியில கண்ட நேரத்தில இதைத் தந்திருக்கலாமே? அப்பவும் இந்தப் புத்தகம் உன்ர கையிலதானே இருந்தது?"

"உனக்கு ஒண்டும் தெரியாது. அப்ப தங்கம்மாவின்ர மருமோள் கிணத்தடியில நிண்டு பாத்துக்கொண்டெல்லே நிண்டவ. ஒருத்தருக்கும் தெரியாமல் குடுக்கவேணுமெண்டுதான் சுதன் சொல்லித் தந்தது" என்றான்.

"அப்படியே! சரி, நீ போ" என்றுவிட்டு விறாந்தைக்கு விரைந்தாள் ராஜி. தியாகு ஓடிப்போய் பழையபடி வீதியோரத்தில் குந்தினான். ஹோலுக்குள் தாயார் இல்லையென்பதை நிச்சயித்துக்கொண்டு விறாந்தை நாற்காலியில் அமர்ந்து ராஜி கடிதத்தை எடுத்து அவசரமாகப் பிரித்தாள்.

தகவலை மட்டும் தெரிவித்த நாலுவரிக் கடிதம். அடுத்த வெள்ளிக்கிழமை இரவு பதினொன்றுக்கும் பன்னிரண்டுக்கும் இடையில் அவளைச் சந்திக்க வருவதாகவும், கிணற்றடி வேம்பின் கீழ் காத்திருக்கும் படியும் அதில் சுதன் எழுதியிருந்தான். அவள் திகைத்தாள்.

34

மறுநாள் வெள்ளி. நாளை என்ற நினைப்பிலேயே அவளுக்குத் தேக மெங்கும் கிளுகிளுத்தது. இரகசியமாக என்று அவன் எழுதவில்லைத்தான். ஆனால் அந்த அர்த்தம் அவன் குறிப்பிட்டிருந்த நேரத்தில் இருந்தது.

அன்பு வயப்பட்ட இரண்டு உள்ளங்களின் அதுமாதிரியன சந்திப்பில் ஆசை வயப்பாடும் இருக்கும். அந்த எண்ணத்தில்தான் முதலில் அவள் கிளுகிளுத்தாள். அடுத்த கணம் அதன் பாரதூரத்தனம் புரிய இதயமே விறைக்கத் துவங்கியது அவளுக்கு.

சட்டரீதியாக அவன் அவளது கணவன். எனினும் சாஸ்திர ரீதியாக இன்னும் கல்யாணமாகவில்லை. வேறுவேறு இடங்களில் சமூக வழமையான கல்யாணங்கள் அருகியேனும் இன்னும் இருக்கின்றன. யாழ்ப்பாணக் கலாச்சாரத்தில் இத்தகு சமூக வழமைகள் என்றும் மதிக்கப்பட்டதில்லை. அதுவும் தீவிலென்றால் சொல்லவே வேண்டாம். இன்றைய நிலையில் அவனைத் தன் புருஷனென்று அவள் சொன்னாலே, நல்ல புருஷன்தானடி! என்று இளப்பம் காட்டும் அது. இத்தகு நிலையில் ஒரு ரகசிய சந்திப்பை..? தங்கம்மா போன்றவர்களின் சமூகம் படலையைத் திறந்து உள்ளே வந்து காறி உமிழ்ந்துவிடும் முகத்தில். அந்தச் சமூகத்தை அவசியமேற்படின் அவள் மதிக்காமலும் விடலாம்தான். ஆனால் அம்மாவை..?

சந்திக்கச் சொல்லியிருந்த இடத்தின் சேய்மை, நேரத்தின் அகாலம், அந்தச் சந்திப்பை மேற்கொள்வதாயின் தான் செய்ய வேண்டியிருந்த களவு, சந்திப்பின் பின் அதை மறைக்க பூண வேண்டியிருந்த பாசாங்கு... இவை தவறில்லையா? அவள், நெஞ்சு திகைத்தது.

முடிவேதும் இல்லாமலே மாலை கழிய இரவு வந்தது. படுக்கையிலும் தூக்கமின்றி நெடுநேரம் புரண்டு கொண்டிருந்தாள். ஒரு சாமத்தில் தூங்கத் தொடங்கியவளுக்கு சட்டென இடையில் வந்துவிட்டது விழிப்பு. யோசனை தொடர்ந்தது. சுதனை நாளைக்குச் சந்திக்க வேண்டுமா?

சந்திக்காவிட்டால் கோவிப்பானா? சந்தித்தால் அம்மா கோவிப்பாளே! என்ன செய்ய..?

வெளியே... உள்விறாந்தையில் படுத்திருந்த தாயார் தூக்கத்தில் புரண்ட பாயரைவு கேட்டது.

சிறிது நேரத்தில் அது அடங்க, பின் வளவு மாமரக் கூட்டிலிருந்து பறவையொன்று குக்கூ காட்டியது. தொடர்ந்து வெடித்த மௌன வெளியில் வயற்கரை ஓரத்திலிருந்து பாட்டுச் சத்தம் கேட்டது. "பால் நினைந்தூட்டும் தாயினும் சாலப் பரிந்து..." இருந்துவிட்டு ஒருநாள் அந்தமாதிரியான வேளைகளில் அம்மாதிரிப் பாட்டுச் சத்தம் கேட்பது வழக்கம். ராஜியும் கேட்டிருக்கிறாள். ஆனால் இப்போதுதான் அவளாலும் வார்த்தை வார்த்தையாகக் கவனிக்கிறதுக்கான மனநிலை ஏற்பட்டிருந்தது. சற்றே கள் உற்சாகமோ, உள்ளிருந்து ஆர்க்கும் துக்கமோ, வேறெதுவுமோ பொங்கிப் பிரவாகிக்கிறபோது பாட்டுக்காரர் வடிவேலுவுக்கு இதயத்தைப் பிழிந்து பிழிந்து பாடத்தான் முடிகிறது. தேவாரம், திருவாசகம், நாட்டுப் பாடல், கூத்துப் பாட்டு, சிலவேளைகளில் அர்த்தமும் ராகமும் உன்னதங்கொண்ட சினிமாப் பாடலென்று எதுவாகவும்தான் அது இருக்கும். ஆனால் ஒன்றாக மாத்திரமே இருக்கும். பாடுவது அவருக்கு இன்னொருவருக்கு தன் உள்ளத்தைத் திறந்து காட்டுவதல்ல, உணர்ச்சி வெள்ளத்தை வடியவைப்பது. பாடுவதே அவரது தொழிலானாலும், தலைமுறை தலைமுறையாகத் தொடர்ந்து வந்ததால் கலாபூர்வமான ஈடுபாடும், திறமையும், அதனாலான கர்வமும் அதில் அவருக்குண்டு. அவர் பாடினால் கல் உருகுமோ உருகாதோ, உள்ளம் உருகும். அவரை அறிந்த பிரதேசமெங்கும் அப்படியொரு பிரக்யாதி பெற்றவர் அவர்.

பால்நினைந் தூட்டும் தாயினும் சாலப் பரிந்து...
பால்நினைந் தூட்டும் தாயினும் சால...
பால்நினைந் தூட்டும் தாயினும்...
பால்நினைந் தூட்டும் தாய்...
பால்நினைந்து... ஊட்டும்... தாய்!

உள்ளுள் கனலெழுப்பியது ராஜிக்கு. மேலும் பொறுக்க முடியாது என்கிற நிலையில் கட்டிலில் எழுந்தமர்ந்து சிறிதுநேரம் மௌனமாய் அழுதாள். அழுது முடிந்து நிமிர்ந்தவளுக்கு கிழக்குப் பக்கமாய் திறந்திருந்த ஜன்னலூடு வெளிர் வானம் தெரிந்தது. மேற்கில் இருண்டிருக்கலாம். மழை வரப்போவதன் அமுங்கிய அறிகுறிகள். மேற்கில்... அராபியா வில்... மின்னலடித்தது. கிளைகள் ஆடி ஸ்ஸ்...னஸன்ற சத்தத்தோடு ஜன்னலூடாகக் கொளகொளவெனக் காற்றுகள் உள்ளே நுழைந்தன. ஒரு காற்றில் குளிர்மை இருந்தது. ஒரு காற்றில் வெப்பம். இரண்டும் கலந்தும் ஒரு காற்று இருந்தது. தூரப் பயணம் செய்துவந்த ஒரு காற்று அவளைத் தழுவிச் சென்றது. அதில் மேனியில் ஈரலிப்பும் உப்பும் சேற்று மணமும் படிந்தது.

ஒருபுறத்தில் கிணற்றடி தெரிந்தது. அதன்மேல் மேலே படர்ந்திருந்த வேம்பின் நிழல் விழுந்திருந்தது. துணி தோய்க்கும் கல் மெல்லிய வெளிர்ப்புக் காட்டிற்று.

அந்த இடத்து நிசப்தம், அந்த இடத்து இருட்டு யாவும் "நாளை" பற்றிய கனவைத் தூண்டின. உடலில் மர்ம வியர்ப்பு.

ஒரு இனிய அவஸ்தையின் திணறலில் இருந்தவளிடம் ஒரு திடுக்காட்டத்தோடு அம்மாவின் நினைப்பு வந்தது. அதன் உடனிகழ்வாய்... "சுதனை நாளைக்குச் சந்திக்க வேண்டுமா?"

முன்னொருபோது தாயாருக்குத் தெரியாமல் மேற்கொண்ட ஒரு பயணம் அவளது வாழ்க்கையை, முழுக்குடும்பத்தின் மானத்தை ஒரு குறிப்பிட்ட காலம்வரை எப்படிச் சீர்குலைத்தது என்பதை இன்றும் அவள் மறக்கவில்லை. தாய்க்குச் செய்யும் துரோகத்துக்கு தெய்வ தண்டனையாய் ஏற்படக்கூடிய எத்தனையோ விளைவுகளில் அதுவும் ஒன்று என்பது அன்றளவும் அவளது நம்பிக்கையாய் இருந்துவருகிறது. மட்டுமின்றி, பால் நினைந்தூட்டிய அந்தத் தாய்க்கு எது காரணம்கொண்டும் இனிமேல் பொய்ப்பதில்லை என்றொரு சங்கற்பமும் அவள் பூண்டிருந்தாள். என்ன செய்யப் போகிறாள் ராஜி?

அவனோடு பேசவேண்டிய தேவை அவளுக்கும் இருக்கிறது. அண்மைக் காலத்தில் சில செய்திகள் அவள் செவியிலும் விழுந்திருக்கின்றன. அவை குறித்தான உண்மை பொய்யை அறிய அவளுக்கும் ஒரு சந்திப்பு வேண்டியிருந்தது. அதற்கு அவன் தேர்ந்தெடுத்த மாதிரியான நேரம் வேண்டியிருக்கவில்லை என்றாலும், அவனே தேர்ந்ததை தன் எண்ணத்தை ஈடேற்றுவதற்கான நேரமாகவும் கொண்டாலென்ன என்றொரு சபலம் தொற்றிற்று. அதன்பின் அந்தச் சபலத்துக்குச் சாதகமான காரணங்களே மனத்தில் தோன்றத் தொடங்கின. சந்தித்த பிறகு அம்மா சந்தோஷமான மனநிலையில் இருக்கிற ஒருவேளையில் அதுபற்றிச் சொல்லிவிட்டால் போகிறது! அப்போது இது எப்படிக் களவாகும்?

அவள் தீர்மானம் கொண்டாள்.

நாளை சுதனைச் சந்தித்து விடலாம்.

35

அன்றைய வெள்ளிக்கிழமை புலர்வதற்கு முன்பே ராஜி புலர்ந்து விட்டிருந்தாள். அதனால் காலை பூராவும் கண்ணெரிச்சலாய் இருந்தது. மதியச் சாப்பாட்டுக்கு மேலே தலையைச் சுழற்றிக் கொண்டு தூக்கம் வரப் பார்த்தது. பகலைப் பிரயாசையுடனேயே கழிக்க வேண்டி இருந்தது. நான்கு மணியளவில் வானம் கறுத்து மின்னலடித்து மழைக்குறி காட்டியது. அதோடு தெளிந்து கொண்டாள். அதற்குப் பின்னால் நேரத்தைக் கழிப்பதில் பெரிய சிரமம் இருக்கவில்லை.

ஒன்பது மணியளவில் சாப்பிட்டுவிட்டு தாயார் படுக்கப் போக, ஹோலுக்கு வந்தாள். புத்தகமொன்றை எடுத்துக்கொண்டு சாய்மனையில் சாய்ந்தாள்.

சுதனை ரகசியத்தில் சந்திப்பதற்கான சகல ஏற்பாடுகளும் செய்யப்பட்டுவிட்டனவா என்று ஒருமுறை யோசித்துப் பார்த்தாள். கிணற்றடிக்கப் போகும்போது பின்கதவு திறந்து சத்தம் எழுந்துவிடக் கூடாது என்பதற்காக கதவைத் தாழிடாமல் வைத்து, தாழிடாமல்தான் வைத்திருக்கிறதா என்று மறுமுறையும் ஒரு நோட்டமிட்டு முடிந்தது. வழக்கமாக வெளிவிறாந்தையில் படுக்கும் நாயை ஹோலுக்குள் தன் காலடியில் சாக்குப் போட்டு படுக்க வைத்தாகிவிட்டது. அது சுதன் வருகிறபோது குரைத்து சந்திப்புக்கு ஒரு கெடுதி செய்துவிடக் கூடாது என்ற அச்சம் இனி இல்லை. அவளுக்கு எல்லாம் திருப்தியாக இருந்தன.

கடற்காற்றில் ஏறி இறங்கி மிதந்து வந்துகொண்டிருந்த நெய்தல் குருவியின் கிரீச் . . . கிரீச் . . . சத்தம் இப்போது நின்றுவிட்டிருந்தது. விழிப்பின், மனித சலனத்தின் சகல ஒலிகளும் அற்றதாயிருந்தது பூமி. அவள் தன் வாழ்வில் கண்டு கேட்டறியாத நிசப்தம்!

பத்து பத்தரை மணிவரையும் அந்தச் சந்திப்பின் காரணம் எதுவாக இருக்கலாம் என்பது பற்றியும், அம்மா இடையிலே எழுந்துவிட்டால் என்ன செய்வது, மழை வருமா, மழை வந்தால் எழுதியபடி சுதன் சந்திக்க வருவானா என்பனபற்றியுமே யோசனைகள் ஓடிக்கொண்டிருந்தன. நேரம் ஆக ஆக சிறிது இன்ப நினைப்பும் சிந்தையில் கலக்கத் தொடங்கிற்று.

திடீரென பின்வளவுக்குள் இயல்பில்லாத சத்தமொன்று எழுந்தது. தண்ணீரில் கல் தொபுக்கடீர் செய்த ஓசை போன்றிருந்தது. சுதனாயிருக்கும்! நெஞ்சு பக்பக்.. கென்று அடித்துக்கொள்ள பின்கதவை அடைந்தாள் இரண்டாவது தொபுக்கடீர்ச் சத்தமும் எழுந்தது. ராஜி மெதுமெதுவாகக் கதவைத் தள்ளினாள். நாய் பின்னால் ஓடிவருகிறதா என்று பார்த்துவிட்டு வெளியே வந்து, கதவைச் சாத்தினாள்.

வேம்பின் கீழே நிழலுருவின் அசைவு தெரிந்தது. சுதன்தான். அவள் கிட்ட நடந்தாள்.

அவர்கள் சந்தித்திருக்கிறார்கள், பேசியிருக்கிறார்கள், ஒரே அறையில் ஒரு இரவு முழுக்கத் தங்கியுமிருக்கிறார்கள். ஆனால் அன்றைய சந்திப்பு வித்தியாசமானது. களவென்பதால் மனத்தில் புதிய உணர்வு புரண்டு கொண்டிருந்தது.

"வா, ராஜி."

"என்ன?" என்று நெருங்கினாள். "ஏன் வரச் சொன்னீங்கள்?"

நீங்கள்! அவள் அவனைப் பன்மையில் அழைக்கிற முதல் மொழி, கரவெட்டிக் கருப்பட்டியாய்த் தித்தித்தது அவனுக்கு. பதிலிழந்து சிறிது நேரம் அந்தத் தித்திப்பில் கிறங்கிநின்றான்.

"சுதன்..!" அவள் காற்றின் குரலில் அழைத்தாள்.

"என்ன?"

"ஏன் வரச் சொன்னீங்கள் சொல்லுங்கோ. நான் போக வேணும்!" குரல் லேசான சிணுக்கம் காட்டிற்று.

அவன் பதில் சொல்லாமல் மின்னும் அவள் இதழ்களையே பார்த்துக்கொண்டு நின்றான். இதுக்குத்தான் என்று சொல்லி அந்த இதழ்களைக் கவ்வியிடலாமா அல்லது குறைந்தபட்சம் அந்த சிலையழகைக் கட்டியாவது பிடித்துவிடலாமா என்று மின்னலாய் ஒரு வேட்கை ஓடியது. ஆனாலும் அவனுக்குள்ளிருந்த பாரம் அந்த எண்ணத்தை அழித்து இயல்புக்குத் திருப்பியது. "ராஜி, இப்பிடிக் கொஞ்சநேரம் இருப்பமா?" என்று துணிதுவைக்கும் கல்லைக் காட்டினான்.

"ம்!"

இருவரும் அருகருகே உட்கார்ந்தனர்.

துவைப்புக் கல்லின் வளவளப்பில் யாரதோ மடியின் இதம். இதம் நேரமாக ஆக மிக சுதாரிக்க வேண்டியதாயிற்று இருவரது மனநிலையும்.

பசுமாட்டின் கழுத்தில் கட்டித் தொங்கவிட்டிருந்த சங்கும், இரும்பு லாடமும் ஒருமுறை மோதி ஒலித்து அடங்கின.

மனத்தின் நொய்த பகுதியை எல்லாம் வைரிக்கச் செய்து வந்திருப்பினும், அவளருகில் வைரிப்பு பழையபடி நொய்மையடைய ஆரம்பித்துவிட்டது. கட்டளைக்குப்போல பணிந்து வந்திருந்தான். வந்தவனுக்கு வாயடைத்துவிட்டது. எதையோ கேட்டு பேச்சைத் தொடங்கினான்.

"ராஜேந்திரன் கடிதம் எதாவது போட்டிருந்தானா?"

"ம்!"

"என்னவாம்?"

"ஏஜென்ஸியில கதைச்சிருக்கிறானாம். கெதியாய் அனுப்புறதாய்ச் சொல்லியிருக்கினமாம்."

"எங்க தங்கி நிக்கிறானாம்?"

"இன்னும் சில யாழ்ப்பாணத்துப் பெடியளோட, பம்பாயில மாதுங்கா எண்டொரு இடம் இருக்காமே, அங்க."

"சாப்பாடெல்லாம்…"

"மத்தியானத்துக்குச் சமைச்சுச் சாப்பிடுறாங்களாம். காலமையும் பின்னேரமும் கடையிலயாம்."

"வேற ஒண்டும் எழுதேல்லையே?"

"கப்பல் ஏறினவுடன காசு அனுப்புவன், கலியாணத்தை வடிவாய் நடத்தவேணுமெண்டு எழுதியிருக்கிறான்."

அவன் அவளைத் திரும்பிப் பார்த்தான். அந்த ஒளிக் குறைச்சலிலும் அவளுடைய கண்கள் மின்னிக் கொண்டிருந்தன. பின் திரும்பிக்கொண்டு, "ம்… கையில காசு முடியிறதுக்குள்ள கப்பலேறியிட்டால் நல்லது" என்றான்.

"ஏறியிடலாமெண்டுதான் எழுதியிருக்கிறான்."

"ராஜேந்திரன் பம்பாய் போயிட்டது உனக்குத்தான் ஒருமாதிரி இருக்கும். இல்லையே?"

"பின்னை ..? அவனோட அதிகமாய்ச் சண்டைதான் வரும். இருந்தாலும் அவன் இல்லாதது வீடே வெறிச்ச மாதிரி இருக்குது."

"விஜிக்கு பப்ளிக் எக்ஸாம் எப்ப?"

"என்ன?"

"விஜிக்கு பப்ளிக் எக்ஸாம் எப்ப வருகுதெண்டு கேட்டன்."

"..."

"என்ன ராஜி பேசாமலிருக்கிறாய்?"

"நாளைக்குக் காலையில வாருங்கோ சொல்லுறன்."

அவளது எரிச்சல் நியாயமானது என்பது தெரிந்து அவன் சிரிக்க முயன்றான். முடியவில்லை.

அப்போது பார்த்து அவளது கேள்வி பிறந்தது. "அது சரி, நீங்கள் எதுக்கு இன்னமும் யாழ்ப்பாணம் யாழ்ப்பாணமெண்டு ஓடிக் கொண்டிருக்கிறியள்? சோதினை முடிஞ்சு றிசல்ற்றும் வந்தாச்சு. இனியென்ன அலுவல் இருக்கு அங்க?"

அவன் எதிர்பார்த்ததுதான். "றிசல்ற் வந்திட்டதால படிப்பும் முடிஞ்சுதெண்டு அர்த்தமா?"

"வீட்டிலயிருந்து படிக்கிறது."

"..."

"நீங்கள் இப்பிடி ஓடியோடிப் போறதைப் பாத்தால் எனக்கு என்னென்னவோ யோசிக்க வருகுது."

"ஏன், இதில யோசிக்க என்ன இருக்கு?"

"இல்லை... ரண்டு நாள் நோட்டீஸ் ஒட்டப் போனானாம். விஷயம் எப்படியோ வெளியாகி கொஞ்ச நாளைக்கு முந்தி வாசிகசாலைப் பக்கப் பெடியனொண்டை பொலிஸ் வந்து பிடிச்சுக்கொண்டு போனாங் களாம். நீங்களும் யாழ்ப்பாணத்திலேயே தங்கியிடுகிறியள். என்ன செய்யிறியளெண்டும் தெரியாது. பயமாய்த்தானே இருக்கும்?"

"அதுதானா?"

"என்ன அதுதானா?"

"எனக்கொண்டும் வராது, பயப்பிடாத. அந்தமாதிரி வேலைக் கெல்லாம் நான் போயிடமாட்டன், ராஜி."

"முந்தியைப்போல இப்ப பாக்கவும் முடியுதில்லை. முந்தநாள் இஞ்ச வந்துபோனதுகூட எனக்குத் தெரியாது. ஆரோ சொல்லி நான்

தெரியவேண்டி இருக்கு. ம்... அண்டைக்கு வந்தவுடனேயே திரும்பி ஓடியிட்டியளாமே?"

"ம்!"

"ஏன்?"

"இஞ்ச இருக்கப் பிடிக்கேல்லை."

"எங்க?"

"வீட்டில."

"நீங்கள் சொல்லுறது புதினமாயிருக்கு. வீட்டில இருக்கப் பிடிக்கேல்லையெண்டு ஆரும் சொல்லுவினமே?"

"பிடிக்கேல்லைத்தான். நாட்டின்ர நிலமை இந்தமாதிரி இருக்கேக்கை வீட்டில திண்டு குடிச்சு சுகமாய் இருக்கிறது எப்பிடி? என்னால ஏலாமல் இருக்கு."

"நாட்டின்ர நிலைமை இந்த மாதிரி இல்லாட்டி நாங்கள் பெரிய சுகவாசியாய்த்தான் இருந்திடுவம்!"

"சுகவாசியாய் இருந்திடமாட்டம்தான். ஆனா தின்னவும் குடிக்கவும் படுக்கவும் எங்களுக்கு எப்பவும்போல இப்பவும் முடியுது. அது இல்லாமல், எல்லாத்தையும் இழந்து வந்திருக்கிற ஆயிரம் சனத்தை எனக்குத் தெரியும். எத்தினை உயிர் வீணாய்ப் போச்சு? எத்தினைபேர் காணாமல் போச்சினம்? தகப்பன் ஒரு இடம், தாய் ஒரு இடம், பிள்ளை ஒரு இடமாய்ச் சிதறிப்போன குடும்பங்கள் எத்தினை? கொழும்பிலயிருந்து இண்டைக்கும் கூட தமிழ்ச் சனங்கள் அகதியாய் வந்து கொண்டிருக்கு. கண்ட கண்ட இடங்களில இளந்தாரிப் பெடியளையெல்லாம் பிடிக்கிறான் ஆமிக்காறன். இதையெல்லாம் லேசில மறந்திட ஏலுமா, ராஜி?"

"மெய்தான். எனக்கும் தங்கமணியை யோசிச்சா அழுகை அழுகையா வரும். இருந்தாலும் எங்களால வேற என்ன செய்ய ஏலும்?"

"ஒரு தங்கமணியின்ர இழப்பையே உன்னால தாங்க முடியாமலிருக்கே, நான் எத்தினைபேரை இழந்திருக்கிறன்? இன்னும் ரண்டு சிநேகிதர் போன இடமே தெரியேல்லை. என்ர சோகம் எவ்வளவு பெரிசாய் இருக்கவேணுமெண்டு யோசிச்சுப்பார்!"

அவன் சற்றுக் கோபத்தோடும் சொன்னான். கோபம் அவள்மீது அல்ல. ஆனால் எவர்மீதென்றும் தெரியாமலிருந்தது. இருந்தும் அவளைச் சிறிதுநேரம் என்ன பேசுவதென்று தெரியாமல் அது மௌனிக்க வைத்தது. அது சிறிது நீள்கையில் யோசித்த போதுதான் மௌனம் அவனது கோபத்தின் பாதிப்பினாலல்ல என்பதும், அது அவள் அவனது வார்த்தைகளைச் சமுசயப்பட்டதனாலேயே என்பதும் புரிந்தது. "அந்த மாதிரி வேலைக்கெல்லாம் போயிட மாட்டன்" என்று சொல்லியிருந்தாலும், அவனது அந்தக் கோப வார்த்தைகளைக் கொண்டே அவள் அவனைச் சந்தேகிக்க முடியும்.

"ஏற்பட்டது பெரிய அழிவுதான். இப்பிடி ஒரு நிலமை இனியும் வரக்கூடாதுதான். அதுக்காக நாங்களும் துவக்கெடுத்துக்கொண்டு சண்டைக்குப் போறதா?" என்ற இடைத்தரமான ஒரு நிலைப்பாட்டில் நின்று உஷாராகக் கேட்டு வைத்தாள் அவள்.

'போவதை இவள் விரும்பவில்லையா?' என்று அவன் திகைத்தான். அவள் முதிர இன்னும் இடமிருந்தது போலிருந்தது. அண்மையில் கு. ராஜவேலுவின் வானவீதி நாவல் வாசித்தாள். இரண்டுமுறை வாசித்தேன் சுதன் என்று மிகுந்த உற்சாகமாகச் சொன்னாள். இரண்டுமுறை வாசிக்கிற அளவுக்கு இந்திய சுதந்திரப் போராட்டத்தைப் பின்னணியாகக் கொண்ட அந்த நாவல் அவளுக்குப் பிடித்தமாயிருந்தமை அவனுக்கும் சந்தோஷத்தைக் கொடுத்தது. அதைத் தாண்டி இன்னும் இறுக்கமான நாவல்களை அவள் வாசிக்கவேண்டுமென்று அவன் விரும்பியிருந்தாலும், வெறும் பரபரப்பு நாவல்களின் வாசகியாக இருந்தவள் வானவீதியைப் பிடிக்குமளவு வளர்ந்தது திருப்தியாக இருந்தது. அதனால் அவளது பார்வையில் சிறிது மாறுபாட்டை அவன் எதிர்பார்த்தான். ஒருவகையில் அந்தச் சந்திப்புக்கூட அந்த எதிர்பார்ப்புக் கொடுத்த துணிச்சலில் ஏற்பட்டதுதான். சும்மா சேதி சொல்ல அவன் வரவில்லை. ஒரு சின்ன விடைபெறுதலுக்காகவே வந்திருந்தான். அதுமட்டுமல்ல, அந்தப் பிரியாவிடையில் ஒரு சின்ன விருந்துபசாரத்தையும் அவன் இச்சித்திருந்தான். நீண்ட நாட்களாக அந்தத் தவனம் அவனிடத்தில் இருந்தது. அந்த நேரத்தை அவன் தேர்ந்த காரணம் அதுவே.

ஆனால் அவனது எண்ணம், ஆசை எல்லாவற்றையும் நொறுக்கிக் கொண்டு அவள் கேட்கிறாள், 'அதுக்காக நாங்களும் துவக்கெடுத்துக் கொண்டு சண்டைக்குப் போறதா?' என்று. நாங்கள் போகாமல் பின் யார் போகவேணுமென்று நினைக்கிறாள்? அவன் சொன்னான்: "தீவிலயே இருக்கிறதால உனக்கு வெளி விஷயங்கள் அவ்வளவாய்த் தெரியுதில்லைப்போல. இப்ப தமிழாக்களின்ர எண்ணமெல்லாம் பரிகாரம் தேடுகிறதிலதான் மும்முரமாய் இறங்கியருக்கு. இதுவரைபோல இல்லாமல், இயக்கத்தை நம்பிக்கைக்கான ஒரு அடையாளமாய் கனபேர் பாக்கத் துவங்கியிருக்கினம். இளைய தலைமுறை இயக்கத்தில சேர ஆர்வமாய்ப் போய்க்கொண்டிருக்கு. கொழும்பு, தோட்டப் பகுதி, மட்டக்கிளப்பு, திருக்கணாமலை, முல்லைத்தீவு, மன்னார் எண்டு எல்லா இடத்திலயிருந்தும் ஆக்கள் இயக்கத்தில சேர்ந்து கொண்டிருக்கினம். எண்டைக்கும் இல்லாத எழுச்சியொண்டு இப்ப நிலவிக் கொண்டிருக்கு."

"இயக்கத்துக்காகப் பேசுறமாதிரிப் பேசுறியளே!"

"இயக்கத்துக்காகப் பேசேல்லை. உண்மை நிலமை தெரியிறதால சொல்லுறன். அதிகமான அகதி முகாங்களுக்குப் போய்வாறதாலயும் புனருத்தாரண வேலையளில ஈடுபடுறதாலயும் இந்த விபரங்கள் எனக்குத் தெரியுது."

"ம்! இப்படி ஒரு எழுச்சியால தமிழரின்ர பிரச்சினை தீர்ந்திடுமோ? இயக்கம் என்ன சொல்லுது?"

“ஆயுதப் போராட்டம்தான் ஒரே வழியாம். தமிழீழம்தான் எங்கட பிரச்சினையைத் தீர்க்குமாம்.”

“தமிழீழமா? அதுதான் இதுக்கெல்லாம் தீர்வா?” அவளது குரலில் திடுக்காட்டம் தெரிந்தது.

“ஏன் திடுக்கிடுறாய்? தமிழீழம்தான் இனிமேல் தமிழருக்கான ஒரே விடுதலை மார்க்கமெண்டு செல்வநாயகத்தார் உயிரோட இருக்கும் போதே முடிவானதுதானே! அவர் இதைப் பாராளுமன்றத்தில கூடப் பேசியிருக்கிறாரே!”

“இருந்தாலும்... தனிநாட்டை அஹிம்சை வழியில போராடிப் பெறுகிறதுதான் அவரின்ர கொள்கையாய் இருந்தது. இல்லையே? இது என்னைவிட உங்களுக்கு வடிவாய்த் தெரியும்.”

அவன் மேலே பார்த்தான். அந்த இருட்டும், அந்த சில நட்சத்திரங்களும்... என்றும் என்றும் பார்க்கிறவையாய் அன்றி, என்றோ ஒரு குறிப்பிட்ட தினத்தில் மட்டும் பார்த்தவையாய்த் தோற்றம் காட்டி அவனைக் குறுகச் செய்தன. தீவின் தென்கரையில் சில வாரங்களுக்கு முன்னர்தான் அந்த இருட்டிலும் அந்த நட்சத்திரங்களின் கீழும் இருந்து ஜெகனுக்கும் அவனது கூட்டாளி போஸுக்கும் தனக்கு அதுகாலவரையிருந்த அறவழியிலான நம்பிக்கையை மீறுவது கடினமாயிருக்குமென்று சொல்லியிருந்தான். ஆனால் இப்போது அவன் சொல்வதென்ன?

எவருக்கும் தெரியாத எத்தனையோ விஷயங்கள் அவனைப் பொறுத்தவரை நடந்துவிட்டன. அப்போது அவனெடுத்துள்ள தீர்மானம் அந்த விஷயங்களின் அடிப்படையில் எடுத்ததுதான். அதை யாருக்கும் அவன் சொல்லப் போவதில்லை. தனக்குள்ளே மறுமுறை நினைத்துப் பார்க்கவே விருப்பமில்லாதிருந்தது. அதனால் அவளைச் சமாளிக்கிறதுக்கான பதிலைச் சொன்னான். “வழி எதுவாயிருந்தாலும் முடிவு ஒண்டுதானே?”

“அது எப்பிடி? ஆயுதப் போராட்டமெண்டு வெளிக்கிட்டால் எத்தினையோ ஆயிரம்பேர் அழியவேண்டி வருமே!”

“ஆயுதப் போராட்டம் தொடங்காத காலத்திலயும் ஆயிரக் கணக்கான பேர் பாதிக்கப்பட்டினமே!”

அவளுடைய கண்கள் கலங்கி வந்ததை அந்த இருளிலும் அவன் கண்டான். அவளது அறியாமையும் சுயநலமும் அவனுக்கு எரிச்சலை விளைவித்தாலும், அதற்குப் பின்னாலிருந்த அன்பின் கரிசனையை அவன் எண்ணினான். அப்படி ஒரு சந்திப்புக் கூட இல்லாமல் போவதே சரியெனத் தெரிந்தது ஆரம்பத்தில். ஜெகனும் போஸும் அப்படித்தான் சொன்னார்கள். நொறுங்கிப் போவாளே என்பதற்காகத்தான் சந்திப்பை ஏற்படுத்தினான். அவனுக்கு ஒரு நாள் அவகாசம் அவளை ஒரு பிரிவுக்குத் தயார்ப்படுத்துவதற்காகவே வழங்கப்பட்டிருக்கிறது. அதனால் தன் நிலைப்பாட்டை அவன் அவளுக்குச் சொல்லியாக வேண்டும்.

சின்ன இடைவெளி ஒன்றின் பின் அவன் தொடர்ந்தான்: "யோசிச்சா... எனக்குக்கூட இது பிடிக்காமல்தான் இருக்கு. பிரிவினையையும் ஒத்துக் கொள்ளுறது கஷ்ரம்தான். எண்டாலும் வேற வழியில்லை. நாங்கள் போராடியே தீரவேணும். போராட ஏலாத இனம் சரித்திரத்திலயிருந்தே அழிஞ்சு போகும்."

"சரி, அதுவே சரியாய் இருக்கட்டும். தனிநாடே வரட்டும். இதைச் சொல்லுறதுக்குத்தானா இந்த நேரங்கெட்ட நேரத்தில என்னை இஞ்ச வரச் சொன்னீங்கள்?"

அந்த வெகுட்சியின் அர்த்தமென்ன? "இதைச் சொல்லு றதுக்குத் தானா ..?" இந்தச் சொற்கள் உணர்த்துகிற சூசகம் என்ன? இந்தச் சொற்களில் ஏதாவது சூசகம் இருக்கிறதுதானா?

நேரமில்லை. வடக்கே பிரகாசிக்கத் தொடங்குவது விடி வெள்ளியாக இல்லாத பட்சத்திலும் அவனுக்கு அவசரம் எழுந்தது.

அவனது மௌனம் சற்றே நீள அவளுக்கு வருத்தமாகப் போய்விட்டது, தன்னுடைய வார்த்தைகளின் கடுமையால்தான் அப்படி ஆனதோ என்று. "சுதன் ..!" என்றாள்.

"என்ன?"

"கோபமா?"

"எதுக்கு?"

"இப்படிச் சொல்லியிட்டனேயெண்டு!"

"சீ ... ச்சீ!"

அப்போது அவளது திமிர்த்த அழகுகள் அவனை அழுத்திக் கொண்டிருந்தன. அதிலிருந்து அவளது பேச்செல்லாம் கிண் கிணிப்பாய் மாறிப் போயிற்று. "சுதன் ..!"

"என்ன, ராஜி?"

"விடியப்போகுது, இப்பவாவது சொல்லுங்கோவன், ஏன் இந்த நேரத்தில வந்து சந்திக்கச் சொன்னியள்?"

அவளது காது வளையத்தில் குனிந்து இதழ் உரச மெல்லச் சிரித்து விட்டு, "எதுக்காகவும் இல்லை" என்றான்.

"நீங்கள் சும்மா சொல்லுறியள்."

"இல்லை, மெய்யாய்த்தான்."

"சொல்லுங்கோ, சுதன்!" அவள் சிணுங்கினாள்.

"ஏன், நான் சந்திக்க வரக்கூடாதா?"

"வரலாம், பகலில."

"ராவில வந்தால் ..?"

"வரக்குடாது."

"ஏன் ?"

"அப்பிடித்தான்."

"சொல்லு ராஜி, ஏன் ?"

"மாட்டன் !" என முகத்தை மூடி இன்னும் அவனில் இறுக்கமாய்ச் சாய்ந்தாள் அவள்.

36

தனக்கு இழப்போ பாதிப்போ நேர்கிற ஒவ்வொரு சந்தர்ப்பத்திலும் ராணுவம் வெறிகொண்டு மூர்க்கத்தனமாய் நடந்துவிடும் என்பதை மீண்டுமொருமுறை அது சுன்னாகத்தில் ருசுப்பித்திருந்தது. பஸ் நிலையத்தில் வயோதிகர், பெண்கள், குழந்தைகளென்றுகூடப் பார்க்காமல் வெறித்தனமாக அது நடத்திய துப்பாக்கிப் பிரயோகத்தில் பெருத்த சேதம் விளைந்திருந்தது. அன்று சுன்னாகம் சென்றிருந்த செல்லத்தம்புவுக்கும் குண்டடிப்பட்டுவிட்டது. யாழ்ப்பாணம் பெரியாஸ்பத்திரியில் அனுமதிக்கப்பட்டிருந்தார்.

செய்தியறிந்த மகேஸ்வரி பதைத்துப் போனாள். நிழல் கொடுத்த ஆலமரமே பாறிவிட்டதைப்போலக் கலங்கினாள். மறுநாள் ராஜியையும் அழைத்துக் கொண்டு காலை பத்து மணியளவில் பெரியாஸ்பத்திரி சென்றாள்.

தனக்குத் தெரிந்திருந்த, தான் பார்த்திருந்த நகரமாக யாழ்ப்பாணம் இருக்கவில்லை என்பதை ராஜி தெரிந்தாள். அதன்மேல் ஓர் அவசரம், ஒரு திகில், ஒரு தடித்த சோகம் யாவும் கனத்த புகை மூட்டம்போலக் கவிந்திருப்பதையும் உணரக் கூடியதாக இருந்தது. மின்சார நிலையத்துக்கு முன்னால் மூன்று ராணுவ ட்றக் வண்டிகள் வரிசையில் நின்றிருந்தன. அவளுள்ளும் ஒரு அவசரம், ஒரு திகில் வந்து உறைந்தது.

போன வாரத்தில் ராச் சந்திப்பின்போது சுதன் சொல்லியிருந்தான். 'தீவைவிட்டு நீ வெளியே போகாதபடியால் அங்கே நடப்பவையொன்றும் உனக்குத் தெரியவில்லை' என்று. அது சரியென்று அப்போது புரிந்தது. ஆடிக் கலவரம் என்பது கொழும்பில் வேலை பார்த்த சில தீவு மனிதருக்கு நேர்ந்த துயரமல்ல, இலங்கைத் தீவு மொத்தத்திலும் அடித்த சூறையென்பது அவளுக்கு விளங்கிற்று.

அவர்கள் ஆஸ்பத்திரி வார்டை அடைந்தபோது சங்கரப்பிள்ளை ஆசிரியரும் அங்கே நின்றிருந்தார். கட்டிலில் அமர்ந்து ஆசிரியருடன் பேசிக் கொண்டிருந்தார் செல்லத்தம்பு. மனைவி பிள்ளைகள் சூழ நின்றிருந்தனர்.

உயிராபத்தான நிலை இல்லை. இடதுகை மேற்புறத்தில்தான் குண்டு பாய்ந்திருந்தது. எலும்பும் அதிகம் பாதிக்கப்படவில்லை என்பதறிந்து

மகேஸ்வரியும் ராஜியும் ஆறுதலடைந்தனர். சம்பிரதாயத்துக்காக வாங்கிச் சென்றிருந்த தோடம்பழங்களைக் கட்டில் பக்கத்து சின்ன மேசை மீது வைத்துவிட்டு சிறிதுநேரம் பேசிக்கொண்டிருந்தபின் இருவரும் விடைபெற்றனர்.

ஆஸ்பத்திரியை விட்டு எப்போது வெளியேறுவோமெனத் தவித்துக் கொண்டிருந்த ராஜியின் மனம் அப்போதுதான் ஓரளவு நிம்மதி அடைந்தது.

ஆஸ்பத்திரியில் செல்லத்தம்புவை மட்டுமல்ல, பக்கத்துப் பக்கத்துக் கட்டில்களில் சுன்னாகம் துப்பாக்கிச் சூட்டில் காயமடைந்து அபாயகரமான நிலைமையில் இருந்த இன்னும் பலரையும், அந்தப் பலரின் உறவினரின் கண்ணீரையும் வேதனைகளையும் கூட அவள் கண்டிருந்தாள். கட்டிலில் இடம் போதாமல் கட்டில்களுக்குக் கீழும் விறாந்தை ஓரங்களிலும் கிடந்தவர்கள்தான் எத்தனை பேர்! அவர்களில் காயம்பட்டு உயிருக்கு மன்றாடிக் கொண்டிருந்த குழந்தைகள் எத்தனை! மரணதேவன் முகாமிட்டிருந்த பாசறையாகவே அந்த இடம் அவளுக்குக் காட்சியாயிற்று.

சுதனின் கோபத்தை, தீவிரத்தை ஓரளவு புரிந்தாள் அப்போது. ஆஸ்பத்திரி வாசலுக்கு வந்ததும், “ஜஸ்மினைப் பாத்துக் கன நாளாச்சு. பக்கத்திலதானே, பாத்திட்டு வந்திடுவமா? இனிமேல் எப்ப யாழ்ப்பாணம் வரப் போறமோ?” என்று தாயாரைக் கேட்டாள் ராஜி.

அண்ணன் மகனோடு நிச்சயிக்கப்பட்டிருந்த கல்யாணத்தை அறிவித் திருந்த அத்தனை பேருக்கும், சுதனோடான எழுத்துக்கு மகேஸ்வரியும் ராஜேந்திரனும் நேரிலே சென்று அழைத்திருந்தனர். பதிவுகாரர் வீட்டுக்கு வந்து எழுத்து ஓரளவு தடல்புடலாகவே நடந்தது. ஜெஸ்மின் வீட்டாருக்கு மட்டும் தகவல் தெரிவிக்க ராஜேந்திரனையே அனுப்ப முடிந்திருந்தது மகேஸ்வரியால். அதையாவது செய்ய முடிந்ததே என்ற ஆறுதல் அவளுக்கு. ஆனால் அங்கே என்ன நினைத்தார்களோ, ஒருவர் கூட வரவில்லை. அது மகேஸ்வரிக்குப் பெரிய மனக்குறை. ராஜியின் யோசனையை அது காரணமாகவே மறுத்துவிட நினைத்தாள். என்றாலும் பிந்திய ஒரு யோசனையில், புதிது புதிதாக நாட்டில் பல்வேறு வசதிக் குறைவுகள் உருவாகிக் கொண்டிருக்கும் சூழ்நிலையில் இரண்டு பெண்கள், அதுவும் யாழ்ப்பாணத்திலிருந்து நயினாதீவுவரை, வந்துபோகும் வசதியீனத்தின் சாத்தியப்பாட்டை எண்ணி அரை மனத்தோடு சம்மதித்தாள்.

அந்த நேரத்தில் பஸ்ஸுக்குக் காத்து நின்று மினக்கெடுவதைவிட, வெய்யில் அதிகமாக இல்லாததால் நடந்து செல்வதே உசிதமென நினைத்து இருவரும் நடக்கத் தொடங்கினர்.

முன்பெல்லாம் ராஜி அடிக்கடி வந்துபோன இடம் அது. மணிக் கூண்டுக் கோபுரம், றிம்மர் மண்டபம், மத்திய கல்லூரி, நீதிமன்றம், வாடிவீடு, பிலிப்ஸ் நேர்ஸிங் ஹோம், இறுதியாக தண்ணீர்த் தொட்டி என்று எல்லாமே பழைய இடங்கள். எதுவும் அங்கிருந்து இடம் பெயரவில்லை.

புதிதாக எதுவும் தோன்றியும் விடவில்லை. இருந்தும் ஓர் அந்நியப்பாடு அந்த இடத்தில் நடந்துகொண்டிருக்கையில் ஏற்பட்டது ராஜிக்கு. பௌதீகமாய் மாற்றமேதும் அடையாதிருந்தும், அந்த இரண்டு வருட காலத்து இடைவெளியில் அதன் ஆன்ம மாற்றத்துக்குக் காரணமாயிருந்த அம்சம் எதுவெனத் தீர்மானம் பெறமுடியாமல் குழம்பினாள். நகரத்தின் ஆன்மா கடந்த ஆடிக்குப் பின்னால் சேதப்பட்டிருக்கலாமோ என்ற எண்ணமொன்று தோன்றியது. அதை அங்கிருந்த சுவரெழுத்துக்கள் உறுதி செய்ய முனைந்து நின்றன.

இது பொறுப்பதில்லை தம்பி / எரிதழல் கொண்டு வா என்றபடியான, கொடுமையின் எல்லையிலும், வாழ்வு உத்திரவாதமின்மையின் அவலத்தி லும் பொறுமை வெடித்த புதிய தலைமுறையின் வீறார்ந்த பிரகடனம் ஆங்காங்கே சுவர்களில்.

ஆண்ட தமிழினம் மீண்டும் ஒருமுறை/ஆள நினைப்பதில் என்ன பிழை என்ற வாசகத்தில் அரசியல் தேவை தழுவிய ஒரு வரலாற்றுக் குரலையே அவள் கேட்டாள்.

திடீரென ஜெஸ்மின் நேர்முகப் பரீட்சைக்குக் கொழும்பு வரவில்லை என்ற செய்தி அறிந்து கொதித்தபடி அதே வீதியில் வந்துகொண்டிருந்த நாளில் மனத்தே சுழன்றுகொண்டிருந்த கருத்து அவளுக்கு ஞாபகமாகியது. "சிறுபான்மை பெரும்பான்மை என்று பேதம் பாராட்டிக்கொண்டு இந்த இனம் ஒரு குறுகிய வட்டத்துள் தன்னை அடைத்துக்கொண்டு போகிறது. இந்த மனநிலை இருக்கிறபடியால்தான் சேர்.பொன்.அருணாசலம், சேர்.பொன்.இராமநாதன் போன்ற தேசியத் தலைவர்கள் பின்னாளில் இந்தச் சமூகத்திலிருந்து தோன்றவில்லை."

இப்போதும் இந்த வார்த்தைகள் நிஜமா?

இரண்டு வருஷங்களுக்கு முன்பு இவளது வாழ்க்கைக்கு நேர்ந்த விபத்து, நடந்த கலவரம் ஏதேனும் ஒரு பேதத்தை இவளிடத்தில் உற்பவம் ஆக்கவில்லையா?

அந்தச் சுவரெழுத்துக்களில் பிரத்தியட்சமான இளந்தலைமுறையின் போர்க் குரலை இவள் எந்தவகையில் அங்கீகாரப்படுத்திக் கொள்கிறாள்? இன்னும் அங்கீகாரப்படுத்திக் கொள்கிறாள்தானா? சுதனிடம், விவாதத்துக்கு இடமேயற்ற முறையில் 'ஏனோ எனக்கு ஆயுதப் போராட்டம் பிடிக்கவில்லை' என்றிருந்தாள். இப்போதும் அதுவேயா அவளது சிந்தனைத் திசை?

அவளுள் மாற்றத்தின் மெல்லிய இழை தோன்றியிருந்தது என்னவோ நிஜம். அவள் வேறு மனுஷி ஆகிக்கொண்டிருந்தாள்.

"என்ன ராஜி, பேசாமல் வாறாய்?" என்றாள் தாயார்.

"ஒண்டுமில்லையம்மா, ஆஸ்பத்திரியில பாத்ததெல்லாம் கண்ணுக் குள்ள நிண்டுகொண்டிருக்கு. அதுதான் ..."

"எது ... காயம்பட்ட ஆக்களைப் பாத்ததைச் சொல்லுறியா?"

"ஓமம்மா."

"எனக்கும் கவலையாய்த்தான் இருக்கு. அந்தக் குழந்தைப் பிள்ளையை நினைச்சா, ராவைக்கு நித்திரையும் வரமாட்டுது."

இருவரும் ஜெஸ்மின் வீட்டை அடைந்தனர்.

வாசலின் கோலமே உள்ளளாவிய ஒரு களையிழப்பை கண்ணுக்குப் புலனாக்கிக் கொண்டிருந்தது. ஹோலுக்குள் அமர்ந்திருந்த ஜெஸ்மினின் தாயார் திரேஸா, அவர்கள் வருவதைக் கண்டு எழுந்து வந்து வரவேற்றாள். "வாருங்கோ! இப்பதான் வழி தெரிஞ்சுதுபோல. ஆக்களைக் கண்டே கனகாலம்."

எல்லாரும் உள்ளே சென்று அமர்ந்தனர். தாங்கள் யாழ்ப்பாணம் வந்த காரியத்தை எடுத்துக் கூறினாள் மகேஸ்வரி.

சிறிதுநேரம் பார்வையைச் சுழற்றிய பின்னர், "எங்க, ஜஸ்மினைக் காணேல்லை?" என்று வினவினாள் ராஜி.

"ஜஸ்மினையா?" என்று கேட்டுச் சிரித்தாள் திரேஸா. "இங்கயிருந்து பாத்தா எப்படித் தெரியும், ராஜி?"

"ஏன்?"

"அவ ஒஸ்ரேலியாவில எல்லே இருக்கிறா!"

ராஜியால் நம்ப முடியவில்லை. மகேஸ்வரியும் புருவம் உயர்த்தினாள்.

இப்படி ஒரு அலையும் இருக்கிறதுதான். மகேஸ்வரிக்குத் தெரியும். மிகப் பெரும்பான்மையானவர்கள் உயிர்பிழைக்க இந்தியாவுக்கு ஓடிக்கொண்டிருந்தபோது மிகச் சிறுபான்மையொன்று அவுஸ்திரேலி யாவுக்கும், ஜேர்மனிக்கும், கனடாவுக்கும் ஓடிக் கொண்டிருந்தது.

ஜெஸ்மின் அவுஸ்திரேலியா போய்விட்ட செய்தி தெரிந்ததும், ராஜேந்திரனின் பம்பாய் போய்க் கப்பலெடுக்கும் எண்ணத்துக்கு தான் அவசரப்பட்டுச் சம்மதித்துவிட்டதான உறுத்தலொன்று எழுந்தது மகேஸ்வரியிடத்தில்.

ராஜி கேட்டாள், இன்னும் திரேஸா பேச்சில் நம்பிக்கைப் படாத வளாக. "ஜஸ்மின் ஒஸ்ரேலியா போயிட்டாவோ ..."

"ஓம், பிள்ளை."

"நீங்கள் சும்மா சொல்லுறியள், ஜஸ்மின் கொழும்புக்குப் போயிருக்கிறாபோல."

"இல்லை, ராஜி. உண்மையாய்த்தான் சொல்லுறன்."

"எப்ப போனவ?"

"அவ போய்... இப்ப... ரண்டு மாசம் ஆகுது."

"ரண்டு மாசமாகுதா? இத்தினை நாளில ஒரு கடுதாசி எழுத மனம் வரேல்லையே ஜஸ்மினுக்கு!"

"எழுதுவா, ராஜி. எல்லா விலாசங்களும் அனுப்பச் சொல்லிக் கேட்டு, போன கிழமைதான் அவவின்ர விலாசக் கொப்பி தேடியெடுத்து அனுப்பியிருக்கிறன்" என்ற திரேஸா, மகேஸ்வரி பக்கம் திரும்பிச் சொன்னாள்: "ஏதோ தேவமாதா கிருபையால ஜஸ்மின் ஒஸ்ரேலியா போய்ச் சேர்ந்திட்டா. வெளிநாடு போறது இப்ப சரியான சுகம் பாருங்கோ. ஏன், நீங்களும் ராஜியை எங்கயாவது அனுப்பத் தெண்டிக்கலாமே?"

மகேஸ்வரி பதில் சொல்லுமுன்னமே, "ஐயோ, நான் போகேல்லை" என்று சிரித்தாள் ராஜி.

"ஏன் ராஜி?" சற்றே ஆச்சரியத்தோடும், சிறிதே கோபத்தோடும் திரும்பிய திரேஸா, ராஜி மறுத்த காரணத்தைப் புரிந்து கொண்டாள்போல தானும் சிரித்தாள். "ஓ... எழுத்து முடிஞ்சு போச்செல்லே! இனி மாப்பிள்ளையை விட்டுப் போக மனம் பிடிக்காமல்தான் இருக்கும்."

"அதுக்கில்லை..."

"பின்னை?"

"அம்மா தனிய எல்லே! அம்மாவை விட்டுட்டு நான் எப்படிப் போறது?"

"ஏன், அம்மாவை ஆரும் தூக்கிக்கொண்டு போயிடுவினமோ? சும்மா இரு, ராஜி. சந்தர்ப்பம் கிடைக்கிற நேரத்தில பயன்படுத்திக் கொள்ளவேணும். சும்மா, அம்மா... ஆட்டுக்குட்டியெண்டு சொல்லிக் கொண்டிருந்தால்..?" என்றாள் திரேஸா விகற்பமில்லாமல்.

ராஜிக்கு அவளுடைய பேச்சு, தொனி எதுவும் பிடிக்கவில்லை. தாய்மீது வைக்கும் பற்றையும் பாசத்தையும் ஒருவரின் அற்பமான செயல்போல எவ்வளவு இளக்காரப்படுத்திப் பேசிவிட்டாள்! அம்மா வாழ்ந்த தியாக வாழ்க்கைக்கு எந்த உன்னத ஸ்தானமும் தகும். அத்தகைய ஒரு உன்னத வாழ்க்கைக்கான ஒரு நன்றி வெளிப்பாட்டை... பாசப் புலப்படுத்தலை... அவளே ஒரு தேவையாகி விட்டதை இவள் போய்..! ஓ... தன் பிள்ளை தெய்வமாகத் தொழக்கூடியவகையில் இவள்தான் வாழ்ந்து கொள்ளவில்லைப் போலும்! என்று நினைத்து பேசாமல் இருந்துவிட்டாள், அதுபற்றிய பிரஸ்தாபத்தை மேலும் வளர்த்த விரும்பாமல்.

ஆனால் திரேஸாவால் பேசாமலிருக்க முடியவில்லை. "ராஜிக்கு விருப்பமில்லையெண்டால் விடுங்கோ. ராசேந்திரனையாவது அனுப்பலாமே!"

"அவன் கப்பலெடுக்கவெண்டு பம்பாய்க்குப் போயிட்டான்."

"எப்ப?"

"போய்... ஒரு மாசத்துக்கு மேல ஆகுது."

"சரியாய் அவசரப்பட்டுட்டியள்" என்று அங்கலாய்த்தபடி அவசரமாக எழுந்துபோய் அடுப்பிலே தேநீருக்குக் கேத்திலை வைத்துவிட்டு திரும்பி வந்தவள், மகேஸ்வரிக்கு நேர்முன்னாலுள்ள சோபாவில் அமர்ந்துகொண்டு சொன்னாள்: "இஞ்ச பாருங்கோ, இப்பதான் உழைக்கிறதுக்குச் சுலபமான வழி இருக்கே! கப்பல் கிப்பலெண்டு போய் ஏன் கஷ்ரப்படவேணும்? அதுக்கு முதல், கப்பல்ல வேலைசெய்யிற உடம்பே அந்தப் பிள்ளைக்கு இருக்கு? நான் சொல்லுறதத் தட்டாமல் கேளுங்கோ. ஏலுமெண்டால் பம்பாயிலயிருந்தே ஜேர்மனிக்கோ, பிரான்ஸுக்கோ போகச் சொல்லி எழுதுங்கோ. இப்பிடித்தான் குருநகர்ப் பெடியள் ரண்டுபேர் பம்பாயில யிருந்தே ஜேர்மனி போய்ச் சேர்ந்திருக்கிறாங்கள். நீங்கள் இண்டைக்கே காகிதம் எழுதுங்கோ ராசேந்திரனுக்கு..."

மகேஸ்வரியின் முகம் வெக்கறையில், ஒரு ஏமாற்றத்தில் வாடிப் போயிற்று. "கட்டாயம் எழுதுறன்" என்றாள் வாயடைப்பிலிருந்து மீண்டு.

தேநீர் குடித்த பின்னரும் சிறிதுநேரம் பேசினர். அப்போதும் பிரான்ஸ், ஜேர்மனி பேச்சுத்தான்.

ராஜி அந்தப் பேச்சிலிருந்து தனித்துப் போனாள். அவள் அபிப்பிராயத்தை யாரும் கேட்கவில்லை. அவளாகச் சொல்லவுமில்லை. அதில் அவளுக்கு இஷ்டம் இருக்கவில்லை.

வீட்டுக்குத் திரும்பிக் கொண்டிருந்தபோது, வழி நெடுக ராஜியின் மனம் கனதியாக இருந்தது.

எங்கோ... எங்கோ... இந்தச் சமூகத்தின் வாழ்முறையில், பேசும் பேச்சில், சிந்தனையில்... சத்தியமின்மை இருக்கிறது என்பது அவளுக்குத் தெரிந்தது.

எந்தக் குறியில்? எதன் மையத்தில்?

அவர்கள் வீடுபோய்ச் சேரும்வரை அவளுக்கு விடை கிடைக்கவில்லை.

37

மார்கழி பிறந்துவிட்டிருந்தது. ஒவ்வொரு நாளுக்கும் புதிய புதிய பரிமாணங்கள் காட்டிக் கொண்டிருந்தன, நாட்டின் கொந்தளிக்கும் சமூக அரசியலின் பருண்மையான நிலைமைகள்.

இப்போதெல்லாம் பெரும் பெரும் பாரங்களாகவே நினைவுகள் அழுத்த ஆரம்பித்திருந்தன ராஜியை. ராஜேந்திரன் பற்றிய, சுதன் பற்றிய, தீவில் தெரிந்த குடும்பங்கள் பற்றிய எந்த நினைவையென்று சொல்ல? ஏறக்குறைய எல்லாமே அப்படித்தான் இருந்தன.

ஒருமுறை கல்லூரிக்கு தொடர்ந்து மூன்று நாட்கள் விடுதலை வந்தது. விஜியைக் கூட்டி வந்தால் அவளோடு பேசிச் சிரித்து, சித்திரவதை செய்வதற்கென்றே திரும்பத் திரும்ப வரும் நினைவுகளை ஓரளவு அடக்கலாமென எண்ணித் தாயாரிடம் சம்மதம் கேட்டாள். அவள் வேண்டாமென்றுவிட்டாள். விஜிக்குப் பரீட்சை நெருங்குவதைக் காரணம் கூறினாள். ராஜி அதை நம்பவில்லை. போகும் வரும் வேளைகளில் எவருக்கு எங்கே என்ன ஆபத்து ஏற்படுமோ என்ற அவளது அச்சமே அதன் உண்மையான காரணமாக இருக்கலாமென்று யோசிக்க அவளுக்குப் புரிந்தது. அடுத்தடுத்த நாளில் மகேஸ்வரியாகவே அதை வாய்விட்டு ஏதோ பேச்சுப் பராக்கில் சொல்லியும்விட்டாள். அதுவும் இலகுவில் ஒதுக்கப்பட முடியாத காரணம்தான். ராஜியால் என்ன செய்யமுடியும்? ஊர் நிலைமைக்கு ஏற்றபடியே வாழ வேண்டியதாய் இருந்தது.

மனவுளைச்சல் ராஜியிடத்தில் மட்டுமல்ல, மகேஸ்வரியிடத்திலுமே காணப்பட்டது. அதிகமாக தூக்கத்திலே புரியாத சொற்களைப் புலம்பினாள். விழிப்பில் தனக்குத்தானே பிதற்றிக் கொண்டாள். கேட்டால் எதையாவது சொல்லி மழுப்பினாள்.

ராஜேந்திரன் பம்பாய் போய்விட்டது தனக்குப் பெரிய ஆறுதலென்று ராஜிக்கும், வீட்டில் பேச வருகிற யாருக்கும் சொல்லிக் கொண்டாள் அம்மா. அவனில் அவளுக்கும் பாசம்தான். ஆனாலும் நாடு மாறிக்கொண்டிருக்கிற சூழ்நிலைமைக்குள் அவன் அகப்பட்டுக் கொள்ளவில்லை என்ற நிம்மதியில் அந்தப் பிரிவை அவள் தாங்கிக்கொண்டாள். திரேஸாவைப் பார்த்து வந்த மறுநாளே ராஜேந்திரனுக்கு மறக்காமல் பெரிய கடிதமொன்று எழுதினாள். முக்கியமான வரிகள் எழுதியபோது ராஜியைக் கூப்பிட்டுக் கூப்பிட்டு வாசித்துக் காட்டினாள. அடுத்த நாள் தானே போய்க் கடிதத்தை தபால் கந்தோரில் அனுப்பிவிட்டு வந்தாள். இலங்கைத் தமிழரை அகதியாக ஏற்றுக்கொள்ளும் ஏதாவது ஒரு ஐரோப்பிய நாட்டுக்கு ராஜேந்திரன் போய்விடுவதே அம்மாவுக்கு விருப்பமென்பது கடிதத்தைப் படித்துக் காட்டுவதற்கு முன்பே ராஜிக்குத் தெரிந்திருந்தது. கடிதத்தில் அந்த அவா தெளிவாகத் தெரிந்தது. ஆனால் மறுநாள் வீட்டுக்கு வந்த சரஸ்வதியோடு அம்மா பேசிய பேச்சு திகைக்க வைத்துவிட்டது. "நான் எழுதினபடிதான் அந்தச் சனியன் நடக்குமோ? இல்லாட்டி கூடிப் போன வைரவருக்குப் பின்னால கப்பல் கப்பலெண்டு அலைஞ்சுகொண்டு இருக்கப்போகுதோ?" என்றதில் ஆசை ஆவலாதியாகிவிட்ட ஒரு அருவருப்பான நிலையையே ராஜியால் காணமுடிந்தது. ஆனாலும் ராஜி எதுவும் சொல்லிக் கொள்ளவில்லை.

அவளுக்குள்ளாகவே ஒரு போராட்டம் இருந்தது தீர்த்துக் கொள்ள.

அன்று சுதன் சந்தித்துப் போன இரவிலிருந்து, அவன் சொல்ல வந்த எதையோ சொல்லாமல் போய்விட்டதாகவே தோன்றிக் கொண்டிருந்தது அவளுக்கு. சும்மா சந்திக்க வந்ததாகவே அவன் சொல்லியிருப்பினும் யோசிக்க யோசிக்க அது உண்மையில்லை என்பது தெளிவானது.

தவறியும் போகவில்லை. வேண்டுமென்றே சொல்லாது விட்டிருக்கிறான். ஏன் அப்படித் தோன்றிற்றென்று அவளுக்கும் புலனாகவில்லை. அவன் அவ்வப்போது தடுமாறியதில், பின்னர் அதுபோன்ற ஒரு சந்திப்புக்கு முயலாததில் அவளால் அவ்வாறுதான் கருத முடிந்தது.

பொழுது போவதும் கடினமாக இருந்தது. அப்போதெல்லாம் பகலைவிட இரவு கடினமாக இருந்தது. தூக்கமே பிடிக்கின்றதில்லை. அகாலத்தில் தூக்கம் பிடித்தாலும் இடையில் குழம்பிவிடுகிறது. சிலவேளைகளில் சொப்பனங்களால், அந்த சொப்பனங்களில் அறியாத பல முகங்களுடன், அறிந்த தங்கமணியின் முகமும் கூட வரும். கோரமாக இருக்கும். மீன்கள் கடித்து சிதைத்திருக்கும் அந்த அழகிய முகத்தை.

காலை ஏழு மணிக்கு மேலேதான் தூக்கம் கலைகிறது. உதயகாலப் பூஜை மணி, இரண்டாம் பூஜை மணி எதுவும் அவளை உசுப்பக்கூடச் செய்கின்றனவில்லை. அப்போது தமிழுக்கும் மார்கழி பிறந்திருந்தது. கோயில்களில் திருவெம்பாவை ஓத ஆரம்பித்திருந்தார்கள் வைகறையில். மாலையில் கதாப்பிரசங்கங்கள், வில்லுப் பாட்டுக்கள் ஏற்பாடு செய்யப்பட்டிருந்தன. ஒருமுறை தாயாருடன், இன்னொருமுறை சரஸ்வதி, மாலா ஆகியோருடன் கதாப்பிரசங்கம் கேட்க ராஜி காளி கோயிலுக்குப் போய் வந்தாள். இரண்டாம் முறை சென்றபோது அரசியை அங்கேயே சந்திக்கக் கூடியதாக இருந்தது. அவள் மூலம் கிடைத்த செய்தியில் ஆச்சரியமும் துடிப்புமாகிப் போனது. அண்மையில் சுதன் ஒருமுறை வீடு வந்து போயிருக்கிறானாம். பார்க்காது அடங்காதிருக்கும் தன் தவிப்பை வாய்விட்டுச் சொல்லியிருந்தும் அவன் அவளைச் சந்திக்காமல் போயிருக்கிறான். ஏன்? கேள்விப்பட்டிருந்ததுபோல், தானேயாக யூகித்துக் கொண்டதுபோல் அவனுக்கு இயக்கத் தொடர்பு இருக்கிறதா?

அவளுக்கு அது துக்கமா, மகிழ்ச்சியா?

அதை அவள் விரும்புகிறாளா, வெறுக்கிறாளா?

தங்கமணியின் இறப்பினாலாய ஒரு பழியுணர்ச்சி உள்ளிருந்து தொழிற்படுகிறதா?

யாழ். நகரச் சுவர்களின் கறுப்பு மை எழுத்துக்களில் நியாயம்/ நியாயமின்மை எதை அவள் கண்டாள்?

ராணுவ வண்டிகளின் நடமாட்டம், கடற்படைப் படகுகளின் ரோந்து, இளைஞர்களின் கைது, நாலாம் மாடிச் சித்திரவதைகளுக்குத் தப்பி ராஜேந்திரன் பம்பாய் போய்விட்டதற்கு அவள் வழங்கும் தீர்ப்பு என்ன?

கண்டம் தாவிப் போய்விட்ட ஜெஸ்மினின் அகதித் தஞ்சம் அவளுக்கு ஒப்பா, ஒப்பில்லையா?

அவளிடம் பதிலில்லை.

ஒரு இரவு எல்லாவற்றையும் யோசித்து இரவைத் தூக்கமற்றதாகக் கழித்துக் கொண்டிருந்தாள்.

அம்மாவின் அழைப்பு விறாந்தையிலிருந்து கேட்டது. மெதுவாகத்தான்.

"ராஜி..!"

அம்மாவும் தூங்கவில்லையா? அதிசயித்தவண்ணம், "என்னம்மா?" என்றாள்.

"நித்திரையே?"

"வந்துகொண்டிருந்தது."

"சரி, அப்ப படு."

"எழும்பியாச்சுத்தானே! என்ன, சொல்லுங்கோ."

"ராஜன் கப்பலேறப் பாப்பானா? இல்லாட்டி எங்கயாவது ஒரு நாட்டுக்குப் போக முயற்சிப்பானா? நீ என்ன நினைக்கிறாய்?"

"இப்ப பம்பாயிலயிருந்தும் கனபேர் ஜேர்மனிக்கும் பிரான்ஸுக்கும் போய்க்கொண்டிருக்கினமாம், அம்மா. சீலன் நேற்றுக் கூடச் சொல்லிச்சுது."

"சீலனை நேற்று நீ பாத்தியா?"

"ஓம்."

"எங்கயோ வெளிய போக ஏற்பாடு நடக்குது, ஆள் கொழும்பில நிக்குதெண்டு அறிஞ்சனே...?"

"கொழும்புக்கு ஒருக்காப் போய்வந்துதாம். திரும்பிப்போக இருக்கு அடுத்த கிழமை."

"ராசேந்திரனும் அப்பிடியே ஒரு நாட்டுக்குப் போயிட்டால் நல்லதெல்லே?"

"நல்லதுதான், அம்மா. தம்பியும் அப்பிடித்தான் செய்வான். நீங்கள் இருந்து பாருங்கோவன்."

"ம்... எல்லாத்துக்கும் அந்த நாகபூஷணி அம்மனும் சன்னதி முருகனும்தான் துணை செய்யவேணும்."

அம்மாவின் நெடுமூச்சில், வார்த்தைகளில் ஒரு நீண்ட காலத் தவத்தின் பலனை எதிர்பார்க்கும் நியாயத்தை அவளால் அப்போது தரிசிக்க முடிந்தது.

38

எண்பத்து மூன்றாம் ஆண்டு முடிவதற்கு இன்னும் இரண்டு நாட்கள் எஞ்சியிருந்தன. ஜன்னலூடாக வெளிச்சம் அடிக்கத் தொடங்குகிற காலைநேரம். திடீரென்று விழிப்பு ஏற்பட்டது ராஜிக்கு. எழுந்து உள் முற்றம் வந்தாள். கொட்டாவி விட்டு, கைகளைப் பிணைத்து, உயர்த்தி, உடம்பை முறுக்கி, நாரியை மிண்டிச் சோம்பல் முறித்தாள். வெளியே பேச்சுக் குரல் கேட்க ஹோலுக்கு வந்தாள்.

மேசையில் முதல்நாள் இரவு வர்ணம் தீட்டி வைத்திருந்த ஓவியத்தின் கூந்தல் பாகம் காற்றில் புரண்டு எதனாலேயோ அழுந்தப் பெற்றிருப்பது காண மனத்தில் வருத்தம் கவிந்தது அவளுக்கு. சிறிது நேரத்தில் அதிலும் ஓர் அழகு இருப்பதைக் கவனிக்கக் கூடியதாய் இருந்தது. கடற்கரை எதிர்க்காற்றில் நின்றிருந்த அந்த ஓவியப் பெண்ணின் கூந்தல் அமானுஷ்ய நீளம் பெற்றிருந்ததிலும் ஓர் அர்த்தம் புலனாகியது. அமானுஷ்ய கூந்தலின் நீளம் அதீத கற்பனைக்கான படிமமாய் அவள் மனத்தில் விரிவெய்தியது.

ஹோல் கதவு திறந்திருந்தது. விறாந்தையிலிருந்து இறங்கி படிக்கட்டில் நின்றிருந்தாள் மகேஸ்வரி. முற்றத்தில் நாச்சியார். நாச்சியாரின் குரல் காலையின் தெளிவோடு எழுந்துகொண்டிருந்தது. "தெரியாமலே சொல்லுறன்? நிச்சயமாய்த் தெரியாத சங்கதி ஒரு வார்த்தை இந்த நாச்சியாரின்ர வாயிலயிருந்து வராதெண்டு உங்களுக்குத் தெரியாதே? இந்தியாக் கரையில... ஏதோ பேர்கூடச் சொன்னானே... ங்ஆ... ராமேஸ்வரமாமே... அங்க கொண்டு போய் விட்டுட்டு வந்த பெடியனை நேரில சந்திச்சு அறிஞ்ச பிறகுதானே விஷயத்தை வெளியில விடுகிறன்."

'ராமேஸ்வரக் கரையில ஆர் கொண்டுபோய் விட்டது? ஆரைக் கொண்டுபோய் விட்டது? ஆர் ஆரை எங்கே கொண்டுபோய் விட்டால் எங்களுக்கென்ன? அதுக்காக அம்மாவின்ர முகம் ஏன் இந்த மாதிரி சுடலைப் பேயைப் பாத்ததுபோல் விகாரமாகிக் கிடக்குது?' ராஜி அசுவாரஸ்யமாய் யோசித்தாள்.

பின், நாச்சியாரின் பேச்சில் தன்னையும் சேர்த்திழுக்கும் ஒரு கொளுக்கியின் மெல்லிய வலியை இதயத்தில் உணர்ந்தவளாய் ஹோல் கதவோடு வந்து நின்று, "நாச்சியார் என்னவாம், அம்மா?" என்று மெல்ல வினவினாள்.

திரும்பி நிர்ச்சலனமாய் ராஜியைப் பார்த்த மகேஸ்வரி மறுபடி நாச்சியார் பக்கம் திரும்பிக்கொண்டு, "இந்த விஷயம் உனக்கு எப்ப தெரியும்?" என்று கேட்டாள்.

"நேற்று மத்தியானம் தெரியும்."

"அப்ப... நேற்றே சொல்லியிருக்கலாமே?"

"சொல்லியிருக்கலாம். ஆனா நேற்றுப் பின்னேரம் வரை வள்ளம் ஓட்டிப்போன பெடியன் ஆரெண்டு தெரியேல்லை. பெடியனை ஆரெண்டு தெரிஞ்சு, ராத்திரி வீட்டில போய்ச் சந்திச்சு... உண்மை பொய் அறியவேணுமோ இல்லையோ? அதில்லாமல் ஒரு விஷயத்தை நாலுபேருக்குத் துணிவாய் எப்பிடிச் சொல்ல ஏலும், பிள்ளை?" என்று கூறிவிட்டு நாச்சியார் அட்டகாசமாய்ச் சிரித்தாள்.

"அது சரி, சுந்தரத்தார் வீட்டுக்குப் போய் வாறதாய்ச் சொன்னியே, அவர் என்ன சொன்னார்?"

"அவர் என்ன சொல்லுறது? அவரும் கட்சி, கூட்டமெண்டு திரியிற ஆள்தானே! அப்பப்ப மறியலுக்கும் போயிருக்கிறாரெல்லே!

அவர் ஒண்டும் சொல்லெல்லை. ஆள்மட்டும் விறைச்சுப் போனமாதிரி முகத்தை வைச்சுக் கொண்டிருந்தார். ஆனா சுந்தரத்தார் பெண்சாதிக்கு மனவருத்தம்தான். வாய்விட்டு மனுஷி அழத் தொடங்கியிட்டுது. என்ன இருந்தாலும் ஒற்றை ஆம்பிளைப் பிள்ளை. மனம் பொறுக்காதுதான்."

சுந்தரத்தார் ... சந்தரம் பெண்சாதி ... ஒரே ஆண்பிள்ளை ..! ராஜிக்கு நெஞ்சு முறுகத் தொடங்கிற்று.

"அம்மா ..!"

"பொறு வாறன்."

"வந்திட்டுப் போங்கோ." உரக்கமாய்க் கூப்பிட்டாள்.

"என்ன?" என்றபடி கிட்ட வந்தாள் தாய்.

"நாச்சியார் என்னவாம்?"

"..."

"சொல்லுங்கோவன்!"

"சுதன் ..."

"சுதனுக்கு என்ன?"

"சுதன் ... இயக்கத்தில சேர்ந்துகொண்டு இந்தியா போயிட்டுதாம்."

"ஓ!" பொத்திய கையினால் யாரோ எதிர்பாராதவேளையில் முதுகில் ஓங்கிக் குத்தியதுபோல் இருந்தது. அவளுக்குத் தெரியாமல் நடந்திருக்கிறது. இதனால் அவள் பாதிக்கப்படுகிறாள் என்பது இரண்டாம் பட்சம்தான். தெரியாமல் நடந்திருப்பதன் மூலம் அவள் ஏமாற்றப்பட்டிருக்கிறாள் என்பதே இங்கு பிரதானப்படுவது.

அவளும் அவனும் என்ற உலகத்துக்கு வெளியே எவரும் அந்நியர்தான் என்கிற அவளது எடுகோள் சரியானால், எதிரே நிற்கிற அந்த இரண்டு அந்நியர்களுக்கு முன்பாக, குறிப்பாக நாச்சியாருக்கு முன்பாக, அவன் அதைத் தனக்குச் சொல்லாமலே செய்தான் என்பதைக் காட்டிக் கொள்ளவேகூடாது என்கிற வைராக்கியம் அவளுள் தீர்க்கமாய் எழுகிறது.

மனித மனங்களில் ஏற்படக்கூடிய சில விந்தையான எண்ணங்களின் கணங்களுக்குச் சாட்சியாய், ராஜியின் மனத்திலே மேற்கண்ட எண்ணம் க்ஷணகதியில் எழ... "ஓ... அதுதானா? நான் என்னவோ ஏதோவெண்டு பயந்து போனன்" என்றாள் நிதானமாகப் போல்.

இவளுக்குத் தெரியும் ...

இவள் சம்மதித்திருக்கிறாள் ...

இவளுக்கு அது பெரிதான விஷயமும் இல்லை ...

இவள் போராட்டக்காரி!

நாச்சியார், மகேஸ்வரி இருவரும் அந்த மாதிரித்தான் நிச்சயித்தார்கள்.

ராஜியோ, மேற்கண்டவாறு கூறியது மட்டுமில்லை, அவர்கள் எண்ணங்களை உறுதிப்படுத்துவதுபோல் அந்த இடத்திலிருந்து திரும்பி அவர்களின் உணர்வுகளுக்குக் கரிசனமற்றவளாய் உள்ளே நடக்கவும் செய்தாள்.

வார்த்தைகளுக்குப் பௌதீகார்த்தமான வலு இருக்க முடியுமா? மகேஸ்வரி, நாச்சியார் இருவரும் அடைந்த அதிர்ச்சியில் முடியுமென்றே தோன்றியது.

நடுமுற்றத்தில் சிறிது நேரம் அப்படியே சொல் ஸதம்பிதம் அடைந்து நின்ற நாச்சியார், மறுபேச்சின்றி திரும்பிச்சென்று கேற்றடியில் இறக்கி வைத்திருந்த காய்கறிக் கடகத்தைத் தூக்கிக்கொண்டு மெல்ல நடையைக் கட்டினாள். மகேஸ்வரி ஹோல் கதவை மூடிக்கொண்டு ராஜியின் பின்னே வந்தாள்.

"ராஜி!"

"என்னம்மா?" என்றாள் நடந்தபடி.

"நில்லு, கதைக்கவேணும்."

நின்றாள்.

"சுதன் இந்தியா போகப் போறது உனக்கு முந்தியே தெரியுமோ?"

"தெரியாது."

"பொய் சொல்லாத, ராஜி."

"உண்மையாய்த்தான் சொல்லுறன், அம்மா. எனக்குத் தெரியாது."

"அப்ப எப்பிடி உன்னால இந்த விஷயத்தை இந்தளவு லேசாய் எடுக்க முடிஞ்சுது?"

அவள் பொய் சொன்னாள் ஒரு உண்மையின் பின்னணியில். "ஒரு வருஷத்துக்கு முந்தி, கம்பஸில படிக்கிற காலத்திலயே அவருக்கு இயக்கத்தில ஈடுபாடு இருந்தது."

"இதெல்லாம் உனக்கு எப்பிடித்..."

"அவரே சொல்லியிருக்கிறார்."

"ம்! ஆனாலும் அப்ப நிலமை வேற. இப்ப நிலமை வேற."

"நீங்கள் சொல்லுறது சரிதான், அம்மா. அப்ப இருந்த நிலைமை வேற, இப்ப ஆடி 23க்குப் பிறகு வந்திருக்கிற நிலைமை வேறதான்."

“சும்மா, மொக்குத் தியாகு மாதிரிப் பேசாத, ராஜி. சுதன் அப்ப தனி ஆள். நினைச்ச மாதிரி என்ன வேணுமெண்டாலும் செய்திருக்கலாம். இப்ப ..? இப்ப உன்ர வாழ்க்கையுமெல்லே சேந்திருக்கு? எப்பிடிச் செய்யலாம் சுதன் இந்த மாதிரி? வாற பங்குனியில அரசியின்ர கலியாணத்தைச் சின்னதாய் முடிச்சிட்டு, ஆவணியில உங்கட தாலிகட்டை எல்லாருக்கும் சொல்லிப் பெரிசாய்ச் செய்ய வேணுமெண்டு நாங்கள் இஞ்ச பேசிக்கொண்டிருக்கிறம்...” மகேஸ்வரி துடிப்பினில் வெடித்தாள்.

அம்மாவின் ஆதங்கத்தை அறிந்தபோது நெஞ்சு குலுங்கப் பார்த்தது ராஜிக்கு. அடக்கிக் கொண்டாள். அம்மாவுக்குத்தான் எவ்வளவு ஆசைகள்! இவளோ சுயம் மறைத்து ஒரு நாடகம் தொடங்கியபிறகு தொடர்வது தவிர வேறு வழியில்லை. “கலியாணத்துக்கு இப்ப என்னம்மா அவசரம்? எழுத்து முடிஞ்சுது. இந்தக் குடும்பத்துக்கு வந்த அவப் பெயர் நீங்கியிட்டுது. இனி என்ன? ஊரில நல்ல நிலைமை திரும்பட்டும். கலியாணத்தைப் பற்றி அப்ப யோசிப்பம்.”

சொல்லிவிட்டு குசினிக்கு நடந்தாள்.

மகேஸ்வரிக்கு என்ன சொல்வது, என்ன செய்வதென்று தெரிய வில்லை. போய்க்கொண்டிருப்பவளை ஓடிப்போய்ப் பிடித்திழுத்து நிறுத்தி முகறையைப் பொத்தி நாலு விளாசல் விட்டாலென்ன என்றிருந்தது. உந்துதலை அடக்கிக் கொண்டாள். “இனிமேல் என்ன உரிமை இருக்கிறது இந்த மாதிரியெல்லாம் நடந்துகொள்ள? இவள்தான் இன்னொருவனுடைய சொத்து ஆகிவிட்டாளே! தாலிகட்டி சரி, கட்டாமல் சரி, சுதன் இவளைக் கூட்டிக்கொண்டு போகும்வரை, நான் செய்ய வேண்டியதெல்லாம் வெறும் காபந்து மட்டும்தானே?”

வெளியே கேற் திறக்கும் சத்தம் கேட்டது. திரும்பி ஜன்னல் வழியே பார்த்தாள். சுந்தரலிங்கம் வந்து கொண்டிருந்தார்.

போய் கதவைத் திறந்தாள்.

“அண்ணை, சுதன் செய்த வேலையைப் பாத்தியளே, அண்ணை!”

சுந்தரலிங்கம் களைத்தவர்போல பொத்தென்று நாற்காலியில் அமர்ந்து ப்ஸ்ஸ்... என்று பெருமூச்சு விட்டார். பின், “காலமை நாச்சியார் வந்து சொல்லித்தான் எனக்கே விஷயம் தெரியும். நான் என்ன செய்யட்டும், தங்கச்சி? படிச்ச பிள்ளை, தோளுக்கு மேல வளந்த பிள்ளையெண்டு எல்லாத்தையும் பாத்தும் பாக்காமலும், கேட்டும் கேக்காமலும் சகிச்சுக்கொண்டு நடந்தன். அது இப்ப இந்த மாதிரி நடந்திட்டுது!” என்றார்.

ஹோலில் எழுந்த குரலிலிருந்து மாமனார் வந்திருப்பது தெரிந்து கொண்டு, கொதித்திருந்த நீரில் தேநீர் கலக்கத் தொடங்கினாள் ராஜி.

மனம் அவளுக்குச் சிக்குப்பட்ட நூல்பந்தாய்க் குழம்பிக் கிடந்தது. தாய்க்கு, நாச்சியாருக்கு நடித்துவிட்டாள். மாமனுக்கு ..? முடியாது போலிருந்தது அவளுக்கு.

ஆனாலும் உபாயமெதுவும் இல்லாமல் போய்விடவில்லை.

'அவர் இங்கே நிற்பதுதான் எனக்குப் பயமாக இருந்தது. இயக்கங்களோடு சிறிதாகவோ பெரிதாகவோ தொடர்பு வைத்திருந்தவர் களை சல்லடைபோட்டுத் தேடிக் கொண்டிருக்கிறது சிறீலங்கா ராணுவம். இந்த நிலையில் அவர்களது கைகளுக்கு எட்டாத தொலைவில் – இந்தியா வில் – அவர் இருப்பதே நல்லது' என்று அவருக்குக் கூறிவிடலாம்.

சுதன் இந்தியா போனது நல்லது, போராட்டத் தேவைகளுக்கு உகந்தது என்ற அர்த்தம்படத்தான் தாயாருக்கு அவள் பதில் கூறியிருந்தாள். மாமனாருக்கோ அதன் அர்த்தம், அவனது சொந்தப் பாதுகாப்புக்கு என்பதாக ஆகிறது. ஆகட்டுமேன். இது, தாயார் அதை அனுகூலமாக எண்ணி அமைதியடையவும் வாய்ப்பாகலாம். அவனது சுயபாதுகாப்பு என்ற எல்லைக்குள் வைத்து அவள் அவனது இந்தியப் பயணத்தைத் தனக்கேயாகவும் ஒப்புக்கொள்ள முடியும்தான்.

ஆனாலும் உள்ளே ஒரு குறை இன்னும் இருந்து கொண்டு இருந்து இரும்புக் குண்டுக் கனத்தில் கனப்பதை அவளால் உணரமுடிந்தது.

அது … அவன் அவளிடத்தில் சொல்லிச் செல்லவில்லை.

ஏன்?

தான் அதற்குச் சம்மதிக்கமாட்டேன் என்றா?

இருக்கலாமென்று தோன்றிற்று.

அப்போது, "ராஜி, இஞ்ச வா! மாமா வந்திருக்கிறார்" என்று தாயார் அழைத்தாள்.

"வாறனம்மா." தேநீரை எடுத்துக்கொண்டு ராஜி ஹோலுக்கு வந்தாள்.

சுந்தரலிங்கம் உடைந்துபோனவர்போல நாற்காலியில் உட்கார்ந் திருந்தார். அதில் பாதிக்குப்போல தன்னைப்பற்றிய எண்ணத்தால் ஏற்பட்டதேயென்று, தன்னைக் கண்டதும் அவர் பார்வையைக் குனிந்து கொண்டதிலிருந்து ராஜி ஊகித்துக் கொண்டாள்.

தேநீரை மாமனுக்கும் தாய்க்கும் கொடுத்தாள்.

தாயாரைப் பார்க்கவும் அவளுக்குப் பரிதாபமாக இருந்தது. ஆறுதலாக ஏதாவது சொல்ல நினைத்தாள். குறிப்பில் அது மாமனாருக்குச் சொன்னதாகவும் அமையவேண்டும். "நீங்கள் ஏனம்மா வீணாய் யோசிச்சுக் குழம்புறியள்? அவர் என்ன அலுவலாய் இந்தியா போயிருக்கிறாரெண்டு சரியாய்த் தெரியேல்லை. அப்படியிருக்க, நாங்களே எதையாவது நினைச்சுக் கொண்டு …"

“என்ர வாயைப் பழுதாக்காத, ராஜி. சுதன் இந்தியா போயிட்டது, உனக்குச் சின்ன விஷயமாய்ப் படுகுதோ?” தாயார் சீறினாள்.

தாயின் சீற்றத்தைப் பொருட்படுத்தாமல், “தேத்தண்ணியைக் குடியுங்கோ, மாமா, ஆறப்போகுது” என்றாள் மாமனாரைப் பார்த்து. பின் தாயார் பக்கம் திரும்பிக்கொண்டு சொன்னாள்: “சின்ன விஷயமாய்ப் படேல்லை, அம்மா. நல்ல விஷயமாய்ப் படுகுது.”

“ராஜீ!”

“பிறகென்னம்மா? அவரோ வீட்டுக்குக்கூட வராமல் எந்த நேரமும் யாழ்ப்பாணத்திலயே நிக்கிறார். அங்க என்ன செய்யிறாரெண்டு ஆருக்குத் தெரியும்? றோட்டு றோட்டாய்த் திரியிறானாம் ஆமிக்காறன். போன கிழமை கூட பிடிச்ச தமிழ்ப் பெடியள் எல்லாரையும் ரண்டு பஸ் நிறைய ஏத்தி தெற்குப் பக்கமாய் எங்கயோ பூசா எண்ட ஒரு இடத்துக்கு அனுப்பினாங்களாம். இப்பிடியான நேரத்தில, அவர் இந்தியாவில நிக்கிறது நல்லது தானே?”

சுந்தரலிங்கம் ஒன்றும் சொல்லவில்லை. குடித்தாரோ தெரியவில்லை. தேநீர்க் கோப்பையைக் கையில் ஏந்தியபடி உட்கார்ந்திருந்தார்.

“ஒண்டயும் சரியாய் விளங்காமல் சும்மா தொணதொணவெண்டு கதைக்க வெளிக்கிடாத. குடியே முழுகிப் போன மாதிரி நான் துடிச்சுக்கொண்டு நிக்கிறன். நீயெண்டால்... சுதன் இந்தியா போனது நல்லதெண்டு சொல்லுறாய். எனக்கெண்டால் அந்த நிலைமைக்குள்ள சுதன் மீள முடியாதபடிக்கு முழுக்க முழுக்க விழுந்திட்டதாய்த் தெரியுது” என்றாள் மகேஸவரி. “வாற ஆவணியில கலியாண நாளை வைக்கலாமெண்டு பத்து நாளைக்கு முந்தித்தான் நாங்கள் பேசினம். இல்லையே, அண்ணை ..?”

ராஜிக்கு அதற்குமேல் பொறுமையைக் காக்க முடியவில்லை. “என்னம்மா இது... கலியாணம்... கலியாணம்... கலியாணம்... எப்ப பாத்தாலும் இதே எண்ணம்தானா? ஊர் நிலைமை, நாட்டு நிலைமையைப் பற்றி கொஞ்சம்கூட யோசிக்கக் கூடாதா? அவர் இந்தியா போனது நல்லதெண்டு சொல்லுறன் நான். நீங்கள் அதையும் கேக்கிறியள் இல்லை. இயக்கத்தில சேர்ந்திட்டார்... இயக்கத்தில சேர்ந்திட்டாரெண்டு நிக்கிறியள். சரி, அப்படியே இருந்தாலும் அதில பெரிசாய் வருத்தப்பட என்ன இருக்கு? எரியிற வீட்டில பிடுங்கினது ஆதாயமெண்டு இந்த நிலைமையில அவர் ஒஸ்ரேலியா, ஜேர்மனியெண்டு ஓடினால்த்தான் எனக்கு வருத்தமாயிருக்கும். இயக்கத்தில சேர்ந்தது அவ்வளவு மோசமாய்ப் படேல்லை.”

சுந்தரத்தாருக்கு என்ன பேசுவதென்று தெரியவில்லை. மேலும், அவளோடு பேசுவது வீணென்றும் தெரிந்தது. பேசினாலும் என்ன சொல்லிவிடப் போகிறார்? அவன் சீக்கிரம் திரும்பி வந்துவிடுவான்,

ஒன்றுக்கும் கவலைப்படாதே என்ற ஆறுதலைத்தான் சொல்லமுடியும். அதற்கு அவசியமே இல்லை. அவள் கலங்காமலேதான் இருக்கிறாள்.

மகேஸ்வரிதான் பாவம். ஒரு கன்னிச்சுமை கழிகிறதென்று நிம்மதியாக இருந்திருப்பாள். அதனால்தான் அது அழிந்த சோகத்தைத் தாளமுடியாமல் துடித்துக்கொண்டிருக்கிறாள். எனவே அவளது மனத்தைத் தேற்றும் வண்ணம் இரண்டு வார்த்தைகள் சொல்ல நினைத்தார். "ஒண்டுக்கும் யோசியாதேயுங்கோ, தங்கச்சி. ராஜி முதலில சொன்ன மாதிரி அவன் என்ன நோக்கத்தோட இந்தியா போனானெண்டு தெரியேல்லை. அகதிகளை ஏத்திக் கொண்டு போன படகில சும்மா போயிட்டு ஒரு கிழமை பத்து நாளில திரும்பி வந்தாலும் வரலாம். இந்த நிலைமையில நாங்களாய் எதையாவது யோசிச்சுக் குழம்ப வேண்டாம். எதுக்கும் கொஞ்சம் பொறுத்துப் பாப்பம். அவன் திரும்பி வரட்டும். வந்தவுடன நாள் நட்சத்திரம் கூடப் பாக்கவேண்டாம், இழுத்துக்கொண்டு போய் கோயில் வாசல்ல விட்டு தாலி கட்ட வைச்சிடுறன். பிறகு இவை ரண்டுபேருமே யோசிச்சு எதையாவது செய்யட்டும்!"

சுந்தரலிங்கம் புறப்பட்டார்.

"அண்ணை!"

"என்ன?"

"உவள் நாச்சியாரைக் கண்டால்... இல்லாட்டி இதுக்காக எண்டாலும் சந்தையடிக்குப் போய், சுதன் இந்தியா போன விஷயத்தை ஊர் முழுக்கச் சொல்லிக்கொண்டு திரிய வேண்டாமெண்டு சொல்லிவையுங்கோ ஒருக்கா. பொம்பிளப் பிள்ளையை வைச்சுக்கொண்டு தனியாய் இருக்கிறன் வீட்டில. ஆராரின்ர காதிலயோ விழுந்து ... ஏனண்ணை வீண் வம்பு?"

நியாயமான பயம்தான். "சரி, தங்கச்சி."

அவர் போய்விட்டார்.

39

கிறவல் வீதியில் நடந்துகொண்டிருந்த சுந்தரலிங்கத்தின் மனத்தில் பெருகிக் கொண்டிருந்தது துக்கம். மகேஸ்வரிக்குப் போல தனக்கே ஆறுதல் சொல்லமுடியாமல் அவரது நெஞ்சு தவித்தது.

அது துக்கம் கூட இல்லை, அவனை வளர்த்தெடுத்ததில் அவருக் கேற்பட்ட தோல்வியின் அழுத்தல்.

அவ்வளவு சோகத்துக்கிடையிலும் ராஜியின் மனநிலையை எண்ண அவருக்கு ஆச்சரியம் ஆச்சரியமாக வந்து கொண்டிருந்தது.

எப்படி அவளால் திராணியோடு அந்த நிலைமையை எதிர்கொள்ள முடிந்தது!

அந்த வல்லபம் எது?

காய்ந்த புற்று மண்ணாய்க் கெட்டிபட்டுப் போனாளே!

மேலும் மேலும் நினைத்துப் பார்த்தபோது ஒன்று தெளிவானது அவருக்கு. ஆடிக் கலவரத்துக்குப் பின் சுதன் கொண்டுதிரிந்த ஓர் அடங்கிய சீற்றம்போல், இவளிடத்திலும் தோன்றிவிட்டது!

இவர், தோல்வியின் அர்த்தத்தில் இழந்தார். தனது என்ற அளவில் ஒன்றாகவே இருந்தது அதுவும். ஆனால் சமூகமளவில் எத்தனை இழப்பு கள்! ராஜியின் கடினம்போல் எத்தனை ஆயிரம் கடினங்கள்! எதனால் நிகழ்ந்தன இப்படி?

போராட்ட ஆயுதத்தின் வடிவம் மாறி தமிழினம் குருதி வாரிதியில் மூழ்கப் போகிறதே, காரணம் என்ன?

அரசின் சகல நிர்வாக யந்திரங்களையும் ஸ்தம்பிதமாக்கி, திட்ட ரீதியாக மகத்தான வெற்றியை ஆரம்ப சததியாக்கிரகங்கள் பெற்றனவே, அப்படிக்குத் தீக்ஷண்யம் மிக்க ஆயுதமாக இருந்த அது பின்னால் ஏன் முனை மழுங்கிப் போனது? முனை மழுங்கியதற்கு அதைப் பாவித்தவரின் பிரயோக ஞானமின்மை காரணமாக இருக்கவும் முடியும். அது தனியே ஆயுதத்தின் குறைபாடாக அமைய வேண்டிய அவசியமில்லை. அப்படியானால் கடந்த ஒரு கால் நூற்றாண்டில் எடுக்கப் பட்ட அரசியல் நடைமுறைகளே அந்த ஆயுதத்தின் தோல்விக்குக் காரணமா? இதுதான் அன்றொருநாள் ஜோதிலிங்கம் வீட்டில் சுதன் சுட்டிக்காட்டியதுமா?

புதிய ஆயுதங்களின் ஆட்சிப்படுத்தலின் கால்கோள் அதனாலேயே நிர்ணயம் பெற்றதுபோலும்!

கோஷங்கள் மூலம் அரசியல் நடத்தியதின் ஆபத்தை அப்போது அவர் பிரத்தியட்சத்தில் கண்டார்.

குணானந்த சொன்னதில் மிகக் குறைந்தபட்சம் பத்து வீதமாவது உண்மை இருக்கிறது.

கோஷமும் துவேஷமும் அவரிடத்திலுமே இருக்கிறது. அன்றாட அரசியலுக்கானது கோஷம். அது அரசியலையே அழித்துவிட்டது. மட்டுமல்ல, தனிமனிதர்களையும் அழித்துவிட்டது.

திடீரென்று ... சங்கரானந்தரின் நினைப்பு வந்தது. எவ்வளவு நல்ல மனிதர்! மனிதர்களுக்குள் மட்டுமல்ல, தேரர்களுக்குள்ளும்கூட

நல்லவர். ஒரு மரத்தையல்ல, ஆசைக்காட்டையே அழியுங்கள் என்று போதம் சொல்பவர். பஞ்சசீலம் வழி ஒழுகுவதன் மூலம் தானே ஒரு உதாரணமாய்த் திகழ்பவர். இருந்துமென்ன, அவரும் கோஷங்களில் மயங்கியவர். இந்த வட்டத்துக்கப்பால் சென்று உண்மையைக் காண அவராலும் முடியாதிருந்ததை அன்று திரவியத்தோடு பேசியதிலிருந்து சுந்தரம் கண்டிருந்தார்.

அது அவரின் தனிக் கோஷமல்ல பௌத்த சங்கம் சார்ந்த கோஷம் தான். எனினும் தன் பங்குக்கான ஒரு துணிக்கைத் தீவிரம் இவரிலும் உண்டு. ஆசையே துன்பத்துக்குக் காரணமென்றார் போதிசத்துவர். இவர்களோ நாடு அடங்கிலுமான, உலகம் முழுவதுமான பௌத்த வியாபகத்தில் அபிலாசை கொண்டு அலைந்தனர். அது மதத்தில் மாத்திரமின்றி மொழி, இனம் சார்ந்த அபிலாசையாகவும் வளர்ந்துவிட்டிருந்தது.

அவர்கள்போலவே இவர்கள் கோஷமும், இவர்கள்... ராஜி, சுதன், இன்னும் பலர்.

அவர்கள் சிங்கள துவீபம் என்கிறார்கள். இவர்கள் தமிழீழம் என்கிறார்கள். அவர்களது கோஷத்தில் போலவே இவர்களது கோஷத்தி லும் மனித மோட்சம் இல்லை.

எவ்வளவு நியாயமான காரணங்கள் இருந்தபோதிலும் அஹிம்சை அல்லாததை, அழிவு ஏற்படுத்துவதை எந்த வகையிலும் அவரால் பாராட்ட முடியாது. சத்தியாக்கிரக போராளியென்று அவர் என்றுமே தன்மீது முத்திரை குத்தியதில்லை. ஆனால் தழும்புகள் பட்டவர். நிறையவே. தந்தை செல்வநாயகத்தின் சத்திய பாசறையிலிருந்து வெளிவந்தவன் என்று எப்போதாவது மிக்க அவசியம் கருதிச் சொல்லிக் கொள்வதைப் போல, கொள்கைச் சத்தியம் உண்டு அவருக்கு.

அதனால் முடிவுபோலவே அவருக்கு வழியும் முக்கியம். வழி சரியில்லையெனில் முடிவையும் திரஸ்கரிப்பார். அப்படி பல திரஸ்காரங்களோடு தொடர்ந்து கொண்டிருப்பதுதான் அவரது கால் நூற்றாண்டு அரசியல் வாழ்க்கை.

இதற்கு வேறு வழியே இல்லையா? சுந்தரம் யோசித்தார்.

எல்லோரும் வாழ்வதற்கான நன்னிலமாக இந்த நாடு மாறும் நாள் எது? ஆதங்கம் மூண்டது.

மனித அடையாளங்களுக்காக ஜீவிதத்தின் உன்னதங்களையே இழப்பதா? வாழ்க்கையையே அழிப்பதா? பிரலாபித்தது உள்ளம்.

சிந்தைகளோடே கோயில் பாலத்தை அடைந்தார்.

வரும்போது வீட்டில் திரவியத்தைப் பார்த்து விபரம் சொல்ல வேண்டுமென்று நினைத்திருந்தார். மனம் குழம்பிக் கொண்டிருந்ததில் மறந்து போனது. மகேஸ்வரி நாச்சியாரைக் காணச்சொல்லியிருந்தது ஞாபகத்திலும் வரவில்லை. அப்படியொரு குழப்பம், ஆயாசம் அதுவரையில் ஏற்பட்ட தில்லை.

படகு போய்க்கொண்டிருந்தது துறையை விட்டு.

சற்றே தாமதமாகி விட்டார்.

இனி எங்காவது போய் வரவும் அலுப்பாக இருந்தது. ஒரு மணி நேரத்தைக் காத்திருக்கத் தயாராகிக்கொண்டு அங்கேயே ஒரு நிழல் தேடி அமர்ந்தார்.

தண்ணீரைத் தழுவி வீசிய காற்றில் உடல் இதமடைந்தது. ஆனாலும் உள்ளே ...

வெக்கை! வெக்கை! வெக்கை!

பாகம் இரண்டு

வினாக்காலம்
1985

1

சித்திரை மீண்டும் பிறந்திருந்தது நயினாதீவிலே. கொங்கைகளும் கொன்றைகளும் பொன் சொரிந்தமை பெரிதாக எவரையும் கவர்ந்தது மாதிரித் தெரியவில்லை. கடந்த வருஷம் போலவே இம்முறையும் சித்திரை பொலிவு கொள்ளவில்லை. சித்திரை வருஷ விழாவும், விளையாட்டு விழாவும் புத்துயிர்ப்பின் நம்பிக்கையுமின்றிக் கிடந்தன. வாழ்க்கை ஒரு பிரயத்தனத்தில் மறுபடி முளைகட்டுமென்று அங்கே வழக்கம்போல் எதிர்பார்க்கப்பட்டது. அது முளையும் கட்டியது. ஆனால் புதுமுளையின் பசிய இலைகளெல்லாம் நாளாக ஆக பச்சையமிழந்து கருமையும் சொரசொரப்பும் படிந்த தளிர்களாகத் தொடங்கிவிட்டன. எங்கும் எதிலும் ஒரு வறட்சி. மறுபடி என்ன நடந்தது அதன் இயல்பு வாழ்க்கையின் பாதிப்புக்கு? ஏன் வந்து படிந்தது அதில் ஓர் உயிர்க் களைப்பு? 83ஆடிக் கலவரத்தின் ஆழ்ந்த நகப் பதிப்பில் சுவறிய விஷத்தின் விளைச்சலா இவை?

யாரிடத்திலும் பதில் இல்லை.

கேள்வியே பலரிடத்தில் இல்லையே!

கனதியுடன் விடிந்த ஓர் அதிகாலையோடு தானும் கண் விழித்தாள் ராஜலட்சுமி.

தூக்கம் நள்ளிரவுக்குப் பின்தான் வந்துகொண்டிருப்பினும் விழிப்பில் மாற்றம் இருக்கவில்லை. முதல்நாளிரவு ஒரு மணி வரையும் வாசித்துக் கொண்டிருந்தாள். இப்போதெல்லாம் வாசிப்பினால் தூங்காமலிருந்தாள் என்பதைவிட, தூக்கம் பிடிக்காததால் வாசித்தாள் என்பதே சரியானதாகத் தோன்றிற்று. ஆழமாய் வாசிக்கக் கற்றுக்கொண்டிருக்கிறாள். எழுந்தமானத்துக்கு படம் கிறக்குதலும் நின்றுபோயிருந்தது, அதற்குமேலே தானாக வளர முடியாத எல்லைக்கு வந்திருந்த தனால். வீட்டு வேலைகளும், சிறிது வாசிப்பும், சிறிது யோசனையும், சிறிது தூக்கமும்தான் அவளுக்கு ஒருநாள் என்றாகியிருந்தது.

அன்றோர் மார்கழி மாத மழைத்தூறல் நிசியில் கிணற்றடி வேப்ப மரத்தின் கீழேயான சந்திப்பின்போது தானேயாக மூட்டியிருந்த விரகத்தீ அன்றே அவிந்துபோயிருந்ததுதான். ஆனாலும் சூடு உள்ளே இன்னும் தணியாமலேதான் இருந்தது.

சுதன் இந்தியா போய் பதினாறு மாதங்கள். அவள் கணக்கில் பதினாறு வருஷங்கள். எவ்வளவோ நினைவுகள், ஆசைகள், ஏக்கங்கள், கோபங்கள் அவள் மனத்துள் சுழித்துக்கொண்டு கிடக்கின்றன. எல்லாவற்றையும் ஒரு தவ வலிமையில்தான் தன்னால் தாங்க முடிந்திருப்பதாக அவள் நம்புகிறாள்.

தனிமையில் வெக்கை எகிறித் தெறிக்கும். அந்தப் பொட்டில் தணலும், பின் அதிலிருந்து ஜுவாலையும் தோன்றிவிடக்கூடாது என்கிற அவதானம் அவளிடத்தில் நிரம்ப உண்டு. அதனால்தான் கண்கள் கெஞ்சும்வரை வாசித்தாள். இல்லையேல் தையல் வேலைகளை இழுத்துப் போட்டுச் செய்துகொண்டிருந்தாள். இந்தியா சென்று ஆறுமாதமாக சுதனிடமிருந்து கடிதமேதும் அவளுக்கு வரவில்லை. உருத்திரன் மூலமாக அல்லது வேறு இயக்க நண்பர்கள் மூலமாக வாய்வழிச் செய்தியைத்தான் அனுப்பிக் கொண்டிருந்தான். ஒரு இயக்கப் போராளி என்ற வகையில் அது புரிந்து கொள்ளப்படக் கூடியதே.

அவன் பிரிந்தது அவளுக்குப் பிடிப்பில்லை; பிரிந்த முறை ஒப்பில்லை; ஆனாலும் சகித்தும், மனத்துள் அமுக்கியும் அதில் கர்வத்தைக் காட்டினாள். இரண்டாம் கல்யாண முயற்சியும் தவறிற்று என்றொரு ஊர்ப்பழி ஏற்பட்டுவிடக்கூடாது என்ற எண்ணத்தில் நிகழ்ந்தது அந்தச் சாத்தியம். வைகைக்கு அணைகட்டும் பொறுப்பு அனைவருக்கும் உண்டு. அப்படியொரு பொறுப்புக்கும் இடம் இருந்தது.

பெடியள் என்ற ஒரு கூட்டுச் சொல் தனித்தனி இயக்கமாக அபிமானம் பெறத் தொடங்கியபோது அவளுள் ஒரு கேள்வி: சுதன் எந்த இயக்கத்தில் சேர்ந்துகொண்டு இந்தியா சென்றான்?

அவன் தகவல் தரவில்லை. ஊகத்துக்கும் இடம் விடவில்லை. நாளடைவில் உருத்திரனின் கதை பேச்சுகள் மூலமே அதுபற்றிச் சிறிது அனுமானப்பட அவளால் முடிந்தது. அவளின் கர்வம் பாதி சிதறிற்று. இருந்தும் கறந்தபால் முலைபுகாத் தன்மையாக அதை எண்ணி தன்னுள் அங்கீகாரம் பண்ணினாள்.

ஒரு போராட்டக் குழுவில் இணைந்து எதிர்ப்பியக்கத்தை வலுப் படுத்துவதனை அவசியமாக்கிக் கொண்டிருந்தன தினம்தினம் மூர்க்கம் பெற்றுவரும் ஸ்ரீலங்கா அரசாங்கத்தின் இனவழிப்பு நட வடிக்கைகள்.

நீண்டநாள் தகவல் வராத நிலைமையிலிருந்து போன ஆடியில் தான் சுதனிடமிருந்து அவளுக்குக் கடிதம் வந்தது. ‘அன்பே ...’ என்று தொடங்கியிருந்தான். தன் தவிப்புக்களையே பெரும்பாலும் எழுதி யிருந்தான். இந்தியாவின் பிராந்திய அரசியல் நலங்களினூடான பார்வை ஈழ விடுதலை இயக்கங்களின் மேல் விழுந்திருப்பதனால் தமது போராட்டம்

வெற்றி பெறுவதற்கான சாத்தியம் நிறைய உருவாகியிருப்பதாக ஓர் அழுத்தத்தோடு எழுதியிருந்தான். பின்குறிப்பில் தான் உ.பி. பயிற்சிக்குப் போவதாகவும், திரும்ப மூன்று மாதங்கள் ஆகுமென்றும், திரும்பியபின் தவறாது கடித மெழுதுவதாகவும் குறித்திருந்தான்.

வெகுகாலம் அந்தக் கடிதத்திலிருந்த ஒரு முக்கியமான அம்சம் அவள் கவனத்தில் படவேயில்லை. மெல்ல மெல்ல அது கவனமானபோது அவள் குழம்பினாள். போராட்டத்தின் வெற்றி பற்றிய நம்பிக்கைக்குவிட, தன் இயக்கத்தின் வெற்றி பற்றிய நம்பிக்கைக்கு அவன் கூடுதலான அழுத்தம் கொடுத்திருந்தமை புலனாயிற்று. ஏன் சுதனுக்கு அந்த நிலைமை? தன்னையே நம்பவைத்துக்கொள்ளும் ஒரு முயற்சியா அது? எதற்காக? தான் நம்பவும் தயாராக இல்லாதிருந்த் ஒரு தருணத்தில் அவனது இயக்க இணைவு இருந்ததா?

உண்மை எதுவாக இருப்பினும் இனி அவ்வாறுதான் எழுதுவான். நடவடிக்கைகளும் அதற்கு இணக்கமானவையாகவே இருக்கும். ஏனெனில் ஒரு இயக்கமூடான ஆயுதப்பயிற்சி பெற்றதன் மூலம் அவன் அந்த இயக்க முத்திரை குத்தப்பட்டுவிட்டான்.

இப்போது சுதன் பயிற்சி முடிந்து திரும்பியிருப்பான். இன்னும் தகவலேதும் வரவில்லை. அவ்வப்போது அதுவேறு யோசனைகளைத் தூண்டிவிட்டுக்கொண்டிருந்தது. அந்த யோசனைகளில் பெருமளவும் துக்கமாகவே முடிந்து கொண்டிருந்தன. யுத்தப் பயிற்சியின்போதும் காயமடைதல், உயிராபத்துக்கள் சாத்தியம். தன் ஆயுதம் தன்னைக் காயப்படுத்தாதா என்ன?

அன்று அதிகாலை கண்விழித்து அறையிலிருந்து வெளியே வந்த ராஜி, உள் முற்றத்தில் நின்று சோம்பல் முறித்துவிட்டு தளர்ச்சியோடு சமையலறைக்கு நடந்தாள். தாயார் இன்னும் எழுந்திருக்கவில்லையென்பது அங்கே வந்தபிறகுதான் தெரிந்தது.

மகேஸ்வரி முன்பு உள்விறாந்தையிலே படுத்தாள். இப்போது சின்ன மகளோடு அறைக்குள்ளே படுக்கிறாள். பெண் பெரியபிள்ளையானால் போதாதா? பாரிய சுமையே வந்து விழுந்து விடுகிறது. போன வருஷம் மாசியிலேதான் ருதுவானது. ஊர் உலகத்து நிலவரத்தைக் கருத்தில்கொண்டு தண்ணி வார்ப்போடு சடங்குகள் சுருக்கமாக முடிக்கப்பட்டிருந்தன. இருபது நாட்கள் மூலையிலே உட்காரவைத்து நல்லெண்ணெயும், முட்டையும், உழுத்தங் கஞ்சியும், கோழிக்குஞ்சு விறாத்துமாய்க் கொடுத்து அந்த ஒல்லி உடம்பில் மெல்லிய தசைப்பிடிப்பும் மினுமினுப்பும் தோன்றச் செய்துவிட்டாள் மகேஸ்வரி.

வாழ்க்கையில் பெண்களின் இந்த வளர்ச்சிக் கட்டம் அற்புதமானது. குழந்தை, சிறுமி, குமரி... எழுவகைப் பருவங்களாகப் பிரித்திருக்கிறார்கள் இந்த வட்டத்தை. ஒவ்வொரு கட்டமும் வெவ்வேறு வளர்ச்சிப் பரிமாணம் கொண்டதுகூட. ஆனால் குதூகலம் கொள்ள, கொண்டாட்டம் வைக்க எங்கே முடிகிறது? நாள் விடிந்தால் எப்போது இருளுமென்றிருக்கிறது. இருண்டால் மறுபடி எப்போது விடியுமென்று ஏங்குகிறது மனசு. சில

வாரங்களுக்கு முன் வல்வெட்டித்துறைப் பக்கமாய் கடற்படையின் பீரங்கிப் படகுகளிலிருந்து தொம்ம்... தொம்ம்... என்று ஒரே குண்டு வெடிப்பு. கடல்வெளி, தீவின் மணற்கரைப் பரப்புத் தாண்டி தடங்கலின்றிப் பரவிவந்த இடியின் கடூரம் தீவையே உலுப்பிவிட்டது. வல்வெட்டித்துறைப் பகுதி வீடுகளெல்லாம் நாசம்தானென்று எல்லாரும் கலங்கி, பேசிக்கொண்டார்கள். தொண்டமானாறு, சுழிபுரம் பகுதிகளும் பாதிக்கப்பட்டுத்தான் இருக்கும். மகேஸ்வரிக்கு அண்ணன் குடும்பத்தின் நினைப்பு வந்தது. என்னவிருந்தாலும், உள்ளுக்குள் இன்னும் சிறிது வாஞ்சை இருக்கிறதுதான். கடந்த பத்து பதினைந்து நாட்களாய் ஏனோ முழக்கம் நின்றிருந்தது.

திட்டவட்டமான நிலைமைகள் ஸ்தாபிதமாகிவிட்டன என்பது எல்லாருக்கும் தெளிவாகவே தெரிந்தது. அதுவரை சில கைதுகள், சில தாக்குதல்கள், சில அக்கிரமங்கள் என்ற அளவிலேயே ராணுவத்தினதும் பொலிஸ் படையினதும் நடவடிக்கைகள் இருந்தன. அதுபோல இயக்கங்களும் விசாரணைகளின்போது அத்துமீறிய சித்திரவதைகளைப் புரிந்தோரைத் தாக்கி ஆயுதம் எடுத்தல், வங்கிக் கொள்ளைகள், பெற்றோல் நிலையத்து பண அபகரிப்புகள் என்ற அளவில் எதிர்நடவடிக்கைகளை முன்னிறுத்தின. இப்போது... எழுச்சிகளுக்கு அழித்தல் என்பது அரசு பக்கப் பிரகடனமாகிப் போனது. இயக்கங்களும் பரப்பை விஸ்தரித்து முப்படைகளையுமே தம் தாக்குதற்குறியாக்கியமை தவிர்க்கவியலாதபடி நிகழ்ந்தது.

போன வாரமே மகேஸ்வரி சொல்லிவிட்டாள், குத்தகைப் பணம் வந்ததும் விஜியை தானே ஹோஸ்டலில் கூட்டிப்போய் விட்டுவருவதாக. அடுத்த வாரம் கல்லூரிக்கு முதற்பருவ விடுமுறை முடிந்து இரண்டாம் பருவம் தொடங்கவிருந்தது.

பால் கறக்கவேண்டி இருக்கவில்லை. பசு சினைப்பட்டிருந்தது. அடுப்பை மூட்டி தண்ணீரைச் சுடவைத்துவிட்டுப் போய் முற்றம் பெருக்கினாள். ஏதோ யோசனை பிடிக்க விளக்குமாற்றோடு நடு முற்றத்தில் நின்று மேற்குநோக்கித் தலையுயர்த்தி பெருமூச்சு விட்டாள்.

வானம் வெளார்பத்திக் கிடந்தது. வெள்ளிய மேகமெல்லாம் கோடை உக்கிரத்தில் உருகி ஆவியாகி வானத்தில் மெல்லிய படையாகப் படிந்திருப்பதுபோல் தோற்றம் இருந்தது. காற்று இருப்பைப் புலப்படுத்த மறுத்தது. மரக்கிளைகள் சலனம் மறந்து கிடந்தன. அவையெல்லாம் ஒரு கடுங்கோடை நாளை அன்றைக்கு உறுதிப்படுத்தின.

ருதுக்கள் தோறும் மனம் விதவிதமாய் மாறும். வசந்த ருதுவில் காதல் விள்ள மனம் துள்ளும். வியர்வையும், பிசுபிசுப்பும், அதன் உப்பு ருசியும், உவர் மணமும் சருமத் திசுக்களுள் கட்டுண்டு கிடக்கும் காமாக்னியை உந்தியெழுப்பும். இவ்வாறு வடமொழிக் கவிஞன் காளிதாசன் சொன்னது மிருகங்களுக்கு மட்டுமானதா? மனிதர்களுக்கானதும்தான். அவள் மனிதி.

ராஜி சுதாரித்துக் கொண்டாள். வேறு திசையில் சிந்தனையைத் திருப்பிக்கொண்டு பெருக்குதலைத் தொடர்ந்தாள்.

வீட்டுப்பாடு கடந்த சிலநாட்களாக பெரிய கஷ்டமாயிருந்தது. ஆட்டுக்கிடாய் விற்றாகிவிட்டது. எருக்கும்பி விலையாகிவிட்டது. போனவாரம் கோழிகள் இரண்டை விற்றுத்தான் சந்தைச் செலவுகள் சமாளிக்கப்பட்டன. அவசரத்துக்குக்கூட கையிலே ஐந்து, பத்து ரூபா இல்லை. தர்மபுரத்தில் ஏற்கனவே விற்றதுபோக ஒரு பத்து ஏக்கர் துண்டுதான் இன்னுமிருந்தது. அதிலிருந்து வரவேண்டிய குத்தகைப் பணம் போன வாரமே வந்திருக்க வேண்டியது. இரண்டொரு நாளில் வந்தால்தான் விஜியின் கல்லூரி ஹோஸ்டல் பணமென்றும், பலசரக்குக் கடைக் கடனென்றும் கட்டுவதற்கு வசதியாக இருக்கும். தெரிந்த மனிதர்கள், நீண்ட காலம் குத்தகை செய்பவர்களென்று வயலைத் தொடர்ந்து ஒரே ஆளிடமே விடுவது நல்லதல்ல, அதைவிட அதை விற்றுவிடலாம் என்று சிறிது நாட்களுக்கு முன் தாயார் கோபத்தோடு சொன்னதையும் அப்போது நினைத்துப் பார்த்தாள் ராஜி. அவ்வேளை கேற் திறபட்ட சத்தம் கேட்டது.

சிந்தை கலைந்தவள் திரும்பிப்பார்த்தாள். சிரித்தபடி நின்று கொண்டிருந்தார் தம்பிராஜா.

“வாருங்கோ” என்று வரவேற்று விறாந்தையில் அமரும்படி கூறிவிட்டு தாயாரை எழுப்பி அழைத்துவர வீட்டுக்குள் விரைந்தபோது தாயார் குசினியில் தேநீர் கலக்கிக் கொண்டிருந்தாள்.

“தம்பிராசா வந்திருக்கிறாரம்மா.”

விஜியை எழுப்பி தேநீரைக் கொடுக்கச் சொல்லிவிட்டு மகேஸ்வரி விறாந்தைக்கு வந்தாள். தம்பிராஜா திண்ணையில் அமர்ந்திருந்தார். அவள் சுவரோடு சாய்ந்தமர்ந்தாள்.

“என்ன தம்பிராசண்ணை, இது? இடம் வலம் தெரியாது; இருந்தும் நானே வேலணைக்கு வீடு தேடி வந்தன்; இந்தா சூடடி துவங்கப்போகுது, சங்கத்தில நெல்லுக் குடுத்த கையோட ஓடி வாறனெண்டு சொல்லி அனுப்பினியள். நம்பியெல்லே திரும்பி வந்தனான்? இப்படிச் செய்திட்டியளே! ரண்டு கிழமையாய் இந்தா இந்தாவெண்டு காத்துக் கொண்டிருக்கிறன்” என்றாள். கோபம் கோபமாக வந்தது அவளுக்கு. ஆனாலும் அந்தளவுக்கு மேல் கோபம் வார்த்தையில் ஏறிவர மறுத்தது.

தம்பிராஜா மடியிலிருந்து பணத்தை எடுத்து எண்ணிக் கொண் டிருந்தார். கேட்டுக்கொண்டிருப்பதான பாவனை காட்டி முகம் சிரித்துக் கொண்டிருந்தது லேசாய். அவள் சொன்னதைக் கேட்டு பொறுமையாகச் சொன்னார்: “கோவியாதயுங்கோ, தங்கச்சி. நினைச்சதை நினைச்சபடியோ, சொன்னதைச் சொன்னபடியோ செய்யிற காலமாயே இது இருக்கு? இண்டைக்காவது நான் வரமுடிஞ்சது கடவுள் புண்ணியத்தில எண்டு தான் சொல்லவேணும். சூடடிப்பு முடிஞ்சு நெல்லு மூட்டையளை ஏத்திக்கொண்டு நெல்லுச் சங்கத்துக்கு வாற வழியில வைச்சு ஆமிக்காறன் லொறியை மறிச்சிட்டான். சோதனை போடவேணுமெண்டு நெல்லு மூட்டையளையெல்லாம் இறக்கச் சொன்னான். மூட்டை இறக்கிறவங்கள் ஏதோ சொல்ல தகராறாய்ப் போச்சு. லொறியோட சேத்து நெல்லுக்கு

நெருப்பு வைக்கிறனெண்டு ஒரு ஆமிக்காறன் பெற்றோல் ரின்னை எடுத்துக்கொண்டு வந்திட்டான். ஆர் செய்த புண்ணியமோ, அந்த நேரமாய்ப் பாத்து முன்னால நிண்ட ட்றக்கில இருந்த அவங்கட பெரியவனாக்கும் ஒருத்தன் இறங்கிவந்தான்."

"பிறகு ..?"

"என்னைக் கூப்பிட்டு சிங்களத் தமிழில எங்கயிருந்து வாறாய், உள்ள என்ன இருக்கு எண்டெல்லாம் விசாரிச்சான். எனக்கே நெருப்பு வைச்சமாதிரி நான் எரிஞ்சபடியே நிண்டுகொண்டிருந்து எல்லாம் விபரமாய்ச் சொன்னன். கேட்டுட்டு ... ஏற இறங்க கொஞ்ச நேரம் என்னையே பாத்துக்கொண்டு நிண்டான். பிறகு என்ன நினைச்சானோ போகச்சொல்லி அனுப்பியிட்டான். அண்டைக்கு மட்டும் நெல்லு மூட்டையளுக்கு நெருப்பு வைச்சிருந்தா, அவ்வளவு தான், தங்கச்சி. கஷ்ரமெல்லாம் உங்களுக்குத் தான். எனக்கொண்டுமில்லை. அந்தளவு நட்டத்தையும் சமாளிச்சுக் கொண்டு திரும்ப என்னால நிமிர ஏலாது. நான் அப்படியே அந்த நெருப்புக்குள்ளயே குதிச்சு மாய்ஞ்சுபோயிருப்பன். சும்மா சொல்லப்படாது. எங்கட பெடியள் செய்யிறதுகளிலயும் கொஞ்சம் ஞாயமிருக்குதுதான்!"

நிதானமாகத்தான் சொல்லிக்கொண்டிருந்தார் தம்பிராஜா. ஆனால் மனதுக்குள்ளேயோ ஒரு பெரும் நெருப்பின் உக்கிரங்கள் கிளர்ந்து அடங்கியது தெரிந்தது.

தம்பிராஜா இருந்தபடியே எட்டி பணத்தை மகேஸ்வரியிடம் கொடுத்துவிட்டு, "முந்தியெல்லாம் இந்தமாதிரிச் சுணக்கம் இருக்கேல்லையெண்டது உங்களுக்கே நல்லாய்த் தெரியும். வேலணையிலயிருந்து தருமபுரம் போய்வந்து கமஞ்செய்யிறது இனிமேல் கஷ்ரமான காரியம்தான். எங்கட வயலைச் செய்யவே முடியாமலிருக்கு. இதுக்குள்ள குத்தகைக்கு வேற எடுத்துச் செய்யவேணுமோ, விட்டிடலாமேயெண்டு தம்பி அங்க புறுபுறுக்கிறான். அவனுக்குத் தெரியுமே, பொன்னுச்சாமியர் உயிரோட இருக்கேக்க அவரோட எங்களுக்கிருந்த குடுக்கல் வாங்கலும், அன்னியோன்யமும்? நான்தான் ... அந்த நல்ல மனுசனுக்காக நாங்கள் எவ்வளவு கஷ்ரப்பட்டாலும் தகும், இனி குத்தகை எடுக்க வாற ஆக்கள் என்ன மாதிரி ஆக்களோ, வயல் விளைஞ்சாலும் குத்தகை அதுகளுக்குப் போய் ஒழுங்காய்ச் சேரவேணுமே, வயலை விக்கிறதெண்டாலும் இண்டைய நிலையில ஆர் வாங்க வரப்போகினமெண்டு சொல்லி, அவனைப் பேசாமலிருக்க வைச்சிருக்கிறன். ம் ... கணக்குச் சரியாய் இருக்கே, தங்கச்சி?" என்றார்.

"ஓமோம்."

ராஜி கேட்டாள்: "இப்ப மகேஷ் எங்க?"

"கமத்திலதான்."

"தனியாய் விட்டிருக்கிறியள் ..?"

தொக்கி நின்ற அர்த்தம் புரியக்கூடியது.

“தம்பியார் கூடநிக்கிறாரெல்லே. சூடடிப்பு முடியிறவரை தாய் போய்க் கூட நிண்டவ. நெடுகிலும் நிக்க வாய்க்குமோ? இஞ்சயும் பொம்பிளைப் பிள்ளையளெல்லே இருக்கு?”

தம்பிராஜா எழுந்தார். விடைபெற்றுக்கொண்டு புறப்பட்டார். ராஜி தேநீரைக் கொண்டுவந்து தாயாரிடம் கொடுத்துவிட்டு பணத்தை வாங்கிப்போய் அலுமாரியில் வைத்துவிட்டுத் திரும்பினாள்.

மனம் கனத்துக் கிடந்தது.

ஒரு சிறுபொழுதுள் அந்த நிலைமை எப்படி மாறிப்போனது என்று நினைக்க அவளுக்கு ஆச்சரியம். தம்பிராஜா குத்தகைப் பணத்தை நேரகாலத்துக்குத் தராத குற்றவாளியான நிலைமையிலிருந்து, அவர்கள் அவருக்கு நன்றிக்கடன் பட்டிருக்கிறது போன்ற நிலைமை என்ன மாயத்தில் உருவானது!

மதியத்துக்கு மேலே கம்பர்மலையில் பெடியள் வெடிகுண்டு வைத்து ராணுவ வண்டியொன்றைத் தகர்த்துவிட்ட செய்தி பரம்பி வந்தது.

இரவு ... கடற்படையின் பீரங்கிப் படகுகளுடைய குண்டு வீச்சு பருத்தித்துறை முனைப் பக்கமிருந்து எழுந்து வியாபித்து மதியச் செய்தியை ஊர்ஜிதம் செய்தது.

2

விடியல் கீழ் மூலையில் உக்கிரமாய்த் திகைந்தெழுவதைப் பார்த்தபடியே சார்வீட்டிலுள்ள பெட்டக வாங்கில் படுத்திருந்தார் சுந்தரலிங்கம்.

சுதன் படுத்த வாங்கு அது. அதற்கு முன்னால் அவனது பாட்டன் செல்லப்பா அதில் படுத்து வந்தார். அதற்கு முன்னாலும் அது இரண்டு மூன்று தலைமுறை முதுகு உரஞ்சியிருக்கக் கூடியது என்பதை அதன் கனதி, பாய்ந்திருந்த வைரம் தேயத் தயங்கித் தயங்கித் தேய்ந்ததால் பாரித்திருந்த மினுமினுப்பு, இழைப்பு நேர்த்தி யாவும் தெரிவித்துக் கொண்டிருந்தன.

சுந்தரலிங்கத்தின் உடம்பு பக்கவாட்டில் சரிந்திருந்தது. பார்வை நேராக கிழக்குவான் எல்லையில் பதிந்திருந்தது. விழித்து வெகு நேரமாகிவிட்டிருந்தும் எழுவதற்கான எந்த அவசரமும் அவரில் இல்லை. வெற்றுடம்பில் எலும்புகள் ஆங்காங்கே துருத்திக்கொண்டிருந்தமை கடந்த சில காலங்களாக அவர் உள்ளிருந்து வருத்தும் வெக்கையின் கொடூரத்தினை அளவு காட்டிற்று.

காலம் ஒரு வருஷத்துக்கும்மேலே கரைந்திருந்தது. இருந்துமா அந்த வெக்கையின் பிரசன்னம் இன்னுமிருத்தல் கூடிற்று? நித்தியம் பெற்றதுபோல் வெக்கை உள்ளிருந்துவிட்டால் இப்படித்தான் உடலை உருக்கியெறியுமோ?

சுந்தரலிங்கம் குலைந்தது உருவில் மட்டுமில்லை.

பெட்டக வாங்கிலே படுப்பது சித்திரவதையாகவே ஆரம்பத்தில் இருந்தது அவருக்கு. அதனால் சிலநாட்கள் பழையபடி திண்ணையில் படுத்தார். இருந்துமென்ன? சுதனுடைய நினைவுகள், அவன் பொறித்துச் சென்ற ஏமாற்றங்களின் எரிவுகள் அடங்கிப் போகிறபாடாய் இல்லை. அதனால் அவனுடைய வாங்கில் அவனுடைய நினைவு வரட்டுமென்று திரும்பவும் பெட்டக வாங்கில் வந்து படுக்க ஆரம்பித்துவிட்டார்.

இப்போதெல்லாம் ஒரு வருஷத்துக்கு முந்திப்போல் அவன் நினைவுகள் மூர்த்தண்யம் பெறவில்லை. அவன், இயக்க நிலைப்பாட்டின் ஒரு தரிசனமாகவே அப்போது வந்துகொண்டிருந்தான். அவரைக் கலவரப்படுத்த வேறு ஞாபகங்கள் உண்டு. அவற்றைத் தீவிரமாக்குவன போலவே அண்மைக் காலத்திய செய்திகளின் அடிப்படையிலெழும் ஊகங்கள் அமைந்து கொண்டிருந்தன. அவை அவரை நிம்மதியாயிருக்க விடவில்லை.

அவர் ஒரு தமிழுலகத்தைக் கனவு கண்டு கொண்டிருந்தவர். அது சத்தியலோகமாய்த் திகழவேண்டுமென்று தாகம் அடைந்திருந்தவர். 'இரு மொழி, ஒரு நாடு' என்பது அக்கனவின் சித்தாந்த நெறி. அதிலேதான் விழுந்திருந்தது வெடிப்பு.

83இன் ஆடிக் கலவரத்தோடு கொழும்பிலிருந்து தீவுக்கு ஓடி வந்த ஜோதிலிங்கம் ஒரு முன்னிராப்போதில் வீட்டு முற்றத்தில் அமர்ந்து பரமசாமி, கந்தசாமி அப்பா, சுதன் ஆகியோரின் முன்னிலையில் வெளிப் படுத்திய பேச்சு விஷமாகவே அவரில் தொழிற்பட்டு விட்டது. உடனடியாக அல்ல. பின்னால். கட்சியை, தலைமையை அவர் முற்றுமுழுதாக நம்பினார் அப்போது. அதன்றால் தான் நாடாளுமன்றக் கூட்டத் தொடர் களின் பகிஷ்கரிப்பை தமிழர் விடுதலைக் கூட்டணி உறுப்பினர்கள் மேற்கொண்டதை மௌனமாகவேனும் அவர் அங்கீகரித்தார். ஆனால் நாளாக ஆக அந்த விஷம் உள்ளேயிருந்து விறுவிறுப்புக்கொள்ளத் தொடங்கிற்று. விடுதலை இயக்கங்களுக்குப் பின்னே தமிழர் விடுதலைக் கூட்டணியானது நேரடியாக இல்லையென்றாலும் தார்மீக ஆதரவையாவது காட்டிக்கொண்டிருக்க வேண்டுமென்ற சந்தேகம் அவருக்கு உண்டாகி விட்டது.

யாரிடம் கலந்து பேச? அல்லது யாரிடம் ஆலோசனை பெற? அவரைவிடவும் தலைமையில் விசுவாசமுடையவன் பரமசாமி. கந்தசாமி அப்பாவும் அவன் போன்றதொரு பாமரத்தனமான பக்தி கொண்டிருந்தவர்தான். சங்கரப்பிள்ளை வாத்தியார் வெகுவாகத் திருந்தியிருந்தாரென்றாலும் தகவல் பரிமாற்றத்துக்கும், பழைய சம்பவங் களின் இரை மீட்டலுக்கும் ஏற்றதாக அன்றி, மேலான நம்பிக்கைக்குரிய அளவில் மாற்றமடைந்திருந்தாரா என்பது சந்தேகமாகவே இருந்தது. அதனால் வவுனியா வந்துவிட்ட தன் நண்பர் குழந்தைவேலுவிடம்தான் ஓடினார்.

கொழும்பிலே நீண்டகாலம் வழக்கறிஞராய் இருந்தவர் குழந்தை வேலு. கட்சி உறுப்பினராய் இல்லாதபோதும் கட்சியோடும் கட்சிப் பத்திரிகையோடும் நெருக்கமான உறவு பூண்டிருந்தவர். 83 ஆடிக்

கலவரத்தில் சொந்த மகளையே கண் முன்னால் இழந்தவர். தானுமே தாக்குதலுக்குள்ளாகி ஒரு கால் ஒடிந்தவர். அத்துடன் கொழும்பு வாழ்க்கை வேண்டாமென்று சொத்துப் பத்துக்கள் எல்லாவற்றையும் அந்தந்தப்படியே விட்டுவிட்டு நொண்டியபடி வவுனியா வந்தவர்.

சுந்தரத்தின் வரவு முடக்கத்திலிருந்தவருக்கு பெரிய மகிழ்ச்சியாகி விட்டது. உடனேயே லாண்ட் றோவரை எடுக்கச் சொல்லி சுந்தரத்தைக் கூட்டிக்கொண்டு வேலையாள் சகிதம் கமவீடு போய் விட்டார். சமையல், சாப்பாடு, தங்குகையெல்லாம் இரண்டு நாட்களுக்கு இனி அங்கேதான் என்பதைச் சூசகம் செய்த நடவடிக்கை அது.

குழந்தைவேலுவுடன் ஹட்டன், கண்டி, மட்டக்கிளப்பு, திருகோணமலை, முல்லைத்தீவு என்று தனியே தங்கிய அனுபவம் சுந்தரத்துக்கு உண்டு. குழந்தைவேலுவுக்கும் சுந்தரத்தின் உடனிருப்பு விழைச்சலாகவே இருந்திருக்கிறது. ஏனென்று கண்டுபிடிக்க வெகு பிரயத்தனம் தேவையில்லை. குழந்தைவேலுக்கு எழும்பிய நேரத்திலிருந்து மறுபடி படுக்கை போகும்வரை பேசிக்கொண்டிருக்க வேண்டும். அவர் அரசியல், சமயம், தமிழிலக்கிய மெல்லாம் பேசுவார். அதை அலுப்புச் சலிப்பின்றி கேட்கிறதுக்குக் கூட ஆளுண்டு. ஆனால் அவரது பள்ளிக் காலத்திலிருந்து அன்று வரை தொடர்ந்த தசைச் சீற்றங்கள்பற்றிக் கேட்கத்தான் எவருமில்லை. காட்டானுக்கு வாழ்க்கைப்பட்டால் காடு மேடெல்லாம் அலைந்துதானே ஆக வேண்டுமென்று எண்ணிக்கொள்ள சுந்தரத்தால் மட்டுமே முடிந்திருந்தது போலும்! அதனால் அப்படி ஒரு புளுகம் வந்துவிடும் குழந்தைவேலுவுக்கு சுந்தரத்தைக் கண்டால்.

சுந்தரம் கமவீட்டிலும் அவரோடு தங்கியிருக்கிறார். அந்தத் தனிமையும், அமைதியும் நிறைந்த வனப் பிராந்தியம் சுந்தரத்துக்கு மெத்தப் பிடிக்கும். வனத்தில் மௌனத்தின் அரசிருக்கும். ஆனால் மௌனத்துக்கும் ஒரு மொழி உண்டுபோல் அவர் அதன் மொழி தெரிய அதனோடு உறவாடியிருக்கிறார் நீடிய காலம். அது சொன்ன கதைகளை அவர் உயிரில் எழுதியிருக்கிறார். ஆனாலும் இரண்டு மூன்று நாட்கள் தங்குவதை அவரால் நினைத்துக் கூடப் பார்க்க முடியாது.

மதியச் சாப்பாடு முடிந்து சிறிதுநேரம் படுத்துத் தூங்கியவர்கள் எழுந்தபோது மாலையாகியிருந்தது. பின் மெல்ல இருள் பரவிற்று. பிறைநிலா ஒரு பாலையின் பின்னால் ஒழிந்து விளையாடியது. சந்தோஷத்தில் கிளிகள், மைனாக்கள், புலுணிகள், அணில்கள் யாவும் குதித்தன. நேரமாக ஆக, அந்தச் சூழ்நிலையில் தன் மனவெக்கையும் அடங்கி இனம்புரியாத ஆசுவாசமொன்று பிறப்பதை சுந்தரம் உணரலானார்.

தேநீர் அருந்தியபடி நண்பரின் முகத்தில் தோன்றும் ரஸவாதங்களை மிகுந்த உன்னிப்புடன் கவனித்தபடியிருந்தார் குழந்தைவேலு.

அவருக்கு திடகாத்திரமான உடம்பு. ஒடியற் பிட்டும் மரவள்ளிக் கிழங்கும் சின்னவயதிலேயே அந்த உடம்பில் வலிமையைச் செறித்திருந்தன. அதில் கம்பீரமான குரல். இலங்கையின் சிறந்த அரசியற் சட்ட, குற்றவியல் சட்டத்தரணிகளுள் அவர் ஒருவர். காங்கிரஸ் கட்சியில்

ஜீ.ஜீ. பொன்னம்பலத்துக்குப்போல தமிழரசுக் கட்சியில் சமதையான செல்வாக்கு அவருக்கிருந்தது. அதை அபரிமிதமான ஞாபகசக்தியும், சட்டங்களை நுணுக்கமாக அணுகும் புத்திக்கூர்மையும் அவருக்கு அளித் திருந்தன. இலக்கியம் மேலதிக தகைமையாய்ச் செல்வாக்குச் செய்தது. இது, தொழிற்துறை சார்ந்த பொறாமையை விருத்திசெய்துவிட்டது. பின்னர் அது இனத்துவேச மகாவாரிதியில் கலந்தது. ஆள்கொணர்வு வழக்குகளில் தோன்றி பெரும்பாலும் அரசாங்கத்தின் இனவாதப் போக்குகளை, படையினரின் இனவெறிச் செயல்களை, அரசு ஊழியரின் பாரபட்சங்களை சட்டத்தின் முன் தோலுரித்துக் காட்டி ஜெயம் பல கண்டமையும் ஒரு கவனிப்பாய் அவரில் விழுந்துகொண்டது. அதனால் அழிக்கப்பட வேண்டிய தமிழரின் பெயர்ப் பட்டியலில் அவரது பெயர் முன்னணிப் பதிவாகிப் போனது.

எல்லாம் ஒரு சூறை அடித்தது போலவே நடந்து முடிந்தது.

ஏழு மணியளவில் லாண்ட் றோவர் வெளியே போய் வந்தது.

ட்ரைவர் என்ன வாங்கிவந்திருக்கக்கூடுமென்று சுந்தரத்தால் ஊகிக்க முடிந்தது.

அது அவருக்கு கவனமில்லாமலாகி வெகுகாலம்.

குழந்தைவேலுவை மட்டுமல்ல, அவர் போன்ற பல மனிதர்களை அறிவார் அவர்.

கொழும்பில் இருக்கும்வரை இரவிலே தினசரியும் கிளப்புக்குப் போகிறவர் குழந்தைவேலு. 'அது' இல்லாமல் தூங்க முடியாத பல மனிதர் களை அவருக்குத் தெரியும். பெரிய பெரிய வழக்கறிஞர்களிடத்தில், பெரிய பெரிய மருத்துவர்களிடத்தில், பெரிய பெரிய நிர்வாகஸ்தர்களிடத்தில் அது ஞானம், திறமைகளின் அடையாளமாகவே கொள்ளப்பட்டிருக்கிறது. அந்தவகைக் குடிகாரரல்ல குழந்தைவேலு. குடிக்கத் தொடங்கினால் இன்னும்... இன்னும்... என்ர குடித்து ஞானம் அமுங்குகிறவர். போதுமென்று எவர் சொன்னாலும் கேட்கமாட்டார். 'மழைக்கால இருட்டென்றாலும் மந்தி கொப்பிழக்கப் பாயாது' என்றுவிட்டு தொடர்ந்து குடிப்பார். கருத்து முரண்களை அம்மாதிரி ஞான அமுக்கம் பெற்றிருக்கும் வேளைகளில் சரீரார்த்தமாய்த் தீர்த்துக்கொள்ளத் துடிக்கிறவர். வவுனியா வருவதற்கு முன் அம்மாதிரிச் சம்பவங்கள் அடிக்கடி நிகழ்வதுண்டு. அதுவே அவரை உறுப்பினராக்கிக் கொள்ள கட்சியின் தலைமைப்பீடம் தயங்கியதற்கான பிரதான காரணம். நள்ளிரவும் தாண்டிய வேளையில் எந்த நிருபருடைய வீட்டுக் கதவையாவது தட்டி எழுப்பி இந்த விஷயத்தில் தனது கருத்து இதுவென்று சொல்லி எழுத வற்புறுத்துகிறவருக்கு, ஏதாவது தமிழ்ப் பத்திரிகை அலுவலகத்துள் நுழைந்து, நான் சொல்லுவதைப் போடு தலைப்புச் செய்தியாக என்று அடம் பண்ணுகிறவருக்கு எந்தக் கட்சியும் அங்கத்துவமளிக்கப் பின்னிற்கும்தான். ஆனால் இத்தனைக்குள்ளும் கவனிக்க ஒன்றுண்டு. அவரது தகராறால் எரிச்சலடைந்தவர்களிலிருந்து, தவிர்க்கவியலாமல் பொலிஸில் புகார் செய்தவர்கள் வரை ஏறக்குறைய எல்லோருமே அவரது நண்பர் களாயிருந்தார்கள் அல்லது அவரை மதிக்கிறவராயோ வியக்கிறவராயோ இருந்தார்கள்.

விறாந்தையில் பெற்றோமாக்ஸ் மேலே தொங்கவிடப் பட்டிருந்தது. வசதியாக அமர்ந்துகொண்டு எரிபானம் அருந்தத் தொடங்கிய குழந்தை வேலு, சுந்தரத்தை அருகில் வந்து அமரும்படி அழைத்தார். சுந்தரம் அமரவும் ஊர் நிலைமை பற்றிய அளவளாவுகைகளாக, முக்கிய நண்பர்கள் பற்றிய விசாரிப்புகளாக உணர்வுகள் மறுபடி வடியத் தொடங்கின.

பேச்சின் அவசம் அடங்கத் தொடங்க பொருத்தமான ஒரு இடைவெளியில் சுந்தரம் கேட்டார்: "எனக்கு ஒரு விஷயம் தெளிவாய்த் தெரியவேணும், குழந்தை. அதுவும் இண்டைக்கே தெரியவேணும். தீவிலயிருந்து நான் அவசரமாய் இண்டைக்கு இஞ்ச வந்ததுக்கே அதுதான் காரணம்."

"சரி, கேளும்."

"எங்கட பெடியளின்ர ஆயுதப் போராட்டத்துக்குப் பின்னால கூட்டணியின்ர ஆதரவு இருக்கிறதாய்..."

"ஆர் சொன்னது அப்பிடி?" இடைமறித்துக் கேட்டார் குழந்தை.

"ஆரெண்டு சொல்லுறது? ஊரில பரவலாய் ஒரு கதை இருக்கு" என்றார் சுந்தரம்.

"ம்..!" என்று ஆசுவாசமாகி எதிரே இருளை ஊடறுத்தார் குழந்தை. ஒருசில விநாடிகளில் சிந்தையின் உக்கிரம் தணிந்து ஒரு பெருமூச்சுடன் நண்பர் பக்கம் திரும்பினார். பார்வையில் படிந்திருந்த பரிவு சுந்தரத்தை ஒருவகை அவதிக்குள்ளாக்கியது.

"என்ன சொல்லுங்கோவன்" என்று தூண்டினார் சுந்தரம்.

சுந்தரத்தின் அவசரத்தைக் கவனிக்காமல் மறுபடி சிந்திப்பிலாழ்ந்தார் குழந்தை. 'கொள்கைமீது எத்தனை ஒரு ஆழமான பற்று இருந்திருந்தால் ஏன், எதற்கு என்ற கேள்வியே இல்லாமல் ஒரு முப்பது வருஷ காலத்தை கட்சி வளர்ச்சியில் கரைத்திருக்க முடியும்! பாவம், சுந்தரம்! சுந்தரத்தைப் போல நிறையப்பேர் இருக்கிறார்கள். அவர்கள் எல்லோருமே பாவங்கள்! குடும்பத்தையும் தம்மையுமே மறந்து, கொண்ட கொள்கைகளுக்கு அர்ப்பணமாகிவிடுகிற இந்த மனிதர்கள் பக்தி சார்ந்த தம் விசுவாசித்தலை ஒதுக்கிவிட்டு கேள்விகேட்க ஆரம்பிக்கவேண்டும். விளப்பம் பெறுதல் எதனை விடவும் முக்கியமானது. சில தகவல்களை இத்தகையோர்க்குச் சொல்லுதல் எவ்வகையிலும் தப்பில்லை. தங்களை இவர்கள் உணர்ந்து கொள்ளவாவது சொல்லியே தீரவேண்டும்!'

சுந்தரத்தால் அவர் மனத்தே ஓடிய எண்ண அலைகளைத் துல்லியமாய் அறிய முடியவில்லை. மெல்லச் சிரித்துக் கொண்டே, "சொல்லுங்கோ, குழந்தை. எங்களைப்போல ஆக்கள் இப்பவாவது கேள்வி கேக்கிறமே. சொல்லுங்கோ!" என்றார்.

"ம்..!" என்று முனகி இருக்கையில் அசைந்தார் குழந்தை. பின் லேசான குரலில் சொன்னார்: "எப்பவோ தெரிஞ்சு, உண்மையா பொய்யாவெண்டு எப்பவோ கேட்டிருக்க வேண்டிய கேள்வி. பறவாயில்லை. இப்பவாவது

கேக்கத் தெரிஞ்சுதே! ஏன் சுந்தரம், இப்பிடி ஒரு கேள்வி கொஞ்சக் காலத்துக்கு முந்தி கட்சி உள் வட்டத்துக்குள்ளயே உலாவிக்கொண்டு இருந்துதே, தெரியாதோ உமக்கு?”

“தெரியாது, குழந்தை”

“கூட்டம் போடுறதும், எம். பி. மாருக்குப் பின்னால திரியிறதும் தவிர உமக்கு வேறயொண்டும் தெரிஞ்சிருக்கேல்லை. இல்லையே?”

“வேறயெதையும் நான் ஏன் தெரிஞ்சிருக்க வேணும்?”

“இப்ப தெரியவேணுமெண்டு வந்திருக்கே!” என்றுவிட்டு குழந்தை குலுங்கிக் குலுங்கிச் சிரித்தார்.

இது, பேசத் தொடங்கும்போதிருந்த குழந்தையல்ல.

இனி, ஒழுங்கிருக்கோ இல்லையோ விஷயம் வரும்.

சுந்தரம் சற்றுப் பொறுமையக் கடைப்பிடிக்க, சுங்கானைப் பற்ற வைத்துக்கொண்டு குழந்தை தொடங்கினார்: “நாளைக்கு என்ன நடக்கக் கூடுமெண்டதை இண்டைக்கு முன்னனுமானம் பண்ணிக்கொண்டு அரசியல் நடத்துறவன் சுமாரான அரசியல்வாதி. அதை நேற்றே தீர்க்கதரிசனம் செய்யக்கூடியவன் சிறந்த அரசியல்வாதி. அதுக்கேற்றமாதிரி நடைமுறைச் சாத்தியமான கொள்கைத் திட்டங்களை வகுக்கிறவன்தான் அரசியல் ஞானி. தமிழ்ச் சாதிக்குப் பிடிச்ச பெரிய துரதிர்ஷ்டம் என்ன சொல்லும் பாப்பம்? அந்தமாதிரி அரசியல் ஞானம் படைச்ச எங்களைப் போல ரண்டு மூண்டு பேர் கட்சிக்கு வெளியில இருக்கிறதுதான்.”

குழந்தை அட்டகாசமாய்ச் சிரித்தார். பிறகு சாராயம் கொஞ்சம் குடித்தார். தொடர்ந்தார்: “முதல்ல தமிழரசுக் கட்சியிலயும், பிறகு கூட்டணியிலயும் எனக்கு நல்ல ஈடுபாடு இருந்தது உமக்குத் தெரியும். ஆனாலும் அதுகின்ர எல்லா வேலைத் திட்டங்களையும் என்னால ஏத்துக்கொள்ள ஏலாது. பெரியவர் செல்வநாயகம் நல்லவராயிருந்தார். ஜீ. ஜீ. வல்லவராயிருந்தார். சி.சுந்தரலிங்கம் புத்திமானாய் இருந்தார். ஆரும் ஞானவானாய் இருக்கேல்லை. புத்தி வேற, ஞானம் வேற. தெரியுமெல்லே உமக்கு?”

ஒருபோது சுதன் சொன்னதையே அவரும் சொல்வது ஞாபகமாக சுந்தரம் அசிரத்தை அடைந்தார்.

“சரி சரி, நெளியாதயும். நேரடியாக விஷயத்துக்கு வாறன்.” குழந்தை மேலும் சிறிது குடித்துவிட்டு சொன்னார்: “வாலிப முன்னணித் தலைமை காரணமாய் கட்சிக்குள்ள அதிகாரப் போட்டியிருந்தது.”

“முந்தி நடந்த விஷயங்கள் இது. அதெல்லாம் இப்ப தேவையில்லை.”

“முந்தி நடந்த விஷயங்கள் விளங்காமல் இப்ப நடக்கிற விஷயங்கள் விளங்காது. இயக்கங்களின்ர தோற்றம், வளர்ச்சியைப் புரிஞ்சு கொள்ளுறதுக்கும் அப்ப நடந்த விஷயங்கள் முக்கியம், சுந்தரம்.”

“அதொண்டும் வேண்டாம். என்ர கேள்விக்குமட்டும் சுருக்கமாய்ப் பதில் சொன்னால் போதும்.”

“கேட்டுட்டு எங்க ஓடப்போறீர்? சும்மா இருந்து நான் சொல்லுறதக் கேளும்.”

“நான் காலமை போகவேணும்.”

“காலமை அதைப் பாக்கலாம்.”

சுந்தரம் வேறுவழியின்றி அமைதியானார். ஆனால் கவனம் குறைந்திருந்தது. முட்டுக் கையில் சரிந்து வானவெளியில் பார்வை பதித்தார்.

“கட்சிக்குள்ள இருந்த அதிகாரப் போட்டி வடக்குக்கும் கிழக்குக்குமான நெருக்கத்தை உடைக்கப் போகுது. வாலிப முன்னணியை சிதறடிக்கப் போகுதெண்டு அப்பவே நான் சொன்னனான். ஒருத்தரும் என்ர பேச்சுக்குக் காது குடுக்கேல்லை. கடைசியில வாலிப முன்னணியின்ர மைய உடைவு மாணவர் பேரவையாய்த் தோற்றமெடுத்தது. இதுவும் திசைக்கொண்டாய்ச் சிதறுகிற நிலைதான். இந்த நேரத்திலதான் 1978 அரசியலமைப்பு நடைமுறைக்கு வந்தது. தமிழரை ஒரு அரசியல் சக்தியாகாமல் தடுக்கிறதுக்கும் அழிக்கிறதுக்குமான சகல முனைப்பும் புதிய அரசியல் சட்டத்தில இருந்தது. மாவட்ட அபிவிருத்தி சபை தமிழ்ச் சாதியின்ர பூர்வீக தாயகத்தை அழிக்க பூதாகர உருவம் கொண்டு எழுந்தது. அதுக்கு மேல மாணவர் பேரவை அரசியல் சரித்திரத்தில இல்லை. தமிழீழ விடுதலை அணியெண்டும், தமிழ் இளைஞர் பேரவை விடுதலை முன்னணியெண்டும் சிதறிப் போச்சுது. காரணம் என்ன சொல்லும்? தமிழினத்தையே சிதைக்கிற திட்டத்துக்கு தாய்க் கட்சி மாற்றுத் திட்டத்தை முன்வைக்காததுதான். அது சிங்களப் பேரினவாதத்துக்கு இணக்கம் காட்டுறதான தோற்றத்தை – சந்தேகத்தை – எழுப்பிவிட்டுது”

மேலே இரண்டு மேகங்கள் மோதிக்கொண்டன. மின்னல் பிறந்தது. கண்களை மூடிக் கொண்டார் சுந்தரம். “பெரியவர் உயிரோடயிருந்த காலத்திலயே இயக்கங்கள் வன்முறைப் போராட்டத்தை ஆயுதமாய்ப் பிரயோகிக்கத் தயாராகி விட்டிருப்பினும் செயல்முறையில அது அவர் வாழ்நாளுக்குப் பிறகுதான் வலிமையடைஞ்சது. வவுனியாவில நடந்த மகாநாட்டுக் காலத்தை ஒட்டியே போராட்ட இயக்கங்களின்ர தோற்றுவாய் பொதுவில சொல்லப்பட்டாலும் ... எண்பத்திரண்டில இறைகுமாரன்ர கொலையோடதான் ... அவற்றின் அரசியல் பிரவேசம் கவனத்திலாகியது.” கருமுகில்கள் திரண்டிருந்தன மறுபடி விழித்த பார்வையில். மீண்டும் மோதுகை நேரலாம். ஆனால் அச்சம் பிறக்கவில்லை சுந்தரத்துக்கு. இமை கொட்டாமல் நிகழ்வுகளைச் சிறைப்பிடித்துக் கொண்டிருந்தார் விழிகளில். தொலை தூரத்தில் எங்கோ முழங்கியது கேட்டது மெதுவாய். *மரணம் வாழ்வின் ஒரு முடிவல்ல/உங்கள் சொற்களை விடவும்/செயல்களைவிடவும்/உங்கள் மரணம் மிகவும் வலியது* எண்டு இறைகுமாரன் உமைகுமாரன் மரணம்பற்றி ஆரோ பாடியிருக்கினமே, ஆரது சுந்தரம்? ஓ ... உமக்குத்தான் இந்த கவிதை, இலக்கிய விஷயங்களில பரிச்சயமில்லையே! ம் ... ஆர் சொன்னது? சரி,

ஆரோ சொல்லிச்சினம், விடும். இயக்கங்களின்ர அரசியல் பிரவேசம் இப்பிடி இறைகுமாரன்ர கொலையோட புள்ளிவைக்கிற நேரத்திலகூட தாய்க்கட்சி மூச்சுக் காட்டேல்லை."

வானம் பிளந்து மழை கொட்டியது. பூமி நிச்சயம் மூழ்கிவிடும் அந்த வெள்ளத்தில். கொடிகள் செடிகள் மரங்கள் பறவைகள் விலங்குகள் மனுக்குலம் யாவும் இன்னும் சிறிது நேரத்தில் அழிந்துவிடப் போகின்றன என இருந்தது சுந்தரத்துக்கு.

"என்ன செய்திருக்க வேணும் தெரியுமோ? தாமதமில்லாமல் போராட்டத்தைத் துவக்கியிருக்க வேணும். அகிம்சை வழியிலான போராட்டத்தைத்தான் சொல்லுறன், சுந்தரம். அது ஒரு கடைசித் தருணமாய் இருந்தது. முந்தியே... நாலாம் தமிழாராய்ச்சி மாநாடு திட்டமிட்டு குழப்பப்பட்ட நேரத்திலயே அறப்போரைத் துவங்கி யிருக்கலாம். அது தவறிப்போனாலும்... யாழ்ப்பாண நூலக எரிப்போடு சத்தியாக்கிரப் போர் வெடிச்சிருக்க வேணும். ஒண்டும் நடக்கேல்லை. போராட்டமில்லாமல் வாழ்க்கையில்லையெண்ட அடிப்படை அறிவு கூடவா இல்லாமல் போனது தமிழ்த் தலைவர்களுக்கு? ஒரு கால் நூற்றாண்டுக் காலமாய் அவர்கள் போராடவேயில்லையே! ஒருவேளை தங்கட போராட்ட வடிவத்தில அவைக்கே நம்பிக்கை இருக்கேல்லையோ?"

குழந்தை சிரித்தது இடியென.

சுந்தரம் திடுக்கிட்டுத் திரும்பினார்.

வரண்ட நிஜவுலகு கண்ணில் விரிந்தது.

போதையின் அளவுக்கேற்ப குழந்தையின் குரல் உயர்ந்து ஒலித்தது. "போராட்டம் துவங்கியாச்சு, சுந்தரம். இனி மீட்சியில்லை. படை யெழுச்சியின் நிகழ்வுகளே நாளைய சரித்திரமாகும். நன்மை தின்மை எது விளைஞ்சாலும் அதெல்லாம் கூட்டணியின்ர தலையிலதான். இயக்க வளர்ச்சியைத் தடுக்க கூட்டணியால முடியாமல் போச்சு எண்டதில பாதி உண்மைதான் இருக்கு. மீதியுண்மை என்னெண்டால்... அது முயற்சியே செய்யேல்லையெண்டது தான்."

"ஏன்?"

"ஏனா?"

குழந்தை சுங்கானைத் தடவினார். சுந்தரம் கையிலெடுத்து வைத்து, தீப்பெட்டியையும் எடுத்துக் கொடுத்தார். பற்றவைத்த குழந்தை, "என்ன கேட்டீர்? ஓமோம்... தாய்க்கட்சி இயக்கங்களின்ர வளர்ச்சியைப் பாத்துக்கொண்டு ஏன் பேசாமலிருந்தது எண்டு கேட்டீர், அப்பிடித்தானே? சொல்லுறன். இயக்கங்கள் உண்மையில வளருறத கட்சி விரும்பிச்சுது. ஏனெண்டால்... அரசாங்கத்தை ஒரு சரியான அரசியல் தீர்வுக்கு உந்துற உபாயமாய் எண்ணினதே, அப்பிடி விரும்பின காரணம்" என்றார்.

"போதும்!" என்று எழுந்தார் சுந்தரம். "எனக்கு அந்தளவு போதும்! கட்சியின்ர அடியோட்டமான கொள்கையையே கைவிட்டாச்சு...

இனியென்ன? கட்சியும்... மயிரும்..! எக்கேடெண்டாலும் கெட்டுப் போகட்டும்."

குழந்தை கனைத்தார். "சரி, போகட்டும். இப்ப எங்கட எம்.பி. மாரெல்லாம் எங்க?"

"சிலபேர் கொழும்பில. சிலபேர் இந்தியாவில. இன்னும் ஒண்டிரண்டு பேர் மேற்கு நாடுகள்ல."

"ஏன் போனாங்கள்?"

சுந்தரத்தின் கோபம் தளத்திலிருந்து உச்சம் நகர்ந்தது.

"அவைக்கு ஆமியாலயும், பொலிஸாலயும், சிங்கள ரவுடிகளாலயும் உயிராபத்து இருந்தது நூற்றுக்கு நூறு உண்மை, சுந்தரம்."

"அதாலயென்ன? ஓடியிருக்கவேகூடாது. நாங்கள் பிரதான எதிர்க்கட்சியாய் இருந்தனாங்கள். நிமிந்து நிண்டு எதிர்ப்புக் குரல் குடுத்திருக்க வேணும். உலகம் கேட்டிருக்கும்."

"எம்.பி.மார் அந்த மாதிரி ஓடிப்போனது எனக்கும் ஆரம்பத்தில சரியாய்த்தான் படேல்லை. பிறகு யோசிக்கத்தான்... அதிலயும் ஒரு பேரனுகூலம் இருந்தது தெரிஞ்சது."

"அதென்ன பேரனுகூலம்?" சுந்தரம் இகழ்ச்சி பண்ணினார்.

"இவ்வளவு காலமும் எங்கட குரலாய் இந்தியாதான் இருந்து வந்திருக்கு. எங்களுக்கெதிராய் இனக்கொடுமை கட்டவிழ்த்து விடப்பட்ட ஒவ்வொரு சமயத்திலயும் ஐ.நா. சபையிலயோ, அணிசாரா அமைப்பு மாநாடுகளிலயோ எடுத்துச் சொல்லி இலங்கையின்ர இனப் பிரச்சினையை உலக நாடுகள் மட்டத்தில எடுத்துப் போனது இந்தியாதான். இப்பவும் எங்கட எதிர்காலத்துக்கு அதைத்தான் பெரிய நம்பிக்கையாய் நாங்கள் எதிர்பார்த்திருக்கிறம். அதோட... முக்கியமான ஒரு விஷயமும் இருக்கு. இந்திரா காந்திக்கு எங்கட கூட்டணித் தலைவர்மாரில நிறைய அனுதாபமிருக்கு. அதால... அவை இந்தியாவுக்கு ஓடினதில சரியான நியாயமிருக்கு, சுந்தரம்."

"ஒரு அரசாங்கத்துக்கெதிராய், இன்னொரு அரசாங்கம் இந்த மாதிரியெல்லாம் உதவி செய்திடுமெண்டு நீங்கள் நினைக்கிறியளா, குழந்தை?"

"கிழக்குப் பாகிஸ்தான் பிரச்சினையில இந்தியா நேரடியாய்ப் படைத் தலையீடு செய்து பங்களாதேசத்தை உருவாக்கேல்லை..? அந்த மாதிரியில்லாட்டியும்... ஆயுத உதவி செய்யிறது மூலம் உதவலாம். இப்ப நடக்கிறது அதுதானே!"

"எது... ஆயுத உதவி..?"

"ம்... அதுதான். எங்கட கட்சியின்ர நிலைமை மாதிரித்தான் அதுவும் ஒரு ரட்டை நிலை எடுத்திருக்கு. இயக்கங்களை வளர்த்து விட்டிட்டு, தன்ர மேலாண்மையையும், மத்தியஸ்தத்தையும் இலங்கை அரசு அங்கீகரிக்க

வைக்கிறதுதான் அதுகின்ர எண்ணம். திருக்கணாமலைத் துறைமுகம் அமெரிக்கன்ர கையில போகப்போகுதெண்டு ஒரு கதையிருக்கு. அது சும்மா விசர்க் கதை. அதை விட்டிடும். உண்மை என்னெண்டால்... அமெரிக்க தனியார் நிறவனமொண்டுக்கு றேடியோ ஸ்ரேஷன் அமைக்க புத்தளம் மாவட்டத்தில நானூறு ஏக்கர் நிலத்தை இலங்கை அரசாங்கம் ஒதுக்கியிருக்காம். ஒப்பந்தமெதுவும் இன்னும் கைச்சாத்தாகேல்லைத்தான். எண்டாலும் கைச்சாத்தானால் இந்திய அரசின் வல்லாண்மைக்கு பெரிய இடைஞ்சலாய் அது இருக்கும். இந்து சமுத்திரத்தில எந்த நாட்டின்ர வல்லபத்தையும் இந்தியா சகிக்காது. அதுகின்ர ஐக்கியமும், சொந்தப் பாதுகாப்பும் இணைஞ்ச விஷயம் இது. அதால... அமெரிக்காவாய் இருந்தாலும் அது எதிர்த்தே தீரும்."

உடைந்துகூட இல்லை, சுந்தரம் சிதறிப்போயிருந்தது குழந்தைக்கு எப்படித் தெரியும்? "எழும்பும், சாப்பிடலாம்" என்றார். சுந்தரம் எழும்ப வில்லை. அவரளவில் உண்மை, நியாயம், சத்தியமென்று எதுவும் அவரது கட்சியில் இருக்கவில்லை. அதுவும் ஒரு சராசரியான பாராளுமன்றக் கட்சி போலத்தான் இயங்கியிருக்கு. முன்பே பதிவுசெய்த ஒரு கொள்கையை ஒலிக்க வைத்துக்கொண்டே கால்நூற்றாண்டுக் காலத்தை அது கடத்தி விட்டிருக்கிறது. இன்றைய போராட்ட எழுச்சிக்கு வேர்... அங்கே இருக்கிறது. ஓ... எப்படி அவர் ஏமாற்றப்பட்டு வந்திருக்கிறார்!

மறுநாள் வீடு வந்தவருக்கு பேய்பிடித்த ஸ்திதி. யாரோடும் அதிகம் பேசவில்லை. வெளியே செல்லவில்லை. சீரான சாப்பாடும் இல்லை.

இந்நிலையில் ஒரு வாரமாயிற்று. அவருக்கு என்ன நேர்ந்தது வவுனியாவிலே என்று வீட்டிலே அம்மாவும் மகளும் திகைக்கிற பொழுதில், மெல்ல மெல்ல கந்தசாமி அப்பா வீடு சென்று கதைக்கத் துவங்கினார். பின் வங்களாவடி சென்று அபூபக்கரோடு பேசினார். நாளாக ஆக ராஜி வீடு போய் வந்தார். சுந்தரம் தெளிந்தார். ஆனால் அதற்கு மூன்று மாதங்கள் பிடித்தன.

அரசியின் கல்யாண விஷயமாகத்தான் மறுபடி அவர் தீவை விட்டுச் சென்றது.

ஏற்கனவே நிச்சயித்திருந்த கல்யாணம்தான் அது. இடையே குடும்ப நிலைமைகள் காரணமாகவும் நாட்டு நிலைமைகள் காரணமாயும் விலகிவிலகிப் போய், போன ஐப்பசியில்தான் கல்யாணம் நடந்திருந்தது. மாப்பிள்ளை வீட்டார் அவர் வழியில் சொந்தம். தென்மராட்சியிலே கச்சாயில் வீடு. ஏழு தீவிலும் பிறவிடங்களிலும் தெரிந்தவர் அறிந்தவர் பாக்கியில்லாமல் சொல்லி ஒரு வெறியில்போல் தீவே நிறைந்து போகிற படிக்கு ஆடம்பர மாகத்தான் திருமணத்தை நடத்தினார்.

அது பெரிய திருப்தி அவருக்கு. பெரியதும் கடைசியானதுமான பொறுப்பு தீர்ந்துவிட்டது. மீட்சி, தீவு எல்லைக்குள் மறுபடி உறுதிப்பட்டது. ஆனாலும் இதயத்தின் ஒரு மூலையில் பட்ட அடியின் வலி, சிந்தனை அழுத்தம் தீரவில்லை.

அவையும் இயல்பாகிவிட்டன.

முதல்நாள் மாலை அரசியும் மருமகன் வேலாயுதமும் கச்சாயிலிருந்து தீவுக்கு வந்திருந்தனர். வீட்டு முற்றத்தில் அமர்ந்து நடுச்சாமம் வரை எல்லாரும் பேசிக்கொண்டிருந்தனர். சுந்தரம் மனம் திறந்து பேசி சற்றே துக்கத்தை மறந்திருந்தார். சுதனுடைய பேச்சுக்கள் இடையிட்ட ஆரம்பத்தில் வேதனையாகவே இருந்திருப்பினும், பின்னால் ஊனம் வடிந்துவிட்ட கட்டிபோல வலி மறைந்து சுகம் கிடைத்தது. இந்நாள்போல் அடிக்கடி வரக்கூடாதா என்று ஆதங்கமே பட்டார்.

அந்த வீட்டில் அவருக்குத்தான் முதலில் விடிந்தது அன்று.

அவர், பல்வேறு சிந்தனைகளும் புற்றீசலாய்க் கிளம்ப கிழக்கில் விடிவதையே பார்த்துக் கொண்டிருந்தார். அதே ஸ்திதியில் மேலும் சற்று நேரம் கழிய பிரக்ஞை மீண்டது. "ம்ஹூம்!" என்று களைப்போடு எழுந்தார்.

அவர் குளித்துவிட்டு வந்தபோது மற்றவர்களும் எழுந்து விட்டிருந்தனர். தேநீர் குடித்தபின் கோயில் பாலம்வரை போய்வருவதாகச் சொல்லிக்கொண்டு வெளியே நடந்தார்.

"அப்படியே ராஜி வீட்டுக்கும் போவியளே, ஐயா?" அரசி கேட்டாள்.

"ஏன், அலுவல் ஏதாவது இருக்கோ?"

"இதுக்கெண்டு போகவேண்டாம். போனால்மட்டும், நாங்கள் பின்னேரம்போல அங்க வாறதாய்ச் சொல்லி விடுங்கோ."

"சங்கரப்பிள்ளை வாத்தியார் வீடுவரைக்கும் போறன். பக்கத்தில தானே, போய்ச் சொல்லி விடுறனே!"

அவளுக்கான ஓத்தாசைபோல் அது அவர் பேச்சில் தென்பட்டிருப்பினும், ஹோஸ்டலுக்கு விஜி போறதுக்கு முந்தி இன்னுமொரு தடவை பார்க்கிற ஆனந்தத்தை ஏற்படுத்திக்கொள்ள அவர் விழைந்ததே உண்மையில் காரணமாய் இருந்தது.

சங்கரப்பிள்ளை வாத்தியாருடனான சங்காத்தம் அண்மைக் காலத்தில் அதிகரித்திருப்பதை வியப்போடு எண்ணியபடி குசினிக் குள்ளிருந்து அவரையே பார்த்தபடியிருந்தாள் அவர் மனைவி.

3

சுந்தரலிங்கம் சென்றபோது சங்கரப்பிள்ளை வீட்டிலேயே நின்றிருந்தார். முன்பே அதிகமாக வெளியிடங்களுக்கென்று அலைந்து திரிகிற மனிதரில்லை அவர். வீட்டைவிட்டு வெளிக்கிட்டால் பள்ளிக்கூடம், பள்ளிக்கூடம் விட்டால் வீடு என்று அவருடைய வட்டம் மிகவும் சுருங்கியது. இந்த ஆண்டிலிருந்து பணி ஓய்வு வேறு கிடைத்திருக்கிறது. அவர் இனி வெளியே செல்வதற்கான முகாந்திரம் பெரும்பாலும் இல்லை.

பணி ஓய்வுக்கான வயதெல்லை அவருக்கு ஆகியிருந்தது. எனினும் வயதைவிட அதிக மூப்படைந்ததுபோல் ஒரு குறுகிய காலத்துள் பொத்தென்று தளர்ச்சியடைந்திருந்தார். சுற்றிலும் நடந்து

கொண்டிருந்தவை அவரைப் பெரிதாகப் பாதிக்கவில்லையெனினும், குடும்பத்துள் எழுந்த குழப்பங்கள் பாதித்திருந்தன.

போன ஆண்டு தாய் வீடு போய்வருவதாகச் சொல்லிக்கொண்டு மகள்கள் வாணியோடும் சுகந்தியோடும் நல்லூர் சென்ற மனைவி நாகம்மா, இரண்டு நாட்களாகியும் திரும்பி வரவில்லை. மறுநாள் திரவியத்துக்கு நேரே இளைய நேசனை அனுப்பினார். அவனும் திரும்பவில்லை. என்ன ஆயிற்றென்று தெரியாமல் அவதிப்பட்டுக் கொண்டிருந்த வேளையிலே அவரையும் அங்கே வந்துவிடும்படி கேட்டுக் கடிதம் வந்தது. பேரதிர்ச்சியடைந்த சங்கரப்பிள்ளை பதில்கூட எழுதாமல் விட்டுவிட, இரண்டாம் வாரத்திலிருந்து அங்கேயிருந்து மாமன், சித்தப்பன் என்றும் நெருங்கிய உற்றாரென்றும் பலவாறாய் ஆள்விட்டுக் கொண்டிருந்தாள்.

கடல் நெருக்கிய அந்தச் சிறு மண் எல்லையில் அவளால் இனி நிம்மதியாக வாழமுடியாதென்பது கடந்த சில மாதங்களாகவே அவருக்குத் தெரிந்திருந்தது. அதனால் நாகம்மா அவ்வாறு முடிவெடுத்தது சங்கரப்பிள்ளைக்கு ஆச்சரியமில்லை. அன்றைக்கில்லாவிட்டால் என்றைக்காவது ஒருநாள் அவள் அப்படித்தான் செய்வாளென்பது அவருக்குத் தெரிந்தே இருந்தது. சொத்து விஷயமாகவாவது அவள் அவ்வண்ணம் நடந்திருக்கக்கூடும்தான். தான் தாயின் இறுதிநேரத்தில் கூட இல்லாவிட்டால் அயலில் வசிக்கிற தன் தங்கை சொத்து எல்லாவற்றையும் பிடுங்கிக்கொள் வாள் என்று அவ்வப்போது அவள் பரிதவித்துக் கொண்டிருந்தவள். குறிப்பாக எண்பத்து மூன்று ஐப்பசியின் பின் அது கொழும்பில் வசித்த சகோதரங்கள் யாழ்ப்பாணம் திரும்பியதோடு அதிகரித்திருந்தது. அப்போது அவள் அவ்வாறு நடந்ததற்கு அது காரணமல்லவென்றாலும் யோசிக்க ஆச்சரியம் விளைக்கத் தவறியது.

அந்த மண்ணைவிட்டுப் பிரிய அவருக்கு மனமில்லை. அந்த மண்ணில் ஒரு சுகமும், அந்த மண்ணோடான நினைவுகளால் ஒரு ஐக்கியமும் அவரிடத்தில் பின்னமின்றிப் பிறந்திருந்தன. எனினும் அதுவே பிரதான காரணமாய் நின்று அவர் நாகம்மையின் அழைப்புக்கு மறுப்பான பதிலளிப்பதில் தொழிற்படவில்லை. ஒரு இருபத்தைந்து வருஷ உழைப்பை, பலன் விளையுமா விளையாதா என்று பூடகமான நிலையிலே விட்டுப் போகத்தான் அவரால் முடியாதிருந்தது.

திரவியத்துக்கு அப்போது இருபத்தைந்து வயது.

தன் கருத்தை அவர் கடிதமாக்கினார்:

நீ இதய பலவீனக்காரி. பின் வளவில் இரவில் காவோலை விழுந்தாலே துடித்துப் பதைத்து எழுந்து விழித்து அலமருகிறவள். அங்கே இருப்பதே உனக்கு அமைதியாகவும், வசதியாகவும் இருக்குமென்றால் அங்கேயே நீ இருக்கலாம். பிள்ளைகளின் படிப்பு என்ன மாதிரி? பள்ளி மாற்ற வேண்டி வருமா? நிறையப் பேருடன் பழகவும், நிறைய நேரம் வீட்டுக்கு வெளியே தங்கவும் அங்கே அவர்களுக்கு வசதியுண்டு. தீவைப் போல யாழ்ப்பாணம் இருக்காது. அவர்கள் இயக்க ரீதியான

ஈடுபாடு கொள்ளாமல் காபந்து செய்கிற பெரிய பொறுப்பு அங்கே உன்னில்மட்டுமே இருக்கும் என்பதை மறந்து விடாதே. திரவியத்தின் போக்கில் மாற்றமில்லாதது மட்டுமில்லை, இப்போது மோசமாகவும் ஆகிக் கொண்டிருப்பது உனக்குத் தெரியும். வவுனியாவிலேயே அதிகமாகத் தங்கிவிடுகிறான். இயக்கம் ஏதாவதில் சம்பந்தப்பட்டிருக்கிறானா என்ன ஏது என்று ஒன்றுமே விளங்கவில்லை. மேலும், சங்குக்கடை வேறு பூட்டியே கிடக்கிறது. நான் என்னென்ன உள்ளே இருக்கிறது என்று திறந்து பார்க்கக்கூட இல்லை. அப்படியே அதை விட்டுவிட்டு ஓடி வந்துவிட முடியுமா? யாழ்ப்பாணம், முல்லைத்தீவு, திருகோணமலை, மன்னார்ப் பகுதிகளிலிருந்து ஆயிரக்கணக்கில் இந்தியாவுக்கு ஓடிக்கொண்டிருக்கிறார்கள். எங்கள் எம்.பி. கூட ஓடிவிட்டாராம். என்றாலும் தீவில் என்ன ஆபத்து வந்துவிடக் கூடும்? பருத்தித்துறை முனையிலிருந்து அவ்வப்போது எழும் இடியோசைச் சத்தம் இப்போது பழக்கமாகிப் போய் விட்டது எனக்கு. எனவே எல்லாவற்றுக்கும் ஒரு சீர் வரட்டுக்கும், அதன்பின் நான் அங்கே வருவதைப் பற்றி யோசிக்கலாம்.

ஒருமுறை நேசன் அவரைக் கூப்பிட வந்தபோது கடிதத்தைக் கொடுத்தனுப்பிவிட்டு அங்கேயே இருந்துவிட்டார்.

மனைவியில்லை, பிள்ளைகளில்லை... வீடு வெறித்துப் போயிருந்தது. பேச்சரவமின்றி மௌனம் பூண்டிருந்தது. ரேடியோவில் இழைந்து கொண்டிருந்த சங்கீதம் அது காரணமாகவே இனிமையையெல்லாம் பிழிந்தெடுத்துவிட்ட வரட்டு ஒலியாக இருந்தது. சோகங்கள் அழுவதுண்டுதான்.

போன மாதத்தில் தொடர்ந்தாற்போல மூன்று நாட்கள் வீட்டிலே தங்கிநின்றான் திரவியம். நிர்சிந்தையனாய் இருந்தான். இயக்க, இயக்கமற்ற ஈடுபாடென்று எல்லாவற்றையும் கைகழுவி வந்துவிட்டானோ என்று உள்ளம் பூரித்தது சங்கரப் பிள்ளைக்கு. 'ஐயாவின்ர தவிப்புத் தெரிந்துகொண்டு வந்து விட்டாயே, மகனே!' என்று அள்ளி அணைத்துக் கூவ உள்ளம் கொண்டது உத்வேகம். கிராமத் தொடுப்பனவுகளைப் புதுப்பிக்க எண்ணிப்போல ராஜி வீட்டுக்குப் போய்வரச் செய்தார். பிட்டு சாப்பிட அவனுக்குப் பிடிக்குமென்று அதிகாலை எழுந்து நான்கு மணி நேரங்கள் செலவிட்டு பிட்டு அவித்துக்கொடுத்தார். சந்தைக்குப் போய் விரால் மீன் வாங்கி வந்து குழம்பு வைத்தார். உறைக்க உறைக்க அன்று நிறையவே சாப்பிட்டான். தாயுமான புளகத்தில் அவர் திளைத்திருந்த வேளையிலே அவன் போய் வருவதாக விடைபெற்றான்.

அவன் போனபின்... பழையபடி வெறுமை, தனிமை எல்லாம் வந்து கவிந்துவிட்டது வீட்டில்.

சுந்தரலிங்கம் கேற்றைத் திறந்துகொண்டு உள்ளே சென்றபோது அன்று மட்டுமல்ல, இரண்டு மூன்று நாட்கள் பெருக்கப் படாததுமாதிரி தோற்றம் காட்டிக்கொண்டிருந்தது முற்றம். பூவரசம் பழுத்தல்கள் வேலியோரமெங்கும் இறைந்து கிடந்தன. வீட்டோரம் நின்றிருந்த பலா வேறு தன் பங்குக்காய் மஞ்சள் இலைகளை நிறையவே உதிர்த்திருந்தது.

சங்கரப்பிள்ளை விறாந்தையில் கன்வஸ் கட்டிலில் அமர்ந்திருந்தார். மடியிலே தடித்த பழைய புத்தகமொன்று. படிக்கத் தொடங்கியிருப்பதாகச் சொன்ன கந்தபுராணமாயிருக்கலாமென எண்ணிக் கொண்டார் சுந்தரலிங்கம்.

சங்கரப்பிள்ளை வழிவழியாகத் தொடர்ந்துவந்த புலவர் பரம்பரையைச் சேர்ந்தவர். அந்தப் புலமைத்துவம் சங்கரப்பிள்ளையின் பாட்டன் முருகேசம்பிள்ளையின் காலத்திலேயே திருப்புமுனை அடையத் தொடங்கிவிட்டது. என்றாலும் தமிழ் இலக்கியத்தில் திளைக்க இவர்களால் இயன்றிருந்தது. இலக்கியத்தை மூச்சாகக் கொண்டிருக்காவிட்டாலும், நிம்மதியாக மூச்சுவிட்டிருக்கிறபோது இலக்கிய உபாசனை பண்ணப் பழகியிருந்தார்கள்.

வாழ்க்கையென்பது வேறென்ன?

இலக்கியமென்பது வேறென்னத்திற்காக?

யாழ்ப்பாணம் குடாக்கடலோடு ஒரு தீவாகிப்போனதாக யாரோ தமிழ் அபிமானிகளைத் திட்டும்போது வெளிப்படுத்திய கருத்து அப்போது ஞாபகமாகியது சுந்தரலிங்கத்துக்கு. வாழ்க்கையை மிகுந்த நிறுதிட்டத் துடன் ... துல்லியத்துடன் ... வகுத்திருந்தவன் இந்த யாழ்ப்பாணத்தான். நிலம் ... வாழ்வியலின் அனைத்து அம்சங்களினதும், புருஷார்த்தங்களினதும் மூலமாய் இவன் வழிபட்டது இதனைத்தான். இதிலிருந்துதான் சுழற்பெடுக்கிறது வாழ்க்கை இவனுக்கு. நிலம், வீடு, முடிந்தால் ஒரு உபரிநிலம் இகலோகக் குறிக்கோள். அது தோட்டக் காணியாக இருந்தால் சிறப்பு. பெரிய கூட்டுக் குடும்பமாக வாழ்க்கையை எப்போதும் இவன் அமைத்திருந்ததில்லை. அளந்து எல்லைவேலியிட்டு பாகமாய்க் கூறு போடாவிட்டாலும் அண்ணன் தம்பி, இன்ன பிற உறவுகளுக்குள் ஒரே காணிக்குள் வீடாவது வேறு வேறாகவே இருந்தது. தன்னுடைய குடும்பத்தை தானும், தன் மனைவியும், தன் பிள்ளைகளும், தனதோ அவளதோ தாய் தகப்பனுமென்ற அளவில் சுருக்கிக் கொண்டதற்கு நிலத்தின் அளவே ஆதாரமாய் அமைந்திருந்தது எனக் கொள்ளில் தவறில்லை. இவ்வளவும் அடைந்த பிறகுதான் ... பள்ளி.

பள்ளி, கல்விக்கானது மட்டுமின்றி உத்தியோகத்துக்கான பிரதான மார்க்கமாகவும் இருந்தது. கோழி மேய்த்தாலும் கொறணமேந்தில மேய்க்கவேணும் என்ற பழமொழி இது மாதிரியான ஒரு சமூகத்தில்தான் எழமுடியும். இதற்கு ஆயிரம் நியாயங்களுண்டு. வெறுமனே திட்டமிடலிலும் கணக்கீட்டிலும் யாழ்ப்பாணக் கலாசாரம் அமைந்து போகவில்லை. தேவையின் அடிப்படையிலேயே சமூக மாற்றங்கள் நேர்கின்றன. அதனடிப் படையிலேயே ஒரு சமூகத்தின் அமைவு நிகழ்கிறது. யாழ்ப்பாணச் சமூகத்தின் தன்மை அவ்வாறு ஆனதற்கும் ஒரு தேவையே மூலாதாரமாயிருந்து நியதி செய்கிறது. அந்தப் பிரதேசத்தில் அவன் தோட்டவாசியாக வாழ நேர்ந்தது மனித இஷ்டங்களை மீறிய இயற்கையின் ஆணை. கரையோரப் பிரதேசங்களில் மீன்பிடித்தலும், மற்ற இடங்களிலே விவசாயமும் ஜீவனோபாயமாக அமைந்தது இந்த ஆணையின் நிமித்தமே. வரண்ட அப்பூமியில் ஆழ்கிணறுகள் தோண்டி

நீரூற்றுகள் கண்டதும், கடின மேனியில் புடைத்துப் புடைத்து நின்ற பாறைகளை ஒதுக்கி கல்பட்டுவிடாத அவதானத்துடன் மண்வெட்டி போட்டதும் மகத்தான வலிமைகளிலும், மகா தேவைகளிலுமே சாத்தியமாக முடியும். அதோ, கரிய மேனியுடன் விறைத்து விறைத்து நிற்பவை பனைமரங்களில்ல்ல. ஆச்சரியக் குறிகள்! அந்த வரட்சியை வளத்துக்குத் திருப்பிய மனித அசாத்தியத் திறன் கண்டு இயற்கை வெளிப்படுத்திய ஆச்சரியங்களின் அடையாளங்கள். அதனால்தான் தமிழ்க் காதல் உள்ளூர் அரசியலைத் தீர்மானித்த வேளையில், விவசாயம் சார்ந்த நிலைப்பாடுகள் பெருமளவுக்கு தேசிய அரசியலைத் தீர்மானித்துக் கொண்டிருந்தன அங்கே.

சங்கரப்பிள்ளை ... ஒரு பருக்கை.

யாழ்ப்பாணத்தானுக்கு பிற்காலமென்பது இதுதான். உணவு, உடை, உறைவிடத்துக்குக் கவலையற்ற நிலைமையும், படுக்கையில் விழாத முதுமையும், மரண பயமற்ற அந்திமமும்தான் இவன் கனவு காண்கிற வாழ்க்கை. இதன் முதற்பகுதியின் சம்பூரணத்தின் பின்பே மற்றைய இரண்டும் பற்றிய பிரக்ஞை தோன்றும். அதற்குப் பின் கோயில் குளம் திருவிழாக்கள்தான். கந்தபுராணம், பெரிய புராணம், திருவிளையாடற்புராணங்களின் வாசிப்பு, செவிநுகர்வுகள் தான்.

சங்கரப்பிள்ளையின் கந்தபுராண வாசிப்பை சுந்தரத்தால் புரிந்து கொள்ள முடிந்தது.

முதல்நாள் மாலையிலோ அன்று காலையிலோ விறாந்தை கழுவியிருக்கிறார் போலும். படுசுத்தமாய், நீர் வளாவிய குளிர்மை யோடிருந்தது. சுவரிலிருந்த கந்தசுவாமியார்ப் படத்து சாம்பிராணிக் குச்சியின் வாசம் கமகமத்தது. காலையிலெழுந்து குளித்து கோயிலுக்குப் போய்வந்தாரோ இல்லையோ, நெற்றியில் பளீரென்று விபூதிப் பூச்சுடன் துலங்கினார்.

சுந்தரத்தை மகிழ்ச்சியோடு வரவேற்றார் சங்கரப்பிள்ளை. தனிமை விலகுகிற சந்தோஷமா அது?

கடந்த காலங்களைக் கவனத்திலெடுக்கிறபோது அந்தளவு அந்நியோன்யம் சுந்தரம் பெண்சாதிக்குப் போலவே எவருக்கும் ஆச்சரியத்தைக் கொடுக்கக்கூடும். சிலருக்கு அதில் ஒவ்வாமையும் தெரியலாம். விசித்திரமான இந்த மனித சுபாவங்கள் பற்றிய விளக்கத்தை காலம் தன் கரங்களுக்குள் பொத்தி வைத்திருந்து தகுந்த சூழமைவுகளின்போதுதான் வெளியிட்டுக்கொள்கிறது. மின்னல் நொடிகளில் எனினும் வெளிப்படும் இவ்விளக்கங்கள் பெரும்பாலும் மனித கவனங்களுக்குப் படாமலே தோன்றுகின்றன. அதனால்தான் மனித சுபாவங்கள் இன்னுமின்னுமாய்ப் புதிரும் புதினமும் பெற்று விளங்குகின்றன.

எட்ட இருந்த நாற்காலியை எடுத்துவந்து கிட்டப்போட்டு சுந்தரத்தை அமரவைத்தார். வெற்றிலைத் தட்டை எடுத்துவந்து கொடுத்தார்.

பேச்சு இயல்பான விஷயங்களில் படர்ந்தது.

அது எதைப்பற்றி இருந்தாலென்ன? மௌன உடைவுகளின் பின் எந்தப் பேச்சும் இனிமையாகவே இருக்கின்றது.

இருவரது மௌனங்களின் அடர்வுகளும் வேறு வேறு. சுந்தரம் சுற்றம் சூழ இருந்துகொண்டே தனக்கான மௌனத்தைக் காப்பவர். வாத்தியாரோ வலிந்த தனிமையில் இருந்துகொண்டு மௌனத்தை அனுபவிப்பவர். மெய் உறவில் உச்சஸ்தான இன்பங்கள் போல் மௌனங்கள் உடைபடும் தருணங்கள் அமைகின்றன.

ஆளுக்கொரு மகனை "நேர்ந்துவிட்ட" சோகம் இருவருக்குமே இருக்கிறது. அதனால் சிறிதுநேரத்திலேயே ஊர் உலக விவகாரங்களிலிருந்து விலகி தத்தம் சுய இழப்புகள், துக்கங்கள் குறித்ததாகப் பேச்சு திசை திரும்பிற்று.

சுதன் எடுத்திருந்த முடிவுபற்றித் தெளிவாய்த் தெரிந்தது. ஆனால் திரவியத்தின் போக்கு பூடகமாய் இருந்தது. அவனுடைய முடிவு என்ன, வவுனியாவில் என்ன செய்கிறான் என்பதெதுவும் எவருக்கும் தெரியாது. சுதன் கணக்காய் இந்தியாவுக்கு ஓடிவிடுவானோ என்ற பயத்தில் எதையும் வற்புறுத்த, கண்டித்துச் சொல்லத் தயங்கிக் கொண்டிருந்தார் சங்கரப்பிள்ளை. தன் மனக்குமைச்சலைச் சொல்லவும் அவருக்கு ஆளில்லாமல் இருந்தது. அது அவசங்களை, அவதிகளை அவருள் கொதிநிலைக்குமேல் உயர்த்திற்று. அதனால் சுந்தரத்தார் பேச வருகிற சந்தர்ப்பங்களில் மனத்தைத் திறந்து கொட்டி கொப்புளத்தின் ஊனம் வடிந்த சுகம் பெறுவார்.

அன்றைக்கும் அது மாதிரியே நடந்தது.

"திரவியம் அப்பப்ப வீட்டுக்கு வாறான் போறான் சரி, ஆனா அங்க நிண்டு என்ன செய்யிறானெண்டு ஒரு இழவும் தெரியுதில்லையே, சுந்தரம்! இந்தளவு வயசுவரை வளத்து... படிக்க வைச்சு... ஆளாக்கி... அவனை இழந்திட வேண்டி வந்திடுமோவெண்டு எனக்குப் பயமாயிருக்கு. நாளும் பொழுதும் எனக்கு அவன்ர கவலைதான். இல்லாட்டி எனக்கென்ன குறை..?" என்றார் சங்கரப்பிள்ளை.

"அது மெய்தான், வாத்தியார். இருந்தாலும் என்ரய விட உங்கட நிலமையொண்டும் மோசமாய்ப் போயிடேல்லை. உங்களுக்காவது ரண்டு ஆம்பிளப்பிள்ளையள். எனக்கு... அவனை விட்டா கொள்ளிவைக்கிறதுக்கு வேற பிள்ளை இல்லை."

"என்ன செய்யிறது? அழுதாலும் பிள்ளை அவள்தானே பெறவேணும்! எங்கட துக்கங்களை நாங்கள்தான் தாங்கிக்கொள்ள வேணும். எங்களைவிட அதிக துக்கம் வந்த ஆக்களை யோசியுங்கோ. அன்ராசபுரத்தில கந்தையா வாத்தியாரின்ர மோளுக்கும் மருமோனுக்கும் என்ன நடந்ததெண்டு தெரியும் தானே?"

ஒருவர் ஒருவரைத் தேற்றிக்கொண்டார்கள்.

மேலே சிறிதுநேரம் பேசிக்கொண்டிருந்த சுந்தரம் எழுந்தார்.

"என்ன எழும்பியிட்டியள்?"

"வரப்போறன். வெய்யில் ஏறிக்கொண்டிருக்கு. பொன்னுச்சாமி வீட்டுக்கு ஒருக்காப் போய் எட்டிப்பாத்து அரசி கச்சாயிலயிருந்து வீட்டுக்கு வந்திருக்கிற விஷயம் சொல்லவேணும்."

"பின்னை வாருங்கோ. முடிஞ்சா நாளை நாளையிண்டைக்கு அந்தப் பக்கமாய் வாறன்."

சுந்தரம் நேரே ராஜி வீட்டை அடைந்தார்.

அந்நேரம்வரை சமையல் தொடங்கிய அசுமாத்தம் இல்லை. சுதன் இயக்கத்தில் சேர்ந்துகொண்டு இந்தியா ஓடிப்போனமை ஏதோ பொறுப்பில்லாத செய்கையாக எப்போதும் குறைப்பட்டுக் கொண்டிருந்த மகேஸ்வரிக்கு அவரைக் கண்டால் அக்குறை அந்தக் கணமே பறந்துவிடும். காரணம், அவள் படவேண்டிய கோபத்தினை அவளுக்கும் சேர்த்து அவரே பட்டுக்கொண்டதுதான்.

நடைபெறவேண்டிய விவாகம் தடைப்பட்டதும், ஒரு பெண்ணின் வாழ்க்கை விடியலின் தொலைவும் தெரியாமல் கழிந்துகொண்டிருப்பதும் அவன்பற்றித் தனக்குள்ள இழப்பின் வருத்தத்தோடு சேர்ந்துள்ள உபரியான வருத்தம்தான் சுந்தரலிங்கத்துக்கு. தன் சோகத்தின் உக்கிரம் கருதி பின்னதை அவர் திரஸ்காரம் செய்திருக்கலாம். நானே மகனை இழந்துபோயிருக்கிறேன், இந் நிலையில் மற்றவர் இழப்பு குறித்து நானென்ன சொல்வது என்று சொல்ல வெகு சிரமம் தேவையில்லை. இருந்தும் பொறுப்புகளை அவர் மறுதலிப்பதில்லை.

சத்தியத் தேடலென்பது நியாயங்களென்ற ஒளிவட்டிகளின்றி எங்கே, எப்போது, யாருக்கு சாத்தியமாகியுள்ளது? தன்னளவில் நியாயங்களைக் கைக்கொள்வதின் மூலமும், தன்னோடுள்ளவர்களை அவ்வாறு வாழச்செய்வதின் மூலமும் விளையும் சகலவிதமான துன்பங்களையும் துயரங்களையும் இழப்புகளையும் சகித்தலே சத்தியத் தேடலை ஒரு தர்மமாய் வரித்துக்கொண்டவரின் முதல்படி. முதலாம் படியில், இரண்டாம் படியில் கால் பதிக்காமல் சிகரம் எப்படிச் சாத்தியமாகும்?

சுதனுடைய பிரிவு கல்யாணத் தடையாக, ராஜியின் கன்னிமை நீட்சியாக, மகேஸ்வரியின் பாரத் தொடர்ச்சியாக மட்டும் தெரியவில்லை அவருக்கு. ஆயுதப் போராட்டத்தில் ஈடுபட்டவன் உயிரோடு திரும்புவதற்கு என்ன உத்தரவாதம்? யுத்த களத்தில் எதிரி மட்டும் சாவான் என்பது விதியா என்ன? இந்தப் பெண்ணின் வாழ்க்கை காத்திருப்பும், பின்னால் கைம்மையுமாய்க் கழிய நேர்ந்துவிட்டால்..? அன்று ஒரு பரஞ்சோதியின் மரணத்தின் பின் திலகவதியின் வாழ்க்கை என்ன ஆயிற்று?

மகேஸ்வரிக்கும் ராஜிக்கும் அவரவர் அளவில் துக்கங்களும் கோபங்களும் வெளிக்காட்டப்படாததாய் இருக்கக்கூடும். அதனாலேயே வார்த்தைகளால் தேற்றிவிடல் சாத்தியமாகி விடுமா? அது குறித்தே தன் வருகையாவது ஆறுதலளிக்கட்டுமென்று வசதி கிடைக்கிறபோதெல்லாம் அங்கே ஒரு நடை வந்துபோய்க்கொண்டிருந்தார்.

கல்யாணம் நடக்காவிட்டாலும் நடந்துவிட்டாற்போன்ற போக்கும் வரத்தும் இரு குடும்பங்களுக்கிடையிலும் நிறைந்திருந்தது. அவற்றின் அவ் அந்நியோன்யத்துக்கு விஜியும் ஒரு காரணம். கடந்த சுமார் ஒன்றரை வருஷமாய் விஜி அந்த இரண்டு வீட்டினதும் செல்லப்பிள்ளை.

சுந்தரலிங்கம் வரக்கண்ட மகேஸ்வரி எழுந்து வரவேற்றாள்.

அவர் நாற்காலியில் அமர்ந்தார்.

ஹோலில் கிடந்த நான்கைந்து தேநீர்க் கோப்பைகள், வெற்றிலைத் தட்டம் யாவும் சற்றுநேரத்துக்கு முன்னர் அங்கே விருந்தினர் வந்து போனதைத் தெளிவாகக் காட்டிக் கொண்டிருந்தன.

மகேஸ்வரியாகவே பேச்சைத் தொடங்கினாள். "நடக்குமெண்டு நினைச்சிராத புதினமெல்லாம் நடக்கத் துவங்கியிருக்குது, அண்ணை!"

"அப்பிடியென்ன..?"

"அவரின்ர பங்குக் காணியொண்டை விக்கிறது சம்பந்தமாய்ப் பேசுறதுக்கு தங்கம்மா ஆள் விட்டிருந்தா."

"விளங்கேல்லையே..."

"தங்கம்மா ஆக்களின்ர பராமரிப்பில தென்னந்தோட்டக் காணியொண்டு வீரபத்திரர் வீதித் தொங்கலில இருக்குதெல்லோ..."

"புத்த கோயிலுக்குப் பின்னால இருக்கிற அந்தப் பெரிய தென்னந்தோட்டக் காணிதானே?"

"அதேதான். அது இவருக்கும் கூடப் பிறந்த ஆறு சகோதரங்களுக்கும் சமபங்கு வைச்சு தேப்பன் எழுதி வைச்ச தோட்டம்..."

"சரி..!"

"அதை விக்கிறதுக்கு அஞ்சு சகோதரங்களும் விரும்புகினமாம். எனக்கு அதில என்னமாதிரி அபிப்பிராயமெண்டு கேட்டுப்போக தங்கம்மா ஆக்களை விட்டிருந்தா."

"நல்ல விஷயம்தான். என்ன சொல்லியிருக்கியள்?"

"எனக்கு முதலில விருப்பம் இருக்கேல்லைத்தான். எவ்வளவு கஷ்ரம் துன்பம் பட்டம்..! அப்ப பிரயோசனப்படாத காணி இப்ப எதுக்கெண்டு ஒரு யோசனை வந்தது. அவர் உயிரோட இருக்கேக்கைகூட ஒரு மட்டைத்துண்டு அந்தக் காணியிலயிருந்து எடுத்திருக்கமாட்டமே! கடைசியில... இந்த மாதிரி பங்குக் காணி விஷயங்களை சரியான காலநேரம் வரேக்கை தீர்த்திட வேணும், பங்குக் காணிக்கு பிரச்சினையெண்டு வந்தால் ஆயுசுக்கும் தீராதெண்டு நினைச்சு சம்மதிச்சிட்டன், அண்ணை."

"சரியான முடிவுதான்."

"இப்ப பரப்பு விக்கிற விலையில எங்கட பங்குக்கு குறைஞ்சபட்சம் இருபத்தையாயிரம் முப்பதாயிரம் வரும்."

தேநீர் வைக்க விரைந்தாள் ராஜி.

விஜி வந்து கிளிகிளித்துக் கொண்டிருந்தாள்.

தேநீர் வர குடித்துவிட்டு பஸ்ஸுக்கு நேரமாவதைக் கூறிக் கொண்டு அவசரமாய்ப் புறப்பட்டார். மாலையில் அங்கே அரசி வரவிருப்பது பற்றிக் கூற அவர் மறக்கவில்லை.

4

திட்டமிட்டபடி அந்த வாரத்தில் விஜி கல்லூரி ஹோஸ்டலுக்குப் போகவில்லை. அதுபோல் திங்கள் காலை அரசியும் கச்சாய் திரும்பவில்லை. தன்னால் தங்கமுடியாது, அடுத்த வெள்ளிக்கிழமை வந்து கூட்டிப் போவதாகக் கூறிக்கொண்டு வேலாயுதம் போய்விட்டான். மொத்தமாக ஐந்து நாட்கள் இடையே இருந்தன. அதில் மூன்று நான்கு தடவைகளாவது சந்தித்துவிடுகிற வேட்கை சிநேகிதிகளுக்கு. முதன் முறையாக தீவின் வடபகுதிக்கும் தென் பகுதிக்குமான இடைத்தூரம் அதிகம்தான் என்பதுபோல் ஒரு பிரமை தட்டியது அவர்களுக்குள்.

அன்று புதன்கிழமை. வெள்ளென எழுந்து ராஜியும் விஜியும் அரசி வீடு புறப்பட்டார்கள்.

விஜியின் தாண்டல் நடைக்கு ஏற்றவாறு மெல்ல நடந்து கொண்டிருந்த ராஜியின் பார்வை வீதியெங்கும், சூழ நாற்புறமும் பரந்துகொண்டிருந்தது. அது அவள் பிறந்து வளர்ந்து வாழ்கிற மண். தன் சொந்த உள்ளங்கை போல் பழக்கப்பட்டுப்போன பூமி. கல்லும் மண்ணும் தெருவும் ஒழுங்கையும் வயலும் குளமும் காற்றும் பனியும் மழையும் வெய்யிலும் பறவையும் மிருகமும் புல்லும் செடியும் கொடியும் மரமும் கூட அங்கே அவளுக்குப் பழக்கம். இருபத்தோராண்டுப் பழக்கம். அந்த மண்ணின் வாசம், சுவை அவளுக்குத் தெரியும். அதனாலேயே அப்போது விரிந்து கொண்டிருந்த ஒரு வித்தியாசத்தை... ஒரு மாற்றத்தை... அவளால் இனங்காண முடிந்தது.

அந்த வித்தியாசம்... அந்த மாற்றம்... அவளால் வெறுமையாகத் தவிர வேறெதாகவும் அதனை இனங்காண முடியவில்லை.

ஏழு ஏழரை மணியாகியும் வழக்கமான ஆள் நடமாட்டம் வீதிகளில் இல்லை. பல வீடுகளில் ரேடியோ அலறல் இல்லை. சில வீடுகளில் ஆளரவமே இல்லை. சகல வீடுகளும் உறங்கிக் கொண்டிருப்பதான பிரமை தோன்றியது ராஜிக்கு. வெறுமையின் உணர்வு அதனால் மட்டுமே இல்லை. ஊரிலே தர்மசீலன் இல்லை, ஏறக்குறைய திரவியமும் இல்லை, மணிபல்லவம் சனசமூக நிலையத்தைச் சேர்ந்த பல வாலிபர்களும் இல்லை. ஒன்றில் இயக்கத்தில் சேர்ந்திருந்தார்கள். இல்லையேல் தேசம்தாண்டி ஓடியிருந்தார்கள். மேலும் கலவர காலத்தில் கொழும்பிலிருந்து இந்தியா போய்விட்ட விசுவலிங்கம் அடுத்த ஆண்டில் மனைவி பிள்ளைகளையும் கூட அழைத்துக் கொண்டிருந்தார்.

இந்தியா புறப்பட்ட நாளில் கண்ணீர் மல்க பிரியாவிடை பெற்றுச் சென்ற மாலாவின் நினைவு எழுந்து நெஞ்சைக் கசக்கியது. ஆனாலும் அதுவும் ஒரு வெறுமைதான், புள்ளிக்கு கனபரிமாணம் இல்லைப்போல. அது ஒரு நிர்ப்பந்த வெறுமையென்பது அவளுக்குத் தெரியும். அதனாலேயே அந்த வரட்சியை அவளால் தாங்கிவிட முடியாது.

சுதன் தனிமனிதன். அவனுடைய பிரிவில் அவள் மட்டும்தான் பாதிக்கப்படுவாள்.

சீலன், திரவியம், வாசிகசாலைப் பக்க வாலிபர்கள் ஒரு தலைமுறை. அவர்கள் பிரிவில் மண் பாதிக்கப்படும்.

உருவம் மாறுவதைப் பொறுத்துக்கொள்ளலாம். நிஜத்தில் அது மாறிக்கொண்டும்தான் இருக்கிறது. ஆனால்... ஆன்மம் மாறுவதை..?

"வாழ்க்கை இனிமேலும் ஒரு சீரில் இங்கே ஓடுமா?" கேள்வி சடைத்துக் கிளர, விண்ணென்று வலியெழுந்தது ஒவ்வொரு நாடித் தூவிகளுள்ளும். வியர்த்தது.

அப்போதே வைகாசி வெம்மை கனக்கத் தொடங்கியிருந்தது காற்றில். இந்து சமுத்திரம் அராபியக் கடலாய்ச் சுருங்கி பாக்கு நீரிணையாய்க் குறுகி வீர்யம் குறைந்திருந்த இடமானாலும், சமுத்திரத்தின் பேர் சொல்லும்படிக்கு காற்றும் அலைகளும் சுழல்களும் அங்கே வீரிட்டுக்கொண்டிருக்கும் அந்த மாதங்களில் கூட. அன்றைக்கு அவை அடங்கிவிட்டிருந்தன. அந்த மண்திட்டிக்கே இயல்பான வெம்மையைவிட அதிக வெம்மை அடித்துக் கொண்டிருந்தது அந்தக் காலையில். காலையே இப்படியென்றால், நண்பகலில் நெருப்பு வீசுமென்று அஞ்சும்படிக்கு இருந்தது.

கோயிலைச் சமீபித்ததும் ராஜியும் விஜியும் வீதியில் நின்றபடியே அம்மனை வணங்கினார்கள்.

கோயிலைச் சுற்றி, புறவீதியில், உள்ளேயும் கூட ஆள் நடமாட்டத்தின் அரிது தெரிந்தது.

ராஜியின் நெஞ்சில் மீண்டும் கிளர்ந்தெழுந்தது அந்த வினா. "வாழ்க்கை இனிமேலும் ஒரு சீரில் இங்கே ஓடுமா?"

தெற்கு வீதியில் நின்றபடியே... நிதானமாக கோபுரத்தை நோக்கி நிமிர்ந்தாள். மீட்டு பல்திக்குகளிலும் பரத்தினாள். கீழைக் கோபுரம், தென்புறக் கோபுரம், திருவிழா மேடை, தீர்த்தக் கேணி, நந்தவனம், மகிமையுள்ள முத்தேர்கள்...

"மகிமையுள்ள முத்தேர்கள்..." யாரோ நேர்நின்று சொல்லும் பிரமை பீடிக்கிறது. அவள் கேட்டிருந்த நயினை அம்மனின் அற்புதங்கள் திரை கிழித்து நினைவிலிருந்து கிளர்கின்றன.

மனத்துள் வார்த்தைகள் ஓங்காரமாய்க் கணீரிட்டன. "முத்தேர் ஓடும் மகிமை பெற்றவள் நாகபூஷணி. இந்த மண்ணில் அவள் தேர் ஊரும்வரை, இந்த ஊரின் வாழ்க்கை வரட்சிப்படாது."

அவளால் பூரண விசுவாசம் கொள்ள முடிந்தது அந்த வார்த்தைகளில்.

அவர்கள் சந்திக்கு நடந்து பஸ்ஸெடுத்தார்கள்.

தேநீர் குடிக்கும்வரை திண்ணையிலிருந்து பல்வேறு விவகாரங்களையும் பேசிய ராஜியும் அரசியும் பின்னர் மாவடிக்கு வந்தனர். மண்ணில் அமர்ந்து அங்கேயும் பேசிக் கொண்டிருந்தனர். வீட்டு நிலைமைகள், ஊர் நிலவரங்கள், போராட்ட முகிழ்ச்சிகள் என்று எல்லாமுமேதான் பேச்சின் பொருளாயின.

தீவிலிருந்து போய்விட்டாலும், போன ஊர் கடலோரமாய் இருந்ததில் தான் பெரிய நிம்மதி கொள்வதாகச் சொன்னாள் அரசி. இரண்டு நாட்கள் அங்கு வந்து தங்கும் தன் விருப்பத்தை ராஜி வெளியிட்டாள்.

இடையே சுதனின் பேச்சு வந்தது. அதற்குப் பின்னால் ராஜியின் பேச்சில் சுருதி குறைந்துபோனது. பேசவும் பிரியப்படாததுபோல் சொற்கள் தடுமாறி விழுந்தன. அவன் பிரிந்ததை தேவைகளின் அடிப்படையில் அவள் சிலாகிக்கிறாளா, ஏற்றுக் கொள்கிறாளா, வெறுக்கிறாளா என்று தெரிவது அரசிக்குக் கஷ்டமாகவே இருந்தது அப்போதும்.

சுந்தரலிங்கம் வீட்டிலேயே நின்றிருந்தார். ராஜி வந்தவுடன் சிறிது பேசினார். ராஜியும் அரசியும் மாமரத்தடிக்கு வந்ததும் விஜியோடு சில நிமிஷங்களைக் கழித்தார். பின் சார் வீட்டு பெட்டக வாங்கில் படுத்துத் தூங்க ஆரம்பித்துவிட்டார். இனி சாப்பாட்டுக்கு யாராவது எழுப்பும் வரை தூங்குவார். அல்லது சூழல் மறந்து யோசனையில் ஆழ்ந்து கிடப்பார். அவரின் ஒடுக்கத்தை தெளிவாகவே காண முடிந்தது ராஜியால்.

மதியம் சாப்பிட்டுச் செல்லும்படி வற்புறுத்தினாள் அரசி. அதனால் இரண்டரை மணிக்கு மேலேதான் அங்கிருந்து புறப்பட முடிந்திருந்தது அவர்களால்.

வீட்டிலே ஹோல் கதவு திறந்திருந்தது. அம்மா யாரோடோ பேசிக்கொண்டிருந்தாள்.

"கப்பலெடுக்கிறதாய்ச் சொல்லிக்கொண்டு ராசன் பம்பாய் போனதைவிட, சுதனைப்போல இயக்கத்திலயாவது சேர்ந்திருக்கலாம். நான் இவ்வளவு கவலைப்பட்டிருக்க மாட்டன்."

அவன்பற்றிய கவலையில் அம்மா மீண்டும் ஆழத் தொடங்கி விட்டாள் என்பது புலனாயிற்று ராஜிக்கு. பம்பாயில்தான் இருக்கிறானா, வேறெங்காவது போய்விட்டானா என்று அவர்களுக்கு எதுவுமே தெரியவில்லை. கடந்த ஆறேழு மாதங்களாக அவனிடமிருந்து கடிதம் இல்லை. ஏன் எழுதவில்லையோ?

அவளுக்கு கவலைகள் இப்போது ஆத்திரமாக வெடித்துச் சிதறத் துவங்கியிருந்தன. அவள்மீதும், சுதன் மீதும்... எவர்மீதும். ராஜேந்திரன் ஜேர்மனி போகவில்லையென்ற சோகத்திலிருந்து, 'அட, விதியே!' என்று மீள அவளால் இயன்றிருந்தது. ஆனால் கப்பலெடுக்கக் கொண்டுசென்ற பணத்தை யாரிடமோ மோசம் போனதைத்தான்

தாங்கமுடியாமலிருந்தது. அதுதான் உண்மையா என்று அவளுக்குத் தெரியாது. யாரிடத்திலோ ஏமாறினாலென்ன, அவனே கரைத்துக் குடித்தாலென்ன? இரண்டும் ஒன்றே. இழப்பு அந்த நேரத்தில் பணம் என்ற ஒன்று மட்டுமாகவே தெரிந்தது. கோபத்தைக்கூட வெளிப்படையாக அவள் காட்டிக் கொள்ளவில்லை. உள்ளுக்குள் வைத்து அழுத்தி அழுத்திப் புலம்பிக்கொள்வதின் மூலம் அதுவாயே வெளிவந்தது.

ராஜி உள்ளே வரவும் சாப்பிட்டாயிற்றா என்று கேட்டாள்.

சாப்பிட்டுவிட்டதாக விஜி கூறவும், "நான் இவ்வளவு நேரமாய்ச் சாப்பிடாமல் இஞ்ச காத்துக்கொண்டிருக்கிறன்..." என்று புறுபுறுத்தாள். பின், கடிதமொன்று வந்திருப்பதைக் கூறி மேசை மீது பார்க்கச் சொன்னாள்.

தாங்கள் வீடு திரும்பும்வரை அம்மா சாப்பிடமாட்டாளென்று தெரிந்திருந்தும் அதுவரை அதுபற்றிய யோசனை எழாததில் மெல்லிய வலியை உணர்ந்தாள் ராஜி. மாமன் வீட்டிலேயே சாப்பிட்டிருந்தாலும் நேரத்தோடு திரும்பி வந்து அவளைச் சாப்பிட வைத்திருக்க வேண்டியது கடமை.

கடிதம்பற்றிய தகவல் பெரியதான ஆர்வத்தைத் தரவில்லை. அது தினசரி வரத்தாக இல்லாதபட்சத்திலும், யார் அவளுக்கு எழுதக்கூடும்? மேசையை நெருங்கியவள் வெளிநாட்டுக் கடித உறையின் நீலம் சிவப்பு வர்ணங்கள் தெரிய விரைந்து சென்று கடிதத்தை எடுத்துப் பார்த்தாள்.

சுதன் எழுதியிருந்தான்.

அவள் அறைக்குள் ஓடி கடிதத்தைப் பிரித்தாள்.

ஆருயிர் ராஜிக்கு...

மனம் துள்ளியது. உடலெங்கும் இனம்புரியாத உணர்ச்சி வீச்சு. அவனையே கண்டது போன்ற ஓர் இன்பப் பெருக்கு. கண்ணில் நீர் சேர்ந்து பார்வையை மறைக்க, கசக்கிக் கொண்டு கடிதத்தில் பார்வையைத் தீக்ஷண்யித்தாள்.

மேலே வாசிக்க வாசிக்க அவளது நெற்றி சுருங்கியது. இதழ்களில் ஓர் இறுக்கம்வந்து கவிந்தது. அவன் அதைத்தான் எழுதினானா என்று சந்தேகத்தின் நிழல் முகத்தில் படிந்தது.

இல்லை. அவன் அதைத்தான் எழுதியிருந்தான்.

நீ அங்கே இருக்கிற ஒவ்வொரு நிமிஷமும் நான் இங்கே கரைந்துகொண்டிருக்கிறேன்.

அது அவன் மாறிவிட்டதன் செய்தியைச் சுமந்து வந்த வாகனம். ஆனால்... எப்படி ஆயிற்று அப்படி?

இந்தியாவுக்கு வரும்படி எழுதியிருந்தான் சுதன். கும்பகோணம் முகாமிலிருந்து தான் அப்போது சென்னைக்குப் போயிருப்பதாகவும், அண்ணாநகர் சென்ற இடத்தில் ஒருநாள் மாலாவைக் கண்டதாகவும்,

கூடிச்சென்று தாயாரைச் சந்தித்துப் பேசியதாகவும், சென்னை வந்தால் அவர்களோடு அல்லது அவர்களது வீட்டுக்குச் சமீபமாக தெரிந்த வேறு இலங்கையர் வீட்டில் தங்கலாமென்றும் எழுதியிருந்ததைக் காண எப்போதும் எந்தக் கடிதத்தின்மீதும் ஏற்படாத வெறுப்பொன்று ஊற்றெடுக்க ஆரம்பித்தது அவள் இதயத்தில்.

அவளை அந்த மண்ணிலிருந்து கிளப்ப எடுத்த முயற்சியன்றி வேறென்ன அது? அந்த மண் என்றும் அவள் பிரிய நினையாதது. இந்தியா போவதின் மூலம் ஒன்று, தாய்மண்ணைப் பிரிகிறாள். இரண்டு, தாயைப் பிரிகிறாள். முன்னது, அவசியங் கருதி முடியலாம். பின்னது, எந்த அவசியத்திலும் முடியாதது. அம்மா இவளளவில் தெய்வம். கோயில்... விளக்கேற்றப் பட்டுக் கொண்டிருக்க வேண்டும். தெய்வம்... தொழப்பட்டுக் கொண்டிருக்க வேண்டும்.

அவளுடைய அம்மா அவளைச் சாதாரணமாக வளர்த்துவிடவில்லை. எத்தனங்களின் உச்சத்தை அடைந்ததின் மூலமே தன் குறியை அவளால் அடைய முடிந்தது. அதுமாதிரிச் சிகர சாதனைகளை தெய்வங்களே சாதித்தல் கூடும்.

எல்லாம் அவனுக்கும் தெரியும். அவள் தாயாரைத் தெய்வமாக வணங்குபவளென்றும், அவளிடமிருந்து அவளைப் பிரிப்பது நடக்கமுடியாததென்று தெரிந்தும்தான் அப்படி எழுதியிருக்கிறான்.

அதில் கட்டளை இல்லை. தவிப்பின் அழைப்புத்தான் இருந்தது. ஆனாலும்...

அவனுடைய அழைப்பை முற்றாக மறுத்துவிடுவதிலுள்ள பிரதிகூலங்கள் அவளுக்குத் தெரிந்திருந்தன. ஆனாலும் அம்மாவைப் பிரிதல் சாத்தியமே இல்லை. அதுவும் அவள் தக்க துணை ஏதும் இல்லாத நேரத்தில.

அதையே எழுதிவிட நினைத்தாள். பின் வேண்டாமென்று மனம் சொல்லியது. மறுத்தலின் மூலமாகவன்றி தவிர்த்தலின் மூலமாக, மௌனங்களின் மூலமாக சில சிக்கல்கள் தீர்க்கப்பட முடியும்தான்.

சிறிதுநேரத்தில் அறைவாசலில் வந்து நின்றாள் மகேஸ்வரி. பின்னால், எட்டிப் பார்த்தபடி விஜி.

"சுதன் என்ன எழுதியிருக்கு?"

"உ.பி.றெயினிங் முடிஞ்சு கும்பகோணம் காம்ப்பில வந்து நிண்டாரெல்லே... இப்ப மட்ராஸுக்கு வந்தாச்சுதாம். மட்ராஸில ஒருநாள் மாலாவைச் சந்திச்சாராம்."

"நாட்டுக்கு வரவேண்டியிருக்குமெண்டு ஏதாவது எழுதியிருக்கா?"

"இல்லை."

"வேறயென்னவாம்?"

"வேறயொண்டுமில்லை."

“வேறயொண்டுமில்லையோ?” என்றபடி விஜி முன்னே வந்தாள். “அப்ப எதுக்கு கப்பல் கவிழ்ந்தது மாதிரி ஏங்கிப்போய் இருக்கிறாய்? எங்க, காகிதத்தைத் தா, நான் படிச்சுப் பாக்கிறன்.”

“சும்மா இரு பிள்ளை, எந்தநேரமும் பகிடி கூடாது” என்று விஜியை அடக்கிய மகேஸ்வரி உள்ளே சென்று ராஜிக்கருகே கட்டிலில் அமர்ந்தாள். “மறைக்காமல் சொல்லு, ராஜி. உன்னைப் பாக்கவே நீ ஏதையோ மறைக்கிறாயெண்டு தெரியுது.”

ராஜி எரிச்சலோடு எழுந்தாள். “ஒண்டுமில்லையெண்டு சொல்லுற னெல்லே!” என்றபடி ஜன்னலோரம் வந்து நின்றாள்.

“அம்மா ஆணை ஒண்டுமில்லையெண்டு சொல்லு.”

“...”

“ங்ஆ... அப்ப, ஏதோ இருக்கு. என்னெண்டு கேளுங்கோ, அம்மா.”

இனியும் முடியாதென்ற நிலையில் விஷயத்தைத் தெரிவித்தாள் ராஜி. “பெரிசாய் ஒண்டுமில்லையம்மா, என்னை இந்தியாவுக்கு வரச்சொல்லுறார்.”

“ஏன்?” பதைத்துக் கேட்டாள் மகேஸ்வரி. “இயக்கத்தில சேரவா?”

“இல்லை.”

“பின்னை எதுக்கு?”

“எனக்கு இஞ்ச ஏதாவது நடந்திடுமோவெண்டு பயமாயிருக்குதாம்.” கூறிவிட்டு ராஜி சிரிக்கத் தொடங்கினாள்.

“என்ன ராஜி? ஏன் சிரிக்கிறாய்?”

“தமிழினத்தைக் காப்பாத்துறதுக்கு இயக்கத்தில சேர்ந்த ஆள், இப்ப என்னைக் காப்பாத்துறதுக்காக இந்தியா வரச்சொல்லி நிக்கிறாரே, அதை நினைச்சன், சிரிப்பு வந்திட்டுது.”

“ஏன்? இயக்கத்தில சேர்ந்தால் சொந்தத் தாய் தேப்பன் சகோதரம் பெண்சாதி பிள்ளையளெண்ட பாசமும் இல்லாமல் போயிடுமோ? மனிசத்தன்மையள இழந்து அப்படியெல்லாம் வாழ்ந்திட ஏலாது.”

“சரி, அப்படியே இருக்கட்டும். ஆனா எனக்குப் போக இஷ்டமில்லை.”

“விசர்க் கதை கதையாத. சுதன் கூப்பிட்டால் நீ போக வேண்டிய ஆள்தானே!”

“சும்மா போம்மா, நான் போகப்போறதில்லை.”

“ஏன்?”

“ஏனெண்டால் என்ன?”

“ஏன் போகமாட்டனெண்டு சொல்லுறாய்?”

“என்னம்மா இது? எனக்கு வாற ஆபத்து மாதிரித்தானே உங்களுக்கும் வரும். அப்படித்தானே விஜிக்கும் வரும். அப்படியிருக்க ... ரெண்டு

பேரையும் விட்டுட்டு நான் மட்டும் போய் இந்தியாவில எப்பிடி நிக்கிறது?"

ஊரில பெருவாரிப் பேர்போல ஜேர்மனிக்கோ பிரான்சுக்கோ அவுஸ்திரேலியாவுக்கோகூட அம்மாவை விட்டுவிட்டுப் போக மாட்டேனென்று அன்றொருநாள் ஜெஸ்மினின் தாயாருக்கு ராஜி சொன்னது ஞாபகமானது மகேஸ்வரிக்கு.

இதயம் ஒரு துள்ளல் துள்ளி விழுந்தது. மகேஸ்வரி உணர்வூற்றை அடைத்தாள். அவள் அறிவார்த்தமாய் நடந்துகொள்ள வேண்டும். அவளும் கலங்கி, குழம்பி நின்றால்..?

"வயசே அம்பதாகப் போகுது. எனக்கென்ன பிள்ளை வந்திடப் போகுது? பேசாமல் நான் சொல்லுறதக் கேள்."

"பதினாறு பதினேழில வரக்கூடாதது ஐம்பதிலயும்தான் வரக்குடாதம்மா. குரோதமும், காமமும், சன்னமும் வயசு பாக்கிறதில்லை."

"சொல்லுறதக் கேள். அவசியமெண்டால் நான் அரசியோட போயெண்டாலும் கொஞ்சநாள் நிப்பன். விஜியைப் பற்றி அவ்வளவாய்க் கவலைப்பட இல்லை. அவ அடுத்த கிழமை ஹோஸ்டலுக்குப் போயிடுவா. இண்டைவரையில பள்ளிக்கூடங்கள் எல்லாருக்குமே பாதுகாப்பாய்த்தான் இருந்து வருகுது."

"அதைத்தான் நானும் சொல்லுறன். விஜி ஹோஸ்டலுக்குப் போயிட்டால் நீங்கள் இஞ்ச தனியன்தானே? ராசன் இருந்தானெண்டாலும் பரவாயில்லை..."

கேட்டு, கடகடவெனச் சிரித்தாள் மகேஸ்வரி. அந்த அட்டகாசத்தில் வாயடைத்து நிமிர்ந்து அவளைப் பார்த்தாள் ராஜி.

"எனக்கு இஞ்ச காவல் வேண்டாம், ராசாத்தி. நீ சுதனோடு போய்ச் சேர்ந்திட்டால் எனக்கு அதுவே போதும். பெரிய பாரம் குறைஞ்சதுமாதிரி நிம்மதிப்படுவன் நான்."

"அம்மா..."

"என்ன... ஓ, பாரமெண்டு சொல்லியிட்டனெண்டு பாக்கிறாயாக்கும்! என்ன மாதிரி எடுத்தாலும் சரி, நீ இன்னும் எனக்குப் பாரம்தான். ராஜி, எழுத்து முடிஞ்சதோட என்ர பொறுப்பு தீர்ந்துட்டுதெண்டு எண்ணாத. நீ சுதனிட்டப் போய்ச்சேருற வரைக்கும், இல்லாட்டி சுதன் வந்து கூட்டிக் கொண்டு போறவரைக்கும், நீ எனக்குப் பாரம்தான். நம்பிக்கைச் சொத்துத்தான். இது, எந்தப் பொம்பிளைப் பிள்ளையும் தன்ர தாய் தேப்பனுக்கு எந்தக் காலத்திலயும் பாரம்போல ஒரு பாரமே தவிர, வேண்டாத பாரமெண்டு சொல்லுறதாய் நினைக்காத."

ராஜி திரும்பி ஜன்னலூடு வெளியே பார்த்தாள். மகேஸ்வரி தொடர்ந்தாள்: "இப்ப போகக்கூடிய நிலமயும் இருக்கு. போறதுக்கு நீ கெதியாய் ஒழுங்கு பண்ணுறது நல்லது."

"வீணாய் வற்புறுத்தாதயுங்கோ. இந்த விஷயத்தில நான் ஆரின்ர பேச்சையும் கேக்கிறதாயில்லை."

ராஜியின் தீர்க்கம் மகேஸ்வரியைத் திணறவைத்தது. ஆனாலும் விட்டுவிட முடியாத விஷயம் ... ராஜி இந்தியா போகவேண்டும்.

"போகேல்லையெண்டால் என்ன அர்த்தம்? சுதனுக்கு என்ன பதில் எழுதுவாய் அப்ப?" என்று விடாப்பிடியாகத் தொடர்ந்தாள் மகேஸ்வரி.

"பிறகு வாறதாய் எழுதுவன்."

"பிறகும் சுதன் எழுதும்."

"அப்பவும் ... இப்ப வர ஏலாமல் இருக்கு, பொறுத்து வாறதாய் எழுதுவன் ..."

"பிறகும் எழுதினால் ..?

"எழுதாது. அதுக்குள்ள எனக்கு இந்தியாவுக்கு வர விருப்ப மில்லையெண்டது அதுக்குத் தெரிஞ்சிடும்."

"சரியான விசர்தான் இவளுக்கு" என்று புறுபுறுத்தபடி அறையைவிட்டு வெளியேறினாள் விஜி. அவள்போல் வெளியேற முடியாத மகேஸ்வரி தன் உப தேசத்தைத் தொடர்ந்து கொண்டிருந்தாள்.

ராஜியின் பார்வை ஜன்னலூடு வெளியே பரந்து எதிலெதிலோ படிந்து கொண்டிருந்தது. கடைசியாகக் கிணற்றடிப் பக்கம் திரும்பி துணிக் கல்லில் படிந்தது. கல்லில் மாலை நிழல் விழுந்திருந்தது.

5

மனத்துக்குள் உளைவெடுத்துக் கொண்டிருந்தது சங்கரப்பிள்ளை வாத்தியாருக்கு. திரவியத்தை நிமிர்ந்து பார்க்கிறபோதெல்லாம், அவனோடு தீர்க்கமாகச் சில விஷயங்களைப் பேசிவிடுவதென்று முன்பே முடிவு செய்திருந்தும், நேரில் பார்த்தபோது முடிவு பின்வாங்கத் தொடங்கிவிட்டது. போன தடவை பார்க்கையில் இருந்ததுபோல் அவன் இல்லைத்தான். சிந்தனை இறுக்கம் கொண்டிருந்தது முகம்.

வன்னியில் அவன் தங்கத் தொடங்கி ஓராண்டுக்கும் மேலே. தாயார் நல்லூர் போயும் ஏறக்குறைய அதேயளவு காலம்தான். இத்தனை காலத்தில் ஐந்தாறு தடவைகள்தான் அவன் அங்கே வந்து போயிருக்கிறான். ஒரு பிள்ளைமீது தந்தை காட்டவேண்டிய கரிசனங்கள் பற்றி அவனுக்குத் தெரியும். அவற்றைவிட அதிகமானவற்றையே அவன் தந்தை அவன்மீது காட்டியிருந்தார். நியாய அநியாய அக்கறைகளில் இறுக்கத்தைத் தளர்த்திக்கொண்டு அரசியல் சதுரங்கமாட அவர் சில ஆண்டுகளுக்கு முன்னர் முயன்றதுகூட பெருமளவு அவன்பற்றிய எதிர்காலம் சுட்டியே. அதற்காக அவன் அவர்மீது கோபப்பட்டு வெறுப்படைந்த காலங்கள் உண்டு. அவரே அது புரிந்துகொண்டு நிமிர்ந்து பார்க்கவும் பயந்து திரிந்தாரே! எனினும் அவ்வக்கறைகளின் நிமித்தமாகவே பிளக்க முடியாத ஒரு தொடுப்பு அப்போதும் விழுந்திருந்தது.

அவன் நல்லூர் போய் தாயாரையும் பார்த்தான். அவளுக்கும் அவன்பற்றி வேறுவேறு வகையான விருப்பங்கள் இருந்தன. காலகாலம் வழிவழியாய் வரும் உலகியல்சார் விருப்பங்கள் அல்ல அவை. புதிய அலைகள் கிளர்த்திய விருப்பார்வங்கள். இடியென முழங்கும் கடற்படையின் சீனப் பீரங்கிப் படகுகள் எழுப்பிய அச்சமே அவள் நல்லூர் போய்த் திரும்பாதிருந்துவிட்டதற்குத் தெரியவந்த வெளிப்படையான காரணமெனினும், அது முதன்மைக் காரணம் இல்லை.

அது அவனுக்குத் தெரியும்.

ஒரு பேராசையின் இறுக்கமான பிடி அது.

அவன் அகப்படமாட்டான்தான். அதுக்காக அவள் தன் ஆதங்கத்தைக் குறைத்துக்கொள்ள மாட்டாள். மட்டுமில்லை. அவளுக்கு இன்னும் மூன்று பிள்ளைகள் இருக்கின்றார்கள். கொழும்பிலிருந்து ஓடிவந்துவிட்ட அவளது சகோதரிகளுக்கு சகலமும் தெரிந்திருந்ததாக அவள் நம்பியிருந்த வகையில் அவர்கள் முனைவதுபோல் தானும் முனைய ஏன் பின்னிற்கப் போகிறாள்?

தந்தைக்கு அந்தமாதிரி ஆசையில்லையென்பது அவனுக்குத் தெரியும். ஒரு சின்ன அரசாங்க உத்தியோகம், அரசாங்கக் கூட்டுத்தாபன வேலை என்பது மாதிரியான பொடிப் பொடி ஆசைகளே இருந்தன. அதற்காகத்தான் வலுக்கட்டாயமான ஒரு தனிமையிலும் பிரிவிலும் அவர் உழன்று கொண்டிருந்தது. கடைக்குட்டி சுகந்தியில் அவருக்குக் கொள்ளை ஆசை. நாளுக்கு நானூறு தடவை அவள் பெயரைக் கூப்பிடவேண்டும் அவருக்கு. அவளையுமே அவர் பிரிந்திருக்கிறார். எல்லாம்... அவனுக்காகவே. அதன் பின்னாலுள்ள பாசத்தின் வலிதை அவன் உணர்ந்தான். அதனால்தான் இரண்டு மாதங்களுக்கு ஒரு முறையேனும் அவன் அங்கே வந்து போய்க் கொண்டிருந்தது.

வேலை வாய்ப்பு, வளமான வாழ்வு போன்ற ஆசைகளின் பின்னால் அவனுக்குத் திருமணம் செய்து வைக்கிற ஆசையும் உண்டு. அது ஆசை மட்டுமல்ல, பலனும். இருபத்தைந்து வருடப் பலன்.

அந்தக் கோணத்தில் சிந்திக்கிறபோது அவனே கொஞ்சம் தளர்ச்சியடைவான். ஆயாசம் வந்து இதயத்தைக் கவ்வும். உறவுகள் முதற்கொண்டு உலகமே ஒரு போலியென நம்பிக்கையீனம் சூழும். எனினும் அவை முழுக்க முழுக்க அவன் பாசத்தைக் கொன்றுவிடுவதில்லை. பாசம் இருந்தது. அதற்காக அவரது அபிலாசைகளைத் தொடர்ந்தும் வளர்த்துக்கொண்டுபோக அனுமதிக்க வேண்டியதில்லை. சிறிதாகவோ பெரிதாகவோ சில கசப்புகளை அவர் அடையக்கூடுமாயினும், தன் நிலைப்பாட்டினை அவன் அவருக்குத் தெரிவித்துவிடுவதே தக்கது. அதன்மூலம் அவருக்கு அவன் உபகாரம் செய்பவனே ஆகிறான். அவரது அவன்மீதான எதிர்பார்ப்புகள் அடங்கிவிட்டால், அவர் தன் தனிமை வளையங்களை உடைத்துக்கொண்டு தாயாரிடம் நல்லூருக்குப் போய்விடவும் கூடும்.

கூட, அவனே பல்வேறு குழப்பங்களிலும் சிக்கல்களுள்ளும் ஆழ்ந்து போயிருந்தான். சகல பாரங்களையும் அவனால் சுமக்க முடியாது.

பீலிபெய் சாகாடும் அச்சிறும். ஒரு முனையிலாவது அவன் இலகுவாவது அவசியம். அதனால் தன் எண்ணத்தைத் திட்டவட்டமாகத் தந்தைக்குத் தெரிவித்துவிடுகிற எண்ணத்தோடேயே அவன் அன்றைக்கு வந்திருந்தான். ஆனால் சகஜமான ஒரு சூழ்நிலை அன்றைக்கு அமைந்திருக்கவில்லை. போன தடவை அவனைக் கண்டதும் மிக்க குதூகலமடைந்து உடனே சந்தைக்கு ஓடி, காய்கறி வாங்கிவந்து சமையல் செய்து... ஏக தடல்புடல் இருந்தது. அது இன்றில்லை. மட்டுமில்லை. மாறான உணர்வு நிலையும் அடைந்திருந்தது.

சிறிதுநேரம் அப்படியே இருந்துவிட்டு தொண்டையைக் கனைத்தார். எதையோ கேட்டு பேச்சைத் துவங்கினார்: "தம்பி, ராவைக்கு நிண்டு போவாமயெல்லே?"

"ஓம், ஐயா! ரண்டு நாளைக்கு நிண்டுதான் போகவேணும். யாழ்ப்பாணத்தில வேலையிருக்கு."

"ம்!"

சிறிதுநேரம் பலாமரக் கிளைகளில், தீன் முருங்கையில் பாய்ந்து திரிந்த இரண்டு அணில்களையும் பார்த்தபடி இருந்தார். கவனம் இல்லாமலேதான். பின், "தம்பி, என்ன செய்ய நினைச்சிருக்கிறாய்? இண்டைக்கு நீ தெளிவாய் ஒரு பதிலைச் சொல்லவேணும். தினம்தினம் என்னால குழம்பிக் கொண்டிருக்க ஏலாது" என்றார்.

தந்தையும் ஏற்கனவே சுதனைப்போலவே தீர்மானித்திருந்தது திரவியத்துக்குத் தெரிந்தது. குரலின் தீர்க்கமும், முகத்தின் இறுக்கமும் அதை வெளிக்காட்டின. அவன் சொன்னான்: "நீங்கள் எதைப்பற்றிக் கேக்கிறியளெண்டு எனக்குத் தெரியுதையா! எனக்கும் உங்களைக் கனகாலம் இப்படியே ஒண்டும் தெரியாத நிலையில வைச்சிருக்க விருப்பமில்லை. என்ர மனத்திலயிருக்கிற எண்ணங்களையும் திட்டங் களையும் சொல்லிவிடுகிற எண்ணத்தோடதான் இண்டைக்கு நானும் வந்திருக்கிறன்."

மேலே சொல்ல உள்ள விஷயத்தின் கனதியில் ஒரு சின்ன இடைவெளி வந்து விழுந்தது.

கணப்பொழுதுகள் கரைந்தன.

"தீவைவிட்டு நிரந்தரமாய்ப் போய்விடுற தீர்மானமேதும் என்னிட்ட இல்லை, நான் முதன்முதலாய் வவுனியா போயிட்டு வாறனெண்டு சொல்லியிட்டுப் போன நேரத்தில."

"உவன் சிவா வந்து கூட்டிக்கொண்டு போனான் அண்டைக்கு."

"ம்! அவனுக்குக்கூட இந்தளவாகுமெண்டு அப்ப தெரிஞ்சிராது தான். இப்ப நிலமை அவன் எதிர்பாராத... நான் எதிர்பாராத... ஆருமே எதிர்பாராத எல்லைக்குப் போயிட்டுது. உங்களிட்ட நேரில் இதைச் சொல்ல... முதலில, எனக்கு வெக்கமாயிருக்கு. ரண்டாவதாய், பயமாயிருக்கு. ஆனா எப்பிடியும் நான் அதைச் சொல்லத்தான் வேணும்."

அவர் நிமிர்ந்து அவனைப் பார்த்தார்.

அவன் சொன்னான்: "நான் இப்ப சொல்லப்போற விஷயம் இவ்வளவு நாளும் ரகசியமாய் இருந்தது. இனியும் ரகசியமாய்த்தான் இருக்கவேணும். இந்த விஷயத்தில மட்டும்... அதுவும் வேற ஆள் சம்பந்தப்பட்டிருக்கிறதால எனக்கு உங்கட உத்தரவாதம் தேவையாயிருக்கு."

மெல்லிய பின்னமளவு அவரது தலை அசைந்தது.

அதுபோதும் அவனுக்கு.

தலையை வாகாக நிமிர்த்தி, விரிந்த வானப்பரப்பில் பார்வையை எறிந்தவண்ணம் சொல்லத் துவங்கினான் திரவியம்: "83 ஆடிக் கலவரம் முடிஞ்சு ரண்டோ மூண்டோ மாசத்துக்குப் பிறகு ஒரு பின்னேரப் பொழுதில கடைக்கு வந்த சிவா என்னைக் கூப்பிட்டு ரகசியமாய்ப் பேசினான். கொழும்பிலயிருந்து உதயன்ர பெண்சாதி சுவர்ணா பிள்ளையோட வந்து வவுனியாவில நிக்கிறதாயும், எனக்கு உதயன் உயிரோட இருக்கும்போது எழுதின காகிதமொண்டைக் கொண்டுவந்திருக்கிறதாயும் சொல்லி கடிதத்தைத் தந்தான்."

சங்கரப்பிள்ளை ஆச்சரியம் மேவ கேட்டார்: "எந்த உதயன், திரவி?"

"உவன்தான் எங்கட உதயகுமார், ஐயா,"

"உதயகுமார் கலியாணம் செய்திட்டானோ..?"

"செய்திட்டான். இப்ப மூண்டு வருஷமாச்சு. பிள்ளையொண்டுமிருக்கு. சிங்களப் பெட்டையெண்டபடியால் உதயன் இந்த விஷயத்தை ஒருத்தருக்கும் சொல்லேல்லை. எனக்கு, சுதனுக்குக்கூட கனகாலம் தெரியாமல்தான் இருந்தது. கலவரத்துக்கு முந்தின வருஷவிழாவுக்கு வந்திருந்த நேரத்திலதான் தனக்குக் கலியாணமான விஷயத்தை உதயன் எனக்குச் சொன்னான்."

"அதுகள் தாய் தேப்பன்ர துக்கம் இன்னும் குறைஞ்ச பாடில்லை. அவன் உயிரோட இருந்திருந்தால் அவனுக்கொரு கலியாணத்தைச் செய்துவைச்சு அவன்ர தங்கச்சிமாரின்ர கலியாணத்தையும் முடிச்சிருப்பனேயெண்டு, அண்டைக்குக்கூட சரவணையர் வருத்தப்பட்டார். அவன் கலவரத்தில அல்ல, அதுக்கு முந்தியே செத்துப்போனதாய் அதுகள் நெஞ் செரியக்குடாதே!"

"அதாலதான் நான் இந்த விஷயம் இனியும் ரகசியமாயே இருக்கவேணுமெண்டது. அவனில இருக்கிற அவையின்ர அன்பு அபிமானமெல்லாம் கடைசிவரைக்கும் குறையாமலே இருக்கவேணும்."

"அது சரிதான். காகிதத்தில என்ன எழுதியிருந்தது?"

"இஞ்ச திண்ணவேலிக் குண்டுவெடிப்பில பதின்மூண்டு பேர் செத்தாங்களெல்லே. அண்டைக்கிரவு எழுதின காகிதம். அதைப் பற்றித்தான் எழுதியுமிருந்தான். முந்தியே கொழும்பு இருந்த நிலவரம் காரணமாய் வேலையை றிசைய்ன் பண்ணியிட்டு வந்திடப்

போறதாய் நிண்டவன் உதயன். நானும் சுதனும்தான் அப்பிடியெதுவும் செய்யவேண்டாம், முடிஞ்சா ட்ரான்ஸ்பர் எடுத்துக்கொண்டு இஞ்ச வாவெண்டும் சொல்லி அனுப்பியிருந்தம். பிறகு கப்பலெடுக்க இருந்தவன். தான் சொன்னதை நாங்கள் நம்பேல்லையே எண்டு வருத்தப்பட்டும், தன்ர பயத்தின்ர உண்மை பொய்யை இனி பிரத்தியட்சமாய்க் காணலாமெண்டும்தான் கடிதத்தில எழுதியிருந்தான்."

"கடிதத்தை பேசாமல் தபாலில அனுப்பியிட்டு விட்டிருக்கலாம். இதுக்காக பெட்டை கொழும்பிலயிருந்து வவுனியாவரை வந்தலைய வேண்டியதில்லை."

"பெட்டை அதுக்காகமட்டும் அங்கயிருந்து வரேல்லை."

"பிறகு . . ?"

அவன் மனத்துள் நிகழ்வுகளின் சித்திரம் தெரிந்தது.

அவசர அவசரமாக மேல்மூச்சு கீழ்மூச்சு வாங்க சங்குக் கடைக்கு வந்த சிவா அவனை கோயிற்பாலத்தடிக்கு அழைத்தான். அது இருளின் திணிவு அதிகரித்துக் கொண்டிருந்த நேரம். அவனால் கடையைப் பூட்டிவிட்டு அந்த நேரத்தில் அந்தளவு தூரம் போய்விட இயலாது. மட்டுமின்றி, நண்பர்களின் இழப்பில், படகு மூழ்கடிப்பில், ஓடிவந்தவர்களின் வழக்கம்போலான மறுபடியும் கொழும்பு திரும்புகையில் அவன் ஒருவகை விரக்தி பெற்றிருந்த நாட்கள் அவை. உற்சாகமான உரையாடல் அப்போது சாத்தியமே அற்றிருந்தது.

ரகசியக் காப்பில்லாமல் சிவா விஷயத்தை வெளிவிடமாட்டான் போலிருந்தது. முன்பக்கமாய் சற்றுத் தள்ளி நின்ற வாகைமரம்வரை போக சம்மதித்தான் திரவியம். தனிமையை உறுதிப்படுத்திக்கொண்டதும் விஷயத்தைச் சொல்லி கடிதத்தைக் கொடுத்தான்.

வாசித்து அவன் கண்கலங்க . . .

'பெட்டை இன்னும் வவுனியாவிலதான் நிக்குது.'

'ஏன் ?'

'கொழும்பு திரும்பமாட்டாள்போல இருக்கு.'

'என்ன கதை இது! ஏன் திரும்பமாட்டாளாம்?'

'தெரியாது. அதை நீயே வந்து கேள்.'

'நான் என்ன கேக்கிறது? நீயே கேட்டுவந்திருக்கலாமே!'

'உன்னோட பேசவேணுமாம்.'

'என்னோட என்ன பேசுறது?'

'உதயன் உன்னைப்பற்றித்தான் அவளிட்ட கனக்கச் சொல்லியிருக்கிறான்போல இருக்கு . . .'

'இதென்ன வீண் கரைச்சல்? நான் அவ்வளவுதூரம் வாற நிலைமையில இப்ப இல்லை. வந்தாலும் . . . சிங்களம் மட்டும் தெரிந்த அவளோட நான் பெரிசாய் எதையும் பேசியிட ஏலாது.'

சிவா விடுவதாக இல்லை. அவளுடைய பிடிவாதத்தில் நிச்சயமாக ஏதோ இருக்கிறதென்று கூறி, செலவைப்பற்றி யோசிக்காமல் வரும்படி வற்புறுத்தினான்.

'இப்ப எங்க நிக்கிறாள்?'

'என்ர வீட்டிலதான்.'

திரவியம் புறப்படுகிறான்.

மறுநாள் காலை சிவாவின் வீடடைய...

உதயன் தன் குடும்ப நிலைமை மறந்து சித்தம் தடுமாறிய காரணம் புரிகிறது திரவியத்துக்கு. அத்தனை அழகாக இருந்தாள் சுவர்ணா. நல்ல சிவந்த நிறமும், வட்டக் கண்களும், தக்க உயரமும்...

குழந்தையும் சிவப்பு; நல்ல அழகு.

அவர்களைவிட்டுப் பிரிகிற எண்ணமே இல்லையென்று உதயன் சத்திய வசனம் பேசிய பின்னணி புரிந்தது. ஆம்! தேவதைகளுக்காக சில அர்ப்பணிப்புகள் கோரப்படுகின்றனதான்.

சுடர்விட்டெரிகிறது இனத் துவேஷக் கொழுந்து. இந்த நிலையில் சிங்களத் தேவதையின் லாவண்யத்தில் சொக்கி நிற்கிறான், மறைமுகமாயேனும் சில பாதிப்புகளை விளைத்த திரவியம்.

அவள் கைகூப்பினாள்.

அவனும் வணக்கம் சொன்னான்.

உதயன், குறிப்பிட்ட சில நண்பர்கள்மீது கொண்டிருந்த ஆழமான நட்பைத் தெரிந்து தான் அதிசயித்தது பற்றிச் சொன்னாள்.

முதலில் அவனுக்கு இங்கிக்கிற சிங்கள மொழி அவளுடையதாகத்தான் இருந்திருக்கும்.

அவளே அந்தப் பெயர்களையெல்லாம் நினைவு கொள்ளுமளவுக்கு அவன் நிறைய அவர்களைப் பற்றிப் பேசியிருக்கிறான்தான்.

பார்த்துப் பேசவேண்டுமென்று சிவாவை அனுப்பியதுபற்றி அவன் கேட்டான்.

அவனது அவசரம் சற்றே சலிப்பையேற்படுத்த, உட்கார்ந்துதானே இருக்கிறோம், காலம் எல்லைகளுக்குள் அல்ல, விரிந்தே கிடக்கிறது என்பதுபோல் மேலே விண்வெளியில் பார்வையைச் சிறிது ஓட்டி மீட்டாள் சுவர்ணா. பின் தான் திரும்பிப் போகப்போவதில்லை என்றாள். ஒரு துவேஷத்தில் தன் கணவனையே பலிகொண்டவர்கள் மத்தியில் மறுபடி வாழப் பிடிக்கவில்லை என்றாள். எந்த மொழிக்காக, எந்த மதத்துக்காக, எந்த இனத்துக்காக வன்முறை கட்டவிழ்த்து விடப்பட்டதோ, அவற்றின் சூழலில் தன் குழந்தையை வளர்க்க விருப்பமில்லையென்றாள். தன்னால் அவர்களை அடிக்க முடியாது. ஆனால் தண்டிக் முடியுமென்றாள். உழைத்து தன்னையும் தன் குழந்தையையும் பராமரிக்க ஒரு வழி காட்டுமாறு மன்றாடினாள்.

ஸ்தம்பிதமாகிப் போனான் திரவியம்.

துவேஷத்தை வெறுப்பதைப் புரிந்துகொள்ள முடியும். ஆனால் ஒரு போர்ப் பிரகடனம்..? சுவர்ணா பிரகடனம் பண்ணுகிறாள்.

அவனது நிலைமையில் துவேஷத்தை வெறுப்பதில் அதிகபட்சம் காட்டக்கூடிய தீவிரம் சுவர்ணாவின் கோரிக்கையை ஆதரிப்பதுதானே? மேலும் உதயனின் இறப்புக்கு தானும் ஒருவகையில் காரணமோ, அவனது மனைவி பிள்ளைகளின் மீதான துக்க சுமத்துகையில் தனக்கும் ஒரு பங்கு இருக்கிறதோ என்று ஒருவகை உளச் சித்திரவதை அடைந்துகொண்டிருந்த திரவியத்துக்கு சுவர்ணாவின் வேண்டுகோளுக்குச் சம்மதிப்பதின் மூலம் மீட்சியடையலாம் என்கிற உபாயம் தெரிகிறது. பிறகு திரவியம் வெகுவாக யோசிக்கவில்லை. சம்மதித்து விட்டான்.

சிவாவுக்கு அதிசயமாகிப் போனது அவனது சம்மதமும், தாமதமின்மையும். அங்கேயிருந்தும் பிரயோசனமில்லை. பாதிக்குப் பாதி சிங்களவர்களைக் கொண்ட பிரதேசமாகிவிட்டது வவுனியா. துணுக்காய் பகுதியில் தங்க இடமெடுத்துத் தருவதாகச் சொன்னான் சிவா.

பாதிக்குப் பாதி சிங்களர்மயம் ஆகிவிட்டாலும் அது தமிழ்ப் பிரதேசமே என்று வாதித்தான் திரவியம். அங்கிருந்து பெயர்ந்து விடுவது மண்ணை இழப்பதேயாகும் என்று பின் தெளிவுபடுத்தினான். அத்துடன், அதுமாதிரியான ஒரு இடத்திலேயே தனக்கு இனி வேலைகள் இருப்பதைக் கூறி அங்கேயே தங்கிக் கொள்ளலாமென, சிவா மறுக்கவில்லை. திரவியம் நன்கு யோசித்துச் சொன்னால் சரிதான் என்ற சொல்லி விட்டுவிட்டான்.

அவள் தன்கூட அங்கே தங்கலாமென்றும், திரவியம் அவ்வப்போது வந்து பார்த்துக்கொள்வானென்றும் சிவா கூறிய மறுகணமே, தளையறுந்ததுபோல ஒரு விடுதலையுணர்வடைந்து விடுகிறாள் சுவர்ணா. பெட்டியை எடுத்துக்கொண்டு அவள் உள்ளே நுழைவது அதையே தெரிவிக்கிறது.

“துவேஷத்துக்கெதிரான சகல சக்திகளும் திரட்டப்பட வேணும். அதுமட்டுமில்லை, ஐயா. சுவர்ணாவை ஒரு சாட்சியாகவும் நாங்கள் காப்பாத்தியாக வேணும். அது ஒவ்வொரு தமிழன்ர கடமையாயுமே இருக்கு. இருந்தாலும் உதயன் என்ர சிநேகிதனானபடியால அதைத் தலையிட்டு நானே செய்தன்.”

துடித்தெழுந்துவிட்டார் சங்கரப்பிள்ளை. “திரவீ... நீ உதயன்ர மனுஷியை ...”

“இல்லை, ஐயா, இண்டைவரையில என்ர சுண்டுவிரல்கூட அந்தப் பெட்டைமேல படேல்ல.”

“அப்ப ஏன் ஓடிஓடிப்போய் அங்கயே அடுகிடைபடுகிடையாய் விழுந்துகிடக்கிறாய்? மையல் இல்லாமலே?”

அவரது வார்த்தைப் பிரயோகம் அவனுக்குப் பிடிக்கவில்லை. ஆனாலும் நிதானமிழக்காமல் சொன்னான்: “மையல்தான், ஐயா,

இதுவும் ஒருவகை மையல்தான். ஆனா நான் சரீரார்த்தமாய்ப் பழக இன்னும் கனகாலம் செல்லும். 83ஆடியோட இயக்கங்கள் வளந்தது, போராட்டம் வலுத்தது, மரணம் வெகுத்தது. அதோட, இன்னொரு அம்சத்தின்ர வெளிப்பாடும் இருந்தது. அதுகின்ர அடையாளம்தான் நான்; அதுகின்ர இன்னொரு அடையாளம்தான் சுவர்ணா; சிவா ஒரு அடையாளம்."

சங்கரப்பிள்ளைக்கு அச்சம் துளிர்த்தது.

அவனது முகம் அந்தளவு பரவசமடைந்ததாய், பிரகாசமேறியதாய் விளங்கிய வேறு நாள் அவருக்கு ஞாபகத்தில் இல்லை.

வெகுநேரம் இருவருக்குமிடையில் பேச்சு வார்த்தை இடம் பெறவில்லை.

பின் திடீரென்று சொன்னார்: "கடையில இருக்கிற சாமானுகள எடுத்திடு. இல்லை... பாதி விலைக்காவது வித்திடு. நானும் அடுத்தடுத்த கிழமையளவில நல்லூருக்குப் போயிடப் போறன், தம்பி. எனக்கும் வயசாயிட்டுது. இனிமேல் தனியாயிருந்து ஆரைக் காத்துக்கொண்டிருக்க? நானும் கொம்மாவோட போய்ச் சேர்ந்திருக்கிறதுதான் புத்திசாலித்தனம்."

சங்கரப்பிள்ளை வங்களாவடிக்குப் போய் வருவதாகக் கூறிக் கொண்டு வெளியே நடந்தார்.

6

தந்தை வெளியே சென்றுவிட சூழ்தனிமைப் பிரவாகத்திலிருந்துகொண்டு திரவியம் யோசித்தான்.

புதிய சூழ்நிலையில புதிய வாழ்க்கையொன்றை சுவர்ணா தொடங்கி ஆறேழு மாதங்களாகி விட்டிருந்தன. தமிழை அவள் வேகமாகப் புரிய ஆரம்பித்திருந்தாள். எனினும் திரவியத்துடனான தொடர்பு மொழி இன்னும் சிங்களமாகவே இருந்துகொண்டிருந்தது. முக்கியமான விடயங்களில் சிவாவின் மொழியுதவியை இருவருமே நாடிக்கொண்டிருந்தனர். என்றாலும் அந்தத் தேவையின் அளவு நாளாக ஆகக் குறைந்து வந்ததில் இருவருக்குமே மகிழ்ச்சி இருந்தது.

அவர்களது அறிமுகத்துக்கு வயது சில மாதங்கள். இருந்தும் சிவாவை அவள் அண்ணா என்று அழைத்து அந்நியோன்யமாய்ப் பழகினாள். ஆனால் அவனுடன்..? அடிக்கடி அவனை அவள் நெருங்கிக் கொண்டிருந்தாள். ஆனாலும் ஓர் எல்லைவரைதான்.

சிங்கள மொழியை அவன் விரும்பமாட்டான் என்ற திண்ணத்தில் போல அவனுடனான நேரடிப் பேச்சுக்களில் அவள் அதிகமாக சைகைகளையும், பாவங்களையும் பாவித்தமை அவனிடத்தில் பெரிய நெகிழ்ச்சியை ஏற்படுத்தியிருந்தது. அவள் மீதான பரிவும், பற்றும் ஒருபடி அதிகமாக ஊற்றெடுக்கலாயிற்று.

எண்பத்தைந்து பிறந்தது.

வருஷ ஆரம்பத்திலிருந்து வீடுகளில் பாடம்சொல்லிக் கொடுக்க ஏற்பாடு செய்து கொடுத்திருந்தான் சிவா.

ஆங்கிலத்தை விரைவாகப் பேச வாசிக்க எழுதப் பழகும் ஆர்வம் தோன்றியதற்கான காரணம் முதலில் மறைந்திருந்து விட்டதாயினும் பின்னர் தெரிந்தது. அவனுக்கு அதில் பெரிதான அசூயை இல்லை. வருமானமும் போதுமான அளவில் வந்தது.

ஏறக்குறைய நயினாதீவு சிந்தையிலிருந்து நீங்கியது. அவ்வப்போது போய்வருவதோடு சரி.

மற்றும்படி நிறைய வாசித்தலும், நிறையச் சிந்தித்தலும்தான் அவனுக்கான வாழ்க்கை என்றாகியிருந்தது. சதா எதுவோ ஒன்றை அவன் தேடிக்கொண்டிருந்தான். போராட்டத்தின் விளைவுகளை அவனால் சகிக்க முடியாமலிருந்தது. சித்திரவதை முகாம்கள் பற்றிய கேள்விப்பாடு நெஞ்சை ரணமாக்கியது. அழிவுகளை எங்கேயும் தடுக்க அவனுக்கு மார்க்கம் வேண்டும்.

நெடுங்கேணியிலும் துணுக்காயிலும் சிவாவின் உறவினர்கள் சிலர் இருந்தார்கள். எழுபதுகளின் கலவரங்கள் காரணமாய் அங்கு வந்து குடியேறியவர்கள். 83ஆடிக் கலவரத்தில் வந்த தெரிந்த சிலரும் அங்கே இருந்தனர்.

துணுக்காயிலிருந்த மாமனார் கணபதிப்பிள்ளை முன்பு இரத்மலானையில் ஆசிரியராக வேலை பார்த்தவர். கலவரத்தோடு வேலையை வீசியெறிந்துவிட்டு குடும்பமாய் அந்த வனப் பிராந்தியத்தில் குடியேறி ஏழெட்டு ஆண்டுகள். கடின உழைப்பாளியாகியிருந்தார். இளகிய மனசும், இனிக்க இனிக்க பண்பாகப் பேசுதலும் கணபதிப்பிள்ளைக்கு மட்டுமில்லை, அவர் மனைவி ரஞ்சிதம், மகள் தாரிணி, மகன் முருகானந்தம் ஆகியோருக்கும் கூட சொந்தமாகியிருந்தன.

கடந்த ஒரு வருஷத்துக்கும் மேலான காலத்தில் பல தடவைகள் சிவாவோடு அங்கே போயிருக்கிறான் திரவியம். கணபதிப்பிள்ளை வீட்டினரோடு பழகுதல் ஒரு இன்பமென்றால், எதிர்த்தாற்போலிருந்த பாலியாறும், அதில் வழியும் மணலும் நீரும் கரைகளின் செடிகளும், அப்பால் நெடுமரங்களும் முறுகிய கொடிகளும் அதன் இருளும் குளிர்மையும் அவனுக்கு அடுத்த இன்பமாயிருந்தன. நயினையின் வரட்சியிலிருந்து வந்தவனுக்கு வன்னியின் வனங்கள் விதவிதமான ரசனைகளைக் கொடுத்தன.

அண்மையில் ஒரு சனிக்கிழமை நாள் மதியத்துக்கு மேலே சிவாவோடு துணுக்காய் புறப்பட்டிருந்தான் திரவியம். சொல்லி வந்திருந்தார்களாதலால் அன்று இருவரையும் எதிர்பார்த்திருந்தார் கணபதிப்பிள்ளை.

அந்த மாலை மிக இனியதாகத் தெரிந்தது திரவியத்துக்கு.

பாலியாற்றங்கரையில் நாணல்கள் மண்டிக் கிடந்தன. வனத்தில் வசந்தத்தின் கொடி இன்னும் ஏறியேயிருந்தது. பாலைப்பழக் காலம்

முடிந்தும் வாசம் இன்னும் மறையாதிருந்தது. பாலை மரங்களெங்கும் குரங்குகள் தாவித் திரிந்தன. ஆற்றங்கரை சென்றால் 'வண்ணானின் மொழி கேட்டு வனம் விடுத்த சீதைதனை இந்நாளும் தேடுதல்போல் இருங் குரங்கு'கள் நெருங்கின. பெரிய பெரிய தாட்டான் குரங்குகள், மந்திகள், சிறுகுரங்குக் கணங்கள், தேவாங்கு ஜாதிக் குரங்குகள் . . . வகைகள் பலவிதம்.

மறுநாள் மாலையில் திரும்புவதே இருவரின் திட்டமும். ஆனால் புறப்படுகிற சமயத்தில் நெடுங்கேணியிலிருந்து சிவாவின் பெரியம்மா அங்கு நினையாப் பிரகாரமாய் வந்து சேர்ந்துவிட்டார். அதனால் மறுநாள் அதிகாலையில் தான் வருவதாகக் கூறி திரவியத்தை அனுப்பிவைத்தான் சிவா.

வனப் பிரதேச மென்மைகள் ஊடுருவப்பட்டுள்ளதாக ஒரு தோற்றம் ஏனோ திரவியத்திடம் விழுந்துவிட்டிருந்தது. வலிமையில் ஒரு மென்மையும் இருக்கும். மலையில், காட்டில், கடலில் என்று வஜ்ர அடையாளங்களுக்குள்ளும் அந்த மென்மை மறைந்து கிடக்கிறது. பூவில் ஒரு வலிமை இருப்பது போல இது.

போராளிக் குழுக்களின் இரகசியப் போக்குவரத்து வழி அப்பகுதி வனங்களையே ஊடறுத்துச் சென்றது. இரண்டு நாட்களுக்கு முன் வடபிரதேசம் முழுதும் ஹர்த்தால் நடைபெற்றது. தார் வீதிகள் கல் வீதிகளெல்லாம் வெறிச்சோடிக் கிடக்க, வன்னி வனம்தான் பொது ஜனங்களின் அவசரப் போக்குவரத்துக்கு இரகசிய வழி காட்டிற்று. மேலும் பரந்தன் ரயில் தாக்குதலுக்கும், முறிகண்டி ரயில் தாக்குதலுக்கும் பின்னால் அப்பகுதிகளில் ராணுவ நடவடிக்கைகளும் தீவிரப்படுத்தப்பட்டிருந்தன. அதனால் அதன் புகல் பலராலும் நாடப்பட்டிருந்தது. தன்னை அறிந்தவருக்கு அவ்வனம் தக்க புகல் கொடுத்தது.

ஆனால் இத்தகைய அத்துமீறல்களால் வன்னி மண்ணின் இயல்பு மாறியிருந்ததை அவன் கண்டான்.

அவனது நெஞ்சுக்குள் ஒரு குரல் வெடித்தது. *எங்கே மவுனத்தின் ஏகப்பரப்பு / நாள் தோறும் / நாள் குவித்த வாரம் தோறும் / நால்வாரம் வரவழைக்கும் மாதம்தோறும் . . . / மவுனம் விளிம்புகளில் உடைந்து கொண்டிருக்கிறதே!*

சிவா வவுனியாவில் இருந்தாலும் சரி, துணுக்காய்க்கோ கொழும்புக்கோ போனாலும் சரி, வீட்டில் இருப்பது இல்லாததில் பெரிய வித்தியாசம் தெரியாது. படுத்தெழும்ப, குளிக்க, சாப்பிட தேவையான நேரம் மட்டுமே அந்த வீட்டில் அவன் நடமாட்டம் தெரியும். தன் வீட்டில் தான் அந்நியன்போல் நடந்து கொண்டான். அவனது எண்ணத்தின் வேர் தெரியும் திரவிக்கு. அது திரவிக்கு துக்கம், அதைவிடவும் உன்னதம் கூடிய தன் கருத்தின் வேர் அவனுக்குத் தெரியவில்லையே என்று.

அவன் வீடு வந்தபோது எட்டு மணிக்கு மேலே.

ஒருவகைச் சோர்வோடு வாசலில் உட்கார்ந்திருந்தாள் சுவர்ணா.

மேலெல்லாம் பிசுபிசுத்துக் கொண்டிருந்தது. வானத்தில் மழைமூட்டம் போட்டதில் காற்றிலெங்கும் வெப்பத்தின் வியாபகம்.

"மௌனவத?" என்றான் அவன், அவனைக் கண்டு விகசித்து சட்டென எழுந்து நின்றவளிடம் அவள் விகசிப்பு குறையாமலே ஒன்றுமில்லை எனத் தலையசைத்தாள்.

அவன் உள்ளே வந்து உடுப்பை மாற்றிக் கொண்டு கிணற்றடி போய் மேல் கழுவிவிட்டு வந்தான்.

சாப்பாடு ஆயிற்று.

அவள் உள்ளே போய்விட்டால் திண்ணையில் பாயைப் போட்டு சரிந்துவிடலாம் என எண்ணிக்கொண்டு திண்ணைக் கப்போடு சாய்ந்தான் திரவியம். அன்று அவள் அடுக்களைக் கொட்டிலில் அதிக நேரம் செலவிட்டதுபோல் தெரிந்தது.

கீழை வானத்தில் மின்னல் வெட்டியெறிந்து கொண்டிருந்தது. இருட் கரியில் வைரம் உதிர்வது போலிருந்தது. இயற்கை தன் இருளை மொழிபெயர்த்து உதிர்த்த வரிகள் அவை.

சுவர்ணா உள்ளே சென்றாள். அவளது விழிகளில் அப்படியென்ன அவன் அதுகாலவரை அறியாத பிரகாசம்?

திரவியம் பாயை விரித்துப் படுத்தான்.

திடீரென... வான வயிறு கிழிந்து நீர் கொட்டுவதுபோல மழை பொழியலானது. உக்கிப்போன கீற்றுக் கூரையிலிருந்து ஒழுக்குகள் பொல பொலவென உதிரத் தொடங்கின. பெருமழைக்கு வீடு ஒழுகும். கோழிகள் ஏறி ஏறி விறாந்தையில் ஒழுக்கு அதிகம். இந்திரன் அழுவதுபோல நீர் விழலாயிற்று. திரவியம் துடித்துக்கொண்டு எழுந்து பாயைச் சுருட்டி வைத்துவிட்டு ஒட்டுச் சுவரோடு சாய்ந்து அமர்ந்தான்.

குழந்தையைச் செவ்வையாக வளர்த்தி, போர்வையால் நன்கு போர்த்திவிட்டு ஒரு சிரிப்போடு திரவியத்துக்குக் கிட்டவாய் வந்தமர்ந்தாள் சுவர்ணா.

வீட்டு விளக்கின் மெல்லிய சுடர் அறைக்குள்ளே அடங்கிப் போக, தெருவிளக்குகளுக்கு மழை திரையிட்டுவிட, திண்ணை ஏகமும் விரிந்திருந்தது ஒரு முற்றிய இருள்.

இருளென்பது மிகக் குறைந்த வெளிச்சம்.

இருவரிலும் ஒழுக்குகள் சிந்தின.

காற்று சுழன்றடித்து தூவானம் வீசியது.

ஒதுங்க ... உடல்கள் பட்டுக்கொண்டன. அசைவும், உணர்வும், உலகும் மறந்து இருவரும் சிலைகளாகிப் போயினர். தவங்களின் சித்தியா அந்நிலை? காலகாலமான தேடலின் கண்டடைவா அது?

பார்வையினாலேயே அடைகாத்து, குஞ்சு பொரிக்கிறதாம் மீன். அது போலொரு விந்தையோ ஸ்பரிச தாம்பத்யம் அடைதல்? அவர்கள் அப்போது அடைந்ததும் அது. அதற்கும் மேலான மனித வர்க்கத்தின் போக முறைமைகளில் ஏன் அவர்கள் ஈடுபட்டுக்கொள்ளவில்லை என்பதெல்லாம் விடை காணவியலா வகைக் கேள்வி.

அவர்கள் மறுபடி விலகியது உள்ளே குழந்தை திடுக்கிட்டு எழுந்து கதறி அழுத பிறகுதான்.

சிறிதுநேரத்தில் மழை விட்டது. தூறல் நின்றது. துமிகூட இல்லை. வானம் வெளித்து பூமி எங்கும் ஒரே ஒளிப்பரவல். காதில் ஆயிரமாயிரமான நீர்த்துளிகளின் உதிர்வு ஓசை.

அவன் படுத்தான்.

காலையில் சுவர்ணா தேநீர் கொண்டுவந்து தலைமாட்டில் வைத்தபோது அவன் விழித்து சரிந்து அவளை உற்று நோக்கினான்.

சிவா அன்று துணுக்காயிலிருந்து வந்துவிடுவானா என்று மட்டும் அவள் கேட்டாள். வருவானென்றான் அவன்.

அவள் அப்பால் செல்ல அவளையே பார்வையில் தொடர்ந்து கொண்டிருந்தவன் ஒருவகை விரக்தியோடு மீண்டான். 'தேவதைகளின் காலம் இரவுதானோ?'

தன் மனநிலையில் அவனுக்கே ஆச்சரியாக இருந்தது. அவளிடத்தில் எதை எதிர்பார்க்கிறான் திரவி? முற்றுமுழுதான ஒரு உடற் சமர்ப்பணத்தையா? இல்லை. ஆனாலும் உணர்வுகளை அவள் வென்று நிர்மலமாய் நின்றது அவனுக்கு ஆச்சரியமாக, நம்பவியலாததாக இருந்தது. இதில் அவன்தான் யோசிக்க இருந்தது. 'அவள் ஏற்கனவே கல்யாணமானவள்!'

அவன்போல் அவளும் இறுக என்ன காரணம்?

அபயம் கேட்டு வந்தவளை உணர்ச்சிகள் வெடித்துத் தடுமாறும் ஒரு பொழுதில், அந்த பலஹீனத்தைப் பயன்படுத்தாமல் விட்டுவிடுகிற பண்புடைமையை அவன் யோசிக்கலாம்.

அவளுக்கு என்ன இருந்தது?

தான் ஏற்கனவே கல்யாணமானவள் என்ற தயக்கமா? அவ்வுறவு ஆழம் பெறும்வரைக்கும், இன்னும், அவர்களின் சூழ்நிலை ரத்த வாடை, அபயக்குரல், மரண ஓலம் அற்று புனிதமடையும் வரைக்கும் காத்திருக்கத் தயாரானாளா?

அப்படியிருக்கையிலும்... அவனுக்கு ஒரு மானசீக மனைவிபோல ஆட்பட முடிதல் எங்ஙனம் கூடிற்று?

தக்க ஒரு காலம் பார்த்து அவர்கள் காத்திருக்கிறார்கள்.

உறவு போலியாகிவிடாதிருக்கவே அந்தக் காத்திருப்பும்.

அதுபற்றி நினைக்கும்போதெல்லாம் கேள்விக்குறியாய் எழுந்து நின்றவள் விடையாய் அப்போது அமைந்து நின்றாள்.

சங்கரப்பிள்ளை அதையா மையல் என்றார்?

முதலில் கோபப்பட்டவன் அப்போது சிரித்தான்.

அவன் தேடலில், அவன் யாத்திரையில் அந்த மொழி ஊமை அவனுக்கு தக்க துணை ஆக முடியும்.

அவனுக்கு அந்த நம்பிக்கை இருந்தது.

7

மகேஸ்வரிக்குள்ளிருந்த தாய், ராஜியின் முடிவில் துடித்துப் போனாள். ஆனாலும் அவள் உலகத்தின் நடப்பியல்பு தெரிந்தவள். ராஜி சுதன் அழைத்த பின் போகாமல் அப்படியே இருந்துவிட முடியாது என்பது அவளுக்கு விளங்கும். நெஞ்சுள் ஒரு முள்குத்தி அதன் முனை உள்ளே முறிந்துவிட்டதான நெருடல், பழைய காலத்தின் நினைப்பிலேயே அவளுக்கு ஏற்பட்டுவிடுகிறதே!

எனினும் அவளது கொதிப்பை ஆறுதல்படுத்தும்படியாகவே புறச்சூழல் நிகழ்வுகள் அமைந்துகொண்டிருந்தன.

திடீரென ஒருநாள்... அமெரிக்க அலன் தம்பதிகள் விடுதலை இயக்கமொன்றால் கடத்தப்பட்டனர். வடபகுதி குடிநீர் விநியோகத் திட்டத்துக்கு நிதியும் தொழில்நுட்ப உதவியும் புரிந்த நிறுவனமொன்றின் மேலாளர் அலன்.

திட்டம் எவ்வளவு தூரம் முன்னெடுக்கப்பட்டுள்ளது என்று கண்காணித்து வர மனைவியோடு சென்ற அலன் கடத்தப்பட்டமை இந்திய, இலங்கை அரசியல் அரங்கைத் திடுக்கிட வைத்தது. அமெரிக்கத் தூதரகம் அதிவேகம் கொண்டு செயல்பட்டது. விடுதலை இயக்கங்களின் பாசறைகள் இந்தியத் தமிழ் மண்ணில் இருக்கிறவகையில் அலன் தம்பதியர் தமிழகத்துக்குக் கடத்தப்பட்டு வரலாமென்று எண்ணிய இந்திய அரசு தமிழக காவல் படையை முடுக்கிவிட்டது. ஸ்ரீலங்கா கடற்படை தன் பங்குக்கு கெடுபிடி செய்தது.

இப்படி ஒரு பெரிய கூத்து அரங்கில் இருந்தமை, ராஜியின் எதுவழியான பயணத்தையும் சாத்தியமற்றதாக்கியதால் மகேஸ்வரியின் மன உளைச்சல்களும் உறுத்தல்களும் சற்றுக் குறைச்சல் அடைந்தன.

ஆனால் அலன் தம்பதியர் கடத்தப்பட்டு ஐந்தாறு நாட்களில் ஈழத்தின் வடபகுதியிலேயே விடுதலை செய்யப்பட்டனர். பணம், ஆயுதம் போன்ற பணய ஈடுகள் இன்றி அவர்கள் விடுவிக்கப்பட்டமை கிளர்ந்திருந்த அவதியைத் தணித்தது. கொழும்பிலிருந்து காலையில் புறப்பட்டு வந்து யாழ்ப்பாணம் புகைவண்டி நிலையத்திலிருந்து மதியத்தில் மீண்டும் கொழும்பு பயணமாகும் இன்ரர்சிற்றி புகைவண்டி, நிறுத்தப்பட்டிருந்த சேவையை மறுபடி தொடக்கிற்று. யாழ்–கொழும்பு

தனியார் பஸ்கள் ஓடத் தொடங்கின. மகேஸ்வரியின் கொதிப்பு இனி அதிகரிக்கும்.

இந்தநிலையில் செல்லத்தம்பு ஒருநாள் மகேஸ்வரியை வந்து சந்தித்தார்.

“வாருங்கோ, அண்ணை” என்று மகிழ்ச்சி பொங்க வரவேற்றாள் மகேஸ்வரி.

செல்லத்தம்பு “போந்த பொலிஞ்ச” மனிசன். வசதியாக அசைந்து நெளிந்து நாற்காலி கொள்ள உட்கார்ந்துகொண்டு, “நல்ல விஷயம்தான் பேச வந்திருக்கிறன், தங்கச்சி. முதலில வெத்திலைத் தட்டை எடுத்து வாருங்கோ, போட்டுக்கொண்டு பேசலாம்” என்றார்.

சந்தோஷமான ஆச்சரியம் மகேஸ்வரிக்கு. ராஜிக்கும்தான்.

மகேஸ்வரி வெற்றிலைத் தாம்பாளத்தை எடுத்துவந்து அவர் முன்னால் முக்காலி போட்டு வைத்தாள்.

செல்லத்தம்பு பாக்கை எடுத்து நான்கு பிளகை பாக்குவெட்டியால் சீவியெடுத்து வாயில் போட்டார். சுண்ணாம்பை வெற்றிலையில் பூசி நார்நாராகக் கிழித்து மென்றார். பின் தான் வந்துள்ள காரணத்தை வெளியிட்டார்.

அவரது சொற்களின் ரீங்காரம் இன்னும் செவியில் மாறாமல், “அண்ணை … நீங்கள் … என்னால நம்ப … எல்லாம் இண்டைக்கும் நான் கையெடுக்கிற சன்னதி முருகன்ர அருள்தான்” என புளகித்து, குழறி, தடுமாறி நின்றாள்.

“காத்திகேசு செல்லத்தம்பு ஆகிய நான், பங்குனி மாசம் பதினாறாம் திகதி பொன்னுச்சாமியர் வீட்டில் வந்திருந்து சொல்லிய வார்த்தைகளெல்லாம் சத்தியம்… சத்தியம்… சத்தியம்” என்று கூறி அவர் கடகடவெனச் சிரித்தார். பின் அவதியாக எழுந்து வாயைக் கோலியபடியே வெளியே ஓடி விறாந்தையில் நின்றபடி எட்டி வெற்றிலைத் துப்பலைத் துப்பிவிட்டு திரும்பி வந்தமர்ந்தார். “கலியாணப் பேச்சு சந்தோஷமாயே துவங்கியிருக்கு. சந்தோஷ மாயே முடியட்டும். உண்மைதான் தங்கச்சி நான் சொல்லுறதெல்லாம். மகனுக்கு இப்ப இருபத்திரண்டு வயசாச்சு. முழு யாவாரத்தையும் இப்ப கவனிக்கிறது அவர்தான். படிப்பு கொஞ்சம் குறைவுதான். படிப்பு குறைவெண்டால் … இங்கிலீஷ் படிப்பை நான் சொல்லுறன். யாவாரத்தைப் பாக்கிறதுக்காகவே எட்டாம் வகுப்போட நிப்பாட்டியிட்டன். இப்ப அதை நினைக்க வருத்தமாய்த்தான் இருக்கு. ம் … இனி வருத்தப்பட்டு என்ன? பிள்ளை நல்லாய்ப் படிச்சிருக்கு, கால் ஊனமெண்டாலும். ஒண்டில குறையெண்டால் இன்னொண்டில ஆண்டவன் கருணை வைச்சிருக்கிறானெண்டது எவ்வளவு உண்மை. பாத்தியளே! அது மாதிரித்தான் தம்பிக்கும். ஒண்டையொண்டு ஈடுகட்டுற மாதிரி இந்த ஏற்பாடு” என்றார்.

ஊர் கெட்டுக் கிடக்கிறது … இவ்வாறு எங்கும் வியாபிக்கும் ஓர் மர்ம ஒலியலையினை பெற்றோர்கள் அறிவார்கள். தம் பிள்ளைகளைக்

காக்க அவர்களுக்குத் தெரிந்த வழியெல்லாம் பிள்ளைகளின் உயிருக்கும் உடலுக்கும் உத்தரவாதம் கிடைக்கக்கூடிய ஒரு நாட்டுக்கு அனுப்பி வைத்துவிடுவதுதான். இதை ஒரு முன்ஜாக்கிரதையோடு செய்கிறார் செல்லத்தம்பு. அதுதான் வித்தியாசம்.

அதுவும் ஒரு கல்லில் எத்தனை மாங்காய்கள்!

பொன்னுச்சாமியின் உதவிக்கு நன்றிக்கடன் செய்ததாய் ஆவது ஒன்று. குடும்ப படிப்பு விகிதத்தைச் சரிசெய்துவிடுவது இன்னொன்று. மகனுக்கு வரக்கூடிய இயக்க ரீதியான, ராணுவ ரீதியான ஆபத்துக்களை விலக்கிவிடுவது மூன்றாவது. கல்யாணத்தைப் பண்ணிவைத்து வெளிநாட்டுக்கு அனுப்புவதன் மூலம், அங்கே வெள்ளைக்காரப் பெண் யாரையேனும் கல்யாணம் செய்து விடுவதிலிருந்து அவனைக் காப்பாற்றிவிடுவது நான்காவது.

செல்லத்தம்பு சரியான வியாபாரிதான்.

தேநீர் வைக்கிற சாக்கில் எழுந்து உள்விறாந்தைக்கு வந்த மகேஸ்வரி, ராஜியை பார்வையில் அழைத்தாள். "என்ன செய்யலாம், ராஜி?" என்று அபிப்பிராயம் கேட்டாள்.

ராஜியும், "செய்திடலாம், அம்மா. விஜிக்கு இப்படி ஒரு வாழ்க்கை அமையிறது நாங்கள் செய்த புண்ணியம். சம்மதமெண்டு சொல்லியிடுங்கோ" என்று தாயாரை முடுக்கி விட்டாள்.

மகேஸ்வரி வெளியே வந்து பதிலைத் தெரிவித்தாள்.

"கொழும்பில பெற்றோலியம் கோப்பறேஷனில ராமநாதன் வேலை செய்யிறான். தெரிஞ்சிருக்குமே உங்களுக்கும்! அவனுக்கே வெளியில போற எண்ணமாம். வாற ஐப்பசியில கலியாணத்தை முடிச்சிட்டால் கார்த்திகை மார்கழிக்குள்ள பிள்ளையள வெளிநாட்டுக்கு அனுப்பியிடுவன். ராமநாதனும் அந்த அளவிலதான் போக இருக்கிறான். அதுக்குள்ள அனுப்புறது எனக்குச் சுகம்."

"இதுக்கு ... கொஞ்சம் யோசிக்க வேணும் ..."

செல்லத்தம்புவின் முகபாவம் மாறுகிறதா?

மகேஸ்வரி அவசரமாய்ச் சொன்னாள்: "வேற ஒண்டுமில்லை, அண்ணை. பிள்ளை படிச்சுக்கொண்டிருக்கிறா ... அடுத்ததாய் செலவு விஷயம் ..."

அவரின் முகம் தெளிந்தது.

"நல்லாய் யோசியுங்கோ. எப்படி யோசிச்சாலும் என்ர இந்த ஏற்பாடுதான் எல்லாருக்கும் வசதியாயிருக்கும்."

மகேஸ்வரி அதை மறுக்காத வார்த்தைகளைச் சொன்னாள்.

ராஜி தேநீர் வைத்துவர உள்ளே செல்ல, செல்லத்தம்பு கேட்டார். "அதுசரி ... இந்தப் பிள்ளையின்ர விஷயம் ... என்ன மாதிரி இருக்கு?"

“அவளுக்கென்ன? எழுத்தெல்லாம் முடிஞ்சுதுதானே?”

“மெய்... மெய்... மெய்... மெய்..!” என்று மெய்களை உதிர்த்தபின், “எண்டாலும்... எழுத்து முடிஞ்சாப்போல எல்லாம் முடிஞ்சுதே, தங்கச்சி? கலியாணம் முடியவேணும்... கழுத்தில தாலி ஏறவேணும்... அப்பதானே ஒரு பொம்பிளைப் பிள்ளை வாழுறதாய் அர்த்தம்” என்றார்.

“சுதன் இப்ப இந்தியாவில நிக்குது.”

“எனக்கு எல்லாம் தெரியும். சுந்தரத்தாரோடயும் இதைப்பற்றி நான் பேசியிருக்கிறன். சுதன் இந்தியாவில நிக்குதெண்டால் இஞ்ச வரப்பண்ணி... தாலியைக் கட்டவைச்சிட்டு அனுப்பவேண்டியது தானே!”

“அவர், இவவை அங்க வரச்சொல்லி கடிதமெழுதிக் கொண்டிருக்கிறார்..!”

“அப்ப... இன்னும் நல்லதாய்ப்போச்சு. பிள்ளையை இந்தியாவுக்கு அனுப்பிவிடுங்கோ. மதுரைப் பக்கமெண்டால் மீனாட்சியம்மன் கோயிலில, இல்லாமல் சென்னைப் பக்கமெண்டால் வடபழனி முருகன் சன்னதியில வைச்சு தாலிகட்ட வைச்சிடுறது. தெரிஞ்ச ஆக்கள் அங்க கனபேர் இருக்கினம். சொன்னால் தங்கட வீட்டுக் கலியாணம் மாதிரி எல்லாம் பொறுப்பாய் நிண்டு செய்வினம்”

ராஜி தேநீர் கொண்டு வந்தாள்.

வாங்கிக் கொண்டே, “என்ன, பிள்ளை? நான் சொன்னது உங்கட காதிலயும் விழுந்திருக்கும். அப்ப... இந்தியாவுக்குப் போக வேண்டியதுதானே?” என்றார். பின் வாயைக் கொப்பளித்து வந்து தேநீரைக் குடித்தார்.

ராஜி தன் எண்ணத்தைச் சொல்லத் தயங்கி, சம்மதம் என்றோ சம்மதமில்லை என்றோ எடுக்க முடியாத பூடகமான ஒரு பதிலைச் சிரித்து வைத்தாள்.

ராஜியை மடக்கி சம்மதம் பெற சரியான சந்தர்ப்பம் கிடைத்திருப்பது கண்டாள் மகேஸ்வரி. விட்டுவிடுவாளா? வேடிக்கை வேடிக்கையாக தன் முறைப்பாட்டையே முன் வைத்துவிட்டாள் செல்லத்தம்புவின் சமூகத்தில். “சொன்னால் கேட்டால்தானே, அண்ணை? எத்தினை தடவை சொல்லிப் பாத்திட்டன்! தான் இந்தியாவுக்குப் போக மாட்டனெண்டு நிக்கிறா. ராசன் பம்பாய் போய் நிக்கிறான். விஜி ஹோஸ்டலில. தானும் இந்தியா போனால் இஞ்ச நான் தனிச்சுப் போயிடுவனாம்! என்னைப் பாக்க ஆளில்லையாம்!”

“மெய்தானோ?” என்று கேட்டுச் சிரித்தார் செல்லத்தம்பு. “ஏன், இஞ்ச நாங்கள் இல்லையே, பிள்ளை? வருத்தம் துன்பம் ஆபத்து அந்தரம் எண்டு வந்தால் நாங்கள் விட்டிடுவமே? கலியாண உறவு வராட்டியும் நாங்கள் அன்னியப்பட்ட மனுஷர் இல்லை. நாங்கள் பாத்துக்கொள்ளுவம் கொம்மாவை. நீங்கள் ஒண்டுக்கும் யோசிக்காமல் இந்தியா போற ஆயத்தத்தைப் பாருங்கோ.”

செல்லத்தம்பு எழுந்தார்.

வழியனுப்ப கேற்வரை சென்றனர் மகேஸ்வரியும் ராஜியும்.

"போயிட்டுவாறன், பிள்ளை" என்று விடைபெற்ற போதினில், கண்களின் வார்த்தைகளில் 'நான் சொன்னது ஞாபகமிருக்கட்டும். அதுதான் உங்களுக்கு நல்லது" என்ற அர்த்தம் ஒலித்ததாக அவள் உணர்ந்தாள். "வாறன், தங்கச்சி.'

வீட்டுக்குத் திரும்பியதும், "என்னம்மா இது, இதையெல்லாம் போய் அவரிட்டச் சொல்லிக்கொண்டு . . ." என்று காய்ந்தாள் ராஜி.

"நானாய் அங்க போய்ச் சொல்லேல்லை. அவராயே இஞ்ச வந்தார். நானாயும் விஷயத்தைத் துவக்கேல்லை. துவங்கினதும் அவர்தான். நீதான் கூட நிண்டியே! நானென்ன செய்தன் இதில?"

அம்மா இதை வெற்றியாக நினைக்கிறாள். தன்னை அனுப்பிவிடுவதில், தன் வாழ்க்கையை நிறுதிட்டப் படுத்திவிடுவதில் அவளுக்குத்தான் எத்தனை ஆவல்! அம்மா . .! அவளுக்குக் கண்கள் கலங்கின. பால் நினைந்தூட்டும் தாய் . . .

அது நிறைந்த அமைதிகொண்ட நேரம் போன்றும், வயற் பக்கமாய் நெய்தற் குருவிகளின் சப்த விநோதங்களை ஒடுக்கிக்கொண்டு பாட்டுக்காரர் வடிவேலுவின் அமுதக்குரல் திரும்பத் திரும்ப ஒலிப்பதுபோன்றும் பிரமை பிடித்த நிலையில் சில நிமிஷங்கள் கடந்தன.

அவள் சுதாரித்துக்கொண்டு நினைவு மீண்டாள்.

'செல்லத்தம்புவே சொல்லிவிட்டபடியால் அம்மாபற்றி அதிகம் கவலைப்பட வேண்டியதில்லைத்தான். அதேவேளை, அந்த சொத்தித் தங்கச்சிக்கு நல்ல ஒரு வரன் கிடைக்கிறநிலையில், அது கைநழுவிப் போக அவளே ஒரு காரணமாக அமைந்துவிடக்கூடாது. அவள் இந்தியா போகாதது, காரணமாக எங்ஙனம் அமைய முடியும் என்பது கேள்வியாகிறதென்றாலும், கலியாணம் முடிய வேணும் . . . கழுத்தில தாலி ஏறவேணும்... அப்பதானே ஒரு பொம்பிளைப் பிள்ளை வாழுறதாய் அர்த்தம்! என்று அவர் சொன்னதை லேசாக ஒதுக்கிவிட முடியாது. அவர் பெரிதுபடுத்தாமல் விடலாம். அவர் குடும்பத்தினரிடையில், உறவினரிடையில் அது விஸ்வரூபம் எடுக்க வாய்ப்புண்டு. இது . . . தீவு!'

போன தடவை திரவியம் வீட்டுக்கே வந்து சொல்லிச் சென்றிருந்தான். 'ராஜி, உனக்கும் சுதனுக்கும் பாத்து பேசி பழகி இயல்பான நிலையில் காதல் பிறக்கேல்லை. அதைத் திட்டமிட்டு நான், சீலன், உதயன் மூண்டுபேரும்தான் உண்டாக வைச்சம். பிடிவாதமாயிருந்து அதை வளர்க்க நாங்களெடுத்த எல்லாப் பிரயாசையளையும் பயனில்லாமல் போகப் பண்ணியிடாத' என்று. அதை நினைக்கையில் அவளுள் முகிழ ஆரம்பித்த தீர்மானம் வலுத்தது: இந்தியா போய்விடலாம்தான்! ஆனால் பணம் . .?

தாயாரை அழைத்தாள்.

"என்ன, ராஜி?"

"இந்தியாவுக்கு நான் போறதெண்டால் இப்ப எவ்வளவு காசு வேணும் தெரியுமே? காசுக்கு என்ன செய்யப் போறியள்?"

"காசு இருக்கு."

"காசு இருக்கோ?"

"வந்திடுமெண்டு வையன்."

"என்னம்மா சொல்லுறியள்?"

"ஐயாவின்ர பங்குக் காணி விலைப்படப் போகுதுதானே? தெரியாமல் கேக்கிறாய்!"

இப்போதும் ஐயாதான் அந்தக் குடும்பத்தை முன்னின்று நடத்திக் கொண்டிருக்கிறார். அந்த நினைப்பில்தான் அம்மாவின் முகம் பூத்துப் பொலிந்திருக்கு.

"காசு விஷயம் சரி. தனிய நான் எப்படிப் போறது?"

"கொழும்பில பிளேன் ஏத்திவிட்டால் இந்தியாவில போய் இறங்கப் போறாய். அறிவிச்சால் சுதன் வந்து கூட்டிக் கொண்டு போகும்தானே!"

"அவர் வந்து கூட்டிப் போவார், சரி. கொழும்புக்குப் போக என்ன செய்யிறது?"

சிறிதுநேரம் யோசித்துவிட்டு, "மாமாவைத்தான் கேக்கப் போறன்" என்றாள்.

மறுநாளே விநாயகர்வீதி போய் சுந்தரத்தாரைக் கேட்டாள்: "கூட அனுப்பக்கூடிய மாதிரி ஒருத்தரும் இல்லையண்ணை எனக்கு. ராஜி இந்தியா போகச் சம்மதிச்சிட்டாள். சனியன் மனத்தை மாத்துறதுக்கு முந்தி... குறை நினைக்காமல்... நீங்கள்தான் ஒருக்கா கொழும்புவரைக்கும் போய் பிளேன் ஏத்தி அனுப்பிவிட வேணும், அண்ணை. போய் வாற காசு நான் தாறன்."

"பிள்ளை போகச் சம்மதிச்சிட்டாவோ?" என்று முகம் மலர்ந்து கேட்டவர் பதிலை எதிர்பாராமல் தொடர்ந்து சொன்னார்: "செலவைப் பற்றி என்ன, பிள்ளை போகச் சம்மதிச்சால் போதாதே? எனக்கே இந்தியா போய் ஒருக்கால் அவனைப் பாத்திட்டு வந்தாலென்ன எண்டமாதிரி கொஞ்ச நாளாய் இருந்துகொண்டிருக்கு. அதுக்கு காசு வசதி இப்ப வராது. கண்டிப்பாய் கொழும்புவரை போக ஏலும். பிள்ளையை நானே கூட்டிப்போய் அனுப்பி வைக்கிறன்."

வீட்டுக்கு வந்த மகேஸ்வரி, "திடீரெண்டு வெளிக்கிட வேண்டியிருக்கும். எதுக்கும் உடுப்பெல்லாம் ஆயித்தமாய் இரு. மாமா கூட வருவார்" என்றாள் ராஜியிடம்.

8

திண்ணையில் வாசற்படியோரமாக லாந்தர் பிரகாசமாய் எரிந்து கொண்டிருந்தது. லாந்தர் அருகே ஒரு பேனா, வரவு செலவுக் கணக்கெழுதும் ஒரு நீண்ட கொப்பி. எட்ட, பாட்டி. பக்கத்தே பாட்டியின் கைவிளக்கு சுடர் விரித்தபடி. ஓரமாய் தீப்பெட்டி. கையெட்டும் தூரத்தில் சுங்கான்.

லாந்தர்ப் பக்கமாக முதுகு காட்டியபடி அரசி, மேல்வெளியில் பார்வையைப் பதித்தபடி உட்கார்ந்திருந்தாள்.

இருள ஆரம்பித்த சிறிது நேரத்துக்குள்ளேயே பெரிய மஞ் சள் குடம்போல நிலா தோன்றிவிட்டது. வானம் வெளுப்பாய் இருந்தது. வான இருளையெல்லாம் நிலா பூமிநோக்கித் தள்ளிக் கொண்டிருப்பதாகப்பட்டது அரசிக்கு. தென்னங் கிளைகளினூடு தெரிந்த நிலா மதுக்குடமென மருட்டியது. கண்டால் மயக்கும் மது அது. “அற்றைத் திங்கள் அவ்வெண்ணிலவென்ன . . .” “அன்றொரு நாள் இதே நில” வென்ன . . . “நிலா நிலா ஓடிவா” என்ன . . . “அம்புலி மாமா வா வா” என்ன . . . எத்தனையெத்தனை பாடல்கள் நிலாபற்றி தமிழிலே. பின்னுமெத்தனை பாடல்கள் பாரசீகத்தில், உருதுவில், பிற பாலைவன மொழிகளில், இருண்ட கண்டமான ஆப்பிரிக்காவின் மொழிகளில், மேற்குலக மொழிகளில், இன்னும் . . . வரிவடிவற்ற பேச்சு வழக்கு மொழிகளில் . . . எத்தனை ஆயிரம் பாடல்கள் இருக்கக்கூடும்! அவையெல்லாம் மயங்கியவர்களின் கிறக்கங்கள் மட்டுமே. மயங்காமல் பாடல்கள் இல்லை. ஒருவகையில் நிலாவே ஒரு மொழிதான். அதன் மொழிபெயர்ப்புகளே பாடல்கள் என்று நினைத்தாள் அரசி.

வீடு வெறுமையாக இருந்தது. பாட்டி கணக்கில் சேர்த்தியில்லை. அவளது . . . தனி உலகம். அங்கே அவள் தனியள். அவள் எவருக்கும் துணையுமாகாள்.

வேலாயுதம் காலையில் பருத்தித்துறை போனவன். மாலையில் வந்துவிடுவதாகச் சொல்லியிருந்தான். அவன் வந்தால் வீடு கலகலப்பாகிவிடும்.

அவ்வப்போது அதுமாதிரியோ, வேலாயுதம் வரவேமாட்டான் என்று திண்ணமாகத் தெரிகிறபோதோ இரவுகளின் தனிமையில் அரசிக்கு இப்படித்தான் சிந்தனை தோன்றுவதுண்டு. தோன்றும் எண்ணங்களை நீண்ட அக்கொப்பியில் எழுதிவைப்பாள். அவ்வாறு எழுதப்பட்ட சில பக்கங்கள் அதில் இருந்தன. தற்செயலாக அதை ஒருநாள் பார்த்த எதிர்வீட்டு ராகினி, அவளுக்கு நன்றாக எழுத வருகிறது, புதுக்கவிதை அம்சம் நன்கு அமைந்து இருக்கிறது, தொடர்ந்து எழுதலாமே என்று பாராட்டியிருந்தாள். பல்கலைக்கழக மாணவி ஒருத்தி அவ்வாறு பாராட்டியது அவளுக்குப் பெருமையாக இருந்ததுதான். ஆனால் அதுக்காகவே அவள் தொடர்ந்தும் எழுதிவிடவில்லை. எண்ணப் பகிர்வுக்கான ஒரே ஊடகம் அவளுக்கு அதுவாகவே இருந்தது. பல விஷயங்களையும் தெரிந்தவன்தான் வேலாயுதமும். ஆனால்

வெளிப்படுத்தும் ஊடக அக்கறை அவனுக்கில்லை. பேச்சு ஒன்று போதும். வாயே அவனது ஊடகம். ஆனால் அவளுக்கோ எழுதவேண்டியிருந்தது. அதிலும் வெளிப்படுத்தும் முறை மிக முக்கியமாக இருந்தது. கலாபூர்வமான அந்த அக்கறை அவளுக்கு அப்போதுதான் வந்ததென்றில்லை. அவளுக்கு எழுதி விடுவதில் நிம்மதி கிடைத்தது. அன்றுகூட எழுதுவதற்காகவே அந்த இடத்தில் கொப்பியுடன் வந்தமர்ந்தாள். சிந்தனை பிறக்க வாகான இடம் அது.

கச்சாய் சின்னஞ்சிறு ஊர். ஒரு கடலோரக் கிராமம். ஒரு பக்கத்தை முற்று முழுதுமாய் சிறுகடல் வளைத்திருந்தது. கச்சாயிலிருந்து சங்குப்பிட்டிக்கு ஒரு ரகசியக் கடற்பாதை இயங்கிக்கொண்டிருந்தது காற்று வழிச் செய்தி. அதில் யாருக்கும் அக்கறை இருக்கவில்லை. கச்சாயின் கடற்புறத்துக்கு எதிர்ப்புறத்தில், விரிந்த அல்லாரை வயல்வெளி. மேற்குத் திசையில் கெற்பேலிக் காடு. அப்பால் தரைவையும் சதுப்பு நிலமான தாவடி. அது ஆனையிறவுடன் தொடுப்புண்டிருந்தது. கீழ்ப்புறத்தில் சாவகச்சேரி. சாவகச்சேரியும், கொடிகாமமும் எதிரெதிர் திசைகளில் கச்சாய்க்கு ஏறக்குறைய சமதூரத்தில் இருந்தன. இரண்டு நகரங்களிலும் சந்தை இருந்தது. கச்சாயின் வாசிகளில் அது ஒன்று.

கச்சாய் செம்பாட்டுத் தரை. ஒரு காலத்தே நிலம் வரண்டுதான் கிடந்தது. இயற்கையோடு மனிதன் நடத்திய யுத்தத்தின் விளைவாய் வாழை, தென்னந்தோட்டங்கள் செய்யப்பட்டன. பின்னால் சிறுபயிர்த் தோட்டங்கள் செய்யப்பட்டன.

பெரிய ஆலமரத்தினடியில் இருந்தது கச்சாய் அம்மன் கோயில். கச்சாய் அம்மன் கோயில் திருவிழா சுற்றிவர நான்கு ஊர்களுக்கும் பிரசித்தமானது. பின்னால் திருவிழாக்கள் கைவிடப்பட்டு வந்த காலத்தில் அது இன்னொரு காரணத்தால் பிரசித்தம் பெற்றது. எப்போதோ இருந்துவிட்டு ஒரு நாளில் திடீரென அங்கு விஜயம் செய்யும் யோகர்சுவாமியின் சீடரென தன்னைச் சொல்லிக்கொண்ட கதிர்காமச் சாமியின் அருள் வாக்குக் கூறுதல் அது. எப்போதும் ஊமைச் சாமியாக இருக்கும் அவர், வெள்ளிகளின் கனத்த வேளைகளில் அருள்வாக்கு கூறுவதைக் கேட்க எங்கெங்கிருந்தோவெல்லாம் ஆட்கள் வருவார்கள்.

அந்த அம்மன்கோயில் பின்புறத்தே, கோயிலை அணைத்துச் சென்ற மணல் ஒழுங்கையில் இருந்தது வேலாயுதத்தின் வீடு. அந்த கால் மைல் நீள மணல் ஒழுங்கையின் இரு பக்கலிலும் இருந்தது மொத்தமே பத்துப் பன்னிரண்டு வீடுகள்தான். அவற்றில், முதல் முகரியில் இருந்த வீடு வேலாயுதத்தினது. கல்யாணம் செய்த பிறகு அவன் கட்டியது. பெரியதல்ல. இரண்டு அறை, முன்னே விறாந்தை, பக்க வாசலால் படியிறங்க மண் குசினி. முன்னால் விசாலமான முற்றம். வளவு நிறைய தென்னைகள். அடர்ந்த இரண்டு மா. வேலியோரமாய் வேம்பு. முட்கிளுவையில் வேலி. கிடுகுப் படலை.

அது பழகிவிட்டால் சுகம் தருகிற தனிமை.

அரசிக்கு அது பழக்கமாகிவிட்டிருந்தது அப்போது.

அவள் நினைத்துப் பார்க்க ஆயிரம் விஷயங்கள் இருந்தன.

தன் கணவன்பற்றியே நிறைய யோசித்துக் கொண்டிருக்கலாம் போலவும் இருந்தது.

கல்யாணத்துக்கு ஒப்புக்கொள்வதில் ஒரு யாந்திரீகத்தனமே அவளிடம் இருந்தது. மற்றும்படி பெரிதான விருப்பமென்று எதுவும் கிடையாது. அவனது தோற்றம், படிப்பு, உழைப்பு என்று எது பற்றித் தெரிவதன் முன்னும், அவன் தூரத்து உறவு என்று தெரிந்த கணத்திலேயே அவளது சம்மதம் விழுந்துவிட்டது.

அதற்காக அவள் இப்போது வருத்தப்படவில்லை. வருத்தமே அவளிடத்தில் இல்லை. எல்லாம் அதிர்ஷ்டவசமாக நேர்த்தியாயே முடிந்திருக்கிறது.

கல்யாணத்துக்கு வேலாயுதத்தைக் கேட்டுப் பார்க்கலாம் என்று தந்தை ஒருநாள் தாயாரிடத்தில் பிரஸ்தாபம் எடுத்தபோது, அவளுக்கு முதலில் ஞாபகம் வந்தது அவனது முரட்டுத்தனம்தான். அவன் முரடனென்று யாரும் சொல்லவில்லை. அவனை அவள் பார்த்திருக்கிறாள் அபூர்வமாகவேனும். வைரம் பாரித்த உடம்பும், கரிய நிறமும், லேசில் சிரிக்க மறுக்கிற முகமுமே அந்த எண்ணத்தை அவளிடத்தில் ஏற்படுத்தியிருந்தன. பழகிய பிறகுதான் இறுகியதுபோல் தோன்றிய அந்த வன்கோதுக்குள்ளேயிருந்த இளகிய மனம் தெரிந்தது. வேலாயுதம் பண்பாகப் பழகவும் தெரிந்தவன். அறிவார்த்தமாய் எவரோடு பேசவும் தெரிந்திருந்தது. எல்லாவற்றையும்விட அவன் இரக்கப்படத் தெரிந்திருந்தான். அவன் பேசிச் சிரித்துப் பொழுதைப் போக்குவது அபூர்வம். அப்படி ஓர் மனநிலை தோன்றிவிட்டால் அவன் கள் அடித்து விட்டானென்று அர்த்தம். பின் நாளெல்லாம் திருவிழாவாகவே இருக்கும். அன்றைக்கு ராகினி அகப்பட்டுவிட்டால் அவ்வளவுதான். பல்கலைக் கழகத்தில் படிக்கிற கர்வமும், சுடச் சுட நக்கலடிக்கிற கூர்மையும், விடாது வாதாடுகிற தீவிரமும் அவளிடத்திலிருந்து பறந்துவிடும். அவளை வாயடைத்துப் போய் அழுகிற நிலைக்கு கொண்டுவந்துவிடுவான் வேலாயுதம். இயக்கச் செயற்பாடுகள் குறித்து ஒருசார்பான மனநிலைமை அவனிடத்தில் இருந்தமையை அவள் அறிவாள். ஆனால் ராகினியோடு மட்டும் இயக்கங்களுக்கு எதிர்நிலையெடுத்து நின்று வாதாடி, அவளைச் சீண்டிச் சீண்டி சொல்லாடுவான்.

எழுபத்தைந்தாம் எழுபத்தாறாம் ஆண்டுகளில் இயக்கங்கள் பற்றி நல்லபிப்பிராயம் அவனிடத்தில் இருக்கவில்லை. இன்னும், ஒரு வெறுப்பே இருந்தது என்றும் சொல்லிவிடலாம். தன் நிலம், தன் வளம், தன் கலாச்சாரக் கூறுகள், தன் மொழி பற்றிய சிந்தனைகள் அற்றவனாகவே காலத்தைக் கடத்திக் கொண்டிருந்தான். வயதும் பெரிதாக இல்லைத்தான். பத்தொன்பது இருபது வயதுதான் இருந்திருக்கும். அந்த வயதில்தான் சிவகுமாரன் போராளியாகிச் செத்தது. அது போதுமான வயதுதான் தன் இனம் மொழி மண் பற்றித் தெரிந்திருக்க. எனினும் அவன் குடியிருந்த சூழ்நிலைச் சுவர்களைக் கடந்து கருத்துகள் வர கடினப்பட்டிருக்கலாம். இருந்தும் பின்னால் மாறினான். அல்லாரை வயலுக்குள் சீலனென்றும்,

சார்ள்ஸ் அன்ரனியென்றும் அறியப்பட்டிருந்த போராளியின் மரணத்தை என்று கண்டானோ, அன்றே மாறினான்.

சுதன் பற்றிய பேச்சு வந்து அவள் வருத்தப்படுகிற சமயங்களில், அவனது முடிவிலிருந்த பலமான நியாயங்களைச் சுட்டிக்காட்டி அவன் அவளைத் தேற்றியிருக்கிறான். நியாயத்தைக் காணவும், அதை நேர்த்தியாய் எடுத்துச் சொல்லவும் வேலாயுதம் செய்த வேளைகளில் அரசியே ஆச்சரியப்பட்டிருக்கிறாள். ஆனால் உழைப்பு அவனது ஜீவநாடி. அதை அறுத்துவிட்டு அவனால் வாழ்ந்துவிட முடியாது. இன்னும் கூடுதலான தீவிர தளத்தில் இயங்கமுடியாமற் போனது அது காரணம் சுட்டியே. மற்றும்படி சிந்தனையாலும், பேச்சாலும் இயக்க ஆதரவாளனாகவே வேலாயுதம் இருந்தான்.

தான் கணக்கெழுத ஆரம்பித்துக் கைவிட்டுவிட்ட கொப்பியில் அவளை எழுத வைத்ததே அவன்தான். ஆயினும் ஒரு பக்கத்தைக்கூட அன்றையவரையில் அவன் படித்துப் பார்த்ததில்லை. அவளுக்கு அதனால் சுகம் கிடைத்தது. அவனுக்கு ..?

அவனுக்கும் மன லேசுவும் சுகமும் இருந்தன. ஆனால் ஊடகம்தான் வேறு.

அரசி திரும்பி கொப்பியில் ஏதோ ஒரு பக்கத்தை விரித்து வாசித்தாள்.

கவிதை வீச்சு விரவிய வசனங்கள் அவை. அவளின் கன்னி முயற்சி. ஆனாலும் நெஞ்சைத் தொடும் ஓரம்சம் அந்த வரிகளில் இருந்தது. அவளாலேயே உணர முடிந்தது அதை.

மரங்களுக்கிடையே உறைந்திருக்கிற இருட்டு... அப்பாலே காட்டில் விழுந்திருக்கிற மயூனம்... சூழ இருக்கிற தனிமை... பிரதான வீதியில் கொழும்புநோக்கிச் செல்லும் கனத்த லொறிகளின் இரைச்சல்... இருந்துவிட்டு நள்ளிரவுக்கு மேல் எழும் கதிர்காமச் சுவாமியின் சிரிப்பு... ஒரு அழுகை... ஒரு நாயின் தீனம்...

அன்று வேலாயுதம் வீட்டுக்குத் திரும்பிவந்தபோது பத்து மணிக்கு மேலே. வந்தவன் தண்ணீர் கொண்டுவரச் சொல்லி அப்படியே ஒரு செம்பு நீரையும் குடித்துத் தீர்த்தான். அமர்ந்தான் வாங்கிலே. “ப்ஸ்ஸ..!” என்று ஊதி ஆசுவாசப்பட்டான்.

“ஏன், களைச்சுப் போனமாதிரி இருக்கிறியள்?”

பதில் சொல்லுமுன் உடம்பை ஒருமுறை சிலிர்த்தான்.

மாலையில் பருத்தித்துறைக் கடற்கரையோரமாய் வந்து ஒதுங்கிய சில சடலங்கள் பற்றி அவன் சொன்னான். அவற்றின் கோரம்... மரண பயம்... ஓ... வாழ்க்கையே!

வெளி இயக்கத்தில் தெரிகிற வாழ்க்கை உள்ளே இல்லையென்பது மேலும் ஒரு பங்கு அதிகமாகப் புலனாயிற்று.

யாரவர்கள்? என்ன நடந்தது அவர்களுக்கு?

அரசியின் நெஞ்சு நடுங்கியது.

'நாம் எங்கே போகிறோம்?'

அவள் தனக்குள்ளே கேட்டாள்.

அவன் பதில் சொன்னான்: "ரண்டு பக்கத்திலும் பெருத்த அழிவுதான் வரப்போகுது. பெடியளும் விடுகிறமாதிரி இல்லை. ஆமிக்காறனும் விடமாட்டான். சண்டையெண்டால் சண்டை, சமாதானமெண்டால் சமாதானமெண்டு ஜே. ஆர். இண்டைக்குப் பாராளுமன்றத்தில தெளிவாய்ப் பேசியிருக்கிறாராம். அமெரிக்கா சரியான ஒட்டாயெல்லே இருக்கு இப்ப? அதால... இயக்கங்களை அழிக்க அமெரிக்கா வரும். இல்லாட்டி பாகிஸ்தான் வருமெண்டு எல்லாரும் பேசுகினம்."

9

விறாந்தையில் சோம்பலோடு அமர்ந்து மேலே விண்வெளி நோக்கி யிருந்தாள் ராஜி. வானம் சிவந்து கிடந்தது. செம்மை பூசிய வெண் மேகங்கள் அசைந்து கொண்டிருந்தன. சிறுகடல் கடந்து, சமுத்திரம் கடந்து அண்ட விளிம்பில் சூரியன் பெருஞ்சிவப்புப் பொட்டாய்ச் சுடர்ந்து கொண்டிருந்தான். இன்னும் கணங்கள் சில சுடர்ந்த பின் இந்த வட்டநிற செம்பொட்டு விஸ்தீரணத்தில் விரியும். மெல்ல... கருஞ்சிவப்பாய் மாறும். அப்படியே சிவப்பு கருமையுள் அடங்கி பூமியின்மேல் அந்தகாரப் போர்வையாய் விரியும்.

ராஜியின் மனம், அழுத்தம் தெளிந்துகொண்டிருந்தது.

தாயார் கோபத்தோடு வெளியே சென்றிருந்தாள்.

சூரியச் செம்மையைப் பார்க்க அம்மா கண்கள் ஞாபகம் வந்தன அவளுக்கு.

பெரியதான காரணமில்லை பூசலுக்கு.

'இந்தியாவுக்கு இப்ப போகவேண்டாமே!' என்றாள் ராஜி. சாதகமான பதிலை எதிர்பார்த்திருந்த மகேஸ்வரிக்கு கோபம் வெடித்துக்கொண்டு வந்துவிட்டது. இப்போது இரண்டாவது மாதமாய் பயணம்பற்றிக் கேட்டுக் கொண்டிருக்கிறாள். அதே பதிலையே சொல்லிக்கொண்டிருக்கிறாள் ராஜியும். அந்தத் தவணையோடு விஜியை கல்லூரியிலிருந்து நிறுத்திவிட்டு, ஐப்பசியில் கல்யாணத்தை முடித்துவிடுகிற எண்ணம் மகேஸ்வரிக்கும் செல்லத்தம்புவுக்கும். ஐப்பசியில் கல்யாணம் முடிந்தால் தையிலே அதுகள் அவுஸ்திரேலியாவில் நிக்குங்கள், இல்லையேல் கனடாவில். வேறு சமயங்களில் படிப்பைக் குழப்புவதுதான் இயலாமல், மனச்சங்கடமாய் இருந்திருக்கும் மகேஸ்வரிக்கு. கலியாணத்துக்காகவும், அதைவிட மேலாக வெளிநாடு போவதற்காகவும் படிப்பை நிறுத்துவது மகா புத்திசாலித்தனமானது.

எல்லாவற்றுக்கும் இவள் இந்தியா போகவேண்டுமே!

சம்மதித்துவிட்டால் போதும். கூட்டிப்போக மாமனாரே தயாராய் இருக்கிறார். கொழும்பில் அவருக்கு நிறையப் பேரைத் தெரியும். விரைவில் விசாவை எடுத்து விமானத்தில் ஏற்றி அனுப்பி வைத்துவிடுவார். ஆனால் இவளோ, போகிறேன், இப்ப இல்லை என்று நிற்கிறாளே!

தன்னைப் பிரிய அவள் காட்டுகிற தயக்கத்தை மகேஸ்வரியால் புரிய முடிந்தது. அங்கே இருந்தால் அவளது அலட்சியமான பதில்களில் ஒரு வெஞ்சொல் சிந்திவிடும். பாசப்பட்ட ஒரு ஜென்மத்தை அது பதற வைத்துவிடும் என்றதால்தான் கட்டுப்பாடு வெடிக்கு முன் வெளியே ஓடினாள்.

எங்கே போயிருப்பாள்? போவதற்கு எந்த இடம் இருந்தது? மாலா வீடு வெறுமை. நேசமலர் ரீச்சர் வீடு வெறுமை. சரவணை வீடு வெறுமை. திரவியம் வீடு வெறுமை.

இரண்டாவது கடிதமும் சுதனிடமிருந்து போனவாரத்தில் வந்துவிட்டிருந்தது. இனி தாமதிப்பது சரியல்ல என்று அவள் மனத்துக்குள்ளேயே ஓர் அபிப்பிராயம் உருவாகிற வரையில்... வல் வெட்டித்துறைக் கடற்பக்கமாய் மீண்டும் பீரங்கிப் படகுகளின் குண்டு வெடிப்பு!

யாழ். கோட்டையைக் கைப்பற்ற விடுதலைப் புலிகள் எடுத்த பாரிய தாக்குதல் முயற்சியின் பின்விளைவு அது.

தீவுகள் சமுத்திரத்தின் நடுவில் குலுங்கின.

'ஒவ்வொரு முழக்கத்துக்கும் எத்தனை உயிர்கள் பலியோ? எத்தனை வீடுகள் தகர்வோ? ஒரு இனச்சேதம் திட்டமிட்ட வழியிலே நடந்துகொண்டிருக்கையில், அதன் பொருளாதார பலம் மூர்க்கமாய்ச் சிதைபட்டுக் கொண்டிருக்கையில், என்னையொத்த குமர்ப்பெண்கள் கோயில்களையும் பாடசாலைகளையும் தவிர ஒழிவதற்கு புகலிடமற்ற ஒரு பூமியிலிருந்து நான் மட்டும் தப்பி ஓடிவிடுவதில் நியாயமென்ன இருக்கிறது?'

அவள் ஓட நினைக்கவில்லைத்தான். அவனே ஓடிவரச் சொல்கிறான். எனினும்... தார்மீகப் பொறுப்புக்களைக் கைகழுவி விடுதல் எப்படிச் சாத்தியமாகும்?

எல்லோரும் அவள் போகத்தான் வேண்டுமென்றே சொல்கிறார்கள். செல்லத்தம்பு சொல்கிறார். சீலனின் அக்காள், துரை, சுந்தரத்தார் எல்லாரும் சொல்கிறார்கள். திரவியம்கூட அப்படித்தான் சொல்கிறான். நல்லூர் போவதைச் சொல்லிச் செல்ல வந்த சங்கரப்பிள்ளை வாத்தியாரும் அப்படித்தான் சொன்னார்.

அவள் தவறு செய்துவிடக்கூடாது என்ற கரிசனையே அனைவரது அறிவுரையிலும் இருந்தது அவளுக்குத் தெரிந்தது. அவள் தவறு செய்துவிடக்கூடாதுதான். அது அவள் தங்கையின் வாழ்வைப் பாதித்துவிடும்!

அவளுக்குள் தீர்மானம் எழுந்தது.

திரும்பி வந்த மகேஸ்வரியிடத்தில் தன் தீர்மானத்தைச் சொன்னாள் ராஜி.

அடுத்த நாளே பிரயாணத்துக்கான ஏற்பாடுகள் துவங்கி விட்டன.

மறுநாள் கொழும்புக்குப் புறப்படலாமென மாமனார் சொல்லிச்சென்ற ஒரு வியாழன் காலையில் தாயாரைக் கூட்டிக்கொண்டு அரசியைக் காணச் சென்றாள் ராஜி.

பன்னிரண்டு மணி ஆகியிருந்தது. சமையல் முடிகிற நேரம். பேசியபடியே சமையலை முடித்தார்கள் தோழிகள். உண்ட களைப்பில் திண்ணையில் சேலைத் தலைப்பை இழுத்து விரித்துக்கொண்டு கண்ணயர்ந்தாள் மகேஸ்வரி. தோழிகள் பேசிக்கொண்டிருந்தார்கள்.

இடையே கண்விழித்து நேரத்தைப் பார்த்துவிட்டு "புறப்படுவமா, ராஜி?" என்று கேட்டாள் மகேஸ்வரி.

"அண்ணையும் வரட்டும். சொல்லியிட்டுப் போகலாம்,"

"வேலாயுதம் எத்தினை மணிக்கு வருமோ ..?"

"வந்திடுவார், மாமி. சாப்பாட்டுக்கு வருவனெண்டு சொல்லியிட்டுப் போனவர். எங்கயோ மினக்கேடுபோல இருக்கு..!" என்று மகேஸ்வரிக்கு தாக்கு சொன்ன அரசி, ராஜி பக்கம் திரும்பினாள். "காகிதம் போட மறக்காதயும்."

"மறக்கமாட்டன். அம்மாவை நீங்கள்தான் பாத்துக்கொள்ள வேணும்..."

"இதெல்லாம் எனக்குச் சொல்லவேணுமே? அவ எனக்கும் ஒரு அம்மா மாதிரித்தானே!"

அந்த நேரம் வேலாயுதம் வந்து சேர்ந்தான்.

"என்ன திடீரெண்டு..."

"சும்மாதான்" என்றாள் ராஜி.

"நாளைக்கு கொழும்பு பயணம். சுதனிட்டப் போறா. ஐயா கொழும்புக்குப் போய் பிளேன் ஏத்திவிடுவார். அதுதான் சொல்லிக்கொண்டு போக வந்தவா" என்று விபரம் சொன்னாள் அரசி. "அது சரி, நீங்கள் மேலைக் கழுவிக்கொண்டு வாருங்கோவன், சாப்பாடு போடுறன்..!"

"நான் அங்கயே சாப்பிட்டுட்டன். தேத்தண்ணி போட்டால் குடிக்கலாம். நீ சாப்பிட்டியா?"

"ம்..! ராஜியோட சாப்பிட்டுட்டன்."

அரசி குசினிக்கு நடக்க வேலாயுதம் சொன்னான்: "சுதனிட்ட நான் விசாரிச்சதாய்ச் சொல்லுங்கோ. சொல்ல என்ன இருக்கு வேற?

நினைச்சா எல்லாம் வேதனைதான். முந்தி இந்தியாவுக்குப் போறவை பழனி, திருச்செந்தூர் எண்டு யாத்திரைதான் போவினம். இப்ப ... அகதியாய் ஓடுற நிலைமை. என்ன இருந்தாலும் இப்பிடி ஒரு நிலமை எங்களுக்கு நேர்ந்திருக்கக் கூடாது. போகட்டும். பிரிவு எப்பவும் ஆழமான காயத்தைத்தான் செய்யும். ஆனா இப்பத்தைய பிரிவுகளில பெரிசாய் துக்கமும் இருக்கிறதில்லை. அங்க போய் கொஞ்சம் நிம்மதியாய் ... சந்தோஷமாய் இருக்கட்டுமன் எண்ட எண்ணம்தான். நாளுக்குநாள் நிலமை இஞ்சயும் மோசமாகிக் கொண்டு வருகுது ...”

“என்ர மனசுக்கு ... போறது விருப்பமில்லை, அண்ணை.”

கண்கள் மணிகளை வெடித்துச் சிதறின.

“போகத்தானே வேணும்.”

“அதாலதான் போறன்.”

“சந்தோஷமாய்ப் போயிட்டு வாருங்கோ, தங்கச்சி. சொல்லிப்போக வந்த இடத்தில அழக்கூடாது.”

“இப்படியெல்லாம் நிலமை இஞ்ச இருக்கேக்குள்ளை ...”

“மெய்தான். எண்டாலும் எண்டைக்காவது ஒருநாள் இது மாறத்தானே வேணும்! அழிவு ... அழிவு ... அழிவு ... அதுக்கும் மேலான அழிவு எண்டு இப்படியே தொடர்ச்சியாய்ப் போய்க்கொண்டிருக்க ஏலுமோ?”

“பேச்சுவார்த்தைக்கு ஜெயவர்த்தனா போகாமல் தம்பியார் எச்.டபிள்யு. ஜெயவர்த்தனாவை அனுப்பி வைக்கப் போறதாயும், பேச்சவார்த்தை சரிவராதெண்டும் இப்பவே ஊரில பேச்சாயிருக்கே, தம்பி” என்று இடைபுகுந்தாள் மகேஸ்வரி.

“இலங்கை அரசாங்கத்தைப் பொறுத்தவரை சமாதானத் தீர்வுகளிலயிருந்து நழுவுகிற மனநிலை இருந்தாலும், சமாதானத்துக்கு இந்தியா அதை வற்புறுத்தும். இஸ்ரேல் நாட்டு மொஸாட் இலங்கைப் பிரச்சினையில தலையிட்டிருக்கிறதும், சுதந்திர றேடியோ ஸ்ரேஷன் போட அமெரிக்காவுக்கு அனுமதி கொடுக்க இருக்கிறதும் இந்தியாவுக்கு விருப்பமில்லை. இந்து சமுத்திரத்தில மட்டுமில்லை ... ஆசியாவிலயே தன்ர மேலாண்மையை இந்தியா ஒருக்காலும் அமெரிக்காவுக்குச் சரி ... வேற நாட்டுக்குச் சரி விட்டுக்குடுத்திடாது. அதால ... சமாதானம் வாறதுக்கு நிறைய வழி இருக்கு.”

வேலாயுதத்தின் சொந்த அபிப்பிராயமல்ல அது என்பது அனுமானிக்கக் கூடியது. அது ஊர்ப் பொது அபிப்பிராயங்களின் தொகுப்பு. எனினும் சாதுர்யமான அதன் தொகுப்பும், விஸ்தாரமாக அதை வெளியிட்ட தன்மையும் ராஜி, மகேஸ்வரி இருவரையும் ஆச்சரியப்படவைத்தன.

மகேஸ்வரி கேட்டாள்: “அப்படியும் சமாதானம் வராட்டில் ..?”

வேலாயுதம் பதில் சொல்லவில்லை.

யோசித்தான். பின், "சமாதானம் வந்திடும்" என்றான்.

அவனுக்கொரு கருத்து இருந்தது. அவனது அரசியல் போதனைகள் அண்மைக் காலத்தில் தீக்ஷண்யப்பட்டதன் விளைச்சல் அது. எப்போதும் வெற்றியே யுத்தத்தின் முடிவைக் கொண்டுவருவதில்லை. சமாதானமே அதன் முடிவை நிச்சயிக்கிறது.

"ஏன்ரா வேலாயுதம்..!" பாட்டி அழைத்தாள்.

"என்ன, ஆச்சி?"

"இந்தியா வந்து தமிழருக்கு உதவி செய்யமாட்டுதேயடாப்பா?"

"வந்தாலும் வரும், ஆச்சி."

"என்ன... வந்தாலும் வரும்? நிச்சயமாய் வரும். கொஞ்ச காலத்துக்கு முந்தி ஒருமுறை சிங்களவனுக்கெதிராய்த்தானே சண்டை போட்டது இந்தியப்படை! இல்லையே?"

"ஓம். ஆச்சி."

பேச்சை முடிக்கத்தான் அப்படிச் சொன்னான் வேலாயுதம். ஆனால் பாட்டிபோல, எல்லோருமே தம் எண்ணம் சமாதானமடைந்த திருப்திகொண்டனர்.

உதவி... சமாதானம்... உரிமைகளுடன் கூடிய வாழ்வு... வாழ்க்கையை உயிர்களெல்லாம் எப்படி நேசிக்கின்றன! அதற்கு சமாதானம், உரிமைகள் எவ்வளவு தவிர்க்க முடியாதவையாய் இருக்கின்றன! யுத்தமே வாழ்க்கையாகிவிடக் கூடாதுதான்.

சமாதானத்தை அள்ளி வீசும் காலதேவன் அரசாட்சி தொடங்கி விட்டால்...

ராஜியும் மகேஸ்வரியும் புறப்பட்டபோது சூரியன் இன்னும் மறையாமலே இருந்தான்.

10

ராஜியும் மகேஸ்வரியும் வந்துசென்ற அன்றைய இரவில் வேலாயுதமும் அரசியும் முற்றத்தில் அமர்ந்திருந்தனர். வழக்கம்போல் திண்ணையில் பாட்டி. விறாந்தைப் படியில் சோமு. சோமு படுத்திருந்தது. பாய் விரித்திருந்ததும் படுக்காமல் இன்னும் சுவரோடு சாய்ந்திருந்தாள் பாட்டி.

நீண்டநேரம் அவர்களுக்குள் பேச்சேதும் நிலவாததைக் கொண்டு தத்தம் சிந்தையுள் ஆழ்ந்து வெளியுலகு மறந்திருந்தமை தெரிந்தது. சிந்தைகள் வெவ்வேறாகவோ, ஒன்றாகவோ கூட இருந்திருக்கலாம்.

வேலாயுதம்தான் முதலில் பிரக்ஞையுலகுக்குத் திரும்பினான். தனக்குள்ளே பேசிக்கொள்வதுபோலவே சொன்னான்: "பிரிவு... நல்லதுக்கோ கெட்டதுக்கோ... எப்பிடிப் பாத்தாலும் துன்பம்தான் செய்யுது. ராஜி நாளைக்கு கொழும்புக்குப் போகப்போறா. அப்படியே

இந்தியா போயிடுவா. இனி எப்ப பாக்க முடியுமோ? பாக்க முடியுமோ, முடியாதோ?"

"ஏன் அப்படிச் சொல்லுறியள்? சமாதானம் வந்திடும், சண்டை முடிஞ்சு போயிடுமெண்டு நீங்கள்தானே சொன்னியள்! பிறகென்ன? சமாதானம் வந்தால் போன ஆக்களெல்லாம் திரும்பி வருவினம்தானே!"

"அதுதான் நம்பிக்கை. அப்படித்தான் நடக்கவேணும். ஆனா அது எப்ப நடக்குமோ? அதுவரைக்கும்..." என்று நிறுத்தி மீண்டும் தொடர்ந்தான்: "ராஜியோட கொஞ்ச நாள்தான் பழகினது. அதுக்குள்ளயே இப்படி ஒரு ஒட்டுறவு. இந்தியா பக்கத்தில இருக்கு. அங்கதான் அவவும் போகப்போறா. அதையே தாங்க ஏலாமலிருக்கு. எங்கட முருகசாமி சொல்லுறதுபோல வாழ்க்கை பெரிய விண்ணாணம்தான்."

வேலாயுதத்துக்கு நல்லதென்றால் நல்லது. கெட்டது என்றால் கெட்டதுதான். சரியென்றால் சரி. பிழையென்றால் பிழைதான். இரண்டும் கலந்ததும் உண்டு. ஆனால் அவன் கணக்கிலெடுப்பதில்லை. அவனே அப்போது கலங்கி நின்றது அரசிக்கு அதிசயமாயிருந்தது.

அவன் சொற்ப விநாடிகளிலேயே சுதாரித்துக்கொண்டு எழுந்து, "சாப்பிடுவமா, அரசி?" என்றான்.

"நீங்கள் சாப்பிடுங்கோ. நான் கொஞ்சம் பொறுத்து சாப்பிடுகிறன்."

"ஏதாவது வாசிக்கப் போறியா?"

"ம்!"

"இல்லாட்டி எழுதப்போறியா?"

"எழுத வந்தால் எழுதுவன்."

அவள் எழுந்தாள் சாப்பாடு போட்டுவர.

வேலாயுதம் கைகழுவிவிட்டு வந்து திண்ணையில் அமர்ந்தான்.

தூங்குகிறாளா விழித்திருக்கிறாளா என்று தெரியாமல் சுவரோடு சாய்ந்திருந்த பாட்டி திடுக்காட்டம் அடைந்ததுபோல் உடலைச் சிலிர்த்தாள். வேலாயுதத்தின் பக்கம் திரும்பினாள். சோகம் கப்பியதுபோல் கண்களில் இருட்சி.

"தம்பி..!"

"என்ன, ஆச்சி?"

"இந்திரா காந்திதான் செத்துப்போனாவே, இனியும் தமிழருக்கு இந்தியா உதவிசெய்யுமெண்டு சொல்லுறாய்?"

அது நிச்சயமாகக் கேள்வியில்லை. பதற்றம்! வேலாயுதத்தால் அதைப் புரிந்துகொள்ள முடிந்தது.

அதனால், "தமிழருக்கு உதவி செய்ய வேணுமெண்டு சொல்லி யிட்டுத்தான் இந்திராகாந்தி செத்தவ" என்று பட்டெனச் சொன்னான்.

பாட்டி ஏனோ மறுபடி அந்தக் கேள்வியைக் கேட்கவில்லை. பாட்டி பேசாமல் சரிந்து படுத்தாள். அவளுக்குள்ளும் யுத்தநிலைமையின் பாதிப்புகளோ?

வேலாயுதம் சாப்பிட்டு முடித்தான். அதுவரையில் பெருமளவு மன அழுத்தங்கள் அகன்றிருந்தன. மேல் கழுவினான். பவுடர் போட்டான். கருக்கென முனைவிட்டு இருந்த நாடியை, கன்னத்தை அடிக்கடி தடவிக் கொண்டான். திருப்தியோடு விலகுகிற கை மறுபடி அதிருப்தியோடு வந்து படிந்து தடவித் திருப்திகாண முனையும் செய்கையில் மனநிலை புரிந்து உள்ளுக்குள்ளாய்க் கனிந்தாள் அரசி.

ஆனால் அதற்கு எவ்வளவோ நேரமிருக்கிறது. அவன் ஒரு கண் தூங்கி விழிக்க வேண்டும். அரசிக்கு இனி தூக்கமில்லை.

ஆரம்பத்தில் கூடச்சென்றாள்தான். பின்னால் மாற்றிக்கொண்டாள். வேலாயுதமும் அவளின் தனியுலகு சிதையாதபடியும், சுயாதீனத்தைப் பாதிக்காத வகையிலும் நடந்து கொண்டான்.

லாம்பை சற்று தூண்டி விட்டுக்கொண்டு நீட்டுக் கொப்பியை எடுத்துப் பிரித்தாள்.

மௌனத்தை... அந்த இழையாக நெளியும் அடங்கிய காற்றினை... சிறிதுநேரம் சுகித்தல் நடந்தது.

அரசி குனிந்தாள்.

விறுவிறுவென கிறுக்கி வெட்டி கிறுக்கினாள்.

சிறிது நேரத்தில் இப்படி முடிந்திருந்தது அந்தக் கிறுக்கல்.

நிலைமை எப்படியும் மாறலாம் தோழி

விடை கொடுத்தல் – பெறுதல் என்பன

ஒரு நம்பிக்கையின் தளத்திலேயே நிகழ்கின்றன

நாளை... நாம் சந்திக்கலாம்தான்

நம்பு.

11

முன்பே திட்டமிட்டு சகல ஆயத்தங்களும் செய்யப்பட்டிருந்தமையால், புறப்படுகிற நேரத்தில் ஏக தடல்புடல் இல்லை. உணர்வுகள் அமுங்கிய நிலையில் பிரியாவிடை நடைபெற்றது.

சுந்தரலிங்கம் மனைவியுடன் குறிப்பிட்ட நேரத்துக்கு வந்துவிட்டார் ராஜி வீட்டுக்கு.

இரண்டாவது தவணைப் பரீட்சையில் இன்னும் ஒரு பாடம் நடக்கவிருந்தது. கல்யாணப் பேச்சுக்குப் பின் படிப்பில் உற்சாகம் இறங்கிப் போய்விட, தமக்கையின் வழியனுப்புகையைக் காரணம் காட்டிக்கொண்டு

விஜியும் முதல் நாளில் தானாகவே வந்து விட்டாள் ஹோஸ்டலிலிருந்து. அது உயர்தரத்துக்கான விண்ணப்ப பரீட்சையாகவும் இருக்கும். விஜியைப் பொறுத்தவரை, அவள் பரீட்சை முழுவதும் எழுதாவிட்டாலும்கூட, அரசாங்கப் பரீட்சை எடுப்பதற்கு அனுமதிக்கப்படுவாள். ஒரு பாடம் எழுதாவிட்டால் எதுவும் நடக்கப் போவதில்லை. ராஜி இந்தியா போகச் சம்மதித்த பிறகு கலியாணம் என்று நிச்சயமாகியிருந்ததால் விஜிக்கே பரீட்சை எழுதுகிற ஆர்வம் இருக்கவில்லை. அந்த ஒல்லி உடம்பில் அத்தனை ஆசைகள் எங்கே ஒழிந்து கிடந்தனவோ?

ராஜி விடை பெற்றுக்கொண்டு சுந்தரம் பின்னே நடந்தாள்.

'சகடை' தங்கம்மா, மகள், மருமகளென்று மகேஸ்வரிக்கு வேண்டாத ஒரு சிறுகூட்டம் தங்கள் வீட்டுப் படலைக்குள் நின்று பார்த்துக்கொண்டிருந்தது. முகரியில் ராஜி திரும்புகிறபோது மட்டும் வள்ளிநாயகி கையசைத்து விடைகொடுத்தாள்.

மகேஸ்வரி கண்டாள் அதை. ஆனாலும் முன்புபோல வெறுக்கவில்லை. அவர்களுக்கும் விடுப்புப் பார்க்கும் ஆர்வமாக அப்போது அது இருக்கவில்லை. இனம்புரியாத ஒரு சோகம் அவர்களிடத்திலும் விளைந்திருந்ததாகவே தோன்றியது. பெரிதாக இல்லை. ஆனாலும் பிரிவு எப்போதுமே ஒரு பிரிவுதான். அதன் தாக்கம் வெறும் அயல்மனிதர் என்ற வட்டத்தைக்கூட ஊடுருவிச் செல்லக்கூடியது. இந்த மனிதர்கள் நான்காண்டுகளுக்கு முன்னர் எப்படி இருந்தார்கள் என்பதைப் பார்க்கையில் எவ்வளவு மகத்தான விஷயம் இது!

தெருவிலே, கடையிலே, பஸ்ஸிலே, ஆஸ்பத்திரியிலே... ஏற்படுகிற எதிர்பாராத சந்திப்புக்களைக்கூட விரும்பாத – சகிக்காத அளவுக்குத் தெறித்துப் போயிருந்த உறவுகள் அவை! ஒன்றிரண்டு வருஷங்களாக அல்ல, இருபது இருபத்திரண்டு வருஷங்களாக!

காலம் எவ்வளவு உக்கிரத்துடன் அந்த வெறுப்புகளைக் கழுவித் துடைத்திருக்கிறது, இன்றைய சுமுகத்தை ஆயத்தம் செய்ய!

படகுத்துறையில் சுந்தரமும் ராஜியும் படகுக்காகக் காத்துக் கொண்டிருந்தபொழுது கோயில் முன்னாலுள்ள மணற் பெருவெளியில் நின்று தியாகு கையசைத்துக் கொண்டிருந்தான்.

மீண்டும் கண்ணைக் கலக்கிற்று ராஜிக்கு.

ஒட்டென்ன உறவென்ன அவளோடு இவனுக்கு?

ஆயினும் கண் கலங்கியது பிரிவை நினைக்க.

அவன் உறவில்லைத்தான். ஆனால் ஒட்டுள்ளவன். இந்த மண் ஏற்படுத்திய ஒட்டு எல்லோரோடும்தான் இருக்கிறது.

படகு வந்து அவர்கள் குறிகட்டுவான் நோக்கி அலைகளில் மிதக்கத் தொடங்கியபிறகும் ஓடோஓடென்று ஓடிவந்து இறங்கு துறைக்கட்டில் ஏறி நின்று மறுபடியும் கையசைத்தான் தியாகு.

யாழ்ப்பாணம் போனபிறகு, ராக்சியொன்றை அமர்த்திக்கொண்டு தண்ணீர்த் தொட்டி வீதிக்குப் போய் ஜெஸ்மினின் தாயார் திரேஸாவிடம் சொல்லிவிட்டு அப்படியே ரயில்வே ஸ்ரேஷன் போகலாம் என்பது முடிவானது.

ஜெஸ்மின் வீடு போனபோது பூட்டியிருந்தது. பெரிய கோயிலுக்கு அருட்தந்தையைப் பார்க்கப் போயிருப்பதாக எதிர்வீட்டிலே சொன்னார்கள். இருவரும் அங்கே சென்றனர்.

சுகவீனத்துக்குப் பிறகு அருட்தந்தை பிரான்சிஸ் அருள்நாயகம் முதல்நாள்தான் தேவாலயப் பொறுப்பேற்று மறுபடி அங்கே வந்திருந்தார்.

ராஜியை தூரத்திலேயே கண்டுகொண்டு வரும்படி கைகாட்டினாள் திரேஸா.

திரேஸா பொலிந்திருந்தாள். ஒருவகைப் பண மினுமினுப்பும் இருந்தது.

விஷயத்தை திரேஸா விசாரிக்க, தான் இந்தியா போகிற விபரத்தைச் சொன்னாள் ராஜி. கூட மாமனாரையும் அறிமுகப்படுத்தினாள். பழக்கமில்லாவிட்டாலும் திரேஸாவுக்கும், அருட்தந்தைக்கும் அவரைத் தெரிந்திருந்தது கேள்வியில்.

சுந்தரத்தாருடனான அறிமுகம் முடிய, "சந்தோஷம், ராஜி" என்றாள் திரேஸா. "அதைவிட... நீ ஐரோப்பாவுக்குப் போறதாயிருந்தால் இன்னும் கூடுதலாய்ச் சந்தோஷப்பட்டிருப்பன். இந்தியாவுக்குப் போனபிறகு, அங்கயிருந்தாவது வெளியபோக ரண்டுபேருமாய் முயற்சி பண்ணுங்கோ"

ராஜி லேசாகச் சிரித்து பதிலைப் பூடகமாக்கினாள்.

என்னவாகப் புரிந்தோ திரேஸாவும் திருப்தியடைந்தாள்.

"நீ இந்தியா போற விஷயத்தை ஜஸ்மினுக்கு எழுதுறன்."

"இந்தியா போனவுடன் நானே எழுதுவன்."

ஃபாதர் பிரான்சிஸ் இடைமறித்தார்: "திரேஸா, இவ எங்க போறதாயச் சொன்னியள்?"

"இந்தியாவுக்கு."

"ஓ..! எப்ப போறா?"

"ஒருகிழமை... மிஞ்சினால் ரண்டு கிழமைக்குள்ள போயிடலாமெண்டு நினைக்கிறம்" என்றாள் ராஜி.

அதற்குமேலே உரையாடல் பிரான்சிஸுக்கும் ராஜிக்குமிடையில் நேரடியாகவே நடந்தது. கதிரை எடுத்துவரச்சொல்லி அவர்களை உட்கார வைத்து பிரான்சிஸ் கதைத்தார்.

"தனியாகவே போறீர்?"

"ஓம், ஃபாதர். மாமா கொழும்புவரை வந்து என்னை அனுப்பி வைப்பார். அங்கயிருந்து மட்ராஸுக்குப் போற வேற ஆக்கள் ஆரோடயும் கூடிக்கொண்டுதான் போகவேணும்."

சிறிதுநேரம் உரையாடல் வேறு விஷயங்களில் படிந்து மீள அருட்தந்தை பிரான்சிஸ் தயக்கத்தோடு கேட்டார்: "கடிதமொண்டு தாறன். அதைக் கொண்டுபோய் மட்ராஸில குடுக்க ஏலுமோ?"

"குடுக்க ஏலும், ஃபாதர்."

"என்ன கடிதம், ஃபாதர்?" என்று தலையிட்டார் சுந்தரலிங்கம்.

அருட்தந்தை லேசாகச் சிரித்து தன் புரிதலைக் காட்டிக் கொண்டார். பின், "உங்கட தயக்கம் எனக்குப் புரியுது. அது நியாயமும்தான். ஆனாலும் இதைப்பற்றி நீங்கள் பயப்பிடத் தேவையில்லை. இதுவொண்டும் இயக்கம் சம்பந்தமான விஷயமில்லை. எங்கட பேராயத்தில ஊழியக்காரராயிருந்த ஒரு அருட்சகோதரர் இப்ப மட்ராஸில இருக்கிறார். மூண்டு மாசமாய் அவரிட்டயிருந்து பதிலில்லை. என்ன நடக்குதெண்டு தெரியேல்லை. இந்தியாவில அவரைக் கண்டு கதைச்ச ஆக்கள் சொன்னபடி அவர் கெதியில வெளிநாடு போகவிருக்கிறாராம். அவரைப் போகாமல் மறிக்கவேணும். அவ்வளவுதான்" என்றார்.

"அருட்சகோதரர் ரண்டு மூண்டு வருஷமாய் அங்க நிக்கிறாரோ, ஃபாதர்?"

"ரண்டுமூண்டு வருஷம்... ம்... இருக்கும்!"

"அருட்சகோதரர் வஸ்தியனுக்கு முந்தி வங்காலையில வேலை செய்தவரோ?"

"அப்படித்தான்."

"நீங்கள் சொல்லுறது ஜேம்ஸ் ராஜரத்தினத்தைத்தானே..?"

"தெரியுமா அவரை உங்களுக்கு?" ஆர்வமாய்க் கேட்டார் அருட்தந்தை.

"கேள்விப்பட்டிருக்கிறன். அவரை இஞ்சை பொலிஸில தேடிக் கொண்டிருக்கினம்..."

"முந்தி தேடினவை; இப்ப இல்லை. இப்ப அந்த வழக்கை பொலீஸ் திரும்ப எடுத்திட்டுது."

சிறிதுநேரம் பேசாமலிருந்து நினைவுகளை மீட்டுப் பார்த்த சுந்தரம், "நீங்கள் காகிதத்தைக் குடுங்கோ. அவ கொண்டுபோய் அங்க தபால்ல சேர்ப்பா" என்றார்.

அருட்தந்தை எழுந்துபோய் கடிதத்தை எடுத்துவந்தார்.

சுந்தரம் கடிதத்தை வாங்கிப் பார்த்தார்.

அனுப்பும், அனுப்பப்படும் விலாசங்கள் விபரமாக எழுதப் பட்டிருந்தன.

ஒரு திருப்தியோடு கடிதத்தை ராஜியிடம் நீட்டினார். அவள் வாங்கிக் கொள்ள, "மறந்திடாமல் போனவுடனயே கட்டில சேர்த்திடுங்கோ" என்றும் சொல்லிவைத்தார்.

ராஜி கடிதத்தை வாங்கிப் பத்திரமாய் வைத்துக் கொண்டாள்.

எல்லாரிடமும் விடைபெற்றுக்கொண்டு ரயில்வே ஸ்ரேஷன் வந்து சேர்ந்த பின்னர்தான் தனக்குள் முகிழ்ந்திருந்த சந்தேகத்தை மாமனிடம் கேட்டாள் ராஜி. "வஸ்தியன்... கேள்விப்பட்ட பெயராயிருக்கு. மாமா ..."

சுந்தரத்தார் பெரிதாகப் பிரக்ஞையேதும் அடைந்து விடவில்லை அக்கேள்வியால். எதிர்பார்த்திருந்த கேள்வி போன்ற அசமந்தத்துடனோ, தன் சிந்தனையும் அதுவாக இருந்த காரணத்தாலோ மெதுவாகச் சொன்னார்: "கேள்வியாவது பட்டிருக்கிறியளே ... போன வருஷமளவில மன்னாரில வங்காலைத் தேவாலயத்துக்கு முன்னால சுடுபட்டுச் செத்தாரே ஒரு சுவாமி ..."

ராஜிக்கு ஞாபகமானது.

"வஸ்தியனும் சிங்கராயரும் போராட்டம் இந்தளவு வளர்ந்திருக்கிறதுக்கு காரணமாயிருக்கிற முக்கியமான ஆக்கள். இவையோட ஜேம்ஸையும் சேர்க்கலாம். வேதக்காறச் சுவாமிகளில இந்தளவு சுதந்திர வேட்கை மிக்க ஆக்கள் வேறுபேர் இல்லை. குறிப்பாய் சிங்கராயரின்ர பேச்சைக் கேட்டு எத்தனையோ பேர் இயக்கத்தில சேர்ந்தினம். அவரின்ர பிரசங்கத்தைக் கேட்க சுற்று வட்டாரத்திலயிருந்தெல்லாம் மக்கள் கூடிச்சினம்."

ராஜி ஆச்சரியத்தோடு கேட்டுக்கொண்டிருந்தாள்.

"விடுதலை இறையியலெண்டு வெளிநாட்டில இதைச் சொல்லுகினம். இறைவன் படைப்பில அனைவரும் சமம், சுதந்திரம் அனைவரதும் பிறப்புரிமை, ஏற்றத் தாழ்வுகள் அடக்கு முறைகளுக்கெதிராகக் கொதித்தெழுதல் நீதியெண்டு சொல்லுற ஆக்கள் அவை. போராட்டத்தையும் இறைவனின்ர பேரால செய்யிற சுவாமிமார் விடுதலை இறையியலை முன்னெடுப்பினம். சரி . . . இனி நாங்கள் இதைப்பற்றிப் பேச வேண்டாம், ஆமிக்காறர் அங்கங்க நிக்கிறாங்கள்."

பயணம் நெடுக ராஜியின் சிந்தனை முழுவதையும் சிங்கராயர் ... வஸ்தியன் ... ஜேம்ஸ் ... ஆகியோரின் முகமற்ற உருவங்களே ஆட்சி செய்து கொண்டிருந்தன.

வெள்ளை அங்கி, சிலுவை ... போதுமான அடையாளங்கள்.

இப்போது அவளால் இன்னும் சில பெயர்களைச் சேர்க்க முடிந்தது. சத்தியன், நிர்மலா நித்தியானந்தன் ...

போராட்டம் வெறும் கோபங்கள், அராஜக இச்சைகளிலிருந்து பிறக்கவில்லையென்றும், அதன் பின்னால் தீக்ஷண்யமான சிந்தனைகளும், வலுவான கரங்களும், நெறிமுறைகளும்கூட இருக்கின்றனவென்றும் ஒரு நம்பிக்கை பிறந்தது.

இன்ரர்சிற்றி கூவிப் பறந்தது.

12

ஏற்கனவே கடவுச்சீட்டு எடுத்து வைத்திருந்ததனால் விசாவுக்காகவும், விமான இருக்கைப் பதிவுக்காகவும்தான் சில நாட்கள் காத்து கொழும்பிலே தங்கவேண்டி நேர்ந்தது ராஜிக்கு. ஒருவாரத்துள் அந்த அலுவல்களும் முடிந்துவிட்டன. கொழும்பு – சென்னை விமானத்தில் இருக்கை பல நாட்களுக்குக் கிடைக்காத தால் கொழும்பு – திருச்சிக்குத்தான் இருக்கைப் பதிவுபெற முடிந்தது சுந்தரலிங்கத்தினால். அது பெரிய மனக்குறையாகிப் போனது அவருக்கு. என்றாலும் ஏர்லங்கா அலுவலகத்தில் அதே நாளில் அதே நேர விமானத்தில் அதே இருக்கையின்மை காரணமாய் திருச்சி செல்லவிருந்த ஒரு இளம் தம்பதியர் அறிமுகமாகியதில் ராஜி அவர்களோடு சேர்ந்து திருச்சிக்கும் பின்னர் சென்னைக்கும் போக ஏற்பாடு செய்யமுடிந்ததில் அந்தக் குறை நீங்கியது.

மறுநாள் பயணம் என்றிருந்த நிலையில் இரண்டாம் முறையாக அன்று கொழும்பு பார்க்க ராஜியை அழைத்துச் சென்றார் சுந்தரம்.

நினைவுகள் அடைத்துக்கொண்டு பொங்கி எழுந்தன அவளுக்கு. தன் முதல் கொழும்புப் பயணம் ஞாபகமாகியது. சுதனோடு கூடச்சென்ற இடங்களும், கூடவிருந்த கணங்களும் நெஞ்சில் பசுமையாய் விரிந்தன. கால்கள் பின்னித் தாமதப்பட்டன. இயல்பு நிலையடைய அவள் வெகு பிரயத்தனப்பட வேண்டியிருந்தது.

கலவரத்துக்கு முன், கலவரத்துக்குப் பின் என்று கொழும்பு நிலைமையை இரண்டாகப் பிரித்துப்பார்க்க அவளால் இயலாதிருந்தது. வெள்ளவத்தையிலுள்ள தமிழ்க் கடையொன்றில் தொங்கிக் கொண்டிருந்த ஒரு தமிழ்ப் பத்திரிகைப் போஸ்டர், தேசிய பாதுகாப்பு நிதிக்காக கொழும்புத் தமிழர்கள் அளித்த பெருந்தொகைபற்றித் தெரிவித்தது. தமிழரைக் கொன்றொழிக்க தமிழரே பணம் கொடுப்பதா என்று அவளது நெஞ்சுக்குள் குடைச்சல் எடுத்தது.

சுந்தரலிங்கத்தின் பார்வையிலும் தவறாது அச்செய்தி பட்டிருக்கும். அவரும் அவள்போலவே அச்செய்தியைப் புரிந்து கொண்டிருப்பாரோ?

சுந்தரமும் ராஜியும் தங்கள் தங்கள் தளங்களிலிருந்துதான் புரிதலைச் செய்கிறார்கள். அவரவரும் அதேபோலத்தான். புரிதலென்கிற செயல் ஒன்றாக இருந்தாலும் அதன் திசைகள் – கோணங்கள் – மாறுபடுவது இங்கேதான்.

ரீ சாப்பிடவென்று ஒரு கபேக்குள் நுழைந்தார்கள்.

பத்து நிமிஷம் பதினைந்து நிமிஷத்துக்கு மேலே ஆகியிராது. அவர்கள் வெளியே வந்தபோது அவர்கள் கண்டிருந்த கொழும்பு மாநகராக அது இருக்கவில்லை.

அது ஸ்தம்பித்திருந்ததா..? உள்ளே கொதித்துக் கொண்டிருந்ததா பொங்கி வழிவதற்கு..? ஒரு பயங்கரவாதம் கனிந்து கொண்டிருந்ததா மறுபடி அப்பாவி ஜனங்களின் மடியில் விழுவதற்கு..?

சுந்தரம் பக்கத்தேயிருந்த வாழைப்பழக் கடையிலே விசாரித்தார்.

கடைக்காரரே கதிகலங்கித்தான் போயிருந்தார். இருந்தாலும் சுந்தரத்துக்குப் பதிலளித்தார். "அன்ராசபுரத்தில புலியள் பொதுமக்களைத் தாக்கியிட்டாங்களாம். முன்னூறு நானூறு சனம் செத்துப் போச்சுதாம்."

அன்ராசபுரத்திலயா?

அத்தனைபேரும் சிங்களவர்களாகவே இருப்பர்.

ராஜிக்குக்கூட விபரம் சொல்லவில்லை.

விறுவிறுவென ஆட்டுப்பட்டித்தெருவில் தங்கியிருந்த லொட்ஜுக்கு திருப்பிக் கூட்டிக்கொண்டு போய்விட்டார்.

அவர்கள் வருவதற்கு முன்னரே அங்கேயும் விபரம் எட்டியிருந்தது.

சவக்களை படிந்த முகங்கள்..!

லொட்ஜ் சொந்தக்காரரும் ஒரு தமிழர். அவர் சொன்னார்: "பிரேமதாச பிரதமராயிருக்கிறவரையில கொழும்பில இனி ஒரு கலவரம் நடக்காது. ஒருத்தரும் பயப்பிட வேண்டியதில்லை. அநாவசியமாய் வெளியில போய்த் திரியவேண்டாம். பிரச்சினையெண்டால் கேற்றைப் பூட்டியிட்டு உள்ள இருந்திடுங்கோ."

நாள் விடிந்தது.

நூற்றைம்பது சிங்களவர் பலியென்று பத்திரிகைகள் செய்தி வெளியிட்டிருந்தன.

ஒரு கலவரம் உள்ளடங்கிப் போயிற்று.

அன்று காலை ராஜிக்குப் பயணம்.

சுந்தரமும் ராஜியும் விமானநிலையத்தை அடைந்த சிறிது நேரத்தில் இளம் தம்பதியர் வந்தனர். சுந்தரலிங்கத்தினிடம் கண்கலங்கி நின்று விடைபெற்றாள் ராஜி. "அம்மாவையும் தங்கச்சியையும் நீங்கள்தான் பாத்துக் கொள்ள வேணும், மாமா ..."

"இதெல்லாம் சொல்லவேணுமே, பிள்ளை. சுதனிட்ட நான் சொன்னதுகளைச் சொல்ல மறந்திடாதயுங்கோ ... கடிதத்திலயும் நான் எல்லாம் விபரமாய் எழுதியிருக்கிறன் ..!"

"மறக்கமாட்டன்."

அப்போது சுந்தரத்தின் கண்களும் கலங்கின.

இளம்தம்பதியரைப் பின்தொடர்ந்து ராஜி நடந்தாள்.

அந்தப் பெண் அதிகம் பேசாவிட்டாலும் அழகாகச் சிரித்துக் கொண்டாள், அவளைப் பார்க்கிறபோதெல்லாம். அவளுக்காகவும் சேர்த்து அவள் கணவன் பேசினான். பின்னர்தான் தெரிந்தது, அவனுக்காகச் சேர்த்து அவள் சிரித்த விபரம்.

விமானம் மண்ணைவிட்டுக் கிளம்பியதும் வேரறுந்த நடுக்கம் பிறந்தது ராஜிக்கு. உள்ளுக்குள் 'அம்மா' என்று கூக்குரலெழுந்தது. ஆச்சரியகரமாக நயினாதீவில் கண்ணீரோடு விடைகொடுத்த அம்மாவின் முகம் எதிரில்பட்ட எதிலுமே மங்கிய ஒளிப்படமாய்ப் படிந்து படிந்து தொடர்ந்ததுபோலவே, அப்போதும் தொடர்ந்துகொண்டிருந்தது. காற்றைக் குபுகுபுவென்று வீசிக்கொண்டிருந்த குமிழ்கள் பொருத்தப்பெற்ற கூரை உட்தளத்தில் அம்மா முகம் பதிந்திருந்தது. கூட வரும் அக்கணத்திலும் அம்மா முகத்தில் ஏன் கண்ணீர்? ஏன் கலக்கம்?

முகில்களின் மேல் மிதந்த விமானம் அவற்றைத் துளைத்துக் கொண்டு சற்றே கீழிறங்கி தமிழ்நாட்டின் நிலவளம் காட்டிற்று.

எங்கே குமரிமுனை, எங்கே நாகப்பட்டினம், எங்கே திருச் செந்தூர் பழனி திருப்பதிகள், எங்கே மகாபலிபுரம், எங்கே எங்கே அவள் கேள்விப்பட்டிருந்த ஊர்களும் இடங்களும் ஆலயங்களும்?

விமானப் பயணம் தரையிறங்க ஆரம்பித்த நேரத்திலிருந்து சுகமாயிருந்தது. அப்போதும் அம்மாவின் அழுத கண்கள், கலங்கிய முகம் தொடர்ந்து கொண்டிருந்ததா?

13

திருச்சி விமான நிலையத்தை விட்டு வெளியே வந்த ராஜி முதல் முறையாக தமிழ்நாட்டில் காலடி பதித்த மனக் கிளுகிளுப்புடன் கூடிவந்தவர்களுடன் சென்று நகர பஸ் ஏறினாள்.

அது புதிய காற்று —

புதிய பூமி —

புதிய மனிதர்கள் —

அவள் விசாக் காலத்துள் திரும்புகிறவளாய் இருந்திருந்தால், இந்த எண்ணம் தோன்றாமலே போயிருக்கக் கூடும். அவள் வேர்விட்ட மண் விட்டு விலகி வந்தவள். மூங்கில் கொட்டுகளில் வைத்துக் காப்பாற்றப்படும் மாங்கன்றுகள் பலாக் கட்டைகள்போல் உரிய காலம்வரை அங்கே காபந்து ஆவதுதான் அவள் தீர்மானம்.

மீண்டும் சொந்த மண்ணா? இல்லை, கலாசாரங்களாலும் அந்நியப்பட்ட இன்னம் வேறொரு மண்ணா? நிகழ்வுகளை வைத்துப் பார்க்கிறபோது கலாசார முரணுள்ள மண்ணுக்கான சாத்தியமும் வலிதாகவே இருந்தது. இலங்கைச் சரித்திரத்தை இரத்தத்தால் எழுதி எழுதிச் செல்கிறது விதியின் கரம். எண்ணப்படி எவர் வாழ்க்கை அமைந்து விடல் கூடும்?

பகலிலே ஒரு லொட்ஜில் தங்கி ஓய்வெடுத்துக் கொண்டவர்கள் இரவு எட்டுமணியளவில் இருக்கை பதிவு செய்யப்பட்டிருந்த தனியார் பஸ்ஸுக்கு வந்தனர். அலுவலகத்தினுள் இளந்தம்பதியர் அமர்ந்திருக்க வெளியிலே பராக்குப் பார்த்தபடி நின்று கொண்டிருந்தாள் ராஜி.

சற்றுத் தூரத்தில் தன் நண்பனோடு பேசியபடி அவளைக் கவனித்துக் கொண்டிருந்த ஒரு வாலிபன் சிறிதுநேரத்தில் நெருங்கி வந்தான். "அக்கா!"

ராஜேந்திரனின் குரல்போல இருந்தது. ஆனாலும் அவன் அந்தளவு பாசத்தோடு அவளை என்றும் அழைத்ததில்லை. ராஜி திரும்பினாள்.

அவளுக்கு யாரென்று தெரியவில்லை அவனை. ஆனாலும் துணுக்கம் பிறக்கவில்லை. அவனது பாவங்களினூடாக ஒரு முன்னறிமுக உணர்வு அவளுள் உள்ளோடியது. உதர பாசம் தவிர்ந்ததாய் அது இருத்தல் இயலாததாய்த் தென்பட்டது.

கறுப்பு மேனி. இறுக்கமான உடம்பு. உயரமாய் வளர்ந்திருந்தான். ராஜேந்திரனை விடவும் உயரம். சுதனின் உயரம் இருக்கும். தலைமயிர் நீளமாகவே வளர்ந்திருந்தது. அப்போதுதான் கோயிலுக்குப் போய்வந்தவன்போல நெற்றியிலே குங்குமம் காணப்பட்டது. ரத்தச் சிவப்புக் குங்குமம். தமிழ்நாட்டில் எப்பிடியோ, இலங்கையில் ஆண்கள் அந்தமாதிரி குங்குமம் வைத்தது அவள் பார்த்ததில்லை. அங்கே சந்தனப்பொட்டின் மேல் புள்ளியாக வைப்பதுதான் பார்த்திருக்கிறாள். வயது இருபதிருக்கலாம். ஒருவேளை அதைவிட அதிகமாகவும் இருக்கக்கூடும். அவனது பணிவு அவளைவிடவும் வயது குறைந்த தோற்றம் காட்டிற்று.

அவளது வியப்பின் பாவத்தில் "என்ன?" என்ற கேள்வியும் தொக்கி நின்றது.

"நீங்கள் யாழ்ப்பாணமா?"

"ஓம்..! ஏன்?"

"இல்லை, பாக்கவே தெரிஞ்சுது. அதுதான் கேட்டன். எங்க, மட்ராஸுக்கா போறியள்?"

"ஓம். பஸ்ஸுக்கு நிக்கிறம். லேற்றாகும்போல இருக்கே!"

அவன் அலுவலக மணிக்கூட்டில் நேரத்தைப் பார்த்துவிட்டு, "நேரமாகுது, இனி வந்திடும்" என்றான்.

"அதுசரி, நீர் எந்த இடம்?"

"திருகோணமலை."

"எப்ப வந்தது?"

"போனவருஷம்."

"என்ன செய்யிறீர் இஞ்ச? படிக்கிறீரா?"

அவன், "ஓமக்கா!" என்றான்.

பதிலின் முன்னாகக் கரைந்த மௌனத் துளிகளை அவள் கவனித்தாளா?

பஸ் வந்தது.

பஸ்ஸிலே இருக்கையும் அந்த இளைஞனுக்குப் பக்கத்திலேதான் ராஜிக்குக் கிடைத்திருந்தது.

அவன் அக்கா ... அக்கா ... என்று அழைத்த பரிவு, ஏதோ தன் சொந்த அக்காளை இழந்துபோன சோதரனின் துடிப்பாய்த் தெரிந்தது ராஜிக்கு. அவன் ராஜேந்திரனை அடிக்கடி அவளுக்கு ஞாபகமூட்டிக் கொண்டிருந்தான். ராஜேந்திரனின் நீண்டகாலப் பிரிவு ஏற்படுத்திய வாஞ்சையின் வளர்ச்சி நிமித்தமாய் அந்த மனநிலை அவளிடத்தில் ஏற்பட்டிருக்கலாம். அவள் சொந்தத் தம்பியும் அந்த மண்ணிலேதான் – அங்கிருந்து ஏறக்குறைய ஆயிரத்தைந்நூறு கி. மீ. தொலைவில் – இருந்து கொண்டிருக்கிறான் என்ற நினைப்பு ஒரு வேதனையாக அவளிடத்தில் உருவாகியது.

தம்பி ... தறுதலையாகியிருப்பான். ஏற்கனவே அந்தக் குணம் அவனிடத்தில் இருந்தது. கேட்பார் மேய்ப்பார் இல்லாத இடத்தில் எவருக்கும் அது வளர்தலே இயல்பு. மீட்சி இனி இல்லை என்கிற அளவுக்கே கெட்டிருக்கக்கூடும். கடிதமெழுதாத காரணம் அதுவாக இருக்கலாம். இல்லையேல், பணத்தை கப்பல் ஏஜன்ரிடம் ஏமாறியவன் கடிதமெழுத காசு இல்லாமல்கூட உழன்று திரியலாம். சாப்பாட்டுக்குக் கஷ்டப்படுவதும் சாத்தியமே.

சிரித்துச் சிரித்துப் பேசிய அந்த இளைஞனின் பேச்சு அவளது கவனத்தை மீண்டும் தன்பால் திருப்பியது.

அழகான அந்த வாலிபனின் பாசம் ததும்பும் முகத்துக்கு அவன் நெற்றியில் இட்டிருந்த ரத்தநிறப் பொட்டு ஒரு குரூரத்தை அளித்ததாகத் தெரிந்தது ராஜிக்கு. அவன் அவ்வாறு செய்வதற்கான காரணத்தை அறிய அவள் மனம் உந்தியது. இருந்தும் காளி உபாசகர்கள், அவர்கள் போன்ற பெண்தெய்வ வழிபாட்டினர் அவ்வண்ணம் செய்யக்கூடுமென்ற ஒரு அபிப்பிராயமும் அவளிடம் இருந்தது.

“தம்பி!”

“என்னக்கா?”

“இவ்வளவு நேரமாய் உம்மோட பேசிக் கொண்டிருக்கிறன். உம்மட பேரைக்கூடக் கேக்கேல்லை ...”

“மாதவன்.”

“மாதவன், நான் உம்மிட்ட ஒரு விஷயம் கேக்கலாமோ?”

“கேளுங்கோ.”

“பெரிசாய் ஒண்டுமில்லை. நெத்தியில இந்த மாதிரிப் பெரிசாய் ...”

“நான் குங்குமம் வைக்கிறதக் கேக்கிறியளா?” என்று சிரித்தான். ஆயாசப்பட்டதுபோல் இருக்கையில் சளிந்தான். பிறகு ஆசுவாசப்பட்டுச் சொன்னான்: “காலமை இறங்கிறதுக்கு முன்னால சொல்லுறன், அக்கா.”

அவனுக்கு மேலே பேசப் பிரியமில்லை. ஆனாலும் பஸ் மெல்ல புறப்பட்டு வேகத்தைக் கிரகிக்கத் தொடங்கியிருந்ததனால், அவன் மௌனித்து ஒதுங்கியது இயல்பாயிருந்தது.

ராஜிக்கு மனதுக்குள் அவன்பற்றிய வியப்பு. 'இந்தச் சின்ன வயதில் இத்தனை பணிவும், பண்புமா? இந்த மன ஒருமுகம் எப்படிச் சித்தித்தது? ஏதோ ஓர் உணர்வு கூர்மைப்பட்டதன் விளைவா இவை? இவனது பார்வை, பேச்சு எல்லாவற்றிலுமே ஒரு தீர்க்கம் இருக்கின்றது. சிந்தனைத் தளம் சரியாக இருக்கிற பட்சத்தில்மட்டுமே அமையக்கூடிய இணைவு இது? ஒருவேளை... இவனும் ஏதாவது ஓர் இயக்கத்தைச் சேர்ந்தவனாய் இருக்கக்கூடுமோ? சுதனையே தெரிந்தவனாகவும், அதே இயக்கத்தைச் சேர்ந்தவனாகவும் கூட இருக்கலாம்!'

யோசித்துக் கொண்டிருந்தவள் அப்படியே அசதியில் தூங்கிப் போனாள்.

பஸ்ஸின் விசை... வெளியே கேட்ட கதம்ப அரவங்கள்... அவனை விழித்துப் பார்க்கத் தூண்டினும் கண்மூடிக் கிடந்தான் மாதவன்.

மனத்தின் இருண்ட மூலையில் நெருப்பு தெரிந்தது. பின் எரிந்தது.

83 – ஆடியின் ஓர் இரவு.

நெருப்பும் புகையும் நெடிலும்... ஓலமும் ஒப்பாரியும்... தமிழ்ப் பகுதித் திருகோணமலை எரிகிறது. எரிக்கிறார்கள் இயக்கர்கள். அவர்கள் செய்வது பொருளாதாரத் தளங்களின் துவம்சம் மட்டுமல்ல, வாழ்வு வளங்களினதும்தான்.

அப்பா, அம்மா, அக்கா...

அவனது குடும்பம் அழகானது.

திமுதிமுவென வீட்டுக்குள் நுழைந்த ஒரு மிருக கும்பல் அவனை வாங்கிலே படுக்கவைத்து பரீட்சை கொடுக்கிறது. 'யக்கோ... இங்க பாரு. இப்ப நான் உன்னை இந்தச் சிகரெட் நெருப்பால சுடும். நீ சத்தம் வைச்சா... இவன் உன் அக்காவைக் கெடுத்திடுவான். சோமா உன் அம்மாவை றேப் பண்ணியிடுவான். சரிதானா?'

சோதனை பத்து நிமிஷங்கள் நடந்தது. சிகரெட்டைப் புகையிழுத்து தணலாக்கித் தணலாக்கி அந்த ராணுவ மிருகம் சுட்டது நெற்றியிலே.

தோல் பொசுங்கி... தசை கருகி... நிணநாற்றமெடுத்தது.

அவன் சத்தம் வைக்கவேயில்லை.

'காப்பாற்றிவிட்டேன்... காப்பாற்றிவிட்டேன்... என் அக்காளையும் அம்மாவையும் காப்பாற்றிவிட்டேன்!' ராணுவத்தாட்கள் சென்றபின் மயக்கமடையும் தறுவாயிலும் அவன் மனம் கூவுகிறது. ஒருவாறு எழுந்து வீட்டின் பின்புறம் செல்கிறான். இரண்டு சடலங்கள் எரிந்து கொண்டிருக்கின்றன. ஊரின் அல்லோல கல்லோலத்தில் அரவமில்லாமலே... எரியாமல் சற்றுத் தள்ளி அம்மாவின் சேலையும், அக்காவின் சட்டையும்.

அவனின் சகல பொறிகளிலும் இருள் மண்டுகிறது.

எப்போது எண்ணினாலும் அப்படியோர் பச்சை அனுபவம்!

வேர்த்து... விறுவிறுத்து... அந்த இருளுள் அவன் தூங்கிப் போகிறான்.

அதிகாலையில் ரீக்கடையில் கேட்ட ரேப் ரிக்கார்டர் பாடல் சத்தத்தில் விழிப்பு வர, திறக்கிற கண்களில் பளீரென்று பஸ்ஸின் வெளிச்சங்கள்.

தாம்பரம் பஸ்நிலையத்தில் நின்ற பஸ் மறுபடி புறப்படுகிறது. அடுத்து கிண்டியில் பஸ் நிற்கும். அவன் இறங்க வேண்டிய இடம் அது.

அவன் ராஜியை எழுப்பினான். "அக்கா ..! அக்கா ..!"

ராஜி விழித்தாள். "என்ன தம்பி?"

"நான் இறங்கிற இடம் வருகுது. பஸ் வெளிக்கிடுகிற நேரத்தில திருச்சியில வைச்சு கேள்வியொண்டு கேட்டியள். அதுக்கு... பொறுத்துப் பதில் சொல்லுறதாய் நானும் சொல்லியிருந்தன். இப்ப . . . இறங்கிற இடம் வரப்போகுது. நான் சொல்லவேண்டியதே இல்லை, நெத்தியைப் பாருங்கோ, பதில் தெரியும்." அவன் தலைமயிரை மேலே ஒதுக்கி வெளிச்சம் பட நெற்றியை நிமிர்த்திக் காட்டினான்.

தூக்கக் கலக்கத்தைக் கலைத்துக்கொண்டு அவள் அவனது நெற்றியை உற்றுப் பார்த்தாள். நெற்றியின் நடுவே ஐம்பது சதக் குத்தியளவில் நெருப்பில் வெந்து ஆறிய காயத்தின் வெண்தழும்பு தெரிந்தது.

"என்ன இது? எப்படி வந்தது ..?"

"ஆமிக்காறன் சிகரெட்டால சுட்ட காயம். இஞ்ச வந்த பிறகு இப்படிப் பொட்டு வைக்கிறத ஒரு வழக்கமாக்கிக் கொண்டிருக்கிறன். எல்லாம் ஒரு ரத்த ஞாபகத்துக்காகத்தான்." அவன் தலையை ஒரு உலுப்பு உலுப்பி விட்டுக்கொண்டு, "கோயில்ல வைச்ச குங்குமம். நானாய் அழிக்க வேண்டாமெண்டுதான் அப்பவே சொல்லேல்லை" என்றான்.

அது ஒரு ரத்த ஞாபகம்! அவன் சூடுபட்டவன். அதுக்குமேலும் அவனுக்கு சோகங்கள் இழைக்கப்பட்டிருக்கலாம். சிவப்பு . . . குங்குமத்திலிருந்தல்ல, இதயத்திலிருந்து பரவுவதாகவே பட்டது ராஜிக்கு. ரத்தத்திலிருந்துமல்ல, அங்கே எரியக்கூடிய நெருப்பிலிருந்தே உண்மையில். அப்போதும் அவன் முகம் சிரித்துக்கொண்டேதான் இருந்தது.

'பெண்களின் முகத்தைப் பூவுக்கு ஒப்பாகச் சொல்வார்கள். ரோஜா, தாமரை, செவ்வந்தி, சூரியகாந்தி . . . இப்படி எத்தனையோ மலர்கள் ஒப்புமைக்குண்டு. எப்போதும் சிரித்துக் கொண்டிருக்கும் ஆண்களின் முகத்தை எதற்கு உவமேயம் ஆக்கலாம்? ஆண்மையுள்ள பூ எது? அப்படி ஒரு பூவும் உண்டா?'

கிண்டியில் பஸ் நிற்க மாதவன் சொல்லிக்கொண்டு இறங்கினான்.

"மட்ராஸிலதானே இருக்கப்போறம். பாக்கலாம். நான் வாறன், அக்கா."

பஸ் புறப்பட்டது.

அவள் யோசனையின் தீவிரத்தில் பதில் பணிந்தது.

'ஆண்மையுள்ள பூ உண்டு. முள்முருக்கம்பூ... ஆம், அந்தச் செம்பூதான் சிரிக்கும் ஆண்முகத்தின் தக்க உவமானம்!'

14

ஓர் அசமந்தத்தனத்தோடு விடிய ஆரம்பித்திருந்தது சென்னை மாநகரம். அலுப்போடு, வெறுப்போடு, உற்சாகத்தோடு, எதிர்பார்ப்பின் ஆவலாதிகளோடு என்று ஒரு குழம்பிய உணர்வு நிலையில்தான் ஒரு பெருநகர் விழிக்கிறது. இத்தகைய பெருநகர்களின் விழிப்பு பெரும்பாலும் அருவருப்பாகவே இருப்பதுண்டு. பெருநகர்களின் விழிப்பு – உறக்கம் தெரியாதவள் ராஜி. அவளின் ஆச்சரியம் ஏறுநிலை காண, பஸ் எழும்பூரில் வந்து நின்றது.

ராஜி ஆவலோடு ஜன்னலூடாகப் பார்வையைப் பரத்தினாள்.

சுதன் இல்லை.

'ஒருவேளை தந்தி அவனுக்குக் கிடைக்கவில்லையோ?' அவளது ஆவல் ஒரு அடி பட்டு ஒரு அடி கீழே இறங்கியது. ஆனாலும் பெரிதான நிர்க்கதி நிலையல்ல. அவளிடம் மாலா வீட்டு விலாசம் இருந்தது. ஓட்டோ ஒன்றை அமர்த்திக்கொண்டு நேராக அவள் வீட்டுக்கே போய்விடலாம். ஒருவேளை இந்த இளந்தம்பதியர் செல்கிற வழியில்கூட போகவேண்டிய இடம் இருக்கக்கூடும்.

சூட்கேஷஸ எடுத்துக்கொண்டு கூடிவந்திருந்த இளம் தம்பதியர் பின்னால் ராஜி பஸ்ஸிலிருந்து இறங்கினாள்.

'அதோ, தெருவைக் கடந்து வந்துகொண்டிருப்பது யார்? அவரல்லவா? ஆனால் டெனிம் ட்றவுசர் என்ன... ரீ சேட் என்ன... டென்னிஸ் சூ என்ன... கழுத்தில் ஜொலிக்கும் செயின் என்ன... இயக்கத்தில் இருக்கிறாரா இவர்?' என்று ஆச்சரியமாய் எண்ணி முடிப்பதற்குள் அவன் ஒரு காலை தாங்கலோடு ஊன்றி நடப்பது கவனத்தில் பட்டது. 'காயம்பட்டாரா? பயிற்சியின் போதா? ஒருவேளை நாட்டுக்குப் போய் ஏதாவது தாக்குதலில் ஈடுபட்டு திரும்பிவந்தாரோ? கடிதத்தில் எழுதவேயில்லையே!' அவள் மனம் பதைத்து எண்ணினாள்

"ராஜீ..!"

அவன் சிரித்தபடி வந்து பெட்டியை வாங்கினான்.

வெளிக்காட்ட முடியாத குதூகலம். வார்த்தைகளில்லாத குசலம். அவன் ஆரோக்கியமாகவும் சந்தோஷமாகவுமே இருக்கிறான். ஆனாலும் அந்த மெல்லிய ஊனம்..?

"காலில என்ன? தாங்கலாய் நடக்கிறியளே..!"

"காயம்பட்டது" என்று அவன் சுருக்கமாய் முடித்தான்.

"எந்த இடத்தில..?"

"கெண்டைக் காலில. இப்ப மாறியிட்டுது."

"எப்ப நடந்தது? எனக்கு எழுதவேயில்லையே!"

"எழுதேல்லை. வா, எல்லாம் வீட்டை போய்ப் பேசலாம்."

"இருங்கோ, கொழும்பிலயிருந்து நான் கூடிவந்த ஆக்கள் நிக்கினம். சொல்லியிட்டு வாறன்" என்றுவிட்டுப் போய் இளந்தம்பதியிடம் நன்றி சொல்லி விடைபெற்று வந்தாள்.

எதிரேயிருந்த ஹோட்டல் ஒன்றுக்குச் சென்று கோப்பி குடித்தபின் இருவரும் புறப்பட்டனர்.

அதிசயம் பிறந்தது ராஜியிடத்தில். எத்தனை எத்தனை கண்கள் அவள்மீது மொய்த்தன பரிவோடு! ஏன் அது? அவள் இலங்கையிலிருந்து வந்திருக்கிற அகதி என்பதினாலா? அத்தனை ஈரமா இந்த மக்களுக்கு?

அவன் நிறுத்தி வைத்திருந்த மோட்டார் சைக்கிளை எடுத்தான்.

"உங்கடயா?"

"ம்! இயக்கச் சயிக்கிள்."

"மாலா வீட்டைதானே போறம்?"

"ஓமோம். கொஞ்சம் வசதிக்குறைவாய்த்தான் இருக்கும். இந்தக் கிழமை பிரான்ஸ் போறதாயிருந்த ஒரு குடும்பம் இன்னும் அங்கயிருந்து போகேல்லை. அடுத்தடுத்த கிழமைக்குள்ள போயிடும். அதுக்குப்பிறகு ஒரு அறை தனியா உனக்கே வந்திடும். அதுவரைக்கும் கொஞ்சம் சமாளிச்சுக்கொள்."

சூட்கேஸை வாங்கி அவன் முன்னே வைத்துக்கொள்ள பின்னே ஏறினாள் ராஜி. மோட்டார் சைக்கிள் வாகனப் போக்குவரத்து அரும்பியிருந்த சாலைகளில் அண்ணாநகர் நோக்கி ஊர்ந்தது.

அநாயாசமாக ஓட்டினான் சைக்கிளை. கால்களை ஒரே பக்கப்பாட்டில் தொங்கவிட்டிருந்தாள், சேலையோடு அதுவே வசதியாக இருந்ததனால். அணைத்துப் பிடிக்கவேண்டியதாயிற்று.

அவனது முதுகோடு சாய வெட்கப்பட்டு, பின் மெல்ல மெல்ல படத் தொடங்கி, பின்னர் அழுந்தி... அமர்த்தி... சைக்கிள் என்ஜின்போல் உடம்பு சூடேற ஆரம்பித்தது.

வீட்டுக்கு வெளியே டு...டு...டு... சத்தம் கேட்டதுமே படீரெனக் கதவைத் திறந்து கொண்டு வெளியே வந்தாள் மாலா.

மொழுமொழுவென்று வளர்ந்திருந்தாள். ஷீலாவைப் பார்க்கத்தான் இன்னும் ஆச்சரியமாக இருந்தது. என்ன வளர்த்தி! மாநகரின் சினிப்புள்ளிகள் விழுந்திருந்தன.

"ராஜீ..!" என்று அன்பொழுக வரவேற்றாள் மாலா. சுதனிடமிருந்து சூட்கேஸை வாங்கிக்கொண்டு ராஜியை உள்ளே அழைத்துச் சென்றாள்.

தான் மாலையில் வருவதாகக் கூறிக்கொண்டு ஒரு அவசரத்தில் போல் சுதன் புறப்பட்டான்.

சின்ன வீடுதான். இரண்டு அறைகள்; சமையலறை; ஹோல்; ஒரு ஒடுங்கிய முன்விறாந்தை. விறாந்தை ஓரத்திலிருந்து மொட்டை மாடிக்குப் போவதற்கான படிகள் அமைந்திருந்தன.

புதுமையாக இருந்தது ராஜிக்கு. யாழ்ப்பாணத்து வீடுகள் இந்தமாதிரி இல்லை. கூம்பாக உயர்ந்து சென்று முகடு காணுகிற வீடுகள் அவை.

சிறிசுகளை அதட்டி எழுப்பி முகம் கழுவக் கலைத்துவிட்டு நாற்காலியை இழுத்துப்போட்டு ராஜியை ஹோலுக்குள் அமரவைத்தாள். சூட்கேஸை உள்ளே கொண்டுபோய் வைத்துவிட்டு வந்தாள். சமையலறையிலிருந்த தாயாரை அழைத்து ராஜி வந்திருந்த விபரம் தெரிவித்தாள். வாசலில் நின்று சிரித்து அம்மா விஜிபற்றியெல்லாம் விசாரித்துவிட்டு தேநீர் போட்டுவருவதாகக் கூறிக்கொண்டு உள்ளே திரும்பினாள் சரஸ்வதி. வெளியே செல்வதற்குப்போலும் தயாராக நின்றிருந்த விசுவலிங்கம் ராஜியைக் கண்டதும் சுகம் விசாரித்தார். தாயார் தங்கைபற்றி, இன்னும் ஊரிலுள்ள சிலர்பற்றிக் கேட்டார். பின்னர் பூக்கட்டுபவர் மகளுக்கு நேர்ந்த விபத்தைக் குறிப்பிட்டு தன் வருத்தத்தைத் தெரிவித்துக்கொண்டார். "ஒரு மயிரிழையில உயிர் தப்பினன். இல்லாட்டி இப்ப எனக்காக வேற பேர் அனுதாபம் சொல்ல நேந்திருக்கும். கொடுமை, பிள்ளை, பெரிய கொடுமை! மனிசரை மனிசர் வெட்டுறதும், ரயர் போட்டுக் கொளுத்துறதும் . . . பச்சைக் குழந்தையளைக்கூட அவங்கள் விட்டுவைக்கேல்லையே! எத்தினை இளம் பொம்பிளைப் பிள்ளையளைக் கெடுத்திருப்பாங்கள்! அதுகள் போட்ட சத்தம் . . . விட்ட கண்ணீர் . . . கெஞ்சிய கெஞ்சல்கள் . . . ஆ . . . இரக்கம் அந்த ராவுகளில துளிகூட காடையங்களுக்கு இருக்கேல்லை!" என்று ஒரு பாட்டம் வெய்து புலம்பினார். பின் வேலைக்குப் போய்வருவதாகச் சொல்லிக்கொண்டு ஒரு சிறிய துணிப்பையுடன் பஸ்ஸெடுக்க நடந்தார்.

எல்லோரும் வந்து ராஜியோடு கதைத்தார்கள். சரஸ்வதி மட்டும் ஒரு விசாரிப்போடு பார்வைக்குப் படாமல் சமையலறையில் ஒளிந்துகொண்டிருந்தாள்.

மதியச் சமையல் முடிந்து வெளியே வந்ததும் சுவரோடு உட்கார்ந்துகொண்டு வெற்றிலை போடத் தொடங்கினாள். பேச்சு முழுக்க நீட்டுக்காம்பு வெற்றிலைபற்றித்தான். பின்னால் வீடுபற்றி, அதன்பின் காணிபற்றி . . . ஓ . . . மண் மனிதர்களின் ஆதாரம்தான்!

வெகுநேரத்துக்குப் பிறகுதான் அவள் தன் முன்னால் வராமல் ஒதுங்கியொதுங்கிக் கொண்டிருந்ததன் காரணம் ராஜிக்குப் புரிந்தது.

சரஸ்வதி கர்ப்பமாகியிருந்தாள்!

15

சொல்லிச் சென்றபடி மாலையில் வீட்டுக்கு வந்த சுதனை மாலாவும் சரஸ்வதியும் அன்போடு வரவேற்றனர். அது அன்பு மட்டுமில்லை. மரியாதையும் கலந்தது. அதில் சிறிது அச்சமும் இருந்ததோ? அன்பிருக்கலாம், மரியாதைகூட இருக்கலாம், ஏன் அச்சம் இருந்தது? ராஜிக்கு அதில் அதிசயம் இருந்தது. எனினும் காட்டிக் கொள்ளவில்லை.

மாலா தேநீர் வைக்கப்போலும் உள்ளே விரைய, சரஸ்வதி வெளிவிறாந்தைப் பக்கம் சென்று வாசலில் உட்கார்ந்தாள். சின்னது களெல்லாம் எங்கே போயினவோ? பக்கத்து அறைக்காரரும் வெளியே சென்றுவிட்ட நிலையில், வீடு ஒருவகை நிசப்தத்துள் மூழ்கத் தொடங்கியது.

சுந்தரலிங்கம் கொடுத்தனுப்பியிருந்த கடிதத்தை சுதனிடம் கொடுக்க எடுத்துவரப் போனபோதுதான் அருட்தந்தை பிரான்சிஸின் கடிதம்பற்றிய ஞாபகம் வந்தது ராஜிக்கு. பெரியகோயிலில் வாங்கி பெட்டிக்குள் வைத்ததோடு அதுபற்றிய நினைப்பையே அவள் மறந்து போயிருந்தாள். மறந்ததும் இப்போது நல்லதாகவேபட்டது. விமான நிலையத்தில் அவள் அநாவசியமான பதட்டங்களை அடையத் தேவையில்லாது போய்விட்டது. அவளது பயணமே அதனால் தடைப்படக்கூடிய சூழ்நிலை ஏற்பட்டிருக்கக்கூடுமோ? தெரியாது. அது, அதிலுள்ள விஷயத்தின் தன்மையையும் தீவிரத்தையும் பொறுத்தது.

அருட்தந்தையின் கடிதத்தை மறுநாளே தபாலில் சேர்க்க வேண்டுமென யோசித்துக்கொண்டு சுந்தரத்தின் கடிதத்தை சுதனிடம் கொண்டுவந்து கொடுத்தாள்.

அவன் கடிதத்தைப் பிரித்தபடி, "வெளிக்கிடு, ராஜி. வெளியில போய்வரலாம்" என்றான்.

மறுப்புச் சொல்லாமல் உள்ளே போய் உடைமாற்றி வந்தாள் ராஜி. வாசலில் நின்று அவனையே பார்த்துக் கொண்டிருந்தாள். ஊரைவிட்டுப் புறப்பட்டபோது சொந்த மண்ணைப் பிரிகிறோமே, அம்மாவைத் தனியாக விட்டுச் செல்கிறோமே என்றிருந்த வருத்தங்கள் அப்போது அவளிடத்தில் இல்லை. எல்லா நினைவும் அவனாகவே இருந்தது. செல்லத்தம்புவின் உறவினர் சிலரைக் குறிப்பிட்டு, அவர்களோடு கலந்து பேசி ஏதாவது கோயிலில் வைத்து தாலிகட்டை முடித்துக்கொள்ளும்படி சுந்தரம் வற்புறுத்தி எழுதியிருப்பது அவளுக்குத் தெரியும். அவன் அவர் கடிதத்தை வாசிப்பது காண நாணச் சிவப்பு எறிந்தது அவள் முகமெல்லாம்.

அந்த இருபது மாத காலத்தில் சுதன் இன்னும் வளர்ந்து விட்டான் போலத் தோன்றியது ராஜிக்கு. மேனியில் ஒருவகை மினுமினுப்பு படர்ந்திருந்தது. அவன் இன்னும் அழகனாகியிருந்தான். அந்த மென்மையும் மினுமினுப்பும் அவளுள் ஏதோ ஒரு அம்சத்தின் குறையினைச் சுட்டி லேசான நிம்மதியிழப்பை செய்து கொண்டிருந்தன. போராளி... அவள் நேற்றிரவு திருச்சியில் கண்ட மாதவன் போலிருப்பான். மாதவன்... ஒரு மாதிரி – உதாரணம். ஆனால் சுதன் ..?

காலில் ஏற்பட்ட காயம்பற்றியும் அவன் பூரணமான பதில் அளிக்கவில்லை. அவள் ஆர்வத்தோடு அவன் சொல்ல வெளிக்கிளம்பிய காரணமும் அவைபற்றியெல்லாம் விஸ்தாரமாக அவனோடு பேசவேண்டுமென்பதற்காகத்தான்.

கடிதத்தில் முக்கியமான அம்சமேதும் எழுதப்பட்டிருந்ததான உணர்வே அவன் முகத்தில் இல்லை. கடிதத்தை வாசித்துவிட்டு மடித்து வைத்துக்கொண்டு எழுந்தான் சுதன்.

அவசரமாக தேநீர் கொண்டு வந்தாள் மாலா. குடித்துவிட்டு இருவரும் புறப்பட்டனர்.

"இப்ப நாங்கள் எங்க போறம், சுதன்?" போய்க் கொண்டிருக்கையில் அவள் கேட்டாள்.

"தூரத்துக்கில்லை ... பக்கமாய்த்தான் ... பீச்சுக்கு ..."

திருவல்லிக்கேணி கடற்கரையில் மோட்டார் சைக்கிளை ஒரு ஓரமாக நிறுத்திவிட்டு இருவரும் மணலிலே சென்று அமர்ந்தனர்.

அவளிடம் நிறையக் கேள்விகள் விளைந்திருக்கின்றன என்பது அவனுக்கு அவளின் விழிகளின் கனதியில் தெரிந்தது. மனம்விட்டுப் பேசக்கூடிய ஒரு இடத்துக்கு அவனாகவே வந்ததின்மூலம் சொல்ல நிறைய விஷயம் அவன் வைத்திருந்தானென்பதை அவள் புரிந்தாள்.

எதிரே நீலக்கடல். வான விளிம்பின் தொடுமுனைக் கடலில் இருள் கலக்கத் தொடங்கியிருந்தது.

அன்றைக்கு ஜன சந்தடி அதிகமில்லை கடற்கரையில்.

அவர்கள் பேசத் தயார்ப்பட்டுக் கொண்டிருந்தார்கள், கடல் போல் மனவலைகள் அடிக்க.

இருவர் பார்வையும் கடல்புறத்தில்.

கடல் நீளவலைகளை விசிறிக்கொண்டிருந்தது.

பொது மொழியில் அது அவர்களிடம் என்ன பேசிக் கொண்டிருந்தது?

மனித உறவுகள் மஹத்தானவை என்பதையா?

உறவு நன்று ...
புணர்ச்சி இன்பம் ...
வாழ்தல் இனிது ...
சாதல் குறித்த நினைவுகளும் துன்பமானவை ...
துவேஷம் துன்பம் ...
பிரிவு துன்பம் ...

புதிய கவிதை பாடிற்றோ அது?

அவர்களுக்குள் நெருங்கிய உறவிருந்தது. நெருங்க மனசிருந்தது. ஆசையும் அதிகமிருந்தது. ஆனாலும்..

அவன் அவள் பக்கம் திரும்பினான்.

அவளுடைய கண்கள் தளும்பிக்கொண்டிருந்தன.

காரணங்கள் அனுமானிக்கப்படக் கூடியவைதான். அவன், "என்ன ராஜி இது?" என்றான்.

ஏன் அழுகிறாய் என்ற கேள்வியின் தொனிப்பிருந்தது அதில். அழாதே என்கிற தேற்றுதலின் கனிவு இருந்தது. அழாதே, ஆட்கள் பார்க்கிறார்கள், தப்பாக நினைக்கப்போகிறார்கள் என்கிற பத்திரத்தின் அதட்டலும் இருந்தது.

அவள் மீட்சி அடைவதுபோல் பெருமூச்சு விட்டாள். கவனப்பட்டு அவன் பக்கம் திரும்பினாள். பிறகு சொன்னாள்: "அந்த மார்கழி மாச மழைத் தூறல் ராவில நீங்கள் என்னைச் சந்திக்கச்சொல்லி கடிதமெழுதினது, இயக்கத்தில சேந்து பயிற்சி பெறப்போற விஷயத்தைச் சொல்லத்தானே? பிறகேன் எதுவும் சொல்லாமலே வந்தியள்? நான் வரவிடமாட்டனெண்டா? ரண்டாம் மூண்டாம் நாளில நாச்சியார் மூலமாய்த்தான் எனக்கு விஷயமே தெரியவந்தது. அந்த நிமிஷமே நான் மெழுகாய் உருகி வழிஞ்சிட்டன். என்ர உருவம், இதயம், எண்ணம் எல்லாமே நீர்வடிவமாய்ப் போச்சு. என்ர இருப்பே கரைஞ்சிட்டுது. மறுபடி கட்டியாக ஆக நான் பெரிய பிரயத்தனம் எடுக்க வேண்டியதாய்ப் போச்சு. நீங்கள் இஞ்ச வந்திட்டியள் எண்ட சோகத்துக்கு அடுத்த சோகம், நீங்கள் சொல்லாமலே வந்திட்டியளெண்டது. நான் அழுத நேரம், விட்ட கண்ணீர் கொஞ்சமே?"

அவள் அப்போதும் விசும்பினாள்.

சிறிதுநேரத்தில் தானே தேறிக்கொண்டு அவன் பக்கம் திரும்பினாள்.

கடலைப் பார்த்தபடி கரை மணலைக் கிளைந்து கொண்டிருந்தான் அவன். முகத்தில் மெல்லிய இறுக்கம். தாடை இறுகி எதிலோ அவன் திடப்பட்டதைத் தெரிவித்தது. தக்க வார்த்தைகளுக்காகத் தாமதித்த பின் மெதுவாகச் சொன்னான். அப்போதும் கடல் திசையிலேயே பதிந்திருந்தது அவனது பார்வை.

"இப்பிடியெல்லாம் நடக்குமெண்டு நான் கனவுகூடக் கண்டிருக் கேல்லை. எங்கட இழப்புகள்... எங்கட பாதிப்புகளுக்கெல்லாம் பரிகாரம் காணவேணுமெண்டு நான் நினைச்சது மெய்தான். அது அரசியல்ரீதியான தீர்வின் விழச்சலாயிருந்தது. இந்த மாதிரியில்லை."

பக்கத்தில் ஆட்கள் வர அவர்கள் கடந்து செல்லும்வரை தாமதித்தான். வெளிச்சவீட்டுப் பக்கம் திரும்பினான். பின் பல்கலைக் கழகக் கட்டிடங்களின் தொலைத் தோற்றத்தில் சிறிதுநேரம் மூழ்கினான். சுழன்று கண்ணகி சிலையை நோக்கினான்.

"அண்டைக்கு ராத்திரி நான் வந்ததே உனக்குச் சொல்லுற எண்ணத்தோடதான். வந்த பிறகுதான் நான் நினைச்சு வந்ததுக்கு மாறான மனநிலை நீ கொண்டிருந்தது எனக்குத் தெரிஞ்சுது. நானும் எவ்வளவோ தரம் சுற்றிச் சுழண்டுவந்து ஒரு ஊட்டுக்குள்ளால புகுந்து என்ர திட்டத்தைச் சொல்லத்தான் முயற்சி பண்ணினன். முடியாமல்

போச்சு. சரி, இதுக்குப் பதில் சொல்லு… அண்டைக்கு நான் இதைச் சொல்லியிருந்தால் இந்தியாவுக்கு வர நீ என்னை விட்டிருப்பியா?"

"நிச்சயமாய் விட்டிருக்க மாட்டன். எனக்கு ஆயுதப் போராட்டத்தில விருப்பமில்லை. இதை நான் முந்தியே உங்களிட்டச் சொல்லியிருக்கிறன். இயக்கங்களில அப்ப ஒருவகையான கோபமே இருந்தது. இப்ப இருக்கிறது அனுதாபம். அவையின்ர அர்ப்பணிப்பு, உயிர்த்தியாகம் இதுகளை எந்த மனிசராலயும் சாதாரணமாய் நினைச்சிட ஏலாது. அவையின்ர அழிவில நான் அழுகிறன். ஆனாலும் வழியை நான் ஒப்புக்கொள்ள இன்னும் கனகாலம் செல்லும்போல இருக்கு. என்ர விருப்பத்துக்கு மாறான முடிவெண்டாலும் நீங்கள் அதை எனக்குச் சொல்லியிருக்க வேணும். நேரில சொல்ல ஏலாமல் போயிருந்தால்… கடிதமெழுதி முந்தியைப் போல தியாகுவிட்டயாச்சும் குடுத்துவிட்டிருக்க வேணும்…"

"நினைச்சன். ஆனா போதுமான அவகாசம் இருக்கேல்லை."

"ஏன்… திடீரெண்டு இயக்கத்தில சேரவேண்டி நேர்ந்ததா?"

"அதெல்லாம் இனி வேண்டாம், ராஜி. நான் வந்திட்டன். இயக்கத்திலயும் சேர்ந்திட்டன்… அதிலயிருந்தே நாங்கள் பேசுவம்."

ஏன்? சற்றுநேரத்துக்கு முன்னர்தான் அரசியல் ரீதியான தீர்வுகளையே அவன் கோரிநின்றதாகச் சொன்னான். பின் அவசரமாக இயக்கத்தில் சேர்ந்ததாகச் சொல்லுகிறான். இப்போது அதுபற்றிப் பேசவே வேண்டாமென்கிறான்!

அவளுள் ஞாபகமொன்று புரண்டது.

ஒருநாள் மின்னல் வேகத்தில் செய்தியொன்று பரவிக் கொண்டிருந்தது, கம்பஸில் படித்த வேலணை சிவஞானம் காணாமல் போய்விட்டதாக. வீட்டுக்காரருக்கு அவன் இயக்கத்தில் சேர்ந்துவிட்டதாக எண்ணம். ஒரு வாரத்தில் அவனுடைய உடல் செம்மணிச் சுடலையில் காணக்கிடந்தது. பலரும் பலவிதமாகச் சொன்னார்கள். ஆமி கடத்திப்போய் சித்திரவதை செய்ததாகவும், அவனது மாற்றியக்கத்தினரின் செயலென்றும் பல கதைகள் இப்படி. ஒரு தந்திரத்தில் வீமன் பொறி பாவிக்கப்பட்டதன் விளைவாக இருக்கலாமென்று பாலசிங்கம்தான் சொன்னான். அப்போது அவளுக்கு பொறி விவகாரம் புரியவில்லை. பாலசிங்கம் புரியவைத்தான். அப்படியானால் தருமர் பொறி பாவிக்கப்பட்டதன் அடையாளமா சுதனுடைய இயக்க இணைவு?

இருக்கலாம். இனி கேள்வி அவசியமில்லை அது குறித்து. உண்மைகள் சில தெரியவந்தபோதும் அவனின் முரண்கள் அப்போதும் தலைநீட்டி நின்றன.

விரும்பியோ விரும்பாமலோ ஏற்பட்ட இயக்க இணைவாயினும், குறி எய்தப் பெறும்வரை திருமணம், குடும்ப வாழ்க்கை ஆகியவற்றை அவன் விலக்கியே வைத்திருக்க வேண்டுமல்லவா? பிறகு அவளை எதற்கு அங்கு வரச்செய்தான்?அதை அவள் கேட்டாள்.

அவன் நேரடிப் பதிலைவிட்டு ஏதோ ஒன்று சொன்னான்.

காலில் காயம்பட்டது பற்றி விசாரித்தாள்.

அவன் ஒருவகைத் தயக்கத்தோடு சொன்னான்: "உ.பி. றெயினிங் முடிஞ்ச பிறகு நான் நாட்டுக்கு வந்திருந்தன். அசயின்மென்ரில வந்திருந்தபடியால் உன்னை வந்து பாக்கவோ, கடிதம் கிடிதம் குடுத்துவிடவோ ஏலாமல் போச்சு."

எப்ப வந்தானென்று கேட்டாள்.

"போன கார்த்திகையில."

"அந்த நேரத்தில உங்கட இயக்கம் எந்தத் தாக்குதல்லயும் ஈடுபட்டதாய்ப் பேச்சு இருக்கேல்லையே?"

"இது வடக்கில இல்லை. கிழக்கு மாகாணத்தில நடந்தது. அக்கரைப்பற்று பாங்க் அடிச்சது நாங்கள்தான்."

இருள் கவிந்து கொண்டிருந்தது எங்கணும்.

வெளிச்சங்களின் போட்டி, சூழவும்.

நியாயங்களின் போட்டி அவளுள் இருந்ததா?

இலங்கையின் வங்கிக் கொள்ளை வரலாற்றில் கிழக்கிலங்கை வங்கிக் கொள்ளைதான் பாரியது. ஏறக்குறைய ஐம்பது லட்ச ரூபாய்! போதாததற்கு அடைவுக்கு வைத்த நகைகள்! மக்கள் விரோதச் செயலென்று ஒருசார்ப் பேச்சு இருந்தது. அரசாங்கத்தைத் தலையெடுக்கவிடாது பொருளாதாரச் சீரழிவுக்கு இட்டுச்செல்லும் என ஒரு சாரார் வாதித்தனர். அரசாங்கத்தைப் பலவீனப்படுத்தும் எதுவும் அனுமதிக்கப்பட்ட போராட்ட வடிவமே என்றது இயக்கம். இயக்கத்தில் சேர்ந்து தக்க பயிற்சிபெற்ற சுதனின் கன்னிப்போர், வங்கிக் கொள்ளையாக இருந்ததில் அவள் சரி, அவன் சரி, எவரும் சரி பெருமைப்பட ஏதுமில்லை.

இருளைப் பார்த்தபடி சொன்னாள் அவள்: "போன வருஷம் மட்டக்களப்பு சிறைச்சாலையை உடைக்க ஒரு இயக்கம் முயற்சி பண்ணிச்சுது. அது தோல்வியில முடிஞ்ச கொஞ்ச மாசத்துக்குள்ளயே வேறொரு இயக்கம் சிறையுடைப்பை வெற்றிகரமாய் நடத்தி நிர்மலா நித்தியானந்தன்போல பல ஆக்களை தமிழ் நாட்டுக்குக் கொண்டுவந்தது. இதையெல்லாம் ஒருத்தர் பெருமையாய்ச் சொல்லலாம்!"

அவள் பேசுவதின் அர்த்தம் அவனுக்குப் புரிந்தது. விரும்ப வில்லையெனினும் கேட்டுக்கொண்டிருந்தான்.

"அப்பதான் காலில காயம் பட்டதா?"

"ஓம். நாலு மாசமாச்சுது மாற. அதுக்குப் பிறகுதான் அலுவலக வேலையில இருக்கிறன். இனி களத்துக்குப் போகவேண்டி இருக்காது."

"ம்..."

சுரத்தற்று இருந்தது அந்த "ம்"!

"இன்னும் ரண்டொரு கிழமையில நான் ஜேர்மனிக்குப் போறன்!"

"ஜேர்மனிக்கா? ஏன்?"

"இயக்க வேலையாய்த்தான்."

அவளுக்கு ஒருமாதிரி இருந்தது கேட்க. எனினும் அடக்கிக் கொண்டு, "... தாலி கட்டு ... முடிஞ்சுதான் போவியளா?" என்று கேட்டாள்.

"இல்லை. அது மிகச் சந்தோஷமான சூழ்நிலையில நடக்கவேண்டிய காரியம். மனத்தில அவதியை வைச்சுக்கொண்டு ..."

"ஏன் அவதி?"

பதில் சொல்ல முடியாததுபோல அவன் தலையை அசைத்தான். பிறகு, "இயக்கப் போட்டியளால பயந்துபயந்துதான் இஞ்ச நாங்கள் வாழவேண்டியிருக்கு" என்றான்.

"இயக்கமெல்லாம் ஒண்டாகவேணுமெண்டு தமிழ்நாட்டில தலைவர்மாரெல்லாம் சொல்லுகினமாம். ரெஸோ எண்டு ஒரு அமைப்பைக்கூட உருவாக்கியிருக்கினமாமே! எல்லா இயக்கங்களையும் ஒண்டாய்க் கூப்பிட்டு எம்.ஜி.ஆர். கூட ஒரு ஆலோசனை நடத்தினதாய் இண்டையில் பேப்பரில இருந்தது. படிச்சன்."

"அதெல்லாம் வெளி ஒற்றுமை. உள்ளுக்குள்ள இன்னும் கோபதாபங்கள் இருக்கு. இப்ப பார் ... மட்ராஸில எல்லா இடத்திலயும் என்னால பயமில்லாமல் நடமாடியிட ஏலாது. ஒரு ஆபத்தை எதிர்நோக்கிக் கொண்டுதான் இஞ்சகூட என்ர நடமாட்டம் இருக்கு. பார் இதை!"

அவன் திடீரென அவளது கையைப் பற்றியிழுத்து இடுப்புப் பகுதியில் அழுத்தினான்.

என்ன அது? பிஸ்டலா?

அவள் திகைத்தாள்.

உள் போராட்டமா? இந்த அளவுக்கா? அங்கே ஈழமக்கள் இதையெல்லாம் தெரியாமல் ஏதேதோ எண்ணிக் கொண்டிருக்கிறார்களே! பேசிக்கொண்டிருக்கிறார்களே!

"இது இஞ்ச மட்டுமில்லை, ஜேர்மனிக்குப் போனாலும் பிரான்ஸுக்குப் போனாலும் கனடாவுக்குப் போனாலும்கூட தொடரும் தலைவிதியாயிருக்கும்."

அவள் கையை விடுவித்தாள். தானே குழம்பியிருந்தவளை அவன் பேச்சு மேலும் குழப்பியது. அவள் தலையை இறுகப் பிடித்துக்கொண்டு முழங்கால்களில் முகத்தைப் புதைத்தாள்.

லேசாகச் சிரித்தான் சுதன். "நீ குழம்பிப்போயிருக்கிறது எனக்குத் தெரியுது, ராஜி. உன்ர குழப்பத்தை என்னால இப்ப தீர்க்க ஏலாது. நானே குழம்பிப் போயிருக்கிறன் எண்டது ஒண்டு. எல்லா விஷயங்களையும் வெளிப் படையாய்ச் சொல்ல ஏலாத நிலையிருக்கு எண்டது ரண்டு. இப்பிடிப் பல்வேறு காரணங்களால ... எல்லாத்தையும் எனக்குள்ளயே வைச்சு அழுது கொண்டிருக்கிறன் நான்."

சிறிதுநேர இடைவெளியின் பின் அவன் தொடர்ந்தான்: "இலங்கை அரசாங்கத்துக்கும் இயக்கங்களுக்கும் கூட்டணிக்குமிடையில ஒரு பேச்சுவார்த்தைக்கு இந்திய அரசாங்கம் ஏற்பாடு செய்திருக்கு. என்ர கணக்குச் சரியெண்டால்... சமாதானம் ஏற்பட நிறைய வாய்ப்பிருக்கு. பிரிஞ்சு நிண்ட எல்லா இயக்கங்களும் வெளித்தோற்றத்திலயெண்டாலும் ஒண்டாய் நிக்கிறது பெரிய அரசியல் வெற்றிதான். இனி இலங்கை அரசாங்கமும் இதைப்பற்றி யோசிக்கவே செய்யும். இந்தியாவும் தன்ர பங்குக்கு ஒரு அழுத்தலைச் செய்யும். சமாதானம் தவிர்க்க ஏலாதபடி நிகழும். அதால ... நாங்கள் உஷாராய் இருக்கவேணும். இல்லாட்டி இழந்ததுதான் மிச்சமாய் வரும்."

நீ எதையெதை இழந்தாயென்று கேட்க வாய் உன்னியதாயினும் ராஜி அடக்கிக்கொண்டாள்.

"ஒருத்தன் ஏஜன்ற் வேலைசெய்து சம்பாதிக்கிறான். இன்னொருத்தன் கடத்தல் வேலைசெய்து சம்பாதிக்கிறான். இப்பிடி ... நிறையப் பேர் நிறையச் சம்பாதிச்சிட்டாங்கள். சமாதானம் வந்தா ... நாங்களெல்லாம் வெறுங்கையோட திரும்பிப்போக வேண்டியதுதான். ஆனா பாதி படிச்சவன், அரைகுறையாய் எழுதத் தெரிஞ்சவனெல்லாம் ..."

"அதாலதான் ஜேர்மனிக்குப் போறியளா?"

"ஜேர்மனிக்கு இயக்கம்தான் அனுப்புது. நானாய்ப் போகேல்லை. ஆனா விரும்பிப்போறன். சமாதானம் வந்தாலும் ஜேர்மனியிலயிருந்து திருப்பி அனுப்ப மாட்டாங்களாம். இயக்கத்துக்கான வேலைக்குத் தேவையில்லையெண்டால்... அங்கயே இருந்திடுறதுதான் என்ர திட்டம். எப்படியும் போய்க் கொஞ்ச மாசத்துக்குள்ள உன்னையும் அங்க கூப்பிட்டுடுவன்."

கடலில் நின்றிருந்த இரண்டொரு கப்பலின் வெளிச்சங்கள் மேலும் கீழுமாய் மெல்ல அசைவது அவள் கண்ணில் நிழலாடிற்று.

இந்தியாவில் அகதியாக ஓடி வருவது ... தஞ்சத்துக்கானது.

கலாசார அந்நிய மண்களில்..?

ஜெஸ்மின் இப்போதும் கடிதமெழுதுகிறாள் ராஜிக்கு. இருந்தும் ஒரு மெல்லிய வெறுப்பு எப்போதும் அவள் நினைவுகளில் ராஜிக்கு எழுவதுண்டு, அவளின் அகதித் தஞ்சத்தில் சத்தியப்பாடு இன்மை காரணமாக.

அவள் பதிலேதும் சொல்லாது தனக்குள்ளேயே மூழ்கியிருந்ததை சுதன் கவனித்தான்.

தீவிலிருந்து புறப்பட்டு வர அவளெடுத்த மாதக் கணக்கான தாமதமும் அப்போது ஞாபகமாக, மேலும் மேலும் முன்னேறும் மூர்க்கமுள்ள தீவுப் பகுதிப் பெண்ணாக அவளைப்பற்றித் தான் கொண்டிருந்த வார்படத்துக்கு நேரெதிரானவளாக அவள் மாறியிருந்ததை உணர முடிந்தது அவனால். தனியேயென்றாலும் நேர்முகப் பரீட்சைக்குப் போகவிருந்த அந்த

ஓர்மமான பெண் எங்கே இப்போது? மாறிவிட்டிருக்கிறாள், யுத்தமுனைச் செய்திகளால், உறவுகளின் பிரிவால்.

அவளுக்கு பெரிய ஒரு இழப்புமே உண்டு. தங்கமணி! மிக அதிகம் பேசாத, பேசினாலும் மென்மை குலையாத வறுமையில் வளர்ந்த மகோன்னதம் அவள்.

ஒவ்வொருவருக்குமே ஏதோ ஒருவகை இழப்பு தவிர்க்க முடியாமல் விதிக்கப்பட்டிருந்ததுபோலும். யாருமே தப்பவில்லை. அவள் தப்பவில்லை. தான் தப்பவில்லை. அந்த இழப்புத்தான் ஒரு நிர்ப்பந்தக் குழிக்குள் இறக்கி அவ்வாறு அவர்களை இயங்க வைத்திருக்கிறதா?

அவன் தயக்கமாய்க் கேட்டான்: "ஏன் ராஜி, ஜேர்மனிக்குப் போன பிறகு கூப்பிட்டால் வருவாயெல்லே?"

வரத்தானே வேணுமென்றாள் அவள்.

"இப்ப செய்ததுமாதிரிச் செய்யாமல் உடனயே வருவியா?"

அவனது குரல்... அதன் குழைவு... கெஞ்சும் தொனி...

அவள் சிரித்தாள், அவனைத் தேற்ற. அவன்போல் ஆசை அவளுக்குமுண்டு. "உடனேயே வந்திடுவன், சுதன்."

நிலா ஒன்று மங்கலாக நேரெதிரே தொங்கிக் கொண்டிருந்தது. தேன்நிறத்தில் இருந்தது அது. தேன்கூடெனக் கற்பிதம் பண்ணினான் அதை.

அவளும் அதைப் பார்த்தாள்.

குளிரடித்தது மேனியில்.

16

ஒன்றின் உள்ளே இருந்துகொண்டும் அதற்குச் சேய்மையாகிவிடுதல், அந்நியமாகிவிடுதல் சாத்தியமான ஒன்றுதான் என்பது சுதன்பற்றி யோசித்த வேளையில் ராஜிக்குத் தெரிந்தது. போராட்ட இயக்கத்துள் இருந்துகொண்டான். அதில் தீவிரமாக ஒட்டிக்கொள்ளாததால்போலும் சாமான்யனின் அரசியல் தவிர வேறெதுவும் தெரியாதவனாக இருந்தான். ஆர்வமின்மை தவிர வேறு காரணத்தைக் காண முடியவில்லை அவளால். ஆனால் ஏன்? ஏன் அந்த ஆர்வமின்மை வந்து அவனில் கவிந்தது?

கடற்கரையிலிருந்து திரும்பிய இரவில் எல்லாரும் மொட்டை மாடியில் அமர்ந்திருந்தார்கள். அக்னி நட்சத்திர வெய்யிலின் கொடுமை தொடங்கவிருந்த காலமானாலும் மாலையில் வெம்மை குறைந்து லேசாகச் சீதளம் பூசிய காற்று விழத் துவங்கியிருந்தது.

வழக்கமாக வாரத்துக்கு பத்து நாட்களுக்கு ஒருமுறையென்று வீடு வந்து போகிற விசுவலிங்கம் அன்றைக்கு மாலையில் எட்டு மணிபோல் வந்திருந்தார். மறுபடி விடிவிடியென்று எழுந்து முதல் பஸ் பிடிக்க அவர்

ஓடவேண்டும். சிரமம்தான். அன்று காலை தாமதமாகப் புறப்பட்டது ராஜியின் வரவை எதிர்பார்த்ததால்தான்.

ஆற அமர இருந்து பேசலாம் என்றுதான் ராஜியை மேலே கூட்டி வந்தார்கள். ஆனால் மனச்சுமைகளோடு இருந்து அளவளாவுவது சிரமம் என்பதையே அனைவரும் செய்கையில் புலப்படுத்திக் கொண்டிருந்தனர். மறு ஓரத்தில் சின்னதுகள் குதித்துக் கும்மாளம் போட்டுக் கொண்டிருந்தன. தனியே கைப்பிடிச் சுவரில் உட்கார்ந்து வெளியில், வெளிச்சங்களில், சாலையில் ஊர்வனவற்றில் என்று பராக்காயிருந்தாள் ஷீலா. முன்பகுதியில் ராஜி, மாலா, சரஸ்வதி, விசுவலிங்கம் ஆகியோர்.

படுக்கப்போகலாம் என்பதே எல்லோர் அபிப்பிராயமாகவும் இருந்தது. "சரி, ராஜி இஞ்சதானே இருக்கப்போறா. எல்லாம் ஆறுதலாய்ப் பேசலாம். எழும்புங்கோ பிள்ளையள்" என்று எல்லாரையும் கிளம்பவைத்தாள் சரஸ்வதி.

பிள்ளைகள் கீழே இறங்கினர்.

இரண்டு நிமிடங்கள் கழித்து மெதுமெதுவாய்ப் படியிறங்கி சரஸ்வதி வந்தாள். அந்த இரண்டு நிமிடங்கள்தான் ஒரு நாளின் மீதமுள்ள மூவாயிரத்து ஐநூற்று தொண்ணூற்றெட்டு நிமிடங்களின் அல்லல்களை அர்த்தமுள்ளதாக்கிய பொழுதுகள். வாழ்வு முழு விகாசம் பெற்று அடங்கிய பொழுதுகளும் அவை.

அந்த நிமிடங்களுக்காக அவள் பயப்பட்டதுபோல் தெரிந்தது இறங்கிய பொழுதில். ஏன்?

எல்லோரும் படுத்தனர்.

சுதனுடைய யோசனை கிளம்ப, அந்த வீட்டின் உறவுகளுக்கிடையில் தெரிந்த வெளிகள் மேலும் ஆச்சரியமேற்படுத்தாமல் அடங்கின. எங்கேயும் இயல்புகளுக்கிடையிலான முரண்கள்தான் அவளுக்குத் தரிசனமாகிக் கொண்டிருந்த காலமென்று அதைக் கொள்ளினும் கொள்ளலாம்.

சுதனிடத்தில் அவள் தரிசித்ததும் அது.

கொழும்பில் நிற்கும்போதே இன்னும் இரண்டு மாதங்களில் நடைபெறவிருந்த திம்பு பேச்சு வார்த்தைகள் பற்றி, அதன் திட்ட ரீதியான முக்கியத்துவம்பற்றி, அதன் பூர்வாங்க நடவடிக்கைகளான யுத்த நிறுத்தம், ஆயுத கொள்வனவு நிறுத்தம்பற்றி என்று மாமனுக்கும் அவரைத் தேடி வந்திருந்த ஒரு நண்பருக்குமிடையில் நடந்த உரையாடலில் ராஜி தெரிந்திருந்தாள். ஆனால் சுதன் தெரிவித்த கருத்துக்களோ மிக்க மேலோட்டமானவையாய் இருந்தன. தன் நம்பிக்கையின், விருப்பத்தின் தளங் களில் அக்கருத்துக்களை அவன் கட்டியிருந்தானென்று இப்போது யோசிக்கப் புரிந்தது.

திம்புப் பேச்சுவார்த்தையில் ஈடுபடப் போகும் இயக்கங்களுக்கும் இலங்கை அரசாங்கத்துக்கும் கூட்டணிக் கட்சிக்குமிடையில்

இணக்கமேற்பட்டு இலங்காபுரியின் விதியை நிர்ணயிக்கும் சேமம் மிகு ஒப்பந்தம் கையெழுத்தாகுமென்ற தன் நம்பிக்கையை வெகு திண்ணமாகவே அவன் வெளியிட்டபோது, அவள் உள்ளுக்குள்ளாய் மறுத்திருந்தாள். வந்து சேர்ந்த அன்றே விவாதம் வேண்டாமென்றுதான் பேசாமல் அவனைத் தொடர்ந்து கேட்டுக் கொண்டிருந்தாள்.

அவன் விவரகாரன். விவேகியும்கூட. ஆனாலும் இங்கே அவனது விஷய ஞானக் குறை, குறையாகவே நின்றுவிட்டது. இந்திராகாந்தி உயிரோடிருந்த காலத்தில் நிலவிய அரசியல் நிலைமையும், உறவுகளும் அப்போது இல்லையென்று மாமனும் நண்பரும் பேசிக்கொண்டார்கள். மேலும் இன்று விடுதலைப் போருக்கு சகல ஒத்துழைப்பையும் நல்கும் இந்திய நடுவணரசே ஒரு காலத்தில் ஈழ விடுதலைப் போராட்டத்துக்கு எதிரியாக வரலாமென்று போராட்ட இயக்கமொன்று கூறுவது உண்மையென்றும் கூடப் பேசினார்கள். அதை முன்கூட்டியே உணர்ந்துகொண்டதால்தான் அவ்வியக்கம் இந்தியாவிலிருந்த போர்த்தளங்களையும் பயிற்சி முகாம்களையும் இலங்கைக்கு மாற்றத் தொடங்கியிருந்ததென்று அதைப் பாராட்டவும் செய்தார் மாமனின் நண்பர்.

ஆனால் சுதன் சொன்னதோ ..? ‘கெதியில சண்டை முடிஞ்சு சமாதானம் வரும். அதுக்குள்ள சரியான முயற்சியை நான் செய்யாட்டி வெறுங்கையோட நிக்க வேண்டிய நிலை வந்திடும்.’

“அப்ப... திம்புவில பேச்சுவார்த்தை சுமுகமாய் நடந்து ஒப்பந்தம் கைச்சாத்தாயிடுமெண்டு சொல்லுறியள் ..?”

“அப்பிடித்தான்.”

“இப்பிடி தமிழர் கூட்டணிகூடச் சொல்லேல்லையே!”

“இதெல்லாம் வெளிவெளியாய்ச் சொல்லிக்கொண்டு செய்ய மாட்டினம். திடீரெண்டு உடன்படிக்கை கைச்சாத்தாகும். கொஞ்சம் கொஞ்சமாய் அகதியளைத் திருப்பி அனுப்புவினம். இஞ்ச காம்ப்கள் இயங்க தடை வரும். கடல்வழி தடைப்படும். அதுக்கு மேல ஒப்பந்த அமுலாக்கம்தான்.”

மகாசிறிய இந்த ஏற்பாடு இல்லாமலா காலகாலமாக நடந்துவரும் இத்தனை கலவரங்களும் வெடித்தன? மகாசிறிய இந்த ஏற்பாடு இல்லாதபடியாலா யுத்தம் இந்தளவு விஸ்தீரணம் பெற்றது? அவன்மீது அவளிடத்தில் சுரந்துகொண்டிருந்தது வெறுப்பல்ல, புதிர். எனினும் புதிர்களே நாளடைவில் வெறுப்பாலான பாதிப்புகளைச் செய்கிற வன்மைபெறும்.

அடுத்த அறையிலே புருஷனோடு தங்கியிருந்த பெண் வலியவே வந்து அவளோடு அன்று காலையில் பேசியிருந்தாள். அவளுக்கும் அவனுக்கும் யாழ்ப்பாணத்திலே இரண்டு மாதங்களுக்கு முன்னம்தான் எழுத்து முடிந்ததாம். அங்கே வந்தும் இரண்டு மாதங்கள்தானாம். வெளிநாடு போகிறதுக்காக அங்கே வந்திருக்கிறார்களாம். இன்னும் இரண்டு மூன்று நாட்களில் ஜேர்மனிக்கு அனுப்ப அவர்களை ஏஜன்ற்

பம்பாய் கூட்டிப்போகிறானாம். அப்படியில்லாவிட்டாலும் அந்த வீட்டில் தங்கமாட்டார்களாம். பிள்ளைகளின் போக்குபற்றி அவள் குறிப்பாய்ச் சொல்லியிருந்தாள்.

அவள்பற்றிய ஞாபகமும் வந்தது ராஜிக்கு.

ஒரே அறையில் தங்கிக்கொள்கிறார்கள்... தாம்பத்யம் இல்லாமலா... அந்த அவளின் பூரிப்புக்கூட அடையும் சுகங்களின் மர்ம அறிகுறிகள் தானே... இருந்தும் எழுத்து மட்டும்தான் முடிந்திருக்கிறது!

தூக்கத்திலே கனவு வந்தது அவளுக்கு.

மோட்டார் சைக்கிளில் பின்னால் அமர்ந்து சுதனை இறுகக் கட்டிக் கொண்டிருக்கிறாள்...

அமானுஷ்யமாய்க் கிடக்கின்றன வீதிகள்.

சீதளக் காற்றைக் கீறியபடி விரைகிறது வண்டி...

ஒருபொழுதில்... மார்க்கோளங்கள் அழுந்துமிடத்தில் அவனது சரும ஸ்பரிசம்...

காலையிலெழுந்தபோது விசித்திரமான நினைவு அவள் மனத்தில் ஓடியது. 'நினைக்கிறபடியே அவன் எல்லாவற்றையும் செய்து கொள்ளட்டும்! எதன் தொடர்பையும் விட்டுவிடட்டும்! எங்காவது ஓடியும்கொள்ளட்டும்! ஆனால் விரைவில் என்னைக் கூப்பிட்டுவிடவேண்டும்!'

காமம்... அந்தகாரம்.

17

ராஜி தமிழ்நாடு வந்து ஒரு வாரமாகிவிட்டிருந்தது.

சராசரி ஒவ்வொரு நாளிலும் சுதனும் அவளும் வெளியே போய் வந்துகொண்டிருந்தார்கள். சினிமாவுக்கு, அண்ணாசாலைக்கு, இல்லாவிட்டால் புரசைவாக்கம் கடைத்தெருவுக்காவது கூட்டிப் போனான். ஒருமுறை ஓட்டோவில் போனபோது மாலாவையும் கூட்டிச் சென்றனர். ஷீலாவையும் வரும்படி கேட்டார்கள். அவள்தான் மறுத்துவிட்டாள். புறப்பட்டபோது ஜன்னலூடாக அவள் பார்த்துக்கொண்டு நின்றதை ராஜி கண்டாள். அந்தப் பார்வையினூடே தெரிந்த ஒரு வரட்சி அவளை ஆச்சரியப்படவைத்துவிட்டு காரணம் கடந்ததாய் நின்றிருந்தது.

நாட்கள் நகர்ந்துகொண்டிருந்தன. சுதனும் அடிக்கடி ஒரு வாரம் பத்து நாட்களென்று கும்பகோணம், பம்பாய், டில்லி ஆகிய இடங்களுக்குப் போய் வந்து கொண்டிருந்தான். இயக்க வேலையென்று பொதுவாக அவன் சொல்லிக்கொண்ட பிறகு மேற்கொண்டு அவள் யோசிக்க ஏதுமில்லை. கேள்விகளுக்கும் இடமில்லை.

அகதிகளின் வருகை பெருவாரிப்பட்டுக் கொண்டிருந்தது. அகதி முகாம்கள் நிறைந்து வழிந்துகொண்டிருந்தன. மாற்றுத் துணி தவிர வேறு

வசதி அற்றிருந்தவர்கள் முகாம்களைச் சென்றொதுங்க, வேறு வசதிகளோ அல்லது அதுபற்றிய நம்பிக்கையோ உடையவர்கள் பெருநகர்களைச் சென்றடைந்தனர்.

ஒவ்வொருவருக்கும் ஒவ்வொருவகைச் சோகம்

அவர்கள் தப்பிவந்த கண்டங்களை கதைகதையாய்ச் சொன்னார்கள்.

விசுவலிங்கம் வீட்டைச் சுற்றியும் இரண்டு மூன்று குடும்பங்கள் வந்து வீடெடுத்துத் தங்கின. மாலாவோடும் சில சமயங்களில் ஷீலாவோடும் அவர்களுக்குத் தெரிந்த சில வீடுகளுக்குப் போய்வரத் தொடங்கியிருந்தாள் ராஜி. அவர்கள் அடைந்த சோகங்களும், பட்ட சிரமங்களும் கேட்டு உருகிப்போனது அவள் நெஞ்சு. பிறர் சோகத்தில் ஓரளவு தன் சோகமும் சிந்தனை வலயமும் மறந்தாள். சகஜநிலை பெற்றாள்.

ஒருநாள் மாலை வீடு வந்த விசுவலிங்கம் திம்பு பேச்சுவார்த்தை தோல்வியில் முடிந்துவிட்டதாகக் கூறி அன்றைய மாலைப் பத்திரிகையைத் தூக்கிப் போட்டார். எடுத்துப் பார்த்தாள் ராஜி. அதுநாள்வரையான யுத்தநிறுத்தம் முடிந்து இலங்கையில் மீண்டும் குண்டுகள் வெடிக்கத் துவங்கியிருந்ததை செய்தி தெரிவித்தது.

சுதன் தோற்றுப் போனான். பம்பாயில் நிற்குமவன் செய்தியைத் தெரிந்துகொண்டு தனக்குள்ளேயேனும் தலைக்குனிவடைவானா? அவள் எண்ணினாள்.

மீண்டும் தொடங்கப் போகும் அழிவுகளை நினைத்து அவள் மனம் கலங்கியது. பின்னால், அந்த யுத்த நிறுத்த காலத்தைப் பயன்படுத்திக்கொண்டு பாதிப்படையக் கூடிய இடங்களிலிருந்த குடும்பங்களில் பெரும்பாலோராவது அகதிகளாய் வந்து சேர்ந்துவிட்டதை நினைத்து கலங்கிய மனம் தெளிந்தாள்.

ஒருபோது தளங்களற்ற தன் சிந்தனைகளை எண்ண தன்னிலேயே அவளுக்கு அரூயை ஏற்பட்டது. ஊரிலே அவள் ஒருத்தியாக இருந்தாள். இங்கே வேறொருத்தியாக இருக்கிறாள். அங்கே இருந்தபோது ஊர் வெறிதாகிறதென்ற அவலம் பிறப்பவளாய் இருந்தாள். இங்கோ . . . முடிந்தவரை யுத்த பாதிப்புள்ள இடங்களிலிருந்து பெருவாரி மக்கள் அகதிகளாய்த் தப்பிவந்தமையை நினைத்து திருப்தி கொள்கிறாள். இதில் எவளின் சிந்திப்பு சரியானது? பார்க்கப்போனால் இரண்டும் ஒன்றிலிருந்து முளைத்தவையே என்பது தெரியவரும். வாழ்வுத் தளங்களைவிட்டு யாரும் விலகக் கூடாது. அவர்களை விலகவைக்கும் யுத்தம் கொடியது. யுத்தத்தின் பாதிப்பிலிருந்து தப்பிவிடல் தவிர்க்கவியலாதது மட்டுமில்லை, தேவையானது கூட என்பவை ஒரு புள்ளியில் பிறப்பெடுப்பவை. மக்கள் கரிசனமே அந்தப் புள்ளி.

இந்தியா வந்துவிட்ட அகதிகளின் எண்ணிக்கை மூன்று லட்சத்தைத் தாண்டிவிட்டதென்று ஒரு அரச செய்திக் குறிப்பு தெரிவித்தது.

அவர்கள் நலன் கருதிய அரசுசாரா அமைப்புகள் கால நேரம் கடந்தும் தொண்டு நடவடிக்கைகளில் ஈடுபட்டிருந்தன. சர்வதேச

அமைப்பான செஞ்சிலுவைச் சங்கம் வேதாரணியம், இராமேஸ்வரம் கடற்கரைகளில் தங்கி அகதிகளாக வருவோரின் நலன்களைக் கவனித்து அகதி முகாம்களுக்குப் பத்திரமாக அனுப்பி வைத்துக்கொண்டிருந்தது. கூட ஈழ ஏதிலியர் சங்கமும் தம்மாலான சேவைகளை ஆற்ற, மேற்கொண்டு அகதிகளின் பொறுப்பை தமிழக அரசும் நடுவணரசும் ஏற்றுக் கொண்டன.

சர்வதேச அரங்கில், அகதிகளின் எண்ணிக்கைப் பெருக்கம் இலங்கை அரசின் இனப்படுகொலையைத் துலாம்பரப்படுத்திற்று. இந்திய மத்தியஸ்தம் மௌன வரிகளில் விண்ணப்பமாயிற்று. ஏழ்மை நாடான இந்தியாவால் பெருகும் அகதிகளைத் தாங்க முடியுமா என்பதைவிட, அகதித்தனமாக்கும் அசுர அம்சமே அங்கு கருத்திலெடுக்கப்பட்டது. தமிழக அரசியலில் ஈழப் பிரச்னை முக்கிய பங்கு வகிக்க, அது நடுவணரசுவரை பாதிப்பை ஏற்படுத்தியது.

சமாதான கோஷம் வலுத்தது!

சர்வதேச அரங்கிலும் ஆசிய அரங்கிலும் சமாதானமே வேதமாகி நரம்புகளும் அதிரமுழங்கிற்று.

திடீரென்று ஒருநாள் அதிகாலை நேரத்தில் அவசர அவசரமாகத் தூக்கத்திலிருந்து எழுப்பப்பட்டாள் ராஜி. "அன்ரன் பாலசிங்கத்தையும், சந்திரஹாசனையும், சத்தியேந்திராவையும் நாடு கடத்திவிட்டார்களாம். இலங்கை அகதிகள் எல்லாரும் ஊர்வலமாய்ப் போய் கவர்னரிட்ட மனு குடுக்கப் போகினமாம். எழும்பும், ஊர்வலத்துக்குப் போகவேணும்" என்றாள் மாலா.

"ஆர் சொன்னது? சுதனா?"

"இல்லை, கமலாக்கா வந்து சொல்லியிட்டுப்போறா இப்பதான்."

அவள் எழும்பி ஹோல் நாற்காலியில் வந்து அமர்ந்தாள்.

ஊர்வலத்துக்குப் போனால் சுதன் பின்னால் ஏதாவது சொல்லக் கூடுமோ என்று யோசித்தாள். அது அவன் சாராத போராட்ட இயக்கம் முன்னெடுத்த ஊர்வலம். எனினும் சந்திரஹாசனுக்காக நடுநிலையாளர் பலரும்கூட அந்த ஊர்வலத்தில் கலந்துகொள்வார்கள். அவள் எழுந்தபடி, "மாலா, வெளிக்கிடும். நான் இந்தா முகம் கழுவியிட்டு ஓடி வந்திடுறன்" என்றாள்.

சைதாப்பேட்டையிலிருந்து பத்து மணியளவில் ஊர்வலம் புறப்படுவதாக இருந்தது. இலங்கையர் மட்டுமின்றி, இலங்கைத் தமிழர் பிரச்னையில் தீவிர அனுதாபம் காட்டிய இந்தியத் தமிழர்களும் நிறையப் பேர் கூடியிருந்தனர். வந்திருந்த சட்டக் கல்லூரி, பச்சையப்பன் கல்லூரி மாணவர் தொகை தனியாய்த் துலங்கிற்று. விடிய விடியத் தயாரிக்கப்பெற்ற பானர்கள், சுலோக அட்டைகள் எவர் கரங்களிலும்.

இந்திய அரசே! ஈழத் தமிழரைக் காப்பாற்று! மத்திய அரசே! நாடுகடத்தல் உத்தரவை வாபஸ் பெறு!

பேரொலியாய் கோஷம் வெடிக்க சைதையிலிருந்து கிளம்பிற்று பேரணி.

18

அம்மாவின் கடிதம் அன்று வந்திருந்தது. ராஜி இந்தியா வந்தபின் அவள் எழுதிய முதல் கடிதம் அது.

கடிதம் கண்ட கணத்திலேயே மின்னலாய் வெடித்தது பிரகாசம் அவள் முகத்தில். தன் வாழ்வுபற்றிய கனவுகளும் ஏக்கங்களும், தன் நாடு பற்றிய சிரத்தைகளும் கவலைகளும் ஒரு பக்கத்தே இருந்தாலும், அம்மாவையும் தங்கையையும் பற்றிய நினைவுகளும் அக்கறைகளும் தணியாதவையாய் இன்னொரு பக்கத்தில் இருந்து கொண்டுதான் இருந்தன.

உறையை உடைத்து கடிதத்தை வாசிப்பதற்கு முன்பே ஒரு இலேசுத் தன்மை வந்து கவிந்துவிட்டது அவள் இதயத்தில். எல்லாம் சீராக இருப்பதான செய்தி எழுதாத வரியாய் கடித உறையிலேயே பதிந்திருந்தது அவளுக்குத் தெரிந்தது.

திருமங்கலத்தில் போட்ட கடிதம் கொழும்பு சென்று அங்கிருந்து யாழ்ப்பாணமும் பின் நயினாதீவும் போய், அதற்கு அம்மா எழுதிய பதில் அதே வழியில் திருமங்கலம் வந்து சேர்வது... பெரிய விஷயமல்லவா? சிலபேர் கடிதங்கள் அநாவசியத் தாமதம் அடைவதாகவும், சிலபேர் கடிதங்கள் உடைக்கப்பட்டு பரிசீலனை செய்யப் படுவதாகவும், சிலபேர் கடிதங்கள் கிடைக்காது போகின்றன எனவும் சொல்லியிருந்தார்கள். அதனால் கடிதம் வந்து சேர்வது எல்லாம் சீராக இருப்பதான உற்பாதம்!

அம்மா சோகங்கள் பெருமளவு நீங்கி முன்புபோல் ஆகியிருந்தாள் என்பது ஒன்று; ஆரோக்கியமாக இருக்கிறாள் என்பது இன்னொன்று.

உறைக்குள் சப்பையான சரைபோல ஒன்று அமுழ்ந்தப் பெற அவசரமாக உறையைப் பிரித்தாள். சரை கிடைக்க விரித்துப் பார்த்தாள். விபூதியும் குங்குமமும்! அம்மன் கோயிலினதாய் இருக்கும்.

ராஜி கடிதத்தைப் படித்தாள்.

அம்மா சௌக்கியமாக இருந்தாள். விஜியும் நலம். மாமாவும் மாமியும் நலம். அரசியும் வேலாயுதம் அண்ணனும் நலம். கூடவே விஜியை கல்லூரியிலிருந்து நிறுத்திவிட்டதாகவும், ஐப்பசியில் கல்யாணத்தை முடித்துவிட செல்லத்தம்பு சகல ஆயத்தங்களும் செய்துவருவதாகவும் எழுதியிருந்தாள். கல்யாணப் போட்டோ அனுப்புவதாக எழுத மறக்கவில்லை. அம்மன் கோயிலில் அர்ச்சனை செய்து விபூதி குங்குமம் அனுப்புவதாகவும் குறிப்பிட்டிருந்தாள் கடைசியில்.

மகேஸ்வரியிடமிருந்து கடிதம் வந்தது தெரிந்து சரஸ்வதிதான் ஆர்வமாக என்ன எழுதியிருக்கிறது, வேறென்ன எழுதியிருக்கிறதென்று விடுத்துவிடுத்துக் கேட்டுக்கொண்டிருந்தாள். எல்லாம் விபரமாகச் சொன்னாள் ராஜி. விஜியின் கல்யாண ஆயத்தங்கள் பற்றிக்கூட. மேலும்

சரஸ்வதி கேட்டபோதுதான் அவள் எதைத் தெரிய விரும்புகிறாள் என்பது தெரிந்தது ராஜிக்கு.

பாவமாகப் போய்விட்டது.

தாயார் அவள்பற்றி எதுவுமே எழுதவில்லை, சரஸ்வதிக்கு ஆவணியிலோ புரட்டாதியிலோ பிரசவமென்று ராஜி எழுதியிருந்தும். என்ன சொல்வதென்று தெரியாமல் திணறி, பின் சுகம் சொல்லக் கேட்டிருப்பதாக ஒரு பொய்யைக் கூறி, தன்னை நன்றாகக் கவனித்துக் கொள்ளும்படி வற்புறுத்தியிருப்பதாக வேறு சொல்லி வைத்தாள். நிம்மதியோடு மெல்லச் சிரித்து ஆயாசத்தோடு திரும்பி பலஹீனமாக நடந்து சென்றாள் சரஸ்வதி.

அவளது சுமை அவள் வயதுக்குப் பெரிதுதான்.

அந்தக் குடும்பம் மேலோட்டமான பார்வைக்கு சந்தோஷமாக இருப்பதாகவே தோன்றிக் கொண்டிருப்பினும், உள்ளே சிக்கலொன்று விழுந்து இயல்புநிலை திரிந்து தாறுமாறாக இயங்கிக் கொண்டிருப்பது கொஞ்ச நாட்களாகத்தான் ராஜிக்குத் தெரியத் தொடங்கியிருந்தது. அது அவளது அமைதியை அவ்வப்போது சேதப்படுத்திடினும், குடும்பங்களுள் ஆயிரம் இருக்கலாம், அந்தரங்கங்களுள் அநாவசியமான தலையீடு அநாகரீகமென்று பேசாமலே விட்டிருந்தாள். அதில் அதிகமாகப் பாதிக்கப்பட்டது சரஸ்வதியாகவே தெரிந்தது. அடுத்ததாக விசுவலிங்கம். மூர்க்கம் கொண்டிருந்தது ஷீலா போல தோன்றிற்று. மாலா அவ்வப்போது ஷீலாவோடு சேர்ந்துகொள்ளினும் ஒரு நடுநிலை எடுத்து ஒதுங்கியே பெரும்பாலும் இருந்துகொண்டாள். மாலாவிடம் கேட்கலாமேயென்று ஒரு யோசனை வந்தது. பின் தானாக அக்காரணம் வெளியே வரலாமோவென்று தோன்ற அந்த யோசனையைத் தள்ளிப்போட்டாள். இப்போது... சரஸ்வதியினுடைய பலஹீனம், அவள் விடுகின்ற பெருமூச்சு, முகத்தின் உணர்ச்சி வெறுமைகள் வெகுவாக அக்கறையைத் தூண்டி விட்டிருந்தன. இனி அவள்பற்றி கவனமெடுத்தேயாக வேண்டும்.

வெடிக்காத மனநிலைகளுடன் சாப்பாடு முடிந்தது.

சிறிதுநேரம் படுக்கலாமென ராஜி உள்ளே போனாள்.

வெளியே ... பூசல் தொடங்கிவிட்டது. குசினிக்குள் பாத்திரங்கள் விழுந்து உருண்டன. "நாய் ... நாய் ..." என்று ஷீலா ஆக்ரோஷமாய்க் கத்திய சத்தம் கேட்டது. தொடர்ந்து ... அறைக் கதவு படீரென அறைந்து சாத்தப்பட்டது.

படுத்திருந்த ராஜி எழுந்து வெளியே வந்தாள்.

ஸ்பிறிங்கில் அசைவதுபோல் முன் மயிர் துள்ளத் துள்ள அறையைத் திறந்து வெளியே போய்க்கொண்டிருந்தாள் ஷீலா.

வெறுப்பின் இன்னொரு பற்றுக் கம்பி படர்ந்தது அவள் இதயத்தில். அவள் உள்ளே திரும்பி மறுபடி படுத்துக் கொண்டாள்.

சிறுபொழுது கழிந்து கண்ணயர்கிற நேரத்தில் கேட்ட மெல்லிய விசும்பலில், உசுப்பலில்போல் அவளுக்கு வந்தது விழிப்பு. யார் அழுவது? சரஸ்வதியா, மாலாவா? ஷீலாவுக்கு யார்கூடச் சண்டை? ஏன்?

மேற்கடைந்த சூரியன் ஜன்னலூடாக உள்ளே பாய்ந்து வந்து கொண்டிருந்தான்.

ராஜி எழுந்து வெளியே வந்தாள். குசினிக்குச் சென்று பார்த்தாள். சரஸ்வதியும் இல்லை, மாலாவும் இல்லை. அறைக்குள் பார்த்தாள். அங்கும் யாருமில்லை. விறாந்தைக்கு வந்தாள். சுவரோடு சாய்ந்து நிறைமாத வயிறு குலுங்க அழுது கொண்டிருந்தாள் சரஸ்வதி.

ராஜியின் மனதை என்னவோ செய்தது. தாயார் அழுதாலென்ன, அவள் அழுதாலென்ன? அம்மாவென்று அழைக்க ஆளில்லாவிட்டாலும் பாவனைக்காவது அவள்தானே இருக்கிறாள்! அந்த நேரத்தில் அவளும் ஒரு தாயாக வேறு இருக்கிறாள். மட்டுமின்றி, சரஸ்வதியினிடத்தில் ஒரு ஆழமான அன்பு என்றுமிருந்தது அவளுக்கு. "என்ன இது? ஏன் இப்பிடி அழுகிறியள்..? சின்னப்பிள்ளை மாதிரி... சீ... கண்ணைத் துடையுங்கோ... ஆராவது பாத்தாலும்... என்ன நடந்தது?" என்று அருகே அமர்ந்து அவளை அன்போடு கேட்டாள்.

"ஒண்டுமில்லை" என்று தலையசைத்து, முகத்தை அப்பால் திருப்பி கண்களைத் துடைத்துக்கொண்டாள் சரஸ்வதி. பின் சொன்னாள்: "எல்லாம் என்ர தலைவிதி, பிள்ளை. ஆரைக் குறைசொல்ல? இதுமட்டுமே? இன்னும் எவ்வளவோ இருக்கு உத்தரிக்க. இதுக்கே ஆரவாரப்பட்டால் எப்பிடி?"

அவள் சொன்னதைக் கேட்டு, "வீட்டைவிட்டு, ஊரைவிட்டு, நாட்டைவிட்டு ஓடிவந்திருக்கிறம். எந்த இட்டல் இடஞ்சலையும் தாங்கிக்கொண்டு வாழத் தெரியவேணும், குலைஞ்சு போயிடக்குடாது" என்று அவளைத் தேற்றினாள் ராஜி.

"அதுதான் பிள்ளை நான் செய்த பிழை. வீட்டைவிட்டு நான் வந்திருக்கப்படாது. ஒரு உயிராபத்தும் வரக்கூடாதெண்டு ஓடிவந்தன் எல்லாத்தையும் இழுத்துக்கொண்டு. இப்ப... அதுகளாலயே எனக்கு நரக வேதனையாய்ப் போச்சு."

"எல்லாருக்கும் தனித்தனியான தலைவிதியொண்டு இருக்கு. இது எங்கள் எல்லாருக்கும் ஒரே மாதிரி வந்திருக்கிற தலைவிதி. இதுக்கு நீங்கள் மட்டும் தனியாய் வருத்தப்பட்டு என்ன பலன்? இந்த நேரத்தில இப்பிடி நீங்கள் அழவும்கூடாது."

"ராஜி..!"

"ஏன், ஷீலா ஏதாவது சண்டை பிடிச்சாவா?"

சரஸ்வதி ஆமென்று தலையசைத்தாள்.

"ஏன்?"

"வெளியே போக வெளிக்கிட்டா."

"சரி."

"எங்க போறாயெண்டு கேட்டன்..."

"ம்..!"

"தேவி வீடாம்... எனக்கென்ன தெரியும் ஆர் எவரெண்டு... ஒவ்வொரு நாளும்தானே போறாய், அதுகள் எப்பவாவது இஞ்ச வந்திருக்குங்களோ? அடிக்கடி இந்தமாதிரி ஓடிஓடிப் போக வேண்டாமெண்டு சொன்னன்..."

"ம்..!"

"அதுக்கு... அதுக்கு அவ கேக்கிறா... அதுகளை என்னெண்டு இஞ்ச கூட்டிவாறது... வெளியாக்கள் வந்து போகக்கூடிய மாதிரியே வீடு இருக்கெண்டு!"

"ஏன்... வீடு என்ன மாதிரி இருக்கு..? என்ன நடந்திட்டுது இஞ்ச?"

சரஸ்வதி சொல்ல முயன்றாள், முடியவில்லை.

பின்னர்தான் ராஜிக்கு லேசான ஒரு எறிதல் வந்தது. அதுவா? அதுவாயும் இருக்குமா..?

சரஸ்வதி மூக்கைச் சிந்தினாள். கண்களைத் துடைத்து ஆசுவாசப் பட்டாள். சொல்லமுடியாததுதான். ஆனாலும் அதைச் சொல்லுவதற்கு வேறு மனிதரும் இல்லையே என்பதுபோல் தன்னைத் திடப் படுத்திக்கொண்டு சொல்லத் தயாரானாள்.

"அவளின்ர கோபம் என்ன தெரியுமே, ராஜி? இந்த வயசில... இந்த வயசில... நான் இந்தமாதிரி... இருக்கிறனாம்" என்று வயிற்றைக் காட்டினாள் சுட்டி.

தாய்க்கும் பிள்ளைக்குமான முரண்... கர்ப்பமல்ல... தாய்மை!

சரஸ்வதிக்கு நாற்பது நாற்பத்தைந்து வயதிருக்கும்தான். விசுவலிங்கத்துக்கும் ஐம்பதுக்கு மேலேதான். இருந்தாலென்ன? இவளை, மாலாவை, இவர்கள் சகோதரங்களை எந்த வழியில் கருத்தரித்தாளோ அந்த வழியில்தானே இந்தக் கர்ப்பமும் நிகழ்ந்தது? எப்படி ஏழுபேரையும் பெற்றாளோ அந்த மாதிரித்தானே இந்தப் பிரசவமும் பெறப்போகிறாள்? மனித விருத்தியே இதல்லால் வேறு வழியில் நடப்பதில்லையே! இந்த இயற்கையில் ஏன் அசூயை? அசூயைதானே இங்கு ஒவ்வாமை? புணர்ச்சி விழைவும் கர்ப்பந்தாங்கலும் தாம்பத்ய எல்லைக்குள் நியாயமானவை, உடலியல் தர்மங்கள் என்பது ஏன் இந்த நவநாகரிக நங்கைக்குப் புரியாது போனது?

"இதுக்கா போய்..?"

தலையசைத்துவிட்டு சரஸ்வதி சொன்னாள்: "தீவில இருக்கிறமட்டுக்கும் இதுகள் இந்த மாதிரி இல்லை. இஞ்ச வந்த பிறகு... சரியாய்க் கெட்டுப் போச்சுதுகள்... மட்டுமரியாதையில்லாமல் வாய் வேற வைச்சிட்டுது. அந்தச் சட்டை வேணும்... இந்தச் சட்டை வேணும்... படம் பாக்கப் போகவேணும்... அந்தாளால உழைக்க ஏலுமே? அதுவும்

கனவுச்சிறை

அந்நிய தேசத்தில வந்து என்னத்தை உழைக்கிறது? இருந்தும் நாளுக்கு பன்ரண்டு பதின்மூண்டு மணி நேரமெண்டு அந்தாள் உழைச்சாத்தான் வீட்டில சாப்பாடே நடக்குது. வாடகை, கறண்டு பில்லெண்டு அது வேற சிலவு. சுதன் அப்பப்ப கைமாத்தாய் ஏதாவது உதவி செய்யும். வேற ஆர் இருக்கினம்? அந்தாள்தானே எல்லாம் செய்யுது! ஒருநாள் ஷீலா வாய்விட்டே கேட்டு அவரோட சண்டை பிடிச்சிட்டா."

"மாமாவோடயா ..?"

"ம்! சோறு துணி குடுக்கேலாட்டி ஏன் எங்களைப் பெத்தனீங்கள் எண்டு கேட்டா. சோறு துணி குடுக்க ஏலாதனீங்கள் இன்னும் பிள்ளை பிள்ளையாய்ப் பெத்துப் போடுறியளே எண்டு கேட்டா."

ராஜி எதுவும் பேசவில்லை.

சின்ன வயதிலேயே அவளுக்கு வாய்தான். அப்போது ஞாபகம் வந்தது.

சரஸ்வதி சொன்ன நிகழ்வுகளெல்லாம் ராஜி இந்த வீட்டுக்கு வருவதன் முன் நடந்தவை. எனினும் எந்த அம்சத்தாலோ அந்தக் குடும்பம் பாதிக்கப்பட்டிருந்தமை தெரிந்தேயிருந்தது அவளுக்கு. அது ஒரு தாயின் குமுறல், கண்ணீரென்று இப்போதுதான் தெரிந்தது. அவளுக்குக் கண் கலங்கிற்று.

சரஸ்வ'தி பிரவாகிக்க இன்னும் இருந்தது. "இப்ப மூண்டு மாசம்... அவர் வீட்டில படுக்கிறதில்லை. மொட்டை மாடியிலதான்."

"ஏன்?"

"வாருங்கோ, அவை உள்ள படுக்கட்டும், நாங்கள் போய் மொட்டை மாடியில படுப்பமெண்டு சின்னதுகளையும் கூட்டிக் கொண்டு ஷீலா வெளிக்கிட்டுட்டா ஒருநாள். அவருக்கு அந்த மாதிரிக் கோபம் வந்ததை இந்த இருபத்திரண்டு வருஷ வாழ்க்கையில நான் பாக்கேல்லை. அங்க ஹோல் மூலையில கால் உடைஞ்சு ஒரு கதிரை இருக்கே... அதைத்தான் தூக்கி ஓங்கினார்... சூரன்மாதிரி அப்பிடி ஒரு ஆவேசம்... அடிச்சா ஷீலா செத்திருப்பாள்... என்ன நினைச்சாரோ, கதிரையை நிலத்தில ஓங்கி அடிச்சிட்டு, நெஞ்சைப் பிடிச்சுக்கொண்டு அப்பிடியே நிலத்தில குந்திக்கொண்டு இருந்திட்டார். குஞ்சு குருமனெல்லாம் விறைச்சுப் போச்சுதுகள்... நான் ஏங்கிப் போனன். வாய் திறக்க வரேல்லை... மெல்லமாய் எழும்பி பாயை இழுத்துக்கொண்டு அப்பிடியே மேல போட்டுது மனிசன். அண்டைக்குவரைக்கும் றெஸ்ரோறன்ரிலயிருந்து ஒவ்வொரு நாளும்தான் வந்துபோய்க் கொண்டிருந்தது. பிறகுதான் இப்பிடி. வந்தாலும் படுக்கை மொட்ட மாடியிலதான்."

"மாலா பறவாயில்லையா?" ராஜி கேட்டாள்.

"பறவாயில்லை. எண்டாலும் ஏதோ ஒரு கோபத்தில... பெத்துப் போட்டு வந்து கிடக்க, பத்தியம் கித்தியம் வைச்சுத் தருவனெண்டு மாத்திரம் எண்ணவேண்டாமெண்டு ஒருநாள் சொல்லியிட்டா!"

மீண்டும் குலுங்கி வெடித்து அழுதாள் சரஸ்வதி.

"அம்மனே அனுப்பிவைச்சமாதிரி சரியான நேரத்தில நான் வந்திருக்கிறன். நான் உங்களைப் பாப்பன். அம்மா மாதிரி நினைச்சுப் பாப்பன். நீங்கள் ஒண்டுக்குமே இனி யோசிக்க வேண்டாம்" என்ற கூறி ஆதரவாக அவளை அணைத்தாள் ராஜி.

"ராஜி... ராஜி..."

அவள் நாவு தழுதழுத்தது.

மீண்டும் அவள் அழவில்லை. ஆனால் கண்ணீர் வடிந்துகொண்டிருந்தது.

அவள் பேறு பார்க்காமல்கூட விட்டுவிடலாம். அந்த ஆதரவே போதும். அதுதான் அவளை நெகிழ்த்தியது.

19

அந்தச் சந்திப்பு எதிர்பாராதவிதமாய்த்தான் நிகழ்ந்தது. தீபாவளிக்கு உடுப்பெடுக்க ராஜியையும் மாலாவையும் அமைந்தகரை கூட்டிச் சென்றிருந்தான் சுதன். சட்டை புடவை வேட்டி மற்றும் துணிமணிகளென்று வாங்கிக்கொண்டு திரும்புகிறபொழுதில் அந்தப் பெரிய புடவைக்கடை வாசலில் லட்சுமிதேவியையும் அவளது தாத்தாவையும் கண்டு ராஜியை அவர்களுக்கு அறிமுகப் படுத்திவைத்தாள் மாலா.

லட்சுமிதேவியின் வீடும் அண்ணாநகரில்தான் இருந்தது. பஸ்நிலையத்துக்கு எதிர்ப்புற வீதியில் அண்ணா நேர்சிங்ஹோமுக்கு இரண்டாவது வீடென்று குறிப்பு சொல்லி, வசதி கிடைக்கிறபோது அங்கே வரச்சொல்லி விடைபெற்றாள் லட்சுமிதேவி. அங்கிருந்து புறப்பட்டு வெகுநேரமாகியும் அவளது சந்திப்பும் உரையாடலும் சுகந்த நினைவு செய்துகொண்டிருந்தன ராஜியிடத்தில்.

தீபாவளிக்கு இரண்டு நாள் முதல் அங்கே போயிருந்தாள்.

வீடு படு சுத்தமாய் மௌனம் இழையோட இருந்தது. மௌனமே ஒரு அழகாய் அங்கு அமைந்திருந்தது. மௌனத்தின் உருவம் அன்றுதான் அங்கு அவளுக்குக் காட்சியானது.

லட்சுமிதேவி தாயாரைக் கூட்டிக்கொண்டு மருத்துவரைப் பார்க்கப்போனது தெரியவே திரும்புவதற்குத் தயாரான மாலாவையும் ராஜியையும் உள்ளே அழைத்துச்சென்று உடகார வைத்தார் அவளது தாத்தா ராஜநாயகம்.

அறிமுகமேற்பட்ட நாளிலிருந்து அன்றைவரைக்குள் அவள் தெரிந்த தகவல்கள்மூலம் அவர்மீது ஒரு மதிப்பு பிறந்திருப்பினும், கூடவே அவர் தகுதி காரணமாய் ஒரு பயமும் பிறந்திருந்தது. சமாதான நீதிபதி ஆகிவிட்டாலே இறக்கை கட்டிப் பறப்போர் மத்தியில், ஓய்வுபெற்ற உயர்நீதிமன்ற நீதிபதியாக இருந்தும் அவர் மிகச் சாதாரணமானவராக நடந்துகொண்டார். பதவி பயத்துக்கும், பண்பு மதிப்புக்கும் காரணமாயிற்று.

பேச்சு ஊர் பெயர் விசாரிப்பாய்த் தொடங்கி ஊர் நிலைமை, நாட்டு நடப்புச் சம்பவங்களுக்குத் திரும்பியது. மேலோட்டமாகத்தான் பேசினார்கள். ஆழமாகப் பேசுவதற்கு இன்னும் கூடுதலாக உணர்வுகளின் புரிதல் தேவையாயிருந்தது. இந்தளவு பேசியதும் தவிர்க்க முடியாததால்தான்.

அவரின் மனக்குறையை, ஆதங்கத்தை அவளால் ஓரளவு புரிந்து கொள்ள முடிந்தது.

அவள் விமானத்தில் வந்தாள். கடவுச்சீட்டு இருந்தது. அவர்கள் படகில் வந்தவர்கள். கொழும்பு வீட்டிலே எல்லாம் எரிந்து சாம்பலாகிப் போயின. போயினவற்றுள் பிறப்புச்சாட்சிப் பத்திரம், அடையாள அட்டை, கடவுச் சீட்டு முக்கியமானவை.

அவர்கள் யார்? இலங்கைத் தமிழர்களா? என்ன ஆதாரம் இருக்கிறது? அவர்கள், ஆயிரமாயிரமாய் வந்து தமிழ்நாட்டின் பல்வேறு இடங்களில் முகாம் அமைத்து தங்க வைக்கப்பட்டுள்ளவர்களோடு சேர்த்தியா? அவர்கள் ஈழ அகதிக் கணக்கில் உண்டா? ஈழ அகதிகளென்று தம்மை நிரூபிக்கவும் அவர்களிடம் என்ன ஆதாரம் உண்டு? நாட்டை இழந்துவிடுதல் கூட பெரிய சோகமில்லை. பெரிய சோகம் அடையாளத்தை இழந்துவிடுதல்தான்.

தன்னை இழத்தல் என்பது இதுதான்.

அடையாளமில்லாதவன் தன்னை இழந்தவனே.

அவருக்கு அந்தக் கவலை நிறைய. மட்டுமில்லை. வீடு காணி பூமி சொத்து சுகமென்று சகலத்தையும் அவர் இழந்து போனார். அது காரணமான அந்தஸ்து கௌரவங்களும் கையிழந்து போயின. அவை தலைமுறை தலைமுறையான ஊர்ஜிதங்கள். மண்ணோடும் அதன் மக்களோடும் இறுக்கமான பிணைப்புடையவை. அந்தஸ்து கௌரவங்கள் அவற்றின் பிறப்பிடம் நீங்க பிணைப்பறுந்து விடுகின்றன! சாவகச்சேரியில் நீதவான் ராஜ நாயகத்தை அறியாதவரில்லை. நாயகத்தார் வீடு என்றால் பள்ளிச் சிறுவனும் அறிவான். வெள்ளைக்காரன் காலத்து மாளிகைக்கணக்கான வீடு அது. அதன் பென்னாம் பெரிய வட்டத் தூண்களும் அவற்றின் கலை வேலைப்பாடுள்ள பொழிகல் உச்சிகளும் அற்புதமான காட்சி விளைக்கிறவை. தூண்கள் தாங்கு வதற்காகவன்றி, அலங்காரத்துக்காக நிறுத்தப்படுபவையோ என்ற சமுசயம் நீதவான் வீட்டுத் தூண்களின் எண்ணிக்கையையும் பருப்பம் உயரத்தையும் பார்க்கிற எவருக்கும் தோன்றுவதைத் தவிர்த்தல் அரிது. அந்த மாளிகையொத்த வீட்டைவிட்டு அழுதழுதுகொண்டுதான் மகள், பேத்தி சகிதம் ஒரு வெறியில் போல் மன்னார் வந்து படகேறியிருந்தார்.

அதற்குமேல் அவர் பிரஸ்தாபிக்கவில்லை.

அந்தளவு அறிமுகத்துக்கு அந்தளவு விபரம் போதும்தான்.

ராஜியின் மனத்துக்குள் தீர்மானமாகிவிட்டது, தன் குழப்பங்களையும் ஐயங்களையும் தீர்ப்பதற்கு ஏற்ற இடம் அது என்பது. அரசியல் பற்றிய

அவரது அறிவு, சமூகம்பற்றிய அக்கறை, மனிதர் பற்றிய அனுபவம், அவரின் இயல்பான கருணை, இழக்க முடியாத பண்பு, மற்றும் நிறைந்துள்ள இனிய சுபாவங்கள்... ஒரே இடத்தில் அவள் தரிசிக்காதவை.

அந்தளவில் லட்சுமிதேவியும் வந்துவிட அவளோடும் சிறிதுநேரம் பேசிக்கொண்டிருந்துவிட்டு ராஜியும் மாலாவும் புறப்பட்டனர். நேரம் கிடைக்கிறபோது அங்கே வந்துபோகும்படி சொல்லியனுப்பினார் ராஜநாயகம்.

அடுத்த சந்திப்பு வெகுவிரைவில் சம்பவித்தது.

தீபாவளி முடிந்து நான்கு நாட்கள் அடைமழை பெய்தது தமிழ்நாட்டில். பத்துலட்சம் மக்கள் பாதிக்கப்பட்டதாக வானொலிச் செய்தி அறிவித்தது. மழை நின்றும் சோகம் குறையவில்லை. ஆற்காடு நோக்கிச் சென்றுகொண்டிருந்த பஸ்ஸொன்று தொண்டி பாலத்தைக் கடந்து கொண்டிருக்கையில் அறுபது பயணிகளுடன் ஆற்றில் மூழ்கிவிட்டது. அதில் ஐம்பத்தைந்து பேர் உயிரிழந்தனர். பத்திரிகைகள் படத்தோடு செய்தி வெளியிட்டிருந்தன.

அன்று மாலையில் தனியாக ராஜநாயகம் வீடு சென்றாள் ராஜி.

போர்டிகோவில் உட்கார்ந்திருந்தார். சிந்தனை வயப்பட்டிருந்தார். எழுத முனைந்து கொண்டிருப்பது தெரிந்தது.

ராஜியைக் கண்டதும் பேராவலோடு வரவேற்றார். “வாரும்... வாரும்... இப்படி இரும்” என்று ஸ்ரூலை நகர்த்தி வைத்தார். “லக்சோ வீட்டில இல்லையே, மகள்...” என்றார்.

“நான் உங்களோடதான் பேச வந்தனான்.”

அவருக்கு அது ஆனந்தம்.

ராஜி, தொண்டியாற்றில் பஸ் மூழ்கிய சம்பவம் குறித்து ஆரம்பித்தாள். சுலபத்தில் அதை மறந்துவிட அவளால் முடியவில்லை.

அவளது பரிதவிப்பு ராஜநாயகத்துக்கு விசித்திரமாயிருந்தது. அதுபற்றி அவர் கேட்டார்.

“தண்ணியில மூழ்கிச் சாகிறது மகா கொடிய மரணம்போல நெஞ்சை உலுக்குது. எண்பத்திமூண்டுக் கலவர காலத்தில நேவிக்காறன் சுட்டதில நயினாதீவிலயிருந்து குறிகட்டுவான் போன படகு மூழ்கி பதினைஞ்சு பேருக்கும் மேல செத்துப் போச்சினம். அப்பிடிச் செத்ததில என்ர சிநேகிதியும் ஒருத்தி. அந்தப் பாதிப்பிலயிருந்து மீள எனக்கு வெகுகாலமாச்சு. எண்டாலும் மூச்சையடைக்கிற மாதிரியும், தண்ணியில நான் மூழ்கிற மாதிரியும், மீன் விழுங்க வாற மாதிரியும் கனவு வாறது இப்பவும் எனக்கு நிக்கேல்லை முழுசாய்!” என்று விளக்கினாள் ராஜி.

அனுதாபத்தோடு அவள் சொன்னதைக் கேட்ட ராஜநாயகம், “ஒரு கார்த்திகை மாசத்திலதான் மன்னாரிலயிருந்து படகெடுத்து நாங்கள் இந்தியாவுக்கு வந்தது. அந்த மாசத்தில, குறிப்பாய் அண்டைக்கு, கடல் பெரிய கொந்தளிப்பாயிருந்தது. அலையின்ர மூச்சு காதை அடைச்சுது.

கண்ணை மூடின கறுப்பு இருட்டு. மேல நிலா, நட்சத்திரமெண்டு துளி வெளிச்சம் இல்லை. கூட வரவிருந்த சனங்கள், பாத்து நாளைக்குப் போகலாமெண்டு திரும்பியிட்டுதுகள். ஓட்டி என்ர முடிவு என்னெண்டு கேட்டான். நான் லக்சோவை… அதுதான் எங்கட தேவி… அவளைப் பாத்தன். 'போவம், தாத்தா. நடக்கிறது நடக்கட்டும்' எண்டாள். 'எடு படகை'யெண்டு சொல்லிக் கொண்டு வந்திட்டன். ஓட்டி துணிஞ்சுதான் படகை எடுத்தானெண்டாலும் அவனுக்குக்கூட மேல வரவர பயம் வந்திட்டுது. தலைக்கு மேலால அலை சீறிப் பாயுதெல்லே! இடையில படகு கவிழ்ந்து போயிருந்தாலும் நல்லதுதான். இண்டைக்கு இந்தமாதிரிச் சுமைகள் மனத்தில ஏறியிருந்து அழுத்திக் கொண்டிராது" என்றார்.

அவர் ஆரம்பித்தபோதிருந்த குரல், வார்த்தை, பாவம் எல்லாம் மாறியிருந்தன. காலமும் இடமும் கடந்த காட்சித் தரிசனம் கிடைத்திருந்தாற்போல விழிச்சுடர் தூரதூரத்துக்கும் சென்றிருந்தது தெரிந்தது. அவளைவிடவும் அவரே கூடிய தவிப்பில் இருந்திருந்தார் போலத் தென்பட்டது.

அவர் மேலே பேசவில்லை.

மன ஸ்தம்பிதம் அடைந்த தோற்றம்.

ஏதாவது கேட்டு அந்த மௌன கணங்களை, அவரின் சில்ப ஸ்திதியை உடைப்பதா என்று அவளுக்குத் தெரியவில்லை.

சிறிதுநேரத்தில் விழியோரக் கசிவுகளை சாரா விளிம்பில் மெல்லக் குனிந்து ஒற்றிக்கொண்டு அவர் சொன்னார்: "சோகம் எவ்வளவு சிறிசாயும் இருக்கட்டும், மனசில இருந்தால் மெல்ல மெல்லமாய் அது மனிசனை அழிச்சிடும். மனிசத் தன்மைகளை அழிச்சிடும்! நானடைஞ்சதோ அளப்பரிய சோகம். எவ்வளவு சோகம் இருந்திருந்தால் அண்டைக்கு அவ்வளவு மூர்க்கம் அடைஞ்சிருப்பனெண்டு யோசிச்சுப் பாரும், பிள்ளை. நாங்கள்தான் போகட்டும் வாழ்ந்து அனுபவிச்ச ஆக்கள். ஆனா லக்சோ..? லக்சோவை நான் யோசிக்கேல்லையே! அவள் சரியெண்டு சொன்னாப்போல என்ன, நானும் மற்றவையைப்போல திரும்பிப் போயிருக்கவேணும்தானே? எப்பிடியோ… தப்பிப்பிழைச்சு இந்தியக் கரையில வந்து ஏறியிட்டம். எவ்வளவோ அழிஞ்சுபோச்சு. நானுமே அழிஞ்சுபோயிருக்கலாம். இருந்தாலும் கடவுள் இன்னும் என்னைக் கூப்பிடேல்லை."

அவர் கண்களை மூடினார்.

மார்பு உயர்ந்து தாழ்ந்தது.

அவர் மேற்கொண்டு சொல்லவில்லை. ஆனால் சொல்லுவார். அன்றைக்கில்லாவிட்டாலும் விரைவில் சொல்லுவார். அவர், வடிகால் தேடிக்கொண்டிருந்த கொதியுலை. வடிகால் இல்லையேல்… கொதியுலை வெடிக்கும். ராஜநாயகம் கண்களைத் திறந்து அவளைப் பார்த்துச் சிரித்தார். நான் இவ்வளவு உணர்ச்சி வசப்பட்டுவிட்டேனேயென்று சொல்லுவது போலிருந்தது அது. சிறிது நேரத்தில் அவர் மறுபடி இறுகினார். வேறு மனிதர் ஆனார்.

"பேரினவாதமெங்கிறது வெறும் கூச்சல் குழப்பம் கலவரம் எண்டதுகளுக்குள்ள அடங்கிவிடுகிறதில்லை. அதுக்கு திட்டமிட்ட செயல்த் தளம் இருக்கு, சிந்தனைத் தளம் இருக்கு, தத்துவத் தளமிருக்கு. பேரினவாதத்தின்ர தத்துவத்தளம்... புனிதம். அது அமானுஷ்யமாக்கி தெய்வீகப்படுத்தும் எதையும். சிங்களவன் கண்ட புனிதம் இனம் சார்ந்தது. தன்னை ஆரிய இனமெண்டான் அவன். மொழியும் மதமும் இன அடையாளங்களாச்சு. அந்தப் புனிதம் . . . தெய்வீகம் . . . இந்த அடையாளங்கள் அடிபடுகிற ஒவ்வொரு தருணத்திலயும் அவன் வெறியடையிறான். மகாவெறி. இலங்கையில இதுவரை காலத்தில நடந்த எல்லாக் கலவரங்களுக்கும் இதுதான் பின்புலம். இல்லாட்டி ... சிங்கத்தோடு புணர்ந்து உருவான இனமெண்டு சொல்ல என்ன காரணமிருக்க ஏலும்? யோசிச்சுப் பார். அரசுமயப்பட்ட இந்த வெறியை எதிர்க்கிறதுக்கு வெறும் சண்டைகள் போதாது. நிறுவனமயப்பாடு வேணும். எதிர்ப்பை நிறுவனமயப்படுத்தினால்தான் வெற்றிக்கான வாய்ப்புக் கிடைக்கும்."

"போராளி இயக்கங்கள் நிறுவனமயப்பட்டதுகள்தானே?"

"இல்லை. அதுகள் நிறுவனமயப்படலாம். ஆனா ... இதுவரைக்கும் அப்பிடி ஆகேல்லை. குழுநிலைகளில நிறுவனமயம் இல்லை. சக்தி பிரிநிலையில் நிறுவனமயம் உண்டாகாது. நிறுவன மயம் ... குழுநிலை தாண்டினது. அரசுமயப்பட்ட பேரினவாதத்தைப்போல அதுவும் எதிர் தத்துவத் தளம் கொண்டது. இலங்கைப் போராட்டக் குழுக்களின்ர எண்ணிக்கை அம்பதுக்கும் மேலயெண்டு துக்ளக் பத்திரிகை ஒரு கணக்குச் சொல்லுது. அப்பிடியிருக்கேக்குள்ள ... அதுகள் நிறுவனமயம் ஆகிறது எப்பிடி?"

"அம்பது இயக்கமா?" ராஜியால் நம்பமுடியவில்லை. "அஞ்சாறு இயக்கம்தானே களத்தில நிக்குது?"

"துக்ளக் சொன்ன கணக்கு தப்பாயிருக்குமெண்டு நான் நினைக்கேல்லை. எண்டாலும்... கணக்கு வித்தியாசப்படலாம் கொஞ்சம்."

"அவர் கொள்ளைக்கும் கடத்தலுக்கும் ஆயுதத்தோட போய்வாற சின்னச் சின்னக் குழுக்களையும் கணக்கில எடுத்திருப்பார் ..!"

"தப்பில்லையே! ஆயுதத்தோட இயங்குகிறபோதே சட்ட மறுப்பும், அரசாங்க எதிர்ப்புநிலையும் ஏற்பட்டு தளம் விரிவாகியிடுது. இந்தக் குழுக்களின்ர வெறும் கோஷமும், வெறும் எதிர்ப்பும் என்ன பலனைச் செய்யும்?"

"அப்ப ... இந்தப் போராட்டத்தில வெற்றி கிடைக்காது எண்டு நினைக்கிறியளா ..?"

"தீர்மானமாய்ச் சொல்ல ஏலாது" என்ற அவர் இருட்டும் வானத்தை உற்று நோக்கினார். சற்றே அவ்விஸ்திதியில் இருந்தார். பின், "போராட்டக் குழுக்களுக்குள்ள முதலில ஒற்றுமை வரவேணும். செயல்திறனும்

அரசியலனுபவமும் கூடவேணும். வெறும் யுத்த வெற்றிகள் அரசியல் வெற்றிகளாகக் கருதப்படுகிறதில்லை. யுத்த வெற்றி அரசியல் வெற்றிக்கு பக்கத் துணையாகலாம், அவ்வளவுதான்" என்றார்.

"திம்புப் பேச்சுவார்த்தை முறிவடைஞ்சிட்டுதே, இனி என்ன நடக்கும்?"

"திரும்ப ஒரு பேச்சு வார்த்தை நடக்கும்!"

"அதுவும் முறிவடையுது எண்டு வையுங்கோ ..."

"திரும்பவும் ஒரு முயற்சி நடக்கும்!"

"அதுவும் தோல்விடைஞ்சா ..?"

"இந்தியப்படை இலங்கைக்குப் போகும்."

"அதுக்கான சாத்தியமில்லையெண்டு மாமா சொன்னாரே! மாமாவும் கூட்டணியில பழைய ஆள். சுந்தரலிங்கமெண்டு ..."

"ஓ... கூட்டணிச் சுந்தரலிங்கமா..? கேள்விப்பட்டிருக்கிறன். நேரில பழக்கமில்லை. ஆர் சொன்னாலென்ன? நான் சொல்லுறன். போகும்!"

"எப்பிடி அவ்வளவு நிச்சயமாய்..?"

"எல்லாம் ஒரு கணக்குத்தான். சரித்திர ஞாபகம் இருந்தால் இந்தக் கணக்கை சுலபமாய்ப் போட்டிடலாம்."

"ஆனா இந்தியப்படை இலங்கைக்கு வரக்குடாதெண்டு அங்க ஒரு இயக்கம் பிரச்சாரமே செய்யுதாமே!"

"இதுகின்ர அர்த்தமென்ன? மற்ற இயக்கங்கள் இந்தியப்படை போறத ஆதரிக்குதெண்டதுதானே? அந்த ஒற்றை இயக்கம் இந்தியப் படை இலங்கைக்கு வரக்கூடாதெண்டு சொல்லுறதுக்கு நியாயமிருக்கலாம். ஆனா அது நடக்கும்."

அவள் இன்னும் கேட்க நினைத்தாள். அவர் எழுந்து விட்டார். கொசுப்படை வந்துவிட்டிருந்தது.

ராஜி வீடு சென்றாள்.

அன்றிரவு விஜியின் கல்யாணம் பற்றிய பேச்செழுந்தது. ராஜேந்திரன் பற்றிய பிரஸ்தாபமும் வந்தது. சிறிதுநேரத்தில் சரஸ்வதிக்கு நோக்காடு கண்டது.

20

அவளுக்கே நெஞ்சுக்குள் மெல்லிதாக ஒரு பயம் இருந்திருக்கலாம் பேறு குறித்து. அவளது வயதைவிடவும் பலஹீனம் பெரிய அச்சுறுத்தலாக இருந்ததுதான். எப்படியோ ஒரு ஆண் குழந்தையைப் பிரசவித்து விட்டாள். காலன் அவள் கண்டத்தில் ஓங்கி மிதித்துவிட்டுச் சென்றதாகவே அதைச் சொல்லலாம்.

கண்டம் தப்பிய சரஸ்வதி குழந்தையோடு வீடு வந்து சேர்ந்தாள்.

ராஜி சமையலைக் கவனித்துக் கொண்டாள். மாலாவும் ஷீலாவும் சமையலுக்கு ஒத்தாசை புரிந்தனர். தாயின் பராமரிப்பில் வெந்நீர் வைக்க, சரக்கு அரைக்க, துணிமணி அலம்ப என்று எதிலும் விரல்கூட நீட்டவில்லை. அந்நியப்படுத்தலை வெகு உக்கிரமாய்ச் செய்தார்கள்.

இருபத்தோராம் நாள் தலைக்கு தண்ணீர்விட்டானதும், "இனி நானே எல்லாம் மெல்ல மெல்லமாய்ச் செய்து கொள்ளுவன்" என்று சொல்லிக்கொண்டு சமையலிலிருந்து சகலதும் செய்ய ஆரம்பித்துவிட்டாள் சரஸ்வதி. ராஜி எவ்வளவு தடுத்தும் முடியாமற் போனது.

இருந்தும் எத்தனை சுடு பார்வை பேச்சுக்கள் அவள்மீது!

அதுபற்றி லேசாக அவர்களுக்கு அறிவுறுத்தல் செய்ய முடிந்ததே தவிர, உறுக்கமாய்க் கண்டிக்க முடியவில்லை ராஜியால். சரஸ்வதி எல்லாவற்றையும் எண்ணி எண்ணிச் சாம்புவதைப் பொறுக்க முடியாதிருந்தது. பௌர்ணமிக்குப் பின்னான நிலவுபோல் தேய்வடைந்து கொண்டிருந்தாள். ஊனிலிருந்து முழு உயிர்ச் சத்துக்களும் உறிஞ்சி எடுக்கப்பட்டாற்போல பலஹீனி ஆகிப்போனாள். குழந்தை பாலுக்கு அவ்வப்போது வீரிட்டுக் கொண்டிருந்தது.

சரஸ்வதியை ஆஸ்பத்திரியில் சேர்த்திருப்பதான தகவலில் வந்த விசுவலிங்கம் ஆஸ்பத்திரி, வீடு, வேலை என்று இரண்டு நாள் அலைந்தார். அவர் மட்டும்தான் அலைந்தார். மாலாவோ ஷீலாவோ ஆஸ்பத்திரி சென்று பிறந்த குழந்தையை எட்டிக்கூடப் பார்க்கவில்லை. தாயும் சேயும் வீடு வந்ததும் அவரது வரத்தும் பழையபடி ஒரு வாரம் பத்து நாள் கணக்காகிவிட்டது. வந்தாலும் மொட்டை மாடியிலேதான் படுக்கை. இப்போது மாரி தொடங்கி விட்டிருந்தது. அப்பப்ப மழை இரைத்தடித்து ஊத்துகிறது. ஓடி வந்து விறாந்தையில் படுத்துக்கொள்கிறார். மழை தூவானம் தட்டி நிலம் ஈரமாயிருந்தால் குந்திக்கொண்டிருக்கிறார் விடிகிறவரை.

பேறு காலத்திலே வீட்டிலே மிகுந்த பண நெருக்கடி. தீபாவளி வந்துபோனதன் தழும்புகள் இன்னுமிருந்தன. சுதன்தான் நிறைய உதவினான். வீட்டுச் செலவுக்கென்று அவன் ராஜியிடம் பணம் கொடுக்கும் ஒவ்வொரு சந்தர்ப்பத்திலும் சரஸ்வதி உடம்பிருக்க உயிர் எரிந்து போனாள்.

சுதன் உதவுவது ராஜிக்கு ஓரிரு கணங்கள் பெருமையாகத் தோன்றினாலும் தொடரும் பொழுதுகள் அவனது தாராளத்தில் ஐயங்களை அவளுள் கிளர்த்திக்கொண்டிருந்தன. போராளிகள் தம் ஆயுதத் தேவைகட்கும் சாப்பாட்டிற்கும்கூட தமிழக மக்களை எதிர்பார்த்திருந்த வேளையில், சுதனிடமிருந்த பணப் புழக்கம் அவளை ஆழ்ந்து சிந்திக்கத் தூண்டாமற் போகாதுதான்.

முப்பத்தொன்றுக்கு துடக்கு கழித்தார்கள். நண்பகலுக்கு முன் கிருத்தியங்களெல்லாம் முடிந்தன. எட்டு மணிக்கு மேலேதான்

விசுவலிங்கம் அவசர அவசரமாக வந்தார். வந்தவர் அந்நியர்போல் ஹோல் நாற்காலியில் வெகுநேரம் அமர்ந்திருந்தார்.

மொட்டை மாடியில் நின்றிருந்த ராஜி கீழே வந்தபோதுதான் அவர் வந்திருந்ததே தெரிந்தது.

"கூப்பிட்டிருக்கலாமே, மாமா" என்று வருத்தப்பட்டாள். "மத்தியானமே வருவியளெண்டு பாத்துக்கொண்டிருந்தம். அவரும் கனநேரமாய்க் காத்துக்கொண்டிருந்திட்டுத்தான் போறார்" என்றாள், சோறு போட்டுவந்து கொடுத்தபடி.

"கடையில விட்டுவர ஆளில்லாமல் போச்சு. பணம் வேற வாங்கி வரவேண்டி இருந்தது. அதுதான்..." என்றபடி கோப்பையை வாங்கினார்.

சாப்பிட்டு முடிந்து பாய் தலையணையை எடுத்து வந்து விறாந்தையில் வைத்துவிட்டு சரஸ்வதி படுத்திருந்த அறைக்குள்ளே போனார். பாயில் குழந்தை படுத்திருந்தது. சுவரோடு சாய்ந்து அமர்ந்திருந்தாள் சரஸ்வதி. குந்தியிருந்து சிறிதுநேரம் குழந்தையையே பார்த்துக்கொண்டிருந்துவிட்டு எழுந்தார். மடியில் வைத்திருந்த பணத்தை எடுத்து சரஸ்வதியிடம் நீட்டினார். வாங்கிக்கொண்டு அவரையே வெறித்துப் பார்த்தபடி இருந்தாள். மேலே ஒரு வினாடி அவர் தங்கவில்லை. திரும்பிவிட்டார்.

எதற்கும் அவர்... அவர்... என்றிருந்த சரஸ்வதிக்கு என்ன ஆனது? ஒரு சரணாகதியில்போல் முகிழ்ந்து நின்ற காதல், எட்டாவது கர்ப்பத்தின் பின் பங்கப்பட்டது எங்ஙனம்?

ராஜிக்கு விளங்கவில்லை.

எங்கோ சில நாய்கள் கடிபட்டு சீறிக் குரைத்தன.

தூரத்துக் குண்டு குழிகளில் நீர்ப்படு சொறித் தவளைகள் கத்தின.

குளத்தூர்ப் பக்கமாய் பெங்களூர் நெடுஞ்சாலையில் லொறிகள் சர்... சர்ரென உறுமியபடி விரைந்தன.

ஒரு பொழுதில் சட்டென தூக்கம் கலைந்தது ராஜிக்கு. தெரு விளக்கு வெளிச்சம் ஜன்னலூடு தெறித்து விழுந்தது ஹோலுக்குள். மழைப் பொட்டுக்கள் தெரிந்தன.

காற்றில் குப்பென்று பீடிப்புகை மணமடித்தது. விசுவலிங்கம் இன்னும் தூங்கவில்லையென்பதைத் தெரிந்தாள். ஒருவேளை சரஸ்வதிகூட உறங்காமல் இன்னும் தன் அறையில் விழித்தபடி இருத்தல் கூடுமோ என்ற எண்ணமும் எழுந்தது.

பிறகு எப்படியோ தூங்கிப்போனாள்.

நாட்கள் நகர்ந்தன.

சரஸ்வதியின் இயல்பான குளிர்ந்த போக்குகள் மாறத் தொடங்கியிருந்ததின் அறிகுறிகள் சிலவற்றை ராஜியால் காண முடிந்தது. இப்போது சரஸ்வதி சமைத்தாள். வீடு பெருக்கினாள். துணிமணி துவைத்தாள்.

நட்டநடு ஹோலில் கிடந்து குழந்தை வீரிட்டுக் கத்தும். ஏணைக்குள் மலசல நுதம்பலில் கிடந்து உதைத்துஉதைத்து கீழே விழுந்து கதறும். சரஸ்வதி திரும்பியும் பார்க்க மாட்டாள். துணியைப் போட்டு வாங்கு வாங்கென்ற வாங்கிக்கொண்டிருப்பாள். ஷீலா, மாலாகூட கவனிக்கமாட்டார்கள். மனம் பொறுக்க முடியாமல் சிலவேளை ராஜியே வந்து தூக்கி அதைத் தாக்காட்ட வேண்டியிருக்கும்.

“பாலில்லை, சப்பிச் சப்பி முலை வலிக்குது. நான் என்ன செய்ய? கிடந்து அழு” என்று அவள் புறுபுறுப்பது உண்மையாகவே இருப்பினும் அவளது உதாசீனத்தினதும் வெறுப்பினதும் பங்கு அதில் இருந்ததும் மெய்.

உதாசீனம் ..? வெறுப்பு ..? யார் மீது ..? விசுவலிங்கத்தின் மீதா ..? ஏன்?

ஒருவேளை ஆசையின் மீதேதான் வெறுப்போ?

இருக்காது. அவளொன்றும் காமோத்சவத்தில் வெறுப்புத் தட்டியவளாய்த் தெரியவில்லை. அவளின் சிவந்த உதடுகளும், பன்னீர்ப் புகையிலையில் கிறக்கம் கனக்கும் விழிகளும், ஒட்டிய முலைகளானாலும் புடைத்து நிற்கும் காம்புகளும், நடுநரம்பு தெறிக்க சாண் அகலத்தில் கிடக்கும் விரிநெற்றியும்... அவள் ரதீகரகாரிதான்.

கொதிநிலைவரை அடக்கியடக்கி காலாண்டு அரையாண்டுக் கணக்கில் வைத்திருந்து என்றோ ஒருநாள் மனம் உரம்பெறும் பொழுதில் மின்னலெனக் கூடிப் பிரியும் வகைத்தது அவர்களது கலவி முறை. அது இயற்கை அவஸ்தையின் தவிர்க்கவொண்ணா வெளிப்பாடு. அது வயாக்ரா வகையானதல்ல.

ஆனாலும் குழந்தையின் மீதான வெறுப்பும் நிஜம் போலவே தெரிந்தது. ஒருவேளை ... தன் வளர்ந்த பெண்களிடத்தில் தன்மீதுள்ள வெறுப்பைக் கரைப்பதற்காகத்தான் கூடலின் தன் பங்கினை மறுதலித்து அவரை அவள் வெறுக்கிறாளோ? குழந்தையை வெறுப்பதான பாவனையும் அதுபோன்ற ஒரு உத்திதானோ?

அதில் அவள் வெற்றி பெறவே கூடும்தான். ஆனால் காதலில் ..?

ஒருநாள் மாலை விசுவலிங்கத்துக்குத் தெரிந்த சிலர் வீட்டுக்கு வந்திருந்தனர். இலங்கையிலிருந்து அன்றுதான் சென்னை வந்திருந்த ஒருவரும் கூட வந்திருந்தார். சரஸ்வதியும் மாலாவும் ஷீலாவும் சந்தோஷமாகவும் உற்சாகமாகவும் பேசினார்கள். போகும்போது மாலாவிடம் இரண்டு இலங்கை லக்ஸ் சோப் கட்டிகளும் ஒரு கண்டோஸ் சொக்கிளேற் பைக்கற்றும் கொடுத்துப் போனார்கள்.

அறிமுகமற்றவர்களாதலால் ராஜி மேலேயே நின்றுவிட்டாள். வந்தவர்கள் சென்ற சிறிதுநேரத்தில் சரஸ்வதி வந்தாள். விசனம் முகத்தில் அப்பிக் கிடந்தது.

“ஏன் மாமி, ஒரு மாதிரியாய் இருக்கிறியள்?”

அவள் பதில் சொல்லவில்லை. நெடுநேரம் சொற்களைக் கூட்டிக் கழித்திருந்துவிட்டு கேட்டாள்: "வடக்கு மாகாணத்திலயிருந்தும் கிழக்கு மாகாணத்திலயிருந்தும் கன சனம் இந்தியாவுக்கும் வேற வெளிநாடுகளுக்கும் ஓடியிட்டுதாம். அந்தச் சனங்கள் குடியிருந்த இடத்தில சிங்களக் குடும்பங்களை ஜே.ஆர். கொண்டு போய்க் குடியேத்தப் போறதாய்க் கதைக்கினமே, உண்மையாய் இருக்குமா, ராஜி?"

அவளது கரிசனம் எங்கே நிலைகொண்டிருந்ததென்று ராஜிக்குத் தெரிந்தது. தீவிலுள்ள ஆறு பரப்புக் காணியை, அதிலுள்ள மண் வீட்டை அவளால் லேசில் மறந்துவிட முடியாதென்று அவளுக்குத் தெரியும். அது இயல்பு. காணி, வீடு என்பனவெல்லாம் வாழ்வின் அமிசங்கள். இழக்கப்பட முடியாதன. மனிதர்களின் இருப்பு. வாழ்வுச் சுழற்சி அங்கிருந்துதான் விரிகிறது.

"இருக்கலாம், மாமி" என்றே பதில் சொன்னாள் ராஜி.

மறுநாள் காலையில் பத்திரிகைகள் அச்செய்தியினை விரிவாக வெளியிட்டிருந்தன.

தமிழ்க் குடும்பங்களரால் வெறிதாகும் கிராமங்களில் சுமார் 30,000 சிங்களக் குடும்பங்களைக் குடியமர்த்தப் போவதாக யுத்த மந்திரி அத்துலத் முதலி இரண்டாவது முறையாகத் தெரிவித்திருக்கிறார். முன்னர் ஜனவரியில் ஒருமுறை இதுபோன்ற முயற்சி இருந்து பின்னர் அது கைவிடப்பட்டது.

செய்தியின் உண்மையினையும், அதன் சாத்தியத்தையும் ராஜி உணர்ந்தாள். சிங்கள அரசுகளின் திட்டமிட்ட தமிழ் மண் அபகரிப்பி லிருந்துதான் தமிழினத்துக்கெதிரான முதல்சதி ஆரம்பித்தது. இப்போது ராஜியால் அதை ஞாபகப்படுத்த முடிந்தது. சுந்தரலிங்கம்தான் சொல்லியிருந்தார்: "வடக்கு – கிழக்கு பிரிப்புக்கு அரசு திட்டமிட்டே குடியேற்றம் அமைத்தது. முல்லைத்தீவையும் திருகோணமலையையும் பிரிக்கவே மணலாறு சிங்களக் குடியேற்றம் அமைக்கப்பட்டது."

பத்திரிகையைப் பார்த்தபின் அன்றைக்கு மறுபடியும் கேட்டாள் சரஸ்வதி: "நயினாதீவிலயும் குடியேற்றுவினமோ? அது பொட்டல் வெளித் தீவு. வரண்ட பூமி. அங்கயும் சிங்களவர் குடியேற விரும்புவினமோ?"

குழந்தை வீரிட்டழ ராஜி சென்று ஓராட்டினாள்.

அவளின் தாக்காட்டலில் குழந்தை மெல்ல உறங்கியது மறுபடி.

சரஸ்வதி குத்திட்டு இன்னும் சுவரோடு சாய்ந்திருந்தாள்.

விழிகள் ஜன்னலூடு வெளியே பறந்து கொண்டிருந்தன.

...தன்நிலம் பறிபட்டதான சேதியில்
உயிரொன்று சிறகெடுத்து
வனாந்தரங்களில்...
பாலைவனங்களில்...
தேடல் தொடங்கிற்று!

என்று நாளை ஒரு கவிதை கவிஞனின் நெஞ்சு கீறி வரும்.

21

அவனது கம்பீரங்கள் சந்தேகத்துக்குரியனவாய் மாறியிருந்தன. அவனின் அறிவாண்மைக்கான கம்பீரம், அவனின் அஞ்சாமைக்கான கம்பீரம், அவனின் நியாய நிலைப்பாட்டின், உண்மை உத்தாரணத்தின் கம்பீரமென்று அனைத்துமே முன்பிருந்ததுபோல் அப்போது இருக்கவில்லையென்று ராஜிக்குத் தெரிந்தது. அவன் ஜேர்மனி போகப்போவதில் பிடிவாதமாக இருந்தான். இந்தியாவில் இழந்த சுதந்திரங்களை ஜேர்மனியில் பெறப்போவதாகச் சொன்னான். அவைகளை அவளால் புரிந்துகொள்ள முடியவில்லை. அவனது வசதிகள் வேறு கேள்விகளைக் கிளர்த்திக்கொண்டிருந்தன. அன்று அவன் மூச்சுக் காற்றில் மணத்த வித்தியாசமான வாசனை என்னவென்பதை அவள் தெரிந்தபோது ராஜியால் அதிர்ச்சியைத் தாளமுடியவில்லை. ஆனாலும் மறுநாள் தான் பம்பாய் பயணமாவதாகவும், அங்கிருந்தே ஜேர்மனி போய்விடக்கூடுமென்றும் தெரிவித்தபோது அவளுக்கு மனத்துள் ஏதோ செய்தது. அவனது புதிய போக்குகளையும் மாறும் குணநலன்களையும் வெறுத்து அவனை விரும்பியிருந்த தன்மை அப்போது புரிந்தது.

அவனின் மறுநாட் பயணம் கேள்விப்பட்டு ஷீலாவும் மாலாவும் பெரிதும் சந்தோஷப்பட்டனர். அவளுக்கோ அதில் பெரிதான சந்தோஷமும் இல்லை. துக்கமும் இல்லை. தன் மண்ணில் சுமார் இரண்டு வருடங்களுக்கு முன்னம் உறவுக்கான வெறும் புள்ளி இடப்பட்டதும், அது கல்யாணமென்கிற கோடுகளால் கோலமாக்கப்படாதுபோனதும் அவள் மெலிவை உறுதி செய்தன. அது விரகத்தியில் மட்டும் நிகழ்வதில்லை.

தேநீர் குடித்து சிறிதுநேரம் பேசிக்கொண்டிருந்தவன் புறப்படும்போது ராஜியிடம் ரீவி டெக் எடுத்து படம் பார்க்கலாமா என்று கேட்டான். அவன் மறுநாள் பம்பாய் புறப்படுவதை எண்ணி சம்மதம் தெரிவித்தாள். மகாபலிபுர சுற்றுலாத் திட்டத்தை அவள் நிர்தாக்ஷண்யமாய் மறுத்ததை அவன் அப்போதும் மறக்கவில்லை என்பதை அவனது இதழில் மின்னலாய் வெடித்த திருப்தி பிரசித்தம் பண்ணியது.

மாலையில் ஏழுமணி சுமாருக்கு சுதன் ரீவி டெக்குடன் வந்து சேர்ந்தான். முதல் படமே அடிதடிப் படம்தான். சின்னஞ் சிறிசுகள் ஆர்வமாக ரசித்துக் கொண்டிருந்தன. அவர்களுக்குக் குறையாத ஆர்வத்துடன் ஷீலா, மாலா, சரஸ்வதி.

இரண்டு இதயங்கள் மட்டும் சினிமாவோடு ஒட்டாது தத்தம் வியாகூலங்களுள். ஒன்றாயும் வெவ்வேறானவையாயும் பல திறத்தவை அவை. அவள் ஒருமுறை கண்ணைக் கசக்க, அழுகிறாளா என்று உற்றுப் பார்த்தான் சுதன். அவள் சிரித்தாள்.

கதிரையை நகர்த்தி பக்கத்தில் போட்டு, “நான் சொன்னதெல்லாம் ஞாபகம்தானே, ராஜி?” என்று மெல்லக் கேட்டான்.

“ஞாபகம்” என்றாள் அவள்.

“நான் ரிக்கற் அனுப்பினதும் வந்திடுவாய்தானே? தீவில நிண்டு செய்தமாதிரி என்னைக் காக்க வைச்சிடமாட்டியே?”

அவளின் கையைப் பற்றிக்கொண்டு அவன் கேள்வியாய்க் கேட்கவில்லை, கெஞ்சினான் என்பதை அவள் புரிந்தாள். தொனி, கையின் சமிக்ஞை, அழுத்தம்கொடுத்த பாவனை யாவும் அதையே தெரிவித்தன.

அவள் மேலும் இளகினாள். “வந்திடுவன், சுதன்.”

எல்லோரும் சினிமாவில் கவனத்தைப் பதித்திருந்தாலும் கண்ணியம் கருதி கையினை எடுத்துக்கொண்டாள் ராஜி. பிறகு, “பம்பாயில கனநாள் நிக்கவேண்டி வருமா?” என்று கேட்டாள்.

“ஒருகிழமை, மிஞ்சினால் பத்து நாள் நிக்கவேண்டி வரலாம். ஏன்?”

“விலாசம் தாறன். ராஜேந்திரனைப் போய் ஒருக்கால் பாக்க ஏலுமோ?”

“நானே விலாசம் கேக்கவேணுமெண்டிருந்தன். தா, கண்டிப்பாய்ப் போய்ப் பாக்கிறன். என்ன சொல்லவேணும்?”

“நாளைக்கு பின்னேரம் இஞ்ச வந்திட்டுத்தானே ஸ்ரேஷனுக்குப் போவியள்?”

“ஓம்.”

“கடிதமெழுதித் தாறன், குடுத்தாப் போதும்.”

“சரி.”

வெளியே மழை தூறல் போடத் தொடங்கியது. மெல்லமெல்லமாய் சோவென்று கொட்டத் தொடங்கிற்று. பீலிநீர் அருவியாய் பேரோசை கிளர்த்திற்று. வீதி மின்விளக்குகள் மென்நீல துகிலால் மூடுண்டன. வீதியெங்கும் வெள்ளக்காடு. வெளியெங்கும் மழைத் தாரை.

ஊதல் காற்றடித்தது.

காற்றில் மழைத் துமிகள் பறந்து வந்தன.

உடல் குளிர சுவாசக் காற்றின் வெப்பம் தெரிந்தது.

கதகதப்பின் உக்கிரத் தேடல் ஜனித்தது.

ஜன்னல் துணி பறந்து கன்னம் வருடி உரச ராஜிக்கு மயிர்க்கூதலெடுத்தது.

அவள் மெல்ல சுதன் என்று முனகினாள்.

யாரோ எழுந்து பாத்ரூம் போக லைட்டைப் போட்டார்கள்.

1987

22

பனி படர்ந்திருந்தது மரங்களைப் போர்த்தி. வானத்தின் சொர்ப்பன ஸ்கலிதம் இலை நுதிகளில் துளியாய்ச் சிந்திற்று. விடியலுக்கு முந்திய வேளை. மீண்டும் உலகுக்கு ஒரு நாளை உத்தரவாதஞ் செய்து கீழைத் திசையில் சிவப்புக் கதிர்கள் வெடித்தன.

தையின் வைகறையெனினும் தூக்கம் கலைந்து விட்டிருந்தான் திரவியம். எழுந்து குந்தில் அமர்ந்து கதிர்த்திசை பார்த்தான்.

கடலும் கரைவெளியும் விரிவானும் உப்புக் காற்றும் நெய்தல் குருவியும் போய், முல்லையின் உதயம் பழக்கமாகிக்கொண்டிருந்தது அவனுக்கு. வெகுகாலமில்லை. எனினும் ஒரு அத்யந்த கேண்மை வந்து விழுந்திருந்தது. மரமும் செடியும் கொடியுமான வன்னியின் வல்லாண்மை, வாழ்தலுக்கான உழைப்பு, உழைப்பின் மீதான உறுதி யாவும் அவனுக்குப் பிடித்திருந்தன. அவனுக்குப் பிடிக்காத அம்சங்களும் அங்கே விளைந்திருந்தன. அவை அதன் பௌதீகம் சார்ந்தவை அல்ல.

பிடித்தல்களைவிடவும் பிடிப்பின்மைகளினாலான அழுத்தமே அவனை அங்கே தங்கச் செய்திருந்தது என்றாலும் மிகையில்லை. ஏறக்குறைய ஒரு பரதேசி வாழ்க்கைக்கு வந்தடைந்தாயிற்று. அது ஒரு வாழ்வின் அர்த்தத் தேடல். அதில் கண்டடைதலுக்குச் சாத்தியம் தெரிந்தது. வல்லாண்மை கெழுமிய அந்த மண்ணின் சரித்திர முக்கியத்துவத்தினை அவன் தெரிந்தான். பண்டார வன்னியன் சிலை ஒருபுறம், உயர்ந்த தாதுகோபுரங்கள் ஒரு புறம், தமிழர் ஒருபால், சிங்களவர் மறுபால். இரண்டு வெவ்வேறு இனங்களின், இரண்டு வெவ்வேறு மதங்களின், இரண்டு வெவ்வேறு மொழிகளின் கலப்பு அங்கே நிகழ்ந்து கொண்டிருந்தது. அது பிடித்திருந்தது அவனுக்கு. ஆனால் அது தமிழ்நில அபகரிப்பின் ஐம்பதாண்டுக் கால திட்டத்தின் விளைச்சல் என எண்ணியபோது பிடிப்புக்கு மேலும் அங்கே இடமில்லாது

போய்விட்டது. விளைந்த பிடிப்பின்மை ஏனென்று தெளிவாகச் சொல்லத்தெரியாத ஒரு காரணத்தை உள்ளடக்கிக்கொண்டிருந்து அவனை அங்கேயிருக்க வற்புறுத்திற்று. அவனும் தங்கிவிட்டான்.

திரும்பிய பார்வையில் அறையிலே குழந்தையை அணைத்தபடி சுவர்ணா தூங்கிக்கொண்டிருப்பது தெரிந்தது. மூலையில் தணிக்க மறந்து வைக்கப்பட்ட லாந்தரின் மஞ்சள் சுடர்கள் பாதம் கணைக்கால் முழங்காற்சில்லுவரை ஓடி நின்ற வெண்மையைக் காட்டிற்று. மேலும் மேலே சேலை விலகுதல்களில் தெரிந்த அளவான திரட்சிகளின் வீறு தேகத்தில் சூட்டைக் கிளப்பிற்று. இதயப் படபடப்பை வெகுப்பித்தது. போன வருஷம்வரை அந்த அவஸ்தை அவனுக்கில்லை. அவள் சட்டை அணிந்திருந்தாள்.

தேகம் சம்பந்தப்படாத ஒரு இல்லறம் அவர்களுக்குள் நடந்து கொண்டிருந்தது. அவன் அவளிடத்தில் கண்டு வெகுவாகச் சிலாகித்த பண்புகள் அதற்குப் போதுமாயிருந்தன. அவளும் அதுபோலவே அவனிடத்துக் கொண்ட பண்பின் சிலாக்கியங்கள் காரணமாய் ஓர் அமைவு எய்தினாள்.

தேக சேர்த்திக்கு இன்னும் நேரமிருந்தது.

அவள் வேகமாக தமிழச்சி ஆகிக்கொண்டிருந்தாள்.

குழந்தை தமிழ்க் குழந்தை ஆகிவிட்டது பெரும்பாலும்.

அவளிடத்தில் ஒரு நிறைவேற்றவேண்டிய வஞ்சமிருந்தது. இனத்துவேஷம் காரணமாய் நிகழ்ந்த காட்டுமிராண்டித்தனமான தன் தமிழ்க்கணவனின் கொலைக்கு அவள் நீதி கேட்கவில்லை. தண்டனையையே கொடுக்கிறாள். அதன் பூர்த்திக் கட்டத்தில் திரவியத்துடனான தேக சங்கமம் இருக்கும். அவனும் அவ்வாறே எண்ணக்கூடும். வேறு காரண நிமித்தம். சங்கமத்தின் பூர்வாங்க காரியங்களே அப்போது நிறைவேற்றப்பட்டுக் கொண்டிருந்தன அவளளவில்.

அவனும் பெரும்பாலும் பெருமளவற்றை மறந்துபோனான். அவள் அவனது நண்பனின் மனைவி என்பதோ, அது அவன் தொட்ட மேனி என்பதோ, அது அவனைக் காதலித்த நெஞ்சம் என்பதோ அவனிடத்தில் இல்லை.

அவளிலான கரிசனையோடு காதலும் அவனிடத்தில் உண்டு. மிகுந்த வெகுளித்தனமும், நியாயமான பிடிவாதமும், கிராமீயத்தின் பகட்டின்மையும் ஆகிய உள்ளார்ந்த அழகுகளோடு அவளுக்கு முக அழகும் அளவுகளின் அழகுகளும்கூட இருந்தன.

இப்போது ஊரே சொல்கிறது அவர்கள் கணவன், மனைவியென்று. அவர்களை கொழும்பிலிருந்து ஓடிவந்த அகதித் தம்பதியராகவே அது நம்பியிருக்கிறது. அவனுக்குக் கவலையில்லை. இனிமேல் நடக்கப்போவதை

இப்போது சொல்வது பெரிதான தீமையெதையும் செய்துவிடாதுதான். அவனுக்கும் உணர்ச்சிகள் கட்டறுக்கிற தருணங்கள் வந்திருக்கின்றன. அடக்கிக்கொண்டு விட்டிருக்கிறான்.

அறையிலிருந்து பார்வையை மீட்டு வெளியில் படர விட்டான்.

விண்ணில் விசித்திரம் எழுதிக் கிடந்தது மஞ்சளாய்... சிவப்பாய்...

ஆரம்பத்தில் துன்பமாயினும் இறுதியில் இதம் தந்த அனுபவங்களிலிருந்து பூவுலகுக்கான நெறிகள் கண்டடையப்பட்டன. போகியும் யோகியும் ஞானியும் இந்தப் புள்ளியிலிருந்துதான் பிரிந்து போகிறார்கள் என்று அவனுக்கொரு திண்ணமிருந்தது. ஞானியால் கண்டடையப்படுவது யோகியால் நிறுவப்படுகிறது. அதையே எதிர்மறையில் நிறுவுகிறான் போகி.

சிவா இப்போது அங்கே தங்குவதில்லை. ஹரவப்பொத்தானை வீதியில் அறையொன்று பார்த்துக்கொண்டு போய்விட்டிருந்தான். தங்கள் தாம்பத்தியத்தின் எல்லையை திரவியம் விளக்கிய பின்பும், தான் இனி அங்கே தங்குவது நல்லதல்லவென மறுத்துவிட்டான்.

அங்கே அவனது வெற்றிடத்தை ஒவ்வொரு பொழுதிலும் உணரமுடிந்தது திரவியத்தால்.

சிவா இன்னும் பழைய தொழிலையே செய்துகொண்டிருந்தான்.

வருமானம் சுமாராக இருந்தது. எனினும் கையில் ஏதேனும் மிச்சப்படுத்தி வைத்திருப்பதாகத் தெரியவில்லை. வீண் செலவு செய்தானென்றும் சொல்ல முடியாது. தேயிலைத் தோட்டங்களில் தமிழர்மேல் சுமத்தப்பட்ட வேலை வரட்சிக்கும், வன்முறைகளுக்கும் தப்பி 1977, 1981களில் வடக்குக்கும் கிழக்குக்குமாய்ப் புலம்பெயர்ந்தவர்களுக்கு மனிதாபிமான அடிப்படையில் குடியேற்றங்கள் அமைத்துக் கொடுக்கப்பட்டன. காந்தீயம் மற்றும் தமிழ் அகதிகள் புனர்வாழ்வு கழகம் மூலமான இக்குடியேற்றத் திட்டங்கள் 83–ஆடிக் கலவரத்தில் வெகுத்த தாக்குதலுக்குள்ளாயின. இப்பாவப்பட்ட ஜென்மங்களின் மறுவாழ்வுக்கு தமிழகதிகள் புனர்வாழ்வுக் கழகம் மூலமாகவும் தானேயாகவும் மிகுந்த அக்கறையெடுத்து உழைத்ததை திரவியம் அறிவான். இயக்க ஈடுபாடு ஏற்பட்டுவிடாத அவதானத்துக்கு அவ்வப்போது எச்சரித்ததோடு சிவாவை தன் போக்கிலேயே விட்டுவிட்டான் திரவியம்.

திரவியமும் சிவாவும் இணைபிரியாத நண்பர்களாகியிருந்தனர். அவர்கள் நட்பு ஆத்மார்த்தமாக இணைந்ததாய் இருந்தது. இருவரும் ஒரே திசையில், வெவ்வேறு அளவில் சிந்தித்தார்கள். திரவியம் போராட்ட இயக்கங்களுக்கு அப்பாலான நிலைமையெடுத்து நின்றவன். ஒவ்வொரு மரணத்திலும் உயிர்வதை கண்டவன். அவனது அனுதாபத்துக்கு மனிதனாயிருப்பது போது மாயிருந்தது. சிவாவின் செயற்பாட்டுக்கும் மனிதாபிமானமே அடிப்படையாய் இருந்தது. ஆனாலும் மட்டுப்பட்டிருந்தது. முதலாம்வகையில் கருணாகரமான உலகளாவிய பார்வை இருந்தது. அதன் செயற்பாட்டுத் தளம் தமிழ்ப்

பிரதேசமாகப் போயிருப்பினும், பார்வை விரிந்ததே. இரண்டாம் வகையில் இனவாரியான அக்கறையும் இரக்க சிந்தையும் இருந்தன.

பெரிய தளங்கள் இரண்டுக்குமே இல்லை. தனிமனித குணாம் சங்களாகவே நின்றிருந்தன. அரசியல் சமூகப் பரப்பில் சித்தாந்தமாக விரிய ஞானமும் காலமும் வேண்டும். திரவியத்தால் அதன் தேவைகளைச் சமர்ப்பிக்க முடியுமா?

ஒருநாள் தீவுக்குப் போய்விட்டு வந்த சிவா, திரவியத்திடம் சொன்னான்: "ராஜி இந்தியா போயிட்டாவாம்."

"எப்ப?"

"போனவருஷம் ஆனியிலபோல."

"உனக்கு இப்பதான் தெரிஞ்சுதா?"

"எல்லாரும் ஓடிக்கொண்டிருக்கிற ஒரு தேசத்தில ஒரு ஆள் இந்தியா போயிட்டத பெரிய விஷயமாய் ஒருத்தரும் சொல்லிக்கொண்டிருக்க மாட்டினம்."

"ஓமெண்டு சொல்லன்..!"

"தங்கச்சியாரும் புருஷனும்கூட கனடா போயிட்டினமாம்."

"ம்..!"

"நானும் நீயும் கலியாணத்துக்கு ஏன் வரேல்லையெண்டு மகேஸ்வரி கேட்டா."

"சொல்லாதயன், தகவல் கிடைக்கேல்லையெண்டு."

"சொன்னன். வசதி கிடைச்சா உன்னை ஒருக்கா வந்து பாக்கச் சொன்னா."

"பாப்பம்! ராசேந்திரன் பாடு என்னவாம்?"

"கனகாலமாய் கடிதமே இல்லையாம் அவனிட்டயிருந்து. இன்னும் பம்பாயிலதான் நிக்கிறான்போல."

"இருக்கும்."

"கஷ்ரப்படுறானோ என்னவோ?"

அதற்குமேல் பேச்சு வளரவில்லை.

இலங்கையைவிட்டு ஓடியவர்கள் எல்லோருமே நல்லாய் இருந்துவிட மாட்டார்களோ, என்னவோ? ஏன்? இதற்கான விதி என்ன?

குழப்பம் மிகுந்தது சிவாவில்.

இனம் மொழி மதம் சார்ந்த ஒரு தீர்க்கமான பிளவு இலங்கையின் இன ஐக்கியத்துக்கிடையில் ஆழமாக விழுந்துவிட்டிருந்ததை எவரின் பேச்சும் நடைமுறையும் தெரிவித்துக் கொண்டிருந்தன. இந்த நிலையில் ஒரே இலங்கை, இனங்களின் ஐக்கியம் என்ற பேச்சும்,

அதுபற்றிய முனைப்பும் ஒவ்வாமைக் குணங்களைக் கிளர்த்திவிடும் என்பதை திரவியம் தெரிந்தே இருந்தான். அதனால்தான் அதுபற்றிய கலந்துரையாடல்களை தன் நண்பர்களுடனான ஒரு குறுகிய வட்டத்துள் வைத்துக் கொண்டிருந்தான். வெளியே வர காலம் தேவைப்பட்டது. காத்திருக்க அவனுக்குச் சம்மதம். எவ்வளவு காலத்துக்கும். அது ஒரு தபஸ். சகல அரசியல் துன்பங்களுக்கும் ஆணிவேரை அறுக்கும் வரம் அந்தத் தபஸில் சித்திக்குமென அவன் திடமாக நம்பினான்.

இருட்டில் வெகுநேரம் உட்கார்ந்திருப்பான். அவனின் புறவய இயக்கமும் குறைந்துகொண்டு வந்தது. அது தீவிர சிந்தனையினால் மட்டுமல்ல, சூழ வெகுத்து வந்த முழு யுத்த நிலைமையினாலுமாகும்.

அரச படைகள் தங்கியிருந்த பூநகரி கோட்டையும், ஆனையிறவு ராணுவ முகாமும் போராளிகளின் பாரிய தாக்குலுக்கு உள்ளாகிக்கொண்டு இருந்த நேரம் அது.

ஒருநாள் தோட்டப் பகுதியிலிருந்து திசைவீரசிங்கன் வவுனியா வந்து சேர்ந்தான்.

திரவியத்தினதும் திசைவீரசிங்கத்தினதும் சந்திப்பு தற்செயலாகவே நிகழ்ந்தது. வவுனியா ரயில்வே ஸ்ரேஷனில் இறங்கி பஸ் நிலையம் நோக்கி நடந்து கொண்டிருந்தவனை திரவியம்தான் அடையாளம் கண்டான்.

“திசையன் ..!”

சட்டென எழுந்த குரல் திடுக்கிட வைத்ததாயினும் பரிச்சயமான உணர்வு உடனிகழ்வாய் எழுந்து திசயனை ஆவலோடு திரும்ப வைத்தது.

“மாஸ்டர் ..!”

ஆச்சரியம் ஆனந்தம் இரண்டும வெகுளித்தனமான சிரிப்பாய் முகத்தில் படிய, கடையெதிரே நின்றிருந்த திரவியத்தை நோக்கி வந்தான்.

“என்ன திசையன் இஞ்ச ..?”

“உங்கள இங்க சந்திப்பேன்னு நான் எதிர்ப்பார்க்கவே இல்லை, மாஸ்டர்.”

“நானும்தான் உன்னை இங்க சந்திக்கலாமெண்டு நினைச்சிருக்கேல்லை.”

“அங்க நிழல்ல நின்னு பேசலாம் வாங்க” என்று ஓரமிருந்த சடைத்த பாலையை நோக்கி நடந்தான் திசையன்.

“திசை ... ரீ குடிக்கிறியா ?”

“வேணாம் மாஸ்டர். இப்பதான் ஸ்டேஷன்ல குடிச்சேன். நீங்க சாப்பிடுங்க!”

“வேண்டாம், வா.”

திரவியமும் திசையனும் கூடநின்றிருந்த சிவாவும் நிழல் நோக்கி நடந்தனர்.

குசல விசாரிப்பு, பழைய நாட்களின் ஞாபக மீட்பு என்று சில நிமிடங்கள் கழிந்தன.

“உங்க ஊர் யாழ்ப்பாணப் பக்கமா ஒரு தீவுன்னு…”

“ஓம், நயினாதீவு. இஞ்ச வந்து ஒண்டரை வருஷமாகுது. அது போகட்டும். நீ எதுக்கு இஞ்ச வந்தாய்?”

“சும்மா ஊர் சுற்றிப்பார்க்க வந்ததாச் சொல்லமாட்டேன். சிநேகிதர்களும் இங்க எனக்குக் கிடையாது. முக்கியமான விஷயமாத்தான் வந்திருக்கேன். உங்களச் சந்திச்சது ரொம்ப நல்லதாப் போச்சு. மாரியம்மா ஆசீர்வாதம் என் முயற்சியில இருக்குதுன்னு இப்ப நிச்சயமா நம்பறேன்” என்று விறுவிறெனப் பொழிந்தான் திசையன்.

அவன் மாஸ்டரென்று திரவியத்தை அழைத்ததும், மாணவப் பணிவற்ற தோழமையான பேச்சும் சிவாவுக்கு இணைக்கச் சிரமமாயிருந்தன. கண்டுகொண்ட திரவியம் அவர்களிருவரையும் அறிமுகப்படுத்தி, தம் நட்பைப்பற்றி கூறிவைப்பதன்மூலம் அந்தப் பிரச்னையைத் தீர்த்தான்.

வெகுநேரம் அவர்கள் பேசிக் கொண்டிருந்தார்கள்.

மாலையாகியிருந்தது.

உறைத்த வெய்யில் மரங்களுக்குப் பின் மறைந்துவிட, இருட்டடிக்க ஆரம்பித்தது.

தான் வவுனியா வந்த காரணத்தைச் சொன்னான் திசையன்.

கேட்ட திரவியம், “வவுனியாக் குடியேத்தத்தில உன்ர சித்தப்பா இருக்கிறாரெண்டு… நாலைஞ்சு வருஷத்துக்கு முந்தி கேள்விப்பட்டவர் சொன்ன ஒரு தகவலை வைச்சுக்கொண்டு… அவரைக் கண்டுபிடிக்க இப்ப நீ இஞ்ச வந்திருக்கிறாய்… சரி தானே?” என்றான்.

ஆமென்றான் திசையன்

வவுனியாவில் மலையகத்தார் நிறையப்பேர் இருந்தார்கள். நீண்ட ஒரு விசாரிப்பில் பழனிச்சாமியை அவன் சென்றடைதல் கூடும்தான். ஆனால் திரவியத்தின் உதவி, ஒழுங்குரீதியான ஒரு தேடலுக்கு வழிவகுக்கும்.

தன்னுடனேயே தங்கலாமென்றும், மறுநாள் காலையில் காந்தீயம், தமிழ் அகதிகள் புனர்வாழ்வுக் கழகம் போன்றவற்றுக்குச் சென்று அவனது சித்தப்பா பற்றி விசாரிக்கலாமெனவும் சிவா திசையனுக்குச் சொல்லிக் கொண்டிருந்தான்.

அதுதான் சரியென்றான் திரவியம்.

மூவரும் சிவாவின் அறையை அடைந்தனர். மாடியிலுள்ள ஒற்றை அறை அவனது. கீழே, ஒரு ரீக்கடை உட்பட மூன்று கடைகள்.

அதிலொன்று, சைக்கிள் திருத்தும் கடை. மற்றது, மோட்டார் வாகன உதிரிப்பாக விற்பனைக் கடை.

திசையனை வாங்கில் அமரவைத்துவிட்டு அவனது ட்ரவலிங் பாக்கை வாங்கிப்போய் உள்ளே வைத்துவந்தான் சிவா. பின் கீழேயுள்ள ரீக்கடையிலிருந்து மூன்று ரீ கொண்டுவர குரல் கொடுத்தான்.

பல்வேறு விஷயங்களைக் குறித்து திசையனோடு பேசினான் திரவியம்.

வடக்குபோலவே அதிகம் பாதிக்கப்பட்ட மலையகத்தின் பதுளை, நுவரெலியா, கண்டி, பண்டாரவளை, மாத்தளை, உடபுசல்லாவை, கந்தப்பளை போன்ற இடங்களை திரவியம் அறிவான். ஆனால் பாதிப்பின் பின்விளைவாக மலையகம் எழுச்சியுறவில்லை. ஏன் என்று இப்போது அவனுக்குத் தெரியவேண்டும். அதைப்பற்றிய உசாவுகைக்கு திசையனைவிட்டால் வேறுபேர் இல்லை.

அவன்... தொழிற்சங்கவாதி... உணர்வுகளை ஆழ்ந்துசென்று அறிய முனையும் இலக்கியப் படைப்பாளி... அவனது அபிப்பிராயங்களையும் பேச்சையும் பெருமளவு உண்மையென்று கொள்ளக்கூடிய அளவுக்கு சத்திய ஆர்வமும் அவனிடத்தில் இருந்தது. சத்திய ஆவேசத்தை வெளிப்படுத்திய பல களங்கள் அவனுக்கு வரலாறாய் உண்டு.

இத்தகு காரணங்களால் உரையாடலை அரசியல் தளத்துக்கு நகர்த்தினான் திரவியம். தன் கேள்விகளிலும் பிரயோகிக்கும் மொழியிலும் மிகுந்த அவதானம் செலுத்த அவன் தவறவில்லை. பெற்றோல் நிலையத்தில் புகைப்பிடித்தலின் பயமும் கவனமும் அப்போது அவனிடத்தில் இருந்து கொண்டிருந்தன.

காரணம் இருந்தது. திசையனின் குணவியல்பை அவன் தெரிந்திருந்தான். சுருக்கென கோபமேறிவிடும் திசையனுக்கு. அதுவும் மலையக மக்கள் பற்றிய பேச்சென்றால் சொல்லவே வேண்டியதில்லை. அந்த அப்பாவித்தனத்துக்குப் பின்னால் அவ்வளவு ஆவேசமிருப்பதை ஒருவருக்கு நம்புவதே கஷ்டமாயிருக்கும்.

அரசியலில் சொல்லப்படாத வரலாறும் உண்டு.

அவர்களது பெரும்பாலும் அதுமாதிரியான வரலாறே.

தமிழர்களாகவே மலையக மக்கள் இருந்தபோதிலும் அவர்களின் தனித்துவ அடையாளங்களைப் பூதாகரமாக்கிக் காட்டி மிகுந்த உக்ரத்துடன் அவர்கள் தனிமைப்படுத்தப்பட்டார்கள். நன்கு திட்டமிடப்பட்ட ஒரு செயல் வடிவத்தின் பின்னே இது நிகழ்ந்தது.

ஒடுங்கிக்கொள்ளும் தம் பிரதேச வாழ்முறையால் வடக்கும் கிழக்கும் ஒதுங்கிக்கொண்டன. சொந்தச் சகோதரர்கள் துன்பத்தில் சாதல் கண்டும் சிந்தை இரங்காதவராய் இருந்தார்கள். மலையக மக்களின் கல்வி வாழ்முறைகளில் மிகக் குறைந்தளவுக்குக்கூட அக்கறை எடுக்கப்படவில்லை. வம்சவம்சமாய் அவர்கள் அனுபவித்த துயர். இது,

தனிமைப்படுத்த எடுத்த முயற்சிகளுக்கு பக்கபலமானதோடு தனியாகத் தன்பங்குக்கும் கெடுதல் செய்தது.

அரசியல்ரீதியாக மகா கொடிய அவமானகரங்கள் அவர்கள் மீதுசுமத்தப்பட்டிருந்தன. மஞ்சள் நிற கூப்பன் என்கிற கழுத்து நெரிக்கும் இரும்பு வளையம், கள்ளத்தோணி என்கிற கைமாஞ்சி, நாடற்றவர் என்கிற கால்விலங்கு... இந்த அவமானம் நீங்க மிக்க நெகிழ்வுத்தன்மையுள்ள ஒரு பிரதமர் இந்திய அரசியலில் வரவேண்டியிருந்தது. லால்பகதூர் சாஸ்திரியின் சித்தத்தால் அதன் திட்டரீதியான பிரச்னை முதலில் தீர்க்கப்பட்டது. அதுதான் ஸ்ரீமா – சாஸ்திரி உடன்படிக்கை என அழைக்கப்படும் வரலாற்றுப் புகழ்மிக்க ஒப்பந்தமாகும். பல அவமானகரங்கள் அவர்களிடமிருந்து அதனால் அகன்றன. அவர்கள் நிமிர்ந்தார்கள் மனிதர்களாக. அந்தப் புதிய மனித நிலையை எது காரணம் கொண்டும் இழக்க இனி அவர்கள் தயாரில்லை. அவர்களுக்கு நகங்கள் இல்லையென்பது எவ்வகையில் குறையாகும்? நகங்கள் பிடுங்கப்பட்ட கரடிகள் தற்காப்புக்குக்கூட லாயக்கற்றவை என்பர். அவை எப்படியிருப்பினும் அவர்கள் தம்மை ஒரு சக்தியாக இனங்கண்டுகொண்டுள்ளமை வெளிப்படை. அது அரசியல் அரங்கில் முத்தரப்பு அரசியல் சக்திகளின் பிரசன்னத்தையும் கூடவே அறிவித்தது. சிங்களர், இலங்கைத் தமிழர், இந்திய வம்சாவளித் தமிழர்.

ஒருபோது, மலையகம் நொய்மை அடைந்துவிட்டது என்றான் திரவியம்.

"நான் மலையின் குழந்தை" என்று சொல்லி விம்மி விரிந்து நின்ற தன் கருமார்பைக் குத்திக் காட்டினான் திசையன் சிரித்தபடி.

"அப்ப ஏன் இப்பிடி உணர்ச்சியே இல்லாதது மாதிரி..?"

"மாஸ்டர்... மாஸ்டர்... மாஸ்டர்!" என்று ஆயாசப்பட்டான் திசையன். "மலையகம்... அதன் மக்கள்... அவங்க பூர்வீகமெல்லாம் ரொம்ப ரொம்ப வித்தியாசமானது, மாஸ்டர்! இது உங்களுக்குக்கூடவா தெரியாது? நாங்க மென்மையாயிருக்கிற பக்கத்தைப் பாக்கிறீங்களே தவிர, நாங்க மகாவலிமை பெற்றிருக்கிற திசையைப் பாக்க மாட்டேங்கிறீங்களே! புரட்சி, ஆயுதப் போராட்டமெல்லாம் முதன்முதல்ல எந்த மண்ணில உருவாச்சுன்னு கொஞ்சம் யோசிச்சுப் பாருங்க. நம்ம வாழ்முறை, வாழிடம் காரணமா நம்ம போராட்டம் வேறமுனையில இருக்கு. நாம ரத்தம் சிந்தாத, உயிர்ப்பலி கொடுக்காத நாள் நம்ம வரலாற்றிலயே இல்லையே, மாஸ்டர். நம்ம யுத்த களமும், யுத்த முறையும் வேற அவ்வளவு தான்."

திரவியம் விளங்கிக் கொண்டான்.

எழுந்து கைப்பிடிச் சுவர் விளிம்புவரை போய் நின்று தூர நோக்கினான். பஸ் நிலையம் செல்லும் தெரு முனையில் பதினெட்டு அடி புத்த சிலை கண்ணில் பட்டது.

அப்பால்... பிரகாசித்துக்கொண்டு ஒரு நட்சத்திரம்... நொடியில் மறைந்து திகைக்க வைத்தது.

ஒரு உயிர் நட்சத்திரம் அந்த வேளையில் மறைந்திருக்கலாம்தான். ஒரு உயிர்க் குரல் வான முகடுகளை மோதி எழுந்திருக்கலாம்தான்.

வேதனையோடு பார்வை திரும்ப... மறுபடியும் புத்த சொரூபம்!

அதே சாந்தம்!

"படு, திசையா, நாளைக்கு மற்றதுகளைப் பேசலாம்" என்றவன் சிவா பக்கம் திரும்பினான். "சாப்பாட்டுக்கு ஏதாவது..."

"பாண் போதும்" என்றான் திசையன்.

23

ஆளும் ஆளும் ஆகிப்போனார்கள் சுந்தரலிங்கமும் மனைவியும். தோட்டவேலைகளை முடித்தபோது செஞ்சூரியன் மேற்குக் கடலுள் மூழ்கியிருந்தான்.

வழக்கம்போலன்றி அன்று மனைவியைப் போகச்சொல்லிவிட்டு பின்னே தங்கிவிட்டார் சுந்தரம். மிளகாய்க் கன்றுப் பாத்திகளில் பிடுங்கிய புல் கடகத்தை தலையில் சுமந்துகொண்டு சென்ற மனைவியின் உருவம் இருளில் கரையுமட்டும் பார்த்துக் கொண்டிருந்தார். அந்தக் கோலத்தில் அவளை அவர் பார்த்திருக்கிறார். அப்போதெல்லாம் அவளது ஒவ்வோர் அடியிலும் நிலம் அதிரும். உடம்பின் தசைக் கோளங்கள் குலுங்கும். இப்போது தளர்ந்துபோனாள் வயதால். மகனைப் பிரிந்த வருத்தத்தின் ஒரு தளர்வும் இருந்தது. அதுதான் அவளைப் பெருமளவு சிதைத்தது.

தன்னைவிட அவளுக்காகவே அவர் அதிகம் வருந்தினார்.

ஒருநாள் கந்தசாமி அப்பா வீட்டில் போயிருந்து அளவளாவுகையில், 'வாலாம்பிகைக்கு நான இவ்வளவு காலமும் செய்தது சரியான துரோகம், கந்தசாமி அப்பா. இந்த மனுஷியை மனித ஜென்மமாயே கணக்கில எடுக்காமல் விட்டிருந்திட்டன். ஒரு வளர்ப்பு மிருகமாய் வைச்சிருந்திட்டன். அது தானாயே தன்னையும், தான் பெத்ததுகளையும் வளத்துக்கொண்டு வந்திட்டுது. குடும்பச் சுமையை அதுதான் சுமந்தது. அதைக் குறைக்கிறதுக்குக் கூட கொஞ்சநேரம் தோள் குடுக்கேல்லை நான். இனியாச்சும் அவளைப் பூவாய் இருக்கவைச்சுப் பாக்கவேணும்' என்று சொன்னதுபோல், சகல காரியங்களிலும் அவரது ஒரு கை இருந்து கொண்டிருக்கிறது அந்த வீட்டில்.

அன்றுதான் கந்தசாமி அப்பாவுக்கே தெரிந்தது, எத்தனையோ உறவுப் பெயர்களுள் இருந்துகொண்டிருந்த அந்த ஜீவனின் பெயர் வாலாம்பிகை என்பது.

சுந்தரம் காலை மாலை தோட்டத்துக்குக் கூடிப் போனார். அவள் கொத்த தானும் கொத்தினார். அவள் புல்லரிக்க தானும் புல்லரித்தார். அவள் பாத்தி கட்ட இவர் தண்ணீர் இறைத்தார். முருங்கைக்காய் அவள் பிடுங்க, பொறுக்கி இவர் கட்டாய்க் கட்டினார். சந்தைக்கும் கூடிப்போனார். இவற்றையெல்லாம் அவர் செய்வது தனிமையினால் அல்ல.

வாலாம்பிகையை முன்னே போகச் சொல்லிவிட்டு பின்னே அமர்ந்திருக்கிறாரே, அந்த வேளையில்கூட அந்த நிலத்தில் கால் பதிக்காதிருந்த வருஷங்களுக்காக அவர் அழுதார். அந்த ஆறு பரப்பு வயலில் விளைச்சலைக் காண, அறுவடையின் பின் போட்ட தோட்டம், பசிய இலைகள் பாத்தி மண் மறைத்துக் கிடப்பதைக் காணவாவது அவர் அங்கே வந்ததில்லை.

இப்போது மண் அளைந்து கொண்டிருக்கிறார்.

வாழ்வது இப்போதுதான் தெரிகிறது.

அவருக்கு உயிரச்சம் இல்லாததால் குண்டு முழக்கம், வேட்டுச் சத்தம் எதுவும் பொருட்டில்லை.

அவரது நண்பரில் பெரும்பாலானவர்கள் கொழும்புக்குப் போய்விட்டார்கள். தீவு வெறித்துக் கொண்டிருந்தது. ஆனாலும் அவர் வாழ்ந்துகொண்டிருந்தார் அங்கே.

அரசியல்வாதியாய் அவருக்குக் கிடைத்தது தோல்விதான். அவரது உலகம் அவரை வஞ்சித்துவிட்டதை அவர் என்றைக்குமே மன்னிக்க மாட்டார். அவர் கொண்ட துறவு அரசியலிலிருந்து மட்டுமல்ல, தன் ஆள்களிடமும் இருந்துதான்.

இருட்டிவிட்டது தெரிந்து மெல்ல எழுந்தார் சுந்தரம்.

ஆறுதலாக நடந்தார்.

அவருக்கென்ன அவசரம்?

அவர் நடக்க நிலாவும் நடந்தது. "அம்புலி மாமா வா வா வா! அழகிய சொக்கா வா வா வா!" அவரின் குழந்தைகள் படித்திருக்கின்றன. அரசி, சுதன் ... அவர்களோடும் நடந்த நிலா அது.

அன்று மாலை மகேஸ்வரி வீடு போய் அவளைப் பார்க்க இருந்தார். முதல்நாள் வாலாம்பிகை சென்றபோது சொல்லி அனுப்பியிருந்தாள். மகளைப்பற்றிப் பேசுவாள், கலியாணம் முடியவில்லையே என்று குறைப்படுவாள், மகனைப்பற்றிச் சொல்லுவாள் என்றுதான் மனம் பின்னடித்துக் கொண்டிருந்தது. அன்று மாலையில் கூட, "நேரத்தோட ஒருக்கா அங்க போட்டு வாருங்கோவன். பாத்துக் கொண்டிருப்பாவெல்லே?" என்று வாலாம்பிகை ஞாபகப்படுத்தியிருந்தாள். போவார் நாளை காலையில்.

முன்புதான் அவள் தனியள். இப்போது இல்லை. பொன்னுச்சாமி வழி உறவினர் சிலர் வீடு போய் வருகிறார்கள். பெரும்பாலோர் கடை வழி தெரு கோயிலென்று கண்ட இடங்களிலே நின்று கதைக்கிறார்கள். தங்கம்மாவுடன்கூட அவ்வப்போது அவள் கதைத்தாயிற்று.

காலம் தன் எண்ணப்படியேதான் நிருமாணங்களைச் செய்து கொள்கிறது. சமூக நிலைமை மூலம் அது தன் காரியங்களைச் சாதித்துக் கொள்கிறது.

காளி கோயிலின் ஒற்றைச் சுடர் காற்றில் அசைவது தெரிந்தது. அன்று வெள்ளிக்கிழமையென்பது அப்போதுதான் ஞாபகம் வந்தது. சபாபதி எப்படியோ அன்று தாமதமாகி விட்டார். இல்லையேல் இத்தனைக்குள் சங்கொலி அப்பகுதியைச் சிலுப்பிவிட்டிருக்கும்.

யாழ்ப்பாணத்திலே மற்றுமிடங்களிலே கண்டாமணிகள் ஒலிப்பிக்கப்படக் கூடாதென்று ராணுவ உத்தரவு இருந்தது. கண்டாமணிப் பேரொலிகளில் இயக்கம் சமிக்ஞை பரிமாறிக் கொள்வதாக அதற்கு ஐயம்.

மனத்துக்குள் காளியை ஸ்மரித்தபடியே அவர் செல்ல சங்கொலி முழங்கிற்று. கண்டாமணி அடங்கிக் கிடந்தது.

24

வானத்தில், அடர்மரக் கிளைகளினூடாக வெளிர்ப்புத் தெரிந்தது. இருப்பினும் வீடு இருளின் புகலிடமாகியிருந்தது.

புத்தகம் விரித்திருக்க மேசை நாற்காலியில் உட்கார்ந்திருந்த புவனேந்திரன் விளக்கேற்றவும் மறந்து இதயத்தை அராவியதுபோன்ற வலியில் துடித்துக்கொண்டிருந்தான்.

காலையில் இருந்தான், எதிர்ப்பட்டபோது சிரித்துக் கொண்டு போனான், மாலையில் இல்லை! நண்பனின் முடிவில் அநித்தியம் ஸ்தூல வடிவமெடுத்து வந்ததுபோல் அரண்டு போனான் அவன்.

உசன்வெளியில் வந்துகொண்டிருந்தவன் எதிரே ராணுவ வண்டி வரிசையைக் கண்டதும் பயந்து, தடுமாறி, அக்கண இயல்பூக்கத்தின்படி சைக்கிளைப் போட்டுவிட்டு பாய்ந்தோடியிருக்கிறான் வயல்வெளிக்குள். பிடரி சிதறும்படி ஈயக் குண்டுகள் துளைத்தெடுத்து விட்டிருக்கின்றன. செத்து விழுந்துவிட்டான் வயற்கரை மண்ணிலேயே.

ஈமக் கிரியைகளை அவசர அவசரமாக முடித்துவிட்டு அப்போதுதான் திரும்பிக் கொண்டிருந்தார்கள் எதிர்வீட்டில். அந்த அவசரங்களின் காரணம் புவனேந்திரனுக்குப் புரியவில்லை. புரியாததாலேயே மனம் இன்னும் இறுக்கமடைந்து திகிலாக விளைந்துகொண்டிருந்தது.

ஒழுங்கையில் அரசியக்கா கதைத்துக்கொண்டு போவது கேட்டது. அக்காவும் இனி வந்துவிடக்கூடும். புவனேந்திரன் எழுந்து லாந்தரைக் கொளுத்தினான்.

ராகினியின் முகம் பிரகாசமாக இருந்தது. இறுதிச் சடங்கில் கலந்துவிட்டு வருவதுமாதிரி இருக்கவில்லை. சோகத்தைப் பூசிச் சென்றிருந்தாற்கூட அழிப்பதற்கு அத்தனை விரைவில் முடிந்திராது. இவளால் எப்படி முடிந்தது? அக்கா ... அக்கா ... என்று இவள் கைவிரற் பிடியில் நடைபழகிய பிள்ளை அவன்.

யோசிக்கத்தான் அதில் ஒருவகையான வெற்றியின் நிறம் படிந்திருப்பது புவனேந்திரனுக்குத் தெரிந்தது.

தோய்ந்துவிட்டு வீட்டுக்குள் நுழைந்தவள் புவனேந்திரனை ஒருமுறை விழித்து நோக்கினாள். "நீ ஏன் வரேல்லை?"

"வந்தனே!"

"கடைசி நேரத்தில கூடவந்து நிண்டிருக்க வேணும்."

"என்னால அதைப் பார்க்க ஏலாது, அக்கா. மனம் தாங்காது. அதுதான்..!"

அவள் எதுவும் பேசவில்லை. மேசையிலுள்ள புத்தகங்களை அடுக்கி ஒழுங்குபடுத்தி வைத்துவிட்டு லாந்தரைத் தூண்டிக்கொண்டு கதிரையை இழுத்துப்போட்டாள். அமர்ந்து நீளக் குறிப்புக் கொப்பியை லாச்சியிலிருந்து எடுத்தாள். யோசித்து யோசித்து எதையோ மெல்ல எழுதினாள்.

"அக்கா... சந்தனுக்கு என்ன நடந்தது?"

"உசன் வெளியில வந்தவன் ஆமி ட்றக்குகள் வரக் கண்டுட்டு ஓடியிருக்கிறான். ஆமிக்காறன் சுட்டுப்போட்டான்."

"அது தெரியும். அதுக்குப் பிறகு என்ன நடந்தது? ஏன் அவசர அவசரமாய் எல்லாம் நடந்து முடிஞ்சது?"

"சந்தனைச் சுட்டுட்டு உடலைத் தூக்கிக்கொண்டு கிளிநொச்சி ஆஸ்பத்திரிக்குக் கொண்டுபோயிட்டாங்கள்."

"ஏன்?"

ராகினி பின்னால் நின்றிருந்தவனை திரும்பிப் பார்த்தாள்.

பயங்கள் முகங்களை எவ்வளவு விகாரப்படுத்திவிடுகின்றன என்பதை மட்டுமில்லை, அவன் சமகால நிகழ்வுகளுக்கு எவ்வளவு அந்நியமாகியிருந்தான் என்பதையும் அவள் கண்டாள். அவள் ஆச்சரியப்படவில்லை. சினிமா, தொலைக்காட்சி, ஊர்சுற்றுதல் என்று இல்லாமல் கணங்கூட விரயமின்றி ஒரு தாகத்தோடு படிக்கிற பிள்ளை அவன். குழப்பமான கணக்குகளையெல்லாம் போட்டுவிடுகிற அவனுக்கு, மிகச் சின்ன விஷயங்களில் குழப்பம் இருந்தது. நிறைய யோசிப்பவன் குறையவே பேசினான். ஒரு ஊமைத்தனமே அதனால் அவனில் வந்து உறைந்துவிட்டிருந்தது.

அவன், அவளது தம்பி. அவனை அவளால் சரியாகப் புரிந்து கொள்ள முடியும்.

சமகாலத்திலிருந்து அந்நியப்படுதலென்பது, அசாதாரணமான ஒரு சமயத்தின் மனநிலைப் பாதிப்புத்தான் என்றும் அவளுக்கு ஒரு புரிதல் இருந்தது.

தலையை உசுப்பி பிரக்ஞை அடைந்தவள், தம்பியின் கேள்விக்கு விளக்கம் சொன்னாள்.

சந்தேகத்தில் சுடப்பட்டோ, போராட்டத்தில் குண்டுபட்டோ இறந்துபோகிற இளைஞர்களின் உடல்களை ராணுவம் எடுத்துப்

போய் அந்தப் பகுதியிலுள்ள ஆஸ்பத்திரி சவக்காலையில் போட்டு வைத்துவிடும். அங்கே ஆயுதப்படையின் காவல் வலுவாக இருக்கும். உடலைப் பெறச் செல்லும் உற்றார் உறவினரிடம் விசாரணை செய்கிறது அது. இறந்தவரின் சகோதரர்கள், நண்பர்கள்பற்றிய தகவல்கள் பெறப்படுகின்றன. தொடர்வது... விசாரணைகள், கைதுகள், பூசா முகாம் ஏற்றுமதிகள்! சகோதரர்கள் நண்பர்களைக் காப்பாற்றுவதற்காகவே பல உடல்களின் உரிமைகள் கோரப்படாமல் போயிருக்கின்றன. தக்க சமயத்தில் போராட்ட இயக்கத்திடம் தெரிவிக்கப்படுமாயின் இடம்குறித்த தள ஆய்வின் பின் சில உடல்கள் மீட்கப்பட்டு பெற்றோர் வசம் ஈமக் கிரியைகளுக்காகக் கொடுக்கப்பட்டிருக்கின்றன.

"சந்தன்ர உடல் அப்பிடித்தான் வீட்டாருக்குக் கிடைச்சது. பகல் நடந்த சண்டையில கனக்க ஆமிக்காறங்கள் செத்திட்டாங்களாம். ஆனையிறவுக் காம்பிலயிருந்து ட்றக்குகள் வெளிக்கிட்டு கண்டிறோட்டில ரோந்து திரியுது. அதாலதான் அவசர அவசரமாய்க் கொண்டுபோய் எரிச்சிட்டு வாறம்" என்று முடித்தாள்.

"நீயும் சுடலைக்குப் போயிருந்தியா?"

"ம்!"

"அரசியக்கா வந்தாவா?"

"அரசி வந்தா. விமலா வந்தா. வேற சில பிள்ளையளும் வந்திருந்ததுகள்."

புவனன் போய் திண்ணையில் அமர்ந்தான்.

எதிர் வீட்டில் விளக்கு எரிந்தது. சந்தடிகள் அடங்கிக் கிடந்தன. அழுகைகள், விசும்பல்கள்கூட வெளிக் கிளம்பவில்லை.

மரணங்கள் வெளியே, உள்ளே, சூழ எங்கணும் பரந்து.

மேசையிலிருந்த ராகினி நாடிக்கு கைகொடுத்தபடி நெடுநேர மிருந்துவிட்டு நிமிர்ந்து தன் கவிதைக்கு தலைப்பு எழுதினாள்: *மரணத்துள் வாழ்தல்!*

25

இலங்கையின் இன ஐக்கியம் கனவாய்ச் சிதறிக்கிடந்தது. அது காரணமாய் தனிமனித உறவுகளையே காலம் அப்போது ஆசுவாசத்துக்காகத் தரிசித்துக்கொண்டிருந்தது.

எனது மண் என்பது அவரவர்க்கும் பிரதேசவாரி எல்லைகளைப் பெற்றமை தப்பிதமான அரசியல் தலைமைகளின் விளைவு என்பது தனிமனித நல்லுறவுக்காரர்களுக்குப் புரிந்திருந்தது. படையெழுச்சிக்கும் பின் படையாட்சிக்கும் அது சென்றது அவர்களுக்குப் பெருங்கவலை. எனினும் நேரடியாக எதுவும் செய்யத் தெரியாமலும் முடியாமலும் அதுபற்றி மேலும் மேலும் பேசி அலுத்துக்கொண்டிருந்தார்கள். அவர்கள் ஒரு சக்தியாக உருப்பெற தகுந்த சாதனங்கள் வேண்டியிருந்தன.

திரவியத்துக்கும் நிமால் பெரேராவுக்குமிடையே நட்பு வலுப்பெறத் தொடங்கி வெகுமாதங்கள் ஆகியிருந்தன. பின்னால் ஆரோக்கியமான அக்கூட்டு அனிலும் சேர மூவரானது. எதிர்பாரமல் விளைந்த மிகப் பாரிய சம்பவம் அது. சில வேளைகளில் இப்படியும் நடப்பதுண்டுதான். பெரும்பாலும் சிவாவின் மாடியறைக்கு முன்னால் அவர்கள் கூடிக் கொண்டார்கள். சிலவேளைகளில் நிமால் பெரேரா வீட்டில். அபூர்வமாக அனில்'லின் இடத்தில். திரவியம் தவிர்ந்த மற்ற இருவருக்கும் குடிப்பழக்கமும் புகைப்பழக்கமும் இருந்தன. அவர்கள் சிவாவின் மாடியறைக்கு முன்னாலிருந்து குடிக்கிறபோது சிறிய அளவில் சிவாவும் கலந்து கொள்வான். திசையன் அப்போது வவுனியாவிலேயே தங்கியிருந்தாலும் அக்கூட்டில் இணையவில்லை. இணைவு இயல்பானதாக இருந்ததுதான் காரணம். இருந்தும் சிகரட் பழக்கமில்லாவிட்டாலும் லேசாக அவன் குடிக்கிறவன். நிமால் பெரேராவும் அனில்'லும் கூட மித குடிகாரர்களே.

அனிலை திரவியத்துக்கு மெத்தப் பிடித்திருந்தது. இடதுசாரிச் சிந்தனை இருந்தாலும் முழுக்க முழுக்க ஓர் இலக்கியவாதியாகவே இருந்தார் அனில். சிங்கள இலக்கியம்போலவே தமிழிலக்கியம் பற்றியும் ஆங்கில இலக்கியம் பற்றியும்கூட ஆழமான புலமை இருந்தது. ஆளும் அமைதியானவர். பதட்டம் கடந்த வயது மட்டுமில்லை, அறிவு சார்ந்த அடக்கமுமாகும் அது. ஒப்புக் கொள்வது, இல்லையேல் மறுப்பேதுமின்றி மெல்லியதாகச் சிரித்தபடி கேட்டுக் கொண்டிருப்பது என்பதே வாதங்கள் விஷயத்தில் அவரின் நடைமுறை. எத்தகைய முரண் கருத்திலும் அவர் கோபிப்பதோ அங்கிருந்து விலகிப்போவதோ இல்லை.

அன்று நிமால் பெரேரா வீட்டுக்கு அவன் சென்றபோது அனில் ஏற்கனவே வந்திருந்தார். நிமால் பெரேரா முன்னால் பிரித்தபடி ஒரு சிங்களப் பத்திரிகை இருந்தது. அவர்கள் அதுபற்றிப் பேசினார்கள் என்பதையும் தொடர்ந்து பேச அவனுக்குக் காத்திருந்தார்கள் என்பதையும் அது தெரிவித்தது.

திரவியம் அமர்ந்ததும் நிமால் பெரேராவின் மனைவி குசுமாவதி தேநீர் கொண்டுவந்து கொடுத்தாள்.

அவர்கள் மிக அக்கறையோடு பேச ஆரம்பித்தார்கள்.

தன் முன்னாலிருந்த சிங்களப் பத்திரிகைச் செய்தியொன்றை வாசித்து அதனை ஆங்கிலத்தில் விளக்கினான் நிமால்பெரேரா.

இந்தியாமீது, குறிப்பாக தமிழ்நாட்டின்மீது, மிக உக்ரமான வெறுப்பை உமிழ்ந்து அந்தச் செய்தி வெளியிடப்பட்டிருந்தது. இந்தியாவிலுள்ள ஆறு கோடித் தமிழர்களின் தார்மீக பலத்தில் இலங்கைத் தமிழரின் அரசியல் நெறிகளும் இயக்கங்களின் போராட்ட வசதிகளும் அமைந்திருப்பதை அது மனங்கள் தீப் பிடிக்கும் விதத்தில் செய்திப்படுத்தியிருந்தது.

"பத்திரிகைத் தணிக்கை நடைமுறையில் இருக்கிறது. பயங்கரவாத தடுப்புச் சட்டம் பிரயோகிக்கத் தக்கதாய் இருக்கிறது. அவசரகாலச் சட்டமும் இன்னும் காலாவதியாகவில்லை. இருந்தும் இம்மாதிரிச்

செய்திகள் எப்படி வெளிவர முடிகினறன? ஒரு வேளை... பத்திரிகைத் தணிக்கை தமிழ், ஆங்கிலப் பத்திரிகைகளுக்கு மட்டும்தானோ?" என்று ஆச்சரியப்பட்டார் அனில்.

அதற்கு, "சட்டத்தை நடைமுறைப்படுத்துபவர்களும் அவர்களாக இருப்பதால் இவ்வாறெல்லாம் நடந்துகொள்ள முடிகிறது போலும்!" என்று காரணம் கூறினான் திரவியம்.

"எப்போதுமே அப்படித்தான் இருக்கிறது" என்று அலுத்துக் கொண்டார் அனில்.

"இதில் உண்மையேதும் இருக்கிறதா என்று பார்க்க வேண்டும்" என்று தொடங்கினான் நிமால் பெரேரா.

"எதில்?" திரவியம் கேட்டான்.

"ஆறு கோடி மக்களின் தார்மீக பலத்தை தமக்கு அண்டை நாடொன்றில் கொண்டிருக்கிற ஒரு சிறுபான்மையினம், பெரும் பான்மையினத்துக்கு எப்போதும் அச்சுறுத்தலாக இருக்க முடியுமா? நாங்கள் ஏழு கோடி தமிழர் உலகளாவியிருக்கிறோம். நாங்களொன்றும் உங்களைப்போல் ஒரு சின்னத் தீவில் மட்டும் அடங்கிவிட்ட இனமல்ல என்கிற மாதிரியான தமிழ்த் தலைவர்களின் வீராவேச உரைகள் தம் இருத்தலை அச்சுறுத்தும் பேருண்மையாக ஒரு இனத்தால் கொள்ளப்பட முடியுமா? இதை நாம் ஊன்றிப் பார்க்க வேண்டும்."

"இதில் உண்மையேதும் இல்லாமலில்லை." அனில்தான் கூறினார். "இலங்கையில் கலவரம் நடப்பதற்கு நியாயபூர்வமான ஒரு காரணமும் சொல்லமுடியாது. ஆனாலும்... அப்படிக் கலவரம் நடக்கிறபோதெல்லாம் இலங்கைக்குப் படையை அனுப்பி தமிழினத்தைக் காப்பாற்று என்கிற கோஷம் தென்னிந்தியாவில் எழுந்து விடுகிறது. 83 ஜூலைக் கலவரத்தையொட்டி மிகப் பிரமாண்டமான ஊர்வலமொன்று பம்பாயிலே ஏற்பாடு செய்யப்பட்டிருக்கிறது ஒரு பம்பாய்த் தமிழரால். பெயர்.. வரதராஜமுதலியார் என்று நினைக்கிறேன். ஆயிரக்கணக்கான பம்பாய்த் தமிழர்களும், இலங்கைப் பிரச்னையில் தமிழர்பால் அனுதாபமுள்ளவர்களும் அதில் கலந்து கொண்டிருக்கிறார்கள். இரண்டு அரசுகளையும் நோக்கிய கோஷங்கள் வர்ஷிக்கப்பட்டிருக்கின்றன. 'கொல்லாதே ... கொல்லாதே ... தமிழர்களைக் கொல்லாதே'யென்று இலங்கை அரசை நோக்கியும், "தமிழர்களைக் காக்க படையை அனுப்பு" என்று இந்திய அரசை நோக்கியும் அக்கோஷங்கள் எழுப்பப்பட்டுள்ளன. 'ஆறுகோடித் தமிழர்கள் இந்தியாவில் இருக்கிறார்கள். அவர்களது அபிலாசைகளை ஒதுக்கிவிட்டு நான் வாளா இருந்து விட முடியாது' என்று இந்திராகாந்தி அம்மையாரே கூறியிருக்கிறார். ஞாபகமிருக்கிறதா, திரவியம்? இந்த தொடுப்பனவுகளைப் புரிந்துகொண்டால் பதில் சுலபமாகவே கிடைத்து விடுகிறது. இந்தியாவுக்குப் பக்கத்தில் இலங்கை எப்போதும்தான் இருந்து கொண்டிருக்கிறது. ஆறு கோடித் தமிழர் பயம் சிங்களவரிடத்திலும் அதுபோலவே இருந்துகொண்டிருக்கிறது. இதோ

பார், பயத்திலிருந்து கோபம் பிறக்கிறது. கோபத்தின் மேல் கோபம்... துவேஷமாய்க் கனிகிறது. இலங்கையில் நடந்ததும், நடப்பதும் இதுதான். என்ன சொல்கிறாய், திரவியம்?"

ஒரு தமிழனாய் அவனுக்குக் கோபம் வந்தது. ஆனால் அவர்கள் அபிப்பிராயம் கேட்பது இலங்கையனாய் அவனைக் கணித்து. அவர்கள் அதை ஒரு பொதுத்தளத்தில் நின்று கேட்பதுபோல், அதற்கான பதிலை அவனும் அதே தளத்தில் நின்றே சொல்லியாக வேண்டும்.

அவன் சொன்னான்: "புராதன காலத்துக் காரணங்களையெல்லாம் நாம் பயங்களுக்கும் கோபங்களுக்கும் அதிலிருந்து பிறக்கும் துவேஷங்களுக்கும் காரணமாய்ச் சொல்லிவிட முடியாது. அனில் அய்யா, ஆறுகோடித் தமிழரின் பயமென்பது சரித்திரக் கற்பனை. அதைத் துவேஷத்தின் மூலமாய்க் கொள்வது பிரச்னையிலிருந்து திசை திரும்பிவிடுவதாகும். இன்னுமொன்றையும் நாம் நினைவு கொள்ள வேண்டும். தேசிய உணர்வும், தம் பாஷாபிமானமும் கொள்ளாமல் சிங்களவர் இருந்த காலத்திலேயே அவர்களை அது குறித்த கரிசனம்கொள்ள வேண்டுமென்று தூண்டி விட்டவர்கள் சேர். பொன்னம்பலம் இராமநாதன் போன்ற அன்றைய தமிழ்த் தலைவர்கள்."

"மெய்தான்" என்று ஒப்புக்கொண்டார் அனில்.

சுதந்திரத்தின் பின் தமிழினம் அனுபவித்த துயரங்களை வரிசைக் கிரமத்தில் எடுத்து வைத்தான் திரவியம்.

அனில் சிரித்தபடி கேட்டுக் கொண்டிருந்தார்.

"நடந்தவைகளைப் பேசவேண்டாமே!" என்றான் நிமால் பெரேரா.

"இல்லை, நிமால். நாம் நடந்தவைகளைப் பேசவேண்டும். அவற்றிலிருந்து கற்றுக்கொள்ள முயற்சிப்பதுதான் விவேகம். அதுதான் நடக்க வேண்டியவைகளைச் சரியாக வகுக்க எங்களுக்கு பிரதான மூலகம். சிங்கள மக்களின் பின்னேற்றம் அவர்களின் வாழ்முறை காரணமானது. இதற்காக ஜனநாயக ரீதியான சட்டங்களை வகுத்துக்கொண்ட பின்பும் முன்னேறிய இனத்தின் மீது துவேஷம் காட்டுதல் தக்க செயல் அல்லதான். ஆனாலும் துவேஷம் பாராட்டும்படியான மனநிலைக்கு எப்பிடியோ அவர்கள் ஆளாக்கப்பட்டுவிடுகிறார்கள்."

"அதுதான் மெய். அந்த மாயையை முதலில் நாம் தகர்க்க முனையவேண்டும்!" என்றார் அனில் தன் மௌனம் உடைந்து.

"முடியுமா?" நிமால் பெரேரா கேட்டான்.

"முடியாது."

"ஆ..!"

"முடியாது, நிமால். ஏனென்றால் அது பிளக்க முடியாத எஃகுத்திறன் கொண்ட உலோகத்தால் கட்டப்பட்ட மிக்க வலிமை வாய்ந்த கோட்டையாகும். மோதினால் நாம்தான் உடைந்து கொள்வோம்!"

"அப்ப என்ன செய்வது, அனில் அய்யா?"

“கருத்துரீதியாகவே நம் யுத்தத்தை முன்னெடுக்கிறோமென்றாலும், எமது அக்கறை புத்திஜீவிகளல்ல, பொதுமக்கள்தான். உண்மையை மக்களிடம் எடுத்துச் சொல்லவேண்டும்.”

“வலிமை வாய்ந்த கட்சி அரசியல்க்காரரின் பிரசார பலத்துக்கு முன்னால் இவையெல்லாம் எடுபடுமா? புத்தகுருமாரின் மனோநிலை, அரசியல் ஈடுபாடு எல்லாம் இனத்துவேஷத்துக்கு பெரிய அரண் செய்யுதே!” ஆதங்கத்தோடு இப்போது கேட்டது திரவியம்.

“மெய்தான். அவர்களுக்கெதிராகவும் நாங்கள் இப்ப எதுவும் செய்திட முடியாது. பொதுமக்கள்மீதுதான் நாம் நம் அக்கறையைக் கட்டி எழுப்பவேண்டும். நீ சிங்களவரோடு பழகியிருந்தாலும் மத்திய பகுதி, கொழும்புச் சிங்களவரோடு மட்டுமே பழகியிருக்க முடியும், திரவியம். கரையோரச் சிங்களவரோடு பழகிப் பார். அவர்களின் வெள்ளை மனதுகளில் நீ உருகிப்போவாயப்பா. வஞ்சகம் சூதுவாது கிஞ்சித்தும் கலவாத வெள்ளை மனதுகள் அவை. அவைகளின் அன்பும் கருணையும் அஹிம்சையும் கண்டு நானே பல சமயங்களில் மெய்மறந்து நின்றிருக்கிறேன். அவர்களுக்கு உண்மை சென்றடைய வேண்டும். அவர்களை மூடியிருக்கிற திரையை அவர்களுக்கு சுட்டிக் காட்டப்படவேண்டும்! திரிபு வாதிகளுக்கும் துவேஷவாதிகளுக்கு மெதிரான ஒரு எழுத்து யுத்தத்தின் மூலமே இது சாத்தியமாகும்! கட்சிசாரா தென்னிலங்கை முற்போக்கு இயக்கங்களுடன் நாம் கைகோத்துக் கொள்ள வேண்டும்!”

மெய்யில் ஏதோ செய்தது திரவியத்துக்கு.

நிமால் பெரேராவும் அந்த நிலையிலிருந்தான் என்பது தெரிந்தது.

வெளியே... நீலவானம் பூத்துக் கிடந்தது.

பெரிய பெரிய பஸ்கள் வருவதும் போவதுமாயிருந்தன தூரத்து பஸ் நிலையத்தில்.

ஒரு ஜீப் போயிற்று.

சிறிது நேரத்தில் வேறொரு திசையில் ராணுவ வண்டி ஒன்று.

யோசிக்க அவனுக்கு நிறைய இருந்தது. அன்றைய உரையாடலில் தீர்மானமாக எந்த முடிவுக்கும் வரமுடியாவிட்டாலும், அரசியல் நிகழ்வுகளின் அலசலும் கரையோரச் சிங்களர் பற்றிய அனிலின் அபிப்பிராயமும் திரவியத்துக்கு நம்பிக்கை ஒளி காட்டின.

வீடு போகவேண்டியிருந்தது திரவியத்துக்கு. மறுநாள் நயினாதீவு செல்லத் திட்டமிட்டிருந்தான். சென்று அதிக காலம் ஆகிவிட்டிருந்ததோடு மகேஸ்வரியும் வரும்படி கடிதமும் எழுதியிருந்தாள்.

தன் பிரச்னைகளையெல்லாம் பேசுவதற்கேற்ற மனிதர்கள் தீவிலே அப்போது யாரும் இல்லையென்றும், சுந்தரத்தார் உறவினராகிப்

போனதாலேயே மிக அழுத்தம் தரும் விஷயங்களைப் பேசத் தயக்கமாக இருப்பதாகவும் எழுதி அவன் அங்கு வந்து போகிற தேவை ஏற்பட்டால் தவறாது தன்னை வந்து பார்க்கவேண்டுமென்றும் கேட்டிருந்தாள். ‘உன் அப்பா அம்மா நீ எல்லோரும் இங்கே இருக்கிறபோது எனக்கு ஆலோசனை கேட்க கஷ்டமிருக்கவில்லை. இப்போது ஆறுதலாகப் பேச சரஸ்வதிகூட இல்லை. நீ தீவு வர நேர்ந்தால் தவறாது வந்து என்னைக் கண்டு செல்ல வேண்டும்.’

ஆத்மார்த்தமான அழைப்பு அதில் இருந்தது. அதிலுள்ள இதயத் தவிப்பு தெரிந்தது. முதல் வாரம் வந்திருந்தது கடிதம். சனி மதியத்துக்குமேல் புறப்பட்டுப்போய் ஞாயிறு மாலை திரும்ப எண்ணியிருந்தான். சனி இரவை கோயில் மணல்வெளியில் கழித்து விடலாம். சிவாவை அல்லது திசையனை கூடக் கூட்டிப் போகலாம்.

தூரத்து விகாரத்தில் ஜனசந்தடி தெரிந்தது.

வழிபாட்டுக்குக் குறையாது கூடுகிற மக்கள் வழிபாட்டுக்குரியவரின் வார்த்தைகளை மறந்த அதிசயத்தை அப்போது நினைத்துப் பார்த்தான்.

புனித சம்புத்தரின் வருகை இம்மண்ணில் மூன்று முறைகள் நிகழ்ந்துள்ளன. ஒவ்வொரு முறையிலும் பயத்தையும் அறியாமையையும் இருளையும் நீக்கி மக்களை அன்புருவாக்கியே சென்றிருக்கிறார். இடி மின்னல் மழை புயல் எரிதழல் மூலம் அவர் இவற்றைச் சாதித்தார் என்கிறது மகாவம்சம். திரவியம் அப்போது அதை ஞாபகமானான்.

அனில் சொன்னார்: “நாங்கள் மூவர்தான் இங்கே. ஆனாலும் எங்களைப்போல் தீவெங்கணுமே இச்சிந்தனை கொண்ட மக்கள் நிறையப் பேர் இருக்கிறார்கள். நமது செய்தியை அவர்களிடத்தில் நாம் சேர்ப்பிக்க வேண்டும். சிறிது சிறிதாகவேனும் ஒன்றாகச் சேரின் பெருந்திரள் ஆகிவிடும். பெருந்திரளின் குரலை எங்கே, எந்த அரசாங்கம் செவிமடுக்காமல் விட்டிருக்கிறது? காலத்தீயின் வெறியுடன் அப்பேரோசை தடைகளை நொறுக்கும்.”

அனில் சரியான இடத்துக்கு சிறிய அளவிலாயினும் வந்ததாகத் தோன்றிற்று திரவியத்துக்கு.

யுத்த எதிர்ப்பின், சனநாயகத்தின், சமத்துவ ஆவேசத்தின் மூலம் ஆத்துமாக்கள் கடைத்தேறும் புதிய மார்க்கத்தின் மங்கிய கீறு மூன்றாம் பிறையாய்த் தோற்றம் காட்டிற்று.

தரிசன வீறுபெற்று திரவியம் எழுந்தான்.

மற்றவர்களும் எழுந்தனர்.

“நான் கூட வரவேண்டுமா, திரவி, வீடுவரை?” என்று கேட்டான் நிமால் பெரேரா.

“வேண்டாம். போய்விடுவேன். இன்றைக்கு அடையாள அட்டை மறவாது கொண்டு வந்திருக்கிறேனே!”

26

மகேஸ்வரியைப் பார்த்த திரவியத்துக்கு அவளது க்ஷீணம் திடுக்காட்டமாய் இருந்தது. மிகவும் இளைத்துப் போயிருந்தாள். மேனி வெளிறியும் போயிருந்தது. எங்குமே வெளியே போவதில்லையென்றாள். அடைந்து கிடந்து பழக்கமாகிவிட்டது என்றாள். அது அப்படி ஆகும். சில கோழிகளில் அவ்வாறிருந்ததை அவன் கண்டிருந்தான். சம்பந்திகள் வீடுகளுக்குப் போய் வரலாமே என்று கேட்க, அங்கெல்லாம் கூட நிதமும் போக முடியாதே, வேறெங்கே போவது என்றாள். சூழ்நிலைகள் நினையாப் பிரகாரம் எவ்வளவு மாறுதலடைந்து விட்டன என்பது தீவில் துல்லியமாகத் தெரிந்தது.

யாழ்ப்பாணக் கோட்டையை இராணுவத்திடமிருந்து கைப்பற்றும் போராட்டம் அதிதீவிரப் பட்டிருந்தது. பலமுறை பலநாள் முற்றுகைக்காளாகி மீண்டுகொண்டிருந்தது. இருந்தும் எங்கும் ஓர் உலாய்வு, வாழ்க்கையின் சமச்சீர் இழந்த கணக்காய். இந்த நிறுதிட்டமின்மை, மெல்லிய பய இழைகளாய் மிதந்துகொண்டிருந்தது தீவுகளில். எந்த நிமிடமும் அவை தாக்கப்படலாம். கடற்படையின் மிக்க சுலபமான இலக்குகள் அவை. அச்சுறுத்தும்படியாயே அண்மையில் வாங்கப்பட்ட பிரிட்டிஷ் தயாரிப்புக்களான கூக்கர் படகுகள் தீவுகளைச் சுற்றி அடிக்கடி காணப்பட்டன. தீவுகளின் குடிசன ஐதாதல் அது காரணமாயும் ஏற்பட்டது எனலாம். முதலில் குடாநாடு நோக்கிய தப்புகை. அங்கிருந்து படகில் இந்தியாவுக்குச் செல்ல மணியம் தோட்டம் கேந்திர ஸ்தானமாகிவிட்டிருந்தது. பின் அங்கிருந்து மேற்கத்திய நாடுகளுக்குத் தப்பியோடுகை நடந்து கொண்டிருந்தது.

கண்ணை உறுத்துமளவுக்கு அந்த ஓட்டம் இருந்தது.

வயோதிபங்களின் இளைப்பாறுதல் தலங்களாய் தீவுகள் இன்னும் முற்றாக மாறாவிடினும் எவருக்காவது அப்படி கருதத் தோன்றியிருப்பின் அது வியப்பளிப்பதாகாது.

அன்று மாலை நேரமளவில்தான் திரவியமும் சிவாவும் தீவு வந்து சேர்ந்திருந்தனர். கோயில் பாலத்தடியில் இறங்கி உறவினர் வீடு போய்வருவதாகச் சொல்லிக்கொண்டு சிவா செல்ல, திரவியம் தனியாக வீரபத்திரர் வீதிக்குத் திரும்பினான். வீட்டு கேற் பூட்டியிருந்தது. கடை சாத்தப்பட்டிருந்தது. முற்றமெங்கும் குடிபெயர்ந்ததின் அடையாளங்கள். வீடு ஒரு சோகத்தைச் சொல்லிக்கொண்டிருந்தது. அதிகநேரம் வாசலில் தாமதிக்காமல் நடக்க பரிகாரி தம்பிராஜா வந்தார் எதிரே. அருணாசலமும், நாகராஜா வாத்தியாரும் கூட எதிர்ப்பட்டனர். யாரிடமிருந்தும் ஒரு வார்த்தையில்லை. நாகதீப விகாரையைத் தரிசிக்க வந்த யாரோ ஒரு பௌத்த யாத்திரிகனைப் பார்ப்பதுபோல் பார்த்துக் கொண்டிருந்தனர். பார்வையில் ஒரு அசூயைத்தனம் தென்பட்டதால் தானாகப் பேச எழுந்த உன்னிப்பை அடக்கிக்கொண்டு மகேஸ்வரி வீடடைந்தான்.

“எங்களையெல்லாம் மறந்திட்டியே திரவிய”மென்று மெல்லிய குறையோடு ஆரம்பித்தாள் மகேஸ்வரி.

“மறக்கேல்லை. வேலைப்பளு” என்றான் அவன்.

அதற்குமேலே அவன் யாரோடு தங்கியிருக்கிறான், ஊரிலே அதுபற்றி ஒரே பேச்சாக இருக்கிறது, என்ன ஏது என்பதையெல்லாம் நாகரிகமாய் அவள் அவன் பயந்ததுபோல் கேட்காதது அவனுக்கு மெத்தப் பிடித்திருந்தது. கடிதத்தில் அவளது கல்விக் குறை தெரிந்தது. நடைமுறையில் அவளது பண்பின் நிறை தெரிந்தது.

பேச்சை மேலும் சில விசாரணைகளில் முடித்துக்கொண்டு தான் அவனோடு கலந்தாலோசிக்க விரும்பிய விஷயத்தைத் தொடங்கினாள் மகேஸ்வரி. அவள் சொன்னதின் அர்த்தங்கள் மனத்தில் விரிய மயிர்க் கூச்சலெடுத்தது அவனுக்கு. மொழியின் ... சொற்களின் ... உச்சபட்ச அடைதல்கள் தெரியாத மகேஸ்வரியின் வெளிப்பாட்டுத் திறன் கலையாக நின்று மிளிர்ந்தது.

“ஊர் பொறுத்து எனக்கு சொந்த இடம் தொண்டமானாறு. இது வாழ்க்கைப்பட்ட மண். ஆனாலும் என் உணர்வுகள் இங்கேதான் வேர்விட்டிருக்கின்றன. இல்லாத பட்சத்தில் என் சரித்திரம் எந்த ஊரிலிருந்தும் தொடரலாம் அல்லது முடியலாம். இங்கிருந்து பெயர்தலென்பது இயலாத காரியம். ஆனால் விஜி கனடாவிலிருந்து அங்கே என்னை வந்துவிடும்படி எழுதிக் கொண்டிருக்கிறாள். நான் போகாவிட்டால் தான் இங்கே வந்து விடுவாளாம். நான் என்ன செய்யட்டும், திரவியம்? ராசனையும் ராஜியையும் நினைத்தால், பாவம் தவிர வேறெதையும் கூடக்கொண்டு நான் பிறக்கவில்லையென்ற எண்ணமெழுந்து வருத்தும் என்னை. விஜியை யோசிக்கிறபோதுதான் நான் புண்ணியமும் செய்து பிறந்ததாகத் தோன்றும். தானாய் வந்து குதிர்ந்த கல்யாணம் அது. நல்ல பிள்ளை விஜி. அதுகின்ர மனம்போல வாழ்க்கை கிடைத்திருக்கிறது. என்றாலும் வங்களாவடி செல்லத் தம்புவுக்கு நான் எவ்வளவோ கடமைப்பட்டிருக்கிறேன். அவரால்தான் அசாதாரணமான காரியம் சாத்தியமானது. எப்படியோ, எல்லாம் நல்லமாதிரி முடிந்தது. இன்று அவர்களும் கனடாவில். என் அந்திம காலத்தைச் சுமக்கிறோம், வா என்று நிற்கிறதுகள். விஜி வேறு உண்டாகியிருக்கிறாளாம். என்ன செய்வதென்றே தெரியவில்லை.”

போக விரும்பாதவள், விஜி உண்டாகியிருக்கிற விஷயத்தைச் சொல்ல வேண்டியதில்லை. அது உண்மையான விஷயம். எனினும் எல்லாரும் ஓடிவிடுவது அநியாயங்களுக்கு வழிவிட்டதாகிவிடும். ஆனாலும் அவன் அப்படியொரு பதிலைச் சொல்லிவிடக் கூடாது. அவள் உறவுகளைப் பிரிந்து தனியாக வாழ்வதில் யாருக்கு லாபம்?

நன்கு யோசித்த பின் சொன்னான்: “நீங்கள் இப்ப கனடா போறதாயிருந்தாலும் இஞ்ச தீவிலயிருந்துகொண்டு ஒண்டும் செய்ய ஏலாது. இந்தியாவுக்குப் போய் அங்கயிருந்துதான் ஏஜென்சி மூலமாய்ப் போக முயற்சி செய்ய வேணும். எதுக்கும் ... இந்தியாவுக்குப் போங்கோ இப்ப. கனடாவுக்குப் போறதெண்டால் அங்கயிருந்து போகலாம். போக மனம் வராட்டி ராஜியையும் ராஜேந்திரனையும் பாத்திட்டு

திரும்பிவந்திடுறது. ராஜேந்திரனைப் பாத்து அவன்ர நிலமைமயை அறியிறதும் முக்கியமில்லையா?”

“நீ சொல்றதும் சரிதான், தம்பி. இந்தியாவுக்குப் போறதெண்டால் இப்ப பாஸ்போர்ட்டெல்லாம் எடுத்து கஷ்டப்பட வேணுமே!”

“ஒண்டும் கஷ்ரப்பட வேண்டியதில்லை. பாஸ்போர்ட் அப்பிளிகேஷன் இஞ்ச எடுக்க ஏலுமெண்டால் எடுத்து நிரப்பி, மூண்டு போட்டோவோட என்ர விலாசத்துக்கு அனுப்பி விடுங்கோ. சிவாவுக்கு இந்த விஷயங்கள் நல்லாய்ப் போகும். அவன் கொழும்புக்குப் போறவாற நேரத்தில குடுத்து எடுப்பிச்சிடலாம்.”

“ஓ . . . அப்பிடிச் செய்ய முடிஞ்சால் பெரிய புண்ணியமாகப் போகும் . . .”

“இதெல்லாம் பெரிய சிரமமில்லை. நீங்கள் . . . நான் சொன்னதுகளை அனுப்பிவையுங்கோ.”

“எந்தளவில பாஸ்போர்ட் கிடைக்கும்?”

“கெதியாய்க் கிடைச்சிடும்.”

மனிதர்களுக்கு என்ன செய்வதென்று தீர்மானிக்க இயலாத இரண்டும்கெட்டான் நிலை பெரும்பாலும் ஏற்படுவது அபூர்வமாகவே இருக்குமெனத் தோன்றுகிறது. ஏனெனில் பட்சமுள்ள இடத்தில் பாரம் வைத்து மங்கலான ஒரு முடிவு அவர்களிதயத்தில் ஏற்கனவே விழுந்துவிடுவதே உண்மையில் நிகழ்கிறது. மேலும் அவர்கள் ஆலோசனை தேடுவதும் சார்பான முடிவு வழங்கக்கூடிய இடங்களிலேதான் என்றும் படுகிறது. அவர்களுக்கு அவ்வகையான சாட்சிகள் ஏனோ தேவைப்படுகின்றன . . . மெல்லிய எண்ணமொன்று ஓடியது திரவியத்தின் மனத்தில்.

மகேஸ்வரி மிகவும் அநாயாசமாக அவனது முடிவை ஏற்று கொண்டாள். “நல்லூருக்குப் போகேல்லையே, திரவியம்?”

“போகவேணும். ஆனா இந்தத் தடவை போக முடியுமெண்டு நான் நினைக்கேல்லை. அடுத்த மாசம் யாழ்ப்பாணம் வரவேண்டியிருக்கு. அப்ப போவன்.”

திரும்புகையில் மகேஸ்வரி வீட்டுக் கேற்றுக்கு முன்னால் இருள் அசைந்து தெரிந்தது. சட்டென்று கண்ணில் பட்டதால் மனம் துண்ணென்று போயிற்று திரவியத்துக்கு. ஊன்றிப் பார்த்தபோது இருளிலிருந்து தியாகு வெளியே வந்து கொண்டிருந்தான்.

“திரவியம் . .!” என்று முகமெங்கும் பிரகாசித்தான்.

“தியாகு! நீயே? என்ன செய்யிறாய் இந்த இருட்டுக்க நிண்டு?”

“உனக்காகத்தான் காத்துக்கொண்டு நிக்கிறன்.”

“எனக்காகவோ? ஏன்?”

“போன இடத்தில சுதனைக் கண்டியோ, சுதன் எப்பிடி இருக்கு எண்டு கேக்கிறதுக்காக.”

“சுதனையோ? நான் பாக்கேல்லையே!”

தியாகுவின் முகம் திடீரென்று ஒளியிழந்தது.

அவனது ஏமாற்றத்தைப் புரிய முடிந்தது திரவியத்தால். சுதன் தியாகுவுக்கு ஏறக்குறைய எல்லாமுமாக இருந்தவன். நண்பனாய், உறவினனாய் என்று பல பரிமாணங்களில் அவர்கள் தொடர்பு இருந்தது. இருந்தும் எல்லோருக்கும்போல அவனுக்கும் சொல்லாமல்தான் சுதன் ஓடிப்போனான். சுதனின் பிரிவு தியாகுவைப் பாதித்திருக்கிறது. இந்த நிலையில் மேலும் அவன் பாதிக்கும் பதிலை அளிக்கக்கூடாதென்பதை உணர்ந்தான் திரவியம். “திரும்ப நான் அங்க போக வேண்டியிருக்கு, தியாகு. அப்ப சுதனைப் பாப்பன்” என்றான்.

“சுதனைப் பாப்பியா?”

“பாப்பன்.”

“எப்ப?”

“கெதியில.”

“அப்ப... நான் கேட்டதாய்ச் சொல்லுறியா?”

“சொல்லுறன்.”

“முடிஞ்சா... இஞ்ச ஒருக்கா வரச்சொல்லன்.”

“சரி.”

“ராஜியும் அங்கதானாமே?”

“ஓம். சுதனோட நிக்கிறா.”

“ராஜியிட்டயும் நான் கேட்டதாய்ச் சொல்லவேணும்.”

“சரி.”

“வரேக்க... நாலு முழமொண்டு வாங்கிவரச் சொல்லு.”

“நாலு முழம்..?”

“அகலக் கரை போட்ட நாலு முழம் வேட்டி.”

“ஓ..! உனக்கெதுக்கு வேட்டி?”

“குருக்களுக்கு குடுக்கவேணும்.”

“சரி, சொல்லுறன்.”

“சுதனைப் பாக்காதது என்னவோமாதிரி இருக்கு. இன்னும் கொஞ்ச நாள் போனால் பயித்தியம் பிடிச்சாலும் பிடிச்சிடும்.”

“போய்க் கனநாளாச்சு. இனி வந்திடுவான்.”

"கெதியாயோ?"

"ஓம், கெதியாய்த்தான்."

"இல்லாட்டிச் சொல்லு, நானெண்டாலும் போய் ஒருக்காப் பாத்திட்டு வந்திடுறன்."

"நீயோ? நீ எப்படித் தியாகு போவாய்?"

அவன் மேற்கு நோக்கித் திரும்பிப் பார்த்தான். மறுபடி திரவியத்தைப் பார்த்தான். "இந்தக் கடலுக்கு அந்தப் பக்கத்திலதானே இருக்கு இந்தியா?"

அவன் கை நீட்டிய விதத்தில் கடல் சிறுத்தது.

ஓமென்றான் திரவியம்.

"நீந்திப் போவன்."

தியாகுவின் பதிலில் கடல் மேலும் சிறுத்தது.

அவன் பதிலில் திடுக்கிட்ட திரவியம், "வேண்டாம் வேண்டாம்... அப்படியொண்டும் செய்திடாத... நான் போய் சுதனையும் ராஜியையும் கெதியாய் இஞ்ச அனுப்பிவைக்கிறன்" என்றான்.

"சரி, வரட்டே!" என்று கூறி அப்பால் நடந்தான் தியாகு.

திரவியத்தின் மனம் நொய்மை அடைந்தது.

அன்றிரவு நயினை நாகபூஷணி அம்மன் ஆலயத்தின் முன்னால் வந்தமர்ந்து வெகுநேரம் சிவாவோடு பேசிக் கொண்டிருந்தான் திரவியம்.

தீவின் வெம்மை அடங்கியிருந்தது.

கடற்குளிர் கலந்த காற்று வீசிக்கொண்டிருந்தது.

மேலே நட்சத்திரங்கள் தெளிவாக ஜ்வலித்துக் கொண்டிருந்தன.

யானை மேகம், குதிரை மேகம், ஒட்டக மேகங்கள் நீலப் பாறையில் வழுக்கிச் சென்று கொண்டிருந்தன.

பார்த்தபடியே நீண்டநேரம் இதயம் திறந்து பேசிக் கொண்டிருந்தான் திரவியம். சிவாவுக்கு அது ஆச்சரியம். நண்பனாய் இருந்தபோதும் அந்தளவு நேரம் அவன் பேசியது, அதுவும் அந்த மாதிரிப் பேசியது அபூர்வம். அவன் மனம் நெகிழ்ந்து போயிருந்ததை சிவா உணர்ந்தான். உறவுகளின் பிரிவுகள், நேர்ந்த கஷ்டங்கள், நிலைமையின் கடினங்கள் காரணமாய் வந்த நெகிழ்ச்சியல்ல அது. மனிதாயத நெகிழ்ச்சி. காருண்யங்கள் மறைந்ததால் மனிதர்களிடத்தில் தோன்றியிருந்த துவேஷம், அது விளைவித்த கருத்துருவாக்கச் சிறைகளில் வீழ்ந்து அவர்கள் படும் துன்பம், துயரம், அவலங்கள்... தானறிந்த எவரையும்விட உன்னத ஸ்தானத்தில் நின்று திரவியம் சிந்திப்பதாய்த் தோன்றியது சிவாவுக்கு. பெரும்பாலும் பேச்சிழந்துதான் சிவா திரவியத்தின் வார்த்தைகளைக் கேட்டுக் கொண்டிருந்தான்.

கனவுச்சிறை

தன் கனவுகளை அவன் சொன்னான். தன் பழைய காலங்களைச் சொன்னான். அரசியல் நிகழ்வுகளின் பின்புலங்களைச் சொன்னான். வெற்றி எப்போதும் மக்களுக்கே என்று ஆரூடம் சொன்னான்.

விடிவெள்ளி வடதிசையில் உதயமாயிற்று.

"சரி, சிவா, கொஞ்ச நேரமெண்டாலும் நித்திரை கொள்ளவேணும், படு."

27

அன்றைக்கு இரண்டு வெளிநாட்டுக் கடிதங்கள் வந்திருந்தன ராஜிக்கு. அவுஸ்திரேலியாவிலிருந்து ஜெஸ்மின் எழுதிய கடிதம் ஒன்று. மற்றது இலங்கையிலிருந்து அரசி எழுதியது.

ஜெஸ்மின் அதிகம் எழுதியிருக்கவில்லை. இம்மாதிரி சுக பரிவர்த்தனைகளை மட்டுமே அங்கேயுள்ள வாழ்முறையின் அவசர கணங்கள் அனுமதித்திருந்தனபோலும்! ஜெஸ்மின் படித்துக் கொண்டு பகுதிநேர வேலை செய்வது ஏற்கனவே அவளுக்குத் தெரியும். முந்திய ஒரு கடிதத்தில் கல்யாணம் எப்போது என்று கேட்டு எழுதிய கடிதத்துக்கான பதிலிலேயே தான் படிக்கிற விஷயத்தைத் தெரிவித்து, படிப்பு முடியட்டும் கல்யாணத்தைப்பற்றி யோசிக்கலாம் என்றிருந்தாள். சுதன் அங்கேயே நிற்கிறான், கூடி வாழ்கிறார்களா என்று வெளிப்படையாகக் கேட்டு சுகானுபவங்களையும் பூடகமாக விசாரித்திருந்தாள் ஜெஸ்மின் அந்தக் கடிதத்தில்.

அக்கறையைக் காட்டவோ அல்லது குஷிப்படுத்தவோதான் கேள்விகள் கேட்கிறார்கள். ஆனால் சிலவேளைகளில் அவற்றின் மறுதலையான விளைவுகளே ஏற்பட்டு விடுகின்றன. பொறியிலிருந்து நெருப்பு மீண்டும் ஜுவாலித்து எழுந்துவிடுகிறது. மனம் தசைத் தினவு கொண்டு தவிக்கிறது. கஜுராகோ சிற்பங்களின் மானசீகத்தில், அவற்றின் அங்க லாவண்யங்களில் பார்வையூன்றி மேலும் மேலுமாய்ப் பெருநெருப்பை எழுப்புகிறது. கல்லாய்ப் போக ஒரு சாபத்துக்காய் உருகுகிறது. அப்படியே கணங்களின் சாம்பலில் பிசு பிசுத்து உள்கனலாய் ஒடுங்குகிறது.

அரசியின் கடிதத்தை வெகுநேரம் கழித்துத்தான் திறந்தாள்.

பாசங்களை தூரங்களல்ல, நெஞ்சின் ஆழங்களே நிர்ணயிக்கின்றன என்று அரசி ஒரு கடிதத்தில் முன்பு எழுதியிருந்தாள். அவள் கடிதங்களோடு தான் வளர்க்கும் அந்நியோன்யம் அந்தப் பாசத்தின் இன்னொரு எறியமே என்று தெரிந்தது ராஜிக்கு. உறவினளாய் இருந்தும்கூட அது கடந்த ஒரு நட்புவளையத்துள் வந்துவிடும் அதுமாதிரியான மென்தொடர்புகள் யாவுமே வாழ்வின் மனத்தான ஐஸ்வரியங்கள் என்று தோன்றிற்று.

நலமாக இருப்பதாக எழுதியிருந்தாள். நலத்தை ஆவலோடு கேட்டிருந்தாள். தாலிகட்டை ஏன் இன்னும் முடிக்கவில்லையென்றும்,

தந்தையாருக்கு இன்னும் அது பெரிய மனக்குறையென்றும் எழுதியிருந்தாள். மாலா வீட்டார்பற்றியும் ஈடுபாட்டோடு சுகம் விசாரித்திருந்தாள். ஊர் நிலைமையொன்றும் மோசமாக இல்லையென்றும், இருந்தும் அவ்வப்போது அவதிகள் எழுந்து கொண்டே இருக்கின்றன என்றும், எதிர்காலம்பற்றிய ஐயங்கள் விடை தெரியாமல் நின்று தடுமாறுகின்றன என்றும் அவள் எழுதியிருந்ததைப் பார்த்தபோது, வெளியுலகம் தெரிந்த ஈழத்தை விடவும் இன்னொரு உள் ஈழம் அங்கே இருக்கிறதோ என்று திகைத்தாள் ராஜி.

கடிதத்தை மிகுந்த கலா நேர்த்தியுடன் அவள் எழுதியிருந்தது இவளுக்கு சற்று பொறாமையாகவும் இருந்தது. ஒருபோது தன் ஊரில் நெய்தல் முல்லை மருதக் காற்றுகள் கலந்து வீசுவதாகக் குறிப்பட்டிருந்ததை அப்போது நினைத்தாள். அரசி ஒரு முதிர்நிலை அடைந்திருந்ததையே ஒட்டுமொத்தத்தில் அவள் தரிசித்தது.

மதியம் சரிய ஆரம்பித்திருந்தது. சாப்பாடு முடிந்தது. சாப்பாட்டு நேரத்தில் கலகலப்பாக இருந்த வீடு பின்னால் சந்தடி நீங்கிப் போயிற்று. கடைசி தூங்கிக் கொண்டிருந்தது. சரஸ்வதிக்கு துவைப்பு நேரம் அது. மற்றவர்களெல்லாம் எங்கோ?

முன்புபோல மாலா இப்போது இல்லை. இரு உள்ளங்களின் நட்புப் பொருத்தில் மெல்லிய தெறிப்பு விழுந்துள்ளதை ராஜி உணர்ந்தாள். அதன் காரணம் அவளுக்குத் தெரியும். செய்வதற்குத்தான் எதுவுமில்லை.

போன வருஷம் தை மாசியில் தொய்வுபோல இழுக்கத் தொடங்கிவிட்டது விசுவலிங்கத்துக்கு. தாம்பரத்திலே நெஞ்சக நோய்களுக்கான அரசினர் வைத்தியசாலையில் போய்க் காட்டி மருந்தெடுத்தார். மூன்று நான்கு மாதங்களாக மாத்திரைகளாகவே முழுங்கினார். றெஸ்ரோறன்ற் வேலை போய்விட்டிருந்தது. இருந்தும் காலையிலே வெளியே போய் மாலையிலே வீடு திரும்பிக் கொண்டிருந்தார். காலையிலும் மதியத்திலும் எங்கே சாப்பிட்டுக் கொள்கிறார், செலவுக்கு என்ன செய்கிறாரென்று சரஸ்வதிகூட அக்கறைப்படவில்லை. ஒருநாள் ராஜிதான், “மாமா, காலமையும் வெறுவயித்தோட போய் ராவில வந்தும் அரைகுறைச் சாப்பாடாய்ச் சாப்பிட்டுட்டு படுத்திடுறியளே... மத்தியானத்தில என்ன மாமா செய்யிறியள்?” என்று கேட்டாள். கண்கலங்கி அவளையே சிறிதுநேரம் பார்த்துக்கொண்டிருந்தவர் எல்லாத்துக்கும் அவன் இருக்கிறான் என்பதுபோல் மேலே கையைக் காட்டிவிட்டு படுத்துக்கொண்டார். தொய்வு நோயைவிட வீட்டின் புறக்கணிப்புத்தான் அவரைப் பெருமளவு தேய்த்தது என்பது அவளுக்குத் தெரிந்தது.

விசுவலிங்கத்துக்கு வேலை போன பிறகு வீட்டிலே பெரும் தட்டுப்பாடு. சுதன் போகும்போது அவளிடம் சிறிது பணம் கொடுத்துவிட்டுப் போயிருந்ததோடு, அவ்வப்போது சிறுதொகை பணம் ‘உண்டிய’லில் அனுப்பிக்கொண்டுமிருந்தான். அதில்தான் சிக்கனமாகச் செலவுசெய்து அத்தனை வயிறுகளையும் காயவிடாமல் செய்து கொண்டிருந்தாள் ராஜி.

குடும்பத்தின் அதிகார மையம் அழிந்துவிட்டிருந்தமை தெளிவாய்த் தெரிந்தது. அதனால் யாரும் யாருக்கும் அடங்கி நடக்கவில்லை. குழந்தைகள் அயலிலுள்ள வேறு இலங்கைக் குடும்பத்துக்குக் குழந்தைகளோடு விளையாட வீடு வீடாகச் சென்றுகொண்டிருந்தன. சேனனோ ஊர் ஊராகத் திரிந்து கொண்டிருந்தான். தீவின் கையகல மண்ணில் அடங்கியிருந்தவனுக்கு சென்னை மாநகரின் விஸ்தீரணம் வெகு பிரமிப்பைக் கொடுத்தது. அடையாறு, பெசன்ட் நகர், சூளைமேடு, கோடம்பாக்கமென்று அலைச்சல்தான். ஷீலா வழக்கம்போல தனியாகவே எல்லாவற்றையும் செய்து கொண்டாள். தனியாகக் கோபப்பட்டு, தனியாகத் துக்கப்பட்டு, தனியாகச் சந்தோஷப்பட்டு... தான்தோன்றித்தனமாய் இருந்தது அவள் போக்கு.

அகதி முகாமில் தங்கியிருந்த குடும்பங்கள் ஒவ்வொன்றாக வெளியேறி மதுரை, திருச்சி, பாண்டிச்சேரி, சென்னையென்று பரவிக்கொண்டிருந்தன. சென்னையில் பெருவாரி இலங்கைக் குடும்பங்கள் வசித்துக் கொண்டிருந்தன. இயக்கம் சார்ந்த, சாராத இளைஞர்கள் சென்னையைக் கலக்கிக்கொண்டிருந்தார்கள். வெளிநாடு அனுப்புகிற ஏஜென்சி தொழிலும் கடத்தலும் பெருமளவு வளர்ந்திருந்தன. அவற்றில் ஈடுபட்டவர்களிடம் பணம் தண்ணீர்ப் பாடு பட்டது. இந்த ஊதாரித்தனத்திலும் டாம்பீகத்திலும் கோடம்பாக்கமே விழிபிதுங்கிப் பார்த்துக் கொண்டிருந்தது. பலபேருக்கு கோடிகள் கிடைத்திருக்கையில் பலபேர் கோடிகளுக்காகச் சண்டை போட்டுக் கொண்டிருந்தார்கள்.

இப்படியான ஒரு காலகட்டத்தில்தான் குலசேகரம் குடும்பத்தோடு அண்ணாநகர் வந்து சேர்ந்தார். குலசேகரத்தின் மகள் வசந்திக்கும் மாலாவுக்குமிடையிலான நட்பு அற்புதமாகத் தழைத்திருந்தது. இருவரும் தனியாக அவ்வப்போது சினிமாவுக்கும் போய்வந்து கொண்டிருந்தார்கள்.

வசந்தியின் தம்பி சிவபாலன். மௌனமும் அடக்கமும் கூடிய பிள்ளை. இலங்கையில் இருக்கும்போது ஒருநாள் கல்லூரிக்குப் போனவன் வீட்டுக்குத் திரும்பிவரவில்லை. குலசேகரம் தேடாத இடமில்லை. கடைசியில்தான் அவருக்கு அந்தச் சந்தேகம் வந்தது. சிவபாலனின் கடைசி இரண்டு மூன்று வார நடிவடிக்கையில் லேசாகத் தெரிந்த மாற்றத்தை அவர் எண்ணிப் பார்த்தார். காற்று வழியில்போல அந்தப் பஞ்சு பறந்திருக்க நிறைய வாய்ப்பிருந்ததுதான். குலசேகரம் பதறிப் போனார். அவன் சுகதேகியாக இருந்திருப்பின் அவர் அவ்வளவு பதற்றம் அடைந்திருக்கமாட்டார். ஊரில் அவர்போல நிறையத் தந்தைகள் ஆறுதலுக்கு. ஆனால் சிவபாலனின் நிலை சாதாரணமானதல்ல. பத்து வயதுவரை ஆஸ்பத்திரியும் வீடுமாகவே வளர்ந்த பிள்ளை. ஒன்பது நடக்கும்போது, இதயத்தில் ஓட்டை இருக்கிறது, சத்திர சிகிச்சை செய்யாவிட்டால் தப்பமாட்டான் என்று கூறிவிட்டார் வைத்தியர். அவனிதயத்தைக் கீறிக் கிழித்து... குலசேகரத்தால் கற்பனைகூடச் செய்ய முடியவில்லை. வேலூருக்குக் கொண்டுபோங்கள், இதய அறுவைச் சிகிச்சைக்கு ஏற்ற இடம் அதுதான், நிறையச் செலவு வரும், எனினும் லயன்ஸ் கிளப்பில் யார் மூலமாவது உதவி பெற முயலுங்கள், அறுவைச் சிகிச்சைச் செலவையாவது அவர்கள் ஏற்றுக்கொள்வார்களென்று

தெரிந்தவர்கள் கூற ஒன்றிரண்டு வருஷங்களாய் அதற்கான முயற்சியில் நாயாய் அலைந்தார் குலசேகரம். உதவி கனிவதற்கு முன் பையன் ஓரளவு தேறிவிட்டான். நாளடைவில் அதுபற்றிய சிந்தனையே அவர்களுக்கு அற்றுப் போய்விட்டது.

திடீரென ஒருநாள் ஜுரம் பிடித்து நிமோனியாவாக்கி . . . அப்போது ஞாபகம் வந்தது. அறுவைச் சிகிச்சை தவிர்க்க முடியாதது, எனினும் வசதியைக் கொஞ்சம் சேர்த்துக்கொண்டும் பையனின் உடல்நிலையைத் தேற்றிக்கொண்டும்கூட அதைச் செய்யலாம் என்று வைத்தியர் சொல்லியிருந்தது... அதிலிருந்தும் அவன் சிறிய சிரமத்தோடு மீண்டுவிட, மறுபடி அதுபற்றிய மறதிவந்து விழுந்தது. மீண்டும் அது அவ்வப்போது ஞாபகம் வருகிறபோது பயம் கடந்த நிலையை அவர்கள் அடைந்திருந்தார்கள். மகனை மண் வெட்டி எடுக்க அவர் அனுமதித்ததில்லை. அவருக்கு தோட்டம்தான் தொழில். ஆனால் அவனைமட்டும் சீமானாகவே வளர்த்தார்.

அந்தப் பிள்ளைதான் இன்றைக்கு இயக்கத்தில் சேர்ந்து பயிற்சிபெறப் போயிருக்கிறது என்றதும் மேலே தாமதிக்கவில்லை குலசேகரம். நிலத்தை ஈடு வைத்தார். கொஞ்சம் நகைகளை விற்றார். மனைவியையும் மகளையும் கூட்டிக்கொண்டு நேரே சென்னை வந்துவிட்டார். அவன் இணைந்திருந்ததாகத் தெரிந்த இயக்கத்தோடு தொடர்பு கொண்டு தலைமையைச் சந்திக்க அலைந்து, சிவபாலனுக்குள்ள நோயின் தன்மையை, பழைய எக்ஸ்ரே கொப்பிகள், மருந்துத் துண்டுகள் மூலம் நிரூபித்துக் காட்டியபின் ஏழாம் மாதத்தில் ஒருநாள் அலுவலகம் வரச்சொல்லி அவர்களது போஸை ஒப்படைத்தார்கள்.

எடுத்த நாட்கள் . . . செய்த செலவு . . . எதுவுமே மனிதாபிமான அடிப்படையில் இயக்கம் தன் கோரிக்கையை அணுகியதுணர்ந்த குலசேகரத்துக்கு பொருட்டாகப் படவில்லை. இதயம் தழுதழுக்க நன்றி கூறி வந்தார்.

இதுதான் குலசேகரத்தின், சிவபாலனதும் கூட, கதை.

மாலாவுக்கு எப்படியோ சிவபாலன் மீது ஆதர்ஷமாகி, பின் அது வேட்கையாகிவிட்டது. இந்த நிலையிலும் அவன் பக்கத்திலிருந்து சிறு சமிக்ஞைகூட பிறக்கவில்லை. மாலா பைத்தியமாகிப் போனாள்.

அவளுக்கு நங்கநல்லூரிலே ஒரு தோழி இருந்தாள். சினிமாவுக்கு அங்கே இங்கேயென்று அலைந்த இடத்தில் சந்தித்த தோழியாகத்தான் இருக்கவேண்டும். ஒருநாள் வீடு தேடி வந்திருந்தாள். ராஜி பொதுவாக அவள் பிரச்னையில் தலையிட்டுக் கொள்வதில்லையானாலும் அவர்கள் குசுகுசுப்பு கவனிப்பைக் கோரியதும் உற்று கிரகிக்க முயற்சித்தாள். ஒருபோது தோழியின் 'மருந்தோதிப் போடுதல்' என்கிற சொல் காதில் விழுந்தாலும் புரிந்துகொள்ள முடியாதிருந்தது. மாலா பட்ட ஆச்சரியம் அந்தக் கணத்தில்! தொடர்ந்து கவனித்திருக்க வேண்டும் அவள். சுபாவம் திரிந்து போபவர்களோடு எதைச் செய்யவென்று பேசாமல் அந்தளவோடு விட்டுவிட்டாள்.

இரண்டு மூன்று வாரங்களின்பின் அந்தப் பகுதி இலங்கையர் வீடுகளில் பேச்சான பிறகுதான் 'மருந்தோதிப்போடுத'லின் அர்த்தம் புரிந்தாள் ராஜி. என்ன செய்ய முடியும்? அது ஒரு அந்தரங்க வளையத்தையும் மீறி வெளிக்கிட்ட பிறகு, தலையிடுவது தவறில்லையென்று சிறிது கண்டிக்க ராஜி முயன்றாள்.

மாலா மூர்க்கங்கொண்டு சீறினாள். 'ராஜி, என்ர வழி எனக்குத் தெரியும். நீரொண்டும் எனக்கு புத்திமதி சொல்ல வரவேண்டாம்.'

'உம்மட வழி உமக்குத் தெரிஞ்சிருந்தா ... இவ்வளவு கேவலம் வந்திராது. இப்ப வந்திருக்கிற அவமானம் எல்லாருக்கும்தான்.'

'அவமானமாயிருக்கெண்டால் ... அவமானம் வராத இடமாய்ப் பாத்து போயிருக்க வேண்டியதுதானே!'

அதற்குமேல் சரஸ்வதியால் பேசாமலிருக்க முடியவில்லை. 'அது பெட்டியைத் தூக்கிக்கொண்டு வெளியில போனால் ... தின்னுறதுக்கு என்ன செய்வியாம்? வாடகை குடுக்கவும் வழியிராது. றோட்டில நிண்டு தாளம் போடவேண்டித்தான் வரும்!'

விஷயம் வெளிவந்து மூன்றாம் நாளோ நாலாம் நாளோ வீட்டுக்கு வந்த வீட்டுச் சொந்தக்காரர், 'வசியம் – மந்திரம் – தந்திரம் மாதிரி வேலைகளயெல்லாம் ஊருக்குப் போய் வைச்சுக்குங்க. இங்க இருந்து செய்ய வேணாம். சுத்தி பொம்பிளைப் பிள்ளைங்க இருக்கிற இடம் இது. இனி ஏதாவது இந்தமாதிரிப் பிரச்சினை வந்தா வீட்டைக் காலிபண்ண வேண்டிவரும்' என்று எச்சரித்துவிட்டுப் போனார்.

ஆரம்பத்தில் அவசியம் கருதிக்கூட ராஜியோடு மாலா கதைக்காமல் ஒதுங்கியே இருந்துவிட்டாள். பின்னால் மெல்லமெல்ல பேசத் தொடங்கியிருந்தாலும், உள்ளே ஒரு கனல் இன்னும் இருந்தது. தானும் தன் சிநேகிதியும் மொட்டை மாடிப் படிக்கட்டில் அமர்ந்து பேசியதைக் கேட்டு ராஜிதான் சிவபாலன் வீட்டிலே சொல்லி தன் அருமந்த திட்டத்தைக் கெடுத்து விட்டதாக அப்போதும் அவள் நம்பினாள்.

தனிமையிலிருந்து பழசுகளை நினைத்துத் தீர்த்தாள் ராஜி.

அது பொது அலையிலிருந்து விலகி அழிவடைந்துகொண்டிருந்த குடும்பமாகத் தெரிந்தது ராஜிக்கு.

அந்த அலையின் இழுப்பில் தான் அமிழ்ந்துவிடாமலிருக்க வேண்டுமே என்ற கரிசனம் உண்டாயிற்று அவளுக்கு.

28

வீட்டுப் பின்புறத்தே கொடியில் போட்ட துவாய் இன்னும் காய்ந்து கொண்டிருந்தது. விசுவலிங்கம் வீடு வந்து மூன்று நாட்களாயிற்று. யாரும் அக்கறைப்படவில்லை. ராஜிதான் தெரிந்த இடங்கள் இரண்டிலே போய் விசாரித்தாள். அடையாறு சாந்தன் வீடு போனதாக அறிந்து அங்கே போய்க் கேடடபோது அவர் இராமேஸ்வரம் மண்டபம்

முகாமுக்குப் போயிருப்பதாகத் தெரிய வந்தது. யாரோ, உறவினர்களைக் கூட்டிவர அங்கே போனபோது துணையாகக் கூட்டிப் போனார்களாம். அவரது விச்ராந்தியான போக்குகளில், அவருக்கு வீட்டிலிருந்த மன இம்சைகளின் நிதர்சனம் தெரிந்திருந்ததனால், அத்தோடு அவள் பயம் நீங்க நிம்மதியோடு பஸ் எடுக்க வந்து காத்திருந்தாள்.

அப்போதுதான் அந்தச் சந்திப்பு நிகழ்ந்தது.

"மாதவன்!"

"அக்கா! எங்க இப்பிடி ..?"

"சும்மாதான். தெரிஞ்ச ஒரு ஆளைப் பாக்க வந்தன்."

"எப்படி, சுகமாய் இருக்கிறியளே?"

சுகவிசாரிப்புகளெல்லாம் முடிந்தபின், ஓரிரண்டு தடவைகள் டேவிட்டோடு மவுண்ட்ரோடிலே பார்த்ததாகவும், அவர்கள் மோட்டார் சைக்கிளிலே போய்க்கொண்டிருந்ததனால் பேச முடியவில்லையென்றும் வருத்தத்தோடு சொன்னான்.

"டேவிட்டோடயா ..?" அவளுடைய முகத்தில் புதிர் விரிந்தது.

அவன் புரிந்துகொண்டான் நிலைமையை. "ஓ . . . உங்களுக்கு அது தெரியாதுபோல. டேவிட் எண்டது உங்கட அவர் இயக்கத்தில இருக்கேக்குள்ள வைச்சிருந்த பேர். உண்மையான பேர் சுதந்திரன். சுதன் ... நண்பர்களுக்கு ... சொந்த ஊர் நயினாதீவு ... தகப்பன் ..."

அவள் ஏதோ கேட்டாளா? அவன் நிறுத்தினான்.

அவள் மறுபடி கேட்டாள்: "இயக்கத்தில் இருக்கேக்கயா?"

"ஓம். ஏன் அப்படிக் கேக்கிறியள்?"

நம்ப முடியாதவள் போல மாதவன் முகத்தை தீக்ஷண்யித்தாள் ராஜி. இரண்டே வார்த்தையில் அவளைக் கதிகலங்கிப்போகச் செய்துவிட்டிருந்தான் அவன். அவன் சொன்னது உண்மையா? அவள் குழம்பினாள்.

அவனைச் சந்தேகிக்க எதுவித காரணமும் இல்லை.

நம்பாமல் விடலாம். நம்பாமல் விடுவதும் சந்தேகிப்பதும் ஒன்றல்ல. நம்பிக்கையின் இறங்கு நிலையில் ஒரு புள்ளி நம்பாமல் விடுவது. அவநம்பிக்கையின் ஏறுநிலையில் ஒரு புள்ளி சந்தேகம். இவை திசைவழி எதிரெதிர்தான். எனினும் இரண்டினையும் விடுவிப்பதற்கான விசாரணை என்கிற உபகரணம் ஒன்றுதான்.

அவர்கள் பேச்சிலுள்ள யாழ்ப்பாண வாடை தெரிந்து அக்கம் பக்கத்து முகங்கள் ஆர்வத்தோடு கவனம்பெற, பஸ் தரிப்புக்கு சற்று அப்பால் அவனை அழைத்துச் சென்று அவனது கூற்றிலிருந்த நுண்ணிய பாகங்களை உறுதிப்படுத்த வேண்டி, "தம்பி, அவர் இயக்கத்தில இருந்த காலத்திலயெண்டு சொன்னீரா ..?" என்று அழுத்தமாகக் கேட்டாள்.

“ஓமக்கா.”

“அப்டியெண்டா ... இப்ப அவர் இயக்கத்தில இல்லையா?”

அவளுக்கு பல விஷயங்கள் தெரிந்திருக்கவில்லை என்பது தெரிந்து அவனிடத்தில் தடுமாற்றம் பிறந்தது. அவர்களின் உறவு தெரிந்தவன் அது தன்னால் பாதிக்கப்படுமோ என்று அஞ்சினான்.

“மன்னிச்சிடுங்கோ, அக்கா. உங்களுக்கு இதெல்லாம் தெரியுமெண்ட எண்ணத்திலதான் ...”

அவள் வேகமாகத் தலையை ஆட்டி மறுத்தாள். “எனக்கு எல்லா விஷயமும் தெளிவாய் இப்பவே தெரியவேணும்.”

“இல்லையக்கா. அவரைத் தெரிஞ்ச வேற ஆக்கள் கனபேர் இருக்கினம். தயவுசெய்து அவையிட்டக் கேட்டுத் தெரிஞ்சுகொள்ளுங்கோ. நான் போகவேணு”மென்று புறப்படத் தயாரானான் அவன்.

அவன் சங்கடப்படுவது தெரிந்தது. காரணம் தெரியவில்லை. இயக்கரீதியான வித்தியாசங்களால் பின்னிற்கவும் கூடும். “மாதவன், அவரை உமக்குத் தெரியுமோ? சொல்லியிட்டுப் போம்.”

அவன் நின்றான். “தெரியும்.”

“எப்பிடி?”

அவன் மௌனிக்க, “என்னை உம்மட சொந்த அக்காவாய் நினைச்சு எல்லா உண்மையையும் எனக்கு நீர் சொல்லவேணும், மாதவன். உண்மையை அண்டைக்குச் சொல்லாததால பாரதூரமான பாதிப்பு ஏற்பட்டதெண்டு பிறகு ஒரு காலத்தில நீர் வருத்தப்படவேண்டி வந்தால் அதால ஆருக்கு லாபம்?” என்றாள்.

சோதரம் என்றதும் உருகவும், அவள் தன் சகோதரி போன்றிருந்தது கண்டு ஏற்கனவே உருகியும் ஒரு பாசவலையின் எல்லைக்கு வந்திருந்த மாதவன் அவள் பேச்சில் விழுந்துவிட்டான். சுதன் வேறியக்கத்தைச் சேர்ந்தவனாதலால் சகலதும் தெரிந்து வைத்துள்ளதாகச் சொன்னான்.

“சகலதுமா?”

“ம்..!”

“தம்பி, எனக்கும் அவருக்கும் கலியாண எழுத்து முடிஞ்சிருக்கு. அதுவும் தெரியுமா?”

“தெரியும். என்ன செய்யிறதக்கா? எங்களைக் கொத்திக்கொண்டு போக வல்லூறுகள் மேல பறந்துகொண்டிருக்கு. நாங்கள் ஆரையும் ஏமாத்த விரும்பேல்லை. அதேநேரத்தில ஏமாறவும் விரும்பேல்லை. அழிக்கவும் நினைக்கேல்லை. அழிக்கப்படவும் சம்மதமில்லை. அதால ... கவனமாயிருக்க வேண்டியிருக்கு.”

ஏறக்குறைய இதேமாதிரித்தான் முன்பொருமுறை சுதனும் சொல்லியிருந்தது அவளுக்கு சட்டெனெ ஞாபகம் வந்தது. இவர்களது

இயக்கத்தினால்தான் அவனுக்கு ஆபத்து இருந்ததோ? ஒருவேளை... அது மாதவனால்கூட இருந்திருக்கலாமோ? ஏற்கனவே ஒரு இயக்கமே முழுவதுமாய் இலங்கையிலே அழித்தொழிக்கப்பட்டிருப்பது இதே காரணத்தினாலோ!

அவள் திணறினாள் மேலே எதுவும் நினைக்க முடியாமல்.

பின் திணறல் தெளிந்து, “சரி... அவர் இயக்கத்தை விட்டு கனநாளா?” என்று கேட்டு வைத்தாள்.

“கனநாள்தான். ரண்டு வருஷமிருக்கும்.”

“ரண்டு வருஷமிருக்குமா?” அவள் சற்று சத்தமாகத்தான் சொல்லிவிட்டாள். பக்கத்தில் நடந்துபோன இருவர் திரும்பி கூர்ந்து பார்த்தனர்.

அது கவனத்தில்பட்டாலும் பெரிதாக எடுத்துக் கொள்ளாமலே தணிந்த குரலில், “அப்ப சுதன் இயக்கத்தில இருந்த காலம் ஒரு வருஷமா?” என்றாள்.

தன்னையே கேட்டதுபோலத்தான் இருந்தது அது. அந்த நிலையில் அவளைப் பார்க்க அவனுக்குப் பரிதாபமாக இருந்தது. எவ்வளவு நெருக்கமான உறவில் இருந்துகொண்டும் எதுவுமே தெரியாமல் இருந்திருக்கிறாள் என்று எண்ண அது இன்னும் அதிகரித்தது. கடைசியில் சொன்னான்: “அக்கா, தெரிஞ்ச விஷயங்களெல்லாத்தையும் சொல்லியிடுறன். நீங்களே உங்கட சந்தேகத்தைத் தீர்த்துக் கொள்ளுங்கோ. எண்பத்தி நாலாமாண்டு டேவிட்டுக்கு றெயினிங் முடிஞ்சது. றெயினிங் முடிஞ்ச அடுத்த மாசமே அவரை நாட்டுக்கு அனுப்பிச்சினம். மட்டக்கிளப்பில பாங்க் அடிச்சு வாற பொறுப்பு. மிஷன் வெற்றியாய் முடிஞ்சுதெண்டாலும் கனபேரை அதில இழந்திட்டினம். டேவிட்டுக்கும் காலில காயம் பட்டுட்டுது. எண்டாலும் அவரும் இன்னும் ரண்டு மூண்டு பேரும் தப்பி இலங்கைக் கடல் வலயமும் தாண்டி புதுக்கோட்டைப் பக்கமாய் போர்ட்டில வந்து கரையேறியிருக்கினம். அவை எங்கயெண்ட விஷயம் ரண்டு மூண்டு நாளாய் ஆருக்கும் தெரியேல்லை. பிறகு தெரிஞ்சு போய்க் கேக்க, நேவி துரத்தி வந்தபடியால கொள்ளைப் பொருளெல்லாத்தையும் கடலில எறிஞ்சிட்டதாய் எல்லாரும் ஒத்தபடி சொல்லியிட்டினம். காயம்பட்டு வெகு நேரத்துக்குப் பிறகுதான் டொக்டரிட்ட போக முடிஞ்சதால, டேவிட்டுக்கு காலைக் கழட்டுற நிலைமைதான் இருந்தது. அதால இயக்கமும் எதையும் வற்புறுத்திக் கேக்காமல் விட்டுட்டுது. கொள்ளையடிச்ச பணத்தையும் நகையையும் தப்பிவந்த ஆக்கள் பங்கு போட்டிருப்பினம் எண்டதுதான் பிறகு எல்லாரின்ர சந்தேகமும். பணம் இருந்து, பணத்தைப் பணமெண்டு பாக்காமல் சிலவழிச்சதாலதான் டேவிட்டின்ர கால் பிழைச்சது எண்டதால அப்பிடி நினைக்கவேண்டியதாய்ப் போச்சு. டேவிட்டின்ர நண்பர் உருத்திரன் இயக்கத்தில நல்ல பொறுப்பில இருக்கிறதால அவருக்கு வேற பிரச்சினையொண்டும் வரேல்லை. இல்லாட்டி டம்ப் பண்றதுக்கு இயக்கம் ஆக்களை அனுப்ப இருந்தது. இயக்கம் ஒதுங்கி

யிட்டாலும் இயக்கத்திலயிருந்த தனிப்பட்ட ஆக்கள் சிலரால அவருக்கு ஆபத்து இருந்ததாய் பிறகு நாங்கள் அறிஞ்சம்."

ராஜி ஸ்தம்பித்துப்போனாள்.

அவளுக்கு இப்போது உண்மை யாவும் தெரிந்துவிட்டது.

"அக்கா ..!"

"ம் ... ம்ஹூம் ..!" என்று அவள் சுதாரித்தாள்.

அவனை நினைத்த மனசும், அந்த மனசிருந்த உடலும் அவளுக்கு அருவருப்பாயிற்று. ஒரு புழு... சரக்கட்டை... தன் குமட்டும் நாற்றத்தோடு உடலெங்கும் தன்னிச்சையாய் அலைவது போலிருந்தது.

இருட்டிக் கொண்டிருந்தது.

எனினும் மனத்தளவு வெளியே இல்லை.

மழைக் குணமொன்றிருந்தது.

முதல்நாள் கேரளாவில் பலத்த மழையென்று பத்திரிகையில் பார்த்த ஞாபகம்.

"மாதவன் ..!"

"என்னக்கா ?"

"என்ர வீடு அண்ணாநகரில."

"தெரியும்."

"என்னைப்பற்றியுமே தெரிஞ்சுவைச்சிருக்கிறியள் ?"

"டேவிட் சம்பந்தப்பட்டிருக்கிற எல்லாரைப்பற்றியும்தான் தெரிஞ்சு வைச்சிருக்கிறம்."

"இப்ப அவர் இருக்கிறது ..."

"தெரியும். ஜேர்மனியில. விலாசம்கூட இருக்கு."

"ம்! அவ்வளவு முக்கியமான ஆளா டேவிட் ?"

கேட்டபிறகுதான் தெரிந்தது தானுமே டேவிட்டென்று அவனைக் குறித்துவிட்டது. சுதனாக இனி அவன் என்றைக்குமே ஆகப்போவதில்லை என்ற தீர்மானத்தின் அடையாளமா அது ?

"அவ்வளவு முக்கியமெண்டு இல்லை. உ.பி. றெயினிங், பி.எல்.ஓ. றெயினிங் எடுத்த ஆக்கள் எல்லாரையும் பொதுவாய் கவனிச்சுக்கொண்டு வாறம்."

முதன்முறையாக அவளுக்கு ஒன்று புரிந்தது. போராட்ட இயக்கமொன்றின் வல்லபம் வெறுமனே ஆயுதம் சார்ந்ததல்ல என்பது.

அவள் வீடு வரும்படி கேட்டாள்.

வசதியான ஒரு வேளையில் கண்டிப்பாக வருவதாக அவன் கூறினான்.

29

கண் விழித்த காலை கண்கள் எரிந்துகொண்டிருந்தன. நேரத்தோடு விழித்திருந்தது மட்டுமின்றி இரவு நேரங்கழித்தே தூக்கம் பிடித்தும் இருந்தது. உடம்பு சோர்வுபட்டுக் கிடந்தது. எழும்ப மனதிருக்கவில்லையெனினும் மீண்டும் தூக்கம் வராது என்று தெரிந்து எழுந்து வெளியே வந்தாள்.

விறாந்தையிலே பாய் விரித்து மாலா படுத்திருந்தாள். ராத்திரி யாரோ மெல்ல அனுங்கியது அப்போது ஞாபகம் வந்தது. கிட்டப்போய் குனிந்து தொட்டுப் பார்த்தாள். மேனி நெருப்பாகக் கொதித்துக்கொண்டிருந்தது. எட்டரை ஒன்பது மணிபோல டொக்டரிடம் மாலாவைக் கூட்டிப்போகும்படி குசினியில் நின்றிருந்த சரஸ்வதியிடம் சொல்லி பத்து ரூபாயை எடுத்துவந்து கொடுத்தாள். டொக்டருக்கு ஐந்து ரூபா போக மீதி ஐந்து ரூபா மருந்தேதேனும் வாங்க போதும்.

காசை வாங்கியதும் சட்டென முகத்தைத் திருப்பிக் கொண்டாள் சரஸ்வதி. ஊற்றெடுத்த கண்களை ராஜி பார்த்துவிடக் கூடாதென்றா? ஆனால் அதை அவள் திரும்பிய வேகமே ராஜியிடத்தில் காட்டிக் கொடுத்துவிட்டது.

அந்தக் குடும்பம் அடைந்துகொண்டிருந்த கஷ்டங்கள் அவளுக்குத் தெரியும்.

தீவிலேகூட பற்றாக்குறை இருந்தது. அவரது உழைப்பினால் மட்டும் வாழ்ந்த குடும்பமில்லை அது. பாய் முடைந்து, சிலவேளை வயல்கூலி தோட்டக்கூலியாகப் போய், குப்பை விற்று, ஆடு கோழி வளர்த்து சரஸ்வதியும் வீட்டிலிருந்தே பெரும்பங்கு பொருளாதார பாரத்தைத் தாங்கியிருக்கிறாள். இத்தனைக்கும் சொந்த வீடு இருந்தது அங்கே. இங்கோ... வீட்டு வாடகையே நானூறு ரூபாய். விசுவலிங்கம் வேலைக்குப் போய் வந்து கொண்டிருந்தபோது, சாப்பாட்டுக்கும் தங்குகிற அறைக் கூலியுமாகச் சேர்த்து ராஜி கொடுத்த ரூபா ஐந்நூறு மேலதிகமாக வந்தும் கஷ்டம்தவிர வேறு காணாத குடும்பம் அது. இப்போது அவருக்கு வேலையே இல்லை. ராஜிக்கு ரட்டைச் செலவாகிவிட்டது. ஒரே ஊர், வீட்டுக்குப் பக்கம், குடும்ப அறிமுகம் என்பது தவிர வேறு தொடர்பு அவர்களுக்குள்ளில்லை. அதனால் ஒரு பாரம் அவர்களுக்குள் உணரப்படுவது தவிர்க்கவியலாததாயிற்று. அது இல்லை இது இல்லையென்று கேட்கும் ஒவ்வொரு வேளையிலும் சரஸ்வதி க்ஷீணித்துப் போவாள். கை நீட்டுகிறபோது கண்கலங்கி விடுகிறது அவளுக்கு.

விசுவலிங்கம் எல்லாம் கடந்த நிலையில், அவ்வப்போது தலைகால் தெரியாத வெறியில் இரவிலே வரத் தொடங்கியிருந்தார்.

குடிப்பதற்கு எப்படிக் கிடைக்கிறது?

எதுபற்றியும் அக்கறைப்படாதவர்கள் அதுபற்றிப் பேசினார்கள். அதுகூட, அந்தப் பணம் தங்களிடம் வந்தால் வேறு வேறு வெளிச் செலவுகளுக்கு உதவியாக இருக்குமே என்பதிலிருந்து தோன்றியதுதான்.

அர்த்தங்களை இழந்துவிட்டு வெறும் கனவுகளில் வாழ்க்கையைக் கண்டது அந்தக் குடும்பம். அதன் சிதைவு நிச்சயம். மீட்சி கண்ணில் தெரியவில்லை. காலச் சூறையில் விழுந்த ஓர் இலை, ஆற்றோடு போகிறது கரையேற முடியாமல். அதன் அழிவுபற்றி சாஸ்திரம் பார்க்கத் தேவையில்லை.

மாலாவும் தாயாரும் மருந்தெடுக்கச் சென்றபிறகு ஹோலுக்குள் வந்தமர்ந்தாள் ராஜி. நினைவு பழையபடி எங்கெங்கோ பறந்தது. தூங்கினால் அந்த நினைவுத் திமிறல் இராது என்று எண்ணி அப்படியே தூங்க முயன்றாள். ஆனால் பிடிக்க முடியாத தூரத்துக்குச் சென்றிருந்தது தூக்கம்.

நேரம் பத்து மணி ஆகிக் கொண்டிருந்தது.

வீட்டிலோ கொள்ளாத தனிமை. தனிமை பிடிக்க அங்கே வீடு வெறுமையாய் இருக்கவேண்டுமென்ற அவசியம் இல்லை.

ஷீலா துணி தோய்த்துக் கொண்டிருந்தாள்.

சின்னதுகள் முற்றத்தில், வீதியில் நின்ற மரத்துநிழல் விழுந்த இடத்தில் நின்று விளையாடிக் கொண்டிருந்தன.

கடந்த வாரம் முழுவதுமே ஒரு மனஹிம்சையில் அவள் வதங்கிக் கொண்டிருந்தாள். நடந்த எல்லாவற்றையும் சுதன் தன்னிடம் சொல்லாமல் மறைத்த ஒரு காரணத்தில் மட்டுமா அந்த ஹிம்சை விளைந்திருந்தது? இல்லை. அது இப்போது காரணமே இல்லை.

போராளியாக வந்து துரோகியாக அவன் மாறிப்போனான். முதலில் போராளியாக ஆனதின்மூலம் அவனது தந்தையின் கனவுகளை உடைத்தான்; தன் தாயின் நிம்மதியைக் குழப்பினான்; தன் வாழ்க்கையை பொட்டல் வெளியில் விட்டான். பொது அலையில் அந்தச் செயலுக்கு அவள் நியாயம் கற்பித்து அடங்கியிருந்தது மட்டுமில்லை. அவன் கூப்பிட்ட இடத்துக்கு தாமதமாகவேனும் வந்தும் சேர்ந்திருக்கிறாள். இன்று... போராட்டத்தையே துறந்ததின் மூலம் அவளது மண்ணுக்கும், அவளது மனத்துக்கும் துரோகம் இழைத்திருக்கிறான். தன் நிலத்தின் காபந்தை பிரகடனப்படுத்தி தன்னை அநாதையாக்கியவன், நிலத்தையும் கடைசியில் மறந்து போனதெங்ஙனம்?

வாசலில் மணி ஒலித்தது.

அலுப்போடுதான் நிமிர்ந்து ஜன்னலூடு பார்த்தாள்.

ராணி ஒரு வெளிநாட்டுக் கடிதத்தைக் கொண்டு வந்து கொண்டிருந்தாள்.

அவளுக்கு அவசரம் வரவில்லை. சுதனுடையதாயிருக்கலாம். அது பணம் வரவேண்டிய காலப்பகுதி. இருந்தும்தான் அனுப்பினானா

இல்லையா, எப்போது அனுப்புவான் என்பதை அறியக்கூட ஆர்வம் எழவில்லை.

கடிதத்தை வாங்கிய பிறகுதான் தெரிந்தது அது தாயார் எழுதிய கடிதமென்று. அம்மாவுக்கு பதிலெழுத மாதக்கணக்கில் தாமதமாகிவிட்டதென்பது அது கண்டபிறகுதான் நெஞ்சில் உறைத்தது.

என்ன எழுதுவதென்று தெரியாமல் போனதே அவளுக்குக் கடிதமெழுதத் தாமதமானதின் உண்மைக் காரணம். பின்னே? பம்பாயில் நிற்கும் ராஜேந்திரனைப் போய்க் கூட்டிவந்து சென்னையில் அவள்கூட வைத்திருக்கும்படி எழுதியதற்கு ராஜியால் என்ன பதிலை எழுதக்கூடும்?

சென்னைக்கும் பம்பாய்க்கும் 1500 கிலோமீட்டர் இடைவெளியென்பது தெரியாமலிருக்கலாம், ஆனால் அதைவிட அதிக மனத் தூரம் தனக்கும் தன் தம்பிக்கும் என்பதுகூடவா அம்மாவுக்குத் தெரியாது போய்விட்டது என்று எரிச்சல் பட்டுக் கொண்டிருந்தாள். பிறகு... பதிலெழுதாமலே விட்டுவிட்டாள். பிறகு... பதிலெழுத வேண்டுமென்பது மறந்தே போனது.

இப்போது மீண்டுமொரு கடிதம் 'தனியார்' சேவையில் வந்து சென்னையில் கட்டாகி அவளைச் சேர்ந்திருக்கிறது.

ராஜி கடிதத்தைப் பிரித்தாள்.

கடிதத்தில் விசேஷமாக ஏதும் எழுதியிருக்கவில்லை. ஏன் கடிதமெழுதவில்லையென்று கேட்டிருந்தாள். விஜி கடிதம் போடுகிறாளா, போனிலே பேசுகிறாளா என்றும் கேட்டிருந்தாள். தன்னைக் கனடாவுக்கு வர வற்புறுத்துவதாகக் குறிப்பிட்டிருந்தாள். எனினும் அந்த மண்ணிலிருந்து விலகியிருந்து விடுவது தனக்கு எள்ளளவும் ஒப்பில்லையென்று எழுதி, கனடா போனாலும் விஜியின் பேறு பார்த்துவிட்டு தீவு திரும்புவதே திட்டமென்று தெரிவித்திருந்தாள்.

அவள் கனடா போகப்போகிறாளென்றதும் விதம்விதமான எண்ணங்களால் மனம் தவித்தது. அவளை ஒருமுறை பார்க்க வேண்டுமென்று தவனம் பிறந்தது. தாயாரின் உயர்குணங்களும், உன்னத மனமும் நினைவாகி மனத்தை உருக்கிற்று. அம்மா என்று கூவ மனம் உளைந்தது.

கடிதத்தின் பிற்பகுதியில் விசுவாசலிங்கமென்று வழக்கம்போலக் குறிப்பிட்டு, எப்படி இருக்கிறார், சரஸ்வதி எப்படி, பிள்ளைகள் என்ன செய்கிறார்களென்று கேட்டு எழுதியிருந்தாள்.

பொன்னுச்சாமி விசுவலிங்கத்தை விசுவாசலிங்கமென்றுதான் அழைப்பார். அது ஏனென்று ராஜிக்குத் தெரிந்திருக்கவில்லை. அவரின் மனத்தைப் பிடிக்கக்கூடிய அளவுக்கு விசுவாசமாய் என்ன செய்தாரோ விசுவலிங்கம்? ஆனால் நம்பிக்கை நாணயம் சம்பந்தப்பட்டவரையில் தானறிந்தவரை தீவிலே யாருமில்லையென்று அவர் பலமுறை சொல்லி இவள் கேட்டிருக்கிறாள். அந்தப் பெயரே மகேஸ்வரியிடத்திலும் நிலைத்துவிட்டது.

'ஓ... அம்மா! ஐயாவின் ஞாபகமில்லாமல் நீங்கள் எதைத்தான் செய்திருக்கிறீர்கள்?' அம்மாவின் கரிசனைகளில் மனம் கசிந்தது அவளுக்கு. உடனேயே கடிதமெழுதவேண்டும் போன்ற உந்துதல் பிறந்தது.

அன்பார்ந்த என் அம்மாவுக்கு

நான் சுகமாக இருக்கிறேன். முந்திய உங்கள் கடிதத்துக்கு பதிலெழுத நான்தான் தாமதம். உங்கள் கடிதம் கிடைக்காமல் போகவில்லை. வருத்தப் படாதீர்கள். இனி தாமதமின்றி நீங்கள் சொன்ன வழியிலேயே கடிதம் அனுப்புவேன். உங்கள் இரண்டாவது கடிதமும் இன்று வந்து சேர்ந்தது.

சுதனின் வங்கிக் கொள்ளை, குண்டடிபட்டமை, கொள்ளைப் பணக்கொள்ளை, இப்போது இயக்கத்தில் இல்லாதிருப்பது, ஜேர்மனி போய்விட்டமையை எல்லாம் தெரிவிக்க வேண்டுமா என்று தயக்கம் பிறந்தது அவளுக்கு.

எழுதுமுன் யோசிக்கவேண்டும் அவள்.

அதுபற்றிய வாதப் பிரதிவாதங்கள் மனத்துள் பொங்கின.

கூடாது. அம்மாவுக்கு சுதன் இயக்கத்திலிருந்து விலகிவிட்டதைக்கூட எழுதலாம். ஜேர்மனி போய்விட்டதை மட்டும் எழுதவே கூடாது. செய்தி தெரியும் மறுகணமே ரிக்கற் அனுப்பும்படி எழுது, சுணங்காமல் போய்ச் சேர்வதற்கு எல்லா ஆயத்தங்களும் செய், நீ ஜேர்மனி போன பிறகு தம்பியையும் கூப்பிட்டுக் கொள்ளலாம், பணம் வேணுமா, எழுது, என்ன கஷ்ரப்பட்டாவது மாறி செல்லத்தம்பு அண்ணர் மூலமாக அனுப்பி வைக்கிறேன் என்றெல்லாம் எழுதுவாள். ஊரைவிட்டுக் கிளப்புவதற்கே பெரிய மல்லுக்கட்ட வேண்டி இருந்தது, இந்தியாவைவிட்டுக் கிளப்ப என்னென்ன பாடுபடவேண்டி நேருமோ என்று அவள் வருந்தத் தொடங்கவும் கூடும். முதலில் நீ இந்தியாவைவிட்டு போ, நீ போனபிறகுதான் கனடா போறது போகாததைப்பற்றி நான் யோசிப்பேன் என்று அவள் புதிய அஸ்திரம் பிரயோகிக்கத் தொடங்கினாலும் ஆச்சரியப்படுவதற்கில்லை. நாட்டைவிட்டுக் கிளம்புவதில் நான் கொடுத்த சிரமம் அம்மாவுக்குத் தெரியும். அம்மாவுமே அவ்விதம் எண்ணக்கூடியவள்தான். அவளுக்கு நயினாதீவுக்கும், தொண்ட மானாறுக்கும், சுதுமலைக்குமிடையேகூட வித்தியாசமுண்டு. அவள் ஒன்றிலிருந்து ஒன்றுக்கு விலகவே வெகுவாக பிரிதலுணர்வு கொண்டு வருந்தியவள்.

அதுசரி! இந்த மண், தேசம் என்பதெல்லாம் என்ன?

இவற்றின் பற்று அல்லது பக்தி எப்படி இருக்கும்?

ஒருவரின் இருப்பை ஆகக் கூடுதலான நம்பிக்கையோடு உறுதி செய்யும் சமூகவியல்பு சார்ந்த புவியியல் திரட்சியே தேசமென்பது. அந்த உறுதியின் மீதுள்ள அவாவின் அடிப்படையே தேசப்பற்று அல்லது மண் பக்தி.

தன் தேசத்தில்தான் ஒருவருக்கு வேர் இருக்கும்.

வாழ்க்கையை நெறிப்படுத்துவது இதுதான்.

அதனால்தான் கலை கலாசாரங்களில், மரபுகளில், பாரம்பரியங்களில், புராதன வரலாறுகளில், வரலாறுகளில்கூட மனித அக்கறை பிறந்தது.

அம்மாவின் திட்டங்களை மறுப்பதின்மூலம் நான் அவளை உஷார்ப்படுத்திவிடக் கூடாது. ஆனால்... அம்மா இதுவரை சுதன் போன விஷயத்தைத் தெரியாமலிருப்பது எங்ஙனம் சாத்தியமானது? அரசிக்குக்கூட இது தெரியாமல்தானே இருக்கிறது? மாமா மாமிக்கும் தெரிந்திராதுதான். ஏன்? சுதன் தெரிவிக்கவில்லை. ஏன் தெரிவிக்கவில்லை? தீவைவிட்டு ஓடிவந்து போராட்ட இயக்கத்தின்மீது தான் கொண்ட பிடிப்பை ஒரு வீறார்ந்த பிரகடனமாக்கியவன், ஒரு வருஷகாலவெளியில் அதை தானே பறக்கவிட்டதைத் தெரிவிப்பதில் அவன் குறைந்தபட்சம் காட்டக்கூடிய நாணம் அது.

அவள்கூட தெரிவிக்காமல்தான் விட்டிருந்தாள். எனினும் அதற்குக் காரணம் இருந்தது. 'இயக்க விஷயமாகவே நான் போவதால் ஒருசிலருக்கு மட்டுமே என் பயணத்தைத் தெரிவித்திருக்கிறேன். இது உன்மூலமாக யாருக்கும்... யாருக்குமேதான்... தெரியக்கூடாது. அது ஒரு இரகசியத்தின் வெளிப்பாடாக மட்டுமன்றி, என் சொந்த பாதுகாப்பு குறித்த அச்சத்தையும் ஏற்படுத்திவிடு'மென ஸ்ரேஷனில் வைத்து அவன் சொல்லியிருந்தான்.

எவ்வளவு நெருக்கமாகக் குனிந்து... மூச்சுக் காற்று காதில், கன்னத்தில் பட்டு உட்கனல் எழுப்ப... இன்னும்... இதழும் கிளுவை முள்ளாய் வளர்ந்த தாடி மயிரும் உரசி நெக்குருக வைக்க... அவன் அதைச் சொன்னான்! என் அந்தரங்கம் அவனுக்குப் புரிந்திருந்ததா? எப்போதும் அப்படி ஒரு எண்ணத்தோடுதான் அவன் நெருங்கியமாதிரித் தெரிந்தது. அந்த... மழைக்கால மார்கழி இரவில் மிக நெருங்கி நின்று உபதேசம் பண்ணினது, சினிமா பார்க்கும்போது சாய்ந்து சாய்ந்து தோளில், நெஞ்சில் அழுத்தியது... எல்லாம் அதையே சொல்லின.

அவனுக்கு மன்மதகரம் தெரிந்திருக்கிறது.

மன்மதனுக்கு மன்மதகரம் தெரியும்தான்.

அவன் விலகுவது விதியா?

அவன் போலியாகிப் போனபின் விலகியதும் நல்லதாகவே படுகிறது. இதில் எனக்கு இழப்பேதும் இருக்கிறதா? இல்லை. இப்போது இல்லை. நாட்டின் எல்லை கடந்த பரதேசி வாழ்வில் இவை பாதிக்கும் சக்தி அற்றவை.

அம்மா! அம்மா!

இந்தக் குடும்பத்தையே நெம்புகோலாக உயர்த்த நினைத்தேனம்மா.

முடியவில்லை; விழுந்துவிட்டேன்.

இப்போது சந்தர்ப்பம் வரப்போகிறது. டேவிட் கூப்பிடப் போகிறான். வரப்போகிற சித்திரை வருஷம் அவனுக்கும் எனக்கும் ஏற்பட்ட உறவின்

ஐந்தாமாண்டு ஆரம்பத்தைக் குறிக்கப்போகிறது. ரிக்கற் அனுப்புவான். அல்லது தானே நேரில் வருவான்.

ஆனால் நான் போகமாட்டேன்.

அவன் துரோகியாகி ... இப்போது டேவிட்டும் ஆகிவிட்டான் எனக்கு.

'ஆயிரங்களான நீதி அவையுணர்ந்த தருமன் தேயம் வைத்திழந்தான் சீசீ சிறியார் செய்கை செய்தான்' என்பதில் தேயத்தைப் பணயம் வைத்திழந்ததைத்தான் சிறியார் செய்கையென்று பாடல் சொல்கிறதம்மா.

தேசம்... மகா உன்னதம் பொருந்திய சம்பத்து. அதற்கான துரோகம் எதற்கான துரோகத்துக்கும் இணையில்லை.

தேசத்தில் ... மானுட வெற்றிக்கான மகத்தான முயற்சிகள் மேற்கொள்ளப்படுவதாக பத்திரிகைச் செய்திகள், துண்டறிக்கைகள், நேர்ப் பேச்சுக்கள் தெரிவிக்கின்றன அம்மா! நாளை நம் வாழ்வு திரும்புமென்று எல்லோரும் நம்புகிறார்கள். நான் மட்டும் எங்கேனும் ஏன் ஓடவேண்டும்? சரியென்று நினைக்கிறபடிக்கு வாழமுடியாது போனால் உயிர்வாழ்தல் என்னத்துக்கம்மா?

முந்திய கடிதத்துக்குப் பதிலெழுதாத நிலையிலும் இன்று என் மனமிருந்த நொறுங்கும் பொழுதறிந்து கடிதமெழுதிய அந்தத் தங்கக் கைகளுக்கு என் அன்பு முத்தங்களம்மா.

இன்று நான் சப்பும் மிளகுகளும் நாளை மருந்தாகும். நம்புங்கோ என்னை.

சிந்தனையில் மூழ்கியிருந்தவள் மருந்தெடுத்துக்கொண்டு திரும்பிவிட்ட சரஸ்வதியின் பேச்சில் மனோலயம் கலைந்து கடிதத்தை எழுதி முடித்தாள்.

30

வசந்த ருது பிறந்திருக்கிறது ஐரோப்பாக் கண்டத்திலே. வண்ண வண்ணமான வர்ண இலைகளை விரித்தும், மலர்களைப் புஷ்பித்தும் எங்கும் எழில் பெருக்கி மண்ணிலேயும் விண்ணிலேயும் புத்துலகு சமைத்திருந்தது.

வானம் நிர்மலமாய் ஏகஏகத்துக்கும் விரிந்துகிடக்கிறது. அதில் பாடிப் பறக்கின்றன குருவிகள் சில. நாரைகள், கிளிகள், புலுணிகள், கடற்பறவைகளென்று வகைவகையானதாக அவை.

வீதிகளில் இன்னும் சில பள்ளங்களில் பனி நொதுநொதுப்பு. கடந்த குளிர்காலம் கடுமையாகவே ஜேர்மனியை வாட்டியிருந்தது. மேற்கு ஜேர்மனியைவிட அதிகமாகப் பாதிக்கப்பட்டது கிழக்கு ஜேர்மனிதான்.

மெட்ரோவைவிட்டு வெளியே வந்த சுதன், குளிர்கோட்டின் கொலரினை இழுத்து காதுகளை மறைத்துக்கொண்டு எதிராய் வீசிய

ஊசிக் காற்றை ஊடறுத்து தன்னுடைய அறையை நோக்கி விரைந்தான். மெட்ரோவிலிருந்து வெகுதூரத்தில் இருக்கவில்லை அது.

முந்திய சுதனைத் தெரிந்தவர்களுக்கு சந்தேகமே பிறந்திருக்கும். அந்த ஒன்றரை ஆண்டில் அவன் எவ்வளவோ மாறிப்போனான். அவனின் கருத்து ரீதியான பிறழ்வு முன்பே தெரிந்தது. பௌதீகார்த்தமாயும் அவனில் மாற்றம் நேர்ந்திருந்ததை இங்கே காணக்கூடியதாயிருந்தது.

குளிர்காலம் வாட்டியதைவிட அடுக்கடுக்காய் வந்த தோல்விகளாலும் திசைமாற்றங்களாலும் இழப்புகளாலும்தான் அவன் மாறிப்போனான். எண்பத்தைந்தில் அவன் மேற்குநோக்கிப் புறப்பட்டபோது பிரான்ஸ் போவதே திட்டமாயிருந்தது. பிறகுதான் திட்டத்தை மாற்றினான்.

பம்பாயில் விமானமேறி கிழக்கு ஜேர்மனியில் அகதியாகப் பதிந்துகொண்டவன் அங்கிருந்து மேற்கு ஜேர்மனி போய்ச்சேர ஆறுமாதங்களுக்கு மேலாயிற்று. அவ்வாறு 'வெஸ்ற் அடிக்க' பலருக்கும் மிக இலகுவாகவே இயன்றிருந்தது. அவன் மட்டும்தான் அத்தனை மாதங்கள் காக்கவேண்டியதாயிற்று. கிழக்கு மேற்கு ஜேர்மனிகளுக்கிடையிலான எல்லையில் அவனது எதிரிகளின் மையம் இருந்தது. அவனது வெஸ்ற் அடிப்பு முயற்சிகள் அதனாலேயே தகுந்த சமயத்துக்காய்ப் பின்போடப்பட்டுக் கொண்டிருந்தன. அவன் பிரச்னைகளை வளர்க்காமல் பெர்லினிலேயே அடங்கிக்கொண்டது, இந்தியாவிலேற்பட்ட பகைமைகள் அங்கே பூசல்களாக வெடித்து தன் இருப்பிடம்பற்றி பரவலாகத் தெரியவந்துவிடக் கூடாது என்பதனாலேயே ஆகும். அந்த ஆறு மாதங்களில் இரண்டோ மூன்றோ தடவைகள் மேற்கில் பிராங்க்போர்ட்டிலிருந்த தன் நண்பன் பிரபு மூலமாகவே ராஜிக்குப் பணம் சேரப் பண்ணியிருந்தான்.

கிழக்கிலே சரி மேற்கிலே சரி, ராஜிக்குத் தவிர வேறு யாருக்கும் அவன் கடிதமெழுதவில்லை. எழுதின கடிதத்துக்கு அவள் அவனளவு ஆர்வத்தோடு பதிலெழுதவில்லை. தொலைபேசியில் பேசமுயன்றான். ஷீலா கொடுத்திருந்த நம்பரில் ராஜியைப் பிடிப்பது பெரிய கஷ்டமாயிருந்தது. இருந்துகொண்டே இல்லையென்று சொல்லவைத்தாளோ என்று சந்தேகமாயிருந்தது அவனுக்கு. பெரிய ஏமாற்றத்திலும் தவிப்பிலும் உழன்று கொண்டிருந்தான்.

காதலைத் தவிர எல்லாவற்றையும் இழந்துவிட்டான் அவன். பற்று கூடுதலாய் அதனாலேயே வைத்திருந்தான். அவளது பட்சமின்மையின் வெளிப்பாடு அவனை வருத்தவும் ஏமாற்றத்தில் உழலவும் செய்யும்தான்.

இதோ சித்திரைப் புதுவருஷம் பிறக்கப்போகிறது. அவர்கள் நேசம் வளர்த்து நான்கு ஆண்டுகள் பூர்த்தியாகப் போகின்றன. இப்போதா ஒரு ஏமாற்ற அலை! கொள்ளையின் கொள்ளை, தன் இயக்க விலக்கம் பற்றியெல்லாம் தெரிந்திருப்பாளோ? அதை, கடந்த இரண்டு மாதங்களாக அவள் கடிதமெழுதாமலிருப்பதனோடு இணைக்க புதிர் விடுபடுவது போலிருந்தது. அது கொதியுலையின் நீர் தெறித்த கணக்காயிற்று.

அவன் சந்தேகப்படுவதுபோல் அது காரணமாகவே ஏற்பட்ட மௌனமாயின் அவன் மீண்டும் இந்தியா போக நேரலாம். பல தில்லுமுல்லுகளின் ஊடாக பயணம் நிகழ்த்தும் சிரமம் அதில் இருப்பினும் அது தவிர்க்க முடியாதது. நேரில் தவிர அவள் வேறு வழிகளில் சமாதானப்படுத்தப்பட முடியாதவள். அவளது பலஹீனம் அவனுக்குத் தெரியும். இருப்பினும் ஒருமுறை போனிலே பேசிய பிறகுதான் மற்றவைகளை முடிவெடுப்பது என எண்ணிக்கொண்டுதான் அன்றைக்கு அறைக்குத் திரும்பி யிருந்தான். பிரபுவும் அதைத்தான் வற்புறுத்தியிருந்தான்.

பிரபு எழுபதுகளின் இறுதியில் இலங்கை விட்டு வந்தவன். அவன் எந்த இயக்கத்தைச் சேர்ந்தவனும் அல்லன். அவனும் இன்னும் சில நண்பர்களும் தாங்களே ஒரு சுயநல இயக்கமாகச் செயற்பட்டிருந்தனர். பிரபுவின் நதிமூலம் அறிய சுதன் என்றும் விரும்பியதில்லை. அவனுக்கே ஒரு மூலம் இருக்கிறதல்லவா? ஆனால் ஒன்று அவனுக்கு நிச்சயம். மேற்கு ஜேர்மனி வந்த சிறிது காலத்திலேயே அவன் திருந்திவிட்டிருந்தான் என்பது. கல்லைக் கீறிக் கொண்டு வளரும் மகாசக்தி அதில் பிரயோகிக்கப் பட்டிருக்கிறது. அவன் மதிக்கப்படலாம்.

சென்னையில் மாலை ஏழு எட்டு மணிக்கு இடையே இருக்கிற ஒரு நேரத்திலே சுதன் போன் எடுத்தான்.

வீட்டுக்காரர் யார், எங்கிருந்து பேசுவது என்றதற்கு, இலங்கையிலிருந்து ராஜியின் உறவினன் என்றான்.

போனை வைத்துவிட்டு சிறிதுநேரம் கழிய எடுக்க மறுமுனையில் ராஜியின் குரல் ஒலித்தது.

"ராஜி ..!"

"சுதனா ..! எப்ப சிலோனுக்குப் போனீங்கள் ..?"

"இல்லையே! மேற்கு ஜேர்மனியிலயிருந்துதான் பேசுறன்."

"ஓ!"

"ராஜி!"

"..."

"ராஜீ!"

"என்ன?"

"என்ன, பேச்சைக் காணம்?"

"என்னத்தைப் பேசுறது?"

என்னத்தைப் பேசுறதா? அவன் மனம் உடைந்தது. இருந்தும் சுதாரித்துக்கொண்டு பேச்சைத் தொடர்ந்தான்: "நீ சித்திரை வருஷத்துக்கு முந்தியே இஞ்ச வந்திடலாம், ராஜி. எல்லா ஆயித்தமும் செய்தாச்சு."

"வேண்டாம், சுதன்."

"என்ன வேண்டாம்?"

"இப்ப நான் அங்க வரேல்லை."

"என்ன ராஜி இது..!"

"ஓம், சுதன். அம்மா அங்க ஊரில தனிய. பாத்தும் எவ்வளவு நாளாச்சு. அம்மாவை விஜி கனடாவுக்குக் கூப்பிடுகிறா. இஞ்ச வந்துதான் போகவேணுமாம். அதால அம்மா வந்து போறவரை நிண்டிட்டு வாறனே!"

"அம்மா எப்ப கனடா போறா?"

"தெரியாது... ரண்டு மூண்டு மாசம் ஆகலாம்."

"ரண்டு மூண்டு மாசம் ஆகுமா?"

"ஆகட்டுமன், சுதன். அதுக்குள்ள எங்கட நாட்டுப் பிரச்சினையும் தீர்ந்திடுமெல்லே?"

"அது தீருகிற மாதிரியில்லை. இன்னும்... அது தீர்ந்தா... நீ இஞ்ச வர ஏலாது."

"..."

"ராஜி..!"

"என்ன?"

"நீ இஞ்ச வரவே மாட்டியா?"

"நான் அப்படிச் சொல்லேல்லையே!"

"நீ சொல்லுற சாக்குகளுக்கெல்லாம் அதுதானே அர்த்தம்?"

"நீங்களே அப்படி நினைச்சா நானென்ன செய்யிறது அதுக்கு?"

அவனது பேச்சு வரண்டது. அவன் களைத்தான்.

அவள்... பிடிவாதக்காரி! அவள்... முன்பின் விளைவுகள் பார்க்காதவள்! போய்க் கூப்பிடாமல் சரிவராதென்று முன்பு இருந்தது. போய்க் கூப்பிட்டாலும் வருவாளா என்று அப்போது கனத்தது.

ஒருவாறு பேச்சை முடித்துக்கொண்டு அவன் போனை வைத்தான்.

தான் பலஹீனனாகிவிட்டதாய்த் தெரிந்தது. தன் நிலையில் அவனுக்கே கழிவிரக்கம் பிறந்தது. அவனுள்ளிருந்த முனிவன் இறந்துவிட்டான்.

சாமான்யர்கள் வெறும் வாழ்வைத்தான் தேடுவார்கள். அவன் அப்போது தேடியதும்... வெறும் வாழ்வைத்தான்.

31

அன்று வந்த தந்தியின் வரிகளில் மிச்சம் மீதியிருந்த அவனது நிம்மதி, சந்தோஷமெல்லாம் அடித்துப் போயிற்று. கொடுமனக் காலி அவன்

திசையில் மட்டும் சுடுசரங்கள் தொடுக்கும் மர்மம் என்ன? ஒருவேளை... சரங்கள் தொடுக்கப்பட்ட திசையில் அவன்தான் சென்றானோ? எப்படியோ, அம்பு தைக்கத் தொடங்கி விட்டது.

அரசியின் கணவர் மரணம் – ராஜி.

சுதன் துடித்துப்போனான்.

செய்தி ராஜி மூலமாக வந்திருந்தது கொண்டு, சம்பவம் ஒரு வாரம் பத்து நாட்களுக்கு முந்தியதென்பதை யூகிக்க முடிந்தது.

சித்திரை புதுவருஷத்துக்கிடையில் இந்தியா போகவிருந்தவனுக்கு குறிப்பிட்ட தவணையில் வருவதாக இருந்த பணம் வராததினால் சிரமமாகிப் போயிற்று. அதனால் மே முதல் வாரத்துக்குப் பயணத்தை ஒத்திப்போட்டுவிட்டு பிரபுவுக்குத் தெரிந்த றெஸ்ரோறன்ற் ஒன்றிலே நாலுமணி நேரம் பகுதி வேலை, அகதிகள் சம்பந்தப்பட்ட அரச அதிகாரிகளுக்குத் தெரியாது செய்துவரலானான். அவ்வளவுக்கு பணமுடை ஏற்பட்டுவிடவில்லையாயினும் மன அழுத்தங்களை மறக்க அந்த ஏற்பாடு உதவியாயிருக்குமென நம்பியதே காரணம்.

எவர் ஆக்ஞையில் வாழ்க்கையின் கூறுகள் திசைக்கொரு துண்டாய்ச் சிதறிப் போயிற்றென்ற கசப்பான சிந்தனை நெளியலாயிற்று அவன் மனத்திலே தினமும் தினமுமாய்.

இந்த நிலையில்தான் அரசியின் கணவரது மரணம் பற்றிய தந்தி வந்திருந்தது.

அவர்களது கல்யாணத்தைக்கூட அவன் கண்டதில்லையே! போட்டோகூட பார்க்கவில்லை. சுந்தரத்தார் கொடுத்திருந்தார் சூட்கேஸிலே பத்திரமாக வைக்கச் சொல்லி. அவள்தான் கடைசி நேரத்தில் மறந்துபோய் இந்தியா வந்திருந்தாள். அப்போது தான் வருத்தப்படவில்லையென்பதை வருத்தத்தோடு இப்போது அவன் நினைத்தான்.

வேலாயுதத்தை அவனுக்கு நன்கு தெரியும். கரிய நெடிய மேனி. அவனுயரத்துக்கு அரசி கட்டைபோலத் தோன்றும். களை சொட்டுகிற முகம். அது ஆண்மையின் கெம்பீரத்தில் விளைந்தது. தோட்டக்காரன்தான். ஆனாலும் அறிவார்த்தமாய்ச் சிந்திக்க அவனால் முடிந்திருந்ததை பல சமயங்கள் சாட்சிப்படுத்தியுள்ளன.

அவசரமாக ராஜிக்கு ரெலிபோன் எடுத்தான். போன்வீட்டிலே யாரும் இருக்கவில்லை. தொடர்பு சாத்தியமற்றுப் போனது.

மறுநாள்... துக்கம் ஓரளவு தணிந்திருந்தது.

வேலாயுதம் எப்படி மரணமானார் என்று அவனுடைய மனத்தில் முளைத்திருந்த கேள்விக்கு விளக்கம், அடுத்த கிழமை வந்த நண்பன் உருத்திரனின் கடிதத்தில் கிடைத்தது.

பருத்தித்துறை போன இடத்திலே ராணுவத்தால் சுடப்பட்டு மாண்டதாக எழுதியிருந்தான்.

அரசிக்கு மட்டுமின்றி தாய் தந்தையருக்குமே ஆறுதல் சொல்லவேண்டிய கடமை தனக்கிருப்பதை உணர்ந்தான் சுதன். ஆனால் அங்கேயிருந்து எதைச் செய்வது? தன் வதிவிடம் வெளியே தெரிந்துவிடக் கூடாதென்று அவர்களுக்கு அவன் கடிதம்கூட எழுதவில்லை. தன் இருப்பிடத்தை முழுரகசியமாகவே வைத்திருந்து விட்டான்.

விடுதலைப் போர் என்கிற மந்திர உச்சாடனத்தின் ஒலியை அப்போதுதான் மீண்டுமாய் அவன் செவிமடுத்தான் போலும். தன் வட்டத்துள் விழுந்த மரணத்தின் வலிது அது.

அரசி நயினாதீவுக்குப் போய்விட்டாளா? அல்லது, தாய் தந்தையர்தான் கச்சாய் வந்திருப்பரா? குழந்தைகூட இல்லாத அரசி அந்த இழப்பில் வெகுவாகத்தான் வெம்பிப் போவாள். அவளது துக்கத்தை அவளது தனிமையே அதிகரித்துவிடுமே! ஏன், இப்படிச் செய்தாலென்ன? அரசியையும் ஜேர்மனி அழைத்தால் என்ன? அங்கே வந்தால் புதிய இடத்தில் புதிய சூழ்நிலையில் அவள் கவலை மறப்பது, ஒன்று. இரண்டு, அவளது எதிர்காலத்தை அவளே வகுத்துக் கொள்ளவும் அந்தக் கலாசார பொருளியல் சூழல் உதவியாக அமையும்.

எண்ணத்தை விரிவாக எழுதி உருத்திரனுக்கு அனுப்பி உடனடியாக அரசியிடம் சேர்த்து, பதிலை வாங்கி அனுப்பவும் கேட்டான்.

அரசியின் சோகத்தில் ராஜியே உடைந்திருப்பாளென்று அவன் எண்ணினான். போன் எடுக்க அச்சமாக இருந்தது. ஏனோ ஒரு அச்சம். வேலாயுதத்தின் மரணத்துக்காக அவன் ராஜிக்கு ஏன் பயப்படவேண்டும்? அவன் ஏதேனும் விதத்தில் பாத்திரவாளியா? அவன் போனெடுத்தான்.

ராஜியின் குரல் மறுமுனையில் உணர்ச்சியற்றதாய்: "ஹலோ ..!"

"ராஜி ..!"

"ஓமோம், சொல்லுங்கோ."

"கடிதம் கிடைச்சுதா?"

"கிடைச்சது."

"கார்ட் இருந்துதா?"

"ம்!"

"வருஷத்துக்கு முந்தியே வரஏலாமல்ப் போச்சு. காரணம் அதில எழுதியிருக்கிறன்."

"பாத்தன்."

"அடுத்த மாசம் முதல்க் கிழமை கண்டிப்பாய் வருவன்"

"..."

"ஆயத்தமாய் இருக்கவேணும்."

"..."

"ராஜி..!"

மேற்கொண்டும் பேச்சற்றுப்போன ஒரு நிமிடக் கழிவில் அவளிடமிருந்து அழுகை வெடித்தது. "என்ன சுதன்? என்ன சொல்லப்போறியள்? கொஞ்ச நாள்த்தான் இருக்கு. பொறுத்திரு. வந்து ஜேர்மனிக்கு கூட்டிவந்திடுவன் எண்டதையா? இல்லாட்டி அரசி எப்படி இருக்கிறா எண்டு அறிய விரும்புறியளா? அரசி இன்னும் உயிரோடதான் இருக்கிறா எண்டு நினைக்கிறன். வேலாயுதமண்ணையின்ர சமாச்சாரத்தை நான்தான் உங்களுக்கு தந்திமூலம் அறிவிச்சன். பேர் அதில இருந்திருக்குமே! கொடுமை ஒவ்வொருத்தரின்ர மடியிலயும் விழுந்துகொண்டிருக்கு. சாவு... சித்திரவதை.. பூசா முகாம்.. நாலாம் மாடி.... எவர் தப்பியிருக்கினம்? இந்தச் சாவுக்கெல்லாம் ஆர் நியாயம் கேக்கிறது? இஞ்ச விழுகிற ஒவ்வொரு மரணத்துக்கும் நியாயம் கேக்கவேணுமெண்டு உங்களுக்கு விளங்கேல்லையா? உங்களைப் போராடச் சொல்லி நான் கேக்கேல்லை. உங்கட எதிர்ப்புக் குரலைக் கூட மறைச்சிட்டியளே! எல்லாம் மறந்து நீங்கள் பணக்காரனாக ஆக ஆசைப்பட்டுட்டியள். இப்ப இஞ்ச இருக்கிற என்னையும் வா... வா... எண்டு ஆக்கினை பிடிக்கிறியள். ஊரில இருந்திருந்தால் இப்ப என்ர அரசிக்கு ஆறுதலாய் நான் இருந்திருப்பனே! ஏன் என்னை இந்தியாவுக்குக் கூப்பிட்டியள்?"

அவள் தொடர்ந்து அழுதாள்.

ரெலிபோன் யூனிற் ஓடிக்கொண்டிருப்பது கவனமின்றி அவனும் சில நிமிடங்கள் பேசாமலிருந்தான். பிறகு "ராஜி" என்று தொடங்குகிற நேரத்தில், அவளின் அழுகை வெடித்தது. தொடர்ந்து மாலாவின் குரல் எழுந்தது.

32

அவனளவில் இந்தியா போவது நிச்சயமாகிவிட்டது. ஆனாலும் போனால் என்ன நடக்குமென்பது மட்டும் நிச்சயமாகத் தெரியவில்லை. போகாமல் விட முடியாதிருந்தது. மனத்தை உயிரை உடலை ஆகர்ஷணம் செய்துகொண்டிருந்தது இந்தியாவிலிருந்த காந்தம். சிற்பத்துக்கு உயிர் பெய்துவிட்ட அங்க லாவண்யத்தில் மனது படிந்து கிறங்கித் தவித்தது.

இத்தனையையும் தவிர்த்திருக்க முடியும். 'வா அல்லது நீ உன் வழியைப் பார்த்துக்கொள், நான் என் வழியைப் பார்த்துக் கொள்கிறேன்' என்று கெடு வைத்திருந்தால் பிரச்னை தீர்ந்துவிடுகிறது. ஆனால் அப்படி கட்டாயப்படுத்திவிட ஏன் முடியாமற் போனது? ஒருவேளை ஆணாதிக்கக் கூறுகள் கழித்து சரிநிகரான ஒரு தளத்தில் ஆணும் பெண்ணும் நிறுத்தப்பட்ட உன்னத இல்வாழ்க்கை அவன் லட்சியமோ? இல்லை, இவற்றில் எதுவுமில்லை. அவன் பலஹீனப்பட்டுப் போனான். தவறுகள் தவறுகளாய்ச் செய்து மனோதிடம் அற்றுப்போய்விட்டது. அவள் பலமடைந்து விட்டாள். அவன் தவறுகளை இனங்காணத் தெரிந்த கணத்தில் அந்தப் பலம் அவளுக்கு வந்தது. அந்தப் பலத்திலும், இயல்பிலிருந்த ஒரு கிறுக்குத்தனத்திலும் 'நான் வரமாட்டேன்... திரும்பி ஊர் போகிறேன்... எனக்கு அம்மா முக்கியம்... என் தேசம்

முக்கிய'மென்று அனைத்தையும், அவனையும்கூட, உதறி எறிந்துவிட்டு அவள் போகக்கூடியவள் என்பதே முதன்மைக் காரணமாயிருந்தது.

பகலில் பெரும்பாகமும் தனியவே இருக்க நேர்ந்தது. மன இம்சையைத் தடுக்க கீழே இறங்கி அலைந்து வரலாமென ஒரு நாள் புறப்பட்டான்.

வீதியோரமாய் ஒரு பேப்பிள் மரம். இலைகளையெல்லாம் கொட்டிவிட்டு மொட்டையாய், அசலனமாய் நின்றுகொண்டிருக்கிறது. இலைகள், தாய்மரம் எதிலுமே உயிர் இருப்பதான அடையாளம் இல்லை. வசந்தம்வெறுத்த ஏகாங்கித்தனமா? அல்லது உயிரிழக்க வெறி பிறந்திருக்கிறதோ, அதற்கு?

ஏறக்குறைய அந்தப் பேப்பிள் மரம் போலவே ஆகியிருந்தான்.

ஆங்கிலக் கால்வாயில் வடகடல் பக்கத்தில் சூறாவளியின் சன்னதத்தை காலையில் செய்தி தெரிவித்திருந்தது. அதன் பாதிப்பு மேற்கு ஜேர்மனிவரை இருந்தது. வானம் மப்பும் மந்தாரமுமாய் இருந்தது. பனிக்காற்று உறைத்து வீசிற்று.

போனில் மாலாவோடு கொஞ்சம் பேசியது ஆறுதலாயிருந்தது. பின் ஷீலா பேசியிருந்தாள்.

ஷீலாவின் நினைவு வந்தது. குறிப்பாக அந்தக் கண்கள். வலித்திழுத்து அமிழ்த்தும் இரண்டு சுழல்கள் அவை. பின் ரத்த ஓட்டத்தைச் சுண்டிக் கொண்டு அந்த உயரத்திலிருந்த மதாளிப்பு.

ஷீலா ராஜியாக முடியாது. என்றாலும் அவள் அழகாக வளர்ந்திருந்ததாக அப்போது நினைத்தான்.

ராஜி கட்டை. மாலாவும்தான். ஷீலா... ஆஜானுபாகு. ஏறக்குறைய அவன் கன்ன மட்டம் வளர்ந்திருந்தாள். திமிர்வுகளும் ராஜிக்குக் குறைந்திருக்கவில்லை.

ஏன் அவளை அப்போது நினைத்தான் என்று சொல்ல முடியவில்லை. மாலாவை நினைத்ததன் தொடர்ந்தேர்ச்சியாக அவளை நினைத்திருக்கக்கூடுமோ? அப்படியாயினும் அவளை மட்டும்தான் நினைத்திருக்கவேண்டும். அவள் அங்க நினைப்புகள் ஏன்?

வந்த இடத்திலே தயாளனையும் பார்த்துப் போகலாமென எண்ணி அவனிடம் சென்றபோது, ஒருபகுதி நிறைய அகதிகள் சஞ்சாரம் இருந்தது. குறுக்கும் நெடுக்குமாய் அலைந்து கொண்டிருந்தனர். நல்லவேளையாக தயாளன் அறையிலேயே இருந்தான். தயாளனின் விசனத்தைக் காண சுதனுக்கு விந்தையாக இருந்தது. எப்போதும் கலகலப்பாகவும், தண்ணி போட்டு முசுப்பாத்தியாகவும் இருக்கிறவன் அவன். அவனது அடக்கம் சுதனை ஆச்சரியப்படுத்தியதில் ஆச்சரியமில்லை.

காரணம் கேட்டான்.

பதிலாக கடிதமொன்றை எடுத்து நீட்டினான். வாசிக்கலாமா என்று தயக்கமாக இருந்தது முதலில். மேலோட்டமாய் பார்வையை விசிறவே முயன்றான். ஆனால் ஒரு இடத்தில் பார்வை ஆழம்பெற்று, முழுவதும்

வாசிக்கிற நிலைமை ஏற்பட்டுவிட்டது. ஏனெனில் அங்கே எழுத்தல்ல, ஒரு இதயம் இருந்தது. வரிவடிவங்களில் மொழி பதிந்திருப்பினும் அதில் உறைந் திருந்தது நெஞ்சின் ஆழம் என்று அறிந்தபோது அவன் மெய் சிலிர்த்தான். தயாளனின் விசனத்தை சுதனால் புரியமுடிந்தது.

அவன் கடிதத்தை மேசையில் வைத்தான்.

"என்ன செய்யப்போறாய், தயாளா?"

"அதுதான் யோசிச்சுக்கொண்டிருக்கிறன். சுவிஸ் போகலாமெண்டு ஆரம்பத்தில ஒரு யோசனையிருந்தது. இஞ்ச இருந்து என்ன செய்யிறது? தாற காசை வேண்டி உருளைக் கிழங்கையும் பருப்பையும் காய்ச்சித் திண்டுட்டு, ஊர் சுத்தினா எல்லாம் முடிஞ்சிடுமா? நல்ல இடமாய்ப் பார்த்துப் போனாத் தானே பின்னால இருக்கிற சகோதரங்களில ஒண்டையாவது கூப்பிட்டு விட்டுட்டு, எங்களுக்கெண்டு எதையாவது செய்யலாம். நானும் தனியாளில்லையே! ஆனா போர்டர் செக்யூரிட்டியை சரியாய் இறுக்கியிட்டாங்களாம் இப்ப. போன மாசம் ட்றை பண்ணின மனோகரன் பிடிபட்டிட்டான். சுவிஸ் பொலிஸ் அவனை திருப்பி அனுப்பப் போகுது."

"எங்க..?"

"வேற எங்க? சிலோனுக்குத்தான். நானும் புவனாவுமாய் சின்னச் சின்ன வேலையளாய்ச் செய்து கொஞ்சப் பணம் சேர்த்தம் சுவிஸ் போற எண்ணத்தில. மனோகரன்ர நிலமை தெரிஞ்ச பிறகு அந்த ஆசை இனி வராது. இப்ப கனடா போற எண்ணத்தில கிரியிட்டத்தான் பணத்தைக் குடுத்து ஏற்பாடுபண்ணச் சொல்லியிருக்கிறன். அதுக்குள்ள அப்பருக்கு இப்பிடி வந்திட்டுது. நானென்ன செய்யட்டும்?"

நெடுநேரம் பேசாமலிருந்தான் தயாளன். புவனா ரீ கொண்டு வந்தாள். குடித்து முடிந்துதான் இருவரும் மறுபடி பேசினர்.

"கனடா போறதுக்கு குடுத்திருக்கிற காசை வாங்கித்தான் இப்ப அப்பரின்ர தேவைக்கு அனுப்ப வேண்டியிருக்கு. புவனாவுக்கு அது விருப்பமில்லை. அதுதான் ... என்ன செய்யிறதெண்டு தெரியாமல் முழுசுறன்."

சுதன் கேட்டுக் கொண்டிருந்தான் யோசனையோடு. பிறகு, "இதைப்பற்றி எந்த முடிவும் நீ இப்ப எடுக்கவேண்டாம். ரண்டு நாளில என்ன செய்யிறதெண்டு நான் சொல்லுறன். என்ர விஷயம் என்னமாதிரி இருக்கு?" என்றான்.

"ரிக்கற் போட்டால் சரி. புத்தக வேலையெல்லாம் முடிச்சிட்டான்."

சுதன் அறைக்குத் திரும்பினான்.

'நெஞ்சைத் தேய்ச்சுத் தேய்ச்சு உன்னை வளர்த்த மனிசன், இப்ப நடக்க ஏலாமல் கிடக்கு. அந்த ஆளை எழும்பி நடக்கவைக்கிற பொறுப்பு உனக்கு இருக்கு மோனை. அதுக்குப் பிறகு நீயென்ன காசு அனுப்புறது, அந்தாள் உழைச்சு எங்களைப் பாக்கும்.'

தயாளனின் தாயார் எழுதியிருந்த கடித வரிகள் அப்போதும் மனத்துள் உறுமிக்கொண்டிருந்தன.

33

அன்று கடிதமொன்று வந்திருந்தது சுதனுக்கு. இந்தியக் கடிதமாகத் தெரியவே ஆவலோடு பிரித்துப் பார்த்தான். அரசி எழுதியிருந்தாள். உருத்திரனூடாக அனுப்பப்பட்ட கடிதமென எண்ணிக்கொண்டு படித்தான்.

அன்புள்ள தம்பி சுதனுக்கு,

உன்னுடைய கடிதம் கிடைத்தது. என் துக்கங்களையெல்லாம் நான் மறந்து ஒரு புதிய வாழ்க்கையைத் தொடங்கவேண்டும் என்பதற்காகவே நீ அக்கடிதத்தை எழுதியிருக்கிறாய் என்பது எனக்குத் தெரியும். ஆயினும் என்னுடைய இழப்பில் நான் அடைந்து கொண்டிருக்கிற பெருமையை உன் முடிவு இல்லாமற் செய்துவிடும் என்பதை நீ உணரவில்லையென்பதுதான் எனக்கு ஏற்பட்ட முதல் வருத்தம்.

நீ இந்தியாவிலிருப்பதாகத்தான் நான் எண்ணிக் கொண்டிருந்தேன். கடிதத்தையும் அங்கிருந்துதான் எதிர்பார்த்தேன். நீயோ ஜேர்மனியிலிருந்து எழுதியிருக்கிறாய். நீ ஜேர்மனியிலிருக்கிற விஷயம் உன் கடிதத்தின் மூலம்தான் தெரியவந்தது எனக்கு. ராஜிகூட எழுதவில்லை. ஊரிலே மாமி, அய்யா அம்மாவுக்கும் இது தெரியாது. நீ எழுதவேண்டாமென ராஜியைத் தடுத்திருப்பாய். யுத்தத்துக்கு ஓடும்போதும் சொல்லாமல் ஓடுவது. யுத்தத்திலிருந்தும் அப்படியே ஓடுவது. உனக்கு இது எப்படிப் படுகிறது? நல்லவிதமாகவா?

என்ன நடந்தது உனக்கு? ஏன் ஜேர்மனியில் இருக்கிறாய்? எதுவும் எனக்குத் தெரியாது. ஆனால் உன்போன்றவர்களின் நிலைமையை என்னால் அனுமானிக்க முடிகிறது, தம்பி.

வெறுமனே அறிவார்த்தமாய் இலங்கைத் தமிழினத்தின் பிரச்சினையை அணுகிய பலருக்கு நேர்ந்த கதிதான் உனக்கும் நேர்ந்திருக்கிறது. இதனுடைய அர்த்தம் எங்கள் பிரச்சினையை அறிவுபூர்வமாக அணுகக்கூடாது என்பதல்ல. அவரவரும் தங்கள்தங்கள் அறிவின் ஆழ அகலத்துக்கேற்ப இப்பிரச்சினைகளுக்கு உருவங்கொடுத்து, மூல உருவத்தைச் சிதைத்துவிடுவதைத்தான் சொல்லுகிறேன்.

ஒருபோது ஐயாவை நீ இந்தத் தளத்தில் வைத்துத்தான் கோபித்துத் திரிந்தாய். ஞாபகமிருக்கிறதா? ஐயா இந்தப் பிரச்சினையை மனிதாபிமானத்தோடு கலந்து, ஜனநாயக நடைமுறைகளோடு இணைத்து, சத்தியக் கொடியேந்தி நின்று அணுகியவர். அதனால்தான் அவருக்குத் தெரிந்த போராட்டம் சத்தியாக்கிரமாகவும், அவருக்குத் தெரிந்த ஒரே தலைவர் தந்தை செல்வநாயகமும் என்று ஆகியிருந்தது. பின் வந்த தலைவர்களை அவர் கட்சி நன்மை கருதியே அங்கீகரித்தாலும் இதயத்திலிருந்த தலைவர் அவர்தான். செல்வநாயகம் தவிர வேறொரு

அரசியல் தலைவரின் படம் எங்கள் வீட்டிலே தொங்கவிடப்பட்டிருந்த சரித்திரம் இருக்கிறதா?

கடைசியில் அவர் தனித்துப் போனார். கட்சியில்லை. கட்சித் தலைமையில்லை... எல்லாமே புலம் பெயர்ந்து விட்டன. கூட்டணி அப்பப்போ முளைத்தது பேச்சு வார்த்தையென்கிற வசதியான தளம் கருதி. அதனால் பின்னாளில் அவர் மிக்க வேதனைப்பட்டார். அவருக்குத் தோல்வியென்பது உன்னதமான ஒரு கொள்கையின் தோல்விதான். கொள்கை தோற்றது அவர் தோற்றதேயாகும். அதனால் தன் மண்ணோடுள்ள அத்யந்தமான உறவைப் புதுப்பித்துக்கொண்டு தோட்ட வேலை செய்து ஜீவியம் நடத்துகிறார்.

தோட்டவேலை செய்வதற்காக அல்ல, எனக்கு நிச்சயமாகத் தெரியும், கடைசியில் நடந்த நிகழ்வுகளுக்காகவே அவர் வருத்தப்பட்டிருப்பாரென்று.

என்னுடைய சகோதரனும் விரும்பாத நிகழ்வுகளின் ஒரு விளைவாக ஆகிவிட்டான் என்பதை நினைக்க எனக்கு வேதனையாக இருக்கிறது. இதைவிட, சுந்தரலிங்கம் – கேள்விப்பட்டிருக்கிறாயா, தன் மனத்தாலும் உடலாலுமே தன் மக்களுக்குச் சேவை செய்த ஒரு அரசியல்வாதியை – தனக்கென்று சொந்தமாக ஒரு சைக்கிள் கூட இன்றி கால்நடையில் முப்பது வருஷங்கள் அலைந்து திரிந்த சேவையாளரை – அவருக்கு மகனாய்ப் பிறந்த நீ இப்படி ஆகிவிட்டாயே என்பதை நினைக்கிறபோது எனக்கு அந்த வேதனை இரட்டிப்பு.

என்னை ஜேர்மனிக்கு வரும்படி எழுதியிருக்கிறாய். அங்கே வந்தால் என் கவலைகளை மறந்து எனக்கு இனி விதிக்கப்பட்ட வாழ்க்கையை நான் செவ்வனே வாழமுடியுமென்று ஆலோசனை சொல்லியிருக்கிறாய். நன்றி.

என் கணவர் போராளியாகச் சாகவில்லை. செத்ததுதான் செத்தார், போராளியாகச் செத்திருக்கக்கூடாதா என்று இப்ப நினைக்கத் தோன்றுகிறது. ஏன் தெரியுமா? என் ராசாவின் வீர அஞ்சலிச் சுவரொட்டி தமிழ் மண்ணெங்கும் ஒட்டப்பட்டிருக்குமே! செய்த தியாகத்தின், காட்டிய தீரத்தின் அளவுக்கு ஒரு வீதியின் பெயராக, ஒரு சாலையின் பெயராக அவர் நிலைத்திருப்பாரே! போகட்டும். ஆனாலும் அவர் வீரத்தோடுதான் செத்திருக்கிறார் என்று இப்போது எனக்குச் சொல்கிறார்கள், அவர் சுடப்பட்டதைக் கண்டவர்கள் கூறியது கேட்ட நண்பர்கள். ஒரு வயது வந்த பெண்பிள்ளையை அவள் மேற்சட்டை கிழிந்துபோகும் வண்ணம் அவமரியாதை செய்த ஒரு ராணுவத்தானை முட்டிமோத எந்தச் சாதாரண மனிதனுக்குத் தைரியம் வரும்?

அவர் வாழ்ந்த மண்ணில் வாழ்ந்து மறைவதே என் ஆன்ம கடையேற்றத்துக்கு வழியென்று நான் சொல்லிவிடமாட்டேன். இது அவர் மண்போல என் மண்ணுமாகும். இந்த மண்ணின் மகளொருத்திக்கு நடக்கும் அக்கிரமங்களின் ஒரு சாட்சியாய் அவர் இறந்திருக்கிறார். அந்தச் சாட்சியங்களை இங்கே கட்டிக்காத்துக் கொண்டு என்னைப்

போன்றவர்கள் வாழத்தான் வேண்டும். இது எங்களின் விதி அல்ல, ஒரு கடமை – ஒரு பங்கு. நீ, இன்னும் உன்னைப்போன்ற நிலைமையை நன்கு தேர்ந்துகொள்ளாத சிலர் மாறுபடுவதால் இந்தத் தேசத்தின் சரித்திரத்தை மாற்றும் பணி தேய்ந்து விடாது.

ஜனவாரிப்பட்ட ஒரு போராட்டம் எங்கேயாவது தோற்றதாகச் சரித்திரமுண்டா? எனக்கு பாரதி சொன்ன வாசகம் ஞாபகம்: ஜெயமுண்டு, பயமில்லை. முடிக்கிறேன்.

உன் அக்கா.

34

அவர்கள் கடற்கரை சென்று வெகுநேரம் ஆகவில்லை. இருட்டு தொடங்கிவிட்டது. பஸ் எடுத்துப் போவதில் சுமார் இரண்டு மணி நேரத்தை வீணடித்தது ராஜநாயகத்துக்குப் பிடிக்கவில்லை. ஒரு மணி நேரமாவது இருந்துவிட்டுத்தான் போக வேண்டுமென்று மணலில் அமர்ந்துவிட்டார்.

சற்றுத்தள்ளி அவரது மகள். பித்துப் பிடித்ததுபோல் கடலையே பார்த்திருந்தாள்.

நிலா கடலில் கிறுக்கிற்று. அதை அலை வந்து கரையில் எழுதிற்று வரிவரியாய்.

பக்கத்தே அமர்ந்து லக்சோவின் தாயாரோடு பேச முயன்று கொண்டிருந்தாள் ராஜி. லக்சோவைப்பற்றிக் கேட்டாள். லக்சோவும் கூடவிருந்தால் நன்றாகவிருக்குமே என்று சொன்னாள். இருந்தும் அதுவரை ஒரு பதிலில்லாமல் புதிரடைந்தாள்.

ராஜியின் மனநிலை அறிந்து பக்கத்தே வரும்படி அழைத்தார் ராஜநாயகம்.

ராஜி வந்து அமர்ந்தாள்.

"ஒண்டையும் கேட்டு அவவைத் தொந்தரவு செய்யாதயும், பிள்ளை!" என்று தொடங்கினார். "அவவுக்கு மனநிலை கொஞ்சம் சரியில்லை. எங்கட வீட்டில எவ்வளவோ கொடுமையள் நடந்திட்டுது. பாத்துப் பாத்து மனமே பேதலிச்சுப் போச்சு அவவுக்கு. நான் நினைக்கிறன், எங்கட வீட்டில நடக்கிற கடைசிக் கொடுமை இதுவாய்த்தான் இருக்குமெண்டு."

மகளின் மனநிலைப் பேதலிப்பைச் சொல்ல அல்ல, தன் மனத்தில் கிடந்து அழுத்திக் கொண்டிருக்கும் சுமைகளை இறக்கி தன் மனநிலைத் தெறிப்பைத் தடுக்கிறதே தாத்தாவின் நோக்கம்போலத் தெரிந்தது.

கடலை வெறித்து நோக்கினார்.

மேலே பார்த்தார்.

எங்கே சுற்றிக் கொண்டிருக்கிறது அவரது மனம்?

எந்தப் புள்ளியில் நிலைகொண்டிருக்கிறது அவரது உள்தரிசனம்?

அவர் ஓய்வுபெற்ற நீதவான். கடைசிக் காலத்தில் சாவகச்சேரியில் உள்ள தன் தந்தை கட்டிய பழைய மாளிகைக் கணக்கான வீட்டில் தங்கியிருந்தார். அதற்குமுன் இலங்கையின் பல்வேறு இடங்களில் வேலை பார்த்திருக்கிறார். கொழும்பில், மட்டக்கிளப்பில், திரிகோண மலையில்... இன்னும் காலியில்கூட.

எத்தனை நிகழ்வுகளைத் தன் வாழ்வில் சந்தித்திருப்பார்!

"முந்தி நீர் வீட்டுக்கு வந்து பழகினபோதெல்லாம் இதைப்பற்றிக் கொஞ்சம் கொஞ்சமாயாவது உம்மட்டச் சொல்லியிடலாமெண்டுதான் நினைச்சன். ஆனா மனம் வரேல்லை. அது... சாதாரணமாய்ச் சொல்லக் கூடியதுமில்லைத்தான்."

அப்போதெல்லாம் அவர் அவளைப்பற்றி, இன்னும் அவளுக்குத் தெரிந்தவர்களைப் பற்றித்தான், துருவித் துருவிக் கேட்டார். அவ்வளவுதானா என்று சலிப்பதுபோல் அவரது ஆர்வம் குன்றுவதை சிலவேளைகளில் கவனித்திருந்தது அப்போது ஞாபகமாயிற்று அவளுக்கு. மற்றவர்களில், குறிப்பாக கொழும்பு, திரிகோணமலைப் பகுதிகளிலிருந்து வந்தவர்களில், விழுந்திருந்த துன்பங்கள், சோகங்களைப்பற்றி அறிவதில் அவருக்கிருந்த அவாவில் அவளுக்கே ஒருமாதிரியாக இருந்தது. அவர் தொழில் காரணமாய்ப் பழக்கமாகிப் போன மேலும் மேலும் குடைந்து உண்மைவரை செல்ல முயலும் விசாரிப்பு அது என்று எண்ணி பின் அவளும் அமைதியடைந்திருந்தாள். அவரின் பீடிகை அவளது எண்ணத்தை அடித்தளத்தில் அசைத்தது மெல்ல.

"எண்பத்திமூண்டாமாண்டு கலவரம் நடந்த நேரத்தில நாங்கள் – நான், பூமணி, லக்சோ, சிவந்தன் – எல்லாரும் வெள்ளவத்தையிலதான் இருந்தம். ஒருகோடி செல்வம்... நகை, பட்டுச்சீலை, பணம், ரீவி, டெக், ரேப்... எல்லாத்தையும் சிங்களக் காடையள் கொள்ளையடிச்சாங்கள். அந்தளவோட விட்டிருந்தால்கூட கவலையில்லை. பூமணியையும்... தேவியையும்... அழிச்சே போட்டாங்கள். இதையெல்லாம் சொல்ல மாட்டன் வேற ஆருக்குமெண்டால். நீர் மனசுக்குள்ளயே வைச்சிருக்க வேணும். சரியே? இப்ப எல்லாம் சகஜமாய்ப் போச்சு. பத்தோட... இது பதினொண்டு. 'அகதிகளின் கண்ணீர்க் கதை' யெண்ட தலைப்பில தொடர்கூட வந்துகொண்டிருக்கு வாரப் பத்திரிகையொண்டில. கலவர காலத்தில இதைவிட மோசமான சம்பவங்கள் நடந்ததுக்கு அது சாட்சியம் எண்டாலும்... மானமும் இதில சம்பந்தப்பட்டிருக்கெல்லே! வெக்கம் ரோஷத்தைவிட்டு இதையெல்லாம் வெளிவெளியாய்ச் சொல்லியிட ஏலாதுதான். விளங்குதா?"

"விளங்குது, சேர். என் மூலமாய் எதுவும் வெளியில வராது."

அவர் தலையசைத்தார்.

மெல்ல அவளைப் பார்த்துச் சிரித்துவிட்டு மறுபடி இறுகிக்கொண்டு சொன்னார்: "சம்பவம் பொதுமைப்பட்டிருந்தாலும், அதுகின்ர

பின்விளைவுகள் . . . நினைக்கவே எனக்கு நெஞ்சு நடுங்குது, ராஜி. சம்பவம் நடந்த அண்டைக்கு சிவந்தன் வீட்டில இல்லை. பாணந் துறையில ஒரு சிநேகிதன்ர வீட்டில நிண்டிருக்கிறான். தேப்பனும் வெளியில போயிருந்தவர். கலவரம் முடிஞ்சு அடுத்த நாள் சிவந்தன் திரும்பிவந்திட்டான். ஆனா தேப்பன் ..? பக்கத்து வீட்டு சிங்கள மனிசனைக் கூட்டிக்கொண்டு நானும் பூமணியும் திரியாத இடமில்லை. அகதிமுகாமா ... தெரிஞ்ச சிநேகிதரின்ர வீடா ... சொந்தக்காறர் வீடா ... ஒரு இடம் பாக்கியில்லை. பொலிஸ் ஸ்ரேஷனில கம்ப்ளெயின்ற் குடுத்தம். அவ்வளவுதான். ஆனா எனக்கு நிச்சயமாய்த் தெரியும். நாங்கள் போகும்போது றோட்டு முழுக்கக் கிடந்த பாதி எரிஞ்ச குறைப் பிரேதங்களில ஒண்டுதான் என்ர மருமோன்ர எண்டு.”

ஆசுவாசத்துக்குப்போல நிறுத்தினார்.

வேர்க் கடலை கூப்பிட்டு வாங்கினார். அவளுக்கும் கொடுத்து பூமணிக்கும் கொஞ்சம் கொடுக்கும்படி சொன்னார். பூமணி வேண்டாமென்றுவிட, ராஜியை வரச்சொல்லி பழையபடி எதிரே உட்காரச் சொன்னார்.

“சிவந்தனுக்கு வீட்டில நடந்தது எல்லாம் தெரிஞ்சிட்டுது. நாங்களும் மறைக்க பெரிசாய் முயற்சி பண்ணேல்லை. ஏன் மறைக்கவேணும்? அதுக்குப் பிறகு சிவந்தனும் முந்தினமாதிரி இருக்கேல்லை. என்னாலயும் தடுக்க ஏலாமல்ப் போச்சு. எண்பத்து நாலு ஆடியில திரும்ப ஒரு பொலிஸ் ஆமி கெடுபிடி வந்தது. கொழும்பை போராளிகள் தாக்கப்போறதாய் வந்த வதந்தியால வீடு, றோடு, சந்தியெல்லாம் தேடுதல் வேட்டை ஆடினாங்கள். ஒருநாள் ... சிவந்தனைப் பிடிச்சிட்டதாய் அவன்ர சிநேகிதன் போன் பண்ணினான். நேர நாலாம் மாடிக்கே கொண்டுபோயிட்டாங்களாம். எனக்கு எவ்வளவு பேரைத் தெரிஞ்சிருந்தது. எவ்வளவு பணத்தைச் சிலவழிச்சன் . . . இருந்தும் சிவந்தனை வெளியில எடுக்க ரண்டு கிழமையாச்சு.”

அவர் கண்கள் கலங்கியிருக்கக்கூடும்.

இருந்தாலும் கடல் திசையையே பார்த்திருந்த நிலையில் அவளால் அவர் முகத்தைப் பார்ப்பது இயலவில்லை. பார்த்திருந்தாலும் காணக்கூடிய வெளிச்சம் இருக்கவில்லை.

“சிவந்தனை ஆண்மையோட அவங்கள் வெளியில விடேல்லை. செய்யாத வைத்தியமில்லை. இதுக்கு சீன வைத்தியம் நல்லதெண்டு கேள்விப்பட்டு சிங்கப்பூருக்குக் கூட்டிக்கொண்டு போக ஏற்பாடு பண்ணினன். பாழாய்ப் போன பாஸ்போர்ட் ரண்டு மாசமாகியும் கிடைக்கேல்லை. எந்த நேரமும் தன்ர அறையுக்குள்ளயே அடஞ்சு கிடந்தான் சிவந்தன். அவன்ர ஜன்னல் கதவைத் திறந்தால் நேர கடல் தெரியும். சதா கடலைப் பாத்துக் கொண்டிருக்கிறதுதான் அவன்ர வேலை. கடலுக்கும் வீட்டுக்குமிடையில ரயில் றோட்டு. ஒருநாள் சிவந்தனை வீட்டில காணேல்லை. காலங்காத்தால ரயில் றோட்டுப் பக்கமாய் சிங்களச் சனங்கள் கூடி நிக்கிறதப் பாத்திட்டு ஐயோ எண்டு குழறிக்

கொண்டு ஓடினன். அங்க என்ர சிவந்தன்..! அப்பதான் தெரிஞ்சுது, அவன் கடலைப் பாத்துக்கொண்டிருக்கேல்லை, ஓடுற ரயிலுகளைப் பாத்து மனத்தைக் கல்லாக்கிக் கொண்டிருந்தானெண்டு. அவன் செத்து சரியாய்ப் பத்து நாளைக்குப் பிறகு பாஸ்போர்ட் கிடைச்சுது!"

அவர் ஒரு முறை குலுங்கினார்.

விம்மியது போலிருந்தது.

அவளுக்கே கண்கள் கலங்கியிருந்தனவே!

அந்த வீட்டின் ஊமைத்தனத்தைப் புரியமுடிந்தது ராஜியினால். யாரும் அனாவசியமாக வெளியே போயிருந்ததில்லை என்பதும் இப்போது ஞாபகமாயிற்று. அவர்கள் எல்லோருக்குமே நிறைய வாசிப்புப் பழக்கம் இருந்தது. அந்த வாசிப்புப் பழக்கத்தில், மேற்கண்ட அவர்களின் நடைமுறைக் குணாதிசயங்கள் மூடுப்பட்டிருந்திருக்கின்றன. ராஜநாயகம் அவ்வப்போது ஆழ்ந்த யோசனையிலிருந்து எழுதுவார். எல்லாம் அவரது அனுபவங்களின் வெளிப்பாடு என்பதை ஊகித்திருந்தாள். அவள் கேட்டபோதும் அவர் வாசிக்கக் கொடுத்ததில்லை. அதெல்லாம் தன்னுடைய ஆத்மதிருப்திக்காம். தன் குமுறுமுள்ளத்தின் வடிகாலாக படைப்பை அவர் பாவித்தமையை அவளால் இப்போது உணர முடிந்தது. தொடர்ந்து அவர் சொல்ல, செவிமடுத்தாள்.

“அதுக்குமேல கொழும்பில இருக்கப் பிடிக்கேல்லை. பூமணியும் யோசிச்சுக் கொண்டிருக்கிறதும் தன்பாட்டில பேசுறதுமாய் இருக்க, டொக்டரும் அட்வைஸ் பண்ணினார், இடம் மாத்தினால் நல்லதெண்டு. எல்லாத்தையும் வித்துச் சுட்டுக்கொண்டு பிள்ளையளோட சாவச்சேரிக்குப் போனன். சாவச்சேரிக்குப் போயிருக்கிறீரே, ராஜி? நல்ல இடம். போஸ்ற் ஒஃபீஸ், ரயில்வே ஸ்ரேஷன், சந்தை, பஸ் ஸ்ராண்ட் எல்லாம் பக்கம் பக்கமாய். முந்தி அதை குழைக்காடு எண்டு சொல்லுவினம். எங்க பாத்தாலும் மேல பச்சை; கீழ நிழல். தண்ணியும் அமிர்தம் மாதிரி. இந்தளவிருந்தும் பொருந்தாத அம்சமாய் பொலிஸ் ஸ்ரேஷனும் பக்கத்தில இருந்திட்டுது. சாவச்சேரி பொலிஸ் ஸ்ரேஷன் அடி நடந்து ஒரு கிழமைக்குள்ள இந்தியாவுக்குத் தோணி ஏறியிட்டன். பூமணிக்கு இளைய என்ர ரண்டு பெடியளும் லண்டன்ல. ஏதோ ஒருத்தன் மாறி ஒருத்தனாய் மாசாமாசம் கொஞ்சம் கொஞ்சம் பணம் அனுப்புறாங்கள். திண்டுகொண்டிருக்கிறன். இப்ப என்ர அக்கறையெல்லாம் பூமணி கெதியாய்க் குணமாகவேணுமெண்டதுதான். கெதியாய்க் குணமாகிற அறிகுறியள் புலப்படுகுதெண்டு நேற்று டொக்டரும் சொன்னார். புட்டபர்த்திக்கு தரிசனம் காண வாறதாய் நேர்த்தி. சாய்பாபா சங்கத்துக்கு வியாழன் வியாழன் பஜனைக்கும் போய்வரத் துவங்கியிருக்கிறன். பாப்பம், சாய்பகவான் என்ன செய்யிறாரெண்டு!”

அவர் அவளுக்குச் சொன்னதான பாவனைகூட இல்லை. தனக்கேதான் அதைச் சொல்லியிருக்கிறார்.

லக்சோ எங்கே? அவளுக்குள் எண்ணமோடியது. கேட்க வேண்டாம் எனப் பின்னர் முடிவுகட்டினாள். லக்சோவின் கதையைச்

சொல்வதற்குத்தான் இத்தனை பீடிகையாக அவர் தொடங்கியிருக்கிறார். அவராகவே சொல்வார்.

வான் வெளீரென்று இருந்தது.

தூரத்தில் ஒரு பெரும் நிலா.

பிரகாசம் கூடியவையாய் அண்மையில் போல் சில நட்சத்திரங்கள்.

இலையான்கள்போல், வேனிற்கால வெப்பம் கடற்காற்றின் குளிர்மைக்குள் அடங்கிவிட, கிணுகிணுத்துத் திரிந்தது மக்கள் திரள் சூழ.

முன்னிரவு கழிவதை உறுக்கமாய் நினைவுறுத்திக் கொண்டு வேகமாய் நகரும் வாகனங்கள் பின்னே கடற்கரைச்சாலையில். பெரும்பாலும் பஸ்களாய்.

“ஏறக்குறைய ரண்டரை வருஷம். இத்தனை காலத்தில பெரிய குமுறல் இல்லை, கொந்தளிப்பில்லை. அவரவரும் அவரவரின்ர சோகத்திலயும் இழப்பிலயும் மூழ்கியபடி இருந்தம்.”

ராஜி புலன்கள் குவித்தாள்.

“போன வருஷத்திலயிருந்து லக்சோவின்ர போக்கு ஒரு மாதிரியாத்தான் இருந்தது. வெளியில போய் நாலுபேரோட பழகி இயல்பான மனநிலைக்குத் திரும்பட்டுமெண்டு கண்டும் காணாமல் இருந்திட்டன். இப்ப... ரண்டு கிழமையாய்... லக்சோ வீட்டில இல்லை!”

“வீட்டில இல்லையெண்டால்..?”

“வெளிக்கிட்டுப் போயிட்டா.”

“சேர் ... தேடேல்லை?”

“தேடேல்லை. ஏனெண்டால், அவ போன இடம் தெரியும்.”

“எங்க?”

சுற்றி ஒருமுறை நோக்கிவிட்டு, “பெண் போராளியாய்ச் சேந்திட்டா” என்றார்.

“சேர்..!”

“ம்! அவவைத் திரும்பக் கொண்டுவர முயற்சிசெய்தால் முடிஞ் சிருக்கும். ஆனால் நான் பேசாமல் விட்டிட்டன். ஏன் திரும்பக் கொண்டுவரவேணும்?”

குனிந்தபடி மண்ணைக் கிளறிக் கொண்டிருந்தார் சிறிதுநேரம். பின் நிமிர்ந்து பார்த்து அந்த நேரத்துக்கு அந்தளவு இடைத்தூரம் அதிகமென்பதுபோல் ராஜியோடு போய் பூமணிக்குச் சமீபமாக இருந்தார்.

பூமணி அந்த நிலைத்த பார்வையிலிருந்து மீண்டுவிட்டிருந்தாலும் பேச்சைக் கவனிக்கிற நிலைமைக்குத் திரும்பவில்லை. அவர்கள் சமீபமாய் அமர்ந்ததும் இருவரையும் கலவரத்தோடு ஒருமுறை பார்த்துவிட்டு பின் தெளிந்து தன் தனிமை வலயத்துள் மூழ்கினாள்.

“சேர்!”

“என்ன?”

“ஏன் திரும்ப லக்சோவைக் கூட்டிவர வேணுமெண்டு சொன்னியளே ..?”

“ஓம்.”

“அப்பிடி எதுக்குச் சொன்னியள்?”

“தனக்கு இழைக்கப்பட்ட அவமானத்துக்கு, அக்கிரமத்துக்கு அவளாவது ஒரு நியாயம் தேடவேணுமோ இல்லையோ?”

அவள் மேலும் கேட்டாள்: “சண்டை துவங்கியிருக்கிறத நீங்களுமா விரும்புறியள், சேர்?”

ராஜநாயகம் லோசாகச் சிரித்தார்.

தன் சோக நினைவுக் குள்த்திலிருந்து அவர் மீண்டுவிட்டதை அது காட்டியது. “ம்! செல்வநாயகத்தை எனக்குத் தெரியும். நேரில கனகாலம் பழகியிருக்கிறன். அவருக்கு இம்சையில நம்பிக்கையில்லை. எனக்குக்கூட நம்பிக்கையில்லைத்தான். அவருடைய அரசியல் அறநெறிப்பட்டது. சத்தியாக்கிரகம் நடத்தினவர் அவர். நான் அப்ப... காங்கிரஸில ஜீ.ஜீ.யோட இருந்தன். அவர் சமஷ்டியாவது கேட்டார். அகில இலங்கைத் தமிழ்க் காங்கிரஸ் கட்சி ஒரே இலங்கை – சம அந்தஸ்து – அம்பதுக்கு அம்பது – கேட்டது. பிறகு நான் அரசியல்ல தீவிரம் காட்டேல்லையெண்டாலும், எனக்கு ஒரு அரசியல் இருக்கு. அந்த ராஜநாயகம் வேற ஆள். றிடயர்ட் நீதவான். அரசியல், அரசியல் வரலாறு, அரசியல் சட்டம் தெரிஞ்ச குடிமகன். இவன் வேற மனிசன். இவன் ஒரு அப்பா. இவன் ஒரு தாத்தா. பேரப் பிள்ளையளின்ர அழிவில அவலமாயிருக்கிற மனிசன். இவன்ர அரசியல், உணர்ச்சிகளின்ர அடிப்படையில அமைஞ்சது. அவனுக்கு அஹிம்சை, அறவழி பிடிக்கும். இவனுக்கு... பழிவாங்குதல் பிடிக்கும். நான் ரண்டு மனிசனாயிருக்கிறன். தப்புத்தான். ஆனா அது என்ர அல்ல.”

அவளுக்குக் கேட்க ஆசை. மனம் தடைபோட்டது. கடைசியில், கேட்டால் தப்பில்லையென்று, “போராட்டம் வெல்லுமா?” என்று கேட்டாள்.

“ஏன், வெல்லுறதுக்கென்ன?”

“பெடியள் பெட்டையளெல்லாம் நாட்டைவிட்டு இநதியாவுக்கும் ஈரோப்புக்கும் ஒஸ்ரேலியாவுக்கும் கனடாவுக்கும் ஓடிக்கொண்டிருக்கு.”

“அதுவும் நன்மைக்குத்தான்.”

“நன்மையா?”

“இஸ்ரேலெண்டு ஒரு நாடு அமைஞ்சதுக்கும், இத்தனை அரபு நாடுகளின்ர பகைமைக்கு மத்தியில நிண்டு நிலைக்கிறதுக்கும் காரணம்

இஸ்ரேலில இருக்கிற மக்களில்லை. உலகமெங்கும் பரந்து சீவிக்கிற யூதமக்கள்தான். புரியுதா, ராஜி?"

ராஜி மேலே பேசவில்லை.

35

விதியெனும் மகாதிரைகளில் எற்றுண்டு கரைசேர்ந்தவர்களின் சந்திப்பு எதிர்பாரா விதங்களில் ஆங்காங்கே நிகழ்ந்து கொண்டிருந்தது.

சைதாப்பேட்டை ஸ்ரேஷனில் நேசமலர் ரீச்சரைச் சந்தித்ததாகக் கூறி ஒருநாள் ராஜியிடம் முகவரி கொடுத்தாள் மாலா. அவளது அந்தரிப்பையும் சொன்னாள். நீண்டநேரம் சிந்தித்தும், பார்த்து ஆறுதலாய் இரண்டு வார்த்தைகள் பேசுவது அவசியமெனவே தெரிய, ராஜி ஒருநாள் வேளச்சேரி புறப்பட்டாள்.

கேற்றைத் திறக்க நேசமலரே சுவரோரமிருந்து எட்டிப் பார்த்தாள். "வாரும், ராஜி" என்று முகம் மலர்ந்து வரவேற்றாள். அந்த வாரத்தில் எதிர்பார்த்ததாகச் சொன்னாள். தானே வந்திருப்பாளென்றும், கூட வர யாருமில்லாதால் வரமுடியவில்லையெனவும் தெரிவித்தாள்.

நேசமலர் ரீச்சருக்கும் ராஜிக்கும் ஊரிலிருக்கும்போதுகூட பெரிதான தொடர்பு இருந்ததில்லை. அறிமுகம் இருந்தது. அதுவும் மாலா வீட்டுக்குப் போய்வருகிற இடத்தில் ஏற்பட்டதுதான். ஆனால் இங்கே அப்படியில்லை. அறிமுகம்மட்டும் போதும், பெருநட்பாய் எண்ணிப் பழகிட. அப்படி அது இருக்கும். இருக்க வேண்டும்.

ராஜி அமர்ந்தாள். "மாலா எல்லா விஷயமும் சொன்னா. முன்பின் தெரியாத ஆளிட்ட எப்பிடி இவ்வளவு தொகையைக் குடுத்து..."

"என்ன செய்யிறது? ரண்டு மூண்டு பேரை ஒழுங்காய் அனுப்பினவன். ஆளைப்பற்றியும் நல்லாய்த் தெரிஞ்ச பிறகுதான் காசையே குடுத்தனான்."

"எவ்வளவு?"

"நாப்பதாயிரம்."

"இந்தியக்காசா?"

நேசமலர் தலையசைத்தாள்.

"ஆரையாவது பொறுப்பு வைச்சுக்கொண்டு குடுத்திருக்கலாம்."

"அது நான் விட்ட பிழைதான். எண்டாலும் மல்லியிட்ட விபரம் சொல்லியிருக்கிறன். டில்லி, பம்பாய் எங்க நிண்டாலும் ஆளை இழுத்து வந்திடுவன், ஆனா ஆள் எங்க நிக்குதெண்டு தெரியவேணும், நானும் ஆக்களிட்டச் சொல்லி வைப்பன், நீங்களும் முயற்சி பண்ணுங்கோ, ஆள் நிக்கிற இடம் தெரிஞ்சால் உடன இந்த இடத்துக்குப் போன் பண்ணுங்கோ எண்டு சொல்லி மல்லி நம்பர் தந்திட்டுப் போயிருக்கு. நானுமோ ராசதுரையனிட்ட வட்டியும் முதலுமாய் அந்தக் காசைக் கறக்காமல் மட்ராஸைவிட்டுப் போகமாட்டன். போனால் நயினாதீவுச்

சிவக்கொழுந்துவுக்கு நான் பிள்ளையாய்ப் பிறக்கேல்லையெண்டு வைச்சுக் கொள்ளட்டும்” என்று கொதித்தாள் நேசமலர்.

அவரை இவரைப் பிடிச்சு காரியம் பார்க்கக்கூடியவள்தான் நேசமலர். ராஜிக்கு அது தெரியும். திருமங்கலத்திலேயே மல்லிபற்றிக் கேள்விப்பட்டிருந்தாள். தவித்து வந்து சேருகிற பெண்களுக்கு உதவுவதில் மகாவிண்ணன். ஏதோ ஒரு இயக்கத்திலிருந்து விலகி தறுதலையாய்த் திரிந்து கொண்டிருந்தான். போராட்டம் இல்லாவிட்டாலும் ஆயுதம் இருந்தது. ஒருவேளை ... ஏஜன்ற் ராஜதுரையைக் கண்டுபிடிக்க முடிந்தால் நேசமலருக்கு இழந்த பணம் திரும்பக் கூடும். அதில் நேசமலரின் திரும்ப முடியாத இழப்பு ... பெரிதாயிருக்கும்.

தானும் ஏஜன்ற் ராஜதுரைபற்றி விசாரிப்பதாய்ச் சொல்லி அவசரச் செலவுக்குத் தேவையாய் இருந்தாலும் ... என்று கூறி இரு நூறு ரூபாயை மடித்து அவள் கையிலே வைத்து புறப்பட ஆயத்தமானாள் ராஜி.

மிகத் தேவையாயிருந்த வேளையாய் இருக்கலாம். நேசமலர் கண்கலங்கி ... “தாங்க்ஸ், ராஜி!” என்றாள்.

‘ஓம், நான் சொல்லுறன்’ என்று மனத்துள் சொல்லிக்கொண்டு விடைபெற்று பஸ் எடுக்க நடக்கையில் கந்தசாமிப்பிள்ளைபற்றி பழைய புத்தகமொன்றில் படித்ததை மறுபடி ஞாபகத்தில் அவள் விரித்தாள். மிக்க வறுமையாயிருந்தபோது கவனிக்காத பேர்களெல்லாம் அவர் படித்து பெரிய அந்தஸ்துள்ள உத்தியோகம் பெற்று உயர்ந்த குடும்பமொன்றிலே கல்யாணம் ஆனபிறகு பெரிய மதிப்புச் செய்யத் தொடங்கிவிட்டார்களாம். வீட்டிலே தாய் உறவினர்பற்றியெல்லாம் அன்போடு விசாரிப்பார்களாம். அந்த இன்முகம், பணிவு, மரியாதையெல்லாம் தனக்கல்ல, தன் பணத்துக்கே என்பதைத் தெரிந்துகொண்ட கந்தசாமிப்பிள்ளை, ‘ஓம், நான் சொல்லுகிறேன்’ என்று சொல்லிச் சென்று ஒவ்வொரு நாளும் பணப்பெட்டியைத் திறந்து இன்னார் இன்னார் இப்படி விசாரித்தார்கள், இன்ன இன்ன உதவிகள் செய்தார்களென்று சொல்லியும் கொண்டாராம். சுதன் பணத்தால் தனக்கு ஏறுகிற மரியாதைகளைக் காணுகிறபோது கந்தசாமிப்பிள்ளை போலவே அவளும் நினைத்துக்கொள்வாள். அப்போதும் நினைவு வந்தது. அவள் கொடுத்த இருநூறு ரூபாவும் சுதனின் பணம்.

பஸ் நிலையத்தில் நிற்க அடையாறு பஸ் வந்தது. அடையாறு போய் மாதவனைப் பார்த்தாலென்ன என்ற எண்ணம் பிறந்தது. வீடு திரும்ப நேரமும் நிறைய இருந்தது. ராஜி பஸ்ஸில் ஏறினாள்.

அடையாறு பஸ் நிலையத்தில் இறங்கி றவுண்டாணா வரை நடந்து பெசன்ட் நகர்ப் பக்கம் திரும்ப ... தள்ளாடியபடி மெல்ல நடந்துகொண்டிருந்த ஒரு வாலிபன் கண்ணில் பட்டான். அவளது கண்கள் விரிந்தன. விரைந்து சென்று முகத்தை ஏறிட்டு நோக்கினாள். சந்தேகமேயில்லை. யோகேஸ்வரன்தான்! குணரத்தினத்தின் தம்பி!

எப்போது, எப்படி அங்கு வந்தான்? என்ன செய்கிறான்? அவனுக்கு என்ன நடந்தது?

"யோகேஷ் ..!"

யோகேஸ்வரன் நின்றான். ஆச்சரியத்தோடு திரும்பினான். அருகே... ராஜி. "ராஜி ..." அவன் சூழ்நிலை மறந்து கூவியேவிட்டான். "இஞ்ச எப்பிடி ..? எப்ப வந்தனீ?" என்றான்.

"நான் வந்து ரண்டு வருஷமாகுது. நீ ..?"

அவன் கேள்விக்குப் பதில் சொல்லவில்லை. "எங்க இருக்கிறாய்? இந்தப் பக்கமாய்த்தானா?"

"இல்லை, அண்ணாநகரில. இஞ்ச ஒரு ஆளைப் பாக்க வந்தனான். நீ எப்ப வந்தனீ? என்ன உடம்புக்கு? இப்படி மெலிஞ்சு போயிருக்கிறியே!"

அவன் லேசாகச் சிரித்தான். சுற்றுமுற்றும் பார்த்து, பூட்டியிருந்த கடைக் குந்தொன்றைக் காட்டி, இருப்பமா கொஞ்சநேரம் என்றான்.

அவள் தயங்கவில்லை. அவன் உட்கார பக்கத்தில் அமர்ந்து கொண்டாள்.

அவன் சொன்னான்: "எல்லாம் ஆறுதலாய்ப் பேசவேண்டிய கதை, ராஜி. தஞ்சக்கேடாய் இருக்கு. எனக்கு கதைக்கிறதும் கஷ்ரமாயிருக்கு. நான் இப்ப நேராய் தஞ்சாவூர் ஆஸ்பத்திரியிலயிருந்துதான் துண்டு வெட்டிக்கொண்டு வாறன்."

"என்ன வருத்தம்?"

"காயம்பட்டுக் கிடந்தனான்."

"எப்பிடி ..?"

"நான் இந்தியாவுக்கு வந்து மூண்டு கிழமைக்கு மேலயாகுது. வரும்போதுதான் காயம்பட்டது. இஞ்ச ... இந்தத் துண்டில இருக்கிற விலாசத்தில என்ர சிநேகிதன் ஒருதன் இருந்தான். இப்ப இல்லையாம். அவனோட கொஞ்சநாள் நிக்கலாமெண்டு வந்தன். இப்ப என்ன செய்யிறதெண்டு தெரியேல்லை. கையில காசுமில்லை. தெரிஞ்ச மனிசருமில்லை."

தான் அந்நியள் அல்ல என்று அவனுக்கு ஆறுதல் கூறி, அவனது உடல்நிலை தேறும்வரை கொஞ்ச நாட்களுக்கு தனக்குத் தெரிந்த ஒரு வீட்டில் தங்க இடமெடுத்துத் தருவதாக அவனைக் கூட்டிக்கொண்டு அண்ணாநகர் புறப்பட்டாள் ராஜி.

நாகராஜாவும் மனைவியும் அவளோடு மிகவும் அன்பாகப் பழகிக்கொண்டிருந்தது மட்டுமின்றி, பரோபகார சிந்தனை உடைய வர்களாகவும் இருந்தார்கள். அவள் எதிர்பார்த்து நம்பிக்கையோடு சென்றபடி இரண்டொரு மாதத்துக்கு யோகேஸ்வரன் அங்கே தங்க தாராளமான மனத்தோடு சம்மதித்தார்கள்.

யோகேஸ்வரனை அங்கே தங்கவைத்துவிட்டு, மறுநாள் மாலை வருவதாகச் சொல்லிக்கொண்டு தன் வீடு சென்றாள் அவள்.

பின்னால்... யோகேஸ்வரனின் இதயம் உருகி சொட்டு விழுந்து கொண்டிருந்தது. அவளுக்கு அவன் குடும்பம் செய்த பொல்லாங்கு என்ன? இப்போது அவள் செய்திருக்கிற உதவி என்ன? பொல்லாங்கின் சிறிய நினைப்புக்கூட இல்லாமல் உதவி செய்வது தெய்வங்களுக்கு மட்டும்தானே இயல்வதென அவன் கேள்விப்பட்டிருக்கிறான்!

மாமன் மாமிபற்றி விசாரித்தாள், சரி. ஆனால் குணம் எங்கே, எப்படியிருக்கிறானென்று விசாரிக்கவில்லையென்பது நடந்துகொண்டிருந்த ராஜியின் மனத்தில் அப்போதுதான் பட்டது.

மறுநாள் மாலை ராஜி யோகேஸ்வரனைப் பார்க்கச் சென்றாள்.

தட்டியவளுக்கு கதவு திறந்துவிட்டதே அவன்தான்.

ஹோல் ஓரத்தில் இன்னும் பாய் விரித்திருந்தது. சுவரோடு சாய்த்து தலையணை. ஓரத்தில் இயக்கப் பிரசுரங்கள், சில சஞ்சிகைகள். சாய்ந்து படுத்து வாசித்துக் கொண்டிருந்திருப்பான் என்று எண்ணிக்கொண்டாள். மட்டுமில்லை. கடந்த இருபத்து நான்கு மணிநேரத்தில் அவன் அடைந்திருந்த புத்துணர்ச்சியைக் கண்டு அதிசயக் களிப்புமடைந்தாள்.

"எங்க, ஒருத்தரையும் காணம்?"

"வெளியில போயிருக்கினம்."

அவன் சுவரோடு போய் சாய்ந்தமர்ந்து கொண்டான். அவள் கதிரையில் அமர்ந்தாள்.

என்ன பேசுவதென்று தெரியாமல் ஏதோ ஒரு சஞ்சிகையை எடுத்து முன்னிலிருந்து பின்னுக்கும் பின்னிலிருந்து முன்னுக்குமாய் இதழ் தூவிக் கொண்டிருந்தான் அவன்.

"ராத்திரி நல்லாய் நித்திரைகொண்டியா? முகமெல்லாம் நல்லதெளிவாய் இருக்கு!" என்றாள் ராஜி.

"கிட்டத்தட்ட பன்ரண்டு மணிநேரம் நித்திரை கொண்டன். இப்ப கொஞ்ச நேரத்துக்கு முந்தித்தான் எழும்பி குளிச்சு தேத்தண்ணி குடிச்சிட்டு இருக்கிறன்."

"அவ்வளவு நேரமா?"

அவன் லேசாகச் சிரித்தான். "இப்ப சரிஞ்சு படுத்தாலுமே நித்திரை வரும். அப்பிடி ஒரு அசதி உடம்பெல்லாம். போன மாசம் பதினேழாம் திகதி வீட்டிலயிருந்து வெளிக்கிட்டனான். இப்ப இருபத்தைஞ்சு நாளாய்... ஆன நித்திரையில்லை... ஆன சாப்பாடில்லை. சாப்பாடு கூட இல்லை நித்திரை கொள்ளாததுதான் சரியான இம்சையாய்ப் போச்சு. ஆஸ்பத்திரியிலகூட நித்திரை வரேல்லை. ஏனெண்டு தெரியேல்லை. இப்படி ஒரு இடத்தில கொண்டுவந்து சேத்ததுக்கு உனக்குத்தான் நன்றி சொல்லவேணும். இந்த உதவியை சாகும்வரையும் மறக்க மாட்டன், ராஜி."

“அப்பிடியென்ன செய்திட்டன் பெரிசாய்? வீட்டுக்காறருக்குத்தான் நீ நன்றி சொல்லவேணும். அதுகள் வசதியில்லையெண்டு சொல்லியிருந்தா… எனக்குமே பெரிய கஷ்ரமாய்ப் போயிருக்கும். எங்கயெங்க அலையவேண்டி வந்திருக்குமோ தெரியாது.”

“நல்ல மனிசர். விழுந்து விழுந்து உபசரிச்சுதுகள். அதுகளின்ர ஆதரவிலயும் சாப்பாட்டிலயும் நித்திரையிலயும்தான் என்னால இண்டைக்கு எழும்பி நடக்க முடிஞ்சிருக்கு. இல்லாட்டி ..?”

“நேற்று நீ றோட்டில நடக்கிறதப் பாத்து எங்க விழுந்திடுவியோவெண்டு பயமாய்ப்போச்சு.”

“நானே பயந்திட்டன், மூளை மரத்து அப்பிடியே றோட்டில நடக்கேக்குள்ளயே செத்துவிழுந்திடுவனோ எண்டு” என்றான் யோகேஸ்வரன்.

குரலில் இன்னும் அந்த அதிர்ச்சி, அச்ச அதிர்வு இருந்தது.

அவனே பின், “அப்பிடிச் செத்திருந்தாலும் நல்லதுதான். மன இம்சை ஏற்படாமல் போகும்; இனிமேல் வரக்கூடிய அலைச்சலுகள், நிம்மதியின்மையள், நிச்சயமின்மையளின்ர உத்தரிப்பு மிச்சமாயிருக்கும்” என்றான் ஒரு நிர்க்கதியில் போல்.

“விதிக்கப்பட்டதுகளை உத்தரிக்காமல் செத்தால் அடுத்த பிறவிக்கும் அதெல்லாம் கூடவந்திடாதோ, யோகேஷ்?” என்று சிரித்தாள் ராஜி. “ஏன், வாழ உனக்குப் பிடிக்கேல்லையா?”

பேசாமலிருந்தான் யோகேஷ்.

அவனது மௌனம் அவளது கவனத்தை வலிந்திழுத்து அவன்மீது பதியவைத்தது. அவன் தலை குனிந்திருந்தான். விரல்கள் மறுபடி புத்தகப் பக்கங்களைப் பிரிக்க ஆரம்பித்திருந்தன. கண்கள் இதழ்கள் பிரியும் முறையில் நிலைபெற்றிருந்தன. இருந்தும் உள் காட்சி அதுவல்ல என்றும், உள் மனம் அங்கேயில்லை என்றும் தெரிவித்துக்கொண்டிருந்தது அவனது முகத்தில் வந்து விரிந்திருந்த ஒரு திரை.

அவன் திடமாவதுபோல் தலையசைத்தான். பின் குனிந்த ஸ்திதியிலிருந்தபடியே சொன்னான்: “ஆசைதான், ராஜி. இருபத்தியாறு வயசில வாழுற ஆசை இல்லாமல் போறதுக்கான எதுவும் நடந்திடேல்லை. அதோட . . . அந்த ஆசை இல்லாட்டி இனி திரும்பிப்போறதில்லை, இஞ்சயே நிண்டிடுவமெண்ட யோசனையும் வந்திராது . . .”

“முந்தியும் வந்திருக்கிறியா இந்தியாவுக்கு?”

“ம்!”

“எப்ப?”

“கொஞ்சக் காலமாய் வந்துபோய்க் கொண்டிருக்கிறன்.”

“கொஞ்சக் காலமாயெண்டால் ..?”

அவன் சிறிது தாமதித்து, "ரண்டு மூண்டு வருஷமாய்" என்றான்.

"எதுக்கு?"

"அகதியளை ஏத்திக்கொண்டு வருவன்."

"அகதியளை மட்டுந்தானா? இல்லாட்டி ..."

"இயக்கத்துப் பெடியளையும் கொண்டுவந்து போயிருக்கிறன். சிலவேளை யாவாரக்காறரும் வருவினம்."

"என்ன சாமான் கொண்டு வருவினம்?"

"மணிக்கூடு, கமறா, ரேப் ரிக்கோடர், வீடியோ ரிக்கோடர் ... இப்பிடி கனக்க."

"இயக்கத்துக்காக வேலை செய்யிறியா?"

"ம்! எல்லா இயக்கத்துக்கும் ஓடுவன்."

"சரி. இந்தமுறை வரேக்கை உனக்கு என்ன மாதிரிக் காயம்பட்டது?"

அடைந்துவந்த கலகலப்பு பொத்தெனக் கலைய அவன் மறுபடி மௌனித்தான். கண் கலங்கி ... நீர்த்துளிகள் சிதறினான்.

"யோகேஷ் ... என்ன இது? கண்ணைத் துடை!"

அவனுக்கு அவள் சொன்னது காதில் விழுந்ததாயில்லை.

"இந்தமுறை... அகதியளை மட்டும்தான் கொண்டுவந்தன். பதினாறு சனங்கள், ராஜி, பதினாறு சனங்கள் ... எல்லாமே குழந்தையள், பொம்பிளையள், கிழங்கள் ... கடவுளே!"

அவன் மன உடைப்பில் மூழ்கினான்.

அவள், மீளும்வரை காத்திருந்தாள்.

சிறிதுநேரத்தில் தெளிந்துகொண்டு, "போர்ட் எடுக்கேக்குள்ளயே மனசுக்குள்ள என்னவோ ஒருமாதிரித்தான் இருந்தது. அதாலதான் அனலை தீவு வந்து ஒருநாள் நிண்டு மறுபடி போர்ட் எடுத்தன். இருந்தும் ..."

மேலே சொல்லமுடியாது தடுமாறினான் அவன்.

"மனசுக்கு கஷ்ரமாயிருந்தால் நீ திரும்பிப் போயிருக்கலாம் ..."

"அப்பிடித்தான் செய்திருக்கவேணும். ஆனா ... ஒரு நம்பிக்கை ... இன்னும் ஒரு ஆசை ... ஒரு வெறி ... அகதியளையும், இயக்கப் பெடியளையும் கொண்டுவாறது இப்ப ஒரு மூண்டு நாலு வருஷமாய் எண்டாலும், இந்தியாவுக்கு நான் படகோடத் துவங்கி பத்து வருஷத்துக்கு மேல ..."

அவன் சம்பந்தப்பட்டிருந்தது ஆச்சரியமாயிருந்தது. சம்பவமே ஆச்சரியத்தைத் தரவில்லை. அவள் கேள்விப்பட்டிருக்கிறாள். பட்டுச் சேலைகள், சாரங்கள், வாகன உதிரிப்பாகங்களென்று வியாபாரார்த்தமான

சாமான்கள் கடத்தும் கூட்டங்கள்பற்றியும் ராஜி அறிவாள். அந்தக் காலத்திலே அவள் மாமன்மார் எம்.ஜி.ஆர். படம் பார்க்கவே அந்தமாதிரி வந்து போவார்களாம். தாயார் கூறியிருக்கிறாள். இவையெல்லாம் புறநடைகள்தான். ஒரு நீரோட்டத்திலிருந்து பிரிந்தவைகள்தான். எனினும் வலிய கரம்பெற்று நீரோட்டத்தின் திசையைத் திருப்புகிற அளவுக்கு பின்னால் செயல்பட்டிருக்கின்றன.

யோகேஷ் தொடர்ந்தான்: "அந்தப் பகுதிக் கடலை எனக்கு அங்குலம் அங்குலமாய்த் தெரியும். நான் பிறந்தது, வளர்ந்தது, விளையாடினது எல்லாமே கடலோடைதான். எங்க பாறை இருக்கு, எங்க மண் திட்டி இருக்கு, தரை தட்டும்படி எங்க தாழ்ப்பம் குறைவு எண்டதெல்லாம் என்ர இந்தக் கை மாதிரியே தெரிஞ்சவன் நான். நேவிக்காறன் துரத்தினாலும் பிடிச்சிடேலாது. பந்தயம் கட்டி ஓடுவன். ரட்டை எஞ்சின் பூட்டின படகு பிய்ச்சுக் கொண்டு பறக்கும். அப்பிடி ஓடுறதுக்கு கடலைத் தெரியவேணும். எனக்கு கடலைத் தெரியும்."

அவன் சம்பவத்துள் ஆழ்ந்துபோவது தெரிந்து சளைக்காமல் கேட்டுக்கொண்டிருந்தாள்.

"அண்டைக்கு கடல் கொஞ்சம் கொந்தளிப்பாய்த்தான் இருந்தது. ஆனா மனசுக்கு வில்லங்கமாயிருந்தது அது மட்டுமில்லை. நேவிக்காறன்ர போர்ட் அடிக்கடி சுத்திக்கொண்டு திரிஞ்சுது. அடுத்தநாள் ராவு ஒரு சிலமனும் இல்லை. போயிட்டாங்களெண்டே நம்பியிட்டன். சந்தோஷமாய்த்தான் போர்ட்டை எடுத்தன்."

அவன் அருகிலிருந்த செம்பை எடுத்து நீர் குடித்தான். எழும்பிச்சென்று சிகரெட் எடுத்து பற்றவைத்துக்கொண்டு வந்து மறுபடி அமர்ந்தான். ரசித்துப் புகைத்தான். நீண்டநாட்கள் புகைக்காதவன்போல நிக்கோடின் கிறக்கத்தை அனுபவித்து அனுபவித்துப் புகைத்தான்.

கண்கள் லேசாக மூடுண்டன.

அவன் மனத்துள் அந்தகாரம் தெரிந்தது.

கடலின் கருமை காட்சியானது.

பதினாறு மனித ஜீவன்களின் கூக்குரல்... அவலம்... பீதி... மரணம்!

இந்தியக் கடலெல்லையில் நுழைந்துவிட்ட அகதிகள் படகினை, ஏறக்குறைய எல்லை தாண்டி வந்தே சுட்டு மூழ்கடித்தது இலங்கைக் கடற்படைக் கப்பலான கெமுனு.

தான் மட்டுமே தப்பியதாகத்தான் அந்த நிமிஷம்வரை அவன் எண்ணிக் கொண்டிருக்கிறான்.

கடல் எவ்வளவுக்கெவ்வளவு அவர்கள்மீது பிரியம் வைத்திருக்கிறதோ, அத்தனைக்கத்தனை பிணக்கும் வைத்திருக்கிறது. அவனோடு அது அன்று போட்ட போட்டி..? மலை மலையாக எழுந்து விழுந்துகொண்டிருந்தன கருந்திரைகள். ஒவ்வொரு அலைக்குமே அவனை விழுங்கும் உக்ரம்.

அன்று அது கோபம் கொண்டிருந்ததென்று சொல்ல முடியுமா?

ஒரு வகையில் அப்படித்தான்.

பாக்கு நீரிணையை முதன்முதலில் நீந்திக் கடந்த இலங்கை வீரர் நவரத்தினசாமி. அன்றே தன் கர்வம் கெட்டதாக, புனிதம் அழிந்ததாக அது கருதியிருக்க முடியும். பின்னர் பல வருஷங்கள் கழித்து ஆனந்தன் என்கிற அவரது மருமகன் மிகக் குறைந்த வயதில் நீரிணையைக் கடந்து ஆழிக்குமரனென்று பேரெடுத்தான். தன் வீறு அக்குடும்பத்தால் கெட்டதாக கடல் வன்மம் கொள்ள அவை போதிய காரணங்கள். அதனால் அவனை விழுங்க அது மூர்த்தண்யம் கொண்டு சீறியது அதிசயமல்ல. அவர்களின் ரத்தமேயாகும் கடைசிக் கொழுந்து அவன். பழிதீர்க்க வேறு தருணம் அகப்படுமா என்ன?

ஆனால் நீச்சல், படகோட்டங்கள் உயிர்க் குணமாய்ப் பெற்று வளர்ந்த பிள்ளை அவன்.

படகு வெடித்துச் சிதறியதில் முதுகில் ரத்தாசயம் வரை சென்ற காயத்தோடேயே நீந்தி உயிர் தப்பிவிட்டான்.

மறுநாள் காலை பத்துமணியளவில் இந்திய எல்லைக் காவற் படையின் கண்காணிப்புப் படகு கரைக்கு மிக்க சமீபத்தில் அவனைக்கண்டு கரைசேர்த்தது.

“சாவு... எங்கட சனத்துக்கு எப்பிடியெல்லாம் வருகுது பாத்தியா, ராஜி?”

அவளுக்கு நெஞ்சை அடைத்து வந்தது. ‘மனித ஜீவனம் எவ்வளவு உந்நதம்! வாழ்வு... எவ்வளவு அர்த்தங்களோடானது! வாழ்தல் எத்தகைய சுவையுடையது! ஓ . . . அதைப் பார்க்காமலே எத்தனை உயிர்கள் . . . எத்தனை உயிர்கள் . . . மடிந்துவிடுகின்றன!’

அவன் நிமிர்ந்துகூடப் பார்க்காமல் தொடர்ந்தான்: “ஒருமுறை செத்திட்டன். இனி எனக்கு மரணமில்லை. இந்தச் சாவுகள் . . . அக்கிரமங்கள் . . . அநீதிகளுக்கு எனக்கு நியாயம் வேணும்.”

அவனது விம்மல் மெதுவாய் அடங்கிற்று.

36

அன்று மதியத்துக்கு முன்னரே தபாற்காரன் வந்துவிட்டிருந்தான். மகேஸ்வரிக்கு ஒரு உள்நாட்டுக் கடிதம் இருந்தது. அனுப்புநர் மாலா என்றிருந்தது. ஆச்சரியத்தோடு கடிதத்தைப் பிரித்தாள்.

சென்னை முகவரி உள்ளே இருந்தது. திகதியும் ஒரு வாரத்துக்கு முந்தியது. இந்தியாவிலிருந்து கொழும்பு வந்த யாரோ மூலம் கடிதம் அனுப்பப்பட்டுள்ளது என்பதை ஊகிப்பது வெகு சிரமமில்லை.

கடித உள்ளடக்கம்கூட ஆச்சரியத்தைக் கிளப்பியிருந்தாலும், அது வந்து முகடு தட்டிய இடத்தில் கோபம்தான் விளைந்தது. ராஜி அவ்வாறு

செய்யக்கூடியவள் என்பதில் எவ்விதமான சந்தேகமும் இருக்கவில்லை மகேஸ்வரிக்கு. மாலா எழுதியது உண்மையாகவே இருக்கும். சுதன் ஜேர்மனியிலிருப்பது அவளுக்கும் பின்னால் தெரிந்திருந்தது. அரசி சொல்லியிருந்தாள். இயக்க காரணங்களால் வெளியே சொல்லவில்லை என்பதை மிக இசைவாக அவள் ஏற்றுக்கொண்டிருந்தாள். அங்கேயிருந்து சுதன் அழைத்ததை, ஊரிலே அம்மா தனிய... என் தேசம் வெறுமை யாகிறது... என்ற காரணங்களின்மேல் தன் மறுப்பை அவள் சொன்னதை, மாலாவின் கடிதம் முரட்டுத்தனமாக அவள் மறுத்ததாகத் தெரிவித்ததே தவிர, விஷயமே பொய்யாக இருக்க ஏது ஏதுமில்லை.

ராஜியின் பதில் எனக்கு ஆச்சரியமாக இருந்தது. ஆனாலும் என்ன செய்வதென்று எனக்குத் தெரியவில்லை. நான் சொல்லி ராஜி கேட்கப் போவதில்லை. சுதனண்ணை கூட ரெலிபோனில் கேட்டார், நீயாவது ராஜிக்குச் சொல்லக்கூடாதா என்று. நான் என்ன செய்ய ஏலும்? உங்களுக்கு எழுத இறுதியில் முடிவு செய்தேன். நீங்கள் இங்கே வரவிருப்பதாக ராஜி சொன்னா. அது விரைவில் இருந்தால் நல்லது

என்ற அவளது மொழி தெரிவித்த உணர்வில் போலியேதும் இருக்கவில்லை. மகேஸ்வரிக்கும் வெகுவாக யோசிக்க இருக்கவில்லை. விரைவில் போக இருந்தவள், மிகவிரைவில் போக முடிவுசெய்தாள்.

திரவியத்தை அவசரம் வரும்படி, அல்லது சிவாவையாவது அனுப்பும்படி கடிதமெழுதிவிட்டு, மறுநாள் அரசியைப் பார்த்து விடைபெற்றுவரத் தீர்மானித்தாள்.

அடுத்த நாள் அதிகாலையிலேயே புறப்பட்டாள். போர்ட் எடுத்து குறிகட்டுவான் போய், அங்கிருந்து பஸ்ஸெடுத்து யாழ்ப்பாணமும், பின் கச்சாய்–கொடிகாமம் பஸ் ஏறி அரசி வீடும் சேர நான்கு மணி நேரம் பிடித்ததில் மகேஸ்வரி அலுத்துத்தான் போனாள்.

பாட்டியும் அரசியும் வீட்டிலே நின்றிருந்தனர். மாமன் மாமி உதவியுடன் அரசியே இப்போது தோட்டத்தைப் பராமரித்துக் கொண்டதால் மதியம் தவிர்ந்த பகல்வேளைகளில் அவளை வீட்டிலே சந்திப்பது கஷ்டமாயிருக்குமென்று சுந்தரத்தார் கூறியிருந்தார். அவள் போன நேரம் மதியம்.

அரசி அன்போடு வரவேற்றாள். நீண்ட தூரத்திலிருந்து வருபவர் களுக்கான அதிதியுபசாரம் செய்தாள். ஆனால் அரசியின் சோகத்தைக் கருத்திற்கொண்டு வெகுவான உபசரிப்பை மகேஸ்வரி மறுத்துவிட்டாள்.

அரசியின் நிலைமை மகேஸ்வரிக்கு உண்மையிலேயே மன வருத்தம். வரும்போதுகூட அவளின் சோகத்தைச் சந்திக்கிற மனக்கஷ்டம் அவளுக்கிருந்தது. வந்தபின் மனம் ஆசுவாசப்பட்டுக் கொண்டது. நம்பமுடியாத அளவுக்கு அவள் தேறியிருந்தாள். கழுத்திலே தாலி இல்லை, முகத்திலே பொட்டு இல்லை, எனினும் வைதவ்யம் பெரிய மாற்றத்தை அவளிடத்தில் ஏற்படுத்திவிடவில்லை. வழக்கம்போல உற்சாகமாக இருந்தாள். மனத்துள் அதை அடக்கி வைத்திருந்திருக்கலாம். அதை அனுபவிக்க ஒரு பொழுதிருக்கிறதுபோலும்.

கனவுச்சிறை

அரசி தேநீர் வைத்து வரச் சென்றாள்.

மேசையில் கார்ட் ஒன்று கிடந்தது. மூன்றே வரிகள் எழுதப் பட்டிருந்தன. யாழ் பல்கலைக் கழக முகவரி இருந்தது. யாரோ ஆறுதற்படுத்திய வார்த்தைகளென்பது புரிந்தது மகேஸ்வரிக்கு. *எத்தனை முறை சொன்னேன்/ புரிந்துகொள் தோழி/ புதுக் காலைகளை மலரவிடு.*

மகேஸ்வரிக்கே ஒரு புத்துணர்வை அளித்தது அது. '*புதுக் காலைகளை மலரவிடு!*'

தன்னைச் சூழ ஒரு படித்த வட்டத்தை அவள் அமைத்திருந்தது புரிந்தது. எதுக்கானவோ ஒரு தீவிரத்தன்மை அடைதலின் ஆரம்ப செயற்தளங்களா அவை?

தேநீர் அருந்தி முடிய ராஜியின் முடிவுபற்றிச் சொன்னாள் மகேஸ்வரி.

அக்கறையோடுதான் கேட்டாள். ஆனாலும் உள்ளுக்குள் ஒரு நகை மர்மமாய்க் கிளர்ந்துகொண்டிருந்தது.

சுயமாகச் சிந்திக்க அவள் தயார்ப்படுத்தப்பட்டவள். சுதன்தான் தயாராக்கினான். இப்போது அவனே..! பறக்கக் கூடாதென்றால் சிறகுகள் எதற்கு? தப்பாகவோ சரியாகவோ சுயமாக முடிவெடுக்கிறவள் அவள். அவளை எது திசையிலும் வற்புறுத்த முடியாது. இதுமாதிரியானவர்களில் அரசிக்கு அக்கறை அதிகம். அவர்கள் வேர் பிடிக்காதவர்களென்று அவள் அடிக்கடி நினைப்பதுண்டு. அப்போதும் நினைத்தாள்.

"நான் இந்தக் கிழமையே கொழும்புக்குப் போய் விசாவை எடுத்துக்கொண்டு இந்தியாவுக்குப் போகலாமெண்டிருக்கிறன்."

"அதுவும் நல்லதுதான், மாமி. நீங்கள் போனால்தான் ராஜி சரி வருவா. எந்தளவில போவியள்? காகிதம் தாறன். ராஜியிட்ட குடுக்க வேணும்."

"திரவியத்துக்கு எழுதியிருக்கிறன். வந்து பேசினவுடன கூடவே வெளிக்கிட்டுடுவன்."

"இந்தக் கிழமையளவில வெளிக்கிட்டுடுவியளா..! அப்ப... ராவைக்கு நிண்டு நாளைக்குக் காலமை போகலாம்."

"இல்லை, அரசி..."

"இப்ப நீங்கள் அங்க போய்ச் செய்யிறதுக்கு ஒண்டுமில்லை. கனக்கப் பேச இருக்கு. இப்ப போனால் இனி எப்ப பாக்கிறதோ? அங்கயிருந்து விஜியிட்ட போயிடுவீங்கள்..."

"அதால என்ன? அங்கயே இருந்திடப் போறனே? பேறு முடிஞ்சதும் கொஞ்ச நாள் விஜியோட நிண்டிட்டு திரும்பி வந்திடுவன்."

அரசி லேசாகச் சிரித்தாள்.

நிச்சயமாக அது நடக்கப் போவதில்லையென்பது அவளுக்குத் தெரிந்தது.

"இப்படிச் சொல்லிக்கொண்டுதான் எங்கட ஆக்கள் போய்க் கொண்டிருக்கினமெண்டு நினைச்சு சிரிக்கிறியோ, அரசி?" என்று அரசியின் மனசை வாசித்துவிட்டு மாமி தனக்கேபோல் பேசினாள்: "ஒரு வருஷம், மிஞ்சினா ரண்டு வருஷம். மூண்டாம் வருஷம் இஞ்ச வந்து நிக்கிறனா இல்லையா பார். என்னால ஏலாதப்பா, எங்கயெங்கயோ போய்க் கடைசிக் காலத்தைக் கழிக்கிறதுக்கு. என்ர மண்ணில என்ர கட்டை எரிய வேணும். எனக்கு அதைவிடப் பெரிய ஆசை இல்லை."

"சரி, மாமி, நீங்கள் திரும்பியே வந்திடுங்கோ. அதுக்காக இண்டைக்கு இஞ்ச நிக்காமல் போகவேணுமே? நிண்டால் அரசிக்கான கடிதத்தையும் எழுதித் தந்திடுவனெல்லே?"

மகேஸ்வரி சரியென்றாள்.

அன்று மாலை இருட்டு விழுகிற நேரத்துக்கு எங்கோ கோவிலில் முழக்கிக் கேட்டது.

எங்கே என்று கேட்டதற்கு அரசி சொன்னாள்: "எங்கட அம்மன் கோயில்லதான், மாமி. யோகர்சாமியின்ர சீடர் கதிர்காமச்சாமி வந்திருக்கிறாரெல்லே! இனி ஒவ்வொரு வெள்ளியும் மம்மர் நேரத்தில இப்படித்தான் முழங்கும் பறை."

"கதிர்காமச்சாமி இந்தியாவுக்கோ எங்கயோ போயிட்டாரெண்டு சொல்லிச்சினமே?"

"எங்க போனாரோ? ஒரு வருஷமா ஆள் இல்லை. இமயமலை, காசி, ராமேஸ்வரம், கதிர்காமமெண்டு திரிஞ்சிட்டு வந்திருப்பார். இப்ப போனால் அருள் வாக்காயே இருக்கும். சொன்னால் தவறாது எண்டு ஊரில சொல்லுவினம்."

"போய்ப் பாத்து வருவமே, அரசி?"

"வெளிக்கிடுங்கோ."

இருவரும் அம்மன் கோவிலுக்கு நடந்தனர்.

மணல் ஒழுங்கை அடர் கிளை மரங்களால் இருண்டு கிடந்தது. தூரத்தே சூளுடன் ஆள் நடந்து கொண்டிருந்தது. கங்குகளைச் சிதறிச் சிதறி காற்றில் முழாசி எரிந்து . . . சின்னாச்சியாயே இருக்கும். வேறு சிலரும் போய் வந்து கொண்டிருந்தனர்.

கொழும்புத்துறை யோகசுவாமிகளுக்கு, வடபகுதியில் மிக்க பிரபலமிருந்தது. நல்லூர்ச் சித்தரான செல்லப்பரின் நேரடிச் சீடராயிருந்தவர் அவர். ஏறக்குறைய யோகசுவாமிகளின் சீட பரம்பரை மூன்று தலைமுறையாகத் தொடர்ந்து கொண்டிருக்கிறது. தனக்கென ஒரு சீடரின்றி இன்றுவரை ஞானச்சுடராய்த் திரிந்து கொண்டிருக்கிற யோகசுவாமியின் கடைசி பரம்பரையினர் என இவரைக் கொள்ளலாம். இவருக்கும் கதிர்காமத்தில் சன்னாசி மலைக்கும் இருக்கும் தொடர்புசுட்டி இவர் கதிர்காமச்சாமியெனவும் அறியப்பட்டும் அழைக்கப்பட்டும் வந்தார்.

கோயில் தெருமுனையில் கண்ணாடிக் கூட்டு விளக்கு எரிந்து கொண்டிருந்தது.

கர்ப்பக்கிருகத்தில் ஒரு சுடர் தெரிந்தது.

முன்பிரகாரத்தில் மேலே தூக்கிக் கட்டிய ஒரு லாந்தர்.

முன்னால் நின்ற அடர் ஆலமரத்தின் இருட்டு கோயிலுக்குள்ளும் தெறித்திருந்தது.

எதிரே ஒரு மினுக் விளக்கெரிய உடம்பெல்லாம் திருநீறு சந்தனம் பூசிக்கொண்டு விறைத்தாற்போல நிமிர்ந்தபடி கண்களை மூடியிருந்தார் கதிர்காமச் சுவாமி.

உடம்பிலே ஒட்டுத் துணிகூட இல்லாமல் திகம்பர கோலத்தில் இருப்பாரென்று ஊரிலே கதையொன்று இருந்தது. அதனால் அச்சத்தோடேயே மெதுமெதுவாக அவர் முன்னிலையை அணுகினர் இருவரும்.

எதிரே இன்னும் இரண்டு மூன்று பேர், சற்றுத்தள்ளி சிலர். கதிர்காமச் சுவாமியை வேடிக்கை பார்க்க வந்தவர்கள் பலர் ஆங்காங்கே இருளில்.

வெகுநேரம் ஆகியிருந்தது பறை முழங்கி.

சங்கை ஒலித்து, மந்திரப் பிரம்பெடுத்து சன்னதம்போட்டு அடங்கி, குறிசொல்ல ஆரம்பித்திருக்கவேண்டும் இதுவரை. ஆனால் கதிர்காமச் சுவாமி மூடிய கண்களைத் திறக்கவில்லை இன்னும்.

பொறுமையின்மை மெல்லிய சலனங்களாய்த் தெரிந்தது.

சருகுகளை உருட்டி, கிளைகளை உசுப்பி காற்று கிளம்பிற்று வெளியே.

தூரத்தே ஒரு வாகன உறுமல்.

கதிர்காமச் சுவாமி கண்விழித்தார்.

நெருப்புத் துண்டங்களாய்க் கண்கள் ஜ்வலித்தன.

அரசிக்கு அச்சமாகிவிட்டது.

மகேஸ்வரியும் பயந்தாள் அந்தச் சிவப்பில்

சுவாமி சொன்னார்: "வானக்கூரை கிழிந்து நெருப்பு மழை பெய்யப் போகிறது, சின்னத்தங்கம்! பயிர்கள் அழியப் போகின்றன, சின்னத்தங்கம்! மனிதர்கள் வெறுங்குண்டிகளாய் ஓடப் போகிறார்கள். பெருமர வேர்கள் சில அசையும். சில பிடுங்கி எறியப்படும். அதோ, அந்த ஆலமரத்தின் மீது இடி இறங்கும். கோயில் சிதறும். காளி சிரிப்பாள். சிதறிக் கிடந்து சிரிப்பாள். பின் ஒன்றாகிக்கொண்டு தாய்ப்பால் முலை சிந்தச் சிந்த கூத்து ஆடுவாள். தானே தன்னை அபிஷேகித்து... தானே எல்லாமுமாகி... ஆதித்தாய் விஸ்வரூபம் விண்ணையும் மண்ணையும் தொடும். ஓம் காளி!"

அமைதிக்குள் வெடித்த வார்த்தைப் பெருக்கு அடங்க கதிர்காமச் சுவாமி மீண்டும் நிஷ்டை கூடினார் கண்கள் மூடி.

எதிரே சுவரோடு நின்றிருந்த கோயில் பண்டாரம், "ம்... இண்டைக்கு இவ்வளவுதான். இனி அடுத்த வெள்ளிக்குப் பாக்கலாம்" என்றுவிட்டு நகர்ந்தார் அப்பால்.

எல்லாரும் வெளியேறினர். வீட்டுக்குப் போய்க்கொண்டிருக்கும்போது மகேஸ்வரி அரசியைக் கேட்டாள்: "சாமி என்ன சொன்னது?"

"ஆருக்குத் தெரியும்?"

"சொன்னது நடக்கும்தானே?"

"நடக்குமெண்டுதான் எல்லாரும் சொல்லுகினம்."

"அப்ப... நெருப்பு மழை பொழியுமோ? பயிர்கள் அழியுமோ?" என்று யோசித்தாள் மகேஸ்வரி.

மறுநாள் காலை தீவு சென்றாள்.

அன்று மாலை வவுனியாவிலிருந்து சிவா வந்தான். கூட திசையன்.

திசையனைச் சந்தித்தது, பழகியது, இப்போதுள்ள சௌஜன்யம் என்று சுருக்கமாகக் கூறி அவனை மகேஸ்வரிக்கு அறிமுகப்படுத்தி வைத்தான் சிவா. சிரித்து இரண்டொரு வார்த்தை அவனோடு பேசினாள். அவனது அறிமுகத்தில் பெரிதாக ஆர்வம் காட்டவில்லை. சிவாவுக்கு அதுவே போதுமென்றிருந்தது. ஏனெனில் வடபகுதி மக்களின் சராசரி மனநிலையில் அந்தளவே அதிகம் என்பது சிவாவுக்குத் தெரியும்.

தேநீர் வைத்து வந்து இருவருக்கும் கொடுத்தாள்.

அவசரம் இந்தியா போகவேண்டியிருப்பதைக் கூறி, விசா, ரிக்கற் பற்றிய விபரங்கள் கேட்டு, அவனை கொழும்புக்குக் கூடவந்து தன்னை அனுப்பிவைக்கும்படி கேட்டாள் மகேஸ்வரி.

கொழும்பில் இந்திய விசா எடுப்பதில் சிரமம், வெகுதாமதம் ஏற்பட்டுள்ளதைக் கூறினான் சிவா. "தங்கு தடையில்லாமல் விசா குடுத்துக்கொண்டுதான் இருந்தாங்கள். இப்ப ரண்டு கிழமையாய் அது குறைஞ்சிருக்கு. ஏனெண்டு தெரியேல்லை. கெதியில போக வேணுமெண்டால்... போர்ட்டிலதான் போகவேணும். ஏன், அப்படி என்ன அவசரம்?"

மகேஸ்வரி சொன்னாள்.

எதற்கும் விசாவுக்கு முயற்சி பண்ணிப் பார்ப்பதாகக் கூறி விபரம் கடிதத்தில் எழுதுவதாகத் தெரிவித்தான் சிவா.

சற்றுநேரம் செல்ல, முதல்நாள் அரசியைப் போய்ப் பார்த்துவந்த விபரத்தைச் சொன்னாள் மகேஸ்வரி. அம்மன்கோயில் போய்வந்த விபரத்தையும் கதிர்காமச்சுவாமி சொன்னவற்றையும் ஒப்புவித்து, "இதுக்கு என்ன அர்த்தம், சிவா? நெருப்பு மழை... இடி... ஆலமரம் எரியிறது... கோயில் சிலை சிதறுகிறது... பிறகு அதுவாயே ஒண்டாகிறது... அரசி யிட்டயும் கேட்டன். அவ தனக்குத் தெரியேல்லை எண்டிட்டா..." என்றாள்.

கனவுச்சிறை 399

"இப்பிடியே சொன்னாரா?"

"ம்!"

யோசித்துக் கொண்டிருந்தான் சிவா.

37

தான் கழட்டிய இடத்தில் அவனது தொடுப்பு விழுந்துகொண்டிருப்பதை எண்ணுகிற பொழுதுகளிலெல்லாம் சுவர்ணாவுக்கு மனம் அற்புத உணர்வில் நிறைந்துவிடுகிறது. பின் அது மறைய கேள்விகள் எஞ்சும்: ஏன் இவ்வாறு நிகழ்கிறது? அதன் பின்னணியிலுள்ள சக்தி என்ன?

தென்னிலங்கை செழிப்பானது. அவளது ஊர், எதனையும் விஞ்சியது. புல்லுக்கும்கூடப் பொசிப்பைவிட கூடுதலாகவே அங்கே நீரும் உணவும் கிடைத்தன. அந்த பச்சைப்புல் படர்ந்த நிலத்தில் தம் தலையால் மேகம் மறைத்துக் கிடந்தன பசிய தெங்குகள். வீட்டைச் சுற்றி செங்குலைகள் தாங்கிய செவ்விளநீர்க்கன்றுகள். பசுமை தவிர்ந்த வேறெதிலும் அவள் பார்வை பட்டு வளரவில்லை.

தூரத்தில் ஒரு வெண்மைக் குவியம். பக்தி செலுத்த சின்ன வயதிலிருந்தே பழக்கப்பட்டிருந்தவள் அவள். அவள் மதிப்புச் செலுத்த பழக்கப்படுத்தப்பட்டிருந்த இன்னொன்று, சீவர ஆடை. ஆசைகளை வெறுத்து அமரநிலை அடைவதற்கான தவக்கோல அடையாளம். சம்புத்தரின் அன்புப் பெருநதியில் ஜலமெடுத்து எங்கும் புனிதம் படைத்துத் திரிந்த ஊழியனை அவளுக்கு மெத்தப் பிடித்திருந்தது.

பின்னால்... எல்லாம் பொருளற்றுப் போயின. பள்ளியில் படித்த பன்னிரண்டாவது வயதில் அந்த மைல்கல் நிகழ்வு நடந்தது.

வழக்கமாக அவள் பள்ளி செல்வதும் திரும்புவதும் சுது அக்கேயுடன்தான். பள்ளிக்கும் வீட்டுக்கும் இடைத்தூரம் ஒரு மைல். அதை நடக்க அவளெடுக்கும் நேரம் ஒரு மணித்தியாலம். எப்படியும் அவள் மூன்று மணிக்கு முன் வீடு திரும்புவது கிடையாது. மூன்று மணிக்கு முன்பானால் அதை சுது அக்கே வீட்டில் கழித்துவிட்டுத்தான் வீடு வருவாள். தந்தையற்ற அவளுக்கு கட்டுப்பாடு கிடையாது. தாயார் அன்பு செய்தாள். 'முத்திரை' அவளை வளர்த்தது. அவ்வளவு தான்.

அன்று ஒரு மழைநாள். சுவர்ணா தெப்பமாக நனைந்து போனாள். வீடு செல்ல நேரமிருந்தது. சுதுஅக்கே வீடு செல்லும்படி ஆகிறது. வெளியே நீர் சொட்டச் சொட்ட நின்றுகொண்டிருக்கிறாள். பெரிய அறைக் கதவு சாத்தியிருந்தது. பக்கத்து காம்பறாவிலிருந்து ஒரு துண்டை எடுத்துவந்து சுவர்ணாவிடம் கொடுத்த சுது அக்கே, குசினியில் நின்று உடை மாற்றுகிறாள். சுவர்ணா தலையைத் துடைத்தபடி விறாந்தையில்.

பெரிய அறைக்குள் எழுந்த சரசரப்பு சுவர்ணாவை ஆர்வங்காட்டி பலகைச் சுவரின் இடுக்கினூடாகப் பார்வையை உள்ளே எறியச் செய்கிறது.

திகைத்துப் போகிறாள் அக்கணமே. விறைத்துப் போகிறாள் மேனி. ஆசைகளைத் துறந்த பிக்கு ஒருவர் துவராடையும் துறந்து..! சுதுஅக்கேயின் மூத்த சகோதரி மறைந்து கிடக்கிறாள் அவர் கீழ். ஒரு அம்மணம் சக ஒரு அம்மணம் சமன் ஒரு அம்மணமாகிய நிலையில். சீ..!

அதே ஆண்டில் இன்னொரு சம்பவம்.

அவளது தாயின் நெருங்கிய உறவினர் வீட்டில் சடங்கு நடக்கிறது. அந்த வீட்டு மூத்த பையனுக்கு தலை முண்டிதமாக்கி, மஞ்சளாடை அணிவித்து புத்த சங்கத்திலே சேர்க்கிறார்கள். சுவர்ணாவுக்கு விபரம் பெரிதாகத் தெரியாத வயதுதான் அது. சடங்கு நடத்தப்படவிருந்த பையன் புஞ்சி உம்மென்று முகத்தை வைத்துக்கொண்டு இருக்கிறான். பார்க்க அவளுக்குச் சிரிப்புச் சிரிப்பாய் வருகிறது. அம்மா, அக்கா எல்லோரும் அதட்டுகிறார்கள். அவளுக்கோ சிரிப்புத் தாங்கமுடியாமல் வந்துகொண்டேயிருக்கிறது. அவள் வீட்டுக் கோடிக்கு ஓடி வயிறு வெடிக்கச் சிரிக்கிறாள். சிறிது நேரத்தில் வீட்டுக்கு வருகிறாள் சுவர்ணா. புஞ்சிக்கு மொட்டைபோட்டு முடிந்திருக்கிறது. மஞ்சளாடை அணிவிக்கப்பட்டிருக்கிறது. அவள் மதிப்போடு அவனைப் பார்க்கிறாள். அவன் கண் அவளை எரிப்பதற்குப்போல் தேடலில் கிடக்கின்றது. அவள் அம்மா பின்னால் ஒளிந்துகொள்கிறாள்.

அதற்கு இரண்டு மூன்று ஆண்டுகள் கழித்து புஞ்சிபண்டா, குணானந்தா என்கிற பெயரோடு வித்தியாலங்கார பல்கலைக்கழக மாணவனாகி கல்வி கற்க களனி வருகிறான். ஆரம்பத்தில்... எப்போதோ ஒருநாள் என்றிருந்த குணானந்தாவின் வரவு, அப்பப்ப என்றாகி, பின் வாரம்வாரம் தவறாததாகி விடுகிறது. அம்மா விழுந்து விழுந்து உபசாரம் பண்ணுவாள். அந்தக் குடும்பத்துக்கு அவர் மிக வேண்டியவர் என்ற நிலை விரைவில் ஏற்பட்டு விடுகிறது. அது புரிந்தவளுக்கு, தனிமை நேரங்களில் வீடு வரும் புஞ்சிமாமா அவளை அள்ளியெடுத்து அணைப்பதும் முத்தமிடுவதும் பெரிதாகப் படாததோடு, நிறைய சொக்கிளேற் வாங்கிச் சாப்பிடும் ஆவலாதியில் தெரியாமலும் போய்விடும். புஞ்சிமாமா சிரேஷ்ட இடங்களிலெல்லாம் கைபோட்டு அளைந்திருக்கிறான்.

கொஞ்சம் பெரியவளானபின் பல சூக்குமங்களின் புரிதல் அவளை வெகு அவதானப்பட வைத்துவிடுகிறது. தனக்கே அதில் ஒரு சுகிப்பிருந்தபோதும், சுது அக்கேயின் மூத்த சகோதரிபோல் கெட்ட குணத்தவளாக்கி விடுமென்ற பயத்தில், பின்வாங்க வைத்துவிடுகிறது. ஆனால் குணானந்த விடுவதாயில்லை. ஓட ஓட அவளை விரட்டினான். ஒருநாள் தாயாரிடம் அழுதுகொண்டே போய்ச் சொன்னாள். தாயார் அணைத்து அவள் கண்களைத் துடைத்து 'மாமாதானே!' என்றாள். அதன்பின் மாமனைக் கண்டாலே எங்காவது பறந்துபோய் ஒழிந்துவிடுவாள்.

ஒருநாள் இது மாதிரியே ஒழிந்திருந்துவிட்டு, புஞ்சிமாமா அதுவரையில் போயிருப்பானென்று வீடு வருகிறாள். வீடு வந்தவளுக்கு நெருப்புக் குழியில் இறங்கியமாதிரி ஆகிவிடுகிறது. அப்படியே விகாரைக்கு ஓடி போதிசத்துவர் முன் வீழ்ந்து அபயமாகிவிடுகிறாள்.

அவளது அபயக் குரல் கேட்டு வந்ததுபோல்தான் லால் ஐயாவின் தமிழ் நண்பன் உதயகுமாரின் வரவு இருந்தது. சிக்கெனப் பிடித்து விடுகிறாள் சுவர்ணா அன்பால்.

அவனது மரணம் கொடூரத்தின் எல்லையென்று அன்று பஸ்ஸிலே கூடவந்தவர்க்ள சொல்லி அவள் தெரிந்தாள். மட்டுமில்லை. அங்கே அவன் தங்கியிருந்த காலத்திலும் ஒரு அதிகாரபூர்வமற்ற இம்சை அவன்மீது பிரயோகிக்கப்பட்டுக்கொண்டே இருந்தது. இப்போது நினைக்கிறபோது அவளால் புரியமுடிகிறது. அவர்களின் இரவுகள்கூட ஒருவகையான வன்முறையில் பிடுங்கியெடுக்கப்பட்டுக் கொண்டிருந்தன. வீட்டிலே அவன் உண்பதுகூட அதிகமில்லை. அடிபட்ட எலிபோல ஒரு பதற்றத்திலேயே அங்கே வாழ்ந்துமிருந்தான். குடிகாரனாகியிருந்தான். இல்லாவிட்டால் தற்கொலை பண்ணியிருக்கக்கூடும். பின்னால் அவனிறந்த பிறகு ஒரு வறிய விதவைப்பெண்ணாய் அவளுக்கு வாழ்ந்திருக்கச் சம்மதம். ஆனால் அந்தக் கொலைக்குப்பின்னால் புஞ் சிமாமாவின் மாயக் கரமொன்று இருந்திருக்கலாமோவென்ற ஐயமொன்று அவள் மனத்தில் விழுந்துவிட்டது. எண்பத்து மூன்று ஜுலையில் அவனை அவள் காணவேயில்லை. பின்னால் நாகவிகாரையிலென்று அறிந்தாள். இருந்தும் அந்தச் சந்தேகத்தை அவளால் இலகுவில் நீக்கிவிட முடியவில்லை. மனத்துள் நெருப்பு மூண்டது. ஒரு அதிகாலையில், யாரும் விழித்திருக்க முடியாத ஒரு மழை நாளின் குளிர்ப் போதில், குழந்தையோடு அவள் வீட்டைவிட்டுப் புறப்பட்டுவிட்டாள். ரட்சணிய சேனையில்போல் அவளுக்கிருந்த ஒரே நம்பிக்கை இரண்டு முகவரிகள்! இரண்டு மனிதர்கள்! திரவியம், சிவா என்ற இரண்டு தமிழர்கள்!

அதை ஒரு தண்டனையாகவே செய்திருந்தாலும் பின்னால் அதுவே இயல்பானதுபோல் வன்மம் அற்றுவிட்டது அவள் மனத்திலிருந்து. பிடிவாதமே எச்சமாய்த் தேங்கிற்று.

அவ்வாறு தான் கழட்டிய இடத்தில் அவனது தொடுப்பு விழுந்ததுதான் அவளுக்கு அற்புதமாய்த் தென்பட்டது.

அப்போது அவன் எங்கே போயிருக்கிறானென்பதும் எப்போது திரும்புவானென்பதும் அவளுக்குத் தெரியும்.

தாடி வளர்த்துக் கொண்டிருந்தான் இப்போது. அந்த உயரத்துக்கும் அவனது நிறத்துக்கும் அந்தத் தாடி யாரோ ஒரு புரட்சிக்காரனைப் போல அவனை ஆக்கியிருந்தது. கேட்டதற்கு, நிமால் பெரேரா விடச் சொன்னான், விட்டேன் என்றான்.

அவனை ஒரு இலங்கைத் தமிழனாக எண்ணியே அவனுடைய ஆதரவு கேட்டு அணுகியிருந்தாள். அந்தக் கணத்தில் ஆதர்ஷம், ஆசையென்ற எதுவுமில்லை அவளிடத்தில். மெல்லிசாக ஒரு பயம் மட்டுமே இருந்தது. ஆனால் இப்போ ..? ஏங்குகிறாள் அவனுக்காக.

தணியாத தாகத்தைத் தூண்டி நெஞ்சுக்குள்ளிருந்து தகிக்கும் அந்தக் கனல் அவளுக்குத் தெரியும். அது சுகம் தேடாத புனிதம் உற்பவித்த ஒரு கனல். அணுகுதலிலும் அணையும் கனல் அது. அப்போதுதான் அது

கனலிலிருந்து அகலென பரிணாமம் பெற்றது. ஒவ்வொரு வீங்கிளம் பொழுதுகளிலும் அவள் மனத்துக்குள் கூவுகிறாள்: திரவி ..! திரவி ..! திரவி ..!

அவள் உடல் உறவுகள் ஏற்படுத்திக்கொள்ளாத மனைவியாகவும், அவன் எத்தனம்கூடப் பண்ணாத கணவனாகவும் இருந்து அமைத்துக் கொண்ட குடும்பத்தில் விரிந்திருந்தது விகாஸம்.

அவளுக்குத் தெரியும் அவனது உந்நத விருப்பங்களின் எல்லை. அவள் அதை கௌரவித்தாள். அவன் தமிழனாக வாழ்ந்துகொண்டு மனிதனாக எண்ணிக்கொண்டிருந்தமையை அவள் பவுத்திரமாய் உணர்ந்தாள். அவனே நெய்யாய் அப்படியே ஒரு வேள்வியில் ஆகுதியாகிவிடலாம். அவளுக்கு அது இழப்பில்லை.

அப்போது அவள் தொழத் தொடங்குவாள்.

தொழுதால் எதுவும் இழப்பில்லை!

அவன் வீட்டுப்பாடங்கள் சொல்லிக் கொடுப்பதை கணிசமான அளவு குறைத்திருந்தான். நிறைய எழுதினான் இரவிரவாய் விழித்திருந்து. அவை ஆங்கிலத் தினசரிகளுக்கான கட்டுரைகளென்பதை அனுமானித்துக் கொண்டாள் சுவர்ணா. தமிழ்ப் பத்திரிகைகளிலும் வந்திருக்கலாம். மொழிபெயர்த்து எழுதுவதையும் அவள் கண்டிருந்தாள்.

அவனாக ஏதும் சொல்லவில்லை. ஏனோ? அவளால் புரிந்துகொள்ள முடியாதென்றா?

சில நாட்களுக்கு முன் அனிலின் நண்பர் பத்திரிகையில் எழுதியிருந்த ஒரு விஷயம்பற்றி திரவியமும் திசையனும் பேசிக்கொண்டார்கள். இஸ்ரேவேலின் உளவு ஸ்தாபனமான மோஸாட்டின் ஆலோசனையின் பேரில் இலங்கை அரச படைகளே அனுராதபுர சிங்கள மக்களின் படுகொலையை நடத்தியதாக துணிந்து அவர் எழுதியிருந்தாராம். அவரது பெயர்கூட ... காமினி ... காமினி நவரத்ன என்று அப்போது நினைவு கொண்டாள் சுவர்ணா.

பத்திரிகைகளில் பரபரப்பும், கூடவே துவேஷமும் தரும் செய்திகளுக்குப் பின்னாலுள்ள உண்மைகளைக் கிரகித்துக் கொள்ளும் சாதுர்யம், அனுராதபுரப் படுகொலைச் செய்தி வெளிவந்த நேரத்தில் அவளிடத்தில்கூட இல்லை. வடக்கில் தீவிரமாய் வளரும் போராட்டத்தின் அடையாளமாகவே அவளும் அதைக் கொண்டிருந்தாள். பிற்பாடுதான் சம்பவங்களுக்கும் செய்திகளுக்கும் பின்னாலுள்ள அரசியலை அறிய அவள் கற்றாள். அது அவளுக்கே ஆச்சரியமாய் இருந்தது. அவள் கொழும்பு மாநகருக்கு வெகுதொலைவிலுள்ள ஒரு சிறுநகரத்தின் வறிய குடும்பத்துப் பெண். அரசியல் நிகழ்வுகளின் மையம் தேரும் நுட்பத்தை எது அவளுக்குக் கற்பித்தது? அல்லது எவர் கற்பித்தார்?

திரவி, அனில், நிமால் பெரேரா ஆகியோரின் கூட்டு மேலெழுந்த வாரியாய்ச் செய்திகள் தெரிவிக்கும் உணர்ச்சிச் சாயத்தைப் பூசிக்கொள்ளும் லட்சோபலட்சம் தன்போன்ற சிங்கள மக்களை உண்மை தேடுதல்

என்கிற இயக்கத்தில் ஈடுபடுத்தும் முயற்சியாகப் பரிணமித்திருப்பதை அவள் அறிவாள். அது வளர, அவன் கனவு பலிதமாக அவள் புத்த பகவானைப் பிரார்த்தித்தாள்.

'புத்தம் சரணம்... சங்கம் சரணம்... தர்மம் சரணம்... கச்சாமி!'

38

ஹரவப்பொத்தானை றோட்டிலுள்ள சிவாவின் அறைக்கு முன்னுள்ள மாடி முற்றத்தில் திரவியமும் நிமால் பெரேராவும் அனில்"லும் அன்று கூடியிருந்தார்கள். அனில் மேலும் ஒரு அரை றொக்லாண்டுக்கு சிவாவை அனுப்பியது திரவியத்துக்கு விருப்பமில்லாதிருந்தது. ஆனாலும் சாராயத்தைவிடவும் கூடுதலான எரிவு செய்யும் அரசியல் நிகழ்வுகளின் அலசல்களில் அவர்கள் அமிழ்ந்து போயிருந்ததில் அதுபற்றிய பிரக்ஞை சிறிதுநேரத்தில் அவனிடத்திலிருந்து அகன்றது.

வெளிச்சமும் இருளும் பாதி பாதியாய்க் கலந்திருந்தது அந்த இடத்தில்.

சப்தமும் மோனமும்கூட பாதிபாதியாய்க் கலந்திருந்தது அங்கே. தெளிவும் குழப்பமும் பாதிபாதியாய்க் கிளர்ந்து கொண்டிருந்தது அந்த இடத்திலுள்ளவர்களிடத்தில்.

வெளிச்சத்தில் இருளும், சப்தத்தில் மௌனமும், தெளிவில் குழப்பமும்...

திரவியம் மது அருந்தாவிடினும் நிலை தளும்பியிருந்தான்.

நிமால்பெரேரா சொன்னதை அவனால் நம்பவே முடியவில்லை. அனில் நம்பியிருந்தார் என்பது அவரது கலக்கமின்மையில் புரிந்தது. ஆனால் அவருக்கும் செய்தி புதிது. பதினைந்து வருஷங்களாய் திட்டமிட்ட ஒரு திரைமறைவு அரசியலை நடத்திக்கொண்டு, மிகவும் சாந்தமான சுபாவியாகக் காட்டி வாழ்ந்துவிட நிமால்பெரேராவால் எப்படி முடிந்தது? ஆனாலும் அவ்வளவு காலம் மறைத்திருந்தான் என்பதின் கடுமை அவனே சொன்னான் என்பதில் கடுமையிழந்து போயிற்று.

அவனுக்கு 1971 ஏப்ரல் 5 ஞாபகம். எனினும் நிகழ்வுகள் எல்லாவற்றையும் புரிந்துகொள்ளப் போதிய வயதில்லை அப்போது.

திடீரென்று தென்னிலங்கையில் ஆயுதப் புரட்சியென்று பேச்செழுந்தது. வானொலிச் செய்திகள் அதை ஊர்ஜிதம் செய்தன. இனக்கலவரமல்ல என்பது ஒருசிலமணி நேரங்களுக்குள்ளேயே தீவை அடைந்துவிட, நிகழ்வுகளை ஒரு வஞ்சின ஆர்வத்தோடு தமிழ்நிலம் சுவாரஸ்யமாய்க் கேட்டுக் கொண்டிருக்கிறது.

சிங்களக் கரங்கள் நவீன வரலாற்றில் முதல்முறையாக சிங்களவர்களுக்கெதிராகத் துப்பாக்கி பிடிக்கின்றன!

தமிழ்நிலம் தவிர்ந்த இலங்கை முழுவதும் ஊரடங்கு அமுல் பிறப்பிக்கப்பட்டிருந்தது!

புரட்சி நெருப்புக்குத் தப்பி பிரதமர் கப்பலில் ஒழிந்து கடலில் மிதந்துகொண்டாராம்.

ஒரு மணி நேரத்துள் நேசநாடுகளின் உதவி கோரப்பட, இந்திய கூர்க்கா படை இலங்கை அரசின் உதவிக்கு விரைந்தது. பத்து பயங்கரவாதிகள் மரணம்..! நூறு பயங்கரவாதிகள் கைது..! றேடியோ ஸ்ரேஷன் கைப்பற்றப்படுவதிலிருந்து மீட்பு..! செய்திகளைக் காற்று வெளியில் கலக்கிற்று இலங்கை வானொலி.

எங்கும் ஒரே நேரத்தில் புரட்சி வெடித்திருந்தும் அது பிசுபிசுத்துப் போகிறது.

பெரும்பாலும் நினைவுகளெல்லாமே மறைந்துவிட்டிருந்தன மனங்களிலிருந்து. ஒன்று மட்டும் சாசுவதம் பெற்றதாய். அது... இலங்கை அழகுராணி பிரேமவதி மனம்பெரியின் கொலை.

மிகப் பின்னாலேதான் அதுபற்றிய விரிவை அவன் அறிந்தது. பத்திரிகையில் வெளிவந்திருந்த அவளின் படம் இப்போதும் மனக் கண்ணில் நிழலாடியது.

அவள் அழகிதான்.

இலங்கை அழகியாயும் பரிசுபெற்ற ஒரு தேவதை.

அவளது சொந்த இடம் கதிர்காமம்.

மாநகரத்தின் நாகரீகப் பெருவீச்சுக்கள் அணுகாத சின்ன ஊர்.

அங்க அளவுகளினால் மட்டுமல்ல, பாமரனின் அழகுக்கான பல லட்சணங்களும் பெற்றிருந்த பிரேமவதிக்குள் ஆயுதம் எடுக்கும் கடினசித்தம் நுழைந்தது. அந்த அழகுராணிப் பட்டத்தைத் துறந்து தன் பகுதியின் ஆயுத ராணியாக அவள் முனைந்ததில் விசித்திரம் எதுவுமில்லை. சமூக அநீதிகளைச் சந்தித்து கொதிக்கிற மனங்கள் அவ்வண்ணத் தீர்மானங்களையே அடைந்திருக்கின்றன அதுவரை.

கதிர்காமத்தில் ஏப்ரல் 15இன் ஒரு காலைப் பொழுதில் புரட்சியில் சம்பந்தப்பட்டதாகச் சந்தேகப்படும் பெண்களெல்லோரும் கைது செய்யப்படுகிறார்கள். உண்மையில், தாக்குதலுக்குத் தலைமை தாங்கிய பிரேமவதியின் கைது மறுநாளே நிகழ்கிறது.

அழகுராணியின் அழகு நீடிய ஒரு சித்திரவதையின் பின் நிர்வாணமாக்கப்பட்டு ஊர்வலமாய்க் கொண்டுசெல்லப்படுகிறது நவ.17ஆம் தேதி.

மாலையளவில் குற்றுயிராகி விழுந்துவிடுகிறாள் பிரேமவதி. புதைக்கக் கூறிவிட்டுப்போய்விடுகின்றது ராணுவம். புதைக்கும்படி கட்டளையிடப்பட்ட காதரும், பெருமாளும் திரும்ப ஓடி அவள் குற்றுயிராய் இருப்பதைக் கூற, படைஞரில் ஒருவன் வருகின்றான்.

பிழைக்க வைக்கக்கூடிய சாத்தியம் கண்டு கொல்ல மனமின்றித் திரும்புகிறான். லெப்டினன்ட் விஜேசூரிய வெறிபிடித்து விட்டிருந்தான். இன்னொருவனை அனுப்ப அவன் அவளின் நெற்றிப் பொட்டில் சுட்டு தான் ராணுவத்தான்தான் என நிரூபிக்கிறான். பின்னால் நடந்த பிரேமவதி மனம்பெரி கொலை வழக்கில் லெப்டினன்ட் விஜேசூரிய, சார்ஜன்ட் அமரதாச இருவருக்கும் தலா பதினைந்து வருஷ கடூழியம் கிடைக்கிறது. ஆனாலும் அவளின் நெற்றிப் பொட்டில் சுட்டுக் கொலை செய்தவன் அந்த வழக்கின் இறுதிவரை அடையாளம் காணப்படாமலே போய்விடுகிறான். அது, கருணையின் பாற்பட்டதாய்க் கருதி சட்ட ஒதுக்கம் பெற்றதோ?

தமிழர்கள் சந்தோஷப்பட்டார்கள் என்று அவன் எண்ணவில்லை. தமிழர்கள் வெளியுலகில் குறைந்தபட்ச அக்கறைகூடக் காட்டியிருக்க வில்லையென்பதுதான் அவன் கவனத்தில் உறைந்தது. எதுவும் தனக்கு வந்தால்தான் தெரியுமோ?

1971இன் ஏப்ரல் புரட்சி தயவு தாட்சண்யமின்றி இரும்புக் கரம்கொண்டு அடக்கப்பட்டது. சுமார் அம்பதினாயிரம் யுவர்களதும் யுவதிகளதும் இன்னுயிர் பறிக்கப்பட்டது.

பதினாறு ஆண்டுகளாகியும் இன்னும் காத்திருக்கிறானாம் நிமால்பெரேரா, மறுபுரட்சியொன்று தென்னிலங்கையில் வெடிக்குமென்று. தகுந்த காலம் வரும்வரைக்கும் அரசதிகார நிறுவனங்களுக்குள் ஜே.வி.பி. காரன்; ஸ்தாபிதமாகிக் கொண்டிருக்கவேண்டும் என்பதுதானாம் தமக்கு தலைமை இட்ட கட்டளை.

அவன் ஏங்கிப்போனான்.

அனிலுக்கு ஆச்சரியமில்லை. அவர் ஓரளவு இதை அனுமானித்திருந்தார் போலிருந்தது. அவர் ஜே.வி.பி. அனுதாபியல்ல. ஆனாலும் அதன் எழுச்சியை சில நியாயங்களின் அடிப்படையில் எதிர்க்காமலிருந்தார். சில தளங்களில் சில காலங்களில் நியாயங்கள் வலுவானவையாக இருக்கும். நியாயம் எப்போதும் சரியாக இருப்பதில்லை. அந்தக் கணத்தின் சரி மட்டுமே அது. அது தெரிந்தவர் அனில். பலமுறைகளிலும் அவர் இதை அவர்களுக்குத் தெளிவாகவே சொல்லியிருக்கிறார்.

திரவியத்தின் ஆச்சரியத்தை அவர் சிறிது ரசிக்கவும் செய்தார். "என்ன, நிமால் தெரிவித்த தகவல் ஆச்சரியமாக இருக்கிறதா?" என்று கேட்டார்.

திரவியம் திரும்பினான். சென்று தன்னிருக்கையில் அமர்ந்தான். தலையசைத்தான் ஆமாம் என்பதுபோல்.

"ஏன் இருக்கவேணும்?" இறங்கியிருந்ததைப் புதுப்பித்துக் கொண்டார். முதலாவது அரைக்குத் தப்பி இருந்துவிட்ட சிவாவை வற்புறுத்தி சிறிது குடிக்க வைத்தார். தங்களுக்கே அது அதிகமாகிவிடக் கூடாது என்கிற எண்ணமாயுமிருக்கலாம் என்று திரவியம் எண்ணிக்கொண்டான். பின் வானம் நோக்கி ஒரு சுற்றுப் பார்வை எறிந்தார். தொடர்ந்தார்: "திரவி, என் அன்பான சோதரனே, ஏன் அப்படி நீ அதை ஆச்சரியமாக

எண்ணினாய்? ஸ்ரீலங்கா கட்சி மட்டும்தான் அத்தனை கொலைகளோடும் ஒரு புரட்சியை அடக்கியதாய் எண்ணும். நீ எப்படி எண்ணலாம்? எழுபத்தொன்று ஏப்ரல் புரட்சியின் பின் அதன் தலைவர்கள் ஒவ்வொருவராகக் கைதுசெய்யப்பட்டனர். ரோகண விஜேவீரவும் கூட்டில் அடைக்கப்பட்டார். தென்னிலங்கையில் வைத்தால் எங்கே தப்பிவிடுவாரோ என்று யாழ்ப்பாணக் கோட்டையிலே வெகுகாலம் அடைத்து வைத்தார்கள். ஒரு சிங்களப் புரட்சியாளனை யாழ்ப்பாணக் கோட் டையில் வைத்தால் பாதுகாப்பாயிருக்குமென்று ஆட்சியாளர்கள் எண்ணுகிற அளவுக்கு தென்னிலங்கைப் புரட்சிகரச் சக்திகளோடு வடவிலங்கைப் புரட்சியாளர்களுக்கு அல்லது முற்போக்குவாதிகளுக்குத் தொடர்பில்லாமல் போய்விட்டதுபற்றி நீ என்ன நினைக்கிறாய், திரவி?"

அனில் நிறுத்தினார். போதை அடைந்துவிட்டாரென்பது தெளிவாகவே தெரிந்தது. எனினும் விஷயங்களை அலசுவதில் வெகு ஒழுங்கு தெரிந்தது. இயல்பில்லாமல் அதில் தெரிந்தது நாடகரீதியான அவரது பாவனைகளும், சில வார்த்தைப் பிரயோகங்களும்தான்.

"பிறகு... எப்படியோ ரோகண விடுதலையாகி... எழுபத்தொன் பதிலென்று நினைக்கிறேன்... லண்டன் சென்றார். அதுவரை உறுதியாகவும், பிளவுகளற்றும் ஒரே தலைமைத்துவத்திலிருந்த ஜே.வி.பி. அதன்பிறகு சிதறுண்டு போனது. ஐந்து பெரும் பாகங்களாகி அழிந்ததுபோல காட்சியிலிருந்து மறைந்தது. ஸ்ரீலங்கா சுதந்திரக் கட்சி செய்த தவறையே ஐக்கிய தேசியக் கட்சியும் செய்தது. ஆம், ஜே.வி.பி. இனி மறுமலர்ச்சி காணாது என அதுவும் எண்ணிற்று. அதன் முழுக் கவனமும் வடவிலங்கையில் செலுத்தப்பட்டிருப்பதனால் இனி கண்டுகொள்ளப்படாமலும் போகலாம். ஆனால் சோமவன்ச அமரதுங்க தலைமையில் அது மிக்க கட்டுறுதியோடு வளர்ந்து கொண்டிருக்கிறது."

"உங்களுக்கு இது எப்படித் தெரியும்?" நிமால் பெரேரா கேட்டான்.

அனில் சிரித்துவிட்டு சொன்னார்: "தெரியும். ஆனால் அது யூ.என்.பி.யின் அக்கறையே தவிர என்னதல்ல."

கூட நிமாலும் சிரித்தான். பின், "ஜே.வி.பி. ஒரு தனி மரமல்ல, திரவி. அது தோப்பு. அதை லேசில் அழித்துவிட முடியாது. ஈரப் பலாமரங்களை தென்னிலங்கையிலிருந்து அழித்துவிட முடியுமென்று நினைக்கிறாய்? அதுமாதிரி இது. நாம் இப்போது தக்க பதவிகளில், தக்க இடங்களில் வேரோடியுள்ளோம். தலைமை கட்டளையிட்ட மறுகணத்திலேயே களத்தில் இறங்குவோம். நம் இழப்புகளுக்கும், நம் தோழர்களின் மரணங்களுக்கும் நாம் அப்போது நியாயம் செய்வோம்..." என்றான்.

சிறிதுநேரத்தின் பின், "முன்புபோல புரட்சி ஆயத்தங்கள் கண்டுபிடிக்கப்பட்டால்..?" என்று கேட்டான் திரவி.

"முந்திய அனுபவம் நமக்கு அறிவாகச் சேர்ந்திருக்கிறது, திரவி. இந்த முறை குறியிலிருந்து தவறிவிடமாட்டோம். சூழ்நிலையும் எமக்குச்

சாதகமாகவே இருக்கிறது. இருமுனை யுத்தத்தை யூ.என்.பி.யால் சமாளிக்கவே முடியாது."

மேலே ஒரு நட்சத்திரம் எரிந்து விழுந்து கொண்டிருந்தது.

நால்வருமே பார்த்தார்கள்.

மீண்டுமொரு நட்சத்திரம் எரிந்து உதிர்ந்து மறைந்தது.

அதன் பின்னால்... மேலுமொன்று.

"காலம் மாறிவிட்டதா? பிரபஞ்ச விதிகளும் மாறுமோ? எற்றாபேர்ஸி விண்மீன் தொகுதி எரிநட்சத்திரங்களை இப்போது மே மாதத்திலேயே உதிர்க்கத் தொடங்கிவிட்டதா?" அனில் முனகினார்.

"நல்ல காலமில்லை இலங்கை அரசாங்கத்துக்கு. மரணங்கள் விளைய... பசியும் பிணியும் நாட்டில் பெருக... அவர்களது சொந்தப் படையினரே பெருவாரியில் அஞ்ஞாதவாசம் ஓட என்று இது பெருந்துன்பங்களின் அறிகுறி" என்றான் நிமால் பெரேரா.

"வேற..?" கதிர்காமச் சுவாமி சொன்னதாய் மகேஸ்வரி சொன்ன வார்த்தைகளையும் அப்போது ஞாபகங்கொண்ட சிவா கேட்டான்.

"அரசாங்கம் பதவியிறங்கும்!"

"அரசாங்கம் கவிழுமா?" அதிர்ச்சியோடு கேட்டான் திரவியம்.

"பதவியிழக்கும்... அடுத்த தேர்தலில். அதன் முதல் சறுக்கல் இப்போதே தொடங்கிவிட்டது. மிக்க இரகசியமாக ஒரு செய்தி இன்று என் காதுகளுக்கு எட்டியது?"

நிமால் பெரேரா திரவியத்தின் கழுத்தில் கைபோட்டு இழுத்து அவன் காதுக்குள் ஒலியலைகளைப் பெய்தான். "படை நகர்வு... தொடங்கிவிட்டது... வடபகுதிநோக்கி... கடல் வான் மார்க்கங்களாக. பாரிய யுத்தத்துக்கு அரசு தயார். அதன் முதல் வேட்டு எந்தநேரமும் வெடிக்கலாம். வரலாற்றில் இது ஈழயுத்தம்-1 என்று அழைக்கப்படும்."

39

மிக்க கனதியான மனத்தோடுதான் வீடு வந்திருந்தான் திரவியம். வழியிலே என்றுமில்லாதவாறு அசம்பாவிதமும் நேரப் பார்த்தது. ஆனாலும் அவனை நிமால் பெரேராவின் நண்பனென்று அடையாளம் கண்டுகொண்ட சில சிங்கள இளைஞர்களின் தலையீட்டினால் அது விலகிப் போயிற்று.

திண்ணையில் லாந்தரையும் வைத்துக்கொண்டு அந்த நேரத்திலும் உட்கார்ந்திருந்தாள் சுவர்ணா.

"என்ன, சுவர்ணா?"

"ஒண்ணுமில்லே."

"பிறகேன் இப்பிடி ..?"

"சும்மாதான். ஓங்கள தேடி சாயந்தரமா ஒரு ஹாமதுரு வந்திருந்தாரு ..."

"ஹாமதுருவா ?"

"ம்... தேரர். ஓங்கள அவருக்கு நல்லாத் தெரியுமாமே."

"சரி... ஆரெண்டு சொல்லுங்கோ. எனக்கு வேலை இருக்கு."

"சங்கரானந்த தேரர் !"

அவன் இதயத்தசை இழையங்கள் நெகிழ்ச்சியுற்றன.

"சங்கரானந்த தேரரா ? ஏன் வந்தாராம் ? கேட்டீங்களா ?"

"கேட்டனே! சும்மாதான் ஓங்கள சந்திச்சுப் பேச வந்தாராம். ஓங்களுக்கு நல்லாத் தெரியுமாமே!"

"ம். நயினா தீவு நாகவிகாரையில இருந்தவர் கனகாலமாய்."

"இப்ப எங்க?"

"தெரியாது. திரும்ப வாறதாய்ச் சொன்னவரோ ?"

"வர்றதாச் சொன்னாரு. ஆனா எப்பன்னு சொல்லல."

"முகவரி எப்பிடி தெரிஞ்சுதாம் ? கேட்டீங்களா ?"

"இல்ல."

"உங்கள ஆரெண்டு கேக்கேல்லையே ?"

"கேட்டார்" என்று கூறி முறுவலித்தாள் அவள்.

"என்ன சொன்னியள் ?"

"ஏதோ சொன்னேன், விடுங்க."

"சொல்லுங்கோ ..." இறுக்கம் தளர்ந்துதான் கேட்டான்.

அவள் சோறு போடப் போய்விட்டாள்.

வசந்தகாலம்தான் அது. மன்மத அம்புகள் எங்கணும் எய்யப்படும்.

சாப்பிட்டபின் நிறைய நேரம் யோசித்துக்கொண்டிருந்தான். சங்கரானந்தர் ஏன் வந்தார் என்பதறிய வெகு ஆவல் பூத்திருந்தது மனத்தில்.

சங்கரானந்தரின் வருகை மிகவும் முக்கியமானதொரு விஷயம் பற்றியதாகவே இருந்திருக்குமென்று அவனுக்குத் தெரிந்தது. சாமான்யரல்லர் அவர்.

அது மறைய... படை நகர்வு பற்றிய தகவல் மனத்தைக் குடையத் தொடங்கிற்று.

நிமால் பெரேரா சந்தேகாஸ்பதமான செய்தியெனில் அதையும் தெரிவித்திருப்பான். அவனது தொடர்புத் தளம் மிக்க விரிவானது. அரச தொலைத் தொடர்பு நிலையத்தில் வேலை செய்துகொண்டிருந்தான். அவனது தாய்மாமன் வேறு ராணுவத்தில் பொறுப்புள்ள பதவி வகித்துக் கொண்டிருந்தார். ஆனாலும் மிகவும் அச்சொட்டான தகவல் அவனுக்குச் சாத்தியமா? மேலும் அரச படைகளின் நகர்வுபற்றி யாருக்குச் சொல்வது? சொல்வதின் மூலம் என்ன விளைவு ஏற்படும்? செய்தி எப்படித் தெரியுமென்று கேட்டால் என்ன பதில் சொல்லமுடியும்? செய்தியே பொய்யாக இருந்தால் என்ன ஆகும்? சங்கரானந்த தேரரின் வருகையும் அது காரணமானதாக இருக்க முடியுமா? அவ்வளவு லௌகீக அரசியல் தொடர்புகள் அவருக்கு ஏது?

பலவாறான கேள்விகளும் சிந்தனைகளும் அவனைத் திணறடித்துக் கொண்டிருந்தன.

அவன் அன்று எழுத முயற்சிக்காதது மட்டுமில்லை, ஆழ்ந்த யோசனையிலுமிருப்பது கண்டு சுவர்ணா ஆச்சரியப்பட்டாள். அது யோசனை கூட இல்லை, விசனம் என்று தெரிய ஆச்சரியம் இன்னும் அதிகரித்தது. அது எவ்வளவு நேரத்தில் அனுதாபமாக மாறிற்றென்று தெரியவில்லை. அக்கறையின் உயர்ந்த தளத்தில் நின்றிருந்தும் எல்லைகளை மீறுவது இயலாததாக இருந்தது. எனினும் நெருங்கிச் சென்று, “தேத்தண்ணி வைச்சு வரவா?” என்று கேட்டாள்.

அவன் ஒருவகைத் திடுக்காட்டத்தோடு திரும்பி, வேண்டாமென்றான். அவளால் விட்டுப்போக முடியவில்லை. தானும் குந்தோடு சாய்ந்தமர்ந்து மேலே கிடுகு வரிகளை, மூங்கில் தட்டியின் கயிற்று புரிகளின் நெளிவைப் பார்த்துக் கொண்டிருந்தாள்.

படை நகர்வைவிடவும் அதிமுக்கியமான விஷயம் அவன் சிந்தனையில் சுழன்றுகொண்டிருந்தது. சில விஷயங்களில்மட்டும், சில தூரங்களுக்கு மட்டுமே, நிமால் பெரேராவோடு அவனால் இணைந்து செல்லமுடியும். அனிலோடும் அவ்வாறுதான். அவர்கள் உயர்ந்த தளத்தில் சிந்திக்கக் கூடிய நம்பிக்கைக்குரிய நண்பர்களே. அவர்கள் கூட்டு இன்னும் தொடர்வதில் ஐயப்பாடு இல்லை. ஆனாலும் அவர்களை விட்டுவிலகிய இனம்புரியாத ஒருவகைத் தனிமையை ஒரு பயங்கரத்தோடு உணரலானான் திரவியம்.

கூதலெடுத்ததுபோல் இருந்தது. கண் கலங்கி நீர் வெடித்துச் சிதறும் நிலை. ஜுர வேகத்தில்போல் வாய் ஏதோ பிதற்றியது. உடம்பு நடுங்கி பௌதீகார்த்தமான பாதிப்பு.

“என்னங்க... என்ன செய்யுது..?” அவள் அவனருகை அடைந்தாள்.

“ஒண்டுமில்லை ... ஒண்டுமில்லை!” அவன் ஆசுவாசம் அடைய முனைந்தான்.

“என்ன நடந்தது அங்க? இன்னிக்கும் சிவா றூமுக்கு முன்னாடி இருந்துதான் பேசினீங்களா? என்ன பேசினீங்க? ஏன் இப்பிடி உங்க உடம்பு நடுங்குது?”

அவன் சிறிதுநேரம் மௌனமாயிருந்தான். பின் ... நண்பர்களோடு தொடர்ந்தும் கருத்தைக்கியத்தோடு இருக்க முடியாதுபோல் தோன்றும் சூழமைவைக் கூறினான். அவள் காரணம் கேட்டாள். சிற்சில அரசியல் சித்தாந்தங்களை நுகத்தடியாய்ச் சுமந்து கொண்டிருப்பவர்களோடு புதுவெளிச்சம் காணத்துடிக்கிற தான் இணைந்துகொள்வது தன்னை இழத்தலாகிவிடுமோ என தான் அஞ்சும் நியாயத்தை அவன் சொன்னான். அவள் அதை ஒரு விவாதமின்றி புரிந்து கொண்டாள். அவன்மேலான அக்கறையால் அதுவரை காலம் செய்த கிரகிப்பு அந்தப் புரிதலுக்கு அவளுக்கு உறுதுணையாயிற்று.

தாய் தந்தை சகோதரங்களைப் பிரிந்தபோதில் இல்லாத அநாதரவான உணர்வு அப்போது தோன்றுவதாகச் சொல்லி, நண்பர்களைப் பிரியும் அச்சம் மட்டுமில்லை, அவர்கள் கருத்துடன் ஏற்படக்கூடிய பிளவே பெரிய ஒரு அநாதரவில் தன்னை நிறுத்தியுள்ளதாக அவன் தெளிவுபடுத்தினான்.

அதுகேட்ட அவள் துடித்துப் போனாள். தான் இருக்கும் வரை அவன் அநாதையில்லையென்றாள். அவன் பின்னால் வர – அவன் சுவடு பின்தொடர – தானும் தன் பிள்ளையும் இருப்பதாக உறுதி கூறினாள். அவன் மன வெம்புகையை ஆற்ற ஆதரவாய் அவன் தோளைச் சற்றே அணைத்தாள். அது ஒரு சம்பூர்ண சமர்ப்பணத்திலும் நிகழலாம். அதற்குமேல் கட்டிக் காத்த ஸ்பரிச எல்லை சிதறிப் போனது. தான் தனியில்லையென்பதை தனக்கே உணர்த்துவதான ஒரு மூர்த்தண்யம் பிறந்திருந்தது அவனுக்கு.

அப்போது ஒரு சுழற்காற்று வீச்சில் லாந்தர் அணைந்தது.

அவள் கைகளுக்குள் இப்போது அவன் குழந்தை. ஆதரிப்புக் கேட்டு பிடித்த இடத்தில், அவன் பெற்றது அமிர்த கலசங்கள்! கையினுள் வசமான அமுக்கங்கள் அந்தந்த இடங்களுக்கேயுரிய இறுக்கம் தளர்வுகளுடன்.

இருவர் நினைவுகளும் அழிந்து வந்தன.

பெருவெளியில் குழைந்தன இரு மேகங்கள்.

ஒரு உக்கிர இயக்கத்தில் உச்சஸ்தானம் சித்தித்தது.

அவர்களின் தபஸ்விய பிரபஞ்சம் புரண்டது.

அவன் பாரம் இதமாக அவளை அழுத்தியது.

அவளிர அளவான உருவத்துக்கு தான் அதிகக் கனதியானவன் என்பதை நினைத்து அவன் தன் முழங்கைகளில் மேலும் அதிக பாரத்தைப் பொறுத்தினான்; அவள் மூச்சிறுக்கம் பெறாத இடைவெளி ஏற்படுத்தினான்.

அவனது காதல் மும்முரம் பிடித்ததில் அதுவரை அடங்கிக் கிடந்தவள் இனி அவன் எழும்பலாம் என்பதை மெல்லிய அசைவில் சமிக்ஞை காட்டுகிற வேளையில், அவன் மீண்டும் திரட்சியடைந்தான் அவளுள்ளிருந்தவாறே.

இரவு நீண்டுகொண்டிருந்தது.

40

ராஜநாயகம் வீடு சென்ற ராஜி திரும்ப வெகுநேரமாகி விட்டிருந்தது.

பல்வேறு தருணங்களிலும் மனத்தின் அடிப் படுகையில்கிடந்து குறுகுறுத்துக் கொண்டிருந்த ஒரு பிரதம வினாவை அன்று அந்த பழைய நீதிபதியிடம் கேட்டிருந்தாள் ராஜி.

தன்னை வெகுவாக உலுப்பிவிட்டதுபோல நெடுநேரம் மௌனத்துள் அடைபட்டிருந்தார். மேலே மின்விசிறி உச்சபட்ச விசையில் இயங்கிக்கொண்டிருந்தது. எனினும் மேனியெங்கும் வியர்வை பொசிந்து கொண்டிருந்தது. பொறுக்க முடியாத ஒரு எல்லையை அடைந்திருந்தது கொசுத் தொல்லை. இருவருக்கும் கேள்வியின் ஊன்றுகாலே பிரதானப்பட்டிருந்தது.

அந்த வீட்டுப் பந்தற் கொடியொன்று இயக்கத்தில் சேர்ந்து கொஞ்ச நாட்களில் அப்படி ஒரு கேள்வி அவர்வசமே கேட்கப் படுகிறது. “யுத்தத்தில் வெற்றியின் சாத்தியம் என்ன?”

அவர் நியாயாதிக்கம் செலுத்திய பொழுதுகளில்கூட அப்படித்தான். வாதி, பிரதிவாதியின் வக்கீல்களது சாட்சியைநோக்கிய கேள்வி ஏதாவதொன்று வெகுவாக அவரை உலுப்பிவிடும். தீர்ப்புக்கான முழு வீர்யமும் அந்த மயிர்க்கனதிக் கேள்வி நூலில் தொங்கிக் கொண்டிருக்கும். அப்படியே அவர் குலைந்துவிடுவதில்லை. பதிலின் உண்மை பொய்யை அநாயாசத்தில் கண்டு நியாயம் வழங்கிவிடுவார். அன்று நடந்ததும் அதுதான்.

நிலைமையை நன்கு மீளாய்வு செய்துகொண்டு பதிலிறுக்கத் தயாரானார். “ராஜி, பெரும்பான்மையோருக்கு எதிரான சிறுபான்மை யோரின் போராட்டம் வெற்றி பெறுமா, தோல்வியடையுமா என்ற ஐயுறவு எவருக்கும் ஏற்படுறது சாத்தியம்தான். குறிப்பாய்... இயக்கங்கள் பிரிஞ்சிருக்கிற நிலமையில அது தவிர்க்க ஏலாதது. ஏன், அது செல்வநாயகத்தாருக்கே இருந்ததே!”

அவர் சிகரெட் பற்றவைத்துக்கொண்டு தொடர்ந்தார்: “ஜீ.ஜீ. பொன்னம்பலத்துக்குக் கீழயே நான் வேலை பழகியிருந்தாலும், செல்வநாயகத்தாரோட எனக்கு வெகுவான தொடர்பு இருந்தது. திருச்செல்வம் ஆக்களைவிடவே நெருங்கிப் பழகியிருக்கிறன். சட்டப் பிரச்சினைகளைப்பற்றி நாங்கள் நிறையப் பேசியிருக்கிறம். எனக்கு செல்வநாயகத்தாரை நல்லாய்ப் பிடிக்கும். ஒரு தலைவருக்கு இருக்க வேண்டிய அத்தனை குணாம்சங்களும் அவரிட்ட இருந்தது. அவரே சொல்லியிருக்கிறார். நாங்கள் இப்ப முன்னெடுத்திருக்கிறது தமிழீழத்துக்கான போராட்டம், ராஜநாயகம். இதுக்கான போராட்டம் அடிப்படையில அஹிம்சையாய் இருந்தாலும், முந்தி நாங்கள் செய்த சத்தியாக்கிரகம் மாதிரியான போராட்டமாய் இது இருக்காது. இதில சட்டமறுப்பு இருக்கும். அதற்குத் தேவையான யுக்த பிரயோகமும் இருக்குமெண்டு. அறப்போராட்டம் மூலம் உரிமைகளைப் பெறலாமென்றதில்கூட அவரளவில் சந்தேகமிருந்தது. இப்ப... ஆயுதப் போராட்டம் வெல்லுமா

என்று நீ கேக்கிறாய். அடிப்படையில ஒரு சந்தேகம் உனக்கும் இருக்கிறது. போராட்டத்தில் ஈடுபட்டிருக்கிற முக்கியமான இயக்கங்கள் தங்களுடைய தளத்தை இங்கிருந்து வெகுகாலத்துக்கு முன்பே மாற்றத் தொடங்கிவிட்டன. பயிற்சிகளும் ஆயுதக் கிடங்குகளும் இப்ப ஊரிலதான் இருக்கின்றன. மேலும், கெரில்லா யுத்தம் மரபுவழி யுத்தம் போன்றதல்ல. அதில் ஆயுதமல்லாத அம்சங்களே ஆயுதமாகப் பயன்படுத்தப்படும். அதனால்… ஒரு போராட்டம் தொடங்குமானால்… வெற்றி தோல்வி இல்லாத நிலையில் அல்லது வெற்றி தோல்வி மாறி மாறி ஏற்படுவதான நிலைமையில் வெகுகாலத்துக்கு அது இழுபடும்."

சொல்லி முடித்த பிறகுதான் அவர் தெரிந்தார், ராஜியின் கேள்விக்கு தான் ஆங்கிலத்திலே பதில் சொன்னமை.

பரவாயில்லை, அவளுக்கு ஆங்கிலம் தெரிந்திருந்தது.

ராஜி பதில் பேசவில்லை.

வெகுகாலப் போர்..! மக்களின் பூமியை அது வெறிச்சோட வைத்துவிடும். பஞ்சம் எங்கும் தலைவிரித்தாடும். பசியும் பட்டினியும் பிணியுமாய் இந்துமகாசமுத்திரத்தின் சொர்க்க பூமி நாறத் துவங்கும். அறங்கள் அழியும். விபசாரம் பெருகும். பஞ்ச மாபாதகங்களும் மலியும். இரண்டாவது நரகம் உருவாகும். அவள் அதில் திருப்தி கொண்டுவிட முடியாது.

அதில் அவருக்குச் சம்மதமா என்று கேட்க நினைத்தாள். பின் மனதை மாற்றிக் கொண்டாள். அவர் பாதிக்கப்பட்டவர். பாதிப்பின் காரணமாய் தன் நிலைப்பாடு இதுதானென வெளிப்படையாகவே சொன்னவர்.

அவளுக்கு பதில் தேவை. அவள் ஏமாற்றம், தோல்வி என்கிற படுபயங்கர பாதாளங்களுள் இறங்கிகொண்டிருக்கிறாள். அவளுக்கு மீட்சி அங்கிருந்தால் கிடைக்குமென்ற நம்பிக்கை இல்லை. அவளுக்கு ஓடுவதற்கு திசைவேண்டும். அது அவரிடமிருந்து கிடைக்கவில்லை.

கருத்து மாறுபாட்டின் பிரஸ்தாபமோ, விவாத எத்தனமோ இன்றி சிறிதுநேரத்தில் நேரம் போய்விட்டதெனக் கூறிக்கொண்டுதான் புறப்பட்டிருந்தாள். அந்த வேகத்தில் அவரிடம் இரவலாக வாங்கிய *Gone with the Wind* நாவலை முடிக்க இன்னும் ஒரு வாரமாகுமென்று சொல்ல நினைத்திருந்தது மறந்துபோயிற்று.

அவள் கேற்றடியில் வரும்போதே வீட்டின் கலகலப்பு தெரிந்தது.

உள்ளே செல்ல காரணம் தெரிந்தது.

ஹோலில் அமர்ந்திருந்தார்கள் சுதனும், இன்னொரு வாலிபனும். அது ராஜேந்திரனென்பது கண்டுபிடிக்க ராஜிக்கு கணங்கள் ஆயின.

41

ஹோட்டலில் தங்கியிருந்த சுதனும் ராஜேந்திரனும் அடுத்த நாட் காலையில் மறுபடியும் வந்திருந்தார்கள்.

சின்னதுகளின் கும்மாளமாயிருந்தது வீட்டில்.

கழுத்தில் சங்கிலி; சீக்கோ மணிக்கூடு; டெனிம் ட்றவுசர்; உப்பிய கன்னங்கள்; வெடித்துவிடும்போல் அச்சுறுத்தும் தேகம்; வெகுநாட்கழித்து சந்தித்த சகோதரன் மீதெழும் வாஞ்சை எழவில்லை ராஜியிடத்தில். மாறாக சிறிது வெறுப்பும் வெகு அருவருப்புமே பிறந்தன.

அவன் கப்பலேறவில்லை. வேறு தொழில் செய்யவில்லை. ஆனாலும் ராஜபோகம் அனுபவித்துக் கொண்டிருக்கிறான். எப்படி?

விறாந்தை அரைச் சுவர்க் கட்டில் அமர்ந்து பேசியபடி ராஜேந்திரனைக் கவனித்துக் கொண்டிருந்த ராஜியின் பார்வையில், உணர்வுகள் புரண்டு வந்து பாய திசைகேட்டு நின்றன.

வெளிநாடுகளுக்கு ஆளனுப்பும் ஏஜன்சி வேலை செய்கிறானா? போதை மருந்து கடத்தி சம்பாதிக்கிறானா? சென்னையிலும் பல்வேறு வசதிகளின் சில இலங்கையர் கூடாரங்களை அவள் அறிவாள். அதுபோல் பம்பாயிலும் டெல்லியிலும்கூட இருப்பதாகக் கேள்விப்பட்டிருக்கிறாள். ராஜேந்திரன் சம்பாத்தியத்துக்கு சுலபமான வழியாக அதில் ஒன்றைக் கண்டடைந்தானா? யோகேஸ்வரனெங்கே, இவனெங்கே? அல்லது சுதன்தான் எங்கே? கிட்ட நிற்க முடியுமா?

அவளுடைய மனவோட்டத்தைச் சுதனின் கேள்வி கலைத்தது. “போகேக்குள்ளை எல்லாம் சொல்லியிட்டுப் போயிருந்தன்.”

“எதைப்பற்றி?”

“அங்க ஏற்பாடு செய்திட்டு ரிக்கற் அனுப்ப தாமதமில்லாமல் வரவேணுமெண்டு.”

“அதை நான் மறக்கேல்லை, சுதன். ஆனால் போகேக்குள்ளை இருந்த நிலைமை இல்லையே இப்ப. மாமா . . . மாமி . . . அம்மா . . . எல்லாத்துக்கும் மேலாய் அரசி . . . நான் என்ன செய்யட்டும்?”

“அரசியின்ர நிலைக்கு ஆர் என்ன செய்ய ஏலும்? ஜேர்மனிக்கு வரச்சொல்லிக் கேட்டன். வரமாட்டனெண்டு நிக்கிறா. உனக்கும் ஒவ்வொரு முறையும் ஒவ்வொருத்தர் வந்து சாட்டுக்கு நிண்டிடுகினம்.”

“அப்பிடி ஆர் . . .”

“தீவில நிக்கும்போது தங்கமணியின்ர நினைவைச் சொல்லிக் கொண்டிருந்தாய். இஞ்ச . . . அரசியைச் சொல்லிக் கொண்டு நிக்கிறாய்.”

“உண்மையான பாசம் வைச்சா அப்பிடித்தான் இருக்கும். ஆளை மட்டுமில்லை . . . நினைவுகளைப் பிரிஞ்சு வாறதும் கஷ்ரம்தான்.”

“அப்ப . . . என்னில நீ பாசம் வைக்கேல்லை?”

அவள் பதில் சொல்லவில்லை.

இனி அதுபற்றி ஒரு விசாரணை அவசியமில்லையென்பது அவளது தீர்மானம். விசாரணைகளெல்லாம் முடிந்துவிட்டன. இது திட்ட

செயற்பாட்டுக் காலம். ஆனாலும் பாவி மனதால் வெட்டொன்று துண்டிரண்டாகச் சொல்லிவிட முடியவில்லையே! மனங்களைப் பிளக்கிறதென்றால் கொலைபோல் அஞ்சி நிற்கிறது குணம்.

அவளது மௌனத்தை அவன் இளக்கமாக நினைத்துக் கொண்டான். அவள் மறுபடி பதில்சொல்ல... பயணத்தைத் தள்ளிப்போட இம்மி இடம் விடாத அவதானத்துடன் சொன்னான்: "இப்ப... கையோட உன்னைக் கூட்டிக்கொண்டு போற முடிவோடதான் வந்திருக்கிறன். வாற திங்கக்கிழமை நாங்கள் பம்பாய் போறம்."

"போய்..?"

"அங்கயிருந்து ஜேர்மனி. புத்தகம், ரிக்கற் எல்லாம் அங்கயிருந்தே கொண்டு வந்திருக்கிறன். பம்பாயிலயும் கனநாள் தங்க வேண்டி நேராது. கெதியாய்ப் போயிடலாம்."

"அம்மா வாறமெண்டிருக்கிறா..."

"வரட்டும். வந்தால் மாலா ஆக்களோட தங்கலாம்தானே!"

"அதுக்கில்லை. இஞ்சயிருந்து கனடா போயிடுவா."

"போகட்டும். நீ ஜேர்மனிக்கு வந்திட்டால் அங்கயிருந்து கூட கனடாவுக்குப் போய் அம்மாவைப் பாக்கலாம். அதுக்காக நீ இஞ்ச நிக்க வேண்டியதில்லை."

தடம் இறுகி வருவதை அவள் உணர்ந்தாள். நினைக்கவும், போனிலே பேசவும் இருந்த தைரியம் நேரிலே இல்லாமல் போய்விட்டதுதான். அதுக்காக கருத்தே மாறியதாக அர்த்தமில்லை. நேரிலே அவன் புழுப்போல் நெளியவில்லை. ஆனாலும் மதிப்பான எதையாவது துறந்து சென்று அடையவேண்டிய அளவுக்கு அவன் உன்னத புருஷனல்ல.

"நானும் ராஜேந்திரனும் பின்னேரம் பஸ்ஸில வேளாங்கண்ணி கோயிலுக்குப் போறம். அப்பிடியே கும்பகோணம், மதுரை போயிட்டு சனிக்கிழமை காலமை திரும்பி வருவம். நீ அதுக்குள்ள றெடியாய் இருக்க வேணும்."

இருவரும் ஹோலுக்கு வந்தனர்.

கண்ணை இடுக்கிக்கொண்டு அவளை நோக்கினான் ராஜேந்திரன். "கமலாக்கா வீடாமே... அங்க தெரிஞ்ச ஆரையோ கூட்டிக்கொண்டு போய் விட்டிருக்கிறியாமே... ஆரது?"

யார் சொன்னது?

ஷீலாவா, மாலாவா?

யாராயிருந்தாலென்ன, அது அவளைப் பாதிக்காது. அப்படி உறுக்கமாய்க் கேட்க அவனுக்கு அதிகாரமில்லை. ஆனாலும் பதிலளித்தாள்: "குணத்தின்ர தம்பி யோகேஸ்வரன்."

"எந்தக் குணம்..? ஓ... தொண்டமானாறு குணமா? அவங்களோட உனக்கு ஏன் குடுக்கல் வாங்கல்?"

"சொந்தக்காறனெண்டதுக்காக இல்லை. அவன் காயம்பட்டு ஆஸ்பத்திரியில கிடந்து வந்தவன். நிக்கிறதுக்குக்கூட நிழலில்லாமல் றோட்டில நிண்டான். உதவி செய்யிறது மனிதாபிமானம்."

"அவங்கள் அதுக்கு ஏற்ற ஆக்களில்லை."

"அதெல்லாம் பாத்து மனிதாபிமானம் வாறதில்லை."

"அவங்கள் செய்த வேலைக்கு..."

"அதை இப்ப பாக்கவேண்டியதில்லை. குணம் இப்ப உயிரோடயும் இல்லை. பழைய வன்மங்கள ஏன் புதிசா..?"

அவள் சுதன் பக்கம் திரும்பினாள்.

ஏனிந்த எரிச்சல் முகத்தில்? ஏனிந்த தோல்வி கண்ணில்? நாய்க்கு நடுக்கடல் போனாலும் நக்குத் தண்ணிதான் என்பார்கள். வெள்ளைக்காரத் தேசம் போனாலும் இவர்கள் திருந்தவே மாட்டார்களோ? அவள் நினைத்தாள்.

அவனது பொறாமையில் அவளுக்கு மேலும் வெறுப்பு பிறந்தது.

42

முதல்நாள் மாலையே ராஜேந்திரனும் சுதனும் நாகபட்டினம் போய்விட்டிருந்தனர். அன்றைய இருபத்தாறாம் தேதி கலண்டரில் பெரிதாக எழுதப்பட்டிருந்ததுபோல் அடிக்கடி பார்வை அதன் பக்கம் திரும்பிக் கொண்டிருந்தது ராஜிக்கு. திங்கட்கிழமை எப்போது வருகிறதென்று பார்க்கிறாளா? தப்புவதற்கான உபாயம் தேடி பறந்தடித்துக் கொண்டிருக்கிறதா அவள் மனது?

அந்த நாள் கனதி படைத்ததுபோல் மெல்லவே நகர்ந்து கொண்டிருந்தது.

மாலை ஆவதற்குள் ஜீவனை வதை செய்துவிட்டது. உச்ச கோடை. எங்கேயும் போக மனம் பிடிக்கவில்லை. குளித்துவிட்டு சிறிதுநேரம் மொட்டை மாடியில் நின்று வரலாமென எண்ணிக்கொண்டு ராஜி துவாயை எடுத்தாள்.

ஆறு மணி ஆகிவிட்டதன் அடையாளமாய் றேடியோவில் பிராந்தியச் செய்தி வேகமாய்ப் போய்க்கொண்டிருந்தது.

திடீரென்று செய்தி அறிக்கையில்... அந்த அதிர்ச்சி வெளி யாயிற்று.

'வடமராட்சியைக் கைப்பற்றும் நோக்கத்துடன் இலங்கை அரசாங்கம் முப்படைத் தாக்குதலை இன்று தொடங்கியது. விமானப் படையின் தீவிர குண்டுவீச்சுகளுடன் ராணுவம் வல்வெட்டித்துறையைச் சுற்றிவளைத்தது. ஏராளமான போராளிகளின் மரணத்தோடு போராளிகளின் முகாமும்

கைப்பற்றி அழிக்கப்பட்டது. வல்வெட்டித்துறை, சுதுமலை, தொண்டமானாறு ஆகிய பகுதிகளிலுள்ள வீடுகள் பலத்த சேதத்துக்குள்ளாயின. மக்கள் வீடுகளை விட்டு வெளியேறி பாடசாலைகளிலும் கோயில்களிலும் தஞ்சமடைந்துள்ளனர். வடமராட்சியின் பனைமரங்களும் முறிந்து நின்று விமானப் படையின் தாக்குதலின் பயங்கரத்தை எடுத்துக் காட்டுவதாகக் கொழும்பிலிருந்து உடனடியாக வடபகுதி விரைந்த நமது நிருபர் தெரிவிக்கிறார். அடுத்த நாற்பத்தெட்டு மணிநேரத்தில் வடமராட்சி உட்பட போராட்ட இயக்கத்தின் வசமுள்ள அனைத்துப் பகுதிகளும் கைப்பற்றப்பட்டுவிடுமென பிரிகேடியர் கொப்பேகடுவ பலாலியிலிருந்து கருத்து வெளியிட்டதாக கொழும்புத் தகவலொன்று தெரிவித்தது.'

கேட்டு... இடிந்து போனாள் ராஜி.

மாலா, ஷீலா, சரஸ்வதி ஆகியோரும்தான் கலங்கிப் போயினர்.

ராஜியால் தன் செவிகளையே நம்பமுடியவில்லை. ஆனால் அது உண்மையே என்பதை திரும்ப வாசிக்கப்பட்ட தலைப்புச்செய்தி உறுதிப்படுத்தியது.

ஊர் நிலைமை எவ்வளவோ சீரடைந்திருக்கிறது என எல்லோரும் மகிழ்ச்சியடைந்திருக்கிற வேளையில்... அப்படி ஒரு செய்தி!

தமிழர்வாழ் வடபிரதேசம் ஸ்ரீலங்கா ராணுவத்தின் கடும் தாக்குதலுக்கு உள்ளாகியிருப்பதான தகவல் காற்றில் மறைந்தது. ஆனால் நெஞ்சில் கனத்தது.

செய்தி முடிந்தது. நேரம் நகர்ந்தது.

ராஜி குளிக்கப் போகவில்லை.

சரஸ்வதி தேநீர் கலக்கவில்லை.

என்றைக்கோ ஒருநாள் வீடு திரும்பலாம் என்பது அவளது நம்பிக்கை. அந்த என்றைக்கோ விரைவில் வரவேண்டுமென்பது பிரார்த்தனை. எல்லாமே சரிந்துபோகிற அவலத்தில் தனக்குள்ளாகப் புலம்பத் துவங்கிவிட்டாள் அவள்.

நேரம் செல்லச் செல்ல... தேநீர் குடித்தார்கள்.

ஆனால் மனம் மட்டும் எங்கோ பறந்து பறந்து... கடல்தாண்டி... பனைமர அடர்த்திகள் தாண்டி... மணல்வெளி தாண்டி... வடஇலங்கை நோக்கி ஓடிக்கொண்டிருந்தது.

அம்மா, அரசி பற்றிய நினைப்பில் உள்ளம் வேகியது ராஜிக்கு. விரிவான செய்திகளை வெளியிட்டிருந்தன பத்திரிகைகள். மே 26இன் ஒப்பரேஷன் லிபரேஷன் மூலம் இயக்க வசமுள்ள யாழ்ப்பாணத்தைக் கைப்பற்றும் தீவிர முயற்சிகள் மேற்கொள்ளப்பட்டுள்ளதாக இலங்கை ஜனாதிபதி தெரிவித்ததையும், மக்கள் பலத்த பாதிப்புக்குள்ளானதையும் இந்தியத் தூதரகமும் உறுதி செய்திருந்தது. அத்துடன் முதல்நாள் பகல் முழுவதும் வடபகுதியில் மின்வெட்டு தொடர்ந்ததாகவும் தெரியவந்தது.

கனவுச்சிறை

எங்கும் அவலத்தையும், ஓலத்தையும், மரணத்தையும் அகக் கண்ணில் தரிசித்தாள் ராஜி.

அம்மா ..!

ராஜியின் உள்ளம் கூவியது.

நெஞ்சை முறுக்கி முறுக்கி கண்ணீர் வழிந்தது.

அன்றிரவு எட்டு மணியளவில் ராஜியின் பக்கத்து டெலிபோன் வீட்டிலே டெலிபோன் மணி ஒலித்தது. அடுத்த பத்தாவது நிமிஷத்தில் சேனாதிராஜா பிரான்சிலுள்ள மகனுடன் ரெலிபோனில் பேசிக்கொண்டிருந்தார் உரத்த சத்தமாய். முன்புபோல் ட்றங்கோல் போட்டுப் பேசுவதான நினைப்பு!

"யுவனைக் கண்டபடி வெளியில அலைய விடாதயுங்கோ, ஐயா."

"சரி, தம்பி."

"திரும்ப சண்டை துவங்கியிருக்கிறதால . . . திருப்பி அனுப்பி விடுவாங்களோ எண்டு பயப்பிடாமல் கனடாவுக்கே போயிடலாம்."

"நீயே எல்லாம் ஏஜன்ரோட கதைச்சிருக்கிறியோ, தம்பி?"

"ஓம், ஐயா. காசு விஷயம்பற்றி ஒண்டும் நீங்கள் பேசத் தேவையில்லை. நானே இஞ்ச எல்லாம் பேசியிட்டன். சிலவு கொஞ்சம் இருக்கும் . . . மூவாயிரம் பிராங்க் அனுப்பியிருக்கிறன். வீண் சிலவு செய்ய வேண்டாம்."

"சரி, மோகன். கடவுள் புண்ணியத்தில் திரும்ப சண்டை துவங்கியிருக்கு. சூட்டோட சூடாய் யுவன்ர விஷயத்தை முடிக்கவேணும். அப்பதானே . . . உனக்குக் கொஞ்சம் பாரம் குறையும். இந்த ரண்டு வருஷமாய் நீதானே கஷ்ரப்பட்டு இத்தனை பேரையும் காப்பாத்தி வாறாய் . . ."

"அதில எனக்கொரு கஷ்ரமுமில்லை, ஐயா. யுவன் வந்தால் மட்டும் போதாது. கொஞ்ச நாளையில தங்கச்சியையும் கூப்பிட வேணும். வடக்கில மோசமான சண்டைதான் துவங்கியிருக்கும்போல தெரியுது. கொஞ்ச மாசத்துக்கெண்டாலும் நடக்கும். அதுக்குள்ள அகிலாவையும் கூப்பிட்டுடுவன். நீங்கள் ஒண்டுக்கும் யோசியாதயுங்கோ. அம்மாவோடயும் பேச ஆசைதான். முதல்ல இந்த விஷயம் முடியட்டும். பிறகு பாக்கலாம்."

"சரி, மோகன்."

ராஜிக்கு என்ன செய்வதென்று தெரியவில்லை.

அம்மாவை நினைக்காமலிருக்க முடியாமலிருந்தது.

அரசி வேறு அவ்வப்போது நினைவாகிக் கொண்டிருந்தாள்.

அம்மா என்ன பாவம் செய்திருக்கக் கூடும்? மூன்று பிள்ளைகளைப் பெற்றாள். அவதி அந்தரம் ஏற்படுகிற நேரத்தில் கூட ஒரு பிள்ளை இல்லையே. அவளுக்கு உறவுகள்கூட இல்லை. தங்கம்மா ஆட்கள் மெல்ல மெல்ல கடூரம் குறைந்து அப்பப்போ இரண்டொரு பேச்சுக்கள் பேசுவதாக ஒரு கடிதத்தில் எழுதியிருந்தாள்தான். எனினும் அவ்வளவு சுயநலக்

கும்பலாய் இருந்தவர்கள் தங்களைப் பார்ப்பார்களா, மற்றவர்களைப் பார்ப்பார்களா? மட்டுமில்லை. மண் – மொழி – இன அபிமானமும் கூட எழுந்துநின்று அவளிடத்தில் சந்நதம் ஆடிற்று.

மேசையிலிருந்த ராஜநாயகத்திடம் வாங்கி வந்த புத்தகத்தை விரல்கள் இதழ் பிரித்தன. பார்வை ஒரு பத்தியில் பதிந்தது.

தன் தந்தையோடு நடந்த உரையாடலொன்று அவளுக்கு ஞாபகம் வந்தது. அவர் சொல்லியிருந்தார்: "இந்த உலகத்தில் அழியாது காலங்கடந்து நிற்கக்கூடிய ஒரு வஸ்து மண் ஒன்றுதான். ஒரு துளியேனும் ஐரிஷ் ரத்தமுள்ள எவருக்கும், அவர்கள் வாழ்கின்ற மண், அவர்களைப் பெற்ற தாய்போல. அதனால்தான் அந்த மண்ணுக்காக உழைப்பதோ, போராடுவதோ, இறப்பதோகூட பெறுமானமுள்ளதாகிறது."

ராஜி புத்தகத்தை மூடினாள்.

'மண்... தாய் போன்றது. தாய்... தெய்வம் போன்றவள்! தன் தன் சுகபோகங்கள் அந்தத் தாய்க்காக தியாகம் செய்யப்படக் கூடியன.'

இப்போது அவள் மனம் வெளித்திருந்தது.

மறுநாள் காலையில் யோகேஸ்வரனைப் போய் பார்த்தாள்.

"விஷயம் தெரிஞ்சியா?"

அவன் தெரியுமென்று தலையசைத்தான்.

"கமலாக்கா எங்க?"

"வெளியில போயிருக்கினம்."

அவள் ஆயாசத்தோடு கதிரையில் அமர்ந்தாள்.

"நான் அவசரமாய் ஊருக்குப் போகவேணும், யோகேஷ்"

"இப்ப எப்பிடி, ராஜி? ரிக்கற் போடவேணும்... உனக்கு கிளியறன்ஸ் எடுக்கவேணும்... சீற் புக் பண்ணவேணும்..."

"போர்ட்டில போகலாம்."

"இப்ப ஆபத்தாயிருக்கும்..."

"பறவாயில்லை. நான் இன்னும் ரண்டு நாளில அம்மாவைப் பாக்கவேணும்."

"ஒருகிழமை போகட்டுமன். பாத்து வெளிக்கிடலாம். இப்ப போர்ட்காறர் ஒருத்தரும் வரமாட்டாங்கள்."

"உன்னால ஏலாதா? நீதான் நல்லா போர்ட் ஓடுவியே! எனக்காக இந்த உதவியைச் செய்யேன்! என்ன, யோகேஷ்?"

சிறிதுநேரத்தில் அவன் கேட்டான்: "எப்ப புறப்படலாம்?"

"இன்னும் கொஞ்சநேரத்தில..."

"சுதன் நாகப்பட்டினத்திலயிருந்து வந்திட்டுதா?"

“இல்லை.”

“அப்ப..? ஊருக்குப் போய்வந்து ஜேர்மனி போவியா?”

“நான் ஜேர்மனியே போகப்போறதில்லை.”

யோகேஷ் குழம்பினான்.

43

அன்று விடிந்து வெகுநேரமாகியிருந்தது. வெளி விறாந்தையில் விசுவலிங்கம் வெறும் திண்ணையில் வேட்டி சட்டையோடு குப்புறப் படுத்து இன்னும் தூங்கிக்கொண்டிருந்தார். கால்களிரண்டும் விறைத்தபடி வெளியே படிவரை நீட்டிக்கொண்டிருந்தன. வாயோரம் ஏதோ காய்ந்து பொருக்காக ஒட்டியிருந்தது.

உள்ளே எல்லாரிடத்திலும் ஒரு ஊமைத்தனம். ஷீலா, மாலா, சரஸ்வதி, சேனன் . . . குழந்தைகள்கூட அன்றைக்கு தறுகுறும்புகளை அடக்கிக்கொண்டு மூலைக்கொன்றாகக் குந்தியிருந்தன.

ஒரு திகில் எவர் முகங்களிலும் கவ்வியிருந்ததுபோல தோன்றிற்று.

சுதனும் ராஜேந்திரனும் ஹோலுக்குள் அமர்ந்திருந்தனர். அதிகாலையில் மதுரையிலிருந்து திரும்பியிருந்தவர்கள் மறுபடி ஹோட்டலில் அறைபோட்டு குளித்து வெளிக்கிட்டுக்கொண்டு வந்திருந்தார்கள்.

வீட்டில் விழுந்திருந்த மௌனப் போர்வையில், மெலிதான சோகமூட்டத்தில் அவர்களுக்கு முதலில் ஆச்சரியம் விளைந்தாலும், யாழ்ப்பாண நிலைமை தெரிந்திருந்ததனால் தெளிந்தார்கள்.

சுதனுக்கு மட்டும் சிறிது ஐயம். அந்தளவு நேரமாகியும் ராஜியைக் காணாதது ஒரு மாதிரியாக இருந்தது அவனுக்கு. அவளது அறை இறுக மூடியிருந்தது. குளியலறை விரியத் திறந்திருந்தது. ராஜி வெளியே போயிருக்கிறாளா?

அவனது இதயத்தை மூடிக்கொண்டு ஒரு பயங்கர இருள் கவியத் துவங்கிற்று.

சுதன் மாலாவைப் பார்த்துத் தலையசைத்தான்.

கிட்ட வந்தாள்.

“ராஜி எங்க?”

அவள் தடுமாறினாள்.

அவன் நொறுங்கிக்கொண்டிருப்பது தெரிந்தது அவளுக்கு. அழுகை வரப் பார்த்தது பதிலாக. வாய்மூலமான ஒரு பதில் இயலாததாகியிருந்தது. ஆனால் உண்மை அவனுக்குத் தெரியவும் வேண்டும். அவள் ராஜி விட்டுச்சென்றிருந்த கடிதத்தைக் கொண்டு வந்து அவனிடம் நீட்டினாள்.

அவன் நிதானமாக கடிதத்தைப் பிரித்தான்.

ஒவ்வொரு கணத்திலும் அத்தனை தெளிவு.

நொறுங்குவதற்கு மேல் பாதிப்புச் செய்யும் வரிகளெதும் கடிதத்தில் இல்லை. எனினும் மேலும் ஒருமுறை அது அவனை நொறுக்கியது.

அவளது உறுதிபற்றி முன்னரே தெரிந்திருந்த காரணத்தால் அந்த முடிவை ஜேர்மனியிலிருக்கும்போதே தன்னால் அனுமானிக்க முடியாது போனமைக்காகத் தன்மேலேயே கழிவிரக்கமொன்று கவிந்தது. ஒருவகையில் தன் சகல வீழ்ச்சிகளும் அவளாலேயே போன்றும், அப்போதைய நிலைமை தன் முட்டாள்தனத்தாலேயே போன்றும் ஒரு நினைப்பெழ செய்வதறியாது ஒரு பெருமூச்சோடு அவன் துவண்டான்.

மறுகணத்தில்... வெடித்துக்கொண்டு கிளம்பிற்று ஒரு வெஞ்சினம்.

கடிதத்தை சுக்கல் சுக்கலாகக் கிழித்தெறிந்தான். எழுந்து சில நிமிஷங்கள் ஷீலாவையே பார்த்தபடி நின்றான். "நீ என்னோட ஜேர்மனிக்கு வாறியா?"

ஷீலாவால் நம்ப முடியவில்லை. தடுமாறிப்போனாள். பின் சாதுர்யமாய்த் தெளிந்து, "வாறன்" என்றாள்.

அவள் முகம் அங்கங்களெல்லாம் விம்மியிருந்தன. சரஸ்வதியை, மாலாவைப் பார்த்தான். யாரும் எதுவும் சொல்லவில்லை. அவள் நினைத்தால் அவள் போகலாம். யாருடைய எண்ணமும் அவளைக் கட்டுப்படுத்தாது. எவருடைய எண்ணமும் எவரையும் கட்டுப்படுத்தாது அங்கே. அப்படி ஒரு உறவு அந்தக் குடும்பத்தில் அமைந்திருந்தது.

"வா. ராஜேந்திரா."

ராஜேந்திரன் பின்செல்ல சுதன் நடந்தான் தும்... தும்மென... நிலம் அதிர.

44

மறுநாள் காலை இராமேஸ்வரத்தை அடைந்தவர்கள் ரயில்வே ஸ்ரேஷனைவிட்டு வெளியே வருவதன் முன்னமே, விஸ்வரூபம் பெற்றிருந்த இலங்கைப் பிரச்னையில் இந்திய தேசத்தின் கண்ணோட்டமும் காருண்யமும் தெரியவந்தன. உணவும் மருந்துப் பொருட்களும் ஏற்றிய படகுகளை இந்திய அரசு ஈழ மக்களின் உதவிக்கு அனுப்பியுள்ளதான செய்தியில் ராஜி சிறிதே மனம் லேசாகினாள். நேரடியான உதவியில்லாவிடினும் ஆதரவு கிடைக்கிறது என்பதே ஒரு தைரியத்தை வரவழைத்துவிடுகிறது. இது காற்றொலிமூலம் வீடு வாசல்களை இழந்து கதிகலங்கியிருந்த வடவிலங்கை மக்களையும் சென்றடைந்திருக்கும் என்ற நினைப்பு இதமாய் இருந்தது. லொட்ஜில் அறை போட்டு தங்க வைத்துவிட்டு அவன் வெளியே போய் வந்தான். வரும்போது ஒன்பது மணிக்கு மேலே. "போர்ட் எதுவும் இப்ப போறதில்லை. ஆனா கெதியில போகத் துவங்கும். அப்பிடிப் போற நேரத்தில எனக்குத் தெரியாமல்

போகாது. கவலைப்படாத. கெதியில ஊர் போயிடலாம்" என்றான் யோகேஷ்.

நாட்கள் நகர்ந்து கொண்டிருந்தன.

அன்று... ஜூன் 5ஆம் தேதி.

அவள் பொறுமையை இழந்திருந்தாள் முற்றாக.

அவனும் தாக்குச் சொல்லிச் சொல்லி சலித்துப் போனான்.

அவர்களுக்குள்ளேயே ஒரு திரை விழுந்து மௌனக் கோலோச்சுதல் நடந்துகொண்டிருந்தது.

அவன் அவள் கொண்டுவந்திருந்த றேடியோவை எடுத்து செய்தி கேட்டுக்கொண்டிருந்தான், செய்ய வேறு இன்றி. அவள் ஆறுகிறபோது ஆறிக்கொள்ளட்டும்.

திடீரென அந்தச் செய்தி:

"இந்திய இராணுவம் தலையிட்டது. அகதிகளாகித் தவிக்கும் லட்சக்கணக்கான இலங்கைத் தமிழ்மக்களுக்கு உணவும் மருந்துப் பொருட்களும் ஏற்றிச் சென்ற படகுகள் இலங்கைக் கரையினை அடைய மறுப்பு தெரிவிக்கப்பட்டதைத் தொடர்ந்து, இந்திய விமானப் படையைச் சேர்ந்த விமானங்கள் இலங்கை வான்வெளியில் அத்து மீறிப் புகுந்து உணவும் மருந்துப் பொட்டலங்களும் வீசின. வெகு நேரத்தின் பின் இலங்கை ராணுவத்தின் ராணுவ முன்னேற்றம் நிறுத்தப்பட்டதாகவும், பின்னகர்வுக்கான ஆயத்தங்கள் தெரிவதாகவும் நமது நிருபர் தெரிவிக்கிறார்."

ராஜி கூய்... என்று வீரிட்டெழுந்தாள்.

அவளது கண்கள் பளபளத்துக் கொண்டிருந்தன.

"கடைசியில எங்கட பிரார்த்தனையைக் கடவுள் ஏற்றுக் கொண்டார்!" என்று அவள் அவனைப் பார்த்துச் சொன்னபோது அவன் புன்முறுவல் பூத்தபடியே அவளை நோக்கிக் கொண்டிருந்தான்.

ராஜியின் மனம் வெகுவாக லேசாகிவிட்டதை யோகேஷினால் தெரிய முடிந்தது. இழுபட்ட விசை கழன்று போக தொய்ந்து இயல்பு நிலை அடைந்துவிடும் றப்பர்போல ஆகியிருந்தாள் அவள். மட்டுமில்லை. இழுபட்ட விசையின் விரிவுக்கேற்ற ஒரு கூடுதலான இளக்கநிலைகூட ஏற்பட்டிருக்கும்போல, கூடுதலான ஒரு சரளம் அவளிடத்தில் ஏறியிருந்தது. சிரித்துக்கொண்டேயிருந்தாள். எடுத்ததற்கெல்லாம் சிரித்தாள்.

அவன் ஒருபோது கேட்டான்: "ஏன் ராஜி, இப்பவும் போகத்தான் வேணுமா?"

"போகத்தான் வேணும். ஆனா முந்தினமாதிரி அவசரத்தில இல்லை. ஆறுதலாயே போகலாம்" என்றாள் அவள்.

"திரும்ப வருவியா?"

அவள் சிரித்தாள். என்ன அர்த்தம் அதற்கு? வருவேன், வரமாட்டேன் என்ற எந்தப் பதிலைக் கொள்வது? அதைச் சொல்லிக்கூட இருக்கலாம் அவள். யோகேஸ்வரன் யோசிக்கவேண்டியதில்லை. இன்னும், எந்தப் பதிலைச் சொன்னாலும் அந்தப் பதிலுக்கு அனுகூலமாய்ச் சித்தத்தை மாற்றிக்கொள்ள வேண்டியதாய் ஒரு கடப்பாடு அவனுக்குத்தான் இருந்தது. ஆனாலும் அவள் தன்னை வெளிப்படுத்தவில்லை.

அது அவனுக்கு எரிச்சலாய் இருந்தது.

அந்த நீண்ட பயணம் முழுதும், பின் ஏறக்குறைய ஒரு வாரமாக அந்த அறையினுள்ளேயே அடைபட்டிருந்த காலத்திலும் ஒரு தீவிர சிந்தனையின் மூலம் தீர்க்கமான ஒரு முடிவுக்கு அவள் வந்துவிட்டதாக அவன் எண்ணியிருந்தான். ஆனால் அப்படி இல்லையோவென இப்போது நினைக்கத் தோன்றிற்று. சபல சித்தக்காரியோவென வைய வாய்வந்தது.

போர்ட் விவரம் அறிந்து வருவதாகச் சொல்லிக்கொண்டு அவன் வெளியே சென்றான்.

செய்தியில் அவளது மனம் படிந்து மறுபடி அறிக்கை வாசித்தது.

பின் அது ஒலி ஒளிக் காட்சியுமாயிற்று.

பளீரென்று வெளித்த வானம்... அதில் புறாக் கணக்காய் மூன்று விமானங்கள். அக்கம்பக்கமாய் இரண்டு போர் விமானங்கள் வர நடுவே ஒரு பொதி விமானம்... பறவைக் கணக்கிலிருந்து விரிந்து விரிந்து ராட்சச கழுகுக் கணக்கில் ஆகிறது... பலாலி ராணுவத் தலைமை நிலையத்தை அழைத்து, "இலங்கை வானவெளியில் பிரவேசித்துள்ள இந்திய விமானங்களின் தலைமை விமானி பேசுகிறேன்..!" என்று எச்சரிக்கை தெரிவிக்கப்படுகிறது. அந்த விமானியின் வீறார்ந்த குரல்கூட அவளுக்குக் கேட்கிறது... இந்திய விமானப்படை விமானங்களைக் கண்டு ஈழ அகதிகள் பயந்துபட்ட அவதியும், பொதிகள் போடப்பட்டபின் அவர்கள் அடைந்த ஆரவாரமும் மகிழ்ச்சியும் கண்ணில் தெரிகிறது... தீவுகளைச் சுற்றி வந்த ராட்சச என்ஜின் படகுகள் மெல்ல மெல்லமாய்க் காட்சியிலிருந்து மறைகின்றன.

இலங்கைப் பிரச்னையில் அது ஒரு எல்லை. அல்லது ஒரு கட்டத்தின் முடிவெல்லை. சுதன், அவள் இந்தியா வந்த புதிதில் அதைச் சொல்லியிருந்தான்.

அவளுக்கு மனம் விண்டது.

வேளாங்கண்ணியிலிருந்து சுதன் திரும்பிவந்து தன் கடிதத்தைப் பார்த்து எப்படிச் சிதைந்திருப்பான் என்று கற்பனைசெய்து பார்க்க கொஞ்சம் கொஞ்சமாய் அவள் மன நிம்மதி கரையத் தொடங்கிற்று.

ஆனாலும் அடிப்படையில் செய்த முடிவில் அவளுக்கு இனி மாற்றமில்லை.

அது... ஆரம்ப முதலே இழுபறியாகிப்போன உறவு.

எங்கும் எதிலும் இயல்புநிலை திரும்பக்கூடும். அவளுக்கில்லை.

ஆனாலும் ஒரு வினா உண்டு. அவள் இனி என்ன செய்யலாம்?

பதில்கள் பிறக்காது வினாக்கள் மட்டுமே பிறக்கும் காலம் அது. சமூகக் கட்டில் ஏற்பட்ட ஒரு சிதைவு எவர் வாழ்வின் நிறுதிட்டத்தையும் குலைத்து கேள்விகளைக் கிளர்த்துகின்றது. நிர்ணயமான பதில்கள் இவற்றிற்குக் கிடைப்பதில்லை.

வினாக்கள்... காலகட்டங்களின் சந்தேகாஸ்பதமான ஸ்திதிகளின் சுட்டுக்கள் மட்டுமல்ல, அவையே உண்மைகளைச் செதுக்குவனவும் ஆகும். ஒரு வினாக்காலம் வெறுமனே சந்தேகங்களின் பெருவாரிக் கிடங்குகள் மட்டுமல்ல, பல உண்மைகளின் இருப்புக் களமும் ஆகும்.

ராஜி தெற்கே நோக்கினாள்.

இராமேஸ்வரக் கோயிலின் தாவள்ய முடி தெரிந்தது. அதன் பின்னால் மிகக் கரிய நிறத்தில் ஒரு மேகம் மெல்ல அசைந்தது தெரிந்தது. பின்னர் அது அசையாமல் நிலைகொண்டிருந்தது போலிருந்தது. புகைத் திரட்சியாய்க்கூட இருக்கலாம். வெறும் மனவெளித் தோற்றமாகவும் இருக்கக்கூடும்.

பன்னிரண்டு மணியளவில்தான் யோகேஸ்வரன் லொட்ஜுக்குத் திரும்பிவந்தான். மிகவும் உல்லாசமான மனநிலையில் இருந்தான்.

அவளும் தன் பழைய குதூகல மனநிலை திரும்ப பகிடி பண்ணினாள்: "என்ன யோகேஷ்... தமிழீழம் கிடைச்சிட்டுதா? அப்பிடிச் சந்தோஷமாயிருக்கிறியே!"

"உனக்கும் அந்தச் சந்தோஷம் வரப்போகுது."

அவன் சொன்னான்.

ஒன்று, நெல்லியடியில் ராணுவ முகாமை தற்கொலைப் போராளியான மில்லர் தாக்கியதில்... நெல்லியடி முகாம் அழிந்தது. பல லட்ச ரூபாய் பெறுமானமுள்ள ஆயுதங்கள் போராளிகள் வசமாயின. நெல்லியடி தவிர்ந்த ஏனைய இடங்களிலுள்ள ராணுவம் பழையபடி முகாம்களுக்குத் திரும்பத் தொடங்கிவிட்டது. அகதிகளை ஏற்றி வந்த படகு ஒன்று அப்போதுதான் செய்தி தெரிவித்தது.

"மில்லர் அடி எப்ப நடந்ததாம்..?"

"இண்டைக்குத்தான், மத்தியானம்போல."

அதுதான் அந்த மாதிரி ஒரு காட்சி அவள் கண்ணில் பட்டதோ? ஒருவேளை அது வெறும் தோற்றமாகக்கூட இருக்கலாம்!

இரண்டு நாட்களின் பின் வெளியே போய்வந்த யோகேஷ் ராஜியைக் கேட்டான்: "ராஜி, இப்பவும் சொல்லு, ஊருக்குப் போகத்தான் வேணுமா?"

அவள் பதிலின்றி அவனையே பார்த்துக்கொண்டிருந்தாள். நீண்ட யோசனைக்குப்பின், "போகத்தான் வேணும்... அம்மா அங்க இருக்கிறாவெல்லே?" என்றாள்.

"போற தேவையில்லாமல் போனா ..?"

"தேவையில்லாமல்போனா எண்டால் ..?"

"மாமி இப்ப யாழ்ப்பாணத்தில இல்லையெண்டால்... இப்ப இஞ்ச இந்தியாவில நிக்கிறாவெண்டால் ..."

"யோகேஷ் ..!"

"சுந்தரலிங்கத்தாரையும் கொம்மாவையும் படகில ஏத்திவந்த ஓட்டியே என்னிட்டச் சொன்னான். இந்தியக் கரையில நேற்று இறங்கியிருக்கினம் ..."

"நீ என்ன சொல்லுறாய், யோகேஷ்? எனக்கு ..."

"நம்பலாம்."

"எந்த இடம்? ராமேஸ்வரத்திலதானா?"

"இல்லை. வேதாரண்யத்தில. தனிய ரண்டுபேர் மட்டும் வரேல்லை. இன்னும் ஆராரோ கூடவந்திருக்கினம். ஊரிப்பட்ட சாமான்களும் கொண்டு வந்திருக்கினம்..."

"நாளைக்கு காலமை முதல் பஸ்ஸெடுத்துப் போனால் அவையைச் சிலவேளை தஞ்சாவூரிலயே சந்திக்க ஏலுமோ?"

"ஏலுமெண்டுதான் நினைக்கிறன். சாமான் கட்டி வந்தபடியால் வித்திட்டு வெளிக்கிட எப்பிடியும் ரண்டு மூண்டு நாள் ஆகும்."

ராஜிக்கு அந்தரத்தில் மிதப்பது போலிருந்தது.

அம்மா வந்துவிட்டாள்!

அம்மாவுக்கு இதுவரை எந்தக் கெடுதலும் நேரவில்லை.

அம்மா மட்டுமே பிரக்ஞை கொண்டிருந்த பொழுதுகள் அவை.

அவள் விழிக் கடையில் ஈரம் கட்டிற்று.

"படு, யோகேஷ். காலமை வெள்ளண எழும்பவேணும்."

45

தஞ்சை பஸ் நிலையத்துக்கு கிட்ட உள்ள ஒரு லொட்ஜில் அறை போட்டு ராஜியைத் தங்கவைத்துவிட்டு போர்ட்டில் வந்தவர்கள்பற்றி விசாரித்து வருவதாகக் கூறிக்கொண்டு வெளியேறினான் யோகேஸ்வரன்.

அவள் பற்றிய நினைவுகளே அவன் மனத்தில் வட்டமிட்டுக் கொண்டிருந்தன. சுதன் நினைவுகளை அவள் தூக்கியெறிந்து விட்டாள் என்பது அவனுக்கு நிச்சயமாய்த் தெரிந்தது. ஏன் அது நடந்தது என்பதற்கு அனுமானம் உண்டு. அதுவே தூக்கியெறிதலின் பெருங்காரணியாய்த் தொழிற்படாவிடினும் அதுவும் ஒரு காரணமேயென்பதை அவன் தெளிந்தான். அது அவனுள் வேறு வகையான விதைகளை விதைத்து விரைவில் முளைத்துப் பூக்கச் செய்தது.

திடீர் திடீரென மாறும் சமுத்திரங்களின் அமைதி, கொந்தளிப்புகள் போல் ராஜியின் மனநிலையும் அடிக்கடி திடும் மாற்றங்களுக்கு ஆளாவது கடந்த ஒருவாரத்தில் நிறையவே அவனிடத்தில் கவனிப்புப் பெற்றிருந்தது. அது அவனை அவ்வப்போது சோரச் செய்தது.

தாயார் வந்திருந்தது ராஜியிடத்தில் ஒருவகை அமைதியை ஏற்படுத்தியிருப்பினும் குழப்பம் குவிந்தெழுவதும் தடுக்க முடியாததுதான். சுதன் வந்திருப்பது தெரிந்ததும் கைப்பிடியில் இழுத்துப்போய் முதலில் கலியாணத்தை முடித்துவிட்டுத்தான் மறுவேலை பார்ப்பாள். கூடவே ஜேர்மனி போகச் செய்துவிடுவாள். எந்த ஒன்றையும் தவிர்த்துவிட முடியாமலிருக்கும் ராஜியால்.

அவளின் பெரும் அக்கறையாயிருந்த தாய் வந்தாள், சரி. ஆனால் தாய்மண் ..? மண்ணில் மகத்தான அக்கறை கொண்டவள் அவள். மட்டுமில்லை. அரசி இன்னும் அங்கேதான் இருக்கிறாள்.

வியாபாரார்த்தமாய் நிறையப் படகுகள் முதல்நாளிரவு வந்திருந்ததாகத் தெரியவந்தது. குறிப்பிட்ட ஒரு லொட்ஜில் சென்று விசாரித்தபோது அவனுக்கும் ஒரு செய்தி அங்கே காத்தி ருந்தது. உடனடியாக அவன் ஒரு குறிப்பிட்ட இடத்திலே சந்திக்கக் கேட்கப்பட்டிருந்தான். தகவல் விட்டிருந்தது சின்னாவாம்.

யோகேஸ்வரன் சென்றபோது முன்பு அறிமுகமாகிய யாரும் இருக்கவில்லை அங்கே. பதினான்கு பதினைந்து வயதளவில் இரண்டு இளைஞர்கள் மட்டுமே இருந்தனர். அவனைத் தெரிந்துகொண்டதும் அவனது பணி தேவைப்பட்டதாகத் தெரிவித்தனர்.

மீண்டுமா? ஒரு... மரணத்தைச் சந்தித்த பிறகுமா? தன்னுடைய பங்களிப்பை அவன் சொன்னான். தான் அடைந்த விபத்து... பரதேசி வாழ்வு... பசி பட்டினியைச் சொன்னான்.

அடக்கமாகச் சிரித்தான், தன்னை சின்னா என அறிமுகம் செய்துகொண்ட அந்த இளைஞன். “அண்ணே, அண்டைக்குச் செய்த ரத்ததானம் இண்டைக்கும் போஷாக்கு ஆகிவிடுமா?” என்றான்.

கொஞ்சம் புரிய அவகாசமெடுத்திருப்பினும் புரிந்த கணத்தில் மெய்சிலிர்த்தது யோகேஸ்வரனுக்கு. தான் மறுநாள் சந்திப்பதாகச் சொல்லிக்கொண்டு அந்த இடத்தை நீங்கினான்.

வேறொரு லொட்ஜ் சென்று வேறு சில நண்பர்களைச் சந்தித்தான்.

அவன் தன் அறையை அடைந்தபோது நேரம் ஒன்பதுக்கு மேலே. 2000 பியர் மணத்தது. பீடா மணம் எறிந்தது. கராம்பின் கிறக்க வாசம் வெடித்தது.

“ஏன் இவ்வளவு நேரம்?”

“சின்னாவோட பேசியிட்டு வாறன்.”

“சின்னா எண்டது... இயக்கப் பெடியன்தானே?”

"ஓம்!"

"என்னவாம்?"

"படகோட வரவேணுமாம்."

"போகப் போறியா?"

பதிலுக்கு முன் நன்றாக யோசித்தான். பிறகு, "போகவேணும். அவசியமிருக்குதுதான். அதுமட்டுமில்லை. கரையானுக்கு கடல் கடவுள் மாதிரி. நான் ஆஸ்திகன். வழிபாடு எனக்கு ஆத்மாவின் அழைப்பிலிருந்து பிறக்கிறது."

"என்ன... ஒரு மாதிரிப் பேசுறாய்?"

அவன் சிரித்தான்.

"சரி, அம்மாவையும் மாமாவையும்பற்றி விசாரிச்சியா?"

"விசாரிச்சன். மதுரைக்குப் போயிருக்கினமாம். மதுரையில சுந்தரத்தாரின்ர சொந்தக்காறர் ஆரோ இருக்கினமாமே! அங்க போயிருக்கினமாம். கொம்மாவைப் பாக்கிறதெண்டால் மதுரைக்கெல்லாம் இனிப் போய் அலையேலாது. நேராய் சென்னைக்குப் போகவேண்டியதுதான். சரி, எல்லாம்... நாளைக்குக் கதைக்கலாம். ராஜி, நீ சாப்பிடு."

"நீ..?"

"நான் சாப்பிட்டுட்டன்."

அவன் கட்டிலில் தொம்மெண்டு படுக்க, அவன் கொண்டுவந்திருந்த கொத்துப் பரோட்டா பார்சலை எடுத்து அவள் சாப்பிட ஆரம்பித்தாள்.

பக்கத்து அறையில் மாலையில் அறிமுகமான பெரியவர் கட்டிடத்தை அதிர்த்து ஓய்ந்தார்.

'அரசியல் செல்நெறிகள் அதிகமும் சமகால பயன்பாடு கருதி ஆக்கப்படுபவை. நீண்டகால பயன்பாட்டுத் திட்டங்கள், சமகாலப் பயன்களை குறிப்பிட்டளவு திரஸ்கரித்துக்கொண்டே தீட்டப் படுகின்றன. நான் இந்தியனாயிருந்தாலும் இலங்கை அரசியலை அறிவேன். குறுகிய கால பயன்பாட்டுத் திட்டங்களின் காரணமாகவே இன்றைக்கு இலங்கையில் இந்தளவு நெருக்கடி நேர்ந்திருக்கிறது என்பதுதான் என் அனுமானம்.'

அவர் சொல்லியிருந்ததை ஏறக்குறைய அவர் சொற்களிலேயே மீட்டுப் பார்த்தாள். கருத்தின் சத்தியம் வார்த்தைகளில் தொனித்துக் கொண்டிருப்பதாகப்பட்டது அவளுக்கு.

அவள் நிலம் அப்படியில்லை. அவர் நிலமும் அரசியலுக்கு உதாரணமில்லைத்தான். ஆனாலும் அவரே சொல்கிற அளவுக்கு அவள் நிலம் இருந்ததும் உண்மை.

அவர் சொல்வதை யோசிக்க யுத்தத்தின் காரணம், யுத்த நிகழ்வுகள், அதன் இன்றைய பரிமாணம் யாவும் சடைத்துக் கிளர்ந்தன. அது அவள் மனத்தை அடியோடு குழப்புவது போலிருந்தது. பழைய ரண வாடையின் வெறுப்பு. அது தனதேயானதாய் இருந்தால் என்ன? வெறுப்பு... சுய நரகல்களிலும் இருக்கும்.

ஏன் அப்படி அவள் ஆனாள்? எப்போதும் அவள் அப்படித்தான் இருந்துவந்திருக்கிறாளா? மனம் சலனப்பட்டு ... சபலப்பட்டு ... ஒரே நிலையில் நிற்க முடியாது தத்தளிப்பது அவளுக்கு மட்டுமேதான் அமைந்திருக்கிறதா? தனி வாழ்க்கையிலும் சமூக வாழ்க்கையிலும் தீர்மானகரமாக ஒரு கொள்கையையோ வழிமுறையையோ பின்பற்ற முடியாமலிருப்பது ஏன்? வெளிவாழ்க்கையின் பாதிப்பால் தனிவாழ்க்கை சரிகிறதா? அன்றி தனி வாழ்க்கையின் சிதறுதல்கள் காரணமாய் வெளிவாழ்க்கைக்குரிய கொள்கை நிறுதிட்டம் குலைகின்றதா?

வெளியுலகமே தனிவாழ்க்கையைப் பாதிப்பதாக யாரோ சொன்னது அப்போது ஞாபகம் வந்தது அவளுக்கு. எனினும் அதுவே தன் திடசித்தமின்மைக்கான சரியான காரணமென்பதை அவளால் ஒப்புக்கொள்ள இயலாதிருந்தது. ஒரு கொள்கையின் சுவீகாரம் அறிவார்த்தமாய் இருக்க வேண்டுமென்பது இது காரணம் குறித்தே ஆகும். உணர்ச்சி நிலைகளில் செய்யப்படும் தீர்மானம் தகுந்த தளமின்றி முதலில் மேலோட்டமாய் இருந்து பின்னால் அதன் ஆரம்ப அழகெல்லாம் இழந்து அழிந்தொழிந்து போகிறது.

ஒருபோது பயன்மதிப்பு காரணமாய் ஐக்கிய இலங்கை ஒப்பாயிருந்தது. பின் தமிழீழம் சாத்வீக வழியில் ஏற்பாயிருந்தது. அதற்கான வழிமுறை போராட்டம்தானென்பதை ஒரு காலகட்டம் வற்புறுத்த அதற்கும் அவள் மௌனமாய் இணக்கம்காட்ட வேண்டியிருந்தது. இப்போது ஜனங்கள் படும் அவஸ்தைகளை, கைது செய்யப்படுவோர் அடையும் மரணத்தினும் கொடுமையான சித்திரவதைகளைக் கேள்வியுற, பேரினவாதத்தில் பெரு வெறுப்பு ஏற்பட்டிருக்கிறது. இனி ... இந்திய அரசின் தலையீடு ஒரு நிரந்தர நிம்மதிக்கும் சமாதானத்துக்கும் அரசியல்களம் அமைத்துத் தராதா என்று ஆதங்கப்பட ஆரம்பிக்கும். அவள் என்ன பாத்திரம் வகிக்கவேண்டுமென்பது அவளுக்குத் தெரியாமலே இருக்கிறது. நேரடி ஈடுபாடு, கருத்தபிமானம், சுய வாழ்க்கையில் மூழ்கி அதற்கான தளப் பிரக்ஞை, மண் பிரக்ஞை தவிர மற்றெல்லாப் பிரக்ஞைகளையும் ஒதுக்கல் என்று எதை அவள் செய்கிறாள்?

பல நிச்சயமின்மைகளின் பெட்டகமாக அவள் இருப்பதே இப்போது தெளிவானது.

சுதனின் போக்கை அவள் முற்று முழுதாய்த் திரஸ்கரித்தாள். அவனையே திரஸ்கரித்தாளா? அம்மா ஒருத்தி நாட்டில் இருந்து கரிசனைகளை இழுத்துக்கொண்டிருந்தாள். இப்போது அவளும் இந்தியா வந்தாகிவிட்டது. இனி ... அவன் போக்கைச் சகிப்பதாய் முதலிலும், வரிப்பதாய்ப் பின்னரும் ஆகாதென்பதற்கு என்ன உத்தரவாதமுண்டு? அதனால் அவனிலிருந்தும் தப்பவேண்டும், அம்மாவிலிருந்தும்

தப்பவேண்டும். அவளிடம் அகப்படுவது அவனிடம் அகப்படுவது மாதிரியே.

அவள் இறுதியான முடிவுக்கு வந்தாக வேண்டும். மாற்று வழியைக் கண்டடைய வேண்டும். அதுவும் விரைவில்.

கை கழுவிவிட்டு வந்து சாப்பிட்ட இடத்தைத் துப்புரவு செய்தாள். விளக்கை அணைத்துவிட்டு நாற்காலியில் வந்தமர்ந்து, குறுக்காய் யோகேஸ்வரன் படுத்திருந்த கட்டிலுக்கு நேர்மேலாகத் திறந்திருந்த ஜன்னலினூடு வெளியே பார்த்தபடி வெகுநேரம் யோசித்துக் கொண்டிருந்தாள்.

அவளுக்கு இரண்டு நாட்களுக்கு முன்பு இராமேஸ்வரம் லொட்ஜில் இருந்தபோது அவன் கேட்டிருந்தது ஞாபகம் ஆயிற்று. 'ராஜி, இஞ்ச தமிழ்நாட்டில தமையன் பெண்சாதியை அண்ணி என்பினம். அண்ணி தாய்க்குச் சமானம். ஆனால் இலங்கையில அண்ணன் பெண்சாதியை மச்சாள் எங்கிறதுதான் வழக்கம். மச்சாள் ... மிக நெருக்கமானவள், அந்தரங்கத்துக் குரியவள்! இல்லையே?'

அவள், 'ம்ம்!' என்றாள். புருவங்கள் வில்வளைவு கட்டியிருந்தன.

'அண்ணன் செத்தால். அண்ணன் பெண்சாதியை தம்பி கட்டுறது எங்கட ஊரில இருக்கு. இல்லையே?'

ஒருவேளை அதை கல்யாண உறவு முரண்களைச் சுட்டிக் காட்டுவதற்காகவன்றி, விருப்ப அடிப்படையிலேயே அவன் கேட்டிருக்கவும் கூடுமென்பதை இப்போது அவள் எண்ணினாள்.

நினைவுகள் அழிந்து வந்தன.

இரவு முடிந்து கொண்டிருந்தது.

காலை மௌனத்துள் வெடித்தது.

திடீர் விழிப்பொன்று ஏற்பட்டது அவனுக்கு. வெளியே விடியற்சுடரின் ஒளித்தெறிப்பில் ராஜி இன்னும் உட்கார்ந்திருப்பது தெரிந்தது. "நீ இன்னும் படுக்கேல்லை ..?"

"இல்லை."

"ஏன், ராஜி?"

"நித்திரை வரேல்லை."

அவனும் சார நெகிழ்த்தியை இறுக்கிக்கொண்டு படுக்கையில் எழுந்தமர்ந்தான். தான் சிறிது போதையோடு வந்ததால்தான் அவள் அவ்வாறு தூங்காமலிருக்கிறாளோ என்று அப்போது யோசனையொன்று உறைத்தது.

"ராஜி, நான் கொஞ்சம் தண்ணி போட்டு வந்ததால ... பயந்து தான் ..?"

அவள் இல்லையென்று தலையசைத்தாள்.

"பிறகென்ன யோசிச்சுக் கொண்டிருக்கிறாய்?"

"என்ர வாழ்க்கையை, என்ர நாட்டின்ர நிலைமையை" என்று தொடங்கி தன் சறுக்கல்களையெல்லாம் தெளிவாகச் சொன்னாள். தாய்மீது கொண்ட பாசத்தை விளக்கினாள். எங்கே செல்வது என்றுகூடத் தெரியாது தடுமாறும் தன் நிலையைத் தெரிவித்தாள்.

அவன், அவள் தடுமாற்றத்தை தாயின் பாசம் காரணமானதாய் மட்டும் நினைத்துக்கொண்டு கேட்டான்: "சென்னை போகவேணுமா, ராஜி?"

"வேண்டாம்."

"ஊர் போகப் போறியா அப்ப?"

"இல்லை. நீ..?"

"நான் இயக்கத்துக்குப் படகோட்டப்போறன். நீ ஏன் ஊருக்கு..."

"இல்லை. நான் இஞ்சயே நிக்கப்போறன். நீ போறதுக்கு முந்தி என்னை இஞ்சையொரு அகதிமுகாமில சேத்திட்டுப்போ."

"முகாமிலயே நிக்கப்போறாய்?"

"ஓம்."

யோசிக்க நொடிப்பொழுது அவசியமற்றதாய்ப் பதில்கள்.

அவளது நிலையை அவனால் விளங்கிக்கொள்ள முடிந்தது.

அவள் அந்த எண்ணத்திலிருந்து மாறக்கூடும். ஆனால் அப்போதைக்கு அல்ல. என்றோ ஒருநாள். இருந்தாலும் தன் நிலைப்பாட்டை அவன் அவளுக்குத் தெளிவுபடுத்த விரும்பினான்.

மௌன அந்தகாரமொன்று அந்த அதிவிடிகாலையின் மெல்லிருள் அறையில் விரிந்தது.

அவன் தலைகுனிந்திருந்தான்.

வெகுநேரத்தின் பின்...

"யோகேஷ்..."

"ம்!"

"சமாதானம் சமாதானமெண்டு சொல்லுறமே, இனியாவது சமாதானம் வந்திடுமா, யோகேஷ்?"

"..."

"அந்தச் சாமாதான பூமியில... நாங்கள் திரும்பவும் கவுரவமாய் நிம்மதியாய் வாழ ஏலுமா, யோகேஷ்?"

"..."

"நான் செய்யிறது சரியா, யோகேஷ்?"

அவள் அழுதாள்.

பின் சொன்னாள்: "சிதைவு எண்டொரு சொல் தமிழில இருக்கு, யோகேஷ். ஆயிரம் நியாயமிருக்கட்டும். யுத்தம் கொடுமையானது. அதில சிதைவுறுகிற மனித உறவுகள் விழுமியங்கள் எத்தனை எத்தனையோ! அந்தச் சிதைவின் ஒரு அடையாளமாய் நான் இருந்திடப் போறன். அதுதான் நல்லது."

46

ராயபுரம் கடற்கரையின் பெருமணல் வெளியில் கடலுக்குத் தொலைவில் வேகமாய் வந்துநின்ற ஒரு ஜீப் வண்டியிலிருந்து இறங்கிய நான்கு பேர் வெகு நிதானமாக கடலைநோக்கி நடக்கத் துவங்கினார்கள். பாதம் புதையும் மணலிலும் அவர்களது நடை மிக ஸ்திரமாக இருந்தது.

சூரியும் கிருபாவும் பக்கங்களில் வர, கனத்த சிந்தனையோடு நடுவே நடந்து கொண்டிருந்தார் கிருஷ்ணா. சற்று பின்னேபோல சின்னா.

கரை அலைகளைச் சந்திக்கக் குழியும் வளைவில் நின்றபடி நால்வரும் எதிரே கனத்துக் கிடந்த இருளை ஊடுருவிப் பார்த்தார்கள். அவ்விருட் கடல்மேல் கரும்புள்ளி எதனதும் அசைவு தேடிக் களைத்த அவர்களது பார்வை குவியம் கலைந்து மீண்டது. கடற்கரையின் ஒரு பக்கமாய் துறைமுகத் திசையில் நங்கூரமிட்டிருந்த சில கப்பல்களின் வெளிச்சங்கள் தனித்தனி இணைவுப் புள்ளியாய்த் தெரிந்தன.

கனத்துக் கிடந்தது காற்று.

எறிகிரை ஏதுமற்றுக் கிடந்தது கடல்.

கருமை பூசிக் கிடந்தது வானம்.

"கொஞ்சநேரம் இப்பிடி இருப்பமா, தம்பிமாரே!"

கிருஷ்ணா கேட்க யாரும் மறுப்பேதுமின்றி அமர்ந்தார்கள்.

பேச நிறைய இருந்தும் பேசாமலே நேரம் கழிந்து கொண்டிருந்தது.

"சூரி, தகவல் சரியாய்த்தானே எடுத்திருக்கிறாய்? ராயபுரம் கடற்பகுதியெண்டது சரிதானே?"

சூரி ஒரு பின்னப்பொழுது சிரித்திருக்கலாமென்றுபட்டது கிருபாவுக்கு. அந்த இடைவெளியின் அர்த்தம் அதுதான். சூரியை அவனுக்குத் தெரியும். அப்படியொரு கேள்விக்கு அவசியமில்லாதவன் அவன். இருந்தும்... யாழ்ப்பாணத்தில் ஏற்பட்ட யுத்தநிலைமையின் பின்னடைவும், சுற்றியெழுந்த அரசியல் நிலைமையின் மாற்றமும் இனி என்கிற கேள்வியின் கனதியான இருப்பும், நகரும் கணம் ஒவ்வொன்றையுமே மிக அவதானமாகக் கழிக்க அவர்களை நிர்ப்பந்தித்திருந்தன. ஊர் நிலைமை மட்டுமில்லை, தமிழ்நாட்டில், இந்தியாவில் கூட சகஜநிலை

தெறித்திருந்தது. நிகழ்வுகளில் ஒரு பூடகத் திரை எறியுண்டிருந்தது எங்கும். கிருபா சூரியை அவ்வாறு கேட்டது தவறில்லையென்றே தோன்றிற்று.

“தகவல் சரியாய்த்தான் எடுத்திருக்கிறன். டிஸ்ரபன்ஸ் இல்லாமல் லைனும் கிளீயராய் வந்தது. ராயபுரம் கடற்கரைப் பகுதியில... போன தடவை துருவன் வந்து கரையேறின அதே இடமெண்டுதான் தகவல் வந்தது” என்றான் சூரி.

“நேரம் ..?”

“நேரமும்இதுதான். சரியாய் பதினொண்டுக்கும் பன்ரண்டுக்கு மிடையில.”

இந்தத் தடவை பின்ன தாமதமும் இல்லை. சூரிக்கு மனக் குறுகுறுப்பு அடையவேண்டி இல்லைத்தான். களச்செயற்பாட்டு நேரத்தில் தனிமனித உணர்வுகளினை முக்கியப்படுத்தாதிருக்க அவர்கள் பயின்றிருந்தார்கள்.

கிருஷ்ணா இன்னும் தன் ஆழ்ந்த சிந்தனையிலிருந்து மீளவில்லை. அவரின் கையிலிருந்த பொண்ட் சூட்கேஸில் அன்று காலை லண்டனிலிருந்து சென்னை வந்த பிரிட்டிஷ் ஏர்வேய்ஸ் விமான பொதி அட்டை ஒன்று தொங்கிக்கொண்டிருந்தது. அப்போதுதான் அது கவனத்தில் பட்டதுபோல அட்டையை இழுத்து சுக்கல் சுக்கலாய்க் கிழித்து காற்றிலே உருட்டிவிட்டார். அதற்குமேல் சூழ்நிலைமைகளிலும் கொஞ்சம் கவனம் திரும்பியது. “தம்பி கிருபா, ஜீப்பை இன்னும் கொஞ்சம் முன்னுக்குத் தள்ளி நிப்பாட்டச் சொல்லுவமா?”

“தேவையில்லை, அண்ணை. இந்த இடத்தில இனி ஆள் நடமாட்டம் இராது. றோட்டு தூரத்தில இருக்கிறதால வாகன வெளிச்சங்களும் படாது” என்றான் கிருபா.

“இன்னும் எவ்வளவு நேரமாகுமோ ..?”

“வந்திடும் இனி.”

அவர்களுக்குச் சற்றுத் தள்ளிப்போல அமர்ந்திருந்த சின்னா கை மணிக்கூட்டைத் தூக்கி நேரத்தைப் பார்த்தான். பதினொன்றரை.

கிருஷ்ணாவையும் கிருபாவையும் அன்று அனுப்ப முடியுமா?

கிருஷ்ணா சரியான நேரத்துக்குப் போய் போராடும் இயக்கத்தின் படைத் தலைமைக்கு தக்க வழிகாட்டுதலைச் செய்ய முடியுமா?

மிகுந்த வீர கர்வத்திலிருந்த இயக்கத்துக்கு ஒப்பறேஷன் லிபறேஷன் பாரிய அடியைத்தான் கொடுத்திருந்தது. அதுமட்டுமில்லை. அவர்கள் ராஜதந்திர நடவடிக்கையாலும் ஏமாற்றப்பட்டு விட்டார்கள். திட்டம் ஒன்றாக இருக்க, வேறுவேறு தளங்களில் படைநகர்வுக்கான ஆயத்தங்களைச் செய்ததின்மூலம் போராளி இயக்கத்தின் உளவுப் பிரிவினை முற்றுமுழுதாகவும் ஏமாற்றியிருந்தது சிங்களப் படை. கிருஷ்ணா சென்று

நிலைமையினை நேரே பரிசீலித்து ஆலோசனை வழங்குவதின்மூலமே உளரீதியில் இயக்கப் படைக்கு நேர்ந்திருக்கக்கூடிய பாதிப்பையும் சரிசெய்யமுடியும். அவசர அவசரமாக அவர் வரவழைக்கப்பட்டது அது காரணத்தாலேயே. அவர்களது பயணம்... அவசியம். அதே நேரம்... அவசரம்.

"தம்பி, என்ன இது? போர்ட் இண்டைக்கு வருமா? எவ்வளவு மாறுவேஷங்களுக்குள்ள நுழைஞ்சு... எவ்வளவு கஷ்ரப்பட்டு வந்து... கடைசியில இஞ்ச காத்துக்கிடக்க வேண்டியிருக்கே!" கிருஷ்ணா சலித்தார்.

சொல்லிக்கொண்டிருக்கும்போதே அவர்கள் முகம்நோக்கியிருந்த திசையின் கரும் பகுதியில் ஒரு மஞ்சட் புள்ளி மினுக்கிட்டது.

"அதோ!" என்றான் சின்னா.

கிருபா பார்த்துவிட்டுச் சொன்னான்: "அதுவாயிராது. மீன் பிடி வள்ளத்தின்ர துணையோடதான் எங்கட பைபர் படகு இந்தப் பக்கம் வருமெண்டாலும், அதுக்குத் துணையாய் வரக்கூடிய மீன்பிடி வள்ளம் வெளிச்சத்தோட வராது. இப்ப பன்ரண்டு தானாகுது. இன்னும் கொஞ்ச நேரம் பாப்பம்."

"வராட்டி என்ன கிருபாண்ணை செய்யலாம்?" சின்னா கேட்டான்.

"தெரியேல்லை. கேட்டுத்தான் செய்யவேணும்."

"ஆரை?"

"மேலிடத்தில."

"அதெல்லாம் வேண்டாம்" என்று தலையிட்டார் கிருஷ்ணா. "பொறுப்பெல்லாம் உம்மிட்ட தந்துவிட்டாச்சு. வாறதுக்கிருந்த போர்ட் வராட்டில், வேற போர்ட் ஒழுங்கு செய்து அனுப்ப வேண்டியதுதானே!"

கிருபாவுக்கு யோசனையாயிருந்தது. கிருஷ்ணாபோல் முக்கிய மானவர்கள் விஷயத்தில் அவன் மிகுந்த உஷாராக நடந்து கொள்ள வேண்டும்.

"எதுக்கும் இன்னும் கொஞ்சம் பொறுத்துப் பாப்பமே!" என்றான் சூரி, அந்த இறுக்கமான நிலைமையைத் தளர்த்த வேண்டி.

மறுபடி மௌனம் கவிந்தது.

சிறிதுநேரம் கழிய, "திடீரெண்டு எல்லாமே மாறத் துவங்கியிருக்குது. இஞ்ச... தமிழ்நாட்டிலகூட முந்தின நிலமை இல்லை. ஒரு பதட்டம்... ஒரு நிச்சயமின்மை... பேசாமல் நாட்டுக்கே போயிட்டாலென்ன எண்டிருக்கு, அண்ணை" என்றான் கிருபா.

கிருஷ்ணாவிடமிருந்து அதற்கு ஏதாவது பதில் வருமென்கிற நம்பிக்கை அறுகிற சமயத்தில் கிருஷ்ணா லேசாகச் சிரித்தார். "எல்லாம்

மாறத் துவங்கியிட்டுது எண்டது மெய்தான். ஆனா திடீரெண்டு இல்லை. சூழ்நிலையை இறுக்கிறதுக்கான சகல ஏற்பாடுகளும் முந்தியே செய்யத் துவங்கியாச்சு. குறிப்பாய்ச் சொல்லப்போனால்... எம்.ஜி.ஆர். மருத்துவ சிகிச்சைக்காக அமெரிக்கா போன நேரத்திலயிருந்து இறுக்கம் விழத் துவங்கியிட்டுது."

கேள்வி கேட்கிறவர்கள் அவருக்குப் பல வழிகளிலும் கனிஷ்ட நிலைமையில் உள்ளவர்கள். இருந்தாலும் அரசியல் நிலவரத்தை அவர்களோடு அவர் சற்று விரிவாகவே பேசினார். "நாங்கள் எங்கட சொந்தக் காலிலயே முழுக்க முழுக்கத் தங்கிநிக்க வேணுமெண்ட முடிவை திம்புப் பேச்சுவார்த்தைக் காலத்திலயே எடுத்திட்டம். அதாலதான் யுத்த முகாம்களை கொஞ்சம் கொஞ்சமாய் நாங்கள் நாட்டுக்கு மாத்தினது. தகவல் தொடர்புத் தளமாய் மட்டும்தான் இந்தியாவை நாங்கள் இப்ப பாவிக்கறம். இந்திய அரசாங்கத்தோட எங்களுக்கு இருக்கிறதும் ஓடும் புளியம்பழமும்போல ஒரு உறவுதான். மற்ற இயக்கங்கள் மேலாதிக்கம் பெற்றுவிடாமல் கண்காணிக்கிறதுக்கு இது எங்களுக்குத் தேவை."

நிறுத்திவிட்டு சுற்றிவர ஒருமுறை சுழன்று நோக்கினார். பின் தொடர்ந்தார்: "ஆசிய அரசியல்ல இலங்கை எப்பவும் கவனிக்கிற ஒரு புள்ளியாயே இருந்து வந்திருக்கு. அதன் மையம், மத்தியஸ்தானம் இந்து சமுத்திரத்தில மட்டுமில்லை, ஆசியா முழுதும் பரவுந்தன்மையது. சுருக்கமாய்ச் சொன்னால் ... இலங்கையோட நட்பாயிருக்கிற தேவைபற்றி இந்தியா சொல்லுதெண்டால், அது இலங்கையைப் பகைக்கிறது நல்லதில்லையெண்ட அம்சத்திலயிருந்து பிறந்ததுதான். இந்த நிலைப்பாட்டோட ... ராஜீவ் அரசாங்கத்துக்கு சில சொந்தப் பிரச்னைகள் இருக்கு அரசியலில. அதால ... அதைத் திசை திருப்ப இலங்கைப் போராட்ட நிலைமையை ஒரு உத்தியாய் அது பாவிக்கத் தயங்காது. அதுக்கான தளத்தை மத்திய புலனாய்வுத் துறையான றோ ஏற்கனவே திட்டமிட்டு அமைச்சுவருகுது. இப்ப கொஞ்ச நாளைக்கு முந்தி இலங்கையில இந்தியத் தூதராய் ஜே.என். தீட்சித் திடுதிப்பெண்டு நியமிக்கப்பட்டதுக்கும் இதுதான் காரணம். எல்லாத்துக்குமான முதல்படியே இலங்கை வான்வெளியில இந்திய விமானங்களின்ர அத்துமீறல். அதன்மூலம் ஈழத் தமிழரின்ர பாதுகாவலனாய் அது தன்னை நிலைநாட்டியிட்டுது. இனி அது மற்றப் படிகளையும் கடக்கும்."

ஒரு சோகம் அங்கே வந்து விழுந்ததா?

அல்லது ஒரு நிச்சயமின்மையின் மூடுதிரை கவிந்ததா?

வெகுநேரத்தின் பின் கிருஷ்ணாவே சொன்னார்: "இனி போர்ட் வராது. என்ன செய்யலாம்? ஆருக்காவது யோசனையிருக்கா?"

"நாட்டுக்கு தொடர்புகொண்டு பாக்கலாம்..."

"போர்ட் எப்பிடியும் அங்கயிருந்து புறப்பட்டிருக்கும். புறப்பட்டிராட்டி அவையே தொடர்பு கொண்டிருப்பினம். போர்ட்டுக்கு இடைவழியிலதான் ஏதாவது ஆபத்து நேர்ந்திருக்கும்" என்றான் கிருபா ஒரு சோகத்தோடு.

“அங்கயிருந்துதான் போர்ட் வந்து போகவேணுமா? ஏன், இஞ்சயிருந்து போர்ட்டில போக ஏலாதா?” சூரி கேட்டான்.

“ஏலும். ஆனால் இப்ப இருக்கிற சூழ்நிலையில ஓட்டிப்போறதுக்கு ஓட்டிதான் இல்லை” என்றான் கிருபா.

“படகு..?” கேட்டது சின்னா.

“அதுக்கு ஒழுங்கு பண்ணலாம்.”

“அப்படியெண்டால் நான் ஆள் தாறன்” என்று பாய்ந்து முன்னே வந்தான் அவன்.

“ஆள் ஆர்?”

“யோகேஷ்!”

“எந்த யோகேஷ்..? தொண்டமனாறுப் பெடியனா? அவன்தான் குண்டடிபட்டு ஏலாமல் கிடக்கிறதாய்...”

“காயம் பட்டிருந்ததுதான். ஆனால் இப்ப சுகம். நேத்துகூடப் பேசினனே. ஆள் தஞ்சாவூரிலதான் நிக்குது.”

“கிருபா, ஆள் எப்பிடித் தம்பி?” கிருஷ்ணா கேட்டார்.

“யோகேஷ் ஓட்டியாய் வாறதெண்டால்... நான் கூடவரக்கூடத் தேவையில்லை. பயமில்லாமல் போகலாம். சரியான கடல்மீன்.” இவ்வாறு கிருஷ்ணாவுக்குப் பதிலளித்த கிருபா, சின்னா பக்கம்திரும்பினான். “போனால் ஆளோட வர ஏலுமா?”

“ஏலும்!”

“அப்ப காலமை வெளிக்கிடு தஞ்சாவூருக்கு.”

“ஏன் காலமை, இப்பவே போகட்டும். நாளை ராவைக்கு நாங்கள் இஞ்சயிருந்து வெளிக்கிடலாம்” என்று அவசரப்படுத்தினார் கிருஷ்ணா.

“அதுவும் சரிதான். எங்களைக் கொண்டுபோய் அடையாறில விட்டுட்டு நீ ஜீப்பில வெளிக்கிடலாம், சின்னா.”

“சரி. ஒரு விஷயம், கிருபாண்ணை.”

“என்ன?”

“வேதாரணியத்திலயிருந்து போனாலென்ன?”

“இல்லை. இஞ்சயிருந்துதான் போகவேணும். அதுதான் பாதுகாப்பு. இப்ப வேற பாதையை நம்பேலாது.”

“சரி, அண்ணை.”

“அங்கயிருந்து நேராய் கந்தோருக்குக் கூட்டிவந்திடாத. அவனுக்குத் தெரிஞ்ச ஆக்களின்ர வீட்டில பின்னேரம்வரை நிக்கச் சொல்லியிட்டு எனக்குத் தெரிவி. எங்க, எத்தினை மணிக்குச் சந்திக்கிறதெண்டதை நான் பிறகு உனக்குச் சொல்லுறன். விளங்கிச்சுதா?”

“ஓம்!”

“ஏன் கிருபா அப்பிடி?” கிருஷ்ணா கேட்டார்.

“யோகேஷ் அருமையான ஓட்டிதான், அண்ணை. எங்களுக்காகவும் எத்தினையோ முறை போர்ட் ஓடியிருக்கிறான். எண்டாலும் வேற இயக்கங்களோடயும் தொடுப்பனவு இருக்கு. அதோட ... ஆளுக்கு தண்ணி போடுற பழக்கம் இருக்கு ...”

“அப்ப ...” கிருஷ்ணா இடைமறித்தார். “அப்பிடியான ஆளோடயே என்னைத் தனியாய்ப் போகலாமெண்டு சொன்னனீ?”

“ஆள், தண்ணிச்சாமிதான். ஆனால் தண்ணிபோட்டால் போர்ட் எடுக்கமாட்டான். அவனுக்கு அந்தப் பக்கக் கடலைத் தெரிஞ்சமாதிரி வேறுபேருக்குத் தெரியாது. அதுமட்டுமில்லை. ஒரு பொறுப்பை எடுத்தா அதைச் சுத்தமாய்ச் செய்யிற திறமை, சொல் மாறுபடாத நேர்மை, பயமேயில்லாமல் எதுக்கும் நெஞ்சை நிமித்திக்கொண்டு போற ஓர்மம்... எல்லாம் இருக்கு. யோகேஷ் நாளைக்கு போர்ட் ஓட வந்தால் அது எங்கட அதிர்ஷ்டம்தான்.”

“அப்ப யோகேஷ் போர்ட் ஓடவந்தால் நாங்கள் நாளையிண்டைக்குக் காலமை நாட்டில நிப்பமெண்டு சொல்லு.”

“கண்டிப்பாய் நிக்கலாம்.”

கிருஷ்ணாவுக்கு மன அவதி குறைந்தது. எனினும் அவதி குறைந்த அந்த நிலையிலும்... தன் நாட்டில் பௌதீக தர்சனம் மனக்காடியில் தெரிந்துகொண்டிருந்தது. வடமராட்சியின் அவலம்... கரவெட்டியின் சேதம்... அம்மா அப்பா தங்கச்சிகள்... உற்றம் சுற்றம் அயல் ஊர்...

“அண்ணை, உங்கட ஊர் கரவெட்டிதானே?” சூரி கேட்டான்.

கிருஷ்ணா ஆமென்று தலையசைத்தார்.

கரையில் அலைகள் சலசலத்தன.

துறைமுகத்தில் ஒரு இழுவைப் படகு சைரன் ஒலித்தது.

மௌனமாய் நிகழ்வுகளின் சோக நிலைமைகளுள் மனம் மூழ்கியிருந்தவர்கள், “சரி, கிளம்புவமா?” என்று கிருபா கேட்க, பிரக்ஞையடைந்து எழுந்தனர்.

47

மதுரை பஸ் நிலையத்தில் இறங்கியதும் முகவரியைக் காட்டி இடத்தை விசாரித்துத் தெரிந்துகொண்டு, இரண்டு கைப்பை சகிதமாக வந்திருந்த சுந்தரலிங்கமும் மகேஸ்வரியும் சைக்கிள் ரிக்ஷா ஏறினார்கள். விடிந்ததும் விடியாததுமான பொழுதில் கதவு தட்ட கிலேசமாயிருந்தாலும் குறுகுறுக்கும் மனத்தை அடக்கிக்கொண்டு கதவைத் தட்டினார் சுந்தரம்.

சிறிது நேரத்தில் கதவு திறக்கப்பட்டது. வெளியே வந்தவர் எதிரே சுந்தரலிங்கம் நிற்பதைக் கண்டு மகிழ்ச்சிகரமான ஆச்சரியம் பட்டார். மகேஸ்வரியை கூடக்கண்டது இன்னும் ஆச்சரியம். இருவரையும் உள்ளே வரவேற்றார்.

வெளியாட்கள் வந்திருப்பது தெரிந்துதான் வீட்டிலேயுள்ள மற்றவர்களின் விழிப்பு திடுதிடுவென ஏற்பட்டது.

கணேசலிங்கத்தின் விசாரிப்பு இயல்பாகவிருந்தது. ஆனாலும் அது மேலே மேலே செல்ல இதயத்தின் நொய்த இடங்களில் சுடவாரம்பித்தது சுந்தரத்துக்கு.

"இந்தநேரத்தில எப்படியண்ணை போர்ட்டில வந்தியள்? போர்ட் ஒண்டும் ஓடாமல் வந்த யாவாரக்காறரெல்லாம் அப்படியப்படி லொஜ்களிலயே அடைஞ்சு கிடக்கிறாங்களாம்..." என்றார் கணேசலிங்கம்.

"உண்மையாய்ச் சொல்லப் போனா... நாங்கள் வந்து இப்ப ரண்டு கிழமையாகுது. யாவாரக்காறரோட போனால் போர்ட் காசு குறையவெண்டு வந்தம். அதால சாமானுகள் விக்கிறவரை அவங்களோடயே லொஜ்ஜில நிக்க வேண்டியதாய்ப் போச்சு. சரியாய் இருபத்தைஞ்சாம் தேதி போர்ட் ஏறினம். தங்கச்சிக்கும் அவசரமாய் மெட்ராஸ் போகவேணும். மகள் அங்கதானே இருக்கிறா? ஆனா அவங்கள் விட்டாத்தானே? அதுக்கிடையில சண்டை துவங்கியிட்டுது. எல்லா வேகமும் குறைஞ்சுபோச்சு. எடுத்தது எடுத்தபடி, போட்டது போட்டபடி... பிறகெங்க அவரவர் வேலை ஞாபகம் வந்தது? நடக்கிற அநியாயங்களை றேடியோவில கேட்டுப் பேசிக் கொண்டிருந்ததுதான்."

"இந்தியா தலையிட்டது தெரிஞ்சபிறகுதான் எங்களுக்கு ஆறுதல்" என்றாள் மகேஸ்வரி இடையிட்டு.

"மெய்தான், கணேசு."

"அதெல்லாம் சரிதான், அண்ணர். வந்ததுதான் வந்தியள், மனுஷியையும் மகள் மருமகனையும் கூட்டி வந்திருக்கலாமே! இந்தச் சண்டைக்குள்ள அதுகள் என்ன பாடுபட்டுதுகளோ?"

சுந்தரத்துக்கு நெஞ்சை உறுத்தியது. இப்போது நிலமை கட்டுக்கடங்கியிருக்கிறது. சரி. ஆனால் ஒரு பத்து நாளாய் நடந்த நிர்மூலத்தில் ஆராருக்கு என்னென்ன ஏற்பட்டுதோ? வாலாம்பிகையை கச்சாய் போய் அரசியோடு நிற்கச் சொல்லிவிட்டுத்தான் வந்திருந்தார். அங்கே எதுவும் நடக்காது என்பதற்கு என்ன உத்தரவாதம்? தென்மராட்சிப் பகுதியில் பொதுவாக தாக்குதலெதுவும் நடைபெற்றதில்லையென்பது ஒரு சமாதானமா? அத்துடன் அரசி கணவனையிழந்து தனிமரமாக வேறு நிற்கிறாள். அவள் வந்திருக்க மாட்டாள் என்பது வேறு விஷயம். ஜேர்மனிக்கு வரும்படி வந்த சுதனின் அழைப்பையே மறுத்தவள் அவள்.

பின்னால் ஒரு சமாதானம் கிடைத்தது அவருக்கு. அவர் இந்தியாவிலேயே நிற்கிற எண்ணத்தோடு ஓடிவரவில்லை. மகேஸ்வரியை அங்கே கூட்டிவந்து விடுவதற்காக, அதுவும் அவளின் வற்புறுத்தலில் வந்தார். ஒரு பத்து நாளில் திரும்பிவிடுவேன் என்றுதான் எல்லாரிடமும் சொல்லி வந்தார். உடனடியாகத் திரும்ப முடியாத சூழ்நிலை ஏற்பட்டிருந்தாலும் ராஜியை ஒருமுறை பார்த்துவிட்டு போர்ட் மறுபடி ஓடத் துவங்க அவர் கடல் கடந்துவிடுவார்.

எண்ணத்தை வெளிப்படுத்தி, சுந்தரம் மருமகனின் முடிவையும் சோகத்தோடு தெரிவித்தார்.

"ஆ... கடவுளே..!" என்று பதைத்தார் கணேசலிங்கம். "இந்த வயசில... ஆ... ஆ... கலியாணம் நடந்ததைக் கேள்விப்பட்டு, கூடஇருக்க முடியேல்லையேயெண்டு வருத்தப்பட்டதோட... அரசியைப் பாக்கிறதுக்காவது ஒருக்கா போர்ட்டில போய்வரவேணுமெண்டு நினைச்சுக் கொண்டிருந்தன்.. இப்ப அந்தப் பிள்ளை தனிமரமா..."

தனித்தனிச் சிந்தனைகளில் நேரம் கடந்தது.

கணேசலிங்கத்தின் மனைவி தேநீரோடு வந்தபிறகுதான் சுதன் அங்கே வந்து போன விஷயம் அவர்களுக்குத் தெரியவந்தது.

"எப்ப சுதன் வந்தவன்?" சுந்தரம் கேட்டார்.

"பத்துநாளிருக்கும், எல்லேயப்பா?"

"ம்... இருக்கும்" என்றார் கணேசலிங்கம்.

பிறகு மகேஸ்வரிக்குச் சொன்னாள்: "உங்கட மகளை ஜேர்மனிக்குக் கூட்டிப் போகத்தான் வந்ததாய்ச் சொன்னார்."

"எப்ப பயணமெண்டு ஏதாவது கதைச்சனவையோ?"

"கொஞ்ச நாளைக்குள்ள போயிடுவமெண்டு சொன்னார். கூட உங்கட மகனும் வந்திருந்தார்."

"ஆர்... ராஜேந்திரனோ?"

"ஓ..."

மகேஸ்வரி சுந்தரத்தார் பக்கம் திரும்பினாள். "அண்ணை..!"

"சரி... சரி... இப்ப எங்க ஓடியிடப் போகினம்? ஒருநாள் நிண்டு நாளைக்காலையில பஸ்ஸெடுப்பம்."

"அவை வந்து பத்து நாளாகுதாமெல்லே, அண்ணை?"

"ஓம் பாருங்கோ... வேளாங்கண்ணிக்குப் போயிட்டு வந்தனாங்கள்... நிக்க நாள் போதாது... கெதியில பம்பாய் போகவேணுமெண்டு தம்பி சொன்னது" என்றாள் கணேசலிங்கத்தின் மனைவியும்.

“அப்ப மத்தியானம்போல பஸ் எடுப்பம். அந்த நேரத்தில பஸ் இருக்கும்தானே கணேசு மெட்ராஸுக்கு?” என்றார் சுந்தரம் கணேசலிங்கத்தைப் பார்த்து.

“இருக்கு, அண்ணை. மத்தியானச் சாப்பாட்டை முடிச்சுக்கொண்டு வெளிக்கிட்டால் சரியாயிருக்கும். சென்னைக்கு மணித்தியாலத்துக்கு ஒரு பஸ் இஞ்சையிருந்து போகுது. பிறைவேற் பஸ்ஸும் இருக்கு.”

காலைப் பலகாரம் தயாரிப்பதில் வீட்டிலே அவசரமாயிருந்தார்கள். மகேஸ்வரிக்கோ இருப்புக் கொள்ளாமலிருந்தது. வந்த அன்றைக்கே சென்னை போயிருக்கவேண்டுமென்று எண்ணினாள். வினையாக விளையாட்டாக நாட்களைக் கடத்தியிருக்கத் தேவையில்லையென்றுபட்டது. சுதன் ஒருவேளை ராஜியைக் கூட்டிக்கொண்டு போயிருந்தால் பெரிய வேதனையெதுவும் அவளிடத்தில் ஏற்பட்டுவிடாது அது காரணமாய். அவளே அவளை ஜேர்மனி அனுப்பிவைக்கிற அவசரத்திலும் அவதியிலும்தானே வந்தாள். ஆனால் அதுவரை காலமும் போறதுக்கு சாக்குகளைச் சொல்லிக்கொண்டு நின்றவள், சுதன் வந்தபிறகும்கூட ஏதாவது சொல்லிவிடுவாளோ என்பதே அவளது பயமாக இருந்தது. ராஜி சொல்லக் கூடியவளும்தான். அப்படி ஏதாவது நடந்தால்... அவளால் தாங்கிக்கொள்ளவே முடியாது. ராஜேந்திரனைப் பார்க்கவும் பேசவும் இருந்த ஆர்வம்கூட அந்த அவதியில் அவளிடத்தில் அடிபட்டுப் போய்விட்டது.

மதியம் சாப்பிட்டு அவர்கள் சென்னை புறப்பட்டபோது பஸ்நிலையம் வரை கணேசலிங்கமும் கூடச் சென்றார். “கிருஷ்ணன் வாத்தியாரைத் தெரியுமோ, அண்ணை?” கணேசலிங்கம் கேட்டார்.

“எந்த..? அரியாலையில கலியாணம் முடிச்சாரே..!”

“அவர்தான். அவரின்ர தாய் பெண்சாதி பிள்ளையளெல்லாம் இப்ப இஞ்ச கொட்டப்பட்டு அகதி முகாமிலதான் இருக்கினம்.”

“ஓ..! எப்ப வந்தவை?”

“இப்ப ஒரு... ஆறு மாசம்தான் இருக்கும்.”

“கிருஷ்ணன் வாத்தியார்..?”

“அவர் கொழும்பிலயாம். பென்சன் எடுத்துக்கொண்டு வாற எண்ணத்தோட இருக்கிறார்போல கிடக்கு.”

“ஆள் அப்பவே காரியகாறன்தானே!”

“மெய்தான், அண்ணை. பொதுவாய் எல்லாருமே அப்படித்தான் இருந்திருக்கினம். நீங்கள்தான்... சும்மா இதுகளொண்டும் விளங்காமல்.. எம்.பி. மாரின்ர வாலைப் பிடிச்சுக் கொண்டு...”

சுந்தரம் மேலே பேசவில்லை.

அவர் மாறுபடவும் ஒப்புக்கொள்ளவும்கூட அதில் அம்சங்கள் இருந்தன. இவற்றைக் கவனிக்காமலே கணேசலிங்கம் தொடர்ந்தார்: "அகதி முகாங்கள் அல்லோலகல்லோலமாயிருக்கு. அங்கயும் இயக்க மோதல்கள் ... ஆள் கடத்தல்கள் ... சாதாரண ஆக்களிட்ட அடிபிடி சண்டைகள் ... எண்டு மோசமாய்த்தான் இருக்கு. மூண்டு பொம்பிளைப் பிள்ளையளை வைச்சுக்கொண்டு கிருஷ்ணன் வாத்தியார் பெண்சாதி படுகிறபாடு ..? மனுஷிக்கு கெதியில விசர்பிடிச்சிடும் இன்னும் கொஞ்ச நாள் அங்கயிருந்தால். போன மாசம் போய்ப் பாத்தன். அந்தாள் வந்திட்டா வேறயெங்கயாவது போய் குடிசையிலஹாச்சும் இருந்திடுவனெண்டு மனிசி அழாக்குறையாச் சொல்லிச்சுது. சோகம் எங்கயும் விட்டபாடில்லை. இதெல்லாம் எங்க போய் முடியப்போகுதோ?"

சுந்தரம் கேட்டுக்கொண்டே வந்தார் மௌனமாய்.

தன் மக்களின் பரிதாப நிலைகள் சுழற்பெடுத்தன அவரிதயத்தில். கடற் பயணத்தில் உணர்ந்தது, வந்திருந்து கண்டது, இப்போது கேட்பது... எல்லாம் அவரது நெஞ்சை முறுக்கின.

48

ஒரு மாலை மறையும் வேளை அண்ணாநகர் சென்ற சுந்தரமும் மகேஸ்வரியும் வெறுவீட்டுக்கு முன்னால் நிற்பதான பிரமையில் ஒரு கணம் திகைத்துப்போய் நின்றார்கள். குடியிருக்கும் வீடா அது என்று சந்தேகமாயிருந்தது. உள்ளே மின்குமிழ் விளக்கொன்று எரிவது தெரிந்து கேற்றைத் திறந்துகொண்டு உள்ளே சென்ற சுந்தரம் கதவைத் தட்டினார். கதவு தானாகவே திறந்து கொள்ள ஹோலுக்குள் பாயில் குழந்தையொன்று இருந்து அழுவதும் விளையாடுவதும் பின் சிணுங்குவதுமாய் இருப்பது கண்ணில் பட்டது.

யார் குழந்தை அது? யார் வீடு அது? ராஜி அங்கேதான் இருக்கிறாளா? மாலா, ஷீலா எல்லாரும் எங்கே?

கதவு தட்டப்பட்ட சத்தத்தில்போலும் உள்ளேயிருந்து யாரோ வருவது கேட்டது. வந்தது சரஸ்வதிதான்.

வாசலிலே சுந்தரத்தையும் மகேஸ்வரியையும் கண்ட சரஸ்வதிக்கு கையும் காலும் ஸ்தம்பித்தன. மகிழ்ச்சிகரமான தடுமாற்றம் காரணமில்லை. அச்சம் காரணமாயிருந்தது. கேட்கப்படப் போகிற கேள்விகளுக்கான பதிலின்மை அச்சத்துக்குக் காரணமாயிருந்தது.

ஒருவாறு தட்டுத் தடுமாறி, "வாருங்கோ உள்ள" என்றாள்.

நாற்காலிகளை இழுத்து ஒழுங்காகப் போட்டுவிட்டாள்.

பதற்றத்தை மறைக்க புதியவர்களின் வரவில் பராக்கடைந்து சிணுக்கத்தை நிறுத்திவிட்ட குழந்தையைத் தூக்கி... இடுப்பில் வைத்து...

அதன் ஒழுகு மூக்கை இறுக்கிப் பிடித்து ஒருமுறை வீரிட வைத்து... பின் அழுகையைத் தாக்காட்டி...

மகேஸ்வரி பேச்சுக் கொடுத்தாள்: "என்ன சரஸ்வதி, வீட்டில ஒருத்தரையும் காணம்?"

"பொடியளெல்லாம் பக்கத்து வீட்டில விளையாடப் போட்டுதுகள்."

"இந்த நேரத்திலயோ? விசுவலிங்கத்தார் எங்க... வேலைக்கா?"

"ம்ம்!"

"மாலாவையும் ஷீலாவையும்கூட காணம். பொழுதுபடுகிற நேரத்தில எங்க போச்சினம்? இஞ்ச வந்தபிறகு இப்படித்தான் சுத்தி அலையினம் போல.... ம்? வந்து எத்தினை வருஷம்... நாலு வருஷம் இருக்கு மெல்லே..."

"மூண்டு வருஷம்."

"மூண்டு வருஷமெண்டாப்போல என்ன? பொம்பிளைப் பிள்ளையளெண்டால் சும்மாயே? ஷீலா இப்ப நல்லாய் வளந்திருப்பாளெல்லோ? சரி சரி... ராஜி நிக்கிற சிலமனையும் காணம்! எங்க ராஜி? அவவும்கூட வெளிக்கிட்டுட்டாவோ..?"

மகேஸ்வரியின் கேள்வியொன்றுக்கும் பதிலில்லை.

சரஸ்வதியின் திணறல் மகேஸ்வரியிடத்தில் பதட்டத்தை ஏற்படுத்தியது.

"ராஜி... இப்ப... இஞ்ச... இல்லை" சரஸ்வதி தடுமாறினாள்.

"அப்ப எங்க?"

"தெரியாது."

"தெரியாதோ? என்ன இது சரஸ்வதி? உன்ர பொறுப்பில நிக்கவெண்டு அனுப்பின பிள்ளை... கேட்டால் தெரியாதெண்டு சொல்லுறாய்" என்று தலையிட்டார் சுந்தரம்.

"ராமேஸ்வரத்துக்குப் போறன்... அப்பிடியே ஊருக்குப் போகப் போறனெண்டு சொல்லியிட்டுப் போனா. இப்ப... எங்கயெண்டு நான் சொல்லுறது?"

"சரி, ஆரோட போனவ? சுதனோடயோ?"

"இல்லை."

"பின்னை?" மகேஸ்வரி கேட்டாள்.

"யோகேஸ்வரனோட. அதுதான்... உங்கட கொண்ணரின்ர பெடியனோட."

"அவனெங்க இஞ்ச வந்தான்?"

"ராஜிதான் எங்கயோ கண்டு கூட்டிவந்து கமலா வீட்டில நிக்க விட்டவா."

"அப்ப ... சுதனெங்க?"

"சுதன் ஜேர்மனி போயிட்டுது."

"ராஜியை விட்டுட்டோ?" மகேஸ்வரி பாய்ந்தெழுந்தாள்.

"அவ.. போகமாட்டனெண்டிட்டா. சுதன் எவ்வளவோ வற்புறுத்திக் கேட்டது. ஜேர்மனிக்குப் போறதுக்கு தயாராயிரு, வேளாங்கண்ணிக்குப் போயிட்டு அப்படியே மதுரைக்கும் போட்டு வாறம் எண்டு சொல்லியிட்டு சுதன் வேளாங்கண்ணி போன அடுத்த நாள் சண்டை துவங்கியிட்டுது யாழ்ப்பாணத்தில. றேடியோவில செய்தி கேட்ட அடுத்தநாள் காகிதமெழுதித் தந்திட்டு யோகேஸ்வரனோட ராமேஸ்வரம் போயிட்டா. படகொண்டும் ஓடேல்லையாம். இப்பவும் அங்கதான் இருக்கவேணுமெண்டு நினைச்சுக் கொண்டிருக்கிறன் ..." என்று கூறி அழத்துவங்கினாள் சரஸ்வதி.

மகேஸ்வரி எல்லாமிழந்த அவலத்தில் நாற்காலியில் பொத்தென அமர்ந்தாள்.

ராஜி செய்திருக்கக் கூடும்தான். இறுதியில் அவள் பயந்தபடிதான் நடந்திருக்கிறது. ஆனால் அவள் இங்கு வந்தது தெரியாமல் பைத்தியக்காரி போர்ட் ஓடத்துவங்கியதும் இலங்கைக்குப் போய்விடுவாளோ?

மகேஸ்வரி பல்வேறு சிதிலங்களாய் நொறுங்கிக் கொண்டிருந்த வேளையில் வெளியே சென்றிருந்த மாலா வந்தாள். விறுவிறுவென உள்ளே வந்தவள் ஹோலுக்குள் மகேஸ்வரியையும் சுந்தரத்தாரையும் கண்டு திகைத்து ... பரபரப்படைந்தாள். பிறகு சிறிது நிதானமடைந்தாள். அதற்கு அவள் என்ன செய்ய முடியும்? அவள் கடிதமெழுதித் தெரிவித்தாள்தானே!

சரஸ்வதியின் மனத்தை அத்தனை நாளாய் அறுத்துக் கொண்டிருந்த வேதனை மெல்ல உடைந்தது. "மகேஸ்வரியக்கா ... என்ன செய்யிறது. எப்படித் தெரிவிக்கிறதெண்டு தெரியாமல் பத்து நாளாய் நான் படுகிறபாட்டைச் சொன்னா நீங்கள் நம்பவும் மாட்டியள். ராப் பகல் நித்திரையில்லை. அன்ன ஆகாரம்கூடப் பிடிக்கேல்லை. அப்பிடி ஒரு வேதனையடைஞ்சிருந்தன்" என்றவள் குழந்தையை பழையபடி பாயிலே இருக்க வைத்து கிலுக்கிட்டி வகையறாக்களை கிட்ட எடுத்துப்போட்டுவிட்டு நிமிர்ந்து தொடர்ந்தாள்: "அக்கா... என்னைப்பற்றி உங்களுக்கு நல்லாய்த் தெரியும். ஒரு பொய் ... சூது ... வாது இத்தனை நாளில நினைச்சதில்லை. அண்டைக்கு வேளாங்கண்ணியிலயிருந்து திரும்பி வந்த சுதன் ராஜி எங்கயெண்டு கேக்க, இவ மாலாதான் ராஜியின்ர காகிதத்தைக் கொண்டுவந்து குடுத்தா. தம்பி கடிதத்தைப்

படிச்சுப் பாத்திட்டு இடிஞ்சுபோனமாதிரி அப்படியே இருந்திட்டுது. பிறகு திடுதிப்பெண்டு எழுந்து ஷீலாவைப் பாத்து நீ என்னோட ஜேர்மனிக்கு வாறியா எண்டு எடுத்த எடுப்பிலயே கேட்டுது. ஷீலா எங்களை, தேப்பனைக்கூடக் கேக்காமல் சரியெண்டிட்டா. தம்பி போகேக்க... ஷீலாவைக் கூட்டிக் கொண்டுதான் போகுது..!"

மகேஸ்வரியைப் பொறுத்தவரை இனி கேள்விகள் அர்த்தமில்லாதவை.

சுந்தரந்தான் தன் பங்குக்கு அதன் வியாப்தி தெரிந்து துடித்தார்: "அப்ப... அவன் ஷீலாவைக் கூட்டிக்கொண்டே போறான்..?"

"ஓமண்ணை, நான் வேண்டாமெண்டால்கூட அவள் கேட்டிருக்க மாட்டாள். என்ர பேச்சைக் கேக்கிற பிள்ளையளாய் இருந்த காலம் போட்டுதண்ணை. என்னைத் தப்பாய் நினையாதயுங்கோ."

"கலியாணம் செய்யிற எண்ணத்தோடயோ கூட்டிக்கொண்டு போறான்?"

"அப்பிடி இருக்காதண்ணை. அப்பிடி வஞ்சகமாய் அவளும் போயிருக்கமாட்டாள். சுதனண்ணை... சுதனண்ணையெண்டுதான் இந்த ரண்டும் கூப்பிட்டுக் கொண்டு திரிஞ்சதுகள்."

மகேஸ்வரியின் கண்களிலிருந்து பொலபொலவென நீர் சொரிந்தது. அழுகையை அடக்க முனைந்து இதழ் கோணி... விசும்பி... தானே சிறிது நேரத்தில் தெளிந்து, "இஞ்ச எங்க மாலா வெளிநாட்டுக்கு ரெலிபோன் எடுக்கிற இடமிருக்கு?" என்று கேட்டாள்.

"றோட்டுக்குப் போகவேணும்."

"வா... விஜிக்கு போன் எடுக்கவேணும். அந்தப் பிள்ளை என்னை அங்க வா வா எண்டு கூப்பிட்டுக்கொண்டிருக்கு. நான் அதுவோட போய் இருக்கப்போறன். இதுகள் ரண்டும் எப்படியாச்சும் கெட்டுச் சீரழியட்டும். சொந்த மண்... சொந்த மண் எண்டு ஒரு பிடிப்பு இருந்தது. இனி அதுகும் வேண்டாம். நான் பட்டபாடு போதும். இதுகளை நம்பி நம்பி கெட்டுப் போனன்" என்று புலம்பினாள்.

"உனக்கு நான் எண்டைக்குமே துரோகம் நினைக்க மாட்டனக்கா. சுதனோட ஷீலாவை அனுப்புற எண்ணமே என்னிட்ட இல்லை" என்று காலில் வந்து விழுந்து புலம்பினாள் சரஸ்வதி.

"விசரி... நீயேன் அழுகிறாய்? உன்னை ஆர் இப்ப சொன்னது? எல்லாம் நான் பெத்ததுகளைச் சொல்லுறன்" என்று சரஸ்வதியை ஆறுதற்படுத்திய மகேஸ்வரி சிறிது நேரம் அப்படியே இருந்துவிட்டு, "அண்ணை..." என்று சுந்தரத்தார் பக்கம் திரும்பினாள்.

"சொல்லுங்கோ."

"நாங்களொண்டு நினைக்க தெய்வமொண்டு..."

"தெய்வம் சரியாய்த்தான் நினைச்சுது. இதுகள்தான் வேறயொண்டை நினைச்சிட்டுதுகள்" என்றார் சுந்தரம்.

"நான்... கனடா போற ஆயித்தத்தை கெதியில கவனிக்கச் சொல்லி விஜியிட்ட கேக்கப் போறன்."

"செய்யுங்கோ."

"நீங்கள் எப்ப திரும்பப் போறியள்..."

"என்ன செய்யிறதெண்டு எனக்குத் தெரியேல்லை. இஞ்ச நிண்டுகொண்டு மனிசியையும் அரசியையும் கூப்பிடலாமோ எண்டுமிருக்கு. எதுக்கும் முதல்ல... சென்னையிலதான் சந்திரஹாசன் இருக்கிறாராம்... போய் ஒருக்காப் பாக்கவேணும். பாத்திட்டு மதுரை போய் கணேசலிங்கத்தை திரும்ப பாப்பன். என்ன நினைப்பு வருகுதோ, அதைச் செய்வன்."

மகேஸ்வரி எதுவும் சொல்லவில்லை.

அவரது உடைவும் அவளுக்குக் குறைந்ததில்லை.

"சரி, இருங்கோ, அண்ணை. போன் பண்ணியிட்டு வாறன்" என்று எழுந்தாள் மகேஸ்வரி. "வா, மாலா."

மகேஸ்வரியின் பின்னே மாலா நடந்தாள்.

சொல்லிக்கொண்டு செல்லும் மகேஸ்வரியையே பார்த்துக் கொண்டிருந்தார் சுந்தரம். படிகளில் இறங்கி... கேற்றைத் திறந்துகொண்டு அவள் வெளியேறியது... யாவும் ஒரு நிலைபேறு கொண்டிருந்த புள்ளியிலிருந்து அவள் விலகிச் செல்வதுபோன்ற மனப்பிரமையை உருவாக்கியது அவரிடம்.

இனி அவர் தன்னைப் பற்றி யோசிக்கலாம்.

ஒரு தீர்மானத்துக்கு வெகு சமீபமாக அவர் சென்றுகொண்டிருந்தாரென்பதை ஊகிக்கக் கூடியதாயிருந்தது.

ராஜியின் அவலம் தவிர்க்கவியலாத நிகழ்வு. இது சராசரியாக நடந்துகொண்டிருந்தது. அவர் அண்மைக் காலமாய்க் கண்டதுகூட. ராஜி சொல்லாத, செய்யாத எதையும் சரஸ்வதியோ மாலாவோ சொல்லியிருக்க மாட்டார்களென்று கொள்ள நிறைய இடமிருந்ததை அவர் நம்பினார்.

சில கலாசார விழுமியங்களின் சரிவு தொடங்கிவிட்டது என்பது நிஜம்தான். இதை மறைப்பதில் பிரயோசனமில்லை.

ராஜியின் அவலம், மகேஸ்வரியின் பிறழ்வு எல்லாம் ஒரு பிரளயத்தையே காட்டுகின்றன. இதில் ஆரவாரமில்லாமல் மையம்

அழியத் தொடங்கியிருக்கிறது. நிலம், சொத்து, உத்தியோகம்போன்ற சமூக கவுரவங்களின் மூலமழிய கலாசாரம் மாறுபடும். ஆக, யாழ்ப்பாணக் கலாசார மாறுபாட்டுக்கு சூசகம் சொல்லப்படுகிறதா? மாறாத சமூகமென்று ஏதுமில்லை. ஆனாலும் அதைத் துல்லியமாய்ச் சொல்ல... இன்னும் காலம் தேவை.

அவருக்கு இதே தளத்திலிருந்து சிந்தித்து ஒரு மாற்றுக்கு முயல்வதில் தப்பில்லையென்று பட்டது.

ஒரு திசை அவர் மனத்தில் விரிந்தது.

அவர் எவ்வளவற்றையோ அந்த பத்து பன்னிரண்டு நாளில் கண்டு கேட்டு வருந்திக் கழித்துவிட்டார். சுயபாதிப்புக்களால் இன்னும் வருந்திக் கொண்டிருக்கிறார். சிறிதுநேரத்துக்கு முன்னர் சரஸ்வதி சொன்ன ஒரு வார்த்தை இன்னும் அவரது மன ஆழத்திலேயே கிடக்கிறது.

'என்ர பேச்சைக் கேக்கிற பிள்ளைகளாய் இருந்த காலம் போட்டுதண்ணை!'

என்ன நடந்தது தாய் பேச்சை பிள்ளைகள் கேட்காமல் போக? புலம் மாறுவதின்மூலம் இது நடந்திருக்க வாய்ப்புண்டா?

புலப்பெயர்ச்சியென்பது நடந்த அக்கிரமங்களின் குறியீடு மட்டுமல்ல, நடக்கப்போகும் ஸ்வயமான அழிவுகளின் குறியீடும்தான் என்று பட்டது.

அவர் அரசியலில் ஒதுங்கலாம். இந்த அறங்களிலிருந்து ஒதுங்கிவிட இயலாது.

ஏறக்குறைய ஐந்து லட்சம் அகதிகள் தமிழகத்தில் இருப்பதாக ஒரு செய்தி கூறியது. நம்ப மறுக்க ஹேது இல்லை. அவ்வாறெனில்... அந்த ஐந்து லட்சம் பேரினதும் புனர்வாழ்வு மிக்க அர்த்தமுள்ளதாகும்.

அதுவரையான சோம்பலை உதறியெறிந்துவிட்டு மகாகாரியத்தில் தீவிரப்படத் தயாராவதற்குப்போல் சில பொழுதுகளின் ஓய்வை இச்சித்தன அவர் மனம் மெய் யாவும்.

காலத்தின் ஒரு கணு வெடித்து வியாபிக்கக் காத்திருந்தது.

பாகம் மூன்று

அக்கினித் திரவம்
1989

1

கறுத்த மேகம்
திரண்டு வந்து
மெல்லக் கவிந்தது
இடியும் மின்னலும்
ஆர்க்கத் துவங்கின

ஒவ்வொரு இடியிலும்
மாதிரம் குலுங்கிற்று
பெருமழைக் குறிகளை
மின்னல் காட்டிற்று

சிப்பி வாய் விரித்தது
விடாய் பெருத்த மண்
கரும் சின்னம் கண்டதும்
புழுதியைக் கிளப்பிற்று
காற்று
கொண்டோடிற்று

பச்சைகள் சிலிர்த்தன
சுழன்றடித்தன மரம்செடி
மானுட நெஞ்சங்கள்
துக்கம் உதிர்த்தன
முகங்களில
விகாசம்

நாளை ஓர் போதுக்குள்
நல்ல மழை வரப்போகுது
நம்பிக்கை விரிந்தது

அடங்கிக் கிடந்த வேட்கை
சிறகைச் சிலிர்த்து
சுகத்தினின் சங்கீதம்
காற்றிலும் இழைந்தது

திடீரென ...
அகண்ட வெளியில்
பொல பொல ஓசைகள்
மக்கள் எழுந்தனர்

மழைய்... எனக் கூவினர் ஓடினர்
வெளியினை அண்ணாந்து பார்த்தனர்
வானக் கூரையில்
கறுத்த மேகம் அசைவது நின்று
கரைந்தது

ஆரவாரங்கள் நொடியில் அடங்கி
ஒவ்வொரு துளியிலும்
அவர்
அதிர்ந்து குலைந்தனர்.

“துமி... ஏன் இப்பிடி
தணலாய்ச் சுடுகுது
மழை... ஏன் தசையினை
தீயாய் எரிக்குது”

மரண ஓலம் எங்கும் எழுந்தது
மனித நாசம் காட்சி விரித்தது
சிப்பிகள் நீரிலே செத்தழிந்தன
நம்பிக்கைகளின் நிமிர்வு
உடைந்து சிதறிற்று

நாளையென்பது
பாலையாய் நீண்டு கிடந்தது

வானக் கூரையில்
கறுத்த மேகம்
அசைந்து கொண்டிருந்தது

ராகினி

2

நயினாதீவின் வடமேற்புறக் கடற்கரை. அலைகளின் மெல்லிய அடிப்பும், காற்றின் மெலிதான மூச்சும் கிளர்ந்துகொண்டிருந்தன. கடல்வெளியில் இருளின் மரும வெளிச்சப் புள்ளிகளில் பார்வையை எறிந்துவிட்டு, குமுறிக் குமுறி மனத்துள் திரண்டெழுந்த நினைவலைகளில் மூழ்கிப்போயிருந்தான் யோகேஸ்வரன்.

கரையில் நன்கு ஏற்றிவிடப்பட்டிருந்த ஒரு பழைய மரத்தோணியில், இரவுச் சாப்பாட்டை முடித்துக்கொண்டு வந்து சாய்ந்தமர்ந்தவன் இன்னும் எழும்பவில்லை. நினைவுகளுள் அமிழ்ந்தியுள்ள மூர்த்தண்யம், அது விடியல்வரை நீளும்போலக் காட்டிற்று.

மாயங்கள் நடந்தனபோல்தான் எல்லாம் நடந்து முடிந்திருந்தன. உயிர்த்தளமே அதில் அசைந்திருந்தது. பாழ்வெளியாய்க் கிடந்தது யாழ்நகர். எப்படி நடந்தது அது? போராளி இயக்கத்தின் அரசியல் நடைமுறைப் பிழையின் பெறுபேறா அத்தனை அழிவும்? ஒரு லட்சம்

ராணுவமும் கனரக ஆயுதங்களும் மண்ணில் இறங்கியிருந்த வேளையில், சிறீலங்கா ராணுவத்தின் ஒப்பரேஷன் லிபரேஷன் தாக்குதலைத் தடுக்க வல்லமையற்றிருந்த இயக்கம், அதை எதிர்க்கத் துணிந்தமை எப்படி நிகழ்ந்தது? அவன் எதையும் யோசிக்க விரும்பவில்லை. நாட்டின் அவலம் ஒரு பக்கம் போக, சுய இழப்புகள் வேறு அவனை நிர்க்கதியில் நிறுத்தியிருந்தன. அவனால் ஏதேனும் செய்திருக்க முடியுமா? முடியாதென்றே தெரிந்திருப்பினும் உள்நின்று உடற்றிக் கொண்டிருந்தது அத்துயர்.

அவன் அலுப்போடு சிகரெட் எடுத்துப் பற்றவைத்தான். மண்ணுள் வலது முழங்கை புதைய சரிந்திருந்துகொண்டு ஏகாங்கியாய்ச் சிறிதுநேரம் புகைத்தான். பின் அதை வீசியெறிந்தான். ஒன்றரை வருஷத்துக்கு முன்பு சென்னையிலிருந்து இராமேஸ்வரம் சென்றதும், பின் தஞ்சாவூர் போனதும், அங்கிருந்து பாண்டிச்சேரி சேர்ந்து தெரிந்த ஒரு இலங்கைக் குடும்பத்தோடு ராஜியை தங்க வைத்துவிட்டு தனியே தொண்டமானாறு வந்ததுமான நிகழ்வுகள் அவன் நினைப்பில் வரிசைப்பட்டன.

அவன் தொண்டமானாறு வந்தபோது அவர்களுடைய வீடு கல்கல்லாய்ச் சிதறிப்போயிருந்தது. அம்மாவும் ஐயாவும் எங்கே? என்ன நடந்ததோ அவர்களுக்கென எண்ணி இடிந்துபோகவிருந்த தருணத்தில் அயல் மனிதர் ஒருவர் வந்து தகவல் சொன்னார், குண்டு வீசப்படுமுன்னரே அவர்கள் நயினாதீவு ஓடிவிட்டதாக. சூழலின் களேபரத்தைத் துளைத்துக்கொண்டு அவன் தீவு வந்துசேர்ந்தான்.

தீவு பெரும்பாலும் வெறித்திருந்ததாய்த் தோன்றிற்று. அது உற்சாகத்தில் உச்சமடைந்திருந்த வேளைகளில், மீதுயர் அடைந்திருந்த பொழுதுகளில், சாதாரண சமயங்களிலென்று அதன் பல பட்ட உணர்வு நிலைகளில் தீவை அவன் அறிவான். அது அவனது இடமில்லை. ஆனாலும் அந்த அற்புதமான படகோட்டிக்கு எந்தத் தீவிலும் உள்வெளியான அத்யந்தம் இருந்தது. அதனால் தீவில் விழுந்திருந்த வெறுமையின் அந்தகாரத்தை அவன் நன்றாகவே உணர்ந்து கொண்டான்.

உண்மையில் அந்தத் தீவுக்கு வருவதற்கும் மாமியார் வீட்டிலே தங்குவதற்கும் அவர்களுக்கு 'தோலங்கெட்டதனம்' நிறைய இருந் திருக்கவேண்டுமென்று தோன்றியது அவன் மனத்தில். இன்னொரு கோணமும் தெரிந்தது. அவர்களே அங்கு வரக்கூடிய அளவுக்கு வடமராட்சியின் அந்தப் படை நகர்வு மகா பயங்கரமான விளைவுகளை ஏற்படுத்தியிருக்கிறது. உயிர்க்குலை நடுங்குகிறபோதுதான் மனிதருக்கு உறவுகளின் ஞாபகம் வருமோ? அந்த நிலைமையை ஏற்படுத்திய மகாவிதியின் வலிய கரங்களை அப்போது அவன் வியப்போடு நினைத்தான்.

தன்னைக் கண்டதும் பெற்றோர் பட்ட ஆனந்தம் மனத்தை நெகிழ்த்தியது. அவனுக்கும் அவர்களைப் பார்த்ததில் பெரிய திருப்தி. அவர்கள் பாசத்தினதும், அந்தத் தீவின் அமைதியினதும் மத்தியில் இடையூறுகள் தாண்டிய வாழ்வு அற்புதமாயிருக்கும். ஆனாலும் அவனால்

அங்கே தங்கிவிட இயலாது. ஏதோ ஒருவகையில், ஏதோ ஓர் அளவில் அவனுக்கு பாதிப்புகளும் சேதங்களும் சோகங்களும் இருந்திருக்கின்றன.

அண்ணனை இழந்து, பாக்கு நீரிணையில் பதினெட்டு பயணிகளைப் பறிகொடுத்து, தன் வீட்டைச் சிதறக்கொடுத்து ... இன்னும் பல்வேறு அழிவுகளை அவன் அடைந்திருக்கிறான். அவனுக்கு அந்த யுத்தத்தில் பங்கு உண்டு. அவன் தன் இயல்வுகளைக் கொடுப்பதை சுதர்மமாகக் கருதினான்.

இரண்டு மூன்று நாட்களின் பின் தன் தீர்மானகரமான வழித் திசைக்குச் செல்ல அவன் ஆயத்தப்பட, தாயார் ஓடிவந்து கட்டிக்கொண்டு விடுகிறாள். பெற்றவளின் பாசப்பிணிப்பை நெகிழ்த்த முடியாது போய்விடுகிறது. 'விடம்மா ... நான் இஞ்ச நிக்க ஏலாது. உங்களைப் பாக்கவெண்டு வந்தன்; பாத்திட்டன். இனி நான் போகவேணும்.'

'மாட்டன். நீ எங்க வேணுமெண்டாலும் போ, ராசா. ஆனா எனக்குக் கொள்ளி வைச்சிட்டுப் போ. ரண்டு ஆம்பிளைப்பிள்ளையளைப் பெத்தும் கொள்ளிவைக்க ஒரு பிள்ளையில்லாமல் நான் சாக ஏலாது.'

'உங்களுக்கென்னம்மா? நீங்கள் இன்னும் கனகாலத்துக்கு இருப்பியள்.'

'அந்த நம்பிக்கை எனக்கில்லை.'

அவனால் விடுவித்துக்கொள்ள முடியவில்லை. பிடி, அத்தனை வலிதாயிருந்தது. கரையாம் பொம்பிளைகளின் பலத்தை அவன் கண்டிருக்கிறான். ஆனாலும் அவன் பலத்தைப் பிரயோகித்துத் தள்ள அம்மா தடுமாறி விழுந்துவிடுகிறாள். விழுந்தவள் அப்படியே பாய்ந்து அவன் கால்களைக் கட்டிக்கொண்டு விடுகிறாள். அவன் கீழே அமர்ந்து அவளை இழுத்து மடியில் போட்டுக்கொண்டு வெகுநேரமாய் உள்ளம் கசிந்து அழுதுகொண்டிருந்தான். அவள் ஆணையை மீற முடியாது போய்விடுகிறது.

அந்தத் தீவிலேயே சுமார் ஒரு வருஷத்துக்கு மேலாக சுற்றி அலைந்து கொண்டிருக்க நேர்ந்தது. கடலை அளப்பதே பொழுதைக் கழிக்கவுள்ள ஒரே வழியாயிற்று. அந்த நேரத்தில் அவனோடு தானாய் வந்து ஒட்டிப் பழகியது தியாகு ஒருவன்தான். 'ராஜியைப் பாத்தியா? சுதனைப் பாத்தியா? இந்தியாவிலதானே நிண்டு வாறாய், அவையைப் பாக்கேல்லையோ?' என்று காணும் நேரமெல்லாம் துளைப்பான். யோகேஸ‍ும் ஏதேதோ பதில்கள் சொல்லி அவனைச் சமாளிப்பான். மனப்பாரம் அதிகரித்துள்ள சமயங்களில் அவனைக் காணப் பயந்து ஒளித்திருந்ததும் உண்டு. ஒரு மாதத்துள் வருவேனென்று ராஜிக்குக் கூறிவந்தபடி சென்று சந்திக்க முடியாமல் அவன் பட்ட வேதனை! அவளை நட்டாற்றில் கைவிட்டு வந்ததுபோல் ஒரு கலக்கம். உண்மையும் ஏறக்குறைய அதுதான். எந்தத் தடையாயினும் அவன் நொறுக்கியிருப்பான். தாயின் ஆணை ஒன்றே அடக்கி வைத்தது.

போன வருஷத்தில் தீபாவளிக்கு சற்று முன்னோ பின்னோவான ஒரு நாளில் தாயாரின் மரணம் சம்பவித்தது. அதற்கு மேலும் தடுத்து வைத்து

அவன் படும் இம்சையைப் பார்க்க சகிக்க முடியாதது போலத்தான் அவளது மரணம் ஏற்பட்டது. அவனுக்குப் பொறுக்க முடியாதிருந்தது. அவள் செத்துத் தொலைகிறாளில்லையே என்று ஓரோரு பொழுதுகளில் அவன் ரகசியமாய் விரும்பியிருந்தமை மனத்துள் அம்மணமாய் எழுந்துநின்று நர்த்தித்தது. இதயத்தைப் பிறாண்டி நெரிப்பதுபோல அதுபற்றிய நினைவு இருந்தது. ஒருவாறு கண்ணீரோடு கொள்ளிவைத்து காரியங்கள் யாவையும் ஒப்பேற்றிய பின் அவசரமாய்ப் படகெடுத்தான்.

கடலே புளகித்தது போல் அலையடித்தது; நீர் தெறித்தது. அவன் வேதனையை அதிகரிக்கும் சம்பவங்களின் காலத் தொடர்ச்சி இன்னும் முடியாததுபோல, விட்டு வந்திருந்த வீட்டில் ராஜி இருக்கவில்லை. தெரிந்தவர்களைப் பார்க்க சென்னை போனதாகவும் பின் திரும்பி வரவில்லையென்றும் வீட்டில் சொன்னார்கள். இன்னும் அங்கே ஒரு பயணப்பை இருப்பதைத் தெரிவித்தார்கள். இரண்டொரு இடங்களுக்கு தானே சென்று தேடினான். இன்னும் சில இடங்களில் விசாரித்தான். மேலும் அலைந்து திரிவதற்கு தமிழகச் சூழல் இடம் கொடுக்கவில்லை. இலங்கை அகதிகள்மீது பொலிஸ் கண்காணிப்பு இருந்தது. அகதிகள் பதிவு செய்யப்பெற்று அகதி அடையாள அட்டைகள் வழங்கப்பட்டிருந்தன. அதனால் விசாரிப்பு நேர்கையில் விடுதலைப் புலியெனச் சந்தேகிக்கப் படக்கூடிய சாத்தியப்பாட்டைத் தவிர்க்க, நண்பர்களையே தேடி விபரமறிந்து வைக்கச் சொல்லிவிட்டு தீவுக்குத் திரும்பினான்.

மனைவியின் மரணம் வேலுப்பிள்ளையை மிகவும்தான் உடைத்து விட்டிருந்தது. தனித்திருக்க விரும்பியதுபோல் எப்போதும் எதையாவது வளவில் தலைகுனிந்தபடி செய்துகொண்டிருந்தார். இல்லையேல் புட்டுவத்தைக் கொண்டுவந்து வாசலோர தேமாவின் கீழே போட்டுவிட்டு எதிலோ சிந்தையை லயிக்கவிட்டு அமர்ந்திருந்தார். தேமா தன் வெண்பூக்களை அவர்மேலும் சொரிந்தது. பார்க்கச் சகிக்காமல் யோகேஸ்வரன் உழன்றான். அவரை எப்படி அங்கே தனியவிட்டு மறுபடி இந்தியா போவது என்பதும் பெரிய பிரச்சினையாய் அவன் முன் எழுந்து நின்றது. அது ஒரு மனப் பாதிப்பாக இருக்கமுடியுமென்றும், முடிந்தவரை அவரோடு பேசி கலகலப்பான மூட்டத்தில் வைத்திருக்க முயற்சிக்கும்படியும் தெரிவித்தாள் தங்கம்மாவின் மூத்த மருமகள் பராசக்தி. அவர்கள்மேல் விழுந்திருந்த வளையங்கள் விலகி வெகுகாலம். துன்பமும் துயரமும் முண்டி முண்டி வந்து சூழ்கிறபோது, போலியான தளங்களின் எல்லைகள் தகர்வது இயல்பில் நிகழும்தான்.

அந்த வாரம் அவன் இந்தியா போகவிருந்தான். அது மாரி கால தொடக்கமென்று தெரிந்தும்தான் அவ்வாறு தீர்மானித்தான். அவளின் அழகு ஒரு லட்சணப் பிசாசாய் வந்து கனவுத் தொல்லை கொடுத்துக் கொண்டிருந்தது. அந்த ஆசைக்கு மழையென்ன காற்றென்ன, தடைபோடத் தயங்கும். வழக்கமாய்க் குறுக்கீடு காட்டாத வேலுப்பிள்ளை அன்றைக்கு ஊமைவாய் திறந்து, “திரும்பவும் இந்தியாவுக்குப் போகப்போறாய்ப்போல? கொஞ்சம் பொறுத்து . . . பாத்துப் போ. உது புயலாய் மாறக்கூடிய காத்து” என்றார், வானத்தில் மேகம் திரளும், கலையும், மறுபடி கூடும் நுட்பத்தைக் கவனித்துக் கொண்டிருந்துவிட்டு.

“சரி, ஐயா.”

ஒரு வாரமாய்க் கொம்பு சுற்றிக் காற்றடித்தது. கேணி நீர்ப் பட்ட சொறித் தவளை கூப்பிட்டு மழை வரும் குறி சொல்லிற்று. மலையாளக் கரையிலிருந்து ஈழமண்டலக் கரைவரை வெட்டியெறிந்தது மின்னல். அதுகண்டு அலையெழுந்து பேய்க்கூத்து ஆடிற்று.

அன்றைக்கு மாலைக்குமேல் சொல்லிவைத்தாற்போல எல்லாம் ஒடுங்கின.

அந்தப் பருவநிலை தொடர்ந்தால் அவன் நாளைக்குப் படகு எடுப்பான்.

வடமாகாணம் முழுவதும் இந்திய அமைதிப்படையின் கண்காணிப்பில் வந்திருந்தாலும், வன்னிக் காடு இன்னும் ஆயுதப் போராட்ட இயக்கத்தின் வல்லாண்மையிலேயே இருந்தது. தன்னை அடைக்கலமடைந்தவரை வன்னிப் பூமி என்றும் கைவிட்டதில்லை. அதற்கான சாட்சியங்கள் சரித்திரத்தில் நிறையவுண்டு. பெரும் பெரும் காடுகள் போலல்லாவிடினும், அது ஒருவகை ரகசிய பூட்டினை தன்னகம் கொண்டிருந்தது. சரணடைந்தோரைக் காக்கின்ற வல்லபம் அது காரணமாய் அதற்கு நிறையவே இருந்தது. இலங்கைத் தீவின் கீழ்ப்புறத்திலிருந்து ஒரு கடல்வழி திறந்து மிக்க இரகசியமாய்ச் செயல்பட்டுக் கொண்டிருந்ததென்றும், கடல் மறவர் சிலர் தேர்ந்தெடுக்கப்பட்டு தக்க பயிற்சி கொடுக்கப்பட்டுக் கொண்டிருக்கிறார்கள் என்றும் அவன் போனமுறை இந்தியா போனபோது கேள்விப்பட்டிருந்தான். கடல் மறவரின் அந்தக் குழுவுக்கு அவன் மிகவும் பயன்பட முடியுமென்று வேதாரணியத்தில் அவனிடம் சொல்லப்பட்டது. தன் சுய இழப்புகளைக் கூறி, அவற்றிலிருந்து மீண்ட பிறகே மற்றவையென அவன் சொல்லிவந்திருந்தான். அவன் மீது வற்புறுத்தலேதும் பிரயோகிக்கப்படவில்லை. ஒருவேளை அவர்கள், அவன் உள்ளேயிருப்பதிலும் வெளியிலிருந்து உதவுவதையே விரும்பியிருக்கவும் கூடும். அவனது நம்பகத்தன்மையில் அவர்களுக்கு ஐயமில்லை என்பது தெரிந்தது. அவனது ஒழுக்கம், கட்டுப்பாடுகளில்தான் அது. அவை விஷயத்தில் அவர்களது கண்டிப்பு மிகவும் பிரசித்தம்.

மிக்க அவசியத்தில் அவனுக்கு அவளே தேவையாக இருந்தது. பின்னர்தான் எதுவும்.

அவன் மேனி விறைத்துவிட்டிருந்தது கடற்காற்றில். இனி வீடு செல்லவேண்டியதுதான். அவன் எழுந்தான். கிழக்குநோக்கித் திரும்பினான்.

நயினை அம்மனின் கோபுரப் புறவுரு மெலிதாய்த் தெரிந்தது.

அதன் பின்னால் வெளிச்சக் கதிர் ஒன்றாய் இரண்டாய் பலவாய் படரத் துவங்கிற்று.

இயல்பான சூழ்நிலையானால் அது உதயபூஜைக் காலம். கண்டாமணி அதிபேரோசை கிளர்த்தி நாற்றிசைத் தீவையும் அதிர வைத்திருக்கும். அப்போதோ அடங்கிக் கிடந்தது. அர்ச்சகரின் கைமணிக்

கிணுகிணுப்பை, கர்ப்பூர ஆரத்தியின் ஒளிக் கொளுந்துத் துண்டை மானசீகத்தில் தரிசித்தான் அவன்.

தூரத்தில் யாரோ வந்துகொண்டிருப்பது தெரிந்தது. இனம் புரிய சிரமம் இருக்கவில்லை. வேலுப்பிள்ளைதான். "யோகேஷ்! என்ன இது? விடியிற நேரமாச்சு, இன்னும் இஞ்சயிருந்து என்ன செய்யிறாய்?" என்றார்.

"யோசிச்சுக்கொண்டு இருந்தாப்போல அப்பிடியே நித்திரையாய்ப் போனன், ஐயா."

3

அம்மா வெகுநேரத்துக்கு முன்பே விழித்துவிட்டிருந்தது தமிழரசிக்குத் தெரியும். அவள் தூங்கி விழித்திருந்தாள். இவள் தூங்காமலேயே இருந்தாள் என்பதுதான் வித்தியாசம்.

விறாந்தையில் பக்கச் சுவரொன்றின் ஓரம் படுப்பாள் தமிழரசி. வேலாயுதத்தின் மறைவுக்குப் பின் அப்படித்தான். முன்புதான் பாதுகாப்புக் கருதி அறைக்குள்ளே படுத்துப் பூட்டிக்கொள்வது. இப்போது வெளியேதான் பாதுகாப்பு. கதவு, பூட்டு ஆகிய மனித சிந்தனையில் உதித்த பாதுகாப்பு அம்சங்கள் அர்த்தமிழந்து கிடந்தன. மனிதன், வாழ்க்கை, வாழ்க்கையின் அற விழுமியங்கள்கூட அர்த்தமிழந்துள்ள காலம் அது. அர்த்தம் பட்டிருந்தது போர். போர் மட்டும்தான்.

பதினொரு மணிபோல தேநீர் வைத்துக் குடிக்கும்போதே அவளுக்குச் சந்தேகம்தான், அன்றிரவு தூக்கக் குறைவைக்கும் ராத்திரியாய்க் கழியப்போகிறதோவென்று. அப்படியே ஆகிவிட்டது. அதில் வருத்தமேதும் இருக்கவில்லை. யோசிக்க நிறைய விஷயங்கள் மனத்துள் விடைத்து நின்றிருந்தன.

மகேஸ்வரியின் கடிதம் போன மாதம் வந்திருந்தது. ஆறாம் மாதம் கனடாவிலிருந்து அனுப்பியது. ஆறு மாதங்கள் கழித்துத்தான் யாழ்ப்பாணம் வந்து சேர்ந்தது. கடிதத்தை ஆவலோடு வாசித்துவிட்டுத்தான் திகதியைப் பார்த்தாள். எக்கேடும் கெட்டுப்போகட்டுமென்று ராஜியைப்பற்றி கடைசியில் குறிப்பிட்டிருந்தாள். சுதன்மீது குற்றம் சொல்லாவிட்டாலும், விசுவலிங்கத்தின் இரண்டாவது பெட்டையைக் கூட்டிக்கொண்டு போகாமல் விட்டிருக்கலாம் என்று குறைமட்டும் பட்டிருந்தாள். மேலே, அரசியினதும் தாயாரினதும் சுகம் விசாரித்தும், சுந்தரலிங்கம் திரும்பிவிட்டாரா என்று கேட்டும் எழுதியிருந்தாள். அதிலே, தான் கச்சாய் வந்திருந்தபொழுதில் கதிர்காமச் சாமியார் சொன்னவை நிதர்சனமாகிவிட்டனவே என்பதைக் குறிப்பிடவும் மறக்கவில்லை. வானக்கூரை கிழிந்து நெருப்பு மழை பெய்யப்போகிறதென்று சொன்னது நிஜமாகிவிட்டது; காளி சிதறினாளா, ஆலமரம் எரிந்ததா என்று தெரியவில்லை; பாதிப்புகளைக் கேள்விப்படுகிறபோது அதுவும் சாத்தியமாகியிருக்குமென்றே தான் நம்புவதாய் எழுதியிருந்தாள். மெய்தான். ஒரு இரவில் வீடே இடிவதுபோன்று எழுந்த நிலவதிர்வில் அலறியடித்து எழுந்து பார்க்க மிஜ் ரக விமானமொன்று இரைந்தபடி

பறந்துசென்று மறைந்து கொண்டிருந்தது. திரும்பினால் நெருப்பின் கொழுந்து சொக்கப்பனைபோல் உயரே தாவிக்கொண்டிருக்கிறது. மறுநாள்தான் கோயிலடி ஆலமரத்தில் குண்டு விழுந்த விபரம் தெரிந்தது. கோயிலும் பெருஞ்சேதமானது. காளியம்மா சிலை பெயர்ந்து சரிந்திருந்தது. அன்றே கோயில் செப்பமிடும் பணி தொடங்கியது. அடுத்தடுத்த நாளில் சிலையை நிமிர்த்தி அபிஷேகம் நடத்தினார்கள். எரிந்த ஆல் இப்போது துளிர்விட்டு மீந்த உடலில் பாதி சடைத்து நிற்கிறது. அம்மனும் எரிந்த ஆலடி அம்மன் ஆகிவிட்டாள்.

ஒரு புல்லரிப்போடு அந்த இரவை நினைவுகூர்ந்தாள் அரசி.

அது முடிய ராஜிபற்றி நினைத்தாள்.

ராஜியும் கடிதம் எழுதியிருந்தாள். அது மகேஸ்வரியின் கடிதத்துக்கு முன்பாகவே வந்து சேர்ந்தது. இத்தனைக்கும் பத்தாம் மாசம் எழுதிய கடிதம் அது. தாயார் கனடா போய்விட்டமைபற்றியும், தான் அகதி முகாமொன்றில் தஞ்சம் பெற்றிருப்பதாகவும் எழுதியிருந்தாள். ராஜன்பற்றி யாருமே குறிப்பிட்டிருக்கவில்லை என்பதை மெல்லிய வருத்தத்தோடு அப்போது ஞாபகமானாள் அரசி. தன் எண்ணம், நிலைப்பாடு, எதிர்காலம்பற்றி அவள் நிறைய எழுதாவிட்டாலும், எழுதியிருந்தவை, பலவற்றின் அனுமானத்தைக் கொள்ளப் போதுமானவையாயிருந்தன. ஒவ்வொரு எழுத்தும் சொல் கடந்து பொருள் பொதிந்திருந்தது. எழுத்தும் சொல்லும் சுட்டும் பொருளைவிட கடிதத்திலுள்ள பாவனை துல்லியமாய் ஒரு விஷயத்தைச் சொன்னது. இனி அவளுக்கு மறுஜென்மம் இல்லை.

அப்பாலே ராகினிபற்றிய நினைப்பு வந்தது.

ராகினிக்கு பல்கலைக்கழக இறுதிப் பரீட்சை முடிந்திருந்தது. முன்னைவிட தீவிரமாக கவிதா உலகில் பிரவேசித்திருந்தாள். நிறைய வாசிப்பதும் விவாதிப்பதுமாய் அவள் பொழுது கழிந்துகொண்டிருந்தது. அவளைப் புரிய பலரும் தடுமாறினர். அரசிக்கும் புரிதல் சிரமமாகவே இருந்தது. வெளிப்படையைவிட அவள் கவிதைகளில் பூடகம் அதிகம். சொல் வந்து அவள் கவிதைகளில் அற்புதமாய் இறங்கும். அதைக் குறிப்பாய் ரசிப்பதற்கு அவளுக்கென்று சில வாசகர்களே இருந்தார்கள். அவள் கவிதைகள் சில சிங்களத்திலும், 'பொயற்' என்ற இதழில் ஆங்கிலத்திலும் மொழிபெயர்க்கப்பட்டு வெளிவந்திருந்தன. படிமங்களை அடுக்கி அடுக்கிச் சென்று சொற்களின் இறுகிய பிணைப்பில் சொற்களின் அர்த்தம் மாரீசத் தேடலாய் முடிந்துகொண்டிருந்ததென கவிதை விமர்சகர் ஒருவர் விமர்சித்திருந்தாராம் தமிழகப் பத்திரிகையொன்றிலே. அதற்கு காட்டமான பதிலெழுதியிருப்பதாக ஒருநாள் வந்து சொன்னாள் ராகினி. வளர்ச்சியின் கீழ்ப்படிகளில் நிற்கிற அவள் விமர்சன வேறுபாடுகளில் இறங்கி தன் படைப்புத் தளத்துக்கு பாதிப்பை ஏற்படுத்திவிடக் கூடாதென்று அரசி சொன்னதற்கு ராகினி சிரித்துவிட்டுப் பேசாமலிருந்தாள். நீ விடுதலைப் புலிகளையும் தாக்குகிறாய்; மாற்று இயக்கங்களையும், கூட அமைதிப் படையையும் தாக்குகிறாய். அப்ப.. நீ யார் பக்கம்? என்று அரசி ஒருபோது கேட்டதற்கு அவள் சிறிதுநேரம் மௌனமாயிருந்து யோசித்துவிட்டுச் சொன்ன பதில் எளிதில் மறக்கக்கூடியதல்ல. 'மக்களுக்காக நான்

எழுதுவதில்லையென்று ஒரு குறை இருக்கு. ஆனாலும் நான் மக்கள் பக்கம்தான். அதாலதான் நான் மற்ற சக்திகளை எதிர்க்கிறன். அது ஆபத்தானது எண்டது எனக்குத் தெரியும். தங்குதடையில்லாத பறத்தலுக்கு விரிந்த வானத்தின் என் இச்சிப்பை இவர்கள் புரிந்துகொள்ளமாட்டினம் எண்டதும் எனக்குத் தெரியும். ஆனாலும் வேறமாதிரி எழுத என்னால முடியேல்லை!'

ஒருநாள் வந்து, 'என்ர பேர் பெரிய விலாசமாகிக் கொண்டிருக்குப்போல, அரசி. தமிழ்நாட்டுப் பத்திரிகையொண்டில என்ர கவிதை வந்ததாய் சிநேகிதர் ஒருத்தர் எழுதிய கடிதம் வந்தது. ஆனா கூட அனுப்பியிருந்த அந்த சஞ்சிகை மட்டும் கிடைக்கேல்லை. இப்பிடி நடக்கிறது இது ரண்டாவது முறை. என்ர கவிதையளை களவெடுத்து ஆரோ கவனமாய்ப் படிக்கினம்போல இருக்கு' என்றுவிட்டுப் போனாள்.

மறுநாள் வந்து, 'பொறு அரசி, எப்பிடியும் அந்த ரண்டு கவிதையளையும் எடுத்துத் தாறன்' என்றாள்.

அவளது தம்பி புவனேந்திரனுக்கு பல்கலைக்கழகத்திலே இரண்டாமாண்டு தொடங்கியிருந்தது. அரியாலையில் இன்னொரு பல்கலைக்கழக மாணவன் வீட்டில் தங்கிநின்று சைக்கிளில் வகுப்புகளுக்குப் போய்வந்து கொண்டிருந்தான். சைக்கிளே சகலமும் ஆகிவிட்டிருந்தது. ராகினியும் சைக்கிளில்தான் கோப்பாய், கச்சேரி, வரணி, நல்லூர், திருநெல்வேலி என்று போய் வந்தாள். அவளுக்கு ஒன்றுவிட்ட அண்ணா ஒருவர் பிரான்சில் இருந்தார். பணம் அனுப்புவதாகத் தெரிவித்து, கொழும்பிலே வந்து தங்கிக்கொள்ளும்படியும், வேலை ஏதாவது செய்வதற்குக்கூட ஒழுங்கு செய்து கொள்ளலாமென்றும், தகுந்த சமயத்தில் அவளைப் பிரான்ஸ் கூப்பிடுவதாகவும் சொல்லி கடிதம் எழுதியிருந்தார். ராகினி இதைச் சொன்னபோது அவள் என்ன செய்யப்போகிறாளென்று அரசி கேட்டாள். அதற்கு, மேலே கையைக் காட்டி விஷயத்தை அப்படியே தொங்கலில் விட்டுவிட்டுப் போய்விட்டாள் ராகினி. அதற்கு என்ன அர்த்தம் என்று இன்றுவரை அரசிக்குத் தெரியாது.

விசுவமடு சித்தப்பாதான் செலவுக்குப் பணம் கொடுப்பது. மீதியை வளவு வரும்படியில் சமாளித்தாள். இப்படிக் கஷ்டப்படாமல், பேசாமல் அண்ணன் பேச்சைக் கேட்பது நல்லதென அரசி கூறியதற்கு, அப்போ... அவள் ஏன் ஜெர்மனி போகவில்லையென்று கேட்டு மடக்கினாள் ராகினி.

அவளை நினைத்து அக்கறையான அச்சம் கொண்டாள் அரசி. வாலாம்பிகைக்குமே அது இருந்தது. அந்த அவசரம், அந்த அமிழ்ந்த அழகு, அந்த விசுக் விசுக்...கென்று பாயும் கூரிய கேள்விகளுக்கும் இறுக்கும் பதில்களுக்குமான கூர்த்த மதி யாவும் ஈடுகட்ட முடியாதவை என்கிற எண்ணம் எப்போதும் அரசியிடம் இருந்தது.

தகப்பனார் அப்படித்தான் சொல்வது அவளுக்கு ஞாபகமாயிற்று. அவர் அதிகம் படிப்பில்லாதவர். அதை அவர் மறைத்ததில்லை எப்போதும். அதற்கு அவர் வெட்கப்படாத காரணம் அவர் கேள்வி ஞானமும்

அனுபவ ஞானமும் அதிகமாய்ப் பெற்றிருந்ததேயென்று அரசி பின்னால் யோசித்துத் தெளிந்திருக்கிறாள். அவர் கல்வியைக் கடவுளாக மதித்தவர். பலரும் அதை உத்தியோகத்தின் உபகரணமாய்க் கணித்திருந்தபோது அவளறிந்தவரை அவர் மட்டும்தான் அதை அறிவின் அம்சமாய் மதிக்கத் தெரிந்திருந்தார். அவர் குணம் அவளுக்கும் சுவறும்தான். அறிவின் அம்சங்களை அவள் போற்றினாள். பாதுகாக்கத் துடித்தாள். அவளின் ராகினி மீதான ஆகக்கூடுதல் அக்கறைக்கும் அதுதான் காரணம். அவள் பெண் என்பது அடுத்த பட்சமானது.

இவ்வாறு பலவற்றையும் நினைத்துக்கொண்டு சூரியஒளிக் கீறு கிழக்கில் வெடிக்கும்வரை இருந்துவிட்டாள்.

விடியல் ஒரு சாந்தியைக் கொண்டுவருகிறது.

இரவு... அச்சங்களுக்கானதென தீர்மானமாகியிருந்தது.

அரசியும் விழித்துவிட்டிருப்பதை அசைவில் தெரிந்து, "அரசி, தேத்தண்ணி வைப்பமா?" என்றாள் தாய்.

"வைப்பம், அம்மா."

அவள் சோர்வோடு எழுந்தாள்.

அப்போதுதான் அம்மாவும் பசித்திருக்கிறாளோ என்ற யோசனை எழுந்தது. அவசரமாய்ப் போய் அடுப்பை மூட்டினாள்.

4

விழித்து வெகுநேரமாகியும் எழும்ப மனமின்றி திண்ணையில் கிடந்து புரண்டு கொண்டிருந்தாள் ராகினி.

தானும் தன் வீட்டில் தனிய என்பதால் இரவுக்கு ராகினியின்வீட்டில் வந்து படுப்பாள் சிவநாயகி. வந்து படுப்பது, போவது அடுத்த வீட்டுக்குத் தெரியாது. இரவு சாப்பிட்டுவிட்டு எட்டு மணிபோல் வந்து படுத்தால் அதிகாலை ஐந்து மணிக்கெல்லாம் எழும்பிப் போய்விடுவாள். ஒன்பது பத்து மணிவரை தோட்ட நிலத்திலே வேலைசெய்வாள். அவள்போல இருந்துவிட்டால் மன அவதி, இன்னும் சொல்லப்போனால் பசி பட்டினியான உடல் உபாதைகள் கூட, இல்லாமல் இருந்துவிடலாமேயென்று பலவேளைகளில் ராகினி நினைத்திருக்கிறாள். நினைத்தால் இசைந்து விடுகிறமாதிரியா மனத்தின் தன்மை இருக்கிறது? நினைப்பை நழுவவிட்டுவிட்டு வாழ்க்கையை இழுத்துக்கொண்டு போகப்பார்க்கிறது அது. அவள் முயற்சித்துத் தோற்ற விஷயம்.

சீமெந்தில் கட்டி மேலே கூரைபோட்ட வீடு அவளுடையது. இரண்டு மாரிகள் கண்டுவிட்டது கூரை. பொத்தல்கள் நிறையத் தெரிந்தன. அந்த மாரிக்கு முன்னம் வேய்ந்தாக வேண்டுமென்று எண்ணிக்கொண்டாள். வெளியே சூழ்நிலைமையிலுள்ள பொத்தல்களைக் கண்டு அதற்காக மன இம்சைப்படுபவள், கூரையிலுள்ள பொத்தல்களை, வரப்போகும் மாரியை எண்ணிப் பெரிதாக என்ன செய்துவிடப் போகிறாள்?

அப்போதும் திண்ணையில் கிடந்து கூரைப் பொத்தல்கள் வழியே வான வெளிச்சத்தைப் பார்த்தாள் ராகினி.

தனக்கான வானம் தடுக்கப்பட்டதுபோல் அப்போதும் மனத்துள் கிடந்து முறுகியது ஒரு வசதியீனம். அரசி அவளை எச்சரிக்கிறாள். ஆனாலும் அந்த எரிச்சல் வந்து மறுபடியும் மறுபடியும் மனத்துள் படுத்துக்கொள்கிறது. அவளுக்கே தான் எச்சரிக்கையாய் நடந்து கொள்ளவேண்டிய அவசியம் தெரிகிறது. அது தன் பாதுகாப்புடன், புவனேந்தியின் பாதுகாப்பும் சார்ந்தது என்பதையும் அவள் அறிவாள். ஆனால் அவளால் முடியாமலிருக்கிறது. எண்ணம் ஒரு திசையில் இழுக்க, இன்னொரு திசையில் வாழ்க்கையை நடத்திக்கொண்டு போகிற வித்தை அவள் அறியாததாய் இருக்கிறது.

அரசிக்கு ராகினியின் இந்தப் பலமின்மை தெரியும். அதனால்தான் இவள் அவளது சொல்லை மீறமீறவும் அவள் சோர்வடைகிறாளில்லை. அவள் தன்மீது காட்டும் அக்கறையின் தீவிரம் நினைக்கும்போதெல்லாம் கண்களில் நீர் கசியும் ராகினிக்கு.

அப்பா முதலிலும்
பின்னர் அம்மாவும்
போனது தெரியும்
போன திசைதான் தெரியாது
அக்கா
நீ வந்தது
அந்தத் திசையிலிருந்தா

சிலநாட்களுக்கு முன்னர் நெஞ்சுருகி கவிதையாய் வெடித்து வந்த வார்த்தைகளை அப்போது அவள் நினைத்துக் கொண்டாள்.

அன்புகள், சிலவேளை எவ்வளவு மலிவாய்க் கிடைத்துவிடுகின்றன!

ராகினி கண்களைத் துடைத்துக்கொண்டு எழுந்தாள்.

ஒழுங்கையில் அரசியும் தாயாரும் தோட்டத்திலிருந்து வீடு போய்க்கொண்டிருப்பது தெரிந்தது.

இனி வீட்டு வேலைகள் பார்த்து குளித்து வெளிக்கிட ஒரு மணியாகிவிடும். கைதடியில், செல்லக்கிளியின் தென்னந்தோப்பு வளவில் சிநேகிதிகள் அன்று சந்திப்பதாக இருந்தது. அந்த நேரத்தில் புறப்பட்டால்தான் அந்தளவு தூரம் போய்வர சரியாக இருக்கும். மணியிடம் அல்லது பத்மாவிடம் சைக்கிள் இரவல் வாங்கவேண்டி வேறு இருந்தது. ராகினி அலுவல்களில் கவனமானாள்.

செல்லக்கிளியின் தென்னந்தோட்டத்தில் அன்று நான்கு பேர் சந்தித்தார்கள். ஓராண்டு முன்பின்னாக பல்கலைக் கழகத்தில் சேர்ந்து படிக்கும்போது ஆன அறிமுகம்தான் எல்லாம். கலாராணி தான் காலையிலேயே வந்துவிட்டதாகச் சொன்னாள். அந்த வயதில் இயல்பாகவுள்ள சுறுசுறுப்பும் வேடிக்கைத்தனமும் அவர்களிடம் ஓரளவு அடங்கிக் கிடப்பதாகவே தோன்றிற்று. அவர்கள் யோசிக்க

நிறைய விஷயங்களை வைத்திருந்தார்கள். மேற்படிப்பு, வேலை வசதி, வெளிநாட்டுப் பயணம், திருமணம், போராட்டம், போராட்டத்தில் இணைந்த நண்பர்கள், அதில் இறந்தவர்களின் துக்கம், வெளிநாடு போய்விட்டவர்களின் அதிர்ஷ்டம் – துரோகம் என்று பலவும் அவர்கள் பேச்சில் அடிபடும். அது ஒருவகை ஆர்வ வெளிப்பாடு மட்டுமில்லை, தங்களை அமைதிப்படுத்தவும் தெளிவிக்கவுமென அவர்கள் கொண்ட உத்தியாகவும் இருந்தது. அதனால்தான் அவ்வளவு சிரமங்களையும் தாண்டி அவர்கள் வந்துபோயினர். அந்தளவு தூரப் பயணம் எவருக்குமே சிரமமானது. வீதிகள் வெறித்துக் கிடக்கும். குண்டும் குழியுமாய்.. கற்கள் கிளம்பி... வீதியின் தடங்கள் மட்டுமே காணக்கூடியவையாய் இருக்கும். அதில் நடுத்தர வயதுப் பெண்கள்கூட, அனாயாசமாக சைக்கிள் மிதித்துக்கொண்டு போவார்கள். இரண்டு பேராய்ப் போவதே அதிகம். ஒருவருக்கொருவர் துணையாக இருக்கும், வீடு வந்துசேர அல்லது அழிந்துபோக.

அஞ்சி அஞ்சி வாழ்ந்து பலரிடத்தில் அச்சமே தேய்மானமாகிப் போனது. அவர்கள் புதிய யுகத்தின் பிரதிநிதிகளாய் நெருப்புக் குஞ்சுகளைப் பிறப்பித்தனர். பலர் நெருப்புக் கவிதைகள் எழுதினர். ஆனாலும் வனித்தா அன்று அச்சப்படும் நிலைமைகள் குறித்தே பேச ஆரம்பித்திருந்தாள்.

"சும்மா தொழதொழவெண்டு கத்திக்கொண்டு இருக்காதையுங் கோப்பா. எனக்கு சத்தமெண்டாலே அலேர்ஜியாயிருக்கு. அம்மா வேற ஊரில அங்கங்க நடக்கிற கதையளைச் சொல்லி பயமுறுத்தியிட்டா. எடுத்ததுக்கெல்லாம் பயமாயே வருகுது. எந்தச் சத்தத்தைக் கேட்டாலும் மனம் திக்கெண்டு அடிக்குது" என்றாள்.

"ம்... வனித்தாவுக்கு உயிராசை வந்திட்டுது" என்றாள் கலாராணி.

எல்லோரும் சிரித்தனர்.

அதைக் கேட்டு வனித்தா கோபத்தோடு சொன்னாள்: "ஓம், எனக்கு பயம் வந்தது மெய்தான். ஆனா அது உயிர் காரணமாய் வரேல்லை."

"பின்னை ..?"

"உடம்பு காரணமாய் வந்தது. அது மான அச்சமோ, கற்பு பறிபோயிடும் எண்ட அச்சமோகூட இல்லை. பாலியல் வல்லுறவில பெண் வதைக்கப்படுகிற, சிதைக்கப்படுகிற அச்சத்தைத்தான் நான் சொன்னது."

யாரும் எதிர்ப்பேச்சுக் காட்டவில்லை. சிரிப்பு அடங்கிவிட்டிருந்தது. வனித்தாவின் கருத்தினது அங்கீகாரமாய் மௌனம் அங்கே சுழன்றது.

அவர்கள் புதிய காலத்தினர். அச்சத்தையும் நாணத்தையும் நாய்களுக்காக்கினவர். புதிய பெண்ணறம் விதிப்பவர். ஆனாலும் கலவர சமயங்களிலும் போர்க்காலங்களிலும் எதிரியை அழித்தல் என்பதில் ஓர் அடையாளமாய் பாலியல் பலாத்காரமே பிரயோகிக்கப்படுகிற நிலையில் அவர்களின் அந்த அச்சத்தை நியாயமில்லையென்று சொல்ல முடியாதுதான்.

சிறிதுநேரத்தில் செல்லக்கிளி அந்த மௌனத்தைக் கலைத்து வேறு திசைக்கு உரையாடலை நகர்த்தினாள். “ராகினி, புதிசாய் என்ன எழுதியிருக்கிறாய்?”

தலையசைப்பில் பதில் தெரிவித்தாள் ராகினி.

“அதுசரி... தமிழ்நாட்டுப் பத்திரிகையில வந்த கவிதையைத் திரும்ப எடுத்திட்டியா?” என்று கேட்டாள் பரணி.

“இன்னுமில்லையப்பா. தெரிஞ்ச ஒரு ஆளுக்கு எழுதியிருக்கிறன். கெதியில கிடைச்சிடுமெண்டுதான் நினைக்கிறன்.”

தொடர்ந்து சிறிதுநேரம் அவசியமற்ற பேச்சுக்களில் கழிந்தது.

கவிதை கிடைக்காத விஷயம் வனித்தாவுக்கும் தெரியும். “இந்த நிலைமையெல்லாம் எப்ப மாறப்போகுதோ? நாங்கள் எப்ப நிம்மதியாயிருந்து கதைச்சு... சிரிச்சு... படிச்சு... எழுதி... வாழுறதோ?” என்று சலிக்கத் துவங்கினாள் மறுபடியும்.

“என்ன இது . . . நீ இண்டைக்கு வந்த நேரத்திலயிருந்து சலிச்சுக்கொண்டே இருக்கிறாய், வனித்தா?” என்றாள் செல்லக்கிளி.

அப்படியொரு கேள்விக்கு யார்தான் பதில்சொல்ல ஏலும்?

மௌனம் வழிய நின்ற வனித்தாவைத் தேற்றினாள் கலாராணி. “முடிஞ்சிடும், வனித்தா. கெதியில முடிஞ்சிடும். எங்கட வாழ்வு திரும்ப எங்களிட்ட வரும். நாங்கள் அதை விரும்பினபடி வாழத்தான் போறம்.”

வனித்தா அடங்கின மாதிரித் தெரிந்தது. ஆனால் ராகினி கிளர்ந்தாள்: “அமைதிப் படை இனி திரும்பலாமெண்டு தென்னிலங்கையில கேக்கத் துவங்கியிருக்கிற குரலை வைச்சுக்கொண்டு கலாராணி இப்பிடிச் சொல்லுறா போல இருக்கு. எனக்கு அதில நம்பிக்கை இல்லை. அதைவிட மோசமான நிலைமைகூட அவை போனாப்பிறகு வரலாம். எண்டாலும்... அவை போகவேணுமெண்ட கருத்தில எனக்கு மாறுபாடு இல்லை.”

“நாங்கள் நல்லதை நினைப்பம். சிறீலங்கா அரசு புலியளோட கெதியில ஒரு இணக்கத்துக்கு வருமெண்டு நம்புவம்” என்று கூறி அதை விவாதமாய் வளர்க்காமல் விட்டுவிட்டாள் கலாராணி.

இளநீர் குடிக்கலாமா என்று கேட்டு பேச்சைக் கலகலப்புக்குத் திருப்பினாள் பரணி.

“ஐயையோ..!” என்றாள் ராகினி.

“என்னடி... வயித்தைப் பிடிக்கிறாய்?” என்றாள் செல்லக்கிளி.

“எனக்கு வேண்டாமடி. இண்டைக்கு மத்தியானச் சாப்பாடே எனக்கு முட்டுக்காய்த் தேங்காய்தான்.”

கொக்கைத் தடியை எடுத்துவந்து கொடுத்து ஒரு பதிவான இளந்தென்னையைக் காட்டி இளநீர் பிடுங்கச் சொல்லிவிட்டு வீட்டுக்கு ஓடினாள் செல்லக்கிளி. பானையில் சிறிது சோறு இருந்தது.

சோற்றைக் கறிச் சட்டியில் போட்டுப் பிரட்டி எடுத்து கோப்பையில் வைத்துக்கொண்டு செம்புத் தண்ணீருடன் திரும்பிவந்தாள்.

"இந்தா... ராகினி... சாப்பிடு."

ராகினி சாப்பிட்டாள்.

அவர்கள் அடுத்த சந்திப்பை மறுபூரணைக்கு என்று தீர்மானித்துக் கொண்டு புறப்பட ஆயத்தமாயினர்.

அவர்களது பயணங்கள் வெவ்வேறு திசையில். வழியும் தனித்தனி வழி. பயணம் பகலில்கூட அங்கு அச்சமானது. ராகினி சைக்கிளை எடுத்தாள்.

அடிமனத்தில், மேற்கில் சாயும் மஞ்சள் சூரியனைப் பார்க்க, ஒரு குடைவு.

உப்புக் காற்று சற்றுப் பலமாகவே வீசிற்று. அதில் உவர்ப்பு மட்டுமில்லை, சிலவேளைகளில் பச்சை ரத்த வாடை, சிலவேளைகளில் உயிரைச் சில்லிட வைக்கும் அலறல், சிலவேளைகளில் மரண தருணங்களைக் காட்டும் ஹீனஸ்வரங்கள்கூட மிதந்து வருவதுண்டு.

5

கொழும்பிலிருந்து சாமான் லொறி ஓட்டிக்கொண்டு சிவா அன்று காலை வேலணை வந்திருந்தான். லொறிக்கு என்ஜினில் சிறிது பழுதுபார்க்க வேண்டியிருந்தது. தெரிந்த மெக்கானிக் ஒருவனை அழைத்து வந்து அதைத் திருத்தச் சொல்லி விட்டுவிட்டு, அந்த இடைவெளியில் தீவிலிருக்கும் தன் மாமன் வீட்டாரைப் பார்க்கிற எண்ணத்தில் படகெடுத்து நயினாதீவு வந்தான்.

கோயில் பாலத்தடியில் இறங்கி விறுவிறுவென நடக்கத் துவங்க, எங்கோ கோயில் பக்கமாய் நின்றிருந்த தியாகு அவனைக் கண்டுகொண்டு ஓடிவந்தான்.

"சிவா..! சிவா..!"

"என்ன?"

"திரவியம் வரேல்லை..?"

"இல்லை."

"எப்ப வரும்?"

"தெரியாது."

"நீ இந்தியாவுக்குப் போகேல்லையோ?"

"நான் ஏன் போகவேணும்?"

"சுதனைப் பாக்க."

"ஓ! போகேல்லை."

"போவியா?"

"இல்ல, போகமாட்டன். வேற வேலை இருக்கு."

"போறதாயிருந்தால் என்னைக் கூட்டிக்கொண்டு போவியா?"

"எதுக்கு? சுதனைப் பாக்கவா? அதுக்குத்தான் சரியான ஒரு ஆள் இஞ்ச இருக்கிறாரே ... அவரைக் கேக்கிறதுக்கென்ன?"

"ஆரைச் சொல்லுறாய்..? ஓ ... யோகேஷையோ?"

"அவர்தான். அவர்தானே இப்ப ரைகருக்கு ஆபத்துப் படகோட்டி!"

"அது இப்ப படகோடப் போறதில்ல. போனாக் கூட்டிக்கொண்டு போறனெண்டு ஒருநாள் சொல்லிச்சுது. சொல்லி ... கன நாளாச்சு. போற எண்ணம் இல்லைப்போல."

சிவா ஒன்றும் பேசவில்லை.

"அதுசரி... திரவியத்தின்ர தேப்பனை நீ பாக்கப் போகேல்லையோ?"

"இல்லை."

"ஏன், முந்தியெல்லாம் ஓடியோடிப் போய்ப் பாப்பியே? எதாவது பிரச்சினையோ அவரோட? அவரும் மனிசரோட கதைக்கப் பேசத் தெரியாத ஆள்தான் ..."

சிவாவுக்கு தியாகுவின் பேச்சு எரிச்சலை ஏற்படுத்தியது.

நடந்தபடியே பேசிக்கொண்டு வந்தவன் நின்றான். "உனக்கு இப்ப சுதனைப் பாக்கவேணும்?"

"ஓம், சிவா."

"அதுக்காக இந்தியா போகவேணும்?"

"ஓம்."

"சுலபமான வழியொண்டு சொல்லுறன் கேள். அங்க... மேற்காலை பார். அதுதான் கடல். குதிச்சியெண்டால் அடுத்த கரையில போய் மிதக்கலாம். இதைவிட வேற வழியில்லை. ஆரும் உன்னைக் கூட்டிக் கொண்டு போவினமெண்டு காத்திராதை."

தியாகு மேற்றிசை திரும்பி பார்வையை தரிசன விளிம்பில் நிலை குத்தினான்.

சிவா நடந்தான்.

அடுத்த முகரி தாண்ட எதிர்பாராதவிதமாக சங்கரப்பிள்ளை வாத்தியார் நின்றிருந்தார். அவனைக் கண்டதும் பேசிக்கொண்டிருந்தவரை அவசரமாய் அனுப்பிவிட்டு அவனை நோக்கித் திரும்பினார். "எப்ப வந்தது? திரும்புறது எப்ப? வவுனியா நிலைமை எப்பிடி? திரவியம் என்ன செய்யிறான்?" என்பது மாதிரியான கேள்விகளோடு விடுவதாயில்லை

அவர். குடும்பத்தை யாழ்ப்பாணத்துக்குப் போகவிட்டுவிட்டு அங்கேயே இருந்து கொண்டிருந்தவர், இப்போதெல்லாம் அக்கம்பக்கத்து வீட்டு மனிதர்களோடு அதிக சங்காத்தம் வைத்து போய்வந்து கொண்டிருந்தார்.

ஐந்து வருஷம், பத்து வருஷத்துக்கு முந்திய தீவாக அது இல்லை. எவ்வளவோ மாறிப்போய் விட்டிருந்தது. மனிதர் பலபேர் இல்லை. ஒரு நாச்சியார் சந்தையடி ஏகாதிபத்தியத்தில்; ஒரு செல்லத்தம்பு வியாபார வியூகங்களுடன்; ஒரு சங்கரப்பிள்ளை கந்தபுராணத்தில் உறைந்துகொண்டு; ஒரு அபூபக்கர் வாழ்க்கைக்கான சாமான்ய யுத்தத்தில்; இவர்களது வாழ்க்கையின் களமாக அம்மண் இன்னும் விரிந்திருந்தது.

சங்கரப்பிள்ளை வாத்தியாரிடம் அகப்பட்டிருக்கக் கூடாதென்று விரும்பினான் சிவா. அவரோடு நிறையப் பேசுவது சிரமமென்று தோன்றிற்று. போன தடவை சந்தித்த போதுவரைக்கும் திரவியத்தின் நண்பனாய் அவன் பதில்சொல்லி வந்தான். இனி அந்தமாதிரிச் சொல்ல முடியாது. அவருக்காக பழையமாதிரி ஒரு பதிலைச் சொல்வது அவனுக்குக் கடினம். அவர், அவர்களது முரணை அறியாதவர். அறிய வைத்துவிட்டு விலகிப்போவது பெரிய காரியமில்லை. ஆனால் முடியாமலிருந்தது. மறுத்தும் விடாமல், வா, உன்னோடு நிறையப் பேசவேண்டுமென்று வீட்டுக்கு அழைத்துப் போனார்.

பெண் இல்லாத வீடு. ஆனாலும் படுசுத்தமாக இருந்தது. அடுப்பிலே கேத்திலில் நீர் சூடாக இருந்திருக்க வேண்டும். தாமதமின்றி தேநீர் போட்டு வந்தார். மகன் பற்றித்தான் முதலில் பேச்சைத் துவங்கினார்.

வீடுகளுக்குப் போய் பாடம் சொல்லிக்கொடுப்பதையும், அண்மையில் குழந்தை பிறந்திருப்பதுபற்றியும், மணிமேகலை என்று பெயர் வைத்திருப்பதையும் சொன்னான்.

"ம்ச்!" என்று அலுத்தாற்போல் சொல்லிவிட்டு சிறிதுநேரம் பேசாமலிருந்தார். பிறகு வேறு விஷயத்துக்கு மாறினார். "எங்களைக் காப்பாத்தவெண்டு வந்த இந்திய அமைதிப்படை இப்பிடி நடந்துட்டுதே, தம்பி! எவ்வளவு சாவு... எவ்வளவு பொருள் அழிவு..! இன்னும்தான் குழப்பம் தீரேல்லையே. ஆறு மாசமாய் என்ர பென்சன் காசு வரேல்லை. கொழும்புக்குப் போய்த்தான் எடுக்கவேணும்போல இருக்கு. கடைசிக் காலத்தில முருகனேயெண்டு விழுந்துகிடந்து சாகவும் ஏலாமல் போச்சு. எங்கட கஷ்ரத்தைப் பாத்தியே, சிவா" என்றார்.

அவனிடத்திலேயே அந்தக் கேள்விகள் உண்டு; முறைப்பாடுகளும் உண்டு.

நழுவும் பதில்களைச் சொன்னான்.

தொடர்ந்து, "இதுக்கெல்லாம் என்ன முடிவு, தம்பி? கூட நிக்கிற இயக்கங்களாவது கொஞ்சம் சனங்களை அனுசரிச்சுப் போனாலென்ன?" என்று பிரலாபித்தார்.

"அவ்வளவு தொந்தரவாயிருக்கா ..?"

“தீவு ஏன் வெறுமையாய் இருக்கெண்டு நினைக்கிறாய்? தானாய்ப் போன சனம் பாதி; மீதிச் சனம் இந்தத் தொந்திரவுக்குப் பயந்துதானே ஓடிச்சுதுகள்.”

அவனால் ஏதாவது செய்யமுடியுமா என்ற யோசனையின்றியே குறைகளை அடுக்கிக்கொண்டு போனார் வாத்தியார். கேட்டுவிட்டு சிவா எழுந்தான். தன் ஊர் என்ற தளத்தில் அக்குறைபாடுகளில் அவனுக்குப் பெரும் பாரமாய் இருந்தது மனது. “நான் வரப்போறன், சேர். வேலணையில லொறி நிக்குது. பொழுதுபடுகிறதுக்குள்ள வவுனியா தாண்டவேணும். இல்லாட்டி பாஸ் முடிஞ்சிடும்...”

“இப்ப லொறியே ஓடுறாய்? கனகாலமாயோ?”

“இப்ப ஒரு அஞ்சாறு மாசமாய்த்தான்.”

“அப்ப, லொறியிலயாச்சும் திரவியம் ஒருக்கா வந்து போகலாமே!”

சிவா உள்ளே சிரித்துக்கொண்டான். ‘திரவியம் வரமாட்டான். நான் லொறி ஓடத் துவங்கினதிலயிருந்துதான் எங்களுக்குள்ள தகராறே வந்தது’ என்று மனத்தில் நினைப்பு ஓடியது.

“சரி, அவசரத்தில நிக்கிறாய்; போயிட்டு வா. நான் சொன்னதுகளை மறந்திடாமல் அவனிட்டச் சொல்லு.”

சிவா வெளியே வந்தான்.

தூரத்தில் பிக்கு ஒருவர் போய்க்கொண்டிருந்தார் விகாரை நோக்கி. சங்கரானந்தரில்லையென்று தெரிந்தது. அதேநேரத்தில் திரவியம் சங்கரானந்தரைச் சந்திக்கவேண்டுமென்று சொல்லியிருந்தது ஞாபகமாயிற்று. தொடர்ந்து... அவன் அன்றொருநாள் முன்வைத்த விவாதக் கருத்து நினைவில் விரிந்தது.

அன்று சிறுபிள்ளைத்தனமாய் திரவியம் பிடிவாதம் பிடித்ததாய்ப் பட்டது அவனுக்கு.

‘யுத்த நிலைமையைச் சாதகமாய் வைச்சு யாவாரிகள் கொள்ளை லாபம் அடிச்சுக்கொண்டிருக்கிறாங்கள். சின்னச் சின்ன இயக்கங்கள் சில யாவாரிகளுக்குத் துணை. ஒரு பேரத்திலதான் லொறிகள் யாழ்ப்பாணத்துக்குப் போய்க்கொண்டிருக்கு. இந்தக் கொள்ளையில நீ சம்பந்தப்பட்டிருக்கக் கூடாது, சிவா.’ திரவியம் தன் முரணை இவ்வாறுதான் பிரசன்னப்படுத்தினான்.

‘ஆர் இதில ஆதாயம் அடையினம், ஆர் கொள்ளை லாபம் அடிக்கினம் எண்டதுபற்றி நான் யோசிக்கேல்லை. அங்க இருக்கிற சனத்துக்கு பால்மா, சீனி, மா, அரிசி, மிளகாய் சரக்கெல்லாம் தேவை. என்ர ஒரே அக்கறை அதுதான்’ என்றான் இவன்.

இவனது நியாயத்தை அவன் ஏற்றுக்கொள்ளவில்லை.

‘இது ஒரு வலை, சிவா. இது எங்க காண விரிஞ்சிருக்கெண்டு எனக்குத் தெரியும். பின்னால நடக்கப்போற எத்தினையோ சம்பவங்களுக்கான மூலத்தை இதில நான் பாக்கிறன்.’

'என்னால எதையும் பாக்கமுடியேல்லை.'

'அது ஒவ்வொருதரின்ர சிந்தனை ஆழ்ச்சியையும் பொறுத்தது. கனக்க ஏன் கதைப்பான்? எங்கட சிநேகிதத்தை மதிக்கிறதாய் இருந்தால் நீ இந்தத் தொடர்பை விட்டிட வேணும்!'

இவனுக்குச் சிந்தனை போதுமானஅளவு இல்லை என்பதாய்க்கூட அதில் அர்த்தமிருந்தது. இவனுக்கு அது பொருளில்லை. இவனுக்கு அவன் இப்போதும் நண்பன்தான். ஆனால் தொழில்ரீதியான விவகாரங்களில் இவனால் எவருக்காகவும் நெகிழ முடிவதில்லை.

சிவா விரைந்து நடந்தான்.

வெய்யில் உறைக்கத் தொடங்கியிருந்தது.

6

தன் ஆன்ம வியப்திக்கான எல்லைகள் குறுகிப் போய்விட்டதாய் அவனை ஒரு எண்ணம் பீடித்திருந்தது. ஒரு பிரமைபோல் அது அவனை அழுத்திக்கொண்டிருந்தது. அது தவிர்க்கவியலாத நிலையென்றே பட்டது. எந்நேரமும் இன மத மொழி வேறுபாடுகள் பற்றியும், துவேஷங்கள் பற்றியும், கலவரங்கள், அழிவுகள் பற்றியும் யோசித்துக்கொண்டிருந்தால் மனம் அம்மாதிரி ஓர் அழுத்தத்துள் வீழ்வது உறுதிதான்.

இப்போதெல்லாம் முன்புபோல் அவன் வெளியே போவதில்லை. நிமால் பெரேரா வீடு மாறிக்கொண்டு போயிருந்தான். சிவாவோடு கொண்ட மனஸ்தாபத்தினால் அவனது அறைக்கும் போவதில்லை. அனிலை மட்டும் வீட்டுக்குப் போய்ச் சந்திப்பான். அதுவும் அருகிக்கொண்டு வந்தது. அனில் அடிக்கடி கொழும்பு போய்வந்து கொண்டிருந்தார்.

அன்றைக்கு பொழுதுபடுகிற நேரம்வரை எழுதிக் கொண்டேயிருந்தான். எழுதி முடியும்வரை காத்திருந்ததுபோல அவன் பேனையை மூடி வைக்கவும் சுவர்ணா குழந்தையோடு வந்தாள். "மேகலையைக் கொஞ்சம் வைச்சிருங்கோ, குளிச்சிட்டு வந்திடுறன்."

திரவியம் குழந்தையை வாங்கினான். "கெதியில வா. நானும் குளிச்சிட்டு அனில் அய்யாவைப் பாக்கப் போகவேணும்" என்று கிணற்றடிக்குப் போய்க் கொண்டிருந்தவள் பின்னால் குரல் கொடுத்தான்.

குழந்தையை வைத்துக்கொண்டு திண்ணையில் அமர்ந்தான்.

அனில் இன்னும் இரண்டு நாளில் கொழும்பு போகவிருந்தார்.

அவர் நியாயமாய்ப் பேசினார்; ஞானமாய்ப் பேசவில்லையென்ற சிறிய குறையொன்று அவனுள் மெல்ல தலை நீட்டத் தொடங்கியிருந்தது. அவரின் கருத்துக்களோடு அவ்வப்போது ஏற்பட்ட மோதல் அவன் வளர்ந்ததினால் அல்ல; அவர் தளர்ந்ததினாலேயே ஏற்பட்டது என்றொரு எண்ணமும் எழுந்திருந்தது அவனிடத்தில்.

இருந்தாலும் வழமைபோல் சந்தித்தார்கள்.

இருவருமே தம்தம் கருத்துக்களில் ஒரு தளர்வு கண்டிருந்ததே மெய்.

குழந்தை அவனிடம் இருப்பதைவிட கீழே போய் விளையாட விரும்பித்தான் திமிறிக்கொண்டிருந்தது. அபயன் எதிர்வீட்டுப் பையனுடன் படலையடியில் விளையாடிக்கொண்டிருந்தான். குழந்தை அங்கேதான் பார்த்துக்கொண்டு உருவ முனைந்தது. குளிக்கவைத்து, சட்டைமாற்றி, பவுடர் பூசி, பொட்டுவைத்துக் கொடுத்திருந்தாள் சுவர்ணா. இந்தக் கோலத்தில் கீழே விடவேண்டாமென அதன் திமிறலை கைக்குள் அமுக்கி அடக்கி வைத்துக்கொண்டான். குழந்தை எரிச்சலடைந்து அவன் தாடியைப் பிடித்து இழுத்தது. முகத்தைப் பிறாண்டியது. பொக்கற்றிலிருந்து பேனையை சடுதியில் உருவி வீசியது. சில்லறைக் காசுகள் சிலவற்றை எடுத்துக் கொடுத்து அதன் பராக்கைத் திருப்பினான் திரவியம்.

குளித்து முடிந்து சுவர்ணா வந்தாள்.

குப்பென்று வாசனை வீசியது நெருங்கி வந்து குழந்தையைத் தூக்கினபோது. குளித்த மேனியின் குளிர்ச்சி சூடேறிய அவனுடலில் பட்டு உணர்கையாகியது. அவன் தேகம் எரிந்துகொண்டிருக்கிறதா?

வாழ்வுக் குதூகலிப்பின் விகாசம் அவள் முகத்தில் இருந்தது.

புறநிலை எதார்த்தமே வாழ்வை ஒரு தாபமாக்கி விட்டிருந்ததாய்ப் பட்டது. அன்றாடம் வெட்டுக்களும் மரணங்களும் அங்கச் சிதறல்களும் சரித்திரமாகிக் கொண்டிருந்த காலவெளி அது. மரணம் கண்ணிமைக்கு முன் வந்து எவரையென்றில்லாமல் கவர்ந்து சென்றது. குறி முதுமையா, இளமையா, பிஞ்சா என்று அக்கறைப்படாது மரணம். பெரும் அதிர்வுகளுடனும், பெரும்பெரும் சப்தங்களுடனும் வெடித்த குண்டுகளால் இதயங்கள் பலருக்கு நின்றன. சிலருக்கு மனச்செயலிழப்பு நிகழ்ந்தது. காயங்களுக்கான சத்திரசிகிச்சையில் தொடைத் தசை பலருக்கும் முகத்தசை ஆகியிருந்தது. சிலருக்கு கணுக்கால்வரை, சிலருக்கு முழங்கால்வரை, சிலருக்கு தொடைப் பொருத்துவரை கால்கள் அறுபட்டிருந்தன. கையிழந்தோர் பலர். கட்டைகளும் சக்கர நாற்காலிகளும் கால்களான மனிதர் மிக அதிகமாக அந்தக் காலப்பகுதிக்குச் சொந்தமாயிருந்தனர். கையின் பதிலிகள் பெருமளவு உதவியாயிருக்கவில்லை. அது ஒரு குறைகளின் யுகம். அது காரணமாகவே வாழ்வு அதிகம் விழைச்சலைப் பெற்றிருந்தது. *எமது பூமி / எமது பொழுதுகள் / எதுவுமே எமக்கு / இல்லையென் றானபின் / இதுபோல் ஒருபொழுது / கிடைக்காமலும் போகலாம்...* என்றொரு அவதி. எனவே *யசோதரா / நீ / இக்கணத்தில் வாழ்ந்துவிடு...* என்றொரு ஆக்ஞாபித்தல்.

அவன் குளித்துவிட்டு வந்தான்.

குழந்தை திண்ணையில் விரித்த பாயிலிருந்து விளையாடிக் கொண்டிருந்தது. பசி தீர்ந்த அமைதி உடலெங்கும் தெரிந்தது.

சுவர்ணா ஏதோ யோசனையில் மூழ்கியபடி.

அவளுக்கு அவ்வப்போது அம்மா நினைவு வந்தது.

அம்மா அழிவின் சின்னமானது அம்மா விரும்பியல்லவே!

அவளால் அங்கேயெல்லாம் இனி செல்ல முடியாது. ஆனால் அவள் அம்மா அல்லது பெரியம்மா, அண்ணன் யாரேனும் அங்கே வந்திருக்க முடியும். ஒருவேளை அவள்போல் பாசம் அவர்களில் யாருக்கும் இல்லையோ? தன் வருத்தத்தை அவள் அவனிடம் ஒருநாள் சொன்னபோது, அவன்தான் தெரிவித்தான், அவளது முகவரி தெரிந்தால்தானே அவர்கள் கடிதம் எழுதுவதும் வருவதும் என்று. அதன் பின்னர்தான் ஒரு அந்நியளாய் சிங்கள மொழி எடுத்து அவள் அம்மாவுக்குக் கடிதம் எழுதினாள். இப்போது அவளது காத்திருப்பு குறைந்தபட்சம் அவர்களது கடிதத்துக்கானதுதான்.

7

திரவியத்தைக் கண்டதும் அனில் பெரிதாக முகம் விகசித்தார். அவனை எதிர்பார்த்திருப்பாரோ? வீட்டில் தனிமை விழுந்து கிடந்தது. ஹோலுக்குள் அனில் எதிரே அமர்ந்திருந்தபடி நேரே தெரிந்த குசினியை எட்டிப் பார்த்தான்.

"சோமா கடைக்குப் போயிருக்கிறாள். இப்ப வந்து விடுவாள். சரி. சொல்லியிருந்தபடி இந்தக் கிழமை நான் கொழும்புக்குப் போகவில்லை. அடுத்த வாரம்தான் சரிவரும்போலத் தெரிகிறது. அதற்குள் என் நூலை முடித்து, கையெழுத்துப் பிரதியை போகிறபோதே கொண்டுபோகிற எண்ணம்" என்றார் அனில்.

'இலங்கையின் இன ஐக்கியம்: சாத்தியங்கள் மீதான ஒரு சமூக அரசியல் விசாரணை' என்ற தலைப்பிலான ஒரு நூலை அவர் ஆங்கிலத்தில் எழுதத் தொடங்கியிருந்தது அவனுக்குத் தெரியும்.

"நூல் இன்னும் முடியவில்லையா? முடித்திருப்பீர்கள் என்று நினைத்திருந்தேன்!" என்றான்.

"முடிந்தமாதிரித்தான். இறுதி அத்தியாயத்தில் நின்று கொண்டிருக்கிறேன். அது, நூலின் அர்த்தங்களது தொகுப்பாக முடிவுரைபோல் அமையவேண்டியது. கொஞ்சம் கூடுதலான நிதானத்தோடு செய்துகொண்டிருக்கிறேன்."

அவர் தன்னை எதிர்பார்த்திருந்த ஆவலின் காரணத்தை விளங்க அவனால் முடிந்தது. எந்த விஷயத்திலும் ஒரு அலசலைத் துவக்கி, தனது கருதுகோள்களை எதிர்நிலைகளின் விவாத தளமூடாகவும் வலிமைப்படுத்தும் உத்தியை முன்பும் அவர் கையாண்டிருக்கிறார்.

ஆங்கிலத்தில் எழுதும் அந்த நூலை சிங்களத்திலும் தமிழிலும் மொழிபெயர்ப்பித்து வெளியிடுகிற எண்ணமும் அவருக்கிருந்தது. ஆங்கிலப் பதிப்பு எதிர்கொள்ளும் விமர்சனங்களிலிருந்து அதை அவர் தீர்மானிக்கவிருந்தார்.

"பிளாஸ்க்கிலே பிளெய்ன் ரீ இருக்கிறது. வார்த்துக்குடி. அப்படியே எனக்கும் ஒரு கோப்பை ஊற்றி வா. சிரமமாயிருந்தால் கொஞ்சம்

பொறுத்திரு, சோமா வந்ததும் குடிப்போம்" என்று விட்டு தன் அறைக்குப் போய் ஒரு கோப்பினை எடுத்துவந்தார்.

தேநீரை ஊற்றி ஒரு கோப்பையை அவரிடம் கொடுத்துவிட்டு தானும் ஒரு கோப்பை தேநீரோடு வந்து உட்கார்ந்தான் திரவியம்.

தேநீரைக் குடித்தபடி அனில் சொன்னார்: "இரண்டு மூன்று நாட்களுக்கு உன்னுடைய உதவி எனக்கு வேணும், திரவி. இவ்வளவு தூரம் உன்னை வரச் செய்யவும் எனக்கு விருப்பமில்லை. ஆனால் வேற வழி..? அதுக்கு முதல் இந்தக் கேள்விக்குப் பதில் சொல்லு: சிவாவுக்கும் உனக்கும் மனஸ்தாபம் இருக்கிறது எனக்கு முன்பே தெரியும். காரணம் தெரியாவிட்டாலும் வெகுவிரைவில் நீங்கள் சமாதானமாகி விடுவீர்கள் என்றே எண்ணியிருந்தேன். இவ்வளவு காலமாகியும் யாராவது ஒருவர் விட்டுக்கொடுத்து இணங்கிப்போக வில்லை. உங்கள் இருவரையுமே நன்கு தெரிந்த நான், இனியும் இப்படியே போக விட்டுவிட்டு இருக்க முடியாது. அதனால் உங்கள் பிரச்சினை குறித்த காரணத்தை உங்கள் சொந்த விஷயமென்று விட்டிருக்காமல், வெளிப்படையாய்க் கேட்கவேண்டிய அவசியம் எனக்கு வந்திருக்கிறது. சொல், உங்களுடைய பிரச்சினை என்ன? என்னிடம் சொல்லலாமா..? அல்லது..."

"உங்களுக்குச் சொல்லுறதுக்கென்ன..?" என்று நெளிந்தான் திரவியம்: "அநேகமாக எங்கள் நண்பர்கள் எல்லாருக்குமே இது தெரியும். மறைக்கிறதுக்கும் இதில் எதுவுமில்லை. சிவா இப்பவெல்லாம் மாற்று இயக்கங்களோடு தீவிரமான தொடர்பு வைத்திருக்கிறான். கொழும்பிலயிருந்து யாழ்ப்பாணத்துக்கு சாமான் ஏற்றி வருகிற தனியார் நிறுவன லொறிகளை ஆமி பரியர் தாண்டி கொண்டுபோய் விட்டு தரகு வேலை செய்கிறான். தானே யாழ்ப்பாணத்துக்கு லொறிகளை ஓட்டிக்கொண்டும் போகிறான். அது எனக்குப் பிடிக்கேல்லை."

"ஏன்?"

"வியாபாரிகளிடம் அதற்காக நிறைய பணம் வாங்குகிறான். ஒரு பங்கு பணம் மாற்று இயக்கங்களுக்கும் போய்ச்சேருது. இதனால் தீப்பெட்டி, லக்ஸ்பிறே, அரிசி, சீனி, பருப்பு எல்லாம் நெருப்பு விலை விற்கிறதாம் வவுனியாவுக்கு அங்காலே."

"சிவா செய்யாமல்விட்டால் என்ன? அதை வேறு ஒருவன் செய்வான்தானே! இந்தமாதிரி ஒருமுறை யோசித்துப் பார்... வேறொருவனாவது செய்யத்தானே வேண்டும்! இல்லாவிட்டால் மக்களுக்கு சாமான்கள் கிடைப்பது எப்படி? அதைச் சிவா செய்கிறபொழுது உங்கள் நட்புக்குள் விரிசல் ஏன் வரவேண்டும்? இது எனக்குப் புரியவேயில்லை."

"அதனால் மாற்று இயக்கங்களோடு நிறையப் பழகவேண்டி நேர்கிறது..."

"இருக்கட்டுமேன்! நீ புலி ஆதரவாளனா?"

"இல்லை."

“அப்ப . . . அவன் மற்ற இயக்கங்களோடு ஏன் தொடர்பு வைத்திருக்கக் கூடாது? நீ கூட மாற்று இயக்கங்கள் என்றுதானே குறிப்பிடுகிறாய்? மாற்று என்பது நல்ல பதம். நீ அறியாமலே உன் வாயிலிருந்து வந்திருக்கிறதுபோலும்! அதனால்தான் அதன் அருமையை நீ அறியாதிருக்கிறாய். அவ்வாறு ... ஒன்றுக்கு மாற்றானதுடன் தொடர்பு ஏன் கூடாது?”

அவன் ஏதோ சொல்ல முனைந்தான். ஓர் அலுப்பில்போல் அதை வேண்டாமென ஒதுக்கினான். சிறிதுநேரம் மௌனமாயிருந்துவிட்டு சொன்னான்: “நான் என் மண்ணை நேசிக்கிறேன் . . . என் மக்களை நேசிக்கிறேன்.”

தேநீர்க் கோப்பையை வைத்துவிட்டு அவனை நிமிர்ந்து நோக்கினார் அனில். “அவர்கள் வெறுக்கிறதாய்ச் சொல்கிறாயா?” என்றார்.

அவன் அச்சோர்விலிருந்து இன்னும் விடுபடாமலே, “அவர்கள் நேசிப்பில் ... விசுவாசமில்லை ... அது ... நடிப்பு ...” என்றான்.

“அவர்கள் நேசிப்பில் விசுவாசமில்லையா? அது எப்படி, திரவி?”

“தன்னலங்களுக்கான நேசிப்பு. இது தன்நலத்துக்கும் தேசநலனுக்கும் முரண் வருகிறபோது தேசநலனை அடங்கி நிற்க வைக்க அல்லது அழித்துக் கொள்வதற்குச் சம்மதித்து நிற்பது. நேசமென்பது அதுவல்ல.” அவனுக்கு கோபமேறத் துவங்கியிருந்தது.

அவர் தன்னுள் சிரித்தார். அவருக்கு அவனின் அதுமாதிரிக் கோபங்கள் பிடிக்கும். தான் கொள்ளவிருந்து கொள்ளமுடியாது போன கோபங்களென்ற உறுத்தல், அப்போதெல்லாம் சிறிய அளவிலாயினும் அவரிடம் தோன்றிச் சடைக்கும். அனுபவப் பக்குவத்தால் அது தன்னுள்ளே அழிக்கப்பட்டதென்ற சமாதான உணர்வு நீண்ட நேரத்துக்கு பலமாய் எதிர்நிற்காது.

அவரின் உள்ளடக்கிய சிரிப்பை தன்மேலான கேலியாக எண்ணிக்கொண்டவன் மேலும் சினமடைந்தான். “துரோகங்களுடனான சமரசத்தை என்னால் மேற்கொள்ள இயலாது.”

“பொறு . . . பொறு . . . திரவி! நீ எதைத் துரோகமென்கிறாய்? மாற்றினையா? இல்லை, திரவி. மாற்று என்பது அவசியமான ஒன்றுதான். ஜனநாயகரீதியில் பார்த்தால்கூட அதற்கு முக்கியமான ஒரு இடமிருக்கிறது. ஒற்றைப் பரிமாணத்தில் ஜனநாயகம் செழுமை பெறுவதில்லை. அது பல்முனைகள், பல இயங்கு தளங்கள், பல்வேறு தளச் சிந்தனைகள் உடையதாயிருக்கவேண்டும். வரலாற்றை எடுத்துப் பார். அது நடந்துவந்த பாதை நெடுகிலும் ஒரு மாற்றுச் சிந்தனை இருந்தே வந்திருப்பது தெரியும். தமிழிலக்கியத்திலே சித்தர் பாடல்கள்கூட ஒருவகையான மாற்றுச் சிந்தனையின் வடிவங்களே. அக்கலகக் குரல்கள் விளிம்பு நிலை மனிதர்களின் நியாயங்களைப் பேசியவை.”

“சரிதான். ஆனால் நீங்கள் மாற்று என்று கருதுகிற கலகக் குரல்கள் விளிம்புநிலை மனிதர்களுக்கு எதிரானவை என்பதை உங்களால் காணமுடியவில்லையா?”

“சரி, விடு. சிவா எங்கேயும் போகப்போவதில்லை. அவன் உன் சிநேகித எல்லையைவிட்டு வெகுகாலம் வெளியே தரித்து இருந்துவிடவும் முடியாது.”

அந்தளவில் வெளியே சென்றிருந்த அனிலின் மனைவி உள்ளே வந்தாள்.

“யார் ..? திரவியமா ..?” என்றாள். “அன்றைக்கு வந்ததுக்கு இனி எப்போது வருவாயோ என்று பார்த்துக்கொண்டிருந்தேன்” என்றவள், “சரி, போகும்போது என்னிடம் சொல்லாமல் போகாதே” என்றுவிட்டு உள்ளே நடந்தாள்.

“சரி” என்றான் திரவியம்.

சுவர்ணாவுக்குத் தந்துவிட வட்டிலப்பம் அல்லது ஊரிலிருந்து உறவினர் யாரும் அனுப்பிய அச்சாறு அல்லது றம்புட்டான் பழம் ஏதாவது எடுத்துவைத்திருப்பாள் என்று நினைத்துக்கொண்டான். இத்தனைக்கும் சுவர்ணாவும் சோமாவும் நேரில் பார்த்ததே இல்லை.

சோமா வீடு திரும்பிய பிறகு அவர்களின் உரையாடல் இறுக்கம் பெறவில்லை.

திரவியமும் அனிலும் பேசிக்கொண்டிருந்த அதேவேளையில் யாழ்ப்பாணத்தில் மாற்று இயக்கத்தைச் சார்ந்த இளைஞன் ஒருவன் சிவாவுக்குச் சொல்லிக்கொண்டிருந்தான்: “முதலில் ஜே.ஆரும், பிறகு புலியளும் செய்த தவறுகளால் விளைந்த அநர்த்தங்களை நாம் அமைதிப் படையோடு சேர்ந்து இயங்குவதின்மூலம் குறைத்துக்கொண்டிருக்கிறோம். சிலபல மரணங்கள், சில மானபங்கங்கள், சில கைதுகள் நடக்கின்றனதான். ஆனால் நிலைமை கையிகந்து போய்விடவில்லை. அது முக்கியம்.”

8

‘ஒரு காலத்தில் தமிழ் நிலம் ஐந்து பெரும் மண்டலங்களாய்ப் பிரிந்திருந்தது. சேர, சோழ, பாண்டிய, தொண்டை, ஈழ மண்டலங்களே அவை. அவை முறையே வலிமைக்கும், உணவு வளத்துக்கும், முத்துக்கும், கல்விக்கும், புகழுக்கும் உரியவையென்று பழம் பாடலொன்று சொல்லியிருக்கிறது.’

‘புகழுக்கு ..?’

‘ம்! திருவில் கல்வியில் இறைபக்தியில் புகழ்.’

அவர்களுக்குள் நடந்த உரையாடலொன்று அவளுக்கு ஞாபகமாயிற்று.

சொல்லும்போது அவன் கண்கள் மினுங்கின. ஒரு அவாவின் வெளிப்பாடு அது.

ஆரம்பத்தில் அவனது எழுத்துக்களின் திசை அவளுக்குத் தெரிந்திருக்கவில்லை. பின்னால் ... அவளை மடியில் கிடத்திவைத்து அல்லது கிடந்து தன் அந்தரங்கங்களையும் அபிலாசைகளையும் அவன் அவளோடு பகிர்ந்துகொண்டிருக்கிறான்.

அது அவன் அபிலாசையின் பிரமாண்டம்.

ஆனாலும் அசாத்தியமென்ற மனச்சரிவு அவளிடத்தில் ஏற்பட்டதில்லை.

அது ஏற்படாதபடி சொல்லும் அளவுக்கு அந்த விஷயத்தில் அவனுக்கே நம்பிக்கையிருந்தது. அதனால்தான் அதுபற்றிய அவன் பகிர்வு ஒரு சங்கீதமாய் அவளுக்கு இசைந்தது.

நினைவுகளின் ஜனிப்பில் அவள் தன்னுள் சிலிர்த்தாள்.

குழந்தையை ஏணையில் கிடத்திவிட்டு வந்து திண்ணையில் அமர்ந்தாள்.

அபயனை மடியில் படுக்க வைத்துக்கொண்டு நிமிர நிலா மேலே தெரிந்தது. வட்ட நிலா. சிறிது ஒறுவாய்ப் பட்டிருந்தது. இன்னும் இரண்டொரு நாளில் பௌர்ணமியாகலாம்.

நிலாவும் குளிரும் போதை மண்டலமாக்கிற்று பூமியை. காற்று இழைந்து வந்து தவனங்களைக் கிளர்த்திற்று. சரீரத்தில் மறுபடி இச்சைகள் துளிர்க்கத் துவங்கின. அந்த முதலுறவு நாள் எதிர்பாராதது. ஒரு அவாவோடு அதை நினைத்தாள்.

வெளியிலிருந்து வந்த அவன் எதுவும் பேசாமல்போய் குறுகிக்கொண்டு படுத்துவிடுகிறான். என்ன அவனுக்கு? அவள் மெல்லப் போய்த் தொட்டுப் பார்க்கிறாள். மேனி நெருப்பாய்க் கொதிக்கிறது. வெக்கை வீசுகிறது. அவனுக்கு காய்ச்சல். அவனுடல் நடுங்கவும் செய்கிறது. வலிப்பில்போல் கைகளைக் காற்றில் துளாவுகிறான். ஜன்னியில்போல் பிதற்ற வேறு செய்கிறான். தன் எண்ணமெல்லாம் தோல்வி தோல்வியென்று புலம்புகிறான். 'இல்லை, நீ தோற்க மாட்டாய்' என்று ஓர் ஆவேசத்தில்போல் அவள் அவனை அணைக்கிறாள். மெய்யிலும் மனத்திலுமாய் அந்த ஆறுதல் சுவறுகிறது. அந்த ஆறுதலுக்காகவே யுகந்தோறும் காத்திருந்ததாய்...

சமீபகாலமாய் பெரும் வதைகளுக்கு அவன் ஆளாகியிருப்பது அவளுக்குத் தெரியும். அது பெரும்பாலும் செயலடங்கிவிட்ட நிலைமையினாலேயும், தனித்துவிட்ட நிலைமையினாலேயும்தான் என்று அவளுக்கொரு யூகம் உண்டு.

கருத்து நிலைகளைப் பொறுத்தவரை அதிலுள்ள விசேஷ அம்சமே அதுதான். அது பயில்வாளர்களையும் கொண்டிருக்க வேண்டும். அதை முக்கியமான விதியாய் அது வற்புறுத்தும். அது செயல்தளத்தில் நிறுவப்படுவதற்கு நடைமுறைப்படுத்துவோர் அதன் இன்னொரு அவசிய அம்சமாவர். இவை இல்லையேல் கருத்து தோல்வியென்று உணரப்படும். அந்நிலையில் கருத்தானது பிறப்பித்தவனையும் தின்று மடியும்.

பில்லி சூனியக் கதைகள்பற்றி அவள் அறிவாள். அவள் ஊரில் அவை அப்போதும் நிறைய. நிஜத்திலும் பல கண்டிருக்கிறாள். பில்லி சூனியக்காரனான ஆராய்ச்சி என்பவன் இறந்த கதையை நினைத்தால் எந்த இரவும் அவளை நடுங்கச் செய்யும்.

தன் தங்கை கணவனோடு ஏற்பட்ட ஒரு தகராறால் தங்கை குடும்பத்தையே அழித்துவிட வல்லமை வாய்ந்த பில்லிப்பேயை ஏவிவிடும்படி ஆராய்ச்சிக்குப் பணம் கொடுக்கிறான் பியசேன. அதை இரகசியத்தில் தெரிந்து கொண்ட தங்கை கணவனான எக்கநாயக்க, பியசேனவை அழிக்க விரும்பாமல், மிக்க வல்லபம் படைத்த பில்லி சூனியக்காரனான அப்புஹாமியை தூர கிராமமொன்றிலிருந்து வருவித்து கெட்டது ஏதும் நிகழ்ந்துவிடாதபடி தன் குடும்பத்துக்கு காவல் போடச் சொல்கிறான். ஒருநாள் இரவில் பூஜையைத் தொடக்கி, மந்திரங்கள் ஜெபித்து பில்லிப் பேயை வரவழைத்து எக்கநாயக்க குடும்பம்மேல் ஏவிவிடுகிறான் ஆராய்ச்சி. அப்புஹாமியோ தன் காவற் பேய்க் கணங்களை வருவித்து தன் மனிதர்களுக்கான காவல் அரணை எழுப்பிவிடுகிறான். உக்கிரமான போர் தொடுக்கிறது ஆராய்ச்சி ஏவிவிட்ட பில்லிப்பேய். அதேயளவு வன்மையோடும் தீவிரத்தோடும் அப்புஹாமியால் ஏவிவிடப்பட்ட காவற் கணங்கள். பஞ்ச பூதங்களின் போர்க்களம்போல் ஆகி நிற்கிறது ஸ்தூல வெளி. காற்று... பயங்கரமாய்ச் சுழன்றடிக்கிறது. பன்றியின் மரணாவஸ்தைக் கூச்சல்போல் மேகத்திலிருந்து சப்தங்கள். வீதியெல்லாம் நாய்களின் ஊளை. மரண திகிலில் ஊர். ஒரு கட்டத்தில் பலஹீனப்பட்டுப்போன பில்லிப்பேய் திரும்பிச் செல்கிறது. மாந்திரீகன் சாராய போதையில் தொடர் மந்திர ஜெபிப்பை மறந்து தூங்கிப்போயிருக்கிறான். தன் பலஹீனத்தினதும் தோல்வியினதும் காரணம் தெரிந்த பில்லிப்பேய் வெகுட்சி கொள்கிறது. ஆராய்ச்சியின் கழுத்தை முறித்து ரத்தம் குடித்துவிட்டு அவன் எழுப்பியிருந்த அக்னி குண்டத்திலே விழுந்து ஆவேசம் தணிகிறது.

சிந்தனை பில்லிப் பேய் போலத்தான்.

அது படைத்தவனைத் தின்கிறது.

திரவியத்தின் வதையில் நிரம்ப நியாயமிருந்தது.

தன் வாழ்வின் தளம் அசையாதவரை இவைகளையெல்லாம் சாதாரணமாய் அவளால் விளங்கிக்கொள்ள முடியும். அவள் கலங்குவதும் குழம்புவதும் அதில் ஆட்டம் காணும் போதுதான்.

அவ்வாறான ஒரு நிகழ்வின் சம்பவிப்பு சில மாதங்களின் முன் நடந்தது.

ஒருநாள் அவள் சந்தைக்கு போயிருந்தாள். காய்கறிகள் வாங்கிக்கொண்டிருந்தபோது வெயிலற்ற அவ்வேளையில் வெய்யில்போல் முகத்தில் சுடும் உஷ்ணப் பிரக்ஞை அடைந்து திரும்ப, தூரத்தே சடாரென கூட்டத்தில் மறைந்துவிடுகிறது ஒரு முகம். அவள் அதில் மினுங்கிய இரண்டு கண்களைக் கண்டாளா? அல்லது அந்த நெருப்புத் துண்டுக் கண்கள் அவளது பிரமையா? அவை அவளுக்குத் தெரிந்த கண்கள்போலவே தென்பட்டன. சொல்லப்போனால் பிக்குவின் கண்கள். குணாநந்ததேரர் வவுனியா ஏன் வரவேண்டும்? நல்லதுக்காயிருக்க முடியாது என்று அவள் மனத்துள் ஏதோவொன்றிருந்து சொன்னது. எண்பத்து மூன்றில் ஒரு அவலத்தை தன்னில் விளைவித்த அந்தக் கண்கள், இப்போது என்ன கொடுமைக்குள்ளாக்க நினைத்திருக்கின்றன?

அவள் வீடு வந்தபோதும் தேகம் பதறிக்கொண்டிருந்தாள்.

திரவியம் கேட்டான்தான் என்ன நடந்ததென்று.

அவள் சொல்லவில்லை.

பஸ் ஒன்று மோதப் பார்த்தது என்று சொல்லித் தவிர்ந்து கொண்டாள்.

நடந்து ஓராண்டாகியிருந்தது. இன்னும் குணாநந்தவை அவள் மறுபடி சந்திக்கவில்லை. அந்த நெருப்புக் கண்களும் தூரத்தில் நின்றும் சுடவில்லை. சிவாவிடத்திலாவது சொல்லிவைக்கலாமா என்று நினைத்தாள். ஆனால் எது காரணத்தாலோ பின்னர் சொல்லவில்லை.

சிவா அவளறிந்த அந்நிய மனிதரில் வித்தியாசமானவன். தங்கச்சியென்றால் வார்த்தையின் கனிவு அப்படியே நேராக இதயத்திலிருந்து வரும். ஆறேழு மாதங்களாக அந்த வீட்டுப் பக்கமே வராதிருக்கிறான். மேகலையைவிட அபயனில்தான் அவனுக்குப் பாசம் அதிகம். ஒன்றென்றால் துடித்துப் போவான். இருந்தும் வராமலிருக்க எப்படி முடிகிறது?

அவர்களது பிரச்சினைபற்றி திரவியம் அவளுக்குச் சொல்லியிருக்கிறான். கேட்டபோது அவ்வளவு வலிய பிரச்சினையாக இருக்குமென்று அவளும் எண்ணவில்லை; அவனும் கருதிச் சொன்னமாதிரித் தெரியவில்லை. இப்போது ..?

ஒருமுறை வெளியே போய்க்கொண்டிருப்பதைக் கண்டுகொண்டு லொறியை ஓரமாக நிறுத்திவிட்டு இறங்கிவந்து கதைத்தான். 'தங்கச்சீ ..! எப்படி இருக்கிறாய்? பிள்ளையள் எப்படி?' என்று கேட்டான்.

'நல்லாயிருக்கிறம், அண்ணை. நீங்கள் ..?'

'எனக்கென்ன! நல்லாய்த்தான் இருக்கிறன்.'

'எங்களோட கோபமோ?'

'சிச்சீ!'

'நீங்களில்லாமல் சரியாய் நொறுங்கிப்போனார்.'

'ஒப்புக்கொள்ளமாட்டானே! முடிஞ்சால் துணுக்காய்க்கு ஒருக்கால் போய்வரச் சொல்லு. கணபதிப்பிள்ளை மாமாவும் கேட்டார். போய்வந்தால் மனசுக்கும் ஆறுதலாயிருக்கும்.'

'சரியண்ணை.'

'எப்பிடியிருக்கிறான்?'

'இருக்கிறார்.'

'நல்லாய்ப் பாத்துக்கொள். சொந்தம் பந்தமெண்டு எல்லாத்தையும் விட்டிட்டு வந்து இஞ்ச கிடக்கிறான். தேவையெண்டால் சொல்லினுப்ப தயங்காத. சரி ... வரட்டே?'

அவனும் கண்கலங்கியிருப்பான். அதனால்தான் முகத்தை இந்தப் பக்கம் திருப்பாமலே போய்விட்டான். அவள் அழுதுகொண்டே வந்தாள்.

நட்பெனும் உயர்குணம் வெளிப்பட்ட உன்னதமான கணங்கள் அவை. எத்தனை அடைப்புக்குள் இருந்தாலும் அத்தனையையும் அடித்துடைத்துக்கொண்டு அது வெளிவரும். அப்போதும் அவளோடு அண்ணனாய். அவன் மன விரிசல் கண்டது திரவியத்தோடுதான். அப்போதும் அவன் நண்பனாயே.

அற்புதமான மனிதர்கள் ஒருசிலரேனும் நம்மிடையே எப்போதும் இருக்கிறார்கள்.

காட்சி மறைந்த பின்பும் வார்த்தை ஒலித்தது:

'நல்லாய்ப் பாத்துக்கொள். சொந்தம் பந்தமெண்டு எல்லாத்தையும் விட்டிட்டு வந்து இஞ்ச கிடக்கிறான்.'

அவள் மேனி உணர்வலைகளால் அதிர்ந்து ஓய்ந்தது.

திரவியம் படலையைத் திறந்துகொண்டு உள்ளே வந்து கொண்டிருந்தான். கையில் ஒரு சரை இருந்தது.

9

மேற்கு மூலையில் நெருப்புக் குடம் இறங்கிக் கொண்டிருந்தது. வானம் சிவப்புப் பாரித்தது. கீழ் மூலை இருண்டிருந்தது. பாலைக் குற்றியில் இன்னும் தம்பிராசா அமர்ந்தபடியிருந்தார். பக்கத்தில் குடித்துவிட்டு வைத்த தேநீர்க் கோப்பை. அந்த வனவெளியில் காற்று அப்போது அடங்கிக் கிடந்தது.

நாலு மணியளவில் தேநீர் வைத்துக் கொடுத்துவிட்டு வெளியே போனவன் இந்திரன். அவன்கூட திரும்பிவந்தாகி விட்டது. தம்பிராசா இன்னும் அந்த இடத்தைவிட்டு அசையக்கூடவில்லை.

வீடு இருட்டடித்திருந்தது.

இந்திரன் உள்ளேபோய் விளக்கைக் கொளுத்தி வைத்தான்.

இன்னுமே அவர் யோசனையிலாழ்ந்தபடி.

அவர் பார்வைத் திசையெங்கும் வெளி. இடையிடையே உடல் பருத்தும் சடைக்காதிருந்த முதிர் உயர் பாலைகள் புற்றுத் திடல்களில். மற்றும்படி எல்லைப் பக்கம்வரை பத்து ஏக்கர் விவசாய நிலம் அது. அப்பால் பாலைபத்திக் கிடந்த காடு.

அறுவடை முடிந்ததும் 'முதலடி' கண்டிருந்த மண் காய்ந்து கல்பத்திக் கிடந்தது. மழை பெய்தால்தான் இனி உழவு. மேகம் தெற்கே திரண்டு மூட்டம் போடுவது கண்டு அவசர அவசரமாக வந்தார் தருமபுரம். இந்திரன் மட்டுமே கம வீட்டில் நின்றிருந்தான். வந்து வெகுநேரமாகியும் மகேஷ் கண்ணில் தட்டுப்படவில்லை. வெளியே சென்றிருக்கவும் வாய்ப்பில்லை. ஏனெனில் சைக்கிள் அங்கேதான்

நின்றிருந்தது. தன் வரவில் திகைப்பும் தடுமாற்றமும் அடைந்ததுபோல் இந்திரன் கைபிசைந்து நின்றது கவனமாக அவன் பக்கம் திரும்பி நேர்நேரே கண்களைத் தீக்ஷண்யமாய் ஊடறுத்தார். பிறகு கேட்டார்: 'அண்ணை எங்க, தம்பி? நான் வந்து இவ்வளவு நேரமாகுது, ஆளைக் காணம். வேட்டைக்குக் கீட்டைக்குப் போயிட்டானோ? வேட்டைக் காலம்தானே இப்ப? இந்த தண்ணிப் பஞ்ச காலத்தில மிருகங்கள் சொட்டுத் தண்ணிக்கு எங்கயெண்டு அலையும்கள். இஞ்சகூட ஆனை வந்து அலையுதுபோல. அங்க பார். வாழையடியில ஆனை அடிக்கு நிலம் பதிஞ்சு தெரியுது. ஆனைதானே?'

'ஓம், ஐயா.'

'ஆனா வேட்டைக்குப் போறது இப்ப புத்திசாலித்தனமே? ஊர் உலகம் இருக்கிற நிலமையைத் தெரிஞ்சு நடக்கத் தெரியவேண்டாமோ இந்தப் பிள்ளைக்கு? ம்... எந்தப் பக்கம் போனவை வேட்டைக்கு?'

'அண்ணை ...'

'ஆள் சரியான வெடிகாறனெல்லே! கூட்டாளியள் விட்டிருக்க மாட்டினம். எங்கயெங்க கூட்டிக்கொண்டு திரியிறாங்களோ? உனக்கெங்க தெரியப்போகுது அவங்கள் போற இடம்!'

'இல்லை, ஐயா.'

'என்ன இல்லை?'

'அண்ணை வேட்டைக்குப் போகேல்லை.'

'பிறகு ..?'

'...'

'சொல்லன், தம்பி. அண்ணை எங்க அப்ப?'

நெஞ்சுள் அவருக்கு தாம்பாளம் விழுந்து கிளரும் ஒலியலைபோல் அதிர்வு பிறந்தது. அவர் பயந்தது நடந்துவிட்டதா? இத்தனை தொலைவில் விதைப்பு, அறுவடை, தோட்டம், வரும்படி தவிர வேறெண்ணம் இல்லாத மண்ணில், அன்றாடம் பத்திரிகைகூட படிக்கமுடியாத பிரதேசத்தில் அரசியல் வீசாது என்றிருந்த திண்ணம் பொய்த்துப் போய்விட்டதா?

'சொல்லு, இந்திரா.'

'அண்ணை ...'

'ம் ..?'

'இயக்கத்திலை ... சேந்திட்டுது.'

'ஆ... கடவுளே!' தலையிலே கைவைத்தபடி அப்படியே குந்திலே அமர்ந்து விட்டார்.

இனி அவன் அவருக்குப் பிள்ளை இல்லை. காவு கொடுத்தது போலத்தான். இடையே எப்போதாவது ஓரிருமுறை காணமுடியலாம்.

பலவேளை கேள்விப்பட முடிதலும்கூடும். அவன் மகேஷாக அங்கே இருக்க மாட்டான். அவனது இயக்கப் பெயர் தெரிந்தால் வீரதாபங்களைக் கேட்டு மகிழலாம். மறைந்து போனால் வீர அஞ்சலி போஸ்ரர் ஒட்டுவார்கள், தெரிந்துகொள்ளலாம். சிலவேளை வந்து சொல்லி, உடலைக் கேட்டால் கொடுத்து, மிகக் குறைந்த ஒரு இறுதிச் சடங்கை நடத்த ஆவன செய்துவிட்டும் போகக்கூடும்.

இதயத்துள் முறுக்குவதுபோல் ஒரு வலி.

'என்ன ஐயா செய்யுது?'

'நெஞ்சுக்குள்ள குத்துதடா.'

'சுடுதண்ணி வைச்சு வரட்டே?'

'வேண்டாம்.'

அவர் மனத்தை தானே ஆற்றித் தெளிந்தார். தானுமே சடுதியில் போய்விடக்கூடாது என்று ஒரு பயமிருந்து வெகு வலுவாய்ப் போராடியது.

அவர் அதுமாதிரிச் சம்பவங்களைக் கேள்விப்படாதவரில்லை. அவர் உறவுகளுக்குள்ளேயே, நண்பர்களின் குடும்பங்களுக்குள்ளேயே நடந்திருக்கிறது. கணேசரத்தினம் வீட்டில் அவன் மகள் மலர்விழி கடிதம் எழுதி வைத்துவிட்டுப் போய் புலிகள் இயக்கத்தில் சேர்ந்தாள். விநாயகமூர்த்தியின் இரண்டு மகன்களும்கூட அவ்வாறுதான் செய்தார்கள். இருந்தும் தன் மகனின் இயக்க இணைவை தாங்கிக் கொள்ள முடியாதிருந்தது அவரால்.

ஒவ்வொருவருக்கும் அவரவர் நிலைமைகளில் சம்பவங்களின் பாதிப்பு வெவ்வேறு பரிமாணங்களையும் தாக்கங்களையும் ஏற்படுத்தக்கூடும்தான். மரணம் எங்கேயும், ஜனனம் எங்கேயும், கல்யாணம் எங்கேயும் ஒரே பரிமாணத்தில் அர்த்தம் பெறுவதில்லை. அவர் நிலைமை வேறு. அவன், அவரது எல்லாமுமாக இருந்தவன். பிதுர்க்கடனைவிட கூடிய பொறுப்புக்களுக்கு அவனை அவர் நம்பியிருந்தார். அதனால்தான் ஏமாற்றம், தோல்வி, நம்பிக்கையீனம், துவள்ச்சி, விரக்தி... இப்படியாக.

இரண்டு தலைமுறைகளின் ஏக்கத்தை அவன் தணிப்பானென கனவு கண்டுகொண்டிருந்தவர் அவர். அவனுக்கு அம்மா, தங்கச்சிகள், தம்பி, இன்னும் ஐயா என்ற பாசம் அதிகம். குடும்பத்துக்கான பிள்ளையாக அவன் இயல்பிலேயே வளர்ந்திருந்தான். ஒருவேளை... ஒருவேளை மகேஷ் போகாமல் இந்திரன் இயக்கத்தில் சேர்ந்துகொண்டு போயிருந்தால், அவர் அவ்வளவு உணர்வு நிலைகளை அடைந்திருப்பார் என்று சொல்லமுடியாது.

பருத்தித்துறை ஹாட்லி கல்லூரியில் அவர் சிரமம் பாராது அவனைப் படிக்கவைத்தார். அரசாங்க சாதாரண தரப் பரீட்சையில் ஐந்து பாடங்கள்தான் எழுதினான். மீதி மூன்று பாடங்களுக்குப் போக முடியாதபடிக்கு அவன் தங்கிநின்று படித்த ஊர்ப் பகுதியில் நிகழ்ந்த பொலீஸ் அக்கிரமத்தால் ஒரு வாரம் விசாரணைக் கைதியாய்ப் போனான்.

கனவுச்சிறை

விடுபட்டு வந்தும் இரண்டு நாட்களாய் வீட்டிலே படுத்துக்கிடந்து கண்ணீர்விட்டபடி இருந்தவன் அவன். படிப்பில் மகாகெட்டிக்காரன். எழுதிய ஐந்து பாடங்களிலேயே இரண்டு ஏ சித்தியும், மூன்று பி சித்தியும். தம்பிராசா அவன் குறித்து என்னென்னவோ கோட்டைகள் கட்டிக்கொண்டிருந்தவர். இருந்தும் தொடர்ந்து படிக்கவைக்க அவருக்கு இருந்த விருப்பம் போய்விட்டது. மேற்கொண்டும் அதுமாதிரியான ஒரு கைது நிகழ்வது அபாயகரமானது. அப்போதே அவன் விடுபட்டது அதிர்ஷ்டவசமாகத்தான். பேசாமல் அவனை தருமபுரம் குடியேற்றத் திட்டக் காணிக்கு அழைத்துக்கொண்டு வந்துவிட்டார்.

அது அவருக்கு அறுபதுகளின் ஆரம்பத்தில் கிடைத்த நிலம். விசுவமடு, முத்தையன் கட்டு, திருவையாறு, கனகராயன் குளமென்று பல படித்த வாலிபர் குடியேற்றத் திட்டங்களில் தவறிப்போனபின், கிடைத்தது. போக்குவரத்துக் குறைந்த, வெகு சேய்மையான இடம். ஆனைப் பயம், விஷப் பாம்புப் பயம், மலேரியாக் காய்ச்சல் பயமென்று பல பயங்களையும் வென்றுதான் அங்கே செல்லவேண்டியிருந்தது. அந்த பத்து ஏக்கர் காட்டு நிலத்தையும் விளைச்சல் பூமியாக்கியது அசுர சாதனை. காணி கிடைத்த பலரும்தான் அதை விளைச்சல் பூமியாக்கினார்கள். அவருக்கு மட்டும்தான் அது சாதனை. அவர் கோடரியையும் மண் வெட்டியையும் தன்னிரு கைகளையும் துணைகொண்டு சிவலை என்கிற ஒற்றைக் கூலியோடு அந்நிலத்தை திருத்தி எடுத்தவர். ஆரம்பத்தில் நெல் விளைச்சல் பூமியாகவே வைத்திருந்தார். முதலிரண்டு ஆண் பிள்ளைகளுக்குப் பின் வந்தது இரண்டுமே பெண்களாகிவிட்டதால், பின்னால்தான் தோட்டச் செய்கையில் கவனம் செலுத்தினார். விசுவமடுபோல் அந்த மண்ணில் மிளகாய் விளைச்சல் கண்டார். மூத்தவன் மகேஷ் தருமபுரம் வந்தபின் அவர் பெரும்பாலும் சுகவாசிதான். எல்லாப் பாரத்தையும் அவனே இழுத்துப் போட்டுக்கொண்டு செய்துகொண்டிருந்தான். இரண்டு வருஷங்களுக்கு முன்னர் இந்திரன் கமத்துக்கு வந்ததோடு அவருக்குள் மகேஷ்பற்றிய கனவுகள் பூக்கத் துவங்கின. சூழ்நிலைமை அந்தப் பொறி விருப்பத்தை ஊதி அனலாக்கிற்று. ஆனால் அதற்குள் ...

அது பெரிய பாதிப்பு அவருக்கு.

மகன் மட்டுமேயல்ல இழப்பு; கனவுகளும்.

அதன் பிறகு அப்படித்தான் வெறித்த பார்வை, சுயமிழந்த சிந்தனையென்று அவருக்கு ஆகிவிடுகிறது.

போனவாரத்தில் ஒருநாள் எல்லைக் கூடலுள் நின்று யானை ஒன்று பிளிறிக்கொண்டு நின்றது. தம்பிராசாவின் பிரக்ஞை திரும்பவேயில்லை. வெளியே சென்றிருந்த இந்திரன் வந்து கண்டுகொண்டுதான் அக்கம்பக்கத்து கமக்காரரைச் சேர்த்து யானையை விரட்டினான். தாகமேலீட்டில் வெறிபிடித்த ஒரு ஒற்றைக் கொம்பன் ஆனை அப்பகுதிக் காடுகளில் அலைவதாக அவர் அங்கு வந்த நாளிலிருந்தே பேச்சு இருந்தது. இருந்தும் தம்பிராசா கவனத்தோடிருக்கவில்லை. ஆபத்து ஏதும் நடக்காமல்போனது புண்ணியம் தானென்று எல்லோரும் சொன்னார்கள். தம்பிராசா அசட்டுச் சிரிப்பு சிரித்தார்.

இந்திரன் சிறிதுசிறிதாய்ச் சினக்க ஆரம்பித்திருந்தான். 'இந்த மாதிரி நீங்கள் இஞ்ச இருக்கிறதவிட, வேலணைக்கே போயிடுறது நல்லது' என்று இரண்டு மூன்று தடவை சொல்லிவிட்டான்.

அவர் பாதிப்பு . . . கனவு . . . அவனுக்குத் தெரியுமா? இரண்டு தலைமுறைகளின் தகர்ந்த நம்பிக்கைகளை அவர் மகேஷில் வைத்திருந்ததை அவன் அறிவானா? படுபாவிப் பயல்! எப்படியான ஒரு தகுந்த தருணம் கனிந்து வந்துகொண்டிருந்த வேளையில் இயக்கத்தில் சேர்ந்துகொண்டோடி தன் வாழ்வையும் அவர் வாழ்வையும் இருண்ட கண்டமாக்கினான்! அது இவனுக்குத் தெரிவதெங்ஙனம்?

10

முற்றத்தில் சாக்கு விரித்து அமர்ந்திருந்தார் தம்பிராசா. மேலைமூலையில் மேக நர்த்தனம் நடந்துகொண்டிருந்தது. 'காத்து அடங்க மழைதான்!' என்று நினைத்துக்கொண்டார். இந்திரனைக் கூப்பிட்டார். வர, எதிரே உட்கார வைத்தார். வெற்றிலை போட்டார். இந்திரன் சற்று குழம்புகையின் அறிகுறி காட்டினான். ஆனால் ஏதோ ஒன்றில் அவர் பட்டிருந்த தீர்க்கமும் உறுதியும் அவனை அடங்கியிருக்கப் பண்ணின.

அவர் நிதானமாக வெற்றிலை போட்டுக்கொண்டு நிமிர்ந்தார்.

அசாதாரண பொழுதுகள் அவை.

கம்பீரத்துடனான அவரது நிமிர்வு அவனைச் சற்று திகைப்பிலும் ஆழ்த்தியது.

"இப்ப நான் ஒரு கதை சொல்லப் போறன்."

"என்ன கதை, ஐயா?"

"உங்கட கதை. எங்கட கதையூடாய் வளந்து வந்த உங்கட கதை."

மர்மமாய் ஒரு பகைப்புலன் விழுந்தது.

"இந்திரன், சாப்பாட்டுக்கு வசதியான குடும்பத்தில பிறந்தவர்தான் உன்ர அப்பர். தின்னக் கடிக்க வழியில்லாத மனிசரால நிறைஞ்ச ஊர் அது. அப்ப வேலணையும் தீவுதான். எங்கட குடும்பம் விவசாயக் குடும்பமெண்டாலும் ஊரில செல்வாக்கான குடும்பம். ஒரு நாளில மூண்டு நேரம் அவியல் நடத்தின ஒரே குடும்பம்கூட. அதால . . . மம்பட்டி பிடிச்சு அறியாமல் வளந்திட்டன். கொஞ்சம் படிச்ச திமிரும் இருந்தது. ஜே.எஸ்.சி. பாஸ் பண்ணி எஸ்.எஸ்.சி.யும் ஒரு வருஷம் அந்தக் காலத்திலயே படிச்சிருந்தன்.

"உன்ர பாட்டாவுக்கு கலியாணம் கட்டின பொம்பிளையைவிட வேறொரு வேதக்காறப் பொம்பிளையோடயும் தொடுப்பினை இருந்தது. வேலணை மனிசனுக்கு உடுவில் பொம்பிளையோட எப்பிடி ஒரு தொடுப்பினை ஏற்பட்டதெண்டு எனக்குத் தெரியாது. எனக்கு பத்து அல்லது பன்ரண்டு வயசாயிருக்கயிலை அந்த உறவு தெறிச்சுப் போச்சு.

“பிறகு அவர் எப்பவுமே அந்தப் பக்கம் போகேல்லை. எண்டாலும் சூடுபட்டதுபோல ஒரு ஆக்ரோஷத்திலயும் வெக்கத்திலயும் அந்த மனிசன் பட்ட உத்தரிப்பு எனக்குத் தெரியும். கொஞ்சங் கொஞ்சமாய் முடங்கத் துவங்கியிட்டார். என்ன காரணத்தால அந்தளவு பாதிப்புக்கு ஆளானாரெண்டு எனக்குத் தெரியேல்லை. நான் கவலையற்று ஊர் சுத்துறதும் முசுப்பாத்தியுமாய். இதொண்டும் என்ர மனசில எந்தப் பாதிப்பையும் செய்யேல்லை. இந்தக் காலத்திலதான் குமரகுருவை பண்ணைக் கடற்கரையில வைச்சு நான் சந்திச்சது.”

அவர் பதத்துக்கு சுண்ணாம்பு சேர்த்தார். புகையிலை திருகிப் போட்டார். அப்போது அவர் கவனம் அவன்மீதிலில்லை. எதிரிலுள்ள எதன்மீதிலுமில்லை. புறவெளி கடந்த மனப்பார்வை அது. காலவெள்ளம் அடித்துப் புரண்ட தடங்களின் நிகழ்வுகளை மீட்டிக் கண்டு கொண்டிருந்தது.

“குமரகுரு நல்லாய்க் கள்ளு, சாராயமெல்லாம் குடிப்பான். திரிகோணமலைத் துறைமுகத்தில கூலியாய் வேலை செய்தவன். ஒரு மாசத்துக்கொருக்கால் பண்ணை வந்தால்... குடிதான். பனங்கள்ளு குடிக்கத்தான் சிலவைப் பாக்காமல் தான் வாறதெண்டு அவனே சொல்லியிருக்கிறான். ஒருமுறை திரிகோணமலைத் துறைமுகத்துக்கு வந்திருந்த ஒரு ஜேர்மன் கப்பல் கப்ரனுக்கு சிறுகுரங்கு பிடிச்சுக் குடுத்து, கப்பல் திரும்பிப் போகேக்குள்ளை தானும் தொத்திக்கொண்டு போயிட்டான். ரண்டு வருஷத்துக்குப் பிறகு திரும்பி வந்தான். எப்பிடி இருந்தான் தெரியுமே? ஓ..! பணம் பணமாய்க் கொண்டுவந்தானடா. உடுப்பு உடுப்பாய் போட்டுத் திரிஞ்சான். ஹிப்பி மாதிரி தலைமயிரும் வளத்து... நானறிய அவன்தான் முதல்முதலாய் இஞ்ச டெனிம் ட்றவுசர் போட்டுத் திரிஞ்சது. அவன் நடந்தா நிலம் அதிரும், சுருண்ட தலை மயிர் ஸ்பிறிங் மாதிரிக் குலுங்கும். சனம் பின்னால சிரிக்கத்தான் செய்தது. ஆனா நேரில... வாய் பிளந்து ரசித்துப் பாத்தது. கப்பலால வந்தவுடன என்னை வந்து பாத்தான். அவனோட திரிஞ்சு திரிஞ்சு எனக்குமே கப்பலெடுக்கிற ஆசை வந்திட்டுது. குமரகுரு அதைத் தூண்டி விட்டான்.

“அந்த ஆசை... சும்மா தலை வளத்துத் திரியிறதுக்கும் டெனிம் ட்றவுசர் போட்டுத் திரியிறதுக்கும் இல்லை. கவர்ண்மென்ற் ஏஜன்ரே வாங்க ஏலாத சம்பளம் எடுக்கலாம் கப்பலில. துவக்கமே மாசம் ஐயாயிரம் ரூபாய். குமரகுரு வந்தபோது அவனுக்குப் பத்தாயிரம் பதினொராயிரம் ரூபா சம்பளம். ரண்டு வருஷம் நிண்டு வந்தால் லட்சாதிபதியாயே ஆயிடலாம். அப்பவெல்லாம் அப்பர் அடிக்கடி சொல்லுவார், தான் பிறக்கேக்குள்ளயே உள்ளங்கால் சிவப்பாய்த்தான் இருந்ததெண்டு. பிறக்கேக்குள்ளை தோட்டக்காறனாய்ப் பிறந்தாரெண்டு அதுக்கு அர்த்தம். குமரகுருவே சொன்னான், கொழும்புக்குப் போனா சுலபமாய்க் கப்பலேறலாமெண்டு. நான் வீட்டுக்குப் போய் அம்மாவிட்ட விஷயத்தைச் சொன்னன். அம்மா அப்பரிட்டச் சொல்லியிருப்பா. ஒரு ரகளை நடந்த பிறகுதான் பணம் கிடைக்குமெண்டு நினைச்சிருந்ததுக்கு மாறாய் பாஸ்போர்ட் எடுக்க, கொழும்புக்குப் போக, லொஜ்ஜில தங்கி

நிக்க சாப்பிட எல்லாத்துக்குமாய் எவ்வளவு வேணுமெண்டு அப்பரே அடுத்த நாள் என்னைக் கூப்பிட்டுக் கேட்டார். நான் திகைச்சுப்போனன். அப்பிடிக் கேட்டதால மட்டுமில்ல, அவர் முகத்திலயிருந்த தெளிவு... கண்ணிலயிருந்த பிரகாசம்... பேச்சிலயிருந்த ஆதரவும் நிதானமும்... என்னால நம்பவே முடியேல்லை. பத்துப் பன்ரண்டு வருஷ சோகத்தை ஒரேயடியாய் உரிச்செறிந்திருந்தார் அவர். நான் தேவையெண்டு குமரகுரு சொன்ன தொகையைச் சொன்னன். கொழும்புக்கு எப்ப போறாயெண்டு கேட்டார். அதையும் சொன்னன். 'சரி, எல்லாத்துக்கும் நீ வெளிக்கிடத் தயாராய் இரு. நான் பணத்துக்கு ஏற்பாடு பண்ணுறன்' எண்டு சொன்னார். தாலிக் கொடியைத்தான் அடைவு வைச்சார்போல. காசைத் தரேக்குள்ளை மட்டும் சொன்னார், 'எல்லாச் சொத்தையும் அழிச்சிட்டு வெறுங்கையோட நிக்கிறன். உடுவில்த் தேவடியாள் எல்லாத்தையும் பிடுங்கியிட்டாள். நீதான் இந்தக் குடும்பத்தைக் கைதூக்கி விடவேணும்' எண்டு. நான் தலையாட்டினன். அடுத்த நாள் கொழும்புக்கு ரயிலெடுத்தன் குமரகுருவோட."

வானம் புள்ளிபோடவில்லை அன்று. இன்னுமின்னுமாய் கிழக்கிலிருந்து வடமேல் மூலைக்குள் மேகத் திரள்கள் ஓடிப்போய் அமிழ்ந்து கொண்டிருந்தன. ஒரு வளையச் சுழற்சியில் மீண்டும் அவைதான் கிழக்கில் பொங்கிப் பிரவாகிக்கின்றனவோ!

லாந்தர் வெளிச்சம் கப்பின் நிழலை நடுவில் விழுத்தி சிறகாய் முற்றத்தில் விரிந்திருந்தது. கப்பின் நிழலில் தம்பிராசாவும் இந்திரனும் அசையும் நிழல்களாய்.

தம்பிராசாவின் குரல் தொடர்ந்துகொண்டிருந்தது: "ரண்டு வருஷமாய் குமரகுருவோட அலைஞ்சன். நகையளை வித்தும் அடைவு வைச்சும் மூண்டு தடவையாய் கொழும்பில போய்நிண்டு சிலவழிச்சன். ஒரு பிரயோசனமும் இல்லை. ஒருநாள் ஒரு கொழும்பு லொட்ஜில நிக்க வைச்சிட்டுப்போன குமரகுரு திரும்பிவரவேயில்லை. ரண்டு மூண்டு நாள் நிண்டு பாத்திட்டு ஊர் வந்து சேந்தன். பத்தாயிரம் ரூபாய் சிலவழிச்சதுக்கு பாஸ்போர்ட் மட்டும்தான் மிச்சம். அப்பர், இன்னும் ரண்டாயிரம் மூண்டாயிரம் சிலவழிச்சு கடைசி முயற்சியொண்டு செய்யலாமெண்டு அங்க இங்க ஓடிப் பார்த்தார்தான். ஒண்டும் சரிவரேல்லை. அப்பிடியே உடைஞ்சு போனார். நடந்தார். வளவு வேலை செய்தார். சாப்பிட்டார். உடம்பு ஆரோக்கியமாய்த்தான் இருந்தது. அவர் உடைஞ்சது மனத்தால. அதுக்குப் பிறகு ஓடியாடி வெளி அலுவல் பாத்தது அம்மாதான்."

மௌன கணங்கள் விரிந்தன.

அவர் அழுதிருக்க முடியாது. ஆனாலும் அந்த எல்லைவரை வந்துவிட்டிருந்தது தெரிந்தது.

"அப்பரைச் சுகவாளியாக்க அம்மா எவ்வளவோ முயற்சிபண்ணிப் பாத்தா. மந்திகை, நாயன்மார்கட்டு எல்லாம் கொண்டு அலைஞ்சா. ஒண்டும் சுகப்படேல்லை."

எட்டி, எச்சில் துப்பினார்.

செருமி, குரலைச் சரிப்படுத்தினார்.

“அப்ப … அப்பிடியொரு அலைதான் அடிச்சுக்கொண்டிருந்தது. ஏறக்குறைய பதினைஞ்சு வருஷமாய் அடிச்சது. ஏஜன்றுகளுக்கு பணம் கட்டிக்கூட பலநூறு பெடியள் கப்பல் வேலைக்குப் போனாங்கள். சிங்களப் பெடியளும் முஸ்லீம் பெடியளும்கூட முயற்சி செய்தினம்தான். எண்டாலும் வாய்ப்பு யாழ்ப்பாணத்தாக்களுக்குத்தான் கிடைச்சது. சிங்கள சிப்பிங் ஏஜன்ற்மாரும் காசு வாங்கிக்கொண்டு தமிழ்ப் பெடியளைத்தான் அனுப்பினாங்கள். அப்பிடியான காலம். என்ர முயற்சி நல்லவேளையிலதான் நடந்தது. எண்டாலும் தோல்வியாய்ப் போச்சு. அதாலை வந்த நட்டம் வேற. கடனுகள் … அப்பரின்ர சாவு … எண்டு இப்பிடித் தொடர்ந்துது எல்லாம்.”

இந்திரன், பெரும்பாலும் அரைகுறையாய்த் தெரிந்த விஷயமானாலும் புதிய விஷயம்போல் கேட்டுக்கொண்டிருந்தான். சொன்னவரின் ஆத்மார்த்தமான வெளிப்பாடு ஒரு ரசனையை ஏற்படுத்தியிருக்கவேண்டும். அறிவார்த்தமாய்ச் சொல்லப்படாததானாலும் சிலவேளைகளில் அப்படித்தான் பெருங்கவனத்தை அது ஈர்க்கிறது.

“இந்த நிலமையில எனக்கு கலியாணம் ஆச்சு. நல்ல சீதனத்தோடதான் கொம்மா வந்தா. எனக்கு அந்த நகையளைப் பாக்கப் பாக்க … மனத்துக்குள்ள கிடந்த கப்பலாசை அருண்டு அனுங்கிச்சுது. கொம்மா வும் கொஞ்சம் அனுசரணையாய்ப் பேசினா. திரும்பவும் ஒரு அஞ்சாயிரத் தோட கொழும்புக்குப் போனன். அந்த ரண்டு வருஷத்தில … நிலைமை தலைகீழாய் மாறிப்போயிருந்தது அங்க. எங்களப்போல ஆக்கள் கப்பல் வேலையை நினைச்சுக்கூடப் பாக்க ஏலாதபடி இருந்தது. கப்பல்ல இருக்கிற கீழ்நிலை வேலையளுக்கே இருபதாயிரம் இருபத்தஞ்சாயிரம் கேட்டுக் கொண்டிருந்தாங்கள். என்ர கப்பலாசையை அந்தத் தொகைதான் முடிவுக்குக் கொண்டு வந்தது. வீட்டுக்கு வந்தன் வெறுங்கையோட. கொம்மா ஒரு வார்த்தை புறுபுறுக்கேல்லை. எங்களுக்குப் பொசிப்பில்லைப்போல எண்டு சொல்லி விட்டிட்டா. நானும் சோர்ந்து போனன். கல்வீடு, மோட்டார்ச் சைக்கிள்க் கனவெல்லாம் விட்டுப்போச்சு. ஒருமாதிரி காலத்தை ஓட்டிக்கொண்டிருந்தன்.”

கருமேகம் கலைந்திருந்தது. ஆனால் புகார் படிந்திருந்தது வானத்தில். மங்கலாய்ப் பெரிய வட்டநிலா அப்போதுதான் கருவறை கிழித்து வெளிவந்தது. அந்த வன்னிப் பிரதேச வானத்தில் அம்புலி இரட்டிப்புப் பெரிதாய்த் தோன்றுமோ? மங்கலானாலும் அழகாய் இருந்தது. தொட்டுவிடும் தூரத்தில்போல் அகலமாக விரிந்து நின்றது.

அவர்கள் கதை மிக்க சுவாரஸ்யமான இடத்தை அடைந்திருந்தது.

கல்வீடு, மோட்டார்ச் சைக்கிள்க் கனவு …

அவர் மனத்தைக் கீறியெடுத்து அந்த உண்மையைச் சொன்னது தெரிந்தது.

அந்த ஆசையில் அடிபட்ட வேறு பலர் இலங்கையில் கப்பல் ஏஜன்றுகளுக்கு பணம்கட்ட முடியாத நிலையில் அகப்பட்ட

தொகையோடு இந்தியா போய் அங்குள்ள துறைமுகங்களில் நின்றிருந்த கப்பல்களில் வேலை தேடிப் பெற்றார்கள். வேலணை, புங்குடுதீவு, ஊர்காவற்துறை, நெடுந்தீவு முதலிய இடங்களில் பல வீடுகளே கப்பல் வீடு என்று பெயர் பெற்றிருந்தன. பலர் திடீர்ப் பணக்காரர் ஆகிய விதமும் அதுதான். ஆக... அவன் தந்தை ஒரு அலையில் மூழ்கி திணறித் திரும்பியவர். மண் வீட்டை மச்சு வீடாக்க... மனைவிக்கு வெளிநாட்டுப் புடவையும் நகைகளும் வாங்க... தாயாரின் அடைவு வைத்த நகைகளை மீட்டெடுக்க... முயன்று, இயலாமல் பின்வாங்கியவர். அம்மாவும் வாசனை ஸ்பிறே, பொன்ட்ஸ் பவுடர், றேடியோ ரேப் ரிக்கோர்டர் ஆசைகள் கொண்டிருந்திருப்பாள். அப்போ . . . அவளும் ஆசைகள் கருகியவள்.

அவனது யோசிப்பை இடையறுத்தது குரல். ஒரு இரண்டாம் கட்டத்துள் பிரவேசித்ததுபோல அது ஓரளவு தெளிந்திருந்தது.

“ஏறக்குறைய பத்து வருஷத்துக்குப் பிறகு... இன்னுமொரு அலை அடிக்கத் துவங்கிச்சுது. அது முதலாம் அலைபோல அவ்வளவு பெரிசாய் இல்லையெண்டாலும் முதலாம் அலையில அடிப்புண்டு போகாதவைக்கு பெரிய உபகாரமாய் வந்துசேர்ந்துது. அதுதான் அராபியா அலை. தச்சர், மேசன்மார், ட்றைவர்மார்கூட ரெண்டாயிரம் மூண்டாயிரம் குடுத்து சவூதி, ஓமான், துபாய் எண்டு போகத் துவங்கிச்சினம். அவையும் ரண்டு வருஷத்துக்குப் பிறகு திரும்பி வரேக்கை சீக்கோ மணிக்கூடு, கமறா, பெரிய ரூ இன் வண் செற், வெளிநாட்டுத் துணிமணிகளோடதான் வந்து சேந்தினம். எல்லாரின்ர கண்ணும் மொய்க்க ஊரில அலைஞ்சு திரிஞ்சிட்டு, திரும்ப அராபியாவுக்குப் பிளேன் எடுத்திச்சினம். எனக்குள்ளயும் செத்துக் கிடந்த ஆசை திரும்ப உயிர்பெற்று வந்துது. என்ர எண்ணம் எதுக்குத்தான் கொம்மா மறுப்புச் சொல்லியிருக்கிறா? துபாய் ஆசைக்கும் மறுப்புச் சொல்லேல்லை. இந்தளவில மகேஷ், நீ, மாலதி மூண்டு பேரும் பிறந்திட்டியள். இந்த நிலையிலயும் புதிதாய்ப் பாஸ்போர்ட்டும் எடுத்துக்கொண்டு நல்ல சவூதி ஏஜன்றைத் தேடித் திரிஞ்சன். துரைராசாவெண்ட ஒரு ஏஜன்ற் நேர்மையாய் ஆக்களை அனுப்புறதாய்க் கேள்விப்பட்டு கச்சேரியில அவன்ர வீட்டில போய்ப் பாத்து... மூவாயிரம் ரூபாயும் கட்டி பாஸ்போர்ட்டும் குடுத்து வைச்சன். ஆறுமாசமாச்சு. அலைஞ்சதுதான் மிச்சம். வேசைமகன்... கொழும்புக்குப் போய் அவனைத் தேடிப்பிடிச்சு கழுத்தைக் கடிச்சு குதறுகிற ஆத்திரம் எனக்கு. ஆனா மனுஷி என்ன நினைச்சுதோ...”

“ஆர்?”

“கொம்மாதான். போகவேண்டாமெண்டு சொல்லியிட்டா. இஞ்சயே உழைச்சு சம்பாதிப்பம், வெளிநாட்டு ஆசை வேண்டாம் எண்டிட்டா. நானும் மேலை வற்புறுத்தேல்லை. தோல்வி மேல தோல்வியால நான் துவண்டு போயிருந்தன். பிறகுதான் . . . இந்தக் குடியேற்றத்திட்டக் காணியில நான் கவனம் வைச்சது.”

முதுகில் நுளம்பு குத்திக்கொண்டிருந்த இடத்தில் சடாரென இடது கையை வீசி அடித்தார். செம்பை எடுத்துச் சென்று எட்டவாய் வாயை

அலசிக் கொப்புளித்து தண்ணீர் குடித்தார். திரும்ப வந்து அதே இடத்தில் ஆசறுதியாய் அமர்ந்தார்.

நிலா உயர்ந்து சிறிதாகிக் கொண்டிருந்தது. அவர் கனவுபோல் ஆகிக்கொண்டிருக்கிறதோ என்று பொறிபோல் ஒரு நினைவு தட்டியது இந்திரனுக்கு. தான் அதுவரை பார்க்காத அவரின் இன்னொரு முகமென்ற எண்ணம் ஊறி அவனை உதறவைத்துக் கொண்டிருந்தது. பெரிய பெரிய லட்சியங்களற்ற சின்ன மனிதர்களுக்கும் உள்ளே ஒரு முகம் இருக்குமென்ற மகா உண்மை அவனுக்குள் சுரக்க ஆரம்பித்திருந்தது.

"இந்திரன் !"

"சொல்லுங்கோ, ஐயா."

"எவ்வளவு மனவலிமை இருந்திருந்தா நானும் உங்கட பாட்டாவைப்போல உடைஞ்சுபோகாமல் ஒரு மனிசனாய் இண்டைக்கும் உலாவிக்கொண்டு இருந்திருக்கேலுமெண்டு ஒருக்கா யோசிச்சுப்பார். எப்பிடி இது என்னால முடிஞ்சது? என்ர ஒரே நம்பிக்கை... எனக்கு ரண்டு ஆம்பிளைப் பிள்ளையள் இருக்கு எண்ட எண்ணம்தான். அதுக்கேத்த மாதிரி கனிஞ்சு வந்தது ஒரு சூழ்நிலை."

வானம் வெளித்திருந்தது.

அன்றைக்கும் மழை பொய்த்துவிட்டது.

நட்சத்திரங்கள் சில மின்னின.

"முந்தியும் இனப் பிரச்சினை இருந்ததுதான். எண்பத்தி மூண்டு ஆடிதான் அதுகின்ர உச்சம். கிட்டத்தட்ட ஒரு லட்சம் பேர் இந்தியாவுக்கு ஓடிச்சினம். அங்கயிருந்து ஆயிரக்கணக்கில ஈரோப்புக்குப் போய்த் தஞ்சம் கேட்டினமாம். பத்தாயிரம் ரூபாயோட ஜேர்மனி போச்சினமாம். ஜேர்மனி, பிரான்சு, டென்மார்க், நோர்வே, சுவீடன் எண்டும், வசதியானவை இங்கிலாந்து, கனடா, ஒஸ்ரேலியா எண்டும் ஓட்டம். முந்தி அடிச்ச ரண்டாம் அலையில தவறியிருந்த மிச்சம் மீதியெல்லாம் அந்தப் புதிய அலையில இழுப்புண்டு நல்ல இடம் போய்ச் சேர்ந்துதுகள். ஒருவீட்டுக்கு ஒரு ஆள் போனாப்போதும், அந்தக் குடும்பமே இந்த கலவர, யுத்த நெருக்கடியில தப்பின மாதிரித்தான். ஒவ்வொண்டாய் வெளிநாடு போய்ச் சேர்ந்திடுங்கள். சித்தப்பன் பெரியப்பன் குடும்பங்கள்கூட பல இடங்களில கரை சேர்ந்திருக்குது. அப்பிடி ஒரு பெரிய அலை இது. ஒருவேளை... இதுவே கடைசி அலையாயும் இருக்கலாம்."

நெடுமூச்சுவிட்டார்.

இருந்த இடத்திலேயே அவதியோடு அசைந்தார்.

இருளைத் துளாவினார்.

லாம்பு கூடு பத்திக்கொண்டு போனது.

இருளில் அவர் குரல் எழுந்தது: "மகேஷுவை எப்பிடியாச்சும் வெளியில அனுப்பியிட வேணுமெண்டதுதான் ராப்பகலாய் இந்த

நாள்க்களில நான் கண்ட கனவு. போன வருஷத்திலயிருந்து நாயாய் நான் அலைஞ்சது அதுக்காகத்தான். நயினாதீவு போய் செல்லத்தம்புவைப் பாத்தன். அவரின்ர மோனும் மருமோளும் இப்ப கனடாவிலயெல்லே! அவருக்கு நான் முதல் அலையடிச்ச காலத்தில... ரண்டாம் அலையடிச்ச காலத்திலயெல்லாம் ஏமாறின கதையள் தெரியும். அதோட... பாட்டாவுக்கும் அவரின்ர தேப்பனுக்கும் இடையில அந்தக் காலத்திலயே பழக்கமும் குடுக்கல் வாங்கலும் இருந்தது. பழசை மறக்கிற மனிசரில்லை செல்லத்தம்பு. மகேஷுவை அனுப்புறதில பாதிப் பணத்துக்கு அவர் உதவி செய்யிறதாய்ச் சொன்னார். பாதிக்கு விசுவமடு தாமோதரியும், கண்டாவளை ராயப்புவும் உதவி செய்யிறதாய்ச் சொல்லிச்சினம். இந்த நிலைமையில... என்ர மனசு எப்பிடியிருக்கும், ராசா? யோசிச்சுப் பார். அண்ணை எங்கயெண்டு கேட்டதுக்கு அண்டைக்கு நீ சொன்ன பதிலில நான் எரிஞ்சுபோனன், அப்பு."

விம்மல்போல சத்தம் எதுவோ எழுந்தது.

அழுதாரா என்று பார்த்துத் தெரியமுடியாதபடிக்கு இருட்டு சூழ்ந்திருந்தது.

சொற்கள் வந்த மாதிரியிலும், தொடர்ந்து விழுந்த மௌனத்தின் கனதியிலும் அவர் அழுதிருக்கக்கூடிய சாத்தியம் தெரிந்தது.

மூக்கை உறிஞ்சினார். ஒரு சுதாரிப்புக்காக இருக்கும். குரல் தெளிவாய் விரிந்தது: "இந்த அலையோட கரையேறினாச் சரி. இல்லாட்டி ஜென்ம ஜென்மத்துக்கும் இப்படியேதான் கிடந்து சீரழியவேணும். சண்டை இனி செயம் கொள்ளுமெண்டு நான் நினைக்கேல்லை. எல்லாம் ஒரு சமாதானத்தில வந்து முடிய கொஞ்சக் காலம் ஆகாது. அது இல்லையெண்டாலும் இந்த மூண்டாம் அலையாவது கெதியில ஓயும். அதுக்குள்ள ஏதாவது செய்தாத்தான் உண்டு. மகேஷ்தான் என்ர நம்பிக்கையில, ஆசையில, கனவில மண் அள்ளிப் போட்டுட்டு ஓடியிட்டான். அதால என்ன? எனக்கு... இன்னும் நீ இருக்கிறாய். நீ வெளிநாட்டுக்குப் போ, இந்திரா. நான் உன்னை அனுப்பிவைக்கிறன்."

அந்த அதிர்ச்சி இந்திரனிடத்தில் நீங்க வெகு நேரம் பிடித்தது.

11

கண்டாவளைச் சந்தியில் ஓட்டுத் தொழிற்சாலைக்குக் கிட்ட அந்தக் கடை இருந்தது. சூழ உள்ள குடியேற்றப் பகுதிகளுக்கு ஓரளவு மத்தியஸ்தானம்போல அந்த இடம். அங்கிருந்து பஸ் எடுக்கிறது சுலபம். பஸ் இல்லாவிட்டால் அங்கிருந்து தட்டிவான் புறப்படும். அதுவுமில்லையேல் ஏதாவது ட்ராக்டரில் இடம்பிடித்துப் போகலாம். போகவென்று புறப்பட்டு வந்துவிட்டால் உபாயங்கள் அங்கே புறச் சூழ்நிலைக்குத் தக உருவாகும் என்பது எல்லாருக்கும் தெரிந்திருந்தது.

இரண்டு சிறிய கடைகளாகக் கட்டப்பட்ட கட்டிடம் அது. ஒரு அறையைக் கடையாக நடத்திக்கொண்டு, அடுத்த அறையை வீடாகப்

பாவித்தார்கள். வீட்டு அறைக்குப் பின்புறம் ஒற்றைச் சிறகுக் கதவுபோட்ட வாசல் இருந்தது. வாசல் எதிரே மண் குசினி. கடையின் பச்சைப் பெயின்ற் அடித்த முன்பக்க மடக்குக் கதவு எப்போதும் பூட்டியே இருக்கும். ஊர்வசியும் அவளிரு பிள்ளைகளும் மட்டுமே அப்போது அங்கே இருந்தார்கள். ஐந்து பேர் கொண்ட அக்குடும்பம் மூன்று பேராகச் சுருங்கியது அங்கே சராசரிக் குடும்பங்களின் சரித்திரம் போன்றதுதான்.

ஊர்வசியின் கணவன் வேலையா பரந்தனில் ஐந்தாம் வாய்க்கால் பகுதியில் விதானை கமத்திலே கூலிக்கு ட்ராக்டர் ஓட்டிக் கொண்டிருந்தவன். தினசரியில்லாவிட்டாலும் இரண்டு மூன்று நாட்களுக்கொருமுறை வீட்டுக்கு வருவான். ஒருமுறை வீட்டிலிருந்து வேலைக்கென்று சென்றவன் ஒரு வாரமாகியும் வராதுபோக, ஊர்வசி விசாரித்துச் சென்றதில்தான் தெரிந்தது அவன் கமத்துக்கே போகவில்லையென்பது. ஊரெல்லாம் தேடினாள். வேலையாபற்றித் தெரியாதுபோனாலும், வேலையா வேலைக்கென்று புறப்பட்டுச் சென்ற அன்று காலை விசுவமடுவுக்குக் கிட்ட வாகனங்களையெல்லாம் ராணுவம் சோதனையிட்டமை தெரியவந்தது. ஊர்வசி விசுவமடுவில் விசாரித்து, ராணுவ சோதனை நடைபெற்ற இடத்துக்கு வந்து சேர்ந்தாள். அக்கம் பக்கத்து வீடுகளில் கேட்டதில் தெரிந்தது, அவள் சொல்லும் அடையாளமுள்ள ஒரு மனிதனும் அன்று ராணுவத்தால் கைதுசெய்யப்பட்ட விபரம். வேலையாவின் கைகளைப் பிடித்து ட்ராக்டர் செலுத்திக் காய்த்துப் போயிருந்த அடையாளங்களைப் பார்த்துவிட்டு ஆயுதப் பயிற்சி பெற்ற புலியென்று ஒரு ராணுவத்தான் அவனைத் தள்ளிக்கொண்டு போனதாக, அவ்வீட்டு வாசலில் அந்நிகழ்வின் கண்கண்ட சாட்சியாய் நின்றிருந்த ஒரு பள்ளிச் சிறுவன் விபரம் தெரிவித்த தாயாரோடு கூடநின்று கூறினான்.

அங்கிருந்து அழுகையும் கண்ணீரும் ஒப்பாரியுமாகத்தான் கண்டாவளை வந்து சேர்ந்தாள். நடந்த தூரமெல்லாம் அவள் வைத்த ஒப்பாரியில் வானமே சோகம் பூண்டது; காற்று நெஞ்சுடைந்தது; அவ்வனப் பிரதேசத்தின் பயிர் பச்சைகள் மரம் செடி கொடிகளெல்லாம்கூட தவிப்பில் ஆழ்ந்தன; பறவைகளும் துக்க மேலீட்டில் இசைக்க மறந்தன.

மேலே என்ன செய்ய? ஏதுமறியாள் ஊர்வசி. ஒரு காலத்தில் எம்.பி.யிடம்தான் இதுமாதிரியான விஷயங்களுக்கு மக்கள் ஓடினார்கள். இப்போது எங்கே ஓட, அவர்களும் ஓடிவிட்ட நிலையில். அவளுக்குத் தெரியும். அவள் சிறுமியாக இருந்தபோது இப்படியெல்லாம் நடந்தது. ஒரு ஹர்த்தால் நாளில் மின் கம்பிகளில் சைக்கிள் செயின் எறிந்து கிளிநொச்சியில் பெருமிடங்களிலும், பரந்தனில் அங்கங்கேயும் மின்விநியோகத்தைத் தடுத்தார்கள் சில மாணவர் பேரவை உறுப்பினர்கள். இரவில் நகரமே இருளில் மூழ்கிப்போயிருந்தது. மறுநாள் காலை தகவலின் பேரிலோ சந்தேகத்தின் பேரிலோ கண்டாவளைச் சிவானந்தனை பொலிஸ் வந்து பிடித்துப்போனது. அந்த நேரத்தில் பெற்றாரும் உறவினரும் எம்.பி.யிடம்தான் ஓடிப்போய் முறையிட்டார்கள். மேலிடத்தில் தொடர்புகொண்டு மறுநாளே விடுதலையாகவைத்தார் எம்.பி.

எழுபத்தைந்தாம் ஆண்டளவில் நடந்தது இது. இப்போதோ எண்பத்தைந்து.

வீடு திரும்பிய ஊர்வசி இரண்டு நாட்கள் படுக்கையிலே கிடந்து அழுதுகொண்டிருந்தாள். கடைசியில் அவளது மூத்த மகன் வேந்தன் அவளைத் தெளிவித்து எழவைத்தான்.

வேலையா பிடித்துக்கொண்டு போகப்பட்ட பிறகு, ஊர்வசிதான் கடையைக் கவனித்தாள். வேந்தன் படித்தான். ஓய்ந்த நேரத்தில் அவனும் ஊர்வசியுமாக வெறுமையாய்க் கிடந்த பின்நிலத்தில் தோட்டம் செய்தார்கள்.

வேந்தனுக்குக் கீழே இரண்டு பிள்ளைகள். நிரம்பக் காலம் கழித்தே பிறந்தன. ஒன்று விஜயலட்சுமி; மற்றது நிரஞ்சன். நிரஞ்சனுக்கு அப்பாவை ஞாபகமில்லை. விஜயலட்சுமி அவ்வப்போது நினைவுகொண்டு கதைத்து வந்தாள். இப்போது அவளுக்கும் மறக்க ஆரம்பித்திருந்தது. வேலையா கைதுசெய்யப்பட்டு நான்கு வருஷங்கள் முடிந்திருந்தன.

வேலையா எங்கே கொண்டு செல்லப்பட்டானென்று யாருக்கும் தெரிந்திருக்கவில்லை. ஒருவேளை தென்னிலங்கையிலுள்ள பூசா முகாமுக்காயிருக்கலாம்; அல்லது பட்டலந்தையிலுள்ள வதை முகாமுக்காயிருக்கலாம். அவர்கள் பயங்கரவாத தடுப்புச் சட்டத்தின் கீழ் பிடிக்கப்பட்டவர்கள். அவர்களுக்கு விசாரணைகூடக் கிடையாது. பெரும் பணவசதி இருந்தால் ஒரு வருஷத்திலாயினும் வழக்கை நீதிமன்றத்தில் விசாரணைக்கு எடுப்பித்து பிணையில் வெளிவரச் செய்யலாம். ஊர்வசிக்கு ..? மேலும் அவன் உயிருடன் இருப்பது இல்லாதது தெரியாது. ஒரு காலத்தில் திரும்பி வந்தால்தான் உண்டு.

பகலின் தேவைகளில் பலவற்றை உழைக்கப் பழகிவிட்ட பிறகு அவனில்லாமலேகூட சமாளிக்கப் பழகிவிட்டிருந்தாள் ஊர்வசி. இப்போது வேந்தனும் இல்லை. வேந்தன் புலிகள் இயக்கத்தில் சேர்ந்து இரண்டாண்டுகள். ‘அம்மா, இயக்கத்தில் சேரப்போகிறேன்’ என்றவுடன் சிறிது யோசித்துவிட்டு சரியென்றுவிட்டாள். அவள் மட்டுமேதான் உழைக்க வேண்டியிருந்தது மூன்று வயிறுகளை நிரப்ப.

இரவில் அவள் மனமும் தேகமும் வதைபடும். அதுவும் ஒருவகை மரப்புக்குள்ளாகிவிட்டது இப்போது. ஆனால் சமீபகாலச் செய்திகள் ஒரு உணர்வுச் சுரணையை ஏற்படுத்தியிருந்தன. பயங்கரவாதத் தடைச் சட்டத்தில் கைது செய்யப்பட்டவர்களை விடுவித்தலென்பதும் இந்தியாவின் ஒரு நிபந்தனையாக இருந்து, ஏற்கனவே பூசா முகாமிலிருந்து பலபேரை விடுதலை செய்வித்திருந்தது. செய்தியில் கேட்ட நாளிலிருந்து ஆசைகள் வெடித்து நித்திரை அழிந்தது. உடல் தேவை சார்ந்த உக்கிரத் தேடலொன்று இருப்பினும், தேடலின் முதல் தேவை ஆன்மாவுக்கானதாயே இருந்தது. அவள் ஆன்மா காதலில் கனத்துக் கிடந்தது.

அன்று ஓரளவு தூங்கிய இரவு.

வழக்கத்துக்கு முன்னதாகவே எழுந்துவிட்டிருந்தாள் ஊர்வசி.

பொழுது வைகறை அடையும் எல்லை அது.

பூமி இன்னும் இருள் போர்த்தே இருந்தது.

விளக்கைக் கொளுத்திக்கொண்டுதான் வெளியே வந்தாள். காற்று அணைத்துவிடாதவாறு விளக்குக் கொழுந்தை கையால் அணைத்தபடி வந்து குசினிக் குந்தோடு வைத்தாள். வீதிக்குச் சென்று இருபுறமும் நெடுந்தொலைவுக்கு நீண்டு கிடந்த வீதியின் எதிரெதிர் முனைகளில் நெடுநேரமாய் மாறிமாறிப் பார்வையை வீசியபடி நின்றாள்.

இருள்தான். ஆனாலும் புறவுருவின் அசைவெதையும் காண பழக்கமும் கூர்மையும் பெற்றிருந்த கண்கள் அவை.

வெறிதைத் துளைத்து மீண்ட பார்வையுடன் குசினித் திண்ணையில் வந்தமர்ந்தாள். நாடிக்கு கையை முட்டுக்கொடுத்து, வேலி மேலால் தலையசைவு ஏதாவது தெரிகிறதா என்று கவனித்தபடி இருந்தாள். பார்வை அப்பணியில் அமர்ந்திருக்க சிந்தனை வேறிடம் தாவத் துவங்கிற்று.

வாழ்வு அவ்வளவு மோசமானதாக இருக்க முடியுமென்று அவள் என்றுமே எண்ணியதில்லை. என்ன நடந்தது அவர்கள் வாழ்வுக்கு? காலவெள்ளம் அவ்வளவு விசையாக ஏதொன்றையும் பார்க்காமலா இழுத்துக்கொண்டு ஓடுகிறது? விதியென்று அதற்கு நாமகரணம் செய்யப்பட்டிருப்பது அவளுக்கும் தெரியும். அவர்கள் செய்வதற்கு எதுவுமில்லையென்பதான ஓட்டம் அது.

முடிந்ததெல்லாம், இலகுவாக இழுபட்டுச் செல்லக்கூடியதாய் இழுவைக்கு இணங்கிவிடுவதுதான்; எதிர்ப்பின்மைதான். எதிர்ப்புக் காட்டியவர்கள் நோவுதான் கண்டிருக்கிறார்கள். முரண்டு பிடித்து நின்று இழுப்புவிசைக்கு விலகி எங்கோ திசைமாறிச் சென்று சுழியில் அகப்பட்டு அழிந்தவர்கள் நிறையப் பேர்களை அவளுக்குத் தெரியும்.

அவள் இரண்டு வகைகளிலும் – இணங்கியும் எதிர்த்தும் – வாழ்ந்து கொண்டிருந்தாள் என்பது முக்கியமான அம்சம். பெரும்பாலானவர்களால் அப்படித்தான் முடிந்திருக்கிறது.

விடிந்து வந்தது.

குழந்தைகள் எழுந்தன.

விஜயா வந்து விளக்கை அணைத்துவிட்டு ஓரமாக எடுத்து வைத்தாள். "பசிக்குதம்மா" என்று தாயாரெதிரில் குந்தினாள்.

ஊர்வசி பிரக்ஞையடைந்து நிமிர்ந்து பார்த்தாள்.

கோபமா? அல்லது சோகமா? ஒருவேளை இரண்டும் கலந்ததோ?

"என்ன விஜயா இது? வீட்டு நிலைமை தெரியாமல் ..."

"இல்லையம்மா, பானையில தண்ணி ஊத்திவைச்ச சோறு கொஞ்சம் இருக்கம்மா. மரவள்ளிக் கிழங்குக் கறியும் கிடக்கு. வாயில வைச்சுப் பாத்தன். பழுதாகேல்லை. அதுதான் கேட்டனம்மா."

“அண்ணை வருவான்.”

“அண்ணை வருமா?”

“ம்! அது வந்தால் ஒரு வாய் சாப்பிடக் குடுக்கலாமெண்டு மத்தியானம் நான் சாப்பிடாமல் எடுத்துவைச்ச சோறு. மரவள்ளிக் கிழங்கும் பழஞ்சோறுமெண்டால் அண்ணைக்கு நல்ல விருப்பம்.”

“ஓமம்மா. அதுவும் றால் போட்டுக் காய்ச்சின கிழங்குக் கறியெண்டால் அண்ணை சும்மாயே அள்ளி அள்ளித் தின்னும்.”

“நாங்கள் வழக்கம்போல சோத்தைக் காய்ச்சி கஞ்சியை இப்ப குடிப்பம். மத்தியானத்துக்கு மேல, மரவள்ளித் தடியொண்டை இழுத்து கறிவைச்சு சாப்பிடலாம், என்ன?”

“சரியம்மா.”

உள்ளே சாப்பாடு வைத்து மூடியிருந்த மூலையில் நிரஞ்சன் நின்று ஏதோ கடபுடா... செய்வது தெரிந்து எழுந்து ஓடினாள் விஜயா.

“என்ன, நிரஞ்சு?”

“பசிக்குதக்கா.”

“பொறு, இப்ப தேத்தண்ணி வைச்சுக் குடிப்பம். பொறுத்து... சோறு காய்ச்சித் திம்பம்.”

“அங்கயிருக்கு... கிழங்குக் கறி...”

“அதுவோ..? அது பழுதாய்ப் போச்சு. திண்டால் வயித்துக்கை குத்தும். அது வேண்டாம். எங்களிட்ட இன்னும் கொஞ்ச மரவள்ளித் தடியள் நிக்குதுதானே! புதிசாய்க் கறி வைச்சு திங்கலாம், என்னப்பு..!”

குழந்தைகளுக்குப் பசி.

கடந்த ஒரு வாரமாய் ஒரு நாளைக்கு ஒரு வேளை சாப்பாடுதான். அதுவும் அரை வயிறு கால் வயிறென்று.

கேட்டுக்கொண்டிருந்த ஊர்வசிக்கு கண்கலங்கிற்று.

மனத்தைத் தேற்றிக்கொண்டு மறுபடி வீதிக்கு வந்தாள். ஏன் வேந்தன் வரவில்லை? ‘ராவில சென்றிக்கு வருவன் இந்தப் பக்கம். ஒவ்வொரு நாளும் வர ஏலாது. கிழமைக்கு ஒருக்கால் ரண்டுதரமெண்டு வந்து உன்னையும் தம்பி தங்கச்சியையும் பாத்திட்டுப் போகலாம். இனி அடுத்த சனிக்கிழமை வருவன்’ என்று போன தடவை சொல்லிச் சென்றானே!

ஊர்வசியின் பார்வை உன்னித்தது.

தூர அசைவது... சைக்கிள்தானா?

ஆம், பறந்து வந்து கொண்டிருந்தது ஒரு சைக்கிள்.

வாசலில் சைக்கிளை நிறுத்தி அவசரமாய் இறங்கிய வேந்தன் தாயாரிடம் சொன்னான்: “உள்ள வந்து நிண்டு பேசிப் போக ஏலாதம்மா. சென்றி மாறுறதுக்கு ஆள் இன்னும் வரேல்லை. சீனன்

மட்டும்தான் இப்ப அங்க நிக்கிறான். நான் உடன போகவேணும். ஏதோ கரச்சல்போல இருக்கு. ஒண்டயும் நினைச்சு கவலைப்படாத, அம்மா. நிலமை நல்லாயிருந்தால் அடுத்த கிழமை வாறன், என்ன! தங்கச்சியிட்டயும் சொல்லு."

அவன் போகத் திரும்பினான்.

"வேந்தா!"

நின்றான். "என்னம்மா?"

"பழஞ்சோறு கொஞ்சம் இருக்கு. மரவள்ளிக் கிழங்குக் கறியும் வைச்சிருக்கிறன். ஒரு வாய் சாப்பிட்டுட்டுப் போ, அய்யா."

வேந்தன் சிரித்தான். மீசை அரும்பத் துவங்கியிருந்த அந்த முகத்துக்கு அந்தச் சிரிப்பு ஒரு முதிர்ச்சியைக் கொடுத்தது. "சாப்பிடுவமம்மா. எல்லாரும் ஒண்டாயிருந்து நிம்மதியாய்ச் சாப்பிடுற நாள் கெதியில வருமம்மா. நான் வாறன்."

வந்த வழியே மறுபடி சைக்கிள் காற்றாய்ப் பறந்தது.

சைக்கிள் சத்தம் வாசல்புறத்தில் கேட்டு ஓடிவந்த விஜயாவும் நிரஞ்சனும் அண்ணன் வெகுதொலைவு சென்றுவிட்டிருந்ததில் முகத்தில் சோகத்தை வழிய விட்டனர்.

அவர்கள் வாழ ஆசைப்பட்டவர்கள்.

அது, அவர்கள் கேட்ட வாழ்க்கையல்ல.

அது வாழ்க்கையே அல்ல.

ஆனாலும் அந்தப் புரிதலும்... அந்தப் பொறுதியும்... அந்தப் பாசங்களும்...

நாம் வாழவே எழுந்தோம் என்று ஒரு கவிஞன் வெடிக்கவிருந்த கவி முழக்கம் அப்போதே காற்றில் மிதந்து கொண்டிருந்ததோ?

12

'அவசியம் போகவேண்டும், அம்மாவையும் ஐயாவையும் ஒருமுறை பார்த்துவிட்டு ஓடிவந்துவிடுகிறேன்' என்று சொல்லிவிட்டுப் போனவன் ஒரு மாதமாகி வரவில்லை; இரண்டு மாதங்களாகியும் வரவில்லை. ஏற்கனவே யோசனை மட்டும்தான் அவளிடத்தில் பிடித்திருந்தது. அதற்கு மேலே கவலையாகிவிட்டது. எதுவும்தான் நடந்திருக்கக்கூடும். அப்படியான சூழ்நிலை அது. இந்தியக் கடற்படை வெகு உஷாராக பாக்குத் தொடுவாயைக் கண்காணித்துக் கொண்டிருந்தது. கடல் எல்லைக் கோட்டைக் கடந்து வருதலோ போதலோ சாத்தியமே இல்லையென்ற நிலை. ஆனால் அவள் போகத் தீர்மானித்தாள்.

இந்தியப் படைகளுக்கும் விடுதலைப் புலிகளுக்கும் இடையே முரண் இணக்கம் ஒன்று தெரிந்தது. விடுதலைப் புலிகளும் மற்றைய

இயக்கங்கள்போல் இந்திய – இலங்கை உடன்பாட்டை ஏற்றுக் கொண்டு ஆயுத ஒப்படைப்புக்குத் தயாராகவிருந்தது. தொடர்ந்து ஓரிரண்டு கேந்திரங்களில் ஆயுத ஒப்படைப்பும் நிகழ்ந்தது.

மகத்தான முற்றவெளிக் கூட்டம் வடமாகாணத்தைப் பெரும் புளகத்தில் ஆழ்த்தியிருந்தது. வாழ்வுத் தவன வெளிப்பாடு வழிபாடாய்ப் பெருக்கெடுத்தது. இறைவனுக்கு நன்றி சொல்லுதல் கடமை. கோயில்களில் அடங்கிக் கிடந்த கண்டாமணிகள் நாக்கசைத்தன. மணிநாத அதிர்வுகள் எங்கும் வியாபித்தன. மன அதிர்வுகளை அவை உற்பவித்து உள்ளேயே அடங்கின. மணி கிணுகிணுக்க சிறுசிறு கோவில்களில்கூட தீபாராதனைகள் காட்டப்பெற்றன. அரோகராக்கள் எழுந்தன. ஆனாலும் நாளடைவில் ஒரு ஏறுமாறான நிலைமை அரசியல் களத்தில் விரியத் துவங்கிற்று. வெளிப்படையான காரணம், வெளிப்படையான நிகழ்வுகள் ஏதுமில்லாவிட்டாலும் அதை உணரக்கூடியதாய் இருந்தது. இருந்தும்தான் அவள் தன் தீர்மானத்தைச் செயலாக்க முனைந்தாள்.

தங்கியிருந்த வீட்டுக்காரியிடம் தான் சென்னைக்குப் போக வேண்டியிருப்பதாகச் சொல்லிக்கொண்டு தஞ்சாவூர் ஓடினாள். யோகேஷின் நண்பர்கள் சிலரை அவளுக்கு அறிமுகமாகியிருந்தது. சந்தித்து ஊர் செல்ல ஏற்பாடுகள் செய்தாள்.

ஒரு அதிகாலை வேளையில் வள்ளம் புறப்பட்டது.

ஒரு பயம் உள்ளூர இழையோடியது அவளுக்கு.

வள்ளத்தில் இயக்கத்தைச் சேர்ந்தவர்கள் இல்லாமல் அவள்போல் அவசியத்திலும் அவசரத்திலும் ஊர் திரும்பும் பொதுமக்களே இருந்தமை ஓரளவு ஆறுதல் செய்தது.

சென்னை செல்லாதது தாயாரைச் சந்திக்கக்கூடாது என்பதனாலே தான். அவளின் சந்திப்பை அவள் முழுக்கவே மறுத்தாள். தாயாருக்கு இனி மறுப்பு / சாக்கு சொல்ல அவளால் முடியாது.

நாடு அமைதிக்கான பின்புலத்தை விரித்துவிட்டது. சுதன் சொன்னபடியேயான நிகழ்வுகளுக்கு சகுனங்கள் வெளிப்பாடடைந்து விட்டன. அவன் தன்னிலையையாயினும் புத்திசாலித்தனமாகக் கணித்திருந்தான் என்று அவளுக்கே இப்போது பட்டது. இந்தச் சமயத்தில் தாயார் நெருப்பெறிந்து வெடிப்பாள்; திட்டுவாள். அதைக்கூடத் தாங்கிவிட முடியும். அவள் விருப்பத்தைத்தான் செய்துவிட முடியாது. ஏனெனில் தனிநபர் குற்றங்களாய் அவனது ஒழுகலாறு இன்னும் அவளிடத்தில் இருந்துகொண்டிருந்தது. தனது அந்த முடிவுகளோடு அரசியையோ வாலாம்பிகையையோகூட அவளால் சுமுகமான மனநிலையுடன் சந்தித்துவிட முடியாது. அப்போதைக்கு தவிர்த்து தகுந்த சமயத்தில் அதை அவள் செய்வாள்.

மனம் ஊர்நோக்கிச் சிறகடித்தது.

நயினையின் கடற் பிராந்தியம்... முத்தேர் அம்மன் கோவில்... மேற்கின் பசுமை கொழித்த வயல்கள், தோட்டங்கள்... அதன் கிழக்கு

முனைகளின் கீழும் மேலுமான படகுத் துறைகள்... அதற்கென்று வீசும் சுகந்த காற்று... அதற்கென்று உள்ள பறவைக் கீதம்... அதற்கென்றுள்ள உதய அஸ்தமனங்கள்... அதற்கென்று ஒளிவீசும் அம்புலியும் நட்சத்திரங்களும்...

மண்ணோடு மனிதர்க்கு ஓர் அத்யந்த பிணைப்பு இயல்பில் உருவாகிறதுதான். அது உருவாவதுகூட இல்லை. பிறப்போடு இணைந்திருப்பது. மண், அதன் பிள்ளைகள் எல்லோருக்கும் பொது. அதே நேரத்தில் தனதென்றும் படத்தக்கது. மண் மட்டுமில்லை, மொழியும் அத்தன்மையதே. அவை சுயம் விளங்கவைக்கும் ஆதாரங்களே தவிர வேறில்லை. ஆனால் வேறுபோலவும் தோற்றம் கொடுக்கும். அந்த பிம்பம் மயக்கும் ஆற்றலுடையது. அவள் தன் மண்ணில் காலடி வைக்கத் துடித்த கணங்கள் மிக்க கனதியானவை. அவள் அதற்காய்த் துறந்துவருவது தன் உறவை மட்டும்தான்; காதலை இல்லை. காதலையும் சிதறடித்துவிட்டு நிர்வாணியாக நிற்க வெகு உக்கிரமான எண்ணங்கள் கடந்த சில மாதங்களிலே அவளுக்குள் எழுந்தன. தசைகள் கனத்துத் தெரிந்தன. மேனி எப்போதும் உட்கனலில் வேகுவதுபோல் இளைத்து வந்தது. கஜுராஹோ சிற்பங்கள் மனத்தில் சரீரங்களாய் அசைந்தன. முயங்கி முயங்கி தீ பிறப்பித்தன! ஓ..! அவள் அக்கணங்களை வென்றாள் தற்காலிகமாயேனும். அது முக்கியம்.

காலை இளங்கதிர் இதம் செய்தது. பயம் மெல்லமெல்லவாய் அழிந்திருந்தது. விச்ராந்தி நிலையில் மனம். வெளியினில் அது உடலைத் தூக்கிக்கொண்டு பறக்க முயன்றது.

மதியத்தில் அவர்கள் மன்னார்ப் பகுதியை அடைந்தனர்.

கரைப் பாதை வழியே இன்னும் கேரதீவையும் யாழ்ப்பாணத்தையும் அடையக்கூடிய சாத்தியம் இருந்தது. சிறீலங்கா ராணுவம் முகாங்களில் அடக்கிவிடப்பட்டிருந்ததால் வழி திறந்தேயிருந்தது. ஒரு காலத்தில் கதிகலங்க வைக்கும் கோர சம்பவங்களின் நிகழ்விடங்களாய் அப்பாதைகள் இருந்ததை அவள் அறிவாள். இப்போது இயல்பு சுழலத் துவங்கியிருக்கிறது. பஸ் பயணம் இயலும்.

மாலையளவில் பஸ் நிலையம் வந்தனர்.

அங்கே... ஒரே திமிலோகம்! பஸ்கள் நிறைய நிறைய சனங்களை அடைத்துக்கொண்டு பறந்துகொண்டிருந்தன. ஆங்காங்கே கூட்டமாய் மக்கள். அவர்கள் முகமெங்கும் கலவர நிழல்.

'என்ன நடந்து கொண்டிருக்கு?'

'சண்டை துவங்கியிட்டுது!'

'ஆருக்கும் ஆருக்கும்?'

'புலியளுக்கும் இந்தியப் படைக்கும்!'

'கடவுளே!' ஒரு நிர்க்கதி. தொடர்ந்து: 'சரி, யாழ்ப்பாணம் போக ஏலுமோ?'

'கொழும்பைத் தவிர வேற எங்கயும் போக ஏலாது!'

கை வளையலை விற்றுக்கொண்டு, அன்றிரவே இந்தியா திரும்பத் தீர்மானித்த பயணிகளோடு தானும் திரும்பக் காத்திருந்தாள். தங்காலையிலிருந்து வந்த ஒரு மீனவக் குடும்பத்தின் படகில் அவளுக்கு இடம் கிடைத்தது.

அவர்கள் தமிழகத்தில் வந்து கரையிறங்கினார்கள். தங்கச்சி தங்கச்சியென்று வலு வாரப்பாடாய் அவளோடு பழகினாள் அந்தக் குடும்பத்துப் பெண்.

அவளது மறுவருகை மகாசோகமானது. அதிகாரிகளிடம் பதிவு செய்யக் காத்திருந்த வேளையில் மேலே சோகப்படவும் முடியாமல் மனம் ஸ்தம்பித்து வந்தது. எங்கே அவள் எதிர்பார்த்த சமாதானம்? ஏன் யுத்தம் தொடங்கியது? எத்தரப்பு காரணம்? அவை தேவையற்ற கேள்விகள் அவளுக்கு. கனவுகள் பொய்த்துப் போயின. மரத்தால் விழுந்தவனை மாடேறி மிதித்ததுபோல மீண்டும் மீண்டும் யுத்த அவலம்! பி.பி.சி. தமிழோசையிலும் ஆங்கிலச் செய்தி ஒலிபரப்பிலும் யுத்த நிலைமை சொல்லிற்று. அவள் நெஞ்சு முறுகிப் பிழிபட்டது. என்னவும் ஆகட்டும், எதுவும் எப்படியும் போகட்டுமென்று ரேடியோவை பாய்க்கிலே வைத்துப் பூட்டினாள். ஒரு இருண்மையுள் அவளதும், மொத்த ஈழத் தமிழர்களதும் எதிர்காலம். மரக்காணத்துக்கு அருகிலுள்ள புயற்கூட்டில் சில வாரங்கள் தங்கவைக்கப்பட்டார்கள். பின் கடற்கரையோர புதிய அகதி முகாமுக்கு மாற்றப்பட்டார்கள். ராஜி தான் கூடிவந்திருந்த குடும்பத்தைச் சேர்ந்தவளாகவே பதிந்து கொண்டாள். அகதி முகாம் வாழ்க்கை செத்துவிடலாமோ என்று யோசிக்க வைத்தது. ஒரு பெண்ணுக்குக்கூட இயற்கை உபாதை கழிக்க இடமில்லாத கடற்கரையில்...

மற்றவர்களும் அவ்வாறே எண்ணியிருக்க முடியும். பின்னால் பெண்களுக்கென்று தனியிடங்கள் அமைத்தார்கள். என்றாலுமென்ன? வேதனை, நரகத்துக்குச் சமமாகவே இருந்தது. அத்தனை இம்சைப்பட்டது மனம். ஆனாலும் அவள் தன்னைச் சுதாகரித்தாள். வாழு என்று இயல்பான அவளது போர்க்குணம் ஓங்கிச் சொன்னது.

வாழ்வதற்கு ஒரு அகதிக்கு அங்கேயும் பெரும்பலம் வேண்டியிருந்தது.

நாட்கள் கழிவது யுக நகர்ச்சி.

காலநடையினிலே அவள் அதிலிருந்தும் மீண்டாள்.

அன்று ஒரு மாலைவேளை. தூரத்தில் நின்று கடலை ரசித்துக் கொண்டிருந்தாள் ராஜி. அங்கே கிட்டப்போய் கடலை அனுபவிக்க, ரசிக்க கரை அனுமதிக்காது.

அலை சுமந்திருந்தது கடல்.

அலைகளை அனுப்பி கரையில் அறைந்து கடல் அழுகிறதா?

அக்கரை யுத்தத்தின் ஆயுதப் புகைமூட்டம்போல் மேலே கறுத்த மேகம்.

நாளை அதற்கொரு சரித்திரம் எழுதப்படும். ஆனால் அவள்... சரித்திரக் களன்விட்டு ஓடிவந்தவள். அவள் பங்குதாரியில்லை அச்சரித்திரத்தில்.

அவள் தன்னை அநாதையென்று அங்கே சொல்லிக்கொண்டாள். சொந்தம்போலிருந்தது அன்ரனி–றோசமலரின் குடும்பம் மட்டும்தான். அங்கே நிகழ்கால உறவுகளின் ஊடாட்டம் சமதளத்தில் இருந்தது. எல்லா உறவுகளையுமே பேணிக்கொள்ள அது வசதி. அதில் நெகிழ்ந்து விலகிப்போக முடிவதில்லை. அதனால் அவளில் ஒரு இயல்புநிலை மீளத் துவங்கியது. பெருமளவு நினைவுப் பாரங்களை இறக்கியும் வைத்தாயிற்று. சில மீந்திருந்தனதான். அவை சாசுவதமானவை. உயிர் தின்ன இருப்பவை. அவள் தன்னை அவர்களுக்கு ஒளித்தாள். அதுபோல் அவர்களுள்ளும் ஒளிந்தாள். இனி யாராலும் அவளிருப்பிடத்தைக் கண்டுபிடித்துவிட முடியாது. யோகேஷினால் கூட.

மேலே நாட்கள் கழிவதில் சிரமமிருக்கவில்லை.

ராஜகருணா அங்கே அவளுக்கு நல்ல நண்பனாயிருந்தான். அவன்தான் முகாமில் இயங்கிய சின்ன மருந்தகத்துக்குப் பொறுப்பாக இருந்தது. அவனோடு சேர்ந்து அவளும் மருந்துகள், நோய்கள்பற்றித் தெரிந்து கொண்டாள்.

சென்னையிலுள்ள ஈழ ஏதிலியர் கழகத்தின் ஆதரவில் அது இயங்கியது. மருந்துகள் மற்றும் செலவுகளுக்கு தலைமையகம் போய் வருவான் ராஜகருணா. ஒருமுறை, அந்த இரண்டு வருஷங்களில் முதல் முறையாக, கலெக்டர் அலுவலகம் போய் அனுமதி பெற்றுக்கொண்டு சென்னைக்குப் புறப்பட்டாள் ராஜி, ராஜகருணாவுடன்.

13

கமலாவால் தன் காட்சியை ஒரு கணம் நம்பவே முடியவில்லை. பின்னர் உறுதிப்பட்டுக்கொண்டு "ராஜீ!" என்று கூவினாள். அவளது முகம் அப்படியே பூத்துப் பொலிந்துபோயிற்று. வாராது வந்த மாமழைபோல் அவள். அவளை வரவேற்று உட்கார வைத்தாள். பக்கத்தில் அமர்ந்து தோளிலே கைபோட்டு மெல்லென அணைத்தபடி சொன்னாள்: "இப்பிடிச் செய்திட்டியே, ராஜி! எங்க இருக்கிறாயெண்டே தெரியேல்லை. இருக்கிறியா இல்லையா எண்டதே சந்தேகமாப் போச்சு. எவ்வளவு வருத்தப்பட்டுக் கொண்டிருந்தம், தெரியுமே?" நா தளுதளுத்தது கமலாவுக்கு. இத்தனைக்கும் ராஜகருணா என்ற வேற்றாள் அங்கே இருந்துகொண்டிருந்தான்.

"யோகேஷ் ரண்டு தரம் உன்னைத் தேடிக்கொண்டு இஞ்ச வந்தது."

"தேடியா? நான் ஒளிச்சுக்கொண்டிருந்தன், அக்கா. என்ர சொந்தம் பந்தமெண்டு எவரின்ர முகத்திலயும் முழிக்க எனக்குப் பிடிக்கேல்லை. அவ்வளவு சுலபமாய் என்னைக் கண்டுபிடிச்சிட ஏலுமோ? அது போகட்டும்… உங்களைப்பற்றிச் சொல்லுங்கோ. எப்பிடி இருக்கிறியள்?"

"எங்களுக்கென்ன, நல்லாய்த்தான் இருக்கிறம். ஆனா நாட்டில தான் …"

"ம்ச்!" தன் மனவருத்தத்தைக் காட்டினாள் ராஜியும். அது மனவருத்தம்கூட இல்லை. எங்களால் என்ன செய்யமுடியும் என்பது மாதிரியான ஒரு கையறு நிலையின் வெளிப்பாட்டுத் தொனி. எந்த இயங்குதலும் சாத்தியமற்ற நிலையில் அது ஒருவரிடத்தில் தோன்றும்.

"அது சரி, ஆர் இந்தத் தம்பி?" என்று கேட்டாள் கமலா.

அதற்கு ராஜி, "பேர் ராஜகருணா. பக்கத்து வீடு. இஞ்ச மெட்ராஸுக்கு அடிக்கடி வரும். துணையாய்க் கூட்டிக்கொண்டு வந்தன்" என்றாள்.

"அது என்ன, பேர் ஒரு மாதிரி இருக்கு? சிங்களப் பேரா?"

"தேப்பன் சிங்களம்."

அதற்கு மேலே எல்லாம் புரிய முடியும்.

தேநீர் குடித்து முடிய, மறுநாள் இரண்டு மணியளவில் தயாராய் இருக்கும்படியும், தான் வந்து கூட்டிப் போவதாகவும் சொல்லிக்கொண்டு ராஜகருணா புறப்பட்டான்.

"இப்ப சொல்லு தெளிவாய் எல்லாத்தையும். ஏன் இப்பிடிச் செய்தாய்?"

கமலாவின் சடுதித்தனம் அவளைத் திகைக்கவைத்தது. ஆனாலும் அப்படி ஒரு கேள்வியை அவள் எதிர்பார்த்தே வந்திருந்தாள். அதுபோல பல கேள்விகளுக்கும் பதில்கள் அவளிடம் தயாராய் இருந்தன. ஒப்புவிக்கும் முறைகளைத்தான் தேர்ந்தெடுக்க வேண்டியிருந்தது.

"எப்பிடிச் செய்தன்?"

இப்போது ஆச்சரியப்பட்டது கமலா. "தெரியாமல்தான் கேக்கிறன், நீ விளங்கிக் கேக்கிறியா? இல்லை, விளங்காமலே கேக்கிறியா?"

"விளங்காமல்தான் கேக்கிறன். எப்பிடிச் செய்தனெண்டு சொல்லுங்கோ..!"

"கூடப்பிறந்த சகோதரம் மாதிரியெல்லே பழகினன்? எனக்குக்கூட ஒரு வார்த்தை சொல்லாமல் ஓடியிட்டியே!" சொல்லும்போதே அவள் கண்கள் கலங்கி வருவதை ராஜி கண்டாள்.

"மனவருத்தம் படாதேயுங்கோ, அக்கா. உங்களுக்குக்கூட சொல்லாமல்தான் போகவேண்டியிருந்தது. சொல்லியிட்டுப் போயிருந்தால் என்ன செய்திருப்பியள்... அம்மா, சுந்தரம் மாமா, மாலா எல்லாரும் தேடின நேரத்தில சொல்லியிருப்பியள்."

"ம்... சொல்லத்தானே வேணும்!"

"அதாலதான் சொல்லாமல் போனன். ஆரும் என்னைத் தேடக்கூடாது, ஆரும் பின்னால வரக்கூடாதெண்டு போன நான் அப்பிடியெல்லாம் செய்திட்டுப்போயிருக்க ஏலுமா?"

"அதால உனக்கு எவ்வளவு கெட்டபேர் வந்ததெண்டு தெரியுமே?"

“யோகேஷோட ஓடியிட்டதாய்..?”

“ம்!”

கொள கொளவென்று சிரித்தாள் ராஜி. பின் நிறுத்திக்கொண்டு, “நீங்கள் அப்பிடி நினைச்சியளா?” என்றாள் கமலாவைப் பார்த்து.

“நான் அப்பிடி நினைச்சிருப்பனெண்டு நீ எண்ணுகிறியா?”

“உங்களை எனக்குத் தெரியும், அக்கா. உங்களால அந்தமாதிரி நினைச்சிருக்கவே ஏலாது. ஆனா அம்மா நினைச்சா... சுதன் நினைச்சது... தம்பி நினைச்சான்... அதாலதான் சுதன் ஷீலாவை இழுத்துக்கொண்டு போச்சுது. அதாலதான்... எனக்கு இனிமேல் ஒரு பொம்பிளைப் பிள்ளைதானெண்டு இருந்திடுறன் எண்டு அம்மா சொன்னா.”

கமலா அதிசயத்தோடு அவளைப் பார்த்தாள், இதெல்லாம் எப்படித் தெரிந்தது என்பதாக.

“தெரியும்.. அறிஞ்சன்..!”

“...”

“அதுக்காக நான் கோபப்பட்டிடேல்லை. வருத்தம் மட்டும்தான் பட்டன். ஏன் இந்த மனிசர் என்னைக் கொஞ்சங்கூடப் புரிஞ்சு கொள்ளுகினம் இல்லை? பேசவிட்டா, எவ்வளவு அழகாய் மண்.. . விடுதலை... போராட்டம்... எண்டு சொல்லியிடுகினம்? ஆனா வாழ்க்கையை மட்டும் வேறமாதிரி வாழ்ந்திடுகினம். நானும் அவைமாதிரி இல்லாமலிருக்கிறதா மாறுபாடு?” ராஜி அதற்குமேல் அடக்க முடியாமல் வெடித்து அழுதாள்.

“ராஜீ..!”

“ஆரும் எப்பிடியும் நடந்துகொள்ளட்டும். எனக்கொண்டுமில்லை. ஆரும் எப்பிடியும் என்னைப்பற்றி நினைக்கட்டும். எனக்குக் கவலையில்லை. அவைக்காக நான் மாறியிட ஏலாது. எனக்கு என்ர மண்... என்ர தேசம் பெரிசு. நானும் என்ர மண்ணில இல்லைத்தான். எண்டாலும் என்ர தேசத்து மக்களோட இருக்கிறன். அவையின்ர கஷ்ரங்களோடயும் துயரங்களோடயும் இருக்கிறன்.”

மேலே பேச்சு இல்லை.

பேச இல்லை.

வெளி மௌனமாய் விரிந்தது.

சில மணித்துளிகளின் பின், “அக்கா..!” என்றாள் ராஜி.

“என்ன?”

“என்ர வாழ்க்கை கடைசியில எப்பிடிப் போய் முடியுமோ எனக்குத் தெரியாது. நாட்டுக்குப் போவனா, இஞ்சயே கிடந்து அழிஞ்சு போவனா எண்டு சொல்ல ஏலாது. ஆனா... நிம்மதியாய்மட்டும் நான் செத்திடமாட்டன், அக்கா. கடைசி மூச்சு விடுகிற நேரத்திலயும் ஒரு குறை

என்னில இருந்து கொண்டிருக்கும். நான் அப்பவும் சுதனுக்கு எழுதப்பட்ட பொம்பிளையாய்தானே சாக வேண்டியிருக்கும்! இல்லையே, அக்கா? அந்தப் பாரவிலங்கை உடைச்சு விடுதலை பெறுகிறது எப்பிடி? இனம் விடுதலை அடைஞ்சாலும், இந்த விடுதலை மட்டும் எனக்கு எப்பவுமே கிடைச்சிடாது; இல்லையே, அக்கா?"

அவை ஓரளவு பதில்களையும் உள்ளடக்கியிருக்கிற கேள்விகளாகும்.

14

பூச்சு மங்கியிருந்தாலும் தோட்டம் சூழ வீடு அழகாகவே இருந்தது. தோட்டத்தில் பூ மரங்கள் பெரிதாகியிருந்தன. குரோட்டன்கள் மட்டும் கவ்வாத்துக்குப் பயந்து வளர மறுத்தனபோல் அப்படியே நின்றிருந்தன. மல்லிகைக் கொடி போர்டிகோவை மறைப்பதுபோல் கிறீப்பையுடன் சேர்ந்து வளர்ந்திருந்தது. நந்தியாவெட்டை பூத்திருந்தது. அதன் வெண்மையின் பளீரில் கண்கள் சுற்றிச் சுற்றி வண்டுபோல் மொய்த்தன. நீதவானுக்கு ஓய்வுநேரம் பூந்தோட்டம் செய்வதுதான்போன்று முன்பக்க மூலையொன்றில் வெளிப்பிரக்ஞை மறந்து கரிசனையோடு கிண்டியால் கிண்டி புல் அரித்துக் கொண்டிருந்தார்.

ராஜி அவரைக் கண்டுகொண்டு நேரே அவரிடம் சென்றாள்.

பார்த்து, திடுக்கிட்டதுபோல் எழுந்தார்.

"ராஜீ ..! எங்கயடி போனாய் மகளே! இத்தனை வருஷமாய், ஒருதரிட்டயிருந்து ஒரு தகவல் அறியவும் முடியேல்லை. என்ன நடந்தது உனக்கு? எங்க போயிருந்தாய்?"

அவருக்கு அவைக்கெல்லாம் பதில் வேண்டியதில்லை. அது ஆச்சரியத்தின் கூவல். தகவல்கள் பல அவருக்குத் தெரியத்தான் வேண்டும். அதை இனிமேல் கேட்பார். ஆசுவாசத்துடன் அப்போது ஒன்று கேட்டார்: "எப்ப மெட்ராஸ் வந்தனீ?"

"காலமை."

மகளை அழைத்தார்.

வந்தாள். மிகவும் தேறியிருந்தாள். அவளைத் தெரிந்து/தெரிந் திருக்கலாமென்று எண்ணிச் சிரித்தாள்.

உள்ளே கூட்டிப்போய் உட்காரவைத்து தேநீர் கொடுக்கச் சொல்லிவிட்டு, தான் மேல் கழுவிவர பின்புற வழியில் குளியலறை போனார்.

கூடத்தில் மேசையோரம் போய் அமர்ந்தாள் ராஜி.

லக்சோ எப்படி இருப்பாள், ஒருதரமேனும் வந்து பாட்டனாரையும் தாயையும் பார்த்துப் போனாளா, கடிதமாவது எழுதுகிறாளா என்று யோசனை பிறந்தது. மனம் கிலேசப்பட்டது ஒரு திடீர் ஞாபகத்தில். நீண்ட காலமாக அவள் லக்சோவைப்பற்றி நினைக்கவே இல்லை.

ராஜியின் பார்வை மேசையிலிருந்த சில தாள்களில் பதிந்தது. கடிதமாய் இல்லாதிருக்கவே எடுத்துப் பார்த்தாள்.

'தீவா' எனத் தலைப்பிடப்பட்டிருந்தது.

அர்த்தம் வெளிப்படாததாலேயே ஆகர்ஷம் அதிகரிக்க வாசித்தாள்.

புஷிக்கக் கூடாதென்ற தடைச் சொல் பெற்றதாயிருந்தது அந்த மரத்தின் கனி. ஏடன் தோட்டத்து அப்பிள் மரமல்ல, அது அரண்மனை நந்தவனத்திலேயே மிகுதியாகவும் காணப்பட்டது.

அது அழகிய மரமாக இருந்தது. மற்ற மரங்களிலிருந்து இலகுவில் பிரித்து இனங்காணப்படக்கூடியன அம்மர இலைகள். வெகு முதிர் இலைகள் லேசான நீலம் விரவியும், முதிர் இலைகள் பச்சையாகவும், இள இலைகள் மஞ்சள் செறிந்தும், குருத்திலைகள் மாந்தளிர்போல் செம்மை பாரித்தும் இருந்தன.

குருவிகள் ஏனோ அம்மரத்தைச் சென்றடைவதில்லை. அது ஒருவகை அச்சத்தைக் கிளப்பி தடைச்சொல்லை ஒரு மறைச் சொல்லாய் ஆக்கியிருந்தது அத்தேசத்தில்

அவை பூத்ததைப் பார்த்ததில்லை யாரும். ஆனாலும் திடீர் திடீரென அதில் காய்கள் தோன்றி விரைவு விரைவாய்க் கனியாகித் தொங்கிக்கொண்டிருக்கும். கனிகளின் வாழ்வும் அல்பாயுசு. வாழ்நாள், கூடியபட்சம் ஒருநாள் அல்லது இரண்டு நாட்கள். அதனால் அவை மறைந்துபோகும் கனிமரங்களென்றும் அறியப்பட்டிருந்தன.

ஆண்மரம் பெண் மரமாய் இருக்கும் அம்மரம். பால் பேதம் வெளித் தெரியாது. கனி தோன்றுவதைக்கொண்டே தெரியக்கூடியனவாய் இருந்தன. அம்மரங்களின் விசேஷித்த தன்மை, மண்ணுள் வேர்களை ஆழச்செலுத்தி, தம் இணை மரத்தை நோக்கித் துளாவிச் சென்று தாம்பத்யம் அடைதலென்று மூலிகை வைத்தியர் மத்தியில் பேச்சிருந்தது. அவை தம்முள் கிளைகளை அசைத்து சைகைப் பரிமாற்றமும், இலைகளின் ஓசையில் ரகசிய மொழிப் பரிமாற்றமும் செய்து கொள்ளுமெனவும் நம்பப்பட்டது.

அக்கனி அதீத புணர்ச்சி விழைச்சலை ஏற்படுத்துமென்றும், ராக்கதம், பைசாசம்போன்ற மணவகைக் கலவி முறைகளை இச்சிக்க வைக்குமென்றும் ரகசியத்தில் ஒரு பேச்சிருந்தது. வெகுநேரம் கனியை உற்றுப் பார்த்ததிலேயே உணர்ச்சி பெற்றவர்கள் இருந்தார்களாம். ஆயிரமாயிரம் ஆண்டுகளாய் மரம் விரும்பப்பட்டும் கனி ஒதுக்கப்பட்டும் வந்தது. அதனால் அதற்கென்று ஒரு பெயரும் இல்லாமலிருந்தது. கனிமரம் என்ற சொல்லின் உச்சரிப்பில் அம்மரம் அர்த்தம்பெற்று புரிதலாயிற்று எவர்க்கும்.

ஒருநாள், சிலகாலமாய் படுக்கையறைப் பலஹீனத்தில் இருந்த மன்னன் தன் இள ராணியைத் திருப்திப்படுத்த வேண்டி காமக்

களிப்பூக்கமும் அபார தாதுபுஷ்டியும் அளிக்கும் எனக் கருதப்பட்ட அம் மரக்கனியொன்றை இரகசியத்தில் உண்டுவிடுகிறான்.

அன்று வான்வெளியில் சில உற்பாதங்கள் நிகழ்ந்தனவாம். தேசத்தில் எங்கோ அமிலம் பொழிந்ததாம் மழையாய். பௌர்ணமியில் நிலா வர மறுத்து அமாவாசை செய்ததாம்.

ராஜி அடுத்த பக்கத்தைப் புரட்டினாள். மேலே இல்லை. இடை நின்றிருந்ததா, முடிந்திருந்ததா என்று தெரியவில்லை. அது என்ன? கதையா? தேவதைக் கதையா? மர்மமாய் நிகழ்வுணர்த்திய உரைவீச்சா? இதைத்தான் புதிய பாணிக் கதைசொல்லல் என்று சிலர் கூறுகிறார்களோ? அவளுள் கேள்விகள் பிறந்தன.

தேநீர் கொண்டு வந்தாள் பூமணி.

சிறிதுநேரத்தில் குளித்துவிட்டு ராஜநாயகம் வந்தார்.

"படிச்சியா?" என்றார் தாள்களைத் தலையசைப்பில் சுட்டி. "எப்பிடி இருந்தது?"

"தொடர்ந்து படிக்கவேணும்போல ஆவலாய் இருந்தது. அது சரி, அது முடிஞ்சுதா? தொடர்ந்து எழுதவேணுமா?"

"எழுதவேணும். முடிக்கிற மனநிலை வரேல்லை. சொல்லும் வீச்சாய் வரேல்லை. கதையாடலை ஒரு புதிய தளத்தில செய்ய நினைச்சு எழுதினது."

அவர் மொழியை வீச்சாய் எழுத மட்டுமில்லை, பேசவும் தொடங்கியிருந்தார் என்பது புரிந்தது. பின்னர் அவள் கேட்டாள்: "அதென்ன, தீவா? தீவாவெண்டு ஒரு மரம் இருந்ததா? மரங்களைப்பற்றின புராண, இதிகாசக் கதையா?"

"பொறு. மிச்சமும் எழுதி முடிச்ச பிறகு நீயாயே விளங்கிக் கொள்ளுவாய். விளங்கிக் கொள்ளாட்டியும் பாதகமில்லை. தலைப்பைவிட அது சொல்லுற விசயம்தான் முக்கியம். விசயம் விளங்கினால் தலைப்பு விளங்கும்" என்றார் அவர்.

பின், "சரி, இனிச் சொல்லு, இவ்வளவு நாளும் எங்க துலைஞ்சு போயிருந்தாய்?" என்று கேட்டார்.

அவள் சற்று இறுகினாள். சொல்லவேண்டும்தான். ஆனால் எவ்வளவு என்பது தீர்மானமில்லாமல் இருந்தது. அவர் அவளுக்குச் சார்பானவர். பெரிய இழப்புகளோடும் இருப்பவர். அவருக்குச் சொல்வதில் கமலாவுக்குச் சொல்லிக் கிடைக்காத ஆறுதல் கிடைக்கவும் கூடும். சொன்னாள்.

அவர் தூண்டி எதையும் கேட்கவில்லை. ம்... ம்... என்று கேட்டுக் கொண்டிருந்தார்.

முடிக்கும்போது, "தயவுசெய்து நான் இருக்கிற இடத்தை மட்டும் ஒருத்தரிட்டயும் சொல்லியிடாதேயுங்கோ. இன்னும் கொஞ்ச நாளைக்கு நான் சில மனிசரைச் சந்திக்க விரும்பேல்லை" என்றாள்.

“எனக்கு நேரமில்லையம்மா, இதெல்லாம் சொல்லிக்கொண்டு திரிய” என்றார் சிறிது கடுப்பாக.

“நான் அந்த அர்த்தத்தில சொல்லேல்லை, சேர். பேச்சில... வாய் தவறி... வந்திடக்கூடாதெண்டுதான்...”

அவர் கண்ணைச் சிமிட்டினார். “பயந்திட்டியா?” என்று கேட்டுச் சிரித்தார். “சும்மா விளையாட்டுக்குத்தான் சொன்னன். லக்சோவோடயும் இப்பிடித்தான் பேசுவன்.”

அவளுக்கு நெஞ்சு குழைந்தது.

“லக்சோ எப்பிடியிருக்கிறா? எதாவது தெரியுமா?” என்று கேட்டாள்.

அவர் மேலே பார்த்து கைவிரித்து பெருமூச்செறிந்தார். அது யுத்த காலம்; போராளிகளான உறவினர்பற்றிய விசாரிப்பு அனுசிதமானது. அவள் பேசாமலிருந்தாள்.

எந்த எண்ணத்தின் தொடர்ச்சியாகவோ அவர் சொன்னார்: “தொடக்கமிருந்தால் முடிவிருக்கும். துவங்கின சண்டையும் முடியத்தான் வேணும். எப்ப அது முடியுமெண்டு எங்களுக்குத் தெரியேல்லைத்தான். ஆனா முடியும். இந்திய அரசியலில இப்ப நிறைய மாற்றம் வந்திருக்கு. அதுகின்ர பின்னணியிலயே இலங்கை அரசியல் விருத்தி இருக்கும். எல்லாத்தையும் கொஞ்சம் பொறுத்திருந்து பாப்பம். அதைத்தான் உன்ர மாமாவும் சொல்லுறார்”

“மாமா..?”

“சுந்தரத்தார்தான்.”

“மாமா இஞ்ச வந்து நிக்கிறாரா?”

“போனாத்தானே வாறதுக்கு! மனிசன் ரண்டு வருஷமாய் திருச்சியிலதானே நிக்கிறார்! இருந்திட்டொருக்காச் சென்னைக்கு வருவார். அப்ப சந்திப்பம். ஏன்... உனக்கு இது தெரியாதோ?”

“தெரியாது.”

தாயாரோடு வந்த சுந்தரத்தார் மறுபடி நாட்டுக்குத் திரும்ப வில்லையென்பது அப்போதுதான் அவளுக்குத் தெரிந்தது. ராஜகருணா மூலம் சில தகவல்களை அவள் அறிந்திருந்தாள்தான். ஆனால் இது விஷயம் அவள் அறியாதது.

சிறிதுநேரம் அதுபற்றி யோசித்துக் கொண்டிருக்க ஏழு மணி அடித்தது. எழுந்தாள். லக்சோவின் தாயார் குசினியில் இருந்தாள் ஏதோ அலுவலாக. போய்ச் சொல்லிக்கொண்டு வந்தாள்.

“தீவாவை எப்ப எழுதி முடிப்பியள்?” என்றாள் ராஜநாயகத்திடம்.

“கெதியில முடிப்பன்.”

வாசல் வரை அவளோடு கூடவந்தார் அவர். நின்று நிதானமாகச் சொன்னார்: “உன்ர மனசில பெரிய சோகமொண்டு இருக்குது, மகள்.

அப்பப்ப அது உள்ளயிருந்து உன்ர கண்ணுக்குள்ளால வெளியில எட்டிப் பாக்குது. அதை நீ இப்பிடியே விட்டிடக்குடாது. ஆரிட்டயெண்டாலென்ன சொல்லி ஆறுதல் அடைஞ்சிடு. இல்லாட்டி அது உன்னைத் திண்டிடும். சரியே?"

"இன்னொரு ஆளுக்குச் சொல்லக்கூடியதெல்லாம் உங்களிட்டச் சொல்லியிட்டன். இப்ப இருக்கிறது எனக்கு மட்டுமானது. உரைச்சு உரைச்சு நானே அழிக்கவேண்டிய பாகம் அது. இல்லாட்டி... அழிஞ்சே போறன். வேற என்ன செய்யிறது?"

"போறதுக்குள்ள ஒருக்கா வந்து போறியா?"

"தெண்டிச்சுப் பாக்கிறன்."

வெளிச்சத்தில் திட்டுத்திட்டான இருள்களுள்ளாய் அவள் நடந்துகொண்டிருந்தாள். கேற்றைச் சாத்திக்கொண்டு உள்ளே நின்றபடி அவளுருவம் ஜனங்களில் மறையும்வரை பார்த்து இரங்கிக் கொண்டிருந்தார் ராஜநாயகம்.

15

அன்றிரவு ராஜிக்குத் தூக்கம் பிடிக்கவில்லை. சிந்தனை அலைகளைக் கிளர்த்திய கருத்துக் கல்லெறிவுகள் அவள் தூக்கத்தை விரட்டிக் கொண்டிருந்தன.

மனம், சொற்களில் வெறிதாகியதுபோல் மௌனம் அடைந்துவிட, படிமங்களாய் யோசனை பிறந்தது. நினைப்பில் சுதன் வந்தான்; ஷீலா வந்தாள்; யோகேஷும் வந்தான். யோகேஷ் நெடுங்காலம் வராதிருந்தான். அவன் தேடி வந்ததுபற்றிக் கமலா சொன்ன பிறகு அவன் யோசனையே அதிகம் வந்தது. அவளைத் தேடி இரண்டு தடவைகள் வந்திருக்கிறான். அதைக்கொண்டு பார்க்கிறபோது மிகப்பெரிய இடையூறுகளின் நிமித்தமாயில்லாமல் அவன் அப்படிச் செய்திருக்கமாட்டானென்று அப்போது எண்ணினாள். ஆனாலும் அவனது வரவை அவளால் புரியமுடியும். அதை ஒருவகையில் தன் தப்புகையை ஏற்படுத்தியதாகவே அவள் கொண்டாள். அவன் ஏற்கனவே தன் இதயத்தை இங்கிதமாய்க் காட்டியிருக்கிறான். 'அண்ணன் பெண்சாதியை மச்சாள் என்கிறதுதான் இலங்கையில வழக்கம். மச்சாள்... நெருக்கமானவள், அந்தரங்கத்துக்குரியவள். அண்ணன் செத்தால் அண்ணன் பெண்சாதியை தம்பி கட்டுற வழக்கம் எங்கட ஊரில இருக்கு' என்று ஒருநாள் அவன் சொன்னபொழுதில், அவன் மனத்திலிருக்கிற ஆசைக் குறிகளை அவள் கண்டிருந்தாள். அதில் ஒரு மெய் இருந்தது ஒருபுறத்தில். அவள் அண்ணியாகாவிட்டாலும் மச்சாள்தான். ஒருவேளை அந்த நினைப்பே அவனது கூடுதலான அணுக்கத்துக்குக் காரணமாயும் இருக்கக்கூடும். அவளே அதை ஒப்புக்கொண்டு தானாய் வளைந்துபோகிற சபல கணங்கள் உருவாகியிருக்கின்றன. பருவமடைந்த காலத்திலிருந்து அவா நிலையிலிருந்தது இப்போது தசை தின்னும் ஆசையாய் மூண்டு முளாசிக் கொண்டிருந்தது மெய். உக்கிரமான சோகங்களின் உத்தரிப்பில்

அது அவ்வப்போது அடங்கிக்கிடந்திருக்கலாம். அதை வலுவிழந்ததின் அடையாளமாகக் கொள்ளமுடியாது.

ராஜநாயகத்துடனான பேச்சு எதிர்பார்த்த அளவுக்கு அவளின் மனத்தில் வெடித்துக் கிளம்பிய கேள்விகளுக்கான பதிலை அளிக்கவில்லை என்பதும் ஒரு சலிப்போடு ஞாபகமாயிற்று. ஏன், ஏன் அப்படி ஆயிற்று? விபரமுள்ளவர்தான் அவர். இருந்தும் பிரச்சினையின் முடிவுகளை தீர்க்கமாயுரைக்காமல் மேம்போக்காகச் சொல்லி அடங்கிவிட்டார். யோசித்த வேளையில் அவர் அது மாதிரித்தவிர வேறுமாதிரிச் சொல்லியிருக்க முடியாதென்று புரிந்தது. நடுநிலையான தீர்வுகள் சொல்ல சலனப்படாத மனம் வேண்டும். அவர் நியாயாதிபதியாய் இருந்தவர். நேர்மையானதும் கடுமையானதுமான தண்டனைகளை வழங்கியவர். முறை செய்வதற்கான வழக்கு அவர் சம்பந்தப்படாதது. வாதி பிரதிவாதிகளும் அந்நியராகவே இருந்தனர். நியாயம் செய்வதில் அந்த நிலையில் பெரிய சிரமம் ஏற்பட்டுவிடாது. ஆனால் இப்போதைய நிலைமை முன்னர்போல் இல்லை. அவர் பெண்புலியாய் இயக்கத்தில் சேர்ந்துவிட்ட லக்சோவை எப்போதும்போலவே அப்போதும் நினைத்துக் கொண்டிருந்தார். மட்டுமில்லை. நிகழ்வுகளும் அவர் மண் சார்ந்தவை. அவர் வீட்டின் கதவுகள், நிலைகள், ஜன்னல்கள், வளைகள், விட்டங்கள், எறிகால்கள் எல்லாம் பிடுங்கிக்கொண்டு போகப்பட்டுவிட்டனவென்பதை அவர் எப்படியோ அறிந்திருந்தார். பங்கர் கட்டப் பொதுமக்களாலும், தடைச் சுவர்கள் எழுப்ப ராணுவத்தினாலும் அது நடந்திருந்தது. அதனால் அவருக்குக் கோபம். யார்மீதென்று இல்லை, கோபம். அது பற்றின் விளைவு. இப்படி பல பற்றுக்கள் அவரிடத்தில். பற்றுள்ள இடத்தில் நடுநிலைமை சந்தேகிக்கத்தக்கதாகவே இருக்கும். அவர் தொழிலால்தான் நீதிபதி; இயல்பாலல்ல என்பது அவளுக்குத் தெளிவாயிற்று.

வெகுநேரம் கழித்துத் தூங்கினாள்.

தூக்கத்தில் கனவு வந்தது.

அவளும் சுதனும் மாலாவும் போய்க்கொண்டிருக்கிறார்கள்; நெருப்புத் தண்ணீர் தெளிபட்டதுபோல் அவளின் பிடரி எரிகிறது; ஆ...வென்றலறியபடி திரும்புகிறாள் சட்டென.

இரண்டு கண்கள்... சிவப்பாய்... குரோதத்தினதும் மாச்சரியத்தினதும் முழு உக்கிரத்துடன் ஜுவாலிக்கின்றன. அவையே அந்த நெருப்புத் தண்ணீர்த் துளிகளை எறிந்தவை என்பதைப் புரிகிறாள் ராஜி.

ஆனால்... யாருடைய கண்கள் அவை?

இல்லையில்லை... எதனுடைய கண்கள் அவை?

கனவில் அவளுக்குப் பதில் கிடைக்கவில்லை.

விடிந்த பிறகு அக்கனவு ஞாபகமானபொழுதில் அவை யாருடைய கண்களென அவளால் தெரியமுடிந்தது. அவை... ஷீலாவினுடையவை.

காலையில் மாலா வீடு போனாள்.

வீடு, நிறைந்த சனத்துடன்போல் ஒரே கலகலப்பாய் இருந்தது அந்தக் காலை வேளையிலும்.

மாலாவையும் சரஸ்வதியையும் தவிர மற்ற எல்லாருமே அரையடி வளர்ந்திருந்தார்கள். சேனன் ஓரடி வளர்ந்திருந்தான். விசுவலிங்கம் வீட்டில் இல்லை. எல்லோருமே, கடைசிக் குழந்தையைத் தவிர, அவளைக் கண்டு சந்தோஷமடைந்தனர்.

மாலா அழகாய் வந்திருந்தாள்.

சரஸ்வதியின் மனத்தினுள்ளே ஒரு கீற்று அச்சம் வெடித்துக் கிளம்பியது. மகேஸ்வரியைக் கண்டு தடுமாறியதுபோல்தான் அவளைக் கண்டும் கலங்கினாள். ஆனால் ராஜியின் முகத்தில் நட்பின் ரேகைகளே விரிந்திருப்பது கண்டு அச்சம் மெல்ல அகன்றது.

அவள் அவ்வளவு காலமும் எங்கே இருந்தாள், என்ன செய்தாள் என்று விசாரித்தாள்.

அவள் லேசாய்ச் சிரித்தாள்.

அந்தக் கேள்விகளுக்குப் பதில் சொல்ல அவள் விரும்பவில்லையென்று தெரிந்து, வேறு கேள்வியை சரஸ்வதி கேட்டிருக்கலாம். ஆனால் அவளோ ஆவலோடு பதிலை எதிர்பார்ப்பதுபோல் இன்னும் அவள் முகம் பார்த்து நின்றிருந்தாள்.

ராஜி சொன்னாள்: "தயவுசெய்து அதைப்பற்றியெல்லாம் கேளாதயுங்கோ. எங்கயோ ஒரு இடத்தில கொஞ்ச நிம்மதியோட இருக்கிறன்; அவ்வளவுதான். தெரிஞ்ச எந்த மனிசரோடயும் எனக்கு உறவு வேண்டாம் எண்டதுக்காகத்தான் நான் அப்பிடி இருந்ததே. இப்ப போய்... எங்க இருக்கிறாய்... என்ன செய்யிறாயெண்டா... நான் என்ன சொல்ல?"

சரஸ்வதியின் முகம் சுண்டிப்போனது.

மாலா, பூபதி ஆகியோரும் கேட்டு திகைத்துப் போயினர்.

யாரும் எதுவும் பேசவில்லை.

ஷீலாவின் தாயாக இருந்ததாலேயே அந்த வார்த்தைகள் சரஸ்வதியை அவ்வளவு பாதிப்புக்குள்ளாக்கியிருந்தன.

ஆனாலும் சுதாரித்துக்கொண்டு, "தாய் பிள்ளையாய்ப் பழகினம். அந்தளவு ஆவலோட நான் கேட்டது அதாலதான். மற்றப்படி.. உன்ர நிம்மதியைக் குலைக்கிறதோ, சந்தோஷத்தை அழிக்கிறதோ என்ர எண்ணமில்லை.. நான்... நான் உனக்கு ஒரு பாதகம் செய்வனெண்டு எப்பிடி ராஜி உன்னால நினைக்க முடிஞ்சுது?"

கண்ணீர் பொலபொலவென உதிர்ந்தது.

அது பாசாங்கில்லை. சரஸ்வதிக்கு பாசாங்கு தெரியாது.

"குறிப்பாய் உங்களையெண்டு நான் சொல்லேல்லை. பொதுவாய்த்தான் அப்பிடிச் சொன்னன். அம்மா, தம்பி எல்லாரிலயும்கூட எனக்கு

வெறுப்புத்தான். எவரின்ர தொடர்பும் வேண்டாமெண்டுதான் நான் இப்பிடியே இருந்தது. இன்னும் கொஞ்சக் காலத்துக்கு இப்பிடித்தான் இருக்க விரும்புறன். அதுவரைக்கும்... அப்பப்ப வந்து நானே உங்களைப் பாப்பன். உங்களைப் பாக்கிறது என்ர மனத்துக்கும் ஆறுதலாய்த்தான் இருக்கு" என்று கூறி அவளும் குரல் தழுதழுத்தாள். பிறகு, "ம்... அதை விடுங்கோ. மாமா எங்க போயிருக்கிறார்?" என்றாள்.

"வெளியில."

"வெள்ளணவே போயிடுவாரோ?"

"நேற்றுப் போனவர். இன்னும் வரேல்லை."

"இன்னும் பிரச்சினையோ?"

"இப்ப இல்லை. ஆனா படுக்கையெல்லாம் மொட்டை மாடியிலதான். அப்பப்பதான் வாறதும். வந்தாலும் சாப்பிடுகிறதில்லை. ஆனா ஆரோடயும் சண்டையும் இல்லை."

அந்த மனிதர் சுடுபட்டுப்போனவர். ஒருகாலத்தில் தன் பெயருக்கு வீண் களங்கம் வந்தது என்றதாலேயே தீவைவிட்டு ஓடினவர். ராஜிக்கு அப்போது அது ஞாபகம் வந்தது.

பிறகு ஷீலா பற்றிக் கேட்டாள். "ஷீலா எப்படி இருக்கிறா?"

"நல்லாயிருக்கிறா."

"ம். குழந்தையொண்டும் இன்னும் பிறக்கேல்லைப்போல."

சரஸ்வதி பேசவில்லை.

அந்த உறவின் வகை அவளுக்கே தெரிந்திருக்கவில்லை.

குழந்தை பிறக்கவில்லையென்பது குழந்தை பிறக்கக்கூடிய உறவென்பதின் அர்த்தமுமாகும்.

அவளின் மௌனத்தை மதித்து அடுத்த கேள்விகளைக் கேட்டாள்: "வீட்டுக்கு எதாவது உதவி செய்கிறாவோ?"

"அவதான் இப்ப வீட்டுச் சிலவுக்கு காசு அனுப்புறது. சின்னதைத் தவிர மற்ற மூண்டும் படிக்கப் போகுதுகள். சேனன் படிப்பை விட்டுட்டான். ஏதோ இப்ப கொஞ்சம் அமைதியாய் குடும்பம் போய்க்கொண்டிருக்கு."

"சேனன் ஏன் படிக்கப் போறேல்லை?"

"அவனுக்கு ஊர் சுத்தவும் தெருச்சண்டை போடவும்தான் நேரம் சரியாயிருக்கு. பிறகு என்னத்தைப் படிக்கிறது?" என்றாள் மாலா.

தூர நின்று கண்ணை உருட்டினான் சேனன்.

ராஜி புறப்படத் தயாராவது கண்டு, நின்று மதியம் சாப்பிட்டுப் போகும்படி கேட்டாள் சரஸ்வதி.

"நாள் வேளச்சேரிவரை போய்வரவேண்டியிருக்கு..."

“பின்னேரம் போகலாமே!”

“ரண்டு மணிக்கு பஸ் இருக்கு.”

“நிண்டு சாப்பிட்டுப் போ, ராஜி. என்ர கையால சாப்பிட்டு எவ்வளவு நாளாச்சு..!”

சரஸ்வதி நல்லாய்ச் சமைப்பாள். அம்மாவைவிடவும். அதிலும் மீன் குழம்பு விசேஷம்.

“சரி. ஆனா மீன் காய்ச்ச வேணும்.”

சரஸ்வதி அவசரமாய் சந்தை புறப்பட்டாள்.

ராஜி, வீட்டை அப்போதுதான் கவனித்தாள். சைக்கிள் ஒன்று முன்பக்கம் நின்றிருந்தது. சேனனதாய் இருக்கும். சுவரில் குவாட்ஸ் மணிக்கூடு. ஒரு பக்கமாய் சின்ன ஒரு சாலிடேர் தொலைக்காட்சிப் பெட்டி. ஒரு றேடியோ ரேப் ரிக்கோர்ட்டர். ஒரு ஷோ கேஸ் சுவரோடு. உள்ளே பீங்கான், கண்ணாடிப் பாத்திரங்கள், பொம்மைகள். முன்பு அவளிருந்த அறை வெளியே கொளுவியிருந்தது.

அவள் பார்வை அங்கே படர்வது தெரிந்து, “இப்ப அது என்ர அறை” என்றாள் மாலா.

“அதுசரி... அம்மா ஊருக்குப் போகப்போறனெண்டு சொல்லிக் கொண்டிருந்தா. இப்ப கேக்கிறதில்லையோ?” என்றாள்.

“இப்ப இல்லை.”

இனிமேல் ஏன்? ஒரு மகள் வெளிநாடு போய்விட்டாள். அடுத்து பூபதி அல்லது ராணி அல்லது மாலா அல்லது சேனன் போகக்கூடும். பிறகு... ரவி... பிறகு... சுந்தரி. சிலவேளை... சரஸ்வதியுமே.

மனிதர்களின் மண் பற்றெல்லாம் வாழ்வாதாரமாய் அது இருக்கிறது என்பதினால்தானா? நெஞ்சுள் ஒரு குடைவு எழுந்தது ராஜிக்கு.

ஏதோ ஒருவகையில் பெரும் அழிவுகளின் அடையாளமாக தான்மட்டுமே ஆகிநிற்பதான எண்ணமொன்று வேதனையோடு அவளிதயத்தில் ஓடியது.

16

ஈரத்துணி காற்றில் அசையாமல் கனத்துக் கிடப்பதுபோல ராஜிக்கு நேரம் நகர மறுத்துக் கிடந்தது.

யாரிலும் அவளுக்குக் கோபப்பட காரணமில்லை. எனினும் மனம் எரிச்சல்பட்டுக் கொண்டிருந்தது. ஷீலா இன்னும் அங்கே இருப்பதுபோலவும், அவள் கண்கள் எங்கோ ஒரு கதவிடையூடாக, ஜன்னல் திரைச்சீலை இடுக்கின் வழியாகத் தன்மீது நெருப்புத் தண்ணீரைத் தெளிப்பதுபோலும் உணர்விலாகிக் கொண்டிருந்தது.

வேளச்சேரி போய்வர இனி நேரமிருக்காது. நீதிபதி கேட்டிருந்தார் வந்துபோகும்படி. அங்கே போய் வந்தாலென்ன என்று எண்ணிக்கொண்டு

குளித்து வந்த சேனனிடம் பஸ் நிலையம்வரை கொண்டுபோய்விடக் கேட்டாள். நீதவான் வீடு பஸ் நிலையத்துக்கு சமீபத்தில்தான் இருந்தது. சேனன் வெளிக்கிட்டுக்கொண்டு சைக்கிளை எடுத்தான்.

நீதவான் வீட்டு வாசலில் இறங்கிக்கொண்டு சேனனை அனுப்பிவிட்டு உள்ளே சென்றாள் ராஜி.

வீடு வழக்கம்போல் மௌனத்தில் அந்த காலைப் பத்து மணியிலும்.

சொன்னதுபோல், அவள் சென்றபோது வாசித்துக் கொண்டிருந்தார். யதார்த்தத்திலிருந்து மறைந்துவிட அந்த ஆழ்ச்சி அவருக்குத் தேவையாயிருந்ததோ? அவளை ஓரளவு எதிர்பார்த்திருந்தார்போலும். ஆச்சரியமின்றி வரவேற்றார்.

அவள் வந்தது தெரிந்துகொண்டு வந்து சிரித்து விட்டுப்போன பூமணி, சிறிதுநேரத்தில் தேநீர் போட்டு வந்து கொடுத்துப் போனாள். அவள் நடவடிக்கைகளெல்லாம் மாந்திரீகப் பாங்கில் இருந்ததைக் கவனித்தாள் ராஜி.

கணவன், இரண்டு பிள்ளைகளென்று பெரிய குடும்பமாயிருந்து தனியனாய்ப் போன மகா அவலத்தின் சாட்சியாய் அவளிருப்பதை ராஜியால் உணரமுடிந்தது. அழிமானங்களுடனான வாழ்க்கையுடன் எத்தனை பேர்! மனத்தை அதைத்தது அந்த நினைப்பு.

அவள் கண்கண்டோரில் பூமணியளவு பாதிக்கப்பட்டோர் எவருமில்லை. தன் பெண்மையே சிதைக்கப்பட்டவள்; தன் மகளும் தன்போலவே அழிக்கப்படக் கண்டவள். கடைசியில் அவளையும் இயக்கத்துக்கு இழந்தவள். கணவன் கொலையும், மகன் தற்கொலையும் எத்தனை பெரிய சோகங்கள்! அவளோடு ஒப்பிடுகையில் இவள் பாதிக்கப்படவேயில்லையே!

எனினும் இவளது பாதிப்பில் சில நுண்மையான அம்சங்கள் இருந்தன. அவள்மீதான அனர்த்தங்கள் யாவும் சுமத்தப்பட்டவை. இவள், அவற்றைத் தானே சுமந்துகொண்டவள். குருசு சுமப்புப்போல இவள் சோகம். இப்போதும் இவளது அக்கறை அக்கரை சுற்றியே இருக்கிறது. பற்று மண்மீதானதாக இருக்கிறது. அதனால்தான் தன் உறவுகளைத் திட்டமாய்த் தொலையவிட்டாள்.

“என்ன மகள், வந்ததிலயிருந்து பேசாமலிருக்கிறாய்? தேத்தண்ணியும் ஆறுது” என்றார் ராஜநாயகம்.

அவள் தேநீர்க் கோப்பையை எடுத்தாள்.

மௌனம் உடைய புயலின் கனம் குறைந்தது.

“வீட்டில மாமி, அரசிபற்றி மாமா ஏதாவது சொன்னவரோ உங்களிட்ட?” என்றாள்.

“மனிசியை மகள் வீட்டில விட்டிட்டு வந்திருக்கிறன் எண்டு சொன்னார்... மகளின்ர பேர்தான் அரசியோ?”

அவள் தலையசைத்தாள்.

கச்சாய், தீவைவிடப் பாதுகாப்பானது. ஒருவருக்கொருவர் உதவியாகவும் இருக்க ஏலும்.

நெஞ்சு ஆறுதலடையத் துவங்கிற்று.

"மாமா ஊருக்குப் போறது போகாததுபற்றி உங்களோட ஒண்டும் பேசேல்லையோ, சேர்?"

"போன மாசம் வந்தார். வந்ததிலயிருந்து . . . இப்ப நீ இருந்த மாதிரியே மூஞ்சையைத் தொங்கப்போட்டுக்கொண்டு இருந்தார். என்ன விஷயமெண்டு கேட்டன். சொன்னார். வடக்குக் கிழக்கு மாகாணத்தில எலக்ஷன் முடிஞ்சுது. இனி அமைதிப்படையும் திரும்பியிடுமெண்டு எதிர்பாக்கலாம். இப்பவே அகதிச் சனங்களை ஊருக்குத் திருப்பியனுப்பத் துவங்கியாச்சுது. ஏற்கனவே சனத்தை நிறைச்சுக்கொண்டு ஒரு கப்பல் திருகோணமலைக்குப் போயிருக்கு! . . . எண்டார். போறதுதானே! . . . எண்டு சொன்னன். எப்பிடிப் போறது? . . . எண்டு கேட்டார்."

"ஏனாம்?"

"அவர் சொன்னதிலயும் ஒரு நியாயம் இருக்கத்தான் செய்யுது, பிள்ளை. இலங்கைக்குத் திரும்பிப்போறதெண்டது கொம்மான்போல அரசியல் பேசின ஆக்களுக்கு சின்ன விஷயமில்லை. நல்லாய் யோசிச்சுப் பார், உனக்கே விளங்கும்."

"ஏன் . . . விளங்கேல்லை சேர்."

"கேட்டு நானே உடம்பு சிலிர்த்துப் போனன். சும்மா சாத்வீகம் . . . சாத்வீகம் எண்டு சொன்னவையால இப்பிடி உணர்ந்திருக்கவே ஏலாது. அதை இதய சுத்தியாய்க் கடைப்பிடிக்கிற ஆக்களாலதான் அந்தமாதிரி உணரவும் சொல்லவும் ஏலும்." கூறிவிட்டு ஒருமுறை உடம்பைச் சிலிர்த்தடங்கினார்.

ராஜி கவனம் குவித்து அவரை நோக்கினாள்.

அவருக்கும் அந்த நிகழ்வினைப் பின்னகர்ந்து பார்த்துப் பிரமிக்க வெகு பிரியமாயிருந்தது.

அது ஐப்பசி முடிகிற காலம்.

வங்கக் கடலில் புயல் மையம் கொண்டிருந்தது.

கேரளா, ஆந்திரா மாநிலங்களில் பலத்த மழை. அத்தனை நாளிலும் தமிழ்நாட்டில் சூரியனே தெரியாதபடிக்கு மேக மூட்டம்.

அது விலகி சூரியப் பிரகாசம் மெல்லத் தொடங்கிய நாள் அது.

சுந்தரலிங்கம் வந்தபோது ராஜநாயகம் போர்டிகோவில் அமர்ந்திருந்தார்.

பக்கத்து நாற்காலியில் அமரச் சொன்னார்.

மிகவும் சோர்ந்து போயிருந்தார்.

'என்ன சுந்தரம், சோர்ந்து போயிருக்கிறீர்?'

'சனங்களைத் திருப்பியனுப்பத் துவங்கியாச்சு. போயிடலாமா எண்டு யோசனையாயிருக்கு.'

'போக விருப்பமெண்டால், போறது. அதில யோசிக்க என்ன இருக்கு?'

'நான் ... சண்டையில ஓடிவந்தவனில்லை. வந்த இடத்திலதான் பாதை தடுமாறி நிண்டிட்டன்.'

'அதால என்ன? ரண்டு வருஷம்தானே!'

'எண்டாலும்... அந்த மனிசரை அங்கபோய் என்னால எப்பிடி முகங்கொள்ள ஏலும்?'

'எந்த மனிசரை ..? மனிசி பிள்ளையையா?'

'மனிசி பிள்ளையளையும்தான். ஆனா முக்கியமாய்... என்ர அயல்வீட்டு மனிசனை ... தீவு மனிசனை ... வேலணை துவங்கி வவுனியாவரை விரிஞ்சிருக்கிற மண்ணில இன்னும் இருந்துகொண்டிருக்கிறவனை ... எப்பிடி என்னால நிமிர்ந்து பாக்கேலும்? அவன் பெண்சாதி செத்தவனாய்... பிள்ளையைப் பறி குடுத்தவனாய்... தன்ர கையை காலை இழந்தவனாய் அங்கயிருக்க, எந்தப் பாதிப்புமில்லாமல் அவனுக்கு முன்னால போய் நிண்டால் எப்பிடியிருக்கும்? அவனைப் பாத்து எப்பிடி இருக்கிறாயெண்டு எந்த வாயால நான் கேக்கிறது? இந்த மண் நற்றவ வானிலும் நனி சிறந்தது எண்டு அவனுக்கு முன்னால எத்தினை ஆயிரம் கூட்டங்களில பேசியிருப்பன் ..? அப்பிடியான நான் ஒரு பேயிருள்க் காலத்தில இந்தியாவில இருந்திட்டுப் போய் எப்பிடி என்ர மண்ணில காலடி வைக்கிறது?'

சுந்தரத்தின் கண்களிலிருந்து கண்ணீர் பொலபொலவெனக் கொட்டியது.

தீவு மனிதருக்கு மண்பற்று அதிகமோ எவரையும்விட? சுந்தரம்... ராஜி... இப்படிப் பலர்! – ராஜநாயகம் யோசித்தார்.

அது மண்பற்றும் மனசாட்சியின் குரலும்.

அவரும் அன்று இப்படித்தான் ஆறுதல் சொல்லியிருந்தார் சுந்தரத்துக்கு: 'நீர் அகதிகளின்ர நலவாழ்வு சம்பந்தமாய் இன்னும் கூடுதலாய் உழைக்கலாம். சொல்லுறீரே தவிர, செயலிலதான் காட்டுறீரில்லை. அந்த வவுனியா அப்புக்காத்து திருச்சியில இன்னும் நிக்கிறாரோ?'

'அவர் அவுஸ்ரேலியா போயிட்டார்.'

'பிறகென்ன? சுதாரிச்சுக்கொண்டு காரியத்தில இறங்கும். உம்மட மனச்சாட்சியின்ர குரல் படிமானம் அடையும்.'

'மனம் சிதறிப்போச்சு; துன்பத்திலயும் தோல்வியிலயும் சாம்பிப் போச்சு. இனி அரசியல்பக்கம் என்னால தலைகூட வைச்சுப் படுக்கேலாது. கோயில் குளமெண்டு திரிஞ்சு ... செய்த பாவங்களைக் கரைக்க வேண்டியதுதான்.'

'தனிப்பட்ட பாவங்களெண்டால் நீர் சொல்லுறது சரி. இது அரசியல் பாவமெண்டு சொல்லுறீர். அதை செயலாலதான் கழுவ ஏலும். கோயில் குளம் போய்க் கரைக்க ஏலாது?'

அன்று மத்தியானம் அங்கே சாப்பிட்டு, மாலையில் புறப்பட்டார் சுந்தரம். வந்தது போலவேதான் சென்றார் ஒரு சோக மனிதனாக – தோற்ற மனிதனாக.

ராஜநாயகம் எல்லாம் விபரித்து, அவரது தோல்வி தனக்கு என்னவென்று புரியவில்லையென முடித்தார்.

சுந்தரம் சொன்னது மட்டுமே அவர் தோல்வியில்லைதான்.

சுந்தரத்தையே முடக்கிநிற்கும் அந்தத் தோல்வி என்னவென்று நீதவான்போலவே அவளுக்கும் புரியவில்லை. ஆனாலும் அவரது மனநிலையை அறிந்த ஓரளவு திருப்தியிருந்தது அவளிடத்தில்.

மாலா வீடு போகவேண்டிய நினைவுவர நேரத்தைப் பார்த்தாள்.

17

அந்நிய முகங்களின் பிரசன்னம் பெரும்பாலும் இலங்கை அகதியர் வீடுகளில் விரும்பப்படாததாய் இருந்துகொண்டிருந்த காலம் அது. இந்திய அமைதிப் படை இலங்கைத் தீவில் விடுதலைப் புலிகளுக்கெதிரான ஒரு பெரும் போரை நடத்தியிருந்ததால் இந்திய மண்ணில் அவர்களது ஊடுருவலைத் தடுக்கும் பாரிய பொறுப்பு எல்லைக் காவல் படையிலும் தமிழக அரசு காவல் துறையிலும் விழுந்திருந்தது. கியூ பிராஞ்ச் வெகுத்த கண்காணிப்புடன் இருந்து செயல்பட்டது. முகாங்களுக்கு வெளியே வசித்த அகதிகளுக்கு புகைப்படம் ஒட்டிய அடையாள அட்டை வழங்கப்பட்டிருந்தது. புதியவர்களின் வருகை ஐயுறவுடன் பார்க்கப்பட்டது. அது காரணமாய்த்தான் யோகேஷ், தம்பிராசா, இந்திரன் ஆகியோரினது ஒரு காலை நேரத்துத் திடீர் வருகையை கொஞ்சம் மனப் பின்னடைவுடன் எதிர்கொண்டனர் மாலாவும் சரஸ்வதியும். யோகேஷ் ராஜிக்கு உறவினனாயும் நெருங்கிய நண்பனாயும் இருந்தானெனினும் அவன் சார்ந்துள்ள அரசியல்பற்றித் தெரிந்திருந்ததால் மனந்திறந்த வரவேற்புக்கு இயலாதிருந்தது. ஆனாலும் அவர்கள் ஊர் மனிதர்கள்; மேலும் உடனே திரும்பிவிடவும் இருந்தனர்; அதனால் வரவேற்று அமரவைத்தாள் சரஸ்வதி.

வீட்டுக்காரரின் தயக்கத்தை அவர்கள் புரிந்துகொண்டிருந்தார்கள். அதனால் யோகேஷின் தொடக்கமே, "அவசரமான வேலையள் இருக்கு. இருந்தாலும் வந்த இடத்தில பாக்காமல் போகக்கூடாதெண்டுதான் ..." என்பதாக இருந்தது.

வீட்டுக்காரரும் மனம் தெளிந்து கலகலப்படைந்தனர். இருந்தாலும் சரஸ்வதி ஒரு தயக்கத்தோடு கேட்டு வைத்தாள்: "எப்படி வந்தியள்? போர்ட்டிலயா, பிளேனிலயா?"

"போர்ட்டிலதான். நான்தான் கூட்டி வந்தது."

"காம்ப்பில பதியேல்லையோ?"

"பதிஞ்சிருக்கு. துண்டுகூட வாங்கி வந்திருக்கிறம்" என்று இடைமறித்துக் கூறினார் தம்பிராசா. பின், "என்னைத் தெரியுமெல்லோ? நயினாதீவுக்கு அடிக்கடி வருவன்" என்று அறிமுகமும் செய்துகொண்டார்.

சரஸ்வதியும் சிரிச்சுக்கொண்டே, "மகேஸ்வரியக்கா வீட்டுக்கு வாற நேரத்தில பாத்திருக்கிறன்" என்றாள்.

அதற்குள் யோகேஷுக்கும் மாலாவுக்குமிடையே சின்ன உரையாடலொன்று தொடங்கி நடந்துகொண்டிருந்தது.

"ரண்டு நாளைக்கு முந்தித்தான் ராஜி இஞ்சயிருந்து போறா."

"அப்பிடித்தான் கமலாக்கா சொன்னா."

"ராஜி தகவலெதுவும் விட்டிட்டுப் போகேல்லையோ அங்கயும்?"

இல்லையென்று தலையசைத்தான் யோகேஷ்.

யோகேஷின் அந்தளவு உடைவு அவளுக்கு ஆச்சரியமாக இருந்தது.

அவன் ஒரு நெடுமூச்சு விட்டான். பிறகு சொன்னான்: "அவ ஆரிட்டயிருந்து ஒளிச்சுத் திரியிறாவெண்டு எனக்குத் தெரியும். உங்கள் ஒருத்தரிட்டயுமிருந்து இல்லை, என்னிட்டயிருந்துதான். அவ எங்க போயும் ஒளிச்சு இருந்திட ஏலாது. அவவின்ர பேச்சு, நடவடிக்கையள் எல்லாத்தையும் வைச்சுப் பாத்தா, ராஜி எங்கயாவது ஒரு அகதி முகாமில நிக்கலாமெண்டதுதான் என்ர ஊகம்."

"அகதி முகாமிலயோ..? ராஜியோ..?"

நேர்மறையில் தலையசைத்து யோகேஷ் சொன்னான்: "அவவின்ர பஸ் பயண நேரத்தை வைச்சு எந்த ஊர் அகதி முகாமெண்டதையும் அனுமானிச்சே வைச்சிருக்கிறன். தேடிப்பிடிக்கிறது எனக்குப் பெரிய விஷயமில்லை. ஆனா அவ ஒளிஞ்சிருக்க வேணுமெண்டு நினைக்கிற நேரத்தில, நான் தேடிப் பிடிக்கிறதில அர்த்தமில்லை. அவவாய் வரவேணும். அதைத்தான் நான் எதிர்பார்க்கிறன்."

அவன் குரல் அவ்வப்போது தழுதழுத்தது. ஆனால் அவன் அதை வெளியிட்ட தீவிரத்தனம் அதைக் கவனிக்க வைக்கவில்லை.

கும்மிடிப்பூண்டி அகதி முகாமிலும், புழல் அகதி முகாமிலும் குலசேகரம் வீட்டாருக்குத் தெரிந்த சிலர் இருக்கிறார்கள். மாலா, சரஸ்வதி ஆகியோராலும் கண்டு பேசி நிலபரங்கள் தெரிய முடிந்திருந்தது. சொந்தக் காணி, சொந்த வீடு வசதிகளுடன் இருந்த வடபகுதி மக்கள் கால நிர்ப்பந்தங்களால் அகதி முகாம் வாழ்க்கையைச் சகித்துக்கொண்டாலும்

ஒத்துக்கொண்டுவிட முடியாது என்பதை அவர்கள் அறிவார்கள். ஆனால் ராஜி ..? முகாமுக்கு வெளியிலிருந்து ஓடிப்போய் தன் வாழ்க்கையை அதற்குள் அடக்கிக்கொண்டுவிட முடியுமா? அப்படித்தான் என்கிறான் யோகேஷ்.

கீழது மேலாய் ... மேலது கீழாய் ... காலமென்பது கறங்குபோல் திரிந்து ...

திசைகெட்டு அழிந்துகிடந்தது ஈழத் தமிழன் வாழ்க்கை; அங்கேயும்.

தம்பிராசா பம்பாயில் நிற்கிற ராஜேந்திரனின் முகவரி கேட்டார்.

முகவரி கொடுக்க தயக்கமிருக்கவில்லை அவர்களுக்கு. காரணம் ஒன்று: பம்பாய் இன்னும் இலங்கைத் தமிழரின் சுயாதீனமான உலவுகைக்கு ஏற்ற இடமாக இருந்தது; இரண்டு: ராஜேந்திரன் வெளிநாட்டுக்கு ஆள்கள் அனுப்புகிற ஒரு ஏஜன்ரோடு தொடர்பு கொண்டிருந்தானென்பதால் அவனது முகவரியைக் கொடுப்பது அவனுக்கு உதவி செய்வதுபோலவே ஆகும்.

“எப்ப பம்பாய்க்கு வெளிக்கிடப் போறியள்?” மாலா முகவரியைக் கொடுத்து கேட்டாள்.

“நாளைக்கே ரயிலேறலாம் எண்டு இருக்கிறம்” என்று சொன்னார் தம்பிராசா.

“இப்ப எங்க தங்கி நிக்கிறியள்?”

“வளசரவாக்கத்தில ஒரு வீட்டில.” பதில் சொன்னான் யோகேஷ். பின் தம்பிராசா பக்கம் திரும்பி, “முகவரியைக் கவனமாய் வைச்சிருங்கோ. இன்னொரு முகவரி தாறன்; இது என்ர சிநேகிதன்ர. அவனும் பம்பாயிலதான் நிக்கிறான். வீ.ரி. ரயில்வே ஸ்ரேஷன் பக்கமாய் இந்தக் கடை விலாசத்தில ஆளைச் சந்திக்கிறது சுலபமாயிருக்கும். நேராய் ராஜேந்திரனிட்ட போகச் சிரமமாயிருந்தால் அருளியைச் சந்தியுங்கோ. கூட்டிக்கொண்டு போய் விடுவான். நான் அனுப்பினதாய்ச் சொல்லுங்கோ, போதும்” என்று அருளியின் முகவரி எழுதிக் கொடுத்தான்.

புறப்படுகிற நேரத்தில் தம்பிராசா கேட்டார்: “நாளைவரைக்கும் நிண்டு எங்களை ரயிலேத்தி விட்டுட்டுப் போக ஏலும் தானே, தம்பி?”

“இவ்வளவு தூரம் வந்திட்டன். அதையும் செய்திட்டுப் போறனே!”

“அப்ப ... நாங்கள் திரும்பலாமோ?”

“ஓ ... திரும்பலாம். ஒரு அஞ்சு நிமிஷம் நிண்டு கொள்ளுங்கோ, கமலாக்கா வீட்டுக்கு போயிட்டு ஓடி வந்திடுறன்” என எழுந்தான் யோகேஷ்.

“ஏன் யோகேஷ், எதையாவது விட்டிட்டு வந்திட்டியளோ?” மாலா கேட்டாள்.

“இல்லையில்லை, அவவிட்டை ராஜியைக் கேக்கச் சொல்லி ஒரு விஷயம் சொல்லவேணும்.”

கமலாவிடம் இதுபற்றிச் சொன்னபோது அவள் கேட்டாள்: "என்ன சொல்லவேணும், யோகேஷ்?"

"பெரிசாய் ஒண்டுமில்லை. அவ இந்தமாதிரி ஒளிச்சு நிக்கிறதுக்கான காரணம் எனக்குப் பயந்தா? இல்லை... தனக்கேதான் பயந்தா எண்டு நான் கேக்கச் சொன்னதாய்த் தெரிவிக்க வேணும்."

கமலா ஆச்சரியத்தோடு யோகேஷில் பார்வை பதித்தாள்.

மர்மமாயிருந்த சில விஷயங்களில் வெளிச்சமடித்தன அவன் சொல்லுகள்.

18

"இவர்தான் ராஜேந்திரம்" என்று அருளியினால் காட்டப்பட்ட வாலிபன் முதல் பார்வையிலேயே அவ்வளவு விரும்பத் தகுந்தவனாய் தம்பிராசா, இந்திரன் இருவருக்குமே தோன்றவில்லை. அதீத சுக விழைச்சலால் போலும் மேனியெங்கும் வீக்கம்போன்ற ஒரு மினுமினுப்பு. சுயநலங்கள் கேள்வியாகிற தருணங்களில் தன் சொல், தன் நண்பர், தமர் என்று எவரையும் எதையும் தூக்கியெறிந்துவிட்டு ஓடக் கூடியவனென்று தம்பிராசாவின் மனத்தில் அவன்பற்றிய பிம்பமொன்று விழுந்துவிட்டது.

அவர் விவசாயி. வியாபார விவசாயி. அதாவது தன் சரக்கை யாரிடம் விற்கலாம், யாரிடம் விற்கக்கூடாது என்று முகத் தோற்றத்திலேயே கண்டுகொண்டு தக நடந்துகொள்ளத் தெரிந்தவர். அவரது, பாமரத்தனமான எடைபோடல்களேயென்றாலும், பெரும்பாலும் பொய்த்ததில்லை. இவை வெறும் பட்டறிவின்வகை நுட்பம்.

ஊர்ப் பையன், தெரிந்த குடும்பத்துப் பிள்ளை என்ற தளங்களில் யோசித்து, வேறு வழிவகைகள் இல்லாத தன் பலஹீனத்தைப் புரிந்துகொண்டதால் அவர் தான் வந்த விபரத்தைத் தெரிவித்தார்.

மேலே ராஜேந்திரன் அந்த இடத்தில் தரித்து நிற்கவில்லை. அருளியை அனுப்பிவிட்டு தம்பிராசாவையும் இந்திரனையும் அழைத்துக்கொண்டு குட்டி என்கிற தனது நண்பன் ஒருவனுடன் அந்தத் தெருவில் உள்ளொதுங்கி சற்று ஆரவாரமின்றியிருந்த ஒரு பஞ் சாபி றெஸ்ரோறன்றுக்குச் சென்றான். ஓரமாயுள்ள ஒரு மேசையில் எல்லோரும் அமர்ந்ததும் கோப்பிக்கு ஓடர் கொடுத்தான்.

பின் தம்பிராசாவிடம் சொன்னான்: "இந்த மாதிரி விஷயமெல்லாம் இப்ப வெளிவெளியாய் நிண்டு பேசுறது நல்லதில்லை. மட்ராஸ் சி.ஐ.டி.யளே இஞ்ச வந்து நிக்கிறாங்கள்."

"மெய்தான்" என்று அவனது ஜாக்கிரதைப் புத்தியை தம்பிராசாவும் ஒப்புக்கொண்டார். உள்ளூர ஒருவித பயம் அவரிடையே ஏற்படலாயிற்று. வெளிநாட்டுக்கு ஒருவரை அனுப்புதல் என்பது ஒரு கடிதத்தை அல்லது ஒரு தபால் பொதியை அனுப்புவதுபோன்ற சுலபமானதாக எண்ணாத அளவுக்கு அவர் விபரமானவர்தான்.

சென்னையில் கமலாவுடன் பேசியதில் பெருமளவு தகவல்களை அவரால் அறிந்துகொள்ள முடிந்திருந்தது. அவள் சொன்ன மொழியைப் புரியவே முதலில் அவர் திண்டாடினார். பின்னர் புரிந்தது. புத்தகம், தலை மாற்றுதல், என்றி அடித்தல், எக்ஸிட் போடுதல் போன்ற பாவிப்பு மொழிகள் மொழியின் நேரடி அர்த்தம் கடந்தவை.

“கனடாப் பாதை ஒரு நாலு அஞ்சு மாசமாய் ஓடாமலிருந்தது. இப்ப பழையபடி ஓடத் துவங்கியிருக்கு. ஆனா இது இந்திரனுக்கு இங்கிலீஷ் தெரியாத நிலையில கஷ்ரம். சுவிஸுக்கு அனுப்பலாம். ஈரோப்பில சுவிஸ்தான் உழைப்புக்கான இடம். இப்ப எங்கட ஆக்கள் அங்கதான் விழுந்தடிச்சுக்கொண்டு ஓடுகினம்” என்றான் ராஜேந்திரன்.

பேசத் தொடங்கிய பிறகு அவனில் ஒரு நம்பகத்தன்மை வந்து விழுந்திருந்தது தம்பிராசாவுக்கு. ஆள் விஷயகாரன்போலவே தெரிந்தான். அவன் சர்வரை அழைத்து தண்ணி கொண்டுவா, தீப்பெட்டி குடு, கோப்பிக்குச் சீனி போதாது என்று கட்டளைகள் பிறப்பிக்க மராத்தி மொழியைப் பயன்படுத்திய விதம், பில் வர பணம் செலுத்திய மாதிரி எல்லாம் அவரை அசர வைத்திருந்தன.

தம்பிராசா கேட்டார்: “அப்ப… சுவிஸுக்கு என்ன போகுது, தம்பி?”

“ஒண்டரை.”

“அவ்வளவு வராது, தம்பி.”

“அப்ப இந்தப் பேச்சை விட்டிடுவம். நான் தப்பாய் நினைக்க மாட்டன். நாங்கள் செய்யிறது யாபாரமில்லை, அங்கிள். அந்தந்த இடத்தில குடுக்கிறதைக் குடுத்தாத்தான் எங்கயும் காரியம் ஆகுது. வாருங்கோ, வெளியில நிண்டு ஊர்க்கதை பேசுவம்” என்று எழுந்தான் ராஜேந்திரன்.

தம்பிராசா தடுத்து அவனை உட்காரவைத்தார்.

காரியகாரனாய்ப் பேசினான் ராஜேந்திரன்: “பணத்துக்கு நீங்கள் பயப்பிடத் தேவையில்லை. மொத்தக் காசும் தந்தால் ஒரு மாசத்துக்குள்ள ஆளை அனுப்பியிடுவம். பேந்து… பின்னை எண்ட கதை இருக்கக்கூடாது. இன்னுமொண்டு… அனுப்புற ஆள் மட்டும்தான் எங்களோட நிக்கலாம். வேற ஆரும் வந்து… போக… ரெலிபோன் பண்ணவும் விடமாட்டம். இதெல்லாம் இரகசியமாய்ச் செய்யிற விஷயங்கள்.”

‘ஒரு மாசத்துக்குள்ள சுவிஸ் ..!’ தம்பிராசாவால் பல்லைக் கடித்துக்கொண்டு பொறுத்திருக்க முடியும். மேலும் பணத்துக்கு அவர் அவநம்பிக்கைப்படவும் வேண்டியதில்லை. அதனால், “கையில அம்பதாயிரம் இருக்கு. அதை இப்பவே தந்திடுறன். நீங்கள் மற்ற விஷயங்களை ஆயத்தம் பண்ணுங்கோ. இன்னும் ஒரு கிழமை பத்து நாளில மிச்சத்துக்கு ஒழுங்கு செய்யலாம். காசு வெளியில யிருந்துதான் வரவேணும்” என்றார்.

“போன் பண்ணினால் சுணங்காமல் காசு வருமோ?”

"அதில சுணக்கம் இருக்காது. செல்லத்தம்பர் மூலமாய்த்தான் ஏற்பாடு பண்ணினது. பத்து நாளுக்குள்ள பணம் வரும்."

"ஓ..! அப்ப... பயணக் களைப்பு மாற ரண்டுநாள் நிண்டிட்டுப் போங்கோவன். அதுக்கிடையில பணம் எடுக்கிற விஷயத்தையும் கவனிச்சிடலாம்."

"சரி."

இரண்டு பேரையும் மாதுங்கா வீட்டில் சிங்காரியுடன் கொண்டுபோய் விடும்படி குட்டியிடம் கூறிவிட்டு புறப்படத் தயாரானான் ராஜேந்திரன்.

"தம்பி... சோர்வாய் விட்டிட்டு இருந்திடக் கூடாது..."

"இல்லையில்லை. இப்ப புத்தகம் பாக்கத்தான் போறன்" என்றுவிட்டு வெளியே நடந்தான் ராஜேந்திரன்.

19

பம்பாயில் மழை ஆவணியில் துவங்கும். மழை முடிய, கார்த்திகை மாதத்திலிருந்து ஒருவகைக் குளிர் பரவத் துவங்கும். பகலில் தார் உருகுகிறமாதிரி வெய்யிலடிக்கும். ஆனால் உருகவும் மாட்டாது. அதனை, அதன் உருகுநிலை தவிர்த்துக் கொண்டிருக்கும் கடலிலிருந்து பனிக் குளிர் கலந்தெழும்பி வீசும் காற்று. தெற்கத்திக் குளிர்போலும் இருக்காது. இன்னும்... இலங்கைப் பனியாகவும் இருப்பதில்லை. அராபியக் குளிராக இருக்கும். அது பட்ட இட மெல்லாம் சருமம் சுருங்கிவிடும். இரண்டு நாளில் படைபடையாய் வெடிக்கவாரம்பிக்கும். அரிப்பெடுக்கும் பயங்கரமாய். குளித்தபின் நன்றாகத் துடைத்தாலும் உப்புப் பூத்தாற்போல் சவர்க்கார வெள்ளைப் படை மேனியில் மிதந்து இருக்கும். முதலில் குளிர் தாக்குவது உதடுகளின் மென்மையைத்தான். பிறகு அடுத்த மென்பாகமான கன்னங்களை. மாசி பங்குனியிலிருந்து தூசிக் காற்றடிக்கும். பம்பாய்த் துறைமுகத்தில் வந்திறங்கும் சரக்குகளை ஏற்றிச் செல்ல ஆயிரக்கணக்காய்க் குவியும் லொறிகளினதும் மற்றும் வாகனங்களினதும் எந்திரப் புகை தூசியோடு கலந்து வெளியெங்கும் வியாபித் திருக்கும். சித்திரைக்கு மேலே கோடை. கோடையும் இங்கே தனித்துவமானது. இங்கே தப்பிப் பிழைப்பதற்கு ஒருவகை உடல்வாகு தேவை. இங்குள்ள மக்களுக்கு அது இயல்பில் உண்டு. எங்களுக்குத்தான் சிரமம்.

பம்பாய்க் காலநிலைபற்றிச் சொல்லிக்கொண்டிருந்தான் சிங்காரி.

பார்வையை, மொட்டை மாடியிலிருந்து அடிவானம்வரை தெரிந்த வெளிச்சப் புள்ளிகளில் பதியவைத்தபடி கேட்டுக் கொண்டிருந்தார் தம்பிராசா.

உதடுகள் வெடித்தும் மேனியில் பொருக்குகள் தோன்றியும் எரிச்சல் கொடுப்பதை அவர் தெரிவித்தபோதுதான் சிங்காரியின் காலநிலைபற்றிய விவரிப்பு பிறந்தது.

இருளத் தொடங்கி வெகுநேரம். எட்டு மணியாவது அப்போது இருக்கும். இனி கீழே இறங்க வேண்டியதுதான். ஆனாலும் நாளைக்கு அவர் சென்னைக்குப் புறப்படவிருப்பதால் அன்றைக்கு அவசரம் பிறக்கவில்லை. வீட்டில் தங்கியிருக்கும் அக்ரம், மதி ஆகியோருடன் இந்திரன் வெளியே போயிருந்தான். வந்த பிறகு இறங்கலாமென எண்ணி பேசாமலிருந்தார்.

இரண்டு நாட்கள் தங்கிப் புறப்படுவதாக இருந்தவர் பத்து நாட்களாக பம்பாயில் நின்றார். மாதுங்காவிலுள்ள ரயில்வே ஊழியர் குடியிருப்பு வீடு அது. சில இளைஞர்கள் வந்து போகிற, மதி, சிங்காரி ஆகியோர் தங்குகிற இடமாக அது இருந்தது. ஹோல், ஒரு படுக்கையறை, சமையலறை, குளியலறை என நான்கு ஐந்து பேருக்குப் போதுமான வீடுதான். ஆனாலும் அங்கேயிருந்த பெரிய வசதி சமைத்துச் சாப்பிட முடிந்ததுதான்.

முதல்நாள்தான் தம்பிராசா எதிர்பார்த்திருந்த பணம் கிடைத்தது. பணத்தை ராஜேந்திரனை அழைப்பித்து கொடுக்கும்போதும், "தம்பி... எங்கட விஷயத்தை வைச்சு இழுத்தடிச்சிடப்படாது" என்று சொல்லித் தான் கொடுத்தார்.

மறுநாள் அக்ரம் கூட்டிப்போய் அவரை சென்னை எக்ஸ்பிரஸில் ஏற்றி அனுப்பி வைத்தான்.

மேலும் இரண்டு நாட்களின் பின் பேச்சுவாக்கில் வெளிநாடு செல்ல வந்த ஒரு இளம் தம்பதியர் அடுத்த அடுக்கு மாடியிலுள்ள ராஜேந்திரனின் இன்னொரு வீட்டில் தங்க வைக்கப்பட்டிருப்பது சிங்காரியிடமிருந்து இந்திரனுக்குத் தெரியவந்துவிடுகிறது. இந்திரன் உஷாரானான். அவர்கள் பேசுகிற இடங்களிலிருந்து முன்புபோல ஒதுங்காமலிருந்தான். என்ன பேசுகிறார்களென்பதை ஊன்றிக் கவனித்தான். மேலோட்டமாய் அல்லாமல், இப்போது அவர்களின் கண்களினூடு பார்த்துப் பேசினான். தெளிவில்லாவிட்டால் தெளிவாய்ச் சொல்லும்படி வற்புறுத்தினான். ராஜேந்திரன் ஒரு காலை அங்கு வந்தபோது, "புதிசா வந்த ஆக்களின்ர புத்தகம்தான் செய்யப் போகினம் போல…" என்றிழுக்க, "அவை கனடா போற ஆக்கள்" என்று பேச்சைச் சுருக்கமாய் முடித்துவிட்டான் அவன். சுவிஸுக்கு நீர்தான் முதல் என்று சொல்லாதது பெரிய மனத்தாங்கலாய்ப் போய்விட்டது இந்திரனுக்கு. வழக்கமான உற்சாகம் குறைந்து போனான். புத்தகங்கள் இரண்டும் அவசரம் தயாராக வேண்டுமென்று ராஜேந்திரன் சொல்லிச் சென்றபிறகு வீட்டறையிலிருந்து அன்று முழுக்க தீவிரமாய்க் கருமமாற்றிக் கொண்டிருந்தான் மதி.

இரண்டு குழல் விளக்குகளும் ஒரு குமிழ் விளக்குமாய் எல்லாமே எரிந்து அந்த அறையைப் பிரகாசப்படுத்திக் கொண்டிருந்தன. பாய் விரித்து அமர்ந்திருந்தான் மதி. முன்னால் அழுக்கேதும் பிரண்டு விடாத அவதானத்தில் பேப்பர் விரிக்கப்பட்டிருந்தது. மூட்டி வைத்த சிகரெட் ட்ரேயில் கிடந்து புகைந்து கொண்டிருந்தது.

கனவுச்சிறை

ஒரு கடவுச்சீட்டை எடுத்து வெகு கவனமாய் அதன் பக்கங்களை அவதானித்துவிட்டு ஒரு பக்கத்தைத் தேர்ந்தெடுத்தான் மதி. பின் அதை அப்படியே விரித்திருந்த பேப்பரில் கவிழ்த்து வைத்தான்.

சிகரெட் எடுத்துப் புகைத்தான்.

மேற்கொண்டு தன் பையிலிருந்து இன்னொரு கடவுச்சீட்டை எடுத்து ஒரு பக்கத்தைப் புரட்டி வைத்துக்கொண்டு வெகுநேரம் ஆய்ந்தான்.

"சிங்காரவேலண்ணை ..!"

வெளியே தமிழ்ச் சஞ்சிகைகளுள் மூழ்கிப்போயிருந்த சிங்காரவேலன், "என்ன?" என்றபடி எழுந்து வந்தான்.

"என்றி கையாலதான் அண்ணை போடவேணும். நாங்கள் செய்து வைச்சிருக்கிற றப்பர் ஸ்ராம்ப் சரிவராது. பற்றேர்ண் மாத்தியிட்டாங்கள். நல்லாய்க் கவனிச்சால்தான் வித்தியாசம் தெரியும்."

"எனக்கென்ன ராசா தெரியும். நீ சொன்னால் சரிதான். அப்ப ... போட்டு வைச்சிடன். ராவைக்கு ராஜேந்திரம் வருமெல்லே!"

"ஓ ... போட்டு வைச்சிடலாமே. துவங்குறதுக்குள்ள ஒருக்கால் வெளியில போட்டு வந்திடுறன்."

"உன்னை வேலை முடியாமல் வெளியில விடவேண்டாமெண்டு ராசேந்திரம் சொல்லியிட்டுப் போயிருக்கு."

"போய் வந்தாத்தான் சரிவரும். பாருங்கோ ... இப்பவே கை நடுங்கத் துவங்கியிட்டுது."

"அது எல்லாம் சரியாய்ச் செய்திடலாம். குவாட்டர் வாங்கி வைச்சிருக்கு. அவ்வளவுதான், வேலை முடியிற வரை."

சிங்காரவேலன் சமையலறை போய் காய்கறிக் கூடையிலிருந்து ஒரு குவாட்டர் விஸ்கி போத்திலையும், ஒரு கோல்ட் ஸ்பொட்டையும் எடுத்தான். தட்டிலிருந்து ஒரு கிளாசையும் எடுத்துப்போய் மதிக்குப் பக்கத்தில் வைத்தான். "எழும்பாத ... எழும்பினால் காரியம் கெட்டுப்போகும். அவசரமான வேலை. ஞாபகம் வைச்சுக்கொள்."

மதி விஸ்கியையும் கோல்ட் ஸ்பொட்டையும் கலக்கி ஒரு கிளாஸ் குடித்தான். மறுபடி கலக்கி பக்கத்தில் கையெட்டும் தூரத்தில் வைத்துவிட்டு ஆஷ்ரேயிலிருந்த சிகரெட்டை எடுத்துப் புகைத்தான். நிதானம் வருவதுபோல் தன் நீண்ட தலைமுடியைக் கோதினான். சிலுப்பினான். காரியத்துக்குத் தயாரானான்.

எட்ட இருந்தபடி எல்லாவற்றையும் கவனித்துக் கொண்டிருந்தான் இந்திரன்.

விரித்திருந்த கடவுச் சீட்டில் சென்னை விமான நிலைய குடிநுழைவு அனுமதி முத்திரை வரைபட்டுக்கொண்டிருந்தது. பிளேடினால் தீக்குச்சியைச் சீவிச் சீவி முனையை ரப்பர் ஸ்ராம்ப் மைப்பட்டையில் அழுத்தி அழுத்தி புதிய கடவுச் சீட்டு முத்திரையொன்றைப் பார்த்து

பதித்துக் கொண்டிருந்தான் மதி. அரை அடி நீள கண்ணாடி அடிமட்டம், பாகைமானி ஆகிய உபகரணங்கள் மாறிமாறி உபயோகமாகிக் கொண்டிருந்தன.

விஸ்கி உள்ளே இறங்கி தொழிற்பட ஆரம்பித்ததும் ஆரம்பத்திலிருந்த பதட்டம் மறைந்து பெரு அவதானநிலை பெற்றுவிட்டாற்போலத் தோன்றினான். குளிர்க் கிடங்குபோல் இருந்த அந்த அறையில் அவனுக்கு மெல்ல வியர்த்திருந்தது. அந்தத் தொழிலில் அவன் வெகுகாலம் ஈடுபட்டிருந்தானென்பதை செய்நேர்த்தி தெரிவித்தது. தொழிலீடுபாட்டை அக்கம்பக்கம் திரும்பி பார்வையை அலையவிடாத மகா அவதானம் காட்டியது.

எட்டிப் பார்த்த இந்திரன் பிரமித்துப் போனான். றப்பர் ஸ்ராம்பினால்கூட அவ்வளவு தெளிவான முத்திரை பதித்துவிட முடியாது.

எழுந்து வெளியே வந்தான்.

நேரம் இரண்டரை ஆகியிருந்தது.

சிங்காரவேலன் சமைத்து முடித்திருந்தான். நோய்க் கோழிபோல் கதிரையில் அமர்ந்தபடி தூங்கிவழிந்து கொண்டிருந்தான். கைவிடுக்கில் ஒரு சிகரெட் எரிந்து சாம்பர் வளர்த்துக்கொண்டிருந்தது. அதன் தோற்றம் விசித்திரமாயிருந்தது. தண்ணீரில் நனைந்ததுபோல் சாயம் ஊறி, உடம்பு சுருக்கமடைந்து... திடுக்கிட்டு விழித்து அவசரமாய்ப் புகையை இழுத்து சிகரெட்டை முடித்துக்கொண்டு கட்டையை வீசினான். பின் தூங்கலைத் தொடர்ந்தான்.

வழக்கம்போல் இந்திரன் தானே போட்டுச் சாப்பிட்டான். ஹோலுக்குள் வந்து சிறிதுநேரம் பாயை விரித்துப் படுத்திருந்தான். நாலு நாலரை மணிபோல் எழும்பி அறைக்குள்ளே போனபோது மதியின் முக இறுக்கங்கள் தளர்ந்திருந்தன. வேலை முடிந்ததுமாதிரி சாமான்களை ஒதுங்க வைத்திருந்தான். குவாட்டர் போத்தல் காலியாக சரிந்து கிடந்தது தள்ளி. கோல்ட் ஸ்பொட்டில் சிறிது மீதமிருந்தது.

மூன்று கடவுச் சீட்டுகளும் இப்போது விரித்துக் கிடந்தன மதி முன்னால். ஒரு தோல் பையை எடுத்து திறந்தான். உள்ளே நிறையப் பேனாக்கள். ஊற்றுப் பேனை, இறகுப் பேனை, களிமைப் பேனா என்றும், பல வர்ணங்களிலும் அவை. அவற்றுள் பச்சை மை ஊற்றுப் பேனாக்களை எடுத்து வெளியே வைத்தான். ஒவ்வொன்றாக எடுத்து ஒரு வெள்ளைத் தாளில் கீறி ஏற்கனவே ஒரு கடவுச்சீட்டில் இடப்பட்டிருந்த குடிநுழைவு அனுமதி கொடுத்த அதிகாரியின் கையெழுத்தோடு ஒப்பிட்டு அவற்றின் தடிமன், அவற்றின் நிறச் செறிவு முதலியவற்றைக் கவனித்து ஒரு பேனையைத் தேர்ந்தெடுத்தான். பின் வெற்றுத் தாளில் கையெழுத்திட்டுச் சரிபார்த்தான். பின் அதைக் கிழித்தெறிந்தான். தான் முத்திரை வரைந்த ஒரு கடவுச் சீட்டை எடுத்தான். அந்தநேரம் அவன் முகம் என்ன மாதிரிச் சுடர்விட்டது! கையெழுத்துக்குரிய அதிகாரியாகவே ஆகிவிட்டதான பாவனை. பாவனைகூட இல்லை அது; அவதாரம். கையெழுத்திட்டான்;

திகதி போட்டான்; ஒரு கடவுச் சீட்டின் வேலை முடிந்தது. அடுத்த கடவுச் சீட்டை எடுத்தான். கையெழுத்து தேதி போட்டு முடித்தான். அவற்றை எடுத்துக்கொண்டு ஹோல் ஜன்னலருகே வந்து மூன்றையும் பிரித்துப் பார்த்தான். பூரண திருப்தியின் மலர்ச்சியொன்று முகத்தில் விரிந்தது.

அந்தளவில் சாப்பிட்டு வந்த சிங்காரவேலன் வந்து கடவுச் சீட்டுகளை வாங்கிப் பார்த்து திருப்தியோடு சிரித்தான். மூன்று கடவுச் சீட்டுக்களையும் மேசை லாச்சியில் வைத்துப் பூட்டிவிட்டு வந்தான்.

அங்கே நிகழ்ந்தது என்ன? விமான நிலையத்திலிருந்து இறங்கியவரை நாட்டுக்குள் அனுமதிப்பதற்கான முத்திரையின் வரைவு மட்டுமில்லை; குடி நுழைவு அதிகாரியினதேபோன்று வைக்கப்பட்ட கையெழுத்து மட்டுமில்லை; ஒரு மாய வலையின் வெளிப்பாடு. எந்த விமான நிலையத்தில் என்ன மாதிரியான குடிவரவு – குடியகல்வு முத்திரைகள் பாவிக்கிறார்கள், அது எப்போது மாற்று வடிவம் பெறுகிறது, அந்தக் கடவுச் சீட்டுகளின்மூலம் எந்தெந்த நாடுகளுக்கு இலகுவாக விசா எடுக்கலாம் என்பதெல்லாம் தெரிந்த ஒரு தொழில்நுட்ப வலை அது. அது சட்டவிரோதமாகச் செயல்பட்டதே தவிர, அதன் நுணுக்க ஆய்வுகள் செய்முறைகளெல்லாம் தொழில் நுட்பம் சார்ந்தவையே. அவற்றின் பிரமாண்டமான வளர்ச்சி அன்று அங்கே தெரிந்தது.

"ராஜேந்திரம் எப்ப வரும்?" மதி கேட்டான்.

"ஏழு எட்டு மணி ஆகும்."

"நான் வெளிய போகவேணும்."

"சரி சரி... 555 ஸ்ரீயிட்டப் போக நேரம் இன்னும் நிறைய இருக்கு. முதல்ல... சாப்பிடு. பிறகு வெளிக்கிட்டுக் கொண்டு வா, காசு தாறன். ராசேந்திரம் சொல்லியிட்டுத்தான் போயிருக்கு."

குளித்து, சாப்பிட்டு, உடைமாற்றி ஓ-டி-கொலோன் வாசம் மூச்சை நிறைக்க மதி வர, சிங்காரவேலன் பணம் கொண்டுவந்து கொடுத்தான்.

உல்லாசமாய் வெளியே நடந்தான் மதி.

அந்த உல்லாசத்துக்கு 555 ஸ்ரீ காரணமென்பதை இந்திரனாலும் புரிய முடிந்தது. ஆனால் அவனுக்குத் தெரியாதது 555 ஸ்ரீ என்ன அல்லது யார் என்பதுதான்.

மதி திரும்பி வந்ததும் கேட்கவேண்டுமென்று நினைத்துக் கொண்டான்.

20

கனடா பயணிகளுக்கு அன்று பயணம். பம்பாய் – பாரிஸ் – மொன்றியல் செல்லும் விமானம் இரவு 11.20க்கு அங்கிருந்து புறப்படவிருந்தது. எட்டரை மணிக்கெல்லாம் விமான நிலையம் போய்விட வேண்டுமென்று காலையிலே ராஜேந்திரன் தொலைபேசியில் ஹோட்டலில் நின்றிருக்கும்

பயணிகளிடம் சொல்லியிருந்தான். அதைக் கேட்ட இந்திரன் துடித்துப்போனான். முகம் கறுத்துப் போயிற்று.

அது மாதிரியான பொழுதுகள் மிகவும் வேதனையானவை. தான் வந்து ஒரு மாதமாகிவிட்டது என்ற நினைப்பு ஏற்கனவே அவன் மனத்தைச் சலனப்படுத்தத் துவங்கியிருந்தது. அவன் இன்னுமொரு மாதம் வேண்டுமானாலும் காத்திருப்பான். ஆனால் சூழ்நிலை காத்திருக்குமா? பெரிய தடையேதுமின்றி சுவிஸ் பாதை திறந்திருந்தது. அடைபட்டுப் போனால் மறுபடி திறக்க எத்தனை மாதங்கள் ஆகுமோ? இவ்வாறான பொறுதியின்மைகளில் ஏற்படும் சோகம், செலுத்த முடியாத அவதியுடன் சேர்ந்து அவனைத்தான் பேயாய் ஆட்டிக்கொண்டிருந்தது.

அன்று மாலையில், அவனையும் விமான நிலையம் கூட்டி வரும்படி ராஜேந்திரன் சொன்னதாய் சிங்காரவேலன் கூறினான்.

"ஏன்?" திகைப்போடு கேட்டான் இந்திரன்.

"அடுத்த கிழமையளவில உமக்கு பிளையிற் இருக்கும். எதுக்கும் ஒருக்கா ஏர்போர்ட் போய் அங்கத்தைய நடவடிக்கைகளைக் கவனிச்சுவைச்சால் நல்லதுதானே!"

எட்டு மணியளவில் சிங்காரவேலன், மதி, இந்திரன், அக்ரம் ஆகியோர் விமான நிலையத்தைப் போய்ச் சேர்ந்த சிறிது நேரத்துள் குட்டியுடனும், இரு பயணிகளுடனும் ராஜேந்திரன் ஓட்டல் வாடகைக் காரில் வந்திறங்கினான்.

வெளிநாட்டுப் பயணிகள்போல் எடுப்பாக உடையணிந்திருந்தார்கள் இருவரும். ஆண் பயணி மிகவும் உற்சாகமாயிருந்தான். கடவுச் சீட்டில் குறிப்பிடப்பட்டுள்ள கணவன் உறவைக் காட்ட முனைபவன்போல் அவளை உரசிக்கொண்டு நின்றான். அவள் விலகினாள் முகங்கூட அந்தளவு அலங்கரிப்புக்களை மீறி ஒரு துக்கத்தை, ஒரு அழுகையை, ஒரு வெடுவெடுப்பான சினத்தைத் தாங்கியிருப்பதைக் காட்டிக்கொண்டிருந்தது. கண்களும் சிவந்து கலங்கிக் கிடந்தன. எந்தக் கணமும் அழுதுவிடலாம்போன்ற கனதியும் தெரிந்தது.

குட்டியினால் மெல்லிய குரலிலே அப்போதும் அதே உறுதிமொழி சொல்லப்பட்டது: அவர்கள் பதட்டமோ பயமோ அடைய வேண்டியதில்லை; அதிகாரிகளுடன் விஷயங்கள் ஒழுங்குசெய்யப்பட்டுள்ளன; அவர்கள் செய்ய வேண்டியதெல்லாம் மிகவும் இயல்பாக இருந்து, குட்டி போய்வந்து குறிப்பில் அடையாளம் காட்டும் வரிசைகளில் நின்று விமான நுழைவு அட்டையை ஏர்லைன்ஸ் கவுண்டரிலும், குடியகல்வு முத்திரையை குடிவரவு – அகல்வுப் பகுதி அதிகாரியிடத்திலும் பெற்றுக்கொள்ள வேண்டியதுதான்.

அவர்கள் தங்கள் பைகளை எடுத்துக்கொண்டு விமான நிலையத்துள் நுழைந்தனர்.

குட்டி ஜனக் கூட்டத்தைத் துளைத்துக்கொண்டு முன்னே சென்று கொண்டிருந்தான்.

ராஜேந்திரனும் அக்ரமும் ஒரு பக்கமாக ஒதுங்கி நின்றனர். மற்ற மூவரும் சற்றுத் தள்ளி, வேறு வேறு பேச்சுக்களைப் பேசியபடி. பார்வை கள்ளமாய் பயணிகளைத் தொடர்ந்து கொண்டிருந்தது.

பயணிகள் ஏர்லைன்ஸ் கவுண்டருக்குச் செல்கிறார்கள்... இருக்கை எண் பெற்றுக்கொண்டு, பொதிகளை எடைபார்த்து அனுப்புகிறார்கள்... பின் தள்ளிவந்து இருக்கைகளில் அமர்ந்து குடியகல்வுப் படிவத்தை நிரப்புகிறார்கள்...

குட்டி எங்கும் தென்பட்டான்.

ஒரு விமான நிலைய அதிகாரியைப் பார்த்துச் சிரித்தான், ஒரு பாதுகாவல் பொலிஸுடன் பேசினான்.

இந்திரனுக்கு ஆச்சரியமாக இருந்தது.

இப்போது அவர்களது பயணிகள் குடியகல்வுப் பகுதிக்குச் சென்று கொண்டிருந்தனர்... குட்டி குறிப்பில் காட்டிய வரிசையில் நின்றனர்.

இறுதித் தடைதாண்டுமிடம் அதுதான்.

அது கடந்தால் விமான நுழைவுதான்; அப்பால் அவர்களது பயண எல்லைதான்!

வரிசை சுருங்கிக் கொண்டிருந்தது.

தமது இரண்டு கடவுச் சீட்டுகளையும் ஆண் பயணி கவுண்டரில் கொடுத்தான். பரிசீலனை மேலோட்டத்தில் முடிய குடியகல்வு முத்திரை குத்தப்படவிருக்கிற கடைசித் தருணம் அது. சற்று எட்ட நின்றிருந்த குடியகல்வுப் பகுதியின் மேலதிகாரி ஒருவர் வந்து கடவுச்சீட்டுகளை வாங்கினார். பிரித்து ஆராய்ந்தார். இருவரையும் திரும்பி மாறிமாறிப் பார்த்தார். அவளைமட்டும் பின்னே வரச்சொல்லிவிட்டு சற்றுத் தள்ளிச் சென்றார்.

அவள் தொடர்ந்தாள்.

வாய் நிறைய வெற்றிலை போட்டிருந்தார். 'பான்' கிறக்கம் கண்ணில் லேசாய் ஆடியது. அது புலக் கூர்மையாய் வெளிப்பட்டுக் கொண்டிருந்தது. கண்களின் வழியே அவளது இதயத்தைத் துளாவுபவர்போல ஒரு முழு நிமிட நேரம் அவளையே உற்றுப்பார்த்துக் கொண்டு நின்றார்.

பிரச்சினையின் அடையாளத்தை தலையசைத்து குட்டிக்குத் தெரிவித்தான் அந்தக் கவுண்டரில் இருந்த குடியகல்வுப் பகுதி அதிகாரி. அவனது முகமே அடையாளம் காணும்படி கறுத்திருந்தது. அவன் அம்புபோல ராஜேந்திரன் நின்றிருந்த இடத்துக்குப் பாய்ந்து வந்தான்.

"என்ன, குட்டி?"

"மாட்டியிட்டுதுபோல இருக்கு..."

ராஜேந்திரனின் முகம் இருண்டது.

மெல்ல இருவரும் அப்பால் நழுவினர்.

சிறிதுநேரத்தில் ராஜேந்திரன் அக்ரத்தோடு மற்ற மூவரையும் நெருங்கினான். சிங்காரவேலன் முன்னே வந்து, "என்ன, ராஜேந்திரம்?" என்றான் நிலவரத்தை ஊகித்துக்கொண்டவன்போல.

"கஷ்ரம் வந்திட்டுதுபோல."

"புத்தகத்தில ஏதாவது நோண்டியாய்ப் போச்சோ..?" தன் கர்வம் பங்கப்பட்டதுபோல் கேட்டான் மதி.

தலையசைத்த ராஜேந்திரன், "அந்த நாய் அழுவாரைப்போல மூஞ்சையை வைச்சுக்கொண்டு நிக்கேக்குள்ளயே எனக்கு மனசுக்குள்ள தெரிஞ்சுட்டுது, இவள் இண்டைக்கு எல்லாத்தையும் கவிழ்த்துக் கொட்டப் போறாளெண்டு" என்றான்.

"என்னவாம் அவளுக்கு? ஏன் அப்பிடி நிண்டவள்?" என்று சிங்காரவேலன் கேட்க, அதற்கு ராஜேந்திரம் தெரிவித்தான்: "ஆருக்குத் தெரியும்? ஏர்போர்ட்டுக்கு ஹோட்டல் காரில வாறதுதான் நல்லதெண்டு ரண்டு நாள் ஹோட்டல்லதான் தங்கவைச்சது. பாஸ்போர்ட்டில இருக்கிறமாதிரி புருஷன் பெண்சாதியாய்த்தான் பதிஞ்சிருக்கு; சந்தேகம் வந்திடாதமாதிரி நடந்துகொள்ளுங்கோ எண்டு சொல்லிவிட்டது. அந்த மாடன் இதுதான் சந்தர்ப்பமெண்டு..."

"அமத்தியிருப்பானோ?"

"அப்பிடித்தான் தெரியுது."

"இப்ப.. நாங்கள் என்ன செய்யிறது?" சிங்காரவேலன் கேட்டான். "இனி இதில நிக்கிறது நல்லதில்லை."

"குட்டி இப்ப வருவான், பொறுங்கோ."

ஐந்து பேரும் விமான நிலைய சிற்றுண்டிச் சாலையில் கோப்பி வாங்கிக் குடித்துக்கொண்டிருந்தனர்.

குடியகல்வுப் பகுதி மேலதிகாரி பெண் பயணியை விசாரித்துக் கொண்டிருந்த இடத்துக்கு வெகு சமீபமாய் வந்து நின்றிருந்தான் குட்டி.

"இளம்பெண்ணே! இதோ பார்! இந்த சிங்கப்பூர்ப் பாஸ்போர்ட் உன்னுடையதில்லை. நீ சிங்கப்பூர்ப் பிரஜையும் இல்லை. உண்மையில் நீ இலங்கைத் தமிழ்ப் பெண். கூட வந்தவன் உன் கணவனல்ல. அவனும் இலங்கைத் தமிழன். என்னை ஏமாற்ற நினைக்காதே. உண்மையைச் சொல்லு" என்றார் மேலதிகாரி.

அவள் குலைந்து போயிருந்தாள். மௌனமே பதிலாக வெளி வந்துகொண்டிருந்தது.

"சொல்லு! உன் கதையெல்லாம் உன் கண்களில், உன் முகத்தில் எழுதியிருக்கிறது."

பொலபொலவென்று கண்ணீர்த் துளிகள் சில விழுந்து சிதறின.

"உண்மைதான் எனக்கு வேண்டியது. நீங்கள் இருவரும்கூட அல்ல. அதனால்... உண்மையைச் சொல்லு, விட்டு விடுகிறேன்."

தன் தப்புகையின் தருணம் அந்த ஒரு கணப்பொழுதில் நிகழ்ந்தால்தான் உண்டு என நம்பிய அந்தப் பெண் அவர் சொன்னது உண்மையென தலையசைத்துவிட்டாள்.

மேலதிகாரியின் முகம் சற்றுப் பிரகாசித்தது போலிருந்தது.

சிறிதுநேரம் யோசித்து தனக்குள்ளே தலையசைத்துவிட்டு அவளிடம் சொன்னார்: "சரி, போ. கண்களைத் துடைத்துக்கொள். இனி இங்கே யார் கேட்டாலும் இந்த உண்மையைச் சொல்லி விடாதே."

அவரே வந்து கடவுச்சீட்டுகளைக் கவுண்டரில் கொடுத்து தலையசைத்தார்.

இரண்டு பயணிகளும் பயணிகள் காத்திருப்புக்கூடம் நடந்தனர்.

குட்டி சிரித்தபடியே வந்தான்.

"என்ன நடந்தது?" என்று அவசரமாய்க் கேட்டான் ராஜேந்திரன்.

"ஆக்கள் பிளேனில ஏறியிட்டினம்."

"அப்பாடா!"

"பெட்டை கடைசிவரை உண்மையைச் சொல்லேல்லைப்போல..."

"சொல்லியிட்டுது."

"என்ன?"

"நீ சிலோன்காரி... உங்கட கஷ்ரம் எனக்குத் தெரியும்... உண்மையைச் சொல்லு, விட்டுடுறன் எண்டு இமிகிரேஷன் ஓஃபீசர் கேட்க பெட்டை உண்மையைச் சொல்லியிட்டுது."

"விசர்ப்பெட்டை..."

"பெட்டை செய்ததுதான் சரி. கொஞ்சமும் நோண்டி இல்லாமல் தலைமாத்தி, என்றி அடிச்சு, விசா அடிச்சு எல்லாம் நல்லமாதிரிச் செய்தாலும் பரிச்சயமான கண்ணுக்கு உண்மையும் போலியும் தெரிஞ் சிடும், மச்சான். அனுபவசாலியின்ர கண்ணுக்கு சந்தேகம் வராமல் இருக்கிறவரைதான் எங்கட நுட்பங்கள் வேலை செய்யும். சந்தேகம் வந்து பாத்தால் போலியைக் கண்டுபிடிக்கிறது கஷ்ரமில்லை. ஆயிரம் ஆயிரமாய் எங்கட சனங்கள் இப்ப வெளி நாடுகளுக்குப் போயிருக்கு. எப்பிடியெண்டு நினைக்கிறாய்? பாதி, மதிபோல ஆக்களின்ர கைநுட்பம்; பாதி, இண்டைக்கு வந்த இமிக்கிரேஷன் ஓஃபீசர் மாதிரி ஆக்களின்ர தயை."

"என்னது..?" என்றான் சிங்காரவேலன்.

"தயை... கருணை... இரக்கம்..!"

அவர்கள் ராக்ஸியில் ஏறினார்கள்.

தயை..! வெகுநேரம் அவர்களை மௌனிக்க வைத்திருந்தது.

21

முதல் நாளைய சந்தோஷத்தின் கொண்டாட்டம் அன்றிரவு எட்டு மணியளவில் ராஜேந்திரன் வர தொடங்கியது. பங்குபற்றியவர்கள் பலபேர்கள் இல்லை. ராஜேந்திரன், சிங்காரவேலன், குட்டி, அக்ரம், மதி ஆகியோரே. இந்திரன் பார்வையாளனாக மட்டும். பார்வையாளனுக்கு கோல்ட் ஸ்பொட் கொடுத்தார்கள். தாங்கள் விஸ்கி குடித்தார்கள். சிலருக்கு பியர்.

ஒன்பது மணியளவில் சாப்பிட்டுவிட்டு அறைக்குள் பாயை விரித்துப் படுத்துக் கொண்டான் இந்திரன்.

அறை இருட்டுள் படுத்திருந்தவனுக்கு கதவிடுக்கினூடாக கூடத்துள் நடப்பதெல்லாம் தெரிந்துகொண்டிருந்தது. பேச்சுக்களும் தெளிவாகக் கேட்டன. ஆனால் பார்த்த எதுவும், கேட்ட எதுவும் அவனுக்குத் தேவையானதாக இருக்கவில்லை.

அவன் கண்களை மூடித் தூங்க முயன்றான்.

அந்த இளம் பெண்ணின் முகம் முதல் நாளிரவுபோல் மறுபடியும் ஞாபகமாகி அவனைப் புரட்டியெடுத்துக் கொண்டிருந்தது.

தன் நாட்டில் அம்மாதிரிக் கொடுமைக்கு அவள் தப்பிவந்தவளாய் இருக்கக்கூடும். வேறு மண்ணில் அவளது மனிதர்களாலேயே அவள் சிறுமைப்படுத்தப்படுவது எவ்வளவு கொடுமை!

தன்னின் வேறொரு பிரதிபோலும் அவள் தோன்றிக்கொண்டிருந்தாள் அவனுக்கு. அந்த மூன்றாம் அலையிலாவது வெளிநாடு சென்று கடந்த இரண்டு தலைமுறைத் தோல்விகளை ஈடுகட்டும் பொறுப்பு தன் தோள்மீது சுமத்தப்பட்டிருப்பதுபோல், வேறு வேறு தலைமுறைக் கனவுகளை நிறைவேற்றும் சில கட்டாயங்கள் அவள்மீதும் ஏற்றப் பட்டிருந்திருக்கலாம். இறுதியாக, அவள்மீது ஒரு மனிதர் காட்டிய தயையினால்தான் அன்று அந்த இருவரும் தப்ப முடிந்திருந்தது. இல்லாவிட்டால் அவளும் அவனும் இப்போது சிறையில் இருந்திருப்பார்கள். அந்தளவுக்கு ஒரு இனத்தின் சோகம் முழுவதும் அவள் முகத்தில் இறுக்கமாய்ப் படிந்திருக்கிறது. அவள் நாளை சேரக்கூடிய மேற்குலகத்தின் லௌகீக பெறுமானங்கள் ஒருகாலத்தில் அவளின் சோகம் முழுவதையும் மாற்றிவிடவும் கூடும்தான்.

தூக்கம் இன்னும் வெகுதொலைவிலேயே இருந்தது.

இருந்தாற்போல மதியின் குரல் கூடத்திலிருந்து பெரிதாகக் கேட்டது: “இந்தக் கையின்ர திறமையால நூறு பேரை வெளி நாட்டுக்கு அனுப்பி வைச்சிருப்பன், சிங்காரவேலண்ணை. சிம்பிளாய் நினைச்சிடாதயுங்கோ. இதுவும் எங்கட சனத்துக்குச் செய்யிற ஒருவகை உதவிதானே!”

“அந்தளவு புத்தக வேலை செய்திருப்பியா?”

“பின்னை ..? எண்பத்தஞ்சிலயிருந்து இந்த வேலை செய்யிறன்.”

“மதி . . . கனக்கக் கதைக்காத. உன்ர கதை எனக்குத் தெரியும். நீ எண்பத்தஞ்சில இயக்கத்திலயிருந்து ஓடிவந்தவன். நிச்சயமாய் . . .

தவிக்கிற எங்கட சனங்களைக் கரையேத்தவெண்டு நீ ஓடிவரேல்லை. நீயும் வெளிநாடு போகத்தான் வந்தனி. கொண்டுவந்த காசையெல்லாம் தண்ணியிலயும் சரக்கிலயும் அழிச்சிட்டு அப்பிடியே இஞ்ச அங்கர் போட்டு நிக்கிறாய்" என்று சொன்னான் சிங்காரவேலன்.

இந்திரன் இடுக்கினூடு பார்வையைக் குவித்தான்.

சிங்காரவேலன் அவர்களோடு சேர்ந்து குடிக்கவில்லையென்று தெரிந்தது. 'தூள்' அடிக்கிறவனுக்கு தண்ணியும் பொம்பிளையும் பிடிக்காது என்று அங்கே வந்தபிறகு அவன் கேள்விப்பட்டிருக்கிறான். அப்போதும் சிங்காரவேலனின் கையிலிருந்து புகையிலைத் தூளை உதிர்ப்பதற்காய் மெதுவாய் தன்னை ஐதாக்கிக் கொண்டிருந்தது ஒரு வில்ஸ் கிங்.

சிங்காரவேலன் தொடர்ந்தான்: "நீ எண்பத்தஞ்சில வந்து நூறு பேருக்குமேல அனுப்பினதாய்ச் சொல்லுறாய்; எழுபத்தஞ்சில வந்த நான் எத்தினை பேரை அனுப்பியிருப்பனெண்டு நினைக்கிறாய்?"

ராஜேந்திரன் சிரித்துக்கொண்டே, "மதிதான் பாஸ்போர்ட் வேலை செய்து ஆக்களை அனுப்பினானெண்டு சொல்லலாம். நீ என்ன செய்தனீ, சிங்காரி? என்னமாதிரி அனுப்பினனீ?" என்று கேட்டான்.

"என்ன செய்தனானோ?" சிங்காரி ரோஷங்கொண்டு நிமிர்ந்தது: "இலங்கைப் புத்தகமெண்டால் இலங்கைப் புத்தகம் . . . இந்தியப் புத்தகமெண்டால் இந்தியப் புத்தகம்.. பிரிட்டிஷ் பாஸ்போர்ட்டா, சிங்கப்பூர், மலேஷியா, மொரிஷியஸ் பாஸ்போர்ட்டா... கேட்ட கேட்ட புத்தகம் கொண்டுவந்து தாறனே... அது போதாது?"

"சரி விடு, உணர்ச்சிவசப்படாத" என்று விஷயத்தைத் தணித்தான் குட்டி.

சிங்காரி ஓரளவு தணிந்து சிகரெட்டில் கவனம் செலுத்தியது.

மதி கேட்டான்: "எண்பத்தஞ்சில வந்த என்னை அங்கர் போட்டு நிக்கிறதாய்ச் சொல்லுறியளே, எழுபத்தஞ்சில வந்து இண்டளவும் இஞ்ச நிக்கிற உங்களை என்னெண்டு சொல்லுறது, சிங்கார வேலண்ணை? கரைதட்டி நிக்கிற கப்பலெண்டு சொல்லலாமோ?"

குபீரென்று சிரித்தது சிங்காரி.

பழக்கமிருந்தால் மட்டும்தான் அது பயங்கரமில்லாமல் இருக்கும். மற்றும்படி வாய் இருண்ட குகையாய்க் கிடந்ததிலும், பற்கள் அனைத்தும் மிளிரி பாழ்படக் கிடந்ததிலும், அதிர்வொலியிலும் கிலி பிடித்திருக்கும்.

சிங்காரி சிரித்து ஓய சிறிதுநேரமாயிற்று. கண்ணீரைத் துடைத்துக்கொண்டு அது அடங்கியது.

சிங்காரி நகைச்சுவையிலும் சிரிக்கும். பேச முடியாத நிலை ஏற்படுகிற தருணங்களிலும் சிரிக்கும். அதுமாதிரிச் சிரிப்பின் உச்சத்தில் சிங்காரிக்கு சோகத்தின் துவக்கம் இருப்பதைத் தெரிந்திருந்த குட்டி முன் நடவடிக்கை போல் சிங்காரியின் உதவிக்கு வந்தான்: "சிங்காரி முதன்முதல்ல வந்திறங்கினது கல்கத்தாவிலதான். கப்பலெடுக்கவெண்டு வந்தது.

அங்கயிருந்து கூட்டாளி சகிதம் மங்களூர், கண்டிலா, எர்ணாகுளம், பம்பாய் பிறகு விசாகப்பட்டினமெண்டு இப்பிடியே அலைஞ்சு கடைசியில போய்ச்சேர்ந்த இடம் சென்னை. சென்னையில ரண்டு மூண்டு மாசம் நிண்டிட்டு கையில இருந்த மோதிரத்தை வித்துக்கொண்டு எம். வி. சிதம்பரத்தில ஏறி ஊர் போயிருக்கு. கேந்தியும் கிரந்தமுமாய்ப் போச்சு ஊரில. போன மச்சான் திரும்பிவந்தான் கோமணத்தோட எண்டு சின்னஞ்சிறிசுகள்கூட பாடத் துவங்கியிட்டுது. சிங்காரிக்கு கஷ்ரமாய்த்தான் இருந்துது. எண்டாலும் லவ்வுக்காக அங்கயே நிண்டுது. கொஞ்ச நாளில பெட்டை வேற ஆரோடயோ கூடிக்கொண்டு ஓடியிட்டுது. சிங்காரியால அதைத்தான் தாங்க ஏலாமல் போச்சு. முடிஞ்ச காசைப் புரட்டியெடுத்துக்கொண்டு திரும்ப மன்னாருக்கு வந்து கப்பலேறியிட்டுது. மூண்டு மாசமாய் சென்னை, தூத்துக்குடி எண்டு அலைஞ்சு பாத்து ஒண்டும் சரிவரேல்லை. அந்தளவில சென்னையிலயும் இயக்கப் பிரச்சினையள். செய்யக்கூடியதாய் இருந்தது பம்பாய்க்கு ரயில் எடுக்கிறதுதான். கையில இருந்த காசுக்கு ரிக்கற் எடுத்துக்கொண்டு சிங்காரி வெறுங்கையோட பம்பாய் வந்து சேர்ந்தது. மணிக்கூட்டை வித்து ... பாஸ்போர்ட்டை அடைவு வைச்சு ... காலம் இப்படியே ஓடிக்கொண்டிருந்துது ...”

“அது சரி... சிங்காரவேலனெண்டதுதான் இவரின்ர உண்மையான பேரோ?”

இந்திரன் உஷாரானான். அவனே கேட்கவிருந்தது.

“கொஞ்சும் சலங்கையில வாற சிங்காரவேலனே தேவா எண்ட பாட்டுத்தான், அண்டைக்கு மட்டுமில்லை எண்டைக்கும், பிடிச்ச பாட்டு இவருக்கு. இப்ப இந்தப் பாட்டைக் கேட்டாலும் சிங்காரிக்கு அழுகை வரும். இவரின்ர பெட்டை இந்தப் பாட்டை அந்தக் காலத்தில வாசிகசாலை ஆண்டுவிழாவில ஒருமுறை பாடிச்சுதாம். அண்டைக்குத்தானாம் இவைக்குள்ளையும் தொடுப்பினை விழுந்தது. இவர் அந்தப் பாட்டை முணுமுணுக்க... பெட்டை சிரிக்க... இப்பிடி!”

“தொடுப்பினை என்ன ... காதலெண்டு சொல்லு.”

“மயிர்க்காதல். காதலெண்டால் கப்பல் வேலை கிடைக்கேல்லை எண்டவுடன வேறொருத்தனோட கூடிக்கொண்டு ஓடுவாளே?”

சிறிது நேரத்தில் யாரோ சிங்கார வேலனே தேவா! என்று பாடத் துவங்கினார்கள்.

“தம்பி, நக்கல் இருக்கலாம், நளினம் இருக்கக்கூடாது” என்றது சிங்காரி சற்று அதட்டலாய்.

“உண்மையைத்தானே சொல்லுறம்; ஏன் குழம்புறாய்?” என்றான் அக்ரம்.

சிங்காரி தன் லயத்தில் ‘தூள்’ போட்ட சிகரெட்டை பற்றவைத்து உன்னி உன்னி இழுத்துக் கொண்டிருந்தது.

சிங்காரிக்கு ஐம்பதளவு வயது. தலையில் அவ்வளவாய் நரை யில்லாவிட்டாலும் உடம்பும் முகமும் காட்டின. குடியும், கஞ்சாவும், ஹசிஸஹம், தேவடியாள்ச் சேர்க்கையும் பிறகு ஹெரோயினுமாய் உடம்பு கோறை பத்திப் போய்விட்டது. ஹெரோயினை நிறுத்துவதற்கான வாய்ப்பு இனி இல்லை. நிறுத்தும்படி யாரும் கேட்டதுமில்லை. அதற்கெல்லாம் பணம் ராஜேந்திரன்தான் கொடுத்ததாய்த் தெரிந்தது. சாப்பாடு, தங்குமிடமெல்லாம்கூட அவன்தான். அத்தனைக்கு அவன் தேவை இருந்தது.

ஏழெட்டுப் பேர் அவனுக்காக வேலை செய்துகொண்டிருந்தார்கள் என முன்பே கணித்திருந்தான் இந்திரன். அவர்களையும் ராஜேந்திரனே பராமரித்தான். ஏஜன்ஸி வேலையால் நிறையவே வந்தது. அந்த இரண்டு பேரையும் அன்றைக்கு அனுப்பியதில் நிகர லாபமே இரண்டு லட்சமென்று ஒரு பேச்சில் மதி குறிப்பிட்டிருந்தான். பொறாமை, போட்டிகள் எழுந்து காட்டிக் கொடுப்புகள்மூலம் அவனைச் சரிக்கப் பார்த்தனர் சிலர். போலிகள் கண்டு பிடிக்கப்பட்டு லட்சக்கணக்கில் நஷ்டங்கள் ஏற்பட்டுமுள்ளது. ஆனால் முற்றாக அவனைச் சரிக்க யாராலும் முடியவில்லை. இயக்கங்களைவிட்டு ஓடிவந்த சில இளைஞர்கள் சேர்ந்த ஆயுதக் கும்பலொன்றுக்கு ராஜேந்திரன் பணம்கொடுத்து வந்ததில், அது சாத்தியமாகவில்லை. அங்கே நிலைநிற்பதற்கான முக்கிய அம்சங்களில் பணத்துடன் சண்டித்தனமும் ஒன்று என்பதை அத்தனை நாட்களில் இந்திரன் புரிந்தே வைத்திருந்தான். இவையெல்லாம் ஒருவித கதாநாயகத் தன்மையை ராஜேந்திரன்மேல் ஏற்றியிருந்தன இந்திரனிடத்தில். அது, முதல்நாள் ராக்ஸியில் வந்துகொண்டிருந்தபோது 'அடுத்தது எங்கட இந்திரன்ர பயணம்தான்' என்று அவன் சொல்லியிருந்ததோடு வெகுத்திருந்தது. கண்களை மூடிக்கொண்டு வெளிநாட்டுப் பயண சுகத்தில் ஆழ மனம் விழைநதது. ஆனால் எதிரே நிகழ்வவையும் ஒருவகைச் சுகத்தைத் தந்ததில் அப்போது தலையைத் தொங்கிக்கொண்டு பேசத் துவங்கியிருந்த சிங்காரியின் குரலில் கவனம் குவித்தான்.

"கப்பலெடுக்கவெண்டு வந்த அந்த முதல்கூட்டம்தான் இண்டைக்கு இந்தியாவிலயிருந்து நடக்கிற பயணம் சம்பந்தமான சகல தில்லுமுல்லு வேலைகளுக்கும் மூலாதாரமாய் இருந்தது. கள்ள எக்ஸிற் அடிக்கிறதிலதான் அது முதலில துவங்கினது. பிறகு... கள்ளச் சீமன்புத்தகம் அடிக்கிறதில, கப்பல்ல வேலை செய்த போலி சேர்டிபிகேற் தயாரிக்கிறதிலயெண்டு பரவிச்சுது. கடைசியாய்... கள்ளப் பாஸ்போர்ட்டே அடிச்சு இஞ்ச வித்தாங்கள். இப்ப கப்பலுக்கு ஆர் போகினம்? எல்லாருக்கும் அகதியாய் வெளிநாடு போகத்தான் ஆசை. கப்பல் ஏற அப்ப பயன்பட்ட தந்திரம், இப்ப அகதியாய் விமானம் ஏற பயன்படுகுது. உனக்குத் தெரியுமோ குட்டி... அப்ப... கப்பல் ஏஜன்றுக்கு கட்ட பணம் சேர்க்கிறதுக்காக கராச்சி பிஸினஸ்கூட செய்தம்!"

"கராச்சி பிஸினஸா?"

"ம்!"

சிங்காரி பாதி படுத்த நிலைக்கு வந்தாகிவிட்டது. இருந்தும் புள்ளியிற்போல் கவனம் குவிந்திருந்தது. மற்றவர்கள் விஸ்கி குடித்தனர்; சிகரெட் மூட்டினர்.

"சொல்லு சிங்காரி, கராச்சியில என்ன பிஸினஸ்?"

"தரைவழிப் பாதைதான். சிலோன் பாஸ்போர்ட்டுக்கு அப்ப–இப்பவும் அப்பிடித்தான்போல–பாகிஸ்தான் போக விசா தேவையிருக்கேல்லை. இஞ்சயிருந்து வெத்திலை கொண்டுபோவாங்கள். நல்ல விலைக்கு விக்கும். அங்கயிருந்து வெள்ளி கொண்டுவருவாங்கள். இந்தியாவில வெள்ளி விலை. ஒருமுறை போய் வந்தால் சிலவு தள்ளி ஆயிரம் ரூபாய்வரை லாபம் கிடைக்கும். கராச்சியிலயும் கன தமிழ்ப் பெடியள் நிண்டாங்கள். கப்பலேறத்தான். எண்டாலும் சிங்களப் பெடியள் கனக்க. தமிழ்ப் பெடியளுக்கும் சிங்களப் பெடியளுக்கும் சண்டைகூட நடந்திருக்கு."

"நாட்டுக்கு வெளியில வந்துமே பிரச்சினை? தமிழருக்கு எங்க போனாலும் துன்பந்தானா?" என்று வருத்தப்பட்டான் மதி.

"வெளியில மயிர வாங்கினாங்கள் அடி.. சிங்களப் பெடியளுக்கு சாம்பலடி குடுப்பாங்கள். அவங்களுக்கிருக்கிற ஒரே வசதி என்னெண்டால், எது நடந்தாலும் ஓடிப்போய் சிலோன் எம்பஸியில முறையிட்டுவிடுவாங்கள். எம்பஸியில இருக்கிறவை சிங்களவர்தானே, அவை உடன பாகிஸ்தான் பொலிசுக்கு ரெலிபோன் பண்ணுவினம். எம்பஸியிலயிருந்து முறைப்பாடு வந்தவுடன பாகிஸ்தான் பொலிஸ் உஷாராயிடும். எண்டாலும் காசைக் குடுத்து பாகிஸ்தான் பொலிசை கையில வைச்சுக் கொண்டு எங்கட பெடியள் செய்யிறதெல்லாம் செய்துகொண்டுதான் இருந்தாங்கள். இன்னொண்டு ..."

"என்ன?"

சிகரெட் ஒன்று பற்றவைத்துத் தரக் கேட்க அக்ரம் ஒரு சிகரெட்டை மூட்டிக்கொடுத்தான். புகையை உறிஞ்சி தெம்படைந்து கொண்டு சிங்காரி தொடர்ந்தது: "தேவன், கிருபா, உமாபோல ஆக்களிட்ட ரிவால்வர் இருந்தது. பாகிஸ்தானில, கடையில சாமான் வாங்கிறமாதிரி துவக்கு வாங்கலாம். எங்கட ஊரில கத்தி, சத்தகம் விக்கிறமாதிரி அங்க துவக்குகளை சிலவேளை பேமன்ரில போட்டுக்கூட விப்பாங்களாம். எங்கட பெடியள் அங்கயிருந்து ஆயுதம் வாங்கி இஞ்ச கொண்டுவந்து சேர்ப்பாங்கள். இஞ்சயிருந்து போர்ட்டில அது யாழ்ப்பாணம் போய்ச்சேரும். யாழ்ப்பாணத்தில இருந்த குழுக்களுக்கு ஆரம்பத்தில ஆயுதம் போய்ச்சேர்ந்தது இந்த மாதிரித்தான். வங்கிக் கொள்ளை, பெற்றோல் நிலைய கொள்ளையெல்லாம் அதை வைச்சுத்தானே நடந்தது!"

"அப்பிடியே சங்கதி?" என்று அதிசயித்தான் அக்ரம்.

"அக்ரம்... என்ன குரல் ஒருமாதிரி இருக்கு? நீயும் கொழும்பு முஸ்லீம்தானே! அந்தப் பக்கத்தில வாரப்பாடு அதிகமாய்த்தான் இருக்கும். அதால... வங்கிக் கொள்ளையெல்லாம் நடந்தது எண்டவுடன

சந்தோஷப்படுறாய்போல? நீ குழுக்களையும் இயக்கங்களையும் ஒண்டாய்ப் போட்டு குழப்பியிடாத. விளங்கிச்சுதோ..?"

'தம்' இழுத்ததும் சிங்காரி தொடர்ந்தது: "விளங்கிச்சுதே ..? குழுக்களையும் சேர்த்துத்தான் இலங்கையில அம்பது அறுபது போராட்ட இயக்கம் இருக்குமெண்ட பேச்சு ஒரு காலத்தில வந்தது. சரி... அதைவிடு. இப்பிடி ஒரு இருபத்தஞ்சு வருஷ கால தொழிற்திறமையிலதான் இப்ப கனடா... ஈரோப் எல்லாம் ஓடுது. சும்மா சொல்லக்குடாது, எங்கட மதி கைவைச்சா... ஒறிஜினல் பொய்யாய்ப் போயிடும்... அப்பிடி ஒரு நேர்த்தி இருக்கு அவன்ர வேலையில."

பெரிய தரிசனம் அது.

நதிமூலம் தெரிவதில்லை.

தெரிந்தால், அப்படியொரு மலைப்புத்தான் வரும்.

எல்லாம் முடிவுக்கு வந்திருந்தன.

இந்திரன் நேரத்தைப் பார்த்தான்.

பன்னிரண்டு ஆகிக்கொண்டிருந்தது.

அமைதி சூழ்ந்தது வீட்டில்.

"நாறுவதே எங்கள் விதியாகிப் போனாலும் மனித இறப்புக்கு ஏதேனுமோர் அர்த்தம் இருக்கட்டும்!" மதியின் குரல்தான்.

போதையிலும் ஒரு ஆழ்மனப் பிதற்றல்.

சன்னமாய், தெளிவாய் அது தொடர்ந்தது: "பேரானந்தா! உன்ர கடைசிக் கடிதத்தில... இருந்ததடா இந்தக் கவிதை. ஞாபகத்தில வைச்சிருக்கிறன்... மறக்கமாட்டன். ஆர் எழுதினது இதை? ம்... விடு... ஆரோ எழுதிச்சினம். ஆனா சத்தியமான எழுத்து... சாவுக்கு எதாவது ஒரு அர்த்தம் இருக்கவேணும்... அருமை! போறன் போறனெண்டு என்ர பிடியிலயிருந்து தப்பிப்போய் அங்க நீ செத்துப் போனாய்; நான் அங்கயிருந்து செத்து இஞ்ச வந்து தப்பிக்கிடக்கிறன்டா. என்ர பேரானந்தா..! உன்னைப்போல ஒரு சிநேகிதனை இனி எங்கயடா போய்த் தேடுவன்..!"

பேரானந்தன்..! யாரது? இவனின் நண்பனா? இவனது அழிவிலும் நாடு சம்பந்தப்பட்ட பாதிப்பு இருக்கிறதா?

22

இந்திய அமைதிகாப்புப் படை அடுத்தடுத்த மாதங்களில் இந்தியா திரும்புவது ஊர்ஜிதமாகியிருந்தது. இந்த நிலையில் கண் மூடித்தனமாய் கைது செய்யப்பட்ட இளைஞர்களையும் யுவதிகளையும் இலங்கைப் படையினரிடமின்றி தங்களிடமே ஒப்படைக்க வேண்டுமென்று அமைதிப் படையைக் கேட்பதென்ற பொது அபிப்பிராயம் பிறந்திருந்தது.

அன்று மழையில்லாத 1989 மார்கழியின் ஒரு காலை நேரம்.

எங்கள் பிள்ளைகளை எங்களிடம் ஒப்படையுங்கள்!

உங்களை உங்கள் தாயார் போலத்தான், அவர்களை நாங்களும்!

ஒவ்வொரு குழந்தையும் வயிற்றில் பத்து மாதங்கள் சுமக்கப்படுகின்றன!

முத்திரைச் சந்தியிலிருந்து பெண்கள்மட்டுமே கலந்துகொண்ட உணர்ச்சிகரமான ஊர்வலமொன்று கச்சேரிநோக்கி தெளிந்த அக்காலையின் மவுனத்தோடு மெல்ல நகரத் துவங்கிற்று.

சில இளம்பெண்களும் கல்யாணமாகாதவர்களும் இருந்தார்களென்றாலும், அதில் இடம்பெற்றிருந்தவர்களில் பெரும்பான்மையினரும் தாய்மாரும் பாட்டியருமே. சிலர் கைகளில் அவர்களது காணாதுபோன / கைதுசெய்யப்பட்ட பிள்ளைகளினதும் பேரர்களினதும் புகைப்படங்கள் இருந்தன. சிறிய படங்களை பெரிய அட்டையில் ஒட்டி பிடித்திருந்தார்கள். ஒரு கூன் விழுந்த பாட்டி தன் பேரனின் போட்டோவொன்றைக் கையில் தூக்கிப்பிடித்து எல்லோருக்கும் காட்டியபடியும் புலம்பியபடியும் சென்று கொண்டிருந்தாள்.

ஆங்காங்கே ட்றக்குகள், ஜீப்கள் சகிதம் இந்தியப் படை அமைதியாக நின்று பார்த்துக்கொண்டிருந்தது. வடமாநில யுத்தப் பொறுப்பு ராணுவ அதிகாரியும் இந்தியத் தூதரும் அன்று கோட்டைக்கு வருவதாக இருந்தது. அவர்களைச் சந்தித்து மொத்தமான பேர்களும் கையெழுத்திட்டு காணாதுபோனவரின்/கைது செய்யப்பட்டோரின் பட்டியலுடன் அவர்களின் விடுதலைக் கோரிக்கையையும் நேரில் கையளிப்பதற்காக அந்த ஊர்வலம் ஏற்பாடு செய்யப்பட்டிருந்தது.

தாய்மையின் அஞ்சாமைக்கு அடையாளமானது அந்த ஊர்வலம்.

சில அழுகைகளும் புலம்பல்களும் மவுனத்தின் வீற்றை இன்னும் ஆழப்படுத்தவும், சோகத்தின் வீச்சை துல்லியப்படுத்திக் காட்டவுமே உதவின.

வாசலில் ஊர்வலத்தைப் பார்த்துக்கொண்டிருந்த ஒரு மாது திடீரென வயிற்றிலும் மாரிலும் அடித்துக்கொண்டு கீழே விழுந்து புலம்பினாள்: "ஈசா... நீ காணாமலாவது போயிருக்கலாமேயடா! எங்கயாவது உயிரோட இருக்கிறாயெண்டு இருந்திருப்பனே! எண்டைக்காவது உன்னைக் காணுவமெண்ட கனவோட வாழ்ந்திருப்பனே! வேலைக்கெண்டு போன நீ செத்து வந்தியேடா! எங்கட பிள்ளையள... கடவுளே... நல்லூரானே... ஏன் இப்பிடி காவு வாங்குறாய்?"

அவளைப் பார்த்துக்கொண்டு அதிர்வலைகளை எழுப்பியபடி பேரணி கச்சேரி நோக்கி முன்னேறிக் கொண்டிருந்தது.

இருப்புப் பாதை தாண்டியதும் கண்டி வீதியில் ஏறி கச்சேரி கடந்து சுண்டிக்குளி பெண்கள் கல்லூரிச் சந்தியில் ஊர்வலத்தின் நடுவு அமையும்படி சிறகுவிரித்தாற்போல் விரிந்து நின்றது.

பத்து மணிபோல் இந்தியத் தூதுவரும் ராணுவ பொறுப்பதிகாரியும் கச்சேரிக்கு வந்தனர்.

இந்தியத் தூதுவரிடம் விண்ணப்பம் கையளிக்கப்பட்டது.

"இந்திய அமைதிப்படை அதிகாரிகளுடன் நிச்சயமாக இதுபற்றிப் பேசி ஆவன செய்வேன். உங்கள் தவிப்பை என்னால் புரிந்துகொள்ள முடிகிறது. நம்பிக்கையோடு கலைந்து செல்லுங்கள். விரைவில் உங்கள் பிள்ளைகள் உங்களுடன் சேருவார்கள்" என்றார் அவர்.

பேரணியில் கலந்துகொண்ட மக்கள் கலையத் துவங்கினர்.

மாதர் ஊர்வலம் தலைநகரில் பெரும் உணர்ச்சிப் பரம்பலை ஏற்படுத்தியிருந்தது.

ஊர்வலத்தில் கலந்துகொண்ட ராகினியும் குமாரியும் செல்லக்கிளியும் சைக்கிளில் விரைந்து புறப்பட்டனர் வீடுகளுக்கு.

அன்று மாலை அரியாலையிலிருந்து புவனேந்திரன் வீடு வந்தபோது, நடந்த ஊர்வலம்பற்றி விரிவாகச் சொல்லி சிலிர்ப்படைந்தாள் ராகினி. அவளின் நுட்பமான கவிமனத்தின் ஏதோ ஒரு மூலையை அது பாதித்திருந்ததுபோலும். தம்பியாருக்குச் சொல்லி அடங்காமல் அரசியிடம் போய் அங்கும் சொல்லிப் புளகித்தாள்: "அந்தப் பேரணியில நான் எதையுமே பாக்கேல்லை, அரசி. அச்சமில்லை... அச்சமில்லை... அச்சமில்லை...யெண்டு பாரதி சொன்னானே, அந்த அச்சமின்மையின்ர நிஜ வடிவத்தைத்தான் பாத்தன். எந்தத் தாய் பயந்தாள்? பேரளவிலதான் அது மௌன ஊர்வலம்... அமைதிப் பேரணி. ஆனா ஒவ்வொரு தாயின்ர வாயும் கொஞ்சம் அழுதது... கொஞ்சம் புலம்பிச்சுது... மிச்சத்துக்கு குமுறிச்சுது. நீ பாத்திருக்கவேணும் அரசி அந்தக் காட்சியை! தாய்மைக்கு முன்னால படை, ஆயுதமெல்லாம் அடங்கிக் கிடந்தது."

அரசி சிரித்தாள். பின், "கலியாணமே ஆகேல்லை. உனக்கென்ன தாய்மையைப்பற்றித் தெரியும்?" என்று கிண்டலடித்தாள். கூடநின்று கெக்கலி கொட்டிச் சிரித்தான் புவனேந்தி.

"போடா ..! தாய்மையைப் பற்றித் தெரிஞ்சுகொள்ள பெண்ணாயிருந்தாலே போதும்" என்றாள் ராகினி.

மறுநாள் வீட்டுக்கு வருவதாக வரணியிலுள்ள தன் சிநேகிதி ஒருத்திக்குக் கூறியிருந்தாள் ராகினி. புவனேந்தி சும்மாதான் வீட்டிலே இருக்கப் போகிறானென்று அவனையும் வருகிறாயா என்று கேட்டாள். ஏற்றி ஓடுவதானால் வருகிறேனென்றான் அவன்.

அவள், சரி வா என, தன்னை ஏற்றி அவளால் ஓடமுடியாதென்று பின்னடித்தான்.

"அந்தப் பெரிய பேபியக்காவையே ஏத்தி ஓடியிருக்கிறன். நீயென்ன, கொசு!" என்று அவனைக் கூட்டிக்கொண்டு சைக்கிளோடு ஒழுங்கையில் இறங்கினாள்.

மணல் ஒழுங்கை தாண்டி வந்ததும் புவனேந்தியை சைக்கிளில் ஏற்றிக்கொண்டு மிதிக்கத் துவங்கினாள். குண்டு குழிகளுக்கு விலகி

சீரான வேகத்தில் லாவகமாய் அவள் சைக்கிள் ஓட்டியதை பின்னால் கரியரிலிருந்த புவனேந்தி நினைத்து ஆச்சரியப்பட்டுக் கொண்டிருந்தான்.

கச்சாய் கொடிகாமம் வீதியில் பெரும்பங்கு தாண்டியாகி விட்டது.

இப்போது நேரே பஸ் நிலையம் தெரிந்துகொண்டிருந்தது.

சற்று நெருங்கிய பிறகுதான் சந்தியில் உள் ஒதுங்கி நிற்கும் ட்றக்கின் கடும் பச்சை வண்ணம் தெரிந்தது. வேகமாய்ச் சென்றுகொண்டிருந்ததில் அதைத் தூரத்திலேயே கவனிக்கவில்லை. தெரிந்திருந்தால் ஒழுங்கை எதனுள்ளாவது திரும்பி கவனமீர்க்காமல் சென்றிருக்க முடியும். இனி திரும்பமுடியாத ஒரு எல்லைக்குச் சென்றபிறகுதான் ஒரு திடுக்காட்டத்தோடு அக்காட்சி அவள் கண்ணில்பட்டது. சுமார் நாற்பது ஐம்பது பேர் கொண்ட கூட்டமும் பஸ் நிலைய வெளியில் நின்றிருந்தது. அந்த வட்டாரத்தைச் சுற்றி வளைத்து திரட்டப்பட்ட தொகை அது என்பது சுலபமாய்ப் புரிந்தது.

“புவனேந்தி!”

“என்ன?”

“முன்னால ஆமி...”

எட்டிப் பார்த்துத் திகைத்துப் போனான். பல்கலைக்கழக மாணவனாய் புத்தகங்களோடு நிற்கும்போதே அவனுக்கு நெஞ்சு இடிக்கும். அப்போதோ அந்த அடையாளம் ஏதுமின்றி சாரத்தோடு மட்டும். கிளர்ந்தெழுந்த பதற்றத்தில், “இப்ப என்னக்கா செய்யிறது?” என்றான்.

“இனி நிப்பாட்டி திரும்பினால் சந்தேகம் வரும். நிக்காமல் ஓடி புத்தூர்ச் சந்திப் பக்கம் திரும்பப் போறன்” என்றாள் அவள்.

ஒரு ராணுவ ஆள் சைக்கிளை மறித்து கூட்டத்தில் போய்நிற்க கை காட்டினான். தான் பல்கலைக் கழக மாணவனென்று ஏதேதோ பேச முயன்றான் புவனேந்தி. சொன்னால் புரியுமென்ற நிலையுமில்லை. இருவரும் சைக்கிளை ஓரமாய் நிறுத்திவிட்டு கூட்டத்தில் இணைந்தனர்.

அதுமாதிரியான நிகழ்வுகள் இயல்பாய் ஆகியிருந்த நிலையிலும் ராகினியின் நெஞ்சுக்குள் ஏதோ செய்தது. எதுவோ திரண்டு வந்து தொண்டைக் குழிக்குள் நின்று மூச்சு வாங்கலைத் தடுப்பதுபோல் ஒரு திணறல்.

‘முன்னொரு காலத்திலே’ அதற்கு கண்டி வீதியென்று பெயர். கொடிகாமம், வடமராட்சிக்கும் தென்மராட்சிக்கும் ஒரு மைய ஸ்தானமாய் அமைந்திருந்தது. அங்கே அக்காலத்தில் புகையிரத நிலையமும் ஒன்று இருந்தது. அப்புராதன கட்டிடத்தின் முன்னால் இன்னும் சில ட்றக்குகள், ஜீப்கள் நின்றிருந்தன. அருகே, ஏதோ இயக்கத்தைச் சேர்ந்தவர்களாய்த் தென்பட்ட சில வாலிபர்கள்.

ஏதோ அசம்பாவிதம் அந்தப் பகுதியில் நடந்திருக்கிறது. இல்லையேல் அசம்பாவிதத்துக்கான நிலைமைகள் சந்தேகிக்கப் பட்டிருக்கின்றன.

அவ்வாறான நிலைமைகள் திட்டமிட்டு உருவாக்கப்படுதலும் உண்டு. வெறும் காட்டிக்கொடுப்பின் விளைவாகவும் அது இடம்பெறுதல் நிகழ்ந்திருக்கிறது.

திடீரென ஒரு குரல் எல்லோரையும் வரிசையில் நிற்கக் கட்டளையிடுகிறது. சிறிதுநேரத்தில் தூர நின்ற ட்றக் ஒன்றிலிருந்து சாக்கினால் மூடப்பட்ட ஒரு உருவத்தை இறக்கி கூட்டிக்கொண்டு வருகிறார்கள் இரண்டு ஆமிக்காரர்.

வரிசையில் நின்றிருந்தவர்களின் நெஞ்சுகள் பம்... பம்...மென அதிரத் துவங்குகின்றன. ராகினி அந்த மார்கழி மாத மழைநாள்க் குளிர் வியாபகம் கலையாத அந்தச் சூழலிலும் வியர்த்தாள். பலரும்தான் வியர்த்தனர். தலையாட்டியென்றால், ஒருவர் சரித்திரத்தை அந்த வரிசை நிலையில் வைத்து முற்றுப்புள்ளி/தொடர்புள்ளி இடுவதற்குத் தத்துவம் பெற்ற ஆளென்று அங்கே எல்லாருக்கும் தெரிந்திருந்தது.

தலையாட்டி... ஒரு அதீத சொப்பனத்தின் அடையாளம். தலையிலிருந்து மேலுடம்பு சாக்கினால் மூடப்பட்டிருக்கும். மூடப்பட்ட சாக்கின் முகப் பகுதியில் இரண்டு துவாரங்கள் மட்டும் இடப்பட்டிருக்கும். அதனூடு பார்த்துக்கொண்டே நிற்கவேண்டியதுதான். முன்னாலுள்ள வரிசை மெல்ல... மெல்லவாய்... முன்னகர்ந்து கொண்டிருக்கும். எதிரே நிற்பவருக்கான அந்தச் சில கணங்களில் ஒரு தலையசைவு மட்டும் செய்தால் போதும், அந்த நபரது சரித்திரத்தின் முற்றுப்புள்ளியாகிவிடும் அது. அதில் எந்தப் பிசகும் நிகழாது.

தலையாட்டியைக் கொண்டுவருவது மிக்க அபூர்வமான சமய்ங்களிலேயே.

வரிசை நகர கூறப்பட்டது.

இரண்டு ஆமிகள் தலையாட்டியையே பார்த்தபடி. கையில் இயந்திரத் துப்பாக்கி தயார் நிலையில். அதை ஏ.கே.47 என்று சின்னக் குழந்தையும் தெரிந்திருந்தது.

இனி... நடைமுறை அவர்களுக்குத் தெரியும்.

நில் –

வரிசை நின்றது.

போ –

வரிசை நகர்ந்தது.

தலையாட்டியின் தலையில் இம்மி அசைவில்லை.

பத்துப் பேர் வரையில் மரணக்கோடு தாண்டியாகிவிட்டது.

திடீரென, தலையாட்டியின் தலை அசைகிறது. மறுகணம் பாய்ந்து தலையாட்டியின் எதிரே நின்ற வாலிபனைப் பிடித்து தரதரவென இழுத்துச் சென்று தூர உள்ள ட்றக் ஒன்றில் ஏற்றுகிறார்கள்.

வரிசை அதிர்ந்து நடுங்குகிறது.

பிடிபட்ட வாலிபன் தான் ஒரு தோட்டக்காரனென்றும் திருமணமானவனென்றும் குழந்தைகூட ஒன்று உள்ளதென்றும் தாய்மீது, தெய்வங்கள்மீது சத்தியமிட்டுக் கதறிய கதறல் யார் காதிலும் ஏறாமல் போய்விடுகிறது. அவர்களுக்கு அவன் மொழியைப் புரியும் காதுகள் இல்லையோ?

வரிசை தொடர்ந்து நகர்ந்தது – நின்றது – நகர்ந்தது.

'முருகா ... முருகா ... அம்மாளாச்சி!'

தலையாட்டியை நெருங்க உச்சாடனம் பெருகியது புவனேந்தியின் மனத்து உள்ளேயாக.

அவன் தலையாட்டியின் சாக்குத் துவாரத்தினூடு உற்று நோக்குகிறான்.

இரங்குதலுக்கு இசைகிற கண்களாய், அப்பாவித் தனங்களைப் புரியும் கண்களாய் இருக்கலாமோ அவை? தீக்ஷண்யம் இருள் துளைத்துப் பாய்கிறது. இரண்டு வெண் கோளங்கள் ஒன்றுக்கொன்று மாறுதிசைகளில் உருள்கின்றன. கருமணிகள் மினுங்குகின்றன.

சட்டென ஆகர்ஷிக்கப்பட்டதுபோல் தலையாட்டியின் கண் அவன் விழியில் நேருக்குநேராய் மோதுகின்றது. மறுகணம் பிய்த்துக்கொண்டு வேறு திசை ஓடுகிறது.

பொறிபட்டதுபோல ஒரு ஞாபகத் துடிப்பு. ஆம், அவனேதான், வாக்கன் நடராஜா!

'அடப் பாவி! தலையை ஆட்டியிடாதயடா. உன்ர அம்மா பசிச்சு ஓடிவந்த நேரத்திலயெல்லாம் என்ர அம்மா சோறு போட்டு ஆதரிச்சிருக்கிறாவாமடா. அப்ப நீ வயித்தில இருந்துகூட இருக்கலாமடா. தலையாட்டியிடாதயடா. உன்ர நடையால ... போக்கால ... உன்னை எங்களுக்குப் பிடிக்காமல் போனது. அதுக்காக எங்களை அழிக்க நினைச்சிடாதயடா.'

நில்!

கணங்களின் நகர்வு.

போ!

அப்பாடா என ஒரு மெல்லிய ஆசுவாசம் புவனேந்தியின் மனசில். 'அடுத்தது அக்கா, அக்காவும் இடையூறில்லாமல் ...'

நில்!

'அக்காவைத்தான். ஒண்டு ... ரண்டு ... மூண்டு ...'

ஏன் இன்னும் போ பிறக்கவில்லை? தலையாட்டியின் தலை அசைந்துவிட்டதா? எச்சரிக்கையெல்லாம் குலைந்து புவனேந்தி திரும்பிப் பாலக்கிறான். தலையாட்டியின் தலை ... அசைகிறது.

"இல்லை ... இல்லை ... எந்த இயக்கத்தோடயும் எனக்குத் தொடர்பில்லை ..." ராகினி அவலத்தோடு வழக்குரைக்கிறாள். "நான் பல்கலைக்கழக மாணவி. இந்த ஆண்டுதான் இறுதிப் பரீட்சை எழுதி வெளியே வந்தேன். நான் உங்களது அதிகாரியோடு பேசவேண்டும்!"

ராகினி தன் கம்பீரம், தன் கர்வம், தன் லட்சணமெல்லாம் குலைந்த ஒரு உயிராக நின்று அதில் துடிக்கிறாள்.

புவனேந்தி சிதறிப்போனான்.

"அக்கா ..!"

இடுப்பிலே சப்பாத்துக் காலொன்று இடியாய் இறங்குகிறது. எற்றுண்டு போய் விழுகிறான், பத்துப் பதினைந்து அடிகள் தாண்டி.

அவன் பிரக்ஞை தெளிந்து எழும்பியபோது ... சூழ வெறுமை.

புவனேந்தி திசை தெரியாது நிற்கிறான்.

அவனுக்கு அம்மா இல்லை, அப்பா இல்லை, அண்ணன் இல்லை, அக்கா மட்டும்தான். இனி ... அக்காவும் இல்லை.

'எல்லாப் பெண்ணுக்குள்ளும், எல்லா மனிதருக்குள்ளும் தாய்மை இருப்பதாய்ச் சொன்னாயே, அக்கா. உன்னைப் பிடித்துச் சென்றவர்களும் மனிதர்கள்தானே! தலையாட்டி உன்னைக் காட்டிக் கொடுத்தவனும் மனிதன்தானே! ஏன் அவர்களுக்கு இரக்கம் இல்லாது போனது?'

அவள் இயக்கம் எதனோடும் பேச்சுவார்த்தைகூட வைத்திருந்த தில்லையே! பின் எப்படி ..? ஒருவேளை ... அவள் கவிதைகள் ..? அவை மூலமாயே அவள் அடையாளம் காணப்பட்டிருக்கிறாள் தங்கள் பக்கலில் அவள் இல்லையென.

புவனேந்தி ஒரு கவிதையை நினைவு பூண்டான்:

நாய்
எவர்கள் காரணமாய்
மனித இறைச்சி தின்றது
காகம் ஒரு நாள்
மனிதன் தசை
கவ்விப் பறந்தது
மனிதத்தை
ஒரு வல்லூறு
கொத்திச் சாப்பிட்டதை
கண்டதாய்ச் சொன்ன என் தோழி
பின்
யோனி கிழிந்து கிழிந்து
செத்தாள்

எங்கள் மண்ணும்
எங்கள் வளமும்

எங்கள் வாழ்வும்
போனதிசை தெரியாது

* செம்மணிப் பக்கமாய்ச்
சிலர்
கொண்டு போகப்பட்டிருப்பதை
நரிகளின் ஊளை
ஒரு நள்ளிரவில்
ருசுப்பித்தது
விடியல்தேடும்
விடுதலைக் குருவி நான்
இருளின் உறுமல்
எத்தனை நாளுக்கு ?

கவிதையை நினைவு கொள்கையிலேயே அவன் நெஞ்சு கரைந்தது.

கண்களின் துளிகள் வெப்புடன் உதிர்ந்தன.

1991

23

சூரியன் மஞ்சளாகி, செந்நிறமடைந்து கடற்பரப்பையும் செம்மை செய்திருந்தான். கீழ்த்திசையிலிருந்து கறுத்து வந்துகொண்டிருந்தது. அந்தக் கறுப்பில் அல்லது அது தாண்டிய வேறொரு புள்ளியில் பார்வை நிலைத்திருக்க வெகுநேரம் கடல் முகம் நோக்கி நின்றிருந்தாள் ராஜி.

சேலைத் தலைப்பை தன் வளத்தில் பிய்த்தெடுத்துப் போக முயன்றது வன்காற்று.

கடல் தன் முதுகில் அலை சுமந்திருந்தது. அலைகளென்ற குழந்தைகளுக்காய் 'அம்பாரி ஆனை விளையாட்டு' விளையாடுகிறதா கடல்? 'ஆனை வருகுது ஆனை வருகுது/ என்னானை இது? பொன்னானை/எங்கட ராசாவுக்காக வந்த அம்பாரி ஆனை'. மனக் கிடங்கிலிருந்து என்றோ ஒரு காலத்தின் நினைவுக் குரல் சுழித்துக் கிளர்கின்றது. அப்பாவின் குரலாய் அது. கடல்போல், தவழ்ந்துள்ள அவர் முதுகில் ராஜேந்திரன் அலைபோல். காலம் இறப்புக் கணுவில் அறுந்து விடுவதில்லையென்று தெரிந்தது. அது புதைந்து கிடக்கிறது. அவ்வளவுதான்.

சொல்லும்படிக்கான உறவுகள் அவளுக்கு இன்னும் அவள் மண்ணில் இருந்தன. மாமி வாலாம்பிகை இருந்தாள், அரசி இருந்தாள், நெருங்கிப் பழகியறியாத அப்பாவழிச் சொந்தங்களும், விஜியின் கல்யாணத்தால் சொந்தமான செல்லத்தம்பு வழி உறவுகளும் இருந்தன. அவர்களுக்கான பயங்களை, துன்பங்களை அவள் அறிவாள். அவற்றிலிருந்து அவள் விடுபட்டுப் போனாள். அவளுக்கானவை வேறுவகைச் சோகங்கள். அவளது குணநலன்களும் ஒருவகையான துயர வரிப்புடையவை. வேக சாரதியம் விபத்து வரிப்புடையதுபோல இது. மேலும், மண்ணை நீங்கி இருந்தாலும் அதன் துன்ப துயரங்கள் அவளை முற்றாக அணுகாதிருந்தன என்றும் சொல்வதற்கில்லை. உணர்வுபூர்வமாய் அனுபவிக்கிற ஒரு வதைபாடு இருந்தது. அந்த மனத்தை என்ன செய்ய? பொன்னானைப் பாட்டு

நினைவில் மறைய, இன்னும் அவளுக்குள்ளவை சோகங்களே என்று உருகி, கடலலைகளெல்லாம் குவிந்து வந்து கரையில் அறைந்து அழுவனபோல் மோதிக்கொண்டிருந்தன.

"ராஜியக்கா ..!"

அழைப்புக்குரல் கேட்டுத் திரும்பிப் பார்க்க, நேரே பின்னால் தொலைவிலே கனகா நின்றிருந்தாள்.

மெல்ல தாண்டித்தாண்டி அடியெடுத்துச் சென்றாள்.

முகாமிலிருந்த ஆயிரத்து முந்நூற்று ஐம்பது பேரில் இரு நூற்றுப் பதின்மூன்று பேர் திரும்பி நாடு போயிருந்தனர். அது போன வருஷத்தின் முன் பகுதியில் நிகழ்ந்தது. அவர்களோடான அளவளாவுகைகள், அந்தரங்கப் பகிர்வுகள், ஆலோசனைகள்பற்றிய நினைவு எழுந்து மனத்தை ஒரு கணம் வறுத்தெடுத்தது. அவர்கள்போல் இன்னும் பலர் திரும்பியிருக்கக்கூடும். ஆனால் சில இயக்கங்கள் வந்து நாடு போகவேண்டாமெனத் தடுத்துவிட்டிருந்தன. ஒருசிலர் போகாதிருக்கச் சம்மதித்தனர். சிலர், 'இப்படியே இஞ்சை இருந்திடுறதோ? எங்கட நாட்டுக்குப் போகத்தானே வேணும்!' என்றனர். சிலர் அதுவே வசதிபோல் மௌனமாய் அமைந்துகொண்டனர். இப்போது யோசிக்க அவளுக்குத் தெரிந்தது, அவர்கள் அவ்வாறு தடுக்கப்பட்டது அதே காரணத்துக்காக அல்லாவிடினும், நல்லதேயென்று. வடக்குகிழக்கு மாகாண முதல் அமைச்சர் தமிழீழ பிரகடனத்தை நிறைவேற்றினாலும், அமைதிப் படை இந்தியா திரும்புகையில் கூடவே வந்துவிட்டமை வலுத்த பிரச்சினை அங்கு எழக்கூடிய சாத்தியத்தையே காட்டிற்று. இன்னும் வேறுவேறு இயக்கத்தினரும், தேர்தலில் போட்டியிட்டு வடக்கு கிழக்கு மாகாண கவுன்ஸிலுக்குத் தேர்ந்தெடுக்கப்பட்டவர்களும்கூட மறுபடி இந்திய மண்ணைத் தஞ்சமடைந்திருந்தனர். இவை காரணமாய் மக்கள் திரும்பி நாடு சென்று, பின்னர் ஒரு அவதியில் இந்தியா ஓடிவருவது அவசியமில்லையென்று அவள் கருதினாள்.

இன்றும் பல குடிசைகள் வெறுமையாய்க் கிடந்தன. சில அழிநிலையில்.

அவற்றையெல்லாம் தாண்டி முன் பகுதிக்கு வந்தாள் ராஜி.

"என்ன, கப்பல் கவிண்டு போனமாதிரி யோசனை ..?" என்றாள் கனகா.

'கப்பல் கவிண்ட நிலைதான் ...' என்று எண்ணிக் கொண்டாள். சொல்லவில்லை. பதிலைச் சிரித்துவைத்தாள்.

"அம்மா வயித்துக்குள்ள குத்துதெண்டு பழையபடி கிடந்து கத்துறா."

ராஜி கனகா வீட்டுக்குச் சென்றாள்.

கனகாவின் தாய் பாயில் கிடந்து உழன்றுகொண்டிருந்தாள், "ஐயோ ... ஆ ... அம்மா ..."

குனிந்து ஆதரவாய் அவளைத் தொட்டபடி, "என்னருங்கோ செய்யுது?" என்றாள் ராஜி.

“குத்துது... ஐயோ... முந்தி வாறதுதான்... இந்த முறை தாங்கேலாமல் இருக்கு... அம்மா..!”

“முந்தியே சொல்லியிருக்கிறன், நான் தாற குளிசை வருத்தத்துக்கான மருந்தில்லை, வலியைக் குறைக்கிறதுக்கானது மட்டும்தானெண்டு. இதுக்கு கட்டாயம் ஆஸ்பத்திரிக்குத்தான் போகவேணும். என்ன வருத்தமெண்டே தெரியேல்லை. காட்டாமல் இருக்கக்கூடாது பாருங்கோ.”

“போவம்... நாளை நாளையிண்டைக்குப்போல. முதல்ல இந்தக் குத்து நிக்கட்டும்... இப்ப இவளைக் கூட்டிக்கொண்டு போய் முந்தித் தாற குளிசையில ரண்டு குடுத்துவிடும்... போடி... போய் வாங்கிக் கொண்டு வா...”

ராஜி கனகாவைக் கூட்டிப்போய் அவளைத் தூங்கப்பண்ணி சற்று ஆறுதல் செய்விக்கக் கூடியதான இரண்டு வலிகுறைப்பு மாத்திரைகளைக் கொடுத்தனுப்பினாள். போனவுடன் ஒரு மாத்திரை... படுக்கிற நேரத்தில் ஒரு மாத்திரை... சோறு சாப்பிட வேண்டாம்... பசிச்சா கஞ்சி காய்ச்சி குடிக்கலாம் அல்லது வறுத்தவிசுக்கோத்து... என்பவைகளை விளக்கமாகச் சொல்லியும் விட்டாள்.

எல்லாம் அவளுக்குப் பழக்கத்தில் வந்திருந்தது. ராஜகருணாதான் சொல்லிக்கொடுத்தான். ஆங்கிலம் தெரிந்திருந்ததால் உபயோகிக்கும் முறைகளைப் படித்தும் சில மருந்துகளைக் கொடுக்கத் தெரிந்திருந்தாள். மருத்துவ விதிமுறைகளை மீறாதவகையில், சில மருத்துவ உதவிகள் அந்த இடத்துக்கு அவசியம். மரக்காணம் – பாண்டிச்சேரி நெடும்பாதையில் கீழபுதுப்பட்டில் இருந்தது அந்த முகாம். கடற்கரையோரக் கிராமமாதலால் வீடுகள் தொலைவுக்கொன்றாய். வீதியில் இரண்டு தேநீர்க் கடைகள், ஒரு பலசரக்குக் கடை, சற்றுத் தள்ளி ஒரு இறைச்சிக் கடை, புதிதாக வந்த ஒரு எஸ்.ரி.டி. பூத். இதுதான் கீழபுதுப்பட்டு. சுற்றுவட்டாரத்தில் மருத்துவமனையேதும் இல்லை. வைத்திய அவசர உதவிக்கு பாண்டிச்சேரி போகவேண்டும். அதற்கும் ஓட்டோ, கார் என்று எதுவும் சுலபத்தில் கிடைத்துவிடாது. முகாமிலேயே இரண்டொருவர் ரீ.வி.எஸ்.50 வைத்திருந்தார்கள், ஏழெட்டுப் பேர் சைக்கிள் வைத்திருந்தார்கள். அவை ஏதாவதொன்றில் போனால்தான் உண்டு. இல்லையேல் காலையில் நிறைந்து வழிய வழிய வரும் பஸ்ஸுக்காக காத்திருக்கவேண்டும். இதனால் முகாமிலேயே உடல் வெப்ப நிலையைப் பார்க்க... இரத்த அழுத்தத்தை அறிய தேவையான உபகரணங்கள் வாங்கி வைத்திருந்தார்கள். காயம், காய்ச்சல், இருமல், தலைவலி, வயிற்றுப் போக்கு, வாந்தி போன்ற வருத்தங்களுக்குத் தேவையான மருந்துகளும் அங்கே இருந்தன. ராஜகருணா போன ஆண்டு ஒரு சித்திரை மாதத்தில் இங்கிலாந்து போய்ச் சேர்ந்துவிட்டான். அதனால் அப்பொறுப்பை அவனுக்கு உதவியாக இருந்த ராஜி ஏற்கும்படியாயிற்று. ஈழ ஏதிலியர் கழகத்திலிருந்து அவளிடம் அப்பொறுப்பைக் கொடுப்பதற்கு முன் கேட்கப்பட்ட கேள்வி ஒன்றே ஒன்றுதான். அவளுக்கு வெளிநாடு செல்கிற உத்தேசம் உண்டா, உடனடியாக நாடு திரும்புகிற எண்ணம் இருக்கிறதா என்பதே அது. பதில் கூற அவளுக்கு ஒரு வார காலம் அவகாசம் அளிக்கப்பட்டது.

அப்பொறுப்பை அவள் ஏற்க சித்தமென்றால் சென்னை வரலாமென்றும், பதிலை தலைமை அலுவலகப் பொறுப்பாளரிடம் கூறிவிட்டு, தேவையான மருந்து வகைகளை வாங்கிச் செல்லலாமென்றும் சொல்லப்பட்டது.

அவள் கமலாவைச் சந்தித்து அதுபற்றி யோசிக்க அவசர அவசரமாக இரண்டாம் நாளே சென்னை சென்றாள். கமலா முடிவெடுக்கும் பொறுப்பை அவள் மீதே விட்டு விட்டு, சில வழிகளை ஒதுக்கிக் காட்டினாள். அவளுக்கு அந்தப் பொறுப்பு திருப்தியளிக்கிறதா என்று யோசிக்கச் சொன்னாள் முதலில்.

ஆம், அதில் அவளுக்குத் திருப்தி இருந்தது.

அவள் எப்போதுமே சுதனோடு போகப்போவதில்லையா என்று இரண்டாவதாய்த் தீர்மானிக்கச் சொன்னாள்.

அதுபற்றி யோசித்துக்கொண்டிருந்த வேளையில் திடீரென அங்கு வந்து சேர்ந்தான் யோகேஷ். அவள் அதிகம் அவனோடு பேசவில்லை. மறுநாள் வரும்படியும் அவனோடு நிறையப் பேச இருப்பதாகவும் மட்டும் சொல்லியனுப்பினாள்.

அன்றிரவு அவள் யோகேஷ்பற்றி முடிவு எடுத்தாக வேண்டும். அது, சுதன்பற்றி எடுக்கும் முடிவுக்கு பலம் சேர்ப்பதாய் இருக்க வேண்டும்.

அவள் எரிந்து சாம்பராகி, அதிலிருந்து போனிக்ஸாய் மீண்ட கதை அது.

அதற்குமேல் அதுபற்றி யோசிக்க முடியாதபடி மறுபடி கனகா வந்தாள். "அம்மாவுக்கு மருந்து சத்தியோட போயிட்டுது. இப்ப என்ன செய்ய?"

26

கனகாவின் தாயார் உறங்கத் துவங்கியதும் ராஜி வீடு திரும்பினாள். அப்போது நேரம் பத்தரை மணி. அவளுடைய அறையாகவும் மருந்து வைக்கிற இடமாகவும் ஒரு பகுதி தடுத்து அடைக்கப்பட்டிருந்தது. உள்ளே ஒரு சாக்குக் கட்டில். அரவமின்றிப் போய்ப் படுத்துக்கொண்டாள்.

அந்த நேரத்தில் உறங்கிவிட அவள் தன்னைப் பழக்கப்படுத்தி இருந்தாள். ஆனால் அன்று தூக்கம் வர மறுத்தது; வந்தபோது நிலைக்க மறுத்தது. இடையே கனவொன்று கண்டிருந்தாள். 'அசிங்க'மான கனவுதான். அது மாதிரியான கனவுகள் முன்பும் அவளிடத்தில் தோற்றம் காட்டியிருக்கின்றன. அவை பெரும்பாலும் இடம் நபர் பற்றிய விஷயங்களில் தெளிவின்மையுடன் இருக்கும். இப்போதைய கனவுகள் மிக்க தெளிவோடிருந்தன. இவையெல்லாம் ஒன்றைத் தெளிவுபடுத்தின. அவள் வாழ்வின் ஒரு பகுதியாக யோகேஷ் ஆகிக்கொண்டிருந்தான் என்பதே அது.

அந்தப் புரிதல் அவளுக்கு மிகவும் ஆச்சரியமாயிருந்தது; அதிர்ச்சியாயிருந்தது. அதை நினைக்கும் அந்த மனது தன்னதில்லையென்று

நம்ப முனைந்தாள். அது சாதாரணமானதில்லை. தனக்கே தன்னை ஒளித்துக்கொள்வது சிரமம். ஆகவே அதை தன்னில் புதிதாய் விளையும் ஒரு அங்கமாக கற்பனை செய்ய முயன்றாள்.

ஆனாலும் அவளளவில் அது அருவருப்பானதாக, அவலட்சணமானதாக, விரும்பத் தகாததாகவே ஆகிக்கொண்டிருந்தது. ஆரம்பத்தில் அவளுள் ஒரு திருப்தி, அது கழித்துவிடப்படக்கூடிய நகம்போலவே வளர்ந்து கொண்டிருக்கிறதென்று. வெட்ட முயன்றபோதுதான் தெரிந்தது, அது மெய்யில் சேர்ந்து வளர்ந்துவிடும் கழலையாக ஆகியிருந்ததென்பது.

வலியில்லாமல் அதை நீக்குவது கடினம்.

அப்போதெல்லாம் அவளுக்கு அதுதான் விசாரமாயிருந்தது.

அவளுக்கு வலிக்கும் சரி; கழலைக்கு வலிக்குமா?

கழலைக்கு வலிக்கும்/வலிக்காததுபற்றிய கரிசனம் அவளுக்கு ஏன்?

சின்ன வயதிலே விளையாட்டுத்தனம் பண்ணியிருக்கிறாள் பல்லி பிடித்து.

கூடத்தில் சுவரோரமாக மேசை. அப்போது அவர்கள் வீட்டுக்கு மின்சாரம் இருக்கவில்லை. பெற்றோமாக்ஸ் விளக்கு கொளுத்துவார்கள். குமிழ் போன்ற பட்டுச் சாம்பரில் மோதும் மண்ணெண்ணெய் ஆவியில் பளீரென்று பால்போல் வெளிச்சம் வெண்சுவரெங்கும் விசிறும். அதற்காகவேதான் ஆரம்பத்தில் இளம் பச்சை நிறத்தில் இருந்த சுவர் வர்ணத்தை இளநீல வர்ணத்துக்கு அப்பா மாற்றுவித்தார். மழைக் காலத்தில் அந்தப் பளீர் வெளிச்சத்தில் ஆகர்ஷமாகி நூறு நூறாய்ப் புற்றீசல் பறந்து வந்து தீக்கொழுந்துப் பழம் உண்ண விளக்கை மோதும். கொதி கண்ணாடியில் சுடுபட்டு பொசுங்கி மாயும். சுவரில் மோதி சிறகை உதிர்த்துவிட்டு மீண்டும் கறையான் அவதாரம் எடுத்து நிலத்தில் விழுந்து ஊர்வதுமுண்டு. அவை உடனடியாகச் செத்திருக்கா. ஆனாலும் விரைவில் செத்துவிடும் என்று தோன்ற அவள் நெஞ்சு வதையும். கறையானுக்கு மறுபடி பூ இறக்கைகள் முளைக்குமா? அது ஈசலாக சுழல் அவதாரம் எடுக்குமா? அவள் அக்கேள்விகளில் மூழ்கி பதிலுக்குத் தவமிருக்கையில், சுவரின் ஒரு கோணத்திலிருந்து முயற்சியொன்று பிறந்து கொண்டிருக்கும். அவளும் தவம் கலைந்து போவாள், தன் நினைவை வேறொன்றுக்கு இழந்து.

பல்லி ஒரு விசித்திர வடிவம். முதலையின் குறுவடிவம்கூட அதுதான். சுவரின் பளீர் வெளிச்சத்தில் ஆகர்ஷமாகி வந்து மோதி தமையிழக்காமல் சுவரில் பிடிமானமாகி ஒட்டிக்கொண்டு இருக்கும் பூச்சியை நோக்கிய திசையில் மெல்ல மெல்ல ஊர்ந்து வந்து உறைந்துபோய் நின்றிருக்கும் கிட்ட. தூரத்தில் அது இரையைக் குறிவைத்துப் பதுங்கும்போதே ஒரு தற்சுதாரிப்புக்குப்போல வால் பாம்பாய் வளைந்து வளைந்து அசைந்து ஓயும். ஈசலை அல்லது வேறு பூச்சியை பாய்ச்சலெல்லைக்கு நெருங்கியதும் அது சுவரோடு சுவராகவே உறைந்து போகும் ஒரு சில கணங்களுக்கு. இரை தரிசன வெளியின் பிரக்யோதத்தில். அது அப்போது

கனவுச்சிறை 543

அதன் சாபமாகியிருக்கும். மறுகணத்தில் பல்லி குபீரென்று பாய்ந்து ஒரே கவ்வாகக் கவ்விவிடும் சிறகுகளினோடு. மனத்துள் அவளுக்கு தும்மென்னும்.

அது ஒருவகைக் குரூர ரசனைதான். அதை அவள் விருப்பமின்றி யெனினும் கவனிக்கத்தான் செய்தாள்.

பல்லியின் சலனமற்ற உறைவு, அதன் பொப்பி நிற்கும் வட்டக் கண்கள், குறைப் பிரசவத்தின் முழுவளர்ச்சி பெறாத சருமத் திசுக்களால் ஆனதாய் வழுவழுப்பாயிருக்கும் மேற்றோல் யாவும் அருவருப்பாகவே ஆரம்பத்தில் இருந்திருக்கின்றன. அந்த அவதானம் பல்லி மீதுகூட இல்லை. பல்லியினது இரைமீதான குறியின் உக்கிரமும், அது தோற்கிறபோது அடுத்த இரையைத் தேடும் வேட்கையின் தீவிரமும், தன்னைச் சுதாரித்து இயக்கும் முறைமையுமென எல்லாம்தான் பிடித்திருந்ததென இப்போது தெரிகிறது. சைவ உணவுப் பிராணிபோல் அத்தனை சாத்வீகப் பார்வையோடு இருக்கிற நிலை அவளுக்கு சகிக்கக்கூடியதாகவே இருக்கும். ஆனால் அது உஷாரடைந்து பதுங்கி மெத்தென்ற தன் கால்களினால் அதிர்வலையேதும் கிளம்பிவிடாத ஜாக்கிரதத்துடன் நடந்து வரும்போது அச்சகிப்புத் தன்மை விடைபெற்றுவிடும். மேல் நிகழ்வுகளால் வெறுப்புப் பிறந்துவிடும். அதன் இயல்பே அதுதான், படைப்பே அப்படித்தான் என்று தெரிந்திருந்தும் அந்தக் கணங்களில் வெறுப்பு கிளம்பிவிடுவதை அவளால் தடுக்க முடிவதில்லை.

அந்த ஜந்துவைத் தெரிவதன் முன் கெவுளியென்ற பெயரில் சப்த உருவாய் அவள் அறிந்திருக்கிறாள். கிக் கிக் கிக்...கென்று சப்தமெழுகிற பொழுதில் அம்மா அதுபோல் எதனிலாயினும் டொக் டொக் டொக்... கென்று தட்டி ஒலியெழுப்புவாள். அது எப்போது சத்தமெழுப்புமென்று யார் சொல்லமுடியும்? அதுபோல் ஏன் அது சப்திக்கிறதென்றும் சொல்லிவிட முடியாது. ஆனால் அதன் சப்தம் கவனம்படும் பல பொழுதுகளிலும் அம்மா திசையை அனுமானித்துக்கொண்டு பஞ் சாங்கமெடுத்துப் பலன் பார்த்திருக்கிறாள். அதன் பின்னால் அவள் வருத்தத்தோடேயே பெரும்பாலும் இருந்திருக்கிறாள். அது நல்லபலன் சொல்லவில்லையென எண்ணிக் கொள்வாள் ராஜி. அதனால் கெவுளிச் சத்தம் பெரும்பாலும் அங்கே விரும்பப்பட்டிருந்ததில்லை. அவளின் தீவிர வெறுப்புக்கு அதன் சப்த வெறுப்பு ஊற்றுக்கண்ணாய் இருந்திருக்கலாம்.

அதனோடு ஒரு வன்விளையாட்டுக்கு அவளுக்கு ஆசை வரும். அதுபோலவே மெதுமெதுவாக, அதுபோல சலனக் கீற்றேதும் அதன் பெந்துக் கண்ணில் பட்டுவிடாத அவதானத்துடன் கையை நீட்டிச் சென்று, அதை குபீரென்ற ஒரு அசைப்பில் தொட்டுவிடும் தூரத்தில் அசலனமாய் வைத்திருப்பாள். மிகுந்த எச்சரிக்கைத்தனத்தை அது தன் இரையில் கொண்டிருக்கும் தருணத்தில், அதை விடவும் கூடிய ஜாக்கிரதத்துடன் அதை வெல்லும் முயற்சியை மேற்கொண்டிருக்கிறாள். பல சமயங்களிலும் அது தோல்வியைத்தான் விளைத்திருக்கிறது. ஆமைபோல் பொத்திய வெறும் கைதான் சுவற்றில் பொத்...தென மோதி நிற்கும். ஒரு கணத்தின் பின்னப் பொழுதில் அது கையின்

விரற் கூடு கவிவதன் முன்னம் தப்பி யோடிவிட்டிருக்கும். தூரப் போயிருந்து தன்னை விரற் கூட்டில் அகப்படுத்த முனைந்த ராட்சத உருவத்தைப் பார்க்கும். அந்தப் பார்வையில் வேக வெற்றியினாலான ஜெய பிரகாசம் அடித்ததா அல்லது இரை தப்பிவிட்ட ஏமாற்றத்தின் வலி இருந்ததா என்று அவளால் என்றுமே புரிந்துகொள்ள முடிந்ததில்லை. ஆனால் ஒன்றிரண்டு சமயங்களில் பல்லியை தன் விரற் கூட்டில் அகப்படுத்தியுமிருக்கிறாள். அடைத்தே வைத்துவிட மாட்டாள். ஜெயத்தின் உறுதிபெற்றதும் ஏதாவதொரு விரல் இடுக்கினூடாய் அது நுழைந்தோட விட்டுவிடுவாள். சிலவேளைகளில் கைக்குள் அதன் துண்டொன்று கழன்று விழுந்துவிடும். பார்த்தால் . . . அது . . . பல்லியின் வாலாய் இருக்கும். அது துள்ளித் துடித்து கதி கலங்க அடித்துவிடும். அவளும் துள்ளித் துடித்து கதிகலங்கிப் போவாள். எந்த துணிப்புண்ட அங்கத்தின் உயிர் வீச்சையும் அவள் எக்காலத்தும் பார்த்ததில்லை. பாவம் பாவம் பாவம்... என்று வெகு நேரத்துக்குப் பதைத்து நிற்பாள். தன் ஆபத்துக் கணத்தில் பல்லி தன் வாலைக் கழற்றிவிட்டு தப்பியோடிவிடுமென்பது வெகுவாய் வளர்ந்த பிறகுதான் தெரிந்தாள். அதுவரையில் தான் ஒரு பல்லியின் வாலை அறுத்து இம்சை புரிந்துவிட்டதாய் நினைத்து அவள் வேதனைப்பட்டுக் கொண்டிருந்தாள். எந்தவொரு வாலறுந்த பல்லியையாவது காணும்போதும் அதுதான் தன்னால் வாலறுக்கப்பட்ட பல்லியோவென இரக்கத்தோடு பார்த்திருக்கிறாள். அதனால் ஒரு பூச்சி எங்கிருந்தாவது வந்து இலகுவில் அதற்கு இரையாக அகப்பட்டுக்கொள்ளக் கூடாதாவென்று எண்ணிய நாட்கள் அவளுக்குண்டு. அப்போது, பூச்சிக்காக வழக்கத்தில் படும் இரக்கம் பல்லி மீதேறி நின்றிருக்கும்.

வளர்ந்த பின்னால் பல்லியின் சாதுர்யமாய் அதை அவள் புரிந்தாள். அப்போதும் பல்லிக்குப்போல் வாலுக்கு வலிக்குமா என்பதோ, பல்லிக்கு வால் மறுபடி முளைக்குமா என்பதோ தெரிந்ததில்லை. அதுபோல் கழலைக்கு வலிக்கும்/வலிக்காதது தெரியாமலேதான் அப்போதும் இருந்தாள். ஆனாலும் நீக்கிவிடுகிற திண்ணம் நெஞ்சில் விழுந்துவிட்டிருந்தது. கழலைக்கும் வலிக்காமல் இருக்கவேண்டும் என்பதுதான் அவள் அவதானம்.

ஆரம்பத்தில் இரண்டு வருடங்களாக சென்னை வராமலிருந்தாள். பின்னால் ராஜகருணாவுடன் கூடிக்கொண்டு சென்னை வந்தபோது அவன் தேடிவந்து தன்னைச் சந்தித்துவிடக்கூடாதென்ற அவதானம் கொண்டிருந்தாள்தான். அதுவே பிறகு நினைப்புகளுக்கிடமாகி கஜுராஹோ ஆசைகளை வளர்த்தது. ஆனாலும் தன்பற்றிய தகவலெதையும் அவள் அவன் அறியக்கூடிய இடத்தில் விட்டுவைக்கவில்லை.

அந்தமுறை வந்தபோதில் அவளின் மகாவிதி, அவள் எழும்பிவரக் காத்துக்கொண்டிருந்ததுபோல் அதிகாலையிலேயே வந்து கமலாவோடு பேசிக்கொண்டிருந்தது.

அவளைக் கண்டு அவன் ஆச்சரியப்பட்டான். அவ்வளவு நேரமாகியும் அவள் வந்துள்ள விஷயத்தைச் சொல்லாமல் தன்னை விரைவில் அனுப்பிவிடுவதற்குப்போல் காலையில் அடையாறு

போகவேண்டியிருக்கிறது எனச் சொல்லிக் கொண்டிருந்தாளே என்பதுபோல் கமலாவைப் பார்த்தான் யோகேஷ்.

அவளின் இக்கட்டான நிலையைத் தீர்ப்பதற்குப்போல, 'எனக்கு தேத்தண்ணி இல்லையா, கமலாக்கா?' என்று கேட்டு வைத்தாள் ராஜி.

'இரு, எடுத்துக்கொண்டு வாறன்' என்று குசினிக்கு விரைந்து விட்டாள் கமலா.

யோகேஷ் அவளைக் கண்டு ஆச்சரியப்பட்டாலும், பின்னால் தொய்த முகமும் ஏக்கமான பார்வையும் விரக்தியான முகபாவமும் கொண்டு இயல்பிலாகி விட்டான். அவளுக்கு எரிச்சலாக வந்தது. ஏதோ அவள் காதலிப்பதாகக் கூறி கடைசியில் ஏமாற்றி விட்டதுபோல ... அவள் அதைத் தெளிவுபடுத்திவிட வேண்டும் அவனுக்கு. தனக்கும்.

அவள் ஒரொரு பொழுதில் பாவனை செய்திருக்கிறாள்தான். பாவனை, நிஜமில்லை. அவள் அவனைச் சேர எண்ணியதில் அவள் அவனை ஏற்றுக்கொண்ட வாக்குறுதி இருக்கிறதா, என்ன? ஆனாலும் கழலைக்கு நோகாமல் கழலையைக் கழற்றுவதுதான் அவள் எண்ணம். அதற்கும் அவள் அவனோடு பேசித்தான் ஆகவேண்டியிருந்தது. அதனால் சுமுகநிலை ஏற்படுத்த, 'காலையிலதான் வந்தியா, யோகேஷ்?' என்றாள்.

'ம்..!'

'உண்மையில பாத்தால், நான்தான் நீ இப்ப இருக்கிற மாதிரியான நிலைமையில விரக்தியோடயும், வெறுப்போடயும், கோபத்தோடயும் இருந்திருக்கவேணும். ஒரு மாசத்தில வந்திடுறன் எண்டு சொல்லியிட்டுப் போய் நீதான் வராமலிருந்தாய்.'

'நான் வந்து தேடினன்.' சேலையில் அவளின் தோற்றம் காட்டிய வசீகரத்தில் சற்றே சலனம் பதித்தபடி அவன் சொன்னான்.

'அது ஒரு வருஷத்துக்குப் பிறகு...'

'அதுக்கு முதல் வர அம்மா விடேல்லை.'

'பிறகு விட்டாதானே?'

'அப்ப அவ உயிரோட இல்லை.'

அவள் திடுக்கிட்டாள். 'மாமி..?'

அவன் தலையசைத்தான்.

'எப்பிடி..?'

'வருத்தம்தான்.'

அவள் அவனது சோகத்தை நினைத்து கவலைப்பட்டாள். அவளை நட்டாற்றில் விட்ட பாவம் அவனுக்கில்லைத்தான். அவனை அப்படியே அவள் விட்டுவிடக்கூடாது. அவன், அவளறிந்தவரையில் அற்புதமான படகோட்டி. அப்போதுகூட காயம் பட்டிருந்த ஒரு முக்கியமான போராளியை அங்கே வைத்திய சிகிச்சைக்காகக் கொண்டுவர

வந்ததாகத்தான் அவன் கமலாவுக்கும் சொல்லிக் கொண்டிருந்தான். அவனை அவள் காப்பாற்றவே வேண்டும்.

அவள் வழி யோசித்தாள்.

அவளுள் இழத்தலில் அடைதலின் இன்னோர் சாத்தியத்துக்கான கதவும் திறந்து தெரிந்தது. அது ஒருவகையில் கழலையை அகற்றுதலும் ஆகும்.

அவள் கேட்டாள்: 'யோகேஷ் ... நீ மகாபலிபுரம் போயிருக்கிறியா?'

'ஓ ... போயிருக்கிறனே!'

'நான் பாத்ததேயில்லை. வாறியா ஒருநாளைக்குப் போய் வருவம்?'

'எப்ப?'

'உனக்கு நேரமிருந்தா ... இண்டைக்கே!'

அவன் யோசிக்க ஏதுமில்லை.

அவர்கள் மகாபலிபுரம் புறப்பட்டபோது பதினொரு மணி.

சிற்பத்தின் அதி கலா நேர்த்திகளில் ராஜி மனந்தோய்ந்து நின்றாள். பஞ்சரதம், கற்கோயில், நடராச நடனம் என்று ஒவ்வொரு சிலையிலும் வெகுநேரம் செலவிட்டாள். சூரியன் விழுந்தான். அப்போதும் அவள் தாகம் தணியாமல். அவளின் கலாமோகம் மட்டுமா அது?

அவள் கடற்கரையில் நடக்கத் துவங்கினாள்.

அவன் துணையாய் அவள் பக்கத்தில்.

கடல் மல்லை வெகு தொலைவான தோற்றம் காட்டியது.

"இதில கொஞ்சநேரம் இருப்பமா, யோகேஷ்?"

அவனும் கூட அமர்ந்தான்.

இருள இருள கடலையே பார்த்துக்கொண்டிருந்தாள். அலை அசைவது தெரிந்தது. சற்றுத் தூரத்தில் மாளிகைக் கணக்கிலுள்ள பெரிய பெரிய வீடுகள் எல்லாம் ஒளிவெள்ளத்தில். வீதியில் கனரக வாகனங்கள் இரைந்து சென்றன. சிறிய வாகனங்களின் வெளிச்சப் புள்ளிகள் ஓடின.

ஒரு பகுதியில் வெளிச்சப் புழக்கம்; மறுபகுதியில் இறுகும் இருள்; இடையில் அவர்கள்.

உடம்பில் கூதலேறிற்று.

'கிட்ட வா, யோகேஷ். பேசவேணும்.'

அது கழலையைக் கழற்றுகிற திடம் மட்டுமில்லை. வாழ்ந்துவிட்டு தபஸ்வினியாகிற கனலும்.

அதை அவன் உணர்ந்தானா? 'இப்ப போனால்தான் பஸ் பிடிக்கலாம், ராஜி. இல்லாட்டி கடற்கரையில படுத்திட்டு காலமைதான் போகவேணும்' என்றான் அவன்.

அவள் பேசாமலிருந்தாள் வெகுநேரம்.

பின் மெதுவாக, 'லொட்ஜில றூம் எடுக்கலாம்தானே?' என்று கேட்டாள்.

'எடுக்கலாம்.'

'அப்ப பேசாமலிரு. இந்த இருட்டு எனக்குப் பிடிச்சிருக்கு. இருட்டலை பிடிச்சிருக்கு. அலை தழுவப் போய் நிக்கவேணும்போல இருக்கு. என்னைப் பிடிச்சுக்கொண்டு வா, யோகேஷ்' என்று அவள் எழுந்தாள்.

அவன் அதிசயம் மேவ அவள் சொன்னபடியே செய்தான்.

அவன் வலிமைக்கு அவள் சிறிதுசிறிதாய் ஆளாகிக் கொண்டு போய்...

லொட்ஜ் அறையினில் ஜன்னலூடாக விடிந்து வருவது தெரிந்தது.

அவள் தன்னை உடுத்திக்கொண்டு வந்து படுத்தாள்.

அவன் சிகரெட் புகைத்தபடி கட்டிலில் அமர்ந்திருந்தான்.

அவள் மெல்ல அவன் தோளில் கைபோட்டாள். சிரித்தாள். கிணுகிணுப்பாகத்தான். பின் சொன்னாள்: 'நீ எவ்வளவோ உதவி செய்திருக்கிறாய் எனக்கு. அதுக்கெல்லாம் நான் என்ன கைம்மாறு செய்ய ஏலும்? என்னை உனக்குத் தாறது எனக்கும் விருப்பம்தான். இப்ப என்ர வாழ்வில ஒருத்தரும் இல்லை. சுதன் ... நீ... ஒருத்தரும்தான் இல்லை.'

அவன் தான் கல்லாகி வருவதாக உணர்ந்தான்.

அவள் தொடர்ந்து கொண்டிருந்தாள்: 'நீ கமலாக்காவிட்ட சொன்னது சரிதான். நான் எனக்குப் பயந்துதான் ஒழிச்சுத் திரிஞ்சன். எனக்குள்ளயும் கசடு இருந்தது அப்ப. இப்ப இல்லை. என்னை எரிக்கிறதுமூலமாய் அதையும் நான் எரிச்சிருக்கிறன். அதைப்போல நீயும் உன்ர கசடுகளை எரிச்சிருப்பாயெண்டு நினைக்கிறன். இதுவரையில எரிக்காட்டி... இப்ப எரிச்சிடு. இந்த நொடியிலயிருந்து நாங்கள் புதிதாய்ப் பிறந்திருக்கிறம், யோகேஷ். மறந்திடாத. போ ... போய்க் குளிச்சிட்டு வெளிக்கிடு.'

சென்னை வந்து சேரும்வரை அவனுக்கு பேச்சு வரவில்லை.

அன்று மதியமளவில் யோகேஷ் விடைபெற்றுவிட்டான்.

மறுநாள் அவள் ஈழ ஏதிலியர் தலைமை அலுவலகம் போனாள்.

தன் ஒப்புதலைச் சொன்னாள்.

இப்ப... ஒரு முகாம் முழுவதற்கும் மருத்துவ சேவையில் இலுப்பைப்பூச் சர்க்கரையாய்.

தன்னையெரித்து ஆசையை எரிப்பதென்பது லேசில் சாத்தியப்படக் கூடியதில்லை.

அவள் மெல்ல தூங்கத் தொடங்கினாள்.

27

கனகாவின் தாய் பாண்டிச்சேரி ஜிப்மேர் மருத்துவமனையில் அனுமதிக்கப்பட்டிருந்தாள். வயிற்று வலிக்குக் காரணமான கட்டி கண்டுபிடிக்கப்பட்டு இரண்டு நாட்களுக்கு முன்னர்தான் அதை அகற்றுவதற்கான சத்திர சிகிச்சை நடந்திருந்தது. கட்டியில் புற்றுநோய்க் கூறுகளேதும் உளதாவென அறிய ஆராய்ச்சிக்காக அதை பம்பாய் ஆய்வுக் கூடத்துக்கு அனுப்பியிருந்தார்கள்.

சத்திர சிகிச்சை சுகமாக முடிந்திருப்பினும் ஆய்வுக்கூட அறிக்கை எப்படியிருக்குமோ என்ற கவலையிலும் பயத்திலும் பூரண மகிழ்ச்சி கனகாவினதோ தாயாரினதோ முகத்தில் விகாசம் காட்டவில்லை. இன்னும் இரண்டு மூன்று நாளில் அவளை வீடு போகலாமென்றிருந்தார்கள். நோயாளியின் நடமாட்டத்தை அதுவரை குறைக்கச்சொல்லியிருந்தார்கள். அதனால் இயற்கை உபாதைகளைக் கழிப்பதற்கான பொழுதுதவிர படுக்கையிலேயே கிடந்தாள் கனகாவின் தாய். அவளுக்கு உதவ நாளுக்கு ஒருவராக ராஜியும் கனகாவும் மாறி மாறி ஆஸ்பத்திரியில் தங்கினார்கள்.

ராஜி கூடத்தங்கிய ஒருநாள் காலை கோப்பி வாங்க கன்ரீன் போன இடத்திலே, முந்திய முந்திய நாட்களில் பார்வையில் அறிமுகமாகியிருந்த வேறொரு பெண்ணோடு விரிந்த உரையாடலில், யாரோ தீவு மனிசனாம், கூட்டணிச் சுந்தரலிங்கமாமே, அவருக்காகவே தான் அப்போது தேத்தண்ணி வாங்க வந்ததாக அவள் தெரிவிக்க, கேட்ட ராஜி திடுக்கிட்டுப் போகிறாள்.

கூட்டணிச் சுந்தரலிங்கமா?

ஓ, அப்பிடித்தான் சொல்லிச்சினம்.

என்ன அவருக்கு?

அம்மாவுக்குப் போலத்தான் இதய வருத்தம்.

தானும் வருவதாக இதய நோயாளிகள் பிரிவுக்குக் கூடிச் சென்றாள் ராஜி.

கட்டிலில் தொலைவை வெறித்தபடி அமர்ந்திருந்தார் சுந்தரம்.

ஏக்குற்றிருத்தல் என்பது அதுதானா?

பார்த்த கணத்திலேயே நெஞ்சை உருக்கிக்கொண்டு குபீரென ஓடிவந்த கண்ணீர் அவள் விழிக்கோளங்களை நிறைத்தது.

சுந்தரலிங்கம் மெலிந்துபோயிருந்தார். மேனியெங்கும் ஒரு வெளிறல் பாரித்திருந்தது. ஒன்று ஒன்றரை மாத தாடி. அவரை அந்தக் கோலத்தில் என்றும் பார்த்ததில்லை அவள்.

"மாமா!" என்றாள்.

தன்னையாக இருக்காது என்ற நிச்சயமுடன்போல் மெதுவாகத் திரும்பினார்.

திடுக்கிட்டுப் போனார். "ராஜீ..!"

கண்கள் கூர்ந்து, நெற்றி சுருங்கி... உன்னிப்பு கவிந்து நம்பவியலாத்தனத்தைக் காட்டிற்று. எங்கே இருந்தாள் இதுவரை? எப்படி அறிந்தாள்? நிறைய பேச அவர் துடித்தார். ஆனாலும் அமரச் சொல்லி மௌனமாய் கட்டிலில் ஓரத்தைக் காட்டினார்.

அமர்ந்தவாறே அவரது சுகவீனம் பற்றி விசாரித்தாள்.

இருதயம் நிற்கப் போகிறதாமென்றார்.

மேலும் அவள் விபரம் கேட்க, ஒருநாள் மயங்கி விழுந்துபோன தன்னை ஆஸ்பத்திரி கொண்டுசென்றதாகக் கூறினார்; இதயத் துடிப்பு வெகுவாய்க் குறைந்து நின்று விடுமோவென்று அச்சப்படும்படி ஆகிவிட்டிருந்ததைத் தெரிவித்தார்; பின்னொரு நாளில் படுவேகமாய் இயங்கி வெடித்துச் சிதறும் நிலை ஏற்பட்டதென்றார்; இதயத் துடிப்பை நெறிப்படுத்தும் 'பேஸ்மேக்கர்' என்ற கருவி பொருத்த வேண்டியிருப்பதைச் சொன்னார்.

அலைபோல ஓய்வறியாதவர் சுந்தரம். அவருக்கும் நோய் வரலாமென்பது... வாழ்வின் வெருட்டுதலாய்ப்பட்டது அவளுக்கு.

'பேஸ் மேக்கர் பொருத்த வேணுமாம்!' காலத்தின் மூஞ்சியில் சிரிப்பதுபோலத்தான் விச்ராந்தியாயிருந்து கடைவாயில் ஒரு எள்ளல் இழையோட அதைச் சொல்லியிருந்தார். அது எவருக்கும் நம்பிக்கையை ஏற்படுத்துவதாயுமில்லை; அவருக்கே அதை ஊட்டுவதாய்க் காணப்படவில்லை. அதில் அவருக்கு வருத்தமில்லை என்பதே உணர்வுகளின் தொகுப்பைச் செய்ய மீதியாய் வந்தது.

"எப்ப பொருத்துவினம்?"

"அதை நாங்கள்தான் வாங்கிக் குடுக்கவேணும். அதுக்கு இங்கத்திய காசு அம்பதாயிரமாவது வேணுமாம். ம்ச்..!" என்று சலித்தார் ஒருமுறை. "அது அவ்வளவுதான். பேசை மேக்பண்ணி இன்னும் கொஞ்சக்காலம் வாழுற பெரிய ஆசையொண்டும் எனக்கில்லை. ரத்தாசயம் ஒருநாளைக்கு நிக்கத்தான் போகுது எல்லாருக்குமே. அது மெல்ல மெல்லமாய் என்ர விஷயத்தில வரும். சாவை எதிர்பாத்துக்கொண்டு நான் நாளைக் கழிக்க வேணும். அதுதான் வித்தியாசம். அதாலயென்ன? அவதி... அவஸ்தை... ஆசை... எதுவும் எனக்கு இல்லை."

அவர் உடைந்து போனார்தான்.

பேஸ் மேக்கரும் பொருந்த தயங்கும். அவரில் வாழ்வை நீட்டுவது கடினமென்று அதற்கும் தெரிந்துவிடும். உடைவு அவ்வளவு வெளிப்படையாய் இருந்தது.

அவர் உடைவின் காரணம் பழைய நீதவான் சொல்லி அவளுக்குத் தெரியும்தான். ஆனால் இப்போது தெரிந்தது அது தாண்டியும் ஒரு தோல்வியின் வலி அவருக்குள் இருந்தமை. அதைச் சுற்றிச்சுற்றி அடுக்கப்பட்டவையே அவரின் ஏனைய சோகங்கள். ஆனால் அந்த மைய சோகம்/தோல்வி எது?

பல விஷயங்களைத் தெரிந்துகொள்ளவும் பகிர்ந்து கொள்ளவும் அவருக்கு ஆர்வமேற்பட்டிருந்ததாய்த் தோன்றியது.

தேநீர் குடிக்கச் சொன்னார்.

பிளாஸ்க்கிலிருந்து வார்த்து அவருக்கும் கொடுத்து தானும் குடித்தாள்.

குடித்த பின் கேட்டார்: “எப்பிடியிருக்கிறீர், பிள்ளை?”

“நல்லாயிருக்கிறன், மாமா.”

“இப்ப எங்க இருக்கிறீர்?”

சொல்லலாமாவென்று யோசித்தாள். பிறகு ... இனி ஒளிய காரணமேதுமில்லை. கழலையைக் கழற்றியாகிவிட்டது. தானுமே ஒரு புனர்ஜென்மமாய் தீக்குளித்தாயிற்று. இனி யாருக்கும் ஒழிய வேண்டியதில்லை. மேலும் அவர் அவள்போல சிந்திக்கக்கூடியவர். பொய்க்கப்படக் கூடாதவர்கூட.

“கீழ புதுப்பட்டு முகாமில, மாமா. இஞ்ச ... கிட்டத்தான்.”

பெருவலி பெற்றுள்ள ஊழை அப்போது அவர் நினைத்திருக்கக் கூடும். அந்த நிலைமைக்கு வேறு பதில் இல்லை. புருஷனாய் ஆகியிருக்க வேண்டியவன் வெளிநாட்டில்; தங்கையும் அவள் கணவனும் வெளிநாட்டில்; அவள் அகதி முகாமில்! அவளுக்கேன் இந்தக் கதி? விரும்பியே ஏற்றாள் என்பது தக்க சமாதானமா?

அதை அவர் சொன்னார். சொல்லிவிட்டு, “எண்பத்தேழில நானும் அம்மாவுமாய் உம்மைப் பாக்க வந்தது தெரியுமோ?” என்று கேட்டார்.

“தெரியும்; மாமா. சுதனோட கூடிக்கொண்டு ஜேர்மனி போறதில்லையெண்டு தீர்மானிச்சவுடன ராமேஸ்வரம் போனன். அங்க தெரிஞ்சுது. நீங்கள் இன்னும் இஞ்ச நிக்கிற விஷயம் எண்பத்தொன்பதிலதான் தெரியும். ராஜநாயகம் சேர் சொன்னார். ஆனா சுகவீனம்பற்றி ஒண்டும் அவர் சொல்லேல்லை.”

“போன வருஷம்தானே சுகமில்லாமல் வந்தது. அதுசரி ... ராஜநாயத்தாரைத் தெரியுமோ உமக்கும்?”

“தெரியும்.”

“எப்பிடி ஆஸ்பத்திரிக்கு வந்தது..?” கேட்டார்.

விரிவாகச் சொன்னாள் எல்லாம்.

நிமிர்ந்து அவளது கண்களைப் பார்த்தார். அவர் அவளைப் பார்த்தார் என்பதைவிடவும், தன் கண்களை அவள் பார்க்கும்படி காட்டினார் என்பதே உண்மையில் நிகழ்ந்தது. அவர் கண்கள் பனித்து மின்னலடித்தன. அது மகிழ்ச்சியா, பெருமிதமா அல்லது இரண்டுமேயா என்ற வரையறைத் தெளிவின்மையாயிருந்தது.

அவரால் முடியாது போனமை விபத்து. அந்த எண்பத்தேழு மே மாத பிற்பகுதியில் ஈழ ஏதிலியர் கழகத்தின் பொறுப்பாளரோடு பேசவெனச் சென்றவர், அவர் வெளியூர் போயிருப்பது தெரிந்து மறுபடி வருவதாகக் கூறித் திரும்பினார். பின், சரஸ்வதி வீட்டில் மகேஸ்வரி தங்கிக்கொள்ள திருச்சி செல்லப்போவதாகக் கூறிக்கொண்டு சென்றார். அது ஒரு ஓகஸ்டு மாத மாலை வேளை. ரேடியோச் செய்தி கேட்டுக்கொண்டிருந்தவருக்கு குலைப்பன் காய்ச்சலாகி உடம்பை உலுப்பத் துவங்கியிருந்தது. திருச்சி மருத்துவ மனையில் வெகுகாலம் கிடந்து அழுந்தினார். நட்பு காரணமாய் கணேசலிங்கம்தான் எல்லாம் பார்த்தார். அவர் வீடு திரும்பியும் உடம்பு தேற வெகுகாலமாயிற்று. பாண்டிச்சேரியிலிருந்த மகளின் கணவன் எப்படியோ இங்கிலாந்து போய்ச் சேர்ந்துவிட, தனியேயிருந்த மகளுக்கும் குழந்தைகளுக்கும் துணையாக இருக்கவும் அவருக்கே மருத்துவ வசதி பெறவும் உடல் நலத்தைத் தேற்றவும் உதவியாயிருக்குமென்று கூறி பாண்டிச்சேரி கூட்டிவந்துவிட்டார்.

அவருக்கு அந்த இடம் பிடித்திருந்தது. கடலும் கரையும் வெளியும் காற்றும் நீலமும் குருவிகளும் தீவை உணரவைத்தன. ஆனாலும் உள்ளுள்ளாய் அவர் தேய்ந்துகொண்டு போனார்.

முப்பத்தைந்து வருஷமாய் அரசியலில் நேரடியாய்க் கலந்து போயிருந்தவர் அந்த மூன்று வருஷ காலத்தில்தான் பார்வையாளராக தன்னை சுயநியமனம் செய்துகொண்டது. சொல்லிவிட்டு அவர் முடித்துக்கொண்டார். நாட்டு நிலைமைபற்றி அவர் அதிகம் பேச முனையவில்லையென்பதை அவள் கண்டாள்.

அவரைத் தேற்ற அவள் முனைந்தாள்: “ஒண்டையும் யோசிச்சு வருத்தப்படாதயுங்கோ, மாமா. அரசியும் மாமியும் சுகமாய் இருப்பினம். எல்லாத்துக்கும் அம்மாள் இருக்கிறாள். எங்கட கையில என்ன இருக்கு? நாங்கள் சூத்திரதாரிகளில்லை; பாதிப்பாளர்கள்தான்.”

மறுநாள் மதியச் சாப்பாட்டுடன் வருவதாகச் சொல்லிக்கொண்டு கனகாவின் தாயார் வார்டுக்கு நடந்தாள்.

28

கனகாவின் தாயார் முகாம் சென்றபிறகும் வாரத்தின் பெரும்பாலான நாட்களிலும் வந்து சுந்தரலிங்கத்தைப் பார்த்து தேவையான உதவிகளைச் செய்துகொடுத்துப் போய்க் கொண்டிருந்தாள் ராஜி. அவற்றுள் முக்கியமாக அவர் கருதியது, அவள் பிளாஸ்க் நிறைய தேநீர் போட்டுவந்து கொடுத்துப் போவதைத்தான்.

அவர் தடைசொல்லிக் கொண்டிருப்பார் என்பதால் முக்கியமான ஒரு காரியத்தை அவர் அறியாமலேதான் நிறைவேற்றிக்கொண்டிருந்தாள். நலிந்தோருக்கான இலவச சிகிச்சைத் திட்டத்தில் அவருக்கு இதயத் துடிப்பைச் சீர்செய்யும் கருவி கிடைப்பது நிச்சயமானதன் பின்னர்தான் அவருக்கு அவள் விஷயத்தையே சொன்னது. கருவி விரைவில் பொருத்தப்படவிருந்தது.

ஒருநாள் ராஜி சொன்னாள்: "பேஸ்மேக்கர் பொருத்தின பிறகு உங்களைக் கூட்டிக்கொண்டு போய் முகாமிலவைச்சு நான்தான் பாக்கப்போறன், மாமா. ஆனா... அங்க கொஞ்சம் வசதிக் குறைவிருக்கும்... நீங்கள் கொஞ்சம் சமாளிச்சுக்கொள்ளவேணும்."

"இல்லை, பிள்ளை. இதுக்கு மேலயும் நான் உமக்குப் பாரமாய் இருக்கக்கூடாது."

"இதையெல்லாம் பாரமெண்டு சொல்லக்கூடாது, மாமா."

"சரி, அப்பிடியெண்டாலும் இப்போதைக்கு வேண்டாம். நான் வந்தால் என்னோட உமக்கு பாதி நேரம் கழிஞ்சிடும். நீர் எங்கட மக்களின்ர சேவையில கவனம் பிசகாமல் ஈடுபடுகிறதுதான் எனக்கு விருப்பம். நான் என்னைக் கவனிச்சுக்கொள்ளுவன்."

சிறிது பொறுத்து கேட்டாள்: "ஊருக்குப் போனால் என்ன, மாமா?"

கேட்கக்கூடாததையா கேட்டாள்? ஏன் அவரிடத்தில் அந்த ஸ்தம்பிதம்? அவருக்குத் தெரியும், ஏறக்குறைய பத்தாயிரம் பேர் வரையிலான அகதிகள் நாடு திரும்பிவிட்டிருந்தமை. இன்னொரு ஐயாயிரம் பேர்வரையில் மண்டபம் நாடு திரும்புவோர் முகாமில் தங்கியிருந்தனர். விரைவில் அவர்கள் நாடு திரும்ப ஏற்பாடுகள் நடந்துகொண்டிருந்தன. நிர்ப்பந்தங்களினால் அவர்கள் வெளியேறுவதாக ஒரு சர்ச்சை அப்போதும் இருந்துகொண்டிருந்தது. ஆனால் அதிகமானவர்கள் விரும்பியே நாடு திரும்பிக்கொண்டிருந்தனர். அவர்கள் புனர்வாழ்வுக்கு உதவும் வசீகரமான இரு அரசுகளினதும் உத்தரவாதம் அந்த விருப்பத்தை அவர்களில் விளைத்திருந்தது.

போன ஆண்டு தையில் இந்திய அமைதிப் படை திரும்பிவிட்டிருந்தது. விலக்கம் ஆரம்பிக்கிறவேளையிலேயே முகாங்களை அமைக்க விடுதலைப் புலிகள் இயக்கம் தொடங்கியிருந்தது. தீர்க்கமாய் அவர்கள் அமைதிப் படையிடம் இழந்த பகுதிகள் மீளப்பட்டிருந்தன. ஆனால் படை விலகல் யுத்த முடிவின் அம்சமாய் இல்லாமல், யுத்த சக்திகளின் மாற்றமாய் இருந்ததையே அங்கு அவதானிக்க முடிந்திருந்தது. யாருக்கும் அது உவப்பில்லாத நிலை. அதை அப்போதும் கலையாத மோனமும், அப்போதும் கலையாத ஸ்தம்பிதமும் நிருபணமாக்கிக்கொண்டிருந்தன. அமைதியும் சமாதானமும் சுதந்திரமும் இன்னும் தொலைவிலானதாய். கந்தகப் புகை மணம் காற்றில் விரவாத கணம் இன்னும் அபூர்வமாய். அமைதிப் பேச்சின் முன்னேற்பாடுகள்தான் ஸ்தம்பித்தன. இரு தரப்பாரும் தத்தம் ஆதிக்கப் பிரதேச எல்லைகள் அத்துமீறப்படாத வகையில் புதைத்த கண்ணி வெடி கணக்கிலடங்காது என்றும், தென்னாசியாவிலேயே அதிக

அளவிலானதாய் முதலிடத்தைக் கொண்டிருந்ததென்றும் சர்வதேச மனித உரிமைக் கழகமும், சர்வதேச மன்னிப்புச் சபையும், செஞ்சிலுவைச் சங்கமும் கூறிக் கொண்டிருந்தன. அந்த மண்ணில் வாழ்வுக்காகத் திரும்பிவிட முடியுமா?

ஜெயவர்த்தனா அரசியலிலிருந்து ஒதுங்க அதுவரை பிரதமராயிருந்த பிரேமதாச நிறைவேற்று அதிகாரமுடைய ஜனாதிபதியாகியிருந்தார். அவர் மண்ணின் புதல்வர்கள் என்ற தீவிர அமைப்பின் குரலுக்கு செவி சாய்ப்பவராய் இருந்தார். போர் நிறுத்தம்/சமாதானம் போன்ற அம்சங்களுக்கும் மண்ணின் புதல்வர்கள் குரலுக்கும் நிறைய முரண் இருந்தது.

எண்பத்தொன்பதில், புலிகளை எதிர்கொள்ளும் அவசியம் அற்றிருந்த சிறீலங்கா படையினரின் ஒரே கைங்கர்யம், தெற்கின் தீவிரவாத அமைப்பான ஜே.வி.பி.யைச் சேர்ந்த சுமார் அறுபதினாயிரம் சிங்கள யுவர்களையும் யுவதிகளையும் கொன்றொழித்தமைதான். இவ்வகையில் பெருவல்லமை பெற்றுவந்த ஜனதா விமுக்தி பெரமுன அரசியலதிகாரத்துக்குப் போட்டியிடக்கூடிய மாற்றுச் சக்தியாக உருவாகும் வாய்ப்பு முற்றாக இல்லாதொழிக்கப்பட்டது. அதன் முக்கிய தலைவரான விஜேவீரவும் படையினரால் கொல்லப்பட்டார்.

முனஸின் பயங்கரவாதம் இதே காலப் பகுதியில் கிழக்கிலங்கையில் பயங்கர தாண்டவமாடிக்கொண்டிருந்தது. எஸ்.ரி.எஃப். என்கிற படையின் முகாமையான முனஸின் பயங்கர நடவடிக்கைகளால் சித்திரவதைக் கூடங்கள், கொலைகள், ரயர் போட்டு எரித்தல்கள் நாட்டின் பிரத்தியேக அடையாளங்களாகின. இந்தியப் படைக்கு உதவியாயிருந்த இயக்கத்தினர் அமைதிப் படை இந்தியா திரும்பும்போதே கூடிச் சென்றுவிட்டிருந்தனர். வடக்கு கிழக்கு சட்டமன்ற உறுப்பினர்களும் இன்னும் முக்கிய தலைவர்களின் குடும்பங்களும் கொழும்பில்.

வங்கிக்கு பணமெடுக்கவென்றும், உறவினரைப் பார்க்கவென்றும் காரணம் கூறிக்கொண்டு புலிகளிடம் அனுமதி பெற்று கொழும்பு வருவதும் தங்குவதும் திரும்புவதும் என பல் நிலைப்பட்ட இயங்குதல்கள் நடந்து கொண்டிருந்தன கிளாலி படகேரி மூலமாக.

பவுண் திட்டம் நடைமுறையிலிருந்தது. போராட்ட இயக்கத்துக்கு பவுண் கொடுத்த ரசீது வைத்திருப்போரின் விண்ணப்பம் பரிசீலனைகளில் முன்னுரிமை பெற்றிருந்தது. பவுண் கொடுத்த ரசீதும் உணவு அட்டையும் உயிருக்கு அடுத்தபடி மதிப்பு வாய்ந்தவையாய் மக்களால் அப்போது கருதப்பட்டிருந்தன. கால காலமாய் வறுமையில் உழன்றுகொண்டிருந்த சில குடும்பங்கள் கொழும்பிலும் வவுனியாவிலும் இருந்து மிக்க செல்வச் செழிப்பான வாழ்க்கையை அனுபவித்துக் கொண்டிருந்தன. அவற்றின் பின்னணியில் பல பயங்கர உண்மைகள் இருந்தன. வெளியில் பேச பலரும் பயந்திருந்தனர்.

ஊர் போய்வருவோர் கதைகதையாய்ச் சொல்வார்கள். மாற்றியக்கங்கள் எனப்பட்டவை தமிழர்தம் மாறான இயக்கங்கள் என்பதாக ஆகி பலகாலம்.

இத்தனைக்கிடையிலும்... அவரால் அங்கு போய் வாழ்ந்து விட முடியும். அரசியும் வாலாம்பிகையும் இன்னும் அங்குதான் இருந்து கொண்டிருந்தார்கள். ஆனாலும்...

அவர் கண்கள் கலங்கின.

அவள், "ஏன், மாமா?" என்றாள்.

அவர் நிமிர்ந்து அவளைப் பார்த்தார். தன் மௌனத்தை உடைக்கப் பிரயத்தனப்பட்டார். அவரது பற்களின் கிட்டுகையில், தாடையின் இறுக்கத்தில், எச்சிலைக் கூட்டி விழுங்கி குரல்வளையை ஈரலிப்பிக்க முயல மிடறு உயர்ந்து தாழ்ந்து தடுமாறியதில் உணர்வெறிகையின் வீச்சை உணர்ந்தாள் அவள். நினைத்தால் அவள் அவரின் அந்த நிலைமையை மாற்றலாம். ஆனால் அவரின் ஆழ் மனத்தில் இருக்கும் அந்தத் தோல்வியை, அதன் காரணத்தை அவளுக்கு அறியவேண்டியிருந்தது. பேசாமலே இருந்தாள்.

"ம்ஹூம்..!" என்று பெருமூச்செறிந்து ஆசுவாசப்பட்டார் அவர். "இஞ்சயே நிக்கிற எண்ணத்தோட நான் வரேல்லை." அவர் தனக்கே சொல்வதுபோலத்தான் சொன்னார். "வந்த இடத்திலதான் நிக்கும்படியாய்ப் போச்சு. ஏதாவது விதத்தில எங்கட மக்களுக்குப் பயன்பட வேணுமெண்டுதான் இஞ்ச நிக்கிறதுக்கு விருப்பப்பட்டன். ஆனா காலம் விடேல்லை. மனத்தால... உடம்பால... நான் நோயாளியாகிப்போனன். நான் வரேக்கயிருந்த நிலமை இப்ப இஞ்ச இல்லை. பெருமளவில மாறியிட்டுது. தலைகீழாய் மாறியிட்டுது எண்டும் சொல்லலாம். இலங்கைச் சனமெண்டால் கலாட்டாக்காறர், ஊதாரியள், கொழுப்புப்பிடிச்சவை எண்ட ஒரு எண்ணம் இங்கத்தச் சனங்களின்ர மனசில வந்திட்டுது. ஞாயமாயும் ஞாயமில்லாமலும்தான் இது. இத ஏன் சொல்லுறனெண்டால், இந்த நிலைமையில கூட எனக்கு போறதுக்கான மனநிலை வருகுதில்லை."

நேரம் நொடி நொடியாய் நகர்ந்து கொண்டிருந்தது.

அவரை அதிகம் உணர்ச்சிவசப்பட விடுவதற்கு அவள் விரும்பவில்லைத்தான். ஆனாலும் உணர்ச்சிகளை அடக்கிவைத்துப் பொருமுகிற ஆபத்து அதைவிட அதிகமென்பதை அவள் தெரிந்திருந்தாள். அதுவரை அவருக்கு வடிகாலாய் அமையக்கூடிய நபர் கிடைக்காதிருந்திருக்கக்கூடும். அதுவே இதயப் பாதிப்பாய் வெளிப்பட்டிருப்பதும் சாத்தியம்தான். அவள் மௌனத்தில் கணங்களைக் கழித்தாள்.

அவர் மேலே அதிகம் பேசியதாகச் சொல்லமுடியாது. ஒரு வகைப் புலம்பலாக அது இருந்தது. அவர் பட்ட மன உபாதையை, சித்திரவதையை அவரது முகபாவத்திலும் அவர் கையாண்ட மொழியிலும் தெளிவுறத் தெரிந்தாள் ராஜி.

"என்னால அங்க போக ஏலாது... போகமாட்டன்... ஆனா இஞ்சயும் இருக்க என்னால ஏலாது... இருக்கமாட்டன்..."

அவள் பரபரப்படைந்து, "மாமா..!" என்றாள்.

அவர் கவனித்ததாய்த் தென்படவில்லை.

“என்ர விருப்பமெல்லாம் கெதியில போய்ச் சேர்ந்திடவேணும் எண்டதுதான். போயிடுவன்.” சொல்லிவிட்டு படுக்கப்போவதாகக் கூறிக்கொண்டு படுத்தார்.

சிறிதுநேரத்தில் உறங்கிவிட்டிருந்தார்.

29

இதயத் துடிப்பைச் சீர்செய்யும் இயந்திரம் சுந்தரலிங்கத்துக்குப் பொருத்தப்பட்டு முடிந்தது. அவரை வீட்டுக்குக் கூட்டிச் செல்லலாமென்று ஆஸ்பத்திரியில் சொல்லிவிட்டார்கள்.

எங்கே போவது என்ற கேள்வி எழுந்தது.

கணேசலிங்கத்தின் மகள் மல்லிகா வீட்டுக்கே போகலாமே என்றாள் ராஜி. யாரோவின் வீட்டுக்கு ஏன் போகவேண்டுமென்பதுபோல் ஏதோ முணுமுணுத்தார். அதிகம் வருத்தப்பட்ட மாதிரியும் இருந்தது. பின்னே எங்கே போக நினைக்கிறார்? தனிவீட்டுக்கா? கணேசலிங்கம் வீடும் யாரோ வீடுதான் என்பதையும் மறந்து, அங்கே போகலாமென்றார். திருச்சி போவதாக இருந்தால் தன்னோடு முகாமுக்கு வந்துவிடும்படி சொல்லிவிட்டாள் ராஜி. அங்கே நின்றால் தன்னால் அடிக்கடி வந்து பார்த்துக்கொள்ள முடியும் என்பது அவள் தெரிவித்த காரணம்.

சரி, மல்லிகா வீட்டுக்கே போகலாமென்றார். கூட்டிப் போனாள். அங்கே போனபிறகும் கணேசர் வரவில்லையோ, ஏன் இன்னும் வரவில்லையென்று வாய்க்கு வாய் கேட்டுவிட்டார். வீட்டின் அந்நியம் அவரை உறைத்துவிட்டது தெரிந்தது. எது உறைக்க வைத்தது? அந்த வீட்டின் மிகுவசதிகளா? செழிப்புகளுடன் என்றாலும் அவை பிறத்தியாரதாய் இருக்கிறவகையில் சிலரால் ஒத்துப்போக முடிவதில்லை என்பதை அப்போது மனங்கொண்டாள் ராஜி.

மல்லிகாவுக்கு அவர் அப்பாபோல. அவள் குழந்தைகளும் தாத்தா என்றே அழைத்தன. ஆனாலும் அவர் அங்கு பொருந்திக்கொள்ள சிரமப்பட்டார். அவரது வீடு இல்லை என்றதுமே எவர் வீடும் அந்நியமாதல் இயல்புதான். அது பெரும்பாலும் வசதி... வசதியின்மைகளில் தங்கியிருப்பதில்லை.

ராஜி முகாம் போனாள்.

மறுபடி ஒரு வாரத்தில் வந்தாள்.

சுந்தரலிங்கம் வெகுவாய் இளைத்திருந்தார்.

நன்றாகச் சாப்பிடுவதில்லை, மருந்தில் ஒழுங்கில்லை, எழுந்து நடமாடுவதில்லை, எப்போதும் படுக்கைதான் என்று அவர்பற்றிக் குறைசொன்னாள் மல்லிகா.

அவர் குறி எது? மரணமா?

மல்லிகா நன்றாகத்தான் அவரைக் கவனித்துக்கொண்டிருந்தாள். அவர் நிலை கவலை அளிக்க, இரண்டு நாட்களுக்கு முன் கார் வைத்துக்கொண்டு ஜிப்மேர் மருத்துவமனை கொண்டு போய்க் காட்டிவந்திருந்தாளாம். இருந்தும் அவர் உடல்...

உதவிக்கென்று வந்து உபத்திரவமாகிவிட்ட சோகம் அவர் முகத்திலிருந்தது. அங்கேயிருந்து நோய்வாய்ப்பட்டாரே என்ற எண்ணத்தின் கிலேசம் இருந்தது அவளிடத்தில்.

கணேசலிங்கத்தை உடனே வருமாறு தந்தியடிக்கும்படி அவர் கேட்டுக்கொண்டார்.

அவர் தன்னை ஒப்புக்கொடுக்கத் தயாராகிவிட்டது தெரிந்தது ராஜிக்கு. 'இனி போயிடவேணும். போயிடுவன்' என்று அன்றொரு நாள் ஆஸ்பத்திரியில் கூறியதற்கேற்ப ஒரு இணக்கமான மனநிலையில்தான் அவர் இருந்தார்.

அவரின் உடைவுக்குப் பல காரணங்கள் இருந்தன. ஆனாலும் பொறுத்துப் பொறுத்து வந்து இறுதியான ஒரு காரணம்தான் அந்த உடைவைச் செய்கிறது. அது என்ன என்பதுபற்றி ஒரு இரவு பூரா யோசித்தாள்.

மறுநாள் மாலையாயிற்று கணேசலிங்கம் வந்து சேர.

கட்டிலின் ஓரத்தில் அமர்ந்து அவர் நெஞ்சை நீவி, "என்ன சுந்தரம், என்ன செய்யுது?" என்று ஆதுரத்துடன் வினவினார்.

அறை முழுக்க துளாவிய விழிகளை ஒருநிலைப்படுத்தி அவரை நோக்கினார் சுந்தரம். "கணேசு... எனக்கு ராஜியைவிட்டா இஞ்ச வேற சொந்தமில்லை; உன்னைவிட்டா வேற சிநேகிதம் இல்லை... எல்லாத்தையும் இழந்திட்டன்... ஆதாரமில்லாதவனாய் நிக்கிறன்... என்ர சாவீட்டை மரியாதையானதாய் நீதான் செய்து முடிக்க வேணும்..."

"அதைப்பற்றியெல்லாம் இப்ப ஏன் கதைக்க வேணும்..."

அவரை கையால் ஒதுக்கிவிட்டு சுந்தரம் தொடர்ந்தார்: "எனக்கு நிலைமை நல்லாய்த் தெரியுது, கணேசு. பெரிய துரோகியாகியிட்டன்... என்ர மக்களைப் பிரிஞ்சு வந்து... என்ர பெண்சாதி பிள்ளையை தனியனாய் விட்டிட்டு வந்து... எல்லாத்தையும்... எல்லாத்தையும்தான் தாங்கிக்கொண்டு இருந்திடுவன். ஆனா என்ர தோல்வியை ..? அண்டையிலயிருந்து நான் எதிர்பார்த்துக்கொண்டிருக்கிற வேளைதான் இது..."

மூச்சு இழுத்தது.

"ராஜி ..!" என்றார்.

"மாமா" என்றபடி கிட்டே போனாள்.

கண்கள் நீர் தளும்பியிருந்தன. வெகுவாய்ப் பிரகாசித்தன. சடுதியில் ஒரு மலர்வு முகம்பூராய். என்ன சொல்ல எண்ணினாரோ, பிறகு

சொல்லவில்லை. கையைப் பிடித்து சிறிது அழுத்தினார். அவ்வளவுதான். போய் விட்டார்.

ராஜி மட்டும் சிறிதுநேரம் கண்ணீர் வடித்தபடி நின்றாள். இரவுப் போது ஒருவாறு கழிந்தது. அதிகாலையில் முகாமுக்கு ஒருவரை அனுப்பி தன் மாமன் இறந்துவிட்ட செய்தியைத் தெரிவிக்கச் செய்தாள் ராஜி. பெட்டி எடுத்து ... பாடை கட்டி ... இறுதிக் கிரியைகள் மல்லிகாவின் மூத்த மகன் மூலமாய் செய்துமுடிந்தன. மரண ஊர்வலத்தில் பதினைந்துபேர் இல்லை. அதில் பத்துப் பேர் வரையில் முகாமிலிருந்து வந்தவர்கள். யாழ்ப்பாணத்தில் நடந்திருந்தால் ஆயிரமாயிரமாய் மக்கள் கூடியிருப்பார்கள். ராஜிக்கு அதை நினைக்க அப்போதும் கண்ணீர் வடிந்தது.

மகன் ... மகன் ... என்று அவர் மாய்ந்ததின் மர்மம் அப்போது புரிந்தது:

மண் ... மண் ... என்ற தாரகத்தின் மையமும்கூட.

எல்லாம் முடிந்தது.

அன்று மாலை. எல்லாருமாய்ப் பேசிக்கொண்டிருந்த இடத்தில் ராஜி கணேசலிங்கத்தை நோக்கிக் கேட்டாள்: "எப்பிடி ... திடீரெண்டு ..? ஊரிலகூட சாப்பாட்டை, ஓய்வையொண்டும் கவனிக்காமல்தானே திரிஞ்சவர்? இதுவரை காலத்தில தடிமனையும் தலையிடியையும் தவிர வேறெதுகும் அவருக்கு வந்ததில்லை."

"தெரியும். சுந்தரமே அடிக்கடி சொல்லும். ஒரு மனிசனுக்கு எதுவும் வரலாம். மலேரியா, டயேரியா எண்டுகூட வரலாம். ஆனா நம்பிக்கைகளில தோல்விமட்டும் வரக்குடாது. குறிப்பாய் சுந்தரம்போல உணர்வு கூடின மனிசருக்கு வரவேகுடாது. அதுதான் சுந்தரத்தை விழுத்தியிட்டுது" என்றார் கணேசலிங்கம்.

"விளங்கேல்லையே" என்றாள் ராஜி.

"செல்வநாயகத்தாரை பெருந்தலைவராய் எண்ணி வழிபட்டது சுந்தரம். அவருக்குப் பிறகு ... கட்சியில அதுக்கு நம்பிக்கை இல்லாமல் போச்சுது. கட்சித் தலைமை மூலக்கொள்கையை அடியழுக விட்டிட்டதாய்ச் சொல்லிக்கொண்டு ஒதுங்கியிருந்தது கொஞ்சக்காலம். அதுக்கிருந்த தொடர்பெல்லாம் பண்டிதரோடதான். அப்பப்ப அவரோடயும் வாக்குவாதப் பட்டுக்கொண்டு அந்தப் பக்கமே போகாமலும் இருந்திருக்கு. அப்பிடி ஒரு கொள்கை வைராக்கியம் பிடிச்ச மனிசன் சுந்தரம்."

"அதாலதானா அவர் ..."

"அதுதான் ஆரம்பம். ஆனா இன்னுமொரு காரணமும் இருக்கெண்டதுதான் என்ர அனுமானம்."

"என்ன அது?"

"சுந்தரம் நேரடியாய் அதைப்பற்றி என்னிட்டச் சொல்லேல்லை. எல்லாம் என்ர அனுமானம்தான். எண்டாலும் சரியாயே அனுமானிச்சிருக்கிறதாய்த்தான் இப்பவும் எனக்குப் படுகுது" என்ற கணேசலிங்கம் சிறிதுநேரம் மௌனமாய் வெளியைப் பார்த்தபடி இருந்துவிட்டு சொன்னார்: "இலங்கை – இந்திய ஒப்பந்தம் கையெழுத்தானவுடன பெரிய எதிர்பார்ப்போட இருந்தது சுந்தரம். எல்லாருக்கும்தான் அந்த எதிர்பார்ப்பு இருந்தது. நாங்களும் ஊருக்குத் திரும்ப ஆயித்தம் பண்ணியிட்டம்."

"அந்தளவுக்கு நம்பிக்கை இருந்துதா?"

"இருந்தது. விடுதலைப்புலிகள் உடன்படிக்கையை ஒப்புக்கொண்டு ஆயுத ஒப்படைப்புக்குச் சம்மதிச்சு ... முதல் கட்டமாய்க் கொஞ்ச ஆயுதங்களையும் அமைதிப்படையிட்ட குடுத்திட்டுது. இந்த நிலையில நம்பிக்கைப்படுகிறதுக்கு என்ன தடை? ஆனா ஏதோ சில நடைமுறைப் பிழைகளால திலீபன்ர சத்தியாக்கிரகம் துவங்கிச்சுது. அதுக்குப் பிறகு சுந்தரத்துக்கு ரேடியோச் செய்தி கேக்கிறதும் பேப்பர் பாக்கிறதும்தான் வேலை. நாங்களும் என்ன நடக்குதெண்டு கவனிச்சுக்கொண்டுதான் இருந்தம். உண்ணாவிரதமிருந்த திலீபன்ர உடம்பு நிலை நாளுக்கு நாள் மோசமாகி வந்துகொண்டிருந்துது. இந்தா ... சத்தியாக்கிரகத்தால ... உண்ணா விரதத்தால ... அகிம்சை வழியால ஒரு பெரிய படையையே தன்ர கருத்தை ஏற்கிறமாதிரி திலீபன் செய்திட்டான் எண்டு வெகு சந்தோஷத்திலயிருந்த சுந்தரத்துக்கு ... ஒரு செப்டம்பர் மாதம் 26ஆம் தேதியெண்டு நினைக்கிறன் ... பெரிய இடியான செய்திதான் கிடைச்சுது. பதினொரு நாளாய் தண்ணிவென்னி இல்லாமல் கிடந்த திலீபன் செத்திட்டான் எண்ட செய்திதான் அது. அதை ஒரு தனி ஆளின்ர மரணமாய்ச் சுந்தரம் பாக்கேல்லை. அது ஒரு அரசியல் வழிமுறையின்ர மரணமாய் ... தன்ர அடிமனத்திலயிருந்த சத்தியாக்கிரகத்தின்ர நம்பிக்கையின்ர மரணமாய்ப் போச்சுது சுந்தரத்துக்கு... அடுத்த நாள்தான் சுந்தரம் மயங்கி விழுந்ததும், டொக்டரிட்ட கொண்டுபோனதும். அதுவரையும் சுந்தரம் நல்லாய்த்தான் இருந்தது. திலீபன் செத்த அண்டைக்கே சுந்தரமும் செத்திட்டுது எண்டதுதான் என்ர எண்ணம்."

யாரும் பேசவில்லை.

அவரவர் சிந்தனைகளில் ஆழ்ந்து அவரவரும்.

ராஜிக்கு அப்போதும் அழுகை வந்தது.

மூண்டு வருஷத்துக்கு முந்திச் செத்தவருக்கு இண்டைக்குப் பெரிசாய் அழவேண்டியதில்லைத்தான்.

அவள் கண்களைத் துடைத்தாள்.

வெளியே நன்கு இருட்டிவிட்டிருந்தது.

30

யுத்தம் முடிந்துவிட்டதென்று அவன் நினைத்தான். அவசியமிருக்க வில்லையெனினும் சிலரைக் கேட்டான். அவர்கள் அவன் நினைத்தது

சரி, இப்போது போர்நிறுத்தம்தான் என்றார்கள். ஒரு அமுக்குவிசை விடுபட்டதுபோல் அவன் நெஞ்சு இயல்புக்கு விரிந்தது.

அன்று கோயில் வீதியில் வந்து நிமிர்ந்து நின்றவனின் முகமும் மலர்ந்து விரிந்திருந்தது. சில பெண்களும் சிறுவர்களும் கோயிலுக்கு வந்தார்கள். சில முதுமைகள் கோயிலினுள்ளே, வெளிவீதி மருதமர நிழல்களில், கோயில் வாசல் படிக்கட்டிலென்று உட்கார்ந்திருந்தன. அப்போதும் வள்ளம் அதிக தடவை ஓடிற்று. தீவு பழையபடி ஆகிக்கொண்டிருந்ததை இயங்குதலில் ஏற்பட்ட மாற்றத்தின் கீறுகள் மூலம் உணர அவனுக்கு பெரும் சாமர்த்தியம் தேவையாயிருக்கவில்லை. அவன் தீவின் குழந்தை.

நேரம் அப்போது பத்து மணி இருக்கும்.

நான்கு பெண்கள் அப்போதுதான் கோயிலிலிருந்து வீட்டுக்குத் திரும்பிக்கொண்டிருந்தார்கள். குடுமி, இரட்டைப் பின்னல், ஒற்றை ஜடை, கீரைப் பிடிக்கட்டு கூந்தல் என வெவ்வெறு ரகமாயும் விதமாயும் தலையலங்காரங்கள். அவன் உற்றுப் பார்த்தான் ஒரு கணம். அதில் அவனது சிந்தாமணி இல்லை. அவளின் அமிசங்கள் அவளுக்கென்றே பிரத்தியேகமானவை. கூர்த்த பார்வை அவசியமில்லை. ஆனாலும் அவனால் தவறவிட்டுவிட முடியாது. அவளுக்கு சராசரிப் பெண்ணின் உயரத்துக்கு மேலே தலையிருக்கும். அதிலே அடங்காத பரட்டை முடி கெம்பி விரிந்து எந்நேரமும் பறந்து கொண்டிருக்கும். மஞ்சள்போன்ற ஒரு உமிக் கலர்த் திரேகம். துண்டு துண்டாய்ச் செய்து பொருத்தினமாதிரி உடலில் ஒரு வஜ்ரத் தன்மை. நெஞ்சில்தான் என்ன ஒரு திமிறும் திரட்சி! ஆனாலும் அவள் அவனை மயக்கியது அந்த அசத்தும் உடல் லாவண்யங்களாலல்ல. முகத்தால்தான். எத்தனை குழந்தைகளின் சிரிப்பு அது! கண் மூக்கு இதழ் கன்னங்கள் யாவும் சிரிக்கிற சிரிப்பு அது. எப்போதும் அவள் நீலம் அல்லது பச்சையில் தோற்றங்காட்டியதாகவே அவனுக்கு ஞாபகம். ஏனெனில் இந்த இரண்டு நிறங்களும்தான் சிந்தாமணியின் தாயார் வள்ளிப்பிள்ளை தொட்டாட்டு வேலை செய்த மாப்பாணர் வீட்டிலே அவர் மனைவிக்குப் பிடித்த நிறங்கள். தாயாரின் சேலையில் வெடிப்பு/கிழிசல் பெரிதாய் விழ, அதிலிருந்து வாகாக வகிர்ந்து முண்டுபோல் கட்டிக்கொள்வாள் சிந்தாமணி. இடுப்பில் ஒன்றரைச் சாண் வெளி இருக்கும். வயிற்றின் மையக் பொக்குண்ணி பெரும்பாலும் மறைந்திருப்பதில்லை. பின்புறப் பளுவில் ஒரு மிளகளவு கழலை. சின்னக் காம்பினைப்போல் துருத்தி நிற்கும். அதை தட்டி அல்லது அகப்பட்டால் சுதியோடு மெதுவாக நெருடி அவளைச் சீண்டிவிடுவான் அவன். அவனுக்குப் பிடித்த அவளம்சங்களில் அதுவும் ஒன்று. ஆனால் ஒரு பொழுதில் எரிச்சலைடைந்து பக்கத்து வீட்டுச் செல்லீ சொல்லிக்கொடுத்தபடி தலைமயிர் சுற்றிவிட்டு கழலையை அறுந்துபோகவைத்துவிட்டாள் சிந்தாமணி. ஒரு சின்னத் தழும்புதான் ஏழாற்றுப் பிரிவில் படகு கவிழ்ந்து அவள் மூழ்கிப்போன அந்தக் கடைசி நாளில் அவளுடம்பில் இருந்தது.

யுத்தத்தினாலான மன நெருக்கடியும், சிந்தாமணியின் தவனமுமாய் அவன் மனம் வேகிய நாட்கள் அவை. அப்போது ஒரு முனையின்

நெருக்கடி தீர்ந்திருக்கிறது. சிந்தாமணித் தவனம் மட்டுமே பாடாய்ப் படுத்திக்கொண்டிருந்தது. தன் ஆசைகளை, இழப்புக்களைப் பகிர அவனுக்கிருந்த ஒரே மனிதன் சுதன்தான். அவனோ அங்கிருந்து சொல்லாமல் கொள்ளாமல் ஓடி வெகுகாலம். அவ்வப்போது வந்து போய்க்கொண்டிருந்த திரவியம் வருவதை நிறுத்திவிட்டான். சிவா மட்டும் சிலவேளை வருவான். ஏதோ அவனுக்கு சிவாவை அவ்வளவாகப் பிடிக்கவில்லை. சுதன்பற்றிக் கேட்டால் சொல்கிறானில்லை; திரவியம் பற்றியும் சொல்வதில்லை; ராஜியைப்பற்றிக்கூடச் சொல்வதில்லையே! உணர்வுகளைப் பகிர்வதற்கு ஆளில்லாத நிலை அவனை உன்மத்த நிலைக்கு இழுத்தது. அவனும் அதன்பக்கம் சரிந்து கொண்டிருந்தான் எனலாம்.

இந்த ஒரேயொரு கடல்தான் அவனை அவர்களிடமிருந்து பிரித்து நிற்கிறதென்பது அவனுக்குத் தெரிந்திருந்தது. கடல் வற்றி அக்கரை போதல் சாத்தியமே இல்லை. ஆனால் நீந்திப்போக முடியும். ஒருமுறை திரவியத்திடம் கேட்டதற்கும் அவன் சொல்லியிருந்தான், நீந்திப் போவேன் என்பதாக. இன்னொருமுறை சிவாவே சொன்னான், அதோ கடல்... நீந்தினால் அக்கரை போயிடலாம்... அங்க சுதனும் ராஜியும் இருக்கினம் என்று. அவனுக்கு ஞாபகமிருந்தும் ஏனோ அப்படிச் செய்ய அவன் முனையவில்லை. இப்போது மனம் கிளர்ச்சிபெற்றிருக்கும் இந்த நிலையில் நினைவு வந்தது.

மேலே பறவைகள் சில பறந்துசென்றன. அவை, அந்தத் தீவின் பறவைகளல்ல. அடுத்தடுத்த தீவுப் பறவைகளாயிருக்கலாம். அவனுக்குத் தெரியும். அவற்றை அவன் பெருவியப்போடும் ஆசையோடும் பார்த்தான். அப்போது அவை பறக்கவில்லை; உணர்ந்து கொண்டிருந்தன; இறக்கையடிக்காமல் போவது அந்நிலையில்தான் சாத்தியம். உணர்வு நிலையில் பறவை, விலங்கு, மனிதன் எல்லாம் ஒன்று. அப்போது எல்லைகள் இருக்காது. இருந்தால் உணர்வு நிலை ஏற்படாது.

கோயில் வீதி கடந்து தெருவுக்கு வர அப்போதுதான் பிக்குவின் உருவம் முடுக்கில் திரும்பி மறைவது தெரிந்தது. சங்கரானந்த தேரராயிருக்கலாம். அல்லது வேறு தேரராயுமிருக்கலாம். வேறு தேரர்களையும் அவன் அங்கே கண்டிருக்கிறான்.

மாசிப் பனிக்கான வெய்யில் உறைக்கத் துவங்கியிருந்தது. அவன் பிக்கு சென்ற திசையில் நடந்தான். விஹாரை தாண்டி கடற்கரைக்கு வந்தான். ஒரு மரவள்ளம் கரையேற்றி விடப்பட்டிருந்தது. அதையும் தாண்டி நடந்தான்.

காற்று, குளிர் வாரி வீசியது.

மேலும் நெருங்க, மேலும் இதமாயிருந்தது.

அலை கோபமின்றி அடித்துக் கொண்டிருந்தது.

சுரிமண் கரையைக் கடந்து அலை ஒதுக்கிய மணல் திடலில் ஏறினான்.

வெய்யிலின் தகிப்புக்கு கடற்காற்று என்னமாய் இதம் செய்கிறது!

மேலும் முன்னேறினான்.

கடல் விளிம்பு தெரிந்தது.

அங்கேதான் ... சுதன், ராஜி எல்லோரும்.

திடீரென மனத்தில் ஒரு வெளிச்சப் பாளம் பெயர்ந்து வந்தது. ஒருவேளை ... ஒருவேளை சிந்தாமணியும் அங்கே ...

கழிசான் பையில் புகையிலைக் காம்பு இருந்தது. எடுத்து முறுக்கி திரணையாக்கி வாயில் அதக்கினான்.

புகையிலைக் காம்பின் சாறு உள்ளே இறங்க இறங்க, அவனது மனம் வேகம் பெற்றது. உடல் முறுகியது. பெரிய பெரிய கால்களுடனும், பெரிய பெரிய கைகளுடனும் விஸ்வரூபம் பெற்றதுபோல் மனத்தில் ஒரு பேருவகை. யாவும் அற்பமாகிப் போனதுபோல் ஒரு கர்வ அலை. தான் என்றைக்குமே அவனுக்குப் பெரிய அச்சம் செய்ததில்லையே எனுமாப்போல் அடங்கிக் கிடந்து, தன்னுள் நுழையும்படி கடல் அவனை மருட்டியது.

அவன் நடந்தான் மேலே மேலேயாய். மேலும் நடக்க முடியாதபடி நீர் வெகுத்த இடத்திலிருந்து அவன் நீந்தினான்.

ஆசையாக இருந்தது நீந்த. நீந்தி வெகுகாலமாயினும் நீச்சு அவனுக்குக் கஷ்ரமாயிருக்கவில்லை. வெகுநேரமாய் கையும் காலும் வலிக்க வலிக்க நீந்தினான். 'ஆனந்தம் ... ஆஹா ஆனந்தம் ..!' என்று நீந்தினான்.

களைப்பை அவன் கவனமான பொழுதில், சூரியன் அவனது முகத்துக்கு நேரேயாய் இறங்கத் துவங்கியிருந்தது. நீரில் படிந்த ஒளிப் பாளங்கள் எங்கும் சூரிய ரச்மித் திரள்களை அடித்தன. களைப்பு மறந்து அவ்விந்தையில் தனை முற்றாய் இழந்தான்.

அலைகளில் மிதந்தபடி இளைப்பாறிக்கொண்டு மறுபடி சூரியத் திசையைக் குறிவைத்து நீந்தினான். கண்கள் உப்புநீர்க் கரிப்பால் எரியத் துவங்க கண்களை மூடிக்கொண்டு நீந்தினான்.

மறுபடி அவன் கண் விழித்தபோது சூரியச் செம்பாகம் அக்கரை மணலுள் மூழ்கியிருந்தது. மீதிப் பாதி நெருப்புத் துண்டமாய்த் தகதகவென்று சிவந்து கிடந்தது.

வெள்ளி பூத்திருந்த அலையெங்கும் செம்மைப் படிவு.

இருளப்போவதன் அவ் அடையாளங்களில் அதுவரையில்லாத துணுக்கமொன்று பிறந்தது அவனிடத்தில். கடல் மகா பெரியதென்பது கூடவே கிளர்ந்தது வேறொரு பிரக்ஞையாய். துணுக்கம் ... மேலுமொரு துணுக்கம் ... சின்னதொரு அச்சம் பரிணாமம் பெறலாயிற்று.

தக்க சமயத்தில் ... சின்ன வயதிலே அவனது நீச்சல் குருவான தியாகனின் குரல் மனசுக்குள்ளிருந்து வெடித்துக் கிளர்ந்தது: 'மாட்டுப்பயலே ... களைச்சுப் போனால் என்ன செய்யவேணும்? ம் ..?

புறநீந்தல் போடவேணும். நீந்த ஏலாமல்ப் போனால் அப்பிடியே மிதந்துகொண்டு கிடந்தாப் போதும். அலை கொண்டுபோய் எங்கயாவது ஒரு இடத்தில ஒதுக்கும்.'

அவன் கவிழ்ந்து புறநீந்தல் போடத் துவங்கினான். கைகளினதும் கால்களினதும் வித்தியாசமான அசைவு உடலிறுக்கத்தையும் தளர்த்தியது. தொடர்ந்து இயக்கம் சுலபமடைய, வெளியினில் பார்வையைப் பதித்தான்.

மேலே வெளிர்நீலம் மறைந்து கருமை வியாபித்தது. பின் ஒரு நட்சத்திரம் புலனாயிற்று. தொடர்ந்து பத்து ... நூறு ... ஆயிரமாய் ..! அவ்வாறே நீந்தியபடியிருக்க கீழ்த் திசையிலிருந்து ஒரு அம்புலிக் குழந்தை பிரசவமாயிற்று. வலு கிட்டவாய் அதன் பிரசன்னத்தை உணர்ந்தான்.

அவன் ஒருபோது திரும்பிக்கொண்டு பார்த்த காலை திசையழிந்திருந்தது. வடக்கெது? தெற்கெது? மேற்கெது? எங்கே, எந்தப் பக்கமாய் நீந்த என்றொரு இருண்மை கவிந்தது. மேல் கீழ் தவிர திசையழிந்த அந்நிலையில் மேலும் ஓர் இருண்மைப் படிவு. மேலெது? கீழெது? நீருள் அமிழத் துவங்கினான். 'அம்மாளே ..!' ஓங்கிக் கூவினான். பிரக்ஞை சற்றுத் தெளிந்தது. அம்மாளே காட்டியதுபோல் சில வெளிச்சப் புள்ளிகள் தொலை தூரத்தில் மின்னுவது தெரிந்தன. அத்திசையைக் கவனிக்க ஒளிப்பிரவாகத் தெறிப்பு வானம்வரை வியாபித்திருந்து கரையின் திசையை அவனுக்குக் காட்டிற்று. அவன் நீந்தினான். சிறிதுநேரத்தின் பின் உடல் நீந்த மறுத்ததுபோல் உணர்ந்தான். உடல் நீந்தவில்லைப்போல... குளிர் தெரியவில்லைப் போல... கையை வீசி நீரை வலிக்க முடியவில்லைப்போல... ஒரு மரத்த உணர்வு. வாய் சொலிசன் பூசியதுபோல் பிசுபிசுத்தது. தொண்டை உலர்ந்து ஒட்டியிருந்தது. கிர் ... ரென்று தலை சுற்றியது ஆச்சி பூச்சி ஆட்டம் ஆடியது போல.

அக்கணம் கீழ்ப் பதிந்த காலில் தரை தட்டியது.

உடலை ஒரு உசுப்பு உசுப்பிக்கொண்டு அவன் எழுந்து நின்றான். நடந்தான். எதிலோ தடுக்கி கரையில் வீழ்ந்தான். மண்ணில் மோதுமுன் மனம் இருளில் மூழ்கியிருந்தது.

மறுபடி கண் விழித்தபோது லேசாய் விடிந்து கொண்டிருந்தது.

அப்படியே கிடந்தான்.

திடீரென ... காதில் பேச்சுக் குரல்கள்.

தலையை நிமிர்த்திப் பார்த்தான்.

பார்வை மங்கலாயிருந்தது. ஆனாலும் எதிரே சிறிதுதூரத்தில் சுமார் முப்பது நாற்பது பேர்வரையிலான ஆண்கள் பெண்கள் குழந்தைகளின் கூட்டம் தெரிந்தது. சிலரோடு பெட்டிகள். சிலரோடு பைகள்.

களைப்பை உதறிவிட்டு எழுந்து நடந்தான்.

எல்லோரும் அந்த ஒற்றை உருவத்தின் பக்கம் திரும்பி வியப்போடு பார்த்தனர்.

"படகு தாண்டு போச்சா ..? எப்பிடி ..? நேவிக்காறன் சுட்டதில தாண்டுதா?" கேள்விகளின் துளைப்பு

தியாகுவால் பேச முடியவில்லை. தலையை அசைத்தான். சிறிதுநேரத்தில் மறுபடி மயங்கினான்.

31

அன்று அவர் அந்தக் கோப்பினை எடுத்ததும், ஏதோ அது தான் சார்ந்த கோப்புப்போல் அவர்மீது ஞாபகமாய் வந்து கவிந்தாள் ராஜி. அவர் மெல்லச் சிரித்தார். அதில் ஒருவகை வியப்பும், அனுபவ அந்நியங்களின் குதூகலமும் கலந்திருந்தன. 'பிடிவாதக்காறப் பெட்டை!' அவரது மனம் செல்லமாய்த் திட்டியது.

வெகுகாலமாய் அந்தக் கோப்பினை அவர் எடுக்கவில்லை. நினைவு வரவில்லை. அதற்கான அவகாசம் வரவில்லை. எண்பத்தேழு ஆவணிவரை அவர் சுய அடையாளமின்றியும் சுய இழப்புகளின் பாதிப்புடனும் நசிந்துபோய் இருந்தவர். தான் ராஜநாயகம் என்பதற்கோ, இலங்கைத் தமிழ்ப் பிரஜை என்பதற்குமோ எதுவித அடையாளமுமின்றி பரதவித்திருந்தவர். அமைதி காப்புப் படை இலங்கை சென்ற பின்னர், இலங்கையிலிருந்து அகதியாய் வந்திருந்தோரின் பதிவுக்கு அரசு ஆணை பிறப்பித்தது. ராஜநாயகமும் மகளோடு சென்று பதிந்துகொண்டார். தம்மை அகதியாகப் பதிவதற்கு அவரிடமிருந்த ஆகக்கூடுதலான அடையாளம் அவரது பிறப்புச் சாட்சிப் பத்திரத்தின் பிரதிதான். ஆனால் பதிவின் பின் அரசு தலைமைச் செயலகம் அவருக்கு படத்துடன் கூடிய அகதி அடையாள அட்டை வழங்கியது. தான் எங்கோ தொலைந்துபோய் விட்டதாகத் தவித்துக் கொண்டிருந்தவருக்கு அது மீட்சியைத் தந்தது. தன்னைக் கண்டடைதல் பௌதீகார்த்தமாயேனும் ஆனந்தமே! பிறகு அகதி அட்டையுடன் இலங்கைத் தூதரகம் சென்று இலங்கைக் கடவுச்சீட்டு பெற்றுக் கொண்டார். ஒருமுறை கொழும்பு போய்வந்தார். போன வருஷம் லண்டன் போய்வந்தார். அவரது எச்சங்களின் அழிவும், அவல வாழ்வும் அவரை வெகுவாய்ப் பாதித்திருந்தன. அதை மறக்கவே அவர் அதிகமான தோட்ட வேலைகளில் ஈடுபட்டது. ரம்யம் சொட்டச் சொட்ட தோட்டத்தைப் பராமரித்தார். இன்னொருவர் சொத்து என்று அதைச் சொல்லவும் மனம் பிடிக்காதிருந்தவர் லண்டனிலிருந்து திரும்பியதும் அந்த வீட்டை சொந்தமாக வாங்கிக்கொண்டார். தோட்டமளவு ஈர்ப்பு அவருக்கு நவீன இலக்கியத்திலும் ஏற்பட்டது. ஆகக் கூடுதலான ஈடுபாடு படைப்பிலும் அவரைக் கவனம்கொள்ளச் செய்தது. வெகுகாலம் பூர்த்தியாக்காமல் குறையாக விட்டுவைத்திருந்த மன வேக்காட்டுப் பதிவுப் பக்கங்களை அன்று அவர் எடுத்ததே, படைப்பின் அவதிக் கணங்களுடன் அன்றைய காலை மலர்ந்திருந்ததேயாகும். அந்தக் கோப்போடு அவளுக்கு என்ன அத்தனை தொடர்பு? அவள் அவரது தீவானை வாசித்த முதல் வாசகி என்பதினாலா? தீவானா? என்ன அது? ஒரு மரமா? ஒரு பொருளா? ஒரு உணர்வா? என்ன அர்த்தம் அதற்கு? – என்று அவள் திகைத்திருந்தவள். ஆனாலும் அதைப் பாராட்டவும் செய்திருந்தாள்.

எழுதி வைத்திருந்த பக்கத்தை வாசித்தார்.

அது அவர் மொழிநடை இல்லை. ஒரு மன எழுச்சி மிகுந்த தருணத்தில் எழுதியது. கடாட்சத்தில் எழுதியதுபோல் வார்த்தைகளும், அர்த்த வீறும் அருமையாய் வந்து வாய்த்திருந்தன.

திருப்தியோடு தேநீரை எடுத்து அருந்தினார்.

தாள்கள் பேனாவுடன் வெளியே வந்து தியானத்தில்போல் போர்டிக்கோ பிரம்பு நாற்காலியில் அமர்ந்து வீதியையும் வானத்தையும் விசிறி வாழையையும் பப்பாசி மரத்தையும் பார்த்தபடி சிந்தனையில் மூழ்கியிருந்தார். நினைவுகள்தான் புரட்டிக்கொண்டு வந்தன. எழுத்து வரவில்லை.

மறுநாளும் அப்படியே.

ஆரம்பிக்க முதல் சொல்... அதுவே முடிவுவரை மின்னலாய்ப் பாய்ந்து செல்லக்கூடிய பேராற்றலோடு... தேவை. அடியெடுத்துக் கொடுத்த பேரண்டக் கடவுளின் கடாட்சத்தை வேண்டினார். பிறிதொரு நாளில் அந்த வேளை வந்தது. அவர் தன் மனவூற்றை வேகவேகமாய் எழுத்தில் பதித்தார்.

மகீதலத்தில் இருந்த சொல் இறுதியில் மன்னனால் புதைக்கப்பட்டது. மங்கல விளக்குகள் மாளிகையில் அழுது வடிய அந்தப்புரம் ஏகினான் அரசன். அறுபத்து நான்கு விநோதங்களிலும் அற்புத அனுபவம் அடைந்தான்.

சில நாட்களின் பின் அரசவை கூடிற்று. அங்கே வந்த மந்திரி பிரதானிகளும் மக்களும் அதிர்ச்சியடைந்தனர். சிம்மாசனத்துக்கு அடுத்த ஸ்தானத்தில் தவிசொன்று போடப்பட்டிருந்தது.

யாருக்கு?

வித்தையும் பக்தியும் நித்தமும் பழக்கிய ஞான குருவுக்கல்ல அது, ராஜகுருவுக்கே என்பது பின்னர் தெரிந்தது. போகங்களில் ஊறிய மலையாய் அரசனைத் தொடர்ந்து வந்து ராஜகுரு தவிசேறினான்.

ராஜ்ய நிர்வாகம் ராஜகுரு வசமாயிற்று. அரசன் மஞ்சமே கதியெனக் கிடந்தான். சிவந்த கண்கள், துடிக்கும் இதழ்கள், புடைக்கும் நரம்புகளாயன்றி அரசனைக் காணமுடியாதிருந்தது. அரசனின் சிற்றின்ப அவாவை ஊதி ஊதி வலுப்படுத்தினான் ராஜகுரு.

சில வாரங்களின் பின்னால்... போக வேட்கை மேலும் மேலுமாய் அதிகரித்த வேளையில், உடல் பலஹீனத்தில் துவள ஆரம்பித்தது. தீவாக் கனிக்காய் அரசன் காத்திருக்கத் துவங்கினான். தீவாவின் விசேஷ பலன்களை விவரித்து அரசனை உற்சாகப்படுத்தினான் ராஜகுரு.

ஒருநாள்... இரவுக் கதைகள் சொல்ல வந்த கிழவியைப் புணர்ந்துவிடுகிறான் அரசன். அன்றைய நாள் காலையில்தான் அரசன் பேரழகு வாய்ந்த கனியொன்றை மறைவில் உண்டு

கொண்டிருப்பதைப் பார்த்ததாய் அரசியின் தோழியொருத்தி ஞானகுருவிடம் தெரிவித்தாள்.

மாயக் கதை சொல்லும் கிழவி பயித்தியமானதற்கான காரணத்தை ஊகித்துக்கொண்ட அவர் தான் துறவு மேற்கொள்வதாகத் தெரிவித்துவிட்டு காடேகினார் மறுநாள்.

மாதங்கள் நகர்ந்தன.

ஒரு நாள்... மேனியில் பல இடங்களிலும் சருமம் படைபடையாய்க் கிளம்பி அரிப்பெடுத்தது ராஜாவுக்கு. நீர் உணவு உடை படுக்கை யாவும் பொற்பமாய்க் கவனிக்கப்பட்டன. ஆனாலும் அரிப்பு அதிகரித்ததே தவிர குறையவில்லை. நாளடைவில் அரிப்பெடுத்த இடங்களில் கொப்புளங்கள் தோன்றி, பேருபாதை செய்யத் தொடங்கிவிட்டன. மெல்ல மெல்லவாய் அவை வலியிலும் அளவிலும் இரட்டிப்பாகி அரசனைத் தன்னிலையிழக்கச் செய்தன. இரகசிய மாளிகையொன்றின் இருட்டறையிலே கிடந்து அவன் அலறி ஆர்ப்பரித்தான். தானே தன்னைப் பார்க்கப் பிரியப்படாதிருந்தான். கூடவிருந்து பணிவிடை செய்தான் ராஜகுரு. அரண்மனை வைத்தியன் ஒருவன் இரகசியமாய் வைத்தியம் செய்தான். கொப்புளங்கள் வெடித்து காயத் துவங்கின. அரசன் அரண்மனை திரும்பினான்.

மோகம் துறக்கப்படலாம், தணிக்கப்பட முடியாதது; நெய்யால் எரி நுதுப்பது போன்றது அது என்று ஞானகுரு சொன்னது நிஜமாகும்படிக்கு அரசனுக்கு மறுபடி தீவாக்கனியின் இச்சிப்புத் தோன்றிற்று. பட்ட இம்சையெல்லாம் மறந்து மறுபடி தீவாக் கனிமீது இச்சை தோன்றும்படி செய்தாள் மகாமாயை.

அன்று ராஜகுருவும் ராஜாவுமாகவே கிடைத்த கனியைத் தின்று தீர்க்கின்றனர். மறுநாள் அரண்மனைக்கருகேயுள்ள ஆற்றில் இரண்டு சேடிப் பெண்களின் சடலங்கள் கரையொதுங்கின.

ராஜா மேனியில் மறுபடி அரிப்பும், கொப்புளங்களும். அப்போது ராஜகுருவின் மேனியிலும் அவை. ராஜகுரு திகைக்க, வலியில் நெளிந்தபடி ராஜா ராஜகுருவைப் பார்த்துச் சிரித்தான்.

அவசர அவசரமாய் இருவரும் வைத்தியனை அழைத்துக்கொண்டு இரகசிய மாளிகைக்கு ஓடுகிறார்கள். அங்கே ஒருநாள் ராஜா உடம்பில் போட்டிருந்த கொப்புளமொன்றினைப் பிளந்துகொண்டு வண்டு ஒன்று வெளிவருகிறது. அது எலியளவாகி, பூனையளவாகி எதிர்நின்று ராஜாவைப் பார்த்துச் சீறிவிட்டு சொன்னது: "ஆண்டிக்கு எதிர் அரசன்; கெட்டதின் எதிர் நல்லது; அரூபத்தின் எதிர் அழகு; துக்கத்தின் எதிர் மகிழ்ச்சி. வறுமையும், கேடும், அவலட்சணமும், துக்கமும், இருண்மையும் அதனதன் எதிர்நிலைகளிலிருந்து தோற்றம் பெற்றவை. அதனால் தம் எதிர்நிலைகளை அழிப்பது அவற்றின் தர்மம். அதுபோல் மீறல்களிலிருந்து உருவானவர்கள் நாங்கள். அதிகார மையங்களை, புனிதங்களை அழிப்பது எங்களின் தர்மமாகும்."

சொல்லிவிட்டு பாய்ந்தோடி மறைந்தது அது. ராஜாவால் அதன் கூற்றைப் புரிய முடியவில்லை. ராஜகுருவினிடம் சொன்னபோது அவனாலும் அதைப் புரிந்துகொள்ள முடியாமலே இருந்தது.

ஒருநாள் தீவா எழுதப்பட்ட தாள்களை எடுத்து வாசித்துவிட்டு கோப்பினுள் அடுக்கி வைத்துக்கொண்டிருந்தபோது இரும்புக் கதவு திறபட்ட சத்தம் கேட்டது. எட்டிப் பார்த்தார். மாலாவும் தங்கை பூபதியும் வந்து கொண்டிருந்தனர்.

வெளியே வந்தார்.

ஏனோ பூபதியை அவருக்கு மெத்தப் பிடித்திருந்தது. அவளது கலீரென்று சிரிக்கத் துவங்கி சட்டென அடக்கிக்கொண்டு லஜ்ஜை பூக்கும் அந்தப் பெண்மையின் பிஞ்சுத்தனம் அவர் மனதில் படமாய்ப் பதிந்து போயிருந்தது. அவ்வண்ணம்தான் அவரின் இன்னொரு பேர்த்தியின் எண்ணிக்கை அதிகமாகியது.

இருவரும் கிட்ட நெருங்கினர். உட்காரச் சொன்னார். சாய்வு நாற்காலிக்குக் கிட்ட இரும்புக் கதிரைகளை எடுத்துவந்து போட்டுக் கொண்டு அவரெதிரில் அமர்ந்தனர்.

மாலாவின் முகம் பொலிந்திருந்தது. பூபதியும் சிரித்த முகத்துடனிருந்தாள். கையிலே அழைப்பிதழ் வைத்திருந்தாள் மாலா. அவளின் கல்யாண அழைப்பிதழாய் இருக்கலாமெனத் துணிய அந்த முகவிலாஸமே போதும். "கலியாணமா ..? எப்ப ..?" என்றார்.

"சித்திரை பதினெட்டு, தமிழுக்கு" என்றாள்.

"ஆர் மாப்பிளை? வெளிநாடோ?"

"சங்கானை ஆக்கள். இஞ்சதான் இருக்கினம்" என்று சிரித்தாள். "கலியாணம் முடிஞ்சவுடன வெளிநாடு போக இருக்கிறம். முதலில அவர் போவார். பிறகு நான் போவன்."

"ஓ ... உன்ர தங்கச்சி ஒருத்தி பிரான்சிலயெல்லே இருக்கிறா!" என்றார் அவர்.

அந்தவகைப் பேரங்களை அவரால் புரியமுடியும். ஷீலா வெளிநாட்டிலிருப்பது 'அவர்' வெளிநாடு செல்வதற்கான உத்தரவாதத்தைச் செய்யும். அது ஒருவகையில் மாற்றுருப் பெற்றிருக்கும் இலங்கைத் தமிழரின் தற்போதைய சீதன முறைமை.

அவளுக்காகவே கண்டிப்பாய் திருமணத்துக்கு வருவதாகக் கூறி அனுப்பினார்.

வெகுநேரமாய் ஒரு சஞ்சலப் படர்கை உள்ளத்தில். பின்னாலேதான் அதன் காரணத்தை அவர் இனம் கண்டது.

சிவந்தன் ... லக்சோ ...

லக்சோவையும் ஒருவகையில் அவர் இழந்திருக்கிறார்தானே!

இது என்ன மகாவிதி!

அவரெங்கே? அவரது குடும்பமெங்கே? சமூக பொருளாதார அந்தஸ்து தளங்களெங்கே? இருந்தும், அவரின் பேரக் குழந்தைகளின் நிலைமை என்னவாயிற்று? அவர் மகளின் நிலை எப்படியானது? ஒரு கருமேகம் படிந்தாற் போன்றல்லவா அந்தக் குடும்பத்தின் இருப்பு ஆனது?

விசுவலிங்கமெங்கே? நயினாதீவிலிருந்த அந்தக் குடும்பத்தின் சமூக பொருளாதார அந்தஸ்து தளங்களெங்கே? இருந்தும் அந்தக் குடும்பத்தின் வாழ்முறை மாற்றம் ... மகிழ்ச்சி ... குதூகலம் ... பூரிப்பு ..?

மனத்தில் ஒரு எரிவு வந்து விழுந்தது.

லண்டனில் நிகழ்ந்த ஒரு சந்திப்பில் பேராசிரியர் சற்குணம் சொன்னதை அப்போது ஞாபகமாக்கினார்: 'இது ஒரு மகா பிரளயம்! அடியொட்ட ஆட்டங்காணாமல் இது அடங்கப்போவதில்லை. பழைய அற விழுமியங்கள், பழைய சிந்தனைகளெல்லாம் வெடித்துச் சிதறத்தான் செய்யும். விடுதலைப் போராட்டம்கூட ஒரு தக்க விலை குறிக்கப்படும்போது திசைமாறிப் போக வாய்ப்புண்டு. இல்லையேல் போராளித் தலைவர்கள் யாரேனுமாவது அப்படிப் போகக்கூடும். நாம் நெருப்பின் துளிபோன்ற பரிசுத்தத்துடன் இருப்பதுதான் செய்யக்கூடியது. நெல்லுக்குப்போல புல்லுக்கும் பொசியும். இதன் ஒழுங்கு படுத்துதல்களை காலம் செய்யும்.'

நிதானம் வந்தது.

32

அரசியும் தாயார் வாலாம்பிகையும் முற்றத்தில் அமர்ந்திருந்தார்கள். அரசி சம்மணமிட்டு உட்கார்ந்து குனிந்த தலையோடிருந்தாள். கை மணல் கிளைந்துகொண்டிருந்தது.

பகலில் நெருப்பு வெய்யில் எரித்தது. வற்றாப்பளை அம்மன் கோயில், பன்றித் தலைச்சி அம்மன் கோயில், நுணாவில் கண்ணகை அம்மன் கோயில், கச்சாய் எரிந்த ஆலடி அம்மன் கோயில் என்று அம்மன் கோவில்களில் கொடியேறி திருவிழா நடக்கிற காலம் அது. வெய்யில் கொளுத்தட்டும்; ஆனால் அம்மன் சினக்காவிட்டால் சரிதான் என்பதே ஒருசேர்ந்த எண்ணமாயிருந்தது எங்கணும். இரவு எட்டு மணி ஆகிற அந்த நேரத்திலும் நிலச்சூடு தணியவில்லை. வேறு சமயங்களில், சலக்கடுப்பாக்கப் போகிறது, எழும்பு பிள்ளையென்று அதட்டியிருக்கக்கூடிய வாலாம்பிகை அன்றைக்கு அப்படிச் செய்யாததோடு, தானுமே மணலில் குண்டிகுத்தியிருந்தாள். நாடியில் கை முட்டுக்கொடுத்திருந்தது.

அது சுமுகமான சூழ்நிலையில்லை.

அவள் தன் பேச்சில் புண்பட்டுப் போனாளென்பதை அரசி தெளிவாய்ப் புரிந்தாள். அவர்களுக்குள் அப்படியான விரிசல்கள் பெரும்பாலும் விளைவதில்லை. அன்று சின்னதாய்த் துவங்கின விஷயம் பெரிதாகி முரண்படு நிலை ஏற்பட்டுவிட்டது.

காலையில் இவ்வாறுதான் துவங்கிற்று அந்த விவகாரம்.

'ஐயா போய் இந்தளவு மாதமாச்சு, ஒரு கடுதாசிகூட எழுத மனமில்லாமல் நிக்கிறாரே!' என்று ஒரு அங்கலாய்ப்புடன் கூறினாள் வாலாம்பிகை.

கொஞ்ச நாட்களாகவே அவள் மனத்தை அறுத்துக் கொண்டிருந்த விஷயம் அதுதான் என்பது அரசிக்குத் தெளிவாயிற்று. நாடு அந்தளவு அழிவினைத் தாங்கியும், அவலம் நீங்க இன்னுமே முடியாதிருந்த நிலையிலும் இருக்க, இந்தியா போனவர் திரும்பி வரவில்லையென்று மனவருத்தப்பட ஏதுமில்லையென்று அவள் நினைத்தாள். எதிர்வீட்டில் இருந்தவள் ராகினி. தலையாட்டி காட்டிக்கொடுத்து ராணுவம் கைதுசெய்துகொண்டு போனது. ஒரு மாதமாய் அப்பப்ப வீடு வந்து போய்க்கொண்டிருந்த புவனேந்தி இன்று வரை போனவந்த இடம் தெரியாது. அவை இழப்புக்கள். அவை விசனத்துக்குரியவை. அவையே ஒருவரின் அக்கறைக்குமுரியனவாகும். இந்தியாவில். பாதுகாப்பாய் இருக்கிற ஒருவருக்கு அதுமாதிரி இரக்கங்கள் வியர்த்தம்.

அதனால் அசிரத்தையோடும் ஒருவகைக் கிண்டலோடும் பதிலளித்தாள்: 'இப்ப அவரின்ர காயிதம் வரேல்லையெண்டுதான் உங்களுக்கு தவனமாயிருக்கோ?'

தவனம்... தாகத்தில் வருவது.

வாலாம்பிகையின் மனது சட்டெனக் குறண்டியது. ஆனாலும் அந்த வார்த்தையைக் கவனியாதவள்போல சொன்னாள்: 'உனக்கு ஐயாவின்ர ஞாபகம் வாறதில்லையோ, பிள்ளை?'

'வரும், எப்பவாவது இருந்திட்டு. ஆனா கவலைப்படுகிறதில்லை. அதைவிடக் கவலைப்படுகிறதுக்கான எவ்வளவோ விஷயங்கள் இஞ்சயிருக்கு. அடுத்த வேளை அரிசிக்கு என்ன செய்யிறது... அடுப்பு மூட்ட நெருப்புக் குச்சிக்கு எங்க போறது... ஊரில நாட்டில உலகத்தில என்ன நடக்குதெண்டு தெரியேல்லை; செய்தி கேக்கலாமெண்டால் றேடியோவுக்குப் பற்றி முடிஞ்சு மூண்டு மாசம்; வெய்யில்ல வைச்சு சூடாக்கி சூடாக்கி எத்தனை நாளைக்குத்தான் போட்டுக் கேக்கேலும்? உலகம் வேகமாய் முன்னேறிக்கொண்டிருக்காம். எனக்கெண்டால் அப்பிடித் தெரியேல்லை. இதுகளை யோசிக்கவே பொழுது போதாமலிருக்கு. வேற யோசினையள் எப்பிடி வரும்?'

சிறிதுநேரம் பேசாமல் தூரத்தின் இருளையே பார்த்துக் கொண்டிருந்தாள். பிறகு திரும்பி, 'நான் இஞ்ச இருக்கிறது... உனக்குப் பாரமாயிருக்கா, அரசி?' என்றாள் ஒரு ஏக்குற்ற பார்வையோடு.

'அதைப்பற்றி ஆரம்மா இப்ப பேசினது? ஏன் எதையும் எதையுமோ முடிச்சுப்போட்டு கதைக்கிறியள்? இந்த மண்ணிலயிருந்து நிர்ப்பந்தமாயுமோ நிர்ப்பந்தம் இல்லாமலுமோ வெளியில போய்விட்ட மனிசரைப்பற்றி எனக்குக் கவலையில்லை எண்டதைத்தானே நான் சொன்னது. நானும் நீங்களும் சேர்ந்து பாடுபட்டுத்தான் எங்கட வயித்துப்பாட்டுக்கு ஏதாவது செய்யவேணும். மரவள்ளிக் கிழங்கையும்

கனவுச்சிறை

முட்டுக்காய்த் தேங்காயையும் திண்டுகொண்டு எத்தினை நாளைக்கம்மா இருக்கேலும்? இதுதானே இப்ப எங்கட அக்கறை. ஐயா இந்தியாவில... தம்பி பிரான்சில... ஏனம்மா அந்தக் கதையளெல்லாம் இப்ப? அதைத்தானே வேண்டாமெங்கிறன்.'

'என்னமோ... மனம் அடிக்கடி ஐயாவை நினைச்சு அவதிப்படுகுது. இப்பவெல்லாம் கனவு வருகுது. இடையில குழம்பிக் குழம்பிப் போகுது. சஞ்சலமாயிருக்கு, அரசி. வேற ஆரிட்ட நான் போய்ச் சொல்ல ஏலும்? அதுதான் கடுதாசிகூட வரேல்லையெண்டு ஏக்கமாயிருக்கிறத உன்னிட்டச் சொன்னன். மற்றப்படி தவனத்திலயில்லை.'

அம்மா சுடுபட்ட இடம் தெரிந்தது.

அவளுக்கும் கவலைகளுண்டு.

அரசி சமாளித்து சிரித்தாள்.

'நான் சும்மா சொன்னன், அம்மா.'

'உனக்கு ஒண்டு கவனமிருக்கோ?'

'என்ன?'

'அய்யா இந்த முப்பத்தஞ்சு வருஷ காலத்திலை சொல்லாமல் ரண்டு நாளுக்கு மேல எங்கயும் போய் நிண்டதில்லை. நாலஞ்சு நாளைக்கு மேல வேலணையில நிக்கப்போறதெண்டாலும் உடன போஸ் காட் எழுதிப் போட்டிடுவார்.'

மெய்தான். அவர் அறிவிக்காமல் நின்றதில்லைத்தான்.

காலைப்போதுப் பேச்சு அந்தளவோடு அடங்கியது.

மாலையில் கிளைகளோடு அது முளைத்தெழுந்தது மறுபடி.

'அரசி..!' என்று குழைந்தாள் வாலாம்பிகை.

'என்னம்மா?'

'ஒண்டு கேப்பன், கோவிக்கமாட்டியே!'

'ஏனம்மா சும்மா நான் கோவிக்கப்போறன்? சொல்லுங்கோ.'

'ஒருக்காப் போய் பாத்துக்கொண்டு வந்தா என்ன, அரசி?'

'எங்க போய்ப் பாக்கிறது?'

'இந்தியாவில.'

'என்னம்மா பேச்சு இது! உங்களுக்கு இஞ்சயிருந்து தனியாய் நயினாதீவு போகவே வழி தெரியாது. நீங்கள் எப்பிடியம்மா இந்தியாவுக்குப் போய்...'

'இப்பதான் கனபேர் போய்க்கொண்டிருக்கினமே! கூடிக்கொண்டு போய்வந்திடுவன்.'

‘அப்ப … போறதெண்டு முடிவே பண்ணியாச்சா?’

‘நீங்களெல்லாம் மறந்திட்டு இருப்பியள். நானும் அப்பிடி இருந்திட ஏலுமே?’

அம்மா தீர்மானித்துவிட்டாளென்று தெரிந்தது. எரிச்சலாக வந்தது. ஆனாலும் அடக்கிக்கொண்டு சொன்னாள்: ‘கறுப்புச் சட்டைக்காறன் தனிய இருக்கிற பொம்பிளயளயெல்லாம் கெடுத்துக்கொண்டு திரியிற விஷயம் தெரியுமெல்லோ?’

‘அது கிளிநொச்சியிலதானே!’

‘இஞ்ச நடக்காதெண்டது என்ன நிச்சயம்? கச்சாயும்தான் வயலும் தோட்டமும் பத்தையும் வெளியுமாய் இருக்கு!’

‘சின்னாச்சியை … இல்லாட்டி பவளத்தை கூடவந்து நிக்கிறதுக்கு ஒழுங்கு பண்ணியிட்டு போவன்.’

‘ம்!’

மீண்டும் அந்த விவகாரம் விளக்கு வைத்த சமயத்தில் தொடங்கிற்று.

‘நீ அதுக்கு ஒரு பதிலும் சொல்லேல்லையே, பிள்ளை!’

‘சொல்லாட்டி விடமாட்டியள். சரி, காசுக்கு என்ன செய்வியள்?’

‘சுதனுக்கு எழுதலாமெண்டிருக்கிறன்.’

‘அந்த நாய் அனுப்புமெண்டு நினைக்கிறியள்?’

‘ஏன் பிள்ளை அந்தமாதிரிப் பேசுறாய்?’

‘பின்னை ..? இவள் வராட்டில் போகட்டும், எவளாவது வந்தால் சரியெண்டு விசுவரின்ர பெட்டையை இழுத்துக்கொண்டு போய் வைச்சு அங்க குடும்பம் நடத்துறவனை … வேற என்னமாதிரிச் சொல்லவேணும்? இப்பவும் தேள்வை இருக்கு … அதால … எந்த நாயின்ர கால்ல விழுந்தாவது காசு கேப்பியள் போய்ப் பாக்க. ஆனால் நான் ஏன் மரியாதை குடுக்கவேணும்?’

அதைத் தொடர்ந்துதான் அந்த மௌனம் வந்து அம்மாவில் கவிந்தது.

தான் அந்த மாதிரிக் காட்டமாய்ச் சொல்லியிருக்கக் கூடாதென்று நேரமாக ஆக அரசிக்குப் புலனாயிற்று. தான் எதற்காக அப்படி ஒரு வெடிப்பிலிருந்து வார்த்தைகளை உதிர்த்தாளென்று நினைக்க அவளுக்கே வியப்பாயிருந்தது. தன் மனத்தின் குரூர பக்கங்கள் அந்த வசவில் வெளியாயினவோ என்றும் நினைத்து உள்ளே அதிர்ந்தாள்.

அம்மா அது மாதிரியான, எது மாதிரியான சுடுசொல்லையும் தாங்கக்கூடியவளில்லை. அவளால் வன்சொல் பொறுக்க முடியாது. வேறு போக்கிடமின்மைதான் அவளை அந்தளவு நேரம் வரைக்கும் தங்க வைத்தது அங்கே.

அது அரசியை வெகுவாக உலுப்பியது.

தாயாரை மெல்ல அழைத்தாள்.

"என்ன ..?" என்றாள் வாலாம்பிகை.

"நாங்கள் தனித்தனி மனித உறவுகளைக் கவுரவப்படுத்துறமே தவிர மனித கவுரவத்தைக் கவனத்தில எடுக்கேல்லை. வாழுறதுக்காக இஞ்ச ஓடுறம், அங்க ஓடுறம்... அதை இதைச் சொல்லுறம்... எல்லாம் எனக்கு எரிச்சலாயிருக்கம்மா. இதெல்லாம் எங்க போய் முடியப்போகுதெண்டு நினைச்சு உண்மையில எனக்கு கவலையாய் இருக்கம்மா."

வாலாம்பிகை மௌனமாயிருந்தாள்.

இருட் திணிவுகளில் பார்வை பதிந்திருந்தது.

வெகுநேரத்தின் பின், "வேற ஆருக்குப் போய் நான் எழுத ஏலும்? பெத்த பிள்ளையிட்டத்தான் கேக்கலாம். நாளைக்கே காயிதம் எழுதுறன் அவனுக்கு" என்றாள்.

"பாஸ்போர்ட் எடுக்க... பிளேன் ரிக்கற் எடுக்க... எல்லாத்துக்குமாய் இருபத்தஞ்சாயிரமாவது வேணும். கொஞ்சம் கூடுதலாயே கேட்டு எழுதுங்கோ. ஐயா திரும்பி வாறதாயிருந்தால் அதுக்கும் தேவைதானே!"

வாலாம்பிகை எழுந்து உள்ளே சென்றாள்.

"அரசி, தேத்தண்ணி குடிப்பியா?"

"ம்! நானே வைக்கலாமெண்டிருந்தன். வையுங்கோ."

அவளுக்கு விழித்திருக்கவேண்டியிருந்தது.

தேநீர் அருந்திய பின், விளக்கை அணைத்து வைத்துவிட்டு வந்து பழையபடி முற்றத்து முருங்கையோடு வசதியாக சாய்ந்தமர்ந்தாள்.

முருங்கையின் முள்கள் மழுங்கியிருந்தன.

அது அவள் கல்யாணமாகி வந்த பின்னால் வைத்த மரம்தான். அதுபோல அவளது நயினாதீவு வீட்டு முற்றத்திலும் கன்னிக் காலாய் நட்ட முருங்கு நிற்கிறது. வேலாயுதம் மறைந்த பிறகு வந்த அம்மாவிடம், கன்னிக்கால் மரம் எப்படி நிக்கிறதம்மா என்று கேட்டதற்கு, அம்மா அழுதாள் பதிலை. வாழ்வின் வளத்தை நட்ட கன்னிக்கால் காட்டிவிடும் என்பார்கள். ஆனால் மரம் நல்லாயிருக்கிறபோதே வாழ்வு சிதைந்துவிட்டதேயம்மா என்ற அர்த்தமே அதிலிருந்ததை அரசியால் சுலபமாய்ப் புரிய முடிந்தது. அப்போதும் கன்னிக்கால் மர நினைவு வந்தது. பின் வேலாயுதத்தின் நினைவாக அது பரிணமித்தது.

நட்சத்திர விகசிப்பைப் பார்த்து தன்னைச் சுதாரித்தாள்.

33

ஒரு காலை நேரத்தில் பருத்தித்துறையிலுள்ள ஒரு மனிதர் கடிதமொன்றைக் கொண்டுவந்து கொடுத்துவிட்டுப் போனார்.

கொழும்பிலிருந்து சோமசுந்தரம் என்பவர் கொடுத்தனுப்பியிருந்த கடிதம் அது. அவளிடம் கொடுக்கும்படி ரூபா இருபத்தையாயிரத்தை சுதந்திரன் என்கிற தன் மகனின் சிநேகிதன் அனுப்பியிருக்கிறதாகவும், அவளே நேரில் வந்து பெற்றுக்கொள்ள வேண்டுமென்றும் சுருக்கமாக அதில் தெரிவிக்கப்பட்டிருந்தது. பின்குறிப்பிட்டு, அவசியம் அடையாள அட்டை கொண்டுவரும்படியும் எழுதியிருந்தார்.

"என்ன செய்ய, அரசி?" என்று கேட்டாள் வாலாம்பிகை.

"போயிட்டு வாருங்கோ."

"நீயும் வா."

"நான் எதுக்கு?"

"கூட வந்து பாஸ்போர்ட் எல்லாம் எடுத்து என்னை அனுப்பிப்போட்டாவது திரும்பி வாவன்."

"ரண்டு பேரும் போக இஞ்ச விடமாட்டினம். நீங்கள் மட்டுமாயிருந்தால், மகள் இஞ்ச இருக்கிறாவெண்டும், சொந்தக்காறரைப் பாத்திட்டு திரும்பி வந்திடுறதாயும் பிணை சொல்லியிட்டுப் போகலாம். இந்தியாவுக்குப் போற விஷயம் தெரியக்கூடாது. ஏரியாத் தலைவரிட்ட இஞ்ச துண்டு வாங்கிக்கொண்டு போனால்தான் வவுனியாவில பாஸ் கிடைக்கும்."

"வவுனியாவில என்ன பாஸ் பிறகு?"

"வவுனியாவில புலிகளிட்ட பாஸ் எடுத்துக்கொண்டு போனால்தான், அங்கால போக ஆமிக்காறன் பாஸ் தருவான். ஆமிக்காறன்ர பாஸ் இல்லாமல் கொழும்பு போக ஏலாது. வழியில கேட்பாங்கள். அப்ப காட்ட வேணும்."

வாலாம்பிகைக்குப் புரியவில்லை. அவள் அறிந்தவரை கொழும்பிலே கடவுச் சீட்டு எடுத்தால் விமானமூலம் தமிழ் நாட்டுக்குப் போயிடலாம். அண்மைக் காலம்வரைகூட நடைமுறை அந்தமாதிரித்தான் இருந்து வந்ததாக மற்றவர்கள் சொன்னது அவளுக்கு ஞாபகம். சண்டைக்குப் பிறகுதான் எல்லாம் ஒழுங்கில்லாமல் போயிற்று. அதுவும் விசித்திரமாக, கொழும்பு வேறு நாடுபோல! அவளுக்கு அப்படித்தான் புரிந்தது. இந்த நிலையில் விபரம் புரிந்த ஒருவர் கூடஇல்லாமல் தன்னால் எதுவும் செய்துவிட முடியாதென்று அவளுக்குத் தோன்றிற்று. எப்படியாவது அரசியைக் கூட்டிக்கொண்டு போய்விடவேண்டுமென்று தீர்மானித்துக்கொண்டு அவள் மறுத்துவிட முடியாதபடி அமையும் ஒரு தருணத்துக்காகக் காத்திருந்தாள்.

இரண்டு மூன்று நாட்களின் பின் தோட்டத்தில் இருவரும் நின்றிருந்தபோது மிகத் தாழப் பறந்துசென்ற ஒரு விமானத்தைப் பார்த்து கூ...வென்று கூவி அடுத்தடுத்த தோட்டங்களில் நின்ற சிறுவர்களெல்லாம் ஆரவாரம் செய்தார்கள். திடீரென்று ஏற்பட்ட ஒரு குதூகலத்தில் அரசியும் கூவிக் குதூகலித்தாள். பின் தன் செயலுக்காய் விழுந்து விழுந்து சிரித்தாள். வாலாம்பிகையும் சிரித்தாள்.

கனவுச்சிறை

அந்தநேரத்தில் அரசியோடு பேசலாம். "அரசி!"

"என்னம்மா?"

"துண்டெடுக்க நாளைக்கு நீயும் வாறியா?"

"வாறனம்மா."

"சந்தைக்குப் போயிட்டு அப்பிடியே இயக்க ஒபீஸ் போகலாம்."

"சரி."

"ரண்டு பேருக்குமே துண்டு கேப்பம்."

"தரமாட்டினம், அம்மா. எங்களிட்ட பவுண் குடுத்த துண்டும் இல்லை..."

"கேட்டுப் பாப்பம். தந்தால் தரட்டும். இல்லாட்டி எனக்கு மட்டுமாவது எடுப்பம்."

"நான் வந்து திரும்புறதெண்டாலும் மூவாயிரம் நாலாயிரம் ரூபா வேணும். வீண் சிலவுதானே!"

"அதொண்டும் வீண் சிலவில்லை."

"காசு... நீங்கள்தான் தரவேணும்."

"தாறன். தம்பி அனுப்பின காசுதானே!"

"எனக்கு அவன்ர காசு வேண்டாம். உங்கட காசில தாருங்கோ, வாறன்."

அவளின் உள்ளடங்கிக் கிடக்கும் ஆத்திரத்தைக் கிளற வேண்டாமென்று அவ்வளவில் நிறுத்திக்கொண்டாள் வாலாம்பிகை.

மறுநாள் இயக்க அலுவலகம் போனபோது, அவர்கள் எதிர்பாராதவிதமாய் அரசிக்குத் தெரிந்த ஒரு இளைஞனே அலுவலகப் பொறுப்பாளியாக இருப்பது தெரிந்தது. அப்பகுதிக்குப் பொறுப்பு வகித்த இளைஞனும் அப்போது அங்கே நின்றிருந்தான். அவர்களை அமரச் சொல்லி, வந்த விஷயம் என்னவென்று கேட்டுக்கொண்டு உள்ளே சென்றான் அலுவலகப் பொறுப்பாளி.

சிறிதுநேரத்தில் பகுதிப் பொறுப்பாளி இளைஞன் வெளியில் வந்தான். வாசலில் நின்று அவளைத் தீர்க்கமாக ஒரு சில கணங்கள் பார்த்தபடி நின்றான். அவள் கண்கள் எதேச்சையாய் வந்து சந்திக்க சிரித்தான். கிட்ட வந்து அவளோடு பேசினான். படிப்பு... அவளது சிநேகிதியான ராகினி... கவிதை எழுதுதல்கள்பற்றி எல்லாம் கேட்டான். சொன்னாள். வீரகேசரியில் வெளிவந்த கவிதைபற்றி குறிப்பாக அவன் கேட்கவில்லையென்றாலும் அவன் அதைத் தெரிந்திருந்தானென்றே அவளுக்குத் தோன்றியது. உடனடியாக அவன் புறப்படவிருந்ததைக் காரணம் சொல்லி மறுநாள் விட்டு மறுநாள் வரும்படி கூறி அனுப்பினான். என்ன செய்வதென்பதைத் தீர்மானிக்க அந்தக் கால அவகாசம் தேவைப்பட்டிருந்ததென்பதை அரசி சுலபமாகத் தெரிந்தாள். அம்மா...

அக்கா ... என்றெல்லாம் அன்பாகவும் மரியாதையாகவும் அவர்கள் பேசியிருந்தாலும், மனத்தின் இறுக்கம் அரசிக்குத் தளரவில்லை. தனக்கு அனுமதி கிடைக்குமென்ற நம்பிக்கை துப்புரவாக அவளிடத்தில் இல்லை. தாயாரைப் பொறுத்தவரையும் பாதிக்குப் பாதி நம்பிக்கைதான் இருந்தது.

இரண்டாம் நாள் காலை மறுபடி புறப்பட்டார்கள்.

காற்று, அந்தளவு காலையிலேயே கொதிப்பேறத் தொடங்கி விட்டிருந்தது.

அல்லாரை வெளியின் பசுமைகளினூடு ... குழிகளில் மட்டுமே மிச்சமாய்த் தேங்கிநின்ற நீர் வட்டங்களினூடே ... அதற்குமப்பால் தோட்டங்களும் வடலிப் பனைக் கூடல்களுமென்ற காட்சி ரம்மியங்களினூடு நடந்தார்கள் அவர்கள்.

வாலாம்பிகை ஏதோ முணுமுணுத்தாள். என்னம்மா என்று அரசி கேட்டதற்கு, "கரையெல்லாம் பொட்டல் வெளியாயிருந்தாலும் தீவில இந்த மாதிரி வெக்கை அடிக்காது இந்தளவு காலம்புறத்திலயே!" என்றாள்.

"நீங்கள் தீவை விட்டுக்குடுத்துப் பேசமாட்டியளே!"

"பின்னையென்ன? இஞ்ச பார், இப்பவே மொசமொசவெண்டு வேர்க்கத் துவங்கியிட்டுது."

இருவரும் சிறிதுநேரம் பேசாமல் நடந்தார்கள்.

"சைக்கிள் ஓடப் பழகவேணும்" என்றாள் அரசி இருந்தாற் போல.

வாலாம்பிகை சிரித்தாள்.

"என்னம்மா சிரிக்கிறியள்?"

"ஒண்டுமில்லை. பழகு, நல்லதுதான். உன்னைவிட வயசுபோன மனிசியளே இப்ப சைக்கிளோடுதுகள். எங்கட ஒழுங்கைக்கு ரண்டாவதாய் இருக்கிற ஒழுங்கையில ஒரு தடிச்ச மனிசி இருக்கே..."

"தவமணி..."

"ம். அந்த மனிசிக்கு என்ர வயசிருக்கும். அதுவே சைக்கிள் ஓடுது. அதுமட்டுமே... மனிசி அந்தளவு உயரத்துக்கு விறகு கட்டி ஓடுறதைப் பாக்கவேணுமே!"

"பாவம்! மனுசிக்கும் புருஷன் இல்லை. விறகு வெட்டிக் கட்டிக்கொண்டுபோய் வித்துத்தான் வயித்துப்பாட்டைப் பாக்குதுகள்."

"அந்தமாதிரிக் கனபேர் இப்ப செய்யினம்போல? பாத்தன்."

"ஓம். புவனா, அல்லி அக்கா எல்லாரும் அந்த மாதிரித்தான் உழைச்சுப் பிழைக்கினம்."

"அவ்வளவு விறகையும் கொண்டுபோய் எங்க விப்பினம்?"

"சாவகச்சேரிச் சந்தையில. வேற ஆக்கள் அதை வாங்கிக் கொண்டு போய் யாழ்ப்பாணப் பக்கத்தில விப்பினம். விளக்குகளுக்கே எண்ணை

இல்லை. அடுப்புகளுக்கு ஊத்த எங்க போறது? அதால... இப்ப எல்லா இடத்திலயும் விறகு அடுப்புத்தான் எரிக்கினம்."

"இப்பிடி நிலைமை போனா கெதியில எல்லா இடமும் பொட்டல்வெளியாய்ப் போகுமே, அரசி..!"

"மெய்தானம்மா" என்றாள் அரசி ஓர் அச்ச அதிர்வு உள்ளத்துள் கிளர.

"சைக்கிளும் பயங்கரமான விலையாயிருக்குமோ இப்ப?"

"புதுச் சைக்கிள் ஐயாயிரம் ஆறாயிரம் ரூபாய் விக்குதாம்."

வெய்யில் உச்சமடைந்திருந்த நேரத்தில் இருவரும் இயக்க அலுவலகம் அடைந்தனர்.

ஆச்சரியப்படும்படிக்கு இருவருக்குமே கொழும்பு போய்வர அனுமதிச் சீட்டு கிடைத்தது.

புலிச் சின்னமிட்ட அந்த அனுமதித் துண்டையே சிறிதுநேரம் பார்த்துக்கொண்டிருந்தாள் அரசி. பின் நன்றி சொல்லிக்கொண்டு தாயாருடன் அலுவலகத்தை விட்டு வெளியேறினாள்.

கொழும்பு போய்வந்த யாரையாவது சந்தித்துப் போய்வருவது தொடர்பான விஷயங்களைக் கேட்டறிந்துகொண்டு புறப்பட ஆயத்தமாக வேண்டியதுதான். இனி அம்மா சும்மா இருக்கமாட்டாள். இன்னும் ஒரு பத்து நாளில் புறப்படுகை தவிர்க்கமுடியாததாய் இருக்குமென அரசி எண்ணினாள்.

34

வெகுவான ஆரவாரமின்றி அவர்களது புறப்பாடு இருந்தது. அரசியிடத்தில் ஒரு பயணப்பை. வாலாம்பிகையிடத்தில் ஒரு பழைய சூட்கேஸ். சுந்தரலிங்கம் பாவித்ததுதான். நாகபூஷணியம்மன் கோயில் திருவிழாவுக்கு அல்லது வழிபாட்டுக்கு அதைவிட நல்லமாதிரி வெளிக்கிட்டுப் போன அனுபவம் அவர்களுக்குண்டு. ஆனால் அன்றைக்கு...

நடநடவென்று நடந்து... மரநிழலில் இளைப்பாறி... டிராக்டர் பெட்டியில் நெரிபட்டு... எங்கெங்கோ தண்ணீர் வாங்கிக் குடித்து... எவரெவரோ கொடுத்ததைச் சாப்பிட்டு... திறந்தவெளிதனில் படுத்துறங்கி... பற்றை மறைவுகளில் இயற்கையுபாதை கழித்து... முகம் கழுவியோ கழுவாமலோ நாளைத் துவக்கி... பயணத்தில் சிரமங்கள் கொள்ளை. அவர்கள் அவற்றை அறிந்திருந்தார்கள். பிரயாணம் இனிமையாக இருந்த காலமில்லை அது. எதிலும் நிறுதிட்டமான கணிப்பு, திட்டம், முன்னேற்பாடுகள் சாத்தியமில்லாமல் இருந்ததே காரணம்.

அதனால் புறப்பாடுகளில் விடைபெறுதல்கள் இல்லை; ஆடம்பரங்கள் அலங்காரங்கள் இல்லை; சந்தோஷங்களுமில்லை.

சுமார் இருபது இருபத்தைந்து வருஷங்களுக்கு முன்புவரையில்கூட வைகாசி பிறப்பது நெடுஞ்சாலைகளுக்கு சிறப்பெடுத்த காலமாயிருந்தது.

முருக பக்தர்கள் கூட்டமாய் கதிர்காமம் நோக்கி கால்நடையில் புறப்படுவர். போக வர அறுநூறு மைல்களுக்கு மேலே. அவ்வளவு தூரத்தை 'அரோகரா ... முருகா ..!' என்ற முழக்கத்தில் படை கஷ்டம் கடக்கும். அதைக் கதிர்காம யாத்திரை என்றனர்.

கதிர்காம யாத்திரையிலுள்ள காட்டு யானைப் பயம், மலேரியா நுளம்புக் கடி, வேறு விஷ ஜந்துக்களின் அச்சம், அதுபோல் வேறுவேறு நோய்நொடிகளின் அவலத்தினதும் நிகரம் கொண்டது தொண்ணூறுகளில் அங்கே தொடங்கப்படும் ஒரு நெடுந்தொலைவுப் புறப்பாடு. அதை அதனால் கொழும்பு யாத்திரை என்றும் சொல்லலாம். கொழும்பு செல்பவர்களில் வியாபாரிகளும் இருந்தனர். வாலாம்பிகையினதும் அரசியினதும் புறப்பாட்டை ஊர் அக்கறையோடு கவனித்தது.

அனுதாப அலைகளில் தாண்டித் தாண்டி நடப்பது சிரமம்தான்.

அந்த நடை கடினப்பட்டதுக்கு மேலும் காரணம் இருந்தது.

முதல்நாள் வெள்ளிக்கிழமை. கொழும்புப் புறப்பாட்டுக்கு எல்லா ஆயத்தங்களும் செய்யப் பட்டாகிவிட்டன. கதிர்காமச் சாமி கச்சாய்க் கோயில் வந்திருக்கிறாரென்று தெரிந்து அருள் வாக்குக் கேட்டுவரலாமென அரசியையும் வற்புறுத்தி அழைத்துக்கொண்டு வாலாம்பிகை சென்றிருந்தாள்.

மூன்று ஆண்டுகளுக்கு முன்னால் மகேஸ்வரியுடன் குறிகேட்கச் சென்றதை அப்போது நினைத்துக்கொண்டாள் அரசி. அன்று அவர் கூறிய சொற்களும் அவற்றின் அர்த்த பூடகமும் பின்னால் அவை நிஜமாகிய தன்மையும் அவளை, நினைத்த அப்போதுகூட நடுக்குறச் செய்தன.

சுவாமியின் அருள்வாக்கைக் கேட்காமல்விடலாமே என்பதற்காகத் தாயாரிடம் ஏதேதோ சாக்குகள் சொல்லிப் பார்த்தாள். ஆனால் வாலாம்பிகை கேட்கவில்லை. மையிருட்டில் கௌபீனமணிந்தோ அணியாமலோ வாக்கருளும் கதிர்காமச்சாமியில் அவளது உள்மன வெறுப்புகளையும் மறுப்புகளையும் மீறியே மெல்ல மெல்ல ஒரு ஆதர்ஷமும் அபிமானமும் உண்டாகியிருந்தன. எனவே கூடிக்கொண்டு சென்றாள்.

வாலாம்பிகையிடத்தில், இருட்டுக் கோயில் உள்ளூர ஒரு பயத்தைக் கிளர்த்தியது.

கோயிலடியில் கூட்டம் குறைவு. சாமியார் வந்திருப்பது பரவலாகத் தெரியவராதிருக்கலாம். அவர் கதிர்காமம் மட்டுமில்லை, சிவனொளிபாதமலை, பழனி, திருச்செந்தூர், கோணமலை, காசிச் சஞ்சாரி.

அவர் வாக்கு அனுபவரீதியானது என சிவா அசட்டையாய்ச் சொல்லியிருந்தான். சொல்களின் திருஷ்டாந்தமான விளைவுகளின் பின், அவள் அவர் திருஷ்டியை நம்பினாள். தனக்குள்ளே அது விளைக்கும் முரணை உணர்ந்துகொண்டும்தான் அவ்வாறு செய்தாள்.

பக்தர்கள் சிலர் வாசலில் நின்றிருந்தனர்.

திடீரென உள்ளே விளக்கின் கொழுந்து தெரிந்தது.

கோயில் பண்டாரம் அவர்களை உள்ளே வரச்சொன்னார்.

விளக்கின் முன் இருள் தெரிந்தது; இருளாய் மட்டுமே தெரியும் கதிர்காமச் சுவாமி அங்கே அமர்ந்திருந்தார்.

வாலாம்பிகை முன்னே. அவளோடு அணைந்து பக்கத்தில் அரசி.

மூடப்பட்டிருந்த இமைகள் விரிய அனல் துண்டங்கள் சுவாலித்தன. அவை சுவாமியின் கண்களெனச் சிறிதுநேரத்தில் இனங்கண்டாள் வாலாம்பிகை.

சுவாமியின் விழிகளில் வெண்படலங்களே இல்லையோ? அதிசயித்தாள் அரசியும். ஆனாலும் ஒருவகை நீர்க் கசிவின் பள பளப்புத் தெரிந்தது அவளுக்கு.

சுவாமி கண் கலங்கிற்றா?

மறுபடி அவ்வனல்த் துண்டங்கள் மூடுண்டன.

'அம்மாளே ... நல்ல வாக்காய் வரப்பண்ணியிடு ..!'

அரசி முன் வளைந்து தாயாரைப் பார்த்தாள். இதழ்கள் அசைய கண்கள் மூடியிருந்தாள் அவள். அரசி தோளிலே கை வைக்க நடுங்கினாள். கண் திறந்து அரசியை ஆறுதலுக்காய்ப் பார்த்துக்கொண்டு மறுபுறம் திரும்ப சுவாமி சொன்னது: "அவள் ... என் தாய் ... சக்தி ... விளையாடுகிறாளடி! ம்..! சின்னத்தங்கம் ... பயணம் புறப்பட்டிருக்கிறாயா? தேள்வையென்று நீ நினைக்கிறாய்; தேள்வையில்லையென்று என் தாய் நினைக்கிறாளேயடி ..! நீ நினைத்ததைச் செய்யப் போகிறாயா; தாய் நினைத்ததைச் செய்யப் போகிறாயா? நீ நினைத்ததையே நீ செய்யப்போகிறாயென்றால் ... சின்னத் தங்கம் ... அரிசிப் பொரியோடு போ! ... ம் ... போ!"

கூப்பிய கரங்களுடன் இருவரும் வெளியே வந்தனர்.

ஒழுங்கையில் இறங்கியதும் வாலாம்பிகை, "அரசி!" என்றாள்.

"என்னம்மா?"

"சுவாமி என்ன சொன்னவர்?"

"தெரியேல்லையேம்மா."

மெல்ல மெல்ல ஊகங்களை அவர்கள் அடைந்து கொண்டிருந்தனர். அரிசிப் பொரி அமங்கலத்தின் குறியாக வாலாம்பிகைக்குத் தெரியவாரம்பித்திருந்தது. அதைத் திருவாரூரோடு சேர்த்து நினைத்து, முடிவை ஒரு ஊகத்தில் கண்டு சஞ்சலமடைந்து கொண்டிருந்தாள் அரசி.

தட்டிவானுக்குக் காத்துநின்ற வேளையில் முதல்நாளைய நிகழ்வுகளை நினைத்தாள் அரசி. ஒரு கறுப்பு மேகம் வந்து கவிந்ததுபோல் துக்கமொன்று விரிந்தது மனத்தில்.

மதியத்துக்கு மேலாயிற்று. சிறிதுநேரத்தில் மேற்கு நோக்கி வெய்யில் சாயவும் துவங்கிவிட்டிருந்தது. இனி எப்படிப் பயணத்தைத் துவக்கினாலும் தாமதம்தான். திரும்ப வீடு போய் மறுநாள் காலை மறுபடியும் புறப்பட்டுவர இருவருக்குமே பிடிக்கவில்லை. பஸ் நிலையத்திலிருந்து சிறிது தொலைவிலேயே மிருசுவில்நோக்கிய திசையில் வேலாயுதத்தின் உறவுக்காரர் வீடு இருந்தது. பிள்ளைகள் மருமகள்களெல்லாம் வெளிநாடு போய்விட, கண்டி வீதியோரமுள்ள அந்தப் பெரிய பழைய கல்வீட்டில் செல்லாக் கிழவிமட்டும் தனியே இருந்துகொண்டிருந்தாள். வேலாயுதம் இல்லாது போன பின்னாடியும் இரண்டு மூன்றுமுறை அங்கே போய் வந்திருக்கிறாள் அரசி. அங்கே போனால் நின்றுவிட்டு காலையில் வான் எடுத்துக் கிளாலி போய்ச் சேரலாம் என்று யோசனை வந்தது. தனியேயாயிருந்தால் அந்தளவு யோசனைகூடச் செய்யாமலே போயிருக்க முடியும். கூட வேறொருவரோடு அங்கே போனால் செல்லாக்கிழவிக்குப் பிடிக்காது. ஏனோ பிடிக்காது. ஆனாலும் அந்த வேறொருவர் தாயாராக இருப்பதால் போகலாமென்றும் எண்ணிக்கொண்டு தாயாரிடம் அதைச் சொன்னாள்.

“அங்கயா?”

“வீட்டை திரும்பிப்போறதைவிட இதுதான் நல்லது. அதோட . . . நீங்களெண்டபடியா மனுஷி ஒண்டும் சொல்லாது.”

வாலாம்பிகை சம்மதித்தாள்.

நடக்கத் தயாராக, டிராக்டர் ஒன்று புகை கக்கியபடி வந்தது. மறித்து ஏறிக்கொண்டார்கள்.

“என்ன பிள்ளை, இப்பிடிப் புகையடிக்குது நையமடிச்சமாதிரி?”

“டீசல் கிடைக்காது. மண்ணெண்ணையில என்ஜின் வேலை செய்தால் இப்பிடித்தான்” என்றாள் அரசி.

வாலாம்பிகையைக் கண்டதும் எதிர்பார்த்ததுபோல முகம் கோணி, பின் அறிமுகமாக்க தெளிந்து முகம் மலர்ந்தாள் செல்லாக் கிழவி.

பேசத் தவித்திருந்தவள்போல் விடாது பேசிக்கொண்டிருந்தாள் அவள். வாலாம்பிகைதான் அகப்பட்டது. அரசி அவள் பாடுகண்டு மனத்துக்குள் சிரித்தாள்.

நான்கு மணிக்கு மேலேதான் அங்கே சாப்பாடாயிற்று. எங்கும் பொதுவாக அதுதான் சாப்பாட்டு நேரம். மாலை முற்றிய வேளையில் தேநீர் குடிப்பார்கள். இருண்டதும் விளக்கை நூர்த்துவிட்டுப் படுப்பார்கள். சில இடங்களில், நிலாவிருந்தால் விழித்திருக்கும் நேரம் அதிகமாகும்.

இருள் சூழ்ந்து வந்தது. மூவரும் விறாந்தை விளிம்பில் வரிசையாய் அமர்ந்து பேசியபடி வீதியை நோக்கிக் கொண்டிருந்தனர்.

வீதியில் வெறுமை. அமைதி உறைந்து போய்க் கிடந்தது. ஒரு காலத்தில் கண்டி வீதி பேராரவாரத்துடனும், வீதி விளக்குகளின்

ஒளி வெள்ளத்திலும் என்னவாய் மூழ்கியிருக்கும் என்று ஒரு கணம் எண்ணினாள் அரசி. சிறிதுநேரத்தில் மோட்டார்ச் சைக்கிளொன்று வீதியின் ஒரு முனையில் இரையத் தொடங்கி, நடுவிலே அவர்கள் காதை அடைத்து, மறுமுனையில் சென்று மறைந்தது. இருளுக்குள் அவ்வளவு விரைவாய்ச் செல்ல முடிந்த அதிசயத்தை அன்றுதான் பார்த்ததுபோல் திகைத்துப்போயிருந்தாள் வாலாம்பிகை.

அரசி கேட்டாள்: "ஆச்சி, இப்பதான் நிலமை மாறியிருக்கு, பறவாயில்லை; முந்தி எப்பிடி இஞ்ச தனிய இருந்து சமாளிச்சியள்?"

"ஏன்?"

"இல்லை... மூண்டு பேராய் இருக்கிற இந்த நேரத்திலயே இந்த இரைச்சலுகளைக் கேக்க எனக்குக் கதிகலங்குது..."

"ஓ... அதைச் சொல்லுறியா?" என்று அட்டகாசமாய்ச் சிரித்தாள் செல்லா. அரசிக்கு அதுவே பயத்தை விளைப்பதாயிருந்தது. செல்லா சொன்னாள்: "உங்களுக்கெல்லாம் சத்தத்தைக் கேக்கப் பயமாயிருக்கு. எனக்கெண்டால் மௌனத்துக்குள்ள இருக்கத்தான் பயம். சத்தம் இயற்கை; பயப்படவேண்டியதில்லை. மௌனம் இயற்கையில்லை; அது பயம்."

பேசிக் களைத்த பிறகுதான் பாய் விரிப்பமா என்று கேட்டாள் செல்லா. அவர்கள் படுத்தபோது எப்படியும் பத்து மணியாவது இருக்கும்.

ஒருபோது அரசி கேட்டாள்: "ஏன் ஆச்சி, உங்கட பிள்ளையள் மருமக்களெல்லாம் வெளிநாட்டில. தனிய இஞ்ச இருந்து கஷ்ரப்படுகிறதவிட, அவையளோட போய்ச் சேர்ந்தால் நல்லதெல்லே?"

"நானோ..? அயிரோப்பாவுக்கோ..? இஞ்ச இருந்து இதுகளைக் கட்டியாளுறதுக்கே ஆக்களில்லாமல் கிடக்கு... நானும் போயிட்டால்... நல்லாய்த்தான் இருக்கும்."

மிக மெதுவாக... தனக்கே போன்ற குரலில்தான் செல்லா கூறினாள். அந்த மாற்றத்தை, தடுமாற்றத்தை மிக மெலிதாய் உணர்ந்தாள் அரசி.

மேலே அவர்கள் பேசவில்லை. வெகுநேரம் அவரவர் சிந்தனையில் மூழ்கியிருந்தார்கள்போல் தோன்றியது.

முதலில் குறட்டைவிட்டது செல்லாதான். அரசி தூங்கிவிட்டதை சீரான மூச்சிழைவு, ஸ்திதி யாவும் தெரிவித்தன. வாலாம்பிகை மட்டும் விழித்தபடியே படுத்திருந்தாள். எரிந்து வெகுகாலமாகிப் போயிருந்த ஒரு மின்குமிழ் தூசியும் ஒட்டடையும் போர்த்தி உள் கூரையில் தொங்கிக் கொண்டிருந்தது. பார்த்தபடி படுத்திருந்தாள்.

சுந்தரம் சத்தியாக்கிரகப் போராட்டங்களில் கலந்துகொண்டது அவளுக்குத் தெரியும். பின்னாலும் சிங்கள ஸ்ரீ அழிப்புப் போராட்டத்தில் கலந்துகொண்டும், தமிழரசுக் கட்சியின் தோட்டத் தொழிற்சங்கம் சார்பான ஊர்வலங்கள் நடத்தியும் மறியல்கள் நடத்தியும் சிறை சென்றிருக்கிறார். அவரூடாகவே வாழ்வையும் வெளி அரசியலையும் அவள் புரிந்தது.

அது எப்போதும் இப்போதுபோல் இருந்ததில்லை. இப்போது வாழ்வு, அதன் அடியொட்ட நடுக்குற்று இருக்கிறது. மாற்றத்தின் கதியை அது ஏற்குமா? அல்லது நொறுங்கிப் போகுமா? அவளுக்குத் தெரியாது. தெரிகிறதற்கான விபரங்களும் அவளுக்குக் கொஞ்சம். ஆனால் ஒன்றை அவள் தீர்க்கமாய்த் தெரிந்தாள். ஒரு பெரிய அழிவு இன்றி, அக்குளத்தின் கலங்கல் தெளிவடையத் துவங்காது.

வீதியில் சைக்கிள் ஒன்று கடகடத்தபடி ஓடியது. சைக்கிளில் சென்றவர்கள் பேசிய சத்தம் வேலி மேலால் தாழ் பூமியிலுள்ள வீட்டை சுலபத்தில் வந்தடைந்து ஒலித்தது.

எல்லாவற்றையும் யோசித்தபடி படுத்திருந்த வாலாம்பிகை எப்போது தூங்கினாளென்று தெரியாது. ஏதோ ஒரு பொழுதில் ஓர் அவதியில்போல் விழிப்பு வந்தது அவளுக்கு. கனவா அல்லது தூக்கத்தில் நினைவின் மீட்சியா? பகுத்துணரச் சிரமமாயிருந்தது. ஆனால் தொடர்ந்தும் சந்தோஷமான மனநிலையை அது ஏற்படுத்தவில்லை.

வானத்தில் விடிகோலம் ஏற்பட இனி படுக்க வேண்டாமென்று நினைத்துக்கொண்டு எழுந்து முற்றத்துக்கு வந்தாள். சீமைக் கிளுவையோரமிருந்த கல்லில் அமர்ந்தாள். திடீரென்று அடிவளவில் தீக்குச்சி கிழித்ததுபோல் வெளிச்சம் அடித்தது. கூனிய முதுகு, முடமான அசைவு, தடியூன்றிய உருவெளித் தோற்றம் யாவும் செல்லாக் கிழவியே அது என்பதைத் தெளிவுறத் தெரிவித்தன. இந்த நேரத்தில் அங்கே என்ன செய்கிறாள் கிழவி? கக்கூஸ்கூட அடுத்த மூலையில் இருந்தது.

ஓ..! அவளுக்கு ஞாபகமாகிவிட்டது! அரசி அதுபற்றிச் சொல்லிச் சிரித்திருக்கிறாள் ஒருமுறை. 'இவருக்குச் சொந்தமான கிழவியொண்டு மிருசுவில்ல இருக்கு, அம்மா. அம்பது அறுபது பவுணுக்கு மேல மனுஷியிட்ட நகையாய் இருக்குதாம். மனுஷி அதையெல்லாம் எங்க வைச்சிருக்குத் தெரியுமோ? நிலத்தில தாட்டுத்தானாம். இதில என்ன விசேஷமெண்டால் . . . அப்பப்ப எடுத்துப் பாத்திட்டு வேற வேற இடத்தில கிடங்கு வெட்டி தாட்டுத் தாட்டு வைக்குமாம். மனிசர் சிலபேர்... செத்தாப் பிறகு மட்டுமில்லை, உயிரோட இருக்கேக்கையும் பேயாய்த்தான் திரிவினம்போல இல்லையே, அம்மா?'

மெல்ல விடிந்து வந்தது.

வீசிய மெல்லென்ற காற்றில் எங்கிருந்தோ தேத்தாப்பூ வாசம் கமகமத்தது. பின்னால் இலுப்பைப் பூ வாசம் வந்தது. காலம் தப்பிப் பூத்த மரமாயிருக்கும். அது, பூ காயாகி கனிந்துகொண்டிருந்த காலம். வௌவால்களின் காலமும் அதுதான். இரவில் கிரீச்சிட்டு வௌவால்கள் விழுந்து சப்தமெழுப்பியதை அப்போது நினைத்தாள். ஒருவேளை அதுவேகூட இடையிடை கலைந்த தூக்கத்துக்குக் காரணமாயிருக்கலாம். எனினும் அது இப்போது முக்கியமில்லை.

கிணற்றடியில் வாளிச் சத்தம் கேட்டது.

செல்லாக் கிழவி வந்தபோது பலபலவென விடிந்திருந்தது.

கிழவி எதுவும் பேசவில்லை. பார்வையில் மட்டும் ஒரு சந்தேக வலை, எப்போது எழும்பினாளோ என்பதுபோல. நேரே விறாந்தையில் ஏறி, கட்டித் தொங்கிய திருநீற்றுக் குட்டானில் திருநீறெடுத்து முருகா... நல்லூர்க் கந்தா... என்ற அழைப்புகளோடு அண்ணாந்து நெற்றியில் பூசினாள்.

அன்று காலை எட்டு மணிக்கெல்லாம் பஸ் நிலையம் போய்விட்டார்கள் வாலாம்பிகையும் அரசியும்.

அவர்கள் வான் ஏறி கிளாலியைச் சென்றடைந்தபோது உச்சி வேளை. அன்று காலை ஏரியில் துவக்குச் சூடு நடந்ததால் படகோட்டம் நிறுத்தப்பட்டிருந்தமை அங்கே சென்றபிறகுதான் தெரியவந்தது. தாற்காலிகமானதுதான் என்றாலும் அது சிரமங்களை மேலும் சிரமமாக்கும். முதல்நாள் மாலை சென்றவர்களே போக வகையின்றி நிறைந்துபோய் இருந்தனர் துறையிலே. வாயாடித்தனமுள்ளவர்கள் குடிமனைப் பகுதிக்குச் சென்று தங்க இடம் கேட்டுப் பெற்றுக்கொண்டனர். மற்றவர்கள் வெளி இடத்தில்தான் தங்கினார்கள். காற்று மட்டும் இதம்பட வீசியென்ன? அனுபவிக்கிற நிலையில் யாருமில்லை. ஒவ்வொருவர் மனமும் ஒவ்வொரு திசையில்; ஒவ்வொரு நோக்கில். பக்கத்தில் தன்னோடிருந்த மூவருக்கும் முதுகு காட்டிச் சரிந்து படுத்துத் தூங்க முனையும் இளம் பெண் மூழ்கியிருப்பது நிச்சயமாக கல்யாணக் கனவுகளில்தான் என்பது தெரிய பெரிய யூகம் தேவையில்லை. உள்ளுள் வெடித்த சுக மத்தாப்பூ முகமெங்கும் பூவானம் தூவியிருந்தது. அப்பால் சுமார் பதினாறு வயது மதிக்கத்தக்க வாலிபனுக்கு மேற்குலகின் வாழ்வு வசதிகளின் கனவுக் கனதியே கண்களில். சற்றுத் தள்ளி இன்னொரு வாலிபன் பார்வையில் வெறுமையோடு, அவனது தந்தைபோன்ற ஒருவருடன் அமர்ந்திருந்தான். கூட இருந்தவர் முகத்தில்தான் கெலிப்பின் வெளிச்சம். அவர்களை அங்கேயே அறிமுகமாகிச் சேர்ந்து பயணிக்கவிருந்த ஒரு பெண்ணின் கண்ணீரோடு கூடிய முகம், அண்மையில் ஒரு தமர் சாவினால் அடைந்திருந்த அவலத்தைக் காட்டிக்கொண்டிருந்தது. ஒரு குழந்தை மட்டும் நிம்மதியாகத் தூங்கிக்கொண்டு. குழந்தைகள் மட்டும் தூங்க விதிக்கப்பட்ட காலமா அது?

அரசி படுத்திருந்தாள். காலைப் பின்னிக்கொண்டு நிமிர்ந்துதான். விரிவானம் முழுப் பார்வையிலும். மனத்தில் அங்கே கூடியிருந்த பயணிகள் பற்றிய நினைப்பு. இவர்கள் வாழ்வின் அர்த்தம் என்ன? எதைத் தொலைத்தார்கள், எதைப் பெற போய்க்கொண்டிருக்கிறார்கள்? யோசித்த வேளையில் ஒரு அகண்ட காலப் பரப்பில் எதையோ இழந்துகொண்டும், எதற்காகவோ அலைந்துகொண்டுமிருந்ததே நிஜமெனப்பட்டது. எப்போதிருந்து அது? சுதந்திரமடைந்த காலத்திலிருந்தா? யாழ்ப்பாண அரசை இழந்த காலத்திலிருந்தா? பிற்காலச் சோழர் ஜனநாதமங்கலத்தில் ஆட்சியைக் கைவிட்ட காலத்திலிருந்தா? விஜயன் வருகையிலிருந்தா? கடலூழி தீவுகளைச் சமைத்ததும், பனியூழி கீழது மேலாய் மேலது கீழாய்ப் புரட்டியதுமான காலங்களிலிருந்தா? நெடு நெடுங்காலமும் வாழ்க்கை அப்படியேதான் இருந்ததாக யோசிக்கப் பட்டது. மனித சரித்திரமே அதுதான். பின்னர் தாயாரை யோசித்தாள். அவள் தன்

கணவரைத் தேடி ஓடுகிறாள். அவர் காணாமல் போயிருக்கிறார். பதில் அல்லது தகவல் இல்லாவிட்டால் அங்கே அதுதான் அர்த்தம். தேடுவது இயல்பான விழைச்சல்தான். தேடவே வேண்டும்தான். இல்லாவிட்டால் உறவுகளுக்கு அர்த்தமில்லை. பற்று பாசம் என்பவைகளுக்காகவே ஆற்றப்படவேண்டிய சில கடமைகள் இருக்கின்றன.

கதிர்காமச் சுவாமி சொன்னதை நினைக்க அவளுக்கே மனத்தை என்னவோ செய்தது. அம்மாவுக்கு அவர் சொன்னதின் அர்த்தம் புரிந்திருக்குமா? மேலே அவளோடு அரசி அதுபற்றிப் பேசவில்லை. வாலாம்பிகையும் அதுபற்றிய பிரஸ்தாபத்தை எடுக்கவில்லை. விரும்பாத அர்த்தம் விரிவாகிவிடக்கூடாது என்பதுதான் அதன் ஒரே நோக்கம். ஒருவேளை அதற்கு அவள் அனுமானிப்பதே பொருளாயிருந்து, முந்திய குறியுரைப்புக்கள்போல் அதுவும் நிஜமாகிற வேளையில், அம்மாவால் அந்த இழப்பைத் தாங்கிக்கொள்ள முடியுமா? போன இடத்திலேயே அழிந்துபோகாமல் திரும்பிவருவாளா? அரசியை வேதனை கவிந்தது.

வானப் பரப்பில் உடுக்கள் சொன்னது கவிதையாகி ராகினியின் நினைப்பைப் பிறப்பித்தது. கவிதையை அவளுக்குள் பெருக்குவித்தவள் அவள். அவள் உயிர்த்தது மெய்மையாயிருந்தது. சுதந்திர உணர்வையே அவள் மூச்சாயும் கொண்டிருந்தாள். அவள் வழி தனிவழியாயிருந்தது. அவள் எவரோடும் இணக்கத்துக்குத் தயாராயிருக்கவில்லை. அதனாலேயேகூட அவளுக்கேற்பட்ட அந்த நிலைமை தவிர்க்கப்பட முடியாததாய்ப் போயிருக்கக் கூடும். அரசியே சில கவிதைகளை நெருப்பென எழுதியிருக்கிறாள். அவளைப் பார்த்தே இவளும் துணிச்சல் கற்றுக் கொண்டாள். பாவம், ராகினி! என்ன நிலையில் இருப்பாளோ? விசாரணை ... சித்திரவதை ... இன்னும் மரணமேகூட. ஓ!

ஆனாலும் ஒருவர் எத்தனைக்காகத்தான் அழுவது?

அவள் திரும்பி அம்மாவைப் பார்த்தாள்.

அம்மா, குந்தியபடி விடியும்வரை இருப்பேன் என்பதுபோல் ஒரு உக்கிரத்தில். ஒரு தூக்கம்போட்டு விழித்தபோதும் அம்மா அப்படியேதான் இருந்தாள். மீண்டுமொரு தூக்கத்தின் பின்பும்கூட அம்மா அப்படியேதான் இருந்தாள். கிளாலி ஏரியில், அதன் மின்னல் அலைகளில் ஒருபுறத்து இருளில் பார்வை பதித்திருந்தாள். கிழக்கு மூலையில் ஒரு வெளிர்ப்பு விரிவாகிக்கொண்டிருந்தது.

குருவிகள் கிலுகிலுத்தன.

வான நீலம் விகசித்தது.

சூரியன் சிவந்து மஞ்சளாகி அழகடைந்தது.

ஏரிக்கரை விடியலாயிற்று.

ஆவல்கள், ஆவலாதிகள், அவதிகள், கோபங்கள், சந்தோஷங்கள், கவலைகள் ... எத்தனை வகையான உணர்வுகள் முகங்களில்!

பத்து மணியளவில் படகுகள் வந்தன. இரண்டாம் படகில் அரசிக்கும் வாலாம்பிகைக்கும் இடம் கிடைத்தது.

ஏரிக் கடப்பு மிக உற்சாகமாக நடந்தது. ஏனெனில் அன்றைக்கு படகு ஓடுமென யாரும் எதிர்பார்த்திருக்கவில்லை. ஹெலி அடிக்குமென்று ஒரு பயம் இருந்தது. ஆனாலும் 'டொங்கா'னை தோளில் வைத்துக்கொண்டு ஓர் இறுமாப்பில்போல் தலையுயர்த்தி வான் மூலைகளைக் கவனித்துக்கொண்டிருந்த போராளியின் கம்பீரம் அச்சத்தை அவர்களிடமிருந்து விரட்டியது.

ஒருவித விக்னமுமின்றி ஒருவாறு அவர்கள் தாண்டிக்குளத்தை அடைந்தனர்.

அரசியின் ஆச்சரியத்தைக் கிளர்த்திக்கொண்டு, தாண்டிக் குளத்தில் கிளாலி ஏரிக்கரை வர ஒரு கூட்டம் பயணிகள் காத்திருந்தனர்.

அவசரப்பட்டுவிட வேண்டும், முண்டியடித்தேனும் முந்திவிட வேண்டும் ... இவைகளை அமுலாக்கியிருந்தது இருத்தலின் ஊக்க விசை. மக்கள் முண்டியடித்து இறங்கினர். அரசியும் தாயாரும்கூட தட்டுத்தடுமாறிக்கொண்டு இறங்கி தமது அடையாள அட்டைகள், பிரதேச அனுமதித் துண்டுகள் யாவற்றையும் சரிபார்த்துக்கொண்டு மற்றவர்களோடு சேர்ந்து இயக்கத்தின் கட்டுப்பாட்டு எல்லைக்கு நடந்தனர். அங்கேயிருந்து அவர்கள் புலிச் சின்னம் பொறித்த அனுமதிக் கடிதம் பெற்றுக்கொண்டு, சுமார் அரை மைல் தூர முக்கிய தளத்தைக் கடந்தனர். ஒவ்வொரு அடியையும் எடுத்து வைக்கும் தருணம் ஈயக்குண்டின் சுவையை எதிர்பார்த்த கணமாய் நகர்ந்தது. அது அதிகார வரம்பற்ற நிலப் பிரதேசம். எதிர்ப்புறத்தில் கூர்த்த பார்வைகளுடன் சிறிலங்கா ராணுவம். காய்ந்து இறுகிக் கிடந்தது அந்த நில வெளி. மழை பெய்தால் சதுப்புநிலமாகிவிடும் வாகான மண் அதற்கு. தொலைவில் மாரி வெள்ளம் இன்னும் முற்றாகக் காய்ந்துவிடாமல் சதுப்படைந்து கிடந்தது.

சுமைகளுடனாய், நடக்க முடியாதவர்களைத் தூக்கிக் கொண்டும் தாங்கிகொண்டுமாய் மக்கள் பட்ட அவஸ்தை..! வசதியானவர்கள் பணம் கொடுத்து சுமைகளையோ நடக்க முடியாதவர்களையோ சைக்கிளில் 'பாரம் இழுப்பிகள்' மூலம் கொண்டுபோய்ச் சேர்ப்பித்துக்கொண்டனர். அதற்கான ஒரு கூட்டமும் சைக்கிள்களில் பெரிய கரியர்களைப் பூட்டிக்கொண்டு காத்திருந்தது.

ராணுவக் கட்டுப்பாட்டிலுள்ள எல்லையை அரசியும் தாயாரும் அடைந்தனர். அனுமதிப் பத்திரம், அடையாள அட்டை, பெட்டி, பைகள் யாவற்றையும் பரிசீலனை செய்து பயணிகளை உள்ளே அனுப்பியது ராணுவம். புலிகளோ புலி ஆதரவாளர்களோ ஊடுருவிவிடாது கவனித்தபடி வேற்றியக்கத்தைச் சேர்ந்தவர்கள் ஆயுதபாணிகளாக.

வெளியே வவுனியா பஸ் நிலையத்துக்குப் போவதற்கான பஸ்களும் வான்களும் நின்றிருந்தன. அரசியும் தாயாரும் சென்று ஒரு பஸ்ஸில் ஏறினர். அங்கிருந்து அவர்கள் வவுனியா போய்விடலாம். அங்கிருந்து உசிதப்படி பஸ் அல்லது ரயில் ஏறலாம். இவ்வாறாக அவர்களின் வவுனியாப் பிரவேசம் நிகழ்ந்தது.

பஸ்ஸுள் அமர்ந்ததும் ஆசுவாச நெடுமூச்செறிந்தாள் அரசி. அது காலத்தைப் பார்த்தான ஒரு சாபத்தின் உக்கிரத்துடன் இருந்தது.

36

அது இயல்பான கொழும்பு நகரமா என்று அவர்களுக்குத் தெரியாது. ஆனால் கொழும்பைச் சென்றடைந்ததும் இயல்பலாத விதமாக உள்ளம் விறைத்துவருவதை இருவரும் உணர்ந்தனர். அது உணர்வுகளின் குமைச்சலால் மட்டுமில்லை; அவர்கள் பிறத்தியாராய் நோக்கப்படுவதினாலும் நடத்தப்படுவதினாலும் ஏற்பட்டதாகும்.

தனியார் பஸ்ஸானதால் மருதானை, கோட்டை, கொட்டாஞ் சேனை, பம்பலப்பிட்டி என்று சுழன்று வந்து வெள்ளவத்தையில் நிறுத்தம் கொண்டது. அரசியும் வாலாம்பிகையும் பஸ்ஸைவிட்டு இறங்கி பிரதான வீதிக்கு வந்து தமிழ்க் கடை ஒன்றிலே முகவரியைக் காட்டி இடத்தைத் தெரிந்துகொண்டு சோமசுந்தரம் வீட்டைச் சென்றடைந்தனர்.

அன்று சோமசுந்தரம் வீட்டிலே தங்கினார்கள். மறுநாள் பணத்தையும் கொடுத்து, வீட்டுக்காரரே கூட்டி வந்து பாதுகாப்பான நல்ல ஒரு லொட்ஜிலே தங்கவைத்தார்.

சோமசுந்தரம் வீட்டைவிட இருவருக்குமே லொட்ஜ் வசதியாக இருந்தது. ஆபத்து விளைவிக்கக்கூடியவர்களை வீட்டில் வைத்திருப்பதுபோல் நினைத்து சோமசுந்தரத்தின் மனைவிதான் மிகவும் பதட்டமடைந்துவிட்டாள். அவள் பட்ட பதட்டத்திலும் பயத்திலும் அவர்களுக்கே பயமாகப் போய்விட்டது. அவளது சிங்களச் சிநேகிதிகள் அங்கே வந்து பார்த்தால் அவளைப்பற்றி என்ன நினைப்பார்கள் என்று வெகுவாக அங்கலாய்த்தாள். கொழும்புச் சூழ்நிலையில் அவர்களோடு பேசவும் செய்யாமல் அவள் ஒதுங்கியதில் நியாயம் இருக்கத்தான் இருந்தது. எந்த ஒரு கொழும்புத் தமிழர் வீட்டிலும் அந்த நிலைமையே நிலவுவதை அவர்கள் விரைவில் அறிந்தார்கள். அந்த நிலைமையில் அவளது சகஜத்தன்மைதான் இயல்பில்லாததாக இருந்திருக்கும்.

அவர்கள் தங்கியிருந்த லொட்ஜ் ஆட்டுப்பட்டித் தெருவில் இருந்தது. முஸ்லீம்கள் அதிகமாக இருந்த பகுதி அது. 10க்கு 8 அடியில் கூடு போன்ற பலகைச் சுவர் அறை. ஒரு தனிப் படுக்கைக் கட்டில் போடப்பட்டிருந்தது. கீழே பாய் விரித்து ஒருவர் படுத்துக்கொள்ள முடியும். இருவருக்கான அந்த அறைக்கு நாள் வாடகை நூறு ரூபா. அது வாடகைக்கு மட்டுமில்லை. பக்கத்திலுள்ள பொலிஸ் நிலையத்தில் பதிவதற்கும், அடிக்கடி பரிசோதனையென்ற பெயரில் ஆக்கினைகள் புரியப்படுவதிலிருந்து விலக்குப் பெறுவதற்கும் மாதா மாதம் கொடுக்கப்பட்ட 'அன்பளிப்பு'த் தொகையும் அதனுள் அடக்கம். குழந்தைகளுட்பட சுமார் ஐம்பது பேர் அங்கேயிருந்த பதினெட்டு அறைகளிலும் தங்கியிருந்தனர். அறைக்கு ரூபா இருபது வீதம் மாதத்துக்கு ஒரு லட்சம் ரூபா பொலிஸ் மற்றும் பாதுகாப்புப் படை அதிகாரிகளுக்குக் கொடுபட்ட அதேநேரத்தில், கட்சி, கட்சி சார்பற்ற குண்டர்களுக்கும் வாரத்துக்கு இரண்டாயிரம் மூவாயிரம் ரூபாவரை 'தண்ணி'ச் செலவு கட்டப்பட்டதும் அதே

வாடகைத் தொகையிலிருந்துதான். அதனால்தான் அங்கே தங்கியிருந்த பெரும்பாலான யாழ்ப்பாணத்துத் தமிழர்களும் நிம்மதியாக மூச்சு விட்டிருந்தனர்.

கொழும்பு நிலபரங்கள் ஊர் நிலபரங்கள்பற்றித் தெரியவும், கடவுச் சீட்டு எடுக்க இந்திய விசாபெறச் செய்யவேண்டிய வழி முறைகளை அறியவும்கூட அவர்கள் வெளியே செல்ல வேண்டியிருக்கவில்லை. ஒரு குட்டிச் சந்தையின் பரபரப்புடனும் சந்தடியுடனும் சுமார் பதினாறு பதினேழு மணி நேரத்துக்கு போக்கும் வரவும் பேச்சும் சிரிப்புமாக இயக்கத்தின் அச்சுப்போல் அது இருந்தது. அந்த இடத்தின்மீது பாதுகாப்புக் காரணத்துக்காய் விருப்பமும், மனிதர்களின் ஆவலாதிகள், தன்னிலை மறப்புக்கள், உல்லாச வாழ்க்கையின் அம்சங்கள் காரணமாய் வெறுப்பும் கொண்டிருந்தாள் அரசி.

அம்மா ஒருவாறு அங்கே தங்கிவிடுவாள் என்பது தெரிந்தது. சூழ்நிலைக்குத் தக அமைந்துகொள்ள அவளால் முடியும். அவளுக்கு அந்தத் தன்மை இருந்ததை கடந்த சில நாட்களிலேயே அவள் அவதானித்திருந்தாள்.

கடவுச் சீட்டு கிடைத்த பின்னர் ஒரு ஏஜன்ஸி மூலமாக இந்திய விசாவுக்கு ஏற்பாடு செய்யப்பட்டது. மேலும் தான் அங்கே நிற்பது தேவையில்லையென்பதோடு வீணான செலவு என்பதாலும் வடக்கு திரும்பத் தயாரானாள் அரசி. யாழ்ப்பாணம் போக ஒரு துணை கிடைத்துவிட்டால் அவள் புறப்பட்டுவிடுவாள். வாலாம்பிகைக்கும் சரியென்று சொல்வதைத் தவிர வேறு உபாயம் தெரியவில்லை. அற்புதராணி, ஜெயக்கொடி போன்றவர்களின் உதவியுடன் அவள் தன் மீதிப் பயண அலுவல்களைப் பார்த்துவிடுவாள்தான்.

அன்று வெள்ளிக்கிழமை. அரசியையும் வாலாம்பிகையையும் கோயிலுக்கு அழைத்துச் சென்றிருந்தாள் ஜெயக்கொடி.

வானொலியில் தமிழ்ப்பாட்டு எங்கிருந்தோ இழைந்துகொண்டிருந்தது. வாசல்கள் சிலவற்றில் கோலங்கள் மின்னின. விபூதி சந்தனம் குங்கும முகத்தோடு தமிழர்கள் பலர் கதிரேசன்வீதியில் நடமாடினர். கோயிலினுள் மணிக் கிணுகிணுப்புக் கேட்டது. மிக்க சகஜநிலை நிலவுவதாகத் தவிர வேறு அபிப்பிராயம் எவர் மனத்திலும் ஏற்படமுடியாது. அது வெடிப்பதற்கு முன்னான ஊமைத்தனம் என்பதாகவே பட்டது அரசிக்கு. மற்றவர்களுக்கு அவ்வாறு ஏற்பட்டிருக்குமா?

அது ஒரு போலியான நிலைமையெனினும் எவ்வளவு இனிமையாக இருந்தது!

விடுதி திரும்பிய பிறகு வெளிப்படையாகவே தன் கருத்தை அற்புதராணியிடம் தெரிவித்தாள் அரசி.

"நீர் சொல்லுறது சரிதான், அரசி. இது ஒரு போலியான நிலைமைதான். உள்ள குமைஞ்சுகொண்டு, வெளியில அமைதிபோல இருக்கிற கடஸ்மாதிரி இது. பெரும்பாலும் பகல் நிலமை இதுதான்.

இருட்டி, கதவு சாத்தினால் போதும், ராராவாய் கொழும்பு லொச்செல்லாத்துக்கும் ஆமி வரும்; இல்லாட்டி பொலிஸ் வரும். இளந்தாரிப் பெடியளையும் பெட்டையளையும் பிடிச்சுக்கொண்டு போகும். விடிய விடிய விசாரணையெண்ட பேரில பேரம் பேசுவினம். இருபத்தையாயிரத்தில துவங்கி பத்தாயிரத்தில வந்து நிக்கும். சங்கிலியை தாலியை வித்துக்கொண்டு வந்து கட்டி பிள்ளையளைக் கூட்டிக்கொண்டு போவினம் தாய் தேப்பன்மார். எப்பவும் இப்படித்தான். எல்லாம்... கண்டு கண்டு அலுத்தும் வெறுத்தும் போச்சு" என்றாள் அற்புதராணி.

"அற்புதம் சொன்னதில கொஞ்சமும் மிகையில்லை" என்றாள் ஆரோக்கிய மேரி.

ஆரோக்கிய மேரி ஆசிரியையாக நாற்பதாண்டுகள் கடமை செய்து அப்போது ஓய்வுபெற்றிருந்தாள். சொந்த இடம் கொழும்புத்துறை. கொழும்பிலே இரண்டு வருஷங்களாக அதே விடுதியில் தங்கிவருகிறாள். அக்கம்பக்கத்து இடங்களிலுள்ள விடுதிகளில் தங்கியிருந்த அரச அலுவலர்களாயிருந்தவர்கள் பலரையும், வீடுகளில் தங்கியிருந்த அரச அலுவலர்கள், பொதுத்துறையில் ஈடுபட்டு உள்ளவர்கள் கணிசமானவர்களையும் தெரிந்திருந்தாள். அன்று மாலை முக்கியமான ஒரு இடத்துக்குப் போவதாகக் கூறி அரசியையும் வரும்படி கேட்டாள் ஆரோக்கியம். மறுக்காமல் கூடிச்சென்றாள் அரசியும்.

ஒருவரைச் சந்திப்பதற்கு என்றே சொல்லியிருந்தாலும் அவர்கள் நாரகேன்பிட்டியிலுள்ள அடுக்குமாடிக் கட்டிட குடியிருப்புப் பகுதியிலுள்ள அந்த வீட்டுக்குச் சென்றபோது ஆறேழு பெண்கள் இருந்தனர். பின்னர்தான் முழு விபரம் அரசிக்குத் தெரிந்தது. சகல இன பிரதிநிதித்துவமும் உள்ள பெண்கள் அமைப்பான விடுதலைக் குயில்கள் பெண்கள் அமைப்பின் வழமையான ஒரு மாதாந்திர சந்திப்புக்காக அவர்கள் அங்கே அன்று வந்திருந்தனர். அவ்வாறு மாதந்தோறும் ஒவ்வொரு அங்கத்தினர் வீட்டிலும் அச்சந்திப்பு நிகழ்ந்து வந்ததாம். அவளைப் பார்வையாளியாக எல்லோரும் வரவேற்றனர்.

உரையாடல் பெரும்பாலும் ஆங்கிலத்திலேயே இருந்தது. சிங்களமும் செந்தமிழும் அவ்வப்போது பேசப்பட்டன. ஆனாலும் அரசியும் கலந்துகொள்வதற்கான வாய்ப்பேதும் அவ்வுரையாடலில் ஏற்படவில்லை. பத்திரிகைச் சுதந்திரத்தை நசுக்கும் அரசாங்கத்தின் போக்கைக் கண்டித்து ஒரு கோபத்தோடு அற்புதமாகச் சொல்லிக்கொண்டிருந்தாள் மாலினி குணரத்ன. பெண் விடுதலையென்பது தனியே பெண்களின் விடுதலையில் மட்டுமே உண்மையில் தங்கியிருக்கவில்லையென்றும், சகலரதும் விடுதலையிலும் சமுதாய விடுதலையிலும்தான் அது தங்கியிருக்கிறதென்றும் சொன்னாள். ஜனநாயகத்தின் செழிப்பு, விடுதலை வெற்றிக்கான முதல் வாய்ப்பைத் திறந்துவிடுகிறதினால் ஜனநாயகத்தின் முக்கிய அம்சமான கருத்து நிலையை நசுக்கும் எந்தவொரு முயற்சிக்கு எதிராகக் குரல் கொடுப்பதும் பெண்கள் அமைப்பொன்றினது கடமைதான் என்றாள் அவள்.

அப்போதுதான் அரசி தலையிட்டது.

அவள் கருத்தை அழகான ஆங்கிலத்தில் சகலருக்கும் புரிய வைத்தாள் ஆரோக்கியம்.

"ராகினியின் 'கறுத்த மேக'த்தை வாசித்தபோதே ராகினியின் பாதுகாப்புப்பற்றிய அச்சம் எனக்குத் தோன்றிவிட்டது. மனிதர் எவர்க்கும் முழு விடுதலை கோரித்தான் அந்த ஆத்மா பாடியது. அவள் இந்திய ராணுவத்தால் பிடிக்கப்பட்டாலும் கைதிகளின் பொறுப்பை ஏற்றிருக்கும் இலங்கை அரசாங்கமே அதற்குப் பதில் கூறவேண்டிய நிலையிலிருக்கிறது. அவள் பெண் விடுதலைக்காக வன்மையாகக் குரல் கொடுத்தவள் என்பதால் அவளின் தற்போதைய நிலைபற்றி அறியவும், அவளின் விடுதலைக்கு நீதிமன்றம் மூலமான நடவடிக்கைகளெடுக்கவும் பெண்கள் அமைப்பு என்றவகையில் இந்த விடுதலைக் குயில்கள் முயற்சியெடுக்குமா?"

அதற்குமேல் அவள்பற்றி விரிவாக விசாரித்துத் தகவலறிந்தார்கள் அரசியிடமிருந்து. நெல்ஃபா குறிப்பெடுத்துக் கொண்டாள். அவ்விஷயம் குறித்து அவர்கள் பலகோணங்களிலும் ஆலோசனை செய்தார்கள்.

பின்னர் மாலினி கேட்டாள்: "அரசி, மறுபடி உங்களால் இங்கே வரமுடியுமா?"

"கஷ்ரம்தான். ஆனால்.. ராகினிக்காக அவைகளை நான் தாங்கிக்கொள்வேன். அவசியமெனில் வரமுடியும்."

"ராகினியின் வெளிவந்த, வெளிவராத கவிதைகளாயினும் பரவாயில்லை, சிலவற்றை, குறிப்பாக அவளின் கறுத்த மேகம் கவிதையை எங்களுக்கு அனுப்பிவையுங்கள். அவற்றை மொழிபெயர்த்து சிங்கள மக்களுக்கும் தெரியவைப்பது நல்லது."

"கண்டிப்பாக அதைச் செய்யுங்கள். அனுப்பிவைக்கிறேன்."

அவர்கள் விடுதி திரும்ப பத்துமணிக்கு மேலாகியிருந்தது. ஆரோக்கியமும் அரசியும் ஒன்றாக இருந்தே சாப்பிட்டார்கள். சாப்பிட்டு முடிகிறபோது ஆரோக்கியம் சொன்னாள்: "போர்... எப்பிடிப் பாத்தாலும் கொடுமைதான். அதில இரண்டாம் அபிப்பிராயம் எனக்கு இல்லை. எண்டாலும்... மூடுண்டிருந்த இந்த தமிழ்ச் சமுதாயத்துக்கு மேலயும், இந்த நாட்டுக்கு மேலயும் அது ஒரு வெளிச்சத்தை ஏற்படுத்தியிருக்கெண்டதையும் மறுக்க ஏலாது, அரசி. குறிப்பாய் பெண்கள் சமூகம் பெரிய மாற்ற மடைஞ்சிருக்கு. வெளிப்படையாய் தளைகள் உடைஞ்சது தெரியேல்லைத்தான். ஆனா இயங்குகிற நேரத்தில அதை என்னால உணர முடியுது. இது ஆரம்பம்தான். பெண்களுக்கு முன்னால இப்ப விரிஞ்சிருக்கிறது ஒரு பெரிய தளம். அவை முன்னேறவும் போராடவும் இப்ப இருக்கிற மாதிரியான ஒரு தளம் முந்தி இருக்கேல்லை."

மறுநாள் விடுதியில் தங்கியிருந்த நவரத்தினமும் குடும்பமும் ஊர் திரும்புவது தெரிந்து, தானும் கூடிச்செல்லத் தயாரானாள் அரசி.

யோசித்த வேளையில் நவரத்தினம்கூட கொஞ்சம் சலிப்போடுதான் ஊர் நிலைமைபற்றிச் சொன்னது ஞாபகம் வந்தது அரசிக்கு. அவரே இப்போது தன் மனைவியுடன் ஊர் திரும்புகிறார்.

போர் ... அவர்களது வாழ்க்கையில்லை. அது எவர்களதும் வாழ்க்கையில்லை. அதனால் புலம்புவார்கள். ஆனாலும்... வீடு போர் நிலத்தில்தானே இருக்கிறது! வீட்டைக் காக்கவே போர் எனில், போர் ஏன் நல்லதில்லை?

அன்றிரவு வீடுநோக்கி பஸ்ஸில் சென்றுகொண்டிருந்தாள் அரசி. ராகினியின் 'பிடித்த'லைக் குறித்து திட்டமான சில காரியங்களை எடுக்க முடிந்திருந்ததில், ஆரம்பத்தில் அநாவசிய பயணமாய்த் தோன்றி அலுப்பும் வெறுப்பும் செய்த மனநிலைமை அப்போதிருக்கவில்லை. ராகினி திரும்ப காணப்பட முடியாதவளாய்க்கூட போயிருக்கலாம். யாருக்குத் தெரியும்? ஆனாலும் குறைந்தபட்சமாய் அவள் ஒரு மகா அழிவின் சாட்சியமாகவாவது ஆக்கப்படவேண்டும்.

பஸ் போய்க்கொண்டிருந்தது.

வெகுநேரத்தின் பின் அருட்செல்வி முந்தாநாள் நாரகேன்பிட்டி வீட்டில் நடந்த சந்திப்பின்போது சொன்னது ஞாபகம் வந்தது. 'தமிழ்ச் சமூகத்தின் புதிய நிலைமைகள் பிறப்பித்த பெண் விடுதலை அம்சங்களின் வெளிப்படையான புலப்பாடுதான் இக் காலத்தில் பெண் கவிஞர்களின் தோற்றம். அதி உயர்ந்தபட்ச கவிதைச் சாத்தியங்கள் ஈழக் கவிதையுலகில் நிகழ்ந்திருப்பது அதனால்தான்.'

அவள் சொன்னது மெய்போலவே தெரிந்தது.

37

அன்றாட அலுவல்களையே கெடுக்கிற அளவுக்கு சுவர்ணாவின் மனத்திரையில் விரிந்து அச்சுறுத்தல் செய்யலாயிற்று புஞ்சிபண்டாவின் காமாந்தகார முகம். அவ்வப்போது பிரமை பிடித்தவளாய் போனபோன இடங்களிலே திகைத்துப்போய் நின்றிருந்தாள். உள்ளே அவள் மனது நடுங்கியது. எவ்வளவு ஆசையோடும் சிரமத்தோடும் அந்தச் சின்னஞ்சிறு குருவிக் கூட்டை அவள் கட்டிக்காத்து வந்திருந்தாள்! புஞ்சிபண்டா கல்லெறிந்து அதைக் கலைத்துவிடுவானோ? அவ்வளவுக்கு கொடூரத்தின் தீவிரத்தனம் அவன் பார்வையில் இருந்தது.

திரவியத்துக்கு சுவர்ணாவின் போக்கு சில நாட்களாகவே கவனம். அவளாகவே சொல்லட்டும் என்று எதிர்பார்த்திருந்தான். அவள்தான் தெளிவில்லாத விஷயங்களை அவனுக்குச் சொல்வதில்லையென்றது பின்னால்தான் அவனுக்கு ஞாபகமாயிற்று. அதனால் அதுவாய் வெளிவர ஒரு சந்தர்ப்பத்தை உருவாக்குவதற்குப்போல முதல்நாள் மாலையில், 'ஏன் ஒருமாதிரி இருக்கிறாய்? யோசினையும் அதிகமாயிருக்கு?' என்று கேட்டுவைத்தான்.

அவள் சிரித்தாள் அதே அழகின் சிரிப்பை. பின் 'ஒண்டுமில்லையே' என்றாள். தக்க பதில் சொல்ல அவளால் முடியாது. அது அவனையும் கலவரப்படுத்தும் அவளைப்போல்.

புஞ்சிபண்டாவுக்கு இப்போது குணாநந்த என்று பெயர். கூடவே தேரர் என்பதும் சேர்ந்திருந்தது. முண்டிதம், துவராடை எல்லாம் புனிதமான சின்னங்கள்தான். இருந்தும் அந்தக் கோலத்தில்கூட குணாநந்தவை அவளால் மரியாதையோடு பார்த்துவிட முடியாது. அவள் சின்னப் பெண்ணாய் இருந்தபோது அம்மாவின் கண்ணீர்க் கதை தெரிந்து ஓடத்தொடங்கினவள், அன்றுவரையும்தானே ஓடிக்கொண்டிருக்கிறாள்!

அவள் திரவியத்திடம் வந்தபிறகு இரண்டு தடவைகள் புஞ்சிபண்டாவைப் பிக்கு வேடத்தில் பார்த்திருக்கிறாள். போன வருஷத்தில் ஒருமுறை தூரத்தில்... அவளை உற்றுப் பார்த்துக்கொண்டிருந்துவிட்டு அவள் உள்ளுணர்வுபட்டுத் திரும்ப சட்டெனத் திரும்பிக்கொள்ளுமுன்னான சில துகள்ப் பொழுதுகளில்... சந்தையில் கண்டிருக்கிறாள். அவள் கண்டது அவன் கண்களைத்தான். ஆனால் அதனூடாக அவன் பூதாகார உருவமே தோற்றமாகியிருந்தது. இரண்டாவது முறை, போன வாரத்தில். அதுவும் அவளது வீட்டுச் சுற்றாடலில். அப்போதும் உருவத்தைவிட அந்தக் கண்களே இன்னாரென இனங்காட்டியிருந்தன.

என்றோ ஒருநாள் பாய்ந்து கடித்து உன்னைக் குதறிவிடுவேனென்று அந்தக் கண்கள் கனவிலும் நினைப்பிலும் வந்து அவளை அச்சுறுத்தின. திரவியத்திடம் சொல்ல அவள் இஷ்டப்படவில்லை. பிக்கு கோலத்தில் புஞ்சி பண்டா ஏதும் செய்யக்கூடுமென்பதை அவன் நம்பக்கூடமாட்டான்.

அன்று காலையிலும் வெகுநேரமாய் அவளையே கவனித்துக் கொண்டிருந்தான் திரவியம். அவளது மன இம்சையை அவன் புரிந்தான். ஆனால் அதற்குமேலும் அவளை அவன் வற்புறுத்தி விடமாட்டான்.

அவன் எழுந்து வெளியே செல்ல ஆயத்தமாகி வந்தான். அன்று ஞாயிற்றுக்கிழமையென்பதும், மாலையில் வீட்டுக்கு வரும்படி அனில் அய்யா சொல்லியிருந்ததும் ஞாபகமாகி, அன்றைக்கு அவசரமாக இயங்கி ரியூஷன் வகுப்புக்களை சீக்கிரமே முடிக்க வேண்டிய அவசியத்தை வற்புறுத்தின.

பாணும் சம்பலும் தயாராக இருந்தன. சாப்பிட்டு முடிகிறபோது தேநீர் கொண்டுவந்தாள் சுவர்ணா. குடித்துவிட்டு புறப்பட்டான்.

சைக்கிளில் போய்க்கொண்டிருந்தபோது வவுனியா வெகு விரைவாய் மாறுதலடைந்து வருவதை உணர்ந்தான் திரவியம். மாற்றம் பௌதீகம் சார்ந்ததாயே இருந்தது. பஸ் நிலையத்துக்கருகேயிருந்த புத்த விகாரம் மேலே உயர முடியாததனால்போலும் விஸ்தீரணத்தில் அதிகரித்துக்கொண்டிருந்தது. சிங்கள மொழியின் தாராளமான உதிர்வுகள் கடையெங்கும் வீதியெங்கும் வெகுத்திருந்தன. வீதிகளில் ஒரு வன்முறையே நகர்ந்ததுபோல் குழுக்களாய் இயங்கும் ஆயுததாரிகளின் நடமாட்டம் இருந்தது. அவ்வப்போது ட்றக்குகள், ஜீப்கள் உறுமியபடி போய்வந்துகொண்டிருந்தன. கொழும்பு நிலைமையிலிருந்து வவுனியா நிலை வெகுவாக மாற்றமடைந்துவிடவில்லை. கொழும்பில் தமிழர் இரண்டாந்தர பிரஜைகள்.

வவுனியாவில் நிறைந்துவரும் சிங்கள இனத்தாரில் பாதியளவு பேர் தங்கள் சொந்தப் பிரச்சினைகள் தவிர வேறு பிரச்சினைகளில்

பிரக்ஞை இல்லாதவர்களாய் இருந்தனர். அங்கே அவர்கள் புதிதாய்த்தான் வந்திருந்தனர். ஆனால் அது தொழில் நிமித்தமாயே இருந்தது வெளிப்படையாய்த் தெரிந்தது. வடபகுதி மக்களைப்போல் நாட்டின் யுத்த நிலைமை வீசிய வறுமைத் திரை அவர்களையும்தான் மூடியிருந்தது. விலக்க அவர்கள் பட்ட பிரயத்தனத்தின் திசை வடக்காக ஆகியிருந்ததுதான் நடந்தது. மீதிப்பேர் மண் விழுங்கும் திட்டத்தின் அங்கத்தவர்களாயிருந்தனர். சகாரா ஆண்டு தோறும் தன்னைச் சூழவுள்ள வளமான தேசங்களிலெல்லாம் கிலோமீற்றர் கணக்கில் மண்ணை விழுங்கிக் கொண்டிருப்பதாய் எங்கோ படித்த ஞாபகம் வந்தது அவனுக்கு. அவர்களும் பொசுக்கும் சகாராவாகவே அவனுக்குத் தென்பட்டனர். ஆனாலும் அவர்கள் அம்புகள் மட்டுமே என்பதையும் அவன் உணர்ந்தான்.

அவர்களுக்கு குடியிருக்க நிலம்... அரசாங்கம் ஒதுக்கிக் கொடுத்தது. அவர்களுக்கு வீடு கட்ட, தொழில் தொடங்க கடன்... அரசாங்கம் அளித்தது. அவர்களுக்கு துப்பாக்கிகள் தோட்டாக்கள்... அரசாங்கம் வழங்கியது. வடக்கையும் கிழக்கையும் அதன் இனத் தொடர்ச்சி அற பிரித்துவிடும் அரசாங்கத்தின் திட்ட நிறைவேற்றத்தின் செயல் வடிவமே மணலாறு குடியேற்றத் திட்டமென்பதை அவன் அறிந்திருந்தான். சமாதான காலம், யுத்த காலம் என்று எப்போதும்தான் தமிழ்நிலங்களை அபகரிக்கும் திட்டம் செயல்பூர்வமாகிக்கொண்டிருந்தது. அரசாங்கம் தன் நிர்வாகத் துறைகள் மூலமாகவும், புத்த சங்கங்கள் மஞ்சளாடைப் பிரச்சாரகர்கள் மூலமாகவும் அதை நிறைவேற்றிக் கொண்டிருந்தது. அண்மைக் காலத்தில் அதன் தீவிரம் வெகுத்திருந்தது. அது அவனுக்கு கசப்பான உணர்கைதான்.

பிக்குகள் புத்தம் சரணடைதல் அவனுக்குச் சம்மதம்.

சங்கரானந்த தேரரை அவன் அங்கீகரித்தவன்.

ஆனால் அவர்களது புத்ததேசக் கோட்பாடு அவனுக்கு ஒப்புகையில்லை.

வவுனியாவைச் சூழ்ந்த குடியேற்றங்களில் அவ்வப்போது பௌத்த சின்ன கண்டுபிடிப்புக்களைப்பற்றிக் கேள்விப்படுகிறபோது சரித்திரப் புரட்டின் எத்தனங்களைக் கண்டு அவன் கொதித்தான். அந்தக் கொதிப்போடுதான் போன வார இதழொன்றிலே அதுபற்றிய கட்டுரையொன்றை அவன் எழுதியிருந்தான். அதன் சாரத்தை விரும்பிய அனிலுக்கு காரத்தை ஒத்துக் கொள்ள முடியாமலிருந்ததென்று சோமாவதி சொல்லியிருந்தாள். அவனை வெளியே பார்த்தால் ஞாயிற்றுக்கிழமை மாலை வரச் சொல்லு, பேசவேண்டும் என்று அவர் சொன்னதைத் தெரிவித்ததும் அவள்தான்.

ரியூஷனுக்குப் போய்க்கொண்டிருந்தபோது அவன் தன்னையே பல கேள்விகளாலும் குத்திப் பார்த்துக்கொண்டான். தம் மண்ணில் அந்நியப் படைகளை வரவேற்காமலிருப்பது அவர்கள் சுதர்மம். ஆனால் இந்திய அமைதிப்படை தங்கியிருந்த பிற்காலத்தில் அவர்கள் அதற்குக் காட்டிய ஆக்ரோஷமான எதிர்ப்பு துவேஷிப்பின் எல்லை சென்றிருந்ததே! அதை,

அவர்கள் அரசியலில் வளர்ந்துள்ள இன்னொரு முகம் என அவன் அடையாளப்படுத்தியது எவ்வகையில் விவாதப்படுத்தப்படலாம்? அவன் கருத்தை அனில் மறுப்பாரேல் அவரோடு வாதம்செய்ய அவன் தயாரானான். அவசியமெனில்... காரமாக.

38

ராஜி அன்று அதிகாலை திருச்சி கொட்டப்பட்டு அகதிகள் முகாமுக்கு தனியாகவே புறப்பட்டிருந்தாள்.

அவ்வப்போதும் வேலைக்குச் செல்லாத நாட்களிலும் அவளுக்கு உதவியாயிருக்கிற தோமஸ், முதல்நாள் இரவு அவள் அதுபற்றிச் சொன்னபோது வேண்டாமென்றுதான் சொன்னான். ராஜகருணா அங்கே இருந்தபோது சென்ற ஒரு தருணத்தில் நடந்த சச்சரவுகளையும் அவமதிப்புக்களையும் சுட்டிக்காட்டினான். அதனால்தான் தான் தனியாகச் செல்வதாகவும், தனியாகச் சென்றால் பெண் என்பதாலேயே பிரச்சினைகள் பெரிதாக எழுந்துவிடாதென்றும் தன் புறப்பாட்டை உறுதி செய்தாள் ராஜி.

“தோமா, குறைநினைக்காத தடுக்கத் தடுக்கப் போறனேயெண்டு. விவாதம் பிறந்தால்தான் தீர்வு பிறக்கும். இது இயக்கம் சாராத அமைப்பு எண்டதை இப்பிடித்தான் நாங்கள் உறுதிப்படுத்தவும் ஏலும்.”

முகாமுக்கு ராஜகருணாவுடன் போய்வந்த பழக்கமிருந்தது. நேரே உள்ளே சென்றுகொண்டிருந்தவளை வாசலில் பொலிஸார் தடுத்தனர். வெளிநாட்டிலிருந்து அகதிகளுக்கென்று கிடைத்துள்ள சில குறிப்பிட்ட வகையான பொருள்களின் பகிர்வைப்பற்றி ஆலோசிக்கவும், சுகாதார சம்பந்தமான விஷயங்கள்பற்றிப் பேசவுமே தான் வந்துள்ளதாக அவள் சொன்னபோதும் பொலிஸார் அனுமதிக்கவில்லை. மாவட்ட ஆட்சியாளரின் எழுத்துமூலமான அனுமதி பெற்றுவரும்படி சொல்லி திருப்பியனுப்பி விட்டார்கள்.

அப்படியொரு நிலைமையை அவள் எதிர்பார்த்ததில்லை. வெளியிலே ஒரு பேச்சிருந்தது, ஈ.பி.ஆர்.எல்.எஃப். தலைவர் பத்மநாபா கொலையின்பின் முகாம் காவல்கள் பலப்படுத்தப்பட்டிருப்பதாகவும், முகாமிலுள்ளவர்களின் நடமாட்டம் தீவிர கண்காணிப்புக்கு ஆட்படுத்தப்பட்டிருப்பதாகவும். அவள்தான் அதைப் பெரிதாகக் கவனத்தில் எடுத்துக் கொள்ளவில்லை.

திரும்ப திருச்சியிலுள்ள தங்கள் அலுவலகம் சென்று அங்குள்ளவர்களுடன் போய் மாவட்ட ஆட்சியாளரிடம் கடிதம் பெற்று வந்தாள்.

அதுவரையில் மதியமாகியிருந்தது.

முதலாவது வீட்டிலேயே அவளுக்கு ஆதரவான குரல் இருந்ததில் அவள் தன் களைப்பை மறந்தாள். அந்த வீட்டுபிள்ளையோடு இன்னும் ஐந்தாறு வீடுகளுக்குப் போய் அவர்களோடும் பேசி குறிப்பு

எடுத்துக்கொண்டாள். முகாமின் நிலைமை வருந்தத்தக்கதாகவே இருந்தது. அவர்களின் முறைப்பாடு முழுவதையும் அவளால் கேட்கவே முடியாதிருந்தது.

நிழல் மரமேதுமற்ற முகாம் முற்றத்தில் வெப்ப அலை அடித்தது. அவள் முகாமும் அப்படித்தான். பெருமரமற்ற வெளி. ஆனாலும் கடற்காற்று எந்த அனலையும் ஆற்றும் அங்கே. சற்றுநேரம் இளைப்பாறிக்கொண்டு அவள் புறப்படத் தயாரானாள். மூன்று மணிக்கு மேல் ஆகியிருந்தது. பசித்தது. ஆனால் அவள் மனம் நிறைந்திருந்தது.

"அடுத்தமுறை வருவன். கலெக்டரிட்ட துண்டு வாங்கமாட்டன்" என்று வாசலில் நின்ற பொலிஸாரோடு கேலியாகப் பேசிக்கொண்டு அவள் வீதியிலேறி நடக்கத் துவங்க, பின்னால் தொம்... தொம்... மென்று பாதப் பேரொலி கேட்டது. சிறிது நேரத்தில், "ராஜீ... ராஜீ..." என்று கூவிக்கேட்டது. ராஜி திரும்பினாள்.

தியாகு!

எப்ப, எப்படி வந்தான்?

கேட்டாள்.

"நீந்தித்தான்..."

திகைத்துப்போனாள். "என்ன அவ்வளவு அவசரம்? என்னவும் ஆகியிருந்தால்..? நீந்தி வரலாமெண்டு ஆரும் வெளிக்கிடுவினமோ..? ஆர் சொன்னது உன்னை நீந்திப் போகச்சொல்லி..?"

"சிவாதான்."

"எதுக்கு இஞ்ச வந்தாய்?"

"உன்னையும் சுதனையும் பாக்கத்தான்."

கண்கலங்கிற்று அவளுக்கு.

"நீ இப்ப எங்க இருக்கிறாய்?" கேட்டான் தியாகு.

சொன்னாள்.

அப்போதே அவளுடன் கூடிவரப்போவதாக நின்றான்.

அடுத்தமுறை அங்கே வரும்போது அனுமதி பெற்றுக்கொண்டு அவனைக் கூட்டிப்போவதாக உறுதிசொன்னாள்.

"கட்டாயம் கூட்டிப்போகவேணும்."

"சரி."

"சுதனும் அங்கதான் நிக்குதோ?"

"இல்லை."

"பின்னயெங்கை?"

“வேற இடத்தில. அது சரியான தூரம். போகேலாது.”

“வெளிநாட்டிலயோ?”

“ம்!”

அவனுக்கு அது துக்கமாக இருந்தது. அவனுக்கு சிந்தாமணியைப்பற்றிப் பேசவேண்டியிருந்தது. அதற்கு அவனுக்கு சுதன் வேண்டும். சிந்தாமணி பற்றிச் சொன்னால் ராஜி கேட்பாளா? அடுத்தமுறை வரும்போது பார்க்கலாம்.

39

ஓர் அதிவிடி காலையில் வாசலில் அழைப்புக் கேட்டது. “சுவர்ணே..! சுவர்ணே..!”

திரவியம் எழுந்து சென்றான்.

“ஆர்?”

“அது நான்... சுவர்ணாவின் பெரியம்மா...” என்றவாறு முன்னே வந்தாள் ஒரு சிங்களக் கிழவி.

அப்போதுதான் பஸ்ஸிலிருந்து/ரயிலிலிருந்து இறங்கி வந்திருப்பாள் போலத் தோன்றினாள். கையில் ஒரு பிளாஸ்ரிக் வயர்க் கூடை இருந்தது. வெள்ளைச் சட்டையும் வெள்ளை முண்டும் கட்டியிருந்தாள். நரைத்த தலை. மெலிந்த தோற்றம். சராசரி சிங்களக் கிராமத்து ஓர் முதியவள். அதனால்தான் போலும் முகமெல்லாம் ஓர் அப்பாவித்தனச் சிரிப்பு அப்பியிருந்தது.

திரவியம் ஒதுங்கி நின்றான். அவள் உள்ளே வரவும் படலையைச் சாத்திவிட்டுச் சென்று சுவர்ணாவை எழுப்பிவிட்டான்.

கிழவியைக் கண்ட சுவர்ணா கூவியே விட்டாள். “பெரியம்மா..!” ஓடிப்போய் கைபிடித்து அழைத்துவந்து திண்ணையில் உட்கார்த்தி பேசிக் கொண்டிருந்தாள்.

அவள் மறந்திருந்த மொழி நெஞ்சுக்குள்ளிருந்து பிரவாகித்தது. அந்தப் பேச்சும் அணைப்பும் உறவுகள்பற்றிய விசாரிப்பும் வாத்ஸல்யத்தின் எல்லையை அவனுக்குக் காட்டின. அவள் அசிரத்தையாய்/மறுதலிப்பாய் விட்டிருந்தபோதிலும் அவள் உறவுகளுடனான தொடர்பைப் பேண அவன் வற்புறுத்தியிருக்கவேண்டுமென்று அப்போது தோன்றிற்று.

தேநீரெல்லாம் குடித்து முடிந்து நிதானமாக தான் வந்ததின் காரணத்தை எடுத்துச் சொன்னாள் கிழவி. சிங்களத்திலேயே சொன்னாள். கிராமத்துச் சிங்களம். எந்த மொழியின் கிராமீயத்துக்குமிருக்கும் பகட்டின்மையும் விஸ்தாரமும் ஓசை நீட்டமும் இனிமையும் அவள் பேச்சிலும் இருந்தன.

அவனுக்கு சிங்களம் ஓரளவு தெரியும்.

கிழவியின் மகன் எக்கநாயக்க இரண்டு மூன்று வருஷங்களுக்கு முன்புதான் சிறீலங்கா ராணுவத்திலே சேர்ந்துகொண்டான். அந்த முறையில் மட்டும் அந்தக் கிராமத்திலிருந்து பதினைந்து இளைஞர்கள் புத்தபிக்குவின் தூண்டுகையில் ராணுவத்திலே சேர்ந்திருந்தனர். ஆறு மாத பூர்வாங்க பயிற்சியோடு அவன் வடக்குப் போர்முனைக்கு அனுப்பப்பட்டிருக்கிறான். அங்கேயிருந்தபோது அவ்வப்போது கடிதம் எழுதினான். முல்லைத்தீவில் ஒரு அதிகாலை நடந்த தமிழ்ப் புலிகளின் தாக்குதலில் ராணுவ முகாம் அழிக்கப்பட்டு விடுகிறது. பலர் மடிந்தும் சிலர் தப்பியோடியும்விட, காயமடைந்த ராணுவத்தார் சிலர் சரணடைந்துவிடுகிறார்கள். மரணமானவர்களின் உடல்கள் செஞ்சிலுவைச் சங்கத்திடம் ஒப்படைக்கப்படுகின்றன. ஆனால் அதில் எக்கநாயக்கவின் உடல் இல்லையென்றதும் கிழவி ஆசுவாசப்பட்டாள். ராணுவ தலைமையலுவலகம் தக்க பதில் சொல்லாது விட்டுவிடுகிறது. இந்நிலையில், கிழவியின் முடிவு அவன் தப்பியோடியிருக்கவேண்டும்; இல்லையேல் கைதுசெய்யப் பட்டிருக்கவேண்டும் என்பதே. ஓராண்டுக்கு மேலாகக் காத்திருந்தாள், அவன் தப்பியோடியிருப்பின் ஒரு தகவல் அனுப்புவதற்காய். இப்போது அவள் தீர்மானம் அவன் கைதாகியுள்ளான் என்பது மட்டுமே. கிழவியின் வடபகுதி வருகையின் நோக்கம் மகனின் விடுதலையைக் கேட்பதற்காக புலிகளைச் சந்திப்பது.

கிழவியின் பேச்சு இரக்கத்தை விளைத்தது அவனிடத்தில்.

கிழவிக்கு அவன் ஒரே மகன். கல்யாணமாகி வெகுகாலத்தின் பின் பிறந்தவன். கணவன் நோயில் காலமாக, விதவையாய் அவனைப் படிக்கவைத்து வளர்த்தெடுத்தவள். அவள் பேச்சில் தனிமரமாய் நிற்கும் அவலம் தெரிந்தது.

“எனக்கு புலிகளைச் சந்திக்கவேண்டும். உன்னுடைய புருஷன் தமிழன்தானே! அவரால் இந்த உதவியைச் செய்ய முடியுமா?” என்று சுவர்ணாவைக் கேட்டாள்.

சுவர்ணா திரும்பி அவனைப் பார்த்தாள்.

திரவியம் சொன்னான்: “இதுபற்றி விசாரிக்க அவர்களில் பொறுப்பானவர்கள் யாரையாவது அவள் சந்திக்க முடியுமா முடியாதா என்பதுபற்றியெல்லாம் எனக்கு இப்பவே சொல்லத் தெரியவில்லை. ஆனால் எக்கநாயக்கவின் போட்டோ இருந்தால் ஆள் எங்கே, என்ன நிலைமையில் இருக்கிறார் என்பவைகளைப்பற்றி அறிந்து சொல்ல முடியும்.”

கிழவி கண்கள் கலங்கி நீரிலாட போட்டோவை எடுத்துப் பார்த்து மார்போடணைத்து, முத்தமிட்டு ... அவனிடம் கொடுத்தாள்.

வயது இருபதுதான் இருக்கும். கண்களிலும் முகத்திலும் கிழவி யிடத்துள்ளது போன்ற அப்பாவித்தனம்.

அவனும் ஒரு பலிகடாதான்.

புத்தமதத்தின்மீது வளர்க்கப்பட்ட வெறியும், பணத்தாசையும் அவனைப் போர் வாரிதியில் தள்ளியிருக்கின்றன. அரச பேரினவாதத்தை

வெறுத்த திரவியத்தால் அந்தச் சிங்கள இளைஞனை வெறுக்க முடியவில்லை.

அவன் போட்டோவைப் பார்த்துக் கொண்டிருக்கையில் கிழவி சொன்னாள்: "அவன் உயிரோடிருப்பது தெரிந்தால்போதும். அவனை விடுவிக்கச்சொல்லி நான் பிரபாகரனை வேண்டுமென்றாலும் போய்ப் பார்த்துக் கேட்பேன்."

கிழவியின் உறுதி ஆச்சரியம் விளைத்தது திரவிக்கு.

"என் பிள்ளையை என்னிடம் கொடு என்று கேட்பேன். என் மகனோடு காட்டுக்காவது ஓடிப்போய் வசித்துக்கொள்கிறேன், இனிமேல் அவன் உங்களுக்கெதிராக ராணுவத்தில் சேரமாட்டான், அரச பயங்கரவாதத்துக்கு உதவியாக சிங்கள இளைஞர்கள் யாரும் ராணுவத்தில் சேரக்கூடாது என புலிகள் விடுத்த அறிவிப்பைப் புறக்கணித்தது என் மகனின் தவறுதான், நானும் உனக்குத் தாய் மாதிரித்தானே, என்மீது இரக்கம் வைத்து என் மகனை என்னிடத்தில் கொடு என்று கேட்டால் அவர் மனமிரங்கமாட்டாரா ..?"

"சரி அம்மா, முதலில் எக்கநாயக்கபற்றி விசாரிப்போம். பிறகு ... பிரபாகரனைச் சந்திப்பதுபற்றி யோசிக்கலாம்" என்று அவள் உணர்வுகளைச் சாந்திப்படுத்தினான் திரவி.

40

கொள்கை ஈடுபாடு, சமுதாயத் தொண்டு ஆகியவற்றின் அற்புதமான வெளிப்பாட்டுப் புலம்தான் சிவசாமியின் வாழ்க்கை.

சிவசாமி பதினைந்து வயதில், பெரியார் உயிரோடிருந்த காலத்தில் அவர் சீடர்போலவே, இயக்க ஈடுபாடு கொண்டவர். இப்போது அவருக்கு வயது அறுபத்தைந்து. ஐம்பதாண்டுக் காலம் சுயநலம் கருதாத சேவை. முப்பத்தைந்து வயதில் அவருக்குத் திருமணம் நடந்தது. பகுத்தறிவுத் திருமணம்தான். திருமாவளவன் என்று ஒரு மகன் மட்டும். வள்ளியம்மைதான் அவனைப் பெற்றது, வளர்த்தது, படிப்பித்தது எல்லாம். கால்நடை மருத்துவராக அரசாங்கத்தில் வேலை பார்த்துக்கொண்டிருந்தான். கல்யாணமாகி இரண்டு குழந்தைகள்.

அவர் தமிழ், தமிழ்நாடு, தமிழினம் ஆகியவற்றின் தற்காலத் தாழ்நிலை கண்டு நெஞ்சு கொதிப்பவர். பொற்காலத்தை கற்பனைச் சரித்திரங்களில் கண்டு நெஞ்சு பூரித்துப் பூரித்திருந்தவர், சமகால நிலைமைகளால் நெஞ்சில் துக்கம் நிறைத்துப்போனார். அதையே தன் உடையில் ஓர் அடையாள மாக்கிக்கொண்டு தமிழ்நாடெங்கும் திரிந்தார்.

மூட நம்பிக்கைகளை மூர்க்கமாய்ச் சாடியவர் பெரியார் ஈ.வே.ரா. தெய்வ மறுப்பு திராவிட இயக்கத்தின் அடிநாதம். அடி மரம், மரம், கிளை, இலை எல்லாவற்றிற்கும் ஆதாரமாய் மூலம் இருப்பதுபோல், சமூகத்தின் சகல சீர்கேட்டுக்கும் மதமும் அது சார்ந்த நம்பிக்கைகளுமே ஆதிமூலமென்று அவர் அடித்துச் சொன்னவர். அவரையே தெய்வநிலைக்கு

உயர்த்தி வழிபாட்டு மனப்பான்மையோடு வாழ்ந்தவர் சிவசாமி. தன் உணர்வுகளை வெளிப்படுத்த அவர் என்றும் லஜ்ஜைப்பட்டதும் இல்லை. பெரியாரோடு நாடெங்கும் அலைந்துதிரிந்து கழக மறவனாய் இருந்த தனக்கு, தந்தைபோல் அவரை மதிக்கும், வணங்கும் தார்மீக உரிமையுண்டென்று, கேட்டால் அவர் சொல்வதுண்டு.

ஆனால் அவரது முழுக் கவனமும் 1979க்குப் பின்னர் ஈழத் தமிழர் போராட்டக் குழுக்களின் பக்கம் திரும்பிவிட்டது. 1983க்குப் பின்னர் அவர் தம்மை முழுவதுமாய் ஈழத் தமிழர் போராட்டத்திலும் அவர்களது நலவுரிமைகளோடும் பிணைத்துக் கொண்டார். தமிழன் … தமிழீழம் என்று மூச்சுவிட்டார். உமாமகேசுவரன், ஸ்ரீசபாரத்தினம், பத்மநாபா, பிரபாகரன் என்று பலபேரை அவருக்கு நேரில் தெரிந்திருந்தது. அக்காலகட்டத்தில்தான் சிவசாமி என்ற பெயரை அவர் சிவசாமித் தமிழன் என்றாக்கிக்கொண்டது.

1987இல் இலங்கை – இந்திய உடன்படிக்கை ஏற்பட்டு இந்திய அமைதிப் படை இலங்கை சென்ற பின்னர் சகல இயக்கங்களின் நடவடிக்கைகளும் முடக்கப்பட்டன. இயக்கங்களின் ஆயுதத் தரிப்பு முற்றாகத் தடைசெய்யப்பட்டது. விடுதலைப் புலிகளென/புலிகளுக்குச் சார்பானவர்களென இனங்காணப்பட்டவர்கள் சிறப்பு முகாங்களுக்கு அனுப்பப்பட்டனர். ஆனாலும் புலி இயக்கம் சார்ந்தவர்களின் நடமாட்டம் இன்னும் தமிழ்நாட்டில் மட்டுப்படுத்தப்பட்ட அளவில் இருந்துகொண்டிருந்தது. அது, 1990இல் நிகழ்ந்த பத்மநாபாவின் கொலையோடு மேலும் குறைக்கப்பட்டுவிட்டது. அந்தளவில் ஈழ விடுதலைப் போராட்ட ஆதரவாளர் என்ற பொதுமனிதராயிருந்த சிவசாமித் தமிழன் தமிழீழ விடுதலைப் புலிகளின் முழு ஆதரவாளனாக மாறிக்கொண்டார். தமிழனுக்கொரு தனிநாடு – தமிழீழம் – என்பதே அவர் மூச்சும் பேச்சுமானது. திராவிட இயக்கச் சிந்தனைகூட மெல்ல எட்ட நின்றுவிட்டது. கழகம் மேலும் எட்டிப் போனது.

வள்ளியம்மையின் தேகாபிலாசைகளைப் போலவே அவளின் அக்கறையான கேள்விகளுக்குரிய பதிலை, இடர் பட்டுவிடாத படிக்கான எச்சரிக்கைகளையும் அவர் நிராகரிப்புச் செய்தார். வாரத்தில் எப்போதோ ஓரிரு நாளில் அவர் வீடு வரும் வேளையில் சாப்பிடும்போது வள்ளியம்மை மெல்லச் சொல்லுவாள்: “நீங்க செய்யிறதொண்ணும் எனக்குப் புடிக்கல. ஆனா செய்யாதீங்கன்னு சொல்லிட முடியுமா? அதால… எதினாச்சும் செய்யுங்க. கவனமாச் செய்தாச் சரிதான். அதைச் சொல்ல எனக்கு உரிமை இருக்கில்ல.”

அவருக்கு வருத்தமாய்த்தான் இருக்கும். அவள் நகை வேணும், புடவை வேணுமென்றுகூட அவரைக் கேட்டதில்லை. ஆனாலும் அவளைவிட, தமிழ் அரியணையேறுவதற்கு ஒரு தனிநாடு வேண்டுமென்பது முக்கியமல்லவா?

“போற போற இடத்தில சாப்பிடாம கிடந்திடாதீங்க!”

“அதுக்கு குறை வைச்சிடமாட்டன். உடம்பைப் பார்” என்பார் அவர்.

சிவசாமிக்கு இன்னும் நாற்பது வயது உடம்புதான். முண்டு வைத்த உடம்பல்ல. மெலிந்ததுதான். ஆனாலும் பிரம்புபோல் ஒரு நளினமும் வலிமையும் இருந்தது அதில். பாரதி மீசை வைத்திருந்தார். மனுஷன் சிலவேளைகளில் தோளிலுள்ள துண்டை பாரதிபோல முண்டாசுகூட கட்டுவதுண்டு. பொட்டில்லாத பாரதியென்று கழகப் பெரிசுகள் முன்பு கேலி செய்திருக்கின்றன.

நீண்ட முடி. பாதி நரைத்திருந்தது. படிய அழுந்தவாரி பின்னால் தாழ விட்டிருப்பார். வேட்டியும் துண்டும் பனியனும் பளீரென்று இருக்க வேண்டும் அவருக்கு. அவர் ஆகக் கூடுதலாய் எதிர்பார்க்கிற சுகவாசம் அதுதான். குளிக்காமல் நாலு நாள்கூட திண்ணைகளில், பஸ் நிலையங்களில் படுத்தெழும்பிக் கொண்டு இருந்துவிடுவார். ஆனால் குளித்தால் பளீரென்று உடுப்புகள் வேணும். கறுப்புத்தான் என்றாலும் சட்டை சலவையின் வாசம், இதத்துடன் இருக்கவேண்டும். அதைத் தொடர்ந்து ஒரு நாளுக்கேனும் ருசியான சாப்பாடு.

வேலையென்று வந்துவிட்டால் மனிதர் அதற்குப்பின் பம்பரம். தூக்கம் அன்ன ஆகாரமின்றி அலையக் கூடியவர். பீடியும் ரீயுமிருந்தால் போதும், தென்பகுதிக் காடு மேடெங்கும் கரைவழியெங்கும் வாரக்கணக்கில் அலைந்துவிடுவார். அவருக்கு அவர்போலவே கொள்கைத் தீவிரமுடைய ஒரு கூட்டத்தைத் தெரிந்திருந்தது. தேவைக்கேற்ற அளவு பயன்படுத்திக்கொள்வார். ஒரு வேலையின் பல்வேறு கட்டங்களில் ஒரு கட்ட வேலைதான் எப்போதும் அவரதாய் இருக்கும். அதை படுசுத்தமாய் முடித்துவிட்டு அவர் திருப்தியடைந்து பேசாமலிருந்துவிட வேண்டும். அது கட்டளையல்ல, நியமம். சுயகட்டுப்பாடுதான் அங்கே பிரதானமாய் எதிர்பார்க்கப்பட்டதென ஆரம்பத்திலேயே அவருக்கு அறிவுறுத்தப்பட்டிருந்தது.

மருந்து, டீசல், யாழ்ப்பாணத்துக்கு தடுக்கப்பட்டிருந்த தீப்பெட்டி, மெழுகுதிரி, பற்றறி போன்ற பொருட்கள் அங்கிருந்து அனுப்பப்பட்ட வேளையில் இந்தியக் கடல் எல்லையில் பிடிபட்டதுண்டு. ஆனால் அவரது கட்டத்துள் அதுபோன்ற எந்த விக்னமும் அதுவரை ஏற்பட்டதில்லை. எங்கிருந்தோ கிடைக்கும் அந்தப் பொருட்களையெல்லாம் சேமித்து கரைவரை எடுத்துச் சென்று மீன்பிடி படகில் ஏற்றுபவர்களிடம் ஒப்படைக்கிறதுவரை அவர் பொறுப்பெடுத்துச் செய்த கட்டமாகும். அந்த வழி அவரது எஃகுக் கோட்டை. அந்த மண் அவரது வாழ்வோடு இணைந்தது. பாதங்களே அந்த மண்ணிலும் கல்லிலும் காட்டிலும்தான் தேய்ந்தன.

இயக்க வேலைகள் ஏது காரணத்தாலோ கடந்த சில வாரங்களாய் நிறுத்திவைக்கப்பட்டிருந்தன.

அன்று சிவசாமி வீட்டிலிருந்து புறப்பட்டபோது மாலையாகியிருந்தது. மழைக்கான அறிகுறிகள் யாவும் வானத்திலே கோலங் கட்டியிருந்தன.

நகர பஸ்நிலைய எதிர் மைதானத்தில் தி.மு.க. கூட்டணியினரின் தேர்தல் பிரச்சாரக் கூட்டம் இருந்தது.

வங்கக் கடலின் காற்றழுத்தத்தில் தாழ்வு மண்டலப்படும் கார்மேகங்கள் வடக்கே அல்லது வடமேற்காய் விரைந்து செல்கையில் தெற்கிலும் வர்ஷிப்பு செய்யும். கடற்கரையையொட்டிய பிரதேசமெங்கும் குளிர்மை கட்டித் தொங்கும்.

அந்தத் துளிகளின் விசிறலுக்கு யாரும் ஓடி ஒதுங்குவதில்லை.

அந்தத் தூவல் சுகமானது.

தூறல்களில் நடப்பதில் பேரானந்தம் பெறுபவர் சிவசாமி.

அன்று நனைந்து மகிழ்வெய்த மனம் விண்டுகொண்டிருந்தது.

ஆனால் மழைமேகம் காற்றினிழுப்பில் வடக்கே வேகமாய் ஓடிச்சென்று கொண்டிருந்தது தூறச் செய்யாமல்.

அவர் ரீக்கடையை அடைந்தபோது சிவம் ரீ குடித்துக் கொண்டிருந்தான். அவரைக் கண்டதும் எழுந்து கிட்ட வந்தான்.

சிவசாமியின் புருவங்கள் ஏறின. நெற்றிப் பரப்பின் ரேகைகளில் மடிப்புகள் விழுந்தன.

அவனை அவர் பார்த்து, பேசி மூன்று வருடங்களுக்கு மேலே. எங்கேயிருந்தான் என்ற தகவலும் தெரியாமலிருந்தது. அவர் மறந்தே போயிருந்தார் அவனை. அப்படி நடப்பது இயல்புதான். மாவீரனாகியிருக்கலாம்; தற்கொடையாளியாகியிருக்கலாம். ஏதாவது ஒரு நாளில் நினைக்கலாம். எப்போதும் நினைக்க அவகாசம் ஏது? அதனால்தான் அவனது திடீர்ப் பிரசன்னத்தில் அவர் ஆச்சரியப் பட்டது.

நெருங்கி வந்ததும், "என்ன, சிவம்?" என்றார்.

"உங்களோட பேசவேணும்."

"அவசரமா? டீ சாப்பிட்டுட்டு வந்துடறனே!"

"சாப்பிட்டுட்டே வாருங்கோ."

ரீயை அவசரமாய்க் குடித்துவிட்டு சிவசாமி வர, "ரண்டு நாளாய் உங்களைத் தேடுறன்" என்றான் சிவம்.

"பெரியபாளையத்துக்குப் போயிருந்தேன். ஏன்... என்ன விஷயமாய்த் தேடினே?"

"யோகேஷைத் தெரியுமெல்லோ?"

"தெரியும்."

"உடனடியா அவரைப் பாக்கவேணும்."

"யோகேஷ் நாட்டிலயோ என்னமோ..?"

"இல்லை. இஞ்ச வந்து நாலஞ்சு நாளாகுது. ஆள் இன்னும் திரும்பிப்போகேல்லை."

“நிச்சயமாய்த் தெரியுமா?”

“நிச்சயமாய்த் தெரியும்.”

“தேடிப் பாக்கணும். பிடிச்சிடலாம்.”

“தேடிப் பாருங்கோ. எவ்வளவு சீக்கிரமாய் முடியுமோ அவ்வளவு சீக்கிரமாய் ஆளைக் கண்டுபிடிக்கவேணும். தலைமையிடத்திலயிருந்து தகவல் வந்திருக்கு. பெரிய ஒப்பறேஷன். தம்பியே நேரடியாய்த் தலையிட்டிருக்கிற விஷயம் இது.”

இனி அவர் எதையும் கேட்கக்கூடாது.

சிவசாமி சரியென்று தலையாட்டினார்.

“எங்கை நிண்டாலும் உடனடியாய் யோகேஷை வேதாரணியம் வரச்சொல்லவேணும். ஸ்ரீநிவாஸ விலாஸில சாப்பாட்டை வைச்சுக்கொண்டிருக்கட்டும். முக்கியமான ஒரு ஆள், முக்கியமான ஒரு விஷயத்தோட யோகேஷை வந்து சந்திக்கும்.”

“சரி.”

சிவசாமி தஞ்சை போனார்; கும்பகோணம் போனார்; திருச்சி போனார்; அன்றே பஸ் எடுத்து பாண்டி போனார். அங்கேயும் இல்லாது போக மறுநாள் அதிகாலை சென்னை பஸ் ஏறினார். சில குறிப்பிட்ட இடங்களில் விசாரித்ததில் யோகேஷின் இருப்பிடம் தெரிந்தது. அதன்படி அன்று மாலையே சாலிக்கிராமத்திலுள்ள ஒரு வீட்டில் அவனைச் சென்று சந்தித்தார்.

“சிவசாமித் தமிழன்!” குதூகலமாய் வரவேற்றான் யோகேஷ்.

சுகவிசாரிப்பெல்லாம் முடிய மெல்லிய குரலில் சிவசாமி சொன்னார்: “தம்பி, நீங்க அவசரமா வேதாரணியம் வரணும்.”

“தகவல் வந்திருக்கோ?” என்று சிலிர்த்தபடி கேட்டான் யோகேஷ். இரை கண்ட மிருகம் அப்படித்தான் சிலிர்த்தெழும். அவன் அவரைத் தகவல் தெரிவிப்பவராகவே அறிந்திருந்தவன்.

“ஆமா. ஸ்ரீநிவாஸ விலாஸ் தெரியுமா?”

“தெரியும்.”

“சாப்பாட்டை அங்க வைச்சுக்குங்க. முக்கியமான ஆள் ஒண்ணு வந்து உங்களைச் சந்திக்கும்.”

“ஆள் சந்திக்குமா? ஆர்..?”

“அதொண்ணும் எனக்குத் தெரியாது, யோகேஷ். ஏதோ முக்கியமான அசெய்ன்மெண்ட்போல இருக்கு.”

“எப்ப நான் போகவேணும்?”

“இப்பவே.”

மறுநாள் விடிவிடியென்ற காலையில் தஞ்சையில் இறங்கினான் யோகேஷ். தான் வழக்கமாய்த் தங்கும் வீட்டில் போய்த் தங்கிக்கொண்டு, சொல்லப்பட்டபடி மதியச் சாப்பாட்டுக்கு ஸ்ரீநிவாஸ விலாஸ் சென்றான். ஆனால் வழியிலேயே அவன் எதிர்பார்த்திருந்த அந்தச் சந்திப்பு நிகழ்ந்தது.

தெரியாத பெடியனாகவே இருந்தான். சின்னா எங்கேயென்று கேட்க, "இப்ப சின்னாவையோ மற்ற தெரிஞ்ச ஆக்களையோ தொடர்புகொள்ள முயற்சிக்க வேண்டாம். வெளியில கொஞ்சம் பிரச்சினையாயிருக்கு. விளங்குதுதானே? நீர் செய்யவேண்டியதெல்லாம்... ஒவ்வொரு நாளும் இரவு பத்து மணிக்கு மேல படகோட கடற்கரையில மறைவாய்க் காத்திருக்கிறதுதான். காலமை ஆறு மணிக்கு மேல எங்கயும் போகலாம். திரும்ப ராத்திரிக்கு பத்து மணிபோல படகோட கரைக்கு வந்திடவேணும். அசெய்ன்மென்ட் முடிஞ்சவுடன நாட்டுக்குத் திரும்பவேண்டியிருக்கும். பிளானில ஏதாவது மாற்றமிருந்தால் நான் வந்து சொல்லுவன்" என்றான் சந்தித்தவன்.

சரியென்று கூறி, "அவ்வளவுதானா?" என்றான் யோகேஷ்.

"அவ்வளவுதான். காசு..?"

கொடுக்க வாங்கினான்.

மறுகணம் பெடியன் விறுவிறுவென நடந்து முடுக்கில் திரும்பி மறைந்தான்.

அவனுக்கு ஆச்சரியமாக இருந்தது. இயக்க வேலைகளில் ஈடுபடுவதற்காக எப்போதுமே அவ்வளவு பணம் அவனுக்குக் கொடுபட்டதில்லை. இன்னும்... கொடுத்த பணத்துக்கு செலவுக் கணக்கு கேட்டு மீதிக் காசுக்கு நச்சரிக்கப்பட்டுத்தான் பழக்கம்.

சாப்பிடச் சென்றான். போகும்போது அங்குள்ள தியேட்டர்களில் என்ன படம் ஓடிக்கொண்டிருக்கிறது என்பதை சுவரொட்டிகளில் கவனிக்க அவன் மறக்கவில்லை. மே 21 முதல், கமலாவில் ரஜினியின் படமொன்று திரையிடப்படவிருந்தது. ஆனால் அதற்கு இன்னும் இரண்டு நாட்கள் இருந்தன. சரி, ஏதாவதொரு படத்தைப் பார்த்து மாலைப்பொழுதைக் கழிக்கலாம் என்ற நினைப்போடு சென்று சாப்பிட்டான்.

எட்டு மணிக்கு படகை எடுத்துக்கொண்டு பத்து மணிக்கெல்லாம் வழக்கமான இடத்தில் சென்று காத்திருந்தான். யாரும் வரவில்லை. காலை ஆறு மணியளவில் படகை எடுத்துப்போய் உரிய இடத்தில் சேர்த்து, 'வோக்கி ரோக்கி'யையும் ஒப்படைத்து விட்டு வீட்டுக்குச் சென்றான்.

மறுநாளும் அப்படியே நிகழ்ந்தது.

மூன்றாம் நாள் அவன் போர்ட்டோடு காத்திருக்கையில் நள்ளிரவளவில் தூரத்தே கடலில் படகொன்று இரைந்து கேட்டது. அமானுஷ்யத்தில் அந்த இரைச்சல் அச்சத்தைக் கிளர்த்திற்று. எல்லைக்

காவல் படையினதாய் இருந்தால்..? கரைக்கு ஓடி சவுக்கு மர அடர்த்திக்குள் தன்னை மறைத்துக்கொண்டு கவனிக்க, வந்து கரை சேர்ந்த படகிலிருந்து சின்னா இறங்குவது தெரிந்தது.

யோகேஷ் மனம் குழம்பினான். எங்கோ தவறு நடந்திருக்கிறது என்று உள்மனம் சொல்லிற்று. ஓடிப்போய் சின்னாவிடம் விபரம் சொன்னான்.

"உங்களிட்ட ஆர் வந்து சொன்னது?" சின்னா கேட்டான்.

"சிவசாமித் தமிழன்."

"ஆள் நம்பக்கூடியவர்தான். ஆனால் அவரே ஏமாறியிருந்தால்... தீர விசாரிக்காமல் எதுவும் செய்ய ஏலாது. முதலில போர்ட்டைக் கொண்டுபோய் ஒப்படைச்சிட்டு வாருங்கோ, யோகேஷ். இந்தப் போர்ட் இப்பவே திரும்புது. இதை அனுப்பியிட்டு நிக்கிறம், கெதியாய் வாருங்கோ."

யோகேஷ் திரும்பிவந்தபோது கடற்கரை மணல் மேட்டில் இருந்து சின்னா மற்றவர்களோடு அதுபற்றித்தான் பேசிக்கொண்டிருந்தான். "இஞ் சயிருந்து போர்ட் போற விஷயமாயிருந்தால் எனக்கு இல்லாட்டி கதிருக்கு கண்டிப்பாய்த் தெரிஞ்சிருக்கும். தெரிஞ்சிருக்க வேணும். எங்களுக்குத் தெரியாமல்... அதுவும் தெரியாத ஆளின்ர கதையை நம்பி... எனக்கு என்னவோ சந்தேகமாயிருக்கு. வாருங்கோ, நாளைக்கு சிவசாமித் தமிழனைப் பாத்துப் பேசின பிறகுதான் எதையும் தீர்மானிக்கவேணும்" என்று எழுந்தான் சின்னா. மற்றவர்களும் எழுந்தனர்.

அப்போது தூரத்தில் ஏழெட்டுப் பேர் படகு நிறுத்துமிடத்துக்கு அசுர வேகத்தில் வந்துகொண்டிருப்பது தெரிந்தது. சட்டென அமர்ந்து புதர்களோடு மறைந்தனர். யார் அவர்கள்? அவர்கள்தான் அக்கரை செல்ல படகோடு காத்து நிற்க யோகேஷிடம் சொல்லிவைத்த ஆட்களா? படகு இல்லையென்றதும் திட்டுக்கள் சில கேட்டன. மறுகணம் வந்த வழியே திரும்பி நடந்தனர்.

சின்னா ஆகியோர் தங்கள் இடம் சேர பஸ்ஸுக்குச் செல்ல, மறுநாள் மதியம் வருவதாகச் சொல்லிக்கொண்டு தனது அறைக்கு நடந்தான் யோகேஷ்.

"ஆர்... யோகேசுவோ?"

வீட்டிலிருந்த முதியவள் கேட்டாள்.

"ஓம், பாட்டி."

"விடியப் போகுதே?"

"செக்கண்ட் ஷோ படம் பாத்திட்டு கூட்டாளிகளோட பேசிக்கொண்டு நிண்டிட்டன்."

"பின்னேரம் ராசன் வந்து கனநேரமாய்க் காத்திருந்திட்டுப் போறான். காலமை வருவானாம். ஒரு இடமும் போகவேண்டாமெண்டு சொல்லச் சொன்னான்."

"சரி, பாட்டி. மொட்டை மாடியிலதான் படுப்பன். வந்தாச் சொல்லுங்கோ."

வேலைகள் இல்லாமலிருந்தால் வெய்யில் சுடத்தான் அவனுக்கு விழிப்பு வரும். அன்றைக்கு விசித்திரமாய் அதிகாலையிலேயே வந்திருந்தது. விழிப்பில் ஒரு வசதியீனம். இதயம் சோகமாய்க் கிடப்பதுபோல் ஒரு உணர்வு. படுத்தபடியிருந்து பார்க்க, சூழ புகைமண்டலமாவதுபோல் ஒரு தோற்றம். இயல்பான சந்தடிகள் கடைத் தெரு, பஸ் நிலையப் பக்கத்தில் இல்லை. அதை அமைதியென்றும் சொல்லிவிட முடியாதிருந்தது. புயலுக்கு முன் கடலில் அவ்வாறான உள்குமைவு நிலைகளை அந்தப் படகோட்டி பல சமயங்களில் தரிசித்திருக்கிறான். அப்போதும் அப்படியானதொரு நிலையையே அவனால் உணர முடிந்திருந்தது.

41

அது ஒரு அர்த்த ராத்திரி மழைநாள். சோவென மாரி பொழிந்து கொண்டிருந்தது. தூர கிழக்கின் அற்புதமான அழகு பொருந்திய நகர் அது. தாய்லாந்தின் தலைநகரான பாங்கொக்.

ஜன்னலூடு பார்வை, வெளிச்சம்பட்டு தங்க இழைகளென மின்னிய மழைக்கோடுகளில், பின்னால் அதையும் தாண்டி மனவெளி விரித்த உலகிலென்று படிந்திருந்தது.

அந்தக் கனவுவெளியில் அவள் மண் நிர்மாணமாகிற்று.

சின்னது என்றாலும் அற்புத அழகு பொருந்திய தீவு அது. அது தீவுபோலவும் தோன்றாது. கடலின் குழந்தைபோலவே சரியாக. இந்து மாகடலின் அலைகள் அடிப்பது அதைத் தாலாட்டத்தானே!

அங்கே... அம்மா, அப்பா, தம்பி என்று அன்பு நிறைந்த குடும்பம். அக்கறையுள்ள அயல். எந்த இடத்தையும்விட தீவில் தனிமனிதர்களுக்கிடையிலான அணுக்கங்கள் அதிகமானவை. அந்த அன்பை, அக்கறையை அனுபவிக்க அவளுக்குக் கொடுப்பனவு இல்லை. அங்கே இப்போது அந்தக் குடும்பம், அவள் அதனைப் போல், அவளை எண்ணி வதைபடுமா?

எதிரே அவள் மேலே தொடர்வதற்குக் காத்திருந்தாள் லேக்.

லேக், அவள் வீட்டுக்கு எதிர் வீட்டில் தனியே வசிக்கிற இளம் பெண்.

ஆயிரம் பாத் பணத்துக்கு அதுமாதிரி பழைய கட்டிடமொன்றின் மூன்றாவது தளத்தில்தான் வீடு அகப்படும்.

அது வறியவர்களின் அடுக்குமாடிக் குடியிருப்புப் பகுதி. ஆனாலும் வறுமை அணுகாமல் வாழ்ந்துகொள்ள அவர்களால் முடிந்திருந்தமை நேசமலருக்கு ஆச்சரியம்.

ஒரு குடும்பத்தாரோடு இன்னொரு வீட்டாருக்கு பெரிய தொடர்பு இருப்பதாய்த் தெரியவில்லை அவளுக்கு. தனியுலகங்களாக அவர்கள்

ஜீவனம் நடத்திக்கொண்டிருந்தனர். அதனால்தான் தன் எதிர்வீட்டு இளம் பெண்ணின் நீண்டகாலமான அந்நிய பாவனை அவளைப் பெரிதாக வருத்தவில்லை.

படிப்பதாகத் தெரிந்தது. என்ன வகுப்புப் படித்தாளோ? பகல்பூராத் தூங்கினாள். எந்தக் கல்லூரியிலோ இரவு படிக்கப் போனாள். நள்ளிரவிலும், சிலவேளை விடிந்த பிறகும் வீடு திரும்பினாள். வண்டிக் கடைகளிலேயே அவள் சாப்பாடு அதிகமாக முடிந்துவிடுகிறது. நேசமலர் அங்கே குடிவந்து ஏறக்குறைய ஒரு வருஷமாகப்போகிறது. இருந்தும் கடந்த இரண்டொரு மாதமாகத்தான் அவர்களுக்குள் பேச்சும் பழக்கமும் உண்டாகியிருந்தன.

கடந்த இரண்டு நாட்களாய் பாங்கொக்கில் நல்ல மழை. அத்துடன் வருத்தம் பிடித்துவிட்டது நேசமலருக்கு. வெளியே தெரிந்த நோய் காய்ச்சல்தான். ஆனாலும் எழும்பி நடக்க, வைத்தியரிடம் போகக்கூட முடியாதுபோய்விட்டது அவளால். லேக்தான் வந்து பார்த்து அவளை வைத்தியரிடம் கூட்டிப்போய் வந்தாள். கடந்த இரண்டு நாட்களாகவும் அவள்தான் அடிக்கடி வந்து வேண்டியதைக் கேட்டு செய்துகொடுத்துவிட்டுப் போய்க்கொண்டிருந்தாள்.

அன்று வெள்ளிக்கிழமை. வெள்ளிக்கிழமைகளில் வெளியே எங்கும் லேக் போவதில்லை. காலையிலெழுந்து குளித்து, மழையில் தோய்ந்த ரோஜாவாய் புதிய ஜனனத்தின் பரிமளிப்புடன் புத்த விகாரம் செல்கிறாள். மானசீகமாய் வணக்கத்திலீடுபடுகிறாள். திரும்பி வருகிறாள். வாசிக்கிறாள்; தொலைக்காட்சி பார்க்கிறாள்; விருப்பமான உணவைச் சமைத்துச் சாப்பிடுகிறாள். கடந்த சில வெள்ளிகளாக மாலைகளில் நேசமலரையும் வற்புறுத்தி அழைத்துக்கொண்டு மாரியம்மன் கோயிலுக்குப் போகிறாள். குழந்தையோடு செல்வதிலுள்ள சிரமம் அவள் வருவதால் ஏற்படுவதில்லை நேசமலருக்கு. பஸ்ஸிலும் பெரிதான ஜனநெரிசல் இருப்பதில்லை.

அன்றும் வெள்ளிக்கிழமையானதால் நேசமலரோடு கூடவே இருந்துவிட்டாள் அவள் தன் கதை கூறக் கேட்டுக்கொண்டு.

நேசமலரினதும் லேக்கினதும் பழக்கம் எதிர்பாராதவிதமாய்த்தான் ஏற்பட்டது. வெளியே புறப்பட்டுக் கொண்டிருந்த நேசமலரின் கையிலிருந்த குழந்தையின் ஒரு காலிலிருந்து சப்பாத்து கழன்று விழுந்துவிட அதை எடுத்துக் கொடுப்பதோடு சிரித்து, 'கடைக்கா?' என்று லேக் கேட்டதோடுதான் அந்தப் பழக்கம் முதன்முதலில் ஏற்பட்டது.

அன்றுவரை லேக் தன்னைப்பற்றித்தான் கொஞ்சம் கொஞ்சம் சொல்லிக் கொண்டிருந்தாள். இன்று எப்படியோ நேசமலர் தன்னைப் பற்றிச் சொல்கிற சந்தர்ப்பம் நேர்ந்துவிட்டது.

அவள் எதையும் மறைக்கவில்லை.

தன் இன்பமயமான தீவு வாழ்க்கை, சின்ன பிஞ்சுகளுக்குப் போதிக்கும் ஆசிரியத் தொழில், இனக் கலவரம், வெளிநாடு செல்லும்

வேட்கையில் இந்தியா வருதல், ஏஜன்றிடம் பணத்தை ஏமாறுதல், பணத்தைத் திரும்பப் பெற இயக்கமொன்று உமிழ்ந்த ரவுடி ஒருவனை அணுகுதல், அவன் அவளையே வெந்து தணிந்த காடாக்கி மறைதல், பின் குழந்தையொன்றுக்குத் தாயாகிவிடும் அவளை காதல்பேசி வந்து ஒருவன் டெல்லி, பம்பாய் என்று இழுத்துக்கொண்டு திரிந்துவிட்டு அலுத்துப்போக கைகழுவி நீங்குதல், டெல்லியில் அறை வாடகை கொடுக்க சாப்பிட குழந்தைக்கு பால் வாங்கவும் வழியில்லாமல் பட்ட துன்பம், அந்த நேரத்தில் கனடாவிலிருந்து ஏஜன்ஸி தொழில் நடத்தி லட்சங்கள் சம்பாதிக்க வந்திருந்த ஒரு யாழ்ப்பாணத் தமிழன் அவள் கதையைக் கேட்டு கண்ணீரே வடித்து அவளுக்கு உதவ முன்வருதல், அவளை போலிக் கடவுச் சீட்டு ஒன்றில் டெல்லியிலிருந்து சிங்கப்பூருக்கும், பின் அங்கிருந்து தாய்லாந்துக்கும் கொண்டுவந்து சேர்த்தல், அவன் தன்னை கனடா கூட்டிச் செல்வான் என்ற நம்பிக்கையிலும், தானே தன்னுள் வளர்த்த மோகத் தீயினாலும் அவனின் அணைப்புக்கு ஆட்படுதல் என்று எல்லாம் சொன்னாள். ஏறக்குறைய மூன்று வருடங்களில் ஐந்து முறை கருச்சிதைவு செய்ததைக்கூட அவள் மறைக்கவில்லை. அவன் கைவிட்டதிலும் தனக்கு ஏமாற்றமோ வருத்தமோ இல்லையென்பதையும் அவள் தெளிவாய்த் தெரிவித்தாள். தன் விதியையே அவள் நொந்தாள். அழுதாலும், பிள்ளை அவள்தான் பெறவேண்டும் என்பதுபோல், நொந்தாலும் அவளே தாங்கவேண்டியதுதான் விதி. மாரியம்மன் கோயிலில் வெள்ளிகளில் அங்கு கொடுக்கும் மதியச் சாப்பாட்டுக்காகவே பெரும் பக்தைபோல் திருநீற்றுப் பூச்சுடன் அங்கு போய் வழிபாடாற்றிய அவலம் அந்த விதியின் ஒரு கணு. கடைசியில் எப்படியோ தாய்லாந்திலுள்ள ஐக்கிய நாடுகளின் அகதிகள் புனர் வாழ்வு மையத்தில் கணவனை இழந்த விதவை, ஒரு குழந்தையின் தாய் என்ற அடிப்படைகளில் அவள் அகதியாக ஏற்கப்பட்டாள். மாதாமாதம் உதவித் தொகை கிடைக்க வழி ஏற்பட்ட பிறகுதான் அந்தப் பல மாடிப் பழைய கட்டிடத்தில் அவள் வாடகைக்கு வீடு எடுத்தது. எல்லாவற்றையும் சொல்லி ஒரு விரக்திச் சிரிப்போடு முடித்தாள் நேசம்.

கறுத்து, இரைத்துக்கொண்டு மறுபடி மழைபெய்ய ஆரம்பித்தது.

லேக், உலக வாழ்வின் சபலங்கள், ஆசைகள், சுழல்கள் எல்லாம் தெரிந்த அதிர்வுகளில் ஆடிப்போயிருந்தாள்.

லேக்குக்கு அல்ல, தனக்கே தன் கதையைச் சொல்வதான பாவனைதான் நேசமலருக்கு இருந்தது. கடைசியில் ஒரு விரக்திச் சிரிப்பை உதிர்த்திருந்தாலும் அவள் பலமுறை பெரிதாக விசும்பாமல் கண்ணீர் சிந்தியிருந்தாள்.

கதை சொல்லி முடிந்தபோது அவள் களைத்துப் போனாள்போல் தோன்றிற்று. தனக்கான சிதையில் மேலும் சில விறகுகள் அடுக்கப்பட்டதான கற்பிதம். ஒவ்வொரு ஆயாசப்படும் பெரும் களைப்பின் பின்பும் மனத்தில் ஒரு தோற்றம் அவ்வாறுதான் உருவாகிக்கொண்டிருந்தது. அதில் ஒரு பயம்தான் விளைந்துகொண்டிருந்தது அதுகாலவரையில். அப்போதோ வித்தியாசமான உணர்வு தோன்றிக்கொண்டிருந்தது.

தன்னை – தன்னின் அழிவுகளை – தனியொருத்தியின் அழிவாகவே அவள் எண்ணிச் சாம்பி வந்தாள். லேக்குக்கு தன் கதையைச் சொன்ன பிறகு, அது அப்படியல்ல என்று தெரிந்தது. அதனால் தன் பாவங்கள் அக்னிப்பிரவேசம் போன்ற தனது சுயத்தின் ஒழிவுமறைவற்ற வெளிப்பாட்டால் கரைந்திருக்குமென்று அவளுக்கு நம்பிக்கை வந்தது. இனி அவள் சாவதாயிருந்தாலும் பாவத்தை ஓரிடத்தில் போட்டுவிட்டு, பழியை எடுத்துக்கொண்டு செத்துவிடலாம். ஒரேயொரு கவலையைத் தவிர வேறு கவலை அவளுக்கில்லை. அவள் குழந்தை.

அதற்காக அவள் வாழலாம்தான். ஆனால் வாழ்வு அவள் கையிலில்லையே! வாழ்வின் முறைகளே அவள் கையில் இல்லாமல் போனபோது, மரணம்மட்டும் அவள் விருப்பத்தில் கட்டுப்பட்டுவிடுமா?

அவள் அப்போது எடுத்திருப்பது ஒரு புதிய பிரசவம். ஆனால் பாவத்தின் சம்பளம் எப்போதும் மரணமாயே இருக்கிறது. அவளின் ஜீவனின் தளர்ச்சியை லேக் புரிந்தாள்.

மழை இன்னும் பெய்துகொண்டிருந்தது.

நேசமலர் வெளியே எட்டிப் பார்த்தாள்.

வெள்ளம் அடித்துப் பாய்ந்து பாதாளக் கிடங்குகளுள் மறைந்து கொண்டிருந்தது.

ஒருவித வெளிர்நீலப் புகார் எங்கும் விரிந்திருந்தது. தீவில்தான் அப்படிப் பாத்திருக்கிறாள். அதிகாலை வேளையில் பனியா, அடுப்பின் நெருப்புப் புகையா என்று தெரியாதபடிக்கு ஒரு மெல்லிய நீலப் புகையின் விரிவு எங்கும் விரவியிருக்கும்.

தெருவின் ஒரு ஓரத்தில், மடோனா றெஸ்ரோறன்ற் முன்னால் திடீரென கூச்சல். சந்தடி. நான்கு ஐந்து 'தாய்' வாலிபர்கள் சண்டை பிடித்துக்கொண்டிருந்தார்கள். ஒருவன் ஓடினான். மற்றவர்கள் துரத்தினார்கள்.

மெல்ல ஜன்னலிலிருந்து திரும்பினாள்.

களைப்பு தீர்ந்தமாதிரி இருந்தது.

சிரித்தாள் லேக்கைப் பார்த்து.

லேக்குக்கு வெடித்து வந்தது அழுகை.

கிட்டவந்து பலஹீனமாய் லேக்கின் பக்கத்தில் அமர்ந்தாள்.

கண்ணீரைத் துடைத்துவிட்டாள்.

தன் நிஷ்களங்கத்தை லேக்கின் கண்ணீர் காட்சிப்படுத்தியதான ஒரு நம்பிக்கையின் பொலிவு முகத்தில் ஊர்ந்தது.

"அதுசரி, எனக்கு வேலை ஏதோ பார்த்திருப்பதாகச் சொன்னாயே, என்ன வேலை அது? எப்போது போகலாம்? எனக்குத்தான் குணமாகிவருகிறதே. சொல்லேன், என்ன வேலை அது?"

'ஏறக்குறைய இதுமாதிரி வேலையைத்தான் கடந்த ஐந்து வருஷங்களாக நீ செய்துவந்திருக்கிறாய். இனிமேலும் உன்னால் முடியாது' என்று மனத்துள் நினைத்துக்கொண்டு அவளையே பார்த்தபடி மௌனமாயிருந்தவள் பேச்சை வேறு திசைக்கு இழுத்தாள். "அதுக்கு இப்ப என்ன அவசரம்? உனக்கு உடம்பு பூரண குணமாகட்டும், அதுபற்றிச் சொல்கிறேன். இப்போது இதற்குப் பதில் சொல்லு. மாரியம்மன் கோயிலிலே போன இரண்டு வெள்ளிகளிலும் உன்னோடு வந்துநின்று வெகுநேரம் பேசிக்கொண்டு நின்றாரே ஒரு நடுத்தர வயது மனிதர், யார் அவர்?"

"ஓ... அவரா? வீரபாகு. அவரும் இலங்கைத் தமிழர்தான். என் கதையில் பாதி தெரிந்தவர். முழுதும் தெரிந்த உன்னைப் போலவே இரக்கமும் அன்பும் காட்டுகிறவர். சிலருக்கு எப்போதும் மனிதர்களில் எரிச்சல் வந்துகொண்டிருக்கும். ஆம், நான் பார்த்திருக்கிறேன். வீரபாகு போன்றவர்களுக்கு கோபமே வராது. கோபிக்க, சினக்க, வெறுக்கத் தெரியாத மனிதர்களும் இருப்பது விந்தைதான். அவரது ஆதரவும், நம்பிக்கையான வார்த்தையும் இல்லாவிட்டால்... நானும் என் பிள்ளையும் இந்தத் தாய்லாந்து மண்ணிலேயே செத்து வீழ்ந்திருப்போம் பட்டினியாலேயே" என்றாள் நேசமலர்.

"அவர் எதற்காக பாங்கொக்கில் நிற்கிறார்? அவரும் உன்போல ஏமாறியவர்தானா பணத்தைக் கொடுத்து?"

"என்போல ஏமாறினாரா தெரியாது. ஆனால் அவரும் ஏமாறியவர்தான். நதியின் பிரவாகத்தில் அடிப்புண்டு சென்று கடல்சேர நினைத்தவர்தான் அவரும். ஆனால் காலத்தின் விசையில், வித்தையில் நிகழ்ந்தது மயங்குதலும் ஏமாறுதலுமேயாகும்."

"நீ சொல்வது மெய்தான்" என்றாள் லேக். "காலநதி விசையானது. அதில் திசைவேறுபட்ட மனிதர்கள் எத்தனைபேர்! நான் இப்போதெல்லாம் கரிசனையோடு கவனித்துக் கொள்கிறேன். போர் கலைத்த உன் மனிதர்கள் எங்கெங்கெல்லாமோ சென்று வீழ்ந்திருக்கிறார்கள். தாய்லாந்தில்... ஹாங்காங்கில்... வியட்னாமில்... லாவோசில் கூட. இங்கெல்லாம் அவர்களுக்கு என்ன வேலை? அல்லது இன மத மொழியாக என்ன தொடர்பு இருக்கிறது? இருந்தும் இலங்கையிலிருந்து வந்து இங்கெல்லாம் திசைகெட்டலைகிறார்கள்! யுத்தம் கொடியதுதான், நேசா."

லேக் சிறிதுநேரம் மௌனமாயிருந்தாள்.

தன்னுள் எதையோ தேடும் தீவிரத்தில்போல் தலை குனிந்திருந்தாள்.

மழை விட்டிருந்தது.

துமிகளை உமிழ்ந்து கொண்டிருந்தது மேகம்.

மின்னல் இழையின் மிகச் சிறிய துண்டுகளாய் மண்நோக்கி அவை.

நேசமலர் பார்வையில் தெளிவு உண்டாகியிருந்தது.

லேக் நிமிர்ந்துகொண்டு தொடர்ந்தாள்: "இங்கே பர்மாவிலிருந்து... கம்பூச்சியாவிலிருந்து... இன்னும் வடகொரியாவிலிருந்தெல்லாம் அகதிகள்

வந்தார்கள்; இன்னும் வந்துகொண்டிருக்கிறார்கள். அவற்றையெல்லாம் ஒரு சம்பவமாய்த் தெரிந்திருந்தேனே தவிர வன்முறையினதும் அடக்குமுறையினதும் கொடூரங்களாய்த் தெரிந்திருக்கவில்லை. இப்போது போரின் கொடுமையை நான் உணர்கிறேன், நேசா. தன்னைச் சூழ கொடுமையே நிறைந்திருக்கிற நிலைமையில் பூமி வாழ்க்கையில் இன்பப்பட ஏதுமில்லை. என்னோடு படித்த ஒரு கிராமத்துப் பையன் இப்போது மொட்டைபோட்டு மஞ்சளாடை கட்டிக்கொண்டு பிக்குவாய் ஆகி இருக்கிறான். ஆனால் இந்த வாழ்வைப் பயனுள்ளதாய்க் கழிக்க எனக்குள் ஒரு தீர்மானம் எழுந்திருக்கிறது. இது மன்னராட்சி நாடு என்பது உனக்குத் தெரியும். ஆனாலும் இங்கே யுத்தத்துக்கெதிரான அமைப்பு வலிமையாகச் செயற்படுகிறது. மனிதத்துவத்துக்கான இதன் குரலோடு என் குரலை இணைக்கப்போகிறேன் நான்."

"உன் படிப்பு..?"

"உலகத்தைப் புரிந்தாகிவிட்டது. இனி இந்தப் படிப்பு வேண்டாம். எனக்கு ஊரிலே கொஞ்சம் விவசாய நிலமிருக்கிறது. அப்பாவும் தங்கச்சியும் அதில விவசாயம் பண்ணுகிறார்கள். அவர்களோடு சேர்ந்து உழைப்பேன். விவசாயம் எனக்கு சாப்பாடு போடும். மீதி நேரத்தை நான் அமைப்புக்காய்ச் செலவிடுவேன்."

அவள் குரலில் தென்பட்ட தீர்க்கம் நேசமலரின் உடம்பில் புல்லரிப்பை ஏற்படுத்தியது.

ஒரு விடிபொழுதில் லேக் தன் வீடு சென்றாள்.

வெகுநாட்கள் ஆகவில்லை, மறுபடி நேசமலருக்கு காய்ச்சல். கூட, ரத்தப்போக்கு. வரவர மோசமாகி வந்தது. குழந்தை பசியில் அழுத சத்தம் கேட்டுத்தான் லேக் வந்து பார்த்து மயங்கிக் கிடந்த நேசமலரைத் தூக்கிக்கொண்டு ஆஸ்பத்திரிக்கு ஓடினாள்.

ஆஸ்பத்திரியில் முழுநாள் தாக்குப்பிடிக்கவில்லை. அன்று கருக்கலில் அவள் ஆவி பிரிந்தது.

அது, தாய்லாந்து பூமியில் ஒரு இலங்கைத் தமிழ் அநாதையின் தொடக்கமாகிப்போனது.

அடுத்த வெள்ளிக் கிழமை லேக் மாரியம்மன் கோயில் சென்று வீரபாகுவைக் கண்டு நேசமலரின் மரணச் செய்தியைச் சொன்னாள்.

வீரபாகு மேற்கொண்டும் அங்கே நிற்கவில்லை. சுக்கும்வித்திலுள்ள தன் அறைக்குத் திரும்பிவிட்டார்.

அறைக் கூட்டாளி தாசன் மாலையில் வந்து, கோயிலில் சாப்பிடாமலே திரும்பிவிட்டதன் காரணம் கேட்டான்.

"நேசமலர் ... காலமாகிவிட்டாவாம்."

"ஓ! எப்ப ..?"

"போன ஞாயிற்றுக்கிழமை."

"தெரியாமல்ப் போச்சே! ம்... இப்ப பிள்ளை எங்க?"

"அநாதை இல்லத்திலயாம்."

"எப்பிடி அண்ணை தெரிஞ்சுது? ஆர் சொன்னது?"

"எதிர் வீட்டில இருக்கிற தாய்ப் பெட்டை."

"இஞ்சயெல்லாம் கூடிக்கொண்டு வந்துதே?"

"அதுதான்."

தாசன் பேசாமலிருந்தான்.

வீரபாகு சொன்னார்: "எங்கட வாழ்க்கையை என்ன சொல்லுறது, தாசன்? அழுகிறதா சிரிக்கிறதா எண்டே தெரியேல்லை. உயிரோட இருக்கிறதும் தெரியுதில்லை; செத்துப்போறதும் தெரியுதில்லை. எங்கயெங்கயோ உள்ள சொர்க்க பூமிக்குப் போகவெண்டு வந்து... நினைப்புக்கெதிரான வாழ்க்கைதான் வாழவேண்டியிருக்கு. எப்பிடியெல்லாம் செத்துப்போக நேருது பார்..!"

"இந்த விதியை ஆரும் விரும்பிக் கேட்டதில்லை, வீரபாகண்ணை. இது எங்களுக்கு மேல திணிக்கப்பட்டிருக்கு. சிலபேர் சொர்க்கத்துக்கு ஆசைப்பட்டது மெய்தான். ஆனா பலபேரின்ர அவலம் நிர்ப்பந்தத்தால நேர்ந்ததண்ணை."

"இருக்கட்டும். அதுக்காக... வந்த இடத்திலகூட ஒருவரை ஒருவர் தெரியாதமாதிரியும், வேண்டப்படாத மனிசர்மாதிரியும் ஏன் இருக்கவேணும்? பாங்கொக்கிலயே நூறு பேருக்கு மேல இலங்கைத் தமிழர் இருக்கிறம். ஒரு மரணம் சம்பவிக்கிற நேரத்தில, குறைஞ்சபட்சம் ஒரு மரியாதையான சவ அடக்கத்தையாவது ஏன் செய்ய ஏலாமல போனது? நாங்கள் சொர்க்கத்தை மட்டும் நினைச்சுக் கொண்டிருக்கிறமோ? சொர்க்கத்துக்குத்தான் தனியப் போறதெண்டு சொல்லுவினம்."

ஒரு யோசிப்புடன் சொல்லத் துவங்கினான் தாசன்: "பொதுவான ஒரு நிலைமையில நாங்கள் இப்பிடி தனித்தனியாய் சிதறிய நெல்லிக்காய்போல இருக்கிறது தப்பெண்டு சொல்லலாம்தான். இப்ப பாருங்கோ... இந்தியாவில நான் மூண்டு வருஷம் இருந்தன்... இலங்கை ஆக்களிட்ட தனித்தனி அறிமுகம் இருந்தது மெய்தான். ஆனா அங்ககூட அமைப்பு ரீதியான ஒற்றுமை இல்லை. அமைப்பானால்... எங்க, போராட்டக் குழுவெண்டு நினைச்சிடுவினமோ எண்டு பயம். கலை இலக்கியக் குழுவாய்க்கூட இணையேல்லை எங்கட ஆக்கள். ஆனா இஞ்ச இருக்கிற எங்கட நிலைமை வித்தியாசமானதண்ணை. இஞ்சயிருக்கிற பாதிப்பேருக்கு விசா இல்லை. மீதிப் பேருக்கு பாஸ்போர்ட்டே இல்லை. அதில சிலபேர் இந்திய பாஸ்போர்ட்டை வைச்சுக்கொண்டு இந்தியாக்காறர்மாதிரி நடிச்சுக்கொண்டிருக்கினம். இந்த நிலைமையில கூடிப் பழகிறது எப்பிடி ஏலும்? ஒண்டை நிச்சயமாய் மனசிலை வைச்சுக் கொண்டுதான் நாங்கள் இஞ்ச இருக்கவேணும் தொடர்ந்து. நீங்களோ நானோ இஞ்ச செத்தால்... கொள்ளியுமில்லை, காடாத்துமில்லை, அண்ணை."

"மெய்தான்."

இரவு நீண்டுகொண்டிருந்தது.

வெகுநேரத்தின் பின் வீரபாகு தாசனை அழைத்தார்.

"என்னண்ணை ?"

"ஊருக்குத் திரும்பியிடலாமாவெண்டு யோசினையாயிருக்கு."

"ஊருக்கா ..?"

"ம். நான் எங்கயும் செத்துப்போகலாம், தாசன். ஆனா என்ர சரியான அடையாளத்தோட சாகவேணும். செல்லப்பா மகன் வீரபாகுவாய்ச் சாகிறதிலதான் என்ர அடையாளம் நிலைக்க ஏலும். இப்ப நான் போலிப் பாஸ்போர்ட்டில இருக்கிறன். உனக்குத் தெரியுமேல்லே?"

"தெரியும். நான் மட்டுமென்ன, சொந்தப் பாஸ்போர்ட்டிலயே நிக்கிறன்?" என்று சிரித்தான் தாசன்.

அப்போது கூடச்சிரித்தது வீரபாகு அல்ல, காலம்.

வீரபாகு வெகுநேரம் பேசாமலிருந்தார். பிறகு, "அதாலதான் ஊருக்குத் திரும்பியிடலாமெண்டிருக்கு. தாசன், சொர்க்கத்துக்குப் போறதில எனக்குப் பிடிப்பு குறைஞ்சிட்டுது. அனேகமாய் நான் போகும்போது நேசமலரின்ர குழந்தையையும் கொண்டுதான் போவன்" என்றார்.

அந்த தீர்க்கமான முடிவில் அவர் தீர யோசித்திருந்தமை தாசனுக்குத் தெரிந்தது.

1993

42

வேலியோர பூவரசு மரங்களினதும் முள்முருங்கைகளினதும் அகன்ற இலைகளில் ஆங்காங்கே நுரைப் பனி அப்பியிருந்தது. அதுவே புற்றலைகளில் பளிங்குத் துளியாய் ஒட்டியிருந்தது. மண்ணில் உதிர்ந்து அழிந்துவிடுவோமோ என்று காற்றில் புல்லிதழ் அசைந்தாடும் போதெல்லாம் அவை ஏங்குவதுபோல் பட்டது. பனி நுரை உருகித் துளியாய் மண்ணில் உதிருகையில் அநித்தியத்தின் தத்துவம் மறுபடி மறுபடி நிரூபணமாயிற்று. மகாமோட்சத்துக்காய் உக்கிரத் தவமியற்றின, புல்லின் பனிநீர்கள். மோட்சம் அப்படியே ஆவியாதலில் அடங்கும்.

நயினாதீவுக் கரையடைந்த படகிலிருந்து சங்கரானந்த தேரர் இறங்கினார். வீதியேறி நின்று தலையை உயர்த்தி ஆகாயம் பூமி அளாவியிருந்த வெளியை, பனிக் காலையின் குளிர் காற்றை, அதில் ஒய்யாரமாய் மிதந்த தும்பிகள் வண்ணத்துப் பூச்சிகளை, கோபுரம் அளாவிப் பறந்த குருவிகள் காக்கைகளைப் பார்த்தபடி நின்றார்.

விட்டு ஓடிய காலத்தினை உள்வாங்குபவர்போல் நின்றிருந்தவர் சிறிதுநேரத்தில் புத்த விகாரம்நோக்கி நடந்தார். அந்த மண் மாறியிருந்த சோகம் அவர் முகத்தில் துல்லியமாய்த் தெரிந்தது.

பிக்குவும் வெகுவாக மாறியிருந்தார். வெய்யிலில் திரிந்துபோலும் கறுத்திருந்தார். அலைச்சலின் மெலிவும் இருந்தது. சுமார் பத்தாண்டுகளில் இருபதாண்டு வயோதிபத்தின் பதிவு அவரில் தென்பட்டது. வெண் மயிர், அறுவடை முடிந்த வயலின் நெற்பயிர் ஊரிக் கட்டைபோல் ஐதாய் தாடை கன்னங்களில் முளைவிட்டிருந்தது. தலையில் காதடியிலும் பிடரியிலும் சில முளைப்புக்களின் வெளிப்பாடு இருந்தது. மேலே பளீரென்றிருந்த பகுதி முண்டிதம் இயல்பில் அமைந்துகொண்டிருந்ததைத் தெரிவித்தது. தோளில் ஒரு பயணப் பையைத் தொங்கவிட்டிருந்தார். ஒரு துவராடை, ஒரு துவாய், ஒரு பிளாஸ்ரிக் குவளை, ஒரு அலுமினியத்

தட்டு ஆகியன அதில் அடங்கியிருந்தன. அவரது பயணத்தின் நீட்சி அவற்றில் தெரிந்தது. முகத்தில் விளங்கிய அலைகள் தேடலுக்கான மனச் சலனத்தின் பிரதிபலிப்பாய் விளங்கின. துக்கமல்ல; சலனம். சலனம்கூட ஒருவகையில் ஒரு மகாதுக்கத்தின் மூலத்தில் உற்பவமாவதுதான். ஆனால் பணியில் இறங்கிவிட்ட பிக்குவுக்கு துக்கம் பொருளல்ல. துக்கத்தை விழுங்க விழுங்க உத்வேகம் அடைகிற பணி அது. பணிக்கான முன் படியில், தேடலாயே இன்னும் விரிந்திருந்த துக்கம் அது என்பதுதான் அங்கே காணக்கிடந்த பேதம்.

நெடுங்காலம் ஆகியிருந்தது அவர் அங்கே காலடி பதித்து. அங்கே ஏன் வந்தாரென்றும் அவருக்குத் திட்டமாகத் தெரியவில்லை. அந்த மண், அந்தக் காற்று, அந்த வெளி, அந்த மனிதர்களுடன் அவருக்கு அத்யந்தமான பழக்கம் இருந்தது. அந்தத் தீவின் பௌதீகம் அப்போது மாறிப்போயிருந்ததுபோல் ஒரு பிரமை தட்டிற்று. அவரறிந்த பலர் அங்கே அப்போது இல்லை. ஆனால் அவரின் வருகை, தெரிந்த மனிதர் எவரின் சந்திப்புக்காகவுமல்ல. ஒரு தேடலில் விளைந்த பயணம் அது. அந்த அற்புதத் தீவில் அடையக்கூடுமென நம்பிய தரிசன வேட்கை அவரை அங்கே துரத்தியிருந்தது. தேடல்..? தரிசன வேட்கை..? வேட்கை தீர்க்கும் குறும்பிரபஞ்சம்..?

சங்கரப்பிள்ளை வாத்தியார் வீட்டு வாசல் திறந்திருந்தது. அவர் திரும்பிப் பார்க்கவில்லை. சங்கரப்பிள்ளை வாத்தியார் இன்னும் அங்கே இருந்து கொண்டிருக்கக்கூடும் என்று உள்மனது சொன்னபோதும் அவர் மனிதர்களைத் தேடி அங்கே வரவில்லை.

விகாரை அவர் இருந்த காலத்தில் இருந்ததுபோலவே இருந்தது. மரங்கள் சில வளர்ந்திருந்தன. சில பட்டுப்போயோ தறிக்கப்பட்டோ இல்லாமல் போயிருந்தன. அவர் பிரியமாக வளர்த்த நந்தியாவெட்டை அந்தப் புற்றரை நடுவில் அப்போது இல்லை. வெள்ளரசு ஒன்று பட்டதுபோல் ஒரு இருள் மனத்தில் கவிந்து இறுகியது. புதியது வைக்க அங்கே உள்ளவர்களுக்கு ஏன் விழைச்சல் இல்லாமல் போனது? ஓரமாகச் சென்று திண்ணையில் ஏறி அந்த வட்ட அமைப்பில் மேற்றிசை பார்த்து அமர்ந்தார்.

அந்த இடம்... அவரால் மறக்கப்பட முடியாதது. அந்த முக்கிய நிகழ்வுக்கு வயது பத்து. ஆனாலும் அப்படியே பசுமையுடன்.

அன்று, அப்போது அவர் சந்திக்கத் துடித்துக் கொண்டிருக்கும் அந்த இளைஞன் அங்கே உட்கார்ந்திருந்தான். அவனது கோபத்தை அப்போது அவர் மனத்துக்குள்ளாகவேனும் சிலாகித்தவர். அரண்மனை மனிதரும் நகர மக்களும் அழ அழ துறவுபூண்டு சென்ற சித்தார்த்தன் கோபம் கொண்டு சென்றிருந்தால் அப்படித்தான் தோன்றியிருப்பானோ என அன்று அவர் எண்ணியிருந்தார்.

இன்று... எவ்வளவோ நடந்துவிட்டன. அவர் எவ்வளவோ பட்டுவிட்டார். தெளிவுக்கு முன்னான குழப்பத்தின் இறுதிப் படிதான்

அது எனினும் குழப்பத்தின் கலக்கம், ஏக்கம், அலைச்சல்கள் அவரை வருத்திக்கொண்டிருந்தன.

நினைப்புக்களால், நெஞ்சில் ஆழப் பதிந்திருந்த ஊசி அசைந்து கறள் நொறுங்கக் கரகரத்தது.

போன வாரமோ போன மாதமோ அல்ல, இரண்டு வருஷங்களுக்கு முன் சொருகப்பெற்ற ஊசி அது. ஏற்றியவர் வேறு யாருமல்லர், அவருக்கு ஒரு காலத்தில் சிஷ்யப் பிக்குவாக இருந்த குணாநந்த தேரர்தான். அவரால் பொறுக்க முடியும். இயல்பிலேயே பொறுதி கூடிய அவருக்கு கடந்த பத்தாண்டுகள் அந்தப் பொறுதியை ஆகக் கூடுதலான எல்லைவரை கொண்டுசெல்ல அவரைப் பழக்கியிருந்தன. பொறுப்பதுகூட இல்லை, மறப்பதே அவர் சிந்தையாக இருந்தது. மறப்பதும் சுளுவில் இயன்று வந்தது.

பதினொரு மணிக்கே உணவு ஆனது. நடந்து பயணித்த உடம்பு வலி நீங்க மடத்துக்குப் போய் சிறிது நேரம் நீட்டி நிமிர்ந்து படுத்து ஓய்வெடுத்தார். அந்த உடையில் தான் பயணிக்க முடியுமா என்று அனுராதபுரத்தைவிட்டுப் புறப்பட்டபோதே யோசனை எழுந்ததுதான். அந்த உடையை நீங்குவது/மாற்றுவது வேஷம் போடுவதுபோலாகும் அவருக்கு. அவர் போகாமலும் விட்டுவிட முடியாது. அங்கேதான் தன் தேடலின் கண்டடைவு சாத்தியமென்பதை கனவு தோன்றி உறுதி செய்ததுபோன்ற திடத்துடன் நம்பியிருந்தார்.

அவர் எதிர்பார்த்த இடைஞ்சலேதும் அந்தப் பயணத்தில் இருக்கவில்லை. விடுதலைப் புலிகளின் கட்டுப்பாட்டுப் பிரதேசத்தில் பிரவேசிக்க இலகுவில் முடிந்திருந்தது. தான் நாகவிகாரையில் பொறுப்பாகவிருந்த தேரரென்றும், எண்பத்து மூன்றின் பின் அங்கே சென்றதில்லையென்றும், மன அமைதிக்காக அப்போது நாகதீபம் சென்றுகொண்டிருப்பதாகவும் தெரிவிக்க தடையின்றி அவருக்கு அனுமதி கிடைத்தது. அவரது கண்களையே சிறிதுநேரம் ஏறிட்டு நோக்கியபடியிருந்த ஒரு போராளி அனுமதித் துண்டைக் கொடுக்கும்போது, “உங்கள் பாதுகாப்புக்காகவே உங்களைக் கண்காணிக்க வேண்டிய கடமை எங்களுக்கு இருக்கிறது; அதனால் தவறாக நினைத்துவிடக் கூடாது. ஆனாலும் உங்கள் நடமாட்ட சுதந்திரத்துக்கு எந்தவிதமான குந்தகமும் இருக்காது” என்று பணிவோடு சொல்லி அனுப்பினான். உண்மையில் அவர் யாழ்ப்பாணம் சென்றதைத் தடுத்தது ராணுவம்தான். அந்த இடத்து ராணுவ அதிகாரியைச் சந்தித்து தனது பாதுகாப்பு தன் சொந்தப் பொறுப்பென்று எழுதிக் கொடுத்த பிறகே பிக்குவால் அங்கே அனுமதி பெறக்கூடியதாகவிருந்தது. அங்கே நீ செத்துப்போனால் புலிகளுக்கெதிரான எங்கள் பிரச்சாரத்துக்கு நன்மைதான் விளையும் என்ற ஒரு கள்ளத் திருப்தியோடுதான் தன் சுயபாதுகாப்பின் உத்தரவாதத்தை அந்த ராணுவ அதிகாரி வாங்கிக்கொண்டானென்பதை உணர அவர் தவறவில்லை.

வெகுநேரம் படுத்திருந்துவிட்டதான நினைப்போடு திடீரென எழுந்தார்.

மாலை வெய்யில் மஞ்சள் கொளுத்தியிருந்தது.

பையை மடத்தில் வைத்துவிட்டு வயல்களை ஊடறுத்து தென் கரைக்குச் சென்றார்.

மணல் தாண்டி சதுப்புக்கரை அடைந்தாயிற்று. பக்கப்பாட்டில் சூரியன் விரைவாய் அராபிக்கடலுள் அமிழ்ந்துகொண்டிருப்பது தெரிந்தது. மறுபுறத்தில் முஸ்லீம் குடியிருப்பிலுள்ள வீடுகள் வெறித்துக் கிடந்தன. அவர் கேள்விப்பட்டிருக்கிறார் அதற்கான காரணம் பற்றி. அவருக்கு அது வருத்தம். வடக்கு சந்தித்த முதல் மகா புலப்பெயர்வு அது. ஆயிரமாயிரமாய் முஸ்லீம்கள் யாழ்ப்பாணத்தைவிட்டு வெளியேறினார்கள். தம் குழந்தை குட்டிகளோடும் சாமான் சக்கட்டைகளோடும் அந்த நகர் நீங்கு படலம் நிகழ்ந்திருந்ததை அவர் பத்திரிகையில் படங்கள் மூலமும் செய்திகள் மூலமும் அறிந்திருந்தார். வெகுகாலத்துக்கு முன் அல்ல, இரண்டு ஆண்டுகளுக்கு முன் 1991இல் நடந்த நிகழ்வுதான் அது.

அது ஒரு சம்பவமல்ல, சரித்திரம் பயிற்சிக் களத்தில் நடத்திப் பார்த்த ஒரு பரீட்சார்த்தமே.

அபூபக்கர்... அப்போது அந்தப் பெயர் ஞாபகமாயிற்று தேரருக்கு. தொடர்ந்து அந்தப் பெயருக்குரிய உருவம். அவர் மிகவும் தெளிவான மனிதர். அதனால்தான் வாழ்க்கையை வெகுத்த ஆசாபாசங்களோ அவற்றை நிறைவேற்றுவதற்கான பிரயத்தனங்களோ இன்றிக் கழிக்க முடிந்திருந்தது அவரால். அவர்போல எல்லோரும் இல்லை. ஆனால் எல்லார் நெடுமூச்சும் ஒன்றாகவே இருந்திருக்கும். தம் தாய் மண் நீங்கிய ஏக்கத்தில்தானே இன்றும் காற்றில் கலந்துள்ளது அந்த ஊமைப் புலம்பல்!

நினைக்க மனதில் மேலும் கனதி ஏறியது.

திரும்ப கரைவழி நடந்து மேற்கு வந்தார்.

சூரியன் முழுவதுமாய் அராபியாவில் மூழ்கிவிட்டிருந்தான்.

பூமி இருள் கவியத் துவங்கிற்று.

கடற்கரைத் தாழ்வில் இறங்கி சொரி மணல் பார்த்து மண்ணைத் தீற்றிவிட்டு அமர்ந்தார்.

கால்கள் அலுத்திருந்தன.

மடித்து அமர்ந்திருக்க இதமாயிருந்தது.

கால்கள் அலுத்தாலும், மனம் ஆசுவாசம் பெற்றதுபோல் தோன்றிற்று. அது அவர் மண்ணா? அவர் மக்களா அவர்கள்? அவர் மொழியா அங்கு இசைவது?

இல்லை. ஆனாலும் அவர் பேதங்கள் எல்லாவற்றையும் மறந்து தனது என்ற எல்லையில் நின்றிருந்தார். அந்தப் பிரவேசம் ஒரு கால் நூற்றாண்டுக்கு முந்தியது. அது மானிடத்தின் மகோன்னத கற்பிதம். பேதம் மற என்பதுதான் அது கிளர்ந்த வேதம்.

இருள் குளிர்ந்தது.

வானம் நட்சத்திரங்கள் ஏற்றிற்று.

பிறையொன்று மங்கி மறைந்து கொண்டிருந்தது அப்போதுதான் தெரிந்தது.

மண்ணூடாக சக்தியேதும் சுவறுதல் கூடுமோ?

தேரர் ஒருவகைப் புத்துணர்வு பெற்றார். அது, பத்தாண்டுகளுக்கு முன்பிருந்ததுபோல இல்லாவிடினும் அந்த உணர்வை அவர் ஆசுவாசமாய் அனுபவித்தார். பத்தாண்டுகள்... 'பொதுமக்கள் பாதிக்கப்பட மாட்டார்கள் இனி என்ற உத்தரவாதமில்லாமல் திரும்பமாட்டேன். ஜனாதிபதியைச் சந்தித்து அல்லது பிரதமரையேனும் சந்தித்து உறுதிமொழி வாங்குவேன்' என்று 83 ஆடி மாதத்தில் சின்ன சுவாமி குணாநந்தவோடு புறப்பட்ட நாள் வெகுதெளிவாய் சங்கரானந்தருக்கு ஞாபகமாயிற்று.

அது ஒரு காலை வேளை.

சுவாமி கேட்டிருந்தபடி சொன்ன நேரத்துக்கு முன்பாகவே வந்துவிட்டிருக்கின்றனர் சுந்தரலிங்கமும் சங்கரப்பிள்ளையும். கூட, திரவியம். கோபக்கார இளைஞனாய் கடுகடுவென்றிருந்தான். அவருக்கு அவன் கண்கள் பிடித்திருந்தன. உயர் லட்சியமொன்றின் கனவு அதில் படிந்திருந்தது. அதனால், ஆகர்ஷமாகியிருந்தார் என்றே சொல்லலாம். உள்ளே . . . தெளிவு. தெளிவுதான் அது. வெளியே கலங்கல். மேலே ஆயிரம் கலங்கலாகத்தான் இருக்கட்டுமேன், உள்ளே தெளிவிருந்ததை அவர் தீர்க்கமாய்க் கண்டார். அது ஆறுதல் சொல்லக்கூடியது. நம்பிக்கை வரட்சியோடு சென்றால் நம்பிக்கை தரக்கூடியது. ஆயிரக்கணக்கான பேருக்குக்கூட. அவன் தன் ரௌத்திரத்தை அடக்கத் தெரிய, அந்தத் தெளிவு இன்னும் துல்லியப்படும் என்று புரிந்தார். அன்றுதான் அந்த இளைஞனுக்கும் குணாநந்த தேரருக்கும் வாக்குவாதம் நடந்தது. அது அடங்க, தன் சஞ்சலத்தைக் கூறி விகாரையைக் காபந்து செய்து தரவேண்டுமென்ற உறுதிமொழி கேட்கிறார் சுந்தரலிங்கத்திடமும் சங்கரப் பிள்ளையிடமும். விகாரைக்கு ஆபத்தா என்று கேட்டு சுந்தரலிங்கம் துடிக்கிறார் வார்த்தைகளில். 'இது எங்கட கோயில், சுவாமி' என்று கண்கலங்குகிறார். அத்தனை அவரின் உணர்வுகளையும் அவன் வார்த்தைகளில்லாமல்.

காட்சி அங்கே இயங்குதலற்று ஸ்திரம் அடைகிறது.

ஒரு புத்தகோயிலை இது எங்கட கோயிலென்று எது அவரைச் சொல்லவைத்தது?

அந்த மண் மகத்துவம் நிறைந்தது.

அலையடித்தது அவர் மனக் கண்ணில் தெரிந்தது.

அதில் மிதந்து ஒரு ராஜஹம்சம். அது கிட்டே வர படகெனப் புலப்பாடடைகிறது.

அதனுள் வெள்ளரசு மரக் கிளையோடு ஒரு ராஜகுலப் பெண். அவள் பெயர் சங்கமித்தையென்று சரித்திரம் சொல்கிறது.

வெள்ளரசங் கிளையின் இலைகள் வாடிப்போயிருக்கின்றன. ஆனாலும் ஒரு ஜீவ களை அந்த வாட்டத்தினூடும். ஆயிரமாயிரம் வருஷங்களுக்கு மழையும் புயலும் வெய்யிலும் தாங்கும் வைரத்தின் நம்பிக்கையாய் அது ஜொலிக்கிறது. அடரவும் படரவும் உயரவும் முடிந்த மரம் வெள்ளரசு. அது, அதுவரை காலம்தான் இலைகளைக் காற்றிலசைத்து சப்தம் எழுப்பியது. இனி வரும் காலங்களில் அது போதம் செய்யும். அது ... புத்த பகவான் ஞானோதயம் பெற்ற அதே போதி மரத்தினது கிளை ஆகும்.

அந்தத் தீவகத்தில் புத்தவிகாரை எழுந்தது பின்னாலே. அங்கே புத்த கடிகை, மலர்ப் பொய்கை, அமுத சுரபி, மணிமேகலா தெய்வமிருந்தன காவிய காலத்துக்கும் முன்னால். விகாரை எழுந்த காலத்திலிருந்து அங்கே வழிபாடு நடந்தது. வழிபாட்டுக்கு வந்தவர்கள் தமிழ்மொழி பேசியவர்கள். தீவில், வடபகுதிக் கரையோரங்கள்போல் புத்த மதத்தை அனுட்டானம் செய்தவர்கள் இருந்திருக்கிறார்கள். காஞ்சியில் காவிய காலத்தில் இருந்தார்களே, அதுபோல். பின்னால் அருகி அருகி பௌத்தம் அங்கே அழிந்துபோனது. அவ்வாறு செய்தது எது?

தேரர் யோசித்தார்.

சைவ, வைஷ்ணவ சமயங்களின் எழுச்சி அந்நிலையை உருவாக்கிற்றென்று சொல்லமுடியுமா?

மனம் குழம்ப, எண்பத்து மூன்றின் நிகழ்வுகளுக்கு மறுபடி மனத்தைத் திருப்பினார்.

ஜனாதிபதியையும் பிரதமரையும் சந்திக்க அவரெடுத்த முயற்சிகள் தாமதப்பட்டுக்கொண்டு போக, களனி சென்று தனது எண்ண ஈடேற்றத்துக்கு பௌத்த பீடத்தின் மகா தேரரது அனுசரணையைப் பெற்றாலென்ன என்றொரு யோசனை எழுகிறது. மகா தேரரிடம் தன் கருத்தைச் சொல்லப் போக, அவரது அக்கறையையே அவமதித்து அனுப்புகிறார் பீடாதிபதி. இதனாலெல்லாம் நான் சோர்வடைந்துவிடமாட்டேன் என்று சொல்வதுபோல மறுபடி கொழும்பு திரும்பி பெருமுயற்சியில் பிரதமமந்திரியைச் சந்திக்கிறார். தன் வழக்கை எடுத்துச் சொல்கிறார். பிரதம மந்திரி ‘ஜேஆரைச் சந்தித்துக் கேளுங்கள், அவராயிருந்தால் எழுத்திலேயே உத்தரவாதம் தருவார்’ என்று விடுகிறார்.

இலங்கை எரிந்த தணலின் வெம்மை இன்னும் தீரவில்லை. சாம்பர்த் துகளின் பறப்பு முழுதுமாய் நிற்கவில்லை. பிரதம மந்திரி சிரித்துக்கொண்டு சொல்கிறார், ஜேஆரைக் கேளுங்கள் என்று. ஒரு தோல்வி ... தூரத்தே கொழும்புத் துறைமுகத்தின் ராட்சத பாரம் தூக்கி பெரிய பொட்டலமொன்றைத் தூக்கி தலைமீது போட்டது போல ஒரு நசிவு.

அவருக்கு அப்படியே நயினாதீவு செல்கிற எண்ணமில்லை. அங்கே நின்றும் என்ன செய்ய? எங்காவது ஓடவேண்டும் போலிருந்தது. அதனால் ஓடினார்.

தெற்கே வளவை கங்கைக் கரையில் அந்த ஓட்டம் நின்றது.

அங்கே காடும் மலையும் ஆறுகளும் சூழ்ந்த ஒரு புத்தவிஹாரத்தில் படுத்திருந்துவிட்டு மறுநாள் காலை கண்விழிக்க அவரையே பார்த்துப் புன்னகைத்தபடி ஒரு பிக்கு.

அப்படிச் சிரிக்க யாரால் முடியும்? கோடி இளஞ்சூரியப் பிரகாஸம் செய்தது இரண்டாயிரத்தைந்நூறு வருஷங்களுக்கு முன்னால் மகதத்தில் சுத்தோதன மஹாராஜாவுக்குப் பிறந்த சித்தார்த்தக் குழந்தை. மாயாதேவியின் மகவும் அது. ஆசியா விழித்தது அதனால்தான். மத்திய ஆசியாவிலிருந்து தூர கிழக்காசியா வரை அதன் ஒளிப்பிரவாகம் இருந்தது. அது இன்றும்கூட. உள்ளுள்ளும் இருள் விலக்கும் புத்த ஞாயிறு அது. 'பகவன் நீயே! பரமன் நீயே! புனிதன் நீயே! புராணன் நீயே! தருமன் நீயே! தலைவன் நீயே!' என்று அசித மாமுனியே வணங்கிய ஞாயிறு.

மகாஜயன் மண்ணில் தோன்றும் வேளை நன்னிமித்தமெல்லாம் நிறையப்பெற்று வருவது தெரிந்து பஞ்சபூதங்களும் பேருவகை கொள்கின்றன. உலகு புரக்க வருபவனின் உற்பவம் நிகழும் காலத்தின் ஒவ்வொரு துகளும் கௌரவம் பெறும்.

அன்று பூரணை வரும் நாள்.

பூரண வேளையில் கோயில் கொடிமரம்போல வளரும் ஓர் அசோகமரத்தின் கீழ் ஓர் உச்சியம் பொழுதில் வந்து நிற்கிறாள் மாயாதேவி.

பன்னீர்க்குடம் உடைந்து பங்கப்படும் வேளையில் அசோக மரம் தழை வீடாகக் கவிந்து அரண் செய்கிறது. பன்மலரும் சொரிந்து பஞ் சணையாகின்றன. பக்கத்துப் பாறையொன்று பிளந்து மதலையை நீராட்டும் மஞ்சன நீரை ஒழுகவிடுகிறது. நோவு நொம்பலம் நோக்காடின்றி உலக உத்தாரணனின் ஜனனம் நிகழ்கிறது.

அவர் புலன் விறைப்ப, மெய் விதிர்ப்ப காட்சியா கற்பனையா கனவா என்று பிரித்தறிய முடியாத உக்கிரத்தில் அப்பிறவி நாளைக் கண்டிருக்கிறார். ஏறக்குறைய அதுபோன்ற ஓர் குஞ்சுப் பிரகாஸ முகம் அது.

நெருங்கி வந்து ஏதோ கேட்க துறவி முயலும்போது மயங்கி வீழ்கிறார் சங்கரானந்தர்.

உடல் நோய்... மன முறிவு... தேற நாளாயிற்று.

தேறிய பின்னரும் அங்கிருந்து விலக எட்டாண்டுகள் ஆயின.

கந்தர்வப் பேரெழில் பூத்ததாயிருந்தது தென்னிலங்கையின் அத்திருவிடம். புராதனப் பெருமை பெற்றிருந்த புத்த கோவிலொன்றுள்,

கருங்கல்லில் செதுக்கிய ததாகதரின் அமர்ந்த நிலைத் திருவுருவம். இந்தியாவிலிருந்து கூலிக்கு வரவழைக்கப்பட்டிருந்த அந்த ஆயிரக் கணக்கான சிற்பியரில் ஓர் அதியற்புதத் திறமை வாய்ந்த கலைஞன் இருந்திருக்கிறான். அதனால்தான் அத்தனை பொற்பம் வாய்ந்ததாக அந்தச் சிலை வடிந்திருக்கிறது. தன் வாழ்நாளைச் சாசுவதமாக்கவென்ற உன்மத்தத்தில் அது அவனிடத்தில் பிறந்திருக்க வேண்டும் என நிச்சயமே பட்டார் சங்கரானந்தர். சிலையின் சாந்தம் சொல் இகந்தது. லோகத்தின் மொத்த துக்கங்களுக்கும் வருந்தியவர் முகத்தில் அத்தனை சாந்தி எப்படிச் சாத்தியம்? பாவபேத குற்றத்தில் விழுந் தானா அச்சிற்பி? இல்லை. சிற்பியும் பக்தனாகி உணர்ந்தே வடித்திருக்கிறான். துக்க நிவாரண மார்க்கத்தின் பின் சாந்தி வரும். சங்கரானந்தர் தெளிந்தார்.

சூழல் பிரமிப்பை ஏற்படுத்தியது. சலசலத்த ஓடைகள் ... மரகதப் பச்சை பூண்ட மலைகள், குன்றுகள் ... மலைமுகட்டு இலவங்க வாசம் ... காடுகளின் அபூர்வ தருக்களின் பட்டைகள், பூக்கள், இலைகளின் கந்தங்கள் ... தேசற்ற காற்று ... வெளியுலக ஆசாபாசத்தின் மூச்சுக் காற்றும் அங்கே எட்டவில்லை.

அவற்றினாலே மட்டுமில்லை. முது துறவியின் காண்டம் காண்டமான மகாசரித்திரம்பற்றிய பேச்சும்தான் அவரது எட்டாண்டுக் காலத்தை அங்கே இலகுவில் கடக்க வைத்தது.

வேறு பிரபஞ்சம் அவருக்குப் பிரக்ஞையில்லாததாயிற்று.

புத்த பிறப்பிலிருந்து முது துறவி கதை சொல்லத் துவங்கினார். சேனன், உத்திக்கன் கதை சொன்னார். நாகர், லம்பகர்ணர், புளிந்தர் கதை சொன்னார். விஜயன், சிங்கபாகு, கைமுனு கதையும் கஜாபாகு, விஜயபாகு, பராக்கிரமபாகு, நிசங்கமல்லன், செகராசசேகரன், பரராசசேகரன், சங்கிலியன், பண்டாரவன்னியன், ஸ்ரீவிக்கிரம ராஜசிங்கன் கதையும் சொன்னார். ராகுலதாச பியசேன போன்றோரின் கதை சொன்னார். புத்த பிக்குகள் கதையும் சேனநாயக்காக்கள் பண்டாரநாயக்காக்கள் கதையும் சொன்னார். நகுல முனி, மாருதப்புரவீகவல்லி, அந்தகக் கவி அதிவீரராகவன், ஆறுமுக நாவலர் கதையும் சொன்னார். நாகவிகாரை, வல்லிபுரக் கோயில், கதிர்காமக் கோயில் கதைகளில் நடப்புச் சரித்திரம் உடைபடக் கண்டார் சங்கரானந்தர். முதுதுறவி சொன்ன சரித்திரம் வித்தியாசமானதாய் இருந்தது. இதுவரை எழுதப்பட்டிருந்த எந்தச் சரித்திரத்தையும்விட ஏதோ வகையில் அது வேறுபட்டதாய்த் தோன்றிற்று. அது எழுதப்பட வேண்டுமென்ற தன் விருப்பத்தைத் தெரிவிக்க, முதுபுத்த துறவி தடுத்து அவசியமில்லையென்று மட்டும் சொல்லித் தடுத்தார். அதற்குமேல் சலனம் காட்டாமல் சரித்திரம் கேட்டுக் கொண்டிருந்தார் சங்கரானந்தர்.

ஒப்பறேஷன் லிபறேஷனும், இலங்கை–இந்திய உடன்படிக்கையும் பற்றி முதுதுறவியானவர் சொன்னபோது சங்கரானந்தர் உண்மையிலேயே பேரதிசயப்பட்டார். ‘எத்தனை வருஷங்களாக இங்கே இருக்கிறீர்கள்?’ என்றார் ஒருபோது.

'வருஷங்களா? உனக்குத்தான் வருஷங்கள். எனக்கு வெளி ... யுகவெளி. நான் கௌதமர் காலத்திலும் வாழ்வேன். கைமுனு ... எல்லாளன் காலத்திலும் வாழ்வேன். 1915இன் முஸ்லீம் – சிங்கள கலவர காலத்திலும் வாழ்வேன். பின்னால் நிகழ்ந்த கிறித்தவ – சிங்கள யுத்த காலத்துக்கும் சாட்சியாவேன். அதுபோல் தமிழ் – சிங்கள கலவர காலத்திலும் வாழ என்னால் முடியும். நான் வாழ்வது ஒரு யுகவெளியில். இங்கே நாள்கள் கிடையாது. நான் காலாதீதன். என்ன விழிக்கிறாய்? புத்த போதகம் மறந்து பேசுகிறேன் என்றா? இல்லை. என் மரணம் புரிதல்களோடு நிகழ்ந்துவிடுகிறது. இப்போது நான் அசலனத்தில் இருக்கிறேன்... தியானத்தில் இருக்கிறேன். அடுத்த பிறப்பு தோன்ற நான் சலனமாவேன். பிறப்பழிதலே தவம். புத்த மயமாதலே விளைவு. என் உடல் பழுத்து ஒருநாள் விழும். அப்போது நான் அழிந்துவிடுவதில்லை. ஞானமாய்த் தேங்குவேன்.'

'சமீப காலத் தகவல்களெல்லாம் எப்படிக் கிடைத்தன? அரசியல் நிகழ்வுகளின் அந்தரங்கங்கள் எப்படித் தெரிந்தன? நீங்கள்தான் அம்பதாண்டுகளுக்குக் கிட்ட இங்கே இருக்கிறீர்களே ..!'

'ஆமாம். அம்பதாண்டுகளுக்கு மேலாகவே. ஆனால் தகவல்கள் நகரும். எந்தத் தகவலும்தான். அதைப் பகுத்துணர்வது ஞானம். தகவல்களை அவ்வாறு தாரதம்மியப்படுத்துவது அதன் சின்ன ஒரு தொழிற்பாடுதான். அது உண்மையில் முன்னதாகவே ஒரு தகவலைச் சிருஷ்டிக்கும் வல்லபம் வாய்ந்தது. அது தளத்தில் நிகழ்ந்து ஒருநாள் சரித்திரமாயே ஆகும்.'

'தகவலைச் சிருஷ்டிப்பதா ..?'

'ஆமாம், சங்கரானந்த. மகாசரிதம் எழுதுவதில், சமகாலச் சரித்திரம்தான் மையமாகியிருக்கும். அதின் மூலமாய் நடந்ததாய்ச் சொல்லப்பட்டவைகளின் உண்மையைக் கண்டடைய முடியும். மேலே.. வருங்காலத்தில் நடக்கப் போகுபவைகளை அனுமானிப்பதில் பெரிய கஷ்டமொன்றுமில்லை. அவ்வாறு அனுமானித்து நான் எழுதியுள்ளதுதான் மகாசரிதம். அது சமகால அரசியலை இருபது ஆண்டுகளுக்கு முன் தீர்மானித்தது.'

'தீர்மானித்தவை ..?'

'தீர்மானித்தபடியே நடந்தன.'

சங்கரானந்தர் மேலும் ஏதோ கேட்க உன்னும்போதே துறவி எழுந்துவிட்டார். கையசைப்பில் மீதி நாளைக்கு எனத் தெரிவித்தார். களைப்போடு தன் முழைஞ்சில் நோக்கி மெல்ல நடந்தார்.

கேள்வி... பின்னொரு கேள்வி... அடுத்தொரு கேள்வி... கேள்விகளை மனத்தில் அடுக்கி விடைக்காகக் காத்திருந்தார் சங்கரானந்தர்.

43

அன்று இலவங்கத்தின் மணம் அதிகமாயிருந்தது. அதிகாலையின் குளிரில் அப்பியிருந்த அந்நறுமணத்தை காற்று மெல்ல மலையடிவாரத்துக்கு இறக்கி வந்தது. நாசியில் புகுந்து செல்லும்போதே உயிரை வருடுகிற சுகம்.

உடல் குணமாகி, மனம் மெல்ல மெல்லவாய்த் தெளிவாகிக் கொண்டிருந்தது சங்கரானந்தருக்கு.

ஒரு வருஷம் ஆகியிருந்ததென்பதைத் தெரிந்த அளவில் அவர் லேசான அதிர்ச்சியடைந்தார். காலம் கடக்கும் வேகம்தான் என்ன?

முது துறவி வருகிறார். தளத்துக்கு வரும் படிக்கட்டுகளில் ஏறுகிறார். பீடத்தின் புத்த சொரூபத்தின் முன்னால் அமர்கிறார். தியானத்தில் ஆழ்கிறார்.

அண்மைக் காலமாய் அவரை நாடி அப்பகுதி வாழ் மக்கள் சிலர் வரத் துவங்கியிருக்கிறார்கள். முது துறவியின் முகத்திலும் ஒரு திருப்தி, ஒரு வகையான நம்பிக்கை பெருகத் துவங்கியிருப்பது தெரிகிறது. வாழுகின்ற ஆசையினாலல்ல, கடமைகளைப் பூரணப்படுத்தக் கிடைத்த அவகாசத்தினால் அவர் பொலிந்திருக்கிறார். அவரது உணர்வுகளதும் அறிவினதும் வடிகால் நிலமாய் சங்கரானந்த தேரரே அமைந்ததில் அவர் திருப்தியும் பெருமையும் பட இடமிருக்கிறதுதான்.

இலவங்கத்தின் சுகந்தத்தில் மெய்மறந்திருந்த சங்கரானந்தர் திரும்பிப் பார்த்து குரு வந்துவிட்டதைக் கண்டுகொண்டு விரைந்து வருகிறார். வணங்கியபடி எதிரே அமர்ந்து, குரு விழிப்பதற்குக் காத்திருந்தார்.

கண் திறந்த குரு எதிரே அந்த முது சிஷ்யனில் பார்வையைப் பதிக்கிறார். மனத்துள் கருத்துக்களின் பிரவாஹிப்பு.

குரு சொல்கிறார்: ‘புத்த துறவிகள் ஐந்நூற்றுவர் சொன்ன மஹாவம்சத்தைவிட, ஜாதகக் கதைகளில் உண்மைத்தனம் நிறைய. ஜாதகக் கதைகள் நிஜத்தில் நடக்காதவையாகவே இருக்கட்டும். இருந்தும்தான் அவற்றின் உண்மைத்தனத்தை நான் நம்புகிறேன். முன்பொரு பொழுதில் நிகழ்வுகளை முன்னனுமானம் செய்து தகவல்களைச் சிருஷ்டிக்க முடியுமென்று சொல்லியிருந்தேன்!’

‘ஆம்!’

‘ஜாதகக் கதைகள் அதை நிறுவுகின்றன. எப்படியென்பதைச் சொல்கிறேன் கேள். வருங்காலத்தில் இன்னது இன்னது இன்னபடி நடக்குமென்று ஜாதகக்கதை சொன்ன ஆருடமெல்லாம் இன்று வரையிலும் மெய்யாலுமே நடந்துவிட்டிருக்கின்றன. மாயக்கனவு பதினாறு என்கிற ஜாதகக் கதையை அறிந்திருக்கிறாயா?’

‘ஞாபகமாகவில்லை.’

‘நல்லது. அதை இப்போது சொல்கிறேன் கவனி. ஓர் அதிவிடி காலையில் தொடர்ந்தேர்ச்சியான பதினாறு கனவுகளைக் காண்கிறான் கோசல நாட்டு மன்னன். கனவுகளின் பூடகமே அவனை நடுங்க வைத்து விடுகிறது. மறுநாள் பொழுது புலர்ந்ததும் மந்திரிகளையும் புரோகிதர்களையும் அழைத்து தான் கண்ட கனவைக் கூறி அவற்றின் அர்த்தம் கேட்கிறான். பதில்கூறத் தயங்கி நின்று புரோகிதர்கள் கைகளைப் பிசைய, மேலும் பயங்கொண்ட மன்னன், கனவுப் பலனை அக்கணமேயுரைக்க ஆணையிடுகிறான். உயிருக்கு ஊறு அல்லது ராஜ்ய

அழிவு அல்லது பொருள் நஷ்டம் இப்படி ஏதும் நேரக்கூடுமென்று பதில் கிடைக்க, பரிகாரம் கேட்கிறான். நான்கு தெருக்கள் கூடுமிடத்தில் குற்றமற்ற மிருகங்களும் பறவைகளுமாய்ப் பலியிட்டு பெருயாகம் செய்தால் தக்க பரிகாரம் கிடைக்குமென்கிறார்கள். வேண்டிய பொருள் அளித்து யாகத்தை உடனேயே தொடங்கச் சொல்கிறான் மன்னன்.

'மன்னனின் பதற்றத்திற்கும், அரண்மனையிலேற்பட்டுள்ள சந்தடிக்கும் பட்டமகிஷி காரணம் கேட்க, தான் கண்ட கனவுகள்பற்றிக் கூறுகிறான் அவன். அப்படியானால் நீர் பிராமணர்களிலே பெரிய மகனான போதிசத்துவரைச் சந்தித்து பலன் கேட்டீரா? என்கிறார் மகிஷி.

'அப்படியான மகானும் இருக்கிறாரா, எங்கேயிருக்கிறார் என்று அரசன் கேட்க, ஜேத்தவனா நந்தவனமே அவரிடம் என்கிறாள் அரசி.

'உடனேயே ஜேத்தவனா சென்று புத்தரை வணங்கி தன் கனவுகளுக்குப் பலன் கேட்கிறான் மன்னன்.

'மன்னனின் கனவுகள் பதினாறாவன முறையே ஒன்றுடன் ஒன்று பொருதும் நான்கு காளைகள், புஷ்பிக்கும் சிறிய மரங்கள், கன்றுகளின் பாலைக் குடிக்கும் பசுக்கள், கலப்பைகளில் கலைமான்கள் பூட்டப்படுதல், இருபுறங்களில் வாய்கொண்ட அதிசயக் குதிரை, தங்கத் திருவோடுகளில் ஜனங்களின் பிச்சையேற்பு, முட்டி வழிய வழிய கலசத்தில் நீர் ஊற்றுதல், ஐந்துவகைத் தாமரைகளுடைய தடாகம், ஒரே தரத்தில் வடிக்கப்படும் பல தரமான சோறு, மோருக்குப் பண்டமாற்றாகும் சந்தனக் கட்டைகள், தண்ணீரில் மூழ்கும் பூசணிக்காய், மிதக்கும் மலைப்பாறைகள், கருநாகங்களைத் துரத்திச் சென்று கொன்றுதின்னும் தவளைகள், தீய குணம்கொண்ட காக்கைக்கு பொன்னிறக் கழுகுகள் பரிவாரமாய் வருதல், வெள்ளாடுகள் சிறுத்தைகளைக கடிததுத தின்னுதல் என்பன.

'அத்தனை கனவுகளும் மாயத்தன்மை வாய்ந்தவை. மன்னனின் கனவுகள் பதினாறினுக்கும் புத்தர் தனித்தனி பலன் உரைத்தார். பதினோராவது கனவினுக்கு புத்தர் உரைத்த விளக்கத்தை உதாரணத்துக்கு இப்போது சொல்கிறேன். ஆயிரமாயிரம் பொற்காசுகளுக்கிணையான சந்தனக் கட்டைகள் மோருக்குப் பண்டமாற்றாகும் கனவை அரசன் கூறியதும் புத்தர் கூறுகிறார்: இந்தக் கனவும் இனிவரும் தூரகாலமொன்றில்தான் நிறைவேறும். என் போதனைகளுக்கான மதிப்பு குறைகிற காலமாயிருக்கும் அது. அப்போது பொறாமையும் அகௌரவமான குணங்களும் கொண்ட சகோதரர்கள் தோன்றுவார்கள். ஆசையே துன்பத்துக்குக் காரணம் என்ற என் அருமருந்தன்ன போதனைகளை அவர்கள் தம் வயிற்றுப் பிழைப்புக்காகவே போதம் செய்யப் புறப்படுவார்கள். அப்போதும் நிர்வாண நிலை அடைவது வரையான என் போதனைகள் அனைத்தையும் செய்யமாட்டார்கள். மேலெழுந்தவாரியாக உபதேசங்களை எடுத்து இனிப்பாகப் போதிப்பார்கள். உண்மையானதாக அது இருக்கவே மாட்டாது. அவர்களது நோக்கமெல்லாம் பணமும் விலையுயர்ந்த ஆடை ஆபரணங்களுமாகவே இருக்கும். என் உயர்ந்த போதனைகளைப் பணத்துக்கு விற்பதனையே வாசம் நிறைந்த சந்தனக்

கட்டைகளை புளித்த மோருக்குப் பண்டமாற்றுச் செய்வதான கனவு தெரிவிக்கிறது.

'கனவுக்குப் பலனாக போதிசத்துவர் சொன்னதுபோலத்தானே இப்போது நடக்கிறது? ஆடை ஆபரணங்களுக்குப் பதிலாக இப்போது நடப்பது அதிகாரத்துக்காக நடக்கிறது என்று வேண்டுமானால் சொல்லலாம். இவ்வாறு . . . ஜாதகக் கதைகள் சொல்வதை தீர்க்கதரிசனமென்று சொல்லலாமில்லையா? அதுதான் அவ்வாசிரியரின் ஞானம்!'

மீண்டும் கண்மூடி முதுதுறவி மௌனியாக, இனி உபதேசம் இல்லை, அன்றைக்கு அவ்வளவுதான் என்று தெரிந்துகொண்டு சங்கரானந்தர் எழுகிறார்.

ஞானம்... ஞானம்... ஞானம்..!

கௌதமர் கண்ட ஞானத்துக்குமப்பால் ஒரு வெளி இருக்கிறதா? அல்லது இவற்றுக்கான விளக்கமும் புரிதலும்தான் ஞானமா? இயங்கு தளத்தில் நடைமுறைப்படுத்தலே ஒருவேளை ஞான மார்க்கமோ?

ஞானம் பற்றிய தேடல் அவருள் ஒரு வெறியாக முகிழ்க்கிறது.

தளமேடையை விட்டிறங்கி குன்றின் அடிவாரம் செல்கிறார்.

ஓடையொன்று சலசலத்து ஓடுகிறது.

பாறையொன்றில் அமர்ந்து பக்கப்பாட்டில் தெரியும் புத்த சுருவத்தை நோக்குகிறார்.

ஆயிரத்தைந்நூறு ஆண்டுகளுக்கு முற்பட்டதாயிருக்கலாம் அச்சிலையின் நிர்மாணம். சைத்தியத்தின் நடுவில் வடிக்கப்பட்ட சிற்பம் மட்டுமே அப்போது எஞ்சியிருந்தது. ஆதாரம் எனப்படும் அடித்தளம் தவிர கட்டிடத்தின் வேறு பாகம் யாவும் அழிந்திருந்தது. கட்டிட அமைப்பும் கட்டிடக் கலை நாடுறும் எனக் கூறும் வடவிந்திய அமைதி சார்ந்ததாய் இருந்தது. கல்யாணி நதிக்கரையோரமிருந்த அரசு பின்னாளில் அழிந்தபோதிலும், அதன் மிச்சம் மீதியாய் இருந்திருக்கக்கூடிய ராஜவம்சம் கட்டுவித்த விகாரையாக இருக்கலாம். அல்லது அரசுரிமையை எதிரிகளிடம் இழந்து ஓடிய அரசன் ஒழிந்திருந்த இடமாக அது இருந்து, பின் அவன் அரசுரிமையை மீளப்பெற்ற காலத்தில் தான் மறைந்து வாழ்ந்த வாழ்க்கையின் ஞாபகார்த்தமாகக் கட்டிய சைத்தியமாகவும் அது இருக்கலாம். எப்படியிருந்தாலும் கட்டிய காலத்துக்குப் பிறகு அது பெரும் பராமரிப்பைப் பெற்றுவிடவில்லை. அதை அடைவதற்கு இருந்த இயற்கையின் தடைகள் அதன் முக்கிய காரணமாய் இருந்திருக்க முடியும். காற்றும் மழையும் வெய்யிலும் சீறி சினந்து படுமோசமான தாக்குதலைச் செய்திருந்தமை வெளிப்படையாகத் தெரிந்தது. தளம் பிளவு கண்டு, மண் வெடிப்பை நிரப்பியிருந்தது. அவ்விடுக்குகளில் அரசங்கன்றுகள் முளைத்திருந்தன. பக்க வெடிப்புகளில் வேறு புதர்களும் ஆல் முளைப்புகளும் வளர்ந்திருந்தன.

ஏன் அந்த நிலை ஒரு விகாரைக்கு? அதுவும் தென்னிலங்கையில் ..?

அவரிடத்தில் ஒரு ஊகமுண்டு. குருவின் வரலாற்றுபதேசம் அந்த முடிவுக்குத்தான் அவரைக் கொண்டு செலுத்தியது.

ஒரு ஊகத்தின் சாத்தியம்/அசாத்தியம்தான் அவரது கரிசனையாயிருக்க முடியும். பலன்/அபலன் அல்ல. அது அரசியல்வாதியினுடையது. தென்னிலங்கையில், புத்த ஆண்டு ஆயிரமளவில் தமிழ்க் குடியிருப்புக்கள் இருந்திருக்கின்றன.

சிலாபத்தில் தமிழர் இருக்கிறார்கள். புத்தளத்தில் இருக்கிறார்கள். நீர்கொழும்பில் பரவர் இருக்கிறார்கள். தென்கீழ் மூலையில் கதிர்காமக் கோயில் இருக்கிறது. சூழ தமிழ்க்குடியிருப்பு இல்லாமல் தமிழ்க் கடவுளின் கோவில் மாணிக்க கங்கைக் கரையில் சாத்தியம் இல்லை. இது தர்க்கத்துள் அடங்குகிற விதிதான். இதுவே வட பகுதியில் அக்காலகட்டத்தில் தமிழ்ப் புத்த சமயிகள் இருந்தார்கள் என்பதற்குமான விதி.

குரு அதுபற்றி முன்பு விரிவாகவே உரைத்திருக்கிறார். சங்கரானந்தருக்கு இப்போதுதான் புரிகிறது.

அழிந்துபோன வல்லிபுரக் கோயில் பிரமாண்டமானது. ஸ்ரீரங்கத்தைவிடவும் பிரமாண்டமாயிருந்தது அது. ஆழியில் பாம்புப் படுக்கையில் சயனிக்கும் விஷ்ணு, வேறு யாருமல்ல, கௌதமரின் இன்னொரு அவதாரமென்றே பௌத்தாகமங்கள் கூறுகின்றன. இலங்கை இந்துக்களிடையே வைஷ்ணவத்துக்கு எப்போதுமே செல்வாக்கு இருந்ததில்லை. இந்த நிலையில் பிரமாண்டமான வல்லிபுரக் கோயிலின் தேவை, தமிழ்ப் பௌத்தர்களின் வழிபாட்டுக்காகவே ஏற்பட்டிருக்க முடியும்.

ஆக, தென்னிலங்கையில் தமிழக குடிகள அழிநததற்கும் அல்லது மாறியதற்கும், வடவிலங்கையில் பௌத்தம் அழிந்ததற்கும் ஒரு பொதுக் காலவிதி இருந்திருக்கிறது.

அது மெய்யேயென்று தெளிகிறார் சங்கரானந்தர்.

44

காத்திருப்பின்போது கணங்களுக்கு கனதி அதிகம். அன்றைக்கு முடிவுரையாக ஆற்றவேண்டிய சில விபரங்களைச் சொல்வதாக இருந்தார் வளவை கங்கை முதுதுறவி. ஆவல் அலைமோதிக் கொண்டிருந்தது சங்கரானந்தர் மனத்தில். வெய்யில் எழுந்து வெகுநேரமாயிற்று. இன்னும் முதுதுறவி வந்துசேரவில்லை. இது இயல்பில்லாத காரணத்தால் குன்றக் குடிசைநோக்கி நடந்தார் சங்கரானந்தர்.

நார்க் கட்டிலில் நீட்டி நிமிர்ந்து படுத்திருந்த குருவைக் காண துண்ணென்றது அவர் மனது.

விரைந்து சமீபித்தார்.

வரவு தெரிந்து அருகே வந்து அமர சைகை செய்தார் குரு.

கலக்கத்தோடு அமர்ந்து, என்றும் எப்போதும் பிரகாசித்திருக்கும் அவர் முகத்தில் இருள் கவிய ஆரம்பித்திருப்பது கண்டு குருவின் அந்திம காலம் நெருங்குகிறதென்பதைப் புரிந்துகொண்ட சங்கரானந்தர் தானும் இதயத்தில் துக்கம் கவியப் பெறுகிறார்.

குரு, அவரின் துக்கத்தைக் கண்டு மெல்ல உள்ளுக்குள்ளாகவே சிரித்தார். மரணம் எவரால் கடக்கப்படக் கூடும்? பிறப்பெனும் புள்ளியிலிருந்து வளர்வது மரணம். அது முடிவு எனும் ஒரு புள்ளியாகி விழுவதில் என்ன துக்கம் இருக்கிறது? மகனை இழந்த தாய்க்கு கவுதமர் இதைத்தானே சாவு நிகழாத வீட்டிலிருந்து உப்பும் மிளகும் கொண்டு வரும்படியும், இறந்த அவள் மகனை உயிர்ப்பித்துத் தருவதாகவும் சொன்னதின் மூலம் நிரூபித்தது?

குரு மரணம்பற்றிய உள்ளலை மாற்றினார். அவர் தன் சிஷ்யனிடம் சொல்லவென்று அத்தனை வருஷங்களாகவும் கட்டிக்காத்துவந்த விஷயங்களைச் சொல்லி, அவற்றின் இரகசிய நிலையை மரணத்தின் முன் உடைத்தாகவேண்டும். அவர் தன் இயலாமையை அடக்கிக்கொண்டு பேசத் துவங்கினார்: "குருவைத் தேடிக்கொண்டிருந்த சிஷ்யர்களைக் கண்டிருக்கிறேன். ஆனால் சிஷ்யனைத் தேடிக்கொண்டிருந்த குரு நானாக மட்டும்தான் இருக்கமுடியுமென்று தோன்றுகிறது. நாம் இருவருமே ஒரு வயதின் எல்லை கடந்தவர்கள். இருந்தும் குரு–சிஷ்ய பாவனையோடுதான் பழகி யிருக்கிறோம். கற்றலுக்கும் கற்பித்தலுக்கும் அந்தப் பாவனை அவசியம். மீன் தன் குஞ்சுகளை பாவனை மூலமே வளர்க்கிறது. அதுபோல ஞான அடைவிற்கும் அந்தப் பாவனை அவசியம்."

குரு நிறுத்தினர்.

விரைந்து மூச்சு வாங்கியது.

நெஞ்சு விரிய மறுத்து அடங்கிய போதெல்லாம் உயிர் துடித்தது தெரிந்தது.

ஒரு கட்டளையை நிறைவேற்றுகிற உக்கிரத்தோடு அவர் தொடர்ந்தார்: "முதல் நான்காண்டுகளில் பவுத்தம் போதித்தேன். போதித்தேன் என்பதைவிடவும், நான் தெரிந்தவைகளைச் சொல்லி, அதுகுறித்த என் சந்தேகங்களை உன்னில் பதிய வைத்தேன் என்பதே சரியாகும். மகாவம்சம் புத்த ஆண்டு ஆயிரத்து நூறுடன் முடிவடைகிறது. அதன் மேலான வரலாற்றைச் சொல்வது சூளவம்சம். தீபவம்சமும் இலங்கைச் சரித்திரம் சொல்கிறது. இவற்றின் கதையாடல்களிலுள்ள முரணை நான் உனக்கு உணர்த்தியிருக்கிறேன். உலகின் பலநாடுகளில் அவற்றின் சரித்திரம் இப்படி இல்லை. இப்படியான கதைகள் அங்கே தொல்கதைகள் அல்லது தேவதைக் கதைகள் என்றே புரியப்பட்டிருக்கின்றன. ஆனால் இலங்கையில் நிலைமை அவ்வாறு நிலவவில்லை. தேவதை/தொல்கதைகளின் அத்திபாரத்தில் சரித்திரத்தைச் சொல்வதே இங்குள்ள தொல்பொருள் ஆய்வாளர்களும் சரித்திரவியல் அறிஞர்களினதும் பணியாக இருந்திருக்கிறது. ஆதாரங்களின் அடியில் சரித்திரத்தை நிறுவாமல், சரித்திரத்தை உறுதிப்படுத்தும் ஆதாரங்கள்

இங்கே நிர்மாணம் பெற்றன. அரசபரிவாரத்தை மறித்து ராஜகுமாரியை சிங்கம் தூக்கிச் செல்வதும், ராஜகுமாரியின் அழகில் மயங்கி கொன்று தின்பதற்குப் பதிலாக புணர்ந்து குடும்பம் நடத்துவதும், ராஜகுமாரி ஆண்மகவொன்றைப் பெறுவதும், சிங்கபாகுவென நாமகரணம் பூணுவதும், வளர்ந்த மகன் தந்தையாகிய சிங்கத்தைக் கொன்று தாயைக் கூடி தாரமாக்கி அவள் ஜென்மத்துக்கு விமுக்தி கொடுத்தலும் என்பனவான கதை சிங்கள இனத்தின் சிங்க வமிசத்தை நிறுவுவதற்காக ஒரு மேதைமையான பிக்குவினால் புனையப் பட்டதே தவிர வேறல்ல. உண்மையான மகாவம்சம் இனிமேல்தான் அறியப்படவேண்டும். அப்புதிய சரித்திரம்தான் இன்றைய தேச இருளை விலக்கி வாழ்வினை ஒளிரவைக்கும் பெரும் சூரிய கோளமாய் விளங்கும். என் காலத்தில் அது இயலவில்லை. உன்னால் அது முடியுமா, உன் காலம் அதற்குத் தக இடம்விட்டு நகருமா என்று எனக்குத் தெரியாது. ஆனால் அது உனக்கு அடுத்த தலைமுறையிலாவது நடந்தாகவேண்டும். நீ என் அவாக்களின் கொள்கலனாய் இருக்கிறாய். நீயே என் அவாக்களில் சிலவற்றையேனும் இயல்பில் பெற்றிருக்கிறாய். அதனால் எனக்கு அதுபற்றிய ஐயம் இல்லை. இனி நான் ... விடைபெறலாம்."

"சுவாமி!"

"என்ன?"

"புதிய மகாசரிதம் எழுதியுள்ளதாகச் சொன்னீர்களே முன்பொருமுறை!"

"ஆமாம்."

"அது ... எங்கே இருக்கிறது இப்போது?"

"காற்றில். இனியும் அது காற்றில்தான் இருக்கும். ஏனெனில் நான் எழுதியதே காற்றில்தான். ஒவ்வொருவர் உட்சுவாசத்திலும் அது உணரப்படும். நான் காற்றில் கலந்த பின்னால் ... என்னையும் கூட உன்னால் ... சுவாசத்தில் உணரமுடியும்."

காற்று வெளியே மெல்ல இழைந்தது.

சரசரவென சருகுகள் நிதானமாய் உருண்டன; உதிர்ந்தன.

மது மாந்திய தும்பிகளின் ரீங்காரம் பெரிதாயே கேட்டது.

மேலும் பிரகாசம் குறைந்திருந்தது குரு முகத்தில். அதேயளவு இருள் சிஷ்யன் முகத்திலும்.

"சமகால அரசியலைத் தெரிந்த காலம் கசப்பானது. ஆனால் அதிலும் ஒரு சுவை இருந்தது. உண்மையின் சுவை, இல்லையா?"

"ஆம்."

"மொழிகளின் வரலாறுபற்றிய பூரண அறிவை அடைய பின்வந்த இரண்டாண்டுகள் போதுமானவையல்ல. ஆனால் அது தொடர்பான வேறு விஷயங்களைப் புரிந்துகொள்ளக்கூடிய அளவுக்கு அவைபற்றி நான்

சொல்லியிருக்கிறேன். இடைக்காலத்தில் மகாயானமே செல்வாக்குப் பெற்றிருந்திருப்பினும் மகாயான இலக்கிய மத நூல்களில் பெரும் செல்வாக்குப் பெற்றிருந்த சமக்கிருத மொழி, அரசியல் சமூக அளவில் ஒரு எல்லையிலேயே நின்று விட்டது. தேரவாத இலக்கிய மத எழுத்துக்களில் செல்வாக்குப் பெற்றிருந்தது பாளிமொழி. அதன் சமூக அரசியற் பாதிப்பு கணிசமானது. சமக்கிருதமும் பிராகிருதமும் பாளியும் மூன்றுமே நான் கற்றிருந்தாலும் பாளி எனக்குப் பிரியமான மொழி. சிங்களத்துக்கு அடுத்துத்தான். ஆனாலும் அதுவே இலக்கிய வளமான மொழி. அது தன்னுள் இலக்கியத்தைக் கொண்டிருக்கவில்லைத்தான் சமக்கிருதம்போல். அது அடிச்சொற்களில் கொண்டிருந்த நெகிழ்வு, பல உணர்வுகளையும் வெளிப்படுத்தக்கூடிய மொழியாகப் பரிணமித்ததுடன் தமிழ்மொழி போலவே சிங்களமொழியின் ஆக்கத்துக்கும் பெருந்தொண்டாற்றியது. ஆதி சிங்கள இலக்கியமெனக் கருதப்படுவது சியாபஸ்லகர. அது காவ்யதர்சத்தின் அடியொற்றியதுதான். ஆனாலும் பாளி பதப்படுத்திய அளவுக்கு சமக்கிருதம் சிங்கள மொழிக்கு உதவவில்லை. இவைபற்றியெல்லாம் நான் நிறையவே சொல்லியிருக்கிறேன்; இல்லையா?"

"ஆம்."

"மொழிப் போதகத்தின் பின்னாலான கடந்த இரண்டு வருஷங்களில் இலக்கியங்கள்பற்றிப் போதித்தேன். கட்டிடங்கள், சிற்பங்கள், ஓவியங்கள் பற்றி விஸ்தாரமாகச் சொன்னேன். அது என்னால் முடிந்தது ஆச்சரியமில்லை. நாற்பதாண்டுகளை நேரடியாக இந்தக் கலைக் கோயில்களிலேயே நான் கழித்தேன். அனுராதபுரம், பொலனறுவ, தம்புள்ள, சிகிரியா என்று எந்த இடமும் நான் மீதி வைக்கவில்லை. அவையும் சொல்லப்படாத சரித்திரங்களைச் சொல்லின. நாற்பதாண்டுக் காலம்... ம்ஹூம்... காலம் என்ன வேகமாய்ப் பறந்து சென்றது? காலத்தை நான் உணராத காலம் அது. என் வாழ்வைப் பயனுள்ளதாக்கியதும் அதுதான்."

பலஹீனத்தை மேவிக்கொண்டு சிஷ்யன் பக்கம் திரும்பினார் குரு.

"சங்கரானந்தா! என் முடிவு நெருங்குவதெண்ணிக் கவலைப் படுகிறாயா? உன் அனுபவம், உன் கற்றல் யாவும் உன்னைப் பெரும் பெரும் சோகங்களுக்கும் பக்குவம் செய்திருக்கவேண்டும். ஜனனம் உண்டேல் மரணம் உண்டல்லவா? ஒவ்வொன்றும் மாறிக்கொண்டிருக்கின்றன. நிலையானதெதுவும் இந்நிலவுலகில் இல்லையென்று இயக்கவியலின் ஆதிச் சுலோகத்தைச் சொன்ன மதம் இது. மரணத்தை ஏன் அஞ்சவேண்டும்? அதற்குத் துக்கப்படுதல்தான் ஏன்? அதுவும் இந்த எண்பத்திரண்டு வயதில் மரணம் ஏன் துக்கப்படுவதாய் இருக்கவேண்டும்? நான் தெளிந்திருக்கிறேன். நான் ஒரு வகையில் சங்கம் சாராத புத்த துறவி. ஆனாலும் நல்ல புத்த துறவியாக வாழ்ந்தேன். சீலமே என் ஆதார மதம். அதனால்தான் நான் என் தளைகளையெல்லாம் உடைத்துக்கொண்டு என் முப்பத்திரண்டாவது வயதிலே ஓடியதும். அடுத்து வந்த அம்பதாண்டுக் காலம் தேசசஞ் சாரியாய் இருந்தேன். கிராம மக்களோடும் காடுகள் மலைகளிலுள்ள இனக் குழுக்களோடும் நெருக்கமாய் உறவாடினேன். அவர்களை நான்

திருத்தியதுபோல், அவர்களும் என்னைத் திருத்தினார்கள். இயற்கையோடு இயற்கையாய் வாழ்கிற கலையை நான் கற்றது அவர்களிடமிருந்துதான். என் வாழ்வு பூரணமானது. பிறகு எனக்கேன் வருத்தம்? உனக்கேன் என் மரணத்துக்குத் துக்கம்? நான் களைத்துப் போயிருக்கிறேனே தவிர, துக்கித்திருக்கவில்லை. என் மரணித்த முகத்திலும் புன்னகை மறையக்கூடாதென்பதே என் விருப்பம். என்னை சலனப்படுத்திவிடாதே! நான் இறுதி மூச்சை இந்தப் பிரபஞ்சத்தில் கலக்கிறபோது, என் பார்வை எல்லையில் துக்கம் தென்படக்கூடாது. புத்தர் – ஆனந்தர் சிலையில் புத்தர் சிலைபற்றிச் சொல்லியிருக்கிறேன், ஞாபகமாயிருக்கிறாயல்லவா?"

"ஞாபகமாயிருக்கிறேன்."

"அப்படியொரு சிலையை என் வாழ்நாளில் எங்குமே நான் பார்த்ததில்லை. அத்தனை அழகு. அத்தனை கலாநேர்த்தி. அத்தனை படைப்பாற்றலின் விகசிப்பு. சயன தோற்றத்திலுள்ள சிலை. அது உண்மையில் பரிநிர்வாணத்தின் பின்னான வடிவம்தான். இருந்தும் முகத்தில் அப்படியொரு அமைதி கவிந்திருக்கும். கருங்கல்லில் அத்தனை உயிர்த் துடிப்பை ஏற்ற முடியுமென்பதை, அந்தச் சிலையைப் பார்த்திராவிட்டால் நான் நம்பியிருக்கமாட்டேன், சங்கரானந்தா. நாற்பத்தாறடி நீளத்தில் இருபத்தாறடி உயரத்தில் வடிவமைந்திருக்கிறது அந்தச் சிலை. நித்திய சாந்தத்தின் அடையாளம் அது. அந்த அமைதியை நான் அடையமுடியாதுதான். ஆனாலும் இந்தளவு அமைதியாவது எனக்குப் போதும்."

"கவுதமரின் தலைமாட்டில் ஆனந்தர் நிற்பதாகச் சொல்லியிருக் கிறீர்கள்..?"

"ஆமாம்."

"சிஷ்யராகிய ஆனந்தரின் முகத்தில் குருவின் மரணத்துக்கான தாங்கவொணாச் சோகம் படிந்திருப்பதாகவும் சொல்லியிருக்கிறீர்கள்..?"

"..."

குரு பேசவில்லை. சிஷ்யன் செல்லும் திசை தெரிந்திருந்தது.

"அதுகூட சிலையில் வடிக்கப்படமுடியாத பேரதிசயத்தை உடையதென்று நீங்கள் கூறியிருக்கிறீர்கள். இன்னும்.. நித்திய துக்கத்தின் அடையாளமாக அச்சிலை நின்று விளங்கி வருவதுபற்றிச் சொன்னதும் நீங்கள்தான். அவராலேயே ஆகாதது... என்னால் எப்படி..?"

சீடன் விசும்புவது தெரிந்தது.

குரு புன்னகைத்தார்.

குருவாய் அது அவரின் வெற்றிதான்.

"சிஷ்யா, கலங்குவதில் நேரத்தைக் கழிக்காதே. இறுதிக் கணங்கள் கழிந்துகொண்டிருக்கின்றன. உனக்கு என்னிடத்தில் ஏதாவது கேட்கவிருக்கிறதா? வேளை வருமுன் கேட்டுவிடு."

அவருக்கு கேட்க நிறையக் கேள்விகள் உண்டு. கேளாமலே பதில்களைத் தானே தெரிய முயன்றுகொண்டிருந்தார் அவர். இப்போதும் அவருக்கு அந்தத் தீர்மானம்தான் இருக்கிறது. ஆனாலும் ஒரு கேள்விக்கான பதிலை அவர் கேட்டேதான் தெரிந்துகொள்ள வேண்டியிருந்தது.

"முப்பத்திரண்டு வயதில் தளைகளை அறுத்துக்கொண்டு நீங்கள் ஓடுவதற்கு முன்னால் என்னவாக இருந்தீர்கள்?" சங்கரானந்தர் கேட்டார்.

அது முக்கியமான கேள்விதான்.

அவரது அடையாளமே அதில் இருந்தது.

அவர் பெரும்பாலும் அந்த அடையாளத்தை இதுவரை காலமும் மறைத்தே வைத்திருந்தார்; அல்லது மறைவிலிருக்க விட்டுவைத்திருந்தர். இனி அந்த அவசியம் இல்லை.

அவர் சொன்னார்: "இலங்கை தொல்பொருள் ஆய்வுக் கழகத்தில் தலைவராக இருந்தேன். பேராதனையின் சரித்திர மாணவன். கேம்பிரிஜ்ஜில் தொல்பொருளியல் ஆய்வில் கலாநிதிப் பட்டதாரி. ஆனந்த குமாரசுவாமியின் ஏகலைவ சீடன். சரித்திரப் புரட்டுக்கான நிர்ப்பந்தத்தில் அதிகாரத்துக்கெதிராகப் பதவியைத் துறந்துவிட்டு காணாமல் போனவன்."

"பேராசிரியர் அத்தபத்து ..?"

குரு தலையசைத்தார்.

"அவர் இறந்து போனதாய் ..."

"அப்படியொரு கதையை உருவாக்கியது நான்தான்."

"அப்போது தேசம் அழுதது ..."

"தேசத்துக்காக நானும் அழுதேன்."

சங்கரானந்தர் பிரமை பீடித்திருந்தார்.

பேராசிரியர் அத்தபத்துவினது உடலின் சகல இழையங்களும் ஒரு நித்திய ஓய்வுக்குத் தயாராவதுபோல் நீட்டி நிமிர்ந்தன.

வெகுநேரம் கழித்துத்தான் சங்கரானந்தருக்குத் தெரிந்தது, தன் குருவினுயிர் குருவிபோல் கூட்டைவிட்டுப் பறந்து போய்விட்டதென்பது.

இனி தானேதான் அவர் தேறவும் வேண்டும்.

'பிரகீத்ய சமுத்பாதம் என்றொரு விழுமியம் உண்டு. அதன் அருத்தம், ஒன்றின் அழிவுக்குப் பின்னரே மற்றொன்று தோன்றுகிறதென்பது.' குரு எப்போதோ சொன்ன வாசகத்தைப் பொருத்தம் கருதி அப்போது நினைத்தார் சங்கரானந்தர்.

அன்று மாலையில் ஈமம் அடுக்கி குருவின் உடலைத் தகனம் செய்து முடித்தார்.

ஒரு நாள் ... ஒரு வாரம் ... ஒரு மாதம் ஆகிற்று.

குருவில்லாத நிலையில் தனிமை அழுத்திற்று. அவரில்லாத சோகம் மனத்தை அழுத்திற்று.

சிந்தனைகளும் புடைத்துக் கிளர்ந்துகொண்டிருந்தன.

அவர் தன் யாத்திரையைத் துவக்கினார்.

பொலனறுவ, அனுராதபுரம், தம்புள்ள, சிகிரியா, தம்பதேனியா சென்றார். ஒவ்வொரு ஸ்தலங்களிலும் மாதக் கணக்கில் நாட்களைக் கழித்தார். திடீரென நிகழ்வின் பிரக்ஞை, குருவின் ஆணைகள் ஞாபகமாயின. வெளியிலிருந்து இறங்கிவந்து பூமியில் கால் தரித்ததுபோல் ஓர் அதிர்வு மேனியெங்கும் . . . எவ்வளவு சோகத்தோடும் பூமியின் இருப்பு சுகமானது; அதன்மேலான அக்கறை நலமானது.

விறுவிறுவென வவுனியா வந்தார். ஒரு சிஷ்ய தேவை அவரை அங்கே செல்ல வைத்திருந்தது. ஆனாலும் திரவியத்தைச் சந்திக்க முடியாது போகிறது. மீண்டும் வெறிபிடித்தவர்போல் சிகிரியா சென்றார். மேக சஞ்சார அப்ஸரஸ்களில், அமைப்பின் உறுதியில் தன்னை மறந்திருந்தார்.

ஆனால் சாந்தி கிடைக்கவில்லை. புதிய வரலாற்றில் சிறிது காலம் புலத்தை எறிந்திருந்தார். அப்போது அரசியலும் பூகம்பமாய்க் குமுறாது ஓர் அமைதியைத் தந்தது. தெளிந்து மறுபடி சென்றார். புதுப் புதுக் குடியேற்றங்களும், சிங்கள ஜனப் பெருக்கமும் தெளிவாய்ப் புலனாகின. அந்த முரண் விளைச்சலை வளர்ப்பதுபோல் குடியேற்றங்கள் தோறும் புத்த குருமாரின் விஜயங்கள் வெகுத்தன. அவருக்கு என்ன செய்வதென்று தெரியவில்லை. ஆனால் ஏதாவது செய்யவேண்டும் போல இருந்தது. அப்போதுதான் எதிர்பாராத அந்தச் சந்திப்பு நிகழ்ந்தது.

இன்னும் கொழுத்து . . . இன்னும் வெறியேறினது போன்ற பார்வை, தோற்றத்துடன் . . . குணாநந்த தேரர்.

சிரித்தபடி நின்றார் சங்கரானந்தர். அது எட்டாண்டுகளுக்கு முந்திய சங்கரானந்தரல்ல. ஜெயத்துக்கான அக்கம்பீர்யத்தில் பொசுங்கி, உள்ளே சினந்து வித்வம் காட்டத் துவங்கினார் குணாநந்த தேரர். அதை எதிர்கொள்ளும் ஞானத் தெளிவு சங்கரானந்தரிடம் இருந்தது.

அதுதான் அப்போது, அந்த அதிகாலைப் பொழுதில், சங்கரானந்தர் நெஞ்சுள் புரளத் துவங்கியிருந்த மறக்க முடியாத சம்வாதம்.

45

சங்கரானந்த தேரர் நாகவிகாரை வந்திருப்பதே மறுநாள் மதியமளவில்தான் விகாரைக்குப் பொறுப்பாகவிருந்த தேரருக்குத் தெரியவந்தது. திகைத்துப்போனார். அவரில் பெரும் கவுரவம் கொண்டிருந்தவர் அவர். ஊர் மக்கள் சொல்லியதில் அந்தக் கவுரவம் மேலும் வளர்ந்திருந்தது. உடனேயே யாத்திரீகர் மடம் சென்று சங்கரானந்தரை நேரில் தரிசித்தார். உள்ளே வந்து சகல மரியாதைகளும் பெறவேண்டுமென்று கேட்டுக்கொண்டார். ஆனால் சங்க ரானந்தரோ தான் சங்கத்தில் மறுவாக்குக் கொடாத பிக்குவென்றும், வாழ்க்கையில் சத்திய

ஆக்கிரஹிப்புக்கும், ஜீவகாருண்யத்துக்கும், சகலருக்குமான சுபீட்சத்துக்கும் வழி தோன்றாதவரை தன் தேடல் பயணம் தொடரும் என்றும் கூறி வசதிகளை மறுத்துவிட்டார்; தான் ஒரு பௌத்த யாத்திரீகன் மட்டுமாகவே அங்கே கொள்ளப்பட வேண்டுமென்று கேட்டுக்கொண்டார். விகாரையின் தேரர் மறுக்கவில்லை. சங்கரானந்தரளவு வயது அவருக்கில்லாவிட்டாலும், அவரது மனநிலையைத் தேரரால் புரிய முடிந்திருந்தது. செல்வதற்கு முன் ஒரேயொரு கேள்வி கேட்க அவரிடம் அனுமதி கேட்டார்.

"கேளுங்கள்."

தேரர் கேட்டார். சங்கரானந்தர் காணாமல் போயிருந்த பத்து ஆண்டுகளைப் பற்றிய கேள்வியாகவே இருந்தது அது.

லேசாகச் சிரித்துவிட்டு சங்கரானந்தர் சொன்னார்: "ஞானம் பெற்றுக் கொண்டிருந்தேன்."

"எங்கே?"

"தென்னிலங்கையில். வளவை கங்கைக் கரையில்."

"தவஞ் செய்தீர்களா? அது வைதீக சமயங்களின் நெறி முறையல்லவா?"

"குறியெதிர்ப்பை உடையவை அந்நோன்புகள். இது தன்னையிழத்தலின் ஆவேசத்தில் இயற்றப்படுவது. இதில் வைதீகம் இருப்பதில்லை. ஆனாலும் தென்னிலங்கையில் நான் பெற்ற ஞானம் ஒரு சித்தனிடத்தில். அவரும் புத்தநிலை பெறக்கூடிய மேதகைமை உள்ளவர்தான்."

தேரர் குழம்பியிருப்பார். மேற்கொண்டு எதையும் கேட்காமல் அவ்விடத்தைவிட்டு அகன்றார்.

பிக்குகள்மீது விதிக்கப்படும் பஞ்சசீலம், குறிப்பாக பிரமச்சரியம், ஒருவகை சமூக ஒதுக்கம் உள்ளவர்களாக அவர்களை மாற்றி பிற்காலத்தில் அவ்வாறான தனிமையுழல்வில் அவர்களை ஆழ்த்தி விடுகிறதோ என்று தேரரின் உள்ளத்தில் சரியாகவோ தப்பாகவோ ஒரு எண்ணம் உருவாகிக் கொண்டிருந்தது அப்போது.

சங்கரானந்தர் பகற்பொழுதை நியமங்களிலும் தியானத்திலும் கழித்தார்.

மாலை மங்குகிற நேரத்தில் வெளியே புறப்பட்டார்.

அறிமுகமான முகங்களிலிருந்து ஒதுங்கிக்கொள்ள அந்த ஏற்பாடு.

அவர் எண்ணாதிருக்கவும் கால்கள் அவரை அன்று தீவின் மேலைக் கரைநோக்கி இழுத்துச் சென்றன.

விண்வெளிச்சத்தில் அலைகள் இருளில் மின்னின. காற்று எழுந்தும் வீழ்ந்தும் சுழன்றுமடித்தது. இயற்கை அவரோடு ஏதாவது பேச முயன்றதா? புத்த ஞாயிறு எழாத காலங்கள் மண்ணில் ஏன் தோன்றின என அவரை விசாரணை செய்யச் சொல்லியதா? ஒரு பெருங் காலவெளியில் உருண்டோடிய இரண்டாயிரத்து ஐந்நூற்றுக் சொச்ச ஆண்டுகள், கால விரயத்தின் சாட்சிகளா? அவையா தம் அழிவின்

அவமாய்ப் போனமையை உணர்த்தி புத்துலகின் உத்தாரணத்துக்கான மார்க்கத்தை மேற்கொள்ள யாசிக்கின்றன அவரை?

அவருக்கு அது தணியாத ஆசை. ஆசையை அவர் துறந்தவர், ஒரு பெரு விருப்பினாலும் திட்ட மிட்ட பயிற்சியினாலும். அவருக்கே ஆசை வந்துவிட்டதே!

அது அவருக்கு வரலாம் என்கின்றனவா வானும் காற்றும் கடலும் புவியும்?

அவர் மணலில் அமர்ந்தார்.

நெஞ்சுள் சுழித்து கேள்வி எழுந்தது.

ஏன் அந்த காலப் பெருவெளியில் புத்த ஞாயிறு இலங்கையில் தோன்றவில்லை? மதம் அரசுமயப்பட்டதின் விளைவா அது?

அப்படித்தான் தோன்றியது அவருக்கு. என்றும் அது அரசின் பிடியிலிருந்து விடுபட்டிருந்ததில்லைத்தான்.

இந்தியாவிலும் இலங்கையிலும் வைதீக சமயங்கள் பவுத்தத்தை தீவிரமாய் எதிர்த்தன. கீழ்த்திசை நோக்கி அது தன் கொள்கைகளைச் சுமந்துகொண்டு பயணித்தது அதனால்தான். ஒருவகையில் இந்திய உபகண்டத்தில் ராஜகுலத்தவர்களின் பௌத்தம் மீதான ஆழ்ந்த ஈடுபாட்டையும் இதன் ஒரு உபகாரணமாகச் சொல்லலாம். ஆரம்பத்திலேயே புத்த மதம் ராஜ மதமாகத்தான் பரம்பிற்று. மக்களைவிட, அரசகுலத்தாரையே அது சீக்கிரம் பற்றிப்பிடித்தது. அரசகுலத்தாரும் அதற்கிசைவான மனநிலையோடு இருந்திருக் கிறார்கள். அது விசித்திரமானதுதான். ஆசையும் ஹிம்சையும் ஜீவ ஹத்தியும் நீக்கு என போதம் சொன்ன ஒரு மதத்தை, அதனுள்ளேயே உழன்று கொண்டிருந்த அரசகுலம் உண்மையில் வெறுத்திருக்க வேண்டும். ஆனால் நிலைமை தலைகீழாக இருந்தது.

என்ன காரணம்?

அது ஒன்றேயொன்றாகத்தான் இருக்கமுடியுமென்று அவருக்குத் தோன்றிற்று. அது: புத்தபகவானின் உபதேசங்கள் திரிக்கப்பட்டிருக்க வேண்டும், புதிய வியாக்கியானங்கள் மூலம். திரிபிடகத்திலிருந்த போதனைகளும் சீலங்களும் கவிழ்த்துக் கொட்டப்பட்டு, இசைவான போலிப் போதனைகளும் சீலங்களும் கலந்து அவை மறுபடி நிரப்பப் பட்டிருக்க வேண்டும்!

ஒரு மஹாயானி அல்லது சில மஹாயானிகள் சேர்ந்து செய்தது அது என்று வளவை கங்கைக்கரைத் துறவி சொன்னது ஞாபகமாயிற்று அப்போது. அது மெய்யாயே இருக்கும். ஏனெனில் புத்த பரிநிர்வாணத்தின் ஒரு நூற்றாண்டின் பின்னரே உபகுப்தர், ஆனந்தர் போன்ற பத்தாயிரம் பிக்குகளால் புத்தர் உபதேசங்கள் தேடியெடுத்து விவாதித்துத் தொகுக்கப்பெற்றிருந்தன.

ஆரிய சத்தியம் ஆணி வேராயிருந்தது பவுத்தத்துக்கு. துக்கம், துக்க காரணம், துக்க நிவாரணம், துக்க நிவாரண மார்க்கம் ஆகிய

நான்கையுமே ஆரிய சத்தியமென்றது மகதமொழியான பாளி. "ஓ... பிக்குகளே! இப்போது நான் சொல்லப்போகும் வசனங்களே நால்வகை உபாயங்களில் இரண்டாவது சத்தியமாகும். இது துக்கத்தின் காரணம் எது என்பதைக் கூறும். அது உயிர்த் தாகம் பற்றியதாகும். உயிரைப் பாதுகாத்துக் கொள்ளும் ஆசையே அது. அதுவே பிறப்பு நீட்சியின் மூலம். அது இன்ப விளைச்சலைத் தரும்; அதிகார இச்சையை வெகுப்பிக்கும்; பொன் பொருள் பூ தனங்களில் சொக்கிப்போக வைக்கும். இச்சைகள் ஒரு சுழல் வட்டத்தில் இயங்குவன என்றறிவீர். அவை என்றும் முடிவடைவதில்லை." இவ்வாறு ஆசையின் தன்மைபற்றி பேராசானால் விளக்கம் சொல்லப்பட்டுள்ளது. அந்த ஆசையை, அதனால், அரசபீடம் வெகுவாகச் சிலாகிக்கும்தான். உபாக்யானங்கள் விருப்பத்துக்கு ஏற்பச் செய்யப்பட்டதன் காரணத்தை அவர் சிரமமில்லாமல் புரிந்தார். அதனால்தான் புத்த போதனைகள் தொகுக்கப்பட்டுக் கொண்டிருந்த பொழுதிலேயே கொள்கை மாறுபாடுகள் கொண்ட மஹாசங்கிகள் சங்கத்திலிருந்து வெளியேறியிருக்கின்றனர்.

இது ஆரம்பம்.

பின், பின்தொடர்ந்தன பல்வேறு பிரிவுகள்.

மஹாசங்கிகளைப் பின்பற்றி சங்கத்திலிருந்து வெளியேறியவர்கள் மஹாயானத்தைத் தோற்றுவித்தனர். புத்தர், கடவுளானது அவர்களால்தான். பௌத்தத்தின் இறுக்கத்தைத் தளர்த்தி மக்களிடத்தில் எடுத்துச் செல்வதற்காக அவ்வாறு செய்யப்பட்டதென்பர். ஆனால் புத்தரின் வரலாற்றுப் பாத்திரம் மறுக்கப்படும் மகா தவற்றைச் செய்ய காரணஸ்தர்களானார்கள். அவர்மேல் அமானுஷ்ய சக்திகள் ஏற்றப்பெற்றன. லோகோத்தார புத்தர் என்று அவர் அற்புதமயப்படுத்தப்பட்டார்.

... முதுதுறவியின் போதனைகள் புற்றீசலாய்க் கிளர்ந்து கொண்டிருந்தன சங்கரானந்தரிடத்தில்.

"மெய்.. மெய்..!" என்று முனகி தனக்குத்தானே தலையாட்டிக் கொண்டார்.

காசியபன்பற்றி ஆசான் சொன்னவற்றையும் அப்போது இணையாக எண்ணிப்பார்த்தார் சங்கரானந்தர்.

தந்தையாகிய தாதுசேன மகாராஜாவை உயிரோடு சமாதி வைத்த பின் தமிழகத்துக்குத் தப்பியோடிவிட்ட தம்பி மொகலனுக்கும், பொதுமக்களுக்கும் பயந்து சிகிரியாக் குன்றை, மகா அரணின் கூறுகள் கருதி தலைநகராய்க் கொண்டுவிடுகிறான் காசியபன். எந்தவொரு வலிய படையையும் அடிவாரத்திலேயே தடுத்து நிறுத்தக் கூடியதுதான் சிகிரியாக் குன்று. ஆனாலும் தந்தையைக் கொடூரமான முறையிலே கொன்ற பாவமும், குடிகளின் அதிருப்தியும் அவனைப் பேரச்சப்பட வைத்துக்கொண்டிருந்தன. அதிலிருந்து மீளுவதற்கான ஒரு உபாயமாய் மஹாயான பௌத்தத்தைப் பின்பற்றத் துவங்கினான். மஹாயானம் மன்னனுக்கு முக்கியத்துவம் கொடுத்தது. மன்னன் தெய்வ நிலைக்குச் சமதையாக உயர்த்தப்பட்டான். அதை உறுதிப்படுத்தும் சடங்குகள்,

சம்பிரதாயங்கள் மேற்கொள்ளப்பட்டன. சீயகிரி குகைச் சித்திரங்களின் புனைவு அது சுட்டியே எழுந்தது. அரசனை ஒரு குடிமகன், ஒரு போர்வீரன், ஒரு தூதுவன், ஒரு மந்திரி என்று எவர் அணுகவும் எல்லையளவுகளே விதிசெய்யப்பட்டிருந்தனவாம். குடிமக்களும் அவனை அந்தளவில் ஏற்கத் துவங்கியிருந்தனர்.

அபரிமிதமான அரசியல் அங்கிகளாய் மஹாயானிகள்.

மதவாதிகளாய்த் தேரவாதிகள்.

குணாநந்த, மஹாயானி சிந்தனைப்போக்கிலே. சங்கரானந்தரோ தேரவாதி.

சங்கீதியான பிரிவு அவர்களுக்கில்லை அப்போது. அபயகிரியும், ஜேத்தவனாராம கூடமும், களனி விகாரையும் ஒரே சிந்தனைப் போக்குள்ளனவாய்க் கருதப்பட்டிருந்தாலும், குணாநந்தவுக்கும் சங்கரானந்தருக்குமிடையே ஒரு சித்தாந்தப் பிளவு இருக்கிறது துலக்கமாகவே தெரிந்தது.

அடிப்படைச் செயற்பாட்டு பிளவின் அந்த நம்பிக்கையூடாக அவர்களுள் விவாதம் விரிந்த அந்த நாளை நினைக்க சங்கரானந்தர் தயாரானார்.

பார்வையில் வான வெளிர்ப்பு ... சில நட்சத்திரங்கள் ...

46

அது ஒரு கோடை வெப்பம் மிகுந்த நாள்தான். என்றாலும் எந்தப் பெரிய கோடையும் அங்கே வெகு உக்கிரம் பண்ணிவிட முடியாது. வன்னியின் மர வளம் – பசுமை அப்படி. பகலிலே தணலிலிருந்துபோல் அனல் அலைகள் கிளம்பிக்கொண்டிருந்தாலும், இருண்ட மரக் கூடல்களிலிருந்து வரும் தென்றல் அவற்றை விழுங்கிக்கொண்டு பதிலியாக அங்கே நிறைந்து அம்முறைமையைச் சக்கரத் தொடர்ச்சி செய்யும். உயிர் தளிர்ப்பத் தீண்டும் தன்மையது அங்கத்தய தென்றல்.

ஆனாலும் ஒதுங்க நிழலற்றவர்போல் வெய்யிலில் அலைந்து அலைந்து களைத்துப் போயிருந்தார் சங்கரானந்தர். அவரது மனம் ஆனந்தக் களிப்பிலிருந்தது. எவனை அவசியம் சந்திக்கவேண்டுமென எண்ணிக்கொண்டிருந்தாரோ, அவனது முகவரியை மதியமளவில்தான் பெற்றிருந்தார். அவசரமாக அங்கே ஓடினார். அவனின் பிரதிபோல் ஒரு பெண் குழந்தைதான் வாசலில் நின்று விளையாடிக்கொண்டிருந்தது. அழைத்தார். ஒரு பெண் உள்ளேயிருந்து வந்தாள். அவரைக் கண்டதும் வணங்கினாள். சிங்களப் பெண் என்பது பார்வையிலேயே தெரிந்தது. அவள் அந்தக் குழந்தையின் தாயானால், அவள் நிச்சயமாக அவனது மனைவியாகவே இருக்கமுடியும். அவர் மனத்துள் சிரித்துக்கொண்டார். அவனால் அப்படித்தான் செய்ய முடியும்.

தமிழிலே கேட்டாள் அவள்: "ஆரைப் பாக்கவேணும்?"

"திரவியம்..?"

"அவர் வீட்டில இல்லை."

"அவசரமாய்ப் பாக்கவேணுமே!"

"எங்க போனாரெண்டு தெரியேல்லை. எப்ப வருவாரோ..?"

"என் பெயர் சங்கரானந்தன். நாகவிகாரையில் பிக்குவாக இருந்தவன். திரவியத்தை எனக்குத் தெரியும்."

"இப்பிடி இருங்கோ" என்று பாயை எடுத்து உதறி திண்ணையில் விரித்துவிட்டாள்.

அவர் உட்காராமல், "திரவியம் வர நேரமாகுமோ?" என்றார்.

"சாப்பாட்டுக்கு இத்தனைக்குள்ள வந்திருக்கவேணும். வரேல்லை. இனி பெரும்பாலும் எட்டு மணிக்கு மேலதான்..."

"ஓ... என்னால் அதுவரை காத்திருக்க முடியாது. நான் புறப்படப் போகிறேன். திரவியம் வந்ததும் நான் வந்ததாய்ச் சொல்ல வேணும். நான் இப்போது அனுராதபுரம் போகவேண்டியிருக்கிறது அவசரமாக. திரும்ப வவுனியா வரும்போது வந்து பார்ப்பேன். அதுசரி... நீ அவருக்கு..?"

"சம்சாரம். முந்திக்கூட நீங்கள் ஒருமுறை இஞ்ச..."

அவர் சிரித்தார். பின் திரும்பி நடந்தார்.

ஜனதா பேக்கரியில் அப்போது கூட்டமில்லை. பசியாயிருந்ததால் பிளெய்ன் ரீ ஒன்று குடிக்கலாமென உள்ளே நுழைந்தார்.

விருப்பம்/விருப்பமின்மை, மகிழ்ச்சி/மகிழ்ச்சியின்மை எதுவென்று தேரமுடியாத அந்தச் சந்திப்பு அங்கேதான் நிகழ்ந்தது.

குணாநந்த அங்கே இருந்தார். புறப்பட்டுக்கொண்டிருந்தார். பார்ப்பதற்கு பணக்காரப் பிக்குபோல் இருந்தார். உடம்பு பெருத்திருந்தது. மஞ்சளாடை புதுக்கோலம் காட்டி பளீரென்று இருந்தது. புதிதாக கண்ணாடி போட்டிருந்தார். ஆனாலும் அடையாளம் தெரிவது சிரமமாயிருக்கவில்லை.

"குணாநந்த!"

தான் அவ்வாறு அழைத்ததை விரும்பவில்லையா அவர்? எதிர்பாராதவிதமான சந்திப்பு, எதிர்மறைகளின் சந்திப்பாகவா இனங்காணப்படவேண்டும்? ஒரு சிறிய பின்னமளவு பொழுதில் சுதாரித்துக்கொண்ட குணாநந்தர் லேசான ஒரு புன்னகையை முகத்தில் விரித்துக்கொண்டு, "ஸ்தவீர, நலமாயிருக்கிறீர்களா?" என்றார்.

"ஸ்தவீர!" தேரர் என்ற சொல்லுக்கான பாளி மொழியின் வேர்ச்சொல்!

அவரின் அணுகுதல் வித்துவத்தோடு இருக்கப்போகிறதென்பதன் அறிகுறியா அது? ஆனாலும் சங்கரானந்தர் யோசிக்க எதுவுமில்லை. "நலம்தான்" என்றார்.

கையிலிருந்த பெரிய காகித உறையொன்றிலிருந்து ஒரு நோட்டீஸை எடுத்துக்கொடுத்தார். மறுநாள் ஆர்ப்பாட்ட ஊர்வலமொன்றுக்கு வவுனியாப் பகுதி சிங்கள மக்களை அணிதிரண்டு வருமாறு விடுக்கப்பட்டிருந்த அறைகூவல் அச்சாகியிருந்த துண்டுப் பிரசுரம் அது. விட்டிருந்தவர்கள் பூமிபுத்திரர்கள்.

துண்டறிக்கையை வாசித்த சங்கரானந்தரின் நெற்றியில் அலைகள் விழுந்தன. அது சாதாரணமான விண்ணப்பமில்லை. மனித மனங்களில் துவேஷத்தைப் படரவைத்து அதை எரிய வைக்கவென வீசிய நெருப்பாயும் இருந்தது. 'இந்தியர்கள் முன்னே வந்தார்கள்–இந்தியப் படை பின்னே வந்தது–புனித பூமியை விட்டு அமைதிப் படை உடனடியாக வெளியேற வேண்டும்–இல்லையேல் வெளியேற வைப்போம்' என்று முடிந்திருந்தது அது.

"எல்லாமே அரசியலாகிவிட்டதா?" என்று ஏங்கினார் சங்கரானந்தர்.

"ஸ்தவீர, எதில்தான் அரசியல் இல்லை? இன்னும் ... எதில்தான் அரசியல் இருக்கக்கூடாது? சொல்லுங்கள்."

"இது அரசியல்கூட இல்லை. வெறும் துவேஷப் பிரச்சாரம். ஜனங்களைத் தவறான மார்க்கத்தில் இது இட்டுச் செல்வதாகும்."

"அப்போ ... என்ன நடக்கும் என்கிறீர்கள்?"

"அப்பாவிகளான இந்திய வம்சாவளித் தோட்டத் தொழிலாளரும், இந்திய வம்சாவளி வர்த்தக சமூகத்தினரும் பெரும்பான்மை ஜன சமூகத்தால் துவேஷிக்கப்படுவார்கள். அவர்களையும் அவர்களது சொத்துக்களையும் அழிக்கக் காத்திருப்பார்கள். சமூக நிலைமையில் அமைதி குலைகிறபோது, அவர்கள் நெஞ்சுக்குள் இருக்கக்கூடிய தீ, வெளிவந்து சகலதையும் தீய்த்துவிடும்."

"என்கிறீர்கள்?"

"ஆம்."

"மெய்யாகவே?"

"மெய்யாகத்தான்."

"அதுதான் உண்மையில் என் விருப்பம், நோக்கம், திட்டம் எல்லாம்."

"அது அரசாங்கத்தின் உடன்படிக்கையையும் மறுதலிக்கிறது."

"ஆமாம். ஆனால் ... அது எங்களுடைய அரசாங்கமாக எப்போது இருந்திருக்கிறது? தேர்தலில் வீறாப்பு பேசி ஆட்சி ஏறுகின்றன; ஏறிய பின்பு ஜனநாயகத்தைச் சொல்லிக்கொண்டு தமிழ்ச் சாதிக்காக வளைந்து கொடுக்கிற/விட்டுக் கொடுக்கிற அரசாங்கங்களாக மாறிவிடுகின்றன. இன்று கிழக்கு மாகாணத்தை வடக்கு மாகாணத்துடன் இணைக்கிறதுக்கான திட்டத்தை முன் மொழிகிறது இந்திய–இலங்கை உடன்படிக்கை. கலாசார அமைப்புக்களெல்லாம் வெறுமனே பார்த்துக்கொண்டு அல்லது தலையாட்டிக்கொண்டு இருந்துவிடுகின்றன. புத்த சங்கங்களும்

பார்த்துக்கொண்டு இருந்துவிடலாம் என்கிறீர்களா? நம்முடைய உத்வேகமான எதிர்ப்புகளால்தானே பல அழிவுகளிலிருந்து நமது லங்காபூமி காப்பாற்றப்பட்டிருக்கிறது! அதுபோல்தான் இப்போதும் லங்காவின் நலங்கள் காப்பாற்றப்படவேண்டியதிருக்கிறது. இல்லாவிட்டால் அம்பாறை போகும்... திருகோணமலை போகும்... மணலாறும் போய்விடும்... நம் நாளதுவரையான திட்டமிட்ட குடியேற்ற முயற்சிகளெல்லாமே வியர்த்தமாகிவிடுமே, சுவாமி!"

"அமைதிப்படை போகவேண்டியதுதான். நம் நாட்டுக்காக அது தன் சுய அழிவிலிருந்துகொண்டு உடன்படிக்கையைப் பூரணப்படுத்திவிட்டுப் போக முயன்றுகொண்டிருக்கிறது. தன் கடமை பூரணமாகியதும் அது போய்விடும். நீங்கள் கிளர்ச்சிக்காகவேதான் கிளர்ச்சியை நடாத்த முயற்சிக்கிறீர்கள். கிளர்ச்சிகளிலேதான் உங்களுக்கு ஆதாயம். கிளர்ச்சிகள் மூலமாகக்கூட அதை அடைய நீங்கள் முயற்சிக்கவில்லை. கிளர்ச்சிகள்... கிளர்ச்சிகள் மட்டுமேதான் உங்கள் ஆதாயம். நீங்கள் புத்ததுறவியாக வேண்டாம், மனிதனாகக்கூட இயங்கவில்லை."

"பெரிய வார்த்தை சொல்கிறீர்கள், சுவாமி. அப்படி சங்கம்கூட சொல்லவில்லையே! அது என்னை ஓய்வு ஒழிவற்ற ஊழியனாகவல்லவா கருதுகிறது; பாராட்டுகிறது!"

"மிகவும் அலுப்பாக இருக்கிறது. நான் உட்காரப் போகிறேன்" என்று அவரெதிரே உட்காரப் பிரியப்படாதவர்போல் அடுத்த மேசையில் சென்று அமர்ந்தார்.

குணாநந்த சிரித்தார். "நான் போகவேண்டும். ஆனாலும் உங்களுக்காகச் சிறிதுநேரம் உட்கார முடியும்" என்று சங்கரானந்தருக்கெதிரே அமர்ந்தார். அவருக்குப் போகிற உத்தேசமில்லை.

"சங்கத்தைச் சரணடைவது என்பது நல்ல துறவியாக வாழ்வதான அர்த்தமாகாது. நான் ஒரு உண்மையான புத்த பிக்குவாகவே வாழவிரும்புகிறேன், சங்கத்தை நீங்கிக்கூட. புத்த சரணத்துக்கும் தர்ம சரணத்துக்கும் அடுத்ததானதே என் சங்க சரணம்" என்றார் சங்கரானந்தர்.

"வாழுங்கள். குறைந்தபட்சம் தேரவாதியாகவாவது வாழுங்கள். நீங்களோ அதையும் தாண்டி மாத்யமிகவாதியாக ஆகிக்கொண்டிருக்கிறீர்கள். அது உண்மையில் எதார்த்தத்துக்கு வெகு அப்பாற்பட்ட ஒரு மோசமான நிலைமை. கவனம்!"

"நாகார்ஜுன வாதத்தில் எனக்கு உடன்பாடில்லை. திறந்த கைகள்போல் என் இயக்கம் பரிசுத்தமானது. அப்படியே என் சித்தாந்தங்களும். நான் ஒரு நல்ல தேரவாதி. அதற்கு மேலே, கீழே இல்லை. ஆனாலும் எனக்கு மாத்யமிக வாதத்தின் தத்துவ விசாரம் பிடிக்கும்."

"சுவாமி... கடந்த ஏழு எட்டு ஆண்டுகளில் வெகுவாக வளர்ந்திருக்கிறீர்கள்" என்று குணாநந்த சொன்னதற்கு சங்கரானந்தர் சிரித்தார்.

குணாநந்தர் தொடர்ந்தார்: "இத்தனை காலமும் மத விசாரத்தில்தான் ஈடுபட்டிருந்தீர்களோ?"

"ஆமாம்."

"அதுசரி... அன்று என்னை கொழும்பு ராஜகிரிய விகாரையில் நிற்கச் சொல்லிவிட்டுச் சென்ற தாங்கள் எங்கே போய் மறைந்தீர்கள்? வெகுநேரம் தங்களுக்காகக் காத்திருந்தேன்."

"திரும்ப வந்து பார்த்தேன்; நீங்கள்தான் அங்கே இல்லை. மறுநாள்கூட தேடி வந்தேன்."

"அப்படியா? நான்தான் தங்களைத் தவறவிட்டிருக்கிறேன் போலும். சரி. பிறகு..?"

"வளவை கங்கை வரை போனேன்."

"ஏனோ?"

"அமைதி நாடித்தான்."

"வளவை கங்கைக்கரை வாழ்வு வெறுத்தவர்களின் கடைசி இடம் எனப்படுகிறது, சுவாமி."

"அங்கேதான் மஹாஞானிகளும் இருந்திருக்கிறார்கள்."

"யாரையாவது அங்கே சந்தித்தீர்களா?"

"ஆம். ஞானவான் ஒருவரைச் சந்தித்தேன். வளவை கங்கைத் துறவியென்று தென்னிலங்கை அவரை அறிந்திருந்தது. பேராசிரியர் அத்தபத்து என்று ஒரு காலத்தில் முழு இலங்கையும் அறிந்திருந்தது அவரை."

"அவரா..? அவர்தான் வெகுகாலத்துக்கு முன்னரே தற்கொலை செய்துகொண்டதாய்..?" குணாநந்தவின் புருவம் நெரிந்தது.

"இல்லை. போன ஆண்டுதான் அவரது மரணம் நிகழ்ந்தது. ஈமம் அடுக்கி தீ மூட்டியதும் நான்தான்."

குணாநந்த மேலே பேசவில்லை. அவரின் ஆர்வம் அடைபட்டுப் போயிற்று. புதிய சரித்திரமெழுத முனைந்த பேராசிரியர் அம்பது ஆண்டுகளாக வாழ்ந்து ஒரு ஞானவாரிசையும் விட்டுச் சென்றிருப்பதான சேதி சாமான்யமானதல்ல. சிறிது நேரமாயிற்று அவர் தெளிய. தெளிந்து மலினமான குரலில் கேட்டார்: "பிறகு என்ன செய்தீர்கள்?"

"அலைச்சல்தான். தம்புள்ள, அஸ்கிரியா, சிகிரியா, பொலனறுவ, அனுராதபுரம் எல்லாம் சென்றேன்."

"ஏன் இந்தமாதிரி கலா ஸக்ஷத்திரங்களாக..?"

"மனது சொன்னது."

"ஆறுதல் கிடைத்ததா?"

“ஓரளவு.”

சங்கரானந்தர் தேநீரைக் குடித்து முடித்து எழுந்தார். கல்லாவில் பணத்தைக் கொடுத்துவிட்டு வெளியே வந்து பஸ் நிலைய பக்கத்தில் நின்றார். குணாநந்த தேரர் வர நிழல்களிலே நடந்து எதிர்ப்புறமிருந்த புதிய விகாரைப் பக்கம் நடந்தார். ஊசியைப் பின்தொடரும் நூல்போல் குணாநந்த பின்தொடர்ந்தார். அவர் மனது குறுகுறுத்தது, தன்னைப் பின்தொடரச் செய்யும் சங்கரானந்தரின் சக்தியில்.

சங்கரானந்தர் ஒரு பெருமர நிழலில் நின்று குணாநந்தர் பக்கம் திரும்பினார். “செயலூடாகத்தான் சிந்தனை உரசிப் பார்க்கப் படுகிறது.”

தேரர் சொன்ன காரணத்தைத் தெரியாவிட்டாலும், “மெத்தச் சரியானது” என்று சொல்லி சிரித்தார் குணாநந்த தேரர்.

“அதனால்தான் சொல்கிறேன், நீங்கள் இந்த ஆர்ப்பாட்ட ஊர்வலத்தை நடத்தாமல் விடுவதே நல்லதென்று. இந்த துண்டுப் பிரசுரங்களையும் விநியோகிக்காதீர்கள். அது, லங்காவ ... லங்காவ என்று மூச்சுக்கொரு தரம் சொல்கிறீர்களே, அதற்குக்கூட நிச்சயம் நன்மை பயப்பதாக இருக்காது.”

பேச்சடங்கியதுபோல் சில கணங்கள் நின்றுவிட்டு, “நீங்கள் நாடு துண்டாடப்படுவதை விரும்புகிறீர்களா? ஒப்புக்கொள்ளவாவது செய்வீர்களா?” என்றார் குணாநந்த.

“நிச்சயமாக இல்லை.”

“வடக்கும் கிழக்கும் ஒன்றாகி தமிழ்ப் பெருநிலம் ஏற்படுவதை ஆதரிக்கிறீர்களா?”

“அதற்கும் நாடு துண்டாடப்படுவதற்கும் எவ்வகையில், எங்கே தொடர்பிருக்கிறதென்று என்னால் எதையும் காண முடியவில்லை. இந்த நாட்டின் ஒவ்வொரு அடி மண்ணிலும் ஒவ்வொரு சிங்களவனுக்கும் போலவே ஒவ்வொரு தமிழனுக்கும் உரிமை இருக்கிறது என்பதே என் கட்சி. இது அவர்களுடைய நாடும் ஆகும்.”

“இந்த தேசத்தில் இந்திய பெருமுதலாளிகள் லாபமீட்டி கோடிகோடியாய்க் கொண்டுபோய்ச் சேர்ப்பதை அங்கீகரிக்கலாம் என்கிறீர்களா?”

“சுதந்திர வர்த்தக வலயத்தை உருவாக்கியிருப்பது நாங்கள்தான்.”

சுள்ளென்றதுபோல் முகம் மாறிற்று குணாநந்தவுக்கு. “இனி உங்களோடு பேசுவதில் அர்த்தமில்லை. நீங்கள் ஒரு சார்பை ஏற்கனவே எடுத்துவிட்டீர்கள். நான் புறப்படுகிறேன்” என்று திரும்பத் தயாரானார்.

“நில்லுங்கள். நீங்கள் என் கேள்விக்குப் பதில் சொல்லாமல் போகக்கூடாது.” கட்டளையாய் அதிர்ந்தன சொற்கள்.

அதை ஒரு பலத்தின் தொனியாகப் புரிந்தார் குணாநந்த தேரர். பேராசிரியர் அத்தபத்து அந்த வயதிலேயே ஞானவான் எனப்

பெயர்பெற்றவர். கலாயோகியின் ஆழ் பன்முகப் பார்வையை சுவீகாரமாய்ப் பெற்றவர். அவரில் ஒரு ஞானச் செருக்கு இருந்தது என்பதே அவர் துறையில் அவர்மீது சாட்டப்பட்ட எதிரிகளின் குற்றச்சாட்டு. அவர் இணங்க மறுத்ததையே அரசு கடமை தவறினார் என்பதாகக் குற்றஞ் சாட்டியதையும் குணாநந்த தேரர் அப்போது நினைத்தார். அவரின் ஞானத்தில் கரும்புள்ளி இல்லை. அந்த ஞான நெருப்பில் ஏற்றப்பட்ட விளக்கா இது? இவ்வாறான எண்ணம் எழுந்ததும், தன் இயல்பின் கர்வம் தலையெடுத்தது குணாநந்தவில். ஜாதகக் கதையில் வரும் ஓநாய்போல் சீறினார்: "நாளை மறுநாள் மாலை இங்கே வாருங்கள். உங்கள் கேள்விக்குப் பதில் சொல்கிறேன். அது விவாதமளவு வளர்வதாயிருந்தாலும் எனக்குச் சரிதான்."

"அப்போது அது தாமதமான பதிலாயிருக்கும்."

"இல்லை" என்று கூறி குரோதமாய்ச் சிரித்தார். "அப்போது உங்களுக்கு பதிலே கிடைத்திருக்கும், என் செயற்பாடு மூலமாக. அந்நிலையில் என் செயற்பாடு குறித்தே உங்கள் விவாதத்தை நீங்கள் ஆரம்பிக்க வேண்டியிருக்கும். நீங்கள் ... வருவீர்களல்லவா?"

"வருவேன். கண்டிப்பாக வருவேன். தர்மம் எவ்விதமேனும் ஸ்தாபிதமாகவேண்டும்."

குணாநந்த தேரர் போய்விட்டார்.

சங்கரானந்தரின் கண்களில் நீர் ஆடியது. சிறிதுநேரத்தில் வழிந்து உதிர்ந்தது.

தெருவோடு சைக்கிளில் போய்க்கொண்டிருந்த ஒரு மனிதன் குதித்து இறங்கினான்; ஸ்ராண்டு போட்டு அதை நிற்கவைத்தான். அதிசயம்போல் பிக்குவைச் சிறிதுநேரம் பார்த்துக்கொண்டு நின்றுவிட்டு கைகூப்பி அவரை வணங்கினான். பிறகு சைக்கிளை எடுத்துக் கொண்டு ஏறிச்சென்று மறைந்தான்.

அன்று ... அந்த மனிதன் ஏன் அவ்வாறு செய்தான்? அப்போதும் அது புரியவில்லை; இன்றும்கூட அது புரியவில்லை.

மேற்கொண்டும் அமர்ந்திருந்து யோசிக்க கடற்கரைக் குளிர் தடுத்தது

எழுந்து விகாரைக்கு நடந்தார் சங்கரானந்தர்.

தெருவிலே நாய்கள் சில படுத்திருந்தன. தெருச் சந்திகளைச் சுவீகரித்துள்ள அமானி நாய்கள்தான். அவை குரைக்கத் துவங்கினால் ஊரே புரண்டுவிடும். ஏனோ அப்போது அவை குரைக்கவில்லை.

பிக்கு நிசப்தத்துள் நடந்தார்.

47

பகல் கொஞ்சம் கொஞ்சமாகக் கரைந்து கொண்டிருந்தது. தியானத்திலிருந்தார் சங்கரானந்தர். அப்படியே பரிநிர்வாணம்

அடைந்துவிடும் உக்ரம் அதில் தென்பட்டது. அவர் பக்குவப்பட்டவரில்லை. அவர் தகுதியெல்லாம் பண்பட்டிருந்தது மட்டும்தான். அவர் பெருவெளிச்சம் செய்யும் சக்தி பெற்றவரில்லை. ஒரு அகலின் சுவாலை மட்டுமே அவர். எந்தவொரு பண்பட்ட உயிரும் சுவாலையளவுதான். அவர் தன் பலம் தெரிந்தவர். அவரின் அதிகபட்சமான இச்சை பிறருக்குப் பயன்பட்டுக்கொண்டே வேளை வரும்காலை அகலின் சுவாலைக் கணக்கில் சுளுவாய் அணைந்து விடுவதுதான்.

மாலையாகியும் வெளியே செல்ல ஆயத்தமாகவில்லை அவர். ஒரு அலுப்போடு முன்னிரவு வேளையில்தான் வெளியே சென்றார்.

அவர் எண்ணாமலே அவர் சென்றிருந்த இடம் கிழக்கின் கரையாக இருந்தது. மணிமேகலை அரங்கு தாண்டி, மொட்டை ஈஞ்சு தாண்டிச் சென்ற பிறகுதான் தான் வந்திருந்த இடத்தின் பிரக்ஞை தோன்றியது அவருக்கு. அதிசயித்துக்கொண்டுதான் மணலில் உட்கார்ந்தார்.

படகொன்று நீரைத் தீற்றிக்கொண்டு பறந்துசென்றது. போராளிகளினது படகாய் இருக்கலாம். கரும்புலிகள் என்கிற அவர்களது கடற்படை பெரும் பலம் பெற்றுவருவதை பல சிங்களப் பத்திரிகைகளும் சுட்டிக்காட்டி கட்டுரைகளும் படங்களும் வெளியிட்டிருந்தன. அவருக்கு அதுபற்றி அக்கறையில்லை. சிறீலங்கா கடற்படை எப்படியோ, அப்படியே அதுவும். இரண்டும் விரும்பாத அம்சங்கள்.

யாழ்நகருக்கு மேலே வெளியில் வானம் கறுத்துக் கிடந்தது. முன்பெல்லாம் அப்படி இருப்பதில்லை. பெருநகரின் ஒளித் தெறிப்பு வானத்தில் ஒளித்திரையாய் விரிந்திருக்கும். இருளின் காரணம் மின்சாரமின்மை என்பதை உணர வெகுநேரம் ஆகவில்லை அவருக்கு. ஐந்து ஆண்டுகளாவது இருக்கும் அது மின்சார விநியோகம் பெற்று. அன்றொருநாள்.. குணாநந்த தேரர் சந்திப்பதாகச் சொன்ன நாளின் மாலைப் பொழுதிலும் வவுனியா நகரில் மின்சாரத்தடை ஏற்பட்டிருந்தது ஞாபகம் வந்தது அவருக்கு.

மின்தடை ஏற்பட்டதும் அவரது மனம் துண்ணென்றது. ஆனால் அவதி அவசியமில்லையென்பதுபோல் மின் விநியோகம் சீக்கிரமாகவே வந்துவிட்டது. சங்கரானந்தர் விகாரைநோக்கி நடந்தார். விகாரத்தில் ஒளி வெள்ளம் சீறிப் பாய்ந்துகொண்டிருந்தது.

ஏனோ, அச்செயற்கையொளியில் கண்போல் மனம் ரம்யம் காணவில்லை. வளவை கங்கைக் கரையின் புராதன புத்த கோயிலின் இடிபாடுகளுடனுமான புனிதத்தை அப்போது அவர் நினைத்துப் பார்த்தார். வெளிச்சம் ஒரு கருவியென்பார் அவர் குரு.

பின்புறமாய், செயற்கைச் சுனையிருந்த பளிங்குக் கல் பீடத்திலேறி சங்கிலி வளைய எல்லையின் சீமெந்துக் குற்றியோடு அமர்ந்தார்.

பிரதான வீதியிலிருந்து பிரிந்து விகாரையோடு பக்கமாய் ஓடிய தெருவில் ஜனநடமாட்டம் தெரிந்தது. சிங்களவராய்... தமிழராய்...

அவர்கள். யார் யாரிலும் துவேஷம் கொண்டிருந்திருக்க முடியுமா அக்கணத்தில்? தாம் தம்மை மட்டுமே நினைத்து இயங்கும் அந்தப் பொழுதுதான் இயல்பானது. ஜனங்கள் இயல்பில் நல்லவர்கள்; மிருகங்களும் அப்படியே. மழைநீர் விண்ணிலிருந்து மேகம் கசிய இறங்குகையில் மாசற்றதாயே இருப்பதுபோன்றது மனிதர்களின் இயல்பான சுபாவநிலை என்பார் வளவை கங்கைத் துறவி. அது மெய்யே என்பதை தம் அனுபவத்தால் சங்கரானந்தரும் உணர்ந்தவர்தான்.

நிமிர்ந்தவர் பார்வையில், குணாநந்தர் பக்கத் தெருவில் விறுவிறுவென நடந்து வந்துகொண்டிருப்பது விழுந்தது.

சிறிதுநேரத்தில் சங்கரானந்தரின் எதிரே நின்று, "தாமதமாகி விட்டதா?" என்று வருத்தப்படாமலே கேட்டுக்கொண்டு, ஏதும் பேசாமல் புன்னகையுடன் சங்கரானந்தர் கைகாட்டிய இடத்தில் பளிங்குத் தளத்தில் அமர்ந்தார்

குணாநந்தர் களைப்பாறக்கூடச் செய்யாமல், "சொல்லுங்கள், ஸ்தவீர" என்றார் அவசரமாக.

சங்கரானந்தர் சாவகாசமாய் இருப்பின் விறைப்பை மாற்றி அமர்ந்தார். அவரிடத்தில் அவசரமில்லை; உணர்வுச் சலனங்கள் இல்லை. 'காலம் கடந்துபோனால் சில கேள்விகளுக்கான பதில்கள் தாமாயே உருவாகிவிடுகின்றன. முந்தாநாள் கேட்டது உண்மையில் கேள்விகூட அல்ல, வேண்டுகோள்தான். அதற்குமே உங்கள் பதிலை இப்போது நான் எதிர்பார்க்கவில்லை. ஆனால் என்னிடத்தில் வேறு விசாரிப்புகள் உண்டு' என்றார் நிதானமாய்.

'கேளுங்கள்.'

'உங்களுடைய ஆர்ப்பாட்ட ஊர்வலத்துக்கு என்னவாயிற்று என்று முதலில் கூறுங்களேன்?'

'பொலிஸ் அனுமதி கிடைக்கவில்லை. அவசர காலச்சட்டம் அமுலிலிருக்கிறதாம் இன்னும்.'

'ஓ... உங்கள் முயற்சிகள் வீணாகிவிட்டன..!'

'அப்படியும் சொல்லமுடியாது. முயற்சியளவுக்கான பலன் கிடைத்திருக்கிறது. அமைதிப்படை முற்றாய் வெளியேறிவிடுவதற்கான காலக்கெடு விதிக்கப்படவிருக்கிறது. அதை விரைவுபடுத்துவதற்காகவே கொழும்பிலே ஒரு மாபெரும் ஊர்வலத்துக்கு முயற்சி செய்யப்போகிறேன். மகாசங்கங்களின் ஆதரவில் பிரமாண்டமானதாய் நடப்பதாயிருக்கும் அவ்வூர்வலம்.'

சங்கரானந்தர் சோகமாய்ச் சிரித்தார். 'நீங்கள் திருந்தவே மாட்டீர்களா?' என்றார் அலுப்போடு.

'ஏன், நான் தவறு செய்கிறேனா, சுவாமி?'

'உங்களுக்கே தெரியவில்லையா?'

‘தெரியவில்லையே, ஸ்தவீர. காலகாலமாய் தேரர்கள் பலரும் இந்த மாதிரித்தானே இயங்கியிருக்கிறார்கள். போர்க்குணம் பவுத்தத்துக்கு அவசியமென்றே நானும் சொல்லப்பட்டிருக்கிறேன். அதைப் பூரணமாய் நம்பி சிரமேற்கொண்டிருக்கிற பிக்கு நான்.’

‘பேதங்களைக் கலக்கக்கூடாது. பவுத்தமும் தீவிரமும் இருவேறு குண விஸ்தாரங்கள்.’

‘இருத்தலுக்கான தத்துவம் அதை மறுக்கிறது, ஸ்தவீர. நெருப்பாய் இரு என்பதே போதகம். நெருப்பில் சகல பேதங்களும் எரிந்து தீய்ந்துவிடுகின்றன. நெருப்பே எஞ்சுகிறது. அதுவே குறி. சுதந்திர பாராளுமன்றம் தொடங்கிய காலத்தில் புத்த மடாலயங்கள் மார்க்ஸீயரைக்கூட தேர்தலில் ஆதரித்தன என்பதை அறிவீர்களல்லவா?’

‘அறிவேன். 1949இல் அப்படி ஒரு அலை அடித்தது.’

‘அதுவொன்றும் கம்யூனிஸத்தின்மீதோ, மார்க்ஸீயத்தின்மீதோவான புத்த மகாசங்கங்களின் சாய்வு அல்ல. நம் மத மார்க்கத்தை, நம் மொழியை, நம் இனத்தைக் காப்பதற்கான அரசியல் தந்திரோபாயமாகவே அது கைக்கொள்ளப்பட்டது. ஜேவிபியின் முதலாம் பிரளயம் என வரலாறு வர்ணிக்கும் 1972ஆம் ஆண்டுப் புரட்சியில், யதேச்சையான விருப்பார்வத்துடன் பெருவாரியான பிக்குகள் கலந்துகொண்டார்கள். அதுவும் அரசியல் காரணங்களுக்காய் அல்ல; எமது இருப்பை இன்னும் உறுதிப்படுத்தும் நடைமுறைத் தந்திரோபாயமாகவே மேற்கொள்ளப்பட்டது.’

‘மிக அழகாகப் பேசி உண்மைகளை அழித்துவிடக் கூடாது, குணாநந்த. இந்தத் தீவில் இன்னும் சிங்கள இனம் பெரும்பான்மையாக இருக்கிறது. பெரும்பான்மைச் சிங்களவர் பின்பற்றும் மதமாக பவுத்தமே இருக்கிறது. இதில் எங்கிருந்து வந்தது நம் இருத்தலுக்கான அச்சுறுத்தல்?’

‘அப்படியானதொரு அச்சுறுத்தல் எக்காலத்திலும் வந்துவிடக்கூடாது என்பதுதான் நமது அக்கறையாக இருக்கவேண்டும், சுவாமி. வேறு எந்தத் தேசத்திலும் மருந்துக்குக்கூட சிங்கள சமூகம் சிறிய அளவில்கூட இல்லையென்பது உங்களுக்குத் தெரியாததா? இல்லாத வகையில் இதை முழுக்க முழுக்க ஒரு சிங்களத் தீவாகவே காப்பாற்றி வைத்திருக்க வேண்டிய கடமை நமக்குத்தான் உண்டு. யோசித்துப் பாருங்கள், ஆயுதப்போராட்ட இயக்கமான புலிகள் அமைப்பு முழுக்க முழுக்க சைவர்களைக் கொண்ட இயக்கமாகும். அவர்களிலே கிறித்தவர்கள் மிகமிகச் சின்ன ஒரு வீதத்தினர். தமிழர்களில் பௌத்தர்கள் என்றுமே இருந்ததில்லையே, சுவாமி. அவர்கள் மீதான ஒரு நம்பகத் தன்மைக்கு ஏதாவது ஆதாரம் இருக்கிறதா?’

‘நம்பகத்தன்மையென்பதே இன்னொருவரை நம்புவதன்மூலம் பிறப்பதுதான். அது இல்லையென்றால் எத்தனை ஆதாரங்களிருந்தும் பிரயோசனப்படாது. ஆனாலும்... இந்த விஷயத்தில் தெளிவாக நாம் ஒன்றைக் குறித்துக்கொள்வது நல்லது. ஒருபோது... தமிழ்ப் பவுத்தர்கள் இந்தத் தீவிலே இருந்திருக்கிறார்கள்தான்.’

‘என்ன கதை இது!’ வியப்புக் காட்டினார் குணாநந்த தேரர்.

‘கதையல்ல, சுவாமி. இது வரலாறு’ என்றார் சங்கரானந்தர்.

ஏனோ சுவாமி என்கிற அந்த விளி குணாநந்த தேரரைச் சுட்டது. ஆனாலும் வெளிக்காட்டிக்கொள்ளாமல், ‘நானறிந்ததில்லையே!’ என்றார்.

‘இந்த வரலாறும் எழுதப்பட்டதில்லை, பல நல்ல விஷயங்கள் போல்.’

‘எழுதப்படாதது வரலாறில்லை.’ குணாநந்தவின் குரல் ஆக்ரோஷமாய் எழுந்தது.

சங்கரானந்தர் சிரித்தார். வரலாறுபற்றிய அவர் போதம் பெரிது. ‘நிகழ்வின் சாத்தியம்தான் வரலாறு. இரண்டு காலங்களை ... இரண்டு எல்லைகளை ... இரண்டு நிகழ்வுகளை வெகு அநாயாசமாய் இணைக்கக்கூடிய காரணங்களின் சாத்தியம் அது. இந்தச் சாத்தியத்தினூடாக வரலாற்றில் முன்னனுமானமே நிகழ்ந்திருக்கிறது. எழுதிய வரலாற்றின் ஓரங்களில் இதுபோல் மறைக்கப்பட்ட சம்பவங்களுக்கான ஆதாரத் துணுக்குகள், எச்சங்கள் ஒட்டியிருக்கின்றது உண்மையில் கண்டடையப்பட்டிருக்கிறது.’

‘எக்காலகட்டத்தில் நிகழ்ந்தது அது?’

‘கிறித்து சகாப்தம். புத்த காலத்தின் ஐந்நூறு வருஷங்கள் கழிந்து. தென்பகுதியில் கல்யாணி ஆறு தொடங்கி மாணிக்க கங்கை ஈறாகவும், வடபகுதியில் நயினாதீவிலும் வல்லிபுரப் பகுதியிலும் தமிழர்கள் புத்தசமயிகளாக இருந்தார்கள். ஏறக்குறைய அன்றைய தமிழ்நாட்டு நிலைமையை இலங்கை பிரதிபலித்தது. ஆனால் பிற்காலத்தில் அனுராதபுரத்திலிருந்து தெற்கு நோக்கிய நம் நகர்வு வடபகுதிப் புத்த சமயத் தமிழர்களைத் தனிமைப்படுத்திற்று. மேற் கொண்டு எமது அரசியல் நடப்புகள் தமிழ்ப் பவுத்தர்களை இழக்கச் செய்தன.’

‘தெற்கிலுள்ள தமிழ்ப் பவுத்தர்களுக்கு என்ன ஆனது?’

‘அவர்கள் சிங்கள பவுத்தர்களாக மாறியது நடந்தது. அதனால்தான் இந்துசமய சடங்காசாரங்கள், நம்பிக்கைகள் புத்தசமயத்திலே வந்து கலந்தன மிகுதியாகவும்.’

‘அப்படியானால் அந்தத் தவறையும் தமிழர்கள் செய்தவர்களா கிறார்கள்!’

‘அது அவர்கள் தவறல்ல.’

‘பின்னே ..?’

‘நமது தவறுதான். அனாத்மவாதமென்று சொல்லிக் கொண்டோம். வேதங்களை மறுதலித்தோம். ஆனாலும் பிரம்மமென்ற அம்சத்தின் அடையாளமாய் நின்றிருந்த புத்தரை விஷ்ணுவின் அவதாரமென்று சொல்லிக்கொண்டோம். இந்த முரண் ஏன் வந்தது? நம் நிலைப்பாட்டின் தளும்பலால்தானே? மதம் பூடகங்களினதும் தெய்வீகங்களினதும் எல்லைக்கே விரட்டப்பட்டது. மகானுபாவராய் இருந்திருக்கவேண்டிய

கௌதமரையே உலகோத்தாரணராய் ஆக்கினோம். அதனால் விஷ்ணுபுரங்கள் இங்கே வெகுத்தன. வடக்கேயும் தெற்கேயும் மேற்கேயும் பிரமாண்டமான விஷ்ணு கோயில்கள் நிர்மாணம் பெற்றன. நாம் தமிழர்களைச் சகித்துப் போக முடியாதவராய் இருக்கிறோம். ஆனால் இந்துக் கடவுளர் தத்துவங்களை நம்மோடு இணைத்துக்கொண்டோம். இந்தத் தளும்பலால், ஊடாட்டத்தால் நேர்ந்த வரலாற்று மாற்றம்தான் அது. அதற்கு நாமே காரணம். வேறு யாருமல்லர்.'

குணாநந்த தேரர் ஸ்தம்பிதமடைந்தவராய்க் கேட்டுக் கொண்டிருந்தார்.

மௌனம் நிலைகுத்தி நின்றிருந்தது அவரில்.

சிறிதுநேரமாயிற்று அவர் பிரக்ஞை மீள.

ஒரு தோல்வியிற்போல் துவண்டிருந்தாலும், பிரக்ஞை மீண்டு சங்கரானந்தரை ஏறிட்டு நோக்கியபோது அவர் மனத்துள்ளிருந்த தீச் சுவாலைகள் கண்களினூடு சுடர்விரித்துக் கொண்டிருந்தன. அவர் சிரிக்க முயன்றார். முடியாதுபோக விட்டுவிட்டார். ஞானத்தின் முன் நிமிர்ந்து நிற்க கடைசி முயற்சியொன்றை மேற்கொண்டார்: 'நீங்கள் விபரகாரராய் ஆகியிருக்கிறீர்கள்தான். ஆனால் விவகாரங்களை மிகுந்த பிரச்சினைக்குரியவற்றைத் தீர்க்க அது போதுமானதல்ல என்பதே தெளிவாகியிருக்கிறது. விஷ்ணு அவதாரமான புத்தர்பற்றிய கற்பனை அவசியமான அரசியல் காரணம் பற்றியது, சுவாமி. தேரவாதம் மதத்தில் சீலத்தையும் போதனைகளையும் கட்டிறுக்கத்துக்கு வற்புறுத்திய அதே வேளையில், சாந்தியும் அஹிம்சையும் பிரதானப்படுத்தப்பட்ட பௌத்த கிளையாகிப் போனது. அது வெகுஜன செல்வாக்குப் பெறப்பெற சிங்கள இனத்தின் மீது ஒரு மந்தமே வந்து கவிந்துவிட்டது. அந்த மந்த குணத்தைப் போக்கி அவர்களைப் போர்க்குணமுள்ள ஒரு இனமாக மாற்றுகிற ஒரு எத்தனத்தின் விளைச்சல்தான் விஷ்ணு கதை. விஷ்ணு அவதாரி. ஒன்பது அவதாரங்களை எடுத்தவர். மீதி ஒரு அவதாரத்துக்காய்க் காத்திருப்பவர். அந்த ஒன்பது அவதாரங்களும் பெரும்பாலும் அரசியல் காரணம் பற்றியவையே. ராமாவதாரம், கிருஷ்ணாவதாரம், நரசிம்மாவதாரம், வராகவதாரம் யாவுமே மூலத்தில் ருத்திரம் நிறைந்தவை; மூர்க்கமும் குயுக்தித்தனமும் உடையவை; அரச ஸ்தாபகங்கள் அவற்றில் நிகழ்ந்துள்ளன. அதனால்தான் விஷ்ணு வணக்கம் பவுத்தத்தில் புகுத்தப்பட்டது. வடக்கே வல்லிபுரத்தில் மகா கலைச் செழுமையுள்ள பிரமாண்டமான விஷ்ணு கோயில் இருந்ததை அகழ்வாராய்ச்சி கூறுகிறது. அது, தமிழ்ப் பவுத்தர்கள் இருந்ததற்கான ஆதாரமென்று நீங்கள் கூறுகிற கருத்துத்தான் மாறுபாடானது. அதன் உண்மையான காரணம் என்ன தெரியுமா, சுவாமி? அப்போது அங்கே சிங்கள பவுத்தர்கள் இருந்தார்கள் என்பதே அது.'

'அது உண்மையல்ல.'

'இருக்கட்டுமேன். ஆனால் அதைத்தான் இனிமேல் நான் சொல்லப்போகிறேன். இதையே மக்களிடமும் போதமாக்கிச் சொல்லுவேன்.'

‘உங்கள் பேச்சு இனி எடுபடாது. அச்சொட்டான ஆய்வு முடிவுகளைப் பெறுவதற்கான முறைகளும், அதை வெகு விரைவிலேயே வலிமை வாய்ந்த ஊடகங்கள் வாயிலாக வெளியிட்டுவிடும் வாய்ப்பும் இப்போது அதிகம் என்பதை மறந்துவிடாதீர்கள்.’

‘அதை நீங்களே சொல்லக்கூடாது.’

‘உங்கள் வழி பாபமானது.’

‘தெற்கே கடல்; வடக்கே தமிழர் ராஜ்யம்; எப்படி நான் நீட்டி நிமிர்ந்து படுக்கமுடியுமென்று கேட்டானாம் துட்ட காமினி. அதையே சிங்கள மக்களிடத்தில் ஊர் ஊராய்ச் சென்று கேட்கப் போகிறேன்.’

‘துவேஷம் வளர்ப்பது காலகாலத் துயர் தரும்.’

‘மகாவம்சத்தின் இருபத்தைந்தாம் அதிகாரம் என்ன சொல்கிறது? பவுத்த மதத்தில் நம்பிக்கையில்லாதவர் மனிதராகக் கணிக்கப்பெற வேண்டியதில்லை என்கிறது அது.’

‘மதத்தின் அரசியல்தான் நாட்டில் இத்தனை காலம் விளைந்த அழிவுகளுக்கும் அவலங்களுக்கும் காரணம். இதனால் வடக்கிலும் கிழக்கிலும் மட்டுமல்ல அழிவுகள் நிகழ்வது. நாடு தழுவி நடக்கிறது அது. சிங்கள மக்களுமே பாதிக்கப்படுகிறார்கள், குணாநந்த. அவர்கள் அரசியல் சிந்தை இல்லாதவர்கள். ஏன், பெரும்பாலானவர்களுக்கு பவுத்த மத சிந்தனைகூட இல்லை. வெறுமனே உணர்வுகளுள்ள மனிதர்களாயே இருக்கிறார்கள். உங்களுக்கு ஒன்று தெரியுமா? கரையோரச் சிங்கள கிராமமொன்றில் பிள்ளையார் கோயில் ஒன்று இருக்கிறதாம். தமிழ்ப் பூசகர் பூஜை வைக்கிறாராம். அந்தக் கோயிலில் வந்து வணங்கிக் கொண்டுதான் அந்தக் கிராமத்தைச் சூழ வசிக்கும் சிங்கள இளைஞர்கள் ராணுவத்திலே போய்ச் சேர்கிறார்களாம். காத்தலுக்கு வல்லமையான தெய்வமென்று சிங்களவர் நம்பிக்கை கொண்டிருப்பது, சாதாரண மக்களின் மத பேதம் கடந்த மனநிலைக்குச் சான்றாகிறது. ஆதாயம் காண்பவர்களே துவேஷங்களைக் கிளப்பிக்கொண்டிருக்கிறார்கள். இதை… நானுமேதான் மக்கள் மத்திக்கு எடுத்துச் செல்லப் போகிறேன். கிராமம் கிராமமாய்ச் செல்வேன். பாதசாரியாய்ச் செல்வேன். மதத்தின் மூலம் இனி யாரும் அரசியல் நடத்தமுடியாது. நடத்தக் கூடாது. இனி நான் உங்களோடு பேசவேண்டியது எதுவுமில்லை. மக்களிடமே பேசிக்கொள்கிறேன். நீங்கள் போவதற்கு அவசரப் பட்டீர்களல்லவா?’

இப்போது சிரித்தது குணாநந்த.

சங்கரானந்தர் கோபப்பட்டுவிட்டார்.

குணாநந்த எழுந்தார்.

படியிறங்கி நடந்து தெருவில் ஏறினார்.

சங்கரானந்தர் நிமிர்ந்தும் பார்க்கவில்லை.

அவர்கள் இனி சந்திக்கப்போவதில்லைத்தான். ஆனால் வெவ்வேறு துருவங்களில் அதிர்வு தரும் கைங்கர்யங்களை நிகழ்த்தப் போகிறார்கள்.

மகாயானி யுத்தத்துக்குப் போய்விட்டான்.

அவர் தேரவாதி. இன்னும் அமைதியும் சாந்தியும் நினைத்துக்கொண்டு.

அன்றிலிருந்து மேலும் சில ஆண்டுகள் அவர் அலைச்சலோடும், நல்ல முடிவுகள் வெளித் தெரியாத அவதியோடும் கழித்தார்.

ஆனால் இன்னும்தான் ...

இருள் இறுகியிருந்தது.

அலை சலசலத்தது.

சேவலொன்று ஊர்ப்புறத்தில் கூவியது.

சிறிதுநேரத்தில் விடியலின் கீறு பார்வை விளிம்பில் பட்டது.

சங்கரானந்தர் எழுந்தார்.

48

ஏறக்குறைய மூன்றாண்டுகளுக்கு முன் குணாநந்த தேரருடன் ஏற்பட்ட விவாதிப்பு உண்மையில் வெற்றியா தோல்வியா என்று வெகுகாலம்வரைக்கும அவரால் தீர்மானிக்கப்படமுடியாமலே இருந்தது. கருத்தில் வென்று உணர்வில் தோற்றதாக அதைக் கொள்ளலாமென்று கொஞ்சகாலம் யோசித்துக் கொண்டிருந்தார்.

அது அவர் சிந்தனையிலிருந்தபோதே புறவுலகில் பெரும் பெரும் மாற்றங்கள் நிகழத் துவங்கியிருந்தன. குணாநந்த போன்றோர் உக்கிரமாய் எதிர்த்துக்கொண்டிருந்த இந்திய அமைதி காப்புப் படை திரும்பச் சென்றுவிட்டிருந்தது. யாழ்நகர் விடுதலைப் புலிகளின் கட்டுப்பாட்டில் வந்திருந்தது. யுத்த நிறுத்தம் அமுலிலிருந்தது. யுத்த நிறுத்த மீறலைக் கண்காணிக்க கல்விமான்கள், சமூகநலவாதிகள் கொண்ட குழுவொன்று அமைக்கப் பட்டிருந்தது. இருதரப்பு சமாதானப் பேச்சு வார்த்தைக்கான பூர்வாங்க ஏற்பாடுகளின் வெற்றியாக நிலைமை கொள்ளப்படக்கூடியதாகவிருந்தது. ஆனாலும் அந்த நிலைமையின் தாற்காலிகத்தனத்தை சங்கரானந்த தேரர் அறிந்தே இருந்தார். அந்த மாயமான வலையைக் கிழித்துக்கொண்டு ஒருநாள் பூகம்பம் வெடிக்குமென்பது அவருக்குத் தெரியும். அதற்கிடையில் ஜனங்களின் அரசியல் சமூக விழிப்புணர்வுக்கான மகாபயணங்களை அவர் மேற்கொண்டார். அப்போதுதான் தனியொருவனாய் தான் ஒதுங்கிப்போனதையும், பெருந்திரளாய் குணாநந்த தேரர் போன்றோர் திரண்டிருப்பதையும் அவரால் உணர முடிந்தது. நாடு தழுவிய நற்பிரச்சாரத்தை தன் ஒற்றைக் குரலால் நிறைவேற்றிவிட முடியாதென்பது அவருக்குத் தெரிந்தது. திட்டமே பலஹீனப்பட்டிருப்பதை அவர் உணர்ந்தார். அந்த நிலைமையில்தான் மிக்க ஆதர்ஷம் கொண்டிருந்த நாகதீபம் நோக்கி அவர் ஓடிவந்தது.

ஒரு வாரமாயிற்று ... இரண்டு வாரங்களாயின ... தீவெங்கும் அலைந்ததும் நினைவுகளைக் கிண்டிக் கிண்டி சம்பவங்களின் மறுதரிசிப்பைச் செய்ததும்தவிர, நம்பிக்கை தரக்கூடிய வேறெதையும் அந்த நாட்களில் அவர் சாதித்துவிடவில்லை.

அவருக்கு ஒரு ஜாதகக் கதை நினைவுக்கு வந்தது.

மாய மந்திர வித்தைகள் தெரிந்த ஒரு அந்தணருக்கு அந்த ஜென்மாவில் போதிசத்துவர் சீடராக இருந்தார்.

விண்வெளியில் குறிப்பிட்ட கிரகங்கள் சிலவற்றின் உச்சபட்ச நெருங்குகை நேர்கோட்டில் வரும் சமயத்தில், ஒரு குறிப்பிட்ட மந்திரத்தை உச்சாடனம் பண்ணுவதன்மூலம் வெள்ளி, தங்கம், முத்து, பவளம், கோமேதகம், கெம்பு, வைரம் முதலாய ஏழுவகை ரத்தினங்களையும் வானத்திலிருந்து மழையாக வர்ஷிக்கச் செய்யக் கூடிய ஆற்றல் பெற்றவராயிருந்தார் அந்த அந்தணர்.

அத்தகைய அந்தணரும் சீடனும் அடுத்த தேசமான சேதிக்குச் செல்லும் வழியில் ஆள்விடுப்பிகள் என்றழைக்கப்பட்ட கள்வர் கூட்டத்தால் வழிமறிக்கப்படுகிறார்கள். வழக்கம்போல் உயர்ந்த ஸ்தானத்திலுள்ள குரு பணயமாக வைத்துக்கொள்ளப்பட்டு விடுதலைப் பணம் கொண்டுவருவதற்காய் சீடர் விடுவிக்கப்படுகிறார். குருவைக் கட்டிவைத்து கள்வர் சிலர் காவல் இருக்கிறார்கள்.

அன்றைய இரவில் கீழைவானில் பூரண நிலா உதயமாகிக் கொண்டிருந்தது. வானத்தை அண்ணாந்து பார்த்த குரு திகைத்துப் போகிறார். மந்திரத்தை உச்சாடனம் பண்ணி ரத்தின மழையை வருவிப்பதற்கான கிரகங்களின் சேர்க்கைநிகழ் காலமாயிருந்தது அது. அவ் மகாவெழுச்சியில், 'நான் விடுதலைப் பணம் தேடி வருவேன். நீங்களாகவே ரத்தின மழையை வருவித்துக் காட்டிவிடாதீர்கள். அதனால் உங்கள் உயிருக்கே ஆபத்து நேரலாம்' என்று சீடரான போதிசத்துவர் சொல்லிச்சென்றதையும் மறந்தார். 'என்னை விட்டுவிடுவதானால் ரத்தின மழையே வருவித்துத் தருகிறேன்' என்று சொல்லி விடுகிறார் கள்வர்களிடம்.

கள்வர்கள் சம்மதிக்க, மந்திரத்தை உச்சாடனம் பண்ணி ரத்தின மழை பெய்யச் செய்து குரு விடுதலை பெறுகிறார்.

ரத்தின மூட்டைகளோடு கள்வர் படை வந்துகொண்டிருக்கும் வேளையில் வேறொரு ஐந்நூற்றுவரைக் கொண்ட கள்வர் கோஷ்டியொன்று வழிமறிக்கிறது. 'உங்களுக்கு ரத்தினம்தானே வேண்டும்; ரத்தின மழையையே வருவித்துத் தரக்கூடிய அந்தணர் பின்னால் வருகிறார்; சென்று அவரிடம் கேளுங்கள்' என்றுவிட்டு மேலே நடக்கிறார்கள்.

ரத்தின மழை வருவித்துத் தரும்படி கேட்கும் புதிய கள்வர் குழுவுக்கு அந்தணரால் ரத்தின மழையை வரவழைக்க முடியாது போய்விடுகிறது, கிரகங்களின் சேர்க்கைக் காலம் கடந்து போயிருந்ததினால். ஆத்திரமடைந்த கள்வர்கள் அந்தணரை அக்கணமே வெட்டிப் போட்டுவிட்டு ரத்தின

மூட்டைகளோடு சென்று கொண்டிருந்த கள்வர் படையோடு பொருதி அவர்களைக் கொன்று ரத்தினங்களை அபகரிக்கிறார்கள். பின்னால் அதே கள்வர் கோஷ்டிக்குள்ளேயே சண்டை நடந்து இருவர் மட்டுமே எஞ்சி மீதி அனைவரும் இறந்து போகிறார்கள்.

அந்த இருவரில் ஒருவன் வாளோடு ரத்தின மூட்டைகளுக்குக் காவலிருக்க, மற்றவன் உணவு தேடிவரப் புறப்படுகிறான். திரவியம் அனைத்தையும் தாம் தாமும் தனியே அடைய எண்ணிய கள்வர்கள் இருவருமே இறுதியில் மரணமாகிறார்கள். உணவு தேடிவந்தவனை காவலிருந்தவன் சடுதியில் வெட்டிக் கொல்கிறான்; காவலிருந்தவனைக் கொல்ல மற்றவன் உணவில் விஷம் வைத்துக் கொண்டு வந்திருந்தானாகையால் அந்த உணவை உண்டவனும் மரணித்துப் போகிறான்.

இவ்வாறாக ஆசை காரணமாய் ஆயிரம் கள்வர்களும் மாண்டொழிகின்றனர்.

விடுதலைப் பணத்துடன் திரும்பிவந்த போதிசத்துவர் பிணங்களையும் ரத்தின மூட்டைகளையும் பார்த்து, நடந்தவைகளை ஊகித்தறிந்துகொண்டு சொன்னார்: 'தவறான முயற்சிகள் அழிவிற்கே வழிவகுக்கும், தனதும் பிறரதும்.'

தனக்கே அது சொல்லப்பட்டதுபோல் ஒரு திடுக்காட்டத்தோடு நினைத்துமுடித்தார் சங்கரானந்தார்.

தவறான முயற்சிகள் அழிவிற்கே வழிவகுக்கும்... ஆம், அதை குணாநந்தர் செய்யலாம்; அவரே செய்யலாமா? அவர் சத்திய ஆக்கிரஹிப்புச் செய்பவர்; சத்திய நாசம் பண்ணமுடியாது. ஒன்பது நல்லதுகளுக்காகக் கூட ஒரு கெட்டதை அவர் செய்துவிடக்கூடாது. குணாநந்த செத்துவிட்டால் நல்லது என்ற நினைப்பே அவருக்கு அருவருப்பாகத் தெரிகிறது.

அன்று மாலை சுவரில் பதிக்கப்பெற்றிருந்த சாளரத் துவாரங்களினூடு வெளியேயுள்ள புற்றரையைப் பார்த்தபடி சோம்பலோடு அமர்ந்திருந்தார் சங்கரானந்தர்.

தரையில் கோரைப் புற்கள் மண்டி வளர்ந்திருந்தன. புற்றலைகள் காற்றில் அசைந்தாடுவது தெரிந்தது. தாள் தாளான கோரையின் பசிய கீறுகள் சரிந்து மண்ணை முத்தமிட முயல்வதான கற்பிதம் எழுந்தது அவர் மனத்தில். கோரையும் அறுகுபோல்தான், இலகுவில் அழிக்கப்பட முடியாதது. மண்ணுள் ஆயிரம் கோரைகளோடு வேர்த்தொடுப்பினை கொண்டிருக்கும். வேர்களில் கிழங்குகளை முகிழ்ப்பித்து புதிய புதிய கோரைகளை மண்ணில் ஈரப் பதம் கண்டதும் முளைப்பிக்கும். கிழங்கு, எந்தக் கோரையின் கிழங்கு எனத் தெரிய முடியாதபடிக்கு வேர்கள் குமைந்து பிணைந்திருக்கும் அவற்றுக்கு. ஏதோ ஒருவகையில் தன் பலஹீனத்தை அவை காட்டியதாக உணர்ந்தார் சங்கரானந்தர். அவரது பலஹீனமே அவர் தனியன் என்பதுதான். எதிரிகள் கோரைக் கணக்கில் நிறுவனமயப்பட்டிருந்தனர்.

முன்னிரவாகிற்று. அவர் இருந்த இடத்தைவிட்டு எழுந்திருக்கவில்லை.

வானத்தில் வட்டநிலா அசையாது நின்றிருந்தது.

சங்கரானந்தர் மேலே நோக்கியபடி சலனமற்றிருந்தார். சூழ்நிலை அவருக்கு மறந்திருந்தது. காலமும் அவர் அழிந்தார். மகாமேக நந்தவனத்தில் புத்த போதனை கேட்க சிஷ்யர்களோடு சிஷ்யனாக பவ்யமாய் அமர்ந்திருப்பதான ஒரு பாவனை. எதிரே ஞாயிற்றுப் பிரகாசம். பிரகாசத்திலிருந்து போதம் பிறந்தது.

புத்த பகவானின் கருணைமயமான குரல் செவிப்பறையின் அதிர்வின்றியே உள்ளே நுழைந்தது. 'சத்தியத்தின் கண்டடைவு அதன் பிரயோகத்திலேயே பூரணப்படுகிறது!'

அது ஞானமும்தான். அவரை பிரயோக சத்தியகாரனாக்கும் ஞானம். சிறிதுநேரத்தில் திடுக்கிட்டு பிரமை மீள . . .

மேலே வெண்மேகமொன்று விலகிப் போய்க்கொண்டிருந்தது. கடல் மேனி சலனம் காட்டியது. காலம் பிரக்ஞையானது. அவர் கண்டது கனவா, தோற்றமா? மேலே நகர்வது கௌதம புத்தர் கால மேகமில்லையா? ஆனாலும் . . . உள்ளே 'சத்தியத்தின் கண்டடைவு அதன் பிரயோகத்திலேயே பூரணப்படுகிறது' என்ற வார்த்தைகளின் அதிர்வு இன்னும் பசுமையாய் இருந்தது.

திடீரென்று அவர் மனப் பிரகாசமடைந்தார். 'நீ தெளிந்திருந்தால் ஒவ்வொரு நிழலிலும் போதிமரம் காணலாம்' என்ற குருவின் வாக்கும் அதேபோதில் ஞாபகமாயிற்று. நெடுங்காலத் தேடலின் பின் அக்கண்டடைவு நிகழ்ந்திருந்தது. மனத் தளை விடுபட்டாயிற்று. மாலையும் இரவும் அதிகாலையுமாய் ஏகாந்தப் பெருவெளியில் மிதப்பதுபோல் தீவைச் சுற்றிச் சுற்றி வந்தார்.

அவரளவில் அது ஒரு ஞானோதயம்.

மணிபல்லவமான அந்நாகதீபத்தில் இன்னும் மணிமேகலா தெய்வம் குடியிருக்கிறதுதான் என நினைக்க அவர் உடம்பெல்லாம் மயிர்க்கூச்சம்.

ஞானோதயத்தின் மூன்றாம் நாள் அங்கிருந்து புறப்பட்டார் சங்கரானந்தர்.

49

வைகாசி விசாகத்துக்கு சரியாக மூன்று வாரங்கள் இருந்தன. கண்டி பெரஹரா விழாவுக்கான பாதுகாப்பு ஏற்பாடுகளும், கொண்டாட்ட ஆயத்தங்களும் முந்திய வாரத்திலேயே தொடங்கிவிட்டிருந்தன. கண்டியிலுள்ள தலதா மாளிகையில்தான் புத்த தந்தம் வைத்து வணங்கப்பட்டு வந்தது. அதன் பாதுகாப்பு சாதாரண காலங்களிலேயே இறுக்கமானது. விழாக் காலமெனில் அது இரு மடங்கு மும்மடங்கு ஆகிவிடும். வாகனப் போக்குவரத்து நிறைந்த வீதிகளும், மக்கள் நடமாட்டம் வெகுத்த கடைத்தெருக்களும் சூழ இருப்பதால் அதன் பாதுகாப்பு மிகுந்த சாதுர்யத்தையும் சிரமத்தையும் கோரி நின்றது.

இவை எதுவுமே இல்லாமல், மக்கள் திரளின் ஒழுங்குக் கட்டுப்பாட்டுக்கான பொலிஸ் உதவியோடுமட்டும் கண்டி பெரஹரா விழா விமரிசையாக நடந்த காலங்கள் இருந்தன. யானையின் மீதேற்றிய தந்த ஊர்வலத்தின் வரிசையையும், கண்டி நடனத்தையும் கண்டு களிக்க இன மத வேறுபாடற்று தேசமெங்குமிருந்து மக்கள் கூடிய காலத்தை சரித்திரம் இன்னும் மறந்துவிடவில்லை. அப்போது இலங்கை முழுதுமுள்ள பள்ளிகள் தோறும் 'நமோ நமோ மாதா! நம் சிறீலங்கா!' என்ற தேசியப் பாடல் ஒலித்தது. 'தாயே, எங்கள் இலங்கை மாதாவே, உனக்கு வணக்கம்! ஞானத்தில் புகழ் அளாவியவளும், வயல்கள் தீங்கனிச் சோலைகள் புஷ்பவனங்கள் நிறைந்த திருவிடத்தவளுமான இலங்கை மாதாவே! உன்னை வணங்குகிறோம்' என்ற அர்த்தம் பொதிந்தது அந்தத் தேசியப் பாடல். அப்போதும் இனத் துவேஷமும் அதன் காரணமான கொடுமையிழைத்தல்களும் இருந்தன. ஜனநாயகம் வளர வளர அவை மறையும், பாரபட்சம் நீதியின் முன் நிமிரும் என்று நம்பப்பட்டது. சட்டத்தின் முன் அனைத்துக் குடிமக்களும் சமமென்ற காலம் உறுதியாகுமென்று எதிர்பார்க்கப்பட்டது. அனைத்து நம்பிக்கைகளும் உத்தரவாதங்களும் எதிர்பார்ப்புக்களும் சமாதியாக சமர்க்காலம் தோன்றியது. அது மேலது கீழாய், கீழது மேலாய்ச் சமூக அரசியல் நிலைமைகளைத் தாறுமாறாய்ப் புரட்டிப் போட்டது.

அண்மையில் நடந்த கொலைகளால் தேசம் அதிர்ந்து போயிருந்தது. பலாலி ராணுவ விமானத் தளத்திலிருந்து பிரதம ராணுவத் தளபதியுடனும், வேறு நான்கு உயர் அதிகாரிகளுடனும் புறப்பட்ட ஹெலிகொப்டர் ஓடுதளத்திலேயே வெடித்துச் சிதறுகிறது. நாட்டின் பாதுகாப்பு அமைச்சரான லலித் அத்துலத்முதலி வெடிகுண்டு வைத்துக் கொல்லப்படுகிறார். இவை கட்சி உள் முரண்களின் விளைவென்று கருதப்பட்டன. ஆனாலும் கட்சித் தலைவர்கள், உயர் அதிகாரிகள், படைத் தளபதிகளைச் சுற்றி ஒரு மாயக் கொலைக் கரம் நகரத் தொடங்கியிருப்பது தெளிவாகத் தெரிந்தது.

ஆளும் கட்சியின் அந்த அழிநிலையை வெகுவாகக்கொண்டாடிய ஒரு தீவிரவாத நோக்குக் குழு, அரசியல் காய் நகர்வுகளை வெகு உன்னிப்பாய்க் கவனித்துக் கொண்டிருந்தது. வடக்கும் கிழக்கும் பறிபோய்விட்டதான எண்ணம் அதன் தீவிரத்தின் மூலமாயிருந்தது.

அரசாங்கத்துக்கும் விடுதலைப்புலிகளுக்குமிடையில் சமாதானப் பேச்சு வார்த்தைக்கான பூர்வாங்க முயற்சிகள் தொடங்குவதும், போர் நிறுத்தம் ஏற்படுவதும், அதன் மீறுகையில் முயற்சிகள் குலைவதும், பின் நடுநிலையாளர் சிலரின் கூட்டு முயற்சியால் மறுபடி தொடர்வதுமாய்ச் சுழன்றுகொண்டிருந்தன ஒரு வட்டத்தில். அதைக்கூட விரும்பாத இன மத மொழிவாரியான தீவிர சக்திகள் இருந்தன என்பதே அக்காலத்தின் மோசமான நிலைக்கான முதல் அடையாளம். அவர்கள் முனைப்பாய்ச் செயற்பட தகுந்த காலத்துக்காய்க் காத்திருந்தார்கள்.

பெரஹரா விழாவுக்காய் கண்டி புறப்படவிருந்த ஒரு கும்பல் அந்த ராத்திரிப்போதில் களனி கங்கைக் கரையின் பரந்த புல்வெளியில்

அமர்ந்து அரசியலும் வம்பும் பேசிக்கொண்டிருந்தது. அரசியல் பேச்சு சிலவேளைகளில் வெறித்தனத்துடன் விவாத நிலைக்கும் சென்றது. அறிவார்த்தமில்லாத வெறும் முரட்டுத்தனமான விவாதமே அது என்பதை விவாதத்தில் ஈடுபட்டிருந்த குரல்களின் அடர்த்தி – சப்தம் – தெரிவித்துக்கொண்டிருந்தது. பின் தணிந்து சகல மனித மதிப்பீடுகளையும் கேலியும் கிண்டலும் செய்கிற அளவுக்கு தாழ்ந்து வம்புப் பேச்சாய்த் தொடர்ந்தது.

அந்த ஐவரைக் கொண்ட சிறுகுழுவில் மூவர் பிக்குகளென்பது அவ்வம்புப் பேச்சு இருந்த தரத்தினால் பேரதிசயம் பிறப்பிக்கச் செய்தது.

அந்த ஐந்து பேரும் குணாநந்த தேரரின் வரவுக்காக அங்கே காத்திருந்தனர். வெகுநேரமாகியிருந்தது. ஆனாலும் காத்திருப்பின் களைப்பு அவர்களிடத்தில் காணப்படவில்லை.

அவர்களின் பேச்சைக் கேட்டுத்தான் களனி கங்கை பொங்கியது; கரை மீற முடியாத காரணத்தால் பாய்ந்தடித்து உரை பொங்க கடுகதியில் ஓடியது; கரை நெடுக நின்ற மஞ்சள் பச்சை நிற மூங்கில் கூட்டங்கள் தலையசைத்து நடுங்கின.

கரையெங்கும் அமானுஷ்யம். நதியின் இரைச்சல் தவிர வேறு சப்தம் அற்றிருந்தது. மேலே சில நட்சத்திரங்கள்.

அச்சமேதுமற்றவராய் ஒரு முது பிக்கு அட்டகாசமாய்ச் சிரித்தார். அவரது பற்கள் கறுத்திருந்தன. சில கழன்றும், சில உடைந்தும் காணப்பட்டன. மிக்க அருவருப்பாய் இருந்தது அவரின் சிரிப்பு. களனி கங்கை தீரத்தில் அவ்வாறான பேய்ச் சிரிப்புகள் அவ்வப்போது நிசப்தம் கிழித்தெழுவதை சூழல் நன்கறியும். அண்மைக் காலங்களில் கொழும்பிலிருந்து இழுத்துவரப்பட்ட நூற்றுக்கணக்கான தமிழ்ப் பெண்கள் அந்த கங்கைக் கரைப் புல் வெளியில்தான் கற்பழித்துக் கொலைசெய்யப்பட்டார்கள். அவ்வப்போது முகம் சிதைக்கப்பட்ட ஆண் சடலங்கள் கங்கையில் மிதக்கும். கரையின் நாணற் புதர்களுள், சம்புப் புதர்களுள், மூங்கில் மர வேர்களுள் ஒதுங்கிக் கிடந்து அழுகி நாறுவதில் களனி கங்கை பெயர் பெற்றது.

ஆற்றின் இருகரைகளிலும் ஆங்காங்கே வறிய சிங்களவர்களின் பலகை வீடுகள் இருந்தன. அவை ஆழ்ந்த உறக்கத்தில், அல்லது அவ்வாறான பாவனையில் அமுந்திக் கிடக்கும். சகல கொடுமைகளுக்கும் கேவலங்களுக்கும் சட்ட விரோத காரியங்களுக்கும் பேர் பெற்ற கரை அது. அங்கு அச்சம்தான் அஞ்சும். அதுதான் களனி. அத்தகு ஆற்றின் கரையிலிருந்துதான் முதுபிக்கு சிரித்தது.

சிரித்துவிட்டு சொன்னார்: "அரசாங்கம் வெகு கச்சிதமாய்த்தான் நடக்கிறது. உனக்கேன் அதுபற்றிய சந்தேகம் வந்தது, சில்வா? எங்கேயும் தந்திரி பிழைத்துக் கொள்வான். அரசியலிலும்தான்."

"மெய். தந்திரமே ஆதாரம் அரசியலுக்கும், எதற்கும்" என்றார் பக்கத்திலிருந்த இன்னொரு பிக்கு.

முதல் பிக்கு மேலே சொன்னார்: "சுபா கதை தெரியுமா, சில்வா, உனக்கு?"

"தெரியாது, சாமி."

"அரண்மனையில் எடுபிடி வேலைக்காரனிடம் மகாராஜா தோற்ற கதை அது."

"சொல்லுங்களேன் கேட்போம்."

"இப்பவே நாக்கு தொங்கத் துவங்கிவிட்டது உனக்கு. இதுவொன்றும் அனுலா கதை இல்லை. இது தந்திரம் வென்ற கதை. சமயோசிதத்தின் சன்மானமாய் ராஜ்யமே கிடைத்த கதை."

"குணாநந்த தேரர் திரும்பிவர இன்னும் எவ்வளவு நேரமாகுமோ? ராஜபக்ஸ சொல்கிற உணுப்பிட்டித் தேவடியாள்கள் பற்றின கதையை எவ்வளவு நேரம்தான் கேட்டுக்கொண்டிருக்க முடியும்? நீங்கள் சுபா கதையைச் சொல்லுங்கள்."

"கதையைத் தொடங்குமுன்... குணாநந்த தேரர் எங்கே போனார் என்று சொல்லுங்கள், சுவாமி" என்றான் ராஜபக்ஸ.

"யாருக்குத் தெரியும்? ஒரு ஊத்தைப் பிக்கு வந்து கூட்டிக்கொண்டு போகிறார்."

"அந்தப் பயித்தியத்தையா சொல்கிறீர்கள்? அவன்தான் எந்தச் சங்கத்திலும் இல்லை; பிக்கு என்று சொல்லிச் சொல்லியே தேவையானதையெல்லாம் பெற்றுக்கொள்கிறான்; அதற்கிடையில் இந்த மாதிரிப் பொம்பிள வியாபாரம் வேறு. அவன் இந்த விஷயத்தில் மகாநிபுணன். ஏன்தான் இப்படி பிக்குகளினதும் பவுத்தர்களதும் பெயரைக் கெடுக்கிறவனை விட்டுவைத்திருக்கிறார்களோ?"

ராஜபக்ஸ சொல்லி முடிய இன்னொரு பிக்கு அதுவரை பூண்டிருந்த தன் மவுனத்தை உடைத்துக்கொண்டு சொன்னார்: "மகேந்திர பல்லவன் இப்போது இருந்திருந்தால் இன்னொரு மத்ஸ விலாஸ பிரகஸனம் இயற்றியிருப்பான்."

"முந்திய காலமில்லை இது. இன்னொரு மத்ஸ விலாஸ பிரகஸனம் தோன்றினால், தனக்கே தான் நாமம் போட்டுக் கொள்ளுகிற, தனக்கே தான் குறி போட்டுக் கொள்கிற இந்து சமயத்தாரைப் பற்றி நாமும் நையாண்டி இலக்கியம் செய்ய வேண்டியதுதான். ஆனாலும் அந்த சூதகத் துணிப் பிக்கு மீது நடவடிக்கை எடுக்கத்தான் வேண்டும்" என்றார் முதுபிக்கு.

"சரி, நீங்கள் கதையைச் சொல்லுங்கள்" என்று மேலே அவர் ஏதும் சொல்லுமுன் தலையிட்டுச் சொன்னான் சில்வா.

கோபம் தணிந்து பிக்கு கதை சொல்லத் துவங்கினார். "மன்னன் நன்றாகத்தான் ஆட்சி புரிந்தான். ஆனாலும் விதூஷகத்தில் பிரியம் அதிகம் அவனுக்கு. தன் எடுபிடி வேலைக்காரனுக்கும் தனக்கும் உருவ ஒற்றுமை இருப்பதைக் கண்டுகொண்ட மன்னன், ஒருநாள்

பெரிய விதூஷகமொன்று செய்ய நினைக்கிறான். சுபா என்ற அந்த வேலைக்காரனுக்கு ராஜ உடை அணிவித்து, முடியும் உடைவாளும் தரிக்கச் செய்து அரச சபைக்கு அனுப்பிவிட்டு, தான் அவ்வேலைக்காரனின் உடையினை அணிந்துகொண்டு குடிமக்கள் பகுதியிலே போய் நின்றுகொள்கிறான். மந்திரி பிரதானிகளும் படைத் தலைவர்களும் எழுந்து வணக்கம் தெரிவித்தும், மன்னா என விளித்தும் வழக்குகளை நடத்தத் தொடங்கியிருப்பதைக் கண்டு வெடித்து வரும் சிரிப்பை அடக்கிக்கொண்டு ரசித்து நிற்கிறான் நிஜமான மன்னன்.

"சிம்மாசனத்தில் அமர்ந்திருந்த வேலைக்கார சுபாவின் மூளை சமயோசிதமாய் வேலை செய்கிறது. எல்லாரையும் கையமர்த்திவிட்டு, சுபா என்ற வேலைக்காரனைக் கைதுசெய்து கொண்டுவரும்படி கட்டளை பிறப்பிக்கிறான். வேலைக்கார வேஷத்திலிருந்த மன்னன் கைது செய்யப்படுகிறான். பொய்க்குற்றம் சாட்டி உடனடியாகவே அவனைக் கொதிக்கும் எண்ணெய்க் கொப்புரையில் வீசும்படி தண்டனையளிக்கிறான் போலி மன்னனான சுபா.

"உண்மையான மன்னன் கோபத்திலும் அவலத்திலும் அலறுகிறான். தானே உண்மையான மன்னனென்றும், சிம்மாசனத்திலிருப்பதே சுபா என்கிற வேலைக்காரனென்றும் கூவுகிறான். யாரும் அவன் பேச்சைக் கேட்பதாயில்லை. அரச ஆணை நிறைவேற்றப்படுகிறது. தந்திரத்தால் வேலைக்காரன் ராஜாவான கதை இதுதான், சில்வா."

சில்வா, தேசப் பிரேம ஜனதா வியாபாரய என சிங்களத்தில் அழைக்கப்பெற்ற தாய்நாட்டில் பற்றுள்ள மக்கள் இயக்கம் சார்ந்தவன். ஒரு கணம் ஆடித்தான் போனான். மன்னனின் விதூஷகம் வேலைக்காரனை ராஜவாக்கிய கதை அவனுக்குப் பிடிக்கவில்லைப்போலும்! தன் நகைச்சுவையெல்லாம் அடங்கி மௌனமானான். இளவரசியை சிங்கம் புணர்ந்து பிறந்த குழந்தைகளிலிருந்து பெருகிய இனமே சிங்கள இனம் என்ற மகாவம்ச கதையில் ஒருகாலத்தில் அவன் பெரு அருவருப்படைந்திருந்தவன்.

அவன் மௌனம் பூண்டதால், மல்பிம சுரகீமே வியாபாரய எனப்படும் தாய்நாட்டைப் பாதுகாப்போர் சங்கத்தைச் சார்ந்த முனசிங்க நிசப்தத்தைக் கலைக்க கேட்டான்: "அதுசரி . . . குணாநந்த தேரர் என்கிறீர்களே, இந்தப் பெயரை இதற்கு முன்பு எங்கோ கேள்விப்பட்டது மாதிரித் தோன்றுகிறதே!"

அதற்கு பக்கத்திலிருந்த சிங்கள பல மண்டலய இயக்கத்தைச் சேர்ந்த மூன்றாவது பிக்கு ஒருவர் பதிலளித்தார்: "இருக்கலாம். பத்தொன்பதாம் நூற்றாண்டில் பவுத்த மறுமலர்ச்சி இயக்கத்தை ஆரம்பித்து வைத்த இரண்டு பிக்குகளில் ஒருவரின் பெயரும் குணாநந்ததான்.

"ஆ... இப்போது ஞாபகம் வந்துவிட்டது. அவரது முழுப்பெயர் ... மிக்கெட்டுவத்த குணாநந்த தேரர் ..!" என்றான் முனசிங்க

"சரிதான். அதோ . . . குணாநந்த தேரரும் வருகிறார். இனி நாம் புறப்பட ஆயத்தமாகலாம்" என்றார் முதுபிக்கு.

அவசரமாக வந்த குணாநந்த தேரர் சொன்னார்: "இந்த கண்டிப் பயணத்தை நிச்சயமாக நாம் மேற்கொள்ளப்போவதில்லை."

"அதென்ன ... திடீரென்று ..?" என்றார் அவர்களில் ஒருவர்.

"திடீரென்றுதான் செய்தியும் வந்தது. இலங்கை அரசியலில் முக்கியமான சம்பவங்கள் சில விரைவில் நடைபெறப் போகின்றன. அதற்குத் தக நடவடிக்கைகள் எடுக்கத் தயாராக நாம் கொழும்பிலேயே தங்கவேண்டியுள்ளது. இந்த நிகழ்வுகளில் நாம் பங்குதாரர்கள் இல்லை. அதேபோல் பார்வையாளர்களும் இல்லை."

"பின்னே ..? பயனாளர்கள் ?"

"சரியாகச் சொன்னீர்கள்."

"அரசியல் மாற்றமா ?" முதுபிக்கு கேட்டார்.

"அப்படித்தான் தெரிகிறது."

"இதில் நமக்கு எவ்வகையில் லாபம் வரக்கூடும் ?" என்று முதுபிக்குவே தொடர்ந்து கேட்டார்.

"நிறைய வழிகளில். வடக்கிலே கொட்டியாக் கும்பல் அரசாங்கம் நடத்திக்கொண்டிருக்கிறது. தமிழன்களுக்கு ஒரு பெருமையும் கவுரவமும் புதிதாய் ஏற்பட்டுவிட்டது. அதை அழிக்க இந்த அரசாங்கம் முனையாது. முனைந்தாலும் இதனால் முடியாது. நாம் கஷ்ரப்பட்டு கிராம இளைஞர்களை ராணுவத்திலே சேர வைக்கிறோம். அவர்களில் பாதிப்பேர் செத்து வருகிறார்கள். மீதிப் பேர் ஓடியே போய்விடுகிறார்கள். புதிது புதிதாக ராணுவத்தில் ஆட்களைச் சேரவைப்பதும் கஷ்டமாக இருக்கிறது. அதற்கு முக்கியமான காரணம் எனக்குத் தெரியும். எங்களிலேயே அதற்கெதிரான ஒரு சக்தியாயிருந்து ராணுவத்தில் சிங்கள இளைஞர்களைச் சேர வைக்கும் முயற்சிகளைத் தடுக்கிறமாதிரி விடாப்பிடியான ஒரு பிரச்சாரத்தில் ஈடுபட்டிருக்கிறார் ஒரு மனிதர்..."

"ஒரு மனிதரா ..? ஒரு மனிதரா அவ்வளவு சக்தியோடு நம் முயற்சிகளையெல்லாம் அழிக்கக்கூடிய மாதிரியான பிரச்சாரத்தில் ஈடுபடுகிறார் ? யார் அவர் ..?"

"அது இப்போது வேண்டாம். அவரைத் தகுந்த சமயத்தில் நான் பார்த்துக்கொள்கிறேன். ஆக . . . தமிழ்ப் புலிகளை அழிக்க இந்த அரசாங்கம் முன்வராதது மாத்திரமில்லை; தெற்கிலே அதற்கு இணையாக வளர்ந்திருக்கக்கூடிய ஜேவிபியை அழித்த மகா தவற்றையும் செய்தது. அதை அதன் மூலத்தோடு அழிக்கிற மாதிரித்தான் ரோகண விஜேவீரவையும் அது இல்லாமற் பண்ணியிருக்கிறது. இப்போது அதன் ஆரம்பத் தலைவர்கள் ஐவரில் ஒருவரான சோமவன்ச அமரசிங்கதான் மீதமாயிருக்கிறார். ஆனால் அவர் எங்கேயென்று யாருக்குமே தெரியவில்லை. ஜேவிபி சகல நம்பிக்கைகளும் அழிந்துபோய் நிற்கிறது. அதனால் இப்போதைய அரசாங்கத்தின் போக்குகளுக்கு எதிரிடையான முடிவுகளை எடுக்கக்கூடிய அரசாங்கமொன்று பதவிக்கு வருவது

656 தேவகாந்தன்

முக்கியம். எமக்கு எம் இன மத மொழி ஆகியவற்றை உச்சபட்சமான அதிகார மையத்தில் வைப்பதற்கு நாயகர்கள் அல்லது நாயகிகள் தேவை."

முதுபிக்கு சிரித்தார். லேசாகத்தான். அதைக்கூட வேறு சமயங்களில் குணாநந்தவுக்கு முன்னால் அவர் செய்திருக்கமாட்டார். அன்றைக்கு – அப்போது – தன் கருத்தில் உயர்ந்தபட்சமான நம்பிக்கையை அவர் அடைந்திருக்க வேண்டும். "நீங்கள் சந்திரிகா குமாரதுங்கவைக் குறிப்பிடுகிறீர்கள் போலும்! ஸ்ரீலங்கா மக்கள் கட்சியிலிருந்து அவர் ஒருபோதும் ஸ்ரீலங்கா சுதந்திரக் கட்சிக்குப் போகமாட்டார், போகவேமாட்டார், பாருங்கள்."

குணாநந்த தேரர் கோபப்படவேயில்லை. "போவார்" என்றார் நிதானமாக. "போவார்; வேண்டுமானால் நீ இருந்து பார். அவரை மக்கள் கட்சியிலிருந்து விலகி சுதந்திரக் கட்சிக்குப் போகவைக்க எந்தக் கயிற்றைப் பிடித்திழுக்கவேண்டுமென்று தெரிந்து சரியாக இழுத்தால்... போவார்."

பாராளுமன்றம் எங்கோ இருந்தது. அரசியல் கட்சிகள் என்னென்னவோ முனைப்பில் இருந்தன. அரசியல் சதுரங்கத்தின் காய்கள் ஒரு அர்த்த ராத்திரியில் களனி கங்கைக் கரையில் நகர்த்தப்பட்டுக் கொண்டிருந்தன.

50

திரவியம் அனில் வீடு சென்றுகொண்டிருந்தபோது, அங்கிருந்து குசுமாவதி அப்போதுதான் வெளியேறிக்கொண்டிருப்பது தெரிந்தது. திரும்பி கேற்றைச் சாத்த எடுத்த பொழுதில் அவள் அவன் தூரத்தில் வருவதைக் கண்டிருக்க முடியுமாயினும் அவனைப் பார்க்கவோ ஒரு அறிமுகப் புன்னகையைக் காட்டவோகூட அவள் தாமதிக்கவில்லை. அவளது நடத்தையின் காரணத்தை அவனால் புரிந்துகொள்ள முடியும். அவளது சோகம் பெரியதுதான். நிமால் பெரேரா மரணமாகிய விஷயம் கடந்த ஒரு வருஷத்துக்கு முன்னர்தான் வெளியே தெரியவந்திருந்தது. எண்பத்தொன்பதின் நடுப்பகுதியில் அவனது கைது நிகழ்ந்திருப்பினும் எந்த சரக பொலிஸ் அவனைக் கைது செய்ததென்பதோ, அல்லது பொலிஸா ராணுவமா கைது செய்ததென்பதோ எதுவும் எவருக்கும் தெரிந்திருக்கவில்லை. அவனை உறவினர்களும் நண்பர்களுமாய் மூன்றாண்டுகளாகத் தேடினார்கள். அவனது மரணம்கூட அவன் எங்குமே இல்லை என்பதிலிருந்து அவர்களால் பிரித்துணரப்பட்ட முடிவாகவே இருந்தது. இன்னும் குசுமாவதி சோகத்தின் உச்சத்திலிருந்து இறங்கவில்லை. அது, எண்ணுகிறபோதெல்லாம் அவனுக்கு ஆச்சரியமாகவே இருந்தது. நகர்ப்புறத்து சிங்களவரிடையே நகர்ப்புறத் தமிழரைவிடவும் கூடுதலான மேற்கத்தியச் சாயல் வாழ்முறை இருந்தது. வீடுகளிலேயே மதுபானப் பாவிப்பும், வார இறுதிநாள் விருந்தும் நடனமும் என்று ஒருவகைக் கேளிக்கை விருப்பு அதிகம் கொண்டிருந்தவர்கள் அவர்கள். நகர்ப்புறங்களில் ஆண்–பெண் ஒழுகலாறு கட்டிறுக்கமற்று இருந்தது. பாலியல் உறவுகளில் இவ்வகையிலிருந்த சுதந்திரம் நாகரீக

விழைச்சலின் தாக்கத்தால் ஏற்பட்டதுதான். மேலும் பறங்கியர் எனப்படும் போர்த்துக்கீசியர் – சிங்களவர் கலப்பினத்துடன் அவர்களுக்குப் பெருகிவந்த மணவினைக் கலப்பு அத்தகு நிலைமையை உருவாக்கிய காரணங்களுள் ஒன்றெனக் கொள்ளவும் முடியும். ஒரு மரணம் பெருஞ் சோகமாயிருக்க அவர்கள் வாழ்முறை அனுமதிப்பதில்லை. மரணமானது எவருக்கும்தான் தாளவியலாச் சோகமெனினும் நகர்ப்புறத்தில் அது மெல்ல மெல்லச் க்ஷீணமடைய தயக்கத்தோடாயினும் சம்மதிக்கும். இரண்டாவது திருமணத்தை வெகு இயல்பானதாய், சுலபமாகச் சம்மதித்தது அச்சமூகம். மட்டுமில்லை. சடங்காசாரங்களையும் அதிகமாய்க் கொண்டிருக்கவில்லை அது. ஒரு திருமணம் ஒரு தமிழ்ப் பெண்ணில்போல் மாற்றத்தை அல்லது சுமைகளைச் சுமத்துவதில்லை ஒரு சிங்களப் பெண்ணின்மேல் என்பது அவர்களோடு கொஞ்சம் பழகினால் புரிகிற சங்கதி. இருந்தும் குசுமாவதி குறைக்கவியலாச் சோகம் பூண்டிருந்தாள். சதி வழக்கம் பௌத்தர்களிடையே இருந்ததற்கு ஆதாரமேதுமில்லை. ஆனால் மானசீகமாய் அவள் அவன் சிதையில் தன்னை எரித்துக்கொண்டாளென்று நடத்தையில் தெரிந்தது. அப்போது குசுமாவதி தன் தாய் தந்தையரோடு நுகேகொடையில் வாழ்ந்து கொண்டிருந்தாள். நிமால் பெரேராவின் வீடு கேகாலையில். ஒரு வாரம் விடுமுறை எடுத்துக்கொண்டு குசுமாவதியோடு அங்கு சென்றிருந்தபோதுதான், அவனது கைது நிகழ்ந்தது. இலங்கை ராணுவம் ஜேவிபி அழிப்பில் மும்முரமாய் முடுக்கிவிடப்பட்டிருந்த காலப் பகுதி அது. அறுபத்தையாயிரம் யுவதிகளும் இளைஞர்களும் கொல்லப்பட்டதாக அரசு சாரா செய்தி நிறுவனமொன்று பின்னால் தகவல் வெளியிட்டிருந்தது. அது மேலும் ஒரு செய்தியை வெளியிட்டு அதிர்ச்சியை ஏற்படுத்தியது.'எங்களுக்கு இன்று ஏற்பட்ட நிலை, இன்னொரு நாள் சிறீலங்கா மக்களுக்கும் ஏற்படும். அன்றைக்கு ஆனையிறவு வதை முகாம் ஹம்பாந்தோட்டைக்குக் கொண்டுசெல்லப்படும்; குருநகர் வதை முகாம் குருநாகலுக்குக் கொண்டுசெல்லப்படும். இன்றைய தமிழ் இளைஞர்களுக்குப் பதிலாக அன்றைக்கு சிங்கள இளைஞர்கள் வதைபுரியப்படுவார்கள்' என்று 1982இல் குட்டிமணி நீதிமன்றத்தில் கூறிய தீர்க்கதரிசன வாசகத்தை அதே இதழில் பெட்டிச் செய்தியாய் வெளியிட்டதின்மூலம் அவ்வதிர்ச்சியை ஏற்படுத்தியிருந்தது அச் செய்தி நிறுவனம். குசுமா நுகேகொடையில் தங்குவதாக முடிவெடுத்த பின்னர் இரண்டு முறை வவுனியா வந்து போயிருக்கிறாள். போன ஆண்டில் ஒன்று. இப்போது ஒன்று. இந்த இரண்டு சந்தர்ப்பங்களிலுமே அவனைச் சந்திக்க அவள் முனையவில்லை. இத்தனைக்கும் நிமால் பெரேராவின் நெருங்கிய சிநேகிதன் அவன். நேசிப்பின் உச்சமடைந்திருந்தது நிமால் பெரேராவினதும் குசுமாவதியினதும் கணவன் – மனைவி உறவு. அதை அவன் அவர்களது அந்நியோன்யத்தில் இல்லை, அக்கறையிலேயே கண்டிருந்தான். அந்த உறவின் அழிவில் அவன் அதிகம் மன அவதிப்பட்டது அதனால்தான்.

அவன் கேற்றைத் திறந்துகொண்டு உள்ளே சென்றபோது அனில் அய்யாவும் சோமாவும் விறாந்தையில் உட்கார்ந்திருந்தனர். அவன் உள்ளே வருவது தெரிந்து சோமா "ம்ச்..!" என்றாள் ஒரு மைய மாற்றம்போல்.

திரவியத்தைப் பார்த்து மெல்லச் சிரித்தாள். ஆழ்ந்த யோசனையில் கேற்றுக்கு முதுகு காட்டியிருந்த அனில் அய்யாவைத்தட்டி திரவியம் வருவதைச் சொல்லிவிட்டு முன்னால் கட்டை மேசையில் கிடந்த தேநீர்க் கோப்பைகளை எடுத்துக்கொண்டு அசைந்து அசைந்து உள்ளே சென்றாள். வழக்கம்போல் அபயனை, மேகலையை அன்று அவள் விசாரிக்கவில்லையென்பது ஞாபகமாக சூழ்நிலையின் கனதி அவனுக்குப் புரிந்தது.

அனில் அவனை உட்காரச் சொன்னார். "குசுமா வந்திருந்தாள். இப்போதுதான் போகிறாள்" என்றார்.

"போகும்போது தூரத்தில் பார்த்தேன்" என்றான் அவன்.

"இந்த ஜென்மத்தில் இந்தத் துயரத்தை அவளால் வென்றுவிட முடியுமென்று நான் நினைக்கவில்லை" என்றார். சிறிது நேர மௌன ஊடாட்டத்தின் பின், "உன்னைப் பார்க்க விருப்பமாயிருக்கிறது என்றும், பார்த்தால் அழுதுவிடுவேன் போலிருக்கிறது, அதனால் இந்த முறையும் பார்க்காமலே போகப்போகிறேன், அடுத்தமுறை வரும்போதாவது உன்னைச் சந்திக்கிற சக்தியைப் புத்தபெருமான் தனக்குத் தரவேண்டும் என்றும் சொல்லிவிட்டுப் போகிறாள்" என்று தொடர்ந்து கூறினார்.

அவன் ஒன்றும் பேசவில்லை.

சோமாவதி திரவியத்துக்குத் தேநீர் கொண்டுவந்தபோதுதான் மறுபடி இருவருக்கும் தம் நினைவுகளின் ஆழ்ச்சி கலைந்தது.

அனில் கேட்டார்: "உனக்கும் சிவாவுக்கும் இன்னும் தகராறு தீரவில்லையா?"

திரவியம் இல்லையென்று தலையசைத்தான்.

"சிவாவை அண்மையில் பார்த்தேன். கேட்டதற்கு, எனக்கு அவனிலே என்ன கோபம், அவன்தான் கோபித்துக்கொண்டிருக்கிறான் என்றான்" என்றார்.

அவன் மௌனமாயிருந்தான்.

அவன், சிவா தன் வியாபாரக் கூட்டினைவிட்டு விலகாதவரை மனமிளகமாட்டானென்பதும், அவனாகவே வலியவந்து அதற்காக மன்னிப்புக் கேட்காதவரை பழைய நிலைக்கு ஒருபோதும் அவன் திரும்பமாட்டான் என்பதும் தெரிந்திருந்த அனில் வேறு விஷயத்துக்கு மாறினார். "போனமுறை வந்தபோது திசையன் வந்திருப்பதாகச் சொன்னாய். பார்த்து நிரம்ப நாளாகிவிட்டது. கூட்டி வந்திருக்கலாமே!"

"அடுத்தடுத்த நாளே திரும்பிப் போய்விட்டான்."

"அந்தளவு விரைவிலேயா?"

"வந்த வேலை முடிந்தது போலும், போய்விட்டான்."

"என்ன, திரவி, பட்டும்படாமலும் பேசுகிறாய்?"

"அவனும் பட்டும்படாமலும்தானே இப்போது பழகிக்கொள்கிறான்!"

"திரவி..!"

"உண்மைதான், அனில் அய்யா. அவன் ஒரு அரசியல் நோக்கத்தோடுதான் இங்கே வந்திருக்கிறான், எங்களோடெல்லாம் பழகியிருக்கிறானென்று இப்போதுதான் வலுவான சந்தேகம் ஏற்பட்டிருக்கிறது."

"ஏய்... ஏய்... திரவி, நிப்பாட்டு!" இடைமறித்தார் அனில். "சந்தேகம்தான் படுகிறாய். இருந்தும்... அதென்ன அவன் அரசியல் நோக்கத்தோடு இயங்கியதாய் அத்தனை தீர்மானமான கருத்து..?"

"என் சந்தேகங்களுக்குக் காரணமிருக்கு. அவை ஆதாரமில்லைத்தான். ஆனாலும் அதை நான் ஒதுக்கிவிட முடியாது."

"என்ன அது? அவனது அரசியல் நோக்கம்தான் என்ன?"

"அதைத் தெளிவாகச் சொல்ல காலம் செல்லும். நானே சந்தேகங்களின் பின்னணியில்தான் இதைச் சொல்கிறேன். ஆதாரம் கிடைக்கிறபோது... நிச்சயமாக இதுபற்றி நாங்கள் பேசலாம்."

திசையன்பற்றி திரவியம் சொன்னதை அவரால் ஏற்கமுடியாதிருந்தது. ஆனாலும் அதுபற்றி அவர் மேலே பேசவில்லை. "சரி, விடு. ஒரு விஷயம் உனக்கு வந்தவுடனேயே சொல்லவிருந்தேன்..."

"என்ன?"

"ஆனி மாதத்திலிருந்து பிரபலமான சர்வதேச செய்தி நிறுவனமொன்று தன் கொழும்பு அலுவலகத்துக்கு பொறுப்புள்ள நிர்வாக அதிகாரியாக என்னை நியமித்திருக்கிறது. உன்னைப்போன்ற சில இளைஞர்களை மனத்தில் நினைத்துக்கொண்டுதான் துணிந்து அப்பொறுப்பை ஏற்றுக்கொண்டிருக்கிறேன். திரவி, எனக்கு உதவியாக இருப்பாயல்லவா?"

"நான் புதிது புதிதாய்த் தெரிய, மேலும் மேலுமாய்க் குழம்பிக்கொண்டு போகிறேன். முதலில் என்னைத் தெளிவுபடுத்துங்கள். நான் உதவிசெய்வதுபற்றி பிறகு யோசிக்கலாம்."

அவன் காரியார்த்தமாய்த்தான் பேசுகிறான் என்பது அவருக்குத் தெரிந்தது. "எது தெளிவில்லாமலிருக்கிறது உனக்கு?" என்றார்.

அவன் சொன்னான்:"பெரும்பாலும் எல்லாமேதான். திருஷ்டாந்தத்தில் நான் அறிபவையெல்லாமே என்னைக் குழம்பிப்போகத்தான் செய்துகொண்டிருக்கின்றன. நான் யார் என்பதுபோன்ற ஆன்மீகக் குழப்பமில்லை இது. ஆனாலும் நான் யார் என்பது மாதிரியான ஒரு கேள்விதான் என்னைக் குடைந்துகொண்டிருப்பதும். நான் யார்? தமிழனா, இலங்கையனா, இல்லை மனிதனா? நான் யாராகச் சிந்திக்கவேண்டும்? ஒவ்வொரு பொழுதில் ஒவ்வொருவராக நின்று சிந்தித்து நான் குழம்புகிறேன், அனில் அய்யா."

அனில் மௌனமாயிருந்தார்.

மனைவியிடம் சிகரெட் கொண்டுவரச்சொல்லி வாங்கிப் பற்றவைத்தார்.

மௌன வெளியில் யோசனை ஊடாடியது.

அதற்கு ஓரளவு சரியானதும் மேலெழுந்தவாரியானதுமான ஒரு பதிலைச் சொல்லமுடியும் அவரால். அவருக்கு அது ஒப்பில்லை. அவர் பதில் ஆழமாயிருக்கவேண்டும். முக்கியமாக, அது அவனைத் தெளிவிக்கிற பதிலாய் இருக்கவேண்டும்.

புகைத்து சிகரெட்டை பாதியிலே வீசிவிட்டு பதில் சொல்லத் தொடங்கினார் அனில். "அது அப்படித்தான் இருக்கும். அதுதான் இயல்பு. அந்த மூன்று தளங்களிலிருந்தும் ஒருவர் சிந்திக்கவேண்டும் என்பதுதான் நியதி. வேறுவேறு சமயங்களில் இந்த மூன்று நிலைகளில் ஒரு நிலையை எடுத்து நின்று அபிப்பிராயம் சொல்லிவிடுகிறது சுலபம். இம்மாதிரி உள்நாட்டுப் போராட்டக் காலத்தில் இம்மூன்று நிலைகளிலும் சிந்திப்பதை அவசியமாக்கிக்கொண்டு சந்தர்ப்பங்கள் புதிது புதிதாகத் தோன்றும். அந்தக் குழப்ப நிலையை வெல்ல முடியும். இதோ பார், திரவியம். பிறப்பிலிருந்து உன்னில் வளர்ந்துவந்த தமிழ்த் தேசியத் தன்மையை உன்னால் முற்றுமுழுதாக ஒதுக்கிவிட முடியாது. நீ ஒருபோது தெளிந்திருக்கையில், நான் யாராகச் சிந்திக்க வேண்டுமென்று கேட்டு உன் மனம் கலகம் செய்வது அந்த தமிழ்த் தேசியத்தின் அத்துமீறலின் விளைவுதான். ஆனால் அது தவறென்றும் எடுத்த எடுப்பிலேயே சொல்லிவிட முடியாது. அது வெல்லப்பட வேண்டியது மட்டும்தான். அப்போது நீ இலங்கைத் தேசியம் பேசுவாய். அது உன் சிந்தனையை இடைஞ்சல் செய்கிறபோது, நீ சர்வதேச மனிதனாகும் பக்குவம் பெற்றிருக்கிறாயென்று அர்த்தமாகும். அதை எல்லையாகக்கொண்டே உன சிந்தனையின் முயல்வுகள் இருக்கவேண்டும். அதேவேளை நீ தமிழ்த் தேசியவாதியாகவும், இலங்கைத் தேசியவாதியாகவும்கூட இருப்பாய். அவை உன்னில் முற்றும் மறைந்துவிடுவதில்லை. அவை உன் தளமும் களமுமாக அப்போதும் இருக்கும். இதை ஒரு பயிற்சியிலும் படிப்பினாலும் மட்டுமே அடைய முடியும். நீ அந்தத் திசையில் உன் கவனத்தைக் குவிக்கவேண்டிய காலம் இது. அப்போதுதான் செய்திகளின் பின்னாலுள்ள உண்மை விளங்கும். நீ ஒரு செய்தியாளனாய், பத்திரிகையாளனாய் வெற்றிபெற இந்த நிலைமை அவசியம்."

திரவியம் புரிந்துகொண்டானா என்பதைப் பார்ப்பதற்குக் கூட அவர் அவனைப் பார்க்கவில்லை. மேலே தொடர்ந்தார்: "நம் அடையாளங்கள் தெளிவாய் விழுந்துவிட்டன, திரவி. நான் சிங்களவன், நீ தமிழன், அவன் முஸ்லீம் என்பவை நாமே விரும்பிப் போட்டுக்கொண்ட அடையாளங்களில்லை. ஆனாலும் நம் விருப்பம், எப்படியோ அதைச் சுற்றி வளர்ந்து விடுகிறது. ஆனாலும் அதை வெல்ல நாம் தயங்கக்கூடாது. அறிவென்பது வேறு என்ன என நினைக்கிறாய்? குழம்புவதுபற்றி நீயே சொல்வது சந்தோஷம். ஆனால் நீ குழம்பக் கூடாது. அறிவுறுத்துபவன் குழம்பினால் அறிவுறுத்துகை குழம்பும். பின் அறிபவன் குழப்பம் தீர்வது எப்படி?"

“எப்படி அனில் அய்யா முடியும்? நான் மனிதம் பேசிக் கொண்டிருக்கையிலேயே என் வீடு கொளுத்தப்பட்டுவிடுகிறது. என் எதிர் வீட்டில் கொலைகள் விழுந்து விடுகின்றன. என் பக்கத்து வீட்டுப் பெண் கற்பழிக்கப்படுகிறாள். நான் ஓடுகிறேன் ... எல்லோரும் ஓடுகிறார்கள் ... நான் மறந்த தமிழனை என்னுள் மீண்டும் அடையாளப்படுத்தியது எது? எப்படி நான் இந்தக் குழப்பத்திலிருந்து தப்பமுடியும்?” என்று கேட்டான் திரவியம்.

அவன் கோபிக்கவில்லை. ஆனாலும் ஒரு கோபம் அதில் இருந்தது.

“புதிய காலத்தின் துவக்க ஆண்டுகளில் மதச் சீர்திருத்தவாதிகளுக்கு என்ன கதி நேர்ந்ததென்று உனக்குத் தெரியுமல்லவா? ஏராஸ்மஸ் போன்றோர் எரியூட்டவும் பட்டார்கள். ஒரு புதிய சிந்தனையின் அடைதல் அத்தனை எளிதானதல்ல. தானே பலியாகிற நிலையும் ஏற்படலாம். உண்மை அவ்வாறு உண்மையானவனையே இரையாய்க் கேட்கும். சாக்கிரடீஸ் கொடுத்தது, யேசு கொடுத்தது ... அந்த மாதிரி இரைதான்.” அவர் அதை மெதுவாகச் சொன்னார்.

திரவியம் நிமிர்ந்து அவர் கண்களை ஒரு புரிதலோடு ஏறிட்டான்.

51

தாமதமாக விழித்து, குழந்தைகளோடு பாயில் கிடந்து நேரங்கடத்தி, வெய்யில் மேலே நன்றாய் ஏறிய பிறகு எழுந்துபோய்க் குளித்துவிட்டு திரவியம் வரவும் படலையைத் திறந்துகொண்டு அவசரமாக உள்ளே வந்தார் அனில்.

அவர் அவனது வீட்டுக்கு வருவது அபூர்வம். அத்தனை வருஷகாலத்தில் இரண்டோ மூன்றோ முறை வந்துபோயிருக்கிறார். இரண்டொரு சமயங்களில் யாரையோ பார்க்க வந்த இடத்தில் படலையில் நின்று அவனோடு பேசிவிட்டுப் போயிக்கிறார். அவ்வளவுதான். அவர் அங்கேயென்றுதான் அன்று வந்ததுபோலிருந்தது. அவன் கண்டுவிட்டு விரைந்து வந்து, “வாருங்கள், அனில் அய்யா” என்று வரவேற்றான். அவரை சுவர்ணாவுக்கும் தெரிந்திருந்தது. அவளும் வந்து சற்று எட்ட நின்றபடி புன்னகைத்து வரவேற்றாள். பின் குசினிக்குத் திரும்பி தேநீர் தயாரித்தாள்.

அனில் திண்ணையில் அமரப்போனார். வெறும் நிலமென்ற கரிசனமின்றி. திரவியம் அவசரமாய் உள்ளே ஓடிப்போய் பாயை எடுத்துவந்து விரித்து அமரவைத்தான்.

அவர் நெற்றியில் வியர்வைத் துளிகள் ஊறி வழிந்து கொண்டிருந்தன. துடைத்தார். அவர் பதற்றமடைந்திருப்பது தெளிவாய்த் தெரிந்தது.

“செய்தி தெரியுமா?” என்றார் நிமிர்ந்து.

“என்ன ... செய்தி? எதைப்பற்றி ..?”

அவர் குரலை அவசியமில்லாமலே தணித்து விஷயத்தின் கனதியை உணர்வித்தார். "ஜனாதிபதியை... சைக்கில் குண்டில்.. போய்விட்டாராம்... இப்போதுதான் மேமன் போனில் கூறினான்."

திரவியம் உறைந்துபோனான்.

"எப்ப..?" குரல் உடைந்து வந்தது.

காலம் கொலையுதிர்ப்பதாய் இருக்கின்றது. ஆனாலும் பெரும் கொலைகளின் பின்விளைவுகளை எண்ண பொறிகள், புலன்கள் அழியும். அவன் கதிகலங்கியது அது இன்னொரு கொலை என்பதிலிருந்து அல்ல. இனி... என்பதிலிருந்து கெழுமியது.

"எப்ப?" கேள்வி மறுபடி ஒலித்தது.

"காலையில் மேதின ஊர்வலத்தில் போய்க்கொண்டிருக்கும் போது. ஸ்தலத்திலேயே மரணமாகியிருக்கிறார்."

"செய்தியில் அறிவித்துவிட்டார்களா..?"

"இன்னும் இல்லை. ஆனாலும் வதந்தியாய் அது விரைந்து பரவிக்கொண்டிருக்கிறது."

"இப்போதைய கொழும்பு நிலைமை..?"

"தெரியவில்லை. ஸ்தம்பித்திருக்கிறது என்றுமட்டுமே மேமன் சொன்னான். திரவி, உனக்கு மேமனைத் தெரியுமல்லவா? போன வருஷம் வீட்டுக்குக்கூட வந்திருந்தானே! அந்த சினிமா விமர்சகன்..."

"ஆம், ஞாபகமிருக்கிறது. உங்களுடைய மாணவர்..."

"ஆமாம், பெரதேனியாவில் என்னிடம் படித்தவன்."

"அது சரி... யார் செய்திருக்கக்கூடும்?"

"யாருக்குத் தெரியும்? ஆனால் எடுத்தவுடனே தமிழ்ப் புலிகளைத்தானே நினைக்கிறார்கள்! அப்படித்தான் தலைநகரிலே அபிப்பிராயம் இருக்கிறதாம்."

"நீங்கள் அப்படி நினைக்கவில்லையா?"

"இல்லை."

"ஏன்?"

"ராஜீவ் காந்தியின் கொலைக்குப் பிறகாவது புலிகளின் அரசியல் கொலை நிலைப்பாடு மாற்றமடைந்திருக்குமென்று நான் நம்புகிறேன். ராஜீவ் காந்தி கொலைக்கு அவர்கள் கொடுத்த விலை அதிகம். திருந்தினால்தான் தங்களுக்கு எதிர்காலமென்பது அவர்களுக்குத் தெரியாமல் போயிருக்காது. அந்த நம்பிக்கையில்தான் சொல்கிறேன்."

"பின்னே யார்..?"

"லலித் அத்துலத் முதலியின் கொலைக்கு புலிகள் காரணமென்று பொலிஸ் விசாரணையிலும் தெரியவில்லை. இன்னும்... ஆதாரம்

கனவுச்சிறை 663

கிடைக்காமற்போனாலும் உள்கட்சிப் பூசலின் விளைவென்றே பரவலாக அது அப்போது நம்பவும்பட்டது. அதனால்... அத்துலத் முதலியின் விசுவாசிகளால் தூண்டிவிடப்பட்ட கொலையாகவே இது கொள்ளப்படக்கூடிய வாய்ப்பு இருக்கிறது. இதுவே உண்மையில்லாதபட்சத்திலும் இப்படி எண்ணப்படுவது அவசியம்."

"ஏன்?"

"இல்லாதுபோனால்... கொழும்பிலே ஒரு மிகப்பெரிய கலவரத்தைத் தடுப்பது கஷ்டமாகிப்போய்விடும்."

"மெய்தான். தமிழர்கள் கொழும்பிலே மறுபடியும் தாக்கப்படுவதற்கான வாய்ப்பைத் தடுக்கவாவது அது அவ்வாறு எண்ணப்படுதல் அவசியம்."

திரவியம் சொல்ல ஏதுமிருக்கவில்லை.

அனில் தொடர்ந்தார்: "இப்ப... ஜனாதிபதி இல்லாமலிருக்கிற நிலையில் அடுத்த அதிகாரமுள்ளவரிடத்தில் பாரிய பொறுப்பு வந்துவிடுகிறது. துணிகரமாகவும் திடசித்தத்தோடும் முன்னெச்சரிக்கை நடவடிக்கைகளை எடுக்காவிட்டால்... நாம் பயப்படுகிறபடி நடப்பதை எதனாலும் தடுத்துவிட முடியாது."

"ஜனாதிபதி பொறுப்பு இப்போது யாரிடத்தில் வந்திருக்கிறது?"

"விஜயதுங்கவிடத்தில்."

"அவரால் தீர்க்கமான நடவடிக்கை எடுக்க முடியுமா?"

"எடுக்கக் கூடியவர்தான். அத்துடன் அனுபவசாலி வேறு. ஆனால் கட்சியில் இருக்கக்கூடிய உள்ளெதிர்ப்புகள் காரணமாய் கைகள் கட்டப்பட்ட நிலையில்தான் அவர் நடவடிக்கைகளை எடுக்க வேண்டியிருக்கும்."

அனிலின் கவலையை, பதட்டத்தை, அந்தரத்தை அவன் உணர்ந்தான். அவனே அப்படியொரு மனநிலைக்குத்தான் ஆளாயிருந்தான்.

அனில் ம்ஹூம்... என்று நெடுமூச்செறிந்தார்.

சாராய வாடை அடித்தது.

வரும்போது குடித்துவிட்டு வந்திருப்பார். தன் பதட்டத்தைத் தணிக்க அவருக்கு வேறு வழி இல்லைத்தான்.

அனில் தொடர்ந்தார்: "அரசியல் எங்கேயும் பெரிய சுத்தமில்லை. ஆனால் இங்கேயுள்ள அளவு அசிங்கம் வேறு எங்கேயும் இல்லை. 1959 செம்ரெம்பரில் இங்கே ஒரு அரசியல் கொலை நிகழ்ந்தது, திரவி. துரோகமும் சூழ்ச்சியும் மிக்க ஒரு படுகொலைக்கு வேறு உதாரணமில்லை உலக சரித்திரத்திலே. அந்த மகாகொலைச் செய்தியில் ஆசியா அதிர்ந்தது. உலகம் திகைத்தது. தல்துவே சோமராம ஹாமி என்ற ஒரு ஹாமத்துரவகோ பிரதமர் இல்லம் சென்றதும், முண்டிதத்தையும் சீவர ஆடையையும் கண்டு எழுந்து எதிர்வந்து குனிந்து வணங்கிய பண்டாரநாயக்கவை இடுப்பில் மறைத்துவைத்திருந்த துப்பாக்கியை எடுத்து பிக்கு சுட்டுக் கொன்றதுமான

சம்பவத்தை முதலில் உலகம் நம்பவே மறுத்துவிட்டது. ஒரு பிக்குவா… ஒரு புத்த மதத் துறவியா… அஹிம்சா மூர்த்தியின் போதனைகளில் வாழ்வின் அர்த்தம் கண்டவரா… என்று அது கேள்விகள் கிளர்த்திற்று. கொலைக்கு உடந்தையாய், திட்டம் தீட்டியோராய் இருந்தார்கள் எனக் கைதுசெய்யப்பட்டோர்பற்றிக் கேட்டதும் அது மூர்ச்சையே போட்டுவிட்டது. கைது செய்யப்பட்டவர்கள் யார் யாரென்று உனக்குத் தெரியுமல்லவா? களனி ராஜமகா விகாராதிபதி மாப்பிட்டிகம புத்தரகித தேரோ, ஹேமச்சந்திர பியசேன, ஜயவர்த்தன… நம்பமுடியுமா? ஆனால் அது உண்மையாய் இருந்தது. இங்கே மதம் அத்தனை தீவிரமானது; வலிமையானது. இலங்கை அரசியல் சக்கரம் அதன் அச்சில்தான் சுழன்றுகொண்டிருக்கிறது.”

சிறிதுநேரம் பேசாமலிருந்தார் அனில், பண்டாரநாயக்க கொலையின் உட்காட்சித் தரிசனத்தில் கவனம் குவித்தவர்போல்.

சுவர்ணா தேநீர் கொண்டுவந்து கொடுத்தாள். அவர் மறுக்கவுமில்லை; உடனடியாக எடுத்துக் குடிக்கவுமில்லை. திரவியம் கோப்பையை எடுத்து மெல்ல உறிஞ்சினான்.

சிறிதுநேரம் மௌனமாய் இருந்துவிட்டு அனில் சொன்னார்: “அரசியலுக்கும் மதத்துக்குமிடையே இங்கு விழுந்திருக்கிற அடம்பன்கொடித் தொடுப்பினை நாம் அறுத்தேயாகவேண்டும், திரவி. இது சாமான்யமான விஷயமில்லையென்பது எனக்குத் தெரியும். அம்மாதிரியான மத அதிகார நிறுவனங்களைக் கேள்விக்குள்ளாக்குவதன்மூலம் முதலில் அவற்றின் புனிதங்களையும், அதன்மூலம் அதன் அதிகாரப் பிடிப்பைப் பின்னரும் தகர்த்துவிட முடியுமென்று நான் நினைக்கிறேன். ஊடகங்கள் மூலமாய் நீ… அதுபோல் கல்வித்துறை சார்ந்து நான்… அத்தகர்ப்பு வேலையை இப்போதே துவக்கலாமென்பது என் அபிப்பிராயம். ஒரு போர்… அறிவின் சகல சக்திகளையும் திரட்டி, கலை இலக்கியத்தின் கூரிய முனைகளை நெறிப்படுத்தி…”

அவரால் முடியுமென்று அவன் அப்போதே நம்பினான். அனில் அறிவுஜீவிதத்தின் சிலாகிப்புக்குரியவர். அவர் கருத்தறிய மாணவர்களாய், வாசகர்களாய் நிறையப் பேர் காத்திருப்பதை அவன் அறிவான்.

அவர் ஒடுங்க நினைத்தவர். இலக்கிய வாசிப்பு… அறிவார்த்தமாய்ச் சந்திக்கத் தெரிந்த நண்பர்களுடனான உரையாடலும் பொழுதுபோக்கும்… ஓய்வு… என்று இறுதிநாட்களைக் கழிக்க நினைத்துத்தான் வவுனியா வந்தார். இப்போது அவர் அவற்றை இழக்கத் தயாராகிவிட்டார். அவரின் சன்னத்தம், நியாயத்தின் பலம் அதிகரிப்பதன் அறிகுறி.

அனில் தேநீரை எடுத்து இரண்டு மிடறில் குடித்து முடித்தார். “எப்படியிருந்தாலும் ஒரு வாரத்துக்குள் கொழும்பு போவது நல்லதில்லை. ஆனாலும் தீர்மானித்திருந்ததைவிட விரைவில் போகிற உத்தேசம் இப்போது வந்திருக்கிறது. கொழும்பு நிலைமைபற்றி போன் வந்தாலும் வரும். நான் வீட்டுக்குப் போகிறேன். மாலையில் வா, என்ன ஏது என்பதுபற்றி விரிவாகப் பேசலாம். வரட்டுமா?”

அவர் எழுந்தார்.

சுவர்ணாவிடமும் சொல்லிக்கொண்டு புறப்பட்டார்.

52

கார்த்திகேசு ஹோலுக்குள் தொலைக்காட்சிப் பெட்டிக்கு எதிரே அமர்ந்திருந்தார். வீசிஆரில் ஓடிக்கொண்டிருந்த தமிழ்ச் சினிமாவில் கவனமற்றிருந்தது. கிழவி விழுந்து விழுந்து சிரித்து ரசித்துப் பார்த்துக் கொண்டிருந்தாள். அவள் எதையும் சுலபத்தில் உட்கிரகித்துக்கொண்டு அடங்கிப் போய்விடக் கூடியவள்தான். இப்போதெல்லாம் சுப்பர் மார்க்கெற்றுக்கு அவளே போய்வருகிறாள். கோழி அல்லது மீன், காய்கறி, பழங்கள், மாவு தூள் பைக்கற்றுக்கள் வாங்கிவரத் தெரிந்திருந்தாள். அங்கேயெல்லாம் காய்கறிக் கடையிலே பேரம் இல்லை. இருந்திருந்தால் அதையும் செய்து மலிவு விலையில் எதையும் வாங்கிவரக் கூடியவள் அவள். ஊரிலுள்ள சந்தையிலே ஒரு நொட்டை சொல்லாமல் அவள் ஒரு சாமான் வாங்கி அவர் அறியார். முக்கியமானது, அவளுக்கு சில டொச் மொழிச் சொற்கள் பேசத் தெரிந்திருந்தது. வெற்றிலைப் பழக்கத்தை அவள் மறந்தே விட்டிருந்தாள். கிழவியால் எப்படி அது சாத்தியமானது என்று எப்போது நினைத்தாலும் அவருள் ஆச்சரியம் சுழித்தெழும். அவருக்கு சுருட்டுப் புகைக்கிற பழக்கம் இருந்தது. மென் புகையிலைச் சுருட்டு அங்கே கடையில் கிடைத்தது. ஆனாலும் பாடம் வைத்த சுதுமலைப் புகையிலையை எடுத்து, நரம்பு நீக்கி "காப்பிலை" வகிர்ந்தெடுத்து, தேவையான காரத்துக்கேற்ப தலைப்பு இடை சோணைப் புகையிலையெனக் கலந்து வைத்துச் சுருட்டிப் பற்றவைக்கிற சுகம் ஜென்மத்திலும் வேறெதிலும் கிடைக்காது. வரும்போது கொண்டுவந்திருந்த நீட்டுக் காம்பு ஐந்து புகையிலையும் முடிந்துபோக கொஞ்ச காலமாய் அங்கே விற்கிற புகையிலைத் தூளை வாங்கி, அது சுற்றுவதற்கான கடதாசியில் சுற்றி பற்றவைத்துப் பார்த்தார்தான். தவனம் தணிக்கவில்லை அது. ஆனாலும் இன்றுவரை அவரது ஜீவனைப் பிடித்து வைத்திருப்பதும் அதுதான். ஒருநாள் கிழவியோடு மருமகள் சொல்லியனுப்பிய தமிழ்ப் பட கசெற் எடுக்க கடைக்குப் போனபோது, அங்கே யாழ்ப்பாணப் புகையிலை மடித்து சுருட்டி பொலித்தீன் பைக்குள் போட்டு வைத்திருப்பதைக் கண்டுவிட்டார். கிழவருக்கோ பச்சையுடம்போடு பரலோகம் போன பரவசம். கிழவியை வளைத்து வாரம் ஒரு புகையிலைக்கு வகை செய்துவிடுகிறார். கிழவி இப்போதும் இளகும். பனிக் காலமாதலால் வெளியே போய் நின்று புகைக்க வாய்ப்பிருக்கவில்லை. தவனத்தில் ஹோலுக்குள்ளிருந்தே ஒருநாள் புகைத்துவிடுகிறார். பின்னர்தான் தெரிந்தது புகை வெளியேற இடம் இல்லாததால் புகையிலை நாற்றம் ஹோலுக்குள்ளேயே அடங்கிவிட்டிருப்பது. கண்ணாடி ஜன்னலைத் திறந்துவிட்டு ... மின்விசிறியைச் சுழலவிட்டு ... ஒருவாறு நாற்றத்தைத் தணித்தார். ஆனாலும் வேலை முடிந்து வீட்டுக்குத் திரும்பிய பின்பு விஷயத்தைக் கண்டுபிடித்துவிடுகிறான் பிரபு. சுருட்டுக்கு அன்று விழுந்த தடைதான். இப்போது அவ்வப்போது சிகரெட் புகைக்கிறார். ஆனாலும் பொச்சம் அடங்க மறுத்தே நிற்கிறது. வரவர ஊர்த் தவனம் வெகுக்கிறது.

வாய் திறந்தால் ஊர்க் கதையாகவே வந்து விழுந்துகொண்டிருக்கிறது. ஓடியல் கூழிலிருந்து, மரவள்ளிக் கிழங்கு முறி அவியல் ஊடாக, கறுத்தக் கொழும்பான் மாம்பழம் மரைக் கருவாடுவரை தவனம் வெடித்துச் சிதறத் துவங்கிவிட்டிருந்தது. கேட்டுக் கேட்டுப் புளித்துப் போய், 'ஊர்த் தவனமிருந்தால் திரும்பிப்போயிடலாம்' என்றே ஒருநாள் பிரபு கூறிவிடுகிறான். அது கண்டிப்புத்தானா உண்மையிலென்று அவருக்குச் சந்தேகம். ஏனெனில் இயல்பில் அச்சொற்களில் இருந்திருக்க வேண்டிய கடுமை இருக்கவேயில்லை. ஏதோ, தனக்கும் அது வந்துவிடக்கூடாது என்று ஒரு தடுப்புப் போடுவது போலத்தான் அதைச் சொல்லி வைத்ததாகத் தெரிந்தது அவருக்கு. ஆனாலும் அவர் அதன்பின் தன் தவனத்தை வெளிப்படையாகப் பேசுவதில்லை. மனத்துள் நினைத்து நினைத்து அழுங்கிக்கொண்டிருந்தார். ஏதாவதொரு பேச்சில் பூடகமாய் வெளிக்கிடுத்தி அவசம் தணிந்துகொண்டிருந்தார். தொலைக்காட்சிச் சினிமாவில் மனம் பதிக்காமல் அவர் பட்ட எண்ண வதையை பிரபுவும் கண்டான். ஞாயிற்றுக் கிழமையாதலால் பிரபு வீட்டில் இருந்திருந்தான் அப்போது. அவனுக்கு அவர் நிலை சிரிப்பாக இருந்தது. ஆனாலும் காட்டிக் கொள்ளவில்லை.

ஏழு மணிக்கு சினிமா முடிய சாப்பாடு நடந்தது.

சாப்பாடு முடிய சோபாவில் வந்தமர்ந்தார் கார்த்திகேசு.

பிரபுவின் மூத்தது வந்து பக்கத்தில் அமர்ந்து அவரது மடியில் சரிந்து படுத்துக்கொண்டு கதை சொல்லு தாத்தா என்றது.

பதினைந்து வயதாகிக்கொண்டிருந்தாலும் செல்லம் கொஞ் சமும் மாறாதிருந்தது. அவளுக்கு அடுத்ததாய் ஒரு பெண்ணும் ஒரு ஆணுமாய் இரண்டு பிள்ளைகள். இரண்டும் டொச் நன்றாகப் பேசும்கள். முக்கியமானது, அதுகளுக்கு தமிழ் பேசவே வராது. தமிழ்ப் படங்கள் பார்க்குங்கள். கமல், ரஜினி, விஜய் படங்களெல்லாம் கிட்டப்போயிருந்து ரசித்துப் பார்த்து அடுத்தடுத்த வீட்டுப் பிள்ளைகளுக்கு கதையும் சொல்லுங்கள். கவுண்டமணி, செந்தில் நகைச்சுவைக்கு விழுந்து விழுந்து சிரிக்குங்கள். மூத்தது மட்டும்தான் தமிழ் பேசும். கொஞ்சம் எழுத்துக் கூட்டி வாசிக்கும். அவ்வளவுதான். ஆனாலும் அந்தளவு தமிழ் தெரிந்திருந்ததனாலேயே தாத்தாவுக்கும் பாட்டிக்கும், இன்னும் சில தமிழ் தெரியாக் குழந்தைகள் உள்ள தமிழ் வீடுகளுக்கும் செல்லப்பிள்ளை ஆகியிருந்தாள்.

தாத்தாவுக்கு என்ன கதை சொல்வதென்று தெரியவில்லை. அவள் ஏதாவது கேட்டால் அவரால் மறுக்கவும் முடிவதில்லை. ஒரு கதைக்காக மனத்தைக் குடைந்தார்.

நல்லூர்ப் புறத்தில் அவர் வீடு. சின்ன வயதுள்ளபோது கடலோரக் கிராமத்துக் கதைகளெல்லாம் தவழ்ந்துவரும் அங்கே. கடல்பற்றிய, கடல் தேவதைகள்பற்றிய கதைகள் நிறையக் கேட்டிருக்கிறார். நிலாக் கால முற்றத்தில் மணல் அளைந்தபடி கிடந்து கதை கேட்ட காலம், அவர் ஆயுளின் அற்புத காலம் ஆகும். அப்போது கதை சொல்கிற, கதை

கேட்கிற கலாசாரம் கொடிகட்டியிருந்தது. நூறு நூறு கதைகள் ... இன்னும் அதிகமாகக்கூட. பின்னால் பாடப் புத்தகங்களிலும் அதுமாதிரியான கதைகள் வந்ததில்லை. அவரே ஆசிரியராக வந்தபிறகு, அந்தக் கதைகளை எழுத்துவழி சொல்லவும் யாருமில்லாமல் போனது கண்டு நெஞ்சு வேகியிருக்கிறது. தீவுக்கே உரித்தான கடற்கதைகளை தமிழ் இழந்தது அவருக்கு வெகுகாலம் பெரிய சோகம். பின்னால் கல்யாணம் நடக்க, மனைவியின் ஊரான மானிப்பாய்க்கே போய்விட்டார். அப்போதும் அந்தக் கதைகளைக் கொண்டேசென்றார். பிரபுவுக்குச் சொன்னார். கதை கேட்ட சின்னக் குழந்தைகளுக்கெல்லாம் சொன்னார். மேலும் நாற்பது வருஷங்கள் ஓடிய பிறகு இப்போது பேர்த்திக்குச் சொல்கிறார். அவர் மனத்தில் உறைந்திருந்த கதையெல்லாம் சொல்லியாகிவிட்டது. மாற்றி மாற்றியும்... இரண்டை ஒன்றாக்கியும்.. ஒன்றைப் பலவாக்கியும்... பல கதைகளின் ஆதாரத்தில் சில கதைகளை இட்டுக்கட்டியும் ... சிலவற்றை சுயமான கற்பனையிலும்... இன்னும் எப்படிச் சொல்ல?

ஆனால் சொல்லாமல் விட்டுவிடவும் முடியாது. அவள் விட்டுவிட மாட்டாள். திடீரென்று அவருக்கு மனத்துள் ஒரு உபாயம் உதித்தது.

தலையைப் பெரிசாக அசைத்து தானே அதை அங்கீகரித்தார். பேர்த்தியின் இடுப்பில் தூங்க வைக்கிறபடிக்கான சீரான தட்டுதல் போட்டார். முன்னே அமர்ந்திருந்து தன் கைப்பெட்டியில் எதையோ தேடிக் குடைந்துகொண்டிருந்த பிரபுவைப் பார்த்து, 'மகனே ... ஊர்ப் பேச்சு எடுக்கக்கூடாதெண்டியா ... இப்ப நீயும் அதைக் கேளு ...' என்று மனத்துள் ஒரு வெற்றிக் களிப்புடன் எண்ணிக்கொண்டு சொல்லத் தொடங்கினார்.

கதை சொல்வதென்பது நிகழ்வுகளைச் சொல்வது என்பது அல்ல. ஒழுங்காகச் சொல்லப்படும் நிகழ்வுகள் சம்பவமாகுமே தவிர கதையாகாது. அது வேறொரு கலை. கேட்பவர் பாவம் பிரகாசிக்கப் பிரகாசிக்க தானே பாத்திரமாய் மாறும் அற்புதக் கலை அது. அது ஆளை அசத்துவதை மெய்யாகவே முதன்மையாகக் கொண்டது. அவருக்கு அது கைவந்தது. அவரின் சின்ன வயதுக் காலத்திலே அம்மா கதைசொல்வதைக் கவனித்துக் கற்ற வித்தை அது. பல பேருக்கும் சொன்னதெல்லாம் ஏனோ பாட்டிகள் பாட்டன்களாகத்தான் இருந்திருக்கிறது. அவருக்கு அம்மா சொன்னாள் கதை. அவளுக்கே கதை சொல்வதில் இன்பம். கதை சொல்ல ஆரம்பிக்கும் வரைதான் ஆக்கினை பிடிக்கவேண்டும். தொடங்கிவிட்டால்... செவி நுகர் கனிகளாய் தொப் தொப்...பென்று கதைகள் சொரியும். சத்தம் போடவேண்டாமென்று தூங்கப்போகிற அப்பா உறுக்குவார். அப்போதும் காதுக்குள்ளாயாவது கதையைச் சொல்லி முடித்த பிறகே நிறுத்துவாள். அப்படியானவளிடம் கற்ற வித்தை அவரது.

ஆக... தொண்டையைக் கனைத்தார். சிறிதுநேரம் கதையில் கவனம் குவித்தார். கதை பிறக்கத் துவங்கிற்று: "நீ பிறந்த ஊரான மானிப்பாயில இருந்ததுதான் மேற்குப் பார்த்த பிள்ளையார் கோயில் ..."

“சாமிக் கதை வேண்டாம், தாத்தா. சீலா மீன் கதை சொல்லுங்கோ ...”

“எத்தினை முறை சொல்லியாச்சு அந்தக் கதை ...”

“பறவாயில்லை, இன்னுமொருக்காச் சொல்லுங்கோ.”

“இது சீலா மீன் கதையைவிட நல்லாயிருக்கும். பிள்ளையாருக்கு கோவம் வந்த கதை ...”

“பிள்ளையாருக்கு கோவம் வந்ததோ ...”

“ம் ...”

“அப்ப சொல்லுங்கோ, தாத்தா.”

“வெள்ளைக்காறன் அங்க ஆண்ட காலத்தில ... மானிப்பாய் ஆஸ்பத்திரிக்குப் பக்கத்தில வேதக்கோயில் ஒண்டு கட்டினாங்கள். அது தற்செயலாய் ... ஆஸ்பத்திரிக்கு எதிர்ப்பக்கத்திலயிருந்த பிள்ளையார் கோயிலுக்கு நேர் முன்னால அமைஞ்சு போச்சு. பிள்ளையார் கோயில் சின்னது. அதுக்கு முன்னால வெள்ளைக்காறன் கட்டத் துவங்கின வேதக் கோயிலோ நீள அகலத்தாலயே தன்ர பிரம்மாண்டம் காட்டி திகைக்க வைச்சிட்டுது. சைவக்காறர் ஒருத்தருக்கும் இது விருப்பமில்லை. எண்டாலும் வெள்ளைக்காறன் ஆதரவோட வேதக்காறச் சுவாமிமார் கட்டுவிக்கிறதால அதைத் தடுக்க ஏலாமல் சும்மா பாத்துக்கொண்டிருக்க மட்டுமே செய்தினம். சரியா ?”

“ம் !”

“வேதக் கோயில் விறுவிறுவெண்டு உசந்து பாதிப் பனை உயரத்துக்கு வந்திட்டுது. இது அங்கயிருந்த சைவ ஆக்களுக்கு மட்டுமில்லை, பிள்ளையாருக்குமே பிடிக்கேல்லை. அவரும் சாடை மாடையாய் தன்ர அதிருப்தியைக் காட்டத்தான் செய்தார். எப்பிடித் தெரியுமோ ?”

“எப்பிடி, தாத்தா ?”

“மேல நிண்டு கட்டிடம் கட்டின மேசன், சாரம் கழண்டு விழுந்து கை முறிஞ்சான்; கட்டிட பூச்சு வேலைக்கு மண் ஏத்தி வந்த மாட்டு வண்டில் றோட்டுக் கானுக்குள்ள சரிஞ்சு விழுந்ததில மாடு ஒண்டு செத்தது; கொன்றாக்ரர் சரவணைக்கு கனவில போதும் ... போதும் ... இதுக்கு மேல போகாத எண்ட சூசகமான குரல் கேட்டுது. ஆனா ஒருத்தரும் அதைப் பொருள் செய்யேல்லை.”

“ம் !”

“அதால பிள்ளையார் என்ன செய்தாரெண்டால் ... ஒருநாள் ராவோடு ராவாய் பேசாமல் வேதக்கோயிலுக்கு முதுகைக் காட்டிக் கொண்டு திரும்பி இருந்திட்டார். பிள்ளையார் என்ன செய்தார் ?”

“வேதக் கோயிலுக்கு முதுகைக் காட்டிக்கொண்டு திரும்பி இருந்திட்டார்.”

"ம். அடுத்தநாள் காலமை பூசை பண்ண அய்யர் வந்திருக்கிறார். பிள்ளையார் முதுகுகாட்டிக்கொண்டு இருக்கிறதைப் பார்த்து திடுக்கிட்டுப் போனார். அடுத்த நிமிஷமே அலறியடிச்சுக்கொண்டு ஓடிப்போய் அயலில சொல்ல... ஊரே திரண்டு வந்து பாத்தது. கிழக்கு வாசல் கோயிலில, கிழக்குப் பாத்திருந்த பிள்ளையார் ஏன் வாசலுக்கு குண்டியைக் காட்டிக்கொண்டு மேற்குப் பாத்தபடி இருக்கிறாரெண்டு ஒருத்தருக்கும் விளங்கேல்லை. அங்கன அங்கன நிண்டு ரண்டுபேர் மூண்டு பேராய் ஆக்கள் கூடிக்கூடிப் பேசிக் கொண்டிருந்தினம்..."

பேர்த்தியின் ஆர்வம் மெல்ல ஆரோகணித்தது. "பிறகு..?"

"யோசி யோசியெண்டு யோசிச்சும் அதுகின்ர காரணம் ஒருத்தருக்கும் தெரியேல்லை. அதால... தெய்வ சொரூபங்களெல்லாம் கிழக்குப் பாத்திருக்கவேணுமெண்ட ஆகம விதிப்படி... பிள்ளையார் சிலையைப் பெயர்த்து மறுபடியும் கிழக்குப் பாக்க வைச்சு சுண்ணாம்பு வாழைப்பழம் சக்கரை சமச்சீரில் கலந்த சாந்தால பூசிவைச்சினம். பகல் கழிஞ்சுது. ரா ஆச்சா..."

"ம்!"

"கோயிலைப் பூட்டிக்கொண்டு அய்யர் போயிட்டார். அடுத்த நாள் வெள்ளெண எழும்பி காலைப் பூசை வைக்க ஆயித்தமாய் கோயிலுக்கு வந்திருக்கிறார் அய்யர்..."

"ம்!"

"கதவைத் திறந்துகொண்டு உள்ள போயிருக்கிறார். உள்ள போய்ப் பார்த்தா... திரும்பவும் பிள்ளையார் வாசலுக்கு குண்டிப் பக்கத்தைக் காட்டிக்கொண்டு இருக்கிறார்..."

வெடித்துச் சிரித்தாள் ஆனந்தி.

முன்னால் அமர்ந்திருந்த பிரபுவும் சிரித்தான் அடக்க முடியாமல்.

"பிறகு என்ன ஐயா செய்தினம்?" பிரபு கேட்டான்.

"பிறகு என்ன? பென்னாம் பெரிசாய் தனக்கு முன்னால வேதக்கோயில் எழும்பி நிக்கிறத விரும்பாமல்தான் பிள்ளையார் திரும்பித் திரும்பி இருக்கிறாரெண்டதை எப்பிடியோ யோசிச்சுப் பிடிச்சினம். ஊரில அது பெரிய அதிசயமாய்ப் போனதால நிறையச் சனம் வந்து வந்து பாத்து கும்பிட்டுப் போச்சுதுகள். ஊர்க்காறரிட்டயும் இனி பிள்ளையார் அந்தப்படியே இருக்கட்டும் எண்ட எண்ணம்தான் வந்தது. அதால கோயிலைப் பிரிச்சு முடிஞ்சளவு பெரிசாய்க் கட்டி மேற்கு வாசல் வைச்சு முடிச்சினம். கும்பாபிஸக்ஷகத்தையும் சிறப்பாய்ச் செய்விச்சினம். அதிலயிருந்துதான் அந்தப் பிள்ளையர் மேற்குப் பாத்த பிள்ளையார் ஆனார்; கோயிலும் மேற்குப் பாத்த பிள்ளையார் கோயில் ஆனது."

கதை முடிந்தது.

ஆனந்தி படுக்கப் போய்விட்டாள்.

அவரும் கூடத்துள் மெத்தையைப் போட்டுப் படுத்துக் கொண்டார்.

அவர் கதை சொல்லிய தீவிரம், அவருள்ளிருந்து கனன்ற ஊர்ப் பிடிமானம் யாவும் வெகுகாலமாய் அவனுள்ளிருந்து திகைப்பை ஏற்படுத்திக் கொண்டிருந்தது.

அவரால் தன் மண்ணை மறந்துவிட முடியாது.

தன்னாலேயே முடியவில்லையே!

தன் மகள் ஆனந்தி மறப்பாள். மற்ற இரு பிள்ளைகளுக்கும் அந்த மாதிரியான மறத்தல் நிலைகூட இல்லை. ஏனெனில் அது அவர்களுக்கு முந்தையர் வாழ்ந்த மண் மட்டுமே. இதுதான் – ஜேர்மனிதான் – அவர்கள் சொந்த மண். அவர்களை மிக்க ஒரு சிரமத்தில் தமிழர்களாய் மாற்றமுடியும். ஆனால் ஆனந்தியை மீட்டெடுப்பது சுலபம். அவளால் மொழி, கலாசார, இன உணர்வுகளைப் புரிந்துகொள்ள முடியும்.

தீவிரமாய்க் கவனம் செலுத்தப்படவேண்டிய அம்சமாய் அது இருந்ததை அவன் கண்டான்.

அதற்கான ஒரு வழிகுறித்து அவன் ஆலோசிக்கவே வேண்டும். தன் நிலைமையிலுள்ள வேறு பெற்றோர்களையும் அவன் சந்தித்துப் பேசத் தீர்மானம் கொண்டான்.

ஜேர்மனி முழுக்க அவன்மாதிரித் தமிழ்ப் பெற்றோர் நிறைய இருப்பார்கள் என்பதில் அவனுக்குப் பூரண நம்பிக்கை இருந்தது.

53

தான் தன் குடும்பம் தன் நண்பர்கள் சிலருமென்று அவனுடைய வட்டம் மிகவும் சுருங்கியது. பெரிதான வாசிப்புப் பழக்கமும் இல்லை. அதனால் பண்பாட்டு விசயமாக கொஞ்சமேனும் அவனால் சிந்திக்க முடிந்தது பெரிய விஷயம்.

பிரபுவின் பின்புலம் மிக்க விசித்திரங்களும் அதிர்ச்சிகளும் கொண்டது. ஆனாலும் அரசியல் நிலைமைகளின் காரணமாக அந்நிலைகள் அவனுக்கு ஏற்பட்டனவெனச் சொல்வது சிரமம். அரசியலில் ஒரு எதிர்கலாச்சார அங்கமாக அவன் சிந்தனை இருந்ததெனினும் அவனது தப்புகை அதன் செயற்பாடு காரணமாக விளைந்ததில்லை.

தரைவழி ஐரோப்பா என்கிற வலுத்த கனவொன்று ஒரு சில பம்பாயிலிருந்த இலங்கைத் தமிழ் இளைஞர்களிடையே இருந்தது. கப்பலில் வேலை பெறுவதற்கான பணமில்லாதவர்களின் ஒரே வழியாகவும் அது இருந்தது. பிரபு ஸ்பெயின் சென்றது பாகிஸ்தான், ஆப்கானிஸ்தான், ஈரான், பின் துருக்கி முதலிய பல்வேறு நாடுகளூடான பயணத்தில்தான். அந்தக் காலம் இலகுவில் அவனால் மறக்கப்படமுடியாதது.

ஸ்பெயினில் பார்ஸிலோனா நகரிலுள்ள ஒரு பழைய மாடிக் கட்டிடத்தில் ஏழெட்டு தமிழ் இளைஞர்கள் தங்கியிருந்த ஒரு வீட்டில் அவனுக்கு இடம் கிடைத்தது.

பார்ப்பதற்கு சுமாரான உடம்பு என்றேதான் தெரியும். ஆனாலும் அதன் உறுதி ஒவ்வொரு அசைவிலும் எழுதியிருந்தது. இன்னும் ஆழமாக நோக்கினால் அந்த உறுதிக்கு அந்த உடம்புகூட அல்ல, உள்ளத்தின் வலிமையே காரணமாக இருந்ததென்பது விளங்கும். சிரிக்க மறந்தவன்போல் ஒருவகை விறைத்த முகத்தோடும் மனத்தோடும்தான் அவன் ஸ்பெயின் வந்திருந்தான்.

அந்த மாடிக் கட்டிடத்தின் பெரும்பாலான அறைகளில் ஆப்பிரிக்க இளைஞர்கள் தங்கியிருந்தார்கள். சில அறைகளில் வறிய ஸ்பானிய குடும்பங்கள். கஞ்சா கசிஸ் விற்பனைகளினதும், விபச்சாரத்தினதும் மய்யமாய் அந்த இருண்ட கட்டிடம் ஆகியிருந்தமை அங்கு சென்ற சில நாட்களிலேயே தெரிந்துவிட்டாலும், அங்கிருந்து உடனடியாகவே வெளியேறிவிட அவனால் முடியவில்லை. பின்னால் சில வாரங்களில் அந்த அழுக்கும், இருண்ட மாடிப் படிகளும், மாடிப் படிகளில் தலைகுத்தியபடியிருக்கும் கறுப்பு வெள்ளையின இளைஞர்களும், ஆங்காங்கே ஸ்பானிய கறுப்பின அராபிய தேவடியாள்கள் வெறியிலும் களியிலும் கிரீச்சிடும் ஆரவாரமும் எல்லாம் பழக்கமாகிப் போய்விட்டது. அந்தக் கட்டிடத்தில் அவனுக்கான ஒரு வசதி அறைகளுக்கான வாடகைக்கு அப்போது நெருக்குதல் குறைவாயிருந்ததுதான். கட்டிடம் இடித்தழிக்கப்பட்டு அந்த இடத்திலே பல்லடுக்கு குடியிருப்பொன்று நிர்மாணம் பெறவிருந்ததாய் கடந்த ஐந்தாறு மாதமாகவே ஒரு பேச்சு இருந்து கொண்டிருந்தது. பின்னால்தான் வௌவால்களும் எலிகளும் அங்கே வந்திருக்கவேண்டும்.

தமிழ் இளைஞர்கள் சிலர் நடாத்திக் கொண்டிருந்த ஒரு கராஜிலே பிரபு வேலை செய்யத் துவங்கியிருந்தான். வேலையென்பது காலையிலே போய் மதியம்வரை அதையிதைச் செய்துவிட்டு பக்கத்து சீனக்காரன் ஒருவனின் றெஸ்ரோறன்ரிலே பியரும் பொரித்த கோழி இறைச்சியும் சோறும் சாப்பிட்டுக்கொண்டு மாலைவரை நேரத்தைக் கடத்துவதைத்தான். மெக்கானிஸத்துக்கும் பிரபுவுக்கும் ஒட்டு உறவு இல்லை. ஆனாலும் கைச்செலவுக்கும் மதியச் சாப்பாட்டுக்குமாக அதை விருப்பத்தோடு பயின்றான். அந்த நேரத்திலேதான் கராஜ் முதலாளியான ஆனந்தனோடு அவனுக்கு ஆழமான சிநேகம் ஏற்பட்டது.

ஆனந்தன் அற்புதமான மெக்கானிக் மட்டுமில்லை, அதிசிறந்த உலோக ஒட்டுத் தொழிலாளியுமாவான். முன் பின்னாய் மோதி உருக்குலைந்த இரண்டு ரொயாட்டாக்களை, இரும்பு விலைக்கு வாங்கி வந்து, ஒட்சிசன் கொளுந்தில் இரண்டாய் வெட்டி, நசிந்த பகுதிகளை நீக்கிவிட்டு ஒரே காராய் ஒட்டி உருவாக்க அவனால் முடியும். அதுமட்டுமில்லை, காருக்கு லாரி என்ஜினைப் பொருத்தி சட்டவிரோத நடவடிக்கைகளில் ஈடுபடுவோருக்கு கூடுதலான விலைக்கு விற்றுக்கொண்டுமிருந்தான். அவன் அவ்வாறு தயார்செய்த வண்டியை அதிநவீன பொலிஸ் வண்டியினால்கூட துரத்திப் பிடிக்க முடியாதிருந்தது. அந்தத் தொழில் நுட்பத்தின் ரகசியம் அனைவரையும் திகைக்கவைத்தது.

ஆனந்தன் ஸ்பெயின்காரி ஒருத்தியைத் திருமணம் செய்திருந்தான் ஏற்கனவே. அவன் பேசுகிற ஸ்பானிய மொழியும் அற்புதமாயிருக்கும். ‘பறவையை எல்லாரும் கல்லால விழுத்துவினம்; நான் சொல்லாலயெல்லோ விழுத்தினது!’ என்பான். அவர்கள் இருவருக்குள்ளும் அப்படியொரு காதல் இருந்தது. இவையெல்லாம் அவன்போல் வந்தேறு குடிகளிடம் பொறாமையை விளைத்துவிட்டன என்றுதான் சொல்லவேண்டும். அதன் விளைவுதான் மட்ரிட்டிலிருந்த சண்டியன் இம்தூர் பார்ஸிலோனா வந்தது.

அவன் கூலிப்படைக்காரனென்பது ஆனந்துக்குத் தெரிந்தபோது சிறிது கலங்கவே செய்தான். ஆனந்தனுக்கு அடங்கிப்போவதே எண்ணமாக இருந்தது. கப்பம்போல் ஒரு தொகையை ஆண்டில் ஒன்று இரண்டு முறை கொடுக்கவும் அவன் தயாராக இருந்தான். இந்நிலையில் ஒருநாள் இம்தூருக்கும் பிரபுவுக்கும் சீன உணவகத்தில் சாப்பிட்டுக் கொண்டிருக்கும்போது ஏற்பட்ட சிறிய நிகழ்வு பெருந்தகராறாக விளைந்துவிடுகிறது. தான் எல்லோர் முன்னிலையிலும் அவமானப்படுத்தப்பட்டுவிட்டதாய் உணர்ந்த பிரபு, ஆனந்தனைக்கூட யோசிக்கவில்லை, ‘சரியான ஆண்பிள்ளையாய் இருந்தால் வா வெளியே’ என்றுவிட்டு வீதிக்கு வந்துவிட்டான். கேட்டு இம்தூர் சிரித்தான். ஆறரை அடி உயரத்தில் கோட்ஸில்லாபோன்ற அவன் எங்கே, ஐந்தரை அடி உயரமும் அவனதில் பாதியளவு உடம்பும் பெற்றிருந்த பிரபு எங்கே!

அநாயாசமாக எழுந்துசென்றான் சண்டைக்கு.

உள்ளே சண்டை நடக்காமல் வெளியே அது களம் மாறி விட்டது உணவக சீனக்காரனுக்கு பெரிய திருப்தி. அதனால் உடனடியாக பொலிஸுக்கும் அது அறிவிக்கப்படவில்லை.

அன்றைக்கு சிலோன்காரர்களுக்குப் பாடம் புகட்டிவிடுகிற வீறு இம்தூருக்கு.

பலமும் முரட்டுத்தனமுமே சண்டையில் பிரதான அம்சமென எண்ணியிருந்த இம்தூருக்கு, வேகமும் சமயோசிதமுமே அதிபிரதான அம்சங்களென்பதை அன்று அந்தத் தெருச்சண்டையில் நிரூபித்தான் பிரபு. உண்மையில் பலம் என்பது பிரயோகிக்கத் தெரிந்தால்தான் பயனுள்ளதாகிறது.

பத்து நிமிஷங்களுக்கு மேல் நடந்த அச்சண்டையில் மலை போல் அக்குறுந்தெருவில் விழுந்துகிடந்தான் இம்தூர்.

அதன்பிறகுதான் பிரபு இடுப்பிலே றிவால்வருடன் எந்நேரமும் திரிய ஆரம்பித்தது. உண்மையில் அன்றோடு தகராறும் தீரவில்லைத்தான். இம்தூர் உள்ளூர் மாபியா கும்பலுடன் ஒருநாள் பிரபுவின் அறைக்கே சென்று சண்டை செய்ததும், தொடர்ந்த துப்பாக்கி வேட்டும், யாரோ பயங்கரமாய் அலறியதும், உடைந்த மாடி மரப்படிகளில் தொம் தொம்... மென ஓசை கிளர்த்தியபடி காலடிகள் ஓடி மறைந்ததும் அதன் தொடர் நிகழ்வுகளாயின.

பொலிஸ் வந்தபோது பிரபு அறையிலே இருக்கவில்லை. ஓடி மறைந்தது பிரபுவென்று கூடஇருந்தவர்கள் அனுமானித்தனர். பின்னால் விசாரணையில்தான் தெரியவந்தது இம்தூரை றிவால்வரால் சுட்டுக் கொன்றதாலேயே பிரபு அவ்வாறு தப்பியோடினான் என்பது.

இத்தனையும் நடந்தது 1983 ஆடியின் முன்பு. 1981 ஜூனுக்கே முன்பும்.

54

மனைவி பிள்ளைகளை ஜேர்மனிக்கு அழைத்துக்கொண்ட பின்னர் நல்ல சில நண்பர்களும் போதிய வருமானம் தரும் வேலையொன்றும் அமைந்துவிட ஜேர்மனியிலேயே அவனது இருத்தல் நிச்சயமாகிவிடுகிறது. அவனது வாழ்க்கை பெரும்பாலும் நிம்மதியாகவும் சந்தோஷமாகவும் கழிந்துகொண்டிருந்து போலவே தோன்றிற்று. ஆனால் உள்ளே ஒரு உள்ளக் குறுகுறுப்பு இருந்து கொண்டிருக்கவே செய்தது. அவ்வப்போது ஜேர்மானிய பிபிசி தொலைக்காட்சிகளில் காண்பிக்கப்பட்ட இலங்கைப் போர் நிலைமைகள் பற்றிய செய்தி, செய்தி விவரணக் காட்சிகள் அவனது மனத்தை வெகுவாய்த் தொந்தரவு செய்தன. ஒரு உசுப்பலில்போல் விழித்து மனம் அவ்வப்போது சோகத்திரை விரித்துக் கிடந்தது. ஆனாலும் செயற்பாட்டுக்கான பெரும் உந்துதல் எதனையும் அவன் அதுவரை பெற்றுக்கொள்ளவில்லை.

அதை ஏற்படுத்தியது ஆனந்தியின் மொழி, பண்பாட்டு ஈடாட்டம் பற்றிய அக்கறைதான்.

அவன் சொன்ன பண்பாட்டுத் தேவையின் அவசியத்தை அவன் சென்று பேசிய எல்லாரும் ஏற்றுக்கொண்டார்கள். அரசியல் சேர்ந்து இயங்கிய அமைப்புக்கள் சில பண்பாட்டுக் கூறுகளைப் பேசின. மொழிக் கல்வி முயற்சிகளும் சில தனி மனிதர்களின் கூட்டு முயற்சியால் மேற்கொள்ளப்பட்டன. ஆனால் ஒட்டுமொத்தமாய் தமிழர் அனைவருக்குமான ஓர் கலாச்சாரப் பேரவை அங்கே இருக்கவில்லை.

அதை அமைப்பது குறித்த ஓர் ஆலோசனைக் கூட்டம் ஒருநாள் பிரபுவின் வீட்டிலே கூட்டப்பட்டது. சிறந்த சமூக சேவையாளரான டொக்ரர் மாணிக்கவாசகமும் அதில் கலந்து கொண்டார். கார்த்திகேசு பல நல்ல திட்டங்களை, அபிப்பிராயங்களை முன்மொழிந்து பலரின் கருத்துக்களை தெளிவாய் வெளிக்கொணரவும் உதவினார்.

“பண்பாட்டு விஷயமெல்லாம் நீங்கள் சொல்லுறது சரிதான். புதிய ஜேர்மனியின் அரசியல் கொள்கை அகதிகள் விஷயத்தில் எப்பிடியிருக்குமெண்டு முதலில தெரியவேணும். அதுக்கு மேலதான் போதனா மொழி விஷயம், பண்பாட்டு விஷயங்களைப் பேசுறது நல்லது” என்று யாரோ ஒருவர் கூறினார்.

அதுபற்றி ஒவ்வொருவரும் தாங்கள் தாங்கள் அறிந்தளவுக்கு அபிப்பிராயங்களைச் சொன்ன பின்னர் அக்கருத்தோட்டங்களின் தொகுப்புரையாக மாணிக்கவாசகம் சொன்னார்: “ஒன்றுபட்ட

ஜேர்மனியில் நாஜித்தனமான ஒரு வெறுப்போட்டம் ஜேர்மானியர் அல்லாதார்மீது இருந்தாலும், அது கறுப்பின மக்கள்மீதும், அல்ஜீரிய துருக்கி முஸ்லீம்கள்மீதுமே அதிகமாகக் காட்டப்பட்டிருக்கிறது. பாகிஸ்தானியர் இந்தியர் அளவுக்குக்கூட இலங்கைத் தமிழரை அவர்கள் வெறுத்தொதுக்கவில்லையென்பதை நாம் கவனிக்கவேண்டும். அந்தத் துவேஷ எகிறல், பேர்லின் சுவர் தகர்ந்ததின் உடனடி விளைவாகவே இருந்தது. இணைப்பின் பின் துல்லியமாய்த் தெரிந்த கிழக்கு –மேற்கின் பொருளாதார சமமின்மையும், வேலையில்லாப் பிரச்சினையின் கணிசமான புள்ளி விகித அதிகரிப்பும்தான் அவ்வாறான துவேஷத்தைக் கெம்பியெழச் செய்தன என்பதை விளங்கிக்கொள்ள முடியும். தம்முள் வாழ்க்கை வசதிகள்பற்றிய அவா வெகுத்து சுவருடைத்து ஓடிவந்தவர்கள், மேற்கு ஜேர்மனியின் செல்வம் அந்நியர்களால் கொள்ளையிடப்படுவதாக நினைத்துக் கொதித்துவிட்டார்கள். இப்போது அந்தத் துவேஷ அலை பெருமளவு அடங்கிவிட்டது. இன்னுமொன்று ... எங்களில் பலருக்கு நிரந்தர வதிவிட உரிமையும் கிடைத்திருக்கிறது. சில இளைஞர்கள் மணங்களின்மூலம் குடியுரிமையே பெற்றிருக்கிறார்கள். அகதிகளாய் வந்த பலருக்கு ஜேர்மனியிலேயே குழந்தைகள் பிறந்திருக்கின்றன. இவர்களையெல்லாம் திருப்பியனுப்பிவிட முடியாது. நேர்வதாயிருந்தால்... மிகவும் பின்னால் வந்த தனியாட்களுக்குத்தான். ஏதாவது குற்றத்தில் சிறைத்தண்டனை பெற்றோருக்கும் அவ்வாறு ஏற்படக்கூடும். மற்றும்படி யாரும் அதுபற்றி அஞ்சவேண்டியதில்லை. அதனால் நம் பிள்ளைகளின், பேரப்பிள்ளைகளின் கல்விமொழி எதுவாக இருக்கவேண்டும், தொடர்பு மொழி எதுவாக இருக்கவேண்டும் என்று நாம் தீர்மானிக்க வேண்டியதுதான்.”

நாளாக ஆக கலாச்சாரப் பேரவையின் அவசியம் அனைவராலும் உணரப்பட்டது. அதை 93ஆம் ஆண்டு தமிழ் வருஷப் பிறப்புத் திருநாளில் அங்குரார்ப்பணம் செய்து வைத்தார்கள். தமிழர் கலாச்சாரப் பேரவையின் தலைவராக மாணிக்கவாசகமும், செயலாளராக குலேந்திரன் என்ற இளைஞனும், பொருளாளராக வே. குருமூர்த்தியும் தெரிவு செய்யப்பட்டனர். நிர்வாக சபையில் கார்த்திகேசு இடம் பெற்றார். அதிகாரபூர்வமான உத்தியோகத்தனாய் இருக்க பிரபு மறுத்துவிட்டாலும் பேரவைக்கு வெளியே இருந்து சேவை செய்கிற உறுதியை அளித்தான்.

பேரவை இயங்கத் தொடங்கி ஒருசில வாரங்களிலேயே அதன் உறுப்பினர் தொகை இரட்டிப்பாகியது. இந்நிலையில் பிரமாண்டமான ஒரு பொதுக் கூட்டத்தை நடத்துவதற்கு நிர்வாக சபை திட்டம் தீட்டிக்கொண்டிருந்தது.

அதற்கிடையில் பிரான்ஸ் கிளையை அமைக்கிற திட்டத்தின் முதல் நடவடிக்கையாக மாணிக்கவாசகமும் பிரபுவும் பிரான்ஸ் சென்றனர். நாந்து நகர் சென்று சுதனையும், சந்திரமோகனையும் சந்தித்து நிலைமைகள் குறித்து ஆலோசித்த பின்னர் சுதனையும் சந்திரமோகனையும் அழைத்துக்கொண்டு பாரிஸ் சென்றனர். பாரிஸில் தெரிந்த ஒரு நண்பனின் வீட்டில் மூவரும் தங்கி, முக்கியமானவர்களைச்

சந்தித்து பிரான்ஸ் தமிழர் கலாச்சாரப் பேரவைக் கிளை திறக்கிறதுபற்றி ஆலோசனை கேட்டனர்.

பண்பாட்டு விழுமியங்களுக்கான அக்கறை அவசியமென்பதை அவர்கள் உணர்ந்தேயிருந்தனர். முன்முயற்சிகள்தான் செய்யப் படாமலிருந்தன. மேற்கு, குறிப்பிடத்தகுந்த ஒரு விகிதம் இலங்கைத் தமிழரை மொழி, பண்பாடு அறியாத குருவிக்கூட்டமாய் ஆக்கி வைத்திருப்பதைத் தடுக்கிறதைவிட, அரசியல் காழ்ப்புகளிலும் இயக்க விரோதங்களிலும் அவர்கள் விழுந்துகிடந்தனர். மொழி, கலாச்சார காபந்து நடவடிக்கையின் அவசியம் குறித்து மாணிக்கவாசகம் விரிவாகச் சொன்னபிறகு தயக்கம் நீங்கி பேரவைக் கிளை அமைக்க முன்வந்தனர். சுதனைத் தலைவராகக்கொண்ட நிர்வாக சபை அமைத்தாயிற்று. இந்நிலையில்தான் முழு ஐரோப்பிய தமிழரையும், முடிந்தால் சர்வதேசத் தமிழரையுமே பேரவையின் கீழ் ஒன்றிணைக்கும் சிந்தனை அவர்களிடத்தில் ஏற்பட்டது. விரைவில் கனடா சென்று கிளை அமைக்கிற முடிவோடு மாணிக்கவாசகமும் பிரபுவும் ஜேர்மனி திரும்பினர்.

இது நிகழ்ந்து மூன்று மாதங்களில் பேரவையின் பிரான்ஸ் கிளை கலாச்சார முக்கியத்துவத்தை முன்னிறுத்தி பாரிஸில் ஒரு பெரிய பொதுக்கூட்டத்தை நடத்தி முடித்தது. அந்தளவில் நோர்வே, சுவிஸ், டென்மார்க், இங்கிலாந்து முதலிய நாடுகளில் பேரவைக் கிளைகள் அமைக்கப்பட்டு முடிந்திருந்தன.

ஜனாதிபதித் தேர்தல் நடைபெறவிருந்த அத்தருணத்தில், இலங்கையின் இன யுத்தத்தை முடிவுக்குக் கொண்டுவருவதற்கான அவரவரின் திட்டத்தை ஜனாதிபதித் தேர்தலில் போட்டியிடவிருந்த வேட்பாளர்களிடம் அது வெளியிட அதிகாரத்தோடு சொன்னது. சமாதானத் தீர்வில்லாவிட்டால் தேர்தலைப் பகிஷ்கரிக்க அது இலங்கை மக்களுக்கு அறைகூவல் விடுத்தது.

சர்வதேச அமைப்புக்களின் கவனத்தை பேரவை கவர்ந்தது இப்போதுதான்.

சமாதானத்தை வற்புறுத்திய ஓர் அமைதிப் பேரணியை பிரான்ஸ் கிளை ஏற்பாடு செய்தது. பேரவைக் கிளைகளுள்ள அக்கம்பக்க நாடுகளிலிருந்தும் நிறையப் பேர் வந்து ஊர்வலத்தில் கலந்துகொண்டனர். ஐரோப்பாவில் குளிர் தொடங்குவதற்கு முன்பாகவுள்ள புரட்டாதி மாதத்தில் ஒரு ஞாயிற்றுக்கிழமை பேரணி நடந்தது. இருந்தும் பல வசதியீனங்களையும் பொருட்படுத்தாமல் பல நூற்றுக்கணக்கான பேர்கள் அதில் கலந்து கொண்டமையை, அப்போது கனடாவில் ஸ்கார்பரோ நகரில் இருந்த பிரபுவும் மாணிக்கவாசகமும் தொலைக்காட்சிச் செய்தியில் கண்டு பெரு மகிழ்ச்சியடைந்தார்கள்.

அன்றிரவே ஸ்கார்பரோவிலிருந்து சுதனுக்கு போன் எடுத்தான் பிரபு. "சுதன் ..!"

"சொல்லு ... ரீவி பாத்தியா ?"

“பாத்தன். நம்ப ஏலாத கூட்டம். இப்ப நான் ரெலிபோன் அடிச்சதே உன்னைப் பாராட்டுறதுக்காகத்தான்.”

“எங்களையெண்டு சொல்லு… இதில எல்லாரும்தான் கஷ்ரப்பட்டு வேலை செய்தது. அதுக்குமேல சூழ்நிலைக் காரணிகளும் இருந்திருக்கு… அதாவது இதை காலத்தின்ர தேவையெண்டும் சொல்லலாம். இதில… பெரிய பங்கு உனக்கும் இருக்கு, பிரபு. *Brain Child* எண்டு சொல்லுவினமே அதுமாதிரியான உன்ர மூளைக் குளவிதான் பேரவை. அதை சரித்திரம் ஒருநாளும் மறந்திடாது.”

“அதைவிடு.”

“வருங்காலங்களில இன்னும் நல்லமாதிரிச் செய்ய முடியுமெண்ட நம்பிக்கை இப்பதான் எனக்கு வந்திருக்கு, பிரபு.”

“ஸ்கார்பரோவில ரீவி பாத்திட்டு இஞ்சத்தக் கிளை ஆக்களும் அதைத்தான் சொல்லுகினம். நல்லது. ஷீலா எங்க? நான் விசாரிச்சதாய்ச் சொல்லு. சந்திரமோகன் அவ்வளவு உற்சாகமாய் இல்லைப்போல இருக்கு… இன்னொருமுறை நேரில சந்திக்கும்போது விரிவாய்ப் பேச இருக்கிறன். நான் கேட்டதாய் சந்திரமோகனிட்டயும் சொல்லு. இன்னும் ரண்டு மூண்டு நாளில ஜேர்மனி போயிடுவன். போன பிறகு எடுக்கிறன். வைக்கட்டே..?”

அப்போது ஐப்பசி பிறந்திருந்தது.

தமிழகத்திலிருந்து வெளிவந்திருந்த ஒரு காலாண்டிதழை மிக்க ஈடுபாட்டோடு வாசித்துக் கொண்டிருந்தான் சந்திரமோகன்.

அவனுள் பெரும் அதிர்வுகளை ஏற்படுத்தியது அது.

அது எதுபற்றியதென்று அவனால் தீர்மானிக்க முடியாதிருந்திருப்பினும் அதில் தான் சார்ந்த, தன் நிலம் சார்ந்த அமைப்பு விதிகளின் ஊடாட்டம் இருந்ததை அவன் உணர்ந்தான். அதனாலேயே அவனுள் ஒரு உட்செரிமானம் மெல்ல நிகழ்ந்தது.

அதன் வரிகள் இவ்வாறு இருந்தன:

தீவா – 3

தீவாபற்றிய அத்தேசத்தின் முதல் பிரஸ்தாபத்தைத் தொடர்ந்து வேறு சில தேசங்களும் தம்மிடத்தில் புதிதாகத் தோன்றியோ, ஆதியிலிருந்து உள்ளடங்கியிருந்து அண்மையில் தோற்றம் காட்டியதோவான தீவா பற்றி பிரஸ்தாபம் செய்தன. மெல்ல மெல்ல… உலகில் தீவா இல்லாத இடமே இல்லையென்றாயிற்று. திரளும் முகிற் படலத்துக்கு மேல்… மனித இருப்பின் இப்புவித் தலத்துக்குக் கீழ்… அவை உளதும் இலதும் மட்டுமே தெரியாதிருந்தது.

ராஜகுருவின் ஆக்ஞையில் அதற்கெதிரான யுத்தம் துவக்கி வெகுகாலமாகியிருந்தது. தீவாவை அழிக்கப் போனவர்களே தீவாவினால் அழிக்கப்பட்டார்கள். ஆனாலும் முன்னேறுதலும் பின்வாங்குதலுமாய், ஓய்வும் முனைப்புமாய் ஒரு யுத்தம் தொடர்ந்து நிகழ்ந்து கொண்டே இருந்தது.

இந்த நிலைமையிலேதான் புதிய ராஜாவின் பட்டாபிஷேகம் நடக்கிறது.

அடுத்தமுறை அரசசபை கூடியவேளை ராஜகுரு தவிசில் அமர்ந்திருந்தபடி ராஜாவை அதிகாரத்தோடு கேட்கிறான்: "யுத்த முனைக்குப் பெருந்தொகையான படைவீரரை அனுப்பு; போதுமான நிதி ஒதுக்கீடு செய். தீவா மீதான யுத்தம் வெல்லப்பட்டாகவேண்டும். அது கௌரவத்தோடும் சம்பந்தப் பட்டது."

அரண்மனை திரும்பி வெகுநேரம் யோசிக்கிறான் ராஜா. தீர்மானமெடுக்க முடியாதிருக்கிறது. அந்நிலையில் தனக்குத் தெரிந்த முதுபெரும் ஞானி ஒருவரை வரவழைத்து ஆலோசனை கேட்கிறான். ஞானி, ஆதியில் விதிக்கப்பட்ட சொல் மீறப் பட்டதிலிருந்து அன்றைய தீவா யுத்தம்வரையான அனைத்தும் விளக்குகிறான்.

மறுநாள் அரச ஆணை பிறக்கிறது: "ஆதிச் சொல் எக்காரணம் கொண்டும் மீறப்படக்கூடாது. அரசனாலேகூட. தீவா, ஆதிச் சொல் மீறப்பட்டதன் விளைவே. தொடர்ந்து சொல் மீறப்படாவிடின் தீவா பெருக்கமின்றியே அழிந்துபோகும். உலகில் இல்லாத வகையினம் ஆகிவிடும். எனவே தீவா மீதான போர்ப் பிரகடனம் இத்தால் வாபஸாகிறது. இனி போர் வீரர்கள், தேசவளர்ச்சிக் காரியங்களில் ஈடுபடுவார்கள்."

சிலநாட்களின் பின் ராஜசபை கூடியபோது திரண்டிருந்த குடிமக்கள் முகத்தில் மகிழ்ச்சியும் உற்சாகமும். ராஜாவும் வந்தாயிற்று. இரண்டொரு சபை கூடல்களில் வெறுமையாயும், அதுவரை காலம் அச்சத்தோடு பார்க்கப்பட்டதுமான தவிசில் ஞானி அடக்கத்தோடு அமர்ந்திருந்தார்.

அன்று அதே வரிகளை தமிழகத்து அகதி முகாமிலிருந்த ராஜியும் வாசித்தாள்.

55

இன்னும் பட்டுக்கொண்டே இருந்தாலும் சிலரால் தம்மை மாற்றிக்கொள்ள முடிவதில்லை. திரவியம் அந்த ரகத்தவனாய் இருந்தான். அதனால்தான் தொடர்ந்தும் தொடர்ந்தும் தன் உபத்திரவங்களுக்குக் காரணமான அந்த வட்டத்திலிருந்து வெளியேற முயற்சிதானும் செய்யாது இருந்தான்.

அந்த நாட்கள் மிகக் கடுமையாக இருந்தன.

அனில் கொழும்பு சென்றபிறகு பெரும்பாலும் தான் தனித்துப் போன உணர்வு மேலிட்டு அவன் தவித்துப்போனான். ஆனாலும் ஓரளவு தேறிக்கொண்டு, அதை ஒரு சுயபரிசோதனைக் காலமாய்க் கழித்தான்.

அந்த பத்தாண்டுக் காலத்தில் விரயமான கால அளவு பெரிதாகத் தோன்றி அவனை மருள வைத்தது. சாதாரண மனிதனின் வாழ்வில் பத்தாண்டுகள் என்பது மிகப்பெரிய காலவெளியாகும். அதுவும்

இருபத்தைந்து வயதுக்குப் பின்னர் வரும் பத்து வயதில் வாழ்வின் செல்திசை தீர்மானிக்கப்பட்டு அதில் உறுதியாய் நடப்பதற்கான முயற்சிகள் தொடங்கப்பட்டிருக்க வேண்டும். ஆனால் அவனோ தன் பயணத்தை ஒரு வட்டத்தின் கோடுவழியே நிகழ்த்தியது போன்றும், தன் பந்தயத்தை புள்ளியில்லா எல்லைநோக்கி நிகழ்த்தியது போன்றும் அயர்ச்சி அடைந்திருந்தான். பயணத்தை முடித்ததுமில்லை, பந்தயத்தை வென்றதுமில்லை என்ற நிலையில் விசாரம் தலையெடுத்தது.

முற்றாயும் முழுதாகவும் அவன் இப்போது தனியன். நண்பர்கள்கூட இல்லை. இந்தப் புள்ளியிலிருந்தும் முளைத்தெழ அவனால் முடியும். ஒருபோது உதயன் இப்படித்தான் புதைவிலிருந்து நிலங்கீறி எழுந்தான். வாழ்வின் இறுதி இழைமட்டுமேயுள்ள கடைசி நிலைமையிலிருந்தும் தப்பிப்பிழைக்கிற சாகசம் உயிரியல்பாய், நிலம் சார்ந்த பண்பாய் ஆகிவிடுகிறதென்பது உண்மை.

தான் ஒரு கலங்கிய காலகட்டத்தின் மோசமான உதாரணமாகி விட்டானென்பது அவன் மனத்தில் தைக்காதிருந்தது. காலத்தின் தவறுகளை தன் தவறுகளாய்ப் பொருத்திப் பார்க்கும் பெருந் தவறுகளின் காரணமாகவே அவன் குழப்பங்கள் நிகழ்ந்தன. ஐந்தாண்டுகள்வரையில் அவன் எழுதியிருக்கிறான். பல நாடு அளாவிய உயிர் கவ்வும் பிரச்சினைகளை விண்டுவிண்டு எடுத்துரைத்திருக்கிறான். அதை, எதுவுமில்லையென சும்மா ஒதுக்கிவிட முடியாது.

அப்பா இன்னும் நயினாதீவிலேயே இருக்கிறார். அம்மா, தம்பி, தங்கைமார் யாழ்ப்பாணத்தில். பத்து வருஷங்கள் ஆகிவிட்டன, சகோதரர்களில் ஒருவர்கூட வெளிநாடு போகவில்லை. அந்தவகையில் அம்மா தோற்றுவிட்டாள். அப்பாவைத் தேடி இனியாவது செல்வாளா?

தன் கால இழப்பு ஒரு ஆகர்ஷத்தின் விளைவோ என்று அவனுள் சந்தேகம் சிலவேளை கிளம்பியிருக்கிறது. சுவர்ணாவின் சௌந்தர்யம் அப்பேர்ப்பட்டதுதான். தேகம் காயாக இருப்பது கொடை. இரண்டு குழந்தைகள் கண்டும் அந்தத் தேகத்தில் இன்னும் பேற்றின் ரேகைகள் பதியவேயில்லை. தேவ களையின் அவ் அமிசங்கள் பெறப்பட்டதெங்ஙனம்? அங்காந்திருக்கும் குழந்தைபோல் தானே தவனம் பெற்ற மார்கள். ஏரி பெருத்திருந்தது. அதில் மஞ்சள் மூங்கிலினது போன்ற ஒரு மதாளிப்பு. அதில் மயிரிழைகள் புரள்வது பேரழகு. அது அழைப்பாக அவனுக்குப் படும்.

அது மனிதனுக்கு விதிக்கப்பட்ட சுகம்.

அவனுக்கு அன்று எதுவும் செய்யத் தோன்றவில்லை. ரியூஷன் வகுப்பொன்றை முடித்துக்கொண்டு பதினொரு மணியளவில் அந்த இடத்தில் வந்து உட்கார்ந்தவன்தான். அவள் தேநீர் கொண்டுவந்து கொடுக்க குடித்துவிட்டும் அப்படியேதான் இருந்தான்.

அபயனும் மேகலையும் மதி வீட்டிலாய் இருக்கவேண்டும். துணி தோய்ப்பதில் முனைந்து சுவர்ணா.

கனவுச்சிறை

திரும்பிப் பார்த்தாள். பின் ஒரு பொய்க் கோபத்தோடு கழுத்தை வெட்டித் திருப்பினாள். அது நூற்றோராவது முறை. அப்போதுதான் அந்த சின்னக் கோபத்தின் காரணம் அவனுக்குப் புரிந்தது. அவள் சொல்லியிருந்தபடி அவன் தாடியை மழிக்கவில்லையாம்.

வளரும்போது அவள்தான் அழகாய் இருக்கிறதென்று சொன்னவள். அவன் அப்போது சந்தோஷமாய் இருந்தானென்றும் அதனால் அழகாய் இருந்ததாயும், இப்போதெல்லாம் விரக்தியாய் எப்போதும் யோசனையுடன் இருப்பதால் நல்லாயில்லையென்றும் விளக்கம் சொன்னாள். அப்படியானால் வெட்டவேண்டியது விரக்தியைத்தானே தவிர தாடியை அல்லவென்றான் அவன். அந்தக் கோபம்தான்.

அவன் அந்த எண்ணங்களை அகற்றினான்.

செயற்படு என்று அவனுள்ளிருந்து ஏதோ ஒன்று சொன்னது. அவனது மக்கள் கிளாலி ஏரியில், தாண்டிக் குளத்திலென்று மாண்டுபோய்க் கொண்டிருக்கிறார்கள். வவுனியாவில் சந்தேகத்தில் கைது செய்யப்படுவோரெல்லாம் கோழிக்கோட்டில் வதைமுகாம் கணக்காயுள்ள காவல் முகாமில் அடைக்கப்படுகிறார்கள். ரயர் போட்டு உயிரோடு கொளுத்தப்பட்டு பாதி வெந்த நிலையில் கொன்றொழிக்கப்படுகிறார்கள் சிலர். பெண்களின் நிலை சொல்லுந்தரமாய் இல்லை. சூதகமாய் இருக்கிறேன் என்றபோதும் கொடுமனத்துடன் இழுத்துப்போனது துச்சாதனன் மட்டுமில்லை.

அவன் இவற்றையெல்லாம் எழுதியிருக்கிறான். ஆனால் அதன் கணிப்பீடு அவனுக்குத் தெரியாதிருந்தது. அனில் அய்யாவால் அதைக் கண்டு சொல்லமுடியாதுபோனது. அவர் எதார்த்தமாய்ப் பேசினாலும் இளகப் பேசமாட்டார். ஆனால் நிமால்பெரேரா அப்படியில்லை. அவன் ரசனையுள்ளவன். அவன் இலக்கியக் கலைஞன். அனில் விமர்சகர் மட்டுமே. அவனாயிருந்தால் இத்தனைக்குள் அவன் செல்லவேண்டிய திசையை துல்லியமாய்க் கணித்து வெகுதூரம் செல்லவைத்திருப்பான்.

அவனது இழப்பின் நட்டத்தை முதலிலும், சோகத்தைப் பின்னரும் அனுபவித்தான் திரவியம்.

அப்போது படலை அரைந்து கேட்டது.

வாசலில் சிவா நின்றிருந்தான்.

திரவியத்துக்கு ஆச்சரியமாய் இருந்தது.

எழுந்து போய், “வா, சிவா” என்றான்.

“உள்ளை வேண்டாம். நான் உன்னோடை பேசவேணும் அவசரமாய்.”

“என்ன, சிவா ..?” புதிராய் இருந்தது திரவியத்துக்கு.

“சுவர்ணா உள்ள இருக்கா ?”

“இல்லை, கிணத்தடியில.”

சொல்லத் தயங்கினானா, தடுமாறினானா? சிறிதுநேரத்தில் சமாளித்துக்கொண்டு சொன்னான்: "ஏன் எதுக்கு எப்பிடியெண்டு ஒரு கேள்வியும் கேக்கக்கூடாது; என்ர கேள்விக்கு பதில் சொல்லவேணும். இப்பவும் என்னை உன்ர சிநேகிதனாய்த்தான் நினைச்சிருக்கிறியா?"

திரவியம் சிரித்தான். லேசாய்த்தான்.

"சிரிக்காத, திரவி. நான் நெருப்பில நிக்கிறதுபோல துடிச்சுக்கொண்டு நிண்டு பேசுறன். பதில் சொல்லு!"

"நீ என்ன நினைச்சிருக்கிறாய்?"

"நானாயே இப்ப இஞ்ச வந்ததிலயிருந்து உனக்குத் தெரியேல்லையா?"

"நானும் மாறயில்லை, சிவா."

"அப்படியெண்டால்... நான் சொல்லுறபடி செய்யவேணும்."

"என்ன ..?"

"இப்பவே நீ துணுக்காய்க்குப் போகவேணும். மாமா வீட்டில நில்லு. ரண்டு நாளில நான் அங்க வாறன். என்ன ஏது எண்டதையெல்லாம் அங்க வைச்சுப் பேசலாம்."

"நீ சொல்லுறது ஒண்டுமே விளங்கேல்லை எனக்கு. நான் எதுக்குத் துணுக்காயில போய் நிக்கவேணும்? அதுவும் அவசர அவசரமாய் இண்டைக்கே..! அங்க வந்து நீ என்ன பேசவேணும்? இஞ்சை பேச ஏலாததாய், அங்க பேசக்கூடிய என்ன விஷயம் இருக்கு?"

சிவா சலிப்போடு நெடுமூச்சுவிட்டான். "இதுக்குத்தான் ஏன் எதுக்கெண்டு எதையும் நீ கேக்கக்குடாது எண்டு முதலிலயே நான் சொன்னது ..."

ஆனாலும் திரவியம் இளகின அளவுக்கு சம்மதிக்கிறமாதிரித் தெரியவில்லை. காரணத்தைச் சொல்லி விளங்கப்படுத்துவது அவசியமென்பதை சிவா உணர்ந்தான். அதனால் நேரடியாகவே விஷயத்துக்கு வந்தான்: "உன்ர பேர்... றிவால்வர் குறூப்பின்ர லிஸ்ரில இருக்கு."

றிவால்வர் குறூப்பின் அட்டவணையில் பெயர் இடம் பெறுதலென்பதன் ஒரே அர்த்தம் . . . அந்த நபர் விரைவில் அழிக்கப்பட்டுவிடுவார் என்பதுதான்.

"போட்டோவும் போயிருக்கு."

"எப்பிடி..?" என்று ஆச்சரியப்பட்டான் திரவியம்.

"ஏதாவது பேப்பரில வந்ததாய் இருக்கும்!"

"எதுக்கு என்னை ..?"

"எழுதுறியே... அது போதாதோ?"

திரவியம் சிரித்தான்.

அடக்கினான் சிவா.

"என்ன, சிவா, எவ்வளவு பெரிய சந்தோஷமான விஷயம் இது? இத்தனை வருஷமாய் எழுதி என்ன கிழிச்சன் ... ஒரு மயிரைக்கூட என்னால இருந்த இடத்தைவிட்டு அசைக்க முடியேல்லையே எண்டு கொஞ்சக் காலமாய் நான் படுகிற வேதனை உனக்குத் தெரியுமோ ..? அப்படி வருந்தாதே ... நீ எதுவோ பெரிசாய்ச் செய்திருக்கிறாய்தான் எண்டு ஒரு இயக்கம் தீர்மானிக்கிறதாயிருந்தால் ... அதுக்காக நான் எவ்வளவு சந்தோஷப்பட வேணுமெண்டு கொஞ்சம் யோசிச்சுப் பார்!"

"சீரியஸா கதை, திரவி. றிவால்வர் குறூப்பைப்பற்றி உனக்கு நல்லாவே தெரியும். படத்தையும் பணத்தையும் குடுத்தால் அவரிவரெண்டில்லாமல் எவரையும் போட்டுத்தள்ளூறவங்கள் அவங்கள். அது ஒண்டும் இயக்கம் இல்லை."

"எப்பிடியிருந்தா என்ன? வரட்டும், நான் கதைக்கிறன்."

"கதைக்கிறதுக்கு எதுவும் இராது. நீ சொல்லுறது முதல்ல அவங்களுக்கு விளங்காது, திரவி. போடுறதெண்டு தீர்மானிச்சு வாறாங்கள். தப்பியோடுறதத் தவிர வேற வழியில்லை இப்ப."

திரவியம் ஒப்புக்கொள்ளூறமாதிரி இல்லை. ஏதேதோ காரணங்களைக் கூறிக்கொண்டு நின்றிருந்தான். "ஏன், எனக்கு எந்த இயக்கத்தோடயும் தொடர்பில்லை. நான் ஏன் பயப்பிடவேணும், சிவா?"

"மடையன்மாதிரிப் பேசாத. றிவால்வர் குறூப்புக்கு காரணம் தேவையில்லை."

"செய்விக்கிறவைக்கு காரணம் இருக்குமெல்லோ?"

சிவா சலித்தான். பிறகு சொன்னான்: "சுவர்ணாவைக் கலவரப்படுத்த வேண்டாமேயெண்டு பாத்தன். நீ சம்மதிக்காட்டி ... தங்கச்சியிட்ட சொல்லுறதத் தவிர எனக்கு வேற வழியில்லை."

அவன் பயமுறுத்தவென்று எதையும் சொல்வதில்லை. சொன்னால் அவன் செய்வான். திரவியத்துக்கு அது தெரியும். "சரி, எப்ப போகவேணும்?" என்றான் கடைசியாக.

"இப்பவே. இண்டையில் ராவுக்கு நீ இஞ்ச இருக்கக்குடாது."

"இனி சாப்பிட்டு ... வெளிக்கிட்டு ... போய் பஸ் எடுக்கிறது கரைச்சல். மழை வாற அறிகுறியள் இருக்கிறதால ட்ராக்டர்களும் வெளிக்கிடாது ..."

"உன்னை மோட்டார்ச் சைக்கிள்ளை துணுக்காய்கொண்டு போய்ச் சேர்க்க சதாவை ஒழுங்கு பண்ணியிட்டுத்தான் வந்திருக்கிறன்."

அவனது பதட்டம், திரவிக்கு நிலைமை தீவிரமானது என்பதைச் சந்தேகமறக் காட்டியது. அவன் போய்விடலாம். ஆனால் பிள்ளைகள் ..? சுவர்ணா ..?

கேட்டதற்கு சிவா சொன்னான்: "குறி நீதான். அவைக்குப் பிரச்சினையில்லை."

“சரி, உள்ள வந்திரு; வெளிக்கிட்டு வாறன்.”

“வேண்டாம். இப்ப சுவர்ணா கண்டால் லேசில வந்திட ஏலாது. நான் போய் பஸ் ஸ்ராண்டில நிக்கிறன். ஒரு... அரை மணி நேரத்துக்குள்ள வந்து சேர்.”

சிவா அவசரமாய்ப் புறப்பட்டான்.

தான் துணுக்காய் போகவேண்டியிருப்பதாகச் சொல்லிக்கொண்டு திரவியம் வெளிக்கிட்டான்.

அந்தத் திடீர் முடிவு சுவர்ணாவுக்குப் புருவ நெரிப்பை ஏற்படுத்திற்று. ஆனாலும் ஏன் எதற்காகவென்று விடாப்பிடியாய்க் கேட்டு நின்று அவனது மனநிலையைக் கெடுக்க விரும்பவில்லை. கடந்த சில நாட்களாய் அவனது மனநிலையிலிருந்த இறுக்கத்தைத் தெரிந்திருந்தாளாகையால், அவ்வாறு தெரிந்தவர் வீட்டுக்குப் போய் ஒருநாள் இரண்டு நாள் நின்று வருவது நல்லதென்ற எண்ணத்தில், “எப்ப வருவியள்?” என்று மட்டும் கேட்டுவைத்தாள்.

“நாளைக்கு... இல்லாட்டி நாளையிண்டைக்கு வந்திடுவன்.”

அவள் அவன் கண்களைப் பார்த்தாள்.

அவன் சொல்லவிரும்பாத சங்கதியொன்று இருப்பது தெரிந்து அவள் முகம் கறுத்தது. ஆனாலும் அவன் புறப்பட்டபோது சிரித்தபடி விடை கொடுத்தாள்.

56

சங்கரானந்த தேரா தம் நெடும்பயணத்தைத் தொடங்கி மாதங்கள் பல ஆகிவிட்டன. அவர் தன் பயணத்தில் உத்வேகமாய் உபதேசித்தார். நம்பிக்கையோடு உபதேசித்தார். புனித புத்தரின் இறுதி அவதாரம் நிச்சயம், அதுவும் மரகத எழில் பொங்கும் இந்தத் தீவிலேயே நிகழும், தக இருங்கள்... மனத்தை மாசற்றதாய் வைத்திருங்கள்... பஞ்சசீலம் நோக்கியதாய் வாழ்வை நேர்பட அமைத்திருங்கள் என்று நிலமறைந்து சத்தியத்துடன் போதனை செய்தார்.

அவர் அதற்காகத் தேர்ந்தெடுத்திருந்த களம்தான் அவரை வித்தியாசமானவராய்க் காட்டியது. வடகிழக்கு, கிழக்கு, வடமத்திய மாகாணங்களில் புதிதாயமைந்த சிங்களக் குடியேற்றப் பகுதிகளில் அவர் கால்நடையாய், கால்பட்டினி அரைப் பட்டினியாய்த் திரிந்தார். கையில் கொளுவிய துணிப்பை பறணையாகிவிட்டது. ஆனாலும் அன்றன்றாடக் களைப்பின் வியர்வை தூசி அழுக்குகளோடு புனிதராய்த் திரிந்துகொண்டிருந்தார்.

ஆயிரத்துத் தொள்ளாயிரத்து சொச்ச ஆண்டுகளின் முன்னாலும் ஒரு குரல், ‘உங்கள் பாவங்களிலிருந்து திரும்புங்கள்!’ என்றும், ‘இல்லையேல் பெருநெருப்பில் வீசப்படுவீர்கள்!’ என்றும், ‘மகாபிரளயம் வந்து பிரபஞ்சம் துடைத்தளிக்கப்படும்!’ என்றும் போதனை செய்து திரிந்தது.

‘காதிருப்போன் கேட்கக் கடவன்!’ என்றார் அப்புனிதர். புதிய துறவி, ‘செவிகொடுங்கள்’ என்று அனைவரையும் வேண்டுதலோடு சொன்னார். பெருந்திரள் ஜனங்கள் அவர் சொல்வதைக் கேட்கக் கூடினார்கள்.

அவர் செல்வதற்கு முன்பாகவே அவர் வரப்போகிற செய்தி அவ்வக் கிராமங்களைச் சென்றடைந்திருந்தது.

“புனித புத்தரின் முந்திய வருகை உருவெல கிராமத்தில் இருந்தது. அதற்குப் பக்கத்திலேதான் நெருப்பைக் கடவுளாக வணங்கும் ஜத்தில்லா என்ற இனவகுப்பாரின் வனக் குடியிருப்புகள் இருந்தன. அவர்களின் தலைவனாக இருந்தவன் கஸ்ஸப. மாய மந்திர வசியங்களில் கைதேர்ந்தவன். அவனே பகவான் போதனையில் மனம் மாறி சங்கத்தில் சேர்ந்தான். ஆகவே . . . மகாஜனங்களே . . . மனம் மாறுங்கள்! போதனைக்குப் புறம்பாக நடவாதிருங்கள்! வன்முறைக்குத் தூண்டப்பட்டால் எழுச்சி கொள்ளாதிருங்கள்! அஹிம்சை ஒரு பவுத்தனுக்கு மகாவாக்கியம்! அனைத்துயிரிலும் கருணை பொழிந்தவர் பகவான் புத்தர். நாம் அயலானில் அன்பு செலுத்தவாவது செய்யவேண்டும்” என்றெல்லாம் மிக உருக்கத்தோடு அவர் போதனைகள் இருந்தன. அதனால் அவருக்கு உபதேசிப் பிக்கு என்றொரு பெயரும் உள்ளூர்களில் உருவாகிக் கொண்டிருந்தது.

உபதேசிப் பிக்குவின் முக சாந்தியை அவர்கள் பார்க்க அவாவினர். பேச்சைக் கேட்கக் குழுமினர்.

பழைய உபதேசம் புதிய ஒளி கலந்து அவர்மூலம் பரவலாயிற்று.

பலர் அவர் நம்பிக்கையைத் தாமும் பகிர்ந்து கொண்டனர்.

ஒருநாள் மகாவலி கங்கை தீரத்திலுள்ள ஒரு கிராமத்துக்கு அவர் சென்றார். ஆயுதபாணிகளாக்கப்பட்ட சிங்கள மக்கள் குடியேறிய புதிய பிரதேசம் அது. உபதேசிப் பிக்கு வந்தது தெரிந்ததும் ஆண்கள் பெண்கள் குழந்தைகள் என்று அனைவரும் வந்து பணிந்தார்கள்.

அன்றும் நிச்சயத் தன்மை மிகுந்ததாக அவர் உபதேசம் அமைந்திருந்தது: “உயிர்களிடத்தில் எவன் அன்பில்லாதவனோ, உயிர்களை எவன் வதைப்பவனோ, எவன் தன்னுள் வெறுப்பைச் சுமந்து திரிபவனோ அவன் கீழ்மகன். காய்ந்த நாணற் புதரானது தீ பரவும் காலத்தில் விரைந்து எரிந்து சாம்பராகும். அதுபோல் ஹிம்சையாளனும் அறம்தவறி நடப்போனும் அறம் சூழ்ந்தெழும் காலத்தில் அழிந்தே போவான்!”

அவர் பேச்சுக் கேட்டு பலர் நிம்மதியிழந்தார்கள். தங்களிடமுள்ள ஆயுதங்களை கிடங்கு வெட்டி புதைத்தார்கள். சிலர் தமது சொந்தக் கிராமங்களுக்குத் திரும்பி ஓடினார்கள்.

இதற்கு ஆயுததாரிகளாக்கப்படும் சிங்களக் கிராமங்கள் தாக்கப்படுவதான செய்திப் பரம்பலும் ஒரு காரணமாகும். ஆனால் சங்கரானந்த தேரரின் மனம் நம்பிக்கைகொள்ளும்படியான மாற்றங்கள் அவருக்குக் கண்கூடாகவே தெரிந்தன.

அவர் அலைச்சலில் தளர்ந்தே போனார். முதுமை வேறு இயக்கத்தின் வேகத்தைக் கட்டுப்படுத்த வற்புறுத்திக் கொண்டிருந்தது. சில நாட்களின் ஓய்வை அவரது நலிந்த உடல் இச்சித்தல் நியாயம்.

அவர் பொலனறுவ வந்தார். வளவைகங்கைக் கரைப் பெரியவரைச் சந்தித்தபிறகு அவருக்கே சிற்பங்களிலும் ஓவியங்களிலும் ஒரு விருப்பு பிறந்திருந்தது. இன்பக் கலைகளை பௌத்தம் மறுக்கும். ஆனாலும் சில கலைகள் மூலத்தில் அன்பையும் ஆனந்தத்தையும் ஆதாரமாகக் கொண்டவை.

ஒரு பவுத்த வறிய குடும்பம் தம்மோடு சிலநாட்களேனும் தங்க அவரை வற்புறுத்தியது. ஓய்வில் உடல் சற்றே தேற, ஒருநாள் மாலை பராக்கிரமபாகு சிலை வடிக்கப்பெற்றிருந்த கலாக்ஷேத்திரத்துக்குச் சென்றார்.

ஒரு கமுகு மர உயரத்துக்கு வானளாவ நிமிர்ந்து நின்றிருந்தது அக்கருங்கற் சிற்பம்.

சற்று எட்ட இருந்த ஒரு மாவிலங்கை மரத்தோடு சாய்ந்தமர்ந்து, உயிர்த் துடிப்போடு விளங்கிய அதன் கம்பீரத்தில் சிந்தை லயித்திருந்தார்.

ராஜகம்பீரம் என்பது அதுதான்.

பராக்கிரமபாகுவின் காலம் இலங்கையின் பொற்காலம் என்கிறது இலங்கைச் சரித்திரம். ஆனாலும் பராக்கிரமபாகு 1165இல் மரணமானபோது இலங்கை பெரும் நெருக்கடியில் சிக்கியிருந்தது. அதற்குக் காரணமாய் சரித்திராசிரியர்கள் மூன்று காரணங்களைச் சொல்லுகிறார்கள். ஒன்று, உள்நாட்டில் நிகழ்ந்த யுத்தங்களும், அரசுரிமைச் சூழ்ச்சிகளால் ஏற்பட்ட ஸ்திரமற்ற அரசும். இரண்டு, தென்னிந்தியாவின் அரசியல்ரீதியான தலையீடு. மூன்று, பர்மா, சியாம் ஆகிய நாடுகள் மேல் அதனின் படையெடுப்புக்கள்.

முதலாம் பராக்கிரமபாகுவுக்கு சிலையெடுத்தது தகும். அவனே எடுத்திருந்தாலும் அதை, அது தகும்தான். அவனுக்கே சிறப்பான சரித்திரம் உண்டு. சிற்பம் அதைவிட சிறப்பம்சம் பெற்றது. அந்தச் சிற்பத்தின் சிருஷ்டித் திறன் அற்புதமானது.

சிற்பி தன் பெயரைப் பொறிக்காது, வெறும் தொழிலாளியாய் ஆகியிருந்தது துக்கமான விஷயம். படைப்பின் பூரணத்தில் அவன் மனதும் பூரணத்துவம் பெற்றுக்கொண்டுவிட்டது. அவன் சரித்திரத்தை யோசிக்காதவனாய் இருந்தான். தன் இருத்தலின் அடையாளம்பற்றிய அக்கறை இல்லாதவனாய் இருந்தான். இழப்பு அவனுக்கு மட்டுமாய் இருக்கவில்லை என்பது அப்போது சங்கரானந்தரின் வருத்தத்தால் உறுதிபெற்றது.

வெகுநேரமாய் அவர் அந்தச் சிற்பத்தின் உயிர்த்துடிப்பில் தன்னை இழந்திருந்தார்.

நேரமாக ஆக... அவர் மனத்துள் ஒரு குறுகுறுப்பு உண்டாகிக் கொண்டிருந்தது. பின்னர் அது ஒரு கேள்வியாய் வடிவம் பெற்றது.

அவர் பார்த்த கேட்ட சிலைகளிலெல்லாமிருந்தும் ஏதோ ஓர் அம்சத்தில் அச்சிலை வேறுபட்டிருக்கிறதா?

பிற்பகலில் வந்தவர் இருளுகிற நேரமாகியும் அந்த இடத்தை விட்டு அசையவில்லை.

திறந்த வானில் ஒரு பெரு நிலா ஒளி வீசிக்கொண்டிருந்தது.

மாரியின் வருகையை முன்னறிவித்த குளிர் காற்று.

சருகுகள் உருண்டன சப்தித்தபடி.

திடீரென்று... அந்த வேறுபாட்டின் நுட்பமான அமிசம் அவருக்குப் புலனாயிற்று.

அந்த ஸ்திதி கலாநேர்த்தியின் உச்சம்.

'ஸ்திதி என்பதென்ன? அசையா ஒரு நிலையிலிருந்து அசையும் நிலையூடாக ஒரு தாண்டலாய் இன்னொரு அசையா நிலையெடுத்திருத்தல். ஒரு ஸ்திதி இன்னொரு நிலைக்கான தாண்டலின் விதையையும் கொண்டிருக்கும். நாட்டிய சாஸ்திரத்திலே கரணங்கள் இவ்வகைத்தன. கரணம் எனப்படுவது யாதெனில் அங்ககாரத்தின் ஒரு கணுவே. அதுவே ஸ்திதியுமாகும். சிலைகள் ஸ்திதியைக் காட்டும். ஸ்திதியில் தாண்டல், கரணம் காட்டும் சிற்பங்கள் அற்புத கலாசிருஷ்டிகளாகும்' என வளவை கங்கை ஞானி சொன்னதை அப்போது நினைத்தார் சங்கரானந்தர்.

அவர் ஐயமும் தெளிவும்கூட அந்த ஸ்திதி பற்றியதுதான்.

இலங்கைச் சிற்பங்களும் ஓவியங்களும் கட்டிடங்களும் இந்திய உபகண்டத்தின் கலைமரபு சார்ந்தவை. கட்டுக்குளங்களில் கால்வாய் அமைப்புக்களில் தனக்கென விசேஷித்த சில அடையாளங்களை இலங்கை கொண்டிருப்பினும், நுண்கலை விஷயங்களில் அது இந்திய மரபு சார்ந்ததென்பதை மறுப்பதற்கில்லை. ஒன்றில் திராவிட பாணிக் கலையாக அல்லது வடஇந்திய நெறி சார்ந்த கலையாக அது இருந்திருக்கிறது. இதை கலாயோகி, கலைப்புலவர், பரணவிதான போன்ற பலருமே தெளிவாகத்தான் சொல்லியிருக்கிறார்கள்.

ஆனால் இந்தச் சிலை மட்டும்... இலங்கைப் புராதன சிற்பக் கலையின் ஒரு விசேஷித்த அம்சத்தைக் கொண்டிருக்கிறது! சரியோ/தப்போ இவ்வண்ணமே அவர் கொண்டார். அதன் விளக்கத்தையும் பின்வருமாறு பின்னினார்: 'தென்னிந்திய திராவிட சிற்ப பாணியும் சரி, வடஇந்திய சிற்ப கலா முறைமைகளும் சரி, சிற்பத்தின் வலப்பாகம் உறுதியைக் காட்டும் முறையில் அமைந்ததாயிருக்கும். இடப்பாகமே நளினம்/லலிதம் சேர்ந்ததாய் இருப்பது. இந்துக் கலாசாரத்தின் விளக்கத்துக்குட்பட்டதே இது. இறைவன் தன் மனைவியான சக்தியை இடப்பாகத்தில் கொண்டிருக்கிறானென சைவ சமயம் கூறும். அதனாலே அவன் அர்த்தநாரீஸ்வரன் எனப்படுகிறான் என்றும் அது மேலும் சொல்லும். வலக் காலை நிலம் பதித்து இடது காலைத் தூக்கியே இறைவன் ஊர்த்துவ நடனமாடியதை சிற்ப உலகமும் புராண உலகம் போலவே காட்டிற்று. இதுதான் இந்திய சிற்ப விதி. ஆனால்

686 தேவகாந்தன்

பராக்கிரமபாகுச் சிற்பம்..? இடம் உறுதிபெற்றும் வலம் நளினத்தோடு பெண்ணிடை போன்றதாயும் உள்ளது. இலங்கைச் சிற்பங்களுக்கு தனித்துவ அடையாளம் கொடுக்க நினைத்த சிற்பியின் கலா தரிசனமா அது? அவன் தென்னிந்திய ஆசாரியா? தென்னிந்தியாவில் கலைபயின்ற இலங்கை ஆசாரியா?'

அவர் மனது விம்மியிருந்தது.

அந்த இட – வல விதி மதார்த்தம் பெறாது சிற்ப சாஸ்திர விதியாக மட்டுமே இருப்பதானாலும் கலையழகு எள்ளளவு பாதிப்பும் பெற்றுவிடாது. மேற்கொண்டும் அதிலே அமர்ந்திருந்து இருளிலும் அந்த சிற்ப புறவுருவில் பார்வையைச் செலுத்திக்கொண்டு மனத்தே பதிந்துள்ள அதன் ஜீவகளையில் தனையிழந்திருக்க மனம் அவாவியது. ஆனால் மறுநாள் அதிகாலை வவுனியா புறப்படுகிற திட்டம் இருந்தது அவருக்கு. அவர் மனமின்றி எழுந்தார்.

மறுநாள் அவர் வவுனியாவை அடைந்தபோது நல்ல மழை.

57

மழை அழகாயிருந்தது. அதன் துளிகளின் விழுகையின் ஓசை இனிமையாயிருந்தது. எதிர்பார்த்தபோது வராமல் எதிர்பாராத வேளையில் வந்த மழை. திடீரென்று அன்று காலையில்தான் மேகம் கறுத்து திடீரெனக் கூடியது. மதியமும் மாலையும் பிசுபிசுத்துக் கொண்டிருந்துவிட்டு எட்டு மணிக்கு மேலே இரண்டு மணி நேரமாய்க் கொட்டித்தீர்த்தது.

அவன் அப்போது அங்கே இல்லாமல்போனது வருத்தமாயிருந்தது அவளுக்கு. அவனுக்கு மழையென்றால் நிரம்பவும் பிடிக்கும். துணுக்காயிலும் இந்நேரம் மழை பெய்யுமோ? அவள் யோசித்தாள்.

துணுக்காயிலுள்ள மனிதர்களைப்பற்றி அவள் அறிந்திருந்தாள். ஆனாலும் நேரில் சென்று கண்டதில்லை. அங்கே மாரியில் அடித்துச் செல்லும் கானாறு இருப்பதாக திரவி சொல்லியிருக்கிறான். மகாவலி கங்கை போலவோ, வளவை கங்கை மாணிக்க கங்கைகள் போலவோ பிரவாகம் அதில் இல்லாவிடினும் நுரை கக்கி ஓசையெழுப்பி சுழன்றடித்துச் செல்லும் அழகு பெரிதுதான் என்று சாதித்திருந்தான்.

பிரதேச ஈர்ப்புகளின் வல்லமையை அப்போது அவள்கூட எண்ணிப் பார்த்தாள். பாலியாறு என்று அவன் சொன்ன ஆறு அப்படியொன்றும் பெரிய ஆறாக இருந்துவிடப் போவதில்லையென்று அவளுக்குத் தெரியும். ஏனெனில் அது உலர் ஆறு என்று அவனே பேச்சில் சொல்லியிருக்கிறான். கோடையில் வண்டல் மணல் வரிவரியாய் நெளிந்துகிடக்கும் அதில், மாரியில்தான் மழைவெள்ளங்கள் சேர்ந்து பேராறாகி ஓடிப் பாய்வது. அப்போது பெருமரங்களைக்கூட அடித்தோடலாம். இருந்தும் ஒரு கர்வத்தோடு அவன் அதைக் குறிப்பிட்டிருந்தான்.

'மகாவலி எங்கே? பாலி ஆறு எங்கே?' அவள் நினைத்தாள்.

மதி வீட்டில் ஆட்கள் இல்லை. இருந்தால் கூட்டிக்கொண்டு வந்து வைத்துப் பேசிக்கொண்டிருக்கலாம். அவனில்லாதது ஏதோபோல் இருந்தது. அவன் நல்ல நண்பன் கூடத்தான்.

திரவியம் சென்று மூன்று நாட்களாயிருந்தன. மறுநாள் அல்லது அதற்கும் மறுநாள் வருவதாகச் சொல்லிவிட்டுச் சென்றிருந்தவன் மூன்று நாட்களாகியும் . . . ஆனாலும் முன்பும் சொல்லிச் சென்ற நாட்களுக்கு அதிகமாகவும் அவன் தங்குவதுண்டு. அத்திசை மரங்களும் தளிர்களும் கொடிகளும் நிறங்களும் பூக்களும் பறவைகளின் ஏகாங்கித்த குரலோசையும்... எல்லாவற்றுக்கும் மேலாய் அவற்றினிடை ஊடாடும் மௌனமும் அவனுக்குப் பிடித்திருந்தன.

மறுநாளேனும் வந்தால் நல்லாயிருக்கும்.

அவன் துணுக்காய் புறப்பட்ட முதல்நாள் இரவில் அவன் நெருங்கி வந்தபோது ஒரு சிணுக்கம் காட்டி அவள் மறுபுறம் புரண்டு கொண்டுவிட்டாள். கொஞ்ச நாட்களாக பெரும்பாலும் அம்மாதிரியான தருணங்களில் அவன் தாடிபற்றியதாகவே அந்தப் பிணக்கம் இருந்து வந்தது. அவன் ஏனோ பிணக்கு நீக்கத் தாமதித்தான். அந்த இடையில் அவள் அருண்டுபோனாள். அப்போது நினைக்க அவ்வாறு பிணக்கேற்படுத்தாமல் இருந்திருக்கலாமென்று அவளுக்குத் தோன்றிற்று.

வெகுநேரத்தின் பின் உறக்கம் கொண்டாள்.

மறுநாள் பத்துமணியளவில் பேரோசையொன்று கேட்டது பஸ் நிலையப் பக்கமாய். குண்டு வெடிப்பு என்று அப்போதே அவளால் அனுமானிக்க முடிந்திருந்தது. மாலைவரை ஒரே களேபரமாய் இருந்ததை வீட்டிலிருந்தே உணரக்கூடியதாய் இருந்தது. சந்தைக்குப் போவாரில்லை; கடைக்குப் போவாரில்லை; ஒழுங்கைகளில், தெருக்களில், வீட்டு வாசல்களில் வேலையிழந்தவர்களாய் நின்று ஜனங்கள் ஊகங்களைப் பேசிக் கொண்டிருந்தனர்.

அன்று பிற்பகலாகியும் அவன் வரவில்லை. மனத்துக்குள் ஒரு சுழற்சி. என்னவென்று தெரியாத துக்கம். அவள் அவ்வாறு உணர்ந்த வேளைகள் அபூர்வம். ஏறக்குறைய பத்து வருஷங்களுக்கு முன்னால் அவ்வாறு அவள் உணர்ந்திருக்கிறாள்.

மாலையாகிக் கொண்டிருந்தது. என்ன செய்வதென்று தெரியாமல் தடுமாறிக் கொண்டிருந்தாள். பின் எதையோ தீர்மானித்துக்கொண்டு அபயனை அறிவுறுத்தி மேகலையைப் பார்த்துக்கொள்ளச் சொல்லிவிட்டு சிவாவைப் பார்த்துவரப் புறப்பட்டாள்.

அறையில் சிவா நின்றிருந்தான். வழக்கம்போல பேசினான். இருந்தாலும் தான் அவர்கள் வீட்டுக்கு வந்துபோன விஷயம் வாய்தவறி வந்துவிட்டது. சுதாரித்துக் கொண்டான். வேறெங்கோ போய்விட்டு வந்துகொண்டிருந்தபோது கடைப்பக்கமாய் அவனைக் கண்ட இடத்தில் இரண்டு வார்த்தைகள் பேசினதாய்ச் சொன்னான். ஆனால் அவள்

அந்த மையத்தை நோக்கிய கேள்விகளையே கேட்டுக் கொண்டிருந்தாள். திரவியம் துணுக்காய் போனதுக்கும் அந்தச் சந்திப்புக்கும் ஒரு இணைப்பை அவள் கண்டுவிட்டது தெரிந்தது. மறுநாள் காலையே துணுக்காய் போய் அவனை அனுப்பிவைப்பதாக சிவா சொன்னபோதும் உள்ளோடிய ஒரு கோபத்தோடேயே அவள் வீடு திரும்பினாள்.

ராணுவ வண்டிகள் ஜீப்கள் தாறுமாறாய் ஓடின. ஆயுததாரி இயக்க வான்கள் வேறு. இயக்க மோட்டார்ச் சைக்கிள்கள். ஸ்தம்பித்திருந்த போக்குவரத்து ஒரு மந்தத்தோடு தொடர்ந்துகொண்டிருந்தது. வவுனியா நகரத்தில் அன்று சிங்களவரோ தமிழரோ... நடமாட்டம் குறைவாகவே இருந்தது.

சுவர்ணா வீடு திரும்பியபோது மெல்ல இருட்டத் துவங்கியிருந்தது. தெருக்களின் விளக்குகளிலிருந்து ஊமை வெளிச்சம் வழிந்து கொண்டிருந்தது. நிலாவே சமமான ஒளி செய்தது.

தெருவிலிருந்து வீட்டுக்குத் திரும்பும் ஒழுங்கையில் இறங்குகிற போதுதான் நிழல்களூடாக ஒரு பின்தொடர்கையை அவள் மனம் உணர்ந்தது. திக்கென்றது அவளுக்கு. விரைந்து நடந்து அடுத்த முகரியில் சடாரென நின்று நேரெதிருக்குத் திரும்பினாள். மஞ்சள் உருவமொன்று மறைந்தது போலிருந்தது. அசப்பில் ஒரு பிக்குபோல் தோன்றியது. அவள் அடி வயிறு கலங்கியது.

பிக்குவா? பிரமையா? நிழலா?

நிழல் பின் தொடருமா?

அவள் விரைந்து வீடு சென்றாள்.

அவளைக் கண்ட பிறகுதான் மேகலை அழுகையை நிறுத்தியது. குழந்தையைத் தூக்கிக்கொண்டு திண்ணையில் வந்து அமர்ந்தாள். நெஞ்சு இன்னும் பொத்...தென்று துடித்துக் கொண்டிருப்பதுபோல் இருந்தது. செய்வதென்னவென்று தோன்றவில்லை.

வெகுநேரத்தின் பின் எழுந்து குழந்தைகளுக்குச் சாப்பாட்டை போட்டுக்கொடுத்து தானும் மீந்ததைச் சாப்பிட்டு முடித்தாள். இனி குழந்தைகளைத் தூங்க வைக்கலாம். அன்றைக்கு அறையினுள் பாய் விரிக்க அவளுக்கு மனதில்லாதிருந்தது. திண்ணையில் வந்தமர்ந்தாள். இன்னும் கொஞ்சம் பொறுத்து குழந்தைகளைத் தூங்கவைக்கலாம் என்ற எண்ணம். அவளுக்கு அந்தப் பைம்பல் தேவையாய் இருந்தது. அவள் உள்ளரங்கம் நிசப்தத்தில் வெருட்சியடைந்தது. ஊர் அடங்கியிருப்பது மட்டுமில்லை, பக்கத்தில் எந்தநேரமும் காச்சுமூச்சென்று இருக்கிற மதி வீடு அன்றைக்கு வெறித்திருந்தது. முல்லைத்தீவில் உறவினர் வீட்டுத் திருமணத்துக்குப் போனபோது சொல்லிவிட்டுத்தான் போயிருந்தார்கள். அவ்வாறான மனித அரவங்கள் அற்றிருப்பதே சிலவேளைகளில் நிசப்தமெனப்படுகிறது. சிலவேளை காற்றும் உறங்கும் பூரண அமைதியே நிசப்தமாயிருக்கும். அப்போது முதல்வகை நிசப்தமே உறைந்து கிடந்தது அங்கேயெனலாம். அதனால் பக்கத்து கிடங்குகளில் பள்ளங்களில்

மண்டுவன் தவளைகள் எழுப்பிய காட்டுக் கத்தல் அங்கே விழுந்திருந்த நிசப்தத்தை அதிகரிக்கவே உதவியது.

மனம் திக் திக்...கென்று அடிக்க நேரம் நகர்ந்துகொண்டிருந்தது.

தன்னை முழுவதுமாக ஏமாற்ற முடியாதிருந்தது அவளால். புஞ்சி பண்டாதான் தன்னைப் பின்தொடர்ந்தான் என்பதை அவள் தீர்க்கமாய் நம்பினாள். அவன்தான் உதயனைக் கொன்றவன். அவன் வடக்கிலிருக்கிறபோதுதான் திரவியம் சொன்ன தவணையில் வீடு வராதிருக்கிறான். அதேவேளை அவள் குடியிருக்கும் நகரில் அன்று காலையில் குண்டுவெடிப்பு நிகழ்ந்து சூழ்நிலைமையைக் களேபரப்படுத்தியிருக்கிறது. இவைகளுள் தொடர்பில்லையென்று எப்படிச் சொல்ல?

வியர்க்கத் துவங்கிற்று அவளுக்கு.

நிலவொளி மங்கி வந்ததைக்கொண்டு கறுத்த மேகம் கவிந்து விட்டதை உணர்ந்தாள். மழை வரலாம்போலத் தோன்ற, வரக்கூடாதேயென்று அப்போது பிரார்த்தித்தாள். காற்று பலமாக குளிர் நிறைத்து வீசியதே பிடிக்காமலிருந்தது. அது கிளைகளை உலுப்பி... சருகுகளை உருட்டி... ஓலைகளை அசைத்து... செய்த அட்டகாசம் என்ன!

மேகலை மடியிலே கிடந்து உறங்க ஆரம்பித்திருந்தது. அபயனும் தூங்கிவிழுந்துகொண்டிருந்தான். அதனால் எழுந்துபோய் பாயை எடுத்துவந்து திண்ணையில் விரித்து குழந்தைகளைப் படுக்கவைத்தாள். பின் லாந்தரை எடுத்துப்போய் வெளிப் படலையைச் சாத்தி கொளுவு தடியைப் போட்டுவிட்டு வந்தாள். லாந்தரைக் கொண்டுபோய் அறைமூலையில் வைத்து மினுக்கென்று தெரிகிற அளவுக்கு திரியைக் கீழிறக்கி வைத்தாள்.

பிள்ளைகளோடு வந்தமர்ந்தவளுக்கு படுக்கத் தோன்றவில்லை. அன்றைக்கு உட்கார்ந்திருக்கிற முடிவு அவளுக்கு.

உலகம் அன்றைக்கு நேரத்தோடு உறங்கத் துவங்கிவிட்டிருந்ததோ? இல்லையேல் . . . அதுவும் அவள்போல் இருளுள், தனிமையுள் ஒழிந்துகொண்டு விடியலை நோக்கிய தவத்தில்..? அவசியமில்லை. ஏனெனில் அதற்கு புஞ்சிபண்டாவின் அச்சுறுத்தல் இல்லை.

தன்னை அழிக்கிற, ரத்தம் கக்க அடித்துச் சாகடிக்கிற யக்கோவாக புஞ்சி உருவாவதாய் அவள் அரற்றலோடு கற்பிதம் செய்தாள்.

நேரம் துளித் துளியாய் காலப் பிரவாகத்தில் கலந்தோடிக் கொண்டிருந்தது.

திடீரென வெளிப்படலையருகே இயல்பலாது எழுந்த சில அரவங்கள் செவியில் விழுந்தன.

அவள் தேகம் நடுங்கிற்று.

பார்க்காமல் விட்டுவிடமுடியாது. அச்சம் உயர்ந்து உயர்ந்து உச்சமடைந்து நெஞ்சையே வெடிக்கச் செய்துவிடும். மரக்கிளைகளை

ஊடறுத்து வந்த மங்கிய தெருவிளக்கின் வெளிச்சக் கதிர்கள் தன்மீது விழுந்துவிடாத அவதானத்துடன், எழுந்து மெல்ல மெல்லவாய் வேலியோரம் அணுகினாள். சந்தடிகள், மெல்லிய பேச்சொலிகள் இன்னும் தெளிவாய் எழுந்துகொண்டிருந்தன. மிக்க அவதானத்தோடு வேலியிலுள்ள பொட்டினூடாக வெளியே பார்த்தாள்.

பார்வையில் முதலில் பட்டதே புஞ்சிபண்டாவின் மஞ்சளாடைதான். கூட இரண்டு மூன்று பேர். அவர்கள் கைகளில் நவீன துப்பாக்கிகள்.

அவள் இரத்தம் உறைய ஆரம்பித்தது.

புஞ்சியின் நோக்கத்தை அனுமானிக்க அவளால் முடிந்தது.

அந்த அச்சத்துள்ளும் நடுக்கத்துள்ளும் அவளுள் ஓர் ஆவேசம்தான் கிளர்ந்தது.

அவளின் நிழலைக்கூட அவனால் தீண்டிவிட முடியாது.

படலை இறுக்கமாகச் சாத்தப்பட்டு உள்ளே தடிபோடப்பட்டிருந்தது. அது போதுமானதல்ல. ஆனால் எவர் வரவையும் அது தாமதிக்கச் செய்யும்.

எதிர் வீட்டு நாய் அப்போது குரைக்கவில்லை, அந்தளவு சமீபத்தில் ஆட்கள் நடமாட்டம் இருந்தும்கூட. ஏன்? அதுபற்றியெல்லாம் யோசிக்க இனி அவகாசமில்லை.

குறிவைக்கப்பட்டாயிற்று. அதுவும் ஆயுதங்கள் சகிதம். மழையிருட்டு… குண்டு வெடித்து களேபரம் மிக்கதாய் படை இயக்கங்கள் உள்ள நாள்… அது மனிதரில் சிதைவுகளை ஏற்படுத்தப் பொருத்தமான நாள்தான். தப்புகிற வாய்ப்பையும் அவையெல்லாம் வெகு சாத்தியமற்றதாக்கின. அதிசயங்கள் நடந்தால் மட்டுமே அவள் சிதைவடையாமல் தபபுதல கூடும்.

அதிசயங்கள் நடக்கிற காலமல்ல அது.

அவள் முகத்தில் கண்ணீர் வழிந்தது. அது திரவியத்துக்குப் பெருந்தீங்கு நேர்ந்துவிட்டது என்று துணிந்ததில் விளைந்தது. அவள் மட்டும் தப்பி இனி வாழ்வில்லை. தப்பவும் இனி வழியில்லை. குழந்தைகளை சிவா பார்த்துக்கொள்வான். ஒருவேளை தாத்தா… படித்தவராமே, அவரிடம் சேர்ப்பிப்பான். இல்லாவிட்டால் இரட்சண்ய சேனையில் சேர்க்கட்டும்.

அவள் இரையாகிவிடமாட்டாள்.

அதற்கு ஒரே வழிதான் உண்டு.

அவள் அரவமின்றித் திரும்பி திண்ணைக்கு வந்தாள்.

பிள்ளைகள் இரண்டும் தூங்கிக்கொண்டிருந்தன. சிறிதுநேரம் இருளைத் துளைத்து அவர்களைப் பார்த்தபடி நின்றாள்.

கண்கள் நெருப்புத் துளிகளை உதிர்த்துக் கொண்டிருந்தன. நெஞ் சில் விழுந்து அவை சுட்டன.

அவளது வாழ்வு அழகானது.

அதைவிட்டுப் போக அவளாக நினைக்கமாட்டாள். ஆனால் சிதைக்க நினைத்து முதல் கட்ட வெற்றிகளை புஞ்சி அடைந்து விட்டான். இப்போது அவள்மீதான வெற்றியே பாக்கி.

அவனை வென்றுவிட அவள் விட்டுவிடமாட்டாள்.

படலையை, அரைந்த சப்தம் எழுந்துவிடாதவாறு மெதுமெதுவாகத் திறந்துகொண்டு உள்ளே நுழைந்தான் புஞ்சி. நாய் ஏதும் குரைக்கவில்லை. வீட்டில் நாயில்லையெனச் சொல்லப்பட்டிருந்த தகவல் சரியானதுதான். ஆசுவாசம் பிறந்தது. அது நாய் குரைத்து தன்னை அடையாளம் காட்டிவிடக்கூடாது என்பதிலிருந்தல்ல, வீட்டுக்காரரை உஷார்ப்படுத்தி தப்பவைத்து விடக்கூடாது என்பதிலிருந்து பிறந்தது. திண்ணையில் ஏறி கூர்ந்து பார்க்க, குழந்தைகள் தூங்கிக்கொண்டிருப்பது தெரிந்தது. ஒரு குழந்தை தூக்கத்தில் உருண்டு புரண்டு ஏதோ பிதற்றியது.

சுவர்ணா எங்கே? ஏமாற்றிவிட்டாளா? முடியாது. தன் வருகைபற்றித் தெரிந்திருப்பது வெகு அசாத்தியம்.

புஞ்சி, வெளிச்சக் கீறு வெளிவந்து கொண்டிருந்த அறைக்குள் எட்டிப் பார்த்தான். பார்வை வெறுமை அளாவி மீண்டது. இதென்ன... தொங்கும் நிழல்..? புரியாத கணங்களாய்ச் சில விலக... பொறி பட்டதுபோல் நிலைமை தெரிந்து பாய்ந்து உள்ளே சென்றான் புஞ்சி. லாந்தரைத் தூண்டினான். சுவர்ணாவின் உடல் தொங்கிக் கொண்டிருந்தது விட்டக் கயிற்றில். துடிப்பு... அசைவு... எதுவுமற்று அது அசலனத்தில் உறைந்துகொண்டு.

“அடிப் பாவீ!” விழுந்திருந்த புட்டுவத்தை நிறுத்திவைத்து எம்பி ஏறி, உருவு தடத்தைத் தளர்த்தி உடலை தோளில் விழுத்திப் பொருத்திக்கொண்டு கீழே இறக்கினான்.

கிடக்க வைத்து, மூக்கருகில் கைவைத்துப் பார்க்க, சுவாசம் நின்றிருந்தது தெரிந்தது. குனிந்து நெஞ்சுக் கூட்டில் காதைப் பொருத்தினான். இரத்தாசயம் அதிர்வின்றிக் கிடந்தது.

ஏமாற்றிவிட்டாள்... அப்போதும் ஏமாற்றிவிட்டாள்... வெறி மூண்டது புஞ்சியிடத்தில். பளார்... பளார்... என அவளது கன்னத்தில் ஓங்கி அறைந்தான். இங்குமங்குமாய் தொங்கிய நாக்குடன் தலை சரிந்தது. பயித்தியக்காரன்போல் நாக்கை உள்ளே தள்ளி மிருகம் போல் ஓசை எழுப்பினான். கையை எடுக்க நாக்கு பழையபடி தள்ளிக்கொண்டு வெளியே வந்தது. மீண்டும் ஓங்கி நெஞ்சில் குத்தினான். படபடவெனக் குத்தினான். உடல் கிடந்தபடி துள்ளியது. நெஞ்சுச் சட்டையில் கைவைத்து பளாரெனக் கிழித்தான். கச்சற்ற முலைகள் குத்திட்டு நின்று குலுங்கின. வெண்மையாய்... தாது கோபுரம்போல் அகன்று உயர்ந்து கூம்பி... பதினாறாயே இருக்கும் தவசித்தியின் வடிவம்.

ஆனாலும் அது அவனது தோல்வியின் அடையாளமாய்..!

அவன் மனது தன் தோல்வியில் அடங்க மறுத்தது. அப்போதே வெல்லாவிட்டால் எப்போதும் இல்லை. அது முடிந்த முடிவான தோல்வியாவதை ஏற்க அவன் மனம் மறுத்தது. அவன் என்றும் தோல்வியில் அடங்குவதில்லை.

அவளை மூடிக் கவிந்தான்.

உடம்படா மெய்யில் கீழ்மேலாய் அசைந்து, வியர்த்து ... விறு விறுத்து ... தமனிகள் வெடித்துவிடுவனபோல் விம்மி ... நெருப்புத் துளிகள் சிந்தின.

ஆசுவாச மூச்சுவிட்டு எழுந்தான்.

பைசாசத்தின்மூலம் தன் தோல்வியை அவன் தகர்த்துவிட்டான்.

தன்னில் கிடந்த வேஷத்தை ஒழுங்குபடுத்தினான்.

நெஞ்சை நெருடியது குதித்துவந்த ஒரு நினைப்பு.

அதைப் பழைய சரித்திரம்தான் சொல்லியிருந்தது.

அரசனின் மனைவியது பேரழகுமேல் அரசனின் தம்பிக்குக் காதல் பிறந்துவிடுகிறது. கூடல் இல்லையேல் வாழ்தல் ஆற்றேன் என்று மடலெழுதி புத்தபிக்கு ஒருவர் மூலம் அனுப்புகிறான். அரசி அந்தப்புரத்திலிருந்து அரண்மனை வரும்வழியில் குறுக்கே நடந்துபோகும் பிக்கு மடலைப் போட்டுவிட்டுப் போவது என்பது திட்டம். பிக்கு மடலோடு தயாராக நிற்க, அந்தப்புர வாசலில் அசைவு தெரிகிறது. பணிப் பெண்கள் வருவதும் காணக்கூடியதாய் இருக்கிறது. அரசிதான் வருகிறாளென்ற எண்ணத்தில் குறுக்காக நடந்து, நிமிர்ந்து பாராமலே மடலை வீசுகிறார் பிக்கு. எதிர்பாராத விதமாக அப்போது வந்ததோ அரசன். மடலை எடுத்துப் [illegible]த்து சீறுகிறான். பிக்கு கைதாகிறார். கண்கண்ட குற்றத்துக்கு விசாரணை என்ன? உடனேயே தண்டனை விதிக்கப்படுகிறது: ‘கொதிக்கும் எண்ணெய்க் கொப்பரைக்குள் தூக்கி எறியுங்கள்!’ தண்டனை நிறைவேற்றப் படுகிறது. பின்னால்தான் தான் செய்த தவறை அரசன் உணர்ந்தது. தண்டனை நிறைவேற்றப்பட்டபோது பிக்கு சீவர ஆடையுடன் எண்ணெய்க் கொப்பரைக்குள் தூக்கியெறியப்பட்டதை அவனும்தான் பார்த்தான். சுட்டிக்காட்டக்கூட யாருக்கும் தெரியாமல் போய்விட்டது. அன்றிலிருந்து பன்னீராண்டுகள் நாட்டில் மழை பொய்க்கிறது. பஞ்சம் பசி நோய் ... குடிமக்கள் சொல்லொணாத் துயருறுகின்றனர். அரச குடியும் அழிந்து அரசும் அழிந்துபோகிறது.

அந்த மகாவரட்சிபோல ...

சரித்திரம் எப்போதும் உண்மை சொல்வதில்லையென்பது குணாநந்தவுக்குத் தெரியும். அவர் அரசியல் – சரித்திர மாணவர். வித்தியாலங்கார பல்கலைக்கழக எம். ஏ. பட்டதாரிகூட. அது அவ்வப்போது உண்மை போன்றவைகளையே சொல்லியிருக்கிறது.

பிக்கு அவசரமாக வெளியே வந்தார்.

திண்ணையில் அப்போது அபயன் இல்லையென்பதை அவர் கவனித்திருக்க முடியாது.

58

'நீ துணுக்காய் போ, இரண்டு நாளில் அங்கு வந்து உன்னைச் சந்திக்கிறேன்' எனச் சொல்லியனுப்பிய சிவா வரவேயில்லை. சிவா அப்படி இல்லை. மனம் குமைந்துகொண்டிருந்த வேளையில், வவுனியா பஸ் நிலையத்தில் குண்டு வெடித்த செய்தியை வானொலி சொல்லிற்று. சிவா வராததின் காரணத்தை அவனால் புரியமுடிந்தது. அதற்காக மேலும் தாமதிக்கிற எண்ணம் அவனுக்கில்லை. குமாரசாமியின் மூலமாக அயல்வீட்டு இளைஞன் ஒருவனை மோட்டார்ச் சைக்கிளில் கொண்டுபோய்விட ஏற்பாடு செய்வித்துவிட்டான்.

அன்று அதிகாலையில் புறப்பட்டு பதினொரு மணியளவில் வவுனியா வந்துசேர்ந்தான் திரவியம். மோட்டார்ச் சைக்கிள் ஓடிவந்த இளைஞனை அனுப்பிவிட்டு அவசர அவசரமாக ஒழுங்கைகளினூடு நடந்து வீடு வந்தான். வாசலில் அக்கம்பக்கத்து ஜனங்கள் கூடி பேசிக்கொண்டு நின்றிருந்தனர். அவனுக்கு நெஞ்சு பகீரென்றது. ஓடவேண்டும் போலிருந்தும் முடியாமலிருக்க விரைந்து நடந்து வந்தான். வாசலில் நின்றவர்கள் ஒதுங்கி வழிவிட்டு அவனைச் சோகத்தோடு பார்த்தபடி நின்றனர்.

மதி, மதியின் தாயார், தம்பி, எதிர்வீட்டு மனிஷியென்று ஐந்தாறுபேர் திண்ணையில் பேச்சற்றவர்களாய். மதி மேகலையை அணைத்திருந்தாள்.

அபயன் எங்கே? சுவர்ணா எங்கே? யாருக்கு, என்ன நடந்தது?

அவனைக் கண்டதும் கதறிக்கொண்டு எழுந்தாள் மதி. "அண்ணே... எல்லாம் நாசமாய்ப் போச்சு, அண்ணே! அக்கா... அக்கா ..!" என்று அரற்றி கையை நீட்டி அறையைச் சுட்டினாள்.

"ஆர் கண் வைச்சினமோ உன்ர குடும்பத்தில? அப்பிடி அவளை அழிச்சிட்டுப் போயிருக்கிறாங்களே, திரவியம்" என்று அலறினாள் மதியின் தாயார்.

அவன் நெஞ்சுக் கூட்டிலிருந்து இதயம் துள்ளி வெளியே விழுந்தது. வழக்கத்தைவிட இருண்டதுபோல் கிடந்த அறைக்குள் பாய்ந்து நுழைந்தான்.

கொடித் துணிகள் ஒரு பக்கத்தில் சிதறிக் கிடந்தன. ஒரு பக்கத்தில் சேலையால் நீளப் போர்த்தப்பட்டிருந்தது ஒரு உடல். யாரென்று அடையாளம் சொல்லவேண்டியிருக்கவில்லை. ஆனாலும் சேலையைப் படாரென இழுத்து விலக்கினான்.

முலைகளும் நிதம்பமும் தொடைகளும் நிர்வாணமாய்... சுவாச சலனமின்றி... மரணத்தின் காரணத்தைச் சொல்லிக் கொண்டு... சுவர்ணா!

சத்தம்கூட வெளியே வரவில்லை.

அப்படியே அவள்மேலே செத்துவிழலாம்போல ஓர் ஆற்றாமை நெட்டிக் கிளம்பியது. யாராவது ஓடிவந்து தன்னை அணைக்க

வேண்டும்போல, ஆறுதல் சொல்லவேண்டும்போல, ஈமக் கிரியைகளை முன்னின்று நடத்தி முடித்துக் கொடுக்கவேண்டும்போல... இருந்தது அவனுக்கு.

மதியின் தாயார் வந்து அவனை வெளியே வலிந்து அழைத்து வந்தாள். திண்ணையில் அமரவைத்தாள்.

சிறிதுநேரத்தில் பாட்டியோடு விட்டிருந்த அபயனை மதி போய் அழைத்துவந்தாள். பிள்ளை, பார்க்கக்கூடிய நிலையில் இல்லை. முகம் வெளிறிப்போய் நடுங்கிக் கொண்டிருந்தான். ஏங்கிப் போனவன்போல் பார்வை நிலைகுத்தியிருந்தான்.

பத்து மணிக்கெல்லாம் மதி வீட்டார் முல்லைத்தீவிலிருந்து வீடு வந்துவிட்டிருந்தார்கள். உடையை மாற்றிக்கொண்டு இரண்டு நாள் பார்க்காத தவனத்தில் மேகலையைத் தூக்கத்தான் அவசரமாக வந்தாள் மதி. குழந்தை அப்போதும் தூங்கிக்கொண்டிருந்தது திண்ணையில். 'அக்கா!' என்றபடி திறந்துகிடந்த அறைக்குள் நுழைந்தாள். அங்கே . . .

அவள் வைத்த சத்தத்தில்தான் அக்கம்பக்கம் கூடியது. அந்தக் களேபரத்தில் அபயனைக் காணவில்லையென்றது பிறகுதான் தெரிந்தது. பின்னர் தேடி குசினிக்குப் பின்னால் ஏக்கத்தில் நிலைகுத்தியவனாய் குந்தியிருந்தவனைக் கூட்டி வந்தனர்.

தாயாருக்கு நேர்ந்த கொடுமையை அபயன் பார்த்துவிட்டான் என்பதும் அதன் விளைவே அந்த திக்பிரமையென்பதும் அவர்களுக்குத் தெரிந்தன. மதியைக் கண்ட பிறகுதான் அவன் விம்மவாவது செய்தது. மேற்கொண்டு அவனைப் பாட்டியிடம் கொடுத்து தங்கள் வீட்டிலே கொண்டுபோய் வைத்திருக்கச் சொல்லிவிட்டாள் மதி.

தகப்பனைக் கண்டதும் ஓரளவு தெளிந்தவனாய் அம்மா என்று ஏதோ சொல்லத் தொடங்கி முடியாமல் அறையைக் காட்டி அழுதான். பின் குழறிய மொழியில், "அம்மாவை... பிக்கு... அப்பா... அடிச்சார்... அப்பா..." என்றான்.

பிக்குவா? ஒரு பிக்குவா இத்தனைக்கும் காரணம்? யார் அந்தப் பிக்கு? அவள் அவ்வப்போது சொல்லிக்கொண்டிருந்தாளே, அந்த புஞ்சிபண்டாவா?

தன் அச்சங்கள்பற்றி சுவர்ணா அவனிடம் எப்போதும் கூறியதில்லை. புஞ்சிபண்டாவின் திட்டமிடலிலேயே உதயகுமாரின் கொலை எண்பத்துமூன்றில் நடந்தது என்று அவள் சொன்னபோதும் அவன் பேசாமல் கேட்டுக்கொண்டிருக்கவே செய்திருக்கிறான். அது ஒரு இனக்கொலை என்பதுதான் அவனது முடிவாயிருந்தது. இப்போது அபயன் சொல்வதைப் பார்த்தால்...

இரண்டு மணிக்கெல்லாம் சிவா வந்து சேர்ந்தான். நின்றபடியே அறையைப் பார்த்து கண்ணீராய்க் கொட்டினான். திரவியத்துக்கு ஆறுதல் சொல்லவும் முடியாதவன் ஆனான். வேறு பேர்கள்தான் இறுதிக் காரியங்களுக்கான ஆயத்தங்களைச் செய்யவேண்டியிருந்தது.

எவர் மரணமும் அங்கே மதிப்பிழந்திருந்தது அப்போது. உற்றார் உறவினர்தான் கொஞ்சம் வருந்தினார்கள். மற்றவர்களுக்கு அது ஆயிரத்திலொன்றுதான்.

பொலிஸில் முறைப்பாடு செய்யவேண்டுமென்று சிலர் சொன்னார்கள். வேண்டாமென்று திரவியம் மறுத்தான். சிலநேரங்களில் அவனது சொந்த நலனுக்கே அது தேவைப்படலாமென்று வற்புறுத்தி அவனைச் சம்மதிக்க வைத்தனர். அபயனின் வார்த்தைமூலமாய் தெரியவந்த விஷயங்களை பொலிஸில் சொல்லக்கூடாதென்று கண்டிப்பாய்த் தடுத்துவிட்டான் திரவியம். அது காரணமாய் சிவாவுக்கும் அவனுக்கும் சிறிது வாக்குவாதம்கூட நடந்தது. கடைசியில் சிவாதான் இறங்கிவந்தது. அவனே போய் முறைப்பாடு கொடுத்தான்.

விசாரணை பெரிதாய் இருக்கவில்லை. பிரேத பரிசோதனைகூட நடக்கவில்லை. சவ அடக்கத்துக்கு பொலிஸ் அனுமதியளித்துவிட்டது.

அன்று மாலை ஆறு மணியளவில் சுவர்ணாவின் உடல் மயானம் எடுத்துச் செல்லப்பட்டது. திரவியம் கொள்ளிவைத்தான்.

அந்த மழைக் காலத்தில் சொல்லிவைத்ததுபோல் வானம் இருண்டிருந்தும் மழைபெய்யாதிருந்துவிட்டது.

சிவா அன்றிரவு அங்கேயே தங்கினான். மறுநாள் காலை வெள்ளென விழித்தபோது திரவியம் ஏற்கனவே விழித்திருப்பது தெரிந்தது. திண்ணைக் கப்போடு சாய்ந்து வெளிநோக்கியிருந்தான். சிவா எழுந்துவந்து பக்கத்தில் அமர்ந்தான். ஆதரவாய்த் தோளில் கைபோட்டான்.

திரும்பிப் பார்த்துவிட்டு, "எல்லாம் கனவாய்ப் போயிட்டுதே, சிவா" என்றான். "நீ சொன்னதைக் கேட்டு நான் துணுக்காய்க்குப் போயிருக்கக்கூடாது."

துயரத்தின் கொடுமுடி அடைந்தவர்கள், இப்படிச் செய்யாதிருந் திருந்தால் இந்தமாதிரி நடவாதிருந்திருக்காதேயென்று அவலத்தில் வெடித்துச் சீறுவது இயல்பு. திரவியத்தின் வெடிப்பை சிவாவால் புரிந்துகொள்ள முடிந்தது. ஆனாலும் எங்கோ ஒரு இடத்தில் சம்மட்டி அடிபோல் ஒரு அதிர்வு. இருந்தாலும் அதை, துக்க பிரலாபமாய்த்தான் தான் எடுக்கவேண்டுமென்று எண்ணி பேசாமலிருந்தான்.

ஒரு வாரமாயிற்று.

ஒருநாள் படுக்கிற நேரத்தில் சிவா சொன்னான்: "சாமான் லொறிகளைக் கொண்டுபோய்ச் சேர்க்கிற வேலையை விட்டிட்டன், திரவி. கணக்கை முடிச்சிட்டு அவங்களிட்ட சொல்லியிட்டும் வந்திட்டன்."

"இனி என்ன செய்யப் போறாய்?"

"உனக்கு உதவியாய் இருக்கப் போறன்."

திரவியம் மெல்லச் சிரித்தான். "அது சாப்பாடு போடாது."

"அதுக்கு... பழைய வேலையைத் தொடர்ந்து செய்ய இருக்கிறன்..."

"எனக்கே என்ன செய்யிறதெண்டு தெரியேல்லை. இந்த நேரத்தில போய்... எனக்கு எதுக்கு உதவி..?"

"இப்ப அனில் அய்யாவும் இல்லை... நீ தனிச்சுப் போனாய். நானாவது உன்னோட கூடஇருக்கவேணும். நீ எதாவது செய்யத் துவங்கிறவரையாவது நான் கூட இருப்பன்."

சிறிதுநேரத்தின் பின் சிவாவே சொன்னான்: "அனில் அய்யாவுக்கு கடிதம் போடு."

"என்னெண்டு...?"

"நீ எதையும் கேக்கவேண்டியதில்லை. அவரே உனக்குத் தேவையானதைப் புரிஞ்சுகொண்டு எதாவது செய்வார்.."

"பாக்கலாம்."

"பாக்கலாமில்லை, கண்டிப்பாய் எழுதுறாய். வரச்சொல்லி வந்தால் கொழும்புக்குப் போ."

"கொழும்புக்கா? பிள்ளையள்..?"

"பிள்ளையளை துணுக்காயில மாமா வீட்டில விடலாம். அவை நல்லாய்ப் பாத்துக்கொள்ளுவினம். அபயனை பள்ளியில சேர்க்கிறதும் சுகம். என்ன..?"

"ம்" என்று அனுங்கினான் திரவியம்.

59

சங்கரானந்தரின் விழிகள் கட்கோறைகளுள் நிலைத்திருந்தன. மேகம் துமிபோடத் துவங்கியிருந்தது. மின்னொளியில் அது தங்க இழைக் கீறு செய்தது. அவர் பார்வை அதிலே நிலைத்திருந்ததாய்த் தென்படவில்லை. அது அகவயமாகியிருந்தது. அங்கே தற்சுருவ தரிசனம். அப்போதுதான் தசைத் திசுக்கள் யாவும் கல்திடம் பெறுதல் பூர்த்தியாகியிருந்தது; கல்லாகவே ஆகியிருந்தது.

மிகக் கொடுமையென்று பல நிகழ்வுகளை அவர் அறிந்திருக்கிறார். பிரேமா மன்னம்பெரியின் மரணம் அவற்றிலொன்று. எல்லாவற்றையும்விட, ஜேவிபி என்ற சந்தேகத்தில் கைது செய்யப்பட்ட பெண்களுடன் அவ்வாறு கைது செய்யப்பட்ட பிக்கு தர்மரத்னவை துன்புறுத்தலில் பாலுறவு மேற்கொள்ளவைத்த கொடுமை உச்சமென்பது அவரது எண்ணமாயிருந்தது. அவற்றையெல்லாம் தூக்கி விழுங்கிவிட்டது அவர் அன்று கேள்விப்பட்ட செய்தி.

உயிரற்ற ஒரு சடலத்தில்...

ஒரு காமாந்தகாரப் பிக்கு...

எவருக்கும் அந்தமாதிரி நடந்திருக்க முடிந்திராதே!

அவரின் நெஞ்சக் கூட்டுக்குள் தீ எழுந்தது.

அவர் எரிந்தார்.

மாடியிலிருந்து பார்க்க வீதியும், வீதிக் கானில் அடித்தோடும் வெள்ளமும் தெரிந்தன தெளிவாய். தெரு மின் விளக்குகளின் விரிவில் ஒரு மென்நீலப் புகை கவிந்திருந்தது. வாகனங்கள் சில ஊர்வது தெரிந்தது. நல்ல மழைதான் பெய்திருந்தது யாரின் கவனத்தையும் கவராமல்.

சிவாவின் அறையில் மூவரும் தங்கள் தங்கள் சிந்தனையில் ஆழ்ந்தும் மேலெழுந்தும் மறுபடி ஆழ்ந்துமாய்...

மறுபடி தன் கிராமங்களை நோக்கிய புறப்பாட்டுக்கு முன்னால், திரவியத்தைச் சந்திக்கவேண்டுமென நிச்சயித்திருந்தார் சங்கரானந்தர். வந்திறங்கியபோதே வவுனியாவில் நல்ல மழை. மறுநாள் விட்டு மறுநாள்தான் திரவியம் வீடு போக முடிந்திருந்தது. வீடு வெறுமையாய்... இல்லை, ஒரு சோகம் பூண்டிருந்ததாயே தென்பட்டது. அது தன்னையுமே கவ்வுவதுபோன்ற பிரமை. பக்கத்து வீட்டிலே விசாரித்தபோதுதான் தெரிந்தது சுவர்ணாவின் மரணம்.

அவளது முகத்தில் அன்றிருந்த இல்லற வாழ்வின் நிறைவுப் பூரிப்பு அவர் மனத்தில் பசுமையாக இருந்தது. அவள் அவனுக்கு யார் என்று கேட்டபோது அவனது மனைவி என்று அவள் சொன்னபோதிருந்த பெருமிதத்தை அப்போது அவர் நினைத்துப் பார்த்தார். திரவியம் விரைவில் கொழும்பு செல்லவிருப்பதாகவும், அப்போது சிவாவின் அறைக்குப் போனால் சந்திக்கலாமென்றும் மதி கூற அவளிடமே சிவாவின் அறைக்கு வழி கேட்டுக்கொண்டு வந்து சேர்ந்தார்.

சிவாவுக்கு அப்போது சங்கரானந்தரைக்கூடப் பிடிக்காமல் இருந்தது. திரவியத்துக்காகப் பொறுத்திருந்தான். ஆனாலும் ஆறுதலான சில வார்த்தைகளுக்குப் பிறகு, தன்னால் இன்னுமேதான் அவள் தற்கொலை செய்துகொண்டதை நம்பமுடியாதிருக்கிறதென்றும், அத்தனைக்கு வாழ்வு அவளுக்கு சந்தோஷமாயும் நிறைவாயும் பூரணத்துவம் பெற்றதாயுமிருந்தது என்றும் பிக்கு சொன்னபோது சிவா உடைந்து போனான். முதலில் கண்ணீர் விட்டான். பிறகு விசும்பினான். மேலே வார்த்தைகள் வெடித்துப் பிறந்தன: ‘அது தற்கொலைதான். ஆனால் கொலைவகையும்படும். அதைவிடக் கொடுமை, அவள்மீது புரியப்பட்ட கீழ்த்தரம். பாதகத்திலிருந்து தப்பிக்க தற்கொலை செய்துகொண்டவளைக் கீழே இறக்கி... இன்னும் உடற்சூடு தணியாதிருந்த அந்த உடலோடு போகம் செய்தது... அதுவும் ஒரு பிக்கு இப்படிச் செய்தது மகா கேவலம்..!’

‘யார்?’

‘குணாநந்த.’

அந்த நிமிஷத்திலிருந்துதான் அவர் கல்லாகத் தொடங்கினது.

வெகுநேரத்தின் பின் சுயப்பிரக்ஞையடைந்து, “இதெல்லாம் பொலிஸில முறைப்பாடு பண்ணினீங்களா? என்ன நடவடிக்கை எடுத்தாங்க?” என்றார் பிக்கு.

திரவியம் தலையசைத்தான்.

"விளங்கேல்லையே!" என்று புருவம் வளைத்தார்.

"பொலிஸில சொல்லேல்லை."

"ஏன்?"

"அபயனுக்கு குணாநந்தவைத் தெரியாது. இந்த விஷயத்தில குணாநந்த சம்பந்தப்பட்டிருக்கிறது எண்டது எங்கட ஊகம் மட்டும்தானே!"

"சொல்லப்போனா... குணாநந்த ஒரு அடையாளம்தான் – நச்சு விதைக்கான அடையாளம். அதை வெளிப்படுத்துறதுதான் எங்க நோக்கம்."

"ஆனாலும் அந்தப் பிள்ளைக்கு பொலிஸ் விசாரணை பெரிய இம்சையாயிருந்திருக்கும். அதுவும் இந்தமாதிரி அவன் கதிகலங்கிப் போயிருந்த நிலைமையில... அதோட... பொலிஸ் இந்த விஷயத்தில் நீதியாய் நடந்திடாது எண்டும் தெரிஞ்சுது... அதுதான் வேண்டாமெண்டு..."

ஒரு தகப்பனாயிருந்து அவன் சொல்கிறபோது மறுப்பார் என்ன சொல்ல ஏலும்? பொய்யைச் சொல்வதுபோலவே உண்மையை அடக்கிவைப்பதும், அச்செயலுக்கு மௌனம் சாதிக்கிறதும் ஒருவகையில் அதேயளவு குற்றமானது.

அதை அவர் சொன்னார்.

அவன் பேசவில்லை.

சிவா அவர்மீது மீளத் திரும்பிய கௌரவத்தோடு அவரைக் கேட்டுக்கொண்டிருந்தான்.

"இந்த உண்மை பரவலாகவே வெளிவந்திருக்க வேணும், தம்பி. சத்தியாக்கிரகம் என்பதை நீ எந்தமாதிரிப் புரிந்திருக்கிறாய்? சத்தியத்தைப் பேசுவது அதன் முதல் படி. மறந்துவிடாதே. நடக்கிற உள்நாட்டு யுத்தத்தில் நிகழ்வுகள் சரித்திரத்துக்கானவை. இவற்றின் மூலமாகவே தள்ளுவன தள்ளி கொள்ளுவன கொண்டு நாளைய சரித்திரம் ஸ்தாபிதமாகிறது. சரித்திரங்கள் ஸ்தாபிக்கவும் படுபவை. அதை ஸ்தாபிக்கவே நீ... நான்... எல்லாரும் பாடுபட்டுக்கொண்டு இருக்கிறோம். வேண்டாத புனிதங்களை உடைக்க நான் பாடுபடுகிறேன். குணாநந்த வேண்டாத ஒரு சக்தி."

அவருக்குள் ஒரு புதிய ஒளி அலை அடித்தது. வளவை கங்கைக் கரைப் பிக்குவே நேரில் நின்று சொல்வதுபோன்ற தீவிரத்துடன் அது தெளிவாய் இருந்தது. 'சிஷ்யா, சத்தியாக்கிரகத்திலும் ஒரு தற்கொடை இருக்கிறது. புறாவுக்காக தன் தசை அரிந்து கொடுத்த சிபி மன்னனின் கொடை போன்றது அது. தன்னைச் சிதறடித்து விடுவதல்ல, தன்னையே அரிந்து அரிந்து... தியாக வேள்வியில் ஆகுதியாகும் கொடையாளியாதல் மனித பாக்கியம்.'

தன் தேசத்து அரசியலின் தீவிரமும், வன்முறையும் அவர் தெரிந்தவர். தன் நிலைப்பாட்டில் தொடரப்போனால் அதன் விளைவு எப்படியிருக்குமென்பது அவருக்குத் தெரியாததல்ல. பண்டாரநாயக்காவுக்கு நடந்தது, குமாரணதுங்கவுக்கு நேர்ந்தது அதுதான்.

எனினும் சத்தியத்தை ஆக்ரஹிக்கிற தீர்மானத்தில் அவர் இளகுவதாயில்லை. முடிந்தால்... இன்னும் இறுகுவார்.

மேலே அதிகநேரம் அவர் தங்கவில்லை.

சிவாவும் திரவியும் பேச எதுவும் இருக்கவில்லை.

இருவரும் படுத்துக் கொண்டனர்.

திரவியத்தின் மனத்தில் ஒரு முதிய பவுத்தரின் பவுத்திரத்தோடு சங்கரானந்தர் காட்சியெடுத்தார். 'நிகழ்வுகள் சரித்திரத்துக்கானவை. இவற்றின் மூலமாகவே தள்ளுவன தள்ளி, கொள்ளுவன கொண்டு நாளைய சரித்திரம் ஸ்தாபிதமாகிறது' என்ற சொற்கள் மந்திரங்களாய் உதிர்ந்துகொண்டிருந்தன.

அவரது உள்ளொளியின் வெளிப்படையான விளக்கம் அவனுக்குக் கிடைக்கவில்லைத்தான். ஆனால் உள் அதை உணர்ந்தது; மகா ஞானத்தின் வெளிப்பாடாய் வணங்கியது.

விட்டிருந்த மழை மறுபடி அடைத்தது.

மின்னல் தூர தூரத்தில் வெட்டிற்று.

முழக்கத்தில் மாதிரம் குலுங்கிற்று.

பஞ்சபூதங்களும் கொதித்து, பொங்கி, திமிறியெழுந்து நின்றனவோ?

வரும் காலத்தின் புதிய தரிசனத்துக்காய் பூமி கழுவப்படுவதாக நினைக்க... அவனுள் வர்ஷித்தது ஆனந்தம்.

பாகம் நான்கு

உதிர்வின் ஓசை
1995

1

காலச் சில்லு கழன்று போயிருந்த நாட்கள் அவை. சூரியன் எழுந்தால் விழச் சிரமப்பட்டது. நிலா தோன்றினால் மறைய அலுப்புப்பட்டது. இருளானாலும் கரைய அவ்வளவு சோம்பல் படும். காலம் சம்பந்தப்பட்டனவற்றின் இந்த கதி மந்தம்போன்ற தோற்றத்தை, வாழ்வின் நலங்கள் உதிர்ந்து விட்டதின் அடையாளமாய்க் கொள்ளமுடியும்.

அந்தக் கடற்கரையோரக் கிராமத்தில் காற்று எப்போதும்போல அசைந்தது அல்லது ஆடியது அல்லது அடித்தது. அதில் உப்பின் கரிப்பு என்றும் போலவே. வடபுறத்திலிருந்து வழக்கமான மெல்லோசை. பரவைக் கடலும், குறுங்கடலும் எவ்வளவு பெரிதாகச் சப்தித்துவிட முடியும்! அதற்கும்அப்பால் பேரதிர்வுகள் எழுந்தன. அவை எப்போதுமில்லை.

வெளிச்சம் தவிர்ந்த விஷயங்களில் பகலும் இரவும் பெரும்பாலும் ஒன்று போலாகிவிட்டிருந்தது தமிழரசிக்கு. தாயார் வாலாம்பிகையை இந்தியா அனுப்புவதற்கு கொழும்பு சென்றுவந்த பிறகு, இரண்டு தடவைகள் அவள் வேறுவேறு காரியங்கள் நிமித்தம் கொழும்பு போய் வந்தாள். அந்தப் பயணங்களிலும் சிரமங்களைத் தவிர வேறு பலனெதையும் பெரிதாக அவள் அடைந்துவிடவில்லை. விடுதலைக் குயில்கள் தேசிய ஜனநாயக பெண்கள் அமைப்பு அவள் மனத்தின் ஆதுரங்களையும் அவலங்களையும் தணிக்க ஆறுதல் சொல்வதுதான் ஒற்றைச் சாத்தியமென்பதை மீண்டும் மீண்டும் ருசுப்பித்துக் கொண்டிருந்தது. ராகினிபற்றிய விசாரிப்பு பெண்கள் அமைப்புகளுள், சிறு அரசியல் கட்சிகளுள், சிறுசஞ்சிகைகளுள் மட்டுமே சலசலப்பை ஏற்படுத்தியிருந்தது. அரசு நிறுவனம் அசையாமல் நின்றிருந்தது.

சோர்வும் விரக்தியுமாகவே நாட்கள் கழிந்து கொண்டிருந்தன அவளுக்கு. எவருக்குமே அப்படித்தான் இருந்ததுபோலவே அக் காலப் பகுதி தோன்றிற்று. ராகினியின்

‘கறுத்த மேகம்’ கவிதையை எடுத்துப் பார்க்கிறபொழுதுகளில் அழுகையும் ஆவேசமுமாக வரும். மறுபடி சிறிதுநேரத்தில் அவை சோர்வும் விரக்தியும் துயரமுமாய் மனத்துள் படிந்து இறுகிப் போய்விடும். ராகினியின் பிரச்சினைதான் ஒன்றேயொன்று மட்டுமில்லை. அவரவர்க்கும் வாழ்க்கை எத்தனையோ பிரச்சினைக் கூறுகளின் களமாக இருந்தது. அன்றாட உணவுகூட அங்கே பிரச்சினையின் ஒரு கூறுதான். காலை விடிகிற பொழுதிலேயே ஏதாவது ஒரு பிரச்னை வந்து விஸ்வரூபம் காட்டியபடி முன்னே நின்று கொண்டிருக்கும்.

அன்று விடிந்து சிறிது நேரத்திலேயே அன்றைக்கான பிரச்சினை தமிழரசியின் முன்னே வந்து நின்றது. அப்போதே அது பிரச்சினையில்லைத்தான். ஒரு அடையாளம் மட்டுமே. வெகு நாட்களுக்குப் பின்னான ஒரு சந்திப்பில் இயல்பாய்க் கிளர்ந்திருக்கவேண்டிய உளக் கிளர்ச்சி வெளிக்கிளம்பவில்லை. உடைபடாத அந்த மௌனம் அச்சங்களை உள்ளடக்கியிருந்தது. “புவனேந்தீ..!” என்று கூவிய அரசி, அவனது மௌனத்தில் அடங்கினாள். “புவனேந்தி ... புவனேந்தி ... புவனேந்திரன் ... தானே ..?”

அவன் ஆமென்று தலையசைத்தான். சிரிக்க முயன்றாவதிருப்பானா? அது, வெளித் தோன்றவில்லை.

அவள்தான் புளகித்ததும் விகாசித்ததும் எல்லாம். அவன் அசையாமல் நின்றுகொண்டிருந்தான். அவன் மெலிந்திருந்தான். ஆனாலும் இறுகியிருந்தான். பயிற்சியெடுத்திருப்பானென்பதைத் தோற்றமே சொல்லிற்று. ஏறக்குறைய ஐந்தாண்டுகளுக்குப் பின்னால் அவனைக் காண்கிறாள். அவனை வெகுநாளாய்க் காணாதிருந்தபோதே அவனுக்கு என்ன ஆகியிருக்கும், அவன் என்ன ஆகியிருப்பான் என்பதுபற்றி அவளுக்கு அனுமானம் இருந்தது. அவன் அக்காள் ராகினிக்கு நேர்ந்ததை வைத்துப் பார்த்தால், வேறு மாதிரிச் செய்திருக்க வாய்ப்பே இல்லை. அதுவெல்லாம் முடிவற்ற வெளி நோக்கிய நகர்வென்பது அவளுக்குத் தெரியும். அவள் அவனது வருகையில் சந்தோஷமே பட்டாள், அவனது மௌனத்தின் ஆச்சரியத்தையும் சிறிது அச்சத்தையும் கிழித்துக்கொண்டு.

“உப்பிடியே நிண்டால்..? வந்து இரன் இதில” என்றாள். கையைப் பிடித்துப்போய் விறாந்தையில் உட்காரவைத்தாள். அப்போதுதான் இன்னும் இரண்டு பேர் வேலிக்கப்பால் ஒழுங்கையில் நிற்பது அவள் பார்வையில் பட்டது.

இனி விளக்கமேதும் தேவையில்லை. அவளது கொழும்புப் பயணங்கள்பற்றி அல்லது கவிதைகள்பற்றி அவன் விசாரிக்க வந்திருக்கிறான். அவளுக்குச் சிரிப்புவரப் பார்த்தது. “அவையையும் உள்ள வந்து இருக்கச் சொல்லன்” என்றாள் அவள், தன் மனத்துள் கிளர்ந்த எண்ண எறிகைகளை அடக்கிக்கொண்டு.

அவன் வேண்டாமென்றான். “நாங்கள் ... இப்ப போயிடுவம், அக்கா. ரண்டொரு விஷயங்களில உங்களிட்டயிருந்து விளக்கம் கேக்கிறதுக்காக வந்தனாங்கள்.”

“கேள்.”

தமிழீழத்துக்கு எதிரான குரலாக அவளது கவிதைகள் வலுப்பெற்று வருவதைத்தான் சொன்னான்: “தமிழருக்கெண்டு ஒரு நாட்டை உருவாக்கிறதுக்காய் பேரினவாதத்துக்கெதிரான ஒரு தொடர் யுத்தத்தில நாங்கள் இறங்கியிருக்கிறம், அக்கா. யுத்த காலத்தில தனிமனித உரிமைக் குறைபாடுகள் நிறைய இருக்கத்தான் செய்யும். தமிழீழம் கிடைச்சு சமாதானம் நிலவுகிற காலத்திலதான் சுதந்திரத்தின்ர உரிமையளை நாங்கள் முழுக்கவும் பயில்வு செய்யலாம். ஆனா உங்கட கவிதைகளோ போராட்ட மண்ணில நிண்டு தனிமனித உரிமைகளுக்கு வாதாடுகிற கவிதையளாய் இருக்கு ...”

“அதுகள் மிகவும் சாதாரண கவிதையளெண்டதுதான் இந்தநேரம் வரைக்கும் என்ர அபிப்பிராயமாய் இருந்தது ...”

அவன் அப்போது சிரிக்க முயன்று தோற்றான். ஆனாலும் அந்த முயற்சி அவன் குரலில் ஒரு மெதுமையும் குழைவும் ஏறப் போதுமாயிருந்தது. காரண காரியங்களை விளக்குவதற்கான சொற்பிரயோகத்துடன் அவன் சொன்னான்: “அது ஓரளவுக்கு மெய்தானக்கா. நானும் உங்கட கவிதைகளைப் படிச்சுப் பாத்தன். சில கவிதைகளைத் தவிர மற்றதுகளில அவ்வளவாய்க் கலகக் குரல் இல்லைத்தான். அந்தச் சில கவிதைகளையும்கூட உங்கட பின்னணி காரணமாய்த்தான் கவனத்திலெடுக்க வேண்டியிருக்கு. இந்த வெளியை, இருளை, மவுனத்தை நீங்கள் கவிதையாக்குங்கோ. ஆரும் கேக்கப் போறதில்லை. ஆனா, ‘ஒரு தோழி சொன்னது” மாதிரிக் கவிதைகளை எழுதாதேயுங்கோ. அதுகள் உங்களைச் சந்தேகிக்க வைச்சிடும்; நடவடிக்கையை அவசியமாக்கியிடும்.’

அது எச்சரிக்கையா? மனம் கலகம் பண்ணப் பார்த்தது. பின் வேண்டா!மென்று விட்டுவிட்டாள். வேறு கேள்வி கேட்டாள்: “தம்பி . . . அதென்ன என்ர பின்னணி, அந்தக் கவிதைகளில உங்கட கவனத்தைக் குவிக்கிறதான கதை ..?”

அவன் சொன்னான்: “உலகத் தமிழர் கலாச்சாரப் பேரவையெண்டு.. கேள்விப்பட்டிருக்கிறியளோ ..?”

“ம். பேப்பரில பாத்திருக்கிறன். இஞ்சயிருந்து வெளியில போன ஆக்கள் துவங்கி நடத்துகினமாம் ...”

“ஜேர்மனியில இருக்கிற எங்கட ஆக்கள்தான் துவங்கியிருக்கினம். பிரான்சில கிளை இருக்கு. அங்க இருக்கிற உங்கட தம்பிக்கும் பேரவை அமைப்பில தீவிரமான தொடர்பிருக்கு. பேரவையின்ர அரசியல் சார்பு இன்னும் சரியாய்த் தெரியேல்லை. ஆனா, எங்கட அமைப்பைச் சார்ந்து இயங்க மாட்டினமெண்டது வெளிப்படையாயே தெரியுது. இந்த நிலையில உங்கட கவிதைகளில இருக்கிற பூடகம் ... மௌனம்.. எல்லாம் சந்தேகத்தைக் கிளப்பாமல் போகாது, அக்கா ...”

அக்கா என்று எவ்வளவு அருமையாகக் கூப்பிடுகிறான். அவளுக்கு மனது இனித்தது. ஆனாலும், அவளது கருத்தின் சிறகுகளை அவன்

ஒடிக்க வந்திருக்கிறான். கணவர் காலமாகிவிட்டார். அப்பா அம்மா தம்பி எல்லோரும் அவளைவிட்டுப் போய்விட்டார்கள். ராஜி என்கிற அவளது நண்பியும் சொந்தக்காரியுமானவள் எப்படியோ அலைப்புண்டு, எங்கேயோ எற்றுண்டுபோய்க் கிடக்கிறாள். இன்னொரு தோழி ராகினியென்று... அவள் தொலைந்து போனாள். இந்த நிலையில் அவள் சுவாசத்துக்கு அர்த்தம் சொல்வன அவள் கவிதைகள்தான். அவற்றைப் படைக்க வேண்டாமென்கிறவன் அவன். ஆனாலும் ஒரு விசாரிப்பை அவளைத் தெரிந்திருந்தவன், அன்பு பாராட்டியிருந்தவன் என்கிற தளங்களில்தான் ஒரு உரையாடல்போல் ஆக்கியிருந்தான் என்பதையும் அவள் மறக்கவில்லை. எச்சரிக்கை செய்கிற மாதிரியான சில சொற்பிரயோகங்கள் இருந்திருப்பினும் அவன் மிக மிருதுவாய் நடந்திருந்தான் என்பதையும் அவள் நினைவு கொண்டாள். அது, ஆயுதபாணிகளாக வெளியே நின்றிருந்த இளைஞர்களை உள்ளே அவன் அழைக்காததிலும் அவள் தெளிவாய்த் தெரிந்தாள்.

அவன் மேலே சொல்ல எதுவுமில்லைபோல எழுந்தான். "எங்களை உங்களால புரிஞ்சுகொள்ள முடியுதெல்லே, அக்கா?" என்றான்.

அவள் சிரித்தபடி தலையசைக்க அவன் புறப்பட்டான்.

இரண்டு எட்டுகள் முன்னே வைத்தவன் நின்று திரும்பிக் கேட்டான்: "இந்தியாவுக்கு அய்யாவைத் தேடிப் போன அம்மாவைப்பற்றி... ஒரு தகவலும் இல்லையாக்கா?"

"இல்லை" என்றாள் அவள்.

அந்த விசாரிப்பு அவளுக்குப் பிடித்திருந்தது.

அவன் நடந்தான்.

2

புவனேந்தியின் அந்தக் காலைநேர வரவு நண்பகல்வரை ஒரு விறைப்புத்தனத்தை அவளில் ஏற்படுத்தியிருந்தது. செய்ய நிறைய வேலைகளிருந்தும் இயக்கம் அசாத்தியமாய்ப் போனது.

பிரச்சினையை வளர்த்திவிடாத ஒரு பதிலைச் சொல்லி அவனை அனுப்பிவிட்டிருந்தாள். அதுவே வெகு குறைவான வெளிப்படுத்துகைதான். அவள் மனத்தில் சுழித்துக் கிளம்பும் உணர்வுக் குதிப்புகளில் பத்திலொன்றுகூட கவிதையாவதில்லை. கவிதையாவதிலும் சிலவற்றையே அவள் சஞ்சிகைகளுக்கு அனுப்புகிறாள். அவை பிரசுரமாகின்றபோதும், தன் மனவுணர்வுகளும் பதிவாகின்றன என்பது தவிர அவளிடத்தில் வேறு எதிர்பார்ப்பும் ஏற்படுவதில்லை. ஆனால், இப்போது தெரிகிறது, அது சிலரை அசைக்கிறதென்று. படைப்பின் அடுத்த நோக்கம் அதுதான். அது நல்லது.

அப்போது செல்லாக் கிழவி வந்தாள்.

"வாருங்கோ, ஆச்சி."

திண்ணையில் அமர்ந்தவாறே, “நீ வருவாய் வருவாய் எண்டு பாத்துக் கொண்டிருந்தன். காணேல்லை. சரி நானாச்சும் போய் பாத்துக்கொண்டு வருவமேயெண்டுதான் காலமை வெளிக்கிட்டது” என்றாள். “அது சரி, அம்மாவிட்டயிருந்து காயிதம் ஏதாச்சும் வந்ததோ? சுந்தரத்தாரைச் சந்திச்சிட்டாவாமோ? இன்னுமென்ன சுணக்கம்? ஒருவேளை... அங்கயே நிக்கிற யோசினையோ?”

“எனக்கெண்டால் ஒண்டுமே தெரியேல்லை, ஆச்சி. பொழுது விடிஞ்சு பொழுது சாயுறவரைக்கும் எனக்கு அதுதான் யோசினையாயிருக்கு. அம்மா போயும் இப்ப ஒண்டரை வருஷமாகப் போகுது... ஒரு கடுதாசி இல்லை. அய்யாவைச் சந்திச்சாவோ... சந்திக்கேல்லையோ... விசுவலிங்கத்தார் வீட்டை போனாவோ... ஒருவேளை விலாசத்தைத் துலைச்சிட்டு அலைஞ்சு திரியுறாவோ? இல்லாட்டி அம்மா கடிதம் போட்டும் இஞ்சதான் வந்து சேராமல் கிடக்குதோ? எதையெண்டு ஆச்சி, யோசிக்க?” என்று தன் விசனத்தை வெளிப்படுத்தினாள் அரசி.

தண்ணீர் அடுப்பில் இரைந்து கேட்க ஓடிப்போய் தேநீர் போட்டு வந்தாள் அரசி. பருகியவாறே இருவரும் தொடர்ந்து பேசத் துவங்கினர். “நீ சொன்ன மாதிரி காயிதம் இஞ்சதான் வந்துசேராமல் கிடக்குதெண்டு எல்லாரும் பறையினம்” என்றாள் செல்லா. பிறகு, “காயிதம் துலைஞ்சு போகாமல் கிடைக்கிறதுக்கு ஒரு உபாயமிருக்கு” என்றாள்.

“என்ன?”

“தெரிஞ்ச ஆக்களின்ர கொழும்பு விலாசத்துக்கு காயிதங்களை அனுப்பச் சொன்னால் பிரச்சினை தீர்ந்துது. இதில இருக்கிற கரைச்சல் என்னவெண்டா கொழும்பு போய்வாற ஆக்கள் மூலமாய்த்தான் காயிதங்களை எடுப்பிக்க வேணும்.”

அரசிக்கும் அது நல்ல உபாயமென்றே தெரிந்தது.

“வெளியில ஆக்கள் இருக்கிறவை, இப்ப காசைக்கூட அப்படித்தான் எடுப்பிக்கினமாம்...” என்றாள் செல்லா தொடர்ந்து. “சிவக்கொழுந்தரிட்ட கேட்டு அவருக்குத் தெரிஞ்ச ஆக்களின்ர விலாசம் வாங்கி வைச்சிருக்கிறன். என்ர பிரச்சினை என்னெண்டால்... காசை என்னெண்டு எடுப்பிக்கிறது எண்டதுதான். ஏன் பிள்ளை, நீயும் ரண்டு மூண்டு முறை கொழும்புக்குப் போய்வந்திருக்கிறாய். இனியும் அப்பிடி அடுத்தடுத்த மாசமளவில போக வேண்டியிருக்குமோ?”

“கொழும்பு போய் வாற தேவை எனக்கு என்ன ஆச்சி இருக்கு?”

“ஏன், உன்ர தம்பி ஒருத்தன் வெளிநாட்டிலதானே இருக்கிறான்? அவன் காசுகீசு அனுப்புறதில்லையோ உனக்கு?”

“எனக்கு ஒருத்தரும் அனுப்புறதில்லை. என்ர கை அடிச்சாத்தான் எனக்குச் சாப்பாடு...” என்று சிரித்தாள் அரசி.

“இல்லாட்டி என்ன? கொம்மாவைப்பற்றி விசாரிக்கவும் நீ கொழும்புக்குத்தானே போகவேணும்? இஞ்ச சும்மா பாத்துக்கொண்டிருந்து என்ன செய்யப் போறாய்?”

"நீங்கள் சொல்லுறது மெய்தான். ஆனா, போய்வாறதெண்டாச் சும்மாவே? எவ்வளவு காசு தேவையாயிருக்கு?"

அவளது வாழ்க்கையை ஓரளவு செல்லா அறிவாள். அது கொஞ்சம் வித்தியாசமான முரண்டு என்பதுதான் அவளது அபிப்பிராயம். இல்லாவிட்டால் அங்கிருந்து மாமன் மாமியார் புறப்பட்டபோது கேட்டும் மறுத்துவிட்டு அங்கே இருப்பாளா? அவர்கள் மகன் நினைவு வந்து வந்து வருத்துகிறது என்று அங்கிருந்து போனார்கள். நினைவைத் தக்கவைக்க அவள் அங்கே தங்கினாள்.

கிழவிக்கு இயல்பில் இரக்கம் பொங்கிவந்தது. அறுத்துவிட்டு வாழ்கிற வாழ்வின் சோகம் அவளுக்குத் தெரியும். செல்லா சொன்னாள்: "கொழும்பு போய்வாற ஆக்கள் கனபேரை எனக்குத் தெரியும். ஆனா... காசு விஷயமெல்லே? எவரின்ர மனத்தில என்ன இருக்குதெண்டு எப்படித் தெரியிறது? அதுதான் யோசிக்கிறன். நீயாயிருந்தால் எனக்குப் பயமில்லை. ம்... வசதியில்லாட்டி என்ன செய்யிறது?"

அரசியின் மனம் குழைந்தது. "சரி, ஆச்சி. ஒருவேளை திடீரெண்டு கொழும்புக்குப் போற அவசியமெதுவும் எனக்கு வந்தால் உங்களுக்குச் சொல்லாமல் போகமாட்டன்."

செல்லாவுக்கு ஆறுதலுக்கு அந்தளவுபோதும்.

அவள் எழுந்தாள். "சரி. நான் வரப்போறன், பிள்ளை. சைக்கிளேதாவது அம்புட்டால் அந்தப் பக்கமாய் ஒருக்கால் வாவன். கொழும்பு விலாசம் தாறன்."

அவளிடமே சில கொழும்பு விலாசங்கள் இருந்தன. இருந்தும் சரியென்றாள்.

செல்லாக் கிழவி வந்து சென்ற நாளின் இரவு அது.

மனது களைத்துப் போயிருந்ததால் அரசிக்குத் தூக்கம் வராதிருந்தது. நேரம் பத்து மணிக்குக் கிட்டத்தான் என்றாலும் வெளியெங்கும் மனித இருப்பு அற்றதான மௌனம் விரிந்திருந்தது. காற்று மெல்ல ஆடியது. கோடை வெப்பம் எங்கிருந்தோ வெகுப்பதுபோல் வியாபித்துக் கொண்டிருந்தது. மேனி நசநசத்தது. இனி போய்க் குளிக்கிறது சிரமம். முற்றத்தில் வேலியோரமாய் மணல் வழிந்த இடமாய்ப் பார்த்து வந்தமர்ந்தாள். ஒரு எச்சரிக்கையாய் ட்றெஸிங் கவுண் பையில் தீப்பெட்டி இருக்கிறதா என ஒருமுறை தொட்டுப் பார்த்து கை உறுதிப்பட்டுக் கொண்டது. விறாந்தையில் சுவர் உட்புறத்தில் மண்ணெண்ணெய்க் கைவிளக்கு அணைத்து வைத்திருந்தது.

அடுத்த வீட்டில் முட்கிளுவை வேலிக்கூடாக விளக்கின் சுவாலை நகர்ந்தது தெரிந்தது. பின் மறைந்தது.

செல்லாக் கிழவி ஞாபகமானாள். அந்தளவு தீவிரத்துடன் ஐந்தாண்டுகளுக்குப் பின்னால் கண்ட புவனேந்திகூட ஞாபகமாகவில்லை.

ஒரு வெளிச்சத்தை அடித்துக் காட்டிவிட்டுப் போயிருக்கிறாள் செல்லா. அந்தத் திசையில் அவள் யோசிக்கவேயில்லை. எல்லாவற்றையும் ஒரு சூன்யத்துள் தொலைத்ததுபோல் அந்தப் புள்ளியையே பார்த்துக்கொண்டு அத்தனை காலம் அவள் மலைத்துப் போயிருந்திருக்கிறாள். தவிர, தாயாரிடமிருந்து … மாலாவிடமிருந்து … மாமியாரிடமிருந்து … கடிதத்தைப் பெறுவதற்கான ஒரு குறைந்தளவு முயற்சியைக்கூட அவள் செய்யவில்லை.

செல்லாவை ஒரு பருக்கையாக எடுக்க முடியும். ஓடுகிறார்கள் … எல்லாரும் நாட்டைவிட்டு ஓடுகிறார்கள் … என்றொரு பேச்சு கொஞ்சக் காலத்துக்கு முந்தி எங்கும் அடியுண்டுகொண்டு இருந்ததுதான். இப்போது அந்த அவதி குறைந்திருந்ததாய்ப்பட்டது அரசிக்கு. அவளறிந்த பல குடும்பங்கள் ஓடின. சிலபேர் ஓடும் முயற்சி பலிக்காமல் கொழும்பில் நின்று பணத்தைத் தொலைத்துவிட்டு அல்லது பணம் கிடைக்காமல் திரும்பி வந்தார்கள். அந்த அவா அடங்காமல் அவர்கள் அலைந்த அலைச்சலை அவளுக்குத் தெரியும். இப்போது எல்லோரும் அடங்கிவிட்டதாகத் தோன்றியது. ஆனால், அந்த ஓட்டம் இன்னொன்றாய் உருமாற்றம் பெற்றுவிட்டதென்று அரசி தேர்ந்தாள்.

அதற்காகவெல்லாம் முன்புபோல் கொதிக்க முடியவில்லை அவளால். சமூகத்திலுள்ள சில மனிதரின் திமிறல்கள் இந்த வழியாகவோ அந்த வழியாகவோ பழக்கமாகி விட்டிருந்தன. போரே பழக்கமாகிவிடவில்லையா?

திடீரென மின்னலடித்ததுபோல் வடகீழ் மூலையில் வெளிச்சப் பரவல். நிலவு எரிந்ததுபோல் தோன்றியது. பிறகு தெரிந்தது நிலவுமில்லை, எரிவுமில்லையென்பது. ஆனையிறவு ராணுவ முகாம் அந்தத் திசையில்தான் இருக்கிறது. வடபகுதியில் கேந்திர முக்கியத்துவம் வாய்ந்த அந்த முகாமைக் கைப்பற்ற விடுதலைப் புலிகளால் எத்தனையோ முயற்சிகள் மேற்கொள்ளப்பட்டிருந்தன. 'தவளைப் பாய்ச்சல்' போன்று பல பெயர்கள் அவைக்கு. சிறிதானவோ பெரிதானவோ இழப்புக்களுடன் பின்வாங்குவதே தொடர்ச்சியாய் நடந்துகொண்டிருந்தது. மீண்டும் அவைபோல் ஒரு முயற்சியோ இப்போதும்? ராணுவம் வானத்தில் றொக்கற்றை எரிய வைத்து எதிராளிகளைத் தேடித் தாக்குதலை நடத்துகின்றதோ?

அம்மா தொடர்ந்து ஞாபகமானாள்.

என்ன நடந்ததோ அவளுக்கு? அய்யா என்ன ஆனார்? அவளால் என்ன செய்ய முடியும்? அவள் ஆண் துணை இல்லாதவள். அதை அவசியப்படுத்துகிற சூழ்நிலைமை அவள் பகுதியில் இல்லைத்தான். பரந்தன், கிளிநொச்சி, ஆனையிறவு, மிருசுவில் பகுதியெங்கும் பலவந்தம் புரிந்துதிரிந்த கறுப்புச் சட்டைக்காரன் போன வருஷமோ முந்தின வருஷமோ சுட்டுக் கொல்லப்பட்டுவிட்டான். மின்கம்பத்தில் கட்டிவைத்துச் சுட்டார்களாம். கேள்விப்பட்டிருந்தாள். இப்போது அந்தமாதிரிப் பயம் கிடையாது. ஆனாலும், துணை இல்லாதவள் பாதி மனுஷிதானே.

அம்மா கட்டுப்பெட்டியாய் வாழ்ந்தவள். அவளுக்கு நயினாதீவின் விஸ்தீரணமே அதிகம். அவள் தமிழ்நாட்டில் அப்பாவைச் சந்தித்திருக்காவிட்டால் . . . அவள் நிலையை எண்ணவே நடுக்கம் பிறந்தது அரசிக்கு.

விரைவில் கடிதமெழுத வேண்டுமென்று தீர்மானித்துக் கொண்டாள்.

3

கடிதங்களை எழுதி அனுப்பிவிட்டு காத்திருக்கிற ஒரு நாளில் தீவு போய் வந்தாலென்ன என்ற எண்ணம் தோன்றியது. அவள்பற்றி, அய்யாபற்றி, சுதன் பற்றியுமேகூட அங்கே பேச நிறையப்பேர் இருக்கிறார்கள். அவர்களின் கேள்விகளுக்குப் பதில் சொல்வது அவளுக்குக் கஷ்டமாகலாம். அதனாலென்ன ? அவைகளுக்கு ஒளிவதில் எந்த அர்த்தமும் இல்லை. எதையும் முகங்கொள்வதுதான் தவிர்ப்பதைவிட நல்லது என்பதையே அவளது அனுபவங்கள் அவளுக்குக் கற்பித்திருக்கின்றன.

அடுத்து வந்த ஒரு வெள்ளிக்கிழமை காலை தீவுநோக்கிய ஒரு புறப்பாட்டைத் துவக்கினாள் அரசி. எந்த நேரத்தில் எது நடக்கலாமோ என்றிருந்த ஒரு காலத்தில், வசதியிருக்கிறபோது போக்குவரத்தில் செய்யவேண்டிய விஷயங்களை முடித்துவிடுவது நல்லதுதான். இத்தகு பிரயோக அறிவு அனைவர்க்கும் அனுபவபூர்வமானது. கொடிகாமத்திலிருந்து வான் ஏறி யாழ்ப்பாணம் அடைந்து, பின்னும் வான் ஏறி குறிகட்டுவான் சேர்ந்து, மறுபடி படகேறி நயினாதீவை அடைகிற வரையில்.. சூரியன் மேற்கடலுள் அழுந்திக் கொண்டிருந்தான். மூன்று நான்கு மணிநேரப் பயணம்தான் முன்பெல்லாம். அத்தனை குறுகிய நேரப் பயணத்தை அந்த இடைத்தூரத்தில் விழுந்த நூறுநூறான மரணங்கள் வேகத் தடைகளாயிருந்து நெடுநேரப் பயணமாக்கினவோ ?

கோயில் பாலத்தில் ஏறினவள் ‘அம்மாளே !’ என்று மனத்துள் கூவினாள். மனம், அதுவரை பூண்டிருந்த பரபரப்பு, ஒருவகைப் பயம் யாவும் உதறி கோபுரவாயில் புகுந்து கர்ப்பக்கிருஹம் நோக்கிப் பறந்தது. சாவது புதிதில்லைத்தான். இந்த சில வருஷங்களில் எத்தனை மரணங்களைப் பார்த்துவிட்டாள் ! அவை மரணங்களுமில்லை, கொலைகள். குண்டுபட்டு, கண்ணி வெடியில் சிதறி . . . குருத்து மரணங்களே அதிகம். அந்த கடற்பயணத்தில் நீர்த் தெறிப்புக்களிலேயே நெஞ்சு திடுக்கிட்டது. எல்லாம் பழகிப்போய்விடும் என்று சொல்லிக் கொண்டிருக்கிறபோதே, நெஞ்சு அதிர்வடைந்து இன்னும் பழகாமலே இருப்பதைச் சொல்லிக் கொண்டது.

அம்மன் சந்நிதியில் முழங்காலிட்டு நெற்றி தோய வணங்கி எழுந்தாள். கண்மூடி, சாத்திய கருவறைக் கதவோடு நின்று பிரார்த்தித்தாள். ‘குங்குமத்துக்கும் ரத்தச் சிதறலுக்கும் ஒரொரு பொழுதுகளில் வித்தியாசம் தெரியாமற் போய்விடுகிற காலக் கொடுமையினை எப்படிப் புரிவது ! எல்லாம் தெரிந்துதான் அய்யா தோல்வி . . . அவநம்பிக்கை . . . என்று தொடரத் தொடரவும் சாத்வீகம் பேசிக்கொண்டிருந்தார். காலம்

எப்படி இப்போது சிதைந்து போயிற்று! உறவுகளை இழந்து… பிரிந்து… எப்போது புனர்நிர்மாணமாகப் போகிறது வாழ்க்கை!'

ஆசுவாசப்பட்டு வணங்கித் திரும்ப, முன்புறத்தில் குருக்கள் நின்றிருந்தார். மாலைப் பூஜைக்கு கபாடம் திறக்க நேரமிருந்தது. உட்பிரகார பருத்த தூண்களின் ஒட்டில் தட்டப்பட்டிருந்த மீந்த குங்குமம் விபூதி எடுத்து இட்டுக்கொண்டு புறப்படத் தயாரானாள்.

குருக்களை அவளுக்கு அறிமுகமிருக்கவில்லை. ஆனால், உள்ளே ஓர் அறிமுகம் இருப்பதுபோலும் உணர்வாகிக் கொண்டிருந்தது.

"முந்தியிருந்த குருக்களய்யா எங்க?" அவள் கிட்டப்போய்க் கேட்டாள்.

"அவர் இல்லாமல் போய்… இப்ப ரண்டு வருஷமாகுது,"

"ஓ…!"

அப்படியானால் அவள் தீவு வந்தும் அல்லது அந்தக் கோயில் வந்தும் இரண்டு வருஷங்கள்!

"நான் அவரின்ர மகன்தான்" என்றார் இளங் குருக்கள். "கொட்டாஞ் சேனை மாரியம்மன் கோயில்ல பூசகராய் இருந்தன். அப்பா போனபிறகு, இங்க வரச் சொல்லிக் கேட்டாங்க, வந்திட்டேன்."

அவள் லேசாய்ச் சிரித்து கேட்ட பாவனை காட்டினாள். ஆரம்பத்தில் தன் பார்வையைக் கவனப்படுத்திய அந்தச் சுத்தம், உருவ செப்பம் ஆகியவற்றை அப்போது அவள் புரிந்தாள். கணுக்காலுக்கு மேலே நின்ற பச்சைக்கரை நாலு முழம். இடுப்பில் ஒரு குங்கும நிற பட்டுத் துணி. இரண்டு மூன்று வருஷப் பழமையை அவை தெளிவாய்க் காட்டிக் கொண்டிருந்தன. குருக்களின் வாழ்வுமுறை இனிமேல் எப்படியிருக்குமோ? அவரது பூஜைப் பணி பெரிய தியாகமாய்ப்பட்டது அவளுக்கு. கொட்டாஞ் சேனையில் அவர் நிறைய வரும்படி பெற்றுக்கொண்டிருந்திருக்கக் கூடியவர். மாரியம்மன் கோயிலிலே பக்தர்கள் கொள்ளாமல் கூடுவர். இப்போதும்தான். நயினை நாகம்மாளோ யுத்த மேகம் சூழ்ந்த பகுதி. தீவு வெறுமையாகிக் கொண்டிருந்தது. பக்தர்கள் அருகியே கூடினார்கள். எனினும், தன் பூஜகனை அம்பாள் காப்பாற்றி விடுவாளென்ற பின்னைய ஒரு சிந்தனை எழுந்து அவளை அடங்க வைத்தது.

அது நயினாதீவுதான். ஆனால், அது இல்லை போலும் இருந்தது. அங்கே எந்த முகமும் தெரிந்ததாயிருந்தது ஒரு காலத்தில். அப்போது முகங்கள் தெரியாமலிருந்தன.

போகும்போது ராஜிவீட்டின் நிலவரத்தை வெளியில் நின்றபடியேயாவது பார்த்துக்கொண்டு போகவேண்டுமென எண்ணிக் கொண்டாள்.

அந்தத் தீவின் வாழ்வு எந்த இடுக்கண் காலத்திலும் வெந்து மடிவதில்லையென்று சொல்லக் கேட்டிருக்கிறாள் அரசி. ராஜியே சொல்லியிருக்கிறாள். அப்போது அந்தக் கூற்று நம்பிக்கைப்

படுவதற்கான ஆதாரங்கள் சிலவற்றைக் கோரிக்கொண்டிருந்தது. மேலே குருவிகள் பறந்தன. பனையும் தென்னையும் சரசரத்து ஆடின. மேகம் எப்போதும்போல் அடித்துக் கொண்டோடியது. திரையெறிந்து கரை ஆர்ப்பரித்தது. கரையில் எப்போதோ இழுத்து விடப்பட்டிருந்த பழைய மரத்தோணி இன்னும் சிதிலமடைந்து. அங்கே நடமாடியவர்களிடத்தில் வாழ்வுபற்றிய நம்பிக்கை பெரிதாக இருப்பதாய்ப்படவில்லை. முக்கியமாக, வாழ்வுபற்றிய பிரக்ஞையே அவர்களிடமிருந்ததைக் காணமுடியவில்லை. உயிரின் தொழில் வாழ்தல் மட்டுமே. உழைப்பு என்பது பிறிதொன்று. மனித வர்க்கம், அதுபோல வாழப் பணிக்கப்பட்டதுதான். ஆனால், எப்படியெல்லாமோ அதன் பிரதம நோக்கம், சிந்தனையெல்லாம் மாறிப்போய்விட்டன. வாழ்வு நம்பிக்கையற்று நிற்பது படைப்பு வரலாற்றின் மிகப் பெரிய சோகம்.

வழியிலே சங்கரப்பிள்ளை வாத்தியார் வீடு வந்தது. வாசல் கதவு சங்கிலி போட்டுப் பூட்டியிருந்தது. வேலியோரமாயிருந்த சங்குக் கடையின் கல்நார்க் கூரைத் தகடுகள் உடைந்தும், கழன்றும் கிடந்தன. பல அப்புறப்படுத்தப்பட்டிருந்தன. வாத்தியார் வீட்டு வாசல், காலைகளில் பளீரென்று இருக்கும். அப்போது சருகுகளால் மூடப்பட்டுக் கிடந்தது. அழிமானம் என்பதன் பூரண அர்த்தம் அப்போதுதான் அவளுக்கு விளங்கியது. வாத்தியார் இறந்துபோயிருக்கலாம். அல்லது அரியாலையிலுள்ள அவர் மனைவி பிள்ளைகளோடு போய்ச் சேர்ந்துமிருக்கலாம்.

இரண்டாண்டுகளுக்கு முன்பு அங்கே வந்தபோது அவரைச் சந்தித்திருந்தாள். அவர்தான் அவளுக்கு தியாகு காணாமல்போன கதையைச் சொன்னது. அவர்தான் திரவியத்தின் குடும்பத்துக்கு ஏற்பட்ட சோகக் கதையைக் கண்ணீர்ச் சரங்களைத் தொங்கவிட்டுக்கொண்டே கூறியது. தீவின் தகவல் சொன்ன அவரே இல்லை. அவரைப்பற்றி தீவில் யாரைப் போய்க் கேட்க? திரவியம் என்ன ஆனானோ?

ராஜி வீட்டடியில் அவள் அதிக நேரம் தாமதிக்கவில்லை. வாசலில் நின்ற தேமாக்களில் ஒரு தேமா மதிலோடு சாய்ந்து கிடந்தது, எப்போதோ வீசிய புயலுக்கு. மற்றும்படி பெரிய அழிச்சாட்டியமேதும் இல்லை.

பின்புற வயலூடாக விறுவிறுவென நடந்து பொழுதுபடுகிற நேரத்தில் தன் வீடு வந்தடைந்தாள். ஒழுங்கையில் காலாற நடந்தபடியிருந்தார் கந்தசாமி அப்பா. அவருடனே கூடிக்கொண்டு போனாள். அங்கிருந்து பார்த்தபோது அவர்கள் வீடு தெரிந்தது. வேலி அழிந்து போய்த்தான் கிடந்தது. ஆனால், உக்கிய கூரையோடும் வீடு நன்றாகவே இருந்தது. குசினியும் காலத்தின் அழிவை எதிர்த்து நின்றிருந்தது.

அன்றிரவு அவள் அங்கேதான் தங்குவதாக எண்ணம். ஏதாவது கிடைத்தால் சாப்பிட்டுவிட்டு, அல்லது கிணற்று நீரின் குளிர்ந்த ஜலத்தில் வயிற்றை நிறைத்துக் கொண்டு படுக்கவேண்டியதுதான். எல்லாம் எதிர்பார்த்தே வந்திருந்தாள். அன்றே புறப்பட்டு வந்து, அன்றே திரும்பிப் போய்ச் சேர்கிற எண்ணம் பெரும்பாலும் எவருக்கும் ஏற்படாது.

இரவுச் சாப்பாட்டை அவளோடு பகிர்ந்துகொண்டார் கந்தசாமி அப்பா. அதற்குள் சுந்தரலிங்கத்தையும் வாலாம்பிகையையும்பற்றிக் கேட்டு அவளது பாதி உயிரை வகிர்ந்துவிட்டார்.

அவள் வீட்டுத் திண்ணையில் படுத்தாள். கந்தசாமியப்பா முற்றத்திலே கயிற்றுக் கட்டிலைப்போட்டுப் படுத்தார்.

வெகுநேரம் பேசிக்கொண்டே படுத்திருந்தார்.

மகேஸ்வரி வீட்டிலிருந்த அவளது அண்ணன் வேலுப்பிள்ளை, வீட்டுக் கிணற்றில் விழுந்து இறந்துபோய்க் கவனிப்பாரற்றுக் கிடந்ததை ஒருபோது சொன்னார். "அந்த ஆள் செத்ததே நல்லம். மனுஷன் நோய்நொடியெண்டாலும் சீவிச்சிடலாம். மூளை மாறாட்டம் வந்திட்டுதெண்டால் சாகிறதுதான் நல்லது."

"அந்தமாதிரி மனநோய் பிடிச்சு கன சனம் இப்ப அவதிப்பட்டுக் கொண்டிருக்குதுகள், கந்தசாமி அப்பா."

"நானும் கேள்விப்பட்டன். முந்தியெண்டால் மூளாய்க்குக் கொண்டு போகலாம். மந்திகையில கொண்டுபோய்க் காட்டலாம். நாயன்மார்கட்டு... நல்லூரில இருக்கே . . . அங்ககூட கொண்டுபோய் வைத்தியம் செய்விப்பினம். இப்ப ..?"

"நடராசாப் பரியாரியெண்டு ஒருதர் இருந்தாரே ..?"

"அது அந்தக் காலம். ஆருக்குத் தெரியும்... இப்ப ஆரார் இருக்கினம், எங்கயெங்க இருக்கினமெண்டு?"

"எங்கட பக்கத்தில இப்படித்தான் ஒரு ஆளுக்கு சித்தப் பிரமை வந்தது. செஞ்சிலுவைச் சங்கம் மூலமாய் அங்கோடைக்கு அனுப்பியிட்டினம்."

"ஓ . . . அந்த மாதிரியெல்லாம் இருக்குதோ? நோயாளிக்கு என்ன தெரியப் போகுது? கரைச்சலெல்லாம் பக்கத்தில இருக்கிற ஆக்களுக்குத்தானே. வேலுப்பிள்ளை திடீரெண்டு ஒருநாள் காணாமல் போயிட்டார். ஆர் போய்த் தேடப் போகினம்? அவரின்ர மோன் ஒருதன் எப்பவாவது இருந்திட்டு ஒருக்கா வந்து பாத்திட்டுப் போவானாம். அவர் காணாமல் போய் ரண்டு மூண்டு நாளில பெடியன் வந்திருக்கிறான். வந்தால், வீட்டில ஆள் இல்லை. கிணத்தடி மூலைப் பக்கமாய் லேசான நாத்தம் அடிக்குதெண்டு போய்த் தேடிப் பாத்தா, பிணம் அழுகிக் கிடக்குதாம் கிணத்துக்குள்ள. ஆள் உஷாரான பெடியன்தான். வளவுக்குள்ள நிண்ட கிழப் பூவரசு ரண்டை தறிச்சானாம்... கக்கூஸ் மூலைப் பக்கமாய், துண்டு போட்டு அடுக்கினானாம்... பிணத்தைக் கொண்டுபோய் வைச்சு எரிச்சிட்டுப் போனானாம்... வீடு... வளவு... ஊர் எல்லாமே சுடுகாடாய் ஆகிப் போச்சு, பாத்தியே, பிள்ளை!"

"ம்" என்று யோசனையிலாழ்ந்தாள் அரசி. பின், "செல்லத்தம்பர் என்ன செய்யிறார், அப்பா?" என்று கேட்டாள்.

"அவர்தான் கனடாவுக்குப் போயிட்டாரே."

"ஓ..."

"போயும் இப்ப ஒரு வருஷமாகப் போகுது. குடும்பமாய்ப் போயிட்டினம். எல்லாம் அவசர அவசரமாய்ப் பாதி விலைக்கு வித்திட்டுப் போனார்."

"ம்ஹூம்" என்று சலித்தாள் அரசி. "அதை வாங்குகிறதுக்கும் ஆக்கள் இருக்கினமெண்டு சொல்லுங்கோ."

கந்தசாமியப்பா அதற்கு ஒன்றும் சொல்லவில்லை. வெகுநேரம் இருவரும் பேசாமலிருந்தார்கள், அவரவரும் சுயசிந்தனைகளுள் ஆழ்ந்து. பிரக்ஞை மீண்டு அவள் ஏதோ சொல்லவோ கேட்கவோ, "கந்தசாமி அப்பா ..!" என்றபோது அவர் தூங்கிப் போயிருந்தார்.

திண்ணையில் கிடந்தபடி சரிய வானம் தெரிந்தது. அதே வானம், அதே நட்சத்திரங்கள், அதே மேகங்கள், அதே குளிர்ச்சியும் உப்புச் செறிவும் தாங்கிய காற்று, இரவுக் குருவிகளின் அதே சப்திப்பும் தூரத்துக் கடலின் அதே இரைவும். மனிதர்கள்தான் மாறுகிறார்கள். பௌதீகம் மாறுவதில்லை. பௌதீகமென்பதிலும் அதன் ஜீவன் மாறுவதில்லை.

'அதை வாங்குகிறதுக்கும் ஆக்கள் இருக்கினமே' என்ற அவளது அபிப்பிராயத்துக்கு கந்தசாமியப்பா எதுவும் சொல்லாததை நினைத்தாள். அது அப்படித்தானா என்று யோசித்திருப்பார். அப்படியே தூங்கியிருப்பார். அப்போது அதைத் தன்னிடமே கேட்டுக்கொண்டாள் அரசி. 'எதை வாங்குவதற்கும் ஆட்கள் இருக்கிறார்களே, இது எதன் அடையாளம்?'

அந்த மண்ணில் வாழ்வு தொடரும் என்பதற்கான உத்தரவாத நினைப்பாய் அது நீண்டது.

அப்போது அவள் ராஜியை எண்ணினாள்.

அவள், தான் போகமாட்டேனென்றுதான் பிடிவாதமாய் நின்றாள். அவர்கள்தான் பலவந்தமாய் அனுப்பினார்கள், கழுத்தைப் பிடித்துத் தள்ளுவதுபோல்.

நினைவுகள் தொடர்ந்துகொண்டிருந்தன அரசியிடத்தில்.

4

சூரியக் கிரணம் தலைகாட்டும்போதே தூசி மண்டலமும் கிளம்பத் துவங்கிவிடும் சென்னையில். வெய்யில் சூடு அதிகரிக்க அதிகரிக்க காற்று வெளியெங்கும் தூசிப் படலத்தின் படிவு கனக்கத் துவங்கும். மேலேயிருந்து படலத்தை ஊடறுத்து வரும் சூரியக் கதிர் மின்னிழையாய் தோலைப் பொசுக்கும். மேனியெங்கும் எரியும். வாகனப் புகையும் அதோடு கலந்துவிட மூச்சே திணறலெடுக்கும். மாலையில் இந்தத் திணறல் இரட்டிப்பு, வீதியில் போகவேண்டி நேர்ந்தவர்களுக்கு. அனுபவித்தாலன்றி சொல்லில் இது விளங்காது.

மொட்டை மாடியில் முதுகுப் பக்கத்தில் பின்னலறுந்த இரண்டு கதிரைகள் போடப்பட்டிருந்தன. அவற்றிலொன்றில் அமர்ந்திருந்தான் சிவபாலன். சூரியன் விழுந்த திசையில் பார்வை பதிந்திருந்தது.

நம்பிக்கைக்கான ஒரு திசை நட்சத்திரம் தேடிக் கொண்டிருந்ததுபோல் ஒரு உக்கிரம் அந்த ஆழ்ச்சியில். சிறிதுநேரத்தில் தூரத்திலாய் ஒரு நட்சத்திரம் மினுங்கவே செய்தது. நம்பிக்கைகள் எவ்வளவு தூரமாகிப் போய்விட்டன. வாழ்க்கைக்கும், மனிதர்களுக்கும் இடையேயான வெளிகூட நீண்டுதான் விட்டது.

அவ்வளவு இழப்பு, வாதனைகளுக்குப் பிறகும் ஏன் அப்படியொரு குழப்பம் குடும்பத்தில்? யோசிக்க அவன் மனது ஒடிந்து போய்க்கொண்டிருந்தது. இனி என்பது வளைந்தொரு கேள்வி அடையாளமாய் விஸ்வரூபமெடுத்து நின்றிருந்தது.

படிக்கட்டில் பாதி உயரத்துக்கு வந்து அவனைத் தெரிகிற இடமாய், ஆனால் முதுகு காட்டி அமர்ந்திருந்தாள் மாலா. அவளும் தன்னளவில் ஒரு சிந்தனையுள் மூழ்கி. அவன்போலவே நஷ்டங்களுக்கும் வாதனைகளுக்கும் ஆட்பட்டு. குடும்பத்தில் ஏற்பட்டுள்ள குழப்பத்திற்கும் மனநிம்மதி இழப்பிற்கும் காரணங்கள் தேடி அல்லது விளைவுகளின் பாதிப்பில் இன்னும் அழுந்திக் கொண்டு.

அவர்களுக்குக் கல்யாணமாகி நான்கு வருடங்கள். அவ்வளவு காலத்தில் எவ்வளவற்றையோ அனுபவித்தாயிற்று. எவ்வளவற்றையோ சந்தித்தாயிற்று. இன்னுமே வதை இருந்தது. காதல் கசப்புத் தட்டுவதாய் அடிக்கடிபட்டது. அப்போது அவன் மாலா வீட்டிலேயே நிரந்தரமாய்த் தங்கியிருந்தான். வீட்டு மாப்பிள்ளைதானே, விளக்குமாறு பட்டால் என்ன? என்றொரு அலட்சியம் மெல்லத் தலையெடுத்து வந்தது. அதை அவன் உணர்ந்தான். ஆனால் தகப்பன் வீட்டில் சிறிது முரணுறவு. அங்கே வீட்டு வாடகைக்கு, சாப்பாட்டுக்கென்று திண்டாட வேண்டியிருக்கவில்லை. ஷீலா பணம் அனுப்பிக்கொண்டிருந்தாள். இருந்தும் நிம்மதி குறைந்து… குலைந்து… எப்படியோ ஆகிப்போனது அந்தக் குடும்பம் ஒவ்வொருவரும் அங்கு தீவாக. தேவை இருந்தவர் மட்டும் பிரயத்தனத்தில் அடுத்த தீவுகளுடன் சங்காத்தம் வைத்துக்கொண்டனர். அழுவதை மறைத்து, சிரிப்பதைப் போலியாய்… அதுவும் வாழ்க்கையா? எங்காவது ஓடிவிட வேண்டும்போல் ஆவேசம் வரும் அவனுக்கு. ஆனால், எங்கே ஓட? என்ன செய்ய? ஒன்றுமே தெரியாத நிலையில் விழுந்து அங்கேயே கிடந்து சாம்பத்தான் முடிந்தது. மாலை ஒரு அச்சுறுத்தலோடு வந்தது. தூங்கவா விழித்திருக்கவா என்ற திணறலில் இரவுகள்கூட அச்சமே செய்தன. ஆனாலும் நடந்தவற்றை நினைத்துப் பார்க்கவே வேண்டும். ஒவ்வொருவரும்தான். காலம் அதை ஒரு கடும் விதியாக வற்புறுத்துகிறது, வெவ்வேறு தருணங்களிலும், வெவ்வேறு விதங்களிலும். சிவாவும் கடந்த நான்காண்டு காலத்தை நகர்த்திப் பார்த்தான்.

திருமணப் பேச்சுவார்த்தையின்போது சீதனத்துக்கான ஒரு உடன்பாடு அந்த இரண்டு குடும்பத்தாருக்குமிடையே இலகுவில் அடையப்பட்டிருந்தது. அதுதான் அப்போது நடப்பிலிருந்த வகையும், முறையும். கல்யாணம் நடந்து ஒரு வருஷத்துக்குள் சிவாவை பிரான்ஸ் அனுப்பிவைக்க வேண்டும், கல்யாணச் செலவை பெண் வீட்டாரே ஏற்றுக்கொள்ள வேண்டும் என்பவை அந்த உடன்படிக்கையின்

விவரம். அதற்கு ஷீலாவின் சம்மதம் கிடைத்ததும் கல்யாணம் நடந்தது. அந்த பதிலுக்கான காத்திருப்பு நாட்கள் சிவாவினால் மறக்கப்பட முடியாதன. தாய் தந்தையிடமிருந்து சம்மதம் கிடைத்த பின்னரும், அவளுக்கும் இளைய மகளிடம் அந்தத் திருமணத்தை முடிவெடுக்கும் சக்தி சென்றிருந்தமையை நினைத்து அவன் வியந்தான். அதை ஒரு பொருளாதாரப் பின்னணியில் அவனால் புரிந்துகொள்ள முடிந்தது. ஆனால் ஒரு கனவையும் அதன் ஏக்கத்தையும் மேலும்மேலுமாய் வளரவைத்துக் கொண்டிருந்ததில் அந்த நாட்கள் கொடுமையாகிப் போயின. அது வெளிநாடு தப்புகையின் ஊடகமாயிருந்ததே தவிர, காதலுக்கானதாய் இருக்கவில்லையென்ற உண்மையின் பாதிப்புக்கள் நாளாவட்டத்தில்தான் வெளிப்பட்டன.

கல்யாணம் முடிந்து மூன்று நான்கு மாதங்களின் பின் தஞ்சாவூர் சென்றிருந்த சிவா எதிர்பாராதவிதமாக நண்பனொருவனின் வீட்டில் தங்கியிருக்கும்போது அந்த வீட்டைச் சோதனைபோட வந்த பொலிஸாரினால் கைது செய்யப்பட்டுவிடுகிறான். தஞ்சாவூரிலிருந்து அதுபற்றிய செய்தி வரவே ஒரு வாரம்–பத்து நாட்களென்று ஆகிவிடுகிறது. எல்லோரும் அக்கறையாய்ப் பேசினர். ஆனால் அடங்கி நின்றிருந்தனர். சரஸ்வதிக்கு லேசான பயம்கூட வந்துவிட்டது. சிவாவின் சென்னை முகவரியை அறிந்துகொண்டு அங்கே வந்து, இளந்தாரிப் பிள்ளையாக இருக்கிற சேனனை கேள்விக்குட்படுத்தி அல்லது கைதுசெய்து இம்சை பண்ணுவார்களோ? கடைசியில் விசுவலிங்கம்தான் தஞ்சாவூர் போய் நிலைமையை அறிந்து வந்து, தகுந்த பணம் ஏற்பாடு செய்துகொண்டு போய் அவனை விடுவித்து வந்தது. சிவாவின் தாய் தகப்பன் சுண்டு விரல் அசைக்கவில்லை.

அவன் வெளியே வந்த இரண்டு மாதங்களில், ‘கலியாணமாகி ஒரு வருஷத்தில சிவாவை பிரான்ஸுக்கு அனுப்பியிடலாமெண்டு சொன்னீங்கள்... இப்பவே ஏழெட்டு மாசம் கழிஞ்சிட்டுது. இன்னும் ஒரு ஆயித்தத்தையும் காணேல்லையே?’ என்று தொடங்கினர் குலசேகரமும் பெண்சாதியும்.

‘அண்டைக்கு தஞ்சாவூரில பிடிபட்டிருந்த நேரத்தில, என்னவும் செய்து கொள்ளுங்கோவெண்டு பேசாமலிருந்த மாதிரி இப்பவும் இருங்கோவன். எதுக்கு இப்ப மட்டும் அவசரப்படுகிறியள்?’ என்று மாலா கேட்க, அவர்களுக்கு மனமுறிவாகிப் போனது. போக்குவரத்துக்கள் குறைந்து வந்தன. பிள்ளைகளுக்கிடையிலும் சுமுகம் குறைந்தது. சிவாவுக்கு அடுத்த பிள்ளை பரம். சிவா போய் பரத்தைக் ‘கூப்பிட’வேண்டும் என்றது ஏற்பாடு. இதோ அண்ணன் போகப்போகிறான், போய் ஆறுமாதத்தில் தன்னைக் கூப்பிடுவான் என்று ஆவலில் மிதந்துகொண்டிருந்த அவனுக்கு காலநீட்சி ஆத்திரமாகப் போய்விட்டது. ஒருநாள் விசுவலிங்கத்தை வீதியில் கண்டபோது தாறுமாறாகப் பேசியிருக்கிறான். விசுவலிங்கம் மிகவும் நொந்து நேரே குலசேகரத்திடம் போய் முறையிட்டார். குலசேகரம், சம்பவத்தை உள்ளுக்குள் விரும்பினாலும் பரத்தைக் கூப்பிட்டு கண்டித்து விசுவலிங்கத்தைச் சமாதானப்படுத்தி அனுப்பினார். ந்றநறவென்றிருந்த உறவு மேலும் தெறிப்பதற்குள் சிவாவின் பிரான்ஸ் புறப்பாட்டை ஒரு

ஏஜன்ற் மூலம் ஏற்பாடு செய்துவிட்டாள் ஷீலா. தொண்ணூற்று மூன்று மார்கழியில் விமானப் பயணம் நெருக்கடியாயிருக்கும் கிறிஸ்துமஸ் – புத்தாண்டுக்கு இடைப்பட்ட காலத்தில் சிவாவின் பயணம் தொடங்கியது. பரமே பம்பாய்வரை கூடிப் போய் அனுப்பி வைத்தான். அந்தப் பயணம் டெல்லியோடு நின்றுவிடுகிறது. சிவாவின் போலிக் கடவுச்சீட்டு, கள்ள விசாக்கள் சந்தேகத்தின் பேரில் பரிசீலிக்கப்பட்டு பொய்மை தெரியவர சிவா கைது செய்யப்படுகிறான். ராஜீவ் காந்தி கொலை பற்றிய ஜெயின் கமிஷன் விசாரணை மும்முரமாக நடந்துகொண்டிருந்த நேரம் அது. நாடு ஒருவகைக் கொந்தளிப்பில் இருந்தது. சிவா பிடிபட்டது தெரிந்ததும், அவனை அனுப்பிய ஏஜன்ஸிக்காரன் தலைமறைவாகிவிட, சிவாவை மீட்டெடுக்க வழியே இல்லையென்ற நிலை. பனையால் விழுந்தவனை மாடு ஏறி மிதித்ததுபோலாகிவிட்டது. மாலா, ஷீலாவைத்தான் மறுபடியும் தொந்திரவு செய்யவேண்டியவள் ஆனாள். ஏற்கனவே செலவு மூன்று லட்சங்களுக்கு மேலே. இருந்தாலும் அந்தளவில் விட்டுவிட முடியாதே. ஷீலா அனுப்பிய பணத்தை வைத்துக்கொண்டு இரண்டு இரண்டரை மாதங்களாக டெல்லிக்கு அலைந்து அவனைப் பிணையில் எடுத்துவந்தார் விசுவலிங்கம்.

அந்த நாட்கள் எப்படி கழிய மறுத்து அவனிடத்தில் அடம் பிடித்து நின்றன! வெட்கமும் வேதனையும் அவனைச் சரீரார்த்தமாயும் பாதித்தன. அவன் எலும்புவரை தேய்ந்து போனான். எலும்பும் தேய்ந்துவிடுமென அச்சம். உட்குருத்து உருகி வழியும் வெப்பம் மனத்துள். தாயார் தவமணியே ஒருமுறை வெளிப்படையாகச் சொல்லிவிட்டாள், ‘இதைப் பெத்ததுக்குப் பதில் ஒரு உலக்கையைப் பெத்திருந்தாலும் எனக்குப் பிரயோசனமாய் இருந்திருக்கும். நோய் பிடிச்ச பிள்ளையாய்ப் பிறந்தது முதலில. இப்ப… அதிர்ஷ்டம் கெட்ட பிள்ளையாயும் ஆகியிருக்கு’ என்று.

வீட்டிலும் ஒரு மனக் குறுக்கம். அப்படி குறுக வைதது கொண்டிருந்தாள் சரஸ்வதி தன் பார்வையால். அவன் இரண்டாவது தடவையாகவும் பொலிஸில் அகப்பட்டு வந்திருக்கிறான். அவள் மகனின் எதிர்கால நலனில் அந்த அபத்தத்தின் விளைவுகள் படிந்துவிடக்கூடாது. அவளது அக்கறைகளின் நியாயம் அவனது க்ஷீணிப்பைக் குறைத்துவிட முடியாது. அந்த பலஹீனங்களே மாலாவிடமிருந்தும் அவனை ஒதுங்க வைத்தன. எது ஒதுக்கிற்றென்றும் நிச்சயமில்லை. ஆனால் அந்த ஒதுக்கம் தளர்ந்தபோதும், அதன் பாதிப்பு ஒரு கசப்பாய்ப் படிந்தே இருந்து வந்துவிட்டது கடைசி வரை.

அது மாலா வீடு என்றே அப்போதும் சொல்லப்பட்டுக் கொண்டிருந்தது. அத்தனைக்கு விசுவலிங்கம் உயிரோடிருந்தார். சரஸ்வதி உயிரோடிருந்தாள்… இன்னும், சிவாவும். எனினும் தலைமை சரஸ்வதி கையில்தான் தங்கியிருந்தது. இடைக்காலத்தில் அவள் அதை இழந்திருந்தாள். அன்றே தீர்மானித்திருந்தது போலத்தான் அவள் மாறினாள். அந்த நீரோட்டத்தோடு சேர்ந்து ஓடத் தெரிந்தாள். சுளுவாக நடந்து அதிகாரத்தைத் தக்கவைத்தாள். அதைவிட வேறு வழி இல்லைத்தான். தேசம், நிலம், வீடு என்பனவற்றின் அவளது அழியாத கவலை பழைமை பற்றிவிட்டது. கொடுத்த வாடகையைக்

கணக்கிலெடுத்தால் சொந்தமாக ஒரு வீடே வாங்கியிருக்கலாமென்று பிரலாபிக்கிற அளவுக்கு அவள் அப்போது ஆகியிருந்தாள். மாலாவின் பிரச்சினை தீர்ந்ததும், சேனனை பிரான்ஸுக்கு அல்லது ஏதாவதொரு ஐரோப்பிய நாட்டுக்கு அனுப்புகிற ஆசை, தொடர்ந்து மற்றவர்களை அனுப்புகிற தவனம் அவளிடத்திலிருந்தால் தப்பென்று சொல்ல முடியுமா? அவ்வாறு பலர் செய்து கொண்டிருக்கிறார்கள். அவள், தன் பிள்ளைகளை யோசிக்க வேண்டும். பூபதி சமைந்து ஆண்டுகளாகிவிட்டன. அடுத்தவள் துளசி சமையத் தயாராக ஒரு மதர்த்த வளர்ச்சியில். ஷீலா, மாலாவைவிடவும் அழகு. பூபதி, ஷீலாவை விடவும் அழகு. பூபதி கனவுகள் காணவில்லையென்று எப்படிச் சொல்வது? சரஸ்வதிக்கு பொறுப்போடு சிந்தித்து நடக்கிற கடமை இருக்கிறது. அதனாலேயே அவள் எரிந்து வீழ்கிறாள்; கத்திப் பேசுகிறாள்.

முன்பு ஊரிலென்றால் வீட்டிலிருந்து அவள் கூப்பிடும் குரல் படலைக்குக் கேட்காது. அவ்வளவு மெதுமைப்பட்டிருந்தவள். இப்போது அவள் கோபித்துக் கதைக்கிறது, அடுத்த வீட்டுக்கே கேட்கிறது. காலம் அவளை மாற்றிவிட்டிருக்கிறது. காலம் வளர, தேய செய்துகொண்டேயிருக்கிறது. ஒவ்வொன்றும் கதி வித்தியாசத்தில் மாறிக்கொண்டிருக்கிறது. மாறாதது காலத்தின் அந்த மாற்றும் அம்சம் மட்டும்தான்.

வெகு நேரமாகியிருந்தது. இனி சாப்பிட்டுவிட்டு படுக்கலாம்.

மாலா திரும்பிப் பார்த்தாள். சிவா இன்னும் முதுகு காட்டியபடி எதிர்த்திசையில் பார்வையை உன்னித்து.

“சிவா!”

அவன் திரும்பினான்.

“வாருங்கோ சாப்பிடுவம்.”

அவன் பேசாமல் எழுந்தான்.

5

அன்று விசுவலிங்கம் வீடு திரும்பியிருந்தார். நான்கு நாட்களுக்கு முன் வெளியே சென்றிருந்தவர் அவர். ஓர் அதிகாலைப் புலர்வில் போய், எல்லோரும் படுக்கிறதுக்கு முன்னான ஒரு பொழுதில் வந்திருக்கிறார். எங்கே போகிறார், சாப்பாடு மற்றும் செலவுகளுக்கு என்ன செய்கிறாரென்று எவருக்கும் தெரியாது. அவர்பற்றி எவரும் அக்கறைப்பட்டதில்லை. அன்பு ஊடாடும் மனங்களில் மட்டுமே அக்கறை விளையும். அந்த வீடு ஒரு வகையில்... அகதி முகாம்போல. ஒவ்வொருவரும் தனித்தனிதான் அங்கே. தனித்தனிக் கோள்கள். ஒரு எல்லையில் அவை சுழன்று கொண்டிருந்தன. சுழல் பாதை விலகாதவரை மோதல் இருக்காது. அதை எல்லாருமே புரிந்திருந்தனர்.

அவர் வந்தபோது வீட்டிலே எல்லோரும் தொலைக்காட்சி பார்த்தபடி, மௌனமாய்ச் சாப்பிட்டுக் கொண்டிருந்தார்கள். முன்

விறாந்தையில் மழை வெய்யில் காற்று எதுவானாலும் இன்னும்தான் ஒரு சிறிய கொடி. அதன் கீழே ஒரு பழைய இறங்குப் பெட்டி. அவரது மட்டுமாய். விறாந்தை ஏறியதும் பூபதியை அழைத்து, தான் சாப்பிட்டுவிட்டதாகக் கூறிக்கொண்டு கிணற்றடி சென்றார். அங்கே குளிப்பறை இருந்தது. ஆனாலும் கிணற்றடிபோல் என்றும் வசதியாக இருந்ததில்லை அவருக்கு. மேல் கழுவிக்கொண்டு வந்தார். அறை மூலையில் சுருட்டி வைத்திருந்த பாயையும் தலையணையையும் எடுத்துக்கொண்டு மொட்டை மாடியில் ஏறினார். அந்த வீட்டில் யாரைப் பார்க்கவும் பேசவும் அவர் முனையவில்லை. வெளியாள் போன்ற எண்ணத்தில், சிவாவை மட்டும் பார்க்க நேரிட்டவேளையில் மெல்ல சிரிக்க மட்டும் செய்திருந்தார்.

மொட்டை மாடியில் கொஞ்சம் இதமாகத்தான் இருந்தது. வானக் கறுப்பில் நட்சத்திர மினுக்கங்கள். எதிர்வீட்டுத் தென்னை சளசளத்தது. அசோக மரங்களும் வேம்பும் சலசலத்தன. விசுவலிங்கம் பாயை விரித்துக்கொண்டு படுத்தார். மூட்டுமூட்டாக வலியெடுத்தது. முழங்கால்களில், கணுக்கால்களில், தோள்மூட்டில், முழங்கையில் வலி. தெறித்துவிடும்போலிருந்தன. நிறையத்தான் அவர் அலைந்து கொண்டிருக்கிறார். நிறுத்தினால் அவர் இயக்கமே நின்றதாக ஆகிவிடும். இயங்காமல் அவரால் அங்கே தரித்துவிட முடியாது. அது அவர் எண்ணிய வீடு இல்லை. அவர்கள், அவர் எண்ணிய மனிதர்கள் இல்லை. அவரது அலைச்சல்களும் பாடுகளும் தெரியாத மனிதர்களென்று சொல்லமுடியாது. இருந்தும் . . . ஒரு ஆறுதல் வார்த்தை, அன்பான பேச்சு இல்லை. தம் தேவைகளுக்குக்கூட அணுகுவதில்லை. அவராகவே முன்வந்துதான் சில வேலைகளை இழுத்துப் போட்டுக்கொண்டு செய்வது. 'எல்லாம் முன்வினை, இந்தப் பிறவியிலயே தீர்த்திட வேணும்' என்று அவர் புறுபுறுத்துக் கொள்வதில் ,அவர் அடங்குகிற விதம் தெரிந்தது.

முன்பு கொழும்பு சாப்பாட்டுக் கடையில் அவர் வேலை செய்துகொண்டிருந்த காலத்தில் வீட்டுக்கு அவர் செல்வது ஆண்டுக்கு ஒன்றிரண்டு சமயங்களிலேயே. நாள் முழுக்க நின்றபடி வேலை செய்கிற மனிசனென்று வீட்டில் வந்து தங்குகிற நாட்களில் நரம்பு புடைத்த அவரது கால்களை மடியில் போட்டுக்கொண்டு சரஸ்வதி பிடித்துவிட்டிருக்கிறாள். அவர் போதும் போதுமென்று கால்களை இழுப்பார். புகையிலை போட்டுக் குதப்பிய வெற்றிலையை ஒரு கொடுப்புக்குள் அதக்கி வைத்துக்கொண்டு வித்தாரமாய்ச் சிரித்தபடி கால்களை இறுக்கிப் பிடித்துக்கொள்வாள் அவள். பித்த வெடிப்பில் கரடு பற்றிய கால்கள் அவை. நகங்கள் கனத்து கறுத்து மேலே வளர்ச்சியற்று முரடுபட்டிருந்தன. அந்தக் கால்களில் அப்படி ஒரு பாசம்..! அவர்மீதான காதலின் எறியம் அது. அவளது கச்சித முலைகள்பட்டு அவர் விடைப்பது கணத்தில் நிகழும். அவள் அவரளவில் ரதிகரகாரியாய்த்தான் இருந்தாள். அவள், தான் ஏமாறியதுமில்லை. அவரை ஏமாற்றியதுமில்லை.

கொழும்பில் அவர் தங்கியிருந்த வீட்டில் பத்துப் பன்னிரண்டு ஆண்கள் தங்கியிருந்தார்கள். இரவு பன்னிரண்டு ஒரு மணிவரை விரசமாய்ப் பேசிச் சிரிப்பார்கள். சனி, ஞாயிறுகளில் மருதானை,

கோட்டைப் பகுதிகளில் அலையும் சிங்கள விலைமாதரிடம் ஓடி அடங்குகிறவர்களும் இருந்தார்கள். பச்சையான பேச்சில் தசை விறைக்கும். ஆனால் அவர் மனம் அழிந்ததில்லை. அவர் ஒழுக்கம் காத்த மனிதர். அவளுக்கு அதுவும் 'தெரியும். அவர் கலைகளில் மன்னன். ஆனாலும் அவை அவளிடத்தில் மட்டுமே பயில்வு பெறுபவை. இன்று..? அவர் வயதுக்கு மிஞ்சிய தளர்ச்சியென்றும், ஈழை நோயென்றும் வரண்டு போனார். அவள் குடும்பத்துள் தன்னை ஒழித்துக் கொண்டாள். ஆனால் மனைவியின் தேவையும் கணவனின் தேவையும் உடல் கடந்தும் தொடரும் தர்மங்களுக்கானவை. அது புரியாவிட்டால்... எந்த வார்த்தையிலும் நெருப்பேறி ஆளை எரித்துவிடும். அவர் சுடப்பட்டிருக்கிறார். பல முறை. ஆனால் அவர் ஒதுக்கப்பட்டதே அவரை அதிகமாய்ப் பாதித்தது. எப்போது... ஏன் அவர் ஒதுக்கப்பட்டார்?

உழைப்பு அவர் கையிலிருந்து கழன்ற கணத்தில் அவருக்கு அது நிகழ்ந்தது. ஷீலாவின் கொதிப்பு... மாலாவின் வெகுட்சி... அந்த நிகழ்வின் சாட்சிகள். பின் பொருளாதார மூலம் இடம் மாறியதும்... சரஸ்வதியும் புறக்கணித்துவிட்டாள். அப்போதெல்லாம் அந்த வீட்டிலே என்ன மதிப்பிருந்தது அவருக்கு? அவர் ஒரு புல்லாக... புழுவாக... அரயண்டமாகத்தான் நடத்தப்பட்டார்.

தொடுப்புக்களை அப்போதுகூட அவர் அறுத்துக்கொள்ள முனையவில்லை. அந்த வீட்டுக்குள்ளேயே இன்னொரு குடும்பமாய் ஒதுங்கினார்.

அவர் ஒதுங்கி ஒதுங்கியும்...

அவர்கள் ஒதுக்கி ஒதுக்கிக்கொண்டும்...

அவர் அன்றைக்கு யோசிப்பதற்கும் களைப்படைந்திருந்தார். அங்கே வந்தபிறகு ஏற்பட்ட மன அழுத்தங்களைவிடவும், கடந்த சில தினங்களாய் அவரது மனத்தை அறுத்துக் கொண்டிருக்கிற விஷயங்களின் கனதி அதிகம். அதனால் களைப்பை வென்று பீறிக்கொண்டு அவை அலசலாகின.

சீமெந்துச் சூட்டுக்கு முதுகு வியர்த்திருந்தது.

காற்று படக்கூடியதாய் பக்கப்பாட்டில் சரிந்தார்.

அன்று காலையிலேதான் அவர் இராமேஸ்வரத்திலிருந்து திரும்பியிருந்தார். சென்றது வேறு எவரினதோ விஷயமாகத்தான். என்றாலும் திரும்புகை அவரின் சொந்த விஷயம்போன்ற பற்று, அக்கறைகளாய் நிறைந்து போனது.

நான்கு நாட்களுக்கு முன்பு இராமேஸ்வரம் சேர்ந்த அவர் அங்கே லொட்ஜ் ஒன்றிலே அறைபோட்டுத் தங்கிக்கொண்டு, மறுநாள் காலை மண்டபம் அகதிகள் முகாம் சென்றார். ராஜீவ் காந்தி கொலை ஏற்படுத்திய பதட்டம் பெருமளவு குறைந்திருந்தது. என்றாலும் தனிக் கோர்ட்டில் விசாரணை நடந்துகொண்டிருந்ததால், அகதி முகாம்களுக்கு புதியவர்களின் வருகையோ, கடற்கரையோர

நடமாட்டங்களோ எச்சரிக்கையுடன் கவனிக்கப்பட்டன. புலிகள், குற்றஞ் சாட்டப் பட்டவர்களை விடுவித்துக்கொண்டு போய்விடக் கூடுமென்று ஒரு அச்சம் நாட்டில் நிலவிக் கொண்டிருந்தது. அதுபோல முன்பு சில சம்பவங்கள் நடந்திருந்தன. ஆனால் விசுவலிங்கத்தை இலங்கைவாசியாக இலேசுவில் கருதிவிட முடியாது. உள்ளூர்வாசியென்றே பலரையும் அவரது தோற்றம் எண்ணவைத்துக் கொண்டிருந்தது. வேட்டி, அரைக் கை சட்டை, எண்ணெய் வைத்து படிய பின்னுக்கு அழுந்த வாரிவிடப்பட்ட கேசம், கையிலே ஒரு மஞ்சள் கோயில் துணிப்பை, வெற்றிலை குதப்பிய வாய்... மொழியின் உச்சரிப்பு ஜீவனை சட்டெனப் பிடித்துவிடுகிற இலகுத்திறன் அவரிடம் இருந்தது. கொழும்பில் வசித்த காலத்தில் சிங்களத்தின் ஒரு சொல்லைக்கூட வாசிக்கத் தெரியாதிருந்த அவர், சிங்களவராகவே பேசப் பயின்றிருந்தார். அதுதான் அவரது உயிரையே அந்தக் கலவர காலத்தில் காப்பாற்றியது.

விசுவத்தால் மரண வாசல்வரை சென்று ஒரு யுக்தியில் மீண்ட வேளையை எப்போதும் மறந்துவிட முடியாது.

எண்பத்து மூன்றின் ஆடி அது. கொழும்பு எரிகிறது. அவலத்தின் ஓலங்கள் வெடிக்கின்றன. தீச்சுவாலைகள் பரந்து எழுகின்றன. பொருள்களும் உடல்களும் கருகிய நெடில் பறக்கிறது. இருள்களுள் மறைந்து மறைந்தும், ஓரமாய் ஒதுங்கிநின்று கவனித்தும் தன்னந் தனியாக அறைக்குத் திரும்பிக் கொண்டிருக்கிறார் அவர். திடீரெனத் திரும்பி மறைந்துவிட முடியாத எல்லையில் ஒரு கலவரக் கும்பல் எதிர்ப்பட்டு விடுகிறது. அலவாங்குகள், கத்திகள், கண்டகோடரிகள் சகிதமாக அது மூர்க்கம் கொண்டு நிற்கிறது. முடிந்தது கதையென்று தீர்மானமே பண்ணிவிடுகிறார் விசுவம். ஒரு கணம் நாகபூஷணியை மனத்தில் நினைத்தும்விட்டார். அப்போதுதான் சடுதியில் அந்த யோசனை... சிங்களத்தில் அவர்களை விட மோசமாகவே அவரால் திட்ட முடியும். அவர் திட்டினார். 'தமிழுங்கள கொல்லுங்கடா... அவங்க பொம்பளங்கள கெடுங்கடா... குழந்தைகளைத் தூக்கி அடிங்கடா... பறத் தெமிழ.
.! அங்க... அங்க தாண்டா... அந்தப் பக்கமா ஓடுறாங்க..!' கும்பல் அவர் கைகாட்டிய திசையில் வெறிகொண்டு ஓடுகிறது.

வெகுநேரத்தின் பின்தான் அவர் தன் நிலை தெளிந்தது. ஆனாலும் ஒரு உறைவோடுதான் அவர் அறையையும், பின் அகதி முகாமையும் அடைந்தது. மறுநாள் பயணப்பட்டு இந்தியாவுக்குக் கப்பலேறினார்.

வந்த இடத்திலும் மொழி வாசி அவருக்கு இருந்தது. மதுரைக்காரராக, நெல்லைக்காரராக, கோவைக்காரராக... எப்படியும் அவரால் பேச முடியும். தன்னை அந்தக் கோலத்துள்ளும் மொழிக்குள்ளும் ஒளித்து வைத்துக்கொண்டு அவர் திரிந்தாரென்றே சொல்லவேண்டும். ஒரு வகையில் அது ஒரு கபந்த நடமாட்டம்.

மண்டபம் முகாமில் தங்கியுள்ள மனோகரன் என்ற வாலிபனை அங்கிருந்து சென்னை கூட்டிப் போவதே அவரது அப்போதைய இராமேஸ்வர பயணத்தின் நோக்கம். முகாமுக்கு வெளியேயிருக்கும் இலங்கைத் தமிழரின் முகாமிலிருக்கும் உறவினரை ஒன்றாகச் சேர்க்க

அல்லது வெளிநாட்டுக்கு அனுப்பவென்று கூட்டி வருவதற்காக அவர் பல அகதி முகாங்களுக்கும் பல தடவைகள் போயிருக்கிறார். மண்டபம் முகாமுக்கும் வந்திருக்கிறார். அவருக்கு அங்கே நண்பர்கள்கூட ஏற்பட்டிருந்தார்கள். நடாவின் நட்பு அவருக்கு ஏற்பட்டது அவ்வண்ணம்தான்.

அன்று காலை முகாமுக்குப் போய் அவனோடு பேசிக்கொண்டிருந்த வேளைதான் எதிர்பாராதவிதமாக சுந்தரலிங்கம் பெண்சாதியின் பேச்சு பிரஸ்தாபமானது.

'சுந்தரலிங்கம் பெண்சாதியா? எந்தச் சுந்தரலிங்கம்?' என்றார் அவர்.

'ஊர் நயினாதீவாம். கூட்டணிச் சுந்தரமெண்டால் விலாசமான ஆளாமே!'

'வடமாகாணம் முழுவதுமே ஒரு காலத்தில் விலாசமானவர்தான். இப்ப ... தமிழ்நாட்டிலதான் தங்கியிருக்கிறதாய்க் கேள்வி ...'

'அவர் இல்லாமல் போயிட்டார், தெரியுமோ?'

'கடவுளே!' பதைத்துப் போனார் விசுவம்.

'ஓம், அண்ணர். அவரின்ர மனிசிக்குக்கூட அவர் காலமான விசயம் தெரியாதாம். இந்தியா வந்த ஆளிட்டயிருந்து ரண்டு மூண்டு வருஷமாய் தகவல் இல்லையெண்டு வெளிக்கிட்டு வந்தாவாம். தெரிஞ்ச ஆக்கள் ரண்டு மூண்டு பேரின்ர விலாசம் கொண்டுவந்திருந்தாபோல. எல்லாத்தையும் இடைவழியில துலைச்சிட்டு ... கடைசியில இஞ்ச வந்து சேந்தா ...'

'பிறகு?'

'மதுரையில கணேசலிங்கத்தார் இருக்கிறாரெல்லோ, அவை என்ர மனிசிக்கு ஒரு வகையில சொந்தம். அப்பப்ப கடிதப் போக்குவரத்து இருக்கு. மனிசி காகிதத்தில இந்த விஷயம் எழுதப் போக, அடுத்த கிழமையே கணேசலிங்கத்தாரும் அவவின்ர மருமோள் ஒருத்தி கனகாலமாய் இஞ்ச நிக்கிறாவாமே, ரண்டுபேரும் இஞ்ச ஓடிவந்திட்டினம்.'

'இப்ப சுந்தரலிங்கம் பெண்சாதி மதுரையிலதான் நிக்கிறாவோ?'

'அப்பிடித்தான் நினைக்கிறன்.'

சுந்தரலிங்கத்தின் மரணத்தைவிடவும், சுந்தரலிங்கத்தைத் தேடி வந்த அவரின் மனைவி, கணவரின் மரணத்தை அங்கே அறிவது கொடுமையானதாகப்பட்டது விசுவத்துக்கு.

மரணம் அவலமானது. தனித்து விடப்படுபவர்கள் பரிதாபத்துக்குரியவர்கள். ஆனாலும், அவை தொடர்ந்து நிகழ்ந்து ஒன்றையொன்று மூடிக்கொண்டு விடுகின்றன. இன்றைய இழப்பிலும் மரணத்திலும் பரிதாபத்திலும் நேற்றைய இழப்பும் மரணமும் பரிதாபமும் மூடுண்டு விடுகின்றன. இனி உள்ளதெல்லாம், ஊர்க்காரர் என்றவகையில் ஒரு துக்க விசாரிப்புச் செய்தடங்குவதுதான்.

சென்ற காரியத்தை முடித்துக்கொண்டுதான் வந்திருந்தார். கூட்டிவந்த பையனை பெஸன்ட்நகரிலே அவனது உறவினரிடம் கொண்டுபோய்ச் சேர்த்ததில், அவரது அலைச்சலுக்கான தொகையொன்று கிடைத்தது. அடுத்த நாள் கொஞ்சம் ஓய்வெடுத்துக்கொண்டு இரண்டாம் நாள் மதுரை புறப்படுவதென எண்ணிக் கொண்டார்.

உடம்பில் அலுப்பிருந்தும் வெகுநேரம் கழித்தே அவருக்கு உறக்கம் பிடித்தது.

6

மதுரையில் கணேசலிங்கத்தின் வீட்டைத் தெரிந்திருந்த மனிதருக்கு அச்சொட்டாய் விலாசம் சொல்லத் தெரியவில்லை. விசுவலிங்கம் கேட்டபோது குறிப்புத்தான் சொல்லியனுப்பினார். மண்டபத்திலிருந்து அன்று புறப்படுகிற அவசரத்தில் நடாவிடமிருந்து அவரது விலாசத்தைப் பெற்றுக்கொள்ள மறந்துபோனமைக்காகத் தன்னை உள்ளுக்குள்ளாய்க் கடிந்து கொண்டுதான் விசுவலிங்கம் பஸ் ஏறியிருந்தார்.

மதுரை பஸ் நிலையத்தில் அவர் வந்திறங்கியபோது நகர் அப்போதுதான் விழிப்பின் முதலசைவு காட்டத் துவங்கியிருந்தது. பெருநகர்கள் உறங்குவதில்லையென்று சொல்வார்கள். ஒரு அர்த்தத்தில் அதுவும் சரிதான். ஓரிரு பயணிகள், ஒரு தேநீர்க் கடைக்காரர், இரண்டொரு சைக்கிள் அல்லது ஓட்டோ ரிக்ஷாக்காரர்கள், ஜட்கா வண்டிக்காரரென்று விழித்திருப்பது நகரத்தில்தான். எங்கோவொரு மூலையில் தன் இரவு வாடிக்கைக்காரனின் இறுதி இன்ப மூச்சைக் கிளர வைத்துக்கொண்டு விபச்சாரியொருத்தி வித்தை களைக் கூட்டுகிற நேரமும் அது.

தேநீர் குடித்து உடம்பை உஷார்ப்படுத்திக்கொண்டு விசுவலிங்கம நடக்கத் துவங்கினார். மதுரைக்கு அவர் பல தடவைகள் வந்திருக்கிறார். பாதைகள் ஓரளவு பழக்கமாகியிருந்தன. வெறித்த வீதியில் மெல்ல நடந்துகொண்டிருந்தார்.

வைகையாற்றுப் பாலம் வந்தது. அதைக் கடந்து வருகையில் வருகிற முதல் இடதுபுறத் தெருவில் திரும்ப வேண்டும். தெருவோடு தண்ணீர்த் தொட்டியிருந்தால் அப்படியே குறுக்கே தெரு ஒன்றில் அது முட்டிக்கொண்டு முடியும்வரை எதையும் யோசிக்காமல் நடந்துவிட வேண்டியதுதான். மேலே ... நேர் எதிர்ப் பக்கத்தில் பச்சை நிற கேற் போட்ட வீட்டைக் கண்டுபிடிப்பது சிரமமில்லை. கணேசலிங்கம் ... சிலோன்காரர் ... என்று கேட்டாற்கூட எவரும் வீட்டை அடையாளம் காட்டிவிடுகிவார்கள் என்று அவருக்கு குறிப்புச் சொன்னவர் சொல்லியிருந்தார்.

அதிசயப்படும்படிக்கு நாய்கள் மௌனம் காக்க, தண்ணீர்த் தொட்டியோடு திரும்பிய தெருவில் நடந்துவந்து குறுக்கே கிடந்த தெருவில் மிதக்க, இன்னொரு அதிசயம்போல் பச்சைக் கேற் வீடு முன்னால் தெரிந்தது.

அந்த நேரத்தில் வாலாம்பிகை மட்டும்தான் விழித்திருந்தாள். வெளியே வந்து படிக்கட்டிலமர்ந்து வீதியைப் பார்த்துக் கொண்டிருந்தாள்.

அவர் கேற்றை நெருங்கினார். நிமிர்ந்து பார்த்த அவளது பார்வையில், ‘ஆர் வேணும்?’ என்ற கேள்வி இருந்தது. அதை அவள் வாயாலேயே கேட்டிருக்கமுடியும். அறிமுகத்தின் ஓர் அசைவு தெரிந்துதான் அவள் மௌனமாயிருந்தது.

“கணேசலிங்கத்தார் வீடு ..?” அவர் கேட்டார்.

“இதுதான்.”

வீடு உறுதியானதும், “என்னைத் தெரியுதோ?” என்றார் அந்த இடத்திலேயே நின்றபடி. “நயினாதீவுதான். விசுவலிங்கமெண்டு ...”

ஞாபக மீட்டலில் சில கணங்கள் கழிய, “ஓ ... ஓ ... தெரியுமே” என்றாள் அவள். “மாலாவின்ர தேப்பன்தானே?”

“ஓமோம்.”

“வாருங்கோ.”

அவர் உள்ளே சென்றார். நீளப் படிக்கட்டின் ஓரமாய் அமர்ந்தார்.

“இஞ்ச வரேக்குள்ள உங்கட விலாசமும்தான் கொண்டு வந்தன். எல்லாமே வழியில துலைஞ்சு போச்சு ...”

அவளைச் சந்திக்க அவர் மனத்துக்குள் லேசான பின்னடைவு இருந்தது. ஆனாலும் அவள் இயல்பில் பேசத் துவங்க, அவர் எல்லாம் மறந்து போனார். “நாலைஞ்சு நாளைக்கு முந்தி மண்டபம் முகாமுக்குப் போயிருந்தன். தற்செயலாய்த்தான் உங்களைப்பற்றி நான் அறிஞ்சது.”

“மண்டபம் முகாமில கொஞ்ச நாள் இருந்திருக்கிறன் ...”

“சொல்லிச்சினம்.”

“நீங்கள் இஞ்ச வந்து கனகாலமெல்லோ?” அவள் விபரங்களோடு நின்றிருந்தாள்.

“எண்பத்தி மூண்டு ஆடிக் கலவரத்தோடயே நான் இஞ்ச வந்திட்டன். மனிசி பிள்ளையள் எண்பத்தஞ்சிலதான் வந்தது.”

அவருக்கு வித்தாரமாகப் பேசவராது. அதுவும் மனத்துக்குள் ஏற்கனவே ஒரு தடுமாற்றம் இருந்தவகையில், சொற்கள் கிளர்ந்தெழ சிரமப்பட்டன. அவர் சமாளித்துக்கொண்டு நேரடியாகவே விஷயத்தைத் தொட்டார்: “சுந்தரத்தின்ர விஷயமும் எனக்கு மண்டபத்திலதான் தெரிஞ்சது..இப்படியெல்லாம் நடக்குமெண்டதை என்னால நம்பவே முடியேல்லை. இத்தினை நாளாச்சு, பேப்பரிலகூட ஒரு செய்தி வெளிவரேல்லையே இதைப்பற்றி.”

அவர் என்ன பேச வந்திருக்கிறாரென்று அப்போதுதான் அவளுக்குப் புரிந்தது. கணேசலிங்கத்தையல்ல, தன்னைப் பார்க்கவே அவர் வந்திருந்ததும் தெரிந்தாள்.

அன்றைய வரையில் அவளது சோகம் எவ்வளவோ குறைந்திருந்தது. ஆனாலும் அது சோகம். அடங்கிக் கிடந்தது மெல்ல முறுகிக்கொண்டு எழ ஆரம்பித்தது.

அவர் தொடர்ந்தார்: "வீட்டுக்கெல்லாம் வந்து நான் நல்லாய் அவரோட பழகினதில்லை. போற வாற இடத்தில பாத்த, பேசின பழக்கம்தான். எண்டாலும் அவர் இல்லாமல்ப் போயிட்டார் எண்ட செய்தியில நான் குழம்பிப் போனன். பழகினால் மறக்கேலாத மனிசன். கொழும்புக்கு வாற நேரத்தில கொட்டாஞ்சேனைப் பக்கம் வரநேர்ந்தால் கடைக்கே வந்து விசாரிச்சிட்டுப் போறது அவர் மட்டும்தான். அப்படியான மனிசனுக்கு, இப்படியொரு முடிவு..?"

ஊரில் மரணம் இளசுகளுக்கும் பிஞ்சுகளுக்கும்கூட வருகிறது. சுந்தரம் வாழ்ந்து முதிர்ந்த மனிதர். அதனால் அவர் மறைவை பெரிய அதிர்வின்றி ஒருவரால் தாங்கிக்கொள்ள முடியும். ஆனாலும்... ஊர்விட்டு... தேசம்விட்டு வந்த இடத்தில் இப்படியானதே என்பது சற்று மனக்கலக்கத்தை எவருக்கும் ஏற்படுத்தக் கூடியதுதான். விசுவலிங்கமே தொடர்ந்து கேட்டார்: "எப்பிடி... திடீரெண்டு..?"

"இதய வருத்தமாம்."

"ம்ப்ச்..!" என்று அலுத்தார் விசுவம். "எவ்வளவு வைத்திய வசதியள் ஏற்பட்டிருக்கு. எவ்வளவு மருந்துகளைக் கண்டுபிடிச்சிருக்கிறாங்கள். வேலை செய்ய மாட்டுதெண்டால்... இதயத்தையே மாத்தி வைச்சிடுறாங்கள். அப்பிடியிருக்கிற நிலைமையில அவரைமட்டும் காப்பாத்த ஏலாமல் போச்சே!"

"அதை நினைச்சுத்தான் இத்தனை நாளாய் நான் கிடந்து வதங்கினது. எண்டாலும்... ஒண்டைப் பாருங்கோ அண்ணர். அவர் ஆஸ்பத்திரியில கிடந்த நேரத்தில, வேற அலுவலாய் வந்த ராஜி அவரைப் பார்த்திருக்கிறா. கூட நிண்டு எல்லாக் காரியமும் பாத்ததும் அவதான். இதை என்னெண்டு அண்ணை சொல்லுறது?"

"ராஜி கூடநிண்டு பாத்தாவோ?"

"அந்தப் பிள்ளையும் எவ்வளவத்தையோ இழந்திட்டுப் போய் காம்ப்பில கிடக்குது. இருந்தாலும் நாப்பதாயிரம் ரூபாய் வரையில பெறுமதியான பேஸ்மேக்கர் பொருத்த வைச்சு... ஏன் மாமாவுக்கு அப்பிடியாச்சு எண்டு தெரியாமல் நிண்டு தடுமாறுது அது. எல்லாம் நினைச்சால் துன்பம்தான். அதுக்குள்ள கொஞ்சம் நிம்மதியடையிறதுக்கும் காரியங்கள் இருக்கு" என்றாள் வாலாம்பிகை.

"மெய்தான். கடவுள் ஆரையும் முழுக்க முழுக்க அநாதையாய்க் கிடந்து சாக விட்டுடுறதில்லை" என்றார் விசுவம்.

"இத்தனை செய்தும் போதாதெண்டு, இப்ப என்னையும் அடிக்கடி வந்து பாத்திட்டுப் போறா ராஜி. பலபேருக்குக் கடமைப்பட்டுட்டன். என்ன மாதிரி இதையெல்லாம் தீர்க்கப்போறனோ?"

கனவுச்சிறை 725

அப்போது கணேசலிங்கம் ஹோல் கதவைத் திறந்துகொண்டு வெளியே வந்தார். அவருக்கு விசுவலிங்கத்தை அறிமுகப்படுத்திவைத்தாள் வாலாம்பிகை.

மூவரும் வாசலிலேயே அமர்ந்து பேசிக்கொண்டிருந்தனர். கணேசலிங்கத்தின் மனைவி சிறிதுநேரத்தில் தேநீர் கொண்டுவந்தாள். குடித்துவிட்டு புறப்பட ஆயத்தமானார் விசுவலிங்கம். கணேசலிங்கம் விடவில்லை. வாலாம்பிகையும் மறித்தாள்.

மதியச் சாப்பாட்டுக்கு மேலே சிறிதுநேரம் ஓய்வெடுத்துக்கொண்டு யாரையோ பார்த்துவிட்டு வருவதாக வெளியே சென்றவர் எட்டு மணியளவில் அவசரஅவசரமாக வந்தார். பத்து மணிக்கு சென்னை புறப்படும் பஸ்ஸில் இருக்கை பதிவு செய்திருப்பதாகக் கூறிக்கொண்டு வைத்துப்போன துணிப்பையை சுவர் ஆணியிலிருந்து கழற்றி எடுத்தார்.

"தியாகு இஞ்ச திருச்சி முகாமிலதான் நிக்கிறான். தெரியுமோ உங்களுக்கு?" என்றாள் வாலாம்பிகை.

"ஆர்... எங்கட தியாகுவோ? எப்ப வந்தவன்..? எப்பிடி வந்தான்..?"

"சொன்னால் நம்பமாட்டியள்" என்று கூறிச் சிரித்தார் கணேசலிங்கம்: "எல்லாரும் போர்ட்டில வந்தினம்... பிளேனில வந்தினம்... அவன் நீந்தி வந்தானாம்."

"அட... பாவிப் பயலே!" அதிசயித்தார் விசுவலிங்கம். "எப்பிடி இருக்கிறான்?"

"நல்லாயிருக்கிறான்" என்று அவரது கேள்விக்குப் பதில் சொன்னாள் வாலாம்பிகை.

"ம்..." என்றுவிட்டு மௌனமாயிருந்தார். பிறகு எல்லாருக்கும் பொதுவாகவேபோல சொன்னார்: "எல்லாம் நல்லமாதிரி முடிஞ்சால்... நாங்களெல்லாம் கொஞ்சக்காலத்தில ஊருக்குத் திரும்பிப்போற நிலைமை வரலாம்..."

தன் அதிருப்தியை, மறுப்பை உடனடியாகவே தெரிவித்தார் கணேசலிங்கம்: "இலங்கையில சமாதானம் வாறதெண்டது, எதோ ரண்டு பேர் சம்மதிச்சு கையெழுத்து இடுகிறதில நடக்காது. யுத்தம் ஒவ்வொருவரின்ரயும் மனங்களுக்குள்ள நடக்குது. அதுக்கான நிலைமையள் இறுகிப் போயிருக்கு. அடிப்படையிலை பெரிய மாற்றம் வரவேணும். இல்லாட்டி... சமாதானமெண்டது வெறும் பேச்சுத்தான்."

"மெய்தான். நான் அதை யோசிக்காமலில்லை. நாங்கள் உயிராய் உடைமையாய் வாழ்க்கையாய்... எவ்வளவத்தையோ இழந்திட்டம். போதும்... இவ்வளவும் போதும். இனியாவது நாங்கள் கொஞ்சம் வாழவேணும். வரப்போற எலக்ஷனில இந்தமுறை யூ.என்.பி. வராதெண்டு ஒரு கதையிருக்கு. சந்திரிகாவின்ர அறிக்கையளும் இனப் பிரச்சினைக்குத்

தேவகாந்தன்

தீர்வு காணுறதே தன்ர முதல் வேலையெண்டு சொல்லுது. சந்திரிகா பதவிக்கு வந்தால் சமாதானம் வர வாய்ப்புண்டு எண்டு தமிழர் விடுதலைக் கூட்டணியும் நிச்சயமாய்ச் சொல்லியிருக்கு. எல்லாம் ஒரு ஆசைதான். எங்கட ஊரில, எங்கட வீடுகளில வாழ ஆருக்கு ஆசையில்லை?" சோர்வோடுதான் சொன்னார் விசுவம்.

சிறிதுநேரத்தில் எல்லாரிடமும் விடைபெற்றார்.

அவரை வழியனுப்ப வந்த வாலாம்பிகை இன்னும் வெளியிலேயே நின்றிருந்தாள். எல்லாவற்றையும் யோசிக்க அவளுக்குப் பெருமையாக இருந்தது. தெரிந்தவர்கள் சிலரேனும் தேடித்தேடி வந்து சொன்ன ஆறுதலை அவள் நினைத்துப் பார்த்தாள். மனிதர், ஒரு அர்த்தத்தோடுதான் வாழ்ந்து முடித்திருக்கிறார் என்ற நினைப்பு அவளைப் பொங்க வைத்தது. நினைத்தவுடன் பொங்கி அழுகிற சோகம் அப்போது அவளுக்கு இல்லை. மிக நொய்மையான ஒன்றிரண்டு விஷயங்களில் அப்போதும் கண் கலங்கி கண்ணீர் தெறிக்கும். ஆனாலும் சோகத்தை நினைவுத் தூணாக நிறுத்தியாகிவிட்டது. ஒரு சோகம் எங்கேயும் அப்படித்தான் ஆகிறது. அப்படி அது ஆகவும் வேண்டும். ஆனாலும் தேசம்விட்டு வந்தும் ஒரு மனிதர் தம் மக்களின், தம் மண்ணின் நினைப்பினால் செத்தது அவர் ஒருவராய்த்தான் இருக்க முடியும். மனிசன் நாடுதிரும்பக் கிடைத்த வாய்ப்பை மறுதலித்துக்கொண்டு என்ன மாதிரியான ஒரு பிடிவாதச் சாவைச் செத்தது? அவுஸ்திரேலியாவிலயிருக்கிற அந்தச் சொத்தி அப்புக்காத்து போன வருஷம் இந்தியாவில வந்திறங்கிய அடுத்த நாளே அங்கே வந்தது. அவர் வந்தது கணேசலிங்கத்தைப் பார்த்து நண்பரின் பிரிவுத் துக்கத்தைப் பகிர்ந்து கொள்ளத்தான். அவுஸ்திரேலியா போவதன் முன்னம் சுமார் ஒரு வருஷகாலம் மதுரையில் வந்து நின்றிருந்தபோது கணேசலிங்கத்தைப் பழக்கமாகியிருந்தது அப்புக்காத்துவுக்கு. அவர் சுந்தரம் பெண்சாதியை அங்கே எதிர்பார்க்கவில்லை. அவளைக் கண்ட மனிதர் கண்கலங்கி... அந்தளவு விபரமாகப் பேசக்கூடிய மனிதர் வாயடங்கி... எப்படி நின்று தடுமாறினார். ஒரு இழப்பைத் தாங்கமுடியாத தகர்வு அது. சுந்தரம் செய்த சகல காரியங்களையும் வாய்மூடி மௌனியாகவிருந்து, தடுக்காமல் பார்த்துக்கொண்டிருந்தவள் அவள். தானே குடும்ப பாரத்தைத் தாங்கி, அவரை அழுத்தம் பாதித்துவிடாமல் காபந்து பண்ணியவள் அவள். அது, அவளுக்கே அந்த உணர்வு கொஞ்சம் இருந்ததனாலுமாகும். தகப்பன் செல்லப்பா, தந்தை செல்வநாயகம் என்றால் உயிரைக் காற்றில் ஊதிவிடக் கூடியளவு பற்றுதலோடு இருந்த மனிதர். அதுதான் அவளிலும் ஓரளவு சுவறியிருந்தது. ஆனால் பிள்ளைகள் இரண்டின் பின், உழைப்பும் அவசியமென்று அவள் உணர்ந்தாள். அவர் உணரவில்லை. அது ஒரு மெல்லிய குறையாக என்றும் இருந்துகொண்டேயிருந்தது. ஆனால் துக்கம் விசாரிக்க தேடிவரும் மனிதர்கள் அவர் வாழ்வின் அர்த்தம் சொல்லிவிட்டுப் போய்க் கொண்டிருந்தார்கள். அவளுள்ளிருந்த அவர்பற்றிய சின்னக் குறையும் அதனால் கரைந்தழிந்தது.

அவள் உள்ளே செல்லத் திரும்பினாள்.

7

குலசேகரம் பத்திரிகை வாசிக்கும் கவனம் மாறாத பாவனையிலேயே இன்னும் இருந்துகொண்டிருந்தார். மனத்துள் வெடித்து தீக் கங்குகள் பரவி எரிந்து கொண்டிருந்தாலும், மிகுந்த பிரயத்தனத்தில் அவரால் பொறுமை காக்க முடிந்திருந்தது. சிவா தாயாரோடு பேசிக்கொண்டிருந்தான். அவளுக்கும்தான் அவனில் கோபமிருந்தது. ஆனாலும் பாசம் வந்து அந்த நெருப்பை அப்பப்ப தணித்துவிடும். வாரத்துக்கு ஒரு தடவையாவது அவனைப் பார்க்காமல் அவளால் இருக்க முடிவதில்லை. வசந்தாவிடம் அல்லது பரத்திடம் வழி தெருவிலே சிவாவைக் கண்டால் வீட்டுக்கு வந்துபோகும்படி சொல்லச் சொல்வாள். முதல்நாள் சொல்லியனுப்பித்தான் அன்று காலையில் அவன் வந்தது.

அவனும் வந்து என்னம்மா வரச் சொன்னீங்கள் என்று கேட்க மாட்டான். தந்தை இருக்கிற கதிரைக்கு எட்டவாய் அரைச் சுவர்க் கட்டில் வந்து அமர்ந்துவிடுவான். அவள்தான் அவன் வந்தது தெரிந்துகொண்டு வந்து பேசுவாள்.

காலையில் அவன் வந்திருப்பதைக் கண்டு சொன்னது வசந்தா. தாயார் குசினி அலுவல்களை அப்படியே போட்டுவிட்டு வந்தாள். "இப்பிடிப் போய் ஒரேயடியாய் விழுந்திட்டியே, ராசா . . ." என்று வழக்கம்போல் ஒரு அருவருப்பான குறைசொல்லலோடு தொடங்கினாள். அவன் குனிந்த தலையோடு ஏறு பார்வையில் அவளை, தந்தையை, அறை வாசலில் நின்றுகொண்டிருந்த அக்காவை என்று அவ்வப்போது பார்த்தபடி. மௌனமாய் அமர்ந்திருந்தான்.

தொடர்ந்து அவள் ஏதேதோ சொன்னாள். அவனைப் பெற்று வளர்த்த அருமையை, அவனை இயக்கத்திலிருந்து மீட்டெடுக்கச் செய்த செலவுகளையெல்லாம் சொல்லி கண்கலங்கினாள். ஒரு ஆறுதல் வார்த்தைகூட அவன் சொல்லவில்லை. ஏதாவது சொன்னால் போதும், அடுத்த கணமே வெடித்து அழ ஆரம்பித்துவிடுவாளென்று அவனுக்குத் தெரியும். அதுதான் அவள் தெரிந்த மொழி. அதுவரை சொன்னதெல்லாம் தந்தை சொல்லிக் கொடுத்ததைத்தான். அதுவும் வலுவான மொழிதான். மண்ணைப்போல மனத்தையும் கொத்தி . . . சாறி . . . பதப்படுத்தத் தெரிந்தவர் அவர். சொல்ல வேண்டியனவெல்லாம் சொல்லப்பட்டதும் அவள் தனக்காகக் கேட்கிற கேள்வி, "சாப்பிட்டியா?" என்பதுதான்.

அன்றும் அதைத்தான் கேட்டாள்.

அவன் சாப்பிட்டுவிட்டதாகச் சொன்னான்.

"சும்மா சொல்லாத."

"உண்மையாய்த்தானம்மா."

"என்ன பலகாரம்?"

"இட்டலி."

“கடையில வாங்கினதா?”

“ம்...”

“என்ன இட்டலியோ... என்ன சாம்பாரோ... இஞ்சத்தச் சனத்தின்ர சாப்பாடு எனக்குத் துண்டாய்ப் பிடிக்கிறேல்லை” என்று முணுமுணுத்தபடி உள்ளே போய் அவனுக்காகவேபோல் தட்டில் எடுத்து வைத்திருந்த அப்பத்தை எடுத்துவந்து கொடுத்தாள்.

ஒரு முட்டை அப்பம்; ஒரு பாலப்பம். அவனும் மறுக்காமல் வாங்கிச் சாப்பிட்டான். முதல்நாள் வசந்தியிடம் வரும்படி சொல்லியனுப்பியதே அதற்காகத்தானென்பது அப்போது அவனுக்குத் தெரிந்தது. தாயென்பவள் எப்போதும் அப்படித்தானோ?

அவனுக்குக் கண்ணைக் கலக்கிவந்தது.

அவன் சாப்பிட்டு கைகழுவி வந்தான். வந்து கட்டில் மறுபடி அமர அவள் கேட்டாள்: “என்ன சொல்லுறா உன்ர பிரான்ஸ் மச்சாள்?”

“ரண்டு, மூண்டு நாளைக்கு முந்தி போன் வந்தது. மாலாதான் கதைச்சா.”

“என்னவாம்?”

“காசு கட்டின ஏஜன்ரைப் பிடிச்சு பாதிக்குப் பாதியாவது வாங்கிக் கொண்டுதான் மேல எதாவது செய்யவேணும் எண்டாவாம்.”

“ம்...”

“அடுத்த வருஷமளவில இஞ்ச வாற எண்ணம் இருக்காம். தானே ஏஜன்ரைப் பாத்துப்பேசி, திரும்பிப் போறதுக்குள்ள அனுப்பி வைக்கிறதாய்ச் சொன்னாவாம்.”

“அப்ப...” அவநம்பிக்கையோடு கேட்டாள் தவமணி. “காசு கட்டின பம்பாய் ஏஜன்ரைக் கண்டுபிடிக்கேலாட்டி..? அவ்வளவுதானா?”

அவன் ஆறுதல் சொன்னான். “கண்டுபிடிக்கேலாமல் போறது எப்படியம்மா? தெரிஞ்சவையிட்டயெல்லாம் நான் சொல்லி வைச்சிருக்கிறன். சேனனும் தன்ர சிநேகிதர்மாரிட்டச் சொல்லி வைச்சிருக்கிறான். கண்டு பிடிச்சிடலாம்.”

“அப்பிடியே நம்பிக்கொண்டு பேசாமல் இருந்திடாத.”

“இல்லையம்மா.”

“அவருக்கொரு மூத்த சகோதரி இருக்கிறாளெண்டதை மறந்திட வேண்டாமெண்டு சொல்லு, தவம். வயசு கிறுகிறுவெண்டு ஏறிக்கொண்டு போகுது. அவர் வெளியில போனால்தான் அதைக் கரைசேர்க்கிறதைப்பற்றி நாங்கள் யோசிச்சாவது பாக்க ஏலும்”. அவன் பக்கம் திரும்பாமலே சொன்னார் குலசேகரம்.

அவர்களுக்குள் நேரடியாய் எந்தப் பிரச்சனையும் இல்லை. நேர்நேரான பேச்சுக்கள் எப்படி ஒழிந்து கொண்டன? பலன் விளைக்காத காத்திருப்புகளால் உள்ளோடிய வெறுப்போ அது?

“எனக்கு இதெல்லாம் சொல்லவேணுமே, அம்மா?” என்றான் சிவா தாயாரைப் பார்த்து.

“சொல்ல வேணும்” என்று நேரடியாய்த் தலையிட்டுச் சொன்னார் தந்தை. “உப்பிடி எத்தினை பேர் தம்பி தங்கச்சி அக்காமாரைப் பாப்பனெண்டு சொல்லியிட்டுப் போய் கடைசியில எல்லாரையும் மறந்திட்டு, வாங்கின கடனுகளையும் நினைக்காமலிருக்கினமெண்டு தெரியுமோ உனக்கு? எனக்குத் தெரியும்.”

“எத்தினை பேர் ஒண்டையும் மறக்காமல் எல்லாரின்ர தேவையளையும் ஒழுங்காய் நிறைவேற்றியிருக்கினமெண்டு உங்களுக்குத் தெரியுமோ? றஞ்சன், சகோதரங்களுக்கு மட்டுமில்லை, சொந்தபந்தங்களுக்குக்கூட எப்படி உதவி செய்யிறானெண்டது எல்லாரும் தெரிஞ்ச விஷயம்.”

“அந்தமாதிரிப் பொறுப்பிருந்தா ... சந்தோஷம்தான்.”

சிவா எழுந்தான்.

அவனோடு தாயாரும் வாசல்வரை கூடநடந்தாள். “பூபதிக்கு அடுத்த பெட்டையின்ர பேர் என்னடா தம்பி? தவம்தானே? அண்டைக்கு பஸ் ஸ்ராண்டில கண்டன். என்ன மாதிரி கிசுகிசுவெண்டு வளர்ந்திருக்கிறாள்!”

சிவா ஒன்றும் பேசவில்லை.

“அதுசரி ... சனி, ஞாயிறுகளில பூபதி எங்கயோ வெளியபோய் வாறாளே ... எங்கயடா தம்பி?”

“டான்ஸ் பழக.”

“தேவைதான்” என்றாள் தவமணி ஒரு இளக்காரத் தொனி ஓட.

‘வெளிநாடு வெளிநாடு எண்டு பெட்டை பெடியளெல்லாம் ஓடின ஓட்டம் இப்ப பெருமளவு குறஞ்சிருக்கு, தவமணியக்கா. பொம்பிளப் பிள்ளையெண்டால், முந்தித்தான் பாரமாய் நினைக்க வேண்டியிருந்தது. இப்ப அந்தப் பிரச்சினை இல்லை. பத்தாம் வகுப்புவரை படிக்க வைச்சு ... டான்ஸும் பழக்கி, பாட்டு இல்லாட்டி வீணை கொஞ்சம் சொல்லிக்குடுத்து வைச்சிட்டாப் போதும் ... க்லியாணம் தானாய் நடந்திடும். மங்களத்தின்ர பெட்டை அப்பிடித்தானே டென்மார்க் போனவள்’ என்று சில நாட்களுக்கு முன்னால் ரதி சொன்ன வார்த்தைகள் ஞாபகமாகி அடங்கின அவளிடத்தில்.

நின்று பேசிக்கொண்டிருந்தால் அவனுக்கே எரிச்சல் பிடிக்கிறமாதிரி அம்மா ஏதாவது சொல்வாளென்று அவனுக்குப் பயம். ஏனோ, கல்யாணம் செய்து கொடுத்தபோதிருந்த பிடிப்பு அவர்களுக்கு அந்தக் குடும்பத்தில் அப்போது இல்லை.

அவன் சொல்லிக்கொண்டு நடந்தான்.

தன் பெற்றோரின் கல்யாண தந்திரத்தில் அகப்பட்டுக்கொண்டு தன் தம்பி படுகிற அவஸ்தைகளை நினைக்க வசந்தாவுக்கே நெஞ்சை நொந்தது.

“தவம், தேத்தண்ணி கொஞ்சம் வை.”

தவமணியும், வசந்தாவும் உள்ளே திரும்பினர். கடந்து செல்லும்போது தவமணி பார்த்தாள். சிவா சென்ற வழியையே பார்த்தபடி சிந்தனை வயப்பட்டிருந்தார் குலசேகரம்.

அதில் ஓர் மெல்லிய சலனம்.

அவருக்கு உண்மையில் அவன்மீது கோபமில்லை.

மனவருத்தம்தான்.

அவருக்கு அவன்மேல் நிறைந்த எதிர்பார்ப்பிருந்தது சின்ன வயதிலிருந்தே. உடல்நிலை காரணமாய் ஓட்டம் பாய்ச்சல் சைக்கிளோட்டம் பந்தாட்டம் எதிலும் பிரகாசிக்கமுடியாதென்று தெரிந்திருந்ததால், அவனுக்குரிய துறையாக கல்வி மட்டுமே இருக்க முடியுமென அவர் தீர்மானம் செய்து, அந்த வழியில் அவனை ஊக்கினார். ரியூஷனென்றால் ரியூஷன், கொப்பியென்றால் கொப்பி என எதிலும் அவர் குறை வைத்ததில்லை. அவனும் முயற்சியில் மெல்ல மெல்ல பிரகாசிக்கத் துவங்கினான். அந்த நேரத்தில்தான் அவன் இயக்கத்தில் சேர்ந்துகொண்டு போராளியாய் பயிற்சியெடுக்க இந்தியா ஓடிவந்தது.

அவரது ஜீவனோபாயத்தின் ஆதாரம், இல்லை ஜீவனே, அவரது நிலம்தான். அதை ஈடுவைத்துத்தான் இந்தியா வந்து அவனை அவர் மீட்டெடுத்தார். அவனே ‘ஒரு’ வயதுக்குப் பின்னால் தன் நோயை மறந்து போனான். ஆனால் அவர் மறக்கவில்லை. என்றைக்காவது ஒருநாள் அந்த இதயக் குறைபாடு அவனைத் திடீரென வந்து பாதித்தழிக்குமென்று அவர் பயந்து கொண்டேயிருந்தார். அந்தக் குறைபாட்டோடு அவன் இல்லற வாழ்க்கையில் ஈடுபடுவது அவருக்குக் கொஞ்சமும் விருப்பமில்லை. கலயாண எழுத்தை அப்போது செய்துகொள்ளலாம், முதலில் அவனை வெளிநாடு அனுப்ப வேண்டும், திரும்பி வந்து அல்லது மாலாவை அங்கே அனுப்பித்தான் கல்யாணம் என்பதுவே அவரது நிபந்தனையாகவிருந்தது. ஆனால் அதில் அவர் உறுதியாக நிற்க முடியாதபடி நிலைமை போய்விட்டது. கல்யாணத்தைப் பண்ணச் சொல்லிவிட்டு தாம்பத்யம் நடத்தாதேயென்று எப்படி கட்டுப்படுத்த முடியும்?

இவ்வாறான எண்ணங்கள்தான் அவரை அந்தமாதிரிக் கோபங்கொண்டவராக அவனோடு நடந்துகொள்ளச் செய்திருந்தன.

அவர் தோட்டக்காரன். கடின உழைப்புள்ள தோட்டக்காரன். சில கோடைகளில் தோட்டத்துக்கு நீர் பாய்ச்சும் கிணறு, இறைப்புத் தாங்காமல் பாறையோடு உலர்ந்துபோய்விடும். பயிர்களெல்லாம் வாடத் தொடங்கும். அவர் மனம் சோர்ந்துவிட மாட்டார். பாறைகளை வெடிவைத்துத் தகர்த்து மேலும் இரண்டு, மூன்று அடி ஆழப்படுத்தி ஊற்றுக் கண்டுவிடுவார். அந்த விடாப்பிடியான முயற்சிதான் அன்றைக்கும் அந்த யுத்தத்தின் கொடூரங்களைத் தாங்கிக்கொண்டிருக்க மக்களை முடியச் செய்வதின் பிரதம காரணம் என்பது பல பேருக்குத் தெரியாது. வடலியும், கருப்பஞ்செடியும், ஈஞ்சும், கொளுக்கியும், சூரையும்,

காவிளாயும் அழித்து வளம் காணும் அந்த முயற்சியின் பின்னால் வாழ்தலின் மூர்க்கம் இருந்தது.

அவன் சரியான நேரத்தில் வெளிநாடு போய், பிறக்கும்போதே தோன்றிவிட்டிருந்த இதய வருத்தத்துக்கும், பொருளாதார மிடிக்கும் பரிகாரம் செய்துகொள்ள வேண்டுமே என்ற கரிசனங்களிலிருந்துதான் அவரது கோபமோ சோகமோ முளைகொண்டிருந்தது என்பதறிய தவமணியின் நெஞ்சு லேசாகியது.

அந்த மனநிலையோடுதான் அவள் அடுக்களையில் தேநீர் தயாரித்தது.

வசந்தா இருவரையும் பார்த்து புரிய முயற்சித்துக் கொண்டிருந்தாள்.

8

பிரான்ஸின் தொலைதூர மேல்கரை நகர் அது. வசந்தகாலம் துவங்கியிருந்தது. மரங்கள், திசையெல்லாம் பச்சை போர்த்துக்கொண்டு மிளிர்ந்தன. என்னவொரு அழகு, மேலே ஆகாயத்தின் மெல்லிய நீலமும், கீழே புற்றரை தாவரங்களின் பசுமையுமாக. அதில் பச்சை மட்டுமில்லை. செம்மையிருந்தது. மஞ்சள் இருந்தது. இவற்றின் விகிதங்கள் பல்வேறு வகைப்பட்டு, நூறு நூறு வர்ணங்களில் குருத்திலைகளும் தளிர்களும்.

அன்று அழகாக விடிந்தது காலை.

கீழ்த்திசையில் பார்க்க சிவப்பு வட்டமாய் சூரியன் மேலே கிளர்ந்து கொண்டிருந்தது. யாரோ பிடித்திழுப்பதுபோல் விரைவு விரைவாய் மேலே ஏறிக்கொண்டிருந்தது. கீழ்வான் முழுதும் செம்மை சிதறி சிவப்பாய்ச் சூரியன் உதயமானால், அன்றைக்கு சூரியன் சுடும்படி எரிப்பான் என்று பிரான்ஸ்காரர்கள் சொல்வார்கள். அப்போது அதை நினைத்துக்கொண்டுதான் ஜன்னலிலிருந்து திரும்பினான் சுதன்.

அப்போதுதான் வேலையிலிருந்து திரும்பியிருந்த சந்திரமோகன் அறையிலே உடைமாற்றிக்கொண்டு வந்தான். "ராத்திரி தனியாயிருந்தது உனக்குக் கஷ்ரமாயிருந்ததோ, சுதன்?" என்று கேட்டான்.

"இந்த ஊரும்... தனிமையும்... எல்லாமே எனக்குப் பழசு. இந்தத் தனிமைக்காகத்தான் நான் பாரிஸிலிருந்து இஞ்ச வந்ததே."

"நீ எங்கயாவது வெளிய போகவேண்டியிருக்கா?"

"இப்ப எங்கயும் போகவேண்டியில்லை. ஆனா... நாங்கள் முந்தி நடக்கிற பாதையில ஒரு நாளைக்கு நடந்து போய்வர ஆசையாயிருக்கு. உனக்கு நேரமிருக்கும்தானே?"

சந்திரமோகன் பதில் சொல்ல தாமதமானான். அந்தப் பாதையை மறந்து, அந்தத் திசையிலிருந்த ஒரு ஜீவனின் ஆதர்ஷத்தை மறந்து எத்தனையோ வருஷங்கள் ஆகிவிட்டன. சுதன் பாரிஸ் போனபிறகு அவன் நினைத்துக்கூடப் பார்த்ததில்லை அந்தத் திசையை. அவள் ஒரு வடு. அவள் பிரிவைச் சோகமாயில்லை, துரோகமாயில்லை, மிக்க இயல்பான ஒன்றாய் கருதி மறந்தான். அது அவளினதும் அவனினதும்

லௌகீகார்த்தங்களின் நன்மையின் அடிப்படையில் செய்துகொண்ட நாகரிகமான ஒப்பந்தமென்று சொல்லப்பட்டதாயினும், அவனளவில் அது வலியை உண்டாக்கவே செய்தது. அதனால்தான் அந்தப் பக்கம் போக சுதன் கேட்டபோது பதில் சொல்ல சந்திரமோகன் தாமதித்தான்.

காலம் எவ்வளவு தூரம் அந்தக் காயத்தை ஆற்றியிருக்கிறது என்பதைப் பார்க்கவேனும், போய்வரலாமென்றே அவனுக்குப்பட்டது. அவன் சம்மதித்தான். "ஒரு கிழமையளவில நிக்கத்தானே போறாய், பாக்கலாம்."

இருவரும் சாப்பிட்டுக் கைகழுவினர்.

சந்திரமோகன் சொன்னான்: "சரி, நான் கொஞ்சம் படுக்கப் போறன். எழும்பி சமைக்க சரியாயிருக்கும். சாப்பிட்டுட்டு மூண்டு மணிபோல கீழ இறங்குவன். இந்தக் கிழமை முழுக்க வேலை கொஞ்சம் அதிகமாயிருக்கும். லீவும் எடுக்க ஏலாது. உனக்குத்தான் பொழுதுபோறது கஷ்ரமாயிருக்கப் போகுது."

"என்னைப் பற்றி யோசிக்காத" என்றான் சுதன். "பல விஷயங்களும் அடைஞ்சுபோய் மண்டை கனத்துக் கிடக்கு. நிதானமாய் எல்லாத்தையும் யோசிச்சு ஒரு ஒழுங்குக்கு வாறதுக்குத்தான் நான் இஞ்ச வந்தது. திரும்பத் தீவிரமாய் யோசிக்கிறதுக்காகவே கொஞ்சநேரம் யோசிக்காமலிருக்க வேண்டியிருக்கும். அப்ப ஏதாவது வாசிப்பன். ரீவி பாப்பன். ரண்டு புதுப்படக் கொப்பி இருக்கு, போட்டுப் பாப்பன். எனக்கு நேரம் பிரச்சினையில்லை."

சந்திரமோகன் படுக்க அறைக்குச் செல்ல, சுதன் புதுப்பாடல் ஒலிநாடா ஒன்றைத் தெரிந்து பாட வைத்துவிட்டு ஜன்னலோரமிருந்த பெரிய சோபாவில் வந்தமர்ந்தான். பிரான்சிய ஜன்னல் என்று சொல்லப்படுகிற வகையான முழு ஜன்னல் அது. ஒரு பக்கத்தில் சுவரே இல்லாததுபோல் ஜன்னலாய் வைத்துக் கட்டியிருக்கும். அவ்வளவு பிரம்மாண்டம். ஜன்னல்களில் கண்ணாடி பொருத்தியிருக்கும். வெளியின் முழுத் தரிசனவாயில் அது.

வெளியே புல்லும் செடிகொடிகளும் மண்டி வளர்ந்திருந்தன. மதிலோரமாய் மணிவாழைப் புதர்கள். அவற்றின் சிவப்புப் பூக்கள் அழகாயிருந்தன. சில மஞ்சளிலும் இருந்தன. சில பூக்கள் ரோஜா நிறத்தில்.

முன்பு ஊரிலே அவனது வீட்டின் பின்புறம், கிணற்றடிப் பக்கம், வேலியோரமெல்லாம் அமானியாய் பட்டி முளைக்கும். வெள்ளை நிறத்தில், ரோஸ் நிறத்தில் நூறுநூறாய்ப் பூத்திருக்கும். பக்கத்திலே கந்தசாமி அப்பா வளவில் இன்னும் நிறைய. ஒருமுறை ஒரு இந்திய மூலிகை வியாபாரியோடு அவனுக்குத் தொடர்பு ஏற்பட்டது. மூலிகை வியாபாரி பட்டிவேர் கேட்டான். பரமசாமியோடும் இன்னும் அக்கம் பக்கத்திலுள்ள பள்ளி நண்பர்களோடும் சேர்ந்து ஊர் முழுக்கவுள்ள பட்டிச் செடிகளையெல்லாம் பிடுங்கி வந்து கந்தசாமி அப்பா வீட்டுக்குப் பின்புறமுள்ள வெளியிலே குவித்து, அவற்றின் வேர்களை வெட்டியெடுத்து காயப்போட்டு மூட்டையாய்க் கட்டிக் கொடுத்து நிறையப் பணம்

வாங்கியிருக்கிறான். அவர்கள் பிடுங்கிப்போட்ட பட்டிகளின் அம்பாரத்தைக் கண்டு, இனி தீவில் பட்டி அழிந்து விடுமென்றுகூட சிலர் பேசினார்கள். ஆனால் அடுத்த மாரியின் முதல் மழைக்கே லட்சம் லட்சமாய்ப் பட்டிக்கன்றுகள் மண் கிழித்து முளைத்தன.

எப்போதாவது இரண்டு நாள் தொடர்ந்தாற்போல் வீட்டிலே நிற்கிற நாளில் பட்டியைப் பிடுங்கி நடுவளவில் போட்டு குப்பை கூளங்களோடு சேர்த்து நெருப்பு வைத்துவிடுவார் தகப்பன். பாம்பு வந்துவிடுமென்று பயம் அவருக்கு. என்றோ ஒருநாள் பட்டிப் புதருக்குள் ஏதாவதொரு பாம்பை அவர் பார்த்திருக்கக்கூடும். வாசலில் நின்ற மல்லிகைக்குக்கூட முன்பொருமுறை அதே கதிதான் நேர்ந்தது. அதற்காக அன்றைக்கு அவன் அவரோடு மாறுபட்டிருக்கிறான்.

'செடியை, பூவை ரசிக்கத் தெரியவேணும். தனக்கு ரசிக்கத் தெரியாட்டி பேசாமல் விட்டுட வேணும். வெட்டி எறியக்குடாது. ஒரு மல்லிகைக் கொடிக்காக உயிரைக் குடுக்கலாம்.' தந்தைக்குக் கேட்கக்கூடிய மாதிரி அவன் தாயாரோடு கத்தினான்.

'அது சரிதான். ஆனா அது மற்றவையின்ர உயிராய் இருந்திட்டால் என்ன செய்யிறது? இன்னார்தான் சாக ஆசைப்பட்டு பந்தல் போட்டு மல்லிகை வளர்க்கினமெண்டு பாம்புக்குத் தெரியவே போகுது?'

அந்த அப்பா இப்போது இல்லை. நான்கு வருஷங்களாகிவிட்டன இல்லாமல் போய். கடிதம் வந்திருந்தது அவர் இல்லாமல் போய் இரண்டு மாதங்கள் கழித்து.

யோசிக்கிற வேளைகளில் தான் அடைந்த முடிவுகளும், நிகழ்வுகளின் மூலங்களெனக் கண்டடைந்தவைகளும் சரியானவையாகவே அவனுக்கு தென்பட்டன.

குழப்பம் என்பதைவிட, அவன் அப்போது அடைந்திருந்தவை அவமானம் என்று சொல்வதுதான் பொருந்தும்.

பொருளாதாரக் காரணங்களினூடாகவே முதலில் அவனுக்கும் ஷீலாவுக்கும் முரண்கள் பெருகத் துவங்கின. தன் உழைப்பை அவன் அந்தமாதிரி ஊதாரித்தனமாய்ச் செலவுசெய்யக் கூடாதென்று சகஜமாய், கடுமையாய் என்று பல நிலைகளிலும் அவள் சொல்லிக்கொண்டிருந்தாள். திடீரென்று ஒரு புள்ளியில் திரும்பியதுபோல அவளது நடவடிக்கைகள் மாறத் துவங்கின. பின் தன்னுடைய உழைப்பு, தான் வாங்கிய பொருள்களென்று அவள் எல்லைகள் வகுக்கத் துவங்கினாள்.

ஒருநாள் நண்பர்களுக்கு முன்னிலையிலேயே அவள் அந்த உறவைக் கொச்சைப்படுத்திப் பேசினாள். அந்த உறவைச் சிரிப்பாய்ச் சிரிக்க வைத்தாள். தான் தாலிகட்டிய பெண்சாதியுமில்லை; சட்டப்படி பதிவு செய்த பெண்சாதியுமில்லை; இருக்கும் அந்த நிலைமையின் அனுகூலம் காரணமாகவே தாம் சேர்ந்து வாழ்வதாக அவள் சொன்னபோது அவன் புழுவாய்ச் சிறுத்துப் போனான்.

அன்றுதான் அவன் உடைந்தது.

ஆனாலும் சந்திரமோகனும் மற்ற நண்பர்களும் பிரான்சிய வாழ்முறை அந்த மாதிரித் தனித்தனியான இருவரின் தேவைகளது சேர்மதியைத்தானே வாழ்க்கையென அறிவுறுத்துகிறதெனச் சொல்லி அவனை அடங்க வைத்தனர். அவள் அம்மாதிரி விசித்திரமான கருதுகோள்களில் விரைவில் ஆதர்ஷப்பட்டு விடுகிறவளென்பதைத் தெரிந்திருந்த அவன், அவளை ஒரு கருத்து நோயாளியாக எண்ணி எச்சரிக்கையுடன் கூடிவாழ்ந்து கொண்டிருந்தான்.

அதற்கு மேலே அவனது குடிப்பழக்கமும் குறைந்தது. கூடுதலாய் உழைக்கவும் ஆரம்பித்தான். அவளளவு அவனால் உழைக்க முடியாவிட்டாலும் முன்னரைவிட கூடுதலான வருமானத்தை அவன் ஈட்டினான்.

இப்படியிருக்கையில்தான் தொண்ணூற்று மூன்றின் அந்தக் கோடை இரவு வந்தது.

அன்று அவன் வேலை முடிந்து நண்பர்களோடு றெஸ்ரோறன்ற் ஒன்றிலே போய்க் குடித்து, சாப்பிட்டுவிட்டு வீடு வந்தபோது, லேசான போதை இருந்தது. அவள் எட்ட இருந்து உறுத்துப் பார்த்துக் கொண்டிருந்தாள்.

அவனுக்கு அவசரமாய்க் கடிதமொன்று எழுத வேண்டியிருந்தது. அவன் மேசையிலமர்ந்து தாளும் பேனையும் எடுத்தான். அவள் அறைக்குப் போனாள். சிறிதுநேரத்தில் எதையோ எடுக்க அவன் உள்ளே போனபோது, அவள் அப்போதுதான் மாத்திரை எதையோ வாயில் போட்டு தண்ணீருடன் விழுங்கிக் கொண்டிருந்தாள். அவன், 'உடம்புக்கு என்ன?' என்றான். 'சும்மா . . . தலையிடி' என்று அவள் முடித்துக் கொண்டாள். வெளியே வருகிற தருணத்தில், அவளுக்குப் பின்னாலிருந்த ட்றெஸிங் ரேபிள் மேலிருந்த மாத்திரைகள் அடங்கிய அட்டையொன்று கண்ணில்பட்டது. அதை அவள் உடனடியாக நகர்ந்து மறைத்தது போலுமிருந்தது. அவன் மறுபடி உள்ளே சென்று பார்த்தான். மேசையில் மாத்திரை இல்லை. லாச்சியைத் திறக்க முடியாதபடிக்கு ஷீலா நின்றிருந்தாள். 'தள்ளு' என்றான் அவன். அவள் நகரவில்லை. அவன் அவளைத் தள்ளி ஒதுக்கிவிட்டு லாச்சியை இழுத்தான். மாத்திரை அட்டை உள்ளே இருந்தது. எடுத்துப் பார்த்தான். அவன் சந்தேகித்தது சரிதான். கருத்தடை மாத்திரைகள்.

ஏன் ? ஏன் அவனறியாமல் ? அவள் ஏதோவொன்றைத் தொடர்ந்து தக்கவைத்துக் கொண்டிருக்கிறாள். அன்றொரு நாள் அவள் சொன்னாளே, வெறும் தேவைகளுக்கான கூடி வாழ்தல்தான் அது என்று, அவள் அந்தத் தளத்தில்தான் அப்போதும் வாழ்ந்துகொண்டிருக்கிறாள்.

ஆனால், அவன் ..?

அவன் அவளை அதுபற்றிக் கேட்க திரும்பிப் பார்த்தபொழுது, அவள் ஜிவுஜிவு என்று கண்கள் சிவக்க அவனையே உறுத்துப் பார்த்தபடி நின்று கொண்டிருந்தாள்.

அவன் பேசாமல் வெளியே வந்துவிட்டான்.

தொலைக்காட்சியைப் போட்டான். படபடவென சனல்களை மாற்றினான். ஒன்றும் திருப்தியாயில்லை. குட்டி அலுமாரியிலிருந்த விஸ்கி போத்தலையும் கிளாசையும் எடுத்துக்கொண்டு வந்து கட்டை மேசையில் வைத்தான். இரவு பூரா குடித்துக் குடித்து நன்கு வெறி ஏறியதும் சோபாவிலேயே சரிந்து படுத்தான்.

அது அவள் வாங்கிய சோபாதான். அவர்கள் வாங்கிய வீடு. சந்திரமோகனின் வீட்டுக்குச் சற்றுத் தள்ளி வசதியாக விலைக்கு வந்தபோது வாங்கியது. அங்கே நான்காண்டுகளாக அவர்கள் வாழ்ந்துகொண்டிருக்கிறார்கள். அங்கே வந்த பிறகுதான் அவளின் பேதங்கள் துல்லியப்பட ஆரம்பித்ததாய் ஒரு எண்ணம்.

அவனுக்குக் குழந்தையில்லையென்று பெரிய ஆதங்கமேதும் இருந்ததில்லை அன்றுவரையில். ஆனாலும் சிலவேளைகளில் நினைத்திருக்கிறான். அவளுக்கு அதுபற்றிய ஆதங்கம் இருக்காததை அப்போது அவன் நினைப்பான். அந்த ஏழு எட்டு வருஷ வாழ்க்கை போலியென்பது எவ்வளவு நிஜம்! அவன் அவளை நண்பர்கள் வீடுகளுக்கும் ஆரம்ப காலத்தில் அனுப்பிவைத்துப் பார்த்தான். போகத்துக்காக மட்டுமில்லை, ஒரு இழப்பின் பதிலியாக அவள் இருந்தாலும், அந்தப் பதிலி எப்போதும் அருகிலிருக்க வேண்டியது அவசியமாகியிருந்ததை அவன் உணர்ந்தான். பிறகு அவன் அவைபற்றி அதிகமாக நினைக்கவில்லைத்தான்

இப்போதுதான் தெரிகிறது, அவள் தனக்குள் போட்டு வைத்திருந்த வட்டம்.

நினைப்புகளோடு அப்படியே தூங்கிப் போனான். விழித்தபோது நன்கு விடிந்திருந்தது. தலை பாரமாக, கண்கள் தெறிப்பனபோல் வலியுடன்... இன்னும் போதையில் பாதி இருந்தது. திரும்பிப் பார்க்க ஷீலா வெளிக்கிட்டு நின்றிருக்கிறாள்.

அவன் பார்த்துக் கொண்டேயிருக்கிறான். அப்படி அவன் பார்த்துக்கொண்டிருப்பதான பிரக்ஞையில்லை அவளிடத்தில்.

‘எங்க போறாய்?’

‘கூட வேலை செய்யிற ஒரு ஆளைப் பாக்கப் போறன்.’

‘குப்பனா..? குப்பினா..?’

சப்பாத்தை குனிந்து அணிந்துகொண்டிருந்தவள் அந்த ஸ்திதியிலிருந்தே திரும்பி அவனைப் பார்த்தாள். நீயென்ன என்னைக் கேட்பது என்பதுபோல இருந்தது அது. அவள் திரும்பி சப்பாத்தை அணிந்துகொண்டு நிமிர்ந்தாள். கைப்பையை எடுத்து தோளில் கொளுவினாள். கதவைத் திறந்தாள்.

அவனுக்கு சீறிக்கொண்டு சினம் பிறந்தது. ‘நில்..!’ என்று கத்தினான். ‘குப்பனாய் இருந்தாலும் சரி, குப்பினாய் இருந்தாலும் சரி... அங்கேயே இனிமேல் தங்கிக் கொள்.’

‘என்னைத் திரும்பி வரவேண்டாமெண்டு சொல்லுறியளா?’

‘அப்பிடித்தான்.’

‘அந்தமாதிரியெல்லாம் எனக்குச் சொல்லியிட ஏலாது.’

‘நீயொண்டும் என்ர பெண்சாதி இல்லை. உனக்கு நான் தாலியும் கட்டேல்லை; கல்யாணப் பதிவும் இல்லை.’

‘வெறும் பொம்பிளையாய்த்தான் இத்தனை நாளும் இருந்திருக்கிறன் போலை?’

‘பெண்சாதியெண்ட நினைப்பு உன்னிட்ட இருக்கேல்லை. அதால என்னிட்ட இனி இருக்காது. எனக்குத் தெரியாமல் கருத்தடைக் குளிசையள் குடிக்கறது தெரிஞ்ச அந்த நிமிஷத்திலயிருந்து ஆரோ ஆயிட்டாய். அதிலயிருந்து நீ ஒரு மயிருமில்லை. உன்னைத் தூக்கியெறியிறது சின்ன விஷயம்.’

‘இது என்ர வீடும்தான்.’

‘வீடு பாத்தது நான். அட்வான்ஸ் குடுத்தது நான். கடன்பட்டு வாங்கி, கடனை அடைச்சதும் நான்தான்.’

அவன் நிறுத்தினான், அவள் அதற்கு ஏதாவது சொல்கிறாளா என்பதைப் பார்ப்பதற்குப்போல.

மௌனம் இழைந்துகொண்டிருந்தது கூடத்துள்.

அவள் எரிந்து கொண்டிருப்பாள் என்பது அவனுக்குத் தெரியும். அன்றைக்கே வெட்டிவிடலாம் என்பதுதான் அவனது தீர்மானமாக இருந்தது. ஆனாலும் அவளின் அந்த ஸ்தம்பிதத்தை அவன் தனக்குச் சாதகமாக எடுத்துக் கொள்ளக்கூடாது.

அவன் சொன்னான்: ‘எண்டாலும் . . . உன்ர காசு பாதி இதில இருக்குதெண்டதை நான் மறுக்கமாட்டன். ஒரு பிராங்க்கூட உன்ர காசு எனக்கு வேண்டாம். மூண்டு மாசம் கழிச்சுவந்து அதை நீ வாங்கிக்கொண்டு போகலாம். மாறித் தர ஏலாட்டி வீட்டை வித்துப்போட்டுத் தருவன்.’

‘அவ்வளவு கஷ்ரம் வேண்டாம் உங்களுக்கு. பிரான்ஸுக்கு என்னைக் கூட்டிக்கொண்டு வந்தது நீங்கள்தான். அதில ஒரு சதம்கூட என்ர காசு செலவழியேல்லை. போட்டு வந்த உடுப்புக்கூட உங்கட காசிலதான் வாங்கினது. வீட்டுக் காசை நீங்கள் அதுக்காக எடுத்துக் கொள்ளலாம்...’

‘தேவையில்லை. நான் உனக்குக் கடன்தந்த பணமில்லை அது. பிச்சை. பிச்சை போடுறதுகளைக் கணக்குப் பாத்து திரும்ப வாங்குகிற பழக்கம் எனக்கில்லை.’

அவள் போய்விட்டாள். யாரோ இரண்டுபேர் அடுத்து வந்த ஒரு ஞாயிறில் வந்து அவளின் சாமான்களை ஏற்றிப் போனார்கள். மூன்று நான்கு மாதங்களில் வீட்டை விற்று அவள் பங்குப் பணத்தை தெரிந்தவர்களிடம் கொடுத்து சேர்ப்பிக்கக் கொடுத்துவிட்டு அவன் பாரிஸுக்குப் பெயர்ந்தான்.

இரண்டு வருஷங்களாகிவிட்டிருந்தன. பாரிஸ் போனபிறகு முதன்முறையாக அங்கே வந்திருக்கிறான் சுதன். ஞாபகங்கள் குமுறும். எல்லாவற்றையும் தாங்கத்தான் வேண்டும்.

ஒருவகையில், அவை எவற்றுக்கும் அவன் காரணமில்லைப்போலத் தெரிந்தது. ஒருவகையில், அவனேபோலவும் இருந்தது. அவன் யோசிக்க நிறைய இருக்கிறது.

9

இரண்டு தினங்களின் பின் மாலை நான்கு மணிக்கு மேல் பஸ் எடுத்துச் சென்று லுவார் ஆறு பார்வையில் படும் இடமாய் ஒரு நிறுத்தத்தில் இறங்கினார்கள் சுதனும், சந்திரமோகனும். பஸ் நிறுத்தத்துக்குச் சமீபத்திலிருந்த கபேயில் கோப்பி குடித்துவிட்டு வீடு நோக்கிய திசையில் நடக்கத் துவங்கினார்கள்.

தெரு கழுவிவிட்டாற்போல் பளீரென்றிருந்தது. வாகனப் போக்குவரத்து அரிதாகவே இருந்தது. ஒரு கார், மாறு திசையில் ஒரு மோட்டார்ச் சைக்கிள், எப்போதாவது ஒரு பஸ் அல்லது கமியோன் என்று இப்படி.

மெதுவாகவே நடந்து கொண்டிருந்தார்கள்.

"பாரிஸ் போனபிறகு நீ ஷீலாவை எப்பவுமே பாத்ததில்லையா?" திரும்பி சுதனின் முகமாற்றங்களைக் கூர்மையாகப் பார்த்தவண்ணம் வந்து கொண்டிருந்தான் சந்திரமோகன்.

"ம். பாத்திருக்கிறன். நேர்நேராய் இல்லை. தூரத்தில."

அவன் ஆரம்ப கால அதிர்ச்சிகளை இழந்திருந்தான். ஆனாலும் பாதிப்பு முற்றுமாய் நீங்கிவிடவில்லையென்பது சந்திரமோகனுக்குத் தெரிந்தது.

"நீ பாரிஸில, ஷீலா பாரிஸுக்கு வெளியில இருந்தாலும் இடைத்தூரம் பெரிசில்லை. மனசை அலைக்கழிக்கிறமாதிரி நினைப்பு வாறதில்லை..?"

"வராமல்" என்று நிதானமாகவே சுதன் பதில் சொன்னான்: "அது நல்லது. சில ஞானங்களை சில இழப்புக்களோடதான் அடைய முடியுது. இழப்பு... பூரண இழப்பு... ஞாபகமும் வராத இழப்புத்தான் ஞானத்தின்ர திறப்பு. அவளுடைய நினைவு அடிக்கடி இல்லாட்டியும் அப்பப்ப வரத்தான் செய்யுது."

"மெய்!" சொன்னான் சந்திரமோகன்: "வருத்துகிற வரையில எதுவும் ஞானமாகாதுதான். ஞாபகம் கடந்தால்தான் ஞானம்."

வாகனங்களின் சர்... சர்...ரென்ற இரைச்சல்களின் குறுக்கீடும், கருத்துக்களின் குறுக்கீடும் அவ்வப்போது மௌனங்களை விளைத்தன.

ஒருபோது கொன்ரெய்னர் ஏற்றிய இருபத்திரண்டு சில்லு லொறியொன்று மூசிமூசிக் கடந்து போனது. இரைச்சல் அடங்க

சந்திரமோகன் கேட்டான்: "பேந்து எப்பவும் ராஜியிட்டயிருந்து உனக்கு கடிதமொண்டும் வரேல்லைப்போல?"

"அவளேன் எழுதவேணும் எனக்கு?"

"அப்பிடி ராஜி யோசிச்சிருந்தால் உன்ர அப்பரின்ர சாவுச் செய்திகூட உனக்குத் தெரிஞ்சிராது. அவரின்ர கடைசிநேரத்தில கூடநிண்டு கவனிக்கிறதுக்கும் ஆள் இல்லாமல் போயிருக்கும். உறவுகளுக்காக இல்லாட்டியும், உதவி செய்த மனிசரெண்ட ஒரு எண்ணம்... ஒரு மரியாதை... ஆருக்கும் இருக்கவேணும்."

"அவள் எழுதாமல் இருக்கிறதே நல்லது. இன்னும்... எப்பவும் காணாமலிருந்தா அதைவிட நல்லது."

"ம். அடுத்தடுத்த வருஷமளவில பேரவையின்ர பத்தாமாண்டு விழாவை இந்தியாவில நடத்துறது நல்லதெண்டு மாமா ஒரு அபிப்பிராயம் சொன்னார் அண்டைக்கு."

"அப்பிடி ஒரு யோசினை இருக்குதுதான்."

"போற எண்ணம் இருக்கோ?"

"பாக்கலாம்."

"அப்ப ராஜியைப் பாக்கவேண்டி வரும்..."

"பாக்க மாட்டன்."

"பேசவேண்டி வரும்..."

"பேசமாட்டன். அவள் என்னளவில எப்பவோ செத்திட்டாள். ஆவியளோட பேச எனக்குத் தெரியாது."

"நீயேன் இவ்வளவு கொதிக்கவேணும்?"

சுதன் மௌனமாய் வந்தான்.

"ஏனெண்டால்... ரண்டும் ஒரே உறவில்லை. ஷீலா போனதில உனக்குத் துக்கம் இல்லை. ராஜியை இழந்ததுதான் உனக்குத் துக்கமாயிருக்கு."

"என்னவாயுமிருக்கட்டும். எனக்கு ரண்டுமே வேண்டாம். இப்பவும் வேண்டாம், எப்பவும் வேண்டாம்."

"உனக்கே உன்னை மறைக்கக்குடாது, சுதன். ஷீலா இருக்கேக்கையும் ராஜியை நீ மறக்கேல்லை. ஷீலா இல்லாமல் போனபிறகு அதிகமாயே நினைக்கிறாய்."

"ஓம், அது உண்மை. நான் மறக்கேல்லை அவளை. எப்படி மறக்க ஏலும்? ஜேர்மனிக்குக் கூட்டிவர எல்லாம் தயாராய்ப் போயிருந்து கொண்டு... இருந்துகொள், திருவனந்தபுரம் போட்டு வந்திடுறன் எண்டு சொல்லியிட்டு நான் போய்வாறதுக்குள்ள... மச்சான்காறனோட நான் ஊருக்குப் போகப்போறனெண்டு சொல்லிக்கொண்டு ஓடிப்போனவளை எப்பிடி மோகன் என்னால மறக்க ஏலும்?"

சந்திரமோகன் அவன் மனக்கொதிப்பைப் புரிந்தான். மேலும் அதுபற்றிப் பேசி அந்த மாலைப் பொழுதைப் பாழாக்குகிற எண்ணம் அவனுக்கில்லை. அவன் அவைபற்றிய அவன் எண்ணத்தை அறிந்திருக்க வேண்டும் என்பதற்காகக் கேட்டானே தவிர, அவையொன்றும் பதில் அவசரமாய்த் தேவைப்பட்ட கேள்விகளில்லை.

கைகளை நெஞ்சில் கட்டியவாறு சென்றுகொண்டிருந்தான் சுதன். அந்தக் கத்துகையோடு அவன் வலிமையெல்லாம் வடிந்து போய்விட்டாற் போல ஒரு நடுக்கம் மெல்லியதாய். அப்போது உணர்ச்சிப் பீறலிலிருந்து தெளிந்து விட்டாலும், அந்தப் பாதிப்பிலிருந்து அவன் மீளவில்லையென்பதை சந்திரமோகன் கண்டான். ஒருத்தி, காதலியோ மனைவியோ, ஒரு ஆணை மறுதலிப்பதென்பது மனரீதியில் பெரும்பாதிப்பைச் செய்துவிடுகிறது. சுதனுக்கோ அது இரண்டு தடவைகள் நிகழ்ந்திருக்கின்றன. அவன் வடுபட்டவன்போல் அழுகி தன்னுள் அழிந்துகொண்டிருந்தான்.

ஐந்து பதினைந்து நேரம். சூரியன் தங்க நிறத்தில் ஆங்கிலக் கால்வாயுள் இறங்கிக் கொண்டிருந்தான். சில விநாடிகள் கழித்துப் பார்க்க சூரியனைக் காணோம். சிவப்பு பாரித்த திசைமட்டும் தெரிந்தது.

காற்று கதி மாற்றமின்றி சீரான வேகத்தில் வீசிக் கொண்டிருந்தது. வெய்யில் இறங்கிவிட்டதால் குளிர் சட்டென வெகுத்ததுபோல் தோன்றியது.

அத்திலாந்திக்கில் புயல் சின்னம் மய்யம் கொண்டிருப்பதாயும், ஐக்கிய ராஜ்யத்தின் கிழக்குக் கரையோரமாய் புயல் முந்திய இரவில் பாதிப்பைச் செய்ததாகவும் மதியச் செய்தியில் பிபிசி சொல்லியிருந்தது.

அது ஒரு ஊசிக் குளிராக இருந்தது. பழக்கமில்லாவிட்டால் உலாவுகைச் சுகம், உல்லாசப் பயணச் சுகம் அனைத்தையும் சுகமில்லையென்று ஆக்கக் கூடிய குளிர். அவனால் அந்தக் குளிரைத் தாங்கிக்கொண்டு இன்னும் கொஞ்சநேரம் நடக்க முடியும். சுதன்தான் விறைக்கத் தொடங்கியிருந்தான். சாலையோரத்தில் ஒரு றெஸ்ரோறன்ற் வர, சந்திரமோகன் கேட்டான்: “சுதன் ... என்ன விறைக்குதா? விஸ்கி கொஞ்சம் அடிப்பமா? குளிருக்கு இதமாயிருக்கும்.”

“வேண்டாம்.”

“கொஞ்சம் அடிச்சால் உஷாராய் நடப்பாய். அதுக்காகக் கேட்டன். இல்லாட்டி ... பேசாமல் பஸ்ஸில போயிடுவமோ?”

“வேண்டாம் ... ஒரு பெக் எடுத்திட்டு, இன்னும் கொஞ்சத் தூரம் நடப்பம்.”

அவன் பேச விரும்பினான்.

றெஸ்ரோறன்ரில் சுமார் பதினைந்து நிமிஷ நேரம் தங்கியிருப்பார்கள். ஆளுக்கு ஒரு விஸ்கி அருந்திவிட்டு மறுபடி நடக்கத் துவங்கினார்கள். நடக்கத் துவங்கியபோதிருந்த உற்சாகம் திரும்பியிருந்தது.

“நீயே சொல்லு. நான் ஏதாவது கதைக்கத் துவங்க, திடீரெண்டு நீ அப்செற் ஆகியிடுறாய். நீ, பேசுறதுக்காகத்தான் நடக்கப் போகலாமெண்டு வெளிக்கிட்டது” என்றான் சந்திரமோகன்.

சுதன் மெல்லச் சிரித்தான். பிறகு, “அக்காவின்ர கவிதை எதுவோ சிற்றிதழ் ஒண்டில வந்திருந்ததாயும், அருமையாய் இருந்ததாயும் போனில சொன்னியே ...” என்றான்.

“ம். நல்ல கவிதைதான் அது. ‘ஒரு தோழிக்குச் சொன்னது’ எண்டு தலைப்பு. கருத்துப்பற்றி பெரிசாய்ச் சொல்ல எதுவுமில்லை. உயிரோட இருக்கிற தோழிக்கு செத்துப்போன ஒரு ஆளின்ர ஆவி வந்து, ஆர் ஆரை நம்பலாம், ஆர் ஆரை நம்பக்குடாதெண்டு சொல்லுறமாதிரியான கவிதை அது. பொது அறிவுறுத்தல் செய்யிறமாதிரி வெளியில தெரிஞ் சாலும், இலங்கை இப்ப இருக்கிற நிலைமையில அரசியலை அப்படியே படம் பிடிச்சுக் காட்டும். அது சிறப்படையிறது வடிவத்தாலதான். அது வெளியிடுகிற உணர்வு அவ்வளவு அற்புதமாயிருக்கும். நூல்தானேயெண்டு பேசாமலிருந்திடாத, அதுகூடத் தளையாகலாம் எண்டமாதிரி அது சொல்லுற இடம் மிக உன்னதம். அதைப்பற்றி கனபேரோட நான் கதைச்சிருக்கிறன். சமகாலத்தில வந்த முக்கியமான ஒரு கவிதை அது.”

இருண்ட வானம் லேசாய் வெளித்திருந்ததுபோல் தோற்றம்.

ஒரு குளிர் வலயத்தின் விலகல் தெரிந்தது உணர்விலும்.

நடக்க, வேர்க்கத் துவங்கியது.

சுவெற்றர் வெம்மை சேர்த்தது.

ஒரு வெளியான இடத்தில் காற்றும் அடங்கின மாயம் தெரிந்தது.

‘அக்கா என்ன செய்துகொண்டிருப்பா இப்ப?’ சுதன் யோசித்தான்.

அது தன் தேசம், தன் பாதிப்புகளின் அடையாளமாய் தான் அங்கேயே தங்கவேண்டுமென்று பிடிவாதமாயிருந்து, அவன் ஜேர்மனி அழைத்தபோது வர மறுத்தவள் அவள். அவள் எழுதிய கடிதத்தின் சில வரிகளைக்கூட அவனால் அப்போதும் நினைவுகொள்ள முடிந்திருந்தது. அவள் எழுதியிருந்தாள்: ‘இது அவர் மண்போல என் மண்ணும் ஆகும்.. இந்த மண்ணின் மகளொருத்திக்கு நேரும் கொடுமையைத் தடுக்கப்போய் தமிழினத்துக்கு நடக்கும் அக்கிரமங்களின் ஒரு சாட்சியாய் அவர் இறந்திருக்கிறார். அந்தச் சாட்சியங்களை இங்கே கட்டிக் காத்துக்கொண்டு என்னைப் போன்றவர்கள் வாழத்தான் வேண்டும்.’

அவள் அய்யாவிடமிருந்து அந்த உணர்வு சுவறப்பெற்றவள். அவள் தன் ஆரம்ப நிலைப்பாட்டிலிருந்து கொஞ்சம் மாறியிருக்கிறாள். அது அய்யாமேல் அவள் வளர்ச்சியென்றும் சொல்லலாம். அதைத்தான் அவளது கவிதைகள் தெரிவிக்கின்றன.

அவளைப்பற்றித் தெரிந்துகொள்ள எந்த வாய்ப்புமில்லாதிருப்பதை அப்போது அவன் வேதனையோடு நினைத்தான். அம்மா எழுதினால் கொஞ்சமாவது அவள் நிலைமைபற்றி அறியலாம். அம்மா எழுதுவாளா? எப்போது எழுதுவாள்?

அம்மா இந்தியா வந்தபோது அவளும் கூடிக்கொண்டு வந்திருக்கலாம். ஒருவேளை தன் பணத்தில் வர விரும்பாமல்தான் கொழும்புவரை வந்து அம்மாவை அனுப்பிவிட்டு திரும்பிச் சென்றாளோ? ஒருமுறை கொழும்புக்குப் போனெடுத்தபோது அம்மா சொல்லியிருந்தாள், அவளுக்குக் கொடுக்கும்படி அவன் சொன்ன பணத்தைக் கொடுத்த போதுகூட தனக்குத் தேவையாயிருக்குமென்று வாங்க அவள் மறுத்துவிட்டதாக. அவளுக்குச் சூடு இருந்தது. சுரணை இருந்தது. அவள் அய்யாபோல. அய்யாவுக்கும் ரோஷம் பொத்துக்கொண்டு வந்துவிடும். வந்தால் இலேசுவில் போகவும் போகாது. அய்யா செத்த விஷயம் அக்காவுக்குத் தெரியுமோ?

அக்கா இந்தியாவுக்கு வந்திருந்தால் அம்மாவுக்கும் ஆதரவாகவிருந்திருக்கும். இப்போது அக்காவின் நிலைமை..? பெரும்பாலும் யுத்த நிறுத்த, சமாதானப் பேச்சு வார்த்தைக்கான பூர்வாங்க ஏற்பாடு, தீர்வுப் பொதியென்று இந்தக் காலம் பெரும் அவஸ்தையற்றதாகவே யாழ்ப்பாணத்தில் கழிந்துகொண்டிருக்கிறது. பங்கீட்டுப் பொருட்களும் ஓரளவு தடங்கலின்றிக் கிடைக்கிறதாய் அறியவருகிறது. கொழும்பு – பலாலி விமான சேவையும், திருகோணமலை – காங்கேசன்துறை கப்பற் சேவையும் இருந்து கொண்டிருக்கின்றன. கடிதங்கள் போகவும் வரவுமான வாய்ப்பு திறந்திருக்கிறது. ஒரு வரியாவது அவள் எழுதியிருக்கலாம். திட்டியாவது எழுதியிருக்கலாம். ஒரு தொடர்பு இருந்துகொண்டிருந்தால் அடுத்தடுத்த ஆண்டு இந்தியா போகிற வேளையில் அவளை அங்கே வரச்செய்து, பார்த்து வரக்கூடிய சந்தர்ப்பத்தை ஏற்படுத்துவதும் முடிவதாயிருக்கும். நிறைய தனிமை. கவிதை எழுதுகிறாள். அதுபோல யோசிக்கவும் செய்வாள். தன்னைப்பற்றியும் தவிர்க்க முடியாதபடிக்கு யோசிக்கவே செய்வாள் என்றெல்லாம் எண்ணத்தில் படைபடையாய் காரிய காரணங்களை ஊகித்தும், விவாதித்து அறிந்தும் பல எழுச்சிகள் அவனில்.

"சுதன்..!" சந்திரமோகனின் அழைப்பு அவனை உசுப்பியது.

"ம்..."

"என்ன, அவ்வளவு யோசனை?"

"அக்காவைப் பற்றி." பதில் சொன்னவன் திரும்பிப் பார்க்கவில்லை.

நிச்சயமாகக் கண்கலங்கியிருப்பானென்று எண்ணிக்கொண்டான் சந்திரமோகன். தானே பார்த்துத் தெரியவும் இருட்டு அதை மறைத்தது.

10

அப்பாவினுடைய இறுதிக் காரியங்களையும் முடித்தாகி விட்டது. மொத்தமாக உறவுகள், பரிவுகள், பாசங்கள், கரிசனங்கள் அனைத்தையும் இழந்தாகிவிட்டது. இழப்பு எப்போதும் ஓரம்சமாய் அவன் வாழ்வில் தொடர்ந்து வந்து கொண்டிருப்பதை எப்படிப் புரிந்து கொள்வது? இழக்க அப்போது அவன் மட்டுமே இருந்தான். ஆனால் இழக்கத்தான்

அவனுக்கு விருப்பம் இருக்கவில்லை. அன்று மகாபலிபுரத்திலிருந்து அழைத்து வந்து கமலா வீட்டில் விட்டுவிட்டு அவன் புறப்படத் தயாரானபோது அவள் பின்னால் கீழே இறங்கி வந்தாள். 'நாட்டுக்குத் திரும்பிப் போறாய். அங்கத்த நிலைமை என்னைவிட உனக்கு நல்லாய்த் தெரியும். கவனம்' என்றாள். இனி எப்பவுமே தன்னைப் பார்க்க அவன் வரவேகூடாது என்றுதான் அவள் சொல்லியிருக்கவேணும். ஆனால் மறுதலையாக, "இனி அங்கதான் நீ இருக்கப் போறாய். பாக்கப்போனால் அங்க தங்கப்போற நெருங்கிய சொந்தமாய் நீதான் இருப்பாய். நான் இஞ்ச இருந்தாலும், என்ர மனசு மட்டும் நீ இருக்கிற இடத்தைச் சுற்றித்தான் இருக்கும். எனக்கான பங்களிப்பையும் நீதான் அங்கயிருந்து செலுத்தப் போறாய். அதாலதான் ..." என்றே சொன்னாள்.

அதற்குப் பிறகு அவன் அதிக நாட்கள் தமிழ்நாட்டில் தங்கவில்லை. தஞ்சாவூர் வந்து படகேறி அப்படியே மணியம் தோட்டம் வந்து சேர்ந்துவிட்டான். கடமை தவிர முன்புபோல் வேறு விதங்களில் அவன் தமிழ்நாட்டுக்கு மறுபடி செல்லவில்லை. அவளைப் பார்க்க, பேச அவ்வப்போது எழும் மனத் தினவுகள், எழுந்த விரைவில் பஸ்மமாகிக் கொண்டிருந்தன. அவள் சொன்ன வார்த்தைகளை நினைக்க அவளுக்காகவே அங்கே இருந்து தன் பங்குக்கும், அவள் பங்குக்குமாய் ஏதாவது செய்ய வேண்டுமென்ற எண்ணம் தோன்றிக்கொண்டிருந்தது அவனுக்கு.

அவன் கடலோடும் தன் கலையைப் பலபேருக்கும் கற்றுக் கொடுத்து விட்டான். சில தனிப்பட்ட திறமை அனுபவங்கள் இருந்து இன்னும் அவனை ஓர் அற்புதமான படகோட்டியென்ற மரியாதையோடு பலரையும் கவனிக்கச் செய்து கொண்டிருந்தன. அவனது வாழ்வும், யுத்தமும் இருவேறன்று என்று ஆகிப்போயிருந்தன. அவனது அந்தத் தீவிரத்தில்தான் போராளிகளின் கடற்படைத் தளபதி தன் இறுக்கம் தளர்ந்தது. அது அவனுக்குப் பெரிய நிம்மதியாயிற்று. ஆனாலும் திருகோணமலைத் துறைமுகத்திலிருந்து காங்கேசன்துறை புறப்பட்ட ஐரிஸ் மோனா கப்பல் முல்லைக் குடாவில் வழிமறித்துக் கடத்தப்பட்டதில் அவனுதவி கோரப்படவில்லை. பாக்குநீரிணையிலிருந்த அவனது கடல்சார் அறிவு, இந்து சமுத்திரத்தின் இலங்கைக் கீழ் கடற்பகுதியில் இல்லையென அவர்கள் கொண்டுவிட்டனரோ? அல்லது . . . நவீன கடலோடும் உபகரணங்களின் பாவனை, அவனது மரபார்ந்த கடலோடும் உத்திகளைப் பின்தள்ளினவோ? அவன் கரும்புலிகளின் தற்கொலைப் படைப் பிரிவில் சேரவும் ஈடுபாடு காட்டினான். அவன் ஓர் எல்லையில் வைக்கப்பட்டு விட்டான். மேலே என்பது இன்னும் ஆழ்ந்த அவதானிப்பின் பின் சாத்தியமாகலாம். அந்தப் பகுதிக் கடலைத் தெரிந்த வேறு மறவர்கள் மூலமாகவே வேறு பல தாக்குதல்கள் மேற்கொள்ளப்பட்டிருந்தன. பல களத் திட்டப் பணிகளுக்கு அவன் நினைக்கப்படவும் இல்லை. ஆனால் அண்மையில் மன ஆறுதலுக்கான நிகழ்வு ஒன்று நடந்தது. வல்வைப் பகுதியிலிருந்து சிறீலங்கா கடற்படையின் பீரங்கிப் படகுகளின் போக்கு வரத்துக்களைக் கண்காணித்து தாக்குதல் தொடுக்கிற திட்டத்தில் அவன் பிரதானமானவனாகச் சேர்த்துக் கொள்ளப்பட்டிருந்தான்.

ஒரு பீரங்கிப் படகு முற்றாய் அழிக்கப்பட்டு, இன்னொரு பீரங்கிப் படகு பெரும் சேதத்துக்குள்ளாக்கப்பட்ட ஒரு கடல் யுத்தத்தின் பின், அவசியம் ஊர் போய்வரவேண்டுமென்று அனுமதி கேட்டான், கடற் படையின் பிரிவுத் தலைமையிடம்.

தலைமை கேட்டது: "வீட்டுக்கா? எங்க?"

"நயினாதீவுக்கு."

"தொண்டமானாறிலதானே உன்ர வீடு?"

"தொண்டமானாறில எனக்கொரு வீடு இருந்தது. இப்ப இல்லை. இப்ப இருக்கிறது நயினாதீவிலதான். அதுவும் எனக்குச் சொந்தமில்லை. என்ர மாமிக்குச் சொந்தமான வீடு. என்ர அம்மாவைத் தகனம் பண்ணினது அந்தத் தீவிலதான். என்ர அய்யாவைத் தகனம் பண்ணினதோ அந்த வீட்டு வளவில. இப்ப ... அந்தத் தீவுதான் என்ர ஊரும்."

"எங்கட எதிராளி இயக்கங்களின்ர நடமாட்டம் அந்தத் தீவில அதிகமெண்டது உனக்குத் தெரியும்தானே?"

"தெரியும். நான் ஒருதரின்ர கண்ணிலயும் படாமல் போய் வந்திடுவன்."

அவனது அதுமாதிரியான ஒற்றைப் புத்தித்தனமான போக்குகள் தெரிந்திருந்த குழுத்தலைவர் தன் ஆச்சரியத்தையும், ஒருவகை எரிச்சலையும் அடக்கிக்கொண்டு, "சரி, போட்டு வா. ரண்டே நாள்தான். மூண்டாம் நாள் காலைமை நீ இஞ்ச நிக்கவேணும். முந்தின மாதிரி சாக்குப் போக்கு சொல்லக்குடாது, யோகேஷ். இந்தமுறை தாமதமாய் வந்தால், தண்டனை தப்பாது" என்று எச்சரித்து அனுமதித்தார்.

ஒரு மாலையில் புறப்பட்டவன் தீவை அடைய இரவாகி விட்டது. அந்த இரவை வீட்டிலே கழித்தான்.

மறுநாள் காலையிலிருந்து தீவு பூரா அலைந்தான். நாகம்மை கோயில், கோயில் பாலம், மணிமேகலை அரங்கு, அப்படியே வங்களாப் பாலம், பின்னர் சுழன்று மேற்கே நகர்ந்து பிள்ளையார் கோயில், வயற்கரை, புத்தவிகாரம், மணிபல்லவம் வாசகசாலை தாண்டி பெரிய குளத்தடி போய் வெய்யில் உச்சிக்கு ஏறின நேரத்துக்குப் பிறகு மறுபடி வீடு வந்து சேர்ந்தான்.

ஒரு உத்தியாக கழிசான் அணிந்து புறப்பட்டிருந்தான். அந்த உயரத்துக்கு, தூரத்து அந்த ஒற்றை உருவம் தியாகுவாகவே தென்படவேண்டுமென்ற அவனது விருப்பம் நிச்சயமாக நிறைவேறியிருக்கும்.

தெரிந்த மனிதர்கள் வெகு பேர் இல்லை.

நன்கு அறிமுகமில்லாவிட்டாலும் வந்து கதைப்பதற்கு முந்திய காலங்களில் ஒரு அரைக் கிறுக்கு தியாகு இருந்தான் அங்கே. என்ன ஆனது அவனுக்கு? அவனது மாடுகளுக்கான கொட்டில்கூட அப்போது அங்கே இல்லை. போய் வரும்போது அடிக்கடி பார்வையில் பட்டு அறிமுகமான மனிதராக சங்கரப்பிள்ளை வாத்தியார் இருந்தார். பென்ஷன் பணத்துக்கு

கொழும்பு அலைந்து திரிந்தாரென்றும், பிறகு அரியாலையிலுள்ள மனைவி பிள்ளைகளுடன் போய்ச் சேர்ந்துகொண்டாரென்றும் விசாரிப்பில் அறிந்தான். குருக்கள் சம்பாஷணைக்குரியவராய் ஆகிவரும் வேளையில் திடீரென்று மாரடைப்பில் போய்விட்டார். அப்போது கோயிலிலே அவரது மகன் பூஜைப் பொறுப்பை ஏற்றிருந்தார். சிரித்துக் கதைத்தார் அவனோடு. ஆனாலும் அவர் கண்களில் தெரிந்த வித்வத்துவம் அவனை மிக நெருங்க விடுகிறதில்லை. புத்தகுரு ஒருவரை அவ்வப்போது அவனால் பார்க்க முடிந்தது. தீக்ஷண்யமான பார்வையோடு எட்டத்திலேயே விலகிப் போய்க்கொண்டிருந்தார். தானே மிரண்டு அவனைப் பார்த்தது போலத்தான் இருந்தது அது. வேறு யார்? அவனூரிலேயே பல பேர் இல்லை தெரிந்தவர்களாய், உறவினர்களாய். அந்த ஊரில் எப்படி அவன் மன வெறுமையை நிரப்ப மனிதர்கள் இருப்பது முடியும்?

ஊரில் ஒரு தற்காலிக நிர்வாகம் கட்டியெழுப்பப் பட்டிருந்தது. சட்டம் ஒழுங்குகள் நிலைநாட்டப்பட்டிருந்தன. இயக்கத்துக்கும், அரசுக்குமிடையிலான பேச்சு வார்த்தையின் பலபடி முயற்சிகளும் தோல்வியடைந்துவிட்டதை மக்கள் துக்கத்துடன் பார்த்துக் கொண்டிருந்தார்கள். முரட்டுப் பிடிவாதத்தில் சிங்கள அரசு இருப்பதாக அவனது சகாக்கள் பேசியதை அவன் அக்கறையோடு கவனித்தான். இறுதியானது யுத்தம்தானென்று அவர்கள் சொன்னதை அவனும் நம்பினான். அதன் வியாபித்த கரங்கள் அவனுக்கு அதைத்தான் ருசுப்பித்தன.

அது கிழக்கு மாகாணத்திலும் காலூன்றி விட்டிருந்ததை நிகழ்வுகள் நன்கு காட்டின. கைதுகள், விசாரணைகள், காவல்கள், சித்திரவதைகளென்று வடக்கில் ஒருபோது நீண்டு சென்ற அரச குரூரம், அப்போது கிழக்கில் பரவியிருந்தமை அதைத்தான் ருசுப்பித்தது. அதேவேளை கிழக்கின் இன்னொரு சமூகம் இறுகியே கிடந்ததுபோல் தோன்றியது. முஸ்லீம்களின் ஆதரவை விடுதலைப் புலிகள் இழந்திருந்ததின் அடையாளமாய் அதை அவன் கொண்டான். வட பகுதியிலிருந்து முஸ்லீம்களை வெளியேற்றியதின் பின்விளைவாக, அதை அவன் சுய சிந்தனை கண்டது. ஆனாலும் யுத்தம் கிழக்கில் தீவிரமடைந்து, மலை நாட்டில் பரவி இறுதியில் வெற்றி நிச்சயம் என்பது அவனுடைய கணக்கு.

அப்போது அவன் ராஜியை மீண்டும் காண்பான். அப்போதுதான் காண்பான். உன் உள்ளே தெறித்த பொறி, என்னுள் பாய்ந்து தீயாய்ப் பொங்கி எதிர்ப்புகளைப் பஸ்மமாக்கிற்று; இனி நீ கொதிப்படங்கலாம் என அவன் அப்போது அவள் உணரச் சொல்வான். அவள் சினம் ஆறி அடங்குவாள். அன்று... ஜன்னலூடு வந்த சாய்ந்த நிலா, வானத்தில் அசைந்த மேகங்கள், மினுக்கிய நட்சத்திரங்கள், ஆடிய காற்று... யாவும் சாட்சியாய் நிகழ்ந்தது ஒரு சங்கமம். கந்தர்வகளினது அவ்வண்ணம் நிகழுமென அவன் கேள்விப்பட்டிருக்கிறான். 'காட்டென்றால் காட்டுவனோ/ காசு தந்தால் காட்டுவனோ/ எனக்கேத்த ராசா வந்தால் விளக்கேத்திக் காட்டுவனே' என்று சன்னதி கோயில் மடத்து அம்மா வானம் நோக்கி நின்று இரவுபத்திரவங்களின் வேதனையில் குளறுவதை அவன் பலமுறை கண்டிருக்கிறான். தாஸி கனகவல்லி அவ்வாறுதான்

அன்று நல்லூர் ராஜதானியில் ஒரு போக வாழ்வில் நீந்திக்கொண்டு தன் அரைக் கற்பைப் பறைசாற்றியிருப்பாள் என்று பெரிசுகள் சொல்வதும் அவனுக்குத் தெரியும். அவன், தானே அவளுக்கு ஏற்றவனென்று நிச்சயம் நிரூபிப்பான்.

யோகேஸ் மேலும் ஒருநாள் அங்கே தங்கியிருந்து கனவு கண்டான். வானத்தில் எப்போதும் ஒரு திசை கரும்புகை சூழ்ந்ததாய். அதில் அவ்வப்போது சப்த அலைகள் உதிர்ந்தன. ஆனால் . . . தீவு முதல் மாரி மழை பெய்திருந்த அந்தக் காலப் பகுதியில் அற்புத அழகுடன் விளங்கிற்று.

வெய்யில் சுளீரிட்டாலும் காற்று வந்து சுகம் செய்தது.

வாசலில் பூத்துச் சொரிந்து கிடந்த தேமாப் பூக்களின் மேலாய் வந்து அவன் கேற்றைச் சாத்திப் பூட்டினான். தெருவில் ஏறிநின்று சுழன்று நோக்கினான்.

பின் தீவின் வடகரை நோக்கி, கரையேறி நின்ற மரத் தோணிப் பக்கமாய் நடந்தான்.

கீழ் வெளித்து வந்தது.

11

ஒருநாள் காலை பவானந்தம் என்பவர் வீடு வந்தார். அற்புதராணி ரீச்சர் கொடுத்தனுப்பியதாக இரண்டு கடிதங்களைக் கொடுத்தார். கொழும்பிலிருந்து வந்து இரண்டு நாட்களென்று சிறிது குற்றவுணர்வோடு சொன்னார். அவளுக்கு சிறிதாகவேனும் எரிச்சல் வரவில்லை. காலம் அங்கே ஒருபோது ஓடுவதும், தேங்குவதும் அவளுக்குத் தெரியும். வற்புறுத்தி அவரைச் சிறிது உட்கார வைத்து தேநீர் கொடுத்துத்தான் அனுப்பினாள்.

இரண்டில் ஒரு கடிதமே அவளுக்கு. மற்றது செல்லாக் கிழவிக்கு. அதைக் கொடுக்க மிருசுவில்வரை நடக்க வேண்டும். பரவாயில்லை. அள்ளிக் கொடுக்கவா இருக்கிறது? அந்த மாதிரியான உதவிகளாய்த்தான் எவருக்கும் செய்ய முடியும். மாலையில் அல்லது மறுநாள் காலையில் கொண்டுபோய்க் கொடுக்கலாமென எண்ணி பத்திரமாகக் கடிதத்தை எடுத்து வைத்துக் கொண்டாள். அவளுக்கு வந்தது கனடாவிலிருந்து மகேஸ்வரி எழுதிய கடிதம். ஆவலோடு பிரித்தாள்.

மாமியின் கையெழுத்தாக இல்லை. விஜி எழுதியிருக்கலாமென்று தோன்றியது. மாமி நேரில் நின்று மெதுமையாகச் சொல்வதுபோல் . . . துயரப்படுவாளேயென்று தேற்றுவது போல் . . . ஆசுவாசப்பட ஆலோசனைகள் சொல்வதுபோல் . . . ஆதரவு தெரிவிப்பது போல் . . !

அன்பார்ந்த அரசிக்கு,

விஜி, குழந்தை, மருமகன், நான் யாபேரும் இங்கு நலம். நீயும் நலமாக இருக்க நாகபூஷணி அம்மாளை மன்றாடுகிறேன். மனித

வாழ்க்கை எவ்வளவு அநித்தியமானது என்பதை நான் சொல்ல வேண்டியதில்லை. எங்கள் நாட்டில் வாழ்வு என்ன மாதிரி அவலமாகிவிட்டதென்பதை என்னைவிட அங்கேயிருக்கிற நீ நன்கு அறிந்திருப்பாய்.

பிரிவுகளும் மரணங்களும் எப்போதும் நிகழ்ந்துகொண்டே வந்திருக்கின்றன. ஜனன மரணங்கள் இந்தப் பூமிக்குப் புதியதா என்ன? மரணத்துக்கு நாம் அழுகிறோம். அதுவும் தெளிவதற்காகவே. பின் அவ்வப்போது இழப்புபற்றிய நினைவுகளுள் ஆழ அழுந்துகிறோம். அது படிப்படியாக எப்போதாவது ஞாபகப்படுவதென்று பின் ஆகும். நீ இதை நன்கு மனத்தில் பதிய வைத்துக் கொள்ளவேண்டும்.

உனக்கு ஏன் இப்படி அடிக்கடி இழப்புகள் ஏற்படுகின்றனவென்று என்னால் எந்தவொரு காரணத்தையும் நினைத்துக்கூடப் பார்க்க முடியவில்லை. முதலில் கணவனை இழந்தாய். பிறகு தந்தையை இழந்திருக்கிறாய். உன் சோகம் பெரிதுதான். நிறையப் பேரை இழந்திருந்தாலும் இன்னுமிருக்கிற மனிதரை எண்ணி நீ மன அமைதி அடைதல் நல்லது.

மாமியார் எதுபற்றி எழுதுகிறாளென்றே அவளுக்கு ஒரு கணம் புரியாமலிருந்தது. அய்யாவுக்கு என்ன ஆனது? எப்போது? அம்மா இந்தியா போய் இத்தனை நாளாகியும் எதுவும் எழுதாமலிருக்கிறாளே. இழந்தது என்பது அவர் தூர இருக்கிறார் என்ற அர்த்தத்தில் சொல்லப்பட்டதுதானே! கடவுளே, அய்யாவுக்கு எதுவும் நேர்ந்துவிடக் கூடாது.

அவள் கண்கள் குளமாகி, சிறிது நேரத்தில் பிரயாசையான ஒரு சுதாரிப்பில் வற்றிப் போயின. அழுகையென்பது இப்போது பெரும்பாலும் அடங்கச் சம்மதிக்கிறதாயே இருக்கிறது. வெறுக்கும். ஆனாலும அவளுக்கு நடந்த விஷயத்தின் விவரம் தெரிய வேண்டும். அவள் தொடர்ந்து வாசித்தாள்.

மாலாதான் கடிதம் போட்டியிருந்தாள். என்னுடைய அடங்காப் பிடாரியொன்று அங்கே நிற்கிறது, எல்லாவற்றையும் இழந்துவிட்டு. இன்னும் அடங்காமல் எல்லாவற்றையும் இழந்து கொண்டு. அது எழுதவில்லை எனக்கு. என்ன காரணத்தினால் அந்தத் தடிப்பு வந்ததோ? ஆனாலும் ஒரு ஆறுதல், கடைசி நேரத்தில் கூடநின்று தேவையானதெல்லாம் அதுதான் கவனிச்சுதாம்.

அறிந்த கணத்தில் துக்கத்தைவிட ஒரு பதைப்புத்தான் என்னிடத்தில் ஏற்பட்டது. நான்தான் அவரை இலங்கையிலிருந்து கூட்டிக்கொண்டு இந்தியாவுக்கு வந்தது. அங்கே அவள் செய்த கூத்துக்களை அறிந்ததும், எனக்கு ஊர் செல்கிறதுக்கு மனம் வரவேயில்லை. அப்ப முடிவு கட்டியதுதான், அவளை பிள்ளையென்று நினைப்பதே பாவமென்று. அவளுக்கு இளையது ஒன்று பம்பாயைக் கலக்கிக்கொண்டு திரிகிறதாம். அதன் நினைப்பும் மனத்துக்குச் சுகமாயில்லை. அந்த இரண்டின் முகத்திலும் இனிமேல் முழிக்கக் கூடாதென்றுதான்

நான் கனடாவுக்கு வந்து சேர்ந்ததே. சுந்தரமண்ணர் ஊர் திரும்ப மனமில்லாமல் போனதற்கும் சுதனுடைய போக்கினால் அடைந்த பலமான பாதிப்பே காரணமாயிருக்குமென்று இப்போது நினைக்கத் தோன்றுகிறது. அதோடு சுதனின் ஆசை வலைப்பட்ட சில விஷயங்களைக் கேள்விப்பட்டு அவர் நெஞ்சுடைந்தும் போனார். அவருக்கு இதய வருத்தம் வந்ததே அவைகளால்தானாய் இருக்கும்.

அந்த நல்ல மனிதருக்கு கடைசிக் காலத்தில் கூடவிருந்து பணிவிடைகள் செய்ய ராஜி கொடுத்து வைத்திருக்கிறாள். அவர், அவளுக்கும் நல்லவராயிருந்தவர். இல்லாவிட்டால் விழுந்த அந்தளவு பெரிய பழியை அவ்வளவு சுலபமாய் எவராலயும் துடைச்சிருக்க முடிஞ்சிராது. வெளிநாடு செல்லவென்று அங்கங்கே போய் நிற்பவர்களால் என்னென்னவோ கிலிசகேடுகள் நடக்கிறதாம். தீவில நேசமலரென்று ஒரு ரீச்சர் இருந்தது. தெரியுமெல்லோ உனக்கு? பம்பாய் கல்கத்தாவென்று அலைந்து தாய்லாந்து நாடு போய் அங்கே அது செத்திருக்கிறது. பிள்ளையும் ஒன்று இருக்கிறதாம். என்ன ஆயிற்றென்று தெரியாது. அங்கே நின்றிருந்த ஒரு தெல்லிப்பளைப் பெடியன் இப்போது இங்கே வந்திருக்கிறது. அது சொல்லியது இதெல்லாம். இப்போது அந்த மாதிரியான சங்கதிகளெல்லாம் வெறும் தகவலென்ற மட்டத்துக்கு இறங்கி வந்துவிட்டன. பெரிய பாதிப்புகளை இப்போது செய்ய அவற்றால் முடிவதில்லை. ஆனால் ஒரு சின்ன ஐமிச்சமே தீவில் ஒரு பெண் பிள்ளையின் வாழ்க்கையைச் சிதறடித்துவிடச் செய்யக்கூடிய காலமொன்று இருந்தது. அப்படியான காலத்தில் அவளை – என்னையும்தான் – அழிந்து போகாமல் காப்பாற்றியவர் அவர். அவருக்குச் சேவை செய்திருந்தால் அது அவளுக்குப் பாக்கியம்.

அரசிக்கு எல்லாம் தெளிவாயிற்று. அழுகை வெடித்துப் பிறந்தது. கண்ணீர்த் துளிகள் உகுந்தன.

அவர் இறந்த உடனடிப் பின்னால்கூடத் தெரிந்துகொள்ள முடியாமல் போனதே. கடிதத்தைப் பார்த்தால் செய்தி இரண்டு, மூன்று ஆண்டுகளுக்கான பழமை போலல்லவா இருக்கிறது! அம்மாவும் தெரிந்துகொள்ளாமல் போனாளா? அம்மா ஏன் எழுதவில்லை? எப்படி எழுதுவதுதென்று எழுதவில்லையா? எழுதியும் கிடைக்கவில்லையா? அவளே ஒரு அவதியில் அவற்றையெல்லாம் செய்ய முடியாதிருக்கிறாளா? அதை நினைக்க மேலும் அழுகை பெருகியது. தொடர்ந்து கடிதத்தை வாசித்தாள் கண்களில் நீர் திரையிடத் திரையிட.

மனத்தைத் தேற்றிக்கொள். அம்மாவும் கூட இல்லை. இந்த நேரத்தில் இருவரும் ஒன்றாயிருந்திருந்தால் எவ்வளவோ நலமாயிருந்திருக்கும். எல்லாத்துக்கும் விதி என்று ஒன்று இருக்கிறது. மாலா எழுதினபடி பார்த்தால், அம்மா இந்தியா போகும்போது அண்ணர் காலமான விஷயம் தெரியாது போலிருக்கிறது. உன் கடிதம் தொடர்ந்து கிடைக்காததால் நானும்தான் சிறிது அசட்டையாக விட்டுவிட்டேன். இந்தியாவில் நடக்கும் விஷயங்களை கனடாவிலிருந்து எழுதிப்

பரிமாற வேண்டிய அவசியம் துக்ககரமானது. அம்மா, மாலா இன்னும் ராஜி எல்லோரும் ஒழுங்காகக் கடிதம் போடுகிறார்களல்லவா? என் கடிதம்தான் தாமதமாகிப் போயிற்று. அம்மா இன்னமும் இந்தியாவிலென்றுதான் தெரிகிறது. மண்டபம் முகாமிலே அம்மா நின்றபோது ராஜி போய்ப் பார்த்தாளாம். பின் அவள்தான் தெரிந்தவர்கள் மூலமாய் அங்கிருந்து வெளியே எடுப்பித்து, சுந்தரமண்ணருக்குத் தெரிந்த ஒருவர் வீட்டிலே திருச்சியில் விட்டிருக்கிறாளாம். அம்மாவுக்கு எப்படி மண்டபம் அகதி முகாமில் போய்ச் சேர நேர்ந்ததோ தெரியாது. எதற்கும் நீ ஒரு முறை இந்தியா போய் வந்தாலென்ன? நீயும் மனதாறியதாய் இருக்கும். அம்மாவையும் வரும்போது கூட்டி வந்ததாயும் ஆகும். எதற்கும் பாஸ்போர்ட் எடுத்து வைத்திரு. போய்த் திரும்ப நான் ஒழுங்கு செய்கிறேன்.

நான் சொன்னதை யோசித்து பதிலெழுது. பண விஷயம் தவிர்ந்த மற்ற சாத்தியங்களை நீ யோசித்தால் போதும். விஜியும் அரசியக்காவைப் பார்க்க ஆசையாக இருக்கிறதென்று எப்போதும் சொல்லியபடி இருக்கிறாள். அவர்களுக்கு இந்தியா வருகிற எண்ணம் இருக்கிறது. சிலவேளை நானும். விதியிருந்தால் நாம் இந்தியாவில் சந்திக்க முடியும்.

அன்புடன்
பொ. மகேஸ்வரி

அய்யா இறந்துவிட்டார் என்பதை தெளிவாகத்தான் கடிதம் வெளிப்படுத்தியிருந்தது. ஆனால் அதை நம்புவது கடினம்போல சந்தர்ப்பங்களின் அமைவு காட்டிக் கொண்டிருந்தது.

'எவ்வளவு அற்புதமான மனிதர்! பெற்ற தாயும் பிறந்த பொன்னாடும் நற்றவ வானிலும் நனி சிறந்தவே என்று சொல்லி, அவ்வாறே தானும் நினைத்து வாழ்ந்தவர். அப்படிப்பட்டவருக்கு தன் மண்ணில் சங்கமமாகக் கொடுத்து வைக்கவில்லையே.' நெஞ்சு பொருமியது.

காற்றெழும்பியிருந்தது.

சருகுகள் உருண்டன சரசரத்து.

கஞ்சல்கள் பறந்தடித்தன.

புழுதி, வளி மண்டலம் நிறைத்தது.

முதல் மழை பெய்து, நிலமும் மறுபடி காய்ந்து விட்டது. புரட்டாதியிலாவது மழையை எதிர்பார்த்திருந்தார்கள் கமக்காரர். இப்படி காற்று எழும்பி அட்டகாசம் பண்ணிக்கொண்டிருந்தால் மேகம் எப்படித் திரள்வது? மழை எப்படிப் பொழிவது? போன வருஷம் மழை பொய்க்கவில்லை. போதுமானதாயும் இருக்கவில்லை. அவள் தோட்டக்காரி. மழை அவளுக்கு முக்கியம். அவளது தோட்டக் கிணறு பாறை தட்டியிருக்கிறது. கிணறு ஊற மழை வேண்டும். நிலத்தைக் கொத்த மழை வேண்டும். விதை தேர்ந்து நடுகை செய்வது அப்போதுதான்

கனவுச்சிறை 749

சாத்தியம். ஊர் அதை நம்பித்தான். பங்கீட்டுப் பொருட்கள் பெரும்பாலும் ஒழுங்கில்லை. விவசாயத்தை விட்டுவிட்டு எதைச் செய்வது?

காற்று அவள் கவனத்தையும் ஈர்த்திருந்தது.

வானத்தை அண்ணாந்து பார்க்க வைத்தது.

இந்தியா போவதை அடுத்த ஆண்டுக்குப் பார்த்துக் கொள்ளலாமென நினைத்துக்கொண்டு கடிதத்தை மடித்தாள் அரசி.

அய்யாவின் நினைவும் அப்போதைக்கு மடங்கி அடங்கியது.

12

அரசி செல்லா வீட்டை அடைந்தபோது சூரியன் அடர் மரக் கூடலுள் விழ ஆரம்பித்திருந்தது.

வீட்டிலே கிழவியின் உறவினர்போலும் சிலர் வந்திருந்தார்கள். கணவனும், மனைவியும், இரண்டு குழந்தைகளும், அவளதோ அவனதோ தகப்பனாய் ஒருவருமாக களேபரமாய் இல்லாவிடினும் கலகலப்பாய் இருந்தது வீடு. கிழவியும் இயல்பைவிடக் கூடிய உற்சாகத்தோடேயே இருந்ததாய்த் தோன்றியது. கதை படரும் வேளை அது. அந்த அடுக்கிலேதான் நால்வரும் அமர்ந்திருந்தனர். அப்போதைக்கு, சென்றால் விரைவில் திரும்ப முடியாதென்று தெரிந்தது. ஆனாலும் சென்றாள்.

“அரசியே ... வா, வா” என்று அன்போடு வரவேற்றாள் கிழவி. அரசியின் கையிலிருந்த கடிதத்தைப் பார்த்துவிட்டு, “என்ன ... கடிதம் வந்திருக்கோ? எனக்குத்தானே?” என்று வந்து வாங்கிக் கொண்டாள். ஏனோ, அந்த ஆவல் நீண்ட நாட்களாய்த் தன் பிள்ளைகளிடமிருந்து கடிதமெதனையும் பெற்றிராத ஒரு தாயின் முழுப் பரிதவிப்பைக் கொண்டிராத குறையுடன் இருந்ததாய்த் தெரிந்தது அவளுக்கு.

கிழவி கடிதத்தை உடனடியாய்ப் பிரித்து கூர்ந்து கூர்ந்து பார்த்துப் படித்தாள். பின் பழையபடி மடித்து கடிதக் கூட்டுக்குள் சொருகி விறாந்தையிலேறி மேசை லாச்சியைத் திறந்து வைத்துவிட்டு வந்தாள். பின்னாலேதான் அவளை உட்காரச் சொல்லி தானும் பக்கத்தில் அமர்ந்துகொண்டு அவளுக்குக் கடிதம் வந்த/வராத விபரங்களை விசாரித்தது. என்ன விசேஷமாய் எழுதியிருந்தது என்றெல்லாம்கூடக் கேட்டாள்.

ஒளிக்கின்ற மனசில்லை அரசிக்கு. ஒளிக்கின்ற விஷயங்களுமில்லை அவை. தந்தையார் காலமானதைச் சொன்னாள்.

“ஐயய்யோ ..! எப்ப?”

“ரண்டு வருஷத்துக்கு மேலயாச்சு.”

கிழவி மனசார வருத்தப்பட்டாள். ஆனால் கூடவிருந்த மற்றவர்களுக்குத்தான் அந்த இறப்பின் காலத் தொலைவு ஒரு மரணம் இயல்பாய்த் தந்திருக்கக் கூடிய அதிர்வுகளைத் தராது போனது. ஆனால்

மரணச் செய்தியைச் சொன்னவள் உள்ளாரத் துடித்த துடிப்பில் அவர்களுக்கும் வருத்தம் வந்தது. ஊர், தேசம் கடந்து போனவருக்கு அப்படியொரு முடிவு வந்திருக்கப்படாதென்றார்கள். காலத்தை தம் பங்குக்கு சபித்தார்கள்.

அந்த உணர்வலைகள் அடங்கத்தான் செல்லா வீட்டுக்கு வந்திருந்தவர்களை அரசிக்கு அறிமுகப்படுத்தியது. "ஜேர்மனியில இருக்கிற மருமோளின்ர தங்கச்சிக்காரியும் குடும்பமும். இது... அவரின்ர தேப்பன். வலிகாமப் பக்கம்."

"பிரச்சினை எதாவது..?" அரசி கேட்டாள்.

பெரியவர் பதில் சொன்னார்: "இந்தநேரம்வரைக்கும் பிரச்சினை ஒண்டுமில்லை..."

"பிறகு?"

"இனிமேல்தான் பிரச்சினை... அதுவும்... இதுவரை வந்ததுகளைவிட பயங்கரமாய் வரப்போகுது."

"அவ்வளவு நிச்சயமாய் எப்படி..?"

"பலாலி காம்ப் வழக்கத்தில இல்லாத அமைதியோட இருக்கு. அந்த அமைதி... பயங்கரமான அமைதி, பிள்ளை. எனக்கு அதைப்பற்றித் தெரியும். ஆமி தயாராயிட்டான் எண்டதுதான் அதுகின்ர அர்த்தம்."

மருமகள் மேலும் நிலைமையை விளக்கினாள்: "முந்தியெண்டால் காம்ப் ஒரே பரபரப்பாயிருக்கும். நானே பண்டத்தரிப்புக்குப் போய்வாற நேரத்தில பாத்திருக்கிறன், மூடின ஆமி ட்றக்குகள் உறுமிக்கொண்டு அப்பப்ப ஓடுறதை."

"இதெல்லாததையும் விட முக்கியமானது கிட்டடியில நடந்த சம்பவம்" என்றான் அவளது கணவன் ராமஜெயம். அது அனைவர் கவனத்தையும் திடமாய்த் தன்பால் ஈர்த்தது. செல்லா, அரசி, சாம்பசிவம் என்று அனைவரும் அவன் பக்கம் திரும்பிப் புலன் குவித்தனர். ராமஜெயம் சொன்னான்: "ஆயுதங்கள் தரைப் பாதையால வரேலாது. விமானப் பாதை அவ்வளவு பாதுகாப்பானதில்லை. பெடியளிட்ட ஏவுகணையும் இருக்கிறதாய் வதந்தியெல்லே. கடல் வழியிலயும் இவையளால ஒண்டும் செய்ய ஏலாது. ஆக... யாழ்ப்பாணத்தில இருக்கிற மக்களுக்கு உணவுச் சாமான் கொண்டுவாற சாக்கிலதான் ஆயுதங்களையும் ராணுவத்தையும் கொண்டுவர ஏலும். உணவுச் சாமான் ஏத்திவாற கப்பலுக்கு செஞ்சிலுவைச் சங்கம் பாதுகாப்பாய் வரும். செஞ்சிலுவைச் சங்கம் வாடைக்கு பிடிச்சிருந்த நக்கோமா கப்பலும், கடல் நர்த்தகி கப்பலும் இந்த ஏற்பாட்டிலதான் ஓடி வந்ததுகள். பிரச்சினை எதுவுமில்லாமல்தான் இருந்தது கொஞ்சக் காலம்..."

"பிறகு..?" செல்லா கேட்டாள்.

"மருந்தும் உணவும் ஏத்திவாற திரைமறைவில ஆயுதமும், பயணிகள் எண்ட போர்வையில ராணுவமும் வாறதாய் அப்பதான் பெடியளுக்குச்

சந்தேகம் வந்திருக்கு. இந்த நேரத்திலதான் புலியள் வைச்ச கடல் கண்ணி வெடியில கடல் நர்த்தகி கப்பல் முடங்கினது. இதுக்குப் பதிலாய் செஞ் சிலுவைச் சங்கம் பணியில விட்ட கப்பல்தான் ஐரிஸ் மோனா. தீவுப் பகுதிக்குப் பயணிகளை ஏத்திக்கொண்டு போற பணியையும் இது செய்தது."

செல்லா இடைமறித்தாள். "இதைத்தானே முல்லைத்தீவுக் கடலில வைச்சு பெடியள் கடத்தினது ..?"

"இதுதான். இதுக்குப் பிறகு வந்ததுதான் எடித்தரா கப்பல். எடித்தரா ஆயுதம் ஏத்தி வந்திருக்கலாமெண்டு பெடியளுக்குச் சந்தேகம் மட்டும்தான். ஆனா எங்களுக்கு ... நிச்சயம்."

அரசியை அதிர வைத்தது செய்தி.

இவையெல்லாம் சமாதானப் பேச்சுக்களின் பின்புறத்தில்தான்.

கிழவியிடத்தில் எழுந்த உணர்வுகளைத் தெரிந்துகொள்ள முடியவில்லை. முகச் சுருக்கங்களுள் அவை ஒழிந்திருந்தன.

யாரும் எதுவும் பேசவில்லை சிறிது நேரம்.

'ஒரு வெளிப்படையான செயலின் பின்னால் இன்னொரு செயல்? யுத்த காலமென்பது இருளென்று சும்மா சொல்லப்பட்டதில்லை. அதன் பயங்கரங்களோடு நிஜமாயே அது மர்மங்களையும் கொண்டிருக்கிறதுதான்.' அரசி எண்ணாள்.

இவையெல்லாம் புலிகளின் குரல் ரகசிய வானொலி மூலமாய் ஓரளவு தெரியவந்திருந்ததேயாயினும், நேரிலறிந்த தகவல்களாக விபரமாய் அவர் சொன்னபோது பாதிப்பைப் பலமாகவே செய்தன.

நெடுநேரம் விழுந்திருந்த மௌனத்தை பெரியவர் சாம்பசிவம் உடைத்தார். "நாங்கள் எண்பத்தி மூண்டு ஆடிக் கலவர காலத்தில கொழும்பிலயிருந்து சாமான் சக்கட்டையெல்லாத்தையும் விட்டிட்டு அகதி முகாமுக்கு ஓடி ... பெரிய சீரழிவெல்லாம் பட்டுத்தான் இஞ்ச வந்து சேந்தது. சாந்திக்கு இஞ்ச இருக்க துப்புரவாய் விருப்பமில்லை. நான்தான் ஜெயத்தின்ர வேலை நிலபரத்தைச்சொல்லி பாத்துச் செய்யலாமெண்டு இத்தனை நாளாய்த் தாக்காட்டி வந்தன். இப்ப ... எடித்தரா கப்பல்ல ஆயுதம் வந்து இறங்கினதாய்க் கேள்விப்பட்டவுடன ... நித்திரையே இல்லை சாந்திக்கு. ராவில திடுக்கிட்டு கத்திக்கொண்டு எழும்புறதும் ... அவவின்ர மனசுக்குள்ளயே ஒரு யுத்தம் நடந்துகொண்டிருக்குப்போல. இனியும் இம்சைப்பட வைக்கேலாது. கிளாலிப் பாதை திறக்க கொழும்புக்குப் போய் ... அங்கயிருந்துகொண்டு இந்தியா போற அலுவலுகளைப் பாக்கப் போறம்."

அவளது சிந்தனை வலயத்தைக் கலைத்தது செல்லாவின் தன்பாட்டுப் புலம்பல்: "ஆயுதங்கள் கப்பலில வந்தாலென்ன? பிளேனில வந்தாலென்ன? எங்கட பொடியளால ஆமியை அடிக்க ஏலும்தானே! அவங்களிட்ட போன வருஷம் மாங்குளம் ஆமிக் காம்ப்பை அடிச்செடுத்த ஆயுதம் இருக்குதெல்லோ!"

‘என்ன நம்பிக்கை!’ அரசி வியந்தாள். ‘இதுமாதிரியான நம்பிக்கை, ஓர்மம்தான் ஒரு சிறுபான்மை இனத்தையே மகா சக்தியாய்த் திரண்டெழுந்து இத்தனை காலம் களத்தில் நிலைத்து நிற்க வைத்துள்ளதோ.’

செல்லா கேட்டாள்: “அம்மா எப்ப வருவாவாம்?”

அதற்கு அரசி, “அம்மாவிட்டயிருந்து கடிதம் வந்தால்தான் என்ன ஏது எண்டு எல்லாம் விபரமாய்த் தெரியும், ஆச்சி. நான் நினைக்கிற அளவில, அம்மா இப்போதைக்கு வருவாவெண்டு தெரியேல்லை. அங்க மச்சாள் ... அதுதான் ராஜியெண்டு சொல்லுவனே ... அவதான் பாத்துக் கொள்ளுறாவாம். மாமியும் சின்ன மச்சாளும் கனடாவிலயிருந்து அடுத்த வருஷம் பின்னடியில இந்தியாவுக்கு வருகினமாம். நிண்டு பாத்துக்கொண்டுதான் அம்மா வருவாபோல இருக்கு. தான் வாற நேரத்துக்கு என்னையும் இந்தியா வந்து திரும்பச் சொல்லுறா மாமி” என்றாள்.

“போயிட்டு வா. கனடாவிலயிருக்கிற ஆக்கள் இஞ்ச வாற நேரத்தில போய்ப் பாத்தால்தானே உண்டு.”

“சிலவையும் யோசிக்க வேணுமெல்லே.”

“மெய்தான். ஆனா மாமியோ மச்சாளோ உதவி செய்ய மாட்டினமோ?”

“செய்யிறதெண்டுதான் மாமி எழுதியிருக்கிறா. எண்டாலும் ...”

செல்லா சிரித்தாள். “நீ சொந்தத்துக்குள்ளயே இந்த மாதிரி ரோஷம் பாக்கிற ஆளாய் இருக்கிறாய். இஞ்ச சிலதுகள் முகப் பழக்கத்தை வைச்சுக்கொண்டே போய் உதவியெண்டு கேட்டுவிடுதுகள். நீதான் புதினாணயமான மனுஷி ... அதுசரி, நீ சொந்தத் தம்பியிட்டயே உதவி வாங்க கை நீட்டாதவள் ... சும்மா போ, பிள்ளை ...” என்று பின் அலுத்தாள்.

அரசி அலைகளில் திணறுவதுபோல் ஒரு அவதியோடு சிறிதுநேரம் மௌனமாயிருந்தாள். பிறகு, “என்னால ... இஞ்சயிருந்து ... போகேலாமல் இருக்கு, ஆச்சி” என்றாள். அவள் கணகள் சட்டெனப் பனித்தன.

அதைக் கண்ட செல்லா துடித்துக்கொண்டே சொன்னாள்: “அம்மா ... எணை ... என்ர ஆச்சி ... அழுதிடாதயணை. உன்ர மனசில என்ன இருக்குதெண்டு எனக்குத் தெரியும், பிள்ளை. வாழவேண்டிய காலத்தில புருஷனை இழக்கிற பொம்பிளையளுக்கு வாற கஷ்ர நஷ்ரங்களை எனக்குத் தெரியும். முப்பது வயசுக்குள்ள நானும் என்ர புருஷனைப் பறிகொடுத்தவள்தான். இப்ப மாதிரியில்லை அந்தச் சாவு. வவுனிக்குளம் போன மனிசனை பாம்பு வெட்டிச்சுது. சீவன் பத்து வருஷமாய் எனக்குப் பிறகாலயும் முன்னாலயும் திரிஞ்சுது. கடைசியில அந்தச் சீவன்ர பரதவிப்பைப் பொறுக்க ஏலாமல் பரந்தனுக்கு அருவி வெட்ட வாற மட்டக்கிளப்பு சோனக ஆள் ஒண்டைக் கூப்பிடுவிச்சு மந்திரிச்சு ... கழிப்பு வைச்சுத்தான் சென்மமடைய வைச்சது. நான் மறக்கேல்லைப் பிள்ளை ஒண்டையும். பாசமெண்டது ... படுக்கிறதுக்கு மட்டுமில்லை. செத்திட்டா

நினைக்க... அவைக்காக வாழ... எல்லாத்துக்கும்தான் தேவை. நான் இப்ப நிரந்தரமாயே உன்னை இந்தியாவில போயிருக்கச் சொல்லுறன்? மாமி மச்சாள்மாரையும் பாத்திட்டு, வரேக்கை கொம்மாவையும் கூட்டிக்கொண்டு வந்திடலாமெல்லே."

கிழவி உண்மையிலே நல்லவள்தான். கொஞ்சம் அம்பாயப்படுகிற மனம் இருக்கு. கொஞ்சம் பூடகமாய் நடந்துகொள்கிற போக்கும் இருக்கு. யாரையும் இலேசுவில் நம்பிவிட மாட்டாள். அவ்வளவுதான். செல்லாக் கிழவி யாரையும் வறுத்தெடுத்து வாழ்கிறவளில்லை. விரும்பினால் ஒட்டி நடப்பாள். இல்லாவிட்டால் எட்டியே நின்றுவிடுவாள். அதுதான் அவள் குணம்.

வடக்கே பேயிருட்டு அப்பி வந்தது.

"மழை வாற அறிகுறி இருக்கு. போயிடுவியே, பிள்ளை. கஷ்ரமெண்டால் தங்கியிட்டு காலமை போவன்."

"வேண்டாம். நான் போயிடுவன், ஆச்சி. காலடிப் பயம் தவிர, இப்ப வேற என்ன பயமிருக்கு?"

கேற்வரை வந்து மறுபடியும் ஒருமுறை சொன்னாள் செல்லா: "வெளிநாட்டுக்குப் போறதோ, போகாமல் நிக்கிறதோ உன்ர இஷ்ரம். ஆனா இந்தியாவுக்குப் போய்வர வசதி வந்தால் விட்டிடாத. கொம்மா என்ன நிலையில இருக்கிறாவெண்டும் தெரியேல்லை. நீ போனால்தானே பாத்துக் கவனமாய்க் கூட்டிக்கொண்டு வந்து சேரலாம்..."

"யோசிக்கிறன், ஆச்சி. முடிஞ்சால் அடுத்த கிழமையளவில இந்தப் பக்கம் வாறன். பேசுவம். வரட்டுமே?" என்று விட்டு அரசி வீதியில் ஏறினாள்.

13

இந்தியா வந்து திரும்ப சம்மதித்து மகேஸ்வரிக்குக் கடிதமெழுதியிருந்தாள் அரசி. கொழும்பு சென்ற ஆள் மூலமாய்த்தான் அங்கே 'கட்'டில் சேர்க்கும்படி கொடுத்திருந்தாள். அது கனடா போய்ச் சேர எத்தனை நாட்கள் எடுக்குமோ? பதில் வர எத்தனை நாட்கள் ஆகுமோ? மாதங்களாகிவிடலாம். இதன்படி பார்த்தால் அவள் கருதியிருக்கிற இந்தியப் பயணத்துக்கு ஒரு வருஷமிருக்கிறது என்பது மிகக் குறைந்தபட்ச கணக்குத்தான்.

மழை பெய்ய ஆரம்பித்திருந்தது. அவ்வப்போதுதான். வீட்டில் அடைந்து கிடக்கவே நேரிடுகிறது பெரும்பாலும்.

எண்ணங்கள் அவ்வப்போது விறுவிறு என்று சிந்தனையின் உச்சாணிக் கொம்பில் ஏறி நிற்கும். எப்போது எந்த எண்ணம் அவ்வாறு ஏறி நின்றாலும் தந்தையின் நினைவோடு, அது கிளர்த்தும் சோகத்தோடயே முடிந்து கொண்டிருந்தது. எங்காவது போய் வந்தால் நல்லது. தீவு போய் வந்தாலென்ன என்று ஓர் எண்ணம் எழுந்தது. சிரமம்தான். முன்பே ஒருநாள் பயணம். இப்போது ஒரு வாரம் தேவைப்பட்டது.

தீவிலே அவரை நினைக்கிறவர்கள், பேசுகிறவர்கள் நிறையப் பேர் இன்னும் இருக்கிறார்கள். அவர்களுக்கு அவர் மறைவை அவள் அறிவிக்கவே வேண்டும். அது ஒரு கடமை. அடுத்த சனிக்கிழமை போகலாமென எண்ணிக் கொண்டாள். வெள்ளிக் கிழமை சந்தையில் காய்கறி விற்றுவந்தால் கொஞ்சம் பணம் கிடைக்கும். போக்குவரத்துச் செலவுக்கு உதவியாக இருக்கும்.

வெள்ளிக்கிழமை பின்னேரம் அரசி தோட்டத்தில் நின்றிருந்தபோது பவளம் வந்தாள். அவள்தான் சொன்னது கதிர்காமச்சாமி வந்திருப்பதான செய்தியை. ஏனோ, போகவேண்டும் போலிருந்தது. பவளத்தையும் அழைத்துக்கொண்டு பொழுதுபடுகிற அளவில் கோயிலுக்குச் சென்றாள்.

எரிந்த ஆலடி அம்மன் எதிரில் எரிந்த ஆல் இல்லை அப்போது. அது மறுபடி வெகு வீரியத்தோடு வளர்ந்திருந்தது. அவள் அதற்கு முன்னாலும் பலமுறை பார்த்த மரம்தான் அது. அன்றுதான் அதில் அதன் அதிசயம் விளங்கிற்று. குண்டு வீச்சில் பாதி எரிந்து, அப்படியே பட்டுப்போகும் என்று நினைக்கிறபடிக்கு பல காலமாய் இருந்த ஆலமரம் அது. திடீரென்று முன்பைவிட அதிக செழிப்புப் பெற்று வளர்ந்தது அம்மன் அருளாலா? அப்படியொரு அற்புத உணர்வுதான் இருந்தது கோயிலைச் சமீபித்த அரசியின் மனத்தில்.

யாரோ அருள் வாக்குக் கேட்டுக்கொண்டு அப்போதுதான் வெளியே போய்க் கொண்டிருந்தார்கள். அரசியும், பவளமும் வாசலில் போய் நிற்க, கோயில் முன்னுள்ள கண்ணாடிக் கூட்டு விளக்கின் வெளிச்சத்தில் அவர்களைக் கண்டுகொண்டு, பண்டாரம் வந்து உள்ளே அழைத்துச் சென்றார்.

உள்ளே வழக்கம்போல் அகல் விளக்கொன்று மினுக்கிக்கொண்டிருந்தது.

இருளுக்குள் ஒரு மெலிந்த கருவுருவின் புறவுரு தெரிந்தது. இன்னும் சற்று நெருங்க விழிகளின் பிறழ்வு தெரிந்தது.

சாமி குறைபட்டதாம், 'நான் காசு பணம் கேட்கவில்லை. விசுவாசிகள் வருகிறபோது ஒரு சூடக் கட்டி, ஒரு எலுமிச்சம் பழம், இல்லாட்டி ஒரு வெத்திலை, அதுவுமில்லாவிட்டால் ஒரு சிதம்பரத்தம் பூ... கொண்டு வரக்கூடாதா' என்று. பவளம் அதை ஞாபகமூட்ட எலுமிச்சம் பழமொன்றும் வெற்றிலையொன்றும் கொண்டுவந்திருந்தாள் அரசி. அவற்றைப் பவ்யமாய் குனிந்து முன்னே வைத்து விலகிநின்றாள்.

சுவாமி நிமிர்ந்து பார்த்தார்.

விழிகள் அசைவற்று அவளில் நிலைத்தன.

அவள் முன்பும் அங்கே வந்திருக்கிறாளென்பதை ஞாபகமான பாவனையா அது? அப்போது சொன்னவைகளும் ஞாபகமாகியிருக்குமோ? அவை அவளுக்கானவையல்ல என்றாலும், அவள் சம்பந்தப்படடவையும்தான். அரிசிப் பொரியோடு திருவாரூர் போ என்றிருந்தார். திருவாரூர் போகிற தரிசன விவகாரம் சரிவராவிட்டாலும் வேறொரு காரியத்தை முடித்துக் கொண்டு வரவேண்டும் என்பது

அந்த வார்த்தைகளின் உள் அர்த்தம். சரியாகத்தானே போயிற்று. அரசி நினைத்தாள்.

அசலனம் நிறைந்த கணங்கள் கழிய சுவாமி வாய் திறந்தார். அப்போது கண்கள் மூடியிருந்தன. “ஏ ... சின்னத் தங்கம்! நிரம்பவும் பட்டுவிட்டாள். பாவம், பொரியோடு போகச் சொன்னேன். தாயார் போய்விட்டாள். இப்போது இவள் முறை.. நல்வாக்குத் தாடியம்மா. தனியாக நிற்கிறாள், தங்கம். இன்னும் பரதவிக்க விட்டுடாதே... சரி... ம்... ஓ... சரி சரி...” என்று சுவாமி தன் உள்ளோடு கதைத்தார். பின் கண்களைத் திறந்தார். அனல் துண்டுகளாய் அவை செம்மை வீசின.

திடீரென்று சடசடத்துப் பறந்து கருமையாய் சுவர்களில், கூரை முகட்டினில் போய் மோதியது ஒன்று. வீரிட்டுக் கத்துவதினின்றும் கஷ்டப்பட்டு தன்னை அடக்கிக் கொண்டாள் அரசி. பின்னால் தெளிவு வந்தது, அது குருட்டு வெளவால் தவிர வேறில்லையென்று.

சாமி சொன்னது: “பயணமொன்றைச் செய்ய வேண்டிவரும். தனியாகப் போ. தனியாகப் போனாலும் துணையோடு வருவதுபோல் அது மாறிவிடும். தனியாகவே போ. நன்மைகள் நடக்கும்.”

பவளம் பின்னால் ஒதுங்கி நின்றிருந்தாள். திகம்பரராயிருப்பார் சாமியார் என்ற பயம். அது இருள். இருளை விஞ்சியா நிர்வாணம்?

இனி தான் திரும்பலாமென்று எண்ணிக்கொண்டு திரும்ப முனைய, “நில்!” என அதிர்ந்தார் சாமி: “நான் உனக்கு இன்னும் விடை கொடுக்கவில்லை.”

சொல்ல வார்த்தைகளேதும் வாயில் வராது கை கூப்பினாள் அரசி. சுவாமி அதை அங்கீகரித்த தலையசைவு லேசாய்த் தெரிந்தது.

“அஞ்சு தலைமுறைகளாய்த் தொடரும் இந்த யோகர் பரம்பரை என்னோடு முடிந்துவிடும். இரண்டாயிரத்துக்குள் நான் சமாதியாகி விடுவேன். அதனால் இனி வாக்கருள மாட்டேன். எனக்கான சில காரியங்களை நான் செய்தாக வேண்டும். இங்கிருந்து புறப்பட்டு நல்லூர் போகிற எண்ணம். இல்லையேல் என் குரு சமாதியடைந்த கொழும்புத்துறை போவேன். அங்கே மௌனியாகி நிஷ்டை கூடுகிற எண்ணம். இனி எனக்கு இயக்கம் இல்லை. இரண்டாயிரமாம் ஆண்டின் இறுதியில் மகத்தான சோக சம்பவமொன்றை இந்தத் தீவு சந்திக்கும். அப்போது தீவு முழுக்க ஞான வெளிச்சம் அடிக்கும். ஆனால் அதைக் கண்டுகொள்ளும் மனிதர்கள் இருக்க மாட்டார்கள். முடிந்தால்.. அதைக் கண்டுகொள்ள முயற்சிசெய். அதைக் காண நான் இருக்க மாட்டேன். சரி, நீ போகலாம். ஓம் சக்தி.”

இருவரும் வெளியே நடந்தனர்.

“பவளமக்கா!” வெளியே நடந்துகொண்டிருக்கையில் அரசி அழைத்தாள்.

“என்ன?”

"நீங்களும் முன்னால வந்து நிண்டிருக்கலாம்..."

"எனக்குப் பயமாய் இருந்தது, அரசி."

"சுவாமி சொன்னதைக் கேட்டியளோ?"

"ம். இனிமேல் வாக்கருளமாட்டார் எண்டதைத்தானே? ம், கேட்டன்."

"நான்தான் அப்ப கடைசி ஆள். இப்பவே மௌன நிஷ்டையிருந்து இரண்டாயிரத்துக்குள்ள சமாதியாயிடப் போறார். ஏனக்கா, இதெல்லாம் நடக்குமா?"

"நடக்கும்."

மறுநாள் காலையில் அரசி நயினாதீவு புறப்பட்டாள்.

ஆனையிறவு, பூநகரி, பலாலி ராணுவ முகாங்களின் ஆயுத படை விஸ்தரிப்பை பலருமே தெரிந்திருந்தார்கள். சில அரசு சாரா நிறுவனப் பத்திரிகைகள் தெளிவாய் இந்த நிலைமையை வெளியிட்டிருந்தன. ஆனாலும் சாம்பசிவமும், மகனும், மனைவியும், பிள்ளைகளும்போல் ஓடுகிற முனைப்பு பெரும்பாலானவர்களிடத்தில் இல்லை. ஓடுவதென்றாலும் எங்கே ஓட? இருக்கிற வீட்டை, பிரயோசனம் தரும் வளவைவிட்டு ஓடி என்ன செய்வது? அதனால் அது அவர்களுடைய யுத்தமாக இருந்தது. பல்வேறு முரண்பாடுகளைத் தமக்குள்ளும், புலிகள் இயக்கத்தோடும் கொண்டிருந்த மாற்றியக்கங்கள் 'மாற்'றை அழித்துக்கொண்டு அரச சார்பு நிலைப்பாட்டில் 'வேற்'றியக்கங்களாகி இருந்தன. தமிழர் விடுதலைக் கூட்டணியினரின் குரல் தனித்துவமானதாய் இருந்தது. அதிலும் பிசிறுதட்டத் தொடங்கியிருந்ததை சிலர் கவனித்தனர். மாற்றியக்கங்களின் நாவிழந்த நிலை தவிர்க்க முடியாதது. அது அவர்களின் அரசியல் வெளியில் இருத்தலுக்கானது என்பது புரிந்துகொள்ளக் கூடியது. அதனாலேயே இன்னும் அந்த இயக்கங்களைச் சார்ந்த பலர் அரசின் மாத ஊதியம் பெற்றுக்கொண்டிருந்தார்களென்று கூறப்பட்டது.

தீவில் கால் பதித்ததும் இன்னும் வித்தியாசமான உணர்வொன்று அவளுள் கிளர்ந்தெழுந்தது.

அன்று அவள் ஒரு சாவுச் செய்தி சொல்லப் போய்க் கொண்டிருக்கிறாள். இருக்கிறாரென்று நினைத்துக் கொண்டிருக்கிறவரையில் ஒருவர் செத்துவிடுவதில்லைதான். அதுபோல் செத்துவிட்டார் என்று நினைத்துக்கொண்டிருக்கிறவரையில் ஒருவர் வாழ்வதுமில்லை. அவரவர் வாழ்க்கை அவரவர் கையில் இல்லை என்று சொல்லப்படுவதை ஒரு புரிதலில் இப்படியும் கொள்ளலாமோ? சுந்தரலிங்கம் செத்திருந்தார். தெரிந்தவர்களுக்கு அன்றே அவர் செத்தவர். அவளுக்கு அண்மையில்தான் செத்தார்.

அம்மனிடம்தான் முதலில் போனாள். இளங்குருக்கள் அன்போடு அவளை வரவேற்றார். தீபாராதனை காட்டிவர வணங்கிக்கொண்டு சொல்லிப் புறப்பட்டாள்.

அழிமானத்தில் சில வீடுகள் இருந்தன. அவற்றிலொன்று திரவியத்தினது.

திரவியம் கொழும்பில் நல்ல வேலையிலிருப்பதாக யார்மூலமோ கேள்விப்பட்டிருந்தாள். கடவுச் சீட்டு சம்பந்தமாய் போகவேண்டியிருந்ததால் விசாரித்து சந்திக்கவேண்டுமென்று எண்ணிக் கொண்டாள்.

நேசமலர் ரீச்சர் வீட்டு ஒழுங்கை வந்தது. 'பெரிய விலாச'மாக இருந்த ஆசிரியை, இப்போது விலாசமில்லாமல் போய்விட்டாள். ஏ.எல். வரை படித்து ஆசிரியையாய்த் தொழில் பார்த்தவள், என்ன இழவுக்கு வெளிநாட்டு ஆசை பிடித்து ஓடினாளென்று என்றோ ஒருநாள் அவளது பேச்சு எழுந்தபோது கந்தசாமியப்பா திட்டிய ஞாபகம் வந்தது. அவளும் அழிவின் ஓர் அடையாளம்தானே!

மேலே நடக்க சிறிது தூரத்தில் ராஜி வீடு வந்தது.

உள்ளே ஆள் இருப்பதற்கான அறிகுறி தெரிய நின்றாள். 'ஆராயிருக்கும்?' வேலுப்பிள்ளை காலமானபிறகு அது வெகுகாலம் பூட்டிக் கிடந்ததாய்த்தான் அவள் அறிந்திருந்தாள். ஒருவேளை யோகேஷ் என்கிற அவரது மகன் வந்திருக்கக்கூடுமோ என்றும் யோசனை ஓடியது.

வாசலில் நின்று அழைத்தாள்: "வீட்டுக்காறர் ..! வீட்டுக்காறர் ..!"

ஒரு வாலிபன். சுமாரான உயரத்தில். உரமேறிய உடலுடன். கூடத்துக்குள்ளிருந்து விறாந்தைக்கு வந்து எட்டிப் பார்த்தவன் அவளைக் கண்டுகொண்டு கிட்ட வந்தான். "என்ன வேணும்?"

"ஓ... சும்மாதான் கூப்பிட்டன். ஆக்களில்லாத வீடு, கதவு திறந்திருக்க... அதுதான் ஆரெண்டு பாக்கலாமெண்டு ..."

"நீங்கள் ஆர்?"

"மகேஸ்வரி எனக்கு மாமி முறை..."

"எப்பிடி?"

"சுதனுக்குத்தான் அவவின்ர மகனை ரிஜிஸ்ரர் பண்ணினது. சுதன்ர அக்கா நான் ..."

"ஓ!" அவனுக்கு அவளைப்பற்றி கேள்விப்பட்ட ஞாபகம் இருந்தது.

"அரசி ..?"

"ஓம்."

"நான் அவவின்ர அண்ணர் வேலுப்பிள்ளையின்ர மகன். யோகேஷ்."

"ஓ ..! நீங்கள் தொண்டமானாறுப் பக்கமெல்லோ?"

"ம். ஒப்பறேஷன் லிபறேஷன் நேரத்தில வீடு குண்டு வீச்சில நொறுங்கிப் போச்சு. அதோட இஞ்ச வந்தது. அய்யா போன பிறகு எனக்கும் ஒருத்தருமில்லை. சொந்தமெண்டு இருந்த சிலபேர் இப்ப

எங்கயெண்டும் தெரியாது.. எப்பவாவது இருந்திட்டு வந்து ஒண்டிரண்டு நாள் தங்கியிட்டுப் போவன். தீவுச் சுடலையிலதான் அம்மாவுக்கு கொள்ளி வைச்சன். இந்த வளவு மூலையில விறகடுக்கித்தான் அய்யாவை எரிச்சது. வாசல்லயே நிக்கிறியள். வாருங்கோவன் உள்ளை ...”

“இருக்கட்டும் ...”

“சும்மா வாருங்கோ. கச்சாயிலயிருந்து வாறியள் ... கொஞ்ச நேரம் காலாற இருந்திட்டுப் போங்கோ. இனியும் நடக்கத்தானே போறீங்கள் ...”

அவள் உள்ளே சென்றாள்.

யோகேஷ்! ... அவளால் இப்போது அந்தப் பெயரை நன்றாக ஞாபகங்கொள்ள முடிந்தது. அவன்தான் தொண்ணூற்றேழு மேயிலோ, ஜூனிலோ ராஜியை சென்னையிலிருந்து ராமேஸ்வரம் கூட்டிவந்தவன். பிறகும் ராஜி தங்கியிருந்தது அவனோடுதான். மகேஸ்வரியின் பழைய கடிதமொன்றில் அந்த விவரங்கள் தெரிவிக்கப்பட்டிருந்தன.

அவள் அவனோடு பேச இருக்கிறது.

விறாந்தையில் நாற்காலியேதும் இருக்கவில்லை. படியில் காலை வைத்தபடி திண்ணையில் அமர்ந்தாள்.

அவளே பேச்சைத் துவங்கினாள். பூர்வாங்கப் பேச்சின்றி ஒரு அவசரத்தில் பேசத் துவங்கியது போலிருந்தது அது. “நீர் என்ர தம்பி மாதிரி. ஒரு விஷயம் எனக்குத் தெரியவேணும். கேட்டால் தவறாய் நினைக்க மாட்டீரே?”

“வயசால மட்டுமில்லை, முறையாலயும் நீங்கள் எனக்கு அக்காதான் வரும். உறவுகளாய் நினைக்கிறதே பெரிய ஆனந்தம்தான். எனக்குக் கோபம் வராது. தாராளமாய்க் கேளுங்கோ.”

“ராஜிக்கும், சுதனுக்கும் கலியாண எழுத்து முடிஞ்சது, தம்பிக்கு ஏதோ ஒரு இயக்கத்தோட தொடர்பு வந்தது, இந்தியா போனது, பிறகு அங்கயிருந்து இயக்கத்தை விட்டிட்டு ஈரோப் போனது ... இப்ப அவன் பிரான்ஸில இருக்கிறான் ... எல்லாம் உமக்குத் தெரிஞ்சிருக்கும்.”

“தெரியும்” என்றான் அவன். இன்னும் சிரித்த முகம் மாறாமலே இருந்தான். ஆனாலும் கண்ணிமைகளில் ஒரு நெரிவு இருந்தது, அவள் செல்லக் கூடிய திசையின் எல்லை தெரியாமல்.

“ராஜிக்கும் எனக்கும் உறவை மீறின ஒரு சிநேகிதம் இருக்கு. சின்ன வயசில ஒண்டாய் விளையாடித் திரிஞ்சதால, ஒத்த கருத்துக்கள் இருக்கிறதால வந்த சிநேகிதம் அது. எப்பிடியெல்லாமோ வந்திருக்க வேண்டிய ஆள் அவ. இண்டைக்கு இப்பிடி எங்கேயோ அகதி முகாமில நிண்டு ... அகதி முகாமில நிக்கிறது கேவலமெண்ட அர்த்தத்தில நான் சொல்லேல்லை. எங்கடை விதிகளை நாங்கள் வெறுக்கலாமே தவிர, எங்கட நிலைமைகளையில்லை எண்டது எனக்குத் தெரியும்.”

“மெய்தான் அக்கா.”

"அதால ... முகாமில நிக்கிறது பற்றியில்லை. அதுக்கான என்ன நிர்ப்பந்தம் வந்தது எண்டதுதான் பிரச்சினை. அவ சுதனோட வெளிநாட்டுக்குப் போக மறுக்கிறா எண்டது மட்டும்தான் எனக்குத் தெரியும். அதுக்கான உண்மைக் காரணத்தைச் சொல்ல, அதைப்பற்றித் தெரிஞ்ச ஆக்கள் எனக்குக் கிடைக்கேல்லை. அந்த நிலைமை அவவின்ர பிடிவாதம், முன்கோபங்களாலதான் வந்ததெண்டாலும், அவவின்ர நடத்தையளுக்கு சரியான காரணமில்லாமல் இவ்வளவும் நடந்திருக்கேலாது. தனக்கு வரேலுமான பழியையும் மறந்து, அவவுக்கு ஏற்பட்ட மோசமான நிலைமை, அவவை அந்த மாதிரியெல்லாம் நடந்திருக்க நிச்சயமாய்த் தூண்டியிருக்கும்தான். எண்டாலும் அது மட்டுமே காரணமாயிருக்காது எண்டதுதான் என்ர எண்ணம். அவ குழம்பியிருந்த காலகட்டத்தில நீர் அவவோட நிண்டிருக்கிறீர். உமக்கு எதாவது இதைப்பற்றித் தெரிஞ்சிருக்க வேணும். வாற தைக்கு மேல இந்தியா போறன். அவவின்ர தாயார் சகோதரியெல்லாம் கனடாவிலயிருந்து வாறதாயிருக்கினம். அப்ப இந்தப் பேச்சு கண்டிப்பாய் வராமல் போகாது. உமக்குத் தெரிஞ்ச விஷயங்களைச் சொன்னால், மேலை என்ன செய்யலாமெண்டதை யோசிக்கிறதுக்கு எங்களுக்கு உதவியாயிருக்கும்."

சற்றே முன்வளைந்து அவனை ஊடுருவிப் பார்த்தபடி அவள் அவ்வளவற்றையும் சொல்லி முடித்தாள். எந்தவொரு உள்ளுணர்வும் அவதானிப்பில் தவறி ஓடிவிடாத அத்தனை அவதானம் இருந்தது. அவளது தீக்ஷண்யத்தை எதிர்கொள்ள முடியாது அவன் அவ்வப்போது தலைகுனிந்தான்.

அரசிக்கு அவனால் உதவி செய்யமுடியும். ஆனால் எவ்வளவு என்பதுதான் வரையறை செய்யப்பட முடியாததாய் இருந்தது. அவனால் எல்லாவற்றையும் சொல்லிவிட முடியாது. அவளோடான கடைசி நாளிரவின் தொடர்பை, எவரோடுமான உறவின் முறிப்பாகவே அவள் ஆக்கிக் கொண்டிருந்ததை அவன் புரிந்தவன். அது, அரசி கேட்கக்கூடிய விஷயத்தின் ஆதாரமாக அமையக் கூடியது. ஆனாலும் அதை அவனால் சொல்லிவிட முடியுமா?

அரசியின் முயற்சியும் முக்கியமானதுதான். உள்ளன்புடையோரின் அதுமாதிரியான நன்முயற்சிகளை அவன் நிராகரிக்கக் காரணமில்லை. அவள் பற்றிய நினைவுகள் அவனுக்கு அப்போது தவனம் கடந்தவை. ஓர் ஆராதனையளவுக்கே அவை மாறிப் போய்க்கொண்டிருந்தன. அவனது ஆழ் கவனங்கள் வேறிடத்தில் குவிவு பெற்றிருந்தன. மறவ உயிர்ப்புக்கள் அவனுக்கு. அவன் கடலோடி. அதையே தொழிலாய்க் கொண்டிராத குடும்பமானாலும் கடல் வித்தைகள் அவனுக்கு அற்புதமாய்ப் பயிலவந்தன. நவீன பயிற்று முறைகள், உபகரணங்களின் புழக்கம் எல்லாம் நடைமுறைக்கு வந்திருப்பினும், அவனது நிபுணத்துவம் இன்னொருவரால் அடையப்பட முடியாதது. கடல் அன்னை அவனை மட்டுமே தன் நெஞ்செல்லாம் அளைந்து விளையாடி மடிதவழ இடமளித்தாள். ஆனாலும் அவனுக்குள் ஒரு சோர்வு அடிக்கடி வந்தது. அவன் இன்னும் உதவும் வெளிமனிதன் என்ற அளவிலேயே இயக்கத்தில்

இருந்து கொண்டிருந்தான். அவன் மகா சிரமங்களை மேற்கொண்டான். மிக்க துணிச்சலோடு அற்புதமான காரியங்களை நடத்திக் காட்டினான். யார் சொல்லியுமில்லாமல் தன் புகைப் பழக்கத்தைத் தானாகவே நிறுத்தினான். இருந்தும்... அவன் எட்ட முடிந்த எல்லை அதுவாகவே இருந்தது.

அவளுக்காகவே அந்த நிலைமையை அவன் தனது சங்கற்பமாக்கியவன். அந்த உறவை ஊறுபடுத்துகிற எண்ணம் அவனுக்கில்லை. அவர்கள் தங்களுக்குள் அந்நியர்களாகிப் போனார்கள்போல, பிறத்தியாரளவிலும் இருப்பதுதான் நல்லது.

அவன் தீர்மானமெடுக்கவும் அவள் குரல் எழுந்தது. "என்ன தம்பி பேசாமலிருக்கிறீர் ?"

அவன் இலேசாகச் சிரித்தான். பின் சொன்னான்: "எண்பத்தேழில ராஜியைக் கூட்டிக்கொண்டு சென்னையிலயிருந்து தஞ்சாவூர் வரேக்கயிருந்த நிலைமையிலயோ, பிறகு நாலு வருஷத்துக்குப் பிறகு ஒருமுறை சந்திக்கேக்கயிருந்த நிலைமையிலயோ நான் இப்ப இல்லை. என்ர ஈடுபாடு என்னவெண்டது உங்களுக்குக் கொஞ்சமாவது தெரிஞ் சிருக்கும். நான் கடல் மறவன். கடல் என்ர இயங்கு தளம். என்ர முடிவும் கடலம்மா மடியிலயே இருக்க வேணுமெண்டதுதான் என்ர வேண்டுதல் – பிரார்த்தனை – எல்லாம். மற்றவையின்ர நன்மையைக் கருதி சில விஷயங்களை நான் சொல்லாமல் விட்டாலும், பொய் சொல்லியிட மாட்டன். இதை நீங்கள் தாராளமாய் நம்பலாம்."

அவள் மௌனமாயிருந்தாள்.

"அவ குறிப்பிட்டு இதுதான் எண்டோ, குறிப்பிட்டு இன்னாரைப் பற்றியெண்டோ எதுவும் சொன்னதா எனக்கு ஞாபகமில்லை. அப்பப்ப சொன்ன அரைகுறைப் பேச்சிலயிருந்து என்னால ஒரு தீர்மானத்துக்கு வரமுடிஞ்சுது. அதைச் சொன்னா உங்கட மனம் நோகும்.."

"என்னைப்பற்றி நீர் யோசிக்க வேண்டாம். என்ர மனம் எந்த அதிர்ச்சியையும் தாங்கும். எனக்கு உண்மை தெரிஞ்சாச் சரி. சொல்லும்."

அவன் அப்போதும் தயங்கினான். அவள் மேலும் வற்புறுத்த, "ஒரு தவறு செய்திட்டமெண்ட மன உளைவுதான் அவவைச் சந்திச்ச ஒவ்வொரு முறையிலும் நான் அவவிட்டக் கண்டது. சுதனை தான் விரும்பியிருக்கக்குடாது, அந்தக் கல்யாணத்துக்கு சம்மதிச்சிருக்கக்குடாதெண்டு அவ அந்த நாட்களில அடிக்கடி சொல்லிக் கொண்டிருந்தா ..."

அவன் குனிந்து அவள் முகத்தைப் பார்த்தான்.

"நீர் சொல்லும், நான் கேட்டுக் கொண்டுதான் இருக்கிறன்" என்றாள் அவள்.

"அவவே உருக்குலைஞ்சு போயிருந்தா. அப்ப சுதன் ஷீலாவைக் கூட்டிக்கொண்டு போன விஷயம் எல்லாம் தெரியும். அந்த உடைவு அதுக்கானதில்லை. அவ ஏமாறினது, சுதன்ர உள் வாழ்க்கை

சம்பந்தமானது. ஒரு தருணத்தில அந்த உறவு இனி எந்தக் காரணம் கொண்டும் தொடர்ந்திடக் கூடாதெண்டு வலு திண்ணமாயிருந்தா.”

“அப்படியெண்டால் . . . அவ பழைய வாழ்க்கையை இனிமேல் விரும்பமாட்டா எண்டு சொல்லுறீரா?”

“அப்படித் தீர்மானமாய்ச் சொல்லுறது கஷ்ரம்.”

அவள் மெல்ல, “ம்” என்றாள்.

அவன் தனக்கேபோன்ற குரலில் சொன்னான்: “நதியின்ர போக்கு தீர்மானிக்கப்பட்டது. விதியின்ர போக்கும் ஓரளவு முன் தீர்மானிக்கப்பட்டதுதான். மனம்தானே போக்கில்லாத காற்றாய் அலையுது.”

அவள் ஆச்சரியத்தோடு அவனைப் பார்த்தாள்.

அவன் நிலை தளும்பிவிட்டிருந்தது தெரிந்தது.

“நான் நாலு வருஷத்துக்கு முன்னம்வரை ஒரு சாதாரண மனிசனாய் வாழுற ஆசையோட இருந்தன். பிறகுதான் மாவீரனாய் மடிய நான் முடிவெடுத்தது. ராஜிக்காகத்தான் அப்படி முடிவெடுத்தன்.”

“ராஜிக்காக ஏன்?”

“ஏனெண்டு கேட்டால் என்ன சொல்லுறது, அக்கா? ஒரு பிரியம்... ஒரு பரிவு... ஒரு அர்ப்பணம்... இப்பிடித்தான் சொல்லலாம்...”

அவளுக்கு அந்தப் பதில் புதிராயிருந்தது. இன்னும் . . . எதையோ யூகிக்கலாம் போலவும் இருந்தது. ஆனால் அதிக நேரம் அவளால் அந்த முனைப்பில் இருக்க முடியவில்லை. அவனது தோற்றம் அந்த நேரத்தில் அவளை அச்சப்பட வைத்தது.

அவனும் நிலைமைக்குத் திரும்பி சந்தோஷமாக உரையாடினான். ஒருபோது அவன் சொன்னான்: “கூட்டணிச் சுந்தரம், சுந்தரலிங்கம் ரண்டுபேரையும் வேறவேற ஆளாய் எண்ணிக் கொஞ்சக் காலமாய்க் குழம்பிக்கொண்டிருந்தனான், அக்கா.”

“இப்ப ஒரு ஆளெண்டது தெரியுமோ?”

“தெரியும்.”

“உண்மையில... இப்ப அவர் ஒரு ஆளாயுமில்லை”

அவன், “விளங்கேல்லையே!” என்றான்.

“அய்யா இப்ப உயிரோட இல்லை.”

“ஓ...”

“அவர் செத்த சாவை நினைச்சால் பெரிய துன்பம்தான் இப்பவும். அவர் செத்தும் கிட்டத்தட்ட ரண்டு மூண்டு வருஷமாகுது. இந்தியாவில நடந்த சாவு எனக்கு ரண்டு, மூண்டு மாசத்துக்கு முந்தித்தான் தெரியும். இது தெரியாமல் அய்யாவைப் பாக்கிறதுக்கெண்டு அம்மா இந்தியா

போய் ஒண்டரை வருஷம். அம்மா இந்தத் துக்கத்தை அறிஞ்சு எப்படித் துடிச்சாவோ? எவ்வளவு பாதிக்கப்பட்டாவோ? எல்லாம் நினைச்சா உடம்பே நெருப்பாய் எரியுது. அய்யா வாழ்க்கைகூட நிம்மதியாய், நிறைவாய் வாழ்ந்திருக்க மாட்டார், தம்பி. கையில மணிக்கூடுகூட இல்லை. அய்யா சைக்கிள் ஓடி நான் பாத்ததில்லை. கட்சியள் அப்பப்ப பாத யாத்ரையள் நடத்தியிருக்கு. அவருக்கோ தினசரி பாத யாத்திரையாய்த்தான் இருந்தது. அய்யா, மகேஸ்வரி மாமியைக் கூட்டிக்கொண்டு போகத்தான் இந்தியா போனவர். பிறகு ஏன் திரும்பி வராமல் நிண்டார் எண்டு எனக்குத் தெரியேல்லை. ஆஸ்பத்திரியில கிடந்து ... இதய வருத்தமெண்டு பேஸ்மேக்கர் பொருத்தி ... இப்பிடி நோயாலதான் அவர் செத்திருக்கிறார். எண்டாலும் அந்தச் சாவை அவர் விரும்பி... வேண்டி ஏற்றுக்கொண்டு செத்ததாய்த்தான் எனக்குத் தெரியுது. அது ஒரு மர்மம். நான் போற நேரத்தில இதைப் பற்றியும் விசாரிப்பன்.”

காற்றும் சலனம் அழிந்து நின்றதுபோல் இருந்தது.

சிறிது நேரத்தில் யோகேஷ் சொன்னான்: “தமிழர் இழக்கிற காலமாயிருக்கு இது. எந்தெந்த வகையிலயோ இந்த இழப்புகள். இந்த இழப்புகளுக்கெல்லாம் ஒரு நியாயம் எங்களுக்கு நிச்சயம் கிடைக்கும், அக்கா. கவலைப்படாதயுங்கோ.”

அவள் விடைபெற எழுந்தாள்.

மாலை முதிர்ந்திருந்தது.

14

முந்திய இரவு பூரா மழை பெய்திருந்தது. அப்பப்போ மேக மோதல்கள் கேட்டன. மின்னல்களும் பளீரிட்டன. விடிந்த பூமியில் ஒரு சோம்பல் கவிந்திருந்தது. ஒரு மர்மமான இருள் மூட்டம். ஐப்பசியில் அது சகஜம். ஆனாலும் அந்த மன மம்மர் அரசிக்குப் புதுமையானது.

அவள் அன்று தோட்டத்துக்குப் போனபோது வழக்கத்தை விட தாமதம்.

அது வளவுகள் மாதிரியான நான்கு பக்க வேலிகளையுடைய தோட்டம். கரை நெடுக தென்னைகள் நின்றிருந்தன. இடையிடையே மாவும் பலாவும் தீன் முருங்கைகளும். மத்தியில் பொட்டல் பொட்டலாய் இரண்டு வெளிகள். ஒரு பொட்டலில் பந்தல் கொடிகளான பாகல், புடோல் என்று படர்ந்திருந்தன. அடுத்த பொட்டலில் ஐநூறு பாத்தியளவு மிளகாய்ச் செடி. மேட்டு நிலமானபடியால் மாரிக்கும் தாக்குப் பிடித்து நின்று காய்க்கும். பச்சை மிளகாய் பவுண் விலை விற்கக்கூடிய மாரிகாலத்தில் நம்பிக்கையோடு சிறிது பணவரவைக் காட்டக்கூடிய செல்வப் பயிர் அது. பாதிப் பகுதி இன்னும் சாறக் கிடந்தது. அன்றைக்கு எதுவும் செய்கிறமாதிரி இல்லை அவளுக்கு. வீட்டுக்கு விலக்கமாகும் நாளைக் கணக்குப்போட்டுப் பார்த்தாள். அன்றோ மறுநாளோதான் கணக்காகியது.

அம்பலவி மாவுக்குக் கீழேயிருந்த கல்லிலே போய்க் குந்தினாள். திடீரென முழக்கம்போல் தூரத்தே ஒரு அதிர்வு. ஆனையிறவு பூநகரிப் பக்கமாய் இருக்க வேண்டும். பிறகு அது முழக்கமா என்ற சந்தேகம் எழுந்தது.

பவளம் வந்தாள். சோர்வோடு அமர்ந்தாள். "வலிகாமம் பகுதியிலயிருந்து சனமெல்லாம் வெளிக்கிடத் துவங்கியிட்டுதுகளாம்."

"என்னக்கா கதை?"

"பெடியளே எல்லாரையும் ஒட்டுமொத்தமாய் ஊரைவிட்டு வெளிக்கிடச் சொல்லியிட்டாங்களாம்."

'அம்மாளே!'

வலிகாமத்தில் ஐந்து லட்சம் பேர்களாவது இருப்பர். அத்தனை பேரும் வெளியேறிக் கொண்டிருக்கிறார்கள். அதைக் கற்பனைகூடச் செய்யமுடியாமல் நடுங்கினாள் அரசி. உடைமையழிவுகள், களவுகள், மனப் பாதிப்புகள், கௌரவச் சிதைவுகள் ...

இருவரும் இரண்டு சிலைகளாய் மவுனத்தில்.

மழை தூறியது.

சகதிபட்டு வீதிகள்.

எங்கோ தொலை வடக்கில் குழந்தைகள், முதியோர், பெண்கள், ஆண்கள் இன்னும்... ஆடு, மாடு, கோழிகள், நாய்கள்கூட தென்புலம்நோக்கி நகர்ந்து கொண்டிருந்த மகாதுயர் நிகழ்ந்து கொண்டிருந்தது.

தலைகளில், சைக்கிள்களில், வண்டிகளில், வான்களில் சாமான் பொதிகளுடன் திசைமட்டும் தெரிந்த ஒரு பாழ் நோக்கி ஒரு புலப் பெயர்வு.

சரித்திரம் நவீன காலத்தின் ஒரு மகா புலப்பெயர்வை அப்போதுதான் முதன்முதலாய்ச் சந்திக்கிறது.

யாழ்ப்பாணத்தானுக்கு நிலம், வீடு யாவும் வாழ்வின் ஆதாரங்கள். அதில் கட்டுண்டு எழும்பியதுதான் அவனது கலாசாரம். மொழியாய் மதமாய் உறைந்து உறைந்து அவனது வாழ்வு ஒரு கட்டுதிட்டத்துக்குள்ளானது அப்படித்தான். கிடுகுவேலிக் கலாசாரமென்பது பெண்களதை மட்டுமல்ல, ஆண்களது ஒழுகலாற்றையும் வடிவம் செய்தது. கிழக்கிலங்கையும், மலையகமும் கல்வி விஸ்தரிப்புத் தேவைப்படும் தமிழ்க் களங்களாய் வெகு காலமாய் இருந்து கொண்டிருந்தன. அதேநேரத்தில் உபாத்தியாயர்களை உற்பத்தி செய்யும் விளைநிலமாயிருந்தது யாழ்ப்பாணம். ஆயினும்

கல்வித் தேவையால் கருகிக்கொண்டிருந்த வெளிமாகாணத் தமிழ்ச் சமூகத்தைக்கூட நிலம், வீடு என்ற தன் வளையத்தைவிட்டு விலக என்றும் விருப்பப்படாத யாழ்ப்பாணத்தான் திரஸ்காரம் பண்ணினான். ஒரு அகல்விரிவான தமிழ்மொழிப் பரப்பு உருவாகாமல் போனது அந்த நிலம், வீடு என்கிற வாழ்வியற் கட்டுமானம் காரணமாய்த்தான்.

அப்போது தவிர்க்க முடியாதபடிக்கு ராஜியின் நினைப்பு வந்தது அரசிக்கு.

ராஜிக்கு அந்த உறைப்பு இருந்தது. தான் தீவாளென்று ஒதுக்கப்படுகிறதை மிக நுண்மையாய் உணரக்கூடிய இடங்களிலும் அவள் சீறினாள். இன்று அந்த மாதிரியான புவி வரையறுப்புகள் சிறுத்திருக்கின்றன. இந்த இனத்தின் கலாசாரக் கட்டு இந்தப் புலப் பெயர்வில் உடைந்து சிதறுமா?

யாதும் ஊரே. எந்தத் தமிழனின் மந்திரம் இது? நிலம், வீடு என்று ஒரு குறுகிய வட்டத்துள் சுழித்துக்கொண்டு கிடந்த நடுத்தர நிறமும், நடுத்தர உயரமும், நடுத்தர உடற் கட்டமைப்பும் கொண்ட ஓரினத்தின் எதிர்நிலை விருப்பமா அது?

மனித நாசம்... மனித நாசம்... காட்சி விரித்தது என்று அன்று எழுதியிருந்தாளே ராகினி, அந்த மனித நாசம்தானே அப்போதும் விளைந்து கொண்டிருப்பது!

1997

15

சுமார் ஒரு லட்சம் அகதிகள் வன்னிக் காடுகளில் எதுவித வசதிகளும் அற்றவர்களாய் வருந்துவதை செஞ்சிலுவைச் சங்கம் எடுத்துக் காட்டியிருந்தது. தொண்ணூற்றைந்தின் மகாசோகம் தொண்ணூற்றேழிலும் தொடர்ந்து கொண்டிருக்கிறது.

அப்போது மாசி பிறந்திருந்தது. பனி இளவெய்யிலுக்கு காற்று இதமாக வீசியது. ஆனாலும் அது இயல்பான சுகம் செய்யவில்லை அவர்களுக்கு. பசி வந்தது; உண்ண எதுவோ கிடைத்தது. ஒருபொழுது இல்லாவிட்டால் இன்னொரு பொழுது கிடைத்தது. தூக்கம் வந்தது; எப்படியோ தூங்கினார்கள். ஆனால் அவர்கள் மனத்தின் அவலமும், அவமானமும், மரணத்தின் முன்னிலை தந்த அதிர்வும் எந்த இடத்திலும், எப்போதும் குறைந்திருக்கவில்லை.

செல்லா இப்போது மிருசுவிலில் இல்லை.

அவளின் மகளும் பிள்ளைகளும் புருசனும் பண்டத்தரிப்பிலிருந்து புலம் பெயர்ந்து அங்கேதான் ஓடிவந்திருந்தார்கள்.

அவளது செத்த வீட்டுக்குக்குக்கூட அந்த வீட்டு வாசலில் இனி காலடி வைக்கமாட்டேனென்று சொல்லிச் சென்றவன் தனசேகரன். அந்தரமுற்றபோது அங்கேதான் ஓடிவந்தான். அவர்களின் மூத்த மகளுக்குக் கல்யாணம் ஆனதுகூட செல்லாவுக்குத் தெரியாது. அப்போது அது தாலியை அறுத்துவிட்டு நின்றிருந்தது. ஆனாலும் கறுப்புப் பொட்டு வைத்துக்கொண்டு ஒரு கனவைக் கண்களில் தேக்கியிருந்தது. மோட்டார் சைக்கிளில் வரும் தேவகுமாரனை இனி அவள் தேடாமலிருக்கலாம். ஆனாலும் ஒரு தேவகுமாரன் தேவையல்லவா வாழ்வுக்கு? உடம்பில் துளிர்த்தெழுந்த உணர்வுச் சிறகுகளின் அசைப்பில்தானே மோட்டார்ச் சைக்கிள் கண்ணா வந்து ஆதரவு தந்தது? குழந்தையொன்று உருவாகி, பின் காரணமே தெரியாமல் ஒரு வயிற்று

வலியோடு நாலாம் மாதத்தில் கரைந்து போனது. தேவர்கள் மரணம் கடந்தவர்களென்று சொல்வார்கள். குண்டடிபட்டால் சாகக்கூடுமோ? அவளது தேவகுமாரன் செத்தது அப்படித்தான். அதில் வெட்கம் என்னவென்றால், தந்திக் கம்பத்திலே கட்டிவைத்து சுட்டுவிட்டார்கள் என்பதுதான். 'சாமத்தியம்' அடைகிற வயதில் அவள் தங்கை நேசம். எலிபோல நடுங்கி மெலிந்து சருகாக அவளுக்கும் இளைய ராகுலன்.

பார்த்ததும் கண் கலங்கிப்போனாள் செல்லா. பேரர்களை வாரியெடுத்து அணைத்துக்கொண்டு அழுதாள்.

"வாருங்கோ உள்ள" என்ற பிறகு நெடுஞ்சாண் கிடையாக காலில் விழுந்தான் தனசேகரன்.

யாழ்ப்பாணம் முழுவதும் ராணுவத்தின் வசமாகியிருந்தது. ரிவிரச ராணுவ நடவடிக்கை முற்றுப்பெற்றது. வேற்று நாடொன்றைக் கைப்பற்றியதுபோல ராணுவ அமைச்சர் வந்து யாழ். கோட்டை முன்னாலுள்ள மேயர் துரையப்பா விளையாட்டரங்கில் ராணுவம் அணிவகுத்து நிற்க சிறீலங்காக் கொடியை ஏற்றிவைத்தார். அதன்கீழே, தமிழரின் அடையாளமாக நல்லூர் ராஜதானிக் காலத்து அரச சின்னமான நந்திக்கொடி பறக்கவிடப்பட்டது.

எல்லாவற்றையும் அறிந்து புலம்பிக்கொண்டென்றாலும் அங்கேதான் இருந்துகொண்டிருந்தாள் செல்லா. ஆனால் மேலும் மேலுமாய் அகதியான மக்களின் வன்னி நோக்கிய நகர்வு அவளை யோசிக்க வைத்துவிட்டது. தென்மராட்சியிலும் ராணுவத் தாக்குதல்கள் இருந்தனவாம். அது அங்கிருந்து வன்னிக்குப் புலம்பெயரும் மக்களை அங்கேயே தங்கவைக்க எடுத்த முயற்சியாக மேற்கொள்ளப்பட்டதாயினும், அதுவரை தனித் தீவுபோல் துண்டு துண்டானதும் நீர்நிலை சூழ்ந்ததுமான நிலவமைப்புக் காரணமாய் தாக்கப்படாதிருந்த தென்மராட்சியின் மீதான தாக்குதல், அங்குள்ள மக்களை வேகமாகப் புலம்பெயரவே தூண்டிவிட்டது. எந்த நிமிடத்திலும் ஆனையிறவிலிருந்த பதினாயிரம் ராணுவமும் முன்னேறி வந்து இன்னும் புலிகளின் கட்டுப்பாட்டிலிருந்த பகுதிகளை மீட்க முயற்சிக்கலாமென்ற அச்சம் ஒவ்வொருவரையுமே துடிக்க வைத்துக்கொண்டிருந்தது. ஆனையிறவிலிருந்து படை புறப்பட்டால் முதலில் பளை, அடுத்து எழுதுமட்டுவாள், பின்னால் மிருசுவில்தான்.

இந்த நிலையில்தான் கொலன்னாவ எண்ணெய்க் குத தீப்புகையில் கொழும்பு மூடுண்டுவிட்டதென்ற செய்தி வந்தது. செல்லா அதற்கு மேலே தாமதிக்கவில்லை. ஆனையிறவிலிருந்து படை நகர்ச்சி இனி தடுக்க முடியாதது என்றே அவள் தீர்மானித்துக் கொண்டாள். 'நாங்களும் வன்னிக்குப் போயிடுவம். முரசுமோட்டையில தவராசன் இருக்கிறான். அங்கயே போவம்' என்று விட்டாள்.

முரசுமோட்டையில் ஒரு காலைநேர இளவெய்யிலில் காய்ந்தபடி செல்லா தனக்குள்ளே ஏதோவெல்லாம் எண்ணிக்கொண்டிருந்தாள். ஏறக்குறைய அவள் அங்கே வந்த நாளிலிருந்து அப்படித்தான். தவராசன் போனவாரம் தென்மராட்சி போய் வந்ததிலிருந்து அது சற்று அதிகம்.

‘கதவு, ஜன்னல், நிலை, கேற்றை மட்டுமில்லை மாமி, கிணத்துத் துலாவையுமெல்லெ கழட்டி எடுத்துக்கொண்டு போட்டாங்கள்’ என்று அவள் வீட்டு நிலபரம் சொல்லாதிருந்திருந்தால் செல்லா அந்தமாதிரி ஆகாமல் இருந்திருக்கலாம்.

அவள் குருவி சேர்ப்பதுபோல் சேர்த்துக் கட்டிய வீடு அது. அதற்கொரு சரித்திரமே இருந்தது. அது விடாப்பிடியான உழைப்பு, தளராத நம்பிக்கை... இவற்றின் மேல் எழுந்திருந்தது.

மகள் வந்தாள். “என்னம்மா இது? இப்பிடிப் போற போற இடங்களிலயே யோசிச்சுக் கொண்டிருக்கிறியள்?” மௌனம் பதிலாகத் தொடர, “இப்பிடியெண்டால் நீங்கள் வராமலே நிண்டிருக்கலாம். நாங்கள் எப்பிடியோ... எங்கயோ போய்ச் சேந்திருப்பம்” என்றாள்.

“நானென்ன செய்யட்டும், திலகம்? நேசமும், உவன் ராகுலனும் படுகிற அவஸ்தையைப் பாத்து தாங்க ஏலாமல் வெளிக்கிட்டன்.”

“அப்ப வருத்தப்படாமலிருங்கோ. அதுகளைக் காப்பாத்துறதெண்டால் வீட்டை விட்டுத்தான் வரவேணும். நாங்கள் மட்டுமே அப்பிடி, லட்சம் சனம் வந்திருக்கு.”

“இருக்கட்டும். ஆனா அந்த வீட்டை நான் கட்டின அருமை.. ஏன், உனக்குத் தெரியும்தானே?”

“தெரியுமம்மா. நான், இவர், பிள்ளையளெல்லாம் அப்ப அங்கதானே இருந்தம். அத்திவாரம் வெட்டினியள், கல்லுச் சுமந்தியள், மண் சுமந்தியள்... சுவரெழுப்பி ஓடு போடுற மட்டும் ஒரு கூலியாய் நிண்டு வேலை செய்தியள்...”

செல்லாவின் கண்களில் நீர் திரையிட்டது. “அப்பிடிப் பாடுபட்டுக் கட்டின வீட்டை விட்டிட்டிருக்கிறதெண்டால்... நெஞ்சு எப்பிடி வேகும்? யோசிச்சுப் பார்.”

“எங்கட எல்லாக் கஷ்ரத்துக்கும் ஒரு முடிவு வருமம்மா. நாங்கள் திரும்பிப்போய் எங்கட வீடுகளில இருந்து வாழுற காலம் வரும், இருந்துபாருங்கோ.”

“எனக்கு அந்த நம்பிக்கையில்லை, திலகம். இவ்வளவு அடி வாங்கின பிறகு, பெடியளால இனி யாழ்ப்பாணத்தைப் பிடிக்க ஏலுமெண்டு நான் நம்பேல்லை.”

“ஏலுமம்மா. அவங்கள் எப்பவும் அப்பிடித்தானே. இந்தியப் படை வந்தநேரத்திலையும் அப்பிடித்தானே செய்தாங்கள். அந்த நம்பிக்கை எனக்கு இன்னும் இருக்கிறதாலதான் ராணுவம் வந்து மீளக் குடியமரச் சொல்லிக் கேட்டும் பண்டத்தரிப்புக்குப் போகாமல் இன்னும் இஞ்சயே இருக்கிறன். ஆமி அடிச்ச அடியில உடுத்த துணியோட ஓடிவந்த கேவலத்தை எப்பிடி மறக்கிறது?”

“தனசேகரத்தின்ர தம்பியார் ஒருத்தன் இயக்கத்திலயெல்லே இருக்கிறான்?”

“ரண்டுபேர் இருக்கிறாங்கள்.”

“அதுதான் நீ விட்டுக் குடுக்காமல் பேசுறாய். வெற்றியும் தோல்வியும் மாறிமாறித்தான் வந்துகொண்டிருக்கு. பெடியள் அடிச்சா ஆமி ஓடுறதும்... ஆமி அடிச்சா பெடியள் ஓடுறதும் ...”

“யுத்தமெண்டால் அப்பிடித்தானம்மா ...”

செல்லா பேசவில்லை.

16

திடீரென்று எதற்காக அப்படி சலம் சலமாக வியர்க்கத் துவங்கிற்றென்று அவனுக்குத் தெரியவில்லை. அது கோடையின் முதல் வெப்ப எறியங்களைப் படரவிட்டிருந்த காலப் பகுதிதான்.

படுத்திருந்துகொண்டு அந்தச் சிறிய ஜன்னலூடு பார்க்க மேக வீதியில் உலா புறப்பட்டிருந்த நிலா தெரிந்தது. கொஞ்சம் நசுங்கிப் போன சருவப் பானை போன்றதாய் பூரணத்துக்கு ஒரு கலை குறைந்திருந்த நிலா அது. கடந்த சில நாட்களாக... வாரங்களாக என்றும் சொல்லலாம்... இரவுகள் அவனுக்குச் சுலபமாகக் கழிகின்றனவில்லை. நெடுநேரம் விழித்திருந்து, பின் லயிற்றை அணைத்துவிட்டுப் படுத்தாலும் தூக்கம் வர பிடிவாதமாயே மறுத்துக்கொண்டிருந்தது. ஸ்தூலமான இன்மை அவன் கொழும்பு வந்த ஆரம்ப காலங்களில் அவ்வளவாக இல்லாதிருந்தது. புதிய சூழ்நிலைமையின், புதிய கவலையின் காரணமாய் சுவர்ணாவின் நினைப்பு மனமூலையில் ஒதுங்கியிருந்தது. இப்போது அப்படியில்லை. சரீரார்த்தமாய் அவளது இன்மையை அவன் அடிக்கடி உணர்கிறான். அபயனே அவன் தோளுயரத்துக்கு வளர்ந்து விட்டிருந்தான். மேகலை சுவர்ணா நிறத்தில் அவனது அம்மா வடிவில் வளர்ந்து கொண்டிருந்தாள். துணுக்காய் போய்ப் பார்க்கிற போதெல்லாம் மெய்சிலிர்த்துப் போகிறது அவனுக்கு. இருந்தும் அவற்றையெல்லாம் மறக்கச் செய்துகொண்டு புணர்ச்சி விழைச்சு மெய்யுள் பெருகுகிறது. சிவாவுக்கு அவனைவிட இரண்டு மூன்று வயதுகள் குறைவு. இன்னும்தான் கல்யாணம் ஆகவில்லை. அவ்வப்போது ஊர் சுற்றப்போய்விடுகிறான். சில இரவுகளில் காணாமலும் போய் விடுகிறான். றால் பக்கிங் பக்டரியில் வேலை செய்கிற கெலின் என்ற பெண்ணை மோட்டார்ச் சைக்கிளில் ஏற்றிக்கொண்டு திரிகிறான். அவன் எங்கே போக?

நிலா சிலவேளை கொடுமைப்படுத்துகிறதுதான். இரவில் வவுனியா வீட்டின் இருண்ட விறாந்தையில் பக்கம் பக்கமாய்ப் படுத்திருந்து, வான் மறைத்த மாமர தென்னை மர திரைகளினூடாய் அவ்வப்போது தலைகாட்டும் நிலா பார்த்தபடி, அது முகங்களில் விழுத்தும் வெளிச்சப் புள்ளிகளுக்குக் குதூகலித்து எவ்வளவு பேச்சுகள். ரஸம் ததும்ப, எத்தனை தாடனங்கள்! என்னமாதிரி அணைப்புக்கள், உறவுகள்!

இரவுபாதைகளின் பாதிப்புப்போல் பகலில் ஒரு மந்தம் இருந்து வந்தது. சமீப நாட்களில் பகல் உற்சாகமாகவே கழிந்து கொண்டிருக்கின்றது. அப்போது அலுவலக வேலைகளிலிருந்து அனில் ஓரளவு ஒதுங்கியிருந்தார்.

'இனப் பிரச்சினை மீதான தீர்வுகளின் அணுகுமுறை குறித்து: சரிகளும் தவறுகளும்' என்ற தலைப்பில் (Rights and Wrongs) அவர் நூலொன்று எழுதிக்கொண்டிருந்தார். அது ஏறக்குறைய தீர்வுப் பொதியை மறைமுகமாய் விமர்சித்து எழுதப்பட்டதுதான். கூடுதலாக, முந்திய ஒப்பந்தங்களிலுள்ள விடுபடுதல்களை, அவற்றின் தோல்விகளை அது ஆய்ந்தது. ஆங்கிலம், தமிழ், சிங்களம் ஆகிய மும்மொழிகளிலும் ஒரே நேரத்தில் அதை வெளியிட விருப்பங்கொண்டிருந்தார் அனில். தமிழ் மொழிபெயர்ப்பைச் செய்யச் சொல்லி திரவியத்தைக் கேட்டிருந்தார். சிங்கள மொழிபெயர்ப்பு வேலையை அனில் தன் நண்பர் அனுர விக்கிரமசிங்க என்பவரிடம் ஒப்படைத்திருந்தார். ஆங்கிலத்தில் மூலம் எழுதப்பட்டுக்கொண்டிருந்தது. சிலவேளை திரவியத்தைக் கூப்பிட்டு முரணாகத் தெரியும் சில பகுதிகளை அவனுக்கு வாசிக்கக் கொடுத்து அவனிடம் அபிப்பிராயம் கேட்பார். இத்தியாதி காரணங்களால் இடையே விழுந்திருந்த சோர்வு மறைந்திருந்தது.

அது ஒரு செவ்வாய்க் கிழமை.

சிவா லொறியில் வவுனியா போயிருந்தான்.

அன்று செய்திகளைத் தொகுத்து தொலைநகலில் அனுப்பிவிட்டு மூன்று மணியளவில் அலுவலகத்திலிருந்து புறப்பட்டான் திரவியம். ஓட்டுநர் உரிமம் பெறாமல் மோட்டார்ச் சைக்கிளை எடுக்கவேண்டாமென்று அனில் சொல்லியிருந்தார். அவசர தேவைகளுக்கு வண்டியை ஓட்டிச் சென்றான்தான். ஆனால் வீட்டுக்குப் போய்வருவதற்கெல்லாம் பாவிக்க அவனே விரும்பவில்லை. மினி பஸ் எடுத்துப் போய் கொச்சிக்கடை அந்தோனியார் தேவாலயத்து நிறுத்தத்தில் இறங்கினான். தோமஸைப் பார்த்துக்கொண்டு போகலாமென்று வீதியைக் கடக்கக் காத்து நின்றான். எதையோ விசாரித்துக் கொண்டிருந்த ஒரு பெண், அப்போதுதான் தோமஸ் எழுதிக்கொடுத்த ஒரு துண்டை வாங்கிக்கொண்டு கூடவந்த தோழியுடன் புறப்பட ஆயத்தமாகிக் கொண்டிருந்தாள். வீதியைக் கடந்து படக்கடையை நெருங்கத்தான் தெரிந்தது அது அரசியென்பது.

திரவியம் வரக் கண்ட தோமஸ், "உங்களுக்கு அலைச்சல் குறைவு. இஞ்ச.. திரவியமே வந்திட்டார்" என்று திரவியத்தைச் சுட்டிக் காட்டினார்.

புன்னகைகள் பரிமாறப்பட்டு, குசலங்கள் விசாரிப்பாகின. அவள் கொழும்புக்கு எப்போது ஏன் வந்தாள் என்பதெல்லாம் விசாரித்தான் திரவியம். தான் இந்தியா செல்லவிருப்பதைத் தெரிவித்தாள் அவள்.

"எப்ப?"

"எமேர்ஜென்ஸி பாஸ்போட்டுக்குக் குடுத்திருக்கு. விசா எல்லாம் எடுத்து... எப்படியும் இந்தியா போக இன்னும் ரண்டு கிழமையாகும்" என்றாள் அரசி.

அவள் தங்கி நிற்கிற லொட்ஜ் முகவரி எழுதி வாங்கிக்கொண்டு, "முடிஞ்சா... அடுத்த ஞாயிறு அளவில அறைக்கு வாறன்" என்றான் திரவியம்.

ஐந்து மணியாகியிருந்தது. அரசியும் சுபத்திராவும் விடைபெற்றுக் கொண்டு தேவாலயத்துக்குச் சென்றனர். திரவியம் வீடடைந்தான்.

அன்றிரவு படுக்கையில் கிடந்திருந்தபோதுதான் ஊரைப்பற்றி, நாட்டு நிலைமைபற்றி மெல்லிய உரையாடலைச் செய்திருந்த அவர்கள், ஒருசிலரைப்பற்றிப் பேசவேயில்லையென்பது தெரிந்தது அவனுக்கு. இருவருமே பேச விரும்பாதிருந்ததையும் அப்போது அவன் உணர்ந்தான்.

அந்த ஒற்றுமை அவனை அவள்பற்றி மேலும் யோசிக்க வைத்தது.

அரசியின் கவிதைகள் சிலவற்றை அவன் பத்திரிகைகளில் படித்திருக்கிறான். அவன் கவிதா ரசிகனல்ல. ஆனாலும் நல்ல கவிதைகளை இனங்கண்டு அவனாலும் ரசிக்க முடியும். அவளது கவிதைகள் ஒவ்வொன்றும் ஏதாவது ஒரு கேள்வியைக் கேட்டு முடியும் அல்லது ஒரு கேள்வியின் பதிலாக வந்தமையும். அதை அவன் கவனித்திருந்தான். அது அவள் எழுதுவது என்று அப்போது தெரியாதிருந்தது அவனுக்கு. சிவாதான் அதை அவளைச் சந்தித்துவிட்டுப் போய்க்கொண்டிருந்தபோது சொன்னது. "அரசி நல்லாய்க் கவிதை எழுதும்; தெரியுமோ உனக்கு?"

"கவிதை எழுதுற அரசி இதுதானா?"

"ம்."

"நீ இவ்வளவு நாளும் எனக்குச் சொல்லேல்லையே."

"எனக்கே கிட்டடியிலதான் தெரியும். தீவில சொந்தக்காறப் பிள்ளையொண்டு சொல்லிச்சுது." அது அவனுக்கு ஆச்சரியமாகத்தான் இருந்தது. அவளது தம்பி பி. ஏ. படித்தவன். அவனுக்கே இதுமாதிரியான ஆர்வங்கள் இருந்ததாய் அவன் அறியமாட்டான். பத்தாவது வரைதான் படித்தவள் அரசி. அவளுக்கெப்படி இப்படியான முனைப்புகள் வந்தன என்று அவன் யோசித்தான். உண்மையில் கவிதையென்பது ஒரு பீரிடுகைதான். உரைநடையின் மொழியில் சொல்லப் பின்னின்ற அர்த்தங்கள், கவிதை மொழி கண்டதும் பீரிட்டு வந்துவிடுகிறதுபோலும் என்பதே அவன் விடையாக இருந்தது.

ஞாயிற்றுக்கிழமை அவன் லொட்ஜை அடைந்தபோது பத்து மணி.

லொட்ஜ் கலகலத்துக் கொண்டிருந்தது. அது வரவேற்பிடத்தில் தொலைபேசியிருந்த மேசையைச் சுற்றியிருந்தது. கனடா, இங்கிலாந்து, சுவிஸ் . . . எங்கெங்கிருந்தோவெல்லாம் அது தொடர்புகளைக் கொண்டுவந்தது. ஸ்பொன்ஸர் விஷயம் என்னமாதிரியென்று கேட்க, அங்கேயுள்ளவர்கள் நலமா என்று கேட்க, பணம் அவசரமாகத் தேவை, சீக்கிரம் அனுப்பிவைக்கும்படி கேட்க . . . ஒரு லொட்ஜே காத்துக் கிடக்கிறமாதிரித் தோன்றியது திரவியத்துக்கு. இடங்களும் நபர்களும் வேறு. தேவைகள் ஒரு வட்டத்துக்குள் அடங்கியிருந்தன.

எல்லோரையும் கடந்து மாடி சென்றான்.

அரசியும், அவள் தோழி சுபத்திராவும் அறையில் நின்றிருந்தார்கள்.

மாடி முற்றத்தில் தெருப்பக்கமாய் இரண்டு கதிரைகளைக் கொண்டு வந்து போட்டுக்கொண்டு திரவியமும் அரசியும் உட்கார்ந்து பேசினார்கள். தனக்கு துணி தோய்க்க இருக்கிறதென்று சொல்லிக்கொண்டு சுபத்திரா கீழே படியில் அமர்ந்தாள்.

விடுபட்டு நின்றிருந்த விஷயங்களை மெல்ல மெல்ல அவர்கள் உரையாடலில் சேர்த்துக்கொண்டனர். ஒருபோது திடீரென்று, "ராஜியிட்டயிருந்து இப்பவும் உனக்குக் கடிதம் வருகுதா?" என்று கேட்டான் திரவியம்.

அவள் இல்லையென்று தலையசைத்தாள். "இப்ப எழுதுறதில்லை. இல்லாட்டி ... அவ எழுதியும் கிடைக்கேல்லையோ தெரியாது."

"அது ஏன் கிடைக்காமல் விடப்போகுது?"

"மாமி போட்ட கடிதம் எனக்குக் கிடைக்காமல்தானே இருந்தது இவ்வளவு நாளாய்? இப்ப கொழும்பு விலாசமொண்டு குடுத்து அதுக்கு எழுதச் சொல்லியிட்டு, அங்கயிருந்து எடுப்பிக்கிறன்."

திரவியம் பேசாமலிருந்தான்.

"அவைக்கு நீ எழுதுறியா?"

"எழுதினன். பதில் கிடைக்காததால பிறகு எழுதேல்லை."

"சுதனுக்கும் எழுதினியா?"

"சுதனுக்கு... பத்து வருஷத்தில ஒரேயொரு கடிதம் எழுதியிருக்கிறன். அது ... அவர் இல்லாமல்ப் போன கொஞ்ச நாளில அவனெழுதின கடிதத்துக்குப் பதிலாய் எழுதினது. அப்ப அவன் ஜேர்மனியில இருந்தான் ..."

"இப்ப ..?"

"இப்ப பிரான்ஸில."

"ஓ."

"மாலாவின்ர தங்கச்சியைக் கூட்டிக்கொண்டு போய் வைச்சிருக்கிறான் ... அங்க."

"நீ சொல்றது ... விளங்கேல்லை."

"ஜேர்மனிக்குப் போக ராஜி மாட்டமெண்டு சொல்லியிட்டா. அந்தக் கோபத்தில மாலாவின்ர தங்கச்சியைக் கூட்டிக்கொண்டு போயிட்டான்."

திரவியம் கோபமடைந்துகொண்டிருந்தான். "அப்படியெண்டா ... இப்ப ராஜி எங்க?"

"ராஜி தமிழ்நாட்டில ஒரு அகதி முகாமிலயாம் ..."

"அகதி முகாமிலயோ ..?"

"ஓம்" என்றாள் அரசி.

"எப்பிடி அந்தளவு நிச்சயமாய் உன்னால சொல்ல ஏலும்? அதுவும் அங்கயிருந்து உனக்குக் கடிதமே வராமலிருக்கிற நிலையில..?"

"தீவில ஒருநாள் எதிர்பாராதவிதமாய் யோகேஷைப் பாத்தன்."

"அதார் யோகேஷ்?"

"ராஜியின்ர மாமாவின்ர ரண்டாவது மோன். ராஜிக்கு முதல் முறையாய் பேசி.. குழம்பிச்சுதே..."

"குணம்..."

"ம். அந்த ஆளின்ர தம்பி."

"சரி."

அரசி தான் அறிந்ததெல்லாம் சொன்னாள்.

அதன்பிறகு தன் அழிவு... அவலம்... பெரிதாகத் தோன்றவில்லை திரவியத்துக்கு.

அவன் உறைந்துபோயிருந்தான். பின், "ஒருசிலபேருக்கு மண் அந்தளவு பற்றுள்ளதாய் இருக்கிறதுதான். எண்டாலும், போர்ச் சூழலுள்ள ஒரு தேசத்தில... வெளிநாடு போறதையே குறியாய்ப் பலபேரும் கொண்டிருக்கிற ஒரு தலைமுறைக்கு மத்தியில... இந்தளவு மண்ணீர்ப்பைக் காணுறது அபூர்வம். இன்னுமொண்டு... அவவிட்ட ஒரு முரட்டுத்தனமான பிடிவாதமும் இருக்கெண்டு நினைக்கிறன்..." என்றான்.

"அது... அவவிட்ட கனக்கவே இருக்கு" என்றாள் அரசி.

வடபுறத்தில் தூரத்திலிருந்த கடலிலிருந்து காற்று இறங்கிக் கொண்டிருந்தது இதமாக. துறைமுகத்தைவிட்டுப் புறப்பட்டவோ வந்து சேர்ந்தவோ கப்பலை இழுத்த இழுவைப் படகு பூம்... பூம்... என்று முழக்கிய சைரன் ஒலி வானமெங்கும் மோதி ஒலித்தது. கீழ்ப்புறத்திலுள்ள ஒரு புத்த கோயிலின் கூம்பு நுதி வெண்மையாய்த் தெரிந்தது. கோயில் முன்னால் நின்ற அரசமரத்தின் முக்கோண இலைகள் சரசரத்தன.

திரவியம் புறப்படத் தயாரானான்.

"இனி எந்த அளவில வருவியள்? சிவா வந்தால் ஒருக்காக் கூட்டிக்கொண்டு வாருங்கோ. போறது எந்த அளவிலயெண்டு அடுத்த கிழமையளவில தெரிஞ்சிடும். காகிதமேதாவது தந்தால்... ராஜியிட்ட கொண்டுபோய்க் குடுப்பன்" என்றாள் அரசி.

"ராஜிக்கு எழுத என்னிட்ட விஷயமில்லை."

அவன் அவளிடம் விடைபெற்றான்.

யாரை அவன் கோபிக்கிறான்? யாரை அவன் உண்மையில் கோபித்திருக்க வேண்டும்? புதிரடைந்தாள் அரசி.

17

இலங்கை அரசியலில் விழுந்த சில வேகமான நகர்வுகளும், அவற்றின் பாதிப்புகளும் வெறும் செய்தி வடிவங்களாகிப் போயிருந்தன. தீர்வுப் பொதி பெரும்பாலும் கைவிடப்பட்ட நிலையிலேயே இருந்தது. யாழ்ப்பாண வெற்றியுடன் உதயமான சில சிங்கள இயக்கங்களின் வலிமையான வளர்ச்சி அதை நிர்ப்பந்தித்ததாய்க் கொள்ள முடியும். போரே சமாதானத்துக்கான ஒரே வழியென்று பிரச்சாரமாயிற்று. சுதும்நெலு என்கிற ஜனாதிபதியின் 'வெள்ளைத் தாமரை' இயக்கம் மாயக் கவர்ச்சி செய்தது. அதன் ஒரு இதழ் கூட சமாதானத்துக்காய் இருக்கவில்லை.

அனில் ஒருமுறை வெளிவிவகாரத் துறை அமைச்சருடன் நேருக்கு நேராயே விவாதித்து விட்டார், அவர்கள் பிரச்சாரத்திலுள்ள மிகத் தரங்குறைந்த உத்திகளைச் சுட்டிக்காட்டி. அவர்களுக்குள் ஏற்கனவேயிருந்த அறிமுகம் நிலைமையைச் சிக்கலாக ஆக்காவிட்டாலும், அங்கு அப்போது சமுகமாயிருந்த கட்சியிலுள்ளோருக்கு அது கடுப்பாகிப் போனது. உண்மையில் யார் பிரதிநிதியாக நீங்கள் தொழிற்படுகிறீர்கள், புலிகளின் பிரதிநிதியாகவா அல்லது வெளிநாட்டுச் செய்தி நிறுவனத்தின் பிரதிநிதியாகவா என்று இனத்துவேஷ சிங்களப் பத்திரிகையொன்று மறுநாள் அதிகாலையிலேயே கேள்வி எழுப்பியிருந்தது.

அன்றிலிருந்து அலுவலகத்தின் முன்னால் வழக்கமில்லாத ஒரு கூட்டம். உடம்பிலும் பண்பிலும் கரடுமுரடானவர்களாய் அவர்கள். எப்போதும் ஒரு உர் . . . பார்வை. அது திரவியத்தின் மேல் அதிகம். "ஒரு நேர்மையான பார்வையில்தான் செய்தி கிரகிக்கப்படுகிறது. ஒரு செய்தியென்பது வெறுமனே ஒரு நிகழ்வல்ல. ஒரு நிகழ்வு எப்போதும் பாதிச் செய்திதான். அதன் பின்னணிகளை ஆய்வது ஒரு ஊடகவியலாளனின் கடமை. அந்த ஆய்வின் தரவுகளை நிகழ்வுடன் கலந்து தருபவனே முதன்மையான செய்தியாளன். எனக்கு என்ன சாயத்தை, எப்படி வேண்டுமானாலும் பூசிக்கொள்ளுங்கள். என் கடமையை நான் செய்துதான் தீருவேன். யாரும் என்னை மிரட்ட முடியாது" என்று இரண்டு நாட்களின் பின் போனிலே யாருக்கோ உறுமிக்கொண்டிருந்தார் அனில். இனப்பாகுபாடற்ற சிங்கள இதழ்கள் ஒன்றிரண்டு அனிலின் போக்கை ஆதரித்து எழுதியிருந்தன. அந்தளவில் புகைச்சல் குறைந்தது. அனிலும் கொஞ்சம் தன் குரலை அடக்கிக் கொண்டார். திரவியத்தால் பிறகுதான் நிம்மதியாக வேலைக்கு வந்து போக முடிந்தது.

அன்று அரசியின் ஞாபகம் வந்தது. அவள் தங்கியிருந்த லொட்ஜுக்குப் போன் செய்து அரசியைக் கூப்பிடக் கேட்டான்.

சிறிது நேரத்தில் மறுமுனையில் அரசியின் குரல் கேட்டது.

"ஹலோ . . . யார்?"

"திரவியம் . . ."

"நீங்களா . .? நானே கொஞ்சம் பொறுத்து போன் செய்ய இருந்தன்."

“என்ன விசேஷம்?”

“விசேஷமெண்டில்லை. விசா கிடைச்சிட்டுது, அதுதான் ...”

“ஓ. எப்ப பயணம்?”

“ரிக்கற் புக் பண்ண வேணும். குடுத்திருக்கிறன். பெரும்பாலும் இந்தக் கிழமையிலயே போயிடலாமெண்டு நினைக்கிறன். நான் உங்களைச் சந்திக்க வேணுமே!”

“இப்பவா?”

“பின்னேரம் போல?”

“இஞ்ச வர ஏலுமே?”

“வெள்ளவத்தைதானே ... வாறன்.”

மாலையில் அரசி அங்கே சென்றபோது திரவியம் கூடிச் செல்லத் தயாராக நின்றிருந்தான்.

இருவரும் கடற்கரை வீதிவழியே நடந்து ரயில் பாதை கடந்து கரையை அடைந்தனர்.

அமர்ந்து காற்று வாங்குகிற கடற்கரையில்லை அது. அப்படியிருந்தது ஒரு காலத்தில். இப்போதில்லை. அது தமிழர்கள் அதிகமாக வசிக்கும் பகுதி. மாலையில் வயதானவர்களின் உலாத்து, காலாற அமர்கை, சிறுவர்களின் ஆட்டம் பாட்டம் விளையாட்டுக்களாயே இருக்கும். இப்போது தம் அடையாளங்களை ஒளித்துக்கொண்டு அநாவசியமான கவனங்களை ஈர்க்காமல் வாழ்ந்துவிடுவது சகஜமாயிருந்தது. கரையில் அமர்ந்திருக்காவிட்டாலும் பலரும் அங்கிருந்து பம்பலப்பிட்டி பக்கமாய் அல்லது மறுபுறத்தில் தெஹிவளைநோக்கி நடந்து கொண்டிருப்பார்கள். அந்த நடத்தல் உலாப்போல் மெதுவாக இருக்கும். தெஹிவளை பெரிய கடற்கரை. அங்கே அமர்ந்திருந்து பேசலாம். தமிழ் அடையாளம் தெரியாவிட்டால் நல்லது.

கடலுள் மெல்ல புதைந்தது சூரியன். சிவப்படித்தது வானப் பரப்பெங்கும். சிறிது நேரத்தில் இருட்டு பூமியில் விழலாயிற்று. இருட்டுக்குள்ளும் நடக்கக் கூடியதாய் இருந்தது. இப்போது ... தன் அடையாளம் வெளித்தெரியாதிருந்த நேரத்தில் ... அச்சம் சிறிது தணிந்திருந்ததாய் உணர்ந்தாள் அரசி.

தெஹிவளை கடற்கரை நெருங்கியது.

“இதில கொஞ்ச நேரம் இருந்திட்டுப் போவமா, அரசி?”

“இருப்பம். எனக்கு அவசரமில்லை.”

குடும்பம் போன்றதொரு பாவனை காட்டிக்கொண்டு நெருங்கியும் மிக நெருங்கிவிடாமலும் அவர்கள் அமர்ந்தனர். அந்த அணைவு உஷார்த்தன்மையின் காரணப்பட்டது. இருவருமே அதை உணர்ந்திருந்தனர். ஆனால் ஒரு மத்தாப்பூ இருவர் மனத்தினுள்ளுமே வெடித்துச் சிதறியது. அப்படியில்லை என்றால் பொய்.

அவள் இப்போதும் அப்பப்ப விடிவெள்ளி பூக்கிற நேரத்தில் கைகளைத் தேடலில்போல் துளாவிக்கொண்டு விழித்தெழுகிறாள். ஒரு பெண்ணாய்ப் பூத்து, அனுபவ பிராப்தமின்மைகளை வெறுமையில் உணர்ந்து வேதனையில் அழுந்துகிறாள். மனிதர்கள் வேறுமாதிரி உணர்ந்தும் வாழ்ந்தும்விட முடியாது.

அவர்கள் தீவுபற்றிப் பேசினார்கள் . . . அமைதியின் சிறகுகள் வருட உறங்கிய நாட்களைப்பற்றிப் பேசினார்கள். வெகு நேரமாய்ப் பேசினார்கள். ஒருபோது அரசி கேட்டாள்: "இவ்வளவு காலமாய் இஞ்ச இருக்கிறியள். கனகாலமாய்ப் பத்திரிகை உலகத்தோடயும் உங்களுக்குத் தொடர்பிருக்கு. உங்கட அபிப்பிராயத்தில . . . இப்ப என்னதான் நடந்து கொண்டிருக்குது அரசியலில? இந்தப் பிரச்சினைக்கெல்லாம் முடிவென்ன? தீர்வே இதுக்கு இல்லையா? உங்கட எண்ணம் என்ன?"

அலைகளின் ஓசை அவள் மொழியை அவன் காதுக்கப்பால் படர விடவில்லை.

"ரிவிரசவின்ர வெற்றிக்குப் பிறகு, அரசியல் தீர்வுக்கு அரசாங்கம் பின்னடிக்கிறது தெரியுது. இந்தியா அயல்நாடெண்ட வகையிலயும், வலிமையான ஒரு ஆசிய நாடெண்ட முறையிலயும் அதுகின்ர தாக்கம் இலங்கை அரசியலில இல்லாமலிருக்க ஏலாது. இலங்கையின்ர சமாதானத்துக்கு இந்தியா தன்ர பங்கை அளிச்சே ஆகவேணும். மூன்றாந் தரப்பொன்றின்ர மத்தியஸ்தத்தை இலங்கை அரசு மறுக்குது. மூன்றாந்தரப்பு ஐரோப்பிய நாடொண்டாய்த்தான் இருக்கவேணுமெண்டு புலியள் சொல்லுகினம். தீர்வுக்கான வழியள் நிறைய இருக்கு. இல்லாதது மனம்தான்."

சிறிது நேரத்திலே, "எழும்புங்கோ போவம். ஏழு மணிக்கு மேல ஆச்சு" என்று சொல்லிக்கொண்டு அவள் எழுந்தாள்.

அவனும் எழுந்தான். மினி பஸ்ஸுள் அவர்கள் பேசவில்லை. மீன் சந்தை நிறுத்தத்தில் இறங்கி அவளைக் கூட்டிப்போய் லொட்ஜிலே விட்டுவிட்டு திரவியம் தன் வீட்டுக்கு நடந்தான்.

மனம் ஒரு மெல்லிய பரவசத்தில் இருந்தது அவனுக்கு.

சங்குக் கடை வைத்திருந்த காலத்திலே கடல்படு திரவியமான ஒரு அபூர்வ வலம்புரிச் சங்கொன்று அவனிடத்தில் விற்பனைக்கு வந்தது. அந்தமாதிரி வலம்புரியை அவன் பார்த்ததேயில்லை அதுவரை. சங்கு பொதுவில் வெண்மையானதுதான். ஆனால் அதுவோ மறுக்கள் அற்றதாய் பளீரென்று பால் நிறத்தில் இருந்தது. பணமிருந்தால் வாங்கிவிடலாம். கேட்ட பணமோ அப்போது அவனிடத்தில் இல்லை. பணம் புரட்ட வேறு வழியுமில்லை. வழி கண்டு பிடித்தாலும் நேரமாகும். திருப்பிக் கொடுப்பதைத் தவிர வேறு வழியில்லை. மிகுந்த வேதனையோடு, அதை விற்க வந்தவரிடம் கொடுப்பதற்கு முன் சங்கின் வாயை காதருகில் வைத்துப் பார்த்தான். அப்படியே கிறங்கிப்போனான். அத்தனைக்கு முத்துப் பரல்கள் கிண்கிணித்தன. நாதம் பெருக்கெடுத்தது. உயிர் தொட்டு இசைத்தது. அதற்குமேல் வலம்புரிச் சங்கைத் திருப்பிக்கொடுக்க அவன்

எண்ணவில்லை. கையிலிருந்த மோதிரத்தைக் கழற்றி யார் மூலமாகவோ தங்கம்மா வீட்டாரிடம் அடகு வைத்து சங்கை வாங்கிக் கொண்டான்.

அப்போது அந்த அபூர்வ வலம்புரிபற்றிய நினைவு அவனிடத்தில் தோன்றியது.

18

கங்கை வேகமாய்ப் பாய்ந்து கொண்டிருந்தது. நீர், வெள்ளி ஓடையாய்த் தகதகத்தது. அது வெகு அழகாக இருந்தது. கங்கை வேகம் கற்பாறைகளில் தடுக்கித் திரும்பியபோதெல்லாம் நீர்ப்பாளங்கள் எஃறின. அவற்றின் துமிகள் காற்றில் வெகுதூரத்துக்கும் மிதந்து சென்றன. இரு பக்கங்களிலும் பச்சைச் சேலை விரித்துவிட்டாற்போல் பசேலென்றிருந்தது. எங்கோ றபானா முழக்கம் கேட்டது. காற்றில் பெண்கள் இசைக்கும் கீதம் இழைந்தது. அது விழாக்காலத்தின் வரவைச் சுட்டிக்காட்டியது. காற்று சுழன்று அடித்த வேளையில் எங்கிருந்தோ சேற்று மணம் அடித்தது.

அவையெல்லாம் அந்தக் காட்டுப்புறக் கிராமத்தில் சில காலம் வாழ்ந்திருந்ததனால் சங்கரானந்தருக்கு மிகவும் பழக்கமாகியிருந்தன.

இனியும் படுத்திருக்க வேண்டாமேயென்று எழுந்தார். தோள் பையை எடுத்தார். அதனுள் கவனமாக வைக்கப் பெற்றிருந்த ஒரு உறையை எடுத்து உள்ளே கிடந்த குறிப்புத் துண்டுகள், கொப்பிகளை ஒருமுறை பார்த்தார். உறையுள் கிடைநிலையில் நீல மூடியிட்ட களிமைப் பேனாக்களும் நிறைய இருந்தன.

பிக்கு உறையை மூடி, பத்திரமாக இருக்கும் திருப்தியோடு அதைப் பையில் வைத்தார். அவர் வாழ்வின் மகாபணி தொடர்ந்து கொண்டிருப்பதன் அடையாளங்களே உறையில் இருப்பவை. குருவுக்கான தட்சணை – நிவேதனம்.

வளவை கங்கைத் துறவி காற்றுப் பரப்பில் இலங்கையின் மகாசரிதம் எழுதினார். இலங்கையின் நிகழ்கால ஒழுங்கின்மைகளின், நியாயமின்மைகளின், அழிச்சாட்டியங்களின் நேர்ப்படுத்தலுக்கு அந்தத் துறவியால் முடிந்தது அதுதான். சுமார் அரை நூற்றாண்டுக் கால ஞானத்தின் வெளிப்பாடு அது. அவர் சங்கரானந்தரைத் தயார் செய்ததே, தான் செய்யாதுவிட்ட பணியைப் பூரணப்படுத்தத்தான். சங்கரானந்தரும் மறைந்த குருவின் பெருவிருப்பைப் பூர்த்தி செய்வதையே தம் வாழ்வின் பிரதம பணியாகக் கொண்டார்.

அன்னச் சோறுண்டு உயிர் வாழ்பவர் அவர். ஊர்ஊராகச் சென்றார். சிலரே கனவான்களாக அவரைச் சில வாரங்களேனும் தாங்கினார்கள். அங்கே தங்கியிருந்த காலத்தில் மகாசரித்திரத்தை எழுதினார். ஒவ்வொரு காலகட்ட பூர்த்தியின் பின்னும் தம் சஞ் சார வாழ்வைத் துவக்கினார். குணாநந்த தேரரிடத்தில் போட்ட சவாலுக்கேற்ப சென்ற இடமெல்லாம் நல்லன சொல்லி உபதேசம் செய்தார். சில வேளைகளில் அவை ஜாதகக்கதைகளாயிருந்தன. சில வேளைகளில் சரித்திரத்தையே அவர் கதைகளாகச் சொன்னார். அவை

மக்களை லயிப்பித்தன. அதிசயப்படுத்தின. அவர்கள் எப்போதும் முன்னர் கேட்டிராத கதைகளாகவும் இருந்தன அவை. பின் சிறுநகர் சேர்வார். வாசிப்பிலும் குறிப்பெடுத்தலிலும் சிந்திப்பிலும் பொழுதைக் கழிப்பார். உபதேசங்களும் ஆங்காங்கே தொடரும். இந்த மாதிரி அலைந்த காலையில்தான் மகனையிழந்த தாயொருத்தி அலறிக்கொண்டோடி வந்து அவர் கால்களில் விழுந்தது.

"இன்றைக்கு வந்ததுபோல், இரண்டு வருஷங்களுக்கு முன்னே இங்கு வந்திருந்தீர்களானால் நான் என் மகனை இழந்திருக்க மாட்டேனே!" என்று துடித்தாள்.

அவர் புரியாமல் அருகில் நின்றவர்களைப் பார்த்தார். போன வருஷம் ராணுவத்தில் சேர்ந்து வடக்கின் யுத்தத்துக்குச் சென்ற அவள் மகன் இறந்துபோனதாக யுத்தமுனைச் செய்தி வந்திருப்பதைச் சொன்னார்கள் அவர்கள்.

ஒரு சோகத்தோடுதான் அவர் அங்கிருந்து புறப்பட்டது. ஆனால் எவற்றிலும் தன் தீவிரம் அவர் குறையவில்லை.

எழுத்து அவருக்குச் சிரமமாக இருக்கவில்லை.

சரித்திரத்தில் நிறைய விடுபட்ட இடங்கள் இருந்தன. பிற்காலத்தில் அவை சார்பு நிலையெடுத்து இட்டுக்கட்டி நிரப்பப்பட்டன. அவற்றை முழுவதுமாகக் கண்டறிந்து தவிர்த்து தம் அணுகுமுறையில் கண்டறிந்தவற்றை அவர் எழுதினார். உண்மை கண்டு அஞ்சி மௌனம் பூண்டிராத கால கட்டங்களை உடையதே அந்த மகா சரித்திரம் என்றாலும் தகும்.

நீண்ட நாட்களின் பின் ஒருநாள் நகருக்குச் சென்றவருக்கு பத்திரிகைச் செய்தியொன்று கண்ணில் விழுந்தது. 'ராணுவம் வடக்கில் வெற்றி! ஐந்து லட்சம் தமிழர்கள் வடக்கு மாகாணத்தை நீங்கினர்!' பிக்கு அதிர்ந்து போனார். எழுத, சிந்திக்க, வாசிக்க, உபதேசிக்க . . . எதிலும் மனம் லயிக்கவில்லை. அவர் வன்னி புறப்பட்டார்.

வன்னிக்காடு அவருக்குப் புதிது. ஆனால் காடே புதிதில்லை. விந்தனைக் காட்டையே ஒருமுறை ஊடறுத்து தெற்கேயுள்ள சந்திரமௌலீசுவரரின் உத்தேச சிதிலங்களிலிருந்து கோணேஸ்வரம் வரை நடந்திருக்கிறார்.

விந்தனை பயங்கரமானது. வன விலங்குகளின் கொடுமைக்குப் பெயர் பெற்றது. மட்டுமில்லை. மொழியறியா மலைஜாதியினரின் அம்பு வில்லுக்கும் பயப்பட வேண்டியிருந்தது. புராதன காலத்திலிருந்த நர மாமிசம் புசிக்கும் வேட வகுப்பார் சிலரும் அங்கே இருப்பதாகக் கதை. அதை மிக்க அநாயாசமாகக் கடந்தவர் பிக்கு.

வன்னிக்காடு தேக்கி வைத்திருந்த சோகம் அவர் முன்பின் அறியாதது. ஐதான கீற்றுக் குடிசைகளுள், மரங்களின் கீழ் மனித ஜீவிதங்கள் நடந்து கொண்டிருந்தன. ஒரு புராதன கால வேட்டுவ இனத்திலிருந்து அவர்களை வேறுபடுத்திக் காட்டியது, அவர்கள் தம்

நிர்வாணத்தை நாகரிகமான ஆடைகளால் மறைத்திருந்ததேயாகும். மனித நாசத்தின் காட்சி அது.

அந்த மஞ்சளாடை காரணமாய் அவர்மீதும் பரிவற்ற, வெறுப்பான பார்வைகள். யாரும் நேரடியாய்த் தம் வெறுப்பைக் காட்டும் வெளிப்படையான முயற்சிகளில் இறங்காததிலும், தான் இன்னுமின்னுமாய் அந்த அவலங்களைச் சந்திக்க ஆரண்யத்துள் நுழைவதைத் தடுக்க முயலாததிலும் திருப்திப்பட்டுக்கொண்டு அவர் மேலே நடந்தார்.

வனம் இருண்டு வந்துகொண்டிருந்தது. அதுவும் மாரி இருள். மழை மேகம்கூட கவிந்திருக்கலாம். வானத்தை, நட்சத்திரத்தை, நிலாவை மரக்கூடல் மறைத்தது. பேரிருளின் காவலாளியாய்த்தான் இருந்தது அது. அப்பால் தனிமையாய் ஒரு இளம் பாலை சடைத்து நின்றிருந்தது. பிக்கு பாலை மரத்தை அணுகினார்.

கொள்ளியெறும்புகள் பாலை மரத்தை எங்கேயென்று மொய்த்துத் திரியும். பாலைப் பழக் காலமாயிருந்தாலும் சரி, இல்லாதிருந்தாலும் சரிதான். பிக்குவுக்கு அது அனுபவத்தில் தெரியும். ஆனாலும் மாரி காலமாயிருந்ததால் போலும் கொள்ளியெறும்பின் ஊசாட்டத்தைக் காணமுடியவில்லை. பிக்கு பையை வைத்துவிட்டு அடிமரத்தோடு சாய்ந்தமர்ந்து எதிரே பார்த்தார்.

சற்றுத் தள்ளி ஒரு யாவறணை மரத்தோடு ஒரு குடிசை போடப்பட்டிருந்தது. உள்ளே சில பெண்கள். சில குழந்தைகள். குடிசை வாசலுக்குச் சற்றே முன்புறமாகத் தள்ளி நெஞ்சை துவாயினால் மூடியபடி நிர்சலனமாய் உட்கார்ந்திருந்தார் ஒருவர். அவரே அழிவின் சாட்சியாய் இருந்தார். இஷ்டப்படி வளர்ந்த தாடி. வாரப்படாத தலை. எலும்பு துருத்திய கைகள், மூட்டுக்கள். நோயாளியாய் இருப்பாரோ? ஆனால் பார்வையிலிருந்த தீக்ஷண்யம் அந்த எண்ணத்தை அடித்துக் கலைத்தது.

அன்றிரவு அங்கேதான் தங்கவேண்டும். திரும்ப இனி வாய்ப்பில்லை. வந்த நோக்கம் தெரிந்துவிடாமல், வாய்ப்பிருந்தாலும் திரும்பிவிட முடியாது. சாப்பிட பாணும் இரண்டு கதலிப் பழங்களும் வைத்திருந்தார். தண்ணீர் இருந்தால் போதும். எதிரே கொட்டிலில் உள்ளவர்களிடம் கேட்டுக் கொள்ளலாம்.

பிக்கு எழுந்து சால்வை போர்த்து அமர்ந்திருந்தவரை நெருங்கினார்.

அவர் உட்கார்ந்தபடி சலனமற்றுப் பார்த்துக் கொண்டிருந்தார்.

பிக்கு குடிசையை நெருங்கக் கண்டதும் அக்கம் பக்கம் அமைந்த குடிசைகளிலிருந்தெல்லாம் பெண்களும் ஆண்களும் அவரை மெல்ல சூழத் துவங்கினர். மனித உரிமைகள் சங்கம், செஞ்சிலுவைச் சங்கம் போன்ற பொது நிறுவனம் சார்ந்த ஊழியராயிருக்கலாம்; பங்கீட்டுப் பொருள் விநியோக அட்டைபோல ஏதாவது வழங்குவதற்கு நிலைமையைப் பரிசீலிக்க வந்திருக்கலாம். அவர்கள் ஆவலோடு சூழ்ந்து நெருங்கிய காரணத்தை பிக்கு அறிவாரா?

782 தேவகாந்தன்

சால்வைக்காரர் பிக்குவை சற்று வியப்போடு பார்த்துக் கொண்டிருந்தார்.

பிக்கு அவருக்கு முன்னால் ஒற்றைக் காலில் குந்தி அமர்ந்தார். "நீங்களும் யாழ்ப்பாணமோ?" என்று கேட்டார்.

பதில் சொல்ல வாய் வராமல் சால்வைக்காரர் தலையசைத்தார்.

"யாழ்ப்பாணத்தில எந்த இடம்?"

பிக்குவின் தமிழை வியந்தபடி அவர் பதில் சொன்னார்: "ஆனைக்கோட்டை."

"என்னைப்பற்றி ஏதாவது கேள்விப்பட்டிருப்பியளோ?"

இல்லையென்று அவர் தலையசைத்தார்.

"உபதேசிப் பிக்குவெண்டு என்னைச் சொல்லுவினம்."

"ஓ... அது நீங்கள்தானோ? கேள்விப்பட்டிருக்கிறன், சுவாமி."

பேச்சில் ஒரு கௌரவம் ஏறியிருந்தது. தன்னை அவர் நிச்சயமாக அறிந்திருந்தார் என்று தெளிந்தார் பிக்கு. அது அவருக்கு சிறிது மகிழ்ச்சியைக் கொடுத்தது.

உள்ளே அடுப்பில் நெருப்புக் கங்குகள் வெடித்துப் பறந்து கொண்டிருந்தன. அப்போதுதான் அங்கே உணவு சமைக்கப்படுகிறது போலும். குழந்தைகளின் சிணுக்கம், அழுகைகளின் காரணத்தை தேரர் புரிந்தார்.

மக்கள், அவர் தாங்கள் நினைத்ததுபோலில்லையென்று தெரிந்ததும் விலகிக் கலைந்தனர்.

"ராவைக்கு இஞ்சதான் படுக்கிற யோசினை. சாப்பாடு இருக்கு. கொஞ்சம் குடிக்க தண்ணி வேணும்..."

"இந்தப் பக்கத்தில இயக்கப் பெடியள் கனபேர் இருக்கினம். அவை வந்தினமெண்டால் நீங்கள் படுக்க ஏதாவது வசதி செய்து தருவினம்."

"அதெல்லாம் வேண்டாம்."

சால்வை போர்த்தியவர் உள்ளே திரும்பிக் கூப்பிட்டார். "ராசம்..! ராசம்..."

"என்ன, அய்யா?"

"சுவாமிக்கு கொஞ்சம் குடிக்க தண்ணி கொண்டுவந்து குடு."

"ஆறட்டும், அய்யா. இப்பதான் பானை இறக்கி வைச்சிருக்கிறன்" என்றாள் ராஜம்.

"கொஞ்சம் பொறுங்கோ, சுவாமி. தண்ணி ஆற வைச்சிருக்கு. வந்திடும்" என்றார் ராஜத்தின் அப்பா, பிக்குவைப் பார்த்து.

"எனக்கு பச்சைத் தண்ணியே போதும்."

“இஞ்ச தண்ணிய கொதிக்க வைச்சுத்தான் குடிக்க வேணும். வந்த புதிசில கொதிக்க வைக்காமல்த்தான் குடிச்சம். பெரிய ஆக்கள் பத்து பதினைஞ்சு பேருக்கு கொலரா வந்திட்டுது. சின்னப் பிள்ளைகளில இருபத்தைஞ்சு முப்பதுக்கு சுகமில்லாமல் வந்து, நாலஞ்சு தவறியும் போயிட்டுதுகள். அதால இப்ப தண்ணிய கொதிக்க வைச்சுத்தான் குடிக்கிறம். இஞ்ச விறகுக்கும் பஞ்சமில்லைத்தானே?”

“மெய்தான்” என்று சப்பாணி கட்டி அமர்ந்து காத்திருக்கத் தயாரானார் பிக்கு.

“ரிவிரசவோட இஞ்ச வந்ததுபோல?”

“ஓம்.”

“ஊரில என்ன வேலை செய்தியள்.”

“வாத்தியாராய் இருந்தன். இப்ப நாலு வருஷமாகுது பென்ஷனாகி.”

“பென்ஷன் ஒழுங்காய்க் கிடைக்குதோ?”

“எதுதான் ஒழுங்காய்க் கிடைக்குது, இது கிடைக்கேல்லையெண்டு வருத்தப்பட?”

மீண்டும், “மெய்தான்” என்று அடங்கினார் பிக்கு.

அவரைத் தூண்டித் துருவி ஏதாவது கேட்கவும் யோசனையாக இருந்தது பிக்குவுக்கு. சூரியக் கதிர்த் தாக்குதல் அரசாங்கத்தின் நிர்க்கதியின் விளைச்சலென்று சிலபேர் சுவாமியிடம் சொல்லியிருந்தார்கள். அதுபற்றி அந்த பழைய உபாத்தியாயருடன் பேசுவது பிரயோசனமாயிருக்கலாம். அதனால் பேச முனைந்தார் பிக்கு.

“முந்தி நயினாதீவில ... நாகவிகாரையில ... கொஞ்சக் காலம் தேரராய் இருந்திருக்கிறன்.”

“ஓ ... அதுதான் சுவாமி இப்பிடி நல்லாய்த் தமிழ் பேசுறியள்.”

“ஏழு வருஷம் அங்க இருந்தன். அங்கயும் எனக்கு சங்கரப்பிள்ளை வாத்தியாரெண்டு ஒரு சிநேகிதர் இருக்கிறார் ..! அதுசரி, உங்கட பேரென்ன?

“சண்முகம்.”

“ஊரில ... சொந்த வீடுதானே?”

“சொந்த வீடு இல்லாத குடும்பங்கள் யாழ்ப்பாணத்தில குறைவு, சுவாமி. கடைநிலை ஏழையாயிருந்தாலும், சொந்த வளவும் குடிசையும் தவறாமல் இருக்கும். தீவில ஏழு வருஷம் இருந்திருக்கிறியள், உங்களுக்குத் தெரியாததே?”

“மெய்தான்” என்றார் பிக்கு. ஆனால் அடங்கவில்லை. “வீட்டை விட்டு வெளிக்கிட்டதுக்கு திரும்ப அங்க போகேல்லையோ?”

“என்னத்தைப் போறது? என்னத்தைப் பாக்கிறது?” என்று சலித்தார் சண்முகம்.

"ஏன்?"

"என்ன மாதிரியான வீடு, சுவாமி! சிறுகச் சிறுகச் சேத்து ... சீட்டு போட்டு கட்டி முடிச்ச வீடு அது. வாழை என்ன, மா என்ன, பிலா என்ன, எலும்பிச்சை மாதாளையள் என்ன ... சோலையாக்கி வைச்சிருந்தன் வளவை. முன் அறை ஜன்னல்ப் பக்கமாய் செவிளைத் தென்னங் கண்டுகள் ரண்டு. ஒரு கண்டு என்னமாய்க் குலைதள்ளிக் காய்ச்சு நிண்டது. ஆசைக்கு ஒண்டு வெட்டிக் குடிக்கேல்லை. எல்லாம் விட்டுட்டு வந்தாச்சு. ரண்டு வருஷம் ... அந்தந்த மாதிரி வேலி வாசல் அறுக்கையோட அதுகள் இப்பவும் இருக்குமெண்டு நினைக்கிறியள்? இல்லை, சுவாமி. அந்த அழிவுகளையெல்லாம் என்னால போய்ப் பாத்திட ஏலாது ... நெஞ்சு வெடிச்சு அந்த இடத்திலயே விழுந்து செத்துப் போவன்."

துண்டையெடுத்து முகத்தைத் துடைத்து சுதாரித்தார் சண்முகம். ஒரு சின்ன இடைவெளியின் பின் மகா புலப்பெயர்வின் காட்சிகள் விவரிப்பாயின. ஒவ்வொரு வார்த்தையும் அனுபவித்ததாயிருந்தது. ஒவ்வொரு உணர்வும் அடைந்ததாயிருந்தது. அவர் அன்று அடைந்தவைகளை அப்போதும் அடைந்துகொண்டேதான் அவற்றைச் சொல்லிக்கொண்டிருந்தார் என்பது பிக்குவுக்குத் தெளிவாகப் புரிந்தது. இடையறுத்தல்கள் இன்றி கேட்டுக் கொண்டிருந்தார்.

"சாமானுகளோட ... சாமானுகள் இல்லாமல் ... சைக்கிள்ல வண்டியளில டிராக்டரில ... வாகனங்களுக்குப் பின்னால நடந்தும் ஓடியுமாய் ... கடவுளே, எத்தினை கோயிலுகளுக்குப் போனம், எத்தினை திருவிழாக்களைச் செய்தம், எத்தினை விரதங்கள் பிடிச்சம் ... ஒண்டுகூட அந்த நேரத்தில உதவேல்லையே. எல்லாம் பொய்யாய்ப் போச்சே. ஓட்டம் ... அப்பிடியான ஓட்டம் ... பெடியளும் அதைத்தான் சொன்னாங்கள்; சிங்கள அரசாங்கமும் அதைத்தான் சொல்லிச்சுது."

நுளம்பு குத்தத் துவங்கிவிட்டது. பிக்கு ஏற்கனவே தன் சீவர உடையால் மேலுடம்பை மூடியே இருந்தார். சண்முகமும் சால்வையால் மூடிக்கொண்டார். நுளம்பு இடுக்குகள் பார்த்துச் சென்று குத்தியது. நுளம்பு கடிக்கிறதென்று எங்கே போக? ஆனாலும் சொன்னவருக்கும் கேட்டவருக்கும் அது அவ்வளவு பிரக்ஞையில்லை.

புலம் பெயர்தலென்பது ... ஒருவகையில் வேருடன் பிடுங்கப்படுதல்தான். அதற்கு வேறுவேறு பரிமாணங்கள் இருக்கலாம். அழிவு என்கிற மையத்திலிருந்து எந்தப் பரிமாணமும் அதிகதூரம் விலகி இருந்திட ஏலாது. அது வீடு, வளவு, காணி, நகை நட்டு, உடுதுணி, சாமான்சக்கட்டைகளின் இழப்புள்ளது மட்டுமில்லை, ஆரோக்கியம் மனநலம் கலாச்சாரச் சீரழிவுகள் முதலிய பலவற்றோடும் கூடத் தொடர்புடையதாகும்.

அவர்களின் மீட்சியென்பது இனி எப்போது ... எப்படி?

"ஓடாமலே இருந்திருக்க ஏலாதோ, சண்முகம்? பங்கருகள் இருந்திருக்குமே ... அதுகளுக்குள்ள போய்ப் பதுங்கி ..?"

"ஆரும் மனம் வைச்சு ஓடி வரேல்லை, சுவாமி. பயம்... பயம்... பிராண பயம்தான் ஓடவைச்சது. அவ்றோ சீறி வந்து குண்டு வீசியிட்டுப் போகுது நட்டநடுச் சாமத்தில. திடுக்கிட்டு முழிச்சு எழும்பி பேயறைஞ்ச மாதிரி நிக்கிறம். நேபாம் குண்டுகள் விழுந்து தகருகிற வீடுகளின்ர சத்தங்கள் கேக்குது. ஹெலியன்ர பிப்பிரி கலிபரிலயிருந்து குண்டுகள் சீறிப் பறக்குது. பிள்ளையளை இழுத்துக்கொண்டு நான் வந்து ரோட்டில நிக்கிறன். என்ர பக்கத்து வீடுதான் வடிவேலுவின்ர. மகனைச் சவூதிக்கனுப்பி சம்பாதிச்ச காசில கட்டியிருந்த வீடு. புதிசாய்த்தான் கட்டியிருந்தான். எங்கட வீட்டைப்போல ரண்டு மடங்கு பெரிசு. வீடும் அமெரிக்கன் பாஷனில... அற்புதமாயிருக்கும் பாக்க. ஓடத் துவங்கேக்குள்ளதான் பாக்கிறன், பெண்சாதி பிள்ளையளோட நடுவீட்டுக்குள்ள நிக்கிறான் வடிவேலு. பிள்ளையளும் பெண்சாதியும் கத்துதுகள். விசர் பிடிச்சது மாதிரி நிக்கிறான் அவன், அசையக்கூடச் செய்யாமல். பிறகு அவையளைக் கூட்டி வந்து போங்கோ எண்டு சொல்லி விட்டுட்டு திரும்பிப் போறான். வடிவேலு போகாத... வா... வா... எண்டு நான் கூப்பிடுறன். பெண்சாதி அலறுது. அய்யா அய்யா எண்டு பிள்ளையள் கத்துதுகள். நீங்கள் உவையைக் கூட்டிக் கொண்டு போங்கோ வாத்தியார்... வீட்டை விட்டுட்டு என்னால வர ஏலாது எண்டிட்டு உள்ள போறான். அடுத்த செக்கனில காதுச் சவ்வு வெடிச்சமாதிரி இருந்தது. பாத்தால்... தரைமட்டமாய்க் கிடக்குது அவன்ர வீடு. அங்கங்க நெருப்பு எரியுது... அந்த மாரியிலயும். ஓடாமல் இருக்க ஏலுமா, சுவாமி? அப்ப தெரிஞ்சது ஒண்டே ஒண்டுதான். ஓட்டம். முடிஞ்சால் பிள்ளையளோட; இல்லாட்டி தனியாய்."

ராஜம் தண்ணீர் கொண்டு வந்து கொடுத்தாள்.

பிக்கு போய்விட்டார்.

மரக்கிளைகளினூடு வானம் சற்றுத் தெரிந்தது நரையாய். நட்சத்திரமில்லை... நிலா இல்லை. வெறும் வானம். நரைத்த வானம். பார்த்துக்கொண்டே கிடந்தார்.

நல்லவேலையாக மழை பெய்யவில்லையென்று ஓர் ஆசுவாசம்.

வெகுநேரத்தின் பின் தூக்கம் வந்தது சிறிது.

எங்கோ ஒரு புலம்பல்... மெல்லிய ஒப்பாரி கேட்டது.

லங்காபுரம் இருண்டு கிடப்பதாகவும், அந்நகரின் இருண்ட தெருக்களில் ஓநாய்கள் ஊளையிடுவன போலவும் மனத் தோற்றங்கள்.

மறுநாள் காலை தான் கேட்ட ஒப்பாரிச் சத்தம்பற்றி சண்முகத்திடம் சொன்னார் பிக்கு.

"இஞ்ச அது சகஜம், சுவாமி."

மனித நாசம்... மனித நாசம்...

வவுனியா செல்லும்வரை நெஞ்சுள் எதிரொலித்துக் கொண்டிருந்தது அந்த வார்த்தை.

19

வவுனியா வந்த சங்கரானந்தர் ஒருநாள் அங்கே தங்க தீர்மானித்தார்.

காலத்திரைக்குப் பின்னால் மறைந்துபோன அந்த வெள்ளை ஒல்லி உருவம், அங்கே வந்தால் அடிக்கடி அவர் மனத்தே தோன்றி அவஸ்தைப்படுத்தியது. அங்கே இல்லாமல் எங்காவது ஓடிவிட வேண்டுமென்றே எப்போதும் தோன்றிக் கொண்டிருந்தது.

வவுனியாவில் அப்போது ஜனநடமாட்டம் சற்றே அதிகரித்திருந்ததுபோல் தோன்றியது அவருக்கு. ஒரு பேதத்தையும் அதில் அவர் கண்டார். அத்தனை நடமாட்டம் இருந்தும், அவர்கள் தனித்தனி நெல்லிக்காய்களைப்போல் அவசர அவசரமாய் இயங்கிக் கொண்டிருந்தனர். அது பதற்றத்தில் விளைவது. ஆம், வந்த வேகத்தில் காரியங்களை முடித்துக்கொண்டு வாகனங்களில் இல்லையேல் நடந்து ஓடிக்கொண்டிருந்தனர். எந்த நேரத்தில் எது நடக்குமோவென்று அவர்களுக்குப் பயம் இருந்துகொண்டிருந்ததா? அதுதான். எங்காவது, எந்த நேரத்திலாவது, ஏதாவது நடந்து கொண்டுதான் இருந்தது. தமிழர் போலவே சிங்களவருக்கும் அந்தப் பயம் இருந்தது. அவர்களும் வளை நாடுகிற எலிகள் போலத்தான் ஓடிக்கொண்டிருந்தார்கள். சைக்கிள் குண்டுகள், கண்ணிவெடிகள் இனம் மதம் மொழி பார்த்து வெடிப்பதில்லை.

அப்போது அவர் திரவியத்தைப்பற்றி அதிகமாக யோசித்தார். அவனைப் பார்த்துப் பேசவேண்டும்போல இருந்தது அவருக்கு. முன்னர் சந்தித்தபோது கொழும்பு செல்லப்போவதாகச் சொல்லிக்கொண்டிருந்தான். போயிருக்கக் கூடுமோ? போயிருக்காவிட்டாலும் அவன் மனைவிக்கு நிகழ்ந்த கொடூரத்தின் பின்னால் அந்த வீடு செல்லவே அவருக்குப் பிடிக்கவில்லை. சிவாவின் அறைக்குப் போனார். திரவியமும் சிவாவும் கொழும்புககுப் போய்விட்டதைக் கீழேயுள்ள தேநீர்க் கடையிலே அறிந்தார். சிவா மாதத்துக்கு ஒரு முறையோ இரண்டு முறையோ அறைக்கு வந்து போவதும் அறிந்தார்.

விகாரைக்குச் சென்றார்.

வடக்கிலிருந்து புலம் பெயர்ந்து வந்திருக்கிற ஐந்து லட்சம் அகதிகளின் வாழ்வு அவருடைய மனத்துள் வேதனையை ஊற்றிக் கொண்டிருந்தது.

மழைக்காலம் . . . காரிருள் . . . ஐந்து லட்சம் பேரின் புலப் பெயர்வென்பது சோகத்தின் உச்சம்.

அவர் அறிந்திருக்கிறார், அத்தகு மகா புலப்பெயர்வுகள்போல் முன்பும் உலக சரித்திரத்தில் நிகழ்ந்துள்ளதாக. அந்த முதல் உலக மகா புலப்பெயர்வு கிறித்து சகாப்தத்துக்கு முன் நிகழ்ந்தது. விவிலிய வேதம் அதை விஸ்தாரமாக உரைக்கின்றது.

அந்த யூதர்கள் எகிப்து சென்றது ஒரு தேவ ஆக்ஞையில்தான். அங்கே வாழ்வதற்கு அவர்கள் பட்ட அவஸ்தை மிக்க பிரபலமானது. அழகிய தம் பெண்களைக் காக்க அவர்கள் சொல்லவொண்ணாத்

துயரங்களையும் சிரமங்களையும் மேற்கொண்டனர். கணவன் தன் மனைவியை அரசனிடத்தில் மறுதலித்தான். இல்லையேல் அவளைக் கூட்டிக் கொடுக்க கணவன் இம்சை செய்யப்பட்டான். இவ்வாறான அக்கிரமங்களை நானூற்று முப்பது ஆண்டுகள் அனுபவித்தனர்.

ஒருநாள்... மறுஆக்ஞை பிறந்தது சொந்த பூமிக்குத் திரும்பும்படியாக. "ஜகத்தீர்! இங்கிருந்து புறப்பட்ட உடனேயே உங்கள் சொந்த தேசத்துக்குச் செல்லுங்கள். உங்கள் வருகையை ஏற்க அந்தத் தேசம் தயாராக இருக்கிறது. பசியும் பஞ்சமும் பறந்து போய்விட்டன. இங்கோ... பார்வோன் ராஜா உங்களை ஒட்டுமொத்தமாக அழிக்க எண்ணங்கொண்டுவிட்டான். அவனது மூர்க்கமான முனைப்புகள் தொடங்கும் முன்னமே விரைந்து செல்வீர்களாக!" என்ற தன் சேதியை அவர்களைப் பெருவழி நடத்தவிருந்த மோசேயின் மூலமும், ஆரோனின் மூலமும் தெரியப் பண்ணுகிறார் கர்த்தர்.

புராணம் இதிகாசம் வரலாறு எதுவும் அதுவரை சந்தித்திராத நெடுவழிப் பயணம், ஒரு நள்ளிரவிலே தொடங்குகிறது.

கல் கணக்கில் நீண்டு வரிசைகள்.

பெண்கள் மட்டும் ஆறு லட்சம். குழந்தைகளும் ஆண்களுமாய்..?

அவர்கள் ஓடினார்கள். நடந்தார்கள். ஊர்ந்தார்கள். பாலைவனங்கள் எதிர்ப்பட்டன. வனாந்தரங்கள் இடையிட்டன. இடையே பள்ளத்தாக்குகளும் குறுக்கிட்டன.

பசி... தூக்கம்... களைப்பு... மரணங்கள்... நோய்கள்...

ஒருமுறை...

எதிரே சமுத்திரம். அலைக் கரம் எறிந்து கொந்தளிக்கிறது, பலி கேட்டு. அதன் அடியில் வயிறு பிளந்திருக்கிறது, அகப்பட்டவர்களையெல்லாம் வாரி விழுங்க.

திகைப்பு... அவலம்... ஓலம்...

கர்த்தர் மோசேயுக்குக் கூறுகிறார், அவன் கையிலுள்ள பிரம்பை சமுத்திரத்தின் மேல் நீட்டும்படி.

மோசே அவ்வண்ணமே கைக்கோலை நீட்ட, சமுத்திரம் இரண்டாய்ப் பிளந்து நடுவில் தரைப் பாதை தோன்றுகிறது. ஜனங்கள் அவதியுடன் விரைகின்றனர் ஊடே. இரண்டு பக்கமும், பிளந்து சமுத்திரத்தின் ஜலச் சுவர்கள். விந்தையும் பயமும் நிறைந்து எல்லாவற்றையும் பார்த்தபடி விரைகிறது நெடுவழிப் பயணக் கூட்டம்.

சமுத்திரத்தைக் கடந்து முடிகிற வேளையில், பார்வோனின் பெரும் ரதப்படை துரத்தி வந்து கொண்டிருப்பது பின்னால் தெரிகிறது. ஜனங்கள் ஏங்கிப் போகிறார்கள். மரணம் நிச்சயமெனில் அதை எகிப்திலிருந்தே அடைந்திருக்கலாமே, அத்தனை ஆவல்... அவலம்... துன்ப துயரங்கள் எல்லாம் ஏன்? எகிப்தில் செத்திருந்தால் மரணக் குழியாவது கிடைத்திருக்கும்.

கர்த்தர், மறுபடி கைக்கோலை சமுத்திரத்தின் மேல் நீட்டப் பணிக்கிறார் மோசேயை.

பார்வோனின் படை அந்தநேரம்வரை சமுத்திரத்திற்கிடையான தரை வழியில் பாதி தூரத்தைக் கடந்திருக்கிறது.

மோசே தடியை அவ்வாறே நீட்ட, பிளந்திருந்த சமுத்திரம் மறுபடி மூடிக் கொள்கிறது. அதன் ஜல சுவர்கள் நொறுங்கிய விந்தையை ஜன சமுத்திரம் கேட்கிறது. இருபக்க நீரும் பெரும் வேகமாய் வந்து மோதி, எகிறி... பேரலை செய்ததைப் பார்க்கிறது. பார்வோனின் படை சமுத்திர வயிற்றுள் ஒருவர்கூட எஞ்சாமல் கபளீகரமாகிப் போகிறது.

ஜனக்கூட்டம் மேலும் நடந்து அவர்களுக்கு வாக்களிக்கப்பட்ட பூமியை அடைகிறது. அது ஒருவகையில் மறுபுலப் பெயர்வுதான். ஆனாலும் ஒரு புலப்பெயர்வின் அத்தனை துயரங்களையும் அது கொண்டிருந்தது.

வன்னி அகதிகளைப் பொறுத்தவரை பெரிதாக என்ன செய்துவிட முடியப் போகிறது?

அவர் களைக்கிற, அவநம்பிக்கைப்படுகிற ஜாதியில்லை. விருத்தாப்பியம், இயல்பில் அமைந்த உடல் நோஞ்சை சில வசதியீனங்களைச் செய்யலாம். அவ்வளவுதான். அப்போதே அவருக்கொரு ஊன்றுகோலின் தேவை இருந்தது. இடைக்கிடை பாவிக்கவும் செய்தார்.

ஒருவேளை... அவ்வளவுதான் அவரால் இயன்றதோ? அவர் நிதானமடைய முனைந்தார்.

மின் விளக்குகள்... அது தாண்டிய இருள் வெளி... எல்லாம் தெரிந்தன. அந்த இடத்தில்தான் அவருக்கும் குணாநந்ததேரருக்குமிடையே ஒருமுறை சம்வாதமொன்று நடந்தது. அந்த வித்தியாலங்கார அரசியல் முதுகலைப் பட்டதாரியை அவர் அன்றுதான் கதிகலங்க அடித்திருந்தார். பின்னால் அவரைச் சந்திக்கவில்லை. சந்திக்கிற எண்ணமும் இல்லை.

குணாநந்த தேரர் இயக்கத்தின் தனி ஆள். சங்கரானந்தர் தனி ஆளின் இயக்கம். ஆனாலும்தான் இவர் பேச்சைக் கேட்க, முக தரிசனம் காண, ஆறுதல் வார்த்தை பெற லட்சம் லட்சம் மக்கள் காத்திருக்கிறார்கள். அவரது ஜெயிப்பின் அடையாளங்கள் அவை.

கிழக்கில் மறுபடி விடியும்.

அவர் இருளூடு பார்த்தபடி எண்ணினார்.

20

நதிக்கரையோரத்து புத்த விகாரத்தில் கால் நீட்டிப் படுத்திருந்தார் பிக்கு சங்கரானந்தர். தலை வைத்த தென்புறத்தில் மௌனம் சடைத்த வெளி. கால்புறமாய் எங்கோ தொலைக் கிராமத்தில் றபானா ஒலித்துக் கேட்டது. இன்னும் இரண்டு நாட்களில் தமிழ் – சிங்கள புதுவருஷம் பிறக்கவிருந்ததை நினைத்துக் கொண்டார். புது வருஷம் பிறக்கவிருந்த மகிழ்ச்சிக்கு அந்தளவு சிறு ஓசைகள் மிகவும் குறைவானவையே.

கால்களை எறிந்து, கைகளை விரித்துப் படுத்திருப்பது களைத்த உடம்புக்கு இதமாக இருந்தது. விரைவில் தூக்கம் விழுந்துவிடும்.

தான் வடக்குத் தெற்காய்ப் படுத்திருப்பது அப்போது ஏனோ ஞாபகம் வந்தது அவருக்கு. 'வடக்கே தமிழரும், தெற்கே சமுத்திரமும் நெருக்க எப்படியம்மே நான் நீட்டி நிமிர்ந்து படுக்க' என சிறுவயதுக் கைமுனு தாயாரைக் கேட்டதாகச் சொல்லப்பட்ட வார்த்தைகளை அப்போது அவர் நினைத்தார். அவரது சரித்திரத்தில் அது வராது.

மகாசரித்திரத்தின் இரண்டு பாகங்கள் இன்னும் எழுதப்பட இருந்தன. அவை எழுதி முடிக்கும்வரை எந்நேரமும் ஒரு உருள்வு, புரள்வு மனத்துள் இருந்து கொண்டேயிருக்கப் போகிறது. பிக்குவுக்கு அது தெரியும்.

புத்ததத்தன் முடக்கட்டைகளில் வந்துகொண்டிருந்தான். திடுக்கிட்டு கண்விழித்தார் பிக்கு. பின்னர்தான் தெரிந்தது கனவென்று. கொழும்பு செல்கிறபோது எழுதி முடித்த மகாசரித்திரத்தின் மூன்று பாகங்களையும் புத்ததத்தனிடம் பாதுகாக்கக் கொடுத்துவைக்க வேண்டும் என்று யோசித்துக் கொண்டு படுத்ததின் விளைவா?

புத்ததத்தன் கால் ஊனமானவன். வடக்கிலே நீண்ட காலம் ராணுவ சேவையிலிருந்தவன். ஒருமுறை வாகனத்தில் போய்க் கொண்டிருந்த வேளையில் கண்ணி வெடி வெடித்து, எட்டு ராணுவத்தினரும் இறக்க, வலது காலின் ஊனத்தோடு உயிர் தப்பியது அவன் மட்டும்தான். புஞ் சிபொரளயில் குடியிருந்தான். அவனோடான சங்கரானந்தரின் சந்திப்பு எதிர்பாராதது. 'என்ன நடந்தது காலில்?' என்று இரக்கத்தோடு கேட்டார் பிக்கு. 'கண்ணிவெடியில் போனது' என்றான் புத்ததத்தன். 'யுத்தம் பொல்லாததுதான். உயிர் போகிறது. இல்லை, அங்கமேதாவது போகிறது. ஏதாவது போய்க்கொண்டேதான் இருக்கிறது' என்று வருத்தப்பட்ட பிக்குவைப் பார்த்து அதிசயத்தோடு சிரித்தான் புத்ததத்தன். அவர்கள் பழக்கம் அவ்வாறுதான் ஆரம்பித்தது. மெல்ல மெல்ல அது அதிகரித்தும் வந்தது. கொழும்பு செல்கிறபோதெல்லாம் புத்ததத்தனைச் சந்திக்க பிக்கு மறப்பதில்லை. அப்போது அந்த உறவு அந்யோன்யத்தில் வந்திருந்தது. பிக்குவின் முயற்சிக்கு பெரும் ஆதரவு காட்டினான் புத்ததத்தன்.

கனவை நினைத்துச் சிரித்தார் பிக்கு.

குணாநந்தர்போல் நிறையப் பேர் இருக்கிறார்கள். முண்டிதத்துடனும் முண்டிதமில்லாமலும் அவர்கள். அவர்கள் மத நிறுவனத்தின் பலமும், அது சார்ந்துள்ள வேறு பல பலங்களும் உடையவர்கள். அவர்கள் ரத்த ஆறைப் பெருகச் செய்வார்கள்.

திருமலை புனிதமான நகர். கீரிமலைபோலப் புனிதம். அது வரலாற்றுக் காலம் கடந்தது. அறிவின் திருஷ்டியில் தவிர அதன் காலக் கணக்கை ஒருவரால் இலேசுவில் கண்டுவிட முடியாது.

நம்பிதான் சங்கரானந்தருக்குச் சொல்லியிருந்தார்: 'திருகோண மலையின் வரலாறு தமிழர் வரலாறுதான். வடக்கிலும் தெற்கிலும்

மேற்கிலும் புராதன குடியிருப்புகள் தோன்றியதாக சரித்திரம் சொல்கிறது. ஆனால் அவை தோன்றியதாக அது சொல்லும் காலத்துக்கு ஆயிரம் ஆயிரம் வருஷங்களுக்கு முன்னரே அங்கே தமிழ் நாகரீகம் இருந்திருக்கிறது. கிழக்கு, அதன் மையமாக இருந்தது. ஐதீகங்கள் புராணங்களையெல்லாம் உண்மையின் மிக விரிந்த கற்பனையென்றாவது கொள்ளவேண்டும். உண்மையில்லையேல் கற்பிதமும் இல்லை. ஒன்றுபோல என்பதுதான் கற்பனையின் ஆதாரம்.

'இராவணன் கதை கற்பிதம் மட்டுமில்லை. இராவணன் வெட்டும் கற்பிதம் மட்டுமில்லை. தூங்குகிறபோது சில இரவுகளில் வடகீழ் மூலையில் இன்றும்தான் கல் பிளக்கும் நொறநொறவோசை என் செவிகளில் விழுகிறது. மலை நிகர்த்த தோள்… புயலென வீசும் மூச்சு… சூரிய பிரபையாய்க் கண்கள்… ஒரு பிரம்மாண்டம் தன் நெடுவாள் தூக்கி மலையை வெட்டிப் பிளப்பது உடன் மனத் தரிசனமாகும். உன்னால் எப்படி இதைப் புரிந்துகொள்ள முடிகிறது, சங்கரானந்தா?'

சங்கரானந்தர் மௌனம் சாதித்தார். அவரால் அங்கேயெல்லாம் விசைப்பலகையில் ஏறுவதுபோல் ஏறி அறிவுச் சஞ்சாரம் பண்ணிவிட முடியாது. ஆனாலும் உணர்ந்துகொண்டிருந்தார்.

'கேள், சங்கரானந்தா. மிகு வலிமை பொருந்திய ஒரு ராஜ்யம் திருமலையைத் தலைநகராகக் கொண்டு கிழக்கிலே இருந்தது. அப்போது அவர்களால் அழிக்கப்பட்டு பலமிழந்தவர்களாக ஒரு இனம் வடகிழக்கில் இருந்தது. அதுதான் நாக இனம். பின்னால்… ஒரு கலப்பினம் தோன்றியது. அதுவே வடக்கையும் கிழக்கையும் அதிகாரம் செய்தது. பின்னால் எப்படியோ பாபிலோன், துருக்கி, எகிப்து, கிரேக்கம், ரோம் அரசுகளைப்போல் கிழக்கு ராஜ்யம் மெல்லமெல்லவாய் அழிந்தது. திருகோணமலையில் சரியானபடிக்கு புதைபொருள் ஆய்வு நடத்தப்பட்டால் இந்த உண்மைகளெல்லாம தெரிய வந்திருக்கும். நான் முயற்சி எடுத்தேன் என் காலத்தில். ஆனால் செயற்பட முடியாமல் போய்விட்டது. இந்த இடைவெளியை நீ நிரப்ப வேண்டும்.'

மூச்செறிந்து மூச்செறிந்து நம்பி சொன்னவை காதில் ஒலிக்கிறது அவருக்கு அப்போதும். யோசிக்க இன்னும் விந்தைகளே பிறக்கின்றன. ஆச்சரியம் பிறக்கின்றது.

சரித்திரம் எஃறிப் பாய்ந்து விளையாடிய பூமியா அது?

ஒருநாள் அவர் கோணேஸ்வரம் சென்றிருந்தார். அது படை வீடாய்க் கிடந்தது. ஆதிசிவன் கோயில் வழிபாடு மறந்திருந்தது. மனம் மிகவும் வேதனைப்பட்டது. பின் கோயிலைச் சுற்றிப் பார்த்தார். அதன் அமைப்பு பேரழகானது. அலை மோதும் கடல், அடியில். சூரியனைத் தூக்கி தாங்கி நிற்கும் மும்மலைச் சிகரங்கள். கோயிலின் வெளியே, புறவீதியில், இராவணன் வெட்டு அடி காண முடியாதது. இருளாயே எந்நேரமும். அலையும் நுரையும் வெண் புள்ளியாய்த் தெரியும்.

அவர் வெளியே வந்து மேலும் நடந்தார். கரும்புச் சோலைகள், கட்டுக் குளங்கள்… என்ன வளம்! ஆரண்யமும் நதியும் கடலும் ஆகிய சூழல் அவரை அங்கே தங்க வைத்துவிடுகிறது.

அங்கே அவர் தம் மகாசரித்திரத்தின் மைய பாகத்தை எழுதி முடித்தார். சோழன் படையெடுப்பும், பிரதிநிதிகள் ஆட்சியும், ரோகணத்தின் கதையும், கட்டிடக் கலைகளின் நுட்பங்களும் அதில் பதிவாகின.

இனி அவர் தன் பயணத்தைத் தொடங்கலாம்.

வெய்யில் நதி முழுக்கப் பரந்திருந்தது.

மரங்களின் கீழே கருநிழல் உறைந்திருந்தது.

21

இந்தியா செல்ல சித்திரையிலேயே தயாராகவிருந்தான் சந்திரமோகன். இந்திய தூதுவராலயம்தான் விசா வழங்க இழுத்தடித்து... நம்பிக்கையிழக்க வைத்து... கடைசியில் தீபாவளிக்கு முதல் விசா கொடுத்தது.

சென்னை வந்து முதல் மூன்று நாட்கள் வெளிவிவகாரங்களில் அவன் அதிகம் ஈடுபட்டுக் கொள்ளவில்லை. கற்பகம் மாமியின் மகன் திவ்வியன், இந்தியா வந்து ஐந்து வருஷங்களில் சென்னையையே முழுவதும் தெரிந்திருந்தான். அவனது அக்காள் பெருந்தேவி, சென். மேரீஸில் படித்துக் கொண்டிருந்தாள். அந்த மூன்று நாட்களிலும் சினிமா, கோயில்கள், கோல்டன் பீச், எம்.ஜி.எம். என்று எல்லாருமாய்ப் போய்வந்தார்கள்.

நாலாம் நாள் காலையில்தான் முகவரிகளை எடுத்து செல்லவேண்டிய இடங்கள் குறித்து சந்திரமோகன் யோசித்தது. சில கடிதங்களும் பார்சல்களும் இருந்தன அந்தந்த வீடுகளில் நேரில் போய்க் கொடுக்க. முக்கியமானது, எல்லாவற்றையும்விட, அவனுக்கு ராஜியின் விஷயம்தான். அதற்காகவேதான் அவன் வந்தது என்றும் சொல்லலாம். அவன் தன் ஆதர்ஷமான சில இலக்கியவாதிகளைச் சந்திக்கவிருந்ததோடு, பேரவையின் பத்தாமாண்டு நிறைவு விழாவைச் சிறப்பாக நடத்துவது குறித்து சில தன்னார்வ அமைப்புக்களோடு பேசவும் வேண்டியிருந்தது.

அன்று காலைச் சாப்பாட்டுக்குமேல் இடம் காட்டுவதற்காக திவ்வியனையும் அழைத்துக்கொண்டு ஓட்டோ ஒன்றில் கமலாவைச் சந்திக்கப் புறப்பட்டான். அங்கே சென்ற பிறகுதான் கமலா வீடு மாறிக்கொண்டு போரூர் சென்றுவிட்டது தெரிந்தது. அக்கம்பக்கத்திலுள்ளவர்களால் விலாசம் தெரிவிக்க முடியவில்லை. ஒருவேளை மாலா வீட்டாருக்குத் தெரிந்திருக்கலாமென்றார்கள். அங்கேயும் அவனுக்குப் போக வேண்டியிருந்தது. ஆனால் அவசரமாக அல்ல. அங்கே சில பிரச்சினைகளை அல்லது உணர்வுபூர்வமான நிலைமைகளை எதிர்கொள்ளவேண்டி வரலாமென அவன் எண்ணியிருந்தான். அது, ஷீலா எவ்வளவு தூரம் சுதனுக்கும் தனக்குமான வெடிப்பைச் சொல்லியிருக்கிறாள் என்பதைப் பொறுத்தே அமையும். அதனால் தான் அவன் முதலில் கமலாவைச் சந்திக்க நினைத்தது.

கேற் திறபட்ட சத்தத்தில் சரஸ்வதி எட்டிப் பார்த்தாள். வாசலில் முன்பின் அறிமுகமற்ற இருவரைக் கண்டதும், "மாலா, ஆரெண்டு பார்" என்றாள்.

மாலா வர, சந்திரமோகன் தான் வந்த காரணத்தைச் சொன்னான். தெரியாதவர்களுக்கு முகவரி கொடுக்க சற்று யோசிக்க வேண்டியிருந்தாலும், கமலாவின் முகவரி கேட்டு பலரும்தான் வந்து பெற்றுப் போயிருப்பதோடு, அவன் பிரான்ஸிலிருந்து வந்திருந்ததில் இறுதியில் கொடுக்கலாமெனத் தீர்மானித்து எழுதிக் கொடுத்தாள். பிறகு பேச்சிலே சுதனின் நண்பனென்று தெரியவந்ததும் அவனை அந்தளவில் திரும்பவிடுவதாக இல்லை மாலாவும் சரஸ்வதியும். வந்தமர்ந்து தேநீர் குடித்துத்தான் போகவேண்டுமென்று வற்புறுத்தினார்கள்.

சந்திரமோகனும் திவ்வியனும் உள்ளே சென்றமர்ந்தனர்.

பொதுவான விஷயங்கள்பற்றித்தான் மாலாவோடு பேசிக் கொண்டிருந்தான். தேநீர் தயாரித்துக்கொண்டு சரஸ்வதி வந்த பிறகுதான் நிலைமை அங்கே மாறியது. "ஷீலா எப்படி இருக்கிறா, தம்பி?" கேட்டாள் சரஸ்வதி.

சுதனின் நண்பனெனத் தெரிந்ததும் ஏற்பட்ட குதூகலமும் காட்டிய வரவேற்பும் அவனைப் பிரமிக்க வைத்தன. ஷீலா பற்றிய அந்தக் கேள்விகூட, அவள் சுதனோடேயே இன்னும் இருப்பதான எண்ணத்திலிருந்து பிறந்ததே என்பதையும் அவன் அறிந்தான்.

"நல்லாயிருக்கிறா" என்றுவிட்டு அவன் அப்படியே சொல்லிக்கொண்டு போகலாம். ஆனால் அவர்களின் பிரிவைத் தெரிவித்து, அதை அவர்கள் ஏற்றுக்கொள்ளுகிற மாதிரி வைக்கிற தேவை அவனுக்கிருந்தது. அதற்கான ஒரே காரணம் அவர்களுக்குத்தான் ராஜியோடும், இன்னும் அவனது தாயாரோடும், சுதனின் அக்கா அரசியோடும், சிலவேளை ராஜேந்திரனோடும்கூட தொடர்பிருந்தது என்பதுதான். கமலாவால் உதவி செய்ய முடியலாமாயினும், அவர்களது உதவியையும் தான் வந்த நோக்கத்தின் நிறைவேற்றத்துக்காகப் பெற்றுக்கொள்வது நல்லது என அவன் எண்ணினான்.

எடுத்தவுடனேயே அவர்களுக்கிடையில் விழுந்துவிட்டிருக்கிற பிரிவைச் சொல்லி அதிரவைக்கத் தேவையில்லை என்பதே அவனது யோசனையாக இருந்தது. அதனால் அப்போதைக்கு அந்தப் பிரிவு விஷயத்தை கோடி காட்டிச் சொன்னால்போதும், பின்னால் விளக்கமாகச் சொல்லலாம் எனத் தீர்மானித்தான். "ஷீலா நல்லாய் இருக்கிறா எண்டுதான் நினைக்கிறன். அவவை நான் நேரில பாத்து... இப்ப... ஒரு வருஷமாகுது" என்றான் சந்திரமோகன்.

"அப்ப நீர் இப்ப வரேக்கை சுதனைப் பாக்கேல்லையோ?"

அவள் ஒரு இயல்பின்மையை மோப்பம் பிடித்துவிட்டாள் எனத் தெரிந்தது.

"பாரிஸுக்குப் போன இடத்திலை சுதனைப் பாத்தன். ஆனா... ஷீலா இப்ப பாரிஸில சுதனோட இல்லையே!"

"சுதனோட இல்லையோ?"

அது கேள்வியல்ல, அவளடைந்த அதிர்ச்சி.

"ஏன்... உங்களுக்கு எதுவும் தெரியாதோ? ஷீலா ஒண்டும் எழுதேல்லையோ?"

கண்கலங்கி நின்றிருந்தாள் சரஸ்வதி. 'அப்படி ஆகியிருக்குமோ..? ஷீலா செய்யக்கூடியவள்தான். அவனே அதைச் செய்திருந்தாலும், அதைப் பெரிய பாதிப்பில்லாமல் தாங்கக் கூடியவள் அவள். எழுதாமல்விடவும் நிறைய வாய்ப்புண்டு. தன் தோல்விகளை... தன் சறுக்கல்களை அவள் எளிதில் எவரிடமும் ஒப்புக்கொண்டு விடுகிறவளில்லை.' பலவாறும் ஓடியது சிந்தனை சரஸ்வதிக்கு.

"பாவி... எழுதேல்லையே தம்பி எங்களுக்கு ஒண்டையும். என்ன பிரச்சினை அவைக்குள்ள?" சரஸ்வதி சிறிது தெளிந்து கேட்டாள். குரல் இன்னும் தளும்பிக் கொண்டிருந்தது.

"என்ன பிரச்சினையெண்டு எனக்கும் சரியாய்த் தெரியாது. திடுதிப்பெண்டு கோவிச்சுக்கொண்டு ஷீலாதான் வீட்டைவிட்டுப் போனது. இதைப் பற்றி விளக்கமாய்ச் சுதனும் சொல்லேல்லை. கொஞ்சம் மனம் ஆறக் கேட்டுத் தெரியலாமெண்டிருக்க, சுதனும் வீட்டை வித்திட்டு பாரிஸ் போயிட்டுது."

"வீடு வித்தாச்சா..?" சரஸ்வதி திகைத்தாள்.

"பாரிஸுக்கும் நான் இருக்கிற இடத்துக்குமிடையில நானூறு கிலோ மீற்றர் தூரம். எப்பவாவது இருந்திட்டு ஒருநாள்தான் சந்திக்க ஏலும். அது போக... ஷீலாவுக்கு எழுதுற கடிதங்களை இப்ப வேற விலாசத்துக்குத்தானே அனுப்புறியள்?"

"ஓம்."

"அப்ப யோசிக்கேல்லையோ விலாசம் மாறினதைப் பற்றி?"

அதற்கு மாலா பதில் சொன்னாள்: "நாங்கள் என்னத்தைக் கண்டம்? வேற வேலை எடுத்திட்டன்... இனி இந்த விலாசத்துக்கு எழுதுங்கோ எண்டு ஒரு விலாசம் அனுப்பினா... அதுக்கு எழுதிக் கொண்டிருக்கிறம்."

சந்திரமோகன் எழுந்தான். "நிறைய வேலை இருக்கு. வெளியில ஓட்டோ வேற காத்துக்கொண்டு நிக்குது. நான் வரப்போறன் அப்ப."

"எத்தனை நாள் இஞ்ச நிப்பீர்?" சரஸ்வதி கேட்டாள்.

"ரண்டு கிழமை வரை நிப்பன்."

"தங்கி நிக்கிற இடத்தைச் சொல்லும், நாங்களாவது வந்து பாக்கிறம். போறதுக்கிடையில இதுகளைப் பற்றியெல்லாம் ஒருக்கா வடிவாய்ப் பேச வேணும்..."

"வேண்டாம். நானே ஆறுதலாய் ஒரு நாளைக்கு வாறன்."

"மறந்திடப்படாது..."

“இல்லை.”

சந்திரமோகன் திவ்வியனுடன் புறப்பட்டான்.

21

போரூரில் தெரிந்தவர்கள் இருந்தபடியால்தான் அண்ணாநகரை விட்டு கமலா அங்கே சென்றது. அண்ணாநகரில் இரண்டாவது மாடியில் அவளது வீடு. பத்து வருஷங்களாக அங்கேயிருந்தாள். மாடிப்படி ஏறி இறங்கி சலித்துப் போனாள். போதாததற்கு முழங்காலுக்குள் வேறு பிடிப்பும் நோவும் வந்து விழுந்துவிட்டன. அமைந்தகரை சாஸ்திரிஅம்மாவிடம் கேட்டு, அது தங்க ளுக்கு ஏற்றபடியான வாசல் அமைந்த வீடுதானா என்று வாஸ்து பார்த்து நிச்சயப்படுத்திக்கொண்ட பின்தான் அந்த வீட்டை அவர்கள் வாடகைக்கு எடுத்தது. அதனால் கீழ்த் தளத்தில் வீடு கிடைத்தபோதும் அவர்கள் மாறிக்கொள்ள விரும்பவில்லை. அங்கேயிருக்கும்வரை பெரிய வசதிகள் இல்லாவிட்டாலும் கஷ்டமென்று சொல்லுகிறபடிக்கில்லாமல் வந்தவர்களை வரவேற்றுதான் அவளும் நாகராஜாவும் வாழ்ந்து வந்தனர். அவளுடைய இரண்டு இளைய சகோதரர்களும் வெளிநாடுகளில் இருந்தார்கள். சற்குரு கனடாவிலும், சற்குணம் சுவிற்சர்லாந்திலும் இருந்து அவ்வப்போது உதவி செய்தார்கள். பிள்ளைகளற்ற தம்பதியரானதால் வருகிற பணத்தில் செட்டாக வாழ்ந்து கொண்டார்கள். அதனால், பலபேர் பட்ட சிரமங்களை அவர்கள் படவில்லை. இலங்கையிலிருந்து புறப்பட்டு கடலில் வரும்போதே நாகராஜாவுக்கு நெஞ்சுக்குள் முட்டு வைத்து மூச்சுத் திணறலாகிப் போனது. அம்மாவின் ஈழை வருத்தம் சிறிய வயதிலிருந்தே அவர்மீது சின்னச்சின்னத் தாக்குதல்களைத் தொடுக்கவாரம்பித்திருக்கிறது. மன்னார்க் கடற்கரையில் நான்கு நாட்கள் படகுக்குக் காத்திருந்ததில் திடீரென ஈழை தீவிரத் தாக்குதலைத் தொடுத்திருந்தது. சென்னை வந்து சேர்ந்தபிறகும் வெகு அவதானமாகவே அவர் வாழ்ந்தார். பனி மட்டுமில்லை, தூசியும் அவருக்கு ஆகாதிருந்தது. மிக்க கவனமாக வாழ்ந்ததன் பேரிலும், தக்க வைத்தியரிடத்தில் செய்துகொண்ட மருத்துவத்தின் பேரிலும் அந்த நோயிலிருந்து அவர் விடுபட்டார். பிறகுதான் நாகராஜாவை கனடா கூப்பிடச் சொல்லி, தன் தம்பி சற்குருவுக்கு கமலா கடிதம் எழுதினது. நிறைந்த ஒரு வருஷக் காத்திருப்பின்பின், தொண்ணூற்றைந்தில் நாகராஜாவின் கனடாச் செலவு சாத்தியமாகிற்று. பிறகு நாகராஜா போன் செய்து போரூரில் தனி வீடாக எடுத்திருக்கும்படி சொன்னார். பணத்துக்கு யோசிக்கவேண்டி இருக்க வில்லையாதலால் கமலாவும் சம்மதித்து போரூர் வந்தாள்.

அங்கே வந்தபிறகு சோம்பல்தான் மிகுதியாயிற்று. காலையில் இரண்டு இட்டலி அல்லது சிலோன் பாண். சிலவேளை தோசைக்குப் போடுவாள். மதியத்தில் சமைத்து சாப்பாடு. இரவு, அவ்வளவு அக்கறையில்லை. படுத்தெழும்புவதுதான் மீதிநேர வேலை. உடம்பு பூசணிக்காய்போல் பக்கென்று ஊதிவிட்டது. நெஞ்சு, தனியாகப் பெருத்ததுபோல் கனம். வளர்ச்சி சந்தோஷமாக இருக்கவில்லை.

நோயாளியைப்போல் மினுமினுக்கும் ஒரு வெளிறல் விழுந்திருந்தது மேனியில். அதுகூடப் பரவாயில்லை. அவளால் பொறுத்துக்கொள்ள முடியாதிருந்தது தலையில் விழுந்த திடீர் நரை. ஒன்றிரண்டு இழைகளாய் நரையிருக்கலாம். அந்தளவு வயதும் ஆகியிருக்கிறது. ஆனால் பாதிக்கு மேல் நரைத்தால்..?

ஹோலுக்குள் மாபிள் பதித்த வெறும் நிலத்தில் படுத்திருந்தாள் கமலா. ஒரு தூக்கம் தூங்கி எழும்பியாகிவிட்டது. குளிர் நேரத்தோடு துவங்கி விட்டிருந்தது. எழும்ப அலுப்பாயிருந்தது. நேரம் ஐந்து மணி இருக்கலாம். தண்ணீர் சுடவைத்துவிட்டுப் போய் முகம் கழுவி வந்து தேநீர் போட்டுக் குடிக்க வேண்டியதுதான். கமலா எழுந்து உடகார்ந்தாள்.

வாசலில் ஆட்டோ வந்து நின்றது. சந்திரமோகன் இறங்கினான். வாசலில் சிறிது தயங்கி நின்றுவிட்டு கேற்றை சற்று சத்தமாகவே திறந்துகொண்டு உள்ளே நடந்தான்.

கதவு திறந்திருந்தமை ஆட்கள் உள்ளே இருக்கிறார்களென்பதை அறிவித்தது. அவன் கதவடியில் வந்து நின்று அழைப்புமணியை அழுத்த கையெடுக்கவும் கமலா எழுந்து வந்தாள். "ஆர் தம்பி?" என்றாள்.

"கமலாக்கா எண்டது..?"

"நான்தான். என்ன விஷயம்?"

"என்ர பேர் சந்திரமோகன். பிரான்ஸிலயிருந்து வந்திருக்கிறன். சுதன்ர சிநேகிதன். உங்களோட கொஞ்சம் பேசவேணும்..."

ஆச்சரியமும் மகிழ்ச்சியுமான ஒரு கலவையில் நின்று தயங்கிவிட்டு, "உள்ள வாரும்" என்றாள்.

அவன் தன்னைப்பற்றி அறிந்திருக்கிறான்; சுதனோடு நன்கு பழகியிருக்கிறான்; ராஜியைப்பற்றித் தெரிந்திருக்கிறான்; மாலா வீட்டுக்குப் போய் அவர்களோடு பேசியிருக்கிறான்; அவர்களிடமே முகவரி பெற்றிருக்கிறான் என்பதெல்லாம் தெரிந்து கொண்டபின், "இரும் தம்பி, ஒரு நிமிஷத்தில வந்திடுறன்" என்று விட்டுப் போய் ஐந்து நிமிடங்களில் தேநீரோடு திரும்பி வந்தாள்.

தேநீரைக் குடித்தபடி அவள் கேட்கும் பொது விஷயங்கள் பற்றிய விசாரிப்புக்கு பதிலளித்துக் கொண்டிருந்தான் சந்திரமோகன்.

தேநீர் குடித்து முடிய, உரையாடலில் ஓய்வு விழுந்த ஒரு இடத்தில் நிதானமாக சந்திரமோகன் கேட்டான்: "ஷீலாவை உங்களுக்குத் தெரியும்தானே?"

"தெரியாமல்..? வீட்டுக்கெல்லாம் வந்து போயிருக்கிறாள். ஏன்... என்ன விஷயம்?"

அவனது நிதானம் அவளுக்குச் சிறிது பயத்தைக் கிளறிவிட்டது என்று கூடச் சொல்லலாம். அவன் அவளோடு பேச வந்த விஷயமும் ஷீலாபற்றி, ஷீலா சம்பந்தப்பட்ட மற்றவர்கள் பற்றியென்பதையும் கூட அவள் புரிந்தாள்.

அவன் சொன்னான்: "ஷீலாவும் சுதனும் பிரான்ஸுக்கு வந்த புதுசில என்ர வீட்டிலதான் தங்கியிருந்தினம். நாலு வருஷமாய்."

"பிறகு ..?"

"பிறகு சொந்த வீடு வாங்கிக்கொண்டு போச்சினம். பக்கத்திலதான் வீடு. இப்ப ... வீடு வித்தாச்சுது. சுதன் பாரிஸில இருக்கிறான். ஷீலா ... பாரிஸுக்கு கொஞ்சம் தள்ளி ..."

"எனக்கு விளங்கேல்லை ... ஒண்டும்."

சந்திரமோகன் சற்று விளக்கமாக எல்லாவற்றையும் சொன்னான்.

"கனகாலமோ தம்பி, இதெல்லாம் நடந்து?"

"நாலு வருஷம்."

"நாலு வருஷமோ ..?"

"கூடவே இருக்கும்."

"ச்சாய் ..." என்று மேலும் வியந்தாள் கமலா: "அவைக்குள்ள எதோ பிரச்சினை இருக்குது எண்டதுகூட இஞ்ச ஒருத்தருக்கும் தெரியாதே! நான் இஞ்ச வந்து ஒண்டு, ஒண்டரை வருஷமாகுது. எண்டாலும் மூண்டு நாலு மாசத்துக்கொருக்கா அண்ணாநகர் போய் வந்துகொண்டிருக்கிறன்தானே. மாலா கூட இதைப்பற்றி மூச்சு விடேல்லையே!"

"உங்களைச் சந்திச்சிட்டுப் போய் அவையைப் பாக்கிறதுதான் என்ர நோக்கம். அதால உங்கட பழைய விலாசத்துக்குத்தான் முதலில போனன். அங்க நீங்கள் இல்லையெண்டதாலதான் மாலா வீட்டில போய் உங்கட விலாசம் எடுத்தது. அங்க போகேக்குள்ளையே எனக்கு யோசனை, இந்த விஷயம் அவைகுத தெரியுமோ தெரியாதோ எண்டு. தெரியாட்டா ... இந்த விஷயத்தை எவ்வளவு சொல்லலாம் எண்டதிலயும் எனக்குக் குழப்பம். ஷீலாவுக்கும் சுதனுக்குமிடையில பிரச்சினையெண்டதுமே தாய் துடிச்சுப் போனா. எல்லாம் விவரமாய்ச் சொல்ல இன்னொரு நாளைக்கு வாறமெண்டு சொல்லியிட்டு கழண்டு வந்திட்டன்."

கமலா சிறிதுநேரம் மௌனமாயிருந்துவிட்டுக் கேட்டாள். "ஷீலாவுக்கும் சுதனுக்கும் உண்மையில என்ன பிரச்சினை?"

எல்லாவற்றையும் சொல்ல வேண்டுமா என்று ஒரு தயக்கம் வந்தது. சொல்லத்தான் வேண்டுமென்று பின்னால் தெளிந்தான். சரணாகதிபோல் யாரிடமாவது முழுவதும் சொல்லாமலும் அந்த விஷயத்தைத் தொடர்ந்து செல்வது சாத்தியமில்லைத்தான்.

"ஷீலாவின்ர நடத்தைதான் பிரச்சினை. கண்டபடி வெளியில போறது ... நினைச்ச நினைச்சதை வாங்கிறது ... இது சுதனுக்குப் பிடிக்கேல்லை. அப்பப்ப அவையுக்குள்ள பிரச்சினை வந்திருக்குமெண்டு நினைக்கிறன். ஒரு நாள் பிரச்சினை முத்தி ... ஷீலா வெளிக்கிடுற மாதிரியாய்ப் போச்சு. அவ வீட்டை விட்டு வெளிக்கிட்டதுக்குப் பிறகுதான் ... றெடிமேட் உடுப்புக் கொம்பனி முதலாளியோட ...

அவவுக்குத் தொடர்பிருந்தது வெளியில தெரிஞ்சது. இப்ப அந்த அல்ஜீரியாக்காறனோடயும் இல்லையெண்டு கேள்வி."

"அவளுக்கு அது நல்லாய் வேணும்" என்று எரிந்தாள் கமலா. "சுதனுக்கும் போதாது. ராஜி ஊருக்குப் போயிட்டாளெண்ட கோபத்தில, கொஞ்சங்கூட யோசனையில்லாமல், முன்னால நிண்டவளை இழுத்துக் கொண்டு போனவரெல்லே. அந்தப் பெட்டை அகதி முகாமில தாய் சகோதரங்களையும் வெறுக்கச் செய்துகொண்டிருந்து கஷ்ரப்படுகுது. அந்தப் பாவம் சும்மா எப்பிடிப் போகும்?"

அவள் தன் கொதிப்பு ஆறும்வரை காத்திருந்தவன் பின்னர் சொன்னான்: "சுதனுக்கும் ஷீலாவுக்குமிடையில இனி தொடர்பு வாறது சாத்தியமேயில்லையெண்டு ஆகிப்போச்சு. ஷீலாவைப்பற்றி எனக்கு அக்கறையில்லை. ஒரு சகோதரிபோல நாலு வருஷம் அவளும் கூட இருந்தவள்தான். தன்ர வழியைப் பாத்துக்கொண்டு அவள் நல்லாயிருந்திடுவாள். ஆனா ... சுதனைப் பாக்கத்தான் என்னவோபோல இருக்கு ..."

"ஏன் ... உருகிறாரோ அவளுக்காக?"

"ஓமக்கா. இப்பதான் உருகிறான். ஷீலாவுக்காக இல்லை. ராஜிக்காக. நடந்ததெல்லாம் அவன் இப்ப நினைச்சு சரியாய் மன வருத்தப்படுறான்."

அவள் எழும்பி லைட்டைப் போட்டாள்.

முன்பக்கம் எட்டிப் பார்த்துவிட்டு திரும்பி அவனைக் கேட்டாள். "தம்பி, நீர் வந்த ஓட்டோ இன்னும் வாசல்ல நிக்குதுபோல..? தேத்தண்ணி ஏதாவது குடுத்திருக்கலாம்."

"பறவாயில்லை, அக்கா. இந்தா ... போற நேரமாகுது ..."

"சரியான நுளம்புத் தொல்லை. ஆறுமணிக்கே கதவு ஜன்னலெல்லாம் வழக்கமாய்ப் பூட்டியிடுவம்" என்றபடி வாசல் கதவு ஜன்னல்களைச் சாத்தினாள்.

"சுதன் இப்ப . . . தன்னைக்கூட கவனிக்காமல் . . . விசரன், பயித்தியக்காறன் மாதிரி ஆயிட்டான்."

கமலா கவனமாய் அவன் முகத்தைப் பார்த்தபடி. அதே உன்னிப்பில் அவன் பேச்சைக் கேட்டபடி.

"நானும் இன்னும் அவன்ர சிநேகிதர்மாரும் பேசிக் கதைச்சு ஒரு முடிவுக்கு வந்திருக்கிறம். அதைப்பற்றி உங்களோட பேசிப் பாக்கத்தான் நான் இப்ப வந்தது."

"என்ன பேசவேணும்?"

"எனக்கு ராஜியைப்பற்றி கொஞ்சம் தெரியவேணும். அவ . . . இப்பவும் காம்ப்பிலதானோ?"

அவள் புருவம் வளைந்தது. "ஓம்."

"எண்பத்தேழில ஊருக்குப் போறமெண்டு சொல்லியிட்டுப் போனாவாம். பிறகு ஊருக்குப் போகேல்லையோ ..?"

"போனாள். அவள் போன நேரத்தில இந்தியப் படைக்கும் புலியளுக்கும் சண்டை துவங்கியிட்டுது. அப்பிடியே மன்னாரிலயிருந்து படகு திரும்பி கோடியாக்கரை போயிட்டுது. அப்பிடியே காம்ப்பில போய்ச் சேர்ந்திட்டாள்."

"ம்" என்று அமைந்தான். பின் மௌனமுடைத்து, "அக்கா, கோவிக்கக் குடாது. ஒரு விஷயம் கேக்கப்போறன். கூட ஒரு பெடியன் போனதாய்க் கேள்விப்பட்டம்..." என்றான்.

"போனான். ஓட்டி. படகோடுற பெடியன். தாய்மாமன்ர மகன். ஒருமுறை நேவி சுட்டதில அவன் ஓடிவந்த போர்ட் தாண்டுபோக, காயத்தோட நீந்தி கரைக்கு வந்திட்டான். பாதி உயிராய் இருந்த பெடியனை ராஜிதான் எங்கயோ கண்டு கூட்டிவந்து எங்களோடவிட்டு உதவி செய்தவ. நாங்கள்தான் ரண்டு கிழமையாய் வைச்சிருந்து பராமரிச்சதும்" என்ற கமலா, இன்னும் எதையோ சொல்ல வேண்டும்போல நினைத்து, "நல்ல பெடியன்தான்" என்றாள்.

கேட்டு பேசாமலிருந்தான்.

வெளியே மழை துமிக்கத் துவங்கியிருந்தது.

கனரக வாகனங்கள் போரூரின் நெடுஞ்சாலையில் அலறி, விலகிச் செல்ல இடம் கேட்டன.

கமலா சந்திரமோகனையே பார்த்தபடி இருந்தாள்.

ராஜிமீது எப்போதும் சகோதரிபோன்ற ஒரு அக்கறை அவளுக்கு இருந்து வந்தது. அவளது எதிர்கால சூன்யம் வருந்தவும் வைத்திருக்கிறது. யோகேஷுடன் ஒரு மெல்லிய தொடர்பு விழுந்து வந்ததை அவள் அறிந்திருந்தாள். பருவத்தின் இந்தப் படர்வை அவள் வெறுத்திருந்தாலும், அவளை அங்கீகரித்தாள். அவள் கதை மகா துயரமானது. அந்தத் தொடர்பு இடை முறிந்துபோனதும் அவளுக்குத் தெரியும். அது நல்லது என்பது அவளது எண்ணம். அவன்பற்றிய எண்ணம் ஏதேனும் ராஜியின் உள்மனத்துள் இன்னும் இருக்கக்கூடும். மனம் புகுந்து பார்க்கும் செப்படி வித்தை யாருக்குத் தெரியும்? செவி வழியாய்க் கடல் கடந்து அவனைப்பற்றி வந்த கதைகள் நிறைய. வெளிநாட்டு தமிழ் பத்திரிகைகளிலும் அவை வந்திருந்தன. அவைகளை அவர்களும் பேசியிருக்கிறார்கள்.

"உங்களுக்கு ராஜியோட நல்ல தொடர்பிருக்கெண்டு எங்களுக்குத் தெரியும். சுதன்ர கடந்த காலத்தை ஒரு கெட்ட கனவாய் நினைச்சு ராஜியால மறந்திட ஏலுமெண்டால், நாங்கள் ராஜிக்கும் சுதனுக்குமிடையில மறுபடி ஒரு தொடர்பை ஏற்படுத்த முயற்சி செய்யலாம். இந்த விஷயத்தை எப்பிடி விளங்கப்படுத்துகிறதெண்டு எனக்குத் தெரியேல்லை. அவவோட பேசி ... உங்களால எதாவது முயற்சி பண்ணிப்பாக்க ஏலுமோ? முதலில... இதைப்பற்றி நீங்கள் என்ன நினைக்கிறியளெண்டு சொல்லுங்கோ, அக்கா" என்று கேட்டான் அவன்.

"கட்டாயம் செய்துபாக்க வேணும்" என்றுவிட்டு, உடைந்தவளாய்க் குலுங்கி அழுதாள் கமலா.

அது உணர்வின் எறியம் படரும் விதம்.

யார் யாரோவாயிருந்து ... உறவுகளாய் உரித்துக்களாய் ஆகிவிட்ட அந்த மனிதர்கள் ... எப்படி உருகிக்கொள்கிறார்கள் என்று நினைக்க சந்திரமோகனின் இதயம் உருகிற்று.

கமலா தெளிந்துகொண்டு சொன்னாள்: "அவளுக்கொரு விடிவுகாலம் வராதோவெண்டு எத்தினை நாள் யோசிச்சு வருந்தியிருப்பன்! அவை ரண்டு பேரையும் ஒண்டாக்கி வாழவைச்சால் ... கோயிலுக்குப் போகவேண்டாம்... தருமம் செய்ய வேண்டாம்... அதுவே போறவழிக்குப் புண்ணியமாய் வரும், தம்பி. நான் ராஜியோட கதைச்சுப் பாக்கிறன். நீர் பிரான்ஸுக்கு எந்த அளவில திரும்புறதாய் யோசனை?"

"ரண்டு கிழமையில திரும்புற எண்ணத்தோடதான் வந்தனான். அவசியமெண்டால் ... கொஞ்சம் கூடுதலாய் நிக்கலாம்."

"அவசரப்பட ஏலாது. ஆனா கதைச்சுச் சொல்லுறன். கடிதம் போட்டு வரச் செய்து, நேரிலதான் பேசவேணும். நாளைக்கே எழுதிப் போடுறன்."

சந்திரமோகன் திருப்தியோடு எழுந்தான்: "நாளைக்கு நான் பாண்டிச்சேரிக்குப் போகலாமெண்டிருக்கிறன். திரும்ப ... ரண்டு மூண்டு நாளாகும். வந்து பாக்கிறன் ..."

"போன் பண்ணியிட்டு வாரும்" என்று சொல்லி தொலைபேசி எண் கொடுத்தாள் கமலா.

23

காலமென்பது கரையும் கணங்களல்ல. அது அந்தக் கணங்களோடு சேர்ந்து நகர்வது. கணங்களைவிட்டு பாய்ச்சலில் செல்லும் காலத்தின் முன்னகர்ச்சி உண்டு. அதுபோல் கணங்களுக்கு இயையாததாய் அவ்வப்போது காலம் பின்னடைந்திருப்பதும் உண்டு. இந்த முன்பின் நகர்ச்சிகள் அனுமானமாபவை. நகர்ச்சி அறுதியாய்ச் சொல்லப்பட முடிவது, கணங்களில் மட்டும்தான். வாழ்க்கையும் காலம்போல. அதுவும் கணங்களைவிட்டு முன்னதாக அல்லது பின்னதாக நகரும் வல்லபம் பெற்றது.

கமலா காலத்தோடு நகர்பவள். எவ்வளவு சுலபமாய்... இயல்பாய்... வாழ்க்கையைப் புரிந்திருக்கிறாள்! அவளது வாழ்க்கைதான் காலத்தில் ஏறிக்கொண்டு முன்னகரும் வாழ்க்கை. அவளின் விசேஷ தளங்களை சந்திரமோகன் மெச்சினான்.

பாண்டிச்சேரியிலிருந்து திரும்பிய மறுநாள் சந்திரமோகன் போரூர் சென்றான். மதியம் சாப்பிட்டுத்தான் போகவேண்டுமென்றுவிட்டாள் கமலா. அன்று இருவரும் வெகுநேரம் பேசினார்கள். கமலா

சமைத்துக் கொண்டிருக்கையில் குசினி வாசலில் புட்டுவம் ஒன்றைப் போட்டுக்கொண்டிருந்து அவன் பேசினான்.

ராஜி கடிதம் கிடைத்த உடனடியாக போன் எடுத்ததாகவும், சனிக்கிழமை மாலை அங்கிருந்து புறப்பட்டு வந்து ஞாயிறு மதியம் வரை நின்று போவதாகச் சொல்லியதையும் தெரிவித்த பிறகு, பெரும்பாலும் அவர்கள் பொது விஷயங்களைப் பற்றியே பேசினார்கள். யோகேஷைப் பற்றி அவளாகத்தான் துவங்கினாள். அதை அவனுக்குச் சொல்லாமல் விடக்கூடாது என்பது போலத்தான் சில விஷயங்களைச் சொன்னாள்.

அவன் சாப்பிட்டுவிட்டுப் புறப்படுகிறபோது, “ராஜநாயகமெண்டு ஒரு பழைய நீதவான்... சாவகச்சேரி ஆள்... அங்க அண்ணாநகரிலதான் இருக்கிறார். ராஜி மதிப்புவைச்சுப் பழகுகிற ஆக்களில் அவர் முக்கியமானவர். அவர் சொன்னால் ராஜி எதையும் கேப்பாள். அவரைச் சந்திக்கிறதும் நல்லது. அவரிட்டயும் நீர் மறைக்காமல் எல்லா விஷயமும் சொல்லலாம். சிலவேளை ராஜி அங்க போயிட்டுத்தான் இஞ்ச வந்தாலும் வருவாள் வழக்கமாய் அப்படித்தான் செய்யிறவள்” என்று சொல்லியனுப்பினாள்.

அன்று ராஜிபற்றி கமலாவோடு மேலும் பேசிய பிறகு, அவள்பற்றி ஏறக்குறைய ஒரு முழுமையான குணச்சித்திரத்தை அவனால் உருவாக்கிப் பார்க்க முடிந்தது.

ராஜநாயகத்தோடு பேச தனக்கேதாவது இருக்குமாவென்று அவனுக்குச் சந்தேகமாக இருந்தது. இருந்தாலும் அந்தப் பெயர் முன்பே பரிச்சயமான உணர்வைக் கொடுக்க, பார்க்கலாமென்று தோன்றியது. மட்டுமில்லை. அவள் குணசித்திரம் பெருமளவு வரையறுப்பான பின், அவள்மீது தாக்கம் செலுத்தக் கூடிய அத்தனைபேரையுமே அது விஷயத்தில் தனக்கு உதவியாகக் கொள்ள வேண்டியது அவசியமென அவனுக்குத் தோன்றிக் கொண்டிருந்தது. அதனால் மறுநாள் காலை ராஜநாயகத்தைச் சந்திக்கலாமென அவன் தீர்மானம் செய்தான்.

நினைத்திருந்தபடி மறுநாள் காலையில் ராஜநாயகம் வீடு சென்றான். புற்றரை... பூந்தோட்டம்... விழுந்திருந்த அமைதி... யாவும் சந்திரமோகனை மகிழ்வித்தன. புதியவர் ஒருவர் வாசலில் தென்பட ஹோலுக்குள்ளிருந்த ராஜநாயகம் எழுந்து வெளியே வந்தார்.

சந்திரமோகன் தன்னை அறிமுகப்படுத்திக்கொண்டான். அவரைச் சந்திக்க கமலா சொன்னதைக் கூறினான்.

“உள்ள வாருங்கோ” என்று கூட்டிப்போய் அமர வைத்தார். அங்கே வேலைக்காரிபோல் தோன்றிய ஒரு மாதிடம் தேநீர் வைக்கச் சொன்னார். தேநீர் அருந்திய பின்னர்தான் தன் வரவின் மைய நோக்கத்தை நிறைவேற்றுவதற்கான பூர்வாங்கப் பேச்சை சந்திரமோகன் ஆரம்பித்தான்.

சுதன் தன் நண்பனேயென்றும், பிரான்ஸ் வந்த புதிதில் தன்னோடேயே தங்கியிருந்தானென்றும் கூறினான். நான்கு வருஷங்களாக

இருந்தானென்று தம் நெருக்கத்தைத் தெரிவிக்க அதை அழுத்தமாகச் சொன்னான்.

"ஷீலாவும் கூடத்தானே?"

"ஓம். ஆனால்... ஷீலா இப்ப சுதனோட இல்லை."

அவர் வியப்போடு அவன் பக்கம் பார்வையைத் திருப்பினார். சந்திரமோகன் விபரமாய் எல்லாம் சொன்னான். பிறகு, "நான் இப்ப முக்கியமாக வந்ததே ராஜியைப்பற்றித் தெரிஞ்சு கொள்ளத்தான்" என்றான்.

"ஏன், அவளும் ஆரோடயாவது குடும்பம் நடத்துறாளெண்ட சந்தேகமோ?" அவர் மெல்லச் சொன்னார். அவர் சிரித்திருந்தால் அவ்வளவு கடுமை தோன்றியிராது.

அவன் திகைத்தான்.

அவர் தொடர்ந்து சொன்னார்: "அவள் அகதி முகாமில இருக்கிறாள். அங்கயிருக்கிற ஆயிரம் அகதிச் சனத்துக்கு தன்னால முடிஞ்ச உதவியைச் செய்யிறாள். எல்லாரும் 'அசெய்ல்' அடிக்க வெளிநாடு ஓடிக்கொண்டிருந்தினமே தவிர, ஆருக்கு இஞ்ச முகாங்களில இருக்கிற அகதிச் சனங்களின்ர அக்கறை இருந்தது? ராஜிமாதிரி ஒருசில பேருக்குத்தான் அப்படியான அக்கறை வருகுது. அதையும் பொறுக்க முடியாமலிருக்கோ?"

அவன் அவரைத் தணிவித்து, தான் விசாரித்த காரணத்தைத் தெளிவாக்கினான். ராஜநாயகம் கோபம் தணிந்தார். ஆனாலும் இன்னும் இயல்பான மனநிலை திரும்பாமலே இருந்தது தெரிந்தது.

"நாளைக்கு ராஜி மெட்ராஸுக்கு வாறா. வந்தா முதலில இஞ்சதான் வருவாவெண்டு கமலாக்கா சொன்னா. அப்பிடி வந்தா எங்கட முயற்சிக்கு ஆதரவா அவளோட நீங்கள் கொஞ்சம் கதைக்க வேணும்" என்று மேலும் கேட்டுக் கொண்டான் அவன்.

"ம்" என்று அனுங்கி தன் இறுக்கம் தணிந்தார் அவர். "என்னாலயும் பெரிசாய் ஒண்டும் செய்திடேலாது. வற்புறுத்தவெல்லாம் ஏலாது. சொல்லிப் பாக்கிறன். கேட்டால் சரி. ஏனெண்டால்... அது எல்லாம் அழுத்தினால் பிதுங்கி ஓடியிடுகிற சாதி. ஒருவேளை... ஒருவேளைதான்... சம்மதிச்சாலும் பிரான்ஸுக்கெல்லாம் வருவாளெண்டு நான் நினைக்கேல்லை."

"அது முக்கியமில்லை. அவ சம்மதிச்சாலே போதும்."

"இப்ப பாருங்கோ தம்பி, தெயிலைச்செடியை யாழ்ப்பாணத்தில கொண்டுபோய் வைச்சு வளத்திட ஏலாது. யாழ்ப்பாண நீட்டுக் காய் முருங்கையை மலைநாட்டில வைச்சு வளக்க ஏலாது. மண்ணுக்கும் மனிசருக்கும் இடையில இருக்கிற உறவும் அப்பிடித்தான்..."

"உண்மைதான், ஐயா" என்றான் சந்திரமோகன். "அம்பதாயிரத்துக்கு மேல இப்ப பிரான்ஸில இலங்கைத் தமிழ் ஆக்கள் இருக்கினம். வீடு...

கார்... பிள்ளையளின்ர படிப்பு எண்டு சந்தோஷமாய்த்தான் கன ஆக்கள் இருக்கினம். சில ஆக்களுக்கு இதையும் கடந்த உல்லாசநிலை. பிறந்தநாள் கொண்டாட்டங்களென்ன... சாமத்தியச்சடங்குகளென்ன... கலியாணங்களென்ன... அவைக்கு வெளியில இன்னொரு புறம் இருக்கிறது தெரியவே தெரியாது. நுகர்வுக் கலாச்சாரத்துக்குள்ள அமுந்திப்போன மனிசராய் இருக்கினம். நாட்டில நடக்கிற யுத்தம்... அகதி முகாங்களில எங்கட சனம் முகங்கொடுக்கிற அவலம்... வன்னியில இருக்கிற மனிதாய சோகம், வெளிநாடுகளில ஏற்பட்டுக் கொண்டிருக்கிற மொழி சார்ந்ததும் பண்பாடு சார்ந்ததுமான சிதைவுகள் பற்றிக்கூட கனபேருக்கு அக்கறையில்லை. அவைக்கு இந்தமாதிரிப் பிரச்சினையள் இருக்கிறதே தெரியுதில்லை. தாங்கள் இருக்கிற நாடுகளின்ர அரசியலோ, அங்கயிருக்கிற இன மொழி கலாச்சாரச் சிறுபான்மைகளின்ர போராட்டங்களோவும் தெரியாது. எங்கயும்தான் எங்கட ஆக்களுக்கு சுயநல வட்டத்துக்கு வெளியில மனம் விரிய மறுக்குது. இந்த நிலைமையில . . . சுயநலங்களை இழந்த உழைப்பைச் செய்யிற ராஜியை எவ்வளவு போற்றினாலும் தகும்." சந்திர மோகன் கொஞ்சம் உணர்ச்சி வசப்பாட்டோடுதான் சொல்லி முடித்தான்.

அவன் தான் நினைத்ததுபோல் சாதாரணன் அல்ல என்பதை அவர் புரிந்தார். அவன் அக்கறையுள்ள இளைஞன். அவன் நுகர்வுக் கலாச்சாரத்தில் அமுந்தியவன் இல்லை. அப்படி மற்றவர்களும் அமுந்தக் கூடாதென்று நினைக்கிறவனாயும் இருக்கிறான். அவனுக்கு தன் மொழி பண்பாடுகளில் நிறைய ஈர்ப்பிருக்கிறது. நாடு கடந்தது ஒரு நிர்ப்பந்தத்திலாய் இருக்கலாம். ஆயினும் அவன் தன்னுணர்வை இழக்கவில்லை.

சிறிதுநேரம் வெளியில போய் அமர்ந்திருக்கலாமா என்று கேட்டார் ராஜநாயகம். அவன் எழுந்தான். ராஜநாயகம் சுங்கானையும் எடுத்துக்கொண்டு வெளியே வந்தார். வெளியிலுள்ள மின்விசிறியை வேகமாகச் சுழலவைத்துவிட்டு உட்கார்ந்தார். அவன் பக்கத்தில் அமர்ந்தான்.

வெளி அழகாய் இருந்தது. மாரி இருளின் ஊமைத்தனத்துடன் மின் விளக்குகள் மின்னின. வானம் கருந்திரை போர்த்தி நட்சத்திரங்களின் ஜொலிப்பை மறைத்திருந்தது. குளிர் கலந்திருந்தது காற்றில். மின்விசிறியின் வேகச் சுழல்வும் காற்றைக் கிளப்ப விறைத்தது. ஆனால் மின்விசிறி நுளம்பை விரட்ட பிரதானம் என்பது அங்கே வந்த அத்தனை நாட்களில் அவனுக்கும் தெரிந்திருந்தது.

நகரத்துக்குள்ளேயிருந்தும் தனித்திருப்பது போன்ற ஓர் அமைப்பு அந்த வீட்டுக்கிருந்தது. அதன் மூன்று பக்கங்களிலும் வீடுகள். இருந்தும்தான் அப்படியொரு உணர்வு கிளர்ந்தது ஆச்சரியமாயிருந்தது சந்திரமோகனுக்கு. நாந்து நகரில் அவன் வீடும் அப்படித்தான். அந்த அழகையே ரசித்தபடி வெகுநேரம் இருந்தான். பின் வெளியாகவே தன் ஆச்சரியத்தை அவரிடம் தெரிவித்தான்.

அவர் பக்... பக்...கென்று சுங்கான் புகைத்துக் கொண்டிருந்தார். அவன் சொல்லக் கேட்டு பெரிதாகத் தலையசைத்தார். “மெய்தான். ஆனா ... வேற காரணம் ஒண்டுமில்லை. கிழக்கு மதிலோட நிக்கிற அந்த வேம்பும், கேற்றுக்கு முன்னால தெருவில நிக்கிற தூங்குமூஞ்சி மரமும் இல்லையெண்டால் அந்த உணர்வு வராது.”

அவன் நேரத்தைப் பார்த்தான். புறப்பட நேரமாகிறது என்பதுபோல் ஒரு அசைவு காட்டினான்.

“மழை வரப்போகுதுபோல இருக்கு, ஐயா. ஓட்டோ வேற காத்துக்கொண்டு நிக்குது ...”

“ஓட்டோவை இன்னும் அனுப்பேல்லையோ நீங்கள் ..? முதல்ல போய் ஓட்டோவை அனுப்பியிட்டு வாருங்கோ ... போங்கோ ... நாங்கள் இன்னும் பேசவேண்டியதில பாதியைக்கூடப் பேசேல்லையே ... இஞ்ச நிண்டிட்டு, காலமை போகலாம்.”

அவன் மறுத்தான் லேசாய். அவர் விடவில்லை. பின் அதுவும் நல்லதென்றேபட்டது சந்திரமோகனுக்கும். மறுநாள் காலையில் மாலா வீடு போனால் விசுவலிங்கத்தையும் சந்திக்கக்கூடியதாய் இருக்கும். ராஜியும் முகாமிலிருந்து நாளை வருகிறாள். நாளை ஒரு முக்கியமான நாளாக அமையக்கூடும்தான். அவன் போய் சதாவை அனுப்பிவிட்டு வந்தான்.

மறுபடி அவன் இருக்கையில் அமர சாப்பிடலாமா, ரீ குடிக்கலாமா என்று கேட்டார். ரீதான் என்றான் சந்திரமோகன். தேநீருக்கு உள்ளே சொல்லிவிட்டு தொடர்ந்து சொன்னார்: “தம்பி, நீங்கள் சொன்னியளே, எங்கட சனத்தின்ர ஏண்டாப்பான போக்கு எண்டு. நூற்றுக்கு நூறு உண்மையான பேச்சு. இப்ப பாருங்கோ ... ராஜீவ் காந்தி கொலை வழக்கு முடிஞ்சிருக்கு. தீர்ப்புச் சொன்ன முறையையும், தீர்ப்பையும் பாத்து சட்ட உலகம் வியந்து போயிருக்கு. எங்கட சனத்துக்கோ அக்கறையேயில்லை. தமிழ்நாட்டை எங்களுக்குப் பெரிய ஆதார சக்தியாய்க் கொண்டிருந்தம். அநாதைகள் மாதிரித்தான் இப்ப நிக்கிறம். இந்த நிலைமையில எங்கட சனங்களின்ர கரிசனமின்மை ஒரு பக்கம். இந்த மாதிரி உணர்ச்சியில்லாத நிலை தொடர்ந்தால் ... அப்பீலாலகூட ஒரு பிரயோசனமுமிருக்காது. ஏதோ ... முடிஞ்சளவு பணம் திரட்டி ... செய்ய வேண்டியதுகளைப் பாக்க நாங்கள் ஓடியாடித் திரியிறம் ... நடக்கிறது நடக்கட்டும்.”

அவரின் இனமான உணர்வு சார்ந்த ஒரு பழைமை அரசியலை அவன் ஒப்புக்கொண்டுவிட இயலாது. அது பழைமை என்பதை விடவும் கருத்தியல் அம்சமே முக்கியம். அவன் அது விஷயத்தில் அங்கீகரிக்கக்கூடிய ஆகக் கூடுதலான எல்லை தமிழ்த் தேசியம்தான். அது விரிந்து விரிந்து மானிடம் வரையாகும் இழுவிசை கொண்டது. அவரோ இனமான உணர்வுபற்றிப் பேசுகிறார். ஆயினும் மறுப்பேதும் தெரிவிக்காமல் மௌனமாய் இருந்தான். அவருடைய மனத்தைப் புண்படுத்துவதில் எதுவித புண்ணியமும் இல்லை.

மிக நுணுக்கமாய் அந்த மௌனத்தின் மொழியைப் புரிந்து கொண்டவர், விஷயத்தை மாற்றினார் விவேகமாக.

அவர் சம்பாஷணையின் தவனத்திலிருக்கிறவர். அவருக்கு நண்பர்களும் அதிகமில்லை. ஒருநாள் எதிர்பாராதவிதமாக சாஸ்திரி பவனெதிரில் சற்குணம் என்றொரு இளம் வக்கீல் அறிமுகமாகி அவ்வப்போது வந்து பேசிவிட்டுப் போய்க் கொண்டிருந்தான். வழக்குகள் பற்றியே பேசுவான். தனிக் கோர்ட்டில் நடந்த ராஜீவ் காந்தி கொலை வழக்கு விசாரணை, தீர்ப்பு, மேல்முறையீடு . . . என்று ஆர்வமாகப் பேசினான். ராஜி வருவாள். அவளுக்கு எதையும் விஸ்தாரமாகப் பேசத் தெரியாது. ஆனாலும் விஷயங்களின் ஆத்மாவைத் தொட்டு, பிறர் ஆத்மாவைத் தொடும்படி உறைக்கச் சொல்வாள். மாலா . . . கமலா . . . இவர்களாலெல்லாம் அந்தளவுக்கு விஷயங்களின் உள்ளே போக முடிவதில்லை.

சந்திரமோகன் ஒரு பொது வாழ்வையும் தனக்கான உள் வாழ்வொன்றையும் கொண்டவனாய் இருந்தானென்பதை அவர் கண்டார். பொதுவாழ்வு சமகால தன் அரசியல் சமூக பொருளாதார கலாச்சாரப் பிரச்சினைகளையும், உள் வாழ்வு இலக்கியத்தையும் பேசியதாய் அவர் கொண்டார்.

அவன் மேலே சொன்ன விஷயம் அவர் நேரே சம்பந்தப்பட்ட விஷயம்: “மொழியெண்டது பேசுறதுக்கானதுதான். பயன்பாட்டுக்கானதுதான். அதை இன்பத்துக்கானதும் எண்டு நிரூபிச்சது இலக்கியம். பேசுறது பொதுமொழி. இலக்கியத்துக்கானது தனிமொழி. அதுக்கான விசேஷ அக்கறையை எடுக்கேக்க, மொழி மட்டுமே மூர்க்கமாய் நிண்டு சகல விநோதங்களையும் செய்து இன்பம் பயக்கும். அது எனக்குப் பிடிக்கும். மூண்டு நாலு வருஷங்களுக்கு முந்தி தீவா எண்டொரு படைப்பைப் பாத்தன். அதுகின்ர மூண்டாம் பகுதிதான் எனக்குக் கிடைச்சது எண்டாலும் அதோடு என்னால பயணிக்க முடிஞ்சுது.”

ராஜநாயகம் உஷாரானார். மனத்துள் விடைத்த கருத்துக்களை மருமத்தில் சொல்வதற்கான உத்தி மட்டுமே அது என்று அவர் எண்ணியது சரிதான். அவன் அதைத்தான் சொல்லிக்கொண்டிருக்கிறான்.

“மொழியின்ர அதிக பயன்பாட்டையும் சுவையையும் இதுவரை காலமும் கவிதையே காட்டிக் கொண்டிருந்தது. தீவாவாலதான் அந்தச் சாத்தியப்பாட்டை வசனத்தாலயும் அடையாலாமென நான் நம்பினது.”

அவன் பிரான்ஸிலிருந்து வந்த வேறு பலர்போல இல்லை, பிரெஞ்சு மொழியின் அதி நவீனத்துவப் போக்குகளை அவன் அங்கேயிருந்து அனுபவித்திருக்கிறான், சிந்தித்துச் சிந்தித்து எந்த அபிப்பிராயத்திலும் தீர்க்கமாயிருக்கிறான் என்பதை தெளிவாக அவர் கண்டார்.

அவன் தீவாபற்றி அதிகம் புகழ்ந்து சொன்னது மனத்துள் ஒரு வசதியீனத்தை ஏற்படுத்தியது. ஆனால் அது தொடர்ந்து இல்லை. எழுதியவர் தெரியாமல் செய்யப்படுகிற மெய்யான விமர்சனம் என அதை அவர் கொண்டார். “நானும் அதை ஒரு சஞ்சிகையில பாத்தன். நல்லாய்த்தான் இருந்தது. ஆனா . . . அந்தத் தலைப்பு . . . என்ன அது . . . தீவா எண்டு? எனக்கு விளங்கேல்லை” என்றார் அவர்.

அவன் சொன்னான்: "அந்தப் பெயர் ஒரு குறியீடு. அதை எக்ஸ் எண்டும் வைச்சிருக்கலாம். தீவிரங்களின்ர தோற்றத்துக்குக் காரண காரியங்களுண்டு எண்டதை அது சொன்னது. கட்டளையிடுகிற தத்துவமுள்ளவருக்கு, கடைப்பிடிக்கிற நியதி இருக்கவேணும். இல்லாட்டா விளைவு மோசமானவையாய் மாறியிடும் . . . இதைத்தான் அது முதன்மையாய்ச் சொன்னது எண்டுதான் நான் அதை வாசிச்சன்."

'அவன் புரிந்திருக்கிறான். அதுவும் . . . ஒரு பகுதியைக் கொண்டே முழுவதையும். என்னவென்று தலைப்பு குறித்ததையே அவனும் புரியவேண்டு மென்றில்லை. வாசிப்பு அவரவருக்கும் வேறுபடும்தான்.'

"அதுகின்ர வடிவமென்ன?"

"சிறுகதைதான். அதிநவீன சிறுகதை. ஆனாலும் அது புதிசாய்த் தன்னை வார்த்துக்கொண்ட உருவமுள்ள சிறுகதை."

"நன்றி" என்றார் அவர்.

ஏன் என்பதுபோல் பார்த்தான் அவன்.

"தீவாவின்ர பாராட்டுக்காக. அதை எழுதியது நான்தான்."

அவன் அதிசயித்தான். அது ஒரு இளரத்தத்தின் எறிவு என்பதே அவன் எண்ணமாக இருந்தது.

சாப்பிடும்போது கூடத்தில் சுவரிலிருந்த சட்டத்தைக் காட்டி, "என்ர பேத்திதான்" என்றார்.

மாலை, பொட்டுக்கள் மரணத்தைக் குறித்தன. அவர், அவளது கதை சொன்னார். துக்கமாக இருந்தது. தன் கதை சொன்னார். சுவாரசியமாக இருந்தது.

லண்டனில் பொதுநலவாய நாடுகளின் அரசியற் சட்டங்கள் குறித்த ஆய்வில் சிறப்புப் பட்டம் பெற்ற அந்த அறுபத்தைந்து எழுபது வயது இளைஞரோடு, இன்னும் சந்திப்புக்கள் பலவற்றை அவன் திட்டமிட்டுக் கொண்டான்.

24

ராஜநாயகம் அதிகாலையிலேயே எழுந்துவிடுகிற பழக்கமுள்ளவர். வெய்யிலோ பனியோ மழையோ எதுவானாலும் ஐந்து மணிக்கெல்லாம் எழுந்து திருமங்கலம் சந்திவரை நடந்துபோய் பத்திரிகை வாங்கிக்கொண்டு வருவார். அதிகாலையில் சிறிதுதூரம் நடந்ததாக இருக்க அது. அந்த நேரம் அற்புதமாயிருக்கும். தூசு இல்லாத, வாகனப் புகை இல்லாத நகரத்து வளி மண்டலத்தை அதற்குப் பின்னால் அனுபவிக்க முடியாது.

ராஜநாயகம் பத்திரிகை வாங்கச் செல்கிறபோதே சந்திரமோகன் எழுந்து விட்டான். அவர் திரும்பி வருகிறபோது புறப்படத் தயாராக இருந்தான்.

"வெளிக்கிட்டாச்சோ?" அவர் கேட்டார்.

“ஓம். மாலா வீட்டுக்குப் போயிட்டு, அப்பிடியே பெஸன்ட்நகர் போயிடுவன். முக்கியமான ரண்டொரு வேலை இருக்கு. அதை முடிச்சிட்டு நான் போன் அடிக்கிறனே உங்களுக்கு.”

“சரி. ராஜி வந்ததும் எல்லாம் நான் விபரமாய்க் கதைக்கிறன்.”

சந்திரமோகன் அங்கிருந்து மெல்ல நடந்து விசுவலிங்கம் வீடடைந்தான்.

முன் விறாந்தையில் படுத்திருந்த அவர் அப்போதுதான் எழுந்தமர்ந்து வாசலைப் பார்த்துக் கொண்டிருந்தார். கடந்த வாரம் முழுதும் எங்கெங்கோ அலைந்து உடல் நலிவுற்றும், மழையில் நனைந்தும் வருத்தத்தோடு வந்திருந்தார். இரண்டு நாட்கள் ஓய்வெடுத்ததில் அப்போது சற்றுத் தேறியிருந்தார்.

முதல்நாள் மாலையிலிருந்து மனது அவருக்குச் சந்தோஷமாக இருந்தது. ஷீலா, சேனன் தொலைபேசி செய்தபோது ஐயா எப்படி இருக்கிறார், நன்றாக அலைந்து திரிகிறாரா, முன்பு போலத்தான் படுக்கை சாப்பாடெல்லாம் வைத்திருக்கிறாரா, அவரோடு பேச ஆசையாக இருக்கிறது, வந்து பேசுவாரா என்றெல்லாம் விசாரித்திருந்தாளாம். கேட்டு கண்கலங்கிப் போனது அவருக்கு. ஒவ்வொருவருக்கும் ஒருபொழுது உணர வரும்.

பேசுவார். பேச அவருக்குப் பிரியமிருந்தது. அவளைப் பார்த்து, பேசி பத்து வருஷங்கள். ஆனாலும் எப்ப என்று சொல்லமாட்டார். பேச நிச்சயமான விஷயங்கள் இருக்கிறபோது மட்டுமே அவரால் பேச முடியும். வேறு வேறு பேரோடு எப்படியும் பேசிவிடலாம். ஷீலாவோடு பேச நிச்சயமான விஷயங்கள் தேவை. அன்பான விசாரிப்பு, கரிசனையான அறிவுறுத்தல்கள்… மகளதான் என்றாலும் அப்போதைக்கு அவருக்குத் தோன்றாது. தோன்றினால் அது போலி. “பார்க்கலாம்” என்றுதான் எண்ணியிருந்தார். அப்போதுதான் சந்திரமோகன் வந்தது.

யார் என்பதுபோல் நிமிர்ந்து பார்த்தார் விசுவலிங்கம். கேட்கவில்லை. ஏற்கனவே அவன் அங்கே வந்திருக்கிறானென்பதை அவனது பாவனையில் தெரிந்துகொண்டார். அவரையும் அவன் தெரிந்துகொண்டான் போலவே தோன்றினான். மெல்ல சிரித்தான் சந்திரமோகன்: “பிரான்ஸிலயிருந்து வந்தனான். போனகிழமை ஒருக்கா இஞ்ச வந்து போயிருக்கிறன்.”

அவர் புன்னகைத்தார். “உள்ள வந்து இரும்” என்றார்.

அவன் அவருக்கு எதிரே ஹோலைப் பார்த்தபடி அரைச் சுவரில் அமர்ந்தான். “ஒருத்தரையும் காணேல்லை…” என்றான்.

“சரசுவதி மட்டும்தான் இருக்கிறா. உடுப்புத் தோய்க்கிறாபோல. மற்றவை எல்லாரும் வெள்ளணவே கோயிலடிக்குப் போயிட்டினம். என்னவோ விசேஷ பூசையாம். சரஸ்வதியைக் கூப்பிடட்டுமோ?” என்று எழப் போனார்.

“வேண்டாம். நீங்கள் இருங்கோ. ஆறுதலாய் வரட்டும்.”

அவன் ஏதோ தன்னோடு பேச விரும்புகிறான் என்று எண்ணிக் கொண்டார் விசுவலிங்கம். அவனும் அந்தச் சந்தர்ப்பத்தை நழுவ விட்டுவிடாமல், சுதனும் ஷீலாவும் பிரிந்துவிட்ட விஷயத்தைக் கூறினான்.

விசுவலிங்கத்துக்குக் கூட கேட்டபோது துடிப்பு வந்தது. முதல் நாள்தான் அவர்பற்றி தொலைபேசியிலே அவள் விசாரித்திருந்தாள். காலையில் எழுந்து கூட அதை நினைத்து ஒரு சந்தோஷ மன நிலையில் அவர் இருந்தார். உணர்வுகளை அடக்கிக்கொண்டு, “அவள் ராஜியின்ர பாவம்... சும்மா எங்கயும் போயிடாது” என்று அந்த நிலைமைக்கான மூலம் தேடிச் சொன்னார்.

அதையே சுதனும் நினைப்பதாகச் சொன்னான் சந்திரமோகன். நிலைமை இப்படி இருக்கையில் சுதனுக்கும் ராஜிக்கும் மறுபடியும் ஒரு தொடர்பை ஏற்படுத்த முயற்சித்தாலென்ன என்று அவருடைய அபிப்பிராயத்தை அவன் உசாவினான்.

அவர் மறுமொழி சொல்ல யோசித்தார். கேள்விதான் அனுசிதமானது. யோசிப்பு உசிதமானது. ஆனால் அந்த யோசிப்பு அந்த விஷயத்தையே அப்போதுதான் கேள்விப்பட்டாரோ என்று எண்ண வைத்தது. அவன் அதைக் கேட்டான்: “வீட்டில இந்த விஷயம் சொல்லேல்லையோ? போனமுறை வந்தநேரம் சொல்லியிருந்தனே.”

அவர் தலையசைத்தார்: “ஏதோ, தங்களுக்குள்ள கூடிக்கூடிக் குசுகுசுத்துக் கொண்டிருந்தினம். எப்பவும் அவை அப்பிடித்தான். அதால, அதை நான் பெரிசாய் எடுக்கேல்லை. விஷயம் தெரிஞ்சாலும் பெரிசாய் என்ன கவலை வந்திடும் இவைக்கு? அவள் மாசம் மாசம் காசு அனுப்புறாள்தானே? இன்னும்... அப்பிடி அவை பிரிஞ்சது நல்லது எண்டுகூட நினைக்கக்கூடிய ஆக்கள் இதுகள். அவள் தனிய இருந்தால் நினைச்சபடி இவைக்கு காசை அனுப்பலாமெல்லே.”

அவர், மனங்களின் விசித்திரமான மூலைகளையெல்லாம் வெளிச்சமடித்துப் பார்த்துப் பேசியது அவனுக்கு பிரமிப்பாயிருந்தது. நெருங்கிய, ரத்த உறவுகளுக்கிடையிலேகூட இப்படி சுயநலம் பெருகுமா? அவன் ஒரு சஞ்சல திடுக்காட்டம் அடைந்தான்.

“போலித்தனம் பெருகியிட்டுது, தம்பி” என்றார் அவர், அவன் மன நிலையைப் புரிந்து கொண்டவர்போல.“உறவே பணத்துக்காகத்தான் எண்டு ஆச்சு. அன்புகூட போலிதான். எவரின்ர அன்பைத் தூய்மையானதெண்டு எடுக்க? இது குறிப்பாய்... முகாமுக்கு வெளிய இருக்கிற இலங்கை ஆக்களுக்குள்ள அதிகம்.”

அப்போது கோயிலுக்குச் சென்றிருந்த சிவா, மாலா, பூபதி, சேனன் மற்றும் மூன்று சின்னதுகளும் வீடு வந்து சேர்ந்தனர். அவர்களோடு உள்ளேபோய் ஹோலுக்குள்ளிருந்து சந்திரமோகன் பேசிக்கொண்டிருந்தான்.

அவன் வந்திருப்பது தெரிந்ததும் சரஸ்வதியும் வந்தாள். “பேச்சுச் சத்தம் கேட்டதுதான். றோட்டிலபோல எண்டு எண்ணிக் கொண்டிருந்தன்.”

ஷீலாபற்றி அன்று அவன் சொன்ன தகவலின் பாதிப்பில் யாரும் இருக்கவில்லைப்போல் தெரிந்தது. விசுவலிங்கம் சரியாகத்தான் சொல்லியிருக்கிறாரென்று வியப்போடு எண்ணிக் கொண்டான்.

வீட்டு மாப்பிள்ளையின் வசதியீனங்களை சிவா அனுபவித்துக் கொண்டிருப்பது தெளிவாகத் தெரிந்தது.

தேநீர் குடித்தபின் வெகுநேரம் தங்கவில்லை சந்திரமோகன். அவன் புறப்பட்ட நேரமளவில் விசுவலிங்கமும் ஒரு மஞ்சள் கோயில் பையுடன் வெளியே செல்லத் தயாராகிவிட்டிருந்தார். இருவரும் ஒன்றாக பஸ் நிறுத்தத்துக்கு மெல்ல நடந்தனர்.

அவர் சொன்னவையெல்லாம் நிஜத்தில் சோகம். ஆனாலும்... அவர் அச்சோகங்களினால் மட்டும் பாதிக்கப்பட்டிருக்கவில்லையென்பதை மெல்ல அவன் உணர்ந்தான்.

அவர் அடையாறு போகவிருந்தவர். தெரிந்ததும் அவரை அடையாறில் இறக்குவதாகக் கூறி ஓட்டோ ஒன்றைப் பிடித்துக்கொண்டு அவன் சென்றான்.

"அடையாறில ஆரையும் பாக்கவேணுமோ?" அவன் கேட்டான்.

"ம்."

"திரும்ப மத்தியானமாகுமோ?"

"பின்னேரமாகும். சிலவேளை நாளைக்கு."

"அலைச்சல்தான்..?"

சிரித்தார்.

பின் முகம் கறுத்துவர சொன்னார்: "இப்பிடி ஒரு எழுத்து. இப்பிடியும் வாழவேணுமோ எண்டு நினைச்சால் நெஞ்சு வெடிச்சிடும். கஷ்ரங்களுக்காய்ச் சொல்லேல்லை. உறவுகள் இருக்கிற நிலைமையை நினைச்சுச் சொல்லுறன். இந்தப் பிள்ளையளோட அந்நியோன்னியமாய் நான் கதைச்ச நாள் எனக்கு ஞாபகமில்லை. பெண்சாதியோட ஆற அமர இருந்து கதைச்ச நாள் மறந்து போச்சு. பத்து வருஷமோ... பன்னிரண்டு வருஷமோ..? நம்ப ஏலுமா? நாங்கள் உண்மையில வாழுறமா? இதுக்குப் பேரும் வாழ்க்கையா?" ஆவேசமாய் அவர் கொட்டினார்.

அவன் நேரே வீதியைப் பார்த்துக் கொண்டிருந்தான். திரும்பிப் பார்க்கவில்லை. ஆனாலும் கண்கலங்கியிருப்பாரென்று நம்பினான்.

அவர் இங்கே வந்து பதினான்கு வருஷங்கள்! இரண்டு வட்டங்கள்! அவர் தேசமிழந்து போனார். ஆனாலும் மறந்து போகவில்லை. தேச சோகத்தின் சிதறல் அவர். அவர் வீடு, வளவு, மண் இழந்து நேரடியாய்ப் பாதிக்கப்பட்டார். உறவுகள், பாசங்களை இழந்து மறைமுகப் பாதிப்பும் அடைந்தார். காதலிளைஞர் கருத்தழிதல்... என்பது இதுதானா? அவர் இளைஞர் இல்லைத்தான். ஆனாலும் மனிதர். தேக விழைச்சை அவர் திரஸ்கரித்திருக்கலாம். அது தொய்ந்து, நொந்துபோன உடம்பு. ஆனால் காதல் இல்லையென்று எப்படிச் சொல்ல முடியும்?

காந்தி மண்டபம் கடந்து ஆட்டோ போய்க்கொண்டிருந்தது.

ராஜி பற்றி வீட்டிலே பேசிக்கொண்டிருந்த விஷயத்தை மறுபடி நினைவூட்டுவதுபோல, சந்திரமோகன் சொன்னான்: "ராஜி இண்டைக்கு காம்ப்பிலயிருந்து வாறா. நாளைக்கும் இஞ்ச நிக்கிறமாதிரி வரலாம். சந்திக்க வேண்டி வந்தால்... நான் சொன்னதைப்பற்றி நீங்கள் அவவோட கொஞ்சம் பேசவேணும். பேசுறது... கொஞ்சம் கஷ்ரம்தான் ஷீலாவை நினைச்சால்..."

"இதில ஷீலாவுக்காக வருத்தப்பட ஒண்டுமில்லை. நான் கட்டாயம் ராஜியோட இதைப்பற்றிக் கதைக்கிறன்..."

அடையாறு பஸ் நிலையத்துக்குக்கிட்ட அவர் இறங்கினார். ஓட்டோ, சிவப்பு விளக்கு எரிந்ததில் நின்றிருந்தது. கையில் பையுடன் பாதசாரிகள் கடக்கும் வெள்ளைக் கோட்டில் நடந்தோடி இந்திராநகர்ப் பக்கம் விரைந்து கொண்டிருந்த விசுவலிங்கததையே பார்த்துக்கொண்டு ஓட்டோவில் அமர்ந்திருந்தான் சந்திரமோகன்.

'நாங்கள் உண்மையில வாழுறமா? இதுக்குப் பேரும் வாழ்க்கையா?'

25

பெஸன்ட்நகர் சென்ற சந்திரமோகன் குளித்து சாப்பிட்டு வெளிக்கிட்டுக் கொண்டு சதாவின் ஓட்டோவில் மறுபடி வெளியே சென்றான்.

இடையில் ஓட்டோவை நிறுத்தி போரூருக்கு தொலைபேசி எடுத்தான். ராஜி அன்று மதியமே வந்துவிட்ட விஷயத்தைச் சொன்னாள் கமலா. அவசரமாய் வா என்று கடிதம் போட்டதால், ராஜநாயகம் வீடு போகாமல் அங்கே வந்ததைத் தெரிவித்தாள். மறுநாள் காலையில் அண்ணாநகர் போய்விட்டு, அப்படியே அங்கிருந்து முகாம் பயணமாவாள் என்று கூறி நிறுத்தினாள்.

"என்னக்கா... பேசினீங்ளா..? எதாவது பலன் கிடைச்சுதா?" என்றான் சந்திரமோகன் ஆவலோடு.

"இப்பதான் விஷயத்தயே லேசாய்த் தொட்டிருக்கிறன். அதை வைச்சுக்கொண்டு இந்தாண்டு அவளின்ர சம்மதத்தை வாங்கிக்கொண்டு போகலாமெண்டு நீர் நினைச்சிடக்கூடாது. ஏன்... நாங்கள் எதிர்பாராத பதிலும் வரலாம். என்ன?" எதார்த்தமாய்ச் சொன்னாள் அவள்.

"சரி, அக்கா."

"முதலில... நீர் ஒரு அறிமுகத்தை அவவோட செய்துகொள்ள வேணும். நாளைக்கு பத்து மணியளவில ராஜி ராஜநாயகத்தார் வீட்டை போறாள். அங்க போனால் அவளைச் சந்திக்கலாமே..."

அப்படியே செய்வதாகக் கூறி போனை வைத்தான் சந்திரமோகன்.

அன்று மாலை வீட்டிலே எல்லாரும் பெஸன்ட்நகர் அஷ்டலக்ஷ்மி கோயிலுக்குப் போனார்கள். சந்திரமோகனைக் கேட்க அவனும் மறுக்காமல் உடன் சென்றான்.

குளிருக்குப் போர்வைபோல, நடைமுறைகளுக்குள் அடங்கியிருப்பது இதமானதுதான். ஆனாலும் கோது, குஞ்சு முழுவளர்ச்சியடையும்வரைதான் பாதுகாப்பு. பின்னாலே கல்லறை. போர்வைகளும் ஏதோவொரு பொழுதில் விலக்கப்பட வேண்டியனதான்.

பெருந்தேவி அன்று மிக அழகாய்த் தோன்றினாள். சூழ்நிலையும் சந்திரமோகனுக்கு களிபேருவகை செய்தது. பெருந்தேவி காரணமாய் சூழ்நிலை அழகாய்த் தோன்றிற்றா? இல்லை... சூழ்நிலை காரணமாய் பெருந்தேவி அழகாய்த் தோன்றினாளா?

கோயிலிலிருந்து திரும்பிவந்ததும் ராஜநாயகத்தோடு பேசினான். ராஜி வந்திருப்பதைச் சொன்னான்.

"கமலா இப்பதான் போன் பண்ணிச் சொன்னா."

"காலமை பத்து மணிக்குள்ள அங்க வந்திடுறன்."

"இப்ப வேலை எதாவது இருக்கா?"

"சாப்பிட்டுட்டுப் படுக்கிறதுதான்..."

"அதை இஞ்சவந்து செய்யுங்கோவன்."

"இப்பவேயா..?"

"ஏன்... என்ன சுணக்கம்..?"

"இல்லை... வீணாய் எதுக்கு உங்களுக்கு..."

"ஒரு சிரமமுமில்லை. அதோட அடுத்தமுறை லண்டன் போயிட்டு அப்பிடியே பிரான்ஸுக்கு வாற யோசனை. அப்ப... ரண்டு நாள் தங்கிவர எனக்கும் ஒரு இடம் வேணுமெல்லோ..."

"நீங்கள் தாராளமாய் என்ர வீட்டுக்கு வரலாம்."

"நீங்கள் என்ர வீட்டுக்கு வர பின்னடிக்கவேணும். நான் மட்டும் உங்கட வீட்டுக்கு தாராளமாய் வரலாமோ..?"

"பத்து மணிக்குள்ள அங்க வந்திடுறன்" என்றான் சந்திரமோகன் சிறிது சிரித்துவிட்டு.

ராஜநாயகம் வீடு சேர்ந்த சந்திரமோகன் ஓட்டோவை அனுப்பிவிட்டு உள்ளே சென்றான். அவனை எதிர்பார்த்ததுபோல் ராஜநாயகம் விறாந்தையிலேயே அமர்ந்திருந்தார்.

சொல்லி வைத்தாற்போல மேலே திரண்டிருந்த மேகம் கரைந்து இறங்கத் துவங்கியது. தூரத்து வெளிச்சப் பின்னணியில் வெள்ளிக் கோடுகளாய்த் தெரிந்தது மழை. கருமேகம் கரைந்து வெள்ளியாய் மாறியது விந்தை. மழை சடசடவென வலுத்துப் பெய்தது. காற்று வீசிற்று. தூவானம் அடித்தது.

ஆனாலும் உள்ளே செல்கிற நோக்கம் இருவருக்கும் இல்லை.

சந்திரமோகனுக்கு நீண்ட காலமாய் அந்தமாதிரி மழை அனுபவம் இல்லை.

ராஜநாயகம் ஒரு போத்தலையும் இரண்டு கிளாஸ்களையும் கொண்டு வந்து கட்டை மேசையில் வைத்தார். "உங்களுக்குப் பாவிக்கிற பழக்கம் இருக்கோ, தம்பி?" என்றார்.

"லேசாய்."

அடிவானில் வெள்ளி ஆற்றின் அவ்வப்போதைய ஓட்டமும் முழக்கமும் இருந்து கொண்டிருந்தன.

கடலூரிலும் பாண்டிச்சேரியிலும் அடுத்த நாற்பத்தெட்டு மணிநேரத்துக்கு இடியுடன் கூடிய பலத்த மழையை அவதான நிலையம் முன்னறிவிப்புச் செய்திருந்தது. தமிழ்நாட்டில் கீழ்க்கரையோரப் பகுதியில் மழை, புயல் எச்சரிக்கை சொல்லப்பட்டது.

'நாளை ராஜி வருவாளா மழை இந்தமாதிரிப் பெய்தால்?'

ராஜி அவனளவில் ஒரு குணச்சித்திரமாகியிருந்தாள். அவள் தன் மண்ணைவிட்டுப் பெயர மறுத்திருந்தவள் ... அவள் வசதிகள் தேடி ஓடுகிற உலகத்தில் வசதிகளைவிட்டு ஓடினவள் ... அது காரணமாய் தன் வாழ்க்கையை அழித்துக்கொண்டிருக்கிறவள் ... அதுமாதிரியான மனநிலைகள் நித்திய தரிசனம் ஆவதில்லை. அவை அபூர்வங்கள்.

பிரபுவின் அப்பாவுக்கும் மண் தவனம் நிறைய. அவருக்கு அவரூரில் ஒழுங்கை தெருக்களென்று எல்லா இடத்து மூலைக் கல்லுகளின் அளவும்கூட தெரிந்திருந்தது. எந்தெந்த வீட்டு வாசலில் கிடுகுப் படலை, சங்கடப் படலை, இரும்புக் கேற்று என்று மறவாதிருந்தது. வட பகுதியில் எந்தக் கோயிலின் தலவரலாறு அவருக்குத் தெரியாது? ஆனால் அவரும் தன் மண்ணிலிருந்து வேரிழுத்து வந்தவர். அவள் ... அப்படியில்லை.

"என்ன ... யோசினை அப்பிடிப் பலமாய்?"

அவன் சிரித்து சுதாரித்தான். "ஊர் நினைப்புத்தான். ஊரைப் பற்றி அக்கறை உள்ளவையின்ர நினைப்பும். ராஜியைப்பற்றித்தான் யோசிச்சுக் கொண்டிருந்தன்."

ராஜி அன்று ராஜநாயகம் வீடு வந்தபோது மூன்று மணி.

காலையில் மழை குறைந்திருந்தது. ஆனாலும் தொடர்ந்து தூறிக் கொண்டிருந்தது. ஆங்காங்கே வெள்ளம் ஆனதால் போக்குவரத்தில் சிரமமிருந்திருக்கலாம். அந்தளவு நேரம்வரை ராஜி வரவில்லை, சந்திரமோகன் போரூருக்கு போன் செய்து கேட்டுவிட்டு பெஸன்ட்நகர் புறப்படலாமென்றிருக்க அவள் வந்தாள். மறுநாள்தான் கீழப்புதூர் போவேன் என்றாள்.

அவள் இயற்கையாய்க் கொண்டிருந்து, இடைக் காலத்தில் இழந்திருந்த கலீர் கலீர்கள் கொஞ்ச காலமாய் மீண்டுவரத் துவங்கியிருந்தன. ஆனால்

அப்போது அவள் முகம் காய்ந்திருப்பதை ராஜநாயகம் அதிர்ச்சியோடு பார்த்துக்கொண்டிருந்தார். ஒருவேளை சந்திரமோகன் அங்கிருப்பதால் அப்படியானதோ என்று அவனை அறிமுகப்படுத்தியும் அவளுக்கு நிறைய சிரிக்க வரவில்லை.

அவர்கள் பேச்சில் அவளும் கலந்துகொண்டாள். ஒருபோது இயல்பில் கேட்டாள்: "பிரான்ஸில ஷீலா, சுதனெல்லாம்... எப்பிடி சுகமாயிருக்கினமே?"

"இருக்கினம்" என்று சொல்லிவிட்டு, "கமலாக்கா எதாவது விசேஷமாய்ச் சொன்னாவோ?" என்று மைய அக்கறைக்கு நகர்ந்தான் அவன்.

"இல்லையே" என்றாள் அவள்.

"நாளைக்கு நீங்கள் அவசியம் காம்ப்புக்குப் போகத்தான் வேணுமோ?"

கட்டாயம் மறுநாள் மாலைக்குள் தான் முகாமில் நிற்க வேண்டுமென்றாள் அவள். அன்றைக்கு மாலைக்குள் திரும்ப வேண்டியவளானாலும், பெருமழை காரணமாக ஒருநாள் அதிகம் தங்கினால், ஒப்புக் கொள்ளக் கூடியது அது. அவன், அவள் எப்போது மறுபடி சென்னை வருவாளெனக் கேட்டான். அவள் ஏன் என்கவும், அவளோடு பேச வேண்டுமென்றான் அவன்.

கமலாக்காவென்றால் கடிதம் போட்டு அவசரமாய் வந்து சேர் என்கிறாள். அவனோ அவளுடன் பேச இருக்கிறது என்கிறான். ஒரு வியூகம் அமைவதுபோல் தோன்ற நெற்றி சுருங்கினாள் அவள். அதுவரையில் அவன் பொதுவில் விரும்பப்படக்கூடிய நட்பின் எல்லைக்குள் வந்துவிட்டிருந்தான். அதனால் நிதானமாக, தனக்கு அடிக்கடி வருவது சிரமம்தானென்றாள். முகாம சட்டதிட்டங்கள் அப்படியென்று விளக்கினாள். ஆனாலும் மிக்க அவசியமெனில் வரலாமென்றாள்.

"கட்டாயம் நாங்கள் சந்திக்க வேணுமே" என்றான் அவன்.

"சரி, அப்ப வாறன். அடுத்த சனி வந்து ஞாயிறு போயிடுவன்."

அவன் மீண்டும் சந்திக்கவிருந்தது, கமலா அக்கா அதுவரை சொல்லாதிருந்த விஷயம் குறித்தே என்பது அவளுக்குப் புரிந்தது. ஆனால் அது என்ன என்பதுதான் தெரியாதிருந்தது.

26

ராஜி மறுபடி சென்னை வருவதற்குள் பெரும்பாலான வேலைகளையும் முடித்துவிட்டான் சந்திரமோகன்...

அந்த நாட்களில் ஒரு கனதியாய் ராஜி அவனிதயத்தில் இருந்து கொண்டேயிருந்தாள். பெரும்பாலும் எதுவுமே மன வெளியில் இல்லாமல் எல்லாமே தான்தானென்று ஆக்கிவிடுகிற ஒரு தன்மை அவளிடம் இருந்தமை, நினைப்பின் கனதிகள்பற்றி யோசித்த வேளையில்

அவனுக்குப் புரிந்தது. அது முக லாவண்யமல்ல. அந்த அம்சத்தை எடுத்தால் அவள் எதுவுமேயில்லை. சகலதும்தான். அவளது விகற்பமற்ற, அதேவேளை அஞ்சுதலறியாத பார்வை, சிரிப்பு, பெண்ணாகிய குளிர்வு யாவுமேதான் அதைச் செய்தது. அது வடவிலங்கை அழகு. உடம்பு நார்பட்டு வைரமாய்த் தோன்றாது. ஒரு சக்தி இருந்து ஆற்றலோடு இயங்கவைத்துக் கொண்டிருக்கும். வெய்யில், உப்புக் காற்றினால் மேனி கறுத்திருந்தாள். அவளது இயல்பான நிறம் சட்டையின் கை விளிம்புள், கழுத்து முதுகுப்புறத்தில் கோடாய்த் தெரிந்தது. தன் கவனம் படிகின்ற இடமெல்லாம் தகவல்களாய்க் கிரகிக்கின்ற தவனம். கலையாய் நிற்கும் நளினம். கோயிற் சிலையாய் நிமிர்ந்த கவர்ச்சி. அவள் அவ்வப்போது சிரிக்கத்தான் செய்தாள். உஷார்பட்டுச் சிரித்த சிரிப்புதான். அது தனது சகஜம், சரஸமென்று எவராலும் எண்ணப்பட்டு விடக்கூடாதென்ற அவதானமோ?

அவளால் சுதனுக்கேற்றவளாய் இருக்க முடியும்.

அவள் பட்டதுகளாய் மற்றவர்கள் சொன்னதுகளை அப்போது அவன் அடுக்கி வைத்துப் பார்த்தான். படுவதும் அதிகம். அவளே சொன்னாள். இவையெல்லாம்தான் அவளைப் பிடிவாதக்காரியாய் ஆக்கியிருக்கும். அவர்கள் உடைக்கவேண்டிய இடம் அதுவாயே இருக்கலாம்.

'ஒருவரின் நிலைப்பாட்டைக்கூட ஒரு வாதத்தில் உடைத்து பெயரவைத்துவிடல் கூடுமாயிருக்கும். ஆனால் பிடிவாதத்தை எந்த வாதம் உடைக்கும்?' வெள்ளியிரவு படுக்கையில் கிடந்தபடி இவ்வாறெல்லாம் யோசித்தான் சந்திரமோகன்.

ராஜிக்காகக் காத்திருந்த நாட்களில் அவன் பிரபுவோடு அடிக்கடி தொடர்பு கொண்டான் தொலைபேசியூடாக. புறப்படுகிற நேரமாதலால் எது காரியத்தையும் மறந்ததாக விட்டுவிடக்கூடாது என கூடிய கவனத்தோடிருந்தான்.

அடுத்த ஆண்டில் தைப் பொங்கலோடு ஒன்பதாம் ஆண்டு விழாவை ஸ்ரொக்கோமில் நடத்த அந்த நாட்டுக் கிளை ஆவலாயிருப்பதாகவும் பிரபு தெரிவித்தான். சுதன் – ராஜி விஷயமாய் நல்ல முடிவோடு வரவேண்டுமென்று வற்புறுத்தினான். அது எவ்வளவு சிக்கலான விஷயமென்பதை அதில் நேரடியாகச் சம்பந்தப்படாமல் தெரியவராது என்று ஏதோ சொல்ல வாயெடுத்தவன், நிறுத்திக்கொண்டு கடைசிவரை முயற்சிப்பேன் என்று கூறி முடித்துவிட்டான். முடிந்தால் அரசியின் தாயாரை மதுரை போய்ப் பார்த்துவர வேறு கூறினான் பிரபு. அதற்கு பார்க்கலாமென்றான்.

சனிக்கிழமை காலை சந்திரமோகன் ராஜநாயகம் வீடு சென்றான்.

ராஜி அங்கே நின்றிருந்தாள். இருவரும் பேசிக்கொண்டிருந்தார்கள். அப்போதுதான் வந்ததாகச் சொன்னாள். வரவேண்டுமென்பதற்காய் வந்ததான அலுப்புத் தெரிந்தது அவள் முகத்தில். உள்ளே போய் ஒரு நாற்காலியை எடுத்து வந்து போட்டுக்கொண்டு உட்கார்ந்தான்.

“உங்களைப்பற்றித்தான் சொல்லிக் கொண்டிருக்கிறன்” என்றார் ராஜநாயகம்.

அதனாலேன் அவள் முகம் செழிப்பிழக்க வேண்டும்?

ராஜி தலை கவிழ்ந்திருந்தாள்.

உணர்வுகளைக் கவுரவித்தல் வேண்டும். மென்மையான சில விஷயங்கள் அழுத்தப்பட... வற்புறுத்தப்பட... முடியாதன. கமலா அதை அழுத்தியிருப்பாளோ? அவன் பார்வையில் கேள்வியைத் தேக்கிக்கொண்டு ராஜநாயகம் பக்கம் திரும்பினான். அவர் புரிந்துகொண்டு ,அதுதான் பிரச்சினை என்பதுபோல் தலையசைத்தார். சரி, இனி தாமதிப்பதிலும் பின்வாங்குவதிலும் அர்த்தமில்லை. நேரடியாக . . . தானாகவே . . . பிரச்சினைக்குள் காலை வைத்தான் சந்திரமோகன்.

சுதன் – ஷீலாவின் பிரிவு, தான் வந்த நோக்கம் யாவற்றையும் தெளிவாக எடுத்துச் சொன்னான். சுதனின் தற்போதைய மோசமான நிலையை விளக்கினான். அது ஷீலா பிரிந்ததால் இல்லை என்பதை வற்புறுத்தினான். அவள் தனக்கும் அவனுக்கும் அனுசரணையான முடிவை எடுப்பது எந்த வகையில் பார்த்தாலும் காலம் அனுமதித்ததாகவே அமையுமென்று சாதித்தான்.

அவன் தன் எல்லையைத் தாண்டிவிடக்கூடாதே என்ற அவசரத்தில், “நீங்கள் ஒண்டும் யோசிக்க வேண்டியதில்லை, தம்பி. அவவும் விவரமான ஆள்தான். யோசிச்சு தானாகவே நல்லதொரு முடிவுக்கு வருவா” என்றார் ராஜநாயகம்.

பொட்டில் பட்டதுபோல் ஜெஸ்மினின் தாய் திரேஸா ராஜிக்கு நினைவு வந்தாள். புத்திமதி சொல்கிறதென்று நினைத்துக்கொண்டு மற்றவரின் மனத்து மென்மை, விஷயங்களின் நளினம் பாராமல் ஏதேதோ சொல்லத் துவங்கிவிடுவாள். அவளுக்கு மற்றவர்கள் விபரமில்லாதவர்களென்று நினைவு. குறிப்பாக ‘அந்தத் தீவுப் பெட்டை’ பற்றி அவள் அப்படித்தான் நினைத்து அனுதாபம் காட்டினாள். ஆனால் ராஜநாயகம் அவளை விபரமானவளாகக் கணித்து வைத்திருக்கிறார். அவரும் அறிவுரை சொல்பவர்தான். ஆனாலும் முடிவை அவரவர் இஷ்டத்துக்கு விட்டுவிடுபவர். எப்படியானவர்களாயிருந்தாலும் தன் உள்ளுள் பிரவேசிக்க எவருக்கும் அனுமதியில்லை.

தொனி மாறிய இன்னொரு குரல் கேட்டது: ‘இவர்களை விட்டால் வேறு யார்? நண்பர்கள், அறிமுகமானவர்களென்று இந்த வட்டம்தானேயடி உனக்கு. அம்மாவா, தங்கச்சியா, தம்பியா ... யார் இருக்கிறார்கள்? யோகேஷ் இருந்தான். நீ சொல்வதைச் செய்வான். உனக்காக இருந்தவனை எங்கேயோ கொண்டுபோய்ச் சொருகிவிட்டாய். இப்ப அவனும் இல்லை. வேறு யார் உனக்கு? செல்வமணி என்றொரு சிநேகிதி. பூக்கட்டுபவரின் மகள். கடலுக்குப் பலியாகிப் போனாள். ஜெஸ்மின் என்ற இன்னொரு சிநேகிதி. உயிர்ச் சிநேகிதி. சொல்லக்கூடச் செய்யாமல் அவுஸ்திரேலியா ஓடினாள். தொடர்பு பின்னர் ஏற்பட்டதா? நினைத்தாவது இருப்பாளா? நீயும் நினைத்ததில்லைதானே? அரசி

என்று ஒரு உறவுக்காரி. வடவிலங்கையின் ஒரு சிறிய கடலோரக் கிராமத்தில் இருக்கிறாள். கடிதங்கள் எழுதியே வருஷங்களாகிவிட்டன. அப்படியிருக்க... இவர்களாவது பேசத்தானே வேண்டும். வயது என்ன, கொஞ்சமாகவா ஆகியிருக்கிறது? முப்பத்தைந்துக்கு மேலே. எப்படி வாழ்ந்து கழிப்பது? நீ எதையும் எண்ணாமல் விட்டுவிடலாம். ஆனால் உன்னை விரும்புபவர்கள், உன்னில் அக்கறையுள்ளவர்கள் யோசிக்கத்தானே செய்வார்கள்? அதுவும் இந்த மனிதர் உன் தாத்தா மாதிரி... அவனும் லாபம் கருதி ஓடிவந்தவனில்லை. இதயங்களின் நலன் கருதித்தான் ஓடிவந்திருக்கிறான். நீ காய்வதில் அர்த்தமென்ன இருக்கிறது?'

சூழலில் மௌனம் விரிந்துகொண்டிருந்தது.

"யோசிச்சு, சந்திரமோகன் பிரான்ஸுக்குப் போறதுக்குள்ள ஒரு நல்ல பதிலை நீ சொல்லியனுப்ப வேணும், ராஜி" என்றார் ராஜநாயகம், மௌன அடர்த்தியைத் துளைத்துக்கொண்டு.

அவள் வேறெங்கோ பார்த்துக்கொண்டு இருந்தாள்.

அவள் மனத்துள் ஒரு கருந்திரை தெரிந்தது. அதில் மெல்லவாய் மினுங்கிய அலைச் சிகரங்கள்... அவற்றின் ஆங்காரச் சீற்றம்... சமுத்திர வயிறு வாரிச் சுருட்டி விழுங்கிய மனிதர்கள்... அது கேட்கும் இன்னுமின்னுமான பலிகள்... சுதன் கால் நனைக்கவில்லை அதில். அவன் விட்டுவிட்டு ஓடியவன்.

ராஜநாயகமும் சந்திரமோகனும் ஒருவரையொருவர் பார்த்துக் கொண்டனர். அழுகிறாளோ? அழவும் முடியாமல் உறைந்து போனாளோ? "ராஜி..!" என்றார் ராஜநாயகம். அவள் மெல்ல திரும்பினாள். சிரித்தாள். விசைச் சுருள்போல் விடுபட்டு அவள் விரிவது தெரிந்தது. மேலே அவள் கொண்ட உணர்வை பகுக்க இருவராலுமே முடியவில்லை. அவள் சொன்னாள்: "சுதன் செய்ததை பெரிய தவறாய் எப்பவும் நான் எண்ணியிட மாட்டன். உள்ள பிரச்சினை என்னெண்டா... சுதன்ர தவறு இது ஒண்டு மட்டுமில்லையெண்டதுதான். அதெல்லாம் உங்களுக்குத் தெரியுமோ தெரியாதோ, ஆனா எனக்குத் தெரியும். அதுகள்தான் எனக்குள்ள மறக்க ஏலாமலிருக்கிற விஷயங்கள். அவை இந்த ஜென்மத்தில எனக்குச் சமாதானமாகுமெண்டு நம்பிக்கையில்லை."

சிறிது மௌனம் தொடரவிட்டு இருந்தவள் பிறகு தொடங்கினாள்: "என்னை யோசி யோசியெண்டு எல்லாருமே கேக்கிறியள். நான் யோசிக்காமல் இருந்தாலெல்லோ, புதிசாய் யோசிக்கிறதுக்கு. நேர்முகமாய்... எதிர்முகமாய் எண்டு சுதனைப்பற்றி நான் யோசிச்ச அளவு வேற ஆர் யோசிச்சிருக்க ஏலும்? இப்ப... நிலைமை வித்தியாசமானதுதான். அதுக்காக சுதனில நான் அனுதாபப்படலாம். மனத்தையே மாத்தியிட ஏலாது..."

"உந்தமாதிரி விசர்க்கதை கதையாத, ராஜி" என்றார் ராஜநாயகம் சிறிது கண்டிப்புடன். "இவ்வளவு பிடிவாதமாய் ஒரு முடிவை அழுத்திச் சொல்ல வேண்டியதில்லை. பாக்கலாமெண்ட பதிலையாவது நீ

சொல்லியிருக்கலாம். அவரும் நல்ல நோக்கத்தோட வந்திருக்கிறவர். நல்ல மனங்களை வேதனைப்படுத்துறதுபோல கொடுமை வேற இல்லை."

அதை சுந்தரலிங்கமும் அடிக்கடி சொல்வார்.

அவள் சிரித்தாள். யோசிக்கிறேன்/யோசிக்கமாட்டேனென்று எதையும் சொல்லாத சிரிப்பு அது.

கேற் திறபட்டு சத்தம் கேட்டது. இரண்டு பெண்கள் வந்து கொண்டிருந்தார்கள். ஒருத்தி மாலா. எழுந்து பார்த்துக்கொண்டு நின்றிருந்தவருக்கு அந்த இன்னொருத்தி யாரென்று தெரியவில்லை.

போர்டிகோவினுள் வர "அரசீ..!" என்று எழுந்தாள் ராஜி.

27

விம்மியெழுந்த உணர்வலைகளுக்குள் அரசியாலும் ராஜியாலும் எதுவும் பேசமுடியவில்லை. அது சந்தோஷத்தின் கணமில்லை. துக்கத்தின் கணமுமில்லை. எல்லாம் மறந்து ஊரும், ஊரில் வாழ்ந்த நாட்களும்மட்டும் ஞாபகமாகி அவர்களை அதிர்வெழக் குலுக்கியவையாயிருந்தன.

மாலா சொல்லி அது யாரென்று தெரிந்து ராஜநாயகம் தலையிட்டுத்தான் பின்னர் நிலைமை சமாளிப்பானது.

ராஜியும் அரசியும் மெல்லச் சிரித்தனர்.

"வாருங்கோ, ஹோலுக்குள்ள இருக்கலா"மென்று உள்ளே எல்லோரையும் அழைத்துச் சென்றார் ராஜநாயகம்.

"ஆரசி, இது சந்திரமோகன். உங்கட தம்பியின்ர சிநேகிதர். பிரான்ஸிலயிருந்து வந்திருக்கிறார்" என்று அவனை அரசிக்கு அறிமுகப்படுத்தி வைத்தாள் ராஜி.

சந்திரமோகனும், "ஊரிலயிருந்து இண்டைக்குத்தான் வந்தியளா?" என்று கேட்டு அந்த அறிமுகத்தை உள்வாங்கிக் கொண்டான்.

அவள் ஆமென்று தலையசைத்தாள்.

அந்த உணர்வுப் புதைவிலிருந்து அவள் மீள இன்னும் நேர மாகுமென்று தெரிந்தது.

விமானம் வந்திறங்கிய, அரசி விமான நிலையத்தைவிட்டு வெளிவந்த நேரமெல்லாம் சொல்லிக் கொண்டிருந்தாள் மாலா. மாலா விமான நிலையம் போயிருந்தாளென்று தெரிந்தது. ராஜநாயகம் கேட்டார்: "வேற ஆர் மாலா எயாபோர்ட் வந்தது?"

"நானும் சிவாவும் சேனனும் மட்டும்தான். இஞ்சயிருந்து பஸ்ஸில போய்... அங்கயிருந்து ஓட்டோ பிடிச்சு வந்தம்."

தேநீர் வந்தது. பருகியபடி வேறு மென் விஷயங்களின் விசாரிப்பில் ஈடுபட்டனர்.

சந்திரமோகன் மெல்ல எழுந்து விறாந்தைக்கு வந்தான். 'தம்பி எப்பிடி இருக்கிறான்?' என்று ஒரு வார்த்தை அரசியின் வாயிலிருந்து பிறக்காததை எண்ணினான். ஒரு மூன்றாம் மனிதனின் நண்பர்போலவே தன்னை ராஜி அவளுக்கு அறிமுகப்படுத்தியதையும் நினைக்க அவன் மனது துவண்டு விழுந்தது. அவளா இளகி சுதனுடனான ஒரு வாழ்க்கைக்கு சம்மதம் தெரிவிக்கப் போகிறாள்?

ராஜியின் பிடிவாதத்தை அந்த நிமிஷம் வரையிலும் முரட்டுத் தனத்தின் பாற்பட்டதாயே அவன் எண்ணியிருந்தான். சுதன்பற்றி அவனது அக்காளே விசாரிக்காததில், அந்த இரு மறுதலிப்புகளும் அதற்கான வலிய காரணங்களின் தளத்தில் எழுந்திருக்கலாமென்று அப்போது தோன்றவே, அவன் மேலே சிந்திக்க முடியாத மயக்கமொன்று வந்து விழுந்தது.

அந்தக் காரணங்கள் என்ன? தன் முயற்சி தோல்வியில் முடிகிறதானாலும், தன் நண்பனின் அந்தப் புறத்தையாவது அறிந்துகொண்டு போகவேண்டுமென அவன் எண்ணினான். அவனின் அமைதியின்மையை ராஜநாயகம் உணர்ந்தார்போல் இருந்தது. எழுந்து வெளியே வந்தார். "அக்கா, தம்பியை விசாரிக்கவேயில்லை... அதைப்பற்றித்தானே யோசிக்கிறியள்? பொறுமையாயிருங்கோ. இதெல்லாம் ஒரு நூல் பந்துச் சிக்குமாதிரித்தான். ஒரு சிக்கை எடுவிக்க, மற்றதெல்லாம் படபடவெண்டு தானாய் எடுபட்டுப்போகும். இந்த நேரத்தில அரசி வந்தது நல்லதெண்டு நினைச்சு நான் சந்தோஷப்பட்டுக் கொண்டிருக்கிறன். அரசியால இன்னும் கூடுதலான அழுத்தத்தைச் செய்ய ஏலும்" என்று அவனைத் தெளிவித்து, உள்ளே கூட்டிச் சென்றார்.

ராஜி அரசியையே அடிக்கடி பார்த்துக் கொண்டிருந்தாள். போர் மனிதர்களை எப்படி உறிஞ்சிவிடுகிறது! ஊரில் நடந்த அவர்களின் கடைசிச் சந்திப்பு ஞாபகமாகியது அவளுக்கு. எண்பத்தைந்தாம் ஆண்டு. அப்போது வேலாயுதம் உயிரோடிருக்கிறான். இந்தியப் புறப்பாட்டுக்கு முன் மகேஸ்வரியோடு அவள் விடைபெறப் போயிருந்த தருணம். அவன் வீடு திரும்ப அன்று தாமதமாகி விடுகிறது. மதியச் சாப்பாட்டுக்கு வருவேனென்று சொல்லிப் போனவன், மாலையாகப் போகிற நேரத்துக்கும் வரவில்லை. அரசியின் தவிப்பைக் கவனிக்க முடிகிறது ராஜியால். அவர்களோடு பேசுகிறாள், அவர்களைச் சாப்பிட வைக்கிறாள்... ஆனாலும் உள்ளே தவித்துக்கொண்டுமிருக்கிறாள். ஊர் நிலவரம் அவதியானதுதான். ஆனாலும் பாசம்தானே அவதியைக் கிளப்புகிறது. பாசத்தின் அளவுக்குத்தானே அவதி கிளம்பும்!

அந்த உறவு அவளுக்குப் பறிபோயிருக்கிறது. அங்கே இருக்கையிலேயே இங்கே தந்தையையும் இழந்திருக்கிறாள். இருந்தும்... தந்தையைத் தேட தாயை அனுப்பிவிட்டு அங்கேயே இருந்திருக்கிறாள். மண்ணில் அவள் நேசிப்பு மகத்தானது. தன்போல் தீவிரமானது. ராஜியால் அதைப் புரிய முடிந்தது.

"அரசி, அம்மாவைப் பாக்கப் போகேல்லையோ?" ராஜநாயகம் கேட்டார்.

"போகவேணும். நாளைக்கு ... இல்லாட்டி நாளையிண்டைக்குப் போவன்" என்றாள் அவள்.

"ஊருக்குத் திரும்பிப் போற யோசினையோ ..? இல்லாட்டி இஞ்சயே ..."

"இல்லையில்லை. ரண்டு மூண்டு மாசத்தில மாமி வாறதாய் இருக்கிறா. அவவையும் பாத்திட்டு... அம்மாவையும் கூட்டிக்கொண்டு... நான் போயிடுவன்."

சந்திரமோகனுக்குப் பல விஷயங்கள் தெளிவுபடாமலிருந்தன. ராஜநாயகம் விளக்கினார். சுந்தரலிங்கத்தின் மரணம், மரணச் செய்தி அரசிக்கோ தாயாருக்கோ தெரியாதிருந்தமை, கணவனைக் காணாமல் வாலாம்பிகை தேடி இந்தியா வருதல், முகவரியைத் தொலைத்துவிட்டு அகதி முகாமில் சேர்தல், சுந்தரத்தின் நண்பர் விஷயமறிந்து ராஜியுடன் போய் முகாமிலிருந்து மீட்டு வருதல், தாயாரின் நிலைமையும் தெரியாது அரசி ஊரிலே தவித்தல், பின்னர் ராஜியின் தாய் மகேஸ்வரியின் கடிதத்தால் நிலைமைகளை அறிதல் ... என்று எல்லாம் தெரிய சந்திரமோகன் திகைத்துப் போனான்.

"இலங்கைக்கும் இந்தியாவுக்குமிடையில இருக்கிற ஆகக் குறைஞ்ச தூரம் பதினெட்டு மைலெண்டு சொல்லிக்கொண்டிருக்கிறம். உண்மையில... கனடாவைவிடவும் தூரத்திலதான் அது இருக்குப்போல. ஒரு செத்த வீட்டுச் செய்தி இஞ்சயிருந்து அங்க தெரிய எத்தினை வருஷமாச்சு!"

ராஜநாயகத்தின் மெல்லிய பிரலாபம் அவன் காதில் விழுந்து இறுகியது.

துயரினும் துயர் ... இலங்கையில்தான் நடக்கிறது.

28

சாப்பிட விருப்பமிருக்கவில்லை ராஜிக்கு. தன் பதத்தில் விருப்பமாய்ச் சாப்பிடுகிறவளென்று கமலா பிட்டு அவித்திருந்தாள் இரவுக்கு. அவளது வற்புறுத்தலில் சிறிது சாப்பிட்டாள். வழக்கமாகச் சென்னை வரும் நேரங்களிலெல்லாம் மிகுந்த உற்சாகமாக ரீவியில் கார்ட்டூன் சனலிலிருந்து சகலதும் பார்த்து நள்ளிரவுவரை கமலாவையும் உறங்கவிடாமல் பண்ணிக் கொண்டிருக்கிறவள், அன்றிரவு எட்டு எட்டரை மணிக்கெல்லாமே பாயையும் தலையணையையும் எடுத்துப் போட்டுக்கொண்டு படுத்துவிட்டாள். களைப்பில்போல் உடனேயே கண்ணயர்ந்தும் போனாள்.

அன்று அண்ணாநகர் போய்விட்டு எழும்பூர் ஈழ ஏதிலியர் கழகத்துக்குப் போகிற எண்ணம் இருந்தது அவளுக்கு. முடியாமல் போனது. மறுநாளும் நின்று திங்கட்கிழமை எழும்பூர் போய்விட்டு அப்படியே கீழப்புதூருக்கு பஸ் எடுத்தாலென்ன என்றும் யோசித்தாள். ஆனாலும் பஸ் போரூர் வந்து சேரும்வரைகூட அவளிடத்தில் நிறுதிட்டமேதும் தோன்றவில்லை.

சந்தடியிலோ எதுவிலோ இடையில் விழித்துவிட்டிருந்தாள் ராஜி. விழித்த கண்ணில் இருண்மை அப்பி நின்றிருந்தது. மேலே போர்த்தியிருந்தது. கமலாக்கா எடுத்துப் போர்த்தி விட்டிருப்பாள்.

குளிராய்த்தான் அறைக்குள் இருந்தது. பின் ஜன்னல் திறந்திருந்தது தெரிந்தது. மழை தூறிக் கொண்டிருந்தமை ஓசையில் புலனாகியது. கதவு சாத்தியிருந்தும் அறைக்குள் மெல்ல மெல்ல ஒரு வெளிர்ப்பு விரிந்தது.

எழுந்து நிசப்தத்தைக் கலைத்துவிடாமல் கதவைத் திறந்து கூடத்தைப் பார்த்தாள். கமலாக்கா சோபாவில் படுத்து உறங்கிக்கொண்டிருந்தாள். கண்ணாடி ஜன்னலூடு பாய்ந்து வந்த தெருவிளக்கின் வெளிச்சப் பரவலில் நேரம் இரண்டரை ஆகிக் கொண்டிருப்பது தெரிந்தது. இனி தூக்கம் அவளுக்கு அவ்வளவுதான். அந்த நேரத்தில் விழித்த நாள்களிளெல்லாம் மீதிப்பொழுது இம்சை புரிவுடனேயே கழிந்திருக்கிறது அவளுக்கு. தீவிலும் அப்படித்தான்.

தன் நிலைமை நெருக்கடிக்கு ஆளாகிக் கொண்டிருப்பதை அவள் உணர்ந்தாள். படுக்கையில் படுத்து போர்வையை இழுத்துப் போர்த்திக்கொண்டு கண்களை மூடியபிறகு, நெருக்கடியை உருவாக்கிய முகங்கள் ஒவ்வொன்றாக அவளது மனத்திரையில் தோன்றின. முதலில், அந்த இக்கட்டான நிலைமையைத் தோற்றுவிக்க வந்தவனான சந்திரமோகனின் முகம் தோன்றிற்று. எப்போதும் தீவிரமாய்ச் சிந்திப்பவன்போல் அளவாகப் பேசிக்கொண்டும், அதுகுறித்த வெளி அடையாளமாய் நெற்றி சுருக்கின் ரேகையொன்றைத் தரித்துக்கொண்டும் அவன் வித்தியாசமானவனாக விளங்கினான்.

ராஜநாயகம் அடுத்த அச்சுறுத்தலாக வந்தார். அவளால் மறுத்துவிட முடியாது, அவர் வற்புறுத்தினால். அவள் ஆரம்பத்தில் எப்படி அழைத்தாளோ, அப்படியேதான் இன்னமும் 'சேர்' என்று அழைக்கிறாள். அது தாத்தா என்பதின் ஒரு மறுபெயர்தான் அவளளவில். அவரும் தன் பேத்தி லக்சோவாகவே அவளைப் பாவித்து அன்பு செலுத்துகிறார். லக்சோ மரணித்த பிறகு அவரன்பு வலுப்பட்டிருக்கிறது. அவர் ஓர் எல்லையளவுக்கு நண்பனாகவும் இருந்தார். நண்பனாய் உரையாடி அறிந்துகொண்டு தாத்தாவாய் வற்புறுத்துவார். அப்போது அவளால் மறுக்க முடியாதிருக்கும்.

அரசி வற்புறுத்துவாளென்று அவளுக்குத் தோன்றவில்லை. அவளது தம்பிமீது அவளுக்கே பெரிய பற்றுதலேதும் இல்லையென்று அவளுக்குத் தெரியும். ஆனால்... அம்மாவை என்ன செய்வது? இதோ அடுத்தடுத்த மாதம் அவள் கனடாவிலிருந்து வரப்போகிறாள். வந்தால் சூழ்நிலை இறுகும்தான்.

அம்மா!

உருக முடிகிறதா இன்னும் அவளால்? ஒரு காலத்தில் அம்மாவென்றால் மெய் சிலிர்ப்படைவாளே, இப்போதும் அப்படித்தானா?

அப்படித்தான். அம்மா வருகிறாளென்றதும் கன்றுபோல் ஒரு தவனம். பால் நினைந்தூட்டும் தாய் என்று மயிர்த் தூவிகள்... தமனிகள் ஒவ்வொன்றிலும் ஓர் அதிர்வு.

ஆனால் அவளம்மா இப்போது முன்புபோல் இலையென்று அவளுக்குத் தெரியும். நியாயமாகவோ இல்லாமலோ அவள் இவளை தன் பிள்ளையாகவே நினைக்கவில்லை. எத்தனை வருடங்கள் ஆகிவிட்டன அவள் கனடா போய்! இத்தனை காலத்தில் ஒரு கடிதம்கூட அவள் எழுதவில்லை. ராஜேந்திரனைக் கூட அம்மா அந்தளவு வெறுத்திருப்பாளோ என்று அவளுக்குச் சந்தேகம். அவள் பொன்னுச்சாமியின் குடும்பப் பெயரை அழிக்கப் பிறந்தவளாம். அவள் பிறவியே அழித்தலுக்கானதாய் ஒரு அல்லாரிப்பு எப்போதும்.

விஜயலட்சுமியில் ஒரு பாசம் இருந்தது அவளுக்கு. அவள் தங்கை மட்டுமில்லை. கீ . . . கீ . . .யெனக் கத்திக்கொண்டு காலைச் சுற்றித் திரிகிற கோழிக் குஞ்சுபோல் அவளையே வலம் வந்துகொண்டு வளர்ந்தவள். அந்த நொண்டிப் பிள்ளைக்குக் கல்யாணமாகுமென்று யார் நினைத்திருக்கக்கூடும்? அவளே நம்பியிருக்கவில்லையே. அதற்காகத்தான் அவள் தன் மண்ணை விட்டு முதன்முதலாய் நீங்கியது. இனி யாருக்காகப் பார்க்கவேண்டும் அவள்?அந்த மண்ணில் இப்போது எந்த உறவு இருக்கிறது? எல்லாம் புலம்பெயர்ந்து விட்டதுகள். வேரடி மண்தான் அங்கே. அவள் எதற்காக இனி தன் சரிகளைப் பிரயோகப்படுத்தாமல் இருக்க வேண்டும்?

ஆனாலும் அம்மா வந்து சந்திரமோகன் எடுத்த முயற்சிகளைத் தெரிந்துகொள்வாளானால் பிறகு கஷ்டம்தான். அவள் இவளைப் பார்க்கவும், இவள்பற்றித் தெரியவும் விரும்பாமல்தான் இருப்பாள். ஆனால் பார்க்க, தெரிய வைத்துவிடுவார்கள் ராஜநாயகம், விசுவலிங்கம், கமலாக்கா, அரசி எல்லோரும். அந்தளவில் அம்மாவே அவளைத் தேடி ஓடிவந்துவிடக் கூடும். ஒப்புக்கொண்டு கடிதமெழுதடீ என்று கெஞ்சக்கூடும். நீ சம்மதிக்காவிட்டால் இதோ, இந்த அண்ணாநகர் கோபுரத்தில் ஏறி விழுந்து செத்துவிடுகிறேன் என்று பயமுறுத்தவும் கூடும். தான் மறுபடி கனடா திருமபுவதற்குள் ஒரு வழி பண்ணாமல் விடமாட்டாள்.

இன்னும் அவள் அரசியோடு தனியே அமர்ந்து எல்லா விஷயங்களும் பேசவில்லை. எவ்வளவோ இருந்தன. ஊர் பற்றி, நாட்டு நிலைமை பற்றி, மாமி பற்றி, புலப் பெயர்வுகள், யுத்தங்கள் பற்றி, சங்கரப்பிள்ளை வாத்தியாரும் கந்த சாமி அப்பாவும் பற்றி, திரவியம் பற்றி, அவனது கட்டையாய் குண்டாயிருக்கும் சிநேகிதன்பற்றி, தியாகு பற்றி, திடீரென்று சென்னையிலிருந்து காணாமல்போன நேசமலர் ரீச்சர்பற்றி... முடிந்தால் யோகேஷ் பற்றியும்.

கஜுராஹோ சிற்ப நினைவுகள் எழுந்து இப்போதும் மனத்தை அலைக்கழிக்கின்றன. கனவில் வேறு வந்து இன்ப இம்சை பண்ணுகின்றன. இன்னும் அவள் மனிதிதான்.

ஜன்னலூடு இப்போது கூடுதல் வெளிச்சம் தெறித்து வந்தது.

எழுந்து சுவரோடு அமர்ந்தாள் சாய்ந்து. அன்று அதிகமான கண்ணெரிச்சலில்லை, தூக்கக் குறைவான இரவாக இருந்தபோதும். சிறிது நேரத்தின் பின் ராஜி எழுந்து வெளியே வந்தாள். அந்தளவில் கமலா எழுந்துவிட்டிருந்தாள். பாத்றூமில் இருப்பது தெரிந்தது.

வாசலில் கோல மாவு கிண்ணத்தில். கோலம், விளக்கு, மஞ்சள் நீர், ஆலய மணியோசையென்று மங்கலங்களாய் ஞாபகமாகி வந்தன. திடீரென, நாகபூஷணி அம்மாளின் நாதப் பிரவாகம் செவியில் பாய்வதுபோல் ஓர் உணர்வு.

29

மதியச் சாப்பாட்டுக்கு மேலே மூன்று மணியளவில் ராஜியும் கமலாவும் அண்ணாநகர் புறப்பட்டனர். அவர்கள் ராஜநாயகம் வீடு சென்றபோது ஏற்கனவே அங்கு வந்திருந்தான் சந்திரமோகன். அவர்களைப் பார்த்துச் சிரித்தான். அரசி வருகிற நேரம்தான் என்றான். பக்கத்துத் தெருவில் தெரிந்தவர்களைப் பார்த்துக்கொண்டு வந்துவிடுவதாகக் கமலா கிளம்பினாள். ராஜியும் கூடச்சென்றாள். குழந்தைபோல் அழுது முரண்டு பிடித்துக்கொண்டு கமலா பின்னால் அவள் ஓடியதுபோல் தோன்றியது அவனுக்கு. அதன் காரணம் அவனுக்குத் தெரியும்.

அந்த வேளையில் அரசி வந்தாள். கையிலே சில சஞ்சிகைகளும், வீரகேசரி, தினகரன் ஞாயிறுமலர்கள் என்று பத்திரிகைகளும், நீள உறையில் போட்ட கடிதமொன்றும் வைத்திருந்தாள். விலாசம் எழுதப்படாதிருந்தது. வாய் ஒட்டப்படாமலிருந்தது. முதல் நாளையைவிட வெகுவாய்த் தெளிந்திருந்தாள்.

"நீதவான் ஐயா இல்லையோ?" அவள் கேட்டாள்.

"நித்திரை போல. நான் இன்னும் எழுப்பச் சொல்லேல்லை. எழுப்பி விடச் சொல்லவோ?"

"வேண்டாம் இப்ப."

"இருங்கோவன் இப்பிடி."

அமர்ந்தாள்.

பாதிக்கப்பட்டவள், பரிதாபத்துக்குரியவள் என்கிறதிலிருந்து இன்னொரு பரிமாணம் அவள் எடுத்துவிட்டதாய்த் தெரிந்தது அவனுக்கு. கிராமீயத்தின் ஒரு அப்பாவித்தனம், அடக்கம் ஆகியவற்றை மீறி அவள் கண்களுள் ஒரு தீக்ஷண்யம் சுழித்துக்கொண்டிருப்பதை அவன் அப்போது கண்டான். அதுதான் பல பொழுதுகளிலும் கனலைப் பிறப்பிப்பது என அவன் அறிந்திருந்தான். கவிஞனிடத்தில் கவிதையாய், வேறு கலைஞர்களிடத்தில் அவ்வக் கலா வடிவமெடுத்து வருவதும் அதுதான்.

"கடிதம்... என்ன ஊருக்கு ஆரிட்டயாவது குடுத்து விடவோ?"

இல்லை என்றபடி உள்ளடக்கத் தாள்களை உருவியெடுத்தாள். "கவிதை. பத்திரிகை எதுக்காவது அனுப்பலாமெண்டு . . . விலாசம் ஐயாவிட்ட எடுக்கவேணும்." சொல்லிக்கொண்டே அதை அவனிடம் நீட்டினாள்.

கடைசி யுத்தம், உனக்காகவும் எனக்காகவும், கிருஷாந்தி படித்தான்.

கிருஷாந்தி என்கிற மாணவியின் மேலான பாலியல் வல்லுறவும் படுகொலையும்பற்றிய விவரத்தை நெருப்பின் எழுத்துக்களில் அவள் கவிதையாக்கியிருந்தாள். ஆனாலும் 'கடைசி யுத்தம்' நெருடலாய்ப்பட்டது. "கடைசி யுத்தமா . . . விளங்கேல்லையே."

"நடக்கிறது கடைசி யுத்தமாயிருக்கவேணும். அதுக்குள்ளயே சகல பிரச்சினைகளும் தீரவேணும். இனியொரு யுத்தம் . . . எங்களால தாங்க ஏலாது" என்றுவிட்டு சட்டென முகத்தைத் திருப்பிக்கொண்டாள். கண்ணீர் ஒருவாறு உள்ளடங்கத் திரும்பினாள். சிரித்தாள். "கவிதை எப்படி இருக்கு?"

குலைந்து போயிருந்தான் அவன். யுத்த பூமியிலிருந்து வந்த ஒருவரின் உடனடி விமர்சனம் அது. யுத்தத்துள் ரத்தம், தசை மரணங்கள் மணத்தன. சிறிது தெளிய, கவிதை நன்றாயிருக்கிறதென்றான். "இந்தியப் பத்திரிகை எதுக்காவதுதான் அனுப்பவேணுமோ?"

"அப்படியெண்டில்லை . . ."

"அப்ப, என்னிட்டத் தாருங்கோவன், பிரான்ஸில எனக்குத் தெரிஞ்ச சஞ்சிகைக்குக் குடுத்துவிடுறன்."

அவள் சம்மதம் என்பதுபோல் கவரையும் அவனிடம் கொடுத்து விட்டாள்.

"எப்ப வந்தியள்?" கூடத்துள்ளிருந்து ராஜநாயகத்தின் குரல் கிளம்பியது. அப்போதுதான் எழுந்து வந்திருந்தார்.

"இப்பதான்" என்றான் சந்திரமோகன்.

"அரசி, இப்பிடி வாரும். ஊர் நிலைமைகளைப்பற்றி கொஞ்சம் விசாரிக்கவேணும்" என்று அவர் சொல்ல, அவள் எழுந்து சென்றாள்.

"சந்திரமோகனும் வாருங்கோ."

"நீங்கள் பேசுங்கோ. வாறன்."

அரசி வைத்துவிட்டுப்போன பத்திரிகையை எடுத்துப் பிரித்தான் சந்திரமோகன்.

உள்ளே . . . ஷெல் அடிகள், கிபிர் குண்டு வீச்சு விமானத்தின் ஆவேசம், கட்டிடங்கள் மரங்களெல்லாம் இடிந்தும் முறிந்தும் பாறியும் கபளீகரப்படுதல், உய்யனைப் பனங்கூடலே வெளியாகிப்போன வெறியின் கதை, மகாபுலப்பெயர்வின் மனித அவலம் . . . அவள் சொல்லிக்கொண்டிருந்தாள்.

அதன்பின் தென்மராட்சியில் ஏற்பட்ட மௌன புலப்பெயர்வைச் சொன்னாள். பாரிய தாக்குதலொன்றை எதிர்பார்த்த இயக்கம் அங்கிருந்த மக்களையும் பெயர்ந்து வேறிடம் சென்றுவிடும்படி தம் வானொலியில் அறிவிப்பு வெளியிட்டது. ஆரவாரமில்லாமல், அதிகம் வெளியே அறியவும் படாமல், ஆயிரத்துத் தொள்ளாயிரத்து தொண்ணூற்றாறில் நடந்த அந்தப் புலப்பெயர்வே அவ்வாறு குறிக்கப்படுவதாய் விளக்கினாள்.

புரட்டிய பத்திரிகைப் பக்கத்தில் நீண்ட கவிதையொன்றைக் கண்ணுற்றான் சந்திரமோகன்.

காண்டாவனம்!

உக்கிரமாய்க் கனலெழுப்பி தொடங்கியது அக் காண்டாவனம்.

கனலில் கனல் மூண்டு கனலாயே விளைந்திருந்தது கவிதை.

கொதிக்கும் வெயில்
வீசியடிக்கும் செம்மண் புழுதி
குடம் குடமாய்க் குடித்தாலும்
அடங்கா விடாய்
காட்டு மரச் சிற்றிலைகள்
விடும் அனல் மூச்சு...

"முல்லைத்தீவு ராணுவ முகாமை இயக்கம் அடிச்சிருந்த நேரம் அது. ஆயுதங்களையும் பெருவாரியாய் இழந்து, பெருமளவு ராணுவத்தையும் அரசு அதில பறிகுடுத்திருந்தது. உண்மையில ஏற்பட்ட அழிவு எதுவும் பேப்பரில வரேல்லையெண்டு அங்கத்தப் பகுதியாக்கள் பறைஞ்சினம். அந்தத் தோல்வியை ஈடுகட்டத்தான் ராணுவம் கிளிநொச்சியைப் பிடிக்க தீவிர நடவடிக்கை எடுத்தது. பூநகரியிலயிருந்தும், ஆனையிறவிலயிருந்தும் ராணுவம் படையை நகர்த்திச்சுது. அதை மறைவில செய்ய... ஒரு திரையாய்ப் பயன் படுத்த... தென்மராட்சியில தாக்குதல் நடந்தது. அண்டையவரைக்கும் பெரிய பாதிப்பெதுவும் தென்மராட்சிக்கு ஏற்படேல்லை. அந்தமுறை பயங்கரமான அடி..."

தன் வீட்டின் தகர்வின் ஓசை கேட்டது ராஜநாயகத்துக்கு. அடுக்கு ஓடுகள், தீராந்தி வளைகள், குறுக்கு மரங்கள்... தூர தூரத்துக்கும் சிதறின. முற்றத்து மாக்கள், பக்க வேலியோர பலாமரங்கள்... கிளை கிளையாய் முறிந்து சொரிந்தன.

கண் கலங்கினாரா? ஒரு மெல்லிய ஒளித் தெறிப்பு நீரின் சலனத்தைக் காட்டுவதாய்.

ஆயன்
காண்டாவனத்துக்கு அனலிட்டான்.
பெருமேகத் திரளாய்த் தீ
விலங்குகள் வெருண்டோட...

சந்திரமோகனின் பார்வை பத்திரிகையின் கவிதை வரிகளில் நீந்திக் கொண்டிருந்தது.

“வன்னிக்கான சரியான புலப்பெயர்வு அப்பதான் துவங்கிச்சுது எண்டு சொல்லவேணும். பெருத்த ஆரவாரமில்லாமல் நடந்தது அது. நோயாளியளையும், காயம்பட்ட ஆக்களையும் குறைஞ்சபட்சம் கொஞ்ச மருத்துவ வசதி இருக்கிற இடத்துக்காவது கொண்டுபோய் விடுகிறதுக்கான நகர்ச்சியெண்டும் அதைச் சொல்லலாம். அப்ப... வவுனியாப் பக்கமாய்த் தானே போகவேணும்? மற்ற ஆக்களுக்கும் பயக்கெடுதியில வேற வழி தெரியேல்லை. பெருவாரியான சனம் நடந்தும்... தலைச் சுமையில பாத்திரம் பண்டங்களைக் கொண்டும்தான் போச்சுதுகள்.”

அவன் தொடர்ந்தான்.

உடல் சிதறி கையிழந்து காலிழந்து
படுக்கையில் முடங்கி
கோரமாய்க் கிடக்கும் படுக்கைப் புண்ணுடன்
வேதனைப்பட்டுச் சோர்ந்தும்
ஜீவன் குன்றா இளைய மண்
கண்முன் பரந்துகிடந்தது.

ராஜியும் கமலாவும் வந்தனர். உள்ளே சென்றவர்களோடு அவனும் எழுந்து சென்றான். காண்டாவனத்தின் மாற்று என்ன? ஒரு கேள்வி அவன் மனத்துள் சுழித்திருந்தது.

பெண்கள் மூவரும் சீக்கிரத்திலேயே விடைபெற்றனர். அவர்களுக்குள்ளே பேசவேண்டிய விஷயங்களும் முக்கியமல்லவா?

ராஜநாயகமும் சந்திரமோகனும் கூடத்து மௌனத்துள் அமர்ந்திருந்தனர். சிறிது நேரத்தில் உறைவு நீங்கி ராஜநாயகம் சொன்னார்: “ஒரு அவசரத்தில ராஜியிட்டயிருந்து சம்மதம் வாங்கியிட ஏலுமெண்டு நான் நினைக்கேல்லை.”

“அப்பிடித்தான் தெரியுது.”

“முகாம், அகதிகளுக்குப் பெரிய உதவிதான். அது தற்காலிகமான வீடு... தற்காலிகமான தேசம்... தற்காலிகமான உறவுகளை அளிக்குது. அதால ராஜியை முதலில முகாமிலயிருந்து வெளியில எடுக்கிற முயற்சியைச் செய்யிறதுதான் நல்லது. முகாமின்ர பலம் இல்லாமலிருக்கிற நிலையிலதான் தனக்கெண்டு ஒரு வாழ்க்கை தேவையெண்டதை அவ உணர ஏலும். அதால... அதை முதலில செய்வம்.”

தன் பயணத்தின் திரும்பு புள்ளி அது என்பது அவனுக்குத் தெரிந்தது. ஒரு வெறுமையில் தன் பயணம் முடிந்திருப்பதுபோல் துக்கமொன்று வந்து திடீரெனக் கவிழ்ந்தது. ஆனாலும் முழுத் தோல்வியாகவும் அந்தப் பயணம் அமையவில்லையென்பதையும் அவன் உணர்ந்தான்.

“அடுத்தமுறை சுதனும் வருவாரோ?”

“வரலாம்.”

“அதுக்கிடையில தாயாரும் வந்திடுவா. எல்லாருமாய்ச் சேந்து முடிவை வற்புறுத்துறது சுகம்.”

சந்திரமோகன் சொன்னான்: "இண்டைட ராவைக்கு பிரபுவோட பேசுவன். சீற் கிடைக்கிற அடுத்த பிளையிற்றில நான் வெளிக்கிட்டிடுவன். ராஜின்ர பொறுப்பு இனி உங்கட. எதுக்கும் வெளிக்கிடுறதுக்கு முன்னால ஒருக்கால் வருவன் எல்லாரிட்டயும் சொல்ல."

அவன் எழுந்தான்.

30

கருணையுள்ளோரே கேட்டீரா/காகங்கள் கரைகின்றன/சேவல் கூவுகின்றது/காற்றில் மரங்கள் அசைகின்றன/மரணங்கள் நிகழ்கின்றன ...

மரணமென்பது வாழ்ந்து முதிர்ந்து வரும்போதுதான் இயல்பானது. பழம் நன்கு பழுத்து காம்பிலிருந்து கழன்று விழுவதுபோல் அது இருக்கவேண்டும். அவமரணங்கள் இயல்பாக ஆகிய தேசம் இலங்கை. அது கவிதையாகிக் காற்றில் மிதந்தது. அதைச் செவிமடுத்தவராய்ச் சோகம் பூண்டு சங்கரானந்தர்.

செய்தி செவி விழுந்தவுடன் கோணகல பறந்துவிட்டது ஆவி. அவர் பின்னாலேதான் போகவேண்டியிருந்தது.

விமானக் குண்டு வீச்சுகளும், எறிகணை வீச்சுகளும் செய்த பாதிப்பில் போலவேதான், அந்த நாற்பத்து நான்கு உயிர்களின் சிதைவிலும் பெரும் அநீதி வெடித்திருந்தது. வெறுமனே கத்திகளாலும், கண்ட கோடரிகளாலும் நடந்துள்ள கொலைகள் அவை. சில நாட்களுக்கு முன்னர், செப். 18ல், முல்லைத்தீவு மாவட்டத்திலுள்ள புதுக்குடியிருப்பு சந்தையில் கண்மூடித்தனமாக நடந்த விமான குண்டுவீச்சில் இருபத்திரண்டு பேர் பலியானதன் எதிர்விளைவா இது? அப்படி ஒரு கேள்வி அவர் நெஞ்சில் செய்தியை அறிந்த கணத்திலேயே எழுந்ததுதான். யுத்தம் யுத்தத்துக்கு எப்படி நியாயமாகும்? கொடுமை கொடுமைக்கெப்படி நியாயமாகும்? 'நிறுத்துங்கள் யுத்தத்தை!' என்று ஏற்கனவே சொல்லத் தொடங்கிவிட்டார் பிக்கு. யுத்தத்தில் கொடூரங்கள்தான் விளைகின்றன.

முதலில் கிருஷாந்தி கொலை... பிறகு கோணேஸ்வரி கொலையென்று தேசம் நடுங்கிற்று. அவ்வாறான கொடூரமான கொலையொன்று எழுபதுகளின் ஆரம்பத்திலும் நடந்தது. பிரேமவதி மன்னம்பெரி என்பது அவள் பெயர். அவள் தமிழிச்சி அல்ல. ஆனாலும் சித்திரவதை செய்தே கொலை செய்யப்பட்டாள். அந்தக் கொலைகளினூடு மர்மமாய் ஓடிய ஊடு சரடினை அவர் கண்டார்.

அப்போதுதான் தன் பலஹீனத்தை அவர் புரிந்தது. பாரங்களும் சோகங்களும் வந்து குவிந்தபோது, தான் தடுமாறிய காரணத்தைக் கண்டடைந்தார். நிறுவனமயப்படாத ஒரு மாபெரும் பலஹீனம் அவரில் இருந்தது. அது அவருக்குச் சோகம்தான். ஆனாலும் அதன் அனுகூலத்தை எண்ணி அடங்கினார். தன் நிலைப்பாட்டை மாற்ற, வளைந்து கொடுக்க அவருக்கு அவசியம் நேரவில்லை.

'மக்கள் புரிகிறார்கள். நீங்கள்தான் இனிப் புரியவேண்டும்!' அரசு நிறுவனம், மதநிறுவனங்களென்று சகல நிறுவனங்களையும் நோக்கி

அவர் கூவினார். அதன் உடனடியாய் 'ஜனாதிபதிக்கு ஒரு பகிரங்கக் கடிதம்' எழுதினார். போன ஆண்டில் பரபரப்பாக அறியப்பட்டிருந்த செய்தி அது.

யுத்தத்தை நிறுத்துவதற்காவே மக்கள் உங்களை நாட்டின் தலைமைப் பதவியில் ஏற்றிவைத்திருக்கிறார்கள். சமாதானத்துக்கான ஒரு போலி முயற்சியாக தீர்வுப் பொதியைத் தயாரித்தீர்கள். அது உங்களோடுள்ள தமிழர் கூட்டணியினராலுமே கைகழுவி விடப்பட்டுவிட்டது. சமாதானத்துக்காக யுத்தம் என்பதாகவே உங்கள் கோஷம் இன்னமும் இருக்கிறது. யாழ்ப்பாணம் விழுந்த பிறகும், சமாதானம் ஏற்படவில்லையே, இதற்கு என்ன சொல்கிறீர்கள்? யுத்த முடிவிலும் ஒரு பேச்சு வார்த்தைதான் முடிவாக அமைய முடியும். நீங்கள் சொன்னது நிறைவேற்றப்படவில்லை. அப்படியான தருணங்களில் பதவியைவிட்டு விலகுவது, ஜனநாயக மரபுகள் பேணப்படுகின்ற நாடுகளிலே வழமையாக நடக்கின்ற சங்கதி. நீங்கள் என்ன செய்யப்போகிறீர்கள்? – சங்கரானந்தர்

யுத்தம் தொடர்ந்து கொண்டேயிருந்தது.

யார் கவனிக்கப் போகிறார்கள் ஒரு பரதேசிப் பிக்குவின் பேச்சை? எதிர்க்கட்சிப் பத்திரிகைகள்தான் சில நாள்களாய் அச் செய்தியை முன்பக்கத்தில் பிரசுரித்துக் கொண்டிருந்தன. பிறகு... எல்லாம் அடங்கிப் போயிற்று.

சங்கரானந்தர் கோணகல வந்து சேர்ந்தார்.

நாற்பத்து நான்கு சடலங்களாய் குழந்தைகள் பெண்கள் ஆண்கள். நீள வெண்துணி மூடி கிடத்திவிடப்பட்டிருந்தன நீண்ட அனர்த்தத்தின் சாட்சியாய்.

பிக்குவின் நெஞ்சைப் பிசைந்தது சோகம்.

நேரமாக, தென்பட்ட காட்சி அச்சமளித்தது அவருக்கு. மக்கள் தம்நிலை இழந்தவராய் எப்படி உளறுவார்கள், நடமாடுவார்கள் என்று அங்கே கண்டார் தேரர். அயலூர்களில் இருந்தெல்லாம் நிறையப் பேர் வந்தார்கள். சிங்கள இனவாத இயக்கங்களைச் சேர்ந்தவர்கள் பன்னூறு. அங்கே பிரச்சாரமாவது மரணத்தின் துக்கமா? துக்கத்தின் மீட்சியா?

மாலையானதும் ஊர் வைத்தியர் ஒருவரின் வேண்டுகோளுக்கிணங்கி அவரது வைத்தியசாலையாகவும் இருந்த இல்லத்திலே பிட்சை ஏற்றார்.

ஊர்ப்புறத்தில் வானமளாவி உயர்ந்து வெண்கிளைகளில் பச்சைக் கொடிகள் பிடித்திருந்த அரசமரத்தோடு ஊர்ப் புத்தவிகாரம் இருந்தது. வந்து, அரசமர பீடத்தில் ஏறி அமர்ந்தார். இரவை அங்கே கழிக்கிறதுதான் யோசனையாயிருந்தது.

தூக்கம் வராவிட்டாலும் உடற்களைப்பில் சரிந்துபடுத்தார்.

இருள் கிராமத்தை மூடியிருந்தது. விளக்குகள் திணறின அதன் கனதியில். தூரத்து வீடுகளில் புள்ளி புள்ளியாய் வெளிச்சம். சிறிது

நேரத்தில் ஒவ்வொன்றாய் அவை அவியத் துவங்கின. ஒருபொழுதில், அரசமிலைகள் சலசலக்கும் சப்தம்தவிர வேறெதுவும் பிக்குவின் செவிப்புலனுக்கு எட்டவில்லை.

மெல்ல அயர்ந்திருப்பார் போலும். திடீரென்று கேட்ட சந்தடியில் விழித்தார். புலனைக் கூர்மைப்படுத்திக்கொண்டு கிடந்தார்.

இருளுக்குள் அசைவுகள். நான்கு ஐந்து பேர்தான். நேரமாக ஆக மேலும் சிலர் கூடினர். மாணிக்கக்காடு குடியேற்றமென்று ஏதேதோ குழம்பிய பேச்சுகள். நிழல்களாயிருந்த மனிதர்கள் விலகிச் சென்றனர்.

பிக்குவுக்கு என்ன ஏதுவென்று புரியாதிருந்தாலும் ஒரு பயங்கரத்தினை உள்ளுணர்வில் பட்டார். அது சரியே என்பது ஒன்றாய், மூன்றாய், ஐந்தாய், பத்தாய், இன்னும் பலவாய்... ஊர் விகாரத்தை நோக்கி நகர்ந்துவந்த வெளிச்சங்கள் தெரிவித்தன. அத்தனையும் டார்ச் விளக்குகள். நிழல்களாய் நகர்ந்துபோன மனிதர்கள் வெளிச்சங்களுடன் மிருகங்களாய் வந்திருந்தார்கள்.

பிக்கு எழுந்தமர்ந்தார்.

கூடியவர்கள் அந்த நள்ளிரவு நேரத்தில் நிஷ்டை கூடியவராய் அசையாதிருந்த பிக்குவைப் பார்த்துத் திடுக்கிட்டார்கள். பின்னேரம் மயான வெளியில் பார்த்த பிக்குவல்லவா என்று சிலர் அடையாளங் காண, அவர்தான் உபதேசிப் பிக்கு என்று குறிப்பாய்ச் சொன்னார்கள் ஓரிருவர். உபதேசிப் பிக்குவெனத் தெரிந்த மாத்திரத்தில் விரைந்து அப்பால் நகரப் பார்த்தது கும்பல்.

“வாருங்கள் இங்கே!” பிக்கு தம்மை அழைத்தது கேட்டு மெல்லத் திரும்பிவந்தார்கள். “மனம் சாந்தியடையுங்கள். அது இன்பமானது. அளப்பரிய இன்பமானது. உட்காருங்கள். நான் உங்களுடன் பேசவேண்டும்.”

அவர்கள் மௌனமாய் அவரைச் சூழ அரைவட்டமிட்டமர்ந்தனர்.

மரம் சிறிதாய் இசைத்தது. அது நிசப்தத்தை இன்னும் அடர்த்தியாக்கிற்று.

பிக்கு மெதுவாய் அதை உடைத்தார்: “எத்தனைதான் உத்தரிப்புப் பட்டாலும் வாழ்ந்துவிடவே விரும்புகிறோம். நாம் விரும்புவதை மற்றவர்களுக்கு மறுப்பதில் என்ன நியாயமிருக்கிறது! உண்மையில் வாழ்வானது துன்பமாகவே இருக்கிறது. நாம் மீள முயற்சிக்க வேண்டும். மீண்டும் மீண்டும் பாவங்களைப் புரிந்து அதிலே மூழ்கிப்போக முனையக் கூடாது. பாவங்களுள்ளெல்லாம் பிறிதோர் உயிரைக் கொல்வது போலும், வருத்துவது போலும் பாவம் வேறில்லை. மெய்யாகவே சொல்கிறேன், கேளுங்கள்: கொலை செய்தவனொருவன் மிகக் கொடூரமாகச் சாகடிக்கப்படுவான். வெள்ளாடுபற்றிய கதையிலே போதிசத்துவர் இதைத்தான் சொன்னார்.”

சலசலவென மர இலைகள் அசையவில்லை. காற்றும் அசலனமாகி பிக்குவின் உபதேசம் கேட்டதோ?

"காசிமாநகர் வேதமயமானது. வெகு செல்வச் செழிப்புள்ளது. அங்கே பிரம்மதத்தன் என்றொரு அரசன் ஆண்டகாலத்தில் வேதம் வல்ல பிராமண பண்டிதரொருவர் வசித்திருந்தார். வேதமரபுப்படி இறந்த பிதுர்களுக்கு பிரீதி செய்ய விரும்பிய பண்டிதர், ஒரு வெள்ளாட்டினைக் கொண்டுவரச் செய்தார். பின்னர், அதை நதியில் குளிப்பாட்டி, மாலை அணிவித்து, மங்கலப் பொருள் கலந்த நீரில் தோய்த்த துணியைக் கழுத்தில் கட்டி இட்டுவருக என தம் சீடர் களுக்குப் பணித்தார்.

"சீடர்கள் வெள்ளாட்டை நதிக்கரை கொண்டுசென்றனர். பிராமணர் சொன்னபடி சகலமும் செய்தார்கள். அப்போது வாழ்வின் பிறப்பிறப்புச் சகடமும், வினைகளின் நன்மை தீமையும் தெரிந்திருந்த அந்த ஆடு கலகலத்துச் சிரித்தது; பின் அழுதது. சீடர்கள் திகைத்தனர். 'ஏன் அவ்வாறு செய்தாய்?' என்று அதை வினவினர். அதற்கு வெள்ளாடு சொல்லிற்று, அவர்கள் குருவின் முன்னால் கொண்டுபோய் நிறுத்தியபின்னர் அந்தக் கேள்விகளைக் கேட்கும் படியும், தான் பதில் சொல்வதாகவும்.

குருநாதர் சமூகத்தில் சீடர்கள் வெள்ளாட்டிடம் மீண்டும் தம் கேள்வியைக் கேட்டனர். பிராமணரும் விஷயமறிந்து ஆவலோடு வெள்ளாட்டைப் பதிலுக்காய்ப் பார்த்திருந்தார். வெள்ளாடு சொல்லிற்று: 'முன்னொரு பிறவியில் உம்போல் அந்தணனாகவே நானும் இருந்தேன். விதிப்படி ஒருமுறை பிதுர் பலியாக நானும் ஒரு வெள்ளாட்டைச் சமர்ப்பணம் செய்தேன். அதன் காரணமாய், அந்தப் பிறவியைத் தொடர்ந்த நானூற்றுத் தொண்ணூற்றொன்பது பிறவிகளிலும் நான் வெள்ளாடாய்ப் பிறந்தேன். அத்தனை பிறவிகளிலும் என் தலை வெட்டப்பட்டது. இது என்னுடைய ஐநூறாவது பிறப்பு. இன்று வெட்டப்படுவதுடன் அன்று நான் செய்த பாவத் திலிருந்து எனக்கு விடுதலை கிடைத்துவிடும். அதற்காகவே நான் சிரித்தது. ஆனாலும் என்னை வெட்டுவதின்மூலம் ஐநூறு முறை வெள்ளாடாகப் பிறந்து, ஐநூறு முறை நீர் வெட்டப்படப் போகிறீரே என்று நினைக்க விளைந்த துக்கத்தில் அழுதேன்.'

"கேட்டீர்களா நீதியை? ஒருமுறை வெட்டியவன் ஐநூறு முறை வெட்டப்படுவான். அதனால்... பாவங்களிலிருந்து மனம் திரும்புங்கள்.

"மலையும் கடலும் சூரிய சந்திரர்களும் இந்த மகீதலமும் சாசுவதம். மனிதன் அல்பம். ஒரு துன்புறுத்தலுக்காய் ஐநூறு துன்பப்பாடு... ஒரு கொலைக்காய் ஐநூறு கொலைப்பாடு... வேண்டாம் ஜீவ இம்சையும், ஜீவ ஹத்தியும்."

"கடைசியில் வெள்ளாட்டுக்கு என்ன நடந்தது, சுவாமி?" எல்லோரும் கேட்டனர்.

"வெள்ளாட்டை பிராமணர் விடுதலை செய்துவிட்டார். ஆனாலும் இடி விழுந்து சிதறிய மலையின் ஆப்புப்போன்ற துண்டொன்றின் மீதாக, மலையுச்சி ஏறி தளிர் உண்ண முயன்றகாலை, அது தவறி விழுந்து இறந்து போகிறது. வெள்ளாடு மீட்சி பெறுகிறது. பிராமணரும் பாவம் செய்யாமல் தவறிக்கொள்ளுகிறார். அப்போது இந்த நிகழ்வுகளுக்குச் சாட்சியமாய்

அவ்விடத்தில் ஒரு தெய்வீக மரமாய்ப் பிறப்பெடுத்திருந்த புனிதர் தமக்குள் சிரித்துவிட்டுச் சொன்னது இது: "மனந்திரும்புங்கள்! மனந் திருந்துங்கள்!" அதையே இப்போது நான் உங்களுக்குச் சொல்கிறேன்: மனம் திரும்புங்கள்! மனம் திருந்துங்கள்!"

மறுநாள் காலை முதிர்ந்த வேளையில், மாணிக்கக் காட்டில் துர்சம்பவமேதும் நிகழ்ந்திருக்கவில்லையென்ற நிம்மதியோடு தலைநகர் கொழும்பு நோக்கி தன் பயணத்தைத் தொடங்கினார் சங்கரானந்தர்.

31

கோணகல கொலைகள்பற்றிக் கேள்விப்பட்டு இரண்டாம் நாள் அதிகாலையில்தான் அங்கு வந்து சேர்ந்தார் குணாநந்த தேரர். கண்களில் சிவப்பு, நெஞ்சில் சினம், மேனியெல்லாம் எரிவதுபோல் பதற்றம்... அவரின் உக்ர நிலையை அன்று காணக்கூடியதாக இருந்தது.

அன்று காலையில்தான் சவ அடக்கம் நடைபெறவிருந்ததால் கூட்டம் எக்கச்சக்கம். தொலைக்காட்சிக்காரர், வெளிநாட்டு நிருபர்கள், அரசியல்வாதிகள், சிங்கள இனவாதக் குழு சார்ந்தவர்களென்று பலரும் வந்து பார்த்து வருத்தம் தெரிவித்து முதல்நாளே சென்றிருந்தும், சவ அடக்கத்தை அன்று காலையிலேயே முடிக்க ஏற்பாடு செய்யப்பட்டிருந்ததின் அரசியலை, வருத்தத்தோடு கவனித்துக்கொண்டிருந்தனர் செவன் ஸீஸ் செய்தி நிறுவனத்துக்காக வந்திருந்த இரண்டு முது இளைஞர்கள்.

துணியில் மூடுண்டு கிடந்த சடலங்களைப் பார்த்து மேலும் துக்கித்து, மேலும் நெஞ்சுள் கனலை நிறைத்துக்கொண்டு திரும்பினார் குணாநந்தர்.

"அங்க பார்... குணாநந்தர்" என்று மெதுவாகச் சொன்னான் சிவா. நிமிர்ந்து பார்த்த திரவியம், "ம்... பாத்தன். இனி நிக்கத் தேவையில்லை. வா போவம்" என்றுவிட்டு நடந்தான். "நாங்கள் செத்த வீட்டுக்கு துக்கம் விசாரிக்க வரேல்லை. செய்தி எடுக்கத்தான் வந்திருக்கிறம்."

மயான பூமியைவிட்டு விலகி குணாநந்தர் நேரே விகாரத்துக்கு வந்தார். அங்கே, போய்க்கொண்டிருந்த ஒரு விவசாயியை அழைத்து தனக்குத் தெரிந்த மனிதர் இருவரைச் சொல்லி, அவர்களிடம் தன் வருகையையும் விகாரையில் தன் காத்திருப்பையும் அறிவிக்கச் செய்தார்.

பிக்குவின் வருகை தெரிந்ததும் விரைந்து வந்தார்கள் அவர்கள். மூவரும் இரகசியத்தில் போய்ப் பேசினர். அடங்கிய குரலில் அவர்களைச் சீறினார் பிக்கு.

"தயாராகத்தான் இருந்தோம், சுவாமி. ஆனால்... வெள்ளாட்டுக் கதைப் போதனையில் மனம்மாறி எல்லாரும் திரும்பிப்போய் விட்டார்கள்" என்றார்கள் அந்த இரு மனிதர்களும்.

"யார் செய்தது?"

"உபதேசிப் பிக்கு."

"அவரா? இங்குமா வந்திருந்தார்?"

அந்த மகாமனிதரின் பேச்சே குணாநந்தருக்கு நாராசமாக இருந்தது. கயையில் நின்ற வெள்ளரசை காட்டோடு சேர்த்து வெட்டி எரிக்கிறான் சசாங்கன் ஒருமுறை. அவன்மேல்கொண்ட வெறுப்புப்போல் அப்போது சங்கரானந்தரிலும் அவருக்கு.

அவரை அவசியம் சந்தித்தாக வேண்டுமென்று அப்போது தீர்மானித்துக் கொண்டார் குணாநந்தர். விரைந்த சந்திப்பாக அது இருக்கவேண்டுமென்றும் எண்ணிக்கொண்டார். ஒரு குரு–சீட உபசார சந்திப்புக்காக அல்ல. அவர் அன்றுவரை சிங்கள இன எழுச்சிக்குச் செய்த ஊறு போதும். ஏ–9 பாதை இன்னும் திறவாதிருப்பதிலும்கூட அவருக்கு மறைமுகப் பங்கிருக்கிறது. இனி ஓர் எச்சரிக்கை மட்டும்தான். வளவை கங்கை ஓடட்டும். மாவலி கங்கைக்கு ஓடட்டும். அல்லது நாகவிகாரைக்கே ஓடட்டும். இனிமேலும் இன எழுச்சியின் தடையாய் இருக்க குணாநந்தர் விடமாட்டார். அவரை ஒழித்துக் கட்டி விடுவதில் தயக்கமே காட்டமாட்டார். ஏனோ அந்தச் சந்திப்பு நழுவி நழுவிப் போய்க்கொண்டிருப்பதுபோல் தோன்றியது குணாநந்தருக்கு. அவர் சென்று சேரும் இடத்திலிருந்து சிலமணி நேரத்துக்கு முன்னர்தான் சங்கரானந்தர் விலகிச் சென்றுகொண்டிருந்தார். போனமுறை வவுனியாவில் நின்றிருந்தபோது சங்கரானந்தர் வன்னியிலிருந்து திரும்பியிருப்பதாக அறிந்து சந்திக்கச் சென்றார். ஒரு சில மணி நேரத்தின் முன்தான் அவர் அங்கிருந்து திருமலை போனதாகத் தெரியவந்தது. அதற்கு முன்பு அனுராதபுரத்திலும் அதுபோலவே நடந்ததை பிக்கு அப்போது நினைவுகொண்டார். அதுவே ஓர் அயர்ச்சியை அவரில் ஏற்படுத்தப் பார்த்தது, ஒரு புத்த கடாட்சம் இருந்து அவரைத் தன் பார்வையிரிரிரிலிருந்து தப்பவைத்துக் கொண்டு இருக்கிறதாவென்று.

திடப்பட்டுக்கொண்டார். அவர்போல் யுத்த பிக்குகள் அந்த மாதிரிச் சோர்ந்துவிடக் கூடாது.

அந்த இரு மனிதர்களும் பிக்குவின் சுதாரிப்பில் மீண்டும் உஷாரானார்கள்.

“இன்றிரவு ஒரு முயற்சியை மறுபடி மேற்கொண்டு பார்த்தாலென்ன, சுவாமி?”

அது சவாலானது. சங்கரானந்தர் போதித்தவர்களிடம் மறுபடி வன்முறைக்குத் தயாராகுங்கள் என்று கூறுவது குணாநந்தருக்கு உசிதமாகப் படவில்லை. ஆனால் அந்த இரு மனிதர்களும் விடுவதாயில்லை.

அன்று பொழுது சாயும் நேரத்தில் அரசமரத்தின் கீழ் சில கிராமவாசிகள் திரட்டிவரப்பட்டார்கள்.

“பல்லுக்குப் பல்லு; ரத்தத்துக்கு ரத்தம். நாம் ஒன்றுதிரண்ட மக்கள்… எழுச்சிமிக்கவர்கள் என்பதை எவர் மறக்கவும் விட்டுவிடக்கூடாது. பழிக்குப் பழிவாங்க நாம் இன்றிரவே தயாராவோம்” என்றார் பிக்கு.

மௌனம் தொடர்ந்து சிறிதுநேரத்தின் பின் கூட்டத்திலிருந்த ஒருவர் சொன்னார்: “ஒரு கொலை… ஐந்நூறு மடங்கான பாவத்தைத் தருகிறதே, சுவாமி!”

"யார் சொன்னது அப்படி?" என்று வெகுண்டார் குணாநந்தர்: "மகத்தான சரித்திரப் பின்னணியுள்ளது எங்கள் இனம். எங்கள் இனத் தூய்மை, மொழி மேன்மை, மதத்தின் உன்னதம் யாவும் நம் உஷார்த் தன்மையினாலேயே கட்டியெழுப்பப்பட்டன. நாம் அவதானம் இழந்தால், எங்கள் தீவிரம் குறைந்தால் எமது வீழ்ச்சிக்கு அது வழி திறந்ததாகி விடும்..."

வழமைக்கு மாறாக எதிரே பிரதிபலிப்பேதும் தோன்றாது போயிருந்தது. குணாநந்தரின் மனது எரிய ஆரம்பித்தது.

அந்தக் கடைசிச் சந்திப்பில் தான் சொல்லியிருந்ததை சங்கரானந்தர் முடித்துக்காட்டுகிறார். 'செய்யுங்கள். நான் மக்களிடம் போவேன். ஊர் ஊராகப் போவேன். நியாயத்தை, சரியை எடுத்துச் சொல்வேன்' என்றார். எல்லாம் நடக்கின்றன. சங்கரானந்தர் வெற்றி பெறுகிறார்.

"உபதேசிப் பிக்கு நாட்டையும் சிங்கள இனத்தையுமே அழித்தொழிக்க முயலுகிற ஒரு கெட்ட ஆத்மா. அதுவே அழிக்கப்பட வேண்டியது. அதன் கருத்தை நீங்கள் குப்பைபோல எண்ணி ஒதுக்கிவிடலாம்..."

கூட்டத்தில் இன்னொருவர் சொன்னார்: "அது உபதேசிப் பிக்குவின் கருத்தில்லை. போதிசத்துவர் சொன்னது. அப்போது தெய்வீக மரமாய் இருந்து எல்லாவற்றையும் நேரில் பார்த்த போதிசத்துவர் சொன்ன சாட்சி அது."

குணாநந்தர் சிதறிப்போனார். மேய்ப்பனுக்குப் பின்னால் வெள்ளாடுகள் செல்லத் தொடங்கிவிட்டன. இனி அவருக்கு அங்கே என்ன வேலை. குணாநந்தர் அந்த இடத்தைவிட்டு நீங்கியது புயல் கடந்தது போலிருந்தது.

அவருக்கு அப்போதே மீன்வில்லு போய் தேவப்பிரியவின் நதிக்கரையோரத்து அழகிய தோட்டத்தில் பசும்புற் தரையினில் விழுந்து கிடந்து புரளவேண்டும் போலிருந்தது. மறுநாள் இரவு தன் ஐந்து கூட்டாளிகளையும் அங்கேதான் வந்து சந்திக்கச் சொல்லியிருந்தார். ஆனால் அதற்குள் கேகாலை போய்த் திரும்புவது மிக்க அவசியமாக இருந்தது. வாடகைக் கார் ஒன்றை அமர்த்திக்கொண்டு குணாநந்தர் புறப்பட்டார்.

குணாநந்தர் நினைத்துக் கொண்டார்: 'யுத்த சன்னத்தம் பூண்டுவிட வேண்டியதுதான்.'

கிழக்கிலும் போராட்ட உணர்வுகள் சுவறி ஆங்காங்கே களங்கள் ஏற்பட்டிருந்தன. ஒரு முரட்டுத்தனத்தில் விசாரணையற்ற கைதுகளும், காணாமல் போதல்களும் அதிகரிக்க அதிகரிக்க, எதிர் கருத்துக்களில் வசீகரம் அதிகரித்துக் கொண்டிருந்தது. அதுவே ஒரே மாற்றாய் இருந்தது. கிழக்கு முக்கியமானது. ஏனெனில் முஸ்லீம்கள் அதிகமாக வாழுகிற பிரதேசமாயிருந்தது அது. சிங்கள தமிழ் முஸ்லீம்களுக்கிடையே ஒரு சௌஜன்யம் அவசியமென்று பலருமேதான் சொல்லிக்கொண்டிருந்தார்கள். கிழக்கின் வலிமையான மொழி

கவிதையாயிருந்தது. அதன்மூலமும் சொன்னார்கள். கேட்கத்தான் யாரும் இருக்கவில்லை. அதை இன்னுமின்னுமாய் அணுகவிடாது செய்யவே மறுநாள் அவர்கள் தேவப்பிரியவின் இடத்திலே கூடி ஆலோசிக்க வருகிறார்கள்.

அவர் மீன்வில்லு கிராமத்தைத் தேர்ந்தெடுத்ததற்கு விசேஷித்த காரணமேதும் இல்லை. களனிகங்கைக் கரையில் உணுப்பிட்டியா போல, மகாவலி கங்கை பன்வெனிப் புகலிடவனத்தைச் சந்திக்கும் புள்ளியிலுள்ள மீன்வில்லு என்னுமிடம் மிகுவளம் சார்ந்தது. அந்த வளம் உடலிலும் இருந்தது. மேலே கோணமலை, பக்கத்தே மட்டுநகர் மாவட்டங்கள். அங்கே போகம் கிடைத்தது. மிகு போஜனத்துக்கு வசதியும் இருந்தது. குணாநந்தரின் செயல்களெல்லாம் மிகு ரகசியமாகவும் இருந்தன அங்கே.

அதிகாலை கேகாலையில், சேரவேண்டிய இடம் சேர்ந்து மறுநாள் மதியமாகிய வேளையில் அங்கிருந்து புறப்பட்டு மீன்வில்லு சேர்ந்தபோது எட்டு மணிக்கு மேலே. தேவப்பிரியவின் இல்லத்தில் இருந்து வந்த உணவைப் பசியாறிக்கொண்டிருந்தார்கள், அங்கு ஏற்கனவே வந்து சேர்ந்திருந்த ஐந்து நண்பர்களும்.

குணாநந்தரும் சாப்பிட்டார். சாப்பாடு முடிய, “வெளியே குளிர் அதிகமாயிருக்குமோ?” என்றார்.

“மிதமாகத்தான் இருக்கும்” என்றார் செல்வந்தர்.

“சரி. நீங்கள் போய்ப் படுப்பதானால் படுத்துக் கொள்ளலாம். நம் ஆலோசனைகள் முடிய எத்தனை மணி ஆகுமென்று சொல்ல முடியாது. ஆனாலும் அது முடிந்த பின் எனக்கு உங்களுடைய லாண்ட் றோவர் தேவைப்படும்” என்றார் குணாநந்தர்.

“தாராளமாகப் பாவித்துக் கொள்ளுங்கள். ட்ரைவர் வெளியேதான படுத்திருப்பான்...”

“எனக்கு ட்ரைவர் வேண்டியிராது” என்றுவிட்டு வெளியே நடந்தார்.

அவரின் பஞ்ச சிநேகிதர்களான இரு பிக்குகளும், வேறுவேறு மூன்று ஜாதியங்களின் அங்கத்துவர்களுமான கும்பல் பின்தொடர்ந்தது.

எழுவரும் மகாவலியோரமாய் ஒரு மேட்டு நிலத்தில் அமர்ந்தனர்.

முது பிக்கு கேட்டார்: “கோணகல நிலைமை என்ன மாதிரியுள்ளது?”

“சவ அடக்கம் முடிந்தது.”

“நான் அதைக் கேட்கவில்லை.”

“நான் அதுக்காகச் சொல்லவில்லை. சிங்களவர்களின் பொற்காலத்தின் சவ அடக்கத்தைச் சொன்னேன்.”

“புரியவில்லையே..!”

“எதைச் சொல்ல? சிங்களப் பொதுமக்கள் நாற்பத்து நான்கு பேரின் கொலைக் கதையைச் சொல்வதா? சீறியெழுந்து பழிக்குப் பழியென்று

புறப்பட்டோரைத் தடுத்து சத்தியவாதிகளாக்கிய கதையைச் சொல்வதா? பிறகு... நானே அவர்களைக் கூட்டி, 'வாருங்கள் பகை முடிக்க' என்று அறைகூவல் விடுத்தும், எனக்கே வெள்ளாட்டின் கதை சொல்லியதைச் சொல்லவா? எதைச் சொல்லிப் புரியவைப்பேன், சோமராம தேரரே?"

"இத்தனையும் நடந்ததா அங்கே? யார்... ஓ... உபதேசிப்பிக்கு சென்றிருந்தாரோ அங்கு?"

"ஆம். அந்தத் துராத்மா செய்த வேலைதான் எல்லாம்."

"ஏற்கனவே அவரைப்பற்றிக் குறிப்பிடுகையில் கவனிக்கப்பட வேண்டிய ஆளென்று சொல்லியிருந்தீர்கள். இன்னுமா அவரை விட்டுவைத்திருக்கிறீர்கள்?" என்று சினம்பொங்கக் கேட்டான் முனசிங்க.

"இத்தனைக்குள் அவரைத் தீர்த்துக்கட்டியிருக்க வேண்டும். ஏன் விட்டு வைத்தீர்கள், பிக்குவே?" என்று கேட்டான் சில்வா.

"வேண்டாமே என்று பார்த்தேன். ஆனால்... நேற்றே நான் அவர்பற்றி ஒரு தீர்மானத்துக்கு வந்துவிட்டேன். ஒரு இறுதி சந்தர்ப்பம் கொடுப்பேன். பிக்கு அரசியலைவிட்டு விலகி எங்காவது ஓடிவிடட்டும். இல்லையேல்..?" என்றார் குணாநந்தர்.

"கொலைபண்ணி விட வேண்டியதுதான். அதைச் செய்ய நாம் ஏன் பின்வாங்கவேண்டும்? வெள்ளாட்டைக் கொன்றதால்தான் அடுத்த பிறவியிலே பிராமணன் வெள்ளாடாகப் பிறந்தான்."

"ஐநூறு தடவைகள்..!"

"ஆம், ஐநூறு தடவைகள். ஆனால் நாம் பிக்குவைத்தானே கொல்லப் போகிறோம். அதனால் ஐநூறு தடவைகளும் பிக்குவாகவே பிறப்போம்" என்று கடகடவெனச் சிரித்தார் முது பிக்கு, தன் கரும் பற்கள் தெரிய.

"அந்த விளக்கம் ஏன் இப்போது? பிக்குவாய்ப் பிறந்தாலும் நாம் ஐநூறு பிறவிகளிலும் கொல்லப்படவே நேரிடும்" என்று கூறிச் சிரித்தான் ஊத்தைப் பிக்கு.

குணாநந்தர் மௌனமாய் இருந்தார்.

எல்லாம் அமைதியாய்க் கேட்டுக்கொண்டிருந்த ராஜபக்ஸ சொன்னான்: "நாம் கொலை செய்யலாம்தான். ஏனெனில்... அதை நாம் ஜனநாயகத்தின் பெயரால் செய்கிறோம். ஜனநாயகத்தின் பெயரால் செய்யப்படும் எதுவுமே நியாயமானது. எதிராளிகள் அதை விடுதலை, புரட்சி, போராட்டம், சமதர்மம்... என்ற பெயர்களில் செய்பவர்கள்."

"கொழும்பிலே போனமுறை சந்தித்தபோது நாம் பேசியிருந்தோம். ஆனாலும் முடிவெடுக்காமலே கலைந்தோம். உண்மையில் அப்போது பாராளுமன்றம் கலைக்கப்படலாம் என்ற செய்தி தெரியாமலே இருந்தது. அதனால் இன்று ஒரு முடிவுக்கு நாம் வந்தாக வேண்டும். வரப்போகிற தேர்தலில் நாம் எந்தக் கட்சியை ஆதரிக்க வேண்டும்? நீ என்ன எண்ணுகிறாய், ராஜபக்ஸ?" என்றார் குணாநந்தர்.

“ஜனாதிபதித் தேர்தலில் வெற்றி தோல்வி சொல்வது போன முறைபோல இம்முறை சுலபமானதல்ல. இரண்டு கட்சிகளும் சமபலத்தோடு இருப்பதாகவே தெரிகிறது, சுவாமி.”

“சரியாகச் சொன்னாய். மற்றவர்கள் கருத்தென்ன? அதேதானா? அல்லது மாறுபட்ட கருத்தேனும் இருக்கிறதா?”

“அதேதான். ராஜபக்ஸ சரியாகவேதான் சொல்லியிருக்கிறார்.” முதுபிக்கு பொதுவில் சொல்லிவைத்தார்.

“சரி, இந்த விஷயத்தை இப்படியே விட்டுவிட்டு, இப்ப நான் கேட்கிற கேள்விக்குப் பதில் சொல்லுங்கள். சிறீலங்கா சுதந்திரக் கட்சியின் போக்கு நமக்கெல்லாம் சாதகமாக இருக்கிறதா, இல்லையா?”

“ஆரம்பத்தில் நடவடிக்கைகள் சாதகமாக இருக்கவில்லை. அதாவது… ஜனாதிபதி பதவியேற்ற காலகட்டத்தில் ஐயப்பாடான ஒரு நிலைமையே நிலவியது… அவர் தமிழ்ப் பிரிவினைவாதக் குழுவின் கோரிக்கைகளுக்கு ஆதரவாக நடந்துகொள்வார்போலவே தோன்றியது. பிறகு… திடமாக தன் சமநிலையிழந்து நம் பக்கம் அவர் சாய்ந்துகொண்டார். அந்த நிலைமை இன்றுவரை தொடர்வதாகத்தான் நான் நம்புகிறேன்” என்றார் சோமராமதேரர்.

“ம்” என்றுவிட்டு யோசனையிலாழ்பவர்போல் குணாநந்த தேரர் சிறிது நேரம் குனிந்தபடி இருந்தார். பின் நிமிர்ந்துகொண்டு, “ராஜபக்ஸ, உனக்கு ஞாபகமிருக்கிறதல்லவா, இன்றைக்கு ஐந்து வருஷங்களுக்கு முன்பு களனி கங்கைக் கரையில், கண்டி பெரஹர விழாவுக்குப் புறப்படுவதற்கு முன்பாக நாம் சந்தித்தோம். அது பிரேமதாசவின் கொலைக்கு சில நாட்கள் முன்பாக இருந்தது. அப்போது நான் சொன்னேன், புரட்சிகர மக்கள் கட்சித் தலைவராக இருந்த தன் கணவரின் மரணத்தின் பின் தலைவராகப் பொறுப்பேற்றிருந்த சந்திரிகா அம்மையாா எல்லாவற்றையும் உதறி எறிந்துவிட்டுப் போய் சிறீலங்கா சுதந்திரக் கட்சியில் தன்னை இணைத்துக் கொள்வாரென்று. உடனடியாக அவர் மேற்கு மாகாண முதலமைச்சர் ஆனார். பின்னர் நாட்டின் ஜனாதிபதியாகவும் ஆனார். தமிழ் மக்களுக்கு சமவுரிமை என்கிற பிரஸ்தாபமொன்று அப்போது இருந்ததுதான் சோமராமதேரர் சொன்னதுபோல. பின்னாலே அது மாறிப்போயிற்று. சமவுரிமை என்ற பதம் நியாயமான உரிமை என்றாயிற்று. அது ஒரு அரசியல் காய் நகர்த்தலின் விளைவுதான். இது இன்னும் சிங்களதேசம்தான். அதை நிலைநாட்ட ஒரு பண்டாரநாயக்காவை அல்ல, நூறு பண்டாரநாயக்காக்களைக் கொல்ல நாம் தயாராக இருக்கிறோம். இல்லையா, சோமராமதேரரே?” என்று சொன்னார்.

“பிறகு, தமிழர் இந்த நாட்டின் பூர்வீக குடிகள் இல்லையென்று அவரே சொன்னார்.” வாலிப பிக்கு சொன்னார்.

“சொன்னாரா அப்படி?” கேட்டான் சில்வா.

வாலிப பிக்கு பதிலளித்தார்: “ஆம். பகிரங்கமாகச் சொன்னார். தென்னாபிரிக்கா சென்றிருந்தபோது ஒரு தொலைக்காட்சிப் பேட்டியிலே தெரிவித்தார்.”

“ஆக… அவர் அடங்கியே நடக்கிறார்..?” சில்வா கேட்டான்.

“ஆமாம்.”

“அப்படியானால் அவரையே ஆதரித்துவிடுவோம்” என்றார் சோமராம தேரர்.

“அவர்… தேர்தலில் தோற்றுவிட்டால்..?” அப்போது ஐயமெழுப்பியது ராஜபக்ஸ.

குணாநந்தர் உரையாடல் விரிந்தமாதிரியில் நிறைவடைந்திருந்தார். அதனால் நிதானமாக ராஜபக்ஸ பக்கம் திரும்பி மெல்லச் சிரித்தார். பிறகு தண்மையாகச் சொன்னார்: “நாம் அரசியல்வாதிகளில்லை, ராஜபக்ஸ. பிக்குகள்தான். இன்னமும் வேணுமானால் போர்க்குணப் பிக்குகள் என்கலாம். நாமென்ன, நமக்கான எதையாவது யாசிக்கவா கட்சி அரசியல்ப் பக்கம் போகிறோம்? சிங்கள தேசத்தின் நன்மைக்காகவே எல்லாம். அதனால்… அவரை வெற்றிகொள்ள வைக்க வேண்டியது எமது பொறுப்புத்தான். ஆனாலும் நாம் அரசியல் மேடையேறிப் பிரச்சாரம் செய்யப்போவதில்லை. அதை ஒரு தந்திரத்தில் செய்யப்போகிறோம். அவ்வளவுதான். புரிந்ததா, ராஜபக்ஸ?”

“புரிந்தது, சுவாமி.”

குணாநந்தர் தம் இடுப்பிலிருந்த கடிகாரத்தில் மணி பார்த்தார். “ம்… நான் வெளியே போய்வர வேண்டியிருக்கிறது. இவன்… ஊத்தைப் பிக்கு எங்கே?”

“இதோ… பின்னாலே தூங்கிக்கொண்டிருக்கிறான்.”

ஊத்தைப் பிக்குவை எழுப்பி கூட்டிக்கொண்டு லாண்ட் றோவரை நோக்கி நடந்தார் குணாநந்தர்.

லாண்ட் றோவர் புறப்பட்டுப் போனபின், “சுவாமி, குணாநந்த தேரர் இந்த நேரத்தில் வெளியே போகிறாரே?” என்று முது பிக்குவைக் கேட்டான் சில்வா.

முதுபிக்கு அட்டகாசமாய்ச் சிரித்தார். “விழுவான்கரையில் ஆற்று மீன்களுக்கு சுவை அதிகம் இருக்கிறதாம். அந்த மீன் தின்னுகிற உடம்புகளும் மிக்க சுவையுடையனவாய் இருக்குமாம். அதுதான்… விழுவான்கரைச் செல்லத்திடம் கூட்டிப்போகிறான் ஊத்தைப் பிக்கு.”

“அது யார் விழுவான்கரைச் செல்வம்?”

“சம்பங்கித் தேவடியாளின் மகள்…” என்று கூறி மறுபடி சிரித்தார் முதுபிக்கு.

அவர் சிரிப்படங்க, “சுவாமி, சம்பங்கித் தேவடியாள் கதை தெரிந்தால் சொல்லவேணும்” என்று கேட்டான் சில்வா.

எல்லோரும் விருப்பப்பட, பிக்கு அவள் கதை சொன்னார்.

போன பொங்கலுக்கு திரவியம் தீவு சென்றிருந்தான். ஓர் இழப்பு... எல்லாவற்றையும் இழந்துவிட்டதான ஓர் மலைப்பு, அவனை வேர் தேடுவதற்குப்போல் அங்கே கலைத்திருந்தது.

தன் வீட்டு வாசலில் கண்கலங்கி நின்றிருந்தான். படலை திறந்து உள்ளே செல்லக்கூட இல்லை. சங்குக்கடையில் அழிந்த சுவர்களும், காடு பற்றிய தளமும்தான் ஓர் அடையாளம்போல் அப்போது எஞ் சியிருந்தன. வீட்டைச் சூழ நின்ற தென்னை மரங்களில் இரண்டு தென்னைகள், தென்னம் வண்டு குத்தியிருக்கும், வட்டமூகிப் பட்டுப் போய் நின்றிருந்தன.

சொந்த மண்ணில் அவன் அந்நியன்போல் நின்று தன்னந்தனியனாய் கலங்கிக்கொண்டிருந்தான். தாடி, நீளமான தலைமுடியுடன் அவனை எடுத்தவுடன் எவருக்கும் அடையாளம் காணுவது சிரமம்தான். யாரோ, இடையில் வந்த ஒருவரின் சைக்கிளில் தொற்றிக்கொண்டு அரசி வீடு போனான். அடுத்த ஆண்டு தையளவில் சென்னையில் நடக்கவிருந்த கலாச்சாரப் பேரவையின் மகாநாட்டுக்குப் போவதற்கு அவனுக்குத் திட்டமிருந்தது. அதனால் அரசி வீட்டை ஒருமுறை எதற்கும் பார்த்துப் போவது நல்லதென்று ஏனோ பட்டது. அதற்கு கச்சாய் போயிருக்க வேண்டும் அவன். உண்மையில் தீவு முழுக்கப் பரந்தோடித் திரிகிற ஆர்வம்தான் அது.

மாமரம் இன்னும் சடைத்திருந்தது. கீழே கடந்த இலையுதிர் காலங்களுக்கு உதிர்ந்த மாஞ்சருகுகள் மண்ணை மூடிக்கிடந்தன.

வாசலில் நின்றிருந்தவன் கந்தசாமி அப்பா தன் வீட்டு முற்றத்து நிழலில் சாயமனை போட்டுக் கிடந்திருப்பது கண்டு சென்றான்.

கண்களை இடுக்கிப் பார்த்துவிட்டு, “ஆரது?” என்றார்.

“அது ... நான் ... திரவியம், அப்பு.”

“ஓ ... நீயா? வா ... வா ... என்ன விசேஷம்..?”

“சும்மா பாத்திட்டுப் போகலாமெண்டு வந்தன்” என்றான்.

“என்னையா?”

“உங்களையும்தான்.”

அவன் பழகிய மனிதர்களைப் பார்க்க மட்டுமே வந்தான் என்பதில் சற்று பூரித்தவர்போல் தோன்றிற்று. “ஊரில ஆர் மோனை இருக்கினம் இப்ப? ஓடிக்கொண்டுமிருக்கினம்; புதிசாய் வந்துகொண்டுமிருக்கினம். அதுசரி, அம்மா அப்பாவைப் போய்ப் பாத்தியோ?”

அவன் இல்லையென்றான். “சாந்தி போன பிறகு என்னால அங்கே போக ஏலாமல் இருக்கு, அப்பு.”

“இதுவுமொரு கதையோ? போய்ப் பாத்துட்டுப் போ, தம்பி. பாவாமெல்லே அதுகள்.”

"திரும்பி போகேக்குள்ளை பாத்திட்டுப் போகத்தான் இருக்கிறன்..."

"ம். சுந்தரத்தாரின்ர விஷயம் தெரியுமெல்லோ?"

"தெரியும். அரசியை கொழும்பிலை ஒருமுறை பாத்தன். அப்ப சொன்னா."

"அவதான் இஞ்சயும் வந்து சொன்னது. எல்லாம் எப்பிடிப் போய் அழியுதுகள் பாத்தியே, தம்பி?"

அவர் பெரிதாக பின்னர் அந்த மௌனத்திலிருந்து மீளவில்லை. திரவியம் சொல்லிக்கொண்டு கிளம்பினான்.

அரியாலை, அவன் அதுவரை தெரிந்த ஊராய் இல்லை. செட்டித் தெருவிலிருந்து ஊர் ஒரே நாசம். வீட்டு முற்றத்தில் நின்றால் நல்லூர்க் கந்தசாமி கோவில் தெரிந்தது. எந்தத் தெரு எங்கே இருந்தது? அதனதன் பெயர்கள் அதுவதுவாயே இருக்கின்றதா? கலை நயங்களுடன் மிளிர்ந்த நிறைய பழைய வீடுகள் அந்தப் பகுதியில் இருந்தன. குண்டு அவைகளைத் தகர்த்திருந்தது. திக்குத் தெரியாத காடு. தாண்டி அரியாலை அடைந்தான்.

ஐயா வா என்று கூடச் சொல்லவில்லை. அவர் வெளிப்படையாகவே நொறுங்கிப் போயிருந்தார். 'சிவா வந்து பாத்துப் போனான். ரண்டு தடவை சொல்லியனுப்பியும் நீ வரேல்லை.' என்று நினைத்திருப்பார். அவன்தான் சிவாவை அனுப்பிவைத்தானென்று அவருக்குத் தெரியுமா?

சாந்தி இல்லாதது ஒரு வெறுமை மட்டும்தான் அங்கே. ஆனால் அவளது இழப்பின் சோகம் அனைவர் முகத்திலும், அந்த வீட்டின் மொத்த இருப்பிலுமே தெரிந்தது.

அம்மா வந்து எதிரே நின்று அழுதுகொண்டிருந்தாள். 'நான் பிள்ளையளைக் கூட்டிக்கொண்டு இங்க வந்திருக்கப்படாதோ?' என்று சாந்தியை நினைக்கிற போதெல்லாம் நினைத்து நினைத்து வேகுகிறாள். விருப்ப அகதியாகி சொந்த மனை நீங்கி வந்தவள் அவள். இன்றைக்கு அந்த மனையுமில்லை; வந்த மனையுமில்லை.

ஒருநாள், கொழும்பு போய்விட்டு வருகிறபோது, மனைவிக்கும் பிள்ளைக்கும் சிறிது பணம் கொடுத்துவிட்டுப் போகலாமேயென்று அங்கே வந்தவர் திடுக்கிட்டுப்போனார். வீடு சூளைபோல் இருந்தது. களிமண் சுவர். மேலே பனையோலை வேய்ச்சல் கூரை. வாசல் கதவைச் சாத்தினால் வெளிச்சம் மட்டுமில்லை, காற்றும் வேலிகட்டினதாய் வெளித் தங்கிப்போகும். நிலையே நான்கடிதான். அவர் சென்றபோது தாயும் மகளுமாய் அறைக்குள்ளே பாய்விரித்துப் படுத்திருந்தார்கள். கதவு திறந்து கிடந்தது. கூர்ந்து பார்த்தார். அப்போதும் இருள்தான் தெரிந்தது. கூப்பிட்டார். மனைவி எழுந்து வந்தாள். 'எங்கே உன் சகோதரங்கள்? என்னமாதிரியோ வாழப்போகிறேன் என்று வந்தாயே, அந்த வாழ்வுக்கு என்ன ஆனது?' அவர் கேட்கவில்லை. ஆனால் அது பார்வையில் இருந்தது. அவளால் என்ன சொல்லியிருக்க முடியும்? அழுதாள். அன்றே அங்கே தங்கத் தீர்மானித்தவர்தான்.

தேவகாந்தன்

அவர் அங்கே வந்த அடுத்த ஆண்டுதான், வடக்கு பெயர்ந்தது வன்னிக்கு. எதை எடுத்தார்கள்? ஒரு துணிப் பெட்டி ... ஒரு வாளி ... இரண்டொரு சமையல் பாத்திரங்கள் ... பேணிகள் கோப்பைகள் ..! ஓடுவதில்கூட குறித்த இலக்கும் இல்லை. குறித்த பாதையும் இல்லை.

செம்மணி வயலுக்குள் இறங்கி ஓடும்போது வரம்பிலிருந்து சறுக்கி விழுந்த அவரது கெண்டைக் கால் கெளித்துப் போனது. நாவற்குழியில் அவருக்குத் தெரிந்தவர்கள் இருந்தார்கள். அவர்கள் ஓடாதிருப்பார்கள் என்பது என்ன நிச்சயம்? இருளில் அழுதும் புலம்பியும் ஓடிய சனங்களோடு அவரும் ஓடினார். இனி போக்கிடம் ஒன்றுதான். கச்சாய். அங்கே கூட்டணிச் சுந்தரத்தின் மகள் இருக்கிறாள். ஆனால் முகவரியில்லாமல் வீட்டை எப்படிக் கண்டு பிடிப்பது? கொய்யாத் தோட்டத்தில் வைரவ கோயிலடிப் பக்கம் திரும்பி கிழக்கு மட்டுவில் போக, அங்கே தஞ் சமடையக் கூடிய வசதி கிடைத்துவிடுகிறது.

கண்டி வீதி வழியே நகரும் குடும்பங்கள்பற்றிக் கேள்விப்பட்டு அவரது மனைவி வந்து கேட்டாள்: 'என்னருங்கோ செய்யிறது? சனமெல்லாம் அப்பிடியே பரந்தன் கிளிநொச்சியெண்டு போய்க்கொண்டு இருக்குதுகளாம் ...'

அவர் கால் வேதனையோடு உக்கிரமாய்த் தலையை ஆட்டினார். 'வேண்டாம் ... வேண்டாம் ... இனி என்னால ஏலாது.'

ஆறு மாதங்களின் பின் மீள் குடியமர்வுக்கு ராணுவம் அழைப்பு விடுத்தது. திரும்பலாமென்றுவிட்டார் சங்கரப்பிள்ளை. 'புலியள் என்ன சொல்லுவினமோ?' என்றார்கள் மனைவியும் மகளும்.

'ஆரும் எதுவும் சொல்லேலாது. வீடு முக்கியம் ... வீடு வளவை விட்டிட ஏலாது ... இப்ப அரியாலை போறம் ... நிலைமையும் போக்கு வரத்தும் சரிவர, தீவுக்கே போயிடுவம்' என்றுவிட்டார் அவர்.

வீடழிவுக்கும் மீள் குடியமர்வுக்குமாய் பத்தாயிரம் ரூபா கிடைத்தது. தகர்ந்த அந்த களிமண் கோட்டை வீட்டுக்குப் பக்கத்தில் கொட்டில் கட்டிக்கொண்டு குடியமர்ந்தனர்.

மேலே ... நல்லூருக்கு சாந்தி படிக்கக் கிளம்பினாள். படிப்பை வேண்டாமென்று சொல்ல முடியாதே. ஆனாலும் பயம்தான். பயந்து பயந்துதான் படிக்கவிட்டார்கள்.

ஒருநாள் படிக்கவென்று போன சாந்தி வீடு திரும்பவில்லை. தேடிப் போனபோதுதான், ரயில்கடவையடியில் சைக்கிளில் போன பெண் பிள்ளைகளை ஒரு ராணுவ கோர்ப்ரல் மறித்து விசாரணைக்காகவென்று இரண்டு பெண் பிள்ளைகளைத் தடுத்து வைத்திருந்ததாய்த் தெரியவந்தது. எந்த முகாமைச் சேர்ந்த ஆமிக்காரனோ? எங்கே கொண்டு போயிருப்பானோ? சங்கரப்பிள்ளை தேடியலைந்தார். கூட, கூடக் காணாமல் போன கண்மணியின் தந்தை.

இரண்டு இரண்டரை வருஷங்களும் ஆகிவிட்டன. எங்கே தேடவில்லை? எதைச் செய்யவில்லை? காணாமல் போனோர் சங்கத்துக்கு

அறிவித்து... மாகாணசபை மெம்பர்களுக்கு முறைப்பாடு கொடுத்து... கொழும்பு போய் பாராளுமன்ற அங்கத்தவருடன் பேசி...

இந்த நிலையில்தான் கிருஷாந்தி கொலை வழக்கு விசாரணைக்கு எடுக்கப்பட்டது. அது, பிள்ளைகள் காணாமல்போன பெற்றோரால் உன்னிப்பாகக் கவனிக்கப்பட்டது. தம் குழந்தைகளும் அதுபோல் கொலைவாய்ப் பட்டிருக்கலாமோ என்ற அதிரவரும் எண்ணம் ஏற்பட்டார்களாயினும், இனிமேலாவது அதுபோன்ற அசம்பாவிதமான சம்பவங்கள் ஏற்படாதபடிக்கான ஒரு நிலைமை அமைவது அவர்களுக்கு ஆறுதலாயிருந்தது. ஆறு படையினர் அது காரணமாய்க் கைது செய்யப்பட்டது முக்கியமான அம்சமாகும். சங்கரப்பிள்ளை, கண்மணியின் தந்தை எல்லோரும் விசாரணையின் ஒரு கதவு திறக்கப்படுகிற சத்தம் கேட்டு பெரு மகிழ்ச்சியடைந்தனர்.

விசாரணையில் அதிர வெளித்தது ஒரு செய்தி. செம்மணியில் நானூறு பிணங்கள்வரை கொன்று புதைக்கப்பட்டிருக்கிறதாம். கைது செய்யப்பட்ட ஆறுபேரில் ஒருவன் கொடுத்த தகவலில் செம்மணி தோண்டப்பட நீதிமன்றம் உத்தரவிடுகிறது. அவனே பிணங்கள் புதைக்கப்பட்ட இடங்களைக் காட்டுகிறான்.

ஓடினார் சங்கரப்பிள்ளை. கூட கண்மணியின் தந்தை.

மக்கள் வரிசையில் எட்ட நின்று பார்க்கிறார்கள்.

எலும்புகள்... எலும்புகள்... எலும்புகள்..!

எங்கும் சலசலப்பு.

ஒருபுறம் அழுகை... ஒப்பாரி..!

அவர் அன்றைக்கும் நினைவு வரும்போதெல்லாம் செம்மணி மயானம்வரை ஒரு நடை போய்விட்டு வருகிறார். கால் குணமேயாக முடியாத ஒரு ஊனத்தோடிருக்கிறது. இருந்தும் நொண்டிக்கொண்டே அந்த நடை.

நிலைத்திருந்த மௌனத்தை அம்மாவின் பேச்சு கலைத்தது: "கொழும்பில பயமில்லாமல் இருக்க ஏலுமா?"

"ஏலுமம்மா. மூண்டு லட்சம் தமிழாக்கள் இப்ப அங்க இருக்கினம்."

"இருந்தாலும்... ஊர்ப்பக்கமாய் வந்திட்டால் நல்லதெல்லே?"

"வேலையை என்ன செய்யிறது?"

"பிள்ளையள் ரண்டும் இப்பவும் துணுக்காயிலயோ?"

"ம்."

"நல்லாய்ப் பாப்பினமோ அங்க?"

"பாப்பினம்."

"படிப்பு எப்பிடிப் போகுது..?"

அவன் பதில் சொல்ல தாமதித்தான்.

படிப்பு..? இந்த நேரத்திலுமா அந்த எண்ணம்?

"அப்பிடி இப்பிடித்தானம்மா. சண்டையெண்டால் பள்ளிக்குடமிராது. அது முடிய துவங்கும். அப்பிடியே போய்க் கொண்டிருக்கு."

"ஏன், இஞ்ச கொண்டுவந்து விடன். நாங்கள் பாத்துக்கொள்ளூறம்..."

யோசித்துச் சொல்வதாகக் கூறிவிட்டு அவன் எழுந்தான்.

33

திடீரென்று அன்று நள்ளிரவில் தூக்கம் கலைந்துபோனது திரவியத்துக்கு. குழம்பிய கனவுகளால் மனம் சஞ்சலமாய் இருந்தது. சுவர்ணா கொடிக்கயிற்றை குறுக்கு வளையில் போட்டு தொங்கிக் கொண்டிருக்கிறாள்... செம்மணி மயானத்தில் எலும்புக் கூடுகள் தோண்டி எடுக்கப்படுகின்றன... அபயன் எங்கோ வியர்க்க வியர்க்க ஓடிக்கொண்டிருக்கிறான்... கண்ட கனவுகள் அவன் அமைதியிழக்கப் போதுமானவைதான்.

ஜன்னலூடாக வெளிச்சம் வந்துகொண்டிருந்தது. எழுந்து விளக்கைப் பொருத்த எண்ணியவன் வேண்டாமென்று அமர்ந்தான்.

கோயில் மரத்தில் பறவைச் சண்டை நடந்தடங்கியது.

மௌனம் வெளியெங்கும் சிறகு விரித்தது.

ஒன்றிரண்டு வாகனங்கள் இரைந்தது கேட்டது.

உறுமல் தொனி படையினரின் வாகனமென்பதைத் தெளிவு படுத்தியது.

நான்கு வருஷ அந்த அடக்கத்தில் அன்று சலனம் விழுந்துவிட்டது.

வானொலி ஊழியம் ஓரளவு அவனது கருத்துநிலைக்கு உகந்ததாய் இருந்து பிடிப்பை ஏற்படுத்திக் கொண்டிருந்தாலும், எதிர்காலமென்று எண்ணுகிறபோது சூன்யமே தென்பட்டது. பயங்கரவாத எதிர்ப்பியக்கம் நகரத்தில் பயங்கரத்தை ஏற்படுத்திக் கொண்டிருந்தது. நிம்மதியாய்த் தூங்கத்தான் முடிகிறதா அந்த வாழ்க்கையில்?

திரவியம் போரின் நிஜமுகங்களைத் தரிசித்துவிட்டு ஒரு மனம் சிதைந்த மனிதனாகவே கொழும்பு திரும்பியிருந்தான். கொழும்பு வாழ்க்கை ஒரு சீரில் இயங்கிற்றென்று சொல்ல முடியாவிட்டாலும், அங்கே போரின் மனச் சிதைவுகளுள்ள அளவு அனர்த்தங்கள் இல்லை. யுத்தம் அங்கேயிருந்துதான் திட்டமிடப்பட்டதும் நகர்த்தப்பட்டதும். ஆனால் அது புரியப்பட்ட களம் அதுவல்ல. அங்கே பாதுகாப்புக் கெடுபிடிகளின் அச்சம் இருந்தது. கலவர அச்சம் பெரும்பாலும் இல்லை.

அன்று அலுவலகத்திலும் திரவியம் உற்சாகமாக இல்லை. அன்று மாலை, அல்லது மறுநாள் காலை அனில் கொழும்பு திரும்புவதாக இருந்தது. அதுவரை அப்படித்தான் ஒரு அசமந்தம் நிலவும்.

கோணகல செய்திக்குப்பிறகு பெரிதாக அரசியல் செய்தி எதுவும் ஆர்.எஸ்.எஸ்.சுக்கு அனுப்பப்படவில்லை. வசந்தா குகதாசனின் பரதநாட்டிய அரங்கேற்றத்தை நாட்டிய விமர்சனமாக மட்டும் அனுப்பியதோடு சரி.

மேலே மின் விசிறி சுழன்றுகொண்டிருந்தது. அனிலின் மனைவி வெளியே போயிருந்தாள். தனிமை அவ்வளவு காரமானதாக அப்போது. எழுந்து வெளியே வந்தான். தெருவில் மக்கள் ஓரிருவர் போய்வந்து கொண்டிருந்தனர். ஆனாலும் அது ஒரு ஆழ்ந்த வெறிச்சோடித்தனமாயே தென்பட்டது. கதவைச் சாத்திக்கொண்டு தெருமுனைப் பேக்கரிக்குப் போய் ரீ குடித்து வரலாமென நடந்தான். கடையிலே சற்று கூட்டமாகத்தான் இருந்தது.

அவன் ரீ குடித்துக்கொண்டிருந்தபோது வெளியே நின்றிருந்த மூன்று வாலிபர்களில் ஒருவன் குறிப்பாய் இவன் கவனத்தை ஈர்த்தான். அந்தக் கண்கள் அவனுக்கு நன்கு பரிச்சயமானவை. ஆனால் எங்கே சந்தித்திருக்கிறான்? எங்கே பழகியிருக்கிறான்? வெள்ளவத்தையிலா? கொச்சிக்கடையிலா? கொட்டாஞ்சேனையிலா? மருதானையிலா? எங்கே? பூபாலசிங்கம் புத்தகசாலையிலும் பார்த்திருக்கலாம். முகம் தமிழ்முகமாகவே தென்பட்டது. மேலும் யோசிக்கத்தான் ஞாபகமாயிற்று, அவனை தான் வவுனியாவில் பார்த்திருப்பது. அதை ஒரு எதிர்பாராத சந்திப்பு என்றுதான் அவனால் நினைக்க முடிந்தது. ஆனால் நிகழ்வை மறக்கமுடியாதிருந்தது. அவன் அலுவலகம் வந்தபிறகும் அதுபற்றியே யோசித்துக்கொண்டிருந்தான். தொலைபேசி மணி அடித்துத்தான் அவனது சிந்தை கலைந்தது. மறுமுனையில் பேசியவர் நேரடியாய் அவனுக்குத் தெரிந்தவராய் இருக்கவில்லை. அவனது சிநேகிதர் ஒருவரின் சிநேகிதர். மட்டக்கிளப்பிலிருந்து கொழும்பு வந்தவர் அவனது தொடர்பெண் தெரிந்துகொண்டு தொலைபேசி எடுத்திருந்தார். செவன் ஸீஸ் உலகத் தமிழ் வானொலியில் குரூரத்தின் முகம் என்ற தலைப்பின் உரைவாசிப்பைக் கேட்டதாகவும், அந்தளவு உணர்வுபூர்வமான விபரிப்பு தன்னை உலுக்கிவிட்டதாகவும் சொன்னார்.

ராணுவத்தில் நிலவிய மிக உச்சபட்ச வெறிச்செயலின் சாட்சியம்தான் கோணேஸ்வரி கொலை. முழு இலங்கையையுமே ஒருநாள் காலையில் உறைந்துபோக வைத்துவிட்டது அந்தச் செய்தி. திரவியம்தான் அச்சம்பவம் குறித்து தமது திரிகோணமலை நிருபர் மூலமாக செய்தி எடுத்தது. அவனுக்கே மேலே குறிப்பெழுத கை வரவில்லை. ஒரு நடுத்தர வயதுப் பெண்ணை ஆறு படையினர் அவளது பிள்ளைகளின் முன்னிலையிலேயே நிர்வாணமாக்கி கற்பழித்தது மட்டுமில்லாமல், அவளது பிறப்புறுப்பினுள் கைக்குண்டை வெடிக்கவைத்துக் கொலையும் செய்திருந்தனர். வேறு பல அக்கிரமங்கள்போல் புதைந்துபோகாது அச்சம்பவம் வழக்கமாக நீதிமன்றம் போனது எல்லோருக்கும் ஆச்சரியம். கொலையாளிகள் கைது செய்யப்பட்டு விசாரணையில் நிறுத்தப்பட்டனர். பிரேத பரிசோதனை வைத்தியரின் அறிக்கை நிகழ்வின் கொடூரத்தைக் காட்டியது. கவட்டிலிருந்து மேல் வயிறு நெஞ்சுப் பகுதிவரை கிழித்துக்கொண்டு வெடித்துச் சிதறியிருக்கிறது

கைக்குண்டு. அதை அவன் விரசமற்ற முறையில் எழுதியிருந்தான். கொடூரம் தெரியாமலும் எழுதவேண்டுமென்று அனில்தான் சில வரிகளை நீக்கி அதைச் செய்தியாக மாற்றி தொலைநகலில் அனுப்பவைத்தது. செய்தியின் வரிகளை அனில் எடுக்கச் சொன்னபோது அவன் நேரடியாகவே அனிலைக் குற்றஞ்சாட்டினான்: 'இனப்பற்று என்பது என்ன மாதிரியெல்லாம் செயற்படுகிறது பார்த்தீர்களா, அனில் அய்யா? உங்கள் வெளிமுகத்துக்குப் பின்னால் இன்னொரு முகம் இருக்கிறது.' அனில் சிரித்தார். அவருக்கு அவனின் அந்தக் கோபம் பிடிக்கும். தனக்கென்று இல்லாத விஷயங்களில்தான் அவன் அப்படிக் கோபிப்பான். அவர் வேடிக்கையாகவே சொன்னார்: 'உள்முகம் பெற்றவர்கள் பாக்கியவான்கள்.' அவன் ஏதோ சொல்லத் துவங்க அவர் கையமர்த்தினார். 'நீயும் நானும் இந்த நிறுவனத்தில் தொழில் பார்க்கிறோம். நீ செய்தி சேகரிக்கிறாய். நான் அதைச் செய்தியாய் அமைக்கிறேன். செய்திகளை மட்டும் தருவதுதான் உன் வேலை. உன் அபிப்பிராயங்களை நீ எந்தக் காரணம் கொண்டும், எள்ளளவுக்கும்கூட செய்தியில் ஏற்றிவிடக் கூடாது. அப்போது நான் வருவேன். பொதுஜன அபிப்பிராயத்தை உருவாக்குகிற ஊடகம்தான் வானொலியென்றாலும், இங்கே எமது வேலை உண்மையை வெளியிடுவது மட்டுமேதான். ஒரு சம்பவம் எப்போதும் தானாகவே நடந்துவிடுவதில்லை. அதுபோல அது திடீர் முடிவிலும் அடங்கிவிடாது. சில பின்னணிகளில் விளைந்து, சில அதிர்வுகளை உருவாக்கியும் சில உபநிகழ்வுகளை நிகழப்பண்ணியும் கொண்டு முடிவடைகிறது. ஆனாலும் முன்பின் விளைவுகளைக் கருத்தில் கொண்ட பிரச்சாரமாகும்படி அதை எழுதக்கூடாது. புரிந்ததா?' என்று கூறினார். அதற்கு அவன், 'இன்வேஸ்ரிவ்கேற்றிவ் ஜேர்ணலிஸம் என்பதுதான் பிறகு என்ன? அதற்கு ஒரு இடம் செய்தியுலகில் இருக்கிறதுதானே?' என்று கேட்டான். அவர் சிரித்துக்கொண்டே, 'தகவலின் முழுமையை அடைகிறதுக்கான ஒரு வழி அது. நீதி விசாரணையை அது செய்யக் கூடாது' என்று தெளிவுபடுத்தினார். அவன் மேலே பேசாமல் மௌனமானான். அவரை மறுக்கிற உத்வேகம் இருந்தாலும், அவர் சொன்னதின் சில பரிமாணங்கள் அவனுக்கும் ஏற்புடைத்தனதான் என்பதே அந்த அவனது மௌனத்தின் அர்த்தம். அது அனிலுக்குத் தெரியும். அவன் மறுக்கிற காரணத்துக்காகவே எதையும் மறுத்துவிடுவதில்லை. கோணேஸ்வரி கொலைபோன்ற கொடுமைகள் பெரும்பாலும் நாடெங்கிலுமேதான் நடக்கின்றன. படையாளிகள் என்பவர்கள் அரசின் அங்கம். கருத்தற்றவர்கள் அவர்கள். அரசாங்கத்தின் கட்டளைக்கு, சரியாகச் சொல்லப்போனால் தம் தலைமையின் கட்டளைக்குக் கீழ்ப்படிய வேண்டியவர்கள். படையாளிகளாய் இருக்கிறவரை படையின் விசேஷ சட்டங்களுக்கும் அவர்கள் கட்டுப்பட வேண்டும். சில கொடுமைகள், சில மீறல்கள் அவர்களுக்கு ஒதுக்கப்பட்டிருக்கின்றன. கொடுமை அதன் அங்கமாகும். அது ரத்தமும் மரணமும் விளைத்த மனநிலைப் பேதலிப்பில் நிகழ்வதும் சாத்தியம். மரணங்கள் மட்டுமே யுத்தங்களின் விளைவில்லை. வளங்களின் அழிவு, மனங்களின் சிதைவு, வரும் தலைமுறைகளின் கல்வி கருத்து முதலியவற்றின் நீர்ப்பு என அது பல விளைவுகளைக் கொண்டிருக்கிறது. ஒரு தேசத்தின் படையணியிலிருந்து

இருபத்தையாயிரம் பேர்கள் ஓட்டமெடுக்கிறார்களெனில், அங்கே விளைந்திருந்த அச்சத்தின் பரப்பை சுலபமாகப் புரியலாம். ஆகவேதான் மனநிலைப் பேதலிப்புகள் மிகச் சாதாரணமான ஒரு யுத்த விளைவாகக் கருதப்படுகின்றன. யுத்தமே அழிவின் அடையாளமாகவும், அழிவுகள் யுத்தத்தின் அடையாளமாகவும் புரியமுடியும்.

திரவியமும் அதை உணர்ந்தான். அவன் எழுத்துக்களுக்கு பாதிப்பு இருக்கிறதென்பது பெரிய விஷயம். அது அவனுக்குச் சந்தோஷமும் ஆனது.

34

வட பகுதிக்கு, குறிப்பாக வன்னி நில மக்களுக்கு, உணவுப் பொருட்களோ மருந்து வகைகளோ அனுப்பி வைக்கப்படுவதில்லையென்றும், பட்டினிச் சாவுகளும் போதிய மருத்துவ வசதியின்மையாலான மரணங்களும் ஏற்படக்கூடிய சூழ்நிலை உருவாகியுள்ளதென்றும் சில பத்திரிகைகளும், தமிழ்ப் போராளிக் குழுவும் எழுப்பிய புகாரினை அரசு முற்றாக மறுத்திருந்தது. தமிழர் விடுதலைக் கூட்டணியிடமும் அதே புகார் இருந்தது. உண்மை அறிய செஞ்சிலுவைச் சங்க இலங்கைக் கிளை அதிகாரிகளைத் தொடர்பு கொண்டார் அனில். புகாரும் மறுப்பும் உண்மைகளேயெனப் பதில் கிடைத்தது. விநோதமான அந்தப் பதிலுக்கு விளக்கம் கேட்டபோதுதான், உணவு விநியோகம் இருக்கிறது, ஆனால் ராணுவக் கட்டுப்பாட்டிலுள்ள பகுதிகளுக்கு மட்டுமெனச் சொல்லப்பட்டது. வன்னிப் பகுதிகளைப் பொறுத்தவரை போஷாக்கின்மையாலும் சுகாதாரக் கேடுகளினாலும் மக்கள் பாதிக்கப்பட்டுள்ள தகவல் நிஜமேயென்றும் தெரிவிக்கப்பட்டது. தொலைபேசி வாயிலாக மேற்கொள்ளப்பட்ட அவ்வுரையாடலை ஒலிப்பதிவில் கேட்ட திரவியம் சுருக்கமான ஒரு செவ்வியாக அது அமைந்திருந்ததை சுட்டிக்காட்ட, அதைச் செப்பனிடும் பணியை அவனிடமே ஒப்படைத்துவிட்டார் அனில்.

அன்று மூன்று மணியளவில் தொடங்கிய வேலையை இரவு ஒன்பது மணியாகியும் முடிக்க முடியாமல், மறுநாள் காலையில் இரண்டு மணி நேரம் வேலை செய்தே முடிக்க முடிந்திருந்தது திரவியத்தால். உரையும் செவ்வியுமாக அமைந்த அந்த பதினைந்து நிமிட ஒலி நாடாவை அனில் கேட்டு, அவனை மிகவும் பாராட்டி, செய்திச் சேவை மூலமாக உடனடியாகவே ரேடியோ செவன் ஸீஸுக்கு அனுப்பப் பணித்தது செய்துமுடித்து வர மணி ஒன்று.

திரவியம் அலுவலகம் வந்தபோது சிவாவும் திசையனும் உள்ளே இருந்தார்கள்.

அனில் ஏற்கனவே சிரம பரிகாரம் செய்ய ஆரம்பித்திருந்தார்.

அன்றைக்கு பெரிதாக இனி வேலையேதும் இல்லை. நாளும் சனிக்கிழமைதான். அங்கே எந்த நாளென்று இல்லை. வாரத்தில் ஒருநாள் ஓய்வு. அது அனிலும் திரவியமும் ஆகிய இரண்டு ஊழியர்கள் மட்டும் செய்ய வேண்டிய தீர்மானம். என்றாலும் அங்கே சனியும் ஞாயிறும்

விசேஷம். ஞாயிற்றுக் கிழமைகளில் வாடிக்கையாக அனிலின் நண்பர்கள் வருவார்கள். அதனால் அது விசேஷம். சனிக்கிழமைகளில் முனதாச என்கிற சிங்கள ஆங்கிலப் பத்திரிகையாளன் ஒருவன் வருவான். சுமித்திரா அபயசேகரா என்கிற ஒரு சினிமா, கலை, இலக்கிய விமர்சகி வருவாள். கொழும்பில் இருக்கிற சனி/ஞாயிறுகளிலெல்லாம் அந்த சிங்கள நாடகக் கலைஞன் விமல சேகரா வருவான். அவர்களெல்லாம் சிறிது மதுபானம் பாவித்துவிட்டு அரசியலிலிருந்து நாடகம், சினிமா, இலக்கியம், ஓவியம் வரை அலசு அலசுவென்று அலசுவார்கள். தமிழ்ப் படைப்பாளிகளுக்கு அது ஒரு சங்கமத் துறையாக இருந்தது. அத்தகு ஒரு தலம் நண்பர்களால் ஆர்.எஸ்.எஸ். என்று குறிப்பிடப்பட்டது. ரேடியோ செவன் ஸீஸ் என்பதன் குறுக்கம் அது.

ஆர்.எஸ்.எஸ். களைகட்ட இன்னும் நேரமிருந்தது.

திசையன் தன் பையில் ஒரு அரைப்போத்தல் மெண்டிஸ் கொண்டு வந்திருந்தான்.

அந்த நேரம் வாசலில் வந்து நின்றார் சங்கரானந்தர்.

திரவியம் எழுந்து சென்று வரவேற்றான். சிவாவுக்கு அவர் ஏற்கனவே நன்கு அறிமுகமானவர். திசையன் கேள்விப்பட்டிருக்கிறான்; பார்த்ததில்லை. அவரை அமர வைத்துவிட்டு உள்ளே சென்றிருந்த அனிலைக் கூப்பிட்டான் திரவியம்.

அனில் வந்து வரவேற்றார்.

அனில் எதிரே அமரவும் தாமதிக்காமல் விஷயத்துக்கு வந்தார் பிக்கு.

அண்மையில் வெளிவந்துள்ள அவரது நூலை வாசித்ததாகச் சொன்னார். உடனேயே அவரிடம்தான் தன் மகாசரித்திரத்துக்கு முன்னுரை எடுக்க வேண்டுமென்று தோன்றியதாகவும் சொன்னார்.

அனிலுக்கு அது ஆச்சரியமாக இருந்தது. அவரது இரண்டாவது நூல் சமீபத்தில்தான் எந்த ஆடம்பரமுமின்றி வெளிவந்தது. அதன் தமிழாக்கத்தை அப்போதுதான் திரவியம் செய்துகொண்டிருந்தான். அந்த நூலை ஒரு பிக்குவானவர் அத்தனை சீக்கிரத்தில் தேடிப் பெற்று வாசித்து முடித்தாரென்பது முக்கியமானது. மகாசரித்திரம் பற்றி அவ்வப்போது திரவியம் சொல்லியிருக்கிறான். ஒரு தீவிர வாசிப்பும் இடையறாத சிந்தனையும் அப்பெருமுயற்சிக்கு நிச்சயம் தேவை. அந்த வகையில் தம் நூல் பிக்குவின் பார்வையில் தவறாமல் பட்டிருக்கிறதென்று எண்ணிக் கொண்டார்.

"உங்கள் மகாசரித்திரம் பற்றி அவ்வப்போது திரவியம் சொல்லியிருக்கிறான். அது பிரசுரத்துக்குத் தயாராய் இருப்பது கேட்க எனக்குச் சந்தோஷமாயிருக்கிறது. என்னுடைய முன்னுரைதான் வேண்டுமெனில் நான் தருவதற்குத் தயாராகவே இருக்கிறேன். ஆனால்..."

அவரின் தயக்கத்தைக் கண்ட பிக்கு, "சொல்லுங்கள்" என்றார்.

"நான் வாசிப்பதற்கு கொஞ்ச காலம் தேவைப்படும். நான் எப்போதுமே பதனமான வாசகன். பிறகு இதுபற்றி நாம் கலந்து பேசவும் வேண்டி

நேரலாம். பிரச்சினைகள் இருப்பின், அவை நேராக்கப்பட்டதும், நான் முன்னுரை எழுதத் தொடங்குவேன். இதற்கு... ஸ்கிரிப்ட்டிலேயே தங்கள் நூலை வாசிப்பதுதான் தக்கது. அச்சுப்படியில் வாசித்து முன்னுரை எழுதுவது என்பது.. என் முறைமைக்கு ஒவ்வாது ...”

“வேண்டாம். நீங்கள் மூலப்பிரதியையே வாசித்து முன்னுரை எழுதுங்கள்.”

“மகிழ்ச்சி. பிரசுரத்துக்கு வேண்டிய ஒழுங்கெல்லாம் செய்துவிட்டீர்களா, சுவாமி?”

“செய்துவிட்டேன். நூலை நானேதான் அச்சாக்கம் செய்யப் போகிறேன். பின்னால் விற்பனை உரிமைக்கு ஏதாவது செய்து கொள்ளலாம். ஒரு வர்த்தக அன்பர் அச்சுச் செலவு முழுவதையும் ஏற்கவிருக்கிறார்.”

பிக்கு, தானே அச்சாக்கத்தைச் செய்ய விரும்பிய காரணத்தை அனில், திரவியம், சிவா எல்லாரும் புரிந்தனர். “தங்கள் மகாசரித்திரம் முடிய மிகவும் நாளாயிற்றா, சுவாமி?”

“மிகவும். ஐந்து பாகங்களுக்கு அது திட்டமிடப்பட்டது. ஆறு ஆண்டுகளாக எழுதினேன். மனத்தில் எழுதிப் பார்த்து தேர்ந்து நான் எழுதிய எழுத்து அது. அடித்தல் திருத்தல் இராது. கையெழுத்தும் அத்தனை சுத்தம். வாசிப்பதில் ஒரு சிரமம் இருக்காது.”

“குறிப்புகள் வைத்துக்கொண்டு எழுதினீர்களா?”

“பயணங்களினூடு நான் எழுதி முடித்த நூல் அது. அதனால் குறிப்புகள் வைத்துக்கொண்டு நான் எழுதவில்லை. எல்லாமே என் மனத்திலிருந்து கிளம்பிய அடுக்குகளின் தொகுப்பே. ஆனால் பயணம் செய்கிறபோதில் நிறைய வாசித்தேன். அவை அறியவேண்டி இருந்தன. அதனதன் ஆசிரியரின் பார்வையை அறியவும் எனக்கு அவை உதவியாக இருந்தன. ஆனாலும் என் நூல் ஆதாரம் கொண்டிருப்பது நிகழ்வுகளிலல்ல.”

“புரியவில்லையே ...”

“சாத்தியங்களை ஆதாரமாகக் கொண்டெழுதும் ஒரு புதியவகையான எழுத்து என்னது. சமகால நிகழ்வுகளின் மூலம் வருங்காலத்தைக்கூட துல்லியமாய் அனுமானிக்க முடியுமென்று நம்பியவர் என் ஆசான் வளவை கங்கை நம்பி. சில அனுமானங்கள் என்னளவிலும் நிஜமாகியிருக்கின்றன. தானே உணர்ந்து நிகழ்த்தாதவரை வேறொருவரால் நம்புவது கடினம்தான். ஆனால் சகல நிகழ்வுகளையும் இணைத்து ஒரு சரடு ஓடியிருக்கிறதென்பதை இயங்கியல் ரீதியாய்ப் புரிந்துகொள்ளவும் முடியும். இரண்டாயிரமாண்டுச் சரித்திரம் ஒரு தேசத்துக்கிருப்பது எவ்வளவு பெரிய பாக்கியம்! ஆனாலும் எனது சரிதம் பத்தாயிரமாண்டு வரலாற்றைச் சொல்லுகிறது. முதல் பாகத்துக்கு கோணேஸ்வரமென்று பேரிட்டிருக்கிறேன். அழிந்த நகர். என் நூல் வெளிவருகிறபோது ஈழத்துச் சரித்திரம் அதிரும்.”

அனில் நிமிர்ந்து பார்த்தபடியிருந்தார்.

மற்றவர்கள் உறைவு நிலைகளில்.

"கோணேஸ்வரமும் சாத்தியத்தின்மீது கட்டப்பட்டதுதானா?" அனில் கேட்டார்.

பதிலுக்கு முன் ஏற்பட்ட ஒரு சின்ன இடைவெளியை அவர் கண்டார்.

அது பொறியாக நினைத்து கேட்கப்பட்டிராவிட்டாலும் பொறிதான்.

பிக்கு சொன்னார்: "ஆம். சாத்தியங்களில்லாதது சரித்திரமாக முடியாதுதான்."

சங்கரானந்தர் லஜ்ஜைப்பட்டதுபோல் மெல்லச் சிரித்தார். எவ்வளவு சுருக்கங்கள் அந்த முகத்தில்! எப்படியான தளர்வு அந்த நரம்புகளில்! நரையும் திரையும் மூப்புமாய் அந்த உடம்பு. இருந்தும் அந்தமாதிரி லஜ்ஜைப்பட்டுச் சிரித்தபோது பூ மலர்வதுபோல… குழந்தையொன்று சிரிப்பதுபோல… மனக் குளத்து அலைகளையெல்லாம் நிச்சலனப்படுத்தும் காந்த சாந்தியாய் பவுத்திரத்துடன் ஜொலித்தது.

சுவாமி தொடர்ந்தார், விழுந்திருந்த மௌனத்தைக் கிழித்துக்கொண்டு: "நிகழ்வுகள் ஒவ்வொன்றுக்கும் காரணங்கள் இருக்கின்றன. எந்த நிகழ்வும் … அசரம் எதுவினது நிகழ்வும் … காரணத்தோடுதான் நிகழ்கின்றன. காரணம், சாத்தியப்பாட்டில் தங்கியிருக்கிறது. உதாரணமாக … கண்ணகிக்கு கல்லெடுத்து வந்த விழாவில் கஜபாகு மன்னன் கலந்துகொண்டானென்பது ஒரு சம்பவம். அதற்கு விழாவுக்கான அழைப்பு காரணமெனில், இலங்கைக்கும் இந்தியாவுக்குமிடையான கடற்பயணம் சாத்தியமாகியிருக்கிறது என்பது அர்த்த மாகும். கடற் பயணமே சாத்தியமில்லையெனில், சம்பவத்தை எப்படி நம்ப முடியும்?" நிறுத்திவிட்டு அனைவரையும், புரிந்துகொண்டார்களா என்பது போல ஒருமுறை பார்த்தார். தேடலினதுபோல் கண்களில் ஒரு தீவிரம் தெரிந்தது. பிரமிப்புப்போல் மின்னல் தெறித்தது.

"இலங்கையின் புராதன சரித்திரம் அற்புதமானது. ஏடன் தோட்டத்தில் தடுக்கப்பட்ட கனியைப் புசித்ததால் மரண அவஸ்தைக்களாகும் விதிபெற்ற ஆதாமும் ஏவாளும் வந்து வீழ்ந்த இடம்தான் ஆதாம் மலை. ஏடன் தோட்டம் போன்ற சொர்க்க பூமியாக இருந்தது அது. கௌதம புத்தர் இந்தியாவிலே அவதரித்திருப்பினும் அவருக்கு முந்திய பல புத்தர்களின் தோற்றங்கள் இலங்கைத் தீவுடன் சம்பந்தப்பட்டவை. புத்த வருகைக் காலங்கள், அது ஏறக் குறைய தென்னமெரிக்காவின் புராதன மாயா, இன்ஹா இனங்களின் தோற்ற வளர்ச்சிக் காலத்துக்கும், அவுஸ்திரேலியப் பூர்விகக் குடிகளின் தோற்ற வளர்ச்சிக் காலத்துக்கும் சமமானது. ராவணன் ஆட்சி கற்பனையில்லை. அது இயக்க சாதி மீதான நாகவம்சத்தின் ஆதிக்கத்தின் மீறலினது அடையாளம். இலங்கைத் தீவின் கரையோரமெங்கும் தமிழரே குடியிருந்தனர். அவர்களுக்கு நாக இனக் கலப்பிருந்தது. தமிழர்கள் குடியிருந்ததின் அடையாள்மே, அப்பகுதிகளில் இந்துக் கோயில்களின் நிமிர்வு. இது சாத்தியத்தினூடான விளைவு."

அனில் அசந்திருந்தார். பிரமிப்பு இருந்த அளவு நம்பகத் தன்மை இல்லாதிருந்தது. கல்வி நெறிப்பட்ட ஆய்வாக இருக்காதென்று அப்போதே அவர் தெரிந்து கொண்டார். ஆனாலும் இயங்கியல் ரீதியிலான பார்வைகொண்ட புதிய சரித்திரமாக அது இருக்கமுடியும்.

சங்கரானந்தர் புறப்பட ஆயத்தமானார். "மூலப் பிரதியை நண்பர் ஒருவரிடம் கொடுத்து வைத்திருக்கிறேன். யார் மூலமாகவேனும் அனுப்பி வைக்கிறேன்."

"நான் முன்னுரை எழுதிக் கொடுக்கிறேன். ஆனாலும் தகுதி படைத்த வேறொருவரை தாங்கள் சந்தித்தால், என்னிடம் ஏற்கனவே கேட்டுவிட்டது பற்றி மனக்கிலேசம் அடையாமல், தாராளமாக முன்னுரை எடுக்கலாம், சுவாமி" என்றார் அனில்.

"உன்னில் நிறைய மாற்றங்கள் தெரிகின்றன. நிறைய கவலையும் படுவாயோ? இருக்கும்தான். ஆனால் வாழத் தேவையிருக்கிறதல்லவா? உன் பிள்ளைகள் எங்கே? இன்னமும் வன்னியில்தானா?" என்று திரவியத்தைக் கேட்டார் பிக்கு புறப்படுகிறபோது.

திரவியம் பதில் சொன்னான்.

"நல்ல இடத்தில் இருக்கிறாய். துன்பங்கள் குறையும். உனக்கு ஞாபகமோ, தீவிலே சொல்வார்கள், பெருமரத்தைச் சுற்றிய பல்லிக்கும் தீங்கில்லையென்று. அனிலை விட்டுவிடாதே. அவர் உனக்கொரு தக்க புகல்."

அனிலிடம் விடை பெற்றார்.

சிவாவை சில கணங்கள் உற்றுப் பார்த்துவிட்டு, "வா" என்றழைத்துக் கொண்டு வெளியே நடந்தார்.

"திரவியம் இன்னும் சோகத்திலிருந்து முழுதும் மீளாதவனாகவே இருக்கிறான்..." என்றார்.

சிவா அவனது சகோதரிக்கு நேர்ந்த கதியைச் சொன்னான். தொடர்ந்து, "என்றாலும்... எல்லாச் சோகத்தையும் மறக்கிற அளவு தன் வேலைகளில் மிக்க ஆழமாய் இறங்கிச் செயல்படுகிறான்..." என்றான்.

"நல்லது. அவன் சோகத்தைத் தாங்க முடியாத ஒரு நிலையில் தளும்பிவிடுவான். நீதான் கவனித்துக்கொள்ள வேண்டும்."

பிக்கு போய்விட்டார்.

35

சனி மதியத்துக்கு மேலேயென்றதும் நகர் பரபரப்பாகிப் போயிற்று. வாசலில் சிவா பார்த்துக்கொண்டுதான் நின்றான். மாயம்போல் அந்தக் கூட்டத்துள் கரைந்து போனார் பிக்கு.

மனித இயக்கத்துக்கு முக்கியமானது உடலெனின், அதிமுக்கியமானது மனமென்பதை அப்போது சிவா உணர்ந்தான். பிக்கு உடலால் தளர்ந்து

போனவர். உன்னதமான தன் எண்ணங்களால்தான் உறுதியானவராக இன்னும் அலைந்து கொண்டிருந்தார். தளர்ந்து விழுந்துவிட்டாலும், படுக்கையிலிருந்து எழுந்துவிட்டால் மறுபடியும் விரைந்து செயல்படுகிற உடல்வாகு அவரது.

சிவா அலுவலகத்துக்குத் திரும்பினான்.

திரவியம் ஜன்னலூடு ரயில்பாதை கடந்து தெரிந்த கடலையே பார்த்தபடியிருந்தான்.

அனில் ஏதோ யோசனையில்.

திசையன் இருவரின் ஆழ்ச்சியையும் குலைக்க விரும்பாமல் ஏதோ ஒரு தினசரியைப் பிரித்துப் படித்துக் கொண்டிருந்தான்.

பிக்கு வந்தமர்ந்து பேசிச் சென்றதன் வெறுமை இன்னும் அங்கே இருந்துகொண்டிருந்தது.

மெல்ல சங்கரானந்தரின் புதியசரித்திரம் பற்றிய பேச்சு எழுந்தது. திசையன் அதுபற்றி ஒன்றுமே கேட்கவில்லையே என்றான் திரவியம். யாருமே கேட்கவில்லையே அனில் அய்யாவைத் தவிர என்று தப்பிக்கப் பார்த்தான் திசையன். திரவியம் விடவில்லை. “பத்தொன்பதாம் நூற்றாண்டுக்கு முந்தின சரித்திரத்தில் எனக்கு இந்த நூல் குறித்து அக்கறை இல்லை. இந்திய வம்சாவளியினரை பிக்கு எப்படிப் பார்க்கிறார் என்பதே எனக்கு முக்கியம். அந்தப் பகுதியைப் படித்த பின்னர்தான் அதை வியக்கவோ இகழவோ முடியும்” என்றான் திசையன்.

திரவியத்தைத் திரும்பிப் பார்த்த திசையன் மெல்லவாய்ச் சிரித்தான். மறுபடி திரும்பிக்கொண்டு நேரே பார்த்தான். ஜன்னலூடு இருப்புப் பாதை தெரிந்தது. ஒரு ரயில் போக பார்த்தபடியிருந்தான். அவனது சிரிப்பு மறைந்து, முகம் அப்போது கூம்பியிருந்தது. கண்களில் மட்டும் வெகுகாலம், வெகு தூரம் கடந்த தீக்ஷண்யம் தெரிந்தது. “தாது வருஷப் பஞ்சம்னு நீங்க கேள்விப் பட்டிருப்பீங்க. அதை நான் உணர்றேன். என்னால உணர முடியும். உலகத்தில அப்படியான ஒரு பஞ்சம் எந்த நாட்டிலயாச்சும் ஏற்பட்டிருக்குமான்னு எனக்குத் தெரியலே. ஆனா … ஆயிரத்து எண்ணூற்றி எழுபத்தாறாம் ஆண்டில தமிழ்நாட்டில ஆரம்பிச்ச பஞ்சம் மகா கொடிய பஞ்சம். கற்பை வித்து உயிர்காக்கிற அவலம், குடும்ப பொம்பளைங்களுக்கே நேர்ந்துதாம். தெருவெல்லாம் பொணங்க. வீடெல்லாம் சாவு. அந்தமாதிரி செத்தவங்க தொகை என்ன தெரியுமா? நாப்பது லட்சம். கற்பனை பண்ணிப்பாருங்க, எப்படியான பஞ்சமா அது இருந்திருக்கும்னு. தாது வருஷத்திலயே தொடங்கியிருந்தாலும் பதினைஞ்சு வருஷம் நீடிச்சுது அது. அந்தப் பஞ்சத்தில பொழைக்க வந்ததுதான் என் பரம்பரை. அதை நான் என்னிக்கும் மறந்துட மாட்டேன். இந்தக் கஷ்டங்களயெல்லாம் நினைக்கறப்போத்தான் … நான் உங்ககூட சேராதவன்னு எனக்கு உணர்வில படுது. என் அரசியல் வித்தியாசமானது … என் கலை கலாச்சாரம் இலக்கியம் எல்லாம்கூட வித்தியாசமானது.”

நிலைமையைப் புரிந்துகொண்ட அனில், சிவாவை அழைத்து சாப்பாடு எடுத்து எல்லோரும் அங்கேயே சாப்பிடலாமெனக் கூறி கட்டுச்சோறு எடுத்துவர பணம் கொடுத்து அனுப்பினார்.

சிவா மோட்டார்ச் சைக்கிள் எடுத்துக்கொண்டு மருதானை பறந்தான். ஒரு குறிப்பிட்ட தீவுக்கடை மாமிசச் சாப்பாடு அவர்கள் எல்லோருக்குமே பிடிக்கும்.

சாப்பாடு முடிந்தது.

திசையன் புறப்படத் தயாராகிக் கொண்டிருந்த வேளையில் வாசலில் மோட்டார்ச் சைக்கிள் ஒன்றின் உறுமல் கேட்டது. திரவியம் எட்டிப் பார்த்தான். முதல்நாள் அவன் பேக்கரிக்கு முன்னால் கண்ட அதே வாலிபர்கள். சிவாவைப் போய் விசாரிக்கும்படி ஜாடை காட்டிவிட்டான்.

சிவா வாசலுக்குச் சென்றான். "யாரைப் பார்க்கிறீர்கள்?"

"சங்கரானந்த தேரரைப் பார்க்க வேண்டும்."

"போய்விட்டார்."

"எங்கே போயிருக்கிறார் என்று சொல்ல முடியுமா?"

"தெரியாதே."

"திரும்ப எப்ப வருவார்?"

"சொல்லத் தெரியவில்லை."

"போய் நிறைய நேரமோ?"

"இரண்டு மணி நேரம் இருக்கும்."

மோட்டார்ச் சைக்கிள் புறப்பட்டுப் போனதும், திரவியம் விசாரிப்புப் பற்றிக் கேட்டான். சிவா சொன்னான். முதன்முதலாக, சங்கரானந்ததேரரின் பாதுகாப்புக் குறித்து தாம் மிகவும் எச்சரிக்கையாக இருக்க வேண்டுமென்று திரவியத்துக்குத் தோன்றியது.

36

அந்தச் சனிக்கிழமை இரவு இலங்கைக் கீழ்க் கரையில் இந்து சமுத்திரத்தின் திரையெறிவு மும்முரமாக இருந்தது. குமட்டிக் குமட்டி குடிகாரனொருவன் வாந்தியெடுக்கிற மாதிரி ஊவ்க்... ஊவ்க்... என்று தன் அடி வயிறெல்லாம் தோண்டி எறிந்து சமுத்திரம் புரண்டு கொண்டிருந்தது.

வெளியெங்கும் கறுப்பு விரிந்தது. கீழ்/மேல் அடையாளங் காட்டி வானத்தில் மூடுண்ட ஓரிரு நட்சத்திரங்கள்.

கடலோசை மங்கியொலிக்கும் விவசாயக் கூலிகளின் ஒரு முஸ்லீம் கிராமம் அது.

ஊர் முழுக்க நிசப்தம் விழுந்து கிடந்தது.

அது ஊர் உறங்குவதின் அடையாளமில்லை. நிலைமைதான் அப்படி. இரவெல்லாம் ஊர்கள் பெரும்பாலும் அந்த மாதிரித்தான்.

சோகம் ஏக்கம் விரகம் பிடித்த மனங்கள் சில விழித்திருந்து நாளையை மறந்திருக்கவும் கூடும். அவை மௌனத்துள் வாழ்பவை. பெரு நிசப்தத்தைக் கலைக்கும் வல்லபம் அவைக்கில்லை.

நட்சத்திரம் மின்னாமல், நிலா எறிக்காமல், காற்று ஆடாமல் இருந்தாலும் அவை இருப்பதாய் நினைத்தே எரிகிற மனங்கள் எந்தக் காலத்திலும் இருக்கும். செந்தழலின் சாற்றைப் பிழிந்து தடவின மாதிரி அவை மேனி எரியும்.

மட்டு நகர் வாவிகளிலே மீன் பாடும் என்பார்கள். அந்த இரவில் அவை அழுவதாயே யாருக்கும் தோன்றியிருக்க முடியும்.

யாசின் உறங்காமல் விழித்திருந்தாள்.

தேகத்தின் சூடு முட்டிப் போயிருந்தது.

போன மாதம் அதே காலப் பகுதியில் ஏறக்குறைய அதே நேரத்தில் வளவு மூலை இலுப்பைமரக் கூடலுள் அவன் அவளோடிருந்தான். இரவெல்லாம் உணர்வின் நர்த்தனம் நிகழ்ந்தது. அவள் மூசிக் கிடந்திருந்தாள் அவன் அகலத்துள்.

மதம்... மார்க்கம்... எல்லாம் அவளுக்குத் தெரியும். ஆனாலும் அந்த வயதில் அவள் புருஷனைப் பறித்துக் கொடுமை செய்தது காலம்தானே. காலம்கூட அல்ல, யுத்தம். பிள்ளைகள் இரண்டினதும் பசித்த முகம் பொறுக்க முடியாமல் வேலை தேடி அடுத்த கிராமம் போனான் அவள் கணவன். பஸ்ஸிலே போனவன் ஊரெல்லை தாண்டுவதற்குள்ளேயே சிதறிப் போனான். ராணுவமென்றது இயக்கம். யார் குறறமாயிருந்தாலென்ன, ஊரிலே பல பெண்கள் புருஷனை இழந்து, பல குழந்தைகள் தந்தை தாயை இழந்து... அவலம் வாழ்வுகளில் விழுந்தது விழுந்ததுதானே?

அவள் வாழ்வைத் திசைமாற்றியது அதுதான்.

அவன் அவள் வாழ்வுக்குப் புகல். அவள் உணர்வுகளின் சரணாலயம்.

இரண்டு நாட்களுக்கு முதல், இருபத்தெட்டிலே, வருவேன் என்று சொல்லிப்போனவன். ஏறாவூரிலேதான் வேலை. இருபத்தொன்பதானது... முப்பதானது... அவன் வரவில்லை. சொன்ன நாளிலெல்லாம் கடந்த ஆறு மாதங்களாய் தவறாமல் வந்துகொண்டிருந்தவன். மறந்துவிடக் கூடியவனும் அல்ல. அம்மன்மீது சத்தியம் பண்ணியிருந்தானே. ஏனோ அந்த முறை வரவில்லை. திண்ணையில் படுத்துக்கிடந்து தாழ்வாரத்துக்கூடாய் இலுப்பையடியைப் பார்த்தபடியேயிருந்தாள். சிகரெட் அனல், தீக்குச்சிக் கிழிப்பின் கொழுந்து . . . எதுவும் தெரியவில்லை. நள்ளிரவுவரை தெரியவில்லை. அதன்மேல் எழுந்துபோய் இலுப்பையடியை ஒருமுறை பார்த்துவிட்டு வந்து யாசின் உள்ளே போய்ப் படுத்துக்கொண்டாள்.

விடியும்வரை காத்திருக்கிற தவனம் இருந்தது. ஆனால் அவளுக்கு அவன் வராதது ஏனோ கோபமாகவே வந்தது. அவனுக்கு ஆபத்தேனும்

நேரக்கூடிய சாத்தியங்களை எண்ணாமலே அந்த ஆத்திரம் வந்ததுதான் வியப்பு.

தூரத்தே நாய் குரைத்துக் கேட்டது.

அவனாக இருக்குமோ என எண்ணினாள்.

ஆனாலும் எழும்பி வந்து காத்திருக்க விரும்பாமல் படுத்திருந்தாள்.

நாய்க் குரைப்பு அமுங்கியது.

ஊமைக்குழல் ஊதுமொலிபோல் ம்ம்ம்... என்ற ஓர் அடங்கிய சப்தம் காதுக்கு மிக அருகில் எழுந்து கொண்டிருந்தது. நிசப்தத்துள் கிளரும் அல்லது நிசப்தம் கிளர்த்தும் அந்த சப்தம் படுபயங்கரமானது. பழக்கமாகியிருந்தாலும் பயங்கரமேற்படுத்தத் தவறாது.

வெகுநேரத்தின் பின் அவள் தூங்கிப் போனாள்.

அந்த கனத்த அமைதியைக் கலைத்துக்கொண்டு பத்துப் பதினைந்து பேர் அடங்கிய ஒரு கும்பலின் தும்தும்... நடையொலியும், மெலிந்த குசுகுசுப்பும்.

வெளியில் நடந்து வந்த கும்பல் ஊருள் பிரவேசித்தது.

நாய்கள் குரைத்தன.

ஊர் அசைந்தது.

ஆனாலும் தொடர்ந்து உறங்கிற்று.

மேலே மேகம் கலைந்திருந்தது அப்போது. வான வெளிச்சத்தில் அவர்கள் முஸ்லீம் இளைஞர்கள் என்பதைக் காணக்கூடியதாயிருந்தது.

விரைந்து வந்த கூட்டம் யாசினின் வீடு முன்னே சிறிதுநேரம் தரித்து நின்றது. பின் தம் மனத்திலுள்ள ஆக்ரோஷம் தெரியும்படி படலைப் பிரித்தெறிந்துகொண்டு உள்ளே நுழைந்தது.

மறுகணம்... கதவு தும்தும்மென உதைபடுகிற ஒலி.

இரண்டு குழந்தைகள், யாசின், அவளது கிழத்தாய் நால்வரும் திடுக்கெட்டெழுந்து உள்ளே நின்று அலறினார்கள்.

"கதவைத் திற."

யாசின் மெதுவாகக் கதவைத் திறந்தாள்.

"நீ யாசினா?"

அவள் ஆமென்றாள்.

மறுகணம் அவளைத் தள்ளிக்கொண்டு பாய்ந்து இருவர் உள்ளே சென்றனர்.

ஒருவன் அவளது தலைமயிரை எட்டிப் பற்றி இழுத்தான்.

குழந்தைகள் வீரிட்டன. தாய்க் கிழவி அடைத்த குரலில் காலில் விழுந்து கெஞ்சினாள். யார் கேட்கப் போகிறார்கள்?

சட்டென ... சட்டையைப் பற்றி இழுத்துக் கிழித்தான் ஒருவன். ஒருவன் ஓடிப்போய் மீதித் துணியை இழுத்து வீசினான்.

வெளியில் நின்ற ஒருவன் டார்ச் விளக்கைப் பொருத்தி நேரே எறிந்தான்.

ஏன் இந்தக் கும்மாளம்?

அவள் நெஞ்சுகளின் நிர்வாணமா?

தாய் முலைகள் எப்போது எழுச்சியூட்டியிருக்கின்றன?

ஆனால் வெறிகொண்ட கைகள் அவள் முலைகளைப் பிடிக்கின்றன. அவள் தடுக்க, கைகளைப் பிடித்துத் திருகி மடக்குகின்றனர் பின்னால்.

யாசின் அப்போதுதான் நிலைமையை ஊகிக்கிறாள்.

அவள் கெஞ்சினாள் ... கும்பிட்டாள் ... கூச்சலிட்டாள் ... அபயக் குரலெடுத்தாள் ... "காப்பாத்துங்க என்னிய ..."

ஊர் செவி மூடிக் கிடந்தது.

அது யுத்த காலமாம். யாரும் யாருக்கும் உதவி செய்துவிட முடியாதாம். தம்தம்மைப் பார்ப்பதே பெரும்பாடாம்.

அவள் கிழித்த குரல் நீர்நிலைகள் தாண்டி ... உப்பங் கழிகள் தாண்டி ... வயல்வெளிகள் தாண்டி ... கீழ்க் கடல்வரை பரக்கிறது.

வெறியின் உச்சமேற அவள் வெளியே இழுத்து வரப்பட்டாள். மீதி ஆடையும் அபகரமாகியது. குந்தியிருந்து கால்களையும் கைகளையும் தன் மேனி சுற்றித் தழுவி தவித்தாள்.

செயல் திட்டத்துக்குத் தயாராய் வந்திருந்த ஒருவன் அவள் நீள்கூந்தல் பற்றி சரக் ... சரக் ... என்று வெட்டி வீசினான்.

யாசின் அவதியில் பிரக்ஞை இழக்கிற நிலை. முண்டிதமாய் ... நிர்வாணமாய் ... அவளை முற்றத்தில் விட்டுவிட்டு நீங்கிச் செல்கிறது கும்பல்.

போகுமுன், முஸ்லீம் பெண்ணான அவளின் துர்நடத்தைகளுக்கானதே ஜிகாத் கொமிற்றியின் அந்தத் தண்டனை என்பதைச் சொல்ல 'நீதவான்'கள் மறக்கவில்லை.

நிலா ... எறித்துக் கொண்டிருந்தது.

அந்த கிராமத்துத் தெருக்களில் நீள நீளத்துக்கும் நாய்க் குரைப்பு எழுந்து ... தேய்ந்து ... அடங்கிக் கொண்டிருந்தது.

37

விஜி முழுகாமலிருப்பதால் பிரசவம் முடிந்து அடுத்த ஆண்டில்தான் வரமுடியுமென்று மகேஸ்வரி எழுதிவிட்டிருந்தாள். முகாமைவிட்டு வெளியேற அவசரமிருக்கவில்லை ராஜிக்கு. ராஜநாயகத்துக்கு

அவசரமாயிருந்தது. தீராத வயிற்றுவலி அவளை வருத்துவதால் தகுந்த வைத்திய உதவியும், உறவினர்களின் ஆதரவும் பணிவிடையும் பெற வசதியாக சென்னையில் தங்க அனுமதிக்க வேண்டுமென்று தாசில்தாருக்கு எழுதி, இரண்டு மூன்று தடவைகள் அலைந்து . . . காரியத்தைச் சாதித்துக் கொண்டார்.

முகாமிலிருந்து புறப்பட்டபோது ராஜி யாரிடமும் சொல்லி விடைபெற்றுக் கொள்ளவில்லை. தன் பிரிவைத் தெரிவித்துக் கொண்டிருந்தாள். உடுப்புகளைத் தவிர மற்றச் சாமான்களை மற்றவர்களுக்குக் கொடுத்துவிட்டாள். மலருக்கு தன் சேலையொன்றை வற்புறுத்திக் கொடுத்தாள். அந்த கடல் நீல பூவேலை செய்த சேலையைப் பார்த்து ஆசைப்பட்டவள் அவள். மெலிந்து வெண்தலையுடன் உயரமாய் வளர்ந்திருந்த அந்த மனிதருடன் இறுதியாகப் புறப்பட்டபோது, மலரையும் தாயாரையும் சந்திக்க 'முடியவில்லையேயென்ற ஒரு குறை அவள் மனத்தில் இருந்தது. அதை அவள் சொல்லவும் செய்தாள் அவரிடம். எங்கே இருக்கிறார்கள் என்று கேட்டார் அவர். அவள், திருச்சியிலென்று பதில் சொன்னாள். அங்கேயெல்லாம் போய் வரமுடியாது, கடிதம் போட்டுக்கொள் சென்னை போனதும் என்றுவிட்டார் அவர்.

அது ஒரு மாலை நேரமாயிருந்தது. ஒரு பனி மூட்டத்தோடு இருள் விரிவடைந்தது.

குலுங்காமல் நின்றது முகாம் கூட்டம்.

அவளின் வெறுமையை உணர வெகுநேரமாகாது அதற்கு.

ஒருவர் பிரிவினால், நிரப்ப முடியாத இடமென்று எதுவும் தோன்றிவிடுவதில்லையென்பது உண்மையேயானாலும், சில இடங்கள் நிரப்பப்பட காலமாகியிருக்கிறது. சில இடங்கள் நிரப்பப்படாமலே போயிருக்கின்றன.

ராஜநாயகம் எவ்வளவோ வற்புறுத்தியும் அவர் வீட்டில் தங்க ராஜி சம்மதிக்கவில்லை. அவருக்கு மனத்தாங்கலாய்த்தான் போய்விட்டது. "ஏன், ராஜி?" என்ற குரலில் ஓர் உடைவு தெரிந்தது.

"வேண்டாம்."

அவர் பக்கப்பாட்டில் வாகனங்கள் பறப்பதில் பார்வையைப் பதித்தார்.

"சேர்!"

"ம்"

"முகாமில ஏறக்குறைய இருநூறு பொம்பிளயள்."

" . . ."

"அவ்வளவு பேரும் . . . இருட்டினதுக்குப் பிறகு . . . இல்லாட்டி விடியறதுக்கு முந்தி . . . கடல் பக்கமாய்த்தான் வெளிக்குப் போறம். நினைச்ச நேரத்தில உபாதை அடக்க ஏலாத இடம் அது."

அவர் திரும்பி எதிரே பாய்ந்து வரும் வாகனங்களின் வெளிச்சப் பளீர்களில் அவள் முகத்தைப் பார்த்தார்.

"ஆம்பிளயள் ஆராவது வந்துவிடுவினமோ எண்ட ஒரு பயம்... எப்பவுமே பெருங்குடலை வெறுமையாய்க் கொண்டுவர விட்டிடாது. அவசரத்தில ஓடிப்போய் அவசரத்தில ஓடிவாற நிலை. சூட்டுக் காலத்தில மதியவேளை காத்து மெல்ல ஆடும். அது காட்டுப் பக்கத்திலயிருந்து வீசி காம்ப் பக்கம் வந்தால்... குடல் அறுந்து போகும். அப்பிடி... மலவாடை. எல்லாம் தாங்கி நான் அங்க இருந்திருக்கிறன். உங்கட வீடு எனக்கு மாளிகைமாதிரி. அந்த வசதியள் எனக்கு அதிகம். கமலாக்காவின்ர வீட்டு வசதிகளே அதிகம்தான். ஆனா ... வேற வழியில்லை. நான் அங்கயே தங்கிக் கொள்ளுறன்."

அடிக்கடி வருவேனென்றுதான் சென்றாள். ஆனால் மாதமாக ஆக வாரத்துக்கொன்றாக இருந்தது மாதத்துக்கொன்றாக ஆகிவிட்டது. அதுவும் முன்னனுமானிக்க முடியாத பொழுதில்... நாளில்... நிகழும். 'ஒரு போன் போட்டுட்டு வந்தால் என்ன?' என்று கேட்டால், 'போன் போட்டால் கட்டாயம் வரவேணும். இதெண்டால் மனநிலை சரியில்லாட்டி வராமல் நிண்டிடலாமே' என்பாள். திருமங்கலம் சந்தியில் இறங்கி அரசி, மாலா, சரஸ்வதி ஆகியோரைச் சந்தித்துவிட்டு ராஜநாயகத்தைப் போய்ப் பார்ப்பாள். பிறகு பொழுதுபடுகிறது என்றுகொண்டு பஸ்ஸெடுக்கப் போய் விடுவாள்.

போனமுறை அவள் அண்ணாநகர் வந்தபோது விசுவலிங்கம் வீட்டில் நின்றிருந்தார்.

அவள் வாழ்க்கை அவருக்குப் பெரிய துக்கம். திரும்ப முடியாத திசையில் அது சென்று மறைந்து கொண்டிருப்பதை அவர் உணர்ந்தார். போன வருஷத்துக்கு முந்திய வருஷத்தில் பிரான்ஸிலிருந்து சந்திரமோகன் வந்து நின்று ராஜியின் வாழ்க்கையில் ஒரு திருப்பத்தை ஏற்படுத்த கமலா, ராஜநாயகம் ஆகியோர் மூலம் முயன்றிருந்தான். அவரோடும் அதுபற்றிப் பேசினான். ஆண்டு இரண்டாகியும் வரவில்லை. கமலாவுக்குக் கடிதம் போட்டிருந்ததாய் மாலா யாரோடோ பேசும்போது சொன்னது கேட்டது. மகேஸ்வரியின் ஒத்திவைக்கப்பட்ட பயணத்தினால் அது நேர்ந்திருக்கலாம். இந்தாவென்று இந்த வருஷமே வட்டுக்குள் வந்து நிற்கிறது. இனி எதுவும் அடுத்த வருஷம்தான். அடுத்த வருஷமும் இந்த வருஷம்போல் ஆகாதென்பதற்கு உத்தரவாதமில்லை. இந்திய தூதுவராலயம் மகேஸ்வரி முதல் தடவை முயற்சித்தபோது விசா மறுத்ததுபோல் மறுக்காதென்பது என்ன நிச்சயம்? நடக்கிறபடி காணவேண்டியதாகிப் போய்விட்டது எல்லாம்.

"என்ன ராஜி, கனகாலமாய் இந்தப் பக்கமாய்க் காணேல்லை?"

"போன மாசம் வரேல்லை, மாமா. வந்து போக இருபது ரூபாயாவது வேணும். கமலாக்காவுக்குத்தானே சிரமம்? ஆனா இனி அடிக்கடி வருவன். வேலைக்கு ஒழுங்குபண்ணிக் கொண்டிருக்கிறன் ... அடுத்த கிழமையளவில சரிவரும்போல இருக்கு ... கிடைச்சால், நான் வந்து போக என்ன தடை?"

அவளின் ஒரு புறத்தை அவர் அப்போதுதான் கண்டார். வெளியின் நிஜம் வேறு. உள்ளுள் நிஜம் வேறு. அவளது அம்மா, தங்கை எல்லோரும் கனடாவிலே இருக்கிறார்கள் என்பது வெளியின் நிஜம். அவளது தம்பி வேறு நல்ல நிலைமையிலே மும்பையில் இருக்கிறான். ஆனால் அவள்..? அது உள்ளின் நிஜம்.

அவள் அவர் குடும்பத்துக்கு ஆரம்ப நாட்களில் நிழலாய் இருந்தவள். இனி அவர் நிழலாய் இருக்க வேண்டும்.

யோசனையொன்று உருவாயிற்று அவர் மனத்துள்.

ராஜி வந்து போய்ப் பத்து நாட்களாயிற்று. கொஞ்சம் பண வசதியை ஏற்படுத்திக்கொண்டு திரும்புவதற்கான பயணச்சீட்டுடன் மும்பைக்கு ரயிலெடுத்தார் விசுவலிங்கம்.

மும்பை அவருக்குப் புதிதில்லை. ஏற்கனவே வந்திருக்கிறார். ஐந்தாறு வருஷங்களுக்கு முன்பு. மும்பை மாறாமலே இருந்தது. நேரே பஸ் நிறுத்தம் போய் பஸ் எடுத்து மாதுங்கா சென்று ராஜேந்திரனின் முகவரியில் விசாரித்தார். அப்போதுதான் தெரிந்தது, அவன் எப்போதோ அந்த முகவரியிலிருந்து போய்விட்டது. திரும்ப செம்பூர் சென்று ஒரு விடுதியில் அன்றிரவு படுப்பதற்கு மட்டும் இடம் ஏற்பாடு செய்துவிட்டு வீ.ரி. ஸ்ரேஷனுக்கு வந்தார். சுற்று வீதிகளில் அலைந்து துபாய்க்கு ஆள் அனுப்பும் ஏஜன்ஸியிடம் பணம் கட்டி ஏமாந்துவிட்டு அலைந்து திரிகிற ஒரு கூட்டத்தைத் தேடிப் பிடித்தார். ராஜேந்திரன்பற்றி விசாரித்தார். பலனற்றுப் போயிற்று. மும்பை-1 தபால் நிலையத்துக்கு எதிர்ப்புறமுள்ள நடைபாதைக் கடைகளோடு சிலர் போதையோடிருப்பார்கள். அவர்களிடம் விசாரிக்க அறிவுரை கிடைத்தது. அன்று மாலை குயீன்ஸ் றெஸ்ரோறன்ற் வாசலில் காத்து நின்று ஏழு மணியளவில் அங்கு வந்த ராஜேந்திரனைச் சந்தித்தார்.

விசுவலிங்கத்தை அடையாளம் காண வெகுநேரம் ஆகவில்லை ராஜேந்திரனுக்கு. "என்ன இது? எப்ப வந்தியள் பம்பாய்க்கு?" என்றான் உள்ளிருந்து கிளர்ந்த மலர்ச்சியோடு.

அவர் சொன்னார்.

"என்னைச் சந்திக்கவா?" என்றான் ஆச்சரியமாக. ஒருவேளை யாரையேனும் வெளிநாடு அனுப்புகிற எண்ணத்தோடு வந்தாரோ என்று ஒரு யோசனை வந்தது. கேட்டான்.

"சீசீ... அப்படியெதுவுமில்லை. குடும்ப விஷயமாய்த்தான் கொஞ்சம் பேச வேணும்."

நெற்றி சுருங்க அவரையே பார்த்தபடி சிறிது நேரம் நின்றான். பின், "அப்ப கொஞ்சம் பொறுங்கோ, வந்திடுறன்" என்று விட்டு உள்ளே சென்றான். சென்ற கையோடு கூட ஒரு இளைஞனுடன் திரும்பி வந்தான். "நான் அவசரமாய் நரிமன்பொயின்ற் போகவேணும். அதாலயொண்டுமில்லை. வாருங்கோ, போகேக்குள்ளயே பேசிக்கொண்டு போவம்" என்று விட்டு டாக்ஸியொன்றை நிறுத்தினான்.

போகும்போது பேசிக்கொண்டு போகலாம் என்று சொல்லியிருந்தாலும், ராஜேந்திரன் அதற்கான வெளியை உருவாக்கவில்லை. இளைஞனுடனும் பேசவில்லை. அந்த மௌனத்தின் அர்த்தம் புரியாததால் விசுவலிங்கமும் முனைப்பை அடக்கிக்கொண்டு பேசாமலிருந்தார்.

இந்தியாவின் வாசல் மண்டப கடல்புறத்தில் ராக்ஸி நிற்க, "கஜன், நீ மட்டும் போயிட்டு வா. நான் இஞ்சயே காத்திருக்கிறன்" என்றுவிட்டு விசுவலிங்கம் பக்கம் திரும்பி, "அய்யா, நீங்கள் வாருங்கோ, நாங்கள் இறங்குவம்" என்று கூறிவிட்டு இறங்கினான்.

விசுவலிங்கமும் இறங்கினார்.

கடற்கரையில் சனமில்லை. தொட்டம் தொட்டமாய் மூன்று நான்கு பேர்கள் கொண்ட கூட்டங்கள். சில இடங்களில் தனித் தனியாய் அமர்ந்து கடலைப் பார்த்தபடி. மும்பை துறைமுகத்துட் செல்ல காத்து நின்ற கப்பல்கள் அலைகளில் மெல்லவாய் ஆடிக்கொண்டிருந்தன.

நீர்த்தடுப்பு கொங்கிறீற் கட்டிலே போய் ராஜேந்திரன் அமர்ந்தான். விசுவலிங்கம் பக்கத்தில் அமர்ந்தார்.

இருட்டியிருந்தது. மஞ்சள் விளக்கொளி எங்கும் பரந்திருந்தது. காற்று, உப்பின் தடிப்போடு ஈரம் சுமந்து வீசியது. அலைகள் கரைப் பாறைகளில் மோதிச் சிதறியது வெளீரெனத் தெரிந்தது. நுரை கட்டிய கடல் விளிம்பு வெண்கோடாய் நீண்டிருந்தது நீளநீளத்துக்கும். அன்று கடல் சற்று கொந்தளிப்பு அதிகம். பனியும் இருந்தது.

"அய்யா, பனியாயிருக்கு. பறவாயில்லையோ?"

"பறவாயில்லை, தம்பி."

மௌனம் இடையோடியது சிறிதுநேரம்.

விசுவலிங்கம் குடும்ப விஷயமென்று எதைச் சொன்னாரென்று அனுமானிக்க முடியாமலிருந்தது ராஜேந்திரனால். ஒருவேளை ... சுதன் – ஷீலாவுக்கிடையே ஏதாவது பிரச்சினை தோன்றி, அது காரணமாகச் சந்திக்க வந்திருக்கக் கூடுமோவென்று சிறிய பயமும் உள்ளத்துள் உருவாயிற்று.

நெடுநேர மௌனத்தை அவனே குலைத்தான்: "சொல்லுங்கோ, ஐயா."

"என்ன தம்பி சொல்லப்போறன்? தீவில பக்கம்பக்கமாய் இருந்தனாங்கள். ஒருதாய் பிள்ளையளாய்ப் பழகியிருக்கிறம். அந்த எண்ணத்திலதான் இப்ப நான் பேச வந்தது. உங்கட உள் குடும்ப விஷயம்தான் ... எண்டாலும் ... நான் அதைப் பேசத்தான் வேணும். நீரும் அதைத் தப்பாய் எடுக்க மாட்டீரெண்டு நினைக்கிறன் ..."

அவன் மிக்க ஆதரவோடிருந்து கேட்பதாய் அவருக்குப் பட்டது. அவன் ஊரிலே அவ்வாறிருந்ததில்லையென்பதும் அப்போது ஞாபகமாயிற்று. ஊர் சுற்று, சினிமா, குடி, நிசிவரை வம்பளப்பு என்று அவன் திரிந்தது அவருக்குத் தெரியும். முன்பு அவன் மெலிவு. கறுத்துமிருப்பான்.

அப்போது மினு மினுப்பாய் இருந்தான். கொழுத்திருந்தான். ஒரு பணக்காரத்தனம் வந்திருந்தது. பணமும் வலிமைதான். அவருக்குத் தெரியும். அனுபவித்திருக்கிறார் அது இல்லாத பலஹீனத்தை.

“என்னய்யா பேசாமலிருக்கிறியள்?”

“ஒண்டுமில்லை” என்று அவர் சுதாரித்தார்: “அக்கா . . . இப்ப காம்ப்பில இல்லை.”

அவன் பேசாமல் அவரைப் பார்த்தபடியிருந்தான்.

“இப்ப கமலாவோட இருக்கிறா.”

அவனுக்கு அந்தப் பெயர் ஞாபகம் வந்தது.

அவரே தொடர்ந்தார்: “காம்ப்பில இருக்கும்போது அகதிப் பணமாவது கிடைச்சுது. இப்ப போரூரில எங்கயாவது வீட்டுக்குப் பக்கமாய் வேலை தேடிக்கொண்டிருக்கிறதாய்க் கேள்வி . .! இப்பிடி ஒரு நிலைமை அவவுக்கு ஏன் வரவேணும்? கொஞ்சம் யோசிச்சுப் பாரும், தம்பி.”

“இதில யோசிக்க என்ன இருக்கு?” என்று யோசிக்காமலே பதில் சொன்னான் ராஜேந்திரன்: “அவவின்ர கஷ்ரமெல்லாமே அவவின்ர முரட்டுத்தனத்தால வந்தது. வேற ஆக்கள் சுமத்தின துன்பமாயிருந்தால்தான் அதுக்காகத் துக்கப்படலாம். முடிஞ்சால் . . . அதை நீக்குறதுக்குப் பாடுபடலாம். தனக்கு அதுதான் சந்தோஷம், திருப்தியெண்டு அவ தெரிஞ்செடுத்திருக்கிற வாழ்க்கை அது. நாங்கள் என்ன செய்யேலும், ஐயா? நீங்களே சொல்லுங்கோ.”

“அதுவே மெய்யெண்டாலும், அப்பிடிச் சொல்லி ஒதுங்கியிடப்படாது, தம்பி. கூடப் பிறந்த சகோதரமெல்லே?”

“அதை நான் மறக்கேல்லை, ஐயா. அப்பப்ப அவவை நான் நினைக்கத்தான் செய்யிறன். தங்கச்சி கனடாவில. அம்மா கனடாவில. நானும் ஏதோ சிரமமில்லாமல்தான் பம்பாயில இருக்கிறன். அவ ஏன் அப்பிடி அகதி முகாமிலயிருந்து வருந்த வேணுமெண்டு நினைக்கிற வேளையெல்லாம் எனக்கு நெஞ்சை வலிக்கும். சொன்னால் ஆரும் நம்பப் போறதில்லை. அவவின்ர நிலைமையை நினைச்சு அழுதிருக்கிறன் . . . கண்ணீர்விட்டு அழுதிருக்கிறன். அம்பா கேட்டாச் சொல்லுவாள், அந்த நினைவால நான் எவ்வளவு சித்திரவதைப் பட்டிருக்கிறனெண்டு.” அவனுக்கு அந்த இடத்தில் சொல் தழுதழுத்தது. “அவ்வளவுதான் செய்ய ஏலும்” என்றான் சற்றுத் தெளிந்து.

“இல்லை, தம்பி. அவ சுதனோட அப்ப கூடிக்கொண்டு போகாததை வைச்சுக்கொண்டு அப்பிடி நீர் சொல்லுறீர்போல . .?”

“அதுவும்தான். அது நடந்து இப்ப பத்து/பன்ரண்டு வருஷமாச்சு. இப்ப ஒரு வருஷத்துக்குள்ள தங்கச்சி விஜிகூட கடிதம் போட்டிருந்தாளாம், கனடா வர விருப்பமெண்டால் எழுதச்சொல்லி. இப்பவும் போக வசதி இருக்கு. அக்காதான் மாட்டனெண்டிட்டாவாம் . . .”

"அவவின்ர நிலைப்பாட்டிலயும் ஒரு ஞாயமிருக்கு, ராசா."

அவன் வெளியே பரந்திருந்த மஞ்சளொளியை ஊடறுத்து அவர் கண்களை நோக்கினான். அவர் கண்களில், பரவசப்பட்டதுபோல் ஓர் ஒளி வீச்சு. அதில் ஓர் உள்வைரமும் தெரிந்தது.

அவர் மிக நிதானமாய்ச் சொன்னார்: "இலங்கையைவிட்டு வெளியில வந்த கொஞ்சக் காலத்திலயே எங்கட நிலைமையை, யுத்தத்தை, அழிவை, பாதிப்புகளை... நாங்கள் மறந்திட்டம். ராஜிமாதிரி சிலபேர்தான் அதை மறக்காமல் அதுக்காக இன்னும் வருத்தப்பட்டுக் கொண்டிருக்கிறது. சொந்தக்காறர், ஊர்ச் சனமெண்டில்லாமல் ராஜியால கன சனம் நன்மையடைஞ்சிருக்கு, தம்பி. சிலராவது இதை மறக்காமலிருக்கிறது முக்கியமெல்லே? அதை தங்கட சொந்த அழிவிலதான் செய்ய வேண்டியிருக்கு. நாங்கள்தான்... எங்கட குடும்பம் பிள்ளையளெண்டு ஒரு சுயநலத்துக்குள்ள விழுந்திட்டம். இந்த நிலைமையில... நல்லவை சிலபேரை பிடிவாதக்காரராய்ப் பட்டம் கட்ட எங்களுக்கென்ன தகுதி இருக்கு?"

அவனுக்கு மறுக்க வேண்டும்போல இருந்தது.

தன் தன் மனச்சாட்சியைச் சுடும் விவகாரங்களில் அதுதான் பலராலும் கைக்கொள்ளப்படுவது. யோசித்து திருந்துவது என்பதற்குப் பதிலாக, எதையுமே எண்ணாமல் வெறுப்பதென்பது சிரமமில்லாமல் செய்யக்கூடியதுமாகும்.

ஆனால் யோசிக்க அவனுக்கொரு தெளிவு வந்தது.

"சுதன்ர தகப்பன் செத்தது எனக்குத் தெரியாது. ராஜியாவது கூடநிண்டு உதவி செய்தது மனத்துக்குக் கொஞ்சம் ஆறுதல்" என்றான் ராஜேந்திரன், உறவின் நினைவுகளில் சற்று நெஞ்சு நெகிழ்ந்தவனாக.

அவன் இளகிய இடத்தை பட்டெனப் பற்றிக்கொண்டார் விசுவலிங்கம்.

"இப்பிடித்தான் தம்பி, சில விஷயங்கள் முன்னனுமானிக்க ஏலாதபடிக்கு ஒரு தடத்தில இழுபட்டுப் போய்க்கொண்டிருக்கும். ராஜியின்ர தீர்மானத்தையும் அதேமாதிரி எண்ணித்தான் அமைதியடைய வேணும்."

அவர் மேலே சொல்லிக்கொண்டிருந்தார்: "தீவிலயும் அந்தப் பிள்ளை அப்பிடித்தான். எப்பவும் ஒரு அவசரம்... எப்பவும் ஒரு வேகம். எதை பிரயாசையோடு அது செய்யாமல்விட்டது ..?"

சற்றே முன்வளைந்த நடை... எப்போதும் ஓர் அவசரம்... எப்போதும் முன்னேறுகிற மூர்க்கம்... எப்போதும் கலகலக்கிற சிரிப்பு... வாழ்க்கையின் கடினங்களை அவள் மிக இயல்பாய் ஏற்றுக்கொண்டவள் அந்த சின்ன வயதிலேயே. ஒரு குடும்பமாய் அவர்களிருந்தபோது அவர்கள்பற்றி அவன் நினைக்கவில்லை. திசைக்கொருவராய் அவர்கள் சிதறிப் போயிருக்கிற அப்போது நினைத்தான். அக்கா மட்டும் வேறு திசையிலாயினும்

அதிக தொலைவில்லாமல். இனி அந்த மண், அந்த வீடு, கூடி வாழும் வாழ்க்கை... எந்தப் பிறவியில் சாத்தியமாகும்?

நினைக்க அவனுக்கும் கண் கலங்கியது.

அவன் பிரக்ஞைப் பட்டபோது, அவர் நிறுத்தியிருந்தார். அவனது உருகுதலை உணர்ந்தவர்போல் காத்திருந்தார். சிறிது நேரத்தின் பின் "தம்பி..!" என்றார்.

"ம்..!" என்று முனகி, "அக்கா எப்பிடியிருக்கிறா இப்ப?" என்று கேட்டான்.

"சுகமாயிருக்கிறா. இருந்துமென்ன? வாழவேண்டிய வயசில வாழாமல் வதங்கிறது எவ்வளவு பெரிய கொடுமை! கிழண்டிப் போனமாதிரி கோலம்... தலையில நரையும் விழுந்திட்டுது..."

"அக்காவுக்கோ?"

"ம்... வயசு எத்தினை... ஒரு முப்பத்தைஞ்சு முப்பத்தாறு இருக்குமோ?"

அவன் பேசாமலிருந்தான்.

"செலவுக்கு என்ன செய்யிறா?" என்றான் சிறிதுநேரத்தில்.

"எல்லாம் கமலாதான். கடவுள் புண்ணியத்தில கமலாவின்ர புருஷன் கனடா போனது நல்லதாய்ப் போச்சு. இல்லாட்டி... அக்கா எவ்வளவு கஷ்ரப்பட்டிருக்க வேணும், தெரியுமோ?"

"எனக்கு உதவி செய்ய மனம்தான். ஆனா அக்கா... வாங்க மாட்டா."

"எடுத்தவுடன உதவிசெய்யப் போறனெண்டு போனால் ஏற்க ஆருக்கும் மனம் பின்னடிக்கத்தான் செய்யும். முதலில பாத்து... பேசி... உள்ளுக்குள்ளாய் ஒரு தொடர்பு விழவேணுமெல்லோ..?"

"ம்... நீங்கள் சொல்லுறது சரிதான். இவ்வளவு காலமாய் அக்கா முகாமில இருந்ததால அங்க போகவோ பாக்கவோ முனைப்பு வரேல்லை. இப்ப... வெளியில இருக்கிறதால கட்டாயமாய் வந்து பாக்கிறன்."

"அதைச் செய்யும்."

"அம்மாவின்ர பயணம் அடுத்த வருஷம் அடுத்த வருஷமெண்டு இருந்து... கடைசியில இந்த வருஷமும் வரமாட்டா போல இருக்குது..."

"நானும் கேள்விப்பட்டன்தான். சின்ன மகள் முழுகாமல் இருக்கிறா போல. பேறு பாக்கவேணுந்தானே. அதுசரி... அரசி வந்து நிக்கிறா தெரியுமெல்லோ?"

"அரசியோ? தெரியாதே. எப்ப வந்தவ?"

"வந்து வருஷம் ரண்டாகப் போகுது..."

"அப்படியே?" என்று வியந்தான்

அவர்கள் நெருங்கி நெருங்கி வந்துகொண்டிருக்கிறார்கள். அவன்தான் காணாமல் இருந்துகொண்டிருக்கிறான் ஒன்றையும்.

"இப்பவே போய்... அரசியை, அக்காவை... எல்லாரையும் பாக்க வேணும் போல இருக்கு. உங்களையும் பாத்த கையோட போய்ப் பாத்தால்... தீவையே பாத்த மாதிரி இருக்கும்..." அவனது பரவசம், வார்த்தைகளின் இடையறலில் தெரிந்தது.

"தம்பி..!" என்றார் விசுவலிங்கம். "இன்னொரு விஷயம் உங்களிட்டக் கேக்கவேணும்..."

"கேளுங்கோ."

"சுதனோட இப்ப தொடர்பு எப்பிடி உங்களுக்கு..?"

"தொடர்போ..? விட்டுப்போய்க் கனகாலம். என்ன காரணமெண்டும் எனக்குத் தெரியாது. ரண்டு மூண்டு கடிதம் போட்டன். பதிலில்லை. நானும் விட்டுட்டன்."

"ம். சுதன் இப்ப ஷீலாவோடயும் இல்லை."

"என்ன சொல்லுறியள், ஐயா?"

"உண்மைதான்."

"என்ன நடந்தது அவைக்குள்ள?"

"தெரியாது, ராசா, தெரியாது. என்னோட அவள் பேசுறேல்லை. தாய் தமக்கையாரோடதான் பேச்சுக் கீச்சு எல்லாம். அவைக்கும் கனகாலமாய் தெரியாமல்தான் இருந்தது. பிரான்ஸிலயிருந்து ஆளொண்டு வந்தது. பிறகுதான் விஷயம் வெளியாச்சுது."

"பிரச்சினை வந்து கனகாலமோ?"

"நாலு வருஷத்துக்கு மேலயாம்.."

"அப்ப... ஷீலா அங்க தனியாவோ இருக்கிறா?"

"ம்..."

"பணம் அனுப்புறாவெல்லோ வீட்டுச் சிலவுக்கு..?"

"அதாலதான் தம்பி, வீடு வீடாய் இருக்கு. இல்லாட்டி ஒண்டையொண்டு திண்டே முடிச்சிருக்குங்கள்... மாலா கல்யாணம் கட்டியாச்சு. தெரியுமெல்லோ?"

"எப்ப இது?" அவன் வியந்தான்.

"மூண்டு வருஷமாச்சு. ஊர்ப் பெடியன்தான்..."

"ஷீலாவைப் பிடிச்சு, வெளியில எங்கயாவது மருமோனை அனுப்ப முயற்சி பண்ணியிருக்கலாமே?"

அவர், அந்த முயற்சியின் பலனெல்லாம் சொன்னார்!

அவன் வெளியிடங்களில் நிகழ்ந்ததாய் அறிந்த பல விஷயங்கள் அவன் வட்டத்துக்குள்ளேயே நடந்திருக்கின்றன. அவன்தான் எங்கேயோ இருந்திருக்கிறான்.

விசுவலிங்கம் சொன்னார்: “தம்பி, நான் வந்த விஷயம் இவ்வளவு சுமுகமாய் முடியுமெண்டு நினைச்சிருக்கேல்லை. இஞ்ச வெளிக்கிடுறதுக்கு முதல் நான் வடபழனியானிட்டைப் போட்டுத்தான் வந்தனான். அந்த முருகன் என்னைக் கைவிடேல்லை. எந்தளவில அங்க வருவியள்?”

“தெகியில. நீங்கள் எந்தளவில கிளம்புறதாய் எண்ணம்?”

“நாளைக்கே வெளிக்கிட்டுவிடுவன் ...”

“அப்ப ... இண்டைக்கு ராவு வீட்டில நீண்டு போகலாம்.”

அவர் மறுக்கவில்லை. அவருக்கு அவனோடு பேசவேண்டிய இன்னுமொரு முக்கியமான விஷயம் இருந்தது. அதை அங்கேகூட அவர் பேசலாம். அவன் அவசரப்படாமலிருக்க வேண்டும் போக.

“தம்பிக்கு அவசரமோ போக?”

“ஏன், ஐயா?”

“நான் இஞ்ச வந்த இன்னுமொரு முக்கியமான காரணத்தை இனிமேல்தான் நான் பேசவேணும்.”

அவன் அவரை அதிசயமாய்ப் பார்த்தான்.

“மெய்தான், தம்பி. இவ்வளவு பேச்சும், நான் பேசப் போறதுக்கான பூர்வாங்கம்தான்” என்றவர் சற்று நிறுத்திவிட்டு வெளியை நோக்கியபடி தொடர்ந்தார்: “சுதன்ர நிலையும் இப்ப நல்லாயில்லையெண்டு கேள்வி. சந்திரமோகனெண்டு பிரான்ஸிலயிருந்து ஒரு வருஷத்துக்கு முந்தி ஒரு பொடியன் இஞ்ச வந்திருந்தது. அவர் சொல்லித்தான் இதெல்லாம் எங்களுக்குத் தெரியும். அவர் முக்கியமாய் வந்தது ராஜியின்ர நிலைமை, மனநிலை எல்லாம் எப்பிடியிருக்கெண்டு அறிஞ்சு போகத்தான்.”

அவன், “விளங்கேல்லையே, ஐயா” என்றான்.

“சுதனையும் ராஜியையும் சேர்த்து வைக்கிறதுக்கான ஒரு முயற்சியெடுத்துப் பாக்க வந்திருந்தார்.”

“நடக்குமா, ஐயா?”

“ஏன் நடக்காது?”

“நடக்கலாம்தான். அக்காவோட பேசினாரோ?”

“பேசினார். அவர் மட்டுமில்லை. பழைய நீதவான் ராஜநாயகத்தார், கமலா, அரசி, நான்... எல்லாரும் பேசிப்பாத்தம். அக்கா சம்மதிக்கேல்லை. அதேநேரத்தில ... மறுக்கவும் இல்ல. அதுக்கு மேல ஒருத்தரும் வற்புறுத்தேல்லை. எதுக்கும் அம்மா வாறாதானே, வந்தாப் பிறகு யோசிச்சு செய்யலாமெண்டு விட்டிட்டம். இப்ப ... அம்மா வரேல்லையெண்டு ஆகிப் போச்சு. ஆனா ... சந்திரமோகன் இந்த வருஷ முடிவுக்குள்ள திரும்ப வருகுது ...”

ராஜேந்திரன் எதுவும் பேசவில்லை.

ராஜியின் நல்லதொரு எதிர்காலத்துக்கான வெளி திறப்பதாக அவனுக்குத் தோன்றியது. அவையெல்லாம் தன்மீது நியாயமாய்ச் சுமத்தப்படும் சுமைகளென்பதை அவன் உணர்ந்தான்.

எப்போதும் எங்கும் ஒருசில நல்லவர்கள் நன்மையை முன்மொழிய இருந்துகொண்டிருக்கிறார்களென்கிற நினைப்பு அவன் நெஞ்சை நெகிழ்த்தியது.

கஜன் வந்ததும் இருவரும் எழுந்தனர்.

ராஜேந்திரன் சுமையோடும், விசுவலிங்கம் சுமையை இறக்கி வைத்துவிட்ட ஆசுவாசத்தோடும் ராக்ஸியில் ஏறினர்.

38

செல்லுமிடமெங்கும் ஜன, வாகன வெள்ளத்துள் மிதந்தது ராக்ஸி. பாந்த்ரா வரை ஊர்ந்துதான் செல்ல முடிந்தது. அங்கே ஒரு அடுக்கு மாடிக் குடியிருப்பில் இருந்தது ராஜேந்திரனுடைய வீடு. கீழ்த்தளத்தில் அப்படியொரு வீடு சாதாரணமானவர்களுக்குக் கிடைப்பது அருமை.

அழைப்பு மணிச் சத்தத்தில் ஒரு பெண் வந்து கதவைத் திறந்து எட்டிப் பார்த்தாள். ராஜேந்திரனைக் கண்டு பூத்துக்கொண்டு உள்வாங்க, அவர்கள் உள்ளே சென்றனர்.

சீனக்காரியினது போன்ற முக அமைப்புடைய அந்தப் பெண் ஓரமாய் ஒதுங்கி நின்றிருப்பதை சோபாவில் அமர்ந்திருந்தபடியே கவனித்தார் விசுவலிங்கம்.

யார் அவள்? வேலைக்காரியாக இருப்பாளா? அப்படித் தெரியவில்லை. அந்த அவளின் மெருகு, பொலிவு எல்லாம் வைத்து வேறு மாதிரித்தான் கருதத் தோன்றியது அவருக்கு. அறையினுள்ளே கட்டிலில் குழந்தையொன்று படுத்திருப்பது திறந்த கதவினூடாகத் தெரிந்தது. அம்பா என்று ராஜேந்திரன் பேச்சில் ஒருமுறை குறிப்பிட்டது நினைவாக அவரது அனுமானம் உறுதிப்பட்டது.

அவள் அடக்கமாய் ஒதுங்கி நின்றிருந்தாலும் அவள் நிலையில், பார்வையில் ஓர் அம்சமிருப்பதை அவர் கண்டார். அந்த அம்சம், இல்லத்தின் வீற்றிருக்கை. அனைத்தையும் ஆளுகின்ற அதிகாரத்தோடிருத்தல் வீற்றிருக்கை. அவரின் உணர்வுக் கோலங்களை ஒருவகை வெட்கம் கலந்த சிரிப்போடு கவனித்துக்கொண்டிருந்தான் ராஜேந்திரன். பின் திரும்பி, “அம்பா!” என்று அவளைப் பார்த்து அழைத்தான். அவள் வர, அவரை ஊர்க்காரர் . . . உறவினர்போல . . . இன்னும் அதைவிடப் பாசமுடையவர் . . . என்றெல்லாம் சொல்லி அவரை அவளுக்கு அறிமுகப்படுத்தினான்.

அவளை அவருக்கு அவன் அறிமுகப்படுத்தியபோது அவர் அதிரவில்லை. அது அனுமானமாகியிருந்தது அவருள் ஏற்கனவே.

அவள் கைகூப்பி, "வணக்கம்" என்றாள் தமிழின் மழலையில்.

அவர் அதிசயித்துப் பார்த்து இனிமையாய்ச் சிரித்தார்.

"ரீ ஒண்டும் வேண்டாம். கொஞ்சநேரத்தில சாப்பிடலாம். என்ன செய்திருக்கிறாய்?" என்று கேட்டான் ராஜேந்திரன் தன் மனைவியிடம்.

"இடியப்பம்."

"சரி. எடுத்துவை. வாறம். கஜன், நீயும் சாப்பிட்டுட்டுப் போ."

மூவரும் கை கழுவி வந்து சாப்பிட்டனர்.

இடியப்பமும், சூடான மிளகுச் சொதியும். மதியத்துக்கு ஆக்கிய இறைச்சிக் குழம்பு இருந்தது. யாழ்ப்பாண வாடை அடித்தது சாப்பாட்டில். அதை அவன் பிரதானமாய் அவளுக்குச் சொல்லிக் கொடுத்திருப்பானென்று எண்ணிக்கொண்டார். ஆனாலும் அந்தக் கைப்பதம் வர ஒரு நெடிய நாளும், ஈடுபாடும் தேவையென்பது அவர் தெரிந்ததுதான்.

சாப்பிட்டு முடிய ராஜேந்திரனும் கஜனும் வெளியே சென்றனர். ஜன்னல் திரைச்சீலைக்கூடாய் வெளியிருட்டில் ராஜேந்திரன் சிகரெட் மூட்டிய தீக்குச்சியின் கொழுந்து தெரிந்தது.

அவள் வேற்றினத்தாள்தான். நேபாளப் பெண்ணாக இருக்கலாம். இல்லையேல் அஸ்ஸாம், மணிப்பூர், நாகலாந்துப் பெண்ணாகவும் இருக்கலாம். சின்ன வித்தியாசங்களில் அந்த வகைப்பாட்டை புரிய அவருக்குக் கஷ்டமாக இருந்தது. ஆனால் அவள் யாராயிருந்தாலும் அழகானவள். மஞ்சள் மேனி. லேசான தசை பிடித்த மெலிவு. நீண்ட கறுப்புக் கூந்தல். சிறிய கருங் கண்கள். அளவான பளீரென்ற பற்கள். அவளுள்ளும் பண்புரீதியான ஒரு தமிழ்க் கலப்பு தெரிந்தது. அவள் விரும்பப்பட சகல தகுதியுமுடையவள். ஆனால் மகேஸ்வரி ஏற்றுக் கொள்ளுவாளா? ராஜிதான் என்ன சொல்வாள்? அவர்களை அவன் யோசித்துக் கல்யாணம் செய்திருக்காவிட்டாலும், அந்தக் கேள்விகள் விசுவலிங்கத்திடம் பிறந்தன.

கல்யாணத்தை மறுதலித்ததால் மகளை பார்வைக்கும் வேண்டாமென்று ஓடியவள், ஒரு கல்யாணத்தைச் செய்ததால் மகனையும் வேண்டாமென்று விட்டுவிடுவாளா? அதுவும் ஏற்கனவே அவர்கள் உறவுள் கறள் பிடித்திருக்கிறது.

வெளிநாடு சென்ற இலங்கைத் தமிழிளைஞர்கள், பெண்களும்தான், அந்தந்த நாட்டுப் பிரஜைகளைத் திருமணம் செய்துகொள்வதுபற்றி அவர் கேள்விப் பட்டிருக்கிறார். அவற்றில் சிலவே காதலினூடாகவும், பல தேவைகளினூடாகவும் நடக்கின்றன. அவற்றை அவரால் புரிந்துகொள்ள முடியும். அகதியாக அடைக்கலம் புகுந்த நாட்டினால் ஏற்றுக்கொள்ளப் படாதவருக்கிருக்கிற கடைசி ஆயுதம், அந்நாட்டுப் பிரஜை ஒருவரைத் திருமணம் செய்வதாகவே இருந்தது. நாட்டைவிட்டு வெளியேற்றுதலை அது உடனடியாகத் தடுக்கும்.

ஆனால்... அம்பா—ராஜேந்திரனது கல்யாணத்தின் தேவை என்ன? காதலுக்கானதுதானே இது?

கஜனை அனுப்பிவிட்டு ராஜேந்திரன் வந்தான். அந்த பெரிய சோபாவில் அவருக்குப் பக்கத்தில் அமர்ந்தான். வசதியாகச் சாய்ந்தமர்ந்துகொண்டு சொன்னான்: "அய்யாவோட உங்களுக்கு நல்ல பழக்கம் இருந்தது எனக்குத் தெரியும். உங்களை உபசரிக்கிறது ஐயாவையே உபசரித்தமாதிரியெண்டு நினைச்சுத்தான் உங்களை இண்டைக்கு நான் வீட்டுக்குக் கூட்டிவந்தது. வீட்டு நிலைமையெண்டா எங்கட தீவாக்களைக் கூப்பிட்டு உபசரிக்கிற மாதிரி இல்லை. ஏனெண்ட விஷயம் இதுவரையில உங்களுக்குத் தெரிஞ்சிருக்குமெண்டு நினைக்கிறன். நான் கலியாணம்செய்த விஷயம் இப்போதைக்கு அக்காவுக்கோ, அம்மாவுக்கோ, இல்லாட்டி அங்க வேற ஆருக்குமோ தெரிய வேண்டாம். பிறகு சரியான ஒரு தருணத்தில நானே சொல்லிக் கொள்ளுவன்."

"அதை நீர் எனக்குச் சொல்ல தேவையில்லைத் தம்பி. எல்லா நிலைமையும் எனக்குத் தெரியும். அதுசரி... பிள்ளை எந்த இடம்?"

"அஸ்ஸாம். ஆறு மாசமாய்ப் பழகின பிறகுதான் கலியாணம் பண்ணினன். நாலு வருஷமாகுது. ஒரு பிள்ளை. ஆம்பிளப் பிள்ளை. சரியா... உரிச்சு வைச்சு ஐயாதான். காலமை எழும்பினவுடன பாக்கலாம்."

"அதுக்கென்ன. மனுஷி தமிழ் கொஞ்சம் பேசுறா?"

"கலியாணம் செய்த பிறகு பேசப் பழகினதுதான். முந்தி நானே அவவோட ஹிந்தியிலதான் கதைப்பன். இப்ப தமிழ் பழகியிட்டா. பிள்ளயும் தமிழ்தான் பேசும். எங்கட சாப்பாடு மாதிரிச் சமைக்கவும் பழக்கி வைச்சிருக்கிறன்..."

"சாப்பிடேக்க யோசிச்சன். நல்லாவே இருந்தது."

அவனது பற்றுக்கள் இயல்பாயிருந்தன.

அவர்கள் வெகுநேரம்வரை தீவுபற்றி, நாட்டு நிலைமை பற்றி பேசிக்கொண்டிருந்தார்கள். அது முடிய... பேச்சு இந்தியாவிலுள்ள இலங்கை அகதிகள் பற்றிய விஷயத்துக்குத் திரும்பியது.

பின் அவர் களைத்துப் போயிருப்பது தெரிய, முன்னறையில் படுக்க வைத்துவிட்டு தனது அறைக்குப் போனான்.

அம்பா தூங்காமலிருந்தாள். அவளைப் படுக்கச் சொல்லிவிட்டு, படுக்கையறையின் பக்கக் கதவைத் திறந்துகொண்டு அந்த அறைக்கு மட்டுமேயான விறாந்தைக்கு வந்தான். கூடை நாற்காலியில் அமர்ந்துகொண்டு சிகரெட் எடுத்துப் புகைத்தான்.

ஒரு சிறிய நீலக் குமிழ் விளக்கு படுக்கையறையில் எரிந்து கொண்டிருந்தது.

அம்பா தூங்காமல் புரண்டுகொண்டிருப்பது தெரிந்தது.

இலங்கையர் யாரும் வந்து தங்குகிற போதுகளில் அவள் அதே மாதிரித்தான் மன அவசமடைந்து விடுகிறாள். தூக்கமிழந்து

யோசனையிலாழ்கிறாள். ராஜேந்திரன் பலமுறை அதைக் கவனித்திருக்கிறான்.

அவன் வெளி நோக்கித் திரும்பினான்.

உணர்வுகளின் கொள்கலனாகியிருந்தது அவனிதயம். உள்ளத்து உணர்வுகளை உறைமோர்போல் புளிக்க வைத்து உறையச்செய்து விடுகிறமாதிரி இல்லை அவை. நொதித்து, பொங்கி ... கலம் முட்டி வழிய வைத்துவிடுவது மாதிரி.

அக்காவோடுதான் அவனுணர்வுகள் கிளறப்பட்டன. பின் அம்மா வந்தாள். சுதனும் வந்தான். பிறகு ஊர் நிலைமைகள். சொரூபன், நல்லதம்பி என்று தீவிலே அவனுக்கு நிறைய நண்பர்கள். பெரும்பாலும் அவனுக்கு அவர்கள்பற்றிய எண்ணம் எழுவதில்லை. அப்போது வந்தது. என்ன ஆகியிருப்பார்கள்? ஊரிலேயே நின்று மறைந்து போயிருப்பார்களா? அல்லது ஜேர்மனி, பிரான்ஸ், கனடா, அவுஸ்திரேலியா என்று ஓடி நன்றாக வாழ்ந்து கொண்டிருப்பார்களா? அவர்களில் பலர் கல்யாணம் செய்துகொண்டு குழந்தை குட்டியென்று ஆகியிருக்கவும் கூடும்.

உறவு வட்டம் சூழ ஆரம்பிக்கிற வேளை அம்பா அதிகமாக அவன் நினைவில் வந்தாள். அவளது தமிழுக்காகவாவது அம்மா ஏற்றுக்கொள்ள மாட்டாளா? ராஜேந்திரன் எண்ணினான்.

39

ஒரு தடித்த புத்தகத்துள் ஆழ்ந்து போயிருந்தாள் ராஜி. வெளிச்சத்துக்காகப் போலும் வாசல் படிக்கட்டில் வந்து அமர்ந்திருந்தாள். அவன் கேற்றைத் திறந்துகொண்டு மெல்ல முன்னே வந்து நிற்பதுகூடத் தெரியாமலிருந்தாள். வாசிப்பின் ஆழ்ச்சியைக் காட்டுவதுபோல் தலை கவிழ்ந்திருந்தது.

அக்காதான். கமலாக்கா வீட்டில் இல்லைப்போலிருந்தது. எப்படி மாறிப்போய்விட்டாள்! உயரவில்லை. உடம்பு பெருக்கவில்லை ... ஆனாலும் மாற்றமிருந்தது. வயதின் வரைவுகள், முகத்தில் சுருக்கங்கள் இல்லாதபோதும் தெரிந்தன. தலையில் நரையிருந்தமை வெளிர்ப்பாய் முன்தலையில் தெரிந்தது. வாழ்க்கையைத் தொலைத்துவிட்டு ... தொலைத்த பிரக்ஞையுமின்றி ... காலத்தின் விசையில் அடித்துச் செல்லப்படுகிறவர்களுக்கெல்லாம் அப்படியொரு பிரக்ஞையிழப்பு ஏற்பட வாய்ப்புண்டோ?

மகாகாலநதி பொங்கிப் பிரவாஹித்துச் செல்கிறது. பலஹீனமானவர்கள்கூட இசைந்தும் வளைந்தும் பயணித்து விடுகிறார்கள் அதில். ராஜிபோல் ... இன்னும் அரசிபோல்.. சிலர்தான் திசைமாறி வாழ முயன்று, பெருநதியில் அடித்துச் செல்லப்பட்டு எங்கெங்கோ தூரங்களில், பொந்துகளில், புதர்களில் என்று ஒதுக்கப்பட்டு விடுகிறார்கள்.

ராஜேந்திரன், “அக்கா!” என்றான்.

அவள் திடுக்கிட்டாற்போல நிமிர்ந்தாள்.

உயரமாய்... அகலமாய்... மினுமினுப்பாய்... "ஆரது?"

அந்த இடைவெளியே அவனை உதைத்தது.

"நான்தான், அக்கா, ராசேந்திரம்..."

அவன் அழுதிருக்கமுடியும். அந்தளவுக்கு குரல் வெடித்துப் போயிருந்தான். அழுகையென்பது வேறென்ன? இதயத்தின் உடைவுதானே!

எத்தனை வருஷங்கள் பார்த்து! பன்னிரண்டு வருஷங்கள்... பாண்டவர்களின் வனவாச காலம்! ஓ..!

அவள் புத்தகத்தை மடித்துக்கொண்டு எழுந்தாள். படியில் நின்றிருந்தபோது நேர்நேராய்ப் பார்க்க முடிந்தது. முகத்தை, கண்களை உற்றுப் பார்த்தாள். உள்ளுள்ளிருந்த உறுமல் இல்லாதிருந்தது. முந்திய ராஜேந்திரன் அல்ல. அவன் அக்காவென்று அந்தளவு பாசத்தோடு அழைக்கத் தெரியான். கூட யாராவது வந்திருக்கிறார்களாவென்று வெளியே எட்டிப் பார்த்துவிட்டு, "உள்ள வா" என்றாள்.

அவன் சப்பாத்தை படியில் உருவிக் கழற்றிவிட்டு உள்ளே சென்றான். அவளெதிரில் ஒரு நாற்காலியில் மெல்ல அமர்ந்தான்.

அவனது கண்கள் கலங்கியிருந்தன.

அவனது மனநிலை உணர்ந்து அவளே பேச்சைத் துவங்கினாள். "எப்ப பம்பாயிலயிருந்து வந்தனீ?"

"நேற்று ராத்திரி."

"என்னைப் பாக்கவேண்டுதான் வந்தியா? இல்லை... வந்த இடத்தில நான் இஞ்ச இருக்கிறதாய்க் கேள்விப்பட்டு..." அவன் மருட்சியோடு நிமிர, "இல்லை ராஜேந்திரா... முகாமைவிட்டு நான் போரூரில வந்திருக்கிற விஷயம் பம்பாயிலயிருந்த உனக்குத் தெரிஞ்சிருக்காதே, அதால கேட்டன்" என்றாள்.

"உன்னைப் பாக்கவெண்டுதான் வந்தனான்."

"எப்பிடித் தெரியும்?"

"தெரியும்" என்று அவன் அழுத்தமானான்.

அவள் வற்புறுத்தவில்லை. மேலே ஏன் வந்தானென்றும் கேட்கக்கூடாது. அவனாயே சொல்லவேண்டும். அவள் காத்திருந்தாள்.

சிறிதுநேரம் கழித்து, "அம்மா வாறதெண்டு இருந்ததாம். பிறகு வரேல்லையெண்டு எழுதினதாய்க் கேள்விப்பட்டன். எந்தளவில வாறாவாம்?" என்று கேட்டான்.

"இனி அடுத்த வருஷம் எண்டுதான் எழுதியிருக்கிறாவாம்."

"ஆருக்கு?"

"அரசிக்கும், மாலாவுக்கும்."

"அம்மா உனக்கு எழுதுறதில்லையோ?"

ஒரு சின்ன இடைவெளியின் பின், "இல்லை" என்றாள்: "அம்மா எனக்கு எழுதி இப்ப... பன்ரண்டு வருஷம்."

"எனக்கு... அதுக்கு மேலயே இருக்கும்" என்றான் அவன்.

அதற்கு அவள் ஒன்றும் சொல்லவில்லை. தொடர்ந்தும் பேசவில்லை. அவள் இழையவிட்ட மவுனத்தில், அம்மா அவளுக்கு எழுதாததில் ஓரளவு நியாயமிருந்ததான அழுத்துகை இருக்கிறது.

'அம்மா ஏன் அப்படி ஆனா?' அவள் யோசித்தாள். அவளுடைய அம்மா... அவர்களுடைய அம்மா... சாதாரணங்களைவிட உசத்திதான். அவள் அவர்களை வளர்த்தெடுக்க மிகுந்த சிரமங்களை மேற்கொண்டவள். ஒவ்வொரு பொழுதையும் அவர்களது நினைப்பாயிருந்து காத்தவள். அவர்களை உதறியெறிய என்ன நடந்தது? ராஜேந்திரன் ஊதாரியாகப் போனதும், அவள் சுதனோடு போய்ச்சேர மறுத்ததும் தவறுகளாக மட்டுமே இருக்க முடியும். ஆனால் அவள் அதைமீறியும் நொந்ததெதனால்?

அவள் தனிமைகளில் முன்பும் அதை நினைத்திருக்கிறாள். ஆரம்பத்தில் பதில் தெரியாமல் இருந்தது. பின்னர் தெரிந்துவிட்டது. அம்மாவைத் தெரிந்ததால் அது தெரிந்தது.

ஐயாவின் பிரிவு அம்மாவை வெகுகாலத்துக்குப் பாதித்தது. எந்தவொரு நிகழ்த்துகையையும் அவள் அவரின் நினைப்பைக் கலக்காமல் செய்ததில்லை. ஊரில் கிடைத்த எந்த உதவியும் அய்யாவுக்காகக் கிடைத்தது என்ற நிஜத்தை, ஐயாவே செய்வதாகத்தான் அவள் பாவித்தாள். முக்கியமான விஷயம் எதிலும் எதைச் செய்யவுமோ சொல்லவுமோ அவள் அவசரப்படுவதில்லை. தாமதிப்பாள். அவள் என்ன செய்யவேண்டுமென்று ஐயா வந்து சொல்வாராம். அத்தனைக்கு அவள் தன்னை தன் பர்த்தாவுக்கு அர்ப்பணித் திருந்தவள். அவள் உடன்கட்டை ஏறாதது மூன்று பிள்ளைகள் இருந்த காரணத்தினால்தான். தனியாக அவள் தற்கொலையென்று எதையும் செய்ய வேண்டியதில்லை. அவள் எண்ணிக்கொண்டு விட்டால் அது கடைசி மூச்சாகிவிடும்.

அப்படியான நிலைப்பாட்டிலிருந்தவளுக்கு ராஜி செய்ததெல்லாம் அவரிஷ்டத்தை மறுத்ததாகத் தென்பட்டிருக்கிறது. சுந்தரம் ஓடிவந்து அவள் மகளை தன் மகனுக்குச் செய்ய சம்மதித்தாரே, யார் சொல்லிச் செய்தாரென்று அவளுக்கு மனத்தில் ஏற்கனவே தீர்மானம் உண்டு. அது அவளளவில் பாவனைகூட இல்லை. அவளறிந்த நிஜம். அவருக்கான நிஜம். இவள் யார் அவரின் முயற்சியை மறுதலிக்க? அதைத் தடுக்க அவளது ஆண்பிள்ளையால் முடியவில்லை. அந்த ஒரே காரணம் போதும் அவன் மீதான நஞ்சு அவளுள் விளைய.

"அக்கா..!"

"ம்..." என்று நினைவாழ்ச்சி அகன்றாள் அவள்.

"அரசி வந்திருக்கிறாவாமே!"

ரயில் புறப்பட்டபோது கையசைத்தாள். அது அவள் அவனைச் சுலபமாய்ப் புரிந்துகொண்டதன் அடையாளம்தான். ஆனாலும் அக்கா தன்னைப் புரிந்ததை நினைத்தபோதுதான் மகிழ்ச்சிப் பட்டான். அரசி கவிதைக்காரியாக இருக்கிறவரையில் அவளுக்கு இந்த மாதிரிச் சிக்கல்களில் புரிவு எளிதில் வாய்க்கும்.

அம்மாவும் அவனைப் புரிந்துவிட்டால்...

எழுத எல்லாம் தயாராக எடுத்தாகிவிட்டது.

முதல் வரி விழுந்தது.

அன்புள்ள அம்மாவுக்கு,

பிறகு மொழி மறந்ததுபோல் ஒரு ஸ்தம்பிதம். மேலே என்ன எழுத?

அப்போது சோமா அவனுக்கு ஞாபகம் வந்தான்.

மெல்லச் சிரிப்பெறிந்தது மனத்துள்.

ஒவ்வொரு சொல்லாய் நின்று நிதானித்து எழுதினான். வெட்டி வெட்டி எழுதினான். கடிதமெழுதி எத்தனை காலமாகிவிட்டது! தமிழே வரமாட்டேனென்று நின்றது. கடைசியில், கையெழுத்திட்ட பிறகு நிதானமாய் ஒருமுறை வாசித்துப் பார்த்தான்.

நீண்ட நாளுக்குப் பிறகு இந்தக் கடிதம் எழுதுகிறேன். நீங்கள் தீவில் இருக்கும்போது ஒழுங்காய் எழுத முடியவில்லையே என்று நான் பலநாள் துக்கப்பட்டேன். கனடா போனது தெரிந்தபிறகும் எழுதத்தான் நினைத்தேன். எவ்வளவோ வேலையள். தொழில் போட்டி பொறாமைகளால் எவ்வளவோ சிரமங்களும் வந்து குறுக்கிட்டன. கடைசியில் எழுத முடியாமலே போய்விட்டது.

நீங்களாவது எழுதியிருக்கலாம். எனக்கென்று தனியே எழுதாவிட்டாலும் மற்றவர்களுக்கு எழுதுற கடிதத்திலாவது எழுதியிருக்கலாம். அப்பிடி எழுதியிருக்கிறீர்களோ என்று பலநாள் பார்த்து நான் ஏமாந்திருக்கிறேன். போகட்டும். இனியாவது அப்படியொரு சந்தர்ப்பம் வருமென்று அந்த நயினை அம்மனின் கிருபையில் நம்பிக்கையோடிருக்கிறேன்.

ஏதோ ஓரளவு நான் நன்றாக இருக்கிறேன். பம்பாயில் சொந்த வீடு இருக்கிறது. டிரவல் ஏஜன்ஸி ஒன்று நடத்துகிறேன். சுதன் கடிதத்திலோ ரெலிபோனிலோ தொடர்பு வைத்திருந்த வரைக்கும் கொஞ்சம் பொறுத்து வெளிநாடு போகலாமெண்டு எனக்கும் ஒரு யோசனை இருந்தது. பிறகு இல்லை.

இப்போது ஞாபகம் வருகிறது. ராஜியை அந்தரிக்கவிட்டு வேறொரு பொம்பிளையை இழுத்துக்கொண்டு போனவனோடு இவனுக்கென்ன தொடர்பு, என்ன குடுக்கல் வாங்கலென்று ஆருக்கோ ஒருமுறை சொன்னீர்களாம். உண்மைதான். அப்ப எனக்கு அந்த யோசனை வரவேயில்லை. ஏனென்றால் அக்கா போகாமல் விட்டதுதான் பிழையென்று அப்போது நான் நினைத்துக்

கொண்டிருந்தேன். அதுவும் யோகேஸோடு போனதாக அறிந்ததும் சரியான கோபத்திலிருந்தேன்.

இப்போது சுதன்பற்றி எந்தத் தகவலும் எனக்குத் தெரியாது. ரெலிபோனிலும் பேசுவதில்லை. கடிதமும் எழுதுவதில்லை. எப்படியோ போகட்டுமென்றிருந்தேன். ஆனால் ஒரு விஷயம் கவனப்படக் கூடியதாய் அறியக் கிடைத்தது. ஷீலாவும் சுதனும் பிரிஞ் சிட்டினமாம். ஒருமுறை விசுவலிங்கமே வந்து இந்த விஷயத்தைச் சொன்னார். அப்போதுதான் அக்கா முகாமைவிட்டு வெளியேறி கமலாக்காவோடு இருப்பதை நான் அறிந்ததும்.

அதனால் அக்காவைப் பார்க்கவென்று சென்னைக்குப் போனேன். அக்காவோடு பேசினேன். அக்கா முதலில் ஒருமாதிரியாகத்தான் பேசினா. ஆனாலும் நான் இப்ப முன்னரைப்போல இல்லாதிருப்பதைத் தெரிந்துகொண்டு அன்பாய்ப் பழகினா. அக்காவுக்கு சிலவுக்குத் தட்டுப்பாடு இருக்கலாமென்று கொஞ்சம் பணம் கொடுத்தேன். வேண்டாமென்று சொல்லிவிட்டா. எனக்கு மிகவும் வருத்தமாகிப் போனது. ஆனாலும் நான் செய்தது தவறுதானேயென்று தெளிந்துகொண்டேன். எவ்வளவு காலமாய்க் கவனிக்காமலிருந்தேன். அக்கா பன்னிரண்டு ஆண்டாய் முகாமிலே இருந்திருக்கிறா. ஒருமுறைகூடப் போய்ப் பார்க்கவில்லை. ஒரு கடிதம் போட எண்ணவில்லை. இப்ப திடீரென்று போய் உறவு கொண்டாடி பணம் கொடுத்தால் தன்மானம் வாங்க விடமாட்டாதுதான். அக்காவில் எனக்குக் கோபமில்லை. அக்காவின் நிலைமைக்காக இப்போது நான் மனப்பூர்வமாக வருந்துகிறேன். அக்காவின் தலையிலே நரை விழுந்துவிட்டிருந்தது. பார்த்து எனக்கு அழுகை வந்தது.

அப்பதான் எனக்கு முதல்முறையாக சுதனில கோபம் வந்தது. ஆனால் இப்ப கோபத்தையெல்லாம் ஒதுக்கி வைச்சிட்டு யோசிக்க வேண்டிய நிலைமை ஏற்பட்டுள்ளதாகத் தெரிகிறது. யோசிக்காமல் நடந்து, பின்னால் அதுக்காகவும் சேர்த்து நாங்கள் வருத்தப்படுகிற நிலைமை வரக்கூடாது. சுதன் இப்ப தனியாய் இருக்கிற நிலைமையில், அக்காவுக்கும் சுதனுக்கும் விட்டுப்போன உறவைத் தொடரவைக்க முயற்சித்தாலென்னவென்று தோன்றுகிறது. இந்த எண்ணத்தோடு சுதனின் நண்பர் பிரபு, பிரான்ஸிலிருந்து இந்தியா வந்த சந்திரமோகனென்ற ஒரு நண்பர்மூலம் போன வருஷத்துக்கு முந்திய வருஷத்தில் முனைப்பு எடுத்திருந்தார். அரசியக்கா, கமலாக்கா, ராஜநாயகத்தார், விசுவலிங்கத்தாரென்று எல்லோரும் அக்காவோடு பேசிப் பார்த்திருக்கிறார்கள். அக்கா சம்மதிக்கவில்லை.

இப்ப முக்கியமான விஷயம் இதுதான். அடுத்த வருஷம் கடைசியில சென்னையில் உலகத் தமிழர் கலாச்சாரப் பேரவையென்ற ஒரு அமைப்பு அதனுடைய பன்னிரண்டாம் ஆண்டு நிறைவு விழாவைக் கொண்டாடவிருக்கிறது. அதற்கான பூர்வாங்க வேலைகளைச் செய்ய

சந்திரமோகன ...ரவில் பிரான்சிலிருந்து இங்கே வரவிருக்கிறார். சிலவேளை சந்திரமோகனோடு சுதனும் வரலாமென்று தெரிகிறது. இந்த நேரத்தில் அக்காவின் மனத்தை மாற்ற நாங்கள் இன்னொரு முயற்சியை எடுக்கலாம். இந்தளவில் நீங்களும் இந்தியா வர முடிந்தால் நல்லாயிருக்கும். அக்கா ஒருபோதும் உங்களுடைய பேச்சை மறுக்காது. எல்லாரும், நீங்கள் நேரில வந்தால் காரியம் சரிவருமென்று நம்புகினம். நானும் அவ்வாறே நம்புகிறேன்.

இப்போதெல்லாம் கல்யாணம் செய்தவர்கள் விவாகரத்துப் பெறுவதும், பின் வேறு ஆட்களைக் கல்யாணம் செய்துகொண்டு வாழ்வதும் சகஜமாகியிருக்கிறது எங்களுடைய ஆக்களுக்குள். கனடாவில்தான் இது அதிகமென்று இங்கே கேள்வி. நீங்கள் நிறையவே இதுமாதிரியான சம்பவங்களை அங்கே நேரில் பார்த்திருக்கலாம். சுதனுக்கும் ஷீலாவுக்கும் இடையே இருந்த உறவை நாங்கள் சாதாரணமாக எடுத்துக் கொள்ளலாம். அவர்களுக்கு அவர்கள் கடந்தகால உறவைச் சொல்ல ஒரு பிள்ளைகூட இல்லையென்பது எதைச் சொல்கிறது? இன்னும் சுதனுக்கும் அக்காவுக்குமிடையேயான உறவின் சாத்தியத்தைத்தானே? மேலும்... பெண் எங்கள் வீட்டுப் பிள்ளையானபடியால், அதெல்லாம் மறந்து நாங்களாகத்தான் சுதனை அணுகவேண்டுமென்ற நிலைகூட இதில் இல்லை. அடுத்த தரப்பிலிருந்தே முயற்சியைத் தொடங்கியிருக்கிறார்கள். விட்டுவிடக்கூடாது. விசுவலிங்கத்தாரே ஒருமுறை இப்படிச் சொன்னார்.

உங்கள் வரவை வெகு ஆவலோடு எதிர்பார்த்துக் கொண்டிருக்கிறேன். விஜிக்கு மாதம் எது? வந்து விடுவீர்களல்லவா?

பழைய மனஸ்தாபங்களை மறந்துவிட்டு பதில் எழுதுங்கள். நாங்கள் பிள்ளைகள்தானே? இன்னும்தான். எப்போதும்தான்.

விஜி, கணவர், குழந்தைக்கு என் அன்பு. பின்னர் அவர்களுக்குத் தனியாக எழுதுவேன்.

நல்ல பதிலாகப் போடுங்கோ அம்மா.

அன்பு மறவாத மகன்,
ராஜேந்திரன்.

வாசித்து முடித்தபோது அவனுக்கே ஆச்சரியமாக இருந்தது. அது வெறும் சொற்களில் நிறைந்திருக்கவில்லை. அம்மாவின் மனத்தை அசைக்கக் கூடிய உணர்வுகளாலும் நிரம்பியிருந்தது.

42

ஒருநாள் திடீரென்று மகேஸ்வரியிடமிருந்து தகவல் வந்தது, தான் அடுத்த மாதம் ஒன்பதாம் தேதி சென்னை வருவதாக. கமலாதான் பேசியது. ஆனாலும் அது உரையாடலில்லை. தகவலைச் சொல்லிவிட்டு மற்றதெல்லாம் நேரிலே பேசுவோம் என்று முடித்திருந்தாள்.

பயபோ உடனேயே ராஜியை அழைத்துச் சொன்னாள்.

வெளியே அமர்ந்து வாசித்துக் கொண்டிருந்தாள் ராஜி. அண்மைக் காலமாய் அத்தீவிர வாசிப்பே மீண்டும் அவளுக்கு புகலாகியிருந்தது. தகவல் கேட்டபின் நாவலின் நகர்வு அப்படியே நின்றுபோய்விட்டது. ராஜியின் முகம் இறுகியது. அது குறைந்த சந்தோஷமும், கூடியவளவு துக்கமும் கலந்த செய்தி. அவள் ஏன் அவ்வளவு அவசரமாக வருகிறாளென்று ராஜிக்குத் தெரியும். எவரும் நேரடியாகச் சொல்லாவிட்டாலும், அவர்களின் அசைவுகளிலிருந்து அவள் அதைப் புரிந்திருந்தாள். இனி அரசி இறுக்குவாள். ராஜநாயகம் இறுக்குவார். தம்பிகூட இறுக்குவான். வியூகம் அமைந்துவிட்டது தெரிந்துதான் அந்த துக்கப் படர்வு ஏற்பட்டது. 'எப்படி இந்தப் பிரச்சினையை எதிர்கொள்ள?' மனம் முழுக்க அடைத்து நின்றது வினா.

"என்ன ராஜி, ஒண்டும் சொல்லாமல் இருக்கிறீர்?" என்ற கமலாவுக்கு ராஜியால் என்ன சொல்ல முடியும்? லேசாய்ச் சிரித்தாள். புத்தகத்தை மூடி பக்கத்தே பொத்தென்று போட்டாள். அவலம் ஒரு உருவமானது போலிருந்தது அவளது தோற்றம்.

கமலா அவள் மனநிலை தெரிந்து விலகினாள் பதிலை எதிர் பார்க்காமல். ராஜேந்திரனின் வருகையின் நோக்கமே அதுவாக இருந்திருக்குமா? அதற்குள் அம்மாவையும் இழுத்துவிடும் நோக்கத்தோடு அம்மாவுக்குக் கடிதமெழுதியிருப்பானா? அதைக் கண்டதும் விஜியின் பிரசவத்துக்குக்கூட நிற்காமல் அம்மா விழுந்தடித்துக்கொண்டு ஓடி வருவாளா? நிஜமாகவே தம்பி பெருமளவு மாறியிருந்தான். ஊரிலே அவன் அக்கா என்று சொல்லி பெரும்பாலும் அவளுக்கு ஞாபகமில்லை. ஆனால் இப்போது அக்கா… அக்கா… என்று அடிக்கொரு தரம் அழைத்துப் பேசினான். அந்த அழைப்புகளே அவளைப் புரியவைத்துவிட்டன. அப்படி ஒரு மாறிய மனநிலையோடு தன் எண்ணமெல்லாவற்றையும் வெளிவெளியாய் எழுதியிருப்பான். அதுதான் தன்போலவே அவளும் அவனைப் புரிந்துகொண்டு ஓடிவருகிறாள்.

அம்மா வருவது உறுதியாகிவிட்டது. ஒரு மின்னல் வேகத்தில் விசா எடுத்து, விமான இருக்கையும் பதிவு செய்தாகிவிட்டது. இனி இதில் வேறு நிலைப்பாட்டுக்கு வாய்ப்பு இல்லை. வந்தபிறகு முன்புபோல்தான் கண்ணை உருட்டி அம்மா விழிப்பாளா? பதினெட்டு ஆண்டுகளின் முன் ஒருநாள், 'யாரோடு கொழும்பு போனாய்?' என்று கேட்டபோது பார்த்தாளே, அப்படிப் பார்ப்பாளா? அன்று அடித்ததுபோல் அகப்பையினால் அல்லது அகப் பட்டதினால் வாங்கு வாங்கென்று வாங்குவாளா?

மாட்டாள். எவ்வளவோ ஆண்டுகள் ஆகிவிட்டன. எவ்வளவோ காட்சிகளைக் கண்டு கேட்டிருப்பாள். அந்த பனிப் பிரதேசத்தில் தலைமுறை இடைவெளியற்று வாழும் வாழ்வு அவளைப் போதகம் செய்திருக்கும். வயதும் போயிருக்கிறாள். அப்போதே நாற்பது வயது. இப்போது அறுபதாகியிருக்கும். தனக்கே வயதாகி விட்டதே. பெட்டையென்று குறிப்பிட்டது மாறி, மனுஷியென்றுதான் பலரும்

அவளை இப்போது சுட்டுகிறார்கள். அடித்துவிடக்கூடிய வயதா அது, அச்சறுக்கை பண்ணவென்றாலும்? திட்டக்கூடிய வயதே இல்லையே. ஆனாலும் அம்மாவிடத்தில் ஒரு கடைசி ஆயுதம் இருக்கிறது. அழுவாள், செத்து விடுவேனென்று மிரட்டுவாள். அப்போது என்ன செய்ய முடியும்?

இன்னும்.. அவள் வந்துவிட்டால் அரசியும் சேர்ந்துவிடுவாள். அரசியினது எப்பவுமே அதிகாரம் செலுத்துகிற அன்பாகவே இருந்திருக்கிறது. அப்படிச் செய்யாதே . . . அதைச் செய் . . . என்று கட்டளையிட அவளால் மட்டுமே முடியும். அவள் அதை அவளிடத்திலே பிரயோகித்திருக்கிறாள். அங்கே வரும்போது அரசிக்கு மனஸ்தாபம் இருந்தது. அப்படியா ஒரு வரி கடிதம்கூடப் போடாமல் இருப்பார்கள் என்று. ஆனால் நேரில் சந்தித்தபிறகு சூழ்நிலைமைகளின் குழப்பம், அந்நியத் தன்மை இவைகளால் சமாதானமாகிப் போனாள். அவளுக்கும் சந்திரமோகனுக்குமிடையிலான கடிதத் தொடர்பு இவளுக்கு அச்சம். இலக்கியம் . . . கவிதை . . . சார்ந்த விஷயமென்று தெரிந்திருந்தாலும் அந்தத் தொடர்பே ஏதோ தனக்கெதிரான ஒரு கூட்டுப் போல் அவளை மருளச்செய்தது. சந்திரமோகன் வருவது தாமதமாகிப் போய்க்கொண்டிருக்கிறது. ஆனாலும் வருவது நிச்சயம். அவனோடு சுதனும் வரலாமென்று பேச்சு. கூட பிரபு என்கிற அவனது ஜேர்மனியிலிருக்கிற சிநேகிதனும் வரலாம். நிலைமை இக்கட்டானதுதான்.

சுதனை அவள் நன்கு புரிந்தவள். அவன் நிமிர்ந்து நிற்பதில்லை. முன்பு பல்கலைக்கழகத்தில் படிக்கிற காலத்தில் நின்றான்தான். ஒரு முனிவ கம்பீரம் இருந்தது அவனில். ஆனால் பின்னால் இல்லை. தனக்குப் பொய்த்ததோடு சகலதும் இழந்துபோனான். காம்பீர்யம் உட்பட. இப்போதும் விவாதம் தன்னைத் தூக்காதென்றால் குனிந்துவிடுவான். குனிந்தால் அவ்வளவுதான். பாவமாகிப் போய்விடும். யாருக்குமே. அவளே பலசமயங்களில் பரிதாபப் பட்டிருக்கிறாள். வருபவன் நிமிர்ந்து நின்றால் முகத்துக்கு முன்னே நின்று அவளால் வாதாட முடியும். ஆனால் அவன் குனிந்து அடங்கினால் . . . அவளின் நொய்த இடத்தை அது குத்தும். பின் அவள் வளைந்தே போவாள், அவனது சகல கசடுகளையும் மறந்துகொண்டு. இன்னும் தனது கசடுகளை மறந்துகொண்டும்.

அவள் உறக்கமிழந்து உணர்ச்சியில் துடிக்கும் இரவுகள் இப்போதும் வருகின்றனதான். தசையும் தசையும் அழுந்தி . . . கசங்கி . . . பிணைந்து . . . கலவித் தவிப்பு உயிரம்சம். ஆனாலும் கணவன் குழந்தையென்று குடும்பமாய் விரிய ஆசையில்லை அவளுக்கு. பெண்மையின் பூர்ணம் குழந்தைத் தரிப்பென்பதில் அவள் ஈர்ப்பில்லாதவள். அரசிகூட ஒருமுறை அதைத்தான் சொன்னாள். அது பெண்ணுக்கு நியதியாய் இருக்கக்கூடாது; இஷ்டபூர்வமான வினையாக இருக்க வேண்டுமென்று. மெய். அவளுக்கு அது எண்ணமில்லை.

போர் பறித்த வாழ்வின் கூக்குரல் எங்கிருந்தோ தினமும். திரும்பும் பக்கமெல்லாம் சிதைவு. கீழப்புதூர் அகதிகள் முகாமிலே திடீரென்று ஒருநாள் காணாமல் போனாள் பிலோமி. இரண்டாம் நாள் அதிகாலை தொலை கடற்கரையோரத்தில் பிணம் கிடைத்தது. அபரிமிதமான, முறை

கடந்த தேக சுகம் விழைபவளாய் அவள் காணப்பட்ட நாளிலேதான் அவள் கடலுக்குள் ஒளித்தது. அதெல்லாம்கூட சிதைவின் சின்னம்தான்.

அவள் ஒரு குடும்பத்துக்காகத் தவிக்க வேண்டியதில்லை. அவள் கடமைப்பட்டுவிட்ட சுமையோடிருக்கிறாள். அங்கே கடல் காணாததே ஒரு தவனமாய் அவளுள் ஊறிக் கொண்டிருக்கிறது. அக்கரையில் ஒரு உயிரின் குரலை முகாமிலே செவிமடுத்துக் கொண்டிருந்தாளோ தினம் தினம்?

ராஜி எழுந்தாள்.

அவளின் தகர்வை உள்ளேயிருந்து கமலா பார்த்துக் கொண்டிருந்தாள்.

43

களனி பாய்ந்துகொண்டிருந்தது. அதன் சளசளா சத்தம் கரையின் மௌனப் பரப்பு அடங்கிலும் விரிந்திருந்தது. நிலா வெளித்தது அடர்மூங்கில் உச்சியில். தூரத்தே ஆற்றைக் கடக்கும் பாலத்தில் வாகனங்கள் வெளிச்சப் புள்ளிகளாய் ஓடி மறைந்துகொண்டிருந்தன. இருளில் கரும் பின்னல் கோடாய் வாகன பாலத்துக்குப் பின்னால் இருப்புப்பாதை பாலம். நதிக்கரையில் ஒரு தோணி ஆடிக்கொண்டிருந்தது. கரையிலுள்ள சிறுமரத்திலுள்ள அதன் தொடுப்பு அலைகளால் பரீட்சித்துப் பார்க்கப்பட்டுக் கொண்டிருந்தது.

தலை குனிந்தபடி அமர்ந்திருந்தார் குணாநந்தர். சிந்தையில் அடுக்கடுக்காய் எண்ணங்களின் புணர்வு. அவர் முகம் பார்த்து முன்னால் அரை வளையமாய் அவரது கூட்டாளிகள். ஒரு சபையான அமர்வு.

வெகுநேரத்தின் பின் குணாநந்தர் மேலும் கீழுமாய்த் தலையைத் திடமாக அசைத்து தீர்மானத்தில் திடப்பட்டுக்கொண்டு நிமிர்ந்தார். குரலைக் கனைத்தார். அவர் முகம் நோக்கி எதிர்பார்ப்போடு அமர்ந்திருந்த சிறு சபை உஷாரானது. “வேறு வழியில்லை . . . வேறு வழியில்லை” என்று, பிதற்றுவாரைப்போல திரும்பத் திரும்பச் சொல்லி நிறுத்தினார். “ஜனாதிபதியைச் சந்தித்துவிட வேண்டியதுதான். பிரச்சினையை அவர்முன் வைப்பதுதான் உள்ள ஒரே வழி.”

“எந்தப் பிரச்சினையை?” துணிந்து கேட்டார் சிங்கள பலமண்டலய இயக்கத்தைச் சேர்ந்த இளம் பிக்கு.

குணாநந்தர் திரும்பிப் பார்த்தார். பிறகு சொன்னார்: “ம் . . . யாப்பபட்டுணா சிறீலங்கா ராணுவத்திடம் வீழ்ந்து நான்காண்டுகள் முடிந்துவிட்டன. ஜெயசிக்குறு போன்ற பல ராணுவ நடவடிக்கைகளை மேற்கொண்டாலும், இன்னும்தான் வடக்குக்கு பிரதான விநியோகத் தரைப்பாதையொன்றுக்கான சாத்தியம் பிறக்கவில்லை. இது அதிசயமாக இல்லையா உங்களுக்கு? கடந்த சில காலமாகவே இந்தக் கேள்வி என் நெஞ்சை உறுத்திக் கொண்டிருந்தது. படைவீரர்களின் தப்பியோடுகை, மனநோய்ப் பாதிப்பு, போதிய பயிற்சியின்மை, நவீன ஆயுதங்களின் பற்றாக்குறை . . . ஏதேதோவெல்லாம் யோசனையில்பட்டன. ஆனால் . . . இப்போதுதான் சரியான காரணத்தைக் கண்டடைந்திருக்கின்றேன்.”

எதிரேயுள்ள ஐவரின் முகங்களும் மலர்ச்சி காட்டின. "என்ன?... என்ன?..." என்று குரல்கள் குத்தீட்டிகளாய் நிமிர்ந்தன.

"சாத்தியப்பாட்டிலிருந்து நிகழ்வுகளின் காரணங்களை, பின்புலங்களை அணுகிப்பார்க்கிற சிந்தனை வகைமூலம் இது சாத்தியமாயிற்று."

"இதை... வேறு யாரோ இதற்கு முன் சொன்னதுபோல இருக்கிறதே, சுவாமி?" கேட்டது பயமறியாத இளம்பிக்குதான்.

"மெய். சங்கரானந்தர் தன் புதியசரித்திரத்தின் சிந்தனையை அமைத்த தளம் அதுதான். சாத்தியப்பாட்டிலிருந்து அணுகுகிற முறையும் திட்டவட்டமான முடிவுகளை நிர்ணயிக்க உதவும்."

"சரி. அதன்மூலம் கண்டடைந்த பெறுபேறு என்ன?"

"ஜெயசிக்குறு நடவடிக்கையில் ஆயிரக்கணக்கான வீரர்கள் தப்பியோடியிருக்கிறார்கள்தான். நவீன ஆயுதப் பற்றாக்குறையும் இருக்கிறதை ஒப்புக் கொள்ளுவோம். ஆனாலும்... இதையும்விட ஒரு காரணத்தை நான் அனுமானித்தேன். அதுதான் வன்னி யுத்தத்துக்குப் பொறுப்பதிகாரியாய் உள்ள ...னின் இரண்டகம்!"

"வன்னி யுத்தத்தின் ர...விட்டு தளபதியைச் சொல்லுகிறீர்களா?" முனசிங்க திகைத்தான்.

"ஆம்."

"இருக்க முடியுமா?"

"ஏன் இருக்க முடியாது?"

முரட்டுத்தனமாய் அப் பதில் இரு...க அவர் நண்பர்களுக்குத் தோன்றியிருக்க வேண்டும். ஒருவரையொருவர் பார்த்துக் கொண்டார்கள். அவர்கள் எதிர்பார்த்தது மிக்க திடமான ஒரு காரணத்தை. ஆனால் பிக்குவோ சாத்தியமாவதுதான் காரணம் என்று நிற்கிறார். அண்மைக் காலமாக பிக்குவின் சிந்தனையிலும் பேச்சிலும் ஒருவகை நிதான இழப்பு, முடிவுகளை வற்புறுத்தும் மூர்க்கம் போன்றவை தலைகாட்டத் தொடங்கியிருப்பதாக அவர்களுக்கே தோன்றத் தொடங்கியிருந்தது. ஆனாலும் நினைத்தமாத்தி ரத்தில் அரசியல், மத உச்ச பீடங்களை அடையக்கூடிய அவரது வல்லபம்தான் அவரோடுள்ள ஓட்டுறவை இன்னும் தக்கவைத்துக் கொண்டிருக்கவும், அவரது மேலாதிக்கத்தை ஒப்புக் கொண்டிருக்கவும் செய்துகொண்டிருந்தது.

முது பிக்கு சொன்னார்: "இன்று இன்னொரு முக்கியமான விஷயம் குறித்து நாம் முடிவெடுக்க வேண்டும்."

"என்ன?"

"தலைநகரில் ஆயுதப் போராளிகளுக்கு ஆதரவாய் ஒலிக்கும் தமிழ்க் குரல்கள்பற்றி நாம் உறுதியான ஒரு தீர்மானத்துக்கு வருவது நல்லது."

"மெய்தான். மலையகத்திலும் அதுமாதிரியான ஒரு பெரிய குரல், அரசாங்க வட்டத்துக்குள்ளிருந்தும்கூட ஒலித்துக்கொண்டிருந்தது சிறிது

காலத்துக்கு முன்பு. இப்போது அது இல்லை" என்ற இளைய பிக்குவை இடைமறித்தார் குணாநந்தர் "இப்போதைக்கு அது வேண்டாம். நான் ஜனாதிபதியைச் சந்தித்துவிட்டு வந்தபிறகு..."

அதுகேட்டு சிரித்தார் முது பிக்கு. தொடர்ந்து கடகடத்தான் முனசிங்க. குணாநந்தரின் ஏறுபார்வையில் முதுபிக்கு அடங்கினார். ஆனால்... முனசிங்க கட்டறுத்த விந்தனை யானை பிளிறுவதுபோலவே தொடர்ந்தும் சிரித்தான். "பிக்கு தளர்ந்து போய்விட்டார், நண்பர்களே. அவருக்கு வயோதிபம் கண்டுவிட்டது. முன்புபோல் அவரால் எதையும் செய்யமுடியவில்லை. எப்போதும் பெண் வேட்டையென்று திரிந்தால், விரைவில் நாடி தளரத்தான் செய்யும். பிக்குவின் விருந்தை ஊத்தைப் பிக்குதான் ஒரு கை பார்க்கிறானென்று கேள்வி..." என்றான்.

"நீ என்ன சொல்கிறாய், முனசிங்க?" கிளுகிளுப்போடு கேட்டான் சில்வா.

"அதெல்லாம் கிடக்கட்டும். நாடி தளர்கிற விஷயம் இப்போது முக்கியமில்லை" என்ற இடையிட்டார் முது பிக்கு.

"முதலில் பிக்கு தன் சோம்பலையும், அதுக்குக் காரணமான அதீத புணர்ச்சி விழைச்சலையும் விட்டுவிட்டு புதிய பிக்குவாகட்டும். வெறும் வாயடிப்புகள் வேண்டாம். எதிர்காலம் இருளில் கிடக்கிறது. வெளிச்சத்துக்கான விஷயங்கள் தேவை. நாங்கள் பிக்குவை இன்னும் தலைமைக்கு எதிர்பார்க்கிறோம்" என்றார் இளம் பிக்கு.

"உங்களுக்கு நம்பிக்கையிருக்கிறதோ இல்லையோ, எனக்கு அறவேயில்லை" என்று கூறி நிலத்தில் ஆவேசமாய்க் கையறைந்தான் முனசிங்க.

முதுபிக்கு நிலைமையைச் சமாளிக்க பெரும் பிரயத்தனப்பட்டார்: "அப்படி முடிந்த முடிவாய்ச் சொல்லாதே எதையும். எங்கள் ஒற்றுமைப் பலம் இப்போது அவசியம்."

"வேறு எப்படிச் சொல்லவேண்டுமென்று எதிர்பார்க்கிறீர்கள்? ஊத்தைப் பிக்குதான் அவரைப் பாழ்படுத்தினான். ஆனால் பிக்கு கூர்மை தவறிப்போனதுதான் இங்கே விஷயம்."

"எதை வைத்துக்கொண்டு சொல்கிறாய்..."

"சங்கரானந்தரை அழிக்க பிக்குவுக்கு கோணகலவில் ஒரு அருமையான சந்தர்ப்பம் கிடைத்தது. பிக்கு சுகவிழைச்சலில் அதைத் தவறவிட்டுவிட்டார், சுவாமி."

"இல்லை. கேகாலைக்கு அன்று நான் வேறு விஷயமாகவே சென்றிருந்தேன்" என்று கத்தினார் குணாநந்தர்.

"கொழும்பிலே... வெள்ளவத்தை கடற்கரை வீதியில் ஒருமுறை சந்தர்ப்பம் கிடைத்தது. பிக்குவுக்கு பத்து பதினைந்து யார் தொலைவில் சங்கரானந்தர் போய்க்கொண்டிருந்தார்... அவர் நிழலைக்கூட பிக்குவால் தொடமுடியாது போனது. அந்த மனிதரின் இயங்கு திறன் என்ன! பிக்குவின் விசை என்ன!"

“நீ போதையில் இருக்கிறாய், முனா …” என்றார் முதுபிக்கு.

“மெய்தான். எப்போது போதையில்லாமல் இருந்தேன், இப்போது இருக்கிறேன் என்று குறைப்பட ?”

“உனக்கு குணாநந்த தேரர் மீது துவேஷம் …”

“துவேஷமா ? எனக்கா ? பிக்குவின்மீதா ?” முனசிங்க மறுபடி சிரித்தான் இருள் அச்சுற. “எது கிடைத்தாலும் போதும் தாபத்தைத் தணிக்க என்று நினைக்கிறவர் பிக்கு. நான் இதுதான் என்று தெரிந்தெடுத்து சுகிக்கிறவன். எனக்கேன் பிக்குவில் துவேஷம் வரவேண்டும் ?” என்றான் அவன்.

கத்திக் குழம்பியிருந்தாலும் மறுபடி அமைதியடைந்துவிட்டிருந்தார் குணாநந்தர். மௌனமாய் அவர்களையே பார்த்துக் கொண்டிருந்தார். பின்னர் அவர் எதையும் மறுக்கவே முனையவில்லை. “என் சரீர தாபங்களைப் பற்றி எப்படி எப்படியெல்லாமோ பேசி, நீங்கள் உங்கள் சுய தாபங்களைத் தணித்துக் கொள்கிறீர்கள். அது எனக்குச் சந்தோஷம்தான். எப்படியோ போங்கள். ஆனால் … தேசத்துக்கான என் சேவைகளை நான் முன்போல் தீவிரமாய் காணிக்கையாக்கப் போகிறேன். இனி நான் சொல்லப் போவதில்லை. நீங்களே கேள்விப்படுவீர்கள்” என்றார் மிக நிதானமாக.

மறுபடி அவர்களைச் சூழ அமைதி. களனிச் சளசளா தெளிவாகக் கேட்டது. பூரணை மறைந்துகொண்டிருந்தது. இன்னும் சிறிது நேரத்தில் நகரம் விடிந்துவிடும்.

இளம் பிக்கு அந்த அமைதியைக் கலைத்தார். “சுவாமி, ஆரம்பத்திலேயே கேட்க நினைத்திருந்தேன். மறந்துபோனது.”

“என்ன ?”

“உங்கள் சந்தேகத்தை ஜனாதிபதியிடம் கூறி, வன்னி யுத்தத்துக்குப் பொறுப்பான ராணுவ அதிகாரிகளின் மீது நடவடிக்கை எடுக்கக் கேட்பீர்கள், சரி. அவர் நடவடிக்கை எடுப்பாரா ?”

“எடுப்பார். அவரை வற்புறுத்தவே என்னால் முடியும்.”

“எப்படி, சுவாமி ?”

“தேர்தலில் வெற்றிக்கான அவரது வாய்ப்புக்கள் சுருங்கிப் போயிருப்பதைச் சொல்வேன். அந்தச் சரிவிலிருந்து அவரைக் காப்பாற்ற என்னால் முடியுமென்று கூறுவேன் …”

“முடியுமா ?”

“முடியும்.”

“எப்படிச் செய்வீர்கள் ?”

“ஆயிரம் பேரைக் கொன்றாலும் அவரது வெற்றியை … என்னால் கொடுக்க முடியும் …”

ஐவர் உடம்புகளும் நடுங்கின.

அதில் ஓரளவு பயமற்றிருந்தது தூக்கடியிலிருந்த ஊத்தைப் பிக்குதான்.

திடீரென்று ஒரு மர்மத்தில்போல் தன் சோர்வு, பலஹீனம் எல்லாம் இழந்தவராய் எழுந்தார் குணாநந்தர்.

"இனி மீண்டும் எப்போது சுவாமி சந்திக்கிறோம்?" முது பிக்கு கேட்டார்.

"அடுத்த பௌர்ணமிக்கு. அவசியமெனில் அறிவிக்கை வரும். அதுவரை தின்றும் குடித்தும் தூங்கியும் பொழுதை வீணே கழித்துக்கொண்டு திரியாதீர்கள். சில சிங்கள கலையுலகவாதிகள் இன ஒற்றுமையென்கிற கோஷத்தை அடியாதாரமாய் வைத்து நாடகங்கள், சினிமாக்களைத் தயாரித்து மக்கள் கலையென்று பிரச்சாரப்படுத்தி வருவதாகத் தெரிகிறது. அவர்கள் பற்றிய பூரண விபரம் அடுத்தமுறை நாம் இங்கு கூடும்போது எனக்கு வேண்டும். இன வேற்றுமைக்கப்பாற்பட்ட பெண்ணிலை வாதம் பேசித் திரிவோர்மீதும் ஒரு கண் வைத்திருங்கள். அவர்களாலும் அதிக சேதமுண்டு எமது திட்டங்களுக்கு" என்றுவிட்டு குணாநந்த தேரர் அவசரமாய் நடந்தார்.

ஊத்தைப் பிக்கு விழித்து உஷாராகி அவர் கூப்பிடுவார் என்பதுபோல் அவரைப் பார்த்துக்கொண்டேயிருந்தான்.

குணாநந்த தேரர் எழுந்த வேகம் சற்றும் குறையாமல் அப்படியே சென்று மறைந்தார்.

44

கோல்பேஸ் ஹோட்டல் மஞ்சள் ஒளி தோய அமைந்திருந்தது ஒருபுறம். அதன் எதிரே சேதி எதிர்பார்த்து நிற்பதுபோல் காலஞ்சென்ற பண்டாரநாயக்காவின் உலோகச் சிலை. அருகில் பழைய பாராளுமன்றக் கட்டிடம். ஹொலிடே இன்ஸ், ஹோட்டல் சமுத்திரா, மத்தியவங்கிக் கட்டிடம், சிலிங்கோ மாளிகை... இப்படி பெருங் கட்டிடங்களின் தொகுதி.

அப்பால்... அரசியல் நிர்வாகத்தின், அதிகாரத்தின் மைய இடம். கனத்து விழுந்திருந்த இருள் நீங்கியும் கனதி நீங்காததுபோன்ற ஒரு தோற்றம். அதன் விடிகாலைப் பொழுதிலேயே அக்கம்பக்க வீதிகளெல்லாம் கடுமையான சோதனைக்குட்பட்டிருந்தன. எங்கிருந்தோவெல்லாம் ராணுவ வாகன உறுமல். காவலரண்கள் எங்கெங்கும் தென்பட்டன. அவற்றில் எந்திரத் துப்பாக்கிகள் ஏந்திய கூர்த்த பார்வையுடனான ராணுவ ஆட்கள்.

கோட்டை – துறைமுகப் பாதையை இடைவெட்டிய வீதியில் ஒரு பக்கம் ஜனாதிபதி மாளிகை; மறுபக்கம் மத்தியவங்கிக் கட்டிடம். அது தாண்டி சமுத்திரக் காற்று வேகமாக வீசியடித்து வந்துகொண்டிருந்தது. ஜனாதிபதி மாளிகையைச் சுற்றி இரண்டு ஜீப் வண்டிகள் மாறு திசையில் ஓடிக் கொண்டிருந்தன.

அது இயல்பான சூழ்நிலைமையில்லை.

அதிகாலையில் விரிக்கப்பட்ட பத்திரிகைகளின் முதல் பக்கச் செய்தி, அக்காலை இயல்பலாத பொழுதானமையின் காரணத்தை ஓரளவு தெளிவுபடுத்தின.

ஜனாதிபதி இன்றிரவு லண்டன் பயணம்!

அது முக்கியமான நாள்தான்.

நிர்வாக சம்பந்தமான நடவடிக்கைகளின் விபரிப்புகளுக்கும், பாதுகாப்பு நிலைமைகளில் கவனிக்கப்படவேண்டியவற்றின் வற்புறுத்தல்களுக்குமாய் முக்கியமான அமைச்சர்கள் சிலர் பத்து மணிக்கு ஜனாதிபதியைச் சந்திக்கவிருந்தனர். அது சம்பிரதாயமானது. ஆனால் விடியலின் கனதி அது காரணமானதாகத் தெரியவில்லை. அதற்குமுன்பு ஒருசிலரின் அவசர சந்திப்பு அங்கே ஏற்படவிருந்ததுபோல் தோன்றிற்று.

அது மெய்யென்பது சிறிது நேரத்தில் தெரிந்தது.

உள்துறையமைச்சரின் கார் முதலில் சைரன் அலற வந்து நின்றது. சற்றுநேரத்தில் முப்படை அதிகாரிகளினதும், மல்வத்தை பீடாதிபதியினதும் கார்களும் வந்து சேர்ந்தன. பாதுகாப்பு இலாகாவின் பாராளுமன்றக் காரியதரிசி ஏற்கனவே வந்து சேர்ந்துவிட்டிருந்தது அங்கே சென்ற பிறகுதான் மற்றவர்களுக்குத் தெரிய வந்தது.

மல்வத்தை பீடாதிபதி தவிர்ந்த ஏனைய ஐவரும் அடங்கிய சபையில் ஜனாதிபதியின் பிரவேசம் எட்டு மணிக்கு நிகழ்ந்தது.

ஜனாதிபதி இரவு முழுதும் தூங்கவில்லையா? ஏன் அவர் கண்களில் அந்தச் செம்மைக் கோடுகள்? அது விஷயத்தின் அழுத்தத்தை மேலும் அதிகரித்தது. ஆனாலும்... ‘ஆய்புவன்’ கள் தெரிவிக்கப்பட்டன.

ஜனாதிபதி நடுநாயக ஆசனத்தில் அமர்ந்தார்.

மறுகணம் வார்த்தைகளின் பிரவாஹிப்பு. “அவசரமான இந்த அழைப்புக்கு காலதாமதமில்லாமல் வந்து சமூகமளித்த உங்கள் எல்லோருக்கும் என் நன்றிகள். ஏ–9 பாதையைக் கைப்பற்றுவதற்கான யுத்தம் கடந்த ஓராண்டாகவே நடந்துகொண்டிக்கிறது. சில கிலோமீற்றர் நீளமான பாதையே இதுவரை கைப்பற்றப்பட்டிருக்கிறது. இதற்கான எங்களுடைய இழப்புகள் பொருளாதாரவகையிலும் படையணிவகையிலும் அதிகம். சாதாரண சிங்களக் குடிமகனிலிருந்து பவுத்த பிக்குகளுக்குவரையில் இது நம்பமுடியாததாகவே இருக்கிறது.”

ஜனாதிபதியின் பார்வை எல்லோரையும் ஒரு சுற்று சுற்றி வந்தது.

இன்னும் அழைப்பின் காரணம் தெரியாத அனைவரின் முகங்களிலும்

வினாக்குறி.

ஜனாதிபதி தொடர்ந்தார்: “விடுதலைப் புலிகள் மரபு ரீதியிலான யுத்த நகர்வுக்குத் தயாராகிவிட்டார்களென்றும், அவர்களது யுத்த முறைமைகளும் யுத்த உபாயங்களும் நம்மோடு இணைந்துள்ள பிற தமிழ்ப் போராளிக்

குழுக்களின் கணிப்புக்குள் அடங்குகின்றதில்லையென்றும் அறிக்கை மேல் அறிக்கையாக எனக்கு வந்துகொண்டிருந்தன. நம்பவேண்டித்தான் இருந்தது. ஆனால்... உண்மை அவையல்ல என்பது இப்போதுதான் தெரியவந்திருக்கிறது. அதன் பின்னால் பயங்கர சதியொன்று இருப்பதை, களனி புத்த விகாரத்தைச் சேர்ந்த பிக்கு ஒருவர் நேற்று மதியத்தில்தான் என்னைச் சந்தித்து எடுத்துக் காட்டியிருக்கிறார்."

அந்த அவசரக் கூடுகையின் காரணம் அப்போது எல்லாருக்கும் ஊகமாயிற்று. சபை ஒரு திருப்தியில் தன்னிருக்கையில் அசைந்தது.

"பிக்கு முன் கொண்டுவந்துள்ள பிரச்சினை முக்கியமானது. அது ஒரு துரோகத்தை வெளிப்படுத்துகிறது. நாட்டுக்கு எதிராகச் செய்யப்படும் எதுவும் தேசத் துரோகத்தின் பாற்பட்டதே. வன்னி யுத்தத்துக்குப் பொறுப்பான ராணுவ அதிகாரியினால் யாப்பபட்டுணவுக்கான ஒரு தரைவழிப் பாதையை இத்தனை அழிவுகளுக்கிடையிலும்கூட ஏன் இன்னும் திறக்க முடியவில்லையென்பதின் மர்மம் இப்போது புரிகிறது."

"என்ன மர்மம்?" "மர்மம்... என்ன?" "என்ன மர்மம் அது?"

"வன்னி யுத்தத்துக்குப் பொறுப்பான ராணுவ அதிகாரிக்கும் புலிகளுக்கும் அல்லது அவர்களது பயங்கரவாதத்தில் தம்மை இணைக்கத் தயாராகியுள்ள சில தென்னிலங்கைக் கட்சிகளுக்கும் அமைப்புகளுக்குமிடையே ஒரு துரோகமான தொடர்பு இருக்கிறது என்று ஐயப்பட போதிய காரணம் இருக்கிறது."

"மெய்யா?" "இருக்குமா?" "நிச்சயமா?" முணுமுணுப்புக்களோடு பிறந்த மௌனம் அவை அடங்க விரிந்தது.

அதை உடைவு செய்தது ராணுவ தலைமைத் தளபதியின் குரல் "மேன்மை தங்கிய ஜனாதிபதியவர்களிடத்தில் தெரிவிக்கப்பட்ட இந்தக் குற்றச்சாட்டுக்கு ஆதாரம் சமர்ப்பிக்கப்பட்டதா?"

"ஆதாரம் சமர்ப்பிக்கப்பட்டிருந்தால் குற்றமென்று சொல்லியிருப்பேன்."

"நாட்டின் நலனுக்காகத் தம்மையே ஒப்படைத்து யுத்தமுனையில் நிற்கும் எந்த வீரன்மீதும் இந்தமாதிரி பொறுப்பற்றமுறையில் சுமத்தப்படும் பழியை... கனம் ஜனாதிபதியவர்கள் என்னை மன்னிக்கவேண்டும்... நான் வன்மையாகக் கண்டிக்கிறேன். இதுவரை... இந்த பதினைந்து வருஷ காலத்தில் இருபத்தையாயிரம் போர் வீரர்களை நாம் இழந்திருக்கிறோம்..."

"மெய்தான். இந்த விஷயத்தின் மென்மையை நான் உணர்கிறேன். ஆனால்... ஒரு விஷயம் சரியான தர்க்கங்களோடு முன் வைக்கப்படுகிறபொழுது அதை உதாசீனப்படுத்தி விடக்கூடாது..."

"இவ்வகை உதாசீனங்களால் நாம் இதுவரையில் பல பின்னடைவுகளை அடைந்திருக்கிறோம்..." என்றார் பாதுகாப்புத்துறையின் பாராளுமன்றக் காரியதரிசி தேசப்பிரிய.

பாராளுமன்றக் காரியதரிசிக்கு அபிப்பிராயம் சொல்கிற அதிகாரம் யார் கொடுத்தது? கூட்டத்தை ஒழுங்குசெய்து, நிகழ்வுகளைப் பதிவுசெய்வது, தீர்மானங்களை அவசியங்களுக்கேற்ப அமைச்சர்களுக்கு அல்லது அமைச்சகங்களுக்கு அறிவிப்பது தவிர மரபார்ந்த வேறெந்தக் கடமை – உரிமை அவருக்கிருக்கிறது? பலரின் மனத்திலும் ஓடிய அந்த அக்னி வினாக்களை உணர்ந்த ஜனாதிபதி தன் பார்வையை தேசப்பிரிய பக்கம் எறிந்தார். தேசப்பிரிய தன் செவ்வரிக் கண்கள் தாழ்ந்து அடங்கினார்.

"சொல்லியிருக்கக்கூடாதென்றாலும் தேசப்பிரியவின் வார்த்தைகள் சரியானவை. எமது பின்னடைவுகளுக்கெல்லாம் தர்க்கரீதியான விளக்கம் சொல்லப்படவில்லை." நிறுத்திய ஜனாதிபதி உள்துறை அமைச்சரை நோக்கினார்: "இந்தப் பிரச்சினையை எப்படித் தீர்க்கலாமென எண்ணுகிறீர்கள்?"

"இதுபற்றி மேலே சொல்ல எனக்கு எதுவுமில்லை. ஜனாதி பதியவர்களின் எண்ணம் எதுவோ, அதன்படி செய்யத் தயாராகவிருக்கிறேன்..."

"நடவடிக்கையா..?" ராணுவத் தலைமையதிகாரி கேட்டார்.

ஜனாதிபதி யோசித்துவிட்டுச் சொன்னார்: "நடவடிக்கை தேவையில்லையென்றே எண்ணுகிறேன். ஆனாலும்... எதையும் நாம் உதாசீனப்படுத்திவிடக்கூடிய நிலைமையில் இல்லையென்பதற்காக... பணிமாற்றத்தைச் சிபாரிசு செய்கிறேன். பாகிஸ்தானிலிருந்து பயிற்சி பெற்று வந்துள்ள நிறைய இளம் படையதிகாரிகள் நம்மிடையே இருக்கிறார்கள்..."

"அவர்கள் எல்லோருமே யாப்பபட்டுணா போக விரும்புவ தில்லை..."

"இது விவாதத்துக்கான இடமில்லை; சந்திப்புமில்லை. என் லண்டன் பயணம் குறுக்கிடாதிருந்தால் நாளை அல்லது நாளை மறுநாள்கூட இந்த விஷயத்தை நாம் பேசியிருக்கலாம். அவசியமான நடவடிக்கையைக் கோருகிற சந்தர்ப்பம் இது. ஏதோ யாப்பபட்டுணா செல்ல விரும்புகிற அதிகாரிகள் இல்லை என்கிறமாதிரிப் பேசாதீர்கள்..."

"போகவிரும்புபவர்கள் இருக்கிறார்கள். ஆனால் அவர்கள் பொருத்தமானவர்களில்லை..."

ராணுவத் தலைமைத் தளபதி மாற்றத்தை விரும்பவில்லையென்பது தெரிந்தது. அந்த முரண்டிலும் கொஞ்சம் நியாயமிருந்தது. பணிமாற்றம்கூட ஒருவகை நடவடிக்கையின் அம்சம்தான். அந்தமாதிரி சுயநலம் சாராத விஷயங்களின் முரண்டு ஜனாதிபதிக்குப் பிடிக்கும். ஆனாலும் அதை வெளிக்காட்டி இறுக்கம் தளர்ந்துவிடாத அவதானத்துடன் சொன்னார். "விரும்புபவர்களில் பொருத்தமானவரை நீங்களே நியமித்துவிடுங்கள். அது விரைவில் இருக்கட்டும்."

அவ்வளவுதானா என்பதுபோல் தேசப்பிரிய ஜனாதிபதியை நோக்க, அவர் தலையசைத்தார்.

கனவுச்சிறை 887

"அவ்வளவுதான்" என்று சொல்ல, சபை வணங்கிக் கலைந்தது. அடுத்த இரண்டு நிமிடங்களில் மல்வத்தை மகா பீடாதிபதியின் பிரசன்னம் அங்கே நிகழ்ந்தது.

இருக்கையிலிருந்து எழுந்து வணங்கி, அவர் அமர, தானும் அமர்ந்து கொண்டு அவரது அதியவசர சந்திப்பின் காரணம் என்னவென்பதுபோல் தேரரைப் பார்த்தார் ஜனாதிபதி.

மகாதேரர் சொன்னார்: "தங்கள் லண்டன் பயணத்தின் காரணத்தை நான் கேட்கக்கூடாது. நோர்வே அரசின் சமாதான முயற்சிகளை மகாபீடங்களின் தலைமைகள் மகா தீவிரத்துடன் எதிர்க்கின்றன. ஜனாதிபதியவர்களின் லண்டன் பயணம் அதுகுறித்ததாக இருக்குமோவென்று ஐயப்பட வேண்டியுள்ளது. பயங்கரவாதிகளோடு இனி சமரசம் இல்லை. யுத்தமே இறுதி முடிவு. அதுதான் ஒருவகையில் பிரச்சினைக்கான தீர்வின் சரியான வடிவம்!"

ஜனாதிபதிக்கு அவரது வருகையின் நோக்கம் புரிந்தது.

அது அச்சப்படவைக்கும் வருகை. ஏனெனில் மதம் மொழி இனம் சார்ந்து தவிர வேறு பிரச்சினைகளில் அவர்கள் அவ்வளவு அக்கறை காட்டுவதில்லை. அது விஷயங்களிலும் அரசு இயங்கும் விதத்தை உன்னிப்பாகக் கவனித்துக்கொண்டிருப்பதே அவர்களது போக்கு. ஒரு தருணத்தில் அவசரமாய் ஓடிவந்து தலையிடுகிறார்களெனில் அது அச்சத்துக்குரியது.

ஆனால் தேசம் அவரதும் அல்லவா? பதவி வகையாலும் அதன் மீதான அக்கறை அவருக்கு அதிகமாகவேயுண்டு. அவர் நிதானமாகச் சொன்னார்: "இனப் பிரச்சினையானது சிறீலங்காவின் உள்நாட்டு விஷயமாக மட்டும் இருந்த நிலைமை மாறி வெகுகாலம் ஆகிவிட்டது, சுவாமி. சுதந்திர நாடு என்கிற வளையத்துள் நின்றுகொண்டு சர்வதேச நாடுகளதும் அண்டை நாடுகளதும் அபிப்பிராயங்களைத் தூக்கியெறிந்துவிட்டு சிறீலங்கா தான் நினைத்ததைச் செய்துவிட முடியாது. இந்த லண்டன் பயணம் ஓரளவு என் சொந்த விவகாரம் குறித்ததுதான். ஆனாலும்... நோர்வேயின் சமரச முயற்சி காரணமாக ஏற்படக்கூடிய எந்தக் குழுவினரின் சந்திப்பு முயற்சிகளையும் விலக்கிவிட்டு நான் வந்துவிட முடியாது. சமரச முயற்சி குறித்த எங்கள் நியாயங்களை நாங்கள் அந்த வழியிலேதான் தாபிக்க வேண்டும்."

"சரி, சமரச முயற்சி நடக்கட்டும்" என்று சற்று இறங்கி வந்தார் மல்வத்தை பீடாதிபதி: "ஆனால்... அதற்கு நோர்வே ஏன்? மத்தியஸ்தத்துக்கு நாம் இந்தியாவைக் கேட்கலாம்..."

"இவையெல்லாம் ஏற்கனவே தீர்மானிக்கப்பட்ட விஷயம், சுவாமி."

ஜனாதிபதிக்கு எதிர்த்திசையில் பார்த்துக்கொண்டு சொன்னார் மல்வத்தை பீடம்: "தேர்தல் வெகுதூரத்தில் இல்லை. அதைத் தாங்கள் மறந்துவிடக் கூடாது..."

குரலிலும் கடுமை ஏறியிருந்தது.

"அதை தாங்கள் மறக்கவில்லையல்லவா? நல்லது. முந்திய தேர்தலில் என் வெற்றிக்கான வாக்குகளில் தமிழர் வாக்குகளும் அடங்கும், சுவாமி. இனப் பிரச்சினைக்கு ஒரு தீர்வு கொண்டுவருவேன் என்று அன்று நான் சொன்ன உறுதிமொழிப்படி தீர்த்து வைக்கவில்லையென்றால் எந்த முகத்தோடு நான் அடுத்த தேர்தலை எதிர்கொள்வது?"

மல்வத்தை பீடம் அடங்கியிருந்தார். அது அடக்கமல்ல, அவதியின் ஸ்தம்பிதம். வார்த்தைகள் சரிவர அவருக்கு வரவில்லை.

"குறைந்தபட்சம் நோர்வேயின் மத்தியஸ்தத்தை ஏற்று ஒரு சமாதானப் பேச்சுவார்த்தையின் முன்மொழிவையாவது நாம் நிறைவேற்றிக் காட்ட வேண்டும்" என்றார் ஜனாதிபதி. கொஞ்சம் இளகிச் சொன்னாலும் அழுத்தமாகச் சொல்லியிருந்தார்.

"பவுத்த மக்கள் உங்கள் சமரச முயற்சிகளை விரும்பவில்லை..."

"இது அவர்களுக்கு மட்டுமான அரசல்ல..."

"விளைவுதான் விபரீதமாக இருக்கும்..."

"என்ன செய்வீர்கள்..?"

"அம்மணீ..!" இரைந்தார் பிக்கு. பின் தன் சினத்தை அடக்கிக் கொண்டு, "நாடு தழுவிய போராட்டத்துக்கு பீடங்கள் அறைகூவல் விடுக்கும்..." என்றார்.

பிக்கு மிரட்டுகிறார். யாரை? இலங்கை ஜனாதிபதியை. அவரால் அதை ஏற்றுக்கொள்ள முடியாது.

சில நியாயங்களின் நிலைப்பாட்டில் அசையாது நின்றபடியால் அவர் வாழ்க்கை பெரும் பாதிப்புகளை அடைந்திருக்கிறது. முதலில் அவரது தந்தை. பிறகு... அவரது கணவர். இப்போது... குழந்தைகள் மீதான அச்சுறுத்தல்.

"ஜனாதிபதிப் பதவியென்பது பவுத்தபீடத் தலைமையல்ல. கட்சித் தலைமைகூட இல்லை. நாட்டுத் தலைமை. வடக்கே பருத்தித்துறை முனையிலிருந்து தெற்கே தேவேந்திரமுனைவரை ஒரேநாடு எனில், அது தமிழ் ஜனங்களின் நலனை சகலரையும்போல் உள்ளடக்கியது."

அவரால் வளைந்து கொடுத்துவிட முடியாது. "இதற்கு மக்களிடத்தில் உங்களைப் பதில்சொல்ல வைப்பேன்" என்று உறுமினார் மகாதேரர்.

"உங்கள் உசிதம், சுவாமி."

மல்வத்தை பீடாதிபதியின் கண்கள் சிறுத்தன. சிவக்க உற்றுப் பார்த்தார். அது, சுமார் முப்பது ஆண்டுகளின் முன்னான சம்பவங்களை நினைவூட்டி எச்சரிக்கைபோல் உணரவைக்க...

"நீங்கள் என் நிலைமையைப் புரிந்துகொள்ள வேண்டும்" என்று எழுந்தார் ஜனாதிபதி.

அந்தத் தளர்வு மல்வத்தை மகாதேரரைச் சிறிது தணிவித்தது: "நீங்கள் உங்கள் முடிவை மறுஆலோசனை செய்யவேண்டுமென்று

கனவுச்சிறை

விரும்புகிறேன். லண்டன் பயணத்தை மேற்கொண்டு வாருங்கள். பகவான் துணையிருக்கட்டும். பின்னர் சந்திப்பேன் ...”

தேரர் விறுவிறுவென நடந்தார்.

அவரையே பார்த்தபடி நின்றுகொண்டிருந்தார் ஜனாதிபதி.

45

வழக்கம்போல அதிகாலையிலேயே எழுந்துவிட்டிருந்தார் குலசேகரம். கடையிலே ரீ குடித்து வந்தார். இன்னும் தவமணி எழுந்திருக்கவில்லை. வசந்தியும்தான். பரமும்தான். அவர்களையும் எழுப்பிவிட்டிருக்க வேண்டியவள் தவமணியல்லவா? தூக்கம் வருகிறபோது படுத்து, எழும்புகிற நேரத்துக்கு எழும்பி ... என்ன வாழ்க்கை அது?

வெளிவாசல் உட்புறத்தில் எப்பவோ போடப்பட்டிருந்த வழுவழுப்பான கருங்கல்லில் வந்து அமர்ந்தார்.

டப்பு ... டப்பு ... என்று ஆங்காங்கே குழாய்களில் தண்ணீர் அடித்த சத்தம்.

கீழ்வீட்டுக்காரரும் எழுந்துவிட்டார்கள். மாடியிலுள்ள அவருடைய வீட்டில் இன்னும் யாரும் எழும்பியதாய்த் தெரியவில்லை. எரிச்சல் எரிச்சலாக வந்தது. “போய்ச் சத்தமொண்டு வைச்சால்தான் எழும்புங்கள்போல” என்று எண்ணிக்கொண்டிருக்க சுருட்டிய பத்திரிகை முற்றத்தில் வந்து விழுந்தது. எடுத்துப் படித்தார். பின் மடித்து கீழ்வீட்டு வாசல் படிக்கட்டில் கொண்டுபோய் வைத்துவிட்டு கருங்கல்லில் திரும்பிவந்து அமர்ந்தார்.

இருப்பினதும் வசிப்பினதும் வசதிக்குறைவுகளையெல்லாம் யோசிக்கிற ஒவ்வொரு பொழுதிலும் தன் ஊரும், தன் வீடும் ஞாபகம் வராமல் போகா அவருக்கு. அந்த நேரம், அந்த யோசிப்புக்காகவே இருந்தது போல்தான் இருந்தது அது ஓடிவந்து அவரில் ஏறிக் கொள்ளுகிற விதம். கருங்கல் அந்த நேரத்தில் அவரின் தவிசு.

நினைவு சுழித்தெழுந்து வீட்டை நிர்மாணித்தது.

பதினெட்டுப் பரப்பு பரந்த காணியின் முன்பக்கத்தில் இரண்டறை ஓட்டு வீடு. தீராந்தி வளைகளில், வைரித்த பனை மரங்களில் உளி இழைப்புச் செய்து போட்டுக் கட்டியது. வேப்பமர கதவு, நிலைகள். ஜன்னல்களுக்கு முதிர்ந்த நாவல். மரக்காலையில் வாங்கியவையில்லை. ஊரிலே திரிந்து மரமாய்ப் பார்த்து வாங்கி தறித்து அறுத்தெடுத்த நிலைகளும், பலகைகளும். அஞ்சு இஞ்சி அகலக் கல்லறுத்து எழுப்பிய புறச் சுவர்கள். சூடு வீட்டுக்குள் எட்டியும் பார்க்காது. அந்தளவுக்கு வளவையும் சோலையாக்கி வைத்திருந்தார். வாழை, மாதுளை, எலுமிச்சை, மா, பலா, தென்னை, தீன்முருங்கை ... எது இல்லாமலிருந்தது?

நிலமும், வீடும் அமைவதே ஒரு வாழ்முறை பற்றித்தான். அவர் ஒரு தனித்துவமான கலாசாரத்தின் பிரதிநிதி. அதனால்தான் தனி வீடு ...

தனி வீடு என்று சொல்லிக்கொண்டிருந்தார். ஆனாலும் அந்த வீடுதான் வாடகைக்கும் முன்பணத்துக்கும் தோதாக அவருக்கு வாய்த்தது. அவர் மேலேதான் இருக்கிறார். ஆனாலும் அவருக்கு தனக்கு மேலேதான் யாரோ இருப்பது போல. தொம்...தொம்... என்று ஏதாவது ஓசை கேட்டால் தன் மேல் யாரோ மிதித்து நடப்பதுபோல் பதற்றம். வாழ்க்கை அந்த மண்ணில் அவருக்குத் தலைகீழாய் மாறியிருந்தது.

எல்லா உத்தரிப்புக்களையும் யோசிக்க அவருக்கு சிவாமேல் கோபம் பற்றிக்கொண்டு வந்தது.

இயக்கத்தில் சேர்ந்துகொண்டு அவன் இங்கே ஓடிவராதிருந்தால் அவர் ஏன் இங்கே வரப்போகிறார்? முதலில் அவர்தான் வந்தார். தான் ரட்சக பூமியில் இருந்துகொண்டு, போர்க்களத்தில் மனைவி பிள்ளைகளை விட்டுவைக்க யாருக்கு மனம் வரும்? அதனால் மனைவி பிள்ளைகளை அங்கே வருவித்தார். சிவாவை இயக்கத்திலிருந்து வெளியே எடுத்தது மட்டும் போதுமாயிருக்காமல், இருதய வருத்தக்காரனான அவனை எப்படியாவது வெளிநாடு அனுப்ப படாதபாடுபட்டார். இதற்காகவே பாஸ்போர்ட் 'செய்து' கொடுக்கிற ஒருவனோடு, அவனுக்காக ஆயிரக்கணக்கில் செலவழித்துக்கொண்டு கொஞ்சக்காலம் அவனோடு இழுபட்டுத் திரிந்தார். ஒன்றும் சரிவரவில்லை. இந்தியாவில் சட்ட மீறல்களுக்கு கொஞ்சம் கெடுபிடி கிளம்ப, அவனவனும் தான்தான் தப்பிக்கொண்டு ஓடிக்கொண்டிருந்தான். என்ன ஏது செய்வதென்று தெரியாத ஒரு தடுமாற்றத்தில் நின்றபோதுதான் அவருக்குத் தெரிந்தது, எதிர்வீட்டு மாலாவின் சகோதரி பிரான்ஸ் போய்விட்ட சேதி. மாலாவுக்கு சிவாமேல் இன்னும் இருந்த விருப்பத்தை அவர் சரியாகப் பயன்படுத்திக் கொண்டார்.

பேசினது பேசினதுபடி அவர்களும் நடந்தார்கள்தான். யாருக்கு அதிர்ஷ்டமில்லை? தனக்கா, சிவாவுக்கா? வெளிநாட்டுக்கென்று போனவன் விமான நிலையத்தில் பயணப் பத்திரங்கள் போலியென்று பிடிபட்டு... எல்லாம் தோல்விக்கு மேலே தோல்வியாகிப் போனது. இனி அவர்களிடம் எதையும் வற்புறுத்த முடியாது. அவரது ஆசைதான் குற்றுயிராய்க் கிடந்து துடித்தது. அவருக்கு ஆசையென்பதற்காக அவர்களோடு நியாயமில்லாமல் எதையும் பேசிவிட முடியாது. அதுவும், அந்த விசுவலிங்கத்தோடு என்ன பேசுவது? தனக்கே தீமையென்று தெரிந்தாலும் அதற்கு நியாயமில்லாமல் நடக்கத் தெரியாத மனசு.

முதற் பயணத்தை ஏற்பாடு செய்வதற்கு முன்னரே அவர்கள் மனத்தை முறித்துப் போட்டுவிட்டார் குலசேகரம். பிறகு வீட்டையும் மாற்றிக்கொண்டு எட்ட வந்துவிட்டார்.

காலம் ஓடிக்கொண்டிருந்தது.

சீவியப்பாடு பெரிய பிரயத்தனத்தில் நடந்து கொண்டிருந்தது. சில நெருங்கிய சொந்தங்களின் பிள்ளைகளும், தூரத்து உறவினர்களும் வெளிநாட்டிலிருந்தார்கள். அவர்களுக்கு எழுதி அப்பப்ப சிறிது பணம் வருவித்துக் கொள்ளுகிறார். அவர் பையில் உள்ள பணம்

இன்னும்தான் தவமணிக்குத் தெரியாது. இல்லாமல்கூட இருக்கலாம். வாங்கிப் போடுவதைச் சமைத்துப் போடுவதுதான் அவளது வேலை. ஒரு காலம் மீன் இறைச்சி எல்லாம் இருந்தன. இப்போது ஒற்றைக்கறி. சாம்பார் வைப்பதில்லையென்பதுதான் ஒரு திருப்தி. வேறு எந்த வசதியும் முற்றாக இழந்திருந்தது அந்தக் குடும்பம். தோட்டக்காரரான குலசேகரத்துக்கு சென்னையிலே என்ன வேலை கிடைக்க முடியும்? உழைக்காவிட்டால் அந்தமாதிரி கஷ்டங்கள் அனுபவித்துத்தான் ஆகவேண்டும். ஆனாலும் கடிதமெழுதுவதுகூட ஒரு வேலைதானே? எப்போதாவதுதான் உறவினரிடம் பணம் கேட்கமுடியும். அதற்காக எப்போதாவது கடிதமெழுதிவிட முடியாதே. அந்த ஒழுங்கைக் கவனிப்பது சுலபமில்லை.

திரும்பிப் போய்விடலாமா... திரும்பிப் போய்விடலாமாவென்று மனைவியோடு ஆயிரம்முறை பேசியாகிவிட்டது. தவமணியும் திரும்பிப் போய்விடலாமென்று தீர்மானமாகத்தான் சொல்கிறாள். நடைமுறையில்தான் சரிவராமலிருந்தது.

திரும்பிப் போய்விடலாமென்றதும் மூட்டையைக் கட்டிக்கொண்டு நடையைத் துவங்குகிற விஷயமில்லை அது. இன்னும் . . . மூட்டை கட்டாமல் போகிற பயணம். அதுக்கு நிறைய பணம், ஆயத்தங்கள் தேவையாக இருந்தன.

அவருக்கு குடும்பத்தை எப்படி நடத்துவதென்று தெரியவில்லை. பண விஷயத்தை மூடி தனக்குள்ளே வைத்துக்கொண்டாலும் வெளிவிவகாரங்களைப் பேசியாக வேண்டுமே. தவமணியோடுதான் பேச முடியும்.

முதல்நாள் பேசியிருந்தார்.

'என்ன, தவம்? என்ன செய்யலாம்? சிவாவைப் பாத்தால் போற அலுவலைக் கவனிக்கிற மாதிரித் தெரியேல்லையே!'

'எனக்கும் அதே தியானம்தான். கையெடுக்காத கோயில் இல்லை. கடவுளும் கண்திறக்க மாட்டனெண்டு நிக்கிறார்...'

'சிவா வெளிநாடு போய் பரத்தைக் கூப்பிட்ட அடுத்தநாள் செத்துப் போறதெண்டாலும் சந்தோஷமாய்ச் சாவன். மூத்த பொம்பிளச் சகோதரத்தின்ர பாரத்தை ரண்டு பெடியளும் தாங்கிக் கொள்ளுங்கள்...'

'ஏன் அப்பிடிச் சொல்லுறியள் வாயோதியாய்? இந்தச் சனி மாற்றத்தோட ஒரு நல்லவழி பிறக்கத்தான் போகுது, பாருங்கோவன்...'

'அதுதான் என்ர எண்ணமும். சிவா வந்தால்... ஒருக்கா இதைப்பற்றி அவனோட பேசு.'

அவரும் அதுபோல் எத்தனையோமுறை சொல்லிவிட்டார். அவளும் எத்தனையோமுறை பேசிவிட்டாள். எதுவும் அவர்கள் தீர்மானத்தில் இல்லைப்போல நிலைமை நகரமறுத்தே கிடந்தது.

மேலே நடமாட்டம் தெரிந்தது. எழும்பிவிட்டார்கள் போலும்!

பத்து மணிக்கு மேல் பரத்தைத் தேடிக்கொண்டு சபா வந்தான். “பரம் நிக்குதோ?”

“எங்க தம்பி இப்ப அவனை இழுத்துக்கொண்டு போகப் போறீர்?” குலசேகரம் கேட்டார்.

“கிறிக்கெற் விளையாடப் போறம்.”

“கிறிக்கெற் விளையாடினால் நல்லதுதான். சிலவில்லாத விளையாட்டு. எண்டாலும்... வெய்யில் ஏறிக்கொண்டிருக்கே உச்சியைப் பிளக்கிறமாதிரி.”

“ஏரிக்கரைப் பக்கம் வெய்யில் தெரியாது.”

பரத்தைக் கூப்பிட்டு விட்டார்.

“ஏன் சபா, சேனன் வரேல்லையோ?” என்று கேட்டபடி வந்தான் பரம்.

“இல்லை. கனடாவிலயிருந்து அவையின்ர சொந்தக்காற ஆக்கள் ஆரோ வீட்டுக்கு வருகினமாம். எயாப்போர்ட்டுக்குப் போறான்” என்றான் சபா.

சிவாவும் பரமும் சென்ற பின்னர், விறாந்தைச் சுவரோடு சாய்ந்திருந்த குலசேகரம் உட்பக்கம் திரும்பி, “தவம்!” என்றார்.

“சொல்லுங்கோ.”

“மாலா சொல்லுவாளே மகேஸ்வரி மாமியெண்டு...”

“ஓ...”

“அவ கனடாவிலயிருந்து இண்டைக்கு வாறாபோல.”

கனடாவிலிருந்து மகேஸ்வரி மாமி வந்தால யாருக்கென்ன என்பதுபோல், “ச்சூ...” என்று அடங்கினாள் தவமணி.

கண்களை மூடிக்கொண்டு சுவரோடு தலையைச் சாய்த்தார் குலசேகரம். அவருக்கு மட்டும் ஏன் கனவு?

46

மகேஸ்வரியின் வருகை தெரிந்தவுடனேயே ராஜேந்திரனுக்கு தொலைபேசியில் தகவல் சொல்லிவிட்டாள் அரசி. அவன் நான்காம்தேதி மும்பையிலிருந்து சென்னை வந்தான். அம்மா மாலா வீட்டிலேதான் நிற்பாள். அதனால் அரும்பாக்கத்தில் அவசர அவசரமாக வீடொன்று எடுத்து, அங்கே அரசியைக் குடியேற வைத்துவிட்டான். மதுரையிலிருந்த வாலாம்பிகையை தானே போய் அழைத்துவந்து அங்கே விட்டான். மாலா வீட்டிலும் பனாட்டுப் பத்திப்போய் இருந்த மெத்தையைத் தூக்கியெறிந்துவிட்டு புது மெத்தை வாங்கிப் போட்டான்.

அரசி தனக்குத் தனிவீடு தேவையில்லையென்று எவ்வளவோ சொல்லிப்பார்த்தாள். மாமி கனடா திரும்பிய அடுத்த வாரத்தில் தானும் யாழ்ப்பாணம் போகத் தயாராகி விடுவாள் என்று சொன்னாள்.

அப்போது அந்த வீட்டை தனது தேவைக்கு எடுத்துக்கொள்வதாக அவன் தெரிவித்தான்.

அப்போது விசுவலிங்கம் அங்கேதான் நின்றிருந்தார். ராஜேந்திரனையே பார்த்தபடியிருந்தார். அவனுக்கு சென்னையில் ஒரு வீடு வேணுமென்பது எவ்வளவு சரி. அவன், அவனது மனைவி, பிள்ளை எல்லோரும் இனி அங்கேதானே வந்து இருந்தாக வேண்டும்; அவள் பழகிய தமிழ் அப்போதுதானே மிக்க பயன்பாடு அடையும்... என்றெல்லாம் அவர் எண்ணியிருப்பார்தான்.

ஆனால் ராஜேந்திரனாக அந்த உறவை வெளிப்படுத்த சாத்திய மில்லையாதலால் வேறு யாராவதுதான் அந்த உடைப்பைச் செய்தாக வேண்டும். யார் செய்வார்கள்? அந்த உடைப்பு அந்த அஸ்ஸாமியப் பெண்ணுக்கும் குழந்தைக்கும் அவனுக்குமே நன்மையைச் செய்யும்.

பலவாறாக எண்ணியபடி வெளிக்கிட்டுக் கொண்டிருந்தார்.

சரஸ்வதிக்கு மனம் கசிந்து போயிருந்தது, அம்மாவுக்கு அது வேணுமெல்லோ, அம்மாவுக்கு இது வேணுமெல்லோ என்று அவன் பட்ட அக்கறையைப் பார்த்து.

மறுநாள் காலை டெல்லியிலிருந்து வரும் விமானத்தில் அம்மா சென்னை வருகிறாளென்ற நிலையில் அன்று மாலையே ராஜி, கமலா, அரசி, வாலாம்பிகை, ராஜநாயகம், விசுவலிங்கம், சரஸ்வதி, மாலா எல்லோரிடமும் விடைபெற்றான் ராஜேந்திரன். ஏன், நின்று அம்மாவைப் பார்த்துக்கொண்டு போயேன் என்று ராஜி சொன்னதற்கு, வேலையிருக்கு, போய்விட்டு அடுத்த கிழமை திருவனந்தபுரம் போகிறபோது வந்துபோவதாகச் சொல்லிக்கொண்டு ஸ்ரேஷன் போய்விட்டான்.

அவள் யோசிப்பதற்கு ... நெகிழ்வதற்கு ... அந்த இடைவெளி நல்லதுதான். அம்மாவின் மனநிலை எப்படியிருக்கிறது, தன்னை விசாரிக்கிறாளா? என்பவைபற்றி இரண்டு மூன்று நாளில் தொலைபேசியெடுத்துச் சொல்லும்படி மாலாவிடம்தான் சொல்லிச் சென்றிருந்தான். மறந்துவிடாதே மாலா என்று திரும்பத் திரும்பச் சொல்லியிருந்தான்.

மகேஸ்வரி வந்து இரண்டு நாட்களாயிற்று. ராஜநாயகம், இன்னும் முன்பு அறிமுகமாயிருந்த இரண்டு இலங்கையர் வீடுகளுக்குப் போய் எல்லோரையும் பார்த்துமானது. மூன்றாம் நாள் அரும்பாக்கம் சென்றிருந்தபோது அங்கிருந்து போரூர் போவது சுலபம், ராஜியைப் பார்த்துவந்தாலென்ன என்று மகேஸ்வரியைக் கேட்டாள் மாலா. அங்கிருந்து அண்ணாநகர் வர பாதையில்லையோ? என்று பதில் கேள்வி கேட்டாள் மகேஸ்வரி. அது புரிய சிறிது நேரமாயிற்று மாலாவுக்கு. “வருவா. எப்பிடி நேர்நேராய்ப் பாக்கிறதெண்ட பயத்திலதான் வராமலிருப்பா” என்றாள் மாலா.

அண்ணாநகர் திரும்பிய பிறகு பி.சி.ஓ. போய் வந்துபார்க்காவிட்டால் அம்மா குற்றமாக நினைப்பாள், கமலாக்காவைக் கூட்டிக்கொண்டு ஒரு

பொழுதுபடுகிற நேரத்திலாவது வந்து பார்த்துவிட்டுப் போகும்படி ராஜிக்கு தொலைபேசிசெய்து சொன்னாள் மாலா.

மறுநாள் காலை. எல்லோரும் கூடத்துள் அமர்ந்திருந்தார்கள். சாப்பாட்டு நேரமாதலால் வேடிக்கையாகப் பொழுது போய்க்கொண்டிருந்தது. சிவாவும், மாலாவும் அறைக்குள் நின்று 'பிடுங்கப்பட்டுக் கொண்டிருப்பது' லேசாய் எல்லோருக்கும் தெரிந்தது. மகேஸ்வரியும், குடும்பச் சண்டையானாலும் கவனிக்கத் தவறவில்லை. குழந்தைகள் இரண்டும் சொல்லிக்கொண்டு பள்ளிக்குக் கிளம்ப, கலகலப்பு குறைந்து குடும்ப கலம்பகம் பெரிதாய்த் தெரியவாரம்பித்தது.

மாலா அறைக்குள்ளேயிருந்து முதலில் வெளியே வந்தாள். அந்த மாதிரி ஒரு முகம் இருக்கக்கூடாது. அதில் வெறுப்பு இருந்ததென்றில்லை. அதுவே வெறுப்பாயிருந்தது.

சிவா வாசலில் உள்ளொதுங்கியே அப்போதும் நின்றிருந்தான். வெளியே வர வேண்டியிருந்தது. எல்லோரையும் பார்த்து நியாயம் கேட்கிற துடிப்பிருந்தது. ஆனால் வெட்கம் அவனை அமுக்கியே வைத்துவிட்டது. தன் இல்லாமையை அனுபவித்து அனுபவித்து தனக்குள் அவன் சுருங்கிப் போயிருந்ததை ஏற்கனவே மகேஸ்வரி கண்டிருந்தாள்.

"நானாய்த்தான் தேடி வந்தன். அதுக்காக... காலுக்குள்ள கிடந்து மிதிபடுவனெண்டு மாத்திரம் நினைக்கவேண்டாம்" என்றவாறு குசினிக்கு நடந்தாள் மாலா.

ஏன் அந்தப் பிரகடனம்? அவனுக்காகவா, அங்கே இருந்தவர் களுக்காகவா? அவளின் பலமென்ன? அவனின் பலஹீனமென்ன? பணம்தானே?

அவன் மிகநொறுங்கிய தருணம் அதுவாகவே இருந்திருக்க முடியும். அழுமளவு வேதனையில் தோய்ந்து சொற்கள் உதிர்ந்தன. "இப்பிடியெல்லாம் சொல்லவருமெண்டு அப்பவே அம்மா சொன்னவ."

"அப்பிடியே விட்டிருக்க வேண்டியதுதானே? பிறகு எதுக்கு அய்யா காவடி எடுத்தாராம்?"

"எல்லாம் அவரால வந்த வினைதான்."

"அவருமென்ன, பரிதாபம் பாத்தே கலியாணம்செய்து வைக்க வந்தவர். எவ்வளவு கீழ்த்தரமாயெல்லாம் பேசியிருப்பார் முதல்ல தெரியவரேக்கை! வெளிநாட்டில ஷீலா இருந்ததால, மகனையும் பிரான்ஸுக்கு அனுப்பியிடலாமெண்டுதானே வாசல் கதவு திறந்தவர்?"

பேச்சுக்கள் அடக்கமில்லாமல் நீளுவது கண்டு அதட்டி அடக்கப் பார்த்தாள் மகேஸ்வரி. சரஸ்வதி ஒன்றும் செய்யத் தோன்றாமல் பார்த்துக் கொண்டிருந்த வகையில் தலையிடுவது அவசியமென்று அவள் நினைத்திருக்க வேண்டும். ஆனாலும் பாவிப்பெண் அவளது வாயிலிருந்து அந்த வார்த்தைகள் வெளிவந்து விடுகின்றன. "அப்பர் ஒழுங்காய்த்தான் எல்லாம் பேசினார். ஆனா உங்களைக் கடைசிவரையும்

வைச்சு சாப்பாடு போடவேணுமெண்ட விஷ யத்தைப்பற்றி மூச்சே காட்டேல்லையே, ஏன்?"

'அடிப்பாவி!' அதிர்ந்தாள் மகேஸ்வரி. 'வீட்டோடு இருக்கிறது என்பதற்காக இப்படியா எடுத்தெறிந்து... ஒரு புல்லைப் போல... ம்?'

யாரும் பேசவில்லை.

மௌனம் செறிந்து சூழல் அவலமாய்த் தெரிந்தது.

சிறிது நேரத்தில் சட்டையை எடுத்துப் போட்டுக்கொண்டு சிவா வெளியே வந்தான். சரஸ்வதியின் முகத்தைத்தான் ஒரு நிமிடம்போல் உற்றுப் பார்த்தபடி நின்றான். அவன் கண்களின் துளி, உதிரவும் திகைத்திருந்ததுபோல் கண்ணிமை விளிம்பில் தளும்பியபடி நின்றிருந்தது. மறுகணம் சட்டெனத் திரும்பி நின்று கண்களைத் துடைத்தான். பின் விறுவிறுவென நடந்து வீதியேறினான்.

பக்குவப்படாத ஊடல் வகையாய் அதைக் கொள்ளமுடியும். மகேஸ்வரிக்கு அது தெரிந்திருந்தது. அந்தத் தலைமுறை எதைத்தான் தீவிரமாக எடுத்துக்கொண்டு நடந்திருக்கிறது? ஆனாலும் அந்த அடி மனத்தை வடுப்படுத்தும்.

மன வடுக்கள் லேசுவில் மறைவதில்லை.

இரண்டு நாட்கள் ஆயின.

சிவா தானாகத் திரும்பி வரமாட்டானென்று தெரிந்திருந்தும் யாரையும் அனுப்பியாவது கூப்பிடுகிற முயற்சியை மாலா மேற்கொள்ளவில்லை.

சரஸ்வதி, எல்லாம் தன் தலைவிதி என்று நொந்தவள்போல் உறைந்து போய். விசுவலிங்கம் நடந்தது தெரிந்த/தெரியாத பாவனையே காட்டவில்லை. வழக்கம்போல வந்தார்; தூங்கினார்; எழுந்தார். காலையில் எங்காவது வெளியே சென்றார்.

மகேஸ்வரியாகத்தான் மூன்றாம் நாள் மாலையில் சேனனையும் அழைத்துக்கொண்டு குலசேகரம் வீடு சென்றாள்.

சிவா தவிர, அந்த வீட்டில் அவளுக்கு யாரையும் தெரியாது. ஆனாலும் மனிதர்களின் நல்லெண்ணத்தில் நம்பிக்கைவைத்து ஒரு நல்ல விஷயத்தை முயற்சிக்க யோசிக்கவேண்டியதில்லை.

மகேஸ்வரி சென்ற வேளை சிவா, குலசேகரம், தவமணி, வசந்தி, பரம் என்று எல்லோருமே வீட்டில் நின்றிருந்தனர். வசந்தி தவிர மற்றவர்கள் வெளியே விறாந்தையில்.

மகேஸ்வரி வருவதைக் கண்டுகொண்டு சிவா சொல்ல, நிமிர்ந்து பார்த்த குலசேகரத்துக்கு நம்பமுடியவில்லை. இவளா கனடாவிலிருந்து வந்து நிற்கிறாள்? தலையைப் பின்னி விட்டிருந்தாள் பின்னே. வெண்ணிழைகள் நிறைய ஓடியிருந்தன. நெற்றி வெறுமையாய்க் கிடக்கக் கூடாதென்று ஒரு திருநீற்றுச் சிறு கீறு. புள்ளியிட்ட மேகநீலச் சேலையும்

சட்டையும். முன்பிருந்ததைவிட கொஞ்சம் நிறத்திருந்தாள். கொஞ்சம் பொலிந்திருந்தாள். அவ்வளவுதான்.

கனடாவில் அவள் வயதிலுள்ளவர்கள் நாகரீகமாக இருப்பார்கள்.

அவள் நெருங்கி வர, "வாருங்கோ" என்று எழுந்து வரவேற்றார் குலசேகரம். சிவா எழுந்து தள்ளி நகர்ந்தான்.

கிட்டப் பார்த்தபோதுதான் அவளது வெண்மையில் ஓடிய பனிதேசத்தின் மினுமினுப்பொன்று இருப்பதை அவரால் காண முடிந்தது. பணம் ஒரு வசதியாக சில பலங்களை அவளுக்கு அளித்திருந்தாலும், அந்த மாதிரி அறியாத நாலுபேர் முன்னிலையில் போயிருந்து பிரச்சினைகளைக் கிளர்த்தி அல்லது சமாதானப்படுத்தி சம்பிரதாயபூர்வமான காரியங்கள் செய்து அவளுக்குப் பழக்கமில்லை. அவசியம் ஒரு திறமையைத் தருமென்று சொல்வது போல், அந்த சின்னக் குடும்பத்தின் சிறிய மனஸ்தாபங்கள் நாட்பட்டு, புண்ணாய் வெதும்பி முற்றிவிடக் கூடாதென்று எண்ணி வந்திருந்தாள்.

குலசேகரம் கலகலப்பாகப் பேசினார். பொதுவிஷயங்களைப் பற்றித்தான். பிறகுதான் சிவா பேச்சை அவள் துவங்கியது. "இதுகளுக்கு எங்கயிருந்துதான் இந்தக் கோவம் இப்பிடித் திடீர் திடீரெண்டு வருகுதோ?"

"நீங்களும் கொஞ்சம் புத்திமதி சொல்லுங்கோ" என்றாள் தவமணி: "ரண்டு நாளாய் நான் சொல்லிக் களைச்சுப் போனன். மனுஷி வந்து கூப்பிடேல்லையெண்டு அவருக்குக் கோவம். புருஷன் – பெண்சாதிக்குள்ள வாற கோபம் எத்தினை நாளைக்கு? அவ ஏதோ ஏற இறங்கச் சொல்லியிட்டாபோல இருக்கு..."

"நானும் இருந்தனான்தான் இவையின்ர தகராறு துவங்கின நேரத்தில. மனிசருக்கு எவ்வளவோ பிரச்சினை. ஒண்டையும் தெரியாமல் இவை தங்களுக்குள்ள புடுங்குப்பாடு" என்றாள் மகேஸ்வரி.

சிவா முரண்டுபிடிக்கிற ஜாதியில்லை. அத்துடன் பெரியோரின் பேச்சுக்கு மதிப்புக்கொடுத்து நடக்கிற குணமும் இருந்தது. "சட்டையைப் போட்டுக்கொண்டு வா, சிவா. நான் இருக்கிறன்... எங்க... அவ இனி ஏதாவது கதைக்கட்டும் பாப்பம்" என்று சொல்ல மறுவார்த்தை பேசாமல் கிளம்பி விட்டான்.

பொழுதுபடுகிற நேரத்தில் சிவாவைக் கூட்டிக்கொண்டு வீட்டுக்கு மகேஸ்வரி வந்தாள். வரும்போது வசந்தாவையும், தவமணியையும் வற்புறுத்தி அழைத்து வந்தாள். கல்யாணத்தின் பின்னும் அந்த இரண்டு குடும்பங்களினதும் அந்நியோன்யச் சிதைவை அவளால் பொறுக்க முடியாதிருந்தது.

மறுநாள் மாலையில் ராஜியும் கமலாவும் வந்தனர்.

கேற்றடியில் ராஜி வரக் கண்ட மகேஸ்வரி அவள் கோலத்தைப் பார்த்துத் திகைத்துப் போனாள்.

யோசிக்காமலே இருந்துவிட்டாளே. தன்னையே எரித்துக் கொண்டிருக்காவிட்டால் இந்தளவு க்ஷீணம் சாத்தியமில்லையல்லவா?

இதற்கு யார் காரணம்? இவளா? ராஜேந்திரன், 'அக்காவின் நிலைமையைப் பார்க்க முடியாதிருக்கின்றது' என்று எழுதியது உண்மைதான். தேய்ந்து போயிருக்கிறாள்... அழிந்து போயிருக்கிறாளென்றே எழுதியிருக்கலாம். ஓடிப்போய்க் கட்டிக்கொண்டு, 'இதென்னடி கோல'மென்று கதறவேண்டும் போலிருந்தது. அம்மன் கோபுரச் சிற்பம் போலிருந்தாளே. நிறையப் பிள்ளை பெற்றவள்போல் என்னவொரு கட்டிழப்பு! அடக்கிக் கொண்டாள். அதற்கு மேல் கூடத்துக்குள் நிற்கவில்லை மகேஸ்வரி. விறுவிறுவென்று மேலே போய்விட்டாள்.

தேநீர் குடித்து முடிய ராஜியை அழைத்துக்கொண்டு மேலேவந்தாள் கமலா. "கனடா போனதுக்கு நீங்கள் கனக்க மாறியிட்டியள், அக்கா" என்று பேச்சை ஆரம்பித்தாள்.

"பாத்து, பன்ரண்டு வருஷமெல்லே! அதுதான் அப்பிடித் தெரியுதாக்கும்" என்றாள் மகேஸ்வரி.

"எல்லாருக்கும் அந்த மாற்றம் வரும். நான் சொன்னது பழக்கத்தில ஏற்பட்டிருக்கிற மாற்றத்தை."

"என்னிலயா?"

"பின்னை? வெத்திலை சப்புறதை துப்பரவாய் விட்டாச்சுப்போல இருக்கு. பல்லு பளீரெண்டிருக்குது... இது பெரிய மாற்றம்தானே?"

"ஓ... நீ அதைச் சொல்லுறியா? வெத்திலை போடுறதை மட்டுமே. எத்தினையோ பேரின்ர நினைப்பைக்கூடத்தான் விட்டிட்டன்."

இனி கமலா அங்கே நிற்கக்கூடாது. தாயாச்சு, மகளாச்சு. சண்டை பிடித்தாவது ஒரு தெளிவோடு சமாதானத்துக்கு வரட்டும். "பேசிக்கொண்டிருங்கோ. கீழ போயிட்டு வந்திடுறன்" என்றுவிட்டு கீழே இறங்கினாள் கமலா.

மேற்கு சிவப்படித்திருந்தது. பூசணிக் கீறு போல் ஒரு சிவப்பு வளையம் தெரிந்தது பாதி மறைந்தபடி.

பக்கத்தில் தலை குனிந்தபடி அமர்ந்திருந்தாள் ராஜி. தாயார் தன்னையே உற்றுப் பார்த்துக்கொண்டிருப்பது பிரக்ஞையில் பட்டது. ஆனாலும்தான் நிமிராமலிருந்தாள்.

"என்ன உன்ர கோலம், ராஜி?"

அவள் மனம் வெடித்துச் சிதறியிருந்ததின் அடையாளம் அது.

ராஜி தலை நிமிர்ந்தாள். தாயாரின் பார்வைகள் பட ஓடி ஒளிவதுபோல் தலைகுனிந்தாள் மறுபடி. "கனகாலமாய் காம்ப்பில இருந்தது... அதுதான்..."

ஓங்கி அடிக்க வேண்டும்போல உணர்ந்து கொண்டிருந்தாள் மகேஸ்வரி. நிதானத்தை இழந்துவிடாமல் மேலே சொன்னாள்: "காம்ப்பிலயிருந்த எல்லாருமே உன்னைப்போல இப்பிடிச் சீரழிஞ்சிருக்க மாட்டினம்."

“என்ர விதி என்னைவிட்டு எப்பிடிப் போகும்?”

“எல்லாருக்கும் ஒரு விதி இருந்ததுபோலத்தான் உனக்கும் ஒரு விதி இருந்தது.”

“இந்த மாதிரி அவலத்துக்கு நான்தான் இருக்க ஏலும்…”

“எல்லாம் உன்ர பிழையால வந்ததுதானே. ஒரு பிழையிலயிருந்து இன்னொரு பிழை . . . பிறகு மற்றொரு பிழை. உன்ர அழிவே உன்னாலதான். இப்பிடி நடந்தால் இந்தமாதிரி ஆகுமெண்டு நான் அப்பவே சொல்லியிருக்கிறன்…” பற்கள் கிட்டி இரைந்தாள் மகேஸ்வரி. தன்னுள் விளைந்த வெறியை அப்பிடித்தான் அவளால் அடக்க முடிந்தது.

ராஜி அழத் துவங்கியிருந்தாள். மெல்லிய வெடிப்புக்களாய் இதழ் வெதும்பியது.

மொட்டை மாடியில் தெரு விளக்குகளின், பக்கத்துவீட்டு பின்பக்க விளக்குகளின் வெளிச்சங்கள் அப்பல் அப்பலாய் விழுந்தன. வானத்தில் இருள் விறுவிறுவென திரண்டு இறுகிக் கொண்டு வந்தது.

ராஜியின் நிலைமையில் மகேஸ்வரிக்கும், மனம் கனிந்தது.

“உன்னைப் பெத்த அருமையென்ன… வளர்த்த அருமையென்ன? நீ கேட்டு நான் எது இல்லையெண்டன்? ஆம்பிளப்பிள்ளை கேட்டு மறுத்திருக்கிறன். நீ கேட்டு நான் மறுத்ததில்லையே! இந்தக் குடும்பத்தைத் தூக்கி நிறுத்துவாயெண்டிருந்தன். குடும்பம்… அந்தச் சன்னதியான் அருளால ஒருமாதிரி நிமிர்ந்துது. ஆனா நீ இப்பிடி படுகிடையாய் விழுந்திட்டியே. விதி வந்து அழிஞ்சு போகலாம். மதிகெட்டு அழிஞ்சுபோறது கொடுமை. நீ, உன்னை மட்டுமில்லை… என்னையும்தான் அழிச்சுக்கொண்டிருக்கிறாய். விதியால கெட்டான் நளனெண்டால், மதியால கெட்டது நீ.”

“அம்மா..!”

அவள் கேட்டதாயில்லை. “சின்ன வயசிலயே நீங்கள் தேப்பனைப் பறிகுடுத்திட்டியள். இருந்தும் அந்தரிக்கவிடாமல் வளர்த்தன். அப்பிடியான எனக்கு நீ காட்டுற நன்றிக் கடமையோ இதெல்லாம்? இப்பிடியெல்லாம் நீ நடப்பாயெண்டு தெரிஞ்சிருந்தா… அண்டைக்கே நான் கிணத்துக்கை விழுந்து மாய்ஞ்சே போயிருப்பன்.”

“அதில்லை அம்மா…”

“இந்தக் குடும்பத்துக்கு ஒரு பழிச்சொல் வரவிடமாட்டன்… எவ்வளவு கஷ்ரப்பட்டெண்டாலும் காப்பாத்துவன் எண்டு அண்டைக்கு எனக்கு நீ சத்தியம் பண்ணிக் குடுத்தனீ. மறந்திட்டியா? இண்டைக்கு இந்தக் குடும்பத்துக்குமேல பழியிருக்கு. சுந்தரத்தாரைத் தெரிஞ்ச ஆக்கள் எத்தனையோ பேர் என்னைக் கேட்டிருக்கினம், ‘சுந்தரத்தாரின்ர மோனுக்கும் உங்கட மோளுக்குமெல்லோ றிஜிஸ்ரேஷன் நடந்தது, அவரின்ர மகன் பிரான்சிலயாம்… உங்கட மகள் ஏன் இந்தியாவில நிக்கிறா’ எண்டு. பழி… பழி… கனடாவிலயும் இந்தியாவிலயும், தீவிலயும்… எங்க போனாலும் பழி…”

"..."

"இப்ப எனக்கு உன்ர பதில் தேவை."

ராஜி திடுக்கிட்டாள். அவள் பயந்திருந்த கோணத்துக்கு அம்மா அத்தனை விரைவாகவா வந்துவிட்டாள்? சுதாரிப்புக்கு அவகாசமே இல்லாமல் நேரடியான இறக்கம். திட்டமிட்டே மாடிக்கு வந்திருக்கிறாள்.

"நான் ஊர் பாக்க வரேல்லை. உன்னைப் பாக்கத்தான் வந்தன். விஜியே சொல்லியிட்டாள், நீங்கள் போய் அக்காவின்ர விஷயத்தைப் பாத்து வாருங்கோ, இஞ்ச எனக்கு இவர்மட்டும் போதுமெண்டு ... நான் போகேக்குள்ளை சரியான முடிவோட போகவேணும்... எனக்கு உன்ர பதில் தேவை."

யாரோ மாடிக்கு வந்துவிட்டு, விஷயத்தின் தீவிரத்தில் சடாரெனத் திரும்பிக்கொண்டு இறங்கிச் சென்றனர்.

நேர் நேராகவே விஷயத்துக்கு வந்தாள் மகேஸ்வரி. "ஷீலாவோட சுதன் இப்ப இல்லை. அஞ்சு வருஷமாகுதாம் அவை பிரிஞ்சு. அந்த உறவின்ர ஞாபகத்துக்கு ஒரு பிள்ளைகூட அவைக்குப் பிறக்கேல்லை. சுதனுக்கும் உன்னோட வாழ விருப்பமாய் இருக்கு. இந்த நிலைமையில சுதனை மறுக்கிறதில அர்த்தமில்லை. நேற்றுத்தான் சந்திரமோகனோட பேசினன். சந்திரமோகன் கெதியில இஞ்ச வருகுது. சுதன் ஜேர்மனி போயிட்டு வருமாம். நாங்கள்... வரச்சொன்னால் வருமாம். அதாவது... நீ சம்மதிச்சால் வருமாம். நான் அம்மா... நீ பிள்ளையெண்டு தொடர்ந்து நாங்கள் பழகப்போறது நீ சொல்லப் போற பதிலிலதான் இருக்கு..."

"அம்மா..." ராஜி தடுமாறினாள்.

அப்போது அழுகைகூட வராமல் விட்டுவிட்டது. ஒரு பயங்கரம்.. ஒரு பொறி... அம்மாவென்ற பொறி... 'யோகேஷ்..! எங்கேயடா நீ! ஓடி வா..! இப்பவே ஓடி வா! என்னைக் கூட்டிக்கொண்டு போ! சுதனைத் திரஸ்கரிக்கவும் உன்னோடதான் வந்தன். இப்ப... இந்த இக்கட்டான நிலையிலருந்து மீளவும்... நீதான் எனக்கு உதவி செய்ய வேணும். ஓடி வாடா!'

கமலா வந்தாள்.

நிலைமையை ஊகித்து அறிந்துகொண்டு, "இப்பவே பதில் எப்பிடி அக்கா சொல்ல ஏலும்? ஒரு பத்து நாளாவது..." என்றாள்.

"அதுக்குள்ள சந்திரமோகன் வந்திடும். என்னாலயும் இவவின்ர பதிலுக்காகக் காத்துக்கிடக்க ஏலாது. ஒரு கிழமை... ஏழே நாளில எனக்குப் பதில் வேணும். இஞ்ச வராட்டி நான் போரூருக்கு வருவன், பதில் கேட்கிறதுக்காகவெண்டாலும். ராவிலயும் வடிவாய்த் தெரியுது அண்ணாநகர் ரவர்... அதில ஏறி பாய்ஞ்சிடுவன்... உனக்கு என்ர குணம் தெரியும்... ஞாபகமிருக்கட்டும்..."

மகேஸ்வரி எழுந்து விடுவிடுவென்று படியிறங்கிப் போய் விட்டாள்.

அசோக மரம் சலசலத்தது.

மகேஸ்வரி சென்னை வந்து அத்தனை நாட்களிலும், அந்த வீட்டில் இருந்துகூட, விசுவலிங்கத்தோடு அவள் மனம்விட்டுப் பேச வசதி கிடைக்கவில்லை. அவர் ஓடிக்கொண்டிருந்தார். காரணமெல்லாம் முன்பு அவள் அங்கே தங்கியிருந்த காலத்தில் சரஸ்வதி சொல்லியிருக்கிறாள்.

முன்புபோலவே அப்போதும் அவருக்காக அவள் இரக்கப்பட்டாள். அந்த வயதுக்குமேலே அந்தமாதிரி ஓடியோடி உழைப்பதென்பது மகாதுரதிர்ஷ்டம். அவர்கள் வாழ்க்கை, அச்சைவிட்டு விலகிவிட்டதென்பது நிஜம். ஆனால் அந்த நிலையிலும் பலபேர் அந்தளவு ஓடாமலேதான் வாழ்ந்து கொண்டிருந்தார்கள். அவருக்குமட்டும் விதி வேறாகிப் போனதா? மகேஸ்வரி அங்கே வந்தபிறகும் பலமுறை அதுபற்றி யோசித்திருக்கிறாள்.

அன்று அதிகாலையில் அவளுக்குத் தூக்கம் கலைந்துவிட்டிருந்தது. எழுந்து வெளியே முற்றத்துக்கு வர, மொட்டை மாடியில் படுத்திருந்த விசுவலிங்கம் அப்போதுதான் எழுந்து சோம்பல் முறித்துக் கொண்டிருந்தார். அவருக்கு அவசரமில்லாதிருப்பது தெரிந்து மகேஸ்வரி மேலே சென்றாள். “என்ன அண்ணர், இண்டைக்கு ஒரு இடமும் போகேல்லைப்போல? அவசரமில்லாமல் இருக்கிறியள்” என்றாள்.

“உடம்பெல்லாம் ஒரே குத்துளைவாயிருக்கு. காய்ச்சல் வாறமாதிரித் தெரியுது. அதுதான் பாத்துப் போகலாமெண்டிருக்கிறன்.”

அவள் கட்டினிலே சாய்ந்துகொண்டாள். அவர் முன்னால் நின்றிருந்தார், பீடி புகைத்துக்கொண்டு.

“ராஜி என்ன சொல்லுறா ..?” என்று பேச்சை ஆரம்பித்தார்.

அவள் முகம் திருப்தியின் எறியம் காட்டியது. கூடவே ஒரு திடம். ஏற்கனவே செய்யப்பட்டுவிட்ட தீர்மானங்களின் வைரம்.

நிலைமை புரிந்ததால் அவள் குழம்பவில்லை. அவள் சொன்னாள், “அவ சொல்லுறதுக்கு என்ன இருக்கு? சொல்லுறதெல்லாம் சொல்லி அவவுக்கு முடிஞ்சுது. இனி நாங்கள் சொல்ல அவ கேக்க வேண்டியதுதான்” என்று.

“அது சரிதான். அவையாய் ஏற்படுத்திக்கொண்ட தொடர்புதானே? சம்மதமெண்டு சொல்லியிட்டாவெண்டால் பெரிய திருப்தி.”

“இன்னுமில்லை. நான் வந்ததே அதுக்காகத்தானெண்டு ராஜிக்கு நல்லாய்த் தெரியும். சம்மதம் வாங்காமல் விட்டிடமாட்டன். யோசிக்கட்டும். சந்திரமோகன் வாறதுக்குள்ள பதில் எனக்குத் தெரியவேணுமெண்டு சொல்லியிருக்கிறன்.”

விசுவலிங்கம் யோசித்தார்: இந்த ஊட்டில ராஜேந்திரனின் விஷயத்தைச் சொன்னாலென்ன?

அவன் சொல்லவேண்டாமென்று கேட்டிருக்கிறான்தான். ஆனால் ஆரோ ஒருத்தர் தலையிட்டுத் துவங்கினால்தானே உண்டு. பேந்து .

. . பின்னையென்று இழுத்துக்கொண்டு போகிறதைவிட இப்பவே சொல்லிவிட்டால் மருமகளையும் பேரப்பிள்ளையையும் பார்த்தமாதிரி ஆகிவிடும் மகேஸ்வரிக்கும். ராஜேந்திரனில் இருக்கிற வெறுப்பு குறையவும் இதனால் வாய்ப்புண்டாகும். ராஜேந்திரனில் என்ன வெறுப்பிருக்கிறது மனுஷிக்கு? வந்து இத்தனை நாளில் அவனைப்பற்றி ஒரு பேச்சு ..? இப்படியும் இறுக்கமாய் ஒரு தாயால் இருக்க முடியுமா? பிறகு ஒரு சிந்தனை வந்து இடையிட்டது. இத்தனையும் அவனிலுள்ள பிடிப்பின் காரணமான எதிர்நிலைகளே! அவன் குடும்பமாய், ராஜாவாய் வாழுகிறானென்றால் பிடிப்பு வெளிவராமல் போய்விடுமா? இதுவெல்லாத்துக்கும் இனி ஒருமுறை கனடாவிலிருந்து மகேஸ்வரி வரவேண்டுமோ? சொல்வதை நிதானமாக... பக்குவமாகச் சொன்னால் சரியாகிப் போகிறது.

"ஏனண்ணை, குளிருறதுமாதிரியும் இருக்கோ?"

"போத்துக்கொள்ள வேணும்போல இருக்கு."

"மலேரியாபோல. இப்பிடியே விட்டுடாதேயுங்கோ. டொக்டரிட்ட காட்டி மருந்தெடுக்க வேணும்."

"ம். பத்து மணிபோல போகலாமெண்டுதான் இருக்கிறன்."

ஒவ்வொருவரும் தங்கள் தங்கள் மனத்துக்குள் வேறு வேறு எண்ணங்களைப் புரட்டிக் கொண்டிருந்ததனால்போலும் இயல்பானவொரு உரையாடல் விரியவில்லை.

அந்தக் காலை நேர வெளியும் பார்வை பதிக்கத்தக்கதாய் இருந்தது.

அண்ணாநகர் பத்தாண்டுகளில் மிகவும் மாறித்தான் போய்விட்டது. முன்பெல்லாம் இரவு நேரத்தில் நின்றுகொண்டு பார்த்தால் என்ன பெரிய வெளியாக அது விரிந்திருக்கும்! இப்போது சூழ அடுக்குமாடிக் கட்டிடங்களாய் நிறைந்து, அந்த வீட்டையே சிறுத்துப் போனதுபோல் தோற்றமளிக்கச் செய்து விட்டிருக்கின்றன. ஆனாலும்... மொட்டை மாடி எப்பவும் ஒரு அழகைச் செய்து கொண்டுதான் இருந்தது.

மகேஸ்வரியின் வானளாவிய பார்வை திரும்பியது. அவர் கண்களைச் சந்திக்க சிரித்தாள். "காலமையில மட்டும்தான் சென்னையை கொஞ்சம் பாக்கக் கூடியதாய் இருக்கு" என்றாள்.

மெய்தான். அதுக்கு மேலே கோடையானால் தூசும் தும்பும் வெப்ப மண்டலமுமாய், மாரியானால் சேறும் சகதியும் நிறைந்ததாய் அது ஆகிவிடுகிறதுதான். அதன் செவியடைத்த இரைச்சல் இரண்டு பருவங்களுக்கும் பொது.

"ஒண்டு கேக்கவேணும்..."

"கேளுங்கோ, அண்ணை."

"கோவிக்கக்கூடாது..."

அவள் சிரித்தாள்.

"வந்து இத்தனை நாள் ஆச்சுது. ராசேந்திரனைப்பற்றி ஒரு வார்த்தைகூட ... ஒருக்காக்கூட ... நீங்கள் பேசேல்லையே ..."

"நான் ஏன் பேசவேணும்?"

"ஆயிரம்தான் செய்தாலும், பிள்ளையெல்லோ?"

"எனக்கு கொள்ளிவைக்க பேரப்பிள்ளை இருக்குது."

அது அடம். அவர் நினைத்தார். அதுதானே ராஜியிடமும் இருக்கும்.

"அப்பிடி ... பெத்தபிள்ளையை எடுத்தெறிஞ்சு பேசியிடப்படாது, தங்கச்சி. எண்டாலும் ... ராசேந்திரன் மட்டுமாய் இருந்தாக்கூட இதுக்குமேல நான் பேசியிருக்க மாட்டன். ராசேந்திரம் இப்ப மூண்டு பேராய் இருக்குது. இனியும் நீங்கள் இப்பிடி புறக்கணிப்பாய் நடத்துறது நல்லாயில்லை ..."

"நீங்கள் என்ன சொல்லுறியள், அண்ணை?"

அவள் அந்தளவு குலைவாளென்று அவர் எண்ணவில்லை.

மெல்ல சொன்னார். "முந்தி ... கொழும்புக்கு வேலையாய்ப் போற பெடியளில நூற்றுக்கு பத்துப் பேராவது தாங்களாய் விரும்பி கலியாணம் செய்திடுவாங்கள். அதில அஞ்சு பேர் சிங்களப் பெட்டையளைச் செய்திருப்பாங்கள். இதெல்லாம் ஊர் விட்டு ஊர் போன நிலையில காலகாலமாய் நடக்கிற விஷயம்தான். நாடுவிட்டு நாடு வந்தாலும் இது நடக்கும்."

" ... "

அவள் மௌனமாயிருப்பது போலத்தான் தோன்றியது. ஆனால் அடிவயிற்றில் அவளுக்கு உளைவு தொடங்கியிருந்தது. முள்ளுருண்டையொன்று உள்ளிருந்து நெஞ்சுநோக்கி நகர்வதுபோலுமிருந்தது. அந்தப் பொதுப்பேச்சில் தன்னையும் இணைக்கும் ஒரு முடிச்சு விழுந்திருப்பதை உணர்ந்து அவள் குலைந்தாள்.

"நீங்களும் நாடு அடியுண்ட ஆள். இந்த உணர்வுகளெல்லாம் உங்களுக்கு விளங்காமல் போகாது. இது இப்ப ... உங்கட குடும்பத்திலயே நடந்திருக்கு ..."

"ராசேந்திரன் ..?" என்று அவரைப் பார்த்தாள்.

அவர் தலையசைத்தார்.

சிதறிப் போய்விடாமலிருக்க அவள் பெரும் பிரயத்தனப்பட்டாள்.

அவள் நிலைமை அவருக்கே அனுதாபமாய்ப் போய்விட்டது. சொன்னார். அதில் அவரே நினைத்திராத ... எதிர்பார்த்திராத தீர்க்கம் இருந்தது: "உங்கட குடும்ப விஷயத்தில தலையிடுறதாய் நினைக்காட்டி ... ஒரு விஷயம் சொல்லுறன். ராஜியிலயும் ராஜேந்திரனிலயும் இவ்வளவு காலமும் நீங்கள் அக்கறைப்படாமல் இருந்திருக்கக்குடாது. அவையின்ர வாழ்க்கை இந்த மாதிரி ஆனதுக்கு நீங்களும்தான் ..."

கனவுச்சிறை

"நானா சொன்னன், எழுதினவனை விட்டிட்டு ஓடிப்போய் அகதி முகாமில இரு எண்டு. நானா சொன்னன், தெருவில கண்ட எந்த நாயையோ கலியாணம் செய்து பிள்ளைபெத்துக் கொண்டு குடும்பம் நடத்தெண்டு ..."

"நீங்கள் ஆயிரம்தான் சொன்னாலும் எனக்குச் சமாதானமாகாது. உங்களில எண்டில்லாமல் ... தாய் தேப்பன்மாரில பொதுவாயுள்ள குறையெண்டும் இதை நீங்கள் எடுத்துக்கொள்ளலாம். எங்கட எதிர்பார்ப்பை பிள்ளையளில காணுறதுக்கு நாங்கள் விரும்புறமே தவிர, பிள்ளையளுக்கும் தனித்தனியான விருப்பங்கள் இருக்குதெண்டு நாங்கள் நினைக்கிறதேயில்லை. ரண்டு பகுதியும் சேர்ந்து போகவேணுமெண்டு நான் நினைக்கிறன். ராசேந்திரம் இண்டைக்கோ நாளைக்கோ வரவேணும்... எரிஞ்சு விழாமல், அவசரப்படாமல், நிதானமிழக்காமல் ... அவரோட கொஞ்சம் பேசுங்கோ. தம்பி சரியாயே மாறிப்போயிருக்கு. முந்தின ராசேந்திரமாவெண்டு உங்களுக்கே ஆச்சரியமாயிருக்கும், தங்கச்சி. தம்பி கலியாணம் செய்ததும் வடக்கத்திய பெட்டைதானாம். அஸ்ஸாம்காரியாம். ஆனா தமிழ் பேசுது. நல்ல குணமான பொம்பிள. நானே நேரில பாத்தது. ஒரு ஆம்பிளப்பிள்ளை இருக்கு. மூண்டு வயசிருக்கும். இனியென்ன ... ஏற்றுக்கொண்டு எல்லாருமாய் சேர்ந்து வாழுறதுதான் செய்ய இருக்கிறது. தம்பி சொல்லவேண்டாமெண்டும், சரியான தருணமாய்ப் பாத்து தானே சொல்லுறதாயும்தான் என்னிட்டக் கேட்டிருந்தது. ஆனா ஆராவது ஒரு ஆள் விஷயத்தைத் துவங்கித்தானே ஆகவேணும்? அதால நானே சொல்லியிட்டன்."

அவர் முகம் கழுவி வருவதாகச் சொல்லிக்கொண்டு இறங்கினார்

மறுபடி அவர் மேலே வந்தபோதும் அவள் அப்படியே இருந்தாள்.

"தங்கச்சி ..!"

அவரது அழைப்பில்தான் அவள் பிரக்ஞைப்பட்டது.

"நேரில போய் நீங்களே எல்லாம் பாத்ததுதானே?" மகேஸ்வரி கேட்டாள்.

"ஓம். ஏன்?"

"இல்லை. இடைக்கதையாய் இருந்திடக்குடாதே. அதுக்காகக் கேட்டன்."

அவர் நடந்ததைச் சொன்னார்.

"நீங்கள் ராஜியின்ர விஷயத்தில எடுத்திருக்கிறது நல்ல முடிவுதான். ராஜேந்திரன்ர விஷயத்திலதான் பிழை விட்டுட்டியள். நான் சரியான முடிவு எடுத்திருக்கிறன் ..."

"ஏன் தங்கச்சி, என்ன முடிவு எடுத்திருக்கிறியள்?"

"ராஜியின்ர பிரச்சினைக்காகவே முக்கியமாய் நான் வந்திருந்தாலும், ராஜேந்திரன்ர பிரச்சினையும் எனக்குச் சமமான முக்கியம்தான்,

அண்ணை. ராஜேந்திரன்ர கடிதத்தைப் படிச்சிட்டுத்தான், விஜியின்ர பேறு முடிஞ்சு வர இருந்த நான், உடனடியாய் வெளிக்கிட்டு வந்தது. ராஜேந்திரனுக்கு பொருத்தமான பொம்பிளையள் ரண்டு மூண்டு பேரை விஜியும் மருமோனும் அங்க பாத்துவைச்சிருக்கினம். அண்ணையை எப்பிடியாவது தெண்டிச்சு கூட்டி வாம்மா, பணம் எவ்வளவு வேணுமெண்டாலும் சொல்லுங்கோ எண்டு அங்க அவள் வழியனுப்பி வைச்சிட்டு இருக்கிறாள். என்னெண்டு நான் போய் கொண்ணைக்கு அங்க கலியாணமாச்சு, பிள்ளையும் மூண்டு நாலு வயசில ஒண்டிருக்கு எண்டு அவளுக்குச் சொல்லுவன்? அதுவும்... வடக்கத்தியாள். வெளிய தெரிஞ்சுதெண்டாலும் சாதிசனம் சபையிலயும் சேர்க்காது. நீங்கள் இப்ப எங்க . . . கடைக்குத்தானே போறியள்? குறைநினைக்காமல்.. மாலாவை ஒரு தேத்தண்ணி போட்டுவரச் சொல்லுங்கோ. கடைக்குப் போயிட்டு வரேக்கை ஒரு வெத்திலை வாங்கி வாருங்கோ. நான் பழைய மனுஷியாய் மாறினால்தான் இதுகள் எல்லாத்தையும் ஒரு ஒழுங்குக்குக் கொண்டுவரலாம்."

விசுவலிங்கம் ரீ குடித்து வரும்போது, அவளுக்கு வெற்றிலை பாக்கும் வாங்கிவந்தார்.

சிறிது நேரத்தில் கீழே விறாந்தையில் அமர்ந்திருந்த விசுவலிங்கத்திடம் வந்தாள் மகேஸ்வரி. "பம்பாய்க்குப் போகவேணும், அண்ணர். பின்னேரமே வெளிக்கிடுகிறது நல்லம். என்னோட கூடவர ஏலுமோ?" என்று கேட்டாள்.

'என்ன முடிவு செய்திருக்கிறியள்?' என்று கேட்கவேண்டும்போல இருந்தது அவருக்கு. பின் என்ன நினைத்தோ கேட்கவில்லை. ஏன் கேட்கவேண்டும்? அவள் அவதாரியாக இருந்தாள். அவள் என்ன முடிவெடுத்திருப்பாளென்பதை அந்த அவதாரமே தெரிவித்தது.

அம்பாவின் முகம் நெஞ்சில் தோன்றியதும் கண்கலங்கிப் போயிற்று அவருக்கு. குழந்தையின் பரிதாபம்கூட இரண்டாம் பட்சமாகவே இருந்தது. ஆனாலும், "சரி" என்றார் பின்னர். அவர் போகாவிட்டாலும் அவள் போவாள். அவர் வேண்டாமென்றாலும், அதை அவள் செய்வாள். கூடச் சென்றால் ஏதாவது கடுமையைக் குறைக்க அவரால் முயற்சிக்க முடியும்.

48

வெளிவிறாந்தையில் விசுவலிங்கத்தின் இடத்தைத்தான் ஆக்ரமித்து உட்கார்ந்திருந்து கட்டளைகள் பிறப்பித்துக் கொண்டிருந்தாள் மகேஸ்வரி. அவளது வாய் பயங்கரமாகச் சிவந்திருந்தது. கண்கள் அச் சிவப்பில் தொட்டெழுதியனபோல் கிடந்து பிறழ்ந்தன. அடிக்கடி வெற்றிலைத் துப்பலை எட்டித் துப்ப அந்த இடம் தோதாக இருந்தது. மட்டுமில்லை. அடிக்கடி மற்றவர்களுக்கு தன் முகம் காட்டுகிற அவசியமும் இல்லை. ஒளிந்துகொண்டு பதில் சொல்லுவதற்கு அல்லது கட்டளை இடுவதற்கு அந்த இடம் வசதியாக இருந்தது.

ராஜேந்திரனுக்கு போன் செய்யப்போன சிவா வந்தான். “மாமி, ராஜேந்திரம் பம்பாயில இல்லையாம். திருவனந்தபுரத்துக்குப் போய் நாலு நாளாம். அப்பிடியே மட்ராஸுக்குப் போய் வருவனெண்டுதானாம் வீட்டில சொல்லியிட்டு வெளிக்கிட்டவர். அவரின்ர மனிஷிதான் பேசினா.”

“ம் . . . நல்ல மனுஷி!” என்று மகேஸ்வரி இதழ்களுக்குள்ளாய் முணுமுணுத்தாள். திரும்பி அவனைப் பாராமலே மடியிலிருந்த சரையிலிருந்து ஒரு வெற்றிலையை எடுத்து சுண்ணாம்பு தடவத் துவங்கினாள். பின் சொன்னாள்: “ம்... அதுவும் நல்லதுதான். அவனைப் பாக்காமல்போய் அங்க அவளோட என்னத்தைப் பேசுறது? இண்டைக்கு இல்லாட்டி நாளைக்கு இஞ்ச வரவேணும். இல்லையே, சிவா?”

“ஓம், மாமி.”

“மாமா வந்திட்டாரோ? ராஜிக்குப் போன் பண்ணியிட்டு வர அனுப்பியிருந்தன் ...”

“அப்பிடியே டொக்டரிட்ட போயிட்டுந்தான் வருவனெண்டு சொல்லியிட்டுப் போனவர்” என்றாள் மாலா.

“ஆறுதலாய் வரட்டும்.”

மெல்ல அவதி அடங்கலாயிற்று அந்த வீட்டில்.

அவசரமாக வரச்சொல்லியிருந்தும் ராஜி வரும்போது நான்கு மணி. தனியாக வந்திருந்தாள். தொலைபேசியிலே என்ன என்னவென்று கேட்டபோதும் விசுவலிங்கம் விபரம் சொல்லவில்லை. அவளோடும் பேசி முடிவெடுக்கிற நிலைமை அங்கேயில்லை. தன் தீர்மானத்தைச் சொல்லவே வரவழைக்கிறாள். அதனால்தான் ‘வந்து கேளுமன்’ என்றுவிட்டு வைத்துவிட்டார். அதனால் ராஜி பயந்து பயந்தே வந்தாள். அவளது அனுமானம் சந்திரமோகன் வந்துவிட்டானென்பதே. அம்மாவுக்குச் சொல்ல அவளிடம் பதில் இல்லை.

அவள் வந்ததும் பேசவே விருப்பமில்லாதவள்போல் சுருக்கமாகத்தான் சொன்னாள். ‘விடமாட்டன்’ என்பதுபோல் ஒரு ஆவேசம் அவள் பேச்சில் இருந்தது.

ராஜிக்கு நிலைமையில் ஓரளவு நிம்மதி. இந்தக் களேபரத்தில் அம்மா இன்னும் நான்கு ஐந்து நாட்கள் தன் பற்றி மறந்திருப்பாள்.

உண்மையில் ராஜேந்திரனது ஒரு பிரச்சனையேதானா என்று ஒரு கணப்பொழுது கேள்வியொன்று மனத்தில் வந்து நின்றது. அவளை அவன் விரும்ப அவள் பெண்ணாயிருப்பது மட்டுமே போதுமென்று நினைத்தாள். அவள் வடக்கத்தியாள் என்று அம்மா வாய்கூசாமல் சொன்னாள். தோட்டக்காட்டாரென்று வடக்கில் கிளர்ந்தெழுந்த ஒரு குரல் அவளுக்கு ஞாபகம். அதை ஒரு மனோநிலைப் பாரம்பரியத்தின் தளமாக அப்போது அவளால் காண முடிந்தது.

அன்று மழை தூறியது லேசாக. அடங்கியதும் வெப்ப வியாபகம் மும்முரமாயிருந்தது. மேனிப் பிசுபிசுப்பு நீட்சிப்பட்டுக் கொண்டிருந்தது.

அனேகமாக எல்லாரும் மொட்டை மாடிக்கு வந்திருந்தனர். சிறிசுகள் மூன்றும், எதிர்வீட்டுச் சிறிசு ஒன்றுமாய்ச் சேர்ந்து கூச்சலிட்டபடி ஓடி விளையாடித் திரிந்தன. விசுவலிங்கம் இன்னும் வீடு திரும்பவில்லை.

திடீரென வாசலில் ஓட்டோ ஒன்று வந்து நின்றது. கமலாவும், பின்னால் ராஜேந்திரனும் இறங்கினார்கள்.

அவர்கள் வருவது தெரிந்து மகேஸ்வரி அவசரமாக எழுந்து கூடத்துக்கு வந்தாள்.

அவளுக்கெதிரே கமலா அமர, அவள் பக்கத்தில் ராஜேந்திரன் அமர்ந்து தலைகுனிந்தான்.

அம்மாவைச் சந்திக்க அவன் இப்போதும் அதிகமாகத் தயங்கினான். அவசரமாக ராஜியை வரச்சொல்லி அம்மா போன் செய்வித்தது ... விசுவலிங்கம் அப்போது அங்கே இல்லாமலிருப்பது ... பூபதியின் கூர்த்த பார்வை ... எல்லாம் அவனுக்கு தன் இரகசியத்தின் கதவுகள் அம்மாவுக்குத் திறந்துவிட்டன என்பதை யூகிக்க வைத்தன.

அம்மாவுக்கு வயது போய்விட்டதுதான். அவள் அப்போது குடியிருக்கிற நாட்டின் சீதோஷ்ண நிலைமை அவளை இன்னும் நிறக்க, இன்னும் பொலிய வைத்திருந்தது. அதைக்கொண்டு அவள் முழுக்க முழுக்க அதனால் மகிழ்ச்சியாகக் காலங்கழித்தாள் என்றும் சொல்லமுடியாது. கண்களைச் சுற்றி கருவளையங்கள் இட்டிருந்தன. சுருக்கங்களும் காணப்பட்டன. அவள் கண்களை அடிக்கடி இடுக்கி இடுக்கி கூர்ந்து பார்த்தாள். கண்ணைப் பரிசோதித்து கண்ணாடி எடுத்துப் போட்டுக்கொள்ளச் சொல்ல வேண்டுமென்று எண்ணிக் கொண்டான்.

வாய் சிவப்பேறியிருந்தாள். அவன் சித்திரத்திலிருந்த காட்சிதான் அது. கண்களிலும் சிவப்பிருந்தது. ஒருவகைக் கிறக்கமும் அத்தோடு. எல்லாம் அவன் பார்த்த அம்மாதான். ஆனால் அந்த கிறக்கத்துக்குள்ளிருந்து உர்ர்... ரென்ற உறுமலும் கொடுநகங்களும் தெரிந்தனவே, அவை அபூர்வமானவை. அவள் இறுகுவதற்காகவே மௌனம் காத்துக்கொண்டிருந்தாள். வேறு யாராவதுதான் உடைக்க வேண்டும்.

“நான் போட்ட காகிதம் கிடைச்சுதாம்மா?” என்றான்.

அவள் பதில் வரத் தாமதமானது. பிறகு, “ம்” என்றாள். “காகிதம்பற்றி இப்ப என்ன பேச்சு? போட்ட காயிதம் வரத்தானே செய்யும்! ராஜியின்ர விஷயம்கூட இப்ப அவ்வளவு முக்கியமில்லை. உன்ர விஷயமெல்லே பெரிய பாறாங்கல்லாய் வந்து என்ர நெஞ்சில விழுந்திருக்கு.”

ராஜேந்திரன் திடுக்கிடவில்லை. அந்தக் கோணத்தை அவன் தீர்மானித்திருந்தான் ஏற்கனவே. அவன் சொல்ல ஏதுமில்லை. அவளாகக் கேட்டால் உண்மையைச் சொல்லலாம். உண்மையைத்தான் சொல்ல வேணும். பொய் சொல்லுறதுதான் அம்மாவுக்கு அதிக கோபத்தை வருவிக்கும்.

அவன் மௌனமாயிருந்தது அவளுக்கு எரிச்சலை மூட்டியது. “பாரும் கமலா, செய்யிறதெல்லாம் செய்திட்டு என்னமாதிரி கிறுங்காமல் இருக்கிறானெண்டு.”

கமலா இடைத் தரகு செய்தாள்.

மகேஸ்வரி சிறிது அடங்கினாலும், விஷயத்தை விட்டுவிட்டு நெகிழத் தயாரில்லை. அவள் தெளிவாயும் வெளியாகவும் சொன்னாள்: “ரண்டு கலியாணங்களில இப்ப என்ர உயிர் தங்கியிருக்கு, கமலா. ஒரு கலியாணம் நடக்க வேணும். இன்னொரு கலியாணம்.. முறியவேணும்.”

விளக்கம் தேவையில்லை.

“அம்மா . .!”

“என்ன, பதறுதோ மனம்? எனக்கும் அப்பிடித்தான் இருந்தது, உன்ர கலியாணத்தைப்பற்றிக் கேள்விப்பட்டவுடன.”

அழுதுகொண்டே வார்த்தைகள் வெளிவந்தன. “எல்லாம் நடந்து நாலு வருஷமாகுதம்மா.”

“அப்பிடி ஒரு மோகமிருந்தால் அந்த நாலு வருஷம் அனுபவிச்சது உனக்குப் போதும். அவளுக்கும் அப்பிடி எதாவது ஆசையிருந்தால் . . . அந்தக் குழந்தை அதுக்குப் பரிசாய்ப் போதும்.”

சம்மட்டியால் ஓங்கி இதயத்தை அடித்த பாதிப்பு. அவன் சிதறி, பின் கூடினான். “அவள் . . . நல்லவளம்மா!”

“இருக்கட்டும். அது பிரச்சினையேயில்லை. வடநாட்டுக்காறியாய்க்கூட இருந்திடலாம்... ஆனா என்ன சாதியோ.. சனமோ! கீழாஞ் சாதியெண்டால் ஒரு எழிய பரம்பரையெல்லே உருவாயிடும். சிங்களத்தியைக் கலியாணம் செய்துவந்தாலே நாங்கள் ஏற்கமாட்டம் . . . நீ என்னடா எண்டால் . . . ஒரு இந்திக்காறியைப் போய் . . . வேண்டாம் ராசன் . . . விட்டிடு.”

நெஞ்சு உளைந்து முறுகியது. ஒரு பெரும் ராட்சசியாய் இருந்துகொண்டு இவள் சொல்லுகிறதென்ன? ஆனாலும் அம்மாவை எதிர்க்கவும் அவனுக்குத் திடம் எழவில்லை. “பாவம் . . . நம்பிக்கைத் துரோகமெல்லே? எப்பிடியம்மா . .?”

“அஹ் . . . ஹஹ் . . . ஹா . .! நம்பிக்கைத் துரோகமோ? அப்பிடியெண்டால் என்ன ராசா?” சொற்களை வாயில் மென்றபடி அவள் எழுந்தே விட்டாள். எழுந்து அவனுக்கு நேர்முன்னாக வந்தாள். குனியத் தொடங்கிய அவன் தலையை நாடியில் விரல் கொடுத்து தெண்டி நிமிர்த்தினாள். அவனது கண்களை மாறி மாறி இதயத்தைக் காண வாசல் தேடுவதுபோல் கூர்ந்து நோக்கினாள். “பாவமெண்ட சொல்லுக்கு உனக்கும் அர்த்தம் என்னவெண்டு தெரியுமோ?” என்று கேட்டுவிட்டு சகல பலமும் இழந்தவள்போல் சரிந்து திடீரென அவனது நாடியிலிருந்து கையை எடுத்தாள். நிமிர்ந்தாள். தலையை அண்ணாந்து மறுபடி சிரித்தாள். கமலாவைப் பார்த்தாள். திரும்பி கதிரையில் போய் அமர்ந்துகொண்டு அவனையே பார்த்துக் கொண்டிருந்தாள்.

பொலபொலவெனக் கண்ணீர் வடிந்தது, அவளது முகத்திலிருந்து. அப்போது சரஸ்வதி கீழே இறங்கிவந்து வாசலில் நின்றாள். அவள் சரஸ்வதி பக்கம் திரும்பினாள். "கேட்டியே சரஸ்வதி, கொஞ்சநேரத்துக்கு முந்தி என்ர பிள்ளை சொன்ன கதையை? கேட்டு நான் பூரிச்சுப் போனன் சரஸ்வதி. என்ர பிள்ளைக்கும் மனச்சாட்சி . . . துரோகம் . . . பாவம் . . . எண்டதுக்கெல்லாம் அர்த்தம் தெரிஞ்சிருக்கிறத நினைக்க, தவமிருந்து இதைப் பெத்த போதிருந்ததைவிட இப்ப பெரிய பெருமையாய் இருக்கடி, சரஸ்வதி. உன்ர பிள்ளை இப்பிடிச் சொல்லியிருந்தா நீ பூரிச்சுப் போயிருக்க மாட்டாய்? அப்பிடித்தான் நானும் இப்ப இதயம் விம்ம விம்ம நிண்டுகொண்டிருக்கிறன்."

மௌனம் வழிந்தது.

அசலனமாய் மூவரும்.

சடாரென ராஜேந்திரன் பக்கம் திரும்பினாள் மகேஸ்வரி: "நாயே . . . ஆருக்குச் சொல்லுறாய் நம்பிக்கைத் துரோகமெண்ட கதை? நீ எனக்குச் செய்தது நம்பிக்கைத் துரோகமில்லை? பம்பாய்க்குப் போய்க் கப்பலெடுக்கப் போறன், கடன்பட்டாகிலும் காசு தா, வட்டியும் முதலுமாய் ஒரு வருஷத்தில குடுக்கலாமெண்டு சொல்ல, நெல் விளையிற காணியைக் கொண்டுபோய் அறுதியாய் வித்துப்போட்டு நாப்பதாயிரம் ரூபாயை பிலாச்சுளைமாதிரி அள்ளித் தந்த எனக்கு, ஒரு காயிதம்கூடப் போடாமல் நிண்டு அவ்வளவு காசையும் திண்டும் குடிச்சும் வேசையளுக்குக் கொட்டிக் குடுத்தும் கூத்தாடினியே, அது நீ எனக்குச் செய்த நம்பிக்கைத் துரோகமில்லை? என்ர ஆம்பிளைப்பிள்ளை வளந்துட்டுது, இந்தியாவுக்கு கப்பலெடுக்கப் போயிட்டுது, இனி எனக்குக் கவலையில்லையெண்டு நம்பிக்கொண்டிருந்தன். ஏழு வருஷமாய்க் காத்துக்கிடந்தன். பெத்த தாயின்ர அந்த ஆசையை நிராசை ஆக்கினியே., அதுக்கு துரோகமெண்டதைத் தவிர வேற என்ன பேர் இருக்கு? இந்தளவு காலத்தில, அம்பது . . . நூறு பேரெண்டு நீ சாப்பாடு போட்டிருக்கிறாய் பம்பாயில வைச்சு. ஒரு நாள்பட்டு பெத்த தாயெண்டு எனக்கு ஒரு நேரச் சாப்பாடு போட்டிருப்பியா? சொல்லு, ராசேந்திரா. நீ இப்ப கதைக்கிறாய், நம்பிக்கைத் துரோகமெண்டு. நீ எனக்குச் செய்த அவ்வளவும்தான் நம்பிக்கைத்துரோகம். உன்னைச் சபிக்கமாட்டன் . . . உன்னைப் பெத்த நான் பாவியாகட்டும் . . . உன்னைச் சுமந்த இந்த வயிறு புழுத்துப் போகட்டும் . . ." என்று ஓங்கியோங்கி வயிற்றிலடித்தாள். சரஸ்வதி ஓடிப்போய்க் கைகளைப் பிடித்து, "வேண்டாமக்கா . . . வேண்டாமக்கா!" என்று தடுக்க, உதறிக் கொண்டு அறைக்கு நடந்தாள்.

கட்டிலில் விழுவது கேட்டது.

அம்மா . . . அம்மாவென்று சுரந்தது இதயச் சுரப்பி அவனுக்கு. அழுகிற நிலையையும் கடந்து அவன்.

மௌனம் கூடத்துள் அசைய மறுத்துக் கிடந்தது. ஒரு தாய் காற்றில் கரைந்துபோனதுபோல், ஒரு சோகம் அங்கே விழுந்திருந்தது.

வெகுநேரத்தின் பின் ராஜேந்திரன் எழுந்தான். மெல்ல அறைக்குச் சென்றான்.

கட்டிலில் கவிழ்ந்தபடி விழுந்துகிடந்தாள் மகேஸ்வரி, புயல் சாய்த்த தென்னை போல.

அவன் நெஞ்சு பிசைந்தது. "... அம்மா ..!" என்றான் இருள் துளைத்து. பதிலற்றுப் போக மறுபடியும், "அம்மா!" என்றான்.

"என்ன ?"

"நீங்கள் சொல்லுறபடி செய்யிறனம்மா. அழாதயுங்கோ, அம்மா."

இருள்போல் ஓர் அசைவு.

ராஜேந்திரன் கமலாவையும் ராஜியையும் கூட்டிக்கொண்டு ஓட்டோ எடுக்க நடந்தான்.

49

சந்திரமோகன் சென்னை வந்தது திடுதிப்பென்று இருந்தது. நண்பர்களோடு வந்திருப்பதால் அன்றிரவே பஸ் எடுத்து புதுச்சேரி செல்வதாகவும், அங்கிருந்து தஞ்சாவூர் போய்விட்டுத் திரும்ப ஒரு வாரமாகலாமென்றும் ராஜநாயகத்துக்கு தொலைபேசியில் தெரிவித்தான். ராஜியின் முடிவுபற்றிக் கேட்க நினைத்துவிட்டு, அதை நேரில் பேசுவதே தக்கதென்று நிறுத்திக் கொண்டான். சந்திரமோகன் வந்துவிட்ட விஷயத்தை சமையல்காரி மூலம் உடனடியாகவே மகேஸ்வரிக்குத் தெரிவித்தார் அவர்.

சன்னதியான் அருளால் எல்லாம் ஒரு ஒழுங்கில் வருவதாகத் தோன்றியது மகேஸ்வரிக்கு. வெளிக்காட்டிக் கொள்ளாத உவகையொன்று அவளுள் உறையலாயிற்று.

மறுநாளே மும்பை சென்று, சந்திரமோகன். திரும்புவதற்குள் சென்னை வந்து ராஜியின் விஷயத்தைக் கவனிக்கிற எண்ணம் அவளுக்கு.

மறுநாள் விசுவலிங்கத்தோடு மும்பை புறப்பட்டாள் மகேஸ்வரி.

அவளது நோக்கம் விசுவலிங்கத்துக்கே பிடிப்பில்லாமலிருந்தது. ஆனாலும் மகேஸ்வரி கேட்டபோது அவரால் தட்ட முடியவில்லை. அவர் கடமைப்பட்டிருக்கவில்லை. ஆனாலும் சம்மதித்துவிட்டார். அவர் மறுக்கிற ஜாதியில்லை. தெரியாதவரிடத்திலேகூட மறுப்பதற்கு வாய்வராது அவருக்கு. 'அண்ணை, புழல் காம்ப்புக்கு போய்வர வேண்டியிருக்கு. ஒருக்கால் கூட வாறியளே?' என்றோ, 'அண்ணர், மண்டபம் காம்ப்பிலயிருந்து ஒரு ஆளை எடுக்க வேணும். வாருங்கோவன், போயிட்டு வந்திடுவம்?' என்றோ கேட்கும்போது அவர் மறுப்பதில்லை. அதில் வருகிற லாபங்கள், கூலிகள் அற்பம். ஆனாலும் அவர் மறுப்பதில்லை. அவர்கள் அவர் மனிதர்கள்.

விசுவலிங்கம் மனமில்லாமல் வந்துகொண்டிருப்பது மகேஸ்வரிக்கும் தெரியும். அவளுக்கும் கூட்டிப்போக வேறு மனிதர் யார்?

அன்றிரவு, சாப்பாடுகூட வேண்டாமென்று விட்டார்.

"ஏனண்ணை?"

"எனக்குப் பசிக்கேல்லை. நீங்கள் சாப்பிடுங்கோ."

"நீங்கள் ஏன் பசிக்கேல்லையெண்டு சொல்லுறியளெண்டு எனக்குத் தெரியும்."

"உங்களைத் தவிர வேற ஆர் கூப்பிட்டாலும் வந்திருக்க மாட்டன், இப்பிடியான ஒரு காரியத்துக்கு."

"தெரியும்."

"எப்பிடி தங்கச்சி இந்தக் காரியத்துக்கு உடந்தையாயிருக்க? அந்த வீட்டில போய் நிண்டு ... சாப்பிட்டு ... அந்தப் பிள்ளையைத் தூக்கிவைச்சிருந்து விளையாடி ..."

"அதை நான் யோசிக்காமலில்லை. நான் அவளோட பேசப் போகிற நேரத்தில நீங்கள் கூடவரவேண்டாம். அவளின்ர பாஷை... இல்லாட்டி பம்பாய்ப் பாஷையோ இந்தியோ நல்லாய்ப் பேசத் தெரிஞ்ச ஒரு தமிழ் ஆளை எனக்குத் துணையாய் வர அனுப்பியிட்டு, நீங்கள் வீட்டைக் காட்டியிட்டு ஒதுங்கியிடுங்கோ. நான் மிச்சம் பாத்துக்கொள்ளுறன்."

"அதுக்கு நல்லாய்த் தமிழ் பேச வரும்..."

"பறவாயில்லை. கூட அங்கத்தைய ஒரு ஆள் வாறது நல்லதுதான்."

அவர் பேச்சை மேலே மறுக்கவுமில்லை; சாப்பிடவுமில்லை.

வி.ரி. ஸ்ரேஷனுக்கு கிட்ட உள்ள ஒரு ஹோட்டலில் அறை போட்டு அவளைத் தங்கவைத்துவிட்டு வெளியே சென்ற விசுவலிங்கம் மதியத்துக்குள்ளேயே முன்பே அறிமுகமான கிருஷ்ணன் என்கிற தமிழ்நாட்டுக்காரரைச் சந்தித்து அறைக்குக் கூட்டிகொண்டு வந்துவிட்டார். ஏற்கனவே விசுவலிங்கம் விபரத்தைச் சொல்லியிருந்தாலும், மகேஸ்வரி மேலதிகமாக தன் தாய் மனக்குமுறலை யாழ்ப்பாணத்துத் தமிழிலே கொட்டினாள் ஒருமுறை.

இலங்கை அகதிகள்பால் அவருக்கு ஆழ்ந்த அனுதாபம் இருந்தது. எண்பத்து மூன்றில் மும்பை நகரில் ஏற்பாடு செய்யப்பட்ட பிரம்மாண்டமான இலங்கைத் தமிழர் படுகொலைகளைக் கண்டித்து நடத்திய ஊர்வலம் அவரை தீவிரமான இலங்கைத் தமிழருக்கு ஆதரவான அரசியலையும் சாரவைத்தது. அதனால் மகேஸ்வரியின் புலம்பல் அவரை உருகவே வைத்துவிட்டது. அடுத்த நாள் காலையில் பாந்தரா போய் அந்த அஸ்ஸாம் பெண்ணோடு பேசுவதற்குக் கூடவரச் சம்மதித்தார் கிருஷ்ணன்.

அன்று மாலை ஏழு மணியளவில் தொலைபேசியில் பேசினாள் விஜியோடு. "இண்டைக்குக் காலமைதான் பம்பாய் வந்து சேர்ந்தன், விஜி. விசுவலிங்க அண்ணையும் கூட வந்திருக்கிறார்."

"என்ன ஆச்சம்மா? நீங்கள் விஷயத்தைச் சொன்ன நேரத்திலயிருந்து மனம் ஒரே தவிப்பாயிருக்குது."

“இன்னும் அவளோட போய்ப் பேசேல்லை. நாளைக்கு காலையிலதான் அங்க போகவிருக்கிறம்.”

“நேரில போய் ஆள் எப்பிடியெண்டதெல்லாத்தையும் பார்த்து ... பெரிசாயே அடியுங்கோ. ரண்டு லட்சமெண்டாலும் பரவாயில்லை. அவள் சம்மதிக்காமல் இருக்கமாட்டாள் ...”

“அதுதான் என்ர எண்ணமும். ஆனா காசு உடனடியாய்த் தேவை வரும் ...”

“ஹோட்டல் விலாசத்தைச் சொல்லுங்கோ ...” என்று ஹோட்டல் முகவரி, தொலைபேசி எண் எல்லாம் கேட்டு எழுதிவிட்டு சொன்னாள்: “பத்து பதினாரு மணிவரையும் அறையிலயே நில்லுங்கோ. உண்டியல்ல காசு அனுப்புறன். போறபோது காசையும் எடுத்துப் போங்கோ. அதை அவள் பாக்கவேணும் ...”

“சரி, விஜி.”

மறுநாள் காலை உற்சாகமாகவே கண் விழித்தாள் மகேஸ்வரி.

அடங்கிக் கிடந்த பால்காரர்களின் நாளின் முதல் சப்தத்தோடு விடுபட்டெழும் மும்பை பார்வைக்கும், சுவாசிப்புக்கும்கூட இனிதாயிருந்தது. காகங்கள் ... புறாக்கள் ... லாரிகள் ... இழுவைப் படகுகள் ... இருப்பைப் புலப்படுத்துவனபோல் இரைந்து காட்டின.

சூரிய சிரசுதயம் கிழக்கில் நிகழ்ந்துகொண்டிருந்தது. இனி, மும்பையின் இயந்திர கதி இயக்கம் விசை பொருந்தியதுபோல் தொடங்கிவிடும்.

பத்து பத்தரைக்கெல்லாம் கிருஷ்ணன் அங்கே வந்துவிட்டார். உண்டியல் வருவதற்கு மேலும் ஒரு மணி நேரம் காத்திருந்து பணத்துடன் பன்னிரண்டு மணியளவில் புறப்பட்டனர். “நீங்களும் வாருங்கோ, அண்ணை. நீங்கள் கூட வந்தால்தான் எனக்குத் தெம்பாயிருக்கும். நீங்கள் ஒண்டும் பேசவேண்டாம். எல்லாம் நான் பேசுவன். நீங்கள் கொஞ்சம் ஒட்டாத ஆள்மாதிரி விலகிக்கூட நிக்கலாம் ...” என்று சொல்லி அவரையும் இழுத்துக்கொண்டுதான் போனாள். அந்தளவு வந்து, இனி ஒதுங்குவதில் அர்த்தமில்லை. காட்டானுக்கு வாழ்க்கைப் பட்டால் காடுமேடெல்லாம் திரியத்தான் வேணுமென்ற பழமொழியை நினைத்தார். மேலே சிரமமாயிருக்கவில்லை.

ராக்ஸியொன்றை அமர்த்திக்கொண்டு அவர்கள் பாந்தரா போய்ச் சேர ஒரு மணிக்கு மேலே.

அழைப்பு மணிக்கு கதவைத் திறந்த அம்பாவுக்கு திகைப்பாகிப் போனது. யார் அவர்கள்? ஆனால் பின்னால் நிற்பவரை அவளுக்குத் தெரியும். அப்பா மாதிரி தான் மரியாதை செலுத்துகிற மனிதரென்று ராஜேந்திரன் சொல்லி அறிமுகப்படுத்தியிருந்தான். ஆனால் அவர் அந்தமாதிரி முகந்திரிந்து தள்ளி நிற்பதேன்? அவன் வீட்டிலில்லாத நேரத்திலும் வந்திருக்கிறார்கள். நாலைந்து நாட்களுக்கு முன்பு யாரோ ராஜேந்திரனை விசாரித்த நேரத்தில், திருவனந்தபுரம் போயிருக்கும்

ராஜேந்திரன் சென்னை வந்துதான் மும்பை திரும்புவானென்று சொல்லியிருந்தும் மும்பைக்கு அவர்கள் வந்திருக்கிறார்கள். இந்த மனுஷி நிச்சயம் அந்நியள் அல்ல.

அவள் மேலும் குழம்பாமல் அது யாரென்பதை கிருஷ்ணன் அவளுக்குத் தெரியப்படுத்தினார். மறுகணம், "வணக்கம்" என்றாள். பின் ஓடிவந்து காலில் விழுந்து வணங்கி எழுந்தாள்.

அவள் அசர வைக்கிற அழகோடுதான் இருந்தாள்.

ஆட்களை மயக்க அது வேணுமேயென்று கடினத்தோடு நினைத்தாலும், அது மயக்கிறதுக்கான அழகல்ல என்பது அவளுக்கே தெரிந்தது. கொஞ்சம் சீனத் தன்மையடித்தது முகத்தில். அஸ்ஸாம்காரர் அப்படித்தான் போலும் என்று நினைத்துக் கொண்டாள்.

"உள்ள வாங்க" என்றாள்.

உள்ளே சென்று மூவரும் உட்கார்ந்தனர்.

"ஒரு நிமிஷம் இருங்க" என்றுவிட்டு உள்ளே போக முயன்றவளை கையசைப்பில் நிறுத்தினாள் மகேஸ்வரி. "தமிழ் பேசுவியா?"

"ம்."

அவள் அதில் சிறிதளவுகூட மகிழ்ந்ததாய்த் தெரியவில்லை அம்பாவுக்கு. அவள் கணவனின் தாயாரது முகமோ, மருமகளை பேரப்பிள்ளையைப் பார்க்க வந்த ஆவலின் ஒரு சிறிய கீற்றைக்கூடக் காண்பிக்கவில்லை. அவள் மனது அந்த எண்ணப் பொறியிலேயே கொதிப்படையத் தொடங்கிவிட்டது. ஒன்றும் நல்லதுக்கில்லை... இதயத்துள் ஒன்று புலம்பத் தொடங்கியது.

"இப்பிடி இரு" என்றாள மகேஸ்வரி. அம்பா எதிரே அமரவும் மெல்லச் சொன்னாள்: "ராசேந்திரனுக்கு முந்தி போராட்ட இயக்க மொண்டோட தொடர்பிருந்தது தெரியுமோ உனக்கு?"

அவள் தெரியுமென்று தலையசைத்தாள்.

"இப்ப... அவையோட அவனுக்குத் தொடர்பில்லைத்தான். ஆனா இயக்கம் அதை தனக்கு அவன் செய்த துரோகம்போல நினைச்சிருக்கு" என்றுவிட்டு மகேஸ்வரி நிறுத்தினாள். சுற்றி எல்லாரையும் ஒருமுறை பார்த்தாள். பின் அம்பாவின் கலவர முகத்தில் தீக்ஷண்யமாய்ப் பார்வையைப் பதித்துக்கொண்டு தொடர்ந்தாள்: "எனக்கு ராசேந்திரன் ஒரே ஆம்பிளைப் பிள்ளை. இப்ப அவனில கோபங்கொண்டிருக்கிற இயக்கம், முந்தி ராஜீவ் காந்தியை மனிதக் குண்டால கொலை பண்ணிச்சினமே, அதுமாதிரி பயங்கரமான இயக்கம். அவை நினைச்சால் எதையும் செய்யாமல் விட மாட்டினம். காசைக் குடுத்துச் சமாளிக்கலாமெண்டால்... அதுக்கு அவங்கள் சம்மதிக்கிறாங்களில்லை. ராஜேந்திரனைச் சுடுகிறதுக்கு ஆக்களை அனுப்பியாச்சுதாம்..."

இறுகியது அவள் முகம். அவன் வீட்டிலிருந்து புறப்பட்டு பத்து நாட்கள் ஆகின்றதென்னும் எண்ணம் திடீரென்று தோன்ற, "அவரு

கனவுச்சிறை 913

இப்ப எங்க..? திருவனந்தபுரத்திலயா? ... இல்லே... மெட்ராஸுக்கு வந்திட்டாரா?" என்று கேட்டாள் தவித்தபடி.

"அவன் மட்ராஸிலதான் நிக்கிறான். ஒருத்தருக்கும் தெரியாத ஒரு இடத்தில அவனை விட்டிருக்கிறம்" என்றாள் மகேஸ்வரி.

'அப்பாடி!' என்பதுபோல ஒரு ஆயாச மூச்சுவிட்டு அவள் தவிப்புத் தணிந்தாள்.

'ஆ... கடவுளே! இந்தப் பாவங்களிலயெல்லாம் எனக்கும் பங்குண்டுதானே!' என்று கசிந்துகொண்டிருந்தார் விசுவலிங்கம். அவருக்கு கணங்கள் ஒவ்வொன்றுமே தீமிதிப்பாக நகர்ந்து கொண்டிருந்தன. அவளது அன்பை, அவளது அப்பாவித்தனத்தைத்தான் மகேஸ்வரி பயன்படுத்தப் போகிறாளென்று தெரிய முதன்முதலாய் அவளில் ஒரு வெறுப்பு பிறந்தது அவருக்கு. இந்தப் பொம்பிளையைப் போய் விபரமில்லாத பொம்பிளையென்று நினைத்திரங்கியதில் அர்த்தமேயில்லை என்பது அப்போது புலனாகியது.

அம்பாவும் ஒரு போலியை உணர்ந்திருக்கலாம். அவனைக் கொல்ல ஆட்களை ஏவியாகிவிட்டது என்று விளக்க அவள் கால்கள் பதறத் துவங்கிவிட்டன. இடுப்பில் ஒரு விறைப்பு விழுந்துவிட்டது வந்து. ஆனால் அதைச் சொன்ன அவனது தாயாரில் அதில் பாதியைக்கூட அவளால் காண முடியாதிருந்தது. அவள் அந்த உறவை வெட்ட வந்த கோடரிக்காரியென்று அப்போதே ஐயம் கொண்டு விட்டாள் அம்பா. கண்கள் கலங்கத் துவங்கிவிட்டிருந்தன. 'பகவானே... அழுது விடக்கூடாது' என்று பிரார்த்தித்துக்கொண்டாள்.

தான் அவன் நல்கும் வாழ்க்கைக்குத் தகுதியில்லாதவளென்று அவளே சொல்லியிருக்கிறாள்.

இலங்கைக்காரர்கள் ஒரு பூடகத்தில்தான் அவளறிந்தவரை நடந்து கொண்டிருந்தார்கள். ராஜேந்திரனைச் சுற்றியும் ஒரு மர்மம் உண்டு. அவன் அவற்றையெல்லாம் விலக்கி வெளியாகிக் கொண்டிருந்தான்தான். ஆனாலும் இன்னும் மர்மம் இருந்தது. அவனது திருவனந்தபுரப் பயணங்கள் அத்தகையவைதான். வெளிப்படையாய் ட்ரவல் ஏஜன்ஸி நடத்தினான். அதன் பின்னால் சில இரகசியங்களையும் உள்ளடக்கிச் செய்தான். அதனால் அவனது அம்மா சொல்வதுபோல் நிஜத்தில் அவனை ஆபத்துக்கள் சூழ்ந்திருக்கவும் கூடும். அவனே முக்கியம். அவன் அந்த உறவை மீறிப் போக வேண்டுமெனில் போயே கொள்ளட்டும். அதுவே பரிகாரமெனில் அதை அவள் செய்வாள். அவள் போராடும் ஜாதியில்லை. அந்த வாழ்க்கை அவள் எண்ணியதுபோல் மிகை.

அவள் அந்த அதிர்ச்சியிலிருந்து தெளிவது தெரிந்தது மகேஸ்வரிக்கு: "இப்ப... அவனைக் காப்பாத்த எங்களுக்கு இருக்கிற ஒரேவழி, அவனை எங்கயாவது வெளிநாட்டுக்கு கலைச்சு விடுறதுதான். எந்த நாடாயிருந்தாலும் சரி. பாதுகாப்பாய் இருக்கக் கூடிய ஒரு நாட்டில போய், அவன் உயிர்ப் பயமில்லாமல் சுகமாய் இருந்தால் எனக்குப் போதும்."

மேலே கொஞ்சம் அவள் நடிக்கச் செய்தாள்: "என்ர கண்ணுக்கு முன்னால இல்லாமல் என்ர பிள்ளை போகுதேயெண்டு எனக்குக் கவலையிருந்தாலும், அதைத் தாங்கிக்கொண்டு நான் அதைச் செய்யத்தான் வேணும். நீ என்ன செய்யப் போறாய்? எனக்கு புருஷன் வேணும், இந்தப் பிள்ளைக்கு அப்பா வேணுமெண்டு சொல்லிக்கொண்டு அவனை இங்க வைச்சு காவு குடுக்கப் போறியா, என்ன? இல்லாட்டி ... எங்கயிருந்தாலும் அவன் சுகதேகியாய் இருக்கட்டுமெண்டு சொல்லி விடப்போறியா? எனக்கு ... இப்ப பதில் வேணும்."

அம்பா அப்போதுதான் கண்ணீர் விட்டாள். சூழ்நிலையின் பிரக்ஞையிழப்பாய் ... மொழியில் புரிதல் தன்மை மறந்ததாய்.. ஒரு கல்லித்த மவுனம் அவளிடத்தில் விழுந்தது. வெட்டு விழுந்துவிட்டது என்று நிச்சயமாய்த் தெரிந்தது. இனி மீட்சி ... பெரும்பாலும் இல்லை.

அவனது தாய், சகோதரங்களால் ... அவனது உறவினர்களால் ... அப்படியொரு கத்தரிப்பு நேரலாமென்று அவள் ஒரு காலத்தில் கருதிக்கொண்டு வாழ்ந்தவள்தான். அது ... இப்போது வந்திருக்கிறது.

அவன் தாயார் சொல்லும் காரணம் மெய்யோ பொய்யோ, சம்மதிக்கிறதுதான் அவளுக்குள்ள ஒரேவழியாக இருந்தது. அவர்கள் வாழ்க்கையைத் தெரிந்திருந்தவகையில் அதை பொய்யென்று எடுக்கத் தேவையில்லை. பொய்யாயிருந்தாலும் போராட அவளுக்குப் பலமில்லை. அவளது மூலம் பலஹீனமானது.

அவளது ஸ்தம்பிதம் கலையாதது கண்டு மகேஸ்வரி கிருஷ்ணனைத் திரும்பி நோக்கினாள்.

கிருஷ்ணன் அவளை அழைத்தார்: "அம்பா, நாங்க இப்படியே இருக்க ஏலாது. உன் பதில் என்ன?"

அவள் பிரக்ஞையடைந்தாள். விசுவலிங்கத்தைப் பார்த்தாள். அவர் கண்களில் ஒரு கோபம் தெரிந்தது. அது அவளுக்கு வெகு சாந்தியைச் செய்தது. அவளை ஒரு பெண்ணாய், இரக்கப்படக் கூடியவளாய்ப் பார்க்க முடிந்திருப்பதாலேயே, நிகழும் அநியாயத்தில் அவர் கொதிக்கிறார். அவள் நிதானமாய் மகேஸ்வரியை நோக்கித் திரும்பினாள். "அனுப்பியிடுங்க. எங்கயாச்சும் அவர் சுகமாயிருந்தா எனக்குப் போதும். நானும் பிள்ளையும் எப்பிடியோ பிழைச்சுக்குவோம்" என்றாள்.

கண்ணீராய்க் கொட்டினாள். நெருப்புக் கண்ணீராய்.

மகேஸ்வரியின் நிம்மதி முகத்தில் எழுதிவந்தது.

"அப்ப ... ஒண்டு ரண்டு நாளில ஊருக்குக் கிளம்பியிடுறியா?" என்றார் கிருஷ்ணன் கூட வந்திருந்த நோக்கத்தை மறவாமல்.

அவள் சரியென்றாள்.

அப்போதுதான் அவள் சிறிது கோபித்தது போல இருந்தது.

எல்லாம் அற்புதத்தில்போல் நடப்பதாய் மகேஸ்வரியின் மனத்துள் குதூகலம் துள்ளிக்கொண்டு இருந்தது. அப்போதுதான் ஏதோ

ஒருவகையில் அவள் முன் சிறுத்துப்போன உணர்வடைந்தாள் மகேஸ்வரி. அவளை மயக்குவதற்கு அல்லது மடக்குவதற்குக் கொண்டுவந்திருந்த பணப்பையைக் காணாமலே தன் அசத்தியத்துக்கு இணங்கியிருக்கிறாள் அம்பா என்பதை நினைக்க அவள் கூசிப்போனாள். பணத்தைத் திரும்பிக் கொண்டுபோய்விட முடியாது. கொண்டுபோய்விடுகிற அளவுக்கு அவளும் கல்நெஞ்சுக்காரியில்லை. திரும்பி எல்லாரும் மறந்து போயிருந்த பையைப் பார்த்தாள். பின்... விசுவலிங்கத்தின் கையிலிருந்த பையை வாங்கி அதனுள்ளேயிருந்த பணக் கட்டுகள் தெரிய பிரித்து, முன்னாலிருந்த குட்டி மேசையில் வைத்தாள்.

"ரண்டு லட்சம் ரூபாய் இருக்கு. இதை வைச்சிரு."

அம்பா ஆவேசமாய்த் தலையசைத்து அதை மறுத்தாள்.

"வேண்டாமெண்டு சொல்லாத. பிள்ளையை வளக்க... படிப்பிக்க... இது உனக்கு வேணும். எல்லாம் விதிப்படி நடக்குதெண்டு நினைச்சுக்கொள். அப்பதான் இந்தச் சோகத்தை உன்னால தாங்கிக்கொள்ள ஏலும். நீ பிறந்த ஊர்ப் பக்கமாய்... ஒரு சின்ன வீட்டில... நீ கஷ்டமில்லாமல் வாழலாம். பாங்க்கில போட்டால்கூட வட்டியை எடுத்துச் சாப்பிடலாம். நல்லவை ஆரின்ரயும் ஆலோசனை கேட்டு நடந்துகொள்" என்று வற்புறுத்தினார் விசுவலிங்கம்.

மேலே அவர் அங்கே நிற்கவில்லை. ஹோலுக்கு வெளியே வந்துவிட்டார்.

உள்ளே... மகேஸ்வரி சொன்னாள்: "நாளையிண்டைக்குக் காலமை விசுவலிங்கம் அண்ணர் வருவார். வந்து உன்னை உன்ர ஊருக்கு அனுப்பி வைப்பார். அவரிட்ட நீ திறப்பைக் குடுத்து விடலாம். உன்ர நகையள்... உடுப்புக்கள்... வேற கொண்டு போகக் கூடிய குசினிச் சாமான்களைக்கூட நீ கொண்டு போ, என்ன?"

குழந்தை எழுந்துவிட்டிருந்ததுபோலும்.

அம்பா குழந்தையைத் தூக்கி வந்தாள்.

"அவர்... இனி... வரமாட்டாரா?" என்றாள் பீரிடும் அழுகையை மறைக்க குழந்தையைப் பார்த்த வண்ணம்.

"ஆர்? ராசேந்திரனோ? அவன் அங்க இஞ்சயெண்டு வெளியில திரிஞ்சால் ஆபத்தெல்லே? கவலைப்படாத. நான் எல்லாம் சொல்லுறன்."

அவள் வெளியே வந்தாள்.

கிருஷ்ணன் பின் தொடர்ந்தார்.

அந்த ஸ்திதியிலேயே நின்று கொண்டிருந்தாள் அம்பா.

ஒரு குமிழியாக அந்த வாழ்வின் இன்பம்... சுகம்... நிம்மதியெல்லாம் அழிந்த துக்கம்கூட அப்போது அவளிடத்தில் இல்லை. 'மனிதர்கள் எல்லோருமே, தேவையென்று ஏற்படுகிறபோது போலியாகிவிடுவதில் ஒன்றுதான். அஸ்ஸாம்காரன் போலத்தான் மகாராஷ்டிராக்காரன்.

பஞ்சாபி போலத்தான் மலையாளி. இந்தியன்போலத்தான் சிறீலங்காக்காரனும். அந்தம்மா என் புருஷனைப் பெற்றவளாக இருக்கலாம். ஆனால் நான் பெற்றிருந்தாலும் இந்தப் பிள்ளை அந்தப் பிள்ளைக்குப் பிறந்தது என்பதை யோசிக்கவில்லையே! இந்த நிறம்... இந்த முகம்... இந்த மூக்கு... பார்த்தும் கண்ணை மூடிக்கொண்டு போக எப்படி முடிந்தது? தன் மகனை மீட்டுச் செல்கிற அந்தக் கடைசி நேரத்தில்கூட இந்தப் பிள்ளையைத் தூக்கி... கொஞ்சி... சந்தர்ப்பவசம் காரணமாயே அந்தச் சிதைவு நிகழ்கிறது என்பதைக் காட்டிவிட்டுப் போயிருக்கலாம். எனக்கு அவர் நினைவுமட்டும்... வாழப் போதும்.'

ஒரு மர்ம முடிச்சு மேலும் அவளில் விழுந்தது. ஒரு இலங்கைத் தமிழனுக்கு பிள்ளைபெற அவளுக்கு இருந்த விதிக்கும், அந்த இலங்கைத் தமிழன் அகதியாகி அங்கே வரநேர்ந்த விதிக்கும் தொடர்பெங்கே இருக்கிறது?

ஒருவேளை... விதி எங்கும்... எப்போதும்... ஒன்று தானோ?

காற்றடித்த ஓசையில் காலத்தின் முணுமுணுப்பு தெரிந்தது.

49

சென்னை திரும்பிய மகேஸ்வரிக்கு பெரும் காரியமொன்றை முடித்த திருப்தி மனத்தில் நிலவிக்கொண்டிருந்தது. அதுவே பூரண திருப்தியில்லை. அதற்கு இன்னொரு தடையை அவள் தாண்ட வேண்டும்.

வீடு சேர்ந்த சிறிது நேரத்திலேயே குளித்து சாப்பிட்டுக் கொண்டிருக்கையில், "மாலா... போன்... கனடா போன்..." என்று பக்கத்து வீட்டில் சத்தமெழுப்பியது கேட்டது. கையை உதறியபடி அவசரமாய் எழுந்து குளியலறை வாளியில் கையை ஒரு முங்கு முங்கி எடுத்துக்கொண்டு பக்கத்து வீட்டுக்கு விரைந்தாள்.

கேட்ட செய்தி அவளது கலகலப்பைப் பறித்துப்போய் விட்டிருந்தது.

ஒன்பது மணியளவில் வெளியே போய் பொதுத் தொலைபேசி நிலையத்தில் சந்திரமோகனுக்குப் போனெடுத்தாள்.

"அம்மா... எப்ப வந்தியள்? பம்பாய் எப்பிடி இருக்கு?" என்று கலகலப்பாக அவன் பேசினான்.

அவளுக்குப் பேசுகிற மனநிலையில்லை. பதிலின் பாதியைச் சொல்லி, பாதியைச் சிரித்தாள். "காலமைதான் வந்தம். தம்பி, உம்மோட அவசரம் பேசவேணுமே..."

அவன் வெளியே செல்லவேண்டியிருப்பதைச் சொன்னான்.

"அப்ப... நாளைக்குக் காலமை..?"

"கட்டாயம் வாறன்."

தொலைபேசியை வைப்பதன் முன் ஒன்று கேட்டாள்: "நீர் வாறபோது சுதனும் வாறதாய் ஒரு கதை இருந்ததே!"

“மெய்தான். கடைசி நேரத்தில ஜேர்மனுக்கு வரச் சொல்லி பிரபு கூப்பிட அங்க போயிட்டார். நாங்கள் சொல்லப்போற பதிலிலதான் ஆள் இஞ்ச வாறதும் வராததும்...”

பிறகு ராஜிக்குப் போனெடுத்து கமலாவையும் அழைத்துக் கொண்டு மாலையே அங்கு வரச்சொன்னாள்.

மாலையில் வீடு வந்த ராஜி அம்மாவின் நிலையைப் பார்த்துக் கேட்டாள்: “ஏனம்மா ஒரு மாதிரி இருக்கிறியள்..? உடம்புக்கு என்ன?”

“உடம்புக்கு ஒண்டுமில்லை . . . நல்லாய்த்தான் இருக்கிறன்... மனம்தான் சரியில்லை. காலமை விஜியிட்டயிருந்து போன் வந்தது...”

“என்னவாம்?”

“விஜிக்கு சிசேரியன்தான் செய்யவேணுமாம். அதுதான் கேட்ட நேரத்திலயிருந்து பதைப்பாயிருக்கு...”

“அங்க... இதெல்லாம் சின்ன ஒப்பிறேஷன், அக்கா, பயப்பிட வேண்டியதில்லை” என்றாள் கமலா.

“மெய்தான். எண்டாலும்... பத்துப் பன்ரண்டு வருஷமாய்க் கூடஇருந்திட்டு, இப்ப ஒப்பிறேஷன் செய்யப்போற நேரத்தில கூடநிக்க ஏலாமல் போச்சே... அதுதான்...” என்றாள். பின் ராஜியைப் பார்த்தாள். “ராஜேந்திரன் என்ன செய்யிறான்?” என்று கேட்டாள்.

“வீட்டிலதான். டெக்கில படம் போட்டுக் கொண்டிருக்கிறான்” என்றவள், சொல்லாமல் விடக்கூடாது என்று திடப்பட்டுக்கொண்டு அவன் இரவிலே வெளியே போய்க் குடிக்க ஆரம்பித்திருப்பதைச் சொன்னாள்.

தலையசைத்துவிட்டுப் பேசாமலிருந்தாள். சிறிய இடைவெளியின் பின் மும்பையில் நடந்த விஷயங்களை வருத்தப்படாதவிதத்தில் சுருக்கமாகச் சொன்னாள். அது, இனி உன் விஷயம்தான் பாக்கி என்பதுபோல் இருந்தது. ராஜியின் நெஞ்சுக்குள் அதிர்வு கிளம்பிற்று.

தீவில் அவர்களது வீட்டிலே நின்ற பூனை ஒருமுறை நான்கு குட்டிகள் ஈன்றது. ஒரு மாதத்துக்குள் இரண்டு எப்படியோ காணாமல் போய்விட, இரண்டை எச்சமாக வைத்துக்கொண்டு நின்றது. பிறகு ஒன்றை எச்சமாகக் கொண்டிருந்தது. தாய்ப் பூனையை ராஜேந்திரன்தான் அழகான பூனையென்று குட்டியில் அதை வீட்டுக்குக் கொண்டுவந்து சேர்த்தது. ‘பொட்டைக் குட்டிபோல இருக்கு, திரும்பக் கொண்டுபோய் விட்டுடு’ என்று மகேஸ்வரி கத்தினாள். ‘இல்லையம்மா, கடுவன் குட்டிதான்’ என்றான் ராஜேந்திரன். ‘பெட்டைக் குட்டியாயிருந்தால் கொண்டுபோய் விட்டிடவேணும்’ என்றதோடு பேசாமல் விட்டிருந்தாள். பூனை குட்டிபோட்டதோடு மறுபடி தொடங்கிவிட்டாள் அவள். மகேஸ்வரி சொல்வதை ராஜேந்திரன் எங்கே கேட்கப்போகிறான்? நூறு முறை சொல்லிக் களைத்தபிறகு தானே தாய்ப் பூனையையும் குட்டிப் பூனையையும் ஒரு பையிலே போட்டு எடுத்துக்கொண்டு,

எக்காரணம் கொண்டும் பூனை திரும்ப வீட்டுக்கு வந்துவிடக் கூடாதென்ற எண்ணத்தில் சந்தை வரையில் போய் விட்டு வந்தாள். விட்டு வந்த அம்மாவைப் பார்த்தவுடன் கண்கலங்கி விட்டது ராஜிக்கு. அவற்றின் அவதியைக் கற்பனை செய்ய சதிரம் பதறிப்போனாள். அப்போது, ஊரில் நடந்த அந்த நிகழ்ச்சியைப் பொருத்தம் கருதி நினைத்துப் பார்த்தாள் ராஜி. அப்போதும் ஒரு தாயையும் பிள்ளையையும்தான் 'கடத்தி விட்டு' வந்திருக்கிறாள்.

தேநீர் கொண்டு வந்தாள் பூபதி. குடித்து முடிய மகேஸ்வரி மொட்டை மாடி நடந்தாள். ராஜி சொல்லாமலே பின் தொடர்ந்தாள். கமலா மெல்ல எழுந்து நின்றாள்.

வெளி அழகாய்த்தானிருந்தது. ஆனால் ரசிக்கிற நிலைதான் இருவருக்குமில்லை. முதல்நாள் பெய்திருந்த கனத்த மழையில் மரங்கள் திடங்களெல்லாம் கழுவப்பட்டு ஒரு புதுப் பொலிவில் திகழ்ந்தன. காற்று ஈரப் பதனுடன் வீசிற்று.

"நாளைக்குக் காலமை சந்திரமோகனை இஞ்ச வரச்சொல்லி யிருக்கிறன் ..." என்று தொடங்கினாள் மகேஸ்வரி.

"அம்மா ... அது ..."

"ஒண்டும் நீ சொல்லவேண்டாம். ஒரு கிழமை இருந்தது யோசிக்க. இதில யோசிக்கிறதுக்கும் பெரிசாய் ஒண்டுமில்லை. நீ தேடின வாழ்க்கைதானே இது? இப்ப நீயே மறுக்கிறதில என்ன நியாயம் இருக்கு? உன்ர முரட்டுத்தனம், பிடிவாதங்களை விட்டுட்டு இனிமேலாவது யோசிச்சு வாழப்பழகு. சுதனும் முந்தினமாதிரி இல்லையெண்டு தெரியுது. இனி நீ சுதனோட போய்ச் சேருறதுதான் சரி ..."

"இல்லையம்மா ..."

"இனி உன்னை எதிர்பார்த்துப் பிரயோசனமில்லை. சரி, நீ போ. என்ர வழியை நான் பாத்துக்கொள்ளுறன் ..."

அவளின் உறுதியில் ராஜி திடுக்கிட்டாள். "இல்லையம்மா ... நாளைக்குக் காலமை ..."

"நாளைக்குக் காலமை ஏன்? இப்ப சொல்லு ..."

"காலமை இஞ்ச வரவேண்டியிருக்கு. அப்ப சொல்லுறன் ..."

மகேஸ்வரி நிதானமாய் பரவிவந்த இருள் திரையை ஊடறுத்து மகளின் கண்களை நோக்கினாள். அம்மா என்ன செய்வாளோ என்ற கரிசனை அப்படியே எழுதினமாதிரித் தெரிந்தது. ஒரு இரவைக் காத்திருக்க அவளால் முடியும். "சரி. காலமை நீ பதில் சொல்லுறாய். அதுவும் சரியெண்ட பதிலைத்தான் சொல்லுறாய். வா."

அவள் கீழே இறங்கினாள்.

ராஜியும் கமலாவும் அங்கே அதிக நேரம் நிற்கவில்லை.

வீட்டுக்கு வரும்போதே ஒன்பதரை மணி. வந்ததும் பாயை விரித்துக்கொண்டு படுத்துவிட்டாள் ராஜி. சாப்பிடக்கூடவில்லை. பஸ்ஸுள் அவளிருந்த கோலத்தை கமலா பார்த்திருந்தாளாகையால் சாப்பிடக் கேட்டு ஒருமுறைக்கு மேலே வற்புறுத்தவில்லை.

அம்மா ஏறக்குறைய சொல்லவேண்டிய பதிலைத் தெரிவித்து விட்டாள். புறப்பட்டு வருமுன் பதிலை வற்புறுத்தியும் விட்டாள்.

விடிந்தால் போய் பதில் சொல்லியாகவேண்டும். எல்லாம் யோசித்து முடிந்து விட்டதுதான். ஆனால் அம்மா கொண்டிருந்த திடம், ஒரு மறு யோசிப்பை நிர்ப்பந்தித்து பயமுறுத்திக் கொண்டிருந்தது.

'யோகேஷ்... வரமாட்டியா?' வரமாட்டான். அவளுக்குத் தெரியும். அவன் இப்போது அவளுக்கானவனில்லை. அவள் விருப்பப்பட்டுத்தான் அப்படி ஆனது. ஆனாலும் வராதது துக்கமாய் இருந்தது. அவன் அவளுக்குக் காலாக இருந்தவன். அங்கிருந்தும் ஓட அவன்தான் வேண்டும். அது சாத்தியமில்லையென்பதை யோசித்துத் தளர்ந்தாள்.

அவள் வாழ்க்கையை ஆரம்பத்திலிருந்தே நேசித்தவள். அழகிய கனவுகளுடன். நேசிப்பானது நடைமுறைகளில் மிகுந்த நிதானத்தையும் ஒழுங்கையும் கோருவது. இசைகேடு வராத வாழ்முறையின் அம்சமாக அவளிடத்தில் ஒரு கலகலப்பு இருந்தது. தனது ஒவ்வொரு சரிவின் பின்னாலும் அவள் மீண்டாள். அது ஆனந்தமான விஷயம். ஆனால் அது ஒரு சரிவா மீள்வதற்கு?

அவளுக்கு அப்போது தேநீர் குடிக்கவேண்டும் போலிருந்தது. எழுந்து போய் போட்டுக்கொண்டு திரும்ப வந்து மேசையில் வைத்துவிட்டு, திறந்திருந்த ஜன்னலூடு வெளியே பார்த்தபடி அமர்ந்தாள்.

அவளுக்கு அந்த அறை பிடித்திருந்தது. தீவில் அவர்கள் வீட்டின் அவளது அறைபோல அது. அதே அளவும்தான். வெளியேயும் அதேமாதிரி மரக்கூடல். அதிலும் சிலவேளை அணில்களும் கிளிகளும்.

அந்த நினைப்பில் லேசாய் அவளுக்குக் கண் கசிந்தது.

வானம் விரிந்தது என்பதன் நிஜமான அர்த்தம் என்ன? எல்லை கடந்தது என்பதுதானே? மட்டுமில்லை. அது எங்கும் ஒரே நிறமும்தான். தீ, எங்கும் சுடும். வளி, எங்கும் ஒரே சுகம். நீர், எங்கும் ஒரே சுவை. மழை ஒரே மாதிரியே வர்ஷிக்கிறது. ஆனால் மண்..? மனை..?

நாகபூஷணி அவள் மண்ணைக் காத்துக்கொண்டிருக்கிறாள்.

சூழத் திரையெறியும், தூரத்தில் ஏழாற்றுப் பிரிவு ஓங்கி ஒலிக்கும் அந்தத் தீவு இன்னும் ஏறக்குறைய அந்த மாதிரியேதான் இருக்கிறதாய் அரசி சொல்லியிருந்தாள். சில முகங்கள் இல்லாமல் போய், சில முகங்கள் வளர்ந்து, சில முகங்கள் புதிதாய்த் தோன்றியதான மாற்றம் மட்டுமே உடையதாய் இருக்கிறது. மண் மாறவில்லை. அதன் வளப்பம் மாறவில்லை.

'நான் அவரைத் தேடித்தான் வந்தது. அவரே இல்லையெண்டான பிறகு எனக்கிஞ்ச என்ன வேலை? கச்சாயைவிட்டுட்டு அரசியும்

வெளிக்கிட்டாச்சு. எனக்குத் தீவு இருக்கு. வீடு வளவு இருக்கு. வயல்க் காணி இருக்கு. தோட்டம் போட்டால் சீவிச்சுக் கொள்ளுவன். இஞ் சயிருக்கிறது மற்றவைக்குத்தான் பாரம்' என்று வாலாம்பிகை ஒருநாள் சொன்னாள்.

அதற்கு அரசி, 'நான் வந்தது உங்களைத் தேடிக் கூட்டிக்கொண்டு போகத்தான். வேற... எனக்குமென்ன இஞ்ச கிடக்கு?' என்றாள்.

அவர்களையெல்லாம் என்ன இழுக்கிறது?

அவளுக்குள்ளும் ஏதோ இருந்து இழுக்கிறதுதான். ஆனால் அம்மா பின்னே பிடித்திழுத்துக் கொண்டிருக்கிறாளே.

'நாகபூஷணி அம்மாளே!' கூவினாள் அவள். 'நீதான்... நீ மட்டும்தான்... இனி என்னைக் காப்பாத்த இருக்கிற தெய்வம்.'

மனிதர்கள்மேல் மிகு கையறு வேளைகளில் அவநம்பிக்கை வந்து விடுகிறதுதான்.

ராஜி தேநீரைக் குடித்துவிட்டுப் படுத்தாள்.

நெடுநேரத்தின் பின்னே தூங்கினாள்.

சிறிது நேரத்தில் யாரோ எழுப்பி தன் காதில் ஏதோ சொல்கிறதுபோல் உணர்ந்தாள். 'எனக்கும் ஆர் இருக்கினம்? நீ மட்டும்தான் இருக்கிறாய். நான் உன்ர குறையைப் போக்கினன், ராஜி. நான் தனியன். நான் தனியன்.'

50

அவ்வளவு கனதியும் பெறுமோ இமைகள்? விழிப்பு வந்திருந்தும் கண்களைத் திறக்க முடியாதிருந்தது. முனைந்து திறந்து ஜன்னல் பக்கம் பார்வையைத் திருப்ப இரவின் இருள் இன்னும் அப்பியபடியிருந்தது காலை.

அந்தச் சிறு நகரில் அப்போது எங்கிருந்தோ ஒரு சேவல் கூவியது.

அண்ணாநகர் செல்லவேண்டுமென்பது அவதியாக நினைவாகியது.

அவள் மறுதலிக்கத்தான் போகிறாள். அதை, அங்கு சென்றுதான் சொல்லவேண்டும். சொல்வதற்கு அஞ்சி போகாமல் விட்டுவிட்டால் அம்மா தொலைபேசிகூட எடுக்கமாட்டாள். உடனடியாக ஓட்டோ அமர்த்திக்கொண்டு அங்கே வந்துவிடுவாள்.

போகத் தீர்மானித்து வெளிக்கிட்டு முடித்தபோது விடியத் துவங்கியது.

கமலா எழுந்து கோப்பி போட்டு வந்தாள்.

வெளிச்சம், சந்தடிகள் காரணமாய் ராஜேந்திரனுக்கும் தூக்கம் கலைந்துவிட்டது. அன்றிரவு வெளியே செல்லாததில் போதையில்லாமல் படுத்திருப்பான். எழும்பியதும், "கமலாக்கா, எனக்கும் கோப்பி" என்றான்.

சோபாவில் கோப்பி குடித்தபடியிருந்தவன் ராஜியைக் கேட்டான். "அம்மாவுக்கு என்ன பதில் சொல்லப்போறாய், அக்கா?"

அம்மா, அண்ணாநகர் டவரில் ஏறி பாய்ந்து சாகிறதானால் சாகட்டும்; நான் அவள் இஷ்டத்துக்குக் கட்டுப்பட்டுவிட முடியாதென்று சொல்லிவிட முடியுமோ? ஆனால் அதைத்தான் அவள் சொல்லப்போகிறாள். அதற்காக அதை அப்போது அவனுக்கே சொல்லவேண்டிய அவசியமில்லை.

கோப்பி குடித்து முடிய எழுந்தவள், "ஏதாவது சொல்லிச் சமாளிக்கத்தான் வேணும்" என்றாள். "இப்ப பஸ் இருக்கும்தானேயக்கா!" என்று கேட்டுவிட்டு பதிலை எதிர்பார்க்காமலே நடந்தாள்.

ராஜி, மாலாவின் வீடு நெருங்கும்போதே கண்டாள் வாசலில் ஓட்டோ ஒன்று நிற்பதை. அவ்வளவு வெள்ளெனவாகவா சந்திரமோகன் வந்திருக்கிறான்! அவன் வருவதற்கு முன்னர் வந்து பதிலைச் சொல்லிவிட்டு ஓடுகிற எண்ணத்தோடு வந்தவளுக்கு அது முடியாது என்கிறபோது திகைப்பாகிப்போனது.

கேற்றைத்தாண்டி வந்தபோதுதான் விறைத்த மௌனத்தில் அது கிடப்பது தெரிந்தது ராஜிக்கு.

அரசியும் வாலாம்பிகையும்கூட வந்திருந்தனர். சந்திரமோகன் வரும்போதே அங்கு போய்க் கூட்டிவந்தானா, வந்தபிறகு ஓட்டோவை அனுப்பி கூப்பிடுவித்தார்களா? என்ன திட்டம்! என்ன வியூகம்! எதுவுமே புரியவில்லை அவளுக்கு.

விறாந்தையில் நின்று நிலையோடு சாய்ந்து உள்ளே நோக்கியபடி நின்றிருந்தார் விசுவலிங்கம். பின்னால் ராஜி வந்ததைக்கூட கவனிக்கிற நிலையில் இல்லை.

எல்லோருமே கூடியிருந்தார்கள். குழந்தைகள்கூட பள்ளி செல்லும் ஆரவாரமின்றி திகைத்துப் போயிருந்தார்கள். சந்திரமோகனில் எதுவும் தெரியாமலிருந்தது. அது உறைவு.

வீட்டு வாசலில் ராஜி நிற்பது கண்டுகொண்டு அரசிதான் விரைந்து வெளியில் வந்து விஷயத்தைச் சொன்னது: "ஜேர்மனியில றெஸ்ரோறன்ற் ஒண்டில இருக்கேக்குள்ள பிரபுவை ஆரோ சுட்டிட்டினமாம்."

"ஆ!"

"அந்த இடத்திலேயே முடிஞ்சுதாம். கூட . . . சுதனும் நிண்டிருக்கிறானாம். அவனுக்கும் சூடு பிடிச்சிருக்கு . . ."

ராஜி அரசியின் முகத்தை நோக்கி நிமிர்ந்தாள். அந்தப் பார்வையில் அதிர்ச்சி ஏதேனும் இருந்ததா?

அரசி தொடர்ந்தாள்: "சூடு பிடிச்சிருக்கெண்டாலும் ஆபத்தில்லையெண்டு போனில சொல்லிச்சினமாம். தகவல் வரேக்குள்ளை பன்ரண்டு மணி. விடியிறவரை காத்துக்கொண்டிருந்திட்டு இப்ப வந்துதான் சொல்லிச்சுது சந்திரமோகன். உடனேயே வெளிக்கிட்டுக்கொண்டு இஞ்ச வந்தம் . . ."

அரசியும் ராஜியும் உள்ளே சென்று சுவரோடு சாய்ந்தமர்ந்தனர்.

தளும்பாமல் நீண்டுகொண்டிருந்த அமைதியை வாலாம்பிகையின் விம்மல் உடைத்தது.

மகேஸ்வரி பக்கத்தில் போயமர்ந்து தேற்றினாள்: "எங்கட ஊரில உள்ள பொலிஸ்போல இல்லை ஜேர்மனியில. சுட்டவங்களை இத்தறுதியில பிடிச்சிருப்பினம்..."

"ஆரெண்டு தெரியாமலிருக்கு எண்டுதான் சந்திரமோகன் கேட்டதுக்கு அங்க சொல்லிச்சினமாமே..!"

"இல்லாட்டி என்ன? கெதியில பிடிச்சிடுவினம். ஆர், எவை எண்டு தெரிஞ்சவுடன சுதனுக்கும் நல்ல பாதுகாப்புக் குடுப்பினம். சுதனைப்பற்றிக் கவலைப்படத் தேவையில்லை. நீங்கள் ஏன் அழுகிறியள்?"

பிரபு குறி வைக்கப்பட்டிருப்பதாயே முன்பு சந்திரமோகன் சொன்னது. சுதனுக்கு ஏன் குறி? ஒருவேளை கூடவிருந்ததால் குறியற்றுப் பாய்ந்ததோ குண்டு? இது இயக்க ரீதியான நடவடிக்கையா? அல்லது உள்முரண்களின் காரணமானதா? அல்லது... நிலைமையைக் குழப்புவதற்காகச் செய்த எதிர்வலுக்களின் தந்திரமோ? எதையென்று யோசிக்க?

வெகுநேரத்தின் பின் சந்திரமோகன்தான் அந்த அமைதியைக் கலைத்தது: "நான் இப்பவே பம்பாய் வெளிக்கிடுறன். கிடைக்கிற முதல் பிளைற்றில ஜேர்மனி போறன். உங்களுக்குத் தெரியுமோ, பிரபு என்ர சொந்த மாமாவெண்டு? அம்மாவின்ர தம்பி. அடக்கம் நான் போறதுக்குள்ள முடிஞ்சிடுமெண்டுதான் நினைக்கிறன். எண்டாலும் மாமிக்கு... ஆநந்திக்கு எல்லாம் நான் போய்ப் பார்த்தால் ஆறுதலாயிருக்கும். திரும்ப வருவன். எப்ப எண்டுதான் சொல்ல ஏலாது. ஆனா வருவன்."

அவன் எழுந்தான். எல்லாரையும் பார்த்தான் சுழன்று, ஒரு மௌன விடை பெறுதலாக. ராஜியில் மட்டும் சில கணங்கள் அதிகமாய் அவன் பார்வை பதிந்திருந்ததுபோல் இருந்தது. பிறகு வாசலில் நின்றடோவை நோக்கி நடந்தான்.

51

உறைவு கலைந்து அவரவரும் விலகினர். சந்திரமோகனை வழியனுப்பச் சென்ற கையோடு ரீக்கடைக்குப் போய்விட்டார் விசுவலிங்கம். முற்றத்தில் வாலாம்பிகையும் சரஸ்வதியும் சிவாவும். மொட்டைமாடியில் அரசியும் மாலாவும். தனியாக பூபதி. தனியாக சேனன். இரண்டு சின்னதுகளும் தங்கள் பாட்டில். ராஜியும் மகேஸ்வரியும் மட்டுமே கூடத்துள் தம்தம் சுயசிந்தனைகளுள் மூழ்கி.

சந்திரமோகனோடு சுதன் வரவில்லையென்றதுமே நாடி தளர ஆரம்பித்துவிட்டாள் மகேஸ்வரி. ராஜியின் சம்மதத்தைப் பெற்றுக்கொண்டு அறிவித்தால் ஜேர்மனியில் நிக்கிற சுதன் அங்கே வருவானென்று தெரிந்தபோது அவளிடத்தில் மறுபடி நம்பிக்கைகள் துளிர்க்கத்

துவங்கின. ராஜியின் சம்மதத்தை வாங்குவது சுலபமல்லவெனினும் ஒரு கிடுக்கிப்பிடியில் அவள் அதைப் பெற்றிருப்பாள்தான். ராஜியின் பதில் அன்று காலைதான் கிடைக்கவிருந்தது. அந்தநேரம் பார்த்து இறங்குகிறது இடி பிரபுவின் மரணச் செய்தியாக. சுதன் பிழைத்துவிடுவான். அது முக்கியம். ஆனால் காயம்பட்ட நிலையில் சுதன் இருக்கிறதும், பிரபுவின் சாவு வீட்டுக்கு சந்திரமோகன் ஓடிவிட்டதுமான நிலையில் ராஜி பதில்சொல்வதை இழுத்தடிக்கக்கூடுமே மறுபடியும்.

ராஜி எழுந்தாள். "நான் வீட்டுக்குப் போயிட்டுவரட்டே, அம்மா?" எனக் கேட்டாள். "நேராய் வீட்டுக்கோ போறாய்?" என மகேஸ்வரி கேட்க, "இல்லை. ராஜநாயகம் சேரைப் பாத்திட்டுத்தான் பஸ் எடுக்கப்போறன்" என்றாள்.

பத்து மணிக்குள் ராஜி புறப்பட்டுவிட்டாள். உட்கனலொன்று உணர்விலாகியது.

வீடு சென்று படுத்த ராஜி மறுபடி எழும்ப இரண்டு நாட்களாயிற்று. மகேஸ்வரி, அரசி எல்லோரும் ஒருமுறை வந்து பார்த்துப் போனார்கள். கொஞ்சம் சுகமாகி ராஜி மெல்ல நடக்க ஆரம்பித்த நாள். ஹோலுக்குள் அமர்ந்து தொலைக்காட்சி பார்த்துக்கொண்டிருந்தாள்.

ராஜேந்திரனும் விசுவலிங்கமும் முதல்நாள்தான் மும்பை போயிருந்தார்கள். ட்ரவல்ஷஸயும் வீட்டையும் விற்றுவிடச் சொல்லியிருந்தாள் மகேஸ்வரி. கஜன் ட்ரவல்ஸ பொறுப்பெடுத்துக்கொண்டு, பாதிக்குப்பாதி பணம்தான் கொடுத்திருந்தான். வீட்டை விற்க கிருஷ்ணனின் உதவியை நாடினார்கள். ராஜேந்திரன் வீட்டுப்பக்கமே வரவில்லை. ஹோட்டலில் தங்கிக்கொண்டு, பத்திரத்தை கையெழுத்துப்போட அங்கேயே கொண்டுவரும்படி சொல்லிவிட்டான். அவசர அவசரமாகத்தான் விற்றார்கள். அதனால் அதுவும் அதன் பெறுமதிக்கு விலையாகவில்லை. சென்னை சென்றதும் பணத்தைக் கொண்டுபோய்க் கொடுத்தபோது மகேஸ்வரி சொன்னாள். "நீ இஞ் சயிருப்பது கஷ்ரமாயிருக்கும்தான். வந்தாவது போகலாமே அடிக்கடி?"

"வாறனம்மா."

பின்னால்தான் தெரிந்தது அதன் காரணம்.

மூன்றாம் நாளே தாய்லாந்துக்கு ஏஜன்ற் கூட்டிப்போய் விட்டான்.

அங்கிருந்துதான் கனடா 'றூட்' ஓடிக்கொண்டிருந்தது.

மகேஸ்வரி இனி அதிக நாள் சென்னையில் தங்கமாட்டாள். ஏற்கனவே விஜிக்கு சிசேரியன் என்று பதைத்துக் கொண்டிருந்தவள் அவள்.

அவளைப் பிரியப்படும்படி நடக்க அங்கே அவள் தங்கிநின்ற காலத்தில் வெகுவாகப் பிரயத்தனம் செய்தவள் மாலா. மகேஸ்வரியும் அவளது கரிசனையில் மகிழ்ந்து பெற்றமகள்போல் என்னைப் பார்க்கிறாளென்று வாய்விட்டே இரண்டொருவரிடம் கூறியிருந்தாள். ஷீலா பணம் அனுப்பினாலும் ஒழுங்கீனம்தான் நிறைய. டாண் ... என்று ஐந்தாம் திகதிக்குள் வாசலில் வந்துநின்ற காலம் போய்விட்டது. ஒரு தடவை ... இரண்டு தடவை ... தொலைபேசி எடுத்தால்தான் அனுக்கத்தோடு வந்து சேர்கிறது. ஆனாலும் சிவாவை மறுபடி கூப்பிட முயற்சிப்பதாகத்தான் சொல்லிக்கொண்டிருந்தாள். அதைக் கொஞ்சம் விரைவுபடுத்தும் வகையில், ஒரு சிறிய பங்கையாவது ஏற்பாடு செய்துதர மகேஸ்வரியிடம்தான் கேட்க விருந்தாள் மாலா. எல்லாமே ஒரு துர்சகுனத்தில்போல் தடைகளாக வந்து நின்றுகொண்டிருந்தன. பிரபுவின் மரணம்.. சுதனின் காயம் ... ஏற்பட்டிருக்கவேகூடாதென்று வன்மையாக நினைத்தாள் மாலா.

சரஸ்வதியும் ஒரு உலகமாக இயங்கிக் கொண்டிருந்தாளென்று பலபேருக்குத் தெரியவில்லை. அவளுக்கும் கனவுகள் இருந்தன. சிவாவுக்கு ஒரு விடிவு பிறந்ததும், சேனனைக் கூப்பிடக் கேட்கவேண்டுமென்று எண்ணிக் கொண்டிருந்தாள். குளத்தூரிலே நவாலியைச் சேர்ந்த குடும்பமொன்று இருந்தது. அவர்கள் வீட்டுப் பையன் சுவிஸிலே இருந்தான். 'பேப்பர்' கிடைத்திருந்தது. நல்ல வேலையிலும் இருந்தான். கல்வயல் ஆள் ஒன்று கல்யாணத் தரகு வேலை செய்துகொண்டிருந்தது அண்ணாநகரில். பேச்சு வாக்கிலே பூபதியைப்பற்றிச் சொல்லி புகைப்படமும் கொடுத்துவைத்திருந்தாள். சந்தை போய் வருகிற வழியில் மாரியம்மனை அது கேட்டுத்தான் அவள் தொழுதும் வருகிறாள். அது சரிவராவிட்டால் சேனன் போய் அவளைக் கூப்பிட வேண்டியது. பின்னால்.. மீதி மூன்று பிள்ளைகளையும் அந்த மாதிரியே ஒவ்வொன்றாக. அவர்கள் வளர இன்னும் சில வருஷங்களாகும்.

தீவு அவ்வளவு உபத்திரவமான நினைவாய் இப்போது அவளுக்கு வருவதில்லை. கல் வீடும், குழாய் நீரும், வீட்டோடு இணைந்த குளியலறையும், குளோரின் மணமுள்ள மெட்ரோ தண்ணீரும் அவளது குடிசை வாசத்தை, கிணற்று நீரின் சுவையை, எந்திரப் புகை கலக்காத காற்றின் இதத்தை அவளிடத்தில் பெருமளவும் மறக்கச் செய்திருந்தன. குண்டுச் சத்தம்கூட மறந்து போனது. அங்கேயும் குண்டுகள் உண்டு. அங்கேயும் அவை வெடித்து அதிர்கின்றன. ஆனால் அவளை நோக்கியவை அல்ல அவை.

வாழ்வின் தள மாற்றம் பண்பு மாற்றமாய் ஆகிப்போனது.

காலம் சிரித்து காற்றில் மிதந்தது.

பெரும்பாலும் அங்கேயிருந்த இலங்கைத் தமிழர் அனைவரின் நிலைமையும் அதுதான்.

யாரிலும் குற்றம் இல்லை.

வாழ்வு ஒவ்வொருவர் செவியிலும் ஒவ்வொரு விதமாய்த்தான் இசைக்கிறது.

பத்திரிகையைப் பார்த்த திரவியத்துக்கு பொறிகள் அழிந்தன.

உபதேசிப் பிக்கு எனப்படும் சங்கரானந்ததேரரின் உடல் அழுகிய நிலையில் களனியில் கண்டெடுக்கப்பட்டதைச் செய்தி தெரிவித்தது.

திரவியத்தின் கண்கள் மினுமினுப்புக் காட்டின.

ஆனால் அந்தச் சுமையின் அழுத்தத்தில்... அவனால் அழ முடியவில்லை.

சரித்திரத்தில் ஒரு கோடு கிழித்தாயிற்று.

பாகம் ஐந்து

ஒரு புதிய ஏற்பாடு
2001

1

வெளியின் புகாரும் இருளும் கிழித்து ஒளி விசிறிக் கொண்டிருந்தது எங்கும் அந்தக் காலை வேளையில். கடந்த இரண்டு நாட்களாய் மழை அடைத்துப் பெய்துகொண்டிருந்தது. வெளிக்குமென்ற நம்பிக்கையைக் கூட முழுங்கடிக்கிறமாதிரி அப்படிப் பெய்தது. வானொலி வேறு நாற்பத்தெட்டு மணி நேரத்துக்கு புயலும் மழையுமான கால நிலையை அறிவித்து, மீனவர்களையும் கடலுக்குச் செல்லவேண்டாமென எச்சரிக்கை செய்தது.

தேநீர் கொடுக்க வந்த மாலா அப்போது சொல்லியிருந்தாள், "என்ன மாமி இது இப்பிடி அடிச்சுக் கொட்டுது? கூட்டம் என்னமாதிரி முடியப்போகுதோ?" என்று. மகேஸ்வரிக்கு அந்த எண்ணமில்லை. அவள் கரிசனைகள் குறுகிக் குறுகிக் குடும்பம் என்ற வட்டத்துள் வந்து நின்று கொண்டிருந்தன.

பெரும்பாலும் அந்த எல்லையை அவள் எப்போதும் மீறியதில்லை. அந்தத் தடவை கனடாவிலிருந்து இந்தியா வருவதற்கு அவளுக்கு மனதேயில்லை. அப்படி நொந்து போயிருந்தாள். அவள் எண்ணியதில்லையே அப்படி ஒரு இழப்பை. தொண்ணூற்றொன்பது கடைசியில் கனடா போனவன், சொல்லி ஒரு வருஷத்துக்குள் இல்லையாகிப் போய்விட்டான். ஒரு மூர்க்கத்தில் நடந்ததாய்த் தோன்றியது அது. நண்பனின் காரை இரவல் வாங்கிக்கொண்டு போனானாம். நெடுஞ்சாலையில் ட்றக் ஒன்றுடன் மோதியதில் கார் சுக்கு நூறாய்ப் போல் நொறுங்கி பெற்றோல் ராங்க்கும் தீப்பிடித்து எரிந்து பஸ்மமாய்ப் போனான். காரைச் செலுத்திக் கொண்டிருக்கையில் தூங்கி... இருக்காது... ஏதாவது நினைவின் உளைச்சலில்... சாத்தியம் இருக்கிறது. அவன் அம்பாவை மறக்க முடியாததால்தான் கனடா சேர்ந்த பிறகு நிறையக் குடிக்க ஆரம்பித்தானென்று இப்போது தோன்றியது. பொத்திப் பொத்தி வைத்துக் காப்பாற்றிய பிள்ளை. இயக்கமெதிலாவது சேரக்கூடிய

ஆபத்திலிருந்து தடுக்கத்தானே நெல் விளைகிற பூமியை அறா விலைக்கு விற்று அவனைக் கப்பலெடுக்கவென்று பம்பாய் அனுப்பினாள். பதினைந்து வருஷங்கள் பிரிந்துதான் இருந்தாள். நினைப்பிலும், பிறகு ஒரு கைகூடிய சந்தர்ப்பத்தில் அவனைச் சந்தித்து, பேசி, மனைவி குழந்தையென்று குடும்பமாய் இருந்தவனைப் பிரித்தெடுத்து கனடா அனுப்பினாள். காப்பாற்ற முடியாமற் போய்விட்டதே.விபத்தின் உருவத்தில் காலன் வந்துவிட்டான். அவள் அழுது களைத்துப்போனாள். அவள் சந்தித்த இரண்டாவது மரணம் அது. முப்பது வருஷங்களுக்கு முன்பும் அவள் வீட்டில் ஒரு மரணம் நிகழ்ந்தது. அவளின் ஆதாரத் தளத்தையே அசைத்தது அது. இந்த மரணம் அவளின் கருவறை ஆசைகளின் தகர்ப்பாயே போனது. மட்டுமில்லை. அந்த அவனின் மரணத்துக்கு தான்தான் காரணமோவென்ற குற்ற உணர்விலும் அவளைத் தூக்கி வீசிவிட்டிருந்தது. குருவிக் கூட்டைச் சிதைப்பதுபோல் அவள்தானே அந்தக் குடும்பத்தைச் சிதற அடித்தது. வாயில்லாப் பூச்சிபோல அந்த அஸ்ஸாம் பெண் அவள் சொன்னதையெல்லாம் நம்பிக்கொண்டும், ஏற்றுக் கொண்டும் ஊர் போய்ச் சேர்ந்தது. அவளின் பாவம்தான் ராஜேந்திரனைத் தன்னிடமிருந்து பிரித்ததோ? நினைத்து நினைத்து உருகினாள் மகேஸ்வரி.

கால நகர்ச்சி சிறிது அவளைத் தெளிவித்தது. பாதி மனத்தோடு அப்போது அவள் வந்திருப்பது ராஜிக்காகத்தான். போனமுறை வந்திருந்தபோதே அவளை வற்புறுத்தத்தான் நினைத்திருந்தாள். ஆனாலும் மகனை மீட்ட திருப்தியில் அவள் மனம் மாறுவதற்கான காலக்கெடுவைக் கொடுத்துவிட்டுத் திரும்பிவிட்டாள். போன வருஷம் பேரவை விழா நடக்கவிருந்தது. ஒத்திப்போட்டார்கள். அவளும் பயணத்தை ஒத்திப்போட்டாள். இந்தத் தடவை விழா பற்றிய அறிவிப்பு வெளியிடப்பட்டதும் பழையபடி அவளது மனம் ஏங்கத் துவங்கிவிட்டது. சுதன் இந்தியா வரப்போவதாக அறிந்ததும் உடனடியாகவே புறப்பாட்டுக்கான அலுவல்களைப் பார்க்கத் தொடங்கிவிட்டாள். விசா கிடைத்ததும் புறப்பட்டு விட்டாள்.

ராஜியை எப்படியாவது சுதனோடு அனுப்பிவைக்கிறது மாதிரியான வைராக்கியமெதனோடும் அவள் வந்திருக்கவில்லை. அவளது இஷ்டத்துக்குப் பெருமளவு மதிப்புக்கொடுக்க அவள் தீர்மானித்திருந்தாள். அவனோடு போகாவிட்டால் தன்னோடு வந்துவிட வேண்டும் என்பதுதான் அவள் கேட்கவிருந்தது. அதைவிட முக்கியமான ஒரு விஷயமும் இருந்தது. அது அம்பா பற்றியது. அவளுக்கு விஷயத்தைத் தெரிவித்து... அவளையும் குழந்தையையும் மருமகளும் பேரனுமாய் ஏற்றுக்கொண்டு ஆதரிக்க அவளுக்கு இரகசியமாய் ஒரு திட்டம் வளர்ந்திருந்தது. எதையும் விஜியோடு கலந்து பேசித் தீர்மானிக்கிறவள், அந்த விஷயம் முனையளவும் வெளியே தெரிய இடம் வைக்கவில்லை. எல்லாம் அவள் நினைப்பதுபோல் அமைந்து வந்தால் பிறகு பார்க்கலாமென எண்ணிக்கொண்டாள். அந்தக் குழந்தையைத் தூக்கியணைக்க மனதெல்லாம் துடித்தது. அதனால்தான் வந்து சேர்ந்த அன்றே விசுவலிங்கத்தோடு அதுபற்றிப் பேசினாள். விசுவலிங்கத்துக்கு

அஸ்ஸலம் போய் வருவது சிரமமில்லை. அம்பா என்கிற அவளது பெயரையும், பிரபா என்கிற குழந்தையின் பெயரையும் வைத்துக்கொண்டு மண்ணும் மொழியும் தெரியாத இடத்தில் போய் காரியமெதனையும் சாதிக்க முடியுமாவென்ற ஐயமே இருந்தது. இருந்தாலும் மும்பை போய் அவர்கள் குடியிருந்த வீட்டின் அக்கம் பக்கத்தில் விசாரித்து, குறிப்புகள், உத்தேச விவரணங்களின்படியாவது தேடிப் பார்க்கலாமென்று புறப்பட்டிருந்தார்.

போய் பத்து நாட்கள். ஒருமுறை மும்பையிலிருந்தும், இன்னொரு முறை அஸ்ஸாமிலிருந்தும் போன் செய்திருந்தார். அஸ்ஸலமிலிருந்து போன் செய்து மூன்று நாட்கள் ஆகின்றன. பின்னால் தகவலேதும் இல்லை. அஸ்ஸாமும் அரசியல் பிரச்சினைகளுள்ள மாநிலம். அவருக்கேதாவது அசம்பாவிதம் நடந்துவிட்டால்... அதுவேறு அடிமனதில் ஒரு கலக்கத்தைச் செய்துகொண்டிருந்தது. கடைசியாக வந்த தகவலில், 'பாதியளவுக்குத்தான் இருப்பிட விபரம் தெரிந்திருக்கிறது. அஸ்ஸாம் தலைநகரிலிருந்து அது ஒரு தொலைதூரக் கிராமம். இரவு பயணமாகிறேன் அங்கு. நான் நேர்த்தி வைத்துள்ள என் வடபழனி முருகன் என்னைக் கைவிடமாட்டான். குழந்தையையும் மருமகளையும் அழைத்துக் கொண்டுதான் வருவேன்' என்றிருந்தார். சென்னையில் மழை பெய்யும்போதெல்லாம் அஸ்ஸாமிலும் மழை பெய்யுமோ, அங்கே காற்றடித்தால் அஸ்ஸாமிலும் அது பாதிப்பைச் செய்யுமோ என்று யோசித்துக் கொண்டிருந்தாள் மகேஸ்வரி.

இரவு தூர தூரத்தில் மின்னுமின்னென்று மின்னியது. முழங்கு முழங்கென்று முழங்கியது. மழை நல்லாய்க் கொட்டப் போகிறதென்று நினைத்துக்கொண்டுதான் படுத்தாள். ஆனால் ஒரு சிந்தல் வானத்திலிருந்து உதிரவில்லை. விடிந்த வெளியில் புகார் ஆங்காங்கே மிதந்து நகர்ந்துகொண்டிருந்தது. ஊடு ஊடாய் சூரியச் சுடர் பாய்ந்துகொண்டிருந்தது. அறைக்குள் கட்டிலில் கிடந்தபடியே ஜன்னலூடு வெளியே பார்வையை வீசினாள். குளத்தூர், அந்தக் காலையில் அழகாகத்தான் இருந்தது. ஏரிபோல் நிறைந்து பரந்திருந்தது குளம். குளத்தை மூடி புகார் கவிந்திருந்தது. இனி புகார் விலகிவிடும். மறைந்திருந்த பசுமைகள் வெளியே தலைகாட்டும்.

அன்று காலை பத்து மணியளவில் சந்திரமோகன் வருவதாக இருந்தான். கூட சுதன் வருவானா தெரியவில்லை. கேட்க மறந்து போனாள். அதில் ஏதும் வித்தியாசமிருக்கப் போவதில்லை. அவள் இயல்பாகவே கதைத்து அனுப்புவாள். ஆனால் அவனின் அந்த அழிவை அவள் இரண்டாம் முறை பார்க்கப் பிரியப்படவில்லை.

அவனை அவளுக்கு ஊரிலேயே நன்கு தெரியும். சின்ன வயதிலே அவளை மாமி... மாமியென்று அழைத்துக்கொண்டு திரிந்த பிள்ளைதான். அவர்கள் வேறு தெருவுக்குக் குடிபெயர்ந்து போன பின்னர், முந்திப்போல் அவனைப் பார்க்கிற சந்தர்ப்பம் கிடைக்கவில்லை. சிறிதுகாலத்தின் பின்னால் அவனது வளர்த்தி அவளை ஆச்சரியப்பட வைத்திருக்கிறது. என்ன உயரம்... என்ன திடம்... எவ்வளவு தீக்ஷண்யம் பார்வையில்...

கனவுச்சிறை

இருந்தும் அத்தனை அடக்கம். கடந்து போகிற வேளைகளில் புன்னகைமட்டும் செய்வான். அது எத்தனையோ வார்த்தைகளின் அர்த்தத்தைத் தாங்கியிருந்தது. பின் வெகுகாலம் கழித்துப் பார்க்கிற சந்தர்ப்பமொன்று அண்மையில் ஏற்பட்டது. அழிந்துபோயிருந்தான். நிமிரத் தெரியாதவன்போல்வளைந்து போயிருந்தான். சிரிக்கத் தெரியாதவன்போல் வரண்டு போயிருந்தான். பேரவை சார்ந்த பேச்சுக்கள் தவிர வேறெதுவும் அவனுக்குப் பிரக்ஞையாகியிருந்ததெனச் சொல்ல முடியாதிருந்தது.

அவளுக்குள் இருந்த இன்னும் கொஞ்ச நொய்மை அவனுக்காக வருந்தச் செய்தது.

அவள் எழுந்து குளிக்கத் தயாரானாள்.

மாலா வீடு மாறியுள்ளது தெரிந்ததும், புதிய வீடு எப்படி இருக்கப் போகிறதோவென்று ஒரு யோசனை அவளிடத்தில் இருந்ததுதான். அண்ணா நகர் பஸ் நிலையத்துக்குத் தொலைவு என்பதைத் தவிர சூழல், இட விசாலம், வாகனப் போக்குவரத்தால் கிளம்பும் தூசி புகை போன்றவற்றின் தொந்தரவின்மை என்று பல வசதிகளும் அங்கே இருந்தன. சிவா லண்டன் போய்ச் சேர்ந்து ஒரு வருஷத்துக்கு மேலே. அகதியாக அந்நாட்டால் ஏற்றுக் கொள்ளப்பட்டுமிருந்தான். அவ்வப்போது பணம் அனுப்பிக் கொண்டிருந்தான். எப்படியான வீடு எடுப்பது, எங்கே எடுப்பது, மாதத்துக்கு வீட்டுச் செலவு எவ்வளவு செய்யலாம் என்பதை இப்போது மாலாவால் தீர்மானிக்க முடிந்திருந்தது. எதற்கெடுத்தாலும் ‘அம்மா, என்ன செய்வம்? அம்மா, அப்படிச் செய்யலாமா?’ என்று சரஸ்வதியைக் கேட்டுக் கொண்டிருந்தாள். இப்போது அப்படியெல்லாம் இல்லை.அவளுடைய மகள் ஷீலாவும்தான் குடும்பத்தின் செலவுக்கென்று கொஞ்சம் கொஞ்சம் பணம் அனுப்பிக் கொண்டிருக்கிறாள். ஆனாலும் ஒரு இரவுக்குள் அதிகாரம் சகலதும் மாலாவின் கையில் போய்க் குவிந்துபோனது. ‘மாலா ... நான் வந்து சேர்ந்துட்டன் மாலா ஒரு பிரச்சினையுமில்லாமல். இப்ப லண்டன்லதான் நிண்டு பேசுறன்’ என்று சிவாவிடமிருந்து போன் வந்த இரவுதான் அது நடந்தது. மறுநாள் விடிந்தபோது நடுக்கூடத்துள் சிம்மாசனத்தில்போல் மாலா வீற்றிருந்தாள். சரஸ்வதி எழும்பிச் சென்று முகம் கழுவிவிட்டு வர, ‘கொஞ்சம் எல்லாரும் வெள்ளெண எழும்பினாலென்னம்மா? எட்டு மணிவரை இப்பிடி இழுத்துப் போத்துக்கொண்டு கிடந்தால், வீட்டில தரித்திரமெல்லே பிடிக்கப் போகுது’ என்றாள். வெளி விறாந்தையில் இருந்த விசுவலிங்கம் எல்லாம் கேட்டுக்கொண்டுதான் இருந்தார். உள்ளே மாலாவுக்குப் பதிலாய்ச் சத்தமேதும் கிளரவில்லை. பூபதியை, துளசியை, சின்னதுகளை அவள் அவசரமாய் அதட்டி எழுப்பிவிட்டது மட்டும் கேட்டது. எழும்பி, பாய் சுருட்டி வைத்த அரவம் அடங்க, குடத்தை எடுத்துக்கொண்டு விறுவிறுவென நல்ல தண்ணீர் பிடிக்க தண்ணி ராங்கடிக்கு நடந்தாள் சரஸ்வதி.விசுவலிங்கம் பக்கம் ஒரு பார்வையில்லை. அவளது மனநிலையை அவரால் புரியமுடிந்தது. பத்து வருஷமாய் சிம்மாசனமில்லாமல், ராணியாயுமில்லாமல் அம்மாவாய் மட்டுமே அதிகாரம் செலுத்திக் கொண்டிருந்தவள் அவள். அவளும்

வீசப்பட்டுவிட்டாளே. சின்னதுகள் அவளுக்குப் பின்னாலேயே மாலாக்கா ... மாலாக்காவென்று அலைந்தன. சேனன் இன்னும் கிறுங்காமலேதான் திரிந்தான். அவனது பலம் தேவைப்பட்டதுபோல் படத்துக்கு, சிகரெட்டுக்கென்று அவ்வப்போது பணம் கொடுத்து அவனை மாலா கைக்குள் வைத்துக்கொண்டாள். வெளியே போகும்போதெல்லாம் இப்போது 'அக்கா ... இந்தாவந்திடுறன்' என்றே சொல்லிவிட்டுப் போகிறான். பூபதி இப்போது அங்கே இல்லை. இருந்தால் அவளும்தான் அப்படிச் சொல்லிப் போக நேர்ந்திருக்கும். விசுவலிங்கத்துக்கு அதில் எந்தப் பிரச்சினையும் இல்லை.

பிள்ளைகள் மாலாவிடம் சொல்லிக்கொண்டு பள்ளிக்கூடம் புறப்பட்டன. பிரதான வீதிக்குப் போய் அங்கிருந்து பஸ்ஸில் போய் வருவார்கள்.

மகேஸ்வரி குளித்து முடித்து வந்தபோது அவளுக்கென்று வைத்திருந்த தேநீர் ஆறிப்போயிருக்க, அதை மறுபடி சூடாக்கி எடுத்துவந்து கொடுத்தாள் மாலா. அவ்வளவு மட்டுமில்லை, இன்னும் எவ்வளவு உபசாரம் செய்யவும் மாலா மகேஸ்வரிக்குக் கடமைப்பட்டவள். மகேஸ்வரி மறுத்தாலும்கூட அவள் விடுவதில்லை. அது அவளளவில் சரிதான். நொறுங்கிப் போகிற நிலைமையிலிருந்த அந்தக் குடும்பத்தை அவள்தான் காப்பாற்றினாள். பத்தாயிரம் டொலருக்கு லண்டனிலிருந்த ஒரு ஏஜன்ஸிக்காரனுக்குப் பொறுப்புச் சொல்லி, சிவாவின் பயணத்தைத் துவக்கி வைத்ததே அவள்தான். ஷீலாவும் மீதிக்கு ஏற்பாடு செய்ய, வெகுவிரைவில் சிவாவின் லண்டன் சேருகை நடந்தது. முந்திய தடவைகள் மகேஸ்வரி சென்னை வந்த தருணங்களிலும் மாலா அந்தமாதிரி உருகி வழிந்திருக்கிறாள். மாமியின் மனதைக் குளிரச் செய்து ஏதாவது உதவி செய்யச் சொல்லிக் கேட்கிற எண்ணம் நிச்சயமாக அப்போதெல்லாம் மாலாவின் மனத்திலிருந்தது. ஆனாலும் அதுக்காகவே அவள் பணிவிடை செய்யவில்லை. ஊரிலேகூட அவள் அப்படித்தான் இருந்திருக்கிறாள். தூள் இடிக்க... மாவு இடிக்க... நெல்லுக் குற்ற... சொன்னால் போதும், ஓடிப் போய்ச் செய்து கொடுத்தவள்தான். அப்போது சரஸ்வதியும். பின்முன் நன்மையை எதிர்பாராமல் அவை.

மகேஸ்வரி தேநீர்க் கோப்பையோடு முற்றத்துக்கு வந்தாள். ஒரு பிளாஸ்ரிக் நாற்காலியை எடுத்துப் போட்டுக்கொண்டு உட்கார்ந்தாள்.

பனி மறைந்து பசுமைகள் வெளித் தோன்றியிருந்தன.

பார்த்துக் கொண்டிருந்தாள்.

'விசுவலிங்கம் அம்பாவைச் சந்தித்திருப்பாரா?' அவளுள் யோசனை கிளர்ந்தது.

சிறிது நேரத்தில் சந்திரமோகன் ஓட்டோவில் வந்து இறங்கினான். கூட அரசி.இருவரும் கூடத்திலிருந்து கதிரைகளை எடுத்துக்கொண்டு வந்து போட்டுக்கொண்டு அமர்ந்தார்கள். சந்திரமோகன் கேட்டான்: "விசுவலிங்கம் மாமாவிட்டயிருந்து தகவல் ஏதாவது வந்துதோ?"

“இன்னுமில்லை. சதா எனக்கு அந்த நினைப்புத்தான். எப்பிடியும் இண்டைக்கு நாளைக்கு போனாவது வருமெண்டு பார்த்துக் கொண்டிருக்கிறன்.”

அவள் தன் துக்கங்களிலிருந்து முற்றாக விடுபடவில்லையென்பது சந்திரமோகனுக்குத் தெரிந்தது. சுகதேகியாய் வருவாரென்பது தனது நம்பிக்கையென்று சொல்லியிருந்தாலும், அதுபற்றிய சந்தேகங்களும் அவநம்பிக்கையுமே பெரும்பங்காக அவளிடத்தில் இருந்ததென்பதையும் அவன் உணர்ந்தான். இன்னொன்றையும் அவதானிக்க அவன் தவறவில்லை. போனதடவை வந்திருந்தபோது எப்படியாவது ராஜியை வற்புறுத்தி பிரான்ஸ் போகச் சம்மதிக்க வைத்துவிட வேண்டுமென்று தீவிரமாக இருந்தாள். அந்த முறை, தன் விருப்பம் எதுவாக இருந்தாலும், அவளிடம் வற்புறுத்திச் சொல்லுமாறு தங்களைக்கூடக் கேட்காமலிருப்பதை அவன் நினைத்துப் பார்த்தான். வற்புறுத்திக் கூட்டிப்போன மகனின் முடிவுக்குப் பிறகு, அவள் அந்த முடிவைத் தவிர, வேறு எடுக்க மாட்டாளென்று அவனுக்குத் தெரியும். அது ஒருவகையில் அவள் பார்வையில் நியாயமென்பதை அவன் ஒப்புக்கொள்வான். ஆனால் அனுசரித்துவிட முடியாது. அவனுக்கு தன் நண்பனின் வாழ்க்கையே முக்கியம். அதனால் சிறிய தயக்கத்தோடு சொன்னான்: “நீங்கள் இருக்கிற நிலைமையில இந்த விஷயத்தை அழுத்திச் சொல்ல எனக்கு மனமில்லாமல்தான் இருக்கு. ஆனா நாங்கள் வெளிக்கிடவும் கன நாள் இல்லை. விழா வெள்ளிக்கிழமை துவங்கிச்சுதெண்டால் ஞாயிற்றுக்கிழமை முடிஞ்சிடும். அடுத்த புதன்கிழமை எனக்கு பிளையிற். அந்தளவில சுதனும் வெளிக்கிட இருக்கு. அதால ராஜியின்ர பதிலை கொஞ்சம் கெதியில கேட்டுச் சொல்லவேணும். அது எதுவாயிருந்தாலும் சரிதான். அதுக்கு மேல நானோ, சுதனோ இந்த விஷயத்தை நினைச்சுக்கூடப் பாக்கமாட்டம். என்ர பேச்சை நீங்கள் நம்பலாம்.”

அவர்களுக்குள் திடம் விழுந்துவிட்டது என்பதன் அர்த்தம் அது. அவள்தான் திடமற்றிருந்தாள். அஸ்ஸாம் போயிருந்த விசுவலிங்கம் ஒரு திருப்தியான பதிலோடு வந்துவிட்டால் அவள் பாதி உறுதியடைந்து விடுவாள். இப்போது எதையும் சொல்ல முடியாதிருந்தது. மனம் பலஹீனமாயிருந்தது. தானே முடிவெடுக்கும் அதிகார வல்லபம் இருந்தும் ராஜேந்திரனின் இழப்புக்குப் பிறகு, எதிலும் தீர்க்கமான முடிவெடுக்க அவள் பயந்தாள். அவனது நினைப்பே அவளை நடுங்க வைத்தது. நரம்புகள் சுருங்கி குருதி ஒடுங்கியதுபோல ஆயிற்று. ஆனாலும் மாநாடு முடிய அவள் ராஜியின் பதிலைச் சொல்லியாக வேண்டும். அவள் “சரி, தம்பி” என்றாள் சந்திரமோகனைப் பார்த்து.

சந்தைக்குப் போயிருந்த மாலா திரும்பி வந்தாள். முகத்தில் விஷயமிருப்பதின் அடையாளம் அவள் கதவைத் திறக்கையிலேயே தெரிந்தது. “திரவியமண்ணை வெள்ளிக்கிழமை காலமை வாறாராம்” என்றாள்.

“எப்பிடித் தெரியும்?” அரசி கேட்டாள்.

“நீதவான் சொன்னார்.”

அரசியின் முகம் சற்றேனும் விகசிப்படைந்ததா அந்தச் செய்தியில். அது கவனிக்கப்படக் கூடியதாய் பெரிதாக வெளிப்படவில்லைத்தான். ஆனால் அவள் மனதுக்குள் மட்டும் என்னென்னவோ விந்தைகள் எழுந்து நர்த்தித்தன. கரை வரும் கடலலை சில வேளைகளில் திரும்பிச் செல்கையில் கரை மோத வரும் அலைகளில் ஏறி குதித்துக் குதித்துச் செல்லும். அவள் மனமும் அப்போது அப்படியொரு எதிர் விளையாட்டுத்தான் போட்டது. எல்லாமே முடிந்துவிடவில்லையென்று ஆசை சொல்லிக்கொண்டிருந்தது. இன்னும் சில சில வேளைகளில் அதிகாலை விழிப்பு வந்தது. வேலாயுதம் போய்விட்டான். பெரும்பாலும் நினைவுகளும் போய்விட்டனதான். எப்போதாவது வந்தாலும் மனத்தை அழுத்துகிறமாதிரி வருவதில்லை. ஒரு புதிய களத்தில் தன்னைப் புதிய மனுஷியாக அவள் வடித்திருப்பதின் விளைவு அது. ஆனாலும் அவன் தொடக்கிவைத்த ஆசை மட்டும் இன்னும் போகாமலே இருக்கிறது. மறுப்பு என்கிற கவிதையில் அதை அவள் பொருளாக்கி எழுதியிருக்கிறாள்.

சந்திரமோகன் புறப்பட்டபோது பத்து மணி. இன்னொரு நாள் வருவதாகக் கூறிக்கொண்டு அரசியும் அவனுடனே புறப்பட்டாள்.

2

மகேஸ்வரி அரசி ராஜி மூவரும் கலாச்சாரப் பேரவையின் மகாநாட்டு நாளன்று மதிய சாப்பாட்டின் பின் ரங்கநாதன் வீதியில்சிறிதுநேரம் அலைந்தார்கள். சில சாமான்களை மகேஸ்வரி வாங்கினாள். சில சாமான்களின் விலையைத் தெரிந்து கொண்டாள். அவர்கள் ஆட்டோ பிடித்து புறப்படத் தயாராக, தான் விழாவுக்கு நடந்தே போய்விடுவதாகக் கூறிக்கொண்டு நடந்தாள் அரசி.

அப்போதுதான் அந்த இரு வாலிபர்களது உருவங்களும் அவள் கண்ணில் விழுந்தன.தெரிந்தவர்கள் போலிருக்கிறதே என்று எண்ணுவதற்குள் வீதியைக் கடக்கிற இடத்தில் போய் நின்றுகொண்டிருந்தார்கள் அவர்கள். பின்பக்கம் அசப்பில் புவனேந்திபோலவே இருந்தது. பக்கத்தில் சென்ற அந்த நெடிய வாலிபனும் அவளுக்குத் தெரிந்தவன்தான். அந்த இடத்தில் அது யோகேஷாய் இருக்க முடியுமா? வீதியின் எதிர்ப்புறத்தை அடைந்துவிட்ட அவர்களை நோக்கி, “தம்பீ..?” என்று கூப்பிட்டுப் பார்த்தாள்.

மதிய ஓய்வின்பின் சலனமுறத் துவங்கியிருந்த வாகனப் போக்குவரத்து அவளது எந்த முனைப்பையும் தடுத்துக் கொண்டிருந்தது.

விழா அரங்கு நோக்கிய வழி நெடுகிலும் அவள் மனம் ஒரு நிலையில் இல்லை.புவனேந்தியும் யோகேஷுமே அவர்கள். அவளால் இப்போது யோசித்து துணிய முடிந்தது.

ஏழரை மணிக்கெல்லாம் விழாவின் அன்றைய நிகழ்ச்சிகள் முடிவடைந்து விட்டிருந்தன. பார்வையாளர்கள் மாலை அமர்வுகளுக்குக் குறைவாகவே வந்திருந்தனர். அவர்களும் வானம் மேக மூட்டத்தில் இருட்டடிக்கத் துவங்கியதும் மெல்ல மெல்லமாய்க் கலைந்து

போய்விட்டிருந்தனர். மீதமானோர் நிகழ்வுகள் முடிந்ததும் விரைவில் வெளியேறிக் கொண்டிருந்தனர்.

மழையின் மெல்லிய துமிகளும், காற்றின் குளிரான உரசலும் இருந்தாலும் ராஜியோடு கலகலப்பாகவே பேசிக் கொண்டிருந்தாள் அரசி.அன்று அர்த்தமற்ற பேச்சுகளாகவே எவர்க்கும் வந்து கொண்டிருந்தன போலிருந்தது. அவ்வப்போது சில அவதானிப்புக்கள் நிகழ்ந்து கொண்டிருந்தாலும், அவைகள் பற்றியெல்லாம் பின்னர் யோசிக்கலாமென மனமே அவற்றை ஒதுக்கிப் போட்டுக் கொண்டிருந்ததை நினைக்க விந்தையாகவே இருந்தது அவளுக்கு.

சற்றுத் தள்ளி திரவியம் யாருடனோ பேசிக் கொண்டிருந்தான். இன்னொரு பக்கத்தில் கனடா செல்வராஜாவுடன் பேசிக்கொண்டிருந்தான் சுதன். பேசிக்கொண்டிருந்த வேளையில் காத்துக்கொண்டுமிருந்தான் திரவியத்துக்காக. திரவியமும் அந்த யாரோவுடனான பேச்சை வலிந்து நீட்டித்துக் கொண்டிருந்ததாகப்பட்டது. அது, சுதனாய் வந்து பேசுகிறானா என்று பார்ப்பதற்காகவா அல்லது அப்படி வந்துவிடாமல் தடுப்பதற்காகவா என்று தெரியாமலிருந்தது. சிறிது நேரத்தில் அந்த மர்மம் விடுபட்டது. ஒரு சமயம் எங்கோ பார்த்துவிட்டு சுதன் திரும்ப, திரவியம் எங்கோ மறைந்து விட்டிருந்தான்.

முப்பது முப்பத்தைந்து வருஷங்களுக்கு முன்னால் கச்சதீவு உறவை, நட்பைப் பிரிந்தவர்களின் சங்கமத் தீவாக விளங்கி வந்தது. இரு நாடுகளிலும் பிரிந்திருந்த இவர்கள், கச்சதீவு தேவாலயத் திருநாளை முன்னிட்டு இரு தேசங்களிலும் திறக்கும் எல்லைக்கோடு தாண்டலுக்கான சட்டத் தளர்வை உபயோகித்து அத்தீவிலே சந்தித்து மகிழ்ந்தனர்.

இன்றைக்கு மேற்குலகிலிருந்தும் இலங்கையிலிருந்தும் இரு நண்பர்கள் சந்திக்கும் புள்ளியாக அந்த மண் இருக்குமென்று அவன் எண்ணியது பொய்யாய்ப் போயிருக்கிறது. நினைக்க நெஞ்சு உளைந்தது அவனுக்கு. சின்ன வயதிலிருந்தே அவனின் குணவியல்பை அறிந்தவன் சுதன். இருந்தும்தான் பொறுக்க முடியாதிருந்தான். அவன் இயக்கங்களின் கொள்கைகளும் இயங்கும் முறைகளும் தெளிவாக வரைபடாத சமயத்தில், ஒரு தடுமாற்றமான பொழுதில் பாதை மாறிப்போய் விட்டிருக்கிறான். அதற்கான தண்டனைபோல் உடனடியாகவே இடது காலில் ஒரு ஊனம் கண்டது. அதைத் தன் தவறின் மறக்க முடியாத, மாற்ற முடியாத ஞாபகமாகப் பாவித்தான். தொண்ணூற்றொன்பதில் தோள் மூட்டிலே குண்டு பாய்ந்து ஆறு மாதங்களாய் அவஸ்தைப்பட்டிருக்கிறான். கூடவிருந்த பிரபு மரணமானது அந்தச் சந்தர்ப்பத்தில்தான்.

அவன்மீது சிறிய ஒரு இரக்கத்தைக் கூடவா அந்தச் சம்பவங்கள் ஏற்படுத்தவில்லை?

திரும்ப... நேர்கோட்டில் அவனிலேயே பதிந்தபடி அரசியின் கண்கள். அவனது ஏமாற்றத்தையா கவனித்துக் கொண்டிருக்கிறாள்?அவன் பார்க்க சட்டென முகத்தைத் திருப்பிக் கொண்டாள் அவள். வாசலில் யாரையோ எதிர்பார்த்து நின்ற ராஜநாயகத்தோடு போய் நின்று பேச்சுக் கொடுத்துக் கொண்டிருந்தாள்.

அரசியின் மனநிலையை சுதன் உணர்ந்தான். அதில் பெரிதான பாதிப்பு அடைந்ததாகத் தெரியவில்லை. நண்பனின் உதாசீனமே பெரிய துன்பமாய் இருந்தது அவனுக்கு.

3

அறைக்குள்ளே நடப்பதும், பிறகு கூடத்துக்கு வந்து வாசல்வரை நடந்துவிட்டு மறுபடி உள்ளே போய் கட்டிலில் அமர்ந்து யோசிப்பதுமாய் இருந்த மகேஸ்வரியை வெகுநேரமாய்க் கவனித்துக் கொண்டிருந்தாள் மாலா. பெரிய இரக்கமாகப் போய்விட்டது அவளுக்கு. முன்பிருந்ததைவிட அவள் எவ்வளவோ தளர்ந்து போயிருந்தாள். அவள் தன் தந்தையை ஒவ்வொரு நிமி ஷமும் எதிர்பார்த்துக் கொண்டிருப்பது அவளுக்குத் தெரியும். எதிர்பார்த்துக் கொண்டிருந்தாள் என்பதைவிடவும், விரும்பிக் கொண்டிருந்தாள் என்றால் சரியாகவிருக்கும். ராஜேந்திரனை இழந்ததை இன்னும்தான் அவளால் தாங்க முடியாமலிருக்கிறதென்பது மாலாவுக்குத் தெரியும். அவ்வப்போது அவள் சொன்னவற்றிலிருந்து அவள் அதைக் கிரகித்திருக்கிறாள். ஒருமுறை சொல்லியிருந்தாள்: 'போராட்டவிட்டு சண்டையில அவன் செத்துப் போயிருந்தால்... இல்லாட்டி, இஞ்சயாவது பெண்சாதி பிள்ளையோட இருக்கேக்க ஒரு சாவு வந்திருந்தால்... நான் இவ்வளவு மோசமாய் அழிஞ்சு போயிருக்க மாட்டன், மாலா. பொத்திப் பொத்தி வைச்சுக் காப்பாத்தினன். கடைசியில...'

அவளது வருத்தத்தில் ஞாயமிருந்தது. ஆனாலும் மரணத்தை மிக மலிவாய்க் கண்டும் கேள்விப்பட்டுக்கொண்டும் இருக்கும் ஒரு சமூகத்தின் உறுப்பினளான அவள் எவ்வாறு அந்தளவு தூரம் சிதறினாள் என்பது விளங்காமலே இருந்தது.மரணம் எந்த நிலைச் சமூகத்தையும் அந்தக் கணத்திலாவது உலுப்பும். மரணத்தால் அதிரா மனிதனே இல்லையென்பதுதான் மரணத்தின் விசேஷமே.

தன்னை மாலா கவனித்துக் கொண்டிருப்பது மகேஸ்வரிக்கும் தெரிந்தது. தனக்காகவே இன்னும் அவள் விழித்திருப்பது அவளுக்கு உணர்விலாகியது. காத்திருக்கிற வேளையில் அவள் யோசித்துக்கொண்டுமிருந்தாள் என்பதையும் அவள் தெரிந்தே இருந்தாள்.தன்போலவே, சிறிது சிறிதென்றாலும் அவளுக்கும் நிறையப் பிரச்சினைகள். அந்தக் குடும்பமே பிரச்சினைகளின் களமாய்ப் போனது.

முன்பு சரஸ்வதிக்கும் விசுவலிங்கத்துக்கும் இடையேதான் பிரச்சினை. இப்போது ஒவ்வொருவருக்குள்ளும் பிரச்சினை.

அவள் அங்கே வந்த சிறிது நாட்களிலேயே மாலாவுக்கும் தாயாருக்குமிடையிலேகூட பிரச்சினை என்று தெரிந்துகொண்டாள். ஆனால் பெரிதுபடுத்தவில்லை. பூசலென்பது ஒரு குடும்பத்தில் மிக்க இயல்பானது. அவ்வகைப் பூசல்களினூடும் அன்பு அடியாழம் பெற்றே இருக்கும். எல்லாம் அறிந்தவள்தான் மகேஸ்வரி.

அவளுக்கு சந்தேகமாயிருந்தது பூபதியின் விஷயத்தில்தான். அவள் வந்ததும் கேட்டதற்கு, பூபதி திருச்சியிலே என்றார்கள் தாயும் மாலாவும்.

சேனனும் எதுவும் பேசவில்லை. விசுவலிங்கம் அப்போது இல்லை. விசுவலிங்கத்திடம் கேட்டால் உண்மை வெளிக்கலாம். ஆனால் அதுபற்றி அறிய அவ்வளவு ஏன் செய்யவேண்டுமென்று நினைத்து பேசாமல் விட்டுவிட்டாள்.

மகேஸ்வரி எழுந்து லைட்டை அணைத்தாள். அவள் படுத்த சிறிதுநேரத்தில், “மதீ” என்று வாசலிலிருந்து அழைப்பு எழுந்தது.

மதி கடைசிப்பிள்ளை. மாலா வந்து கதவைத் திறக்க, விசுவலிங்கம் உள்ளே வந்தார். கூடத்து விளக்கு ஏற்றப்பட்டது.

மகேஸ்வரி அவசரமாக எழுந்து வெளியேவந்தாள்.

சரஸ்வதியும் வந்தாள்.

விசுவலிங்கம் நேரே பாத்ரூம் போனார். கை கால் முகம் கழுவிக்கொண்டு வந்தார். துவாயை எடுத்து உடம்பைத் துடைத்தார். வரி வரியாய்த் தெரிந்த விலாவெலும்புப் புடைப்பில் மனிதரின் அலைச்சல் தெரிந்தது.

எதிரே அமர்ந்து உணர்வுகளை அடக்கப்போல் ஒரு மூச்சு விட்டார். பிறகு மெல்ல மகேஸ்வரியைப் பார்த்தார். குனிந்து தலையை அசைத்துக் கொண்டிருந்தார். பிறகு நிமிர்ந்து சொன்னார்: “ஏதோ ஒரு பிறவியில நான் பாவம் பண்ணியிருக்கிறன், தங்கச்சி. ஒரு மனிசனுக்கு வரக்கூடிய ஆகக் கூடின அவலம் அது. இல்லாட்டி அதை நானே சொல்லவும் பாக்கவும் நேர்ந்திராது.”

“என்னண்ணை நடந்தது அங்கை?” என்று கேட்டாள் மகேஸ்வரி.

“என்ன நடக்கிறது? அம்பாவைச் சந்திச்சன். ஆனா ராசேந்திரன்ர முடிவைக் கேட்டு அந்தப் பிள்ளை அழுத அழுகையிருக்கே... ஆ... கடவுளே... இப்பிடி ஒரு கொடுமை ஆருக்கும் வரக்குடாது. அது... நான் திரும்ப கூப்பிட வாறனோ, ராசேந்திரத்திட்டயிருந்து தகவல்தான் கொண்டுவாறனோ எண்டு நினைச்சுப்போல... தூரத்தில நான் வரக்கண்டிட்டு பிள்ளையையும் தூக்கிக் கொண்டு ஓடிவந்த வரத்திருக்கே...”

அழுதுவிட்டார் விசுவலிங்கம்.ஆள் மெல்லிய கீறில் இருந்தார் போலத்தான் இருந்தது.அந்தச் சோகத்துக்கு எந்த நிலையிலும் இதயம் வெடிக்கும்.ஆசுவாசமாகிக்கொண்டு தொடர்ந்தார்: “எப்பிடிச் சொல்லுறதெண்டு தெரியாமல் போச்சு. கடைசியில ஒரு மாதிரி... சொல்லத்தானே வேணும்?... போனதும் அதுக்காகத்தானே? சொல்லியிட்டன். நான் சொன்னதைக் கேட்டு செத்து விழுந்தது மாதிரித்தான் நிலத்தில விழுந்தது அந்தப் பிள்ளை. இதைப் பாக்கிற கொடுமையில்லாமல், போற வழியில நானே செத்திருக்கலாமெண்டு ஆகிப்போச்சு எனக்கு.”

அவ்வளவு சொன்னவர் தானும் அவர்களைப் பிரிக்கிற முயற்சிக்குக் கை கொடுக்கிறதுபோல கூடவந்ததைச் சொல்லாமலே விட்டுவிட்டதை

மகேஸ்வரி கவனித்தாள். ஆனால் அது அவர் மனத்திலில்லை என்பதின் அர்த்தமில்லையென்பதும் அவளுக்குத் தெரியும்.

"பிறகு...?"

"பிறகென்ன? ஒரு மாதிரி எல்லாருமாய்த் தேற்றினம்."

"ம்..."

"இயக்கம்தான் அப்படிச் செய்துதா எண்டு கேட்டுது. இல்லை, விபத்துத்தானேண்டு நான் சொன்னன். நீங்கள்தான் கூட்டிவரச் சொல்லி சொன்னவுடன திரும்ப அழத்துவங்கியிட்டுது. ஒரு நிர்ப்பந்தமில்லாட்டி அவ அப்பிடிச் செய்யக்கூடிய ஆளில்லையெண்டு வடிவாய் விளங்கப்படுத்தி, கடைசியில ஒரு மாதிரிச் சம்மதிக்க வைச்சன்."

"சொல்லுங்கோ, அண்ணை."

"வாறன்... ஆனா... இண்டைக்கில்லை... மனம் கொஞ்சம் தெளியட்டும்.. ரண்டு மூண்டு கிழமைக்குள்ள வாறன் எண்டுது, வந்திட்டன்."

"நிண்டு... கையோட கூட்டி வந்திருக்கலாம்..."

"கேட்டன். ஊர் நிலைமை சரியில்லை. போங்கோ... மாமியிட்டச் சொல்லுங்கோ எண்டு அனுப்பியிட்டுது..."

அவர் சொல்லவேண்டியவை முடிந்தன என்பதுபோல் எழுந்தார். மகேஸ்வரி இன்னமும் அப்படியேயிருப்பது கண்டு திரும்பச் சொன்னார்: "என்னைக் கடத்திவிடச் சொன்னமாதிரித் தெரியேல்லை... கட்டாயம் வரும்."

திரும்பியபோதுதான் கண்டார், சரஸ்வதி இன்னும் கதவோடு சாய்ந்து அமர்ந்து கொண்டிருப்பதை.தன் விழியில் வியப்பை அவரால் மறைக்கவே முடியவில்லை.

அவர் அறைக்குள் போய் பாயை எடுத்து வந்தார். தொம்மெனப் போட்டு காலால் எற்றி விரித்தார்.

மாலா மேலும் தங்கியிருக்கவில்லை. சிறிதுநேரத்தில் மகேஸ்வரியும் எழுந்து தன் அறைக்குச் சென்றாள்.

படுத்தபோது மனம் ஓரளவு நிம்மதியாயிருந்தது அவளுக்கு.

தன் முதல் பேரக் குழந்தையை அவள் ஏற்கனவே தூக்கிவிட்டாள். என்றாலும் மகனின் குழந்தையின் தவனம் பெரிதாக அவளுக்கு இருந்துகொண்டிருந்தது. அவனேயாக அந்தக் குழந்தையை அவள் பாவித்துக் கொள்வாள்.

அவள் தூங்கத் தொடங்குகிற நேரத்தில் கூடத்துள் பேச்சுக் குரல் கேட்டது. சரஸ்வதியினதுபோல இருந்தது. 'சரஸ்வதியா..? விசுவலிங்கத்தோடா?' எண்ணிக் கொண்டிருக்கிறபோதே நினைவை மூடி இருள் கவிந்தது.

கனவுச்சிறை 939

விடிந்தெழும்பியபோது அதே நினைவுதான் ஒரு தொடர்ச்சிபோல் அவள் மனத்தில் வெளியானது.அந்த சந்தர்ப்பத்தை எப்படி விளங்கிக் கொள்வதென்று அவளால் தெரிய முடியாதிருந்தது. அந்த நகர்ச்சி எதனதும் தேவை சார்ந்ததில்லை. ஒரு முனையில் ஏற்பட்ட தெறிப்பு, தொடுப்பாக இன்னொரு முனையில் விழுந்ததாய்க் கொள்ள முடியும்.

இரண்டு வருஷங்களுக்கு முந்தியிருந்த நிலைமையில் சரஸ்வதி அப்போது இல்லையென்பதை மகேஸ்வரி வந்ததுமே கண்டிருந்தாள். போக்கிடமில்லாததால் அங்கே தரித்திருப்பதான, வெறும் உயிர்ச் சலனமாக அந்த வாழ்க்கையை அவள் கொண்டிருந்தது தெரிந்தது. அது அவள் வீடென்ற கர்வம் எந்தப் புள்ளியிலிருந்து நொறுங்கிப் போனதோ, அந்தப் புள்ளியில் இருந்துதான் மாலாவுக்கும் அவளுக்குமிடையிலான தெறிப்பு விழுந்திருப்பது சாத்தியம். சிவா வெளிநாடு சென்றபிறகு மாலா அதிகாரம் பெறுவது நடக்கக்கூடியது. நிதி நிலையின் ஆதிக்கம் என்பது குடும்ப அதிகாரம்தான். ஷீலாவோடு தொடர்பு வைத்துக்கொண்டதெல்லாம் மாலா. அவளை ஒரு கெடுதலையாய்ப் பேசி வந்தவளுக்கு திடீரென்று அவள் அருமைத் தங்கை ஆகிவிட்டாள். ஷீலாபற்றிய தகவல்களை மாலாவேதான் அவளோடு பேசிவிட்டு வந்துசொல்ல மற்றவர்கள் அறிந்தார்கள். அங்கே தொலைபேசி வந்த பிறகுகூட அவள் ஆதிக்கத்திலேயே அது இருந்தது. அவளில்லாத நேரத்தில் வந்த போன்களை மட்டுமில்லை, அது தனக்கு வந்த போனாக இல்லாதிருந்த வேளையில்கூட, அதன் உள்ளடக்கங்களை அவள் விசாரித்தாள். சரஸ்வதி இந்த நிலையில் இரண்டாமிடத்துக்குப் பின்தள்ளப்படல் தவிர்க்கவியலாததாய் நடந்தது. அவர்களுக்குள் விழுந்த விரிசல், அவளின் விசுவ லிங்கத்துடனான அணுக்கமாய் ஆகியிருக்கிறது.

நிலைமைகளிலிருந்து, அது வீச்சுப் பெற்ற மையத்தை மகேஸ்வரி சரியாகவே கணித்தாள்.

4

மொட்டை மாடிப் படிக்கட்டில் பாதி உயரத்துக்கு ஏறி தூரத்து வெளியை நோக்கியபடி அமர்ந்திருந்தான் யோகேஷ்.

தூரத்தில் வானம் கறுப்படிந்திருந்தது. கரைந்து ஒழுகியதுபோலும் ஒரு தோற்றம். நினைவு பெரிதாய் அதில் பதியவில்லை.

இதழ்களின் கூட்டுக்குள் அடைத்துக் கிடந்த வாசத்தின் வீச்சு, பூமி கிழித்து சூரியன் மேலே கிளம்பத் தெரியவருவதுபோல, அவளை மறுபடி காண இதயம் துடித்த துடிப்பில்தான், அவளுக்காக எவ்வளவு ஆசை இதயத்துள் இருந்திருக்கிறதென்பது அவனுக்கே தெரியவந்தது.

அது நினைப்பு அல்ல, வேறு. தவனம். உயிரின் தவனம்.

அவளை மறுபடி பார்க்க முடியுமாவென்று அவனுக்குத் தெரியவில்லை. வசதிகளை உருவாக்கிக்கொண்டு, பேசாவிட்டாலும், நன்கு பார்ப்பதற்கான ஒரு சந்தர்ப்பத்தை ஏற்படுத்த முடியுமானாலும் முல்லா விடமாட்டான்.

அன்று மதியத்தில் ரங்கநாதன் தெருவிலுள்ள ஒரு துணிக் கடை எதிரே சந்தித்த ஐந்து பெண்களுமே அவனுக்குப் பழக்கமானவர்கள். ஒருத்தி தந்தையின் உடன் பிறப்பு. இருந்தும் ஒரு வார்த்தை பேச முடியாது போனது. முல்லா, அவன் கழுத்தில் கட்டி தொங்க விடப்பட்ட உரல்.

முல்லா உள்ளேதான் படுத்திருந்தான். இதுவரையில் தூங்கியிருப்பான். அவனும் இயக்கக்காரன். கட்டுப்பாடுகளுள், சட்ட திட்டங்களுள் வாழ்பவன். நொய்மை தெரியாதவன். இளகுதல் அறியாதவன். கலாச்சாரப் பேரவையின் மகாநாடு நடக்கிறது, பார்த்துவிட்டு வரலாமென்று காலையில் பாண்டிபஜார் புறப்பட்டபோது, வேண்டாமென்றுதான் தடுத்தான் முல்லா. வாசலில் நின்றபடியே அது காரணமாய் சிறிது வார்த்தைத் தடிப்பும் அவர்கள் பட்டுக்கொண்டார்கள்.

'நீ சொல்லுறதைக் கேட்கிறது என்ர வேலையில்லை. உன்னை இஞ்ச கூட்டிவரச் சொல்லி தலைமை கேட்டுது: கூட்டி வந்தன். வந்த காரியம் முடிஞ்சவுடன சொல்லு, திரும்பக் கொண்டுபோய் விடுறன். அவ்வளவுதான் என்ர வேலை' என்று ஒரு கட்டத்தில் யோகேஷ் அவனைக் காய்ந்தான்.

கண்கலங்கி, திகைத்து ஒரு கணம் அப்படியே நின்றுவிட்டான் முல்லா. பிறகு தலையிலே அடித்து இரைந்தான். 'நான் ஒழுங்காய்த் திரும்பிப் போகவேணுமெண்டால், நீ ஆபத்து எதிலயும் அம்பிட்டுக் கொள்ளாமல் இருக்க வேணுமே, யோகேஷ். அதுக்காகத்தான் உன்னை மறிச்சன்' என்றான்.

யோகேஷால் அவன் அக்கறைகளைப் புரிய முடிந்தது. ஆனாலும் அவனுள் ஏதோவிருந்து அவனைக் கலகம் பண்ணத் தூண்டிக் கொண்டிருந்தது. அது இதயம்... உயிர்... இழுக்கிற இழுப்பு. அவனுக்கெங்கே தெரியப்போகிறது? ஆனாலும் சற்று அவன் மனம் ஆறுகிற வகையில், 'சென்னையை எனக்கு நல்லாய்த் தெரியும், முல்லா. ஒண்டுக்கும் யோசிக்காத. கொஞ்சநேரம் பாத்திட்டு வந்திடுவன்' என்றான்.

'அப்ப ... நானும் வருவன்' என்றான் முல்லா.

'வீட்டில ஒருதரும் இல்லாமல் ..? பூட்டியிட்டே போறது?' என்ற யோகேஷின் கேள்விக்கு, 'பின்னேரம் போலதான் குணாளன் வாறமெண்டு சொன்னவன்' என்று பதிலளித்தான் முல்லா. குணாளன் வந்து திரும்பிப் போனால் அது தேவையில்லாத தாமதங்களை ஏற்படுத்தலாம் என்று எண்ணிய யோகேஷ், சிவசிதம்பரம் வந்தபிறகு சொல்லிவிட்டாவது போகலாமென்று சிறிது நேரம் காத்திருந்தான்.

இருவரும் பாண்டிபஜார் புறப்பட்டபோது பதினொரு மணி ஆகிவிட்டிருந்தது. தியாகராய நகர் பஸ் நிலையத்தில் இறங்கி ஸ்ரேஷன் வியூ தெரு வழியே போய் ரங்கநாதன் தெருவில் மிதந்தபோதுதான் அந்த முதிர் மதியவேளையில் தனித்தாற்போல் நின்றிருந்த அந்தப் பெண்கள் குழு அவனது கண்ணில் பட்டது. திடுக்கிட்டுப் போனான், மாமியாரைப் பார்த்து. பிறகு அரசி, கமலா. பிறகுதான் ராஜி தெரிந்தாள்.

ஐந்து நிமிஷங்கள் பார்த்துக்கொண்டு நின்றான். பிறகு 'ரீ சாப்பிட்டு வரலா'மென முல்லா கேட்க, போய்ச் சாப்பிட்டுவிட்டு வந்தால் அவர்கள் இல்லை. மெயின் தெருவுக்கு ஓடினான். முல்லா அதற்கெல்லாம் தடையேதும் சொல்லவில்லையென்கிற அதிசயத்தை எண்ணிக்கொண்டுதான் ஓடினான். இன்னும்... அவனே அவர்களில் யாரிலோ அக்கறைப்பட்டவன்போல் பார்த்ததும் அதிசயமாக இருந்தது.

இனி மகாநாட்டுக்குப் போகத் தேவையில்லையென்று விட்டான் யோகேஷ்.வழியிலேயே காண முடிந்துவிட்டதில் அவனுக்குத் திருப்திதான்.

வீடு வந்ததும் சிவசிதம்பரம் கேட்டார்: 'மகாநாடு எப்பிடி, தம்பி?'

முல்லாதான் பதில் சொன்னான்: 'நல்லாய்த்தான் இருந்தது. ஆனாச் சரியான சனம். அதுதான்... விட்டிட்டு வந்திட்டம்.'

சிவசிதம்பரம் பேச்சை வளர்க்கத் துவங்கிவிட்டார். முல்லாவே மாட்டிக் கொண்டது. யோகேஷ் சாதுர்யமாய் விலகிவிட்டான். ஆனாலும் பேச்சைக் காதில் வாங்கிக் கொண்டிருந்தான்.

'உங்கட ஏஜன்ஸி என்ன சொல்லுறான்?' சிவசிதம்பரம் கேட்டார்.

அகதி முகாமில் இருந்ததாகவும், அப்போது வெளிநாடு செல்ல ஏஜென்சியிடம் பணம் கொடுத்து ஏற்பாடு செய்துவிட்டுக் காத்திருப்பதாகவுமே அவர்கள் சொல்லியிருந்தார்கள். முல்லாவுக்கோ யோகேஷுக்கோ அவரை நேரடியாகத் தெரியாது. தமிழ்நாடு வந்ததும் நாகப்பட்டினக் கரையோரக் கிராமமொன்றில் தேடி தன் கிழ நண்பரைப் பிடித்து யோகேஷ்தான் கடிதம் வாங்கிவந்தான். தகுந்த ஒரு வீடு பார்க்கும்வரை தங்கத்தான் அவர்கள் இடம் கேட்டதும்.

சிவசிதம்பரத்தின் கேள்விக்கு முல்லா ஏதோ சொல்லிச் சமாளித்தான்.

பிறகு கேட்டார்: 'வீட்டு விஷயம் என்ன மாதிரி?'

'நாளைக்குத் தெரியும். அதுசரி ஐயா, நாங்கள் வெளியில போன பிறகு ஆரும் எங்களைத் தேடி வந்தவையோ?'

'இல்லையே, தம்பி. வீட்டு விஷயமாய்த்தான் வாறமெண்டிருந்ததோ ஆள்?'

'ஓம்.'

பத்து மணிவரை குணாளன் வரவில்லை. 'இனி நாளைக்குத்தான். வரேக்கை சரியான தகவலோடதான் வருவான்.' யோகேஷ் கேட்காதபோதும் சொன்னான் முல்லா.

சாப்பாட்டுக்குப் பின்னர் பாயைப் போட்டுக்கொண்டு உடனடியாகவே படுத்துவிட்டான் முல்லா.

ஊரிலே முல்லாவை முன்பின் பழக்கமில்லை யோகேஷுக்கு. பார்த்ததுகூட இல்லை. ஒருநாள் பகுதித் தலைமை அழைத்து யோகேஷ்

சென்றபோது அங்கு முல்லா நின்றிருந்தான். பகுதித் தலைவர் கேட்டார்: 'இந்தியாவுக்கு இவரைக் கொண்டுபோய் கொண்டுவரவேண்டி இருக்கு, யோகேஷ்.'

'செய்யலாம்.'

'நிலைமை எப்பிடி ?'

'கொஞ்சம் கடுமையாய்த்தான் இருக்கு. எண்டாலும்... அகதியளை ஏத்திக்கொண்டு படகுகள் இப்பவும் போகுதுகள்தானே.'

'அகதியள் போற விஷயம் வேற. அங்க எங்கயாவது மணல் திட்டில இறக்கியிட்டு வந்தாலும், இந்தியன் நேவி ஏத்திக் கொண்டுபோய்க் கரையில விடும். பிடிபட்டாலும் ஆகக் கூடின கஷ்ரம் படகு பறிமுதலாகிறதுதான். ஆனா நீங்கள் பிடிபட்டா ..?'

'பிடிபடாமல் போகலாம்' என்றான் யோகேஷ்.

அவனது திண்ணத்தில் அசந்துபோய்ப் பார்த்தபடி நின்றுகொண்டிருந்தான் முல்லா.

பகுதித் தலைவர் முல்லாவுக்குச் சொன்னார்: 'எங்களிட்ட இருக்கிற ஒரு திறமான படகோட்டியைத் தந்து விடுறம். ஆருக்கும் இப்பிடி ஒரு சலுகையைச் செய்திடமாட்டன். மேலிடம் சொல்லி அனுப்பியிருக்கிறபடியா இதை நான் செய்ய வேண்டியிருக்கு. ரண்டு மூண்டு நாளில போற விஷயத்தை முடிச்சுக்கொண்டு அஞ்சாம் நாள் ஆறாம் நாள் இஞ்ச நிக்கவேணும். அங்கயுள்ள ஆக்களால ஏதாவது உதவி தேவையெண்டாலும் யோகேஷால செய்துதர ஏலும். போற விஷயம் கவனம். எந்தக் காரணத்தைக் கொண்டும் இந்தியப் பொலிஸிலயோ இலங்கை நேவியிட்டயோ பிடிபட்டிடக்கூடாது.'

அவனைப் படகிலேற்றிக்கொண்டு வருகிறவரையிலும் முல்லா என்ன காரியத்தை நிறைவேற்ற வருகிறானென்ற விஷயம் யோகேஷுக்குத் தெரியாது. வந்தபிறகும்கூட இதுதான் என்று தெரிந்ததே தவிர, யார் என்றோ, எப்படிச் செய்யப் போகிறானென்றோ, என்ன காரணத்துக்காகச் செய்யப் போகிறானென்றோ யோகேஷுக்குத் தெரிந்திருக்கவில்லை. கேட்டுத் தெரிய, இறுகிக் கிடந்த அவனது முகம் இடம் கொடுக்கவில்லை. துரோகியைப் 'போட' வந்தவன் அதே குறியோடு இருந்தான். எப்படியும் நாளை குணாளன் சரியான தகவல்களோடு வருவான். நாளை மறுநாளுக்குள் வேலை முடிந்து புறப்பட வேண்டியதாய் இருக்கும்.

நேரம் பன்னிரண்டாவது இருக்கும்.

கடல் ஓசை கேட்கத் துவங்கிற்று.

பெசன்ட் நகரில் அந்தப் பக்கம் அழகான கடற்கரையுண்டு. அந்தப் பகுதிகளில் முன்பு அவன் திரிந்திருக்கிறான் சில நாட்களேனும்.

எப்போதும் கடல் அவனோடு சம்பந்தப்பட்டதாயே இருந்து வந்திருக்கின்றது. அப்போதும் அந்த ஓசை, கடலை அவனோடு

தொடர்புறுத்த எழுந்ததுதானே. சம்பவங்கள் காலங்களோடு மட்டுமில்லை, களங்களின் விசேஷ தன்மைகளோடும் தொடர்புள்ளன.

அவன் அன்று படுக்க வெகு நேரமாயிற்று.

5

எழும்பூர் ஸ்ரேஷனுக்கு முன்னால் இறங்கி, வீதியைக் கடந்து, எதிரேயுள்ள சந்தில் புகுந்து லொட்ஜை நெருங்குகிறபோதே, சுதன் அன்று சந்திக்க வரக்கூடுமென்று அரசி சொல்லியிருந்தது திரவியத்துக்கு ஞாபகம் வந்தது. வாசலிலும், பிறகு ரிசெப்ஷனிலும் அவன் நிக்கிறானா என்று நோட்டமிட்டவாறேதான் உள்ளே வந்தான். வாங்கி வந்திருந்த பொட்டல உணவைச் சாப்பிட்டுவிட்டு உடனேயே படுத்தும் கொண்டான்.

கொழும்பிலிருந்து திருவனந்தபுரம் வந்து, பின் அங்கிருந்து பஸ்ஸிலே இரவிரவாக சென்னை வந்து, வந்ததும் வராததுமாய் கூட்டம் நடைபெறவிருந்த அரங்கைத் தேடி ஓடி... உடல் ஒரு ஓய்வுக்காகக் கெஞ்சிக் கொண்டிருந்தது. சுதனை யோசித்துக்கொண்டிருக்கையிலேயே அவன் கிறங்கி உறக்க வலையில் விழுந்தான்.

திடீரென்று ஒருபொழுதில் கதவு தட்டப்பட்ட சத்தம் கேட்டது. திடுக்கிட்டாற்போல் விழித்தவன் கிழக்கு மேற்குத் திசைப் பிரக்ஞையோ, இடப் பிரக்ஞையோ, காலப் பிரக்ஞையோ அடையாமல் சிறிதுநேரம் விழித்துக் கொண்டு கிடந்தான். ஒரு பயம் அது. என்னவும் எதுவும் எந்த நேரத்திலும் நடக்கக் கூடிய சூழ்நிலையுள்ள தேசமொன்றின் அடையாளம் அது. நள்ளிரவில், விடிபொழுதில் அவன் கதவு தட்டப்பட்டு எழுப்பப்பட்ட சம்பவங்கள் பல உண்டு. அவன் அவற்றிலெல்லாம் பிரச்சினையின்றி விலகியிருக்கிறான். ஆனாலும்... ஒரு பயம் கதவு தட்டிய சத்தத்தில் விழிக்கிற வேளைகளில்.

புரியாத அந்தச் சில கணங்களின் பின் அவனுக்கு எல்லாம் ஞாபகமாகி வந்தன. சுதன் இன்றைக்கு கட்டாயம் அறைக்கு வருவான் என்று அரசி சொல்லியிருந்ததும் ஞாபகமாக, எழும்புகிற மனமே அற்று அப்படியே சிறிது நேரம் கட்டிலில் கிடந்தான். பின் வேண்டா வெறுப்பாய் எழுந்து கதவைத் திறந்தான்.

வெளியே லொட்ஜ் பொறுப்பாளர். பின்னால்... சுதன்.

"ரொம்ப அவசியமான விஷயம்... பார்க்கணும்னார்..." என்றார் அவர்.

"ம்..." என்றுவிட்டு சுதனைப் பார்த்து, "உள்ள வா" என்றான்.

எத்தனையோ ஆண்டுகளுக்குப் பிறகான நேர்நேர் சந்திப்பு அது! வருஷங்கள் முன்னால், நெருங்கிப் பழகிய நண்பர்கள் அவர்கள். சங்குக் கடை ஒரு சங்கமாய்ச் செயற்பட்ட காலம் இருந்தது. காணாமல் தவித்த நாட்கள் இருந்தன. இருந்தும் இன்று எட்டிநின்று தடுமாறும் நிலைமை எப்படி நேர்ந்தது?

"இரு."

கட்டிலில் உட்கார்ந்தான்.

லொட்ஜின் இரவுப் பொறுப்பாளர் வந்து கதவைத் தட்டியதிலிருந்தே, பெரிய சிரமப்பட்டுத்தான் உள்ளே வந்திருப்பான் என்று தெரிந்தது திரவியத்துக்கு."என்ன ?" என்றான்.

பல தன்மைகள் அவனிலிருந்து மாறவே இல்லையென்று தெரிந்தது திரவியத்துக்கு. முன்புபோலத்தான் அப்போதும் தலை குனிந்திருந்தான். ஒருவகைக் குற்றவுணர்வின் அடையாளம் அது. அதிலிருந்து அவனை மீட்பது சுலபமான காரியமில்லையென்பது திரவியத்துக்குத் தெரியும். முகத்தைக் குனிந்து பார்த்தான். "இதேன்? ஏன் இப்படி கண்கள் பளபளவென? கண் கலங்கினானா?" என்று பதைத்தது திரவியின் மனது. எப்போதும் அவன்தானே இறங்கிவந்து தேற்றுவது. ஆனாலும் ஒரு மகத்தான சங்கற்பத்தில்போல் மௌனமாய் இருந்துகொண்டிருந்தான்.

அவனாக அடங்க எவ்வளவு நேரம் ஆகுமோ?

வெளியில் நிசப்தம் விழ ஆரம்பித்திருந்தது.

"வந்த விஷயத்தைச் சொல்லு. நான் வெள்ளெண எழும்ப வேணும். ஆயிரம் வேலையளை இழுத்துப் போட்டுக்கொண்டு வந்திருக்கிறன்" என்றான்திரவியம்.

பதிலுக்கான வெளியில் மீண்டும் மவுனமே நிறைந்தது. அதை சிறிதாய் இடைஞ்சல் செய்ததாய் மேலே சுழன்ற மின் விசிறி.

அப்போதும் அவன் சொல்ல முடியாமலிருந்து தடுமாறுவதைக் கண்டு சிறிது இளகினான் திரவியம்: "சொல்லு, என்ன விஷயம்? பேசாமலிருந்தால் எப்பிடி ?"

மெய்தான். ஏதோ சொல்லவே வந்திருக்கிறான். அது ஏற்படுத்தக்கூடிய பாதிப்புக்களை எண்ணாமல் எல்லாவற்றையும் சொல்லிவிட வேண்டியதுதான். மறுபடி ஒரு சோர்வு, தயக்கம் வந்து விழுந்துவிடுவதன் முன்னம், "நான் தோத்திட்டன்" என்றான் தன்னைத் தெளிவாக்கிக் கொண்ட சுதன்.

திரவியம் பேசாமல் அவனையே பார்த்துக் கொண்டிருந்தான்.

"கடைசியில என்னால காப்பாத்தக் கூடியதாய் இருக்கிறது நட்பு மட்டும்தான்."

"வெல்லப் போறதாய் நினைச்சுக்கொண்டுதான் எல்லாம் செய்திருப்பாய், இல்லையே? நாங்களெல்லாம் மடையர். விஷயம் தெரியாத ஆக்கள். நீ மட்டும்தான் புத்திசாலி. அதால... ஒருதரோட கலந்து பேசாமல்... நீ நினைச்ச பாட்டுக்கே முடிவெடுத்துக்கொண்டு... மடையா... அதால, இருந்த நிலைமையையும் நீ இழந்ததுதுதான் நடந்திருக்கு."

அவன் மறுக்கிறவன். அமசடக்கமாய் இருந்துகொண்டு மறுப்பான். அப்போது ஒப்புக்கொள்வதுபோல் பேசாமலிருந்தான்.

திரவியம் தொடர்ந்தான்: "இந்த நிலைமையை நீ வேறு விதமாய் அடைஞ்சிருந்தா, உன்ர ஆக்களைவிட உனக்காக வருத்தப்படுற முதல் மனிசன் நானாய்த்தான் இருந்திருப்பன். எங்கட தேசத்தில வாழ்க்கை இழந்துபோன கனபேர் இருக்கினம். அவைக்காக வருத்தப்பட முடியுது. அதாலதான் கலியாணங்களைவிட அங்க சேந்து வாழுற மணவினைக் கலாச்சாரமொண்டு வெகுத்து வருகுது. வாழ்க்கை இழப்புகளை அப்பிடித்தான் அங்க சரி செய்யிறம். அது நல்ல புனிதமான காரியம். ஒரு போர்த் தேசத்தின்ர பெரிய அவலம் மனித வாழ்க்கை பறிக்கப்படுறது. அது எங்கட நாட்டில மலிஞ்ச மாதிரி வேற எங்கயும் இல்லை. நானும் வாழ்க்கை அழிஞ்சவன்தான். ஆனா... உன்னைப்போல வாழ்க்கையை சீரழிச்சவவனில்லை."

அவன் ஒரு சிறிய இடைவெளியின் பின் தொடர்ந்தும் சொன்னான்: "எப்படியோ போ. இன்னும் சின்ன வயசு ஆக்களில்லை நாங்கள். நாங்களாயே பல விஷயங்களையும் யோசிச்சு, விளங்கி நடக்கத் தெரியவேணும், நீ... நினைச்ச பாட்டில நடந்து சீரழிஞ்சு போயிருக்கிறாய். அதிகபட்சமாய் நான் உனக்காக இதில என்ன செய்யலாமெண்டா இதுமாதிரி ஒரு நிலைமை ஆருக்கும் வரக்கூடாதெண்டு நினைக்கிறதும், உனக்காக வருத்தப்படுறதும் மட்டும்தான். சரி... சரி... ஒண்டரை மணியாச்சு... இந்தா ஒரு தலகணியும், பெட்சீற்றும்... கீழ விரிச்சுக்கொண்டு படு. இப்ப வெளிய போகத் தேவையில்லையெண்டு நினைக்கிறன். இனி உன்ர விருப்பம்."

சுதன் தலையணையையும் பெட்சீற்றையும் வாங்கி கீழே போட்டான்.

இருவரும் படுத்தனர்.

விளக்கில்லாவிட்டாலும் தெருப்பக்க கண்ணாடி ஜன்னல் வழி மஞ்சள் வெளிச்சம் மெல்லிசாய் வந்துகொண்டிருந்தது.

"திரவியம்..!"

"என்ன?"

"ஒரு விஷயம்... நான் சொன்னால் நம்புவியா?"

"சொல்லு."

"நான் விட்ட எல்லாப் பிழையளுக்கும் மூலமாய் ஒரு பிழைதான் இருந்திருக்கு."

"நீ திடீரெண்டு இயக்கத்தில சேர்ந்ததுதானே?"

"ம். எண்டாலும் அந்த மூலப் பிழையை நானாய்ச் செய்யேல்லை..."

"பின்னை..?"

"ஒரு சந்தர்ப்பம்... நான் தப்பியிட ஏலாத ஒரு சந்தர்ப்பம் வந்து தான் ..."

"சொல்லாதை. கம்பஸில படிக்கேக்குள்ளயே உனக்கு இயக்கத் தொடர்பு இருந்தது."

“நான் மறுக்கேல்லை. அப்ப . . . இயக்கமெண்டா எல்லா இயக்கமும்தான். அது ஒரு வினாக்காலமாய் இருந்தது. போராட்டம் வெற்றி பெறுமெண்டு கனபேருக்குச் சந்தேகமிருந்தது. இருந்தாலும் . . . எண்பத்திமூண்டு கலவரத்துக்குப்பிறகு . . . ஒரு தேவையை எல்லாரும்தான் உணர்ந்தினம். நானும் உணர்ந்தன். எண்டாலும் இயக்க ஆளாய்ச் சேர என்ர குடும்ப நிலை என்னை லேசாய் விடேல்லை. தடுமாறிக் கொண்டிருந்த நேரத்தில..”

“ஓ . . !”

“படகேறின ரண்டாம் நாள் . . . திரும்ப வந்தன். ராஜியிட்டயாவது சொல்லலாமெண்டு எவ்வளவோ முயற்சிபண்ணினன். சந்திச்சிருந்தும் சொல்ல வாய் வரேல்லை . . . அப்பிடியே பேசாமல் போயிட்டன். பிறகென்ன? அப்பிடியே . . . ரெயினிங் எடுக்க அனுப்பியிட்டாங்கள்.”

“அதுக்குப் பிறகும் கன விஷயம் நடந்திருக்கு . . .”

“அக்கரைப்பற்று பாங்க் அடிச்சதெல்லாம் அப்பதான். அண்டைக்கே இயக்கத்தை விட்டு விலகுகிற எண்ணம் என்ர மனத்தில விழுந்திட்டுது. பிறகு என்னென்ன மாதிரியோ எல்லாம் நடந்து முடிஞ்சுட்டுது . . .”

திரவியம் பேசாமலிருந்தான்.

விடியலை நோக்கி வேகமாய் நகர்ந்து கொண்டிருந்தது வேளை. நகரம் உறங்குகிற சமயமும் அதுதான்.

திரவியத்துக்கு இப்போது அவனைப்பற்றி கொஞ்சம் யோசிக்கிற மனநிலை ஏற்பட்டிருந்தது.ஏதோ உணர்வுக் கெம்பலில் இயக்க வேலைகளில் ஈடுபட்டு, பிறகு தவிர்க்க முடியாமல் பயிற்சியெடுத்த போராளியுமாகி, அங்கேயும் அமைந்து தங்கமுடியாமல் கிளர்ந்து வெளியேறி, சட்ட மீறல்களில் இறங்கி, ஐரோப்பா போய் . . . எல்லாம் செய்யும்படி ஆயிற்று. எல்லாம் அவனே சொன்னதுபோல் ஒரு பிழையின் தொடர் விளைவுகள். அவனது கல்யாணம், ஷீலாவுடனான தொடர்பு . . . எல்லாப் பிழையும் அந்த மூலப் பிழையிலிருந்து விளைந்தவை. தன் தவறுகளிலிருந்து அவன் சுதாரித்தான். அதுதான் அவனது தீவிர பேரவை நடவடிக்கை. அதற்கு அவனது நண்பன் சந்திரமோகனும் பெரும் ஆதரவாய் இருப்பானென்று தோன்றியது.

அவன் விஷயத்தில் இனி அவசரப்படக்கூடாது என்று முடிவு கட்டினான் திரவியம். அழுகலின் அடையாளம்தானே வலி?

சுதனும் பல்வேறு சிந்தனைகளில் மூழ்கியிருந்தான். திரவியத்துக்கு எல்லாம் தெரிந்திருந்தது அவனுக்கு வியப்பாகவிருந்தது . . .

காலையில் விழித்து முகம் கழுவிக்கொண்டு புரசைவாக்கத்திலுள்ள தனது ஹோட்டலுக்கு அவசரமாய்ப் புறப்பட்டான் சுதன்.

அந்தளவில் முழித்துவிட்ட திரவியம் இன்னும் படுக்கையிலிருந்தபடி சுதன் விடைபெற்றுத் திரும்பியபோது, “உனக்கு இப்பவும் தோள் மூட்டில ஏதாவது நோவு இருக்குதோ?” என்று கேட்டான்.

“சாதுவாய்.”

மனம் லேசாகியதான உணர்வு அப்போது சுதனிடத்தில் ஏற்பட்டது.

6

வள்ளுவர் கோட்டத்திலிருந்து பஸ்ஸெடுத்த அரசி ஒரு துணையை விட்டுவருவது போன்ற தனிமையை ஆழமாய் உணர்ந்து கொண்டிருந்தாள். ஒரு சொற்ப நேர உடனிருப்பை, அவ்வளவு ஆழமாய் உணர முடியுமா? முடியுமென்றே தெரிவித்திருந்தது அந்த மாலை.

நெடுவழிகளிலும் தனிவழிப் பயணங்கள் செய்திருக்கிறாள் நிறைய. அப்போதெல்லாம் எது காரணங்கொண்டும் மனவாசல்வரை கூட வராத தனிமையுணர்வு, வள்ளுவர்கோட்டத்தில் அவனைவிட்டு விலகிய க்ஷணத்தில் அவளைப் பற்றியதேன்?

அவனது பௌருஷம் எப்போதும் ஒரு ஆதர்ஷயமாய் அவளிடம் இருந்ததான ஒரு நிஜம் இருந்தது.

தற்செயலாய் ஒருபோது துணுக்காயில் எதிர்ப்பட்ட பின்னர் கொழும்பு சென்ற சமயங்களிலெல்லாம் அவனைச் சந்திக்க அவள் விரும்பியிருக்கிறாள். பல நாள்கள் காத்திருந்திருக்கிறாள். இந்தியா புறப்படுவதற்கு முன்னம் அவனோடு சேர்ந்து கடற்கரையில் நடந்ததும், மேனி அடைந்த உரசல்களும் வெகுநாள்கள் சுகங்களாய் அவளது மனத்தில் நின்றுகொண்டிருந்தன.

அன்று கொழும்பிலிருந்து திரவியம் வருகிறான் என மாலா சொல்லக் கேட்ட அரசி எவ்வளவு பரவசப்பட்டாள்!

இவையெல்லாம் ஏதோ ஒரு வலிய உணர்வின் அடையாளங்கள்தானே!

அன்றே அவளிடத்தில் இன்னொரு யோசனை தோன்றியது. ஒரு போராட்டக் கடமையாய் காத்திருக்க நினைத்த தன் வைதவ்ய வாழ்வைக் கைகழுவிவிட இப்போது நினைக்கிறாளா?

சுதன் ஜேர்மனியிலிருக்கும்போது அவள் எழுதிய கடிதம் முக்கியம். அதன்பல வரிகள் அவள் மனத்தில் கல்லெழுத்தாயே இன்றும்.

“இந்த மண்ணின் மகளொருத்திக்கு நேரவிருந்த கொடுமையைத் தடுக்கப்போய் தமிழினத்துக்கு நடக்கும் அக்கிரமங்களின் ஒரு சாட்சியமாய் அவர் இறந்திருக்கிறார். அந்தச் சாட்சியங்களை இங்கே கட்டிக் காத்துக்கொண்டு என்னைப் போன்றவர்கள் வாழத்தான் வேண்டும். இது எங்களின் விதி அல்ல, ஒரு கடமை — ஒரு பங்கு.”

அவளது விருப்பங்கள் அந்தக் கடமையை நிராகரணம் பண்ணுகின்றனவா? அவள் கவிதைக்காரியாகவும் நிமிர்ந்து நிற்பவள். அவளுக்குச் சொல் பெறுமானமானது. சொல்லிய சொல்லில் மட்டுமில்லை,

எண்ணிய சொல்லிலுமே பெறுமானமுண்டு. உதாசீனப்படுத்திவிட முடியுமா எல்லாவற்றையும்?

முடியாதுதான். ஆனாலும் காலம் அதை மாற்றுகிறது. காலத்தின் வற்புறுத்தலை நிராகரித்துவிட எவராலும்தான் பெரும்பாலும் முடிவதில்லை. கவிதைக்காரியாக இருந்தபோதிலும்.

தேசியக் கடமைகளும் முக்கியமானவை. சாட்சியாக வாழவேண்டுமென்று அவள் எண்ணியது மெய்தான். வழக்குக்குத்தான் சாட்சி. யுத்தத்துக்குச் சாட்சி ஏன்?

ஒரு கருத்துருவின் பற்றுதலோடு அந்த மண்ணிலேயே வாழ்ந்து விடுவது கூட தர்மங்களின் ஈடேற்றத்துக்கு நிகரானதுதான். காலம் கொடுத்த தாள் மட்டும்தான் அவள் கையில். அதில் என்ன எழுதியிருக்கிறதென்று இன்னும் பார்க்கவில்லை.

பக்கத்து வீட்டுப் பாட்டியொருத்தி முன்பு சொல்வாள், காலம் தன்னுடைய விதியை 'கல்லுளியால கறகறவெண்டு எழுதியிட்டுது' என்று. அதுபோலத்தானா இருக்கப் போகிறது? அல்லது, பொன் ஊசியாலே பொருந்த எழுதியிருக்கப் போகிறதா?

அவள் மனது பரபரப்படங்கி வர, யோகேஷையும், புவனேந்தியையும் பற்றி தான் அவனிடம் சொல்லாததுபற்றிய எண்ணம் பிறந்தது. மறந்து விடவில்லை அதை அவள். வேண்டுமென்றுதான் சொல்லாமல் விட்டாள்.

மாலை முழுவதும் யோசித்து யோசித்தும் அது யோகேஷ் என்று திண்ணப்பட அவளால் முடியாதுபோனது.அதுபோலத்தான் புவனேந்தி பற்றியும். யோகேஷ்போலவும், புவனேந்திபோலவும் இருவரைக் கண்டே னென்று எப்படி அவனிடம் சொல்வதென்றுதான் சொல்லாது விட்டாள்.

பஸ் அண்ணாநகர் வளைவு சேர்ந்தது. அரசி இறங்கினாள். மழை தூறல் அடங்கியிருந்தது. அங்கிருந்து அயனாவரத்துக்கு இனி அவள் பஸ் எடுக்கவேண்டும்.

அப்போதுதான் அது நிகழ்ந்தது.

அண்ணா நகரிலிருந்து வந்து திரும்பிய ஓட்டோவுக்குள்... யோகேஷ் போலவும், புவனேந்தி போலவுமான அவர்கள்.

வீடு சென்ற அரசிக்கு அமைதி பிறக்கவில்லை. வீட்டுக்கு எதிரேயுள்ள போன் பூத்தில் இருந்து ராஜிக்குப் போன் எடுத்தாள். யோகேஷாய் இருந்தால் ராஜியைச் சந்தித்திருக்க வாய்ப்பு உண்டு.

"ராஜி!"

"ஆர், அரசியே? சொல்லுங்கோ."

"உங்களையெல்லாம் மத்தியானம் விட்டிட்டு வந்தனென்லோ..."

"ஓ..."

"அப்ப ... ரண்டு பேரை ... கொஞ்சம் தூரத்திலதான் ... பாத்தன். சரியாய் எங்கட யோகேஷ்மாதிரி இருந்துது. கூட வந்திருந்த மற்றப் பெடியனும் எனக்குத் தெரிஞ்ச பெடியன் போலத்தான் இருந்துது, ராஜி."

"யோகேஷ் மாதிரியோ ..?"

"ஓம். முதல்ல எனக்கு சரியாய்த் திண்ணப்பட ஏலாமல்ப் போச்சு. அதாலதான் திரவியத்திட்டயோஉம்மிட்டயோ நான் இதைப்பற்றிச் சொல்லேல்லை. பிறகு ... இப்ப ஒன்பது மணிபோல அண்ணா நகர் வளைவு பஸ் ஹோல்டில நிக்கேக்க... ஓட்டோவில அந்த ரண்டுபேரையும் திரும்பப் பாத்தன். யோகேஷாய் இருந்தால் ... ஒருவேளை உம்மைச் சந்திக்க முயற்சி செய்திருக்கலாமோ எண்டு யோசிச்சன் ..."

"இல்லையே, அரசி."

பேச்சு மேலே வளரவில்லை.

ஒரு தாக்கத்தில்போல் ராஜி உறைந்து போனாளோ? தேவையில்லாமல் சந்தேகங்களைச் சொல்லி, அவளைக் கலங்கச்செய்து விட்டோமோவென்று அரசிக்கு மனவருத்தமாய்ப் போனது.அதை மாற்ற, "சுதன் இண்டைக்கு ராத்திரி எப்பிடியும் திரவியத்தைச் சந்திப்பானெண்டு நினைக்கிறன்" என்றாள்.

"எப்பிடிச் சொல்லுறியள் ..?"

மாலை தனக்கெதிரில் ராஜநாயகத்திடம் அவன் திரவியத்தின் தங்குமிட விபரம் கேட்டதை அவள் தெரிவித்தாள்.

8

கதவு தட்டப்பட்ட சத்தத்தில், சிறிது நேரத்துக்கு முன்னர்தான் நித்திரை கொள்ளத் துவங்கிய மாதிரியான ஒரு எரிச்சலோடு கண் திறந்தாள் ராஜி. பின்னர்தான், விடிந்து வெகுநேரம் ஆகிவிட்டிருந்ததை ஜன்னலூடு பாய்ந்து வந்து கொண்டிருந்த சூரியக் கதிர்களின் மூலம் தெரிந்தாள்.

இரவு அவள் தூங்கச் செல்லும்போது இரண்டு மணிக்கு மேலேயாவது ஆகிவிட்டிருந்திருக்கும். கமலா, தனக்கு கண்ணைச் சுழற்றுகிறது என்று சொல்லிக்கொண்டு எழுந்து போகும்போது பன்னிரண்டு மணி. மேலே அவள் மட்டும் தனியாய்க் கூடத்துள் அமர்ந்துகொண்டிருந்தாள். தொலைக்காட்சியில் இந்தி சினிமாவொன்று குறைந்த சத்தத்தில் அடிபிடிப்பட்டபடி போய்க் கொண்டிருந்தது.

நினைக்க முடியாத அளவுக்கு அவளுக்கு மனக் குழப்பம் ஏற்பட்டது.

யோகேஷ் சென்னை வந்திருந்தானென்பதை அரசிபோல் அவளுக்கும் நம்ப முடியாததாகவே இருந்தது.ஆனால் பிறகு நம்பினாள். அது யோகேஷாய் இருந்தபடியாலேயே நம்பினாள். வீட்டுக்கே வந்துவிடுவானோ என்றொரு பயமும் இருந்தது.

அவன் முரடன். படிப்புக் குறைந்தவன். ஆனாலும் இங்கிதம் தெரிந்தவன். வந்துவிடுவானோவென்ற பயத்தோடு, வந்துவிடக்கூடாதா

என்ற ஆசையின் களமும் விரிந்திருந்ததை அவளே உணர்ந்தாள். உணர்வுகள் அந்த வயதில் மரத்துப்போயிடாது. வாழ்வு எவ்வளவுதான் நிர்த்தாக்ஷண்யமான சிக்கல்களை மனிதர்மேல் சுமத்திக்கொண்டிருந்தபோதும், உள்ளிருந்த உணர்வுகள் சிலவேளை அப்படித்தான் கட்டறுத்து எழும்பி நின்று உறுமுதல் செய்கின்றன.

பிறகுதான் அந்த ஆசையையே சுக்கு நூறாக உடைத்துக்கொண்டு அவளுள் அந்த நினைப்பு எழுந்தது. அவன் போராளி ஆகிவிட்டிருப்பவன். கூட இன்னொரு போராளியும்வந்திருக்கிறான். பேரவை மாநாடு நடக்கிற இந்தச் சந்தர்ப்பத்தில் அவர்கள் இங்கே வருவானேன்? ஏதாவது பயங்கரமான திட்டங்களை நிறைவேற்றவோ? ஒருவேளை... சுதனுக்குத்தான் நேரடியாக ஏதாவது தீங்கை விளைவிக்கவோ? ஜேர்மனியில் நடந்த துப்பாக்கிச் சூடு அவனையும் குறி வைத்திருந்து, அவன் அதில் தப்பியவனாக இருக்கவும் கூடும்தானே? எதையென்று தீர்மானமாய்க் கொள்ள ஆதாரம் இல்லாத நேரத்தில், அதுவென்றுதான் உறுதியாக விழுந்து கொண்டிருந்தது.

அந்த நிலைமை அம்மாவிலுமே அக்கறையைக் கிளர்த்திற்று.

அவளுக்கே அது துன்பமெனினும், கொள்ளிவைக்க ஒரு பிள்ளையென்று நம்பியிருந்ததை இழந்த சோகம் அம்மாவுக்கு உண்டு.

இவையெல்லாமே ராஜியின் நினைவில் புரண்டு கொண்டிருந்தன. இடையில் எப்படி எழுந்துபோய் தொலைக் காட்சியை நிறுத்திவிட்டு அறைக்குள் போய் படுத்தாளென்று அவளுக்கே தெரிந்திருக்கவில்லை.

கதவைத் திறக்க கமலா கேட்டாள்: "அதுக்கு மேலயும் கன நேரம் முழிப்பாய் இருந்தியோ, ராஜி?"

ராஜி செவ்வரி பாய்ந்த கண்களினால் வெளிச்சத்துக்குக் கூசி பூஞ் சிப் பூஞ்சிப் பார்த்தபடி மெல்லச் சிரித்தாள்.

"சரி, போய் முகத்தை அலம்பியிட்டு வா. ஆரோ . . . திருச்சியிலயிருந்துவந்திருக்கினம் . . ." என்றுவிட்டு கமலா அப்பால் நகர்ந்தாள்.

ராஜி முகத்தைக் கழுவிக்கொண்டு கூடத்துக்கு வந்தால், யாருமில்லை. ஆவல் அதிகரிக்க வெளியே வந்து பார்த்தாள்.சிரித்தபடி முற்றத்தில் குந்தியிருந்துகொண்டிருந்தான் தியாகு.

அவள் திகைத்துப் போனாள். என்ன தொடர்பு அவளுக்கும் அவனுக்கும்? ஏன் அவனில் அந்தப் பாசப் பிணைப்பு? ஊர் சம்பந்தமான தொடர்பு மட்டும்தானே அது? அவன் சுதனைத் தெரிந்தானென்பது எந்தவகையிலும் அதில் சம்பந்தப்பட்டிருக்கவில்லை. அந்த அன்பு ஆழமானது. அகலமானது. பிரதிபலன் எதிர்பாராமல் அன்புக்காகவே அன்பு செலுத்துவது. அன்பு செலுத்த, அடிமைபோலும் ஆவது.

"என்ன, தியாகு? எப்ப வந்தனீ?" கேட்டாள் ராஜி.

"நேற்றே வந்திட்டன். இஞ்ச வந்தால் கேற் பூட்டிக்கிடக்கு. அஞ்சு தரம் வந்து வந்து பாத்தன். கேற் திறக்கேல்லை. நீ எங்க போட்டாயெண்டு

உந்த வீடு... அந்த வீடு... பக்கத்து வீடு... எல்லாம் கேட்டன். கடைசியில கடையிலதான் ஆரோசொல்லிச்சினம் நீ காலம்புறத்திலேயே வெளிய போயிட்டதாய். எங்க போனனீ?"

"அதிருக்கட்டும், பின்னேரம் வந்து பாத்திருக்கலாமே?"

"நித்திரையாய்ப் போனன்."

"எங்க?"

"வீரவாகு வீட்டில படுத்து."

"வீரபாகு வீட்டிலயோ? அவரை எப்பிடி உனக்குத் தெரியும்?"

"கடையில சந்திச்சதுதான். அவரும் சிலோன் ஆள்தானாமே! நான் காம்ப்பிலயிருந்து வாறதாய்ச் சொல்ல, சாப்பாடும் தந்து வீட்டில நிக்க விட்டவர்."

"சரி. இப்ப எதுக்கு காம்ப்பிலயிருந்து அவசரப்பட்டு வந்தனீ? சொல்லியிட்டு வந்தியோ? சொல்லாமல் வந்தியோ?"

"சொல்லாமல்தான் வந்தனான்."

"ம். காசு ஆர் தந்தது ரிக்கற்றுக்கு?"

"அங்க தனியாய் கொஞ்சப் பெடியள் இருக்கினமெல்லோ?"

"ஓ..."

"அவைக்கு தண்ணி அள்ளிக் குடுப்பன்... சேட்டுத் தோய்ச்சுக் குடுப்பன்... அதுக்குத் தந்த காசு... மாமியிட்ட சேத்து வைக்கச் சொல்லி குடுத்து வைச்சனான். அந்தக் காசிலதான் வந்தது."

"எந்த மாமி?"

"நாகம்மா மாமிதான்."

"மலரின்ர அம்மாவோ?"

"வேற ஆர்?"

"ம். ஆனா இவ்வளவு கஷ்ரப்பட்டு ஏன் வரவேணும்? நான்தான் எழுதியிருந்தனே, கெதியில வாறமெண்டு."

"எப்ப எழுதினனீ?"

"உன்ர போஸ்ற் கார்ட்டுக்கு நான் பதில் எழுதேல்லை?"

"அதுவோ..? அது வந்து ஆறு மாசமாகுது."

அவள் உள்ளுக்குள்ளே சிறிது திடுக்கிட்டாள். ஓ... அவ்வளவு காலமாகி விட்டதா? அவள் அதை மறந்தே போயிருந்தாள். அங்கே போகிற எண்ணம் அப்போதெல்லாம் அவளுக்கு ஏற்படுவதில்லை. வாலாம்பிகை அங்கேயிருந்து வந்தபிறகுகூட, மலரைப் பார்க்கவென்றும், கணேசலிங்கத்தைப் பார்க்கவென்றும் எப்போதாவது போய் வந்தாள்தான்.

மலர் கல்யாணமாகி விசா கிடைத்து நோர்வேயும் போய்விட்டாள். கணேசலிங்கத்தின் பாண்டிச்சேரி மகள் லண்டனிலிருந்து அவரையும், தாயாரையும் அழைத்துக் கொண்டாள். பிறகு திருச்சி போகிற தேவை அவளுக்கு இல்லாது போய்விட்டது. தியாகுவுக்கு அவள் எழுதியது ஒருவகையில் பொய்தான்.

"சரி. இப்ப இவ்வளவு அவசரமாய் ஏன் என்னைப் பாக்க வந்தனீ?"

"சும்மா?"

"ம். அப்ப பேசு."

"என்ன பேசுறது . . . ம் . . . சுதன்ர அம்மா நயினாதீவுக்கு போயிட்டாவோ?"

"இல்லை. இஞ்ச சென்னையிலதான் நிக்கிறா."

"எங்க?"

"சுதன்ர தமக்கையை உனக்குத் தெரியுமோ?"

"ஓ . . . நல்லாத் தெரியுமே. மாங்காய்ப் பால் பட்டு கடைவாய் அவிஞ்சு கிடந்த பெட்டையெல்லோ?"

"அது எந்தக் காலம்? அவதான். அவவும் வந்து நிக்கிறா தாயாரோட."

"பாக்கவேணும்போல கிடக்கு."

"கொஞ்சம் பொறு. எல்லாரையும் பாக்கலாம். உன்ர கூட்டாளி சுதனையும்."

"சுதனையுமோ?" முகமெல்லாம் அப்படியே ஒரு பெரிய பூபோல விகசித்தது தியாகுவுக்கு. "இஞ்ச வைச்சு' பாக்கலாமோ? வெளிநாட்டிலயிருந்து சுதன் வந்திட்டுதோ?"

"வந்திட்டுது."

"எனக்கு சுதனை இப்ப பாக்கவேணுமே! ராஜி . . . ராஜி . . . எங்கயெண்டு சொல்லு . . . நானே போய்ப் பாத்திடுறன்."

அந்தளவு கஷ்ரம் கொடுப்பானென்று தெரிந்தும்தான் சொல்லியிருந்தாள். அவன் சுதனைப் பார்ப்பதற்காகவே மரணக் கால்வாய்க்குள் இறங்கி நீந்தி வந்தவன். அவள் சொன்னாள்: "சுதன் ஹோட்டல்ல நிக்குது. அங்கயெல்லாம் போய் நாங்கள் பாக்க ஏலாது."

"தாய் வீட்டை வருமோ?"

"ம் . . . அப்பதான் பாக்க வேணும். சரி, நீ எப்ப போகப் போறாய்?"

"எங்க . . . தீவுக்கோ?"

"இல்லை காம்ப்புக்கு."

"காம்ப்புக்கு இனி நான் போகமாட்டன்."

"இஞ்ச நிக்கிறது கஷ்ரம்."

"நான் வீரவாகுவோட நிண்டு கொள்ளுவன்."

"நீ அங்க நிக்கிறதும் கஷ்ரம்தான். வெளியில நிக்கிறதெண்டால் இஞ்ச பொலிஸில பதிய வேணும்."

"பதியாட்டி... பிடிச்சுக்கொண்டு போயிடுவாங்களோ?"

"ம்..."

அவன் யோசித்துக் கொண்டிருந்தான். மிகவும் மனவருத்தப் பட்டவனாய் அவனது முகம் வாடிப் போய்விட்டிருந்தது. பிறகு கேட்டான்: "பிடிச்சுக்கொண்டு போய் என்ன செய்வாங்கள்?"

"ஊருக்குத் திருப்பி அனுப்பியிடுவினம்."

"..."

"ஏன், உனக்கு ஊருக்குப் போக விருப்பமில்லையோ?"

"சுதனைப் பாக்க வேணுமே!"

"சுதனைப் பார்த்தால் போயிடுவியோ?"

"பிறகு... சிந்தாமணியைப் பாக்க வேணும்!"

"உனக்கு ஊருக்குப் போக விருப்பமில்லையெண்டு சொல்லு."

"இல்லை... எல்லாரையும் பாத்திட்டா... சிந்தாமணியோட தீவுக்குப் போயிடுவன்."

அவனது அந்த வார்த்தைகளில் அதுவரையில்லாத் தீர்க்கமிருந்தது.

கமலா தேநீர் கொண்டுவந்தாள். தியாகு குடித்தான். பிறகு, "சுதன் தாயாரின்ர வீட்டை வந்தால் எனக்குச் சொல்லுறியோ?" என்று கேட்டான்.

சொல்வதாக அவள் சொன்னாள்.

"எப்ப சுதன் வரும்?"

கெதியாக வருமென்றாள்.

அதுவரை வீரபாகு வீட்டில் காத்துநிற்பதாகக் கூறிவிட்டு தியாகு புறப்பட்டான்.

9

என்னதென்று விளங்கப்படுத்தத் தெரியாத பரவசம் அந்தக் காலையில் திரவியத்தின் மனத்தில்.

விடிந்து கொண்டிருந்த வெளியில் இனிய காற்று, இனிய ஓசைகள்.

பரவசம், அவையில்லாத ஒரு காரணத்தில் வந்தது.

ஒருவேளை... விளங்கப்படுத்த இயலாதவைதான் பரவசங்களோ?

கனவு/நினைவென்று தெளிவான கோடு பிரிக்க முடியாததாய் மனமெல்லாம் இளகும்படிக்கு மனத்திரையில் நிகழ்வொன்று விரிந்திருந்தது.

அதிகாலையில்போல ஞாபகம். காட்சியில் வந்தவர் சங்கரானந்தராயிருந்தார். களைத்துப் போயிருந்தார்.தலையிலும், தாடையிலும் வெண் முளைகள். பெருந்தூரம் நடந்துவந்திருப்பார் போலிருந்தது. வியர்வை, தூசி, அழுக்கு, சோர்வு... அந்த திரை மூடிய மேனியில். பற்கள் பழுப்பேறியிருந்தன. உபதேச வாயினுள்ளும் லேசான இருட்டு, பற்கள் சில உதிர்ந்து போனதால்.

ஆனால் அந்தக் கண்கள் மட்டும் பளீர்... பளீரென பிரகாசித்துக் கொண்டிருந்தன. பார்வையே அவனை அணைத்து ஆலிங்கனம் செய்த சுகம் செய்தது.

பிக்கு... 'ஆ!'வென்று ஆசுவாசம் அடைந்தார். 'எவ்வளவு தூரம்..! எத்தனை நாட்கள்..!' என்றார்.

'ஏன் சுவாமி?'

'உன்னைத் தேடித்தான்.'

'என்னைத் தேடியா? ஏன், சுவாமி?'

ஏகம் நினைத்தவர்போல் வெளி துளைத்து வானத்தில் பார்வை பதித்தார். பின் லேசாய்ச் சிரித்தார். 'உன்னை நான் எதற்காகத் தேடுவேனென்று தெரியாதா உண்மையில்? ஓ!'

தொடர்ந்த மௌனம் உடைத்து பிறகு அவரே சொன்னார்: 'வளவை கங்கைத் துறவி என்னைத் தேடினார். நான் உன்னைத் தேடினேன். துறவி எனக்குள் விதைத்த ஞானத்தில் கால் பங்கைக்கூட நான் பயிராக்கி யாருக்கும் அளிக்கவில்லை. மனுக் குலத்துக்கு, குறிப்பாக இந்தத் தேசத்தின் மைந்தர்களுக்கு, என் ஞானத்தின் பாதியையாவது கொடுத்த திருப்தி எனக்கு ஏற்பட்டிருக்கும், என் மகாசரித்திரம் அச்சேறியிருந்தால். ஆனால் குணாநந்தவும் கூட்டமும் என் முயற்சிகளையெல்லாம் அழித்தொழித்து விட்டார்கள்.'

'ஆம், சுவாமி. ஒரு சின்ன அதிர்ஷ்டத்தில்தான் அனில் அய்யாவே அன்று உயிர் தப்பியது. ஆனாலும்... மகாசரித்திரத்தின் முதலினதும் முடிவினதும் சில பக்கங்கள் மீதமாய்க் கிடைத்தன.'

'ஆம்.'

'அவை பத்திரமாக என்னிடம் இருக்கின்றன.'

'தெரியும். தெரிந்தபடியால்தான் உன்னைத் தேடி வந்தேன்.'

'சுவாமி..!'

'ஆம், திரவி. அவைகளுக்காகவே உன்னை இப்போது தேடி வந்திருக்கிறேன்.'

'தந்துவிடுகிறேன், சுவாமி.'

'உன்னைத் தேடியதென்றது அவைகளைப் பெறுவதற்காகவல்ல. அவைகளின் அர்த்தங்களையாவது இந்த மனுக்குலம் பெறச் செய்யவேண்டும் என்பதற்காகத்தான். அவை ஒரு பிரச்சினையின் தீர்வு கொண்டவை. அவை சிங்களர்க்குரியனவும், தமிழர்க்குரியனவும் ஆன வாழ்வின் திசைகாட்டிகள். அவை உறங்க வேண்டியவையல்ல, பேச வேண்டியவை. அவற்றை தமிழரோடும் சிங்களரோடும் பேசவை. உபதேசிப் பிக்கு சொன்னதாய், மிச்சம் விட்டுச் சென்ற உபதேசமாய் இவை வெளிவரல் வேண்டும். செய்வாயா?'

திரவியம் தயங்கினான்.

'உன்னால் முடியும். செய்வாயா?'

'செய்கிறேன்.'

'புத்த பகவான் அருள் கிடைக்கட்டும்.'

ஆசீர்வாதம் ஓர் அருவிபோல் வழிந்தது அவன் மேல்.

சுவாமி ..!

பரவசத்தோடு விழிப்பு வந்தது.

இனி தூங்க முடியாது. பொறுப்பு சுமத்தப்பட்டாகிவிட்டது என்பதனால்

மட்டுமில்லை. விடிந்தும் விட்டிருந்தது.

எழுந்து கட்டிலில் அமர்ந்திருந்து ஒரு இரண்டாம் பரவசத்தை அடைந்துகொண்டு, நிதானமாய்ச் சிறிதுநேரம் சிந்திக்க, தன்னால் அதுகுறித்துச் செய்யப்படக் கூடியன அவன் மனத்தே விரிந்தன.

கனவு/நினைவு எதுவாயினும் அது ஓர் அனுபவம்.அவன் ஜாதகக் கதைகளில், புத்த சரிதத்தில் ஊறிய பால்ய பருவத்தை உடையவன். அவனுக்கு புத்த சுருவம் அந்தப் பிராயத்திலேயே அற்புத மகிழ்வைச் செய்திருக்கிறது.அதுமாதிரி ஒரு கனவை அவன் எப்போதும் கண்டதில்லை. அதேவேளை கண்டதில் பெரிதான ஆச்சரியத்தையும் படவில்லை.

அவனுக்கு அவ்வனுபவத்தின் முன்னரே எரிவிலிருந்து தவறிய மகாசரித்திரத்தின் பக்கங்களை அப்படியே வைத்திருந்து எவருக்கும் பிரயோசனமற்றுப் போகச் செய்கிற உத்தேசம் இருக்கவில்லை. ஆனால் என்ன செய்வதென்றும் தெரியாமலேதான் இருந்தது.

பிக்குவே இப்போது வழிகாட்டியிருக்கிறார்.

பிக்குவின் கருத்து உரியவர்களிடம் போய்ச் சேர்வதற்கு விழா ஒரு வசதியான தளம்தான். அவன் எஞ்சிய மகாசரிதப் பக்கங்களின் நகலச்சுப் பிரதிகள் கொண்டுவந்திருந்தான். ஆனால் அவை சிங்களத்தில் இருந்தன. மொழிபெயர்த்தாக வேண்டும். அவசரமாய் அதைச் செய்துதர யாராலாவது முடிந்தால் நல்லது. யாரால் கூடும்?

அப்போது அவனுக்கு போன் வந்திருப்பதாக லொட்ஜ் ஆள் வந்து சொல்லிவிட்டுப் போனான். எழுந்து போனான்.ராஜநாயகம் பேசினார். "விழாவுக்குப் போகுமுன் இங்கே ஒருமுறை வந்துபோக முடியுமா, திரவியம்?"

"சரி."

அவன் ராஜநாயகம் வீட்டை அடைந்தபோது எட்டு மணி. அவன் உள்ளே போனபோது அருட் சகோதரர் ஜேம்ஸ் இருந்தார். "நீங்கள் விழாவுக்கு வரேல்லையோ இண்டைக்கு?" என்றான்.

"வயித்துக் குழப்படி. ரா முழுக்க நித்திரையில்லை. மருந்து எடுத்தாத்தான் சரிவரும்போல இருக்கு" என்றார் ஜேம்ஸ்.

இருவரும் பேச ஆரம்பித்த பிறகுதான், ஜேம்ஸின் விருப்பம் காரணமாகவே அவனை அங்கு ராஜநாயகம் அழைத்திருந்ததைத் தெரிந்தான் திரவியம். என்ன, எது என்று குழம்பவைக்காமல் ஜேம்ஸ் நேரடியாகவும் உடனடியாகவும் விஷயத்துக்கு வந்தார். பிக்கு சங்கரானந்தரைப்பற்றிப் பேச உள்ள தன் விருப்பத்தைச் சொன்னார். "நேரில அவரை உங்களுக்குத் தெரியுமோ?"

"தெரியும்."

"நிறையப் பழகியிருக்கிறியளோ?"

"அப்படிச் சொல்ல ஏலாது. நயினாதீவு விகாரைக்கு கன காலமாய்ப் பொறுப்பு வகிச்சுக்கொண்டு அங்க இருந்தவர். கலவரத்துக்குப் பிறகு ஏறக்குறைய பத்து வருஷமாய் அவரைப் பாக்கேல்லை. பிறகு திடீரெண்டு ஒருநாள் வீடு தேடி வந்தார்."

"ஏன்?"

அவன் பதிலைச் சுணங்கினான். கேள்விகளுக்கான காரணம் இனி அவனுக்குத் தெரியவேணும்.

அவனது மனநிலையைத் தெரிந்துகொண்ட ராஜநாயகம் விளக்கினார். ஜேம்ஸ் பத்திரிகை வாயிலாக சங்கரானந்தர்பற்றி சிறிது அறிந்திருக்கிறார். ஆனால் அது அரசாங்கத்தின் பிரசார உத்தி காரணமானது என்பதே அபிப்பிராயமாக இருந்திருக்கிறது அவரிடம். முதல்நாள் இரவில் எது காரணமாகவோ வந்தது அவர்பற்றிய பிரஸ்தாபம். அவன் அவர்பற்றித் தெரிந்திருக்கலாமென்று ராஜநாயகம் அபிப்பிராயம் கூறினார். அவனை காலையிலேயே அழைத்து விசாரித்துவிட வேண்டுமென்ற விருப்பம் ஜேம்ஸிடம் அது காரணமாகத்தான் தோன்றியது.

திரவியம் அதனால் பெரிதான வெளிச்சலனம் பெற்றதாகத் தெரியவில்லை. அவனது சிந்தனையின் புள்ளி சங்கரானந்தரிலேயே நிலைத்திருந்தது. அன்று அதிகாலையில்தான் அவனுக்கும் அந்த விசித்திரமான அனுபவம் சித்தித்திருந்தது. விடிந்தெழும்பினால் வேறொருவர் அழைக்கிறார் அவர் பற்றியே விசாரிக்க.

அற்புதங்கள் நடக்கின்றனதான்.

பிறகு ஜேம்ஸை வியந்து கொண்டிருந்தான்.

அவன் பார்த்த ஒரு பிரெஞ்சுப் படத்தில் வந்த பாதிரியார்போல இருந்தார் ஜேம்ஸ். மிக சாதுவாய்ப் பேசினார் அவர். ஆனால் கருத்துக்கள், சொற்கள் யாவும் ஆணித்தரமாய் இருந்தன. அவனோடு ஓர் அத்யந்தத்தோடு பேசுவதுபோல் இருந்தது.

“திரவியம்..!” ராஜநாயகம் அழைத்தார். “ஜேம்ஸ், பிக்கு எழுதிய மகாசரித்திரம் பற்றி விசாரிக்கிறார்.”

“ஓ” என்று சிரித்தான் அவன், அனுசிதமான தன் ஆழ்ச்சி கண்டு.“அதுதான் காடையள் வந்து செவன் ஸீஸ் அலுவலகத்துக்குள்ளை வச்சு எல்லாத்தையும் எடுத்துப் போட்டு எரிச்சதிலஅழிஞ்சு போச்சே.”

“எரிஞ்சு போச்சா!” ஏமாற்றத்தின் ஆழம் தெரிந்தது ஜேம்ஸின் பேச்சில். “அதுபற்றி அறியாலாமெண்டுதான் கேட்டன். பேப்பரிலகூட இதைப்பற்றிச் செய்தி எதுவும் வந்தமாதிரி இல்லையே. என்ன நோக்கத்தோடை, என்னமாதிரி அதை எழுதியிருந்தாரெண்டாவது சொல்லேலுமோ?”

திரவியம், அனில் கூறிய விபரங்களிலிருந்து முக்கியமானவற்றின் சுருக்கத்தைச் சொன்னான்.

“அப்படியும் ஒரு பிக்கு இருந்தாரா? நம்பவே முடியேல்லை! இனப்பிரச்சினையில இலங்கைத் திருச்சபைப் பாதிரிமாரும் பிற பாதிரிமாரும் காட்டின அக்கறையைப்போலவும், சமரசத்துக்கான முயற்சியைப்போலவும் புத்த சமயத்தவரோ முஸ்லீம்களோ காட்டேல்லையெண்டு இவ்வளவு நாளும் நினைச்சிருந்தன்” என்றார் ஜேம்ஸ்.

“அவரின்ர புத்தகம் வெளிவந்திருந்தால் சிங்களவர் தங்களையே தாங்கள் உணருறதுக்கான பெரிய வாய்ப்பாய் இருந்திருக்கும். தமிழர் யோசிக்கிறதுக்கும் அதில நிறைய விஷயங்கள் இருந்ததாய் அனில் சொல்லியிருக்கிறார். எல்லாமே பாழாய்ப் போச்சு. எண்டாலும் . . . சில பக்கங்கள் மிச்சமாய்க் கிடைச்சிருக்கு. அதிலயிருந்து முழுப் புத்தகத்தின்ர போக்கையும் நாங்கள் கணிக்க இன்னும் வாய்ப்பிருக்கு.”

“சில பக்கங்கள் எரியாமல் தப்பியிருக்கா?”

திரவியம் தலையசைத்தான்.

“உங்களிட்ட இருக்கா?”

“இருக்கு. ஒரு ஜெராக்ஸ் கொப்பி வைச்சிருக்கிறன்.”

“இஞ்சையே வைச்சிருக்கிறியளா? பாக்க ஏலுமா?”

“அது சிங்களத்தில இருக்கு.”

“தாருங்கோ, எனக்குச் சிங்களம் தெரியும்.”

திரவியம் பையைத் திறந்து நகலச்சுப் படியை எடுத்து அவரிடம் கொடுத்தான். வாங்கி வாசிக்க ஆரம்பித்தவர் பத்து நிமிஷங்கள் உறை

நிலையிலிருந்தார். பிறகு கேட்டார்: "இதில என்ன எழுதியிருக்கெண்டு தெரியுமா?"

திரவியம் தெரியாதென்றான்.

தன் எழுச்சி இன்னும் அடங்காமலே, "இந்த விஷயம் உலகத்துக்கு உடனடியாய்த் தெரியவேணும், திரவியம்" என்று உணர்ச்சிவசப்பட்டார் ஜேம்ஸ்.

திரவியம் கனவை நினைத்தான். எல்லாம் தானாய் அமையும் விந்தையை எண்ணினான். பிறகு, "எஞ்சியிருக்கிற முன்பின் பகுதிகளிலயிருந்து முழுமையான ஏதாவது கருத்தை எடுக்க முடியுமோ?" என்று கேட்டான்.

"நிச்சயமாய் எடுக்க ஏலும். ஒரு சின்னத் தொடுப்பும், சின்ன விளக்கமும் இருந்தால் ஒரு சின்ன நூலாக வெளியிடக் கூடிய மாதிரியே வரும்."

"அதை உங்களால செய்துதர ஏலுமா? நான் அடுத்த கிழமை வெளிக்கிடுவன்."

"கட்டாயம் செய்து தாறன்."

திரவியத்தின் மகிழ்ச்சிக்கு அளவில்லை.

அப்போது திடீரென இன்னொரு விஷயம் அவருக்கு ஞாபகம் வந்தது. "ஒரு விஷயம்..."

"சொல்லுங்கோ."

"நீங்கள் நயினாதீவுதானே?"

"ஓம். ஏன்?"

"இல்லை... அங்கயிருந்த தேவதையொண்டை... சொறி... ராஜி எண்ட ஒரு பிள்ளையை எனக்குத் தெரியும்... சந்திக்க வேணும்."

"விழாவுக்கு வருவா. நாளைக்கு வருவியள்தானே?"

"நாளைக்கு ஏன்? பின்னேரமே வருவன்."

"அங்க பாக்கலாம் அவவை."

ஜேம்ஸ் எழுந்தார்.

"வரச் சொல்லிப் பேசினதுக்கு என்னை மன்னிச்சுக் கொள்ளுங்கோ. வயித்துப் பிரச்சினை இல்லாமலிருந்தால் நானே உங்கட அறைக்கு வந்திருப்பன். வந்ததுக்கு மிச்சம் பெரிய உபகாரம்" என்றார் ஜேம்ஸ்.

"அதாலயென்ன, பறவாயில்லை" என்றான் திரவியம்.

10

அன்று காலையில் திடீரென்று "ராஜீ..!" எனக் கூவியபடி தியாகு ஓடிவந்தபோது ராஜி உண்மையில் சிறிது பயந்துதான் போனாள். என்னவோ

ஏதோவென்று கமலாவுக்கும் பயமாகிப்போனது. அவனது பதட்டத்தைத் தணிவித்து விஷயத்தை விசாரித்தறிவது பெரும்பாடாய்ப்போனது கமலாவுக்கு.

தன் ஆதாரமே அறுந்ததுபோல் தியாகு அழுதான். ஒரு வகையில் அது புரியக்கூடியதாயே இருந்தது. முகாமைவிட்டு வெளியேறிய பிறகு அவன் போக்கிடமில்லாதவனாயே இருந்தான். ஒரு தேநீருக்குக்கூட திண்டாடுகிற நிலைமைதான் இருந்தது. வீரபாகுதான் முன்பின் அறிமுகமில்லாமலிருந்தும் அவனை ஆதரித்தது. அந்த ஆதாரம்தான் உண்மையில் அறுந்திருந்தது.

கையிலிருந்த தேநீர்க் கோப்பையை அவனிடம் கொடுத்துவிட்டு நெஞ்சை அழுத்திக்கொண்டு, அப்படியே சரிந்து விழுந்து விட்டாராம். அவனது 'ஐயோ' என்ற கதறலில் பக்கத்து கடைக்காரர்தான் வந்து பார்த்துவிட்டு 'எல்லாம் முடிஞ்சு போச்சுங்க . . . ஹாஸ்பிட்டல் கொண்டுபோயும் பிரயோசனம் ஒண்ணுமில்லே' என்று தெரிவித்தாராம்.

அவனது பதட்டத்தில் பக்கத்தில் நின்றிருந்த விதுரன் தன் இழப்புபற்றி ஏதோ புரிந்து அழுதுகொண்டிருந்தான். அவனைக் கூப்பிட்டு அணைத்தாள் ராஜி. அவன் தீவுக் குழந்தை. எந்த நாட்டில் பிறந்திருந்தாலும் நேசமலரின் ரத்தம். வாழ்வு தேடி எங்கெல்லாமோ உலைந்து அவள் அழிந்த விதம் பெருமைப்படக் கூடியதில்லையெனினும், அந்த ஓட்டம் . . . தேடல் . . . தீவின் பாரம்பரியம்.

அவர்கள் விழாவுக்கு வெளிக்கிட்டிருந்தார்கள். தியாகு அங்கே ஓடிவந்தானேயென்று முதலில் ஒரு சுணக்கமும், வெறுப்பும்தான் அவர்களில் விழுந்தன.அக்கம் பக்கத்தில் உள்ள சிலோன்காரர் வீடுகளுக்குக்கூட வீரபாகு சென்று பழகியதில்லை. இரண்டொரு ஆண்களோடு தெருவில் வைத்துக்கொண்ட பேச்சுப்பழக்கம் மட்டும்தான். இந்த நிலைமையில் அநாதைப் பிணமாகக் கிடந்து சீரழிய வேண்டிய நிலை தவிர்க்க முடியாதது.

சவ அடக்கத்தோடும் அந்தப் பிரச்சினை தீர்ந்துவிடாது என்பதை ராஜி அறிவாள். தியாகுவை ஒரு பிரச்சினையாக எடுத்துக் கொள்ளாவிட்டாலும் விதுரன் ஒரு பிரச்சினையே. ஆனாலும் ஒரு இலங்கை மனிதரின் பிணத்தை அந்தமாதிரி அநாதரவில் விட்டுவிட எந்த மனிதரின் மனமும் ஒத்துவிடாது. இலங்கையர்களே விடுவதெப்படி?

"கமலாக்கா, என்ன செய்யலாம்?" என்றாள் ராஜி.

ஏதாவது செய்ய வேண்டுமே என்ற அர்த்தம்தான் அந்தக் கேள்வியில் தொனித்தது. அவளுக்கும் என்ன செய்வதென்று திட்டமாகத் தெரியவில்லை. ஆனால் இதேபோன்ற இக்கட்டுகளை வேறு வேறு நிலைமைகளில் சமாளித்த அனுபவம் ராஜிக்கு இருந்தது. அத்துடன் பக்கத்து பி.சி.ஓ. ஒன்றில் வேலைக்குப் போய் வந்ததில் கொஞ்சம் பணம் சேர்க்க முடிந்திருந்ததால், ஒரு காரியத்தைத் துவக்க அவள் அதிகம் தயக்கம் காட்டவேண்டியிருக்கவில்லை.

“ஏதாவது செய்ய வேணும்தானே!”என்றாள் கமலா.

அது போதும்.அவள் கமலாவையும் தியாகுவையும் கூட்டிக்கொண்டு வீரபாகு வீடு சென்றாள். கடைக்காரர் அப்போதும் ஒருமுறை “பாவம், ரொம்ப சாதுவான மனுஷன்” என்று இரங்கிவிட்டுப் போனார்.

வெளியே வாகனங்கள் சாமான்களையும், மனிதர்களையும் சுமந்துகொண்டு பறந்துகொண்டிருந்தன. இரண்டு சில்லு வாகனங்களில் மனிதர்கள் விரைந்து கொண்டிருந்தார்கள்.

வாழ்க்கைக்கு அந்த இயக்கம் முக்கியம்.

வாழ்க்கைக்கு இரக்கமும் முக்கியம்.

ஒரு அனாமதேயத்தை இன்னும் ஓரிரு அனாமதேயங்கள் சேர்ந்து ‘காரியம்’ செய்துவைக்க முயற்சிப்பதில் அவசியம் இருக்கிறது.

“பொறுங்கோ அக்கா, வாறன்” என்றுவிட்டு ராஜி வீதிக்கு ஓடினாள். “சாந்தனண்ணை!” என்று கூவி கைதட்டினாள். சைக்கிளைத் திருப்பிக் கொண்டு வந்தான் சாந்தன்.ராஜி விஷயத்தைச் சொன்னாள்.

“நோர்வேயிலயிருந்து தங்கச்சி ஆக்கள்வந்திருக்கினம் . . . ம் . . . என்ன செய்ய? . . . எதுவாயிருந்தாலும் இதுவும் முக்கியம்தான்” என்று தனக்கேபோல் முனகினான். “சிலோன் ஆக்களெண்டு இருக்கிறம் . . . நாங்கள்தானே செய்யவேணும்! கொஞ்சம் பொறுத்துக்கொள். கார் ஒண்டு பிடிச்சுக்கொண்டு போய் அவையளை அனுப்பியிட்டு வாறன். எங்கயோ போக வெளிக்கிட்டுக் கொண்டு நிக்கினம்.”

“ஓமோம். போயிட்டு வாருங்கோ.”

சிறிது நேரத்தில் சாந்தன் வந்ததும் பிணத்தை எடுப்பதற்கான காரியங்கள் விறுவிறுவெனத் தொடங்கின.

இயற்கை மரணம் என்பதற்கான மருத்துவச் சான்றிதழ் பெற்றுக்கொண்டு போய் காவல் நிலையத்தில் கொடுத்து, அங்கிருந்து பிணத்தை அடக்கம் செய்வதற்கான அனுமதியை தன் செலவில் எடுத்து வந்து கொடுத்தான் சாந்தன். பன்னிரண்டு மணிக்குள் இது செய்து முடிந்தது. கடைக்கார நம்பியார் கூடநின்று மற்றக் காரியங்களைக் கவனித்தார். மயானம்கூட வெகு தொலைவில் இல்லை. வீரபாகுவின் திறந்தவெளி இறுதியாத்திரை ஒரு மணிக்குத் தொடங்கியது. சவ அடக்கத்தை முடித்துவிட்டு மயானம் சென்றவர்கள் இரண்டு மணிக்குள் திரும்பிவிட்டனர்.

முந்நூறு ரூபா சொச்சத்துக்கு செலவுக் கணக்கு கொண்டுவந்து கொடுத்தார் நம்பியார். “அவரோட வீட்டு அட்வான்ஸ் பணம் ஐயாயிரம் ரூபா எங்கிட்ட இருக்கு. இந்த மாச வாடகை ஆயிரம் போக மீதி நாலாயிரமும், வீட்டுச் சாமான்கள் எடுக்கும்போது கொடுத்திடுறேன். அதில இந்த முந்நூறையும் கழிச்சுக்கலாம்” என்றார். “அதோட . . . கடையில இருநூத்திச் சொச்ச ரூபா சில்லறைக்கு கணக்கு இருக்கு” என்பதையும் சொல்ல அவர் மறக்கவில்லை.

மதியச் சாப்பாடு குமாரசாமி வீட்டிலிருந்து வந்தது. அவசியமானால் இரண்டொரு நாள் தியாகுவும் விதுரனும் தங்கள் வீட்டில் வந்து இரவில் படுத்துக் கொள்ளலாம் என்றும் சொல்லிவிட்டிருந்தார் குமாரசாமி. அப்போதைய பிரச்சினை தீர்ந்தது.

குளித்து, மறுபடி வெளிக்கிட்டுக்கொண்டு இருவரும் விழாவுக்குப் புறப்பட்டனர்.

வராமல்கூட விட்டிருக்கலாமேயன்று அங்கே போனபோது தோன்றியது ராஜிக்கு. ஏன் ஒரு அவசரத்தில் போல் அந்தமாதிரி வரவேண்டி வந்தது என்பது வெகுநேரம் யோசித்தபோதும் ராஜிக்குப் புரியவில்லை. தெரிந்தவர்கள் நிறையப் பேர் வருவார்கள் என்பதை நம்ப அவளுக்குச் சிரமமாயிருந்தது.

தேநீர் கொடுக்கிற வேளையில் நினைவும் சோம்பலும் கலைந்தது அவளுக்கு.அவள் பகுதியில் தேநீர் விநியோகம் வருமுன்னர், "இஞ்ச வா" என்று திரவியம் அழைத்தான். "உன்னோட கொஞ்சம் ஆறுதலாய்ப் பேசவேணும். வா, வெளியில போய் கோப்பி குடிச்சிட்டு வரலாம்."

எழுந்து போனாள்.

விழா பார்க்க வந்திருந்த விசுவலிங்கம் இடையே எதிர்ப்பட்டார். நலம் விசாரித்தார். "அஸ்ஸாம் போய்... ஒருமாதிரி மச்சாளின்ர இடத்தைக் கண்டுபிடிச்சிட்டன். அடுத்த கிழமை வாறதாய் இருக்கிறா இஞ்ச. அம்மா... புளுகமெண்டால் அப்படியொரு புளுகத்தில இருக்கிறா" என்றார்.

ஆறுதலாக வீட்டுக்கு வருவதாகச் சொல்லிக்கொண்டு சென்றாள்.

அம்மாவின் தெளிந்த முகம் அவள் கண்ணில் நிழலாடியது. அம்மா சந்தோஷமாக இருந்தால் தெய்வம் போலிருக்கும். அவளை நினைக்க, மனத்தை மயிலிறகால் நீவிவிட்ட சுகம் தெரிந்தது. அவள் மனத்தில் நிம்மதியின் ஊற்றுக்கண் திறந்திருந்தது ஏற்கனவே.

திரவியம்கூட தன்னை சுதன் விஷயத்தில் வற்புறுத்தலாமென்று நேற்றுவரை அவள் எண்ணிக்கொண்டிருந்தவள். ஆனால் இன்றைக்கு அந்தப் பயம் இல்லை. ஏனெனில் அம்மா சமூகம், சுற்றம் என்றெல்லாம் பார்ப்பதைவிட தனிமனித உணர்வுகளையும் நியாயங்களையும் மதிக்கத் தொடங்கியிருக்கிறாள். நாலுபேர் என்ன சொல்வார்களோ என்ற நினைப்பின்றி, அம்பாவையும், குழந்தையையும் கூட்டிவரும்படி விசுவலிங்கத்தை அனுப்பியது பெரிய செயல். அவள் என்ன செய்யப் போகிறாளென்று தெரியவில்லைத்தான். ஆனால் குறைந்தபட்சம் அவர்களுக்கு சமூக அந்தஸ்து கொடுத்து வாழவைக்க நினைத்திருக்கிறாள் என்பதையாவது நம்ப முடியும்.

போகும்போது அவளில் விழுந்திருந்த மௌனத்தை உடைத்துப் பேசினான் திரவியம். அவள் வளர்ந்திருப்பதாகக் கூறினான். முதிர்ந்திருந்தாள் என்று அவன் அர்த்தம் கொண்டிருக்கலாம் என்று நினைத்து சிரித்தாள்.

அவன் தலையிலும் நரைகள் இருந்தன. ஆனால் அவன் தளரவில்லை.

கோப்பிக்குச் சொல்லிவிட்டு எதிரெதிர் அமர்ந்தார்கள்.

உரையாடலைச் சிறிதுநேரம் பொது விஷயங்களில் படர்த்திவிட்டு சொந்தப் பிரச்சினைக்குத் திரும்பினான் திரவியம். "உனக்கும் அரசிக்குமிடையில... எப்பிடி உறவு? முந்தின மாதிரித்தானா? இல்லை..?"

"முந்திமாதிரித்தான். ஏன்?"

"தன்ர தன்ர அந்தரங்கத்தை ஒருத்தர் தன்னோட நெருங்கிப் பழகிற ஒருதரிட்டத்தானே சொல்ல ஏலும்?"

அவள் அதிசயமாய் அவனைப் பார்த்தாள்.அவ்வளவு நொய்மையாய் வாழ்வில் அவன் எப்போது பேசியிருக்கிறான்?

அவன் சிரித்தான். லேசாகத்தான். பதில் சொல் என்பதான கெஞ்சலாக இருந்தது அது.

"நானும் அரசியும் முந்தினமாதிரித்தான் இப்பவும் பழகிறம். எண்டாலும் அரசி எந்த அந்தரங்கத்தையும் என்னிட்டைச் சொல்லேல்லையே!" என்றாள் அவள்.

சிறிது நேரம் பேசாமலிருந்துவிட்டு ஒரு பெருமூச்சு விட்டான்.

அவன் தான் கட்டிய கோட்டைகளைக் காற்றில் ஊதுகிறானா? அவள் திகைத்தாள்.

அவன் தனக்கேபோல் சொன்னான்: "ஒருவேளை ... அந்தரங்கம் ஏதும் மனதில இல்லையோ என்னவோ?"

அவனை அவளால் புரிய முடியும்போலிருந்தது.

கோப்பி எடுத்துக் குடித்தான்.

அவளையும் குடிக்கச் சொன்னான்.

"எந்த யோசனையும் திட்டமாய் இல்லை. ஆனா ... ஏதோ ஒரு உணர்வு மனத்தில இருக்கு. கலங்கலாய். அதை இனம் காணவேணும் எனக்கு. ஒருவேளை ... எதிர்த்தரப்பில தெளிவு இருக்குமெண்டால்... இதை இனங்காணுறது எனக்குச் சுகமாயிருக்கும்" என்றான் மெதுவாய்.

தன் உணர்வை அவன் வெளியிடத் தயங்குகிறானென்பது அவளுக்குத் தெரிந்தது. இருபது வருஷங்களுக்கு முன்பானால் அதை வெளிப்படுத்தத் தயக்கம் இருந்திராது. அந்த வயதில், காதல் தோல்வி என்பது ஒரு பாதிப்பு மட்டும்தான். நாற்பதுகளில் அது அவமானம். அதற்கே பயப்படுகிறான் திரவியம்.

அவன் சிரித்தான். இப்போது தெளிந்திருந்தான். "பெரும்பாலும்... தேவைகள் உறுத்தலாய் இல்லாத வயசு இது. சில முக்கியமான விஷயங்களில மனதைச் செலுத்தி அந்தத் தேவைகளை மறந்து வாழவும் இப்ப ஏலும். மனசு பழம் போல. அது லாபம் நட்டம் பாக்காமல் தானாய்க் கனிந்து காம்பு கழண்டு விழுகிறமாதிரி விழவேணும். இன்னொரு இதயத்தின்ர

சேர்ப்பு... குடும்ப நிலைமைகள் என்னைப்போல இருக்கிற ஆளுக்கு சில கஷ்ரங்களைத் தந்திடும். அன்பாயிருந்தால், அந்தக் கஷ்ரங்கள் பாரமாய் அழுத்தாது. இல்லாட்டி... பிறகு ஒரு நேரம்... இதுக்காகவே வருத்தப்பட வேண்டி வந்தாலும் வரலாம்” என்றான் அவன்.

அவன் தனக்கும் சேர்த்து அதைச் சொன்னதுபோல் அவள் உணர்ந்தாள்.

திரும்ப அரங்குக்குப் போய்க்கொண்டிருந்தபோது வரும்போதிருந்ததைவிட அவனது நடையில் உறுதி இருந்தது தெரிந்தது ராஜிக்கு. அவன் அப்போது பழைய திரவியம்தான். ஆசையின் வாழ்வை ஒதுக்கிவைத்த திரவியம்.

11

முதல் நாளிரவு தாயாருடனான உரையாடல் அப்போது அவளது ஞாபகத்துக்கு வந்தது.

‘ஞாயிற்றுக் கிழமையோட விழா முடியுதா, அரசி?’

‘ஓமம்மா.’

‘விழா முடிய வெளியிலயிருந்து வந்த ஆக்களும் திரும்பத் துவங்கியிடுவினம். இல்லையே..?’

‘ஓம்... ஏன்?’

‘மாமியும் திரும்பியிடுவாதானே?’

‘அவ விழாவுக்காக வரேல்லை. எண்டாலும் விழா முடிஞ்ச அளவில அவவும் திரும்பிப்போற அலுவலைக் கவனிக்கத் துவங்குவா.’

‘நாங்கள் நினைச்சுவந்த காரியம் முடிஞ்சிட்டுது. இனி இருந்து என்ன செய்யிறது. வெளிக்கிட வேண்டியதுதானே?’

போகிற போகிற இடங்களில் அம்மா யோசித்துக்கொண்டிருக்கிற இருப்பைப் பார்த்து, அவளின் சிந்தனைத் திசையை அனுமானிக்க ஏற்கனவே அரசியால் ஓரளவு முடிந்திருந்தது. அது விஷயத்தில் தனக்கு ஒரு முடிவுமில்லாதிருந்ததில் அதை அவள் பொருட்படுத்தவில்லை.

அவள் சொன்னாள்: ‘எனக்கும் அந்த யோசனை வந்ததுதான், அம்மா. இப்ப ரண்டுபேரும் போறதெண்டாலும் கன காசு தேவையாய் வரப்போகுதெல்லே. அதை நினைச்சுத்தான் விஷயத்தை ஆறப் போட்டன்.’

‘இஞ்சயிருந்தும் நாங்கள் உழைச்சுச் சாப்பிடேல்லைத்தானே?’

ஆரிடமாவது கேட்கலாமென்கிறாளா? அவளிடமே கேட்டாள். ‘கேட்கத்தானே வேணு’மென்றாள் வாலாம்பிகை.

அம்மா வீடு திரும்பத் தீர்மானித்துவிட்டாளென்பது தெரிந்தது. ஏதோ ஒரு பராக்கில்போல் தான்தான் அந்த நினைப்பை இழந்து இருந்துவிட்ட சிறிய விசனம் அப்போது தோன்றிற்று அவளிடத்தில்.

உதவிக்கு இன்னும் மகேஸ்வரியை எதிர்பார்க்க முடியாதென்பதுதான் அவள் அப்போது தீர்க்கமாய் நினைத்தது.

வாலாம்பிகையின் கேள்வி பதிலற்று அந்தரத்தில் நின்று கொண்டிருந்தது.

பாண் வாங்கி, தேநீரும் வைத்து சாப்பிட்டிருந்தார்கள் இரவுச் சாப்பாடாக. ஒத்து வந்துகொண்டிருந்ததுதான். அன்றைக்கு ஜீரணப்பாடு சிரமமாய்ப் போய்விட்டது. தூங்கும்வரை, தூக்கத்திலும் கூட, நெஞ் செரிவைச் செய்து கொண்டிருந்தது.

அவளது சரீரத்தின் ஒரு துண்டு பெரிய அளவாகி உலவிக் கொண்டிருப்பதான பிரமை, சுதனை விழாவிலே பார்த்த ஒவ்வொரு சந்தர்ப்பத்திலும் ஏற்பட்டுக்கொண்டிருந்தது. அவன் குண்டு பாய்ந்து தப்பி வந்தது பற்றியாவது ஒரு வார்த்தை கிட்டப்போய் அவள் விசாரித்திருக்கலாம். முதல் நாள் அம்மாதான் போய்நின்று பேசினாள். வீட்டுக்கு வந்து ஒருநேரம் சாப்பிட்டுப் போக அம்மா கேட்டிருக்கிறாள். அக்கா என்ன சொல்லுமோ என்று தயங்கியிருக்கிறான் சுதன். அம்மா எல்லாம் சொன்னாள். அவன் அழுதானடி என்று சொல்லி அம்மாவும் அழுதாள். நிஜமாகவே இருக்கும். அவன் முகம் அந்த மாதிரித்தான் இருந்தது அந்த வேளையில். அவளே பார்த்தாள். அக்காவென்று கூப்பிடுவது போலத்தான் அடிக்கடி திரும்பித் திரும்பிப் பார்த்தான்.

என்ன திரை அவர்களுக்குள்? பெறுமானங்கள் மாறியிருக்கின்றன. அவன் மட்டுமில்லை, அவளும்தானே சொந்த மண்ணைப் பிரிந்திருக்கிறாள். அவள் திரும்பிப் போவாள். அவன் போகமாட்டான்.அதில் பெரிய வித்தியாசமில்லையே. அந்தத் தயக்கங்களில் ஒரு உடைப்பைச் செய்து, உரையாடலுக்கான ஒரு வழியைத் திறந்துவிடக்கூடிய கருவியாகும் கணம் தேவையாயிருந்தது.

அவள் அப்படியே தூங்கிப் போனாள்.

அயனாவரத்திலிருந்து போரூர் நோக்கிச் சென்று கொண்டிருந்தபோது எல்லாம் நினைத்தாள் அரசி.

வீடு சேர ஒன்பது மணி ஆகிவிட்டது. சாப்பிட்டதும் முற்றத்தில் நாற்காலிகளைக் கொண்டுவந்து போட்டு அரசியும், ராஜியும் பேசிக் கொண்டிருந்தார்கள். கமலா, பனிப் புகட்டும், தனக்கு ஆகாதென்று உள்ளேயே இருந்து கொண்டாள்.

வானம்... மேகம்... நட்சத்திரங்கள்... எல்லாம் அழகு செய்தன.

காற்றும் இதம் செய்தது.

அவர்கள் வெகுநேரம் பேசிக் கொண்டிருந்தார்கள். ஒருபோது ராஜி சொன்னாள்: "நாளையோட எல்லாக் கூத்தும் முடிஞ்சிடும்."

"ம்."

"நீங்கள் என்ன செய்யிறதாய் யோசினை?"

“போற எண்ணத்தோடதான் இருக்கிறன். அம்மாவும் வந்திடுவா. ரிக்கற் போட என்ன செய்யிறதெண்டதுதான் யோசினை.”

“ஏன், சுதனைக் கேக்கிறது?”

பதில் தாமதமாய் வந்தது. “அவனைத்தான் கேக்க வேணும். ஆனா.. எப்படிக் கேக்கிறதெண்டுதான் ...”

“அம்மாவிட்டச் சொன்னால் கேட்டிட்டுப் போறா.”

“ம். அப்படித்தான் செய்ய வேணும்.”

சுதனோடு இனி என்றும் அவள் பேசப்போவதில்லையா என்று கேட்க ராஜிக்கு ஆசை. ஆனால் அதே கேள்வியை அரசி திரும்பிக் கேட்டால் என்ன செய்வது?

அவளது கோபம் புதிய நிலைமைகளின் மதிப்பீடுகள் மீதானது.

சுதந்திரமென்கிற தேவையை அடைவதற்கான வழிகள் பல் பரிமாணமுடையவை. ஆயுதப் போராட்டம் ஒரு வழி. அதை அவள் விரும்புவாள். திரவியத்துக்கு வழி அதுவே இல்லாமலிருந்தது. அவன் யுத்த எதிர்ப்பாளன். அரசி, போராட்டத்தின் நடைமுறைச் செயற்பாடுகளில் நீதி நியாயம் பார்க்கிறவள். இப்படி வகைகள் இருக்கிறபோது சுதனை எந்த நியாயத்தின் தளத்தில் இன்னும் அவள் கோபிப்பதாய்ச் சொல்ல முடியும்?

போன மாதம்தான் ஆனையிறவு படை முகாம் வீழ்ந்தது. வீழ்த்த முடியாதென்றிருந்த படைத் தளம் அது. அந்த வெற்றியில் யோகேஷுக்குப் பங்கிருக்கிறது.அணுவளவேனும்.

அவனோடான அவளது உறவு புரிபட முடியாதது. நினைத்தால் புரிபடலாம் போலவும் தெரிந்தது. விரும்பாததாலேயே அதுவரை புரிபடாமற் போயிருக்கிறது. தழும்புகள் இன்னும் உண்டு. வலி உள்ளே இருக்கிறது. காயம் ஆறி ஆயிரம் நாளானால்தான் என்ன? பத்தாயிரம் நாளானால்தான் என்ன? வலிக்கவே செய்கிறது ஓரொரு பொழுதுகளில்.

அவள் போர்வை தேடியவள். குளிருக்காக அல்ல. மறைவுக்காக. எவரிலிருந்தும் மறைவதற்காக. குளிர்வது, இப்போதும்தான் இருக்கிறது. போர்வை தேட நினைத்ததில்லையே.

முதல் நாள் அவள் கேட்ட செய்தி முக்கியமானது. முதலில் அதை அவள் நம்பினாள். அது, அவனாக இருந்ததாலேயே நம்ப முடிந்தது. பிறகு நம்பவில்லை. யோசிக்க, அவனாயிராதென்ற முடிவுக்கே அவளால் வர முடிந்தது. ஏனெனில் ... அவன் சென்னை வந்திருந்தால் அடுத்த ஒரு மணி நேரத்தில் தன் இடம் வந்திருப்பானென்று நிச்சயமாக அவள் நம்பினாள். அத்தகைய பக்தன் அவன்.

அரசிக்கும் நூறு வீத திண்ணைமில்லையென்பதால்தான் மேற்கொண்டு அதுபற்றிப் பிரஸ்தாபிக்கவில்லையென்று அவள் கொண்டாள்.

நினைவுகளுள் ஆழ்ந்துபோன இருவரையும் பிரக்ஞைக்கு மீட்டு கமலா சொன்னாள்: "தீவிலயிருந்து வெளிக்கிட்ட கனபேரில நாங்களறிய நல்லாய் வாழுற ஆக்கள் குறைவு."

அவளும் எதையே நினைத்துக்கொண்டு இருந்திருக்கிறாள்.

அவர்களறிந்த பலபேர் நல்லாவே ஆகவில்லை. சுதன், ராஜேந்திரன், ராஜி, நேசமலர் ...

பிறகு நேசமலரின் குழந்தை விதுரனின் ஞாபகம் வர, "நேச மலரின்ர பிள்ளைதான் பாவம். வளர்ப்புத் தகப்பனாயிருந்த ஆளும் செத்துப் போச்சு. தன்னைக் கவனிக்கவே தெரியாத ஒருத்தனோட இப்ப இருக்குது. நாளைக்கு அதுகின்ர முடிவு என்ன ஆகுமோ? எப்பிடி ஆகுமோ?" என்றாள்.

அவர்கள் படுக்கப் போயினர்.

வெளியே ... சாலையில் கனரக வாகனங்கள் இடைவெளிகளில் உறுமியபடி பறந்துகொண்டிருந்தன. அவற்றின் இரைச்சல் அந்தநேரத்தில் அசுர இரைச்சலாய்க் கேட்டது.

12

நிகழ்வுகள் ஓர் ஒழுங்கில் அமைகிறபோது காலம் உருள்வதுபோல் தெரியும். மிக்க சுகமாயிருக்கும். காரியங்களைச் செய்வதிலும் ஓர் ஆனந்தம் இருக்கும். சோகமான சம்பவங்கள் நடைபெறுகிற வேளைகளில் நாம் பதறி விடுவதால்தான் காலம் இந்த ஒழுங்கு விசை தாண்டி மந்தகதியிலே போவதுமாதிரித் தெரிவது. ஒழுங்கு, கணிதத்துள் வரும். வேகமும் மந்தமும் கணிப்புள் வரும்.

மூவரும் அன்று நேரத்தோடேயே எழுந்துவிட்டிருந்தார்கள். அரசி குளித்து முடித்திருக்க, ராஜி குளித்துக் கொண்டிருந்தாள். குசினியில் கமலா காலை ஆகாரம் செய்து முடிகிற தறுவாயாக இருந்தது.

"சரி, நான் வெளிக்கிடப் போறன், ராஜி. எதுக்கும் ... வாரும், தியாகுவை ஒருக்காப் பாத்துக்கொண்டு வந்திடுவம்" என்று தயாரானாள் அரசி.

"எதில போகப் போறியள்? பஸ்ஸிலயெண்டால் ... நேரமாயிடும். ஓட்டோவில போங்கோ ..." என்றாள் கமலா.

"அதுக்கு ... காசு இப்ப எக்கச்சக்கமாய் வருமே."

"அவசரமெண்டால் போகவும்தான் வேணும். இஞ்ச தெரிஞ்ச ஓட்டோ ஒண்டு நிக்குது. பிடிச்சுக்கொண்டு போங்கோ. காசு பிறகு குடுக்கலாம்."

பஸ் நிறுத்தத்துக்கு சற்றுத் தள்ளி இருந்தது குமாரசாமி வீடு.

இருவரும் சென்றபோது தியாகு நாடியில் கைகொடுத்தபடி யோசித்தவாறு இருந்தான் முன்புறத்தில். ராஜியைக் கண்டும்கூட அவன்

அவ்வளவு சலனப்படவில்லையென்பது ஆச்சரியமாய் இருந்தது. சுதன் இல்லாத இடத்தில் அவள்தான் அவனுக்கு எல்லாமாக இருந்தாள். இருந்தும் அவன் அப்போது தன் நினைவு தெரிந்த ஒரு ஆழ் துக்கத்தில் மூழ்கிப்போய் அசையாமலிருந்தான்.

"தியாகு..!" ராஜி கூப்பிட்டாள்.

"ம்."

"ஆர் வந்திருக்கினம், சொல்லு பாப்பம்."

அவன் திரும்பி அரசியைப் பார்த்தான்.

அவனது முகமேறிய பார்வை விலகித் தாழ, தெரியாதென்று தலையசைந்தது.

"நல்லாய்ப் பார். எங்கட தீவுதான்..."

மறுபடி ராஜி இவ்வாறு சொல்லவும் தியாகு நிமிர்ந்தான். சிறிது நேரம் அவளையே பார்த்துக் கொண்டிருந்தான். ஊரில் உற்றுப் பார்ப்பானே, அதைப்போல. முகம் சற்றுப் பூத்தது. "நீ... நீ... சுதன்ர அக்காவெல்லே..? கடைவாயில மாங்காய்ப் பால்பட்ட அடையாளம் இருக்கு" என்றான்.

அவனது காக்கிக் கழிசான் போயிருந்தது. சாரம் கட்டியிருந்தான். சற்று மெலிந்திருந்தான். வாடியிருந்தானென்று சொல்லமுடியாது. மதமதர்ப்புக் குறைந்திருந்தது.

அவனின் பிரமை சிறிது வெளித்திருந்ததுபோல் தோன்றிற்று அரசிக்கு.

அவன் யோசிக்கிறான்... அடையாளம் காண்கிறான்... கிறுக்குத்தனமாய்க் கதைக்காமலும், கேள்விகள் கேட்காமலும் இருக்கிறான்... அவன் மனநிலை தெளிவுபடுதலின் அடையாளங்கள் அல்லவா அவை?

ராஜிக்கு மகிழ்ச்சியாயிருந்தது. அவன் பட்டுக்கொண்டிருக்கிற சோகமே ஒரு தெளிவின் அடையாளம்தான்.

ராஜி கேட்டாள்: "அப்பிடி என்ன, ஏதோ மும்முரமாய் யோசிச்சுக் கொண்டிருந்தனீ, தியாகு?"

"ப்ச். ஒண்டுமில்லை."

"சும்மா சொல்லு."

"வீரவாகு இப்பிடித் திடீரெண்டு போய்ச் சேந்திட்டாரே, அதைத்தான் யோசிச்சுக் கொண்டிருந்தன்."

"ஏன், அவர் வளத்தபிள்ளை இப்ப உன்ர பொறுப்பாகியிட்டுதெண்டோ?"

"ஆர் சொன்னாலும் சொல்லாட்டியும் விதுர் இப்ப என்ர பொறுப்புத்தானே?"

அவன் தன் வயிற்றுப்பாட்டுக்கே வகைசெய்ய வழி தெரியாதிருக்கிறான். குழந்தையை வைத்து என்ன செய்வான்? எண்ணினாலும் பேசாதிருந்தாள் ராஜி.

தியாகு தொடர்ந்தான்: "அவர் ஊருக்குப் போகேக்குள்ள என்னையும் கூட்டிக்கொண்டு போறமெண்டு சொல்லியிருந்தவர்…"

"ஊருக்கோ? எப்ப..?"

"கெதியில."

"உனக்கும் ரிக்கற்றெல்லாம் எடுத்துத் தந்து கூட்டிக்கொண்டு போறமெண்டவரே? நல்ல மனிசன்தான் உண்மையில…"

"ரண்டு நாள் பழகினதிலயே என்னோட நல்லாய் ஒட்டி யிட்டார்… எண்டாலும்… நாங்கள் ரிக்கற் எடுத்து பிளேனில போறதாய் இருக்கேல்லை… படகில போறதுக்கிருந்தனாங்கள்…"

"படகிலயோ?"

"ம். ரண்டு நாளைக்கு முந்தி இஞ்ச ஒரு ஆள் வந்தது. அவர் படகிலதானாம் வந்தவர். போகேக்குள்ள எங்களையும் கூட்டிக்கொண்டு போறதாய்ச் சொன்னவர்…"

"ஆரவர்..? உனக்கு அவரைத் தெரியுமோ?" என்று அவசரமாய்க் கேட்டாள் அரசி.

அவன் யோசித்துவிட்டு தெரியாதென்றான்.

"நீ ஊருக்குப் போறதெண்டால்… சிந்தாமணி..?" ராஜி கேட்டாள்.

"சிந்தாமணி இனி வரமாட்டா. அவவும் வீரவாகுமாதிரி எங்கயாவது செத்துத்தான் போயிருப்பா."

அவன் மரணத்தை அறிந்த முதல் தருணமா அது?

"அதெல்லாம் சரிதான். உன்ர கூட்டாளி சுதன் வெளிநாட்டிலயிருந்து வந்திருக்கிறார்… பாக்கேல்லையே?"

அவன் நிர்சலனமாய் திரும்பி அவளைப் பார்த்தான்.

பிறகு தனக்கே மறுப்பதுபோல் தலையாட்டினான்: "பாக்க என்ன இருக்கு? சுதனைப் பாக்க நான்தான் ஆவலாய் ஓடிவந்தன். இவ்வளவு காலமாய்க் காத்திருந்தன். சுதன் வந்து பாக்கேல்லையே என்னை?"

"சுதனுக்குத் தெரியாமலிருக்கும்…"

"ம். நீயும் அவரோட கதைக்கிறேல்லை. வேற ஆர் நான் வந்ததைச் சொல்லப் போகினம்? ம்… நீ சொல்லுறது சரிதான். முடிஞ்சால் பாத்துக்கொண்டுதான் போவன்."

"நீ தனியாய் ஊருக்குப் போகப் போறியே?"

"விதுரோட."

விதுரனையும் கொண்டா போகப்போகிறானென்று திகைப்பெழுந்தது ராஜிக்கு.

கனவுச்சிறை 969

அப்போது வாசலுக்கு ஒரு சிறுவன் வந்தான், "தியாகு..." என்று சிணுங்கியபடி. விதுரன்தான்.

'அதே நிறம் . . . அதே கண்கள்... பாவி... எப்பிடியோ கெட்டு கடைசியில அழிஞ்சும் போனாளே. இப்ப . . . இந்தக் குழந்தை ஒரு அநாதை. தியாகு ஒரு அளவுக்குத் தெளிந்திருந்தாலும் பெரிய ஆதரவாய் ஆகியிட ஏலாது. அதோட ... அவனும் ஒரு வளர்ந்த அநாதைதான்.' ராஜி எண்ணினாள்.

அரசி ராஜியைத் தட்டினாள், நேரமாகிறது . . . போகலாம் . . . என்பதுபோல. விளங்கிக்கொண்டு, "சரி தியாகு, நாங்கள் வரப்போறம்... இப்ப ஒரு இடத்துக்குப் போகவேண்டியிருக்கு... போட்டுவந்து உன்னைப் பாக்கிறன்" என்று புறப்படத் தயாரானாள்.

"வீரவாகுவின்ர வீட்டுக்கு வா. நான் மத்தியானம்போல அங்க போயிடுவன் ..."

"ஏன்? அங்க போய்த் தனியனாய் என்ன செவ்வாய்? சாப்பாட்டுக்கு என்ன செய்யிறது ..?"

"அங்க போய் இருக்கச் சொல்லி குமாரசாமியின்ர தாய் சொல்லியிட்டா. எட்டுச் சிலவு மட்டும் . . . நாலைஞ்சு நாளைக்கு மத்தியானத்தில வந்து சாப்பாட்டை எடுத்துக்கொண்டு போகட்டாம்..."

"பிறகு ..?"

"அதுக்குள்ள நான் ஊருக்குப் போயிடுவன்."

"ஒண்டும் அவசரப்பட்டுச் செய்திடாத. நான் பின்னேரம் இல்லாட்டி நாளைக்குக் காலமை வந்து பாக்கிறன். என்ன செய்யிறதெண்டதை பிறகு யோசிச்சுச் செய்வம் . . . என்ன?"

தியாகு எதுவும் பேசவில்லை.

13

ஒருநாள் ஏர் இந்தியா பயணச்சீட்டு அலுவலகம் போய் பயணத்திகதியை மறுஉறுதியாக்கம் செய்துகொண்டு அண்ணாசாலையிலிருந்து நேரே அயனாவரத்துக்கு பஸ் எடுத்தான் சுதன்.

அரசி வீட்டிலே நின்றிருந்தாள். பார்த்தாள். பின் பேசாமல் தன் கருமத்தில் கவனமாகிவிட்டாள். வாலாம்பிகைதான், "வா, இப்பிடி இரு" என்று அவனை உள்ளே அழைத்தது.

அவன் அமர்ந்தான். கண் கலங்கியிருந்தான். வாலாம்பிகைக்கு அழுகை வெடித்து வந்தது. உள்ளே ஓடிப்போய் அழுகையை அடக்கிக்கொண்டு தேநீரும் போட்டு வந்தாள். கொடுக்க, குடித்துக் கொண்டிருந்தான்.

அந்தளவில் இருவருமே மன அலைகளின் வீச்சு தெளிந்திருந்தார்கள்.

அவன் மெதுவாக, "இன்னும் ஒரு கிழமையில நான் பிரான்ஸ் வெளிக்கிட்டுடுவன், அம்மா" என்றான்.

"நாங்களும் ஊருக்குப் போக இருக்கிறம்" என்றாள் வாலாம்பிகை.

அங்கே போய் என்ன செய்வீர்கள் என்பதுபோல் திரும்பிப் பார்த்தான் அவன்.

"ஆரிருக்கினம் எங்களுக்கு, இஞ்சையே இருக்க?" என்றாள். கடுமையாகத்தான் சற்று இருந்தது. பிறகு என்ன யோசித்துக் கொண்டோ, "நாங்களும் இஞ்சையே இருக்கிற முடிவோட வரேல்லைத்தானே. நாங்கள் அங்க போறதுதான் நல்லது. அரசியோடயிருந்து நான் தோட்டத்தைச் செய்துகொண்டிருக்கலாம். சாப்பாட்டுக் கஷ்ரம் வராது. இஞ்சயிருந்து மாசம் எழுநூற்றைம்பது ரூபாய் வீட்டு வாடகைக்கே குடுத்துக் கொண்டிருக்க ஏலுமே?" என்றாள்.

அவன் மௌனமாயிருந்தான்.

மெல்லவாய் உதைத்த சொற்கள் அவை.

எதைச் சொல்லவும் அவனுக்குத் தயக்கமாக இருந்தது. எதையாவது சொல்லப்போய் பழைய நிகழ்வுகளையெல்லாம் மீட்டெடுத்து ஒரு யுத்தம் அப்போது தேவையில்லை.என்றாலும் மனம் கேட்காமல், "சண்டை அங்க இன்னும் தீரேல்லை" என்றான்.

"அது எப்ப தீரும்? தீருமெண்டு ஒருதருக்கும் நம்பிக்கையில்லை. சாவு எங்கயிருந்தாலும் வரும். அங்க செத்தால் புண்ணியம்" என்றாள் வாலாம்பிகை. "போறதுக்கு ... ரிக்கற்றுக்கு நீதான் காசு தரவேணும். ரண்டு பேருக்கும்."

அரசி திரும்பிப் பார்த்தாள்.ஏன் பார்த்தாளோ? உடனேயே மறுபடியும் திரும்பிக் கொண்டாள்.

அவன் கணக்குப் பார்ப்பதுபோல சிறிதுநேரம் இருந்தான். பிறகு, "தாறன்" என்றான். "போற நேரத்தில றூம் காசெல்லாம் குடுத்தால் ஒரு பதினைஞ்சாயிரம் அளவிலதான் மிச்சம் வரும். அதைத்தாறன். போய், மிச்சக் காசை அனுப்புறன்"

"சிலவுக்கும் சேத்து அனுப்பு."

"ம்."

பிறகு எதையோ ஞாபகம் கொண்டவள்போல, "ராஜியின்ர விஷயத்தை நீ அப்படியே விட்டிட்டியோ?" என்று கேட்டாள்.

"நான் இனி என்ன செய்ய ஏலும்? எல்லா வழியாலயும் முயற்சிபண்ணிப் பாத்திட்டன். பாதி வாழ்க்கை போயிட்டுது. மீதியையும் ஒருமாதிரிக் கழிச்சிட வேண்டியதுதான். இனி செய்ய ஒண்டுமில்லை."

நம்பிக்கை முழுவதும் அழிந்த அந்த நிலை சற்றே இரக்கத்தை அரசியில் ஏற்படுத்தியிருக்க வேண்டும். கை அலுவலை அந்தப்படியே போட்டுவிட்டு அவன் சொல்வதைக் காது கொடுத்து கவனித்துக் கொண்டிருந்தாள்.

அவன் அதை அறிந்தான். பாசங்களின் அணைவுபட்டு எத்தனை காலமாகிவிட்டது! முதுமை நோக்கி விரைந்துகொண்டிருக்கும் பாதி வழிப்பயணத்தில் பாசங்கள் நிழல்கள் அல்லவா?அவனுக்குக் கண் கலங்கிற்று.

"அழாத. நீ செய்த வேலையாலதான் எல்லாம் இப்பிடி வந்தது. அதுக்கு ஆரென்ன செய்ய ஏலும்? ஆரை நோக ஏலும்?" என்று தேற்றியவள் மேலே பார்த்தாள். "கடவுளே, ஏன்தான் இந்தப் பிள்ளையளுக்கு இப்பிடி ஒரு நிலைமை வந்துதோ?" என்று பிரலாபித்தாள்.

அவளுக்கு இரண்டு பிள்ளைகள். இரண்டு பிள்ளைகளின் வாழ்வும் அப்படித்தானே ஆகியிருக்கிறது. பிறகு கேட்டாள்: "நான்... வேணுமெண்டால் அரசியைக்கொண்டு கேட்டுப் பாக்கட்டே?"

அவன் சிரித்தான்.

அவ்வளவு சோகமா கொண்டிருக்கிறான்? வாழ்வை நிமிர்த்த அவனுக்குள்ள கடைசி ஆதாரமும் அவனை விட்டு நழுவிக் கொண்டிருக்கிறதுதான்.அரசி திகைத்தாள் அதைக் கண்டு.

"ஏன்?" என்று கேட்டாள் வாலாம்பிகை.

"கேட்டுப் பாக்கிறது என்னம்மா? விதியிருந்தால் தானாய்ச் சேரும்."

"பாதி அளவுக்குச் சேர இருந்த விதிதானே. இப்ப என்ன வந்தது அதுக்கு. மாமி பேசாமல்தான் இருக்கிறா. நீ இருந்து பார், கடைசி நேரத்திலை மனுசி எதையெண்டாலென்ன செய்து கூடஅனுப்பத்தான் பாக்கும்."

சிறிது மௌன ஊடாட்டத்தின்பின், "காசு எப்ப தருவாய்?" என்றாள்.

"போறதுக்கு முதல்நாள். நானே கொண்டு வந்து தாறன்."

அவன் எழுந்தான். "வெய்யிலேறியிட்டுது. பனி வெய்யில். வெளியில வேலை கொஞ்சம் இருக்கு. நான் வாறனம்மா."

"சரி. மகேஸ்வரி மாமியைப் போய்ப் பாத்தியே?"

"இல்லை."

"ஒருக்காப் போய்ப் பாத்திடு. ராஜேந்திரன்ர மனிசியும் பிள்ளையும் வந்து நிக்கினம். அதுகளையும் பாத்த மாதிரி இருக்குமெல்லே."

"நாளைக்குப் பாப்பன்."

அவன் அரசிக்கு முன்னால் சிறிதுநேரம் வந்து நின்றான்.

அவன் நின்றுகொண்டிருப்பது தெரிந்து மனம் நிமிர்... நிமிர்... எனக் கெஞ்சிக் கொண்டிருந்தது. அரசி நிமிர்ந்தாள்.

சிறிது தடுமாறியவன், "நான் வாறன், அக்கா" என்று விட்டு திரும்பி விறுவிறுவென நடந்தான்.

தேவகாந்தன்

14

நிறைய அலைந்துவிட்டுத்தான் அறைக்குத் திரும்பியிருந்தான் சுதன். குளித்து கீழே போய்ச் சாப்பிட்டுவிட்டு வந்து படுக்க பத்து மணி.

பெய்த மழைநீரெல்லாம் வற்றிவிட்டாற்போல பூமி மறுபடி கொதிக்கத் துவங்கியிருந்தது. பகலெல்லாம் வெய்யிலும், வெக்கையும், தூசியுமாய் கனத்த வெளியுள் மனம் கனத்துத் திரிந்தான்.

ஒரு கோபம் வரத் தொடங்கியிருந்தது. சந்தர்ப்பவசமாய் நிகழும் சிறுசிறு தவறுகள் மன்னிக்கப்படத் தக்கவை என்று எண்ணி எண்ணி, பிறகு நம்பவும் தலைப்பட்டுவிட்ட நிலையில், அம்மாதிரிக் கோபம் வந்தது. அது . . . ஒருவகைக் கோபம். அந்த வகைக் கோபம் கிளர்கிறது பெரும்பாலும் உடம்பில் மதம் ஊறியிருக்கிற தருணமாகவே இருக்கும். மனித குணவியல்பு அறவிழுமியங்களினால்போல 'மதம்'களினாலும்தான் கட்டப்படுகிறது.

முன்பனி முடிகிற காலம் அது. இனி... பின் பனி. தனியுறக்கம் மதம் பெருகியிருக்கும் காலங்களில் கொடுமையானது. அம்மணங்களின் பேய் நிருத்யங்களில் மத அணை உடைத்து உடம்பு சகஜம் அடைகிறவரை கோபம் சற்று தூக்கலாகவே இருக்கும்.

வெக்கையிலும், மதத்திலும், நினைப்பிலுமாய் அவன் தூக்கத்தை இழந்து சும்மா இருட்டில் படுத்திருந்தான்.

ராஜிக்காக இனி அதிகம் அலைவதில்லையென்று அவன் தீர்மானித்தாகிவிட்டது.

அந்த நிலையில்தான் அவன் அம்மா கேட்டிருந்தாள், 'வேணு மெண்டால் நானொருக்கால் கேட்டுப் பாக்கட்டே?' என்று.அவன் வேண்டாமென்றிருந்தான். ஆளையல்ல ... இன்னும் ஒரு முயற்சியை. அவளுக்கும் அப்படியொரு தேவை, தவிப்பு, தவனம் இருக்க வேண்டும். இல்லாவிட்டால் என்ன பிரயோசனம்? எருக் கட்டுகிற விஷயமில்லை இது. சினைப்படுத்துகிற அல்லது படுகிற விஷயமும் இல்லை. வாழ்கிற விஷயம். அதனால்தான் விதியிருந்தால் தன்பாட்டிலே நடக்கட்டுமென்றிருந்தான்.

அவள் பெரிய அழகியில்லைத்தான். கஜுராஹோ சிற்பங்கள்போல் தனலட்சுமியாக இருந்தாள்தான். வேறென்ன அந்த நாலரை அடி உயரத்துக்குள் இருக்கிறது? மனது வேண்டும். அதுதான் முக்கியம்.

யோசித்துக்கொண்டே படுத்திருக்க மெல்ல தூக்கம் வந்தது. இமைகள் பொருந்தி கருங்கடலுள் நினைவு குதித்த கணம். வெடித்தெழுந்து அவன் உறக்கத்தைக் கலைத்தது ஒரு பெண்ணின் மோகவெறிச் சிரிப்பு. குடிவெறியில் எழுந்த சிரிப்புப் போலவும் இருந்தது. அவனால் அத்தகைய நேரங்களில் அந்தமாதிரி எழும் சிரிப்புக்களின் அர்த்தங்களைப் புரிந்துகொள்ள முடியும். இரண்டாம் மாடியில் அவனது அறைக்கு நேர்மேல் அறையிலிருந்து வெளிப்புற திறந்த ஜன்னல் வழியாக வந்த சிரிப்பே அது என்பதை சொற்ப விநாடிகளுக்குள்ளேயே அனுமானிக்க முடிந்தது அவனால்.

மேலே அவனுக்குத் தூக்கம் வரவில்லை. தூங்க முயலவும் அவன் செய்யவில்லை. மேலிருந்து உள்தளத்துக்குப் பாயும் அதிர்வுகளுக்காய்க் காத்திருந்தான். பத்து ... பதினைந்து ... இருபது ... நிமிடங்களின் பின் மேல் தளத்திலிருந்து வீரிய அதிர்வுகளுடன், கட்டில் முனகிய சத்தம் பரவி வந்தது.

ஆசைகள் அடங்கக்கூடியன. கட்டுப்பட்டு நிற்கவும் சம்மதிப்பன. வெளிக் காற்றினால்தான் அந்த அமைதிகளில் மறுபடி சலனம் கிளர்கிறது. யோகிகள் கெட்டது அந்தக் காற்றுகளினால்தான். அவ்வகைக் காற்றுகளுக்கு ஒதுங்கியே இருக்க வேண்டும். ஷீலாவுடன் பிரிவு ஏற்பட்ட பிறகு அவன் அவ்வகைக் காற்றுகளுக்கு அஞ்சியே ஒழுகியிருக்கிறான். அந்தக் காற்றுகளுக்கு ஒதுங்கத் தெரிந்துவிட்டால் முனிவனாயிருக்க பெரிய முயற்சிகள் தேவையில்லை. அவன் நிரூபித்துக் காட்டியிருக்கிறான். ஆனால் அன்றைக்கு திடீரென்று அந்தக் காற்று. மனம் மெதுமெதுவாய் . . . மெதுமெதுவாய்ச் சலனப்பட ஆரம்பித்தது. அவன் அவசரமாய் எழுந்துபோய் மின் விளக்கைப் பொருத்திவிட்டு வந்தமர்ந்தான்.

பின்னால் அடங்குதல் முடிந்தது. ஆனால் தூங்க வெகுநேரமாயிற்று.

ஒன்பது மணியளவில் வெளியே பரபரப்பாக இருந்தது. சந்தடியில் விழிப்படைந்த சுதன், சிவந்த கண்களோடு கதவைத் திறந்து பார்த்தான்.

மேல் தளத்தை நோக்கி ஆட்கள் போவதும் வருவதுமாய் இருந்தார்கள். சிறிதுநேரத்தில் அங்கிருந்து ஒரு பொலீஸ்காரர் இறங்கி வந்தபோதுதான் விஷயம் பாரதூரமானது என்பது சுதனுக்குத் தெரிந்தது. அறைச் சேவகனிடம் என்ன நடந்தது என்று கேட்டான். மேலே கொலை நடந்திருக்கிறது என்றான் அவன். “உங்க அறைக்கு நேர் மேலே இருக்கிற அறையிலதான்” என்றபோதுதான் அவன் மனது பகீர் ... என்றது.

அப்போது கீழே இறங்கி வந்த இன்ஸ்பெக்டர் சொன்னார் கூடவந்த பொலீஸ்காரரிடம், ஹோட்டலில் தங்கியிருக்கிறவர்களை சிறிது நேரத்துக்கு வெளியில் போகவேண்டாமென்றும், விசாரிக்க நேரலாம் என்றும் கூறி வைக்கும்படி.

கதவைச் சாத்திவிட்டு வந்து அவன் குளித்து வெளிக்கிட்டான். பிறகு வெளியே வந்து எதிர் அறையில் உள்ளவருடன் பேச்சுக் கொடுத்தான். இரண்டு நாள் பழக்ககாரர் அவர். “எல்லாம் உங்க ஆள்தான், சார். பேக்கில சிலோன் பாஸ்போர்ட் இருந்துதாம். கொலைகாரன் எந்த நேரத்தில வந்தானோ, சத்தமில்லாம கொலை பண்ணிட்டுப் போயிருக்கான். காதுக்குள்ள வெடி வைச்சிருக்கான், சார். ஏன் சார், காதுக்குள்ள வெடி வைச்சும் யாராவது கொலை பண்ணுவாங்களோ?” என்றார் அவர்.

உள்ளே வந்து யோசித்துக் கொண்டிருந்தான்.

இரவு நடந்த கூத்துபற்றி அக்கம் பக்கத்திலுள்ளவர்கள் யாரும் சொல்லியிருப்பார்களோ என்று எண்ணினான்.

அப்போது அறைக் கதவு தட்டப்பட்டது.

வந்து திறந்தான்.

"நீங்க சிறீலங்காவா?" என்று சப் – இன்ஸ்பெக்டர் போலிருந்தவர் கேட்டார்.

"ஓம். ஆனா நான் இப்ப இருக்கிறது பிரான்ஸ்."

"எங்க, பாஸ்போர்ட் எடுங்க."

எடுத்து வந்து காட்டினான்.

பிரான்ஸிய அரசாங்கம் விநியோகித்த பாஸ்போர்ட். நாடு வருகை, இந்திய விசா எல்லாம் ஒழுங்காக இருந்தன. அவன் ஹோட்டலில் வந்து தங்கி பத்து நாட்களாகின்றன. கொலை செய்யப்பட்டவர் அங்கே வந்து மூன்று நாட்கள்தான். சந்தேகம் எதுவிதத்திலும் கொள்ள வாய்ப்பில்லாமல் இருந்தது. அவனை வெளியே போக அனுமதித்தார் சப் – இன்ஸ்பெக்டர்.

கீழே வருகிறபோது மனேஜரிடம் விபரம் கேட்டான். அவர், "ஆள் மீசாலை, யாழ்ப்பாணம்னு முகவரி குடுத்திருக்கிறான், சார். சொந்தக்காரின்னு சொல்லி நைட் ஒரு பொம்பளயக் கொண்டுவந்து கூத்துவேற அடிச்சிருக்கான். உங்க ஆக்கள்தான். சிலபேர் ரொம்ப கேவலமா நடந்துக்கிறாங்க, சார்" என்றார்.

"ஆளின்ர பேரென்ன?"

"கந்தசாமி நடராஜா."

15

சொன்னதுபோல பழையபடி வீரபாகுவின் வீட்டுக்கே போய்விட்டிருந்தான் தியாகு. குழந்தையையும் அவனே பார்த்துக் கொண்டான். அவசியமான சாமான்களை கடனுக்கே கொடுத்துதவினார் நம்பியார். மதியத்துக்கு கமலா வீட்டிலிருந்து சாப்பாடு எடுத்துச் சென்றான் இப்போது.

கமலா அன்று மதியமளவில் ராஜியைக் கேட்டாள்: "தியாகுவையும் பிள்ளையையும் இஞ்ச வந்து இருக்கச் சொல்லலாமெண்டிருக்கிறன், ராஜி. நீ என்ன நினைக்கிறாய்? இந்த மாசத்தோட வீட்டையும் விட்டிடுகிறதாய் நம்பியாரிட்டச் சொல்லியிடலாம்."

"குழந்தையின்ர பொறுப்பு வந்தபிறகு அதிசயமாய் எல்லாம் விளங்கி தியாகு நடக்கிறமாதிரித் தெரியுது. முந்தின வெகுளித்தனமும் அவ்வளவு இல்லை. பயமில்லாமல் இஞ்சயே வந்து இருக்கச் சொல்லலாமெண்டுதான் நினைக்கிறன், கமலாக்கா" என்றாள் ராஜி.

"ம். மத்தியானம் சாப்பிட வரேக்கை விஷயத்தைச் சொல்லி சாமானுகளை கொஞ்சம் கொஞ்சமாய்க் கொண்டுவந்து இஞ்ச வைக்கச் சொல்லியிடலாம்."

மதிய வேளை தாண்டி மூன்று மணியும் ஆகிக்கொண்டிருந்தது. தொலைக்காட்சியில் போய்க்கொண்டிருந்த சினிமாவிலிருந்து பிரக்ஞை

மீண்ட ஒரு தருணத்தில், "ராஜி, என்ன இவ்வளவு நேரமாச்சு, தியாகுவை இன்னும் காணேல்லையே? அச்சாப் பிள்ளையெல்லே, ஓடிப் போய் ஒருக்காப் பார்த்துக்கொண்டு வந்திடுறியே? நித்திரை கொள்ளுறானோ, என்னவோ?" என்றாள் கமலா, ராஜியிடம்.

"வந்திடுவானக்கா ... கொஞ்சம் பொறுத்துப் பாப்பம்" என்றாள் ராஜி அலுப்போடு.

"போய் வா, ராஜி. விதுர் பாவமெல்லே."

ராஜி மேற்கொண்டு மறுக்கவில்லை. எழுந்துசென்றாள். வீரபாகு வீட்டுக்கு கமலா வீட்டிலிருந்து தூரம் அதிகமில்லை. இடையே இரண்டு கடைகள், ஏழு, எட்டு வீடுகள் மட்டும்தான். ராஜி விரைந்து போய்க்கொண்டிருந்ததைக் கண்டு நம்பியார் அழைக்க வாயெடுத்தார். அதற்குள் அவள் கேற்றைத் திறந்துகொண்டு உள்ளே போய்விட்டாள். வெளிவாசல் கதவில் பூட்டு தொங்கிக் கொண்டிருப்பதைக் கண்டு திகைத்து நின்றாள்.

தியாகு எங்கே? விதுர் எங்கே?

அவள் மனத்துள் சந்தேகங்கள் கிளைத்தெழுந்தன.

திரும்பி நம்பியாரிடம் வந்தாள். "ஆக்களை எங்க காணேல்லை?"

"ஆமா, நான்கூட மதியத்துக்கு மேலதான் கவனிச்சேன். காலையிலயிருந்தே காணம்கிறது அப்பதான் ஞாபகம் வந்தது. ரொம்ப நேரமா பாத்தேன், வரல. கதவு வேற திறந்து கிடக்கு. சரி, எதுக்கும் கொஞ்ச நேரம் பொறுத்துப் பார்த்திட்டு உங்ககிட்ட வந்து கேக்கலாம்னு நினைச்சுட்டிருக்கேன்."

"பூட்டு ..?"

"நான்தான் போட்டேன் வீட்டைத் திறந்தபடி விட்டிடுறதான்னு."

அவள் திரும்பினாள்.

கமலாவிடம் விஷயத்தைச் சொன்னாள்.

"போர்ட்காரனிட்ட சொல்லிவைச்சிருக்கு. வந்தால் கூடிக்கொண்டு ஊருக்குப் போறதாய்ச் சொல்லிக்கொண்டிருந்தானெல்லோ.. பாவி, ஊருக்குத்தானடி போட்டான்போல இருக்கு அந்தக் குழந்தைப் பிள்ளையோட" என்று பதைத்தாள் கமலா.

"நானும் அப்பிடித்தான் நினைக்கிறன், அக்கா."

"இப்ப என்ன செய்யிறது?"

"எங்களால என்ன செய்ய ஏலும்? கடவுள் விட்ட வழி."

"எங்களிட்ட ஒரு வார்த்தை சொல்லாமல் ..."

"சொல்ல வந்திருந்தால் நாங்கள் எதாவது சொல்லி மறிச்சுப் போடுவமெண்டு அவனுக்குத் தெரியுமக்கா. அதுதான் அவன் அப்பிடிச் செய்திருக்கிறான்."

மாலை உற்சாகமாயிருக்கவில்லை.

ஐந்து மணி இருக்கும் அரசி வந்தாள். அது அபூர்வம். முன்திட்டமின்றி அவளாக அங்கே வந்த சந்தர்ப்பம் அது மட்டுமாகத்தான் இருக்க முடியும்.

சுதன் தன் நிம்மதியைக் குலைப்பதற்குப்போலவே காலையில் வந்துபோனதாய்த் தோன்றிக்கொண்டிருந்தது. அந்த மௌனமும், பார்வைக்கும் வெறுத்ததுபோல் திரும்பியிருந்த விதமும் தெரிந்த பிறகும் அவன் விடை சொல்லிப் போயிருந்தான். அவளின் மொத்த மறுப்புகளையும் அவனது வார்த்தைகளல்ல, பாவமும் தொனியும் அடித்துச் சிதறச் செய்துவிட்டன.

திரும்ப... அவனில்லை.நின்றிருந்தால் தலையாவது அசைத்திருப்பாள். ஒரு சந்தர்ப்பம் அவளது தாமதத்திலா, அவனது அவசரத்திலா நழுவிப் போனது?

அவளுக்கு அழுகையே வந்துவிட்டது.

உடைப்பின் இறுதிக் கணம்.

மீண்டுவிட்டாள்.

சற்றேனும் பரிவுவைக்க அவள் தீர்மானித்தது அப்போதுதான்.

என்ன செய்வதென்று அவளுக்கத் தெரியவில்லை.

ராஜியிடம் போகலாமென்று நினைத்தாள். பேச்சுக் கொடுத்துப் பார்க்கலாம். அவள் முடிவுதான் முக்கியம். அதை மறுத்துவிட எவருக்கும் உரிமையில்லை. அவள் தன்னை உள்ளுள் வைத்து, தன்போல் மூடிக்கொண்டிருப்பவளாயும் இருக்கலாம். இன்றும் அவள் தாயார் அவளின் முடிவுக்கான ஒரு எதிர்பார்ப்பில். கனடா போவதன் முன் மீண்டுமொருமுறை அவள் முடிவறிய முயற்சிக்கலாம். ஒருவேளை மறுக்கிற பட்சத்திலும், காரணம் என்னவென்றாவது கேட்கலாம். வெளித் தெரிவன காரணங்களாயிரா என்று அவளுக்குள் ஒரு யூகம்.

"சுதன் காலமை வீட்டுக்கு வந்தான்" என்றாள் அரசி ராஜியிடம். "அம்மா காசு கேட்டா. தாறமெண்டிருக்கிறான். போய்த்தான் அனுப்புவான்."

அவளாக அவன் பேச்சைத் துவங்கியதில்லையென்பது ராஜிக்கு அப்போது ஞாபகம் வந்தது. பற்றின் எறியம் அது.

இருவரும் மொட்டை மாடிக்கு ஏறினர்.

கட்டு விளிம்பில் அமர்ந்துகொண்டு அரசி சொன்னாள்: "சுதன் இன்னும் ஒரு கிழமையில பிரான்ஸ் போயிடுவான். போற ஆக்களை இனி எப்ப எப்ப பாக்கப் போறமோ? அந்த எண்ணத்திலதான் அவன் இண்டைக்கு என்னோடயும் முதன்முதலாய்க் கதைச்சிருப்பான். நான் கதைக்கேல்லை இன்னும். ஆனா போறதுக்குள்ள கதைப்பன்."

ராஜி ஒன்றும் சொல்லவில்லை.

விழுந்த மௌனமுடைத்து அரசியே கேட்டாள்: "நீ ...?"

மேலே கேட்க வாய் வரவில்லை அவளுக்கு.

"நான் என்ன?"

"எண்டைக்காவது அவனோட கதைக்கிற எண்ணம்.. உனக்கிருக்கா?"

"எதைப்பற்றி ..?"

"எதைப்பற்றியெண்டாலும்தான்."

"... அவசியம் ஏற்பட்டா ... மட்டும் ... கதைப்பன்."

"உம்மட கோபமெல்லாம் அவன் ஷீலாவோட வாழ்ந்தான் ..."

"அது எனக்கு எதுவுமே இல்லை. சத்தியமாய்ச் சொல்லுறன். ஆனா ... காரணத்தை ... என்னெண்டு சொல்லுறது?"

அவள் மறுக்க மறுக்க அரசியின் ஐமிச்சங்கள் வலுத்தன.

திரவியம் போகப்போவதுபற்றி, மகேஸ்வரியின் பயணம் குறித்து என்று பல விஷயங்களும்பற்றி அவர்கள் பேசினார்கள். ஆனால் எக்காரணத்தைக் கொண்டும் தொடங்கிய விஷயத்தைக் குறித்துப் பேசுவதில்லையென்று பிடிவாதம் பிடித்ததுபோல லேசாய்த் தொட்டுக்கூடப் பேசவில்லை.

அப்போது கமலாவின் குரல் கேட்டது: "ரண்டு பேரும் கீழ வாருங்கோ. ஒரு ஆள் தேடி வந்திருக்கு."

"யார்? தியாகுவோ ஒரு வேளை ..?" ராஜி விறுவிறுவென கீழே இறங்கிவந்தாள்.

திரவியம் நின்றிருந்தான். "அரசி வீட்டை போனன். இஞ்ச வந்ததாய் தாயார் சொன்னா. சரி ... உன்னையும் பாத்ததாய் இருக்குமேயெண்டு வந்தன்" என்றான்.

உள்ளே சென்றார்கள்.

அரசி கேட்டாள்: "என்ன விஷயம்?"

"சுதன்ர ஹோட்டல்ல ராத்திரி கொலையொண்டு நடந்திட்டுது ... ஸ்ரீலங்கன்தானாம் ..."

"அவனுக்கேதாவது கரைச்சல் ..?"

"அப்படி ஒண்டுமில்லை. ஆனா செத்த ஆளின்ர பேர் கொஞ்சம் அறிமுகமான பேர்போல இருந்தது. அதை நீதான் எனக்கும் சொன்னது ஞாபகம் வர, ஒண்டும் ஒண்டும் ரண்டு எண்ட மாதிரி, புரியாமல் கிடந்த கேள்விக்கு பட்டெண்டு விடை கிடைச்சுது. உடனயே சொல்லவேணுமெண்டு அந்தரமாய்ப் போச்சு ... வெளிக்கிட்டு வந்திட்டன்."

"செத்த ஆள் ஆர்?"

"மீசாலை ஆள்."

“பேர்..?”

“கந்தசாமி நடராஜா.”

“ஆரெண்டு தெரியேல்லையே எனக்கு...”

“தெரியேல்லையோ? வாக்கன் நடராஜா. இந்தப் பேர் ஞாபகம் வருகுதா?”

அப்படியே உறைந்தாள் அரசி. ராகினியின் மரணத்துக்குக் காரணமாயிருந்த அதே தலையாட்டி வாக்கன் நடராஜா.

ராகினியே ஞாபகமானாள். அவளுக்குள் கவிதையூற்றைத் தோண்டிவிட்டவள். அவளில் பாதியில்லை இவள் கவிதை வீச்சு. பிறகு... கொஞ்சம் நிதானப்பட்டுக்கொண்டு, “உங்களுக்கு ஆளை நேரடியாய்த் தெரியுமோ?” என்று கேட்டாள்.

“தெரியாது.”

“மய்யத்தையாவது நேரில பார்த்தியளா?”

“இல்லை.”

“பிறகெப்பிடிச் சொல்லுறியள் அவன்தான் வாக்கன் நடராஜாவெண்டு?”

“மீசாலைதானே அவன்ர இடம்?”

“மீசாலையில நூறு நடராஜாக்கள் இருப்பினம். கந்தசாமி நடராஜாக்கள் பத்துப் பேராவது இருப்பினம்...”

“மெய்தான். எண்டாலும் ஒரு கணக்கில இதுதான் பதில்” என்று கூறி அவன் சிரித்தான்: “சாத்தியங்களூடாய் நிகழ்வுகளைக் கணிக்கிற வித்தை இது. இதால தீர்க்கதரிசனமும் செய்ய ஏலும்.”

“விளங்கிறமாதிரிச் சொல்லுங்கோ.”

“இப்ப பார். ஹோட்டல்ல கொலையானது ஒரு மீசாலை நடராஜா. பத்து நாளைக்கு முந்தி ஓட்டி யோகேஷையும் இன்னொரு இயக்கப் பெடியனையும்போல ரண்டுபேரைக் கண்டதாய் நீயே சொல்லியிருக்கிறாய். ஏதாவது தீமை செய்யிற நோக்கத்தோடதான் வந்திருப்பாங்களெண்டு அறுதியாய்ச் சொன்னதும் நீதான். நீ பேரவை மகாநாட்டுக்கு வந்த ஆரையோ போட வந்திருப்பாங்களோ எண்டுதான் எண்ணிப் பயந்தனீ. உண்மையில அவங்கள் வாக்கன் நடராஜாவைப் போடத்தான் வந்திருக்கிறாங்கள்.”

ராஜி கேட்டாள்: “யோகேஷ் போலயும் புவனேந்தி போலயும் ரண்டு பேரைக் கண்டதாய்த்தான் அரசி சொன்னவ. அது யோகேஷ் எண்டும் புவனேந்தியெண்டும் எப்பிடி உங்களால அறுதியாய்ச் சொல்ல ஏலும்?”

“எப்பிடியெண்டால்... கொலையானது வாக்கன் நடராஜாவாய் இருக்கிறபடியால் சொல்ல ஏலுது.”

அந்தக் தர்க்கம் புரிவதுபோல இருந்தது.

பஸ்ஸுக்கு அரசியும் திரவியமும் சேர்ந்தே போனார்கள்.

16

யாரையும் பார்க்க விருப்பப்படாதவள்போல் பார்வையை வீதியைக் கடந்து எறிந்துவிட்டு உறைந்தாற்போல் உட்கார்ந்திருந்தாள் மகேஸ்வரி. அவளுக்கு எதிர்ப்பக்கமாய் நின்றிருந்த சேனனும் அதே ஸ்திதியில். சற்றுத் தள்ளி சரஸ்வதி. பக்கத்தே துளசியும் மற்றப் பிள்ளைகளும். ஒருபுறமாய் அம்பாவும் அவள் குழந்தையும். மாலா அறைக்குள்ளே.

என்ன நடந்துவிட்டது அந்த வீட்டில்?

சில நாட்களாய் வீட்டுக்கு வராதிருந்த சேனன் அன்றைக்கு வந்திருந்தான். வாசலில் வரும்போதே, 'எடி, மாலா' என்று கத்தினான்.

மாலா வர, அவளைக் கோழிக் குஞ்சுபோல் பிடித்துக் கொண்டான். 'உன்னைக் கொல்லாமல் விடமாட்டன்' என்று உறுமினான். ஒரு கை சுவரோடு அவளைத் தொண்டைக் குழிப் பிடியில் நசுக்கியிருக்க, மற்றக் கை அவள் முகத்தில் வீச்சோடு இறங்க ஆகக் கூடிய எல்லைக்கு விரிந்திருந்தது.

மகேஸ்வரி அம்பாவுடனும் குழந்தையுடனும் வெளியே போயிருந்தவள் அப்போதுதான் ஓட்டோவில் வந்து வாசலில் இறங்கினாள். கண்டுகொண்ட மகேஸ்வரி, 'சேனா..!' என்று கத்திக்கொண்டு உள்ளே ஓடினாள்.

சேனனுடைய பிடி தளர்ந்தது. கை இறங்கியது.

'என்ன வேலையடா இது? பொம்பிளைப் பிள்ளையைப் போய் இப்பிடி... வா இஞ்சால... மனிசத்தனமாய் நடக்கத் தெரியாது..?'

அவள் ஓரளவு நிதானம் இழந்திருந்தாள். பெண்கள், குழந்தைகள் என்று மட்டுமில்லை, நாய், பூனை, கிளி, முயல் போன்ற வளர்ப்பு மிருகங்களிலும்கூட இம்சை பிரயோகம் செய்வதற்கெதிரான சட்டங்களுடைய நாட்டில் அவள் வசிக்கிறாள். அந்த அஹிம்சையை அவள் மனம் ஓரளவு பயில்வு செய்திருந்தது. அவள் கொதித்தது அதனால்தான்.

மாலாவை விட்டுவிட்டு விலகிய சேனன் வெடித்தழுதான்: 'நான் இவளின்ர கூடப் பிறந்த தம்பிதானே? நான் இஞ்ச வீட்டில கிடந்து உழல வேணுமாம். புருஷன்ர தம்பியார் வெளிநாடு போய் உழைக்கவேணுமாம். அவரையே ஷீலாக்காவும் மகேஸ் மாமியும்தானே லண்டனுக்கு அனுப்பிவைச்சது. இப்ப அவர் உழைச்சு பணம் அனுப்புறார்... இவள் இஞ்சயிருந்து எங்களை அதிகாரம் பண்ணுறாள். கண்ணுக்கு முன்னால இருக்கிற என்னைத்தானே மாமி, இவள் முதல்ல வெளிநாடு அனுப்பியிருக்க வேணும்?'

'என்ன மாலா இது? சேனன் சொல்லுறது என்ன?'

அந்த வீட்டின் குலைவு தெரிய தானும் குலையலானாள் மகேஸ்வரி.

'நான் ஆரையெண்டு பாக்க ஏலும், மாமி? என்ர தம்பியெண்டு பாக்கிறதோ? அவரின்ர தம்பியெண்டு பாக்கிறதோ? அவர் சொல்லுறபடிதானே செய்யவேணும்?'

'அப்பிடியெல்லாம் அவர் சொல்லுறபடி இஞ்ச செய்திட ஏலாது' என்று முன்னே வந்தாள் சரஸ்வதி. 'அவர் தன்ர சிலவில வெளிநாடு போன ஆளாய் இருந்தால் அவர் நினைக்கிறபடி செய்யலாம். எங்கட பிள்ளையளின்ர, எங்கட ஆக்களின்ர உதவியில வெளிநாடு போனவர் முதலில எங்களைத்தானே கவனிக்க வேணும்? இல்லையே மகேஸ்வரி அக்கா, நீங்கள் என்ன சொல்லுறியள்?'

'என்னை உங்கட இந்தமாதிரிப் பிரசசினைகளுக்குள்ள இழுத்துவிடாத, சரஸ்வதி' என்று ஒதுங்கப் பார்த்தாள் மகேஸ்வரி.

சரஸ்வதி விடுகிறதாயில்லை. 'அதென்ன கதை, அக்கா. நியாயம் எங்கயும் நியாயம்தானே? அதைச் சொல்லுறதுக்கு முகம் ஏன் பாக்கவேணும்? இப்ப பாருங்கோ. ஷீலாவிட்டயிருந்து காசு வந்து மூண்டு மாசமாகுது. இப்பிடியே வராவிட்டால் இந்தப் பிள்ளையளையும் கொண்டுபோய் நான் என்ன ரயிலுக்கு முன்னாலயே பாயிறது? சேனன் போனால் உழைச்சு இந்தப் பொம்பிளைப் பிள்ளையளைக் கரை சேர்ப்பானெல்லே.'

'அங்கயும் ஒரு பொம்பிளைப் பிள்ளை இருக்கு. அவருக்கு அது மூத்த சகோதரம் வேற. அந்த முதிர்கன்னி கரை சேருறதும் முக்கியம்தானே?' என்றாள் மாலா.

'இஞ்ச இருக்கிற பொம்பிளைப் பிள்ளையளைப்பற்றி நீ யோசிக்கேல்லை. அங்க இருக்கிற ஒரு பொம்பிளைப் பிள்ளை கண்ணில பட்டிருக்கு உனக்கு. இல்லையே?'

'இதுகளுக்கு காலம் இருக்கு.'

'நல்ல கதைதான் இது." சரஸ்வதி நெளித்துக் காட்டினாள். அம்பாவுக்குச் சிரிப்பு வரப்பார்த்தது. அடக்கிக்கொண்டு பார்த்தபடி நின்றாள். சரஸ்வதி தொடர்ந்தாள்: "அஞ்சு வருஷமாய்க் காத்துக் கொண்டிருக்கிறான் சேனன். எண்டைக்கு வெளிநாட்டுக்குப் போற கதை எடுத்தானோ அண்டைக்கு பள்ளிக்கூடம் போறதை விட்டான். இங்கிலிஷ் படிப்பு... தமிழ்ப் படிப்பு... எண்டெல்லாம் இஞ்ச பேசுகினம். எனக்கெண்டால் ஒண்டும் விளங்குதில்லை இஞ்சத்தய படிப்புகள்பற்றி. சேனனும் என்ன படிச்சானெண்டு எனக்குத் தெரியாது. இப்ப . . . வாசிக்க எழுத கொஞ்சம் தெரிஞ்சிருக்குபோல இருக்கு. அவன்ர படிப்பு அவ்வளவுதான். இதை வைச்சுக்கொண்டு என்ன வேலை தேடஏலும் இஞ்ச? இதொண்டையும் யோசிக்காமல் . . . சும்மா . . . அவரின்ர தம்பியெண்டு பேசிக்கொண்டு நிக்கிறாளே இவள்.'

நிலைமை மகேஸ்வரிக்குத் தெளிவாகிவிட்டது. மாலாவுக்கும் சரஸ்வதிக்கும் முன்பு முடமாய் இருந்துவந்த பிரச்சினையின் வடிவம்

தெரிந்தாள். மாலாவுக்காகவேதான் அவள் அந்த உதவியைச் செய்தாளானாலும், அதனால் வரும் பலன்கள் அவளுடைய குடும்பத்துக்குத்தானே சுவறவேண்டும். குறைந்தபட்சம் முதல் பலனையாவது அவர்கள் அனுபவிக்க வேண்டுமல்லவா? அதை அவள் மெல்லச் சொன்னாள்.

'நீங்கள் சொல்லுறது மெய்தான், மாமி. ஆனா அங்க... அவரின்ர வீட்டு நிலைமையையும் அவர் பாக்கத்தானே வேணும்? பரத்தைக் கூப்பிட்ட பிறகு என்னெண்டாலென்ன செய் எண்டு தாயும் தேப்பனும் ஒரே பிடியாய் நிண்டினமாம்...'

'முதல்ல உன்ர தம்பியைத்தானே நீ யோசிச்சிருக்க வேணும், பிள்ளை.'

'தம்பியை அனுப்பமாட்டனெண்டு சொல்லேல்லையே நான்...'

'எப்ப..? இந்தக் கடனெல்லாம் முடிச்சு... இன்னும் ரண்டு மூண்டு வருஷத்திலயோ?' என்று சீறினான் சேனன்.

'ரண்டு மூண்டு வருஷத்தில அவரின்ர மனம் இந்தமாதிரி இருக்குமெண்டு எப்படிச் சொல்ல ஏலும்? தலைதலையாய் அடிச்சன், சேனனைத்தான் முதல்ல அனுப்ப வேணுமெண்டு. சரி, ஒருதரையும் அனுப்பாமல் தானாவது போயிருக்கலாமெல்லே? புத்திசாலியாய் இருந்தால் அப்பிடித்தான் செய்திருக்கவேணும். ஆனா இவ மச்சான்காறனை அனுப்புறாவாம். என்ன பிள்ளையோ?" சரஸ்வதி அழுதாள். பின் தானே தெளிந்து கொண்டு சொன்னாள்: "இத்தனை வருஷமாச்சு... இவவே ஒரு பூ காய் இல்லாத மரமாய் நிண்டுகொண்டிருக்கிறா. போனவன் என்ன செய்வானோ எண்டு நினைச்சு நான் துடிக்காத நாளில்லை. இந்த நிலைமையில அவர் தன்ர தம்பியைக் கூப்பிடுறாரெண்டால்..?'

கோபத்தின் ஜொலிப்பு, அவளிடத்தில் துக்க இருளாய் மாறியிருந்தது.

அந்த எதார்த்த வெளிப்படுத்துகையில், நொறுங்கி, பதில் சொல்ல முடியாது தடுமாறி குலுங்கி அழுவதற்குப்போல் அறைக்கு ஓடினாள் மாலா.

அவள், தான் மலடாக இருப்பது சுட்டிக்காட்டப்பட்டதற்காகவேகூட அழலாம். ஆனால் அவனது நேசம் போலியாக இருக்கலாமோவென சரஸ்வதி சந்தேகப்பட்டதுதான் அவளை உடைத்தது.

அதையும் கண்டிக்க முடியாது.அது சாத்தியங்களூடான சந்தேகம்.சந்தேகங்களே ஒரு வகையில் சாத்தியங்களின்மீதுதானே எழுகின்றன?

மகேஸ்வரி நெடுநேரம் அப்படியே இருந்தாள் போலிருந்தது.

ஒவ்வொரு அசைவையும் அணுவையும் அந்தச் சின்னஞ்சிறு தீவுப் பெண்ணால் எப்படி துல்லியமாய் எடைபோட முடிந்தது?

நிலைமையின் துக்கம் சற்றே இளக, அவள் மனத்தில் விஸ்வரூபித்த கேள்வி அதுதான்.

பிரக்ஞை மீண்டவளிடத்தில் இன்னும் அந்த ஆச்சரியம் இருக்கவே செய்தது.அவள் எழுந்து சேனன் அருகில் வந்தாள்: “நீ ஒண்டையும் யோசியாத, சேனா. பரத்தை பிறகு அனுப்பலாமெண்டு நான் சொல்லுறன் மாலாவிட்ட.”

“பரம் இத்தனைக்குள்ள லண்டன் போய்ச் சேந்திருப்பான், மாமி… இப்பிடி ஒருதருக்கும் தெரியாமல் எல்லாத்தையும் களவு களவாய் அவ செய்தபடியால்தான்… தெரிஞ்சவுடன பொறுக்க ஏலாத கோபம் வந்தது எனக்கு. ஆருக்கெண்டாலும் இப்பிடித்தானே மாமி இருக்கும்?”

அவனது வெடிப்பை மகேஸ்வரி புரிந்தாள். இனி செய்ய ஒன்றுமில்லை. சேனனை சாந்தப்படுத்த வேண்டியதுதானென்று நினைத்துக்கொண்டு, “சரி, போகட்டும் விடு” என்றாள். “அடுத்தது உன்னைத்தான் அனுப்பவேணுமெண்டு நான் மாலாவிட்டைச் சொல்லிவைக்கிறன். எதாவது பிரச்சினை அப்பிடி இப்பிடி வந்து, ரண்டு வருஷத்தில அவை உன்னை அனுப்பாட்டில் நான் உன்னை அனுப்பிவைப்பன், சரியே. நல்ல பிள்ளையாய்… ஒழுங்காய் வீட்டில இரு. அம்பா இனி இஞ்சதான் இருப்பா. பிரபா இஞ்சதான் படிக்கப் போறான். நீதான் கூட இருந்து அவவுக்கு எல்லா உதவியும் செய்யவேணும். நான் கனடா போய் விஜியோட யோசிச்சுத்தான் அம்பாவுக்கு என்ன செய்யிறதெண்டு முடிவு கட்டவேணும். அம்பா தன்ர ஊருக்கு ஒருக்கால் போய்வர வேணுமெண்டு சொன்னவ. அப்பா கூடப்போவார். முடிஞ்சால் நீயும் போய் வா. நான் உன்னை வெளியில அனுப்பி வைக்கிறதாய்ச் சொன்னதாய் ஒருத்தரிட்டையும் மூச்சு விட்டிடாத. மாலா செய்யிறாவாவெண்டு பாப்பம். செய்யிறதெண்டால் செய்யட்டும். இல்லாட்டி… நானிருக்கிறன், என்ன?”

“சரி, மாமி

“பதினைஞ்சாம் தேதி நானும் கனடா வெளிக்கிட்டிடுவன். நான் போனபிறகு தறுகுறும்பு செய்யிற பெடியளோட சேர்ந்து திரியாத. நான் அப்பப்ப போன் அடிச்சு விசாரிப்பன். விளங்கிச்சுதே?”

சேனன் தலையசைத்தபடி உள்ளே வந்து அமர்ந்தான்.

லயிற்றுகளைப் போட்டார்கள்.

மகேஸ்வரி லேசாய் இருமினாள்.

அன்று பனி சற்று அதிகம்தான்.

17

பிரார்த்தனைக்காகவோ, நேர்த்தி எதனையும் நிறைவேற்றுவதற்காகவோ அன்று காலையிலேயே புறப்பட்டு கமலா மாங்காடு போயிருந்தாள். மாங்காடு அம்மன் கமலாவுக்கு வாலாயமான தெய்வம். நேர்த்திகள்

பிரீதிகள் பிரார்த்தனைகள் மூலமாய் அதை அவள் ஆக்கியிருந்தாள். அம்மன் கெலி அடங்கி அவளை ஆசீர்வதித்தது. அவளது வேண்டுதல்களும் பெரிது பெரிதாய் இருக்காது. இந்த வருஷம் பனிக்கு கைகால் உளைவு குத்து உபாதையில்லாமல் இருக்க வேண்டும், புருஷனுக்கு நல்ல வேலை கிடைக்க வேண்டும், அடுத்த ஆண்டிலாவது ஒருமுறை வந்துபோக வசதி செய்து கொடுக்கவேண்டும் என்பவைகளாகவே இருந்துவிடும். பிறத்தியாரின் நலத்துக்கு பிரார்த்தனையின்போது மன்றாடுவதோடு சரி. அவளுக்கு அந்தளவு அக்கறை போதும். தனக்கு மேல் வேறெவருக்கும் நேர்த்தி வைத்து நிறைவேற்ற அந்த உடம்பு அலைச்சல் தாங்காது. இன்னும் அது உப்பிக்கொண்டே இருந்தது. ஒருவேளை அந்த நேர்த்தி நாகராஜா அந்த வருஷம் சித்திரை வருஷப் பிறப்புக்கு வருவதாக எழுதியது காரணமானதாகவோ, அந்த வருஷம் மாரியும், பனிக் காலமும் பெருமளவு உபாதையின்றி உடம்பு சுகமாய் இருந்தது காரணமானதாகவோ இருக்கலாம். கமலா மாங்காடு போனால் ஒரு முழுப் பகல் இருந்து அம்மனின் திருச்சோறு உண்டு, தரிசனங்கள் கண்டுதான் வருவாள். அன்று காலையிலே ஏழு மணிக்குப் புறப்பட்டுப் போனவள், திரும்பி வீடு வந்து சேர ஏழு, எட்டு மணியாவது ஆகும்.

அன்று கமலா வீடு வந்தபோது ஒன்பதுமணி.கையிலே கூடை, சுருட்டிய மாலைப் பத்திரிகை. முகம் வாடி ... சோர்ந்து ... மேகம் மூடிய வானம்போல் இருந்தாள்.

"கமலாக்கா ... ஏன், பஸ் கிடைக்கேல்லையே?" என்று கேட்டபடி வாசிப்பிலிருந்து நிமிர்ந்தவள் திகைத்துப் போனாள். "என்ன கமலாக்கா, ஏன் ஒரு மாதிரி இருக்கிறியள்?" என்று எழுந்தாள்.

எழுந்த பின்னர்தான் தெரிந்தது, முகம் இருட்டடித்திருந்தது மாத்திரமல்ல, அவள் அழுதுமிருந்தாளென்று. கண்ணில், கன்னத்தில் ஈர அடையாளங்கள். வாசலில் நின்றுகூட ஒருமுறை அழுதுவிட்டு வந்திருக்கலாமென்றே தோன்றிற்று.

"அக்கா ..!" என்று ஆதுரத்துடன் அழைத்து, அவள் கையிலிருந்த பையை வாங்கி சுவரோடு சாய்த்து வைத்துவிட்டு, அவள் கையைப் பற்றி, "இப்பிடி இருங்கோ. நான் தேத்தண்ணி போட்டுவாறன்" என்றாள் ராஜி.

கமலா நகரக்கூடச் செய்யாமல் அவளையே பார்த்துக் கொண்டிருந்தாள். அவளுக்காக அனுதாபப்படுவதான அம்சமேதும் கண்ணில் புலப்பட்டதா?

"என்னக்கா ..."

முடிக்குமுன், அவள் பத்திரிகையை நீட்டினாள்.

'என்ன? ஓ... பத்திரிகையைப் பார்க்கச் சொல்கிறாளா?' அவள் பத்திரிகையைப் பிரித்தாள். தலைப்புச் செய்தி பார்த்தாள் ... அரசியல். இரண்டாம் தலைப்பு ... கட்சி. மூன்றாம் தலைப்பு ... எதுவுமில்லை. கீழே ஒரு பெட்டிச் செய்தி:

நேற்று முன்தினம் இலங்கை கடற் பிராந்தியத்தில் நுழைந்து கொண்டிருந்த புலிகளின் படகொன்றை ஸ்ரீலங்கா கடற்படை

சுட்டு கடலுள் மூழ்கடித்தது. மருந்துவகைகள் ஏற்றிச் சென்றிருக்கலாமென்று கருதப்படுகிறது. இரவுத் தொலைநோக்கியில் கடற்படை நான்கு புலிகளை அடையாளங் கண்டது. ஒரு உடலையே கைப்பற்ற முடிந்ததாகவும், ஏனைய மூன்று பேரும் தப்பிச் சென்றிருக்கலாமென்றும் கருதப்படுகிறது. தமது தீவிர ரோந்துப்பணிக்குக் கிடைத்த மகத்தான வெற்றியென்று கடற்படை அதிகாரி ஒருவர் கருத்துத் தெரிவித்தார். ஸ்ரீலங்கா கடற்படைக்கு பேரிழப்புகளை ஏற்படுத்திக்கொண்டு சவாலாக விளங்கிய படகோட்டி அவன் என்றும், பெயர் யோகேஷ் என்றும் தெரியவந்திருப்பதாக அவர் மேலும் கூறினார்.

'யோகேஷ்!' அவள் அந்தராத்மா கூவியது. வெடித்துச் சிதறியது.

அவள் அனுப்பிய போராளி அவன். அவளது ஏமாற்றங்களை தான் போராளியாகி கொஞ்சமேனும் அவன்தான் தீர்த்து வைத்தான். பெரிதான சுகமெதனையும் அவள் அவனுக்குக் கொடுத்து விடவில்லை. மெய்யாய் உணர்ந்தால் அது சுகம்கூட இல்லை. வெறும் வலை.

ஒருநாளின் உறவுக்காய் சுமார் பதினைந்து வருஷங்கள் மண்ணின் கடமையாற்றி, கடைசியில் அது காரணமாகவே ஆவியையும் விட்டிருக்கிறவன். அவன் ஆசைக்காக ஆசை வைத்தவன். அவளுக்கோ அது, எவ்வளவுதான் சிறப்ப நிலைகளில் விளைந்த பொறிகளில் கனல் எழுப்பியிருந்தாலும் ஆசைக்காக ஆனதல்ல. வலையான நிஜம் இருந்தது. எனினும் தானேதான் வலையாகினாள். ஒரு தத்தத்தில்.

"ஆ, கடவுளே!" என்று அரற்றினாள். நெஞ்சை அமுக்கினாள்.அவள் நிலையை உணராத கமலா, "எனக்கும் இந்தமாதிரித்தான் இருந்தது பேப்பரைப் பாத்த உடனை" என்றாள்.

"அக்கா ... ஆ..!" அழுகையை அடக்க முடியாத உச்சத்தில் ராஜி தன் அறைக்கு ஓடினாள்.

அழுதுதான் குறைக்க முடியுமென்றால் அழட்டுக்கும். கமலா பின்னால் போகவில்லை. அடுக்களையுள் பானையைப் போய்ப் பார்த்தாள். சோறு இருந்தது. ராஜி சாப்பிட்டுக்கொள்வாள். அவளுக்குப் பசிக்கவில்லை. கமலா போய்ப் படுத்துக்கொண்டாள்.

அவன் அவள் வீட்டில் சில நாட்கள் தங்கியிருக்கிறான். பதினைந்து வருஷங்கள் முன்பாய் அது. வெற்றித்தனம், வெற்றியின் வேட்கைத்தனம் எல்லாம் இருந்தாலும் பணிவும் அவனிடத்தில் இருந்தது. அதனால் அவன் மேல் எவருக்கும் அன்பு வரும். அவன் மறைவில் துக்கம் அவளுக்கு வந்தது இயல்பு. இயல்பின் அளவுக்குமேல் வரவுமில்லை. தியாகுவும் விதுரும்கூட கூடிச்சென்றிருக்க முடியுமோ என்றொரு எண்ணம் கூடவிருந்ததுதான். ஆனால் அது நிச்சயப்படுத்தப்படாத அம்சம். அதற்காக இப்ப அழுதுவிட முடியாது.

தூங்கிப் போனாள் கமலா சிறிது நேரத்தில்.

ஒருபொழுதில் ஒன்றுக்குப் போக எழுந்து போகையில் கமலா பார்த்தாள். ராஜியின் அறைக் கதவு, அவள் படுக்கப் போனபோது

இருந்தபடியே இன்னும் ஒருக்களித்துத் திறந்திருந்தது. உள்ளேயிருந்து வெளிச்சமேதும் வராவிட்டாலும், அந்த நிலைமை ராஜி இன்னும் தூங்கவில்லை என்பதையும் புலப்படுத்தவே, கிட்டப்போய் உள்ளே பார்த்தாள். ராஜி கட்டிலில் அமர்ந்து ஜன்னலூடு வெளியே பார்வையை இருளுள் வீசியிருந்தாள். கையால் அடிக்கடி முகத்தைத் துடைத்துக்கொள்வதுபோல் தென்பட்டது. ராஜி இன்னுமா அழுது கொண்டிருக்கிறாள்? அந்தத் துக்கத்துக்காகவா, அல்லது இன்னும் வேறு துக்கங்கள் தொடர்ந்து வந்துகொண்டிருந்ததாலோ, அல்லது விதுர், தியாகு ஆகியோரை நினைத்து அழுதாளா? ஏன்?... ஏன்?... ஏன்?

படுத்திருந்தபோது முதல் தரத்தில்போல் நித்திரை அவ்வளவு சுலபமாக வந்துவிடவில்லை. ராஜியின் நொறுங்குதலின் பின்னாலுள்ள காரணத்தைத் தேடி அவள் மனம் திரையெறிந்து அடைப்புகளை, கோட்டைகளை முட்டி மோதித் திறந்து கொண்டிருந்தது.அப்படியிருக்குமா என்ற ஐயம் சில ஆண்டுகளுக்கு முன்பே அவளிடத்தில் ஏற்பட்டதுதான்.

அவள் நினைத்துப் பார்த்தாள்.

அப்போது கீழப்புதுப்பட்டு அகதி முகாமில் நின்றிருந்தாள் ராஜி. தன் அக்கறைகளை தீவிரமாய் அவள் அகதிகளின் நலன்களில் செலுத்தியிருந்த காலமென்றும் அதைச் சொல்லமுடியும். கீழப்புதுப்பட்டிலிருந்து ஈழ ஏதிலியர் புனர்வாழ்வுக் கழகத்துக்கு மாதம் ஒருமுறை அல்லது இரண்டுமுறை அவள் வருவது உண்டு. ஒருநாள் இருநாள் தங்கவேண்டி நேர்கிறபோது அப்போது அண்ணா நகரில் குடியிருந்த கமலா வீட்டிலேயே தங்கிச் செல்வதை விருப்பமாய்க் கொண்டிருந்தாள். முகாமில் எப்படியோ, அங்கே வந்தால் எல்லாம் இழந்ததுபோல், தான் தானாய் இல்லாமல் நின்றிருந்தாள் ராஜி. அது மாதிரியான ஒரு நாளில்தான் யோகேஷ் வந்து சேர்ந்தது. வாடி, யோசனைகள் மேவி ஆவி அலையுற்றவள்போல் நின்றவள் ஒரு நிமிஷத்தில் தெளிந்து போனாள். ‘வாறியா யோகேஷ், மகாபலிபுரம் போய்வருவம்’ என்று அவனைக் கேட்டாள். அவள் கேட்ட மாத்திரத்தில் அதிர்ந்துபோனாள் கமலா. அவளுக்கும் ஓரளவு வாசிப்புப் பழக்கம் இருந்தது. செய்தித் தாள்களில் மட்டுமில்லாமல், அரசியல் சமூக வெகுஜன சஞ்சிகைகளிலும் விருப்பம் உண்டு. அது, வெளியின், சமூக அரசியல் நிலைமைகளினை அறிவதற்கான ஆர்வமில்லை. தகவல்களின்மீதான ஆர்வம். அது வெகுஜன ரசனையின் பாற்பட்டது. அதன் விசேஷமே தகவலாய் அறிந்து அறிந்து சுவைத்துத் துப்பிக் கொண்டிருப்பதுதானே!

ராஜி யோகேஷோடு போய்வந்த மறுநாள் காலை உள்ளேயிருந்து அவள் நீண்ட நேரம் அழுதாள். அந்த அழுகை ஏதோவின் இழப்போவென்று அப்போதே மெல்லிய ஒரு தாக்கம். ஆனாலும் அதுமாதிரி ஆண் – பெண் பழக்கங்கள் சமூகத்தில் இயல்பாய் மாறியிருந்ததையும் அவள் நினைக்காமலில்லை. தன் தேசம்விட்டு அவள் பிரிந்தபோது அங்கே சரி, இங்கே சரி அப்படியெல்லாம் இல்லை. இப்போது அப்படித்தான். ஆண்களுக்கு நிகராய் எஸ்.எல். ஆரைத் தூக்கி அநாயாசமாய்த் தோளில் வைத்து குறிபார்க்கக் கூடிய பெண்கள்பற்றி

நிறைய அவள் கேள்விப்படுகிறாள். தம் பலஹீனங்களை பலங்களாக்க அவர்கள் தொடங்கியிருந்தார்கள். ஒரு காதல் தோல்வி, ஒரு கல்யாணத் தோல்வி எதுவும் இப்போது எவரையும் முன்புபோல் பாதிப்பதில்லை. இவையெல்லாம் ஒரு நவீன யுகத்தின் பிரசவ அடையாளங்கள். இவையே யுக அடையாளங்களில்லை என்ற போதும்தான். அந்த அறிதல்களையும் மேவித்தான் அந்தச் சந்தேகம்.

அவள் 'யோகேஷ்..!' என்று அழுதுகொண்டு அறைக்குள் ஓடியது எவ்வளவான அவலத்தின் பாதிப்பில் வந்ததாய் இருக்க வேண்டும்!அவள் அவனை இழந்திருக்கிறாள்.அது நிச்சயமெனில் அவள் அவனை அடைந்த ஒரு நிஜமும் இருக்கிறதல்லவா?

குழப்பமும் தெளிவும், மறுபடி குழம்புதலுமாய் வெகுநேரம் கழிந்தது. தன்னை நிதானமாக்கப்போல் போய் தேநீர் வைத்து வந்தாள். குடித்தபடி சிறிது நேரம் கூடத்துள் அமர்ந்திருந்தாள்.

ராஜியின் அறைக்கதவு சாத்தியிருந்தது. எந்த நேரம் தூங்கினாளோ? மெதுவாய்ச் சென்று விரலைக் கதவில் வைக்க அது வெளி காட்டியது சிறிதாய். கமலா உள்ளே பார்த்தாள். ராஜி ஜன்னலோடு நின்று கொண்டிருப்பது தெரிந்தது.

இப்போது கமலாவுக்கு எல்லாம் தெளிவாய்ப் புரிபட ஆரம்பித்தன. அவள் தொந்திரவு செய்ய நினைக்கவில்லை.

இரண்டு நாட்களின் பின்னானது.

வீட்டினுள்ளே ராஜியைக் காணாதவள் முற்றத்துக்கு வந்தாள். மேலே பார்க்க மொட்டை மாடியில் அரைச் சுவர்க் கட்டில் அமர்ந்து முதுகு காட்டியபடி மேற்கு நோக்கி அமர்ந்திருந்தாள் ராஜி.

கமலா மேலே வந்தாள்.

மேற்குழியுள் புதையும் செம்பருதியில் பார்வை பதித்திருந்தாள் ராஜி. பார்வை நிலைகுத்தியிருப்பினும், விம்பங்களேதும் விழித்திரையில் படிந்திராதென்று தெரிந்தது. அழுத, அழுகிற எந்த அசுமாத்தும் இல்லை.

இரண்டாவது அழைப்பில் பிரக்ஞை மீண்டு திரும்பினாள் ராஜி. "என்ன?" என்றாள், நினைப்புக்கு தொடரும் என்று புள்ளி போட்டுத் திரும்பியவள் போன்ற கவனத்துடன்.

கமலா பதில் சொல்லவில்லை. அவள் பக்கத்திலே போய் அமர்ந்தாள்.

கொஞ்சக் காலமாய் மொட்டை மாடி கூட்டி, கழுவி துப்புரவு செய்யப்படவில்லை. மாரிக்கு முந்தி மொட்டை மாடியில் வைத்து வெட்டிக் குடித்த இளநீர்க் கோம்பைகள் ஆவென்று வாய் பிளந்து காய்ந்து கிடந்தன. நாவல் சருகு, தூசியும் தும்பும்.

தங்களது ஒருதாய் பிள்ளைகள் போன்ற உறவைச் சொன்னாள். அது பதின்மூன்று பதினான்கு வருஷங்களாய் வளர்ந்து வந்த விதத்தைச் சொன்னாள். உள்ளொன்று புறமொன்று இல்லாதபடிதான் தான் அத்தனை காலமாய் அவளோடு பழகினதைச் சொன்னாள்.

“அதுக்கென்னக்கா? அதையேன் இப்ப சொல்லுறியள்?” என்று சலித்தாள் ராஜி.

“ஏனெண்டால்... எப்பவும் உன்ர பாதியை மட்டுமே நீ எனக்குக் காட்டிக்கொண்டு இத்தனை காலமாய் என்னோட பழகியிருக்கிறாய். நான் நினைச்சுக்கூடப் பாக்கேல்லை.”

“என்னக்கா சொல்லுறியள்..?” என்று திகைத்துத் திரும்பினாள் ராஜி.

“எல்லாம் தெரிஞ்சுதான் சொல்லுறன். பொய் பேசாத. என்ர கேள்விக்குப் பதில் சொல்லு. யோகேஷின்ர சாவு எனக்கும்தான் துக்கம். உனக்கேன் உந்தளவு உடைவு?”

கமலா செல்கிற திசை ராஜிக்குத் தெரிந்தது. அது அவளின் பாதியில்லை என்று எப்படிச் சொல்வது?ஒரு சம்பவம் எப்போதும் எவரிடமும் பகிர்வுக்குரியதாய் இருப்பதில்லை. தானும், சம்பந்தப்பட்ட பிறரும்மட்டுமே தெரிந்திருக்க வேண்டிய சம்பவங்களும் உண்டு. தான்மட்டுமே சம்பந்தப்பட்டிருந்தாலும் மறைக்கப்பட வேண்டியனவாயும் சில உள. அந்தரங்கம் என்பது அதுதான். மறைக்கப்பட வேண்டியது மறைக்கப்படுவது எப்படிக் குற்றமாகும்?

இன்னும் என்ன செய்வதென்று அவளுக்குத் திடமில்லை. அவளுக்குத் தெரிவதில் தீமையில்லை என்கிற வகையில், சொல்வது பாதகமில்லையென்றும் தெரிந்தது.

“ம்” என்று முனகினாள் ராஜி. “அவனைக் கண்டு, பேசின அறிமுகம் மட்டும்தான் உங்களுக்கு. எனக்கு அவன் சொந்தக்காறன். அம்மாவின்ர அண்ணற்ர மோன். மச்சான் முறை எனக்கு.”

“அது தெரிஞ்ச விஷயம்தானே”

“உண்மையில... அதுக்கும் மேலதான் அவன் எனக்கு.”

எப்படியென்று சொல்லு என்பதுபோல் கமலாவின் பார்வை சரிந்து அவளில் குத்திட்டது.

“அவன்தான் என்ர ஆசையை நிறைவேற்றிவைச்ச ஆம்பிளை...”

கமலா அதிர்ந்து போனாள். இவ்வளவு வக்ரமான பதிலாய் வருமென அவள் எதிர்பார்க்கவேயில்லை.

“ஒரு ஆளோட எனக்கு கலியாண எழுத்து நடந்துது. அப்பிடியே என்னை அங்க விட்டிட்டு அந்த ஆள் ஓடிப்போய் கண்ட ஒரு இயக்கத்தில சேர்ந்துது. தெரிவு பிழையெண்டாலும் முடிவு சரியானது எண்டு நினைச்சு நான் அடங்கியிருந்தன். பிறகு அந்த ஆள் இயக்கத்திலயும் இருக்கேல்லை. வெளிநாட்டுக்கு ஓடி வசதியாய் வாழத் துவங்கியிட்டுது. அந்த ஆளால என்ர நாட்டையும் நான் பிரிஞ்சன். என்ர அம்மாவை, தங்கச்சியைப் பிரிஞ்சன். எத்தினை இழப்புகள் எனக்கு. நான் நேசிச்ச மண்ணுக்காக உழைக்க என்ர சார்பில ஒருத்தருமில்லையே எண்டு உருகின நேரத்தில, நான் இருக்கிறன் ராஜியெண்டு, தன்னை இயக்கத்துக்கு ஒப்புக்கொடுத்துப் போனவன் அவன். ஒருவகையில பாத்தால் அவன்ர

சாவுக்கு நான்தான் காரணமோவெண்டு மனசு துடிக்குது. என்ர சோகம் அளவு கடந்தது அதாலதான்" என்று கூறி நிறுத்தினாள் ராஜி.

கமலா எதுவும் பேசவில்லை. பேச எதுவும் இல்லை. அவள் எதுவோ நினைத்திருந்தாள். ஆனால் ராஜி ஒரு தேசவெறியின் அடையாளமாகவே அப்போதும் நின்றிருந்தாள்.

தன்னுள் குறுக இருள் உதவியாயிருந்தது. பரவெளியின் கீழ் இரண்டு உயிர்களும் அசைவற்றனவாய். மனவுறுத்தல்களில் இதயம் நைந்து இரண்டும் மௌனமாய் அழுதன.

ராஜி தொடர்ந்தாள்: "தனக்காக இன்னொருத்தரை சண்டைக்கு அனுப்புறதும் துரோகம்தானே, அக்கா? இனி, அவன்ர இழப்பின்ர சோகத்தோட, அவன்ர சாவுக்குக் காரணமாய் இருந்த பாவத்தையும் சுமந்து நான் துடிக்கவேண்டி வந்திட்டுதே."

ராஜி கட்டிலிருந்து இறங்கினாள். அண்ணாந்து உச்சி வானைப் பார்த்தபடி நின்றாள். அங்கே யோகேஷ் இருக்கிறானா?

கலக்கம் தெளிந்து நிமிர்ந்தாள். "நான் இனியும் தப்பிக்கொண்டு இருந்திடுறது சரியில்லை" என்றாள்.

அவளது மனநிலையைப் புரிந்தவள்போல் கமலா சொன்னாள்: "எல்லாராலையும் யுத்தம் செய்திட ஏலாது. யுத்தம் செய்யிற மனப் பக்குவமும், உடல் வல்லமையும் எல்லாருக்கும் இருக்கிறதில்லை. அது பெரிய தப்புமில்லை. இப்ப பார், உனக்கே சிலபேரைத் தெரியும், காம்ப்பில இப்பவும் இருக்கிறதாய்ச் சொல்லியிருக்கிறாய், ஹெலி வருகுது ஹெலி வருகுதெண்டு நடுச் சாமத்தில கத்திக்கொண்டு எழும்பி ஓடுற மனிசரைப் பற்றி. அவைக்கெல்லாம் என்ன வருத்தம்? பயத்தில வந்த மன அதிர்ச்சிதானே? அவை சண்டை பிடிக்கிற மனப்பக்குவம் உள்ள ஆக்களில்லை. அதைத் தப்பெண்டு நினைச்சு அவை மனவருத்தப்பட்டால் அதை நீ ஞாயமென்பியோ?"

"அது மெய். ஆனா ஒருதருக்கு ஒரு விஷயமாவது ஏலக் கூடியதாய் இருக்குமெல்லே?"

"நான் சொல்லுறதும் அதுதான், ராஜி. அவரவரின்ர இயல்புக்கு இயண்டதைத்தான் செய்யவேணும். தனக்கறியாச் சிங்களம் தன் பிடரிக்குச் சேதம் எண்டு சொல்லுறமாதிரி, ஏலாத விஷயத்தைச் செய்யப்போய் அவதிப்படக்கூடாது."

ராஜி மௌனமாய் நின்றிருந்தாள் இருளில்.

அவளால் மேலே பேச முடியவில்லை.

அதை மிகநுட்பமாய்ப் புரிந்துகொண்டு அவளது அந்த மர்மத்தில் அடித்தாள் கமலா. "நீ... நான்... எல்லாரும் போரில பாதிக்கப்பட்ட ஆக்கள், ராஜி. வெளிநாட்டுக்கு ஓடுற அலையொண்டு இருந்ததுதான். உயிர் தப்பிப் பிழைக்கிற வழியாய் அது இருந்தது. ஆனா இப்ப இல்லை. இப்ப போறது சீவியத்துக்குத்தான். எங்கட வாழ்க்கைமுறை யாழ்ப்பாணத்தில

இப்பிடியே இருந்தது? வெக்கப்படாமல் உள்ளதைச் சொல்லுறன்... காலங்காலமாய் மண் கொட்டில்தான் எங்கட வீடாய் இருந்தது. ஒரு பொன் நகை, வெள்ளிநகை கண்டவையில்லை எங்கட குடும்பத்துப் பொம்பிளையள். பட்டுச் சீலையே உடுத்தறியாத தேகங்கள் அதுகளுக்கு. கைத்தறிச் சீலைதான். மக்ஸியை எங்க பாத்தம்... சுரிதாரை எங்க பாத்தம்... மிக்ஸியை எங்க பாத்தம்.. காஸ் குக்கரை, பிரஸர் குக்கரை எங்க பாத்தம்... சென்னையில எங்கட தேவையள் கனத்துப்போச்சு. அதுக்காக வெளிநாட்டுக்குப் போக ஒரு தேவையிருக்கு. இனி மாறியிட ஏலாதெண்டுதான் நினைக்கிறன். தம்பிராஜா சும்மா சொல்லும், சண்டை நிண்டுதெண்டால் நான் திரும்பிப் போயிடுவன் எண்டு. நான் நினைக்கிறன் அந்தாளுக்கும் என்னைப்போல அந்த நாட்டுக் குளிர் ஒத்து வரேல்லைப்போல. குளிர் ஒத்து வருமெண்டால் என்ர மனிசனை விட்டிட்டு நான் ஏன் இஞ்ச நிக்கப்போறன்? அதுக்காகவேயெண்டாலும் அவர் தன்ர மண்ணை விரும்புறாரெண்டுதான் அர்த்தம். இன்னும் வேற வேற காரணங்களுக்காக... வேற வேற பேரும் திரும்பிப் போக விரும்பலாம். எல்லாரும் திரும்பிப் போயிட மாட்டினம்."

'இந்த மனுஷி இவ்வளவு காலமாய் வாயைப் பொத்திப் பொத்தி வைச்சுக்கொண்டு ஊமை மாதிரி இருந்திருக்கே!' என்று எண்ணியபடி ஒரு மனவிதிர்ப்பில்தான் நின்றுகொண்டிருந்தாள் ராஜி.

தன் வேலை முடிந்தது அல்லது தன் எல்லை அடையப்பட்டு விட்டதுபோல் அரைச் சுவர்க் கட்டிலிருந்து இறங்கினாள் கமலா. "வா, கீழ போவம். மேல வந்து கன நேரமாச்சு."

ராஜி பின் தொடர்ந்தாள்.

"தேத்தண்ணி போடப் போறன்" என்றபடி குசினிக்குப் போனாள் கமலா. "எனக்கும்" என்றுவிட்டு பாத்ரூம் போனாள் ராஜி.

ராஜி பாத்ரூமிலிருந்து வெளியே வர கமலா யாருடனோ போனில் பேசிக்கொண்டிருப்பது கேட்டது. "சொல்லுறன், அக்கா. இப்பகூட ஒரு மணி நேரமாய் மொட்டை மாடியிலயிருந்து புத்திமதி சொல்லியிட்டுத்தான் வந்தன்."

"..."

"சரி, அக்கா."

கமலா போனை வைத்துவிட்டுத் திரும்பி, "அம்மாதான், ராஜி. ரிக்கற் கொன்பேர்ம் பண்ணியாச்சாம். புதன்கிழமை பிளைற்றாம். என்ன... அதுக்கிடையில போய்ப் பாக்கிற எண்ணமிருக்கோ?" என்றாள்.

"ம்..."

இனி தாயாச்சு பிள்ளையாச்சு என்பதுபோல் அந்த விஷயத்தையே கைவிட்டு, "தேத்தண்ணி வைச்சிருக்கு. எடுத்துக் குடி" என்றாள் கமலா.

தேநீர் குடித்தபின் ராஜி ராஜநாயகத்துக்குப் போனெடுத்தாள்.

"என்னடி மகளே, இந்தக் கிழவன்ர யோசனைகூட இல்லாமல் விட்டிட்டியளே..."

"யோசினையே இல்லாமல் போகுமே, சேர்? வீட்டுக்கு வீடு வாசல்படியெண்டு சொல்லுவினம். அது மாதிரித்தான் எல்லாரின்ர நிலைமையும். இருந்தும்... அப்பப்ப நினைக்க, பேச செய்யிறம்தான். நினைப்பிருந்தபடியால்தானே இப்பகூட நான் போன் எடுத்தது."

"ஏதாவது கேக்கிறதுக்கு எடுத்திருப்பாய்..."

"உங்களுக்கு போனெடுக்கிறது தெரிஞ்சுகொள்ளுறதுக்காக மட்டுமில்லை."

"சரி... சரி... இந்த நேரத்தில போய் போனெடுத்திருக்கிறியே, என்ன விஷயம்?"

அவள் கேட்டாள்: "அரசாங்கத்துக்கும் புலியளுக்குமிடையிலை சமாதானம் வரலாமெண்டு ஒரு கதை அடிபடுகுது, அதைப்பற்றி என்ன நினைக்கிறியள், சேர்?"

எதிர்முனையில் மௌனம் விழுந்தது.

அசைவு, உராய்தற் சத்தங்கள் எழுந்தன.

பிறகு மெல்ல மௌனமுடைத்து, "மாயைதான்" என்றார். "கனவின் அடிமைகளுக்கு சமாதானம் செய்துகொள்ளுறது சாத்தியமே இல்லை. அது நிஜத்தைத் தரிசிப்பவர்களால் மட்டுமே முடிவது."

"நிஜம் எது, சேர்?"

"நிஜம்...? அவலம் யுத்தத்தின் நிஜம். அழுகை யுத்தத்தின் நிஜம். பசி, மரணங்கள் யுத்தத்தின் நிஜம். மரணங்கள் மலிந்த பூமியில், கனவுகள் கலைந்தவர்கள் நடமாடுகிறபோது சமாதானம் வரும். அது சமத்துவம், வாழ்வு என்ற இரண்டும் சயாந்தரங்களாய்த் தொடருவது. பழசை அழித்த புத்துருவாக்கமே அதற்கான ஒரே வழி. அதுக்கு பேரினவாதியள் லேசில சம்மதிச்சிட மாட்டினம். அவை ஒரு கனவுக்குள்ளை சிறைப்பட்டிருக்கினம்."

"அவையின்ரை கனவெது?"

"மதம்... மொழி... இன்னும் கனக்க."

"ம்" என்று அதை உள்வாங்கினாள்.

"என்ன மகள் பேசாமலிருக்கிறாய்?"

"ஒண்டுமில்லை, சேர்."

"பின்னேரம்போல அரசி போன் பண்ணினா. மாமியார் கனடா போனவுடன அநேகமாய் திரவியத்தோட கூடிக்கொண்டு அவவும் ஊர் போகலாமெண்டு சொன்னா... அதுசரி... நீ என்ன செய்யப் போறாய்? சென்னையா... இல்லை திரும்ப காம்ப்புக்கு ஓடப் போறியோ?"

"இனி காம்ப்புக்கும் நான் நினைச்சவுடன போக ஏலாது, சேர். அப்பிடியே இருந்தாலும் நான் ரண்டையுமே செய்யப் போறதில்லை."

“பின்னை ..?” எதையோ எதிர்பார்த்து அவதியில் வந்தது அந்தப் “பின்னை”.

அதே நிலைமைதான் பின்னால் தொலைக்காட்சியில் சனல்களை றிமோட்டில் மாற்றி மாற்றி ஒன்றிலும் திருப்தியடையாமல், பாதி கவனத்தை அவளின் பேச்சுக்கு ஒதுக்கிவிட்டிருந்த கமலாவுக்கும்.

“என்னை விடுங்கோ. சின்ன வயசில எனக்குப் பிடிச்ச பிராணி என்ன தெரியுமோ, சேர்? பல்லி. பல்லிக்கு வால் முளைக்கும்/முளைக்காதது அப்ப எனக்குத் தெரியாது. இப்ப எனக்குத் தெரியுது. பல்லிக்கு வால் முளைக்கும். பல்லி சாத்திரத்தின்ர இல்ல தந்திரத்தின்ர அடையாளம். ஏறக்குறைய நான் பல்லி மாதிரித்தான்.”

சொற்களால் மனிதர்களை பௌதீகார்த்தமாய் உலுப்ப முடியும். அந்த இரண்டு மனிதர்களும் ராஜியின் சொற்கள் பட்டு அப்போது உலும்பினர்.

மேலே அதிகம் பேசவில்லை ராஜி. நேரிலே விரைவில் வருவதாகக் கூறி போனை வைத்துவிட்டாள்.

கூடத்துள்ளும் நிற்கவில்லை. நினைப்பின் நிர்க்கதியில் கமலாவை விட்டுவிட்டு அறைக்கு நடந்தாள்.

18

களனி பாய்ந்து கொண்டிருந்தது. அது, அதுபோல் ஒரு சோர்வில் என்றும் இருந்ததில்லைப்போல் வெளியெங்கும் ஒரு மோனம் வெடித்துப் பரவியிருந்தது.

இரண்டாயிரத்தொன்றின் மாசி மாதத்து எட்டாம் தேதிய பவுர்ணமி இது.

இரவு நிலவை விழுங்கிக் கொண்டிருந்தது.

கரையின் புற்றரையில் குணாநந்ததேரர். வெகுவாக உருமாறியிருந்தார். மெலிந்து ஈர்க்குச்சிபோல் ஆகியிருந்தது உடம்பு. மரம் தீய்ந்து கரியான பலஹீனம். கண்கள் ஆகக் கூடிய உட்குழிவை அடைந்து கிணற்றில் தெரியும் நட்சத்திரங்கள்போல் ஆகிவிட்டிருந்தன. கோறைக்குள்ளிருந்தும் கனல்கிற இரண்டு நெருப்புத் துண்டங்கள் எனவும் அவை. ஆனாலும் ஒரு கிழச் சீற்றத்தின் அலுப்பும் பலஹீனங்களும்தான் மலிந்திருந்தன அப்பார்வையிலே.

சூழ இருவர். அவரது பஞ்சவர் சபை சிதறிவிட்டிருந்தது.தேசப் பிரேம ஜனதா வியாபாரய இயக்கத்தின் சில்வாதான் முதலில் முறித்துக்கொண்டு போனவன். அவரது பலஹீனத்தில் மேலும் மேலும் தன்னால் நம்பிக்கை வைக்க முடியாதென்று பிரிவதற்குக் காரணம் சொன்னான். பிக்கு தடுக்கவில்லை. முதுபிக்கு புதிய தலைமையில் செயலாற்ற சொல்லாமலே சென்றுவிட்டார். ஊத்தைப் பிக்கு இறந்து ஆறு மாதங்கள். எஞ்சியது இளம் பிக்கு ராஜபக்ஸவும், மல்பிம சுரகீமே வியாபாரய இயக்கத்தைச் சேர்ந்த முனசிங்கவும்தான்.

களனியின் அக்கரையில் ஒரு டகோபா. பவுர்ணமி மறைந்தும் வெளித்திருந்த வானத்தின் கீழ் டகோபாவின் குவிந்த நுதி வெளீரிட்டுத் தெரிந்து கொண்டிருந்தது.

பிக்கு சரிந்து முழங்கையை ஊன்றி தலைக்கு முட்டுக் கொடுத்துக்கொண்டு படுத்திருந்தார்.உடம்பில் மாறாத ஒரு நோயை உணரத் தொடங்கிவிட்டால், எதன் மீதான கோபமும் இரட்டிப்பாகிவிடும். செலுத்தமுடியாத இயலாமை அலை உதைத்த கரையாக இதயத்தை ஆக்கிவிடுகிறது.

கடந்த சில பவுர்ணமிகளில் அவர்கள் அவ்வாறு சந்திக்கவில்லை. மற்றவர்கள் வந்தார்கள்தான். குணாநந்த தேரர் வரவில்லை.ஒருவேளை, அவரது தலைமையின் கடைசி நாளாக அன்றைய தினம் இருக்கக்கூடும்.

வானம் தெளிவாக இருந்தது. நட்சத்திரங்கள் தெளிவாகத் தெரிந்தன.

அந்த மௌன வலயத்தை உடைத்தது இளம் பிக்கு ராஜபக்ஸதான். "எதிர்பார்க்கின்றபடி எதுவும் நடக்கின்றதில்லை. இல்லையா, சுவாமி?"

"எப்படி நடக்கும்?" என்று பல்லிடுக்கினூடு இரைந்தான் முனசிங்க. "செயற்பாடு... செயற்பாடு! அதனால்தான் எதனையும் சாதிக்க முடியும். சிந்தனையால் ஒரு மயிரைக்கூட அசைக்க முடியாது, ராஜபக்ஸ."

குணாநந்த தேரர் மௌனம் அப்போதும் கலையாமல். இருவரையும் மாறி மாறிப் பார்த்தார். பேச அலுப்புப்பட்டார், ஏதோ பேச நினைத்திருந்தும்.ஒரு காலத்தில் ... அதிகம் வேண்டாம், ஒரு வருஷத்துக்கு முந்திவரைகூட ... அந்த ராஜ்யத்தையே ஆட்டிவைத்துக் கொண்டிருந்தவர் அவர். அந்தச் சபை கதிகலங்கும் அவரைக் கண்ட மாத்திரத்தில். இப்போது ..?

பிக்கு அசையாமலும், நிமிர்ந்து எவரையும் பாராமலும், "எது நடக்கவில்லையென்கிறாய், முனசிங்க? இன்று இந்தக் கட்சித் தலைமை பதவி அடைந்தது எமது திட்டமிடலில் இல்லையா? நம்மையில்லாமல் வேறெவரால் அப்படியொரு அற்புத நாடகத்தை மேடையேற்றியிருக்க முடியும்?" என்று தளர்வோடு கேட்டார்.

"அப்படி அடைந்திருக்கக் கூடாதென்கிறேன். அவ்வாறு அது அடைந்திருக்கக் கூடாதென்று முன்னமே தெரிந்திருக்க வேண்டும்."

"மற்றக் கட்சியின் தலைமை இதைவிடத் திறமையாகச் செயல் பட்டிருக்குமோ?"

"நான் செயற்பாடுபற்றிப் பேசவில்லை. யுத்த முறைமைகளை அது பதவிக்கு வந்ததும் மாற்றியிருக்கும். நாம் ஆனையிறவை இழந்திருக்கமாட்டோம். இன்னும் ... நம் கை ஓங்கியிருந்த நாளது வரையிலான வெற்றியின் அடையாளமான நிலப் பரப்புகளும் நம்மிடமிருந்து பறிபோகாதிருந்திருக்கும்."

பிக்கு, "ம்ஹூம்" என்றார்.

“என்ன சுவாமி சலித்துக் கொள்கிறீர்கள்? நாம் தோற்றுக் கொண்டிருக்கிறோம், சுவாமி. நமது ராஜதந்திரங்கள் அணுவளவு உதவியும் செய்யவில்லை..” இது சொன்னது ராஜபக்ஸ.

அவர்களது மனநிலையைத் தெரிந்தார் குணாநந்தர். அதுபோல் இனியொரு சந்திப்பு இடம்பெறப் போவதில்லையென்பது நிச்சயமாகத் தெரிந்தது அவருக்கு. அவருக்கு அது துக்கமில்லை. அவர் கடந்த சிறிது காலமாய் யோசித்து யோசித்து ஒரு தெளிவுக்கு வந்திருந்தார். அவர்களுக்கு அதைப் போதிக்கலாம். கேட்டால் கேட்டுவிட்டுப் போகட்டும். இல்லையேல்... அனுபவிக்கட்டுமேன். அவர் அவர்களை அனுசரித்துப் போக வேண்டியதில்லை.

“அது தவிர்க்க முடியாமல்தானே இருக்கும்?”

“சுவாமி..! என்ன சொல்கிறீர்கள்..?” அதிர்ந்தான் முனசிங்க. அவனது விரல்கள் இறுகி முஷ்டியாகின.

“என்ன சீறுகிறாய், முனசிங்க? என்னை ஏதாவது செய்ய வேண்டும்போல இருக்கிறதா?” என்று கேட்டுச் சிரித்தார் பிக்கு. “நான் பாதி செத்துவிட்டேன், நண்பர்களே. எனக்கு இனி எவரிலும் அச்சமில்லை. எதிலும் ஆசையில்லை. உண்மைகளை ஒப்புக்கொள்ள வேண்டிய காலம் வந்தாகிவிட்டது.”

பிக்கு நிறுத்தி இடைவெளி ஏற்படுத்தினார், அவர்கள் சற்றுத் தெளிந்து தன் எண்ணங்களுக்கு செவி கொடுக்கட்டும் என்பதற்குப்போல. பின் சொன்னார்: “நாம் நம்முடைய இருப்பை இன்னுமின்னுமாய் உறுதிப்படுத்தவும், வாழ்வின் வளத்தை அதிகப்படுத்தவும் நியாயத்தைக் கைவிட்டோம்.”

“எப்போது, சுவாமி?”

“அம்பத்தாறில். இன்னும் சரியாகச் சொல்லப் போனால் நாற்பத்தெட்டில். அன்று நியாயங்களை மீறியபடியாலேயே இன்று வந்தி கட்டிக் கொண்டிருக்கிறோம்.”

“எந்த நியாயங்களை மீறினோம் நாம்?”

“எப்போதும் நியாயம் ஒன்றுதான். ஆனாலும் அதை வேறு வேறாய் அர்த்தப்படுத்திக்கொள்ள முடியும். தனிமனித நியாயங்கள் வேறு. அதுபோல் சமூக நியாயங்களும் அரச நியாயங்களும் வேறு வேறு.”

“அதெப்படியோ?” முனசிங்கவின் தொனியில் ஏளனம் தெறித்தது.

குணாநந்தர் அபூர்வமாய்த் தன் சீற்றத்தைக் காத்து மெல்லச் சிரித்தார். பிறகு சொன்னார்: “மல்லுக்கு நின்று நீங்கள் எதைச் சாதிக்கப் போகிறீர்கள், மடையர்களே. வாதிடுவதின் மூலம் உங்களால் உண்மையைக் கண்டடையவே முடியாது. சட்டமென்பது என்றைக்கும் அறுதியானதில்லை. அது விரிந்து விரிந்து சென்று ஓர் இன்மையில் வந்து முடியும். அப்போது மனசாட்சி அந்தத் தொங்கலிலிருந்து தொடர்ந்து செல்லவேண்டும். சட்டம் முடிந்த இடத்தில் மனசாட்சி இழந்த மனிதர் நாங்கள். நாம், நம் பாவங்களிலிருந்து திரும்பியாக வேண்டும்.”

“முதலில் யுத்தத்தில் ஜெயம் கிடைக்கட்டும். பிறகு மனந் திருந்துவது பற்றிப் பேசலாம்.”

“இந்த யுத்தம் எக்காலத்திலும் வெல்லக்கூடிய யுத்தமில்லை.”

“ஏன் ?”

“ஏனென்றால் . . . அது யுத்த குணமுள்ள மக்களைக் கொண்ட பூமி. அவர்கள் வாழ்க்கை வரட்சியோடும், கடலோடும் தினம் தினம் யுத்தம் புரிகிறவர்கள். அவர்கள் விட்டுக் கொடுப்பதில்லை எதையும். மட்டுமில்லை. அங்கேயுள்ள எந்திரவியல் அறிவு அபாரமானது. சில ஏவுகணை நுட்பங்களை அவர்கள் புதிதாகக் கண்டுபிடித்தோ அல்லது புத்துருவாக்கம் செய்தோ பாவிப்பதாக நமக்குச் செய்திகள் தெரிவிக்கின்றனவல்லவா ?”

“அப்போ . . . இந்த யுத்தம் வெல்லப்பட முடியாதது என்கிறீர்கள் ?”

“ஆம். யாராலும்.”

“உங்கள் பலவீனங்கள் இப்படித் தவிர வேறுமாதிரி உங்களைச் சொல்ல வைக்காதென்று எங்களுக்குத் தெரிந்ததுதான், சுவாமி முன்பே. நீங்கள் ஒன்றை மறந்துவிட்டீர்கள். யுத்தமென்பது சம்பந்தப்பட்ட இரு சாராரால்மட்டும் நடத்தப்படுவதில்லை. நாங்கள் சம்பந்தப்படாத சாராரை அணுகப்போகிறோம். அதற்கான வழியும் எங்களுக்குத் தெரியும்.”

அவர்கள் சடுதியில் எழுந்தனர்.

“நாங்கள் புறப்படுகிறோம்” என்றுவிட்டு முனசிங்க நடந்தான்.“இனிமேல் நமக்குள் ஒரு சந்திப்பு அவசியமில்லை. இன்று தான் கடைசி” என்று கூறிய ராஜபக்ஸ, முனசிங்கவைப் பின் தொடர்ந்தார்.

சிறிதும் சலனமின்றி, அவர்கள் தூரத் தூரவாய்ச் சென்று மறையும்வரை பார்த்துக் கொண்டேயிருந்தார் குணாநந்தர்.நோய் மறந்திருந்தது.வயோதிபம் மறந்திருந்தது.ஒரு தனிமை . . . நிர்க்கதி . . . அவரை மூடி வந்தது. எதிர்பார்த்திருக்க வேண்டிய நிலைமை அது. மிகச் சாதாரணமான ஒருவரும் அந்த நிலைமையை எதிர்பார்த்திருக்க வேண்டும். அவர் தேரராக இருந்தும் எதிர்பார்த்திருக்க மறந்தார்.

‘நல்லன மட்டுமே ஒருவனைச் சூழ்ந்திருந்து முதுமையில் அவனைக் காக்கின்றன’ என்று புத்தர் சொன்னதை மறந்ததன் விளைவல்லவா அது ?முதுமையும் நோயும் விழுத்தியிருக்கிற இந்த நேரத்தில், யாவரும் விலகிப் போன நிர்க்கதியுள் கிடந்து கொஞ்சம் பொறுமையாகச் சிந்தித்தார் பிக்கு.

வாழ்ந்திருக்கிறாரா அறுபத்திரண்டு ஆண்டுகளை ? இல்லை. ஐம்பது ஆண்டுகளை அவர் வாழவேயில்லை. இனத்தைப் பேசினார், மதத்தைப் பேசினார், மொழியைப் பேசினார் . . . மனிதனைப் பேசவே இல்லையே. அவரை மனிதனைப் பேசச் சொல்லி மகாசங்கம் கூடச் சொல்லவில்லை. தவறு எங்கே இருக்கிறது ? அவரிலா ? மகாசங்கத்தின்மீதா ? பவுத்தத்தின் மீதா ?

அவர் யோசித்தார்.

பெரும் பெரும் வர்த்தக நிறுவனங்கள் லாபத்தில் குறிப்பிட்ட ஒரு விகித தொகையை ஆண்டுதோறும் விளம்பரத்துக்கு ஒதுக்கிக்கொண்டிருக்கும். அது வர்த்தகப் பெருக்கத்துக்கானது மட்டுமில்லை. தம் வருமான சமச்சீரினைப் பேணுவதற்கானதும்தான். திட்டமான லாபத்தையே அவை அங்கீகரிக்கும். அபரிமிதமான லாபத்தை வியாபார நுட்பம் தெரிந்த ஒரு நிறுவனம் தடுத்துவிடும். அது சரியான வழியில் வந்த வளர்ச்சியில்லை என்பது அதற்குத் தெரியும்.

இலங்கையில் பெரும் வர்த்தகர்கள் விளம்பரத்துக்குப்போல பெரும் தொகைகளை சங்க மையத்துக்குத் திருப்பிவிட்டிருக்கிறார்கள். சங்கம் அவர்கள் எண்ணங்களைப் பிரதிபலிப்பது அதற்குமேல் தவிர்க்க முடியாதது.

குணாநந்தர் தெளிந்தார்.

மூலையில் ஒரு பெரிய நட்சத்திரம்.

விடிகிறதைத் தெரிந்தார் பிக்கு.

ஆனாலும் அவருக்கு அவசரமில்லை.

அவர் அவசரப்பட்ட நாட்கள் முடிந்துவிட்டன.

தான் இன்னொன்றாய், இன்னொருவருக்காய் இயங்கியது வெகுவாக அவரைப் பாதித்திருந்தது.

இது ஒரு வாழ்வின் தோல்வியில்லாமல் வேறென்ன?

ஒவ்வொருவருக்கும் ஒவ்வொரு போதிமரமுண்டு. ஒவ்வொரு வேளையில் தெரிந்தோ தெரியாமலோ அவர்கள் அதன்கீழ் வருவது நிகழ்ந்திருக்கிறது. அவர் மிகத் தாமதமாய் வந்த மனிதர். அவ்வளவுதான்.

பலனை அனுபவிக்க... மீதியென்று ஏதாவது நாட்கள் இன்னும் இருக்கின்றனவா?

உலகு விடிந்து வர, பிக்கு கண்மூடி வந்தார்.

19

நயினை நாகபூஷணி அம்மன் ஆலயத்துக் காண்டாமணி டாண்... டாண்... என்று பேரதிர்வுகளைக் கிளர்த்திக் கொண்டிருந்தது. மாசிப் பனியின் உக்கிரத்துள் அமுந்திக் கிடந்த அந்தச் சின்னத் தீவு கண் விழித்தது.

காற்று சற்று விசையாக ஆடியது. இரவின் பனி காற்றில் கனத்திருந்தது. மேலே காகங்கள், கிளிகள், நாரைகள், மைனாக்கள் என்று பறவைகளின்

புலரிக் காலைப் பறப்பு வெகுவாக அருகிக் கிடந்தது. அலைகள் வீச்சாய் வந்து கரையை மோதிக் கொண்டிருந்தன. இருந்தும் இயல்பான கடற் பறவைகளின் கீதமற்று தீவைச் சுற்றி ஒரு மௌன வெளி விழுந்திருந்தது.

கிழக்கே அப்போது சூரியோதயம் நிகழ்ந்தது. தீவின் மத்தியிலிருந்த முருகன் கோயில், பிள்ளையார் கோயில், தென்பகுதிக் காளி கோயில் அனைத்திலும் மணிகளின் நாதம். வெளியெங்கும் நாதப் பெருவெள்ளம். சோகக் குளிர் காய்வுக்குப்போல் எழுந்து பரந்தது.

இரவை விட்டு பகல் விலகி வியாபித்த புள்ளி அது.

அந்த வேளையில் எங்கிருந்தோ ஒரு படகு வந்து தீவின் தென் கரைக்குச் சமீபமாக தன் இரு பயணிகளை இறக்கிவிட்டு இரைந்து பறந்து மறைந்தது.

நெடுப்பமாய் இருந்த உருவம் சின்ன உருவத்தைத் தூக்கி தோளில் ஏற்றிக் கொண்டு கடலைத் தாண்டியது.

கடல் தாண்டி... சேறும் சுரியுமான சதுப்புத் தாண்டி... மணலும் தாண்டியதும், அது சிறிய உருவத்தைக் கீழே இறக்கிவிட்டு கைப்பிடியில் அழைத்துப் போனபடியிருந்தது.

"தியாகு மாமா..!"

"என்ன விதுர், கால் உளையுதே? கோயில் கிட்டியிட்டுது... இன்னும் கொஞ்சத் தூரம்தான், வா."

காலைப் பூஜை வேளைக்குச் சரியாக அம்மன் கோயிலை அடைந்த அவ்விருவரும், சிறிது ஒதுங்கி நின்று அங்கு வழிபாட்டுக்கு வர ஆரம்பித்திருந்த பக்தர்களைப் பார்த்துக் கொண்டிருந்தனர்.

அவனுக்கு அடையாளம் தெரிந்த மனிதர்கள மட்டுமில்லை, அவனை அடையாளம் தெரிந்த மனிதர்களும் இல்லாமல் போனதே.

தியாகு திகைத்துப் போனான்.

எத்தனை வருஷங்களை அந்தப் பூமியிலே அவன் கழித்திருக்கிறான். எத்தனை மனிதர்களைத் தெரிந்து கொண்டிருக்கிறான். எத்தனை பேருக்கு தொட்டாட்டு வேலைகள், விறகு கொத்துகள், புல் செதுக்குகைகள், குழை ஒடிப்புகள் செய்து கொடுத்திருக்கிறான். இன்று யாருமே இல்லாமல் போனது.

என்ன நடந்தது அந்தத் தீவின் திசுமத்துக்கு?

நயினை அம்மன் ஆலயம், மணிபல்லவம் நூலகம், மணிமேகலை அரங்கு, பெரியகுளத்தடி மருத மரம், நாகவிகாரை... எல்லாம் அந்தந்தப்படியே இருந்தன. ஆனால் மனிதர்கள்..?

ஒருவேளை இன்னும் சிறிது நேரத்தில் அங்கே அல்லது வேறிடத்தில் தன்னைத் தெரிந்தவர்கள் யாரையேனும், அல்லது தான் தெரிந்தவர்கள் எவரையேனும் அவன் எதிர்படக்கூடும். 'ஆர், தியாகுவே..? எப்ப

வந்தனீ?' என்று அவர்கள் விசாரிக்கவும் கூடும். ஆனாலும் அத்தனை பொழுதுகளாய் தான் தன் மண்ணில் அந்நியப்பட்டு நின்றிருந்ததை அவனால் லேசுவில் மறந்துவிட முடியாது.

அவன் அந்தக் கணத்தில் அந்நியன் மட்டுமில்லை, அநாதையும்.

அந்த அவதிகளை அடைவதற்காகவா இரண்டாவது தடவையாகவும் துணிந்து அவன் கடல் கடந்தான்?

அவன் கடந்து வந்தது கடல் வழி மட்டுமில்லை, மரணத்தின் வழியும்.

எப்போதும் எதற்கும் கிறுங்காத படகோட்டிதான் யோகேஷ். அன்றைக்குப் புறப்படுகிறபோது அவனே சொன்னான், 'மனம் ஒருமாதிரி இருக்கு, முல்லா' என்று. உயிரைத் துணிந்து கையிலே கொடுக்கலாம், கொண்டுவந்து அடுத்த கரையிலே தா என்று. அத்தனைக்கு அந்தக் கடலை ஆட்சி செலுத்திக் கொண்டிருந்தவன் அவன். மணல் திட்டு, பாறை, கடலின் பொங்குகைகள், காற்று புறப்படும் திசைகள், குணங்கள் எல்லாம் தெரிந்தவன். கடலில் தூரத்தே துள்ளுவது மீனா அலையா என்று சொல்லும் துல்லியம் அவனுக்கிருந்தது. அவன் கடலின் குழந்தையாக இருந்தான். ஆனாலும் வெறிகொள்ளும் கடல் தன் பிருமாண்டத்தின் கர்வங் கெடுத்த மனிதனைப் பழிவாங்கச் சீறுகிறபோது, அவன் அதன் முதல் தேர்வாகிவிட்டிருக்கிறான். முன்பும் அது ஒருமுறை அவனைப் பழிவாங்கச் சீறியெழுந்திருக்கிறது. அவன் அதிலிருந்து தப்பினான்.

ஆனால் அன்று அது சீறியெழுந்தபோது சிறீலங்கா கடற்படை தக்க ஒத்துழைப்புக் கொடுத்தது.

கடற்படைக் கப்பலிலிருந்து குண்டுகள் விர்... விர்...ரெனப் பாய்ந்து வந்துகொண்டிருந்த வேளையில், முல்லா... விதுர்... தியாகு எல்லோரும் படகின் வயிற்றுக்குள் விழுந்து படுத்துக் கொண்டனர். ஆனால் பாய்ந்து வரும் குண்டுகளுக்கு உச்சி உச்சி படகை இந்தப் பக்கமாகவும், அந்தப் பக்கமாகவும் திருப்பித் திருப்பி ஓட்டிக்கொண்டிருந்தான் யோகேஷ். அது விளையாட்டு. ஆனாலும் அதுதான் உபாயமுமாகும்.

அந்தக் காட்சி அதிகநேரம் நிற்கவில்லை. 'ஆ . . .' என்று ஒரு அதைத்த குரல். அவ்வளவுதான். அப்படியே பின்னால் சாய்ந்தான் யோகேஷ். கடல் தன் அலைக்கரம்கொண்டு அவனை அப்படியே வாரிச் சுருட்டி விழுங்கியது. என்ன நடக்கிறது என்பதை உணர்வதன் முன்னரே, படகும் கவிழ்ந்து மூழ்கியது.

இருள் துணை செய்ததால் கடற்படையின் கண்ணில் படாமல் நீந்தி மிகக் கிட்ட இருந்த ஒரு நிலக்கரையை விதுரோடு அவனால் அடைய முடிந்தது. முல்லாவும் தப்பிவிட்டது விடியத் தெரிந்தது.

அத்தனை நாட்களாயிற்று, அவனும் விதுரும் மறுபடி படகு கிடைத்து நயினையின் தென்கரை வந்து சேர.

சூரிய கிரணங்கள் சூடேறி பனி கரைத்தன.

பிரபஞ்சம் வெளிப்புப் பெற்றது.

விதுருடன் தியாகு இன்னும் அங்கேயே நின்று கொண்டிருந்தான், தெரிந்த மனிதர்களைத் தேடி.

போர் மனிதத்தை அடித்து விரட்டிய அந்த வெறுமை, அந்தச் சின்னத் தீவு பரக்க மட்டுமில்லை, முழுப்பெருந் தீவு அடங்கவும் விழுந்திருந்தது.

சோகத்தின் வேறொரு பரிமாணமாய் தியாகுவும், விதுரும் அங்கிருந்து மெல்ல நகர்ந்தனர்.

வெறுமையோ தனிமையோ அவன் மண் அது. விதுரின் மண்ணும். கால்களுக்குள் நொருங்கி உணர்வாவன மணல் குறுணிகள்மட்டுமில்லை, மண்ணின் ஈர்ப்பும்.

எங்கும் ஒலிக்கிறது

காற்று

எனது மண் . . . எனது மண்.

(முற்றும்)